அறியப்படாத கிறிஸ்தவம்

தமிழ்நாட்டில் ஒரு வரலாற்றுத் தேடல்

✧

பகுதி – 1

நிவேதிதா லூயிஸ்

அறியப்படாத கிறிஸ்தவம்

தமிழ்நாட்டில் ஒரு வரலாற்றுத் தேடல்

பகுதி – 1

கிழக்கு

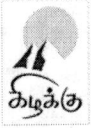

அறியப்படாத கிறிஸ்தவம்
Ariyappadatha Christhavam
Nivedita Louis ©

First Edition: February 2022
Part 1 - 608 pages | Part 2 - 664 pages
Printed in India.

ISBN 978-93-90958-05-4
Kizhakku - 1262

Kizhakku Pathippagam
177/103, First Floor, Ambal's Building, Lloyds Road,
Royapettah, Chennai - 600 014. Ph: +91-44-4200-9603
Email : support@nhm.in   Website : www.nhm.in

 kizhakkupathippagam   kizhakku_nhm

Author's Email: niveditalouis@gmail.com

Cover Design by Rhoda Alex
Elanapatti Church Bull Photograph by Karthik, Pudukottai
Author Photograph by Amar Ramesh

Kizhakku Pathippagam is an imprint of New Horizon Media Private Limited

The views and opinions expressed in this book are the author's own and the facts are as reported by the author, and the publishers are not in any way liable for the same.

All rights reserved. No part of this publication may be reproduced, stored in a retrieval system, or transmitted, in any form or by any means, electronic, mechanical, photocopying, recording or otherwise, without the prior permission of the publishers.

என் அத்தானுக்கு...

பொருளடக்கம்

கருத்துரை
- முனைவர் பக்தவத்சல பாரதி ... 9

அணிந்துரை
- முனைவர் ஆனந்த் அமலதாஸ், சே.ச., ... 13

அணிந்துரை - முனைவர் மார்க்சிய காந்தி ... 23

முன்னுரை ... 28

கடந்து வந்த பாதை ... 34

1. சிலுவைகள் சொல்லும் கதை ... 37
2. ஜோ த குருசு - சுவான் த குருசு ... 48
3. ஆதி கிறிஸ்தவர்கள் - பரதவர்கள் ... 64
4. சுவானாள் என்ற தொடர்புக் கண்ணி - தூத்துக்குடி ... 83
5. பனிமய ஆத்தாள் - தூத்துக்குடி ... 100
6. சிலுவை நண்டும் சவேரியாரும் - புன்னைக்காயல் ... 116
7. ஒரு முதலும், ஒரு கடைசியும் - மணப்பாடு படிப்பினை ... 139
8. திருச்சபையின் மூலைக்கல் - கிளாரிந்தா (குளோரிந்தா) ... 158
9. கேளாத செவிகள், பேசாத வாய்களின் பாதுகாவல் - புளாரன்சு சுவேன்சன், பாளையங்கோட்டை ... 182
10. லேனா என்ற மாலையம்மன் கதை - குரும்பூர் விசேந்தியப்பர் ... 199
11. ''நீ என்ன பெரிய சட்டம்பிள்ளையா?''- இந்து கிறிஸ்தவ ஏக இரட்சகர் சபை, மூக்குப்பீறி ... 213

12.	செந்தியம்பலம் கட்டம் சேலை - கிறிஸ்தவ வாதிரியார்கள்	... 229
13.	நெல்லையின் முதல் ரத்த சாட்சி தாவீதே சுந்தரானந்தன் - முதலூர்	... 246
14.	கூட்டு முயற்சி விசுவரூப வெற்றி – மெய்ஞ்ஞானபுரம்	... 270
15.	திருமறையூர் மறைபரப்பு பயிற்சிப் பள்ளி	... 291
16.	சொக்கன்குடியிருப்பு, வடக்கன்குளம்	... 310
17.	திராவிட அரக்கன் ராபர்ட் கால்டுவெல் – இடையன்குடி	... 336
18.	கிறிஸ்தியாநகரம், பண்டாரஞ்செட்டிவிளை	... 354
19.	வேதியர் பயிற்சிப் பள்ளி – திண்டிவனம்	... 373
20.	வனத்துச் சின்னப்பர் – கல்பேட்டை	... 397
21.	மகிமை மாதா/சவேரியார் – முகையூர்	... 413
22.	தேம்பாவணி தந்த கோணான்குப்பம்	... 438
23.	மேல்நாரியப்பனூர் அந்தோணியார்	... 465
24.	கல்விக் கண் திறந்த காஞ்சி மிஷன்	... 486
25.	முத்தியால்பேட்டை ஜெபமாலை மாதா	... 500
26.	புதுவையின் முதல் ஆலயமும் கப்யுஸ் கோயிலும்	... 523
27.	நெல்லித்தோப்பு- விண்ணேற்ற அன்னை ஆலயம்	... 540
28.	தந்தை மகனுக்குக் கட்டிய ஆலயம் - ரெட்டியார்பாளையம்	... 552
29.	கவிஞர் கட்டிய கோயில் – பாகூர் ஜெயராக்கினி மாதா	... 563
30.	விண்ணேற்பு அன்னை – பணிக்கன்குப்பம்	... 580

கருத்துரை

முனைவர் பக்தவத்சல பாரதி

மேனாள் இயக்குநர், புதுச்சேரி மொழியியல் பண்பாட்டு
ஆராய்ச்சி நிறுவனம், புதுச்சேரி - 605008

மானுடத்தின் பிருமாண்டம் மதம். மதம் ஊடான உலகப்பார்வை உலகளாவியது. இதனூடான கட்டமைப்பே வாழ்வியலாகிறது. இது மானுட அகிலமாக விரிந்து நிற்கிறது; வரலாறாக உருவாகிறது; அறிவு, அறம், தத்துவம் எனப் பலவாறாக வடிவம் பெறுகிறது. சுருங்கச் சொன்னால் மதம் எல்லாவற்றிலும் வியாபித்து நிற்கிறது. அனைத்தையும் தீர்மானிக்கிறது.

வரலாறு நெடுக உலகப் பெருமதங்கள் பல தேசங்களிலும் பரவின. இப்பரவலின் போது மக்கள் தழுவிய மதங்களோடு தங்கள் தாய் மதங்களையும் இணைத்துக் கொண்டார்கள். இந்த உள்ளார்ந்த ஒட்டுறவு பண்பாடு ஏற்றலாக (acculturation) அசைவியக்கம் பெற்று வந்துள்ளது. இதனால் உலக மதங்கள் பலவும் அந்தந்த தேசத்தின் மரபுகளாகத் தனி அடையாளம் பெற்றன. ஆறுகள் யாவும் நீண்டு, வளைந்து, ஓடி கடலில் கலப்பதுபோல, ஒரு நாட்டின் பூகோளப் புவியியல் பல்வேறு பிராந்தியங்களாக விரிந்து செல்வதுபோல, ஒவ்வொரு பண்பாட்டிலும் பல்வேறு உட்பண்பாடுகள் (subcultures) அதன் பகுதிகளாக ஒன்றிணைகின்றன. கிறிஸ்துவத்திலும் இப்படியான கிளை மரபுகள் பல காலகதியில் உருவாக்கம் பெற்றன.

உலகப் பெருமதமாகிய கிறிஸ்தவம் இந்தியக் கிறிஸ்தவமாக உருமாறிய அதே வேளையில், தமிழ்க் கிறிஸ்தவமாகவும் அடையாளம் பெற்றது. இந்திய இனவியத்தில் (ethnicity) தமிழ் இனவியம் செவ்வியல்தன்மை கொண்டதாகும். இந்த நீண்ட அசைவியக்கத்தை அறியும்போதே தமிழ்க் கிறிஸ்தவத்தை

அறியமுடியும். இந்தியக் கிறிஸ்தவத்தில் தமிழ்க் கிறிஸ்தவம் ஒரு தனி வகைமாதிரி. இதன் உள்ளார்ந்த அம்சங்கள் தனித்துவமானவை. இவற்றின் அமைப்பு, ஒழுங்கு, பண்பு, வரலாறு, ஒழுகலாறு முதலான யாவும் முழுவதுமாக கைவரப்பெறவில்லை. இவற்றை நிவேதிதா லூயிஸ் இந்நூலில் முன்னெடுத்திருக்கிறார்.

தமிழ் நிறுவன வைணவத்தில் நாட்டார் வைணவத்தையும், தமிழ் நிறுவன சைவத்தில் நாட்டார் சைவத்தையும் மிக ஆழமாக ஆராய்ந்து காட்டிய பண்பாட்டறிஞர் தொ.பரமசிவன் போன்று, கிறிஸ்தவத்தில் தமிழ்க் கிறிஸ்தவம் தனித்துவமானது என்பதை நிவேதிதா லூயிஸ் நுட்பங்களோடு நுணுகி எடுத்துரைக்கிறார். இதுவே 'அறியப்படாத கிறிஸ்தவம்' நூலாக நமக்குக் கிடைத்திருக்கிறது.

இந்நூலினை இன்றைய அறிவு மரபில் அல்லது நவீன மொழியில் சொல்லவேண்டுமானால் ஓர் அகவய இனவரைவியல் (insider ethnography), தன்வய இனவரைவியல் (autoethnography), சுதேசி இனவரைவியல் எனலாம். நிவேதிதா லூயிஸின் எடுத்துரைப்பியல் வெகு இயல்பாக சுதேசி இனவரைவியலாக மிளிர்கிறது. இனவரைவியல் என்பது ஒரு தொழில்முறைக் கலையன்று. அது மானிடவியலருக்கானது மட்டுமல்ல. அது அனுபவ அறிவை, பட்டறிவை (empirical knowledge) முன்னிலைப்படுத்துவது. ஒரு சமூகத்தின்/பண்பாட்டின் வாழ்வியலைச் சமூக மெய்ம்மைகளாக (social facts) உருவாக்குவதே இனவரைவியல். மக்களிடம் சென்று, அவர்களுடன் நெருங்கிப் பழகி, களப்பணியாற்றி, ஆழ்ந்துணர்ந்து எழுதுவதே இனவரைவியல். சமூக மெய்ம்மைகளை வெளிக் கொண்டு வருவதே இனவரைவியலின் மைய நோக்கமாகும்.

நிவேதிதா லூயிஸின் 'அறியப்படாத கிறிஸ்தவம்' தமிழ்ப் புலத்தில் ஒரு புதிய வரவாகும். இந்நூலினைப் புலமைநெறியோடு வரவேற்போம். தன்னுடைய சொந்த மதத்தின் அறியப்படாத விடயங்களை அங்குலம் அங்குலமாக அனுபவித்து அலசி இருக்கிறார். தயிர் கடைந்து வெண்ணெய் எடுப்பதுபோல வாழ்வியலிலிருந்து கிறிஸ்தவத்தைக் காட்டுகிறார். மதமும் வாழ்வும் நாணயத்தின் இரண்டு பக்கங்கள். இப்பின்புலத்தில் நாட்டார் கிறிஸ்தவத்தையும் அதன் செவ்வியல் போக்குகளையும் பேசுகிறார்.

அயல் மதத்தார் கிறிஸ்தவத்தை அணுகுவதைவிடவும், சொந்த மதத்தார் கணக்கற்ற நுட்பங்களைக் காட்ட முடியும் என்பதை நூலின் ஒவ்வொரு பக்கத்திலும் நிறுவியிருக்கிறார். நிவேதிதா லூயிஸ் ஓர்

அகத்தார். அதனால் இந்நூல் அகவய எடுத்துரைப்பாக அமைந்துள்ளது. சாதாரண இனவரைவியலைவிட இந்நூலில் மிகுபிரதிபலிப்பியம் (meta-reflexivism) கொண்டுள்ளது. காரணம் இது ஓர் அகவய முன்னெடுப்பாக இருப்பதுதான்.

இந்த நூலின் எடுத்துரைப்பியல் உள்ளார்ந்தது; மனவடிவம் சார்ந்தது; அனுபவ அறிவுமுறை சார்ந்தது (empirical); பிராந்திய தொடர்ச்சியையும் வேறுபாடுகளையும் காட்டுவது; நாட்டார் கிறிஸ்தவத்தையும் நிறுவனக் கிறிஸ்தவத்தையும் ஒருசேர விளங்கப்படுத்துவது.

பண்பாடு எப்போதும் திணை சார்ந்தே வாழும்; தன்னை வெளிப்படுத்திக் கொள்ளும். தமிழ்க் கிறிஸ்தவம் இதற்கு விதிவிலக்கல்ல. இதனை நிவேதிதா லூயிஸ் மிகச் சிறப்பாக நிறுவியிருக்கிறார். இவரது நூலில் ஒரு தேர்ச்சியான முறையியல் வெளிப்படுகிறது. தமிழ்க் கிறிஸ்தவத்தில் அறியவேண்டிய எண்ணற்ற அறிஞர்களின் கருத்துகளை தேவையான இடங்களில் ஒப்பிட்டு விவாதிக்கிறார். ஒரு தேர்ந்த நெறியியலும் இதனுள் அடங்கியிருக்கிறது.

நிவேதிதா லூயிஸின் ‘அறியப்படாத கிறிஸ்தவம்’ இன்னுமோர் அற்புதமான எடுத்துரைப்பியலைக் கொண்டுள்ளது. மரபான இனவரைவியலர்கள் களப்பணியில் தான் அனுபவித்து அறிந்த மெய்ம்மைகளைத் தம் கூற்றாகவே எழுதினார்கள். முதல் பக்கம் முதல் முடிவுப் பக்கம் வரை ஆசிரியரின் கூற்றே காணப்பட்டது. இன்றைய பின்நவீனத்துவ இனவரைவியல் இதனை நிராகரிக்கிறது. மக்கள் சார்ந்த இனவரைவியல் பனுவலில் ஆசிரியர் கூற்றும், மக்கள் கூற்றும் கலந்து வர வேண்டும் என்பது பின்நவீன நிலைப்பாடு. தகவலாளிகளின் குரல் பனுவலில் ஆங்காங்கு ஒலிக்க வேண்டும். மக்களின் நேரடிக் குரலை வாசகர்கள் கேட்கும்படி எழுத வேண்டும்.

இந்தப் பின்நவீனத்துவ இனவரைவியலின் மகத்துவத்தை நிவேதிதா லூயிஸ் மிகச் சிறப்பாகக் கையாண்டுள்ளார். திணை சார்ந்த வட்டார வழக்காக மக்கள் மொழியை இந்நூல் பேசுகிறது. இந்த நூலில் நான் கண்ட வியப்புகளில் இதுவும் ஒன்றாகும். நூல் நெடுக களப்பணியில் தாம் கண்ட தகவலாளிகளின் குரலில் நீண்ட பதில்களையும் உரையாடல்களையும் இடையறாமல் மிக நேர்த்தியாக நெசவு செய்திருக்கிறார். பண்பாட்டை எழுதும் இந்த நவீன கோட்பாட்டு முறையியலை நிவேதிதா லூயிஸ் கையாண்டிருப்பது இந்நூலின் சிறப்புகளில் ஒன்றாகும்.

'அறியப்படாத கிறிஸ்தவம்' தமிழ்க் கிறிஸ்தவத்தின் விவிலியமாகும். இதன் பேசு பொருள் கடலென விரிந்து செல்கிறது. வாழ்வியலின் எண்ணற்ற களங்களைக் கவனப்படுத்தியிருக்கிறார். வரலாற்றையும் சமகாலத்தையும் வெகு லாவகமாக இணைத்து விவாதிக்கிறார். சமூக அமைப்பு, சமூகப் பிரிவுகள், திருச்சபையில் சாதியத்தின் தாக்கம் முதலானவற்றை மேசைக்காரர், கம்மரக்காரர் (மன்றாடிகளும் வேலைக்காரர்களும் கலந்தவர்கள்), மடிக்காரர் (கடலோடிகள்), மெனக்கடர், சம்மட்டிக்காரர், கூலி மீனவர் உள்ளிட்ட பிரிவினர் வழி, நிவேதிதா பேசியிருக்கிறார். ஒரு காலத்தில் மேசைக்காரர்களுக்குக் குடிக்கத் தண்ணீர் முதற்கொண்டு பலவும் கொழும்பில் இருந்தே வரும். இதன் பின்னால் உள்ள சமூக அசைவியக்கத்தை நிவேதிதா லூயிஸ் ஆழமாக அகழ்ந்திருக்கிறார். இப்படி எத்தனை எத்தனையோ அறியப்படாத விடயங்களை நவீன இனவரைவியலாக்கியிருக்கிறார்.

இவ்வாறே திருமணம், சடங்குகள், குடும்ப விழாக்கள், தேர்த் திருவிழாக்கள், கொண்டாட்டங்கள், வாழ்வியல், கலைகள், வழிபாடு, ஜபம், பண்டைய தமிழ் நீத்தார் வழிபாடும் இன்றைய கல்லறை வழிபாடும், சமயத்தின் பிற பன்முக அம்சங்கள், வாசாப்பு நாடகம், வாய்மொழி வழக்காறுகள், பாடல்கள், சாவு, வணிகம், வரலாறு, திருமறை பரப்பல், மறைப்பணியாளர்கள், தொழில் முறைகள், நேர்த்திக் கடன்கள், பாதயாத்திரை, பெண்தெய்வவழி பாட்டின் கிறிஸ்தவ நீட்சிகள், வீரமாமுனிவர், பெஸ்கி, கால்டுவெல் உள்ளிட்ட அறிஞர்கள், வரி விதித்தல், பேய்கள், மத நம்பிக்கைகள், பாலியல் உறவை ஒறுத்தல், தைப்பொங்கல், ஜல்லிக்கட்டு, தாலியணிதல், பாஸ்கா நாடகம், தலித் கிறிஸ்தவம் என இந்நூலின் களங்கள் விரிந்து நிற்கின்றன. விரிவஞ்சி அவை யாவற்றையும் இங்குக் கவனப்படுத்த இயலவில்லை.

சுருக்கமாகச் சொன்னால் இந்த நூலின் தலைப்பு சொல்வதுபோல உண்மையிலேயே அறியப்படாத கிறிஸ்தவத்தை இந்த நூல் முன்னெடுத்திருக்கிறது. பெரும் பொருட்செலவில் நிவேதிதா லூயிஸ் தமிழகமெங்கும் களப்பணி மேற்கொண்டார். அதனாலேயே இந்நூல் அறிவின் பயனாக மிளிர்கிறது. இந்த நூல் நாட்டார் கிறிஸ்தவ வழக்காற்றியலைப் பெருமளவு பதிவு செய்துள்ளது. நூலாசிரியரின் இப்படைப்பை அனைவரும் நிச்சயம் பாராட்டுவார்கள். அவரது எழுத்துக்கள் தொடர்ந்து தமிழ்ச் சமூகத்திற்கு வளம் சேர்க்க வேண்டும்.

01 - 01 - 2022   பக்தவத்சல பாரதி

அணிந்துரை

முனைவர் ஆனந்த் அமலதாஸ், சே.ச.,
சென்னை.

அறியப்படாத கிறிஸ்தவம்: தமிழ்நாட்டில் ஒரு வரலாற்றுத் தேடல் என்ற தலைப்பில் திருமதி நிவேதிதா லூயிஸ் வெளிக்கொணரும் இந்த வரலாற்று நூல் வழக்கத்துக்கு மாறானது. இந்நூல் தமிழகத்திற்கு எப்பொழுது கிறித்தவம் வந்தது என்ற கேள்வியோடு தொடங்குகிறது. ஏறக்குறைய ஆயிரம் பக்க அளவில் கிறித்தவத்தின் இரண்டாயிரம் ஆண்டு வரலாற்றைச் சுருங்கச் சொல்லும் முயற்சியாக ஆசிரியர் இந்த நூலை முன்வைக்கின்றார்.

இது ஒரு வரலாற்று நூல்தான். ஆனால் நாம் இதுவரை கற்று அறிந்த வழக்கத்திற்கு மாறான கண்ணோட்டத்தில் அமைந்துள்ளது. வரலாறும் மனித இனவரையியல் ஆய்வோடும் (ethnography) இணைந்த வரலாற்று எழுத்தாண்மை (historiography) இங்கு இடம் பெறுகிறது.

இதில் இன்னும் ஒரு சிறப்பு அம்சத்தைக் குறிப்பிட வேண்டும். ஐரோப்பாவில் முனைவர் பட்டம் பெற்ற நம்மவரில் சிலர் அங்கே ஆவணப்படுத்தப்பட்ட ஏடுகளை வைத்து ஒரு நூலகத்தில் அமர்ந்து புனையப்பட்ட வரலாற்று நூல் போல இது அல்ல. இங்கு இடம்பெறும் அத்தனை இடங்களுக்கும் நேரடியாகச் சென்று களப்பணி ஆற்றி, அங்குள்ள மக்களோடு உரையாடி அதன் விளைவாக உருவான நூல் என்பது இந்நூலின் தனிச்சிறப்பு. இந்த ஆசிரியர் மேற்கொண்ட கள ஆய்வு என்பது பழைய கட்டடங்கள், அதிலே மறைந்து கிடக்கும் கல்வெட்டுகள், கல்லறைகள் என தேடிக் கண்டு பிடித்த அனுபவத்தின் பதிவுகள்.

அது மட்டுமல்ல. ஏற்கெனவே பதிவான வரலாற்றுத் தரவுகளோடு நாட்டார் மரபு முறையில் அந்தந்த ஊர்களில் வழக்கில் உள்ள

பாடல்களை உள்வாங்கி அவை கூறும் வரலாற்றைப் பதிவு செய்துள்ள முறை வாசகர்களை நிச்சயம் ஈர்க்கும். அதனால் இந்நூல் ஒரு துப்பறியும் நாவலைப் போன்ற பாணியில் அமைந்து உற்சாகத்தோடு வாசகர்களை நடத்திச் செல்கிறது என்பது குறிப்பிடத்தக்கது.

இந்நூலின் சில சிறப்பு அம்சங்கள்

''பரதகுல மக்கள் சாதிய கட்டமைப்புக்குள் இறுக்கமாக இருந்தார்கள்'' என ஆய்வாளர்கள் பதிவு செய்துள்ளார்கள் என்பதைச் சுட்டிக்காட்டிவிட்டு காலப்போக்கில் அவர்கள் மத்தியிலும் அதற்கு எதிர்ப்புக்குரல் எழுந்ததையும் தரவுகளோடு முன்வைப்பது கவனத்திற்குறியது. அந்தோனிக்குட்டி அண்ணாவியார் பாடல் அதற்குச் சான்று.

> ''பறையன் பள்ளன் புலையன் பரதன் ...
> செட்டி சூத்திரன் என்னவே
> வான ராச்சியத்துக்கோர் வரம்புண்டோ?
> இறைவனே! உனக்கேற்க நடப்பவன்
> எவன் என்கிலும் எல்லாம் சரி.''

'பரதவர்களின் ஒழுங்குபடுத்தப்பட்ட கட்டமைப்பு கிறித்தவத்தைக் கட்டிக்காக்கவும் பயன்பட்டது' என ஆசிரியர் பதிவு செய்கிறார். ஆனால் அந்தக்கட்டமைப்பு இனம் சார்ந்த சாதியால் இணைக்கப் பட்டது. அதுவும் நிரந்தரமாக அவர்களைக் காக்க முடியவில்லை. பரதவர் மத்தியிலும் குழப்பம் எழுந்துள்ளது. சிலர் போர்த்துக்கீசிய பெயர்களை வைத்திருப்பதில் பெருமைப்படுகின்றனர். ஆனால் அப்பெயர்களெல்லாம் அடிமைத்தனத்தின் எச்சம் என ஜோ டி குரூஸ் போன்றவர்கள் வலைத்தளத்தில் பதிவு செய்திருப்பதையும் நாம் அறிவோம்.

பெண்களின் நிலை

பெண்ணிய சிந்தனையாளரான ஆசிரியர் இந்த அம்சத்திற்கு முக்கியத்துவம் கொடுத்திருப்பது அவரது முதல் பெண்கள் (2019) என்ற நூலை அறிந்தவர்களுக்கு வியப்பாக இருக்காது. 'பெண்களை வெறுக்கும் கடவுள்'; என்ற நூலை எழுதியவர் ஓர் இஸ்லாமிய பெண் (Majid Rafizadeh, 2015). மீட்பளிப்போம் என போதிக்கும் அத்தனை சமயங்களும் பெண்களின் அவலநிலைக்குப் பதில் சொல்வதாகத் தெரியவில்லை. கத்தோலிக்கக் கான்வென்ட் சுவர்களுக்குப்பின் நடக்கும் அநீதியையும், சாதி

அடையாளத்தைக்கண்டு ஓரங்கட்டப்படும் நிலையையும் குறிப்பிடுவது பழங்கால வரலாறு மட்டும் அல்ல. அது இன்றைய எதார்த்த நிலையும் கூட என பதிவு செய்கிறார் ஆசிரியர்.

'பெண்ணைக் குடும்பங்களே கொலை செய்வதும், தெய்வமாக்கி வணங்குவதும், செய்த பாவத்திற்கு தலை முறை தலை முறையாக பிராயச்சித்தம் தேடுவதும் என்ன மனநிலை? 'கொலையில் உதித்த தெய்வங்களின்' வரிசையில் லேனாவும் இடம் பெற வேண்டும்தான். என்ன பாவம் செய்தாளோ, கிறித்தவ மதத்தில் பிறந்ததால் அந்த இடமும் அவளுக்குக் கிடைக்கவில்லை.' இது ஆசிரியரின் உருக்கமான விமர்சனம்.

கோவில் கட்டடங்கள் பாதுகாக்கப்படவேண்டுமா?

முதலில், வெளிநாட்டிலிருந்து வந்த கோவில் கட்டடக்கலையும் கூட எப்படியோ சாதிப்பிரிவை வலுப்படுத்த உதவியது வருந்துதற்குறியது. ஆனாலும் கோவில்கள் கிறித்தவ வரலாற்றின் தரவுகள். அந்தப் பகுதியை லாம்பெர்ட் ரசல் சந்திரன் சிந்தனையோடு நிறைவு செய்கிறார் இந்நூலாசிரியர்: 'தன் வரலாற்றை மறந்து போகும் எந்த ஆலயமும் பெரும் ஆபத்தில் இருக்கிறது. தன் வரலாற்றை உதாசீனம் செய்வதாலும், தன் தரவுகளைப் பாதுகாக்காத காரணத்தாலும் கடவுள் தன் ஆலயங்கள் மூலமாக இந்தியாவில செய்த செயல்களின் வரலாறு மறக்கப் பட்டதாலும், இந்திய கிறித்தவம் உண்மையில் பெரும் ஆபத்தில் இருக்கிறது.'

ஆனால் இந்தக் கோவில்களைச் சிலுவையை வெறுப்பவர்கள் இடிக்கத் தவறினாலும், என்றாவது ஒருநாள் அவை அழிந்து போவது இயற்கையின் நியதி. ஏனெனில் அவை சிமெண்ட், செங்கலால் கட்டப்பட்டவை. ஆனால் கிறித்தவ பண்பாடுகள் மக்கள் உள்ளங்களில் பதியாத நிலையில் ஆலயங்களை மட்டும் வரலாற்றுத் தரவாக பாதுகாப்பது பெரிய ஆபத்தில்தான் முடியும்.

சமயங்களை மாற்றுதல்

கடவுளர்களை மாற்றுதல்' என்ற நூல் (Changing the Gods, Rudolf C Heredia, 2007) தமிழ் நாட்டின் மீனாட்சிபுரத்தில் ஆயிரம் அடித்தள குடும்பத்தினர் இஸ்லாமியரான பின்பு வெளிவந்தது. கிறித்தவர்களை அரிசி (ரொட்டி) கிறித்தவர்கள் என எள்ளி நகையாடுகின்றனர் நம்மில் பலர். பசியில் வாடுபவன் கடவுளை

உணவு வடிவமாகத்தான் பார்க்க முடியும். தங்கள் பெண்களை எதிரியிடம் இருந்து காப்பாற்ற மதம் மாறினார்கள் என பரதவர்கள் வரலாறு கூறுகிறது. இதில் வியப்பேதும் இல்லை. கடத்திச் செல்லப்பட்ட ஹெலேனாவை மீட்க கிரேக்க மன்னன் போர் தொடுத்தான் என்ற இலக்கிய வரலாறும் நாம் அறிந்ததே. 'இன்றைய கண்ணாடியை மாட்டிக்கொண்டு 1500களில் மக்களை நாம் ஒப்பிட்டு ஆய்வு செய்து பார்ப்பது சரியுமல்ல' என்கிறார் ஆசிரியர்.

இன்றைய நிலையில் இது கொஞ்சம் சிந்திக்க வேண்டிய விடயம். உலகமயமாக்கப்பட்டபின் தேர்ந்தெடுக்கும் உரிமைக்கு முக்கியத்துவம் வலியுறுத்தப்பட்டது. நீங்களே உங்கள் நம்பிக்கைக் கோட்பாட்டை தீர்வு செய்யலாம் என்பது சுதந்திரத்தை வலியுறுத்தும் சமயங்கள் நவீனத்துவம் கொடுக்கும் தேர்ந்தெடுக்கும் மனிநிலையோடு உறவு கொண்டது.

செக்குலர்மயமாக்கிய சமயம் என்றால் அது தனிப்பட்டவரின், தனியார்மயமாய், தூக்கிச் செல்லக்கூடியதாய் (portable) பார்க்கிறது. அந்தக் கருத்து மரபுவாதிகளின் கருத்துக்கு மாறாக இருக்கிறது. - அதாவது, சமயம் என்பது இனம் சார்ந்தது, ஒரு நாட்டோடு இணைந்தது. நாடும் - மதமும் பிரிக்க முடியாதவை என்பது.

செக்குலர் அரசியல் கோட்பாடு வேறு, கிறித்தவம் வேறு. இவை இரண்டும் ஒன்றல்ல. இருப்பினும் இரண்டுக்கும் இடையே கொஞ்சம் தொடர்புண்டு. இரண்டும் மேலை நாட்டிலிருந்து வருகின்றன. இந்தியாவின் கிறித்தவ சிறுபான்மையினர் மேல்நாட்டு செக்குலர் நவீனுத்துவம்போல வாழ விரும்புகின்றனர். பெரும்பான்மையான அரசியல்வாதிகள் இதை தமக்குச் சாதகமாகப் பயன்படுத்துகின்றனர்.

ஆனால், அவர்கள் நேரடியாக மேல்நாட்டு செக்குலர் நவீன முறைகளைத் தாக்க முடியவில்லை. ஏனெனில் அவர்கள் அமெரிக்காவோ இங்கிலாந்தோ சென்று அதன் பலனை அனுபவிக்க முயற்சிக்கின்றனர். ஆனால், அதன் சாயலாக இருக்கும் கிறித்தவர்களையோ இஸ்லாமியரையோ தாக்குவதும் ஒடுக்குவதுமான எதார்த்த நிலை உருவாகியுள்ளது குறிப்பிடத்தக்கது. (Chad M. Bauman, Anti-Christian Violence in India, 2020)

மக்களை இணைக்கும் சடங்கு முறைகள்

இந்நூலில் ஒவ்வொரு ஊர் மக்களின் சடங்கு முறைகளுக்கு ஆசிரியர் முக்கியத்துவம் கொடுத்திருப்பது கவனத்திற்குரியது.

திருமணச்சடங்கு, வழிபாட்டுச்சடங்கு, இறந்தவரை அடக்கம் செய்யும் முறை போன்றவற்றை மக்களையே பேசவிட்டு அதைப்பதிவு செய்திருப்பது இந்நூலின் சிறப்பு அம்சங்களில் ஒன்று. 'இந்துக்கள் செய்வது எல்லாமே நாங்களும் செய்வோம். ஆனால் அதன் மேல் சிலுவை போட்டு விடுவோம்' என்பது அவர்கள் கொடுத்த வாக்குமூலம். இதில் வியப்பதற்கு ஏதும் இல்லை. உரோமையர் கட்டடங்கள் அவர்களது நினைவுச் சின்னங்கள் எல்லாவற்றின் மேல் சிலுவையை நாட்டியதும் அவை கிறித்தவமயமாகியது வரலாற்று உண்மை.

அறியப்படாத கிறித்தவத்தை ஆள்வதும் நாம் அறிந்த சாதியம்தான்

வெளிநாட்டுக் கிறித்தவ சமயப்பணியாளர்கள் எதிர்கொள்ள முடியாத சவாலாக இருந்தது (இன்னும் இருக்கிறது) சாதிய கட்டமைமைப்பு. கோவில் நடுவில் சுவரெழுப்பியும் அல்லது பெஞ்சுகளை வைத்துப் பிரித்தும் மக்களை ஒன்றிணைக்க முயற்சித்தனர். ஆனால் அது கல்லறையிலும் சுவர் கட்ட இட்டுச் சென்றது. ஆழமாய் வேரூன்றிய சாதிய பண்பாட்டுக் கறையைத் திருமுழுக்குத் தண்ணீர் கழுவ முடியவில்லை. இராபர்ட் தே நொபிலி (17 ஆம் நூற்றாண்டு) சமயம் வேறு, பண்பாடு வேறு என பிரித்தார். பண்பாடு மாறிக்கொண்டே இருக்கும். அது ஒரு சார்பற்ற பாத்திரம் (neutral vessel). அதில் உள்ள போலி உருவ வழிபாட்டு அம்சங்களை (idolatrous elements) அகற்றிவிட்டால் கிறித்தவ நம்பிக்கையை அதில் நிரப்பிவிடலாம் என நம்பினார். ஆனால் சாதி உணர்வே ஒரு பண்பாட்டு உருவ வழிபாடாய் மாறிவிட்டது. அதனால் நொபிலியின் முயற்சி தோல்வியடைந்தது என்கிறார் ஆய்வாளர் டேவிட் மோசே. (David Mosse, The Saint in the Banyan Tree, 2012).

தே நொபிலி கொடுத்த பண்பாட்டு விளக்கம் தோல்வியுற்றது என்பது முக்கியமல்ல. அவர் அதைத் தவிர்க்க முயற்சித்தார் என்பதுதான் அவரது பெருமை. சாதி மனநிலை மாறாதது என்றும் சொல்ல முடியாது. உச்சந்தலை முதல் உள்ளங்கால் வரை ஒருவன் கருப்பு நிறம் கொண்டிருந்தால் அதுவே அவன் 'கேரக்டர்' இல்லாதவன் என்பதற்குச் சான்று என வாதாடிய சிந்தனையாளர் களை (David Hume, Immanuel Kant), அடிமைத்தன கோட்பாட்டைத் தூக்கிப்பிடித்த ஆளுமைகளை அனைவரும் மறைந்துவிட்டனர்.

ஆனால் இப்பொழுது அந்நாடுகளில் கருப்பர் தலைதூக்கிச் சமத்துவம் பேசமுடிகிறது, அந்நாட்டின் அதிபராகவும் ஆக முடிகிறது.

அதுபோல சாதிகோட்பாடு இறைவன் வகுத்தது என்றவர்களைத் தலைகுனிய வைக்கும் நிலை உருவாகிக்கொண்டுதான் இருக்கிறது. ''யாதும் ஊரே யாவரும் கேளிர்'' என்று மேடையில் பேசிவிட்டு, ஊரெங்கும் சாதிக்கொடியை நாட்டிவைத்தும், வீதிதோறும் சாதிய வேலிகட்டி கௌரவக் கொலைக்கும் தயங்காத தமிழ்ச் சமூகமும் சிந்திக்கத் தொடங்கிவிட்டது.

கல்லறைகளைத் தேடும் வரலாற்று ஆராய்ச்சியாளர்

இந்நூலை வாசிப்பவர்களுக்கு ஒரு வேளை வியப்பாகத் தெரியும் அம்சம் கல்லறையைத் தேடும் காட்சி. கிறித்தவ வரலாற்றில் கல்லறை காப்பது முக்கிய இடம் பெறுகிறது. அது கிறித்தவ பண்பாட்டோடு இணைந்தது. ஆனால் எனக்குத் தெரிந்த அளவில் கல்லறைத் தோட்டங்களை அலசிப்பார்த்து இவ்வளவு சுவாரஸ்யமாக எழுதும் வேறு ஆராய்ச்சியாளர் யாரும் இல்லை.

இந்நூலின் ஒவ்வொரு அதிகாரத்திலும் கல்லறை தேடும் படலம் முன்நிற்கிறது – சுவானாளின் கல்லறை, கிரகோப்புக் கல்லறை, கிளாரிந்தா கல்லறை, குரும்பூர் லேனாவின் கல்லறை, அன்றிக் அடிகள் கல்லறை, எல்லீசு கல்லறை என நீண்ட பட்டியல் உண்டு. நிவேதிதா லூயிஸ் அவர்கள் எழுதிய வடசென்னை வரலாறும் வாழ்வியலும் (2021) என்ற நூலில் ராக்ஸ் கல்லறை, காசிமேடு கல்லறை பற்றிய உருக்கமான பதிவுகள் உண்டு. இருமுறை நானும் இந்த ஆசிரியருடன் சென்னையில் உள்ள கல்லறைகளை வலம் வர வாய்ப்புக் கிடைத்ததை நன்றியோடு நினைவு கூர்கிறேன்.

தமிழகக் கிறித்தவ வரலாற்றை அறிந்துகொள்ள அவர்கள் கல்லறைகள்தான் முக்கிய மூலமாகத் தெரிகிறது. அதாவது, நமது முன்னோர்கள் கல்லறையில் சும்மா உறங்கவில்லை. அவர்கள் எப்படியோ நமது மனச்சாட்சியைத் தட்டி எழுப்பிக் கேள்வி கேட்டுக்கொண்டே இருக்கின்றனர். அதனால்தான் ஒருவேளை அவர்களுக்குக் கோவில் கட்டுவதும், மணிமண்டபம் எழுப்புவதும் நமது மரபாகிவிட்டது. ஆனால் கிறித்தவ நம்பிக்கையின்படி இறந்தோர் சமூகத்துடன் நாம் தொடர்ந்து உறவு கொண்டிருக்கிறோம். ஆகவேதான் அது செபக்கூடமாக உள்ளது.

இன்றைய கிறித்தவத்தின் மாறுபட்ட நிலை

கிறித்தவர்கள் நம்பிக்கைக் கோட்பாடுகளிலும் மாற்றம் ஏற்பட்டுள்ளது. ''திருச்சபைக்கு வெளியே மீட்பு இல்லை'' எனச் சொன்ன நிலைமாறி, மற்ற சமயங்களிலும் தூய ஆவி துணை நின்று வழி காட்டுகிறார். அதனால் அந்த அடையாளங்களை அறிவது கிறித்தவர்களின் பெரிய சவால். அதற்கு மற்றவர்களோடு உறவாடல் உரையாடல் முக்கியம் என வலியுறுத்துகிறது. முன்பெல்லாம் உலகெங்கும் சென்று மறை பரப்பவேண்டும் என்ற ஆவல், இறைப்பணி துடிப்பு, புனித சவேரியார் போன்றவர்களைப் பல இடங்களுக்கு இட்டுச்சென்றது. அதற்காக உயிரிழக்கவும் பலர் தயாராக இருந்தனர். ஆனால் இன்று தாங்கள் கொண்ட நம்பிக்கைக்குச் சான்று பகர்தல் முக்கியம். மற்றவரை இழுத்துவர வேண்டியதில்லை என்ற மன நிலை பரவியுள்ளது. வெளியில் இருந்தும் பல மாற்றங்கள் தோன்றியுள்ளன. மதமாற்றுதலுக்குத் சட்டத்தடை வந்துள்ளது. மீறினால் தண்டனை காத்திருக்கும் என்ற அச்சம் ஒரு நெருக்கடியை உருவாக்கியுள்ளது.

மாற்றங்கள் என்னவாக இருந்தாலும் கிறித்தவத்தின் அடிப்படை நம்பிக்கை நிலையானது. அங்கு மாற்றம் ஏதும் இல்லை. அதை மூன்று அம்சங்களாக தெளிவுபடுத்தலாம். ஒன்று: நாம் இறைவனிடமிருந்து சிறப்பான ஒரு அழைப்பைப் பெற்றிருக் கிறோம் (இறைவாக்கினர் எசையா); இரண்டு: அந்த அழைப்பு எல்லார்க்கும் எல்லாமுமாகிப் பணிசெய்வதற்காக (புனித பவுலடியார்); மூன்று: அந்தப்பணி செய்வோருக்கு எப்பொழுதும் தூய ஆவி துணை நின்று வழிநடத்துவார் (விவிலிய நற்செய்தி) என்னும் நம்பிக்கை.

இந்நூல் எழுப்பும் இறுதிச் சிந்தனைகள்

மேற்கூறிய பின்னணியில் அறியப்படாத கிறித்தவம் என்ற இந்த நூல் முக்கியத்துவம் பெறுகிறது. இந்நூல் வெளிக்கொணரும் இறுதிச் சிந்தனைகளில் சிலவற்றை முன் வைக்கலாம்:

ஒன்று: பல்வேறு நெருக்கடிகளுக்கு மத்தியில் நம் நாட்டு கிறித்தவர்கள் வாழ்ந்தாலும் - சாதிக் கட்டுப்பாடு, காலனியக்கால எச்சத்தின் எதிரொலி, சிறுபான்மையினர் என்ற ஆதங்கம், ஆதிக்க சமயத்தினர் கிறித்தவர் மேல்கொண்ட வெறுப்பு, பொருளாதார அளவிலான கொடுமையான ஏழ்மை நிலை போன்றவை அனைத்திற்கும் மத்தியில் - அவர்களை வழிநடத்தும், ஈர்க்கும் சக்தி

கிறித்தவம் என அவர்கள் உணர்ந்திருக்கின்றனர். அன்றாட வாழ்வின் துன்ப துயரங்களைச் சந்திக்க எத்தனையோ ஏழைமக்கள் தயாராய் இருக்கின்றனர். இங்குதான் உண்மையில் கிறித்தவ நம்பிக்கை மிளிர்கிறது. அதற்கு இந்த நூல் நன்கு சான்று பகர்கிறது.

இரண்டு: இந்நூல் தமிழக கிறித்தவ வரலாற்றைத் தெளிவுபடுத்தும் முறையில் ஒரு முக்கிய பங்களிப்பாய் அமைந்துள்ளது. தமது வரலாறு தெரியாதவர் தம் வாழ்வின் முழு பொருளையும் புரிந்து கொள்ள முடியாது. தன்னை அறிந்து கொள்ளவும் வரலாற்றுப் பார்வை தேவை என்பதும் வரலாற்றுச் சிந்தனையார்கள் முன்வைத்த பாடமாகும். இன்றைய அளவில் சிந்துவெளி நாகரிகம் பற்றியும், கீழடி அகழாய்வு பற்றியும் மக்கள் மத்தியில் மிகுந்த ஆர்வம் எழுந்துள்ளதை இங்கு நினைவூட்ட வேண்டும். இந்த ஆய்வுகள் தமிழர் பெருமிதம் கொள்ளவும், தன்னம்பிக்கையை வளர்க்கவும் துணை நிற்கிறது. அதுபோல அறியப்படாத கிறித்தவம் கிறித்தவர் மத்தியில் பெரிய தாக்கத்தை உருவாக்கும் என்பதில் ஐயமில்லை. இது கிறித்தவ சமூகத்திற்கு நிவேதிதா லூயிஸ் செய்யும் சிறந்த பணியாக விளங்குகிறது.

மூன்று: கிறித்தவத்தைத் தமிழகத்திற்குக் கொண்டு வந்தவர்களின் செயல்களை விமர்சனம் செய்வது வரலாற்று ஆசிரியர்களின் பணிகளில் ஒன்று. அன்றிக் அடிகள், தே நொபிலி, கால்டுவெல், பிரடரிக் சுவார்ட்ஸ், ஆண்டர்சன், சீகன்பால்கு, வீரமாமுனிவர் – என நீண்ட பட்டியல் உண்டு. அவர்களெல்லாம் இந்நூலில் இடம் பெறுகின்றனர். அவர்கள் வாழ்ந்த காலகட்டம் வேறு. அந்நிலைக்கு ஏற்ப தங்கள் பணிகளை ஆற்றினார்கள். அவர்களை எல்லாம் நடமாடும் புனிதர்கள் என யாரும் பாராட்டியதில்லை. அவர்கள் வழிமுறையில் குறைகள் ஆயிரம் இருந்தாலும்- அவர்கள் நம்நாட்டில் கிறித்தவ வரலாறு படைத்தவர்கள். இன்னும் அவர்கள்தான் நமது முன்னோடிகள். அதனால் அவர்கள் வாழ்க்கையை மறுவாசகம் செய்வது தேவை. அதைத்தான் இந்நூல் ஆசிரியர் செய்துள்ளார்.

நான்கு: இந்நூல் இன்னுமொரு புரட்சிப் பார்வையை முன் வைக்கிறது. பொதுவாக தமிழகத்தில் கிறித்தவம் என்றவுடன் தரங்கம்பாடியில் சீகன்பால்கு விவிலியத்தைத் தமிழில் மொழிபெயர்த்தார். வீரமாமுனிவர் தேம்பாவணி என்ற காப்பியம் எழுதினார். ஜி. யு. போப் திருக்குறள், நாலடியார் போன்ற நூல்களை ஆங்கிலத்தில் மொழிபெயர்த்தார் எனச் சொல்லி முடித்து விடுவார்கள். இது உண்மைதான். ஆனால் இந்நூல் வலியுறுத்தும்

கிறித்தவத்தின் அடையாளம் அதற்குள் அடங்கவில்லை. அது போர்த்துக்கீசியர் ஆங்கிலேயர் கட்டிய கோவில் கோபுரங்களும் அல்ல.

புன்னைக்காயலில் முதல் அச்சுக்கூடம் அமைத்து முதன் முதல் தமிழ் நூலை வெளியிட்டது கிறித்தவம் தமிழுக்குச் செய்த மகத்தான தொண்டு. கேளாத செவிகளுக்கும் பேசாத வாய்களுக்கும் பாதுகாவலாக பாளையங்கோட்டையில் பள்ளி அமைத்த ப்ளாரன்ஸ் சுவேன்சன் கிறித்தவத்தின் தனித்துவ அடையாளம். அது மட்டுமல்ல. தமிழரின் சின்னமாய் நிகழும் சல்லிக்கட்டும் கிறித்தவத்தோடு இணைந்தது என சிலுவையையும் காளையையும் அட்டைப்படத்தில் வரைந்து வரலாற்றை மறுவாசிப்பு செய்கிறார் ஆசிரியர்.

ஐந்து: இந்நூலின் தொடக்கத்தில் எழுப்பப்பட்ட கேள்வி கவனத்திற்குரியது. தமிழகத்திற்கு எப்போது கிறித்தவம் வந்தது? இந்த நூல் இதற்கு முழுமையான பதில் அளிக்க முயற்சிக்க வில்லை. ஆனால் அதற்கான அடிக்கல்லை நாட்டியுள்ளது. பட்டி தொட்டிகளை எல்லாம் தேடிச்சென்று அயறாது உழைத்ததின் விளைவுதான் இந்நூல். இதற்குப் பட்டிமன்றம் தேவையில்லை. கள ஆய்வு செய்ய பலர் முன்வரவேண்டும்.

வரலாறு மீண்டும் மீண்டும் எழுதப்படுவதே அதனால்தான். ஈ.ஹெச். கார் சொல்வதுபோல, 'வரலாற்று தரவுகள் மீன் விற்பவர் கூடையில் கிடக்கும் மீன்கள் போல அல்ல. அவை எங்கோ பரந்த கடலில் நீந்திக் கொண்டிருக்கின்றன. வரலாற்று ஆசிரியர் சிலசமயம் தற்செயலாகச் சிலவற்றைக் கண்டுபிடிக்கலாம். அதுவும் கடலின் எந்தப்பகுதியில் வலை போடுகிறார் என்பதைப் பொருத்தும் எப்படிப்பட்ட வலை வீசுகிறார் என்பதைப் பொருத்தும் இருக்கிறது.' (E.H.Carr, What is History? 1964, 30). கிறித்தவர் மத்தியில் தாமஸ் வந்தார் என்பதற்கான ஆதாரம் தேடி அகழாய்வைச் செய்யவும் முன்வர வேண்டும். அயல்நாட்டார் நமது வரலாற்றைப் பதிவு செய்ய, நமது மொழியைக் கற்க வருவார்கள் என வீண் கனவு காண்பதில் பொருள் ஏதும் இல்லை.

ஆறு: அறியப்படாத (தமிழகக்) கிறித்தவத்தில் இந்துவாக வாழ்ந்து கொண்டு கிறிஸ்துவைப் பாடிய தமிழ் கவிஞர்கள், அவருக்கு உருக்கொடுத்த ஓவியர்கள் பலர் உண்டு. அவர்களுக்கும் இங்கே இடம் கொடுக்க வேண்டும் என்பது எனது கனிவான பரிந்துரை. அடுத்த பதிவில் இதுவும் இடம் பெறும் என்ற நம்பிக்கையில் இப்பதிவு. பாரதியார், பாரதிதாசன், தேசிக விநாயகம் பிள்ளை

(இரட்சகர்), வி. கலியாண சுந்தரம் (கிறிஸ்துவின் அருள் வேட்டல் 70 பாடல்கள், கிறிஸ்து மொழிக்குறள் 325 பாடல்கள்), கண்ணதாசன் (யேசு காவியம்) போன்றவர்கள் ஒரு சில எடுத்துக்காட்டு. மேலும் கிறித்தவ கோவில்களில் நம்பிக்கையோடு வருகைதரும் எண்ணற்ற இந்து சகோதரர்களை ஏன் ஒதுக்கி வைக்க வேண்டும்?

இந்த நூல் 60 தலைப்புகளோடு அமைந்துள்ளது. அது ஒரு தொடர் கதை அல்ல. ஒவ்வொரு தலைப்பும் ஒரு தனிக்கதையை முன்வைக்கிறது – ஒரு ஊரின் வரலாறு, அங்குள்ள கோவில், அங்குள்ள மக்களின் மரபு, அங்கே வரலாறு படைத்த முக்கியமானவரின் பங்களிப்பு, அங்குள்ள கல்லறையில் கண்ட கல்வெட்டுகள் என தனித்துவம் கொண்ட முறையில் வருணனை வளர்கிறது.

இங்குப்பதிவு செய்யப்பட்ட ஊர்களில் பலவற்றை நான் பார்த்ததும் இல்லை அவ்வூர் மக்கள் பாடிய வரலாற்றுத் தரவுகளோடு அமைந்த பாடல்களை நான் கேட்டதும் இல்லை. இவற்றை எல்லாம் படம் பிடித்ததுபோல் இந்நூலின் வழியாக என் கண்முன் நிறுத்திய நிவேதிதா லூயிஸ் அவர்களுக்கு எனது நன்றியும் பாராட்டும். இன்னும் பலருக்கு இந்நூல் கண்விழிப்பை ஏற்படுத்தும் என்பதில் எனக்கு ஐயம் ஏதும் இல்லை. நன்றி.

20 - 12 - 2021   *ஆனந்த் அமலதாஸ் சே.ச.*

அணிந்துரை

முனைவர் மார்க்சிய காந்தி
மேனாள் துணைக் கண்காணிப்புத் தொல்லியலாளர்,
தமிழக அரசு தொல்லியல் துறை

தமிழ்மண்ணின் பண்பாட்டை - வாழ்வியலை - வரலாற்றினை எவ்வாறு கிறித்துவம் உள்வாங்கிக் கொண்டது என்பதைக் கள ஆய்வின் மூலம் கண்டறிந்த உண்மைகளின் அடிப்படையில் எழுதப்பெற்றுள்ளது 'அறியப்படாத கிறிஸ்தவம்' என்ற இந்த நூல். தமிழகத்திற்குக் கிறித்தவம் வந்த காலத்திற்குரிய ஐயத்திற்கிடமில்லாத சான்றுகள் இல்லாதிருப்பினும், தோமை, கத்தோலிக்கம், ஆங்கலிகம், சீர்திருத்தம் போன்ற பல பிரிவுகளிலும் கிறித்துவம் தமிழகத்தில் பரவிய, கால்கொண்ட தன்மையினைக் கிறித்துவ வரலாறு பற்றிச் சிறிதும் அறியாதவர்களும் தெளிவாக அறியும் வண்ணம் வரலாற்று முறையில் இந்நூலை யாத்துள்ள நிவேதிதாவின் படைப்பு மிகுந்த பாராட்டுக்குரியது.

தோமையார், சிரிய வணிகர்கள் வழியாக முற்காலக் கிறித்துவம் வந்திருந்த போதிலும் அண்மைக்காலமாக - அதாவது 500 ஆண்டுகளாகத்தான் கிறித்துவம் தனித்தன்மையோடு தமிழகத்தில் பரவியுள்ளது. போர்ச்சுக்கீசியர், டச்சுக்காரர், பிரெஞ்சுக்காரர், ஆங்கிலேயர் ஆகிய அனைத்து வணிகர்களைத் தொடர்ந்து வந்த கிறித்துவக் குருமார்கள், தமிழகத்திற்கும் வந்து பல மிஷன்களை அமைத்து, கல்வி, மருத்துவம் ஆகிய துறைகளில் செய்த ஏராளமான தொண்டின் மூலம் சமுதாயத் தாழ்நிலை, பொருளாதாரத் தாழ்நிலை என்ற வகையில் பின் தங்கியிருந்த மக்களை ஈர்த்து முன்னிலைக்கு வரச்செய்த பெருமைக்குரியது கிறித்துவம் என்பது வரலாறு காட்டும் மறுக்க இயலாத உண்மை. இதனைப் பலரும் முன்பே எடுத்துரைத்துள்ளனர். ஆனால் இந்த நூல் அதனை முன்னிறுத்தி எழுதப்பெற்றதல்ல என்பதை இந்நூலின் பெயரே விளக்கும்.

வேதாகமத்தையும் மறை மொழிகளையும் பரப்பி ஏசுவின்பால் மக்களை ஈர்க்கவந்த கிறித்துவக் குருமார்கள், புதுமைகள் (அற்புதங்கள்) நிகழ்த்திய புனிதர்கள், தேவதூதர்கள், சீடர்கள் எனப்பலரும் வணக்கத்திற்குரியராகிய நிலையில் அவர்களையும் அச்சமயத்திற்குள் வழிபடு கடவுளராகப் போற்ற தமிழ்ப் பண்பாட்டில், அவற்றையொத்ததாய் இருந்த குலதெய்வ, பெண் தெய்வ, வீரர் வணக்கங்கள் அடிகோலின. கிறித்துவ நெறி சார்ந்தவர்களாய் ஆனபோதும் வழிபாட்டு நெறிமுறைகளை அவர்கள் மாற்றிக்கொள்ளவில்லை. சடங்குகளும் நம்பிக்கைகளும் தொடர்ந்து இருந்ததால், அவையும் அந்நெறியில் ஏற்றுக்கொள்ளப் பெற்றிருக்கின்றன. மதகுருமார்கள் பண்டாரசாமிகளாயினர்; முப்புரி நூல் தந்தை, மகன், ஆவி ஆகியது; உருத்திராக்க மாலை, முத்தும் பவளமும் கோத்த செபமாலையாயிற்று. இதுபோன்ற வழக்குகள் அனைத்துக்கும், கி.பி. 1623இல் கத்தோலிக்கக் கிறித்துவத்தின் தலைமைப் பீடமான வாத்திகனிலிருந்து போப் பதினைந்தாம் கிரகரி அனுமதி வழங்கியது தமிழ்மண்ணில் கிறித்துவத்துக்குக் கிடைத்த பெரும் அங்கீகாரம்.

கிறித்துவத்தின் மற்றொரு அடையாளமாக இந்நூலின் மூலம் தெரியவருவது, அதில் போற்றப்பட்ட இசை. வேதாகமத்தில் போற்றிப் பாடும் 'சங்கீதம்' இருப்பினும், தமிழகத்தில் கிறித்துவ வழிபாடுகளுக்காக எழுதப்பட்டு, இசைக்கப்பட்டுள்ள பாடல்கள் மிக அதிகம் எனலாம். ஏறத்தாழ இந்த ஐந்து நூற்றாண்டுகளில்தான் தமிழில் பல கோயிற்புராணங்கள் எழுதப்பட்டன. அவையெல்லாம் புராணக்கதைகளின் அடிப்படையில் அமைந்திருக்க, கிறித்துவம் சார்ந்த இலக்கியங்கள் எல்லாம் புனிதர்கள், சீடர்கள், குருமார் களைப் பற்றி மட்டுமல்லாமல் தேவாலய அமைப்பு, திருநீராட்டுக்குளம் போன்றவற்றையும் விவரித்துப் பாடும் பாடல்களாய் அமைந்துள்ளன. தொடர்ந்து பாடப்பட்டும் வருகின்றன.

அவை களியற்பாட்டு, கதைப்பாடல்கள், கீர்த்தனைகள், வாசாப்பு நாடகங்கள், நொண்டி நாடகம், தாலாட்டு, கும்மி, அந்தாதி, பாமாலை என பலவகைகளில் எழுதப்பட்டு, பாடப்பட்டும், நடிக்கப்பட்டும் வருகின்றன. ரோமை, சிரிய வழி வழிபாடாக இலத்தீன் மொழிப் பாடல்களும்கூட தொடர்ந்துவருகின்றன. கிறித்தினம்மாள் நாடகம், சிசிலியம்மாள் நாடகம், ஞானசவுந்தரி கூத்து, ஆராதனைப் பிரகாசம் போன்றவை சில எடுத்துக்காட்டுகள்.

இதுபோன்ற பாடல்களை ஆக்குவோர் பரம்பரை அண்ணாவியார் என்றழைக்கப்படுகின்றனர். அவர்களே பல கதைமாந்தர்

வேடமணிந்து நடிப்பவர்களாகவும், உரைநடைகளோடிணைந்து இசைப்பாடல்களைப் பாடுவோராகவும், புதியவர்களுக்குப் பயிற்சி கொடுப்போராகவும் உள்ளனர். கருவி இசையிலும் வல்லவர்கள் இவர்களென அறிகிறோம். ‘சங்கீதம்’ 23ம் அதிகாரத்திலுள்ள 130 பாடல்களையும் நாகசுரத்தில் செவ்வியல் இசையில் பாடும் சட்டம்பிள்ளை; கிறிஸ்துவின் வருகைக்காக ஊர் மக்களை எழுப்பப் பாடப்படும் பஜனைப் பாடல்கள்; திருவிழாக்களில் பாடவும் நடிக்கவும் பெறும் கதைப்பாடல்கள் என எண்ணிலடங்கா நாட்டார் இலக்கியங்களாக அவை மிளிர்கின்றன.

கோயில்களில் தேவரடியார்கள் ஆடிய ஆட்டம் போலத் தேரோட்டம், சிறப்புப் பலி, திருவிழாக்கள் ஆகியவற்றில் பாட்டும், நடனமும், தேவாலயங்களில் இளையோரால் நிகழ்த்தப் பெறுகின்றன. இவ்வாறெல்லாம் இசையோடு கிறித்துவம் கொண்டிருந்த தொடர்புதான், செவ்வியல் இசையில் ஆபிரகாம் பண்டிதரையும், வேதநாயக சாத்திரியாரையும் பலப்பல இலக்கிய வகைகளில் பாடல்களை எழுதச் செய்ததோடு, கருணாமிர்தசாகரம் போன்ற இசை நூல்களை ஆக்கவும் வைத்திருக்கின்றது.

தமிழ்மண்ணில் இருந்த பண்பாட்டையும், சமயச்சடங்குகளையும், விழாக்களையும் கிறித்துவம் தழுவிய பின்னரும் தமிழ்மக்கள் விடவியலாதவராயினர். விழாக்காலங்களில், தேவாலயங்களில் அணையாவிளக்கு (கல்வெட்டுகள் சுட்டும் நந்தாவிளக்கு) வைத்தல், திருமணம் நடைபெறவேண்டியும், திருமணத்திற்குப் பின்னர் நன்றிக்கடனாகவும் குருசடி எனப்படும் சிலுவையில் மஞ்சள் கயிறில் கட்டப்படும் தாலி நேர்ச்சை, வயிற்றுவலி தீரக் கன்னி மரியின் முன் வயிற்றில் மாவிளக்குப் போடும் நேர்ச்சை, கார், பைக் சைக்கிள், ஆடு, மாடு, கோழி என அனைத்துக்கும் திருவிழாவின்போது மந்திரித்து ஆராதனை செய்தல், சல்லிக்கட்டு நிகழ்த்துதல், முளைப்பாரியிட்டுக் கும்மியடித்து வணங்குதல் போன்றவையெல்லாம் வேறெங்கும் இல்லாத தமிழ் மண்ணில் மட்டுமே காணப்பெறும், கிறித்துவ மக்களால் தொடர்ந்து செய்யப்படும் மரபு சார்ந்த வணக்கங்கள்.

பிரிவுகளிடை உரசல்களும், கருத்து மோதல்களும் இதிலும் உண்டுதான். முன்னவர் கட்டிய வேற்றுப் பிரிவினரின் தேவாலயங் களும், வேதப்பள்ளிகளும், கல்லறைகளும் பின் வந்தோரால் இடித்துத் தரைமட்டமாக்கப் பெற்ற நிகழ்வுகளுமுண்டுதான். இருப்பினுமிணைந்து ஒற்றுமையாகப் பணியாற்றிய காலமும் இடமும் உண்டு.

மதமாற்றம் பெற்றோரைச் சித்திரவதை செய்த நிகழ்வுகளும் உண்டென்பதைக் கிறித்தினம்மாள் கதை காட்டுகிறது. அவளைத் துன்புறுத்தும் காட்சிகள் (வண்டிச்சக்கரம் ஒன்றில் கட்டி அக்கினியில் தள்ளுதல், கடலில்கட்டி எறிதல்), திருநாவுக்கரசர் குறித்த 'கற்றுணை பூட்டியோர் கடலிற் பாய்ச்சுதல், நீற்றறைக்குள் இடுதல்' ஆகிய செயல்களை நினைவுபடுத்துகின்றன. முகையூரும் திருவதிகையும் அருகருகேதானேயுள்ளன!

கிறித்துவப் பண்டிகைகளைக் கொண்டாடுவதில் உள்ள சிக்கல்களைக் களையும் நோக்கில் (இன்றும் ஊர்ப்புற மக்கள் அறிந்தது தமிழ் மாதக்கணக்குதான்...எனவே கிரிகோரிய நாள்காட்டிக்கும் தமிழ் நாள்காட்டிக்கும் உள்ள ஒற்றுமையின்மையால்) ஹென்றிக்ஸ் அடிகள், தமிழ் மாதங்களின் நாள் எண்ணிக்கையை மாற்றினார் என்பது போன்ற தரவுகள் வரலாற்றில் குறிப்பிடத்தக்கன.

தமிழகக் கோயில்களின் கட்டுமான அளவுகள் எதிலும் குறிக்கப்பட வில்லை என்பது அனைவரும் அறிந்த உண்மை (அதற்கு வேறு காரணங்கள் இருக்கலாம்). இருப்பினும் தேவாலயம் கட்டியது குறித்து மிகத் தெளிவான குறிப்புகளைக் கொண்ட முதலூர்ப் பாட்டு, அது போலவே ஊருணிப் பாட்டு போன்றவை சிறப்பாகக் குறிப்பிடத்தக்கன. துல்லியமான வரலாறாகவும், ஆலயம் குறித்த பல செய்திகளையும் உள்ளடக்கிய இதுபோன்ற பாடல்கள் வரலாற்றினைப் பொதிந்து வைத்துள்ளன.

எங்கு சென்றாலும் எம்மதம் தழுவினாலும் சாதியை மாற்றவோ, அதன் படி நிலைகளை மாற்றவோ, மறுக்கவோ இயலாத சமூகமாகக் கட்டமைக்கப்பட்டுள்ள இந்திய-தமிழ்ச்சமூகம் அதன் இரும்புக்கரங்களால் பிளவுகளை ஏற்படுத்தி மக்களைச் சமநிலை பெற இயலாமற் செய்கிறது. இந்த அடிப்படையில் (நீதிமன்றம் சென்றபோதும்) மதப் பரப்பிற்காக வந்த ஆயர்கள் அனைவரையும் சமமாக மதித்துப் பணிசெய்தனர் என்பதற்குக் கவுசானல் அடிகள் எழுதிய கீழ்வரும் கடித வரிகளே சாட்சி:

'இரவிலோ, பகலிலோ எந்த வேளையிலும் எச்சாதியினரும் என்னை அணுகலாம். என்னால் இயன்றவரை எல்லோருக்கும் உதவியளிப்பேன். வறியவருக்கு நான் பாதுகாப்பளிப்பேன். உண்மையான சமயத் தொண்டனாக ஒருவன் செயலாற்ற விரும்பினால், ஒவ்வொரு மனிதனுக்கும் அவன் பரிவு காட்ட வேண்டும். துன்புறும் அவலநிலையிலுள்ள மனித இனத்துக்கு எத்தருணத்திலும் தாராளமாக உதவவேண்டும். நான் இந்தியாவில்

இருப்பது கிறிஸ்தவர்களுக்காகவோ, சிறப்பாக வெள்ளாளருக்காகவோ மட்டுமன்று. என்னுடைய உதவியும் பரிவும் தேவைப்படும் இந்த நாட்டிலுள்ள மக்கள் அனைவருக்காகவும் நான் சமயத் தொண்டனாக இருக்கிறேன்.'

ஆயிரம் பக்கங்களைக் கொண்ட நூலாயினும், தன்னுடைய இயற்கையான கேலியும் கிண்டலும் கலந்த நடையால் ஒரு நவீனத்தினைப் படைக்கும் படைப்பாளிபோல நிவேதிதா இந்நூலை ஆக்கித் தந்திருப்பது, வாசகரைப் படிக்கத் தூண்டுவதாகவும், வாசிப்பில் மகிழ்ச்சி கொள்ள வைப்பதாகவும் அமைந்துள்ளது. ஆசிரியரின் ஒவ்வொரு நூலும் வரலாற்றை மெருகேற்றும் முயற்சியாக அமைகிறது. மேலும் பல நூல்கள் படைக்க மனமார்ந்த வாழ்த்து.

30 - 12 - 2021   மார்க்சிய காந்தி

முன்னுரை

பெயர் ஒருவருக்கு எவ்வளவு பெரிய அடையாளத்தைத் தருகிறதோ, அதே அளவுக்குத் தலைவலியும் தருகிறது. நாம் என்ன சாதியாக, என்ன மதத்தவராக இங்கு அடையாளம் காணப் படுகிறோமோ, அந்த அடையாளமே நம்மை மற்றவர் எப்படி நடத்துகின்றனர் என்பதற்கான அடித்தளமாக அமைகிறது. நாம் இறைமறுப்பாளரோ/சாதிமறுப்பாளராகவோ, சுயசாதிப் பற்றற்றவர்களாகவோ இருந்துவிட்டால், இன்னும் அதிகமாக நம் வேர்களை அந்த நாலு பேர் தேடத் தொடங்கிவிடுகின்றனர். நம்மை ஏதோ ஒரு சட்டத்துக்குள் புகுத்தும் அவசரம் எல்லோரிடமும் இருக்கிறது. அந்த சட்டத்துக்குள் சிக்காமல் காற்றாக வாழ முயற்சித்துக் கொண்டிருக்கும் நேருவின், காந்தியின், போஸின் இந்தியாவில் நானும் ஒரு சிறு துளி.

என் பெயர் நான் விரும்பியோ, விரும்பாமலோ என் அடையாளமாகிவிட்டது. அதை நான் மாற்றுவதற்கில்லை. ஆனால் அது என் மதம்/சாதி சார்ந்த அடையாளமல்ல. இந்த வேறுபாடு அனைவருக்கும் புரிவதில்லை. 'வந்தேறி', 'அரிசி மூட்டைக்கு மதம் மாறியவர்கள்', 'ரொட்டித் துண்டுக்கு மதம் மாறியவர்கள்', 'பாவாடை' போன்ற சொல்லாடல்களை அன்றாடம் சந்தித்து வரும் லட்சக்கணக்கான கிறிஸ்தவப் பெயர் சுமக்கும் இந்தியர்களில் நானும் ஒருத்தி.

கிறிஸ்தவம் என்ற மதம் இம்மண்ணில் வெளியிலிருந்து வந்ததே என்பதை மறுப்பதற்கில்லை. இந்து மதமும், இஸ்லாமிய மதமும்கூட அதே வழி வந்தவைதாம். கிறிஸ்தவத்துக்கு நூற்றாண்டுகள் முன் இங்கு வந்த வைதீகம் எப்படி உயர்வானது, கிறிஸ்தவ 'மிலேச்சர்கள்' எப்படித் தாழ்ந்தவர்கள் என்ற கேள்வியை கேட்டால், நுணுக்கமாக அங்கே சாதிய அடையாளம்

தொக்கி நிற்பதை நீங்கள் அறிந்துகொள்ளலாம். அடிப்படையில் இது என் மண். இந்த நிலம் என் மூதாதையர்கள் ரத்தமும் வியர்வையும் சிந்தி உழைத்த நிலம். தமிழ் எங்கள் அடையாளம், உயிர்மூச்சு. அந்த உணர்வே முதல். மற்றவை எல்லாம்...அது சாதியாகட்டும், மதமாகட்டும், பின்னர் தான். இந்த நூல் சொல்ல வரும் செய்தியும் அதுவே. கிறிஸ்தவரோ, இஸ்லாமியரோ, சிறுபான்மை மக்களின் முதல் அடையாளம் அவர்களின் தாய் மண்ணும், அம்மண் சார்ந்த வழக்கங்களுமே. அதை இந்நூல் அழுத்தமாகப் பதிவு செய்கிறது.

ஒன்றிரண்டு நூலகங்களில் அமர்ந்துகொண்டு, பழைய நூல்களை வாசித்து அவற்றைத் தொகுத்து நூல் எழுதும் முறையில் எனக்கு நாட்டமில்லை. யாரோ ஒருவர் ஏற்கனவே கண்டு, தொட்டு, புரிந்து உணர்ந்த அந்த நேரடி அனுபவத்தை நானும் பெற விரும்பியதன் விளைவே இந்த நூல். தென்மேற்கு தமிழகத்தின் முள்ளூர்த்துறை முதல் திண்டிவனம் வரை, கிழக்கே புதுவை தொடங்கி மேற்கே கொடிவேரி வரை தமிழகத்தின் நீள அகலங்களில் பயணித்து, கள ஆய்வின் மேல் காத்திரமான அழுத்தம் தந்து இந்நூல் எழுதப் பட்டிருக்கிறது. 2021 ஜனவரி தொடங்கி அக்டோபர் மாதம் வரை இந்தப் பயணங்கள் நீண்டன.

சில நேரம் தோழி ரோடாவுடன், இன்னும் சில நேரம் நட்சத்திரங்களின் துணையுடன் சில ஆயிரம் கிலோமீட்டர்கள் பயணித்து, குறைந்தது இரண்டு லட்ச ரூபாய் செலவு செய்து, இருநூறு மணிநேரத்துக்கும் அதிகமான ஒலி, ஒளி பதிவுகளைப் பதிந்து, அவற்றைக் கேட்டு எழுதி, களத்தில் கண்டெடுத்த முத்து இந்நூல். கொரோனா நாடடங்கு காலத்தில் நாள் முழுக்க மாஸ்கை அணிந்துகொண்டு, மீண்டும் மீண்டும் கை கழுவி, சானிடைசரில் குளித்து எழுந்து, உண்மையில் உயிரைப் பணயம் வைத்து எழுதப்பட்ட நூல் எனச் சொல்வேன். சூழல் என்னை விடவில்லை. நவம்பர் மாதம் கொரோனாவில் விழுந்தபோது என் ஆசைகளில் ஒன்றாய், இந்த நூலை கையில் பார்த்துவிடவேண்டும் என்பதும் இருந்தது.

ஒன்றிரண்டு நாள்களுக்கு முன்பு கூட கர்நாடகத்தில் மறைபரப்பு செய்தனர் எனச் சொல்லி இந்துத்துவ கும்பல் கிறிஸ்தவ நூல்களை எரித்தது. இந்நூல் வெளிவரும் சூழல் முக்கியமானது. ஓராண்டுப் பயணத்திலும், புரிதலிலும், வாசிப்பிலும் நான் கண்டது ஒன்றே. அவர்கள் தங்களை தமிழர்களாக, தமிழ் மண்ணின் மகன்களாக, மகள்களாக அடையாளப்படுத்திக் கொண்டுள்ளனர். பிற மதத்தவர்

அறியப்படாத கிறிஸ்தவம் ❖ 29

களுடனான அவர்களின் உறவுகளை இந்த நூல் அங்கங்கே தொட்டுச் செல்கிறது. 'செக்யூலரிசம்' என்ற சொல்லையே இன்று 'சிக்யூலர்' எனக் கிண்டல் செய்துகொண்டிருக்கும் மோசமான சூழலில், காலகட்டத்தில் நாம் வாழ்ந்து கொண்டிருக்கையில், கிறிஸ்தவர்கள் எங்கே நிற்கின்றனர் என்பதை இந்நூல் தெளிவாக உணர்த்துகிறது.

எழுத்து, வரலாற்றுத் துறையின்பால் எனக்கு தீராத ஆர்வத்தைத் தூண்டி, என்னை நான் கண்டுகொள்ள காரணமாக அமைந்த என் எழுத்தாசான் ஜே.எம்.வள்ளிதாசனுக்கு என்றென்றும் நன்றிக்கடன் பட்டவளாவேன். கிறிஸ்தவம் பற்றிய நூல், அதிலும் களப்பணியில் விளையப்போகும் நூல் எனச் சொன்னதுமே, எவ்விதத் தயக்கமுமின்றி, 'செய்யுங்கள்', 'எவ்வளவு வேண்டுமானாலும் எழுதுங்கள்' எனத் தொடர்ந்து கடந்த ஓராண்டாக உற்சாகப்படுத்தி, இந்நூல் உருவாகக் காரணமாக அமைந்த கிழக்கு பதிப்பக ஆசிரியர் தோழர் மருதனுக்கு என் பேரன்பும் நன்றியும். கிழக்கு பதிப்பகம் நான் இயங்கத் தந்திருக்கும் மட்டற்ற விடுதலைவெளிக்கு எப்போதும் என் நன்றியுண்டு. எழுத்தாளருக்கு ஏற்ற பதிப்பகம் அமைவது பெரும் வரம் என்பதில் ஐயமேயில்லை.

நூலுக்கு அணிந்துரை தேவை என்றதுமே என் மனதில் நின்றவர்கள் மூவர். இயேசு சபை குருவும், மூத்த வரலாற்று ஆய்வாளருமான முனைவர் ஆனந்த் அமலதாஸ், மூத்த கல்வெட்டியல் ஆய்வாளரும் தமிழறிஞருமான முனைவர் மார்க்சிய காந்தி மற்றும் தமிழகத்தின் மூத்த மானுடவியல் ஆய்வாளர் முனைவர் பக்தவத்சல பாரதி. துறைசார் வல்லுனர்களான இம்மூவரிடமும் அணிந்துரை பெறுவது இந்நூலுக்கு அவசியம் என்றுகருதினேன்.

இந்நூலை நாம் மூன்று பரிமாணங்களில் அணுகவேண்டியுள்ளது. கிறிஸ்தவ வரலாற்றுப் பார்வை, தமிழ்க் கிறிஸ்தவ இலக்கியங்கள் குறித்த பார்வை மற்றும் தமிழ்க் கிறிஸ்தவர்களின் வாழ்வியலை நோக்கிய பார்வை. இம்மூன்று பரிமாணங்களிலும் துறைசார் மூத்த ஆய்வாளர்கள் தங்கள் அணிந்துரையை நூலுக்கு நல்கியிருப்பதற்குப் பெருங்கடன் பட்டுள்ளேன். சம்பந்தப்பட்ட துறைகளில் எவ்வித கல்விசார் அனுபவமும் இன்றி மாணவியாக நான் எழுதியுள்ளவற்றை சமன்செய்து சீர்தூக்கி அவர்கள் வழங்கியிருக்கும் அணிந்துரை, இந்நூலுக்குக் கட்டாயம் பெருமை சேர்க்கிறது. மூவருக்கும் என் பணிவான வணக்கமும், நன்றியும்.

பெண்ணுக்கு வீடு எவ்வளவு பெரிய ஊன்றுகோலாக இருக்க வேண்டும் என்பதை உளமார உணர்ந்திருக்கிறேன். ஓராண்டு

களப்பணியில் நினைத்த நேரம் நினைத்த இடத்துக்கு செல்ல வேண்டிய சூழலில், குடும்பம் எனக்கான சரியான 'சப்போர்ட் சிஸ்டமாக' இயங்கியது. பொறுப்பை உணர்ந்த பிள்ளைகளையும், எந்தப் பொறுப்பும் எடுக்கவேண்டிய அவசியமில்லை எனினும், நான் இல்லாத நேரம் தாயாக பிள்ளைகளைப் பார்த்துக்கொண்ட என் அப்பாவையும் நன்றியோடு நினைத்துக்கொள்கிறேன். ஆய்வுக்கு எப்போது தேவையென்றாலும் வைட்டமின் 'ப'வை என் வங்கிக்கணக்குக்கு அனுப்பிவைத்து, ஆய்வுப் பணிகளில் ஆதரவாக இருந்து, நான் துவண்டு போகும்போதெல்லாம் என்னைத் தூக்கி நிறுத்தி, இந்நூலைச் சாத்தியப்படுத்திய அத்தானுக்கு ஆயிரம் முத்தங்கள். அவரின்றி இந்நூல் இல்லை.

என் பயணத் துணையாக மட்டும் இல்லாமல், உற்ற தோழியாக, நான் சொல்வதற்கெல்லாம் ஆமாம் சாமி போடாமல், கருத்தை முன்வைத்து சண்டையிடும் ரோடாவுக்கு என் பெரும் நன்றி. கத்தோலிக்கம் குறித்து எழுதுவது மட்டுமே என் நோக்கமாக இருந்ததை மாற்றி, இருவரும் சென்ற இடங்களில் வாதிட்டு, விவாதித்து, ஒப்புக்கொண்டு என இந்த ஓராண்டு அனுபவம் எங்கள் இருவருக்குமே பின்னாளில் அசைபோடவிருக்கும் வாழ்வின் மிகச் சிறந்த காலமாக அமைந்திருக்கும் என நம்புகிறேன். நூலில் இடம்பெற்றிருக்கும் தென்தமிழக ஆலயங்களின் படங்களில் பெரும்பாலானவை, அவர் எடுத்தவையே. அதற்கும், மிகுந்த சிரத்தையுடன் வரைபடத்தையும், அட்டைப்படத்தையும் வடிவமைத்துத் தந்தமைக்கும் பெரும் நன்றி.

தமிழகத்தின் குக்கிராமங்களிலும் நம்மைக் கண்டு நின்று, நாம் கேட்கும் கேள்விகளுக்குப் பொறுமையாக பதில் சொல்லியும், பாடியும், ஆடியும், நடித்தும், ஒப்பாரி வைத்தும், புலம்பியும், கும்மி கொட்டியும் பாடிய நூற்றுக்கணக்கான கிறிஸ்தவ அன்பர்களுக்கு என் மனம் நிறைந்த நன்றியை பாதம் தொட்டுக் காணிக்கை யாக்குகிறேன். இன்றும் 'அக்கா மீன் குழம்பு வச்சிருக்கேன், உங்க ஞாபகம் வந்துச்சு...போன் பண்ணேன்', எனச் சொல்லும் இந்த நூலுக்காக நான் சந்தித்த தங்கைகள் உண்டு; 'எங்க ஊர பத்தியா எழுதுறீங்க? இருங்க என் கிட்ட கொஞ்சம் புஸ்தகம் இருக்கு, அனுப்புறேன்', எனச் சொல்லும் அண்ணன்கள் உண்டு. இந்த ஓராண்டு காலத்தில் நான் பெற்ற சொந்தங்கள் இவர்கள். நான் சந்தித்த, தகவல் சேகரித்த எந்த முகத்தையும் இறுதிவரை மறக்கக் கூடாது என்பதில் உறுதியாக இருக்கிறேன். கத்தோலிக்க, சீர்திருத்த, லுத்தரன் சபை குருக்களின், போதகர்களின் பெரும் ஆதரவும்,

அறியப்படாத கிறிஸ்தவம் ✧ 31

உதவியும் இந்த நூலுக்கு இருந்திருக்கிறது. அவர்கள் இன்றி கட்டாயம் இந்த நூல் சாத்தியப்பட்டிருக்காது. அவர்கள் அனைவருக்கும் என் பேரன்பும் நன்றியும்.

தமிழகம் முழுக்க இருக்கும் என் நண்பர்களுக்கு பெரும் கடன்பட்டிருக்கிறேன். எழுத்தாளர்கள் தியடோர் பாஸ்கரன், புதுவை ஆரோக்கியநாதன், அசதா, நெய்தல் அன்டோ, கலாபன் வாஸ், தோழர்கள் செல்வபாண்டியன், பிரைட் சிங், ஜோசப் தானியேல், ஃபிரான்சிஸ், ஜோசப் அலெக்ஸ், சின்னதுரை, ஜான் சாமுவேல், பிலோமினா ஜான் அம்மாள், கிறிஸ்து ஞான வள்ளுவன், ஆமோஸ், கன்னிமரா நூலக நூலகர் சிங்காரவேல் ஆகியோருக்கு தலைவணங்கி நன்றி சொல்கிறேன். ஆய்வுக்கான நூல்களை படி எடுக்க உதவியமைக்கு ஸ்டீபன் நீல் நூலகத்துக்கும் கன்னிமரா நூலகத்துக்கும் நன்றி. விலா எலும்பு நொறுங்கிய நிலையிலும், கழுத்துக்கும், இடுப்புக்கும் பட்டி அணிந்து கொண்டு என்னுடன் மேற்குத் தமிழகத்தில் சுற்றி வந்த என் சித்திக்கு என் அன்பும் நன்றியும். சொல்லும் இடத்துக்கெல்லாம் இல்லை எனச் சொல்லாமல், 'ம்ம்' என்ற ஒற்றை சொல்லுடன், தேவைக்கு மட்டும் பேசி, என் பயணங்களில் துணைவந்து என்னைப் பாதுகாப்பாக அழைத்துச் சென்ற ஓட்டுநர் லிங்கத்துக்கு என் நன்றி.

கத்தோலிக்கம், சீர்திருத்தக் கிறிஸ்தவம், ரட்சணிய சேனை, லுத்தரன் என ஒரு சில பிரிவுகளை மட்டுமே இந்த நூல் தொட்டிருக்கிறது. 'நியூ ஏஜ் சர்ச்சஸ்' எனப்படும் 1970களுக்குப் பிறகான சபைகளை ஆய்வுப் புலத்துக்குள் கொண்டுவரவில்லை. இந்த நூல் மலையின் முனையைத் தொட்டிருக்கிறது. விரித்து ஆய்ந்து எழுத நிறைய வாய்ப்புகள் இருக்கின்றன.

தமிழக தேவாலயங்களுக்கான 'கைடு புக்' அல்ல இந்நூல். மக்களின் நம்பிக்கை என்பதில் இருந்து விலகி நின்று, பகுத்தறிவாளராக, விமர்சனக் கண்ணோட்டத்துடன் இந்நூலை அணுகியிருக்கிறேன். இது கிறிஸ்தவ பக்தி நூலும் அல்ல. கிறிஸ்தவம் பற்றிய அறிமுகம் இல்லாதவர்கள் இறுதி இரு அத்தியாயங்களை வாசித்துவிட்டு முதல் இயலில் இருந்து தொடங்குதல் நலம்.

நான் நாட்டுப்புறவியல், இனவரைவியல் ஆய்வாளரோ, கல்வியாளரோ அல்ல. கள ஆய்வாளர். நான் காண்பவற்றை, எனக்கு இருக்கும் பட்டறிவு, அனுபவ அறிவுக்கு ஏற்றவாறு புரிந்துகொண்டு விளக்க முற்பட்டிருக்கிறேன். என் அனுபவங்களே என் ஆசான். இதிலிருந்து பிற ஆய்வாளர்களுக்கும் கல்வியாளர் களுக்கும் கட்டாயம் கருத்து வேறுபாடு இருக்கலாம். தந்திருக்கும்

தகவல்களில் திருத்தங்கள் இருப்பின், தெரியப்படுத்துங்கள். கட்டாயம் அடுத்த பதிப்பில் சரிபார்த்து மாற்றம் செய்கிறோம். மேற்கோள் குறிகளுக்குள் எழுதப்பட்டிருக்கும் தகவல்கள் தகவலாளர்கள் மொழியில், அவர்கள் சொன்னதை காணொளியாகவோ, ஒலியாகவோ பதிவு செய்து, எழுதியிருக்கிறேன். அவை தகவலாளர்களின் சொந்தக் கருத்துகள். கூடியமட்டும் களத்தில் சந்தித்த தகவலாளர்களின் பெயரும், ஊரும் குறிப்பிட்டிருக்கிறேன். பெயர் குறிப்பிட மறுத்தவர்களுக்கு அவர்களுக்கான உரிய இடம் அளித்திருக்கிறேன். தகவலாளர் தரும் செய்தியை எந்த விதமான கருத்துப் புகுத்தலோ, பிறழ்வோ இன்றி எழுத முயன்றிருக்கிறேன். காய்ப்பு, உவப்பின்றி சொல்லப்பட்டதை உள்வாங்கி சொற்களில் வடித்திருக்கிறேன்.

இது கல்விசார் பணியல்ல. நூலில் சொல்லப்பட்டிருக்கும் பல குறிப்புகளைக் கொண்டு கூடுதல் ஆய்வுகள் செய்ய இளம் வயதினரை அன்புடன் வரவேற்கிறேன். இங்கு சொல்லப்படாத விஷயங்கள் இன்னும் அதிகம் இருக்கின்றன. அவற்றின் மீது கவனம் குவித்தல் நலம் பயக்கும். நூலில் ஆசிரியர் குறிப்பிடும் பல கருத்துகள் அவரது சொந்தக் கருத்துகள். அவற்றில் உங்களுக்கு மாற்றுக் கருத்தோ, மாற்றுப் பார்வையோ தரவுகளின் பேரில் முன்வைக்க முழு உரிமையுண்டு. வரவேற்கிறேன்.

வாசகர்களுக்கு... இது ஒரு பயணம். உங்கள் வழித்துணையாக தமிழகம் முழுக்க அங்கங்கே பரவிக் கிடக்கும் தேவாலயங்களை, அவற்றுடன் தொடர்புடைய மக்களை, அவர்களின் அன்றாடத்தை, பண்பாட்டை அருகிருந்து உற்று நோக்கக் கிடைத்த இந்த வாய்ப்பை நான் சரியாகப் பயன்படுத்திக் கொண்டிருக்கிறேனா என்பதை நீங்களே முடிவு செய்யவேண்டும்!

அன்புடன்,
நிவேதிதா லூயிஸ்

களப்பணி செய்த இடங்கள்

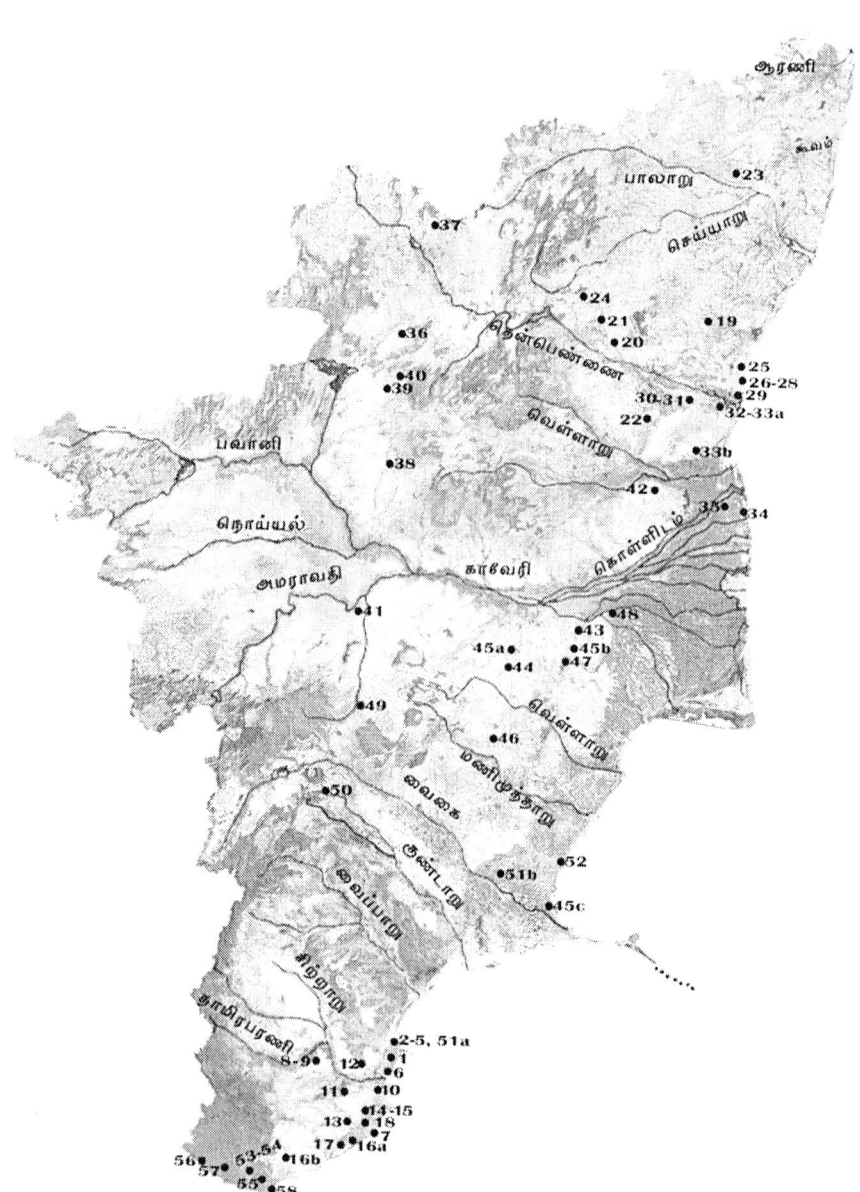

வரைபட எண்கள் குறிப்பிடும் ஊர்கள்,
அவற்றுக்கான கூகிள் ஆயங்கள் (google coordinates):

#	ஊர்	ஆயம்
1	பழையக்காயல்	8.681, 78.120
2	தூத்துக்குடி (கெரகோப்பு)	8.801, 78.157
3	தூத்துக்குடி (கடற்கரை சாலை)	8.801, 78.158
4	தூத்துக்குடி (டச்சு ஆலயம்)	8.803, 78.158
5	தூத்துக்குடி (பனிமயமாதா ஆலயம்)	8.799, 78.156
6	புன்னைக்காயல்	8.635, 78.116
7	மணப்பாடு	8.376, 78.057
8	பாளையங்கோட்டை (கிளாரிந்தா ஆலயம்)	8.720, 77.739
9	பாளையங்கோட்டை (சுவென்சன் பள்ளி)	8.710, 77.731
10	குரும்பூர்	8.593, 78.066
11	மூக்குப்பேரி	8.571, 77.986
12	சாயர்புரம்	8.684, 78.030
13	முதலூர்	8.418, 77.951
14	மெய்ஞ்ஞானபுரம்	8.473, 77.997
15	திருமறைவூர்	8.551, 77.974
16a	சொக்கன்குடிவிருப்பு	8.337, 77.953
16b	வடக்கன்குளம்	8.261, 77.612
17	கடையன்குடி	8.315, 77.882
18a	கிறிஸ்தியாகரம்	8.431, 78.027
18b	பண்டாரஞ்செட்டிவிளை	8.425, 78.021
19	திண்டிவனம்	12.221, 79.657
20	கல்பேட்டை	11.938, 79.371
21	முகையூர்	11.977, 79.310
22	கோணான்குப்பம்	11.596, 79.253
23	மேல்நாரியப்பநூர்	11.617, 78.811
24	காஞ்சிபுரம்	12.845, 79.709
25	முத்தியால்பேட்டை	11.952, 79.833
26	புதுவை ராக் ஆலயம், தபுவேல் கோவில்	11.930, 79.825
27	நெல்லித்தோப்பு	11.931, 79.811
28	ரெட்டியார்பாளையம்	11.931, 79.795
29	பாகூர்	11.805, 79.744
30	பணிக்கன்குப்பம்	11.750, 79.593
31	அடிகப்பசமுத்திரம்	11.750, 79.593
32	கடலூர்	11.755, 79.761
33a	வடலூர்	11.553, 79.556
33b	உளுந்தூர்	11.478, 79.585
34	தரங்கம்பாடி	11.028, 79.853
35	மயிலாடுதுறை	11.102, 79.650
36	கோவிலூர்	12.058, 78.125
37	எலகதிகிரி	12.551, 78.295
38	மதியம்பட்டி	11.495, 78.067
39	வாலிபாளையம்	11.411, 77.192
40	கொடிவேரி	11.480, 77.299
41	மாரம்பாடி	10.793, 77.927
42	அய்யம்பேட்டை (வரதராஜன் பேட்டை), தென்னூர்	11.358, 79.415
43	ஆவூர்	10.660, 78.672
44	சத்தியநாதபுரம்	10.520, 78.631
45a	பிலிப்பட்டி	10.719, 78.616
45b	தச்சன்குறிச்சி	10.678, 78.996
45c	தேவிப்பட்டினம்	9.473, 78.898
46	எளனாப்பட்டி	9.472, 78.898
47	மங்கனூர்	10.609, 78.966
48	தஞ்சை	10.783, 79.146
49	முத்தடிகுபட்டி	10.364, 77.960
50	உசிலம்பட்டி	9.961, 77.788
51a	தூத்துக்குடி	8.799, 78.156
51b	ராமநாதபுரம்	9.373, 78.826
52	காரங்காடு	9.645, 78.961
53	நாகர்கோயில் (ஹோம் சர்ச்)	8.184, 77.428
54	நாகர்கோயில் (ரட்சணிய சேனை)	8.191, 77.418
55	மயிலாடி	8.157, 77.503
56	களவம்	8.212, 77.198
57	மந்திகோடு	8.214, 77.249
58	கன்னியாகுமரி	8.086, 77.552

1

சிலுவைகள் சொல்லும் கதை

மட்டஞ்சேரி கூனன் குரிசு லத்தீன் வழிபாட்டு முறையை ஏற்காத பண்டைய சிரிய தோமை கிறிஸ்தவர்களின் நம்பிக்கையின் அச்சாணி என்றால், அது தமிழகத்தின் காயல் பகுதியின் மனித நடமாட்டம் அதிகமில்லாத உப்பளப் பகுதியில் எப்படி வந்தது?

•

தென்னிந்தியாவில் 8 / 9ம் நூற்றாண்டைச் சேர்ந்தவை என ஐந்து சிலுவைகளை சூ.இன்னாசி தன் 'கிறித்தவமும் தமிழும்' நூலில் குறிப்பிடுகிறார். 'அக்காலத்தில் மயிலாப்பூரிலும் மலையாள நாட்டிலும் கிறிஸ்தவத் திருச்சபை இருந்ததற்கான தெளிவான சான்றாகும். ஓரளவேனும் பாரசீகத் தொடர்புகள், இந்திய சிரிய கிறிஸ்தவர் இருந்தனர் என்பதை உறுதி செய்கின்றன', என எழுதியிருக்கிறார். இந்தப் பண்டைய கற்சிலுவைகள் மயிலை தோமையார் மலை, கேரளா கடமட்டம், முட்டுச்சிறா, கோட்டயம் வலியப்பள்ளி, கூத்தனல்லூர், ஆலங்காடு, கோவாவின் அகசைம் மற்றும் இலங்கை அனுராதபுரத்தில் இரண்டு சிலுவைகள் என மொத்தம் ஒன்பது சிலுவைகள் உண்டு. தென்னிந்தியாவில் இவ்வாறான கல் சிலுவைகள் ஏழு உள்ளன. இவற்றை 'நஸ்ரானி' (நெஸ்தோரியர்களை கேரள மாநிலத்தவர்கள் குறிப்பிடும் சொல் இது) சிலுவைகள் என கேரள மக்கள் அழைக்கின்றனர்.

இந்த நஸ்ரானி சிலுவைகளில் சென்னை தோமையார் மலையின் மேலுள்ள தேவாலயத்திலுள்ள சிலுவைதான் இந்தியாவிலுள்ள கல் சிலுவைகளில் மிகத் தொன்மையானது எனவும் கூறப்படுகிறது. திருவிதாங்கோடு அரைப் பள்ளியிலும் கற்சிலுவை, கல் விளக்கு இருந்தாலும், அவற்றில் மயிலை சிலுவையில் இருப்பதுபோன்ற கல்வெட்டு இல்லை. இயேசுநாதர் வாழ்ந்த காலத்தில் எழுத்து மொழியாகப் பயன்படுத்தப்பட்ட 'பஹ்லாவி' (Pahlavi) மொழியில் இந்த சிலுவையில் கல்வெட்டு ஒன்று பொறிக்கப்பட்டுள்ளது. இந்த சிலுவையிலுள்ள மொழி பஹ்லாவி (பண்டைய பாரசீக மொழியின் எழுத்து வடிவம் பஹ்லாவி) என முதலில் கண்டறிந்து சொன்னவர் ஆர்தர் கோக் பர்னல் என்ற ஆங்கிலேயர். 'தோமையார் சிலுவைகள்' எனவே இவற்றை அடையாளம் காண்கின்றனர்.

1606ம் ஆண்டு கோவா வந்த ஆர்ச் பிஷப் தோம் அலெக்சிஸ் தி மெனசஸின் பயணங்களை ஆவணப்படுத்திய எழுத்தாளரான அந்தோணியோ தி கோவா, தன் 'ஜோர்னத தொ அர்செபிஸ்பொ' (Jornada do Arcebispo) நூலில் இந்த சிலுவைகளை 'தோமையார் சிலுவைகள்' என்றே குறிப்பிடுகிறார். தென்னிந்தியாவில் அப்போதிருந்த தோமை கிறிஸ்தவர்களை இந்த நூலில் அவர் ஆவணப்படுத்தியுள்ளார். 'மயிலையின் தோமையார் சிலுவை போலவே பல கல் சிலுவைகள் தோமை கிறிஸ்தவர்களின் வழிபாட்டில் உள்ளன', எனச் சொல்கிறார்.

தோமையார் கேரளாவில் வாழ்ந்ததாகவும் மயிலையில் கொல்லப் பட்டதாகவும் முதலாம் நூற்றாண்டில் இயற்றப்பட்டதாகச் சொல்லப்படும் ரம்பன் பாடல் குறிக்கிறது; இன்றும் ஜூலை 3 அன்று கேரளாவின் சிரிய கிறிஸ்தவ தேவாலயங்களில் இந்த 'ரம்பன் பாட்டு' / 'தோமாபர்வம்' பாடப்படுகிறது. தோமா இந்தியா வந்த கதையை இது சொல்கிறது. தோமையாரின் 'ஆக்ட் ஆஃப் தாமஸ்' நூலின் படிதான் இந்தப் பாடல்கள் இயற்றப்பட்டுள்ளன. ரம்பன் பாட்டு கேரளாவின் மிகத் தொன்மையான சிரிய பாடல் எனவும் நம்பப்படுகிறது. இதை 16ம் நூற்றாண்டில் தோமா ரம்பன் மலியக்கல் என்ற நஸ்ரானி போதகர் எழுத்துவடிவில் கொண்டு வந்ததாகச் சொல்லப்படுகிறது. 'தோமா' என்ற பெயர் முன்னொட்டை வைத்துக்கொள்வது பண்டைய சிரிய நஸ்ரானி கிறிஸ்தவர்களின் வழக்கமாக இருந்துள்ளது. இந்த வினோத வழக்கம் இன்றும் தமிழக தென் கடற்கரையோர கிராமமான வேம்பாரில் இருக்கிறது.

இங்குள்ள சில குடும்பங்களில் இன்றும் 'தொம்மை' என்ற பெயர் முன்னொட்டு உண்டு! இந்தப் பகுதியில் தரிசப்பள்ளி எரிக்கப்பட்ட

போது அங்கிருந்துத் தப்பி தமிழகக் கடற்கரையோரப் பகுதிகளில் தஞ்சமடைந்தவர்கள் இவர்கள் என நம்பப்படுகிறது. 1604ம் ஆண்டு இயேசு சபையைச் சேர்ந்த தந்தை ரோஸ் தன் 'ரெலக்கோ சொப்ரெ அ செர்ரா' என்ற நூலில் 'தூத்துக்குடியிலிருந்து 6 லீகுகள் மற்றும் 4 லீகுகள் தொலைவில் உள்ள வேம்பார் (Bembar) மற்றும் வைப்பார் பகுதிகளில் மலபார் கிறிஸ்தவர்களின் வழித்தோன்றல்கள் எனத் தம்மை சொல்லிக்கொள்ளும் கிறிஸ்தவர் அல்லாத 'தரிசுக்கல் நாயக்கர் / தரிசா' என தங்களை அழைத்துக்கொள்ளும் இன மக்கள் வாழ்கின்றனர்', என எழுதியுள்ளார்.

கிழக்கு சிரிய சிலுவைகள் / பாரசீக சிலுவைகள் என அறியப்படும் இந்தக் கல் சிலுவைகள் ஒரே வடிவம் கொண்டவை. சிலுவையின் நேர்வெட்டுச் சற்று நீளமானது. மூன்று கரங்களின் முனையும் மொட்டு (முத்து) வடிவில் இருக்கும். கீழிறங்கும் புறா சிலுவையின் உச்சியைத் தொட்டவண்ணம் இருக்கும். சிலுவையின் இருபக்கமும் இலைகள் அல்லது மலர்கள் செதுக்கப்பட்டிருக்கும். மூன்று படிகள் கொண்ட 'பாதம்' உண்டு. சிலுவையைச் சுற்றி வளைவு ஒன்றும் அந்த வளைவின் வடிவில் கல்வெட்டும் இருக்கும். இந்த வளைவு தொடங்கும் இரு முனைகளிலும் மகர வடிவம் காணப்படும்.

மயிலை சிலுவையில் கீழுள்ள மூன்று படிகளும் கவிழ்ந்த தாமரை வடிவில் உள்ளன. மூன்று கரங்களின் முனையிலும் உள்ள மொட்டு / முத்துகள் மூன்று உள்ளன. சிலுவையின் கல்வெட்டு எழுத்துகள் 'சிலுவைத் தண்டனையை ஏற்றுக்கொண்ட இந்த ஒரே உண்மைக் கிறிஸ்தவும், மேலுள்ள கடவுளும், தூய வழிகாட்டியும்' ('In punishment (?) by the cross was the suffering of this (one) (He) who (is) the true Christ and God above, and guide ever pure', Burnell 1874) என பர்னெல் வாசித்துள்ளார். 'தந்தை, மகன், ஆவி' என்ற மூவொரு உண்மையை இந்தக் கல்வெட்டு குறிக்கிறது எனலாம். பஹ்லாவி சிக்கலான மொழி, 6ம் நூற்றாண்டிலேயே அழிந்துபட்ட மொழி என்பதால் அதைப் பலர் பலவிதமாக வாசிக்கின்றனர்.

1928ம் ஆண்டில் இதே கல்வெட்டை வாசித்த விங்க்வர்த், 'என் கிறிஸ்து கடவுளே, இதைச் செய்த சஹர் பக்தின் மகன் அஃப்ரஸ் மேல் இரக்கம் கொள்ளும்' என வாசித்துள்ளார். இதை அதே ஆண்டு ஆக்ஸ்ஃபோர்டில் நடைபெற்ற 7வது சர்வதேச கீழைநாட்டு மொழியறிஞர்களின் கூட்டம் (International Orientalist Congress) வழிமொழிந்துள்ளது (My Lord Christ, have mercy upon Afras son of Chahar-bukht, the Syrian who cut this', Winkworth 1929). இதன் மூலம்

தொன்மையான சிரிய சிலுவை சென்னை மயிலையில் உள்ளது என்பது நிரூபணமாகிறது. மலபார் முதல் மாபார் வரை இந்த தோமை / சிரிய கிழக்கு கிறிஸ்தவம் தழைத்திருந்ததும் புரிகிறது.

இந்தச் சூழலில் 1542ம் ஆண்டு தமிழகம் வந்த பிரான்சிஸ் சவேரியார் கத்தோலிக்க மறை பரப்ப தமிழர்களின் பழங்குடிகளில் ஒன்றான பரதவர்கள் அதிகம் வசித்த முத்துக் குளித்துறைக்கு வந்தார். தமிழகத்தில் கிறிஸ்தவத்தின் வளர்ச்சி முத்துக்குளித்துறையிலிருந்தே ஆரம்பமானதாக பெரும்பான்மையான ஆய்வாளர்கள் கருது கின்றனர். ஆனால், மயிலைதான் கிறிஸ்தவத்தின் தொடக்கம் என தோமை கிறிஸ்தவர்கள் நம்புகின்றனர். இந்த இரண்டு கருத்து களுக்கும் இடையேயான பெரிய வேறுபாடு புரியவேண்டும் என்றால், நமக்கு லத்தீன் முறை மற்றும் சிரிய முறை இரண்டுக்குமான வேறுபாடு என்ன என்பதும் புரியவேண்டும்.

கத்தோலிக்க கிறிஸ்தவத்தின் தென்னிந்தியப் பெரும் பிளவு என 'தியாம்பர் சினாது' குறிப்பிடப்படுகிறது. 1599ம் ஆண்டு 'உதயம்பேரூர்' என்ற ஊரில் நடைபெற்ற அனைத்து கிறிஸ்தவ மதகுருமார் மாநாடு இந்த 'தியாம்பர் சினாது' (Synod of Diamper). உதயம் பேரூர்தான் ஐரோப்பியர்களின் வாயில் புகுந்து புறப்பட்டு, தியாம்பர் ஆயிற்று. பண்டைய தோமை கிறிஸ்தவர்கள் / நஸ்ரானிகளின் வழிபாட்டு முறைகளில் புதிதாக கோவாவைத் தலைமையிடமாகக்கொண்டு ஆளத் தொடங்கிய போர்ச்சுகீசியர் கள் தலையிடத் தொடங்கினார்கள். போர்ச்சுகீசிய மன்னருடன் இணக்கமான ரோமை கத்தோலிக்க திருச்சபை, போர்ச்சுகீசியர்கள் கைப்பற்றும் நாடுகளிலுள்ள மக்களை கிறிஸ்தவத்துக்கு மதம் மாற்ற 'பதுரதோ' முறையைப் புகுத்தியது.

1514ம் ஆண்டு போப் பத்தாம் லியோவும் போர்ச்சுகீசிய மன்னரான முதலாம் மனுவேலுக்கும் இடையே ஒப்பந்தம் ஏற்பட்டது. அதன் படி போர்ச்சுகீசிய காலனிகளில் கிறிஸ்தவம் பரப்ப 'பதுரதோக்கள்' என்ற ரோமை கத்தோலிக்க திருச்சபைப் பாதிரியார்கள் அனுப்பப் படுவார்கள். இந்தக் காலனிகளில் மன்னராட்சியை ஆதரித்ததன் மூலம் கத்தோலிக்க திருச்சபை தன்னை பரப்பி நிலைநிறுத்திக் கொண்டது; புதிய காலனியாக்கத்துக்குத் திருச்சபையின் ஆதரவு கிடைத்ததாகச் சொல்லி, ஐரோப்பிய மக்களை மதச் சேவைக்கு தயார் செய்ய மன்னராட்சியால் முடிந்தது. இரண்டு ஆதிக்க சக்திகளும் ஒன்றை ஒன்று பயன்படுத்திக்கொண்டன எனலாம்.

இந்தப் பதுரதோக்களை, கடுமையாக சிரிய கத்தோலிக்க முறையைப் பின்பற்றிய தோமை கிறிஸ்தவர்கள் எதிர்த்தார்கள். மத

குருக்கள் திருமணம் செய்யக்கூடாது, இந்து சிலை வழிபாடு கூடாது, ஓணம் போன்ற இந்து மதவிழாக்களில் பங்கேற்கக் கூடாது என பல 'கூடாதுகளை' கேரள சிரிய கிறிஸ்தவர்களிடம் டான் மெனசஸ் முன்வைத்தார். இதைக் கடுமையாக எதிர்த்த சிரிய மக்கள் 'பழையக் கூர்', 'புத்தென் கூர்' - பழைய முறை, புதிய முறை என இரண்டாகப் பிளவுபட்டார்கள். இந்த பழையக்கூர் பிரிவு கிழக்கு சிரியாக் தேவாலயத்துக்கு உட்பட்டு (லத்தீன் வழி வழிபாடு) இன்று சைரோ மலபார் அவை மற்றும் சால்திய சிரியாக் அவை என பிரிந்திருக்கிறது.

புத்தென் கூர் முறையினர் பதுரதோ முறையைக் கடுமையாக எதிர்த்து, அந்தியோக்கின் சிரியா பழமைவாத தேவாலய முறைக்கு உட்பட்டனர்; மலங்கரா அவை (மேற்கு சிரிய வழிபாட்டு முறை) உருவானது. இதிலிருந்து பின்னர் தோன்றியவை ஜேக்கபைட் சிரியன் பழமைவாத அவை, மலங்கரா பழமைவாத சிரியன் அவை, மலங்கரா மார்த்தோமா சிரிய அவை, மலங்கரா சிரிய கத்தோலிக்க அவை மற்றும் மலபார் விடுதலை சிரிய அவை ஆகியவை. இவை ஐந்தும் இன்றுவரை மேற்கு சிரியாக் வழிபாட்டு முறைகளைக் கொண்டுள்ளன. உதயம்பேரூர் சினாதுக்கு 53 ஆண்டுகளுக்குப் பிறகு, இந்த புத்தென் கூர் பிரிவினர் எந்தச் சூழலிலும் பதுரதோ முறை, போர்ச்சுகீசியர்கள் திணிக்கத் தொடங்கிய லத்தீன் வழிபாட்டுமுறை இரண்டையும் ஒப்புக்கொள்ளவே முடியாது ஒரு பெரும் 'சத்தியம்' செய்தனர். அது - கூனன் குரிசு சத்தியம்.

'கூனன் குரிசு' - வளைந்த சிலுவை என்பதே பொருள். பதுரதோக் களாக அனுப்பப்பட்ட 'ஜெசூட்'-இயேசு சபை பாதிரிகள் தங்களை அடக்குவதா என தோமை கிறிஸ்தவர்கள் எரிச்சல் கொண்டார்கள். 1652ம் ஆண்டு தங்களுக்குத் தலைமைதாங்க தமாஸ்கசின் முன்னாள் ஆயரான அஹதல்லா என்ற ஆயரை எதிர்பார்த்து தோமை கிறிஸ்தவர்கள் காத்திருந்தார்கள். இந்த அஹதல்லா சூரத் வரை டச்சுக் கப்பல் ஒன்றில் வந்தார். அங்கிருந்து கொச்சி, கோவா செல்லாமல் நேரடியாக மயிலை வந்தார். அங்கிருந்த இயேசு சபை பாதிரிகள் அவர் உண்மையில் ஆயர்தானா என்ற குழப்பத்தில் அவரைத் தங்கள் கட்டுப்பாட்டில் வைத்துக் கண்காணித்தார்கள்; ரோமையிலிருந்து ஆணை வரட்டும் எனக் காத்திருந்தனர். தன்னைக் காண வந்த செரியன் உன்னி என்ற தோமை கிறிஸ்தவர் மூலம் கேரளாவின் தோமை கிறிஸ்தவர்களுக்கு அஹதல்லா தன் நிலை குறித்து செய்தி அனுப்பினார்.

'தன்னை 'இக்னேஷியஸ்' - இந்தியா மற்றும் சீனாவின் ஆயர் என எழுதிக்கொண்ட அஹதல்லா, ஒரு ஜேக்கபைட் ஆயர் என்பதில்

ஐயமில்லை', என எழுதுகிறார் ஆய்வாளர் ஸ்டீபன் நெய்ல். ஆனால் சேர நாட்டுக்கு அவர் ஆயராக வருவதற்கு ரோமை அனுமதித்திருக்க வில்லை. அவர் கிட்டத்தட்ட இயேசு சபை பாதிரிகளால் கைது செய்யப்பட்டதுபோல் வைக்கப்பட்டுள்ள தகவலை, தாமஸ் என்ற சிரிய மத ஆயர் தோமை கிறிஸ்தவர்களிடையே பரப்பினார். திடீரென அஹதல்லாவை ஏற்றிக்கொண்டு போர்ச்சுகீசிய கப்பல் மயிலாப்பூரிலிருந்து கிளம்பிய செய்தி, சேர நாட்டை அடைந்தது. கொச்சிக்கு அவர் வருவாரென அவர்கள் காத்திருந்தனர், போர்ச்சுகீசிய தலைமை அவரை விசாரிக்க அவரை கோவாவுக்கு அனுப்பவேண்டும் என இயேசு சபை குருக்கள் எண்ணம் கொண்டிருந்தனர். அஹதல்லா கேரளக் கரையை அடையவே யில்லை. 1654ம் ஆண்டு அவர் பாரீசில் இறந்ததாக நெய்ல் பதிவு செய்கிறார்.

ஆனால் தோமை கிறிஸ்தவர்கள் கொதித்தெழ இது போதுமானதாக இருந்தது. அவர் கொல்லப்பட்டதாக அவர்கள் நம்பினர். ஜனவரி 3, 1653 அன்று மட்டஞ்சேரி அன்னையின் ஆலய வளாகத்தில் மக்களும் மத குருமாரும் கூடினார்கள். ஆலயத்திலிருந்த சிலுவையின் முன் மெழுகுரிகளைக் கொளுத்தி, விவிலியத்தின் மேல் சத்தியம் செய்தனர். 'இனி எப்போதும் லத்தீன் ஆயரான கார்சியாவுக்கு அடி பணிவதில்லை; இயேசு சபை குருக்களை மதிப்பதில்லை; தங்கள் ஆலயத்தின் தலைவராக அப்போதைய ஆயரை (Archdeacon) ஏற்றுக்கொள்வது என மூன்று முக்கிய சத்தியங்கள் செய்தனர். இந்தச் சத்தியத்தை மட்டஞ்சேரி ஆலய வளாகத்தின் திறந்த வெளியிலிருந்த சிலுவையின் முன் அவர்கள் செய்தனர் என நெய்ல் குறிப்பிடுகிறார். இதை 'கூனன் குரிசு சத்தியம்' (Coonan Cross Oath) எனவும் அவர் தெரிவிக்கிறார். கேரளாவின் மலங்கரா கிறிஸ்தவர்கள் அனைவரும் தங்கள் விடுதலை அடைந்த நாள் அதுவென்றும், தங்கள் தாய் மதத்துக்குத் திரும்பிய நாள் அதுவே எனவும் நம்புகின்றனர்.

எங்கோ கேரளாவில் மலங்கரா கிறிஸ்தவர்கள் எடுத்த சத்தியம் தமிழக கிறிஸ்தவத்தின் தொடக்கம்பற்றிப் பேச ஏன் காரணமாகிறது? இந்தக் கூனன் குரிசு பார்ப்பதற்கு எப்படி இருக்கும் என்பது எதுவும் தெரியாமலேதான் 2021 ஜனவரி 20 அன்று புன்னைக்காயலுக்கும் காயலுக்கும் நடுவே உள்ள உப்பளங்களின் வழியே தூத்துக்குடியைச் சேர்ந்த கார் ஓட்டுநர் ஒருவருடன் நானும் தோழி ரோடாவும் சென்றோம்.

புன்னைக்காயல் சென்று அங்குள்ள பங்குத் தந்தையைச் சந்திப்பதாகத்தான் அன்று காலை திட்டம். 'பிரான்சிஸ் சவேரியார்

பூசை வைத்த மேடை இன்னும் அப்படியே இருக்கிறது; அவர் திருநீராட்டு கொடுத்த இடமும் அப்படியே புன்னைக்காயலில் இருக்கிறது' என்ற தகவலும் தந்து, அங்கு உபதேசியாரின் கைபேசி எண்ணும் தந்து நண்பர் அருட்தந்தை சுந்தரின் உறவினர் உதவினார்.

அங்கோ அன்று திருமண பூசை ஒன்றை வைப்பதில் பங்குத் தந்தை மும்முரமாக இருந்தார். அவர்தான் அந்த இடங்களைக் காண அனுமதி தரவேண்டும். 'இன்னும் ஒரு மணி நேரமாவது குறைந்தது ஆகும்', என உபதேசியார் தகவல் தர, என்ன செய்வது என யோசித்துக்கொண்டே காரை உருட்டிக்கொண்டு சென்றோம். வழியில் ஒரு சின்ன குருசடி சாலை ஓரம் தென்பட, அதை நிறுத்தச் சொல்லி இறங்கி ஓடினேன். போர்ச்சுகீசிய கட்டுமானப் பாணி - சிறு அறை ஒன்றுதான், ஆனால் அதைத் தாங்கி நின்ற சாய்பலகைகள், மேலே இருந்த அலங்காரங்கள் கண்டு அத்தனை மகிழ்ச்சி! செபஸ்தியார் குருசடி அது.

கடற்கரை மக்களுக்குச் செபஸ்தியார் எப்போதும் பிரியமானவராகவே இருக்கிறார். குருசடியின் முன் இருந்த சுரூப பீடத்தில் போடப் பட்டிருந்த கேந்தி மாலையை இரண்டு ஆடுகள் தின்று கொண்டிருந்தன. 'நான் யாருக்கும் அஞ்சமாட்டேன்' என்ற பாடல் பக்கத்து திருமண மண்டபத்திலிருந்து அலறிக்கொண்டு இருந்தது. ஆடுகள் தலையை ஆட்டி ரசித்து மாலையைத் தின்று கொண்டிருந்தன.

'ஏன் மேடம்... இந்தப் பக்கம் ஒரு பழைய கோயில் உண்டு. ரொம்ப பேமஸ் எல்லாம் இல்ல, போக சரியா பாதைகூட கிடையாது; உப்பளங்க வழியாத்தான் போவணும். ரொம்ப சக்தி வாய்ந்த சர்ச் அது. நான் நிறைய தடவை போயிருக்கேன். அங்க வேணா போகலாமா?', என டாக்சி டிரைவர் கேட்க, கொஞ்சம் யோசித்தேன். 'பழைய சர்ச்சா அண்ணா?', என்ற என் கேள்விக்கு அவரிடம் சரியான பதில் இல்லை. 'தெரியல... ஆனா நிறைய பேரு வருவாங்க. நீங்க சரின்னு சொன்னா போவலாம். இப்பதான் மழை கிழை இல்லையே, கார் போவும்', என்றார். என்னவோ தோன்ற, 'சரி அண்ணா, ஒரு மணி நேரம் எங்களுக்கும் நேரம் போகணுமில்ல? போலாம் போங்க', எனச் சொன்னேன்.

கார் தார்ச்சாலையை விட்டு ஒதுங்கி மண் பாதையில் பயணிக்கத் தொடங்கியது. கருவை மரங்கள் அடர்ந்திருந்தன. கொஞ்சம் தள்ளி உப்பளங்கள் வரிசை கட்டின. குண்டும் குழியுமான சாலையில் வண்டி சோழி போல உருண்டுகொண்டிருந்தது. ஒரு வழியாக

தூரத்தில் ஒரு சிறிய பலகை, அதில் 'ஜேசு கோயில்' என்ற பெயர் தமிழில் தெரிந்தது. பெயர் கொஞ்சம் ஆச்சரியமாக இருந்தது. அதென்ன மலையாள வாடை, என நினைத்துக் கொண்டிருக்கும் போதே அந்தத் தொன்மையான ஆலயம் கண்ணில் பட்டது. போர்ச்சுகீசிய கட்டுமானமாக இருக்கலாம். குறைந்தது ஒன்றிரண்டு நூற்றாண்டுகள் தொன்மையானதாக இருக்கக்கூடும். ஆனால் சமீபத்தில் செப்பனிடப்பட்டு சீராகவே இருந்தது.

கோயிலை விட அதிகம் ஈர்த்தது அதன் முன் சற்று தொலைவில் திறந்தவெளியில் இருந்த சிலுவைதான். சற்றே உயரத்தில் பெரும்பாலான குருசடிகள் இருப்பதுபோலவே வடிவமைப்பு. ஆனால் முழுக்க கல்லால் ஆன தொன்மையான குரிசு என்பதைக் கண்டோம் (பெரும்பாலும் இப்போது வைக்கப்படும் சிலுவைகள் மரம் அல்லது கான்கிரீட் கொண்டே செய்யப்படுகின்றன). அதன் வடிவம் வினோதமாக, இதுவரை நான் கண்டிராத சிலுவை வடிவில் இருந்தது. செங்குத்தான கரம் ஒன்றும், பக்கவாட்டுக் கரங்கள் இரண்டும் அந்தச் சிலுவையில் இருந்தன. அதிலும் மேலிருந்த கரம் அளவில் சிறியது. இந்த வடிவ சிலுவை சற்றே குழப்பமாக இருந்தது. ஒரு வேளை - இவன் யூதர்களின் அரசன் (INRI) என எழுதி வைக்கப்படும் தனி அட்டை போல அதை உருவகம் செய்திருக்கிறார்களோ எனவும் நினைத்தேன். குரிசின் கீழ் மாடம் ஒன்றும், அதில் எண்ணெய் நிரம்பிய எரிந்துகொண்டிருந்த அகல் ஒன்றும் காணக் கிடைத்தது.

கத்தோலிக்க கிறிஸ்தவக் கோயில்களில் இதுபோல 'பீடங்கள்' கோயில் வாயிலுக்கு வெளியே கிடையாது. ஆனால் மத்திய கேரளாவில் இந்த வகை பீடங்கள், கல் குரிசுகள் உண்டு எனப் படித்த நினைவு. படங்கள் எடுத்துக்கொண்டு கோயிலுக்குள் நுழைந்தால், அங்கும் பீடத்தில் இரு பக்கமும் இதே வடிவத்தில் இரண்டு சிலுவைகள் இருந்தன. அவற்றில் எண்ணெய் ஊற்றப்பட்டிருந்தது. அந்தப் பகுதி மக்கள் தங்கள் வழிபாட்டு முறைப்படி, தேங்காய் எண்ணெயை சிலுவையின் மேல் ஊற்றி வணங்குகின்றனர். கிட்டத்தட்ட இந்துக்களின் வழிபாட்டு முறையேதான். இரண்டு சிலுவைகளிலும் மஞ்சள் கிழங்குகள் கோத்த மஞ்சள் கயிறுகள் நிறைய கட்டப்பட்டிருந்தன. 'தாலி வேண்டுதல்' வழக்கம் - திருமணம் ஆகவேண்டும் என வேண்டிக்கொண்டு கட்டப்படும் மஞ்சள் கயிறு இங்கும் உண்டு. திருமணம் நிச்சயிக்கப்பட்டவர்கள் தங்கள் திருமணப் பத்திரிகைகளை சிலுவையின் கீழ் வைத்து வணங்கியிருக்கின்றனர். புகைப்படங்கள் எடுத்துக்கொண்டு அங்கிருந்து கிளம்பிவிட்டோம்.

புன்னைக்காயல் கூனன் குரிசு

சிலுவை மட்டும் மனதிலிருந்து இறங்க மறுத்தது. வீடு திரும்பியபின் இணையத்தில் தேடியதில், கேரளாவைச் சேர்ந்த கலை வரலாற்றாளர் தீப்தி முரளி என்பவர் பத்மனாபபுரத்து அரண்மனையிலுள்ள கட்டில் ஒன்றில் இதே வடிவ சிலுவை வேலைப்பாடு உள்ளதைப் பதிவு செய்திருக்கிறார். மன்னர் மார்த்தாண்ட வர்மாவுக்கு டச்சு அல்லது போர்ச்சுகீசியர்கள் அளித்த பரிசு இந்தக் கட்டில் என அவர் பதிவு செய்துள்ளார். (தீப்தி சுட்டியிருக்கும் கட்டிலைக் காண: www.deepthimurali.com/blog/2016/7/closer-look-central-emblem-of-the-padmanabhapuram-bed)

ஜார்ஜ் மேசன் பல்கலைக்கழகத்தில் ராய் ராசன்விக் வரலாறு மற்றும் புதிய ஊடகத் துறை மையத்தில் ஆய்வு மாணவராக உள்ள தீப்தி, பத்மனாபபுரம் அரண்மனையின் கட்டிலில் தச்சு வேலைப்பாடு செய்தவர்கள் கொச்சியைச் சேர்ந்த மலங்கரா கிறிஸ்தவர்களாக இருக்கக்கூடும் என கணிக்கிறார். அவர் இந்த முடிவுக்கு வர முக்கிய

காரணம் - அவர் காட்டும் பத்மனாபபுரத்துக் கட்டில் சிலுவையும், கூனன் குரிசு சத்தியத்தின்போது பயன்படுத்தப்பட்ட மலங்கரா கிறிஸ்தவர்களின் சிலுவையும் ஒரே வடிவம் கொண்டவை என்பதுதான். கூனன் குரிசைத்தான் கட்டிலில் கடைந்திருக்கின்றனர் என அவர் எழுதியதைப் படித்த பின்புதான், மட்டஞ்சேரி கூனன் குரிசு என்ன வடிவில் இருக்கும் என புரிந்தது; நாங்கள் காயலில் கண்டது கூனன் குரிசு வடிவிலான மற்றொரு சிலுவையை என தெரிந்தது.

தீப்தியின் கூற்றுப்படி மட்டஞ்சேரி கூனன் குரிசு, லத்தீன் வழிபாட்டு முறையை ஏற்காத பண்டைய சிரிய தோமை கிறிஸ்தவர்களின் நம்பிக்கையின் அச்சாணி என்றால், அது தமிழகத்தின் காயல் பகுதியின் மனித நடமாட்டம் அதிகமில்லாத உப்பளப் பகுதியில் எப்படி வந்தது? 1542ம் ஆண்டு சவேரியார் இங்கு வந்த பின் இந்தச் சிலுவை எழுப்பப்பட்டதா அல்லது அதற்கு முன்பே சிரிய வழிபாட்டுமுறை தென் தமிழகத்தின் கடற்புரத்தில் இருந்ததா? சிலுவையை நட்டு வணங்கிய தோமை கிறிஸ்தவர்கள் யார்? அவர்கள் இன்று எங்கே? விடையற்ற வினாக்கள்!

ஆனால், சவேரியார் வந்ததன் பின்தான் தமிழகத்தில் கிறிஸ்தவம் நுழைந்தது என்பதை மட்டும் ஏற்பதற்கில்லை. அவருக்கு முன்பே

மட்டஞ்சேரி கூனன் குரிசு

இங்கு கிறிஸ்தவம் இருந்தது என்பதை மார்கோ போலோ உள்ளிட்ட பயணிகள் நிறுவியிருக்கின்றனர். அகுஸ்தினியன், தொமினிக்கன், இயேசு சபை பாதிரிமார் தங்கியிருந்து கிறிஸ்துவைத் தமிழர்களுக்கு அறிமுகம் செய்திருக்கின்றனர். மேற்குக் கடற்கரையோரம் பண்டைய கிறிஸ்தவம் ஆவணப் படுத்தப்பட்ட அளவுக்கு, நவீன தமிழகத்தில் செய்யப்படவில்லை என்பது உண்மையே. தமிழகத்தின் தோமை கிறிஸ்தவர்கள் லத்தீன் நீரோட்டத்தில் கலந்து கரைந்திருந்தாலும், அவர்கள் இங்கிருந்த எச்சங்களை விட்டே சென்றிருக்கின்றனர். ஐரோப்பியர் வருவதற்கு முன்பே மேற்குக் கரையில் இருந்த கிறிஸ்தவம், இங்கும் இருந்தது. அதை நமக்கு உரத்துச் சொல்பவை காயல் ஜேசு கோயில் குரிசும், தோமையார் மலை தோமையார் குரிசும்! கிறிஸ்தவமும் ஒற்றைமயமான மதமல்ல.

சான்றுகள்

- A History of Christianity in India : The Beginnings to AD 1707 by Neill, Stephen, 1900-1984, Publication: 1984
- Ancient Stone Crosses of India : http://chroniclesof-malabar.blogspot.com/2011/11/ancient-stone-crosses-of-india.html
- Central emblem on the Padmanabhapuram Bed : www.deepthimurali.com/blog/tag/Coonan+Cross

2

ஜோ த குருசு – சுவான் த குருசு

டச்சுக்காரர்கள் தூத்துக்குடியைக் கைப்பற்றியபோது போர்த்துகீசிய குருமார்கள் கட்டிய தூய பவுல் கல்லூரியை இடித்துத் தரைமட்டமாக்கி, அதன் மேல் கல்லறைகளை எழுப்பினார்கள். அவர்களது கல்லறைத் தோட்டம் இருந்த பகுதியே கெர்கோஃப் என டச்சு மொழிப் பெயர் தாங்கி, இன்று கெரகோப்பாக மருவியிருக்கிறது.

•

தென் தமிழகத்தில்தான் முதன் முதலில் கிறிஸ்தவம் கால் பதித்தது, அதற்குக் காரணமானவர் பிரான்சிஸ் சவேரியார் என்று பெருவாரியாக சொல்லப்படுகிறது. ஆனால், அவருக்கு முன்பே இங்கே லத்தீன் கிறிஸ்தவத்தை வளர்த்தெடுக்க முயற்சிகள் நடந்தன. ரோமிலிருந்தத் தந்தை லொயோலா இஞ்ஞாசியாருக்கு தூத்துக்குடியிலிருந்து அக்டோபர் 28, 1542 அன்று கடிதம் ஒன்றை சவேரியார் எழுதியுள்ளார். அதில்,

‘நாங்கள் லிஸ்பனிலிருந்து புறப்பட்டு இந்தியா வந்து சேர்ந்த பயணம் குறித்தும், கோவா நகரின் சில குருக்களுடன் தூத்துக்குடி செல்கிறேன் எனவும் கோவாவிலிருந்து தங்களுக்கு ஒரு நீண்ட கடிதம் எழுதினேன். இளைஞர்களாக கோவா கொண்டு செல்லப்பட்டுத் திருச்சபை பற்றிய அறிவு புகட்டப்பட்ட இவர்கள் இப்பொழுது நற்செய்தி மாந்தர்களாக உள்ளனர். எட்டு

ஆண்டுகளுக்கு முன் மனம் திருப்பப்பட்ட மக்களைக் கொண்ட கிறிஸ்தவ கிராமங்கள் வழிச்சென்றோம். நிலம் மிகக் குறைந்த பலன் தருவதாலும் வெகு மோசமாக இருப்பதாலும், இந்தக் கிராமங்களில் போர்ச்சுகீசியர் யாரும் வசிக்கவில்லை', என குறிப்பிடுகிறார்.

இதில் குறிப்பிடப்பட்டுள்ள குருக்கள், தூத்துக்குடியைச் சேர்ந்த கஸ்பார் மற்றும் மனுவேல்; எட்டு ஆண்டுகளுக்கு முன் 'மனம் திருப்பப்பட்டவர்கள்' முத்துக்குளித்துறையைச் சேர்ந்த பரதவர்கள். சங்க இலக்கியத்தில் பரதவர் என அழைக்கப்பட்ட பாரம்பரிய கடலோடிகள் இன்று பரவன்/பரவர், முக்குவர், மீனவச்செட்டி, கடையர், கரையர், செம்படவர், பருவத ராசகுலம் என பல்வேறு பெயர்களால் அழைக்கப்படுகின்றனர். இன்றும் கடல்சார் தொழில்களில் பெரும்பான்மையாக ஈடுபட்டு வருகின்றனர்.

வீரபாண்டியன்பட்டிணம் மற்றும் மணப்பாடு அவர் குறிப்பிடும் கிறிஸ்தவ கிராமங்கள் என தூய சவேரியார் கல்லூரி நாட்டார் வழக்காற்றியல் ஆய்வு மையம் வெளியிட்டுள்ள 'தூய சவேரியார் கடிதங்கள்' நூலில் பதிப்பாசிரியர் பிரிட்டோ வின்சென்ட் குறிப்பிடுகிறார்.

ஆக, சவேரியார் இங்கு வருவதற்கு முன்பே இங்கே லத்தீன் கிறிஸ்தவர்கள் இருந்தனர் என்பது தெளிவாகிறது. சவேரியாரை மறைபரப்பு செய்ய கடற்கரை கிராமங்களுக்கு அழைத்து வந்தவரும், அவர் வருவதற்கு முன்பே 20,000 பரதவர்கள் கிறிஸ்தவத்தைத் தழுவவும் காரணமாக இருந்தவர் 'ஜோ த குருசு' (Joao Da Cruz, Juan Da Cruz, Joan Da Cruz& & சுவான் த குருசு). சவேரியாரோடு சம காலத்தில் வாழ்ந்தவரான போர்ச்சுகீசிய வரலாற்றாளர் கஸ்பார் கொரியா (Gaspar Correa) தன் 'லெண்டாஸ் டா இந்தியா' (Lendas Da India) நூலில் ஜோ த குருசு குறித்து விரிவாகவே எழுதியுள்ளார். 'இளம் நாயர் ஜோ த குருசு' என்றே கொரியா இவரை அழைக்கிறார்.

கோழிக்கோட்டின் சாம்பூதிரி (Zamorin) மன்னரின் உறவினரான 15 வயதுச் சிறுவன், 1513ம் ஆண்டு போர்ச்சுகலை 'சுற்றிப் பார்க்க' மன்னரால் அனுப்பப்பட்டார். போர்ச்சுகல் மன்னர் மனுவேலைச் சந்தித்த, கிறிஸ்தவத்தால் ஈர்க்கப்பட்ட அந்த இளைஞர், மனுவேலால் 'ஜோ த குருசு' என பெயர் மாற்றம் பெற்று போர்ச்சுகீசிய மொழியைக் கற்றார். மனுவேலின் அரண்மனையில் ஐந்து ஆண்டுகள் தங்கினார். 'ஆர்டர் ஆஃப் தி கிரைஸ்ட்' (12 மார்ச்

1515) விருதும், வாழ்நாள் உதவித் தொகையும் அவருக்கு வழங்கப்பட்டது. மனுவேல் மன்னன் வழங்கிய பரிசுகள், பெரும் செல்வத்துடன் 1516ம் ஆண்டு ஜனவரி மாதம் கோழிக்கோடு திரும்பினார். அங்கு ஒரு தேவாலயமும் எழுப்பினார்.

1525ம் ஆண்டு கோழிக்கோட்டில் இருந்து கொச்சிக்கு இடம் மாறினார். 1542ம் ஆண்டு ஃபிரான்சிஸ் சவேரியார் தான் இந்தியா வருவதற்கு 8 ஆண்டுகளுக்கு முன்பே பரதவர்கள் கிறிஸ்தவத்தைத் தழுவியிருந்தார்கள் என எழுதியிருக்கிறார். இந்த நிகழ்வை ஜோ த குருசின் கடிதம்கொண்டே விளக்குகிறார் இயேசுசபை குருவான மனுவெல் டெக்செய்ரா. போர்ச்சுகீசிய மன்னர் மூன்றாவது ஜானுக்கு ஜோ த குருசு டிசம்பர் 15, 1537 அன்று எழுதிய கடிதத்தில், கன்னியாகுமரிக்கு குதிரைகள் விற்கச்சென்றதாகவும், அப்போது குமரிக்கரை மக்கள் சிலரை கிறிஸ்தவத்துக்குள் கொண்டு வந்த தாகவும் குறிப்பிட்டிருக்கிறார். குமரிக்கரை மக்களை கிறிஸ்தவர் களாக மதம் மாற்றவேண்டி போர்ச்சுகீசிய ஆளுனர் மற்றும் பேராய நிர்வாகிக்கு (Vicar General) குருசு கடிதங்கள் எழுதினார். மிகெல் வாஸ் மற்றும் நான்கு உபதேசிகள் (உதவியாளர்கள்) குருசுக்கு உதவியாக வரவே, 50000 பேர் மதமாற்றம் பெற்றனர். இதைக் காரணம் காட்டி ஜோ, முத்துக்குளித்துறையில் முத்துக்குளிக்க நான்கைந்து ஆண்டுகள் உரிமை கோரினார்.

முத்துக்குளித்துறையில் முத்துக்குளிக்கும் உரிமை 2000 ஆண்டுகளாக பாண்டிய மன்னர்களிடமே இருந்துவந்தது. வரி வசூலிக்கும் உரிமை முத்துக்குளித்துறை பரதவர் ஜாதித் தலைவர்களுக்கு இருந்தது. முத்துக்குளிக்கும் உரிமைக்குத்தான் இங்கே பெரும்போர்கள் நடந்தன. பரதவர்கள் மதம் மாறி கிறிஸ்தவத்தைத் தழுவவும், போர்ச்சுகீசியர் வசம் அந்த உரிமை கை மாறவும் சில காலம் பிடித்தது எனலாம். இந்த உரிமை தனக்கு தரப்பட்டால், முத்துக்குளித்துறையில் 2,00,000 பேரை கிறிஸ்தவத்துக்கு மதம் மாற்றலாம் என போர்ச்சுகீசிய மன்னருக்கு எழுதிய கடிதத்தில் ஜோ த குருசு குறிப்பிட்டிருக்கிறார். 1537ம் ஆண்டு செப்டெம்பர் / அக்டோபர் மாதத்தில் கொச்சியில் இருந்த திருவிதாங்கூர் மன்னரைச் சந்தித்து மன்னரும், மக்களும் கிறிஸ்தவர்களாக மாறினால் விளையவிருக்கும் நன்மைகள் குறித்து எடுத்துச் சொன்னார். அப்படி மதம் மாறினால் போர்ச்சுகீசியர்கள் குதிரைகளைக் குறைந்த விலைக்குத் தருவார்கள் எனவும், அந்தக் குதிரைகள் மூலம் பக்கத்து நாட்டின் 'ரே கிராந்தே'யை (Rey Grande - போர்ச்சுகீசிய மொழியில் 'பெரிய மன்னன்') எதிர்க்கலாம் என்றும் தெரிவித்தார்.

இதைக் கேட்டவுடன் கடற்கரைப் பகுதிகளில் வசித்த மக்கள் கிறிஸ்தவத்தைத் தழுவ மன்னர் அனுமதித்தார். கொச்சியிலிருந்த போர்ச்சுகீசிய அதிகாரிகள், குருமாருக்கு முத்துக்குளித்துறை மீனவர்களை மதம் மாற்றத் தகவல் சென்றது.

'மூர்கள்' எனப்படும் அரபு முகம்மதியர்களால் அடிமைகள்போல நடத்தப்பட்ட பரதவ மக்கள், கிறிஸ்தவம் தழுவ அவர்களது அடக்குமுறையும் ஒரு காரணமானது. இந்தக் கொடுமைகள் எந்த அளவுக்குச் சென்றன என்றால், எந்தக் காரணமும் இல்லாமல் சந்தையில் சென்றுகொண்டிருந்த பரதவப் பெண் ஒருவரின் காதை வாள் கொண்டு இஸ்லாமியன் ஒருவன் அறுத்துவிடுகிறான். கணவரிடம் அந்தப் பெண் அழுதுகொண்டே முறையிட, இரு தரப்பினருக்கும் இடையே பெரும் போர் மூள்கிறது. இந்தச் சூழலில்தான் ஜோ த குருசு முத்துக்குளித்துறைக்கு வந்ததாக டர்சலைன் மற்றும் டெக்செய்ரா இருவரும் குறிப்பிடுகின்றனர். 'நீங்கள் கிறிஸ்தவத்துக்கு மதம் மாறினால் உங்களுக்கு ஆதரவுக்கரம் நீட்ட போர்ச்சுகீசியர்கள் வருவார்கள். இந்த அரபு முகம்மதியருக்கு (moors) முடிவு கட்டுவார்கள்', என பரதவ மக்களிடம் ஜோ த குருசு வேண்டுகோள் வைத்ததாக டர்சலைன் எழுதுகிறார்.

பெயரளவுக்கு இந்த ஏற்பாடு வணிக ஒப்பந்தம்போலத் தோன்றுகிறது அல்லவா? இன்றைய சூழலில் இதைப் பொருத்திப் பார்த்து, ரொட்டித் துண்டுக்கு மதம் மாறியவர்கள் என நம்மால் எளிதாகக் கடந்து போக முடிகிறது. ஆனால் அன்றைய சூழலில் தங்கள் பெண்களைப் பாதுகாத்துக்கொள்ளவும் மதம் மாறியிருக்கின்றனர். அரபு முகம்மதியர்கள் தங்களது வீட்டுப் பெண்களின் காதுகளை அறுத்தெறிவதை கைகட்டி வேடிக்கை பார்க்கவியலாத பரதவ இன மக்கள், சொந்த மதம் தங்களுக்கும் தங்கள் வீட்டுப் பெண்களுக்கும் போதிய பாதுகாப்பு தரவில்லை என்பதை நன்கு உணர்ந்திருந்தார்கள்.

வீட்டு ஆண்கள் கடலுக்கு வாரக்கணக்கில், மாதக்கணக்கில் செல்லும்போது கடல்புறத்துப் பெண்கள் தனியே வாழ்ந்தாக வேண்டும். சமவெளியின் மற்ற பெண்கள் போல இந்தப் பெண்களின் வாழ்க்கை இல்லை என்பதையும், அவர்களுக்குப் பாதுகாப்பு எவ்வளவு முக்கியம் என்பதையும் நாம் உணர வேண்டும். தாய் தெய்வ வழிபாட்டின் நீட்சியாக மதுரை மீனாட்சி அம்மனைத் தங்கள் குலசாமியாக வழிபட்ட பரதவ மக்கள், தங்கள் பெண்களைப் பாதுகாக்க கிறிஸ்தவத்துக்கு மதம் மாறியதில் வியப்பேதும் இல்லை. இன்றைய கண்ணாடியை மாட்டிக்கொண்டு

1500களின் மக்களை நாம் ஒப்பிட்டு ஆய்வு செய்து பார்ப்பது சரியுமல்ல! அன்றைய வணிகக் குழுக்களுக்கு பணம் ஒன்றே குறிக்கோளாக இருந்தது. இதில் இஸ்லாமியரோ, கிறிஸ்தவரோ, இந்துவோ - யாருமே விதிவிலக்கல்ல. வாழ்வதற்கு எதையும் செய்யத் தயாராக இந்தப் பெருவணிகர்கள் இருந்தார்கள்.

பரதவ குல பட்டங்கட்டிகள் (ஊர்த் தலைவர்கள்) சிலரை அழைத்துக்கொண்டு ஜோ கொச்சி சென்றதாக டர்சலைன் குறிப்பிடுகிறார். இவர்கள் முதலில் கிறிஸ்தவத்துக்கு மதம் மாறினார்கள். அதன்பின் போர்ச்சுகீசிய பெரும்படை ஒன்று பிரான்சிஸ்கன் குருமார்களுடன் பெரும் கப்பல்கள், தோணிகளில் முத்துக்குளித்துறை வந்திறங்கியது. அரபு முகம்மதியர் ஓட ஓட விரட்டப்பட்டார்கள். 20,000 பரதவர்கள் முதன்முதலாக கிறிஸ்தவம் தழுவினார்கள். ஜோ த குருசு மூலமே அவர்கள் கிறிஸ்தவம் தழுவினார்கள் என்பதை 1837ம் ஆண்டு 'பரதவர் வரலாறு' கட்டுரையில் இலங்கை புத்தளம் மணியக்காரர் சைமன் காசி செட்டி குறிப்பிடுகிறார். பரதவர்கள் தங்களை செட்டி எனவும் அழைத்துக் கொள்வதுண்டு. நெய்தல் நிலத்தில், கடல், கடல் சார் பொருள்களை வணிகம் செய்துவந்தவர்கள் தங்களை அவ்வாறு அடையாளப்படுத்திக்கொண்டார்கள்.

ஆயிரமாண்டுகள் இந்துக்களாக வாழ்ந்தாலும், அடிமைகளாகவே வாழ்ந்த பரதவ இன மக்களே முதலில் துணிச்சலுடன் ரோமை கத்தோலிக்கத்தைத் தழுவியவர்கள் என்பதால் நவீன கிறிஸ்தவத்தின் ஆணிவேராக முத்துக்குளித்துறை பரதவர்களைக் கருதலாம். இவர்கள் மனம் திரும்பி கிறிஸ்தவம் ஏற்றதை 19ம் நூற்றாண்டில் மணப்பாட்டில் வாழ்ந்த புலவர் சூசை செபஸ்தியான் மிராந்தா இயற்றிய 'பரதவகுலமாலை' சிற்றிலக்கிய நூல் இவ்வாறு குறிப்பிடுகிறது:

'அப்போது போர்ச்சுகீசிய சிறைவன் - பரத
அண்ணலே தூதர்கள் பொருந்துபடி யென்முன்
இப்போது நாடெலாந் தருமின் - இன்னும்
எழில் சத்ய வேதத்தை யாவரும் பெறுமின்
என்றிறை பகர்ந்தவுரை கேட்டு - சத்யம்
என்னாடுகைக் கொள்ளு மென்றீந்து மீட்டு
குன்றாத தம்பட்டம் போட்டு பரதர்
கூடுவீரென்றறைவித் தான்பா ராட்டு
அப்படியே வருபரத ரோடு - வாக்யம்
அழியாம லீந்தனன் குமரிநன் னாடு

எப்போது மழியாது நீடு - வேதம்
ஏற்பதே தங்கடமை யென்னவன் போடு
விளங்கிரு குருக்களுமே வந்து சத்ய
வேதோப தேசங்க ளியாவையுமே தந்து
வளங்கணிறை நானம் புரிந்து நித்ய
வழியினில் நிலைக்கவைத் தாரே விரைந்து
பற்பல விடங்களி லிருந்தும் - வந்த
பரதகுல மாக்களனை வருமே திருந்தும்
அற்புதஸ் நானம் பொருந்தும் - படியே
அளித்தனரே தெய்வப்பிரசாதமா மருந்தும்
ஆயிரத்தை நூறா மாண்டு - இருப
தாயிரம் பரதர் கிறிஸ்தவரானார் கூண்டு
தேயமுறு குமரிவழி கொண்டு - இவரை
நிகழ்த்தினரே குமரிக் கிறீஸ்தவர் களென விண்டு'

குமரி நன்னாட்டில் 20,000 பரதவர் கிறிஸ்தவம் தழுவிய முதல் நிகழ்வை இந்த சிற்றிலக்கியம் அழகாகப் பதிவு செய்திருக்கிறது.

பரதவ மக்களிடமே அவர்களது வரலாறு, வாழ்க்கை முறைகளைத் தெரிந்துகொள்ளும் ஆவலில்தான் ஜனவரி மாதம் தூத்துக்குடியில் முதல் பயணமாகக் கால்பதித்தது. தோழி ரோடா உடன் வர, இருவரும் கெரகோப்புத் தெருவில் வசிக்கும் மேரி கோமஸ் என்பவரின் வீட்டுக்குச் சென்று தகவல் சேகரிக்க அவரது பெரியம்மாளால் பணிக்கப்பட்டோம்.

'1947ம் வருஷம் எனக்கு வெவரம் தெரிஞ்சு தங்கத் தேர் எடுத்ததைப் பார்த்தேன். அப்போ மாதா தேர், ஜாதித் தலைவர் வீடு இருக்குற தெருவில வரும்போது, ஜாதித்தலைவர் வீட்டு மாடியில் நின்னு நல்முத்துகளா அள்ளி தேர் மேல வீசுவாராம். அந்த முத்து எல்லாம் தெருவில சிதறிக் கிடந்தாலும் அதை யாரும் பெறக்க மாட்டாங்களாம். அது மாதாவோட முத்து. மாதா குடுத்தது, மக்கள் கிட்டயும் அவ்வளவு செழிப்பு இருந்துச்சு', என விழிகள் விரிய எங்களிடம் விவரித்தார் தூத்துக்குடி கெரகோப்புத் தெருவில் அழகிய போர்ச்சுகீசிய பாணி வீட்டில் வசிக்கும் கோமஸ் சகோதரிகளில் மூத்தவரான சேவியரம்மாள் கோமஸ். மணமாகாத தங்கை மேரி கோமஸ் மற்றும் தம்பி தாமஸ் கோமஸ் ஆகியோருடன் அந்தப் பழைமையான வீட்டில் வசிக்கும் சேவியரம்மாள், பண்டைய பரதவ மக்களின் வாழ்க்கைமுறையைக் காட்டாற்று வெள்ளம் போலப் பேசிச் செல்கிறார்.

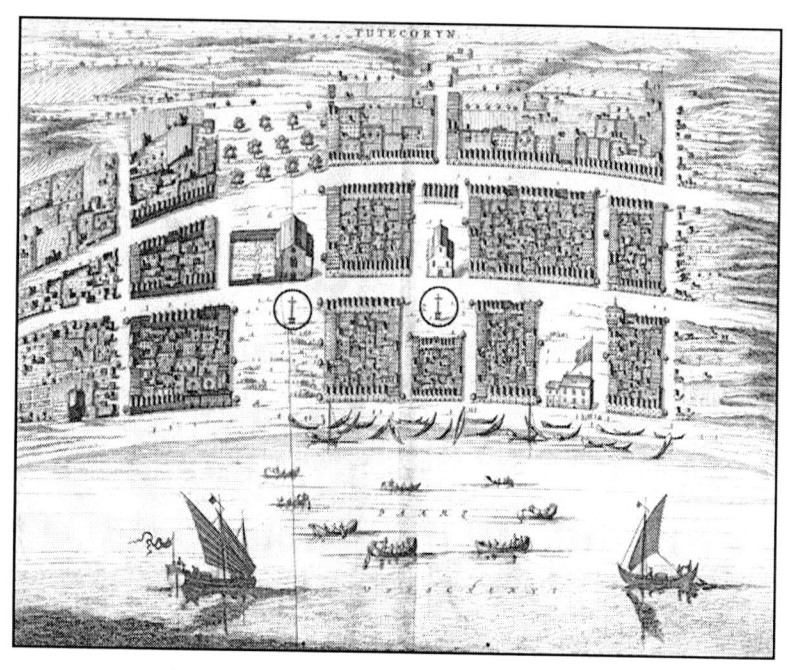

1672ம் ஆண்டு பால்தேயுசின் தூத்துக்குடி வரைபடத்தில் குறிக்கப்பட்டிருக்கும் குரிசுகள்

போர்ச்சுகீசிய குருமார் முதலில் இங்கு வரும்போதுக் கடற்கரைப் பகுதிகளில் வணங்குவதற்குக் குரிசுகளை நட்டார்கள் எனச் சொன்னவர், அவற்றில் இரண்டு பழம் குரிசுகள் (போர்ச்சுகீசியர் நிரந்தர தேவாலயங்களை முதலில் கட்டவில்லை. மரத்தாலான பெரும் சிலுவைகளைக் கடற்கரைப் பகுதிகளில் நட்டார்கள்) தூத்துக்குடியில் உண்டு என்று சொல்கிறார். 1660ம் ஆண்டு பிலிப் பால்தேயுஸ் என்ற அறிஞர் எழுதிய நூலில் உள்ள தூத்துக்குடி ஓவியத்தில் கடற்கரை ஓரமாக இரண்டு குரிசுகள் நமக்குக் காணக்கிடைக்கின்றன. அவற்றில் இரண்டு இன்னும் உயிர்ப்புடன் இருக்கின்றன என்பதே பெரும் ஆச்சரியம்தான். அவற்றைக் குறித்து முன்பே வாசித்திருந்ததால், சேவியரம்மாள் சொன்னதை உள்வாங்க முடிந்தது.

360 ஆண்டுகளுக்கு முன் நடப்பட்ட சிலுவைகளில் ஒன்றுதான் கோமஸ் குடும்ப போர்ச்சுகீசிய வீட்டிலிருந்து சில அடிகள் தொலைவில் சிறு அறை ஒன்றில் பக்தர்கள் வருகைக்காகக் காத்திருக்கிறது. ‘கெரகோப்’ குரிசும், மற்றது லாசல் பள்ளிக்கு அருகிலுள்ள ‘சிலுவைக் கோயில்’ குரிசும் என அடையாளம்

சொல்கிறார் சேவியரம்மாள். அந்த சிலுவைக் குரிசுகளில் எண்ணெய் பூசும் வழக்கம் இன்றளவும் உள்ளதைச் சொல்கிறார். 'எண்ணெய் ஊற்றுதல்' என்பது இந்தப் பகுதி மக்களிடையே வழிபாட்டுமுறையாக இருக்கிறது. கத்தோலிக்கக் கோயில்களில் உள்ள நற்கருணைப் பேழையின் முன் எப்போதும் விளக்கு எரிந்துகொண்டிருப்பது வழக்கம். அந்த விளக்கு அணையாமல் இருக்கவேண்டும் என்ற நம்பிக்கை பழம் கிறிஸ்தவர்களிடையே உண்டு. இன்று அந்த இடத்தைக் குழல் விளக்குகள் பிடித்துக் கொண்டுள்ளன.

இவ்வாறான விளக்குகளுக்கு வீடுகளிலிருந்து எண்ணெய் கொண்டு செல்பவர்கள், திருமணம், பிள்ளைப் பேறு என ஏதோ காரணத்துக்காக சிலுவைக் குரிசுக்கு நேர்ந்துகொண்டு எண்ணெய் கொண்டுசென்று ஊற்றுவதுண்டு என்றும், வழியும் எண்ணெயில் கொஞ்சத்தை மீண்டும் வீடுகளுக்கே எடுத்துவந்து அதனைப் 'புதுமை'யாகப் பயன்படுத்துவதுண்டு. பாட்டில்களில் சேகரித்து வைக்கப்பட்டிருக்கும் கோயில் எண்ணெய்தான் பல வீடுகளில் ஒரு காலத்தில் சர்வரோக நிவாரணி. வீட்டைவிட்டு வெளியே செல்லும்போதெல்லாம் அதில் ஒரு சொட்டை நெற்றியிலோ, தலையிலோ சிலுவைக் குறியிட்டு வைத்துப்போவதுண்டு. சிலுவையில் மரித்த இயேசுவுக்கு, அவரது தியாகத்துக்கு மரியாதை செலுத்தும் வகையில் எண்ணெய் பூசப்படுவதாகச் சொல்கிறார் மேரி கோமஸ். உடல்நிலை சரியில்லாதவர்கள் தங்கள் வீட்டுக்கு வந்தால், அவர்களுக்கு இந்த எண்ணெய் பூசி ஜெபம் செய்வது இந்தக் குடும்ப வழக்கமாக இருக்கிறது.

எகிப்து முதற்கொண்டு உலகின் பல்வேறு நாகரிகங்களிலும் இந்த எண்ணெய் பூசும் முறை உண்டு. 'நெதெரு' என்ற பண்டைய எகிப்திய கடவுளர் சிற்பங்களின் மேல் நறுமணத் தைலங்கள் பூசும் வழக்கம் எகிப்திய பண்டைய நாகரிகத்தின் தொடக்க காலம் முதலே இருந்திருக்கிறது. இது தவிர 'மெர்ஹத்' எனப்படும் ஏழு நறுமண தைலங்கள் கொண்ட குடுவைகளை மம்மிகளைப் புதைக்கும் போதே சேர்த்துப் புதைக்கும் வழக்கமும் அவர்களிடம் உண்டு. மாமன்னன் மூன்றாம் ராம்சே தன் 'நெதெரு'வுக்கு 16,000 ஜாடிகள் எண்ணெய் வழங்கியிருக்கிறான்!

'எங்க அண்ணன் இப்படித்தான் வீட்டுக்கு வர்றவங்களுக்கு ஜெபம் சொல்லுவார். ஒருநாள் தலை துவண்டு உடல்நிலை சரியில்லாத குழந்தை ஒண்ணை அவுங்க அம்மா நம்பிக்கையோட எங்க வீட்டுக்குத் தூக்கிட்டு வந்தாங்க. எங்க அண்ணன் அந்த சிலுவை

எண்ணெயைப் பூசி ஜெபம் சொன்னார். 'அந்தக் குழந்தை இங்க இருந்து வெளிய போகும்போது நடந்து போவாப் பாரு'ன்னு சொன்னார். அதே போல நல்லாகி அந்தப் பொண்ணு நடந்து போனா. இன்னிக்கு பிளஸ் டூ படிக்கா பாத்துக்கிடுங்க', என்றார் மேரி. குரிசிலிருந்து வீடுகளுக்குக் கொண்டுவரப்படும் எண்ணெய்க்கு அவ்வளவு வலிமை இருப்பதாக இவர்கள் நம்புகின்றனர்.

கோப்புத்துறை எனதான் இந்தப் பகுதிக்குப் பெயர் எனச் சொன்னவர், இங்குள்ள பழைய கல்லறையை இடித்துத் தரைமட்டமாக்கிவிட்டார்கள் எனவும் அந்தக் கல்லறையிலிருந்து ஒன்றிரண்டு கற்களை மட்டும் கடற்கரை பக்கமுள்ள ஆங்கிலிக்கன் தேவாலயத்தில் வைத்திருப்பதாகச் சொல்கிறார். கல்லறையின் நடுவே ஓர் உயரமான ஸ்தூபி இருந்தது என்றும் குறிப்பிடுகிறார். கெரகோப்புக் கல்லறை வடிவமைப்பையும், நடுவே இருந்த உயரமான ஸ்தூபியையும் 1897ம் ஆண்டு அலெக்சாண்டர் ரீ எழுதிய மதராஸின் டச்சு கிழக்கிந்தியக் கம்பெனி எச்சங்கள் நூலில் காணலாம். அதன் பெயரால் கோபுரத்துறை - கோப்புத்துறை என பெயர் வந்தது எனவும் அவர் சொல்கிறார்.

ஆனால் 'கெரகோப்பு' என்ற சொல்லுக்கு வேர்ச் சொல் கெர்கோஃப் (kerkhof) என்ற டச்சு மொழிச் சொல். 1658ம் ஆண்டு போர்ச்சுகீசியரை விரட்டிவிட்டு, டச்சுக்காரர்கள் தூத்துக்குடியைக் கைப்பற்றிய போது போர்ச்சுகீசிய குருமார்கள் கட்டிய தூய பவுல் கல்லூரியை இடித்துத் தரைமட்டமாக்கி, அதன்மேல் கல்லறைகளை எழுப்பினார்கள். அவர்களது கல்லறைத் தோட்டம் இருந்த பகுதியே கெர்கோஃப் என டச்சு மொழிப் பெயர் தாங்கி, இன்று கெரகோப்பாக மருவியிருக்கிறது.

இந்தக் கல்லறைத் தோட்டத்தில்தான் ஜி.யு. போப்பின் முதல் மனைவி மேரி ஆண்டர்சனின் கல்லறை ஸ்தூபி இருந்துள்ளது என எம்.பி. லாம்பெர்ட் ஐசக் தன் 'தூய திருத்துவ ஆலய வரலாறு' கட்டுரையில் புகைப்படங்களுடன் பதிவிட்டிருக்கிறார். இந்த தூய பவுல் கல்லூரி முதலில் 1550ம் ஆண்டு புன்னைக்காயலில் தொடங்கப்பட்டது. கல்லூரி என்றால் நாம் இன்று காணும் கல்லூரிகளைப் போன்றதல்ல; சமயப் பயிற்சியாளர்களுக்கு (Catechist) வேதம் போதிக்க நிறுவப்பட்டது.

16ம் நூற்றாண்டில் முதலில் கிறிஸ்தவத்தைத் தழுவியவர்கள் வழிபடுவதற்காகக் கட்டப்பட்ட கோயில் கொச்சி பங்குத்தந்தை பேதுரு கோன்சால்வஸ் (Pedro Gonsalves) கட்டித் தந்த ராயப்பர் கோயில்தான். அதன் முதல் பங்குத்தந்தையாகவும் பேதுரு

பணியாற்றினார். 1543ம் ஆண்டு சவேரியார் மற்றும் பிற இயேசு சபைக் குருமார் இந்தியா வந்தது முதல், அந்தக் கோயிலின் பொறுப்பை அவர்களே ஏற்றனர். 1547ம் ஆண்டு ஹென்றி ஹென்றிக்ஸ் இந்த ஆலயத்தின் பொறுப்பாளரானார். இயேசு சபை குருக்களுக்கும், கொச்சி ஆயருக்கும் தொடர்ந்து அதிகாரக் குழப்பம் இருந்த நிலையில், தங்களுக்கான தனி ஆலயம் வேண்டும் என உணர்ந்த சவேரியார், திருவிதாங்கூர் மன்னரிடம் தங்களுக்கு தனியே கோயில் கட்ட அனுமதியும், அன்பளிப்பாக நிலமும் கேட்டுப் பெற்றார் என வரலாற்றாளர் பெஸ் (Besse) எழுதுகிறார்.

'இந்நிலத்தில் அவர் புதிதாக ஓர் ஆலயம் கட்டினார். அதைப் புனித சின்னப்பருக்கு (பவுல்) அர்ப்பணித்தார். இதுவே முன்னொரு காலத்தில் கிரகோப்புத் தெருவில் அமைந்திருந்த சின்னப்பர் ஆலயமாகும். இதனைத் தூத்துக்குடி மக்கள் 'சம்பவுல்' கோயில் என அழைத்துவந்தனர். இக்கோயிலைச் சேர்ந்த குருசடியில் மரச்சிலுவையை இன்றளவும் கிரகோப்புத்தெரு ஓரத்தில் நாம் காணலாம்', என தந்தை வெனான்சியுஸ் அடிகள் எழுதியுள்ளார். வெனான்சியுஸ் 'சம்பவுல்' கோயில் எது என தெளிவாகக் குறிப்பிடவில்லை. ஆனால் இயேசு சபையார் புன்னைக்காயலி லிருந்து தூத்துக்குடிக்கு மதுரை நாயக்கர் படையெடுப்பின் காரணமாகத் தம்முடைய தலைமை இல்லத்தை மாற்றினார்கள் என்றும், அங்கு அவர்கள் தங்குவதற்கு ஐந்து பெரிய அறைகள் கொண்ட இல்லம் ஒன்றும் அமைக்கப்பட்டது எனவும் ஆவணங்கள் (Documenta Indica) குறிப்பிடுகின்றன. அதுவே சம்பவுல் கோயில் என அழைக்கப்பட்டிருக்கவேண்டும்', என பேராசிரியர் தே.ஜான் தன் 'தென் தமிழகத்தில் கிறிஸ்தவம்' நூலில் குறிப்பிடுகிறார்.

1559ம் ஆண்டு புன்னைக்காயல் அழிந்துபட்டதும் இந்த 'சம்பவுல் கல்லூரி' தூத்துக்குடிக்கு இடம்பெயர்கிறது. இந்தக் கல்லூரிக்கு அருகில் தான் இயேசு சபை குருமார்கள் பின்னாளில் - 1582ம் ஆண்டு 'இரக்கத்தின் மாதா' (Our Lady of Grace) தேவாலயத்தை எழுப்பினார்கள். இதுவே பின்னாளில் 'பனிமயமாதா ஆலயம்' ஆனது. தூத்துக்குடியில் 1538ம் ஆண்டிலேயே அதன் முதல் தேவாலயத்தை (தூய பேதுரு ஆலயம்) கொச்சி குரு பீட்டர் கொன்சால்வஸ் எழுப்பினார். இந்த ஆலயம் அமைந்த இடத்தில்தான் இன்று லாசல்ஸ் பள்ளி அமைந்துள்ளது. அதன் சாட்சியாக சில உடைந்து தகர்ந்த கல்வெட்டுகள் இன்றும் இப்பள்ளியில் இருக்கின்றன. இது தவிர பிரான்சிஸ்கன் சபையினரது மடவளாகத்தில் 'மாத்ரே தியூஸ்' (கடவுளின் அன்னை) ஆலயம் ஒன்றும் அமைந்திருந்தது.

கீழக்கரையைப் பூர்வீகமாகக்கொண்ட சேவியரம்மாளின் குடும்பத் தலைவரும் அவர்கள் தாத்தா, அப்பா யோக்கிம் கோமஸ் தொடங்கி வீட்டு ஆண்கள் அனைவரும் கப்பல்களில் கேப்டன்களாக பணியாற்றியவர்கள் எனச் சொல்கிறார் சேவியரம்மாள். தூத்துக்குடி போர்ட் டிரஸ்டில் பணியாற்றிய அவர்கள் தந்தை 'டிரெட்ஜிங்' (தூர்வாரல் - நீர் சூழலில் இருந்து தேவையற்ற பொருள்களை அகற்றுவது) செய்வதில் வல்லவர் என்று பதிவு செய்கின்றனர். தூத்துக்குடியின் பரதவ வீடுகளில் இன்றும் கப்பல்களில் பொறியாளர்களாகவும், மாலுமிகளாகவும், கேப்டன்களாகவும் புகைப்படங்களில் சிரிக்கும் ஆண்களை நீங்கள் காணலாம். ஏற்கெனவே கட்டப்பட்டிருந்த போர்ச்சுகீசிய வீடொன்றை வாங்கி குடும்பம் குடிபுகுந்தது. வீட்டு ஹாலில் மாட்டிவைக்கப் பட்டிருக்கும் படம் ஒன்றில் அவர்களது அம்மா பஃப் ஸ்லீவ் அணிந்து கையில் தாமரைப்பூ ஒன்றுடன் திருமணக் கோலத்தில் நின்றிருந்தது பார்க்கவே பரவசமாக இருந்தது. ரசனையுடன் வாழ்ந்திருக்கின்றனர். கூடவே, யாரென்றே பின்புலம் தெரியாமல் அவர்கள் வீட்டில் குடும்ப உறுப்பினர்களில் ஒருவராக வாழ்ந்த பாட்டி ஒருவரையும் அந்தப் படத்தில் சுட்டுகின்றனர்.

திடீரென அவர்களது அப்பா இறந்ததும் தடுமாறிய குடும்பத்துக்கு சேவியரம்மாளின் படிப்பு கை கொடுத்தது. தூத்துக்குடியை அடுத்த புதுக்கோட்டையில் அரசு உதவிபெற்ற சீர்திருத்தக் கிறிஸ்தவப் பள்ளி ஒன்றில் ஆசிரியராகப் பணி கிடைத்தது. அங்கு டி.எஸ்.பெரியநாயகம் என்ற சீர்திருத்தக் கிறிஸ்தவரான தாளாளர், தன் வீட்டுக்குக் கார் அனுப்பி தன்னை பணிக்கு அழைத்துச் சென்றதை நினைவுகூர்கிறார். தையல், ஓவியம் என கைவினை ஆசிரியராக தன் பணி வாழ்க்கையை அந்த சீர்திருத்தக் கிறிஸ்தவப் பள்ளியில் முடித்திருக்கிறார் கத்தோலிக்கரான சேவியரம்மாள். இது எப்படி சாத்தியமாயிற்று?

'புராடஸ்டன்ட் ஸ்கூலிலா வேலை செய்யப்போறீங்க? உங்களை திருச்சபையைவிட்டு ஒதுக்கி வெச்சிராம பார்த்துக்குங்க!' அப்டின்னு அப்ப பங்கு சாமியாரா இருந்தவர் சொன்னார். எங்கம்மா அதைக் கேட்டுப் பயந்துட்டாங்க. அவுங்க சொன்னதால அப்ப பிஷப்பா இருந்த தாமஸ் அலெக்சாண்டர் சாமியைப்போய் பார்த்தேன். 'பச்சக் கண்ணாடியப் போட்டுக்கிட்டுப் பார்த்தா எல்லாம் பச்சையாத்தான் தெரியும். அதெல்லாம் ஒண்ணும் பிரச்னை இல்ல, நீ போம்மா...அந்தப் பள்ளிக்கூடமே நான் திறந்து வச்சதுதான்' அப்டின்னு தைரியம் சொல்லி அனுப்பினார்', என சிரித்தபடி சொல்கிறார். 'பதிதர்' (சமய ஒழுக்கம் தவறியவன்) என

இரு சபை மிஷனரிகள் ஒருவரை ஒருவர் அழைத்து, தூற்றி சண்டையிட்டுக் கொண்டாலும், மக்கள் தங்களுக்குள் அன்பாக, அனுசரணையாக, பிரிவினை இன்றியே அந்தக் காலத்தில் இருந்திருக்கின்றனர்.

(Parish priest - கத்தோலிக்க கிறிஸ்தவத்தின் அடிப்படைக் கட்டமைப்பு உறுப்பு தேவாலயம், சிறு பகுதியின் சில ஆலயங்களை இணைத்தது பங்கு. சில பங்குகள் இணைந்தது ஆயம் (diocese). பங்கின் பொறுப்பாளர் பங்கு சாமியார்/பங்கு குரு. ஆயத்தை நிர்வகிக்கும் தலைவர் ஆயர் (bishop)).

இந்தத் தெருவின் ஒன்றிரண்டு பழைய வீடுகளில் வெளிப்பக்க வெராந்தா, அதில் பணியாற்ற ஏதுவாக மேசை நாற்காலி, பெட்டிகள் வைக்கப்பட்டு அதுதான் அலுவலகமாக இயங்கி யிருக்கின்றது. அதைத் தாண்டி முற்றம், அதில் கிணறு, அதைச் சுற்றி தொட்டிகளில் செடிகள், வலது பக்கம் புகைபோக்கியுடன் கூடிய ‘குசினி’, அதில் விறகு அடுப்புகள், தாழ்வாரம், (அதுதான் இன்று ஹால்), பின்புறம் மாடு கட்டிவைக்கும் கொட்டில், அதற்கு தண்ணீர் காட்டும் தொட்டி, அரைவட்ட வடிவ சன்னல்கள் என தொன்மை அழகுடன் அந்த வீடு மிளிர்கிறது. அறை ஒன்றில் பழம்பொருள்கள் இறைந்து கிடக்கின்றன. அதில் ரசம் தேய்ந்த ஆளுயர நிலைக்கண்ணாடி ஒன்று கவர்ந்திழுக்கிறது. பெரும்பாலான பரதவர் வீடுகளில் கண்ணாடிகள் சமூகத் தகுதிக் குறியீடுகளாக பழங்கதைகள் பேசி நிற்கின்றன. சின்னக் கண்ணாடிப் பேழை ஒன்றில் இயேசுநாதர், மாதா, அந்தோணியார் என சுரூபங்கள் (உருவச் சிலை) வரிசை கட்டி நிற்கின்றன.

‘இங்கிருந்த கல்லறைக் கற்கள்தான் லாசல் பள்ளியில் இருக்கின்றன’, என துப்புத் தருகிறது குடும்பம். கெரகோப் குரிசைப் பார்க்கப் போவதாகச் சொல்லி அங்கிருந்து புறப்பட்டோம். முன் ஜன்னலில் மாட்டி வைக்கப்பட்டிருந்த காய்ந்துபோன மஞ்சள் செடி அப்போதுதான் கண்ணில் படுகிறது. மஞ்சள் மூடை கவனமாக நெகிழிப்பை ஒன்றுக்குள் வைத்துக் கட்டியிருக்கின்றனர். மஞ்சள், ஆவாரை, பூளை மூன்றுமே அந்தக் கொத்தில் இருக்கின்றன. பெரும்பாலும் தமிழகத்தில் பொங்கலுக்குக் கட்டப்படும் காப்பில் இம்மூன்று அல்லது இத்துடன் பிரண்டை, வேப்பிலை சேர்த்து ஐந்து பொருள்களாக கட்டப்படுவதுண்டு.

ஏன் வேர் மண்ணோடு அதை பாதுகாத்துக் கட்டியிருக்கிறீர்கள் என கேட்டால், ‘கொஞ்ச நாளைக்குக் காயாம இருக்கட்டும்னுதான்மா’, என எளிமையாக பதில்வருகிறது. பொங்கலுக்கு முந்தைய போகி

நாளன்று இவ்வாறு மூலிகைகள் கொண்டு 'காப்பு கட்டும்' வழக்கம் தமிழகத்தின் கிராமங்களில் இன்றும் உண்டு. மூலிகைகளைப் பத்திரப்படுத்தி வீடுகளின் முகப்பில் எட்டும்படி வைத்துவிட்டால் விஷக்கடி தொடங்கி, நோய் எதிர்ப்பான்களாக பாதுகாப்புவரை எல்லாவற்றுக்கும் இந்தக் காப்பு இலைகளை பயன்படுத்திக் கொள்வார்கள். அறுவடை முடித்து வீடு வரும் பயிருக்குப் பாதுகாப்பாகத்தான் இந்தக் காப்பு கட்டப்பட்டிருக்கிறது எனச் சொல்கின்றனர் வேளாண் ஆர்வலர்கள். கிராமத்துக் கோயில் திருவிழாக்களில்கூட இந்த 'காப்பு கட்டும் முறை' இன்றும் உண்டு. காப்பு கட்டுதல் என்பதை அறிந்தோ, அறியாமலோ தன் வீட்டில் தமிழர் பண்பாட்டின் தொடர்ச்சியாக, மண்ணோடு வைத்திருக்கிறார் மேரி கோமஸ்!

கெரகோப்பு குரிசு

சிலுவைக் கோயில் குரிசு

அவர் வீட்டிலிருந்து சில அடி தூரத்தில் உள்ள கெரகோப்பு இப்போது கட்டாந்தரையாக இருக்கிறது. ரோமை கத்தோலிக்க ஆயர்வசம் இந்தக் கல்லறை வந்தபிறகு அனைத்துக் கல்லறை களையும் இடித்துத் தரைமட்டமாக்கி இருக்கின்றனர். மைதானத்துக்குள் அங்கங்கே தார்ப்பாய் விரிக்கப்பட்டிருந்தது. நாங்கள் மைதானத்தின் மற்றொரு மதில்சுவர் அருகேயுள்ள குரிசைக் கண்டோம். ஒற்றை அறை, அதன் முகப்பில், 'உன் விசுவாசம் உன்னை இரட்சிக்கட்டும்' என்ற வாசகம். ஆளரவமில்லாத மதியம் அது. அறையின் வலதுபக்கம் அதன் முக்கியத்துவத்தைச் சொல்லும் கல்வெட்டு ஒன்று பதிக்கப்பட்டுள்ளது.

'இவ்விடத்தில் 1545ம் ஆண்டு உதயமான சன் பவுல் சிற்றாலயம் 1582ல் இரக்கத்தின் மாதா ஆலயமாக கட்டப்பட்டபோது நடப்பட்ட குருசடி சிலுவை இதுவே' என சிலுவையின் வரலாறு அதில் சொல்லப்பட்டிருக்கிறது. அறைக்கு உள்ளே மேடை ஒன்றில் சுமார் மூன்றடி உயரத்தில் மரத்தாலான 'புளூர் தெ லிஸ்' (Fleur-de-lis) வடிவ சிலுவை ஒன்று நிறுவப்பட்டுள்ளது. குரிசின் கீழே எண்ணெய் வடிவதற்காகத் தட்டு ஒன்றும் பொருத்தப்பட்டுள்ளது. அதிலிருந்து வடியும் எண்ணெயைப் பிடித்துக்கொள்ள தரையில் சிறு தொட்டி ஒன்றும் கட்டப்பட்டுள்ளது. சிலுவைக்கு இருபுறமும்

அந்தோணியார் மற்றும் குழந்தை இயேசுவைக் கையில் ஏந்திய மாதா சுரூபங்கள் உள்ளன. குறைந்த பட்சம் 450 ஆண்டுகள் இந்தக் குரிசு இதே இடத்தில் தூத்துக்குடியின் அடையாளங்களில் ஒன்றாக இருந்திருக்கிறது. போர்ச்சுகீசியர்கள் இங்கே இருந்ததன் அடையாளமாக அவர்கள் விட்டுச் சென்ற ஒருசிலவற்றில் இந்தக் குரிசுகளும் அடக்கம்.

அடுத்த குருசடி, சிலுவைக் கோயிலில் இருக்கிறது என தகவல் சொல்லப்பட்டதால் லாசல் பள்ளியின் கல்வெட்டுகளை சுற்றிக்காட்டிய பள்ளியின் உடற்பயிற்சி ஆசிரியர் சிலுவைக் கோயிலுக்கு எங்களை அழைத்துச் சென்றார். இங்கேயும் கோயிலுக்கு வெளியே சிறு அறை ஒன்றில் மேடையில் வீற்றிருக்கிறது குரிசு. கிட்டத்தட்ட கெரகோப் குரிசைப் போன்ற உயரம், அதே எண்ணெய்த் தட்டு, வடிகால் முறை, அதில் எண்ணெயைப் பிடித்துக் கொள்ள பழைய டின் ஒன்று. மரக் குரிசுக்குள் இன்னும் இரு சிறு குரிசுகள் ஒன்றுக்குள் ஒன்றாக வடிவமைக்கப்பட்டிருக்கின்றன. அதில் ஒன்றில் தங்க வண்ணத்தில் முலாம் பூசப்பட்டிருக்கிறது. குரிசின் அடிப்பகுதியில் கற்றையாக விரலி மஞ்சள் கோத்த மஞ்சள் வண்ணக் கயிறுகள் கட்டப் பட்டிருக்கின்றன. திருமணம் ஆகவேண்டியும், ஆனவர்கள் நன்றி சொல்லியும் இவற்றைக் கட்டியிருக்கவேண்டும். குருசுக்கு இரு பக்கமும் செபஸ்தியார் மற்றும் மாதா சுரூபங்கள் வைக்கப் பட்டுள்ளன.

'அன்பும் பண்பும் நிறைந்த விசுவாசிகளுக்கு கோவிலை சுத்தமாக வைக்க உதவுமாறு பணிவன்புடன் கேட்டுக்கொள்கிறோம். கடவுள் உங்கள் வேண்டுதல்களை நிறைவேற்றுவாராக. அன்புடன், உங்களில் ஒருவன்' என்ற வாசகத்துடன் எஸ்.கே.எம். தேங்காய் எண்ணெய் விளம்பரப் பதாகை ஒன்று வைக்கப்பட்டுள்ளது. பெரும்பாலும் இங்கே தேங்காய் எண்ணெய்தான் சிலுவை மேல் ஊற்றப்படுகிறது. இந்த எண்ணெய்க் குளி சடங்கை 450 ஆண்டுகளாக மரச்சிலுவைகள் எப்படித் தாங்கியிருக்கின்றன என்பது மட்டும் புரியவில்லை. வெளியே மெழுகுதிரிகளுக்கு வைக்கப்பட்டிருக்கும் நீளத்தாங்கியின்மேல் மின்சார சிம்னி ஓடிக்கொண்டிருந்தது. தொழில்நுட்ப வளர்ச்சியை மிகச் சரியாக பயன்படுத்தியிருக்கிறனர் போல.

தமிழகத்தில் ரோமை கத்தோலிக்கத்தை வளர்த்தெடுத்த போர்ச்சுகீசிய கிறிஸ்தவர்கள் நினைவாக தூத்துக்குடியில் இருப்பவை என பதிவு செய்யப்பட்ட இடங்களில் இரண்டு குரிசுகள். மற்றொன்று

கல்லறைக் கல்வெட்டு. அந்தக் கல்வெட்டை நாங்கள் சற்றும் எதிர்பாராத வேறொரு இடத்தில் கண்டோம். ரோமை கத்தோலிக்கத்திலிருந்து பிளவுபட்டு கிளம்பிய சீர்திருத்தத் திருச்சபை வசமிருக்கும் மற்றொரு கோயிலில் பாதுகாப்பாக கல்வெட்டு இருக்கிறது. கல்வெட்டு சுட்டும் பெண் யார்?

சான்றுகள்

- Monumental Remains of the Dutch East India Company in the Presidency of Madras vol-xx, Alexander Rea, 1897
- Kerala Society Papers Series 6, The Kerala Society, 1930
- Indian Antiquary A Journal of Oriental Research Vol.57, Carnac Richard, 1928
- The Portuguese, Indian Ocean and European Bridgeheads 1500-1800, Festschrift in honour of Prof.K.S.Mathew, Edited by Pius Malekandathil, T. Jamal Mohammed, 2001
- The Church in Madras, the History of Ecclesiastical and Missionary Action of the East India Company in the Presidency of Madras in the Seventeenth and Eighteenth Centuries, Frank Penny, 1904
- கடலோரப் பண்பாட்டு நடனங்கள் - வலம்புரிநாதம் வெளியீடு
- தென் தமிழகத்தில் கிறிஸ்தவம் - முனைவர் தே. ஜாண், செல்வி பதிப்பகம், திருநெல்வேலி

3

ஆதி கிறிஸ்தவர்கள் – பரதவர்கள்

கிறிஸ்தவத்தைத் தழுவினாலும், பரதவர் போல சாதியக் கட்டமைப்பைக் கட்டிக்காத்த தென்னிந்திய இனக்குழு வேறு எவரும் இல்லை என எழுதுகிறார் ஆய்வாளர் சூசன் பேய்லி காஃப்மன்.

•

சங்க காலத்தில் பரதவர் சங்கும், முத்தும் குளித்து அவற்றை இறைவனுக்குக் காணிக்கையாக்கியதைச் சொல்லும் பாடல்.

'புகழ்மலி சிறப்பின் கொற்கை முந்துறை
அவிர் கதிர் முத்தமொடு வலம்புரி சொரிந்து
தழை அணிப்பொலிந்த கோடு ஏந்து அல்குல்
பழையர் மகளிர் பணித்துறைப் பரவ'

- மாமூலனார், அகநானூறு, 201.

கொற்கைத்துறையில் பரதவர் முத்தும், சங்கும் மூழ்கி எடுத்த ஆற்றலையும், அதை கொற்கைப் பேரூர் ஆர்வமுடன் போற்றிய சிறப்பையும் குறிக்கும் பாடல்.

'இலங்கு இரும் பரப்பின் ஏறி சுறாநீக்கி
வலம்புரி மூழ்கிய வான்திமிற் பரதவர்
ஒலிதலைப் பணிலம் ஆர்ப்பக் கல்லெனக்
கலிகெழு கொற்கை எதிர்கொள இழிதரும்

குளவுமணல் நெடுங்கோட்டு ஆங்கண்
உவக்கான் தோன்றும் என் சிறுநல் ஊரே'

- சேந்தன் கண்ணனார், அகநானூறு 350

தூத்துக்குடியில் சிறுமழை வந்தாலே ஊர் வெள்ளக்காடாகிவிடும். சவர் மணலா, அல்லது வேறு காரணமா என தெரியவில்லை. ஜனவரி மாத மழைக்கு பிரையன்ட் நகர் தெருக்கள் முழுவதும் நீர் நிரம்பி, பாசி வாடை குப்பென்று வீச சாக்கடை வாய்க்கால்களும், மழை உபரி நீரும் இரண்டறக் கலந்து குட்டி வெனிஸ் நகரம்போலவே காட்சி தந்தது.

ரோடாவின் பெரியம்மா கிரீடாவின் வீட்டில் வண்ண வண்ண லவ் பேர்ட்ஸ்களும், கிளிகளும், இன்ன பிற பறவைகளும் கீச் கீச்சென்று சத்தம் எழுப்பிக்கொண்டே இருந்தன. அவரது பெரியப்பா லாம்பெர்ட் கல்லூரி விரிவுரையாளர் மட்டுமல்ல, வரலாறு, தொல்லியல்மீது பெரும் ஆர்வம் கொண்டவராக இருந்திருக்கிறார் என்பதை பெரியம்மா சொல்லிக்கொண்டிருந்தார்கள். கணவரை இழந்து, தனிமையை அணைத்துக் கொண்ட நவீன தமிழ் அம்மாக்களில் ஒருவர்; முன்னாள் பள்ளி தலைமை ஆசிரியர். மிடுக்காக ஆடை அணிந்து, அதற்குப் பொருத்தமாக நகை அணிந்து, அவரிடம் இழையோடும் மென் சோகத்தையும் தாண்டி வாழ்க்கையை மகிழ்வாய் வாழும் துடிப்பும் துள்ளலும் நிரம்பிக் கிடந்தது.

வெனிஸ் நகர கோண்டோலா ரைடுபோல எங்கள் வாடகைக் கார் நதியிலாடும் பூவனமாக பிரையன்ட் நகர்க் கால்வாய்களில் மிதந்து சென்றது. பீச் ரோட்டை சுற்றி வந்து, பரதவர் அரண்மனை என காட்டப்பட்ட 'பாண்டியாபதி' கட்டடத்தை புகைப்படம் எடுத்துக் கொண்டோம். இப்போது அதன் முன்பாக நண்பன் டீ ஸ்டாலும், டி.ஜே ஐஸ்கிரீம் கடை பேனரும், ஸ்னோசன் எஞ்சினியரிங் என்ற கடையும் பளிச்சிடுகின்றன. அரண்மனையின் பச்சை வண்ணம் தீட்டப்பட்ட ஜன்னல்களை இலைகள் உதிரும் குல்மோகர் கிளைகளுக்கு இடையே காண்பதே பெரும் சிரமமாக இருந்தது. வழக்கம்போல சொத்துத் தகராறில் கோர்ட் வசம் சொத்து இருப்பதால், பூட்டிக் கிடப்பதாக சொல்லப்பட்டது.

2000 ஆண்டுகளுக்கு முன் திறமையாக முத்தும் சங்கும் குளித்த பரதவ மக்களிடம்தான் கடுமையான சாதிக்கட்டமைப்பு இருக்கிறது. தேவாலய நிர்வாகத்தில் ஜாதித்தலைவனாரின் இடம் தனிப்பெரும் இடமாக, பெரிய கோயிலில் தனி இடம் பெற்று அமரும் அளவுக்கு ஒரு காலத்தில் வளர்ந்திருந்தது. ஜாதித் தலைவனாருக்கு

தேவாலயம் மற்றும் மக்களிடமிருந்த ஒட்டுமொத்த அதிகாரமும் இயேசு சபைக் குருக்களுக்கு சிக்கலை ஏற்படுத்தியது. ஆதிக்க சாதி மக்களை மனம் திருப்ப வேண்டி நொபிலி போன்ற இயேசு சபைக் குருமார் ஒரு பக்கம் உழைத்தாலும், பின்னாளில் சாதியம் திருச்சபைக்குள் கொண்டுவந்த சிக்கல்களைத் தந்தை கவுசானல் உள்ளிட்ட குருமார் கடுமையாக எதிர்த்துப் போராடி வந்தார்கள்.

சாதிக்கட்டமைப்பு

'பண்டைய இந்திய சமுதாயத்தின் தொழில்சார்ந்த வர்ணாசிரமத்தின் சிறு மாதிரிகைதான் இந்தக் கிளையமைப்பு. அந்தக் காலக்கட்டத்தில் அந்த சாதியக்கட்டமைப்பு ஏற்றுக்கொள்ளப் பட்டது. அது தேவையானதும்கூட. ஏனெனில் மக்களாட்சி நெறிமுறைகளும் சுதந்திர சமுதாயக் கட்டமைப்பும் மலராத அக்காலத்தில் ஒரு சமுதாயத்தின் சமூக பாதுகாப்புக்கும், சீரான தொழில்முறைகளுக்கும் அத்தகைய அமைப்பு தேவைப்பட்டது. அது சமூக அமைதியைக் கெடுக்கவும் இல்லை. அது இச்சமூகத்தின் புராதீன பெருமைக்கும் சமூக கௌரவத்துக்கும் ஒரு காரணமாகக் கொள்ளப்படலாம்.

ஆனால் அந்த அமைப்பு 1889ல் ஆட்டம் கண்டது. தொன் கபிரியேல் தி குருசு லாசரூஸ் மோத்தா என்பவரை குலத்தலைவராக ஏற்றுக் கொள்ள சமூகத்தின் ஒரு பிரிவினர் மறுத்தபோது இச்சமூகத்தின் குழுமங்கள் புதிய கிளைகள் விட்டு வளரத்தொடங்கின. பரவலாக இந்திய சமுதாயத்தில் அன்று நிகழ்ந்த அரசியல் மற்றும் பொருளாதார மாற்றங்களின் தாக்கமே இந்த மாற்றத்துக்கு வித்திட்டது', என தந்தை ஸ்டீபன் கோமஸ் தன் 'தடம் பதிந்த பாதை' நூலில் எழுதியுள்ளார்.

'அரசர் அல்லது குலத்தலைவன் பிரிவும், வணிகர் பிரிவும் ஒன்றிணைந்து 'மேசைக்காரர்' பிரிவு முளைத்தது. மன்றாடிகளும் வேலைக்காரர்களும் இணைந்து 'கம்மரக்காரர்' என்ற பிரிவு எதிர் அணியாக உருவாகி, பல்வேறு சமூகப் பிணக்குகளுக்கும் நீதிமன்ற வழக்குகளுக்கும் வழிவகுத்தன. ஆங்கிலேயர் ஆட்சியின் பிற்காலத்தில் கம்மரக்காரர் பிரிவு பொருளாதாரத்தில் முன்னேற்றம் கண்டதால் மேசைக்காரர் பிரிவை பின்தள்ளியது. ஆனால் காலப்போக்கில் கம்மரக்காரர்களே மடிக்காரர் (கடலோடிகள்), மெனக்கடர் (கரையில் மீன் விற்பனைத் தரகர், இலங்கை வணிகர்கள்) என இரு பிரிவாகப் பிளவுண்டது. மடிக்காரர் களுக்குள்ளேயே கொஞ்சம் வசதியும் எத்தனங்களும் உள்ள

'சம்மட்டிமார்', கூலிக்கு மட்டும் வேலைசெய்யும் 'கூலி மீனவர்' என்ற பிரிவுகள் தோன்றின. இந்த இருவருக்கு மேலேயும் 'வட்டக்காரர்' பிரிவு அனைத்து மீன் வணிகத்தையும் ஆட்டுவித்தது.'

'வட்டக்காரர்களிடமிருந்து விடுதலை, ஒட்டுமொத்த மீனவர் சமுதாயத்தின் பொருளாதார மாற்றத்துக்கு வழிவகுக்கும் என்பது சமூக சேவையாளர்களின் கருத்து', என தந்தை ஸ்டீபன் குறிப்பிடுகிறார். மேசைக்காரர்களின் ஆதரவு பெற்ற 'பதுராதோ மிஷன்'. கம்மரக்காரர்களின் ஆதரவு பெற்ற 'பிரெஞ்சு மிஷன்' பொன்ற பிரிவினைகள் இன்று வழக்கொழிந்து போயுள்ளன. 'ஆனால் சம்மட்டிமார் பிரிவு நாட்டுப்படகு உரிமையாளர்கள், விசைப்படகு உரிமையாளர்கள் என நவீன பிரிவினைவாதமாகப் பிரிந்து கடலோரத்தை வதைத்துக் கொண்டிருக்கிறது. தெற்கே நகர தாது மணல் நிறுவனங்கள் ஊர்களை இரண்டுபடுத்தி, கோஷ்டிகளை உருவாக்கி கடலோர அமைதிக்கும் பங்கம் விளைவித்துக் கொண்டிருக்கின்றன', என அன்றுமுதல் இன்றுவரை இந்த சமூகத்தின் நிலை குறித்து தன் நூலில் ஸ்டீபன் அடிகள் எழுதியிருக்கிறார்.

மேசைக்காரர்கள் வசம் இருந்த ஆதிக்கத்தை உடைக்க இயேசு சபைக் குருமார் தொடர்ந்து முயற்சித்து வந்தார்கள். அவர்களுக்கு வெற்றி 'புதுப் பணக்காரர்களான' கம்மரக்காரர்கள் மூலம் கிட்டியது. நைலான் வலைகள், ஐஸ் பிளான்டுகள், பெரும் கப்பல்கள் என நவீனமயமாக்கல் முத்துக் குளித்தலில் இருந்து விலகி, கம்மரக்காரர் உள்ளிட்ட பிறரும் பெருமளவில் மீன் பிடித்தலில் லாபமீட்ட உதவியது. புதுப் பணக்காரர்கள் மூலம் ஜாதித்தலைவனுக்கு மாற்றாக கட்டமைப்பை உருவாக்க முயற்சிகள் நடந்தன. இந்தப் புதுப் பணக்காரர்களும் அதற்கு உடன்பட்டு அழுத்தமான உள்சாதிக் கட்டமைப்பை உடைக்க முயன்றனர்.

அரண்மனைக்கு அருகே விசாரித்ததில், பரதவர் வழக்கங்கள்பற்றி தெரிந்துகொள்ள ரோச் விக்டோரியா வழித்தோன்றல் குடும்பத்தை அணுகுமாறு அறிவுறுத்தப்பட்டோம். கடும் உழைப்பும், வித்தியாசமான வணிக சிந்தனைகளும் கொண்டவர் ரோச் விக்டோரியா. 1885ம் ஆண்டில் இலங்கையின் முக்கிய துறைமுக ஒப்பந்ததாரர்களாக ரோச் - விக்டோரியா குடும்பம் வளர்ந்து நின்றது. பனிமயமாதா கோயிலுக்கு அருகே கடற்கரை சாலையில் பெனோ ரோச் மற்றும் சில்வியா தம்பதியின் வீட்டைத் தேடிக் கண்டுபிடித்தோம். 'பெரும்பாலும் ரோமை கத்தோலிக்கர்களாக

சில்வியா மற்றும் பெனோ ரோச் விக்டோரியா

மதம் மாறிய பரதவர்கள் இந்துக்களாகத்தான் இருந்தார்கள். அவர்களது விருப்பத்துக்கு மாறாக அரேபிய முகம்மதியர் அவர்களை மதம் மாற்ற முயற்சித்தார்கள்; முத்துக்குளிக்கும் உரிமையைக் கொண்டு ஒடுக்கப்பார்த்தார்கள்', என பெனோ பேசத்தொடங்கினார்.

'மதுரையை ஆண்ட திருமலைநாயக்க மன்னன்கூட இந்த மக்களை மூர்களிடமிருந்துக் காப்பாற்ற முடியாது என கைவிரித்துவிட்டான். இந்தச் சூழலில்தான் போர்ச்சுகீசியர்கள் தொடர்பு கிடைத்து, இவர்களுடன் துணை நிற்கவேண்டும் என்றால் பரதவர்கள் கிறிஸ்தவத்துக்கு மதம் மாறவேண்டும் என்ற நிபந்தனை விதிக்கப் பட்டது; இவர்களும் மதம் மாறினார்கள். மதம் மாறியவர்களின் நம்பிக்கையை அதன்பின் வந்த பிரான்சிஸ் சவேரியார் பலப்படுத்தினார். அதன் காரணமாகவே இன்றுவரை கடற்கரைப் பகுதிகளில் கத்தோலிக்க கிறிஸ்தவம் இன்றளவும் வலிமையாக இருக்கிறது. உள்நாட்டுப் பகுதிகளிலோ சீர்திருத்தக் கிறிஸ்தவம் வலிமை பெற்றது', எனச் சொல்கிறார்.

ரோச் என்ற குடும்பப் பெயர் குறித்துக் கேட்டதும், '1923ம் ஆண்டு தூத்துக்குடியின் முதல் இந்திய பிஷப்பாக நியமிக்கப்பட்ட ரோச் ஆண்டவர் என் உறவினர். அவரது தந்தையும் என் தாத்தாவும் சகோதரர்கள். எனக்கு ஞானத்தந்தையும் அவர்தான்', என்கிறார். பேச்சு அவரது தந்தை செவாலியே ஜே.எல்.பி. ரோச் விக்டோரியா பக்கம் திரும்புகிறது. தூத்துக்குடியின் மிக முக்கிய வணிகர்களில்

ஒருவர், தேர்ந்த அரசியல்வாதி, சமூக சேவகர் என பல்வேறு பரிணாமங்கள் கொண்டு இயங்கியவர் ரோச். ஜே.எல்.பி. என தூத்துக்குடிவாசிகளால் பிரியமாக அழைக்கப்பட்ட ரோச், தூத்துக்குடி நகரசபையின் தலைவராக 20 ஆண்டுகள் பணியாற்றியவர். தூத்துக்குடி ஜிம்கானா கிளப்பைத் தோற்றுவித்தவர். பரதவ இளைஞர் அமைப்பினை ஏற்படுத்தினார். 1922ம் ஆண்டு இவர் தொடங்கிய "Band of Hope' இசைக்குழு இசை நிகழ்ச்சிகள் மூலம் செய்த விழிப்புணர்வை ராஜகோபாலாச்சாரி பாராட்டியிருக்கிறார்.

பெரெய்ரா அண்டு சன்ஸ் நிறுவனத்தின் பங்குதாரர், புகழ்பெற்ற சிந்தியா ஷிப்பிங் நிறுவனத்தின் தூத்துக்குடி முகவர், தூத்துக்குடி போர்ட் டிரஸ்ட் சட்டவரைவு ஏற்படுத்தியதில் முக்கியப் பங்கு வகித்தார். கோடைக்கால வகுப்புகளை நடத்த 'கோடைப் பள்ளிகள்' ஏற்படுத்தினார். 1937ம் ஆண்டு தூத்துக்குடியில் நடைபெற்ற 'இந்திய தொழில் கண்காட்சியை' ஏற்பாடு செய்த ரோச், அந்தக் கண்காட்சியில் அவரது நண்பர் சர் சி.வி. ராமனை அரங்கு அமைக்க வலியுறுத்தி 'ராமன் எஃபக்ட்' குறித்து தூத்துக்குடி மக்கள் அறிந்துகொள்ள வழிசெய்தார். மதராஸ் சட்டமன்றத் தேர்தலில் (தனி) வென்று 1937 முதல் 1945 வரைச் சட்டமன்ற உறுப்பினராகப் பணியாற்றினார்.

நிலாவாரை (senna) இலைகளைப் பறித்து சுத்தம் செய்ய தனி ஆலை அமைத்தார். 'வில்லேஜ் இந்தியா' என்ற இதழின் ஆசிரியராகவும் பணியாற்றினார். 1941 முதல் 1947 வரை மதராஸ் பல்கலைக் கழகத்தின் செனட் உறுப்பினராகப் பணியாற்றினார். கிழக்கிந்திய நீராவி வழிசெலுத்துதல் நிறுவனத்தின் இயக்குனர், பெரெய்ரா மற்றும் ரோச் நிறுவனத்தின் நிறுவனர், மீன்பிடித் துணைக் குழு உறுப்பினர், திருநெல்வேலி மாவட்ட மத்தியக் கூட்டுறவு பண்டகசாலையின் தலைவர், தூத்துக்குடி பால் விநியோகக் கூட்டுறவு சங்கத் தலைவர், தூத்துக்குடி இந்திய வர்த்தக சபை நிறுவனர், தலைவர் என ரோச் தடம் பதிக்காத இடமே இல்லை எனலாம். 1945 - 1947ம் ஆண்டுவரை தூத்துக்குடி துறைமுக நிர்வாகத் துணைத்தலைவராக இருந்துள்ளார். இவற்றைவிட மிக முக்கியமான பணியாக பரதவ மஹாஜன சங்கக் கூட்டங்கள் மூலம் பரதவர்களை ஒருங்கிணைத்ததில் முக்கியப் பங்கு ரோச்சுக்கு உண்டு.

இந்தச் சூழலில் 1946ம் ஆண்டு காங்கிரஸ் கட்சியின் சார்பாக தமிழக சட்டமன்ற மேலவை உறுப்பினராக நியமிக்கப்பட்டார். 1949 முதல் 1952 வரை பி.எஸ். குமாரசாமி ராஜாவின் காங்கிரஸ் அமைச்சரவையில் உணவு மற்றும் மீன்வளத்துறை அமைச்சரானார்.

தொடர்ச்சியாக தூத்துக்குடி துறைமுகம் அமைப்பதற்கான முன்னெடுப்புகள் செய்தார். 1958ம் ஆண்டு நேருவை சந்தித்து அதற்கான முயற்சிகளை எடுத்தார். 'தூத்துக்குடி துறைமுக முன்னேற்ற கழகம்' இவரது பெருமுயற்சியால் உருவானதே. தூத்துக்குடியில் இன்று இயங்கிவரும் பல்வேறு அரசு அலுவலகக் கட்டடங்கள் நிற்கும் இடம் ரோச் விக்டோரியா அரசுக்கு வழங்கியதே. பொதுப்பணித்துறை அலுவலகம், நகர சந்தை, நகர மையவாடி, தூத்துக்குடி நகராட்சி அலுவலகம், மருத்துவமனை, ரயில் நிலையம் என நகரின் முக்கிய இடங்கள் அத்தனையும் இவரது கொடைதான். பொருள் ஈட்டிய அளவுக்கு அதை பிறருக்குத் தந்தும் உதவியவர் ரோச் விக்டோரியா.

'என் பெற்றோர் பெரெய்ரா தெருவிலுள்ள பெத்தானியல் லாட்ஜ் என்ற வீட்டில் குடியிருந்தார்கள். நாங்கள் வசித்துவரும் வீடு 1927ம் ஆண்டு வாங்கியது. நான் பிறந்து வளர்ந்தது இங்குதான். பெரியவீடு. எனக்குத் திருமணம் தாமதமாகத்தான் நடந்தது. பேங்க் ஆஃப் இந்தியா வீட்டை வாடகைக்குக் கேட்கவே, நாங்கள் இங்கே மாடிக்குக் குடிவந்தோம். பெரிய வீட்டை எங்களால் கவனிக்க முடியாது. என் மனைவி இலங்கையில் பிறந்து வளர்ந்தவர்', எனச் சொல்கிறார்.

'அந்தக் காலத்தில் தூத்துக்குடியில் இருந்து கொழும்பு செல்ல தினசரி ஸ்டீமர் சர்வீஸ் உண்டு. 1949ம் ஆண்டுவரை பிரிட்டிஷ் ஸ்டீம் நவிகேஷன் கம்பெனிதான் கப்பல்களை இயக்கியது. இங்கிருந்து ஓர் இரவுப் பயணத்தில் கொழும்பு சென்றுவிடலாம். முதல் வகுப்புக்கே 4 ரூபாய் கட்டணம். அதில் இரவு உணவும் அடக்கம். மாலை 5 மணிக்கு வேலை முடித்து 6 மணிக்குக் கப்பல் ஏறினால், இரவு 8 மணிக்கு இங்கிருந்து புறப்பட்டுவிடும். காலை 6 மணிக்கு கொழும்பு துறைமுகத்தில் அமைதியாக நிலைகொண்டுவிடும். 10 மணிக்கெல்லாம் இறங்கி நம் வேலைகளைப் பார்க்கப் போகலாம். இதன் காரணமாக வார இறுதியில் கொழும்பு சென்று திரும்புபவர்கள் எண்ணிக்கை இங்கு வெகு அதிகம்', எனச் சொல்லிச் சிரிக்கிறார்.

ஏன் விக்டோரியா என்ற பெயரொட்டு என்ற எங்கள் கேள்விக்கு பதில் தருகிறார். 'விக்டோரியா மகாராணியின் பெயரைத்தான் வைத்திருக்கின்றனர். எங்கள் தாத்தா காலத்தில் விக்டோரியா ராணியின் வைரவிழா கொண்டாடப்பட்டது. அப்போது சமூகப் பணியாற்றிய முக்கியமான நபர்களுக்கு ஆங்கிலேய அரசு மெடல் ஒன்றைத் தந்து விக்டோரியா என்ற பெயரை வைத்துக்கொள்ளலாம்

என அனுமதியும் தந்தது. அப்படித்தான் தாத்தாவின் பெயருடன் விக்டோரியா சேர்ந்துகொண்டது. அப்பாவும் அந்தப் பெயரை பயன்படுத்தினார். ஆனால் என் மூத்த அண்ணன் அதைப் பயன்படுத்த விரும்பவில்லை. நான் ஏன் அந்தப் பெயரை வைத்துக்கொள்ளவேண்டும் எனச் சொல்லி நீக்கிவிட்டான்', எனச் சொன்னார்.

அவரது மனைவி சில்வியா இலங்கையில் இதழியலாளராகப் பணியாற்றியிருக்கிறார். எம்.ஜி.ஆரை ஒருமுறை சந்தித்த போது, 'நீ என்ன ஆகப்போகிறாய்?' என சில்வியாவிடம் அவர் கேட்டிருக்கிறார். இவர் இதழியலில் ஆர்வம் என பதில் சொல்ல, 'என் கட்சியைப்பற்றி நீ எழுதப்போகிறாய் பார்', என அவர் சொன்னாராம். அவர் சொன்னதுபோலவே, அவரது கட்சியான அதிமுகவில் அப்போது விறுவிறுவென முன்னுக்கு வந்த ஜெயலலிதா பற்றி எழுதியதை மறக்கவே முடியாது எனச் சொல்கிறார். இலங்கையின் பிரபலமான 'சன்' இதழுக்காக ஜெயலலிதா குறித்துக் கட்டுரை எழுதியதை நினைவு கூர்கிறார்.

கெரகோப்புக் கல்லறை எப்போது தரைமட்டமாக்கப்பட்டது என கேட்டோம். 'வெகு காலமாகவே அது ஹாலந்து அரசின் கட்டுப் பாட்டில்தான் இருந்தது. அந்த நிலம் கத்தோலிக்க திருச்சபையிட மிருந்து எடுக்கப்பட்டது என்பதால், பிற்பாடு அது கத்தோலிக்க சபைக்குச் சொந்தமானது எனச் சொல்லப்பட்டது. எந்தக் காலகட்டத்தில் அந்தக் கல்லறைக் கல்வெட்டுகள் அங்கிருந்து நகர்த்தப்பட்டன என்பது எனக்கு நினைவில்லை', எனச் சொல்கிறார். நேர்த்தியான கட்டமைப்பு கொண்ட பழைய வீடு, உயரமான ஓடுகள் வேய்ந்த கூரை, ஆளுயர நிலைக்கண்ணாடிகள், அவற்றில் மீன், சிப்பி, வலம்புரிச்சங்கு மற்றும் வள்ளம் கொண்ட இலைச்சினை (Coat of Arms) என பார்த்துப் பார்த்துத் தீட்டிய ஓவியம்போல இருந்தது அந்த வீடு!

கடல் வணிகத்தில் பரதவ சமூகம் எப்போதும் முன்னோடியாக இருந்திருக்கிறது. பணம் ஈட்டுதல், அதே சமயம் சமூகத்துக்கும் தொண்டு செய்தல் என பொறுப்புடன் இருந்திருக்கின்றனர். தங்கள் சாதியக் கட்டமைப்பை பெருமையாகவே இன்றும் நிலைநிறுத்திக் கொள்கின்றனர். நாம் எந்த சமூகத்தைச் சேர்ந்தவர்கள் என்பதை அறியும் இவர்கள் ஆர்வம் மட்டற்றது. அதற்கு எளிமையான முறையைக் கையாள்கின்றனர். 'வாட் இஸ் யுவர் சர்நேம்?' என்ற கேள்வியைச் சர்வசாதாரணமாக நாங்கள் சந்தித்த பல பெண்கள் முன்வைத்தார்கள். மோத்தாவா, அல்மைடாவா, பெரைராவா...

அறியப்படாத கிறிஸ்தவம் ✧ 71

என தூண்டில் வேறு! இல்லை, எங்களுக்கு சர்நேம் வைக்கும் வழக்கம் இல்லை எனச் சொன்னால், எல்லாம் பாழாய்ப் போச்சு! நீங்கள் பரதவர் இல்லை என்பது தெளிவாகிவிடும். 'எங்கப்பா வகையில நாங்க மோத்தா, என் ஹஸ்பண்ட் ஃபேமிலியும் மோத்தாதான். சோ, நான் டபுள் மோத்தா' என ஓர் அம்மா பெருமை பொங்கச் சொன்னதை நினைத்துப் பார்த்து சிரித்துக்கொள்கிறேன். டபுள் பி.ஹெச்.டி.கூட இத்தனை பெருமையாக அதைச் சொல்லியிருக்க முடியாது!

இறுதி பரதவ சாதித் தலைவர் புகைப்படம்,
நன்றி: மொரேஸ் குடும்பம், மணப்பாடு

பரதவர் சமூகத்தின் உள்கட்டமைப்பு வினோதமானது. தங்கள் சாதித் தலைவரை மிகவும் மதிக்கின்றனர்; அன்பு செய்கின்றனர். பரதவ மக்களுக்கு இடையே இருக்கும் சாதியப் படிநிலை பணி சார்ந்தே கட்டமைக்கப்பட்டிருக்கிறது. கிறிஸ்தவத்தைத் தழுவினாலும், பரதவர்போல சாதியக் கட்டமைப்பைக் கட்டிக்காத்த தென்னிந்திய இனக்குழு வேறு எவரும் இல்லை என எழுதுகிறார் ஆய்வாளர் சூசன் பேய்லி காஃப்மன். கீழக்கரைமுதல் கொச்சிவரை கடற்கரையோரப் பகுதிகளில் வசித்த பரதவ குல மக்கள் பாண்டியர் ஆட்சிக்காலம் முதலே சாதியக் கட்டமைப்புக்குள் இறுக்கமாக வசித்தார்கள்; அதற்கு முத்துக்குளித்தல் பெரும் காரணமாக அமைந்தது எனவும் பேய்லி எழுதுகிறார். பரதவ ஜாதித் தலைவர்கள் தாங்கள் பாண்டிய மன்னர்கள் வம்சாவழியைச் சேர்ந்தவர்கள் என கருதுகின்றனர்.

பரதவர்களின் 'ஜாதித் தலைவர்' விக்கிரமாதித்த பாண்டியனின் காலத்தில்தான் அவர்கள் கிறிஸ்தவத்துக்கு மதம் மாறினார்கள். போர்ச்சுகீசியர்களுக்கு முத்துக்குளிக்க முன்வந்த பரதவ ஜாதித் தலைவர் விக்கிரமாதித்த பாண்டியன் திருநீராட்டு பெற்று செனோர் செனோர் தோம் சுவான் த குருசு ஆனார் (முந்தைய இயலில் நாம் கண்ட ஜோ த குருசு இந்த சுவான் த குருசாகலாம்). இவரது குடும்பத்தினரே இன்றளவும் ஜாதித் தலைவர்களாக இயங்குகின்றனர். தூத்துக்குடியைத் தலைமையிடமாகக்கொண்டு மற்ற கடற்கரை பரதவக் குடியிருப்புகளிலுள்ள மக்களை அவர்களின் தலைவர்களான அடப்பன் (கீழக்கரை முதல் மணப்பாடு வரையிலான ஊர்த்தலைவர்கள்), பட்டங்கட்டி (மணப்பாடுக்கு தெற்கே உள்ள கடற்கரைக் குடியிருப்புகளின் ஊர்த் தலைவர்கள்) மற்றும் மூப்பர்கள் (உள்நாட்டில் குடியேறிய பரதவர்களின் ஊர்த்தலைவர்கள்) மூலம் ஜாதித் தலைவர்கள் வழிநடத்தினார்கள். இவர்கள் தவிர அவர்களுக்கான பிரத்யேக முடி திருத்துனர்கள், வண்ணார் போன்றோரும் உண்டு என பேய்லி சொல்கிறார்.

சைமன் காசி செட்டியோ, பரதவர்களில் 13 குழுக்களைச் சுட்டுகிறார். -

ஊர்த்தலைவர்கள், துணி வணிகம் செய்தவர்கள், பவளம் வெட்டி எடுப்போர், மாலுமிகள், முத்துக்குளிப்போர், சங்கு குளிப்போர், துணி கட்டுவோர், ஆமை பிடிப்போர், கடற்பன்றி பிடிப்போர், சுறா மற்றும் பிற மீன் பிடிப்போர், பல்லக்குத் தூக்கிகள், தலைவருக்கு உதவி செய்யும் உதவியாளர், நண்டு பிடிப்போர் என, செய்யும் தொழிலுக்கு ஏற்றவாறு பரதவருக்குள்ளேயே பன்னடுக்காக

வகைமைப்படுத்தல் இருந்தது என சுட்டுகிறார். ஜாதித் தலைவருக்கும், ஊர்த்தலைவர்களுக்கும் இடையே தொடர்ச்சியாக கடிதங்கள் மூலம் தகவல் பரிமாற்றங்கள் நடந்துள்ளன. வணிகம், திருமணம், ஊர்த் திருவிழாக்கள் என எல்லாவற்றிலும் ஜாதித் தலைவனின் முடிவே இறுதி முடிவாக ஊர்களில் இருந்திருக்கிறது. 'சீட்டாடிகள்' (அலுவலர்கள்) மூலம் பரதவ வீடுகளில் வரி (காணிக்கை) வசூலிக்கப்பட்டு ஜாதித் தலைவருக்கு அனுப்பப் பட்டிருக்கிறது.

இந்த ஒழுங்குபடுத்தப்பட்ட கட்டமைப்பு கிறிஸ்தவத்தைக் கட்டிக்காக்கவும் பயன்பட்டது எனலாம். இதில் மேசைக்காரர்கள் - கம்மரக்காரர்கள் பிரிவுகளே தங்களுக்குள் அதிகாரக் குவிப்பை உருவாக்கிக்கொள்ள முனைந்தார்கள். ஆய்வாளர் அமுதன் அடிகளோ, இதில் ஜாதித் தலைவமோர் என்ற அமைப்புக்குள் குறுக்குவதைவிட, பட்டங்கட்டிமோர் என்ற அமைப்பையே நாம் பார்க்கவேண்டும்; அவர்கள்தான் பரதவர்களை கிறிஸ்தவத்தில் இணைத்திருந்தார்கள் எனச் சொல்கிறார். ('கடலோரக் கவிச்சோலை')

பிரான்சிஸ் சவேரியார் காலம் தொடங்கி 400 ஆண்டுகள் கிறிஸ்தவத்தை இந்த மக்கள் விடாது பற்றியிருக்கக் காரணம் இவர்களது சாதிய அடுக்குமுறைதான் என்றும் பேய்லி குறிப்பிடுகிறார். ஜனவரி 8, 1926 தேதியிட்ட இந்தியன் எக்ஸ்பிரஸ் இதழ், கடைசி ஜாதித் தலைவமோரின் (மோர் - போர்ச்சுகீசிய மொழியில் இதற்கு தலைவர் என பொருள்) பட்டம் சூட்டு விழாவை விரிவாக விவரிக்கிறது.

'ஜனவரி 7, 1926 அன்று செனோர் தோம் மனுவேல் லூயி தி குருசு அனஸ்தஸ் மோத்த கொரெய்ரா, 'ஜாதிதலைவமாராக' பட்டம் சூட்டப்பட்டார். பாரம்பரிய 'ஃபோர்ப்ஸ்' ஆடைகள் அணிந்து பாண்டியபதி அரண்மனையிலிருந்து ஊர்வலமாக பனிமய மாதா ஆலயத்துக்கு வந்து சேர்ந்தார். அங்குக் குழுமியிருந்த பெரும் கூட்டத்துக்கு இதற்கென மயிலை பேராயத்திலிருந்து அனுப்பப் பட்ட குரு லாரன்ஸ் சேவியர் பெர்னாந்து உள்ளிட்ட 6 குருமார் சிறப்பு திருப்பலி நிறைவேற்றினார்கள். 1530ம் ஆண்டு போர்ச்சுகீசிய மன்னரான மூன்றாம் ஜானால் முதல் ஜாதித் தலைவமாருக்கு பரிசளிக்கப்பட்ட தங்கச் சங்கிலி மற்றும் சிலுவை அருட்தந்தை லாரன்சால் புதிய ஜாதித்தலைவமாருக்கு அணிவிக்கப்பட்டது.'

'தெ தேயும் (Te Deum) என்ற லத்தீன் மொழி ஆராதனைப் பாடல் பாடப்பட்டது. பூசைக்குப் பின் கோயிலின் முன்மண்டபத்தில்

ஜாதித்தலைவமாரின் பாரம்பரிய 'மித்ரெ' (Mitre) கிரீடம் அவரது மாமா குரு வாஸ் அவர்களால் சூட்டப்பட்டது. குழுமியிருந்தவர்கள் செலுத்திய வணக்கத்தைப் பெற்றுக்கொண்ட ஜாதித்தலைவமார், தந்தத்தால் செய்யப்பட்ட பல்லக்கில் ஏறி, அதை 12 பல்லக்குத் தூக்கிகள் தூக்க, கொடிகள், யானைகள், பிற அலங்காரங்கள் பின் தொடர ஊர்வலமாக நகரின் தென் பகுதி முழுதும் ஊர்வலமாக அழைத்துச் செல்லப்பட்டு பாண்டியபதி திரும்பினார். இலங்கை, கேரளா, தமிழகத்தைச் சேர்ந்த 72000 பரதவர்கள் இந்த நிகழ்வில் கலந்துகொண்டார்கள். பாண்டியபதி அரண்மனையில் மாலை 3 மணி முதல் பெரும் விருந்து அளிக்கப்பட்டது. மீண்டும் மாலை 6 மணிக்கு தந்தப் பல்லக்கில் ஊர்வலம் கிளம்பி நகரின் மேற்கு, தென் பகுதிகளில் சுற்றி இரவு 11 மணிக்குப் பாண்டியபதியை அடைந்தது. நிகழ்வுகளில் இஸ்லாமியர், நாடார்கள், வெள்ளாளர், தேவர், கோனார், நாயக்கர்கள் உள்ளிட்ட பிறரும் கலந்துகொண்டு புதிய ஜாதித்தலைவமாரை வாழ்த்தினார்கள்.'

இன்னும் அதிக விவரம் எங்களுக்குக் கடைசி ஜாதித் தலைவரின் குடும்ப வாரிசுகளிடம் கிடைத்தது. அடித்துப் பிடித்துப் பெருமைமிக்க மோத்தா குடும்பத்தின் ரோகிணி மோத்தா அம்மையாரைச் சந்திக்க நேரம் வாங்கிக்கொண்டோம். எங்களுடன் ரோடாவின் பெரியம்மாவும் துணைக்கு வந்தார்; அறிமுகம் செய்துவைத்தவர் அவரேதான். ரோகிணியின் மகளும் மகனும் அவரிடம் பயின்றவர்கள். அழகிய வேலைப்பாடுடன் கூடிய அந்த பங்களாவின் வரவேற்பறையில் நாங்கள் பரதவர் சாதிக்கட்டமைப்பை கேட்டு அறிந்துகொள்ளவேண்டும் என கேட்டுச் சென்று காத்திருந்தோம். இரண்டு 'பக்' (pug) நாய்கள் சரியாக என் காலடியில் வந்து உட்கார்ந்துகொண்டன. ஐயோ, கடித்தால் கால் கிலோ கறி கூட நம் காலில் மிஞ்சாதே, வாயை இங்கே பார்த்துத்தான் திறக்கவேண்டும் என மனதுக்குள் சத்தியம் செய்துகொண்டேன்.

கேரளத்தைப் பூர்வீகமாகக்கொண்டு அந்தக் குடும்பத்தில் மருமகளாக வந்த ரோகிணி பேசியதில் இருந்தே பரதவர் சாதி அமைப்பை ஓரளவுக்குப் புரிந்துகொள்ள முடிந்தது. 'மேசைக்காரர்கள் என்பவர்கள் தோணிகள் மற்றும் கப்பல்களின் உரிமையாளர்கள். தொடக்க காலம் முதலே அவர்கள் வணிகர்களாக இருந்தார்கள். இலங்கை போன்ற நாடுகளில் அவர்களுக்கு வணிகம் செழித்திருந்தது. என் மாமனாரின் தந்தை மேசைக்காரர், மற்றவர்களைவிட சற்று உயர்ந்த இடம் மேசைக்காரருக்கு உண்டு. இங்கிருந்து துணி கொண்டுசென்று இலங்கையில் வணிகம் செய்தார். அதில் கிடைத்த

லாபம் கொண்டு வேப்பலோடை உப்பளங்களை அமைக்க 19ம் நூற்றாண்டு வாக்கில் பெருமளவில் நிலங்கள் வாங்கினார். 1932ம் ஆண்டு விடுதலைப் போராட்டத்தில் 'தண்டி யாத்திரை' காந்தி தொடங்கியபோது, மாமனாரின் தந்தை எஸ்.ஏ.மோத்தவும் இங்கு ஒரு தண்டி யாத்திரை நடத்தினார். வேதாரண்யத்தில் ராஜாஜி உப்பை அள்ளியபோது, இங்கே வேப்பலோடையில் இவர்களும் யாத்திரை நடத்தினர்.'

'இதன் விளைவாக எங்கள் உப்பளங்கள் எல்லாவற்றையும் ஆங்கிலேயர் மூடினார்கள். இந்த சிக்கலால் மோத்தா குடும்பம் இலங்கையிலிருந்து தூத்துக்குடிக்குத் திரும்பினார். விடுதலைக்குப் பிறகு இரட்டை வரி - இலங்கையிலும், இங்கும் இரு இடங்களிலும் வரி கட்டியதால் தூத்துக்குடிக்கே 1950 - 60களில் திரும்பினார்கள். பெரும்பாலும் சாதித்தலைவர், தலைவர் குடும்பங்களில் உறவுக்குள்தான் திருமணம் செய்யும் முறையும் இருந்தது. கடைசி ஜாதித் தலைவர் என் திருமணத்துக்குப் பின்தான் இறந்துபோனார். சமீப காலமாகத்தான் இந்தக் குழுக்களிலிருந்து வெளியே திருமணங்கள் நடைபெறத் தொடங்கியுள்ளன. கடைசி ஜாதித் தலைவனின் குடும்பத்தினர் இன்றும் இங்கு வசிக்கின்றனர், ஆனால் அந்த சாதித்தலைவர் வழக்கம் அழிந்து போனது', எனச் சொல்கிறார்.

மேலதிக தகவல் தருகிறார் முன்னாள் அடப்பன் குடும்பத்தைச் சேர்ந்த அவரது உறவினர். 'எங்கள் குடும்பம் வடக்குத் தெருவைச் சேர்ந்தது. ஹார்வி மில்லை அடுத்த தட்டார் சந்தில் இருந்தது, ஐந்து வாசல்கள் கொண்ட பெரிய வீடு எங்களுடையது. என் தாத்தாவின் அப்பா அந்தப் பகுதியின் அடப்பனார். 7 கிராமங்கள் ஜாதித் தலைவரின் கட்டுப்பாட்டில் இருந்தன. அடப்பன் மக்களிடம் பணம் வசூலித்து ஜாதித் தலைவனிடம் தரவேண்டும். தாலி முதல் எல்லாமே எங்களுக்கு வித்தியாசமாகவே இருக்கும். ஆனால் இங்கு இந்துக்கள் - மறவர் வசித்திருக்கின்றனர். பெரிய கோயில் பக்கம் மறக்குடித் தெரு உண்டு. அரபு முகம்மதியர் இணைந்து வசித்திருக்கின்றனர். போர்ச்சுகீசியர்கள், டச்சு, பிரெஞ்சு, பிரிட்டிஷார் என பல இனத்தவரும் இங்கு வந்து சென்றிருக்கின்றனர். பழைய ஹார்வி மில் கோடவுன்தான் பழைய போர்ச்சுகீசிய கோட்டை இருந்த இடம். அதற்கு எதிரே உள்ள கடற்பகுதியில் போர்ச்சுகீசிய துறைமுகம் இருந்துள்ளது. இப்போதும் நார்த் கமரான் பக்கம் சென்றால் நீங்கள் அந்த கோடவுனைப் பார்க்கலாம். டச்சு தேவாலயமும் இங்கு உண்டு. ஜாதித் தலைவர் வீடும் அந்தப்

பகுதியில்தான் இருக்கிறது - பாண்டியபதி. ஒரு காலத்தில் அங்கு பல்லக்குகூட உண்டு.'

'ராஜா (ஜாதித் தலைவர்) நடக்கும்போது அவருக்கு இரு பக்கமும் தீவட்டி கொண்டு செல்வோருண்டு; 'பரிசப்பாவாடை' தூக்கிச் செல்பவர்களும் உண்டு. இதய வடிவில், ஈட்டி வடிவில், நிலா வடிவில் அலங்காரத்துக்காகக் கொண்டு செல்லப்படுபவை அவை. மேசைக்காரர்கள், கமாரக்காரர்கள் (தோணிக்கயிறு இழுப்பவர்கள்), பல்லக்குத் தூக்கிகள் என பல வகையினருண்டு. இந்தக் குழுக்கள் ஒன்றுடன் மற்றொன்று திருமண உறவுகள் மட்டும் வைத்துக் கொள்வதில்லை. இப்போது எல்லாம் மாறிவிட்டது. முன்பு ஜாதித் தலைவர் மேசைக்காரர்கள் வீடுகளில் சாப்பிடும்போதுகூட ஒரு தட்டைக் கவிழ்த்துப் போட்டு, அதன்மேல் வேறொரு தட்டு வைத்து தான் உணவு உண்ணுவார். பெரும்பாலும் இவர்களுக்குக் கல்வியறிவு கிடையாது, ஆனால் கடல் பற்றிய தெளிவும் புரிதலும் உண்டு.'

'முத்துக்குளிக்கும்போது ஆடையின்றிதான் ஆள்கள் கடலுக்குள் இறங்குவார்கள். அப்போது அவர்களது இடுப்பைச் சுற்றிக் கட்டியிருக்கும் கயிறைத் தோணியிலுள்ள அவர்களது மச்சினன்மார் கையில்தான் தருவார்கள். அக்கா, தங்கையின் வாழ்க்கை என்பதால் அவர்கள் மிகக் கவனமாகக் கயிறைக் கையாள்வார்கள் என்பதால் தான் இந்த ஏற்பாடு. முன்பெல்லாம் கடல் உள்வாங்கும்போது கரைப்பக்கமுள்ள பழைய கோடவுன்கள் தெரியும்.'

'என் தாத்தா ஜோசஃப் பெர்னாண்டோதான் தூத்துக்குடியின் முதல் பொறியாளர்', என கூடுதல் தகவலும் தருகிறார்.

'போர்ச்சுக்கலுக்கு சில ஆண்டுகளுக்கு முன் சென்றோம். எங்களுக்கு 'டைட்டில்' - பட்டம் தந்தது போர்ச்சுகீசியர்தான். அங்கே உள்ள தெருப் பெயர்களில் முழுக்க டிவோட்டா, மோத்த, சுவரெஸ் என எங்கள் பெயர்கள் இருந்தன', என ஆச்சரியமாகச் சொல்கிறார் ரோகிணி. பரதவர்களுக்கு ஃபிரான்சிஸ் சவேரியார் தொடங்கி மற்ற போர்ச்சுகீசிய மிஷனரிகள் வைத்த பெயர்கள் வினோதமானவை! பட்டங்கள் மேல் ஆசை கொண்ட பரதவருக்கு ஒரு கிறிஸ்தவப் பெயரும், போர்ச்சுகீசியப் பெயரும் என இரண்டு பெயர்களை இட்டார் திருநீராட்டு தந்த ஃபிரான்சிஸ் சவேரியார். இந்தப் பெயர்கள் இல்லாமல், 'பூபாலராயன்', 'வில்லவராயன்', 'ராயன்' ஆகிய பெயரொட்டுகளும் இவர்களுக்கு உண்டு. இந்த மூன்று இந்துப் பெயர்களும் இந்து மீன் பிடி ஜாதியினரான 'அரையர்' என்ற சொல்லிலிருந்து வந்ததே எனவும், கன்னியாகுமரிப் பகுதியில் மதம் மாறுவதற்கு முன் அந்த மக்கள் கொண்டிருந்த

கௌரவப் பட்டங்கள் இவை என்றும் 'செண்பகராமன் பள்ளு' பதிவு செய்கிறது.

64 போர்ச்சுகீசிய பின்னொட்டு பெயர்கள் இந்த மக்களுக்கு சூட்டப்பட்டன. அவற்றை மறக்காமல் இருக்கவேண்டும் என்பதாலோ, அல்லது அவற்றைக் கொண்டாட வேண்டும் என்பதாலோ, பாடல் வடிவில் இந்தப் பெயர்களைப் பாடிக் களியல் ஆடுவது வழக்கமாக இந்த மக்களிடையே இருந்திருக்கிறது என்பதை சூசை செபஸ்தியான் மிராந்தாவின் 'பரதகுல மாலை' (19ம் நூ.) பதிவு செய்கிறது.

ஞானஸ்நானத்தின் போது பெற்ற பரதவர்களின் குடும்பப் பெயர்களைப் பாடுவது:

'பாதரொவ்வொரு கோத்தி ரர்க்கும் - மன்னன்
பட்டங்களீந்தானே யிலகவனை வர்க்கும்
மரபுமுறை தவறா திருக்கும் - படியே
வாய்ந்த பட்டம் புகலில் மிகவே சிறக்கும்
பல்தானு, ரோச்சா தெவோத்த - வாஸ்
பாசாளு, றொத்திற்கு, கர்வால்யோ, மோத்த,
அல்போனசோ, லம்பேர்த்து கோஸ்த - றுபீன்
அல்த்தார், தெலிஞாரிஸ், றவ்வேல், வறேத்த
விறாங்கு, பொன்சேக்க, தல்மேய்த - கோமிஸ்
விக்தோரியா, மெல், லேயோன், சொய்சா, மிராந்த
மொரால், தகீய, பீந்தோ பர்னாந்த - வாயிஸ்
மொராயிஸ், மிரேலிஸ், எத்வார்து, பிம்மேந்த
சீல்வ, பிஞ்சோ, வலகாரீஸ் - கூஞ்ஞ
சில்வெயிர, மென்னேச, மெந்தீசு, சோரீஸ்
ஆல்வரேஸ், மிசியர், லேன், பீரிஸ் - காகு
அமுதோர், பூபாலராயன், குரூஸ், வாரேஸ்
மச்சாது, கடுதோஸ் கொறேய்ரா - நற்றால்
மஸ்ரிரேளு, லோப்பஸ், குவாலிஸ், பெரேய்ரா
பச்சக்கு, கொன்சால் மொரேய்ரா - றேயிஸ்
பாய்வ, லோவ், ரோஸ், வில்வராயன், தவேய்ரா
இன்னமு மனேகமா யுண்டு - எல்லாம்
எழுவது மாலை பெரு மிதமாதல் கண்டு
அன்னவைக ளெழுதாது பண்டு - பரத
அதிபதியைத் தெரிசரிதை யுரைசெய்வோம் வீண்டு'

பெயர்கள் தங்கிவிடும் விதம் ஆச்சர்யமானது. 'எங்கள் குடும்பம் இலங்கைக்கு 'கொறகம்' (குடம்புளி - Cocum) ஏற்றுமதி

செய்துவந்தது. சொரிஸ் குடும்பப் பெயர். அதனுடன் கொற்கம் ஒட்டிக்கொண்டு, கொற்க சொரிஸ் என குடும்பப்பெயரே மாறிப்போனது. காலித் தேங்கா என்றொரு குடும்பப் பெயர் உண்டு. இலங்கை காலி நகருக்கு தேங்காய் ஏற்றுமதி செய்த குடும்பத்துக்குத்தான் அந்தப் பெயர்!'

'கொற்கை நகரில் கொற்கைப் பாண்டியன் என்ற மன்னன் ஆண்டுவந்தான். போர்க்களத்தில் அவனது கை வெட்டுப்பட்டது. பொன்னாலான கை ஒன்றைப் பொருத்திக்கொண்டான், அதன் பின் பொற்கைப் பாண்டியன் ஆனான். அந்த மன்னர் வழி வந்தவர்கள் நாங்கள்', எனச் சொல்கிறார். பழமொழி நானூறு பாடல் ஏனோ நினைவுக்கு வந்தது. நீதி வழுவாது ஆட்சி செய்து, மக்கள் வேண்டுகோளுக்கு தன் கையை வெட்டித் தந்த கதை பொற்கைப் பாண்டியனுடையது. இதைப்போல பாண்டிய மன்னர்களுடன் தங்களைத் தொடர்புபடுத்திக் கொள்ளும் பல வாய்வழிக் கதைகளை பரதவர்கள் சொல்வதுண்டு என்றும், இந்த மன்னர் - ஜாதித் தலைவர் தொடர்பைக் கொண்டே தங்கள் சாதியக் கட்டமைப்பை இறுக்கமாகப் பற்றிக்கொள்கின்றனர் என்றும் பேய்லி உள்ளிட்ட ஆய்வாளர்கள் சொல்கின்றனர்.

'தூத்துக்குடியை திருமந்திரநகர் எனவும் சொல்வார்கள். ஒரு காலத்தில் மேசைக்காரருக்குக் குடிக்க தண்ணீர் முதற்கொண்டு கொழும்பில் இருந்தே வரும். எங்கள் வீட்டில் உள்ள கண்ணாடி மேஜை ஒன்றுக்கு வயது 300 ஆண்டுகள் இருக்கும். கண்ணாடிக்கு அதிக முக்கியத்துவம் கொடுப்பதுண்டு. திருமணமாகி பெண் வரும்போது வீட்டிலுள்ள ஒவ்வொரு அறைக்கும் ஒரு டிரஸ்ஸிங் டேபிள் கொண்டுவருவதுண்டு. வீட்டில் தேக்குப் பெட்டி ஒன்று வைத்திருப்போம். வீட்டுக்கு வரும்போது ஒவ்வொருவரும் கொண்டு வரும் ஆடு, மாடு, கோழி, மேசை என எல்லாம் நோட்டில் எழுதப்பட்டு அந்த மேசைகளில் வைத்திருப்போம். நாங்கள் காமரக்காரர்களை எந்தச் சூழலிலும் திருமணம் செய்வதில்லை. இப்போதோ எல்லாம் மாறிவிட்டது. எங்கள் ஆள்கள் 'மேசைக்குக் கால் உடஞ்சிருச்சு. இன்னும் மோத்த மட்டும்தான் உடையாம இருக்கு' என கிண்டல் செய்கின்றனர். மேசைக்காரர்களின் 'கட்டு' குலைந்துவிட்டது என்பதைத்தான் இப்படிச் சொல்கின்றனர். இப்போதெல்லாம் காசுதான் எல்லாமே. கடைசி ஜாதித்தலைவர் லாசர் மோத்தவின் மூத்த மகன் கனடாவில் இருக்கிறார். அவர் ஜாதித்தலைவர் பொறுப்பை வேண்டாம் எனச் சொல்லிவிட்டார்.

லாசரின் சகோதரர் பெர்க்மான்சின் மகன் ஒருவர்தான் இப்போதைய ஜாதித்தலைவர்; ஆனால் அவர் நியூசிலாந்தில் இருக்கிறார். அவருக்கு விவாகரத்தும் ஆகிவிட்டது, குழந்தையும் இல்லை.'

'ஆண்டுக்கு ஒருமுறை நடக்கும் பெரியகோயில் திருவிழாவுக்குத் தேவைப்படும் அலங்காரப் பொருள்கள் எல்லாம் தரைத்தளத்துக்கு அடியில் வைத்துப் பூட்டப்பட்டிருக்கிறது. அதன் சாவி ஒன்று ஜாதித்தலைவரிடமும், மற்றது கோயில் குருமாரிடமும் இருக்கும். இப்போது மக்களில் பலர் பெந்தெகொஸ்தே உள்ளிட்ட பல பிரிவுகளுக்கு மாறிவிட்டார்கள். அவர்கள் மாதாவை வணங்குவதில்லை. நாங்கள் அப்படி அல்ல. மாதாவை உயிராய்ப் பார்க்கிறோம். 'நான் இவ்வளவு நாள் ரோமன் கத்தோலிக்கராய் இருந்தேன்; இப்போது கடவுளை அறிந்துகொண்டேன்', எனச் சொல்பவர்களுண்டு. எனக்கு அவர்களிடம் ஒரு கேள்வி உண்டு. 'இவ்வளவு நாள்களாக நீங்கள் என்ன பேயையா வணங்கிக்கொண்டு இருந்தீர்கள்?' என கேட்டு சிரிக்கிறார்.

'ஒவ்வொரு ஆண்டும் பெரிய கோயிலில் ஜூலை 26 (முதல் திருநாள்) அன்று மதியம் 12 மணிக்கு ஜாதித்தலைவர் வந்து தன்னிடமுள்ள சாவியைக்கொண்டு மாதாவின் நகைகளை எடுத்துத் தரவேண்டும். இப்போது பீட்டர் ஃபர்னாந்து உள்ளிட்ட பரதவர் குலத் தலைவர்கள் என தங்களுக்குள் அமைப்பு ஒன்றை அவர்களே ஏற்படுத்திக்கொண்டு ஜாதித்தலைவருக்கு சாவியைத் தரக்கூடாது என சிக்கலை ஏற்படுத்திக்கொண்டு இருக்கின்றனர். கம்மரக்காரர்களும் முன்புபோல இல்லை. ஆங்கிலேயரிடம் ஆழ்கடல் முத்துக்குளித்தல் உள்ளிட்ட பணிகள் செய்து நிறைய பணம் சேர்த்துச் செல்வந்தர்களாக இருக்கின்றனர், அவர்களுக்கும் சாவி மேல் ஒரு கண் உண்டு', எனச் சொல்கிறார்.

'ஜாதித்தலைவரின் தொப்பிக்குப் பெயர் 'கொக்கரக்கியான் தொப்பி' எனச் சொல்வர். 'கொக்கரக்கியான் தொப்பி கிடைக்குமான்னா இப்ப அங்க போறாங்க?' என கிண்டல் செய்வதுண்டு. இப்போது காலம் மாறியிருக்கிறது. இளம் சமூகத்துக்கு இவற்றில் (பெருமை, பெயர்) எந்த அக்கறையும் இல்லை. சமூகமும் இவற்றைச் சட்டை செய்வதில்லை. திருச்செந்தூர் முருகன்தான் எங்களுக்கு முன்பு குலதெய்வம். கந்தசஷ்டிக்கு கோயிலுக்குச் செல்வார்கள்; அங்குள்ள தேருக்கு முதல் வடம் இழுக்கும் ஆள்கள் நாங்கள்தான். இப்போது நாங்கள் கிறிஸ்தவர்கள் என்பதால், மாதாவுக்குத் தேர் செய்து, அந்தத் தேரின் வடத்தை ஜாதித்தலைவருக்கு முதல் மரியாதை தந்து நாங்கள் (மற்ற தலைவர்கள்) இழுக்கிறோம். அந்தத் தேருக்கு

அலங்காரம் செய்யவே கோடிக்கணக்கில் இங்கு பணம் செலவு செய்யப்படுகிறது. முன்பெல்லாம் திருவிழாவுக்குக் கொடி ஒவ்வொரு நாளும் ஒரு குடும்பத்திலிருந்துதான் கோயிலுக்கு வரும், இப்போது அதுவும் வழக்கத்திலில்லை. தேர் இழுக்கும் போது பஜன் பாடப்படுவதுண்டு. சினிமாப் பாடல்கள் மெட்டுக்கு மாதாப் பாடல்கள் பாடுவார்கள். முன்பெல்லாம் பாட்டெழுத ஆள் உண்டு. கடைசியாக மாதாவுக்குத் திரையிட்டு ஜெயஜெய பாடுவார்கள். இப்போது பசிலிக்கா ஆனபிறகு திரையிடுவதில்லை. லத்தீன் மொழியில் பூசையும் சில நாள்களில் இருக்கும்', என்கிறார்.

'கோயிலிலுள்ள மாதா சுரூபம் ஃபிரான்சிஸ் சவேரியார் வரவழைத்தது. இப்போது இங்கிலிஷ் சர்ச் இருக்கும் இடத்தில் தான் முதலில் போர்ச்சுகீசியர் அமைத்த மாதா கோயில் இருந்தது; ஆனால் டச்சுக்காரர்கள் நகரைக் கைப்பற்றியதும் அதை இடித்து, அதன்மேல் தங்கள் தேவாலயத்தைக் கட்டிக்கொண்டார்கள். டச்சுக்காரர்கள் கோயிலை அழித்துவிடுவார்கள் என முன்கூட்டியே தெரிந்துகொண்ட அப்போதைய ஜாதித்தலைவர், தன் வீட்டின் (பாண்டியபதி) பரணில் மாதா சுரூபத்தை ஒளித்துவைத்துவிட்டு, மணப்பாடுக்குத் தப்பிவிட்டார். இன்றுவரை பாண்டியபதி பரணில் மாதா இருந்ததன் நினைவாக விளக்கு கொளுத்தி வைப்பதுண்டு.'

'மாதா அணிந்திருக்கும் ஆடையின் பெயர் மாந்தை (mantle). முன்பெல்லாம் பெண்கள் சேலைக்கு மேல் வெள்ளை நிற மாந்தையை (துப்பட்டி) அணிவதுண்டு. என் பாட்டி அதை அணிந்ததைப் பார்த்திருக்கிறேன். கோயிலுக்கு மட்டுமல்ல, எங்கு வெளியே சென்றாலும் வெள்ளை மாந்தை அணிவதுண்டு. பெரும்பாலும் பரதவப் பெண்கள் பவளம், முத்தில்தான் ஜெபமாலை வைத்திருப்பார்கள். ஆண்கள் இடுப்பில் கட்டும் கொடி கூட பவளம் இருக்குமாறு பார்த்துக்கொள்வார்கள். ஜாதித்தலைவரின் இறப்புக்குப் பிறகு நகைகளைக் குடும்பத்தினர் பிரித்துக் கொள்வார்கள். வீரபாண்டியக் கட்டபொம்மனின் செல்வத்தில் ஒரு பகுதி பாண்டியபதி அரண்மனையில் பத்திரப்படுத்தி வைக்கப் பட்டுள்ளது எனச் சொல்வார்கள். அந்தப் புதையலை எடுக்க வேண்டும் என்றால் கர்ப்பிணி ஒருவரை உயிர்பலி கொடுக்க வேண்டும் என்றும் சொல்வார்கள்.'

உண்மையிலேயே இப்போது பக் (pug) நாயைப் பார்த்து நமக்கு கை ஜில்லிடுகிறது.

ஜாதியக் கட்டமைப்பை ஏற்படுத்தவும், அதைக் கட்டுடைக்கவும் என இரு வேறு பிரிவுகளாக ஆதிகாலம் முதலே முயற்சிகள்

நடந்துகொண்டுதான் இருந்துள்ளன. முத்துக்குளித்துறை ஈன்ற நல்முத்து புலவர் அந்தோணிக்குட்டி அண்ணாவியார். 18ம் நூற்றாண்டின் முதல் பாதியில் வாழ்ந்தவராகச் சொல்லப்படும் அண்ணாவியார் இயற்றிய 'ஆராதனைப் பிரகாசம்' நூல் சொல்லும் செய்தியை நாம் மனதில் இருத்தினால் நலம்.

'பொன்னைக் கொண்டு வலிமையை கொண்டுயர்
புத்தி யைக்கொண்டு பூமியில் மேற்குலந்த்
தன்னைக் கொண்டி ங்கு வாழ்வதல் லால்இவை
தனையுங் கொண்டுன் சமூகம் பெறுவனோ?
'என்னைக் கொண்டிருக் கம்? பார்!' எனத்தினம்
இரந்து கொண்டுனக் கேற்க நடப்பவர்
உன்னைக் கொண்டுனக் காளாவர்; எம்மையான்
உம்பர் போற்றும் உபகார நாதனே!
பறையன் பள்ளன் புலையன் பதறன் அம்
பட்டன் வாணியன் வண்ணான் புரவலன்
மறைவல் லோன்செட்டி சூத்திரன் என்னவே
வான ராச்சியத் துக்கோர் வரம்புண்டோ?
இறைவனே! உனக் கேற்க நடப்பவன்
எவன் என்கிலும் எல்லாம் சரி; ஒரு
குறையில் லாதது பேரின்ப வீ (டு); அறக்
குழப்பம் இந்த குவலய வாழ்க்கையே'

சான்றுகள்

- A Christian Caste in Hindu Society: Religious Leadership and Social Conflict among the Paravas of Southern Tamilnadu - S.B Kaufmann, 2008
- List of Inscriptions on Tombs or Monuments in Madras: Possessing Historical or Archaeological Interest vol.II, Julian James Cotton, 1946
- கடலோரப் பண்பாட்டு நடனங்கள்- வலம்புரிநாதம் வெளியீடு
- கடலோரக் கவிச்சோலை, அருட்தந்தை ஸ்டீபன் கோமஸ் - வலம்புரிநாதம் வெளியீடு
- தடம் பதிந்த பாதை, அருட்தந்தை ஸ்டீபன் கோமஸ் - வலம்புரிநாதம் வெளியீடு

4

சுவானாள் என்ற தொடர்புக் கண்ணி - தூத்துக்குடி

பரதவ மக்களை முதலில் ரோமை கிறிஸ்தவத்துக்குள் அழைத்துவந்த போர்ச்சுகீசிய/இந்தோ போர்ச்சுகீசிய சுவாந்தக் குருசின் மகளான சுவானாளின் கல்லறை, ஆச்சர்யமாக சீர்திருத்தக் கிறிஸ்தவ டச்சு ஆலயத்தில் பாதுகாப்பாக இருக்கிறது.

ராராரோ ராரிரிரோ
ராரரோ தேரோட
யானை வந்து தேரிழுக்க
தேரு வடம்புடிக்க
தேசத்தார் கையெடுக்க
தேரின் மேல் வாரமாதா... தேவமாதாவே!
மாதாவைக் கும்பிடையா
உன்னுடைய மழலை சிறு கையினாலே!
தாயாரக் கும்பிடையா உன் மழலை சிறு கையாலே!
மாதாவே மாதுயிரே மன்னர்குலக் கன்னிகையே
எங்கள் குலம் பெருக ஈடேற்ற வந்தாயே!
மலைக்கு மலை கல்லெடுத்து மணிமண்டபங்கள் உண்டுபண்ணி
எடைக்கு எடை பொன்கொடுத்து,

நீ ஏந்திவந்த பாலகனோ?
பூக்குங்கால் வாடுமென்று தேவமாதா,
மழலை தந்தாள் தாலாட்ட!
ராராரோ சீருடைய ஆவே மேரி பேருடைய
ஆவே மேரி தாயார் தந்த அருள் சோபனமே நித்திரை செய்.
நித்திரைக்கே போமகனே,
உன்னுடைய சித்திரைப்பூ தொட்டிலுக்கே!
தொட்டிலில் பாலகனுக்கு துணையிருப்பார் சம்மனசு!
சம்மனசு பாடிவர சகலபேரும் மன்றாட,
செங்களநீர் மாலை நீ இயேசுக்கே பூமாலை,
எங்களுக்கோர் மாலையாய் நீ எல்லையிலே பூத்தாயோ?
முத்தான முத்தோ நீ முன்னோர்கள் ஆண்ட முத்தோ?
நீ பாசி படர்ந்த முத்தோ?
பண்டுள்ளோர் ஆண்ட முத்தோ?
முத்து விப்பான் செட்டி, முடிதமைப்பார் ஆசாரி,
பட்டு விப்பான் செட்டி, என் கண்ணே பவளம் விப்பான் ஆசாரி
பட்டாலே தொட்டிலாம், பவளக்கொடிக் கயிறாம்,
முத்தாலே ஆபரணம், முடிமகுடம் பொன்னாலே,
பொன்னுலையம் தங்கமே என் கண்ணே,
பூவிலோர் வாசனையோ?
வாசமுள்ள மலரே என் கண்ணே நீ
வாய் பேசா பாலகனோ?
வாய்பேசா பாலகனுக்கு வரம்பொடுங்க வல்லவரே
மின்னுமாம் மேகம் முழுங்குமாம் பரலோகம்,
பரலோகம் பார்க்க வந்த நின்,
பசுங்கிளி உன்னை யார் அடித்தா?
அடித்தாரைச் சொல்லியழு உன்,
அன்பான வாயினாலே!
இடையர் குடிலருகே ஏகாந்தப் புல்லருகே,
பனிப் பேய்ந்த புல்லின்மேல்,
பாலகன் பிறந்தாரே!
சட்டை ஒளிபோ சகலத்தும் மின்னொளிபோ,
மின்னொளிபோ பின்னொளிபோ,
என் கண்ணே தேவ சுடரொளியோ,
என் கண்ணே பொன்மணி நீ!
கர்த்தருக்கே பூசைமணி
பூசைமணி வேண்டுமென்று
கர்த்தரைப் போற்றித் தவமிருந்தேன்.
பாலன் குரல் கேட்க பலநாள்

தவமிருந்தேன் என் கண்ணே
கோடித்தவம் செய்திருந்தேன்.
மான் பிடிப்பான் வேடன்
மீன் பிடிக்கும் சாதியிலே என் கண்ணே,
நீ விலைமதியா ரத்தினமோ?
சங்கு முழங்கும் சமுத்திரத்தின் நீர் முழங்கும்,
எங்கும் முழங்கும் என் ராசாக்கள் வாசலெங்கும்,
கல்லிலே நெல் விளையும்!
கானலிலே பூப் பூக்கும்!
புல்லிலே பூ மணக்கும் உன்,
மாமன் புண்ணியனார் போறவழி!
வழிமேல் வலைவீச வையபுரி வாளமீன் துள்ளியோட,
தூண்டி வலைவீசி உன் மாமன்,
துள்ளியோடும் மீன் பிடிப்பான்!
பக்கமெல்லாம் வலைவீசி உன் மாமன்,
பாய்ந்தோடும் மீன் பிடிப்பான்!
அஞ்சு கிளியெழுதி உன் அம்மாங்கள் பேரெழுதி,
கொஞ்சம் கிளி ரெண்டெழுதி என் கண்ணே,
கொண்டருவார் உன் மாமன்!
வெள்ளி சிறுசலங்கை விரலில் அழுந்துமென்று,
தங்கம் உருக்கி என் கண்ணே,
தனிச்சலங்கை உண்டு பண்ணி,
பொன்னால் சிறுசலங்கை பூட்டிருவார் உன் மாமன்!
மலரே மரிக்கொழுந்தே என் கண்ணே!
மலர் விரித்த மல்லிகையே!
பூத்த என் புதுமலரே என் பொக்கிஷமே கண்ணுறங்கு!
ஆம்பின் மலர் போல நீ அடிக்கடி வாய் திறந்து,
தேம்பி அழுதிடும் என் திரவியமே கண்ணுறங்கு!
யாரிடத்து நீ அழுதாய் உன் அழுத கண்ணில் நீர் தளும்ப
பேரே உரைத்தால் நான் பெருவிலங்கைப் பூட்டிடுவேன்!
மாமி அடித்தாளோ உன்னை மல்லிகைப்பூ செண்டாலே?
மாமா அடித்தாரோ உன்னை மரிக்கொழுந்து செண்டாலே?
என் கண்ணே கரிமணியே கற்கண்டே சர்க்கரையே,
தேனே நவமணியே என் தெவிட்டாத தெள்ளமுதே!
மாதா மணிமேடை மகளிருக்கும் பொன்மேடை,
பொன்மேடை மேலிருந்து நீ பொய்யுறக்கம் கொண்டாயோ?
உறங்காத கண்ணுக்கு என் கண்ணே,
ஊசிகொண்டு மையெழுதி,
தூங்காத கண்ணுக்கு என் கண்ணே,

துரும்பு கொண்டு மையெழுதி,
தூங்கு தூங்கு பாலா,
துணையிருப்பார் சம்மனசு!
கன்னிமரி கோயிலிலே கனகமணி ஓசையாட,
பொன் சிறந்த மாமணிக்கு என் கண்ணே நீ,
புகழ்ச்சி சொல்ல வந்தாயோ?
பூசை மணியடிக்க பூலோகத்தார் கொண்டாட,
வேதமணி அலங்கரிக்க,
வேதியர் பூசை செய்ய,
வேதகுருக்கள் செய்த வேண்டுதல்கள் உனக்குண்டு,
கன்னிமரி ஆலயத்தில் கைகுவித்து,
மனதில் நினைத்துறங்கு,
கண்ணுமணி பொன்னுமணி கர்த்தர்
தந்த பூசைமணி!
பூசையிலே ஓசையெழும் சரியான
சாய்ந்தோசை மணி!
சாய்ந்தோசை மணி சத்தம் கேட்டு
சகலோரும் மன்றாட மன்றாட்டைக் கேட்டதாயே!
மதலைப்பிணி தீர்த்த தாயே,
தந்த பிச்சை ஈடேரற நீ,
தற்காரும் தாயாரே!
கொடுத்த பிச்சை ஈடேற நீ கூடநில்லு மாதாவே!
ஏழைக்கு இரங்கு தாயே,
எங்களுடைய இரக்கமுள்ள மாதாவே!
பாவிக்கு இரங்கு தாயே!
எங்களூர் பரலோக மாதாவே!

- வைப்பாறு தாலாட்டுப் பாடல், திருமதி லூர்யிசம்மாள், திரட்டியவர் முனைவர் ஜெரால்டு ராயன். இடம்பெற்ற நூல் - 1987ம் ஆண்டு கீழ வைப்பாறு பங்கு வரலாறு நினைவு மலர்.

இப்படி ஆசையாகத் தாலாட்டுப் பாடி செல்லமாக வளர்த்த கிறிஸ்தவக் குடும்பத்துச் செல்வங்கள் இறந்துபோனபின் அவர்களது கல்லறைகள் எவ்வளவு அன்புடன், ஆதுரத்துடன் வடிவமைக்கப் பட்டிருக்கும்? அப்படித்தான் சுவானாளின் கல்லறையும் இருந்திருக்கவேண்டும். 1946ம் ஆண்டு ஜே.ஜே.காட்டன் தொகுத்து எழுதிய 'லிஸ்ட் ஆஃப் இன்ஸ்கிரிப்ஷன்ஸ் ஆன் டூம்ப்ஸ் அண்ட் மானுமென்ட்ஸ் ஆஃப் மெட்ராஸ் பிரெசிடென்சி' (List of Inscriptions on Tombs and Monuments in Madras Presidency, Vol II) என்ற நூல், சுவானாள் என்ற சுசானா தி குருசின் கல்லறையை

'தனிமைப்படுத்தப்பட்ட கல்லறை' (isolated tomb at Tuticorin) என குறிக்கிறது.

சுவானாளின் கல்லறை குறித்து முதன்முதலில் தோழி ரோடாதான் என்னிடம் பேசினார். அவரது உறவினர் ஒருவர் தூத்துக்குடி கடற்கரைச் சாலையிலுள்ள தொன்மையான 'டச்சு ஆலயம்' / ஆங்கிலேய ஆலயத்தில் மராமத்துப் பணிகள் நடைபெறப்போவதாக வாட்சப் மூலம் தகவல் அனுப்பியிருந்தார். அப்போதுதான் சென்னை ரெய்னி மருத்துவமனையைப் பாதுகாப்பது எப்படி என நகரின் முக்கிய கட்டட வடிவமைப்பாளரும், பாதுகாப்பு நெறியாளருமான பென்னி குரியகோஸை நாங்கள் சந்தித்திருந் தோம். அவரது வழிகாட்டல் நினைவில் நின்றதால், பழைய கட்டடங்களை எப்படி புத்தாக்கம் செய்யக்கூடாது என்ற தெளிவு எங்களுக்கு ஓரளவு இருந்தது. கிடைத்த புகைப்படங்கள் வழி அங்கு நடக்கவிருப்பது சரியல்ல என தோன்ற, சம்பந்தப்பட்ட சர்ச் கவுன்சில் உறுப்பினர்களிடம் ரோடா தொடர்புகொண்டு பேசிவிட்டு, எனக்கு அந்த ஆலயத்தில் எடுக்கப்பட்ட புகைப்படங்களை அனுப்பினார். நேரிலும் அவர் அங்கு சென்று தேக்கு மர சட்டங்கள் அகற்றுவதை அங்கிருந்தவர்களிடம் எடுத்துச் சொல்லி தடுத்துள்ளார். இந்த ஆண்டு ஜனவரி மாதம் நடந்த சம்பவம் இது. தென்னிந்தியத் திருச்சபை (சிஎஸ்ஐ) கட்டுப்பாட்டில் இன்று இருக்கும் ஆலயம் அது.

சுவானாளின் கல்லறைக் கல்வெட்டை அப்போதுதான் முதல் முறையாகப் புகைப்படமாகக் கண்டேன். அங்கு இருந்த ஒரே தமிழ்க் கல்வெட்டும் அதுதான். யார் அவள் என்ற குழப்பத்தில் வினவ, பரதவர் ஜாதித் தலைவரின் மகள் என எங்களுக்குச் சொல்லப்பட்டது. ஆனால் பெயரின் போர்ச்சுகீசிய நெடி சற்று குழப்பமாகவே இருந்தது. தூத்துக்குடி செல்கையில் அந்தக் கோயிலையும், அதில் அப்போது நடந்திருந்த சிறு வேலை களையும் பார்த்துவிட்டு வருவது என முடிவாகியிருந்தது. கிரீடா பெரியம்மா செய்த உணவு வகைகளில் ஸ்பெஷல் என அவரது மட்டன் கட்லெட்டைச் சொல்லலாம். தென் தமிழக உணவு வகைகளில், குறிப்பாக கிறிஸ்தவ உணவு வகைகளில் ஐரோப்பிய ஆதிக்கம் நிச்சயம் இருக்கும், பெரும்பாலும் மிஷனரிகளிடம் இருந்தே இந்த கொடுக்கல் வாங்கல் நிகழ்ந்திருக்க வேண்டும். இந்த ஆட்டு கொத்துக்கறி கட்லெட், நாட்டுகோழி பிராந்தி சூப், ரோஸ் குக்கி, என பலவித உணவு வகைகள் அயல்நாட்டாரின் இணக்கம் பேசும்.

மட்டன் கட்லெட்டை சுவைத்துக்கொண்டிருக்கும்போது தொடங்கிய பேச்சில் ரோமை கத்தோலிக்க மக்களுக்கும், தென்னிந்தியத் திருச்சபையினருக்கும் (சீர்திருத்த சபை) இடையே இருக்கும் பனிப்போர்பற்றியும் பேச்சு சுழன்றது. பிறப்பால் ரோமை கத்தோலிக்கராகிய எனக்கும், சீர்திருத்துவக் கிறிஸ்தவராக வாழ்ந்து கொண்டிருக்கும் ரோடாவுக்கும் பல விஷயங்களில் ஒத்த சிந்தனை எப்படி வந்தது என இன்றுவரை எனக்குப் புரியவில்லை! 'ஆர். சியோ, சி.எஸ்.ஐயோ ஆன்ட்டி... எல்லாம் ஒண்ணுதான். எல்லாருக்கும் ஒரே சாமிதான? என்ன, எனக்குதான் அதில நம்பிக்கை இல்ல', என நான் சொல்ல, அவருக்கு நிறையவே குழப்பம். இருக்க வேண்டியது தான். எனக்கும் இன்னும் குழப்பம்தான்!

இந்த இரு கிறிஸ்தவப் பிரிவுகளும் தெரிந்தோ தெரியாமலோ, ஒருவருடன் மற்றவர் பிணக்குகளுடன், 'பதிதர்', 'சாத்தானைக் கும்பிடுபவர்கள்' என ஒரு பக்கம் கிண்டல் செய்து வந்தாலும்கூட, இரு தரப்பினருக்குள்ளும் சில ஒற்றுமைகள் உண்டென்பதை மறுப்பதற்கில்லை. புது யுக 'தேவாலயங்கள்' மக்களை மீன் பிடிப்பதுபோல வலைவீசிப் பிடிப்பதை இரு பிரிவினரும் வெளிப்படையாக இன்றைய சூழலில் செய்வதில்லை. அவர்களுக்கு அதற்கான அவசியமும் இருப்பதாகத் தெரியவில்லை. ஆனால் 1750ம் ஆண்டு நிலைமை கட்டாயம் இவ்வளவு இணக்கமாக இல்லை எனலாம்.

1658ம் ஆண்டு போர்ச்சுகீசியர் வசமிருந்து தூத்துக்குடியைக் கைப்பற்றிய டச்சுக்காரர்கள் தங்களுக்கு வழிபாட்டுக்கென்று ஆலயம் ஒன்றை நிறுவினார்கள். கத்தோலிக்கர்களின் கல்லூரியை இடித்துத் தரைமட்டமாக்கியவர்கள், அலங்காரங்கள் மட்டுப் படுத்தப்பட்ட ஆலயம் ஒன்றை கடற்கரைச் சாலையில் கட்டியெழுப்பினார்கள். கத்தோலிக்க மதத்திலிருந்த அதீத அலங்காரங்கள், அழகியல் கூறுகள், மாதா புனிதர் வழிபாடுகள், சிற்ப வழிபாடு இவற்றை எல்லாம் எதிர்த்து உருவான சீர்திருத்தக் கிறிஸ்தவம், அதன் தொடக்க காலமான 16ம் நூற்றாண்டில் இங்கிலாந்தில் வேரூன்றத் தொடங்கிய பிறகுதான் கப்பல் கப்பலாக ரோமை கத்தோலிக்கக் குருமார் தங்கள் மதம் பரப்ப இந்தியா வருகை தந்தார்கள். அப்போதுதான் கண்டெடுக்கப்பட்ட இந்திய தரைக்கடல் முத்தான இந்தியா அவர்களுக்கு வளமான விளை நிலமாகவே இருந்தது.

'1532ம் ஆண்டு பரதவ இனப் பெண் ஒருவருக்கும் அரபு முகம்மதியர் ஒருவருக்கும் இடையே நடந்த சண்டை கலவரமாக மாறியது. அந்த

அரபு முகம்மதியர் கொல்லப்பட்டார். மூர்கள் தங்களைத் தாக்கக்கூடும் என்ற அச்சத்தில் பரதவர்கள் சுவான் தி குருசு உதவியோடு கிறிஸ்தவத்துக்கு மதம் மாறினார்கள். தூத்துக்குடியிலிருந்து 15 பட்டங்கட்டிகள் (பரதவர் ஊர்த்தலைவர்கள்) குருசுடன் கொச்சி சென்று அங்குள்ள போர்ச்சுகீசிய படைத்தலைவனான பெரோ வாஸை சந்தித்தார்கள். இன்னும் அதிக நபர்கள் மாறவேண்டும் என வாஸ் சொல்ல, 85 பேர் கூடுதலாக முத்துக்குளித்துறையிலிருந்து கொச்சி சென்றனர்.'

'1542ம் ஆண்டு போர்ச்சுகீசிய மன்னர் இரண்டாம் ஜான், போப்பாண்டவர் மூன்றாம் பவுல் ஆகியோர் கேட்டுக்கொண்டதன் பேரில் தூய பிரான்சிஸ் சவேரியார் முத்துக்குளித்துறைக்கு வந்தார். 1544ம் ஆண்டு போர்ச்சுகீசிய ஆளுநரின் இல்லமும் கப்பலும் மதுரை மன்னரின் கீழ் ஆட்சி செய்து வந்த வடுகர்களால் அழிக்கப் பட்டபோது, இனி தூத்துக்குடி கிறிஸ்தவர்களின் கட்டுப்பாட்டில் தான் இருக்கவேண்டும் என சவேரியார் முடிவு செய்தார்.'

'போர்ச்சுகீசியர்கள் தூத்துக்குடியின் முதல் மூன்று ஆலயங்களைக் கட்டியெழுப்பினாலும், இன்று அவர்களின் நினைவாக இந்த ஊரில் சுசன்னாவின் கல்லறைக் கல்வெட்டு தவிர வேறு கல்வெட்டுகள் எதுவும் இல்லை. ஐரோப்பியர் / இந்தோ ஐரோப்பியர் ஒருவரது கல்லறைக் கல்வெட்டின் மேல் தமிழ் எழுத்துப் பொறிப்புகள் கொண்ட மிகத் தொன்மையானக் கல்வெட்டு இதுவே. இதைத் தன் நூலில் ஜே.ஜே. காட்டனும் பதிவு செய்கிறார். இது தவிர பிஷப் கால்டுவெல் குறிப்பிடும் பப்பரப்புளி மரமோ, கோவா பதுரதோ ஆலயமோ இன்று நகரில் இல்லை' - என தன் 'தூய திருத்துவ ஆலய வரலாறு' (2000) கட்டுரையில் குறிப்பிடுகிறார் கட்டுரையாளரும் விரிவுரையாளருமான எம்.பி. லாம்பெர்ட் ஐசக். அவர் சுசன்னாவை இந்தோ ஐரோப்பியர் என அடையாளம் காண்கிறார். சுவான் த குருசு ஐரோப்பிய பெண்ணை மணமுடித்தாரா என்பது நமக்குப் புரியவில்லை.

1658ம் ஆண்டு ரிக்லூஃப் வான் கோன்ஸ் (Rykloof Van Goens) தலைமையில் தூத்துக்குடியை டச்சுப் படை கைப்பற்றியபோது அவர்களுடன் வந்த சீர்திருத்தக் கிறிஸ்தவ மிஷனரி பிலிப் பால்தேயுஸ், ரோமை கிறிஸ்தவர்களை சீர்திருத்தக் கிறிஸ்தவத்துக்கு மாற்ற முயற்சித்தார். ஆனால் போர்ச்சுகீசியர்கள் கட்டிய கோயில்களில் வழிபாட்டிலிருந்த சிற்பங்களை அவர்கள் அழித்ததும், கோயில்களை அவர்களது அதிகாரிகள் தங்கும் பாசறைகளாக மாற்றியதும் தூத்துக்குடி மக்களிடையே அவர்கள்

மேல் கடும் சினத்தை ஏற்படுத்தியிருந்தது. ஈராயிரம் ஆண்டுகளாக உருவ வழிபாட்டில் ஈடுபட்டிருந்தவர்களால் டச்சுக்காரர்கள் செய்த இந்த அழிவை ஏற்றுக்கொள்ளவே முடியவில்லை. கூடவே அந்தப் பகுதியில் எஞ்சியிருந்த கத்தோலிக்கக் குருமார்களும் இதைக் கடுமையாக எதிர்த்தார்கள். தன்னால் ஒருவரைக் கூட மனம் திருப்ப முடியவில்லை என பால்தேயுஸ் பதிவு செய்கிறார்.

ஜாதித் தலைவமோரின் கட்டளையை மீறி டச்சுக்காரர்களின் ஆலயத்துக்கு வழிபாட்டுக்குச் சென்ற மனிதன் ஒருவன் ஆலயத்தின் வெளியே படுகொலை செய்யப்பட்டான். டச்சு மிஷனரிகளின் கனவு கானல் நீரானது. டச்சுக்காரர்கள் தங்கள் கோயில்களை 'களங்கப்படுத்தியதால்' உள்ளே செல்ல மறுத்த மக்கள், கோயில் மணி ஓசைக்கு சந்தைகளிலும் பொது இடங்களிலும் விழுந்து வணங்கிக் கொண்டார்களேயன்றி டச்சு மிஷனரிகள் புறம் திரும்ப வில்லை. அதன்பின் வந்த டச்சு ஆளுனர்கள் ரோமை கத்தோலிக்கக் குருமார்கள் தங்கள் பணிகளைச் செய்ய அனுமதித்ததன் பேரில், சற்று இயல்புநிலை திரும்பியது. குருமார்களுக்கும் டச்சுக்காரர்களுக்கும் இடையே இணக்கமான உறவு நிலவியது.

1750ம் ஆண்டு டச்சுக்காரர்கள் பழைய துறைமுகப் பகுதியில் தங்கள் ஆலயத்தை எழுப்பினார்கள். இந்த கோவா கட்டுமான பாணியில் தான் 17, 18ம் நூற்றாண்டு டச்சு ஆலயங்கள் கட்டப்பட்டன. மணப்பாடு யாகப்பர் ஆலயம், கொச்சி சவேரியார் ஆலயம் போன்றவை போலவேதான் இந்த ஆலயத்தின் முகப்பும் வடிவமைக்கப்பட்டுள்ளது. ஆனால் இதன் எண்கோண (octagonal) வடிவமும், நடுக்கூடத்தின் (nave) இரு பிரம்மாண்டத் தூண்களும், ஓடு வேயப்பட்ட இரு இடைகழிகளும் (aisles) தனிச் சிறப்பானவை. ஆலயத்தின் சுவர்கள் முழுக்க தேக்குமரத்தாலான சட்டம் இன்றும் அழகுறக் காட்சியளிக்கிறது.

மத குருக்கள் (chaplains) வசம் ஆலயம் இருந்த காலத்தில் 10 பிப்ரவரி, 1920 அன்று ஆலயத்தில் 20 ஆண்டுகள் வழிபட்ட டாம் பிரெஸ்டன் மற்றும் அவர் மனைவியால் இந்த தேக்குமரப் பலகை வேலைப்பாடு செய்யப்பட்டது. போலவே பாடகர் குழு, வெஸ்ட்ரி இவற்றைப் பிரிக்கும் தேக்குமரச் சட்டம் 1913ம் ஆண்டு கிறிஸ்துமஸ் அன்று நன்றியறிதல் காணிக்கையாக அளிக்கப்பட்டது. பலிபீடத்தில் சுமார் 20 கிலோ எடைகொண்ட 'செல்டிக்' சிலுவை ஒன்று அழகுற வீற்றிருக்கிறது. நான்கு புலிக்கால் போன்ற பாதங்கள், முக்கரங்களின் முனைகளிலும், சிலுவையின் நடுவிலும் அமைந்த மஞ்சள் நிற விலைமதிப்பற்ற கற்கள் பதிக்கப்பட்டு

ஜொலிக்கின்றது. ஆலயத்தின் முகப்பில் டச்சுக் கிழக்கிந்தியக் கம்பெனியின் முத்திரையான (Verenigde Oostindische Compagnie) மற்றும் கட்டப்பட்ட ஆண்டு MDCCL *(1750)* இரண்டும் பொறிக்கப் பட்டுள்ளன. நெல்லை மற்றும் தூத்துக்குடி மாவட்டங்களின் மிகத் தொன்மையான புராடஸ்டன்ட் ஆலயம் இதுதான்.

பதுரதோக்களுக்கும் (Padroado) மற்ற மறைபரப்பாளர்களுக்கும் இடையே இருந்த பிணக்கின் காரணமாக கத்தோலிக்கம் தன் இறுகிய பிடியை தளர்த்திக்கொள்ளத் தொடங்கியது. அதை சரியாகப் பயன்படுத்திக் கொண்டு சீர்திருத்தக் கிறிஸ்தவம் முத்துக்குளித்துறையில் காலூன்றியது. 1782ம் ஆண்டு ஆங்கிலேயர் வசம் சென்ற தூத்துக்குடி, மீண்டும் 1785ம் ஆண்டு டச்சுக்காரர்களிடமே திரும்பியது. 1795ம் ஆண்டு ஆங்கிலேயர் வசம் வந்தது. 1818ம் ஆண்டு டச்சுக்காரர்களிடம் ஒப்படைக்கப்பட்டு, 1825ம் ஆண்டு ஜூன் 1 அன்று ஒருவழியாக ஆங்கிலேயர் கைகளுக்கு வந்தது. இந்த ஆலயத்தின் அருகே இருந்த டச்சுக் கல்லறைத் தோட்டம் அழிந்துபோனது. ஆனால் அதிலிருந்த ஒரு சில கல்வெட்டுகள் மட்டும் பாதுகாப்பாக ஆலயத்துக்குள் கொணர்ந்து பதிக்கப்பட்டன. அப்படித் தொலைந்த கல்வெட்டுகளில் ஒன்றை ஜே.ஜே. காட்டன் தன் நூலில் பதிவு செய்திருக்கிறார்.

பேகட் (Baggot) என்ற ஆங்கிலேய மாஸ்டர் அட்டென்டரை 1801ம் ஆண்டு நடந்த பாளையக்காரர் தாக்குதலில் கட்டபொம்மன் கைது செய்து அழைத்துச் சென்று பாஞ்சாலங்குறிச்சியில் அடைத்து வைத்தான். அவனிடம் பேகட்டின் மனைவி முறையிட, எந்தத் தீங்குமின்றி பேகட்டை விடுவித்தான், கட்டபொம்மன். இதைச் சுவைபட விவரிக்கும் காட்டன், கட்டபொம்மனை ஆங்கிலேயர்கள் ‘பூனை’ (cat) என பட்டப்பெயரிட்டு அழைத்ததாகச் சொல்கிறார். இந்தக் கல்வெட்டு இன்று காணாமல் போயுள்ளது. காட்டனின் நூலில் குறிப்பிடப்படும் 9 டச்சுக் கல்வெட்டுகளில் ஒன்று மட்டுமே இன்று டச்சு ஆலயத்தினுள் பத்திரமாகப் பாதுகாக்கப்பட்டு வருகிறது.

‘ஹென்றிக் வான் சோஸ்டன் (Henriques Von Sohsten) என்ற கோரமண்டலின் (சோழமண்டலம்) கடைசி டச்சு ஆளுனர் இவர்’ என்ற குறிப்புடன் இந்தக் கல்வெட்டு இன்றும் டச்சு ஆலயத்தில் உள்ளது. இந்தக் கல்வெட்டு கெரகோப்பு பகுதியின் டச்சுக் கல்லறையிலிருந்து இங்கு கொண்டுவரப்பட்டது. 1972ம் ஆண்டு கெரகோப்புக் கல்லறையைப் பார்வையிட வந்த டச்சு மன்னர், அதன் நிலையைக்கண்டு, கடைசி ஆளுனரின் கல்லறைக்

கல்வெட்டை டச்சு ஆலயத்துக்குக் கொண்டு சென்று பாதுகாக்கும்படி அறிவுறுத்தினார். இந்தக் கல்வெட்டு மட்டும் அப்போது தூத்துக்குடி சர்க்கிள் தலைவராக இருந்த ரெவரன்ட் எஸ்.டி.பால் ஞானையாவின் முயற்சியால் அங்கிருந்து அகற்றப்பட்டு, பாதுகாப்பாகக் கொணர்ந்து டச்சு ஆலயத்தின் முன்பக்க உள்சுவரில் பதிக்கப்பட்டது.

1825ம் ஆண்டு ஆங்கிலேயர் வசம் தூத்துக்குடி ஒப்படைக்கப்பட்ட போது, டச்சு ஆலயத்துக்கு எந்தப் புனிதரின் பெயரும் சூட்டப்படக்கூடாது என்ற நிபந்தனை விதிக்கப்பட்டது. டச்சு ஆலயம் இதனால் ஆங்கிலேய ஆலயமாகவும், பின்னர் சேப்லன்சி (மதகுருமார்) ஆலயமாகவும், 1959ம் ஆண்டு சி.எஸ்.ஐ. சபையின் கட்டுப்பாட்டுக்குள் வந்தபின் தூய திரித்துவ ஆலயமாகவும் பெயர் மாற்றமடைந்தது. இந்தச் சூழலில் டேனிஷ் மிஷன், எஸ்.பி.சி.கே (Society for Promoting Christian Knowledge), சி.எம்.எஸ். (Church Missionary Society), எஸ்.பி.ஜி. (Society for Propagating Gospel) ஆகியவை நெல்லை மற்றும் தூத்துக்குடி மாவட்டங்களில் மறைபரப்பி வந்தன.

எஸ்.பி.சி.கே. மிஷனின் மறைபரப்பாளர் ஜான் டேனியல் ஜேனிக் (John Daniel Jaenicke) 1792ம் ஆண்டு டச்சு ஆலயத்தில் போதித்ததைத் தன் டைரிக் குறிப்புகளில் எழுதியுள்ளார். தூத்துக்குடி டச்சு ஆளுனர் மெக்கர்ன் (Meckern) வேண்டுகோளுக்கு இணங்க தமிழிலும், ஜெர்மன் மொழியிலும் இங்கு ஜேனிக் பிரசங்கம் செய்தார். பரதவர் ஜாதித்தலைவரைச் சந்தித்ததாக எழுதும் ஜேனிக், அவர் ஐரோப்பியர் பாணியில் வாழ்வதாகவும், திருமறையை வாசித்து அறிந்தவராக இருப்பதாகவும், அறிவில் சிறந்தவராக இருப்பதாகவும் எழுதுகிறார். ஆனால், சீர்திருத்தக் கிறிஸ்தவத்துக்கு மதம் மாறினால் மற்ற பரதவர்களின் எதிர்ப்பைச் சம்பாதிக்க நேரிடும் என தெரிவித்ததாகவும் ஜேனிக் எழுதியிருக்கிறார். பரதவ ஜாதிக் கட்டமைப்பைக் கத்தோலிக்க கிறிஸ்தவம் 'கண்டும் காணாமல்' போனதால் மட்டுமே அவர்கள் அதில் நிலைத்திருந்தார்கள் என்பது உண்மை. ஜேனிக்குக்கு ஜாதித்தலைவமோர் தந்த பதில், அந்நேரம் தன்னை சிக்கலிலிருந்து விடுவித்துக்கொள்ள செய்த உத்தியாக இருக்கலாம்.

1800ம் ஆண்டு தமிழ் சமயப் பயிற்சியாளரான சத்தியநாதன் துணையுடன் டச்சு ஆலயத்தில் சிலருக்கு திருநீராட்டு வழங்கியதாக வும் ஜேனிக் எழுதுகிறார். சீர்திருத்தக் கிறிஸ்தவத்துக்கு 272 பேர் மதம் மாறியதே தூத்துக்குடியில் முதல் முதலாக அந்த சபைக்குக்

கிடைத்த பெரும் வெற்றி எனலாம். 1806ம் ஆண்டு மிஷனரி ரிங்கல்தோபே (Ringeltaube) டச்சு ஆலயத்தின் வழிபாட்டுக்கு வந்ததாகவும், அங்கு கிளீவர் (Cleaver) என்ற மிஷனரி டச்சு மொழியில் வழிபாடு நடத்தியதாகவும் குறிப்பிடுகிறார். அதன்பின் சில போர்ச்சுகீசியர்களையும் தமிழர்களையும் சந்தித்து கடவுளின் வார்த்தையை அவர்களுக்குப் போதித்ததாக ரிங்கல்தோபே தன் டைரிக்குறிப்பில் எழுதியுள்ளார். 'தூத்துக்குடியில் வசித்த டச்சுக்காரர்கள் எந்தளவுக்கு மதத்தைவிட்டு விலகியிருந்தார்கள் என்றால், ரோமை ஆலயத்தின் மாதாவையும் வணங்கினார்கள்; திருச்செந்தூர் கடவுளையும் வணங்கினார்கள்', எனவும் பதிவு செய்கிறார். டச்சுக்காரர்கள் திருச்செந்தூர் முருகனை வழிபட்ட முறை எப்படி இருந்திருக்கும் என நம்மால் கற்பனைகூட செய்துபார்க்க முடியவில்லை! கால்டுவெல், சுவார்ட்சு, ரோசன், ஹோ, ஷாரக், ஜி.யு. போப் உள்ளிட்ட பலர் இந்த ஆலயத்தில் தங்கள் பாதச்சுவடுகளை பதித்தவர்கள்.

1825ம் ஆண்டு டச்சுப் படைகள் தூத்துக்குடியைவிட்டு அகன்ற பிறகு தேவாலயம் கவனிக்கப்பின்றி போனது. 1843ம் ஆண்டு எஸ்.பி.ஜி. மிஷனரிகள் மீண்டும் இங்கே வழிபாடு நடத்தத் தொடங்கினார்கள். 1844ம் ஆண்டு மாவட்ட ஆட்சியர் இந்த ஆலயத்தின் பொறுப்பாளராக நியமிக்கப்பட்டார். ஆங்கிலேய மதகுருக்கள்

ENGLISH CHURCH, TUTICORIN.

ஆங்கிலேய தேவாலயம், பழைய படம்

வசம் வந்த பிறகு 1921ம் ஆண்டு ஆலயத்தின் உள்புறம் தேக்கு மரத்தாலான பலகைகள் அமைக்கப்பட்டன. 1800களில் மதம் மாறிய தமிழர்கள் தங்களுக்கென தனி ஆலயம் அமைக்க முடிவு செய்து வடக்கூரில் 1839ம் ஆண்டு தூய பேட்ரிக் பெயரில் தற்காலிக ஆலயம் எழுப்பினார்கள். 1873ம் ஆண்டு நிரந்தர ஆலயம் அமைந்தது. 1877ம் ஆண்டு ஆயராக உயர்த்தப்பட்ட கால்டுவெல், தூத்துக்குடிக்கு வருகை தந்து பேட்ரிக் ஆலயத்தில் நன்றி ஆராதனை நடத்தினார். இந்த பேட்ரிக் ஆலயத்துக்கு 'தாய் தேவாலயம்' டச்சு ஆலயம்தான்.

'ஆலய வழிபாட்டுக்கு மக்கள் வரவு குறைந்ததன் காரணமாகவோ, அல்லது வேறு என்ன காரனமாகவோ, இந்த டச்சு ஆலயம் 'வழிபாட்டு இடமாக' முக்கியத்துவம் குறைக்கப்பட்டது. மக்கள் சி.எஸ்.ஐ. சபையைக் கேட்டுக்கொண்டதன் பேரில் மீண்டும் தேவாலய நிலைக்கு உயர்த்தப்பட்டது', என நெல்லை பேராயத்தின் மூத்த பணியாளர் மறைந்த ரெவரன்ட் எஸ்.டி. பால் ஞானையா குறிப்பிட்டிருக்கிறார்.

காரை விட்டிறங்கி ஆலயத்துக்குள் நானும் ரோடாவும் சென்றோம். நாங்கள் வருவதை முன்னரே தெரிவித்துவிட்டதால், அங்கு பொறுப்பிலிருக்கும் பாஸ்டர் பயிற்சி எடுத்துக்கொண்டிருக்கும் ஜேம்ஸ் எங்களுக்காகக் காத்திருந்து ஆலயத்தைத் திறந்து காண்பித்தார். அவரது சுட்டி மகளும், மகனும் ஆலயம் முழுக்க ஓடித் திரிந்தார்கள். 'குழந்தைகளை என்னிடம் வரவிடுங்கள்' என்ற பைபிள் வாசகம் நினைவுக்கு வந்தது. சூசன்னாவின் கல்லறைதான் முதலில் கண்ணில் பட்டது. மயிலா, அன்னமா என தெளிவாக விளங்கிக்கொள்ள முடியாத இலைச்சினை, அதன் இருபுறமும் வளைந்து ஓடும் கொடிகள், 1618ம் ஆண்டு மார்கழி 2 அன்று அவள் இறந்து போனதாகக் கல்வெட்டு குறிக்கிறது. இதன் மொழியாக்கத்தை காட்டன் தன் நூலில் அழகாகத் தருகிறார்.

> '1618 (தமிழ் எண்கள்) மார்களி மீ. 2 சுவாந்தக் குருசு சிந்திக்கு மகள் சுவா னாளை யிந்தக்குளியிலடக்கி யிருக்குது. யிதை வாசித்த வர்கள் தம்பிரானுக்காக ஒரு கிரி யெலெசொனும் ஆவெ மரியவும் ஓதிக்கொள்ளவும்.'

இதற்கு ஆங்கில மொழியாக்கம் வழங்கும் காட்டன், 'டிசம்பர் 2, 1618' என சுவானாள் இறந்த நாளைக் குறிப்பிடுகிறார். இது ஹென்றி ஹென்றிக்ஸ் அடிகளாரின் நாள்காட்டியின்படி சரியே. 1547ம் ஆண்டு மறைபரப்பு பணிக்கு முத்துக்குளித்துறைக்கு வந்த யூத இனத்தைச் சேர்ந்த குருவான ஹென்றிக்ஸ் அடிகள் தமிழ் நாள்காட்டியை கடைபிடித்த தமிழ்க் கிறிஸ்தவ மக்களுக்கு,

கிறிஸ்துமஸ் உள்ளிட்ட பண்டிகை நாள்களை சரியான நாளன்று கொண்டாடுவதில் சிக்கல் இருந்ததை உணர்ந்தார். கிரகோரிய நாள்காட்டிக்கு இணையாக தமிழ் நாள்காட்டியைத் திருத்த முனைந்தவர், தமிழ் மாதங்களின் நாள் எண்ணிக்கையை மாற்றி எழுதினார்.

ஜனவரி - தை - 31
பிப்ரவரி - மாசி - 28(29)
மார்ச் - பங்குனி - 31
ஏப்ரல் - சித்திரை - 30
மே - வைகாசி - 31
ஜூன் - ஆனி - 30
ஜூலை - ஆடி - 31
ஆகஸ்டு - ஆவணி - 31
செப்டெம்பர் - புரட்டாசி - 30
அக்டோபர் - ஐப்பசி - 31
நவம்பர் - கார்த்திகை - 30
டிசம்பர் - மார்கழி - 31

சுவானாள் கல்லறைக் கல்வெட்டு

ஜனவரி 1 அன்று தை 1 என்றும், டிசம்பர் 25 அன்று மார்கழி 25 என்றும் கணக்கிட்டு, தன் புதிய நாள்காட்டியின் அறிவிப்பை மக்களுக்கு 1586ம் ஆண்டு பதிப்பிக்கப்பட்ட 'புளோஸ் சாங்க்தோரம்' (Flos Sanctorum) நூல் மூலம் அறிவித்தார். 16ம் நூற்றாண்டிலேயே, ஆண்டின் முதல் மாதம் 'தை' என தெளிவாக எடுத்துச் சொன்னவர் ஹென்றி ஹென்றிக்ஸ்! இந்த நாள்காட்டி சீர்திருத்தத்துக்குக் கடல்புற மக்கள் அளித்த அமோக ஆதரவு, உள்நாட்டு மக்களிடம் ஏனோ இல்லை. பின்னால் வந்த வீரமாமுனிவர் இந்த சிக்கலை தன் 'தே அன்னிஸ் மென்சிபஸ் தமிலிகஸ்' (De Annis ac Mensibus Tamilicus) நூலில், இந்த இரு நாள்காட்டிகளையும் சரியான விதத்தில் கணக்கீடு செய்ய பட்டியல் ஒன்றைத் தயாரித்துத் தீர்த்துவைத்தார். முத்துக்குளித்துறை கடற்கரை கிராமங்கள் சிலவற்றில் இன்றும் ஹென்றிக்ஸின் நாள்காட்டி பின்பற்றப்படுவதாகச் சொல்லப் படுகிறது. இந்த நாள்காட்டியின்படி, காட்டன் மொழிபெயர்த் திருக்கும் மார்கழி 2 = டிசம்பர் 2 சரியே! ஹென்றிக்ஸின் நாள்காட்டியை 20ம் நூற்றாண்டில் காட்டன் பயன்படுத்தியதும், இன்றும் நாள்காட்டி பயன்பாட்டில் இருப்பதும், மிக முக்கிய நாள்காட்டி சீர்திருத்தம் அன்றி வேறென்ன?

கல்வெட்டில் குறிப்பிட்டிருக்கும் சுவானாள் (சூசன்னா) 'சுவாந்தக் குருசு சிந்திக்கு மகள்' என குறிப்பிடப்படுகிறது. ஏற்கனவே எழுதியபடி, சுவாந்தக் குருசின் அடையாளம் குழப்பமாகவேதான் நீடிக்கிறது. குதிரை வணிகர், மிளகு வணிகர் என்பதில் எந்த ஐயமுமில்லை. பரதவர்களோ தங்களின் முதல் ஜாதித்தலைவ மோரின் மகள் சுவானாள் எனச் சொல்கின்றனர். ஆனால் கல்வெட்டே நமக்கு தெளிவைத் தருகிறது. ஜாதித்தலைவர் / பட்டங்கட்டி சுவாந்தக் குருசு என குறிப்பிடாமல், 'சுவாந்தக் குருசு சிந்திக்கு' என தெளிவாகக் குறிக்கிறது.

ISOLATED TOMB AT TUTICORIN.

2589 2nd Dec. 1618. SUSANNA DE CRUZ . [illegible] மார்கழியீ 2உ சுவாந்தக்குருசு சிந்திக்கு மகள் [illegible] யிந்தக்குழியிலடக்கி யிருக்குது. யிதை வாசித்த வர்கள் தம்பிரானுக்காக ஒரு கிரி யெலெசொனும் ஆவெ மரியயும் ஒதிக்கொள்ளவும்.

"In this grave is interred, Susanna, daughter of Juan de Cruz, Syndic, on the 2nd day of December 1618. Those who r. ad this, please recite one Kyrie Eleison, and Ave Maria in the name of God."

This is the oldest mortuary inscription in Tamil characters over a European or Eurasian. It is locally known as the Syndics' tomb, and forms the only memorial of the Portuguese occupation of Tuticorin. The town was a Portuguese settlement from about 1540 till 1658, when captured by the Dutch. The Protestant Church still bears the V.O.C. crest of the Netherlands Company and the date MDCCL.

ஜே ஜே காட்டனின் நூலில் சுவானாள் கல்லறை பற்றிய விளக்கம்

‘சிந்திக்கு’ என்ற பெயர் போர்ச்சுகீசிய மொழியில் ‘வணிகர்’ என பொருள் தருகிறது. 1946ம் ஆண்டு இந்தக் கல்லறை குறித்து எழுதிய காட்டன், இதனை அப்பகுதி மக்கள் ‘சிந்திக்குக் கல்லறை’ என்றே குறிப்பிட்டு வந்ததாக எழுதுகிறார். ஆக, பரதவ மக்களை முதலில் ரோமை கிறிஸ்தவத்துக்குள் அழைத்துவந்த போர்ச்சுகீசிய / இந்தோ போர்ச்சுகீசிய சுவாந்தக் குருசின் மகளான சுவானாளின் கல்லறை, ஆச்சர்யமாக சீர்திருத்தக் கிறிஸ்தவ டச்சு ஆலயத்தில் பாதுகாப்பாக இருக்கிறது. இரு பிரிவினருக்கிடையே உள்ள இந்தக் கொடுக்கல், வாங்கல் வியப்பாகத்தான் இருக்கிறது. பரதவ தலைவனின் மகள் எனச் சொல்லப்படும் காரணத்தால்கூட சுவானாள் கல்லறைக் கல்வெட்டு பாதுகாக்கப்பட்டிருக்கலாம். காரணம் என்னவோ, இன்று சுவானாள் நிம்மதியாக தூய திருத்துவ ஆலயத்தில் தன் பெயருள்ள கல்வெட்டாக நினைவிலிருக்கிறாள். கடற்புரத்து மக்களின் தாலாட்டில் கண்மூடி எங்கோ உறக்கத்திலிருக்கிறாள்.

எங்கிருந்து அவளது கல்வெட்டு கொண்டுவரப்பட்டது, எப்போது கொண்டுவரப்பட்டது என்பதுபற்றிய தெளிவு நம்மிடம் இல்லை. ஆனால், ஒரு காலத்தில் தாத்தா பால் ஞானையா பாதுகாத்த, பெரியப்பா லாம்பர்ட் எழுதிப் பதிவுசெய்த இந்த இரு கல்லறைக் கல்வெட்டுகளும், இன்று பேத்தி ரோடாவின் முயற்சியால் பாதுகாப்பாக இருக்கின்றன.

ஆலயத்தின் வெளிப்புறம் மணிக்கூண்டு ஒன்று உள்ளது. இரண்டு பக்கவாட்டுத் தூண்கள், அவற்றின் மேல் தூலம் (Beam), அதில் கட்டப்பட்ட மணி என மிக எளிமையான தோற்றம். அந்த மணியைப் புகைப்படம் மட்டும் எடுத்துக்கொண்டோம். அதில் எழுத்துப் பொறிப்புகள் தெரிந்தன. ஆனால் கீழிருந்து தெளிவாகப் படம் எடுக்கமுடியவில்லை. மணியை மராமத்துச் செய்யும்போது படங்கள் எடுத்து அனுப்புவதாக ஜேம்ஸ் சொல்லிவிட்டார். சொன்னதுபோல, ஒன்றிரண்டு மாதங்களில் படங்களையும் அனுப்பினார்.

படித்துப் பார்த்தால் குபீர் சிரிப்புதான். ஆங்கில ஆலயம் என வரலாறு படைத்துக்கொண்டிருக்கும் ஆலயத்தின் மணியை, நாராயணன் ஆசாரி செய்திருக்கிறார். தன் பெயரை அழகாக "NARAYANAN ASARI MADE ME' என கொஞ்சு ஆங்கிலத்தில் வெட்டியிருக்கிறார். என்ன, ஆசாரியின் கீ இடம் வலமாகத் திரும்பிவிட்டது, அவ்வளவு தான். மற்றொரு பக்கம் "MR OM PS C.T.JACOB GAVE ME 1929' என மணியில் வெட்டப்பட்டுள்ளது.

இதிலும் நம் ஆசாரியார் கு எழுத்தைத் திருப்பிவிட்டார்; ஙீ எழுத்து ஙீ தானா, அல்லது வேறு எதுவுமா என பட்டிமன்றம்தான் நடத்தவேண்டும்! MADE ME, GAVE ME என்ற சொற்களின் அழகுடன் மணியே நம்மிடம் பேசுவதுபோல இருக்கிறதல்லவா? மணியே தன் கதையைச் சொல்லும்விதமாக அதில் வெட்டிவைத்த நாராயண ஆசாரியை மறவோம்.

ஆங்கிலத்தில் 'டிவைன் புராவிடன்ஸ்' (divine providence) என்ற ஒரு கருத்துருவாக்கம் உண்டு. நிகழும் செயல்களில் எல்லாம் கடவுளின் கொண்டுசெலுத்துதல், வழிகாட்டுதல் உண்டு என்ற நம்பிக்கை அது. ஒரு வேளை இதனால்தானோ என்னவோ, சென்னையில் வசிக்கும் ரோடா, கட்டட வடிவமைப்பாளர் சேவியர் பெனடிக்ட், தூத்துக்குடியில் உள்ள அந்த ஆலயத்தைப் பேணிக் காக்க, குருசேகர உறுப்பினர்களுடன் கைகோத்து முயற்சிகள் செய்துவருகின்றனர். மூன்று மாதங்களுக்கு ஒருமுறை கோயிலுக்கு வண்ணம் பூசுவது, மழைக்காலங்களில் சாலையிலிருந்து ஆலயத்துக்குள் ஓடி வரும் தண்ணீரை வெளியேற்றுவது, பெயர்ந்து விழும் காரையைப் பூசி சீர்செய்வது என இந்தக் கோயில் பாதுகாப்பாக இன்று இருப்பதற்கு இந்த சேகர உறுப்பினர்களே காரணம். குருசேகர உறுப்பினர்களின் முயற்சியின் பகுதியாக, கட்டடப் பாதுகாப்பு வல்லுனர் ஒருவர் ஆலயத்தை நேரில் ஆய்வு செய்து எவ்வாறு அதைப் பாதுகாக்கலாம் என நெறிமுறைகள் வழங்கியிருக்கிறார். அதனைப் பின்பற்றி ஆலயத்தில் பணிகள் நடக்கவிருக்கின்றன.

டிவைன் புராவிடன்சில் எனக்கு நம்பிக்கை இல்லை. இது ஒரு பட்டர்பிளை எஃபெக்ட். எங்கோ ஏதோ நடப்பதன் எதிரொலி எங்கோ யாருக்கோ நேர்கிறது. லாம்பெர்ட் தன் கட்டுரையை ரெவரண்ட் ரசல் சந்திரனின் வார்த்தைகளில் தொடங்குகிறார். அதே வார்த்தைகளில் நான் இப்பகுதியை முடிக்கிறேன். 'தன் வரலாறை மறந்து போகும் எந்த ஆலயமும் பெரும் ஆபத்தில் இருக்கிறது. தன் வரலாறை உதாசீனம் செய்வதாலும், தன் தரவுகளைப் பாதுகாக்காத காரணத்தாலும், கடவுள் தன் ஆலயங்கள் மூலமாக இந்தியாவில் செய்த செயல்களின் வரலாறு மறக்கப்பட்டதாலும், இந்தியக் கிறிஸ்தவம் உண்மையில் பெரும் ஆபத்தில் இருக்கிறது'.

சான்றுகள்

- *250வது ஆண்டுவிழா மலர், தூய திருத்துவ ஆலயம், தூத்துக்குடி, ஆலய வெளியீடு*

- Padre Henrique Henriques, the Father of the Tamil of the Tamil Press - S.Rajamanickam, 1968
- https://stpatrickchurch.page.tl/CHURCH-HISTORY.html
- https://www.heritagevembaru.in/2020/01/
- கடலோரக் கவிச்சோலை, அருட்தந்தை ஸ்டீபன் கோமஸ்-வலம்புரிநாதம் வெளியீடு
- List of Inscriptions on Tombs or Monuments of Madras Presidency, JJ Cotton, Vol 2 - 1946

5

பனிமய ஆத்தாள் – தூத்துக்குடி

தென் கிழக்குக் கடற்கரையோர கிராமங்களில் 'ஆத்தாள்' என்ற சொல், பெற்ற தாயைக் குறிக்கப் பயன்படுத்தப் படுகிறது. 'அகத்தாள்'– அகத்திலிருப்பவள் என்பதில் இருந்தே ஆத்தாள் என்ற சொல் வந்ததாக அறிஞர்கள் சொல்வதுண்டு.

•

'திருமந் திரநகரிற் சேணாடர் வாழ்த்தும்
அருமந் திரத்திலுறை யன்னை - மரியாம்
பனிமயமா நாயகிமே நான்பதிகம் பாடத்
தனிமுதலே தாதுணைநின் றாள்...
தெண்மழைத் தடமதில் மேதிக ளுழக்கிடச்
சினைவாளை தாவி நெடிய
தெங்கினற் கனிகளை யுதிர்க்கமுட் புறமார்ந்த
தீங்கனி கிழிந்து சிந்துஞ்
செந்தேறன் மடைபாய்ந்து சாலியை வளர்த்திடுஞ்
சீருலாங் கழனி சூழ்ந்த
திருமந்த்ர நகரிலெழு மருமந்தி ரத்திலுறை
திவ்ய பனிமய வன்னையே!...
மிக்கவுயர் தயையுடைத் தாயுன தடைக்கலம்
விரைவில் வந்தடி பணிந்துன்
மேலான வுபகார வுதவியை யிரந்துநினை
வேண்டினவ ரெவரு மிந்த

மேதினி தனிற்கை விடப்பட்ட திலையென
விளம்புது வீண் கதைகொலோ?
வித்தக மிகுந்த பலவுத்தம ரெலாமிதனை
மெய்யெனச் சாட்சி தந்தார்!'

- மணப்பாடு வித்துவான் இரண்டாம் இன்பக்கவிராயர் மரியான் சவியேர் ஹென்றி லெயோன் (குலத்தலைவன் தொன் கபிரியேல் தெக்குரூஸ் லாசரூஸ் மோத்தா வாஸின் அரசவை வாசற்படி வித்துவான்) இயற்றிய பனிமய ஆத்தாள் பதிகம், (14 சீரிரட்டை ஆசிரிய விருத்தம்), 19ம் நூற்றாண்டு.

மாதாவை ஆத்தாள் என ஏன் பதிகம் எழுதினார் கவிஞர் என்ற கேள்வி எழுகிறது இல்லையா? தென் கிழக்குக் கடற்கரையோர கிராமங்களில் 'ஆத்தாள்' என்ற சொல்தான் பெற்ற தாயைக் குறிக்கப் பயன்படுத்தப்படுகிறது. 'அகத்தாள்' - அகத்திலிருப்பவள் என்பதிலிருந்தே ஆத்தாள் வந்ததாக அறிஞர்கள் சொல்வதுண்டு. அந்தப் பெயரையே மாதாவுக்கும் வழங்கி, பனிமய ஆத்தாள் என புலவர்கள் வழங்கியதாக 'தடம் பதிந்த பாதை' நூலில் ஸ்டீபன் எழுதுகிறார். அதேபோல, தூத்துக்குடியை திருமந்திர நகர் எனவும் அந்தக் காலத்தில் வழங்கியிருக்கின்றனர்.

தூத்துக்குடியில் இந்துக்கள் குடியிருப்பு தனியே 'வாடி தெரு' என்ற இடத்தில் அமைந்திருந்தது. தங்களுக்கு என தனியே மதில் சுவர் எழுப்பிக்கொண்டு அவர்கள் வாழ்ந்தார்கள் என்றும் பதிவு செய்யப்பட்டுள்ளது. இந்த 'வாடி தெரு' இன்றும் நீதிமன்ற ஆணைப்படி தனியார் தெருவாகவே தொடர்வதை அத்தெருவின் முகப்பில் அமைந்த அலங்கார வளைவிலுள்ள கல்வெட்டுக் குறிப்பு சொல்கிறது. அக்கல்வெட்டு 'திருமந்திரநகரம்' என்னும் தூத்துக்குடி, எனக் குறிப்பிடுகிறது.

பனிமய மாதாவைத் தங்கள் உயிரினும் மேலாக மதிக்கும் பாங்கு, கடற்புரத்து மக்களிடம் உண்டு. சவேரியார் திருவிதாங்கூர் மன்னரிடம் தங்களுக்கென தனி கோயில் கட்ட அனுமதியும், இடமும் பெற்றார். இயேசு சபையினரின் வசிப்பிடத்துக்கு அருகே 1582ம் ஆண்டு கட்டப்பட்ட கோயில் 'இரக்கத்தின் மாதா' கோயில். ரோமையில் அமைந்துள்ள பனிமய மாதாக்கோயிலின் திருநாளான ஆகஸ்ட் 5 அன்றுதான் இந்த இரக்கத்தின் மாதா கோயில் அர்ப்பணிக்கப்பட்டது என்பதால், ஆண்டுதோறும் பனிமய மாதா திருநாளன்றே இந்தக் கோயிலிலும் திருவிழா நடந்து வந்தது. இதன் காரணமாக நாளடைவில் பெயர் மருவி, இரக்கத்தின் மாதா,

தஸ்நேவிஸ் மாதாவானது (Nossa Senhora Das Neves - Our Lady of the Snows). தூத்துக்குடியின் கோடைக் கொடுமையை அனுபவித்தவர்களுக்கு, பனி என்ற பெயரை உச்சரிப்பதில் எவ்வளவு சிலிர்ப்பு இருக்கக்கூடும் என்பதை உணரமுடிகிறது!

1582 ஆண்டு இந்தக் கோயில் திறந்துவைக்கப்பட்டது குறித்து முத்துக்குளித்துறை இயேசு சபை குரு திதாக்குஸ் தி குனா (Didacus D Cunha) ரோமைக்கு எழுதிய கடிதத்தில், 'இந்தக் கோயில் மற்ற கோயில்களைப்போல கொச்சி ஆயரின் ஆளுகைக்கு உட்படாமல் முழுக்க இயேசு சபையினருக்கே உரியதாக இருக்கும். செங்கல்லும், சுண்ணாம்பும் கொண்டு கோயில் கட்டப்பட்டுள்ளது. இக்கோயிலுக்காக இதுவரை 800 குருசாதோ (Cruzado) பணம் செலவு செய்யப்பட்டுள்ளது. இவ்வளவும் மக்கள் அளித்த நன்கொடையாகும்', என குறிப்பிடுகிறார்.

17ம் நூற்றாண்டில் கொச்சி ஆயர் அன்திரேயாவுக்கும் இயேசு சபையினருக்கும் இடையேயான அதிகாரப் போர் முற்றி, 1600ம் ஆண்டு கோயிலைவிட்டு இயேசு சபையார் வெளியேறினார்கள். கோயில் புறக்கணிக்கப்பட்டது. 1627ம் ஆண்டு போர்ச்சுகீசிய மன்னர் தலையீட்டால், கோயிலுக்கு இயேசு சபை குருமார் மீண்டும் வந்தார்கள், கோயில் புதுப்பிக்கப்பட்டது. 1658ம் ஆண்டு நகரம் டச்சுக்காரர்களால் கைப்பற்றப்பட்டது. பனிமய மாதா கோயில் அவர்களது ஆயுதக்கிடங்காக மாறியது. இயேசு சபையினர் ஒளிந்து வாழும் நிலை உண்டானது. இதை எதிர்பார்த்தே இருந்த பரதவ மக்கள், கோயிலில் இருந்த மாதா சிலையை சிவந்தாகுளத்தில் இருந்த சிற்றாலயத்துக்கு மாற்றினார்கள். அந்தக்கோயிலையும் டச்சுக்காரர்கள் கைப்பற்ற வருவது தெரிந்து, சிலையை கொற்கைக்குக் கொண்டுசென்ன்றனர். ஏழு ஆண்டுகள் கொற்கையில் இருந்த சிலை, மீண்டும் பரதவ குலத்தலைவன் வீட்டுக்கே வந்து சேர்ந்தது.

மக்களிடம் தங்கள் மதப்பரப்புரைகளுக்குச் செல்வாக்கு இல்லை என தெரிந்துகொண்ட டச்சுக்காரர்கள், இயேசு சபையினர் மீண்டும் முத்துக்குளித்துறையில் பணியாற்ற அனுமதித்தார்கள். 1708ம் ஆண்டு மான்சி என்ற குருவானவர் பனிமய மாதா கோயிலை திரும்பப் பெற்றுக்கொண்டார். 1712ம் ஆண்டு புதிய பனிமயமாதா ஆலயம் கட்டி எழுப்பப்பட்டது. 1714ல் விஜிலியுஸ் மான்சி கோயிலைக் கட்டிமுடித்தார். 56 ஆண்டுகளுக்குப் பின் மாதா உருவச்சிலை மீண்டும் கோயிலை அடைந்தது. 1773ம் ஆண்டு பதினாலாம் கிளெமன்ட் என்ற போப்பாண்டவரால் இயேசு சபை

கலைக்கப்பட்ட பின், கொச்சி ஆயரின் கீழ் பனிமயமாதா ஆலயம் வந்தது. சுதேசி குருக்கள் - கத்தனார்கள் (Cattanars) அதன்பின் அங்கு பணியாற்றத் தொடங்கினார்கள். அவர்களுக்கும் பரதவர்களுக்கும் இடையே சிக்கல்கள் எழ, முத்துக்குளித்துறைப் பட்டங்கட்டிகள் தத்தம் ஊர்களிலுள்ள கோயில்களின் நிர்வாகத்தைத் தாங்களே கவனித்தனர். கோயில் சொத்துகளைத் தங்கள் கைகளில் எடுத்துக் கொண்டு வரவு செலவைப் பார்க்கத் தொடங்கினார்கள். புதிய குருக்களை நியமிக்கும் பொறுப்பையும் எடுத்துக்கொண்டார்கள். சூழலை சரியாகப் பயன்படுத்திக்கொண்ட ஜாதித்தலைவமோர், பனிமய மாதா கோயில் சொத்துகள், மாதா சிலையின் பொன் ஆபரணங்களைப் பாதுகாக்கும் பொறுப்பை எடுத்துக்கொண்டார். தனக்கு விருப்பமான கோவா குருக்கள், கத்தனார்களை (சிரிய வழி குருக்கள்) பங்குக் குருக்களாக நியமித்தார். குருமார்களுக்கு கோயில் நிர்வாகத்தில் இருந்த அதிகாரம் இந்தக் காலகட்டத்தில்தான் பரதவர்கள் ஆலயங்களைத் தங்கள் நேரடி கட்டுப்பாட்டுக்குள் கொண்டுவந்தார்கள். 1814ம் ஆண்டு ஏழாம் பத்திநாதர் போப்பாண்டவரால் இயேசு சபை மீண்டும் புதுப்பிக்கப்பட்டது. காட்சிகள் மாறின.

1828ம் ஆண்டு போர்ச்சுகீசிய மன்னரான ஆறாம் ஜான் இறந்துபோக, அவரது மகன் பீட்டர் அரசப்பொறுப்பேற்றார். கத்தோலிக்கத் திருச்சபை மேல் கடும் காட்டம்கொண்டிருந்த பீட்டர், 'பதுரதோ' குருக்களை நியமிப்பது குறித்துக் கவலை எதுவும் கொள்ளவில்லை. இந்தப் பதுரதோ குருமார் போர்ச்சுகீசிய மன்னரால் நியமிக்கப்பட்டவர்கள். குருக்கள் இல்லாமல் முத்துக்குளித்துறை குழப்பத்தில் ஆழ்ந்தது. 1836ம் ஆண்டு போப் பதினாறாம் கிரகரி தமிழகத்தில் 'மதுரை மிஷனை' தனியே பிரித்து பிரெஞ்சு குருக்களான 'துளூஸ்' (Toulouse) குருக்களை அனுப்பினார். பதுரதோ மிஷன், துளூஸ் மிஷன் என இரு மிஷன்களின் கட்டுப் பாட்டில் தூத்துக்குடி, மணப்பாடு, கூடுதாழை, புன்னைக்காயல், வைப்பாறு ஆகிய கோயில்கள் கண்காணிக்கப்பட்டன. கோவா பாதிரியார்களைத் தங்கள் கட்டுப்பாட்டில் கொண்டுவர எண்ணிய புதிய மதுரை குருக்களால் குழப்பம் அதிகமானது. 1838ம் ஆண்டு போப் பதினாறாம் கிரகரி 'முல்தா பிரெக்லேர்' (multa praeclare) என்ற அறிக்கை மூலம் அமைதியை நிலைநாட்ட விரும்பினார். பனிமய மாதா ஆலயத்துக்கு அலெக்சாண்டர் மார்ட்டின் என்ற இயேசு சபைக் குரு பங்குக் குருவாக பணியமர்த்தப்பட்டார்.

இதை விரும்பாத ஜாதித்தலைவர், கோயிலைப் பூட்டி, தான் விரும்பிய கோவா குருவை நியமித்தார். கிறிஸ்தவர்கள்

இரண்டாகப் பிரிந்து சண்டையிட்டுக்கொண்டார்கள். சமய அதிகாரத்தை சாதி அதிகாரம் கைப்பற்ற முனையும்போது ஏற்படும் சிக்கல் இது. கோவா குருவை அதிகாரம் கொண்டோர் ஆதரிக்க, எளிய மக்களோ அதை எதிர்த்துப் போப்பாண்டவர் அனுப்பிய பிரெஞ்சுக் குருமாருடன் துணைநின்றனர். கோயில் பூட்டப்பட்டு அதிகாரம் பறிக்கப்பட்டதால் வெளியேற நிர்பந்திக்கப்பட்ட பிரெஞ்சுக் குரு மார்ட்டின், ஒரு குடிசைக் கோயிலைக் கட்டி, அதற்கு ‘இஞ்ஞாசியார் கோயில்’ என பெயரிட்டு வழிபட்டார் என வெனான்சியுஸ் அடிகள் எழுதுகிறார்.

தூத்துக்குடியில் சமரசம் பேச புதுச்சேரி ஆயர் போனாந்து (Bonnand) முயற்சித்தார். ஜாதித்தலைவர் இறந்து போக, அவரது மகன் பதவியேற்றார். 1840ம் ஆண்டு ஜாதித்தலைவரின் மகனும், புதுவை ஆயரும் ஒப்பந்தம் செய்துகொண்டதின் பேரில் பனிமய மாதா ஆலயம் கோவா மிஷனின் பொறுப்பிலேயே இருக்கும், ஆனால் அதன் பிரெஞ்சு மிஷன் ஆயரின் சொற்படி அதை நிர்வகிக்க வேண்டும் என முடிவானது. ஆனால் ஜாதித்தலைவரின் தலையீட்டை ஏற்றுக்கொள்ளாத மதுரை மிஷனின் புதிய தலைவர், தன் பங்குக்குக் கோயிலைப் பூட்டி நிர்வாகத்தைத் தன் கையில் வைத்துக்கொண்டார். இப்படி மாறி மாறி கோயிலைப் பூட்டி அதிகாரத்தை நிலைநாட்ட ஜாதித்தலைவரும், இரண்டு மிஷன்களும் முனைந்தன.

ஜாதித்தலைவரின் இந்த மேலாதிக்கப் போக்கு பிடிக்காத பெரும்பான்மை பரதவர்கள் அவரிடமிருந்து விலகி கூத்தங்குளி பட்டங்கட்டியான கித்தேரியானை தங்கள் சாதித்தலைவராக நியமித்தார்கள். இயேசு சபை குருக்களுக்கு மக்களிடமிருந்த செல்வாக்குக் கண்டு நீதிமன்றத்தில் வழக்குத் தொடுத்த மதுரை மிஷனின் தென் பகுதித் தலைவர் கஸ்தானியர் (Castanier) சாதித்தலைவர் நியமித்த கோவா குருவை நீக்குமாறு வேண்டினார். ஆட்சியர் உத்தரவின் பேரில் அவர் நீக்கப்பட, அதை எதிர்த்து சாதித்தலைவர் உயர்நீதிமன்றத்தில் வழக்கு தொடர்ந்தார். கோயிலைப் பூட்டி வைத்துச் சண்டைகள் போட்ட காலம் மாறி, நீதிமன்றங்களுக்கு இந்த அதிகாரச் சண்டை சென்றது.

1860ல் மதுரை மிஷன் தலைவரான வெர்டியர் (Verdier), பிரெஞ்சுக் குருக்களின் நிர்வாகத்துக்குக் கட்டுப்படாத சாதித்தலைவரோடு மக்கள் எந்தத் தொடர்பும் கொள்ளக்கூடாது எனவும் அதை மீறுபவர்களுக்குத் திருவருள் சாதனங்கள் (கிறிஸ்தவ சமயச் சடங்குகள்) மறுக்கப்படும் எனவும் அறிவித்தார். 1886ம் ஆண்டு

போப்பாக இருந்த பதின்மூன்றாம் சிங்கராயர் போர்ச்சுகீசிய அரசருடன் செய்துகொண்ட ஒப்பந்தப்படி முத்துக்குளித்துறையின் ஐந்து முக்கியக் கோயில்கள் (பனிமயமாதா, வைப்பாறு பரலோக மாதா, மணப்பாடு பரிசுத்த ஆவி, கூடுதாழை மரியன்னை, புன்னைக்காயல் மிக்கேல் அதிதூதர் ஆலயங்கள்) தவிர மற்றவை அனைத்தையும் திருச்சிராப்பள்ளி என்ற புதிய மறைமாவட்டத்தை உருவாக்கி அதன் கண்காணிப்பின் கீழ் கொண்டுவந்தார். மயிலாப்பூர் மறைமாவட்டத்தின் கட்டுப்பாட்டில் இருந்த பனிமயமாதா கோயிலில், வழக்கம்போல பிணக்கு தொடர்ந்தது. 1939ம் ஆண்டு ஒரு வழியாக இந்த ஐந்து கோயில்களும், தூத்துக்குடி மறைமாவட்டத்தின் கீழ் கொண்டுவரப்பட்டன. ஓரளவுக்கு நிம்மதி திரும்பியது. 1954ம் ஆண்டு கடைசி சாதித்தலைவரான தொம் மனுவேல் தெகுருசு அனஸ்தாசியுஸ் மோத்தா கொரைரா காலமானார். அவரது மகன் சாதித்தலைமையை ஏற்றுக்கொள்ள மறுத்ததையடுத்து, இந்தத் தலைமைப் பதவி வழக்கொழிந்தது.

ஆனாலும் பெரிய கோயிலுக்கும், ஆயரின் கோயிலான இயேசு மரி திரு இருதயங்களின் பேராலயமான 'சின்னக் கோயிலுக்கும்' இடையே அவ்வப்போது தகராறுகள் வெடித்துவந்தன. தொடர்ச்சியாக அங்கு பணியாற்றிய குருக்களின் பெருமுயற்சியால் அமைதி திரும்பியது எனலாம். 1982ம் ஆண்டு, அதன் 400வது ஆண்டு விழாவில் ஆலயம் போப்பாண்டவரின் சிறப்பு சலுகை பெற்ற 'பசிலிக்கா' (Basilica) நிலைக்கு உயர்த்தப்பட்டது.

பனிமய மாதா சிலை தூத்துக்குடிக்கு எப்படி வந்தது என்ற வாய்மொழிக் கதைகள் பலவும் உண்டு. உருவ வழிபாடு கிறிஸ்தவத்தில் பிற்காலத்தில் ஏற்பட்டதுதான் என்றாலும், மிகவும் பலமாக ஆட்கொண்டுவிட்டது. குறிப்பாக உருவ வழிபாட்டில் அதீத ஆர்வம் கொண்ட தமிழ் மக்களுக்கு உருவங்களின் மேலுள்ள ஆர்வம் அளவிடமுடியாதது. வீடுகளில் பிறைகளில் வைத்து வணங்குவதாகட்டும், வீடுகளுக்கு வெளியே சிறு 'கெபி' (வீடுகளுக்கு முன் பிறை/ கண்ணாடிப் பேழைக்குள் மாதா, இயேசு, பிற புனிதர்களின் சுரூபங்கள்) அமைத்து வழிபடுவதிலாகட்டும், உருவ வழிபாட்டில் இந்துக்களுக்கு ஈடான விருப்பம் ரோமை கத்தோலிக்க கிறிஸ்தவர்களுக்கும் உண்டு. இன்றும் தூத்துக்குடியின் வீதிகள் ஒவ்வொன்றிலும் குறைந்தது ஒரு கெபியையாவது நீங்கள் பார்க்கலாம். அதற்கு மாலையிட்டு, விளக்கேற்றி, வழிபடுவ துண்டு. வீட்டு சுரூபங்களுக்கே இவ்வளவு முக்கியத்துவம் என்றால், ஏறத்தாழ 450 ஆண்டுகளாக வழிபட்டுவரும் மாதாவின்

சுரூபத்துக்கு எவ்வளவு முக்கியத்துவம் தருவார்கள்? 'எங்கள் மாதா சுரூபம் எங்கள் உயிரைவிட அதிக முக்கியம். இதைச் சொல்வதால் நான் ஃபனடிக் (fanatic) என நீங்கள் நினைத்தால், எனக்கு அதில் எந்த வருத்தமுமில்லை', என ஓர் அம்மணி சொன்னார். மாதா சுரூபம் எப்படி வந்தது என பல வாய்வழிக் கதைகள் சொல்லப்படுகின்றன. அவற்றில் ஒன்று கீழ்க்காணும் வாய்மொழிக் கதை.

அம்மன் உள்ளிட்ட பெண் தெய்வங்களை பரதவ மக்கள் அதிகம் வழிபட்டு வந்ததைக் கண்ணுற்ற சவேரியார், அவர்களை கிறிஸ்தவத்தின் பால் ஈர்க்கவேண்டும் என்றால், பெண் தெய்வ வழிபாடு வேண்டும் என எண்ணினார். மாதா பக்தி முயற்சி ஐரோப்பாவில் உண்டு என்றாலும், இன்று இந்தியாவில் உள்ள அளவுக்கு, அன்று இல்லை. மாதா பக்தியைப் பெண் தெய்வ வழிபாட்டுக்கு இணையாக பயன்படுத்திக் கொள்ளவேண்டும் என்ற எண்ணத்தில், மாதாவை மக்களுக்கு அறிமுகம் செய்தார். பிலிப்பைன்சுக்கு அவர் சென்றபோது, மணிலாவின் மடம் ஒன்றிலிருந்த பனிமய மாதா உருவச்சிலையைக் கண்டவர், அதைத் தூத்துக்குடிக்கு அனுப்புமாறு கேட்டுக்கொண்டார். அவர் இறந்த பிறகுதான் கன்னியர்கள் மரத்தாலான அந்த சிலையை 'சாந்தலேனா' என்ற கப்பல் மூலம் முத்துக்குளித்துறைக்கு அனுப்பினார்கள். 1555ம் ஆண்டு ஜூன் 9 அன்று அந்த சிலை தூத்துக்குடி வந்தடைந்தது எனச் சொல்லப்படுகிறது. (தேதி முதற்கொண்டு கதைகளில் தெளிவு பாருங்கள்!) கதை எனச் சொன்னாலும், கன்னி மரியின் வழிபாட்டு மரபு தமிழக பெண் தெய்வ வழிபாட்டுக்கு இணையாகக் கொண்டுவரப்பட்டது என்பதில் ஐயமில்லை.

ஆனால் ஆய்வாளர் வெனான்சியுஸ் அடிகள் இதை மறுக்கிறார். சவேரியார் இறந்து 19 ஆண்டுகளுக்குப் பின், 1571ம் ஆண்டுதான் மணிலா நகரமே உருவானது என தெளிவாகச் சொல்கிறார். 1600ம் ஆண்டு இந்த சிலை இரக்கத்தின் மாதா கோயிலில் வைக்கப் பட்டிருந்ததாகவும், அதற்குமுன் பேதுரு தி பாஸ்து (Pedro De Pastu) என்ற இயேசு சபை குரு வணங்கிவந்ததாகவும் குய்ரோஸ் என்ற இயேசு சபைக் குரு எழுதியிருக்கிறார் என வெனான்சியஸ் குறிப்பிடுகிறார். ஆகவே 1600க்குப் பின் தான் இந்த சிலை முக்கியத்துவம் பெற்றிருக்கவேண்டும். எப்போது வந்தது, எங்கிருந்து வந்தது என்பதைச் சொல்ல இன்னும் மேலதிக சான்றுகள் தேவை!

★

2000 ஆண்டு என நினைவு. 'நம்ம தூத்துக்குடி தங்கத்தேர் பார்க்கப் போறோம். எல்லாம் எடுத்து வை', என அம்மா சொன்னதும்

தலைகால் புரியவில்லை. தூத்துக்குடி போகிறோம், அட எங்கோ வீட்டைவிட்டு வெளியே போகிறோம் என்பதே பள்ளி மாணவியாக எனக்குப் பெரிய குஷி! ஆகஸ்டு 4 அன்று கிளம்பினோம். பேருந்துகளில் தள்ளுமுள்ளு தாண்டி, மாமா வீடு இருந்த பிரையன்ட் நகர் நிறுத்தத்தில் இறங்கி மூட்டை முடிச்சுகளை அள்ளிக்கொண்டு நடந்து மாமா வீட்டை அடைவதற்குள் நாக்கு தரையைத் தொட்டுவிட்டது. கூட்டமோ, கூட்டம். திடீர் பரோட்டக் கடைகள், நடைவண்டி உணவகங்கள், சாலையோர வியாபாரிகள் என நான் அறியாத தூத்துக்குடியின் இன்னொரு முகத்தை அன்று கண்டோம். அன்று இரவு முழுக்க லோக்கல் கேபிள் தொலைக் காட்சியில் பனிமய மாதா கோயிலின் தங்கத் தேரோட்டத்தை ஓர் இஞ்சுகூட அங்குமிங்கும் நகர்த்தாமல் காண்பித்தார்கள். சுற்றிலும் இருந்த கூட்டத்தை அடுத்த நாள் காலைதான் நேரில் பார்க்க நேர்ந்தது. கார் ஆலயத்துக்கு அருகே செல்ல அனுமதி இல்லை, பேருந்துகளுக்கும் அனுமதியில்லை. நடை தான். தூத்துக்குடியின் நெரிசலான வீதிகளில் எள் விழவும் இடமில்லாத கூட்டத்தை நீந்திக் கடந்து, அந்தத் தேரை கண்ணால் கண்ட நொடி பெரும் பரவசமாக இருந்ததுதான். அந்தத் தேரை தரிசிக்கும் முன் குறைந்த பட்சம் 100 பேரிடமாவது இடி வாங்கி 'இடிதாங்கியாக' மாறியிருந்தேன். தூத்துக்குடி மக்களின் பக்தியை, மாதா வழிபாட்டு மரபை விவரம் புரியாத வயதில் பார்த்திருந்தாலும், அந்த பிரம்மாண்டம் இன்னும் மனதில் நிற்கிறது. அந்த ஆண்டு தங்கத்தேரை 5 லட்சம் மக்கள் கண்டுகளித்ததாக ஆலயத் தரவுகள் சொல்கின்றன!

2000வது ஆண்டை கிறிஸ்து பிறப்பின் ஜூபிலி ஆண்டாக வத்திக்கான் அறிவித்தது. கிறிஸ்தவின் 2000வது பிறந்தநாள் கொண்டாட்டங்கள் உலகெங்கும் நடந்தேறின. அதன் பகுதியாகவே பனிமயமாதாவின் தங்கத் தேர் 13வது பவனியாக (முறை) இழுக்கப்பட்டது. தங்கத் தேர் வந்ததன் கதைப் பின்னணி சுவாரசியமானது. மதமும், சாதியும் போட்டி போட்டுக்கொண்டு ஒன்றை ஒன்று வளர்த்தெடுத்த கதை அது. அம்மன் வழிபாட்டிலிருந்து விலகிய பரதவர்கள், அன்னை மரியின் வழிபாட்டு மரபில் ஈடுபட்டார்கள். ஏற்கெனவே இந்துக் கோயில்களில் 'பரிவட்டம்' கட்டுதல், 'முதல் மரியாதை' என்ற சிறப்பு சலுகைகளை அனுபவித்து வந்த ஜாதித்தலைவர் மற்றும் பிற ஊர்த்தலைவர்கள், அதே மரியாதையை கிறிஸ்தவ ஆலயங்களிலும் உட்புகுத்தினார்கள். அவர்களது முயற்சிகளை பதுரதோ பாதிரிகளும் ஆதரித்தார்கள்; அதிகாரம் கொண்ட ஜாதித்தலைவர் களைப் பகைத்துக் கொள்வதில் அவர்களுக்கு உடன்பாடில்லை.

பரதவர்களின் இறுக்கமான ஜாதிக் கட்டமைப்பில் யாருக்கு என்ன மரியாதை வழங்குவது என்ற திட்டத்தையும் பதுரதோ குருமாரே தீட்டித் தந்ததாக 1947ம் ஆண்டு வெளியான பனிமயமாதா விழாமலர் குறிப்பிடுகிறது.

பூசையின் போது மாதாவின் சிலைக்கு நேர்கீழே அமர உரிமை, மாதா சிலையை அலங்கரிப்பதில் உரிமை, கிரீடம் சூட்டுவதில் உரிமை, திரை அகற்றும் உரிமை என எல்லாம் ஜாதித்தலைவருக்கே கிடைத்தது. அந்தந்த ஊர் பட்டங்கட்டிகளுக்கும் இந்த 'மரியாதை' வளர்ந்தது. இதன் காரணமாக கோயில்களுக்கு ஜாதித்தலைவர் உள்ளிட்ட பிற தலைவர்கள் பெரும் பொருளும், அணிகலன்களும் அள்ளித்தரத் தொடங்கினார்கள். தேவாலயங்கள் பெரும் செல்வத்தை அடைகாக்கத் தொடங்கின. அதற்கு இணையாக 'மரியாதை' ஜாதித்தலைவர் உள்ளிட்ட ஊர்த்தலைவர்களுக்குக் கிடைத்தது. 1840ம் ஆண்டு இங்கிருந்து கடிதம் எழுதிய பெர்திராந்து (Bertrand) 'பனிமய மாதா ஆலயம் தங்க இலைகள், நகைகளின் பொக்கிஷமாக இருக்கிறது; ஆலய சுவர்களில் விலையுயர்ந்த படங்கள் தொங்குகின்றன; வெள்ளி பூசைப் பாத்திரங்கள் பயன்படுத்தப்படுகின்றன', என எழுதியிருக்கிறார்.

1720ம் ஆண்டு முதல் 'தேரோட்டம்' பனிமயமாதா ஆலயத்தில் தொடங்கியது. பத்து நாள் 'திருவிழா' கொண்டாடும் வழக்கமும் தொடங்கிற்று. இந்த வழக்கங்களை எல்லாம் தமிழ் வழக்கங்கள் என இன்றைய ஆய்வாளர்கள் சொன்னாலும், அன்றைய காலகட்டத்தில் ரோமை கத்தோலிக்க மதம் இவற்றை ஒதுக்கச் சொல்லியே போதித்தது. இதற்கு மாற்றாக இயேசு சபை குருவான ராபர்ட்டோ டி நொபிலி (Roberto Di Nobili) ஆதிக்க சாதி இந்துக்களை மதம் மாற்றவேண்டும் எனில், அவர்களைப் போலவே தானும் உண்டு, உடுத்தி, செயலாற்ற வேண்டியது அவசியம் என உணர்ந்தார். நொபிலிக்கு முன்பு வரை கடற்கரை பரதவரே பெரும்பாலும் கிறிஸ்தவத்தைத் தழுவியிருந்தார்கள். சிவதர்மர் என்ற பிராமணரிடம் சீடனாகச் சேர்ந்து தமிழ், சைவம் கற்றுக் கொண்ட நொபிலி, கையில் தண்டம், கமண்டலத்துடன் வலம் வந்தார். தன்னை 'தத்துவ போதகர்' என அழைத்துகொண்டார்.

இவரைப் போவலே காவியணிந்த, குடுமி வைத்த, பூணூல் தரித்த குருமார் தங்களை 'பண்டாரசுவாமிகள்' என அழைத்துக் கொண்டார்கள். இது கோவா சபையினரிடையே பெரும் பிரளயத்தை ஏற்படுத்தியது. முப்புரி நூலை தந்தை, மகன், ஆவி என்ற திரித்துவ உருவகமாக்கி அணிந்து கொண்ட நொபிலி, ஒரு

கட்டத்தில் திருச்சபையை விட்டு விலகி, மதுரையில் தனி ஆசிரமம் அமைத்துக்கொண்டார். அங்கு அவர் 'கோயில்' ஒன்றைக் கட்டி, அதில் 'பூசை' செய்தார், பூசையில் மக்களுக்கு 'பிரசாதம்' அளிக்கப்பட்டது. பிறப்பு, இறப்பு உள்ளிட்ட சடங்குகளை 'சம்ஸ்காரம்' என பெயரிட்டவர், அவற்றுக்குரிய தமிழ் கீர்த்தனைகளை எழுதினார். புனிதர்கள், தேவதூதர்கள், சீடர்கள் பெயர்கள் மணிப்பிரவாள தமிழுக்கு மாறின. அவரைக் குறித்தும், அவரது 'சம்பிரதாயம்' குறித்தும் கோவா குருமார் தொடர்ந்து ரோமைக்கு புகார்கள் அனுப்பி வந்ததையடுத்து, அவரை இலங்கைக்கு அனுப்பியது வத்திகான். ஆனால் அவர் இறந்து சில ஆண்டுகளில், 1616ம் ஆண்டு போப்பாண்டவரான ஐந்தாம் பவுல் இந்த சடங்குகளுக்கு அனுமதி அளித்தார். இந்த அனுமதி கிடைக்க முக்கிய காரணம் என நொபிலியின் மாமனான கர்தினால் பெல்லார்மினைச் சுட்டுகிறார், ஆய்வாளர் கீதா தரம்பால்.

1623ம் ஆண்டு பதினைந்தாம் கிரகரி போப்பாண்டவர் 'ரோமனே செதிஸ் ஆன்திஸ்தஸ்' (Romanae Sedis Antistes) என்ற அறிவிப்பின் மூலம், இந்த நடவடிக்கைகளுக்கு உறுதியளித்தார். (Chariots of the Gods: Riding the Line between Hindu and Christian - Joanne Punzo Waghorne, 1999) இவற்றை மதமாற்றம் செய்வதற்கான வழிமுறைகளென வத்திகான் உணர்ந்தது. மூடநம்பிக்கைகளுக்கு இடம்தராத வகையில் இந்தச் சடங்குகள் அமைந்தால், அவற்றால் சிக்கல் இல்லை என்றே வத்திகான் சொல்லிவந்தது. காவி அணிவது, குடுமி வைப்பது, முப்புரி அணிவது, சந்தனம் வைத்துக் கொள்வது போன்றவற்றுக்கு போப்பாண்டவரின் அனுமதி கிடைத்தது. இதை 'பண்பாட்டு ஊடாடல்' (Transculturalism) என பெயரிடுகிறார் வரலாற்றாளர் கீதா தரம்பால். பக்தி என்பதற்கான இடம் மாறி, 'சடங்கு' என்பதில் மக்கள் கவனம் குவிந்தது என அவர் சொல்கிறார்.

இவற்றைத் தான் 'மலபார் சடங்குகள்' எனச் சொல்கின்றனர். இயேசு சபை குருமார், கப்புசின் குருமார்(Capuchin), பிரெஞ்சு மிஷன் என பல சபைகளும் இந்த குழப்பத்துக்கிடையே தங்கள் முக்கியத்துவத்தை நிறுவ முயன்றனர். சடங்குகள் குருமார்களின் அரசியலாயின. 'தென்னிந்தியாவில் இந்து மத அடித்தளத்தைத் தனிமைப்படுத்தி வரையறுக்கவும், பிரித்து நோக்கவும் இந்த அரசியல் மறைமுகமாக உதவியது', என பதிவு செய்கிறார் கீதா தரம்பால். தமிழ்ச் சடங்குகளை வகைமைப்படுத்தியதோடு நில்லாமல், எதை யார் யார் செய்வது என்ற அதிகாரக் கட்டமைப்பையும் இவை நிறுவின எனவும் அவர் சொல்கிறார்.

இந்த மலபார் சடங்குகளை 1744ம் ஆண்டு பதினாலாம் பெனடிக்ட் போப்பாண்டவர் இயேசு சபையை ஒடுக்கும் அறிவிப்பின் மூலம் மட்டுப்படுத்தினார். இந்தப் பின்புலத்தில் தான் 1720ம் ஆண்டு, முதல் தங்கத் தேர் பனிமய மாதா கோயிலில் எடுக்கப்பட்டது. முழுக்க முழுக்க தமிழ் மரபுக் கோயிலில் கொண்டாடப்படும் பத்து நாள் விழா போல ஜாதித்தலைவனார் கையால் கொடியேற்றம், கொடியிறக்கம், தேர் என அத்தனை சடங்குகளும் இங்கும் இருந்தன. தங்கத் தேரை செய்து முடிக்க 1720ம் ஆண்டு ஒரு லட்ச ரூபாய் செலவு செய்யப்பட்டதாகவும், 7500 சவரன் தங்கம் பயன்படுத்தப்பட்டதாகவும் வாய்வழிக் கதைகள் உண்டு.

தங்கத்தாலான சரிகைத் தாள்கள் இறக்குமதி செய்து பயன்படுத்தப் பட்டன என்பதும் சொல்லப்படுகிறது. தங்கத் தேர், முழுக்க தங்கத்தினாலான தேர் அல்ல, அதில் தங்கத்தகடுகள் பொருத்தப் பட்டிருந்தது. 1806ம் ஆண்டு 75 அடி உயரமான புதிய தங்கத் தேர் ஒன்றறை ஜாதித்தலைவனார் மற்றும் பிற தலைவர்கள் கோயிலுக்கு வழங்கினார்கள். தகடுகள் தருவிக்க தொடக்கத்தில் பணம் செலவானது என்றால், பின்னாளில் மின்சாரக் கம்பிகள் மற்றும் தூண்களை இடம் மாற்றி, தேர் தடங்கலில்லாமல் நான்கு முக்கிய வீதிகளிலும் வலம் வர மின்சாரவாரியத்துக்கு செய்யப்படும் செலவினமே பெரும் செலவினமாக மாறியது. அந்த செலவை எடுத்துச் செய்பவர் தான் அந்த ஆண்டின் முக்கிய புரவலர் என்றும் ஆய்வாளர் சூசன் பேய்லி பதிவு செய்திருக்கிறார்.

தமிழ்க் கோயில் விழாக்களில் தேர் நான்கு மாட வீதிகளைச் சுற்றி வருவதுபோலவேதான் இங்கும் சுற்றிவரும். இவற்றுக்கு பதுரதோ குருமாரின் முழு ஆதரவும் இருந்தது. திருச்செந்தூர் தேர்த் திருவிழாவில் வடம் பிடித்துத் தேரிழுக்கும் 'முதல் மரியாதை' போல, இங்கு அந்த உரிமை ஜாதித்தலைவனாருக்கு தரப்பட்டது. அவருக்குப் பின் வடத்தை மற்ற பட்டங்கட்டிகள், அடப்பன்கள் இழுத்திருக்கின்றனர்.

இங்கு 'பிரசாதம்' மாதாவுக்கு அணிவிக்கப்படும் மாலைகளிலுள்ள பூக்கள். இந்த விழாவில் பயன்படுத்துவதற்கு 21 'பரிசப் பாவாடைகள்' ஜாதித்தலைவனின் வீட்டில் பாதுகாக்கப் பட்டுள்ளன என எழுதும் சூசன், அவற்றில் சைவம், வைணவம் என இரு நம்பிக்கையின் சின்னங்களும் உண்டு எனச் சொல்கிறார். ஆதிசேஷன், வராகம், நந்தி, கருடர், மயில், சங்கு, சிங்கம், புலி, யானை, கிளி (நாயக்கர் சின்னமாகலாம்), தங்கக்கட்டி, சுறா என பல சின்னங்கள் இந்தக் கொடிகளில் பொறிக்கப்பட்டிருந்தன.

திருவிழாவுக்கு முன்னர் இந்தக் கொடிகள் பரதவ வண்ணார் வசம் ஒப்படைக்கப்படும். இந்தக் கொடிகளைத் திருவிழாக்கள், மண விழாக்கள், சாவு ஊர்வலங்கள் என எல்லாவற்றிலும் ஏந்திப் பிடித்து வரவேண்டியவர்கள் அவர்களே என்ற நெறிமுறையும் அப்போது இருந்துவந்தது. ஜாதித்தலைவர் வீட்டின் முன்னால் அமைக்கப் பட்டிருக்கும் பந்தலில் தங்கத்தேர் கட்டாயம் நிற்கவேண்டும்; அவர்கள் அதன்மேல் முத்துகளை அள்ளி வீசுவதும் ஒரு காலத்தில் வழக்கமாக இருந்துள்ளது.

தங்கத் தேர் 13 ஆண்டுகளுக்கு ஒருமுறை இழுப்பதாக சொல்லப் பட்டாலும், 1806ம் ஆண்டு முதல் இன்றுவரை முறையே 1806, 1872, 1879, 1895, 1905, 1908, 1926, 1947, 1955, 1964, 1977, 1982, 2000, 2007, 2013 என இதுவரை 15 முறை இழுக்கப்பட்டுவிட்டது. கடைசி ஜாதித்தலைவர் காலம்வரை ஜாதித்தலைவரின் ஐம்பதாவது பிறந்தநாள், ஆண் வாரிசு உருவானதற்கு நன்றியாக, இடியிலிருந்து கோயில் காப்பாற்றப்பட்ட நாள், கடைசி ஜாதித்தலைவர் பட்டமேற்பு என பல்வேறு காரணங்களுக்காக இழுக்கப்பட்ட தங்கத் தேர், 1926ம் ஆண்டுக்குப் பிறகு கோயில் அர்ப்பணிப்பு செய்த நாள், நாட்டு விடுதலை, மாதாவின் சுரூபம் 'வந்த நாள்', குருவானவர் குருத்துவமேற்று 25 ஆண்டுகளை நிறைவு செய்ய, பாத்திமா அன்னை காட்சி தந்ததன் நினைவு நாள், ஆலயம் கட்டி 400 ஆண்டுகள் நிறைவு நாள் என திருச்சபையின் முக்கிய நாள்களுக்காக இழுக்கப்படுகின்றது.

பனிமய மாதாவின் கோயிலுக்கு வெப்பம் தகித்த ஒருநாள் இரவு நானும் தோழி ரோடாவும் சென்றோம். ஏற்கெனவே பலமுறை சென்ற ஆலயம்தான் என்றாலும், இம்முறை எங்கள் 'அசைன்மென்ட்' வித்தியாசமானது. தூத்துக்குடி பற்றிய தகவல்களை இணையத்தில் தேடும்போது, 'தூத்துக்குடி ஆலயத்தில் பாவமன்னிப்பு' ('Confessional at Tuticorin Church') என பெயரிடப்பட்ட 1885ம் ஆண்டு வரையப்பட்ட பழம் பென்சில் ஓவியம் ஒன்று காணக்கிடைத்தது. அது எந்த ஆலயம் என்ற கேள்வி ரோடாவுக்கு வந்தாலும், எனக்கு ஐயமேயில்லை, அது பனிமய மாதா ஆலயம்தான் என அடித்துச் சொன்னேன். அதையும் பார்த்துவிடலாமே என உறுதிப்படுத்துக் கொள்ளவே அங்கு போனோம்.

காற்று மருந்துக்கும் இல்லாத இரவு அது. ஆலயத்தின் வெளிமண்டபத்தில் ஓரிருவர் சுத்தம் செய்துகொண்டிருந்தார்கள். நீங்கள் எப்போது சென்றாலும் பளிச்சென காட்சியளிக்கும் ஆலயங்களில் இதுவும் ஒன்று. காரணம் இங்கு சுத்தப்படுத்துதல் ஒரு

ரெகமி வரைந்த இடம் - இன்று

ரெகமி வரைந்த என்கிரேவிங், 1885. நன்றி: columbia.edu

குழு நடவடிக்கையாக முறையே செய்யப்பட்டு, கண்காணிக்கப் பட்டும் வருகிறது. வெளிமண்டபத்தைத் தாண்டி உள்ளே சென்றதும் பீடத்தை பார்ப்பதைவிட, கோயில் கதவுகளையும், நிலையையும் நோக்கி எங்கள் பார்வையைத் திருப்பினோம். ஆம், என் கணிப்பு 100% சரி.

ஓவியத்தில் வரையப்பட்டிருந்த நுழைவாயில் கதவு ஒரு 'அரைக்கதவு' - பாதி உயரத்தில் கூட திறந்து மூடலாம். பண்டைய போர்ச்சுகீசிய கட்டுமானத்தின் எச்சம் இவ்வகைக் கதவுகள் என ஆய்வாளர் ஆ.சிவசுப்ரமணியம் ஒருமுறை கூறியிருந்தது நினைவுக்கு வந்தது. ஓவியத்தின் கதவு போலவே இப்போதுள்ள கதவிலும் சதுர வடிவப் பிறைகள் இருந்தன; முக்கியமாக ஓவியத்தில் உள்ளதுபோலவே மரத்தாலான தாழ்ப்பாள் இன்றும் இருக்கிறது. முக்கிய வாயிலுக்கு இரு பக்கமும், இரு பெரும் தூண்கள் ஓவியத்தில் உள்ளதுபோலவே இன்றும் காட்சியளிக் கின்றன. பக்கவாட்டு கதவுகளின் வடிவம் மட்டும் இப்போது மாறியிருக்கிறது. 1946ம் ஆண்டு வண்ணக் கண்ணாடிகள் பதிக்கப்பட்ட கதவுகளும் ஜன்னல்களும் மாற்றப்பட்டிருக்கின்றன என படித்தது சரியாக நினைவுக்கு வந்தது. ஓவியத்தில் இருந்ததைப்போன்ற பாவசங்கீர்த்தனத் தொட்டியின் (Confessional) நாற்காலி, ஆலயத்தின் சுவரோரம் இன்றும் இருப்பதைக் கண்டதும் சட்டென ஒரு நூற்றாண்டு பின்னோக்கிப் போனதைப்போன்ற உணர்வு மேலிட்டது. மகிழ்வாக அதைப் புகைப்படங்கள் எடுத்துக்கொண்டோம். ஆலயத்தில் இருந்த சொற்ப நபர்கள் எங்களைக் கண்டு 'பைத்தியங்கள்... மாதாவைப் படம் பிடிக்காமல் பின் பக்கம் திரும்பி கதவைப் படம் எடுக்கின்றனர்' என நினைத்திருக்கக்கூடும். எங்களுக்கோ அது 'யுரேகா' கணமாக்கும்.

அந்த ஓவியம் 'வுட் என்கிரேவிங்' செய்யப்பட்டது. படமாக வரைந்து, அதன் வெளிப்புறக் கோட்டினை மரத்தில் வெட்டுவது தான் என்கிரேவிங். ஓவியத்தில் அதை வரைந்தவர் எங்களுக்கு ஒரு துப்பு விட்டுச் சென்றிருந்தார். அவரது பெயரை 'எஃப் எக்ஸ் ரெகமி' (Fx Regamy) என கையொப்பமிட்டிருந்தார். ஒரு வழியாக அது பிரெஞ்சு ஓவியர் ஃபெலிக்ஸ் ரெகமி என கண்டுபிடித்தோம். 1886 - 87ம் ஆண்டுகளில் அவரும், அவரது தோழர் எமில் குய்மே (Emile Guimet) என்பாரும் கிழக்காசியா முழுக்கப் பயணம் செய்தார்கள். இங்குள்ள மத அமைப்புகளை, கட்டடங்களை படங்களாக ரெகமி வரைய, குய்மே இங்கு கிடைத்த பழம்பொருள்களை சேகரித்து வந்தார். பாரிஸ் திரும்பிய இருவரும் 'ஜேப்பனிசம்' (Japonism) என்ற

வரைகலையில் ஜப்பானின் தாக்கத்தை சொல்லும் ஓவியங்களை வரைந்தனர்; இந்தக் கலை வடிவத்தை உலகுக்கு அறிமுகம் செய்தவர்கள் என இருவரின் பெயரும் நிலைத்து நிற்கிறது. இந்த ஓவியங்கள் 1878ம் ஆண்டு பாரீசில் நடைபெற்ற உலகக் கண்காட்சியில் வைக்கப்பட்டிருந்ததாகத் தெரிகிறது. ரெகமி ஓவியத்தில் மிளிரும் பேரழகு நிஜத்தில் இல்லை என்றே சொல்ல வேண்டும்.

ஓவியத்தில் பாவமன்னிப்புப் பிறை முன் மண்டியிட்டு காதில் வளையம் அணிந்த, சேலை கட்டிய பெண் ஒருவரும், அவருக்கு சற்று பின் தலையில் முக்காடிட்டு சேலையணிந்த இன்னொரு பெண்ணும் அமர்ந்திருக்கின்றனர். வாயிலில் கையில் பைபிளைப் பிடித்தபடி கோயிலுக்குள் கால் பதிக்கும் தலையில் தொப்பியும், கொசாக்கும், இடையில் கச்சையும் அணிந்த குரு ஒருவர் தெரிகிறார். அவருக்கு முன்பாக மடிநிறையப் பாலுடன் ஆடு ஒன்று திரும்பிப் பார்த்தபடி நிற்கிறது. தூணிலும், சுவரிலும், தென்னை ஓலை அலங்காரம் இருக்கிறது.

19ம் நூற்றாண்டின் இறுதியில் பனிமய மாதா ஆலயம் எப்படி இருந்திருக்கும் என தெரிந்துகொள்ள விரும்பினால், ரெகமியின் இந்த ஓவியத்தைப் பார்த்தால் போதுமானது. அன்றைய மக்களின் ஆடை, பக்தி, கோயில் அலங்காரம், விலங்குகள் மேலான ஆசை, குருமாரின் தோற்றம் என பல விஷயங்களை இந்த ஓவியம் பேசுகிறது. இதில் முக்கியமானதாக நான் கருதுவது, இந்துக் கோயில்களில் பிற சாதியினர் நுழைய அனுமதி மறுக்கப்பட்ட அதே காலகட்டத்தில், கிறிஸ்தவம் பெண்களை அரவணைத்து அவர்களுக்கு கோயிலுக்குள் இடமும் தந்து மதிப்புடன் நடத்தியது. கடற்கரைப் பெண்களுக்கு மாதா 'உயிரை விட' அதிக முக்கியத்துவம் வாய்ந்தவராக ஏன் இருக்கிறார் என்பதைப் புரிந்து கொள்ள இந்த ஓர் ஓவியம் போதுமானதாக இருக்கிறது.

சான்றுகள்

- Dharampal - Frick, G. (2018). Revisiting the Malabar Rites Controversy: A Paradigm of Ritual Dynamics in the Early Modern Catholic Missions of South India. In The Rites Controversies in the Early Modern World, Leiden, The Netherlands: Brill.
- https://olschurch.in/tn_carhist.php
- https://www.heritagevembaru.in/2017/07/our-churchs-1.html

- Bayly, S. (1990). Saints, Goddesses and Kings: Muslims and Christians in South Indian Society, 1700–1900 (Cambridge South Asian Studies). Cambridge: Cambridge University Press.
- Waghorne, Joanne Punzo. "Chariots of the God/s: Riding the Line between Hindu and Christian." History of Religions, vol. 39, no. 2, University of Chicago Press, 1999
- "Tutecoryn" by Philip Baldaeus, from 'Nauwkeurige beschrijving Malabar en Choromandel, derz. aangrenzend rijken, en het machtige eiland Ceylon', Amsterdam, 1672 - ஓவியம்
- கடலோரக் கவிச்சோலை- அருள்திரு. ஸ்டீபன் கோமஸ், வலம்புரிநாதம் வெளியீடு
- தடம் பதிந்த பாதை- ஸ்டீபன் கோமஸ், வலம்புரிநாதம் வெளியீடு
- தென் தமிழகத்தில் கத்தோலிக்கம்- முனைவர் தே. ஜாண், செல்வி பதிப்பகம், திருநெல்வேலி

6

சிலுவை நண்டும் சவேரியாரும் – புன்னைக்காயல்

தென்னிந்தியாவின் முதல் மருத்துவமனை, முதல் தமிழ்க் கல்லூரி, முதல் தமிழ் அச்சகம், முதல் வேதியர் (catechist) பள்ளி ஆகியவை புன்னைக்காயலில் உருவாக்கப்பட்டன.

•

'திருபுவனாதி அருள் பரமநற் சோதியால்
　　தெரிந்திடும் அமலேசுவரி
திவ்விய குல தவிதிறை ஒவ்வுநவ மணியென
　　ஜென்மித்த ராஜேசுவரி
நிறைகற்பரசியாம் மறையவர் சிரசியாம்
　　நேசி தேசு பிரகாசி
நீளலகை நாசியாம் வாழ்தாசர் ராசியாம்
　　நித்திய சம்பன்ன வாசி
கரரடி தொழுநாரி சூசைமாமுனி பாரி
　　சுவக்கீன் அருள்குமாரி
தோஷமறு காரணி வாசமிகு பூரணி
　　சுகந்த மலர் ஆரணியுமாய்
அரிய கிரணாம்பரி மதி சரணாம்பரி
　　அருணோத யாம்பரியுமாய்
அன்னையாய் ஜகமேத்து கன்னியாம்

பன்னிரு உடு சென்னியாம்
சர்வ உயிர்கட் (கு) அனுகூலியாம் வேலியாம்
தத்துவக் கலை நூலியாம்
சதாசுவிசேஷணி பூசணி வாசனி
தவநிலை ஆசனியுமாய்
சுருதி மறையோரணி ஜெபமாலை இராக்கினி
தூய கன்னியான தாயின்
சொல்லரிய திருநாளை நல்லவிதம் கொண்டாடிடவே
துவக்குவதற்கினிதான நாள்
(இரட்சணியம்)
இரண்டாயிரத்து இருபத்தி யோராம் ஆண்டு*
அரியதோர் செப்டெம்பரில்
இருபத்து ஏழெனும் தேதி சோமவாரமதில்
அருள்பெருகு கொடியேற்றியே
தாயகமாம் பரிசுத்த அன்னையின் ஆலயம்
தன்னிலே ஆசரிக்க
தக்க கடன் உங்களுக்(கு) எப்போதுமாகவே
சாற்றினோம் அறிகுவீரே!

- புலவர் தர்மபிச்சை பர்னாந்து கோமஸ், புன்னைக்காயல், 19ம் நூற்றாண்டு.

மணிப்பிரவாள நடையில் எழுதப்பட்டிருந்தாலும், இயைபுத் தொடையை அழகுறப் பயன்படுத்தியிருக்கும் பாடல் இது. புன்னைக்காயல் ராஜகன்னி மாதா ஆலயத்தில் ஆண்டுதோறும் செப்டெம்பர் மாதம் நடைபெறும் திருவிழாவுக்கான அறிவிப்பான இந்த ஆசிரிய விருத்தப் பாடலை கொடியேற்றத்துக்கு முந்திய ஞாயிற்றுக்கிழமை திருப்பலியின் முடிவில், வானவர்போல ஒப்பனையிட்ட சிறுவர் ஒருவர் பாடுவார்.

மூன்று ஜோடிகளுக்கு அன்று புன்னைக்காயல் ராஜகன்னி மாதா ஆலயத்தில் திருமணம். ஜனவரி மாதம் என்றாலும் கடற்கரை வெப்பம் தகித்தது. வரும் வழியெங்கும் தாமிரபரணியின் கிளை வாய்க்கால்களின் செழிப்பு, அவற்றை ஒட்டிய வெற்றிலைக் கொடிக்கால்களின் வனப்பு என குளுகுளுவென காரில் வந்திருந்தாலும், புன்னைக்காயல் பங்கு சாமியார் அலுவலகம் முன்

---

* ஆண்டு மாறுதலுக்குட்பட்டது, தக்க ஆண்டு, நாளை இதில் சேர்த்துக்கொள்ளவேண்டும்.

காரை நிறுத்திவிட்டு இறங்கினால், வெப்பக்காற்று முகத்தில் அறைந்தது. பங்குக் குரு திருப்பலி முடிந்தபின் எங்களைச் சந்திப்பார் எனச் சொல்லப்பட்டதால், கோயிலுக்குள் என்னதான் நடக்கிறது என பார்க்க நுழைந்தோம்.

ஆங்கிலத்தில் பொன்ஹொமி (Bonhomie) என்றொரு சொல் உண்டு. அறிந்த / அறியாத நபர்களிடையே ஓர் அணுக்கம். அதை சட்டென உணர முடிந்தது. பூசை முடிந்துவிட்டிருந்தது. மூன்று ஜோடிகளும் ஒன்றன் பின் ஒன்றாக, தத்தம் குடும்பம் நண்பர்கள் புடைசூழ வீடியோக்காரர்கள், காமிராக்காரர்களுக்கு 'போஸ்' கொடுத்துக் கொண்டிருந்தார்கள். ஏதோ ஒரு ஜோடியின் யாரோ ஓர் உறவினர் / நண்பர் என எங்களையும் நினைத்துவிட்டார்கள் போல, புன்னையம்பதி மக்கள்.

நாங்கள் பார்த்த முகங்களில் எல்லாம் சந்தோஷப் புன்னகைகள்; அதிலும் எங்களை நோக்கி... தலைகால் புரியவில்லை! குழந்தைகள் புது கவுன்கள், கோட்கள் சரசரக்க, விளக்கு எரியும் ஷூக்களும், கீச் கீச் ஒலி எழுப்பும் காலணிகளும் அணிந்து ஓடிக்கொண்டு இருந்தார்கள். இளம் பெண்கள் கட்டத் தெரியாமல் கட்டிய சேலைகளை அங்குமிங்கும் இழுத்துவிட்டுக்கொண்டு, இடைவரை ஆடிக்கொண்டிருந்த மல்லிகைச் சரம் ஒயிலாக அசைய கிழக்கும் மேற்கும் அன்னநடை நடந்துகொண்டிருந்தார்கள். இளைஞர்கள் வழக்கம்போல 'அவுட்ஸ்டேண்டிங்' மக்களாக வெளியே நின்று கொண்டே உள்ளே பார்வையை ஓட்டிக்கொண்டு இருந்தார்கள். நடுத்தர வயதுப் பெண்கள் பக்கத்தில், தொலைவில் நின்ற பெண்களின் நகைகளையும், உடல் எடையையும் கண்களால் அளந்து நிம்மதிப் பெருமூச்சு விட்டுக்கொண்டிருந்தார்கள். திருமணம் முடிந்த ஒரு ஜோடிக்கு இரு பக்கமும் ஓர் ஆணும் பெண்ணும் குடைகள் பிடித்துவர, பக்கத்தில் மருத்துவமனை இருந்த தெருவில் மட்டும் ஒரு சுற்றி வந்தார்கள். இன்னொரு ஜோடி முன்னால் நடந்துவர, அவர்கள் முழந்தாளிட்ட புதுத் தலையணைகளை ஒருவர் தூக்கிக்கொண்டு பின்னால் ஓடிவந்தார். பெரும்பாலும் கோயிலில் மாப்பிள்ளை, பெண் மண்டியிடும் புதுத் தலையணைகள் 'பள்ளியறை'க்கு இரவு சென்றுவிடுவது வழக்கம்.

இந்தப் 'பட்டினப் பிரவேசம்' வழக்கம்பற்றி ஓரளவுக்குத் தெரிந்திருந்ததால் வேடிக்கை பார்த்துக்கொண்டு நின்றோம். முழுக்க முழுக்க பரதவர் சமூக மக்களே வாழும் ஊர் எனதான் புன்னைக்காயல் இன்றும் அறியப்படுகிறது. அவர்களது திருமண சடங்குகள்பற்றி நிறைய தகவல்களை நகைச்சுவைத் ததும்ப

புன்னைக்காயலில் பட்டினப்பிரவேசம்

ஆய்வாளர் கலாபன் வாஸ் சொல்ல, பின்னாளில் கேட்டுக் கொண்டேன். கடற்கரைப் பகுதிகள் முழுக்க இந்த 'பட்டினப் பிரவேசம்' சடங்கு இருந்திருக்கவேண்டும். (இப்போது பெரும் பாலும் நகரங்களில் வழக்கொழிந்து போனது). தமிழக கிராமப் புறங்களில் இந்தப் பட்டினப் பிரவேசம் இன்றும் உயிர்ப்புடன் இருக்கிறது.

''திருமணத்துக்கு கோயிலுக்குள் பெண்ணும் மாப்பிள்ளையும் செல்லும்போது முதலில் மாப்பிள்ளையை அவரது தந்தை அழைத்துச் செல்வார்; அவர்கள் பின்னால் பெண்ணை அவளது தந்தை கைபிடித்து அழைத்துச் செல்வார். திருமணம் முடிந்து தம்பதிகள் கைகள் கோத்து வெளியே வரும்போது அவர்கள் மூன்று பேராக வருவார்கள்; அந்த இன்னொருவர் யார் தெரியுமா?'', என கேட்டார் வாஸ். கொஞ்சம் குழம்பி, மாப்பிள்ளையின் அப்பாவா, என நான் கேட்க, இல்லை, ''இயேசு கிறிஸ்து'', என பதில் சொன்னார். 'த்ரீ டு கெட் மேரீட்' நூலை வாசிக்கவில்லையா என கேட்டார். கத்தோலிக்க கிறிஸ்தவம் திருமண சடங்கில் கிறிஸ்தவும் இணைந்திருப்பதாக நம்புகிறது. அப்படி வெளியே வரும் தம்பதி,

இருதரப்பு பெரியோர் முன்னிலையில் கோயில் வாசலில் மாலை மாற்றிக்கொள்கின்றனர், பாலும் பழமும் தம்பதிக்கு வழங்கப்படுகிறது. அதன் பின் மேளதாள குழு முன்நடக்க, 'பட்டினப் பிரவேசம்' தொடங்குகிறது. நாகசுரத்துடன் மேளதாளம் மிக அவசியம் என வாஸ் சொல்கிறார். தென்மாவட்டங்களில் இந்தப் பட்டினப் பிரவேசம் பெரும் சடங்காக ஒரு காலத்தில் செய்யப்பட்டிருக்கிறது.

சிப்பிக்குளத்தில் ஒரு திருமணம் காலை 6 மணி பூசையில் முடிந்து போனது. வரவேண்டிய பேண்டு வாத்தியக் குழு வரவில்லை. ஆனால் அவர்கள் வராமல் பட்டினப் பிரவேசம் போகக்கூடாது என மறுக்கப்பட்டு, மதியம் 12 மணிக்கு பேண்டு குழு வந்த பிறகே உச்சி வெயில் மண்டையைப் பிளக்க, பெண்ணும் மாப்பிள்ளையும் சிப்பிக்குளம், கீழ வைப்பாறு (இந்தப் பகுதிகளில் இரண்டு ஊர்களையும் சுற்றிவந்தால்தான் பட்டினப்பிரவேசம்) ஊர்களைச் சுற்றிவந்திருக்கின்றனர். அந்தக் காலத்தில் இன்றுபோல கார்கள் கிடையாது. எங்கு சென்றாலும் நடைதான். திருமண சடங்கு ஆணுக்கும் பெண்ணுக்கும் முடிந்ததை ஊர் முழுக்க உள்ள தெருக்களில் சுற்றிவந்து 'பிரகடனம்' செய்வதற்கு 'பட்டினப் பிரவேசம்' தேவைப்பட்டது. 'நானும் இந்தப் பெண்ணும் திருமணம் செய்துகொண்டோம், இனி ஊருக்குள் எங்களை ஒன்றாகக் கண்டால், திருமணமானவர்கள் என அறிந்துகொள்ளுங் கள்', என பறைசாற்ற இந்தச் சடங்கு செய்யப்பட்டிருக்கிறது என வாஸ் சொல்கிறார்.

அந்தக் காலத்தில் பட்டினப்பிரவேசம் பெரும் ஊர்வலமாகவே சென்றுள்ளது. மேளதாளக் குழுவை அடுத்து பெண்ணுக்கும் மாப்பிள்ளைக்கும் முன்பு 'குடைசுருட்டி, விருதுகள்' சுமந்துவரப் படும். இந்தக் குடைசுருட்டி (குடை வடிவ அலங்காரம்) கடவுளுக்கு, அரசருக்கு, பரதவ மக்களுக்கு என மூவருக்கு மட்டுமே உரியது. இதனுடன் இதய வடிவில் இரண்டும், வட்ட வடிவில் இரண்டும் என 'விருதுகள்' கொண்டுவரப்படும் என வாஸ் சொல்கிறார். பரதவ குலத்தலைவருக்கு மட்டுமே 21 'விருதுகள்' உண்டு. எல்லா திருமணங்களிலும் இந்த 21 விருதுகளைக் கொண்டுவரமுடியாது. ஒரு சாதாரண கூலித் தொழிலாளியாக இருந்தாலும், அவரது திருமணத்துக்கும் இறப்புக்கும் குடை சுருட்டிகள் கொண்டுவரப்படும்.

ஊர்வலத்தில் இந்த விருதுகளைக் கொண்டுவருபவர் பரதவருக்கு மட்டும் வண்ணார் பணி செய்யும் 'குடிமகன்கள்'. அவர்கள் வேறு

இனத்தவருக்கு முடிதிருத்தும் பணிகள் செய்வதில்லை. இந்த ஊர்வலத்தில் 'மாத்து விரிப்பது' உண்டு. ' வண்ணார் வெள்ளை நிறத்துணியை தரையில் விரித்துக்கொண்டே முன்னே செல்வார். சில சமயங்களில் அவரும், அவர் மனைவியும் விரிப்பதுண்டு. எங்கள் ஊரில் சோக்கோண்ணன் என்ற வண்ணார் உண்டு, அவருக்குக் குழந்தை இல்லை என்பதால், அவரும் அவர் மனைவி அமிர்தமும்தான் மாற்று விரிப்பார்கள்', என வாஸ் சொல்கிறார். இந்த மாற்று விரிக்கும் வழக்கம் தென்மாவட்டங்களில் நாடார், பரதவர் என இரு சாதி கிறிஸ்தவரிடையேயும் இருந்துள்ளது. மாற்றி மாற்றித் துணியை விரிப்பதால்தான் அதற்கு மாற்று என பெயர் வழங்கப்படுவதாக சொல்லப்படுகிறது. 'நற்கருணை சுற்றுப்பிரகாரம், மற்றும் ஆலய நிகழ்வுகளில் ஊர் இளைஞர்கள் மட்டுமே மாற்று விரிப்பார்கள். திருமணம், மரணம் என்ற இரு சடங்குகளுக்கு மாற்று வண்ணார் விரிப்பார்கள். இரண்டுக்கும் உள்ள வேறுபாட்டை புரிந்துகொள்ளுங்கள்', என வாஸ் சொல்கிறார்.

உறவினர், நண்பர்கள் வீட்டு முன்னாக தம்பதி கடந்து போகும் போது அவர்கள் வீடுகளில் தயாராக வாசலில் வைக்கப் பட்டிருக்கும் பாலும், பழமும் புதுமணத் தம்பதிக்கு அளிக்கப் படுகிறது. பின்னாள்களில் பால் பழம் மட்டும் தரும் வழக்கம் மாறி, காபி, டீ, 'கலர்' என கைக்குக் கிடைப்பதெல்லாம் தம்பதிக்கு பட்டினப்பிரவேச ஊர்வலத்தில் வழங்கப்பட்டிருக்கிறது.

'கடற்கரை மீனவர் சமூகத்தில் திருமண விருந்து (மதிய உணவு) மாப்பிள்ளை, பெண்ணுக்கு போர்சிலைன் தட்டில் பறிமாறப்படும். இருவருக்கும் தலா இரண்டு தட்டுகள் போடப்படும். மாப்பிள்ளைக்குப் பெண் வீட்டுச் சாப்பாடும், பெண்ணுக்கு மாப்பிள்ளை வீட்டுச் சாப்பாடும் அளிக்கப்படும். பெண்ணை பெண் வீட்டில் விட்டுவிட்டு, மாப்பிள்ளை அவர் வீட்டுக்குச் சென்றுவிடுவார். மாலை இன்னொரு பட்டினப்பிரவேசம் நடக்கும். மாப்பிள்ளை வீட்டின் முன் 'கொலு' சோடிக்கப்பட்டிருக்கும். அந்தந்த வீட்டின் (குடும்பத்தின்) பரதவ இளைஞர்கள்தான் இந்த 'கொலுவை' சோடிப்பது. கொலு என்பது கிட்டத்தட்ட அரியாசனம் போல. வீட்டில் உள்ள பட்டுச் சேலைகள், வேட்டிகள் கொண்டு சோடிப்பார்கள். அதில் மாப்பிள்ளையை அமரவைத்து 'மொய் சடங்கு' வைப்பார்கள். மாப்பிள்ளை வீட்டார் 'மொய் ஓலை' எழுதுவார்கள். ஓலை என்றால் மஞ்சள், சந்தனம் தடவிய நோட்டுப் புத்தகம்தான். அதில் யார் யார் எவ்வளவு மொய் தந்தார்கள் என பதியப்படும். அந்தக் காலத்தில் 2, 3, 5 ரூபாய்தான் மொய். இங்கு சடங்கு முடிந்ததும் மாப்பிள்ளையைப் பெண் வீட்டுக்கு

ஊர்வலமாக அழைத்துச் செல்வார்கள். அங்கு 'கால் கழுவும் சடங்கு' நடக்கும். பெண்ணின் சகோதரன் - அண்ணனோ, தம்பியோ, மாப்பிள்ளையின் காலைத் தட்டில் வைத்து, அதைக் கழுவித் துடைப்பார். அவருக்கு மாப்பிள்ளை மாற்று மரியாதை செய்யவேண்டும். செயின் போடலாம், பணம் தரலாம், முண்டாசு கட்டிவிடலாம்', என வாஸ் விளக்குகிறார்.

எழுத்தாளர் நெய்தல் ஆன்டோ இந்தக் கால் கழுவும் சடங்குக்குப் பொருள் சொல்கிறார். 'இதுவரை உன் கால்கள் எங்கெல்லாமோ சென்றிருக்கக்கூடும். அதை நான் சுத்தமாகக் கழுவுகிறேன். இனி இந்தக் கால்கள் என் சகோதரியைவிட்டு வேறெங்கும் சென்று அழுக்காகாமல் சுத்தமாக இருக்கவேண்டும் என்ற எண்ணத்தில் மச்சினன் மாப்பிள்ளைக்குச் செய்வதுதான் இந்தச் சடங்கு', என்கிறார்.

'பெண் வீட்டிலும் வெளியே கொலு போடப்பட்டிருக்கும். அங்கு மாப்பிள்ளையை வெளியே அமரவைத்து பெண் வீட்டார் மொய்ச் சடங்கு செய்வார்கள். அது பெண் வீட்டுச் சடங்கு. அதன்பின் மாப்பிள்ளையைப் பெண் வீட்டுக்கு அழைத்துச் செல்லவேண்டும் இல்லையா? அப்போது வாசல் மறைப்பு சடங்கு உண்டு. பெண்ணுக்கு உரிமையான மாப்பிள்ளை யாரோ, அவர் வாசலை மறித்து மாப்பிள்ளையைத் தடுப்பார். சில சமயங்களில் 'முறை' உள்ள கைக்குழந்தையைக் கூட அதன் பெற்றோர் தூக்கிக்கொண்டு வாசல் மறிப்பார்கள். 'எங்க போறா? இது யாம் பொண்ணுலா? எப்டி நீ கூட்டிட்டுப் போலாம்?' என கேட்டு வாசலை மறிப்பார்கள். மாப்பிள்ளையோ, 'காலைல பூசைலதான் கல்யாணம் ஆச்சு, என் பொண்ணு' என பதில் சொல்வார். உரிமைக்காரரோ, 'அதெல்லாம் இல்ல, எனக்கு உரிமையான பொண்ணு, உனக்கு விட்டுத்தர மாட்டேன்' என வாக்குவாதம் செய்வார். மாப்பிள்ளை பணமோ, மோதிரமோ, முண்டாசு கட்டுவதோ என ஏதோ ஒன்று செய்தால் தான் வாசலை விட்டு உரிமைக்காரர் ஒதுங்குவார். சிலர் திருமணம் பேசும்போதே, வாசற்படி யார் மறிக்கின்றனர் என கேட்டு, அவர்களின் விரல் அளவை எடுத்துத் தங்க மோதிரம் வாங்கிப் போடுவதுண்டு. அதற்குப் பின்தான் வழி கிடைக்கும். பெண் தனியறையில் இருக்கும், அங்கே மாப்பிள்ளை பெண் இருவரையும் சில நிமிடங்கள் 'அறிந்துகொள்ள' தனிமையில் விடுவார்கள். அதன் பிறகு பெண்ணும் மாப்பிள்ளையும் சேர்ந்து கொலு அமர்வார்கள். சிறிது நேரத்தில் 'ராத்திரி பட்டினப்பிரவேசம்' நடைபெறும். மாப்பிள்ளை வீட்டார் பெண்ணை அழைத்துக்கொண்டு

தெருக்களில் சுற்றி, தன் வீட்டுக்கு அழைத்துச் செல்வார்', என வாஸ் சொல்கிறார்.

'இப்படி மூன்று பட்டினப்பிரவேசம் ஒரு திருமணத்தில் உண்டு. சிப்பிக்குளத்தில் இரண்டு ஊர்களையும் சிலர் இரவு சுற்றி வருவதுண்டு. சில சமயம் நேரம் கடந்துவிட்டது என ஓர் ஊரை மட்டும் சுற்றிவரச் சொல்லிவிடுவார்கள். மாப்பிள்ளை வீட்டு கொலுவில் இருவரையும் அமரவைப்பார்கள். அதன் பின் கலைநிகழ்ச்சிகள் நடைபெறும். இந்தச் சடங்கு நடக்கும்போதுதான் அந்தக் காலத்தில் பந்தலைச் சுற்றி வாலிபப் பிள்ளைகள் நிற்பார்கள். மற்ற சமயங்களில் வெளியே தலைகாட்டாத பிள்ளைகளைப் பார்க்கக் கூட்டம் கூடும்', எனச் சொல்லிச் சிரிக்கிறார்.

'கலைநிகழ்ச்சிகளுக்குப் பின் பெண்ணை வீட்டுக்குள் அழைத்துச் செல்வார்கள். இங்கே மணமகனின் தாய் உள்ளறையில் ஒரு தட்டில் உப்பு வைத்திருப்பார். மாமியாரோடு சேர்ந்து உப்பில் மணமகளும் கைவைக்க, அதில் சிலுவை அடையாளம் வரைந்துகொள்வார்கள். உப்பு கடல்புறத்தில் விளைவதாலும், மீனவர்கள் வாழ்வோடு இணைந்து இருப்பதாலும், அதற்கு தனி மரியாதை உண்டு. மணமகளை மாமியார் இப்படித்தான் வரவேற்கிறார். அதன் பின் தம்பதியை மணவறைக்கு அனுப்புவார்கள்', எனச் சொல்கிறார் கலாபன் வாஸ்.

'அந்த அறைக்கு என்ன பெயர் தெரியுமா?'

'தெரியவில்லையே சார்... முதலிரவு அறை?'

'பள்ளியறைம்மா. வகுப்பறை! வகுப்பறைன்னா டீச்சர் இருக்கணும்ல?'

'ஆமாம்...'

'அந்தக் காலத்துல ஆண்களுக்கு 10 - 12 வயசுலயும், பெண்களுக்கு 6 - 7 வயசுலயும் கல்யாணம் பண்ணிருவாங்க. பாரதியாருக்குக் கல்யாணம் ஆகும்போது 12 வயசு, கண்ணம்மாவுக்கு 7 வயசு. ஒண்ணுமே தெரியாத வயசு இல்லையா? அப்போ அவுங்களுக்குப் பாடம் சொல்லிக் குடுக்குறது யாரு? கட்டிலுக்குக் கீழ ஒரு கிழவி படுத்துக்கிடப்பாளாம். அவதான் அடுத்து என்ன செய்யிறதுன்னு சொல்லிக் குடுப்பாளாம். அவதான் டீச்சர்; அவ சொல்றதுதான் பாடம்.'

'கெக்கேபிக்கே...'

‘எனக்கு 1956ல கல்யாணம் ஆனபோதே ஊர்ப் பெரியவுங்க சொன்னாங்க. யெய்யா... பாத்துக்க. அந்தக் காலத்துல கல்யாணம் முடிஞ்ச புள்ளைகளுக்கு ஒண்ணுமே தெரியாது. கட்டிலுக்குக் கீழ ஒரு கிழவி படுத்து கெடப்பா... பாத்துக்க...’

மீண்டும் கெக்கேபிக்கே சிரிப்பு.

‘அடுத்த நாள் காலை மாப்பிள்ளை, பெண் அறையைவிட்டு வெளியே வரும்போதே சொந்தக்காரப் பொட்டு பொடிசுகள் அவர்களைச் சுற்றிக்கொண்டு ‘மாப்பிள்ளை காசு’, ‘பொண்ணு காசு’ என கூச்சலிடுவார்கள். இருவரும் அவர்களுக்குப் பணம் தரவேண்டும். பெரிய பணமெல்லாம் இல்லை, நாலணா, எட்டணாதான். அன்றே அவர்களை பெண் வீட்டுக்கு மறுவீட்டுச் சடங்குக்கு அழைத்துவருவார்கள். மாப்பிள்ளைக்கு சடங்கு செய்ய, மாப்பிள்ளை வீட்டாரைக் கேலி செய்ய அங்கே மச்சினன்மார், மச்சினிமார், நாத்தனார்மார் எல்லாரும் தயாராக இருப்பார்கள். அங்கு ‘முட்டை உடைத்தலும்’ உண்டு. முதலிரவு முடித்து மாப்பிள்ளை வீட்டில் வந்துதான் மாப்பிள்ளையும் பெண்ணும் குளிக்கவேண்டும். இங்கே மஞ்சள், குங்குமம், சந்தனம் எல்லாம் தயாராக இருக்கும். மதினி, மச்சான், நாத்தனார் எல்லாரும் கையில் முட்டையுடன் தயாராக இருப்பார்கள். ஒரே அடிதான்! மொத்தமாகச் சேர்ந்து மாப்பிள்ளையின் தலையில் முட்டையைப் போட்டு அடித்து உடைப்பார்கள்.’

‘கல்யாணம் என்பது இருவருக்கு இடையே உள்ள சடங்கு இல்லை, இரு குடும்பங்கள் அங்கே இணைகின்றன இல்லையா? அவர்களுக்குள் புரிதலைக் கொண்டு வரவும், மகிழ்ச்சியைப் பரிமாறிக்கொள்ளவும் இம்மாதிரியான முட்டை உடைப்பு, மஞ்சள் தண்ணீர் ஊற்றி விளையாடுவதுபோன்ற விளையாட்டுகள் நடக்கும். இரு குடும்பங்களும் ஒன்றாக இணைய இதெல்லாம் வழி. சில வீடுகளில் மாப்பிள்ளையும் பதிலுக்கு கையில் கிடைக்கும் சந்தனம், குங்குமம், மஞ்சள் நீர் எடுத்து மச்சான், மச்சினி, நாத்தனார் மேல் வீசுவதுண்டு. கேலியும், விளையாட்டுமாகக் குளித்து முடிப்பார்கள். அப்போது மாப்பிள்ளை என்ன உடுப்பு உடுத்தி இருந்தாரோ, அந்த உடுப்பை மச்சினன் வாங்கிக்கொள்வான். அதைத் துவைத்து அவன் பயன்படுத்திக்கொள்ள வேண்டும். அதே போல பெண் ஆடையை மாப்பிள்ளையின் அக்கா, தங்கை வாங்கிக்கொள்வார்கள். இருவருக்கும் மாற்றிக்கொள்ள புதுத்துணி தரப்படும். ஓரிரு நாள் கழித்து மணமகள் வீட்டுக்கு இருவரும் திரும்புவார்கள்.’

இதைக் குறித்து எழுத்தாளர் நெய்தல் ஆன்டோ, ‘மாப்பிள்ளை உடுப்பை மச்சினன் வாங்குவதும், பெண் உடுப்பை மணமகனின் சகோதரிகள் வாங்குவதும், அவர்களுக்குள் இரவு நல்லபடியாக மனமுவந்து உடல் சார்ந்த உறவு ஏற்பட்டதா, இருவரும் உண்மையில் மகிழ்வாக இருக்கிறார்களா என்பதைத் தெரிந்து கொள்ளத்தான்’, என இந்தச் சடங்குக்கு தெளிவாக விளக்கம் தருகிறார்.

‘திருமணம் முடிந்து ஓரிரு நாள்களில் அல்லது ஒரு வாரத்துக்குள் வரும் ஞாயிற்றுக் கிழமையில், ‘வடக்கே செல்லும்’ சடங்கு பரதவரிடையே உண்டு. மாப்பிள்ளையையும், பெண்ணையும் அழைத்துக்கொண்டு வடக்கே இருக்கும் கோயில் ஒன்றுக்குச் சென்று அங்கே சமைத்து, ஏழைகளுக்கு உணவளித்து (அசனம்), இவர்களும் விருந்துண்டு மகிழ்வார்கள். சிப்பிக்குளம் பகுதி மக்கள் வடக்கே கலைக்கூடம் (கலைஞானபுரம்) என்ற ஊரிலுள்ள அந்தோணியார் கோயிலுக்கு ‘வடக்கே செல்வார்கள்’. இந்த வடக்கே செல்லுதல் சடங்குப்படி பல்வேறு பகுதிகளில் இருக்கும் பரதவ மக்கள் அந்தந்த ஊர்களின் வடக்கே உள்ள கோயில்களுக்குச் செல்வது வழக்கம். தூத்துக்குடி பரதவர்கள் தூய மேரி கல்லூரிக்கு அருகேயுள்ள ‘சிந்தாயாத்திரை மாதா’ (Our Lady of Good Voyage) கோயிலுக்கு வடக்கே செல்லும் வழக்கம் உண்டு’, எனச் சொல்கிறார். அதற்கும் வடக்கே (திரேஸ்புரம்) இருப்பவர்கள் அலங்காரத்தட்டு (அலங்காரத்திடல்) லூர்துமாதா கோயிலுக்குச் செல்வார்கள்’, எனச் சொல்கிறார். போலவே வேம்பார் பரதவர்கள் ஊருக்கு வடக்கேயுள்ள சவேரியார் சிற்றாலயத்துக்கும், புன்னைக்காயல் பரதவர்கள் ஊருக்கு வடக்கேயுள்ள தோமையார் ஆலயத்துக்கு வடக்கே செல்வதும் வழக்கம்.

ஒவ்வொரு கடல் பயணத்துக்கு முன்னும் தூத்துக்குடி தென்பகுதி மீனவர்கள் வடபகுதி சிந்தாயாத்திரை மாதா கோயிலுக்கு பின்னுள்ள கடல் பக்கம் நிறுத்தி பொருத்தனைகள் செய்து அன்னையை வணங்கி வழிபட்டுச்செல்வது வழக்கம். இந்த வழக்கம் அவர்களது முந்தைய மத வழக்கத்திலிருந்து வந்திருக்கக்கூடும். இலங்கை வீரர்முனையில் சிந்தாயாத்திரை பிள்ளையார் கோயில் ஒன்று உண்டு. இந்தக் கோயிலைக் கட்டியது சோழ மன்னன் குமராங்குசனின் மகள் சீர்பாத தேவி. சோழநாட்டிலிருந்து, இலங்கையை அப்போது ஆண்ட வாலசிங்கன் மன்னனை மணந்து கடல்வழிப் பயணமாக இலங்கைக்குப் பயணமாகிறாள் அவள். அவளுக்கு பிள்ளையார் சிற்பம் ஒன்று கிடைக்க, கப்பல் தடங்கலின்றி கிழக்குக் கடற்கரைப் பக்கம் கரைதட்டும் இடத்தில்

கோயில் ஒன்றை நிறுவுவதாக வேண்டிக்கொள்கிறாள். பயணம் சீராக அமைந்து, கப்பல் வீரர்முனையில் கரைதட்ட, அங்கு பிள்ளையாருக்கு அவள் கோயில் கட்டியதாக சொல்லப்படுகிறது. சிக்கலில்லாத பயணத்தைத் தந்த பிள்ளையார் என்பதால், அவர் சிந்தாயாத்திரை பிள்ளையார்! சீர்பாததேவியின் தந்தையான குமாரங்குசனின் பெயர் மூன்றாம் நந்திவர்மனின் ஆறாம் ஆட்சியாண்டில் வெட்டப்பட்ட வேலூர்ப்பளையம் செப்பேட்டில் காணப்படுகிறது. அவரது காலம் பொ.ஆ.பி. 848 என இதை ஆய்வாளர்கள் குறிக்கின்றனர். இதனைக் கொண்டு பொ.ஆ.பி. 9ம் நூற்றாண்டில் வீரர்முனை பிள்ளையார் கோயில் கட்டப்பட்டிருக்க வேண்டும் என கருதலாம். இலங்கை பிள்ளையார் போலவே பாதுகாப்பான கடல் பயணம் தரும் அன்னை என தாயகமாக்கலில் மருவி, சிந்தாயாத்திரை மாதாவாகியிருக்கக் கூடும்.

அன்னையை வணங்கினால் தங்களுக்கு எந்தத் தீங்கும் நேராது என நம்புபவர்கள், வாழ்க்கைத் துணையுடன் திருமண வாழ்வைத் தொடங்கும் முன் இங்கு வணங்கிச் செல்வதில் வியப்பேதுமில்லை. சிந்தாத்திரி என்பதற்கு, 'சிந்தா+யாத்திரை' - தோல்வியடையாத யாத்திரை, நல்ல பயணம் என அகராதி பொருள் தருகிறது. கையில் கப்பல் ஒன்றை ஏந்தியபடி சிந்தாயாத்திரை மாதா காட்சிதருகிறார். இது தவிர நாகை மாவட்டம் எருக்கூர், இலங்கை சாட்டி கடற்கரை நகரங்களிலும் சிந்தாயாத்திரை மாதா கோயில்கள் உண்டு. மீனவர்களுக்குக் கடல் பயணத்தில் பாதுகாப்பு தரும் சிந்தாயாத்திரை மாதாவை நோக்கித்தான் மீனவர்கள் வடக்கே செல்லும் சடங்கும் செய்கின்றனர். வடக்கே செல்லுதல், வடக்கே அரண் அமைத்தல், வடக்கிருத்தல், வடக்கு திசையில் தலைவைத்துப் படுத்தல் என பல விஷயங்களில் வடக்கு நம் வாழ்க்கையுடன் இணைந்திருக்கிறது. மீனவர்களின் வடக்கே செல்லும் சடங்குக்குக் கடலுக்கும் / இந்திய அமைப்புக்கும் ஏதோ தொடர்பிருக்க வேண்டும் என்பது மட்டும் புரிகிறது.

கல்யாணப் பூசையில் தொடங்கி எங்கெல்லாமோ சுற்றிவந்து விட்டோம் இல்லையா? திருமண ஜோடிகளை வேடிக்கை பார்த்துவிட்டு, அங்குள்ள பழைய சவேரியார் கோயிலைப் பார்க்க வேண்டும் என பங்குக் குரு பிராங்கிளின் அவர்களிடம் வேண்டு கோள் வைத்தோம். காட்சன் மற்றும் அவரது நண்பர்கள் கொண்ட குழு ஒன்றை அவர் எங்களுக்குத் துணையாக அனுப்பினார். புதிய சவேரியார் கோயில் பளபளவென மின்னிக்கொண்டிருக்க, அதன் பக்கவாட்டுக் கதவைத் திறந்து, பீடத்தின் இடதுபுறம் பூட்டப்பட்டிருந்த கதவு ஒன்றைத் திறந்துகொண்டு, படிக்கட்டில்

இறங்கி 'பழைய கோயிலுக்குள்' சென்றோம். இரு அறைகளாகப் பிரிக்கப்பட்டிருந்த பழைய அழகிய சிற்றாலயம். முதல் அறையின் நடுவே சிறு பீடமொன்றில் சவேரியார் சுரூபமும், அதற்கு அருகே கரம்குவித்து திருநீராட்டு பெறும் வேட்டி அணிந்த சிறுவன் ஒருவனது உருவமும் உள்ளன. அதன் இரு பக்கத்திலும் மண்டியிட்டு அமர்ந்த நிலையில் இரு தேவதூதர்கள் உருவச் சிலைகள் இருக்கின்றன. அதன் பீடத்தில், 'சவேரியார் பூசை வைத்த இடம்' என எப்போதோ எழுதி இருந்த எழுத்துகள் பெயிண்ட் அங்கங்கே உரிந்து காணப்பட்டன. சிறு பீடத்துக்கு வலதுபுறம் பாடுபட்ட ஆண்டவர் சுரூபமும், தேவத்தாயின் சுரூபமும் இருந்தன. 'புனித சவேரியார் புன்னையம்பதியில் தங்கியிருக்கும் காலத்தில் தேவ தாயின் சுரூபத்தினடியிலும் அவளின் திருமகன் உயிர்நீத்த சிலுவையினடியிலும் இருந்து ஜெபித்த புனித இடம்' என்ற வாசகம் அதன் அருகே தெளிவாக எழுதப்பட்டுள்ளது. பீடத்தின் இடதுபுறம் திருநீராட்டுத் தொட்டி ஒன்றும், அதன் மேல் சுவரில் சிலுவை நண்டு (hermit crab) ஒன்றின் ஓடும் பதிக்கப் பட்டிருந்தது. அதனருகே, 'புனித சவேரியார் புன்னையம்பதி

சவேரியார் புன்னைக்காயல் மக்களுக்கு திருநீராட்டு
வழங்கியதாக சொல்லப்படும் இடம்

மக்களுக்கு தனது திருக்கரத்தால் ஞானஸ்நானம் கொடுத்த இடம்' என ஒரு கல்வெட்டுப் பொறிப்பு உள்ளது.

சிலுவை நண்டுக்கும் (Charybdis Feriata, Linn. 1758) சவேரியாருக்கு மான உறவை 16ம் நூற்றாண்டு முதலே ஓவியங்களும், கதைகளும் சொல்லிவந்திருக்கின்றன. இந்துக்கள் ராமர் அணிலுக்குக் கோடு போட்ட புராணக் கதை சொல்லப்படுவதுபோல, சவேரியார் நண்டுக்கு சிலுவைக் குறியிட்டார் என்ற கதையும் சில நூற்றாண்டு களாக வழங்கி வருகிறது. 17ம் நூற்றாண்டில் இயேசு சபை குருவான ஜொசுப்பே மாசெய் (Giuseppe Massei) எழுதிய சவேரியார் வரலாறு நூலில் அவரது வாழ்க்கையை விவரிக்கும் அழகிய எங்கிரேவிங் ஓவியங்கள் உள்ளன (de S. Francesco Saverio della compagnia di Gesu Apostolo dell'Indie, 1681). 17ம் நூற்றாண்டில் வாழ்ந்த பிரான்செஸ்கோ சொலிமெனா (Francesco Solimena) என்ற இத்தாலிய ஓவியர், எண்ணெய் ஓவியமாக சவேரியாரின் நண்டுக் கதையைத் தீட்டியிருக்கிறார். போலவே, 18ம் நூற்றாண்டில் வாழ்ந்த இயேசு சபை துறவியான பிலிப்போ மரிய சால்வடோரி, சவேரியாரின் வாழ்க்கைக் குறிப்புகளைத் தொகுத்து எழுதிய நூலிலும் (Fatti più rimarchevoli della vita di S.Francesco Saverio della compagnia di Gesu espresso in rami) நண்டு புராணக்கதையைப் பதிவு செய்திருக்கிறார். சவேரியாருக்குப் புனிதர் பட்டத்தைக் கத்தோலிக்கத் திருச்சபை வழங்கியதற்குக் காரணமாக அமைந்த 'புதுமைகளில்' (apparitions) ஒன்றாக இந்த நண்டுக் கதை பதிவு செய்யப்பட்டுள்ளது.

மலாக்காத் தீவுகளை ஒட்டிய மலாக்கா ஜலசந்தியில் நடந்த கதை என ஒருபக்கம் இது சொல்லப்பட்டாலும், தென் தமிழகக் கிறிஸ்தவர்கள் இது தமிழகக் கடற்பகுதியில் நடந்த சம்பவமாகச் சொல்கின்றனர். ஒருமுறை கப்பலில் சவேரியார் பயணித்துக் கொண்டிருக்கையில், திடீர் கடல் சீற்றம் ஏற்படுகிறது. கடலை நோக்கி தன் கையிலிருந்த சிலுவையை நீட்டு அவர் ஜெபிக்கிறார். கடல் அடங்கி அமைதியாகிறது. ஆனால், அவர் கையிலிருந்த சிலுவை கடலில் விழுந்து மறைகிறது. சிலுவை தன்னை விட்டுப் போனதில் கவலை கொள்கிறார் சவேரியார். கடற்கரை ஓரமாக அவர் ஒருநாள் நடந்து செல்லும்போது நண்டு ஒன்று அதன் முன் கைகளில், அவரது கடலில் விழுந்த சிலுவையைப் பற்றிக் கொண்டுவந்து அவரிடம் தருகிறது. அதை மகிழ்வாகப் பெற்றுக் கொள்பவர், அதை ஆசீர்வதிக்கும் பொருட்டு அதன் முதுகில் சிலுவை அடையாளம் வரைந்தார். (கிறிஸ்தவப் பெரியவர்கள் இளையோருக்கு 'ஆசி' தர அவர்களின் நெற்றியில் சிலுவைக்குறி

இடுவதுண்டு). நண்டின் ஓட்டில் சிலுவைக் குறி அப்படியே பதிந்து போனது.

சிலுவை நண்டுகள் இந்தியா, மலாக்கா, இந்தோனீசியா, பிலிப்பைன்ஸ் பகுதிகளின் கடற்பகுதியில் அதிகம் வாழ்கின்றன. இவ்வகை நண்டுகளை மீனவர்கள் வலைகளில் பிடித்தாலும், கடலில் விட்டுவிடுவதுண்டு. இன்றும் கடற்புறத்து மக்கள் இந்த நண்டை உண்பதில்லை! கடைகளிலும் விற்பனைக்கு இவை வருவதில்லை. அதன் விலங்கியல் பெயரிலுள்ள பெரியடா (feriata) 'திரு நாள்' (holy day) என பொருள் தருகிறது. இந்த நண்டின் முதுகு ஓட்டிலுள்ள சிலுவை நாளடைவில் தெளிவாக மாறக் காரணமாக மனிதரின் செயற்கைத் தேர்வும் (unnatural selection) காரணமாக அமைந்திருக்கலாம் என 'சயின்டிஃபிக் தமிழன்ஸ்' நிறுவனரும், ஆய்வாளருமான நிர்மல் ராஜா ஒரு கருதுகோளை முன்வைக்கிறார்.

அதற்கு எடுத்துக்காட்டாக ஜப்பானின் சாமுராய் நண்டை (Samurai Crab - Heikea Japonica) சுட்டிக்காட்டுகிறார். இந்த நண்டின் ஓடு பார்க்க ஜப்பானிய சாமுராய்களுடைய முகம்போல இருக்கும். ஜப்பானிய புராணக்கதைகளில் அவர்கள் பயணம் செய்த கப்பல் ஒன்று மூழ்கியதில் அதிலிருந்த சாமுராய்கள் எல்லோரும் இறந்துபோகின்றனர். அவர்களின் ஆவி கடலில் நண்டாக மாறி கடலில் உள்ளது என்பது ஜப்பானியர்களின் நம்பிக்கை. அதனால் அது போலுள்ள நண்டுகளை பிடிக்காமல் கடலிலேயே விட்டு விடுவார்கள். பரிணாமத்தில் அது 'பாசிடிவ் செலக்ஷனாக' (Positive Selection) மாறி, நண்டு உண்மையில் பார்க்க சமுராய் முகம்போல மாறியிருக்கிறது. அதுபோல சிலுவை நண்டும் மாறியிருக்கலாம் என ராஜா சொல்கிறார். எறக்குறைய ஐந்து நூற்றாண்டுகளாக மீனவர்கள் சிலுவை நண்டுகளை பிடிக்காமல் விட்டதன் காரணமாகக் கூட இவற்றின் முதுகுகளில் இந்த சிலுவைகள் அழுத்தம் பெற்றிருக்கலாம்! (கருதுகோள் மட்டுமே)

இதற்கு அடுத்த அறை சிற்றாலயம் போலுள்ளது. இதன் பீடத்தில் பாடுபட்ட சுரூபமும், அதன் கீழ் ஆங்காங்கே மறைந்துபோன எழுத்துகளுடன், 'புனித சவேரியார் திருப்பலி...' என்ற எழுத்துகளும் வண்ணப்பூச்சில் எழுதப்பட்டிருந்தன. 'இது தாங்கா பழைய கோயிலு, சவேரியார் பூசை வெச்ச இடம்', என இளைஞர் பட்டாளம் உற்சாகமாகக் காண்பித்தது. சிற்றாலயங்கள் இரண்டுமே வண்ணப் பூச்சு உரிந்துபோய், காரை பெயர்ந்து, தரை ஓடுகள் நொறுங்கி, மோசமான நிலையில் இருந்தன. பழைய ஆலயங்களை இடித்துத் தள்ளாமல் அவற்றுக்கு அருகருகே அடுத்த

ஆலயங்களைக் கட்டியிருக்கின்றனர் என்பது ஒரு பக்கம் மகிழ்ச்சி தான் என்றாலும், சவேரியார் - கத்தோலிக்கம் கிழக்கே தழைக்கக் காரணமாக இருந்த புனிதர், அவர் பூசை வைத்த ஆலயங்களின் நிலை இதுவா என தோன்றத்தான் செய்தது. கடற்புரத்து இளைஞர்கள் துறுதுறு என்பதில் ஐயமில்லை. அவர்களின் ஒருவர் கப்பலில் மாலுமியாக உள்ளார். அவர்கள் இணைந்து அந்தப் பகுதியிலுள்ள அழிந்துபட்ட அலையாத்திக் காடுகளை மீட்டெடுக்க முயற்சிகள் செய்வதாக சொல்லிக்கொண்டு இருந்தார்கள்.

கோயிலை ஒட்டிய கல்லறைத் தோட்டத்தில் 'வளரும் கல் குரிசு' ஒன்று இருப்பதாக அவர்கள் கூறவும், அது என்ன என பார்க்கும் ஆர்வத்தில் சென்றோம். உயரமான மேடை ஒன்றின் மேல் கட்டப்பட்ட சிறு அறைக்குள் இயேசுவின் ஆளுயர சுரூபமும், அதன் பின்னால் கல் குரிசு ஒன்றும் தெரிந்தது.

ஒருவேளை அது பழைய கல்லறை ஏதாவதாக இருக்கலாமா என யோசித்தால், அதில் மஞ்சளுடன் ஒன்றிரண்டு கயிறுகள் சுற்றிக் கட்டப்பட்டிருந்தன. கட்டாயம் கல்லறைக் குரிசு அல்ல என புரிந்தது. போர்ச்சுகீசிய தெருக்களில் அங்கங்கே இவ்வாறு குரிசுகள் நடுவது வழக்கம் என படித்தது நினைவுக்கு வர, இந்தக் குரிசின் புகைப்படத்தை எடுத்துக்கொண்டேன். பின்னாளில் அதை ஒப்பிட்டால், அச்சு அசல் போர்ச்சுகீசிய தெருக்களிலுள்ள சிலுவைகளுடன் இதன் வடிவம் ஒத்துப்போகிறது. கோயிலின் முன்னால் அல்லது கடற்கரைக்கு அருகே நிறுவப்பட்டிருந்த குரிசுதான் இப்போது கல்லறைத் தோட்டம்வரை நகர்ந்து வந்திருக்க வேண்டும். இவ்வாறான பெரும் கல் குரிசுகளை இன்றும் கேரள மாநிலத்தின் பண்டைய தேவாலயங்களின் முன்புறம் காணலாம்.

நடு மதிய வெய்யிலில் வியர்த்துக் கொட்டியது. நெருக்கமாகக் கல்லறைகள். சிலுவை ஒன்றன் மேல் ஒன்று இருப்பதுபோலவே தோன்றியது. சட்டென காலில் ஏதோ இடறியதுபோலத் தோன்ற, உதைத்துவிட்டு நடக்க முயன்றேன். முன்னால் சென்று கொண்டிருந்த ரோடா, 'ஐயோ மண்டை ஓடு, மண்டை ஓடு' என கத்தியபின் தான் என் காலடியில் கிடந்த 'அற்புதம்' மண்டை ஓடு என புரிந்தது. அதன் கீழ் தாடையைக் காணவில்லை, என் காலைக் கிட்டத்தட்ட கவ்வியிருந்த தோற்றம் வரவும், சட்டென கண்கள் இருட்டிக்கொண்டு வந்தது. இதென்னடா ஓர் ஆய்வாளருக்கு வந்த சோதனை? 'கல்லறையிலிருந்து வெளியே வந்த மண்டை ஓடு காலைக் கவ்வியதில் ஆய்வாளர் அதிர்ச்சியில் மரணம்' என தினமலர் தலைப்புச் செய்தி எல்லாம் கண்முன் வந்து போனது.

கிட்டத்தட்ட 10000 தலைக்கட்டு உள்ள அந்த ஊரில், கல்லறைத் தோட்டம் மட்டும் ஏன் இவ்வளவு சிறியதாக இருக்கிறது? குழப்பத்துக்குக் கலாபன் வாஸ் பதில் தருகிறார். 'கல்லறை பெருசாக் கட்டினா சாவு நிறைய வரும்னு அந்த ஊர்க்காரங்க நினைக்கிறதா எனக்கு முன்னாடி அந்த ஊர்க்காரர் ஒருத்தர் சொன்னாரும்மா', என்கிறார். நல்ல பயம் தான், ஆனால் அதற்காக என் காலைக் காவு கொள்ளப் பார்த்தீர்களே ஐயா...

அங்கிருந்து பங்கு சாமியாரைச் சந்திக்கச் சென்றோம். பிராங்க்ளின் அடிகள் ஆர்வத்துடன் என்ன செய்யப்போகிறேன் என கேட்டுக் கொண்டார். பேச்சு ஹென்றி ஹென்றிக்ஸ் குருபற்றிச் சென்றது. அவர் நினைவாக புத்தக வடிவில் நூலகம் ஒன்றை புன்னைக் காயலில் அமைக்கப் போவதாகவும், அதில் நிறைய நூல்கள் சேகரிக்கப்போவதாகவும் சொன்னார். மன நிறைவாக இருந்தது. புன்னைக்காயல் வரலாறு பற்றிக்கேட்டதும் வெனான்சியுஸ் அடிகளார் எழுதிய நூலைத் தேடிப்பிடித்துக் கையில் தந்தார். அது எவ்வளவு பெரிய பொக்கிஷம் என்பதை இனி வரும் பத்திகளில் காணலாம்.

அவரிடமிருந்து விடைபெற்று அவர் தமிழகத்தின் முதல் அச்சுக்கூடத்தின் எச்சம் என சுட்டிய பேருந்து நிறுத்தத்திலிருந்த பழைய இடிபாடுகளைக் கண்டோம். ஆய்வாளர் சிவசுப்ரமணியன் ஐயாவிடம் பேசிக்கொண்டிருந்தபோது, அது கட்டாயம் அச்சுக் கூடம் இல்லை என தெளிவாக விளக்கிவிட்டார். இடிபாட்டுச் சுவர்களில் அங்கங்கே துப்பாக்கிகளை வைத்து வெளியே நடமாட்டம் கவனிக்கும் துளைகள் சீராக இடப்பட்டிருக்கின்றன. இடிபாடு ஆயுதக் கிடங்காகவோ, கோட்டையின் எச்சமாகவோ இருக்கலாமே அன்றி, அச்சுக்கூடமாக இருக்க வாய்ப்பில்லை என்பது புரிந்தது.

புன்னைக்காயல் தாமிரபரணி ஆற்றின் முகத்துவாரத்தில் அமைந்துள்ளது. இங்கு பாயும் கிளையாறு (கப்பலாறு) ஒன்றின் வழியாக பாய்மரக் கப்பல்களும் படகுகளும் ஊருக்குள் வந்துபோயுள்ளன. ஐரோப்பியரும், கரையர், தட்டார், மறவர் உள்ளிட்ட மக்களும் இங்கு வாழ்ந்ததாக சவேரியார் மான்சிலாசுக்கு (மற்றொரு இயேசு சபை குரு) எழுதிய கடிதம் ஒன்றில் (1544) குறிப்பிடுகிறார். புன்னைக்காயல் ஊரைச் சேர்ந்த ஆண்கள் 1536ம் ஆண்டு முத்துக்குளிப்பின்போது தூத்துக்குடியில் திருமுழுக்குப் பெற்றனர். ஆனால் சரியான வழிநடத்தல் இல்லாமல் மீண்டும் இந்து வழிபாடுகளுக்குத் திரும்பினார்கள். இந்தியா வந்த முதல் இயேசு சபை குருவான சவேரியார் இவர்களுக்கு மீண்டும் திருநீராட்டுச் செய்துவைத்தார்.

புன்னைக்காயலில் எஞ்சியிருக்கும் இடிபாடுகள்

வணிகம் செய்ய இந்தியா வந்த போர்ச்சுகீசியருடன் அந்நாட்டு குருமார் வந்து மறை பரப்பி, ஆலயங்கள் கட்டி, திருச்சபையை விரிவாக்கும் உரிமையையும், அதைக் கண்காணிக்கும் பொறுப்பையும் போர்ச்சுகீசிய மன்னருக்கு 1455ம் ஆண்டு ஜனவரி 8 அன்று அனுமதி அளித்தார் (ரொமனுஸ் பொந்திபெக்ஸ் என்ற பத்திரம்). இதை ஞான அதிகாரச் சலுகை (பதுரதாதோ) என அழைத்தார்கள். 1544ம் ஆண்டு மே 1 அன்று மான்சிலாசுக்கு எழுதிய கடிதத்தில், அந்த வாரம் தான் புன்னைக்காயலுக்கு வரவிருப்பதாக சவேரியார் எழுதுகிறார். மொழிப் பிரச்னையைச் சமாளிக்க முடியாமல் திணறுகிறார். புன்னைக்காயல் மக்களை சிலை வழிபாட்டிலிருந்து மீட்கவும், கள் குடிப்பதைத் தடுக்கவும் உதவுமாறு மான்சிலாசுக்குக் கடிதம் எழுதுகிறார்.

திருவிதாங்கூர் சமஸ்தானம், கயத்தாறு அரசு இரண்டின் எல்லையில் அமைந்திருந்தது புன்னைக்காயல். இரு நாட்டு மன்னர்களான உன்னி கேரளத் திருவடி மற்றும் வெட்டும் பெருமாள் இருவரது படையினரும் அவ்வப்போது புன்னைக்காயலின் பொருட்டு மோதிக்கொண்டார்கள். இங்குதான் இறந்துபோன இளைஞன் ஒருவனுக்கு சவேரியார் 'உயிர் தந்த' புதுமை நடந்துள்ளது. இதை

1616ம் ஆண்டு ஜூலை 29 அன்று சவேரியாருக்குப் புனிதர் (saint) பட்டம் கொடுக்க நடந்த விசாரணையில் கொச்சியைச் சேர்ந்த பிரான்சிஸ்கஸ் டி அகுயார் டிபாரியா என்ற வணிகர் சாட்சியம் சொல்லியுள்ளார். இதை மதுரை மிஷன் நூலை எழுதிய தந்தை பெஸி உறுதிசெய்கிறார். 1549 அக்டோபர்வரை சவேரியார் புன்னைக்காயலில் இருந்து பணியாற்றியதற்கான தரவுகள் உள்ளன. 1544ம் ஆண்டே புன்னைக்காயலில் ஓர் ஆலயம் இருந்ததை மான்சிலாசுக்கு சவேரியார் எழுதிய கடிதம் மூலம் தெரிந்துகொள்ள முடிகிறது. கொச்சி ஆயரான பேதுரு கொன்சால்வஸ் இதைக் கட்டியதாகத் தெரிகிறது. அது கோவா சபையின் ஆதிக்கத்தில் இருந்ததால், ஓலை கொண்டு வேய்ந்த மற்றொரு ஆலயத்தை சவேரியார் இங்கு கட்டுமாறு காயல் பட்டங்கட்டிகளுக்குக் கடிதம் எழுதியதாக மான்சிலாசுக்குக் கடிதம் எழுதுகிறார்.

அந்த ஆலயத்தில் பெண்கள் சனிக்கிழமை காலையும், ஆண்கள் ஞாயிறு காலையும் வழிபாட்டுக்கு வரச்சொல்லுமாறும் பணிக்கிறார். 1549ம் ஆண்டு முடிவில் எல்லா கடற்கரை ஊர்களிலும் ஆலயங்கள் இருந்ததாக ஹென்றிக்ஸ் அடிகள் இஞ்ஞாசியாருக்கு (St Ignatius) எழுதிய கடிதத்தில் குறிப்பிடுகிறார். ஆனால் இந்தப் புன்னைக்காயல் ஆலயங்களை 1551ம் ஆண்டு நடந்த சண்டையில் வடுகர் படை (வெட்டும்பெருமாளின் படை) அழித்தது.

ஜான் டி அகுய்யார் (John De Aguirre) கொச்சி ஆயராகப் பணியாற்றியபோது (1552 - 1557) இங்கு மீண்டும் ஒரு களிமண்ணாலான ஆலயம் கட்டப்பட்டதாக ஹென்றிக்ஸ் எழுதியிருக்கிறார். மாதாவின் பிறப்பைக் கொண்டாடும்வகையில், 'மரியன்னை உற்பவ ஆலயம்' என இது அழைக்கப்பட்டது. மாதா வழிபாடு கடற்கரை மக்களை கிறிஸ்தவத்தின் பால் ஈர்க்க மிகவும் அவசியமானதாக இருந்தது. பின்னாளில் இதுவே 'ராஜகன்னி மாதா' ஆலயமானது. இந்தக் காலகட்டத்தில் பிரான்சிஸ்கன் சபையின் ஜான் தெ தேயுஸ் (John De Deus) என்ற குரு 'சம்மனசுகளின் ராக்கினி' என்ற இன்னொரு ஆலயத்தை உருவாக்கினார். இதை ஒட்டி புன்னைக்காயலின் முதல் மருத்துவமனையை போர்ச்சுகீசியர்கள் நிறுவினார்கள். 1580ம் ஆண்டு செப்டெம்பர் 8 அன்று ராஜகன்னி மாதா ஆலயத்தில் முதல் பூசையை கஸ்பார் தெ அராஞ்சோ (Gaspar de Aranjo) வைத்தார். அதன் நினைவாகத்தான் இன்றுவரை இந்த ராஜகன்னி மாதா ஆலயத்தின் திருவிழா செப்டெம்பர் 8 அன்று கொண்டாடப்படுகிறது. இதை ஒட்டி, 1579ம் ஆண்டு இயேசு சபை குருக்களின் தலைமை இல்லம் (college) அமைந்திருந்தது என அலெக்சாண்டர் வல்லிஞானோ (Alexander Vallignano)

குறிப்பிடுகிறார். களிமண்ணாலான அக்கோயில் 1599ம் ஆண்டு கல் கட்டடமாக மாறியது.

இந்தச் சூழலில் 1663ம் ஆண்டு டச்சுக்காரர்கள் புன்னைக்காயலைக் கைப்பற்றி, ராஜகன்னி மாதா ஆலயத்தை ஆயுதக் கிடங்காக மாற்றினார்கள். 'டச்சுக்காரர்களின் வியாபாரக் கிட்டங்கியாக மாற்றப்பட்ட பழைய ராஜகன்னி மாதா ஆலயம் இன்று புன்னைக்காயல் தண்ணீர்த் தேக்கத்தின் அருகே பாழடைந்து கிடப்பதைக் காணலாம்', என வெனான்சியுஸ் அடிகள் குறிப்பிடுகிறார். பதுரதாதோ குருக்களை போப்பாண்டவர் நீக்கியபோது, புன்னைக் காயலில் கிறிஸ்தவ சமூகம் கோவா மிஷன் (பதுராதோ), பிரெஞ்சு மிஷன் என பிரிந்து போனது.

தென்னிந்தியாவின் முதல் மருத்துவமனை, முதல் தமிழ்க் கல்லூரி, முதல் தமிழ் அச்சகம், முதல் வேதியர் (Catechist) பள்ளி ஆகியவை புன்னைக்காயலில் உருவாக்கப்பட்டன. 16ம் நூற்றாண்டு வாக்கில் இந்தியாவிலேயே இரண்டு மருத்துவமனைகள் இயங்கிவந்தன. ஒன்று சால்செத் என்ற இடத்திலும், மற்றது புன்னைக்காயலிலும் அமைந்திருந்ததாக வரலாற்றாளர்கள் குறிப்பிடுகின்றனர். 1550ம் ஆண்டு இதை ஹென்றி ஹென்றிக்ஸ் குரு கிறிஸ்தவ மக்களிடமே நன்கொடை பெற்று ஏற்படுத்தினார். இதை அவரே 1561ம் ஆண்டு டிசம்பர் 19 அன்று மன்னாரிலிருந்து எழுதிய கடிதத்தில் குறிப்பிடுகிறார். சாதி மத பேதமின்றி பொது மக்கள் எல்லோருக்கும் மருத்துவமனை சேவையாற்றியது. இதன் தலைமை மருத்துவராக மறைகல்வி போதித்த பரதவர் ஒருவர் பணியாற்றியதாக ஹென்றிக்ஸ் அடிகள் 1551ம் ஆண்டு எழுதிய கடிதத்தில் தெரிவிக்கிறார். வாரம் முழுக்க மருத்துவமனையில் பணியாற்ற புன்னைக்காயலில் ஏற்படுத்தப்பட்டிருந்த 'பிறரன்பு சபை' உறுப்பினர்கள் (ஆண்கள்) இருவர் நியமிக்கப்பட்டார்கள். மருத்துவமனைக்கு நிதி பரதவ மக்களின் முத்துக்குளிப்பு வருவாயிலிருந்து நன்கொடையாக அளிக்கப்பட்டது. இந்தப் பொது மருத்துவமனையும், ஹென்றிக்ஸ் குரு உருவாக்கிய போர்ச்சுகீசிய படையினருக்கான மருத்துவமனையும், 1553ம் ஆண்டு வடுகப் படையெடுப்பில் அழிந்தன.

போர்ச்சுகீசிய குருக்களுக்கு தமிழ் பயிற்றுவிக்கவும், ஞானப் பாடங்கள் பயிலவும் போர்ச்சுகீசிய மன்னர் அனுமதியுடன் முதல் தமிழ்க் கல்லூரி (குரு மடம்) 1567ம் ஆண்டு புன்னைக்காயலில் நிறுவப்பட்டது என அந்தோணியோ தெ அரசியா (Antonio De Aratia) 1552ம் ஆண்டு கடிதம் எழுதியிருக்கிறார். மன்னர் இதற்கு பண

உதவியும் செய்தார். இதன் முதல்வராக ஹென்றி ஹென்றிக்ஸ் குருவே பணியாற்றினார். இவருக்கு உதவியாளராக பார்ப்பனராக இருந்து கிறிஸ்தவத்தைத் தழுவிய பேதுரு லூயிஸ் என்பவர் பணியாற்றியிருக்கிறார். இவர் பின்னாளில் இயேசு சபை குருவானதாகவும் (முதல் கிறிஸ்தவ பார்ப்பன குரு) சிறந்த தமிழறிஞராக இருந்ததாகவும் வெனான்சியுஸ் அடிகள் குறிப்பிடுகிறார். இந்தக் கல்லூரி (குருமடம்) மரப்பலகையினாலும், களிமண்ணாலும் கட்டப்பட்டது. 1577ம் ஆண்டு இயேசு சபை அறிக்கையின்படி இந்தத் தலைமை இல்லத்தின் கட்டுப்பாட்டில் 30 ஊர்களும், 50,000 கிறிஸ்தவர்களும் இருந்துள்ளனர். 25 ஆலயங்களும், 16 குருக்களும் இருந்தனர். 1580ம் ஆண்டு வடுகர் தொல்லை காரணமாக கல்லூரி, மடம் தூத்துக்குடிக்கு இடம் பெயர்ந்தன.

தமிழகம் வந்த ஐரோப்பியரில் தமிழை கற்றுத்தேர்ந்த முதல் குருக்களில் ஒருவராக ஹென்றி ஹென்றிக்ஸைச் சுட்டலாம். 1575ம் ஆண்டு கோவாவில் கூடிய இயேசு சபை குருக்களின் மாநாட்டில் தமிழ் மொழியில் புனிதர்கள் வரலாறு, ஞானோபதேசம் (கிறிஸ்தவ நெறி விளக்கம்), பாவமன்னிப்புக் கையேடு போன்றவற்றை அச்சிட்டு மக்களிடம் பரப்பவேண்டிய முக்கியத்துவத்தை வல்லிஞானோ வலியுறுத்தினார். அவற்றை எழுதித் தயாரிக்கும் பணியை ஹென்றிக்ஸ் செய்தார். கொல்லத்தில் முதல் தமிழ் அச்சகம் உருவான 1578ம் ஆண்டு, புன்னைக்காயல் குருக்கள் இல்லத்தில் முதல் தமிழ் அச்சகத்தை ஜான் பாரியா குரு ஏற்படுத்தினார். இங்கு ஹென்றிக்ஸ் எழுதிய பாவமன்னிப்புக் கையேடு (confessionario), அடியார் வரலாறு (Flos Sanctorum) ஆகிய தமிழ் நூல்கள் அச்சிடப்பட்டன. 1582ம் ஆண்டு ஜான் புந்தாபெஸ்தே என்ற குரு புன்னிக்காயலில் அச்சிட்ட அடியார் வரலாறு நூலின் ஒரே பிரதி ரோம் வத்திகான் நூலகத்தில் உள்ளதாக வெனான்சியுஸ் அடிகள் எழுதியிருக்கிறார்.

புன்னைக்காயலில் தமிழகத்தின் முதல் வேதியர் பள்ளியையும் 1550ம் ஆண்டு ஹென்றி ஹென்றிக்ஸ் நிறுவினார். முத்துக் குளித்துறைப் பகுதியைச் சேர்ந்த 14 - 15 வயது சிறாருக்கு இங்கு பயிற்சியளிக்கப்பட்டது. இரண்டே ஆண்டுகள் செயல்பட்ட பள்ளி 1552ம் ஆண்டு மூடப்பட்டது. ஆற்றின் முகத்துவாரத்தில் அமைந்திருந்த காரணத்தால் புன்னைக்காயல் தொடர்ச்சியாக தாக்குதல்களுக்கு உள்ளானது. 1552ம் ஆண்டு மலபார் முகம்மதியர்கள் இராப்பள்ளி என்பவன் தலைமையில் கயத்தாறு பாளையக்காரரான விசுவனாத நாயக்கருடன் இணைந்து

புன்னைக்காயலை முற்றுகையிட்டு அழித்தனர். ஹென்றி ஹென்றிக்ஸ், மெஸ்கித்தா ஆகிய குருக்களும், போர்ச்சுகீசிய தளபதி மனுவேல் கூட்டினோ, அவன் மனைவி ஆகியோரும் சிறைபிடிக்கப்பட்டு கயத்தாறுக்குக் கொண்டுசெல்லப்பட்டார்கள். அவர்களை விடுவிக்க, 30000 குருசாதோ (Cruzado - 1430 முதல் 1911 வரை புழக்கத்தில் இருந்த போர்ச்சுகீசிய நாணயம்) பணத்தை புன்னைக்காயல் மக்களிடம் விசுவநாதன் கேட்டான். அதில் பாதியை அவர்கள் தந்தும் அவர்கள் எல்லோரையும் விடுவிக்க வில்லை. மெஸ்கித்தாவை விடுவிக்க, மீண்டும் 10000 குருசாதோ திரட்டித்தந்து புன்னைக்காயல் மக்கள் அவரை மீட்டார்கள்.

விசுவநாத நாயக்கர் படைகளின் துன்புறுத்தலுக்கு தொடர்ந்து ஆளான புன்னைக்காயல் மக்கள் 1560ம் ஆண்டு ஊரை காலிசெய்துவிட்டு மன்னார் சென்றுவிட்டார்கள். அங்கும் கொள்ளை நோய் அவர்களை விரட்ட 1565ம் ஆண்டு புன்னை திரும்பினார்கள். புன்னைக்காயல் கரையர்கள் மன்னாரிலேயே தங்கிவிட்டதாக வெனான்சியுஸ் அடிகள் எழுதியிருக்கிறார். 1560ம் ஆண்டு மீண்டும் வடுகப்படையினரிடம் புன்னைக்காயல் சிக்கியது. இம்முறை சிறைபிடிக்கப்பட்ட மெஸ்கித்தாவை 17500 பர்தாவோ கொடுத்து மக்கள் மீட்டார்கள். 1573ம் ஆண்டு மீண்டும் இங்கு போர்ச்சுகீசியருக்கும், முகம்மதியருடன் இணைந்த வடுகருக்கும் இடையே கடும் சண்டை மூண்டது. இவ்வாறு தொடர்ச்சியாக போர்களைச் சந்தித்தபின், போர்ச்சுகீசியர்கள் வலுவிழந்து போனார்கள். 18ம் நூற்றாண்டில் கோவா மிஷன், பிரெஞ்சு மிஷன் என பிளவுபட, மக்களிடையே கலவரங்கள் வெடித்தன. இந்தக் குழப்பங்கள் 1929ம் ஆண்டு 11ம் பத்தினாதர் போப்பாண்டவர் போர்ச்சுகீசிய அரசுடன் ஒப்பந்தம் செய்துகொண்டதை அடுத்தே ஓய்ந்தன.

கரையரும் இல்லாத காரணத்தாலோ என்னவோ இன்று புன்னைக்காயலில் பரதவ மக்களே பெரும்பான்மை வசிக்கின்றனர். தங்கள் இருப்பை உறுதிசெய்துகொள்ளும் பொருட்டு, கடந்த 2018ம் ஆண்டு சாதி மறுப்புத் திருமணங்கள் செய்த யாரும் இங்கு வசிக்க அனுமதி இல்லை என தண்டோரா போட்டு அறிவிப்பு செய்திருக்கிறது ஊர்ப்பொதுக்குழு. இதுகுறித்துக் காவல்துறையில் புகார் தரப்பட்ட தரவுகள் உள்ளன. என்னதான் தமிழின் முதல் நூலை அச்சிட்ட இடமானாலும், தமிழகத்தின் முதல் தமிழ்க் கல்லூரியைக் கொண்ட இடமாக இருந்தாலும், சாதியத்தின் கொடூரக் கொடுக்கு மத உணர்வையும் தாண்டி இங்கு கொட்டத் தயாராக இருக்கிறது.

பெரும்பாலும் கடலுக்குச் செல்லும் ஆண்களைக்கொண்ட, பெண்கள் மட்டுமே நாள் முழுக்க ஊருக்குள் வளைய வரும் ஊர்களில் சாதியக் கட்டமைப்பு குலைந்துவிடும் அபாயம் அதிகம் இருப்பதாகவே இந்த மக்கள் நினைக்கின்றனர் என்பதை பேட்டி தரும் ஒரு பெண் தெளிவாகக் காட்டுகிறார். 'இப்படி சாதிவிட்டுச் சாதி மாறி திருமணம் செய்துகொள்ளும் பெண்களைப் பார்த்து எங்கள் வீட்டுச் சிறுபெண்களும் கெட்டுப் போவார்கள் இல்லையா? இவர்களை (காதல் திருமணம் செய்துகொண்டவர்கள்) ஊரை விட்டு விலக்கி வைத்து அன்னந்தண்ணி புழங்காமல் இருப்பதே சரி', எனச் சொல்கிறார்.

ஆகஸ்ட் 1, 1544.

'வடுகர்களால் கொள்ளையடிக்கப்பட்டு அவர்களிடமிருந்து தப்பி ஓடிய கிறிஸ்தவர்களைச் சந்திக்கக் குமரி முனைக்குத் தரை வழிப்பாதையாகச் சென்றேன். அங்கு நான் கண்ட காட்சி மிகவும் பரிதாபமானது. சிலருக்கு உண்பதற்கு எதுவும் இல்லை. வயதான சிலரால் தப்பித்து வரமுடியவில்லை. சிலர் இறந்துவிட்டனர். வழியிலேயே குழந்தைகளை ஈன்றெடுத்த தம்பதியர் சிலர். நான் பார்த்தது போன்று நீங்களும் பார்த்திருந்தால், உங்கள் இரக்கத்தை இன்னும் அதிகம் தூண்டியிருக்கும் மிகப் பரிதாபமான காட்சிகள் இருந்தன. எல்லா ஏழைகளையும் மணப்பாட்டுக்கு வர ஆணையிட்டுள்ளேன். எனவே இந்தக் கிராமத்தில் நிறைய ஏழைகள் இருக்கின்றனர். இந்த ஏழைகள்மீது இரக்கம் காட்டப் பணக்காரர்களின் மனதைத் தூண்டுமாறு ஆண்டவரிடம் கேளுங்கள்'

- பிரான்சிஸ் சவேரியார் மான்சிலாசுக்கு எழுதிய கடிதம்.

வர்க்க வேறுபாட்டை 16ம் நூற்றாண்டில் தெளிவாகப் புரிந்து கொண்டு, ஏழை பணக்காரனன்றி வேறு பேதமில்லை என வாழ்ந்தவர் சவேரியார். அவர் வசித்த அதே மண்ணில் 500 ஆண்டுகளுக்குப் பிறகு வாழும் மக்கள், அவரால் கிறிஸ்தவத்துக்குள் வந்தவர்கள், அவரது போதனையைப் புரிந்துகொண்டிருக் கிறார்களா?

அரபு முகம்மதியர் தங்களை ஒடுக்குகின்றனர் என்ற எண்ணத்தில் பாதுகாப்பு தேடி கிறிஸ்தவம் தழுவிய மக்கள், சாதிய சிக்கலுக்குள் கழுத்துவரை சிக்கிக் கிடப்பதைக் கண்டால், எந்த பேதமும் காணாமல் எல்லோரையும் மனம் திருப்பிய சவேரியார் இன்று என்ன செய்வார்?

சான்றுகள்

- *வரலாற்றில் புன்னைக்காயல் - அமுதன் அடிகள், தியான இல்லம் வெளியீடு, 2011*
- *புகழ் வென்ற புன்னைக்காயல் (புராதீன வரலாறு) - வெனான்சியுஸ் அடிகள், தூத்துக்குடி நற்செய்தி நடுநிலையம் வெளியீடு, 1999*
- *தூய சவேரியார் கடிதங்கள் - பிரிட்டோ வின்செண்ட்., சே.ச., நாட்டார் வழக்காற்றியல் ஆய்வு மைய வெளியீடு, 2002*
- https://sites.google.com/a/veeramunai.com/sinthayathiraipillayar/our-temple
- https://docplayer.net/53132327-Francis-xavier-and-the-jesuit-missions-in-the-far-east.html (Francis Xavier and the Jesuit Missions in the Far East - An Anniversary Exhibition of Early Printed Works From the Jesuitana Collection of the John J. Burns Library, Boston College Edited by Franco Mormando and Jill G. Thomas Chestnut Hill, Massachusetts The Jesuit Institute of Boston College 2006)
- *8ம் நூற்றாண்டில் வடவிலங்கை அரசு - ப. முகுந்தன், 2019*
- https://decapoda.nhm.org/pdfs/3729/3729-001.pdf
- Caste-based diktat: case against Punnaikayal panchayat president - https://www.thehindu.com/news/national/tamil-nadu/caste-based-diktat-case-against-punnaikayal/article22860345.ece

7

ஒரு முதலும், ஒரு கடைசியும் – மணப்பாடு படிப்பினை

ஐம்பது ஆண்டுகள் மறைபரப்புப் பணியில் ஈடுபட்டிருந்த பரதவரின் முதல் குருவானவரின் உடலை மணப்பாடு கொண்டுசென்று, அவர் கட்டிய வியாகுல அன்னை சிற்றாலயத்தில் பரதவ மக்கள் அடக்கம் செய்திருக்கின்றனர்.

'அண்டம் புவனம் பாதாளம்
 அனைத்தோர் விரலால் அசைத்திடுவோன்
கொண்ட சிலுவைச் சுமைசுமக்கக்
 கூனித் தளர்ந்து குறுகினனோ!
இன்று கபால மலைக்கோட்டில்
 இருகால் கரமும் ஓர்மரத்தில்
ஒன்றப் பிணித்துக் கூரிரும்பே
 உருவ அறைய உவந்தனனோ!
மலைமீ துயர்ந்த சிலுவையின்மேல்
 வசை பதமும் இருகரமும்
நிலையாய் அறைந்த முளைஉருவ
 நிறைசெம் புனலும் பெருகினவே!
கோபப் பெருக்கம் மறந்தனனோ!
 கொலைப்பட் டுயர்ந்த மலைமுகட்டில்

அறியப்படாத கிறிஸ்தவம் ❖ 139

> சோபப் பெருக்க முறத்தனது
> சோரி வெள்ளஞ் சொரிந்தனனோ!
> தலைசாய்ந் திருக்க இடம்உளதோ
> தரித்த முள்ளின் முடிவருத்த
> உலகாய் மனுவாய் அனுபவத்தில்
> உருகும் உருகும் திருவுளமே!

- இயேசு நாதர் திருப்பாடுகளின் பேரில் பரணி, அந்தோணிகுட்டி அண்ணாவியார், மணப்பாடு, 18ம் நூற்றாண்டு.

'வாழ்ந்து கெட்ட ஊர்' என்ற சொல்லாடலை இந்த ஊருக்குப் பயன்படுத்தலாமா என தெரியவில்லை. நெடுஞ்சாலையிலிருந்து பார்த்தாலே உயரமான கோபுரங்களும், பிரம்மாண்ட வீடுகளுமாய் காட்சி தரும் ஊர் இது. 'சின்ன ரோமாபுரி' என இன்றளவும் அழைக்கப்படும் அளவுக்கு ஆலயங்களும், குருசடிகளும், கன்னியர், சகோதரர் இல்லங்களும் நிறைந்த ஊர். மணப்பாடு. மணப்பார் எனவும் பழைய நூல்களில் குறிக்கப்பட்டிருக்கும் ஊர். ஊருக்குள் நுழைந்து, தேடி தூய ஆவி கோயிலுக்கு வந்தாயிற்று. தேடி என்ற சொல்லை கட்டாயம் பயன்படுத்தியே ஆகவேண்டும்; ஊருக்குள் அத்தனை ஆலயங்கள். திருச்சிலுவை கோயில் (1581), யாகப்பர் கோயில் (1600), தூய ஆவி கோயில் (1852) என மூன்று பெரிய கோயில்கள்; அந்தோணியார், சவேரியார் குகைக்கோயில் என வரிசையாகக் கோயில்கள்தான். இவற்றில் யாகப்பர் கோயிலும், தூய ஆவி கோயிலும் பங்குத் தளங்கள்.

வரலாற்றாளர் சிவசுப்பிரமணியன் ஐயாவுடனான பேச்சு ஒன்று, தூய ஆவி கோயிலைத் தேடிச் செல்ல முதல் காரணமாக அமைந்தது. சென்னை வரலாறை ஆய்வுசெய்துகொண்டிருந்த காலம், லாரன்ஸ் சேவியர் பர்னாந்து என்ற குருவானவர்பற்றி ஒருமுறை ஐயா சொல்லியிருந்தார். கறுப்பர் நகரம் பகுதியில் லாரன்ஸ் குரு பணியாற்றியதாகவும், அவரைப்பற்றி தகவல் சேகரித்து எழுதினால் நன்றாக இருக்கும் எனவும் சொல்லிக் கொண்டிருந்தார். முதன் முதலாக மொத்தமாக மதம் மாறிய பரதவ இன மக்களிடையே இருந்து முதல் குருவானவராக உயர்ந்தவர் லாரன்ஸ் சேவியர் பர்னாந்து. அவரது நினைவாக மணப்பாட்டில் கல்லறை ஒன்றும், அதைச் சுற்றி சிற்றாலயம் ஒன்றும் கட்டப்பட்டிருப்பதாகவும் சிவசுப்பிரமணியன் சொன்னார்.

தூய ஆவி ஆலயத்தின் உபதேசியார் பெனிட்டோ அவர்களின் எண் கிடைக்க அவரிடம், தூய ஆவி கோயிலை ஒட்டிய கல்லறை

மணப்பாடு தூய ஆவி ஆலயம்

சிற்றாலயத்தைப் பார்க்கவேண்டும் என்ற எங்கள் வேண்டுகோளைச் சொன்னோம். மாலை மங்கிக்கொண்டிருந்த நேரம் மணப்பாட்டில் இருந்தோம். இளம் வெயிலில் ஆலய கோபுரத்தின் சுரூபங்கள் தங்க வண்ணத்தில் மின்னிக்கொண்டு இருந்தன. ஆலயத்துக்குள் அருட்சகோதரர் பயிற்சியிலிருக்கும் இளைஞர் ஒருவர் தன்னிலை மறந்து கீபோர்டில் பாடல் ஒன்றை வாசித்துக்கொண்டிருந்தார். பேரெழில் கொஞ்சும் அழகிய பெரிய ஆலயம் இது. 1851ம் ஆண்டு முதலே கோயில் கட்டுமானப் பணிகள் தொடங்கட்டப்பட்டிருக்க வேண்டும் என்பது அங்குள்ள இரும்புத் தூண் ஒன்றிலுள்ள பொறிப்பு மூலம் தெரியவருகிறது. தூய ஆவி ஆலயம், மணப்பாடு,

1851 - 1886 - 1903 என எழுதப்பட்டதன் கீழ், REV LXF என்ற எழுத்துப் பொறிப்புகள் உள்ளன. படிப்படியாகக் கட்டப்பட்டு வந்த கோயில், 1947ம் ஆண்டுதான் புரவலரான தொனாத்தூஸ் விக்டோரியா உதவியுடன் கட்டிமுடிக்கப்பட்டது.

1542 - 44 காலகட்டத்தில் சவேரியார் இங்கு பணியாற்றிய காலத்தில் ஆலயம் ஒன்று அமைக்கப்பட்டதாகவும், அதை டச்சுக்காரர்கள் 17ம் நூற்றாண்டின் இறுதியில் மணப்பாட்டைக் கைப்பற்றியபோது ஆயுதக்கிடங்காக மாற்றி அழித்ததாகவும் ஆங்கிலேய ஆட்சியர் பேட் தன் திருநெல்வேலி நூலில் குறிப்பிட்டுள்ளார். ஆனால் 1521ம் ஆண்டே இங்கு போர்ச்சுகீசியர்கள் மக்களிடம் நிதி திரட்டி பரலோக அன்னைக்கு ஆலயம் கட்டியதாகவும், அதைத்தாம் 1667ம் ஆண்டு டச்சுக்காரர்கள் அழித்ததாகவும் இன்னொரு சாரார் சொல்கின்றனர். உடைக்கப்பட்ட ஆலயத்தின் கற்களைக் கொண்டு இந்த ஆலயம் எழுப்பப்பட்டதாகவும் சொல்கின்றனர். அந்தக் கோயிலின் அருகே வீரமாமுனிவரின் கல்லறை இருந்ததாகவும், டச்சுக்காரர்களால் அழிக்கப்பட்டதாகவும் சொல்லப்படுகிறது.

லாரன்ஸ் சேவியர் பர்னாந்து ஜெபமாலை அன்னை பக்தி சபையை இங்கு நிறுவியிருக்கிறார். பீடத்தின் வலதுபக்கம் ஜெபமாலை அன்னையின் அழகிய உருவப்படம் உள்ளது. 1925 முதல் பக்தி முயற்சியாக அப்படத்துக்கு ஜெபமாலை சொல்லப்படுகிறது. கண்ணாடிப் பேழை ஒன்றில் இயேசுநாதர் பாடுபட்டு மரித்த சிலுவையின் துண்டு ஒன்று, சவேரியாரின் கால் விரல் துண்டு ஒன்று, ஜோசப், பேட்ரிக், அந்திரேயா ஆகியோரின் ஆடைகளின் துண்டுகள் வைக்கப்பட்டுள்ளன. பேழையை வைத்துள்ள மேடையில் சவேரியார் நண்டுக்கதை ஓவியமாக வரையப்பட்டுள்ளது. சின்னக்கோயில் என அழைக்கப்படும் இந்தக் கோயில் வளாகத்திலேயே தூய ஆவி தொடக்கப்பள்ளி இயங்கிவருகிறது. கோயிலுக்கு வெளியே சிறுவர்கள் கால்பந்து ஆடிக்கொண்டு இருந்தார்கள். அதைத் தாண்டிச் சென்றால் கோயிலுக்கு எதிரே கல்லறைத் தோட்டத்தின் சுற்றுச்சுவர் தெரிந்தது. அதில் பளிங்குக் கல்லறைகள், சுண்ணாம்பு அடித்த கருங்கல் கல்லறை கற்கள் என வரிசை கட்டி நின்றிருந்தன. கல்லறைத் தோட்டத்தின் நடுவே சிற்றாலயம் ஒன்று தெரிந்தது. அதன் ஓடு வேய்ந்த கூரையில் இரு கிளிகள் கொஞ்சிக்கொண்டு இருந்தன.

சிற்றாலயத்தை பெனிட்டோ திறந்து காண்பிக்க, அதன் நடுவே, பீடத்தின் முன் தந்தை எல்.எக்ஸ்.பர்னாந்துவின் கல்லறை தெரிந்தது. பக்கவாட்டுச் சுவரில் தந்தையின் ஓவியம் ஒன்றும் தொங்கவிடப் பட்டிருந்தது. அதைப் புகைப்படங்கள் எடுத்துக்கொண்டோம்.

இந்த சிற்றாலயத்தைக் கட்டிய காலம் தெரியவில்லை. முத்துக் குளித்துறை பரதவர்கள் திருமுழுக்குப் பெற்று 400 ஆண்டுகளுக்குப் பிறகு, 1894ம் ஆண்டுதான் அந்த இனத்திலிருந்து முதல் குரு உருவாக முடிந்தது.

1863ம் ஆண்டு ஆகஸ்ட் 10 அன்று மணப்பாடு சவரிமுத்து பர்னாந்து, மரிய மதலேன் வாஸ் தம்பதியின் மகனாகப் பிறந்தார். இலங்கையில் படிக்க அனுப்பப்பட்ட லாரன்ஸ், தந்தையின் விருப்பத்துக்கு இணங்க சட்டம் படித்தார். இலங்கை உயர்நீதிமன்றத்தில் பணியாற்றி வந்த வழக்கறிஞர் டன்ஹர்ஸ்ட் (F. Dunhurst) அவர்களின் அலுவலகத்தில் பணியாற்றினார். இலங்கையில் இத்தாலி நாட்டைச் சேர்ந்த குருவானவரான பிட்சிநெல்லியின் பிரசங்கங்களைத் தொடர்ச்சியாகக் கேட்ட லாரன்ஸ், குருப்பட்டம் பெற விரும்பினார். 16 ஜூலை 1888 அன்று ஆலப்புழா தூய இதய குருத்துவக் கல்லூரியில் சேர்ந்தார். கோவா ராச்சோல் மடத்தில் படிப்பைத் தொடர்ந்தார். மயிலாப்பூர் ரோசரி ஆலயத்தில் நடைபெற்ற நிகழ்ச்சி ஒன்றில் 25 நவம்பர், 1894 அன்று குருப்பட்டம் பெற்றார்.

17 பிப்ரவரி, 1895 முதல் சென்னை ஜார்ஜ் டவுனிலுள்ள விண்ணேற்பு மாதா ஆலயத்தில் குருப்பணியைத் தொடங்கினார். அந்த சமயத்தில் அங்கு கோயில் தர்மகர்த்தாக்களான பெரிய பறைச்சேரி பறையர்களுடன் கோயில் நிர்வாகத்தில் பிணக்கு ஏற்பட்டு, அப்போதுதான் சட்ட நடவடிக்கை மூலம் தீர்வு கிட்டியிருந்தது. 1640ம் ஆண்டு டிசூசா என்ற போர்ச்சுகீசியர் நிதியுதவியுடன் கறுப்பர் நகரத்தின் பெரிய பறைச்சேரி மக்கள் இணைந்து விண்ணேற்பு மாதா கோயிலைக் கட்டினார்கள். கோயிலின் பக்தி முயற்சிகளை தோமை ஆயருக்குட்பட்ட கப்புசின் சபையினர் செய்வது எனவும், அன்றாட நிர்வாக உதவிகளை பறையர்கள் செய்வது எனவும் உறுதியானது. தர்மகர்த்தாக்களுக்கும் சபையினருக்கும் அடிக்கடி சண்டை ஏற்பட்டுவந்தச் சூழலில், கோயில் நிர்வாகத்தில் 1794 பகோடா பணம் கையாடல் செய்யப்பட்டதாகச் சொல்லி 1792ம் ஆண்டு கோயில் மயிலை ஆயர் ஆணைப்படி பூட்டப்பட்டது.

இதைத் தொடர்ந்து 1817ம் ஆண்டு கோயிலை மீண்டும் திறக்குமாறு பறையர்கள் கோரிக்கை வைக்க, கோயில் திறக்கப்பட்டது. 1873ம் ஆண்டு மீண்டும் குருவானவருக்கும் தர்மகர்த்தாக்களுக்கும் இடையே சண்டை ஏற்பட, குருவைப் பணியிலிருந்து விலக்குமாறு தர்மகர்த்தாக்கள் தலைவர் மரியான் பிள்ளை ஆயருக்குக் கடிதம் எழுதினார். 1887ம் ஆண்டு போர்ச்சுகீசிய அரசரின் கட்டுப்

பாட்டுக்குள் செல்லும் ஆலயத்தை, 'இதற்கு மேலும் திறந்து வைத்திருக்கப்போவதில்லை' என்பவர், போப்பாண்டவருக்கும், ஆயருக்கும் அடிபணியப் போவதில்லை என மறைமுக மிரட்டலும் விடுத்து கடிதம் எழுதினார். 1888ம் ஆண்டு மீண்டும் மயிலை ஆயர் கட்டுப்பாட்டில் கோயில் வந்தபிறகு, கோயிலை தாங்கள் கட்டியதால், அது தங்களுக்கே உரிமையானது என சென்னை உயர்நீதிமன்றத்தில் பறையர் தர்மகர்த்தாக்கள் வழக்கு தொடுத்தார்கள். வழக்கில் கோயிலைக் கட்டியது பறையர்களாக இருந்தாலும், நிர்வாகத்தை மட்டுமே அவர்கள் பார்க்கமுடியும் எனவும், பூட்டுவதோ, குருவானவரை மாற்றுவதோ அவர்களால் இயலாது எனவும் 3 ஆகஸ்ட், 1894 அன்று தீர்ப்பு வருகிறது.

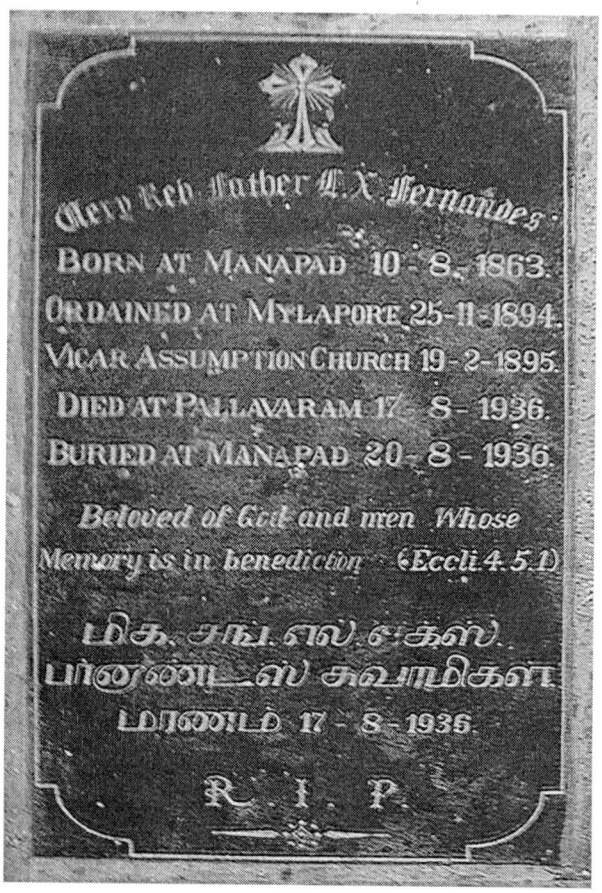

அருள்தந்தை எல்.எக்ஸ்.பர்னாந்து கல்லறை

இதற்கு சில மாதங்கள் கழித்து இங்கு குருவாக பணியாற்ற லாரன்ஸ் சேவியர் பர்னாந்து பணிக்கப்படுகிறார். 1902ம் ஆண்டு மணப்பாடு தூய ஆவி ஆலயத்தில் லாரன்ஸ் பணியாற்றினார். அப்போது அவர் தொடங்கியதுதான் பொம்பை ஜெபமாலை அன்னை ஆராதனை மரபு. நூற்றாண்டைக் கடந்து இன்றும் அந்த பக்தி முயற்சி மணப்பாட்டில் தொடர்கிறது. 1926ம் ஆண்டு தூத்துக்குடியில் கடைசி பரதவர் ஜாதித்தலைவர் பொறுப்பேற்கும்போது திருப்பலி நிறைவேற்ற மயிலை ஆயத்தால் லாரன்ஸ் அனுப்பப்பட்டார். அயர்லாந்துக்குப் பயணம் செய்த எல்.எக்ஸ்.பர்னாந்தை அங்குள்ள 'டெய்லி போஸ்ட்' இதழ் புகழ்ந்து எழுதியிருக்கிறது. 'தன் பணியிலும், சிந்தனையிலும், குறிக்கோளிலும் அவர் பிரான்சிஸ் சவேரியாரை ஒத்திருந்ததாக' அந்த இதழ் குறிப்பிட்டிருக்கிறது.

1936ம் ஆண்டு ஆகஸ்ட் 17 அன்று பல்லாவரத்தில் லாரன்ஸ் மரணமடைந்தார். ஜார்ஜ் டவுன் ஆலயத்தின் மிக சிக்கலான காலகட்டத்தில் அங்கு பணியேற்றிருந்தாலும், தன் பணியைத் திறம்பட யாருக்கும் சிக்கலில்லாமல் 30 ஆண்டுகள் செய்திருக்கிறார். ஐம்பது ஆண்டுகள் மறைபரப்புப் பணியில் ஈடுபட்டிருந்த பரதவரின் முதல் குருவான தந்தை லாரன்சின் உடலை மணப்பாட்டுக்குக் கொண்டுசென்று, அவர் கட்டிய வியாகுல அன்னை சிற்றாலயத்தில் பரதவ மக்கள் அடக்கம் செய்திருக்கின்றனர். பிரான்சிஸ் சவேரியாரின் வாழ்க்கைக் குறிப்புகள், முத்துக்குளித்துறையில் அவர் பங்கு, லிட்டில் ஃப்ளவர் அன்னை உள்ளிட்ட பல ஆங்கில நூல்களைத் தந்தை எழுதியிருக்கிறார்.

மணப்பாட்டில் ஒரே தெருவின் இரு முனைகளிலும் இரு ஆலயங்கள் உண்டு. தூய ஆவி ஆலயம் பரதவர் வசம் இருந்தது என்றால், யாகப்பர் ஆலயம் பழையர் என்ற இனக்குழுவினரிடம் இருந்தது. மணப்பாட்டின் முதல் கோயிலான பரலோக அன்னை ஆலயத்தில் நுழைய தங்களைவிட தாழ்ந்தவர்கள் என கருதிய பழையர்களுக்கு பரதவர்கள் அனுமதி மறுத்ததால், அவர்கள் தங்களுக்கென 1600ம் ஆண்டு யாகப்பர் பெயரால் சிறு ஆலயம் ஒன்றைக் கட்டிக்கொண்டார்கள். அந்த ஆலயம்தான் 1685ம் ஆண்டு மணப்பாட்டின் பங்கு ஆலயமானது. புகழ்பெற்ற கடற்கரைக் குன்று திருச்சிலுவைக் கோயில் அதன் துணைக் கோயிலானது. 16ம் நூற்றாண்டில் போர்ச்சுகீசிய குருக்கள் வருகைக்குப் பிறகு திருச்சிலுவைக்கு அதிக முக்கியத்துவம் தரப்பட்டது. கோவா மறைமாவட்டத்தின் ஆயரான மிக்கேல் வாஸ் என்பவர்தான் தென்னிந்தியாவில் சிலுவை பக்தி வளரக் காரணமானவர் எனலாம். போர்ச்சுகீசிய மன்னர் மூன்றாம் ஜான், 1546ம் ஆண்டு தந்தை

அறியப்படாத கிறிஸ்தவம் ❖ 145

வாஸ்க்கு எழுதிய கடிதத்தில், பிற சமயத்தவர் செய்யும் சிலை வழிபாட்டிலிருந்து அவர்களை மடைமாற்ற, போர்ச்சுகல் நாட்டில் பொது இடங்களில் வழிபாட்டுக்கு நடப்படும் சிலுவைச் சின்னங்கள்போல, இங்கும் சிலுவைச் சின்னங்கள் நடவேண்டியதன் அவசியத்தைக் குறிப்பிட்டுள்ளார். இவ்வாறு நடப்பட்ட சிலுவைகள் 'குருசடிகள்' எனப்பட்டன (Documenta Indica, Vol. I).

மன்னரின் இந்த ஆணைப்படி, 1580ம் ஆண்டு ஜான் தி சலநோவா (John De Salanova) என்ற குரு, மணப்பாடு குன்றின் மேல் முதல் சிலுவையை நட்டார். மக்கள் சிலுவையை நோக்கி வரத் தொடங்கினார்கள். 1581ம் ஆண்டு இங்கு புதிய கோயிலுக்கான அடிக்கல் நாட்டப்பட்டது. சலநோவா கேட்டுக்கொண்டபடி, இயேசு பாடுபட்ட சிலுவையின் சிறு துண்டு ஒன்று (அருளிக்கம் என இதை அழைக்கின்றனர்) இயேசு சபைத் தலைவரான கிளாடியஸ் அக்வவீவாவால் 1583ம் ஆண்டு மணப்பாட்டுக்கு அனுப்பப் பட்டது. செப்டெம்பர் 14 அன்று இந்த சிலுவை மணப்பாட்டை வந்தடைந்ததைத்தான் ஆண்டுதோறும் இவ்வூரில் திருச்சிலுவை விழாவாகக் கொண்டாடுகின்றனர்.

1685க்குப் பிறகு குன்றின் சிலுவைப்பாதையின் 14 தலங்களாக 14 குருசடிகள் அமைக்கப்பட்டன. யாகப்பர் கோயில் (பெரிய கோயில்) இயேசு சபைக் குருமாரின் கட்டுப்பாட்டிலும், தூய ஆவி கோயில் (சின்னக் கோயில்) பதுரதோ குருக்களின் கட்டுப்பாட்டிலும் இருந்தன. ஞான அதிகாரக் குழப்ப காலத்தில் இங்கும் சிக்கல் ஏற்பட்டது. 1923ம் ஆண்டு தூத்துக்குடி தனி பங்காகப் பிரிக்கப்பட்ட போது யாகப்பர் ஆலயம் அப்போதைய ஆயர் ரோச் ஆண்டகையின் கட்டுப்பாட்டின் கீழ் வந்தது. ஆனால் கோவா குருக்கள் தூய ஆவி கோயிலை மறைமாவட்டத்திடம் அளிக்காமல், தங்கள் மிஷனின் மயிலை மறைமாவட்டத்தின் கட்டுப்பாட்டிலேயே வைத்திருந்தார் கள். ஒருவழியாக 1930ம் ஆண்டு ஏப்ரல் 4 அன்று கூடுதாழை, மணப்பாடு (தூய ஆவி), புன்னைக்காயல், தூத்துக்குடி பனிமயமாதா மற்றும் வைப்பார் ஆலயங்கள் தூத்துக்குடி மறைமாவட்டத்தில் இணைந்தன.

கெபி கட்டுவதிலும், திருச்சிலுவைக் கோயில் சப்பர பவனியிலும் இரு தரப்புக்கும் ஏற்பட்ட சண்டை, வழக்குகள் முடிந்தாலும், பகைமை தீரவில்லை என 1980களில் எழுதிய தன் புத்தகத்தில் ஜான் குறிப்பிடுகிறார். இன்றும் இங்கு நிலைமையில் எந்த மாற்றமும் இருப்பதாகத் தெரியவில்லை. பகை உள்ளுக்குள் புகைந்து கொண்டேதான் இருக்கிறது. மணப்பாடு யாகப்பர் ஆலயத்துக்கு

எதிரே மணப்பாடு நூலகமும், அதன் அருகே 'மணப்பாடு கத்தோலிக்க கூட்டுறவு நகர கடன் சங்கம் லிட்.' என்ற பெயர்ப் பலகையுடன் இடிந்து விழும் நிலையில் கட்டடம் ஒன்றும் தென்பட்டன. ஊராரிடம் அதுகுறித்துப் பின்னால் விசாரித்துக் கொள்ளலாம் என்ற சிந்தித்தபடி அங்கிருந்து சிலுவைக் கோயிலுக்குச் சென்றோம்.

சிலுவைக் கோயிலிலிருந்து கதிரவன் மறையும் காட்சியை வாழ்க்கையில் ஒரு முறையாவது பார்த்துவிடுங்கள். குன்றின் மேலிருந்து கீழே கடலையும், அதில் மிதக்கும் படகுகளையும், ஆரஞ்சு வண்ணப் பந்தாக அதற்குள் இறங்கும் கதிரையும், அது குழைத்துப் பூசும் வண்ணங்களை கோயில் கோபுரங்களும், கட்டடங்களும், கடல் நீரும் விழுங்கிக்கொள்ளும் அழகையும் காண கண் கோடி வேண்டும். வாழ்க்கையின் மிகப் பரிபூரண பேரமைதியான 'சன்செட்' காட்சி அதுதான். அங்கிருந்து கீழே இறங்கும்போது குருசடியிடம் ஏதோ வேண்டுவதுபோல வால்களை அசைத்து கெஞ்சிக்கொண்டிருந்த பட்டம் ஒன்றைக் கண்டோம். கீழே இறங்கும் பாதையிலிருந்த 'நல்ல தண்ணீர்க் கிணறு' பக்கம் பெண்களின் பெருங்கூட்டம். சிரிப்பும், பேச்சுமாக தண்ணீர் எடுத்து இடுப்பில் சுமந்தபடி வந்த இரு பெண்களை நிறுத்திக் கேட்டோம். 'ஏன், உங்க வீட்டுக்கு பஞ்சாயத்துத் தண்ணி வராதா?'

'அதெல்லாம் வருமே... ரெண்டு நாளுக்கு ஒரு தடவ வரும், பிடிப்போம்.'

'ஓ... அந்தத் தண்ணி பத்தாதுன்னுதான் இங்க வந்து கிணத்துல கஷ்டப்பட்டு எடுத்திட்டுப் போறீங்களா?'

'இல்லியே...'

'போர் எல்லாம் போட்டா தண்ணி வரலியா?'

'அதெல்லாம் போட்டிருக்கோமே... எப்ப சுவிட்சு போட்டாலும் வீட்ல தண்ணி வரும். என்ன கொஞ்சம் உப்பா இருக்கும்.'

'ஓ... அப்போ ஏன் தண்ணிய இப்புடி முடியாம சுமந்திட்டுப் போறீங்க...? வீடு ரொம்ப தூரமா?'

குடத்தைத் தரையில் வைத்துவிட்டார்கள். 'அதெல்லாம் ஒண்ணும் இல்ல. நாள் பூரா வீட்டுக்குள்ள கெடக்கோமா, செரி சாயங்காலம் நடந்துட்டு வரலாம்னுதான் இங்க வரது. அப்டியே ஜாலியா பேசிக்கிட்டு, மெதுவா தண்ணி எடுத்துட்டுப் போவோம்.'

‘ஓ… சும்மா பிக்னிக் மாதிரி வந்துட்டுப் போறீங்க… சாயங்காலம் டைம்பாஸ் இங்க எல்லாருக்கும் இதானா?’

கொஞ்சம் பெரிய பெண் பேசுகிறார்.

‘அதெல்லாம் ஒண்ணும் இல்ல. எங்க வீட்டுல பைப்பு இருக்கு, பஞ்சாயத்துத் தண்ணி வரும், போர் இருக்கு, ஆனா ரெண்டு நாளைக்கு ஒருதடவ இங்க வந்து தண்ணி பிடிச்சிட்டுப் போய் வீட்டுல வெச்சிக்கிடுவோம். இது புதும. வீடுகள்ல சின்னக் குழந்தைங்க, பெரியவுங்க யாருக்கு உடம்பு சுகக்குறைவுன்னாலும் இதைக் கொஞ்சம் குடிக்கக் குடுப்போம். இந்தக் கிணத்துத் தண்ணி மட்டும் வீட்டுல குறைஞ்சிராம பாத்துக்கிடுவோம் பாருங்க…’

நமக்கு வழக்கம்போல வார்த்தை வரவில்லை… அந்தப் பெண்களுக்கு டாட்டா சொல்லிவிட்டு அன்றைய இறுதி சந்திப்புக்குத் தயாரானோம். உபதேசியார் பெனிட்டோ காரின் முன்சீட்டில் ஏதேதோ பேசியபடி வந்தார். தூத்துக்குடியில் எங்களிடம் கடைசி ஜாதித்தலைவர் பற்றிப் பேசிய எஸ்.ஏ. மோத்தாவின் மருமகளான ரோகிணி மோத்தா, மணப்பாட்டில் இருந்த ஜாதித்தலைவனின் தங்கை மகன் லாசரிடம் பேசுமாறு அவர்களின் அலைபேசி எண்ணைத் தந்திருந்தார். அவர்களிடம் அன்று மாலை 3 மணிவாக்கில் வருவதாக வாக்களித்திருந்தோம். வழக்கம்போல நேரங்காலம் சரியாகப் பார்க்காமல் ஆய்வு இழுத்த இழுப்புக்கெல்லாம் சென்று, தாமதமாகிவிட்டது. லாசரின் மனைவி மார்கரெட் ரோஸ் எங்களை இரண்டு மூன்று முறை ‘இன்னும் எவ்வளவு நேரமாகும், எப்போது வருவீர்கள்?’ என கேட்டுத் துளைத்து எடுத்துவிட்டார். அவர்களின் வீட்டுக்கு வழி சொல்லுமாறு சொன்னவுடன் பெனிட்டோ சட்டென திரும்பிப் பார்த்தார்.

‘ஏம்மா… அங்க இப்பமா போப்போறீங்க?’

‘ஆமா ஐயா… ஏன்? என்ன பிரச்னை?’

‘ஒண்ணும் இல்ல… இருட்டிருச்சே அதான், நாளைக்கு பகல்ல பாக்கலாம்ல…’

‘ஐயோ எங்களுக்கு நேரமில்லங்க. நாங்க நைட்டு தூங்க உடன்குடிக்கு மாமா வீட்டுக்குப் போகணும்’

‘காட்டு மொரேஸ் வீட்டுக்கு எல்லாம் நைட்டு போகலாமா?’

ஞேஞே…

'ஒங்கள எறக்கிவிட்டுட்டு என்னைய டிரைவர் தம்பிய கொண்டு வீட்டுல விட்டுர சொல்றீங்களா? நான் சர்ச்சுக்கு போகணும். சாமியார் தேடுவார்.'

'அவ்வளவு தான? சரிங்க ஐயா, விட்ர சொல்லலாம்'

விக்டோரியா மருத்துவமனையைத் தாண்டி ஆளரவமற்ற இருண்ட சாலை ஒன்றில் கார் திரும்பியது. இடதுபக்கம் மருத்துவமனையின் உயரமான மதில் சுவர். வலது பக்கம் கண்ணுக்கெட்டிய தூரம்வரை, இருள், வெறுமை. எந்த வீடும் கண்ணில் தட்டுப்படவில்லை. சில நூறு மீட்டர் சென்றிருப்போம்.

'ஆங்... இங்கதான். நிப்பாட்டுங்க நிப்பாட்டுங்க. இந்த கேட்டுதான்', என வண்டியைவிட்டு இறங்காமலே பெனிட்டோ சொன்னார். அவருக்கு நேரமாகிவிட்டதுபோல.

'நான் அப்டியே கெளம்புதேன். நீங்க பாத்துக்கிடுங்க செரியா?', என்றபடி டிரைவரை அவசரப்படுத்தினார்.

நானும் ரோடாவும் தட்டுத் தடுமாறி கும்மிருட்டில் இறங்கி அந்த ஆளரவமற்ற இருண்ட சாலையில் நின்றோம். இடதுபக்கம் சுமார் பத்தடி உயர பழைய கேட் ஒன்று கண்ணில் பட்டது. அது திறந்திருந்தது. வீடு எதுவும் காணவில்லை. கேட்டுக்கு அந்தப் பக்கமும் இருள்தான். டிரைவர் என்ன நினைத்தாரோ, டிரைவர் வண்டியைத் திருப்பி கார் லைட்டை ஒன்றிரண்டு முறை அணைத்துப் போட்டார். கேட்டிலிருந்து சுமார் நூறு மீட்டர் தொலைவில் ஏதோ ஒளி தெரிந்தது. கேட்டுக்கு அந்தப்பக்கம் முழங்கால் உயரத்துக்கு கோரை போன்ற புல்லும், என்ன வெல்லாமோ செடி கொடிகளும் வளர்ந்துகிடந்தன. நடுவே வண்டித்தடம்போல சிறு இடைவெளி மட்டும் இருந்தது. அங்கிருந்து ஒளி அணைந்து அணைந்து ஒளிர்ந்தது. ஏதோ சிக்னலோ?

ரோடாதான் முதலில் சுதாரித்தார். 'இருங்க, மொபைல் டார்ச்ச ஆன் பண்ணி காட்டுங்க' என்றபடி அவர் மொபைலின் விளக்கை உயிர்ப்பித்து அதை இடமும் வலமும் ஆட்டிக் காட்டினார். நான் என் போனை எடுத்தேன். பகீரென்றது. அது எப்போதோ செத்துப் போயிருந்தது. எதிர்பக்கம் இப்போது டார்ச் ஒளி பிரகாசமாக ஆடியது. 'வாங்க வாங்க' என்ற குரல் மட்டும் கேட்டது. சரி, முன்னே நடப்போம் என கவனமாக இரண்டு அடி நடந்திருப்போம். டிரைவர் அண்ணன் வண்டியைச் சர்ரென கிளப்பிக்கொண்டு போயே போயிந்தி. அந்த வெளிச்சமும் போச். கைகால் உண்மையில்

எனக்கு உதறியது. முன்னே சென்ற ரோடாவின் ஆடையை இறுகப் பிடித்துக்கொண்டு, ஐயா பாம்புகளே, பல்லிகளே நான் போய்க்கிறேன், வழி விட்டுருங்க ப்ளீஸ் என்ற கெஞ்சலை முணுமுணுத்துக்கொண்டே தட்டுத் தடுமாறி முன்னேறினோம். சுமார் ஐம்பதடி தூரம் நடந்திருப்போம். ஒற்றை குண்டு பல்பு வெளிச்சத்தில் மூன்று கறுப்பு உருவங்கள் அவுட்லைனாகத் தெரிந்தன.

மூன்றுமே கைகளைத் தலைக்கு மேல் உயர்த்தி ஆட்டியபடி இருந்தன. 'வாங்க வாங்க' இப்போது இரு குரல்களில் தெளிவாகவே தெரிந்தது. நெஞ்சடைத்து, மூச்சு முட்டியது. 'ரோடா... திரும்பிப் பார்க்காம அப்டிக்கா ஓடிடலாமா?' என்ற என் கேள்விக்கு, 'அடச்சே... வாங்க போலாம்', என தைரியம் சொல்லி கையைப் பற்றிக்கொண்டார். சத்தியமா சொல்றேங்க... என் கல்யாணத் தன்னிக்கு வீட்டுக்காரர் கையை மொத தடவையா புடிச்சப்பகூட இவ்வளவு பாதுகாப்பு உணர்வு வரல! பக்கத்தில் வரவர, முகங்கள் தட்டுப்பட்டன. முதிய தம்பதியும், சுமார் 35 வயது மதிக்கத்தக்க இளைஞர் ஒருவரும் அந்தப் பழைய பங்களாவின் வெராந்தாவில் நின்று எங்களை வரவேற்றனர். 'உள்ள வாங்க' என்ற அவர்கள் அன்புக்கு தலையசைத்து, கொஞ்சம் திருதிரு முழியுடன்தான் உள்ளே நுழைந்தோம். காரை பெயர்ந்து கொட்டிக் கொண்டிருந்தது. சுவர் வண்ணப் பூச்சு அங்கங்கே உரிந்திருந்தது. இரண்டு அழுத்தமான பெரிய மர நாற்காலிகளில் எங்களை அமரச் சொன்னார்கள். இங்கும் ஒற்றை குண்டு பல்புதான்.

'பேசிக்கிட்டு இருங்க. வரேன்', என்றபடி அந்த முதிய பெண்மணி உள்ளே எழுந்து போனார். வியர்வை ஊற்றிக்கொண்டிருந்தது. கைகால் இன்னும் வெடவெடதான். 'இருங்க ஃபேன் போடச் சொல்றேன்', என எங்களிடம் சொன்ன முதியவர், அந்த இளைஞனிடம் திரும்பி சைகை மொழியில் கையசைத்தார். அவனும் இனிமையாகப் புன்னகைத்துத் தலையசைத்து உள்ளே போனான்.

'சின்ன வயசில இருந்தே இப்பிடித்தாம்மா. அவனால பேச முடியாது. காதும் கேக்காது', என அவர் சொல்ல, தூக்கிவாரிப் போட்டது. திருத்தமான முகம், நல்ல சிவப்பு, ஆஜானுபாகுவான உயரம், உடற்கட்டு. இளைஞர் உள்ளே இருந்து ஓர் அம்மா ஃபேனை எடுத்துவந்து எங்கள் பக்கம் திருப்பி சுவிட்சைப் போட்டார். அவ்வளவு தான். இரவின் அமைதியைக் கிழித்துக் கொண்டு கீச் கீச் என அந்த ஃபேன் ஒவ்வொரு சுற்றுக்கும் கதற

ஆரம்பித்தது. வியர்வை இப்போது என் மூக்கு வழியாக இறங்கி மடியில் சொட்டியது.

‘சொல்லுங்க... உங்களுக்கு என்ன தகவல் வேணும்?’ பெரியவர் கேட்டார்.

‘பாண்டியபதி அரண்மனைபத்தி சொல்லுங்க... நீங்க அங்க வாழ்ந்தீங்க இல்லையா?’

‘ஆமா... ரொம்ப அழகான அரண்மனை அது. கடைசி ஜாதித் தலைவனாருடைய தம்பி என் அப்பா. அப்பா சின்ன வயசுலயே இறந்துட்டதால நானும் அம்மாவும் அங்கதான் ஜாதித் தலைவனார்கூட வாழ்ந்தோம். அங்க ஒரு பெரிய புதையல் இருக்கு தெரியுமா? கட்டபொம்மன் பத்திரமா வெச்சுக்கச் சொல்லி ஜாதித்தலைவர் கிட்ட குடுத்த தங்கம், வைரம் எல்லாம் ஏழு பானையில போட்டு புதையலா அங்க புதைச்சிருக்காங்க.’

‘ஆ... அவ்ளோவா?’

‘ஆமா... ஆனா அதை எடுக்க முயற்சி பண்ணி தோத்துப் போய்ட்டாங்க. அதைப் புதைக்கும்போதே நிறைமாசமா இருந்த ஒரு பொண்ண வெட்டி கூடவே பொதைச்சுட்டாங்க. அதை எடுக்க முயற்சி செஞ்சப்ப, அது எடுக்க விடல...’

கண் லேசாக இருட்டியது. ‘எது சார்?’

‘கேரளாவுல இருந்தெல்லாம் மந்திரவாதிய கூட்டிட்டு வந்து மை போட்டுப் பார்த்தாங்க. அந்தப் பொண்ணோட ஆவிதான்.’

மூச்சுவிட மறந்து போனது. ஃபேன் கீச் கீச் என ரண கொடூரமாகக் கத்தியது. இளைஞர் எதிரே இருந்த சேரிலிருந்து புன்னகைத்தார். ‘சார்... இது பேய்க்கத... இதுல சிரிக்கிறீங்க நீங்க’ என மனதுக்குள் சொல்லிக்கொண்டேன். ரோடா பக்கத்தில்தான் இருக்கிறாரா என திரும்பிப் பார்த்துக்கொண்டேன். இருந்தார். அப்பாடா.

‘அந்தப் புதையலை எடுக்கணும்னா, இன்னொரு நிறைமாச கர்ப்பிணிப் பொண்ணைக் காவு குடுக்கணும்’. சொல்லிவிட்டு நாற்காலியில் முன்னே நகர்ந்துவந்து உறுத்துப் பார்த்தாற்போலத் தெரிந்தது. ‘நல்லவேளை நாம கர்ப்பிணி இல்லை சாமி’ என நிம்மதி பெருமூச்சு விட்டுக்கொண்டு அவரைப் பார்த்தேன். தொண்டையைக் கனைத்துக்கொண்டு, ‘சார் அது கிடக்கட்டும், நீங்க உங்க இளமைப் பருவம் அந்த அரண்மனையில இருந்தீங்கன்னு

சொன்னீங்கல்ல? உங்க வாழ்க்கை அங்க எப்படி இருந்துச்சுன்னு சொல்லுங்க', என்றேன்.

'நாங்க பெரிய கூட்டுக்குடும்பமா அங்க இருந்தோம். எனக்கும் எங்க அம்மாவுக்கும் அந்த வீட்டோட ஒரு மூலைல ரூம். நைட் நான் பாத்ரூம் போகக்கூட அம்மாவைத்தான் கூட துணைக்குக் கூட்டிட்டு, இன்னொரு மூலைல இருக்குற பாத்ரூமுக்குப் போவேன். அப்பிடித்தான் ஒருநாள் நைட் அம்மாவை எழுப்பினேன். அம்மா முன்னாடி போக, நான் அவுங்க பின்னாடி தூக்கக் கலக்கத்துல வெராந்தாவுல நடந்து போய்ட்டு இருந்தேன். திடீர்னு பின்னால ஜல் ஜல்னு கொலுசுச் சத்தம் மாதிரி கேட்டுச்சு. அப்போ தீப்பந்தம் மாதிரி ஒண்ணு தெரிஞ்சுது. யாரோ நிழலா நடந்து போனாங்க... தீப்பந்தம் அணைஞ்சு அணைஞ்சு எரிஞ்ச மாதிரி தெரிஞ்சுது'

அவர் தலைக்கு மேலே இருந்த குண்டு பல்பு பக் பக் என்றது. வாய்வரை வந்த இதயத்தைக் கபக்கென விழுங்கிவிட்டுச் சொன்னேன்...

'சார்... போதும். நீங்க அதை எல்லாம் விடுங்க, ஜாதித்தலைவர் பத்தி சொல்லுங்க. பாண்டியபதியே நமக்கு வேணாம்.'

'பெரிய அரண்மனைதான். உள்ளேயே பல்லக்கு, ஆளுங்க, ரூம் ரூமா பெரிய இடம்தான். ஆனா மனசு பெருசா இருக்கணும்ல? கல்யாணம் எல்லாம் நல்லாதான் செஞ்சு வச்சாங்க', என நிறுத்தினார்.

ரோஸ் தொடர்ந்தார். '1975ம் வருஷம் எங்க கல்யாண நிச்சயதார்த்தம் எல்லாம் அங்கதான் நடந்துச்சு. எனக்கு அவுங்க வீட்டுல போட்ட எங்கேஜ்மென்ட் ரிங் இதோ பாருங்க. முழுக்க பேர்ள்ஸ். நல்முத்துக்கு ரொம்ப முக்கியத்துவம் குடுப்பாங்க. எத்தனையோ தடவை என் கைய விட்டு இந்த மோதிரம் போயிருக்கு. ஒரு தடவை ட்ரெய்ன்லகூட மிஸ் பண்ணி, யாரோ எடுத்துட்டு வந்து குடுத்தாங்க. எவ்வளவு கஷ்டத்துலயும் என்னை விட்டுப் போகாம இருக்கு', என்றார்.

சட்டென அங்கு ஒருவித கனம் கூடிப்போனது. அவர்களது திருமண ஆல்பம் பார்வைக்கு வந்தது. கூடவே டீயும், எங்களுக்காக ஆசையுடன் செய்யப்பட்ட பட்டர் பிஸ்கெட்டும்; மதியமே செய்து தயாராகக் காத்திருந்ததாகச் சொன்னார். அதைக் கொறித்தபடி படங்களைப் பார்த்தோம்.

'ஒரு கட்டத்தில எங்களை அரண்மனையவிட்டு வெளியே போகச் சொல்லிட்டாங்க. அந்த வீட்டுல இருந்து வெளிய வரும்போது

எங்ககூட ஒரே ஒரு பொருள் மட்டும் தான் எடுத்திட்டு வந்தோம்', என்றார் லாசர்.

தூத்துக்குடி பனிமய மாதாவுக்கு தேர் செய்து பரிசளித்த 'தேர் மாறன் சரிதை' கட்டுரைப் பிரதியை எங்களிடம் காட்டினார். ஜாதித்தலைவர் சிங்ஞோர் சிங்ஞோர் தொன் கபிரியேல் தெக்ரூஸ் வாஸ் கோமஸ் தான் அன்னைக்குத் தங்கத்தகடுகள் வேய்ந்த தேர் செய்து தந்த 'தேர் மாறன்'. 1772ம் ஆண்டு இவரது திருமணத்தின் போது பனிமய மாதா கோயிலுக்கு தங்கத்தாலான பூசைப்பாத்திரம் (chalice) செய்து கொடுத்தார்; அன்னையின் விழா அன்று ஆயர் நடத்தும் பூசையில் மட்டுமே இது ஆண்டுக்கு ஒருமுறை பயன்படுத்தப்படுகிறது. முத்துச்சிலாபத்தில் கிடைத்த செல்வம் கொண்டு பரதவருக்குக் கல்வி அளிக்க முயன்றார். கட்டபொம்ம நாயக்கருக்கு நெருங்கிய தோழன். பாஞ்சாலங்குறிச்சி போரில் தன்னிடம் அடைக்கலம் புகுந்த ஊமைத்துரையைப் பாதுகாப்பாகப் பாண்டியன் தீவில் காத்தவர் இவர். இதனால் பாண்டியபதி அரண்மனைக்கு ஆபத்து வரும்போது கட்டபொம்மன் பாதுகாக்க அனுப்பிய தங்கத்தாலான முருகர் சிலை, தங்கம், வைரங்களை மாளிகையின் பின்புறம் மண்ணுக்கடியில் ஒளித்துவைத்தார்.

இந்தப் பொன்னை எடுக்க 1944ம் ஆண்டு நலிந்த நிலையிலிருந்த கட்டபொம்மனின் வாரிசும், அப்போதைய ஜாதித்தலைவரும் முயன்று தோற்றுப் போனார்கள் என அந்தக் கட்டுரையை எழுதிய தேர்மாறனின் ஏழாவது நேரடித் தோன்றலான பெர்க்மான்ஸ் மோத்தா குறிப்பிடுகிறார். போலவே ஊமைத்துரைக்கு நவீன போர்க் கருவிகளான வெடிகுண்டுகளையும், துப்பாக்கிகளையும் இவர் அளித்ததாகவும் சொல்லப்படுகிறது. இதற்காக வெள்ளையர்கள் இவரைக் கைதுசெய்யத் தேட, கொழும்பிலிருந்த உயர் அதிகாரிகள் இவரைப் பகைத்துக்கொண்டால் முத்துச் சிலாபம் செய்ய இயலாது என அறிவுறுத்தினார்கள். இவரும் தப்பினார். அதற்கு நன்றியாகவும், அன்னையின் சுரூபம் தூத்துக்குடி வந்த 250வது ஆண்டு விழாவைக் கொண்டாடும் வகையிலும் சித்திரத் தேரை செய்து தந்தார். 2.2.1806 அன்று தங்கத்தேர் முதல் பவனி வந்தது. பனிமயமாதா கோயிலிலுள்ள தந்தத்தாலான சிலுவைகள், குடில் சுரூபங்கள், அன்னையின் திருத்தலைமுடி போன்றவை இவரால் செய்து தரப்பட்டவையே.

இப்படித் தங்கமாக மாதாவை இழைத்த தலைவனின் கல்லறை, லாசல் பள்ளியின் கூடைப்பந்து அரங்குப் பக்கமுள்ள கிடங்கு ஒன்றின் முன் குப்பைக்குள் புதைந்து கிடக்கிறது.

அறியப்படாத கிறிஸ்தவம் ❖ 153

‘மதுரைக் கடல்துறை முதல் மற்றுந்தலங்களிலுண்டான பரதவர் சாதிகட்கெல்லாம் சாதித் தலைமையென்ற ஸ்தானத்துக்கு மிகவும் யோக்கியமுள்ளவராயிருந்த சீ.சீ.தொங்கவுரியேல் தற்குரூஸ் வாஸ் கோமூஸ் அவர்கள் பிறந்தது 1753ம் ஆண்டு (தமிழ் எண்கள்) அவர்களுக்கு சாதித்தலைமையென்ற பட்டாபிஷேகம் சூடினதி 1779ம் ஆண்டு (தமிழ் எண்கள்) அவர்கள் தெய்வீகமானது 1808ம் ஆண்டு (தமிழ் எண்கள்). அவர்களின் தேவியாராகிய சீ. தொன் மரிய அந்தோணியிய் தற்குரூஸ் கொறெயப் பறநாந்திஸ் அவர்கள் அந்த ஆண்டிலே தானே புரட்டாதிழ் 12 தெய்வீகமானார்கள்’ என அந்தக் கல்வெட்டு தமிழிலிலும், போர்ச்சுகீசிய மொழியிலும் உள்ளதாக பரதவர் மலர் குறிப்பிடுகிறது.

அதன் வாசகங்களில் ஒன்றைக்கூட நேரில் எங்களால் வாசிக்கமுடிய வில்லை. அதன் தெளிவான படியை வீரபாண்டியன்பட்டினம் ‘வலம்புரிநாதம்’ நூலகத்தில் கண்டேன். இந்தக் கட்டுரை வெளியான பரதர் மலர் இதழிலும் நல்ல படம் ஒன்று இருக்கிறது. மாதாவுக்குப் பொன்னும் பொருளும் தங்கத்தேரும் அள்ளித் தந்தவனின் கல்லறைக் கல்வெட்டு கேட்பாரின்றி காக்காக் கழிவுகளைத் தாங்கியபடி நிற்கிறது.

ரோடா சட்டெனெ எழுந்து, ‘ரெஸ்ட்ரூம் எங்க இருக்கு?’, என கேட்டார். எனக்கு மறுபடி மூர்ச்சை ஆகிவிடுவோமா என பயம் வந்தது. ஹாலுக்கே இத்தனை அக்கப்போராக இருக்கிறதே, இவர் வீட்டுக்குள்ளே போகிறேன் என்கிறாரே. ‘வாங்க... வாங்க...’ அப்பாவும் மகனும் வழிகாட்ட உள்ளே போனோம். ‘நாங்க கொண்டுவந்த அந்த அரண்மனை பொருள் இது ஒண்ணுதான்.’ டிரங்குப்பெட்டிகளும், அவற்றுடன் போட்டி போட்டு ஒட்டடையும் தூசியும் படிந்திருந்த அறையின் ஓரம் இருந்த கண்ணாடி டிரெஸ்ஸிங் டேபிளைக் காட்டினார். முன்பின் யாரும் புழங்கியதுபோலவே தெரியவில்லை, அதில் படலமாக தூசி. அதைப் படங்கள் எடுத்துக்கொண்டு ஹாலுக்கு வந்தோம்.

அந்த இளைஞர் இன்னும் வெளியே வரவில்லை என்பதை உறுதி செய்துகொண்டு ரோஸிடம் கேட்டேன். ‘அவர் உங்க பையனா?’

‘ஆமா... பிறந்துதல இருந்தே இப்படித்தான். எப்படியோ எஞ்சினியரிங் படிக்க வெச்சோம். கொஞ்சம் ஃபாரின் போய் சம்பாதிக்கட்டும்னு பணம் ரெடி பண்ணி அங்க அனுப்பினோம். அங்க ரெண்டு வருஷம் ரொம்ப கஷ்டப்பட்டிருக்கான். அவனால எங்ககிட்ட ஃபோன்ல சொல்லவும் முடியல. இங்க லீவுல வந்தப்ப

அவன் சைகையில சொன்னதை வெச்சுப் புரிஞ்சிக்கிட்டோம். இனி போக வேண்டாம்னு சொல்லி கூடவே வெச்சிக்கிட்டோம். முன்னோர் செஞ்ச பாவம் வருங்கால சந்ததிய பாதிக்கும்னு நிறைய பேரு சொன்னதை ஒரு காலத்துல நாங்க நம்பல. ஆனா குடும்பத்து முன்னோர்கள் செஞ்ச பாவங்களாலதான் என் ஒரே பையன் இப்படி இருக்கான்னு இப்ப நினைக்கிறேன். கையில சேர்த்து வெச்சிருந்த கொஞ்ச பணத்த கேத்தலிக் பேங்குல போட்டோம். அதுவும் திவாலாப் போயி இருந்த காசும் போச்சு. சர்ச் கிட்ட அந்த சொசைட்டி கட்டடம் பார்த்திருப்பீங்களே? அதான்... அந்த மேனேஜர்கூட தற்கொலை பண்ணிக்கிட்டார். இப்ப இங்க லேடீஸ் சொசைட்டி மூலமா கைவினைப்பொருள்கள் எல்லாம் செய்றோம். அதை மேனேஜ் பண்ண அப்பப்ப போய்ட்டு வருவேன். மத்தபடி எல்லாமே இந்த வீட்டுலதான்.' இளைஞர் நம்மை நோக்கி சினேகமாக சிரித்தபடி எதிர் நாற்காலியில் அமர்ந்தார்.

'இந்த வீடு எங்க அப்பா காலத்துல கட்டினது. அரண்மனை சொத்து தான் எதுவும் இல்லியே, அப்பா வீட்டுக்கே திரும்ப வந்துட்டோம். 1900களில கட்டின வீடு. இதைக் கட்டும்போது பக்கத்துல இந்துக் கோயில் எதோ இருந்திருக்கு. அதை இடிச்சு அந்த இடத்துல கிணறு கட்டிட்டாரு எங்கப்பா. அதை இடிச்சதால ஊருக்குள்ள எங்களுக்கு நல்ல பேரு இல்ல. அந்தக் கிணறுல பேய் இருக்கிறதா சொல்றாங்க. இந்த வீட்டுலகூட பேய் இருக்கிறதா நம்புறாங்க.'

சட்டென கண்கள் பனித்தது. 'யார் அப்படி சொல்றது? சே... என்ன மனுஷங்க?'

'வாழ்ந்து கெட்டவங்களா மட்டும் உலகத்துல இருக்கக்கூடாது பா'

அவரது கையைப் பற்றிக்கொள்ளவேண்டும்போல இருந்தது.

'உங்க மோதிரத்த காட்டுங்களேன் படம் எடுப்போம்'. பேச்சை மாற்றி, அவர் கையைப் பிடித்துத் திருப்பினேன். மகிழ்ச்சியாக அதைப் புகைப்படம் எடுக்கக் காட்டினார். தாலியை காட்டச் சொன்னால், ரோஸ் அதையும் வெட்கத்துடன் காட்டினார். வட்ட வடிவத்தில் நடுவே பரிசுத்த ஆவி புறா வடிவில் பறப்பது போலவும், ஒளிக்கற்றைகள் அதைச் சுற்றி இருப்பது போலவும் வடிவமைக்கப்பட்டிருந்தது.

'சரி அப்ப நாங்க புறப்படட்டுமா?', எழுந்துகொண்டோம்.

'திரும்ப வாங்க...' இளைஞர் மாறாத புன்னகையுடன் சைகை காட்டினார். தலையாட்டி, சிரிப்புடன் கட்டை விரல் உயர்த்திக்

காட்டினேன். எல்லோரும் எழுந்து வெளியே வந்தோம். வெராந்தாவில் நின்று லாசரிடம் கேட்டேன்.

'ஏன் சார்... வெளிய பெரிய காடு மாதிரி இருக்கே, நடுவுல ஒரு லைட் போட்டா, வெளிய இருந்து வரவங்களுக்கு வசதியா இருக்கும்ல?'

'இருக்கும்தான்... நானும் இதுவரைக்கும் பத்து டியூப் லைட்டாவது தோட்டத்துல ஆள் வெச்சு மாட்டியிருப்பேன். யாராவது அதைக் கழட்டிட்டுப் போயிடுறாங்க. இனி லைட்டே போடுறதில்ல, போங்கடான்னு விட்டுட்டேன்.'

'உங்களுக்கு பயமா இல்லையா ஆன்ட்டி?'

'எனக்கு என்னம்மா பயம்? என் வீடு. டெய்லி காலைல அஞ்சு மணிக்கு இந்தப் பாதையிலதான் நடந்து கோயிலுக்கு பூசை பாக்கப் போவேன். கடவுள் இருக்கார்மா என் துணைக்கு.'

வெராந்தவை விட்டிறங்கியதும், 'அதோ கிணறு அங்கதான் இருக்கு', லாசர் இடதுபக்கம் கைகாட்டினார். இருளில் ஒன்றும் தெரியவில்லை. 'போய்ட்டு வரோம்', என்றதும் மூவரும்

லாசர் மொரேஸ் குடும்பத்தினர்

கையசைத்தார்கள். மூவரையும் அந்தக் காட்டு பங்களா வாசலில் நிற்பதுபோல படமெடுத்துக்கொண்டோம். எவ்வளவோ மறுத்துச் சொல்லியும் கேட்காமல், எங்களுடன் தட்டுத்தடுமாறியபடி நடந்து வாசல் கேட் வரைவந்து வழியனுப்பினர் ரோஸுஂம் அவர் மகனும். இம்முறை சிரிப்பும் பேச்சுமாக அந்தக் காட்டைக் கடந்தோம். காரில் ஏறிவிட்டு (நல்லவேளை டிரைவர், பெனிட்டோவை விட்டு விட்டுத் திரும்ப வந்துவிட்டார்!) இருவரையும் திரும்பிப் பார்த்துக் கையசைத்தோம். அந்த முகங்களில் தெரிந்த மகிழ்வை இன்று வரைக் கடந்து வரமுடியவில்லை. லவ் யூ, மொரேஸ்!

சான்றுகள்

- Madras High Court - Marian Pillai And Ors. vs Bishop of Mylapore And Anr. on 3 August, 1894 - Equivalent citations: (1894) ILR 17 Mad 447 - Bench: A J Collins, Parker
- Dalit Gods of Madras Guard Memories of a Lost Hamlet - A.B. Rajasekaran, The Wire, 2019
- Kaufmann, S. B. "A Christian Caste in Hindu Society: Religious Leadership and Social Conflict among the Paravas of Southern Tamilnadu." Modern Asian Studies, vol. 15, no. 2, Cambridge University Press, 1981
- மணப்பாடு தூய ஆவி ஆலய நூற்றாண்டு விழா மலர், எஸ். ஆல்டோ, லெனின் ஜே பெர்னாண்டோ, ஆலய வெளியீடு
- தென் தமிழகத்தில் கத்தோலிக்கம், தே. ஜாண், செல்வி பதிப்பகம், திருநெல்வேலி
- பரதர் மலர், ஆகஸ்ட் - செப்டெம்பர் 2005, நூல் உதவி: லாசர் மொரேஸ்

8

திருச்சபையின் மூலைக்கல் – கிளாரிந்தா (குளோரிந்தா)

மாதவையாவின் புதினத்தில் குறிப்பிட்டுள்ளபடி ‘கோகிலா’ என்ற பார்ப்பன விதவைப் பெண்ணே ராஜ கிளாரிந்தா ஆனாள் என்பதை நிலைநிறுத்துகிறார் ஆய்வாளர் எலிசா கென்ட்.

•

கர்த்தரைப் போற்றியே வாழ்த்துது
கனிந்துமே என் ஆத்துமா
களிக்குதே என் ஆவி கருணை
கூர்ந்தநற் பரமாத்துமா
இன்று தன் அடிமையின் தாழ்மையை
இறையவர் கண்ணோக்கினார்
என்றென்றும் எல்லோரும் புகழ
என்னைத் தன்னிய மாக்கினார்
பரிசுத்த நாமம் மகிமையாய்
பகுத்தாரனைத்தும் நல்லது
பயந்தவர்களுக் கவர்ரிறக்கம்
பரம்பரைகளுக்குள்ளது
ஆண்டவர் தம் புயத்தை உயர்த்தி
பராக்கிரமம் செய்திட்டார்
அகந்தையுள்ளோரைச் சிதறடித்தார்

அன்பர்க்கருள் மாரி பெய்தார்
ஆசனங்களில் வீற்றிருந்த
பலவான்களைத் தாழ்த்தினார்
அன்புடன் தாழ்மையானோர்களை
அவருயர்த்தியே வாழ்த்தினார்
பசித்தோரை ஆதரித்தவர்களைப்
பரிந்து நன்மையால் நிரப்பினார்
பஞ்சையாய் தனவான்களை யவர்
பாரில் வெறுமையாய் அனுப்பினார்
இனமொடாபிர காமுக்கென்றைக்கும்
இரக்கம் செய்யவே எண்ணினார்
இஸ்ரவேலரை ஆதரித்தவர்
இன்பாய் உய்யவே நண்ணினார்
பிதா குமரன் சுத்த ஆவிக்கும்
மகிமை உண்டாவதாக
சதா காலமும் எண்டென்றைக்கும்
மகிமை உண்டாக
- ஆமென்

- ஆபிரகாம் பண்டிதர், 19ம் நூற்றாண்டு. கன்னி மரியாளுக்கு கிறிஸ்து பிறப்பு செய்தி முன்னறிவிக்கப்பட்டதைக் குறித்து எழுதிய கீர்த்தனைப் பாடல்.

கத்தோலிக்க கிறிஸ்தவம் தமிழ் மக்களின் தாய் வழி வழிபாட்டின் சாயலாக மாதா வழிபாட்டை முன்னிறுத்தியது. கத்தோலிக்கத்தில் உள்ள சுரூப வழிபாடு, விவிலிய வாசகங்களை விட சடங்குகளுக்கு அதிக முக்கியத்துவம் கொடுத்தது போன்றவற்றை எதிர்த்து சீர்திருத்த கிறிஸ்தவம் உருவானது. ஒரே கடவுளே வணங்கத்தக்கவர் என்பதை ஆணித்தரமாக நம்பும் சீர்திருத்த கிறிஸ்தவத்தில், மாதா வழிபாடோ, சீடர் வழிபாடோ, 'அவர்கள் வழி' இறைவன் அருள் புரிவார் என்ற நம்பிக்கையோ கிடையாது. ஆனால் மாதா இறைவனைப் போற்றிப் பாடுவதைப் போல அமைந்த பாடலை, ஆபிரகாம் பண்டிதர் எழுதியிருக்கிறார். கத்தோலிக்கப் பாமாலைகள், கீர்த்தனைகள் போலவே, தமிழில் எழுதப்பட்ட சீர்திருத்த கிறிஸ்தவக் கீர்த்தனைகள் உரிய ராகம் தாளம் குறிப்பிடப்பட்டு, அச்சிடப்பட்டு இன்றும் பயன்பாட்டில் இருக்கின்றன.

கிட்டத்தட்ட 1000 கீர்த்தனைகள் அடங்கிய பெரும் தொகுப்பை சமீபத்தில் காண நேர்ந்தது. அதில் கீர்த்தனைகள் எழுதிய புலவர்கள்,

வித்துவான்கள், கவிராயர்கள், பண்டிதர்கள், ஐயர்கள், சாஸ்திரிமார் பெயர்கள் இருந்தாலும், ஒரு பெண்ணின் பெயரைக் கூடக் காணமுடியவில்லை. கிட்டத்தட்ட 300 ஆண்டுகால வரலாற்றில், பாடல்கள் எழுதிய பெண்களின் பெயர்களை மொத்தமாக மறந்து/ மறைத்துவிட்டிருக்கிறோம் என்பதே சீர்திருத்தக் கிறிஸ்தவத்தில் பெண்ணுக்கான இடம் எப்படி இருக்கிறது என்பதை உணர்த்துகிறது.

கத்தோலிக்கக் கிறிஸ்தவமோ கற்காலத்தில் இருப்பது போலத்தான் பல நூற்றாண்டுகளாக இயங்கிவருகிறது. தலையில் முக்காடு இடாமல் பெண்கள் பூசை பார்ப்பது, பெண்களுக்கான தனிப்பகுதி ஒதுக்காமல், ஆணும் பெண்ணும் குடும்பமாக அமர்ந்து பூசை காண்பது (கிராமங்களில் இன்றும் இது சாத்தியமில்லை) போன்ற 'அதிசயங்கள்' நடக்கவே இத்தனை காலம் பிடித்திருக்கிறது. எவ்வளவு பக்தியான பெண் சபையின் உறுப்பினராக- அருட்ச கோதரியாக இருந்தாலும், அவரால் 'பூசை வைக்க' முடியாது. பெண்கள் குருமார்களாக திருப்பலி நிறைவேற்ற வத்திகான் அனுமதிப்பதில்லை. சமீப காலமாகத்தான் அருட்சகோதரிகள் 'நன்மை' (திருப்பண்டம்- அப்பம்) மக்களின் கைகளில் தருவது சகஜமாகியிருக்கிறது.

பெரும்பாலான கத்தோலிக்கக் கன்னியர் மடங்களில் வசிக்கும் அருட்சகோதரிகள், காலம் காலமாக கோயில்களில் பூசைக்கு சோடனை செய்வது, குழந்தைகளுக்கு மறைக்கல்வி சொல்லித் தருவது, பூசைகளில் பாட்டுப் பாடும் பாடகர் குழுவுக்கு பயிற்சி தருவது, வாசகம் வாசிப்பது போன்றவற்றுக்கு மட்டுமே அனுமதிக்கப் படுகின்றனர். அதிலும் உறவினரைக் கூட நேரடியாக சந்திக்க வாய்ப்பில்லாமல், கம்பிகளுக்கு அப்பால் உட்கார்ந்து வேறொரு உலகில் தவ வாழ்வு வாழும் சகோதரிகள் நிலை இன்னும் மோசம்.

கார்மெல் மடம் எனப்படும் 'அடைபட்ட மடத்தில்' வாழும் சகோதரிகள் கம்பிகளுக்கு அப்பால் இருக்கும் உலகைக் காணவே முடியாது. அவர்களைக் காணச் செல்லும் உறவினர்கள் கம்பிகளைத் தாண்டி யாரையும் சந்திக்க அனுமதியில்லை; அவர்களுக்கு குடும்பம் கொண்டு செல்லும் தின்பண்டங்களைக் கூட 'டர்ன்' எனப்படும் திருப்பக்கூடிய பேழைகளில் வைத்தே அவர்கள் பக்கம் தள்ளவேண்டும். இந்த 21ம் நூற்றாண்டில் நம்மைச் சுற்றி இப்படித் துறவு வாழ்க்கையைத் தேர்ந்தெடுத்து வாழும் பெண்களின் அர்ப்பணிப்பு உண்மையில் எத்தனை உறுதியானது என ஒரு பக்கம் நினைத்தாலும், அவர்களின் நிலை குறித்து சகபெண்ணாக கவலை கொள்ளாமல் இருக்க முடியவில்லை. நிறுவனப்படுத்தப்பட்ட மதம் என்ற ஆணாதிக்கக் கட்டமைப்பு பெண்ணை எப்படி

காலமெல்லாம் கம்பிகளுக்குள் வைத்திருக்கும் என்பதைப் பெண்கள் உணரவேண்டும்.

பெண்கள் 'மடங்களில்' தனிமைப்படுத்தப்பட்ட வாழ்க்கைக்குத் தங்களை ஒப்புக்கொடுப்பது என்பது ஆயிரமாண்டுகளாக இந்து, இஸ்லாம், கிறிஸ்தவம், பௌத்தம், சமணம் என இந்தியாவில் வேரூன்றியிருக்கும் அத்தனை மதங்களிலும் வாடிக்கைதான். கிறிஸ்தவ மடங்களின் வரலாறு நெடியது. மறை பரவத் தொடங்கிய சில நூறு ஆண்டுகளில் தோன்றிய மடங்களில் சேர்ந்த பெண்கள், 'இறைவனின் மனைவிகள்' (Brides of God) என உயர்வாகப் பேசப்பட்டார்கள். இறையின் மனைவிகள் என்பதால் ஐரோப்பிய மண வழக்கப்படி முக்காடிடத் தொடங்கினார்கள். கிபி 480 முதல் 547 வரை வாழ்ந்த புனித ஸ்காலஸ்டிகா என்ற துறவி, பெண் துறவியருக்குப் பாதுகாவலரானார். பெரும்பாலும் ஆண்களின் மடங்களுக்கு அருகேயே (பாதுகாப்புக் கருதி) இவ்வாறான பெண்கள் மடங்கள் தோன்றின. எளிமையான தவ வாழ்க்கைக்குப் பழகியவர்கள், எளிமை, தூய்மை, கீழ்ப்படிதல் ஆகிய முக்கிய சத்தியங்கள் எடுத்துக்கொண்டார்கள். தனித் தனி சபைகள் தோன்றின. அவர்கள் தங்கிய மடங்களைத் தாண்டியும் தங்கள் சமூகப் பணிகளைச் செய்தார்கள். பெரும்பாலும் சமூகம் காட்டிய மணவாழ்க்கையிலிருந்து தப்பிக்கவே அந்தக் காலத்தில் இவர்கள் சபைகளில் சேர்ந்தார்கள் என ஆய்வாளர்கள் சொன்னாலும், அவர்களில் பலர் மற்ற சூழல்களில் சமூகம் அவர்களுக்கு அளிக்காமல் தடுத்த தலைமை இடங்களைப் பெறவும், மதம் மூலமாக தனிப்பட்ட விருப்பங்களை நிறைவேற்றிக்கொள்ளவும் முனைந்தார்கள் என்று குறிப்பிடுகின்றனர்.

ஆனால் இவ்வாறு மடங்களுக்குள் நுழையும் பெண்கள் அந்த முடிவை தாங்களே தன்முனைப்புடன் எடுப்பதில்லை. தான் இறைவனால் தேர்ந்தெடுக்கப்பட்டவள் என்பதை ஆணாதிக்க மதநிறுவனம் ஊட்டுவதை நம்பி ஏற்றுக்கொள்கின்றனர். விருப்ப மில்லாத திருமண உறவிலிருந்து தப்புவது, காதல் தோல்வி, கழுத்தை நெறிக்கும் ஏழ்மை, பாதுகாப்பின்றி சமூகத்தில் விடப்படுவது என துறவறம் பூணும் முடிவை எடுக்க பல்வேறு காரணங்கள் இருந்தாலும், இந்தப் பெண்கள் தாங்கள் 'இறைவனால் அழைக்கப்பட்டவர்கள்' என்றே நம்புகின்றனர்.

முற்காலத்தில் பெண்களை இது போன்ற கத்தோலிக்க மடங்களில் சேர்க்க, பணம் பெறப்பட்டது. திருமணத்தில் தரும் வரதட்சிணையை விட இந்தத் தொகை குறைவு என்பதாலேயே, பல ஏழைப்

பெண்களை குடும்பங்களே மடங்களுக்கு அனுப்பினார்கள். பெரிய குடும்பங்களின் கடைக்குட்டிப் பெண்களை இவ்வாறு இறைவனுக்கு 'நேர்ந்து விடுதல்' வாடிக்கையாகவே இருந்தது. உயரமான மதில்சுவர்களுக்குள் தங்கள் வாழ்க்கையை வாழ்ந்த பெண்கள், கன்னியர் மடங்களின் மதில்களுக்கு வெளியே உள்ள உலகத்துடன் தொடர்பு கொள்வதை கத்தோலிக்க திருச்சபை அனுமதிக்கவில்லை. இறுதி வாக்கு பெற்ற பெண்கள், ஐரோப்பாவின் முக்கிய மடங்களில் (தொமினிக்கன், அகுஸ்தினியன், கார்மலைட் மற்றும் புவர் கிளேர்ஸ்) பூட்டிக்கொண்டு வாழ்ந்தார்கள். அதிலும் 'புவர் கிளேர்ஸ்' (Poor Clare's) சபையைச் சேர்ந்த சகோதரிகளின் வாழ்க்கை, கண்ணீர் வரவழைக்கக்கூடியது.

இத்தாலியின் அரொகனீஸ் கோட்டைக்குள் இருந்த புவர் கிளேர்ஸ் மடத்தின் நிலத்தடிக் கல்லறை அறைகளில், மரணத் தருவாயிலுள்ள பெண் துறவிகள் கல் இருக்கைகளில் அமரவைக்கப்பட்டார்கள். இந்தக் கல் இருக்கைகளுக்கு அருகேயே அவர்களுக்காக ஜெபிக்கும் துறவியருக்கு தனி இருக்கைகள் அமைக்கப்பட்டிருந்தன. கண் முன்னே தன்னுடன் பேசிப்பழகிய பெண் இறந்து போவதைப் பார்ப்பது கொடுமை. அதைவிடக் கொடுமை அந்த உடல் மக்கும் வரை தினமும் அதனருகே இருந்து அவரின் 'ஆன்ம இளைப்பாற்றிக்காக' ஜெபிக்க வேண்டும். இறந்த பெண்ணின் உடலிலிருந்து வெளியேறும் நீரைப் பிடித்துக் கொட்ட தனி வசதி செய்யப்பட்டிருந்தது. அந்த நாற்றமும் சூழலும் எப்படி இருந்திருக்கும்? 'மரணத்தை கண் எதிரே பார்த்த பெண்கள் தவ வாழ்வில் உறுதி பெறுவார்கள்' என்பது அந்த சபையின் நம்பிக்கை!

1298ம் ஆண்டு போப்பாண்டவராக இருந்த எட்டாம் போனிஃபேசின் ஆணை ஒன்று, மடத்துக்குள் நுழையும் எல்லாப் பெண்களுமே மதில் சுவர்களுக்குள்ளேயே வாழவேண்டும் என்பதை உறுதிசெய்தது. மடங்களில் 'இறுதி வாக்கு' (solemn vow) எடுத்து வாழும் பெண்கள் எந்த சூழலிலும் அவற்றைவிட்டு வெளியேற முடியாது. 'வெளியே உள்ள உலகைக் காணாமல் வாழும் பெண்களே 'தூய வாழ்வு வாழ முடியும்' என போனிஃபேஸ் அறிவித்தார். பெண்களால் ஆண்களைத் தூண்டாமல் இருக்க முடியாது போன்ற கருத்துகளையும் முன்வைத்தவர், 'அவர்களின் பாதுகாப்புக்காகவும்', அவர்களுடன் பணியாற்றும் சூழலிலுள்ள ஆண் துறவிகளின் பாதுகாப்புக்காகவும் இந்த முடிவை எடுத்ததாகச் சொல்லியிருக்கிறார். பொதுச் சாலைகளை நோக்கி 'கன்னியர் மடங்களின்' ஜன்னல்கள் கூட இருக்கக்கூடாது போன்ற கடுமையான கட்டளைகள் அவர்களுக்கு இடப்பட்டன.

ஆண்களும் பெண்களுமாக இணைந்து மறைபரப்பு செய்துவந்த மடங்கள் திணறின. தங்களை முழுமையான மத நிறுவனங்கள் அல்ல என அறிவித்துக்கொண்டு, சமூகப்பணிகளைத் தொடர்ந்தன. இந்தச் சூழலில் வாழ்ந்த சகோதரி மேரி வார்டின் வரலாறு நாம் தெரிந்துகொள்ள வேண்டியது அவசியமாகிறது. 1611ம் ஆண்டு 'இறை அழைத்தலை' ஏற்று லோரெட்டோ சபையில் சேர்ந்த மேரி, இயேசு சபை நிறுவனரான இக்னேஷியஸ் அடிகளின் பணிகளால் ஈர்க்கப்பட்டார். அதே போல சமூகப் பணியாற்றவேண்டும் என விரும்பியவர், ஐரோப்பா முழுக்க நடந்தே பயணித்து, பள்ளிகளை நிறுவினார். துரதிர்ஷ்டவசமாக, 1631ம் ஆண்டு போப் எட்டாம் அர்பன் ஆணை ஒன்றின் மூலம் இவரது பணிகளைத் தடை செய்தார். சீர்திருத்தக் கிறிஸ்தவம் பரவத் தொடங்கிய காலத்தில் அவர்களைப் போலவே சமூகத்துடன் இணைந்து பணியாற்றிய மேரியை, கத்தோலிக்கத் திருச்சபை அலைக்கழித்தது.

1632ம் ஆண்டு ரோமைக்கு கால்நடையாகவே சென்று போப்புடன் வாதிட்டும் பலனில்லை. மேரி ரோமுக்குள் இருக்கவேண்டும் அல்லது மதில் சுவர்களுக்குள் பணியாற்ற வேண்டும் என ஆணையிடப்பட்டது. ''ஆணுக்கும் பெண்ணுக்குமிடையே எந்த வேறுபாடும் இல்லை...பெண்ணால் செய்யமுடியாதது எதுவுமில்லை. இனிவரும் காலங்களில் இறைவன் பெண்கள் மூலமே நிறையச் செய்வார் என நான் நம்புகிறேன்'', என பேசிய மேரி 1637ம் ஆண்டு உடல்நலம் குன்றியதால், ரோமை விட்டு வெளியேற அனுமதிக்கப்பட்டார். ஆனால் அவர் தொடங்கிய சபை, அவரது வாழ்வின் கடைசி நொடி வரை அங்கீரிக்கப்படவில்லை. அவரது இறப்புக்குப் பிறகு அவரால் தொடங்கப்பட்ட காங்ரெசியோ ஜேசு மற்றும் லொரெட்டோ சகோதரிகள் மடங்கள் அங்கீகரிக்கப்பட்டு, இன்றும் அவர் பாணியில் சமூகப் பணியாற்றிவருகின்றன.

16ம் நூற்றாண்டில் பத்தாம் லியோ போப்பாண்டவர் 'எளிய வாக்கு' (simple vows) எடுத்தவர்களும் மறைபரப்பில் ஈடுபடலாம் என அறிவித்தார். புதிது புதிதாக பல சபைகள் தோன்றின. இவற்றை ஐந்தாவது பயஸ் போப்பாண்டவர் தடுத்தார். ஒரு வழியாக இந்தக் குழப்பங்கள் நீங்கி, 20ம் நூற்றாண்டின் தொடக்கத்தில் பதின்மூன்றாம் லியோ போப்பாண்டவர் ஆண்கள் பெண்கள் என இரு சாராரிலும், எளிய வாக்கு பெற்றவர்களும் மறைபரப்பாளர்கள் தான் என அறிவித்தார் ("Conditae a Christo" of 8 December 1900). ஆக, எளிய வாக்கு எடுத்தவர்கள், இறுதி வாக்கு பெற்றவர்கள் என இரு சாராரும் இணைந்து பணியாற்றும் மடங்களும், தனித்தனியே இரு சாராரும் இயங்கும் மடங்களும் இன்றும் உள்ளன.

இன்றளவும் இறுதி வாக்கு மட்டுமே எடுத்து மடங்களின் பூட்டிய கதவுகளுக்குள் துறவு வாழ்க்கை வாழும் பெண்களை, நிறுவனப்படுத்தப்பட்ட மதத்தின் ஆணாதிக்க மனநிலை, 'கோழி மேய்க்கும் சிஸ்டர்' என்றே நகைப்புடன் கடந்து செல்கிறது. அர்ப்பணிப்பு வாழ்க்கை வாழ சமூகமே அந்தப் பெண்களைப் பணித்துவிட்டு, இவ்வாறு குறிப்பிடுவது கொஞ்சமும் அறமற்றது. மற்ற பணிகளில் ஈடுபட்டு மருத்துவராகவும், வழக்கறிஞராகவும், ஆசிரியர்களாகவும் வாழும் அருட்சகோதரிகளுக்கு இவ்வாறான கட்டுப்பாடுகள் எதுவும் இல்லை. இவர்களை 'அருட் சகோதரிகள்' (sisters) எனவும் 'கன்னியாஸ்திரிகள்' (nuns) எனவும் கத்தோலிக்க மதம் தெளிவாகப் பிரித்திருக்கிறது. இரண்டாம் வத்திகான் சங்கத்துக்குப் பிறகு (1962)இந்த விழுமியங்கள் மாறியுள்ளன; துறவியருக்கான ஆடைகள் மாற்றமடைந்துள்ளன. ஆனாலும், இன்றும் மதில்சுவர்களுக்கு அப்பால், தனக்குத் தானே போட்டுக் கொண்ட கம்பி வேலிகளுக்குள் பெண் துறவிகள் நம்மிடையே வாழ்ந்துகொண்டு தான் இருக்கின்றனர்.

மடத்தில் பணியாற்றும் அருட்சகோதரிகளுக்கு சாதியம் பெரும் சிக்கலாகவே இன்றும் இருக்கிறது. தோழரான தலித் சகோதரி ஒருவர் கிட்டத்தட்ட 20 ஆண்டுகால வாழ்க்கையை அருட்சகோதரி யாக வேண்டும் என்ற கனவில் தொலைத்திருக்கிறார். கன்னியர் மடம் ஒன்றில் சேர்ந்து, அங்கிருக்கும் சாதிய ஒடுக்குமுறையால் வெளியேறி, இப்போது இங்கும் இல்லாமல் அங்கும் இல்லாமல்....தவித்துக் கொண்டிருக்கிறார். 'மாடு மேய்க்கிற பயலுக்கு இம்புட்டு அறிவா?' என ஆண்டாண்டு காலமாகக் கேட்டுக் கொண்டிருக்கும் சமூகம், 'தலித் அருட்சகோதரி ஒருவர் முனைவர் பட்டம் வாங்குவதா?' என்ற கேள்வியை அவரை நோக்கிக் கேட்டதே காரணம்.

ஒரு மழை நேர மாலை வேளையில் என்னைச் சந்திக்க ஒரு வழியாக ஒப்புக்கொண்டார் 'பெயர் குறிப்பிட விரும்பாத' அந்த முன்னாள் அருட்சகோதரி. ரெடிமேட் ஆடைக் கடை ஒன்றின் முன் கழுத்தில் மெல்லிய வெள்ளிச் சங்கிலி தவிர வேறெதுவும் அணியாத, பாந்தமாக காட்டன் சேலை கட்டி, முழுக்கை சட்டை அணிந்து இறுக்கமாகக் கொண்டை இட்டிருந்தவர், சபையை விட்டு வெளியேறியவர் என என்னால் நம்பவே முடியவில்லை.

''இறுதி வார்த்தைப்பாடு குடுத்த பிறகு அவுங்க எங்களை வெளிய அனுப்ப முடியாது. அதுனால வேற காரணங்களைக் காட்டி நம்மளை வெளிய போக வச்சுடறாங்க. படிப்பு முக்கியம்மா- நாங்க

படிக்க விரும்புறோம், ஆனா மேல இருக்குறவங்க எங்களைப் படிக்க விடாமப் பண்ணி வெளிய நாங்களா போற மாதிரி பண்ணிடுறாங்க. பெரும்பாலும் அவுங்க (மடங்கள்) வெளிய அனுப்புறது இல்ல. இவுங்களா தான் பி.எட். படிக்க விடலை, சட்டம் படிக்க அனுமதிக்கலைன்னு வெளிய வந்துடறாங்க. மூணு வருஷம் மடத்துல பயிற்சில இருந்தா தான் ஃபர்ஸ்ட் வோஸ்னு (first vows) சொல்ற முதல் வார்த்தைப்பாட்டை எடுக்க முடியும். அந்த முதல் வார்த்தைப்பாடு எடுத்த பிறகு தான் இந்த செயின், சிஸ்டர்ஸ் போடுற காவி சேலை எல்லாம் போட முடியும்.''

''அதுக்கப்புறம் ஆறு வருஷம் ஒவ்வொரு வருஷமும் அந்த வார்த்தைப்பாட்டை புதுப்பிக்கணும். 'கற்பு, ஏழ்மை, கீழ்ப்படிதல்' இந்த மூணையும் கடைபிடிப்போம்னு உறுதிமொழி கொடுக்கணும். அந்த ஆறு வருஷத்துக்குள்ள இவுங்க கேரக்டர்ல மாற்றம் இருந்தாலோ, அல்லது இவுங்க துறவு வாழ்க்கை வாழ தகுதி இல்லாதவங்க அப்டின்னு நினைச்சாலோ, சபை அவுங்களை வெளிய அனுப்பலாம். ஆனா பைனல் வோஸ் வாங்குனப்புறம் சபை எந்த காரணத்தைக் கொண்டும் இவுங்களை வெளிய அனுப்ப முடியாது.''

''படிக்கிறதுக்கு எனக்கு உரிமை இருக்குங்குறது மாதிரி, என்னைப் படிக்க வைக்கிறதுக்கு மடத்துக்குக் கடமை இருக்கு. ஆனா ஈகோ பிரச்சனையாலயும், அல்லது காஸ்ட் பிரச்சனையாலயோ அல்லது, 'இவ என்ன பேக்-கிரவுண்டுல இருந்து வந்திருக்கா, இவளை என்ன படிக்க வைக்கிறது', அப்டிங்குற நினைப்புனாலயும் இருந்தாலும் சிக்கல் தான். அதை மீறி நம்மளா வெளிய வந்தாலும் பாலியல் சார்ந்த குற்றச்சாட்டுகள், திருட்டுப் பட்டங்கள் அவுங்க மேல ரொம்ப எளிதா சொல்லப்பட்டு சுமத்தப்படுது. எல்லா சபைகளிலும் இதுதான் நிலைமை.''

''தலைமைப் பொறுப்புகளில் இருக்குறவங்களுடைய எண்ணங்கள், அவுங்க வர்ற பேக்-கிரவுண்டு இதெல்லாமே இந்த மாதிரி பயிற்சி சகோதரிகளுடைய வாழ்க்கையை அப்படியே மாற்றக் கூடியதா இருக்கு. உதாரணத்துக்கு நான் இருக்கிறேன், எனக்கு புடிக்காத தலைமை ஆள்கள் இருந்தா, என்னைப் பத்தி புகார்களை ஈசியா கிளப்பிவிட்டு, என்னை வெளிய எடுத்துருவாங்க. ஏன்னா மேலிடத்துக்கும் அவுங்களுக்கு நெருக்கமானவங்களுக்கும் அப்படி ஒரு உறவு இருக்கு. அவுங்க சொல்றதை மேலிடம் நம்பும், நான் சொல்றதை நம்பமாட்டாங்க. அவுங்களுடைய நட்பு, உறவு

போன்ற பல்வேறு காரணங்களுக்காக எங்களைப் போல ஆளுங்களுடைய குரல் யாரையும் எட்டுறது இல்ல.''

''ஜீசஸ் போதிச்சதை நாசூக்கா சொல்றதோட சரி. எல்லாரும் சமம் அப்டிங்குற எண்ணம் இங்க எல்லோருக்கும் இல்ல. சமத்துவம் அப்டிங்குறது இங்க கடைபிடிக்கப்படுறதும் இல்ல, ஆழமா போதிக்கப்படுறதும் இல்ல. அப்படி போதிச்சாலும், அது போதனையா மட்டும் தான் இருக்கும். அந்த பீடத்தை விட்டு இறங்கின பிறகு, அவுங்க வேஷம் கலைச்சுக்குற மாதிரி அதுவும் கலைஞ்சு போகும்.''

''ஒடுக்கப்பட்ட சாதியைச் சேர்ந்த பெண்கள் வெளிய இருந்தா அவுங்க ஆசைப்படுற கல்வி வாய்ப்புகள் அவுங்களுக்குக் கிடைக்கிறது இல்ல. எல்லாத்தையும் விட்டுட்டு சபைக்குள்ள வரும்போது இங்கேயும் அது கிடைக்காம போறது ரொம்ப வருத்தமான விஷயம் தான். என்னைப் பொறுத்தவரை, நாங்க அன்றாடங்காய்ச்சிகள் தான். விவசாயக் கூலிக் குடும்பம் தான். எங்க தாத்தா காலத்துல நிலம் இருந்துச்சு. ஆனா எங்க அப்பா குடிகாரராகி எல்லாத்தையும் குடிச்சி அழிச்சிட்டார். ஊர் தருமகர்த்தாவா இருந்த குடும்பம். எங்கப்பாவுக்கு அரசு வேலை கிடைச்சு அவரு போக இருந்தப்ப, தாத்தா இறந்துட்டார். பாட்டி அப்பாவை வேலைக்கு அனுப்பல. அவர் தான் குடும்பத்தை பார்த்துக்கணும்னு சொல்லி புடிச்சு வச்சுட்டாங்க. தாத்தாவுக்குப் பிறகு ஊர்ல பஞ்சாயத்து வந்தா இவர் தான் முன்னால போய் நின்னு தீர்த்து வைக்கணும். நாங்க கிறிஸ்தவப் பறையர் தான். ஆனாலும் அந்த சாதிக்குள்ள கட்டமைப்பு, பஞ்சாயத்து முறைல எங்க குடும்பம் தலைமை இடத்துல இருந்துச்சு. அதுமட்டும் இல்லாம, எங்க குடும்பம் மருத்துவம் பண்ணிட்டு இருந்துச்சு.''

''எங்க தாத்தாவுடைய தாத்தா காலத்துல நிறைய நிலம் வச்சு மூலிகைகளை வளர்த்து நாட்டு மருத்துவம் செஞ்சிட்டு இருந்தாங்க. எங்கப்பா, எங்க பாட்டி, எங்க அத்தை எல்லாமே நாட்டு மருத்துவம் செஞ்சிட்டு இருந்தவங்க. குழந்தை பிறப்பு டைம்ல எல்லாம் எங்க அத்தை, படிச்ச டாக்டர்சோட கொ-ஆர்டினேட் பண்ணி குழந்தைய ஈசியா எடுத்துருவாங்க. இப்ப அவுங்க ரெண்டு பேருமே இல்ல. அப்பா தலையெடுத்து குடிகாரர் ஆனதால, மருத்துவத்துல விருப்பமும் இல்லாம நிலங்களை நிறைய விக்கவும் செஞ்சிட்டாரு. குடிகாரர்னாலும் இன்னிக்கும் ஊர்ல அப்பாவுக்கு மரியாதை உண்டு. யாருக்காவது உடம்பு சரி இல்லைன்னா நாடி புடிச்சு பார்ப்பாரு, அந்தோணியார் பக்தர்; பேய் எல்லாம் ஓட்டுவாரு.''

''நான் பிளஸ் 2 படிக்கும்போதே விருப்பப்பட்டு தான் சிஸ்டர் ஆகணும்னு வந்தேன். வீட்டுல யாருக்கும் விருப்பம் இல்ல. எங்கம்மா அழுதாங்க; வேண்டாம் அப்டின்னு சொன்னாங்க. ஏன்னா நாங்க ரெண்டு பொண்ணுங்க தான். பிளஸ் 2 முடிச்சுட்டு லீவ்ல இருந்தோம். ஒரு நாள் ஃபாதர் வந்து சொன்னார்- இந்த மாதிரி கேம்ப் நடக்குது வந்து பாக்குறீங்களான்னு...நானும் என்னுடைய கிளாஸ்மேட் ஒரு பொண்ணும் கிளம்பிப் போனோம். எங்களுடைய கேரக்டர் எல்லாம் பார்த்துட்டு, நீங்க கட்டாயம் மடத்துக்கு வரணும் அப்டின்னு அங்க சொன்னாங்க. எங்களுக்கு ஒரே குஷி! ஆகா...எதோ பெரிய சாதனை பண்ணிட்டோம்னு சந்தோஷம். அந்த முதல் மூணு வருஷத்துல நாங்க தான் அங்க எல்லாமே.''

''நான் தான் சேப்பல் இன்-சார்ஜ். நாங்க ரெண்டு பேரும் தான் ரீடிங் படிக்கிறது, முக்கியமான வேலைகள் எல்லாம் செய்வோம். நாங்க ரொம்ப ஆக்டிவா இருப்போம்னு அப்ப இருந்த ஃபார்மேட்டிவ்ஸ் எல்லாருக்குமே தெரியும். என் ஃப்ரெண்டுக்கு நர்சிங் படிக்க வாய்ப்பு வந்துச்சு. அவ நல்லா ஒப்பனா பேசுவா. அவ இருந்த இடத்துல அவளுக்கு நல்ல கம்யூனிகேஷன் இருந்துச்சு. பக்கத்துல இருந்த கம்யூனிட்டில இருந்தவங்க அவளை நர்சிங் படிக்கக் கூப்பிட்டாங்க. அவ மடம் வேணாம்னு கிளம்பி வெளிய போய்ட்டா. நான் அதிகம் பேச மாட்டேன். அமைதியா இருந்தேன், ஆனா எல்லாத்தையும் சகிச்சுக்கிட்டு தான் இருந்தேன்.''

''படிப்பு மேல எனக்கு ரொம்ப இன்டரஸ்ட் உண்டு. ரெண்டு வருஷம் 'நவ நிர்மணா' அப்டின்னு ஒரு கோர்ஸ் படிச்சேன். வேற எதாவது படிக்க விரும்புறீங்களா அப்டிங்கும் போது எனக்கு அதுல விருப்பம் இல்லாம, சோஷியல் ஒர்க் பண்றேன்னு சொல்லிட்டேன். நான் சோஷியல் ஒர்க் பண்ணப் போன எடம் ரொம்ப முக்கியமான இடம். அங்க போனதால தான் என்னோட பி.ஹெச்.டி தடைப்பட்டிருக்குதோன்னு கூட நான் நினைக்கிறேன். என்னுடைய படிப்பை முடிக்க விடாததுனாலதான், நான் சபையை விட்டு வெளியே வந்தேன். படிச்சு முடிச்சிட்டு வரேன்னு சொல்லிட்டுதான் வெளிய வந்தேன். நான் முடிக்கப் போற நேரத்துல, குறிப்பிட்ட ஆண்டுகளுக்குள்ள என்னால முடிக்க முடியல. கைடுக்கு எதாவது அழுத்தமா...இல்ல வேற என்ன பிரச்னைன்னு புரியல.''

''பழங்குடி மக்களைப் பத்தி என் தீசிஸ். 15 வருஷம் ஆச்சு. 2005ல இருந்து ஆய்வுகள் பண்ணிட்டு இருக்கேன், ஆனா 2013ல தான்

வெளிய வந்து தீவிர ஆய்வுக்குப் போய் முடிச்சேன். இன்னமும் வைவாவுக்கு எனக்கு அழைப்பு வரலை. 2016ல ஆய்வை முடிச்சு, அறிக்கையை சமர்ப்பிச்சாச்சு. இந்நேரம் என் ஆய்வை நான் டிஃபெண்ட் பண்ணி இருக்கணும். வைவாவுக்காக காத்திருக்கேன்.''

''எங்க சபையைப் பொறுத்தவரை தமிழ் தெலுங்கு பிரச்சனை வேற ஓடிட்டு இருக்கு. தெலுங்கர்களை உயர்வாகவும், தமிழர்களைத் தாழ்வாகவும் பார்க்கக் கூடிய சூழல் இருக்கு. தமிழ்லயும் உடையார்கள், வன்னியர் ஆதிக்கம் அதிகம். நாடார்கள் இருக்காங்க. ஆனா ஆதிக்கம் செலுத்துற அளவுக்கு இல்ல. தலைமை எடத்துக்கு வர்றவங்க அவுங்க சாதியை தூக்கிப் பிடிக்க நினைச்சா, மத்தவங்க எல்லாருக்கும் பிரச்சனைகள் வருது. சபையில மாற்றங்கள் எல்லாம் வர வாய்ப்பில்லை. நம்ம இயேசுங்குற நபரை யாரா புரிஞ்சிக்கிறோம் அப்டிங்குறதுல தான் விஷயம் இருக்கு. இயேசுவை ஒரு மூன்றாவது நபரா நம்ம புரிஞ்சிக்கும் போது உண்மையிலியே நம்மளுக்குள்ள மாற்றம் வருமாங்குறது சந்தேகம் தான். வழிபாடுகள்ல சடங்குகளுக்கு முக்கியத்துவம் தரப்படுது, வாழ்க்கையில இயேசுவுக்கு இடம் இருக்காங்குறது கேள்விக் குறியா தான் இருக்கு. வாழ்தலே வழிபாடுங்குறது புரிஞ்சிக்கிட்டா பிரச்சனை இல்ல. அதுவரை கஷ்டம் தான்.''

''2013ல நான் வீட்டுக்கு வந்துட்டேன், ஸ்பெஷல் லீவு, இனி பி.ஹெச்.டி முடிச்சுட்டு தான் சபைக்கு திரும்புவேன்னு சொன்னதும் என்னைக் கூப்பிட்டு அனுப்பி பேசினாங்க. ஒரு வருஷமா விடாம அழைச்சுப் பேசிக்கிட்டே தான் இருந்தாங்க. நான் பிடிவாதமா பி.ஹெச்.டி முடிச்சிட்டு தான் வருவேன்னு சொல்லிட்டேன். ஒரு வருஷத்துக்குள்ள முடிக்காததால, இனி போறது மரியாதை இல்லைங்குறதால நானே ரிசைன் பண்ணிட்டேன்.''

''மூணு வருஷம் ஒருத்தங்க மடத்தை விட்டுட்டு வெளிய இருந்தாலே அவுங்களுக்கு சந்தேகம் வரும். இவுங்க ஏன் இன்னும் திரும்பலை, வெளிய என்ன செய்றாங்கன்னு.. வார்த்தைப் பாடுகளைக் கடைபிடிக்கிறாங்களான்னு பல விஷயம் இருக்கு. அந்த மாதிரி வெளிய போய்ட்டு மூணு வருஷத்துல சண்டை போட்டு உள்ள வந்தவங்களும் இருக்காங்க. எனக்கு உள்ள போக வாய்ப்பு இல்லைன்னு புரியுது. ஒரு ஆதிக்க சாதிப் பெண்ணா இருந்திருந்தா எனக்கு இந்த சிக்கல் வந்திருக்க சான்ஸ் இல்ல. நான் தலித் அப்டிங்குறது தான் இங்க சிக்கல். என்னைப் பொறுத்த அளவு அங்க போனதா தான் படிக்க முடியும்குற சூழ்நிலை இல்ல. எங்கப்பா என்னை அண்ணாமலை யுனிவர்சிட்டில பி.ஏ. சேர்க்குற

ஐடியாவுல தான் இருந்தாரு. நான் இப்பிடிப் போனதால் எல்லாம் மாறிப்போச்சு.''

''இன்னும் கூட எங்க வீட்டுல என்னை திட்டிக்கிட்டு தன் இருக்காங்க. நாங்க அப்பவே சொன்னோம், நீ தான் கேக்கலன்னு… பி.ஏ. தமிழ் முடிச்சிருக்கேன், நவ நிர்மணா கோர்ஸ் முடிச்சிருக்கேன், (பி.எச்.டபிள்யூ), எம்.ஏ. நாட்டுப்புறவியல் முடிச்சேன், அதுக்கப்புறம் பி.ஹெச்.டி. நிறைய ஆய்வுக்கட்டுரைகள் எழுதுற சூழல் எனக்கு வாய்க்கலை. ஆய்வுக்கு போக முடியல, ரெஃபர் பண்ன போக முடியல. சோஷியல் ஒர்க்லயே இருந்துட்டேன். அவ்வை நோன்பு குறித்தும், சடங்கியல் உணவுமுறைகள் பத்தியும் ரெண்டு ஆய்வுக் கட்டுரைகள் பிரெசன்ட் பண்ணியிருக்கேன். அதைப் புத்தகமா கொண்டு வர இதுவரை முயற்சி பண்ணல. நான் உங்ககிட்ட இவ்வளவு பேசணும்னு நினைக்கல. என்னை எல்லாருமே பயன்படுத்திக்க தான் நினைக்கிறாங்க. வேற என்ன சொல்ல?'', எனச் சொல்லி முடிக்கிறார்.

இப்படி மடத்துக்கு ஆசைப்பட்டுச் சென்றுவிட்டு, முதிர் கன்னியாக படிப்பையும் தொடர முடியாமல், இங்கு பணி செய்து வாழவும் முடியாமல் இன்னலில் சிக்கித் தவிக்கும் இவரைப் போன்றப் பெண்கள் இன்றும் மடங்களில் உண்டு. ஒரு பானை சோற்றுக்கு ஒரு சோறு பதம் போல இவர் வாழ்க்கை.

ஐரோப்பியரான மேரி வார்டை கத்தோலிக்க நிறுவனம் தண்டித்த இருநூறு ஆண்டுகளுக்குள், தமிழகத்தில் வாழ்ந்த பார்ப்பனக் கைம்பெண் ஒருவர் மதம் மாறி, தமிழக சீர்திருத்தக் கிறிஸ்தவத்தின் 'தாய்க் கோயிலை' நெல்லையில் கட்டினார் என்பது எத்தனை ஆச்சரியமானது? கத்தோலிக்கப் பிரிவு பெண்களை பாதுகாப்புக்காக 'பூட்டிக்கொண்டிருந்த' காலத்தில், சீர்திருத்தக் கிறிஸ்தவம் பெண்ணுக்கு மதப் பரப்புரை செய்யவும், தேவாலயம் எழுப்புமளவுக்கு அதிகாரமும் அளித்திருந்தது. ஆனால் அந்த இடத்தை அடைய அந்தப் பெண் எத்தனை தடைகளைத் தாண்டி வந்தார் என்ற வரலாறை நாம் அறிந்துகொள்ள வேண்டும்.

'ராயல்' ராஜ கிளாரிந்தா. அ. மாதவையாவின் கிளாரிந்தா புதினத்தைப் படித்தவர்களுக்கு நன்றாகப் பரிச்சயமான பெயர். தமிழ் பேசிய பார்ப்பனரான மாதவையா, சீர்திருத்தக் கிறிஸ்தவத்தின் மேல் ஈடுபாடு கொண்டவர். ஆனால் மதம் மாற விரும்பியவரல்ல. இந்து மதம் காட்டிய நெறிமுறைப்படி வாழ்ந்தாலும், பார்ப்பனியக் கூறுகளை கேள்வி கேட்க அவர் தவறவில்லை. மதம் தாண்டியது மனிதம் என்ற பார்வையில்,

தரவுகள் தேட வாய்ப்பற்ற காலத்தில், கிடைத்த தரவுகளையும், செவிவழிச் செய்திகளையும் கொண்டே அவர் கிளாரிந்தா புதினத்தை எழுதினார். ஒற்றைத்தன்மையுடன் மதத்தை அணுகாமல் சிறந்த படைப்பாளராக, தமிழ் மண்ணின் பன்மைப் பண்பாட்டை, சூழலை மிக அழகாக எழுத்தில் கொண்டுவந்த மேதையாகவே மாதவையா அறியப்படுகிறார்.

1771ம் ஆண்டு மிஷனரி சுவார்ட்சு முதல்முறையாக பார்ப்பனப் பெண் ஒருவரைப் பற்றிக் கேள்விப்படுகிறார். ''தத்து எடுத்த தன் மகனுக்கு 'அவசர திருமுழுக்கு' கிடைத்துவிட்டதாகவும், தனக்கும் திருமுழுக்கு வேண்டும் என்றும் அந்தப் பெண் அவரிடம் வேண்டினாள். '' ஆங்கிலேய அதிகாரியான லிட்டில்டனுடன் 'சேர்ந்து வாழ்ந்த' இந்தப் பெண், அவருடன் வாழத்தொடங்கியதுமே தான் கிறிஸ்தவத்தைத் தழுவ விரும்புவதாக எனக்குச் சொல்லி யனுப்பினாள். பாவ நிலையில் (மணமாகாத நிலை) வாழ்ந்த அவளுக்கு, அந்த சூழலில் திருமுழுக்கு தரமுடியாது என நான் சொல்லியனுப்பினேன். அந்த ஆங்கிலேய அதிகாரி அவளைத் திருமணம் செய்துகொள்வதாக ரகசியமாக வாக்களித்திருந்திருக் கலாம்; ஆனால் அந்த பாவ வாழ்க்கையைக் கைவிடுமாறு நான் அவளுக்கு அறிவுறுத்தினேன். அந்த அதிகாரியோ தொடர்ந்து உடல்நலமின்றியே இருந்தார். அப்போது அந்தப் பெண் அவரை நன்கு கவனித்துக்கொண்டதாக அவரே என்னிடம் சொன்னார். தன் முழு சொத்தையும் அவர் இறக்கும் போது அந்தப் பெண்ணுக்கே விட்டுச்சென்றார். அவளுக்கு ஆங்கிலமும், விவிலிய வாசிப்பும், கிறிஸ்தவ நெறிமுறைகளையும் நன்றாகவே அவர் கற்பித்திருந்தார்'', என கிளாரிந்தா குறித்து சுவார்ட்சு எழுதுகிறார்.

யார் இந்தக் கிளாரிந்தா? அவளை ஏன் லிட்டில்டன் முறைப்படி திருமணம் செய்துகொள்ளவில்லை? கிளாரிந்தாவைப் பற்றிய வரலாற்றுப் பூர்வமான குறிப்புகள் கிறிஸ்தவத்துக்கு அவள் மாறுவதற்கு முன்புவரை தெளிவாக இல்லை. மாதவையாவின் புதினத்தில் குறிப்பிட்டுள்ளபடி, 'கோகிலா' என்ற பார்ப்பன விதவைப் பெண்ணே ராஜ கிளாரிந்தா ஆனாள் என்பதை நிலைநிறுத்துகிறார் ஆய்வாளர் எலிசா கென்ட். மாதவையாவின் கதை, கணவன் இறந்தபின் உடன்கட்டைக்குக் கட்டாயப்படுத்தப் படும் கோகிலாவை 'சதி' நெருப்பிலிருந்து காப்பாற்றும் போது, முதல்முறையாக கர்னல் ஹாரி லிட்டில்டன் அவளைச் சந்திப்பதாகக் குறிப்பிடுகிறது. 1750 வாக்கில் மராட்டிய பார்ப்பனக் குடும்பம் ஒன்றில் பிறந்த கோகிலா, தஞ்சை மராட்டிய மன்னரிடம் பணியாற்றிய அலுவலரான பார்ப்பனர் ஒருவருக்கு சிறுவயதிலேயே

மணமுடித்துக் கொடுக்கப்பட்டார் எனவும் கணவர் இறந்தபிறகு, அவர்களின் வழக்கப்படி, 'சதி' நெருப்பில் இறங்க நிர்பந்திக்கப்பட்டார் எனவும் ஆய்வாளர் ஹீக் லெபா (Heike Liebau) எழுதிய தரங்கம்பாடி மிஷன் குறித்த (Cultural Encounters in India: The Local Co-workers of Tranquebar Mission) நூலில் குறிப்பிடுகிறார்.

தஞ்சையில் மராட்டியர் ஆட்சிகாலத்தில் உடன்கட்டை ஏறுதல் என்பது முக்கிய சடங்காகவே நிகழ்ந்து வந்தது. மராட்டியர், விஜயநகரப் பேரரசு என தமிழகத்துக்கு வந்தேறிய இனக்குழுக்களின் வழமை, இந்தக் கைம்பெண் நெருப்பில் இறங்கும் சதி சடங்கு. சங்ககாலத்தில் இறந்துபோன தலைவனுடன் தானும் தாழியில் புதைக்கப்படவேண்டும் என வேண்டிப் பாடும் பாடல்கள் உண்டு. அதற்கு வலுசேர்க்கும் வகையில் ஆதிச்சநல்லூர் எச்சங்களில் ஆணும் பெண்ணுமாக இருவர் ஜோடியாகப் புதைக்கப்பட்ட தாழி கிடைத்துள்ளது. இடைக்காலத்தில் இந்த வழக்கம் தீவிரமடைந்தது எனச் சொல்லலாம்.

1701ம் ஆண்டு கிழவன் சேதுபதி மறைந்தபோது, அவனுடன் 47 மனைவிகளும் உடன்கட்டை ஏறியது வரலாறு. அதிலிருந்து 70 ஆண்டுகள் கழித்து, தஞ்சை மராட்டிய அரசவையில் அதிகாரியாக இருந்த கோகிலாவின் கணவன் சிறு வயதிலேயே இறந்ததும், அவனது மனைவியான கோகிலாவுக்கும் இதுவே பணிக்கப் பட்டிருக்கவேண்டும். இதைக் குறித்த தரவுகள் நம்மிடம் இல்லை என்பதால், விதவையான கோகிலாவுக்கு லிட்டில்டன் ஆதரவு தந்தார் என்பதை நாம் கருத்தில் கொள்ளலாம். அவளை 'பார்ப்பன விதவை' என கால்டுவெல், சுவார்ட்சு, பென்னி உள்ளிட்ட பல மிஷனரிகள் குறிப்பிடுகின்றனர். அவளது சமகாலத்தவராகிய சுவார்ட்சு சொல்வதை நாம் ஆதாரமாகக் கொள்ளலாம்.

1765 முதல் 1775 வரை லிட்டில்டனுடன் தஞ்சையிலும், பின்னர் பாளையங்கோட்டை 'கேரிசன்' பகுதியிலும் இணைந்து வாழ்ந்தார் கோகிலா. ஊட்டி வளர்த்த வீட்டை, தன் சமூகத்தை ஒதுக்கிவிட்டு, உறவென்று யாரும் இல்லாமல், நாட்டை அடக்கியாண்ட ஆங்கிலேயத் தளபதி ஒருவனது ஆதரவில் 250 ஆண்டுகளுக்கு முன் ஒரு பெண் வாழ்ந்தது எவ்வளவு சிக்கலானது? சம்பவம் நடந்து நூற்றாண்டுக்குப் பிறகு, 1868ம் ஆண்டு தென்னிந்திய சபையின் மதராஸ் ஆயரான ஃப்ரெட்ரிக் ஜெல் என்பவருக்கும், மிஷனரி களுக்கும் இடையேயான தமிழகத்தில் சாதியம் குறித்த ஐந்து கேள்வி பதில்களைப் பதிவு செய்யும் நூல், 'Inquiries made by the Bishop of Madras : regarding the removal of caste prejudices and practices, in the native church of South India ; together with the replies of the missionaries and native clergy sent thereto'.

இந்த நூலில் தென்னிந்திய சபையில் சாதியம் எவ்வளவு ஊடுருவியுள்ளது; சாதி சார்ந்த பழக்கவழக்கங்களை எப்படி முறைப்படுத்துவது என்ற கண்ணோட்டத்தில் 5 கேள்விகள் சபையின் மறைபரப்பாளர்களுக்கு முன்வைக்கப்படுகிறது. அதன் ஒரு கேள்வியாக 'பெண்களுக்கு மறுமணம் மறுக்கும் சாதியினரிடையே பணியாற்றும் போது, அவர்களுக்குள் விதவை மறுமணத்தை அறிமுகம் செய்யவும், மறுமணங்கள் செய்விக்கவும் நீங்கள் எடுத்த முயற்சிகள் என்ன?' என்ற கேள்வி கேட்கப்பட்டது. இதற்கு தமிழகத்தின் பல பகுதிகளிலுள்ள மிஷனரிகள் தங்கள் பதிலை அனுப்பியிருப்பதை இந்த நூல் பதிவு செய்திருக்கிறது. அதில் கோகிலா வாழ்ந்த அதே தஞ்சையில் எஸ்.பி.ஜி. மிஷனரியாகப் பணியாற்றிய ரெவரன்ட் கெஸ்ட் (Rev Guest), 'மறுமணம் குறித்து ஒடுக்கப்பட்ட சாதியினர் உள்ளிட்ட யாரிடமும் நான் இதுவரை பேசியதில்லை, ஆனால் தஞ்சையில் பொன்னி என்ற ஒரே ஒரு ஆதிக்க சாதிப் பெண்ணுக்கு மறுமணம் நடந்துள்ளது என்பதை உறுதி செய்திருக்கிறேன்' என குறிப்பிடுகிறார்.

மதுரையைச் சேர்ந்த ரெவரன்ட் ஹிக்கி (Rev Hickey) எழுதுகையில், 'பத்து ஆண்டுகளுக்கு முன்பு சூத்திர கிறிஸ்தவர்களிடையே மறுமணங்களுக்கு இருந்த எதிர்ப்பு இப்போது இல்லை. நான் எந்த அழுத்தமும் அவர்களுக்குத் தரவில்லை, ஆனால் இறைவனின் வார்த்தை அவர்களை மாற்றியிருக்கிறது. திண்டுக்கல்லில் என்னிடம் உபதேசியாக இருந்தவருடைய மகள் ஒருவருக்கு மறுமணமாகியுள்ளது. சூத்திரப் பெண்ணாகிய அவர் ஒரு பள்ளியில் ஆசிரியர், அவரது உற்றாரோ உறவினரோ இந்த மறுமணத்துக்கு தடையேதும் சொல்லவில்லை', என எழுதியிருக்கிறார். இருங்களூரைச் சேர்ந்த மிஷனரி ரெவரன்ட் கோலாப் (Rev Kohloff) தன் பதிலில், 'இது குறித்து (விதவைகள் மறுமணம்) நான் அதிகம் கவலைகொள்ளவில்லை. என் பகுதி மக்களிடையே, அவர்கள் கிறிஸ்தவத்துக்கு வருமுன்பே மறுமணங்கள் சாதாரணமாக நடைபெற்றுள்ளன', எனப் பதிவு செய்கிறார்.

இதையே தரங்கம்பாடி மிஷனரி லீபரும் சொல்கிறார். வேதியர்புரம் மிஷனரியான நெய்லர், 'என் பணிப்பகுதியில் நான் பணியேற்பதற்கு முன்பே மிஷனரியாக இருந்த போவர் காலத்தில் ஒரே ஒரு மறுமணம் நடந்துள்ளது. இரண்டு மூன்று வேளாளர் சாதிக் குடும்பங்களில் இவ்வாறான விதவைப் பெண்கள் இருக்கின்றனர்.

அவர்களுக்கு மறுமணம் செய்துவைக்கச் சொல்லி நான் எவ்வளவு சொன்னாலும், அவர்கள் குடும்பத்தினர் அதை ஒப்புக்கொள்ள வில்லை'', என வருந்துகிறார். ஒடுக்கப்பட்ட சாதிப் பெண்களுக்குக் கூட மறுமணம் கைகூடிய சூழலில், ஆதிக்க சாதிப் பெண்கள் கடும் ஒடுக்குமுறையை சந்தித்துவந்தார்கள் என்பது நமக்குப் புரிகிறது. கோகிலா வாழ்ந்து மடிந்த நூற்றாண்டுக்குப் பிறகு இந்த நிலை என்றால், கோகிலாவுக்கு மறுமணம் செய்துவைக்க யார் முன்வந்திருக்க முடியும்?

குடும்பத்தை ஒதுக்கிவிட்டு லிட்டில்டனை மட்டுமே ஆதரவாகப் பற்றிக்கொண்டு, அவருடன் மறுமணம் செய்துகொள்ளாமலே வாழ்ந்தார் கோகிலா. அன்றைய சூழலில் ஐரோப்பிய கம்பெனிப் பணியாளர்கள் பெரும்பாலும் இந்தியப் பெண்களுடன் திருமண உறவில் இணைந்ததே இல்லை. அவர்களை தங்கள் 'அடிமைகளாக' வைத்திருந்தார்கள், அல்லது காமக்கிழத்தியாகக் கொண்டிருந்தார் கள். இந்தியப் பெண்களைத் திருமணம் செய்வது இயலாத காரியம் என தன் East India Vada Mecum *(1810)* நூலில் தாமஸ் வில்லியம்சன் என்பவர் குறிப்பிடுகிறார். அந்நிய மண்ணை எப்படி 'அடக்கி ஆள வேண்டும்' என நினைத்தார்களோ, அதே ஆணாதிக்க, காலனித்துவ மனோபாவம் இந்தியப் பெண்கள் பாலும் இந்த ஆண்களுக்கு இருந்தது. பாலியல் ரீதியாகவும் இந்தியப் பெண்கள் தங்கள் ஆளுமையின் கீழ் இருக்கும் அடிமைகள் என்ற எண்ணப்போக்கு அந்த காலகட்டத்தில் மிகச் சாதாரணமாக இருந்திருக்க வேண்டும். லிட்டில்டன் தன்னை பராமரித்த பெண்ணுக்கு தன் சொத்தை எழுதிவைத்துவிட்டு இறந்துபோனார், அவ்வளவே.

ஒரு வேளை கிளாரிந்தா கிறிஸ்தவத்துக்கு மாறுவதற்கு செய்த முயற்சிகள் தோல்வியில் முடிந்ததால், மணம் செய்யமுடியாமலும் போயிருக்கக் கூடும். ஆங்கிலத்தில் விஷியஸ் சைக்கிள் எனச் சொல்வார்களே, அது போல! 'நீ கர்த்தருக்குள் வந்தால் தான் மறுமணம்; நீ மனமொத்து இன்னொருவருடன் வாழ்ந்ததால் உனக்கு திருமுழுக்கு இல்லை' இப்படி...பெரும்பாலான மிஷனரிகள் மதம் மாறி கர்த்தருக்குள் வந்த பெண்களை மேம்போக்காக ஒதுக்கியே வைத்திருந்தார்கள் என்பதை எலிசா கென்ட் தன் நூலில் சுட்டிக்காட்டுகிறார். தஞ்சையிலிருந்த சுவார்ட்சை சந்திக்க பின்னாளில் கிளாரிந்தா பல முறை முயன்ற பிறகே அதற்கு வாய்ப்பு தரப்பட்டது என்பதை அவர் தெளிவுபடுத்துகிறார்.

1778ம் ஆண்டு மீண்டும் சுவார்ட்சை சந்திக்கும் கோகிலா என்ற கிளாரிந்தா, ''சில ஆண்டுகளுக்கு முன் உங்களை சந்தித்து

திருமுழுக்கு கேட்டேன். அப்போது நான் வாழ்ந்த வாழ்க்கையை சுட்டிக்காட்டி எனக்கு அதை நீங்கள் மறுத்தீர்கள். இப்போது மீண்டும் உங்களை கேட்டுக்கொள்கிறேன். அந்தக் காரணம் இப்போது செல்லுபடியாகாது, என் கணவர் இறந்துவிட்டார்., எனக்கு பல சிக்கல்கள் இருந்தாலும், அவற்றை சமாளிக்கிறேன்'', என வேண்டுகிறாள். இதை ஏற்றுக்கொண்ட சுவார்ட்சு, அவளுக்குத் திருமுழுக்கு வழங்குகிறார். 'தன்னிடம் வரும் பார்ப்பனர்கள் பலருக்கும் கடவுளை அறிமுகம் செய்பவர், அவர்களது பாவ வாழ்க்கையிலிருந்து விடுபடுமாறு அவர்களைத் தொடர்ந்து வலியுறுத்திவருகிறார்', என கிளாரிந்தா குறித்து சுவார்ட்சு பின்னாளில் எழுதுகிறார்.

1779ம் ஆண்டு பாளையங்கோட்டை வரும் மிஷனரி பிலிப், பலமுறை கிளாரிந்தாவுக்காக ஆராதனைகள் நடத்தியதாகவும், அவள் பக்தியாக அருள்சாதனம் பெற்றுக்கொண்டதையும் பதிவு செய்கிறார். 'மிஷனரி போல் ராச கிளாரிந்தா ஒரு பொறுப்பான கிறிஸ்தவர், கடவுளுக்குள் பலரைக் கொண்டுவந்தார்', எனவும் அவரைச் சந்தித்ததில் பெருமை என்றும் குறிப்பிடுகிறார். ராச கிளாரிந்தாவின் பணியாளான ஜான் என்பவருக்கும், அவளது வளர்ப்பு மகளான 18 வயது மரியம்மாளுக்கும் திருமணம் செய்துவைத்ததாகவும் மிஷனரி போல் பதிவுசெய்திருக்கிறார்.

1783ம் ஆண்டு தஞ்சைக்குச் சென்ற கிளாரிந்தா, பாளையங் கோட்டையில் மிஷன் பணிக்கு யாரையாவது அனுப்புமாறு தொடர்ச்சியாக வேண்டுகோள் வைக்கிறார். கிளாரிந்தாவின் மதப் பணி மிக முக்கியமானது என பதிவு செய்யும் எலிசா, 13 வெவ்வேறு சாதிகளைச் சேர்ந்தவர்களை கிளாரிந்தா மனம் திருப்பினார் என எழுதுகிறார். 1780ம் ஆண்டு தஞ்சையில் இருந்த திருநெல்வேலி ஆலயப் பதிவொன்றைக் கவனித்த ராபர்ட் கால்டுவெல், அவ்வாண்டு பாளையங்கோட்டையைச் சேர்ந்த 40 பேர் மதம் மாறியதாகவும், அதில் பார்ப்பனர், பிள்ளை, ஆசாரி, செட்டி, வண்ணார், ஈழவர், மறவர், பள்ளர், புதிரவண்ணார் (horsekeeper என்ற ஆங்கிலச் சொல், புதிர வண்ணாராக இருக்கக் கூடும்) உள்ளிட்ட 13 சாதிகளின் பெயர்கள் இருந்ததாக எழுதுகிறார். இவர்களில், வேதநாயக சாஸ்திரியாரின் தந்தையான தேவசகாயம் பிள்ளையின் பெயரும் இடம்பெற்றுள்ளதாக கால்டுவெல் எழுதுகிறார். 1780ம் ஆண்டு கிளாரிந்தா மூலமே நெல்லையில் சீர்திருத்தக் கிறிஸ்தவம் கால்பதித்தது என்பதைக் கணக்கிட்ட கால்டுவெல், 1880ம் ஆண்டு அதன் நூற்றாண்டு நாளை

விமரிசையாகக் கொண்டாட ஏற்பாடு செய்தார். அவ்விழாவில் பெருமைப்படுத்தப்பட்ட முதல் பெயராக பார்ப்பன விதவையான கிளோரிந்தா இடம்பெற்றார். இந்து சமூகத்தால் விதவை என ஒதுக்கப்பட்ட கல்லான கிளாரிந்தா, நெல்லைத் திருச்சபையின் மூலைக்கல்லானாள்.

1783ம் ஆண்டு கிளாரிந்தாவுடன் தங்களுக்கு போதகர் வேண்டும் என கோரிக்கை வைக்கச் செல்லும் இரு அன்பர்களில் ஒருவர் வண்ணார் சமூகத்தைச் சேர்ந்த பிச்சைமுத்து என்பவர். பாளையங் கோட்டையின் மிக முக்கியமான வைத்தியரான அவர் புதிய ஏற்பாடு பதிப்பை தஞ்சையில் வாங்கிப் படித்து, தன் சுயசாதியினர் பற்றிய விமர்சனத்தை வைத்தது பெரும் பரபரப்பை ஏற்பத்தியது என தரங்கம்பாடி மிஷனரிகள் கடிதம் ஒன்றில் குறிப்பிடுகின்றனர். அதன் பின்பு தான் விசுவாசி என்ற மறை பயிற்சியாளரை பாளையங்கோட்டைக்கு அனுப்ப மிஷன் முடிவு செய்கிறது. சுவார்ட்சிடம் மறைக்கல்வி கற்றுக்கொள்ள தன் வளர்ப்பு மகனை (கிளாரிந்தாவின் பணியாள் சாரதாவின் மகன்) அவரிடம் கிளாரிந்தா விட்டுச் செல்கிறார்.

1785ம் ஆண்டு தேதியிட்ட கடிதம் ஒன்றில், கிளாரிந்தா பளையங்கோட்டையில் கற்கோயில் ஒன்றைக் கட்டுவதாக எழுதுகிறார் சுவார்ட்சு. அந்த ஆலயத்தை கட்ட ஆங்கிலேயர் சிலரும் நிதியுதவி அளித்து வருவதாகக் குறிப்பிடுகிறார். அந்த சமயம் கோயில் தற்காலிக குடிலிலேயே தொடர்ந்து இயங்கலாம் என கட்டடத்தை எதிர்க்கும் சுவார்ட்சிடம் கெஞ்சும் கிளாரிந்தா, அந்தக் கூடம் மிகச் சிறியதாகவும், வசதிகுறைவாகவும் இருப்பதால், புதிய ஆலயம் நிர்மாணிக்க அனுமதி தருமாறும், அதற்கு சிறு நிதியுதவி சுவார்ட்சு தந்தால், அதைச் சுட்டிக்காட்டி, பிறரிடம் பொருளுதவி பெறமுடியும் எனவும் கேட்கிறார்.

அதே ஆண்டு ஆகஸ்ட் மாதம் பாளையங்கோட்டைக்கு இரண்டாவது முறையாக சுவார்ட்சு வரும்போது, கட்டிமுடிக்கப்பட்ட கிளாரிந்தாவின் ஆலயத்தில் மூன்று வாரங்கள் தங்கி மதப்பணி யாற்றுகிறார். ஆங்கில அதிகாரிகள் பொருளுதவி அளித்தார்கள் என்றால் (முன்னாள் ராணுவ அதிகாரியான லிட்டில்டனுடன் அவர்களுக்கு நல்ல நட்பு இருந்திருக்க வேண்டும், கூடவே கிளாரிந்தாவுடனும்), கோட்டையிலிருந்த காவல் அதிகாரி தன் பங்குக்கு சுண்ணமும் பிற பொருள்களும் கிளாரிந்தாவுக்குக் கொடுத்து உதவியதாக சுவார்ட்சு குறுப்பிடுகிறார். மரிய சவரி என்ற மறைபயிற்சியாளரை நியமித்து, அவருக்கு ஊதியமும் கிளாரிந்தா

கொடுத்திருக்கிறார். அப்போது அந்த ஆலயத்தின் உறுப்பினர் பட்டியலில் 150 கிறிஸ்தவர்கள் இருந்துள்ளனர்.

கிளாரிந்தா குறித்து எழுதும் கடைசிக் கடிதத்தில், ''நான் அந்த பார்ப்பனப் பெண் என அழைக்கப்படுபவளை அழைத்து ஊக்கப்படுத்தினேன். சிறுபிள்ளைத்தனமாக நடந்து கொள்ளக் கூடாது என அவளுக்கு அறிவுறுத்தினேன். தனக்கு சொல்லப் படுவதை எல்லாம் அவள் ஆசிரியர் தனக்கு அறிவுரை சொல்லும் போது கேட்கும் மாணவி போல பொறுமையாகக் கேட்டாள். என் பயணத்துக்கு ஆன செலவான நூறு ரூபாயை அவள் என்னிடம் தர முயன்றாள்; அதை நான் பெற்றுக்கொள்ளவில்லை. அந்தச் செலவை இப்போது நல்ல நிலையில் உள்ள அவள் ஏற்பதுதான் சரியானது, நேர்மையானது என எனக்குத் தெரியும். ஆனால் எனக்குப் பணம் தருவதன் மூலமாக அவள் செய்தவற்றை எல்லாம் சரி செய்வதாக சில மோசமான நபர்கள் சொல்லக்கூடும் என்பதால், அதை மறுத்தேன். அவளும் கிறிஸ்தவளாக இருக்கப் போவதாக என்னிடம் தெரிவித்தாள். இன்றுவரை அங்கிருந்த பள்ளி ஆசிரியருக்கு அவள் ஊதியமளித்திருக்கிறாள், பல ஏழைகளுக்கு பண உதவி செய்திருக்கிறாள்'', என சுவார்ட்சு குறிப்பிடுகிறார். சுவார்ட்சின் இந்தக் கடிதத்துக்குப் பிறகு 1808ம் ஆண்டு கடிதம் எழுதும் கோலாப், 'சில ஆண்டுகளுக்கு முன் மரணமடைந்த கிறிஸ்தவ பார்ப்பனப் பெண்ணான ஒருவர் தன் பரந்த சொத்துகளை அவளது வளர்ப்பு மகன், மருமகள் பெயரில் எழுதி வைத்திருக்கிறார்'', என குறிப்பிடுகிறார்.

1818ம் ஆண்டு இந்த ஆலயம் மிக மோசமாகப் பழுதடைந் திருப்பதாகவும், ஞாயிறு மற்றும் திருவிழாக்களின் போது மட்டுமே பயன்பாட்டிலிருப்பதாகவும் மிஷனரி ஜேம்ஸ் ஹோ எழுதியிருக்கிறார். பின்னாளில் ஆலயம் சீர்செய்யப்பட்டிருக்க வேண்டும், 1826ம் ஆண்டு ஆலயத்தைச் சுற்றி சுற்றுச்சுவரை மதராஸ் அரசாங்கம் கட்டித்தந்தது. 1848ம் ஆண்டு மீண்டும் ஆலயம் செப்பனிடப்பட்டது. அதே ஆண்டு அரசு பாளையங்கோட்டையில் கிறிஸ்துநாதர் ஆலயத்தைக் கட்டியது. இதற்காக பாளையங் கோட்டையின் கோட்டை மதிலின் சுவர்ப்பகுதி அகற்றப்பட்டது. 1857ம் ஆண்டு எஸ்.பி.ஜி. மிஷன் இந்த ஆலயத்தை சுற்றியுள்ள இடத்தை அரசிடமே பாதுகாக்கவேண்டும் என்ற நிபந்தனைக்குட் பட்டு அளித்தது.

1960களில் இந்த ஆலயம் எப்படி இருந்தது என்பதை தோழி ரோடாவின் தந்தை பின்னொரு நாளில் விளக்கினார். மிலிட்டரி சர்ச்

கிளாரிந்தாவின் கல்லறை

கிளாரிந்தா கட்டிய ஆலயத்தின் உட்புறப் பகுதி

எனப்படும் தேவாலயத்துக்கு வழிபடச் சென்ற கல்லூரி மாணவர்கள் சிலர், அதற்கு சற்றுத் தொலைவில் புதர் மண்டிய காம்பவுண்டு ஒன்றுக்குள் கல்லறைகளையும், சிற்றாலயம் ஒன்றையும் கண்டனர். அவ்விடத்தைச் சுத்தம் செய்த பின்னரே, மிலிட்டரி சர்ச்சின் அப்போதைய போதகர் காந்தையா உதவியுடன் அது கிளாரிந்தாளின் ஆலயம் எனக்கண்டனர். இதற்குப் பிறகே சி.எஸ்.ஐ. நிர்வாகம் அந்த ஆலயத்தையும் சேர்த்து பராமரிக்கத் தொடங்கியது. தொடக்கம் முதலே மிலிட்டரி சர்ச்சின் சேப்லைன் குடுக்கள் கட்டுப்பாட்டில் இருந்த இவ்வாலயம், 1947ம் ஆண்டு ஆங்கிலேயப் படைகள் இங்கிருந்து வெளியேறியதும் வழிபாடின்றி விடப்பட்டிருக்க வேண்டும். 1960களில் கல்லூரி மாணவர்கள் கண்களில் பட்டிருக்கவேண்டும்.

கிளாரிந்தா கட்டிய ஆலயம் பழமை மாறாமல் இன்றும் பாளையங்கோட்டை 'மிலிட்டரி சர்ச்' அருகிலேயே இருக்கிறது. வாயிலில் வரிசையாக 'புண்ணிய ஆள்கள்' அமர்ந்திருந்தார்கள். அவர்களைத் தாண்டி உள்ளே பெரிய கல்லறைத் தோட்டம், அதில் வரிசையாகக் கல்லறைகள். வலதுபக்கம் கிளாரிந்தாவின் கல்லறை அழகிய சிறு மாடத்தில் அமைக்கப்பட்டிருக்கிறது. லிட்டில்டனுக்கு சுவரில் ஒரு நினைவுக் கல்வெட்டும் பதிக்கப்பட்டுள்ளது. கிளாரிந்தா கட்டிய ஆலயம் ஒற்றை அறை கொண்டது. வெளிப்புற வெராந்தாவில் ஸ்டூல் ஒன்றில் நான்கு கிண்ணங்களில் எண்ணெய் வைக்கப்பட்டுள்ளது. ஆலயத்துக்கு வருபவர்கள் இந்த 'ஜெப எண்ணெய்யை' தொட்டு தங்கள் நெற்றியில் சிலுவைக் குறியிட்டுக் கொள்கின்றனர். எண்ணெய் பூசுதல் என்பது சீர்திருத்தக் கிறிஸ்தவர்களிடையேயும் வழக்கமாக உள்ளது.

''உங்களுள் யாரேனும் நோயுற்றிருந்தால், திருச்சபையின் மூப்பர்களை அழைத்து வாருங்கள். அவர்கள் ஆண்டவரது பெயரால் அவர் மீது எண்ணெய் பூசி இறைவனிடம் வேண்டுவார்கள்'' - யாக்கோபு 5:14. இந்த வசனம் கொண்டு, நோயுற்றவர்களுக்கு எண்ணெய் பூசுதல் இன்றளவும் பின்பற்றப்பட்டு வருகிறது தெளிவாகிறது.

பீடத்தில் நிர்மாணிக்கப்பட்டிருக்கும் மரத்தாலான சிலுவை மிகத் தொன்மையானது. அதற்குக் கோயிலின் வயதாகலாம். கோயிலின் உறுதித்தன்மைக்கு அதன் பக்கவாட்டுச் சுவர்களில் சாய்வுத் தூண்கள் (buttress) அமைக்கப்பட்டுள்ளன. அந்தக் காலத்தில் கான்கிரீட் இல்லை என்பதால், கட்டடங்களுக்கு உறுதி தர இவ்வாறான சாய்வுத் தூண்கள் அமைக்கப்பட்டன. கிளாரிந்தா

பள்ளி அமைத்தார், கோயில் கட்டினார் என்பதற்கு தரவுகள் உள்ளன, அவர் வெட்டியதாகச் சொல்லப்படும் 'பாப்பாத்தியம்மாள் கிணறு' குறித்து நிகழ் காலத்தில் வெளியான லியனார்ட் பெர்னாண்டோ மற்றும் ஜிஸ்பர்ட் சாச் எழுதிய இந்தியாவில் கிறிஸ்தவம் (Christianity in India: 2000 Years of Faith, Leonard Fernando, Gispert Sauch) என்ற நூலில் குறிப்புகள் உள்ளன.

அந்தக் கிணறு எங்கு இருக்கிறது என விசாரித்ததில், ஆலயத்துக்கு பக்கவாட்டிலுள்ள தெரு ஒன்றைக் காட்டினார்கள். அங்கே விசாரித்ததில் கிணறு தூர்க்கப்பட்டுவிட்டது என எங்களுக்கு சொல்லப்பட்டது. ''கார் நிக்கிற கொட்டாய் இருக்கு பாருங்க, அதுதான் அந்தம்மா வெட்டுன கிணறு. இன்னிக்கு இதெல்லாம் யாரு நினைச்சு பார்க்குறா? அந்தம்மா பிராமணப் பொண்ணு, ஆனா ஊரே தண்ணி எடுக்கட்டும்னு கிணறு வெட்டி, சாதியெல்லாம் பாக்காம யார் வேணும்னாலும் தண்ணிய எடுத்துக்கட்டும்னு நல்லது பண்ணினாங்க. ஆனா பாருங்க, காலப்போக்குல கிணத்துக்கு தேவையே இல்ல. இப்ப வீட்டுக்கு வீடு பைப்பு வந்தாச்சு, யாரு கிணத்துக்கு தண்ணி எடுக்க வர்றா? கொசு எல்லாம் அடையுது, எல்லாரும் குப்பை போடுறாங்கன்னு தெருக்காரங்க புகார் குடுத்துட்டே இருந்ததால சில வருஷத்துக்கு முன்னாடி நகராட்சியில இருந்து அதை மூடித்தூத்துட்டு போயிட்டாங்க. அந்தம்மா என்னலாமோ நினைச்சு கட்டிச்சு. இன்னிக்கு கிணறு இப்டி இருக்கு. என்னத்த..'' என புலம்பித்தள்ளினார், ஓய்வுபெற்ற ஆசிரியரான தெருவாசி ஒருவர். பொதுக்கிணறுகளில் தண்ணீர் எடுக்கவே சில சாதிகளுக்கு இங்கு அனுமதியில்லாத கால கட்டத்தில் வாழ்ந்த பெண்மணி, எல்லோருக்கும் உதவட்டும் என பொதுக்கிணறு வெட்டியிருக்கிறார். நாம் நகரமயமாக்கலில் அந்த அற்புத சின்னத்தைத் தொலைத்துவிட்டு நிற்கிறோமே என வருத்தத்துடன் புலம்பியபடி மீண்டும் கோயிலுக்கே வந்தோம்.

மதிய உணவு நேரமாகியிருந்தது. உணவுக்காகக் காத்திருந்த எளிய மக்கள் வரிசையாக அமரவைக்கப்பட்டிருந்தார்கள். கோயிலில் தினமும் எளியவருக்கு மதிய உணவு யாராவது வழங்குவார்கள் என்பதால், பலர் தட்டுகள், தூக்குச்சட்டிகளுடன் தயாராகக் காத்திருந்தார்கள். நெற்றி நிறைய குங்குமமும், விபூதியும் துலங்க ஒரு இளைஞர் பட்டாளம் கிளாரிந்தா ஆலயத்தின் முன்பு உணவு வருவதற்காகக் காத்திருந்தது. அன்று ஆலயத்தில் தாங்கள் உணவு வழங்கப்போவதாக அந்த இளைஞர்கள் சொல்லவும், எங்களுக்கு இனிய அதிர்ச்சி. பாளையங்கோட்டையை அடுத்த ரெட்டியார்பட்டி

கிளாரிந்தா ஆலயத்தின் முன்பு அன்றைய புரவலர்களான ரெட்டியார்பட்டி இந்து இளைஞர்கள்

பகுதியைச் சேர்ந்த முத்துக்குமார் ஒருங்கிணைப்பில், அன்று சாப்பாடு ஏற்பாடாகியிருந்தது. அவ்வப்போது இது போன்ற புரவலர்களை அழைத்துவந்து இந்த எளியவர்கள் வயிறு வாடாமல் பார்த்துக் கொள்பவர் காந்திகுமார் என்ற இன்னொரு இளைஞர். அவர்களை மனமாரப் பாராட்டினோம்.

''கேக்கறேன்னு தப்பா நினைச்சுக்காதீங்க தம்பி. நீங்க இந்துக்க தான? இந்தக் கோயில்ல வந்து சாப்பாடு குடுக்குறீங்க?''

''அட அதுனால என்னக்கா, பசியோட இருக்குறவங்க எங்க இருந்தாலும் முடிஞ்சத செய்யறோம். அந்தம்மா இதெல்லாம் பார்த்தா கோயில் கட்டுனாங்க, கிணறு வெட்டுனாங்க?''

''சூப்பர் தம்பி. ரொம்ப சந்தோஷம், உங்க பேரை சொல்றீங்களா? நான் எழுதுற புக்குல போடலாம்?''

''அட அதெல்லாம் ஏன்? ரெட்டியார்பட்டி இளைஞர்கள்னு போடுங்கக்கா. சந்தோஷப்படுவோம்'', என்றனர். அவர்களைப் புகைப்படம் எடுத்துக்கொண்டோம். மெல்ல வெளியே வந்தோம்.

காந்தி எங்களுடன் வந்து மாற்றுத்திறனாளிகள் பயன்படுத்தும் அவரது பைக்கில் ஏறிக்கொண்டார். ''தம்பி, நீங்க ரொம்ப நல்ல

வேலையை செய்றீங்க, மகிழ்ச்சியா இருக்கு வாழ்த்துகள்'', என்றோம்.

''அட என்னங்கக்கா..இருக்குற கொஞ்ச காலம் எல்லாருக்கும் நல்லது பண்ணிட்டுப் போவோம்..என்ன? வரட்டாக்கா?'' என்றபடி கிளம்பிச் சென்றார்.

கிளாரிந்தாவின் நினைவு கிணற்றில் இல்லை, காந்தி போன்ற இளைஞர்களிடத்தில் இருக்கிறது என்பது புரிந்தது. கிணற்றைக் காணவில்லை என்ற எங்கள் புலம்பலைக் கைவிட்டு, மகிழ்வாக அங்கிருந்து கிளம்பினோம். கிளாரிந்தா வாழ்வார்.

சான்றுகள்

- https://people.howstuffworks.com/nun.htm
- https://web.archive.org/web/20120115054809/http://oce.catholic.com/index.php?title=Religious_Life
- The life of Mary Ward - Mary Catherine Elizabeth Chambers - Burns & Oates, 1882
- http://www.congregatiojesu.org/mary-ward/story/
- https://www.atlasobscura.com/places/poor-clares-cemetery
- Converting Women: Gender and Protestant Christianity in Colonial South India, Eliza F. Kent
- The Early History of Tinnevelly Church, F J Western (Stephen Neill library)
- The Centenary History of the CMS in Tinnevelly, Paul Appasamy (Stephen Neill library)
- Inquiries Made by the Bishop of Madras : Regarding the Removal of Caste Prejudices and Practices, in the Native Church of South India; Together with the Replies of the Missionaries and Native Clergy Sent thereto, Frederick Gell, 1868
- Converting Women: Gender and Protestant Christianity in South India, Eliza Kent, Oxford University Press, 2004

9

கேளாத செவிகள், பேசாத வாய்களின் பாதுகாவல் – புளாரன்சு சுவேன்சன், பாளையங்கோட்டை

சிங்கம்பட்டி ஜமீன்தார் காதுகேளாதோர் வாய் பேசமுடியாதோர் பள்ளி விடுதியறை ஒன்றை ஆட்சியர் ஆஷின் நினைவாகக் கட்டித்தந்ததைக் காண்கையில், சரி, தவறு என்ற நம் இன்றைய மதிப்பீடுகள் காணாமல் போகின்றன.

•

என்னை முந்தி நேசித்தா
யானுனை நேசிக்காத
தென்னவிதமோ வென்
னிடும்போ பராபரனே.
நின்றயவை யானறிந்து
நேசிக்காதே போனா
லென்றனைப் போலே மடைய
னில்லை பராபரனே.
சந்திக்க வந்த
தயவறிந்து நின்சரணம்
வந்திக்காவிட்டால் வாழ்
வேனோ பராபரனே.

பிள்ளையைப்போற் கீழ்ப்படிந்த
பேர்தவிர நின்னை யெண்ணா
ரெள்ளளவும் வாழ்க விட
மேது பராபரனே.
மைந்தனையானாலு
மகளை யெனு நின்னைவிடச்
சிந்திப்போ நெங்கே நின்
சீடன் பராபரனே.
தந்தை தாயில்லாள்
சகோதரங்களாரை யெனும்
வந்திப்பதுன்னிலுமா
பாவம் பராபரனே.
தன் சீவனைக் கூடத்
தான் பகைத்தாலல்லது
நின்சீடனாக
நிலையோ பராபரனே.
தன் சிலுவையைச் சுமந்து
தாழ்த்துனைப்பின் செல்லாதார்
நின் சிறுவரோதா
னிகழ்த்தாய் பராபரனே.
தன்னுட நீதியையே
சார்ந்தோனுக் கெவ்விதமா
யுன்னுட நீதி
யுதவும் பராபரனே.
தன் மனதுக்கேற்கச்
சதாகாலமும் நடப்போ
ருன்மதுக்கேற்க
வொழுகார் பராபரனே.

– (செபத்தியானம் 19, கண்ணி.457) வேதநாயகம் சாஸ்திரியார் இயற்றிய 'பராபரக்கண்ணி' நூலிலிருந்து. 1810ம் ஆண்டு அவர் எழுதத் தொடங்கிய நூல், 1850ம் ஆண்டு நிறைவுபெற்றது. 'சங். அமெரிக்கன் மிசியானோரிமார்கள் அச்சிற்பதித்த பஞ்சாங்கத்தின் படி புவன சாஸ்திரத்தின் குறிப்பைக் காட்டியிருக்கிறது' என்ற குறிப்பு நூலின் முன்னுரையில் உள்ளது. அதற்குத் தெளிவான விளக்கம் இவ்வாறு சொல்லப்பட்டுள்ளது.

சூரியனைப் பூமி சுற்ற
தொல்புவியை யிந்து சுற்ற

வாரிருந்து செய்தது நீ
யன்றோ பராபரனே.
புதன் வெள்ளி பூமி செவ்வாய்
பொன் சனி திங்களேழ்
விதக் கிரகங்களுனது
விந்தை பராபரனே.

– பிரதான கிரகங்கள் ஏழு. புதன், வெள்ளி, பூமி, செவ்வாய், வியாழன், சனி, திங்கள். பொன்னென்பது வியாழம். ஏழு வாரங்களின் பெயரிலேழு கிரகங்களுண்டாக்கப்பட்டு ஒன்றைவிட்டொன்று மாறிவருகிறது. முந்தினகிரகம் புதன். புதனுக்குப் பின் வியாழம் வராமல் வெள்ளி வரும். வெள்ளிக்குப் பிறகு சனி வராமல் நாயிறு வரும். நாயிறே நாமிருக்கிற பூமி. நாயிறுக்குப் பிறகு திங்கள் வராமல் செவ்வாய் வரும். செவ்வாய்க்குப் பிறகு புதன் வராமல் வியாழம் வரும். வியாழத்துக்குப் பிறகு வெள்ளி வராமல் சனி வரும். சனிக்குப் பிறகு நாயிறு வராமற் திங்கள் வரும். இந்தத் திங்கள் தான் எர்சலென்று சொல்லப்படுகிற கிரகம். பிராமண சாஸ்திரிகள் நாயிறைச் சூரியனென்றுந் திங்களை சந்திரனென்றும் போதித்தபடியினாலே நாமிருக்கிற பூமியாகிய நாயிறென்ற கிரகமும் எர்சலென்று சொல்லப்படுகிற திங்களென்ற கிரகமும் இத்தேசத்தாருக்கு மறைக்கப்பட்டுப் போயிற்று. இப்போது 1846ம் ஆண்டு முதல் திங்களாகிற எர்சலென்ற கிரகத்துக்கப்புறம் நெப்தூனென்ற இன்னமொரு புதுக்கிரகமுண்டாயிருக்கிறதென்று காணப்படுகிறது. ஆகப் பிரதானகிரகங்கள் 8.

– செவ்வாயென்கிற கிரகத்துக்கும் வியாழமென்ற கிரகத்துக்கும் நடுமத்தியிலே 14 சின்னக் கிரகங்கள் காணப்பட்டது. அதுகளாவது:

– விளோறா, விக்தோரியா, வெஸ்தே, கேபே, அஸ்திரேயா, ஈபி, சூனோ, சீரிஸ், பல்லஸ், பர்தேனாப், இரிஸ், மிதிஸ், எச்சரியா, ஐசியா. இந்தப் பதினாலு கிரகங்களும் வெகுகாலமாயல்ல ஏறக்குறைய முப்பது வருஷத்துக்குள்ளே சோதி சாஸ்திரிகளாற் கண்டுபிடிக்கப்பட்டது. இதுகளையல்லாமல் அனேகம் வால் வெள்ளிகளுஞ் சூரியனைச் சுற்றிவருகிறது – வேதநாயகம் சாஸ்திரியார், பராபரக்கண்ணி.

மேற்குத் தொடர்ச்சிமலையின் மெல்லிய சாரல் காற்று பள்ளியின் விளையாட்டுத் திடலில் பரவ, தன் கனவு நனவான மகிழ்ச்சியை இங்கிலாந்திலுள்ள நண்பர்களுக்குக் கடிதமாக எழுதுகிறார் அந்தப் பெண். 1900ம் ஆண்டு இங்கிலாந்து சென்றவர் திரட்டி வந்த

பணத்தில் அவரால் புதிய பள்ளி ஒன்றைத் தொடங்க முடிந்திருக்கிறது. ''என் கனவு நனவாகியிருக்கிறது; இரண்டு பெரிய டார்மிட்டரிகள், ஒரு படிப்பறை, திறந்த உணவருந்தும் கூடம், சிறு குழந்தைகளுக்கான தனி வகுப்பறை, ஓய்வறை மற்றும் சிறு மருத்துவமனை ஆகியவை இங்கு இருக்கின்றன. இந்தியா முழுக்க இது போன்ற காது கேளாதோர் வாய்பேச முடியாதோருக்கான பள்ளிகள் இரண்டு மட்டுமே உள்ளன, அவற்றில் இங்கு மட்டுமே ஆதரவற்ற அனாதைக் குழந்தைகள் உள்ளிட்டவர்கள் தங்கிப் படிக்கின்றனர். இங்கு எங்களிடம் 70 'டம்பீஸ்' (dumbies) இருக்கின்றனர். லாகூர், ஆக்ரா, தில்லி, கொல்கொத்தா, பூனா போன்ற நகரங்களிலிருந்து கூட இங்கு மாணவர்கள் வந்து தங்கிப் படிக்கின்றனர்.''

''இங்கு ஆங்கில எழுத்துகளின் கை சைகைகள் கொண்டு தமிழ் கற்றுத்தருகிறோம். உதட்டசைவைக் கொண்டு படிக்கும் 'லிப் ரீடிங்' இன்னும் முயற்சிக்கவில்லை. ஆனால் ஆங்கில சைகை களுக்கு தமிழ் எழுத்துகளைக் குறித்தும், இல்லாத சொற்களுக்கு புதிய சைகைகளை உருவாக்கியும் சொல்லித்தருகிறோம். மற்ற பள்ளிகளில் மாணவர்கள் என்ன கற்றுக்கொள்கிறார்களோ, அதையே தான் எங்கள் குழந்தைகளுக்கும் கற்றுத்தருகிறோம். அவர்களோடு சரிசமமாக அரசுப் பொதுத் தேர்வுகளில் எங்கள் குழந்தைகளும் போட்டியிடுகின்றனர். எங்களுக்கென்று தனி பாடநூல்களை உருவாக்கியிருக்கிறோம். கைகளில் எழுதியும், சிலேட்டில் எழுதியும், விரல்களில் சைகை காட்டியும், படங்கள் காண்பித்து 300 பெயர்ச்சொற்களை படிப்பித்தும், அவற்றை எழுத்துக்கூட்டி சொல்லவும், சைகையில் உணர்த்தவும் கற்றுத்தரு கிறோம். கூடவே சில மறுபெயர்களும், பல்வேறு காலவேறு பாட்டுக்குரிய 20 வினைச்சொற்களையும் கற்றுத்தந்துவிடுகிறோம். அதிலிருந்து சிறு சொற்றொடர்களைக் கற்றுக்கொள்கின்றனர்; தினமும் புதிதாக சில சொற்களையாவது படித்துக்கொள்கின்றனர். இந்த சொற்றொடர்களைப் படிப்பவர்கள், சிறிது சிறிதாக கடின வாக்கியங்களை அமைக்கக் கற்றுக்கொள்கின்றனர். ஒரு கட்டத்தில் எல்லோரும் வாசிக்கும் நூல்களை இவர்களும் அருமையாக வாசிக்கத்தொடங்கிவிடுகின்றனர்.''

''வெறும் பாடங்களோடு நில்லாமல் இங்கு வாழ்க்கைக்கல்வியும் கற்றுத்தரப்படுகிறது. மாணவர்களுக்கு தையலும், தச்சுத் தொழிலும் கற்றுத்தரப்படுகிறது; மாணவிகளுக்கு நூல் வேலைப் பாடு சொல்லித்தரப்படுகிறது. பொறுமையாக இங்கு கற்றுத்தரும்

இந்திய ஆசிரியர்களின் பணி வீண் போவதில்லை; இங்குள்ள மிகவும் பின்தங்கிய குழந்தைகள் கூட ஏதோ ஒன்றைக் கற்றுக்கொள்கின்றனர்; ஓரளவுக்கு படிக்கக்கூடியவர்கள், மற்ற பள்ளி மாணவர்களுடன் ஒப்பிடுகையில் கிட்டத்தட்ட அவர்கள் அளவுக்கேனும் படித்துவிடுகின்றனர். இந்த ஆண்டு (1901) மாணவர்களைக் கண்காணிக்க, நம் பள்ளியில் நான்காம் வகுப்பு படித்த மாணவ மாணவிகளை நியமித்து இருக்கிறோம்.'' – புளாரன்சு சுவேன்சன், 1901ம் ஆண்டு எழுதிய கடிதம்.

'இந்தியாவில் 1895ம் ஆண்டு 2 லட்சம் காது கேளாத, வாய்பேச முடியாதோர் இருக்கின்றனர், அவர்களில் பலருக்கு கல்வி எட்டாக்கனியாகவே இருக்கிறது', என தான் சார்ந்திருந்த 'ஜெனானா மிஷனுக்கு' (CEZMS - Church of England Zenana Mission Society) அனுப்பிய அறிக்கை ஒன்றில் சுவேன்சன் குறிப்பிடுகிறார். 'பர்தா', 'கோசா' முறையில் வீட்டுக்குள்ளேயே முடங்கிக்கிடந்த பெண்களுக்கு மிஷன் பணிகள் சரியாகப் போய்ச் சேரவில்லை என்பதை உணர்ந்த இங்கிலாந்து சர்ச் மிஷன், ஜெனானா மிஷனைத் தொடங்கியது. பெயரைக்கொண்டு இது இஸ்லாமியப் பெண்களைக் குறிவைத்து தொடங்கப்பட்ட மிஷன் என புரிந்து கொள்ளுதல் தவறு. ஆதிக்கசாதி இந்துக்களின் வீடுகளிலும் இந்தப் பெண்களை 'ஒளித்து வைக்கும்' கோசா முறை உண்டு. இந்தப் பெண்களிடம் கிறிஸ்தவம் போய்ச்சேரவேண்டும் என்றால் அதைக் கொண்டுசெல்ல பெண்களால்தான் முடியும் என்ற எண்ணத்தில், இந்த ஆங்கிலிக்கன் மிஷன் 1880ம் ஆண்டு தொடங்கப்பட்டது. இந்த மிஷன் பணியில், செவிலியரான புளாரன்சு சுவேன்சன் 1882ம் ஆண்டு இந்தியாவின் அமிர்தசரசுக்கு அனுப்பப்பட்டார். அங்கு சில ஆண்டுகள் பணியாற்றியவர், 1895ம் ஆண்டு பாளையங்கோட்டை சாராள் தக்கர் கல்லூரிக்கு மாற்றப்பட்டார்.

காது கேளாதோர், வாய்பேச முடியாதோர் அந்தக் காலகட்டத்தில் நடத்தப்பட்ட விதத்தை இரண்டு எடுத்துக்காட்டுகள் மூலம் சொல்லிவிடலாம். 'சில காலத்துக்கு முன் ஒரு மிஷனரி ஐந்து அல்லது ஆறு வயதுடைய காதுகேளாத, வாய்பேசாத குழந்தையை அதன் பெற்றோரே தீயிட்டு எரித்துக்கொல்ல முயற்சித்ததைக் கண்டார். எவ்வளவு எடுத்துச் சொல்லியும் பெற்றோர் கேட்காமல் போக, இரண்டு பென்ஸ் (ஆங்கிலேய நாணயம்) மதிப்புள்ள உப்பு மூட்டை ஒன்றை ஈடாகத்தந்து அந்தக் குழந்தையை மிஷனரி மீட்டார். 1897ம் ஆண்டு சாராள் தக்கர் கல்லூரியின் தொழிற்கல்வி பயிற்சிப்பள்ளிக்கு சிறுமி ஒருவரை கேட்டகிஸ்டான (catechist)

அவரது தந்தை அழைத்துவந்தார். கிறிஸ்தவர்களே இல்லாத ஊர் ஒன்றில் மறைப் பணி செய்துவந்தவர் அவர். அவரது மகள் காதுகேளாத, வாய்பேசாத குழந்தை. அவரைக் கண்ட கிராமத்தார், ''முதலில் நீ உன் குழந்தையிடமுள்ள பேயை ஓட்டிவிட்டு பின் எங்களுக்கு உங்கள் மறை பற்றி சொல்'', எனச் சொன்னார்கள். அந்தக் குழந்தையிடம் 'பேய்' இருந்தது என நம்பினார்கள். அந்த மக்களுக்குக் கடவுளை அறிவிக்கவேண்டுமென்றால், தன் மகள் தன்னிடம் இருக்கக்கூடாது என அந்தத் தந்தை நினைத்திருக்கிறார்'. இந்த இரண்டாவது சம்பவத்தைக் குறிப்பிடும் சுவேன்சன், முதல்முறையாக காதுகேளாத, வாய்பேசாத குழந்தைகள் பற்றிய சிந்தனை தனக்கு இந்தத் தந்தையைக் கண்டபோது வந்தது என எழுதியிருக்கிறார்.

உடல்நிலை சரியில்லாத காதுகேளாத, பேசமுடியாத பச்சிளம் குழந்தை ஒன்றை ஒரு பெண் சுவேன்சனிடம் கொண்டுவந்தாள். ''என் குழந்தை எப்போது பார்த்தாலும் அழுதுகொண்டே இருக்கிறது'', என அவள் சொன்னாள். ''ஓ..அதன் நெற்றியில் இருக்கும் புண் தான் காரணம், அது எப்படி வந்தது?'', என சுவேன்சன் கேட்டார். கண் வலி வந்த குழந்தையின் நெற்றியில் எண்ணையில் ஊறவைக்கப்பட்ட பஞ்சை வைத்து, அதில் நெருப்பு வைத்தால் சரியாகிவிடும் என பக்கத்துவீட்டுப் பெண் சொன்னதாக வும், அதைத்தான் செய்ததாகவும் அந்தப் பெண் சொன்னாள். இதன் காரணமாக அந்தக் குழந்தை கண்பார்வையை இழக்கும் சூழல் நேர்ந்தது.

இப்படி தன்னைச் சுற்றி அறியாமையில் தவித்த மக்களிடம் பரிவு கொண்ட சுவேன்சன், வாய் பேசமுடியாதவர்களின் கல்வி குறித்து சிந்தித்து, அவர்களுக்கான தனிப்பள்ளியைத் தொடங்கியதில் ஆச்சரியம் எதுவுமில்லை. உபதேசியாரின் மகள் தொழில்பள்ளியில் சேர்க்கப்பட்டபிறகு, எஸ்.பி.ஜி. மிஷனின் மற்றொரு மிஷனரியும் இவ்வாறான குழந்தை ஒன்றை தொழில்கல்வி கற்றுக்கொள்ள அனுப்பினார். தையல் கற்றுக்கொண்டிருந்த இந்தச் சிறுமி பிற குழந்தைகள் பைபிள் வகுப்பில் ஆசிரியரின் வாயசைவைக் கண்டு பாடம் கேட்பதைக் கண்டு, தானும் அவ்வாறு செய்ய முயன்றாள். இதைக் கண்ட சுவேன்சனுக்கு பொறி தட்டியது. இந்தக் குழந்தைகள் தொழில்கல்வி மட்டுமே கற்கவேண்டுமா? பிறரைப் போல இவர்கள் ஏன் முறையான கல்வியைப் பெறக்கூடாது?

காது கேளாத வாய் பேசாத குழந்தைகள் மூவரை ஒருங்கிணைத்த சுவேன்சன், 1897ம் ஆண்டு சாராள் தக்கர் பள்ளி வளாகத்திலேயே

வகுப்பறை ஒன்றில் அவர்களுக்குக் கல்வி கற்பிக்கத் தொடங்கினார். காது கேளாதோருக்கான பள்ளி திறக்கப்பட்டதைக் கேள்விப்பட்டு, இந்தியாவின் பல பகுதிகளிலிருந்தும் குழந்தைகள் சுவேன்சனைத் தேடி வந்தார்கள். ''கல்கத்தாவில் பிரம்ம சமாஜம் இவ்வாறான பள்ளி ஒன்றை நடத்துவதாகக் கேள்விப்பட்டேன். ஆனால் அவர்களும் ஆதரவற்ற குழந்தைகளுக்கு உதவுவதில்லை என கைவிரித்துவிட்டார்கள்'', என 1915/1916ம் ஆண்டு சுவேன்சன் எழுதியிருக்கிறார். இந்தக் குழந்தைகளுக்கு தனி பள்ளி ஒன்றைக் கட்ட விரும்பிய சுவேன்சன், ஆண்டு விடுமுறையில் இங்கிலாந்துக்குச் செல்லும்போது, அங்குள்ள மக்களிடம் நிதி திரட்டியிருக்கிறார். இங்கிலாந்தில் தங்கி காதுகேளாத மற்றும் வாய்பேசாத குழந்தைகளுக்கான கல்விமுறையைக் கற்றுக்கொள்ள விரும்பினாலும், அதற்கு ஏற்ற சூழல் தனக்கு வாய்க்கவில்லை என 1897-98ம் ஆண்டு எழுதியிருக்கிறார் சுவேன்சன்.

''இங்கிலாந்தில் தங்கி படிக்க ஆசைப்பட்டாலும், என்னால் முடியவில்லை. இந்தியா என்னை அழைத்தது. எனக்கு உதவி தேவை என்பதையும், அதைச் செய்யுமாறும் என்னால் கெஞ்ச மட்டுமே முடிந்தது. சில மாதங்களின் முடிவில், என்னிடம் 1000 பவுண்டு பணம் சேர்ந்திருந்தது. இந்தியா சென்று இந்தக் குழந்தைகளுக்கு உதவ என் கமிஷனின் அனுமதியும் கிடைத்தது. இவர்களுக்கு எப்படி கல்வி தருவது என்ற எந்த அடிப்படை அறிவும் இல்லாமல், 247 தமிழ் எழுத்துகளையும் விரல் எழுத்துகளாக (Finger alphabets) தகவமைக்க முடிந்தது. படங்கள், சைகைகள் மூலம் எங்களால் அந்தக் குழந்தைகளிடம் நெருங்க முடிந்தது. வகுப்புகளைத் தொடங்கினோம். இப்போது திரும்பிப் பார்த்தால் எங்கள் கல்விமுறை மிகுந்த கரடுமுரடானதாக, சரியாக வடிவமைக்கப்படாததாகத் தோன்றுகிறது; ஆனால் நாங்கள் கற்றுக்கொள்ள அதுவே போதுமானதாக இருந்தது'', என சுவேன்சன் பின்னாளில் எழுதியுள்ளார்.

இப்படி இங்கிலாந்திலிருந்து பெறப்பட்ட பணத்தைக் கொண்டு பள்ளியைத் தொடர்ந்து நடத்தினார். 1899ம் ஆண்டு 9 குழந்தைகள் அவரிடம் கல்வி கற்றனர். ''அவர்களில் இரு பெண்கள் வாசிக்கவும், எழுதவும், கணிதமும் கற்றுக்கொண்டவர்கள், தமிழ் எழுத்துகளை தங்கள் விரல்கள் கொண்டு சைகை செய்யத் தெரிந்தவர்கள்'', எனவும் அவர் எழுதியிருக்கிறார். 1900ம் ஆண்டு இந்துக்களும், கிறிஸ்தவர்களுமாக 19 குழந்தைகள் சுவேன்சனிடம் கற்றனர். அவரிடம் பயிற்சி பெற்ற தமிழ் ஆசிரியர்கள் கல்விபுகட்ட உதவினார்கள். இதற்கு மேல் அந்தக் குழந்தைகளுக்கு கற்பிக்க

சுவேன்சனது சூழலும், நேரமும், நிதியும் ஒத்துழைக்கவில்லை. தமிழ் மண்ணின் ஆசிரியர்கள் மேல் அளவுகடந்த நம்பிக்கையும் அன்பும் சுவேன்சனுக்கு இருந்தது. பள்ளி தொடக்கம் முதலே தன்னுடனிருந்த பள்ளியின் முதல்வர் மற்றும் ஆசிரியர்கள் தன் பெரும் வரம் எனச் சொல்கிறார்.

இதனை முதல்வராக அங்குப் பணியாற்றிய தேவனேசம் அம்மாள் ஆமோதித்திருக்கிறார். 1909ம் ஆண்டு அவர் எழுதிய கடிதம் ஒன்றில், '' நான் முதலில் இங்கு வந்த போது 6 மாணவிகள் மட்டுமே இருந்தார்கள்; மாணவர்கள் இல்லை. இங்கு என் முதல் வாரத்தை நான் மறக்கவே போவதில்லை. வாரம் முழுக்க அவர்களுக்கு கடவுள் உலகைப் படைத்ததைப் பற்றிய முதல் பைபிள் பாடம் சொல்லித்தந்தேன். அந்த ஞாயிற்றுக்கிழமை சுவேன்சன் அம்மாள் அவர்களிடம் பாடம் கேட்பதாக ஏற்பாடு. இப்போதைப் போல அப்போது எனக்கு தெளிவு இருந்திருந்தால் அதைச் சொல்லித்தந் திருக்கவே மாட்டேன். சைகை மொழியில் நான் கற்றுத்தந்த எதையும் குழந்தைகள் அவர் முன்பு செய்துகாட்டவில்லை. எனக்கு அவமானமாகவும், வெட்கமாகவும் போய்விட்டது. மனம் ஒடிந்து போனேன். ஆனால் தொடர்ந்து பணியாற்ற கடவுள் என்னைப் பணித்தார். இந்தக் குழந்தைகள் குறும்பு நிறைந்தவர்கள். நாம் தண்டனை ஏதும் தந்தால் போதும், இங்கிருந்து ஓடிவிடுவார்கள். பின்னால் துரத்திக்கொண்டு ஓடவேண்டும். ஆனால் இப்போதோ அவர்கள் நிறைய மாறியிருக்கின்றனர்'', என கூறியிருக்கிறார்.

தன் குழந்தைகளுக்கான பள்ளி இயங்க தனி இடம் வேண்டும் என விரும்பிய சுவேன்சன், பாளையங்கோட்டை சிறைச்சாலைக்கு எதிர்ப்புறம் 14 ஏக்கர் நிலத்தை டாக்டர் தனகோடி ராஜு என்பவரிடமிருந்து 4500 ரூபாய்க்கு வாங்கினார். ராஜுவின் 'ஹைட்ரோ கிளினிக்' இயங்கிவந்த இடம் அது. திரட்டிய நிதியை பள்ளி வகுப்பறைகள் கட்டுவதில் செலவிட்டார் சுவேன்சன். பைபிளை குழந்தைகளிடம் கொண்டுசேர்க்க கண்கவர் படங்களுடன் நூல் ஒன்றை வடிவமைத்தார். உலகம் தோன்றியது முதல் மோசேக்கு ஆண்டவர் காட்சி தந்தது வரையிலான பாடங்களை ஐந்து பகுதிகளாகப் பிரித்து, சைகை மொழியில் கற்றுத்தந்தார். ஒவ்வொரு ஞாயிற்றுக்கிழமையும் இந்த பைபிள் வகுப்புகள் பள்ளியில் நடந்தன. தன்னிடம் பயின்ற இரு சிறுமிகளை சிறு கிராமங்களுக்கு அழைத்துச் சென்றவர், சைகை மொழியில் அந்தக் குழந்தைகளை மக்களிடம் நற்செய்தி சொல்லச்செய்தார். மணல் பரப்பி அதில் கடவுளின் பெயரை எழுதி, அவர் வார்த்தையைச் சொல்லும் அளவுக்கு குழந்தைகள் தேர்ச்சி பெற்றனர். தன்னிடம்

வந்த குழந்தைகளுக்கு இறைவனை அறிவிக்க சுவேன்சன் தயங்கவில்லை.

16 வயதான வாய்பேசாத, காதுகேளாத இந்து சிறுமி ஒருத்திக்கு இந்து மணமகன் ஒருவனை, அவளது குடும்பம் நிச்சயித்தது. அவளோ கல்வி வேண்டுமென்று சுவேன்சனிடம் சில ஆண்டுகளுக்கு முன்பு வந்தவள். தொடக்கத்திலிருந்தே அவள் மதம் மாற விருப்பம் தெரிவித்ததற்கு குடும்பம் இசையவில்லை. ஆனால் இப்போதோ, கட்டாயம் மதம் மாறப்போவதாகவும் அந்த உறவினரைத் திருமணம் செய்துகொள்ளப் போவதில்லை என்றும் அந்தப் பெண் அறிவித்தாள். முதலில் மறுத்த குடும்பம், ஒரு வழியாக அவள் மதம் மாற ஒப்புக்கொண்டது. அவளுக்கு திருநீராட்டு செய்கையில், மறைபரப்பாளர் தமிழில் கேள்விகள் கேட்க, அவற்றுக்கு பொறுமையாக நேரமெடுத்து சைகை மொழியில் அவள் பதில் சொன்னது நெஞ்சை நெகிழச் செய்வதாக இருந்தது என சுவேன்சன் பதிவு செய்கிறார். அவள் 'கிருபைப்பெத்தாள்' (கிருபை பெற்றவள் என பொருள்படலாம்) எனப் பெயரிடப்பட்டாள் என எழுதுகிறார் சுவேன்சன்.

இந்தப் பணிகளுக்கு பணம் பெரும்பாலும் சைலன்ட் சர்வீஸ் கில்ட் (Silent Service Guild) மூலமே பெறப்பட்டது. இதன் நிறுவனர் சுவேன்சன். ஒவ்வொரு ஆண்டும் ஆறு பென்ஸ் பணம் இந்த அமைப்பில் சேர்பவர்கள் தரவேண்டும், கூடவே அவர்கள் ஆண்டுதோறும் இவ்வாறு 6 பென்ஸ் பணம் தரக்கூடிய 12 நபர்களை கில்டுக்கு அறிமுகம் செய்துவைக்கவேண்டும். அப்படி 12 பேர் கிடைத்துவிட்டால், அவர்கள் தரும் 6 பென்ஸ் இந்தியாவுக்கு அனுப்பப்படும், அறிமுகம் செய்தவரின் 6 பென்ஸ் பணம் இங்கிலாந்திலுள்ள காதுகேளாத வாய்பேசமுடியாத முதியோருக்கு உதவித்தொகையாக வழங்கப்படும். இப்படித்தான் பள்ளி நடத்த பணம் பெறப்பட்டது. 1901ம் ஆண்டு சுவேன்சனின் பள்ளிக்கு அரசு அங்கீகாரம் கிடைத்தது. 1902ம் ஆண்டு பள்ளியைப் பார்வையிட வந்த அரசுப்பள்ளிகளின் கண்காணிப்பாளர் (Inspectress of Government Schools) பள்ளி மிகச்சிறப்பாக இயங்குவதாகவும், பள்ளி மாணவர்கள் பிற மாணவர்களைப் போன்று சிறப்பாகவே படித்துவருவதாகவும் தெரிவித்துள்ளார்.

அந்த ஆண்டு 71 மாணவர்கள், 35 தொழிற்கல்வி பயிலும் மாணவிகள், 7 ஆசிரியர்கள் கொண்டு பள்ளி சிறப்பாக இயங்கியிருக்கிறது. கூடுதலாக ஆசிரியர்கள் தேவை என்பதை உணர்ந்த சுவேன்சன் 1904ம் ஆண்டு இங்கிலாந்து சென்று திரும்பும் போது, இந்த

மாணவர்களுக்கு கற்றுத்தர சிறப்புப் பயிற்சி பெற்ற மிஸ். ஹார்ட் என்பவரையும், மிஸ். ஆலன் என்பவரையும் அழைத்துவந்தார். ஆனால் துரதிர்ஷ்டவசமாக சில வாரங்களில் உடல்நலக்குறைவு காரணமாக ஹார்ட் இறந்துபோக, ஆலன் நெல்லையின் சூடு தாளாமல் இங்கிலாந்து திரும்பிவிட்டார்.

மனம் தளராத சுவேன்சன், இங்கிலாந்தின் கிளாஸ்கோ காதுகேளாதோர் பள்ளி முதல்வர் பரிசளித்த நூல்கள், பாட நூல்களைக் கொண்டு புரிதலை உருவாக்கிக்கொண்டு, தன் ஆசிரியர்களுக்கும் மாணவர்களுக்கும் இங்கிலாந்தின் புதிய சைகை முறைகளைக் கற்றுக்கொடுத்தார். அதில் பெரும் வெற்றியும் கண்டார். ஆங்கிலத்திலும், தமிழிலும் வகுப்புகள் எடுக்கப்பட்டன. அரை நாள் ஏட்டுக்கல்வியும், மீதி அரை நாள் தொழிற்கல்வியும் மாணவர்களுக்கு தரப்பட்டது. இரண்டிலுமே மாணவர்கள் சிறந்து விளங்கினார்கள். 50 பெண்கள் பள்ளியில் பயின்றுவந்தாலும், பள்ளியில் சேர இன்னும் பலர் காத்திருந்தார்கள் எனவும் சுவேன்சன் பதிவு செய்திருக்கிறார். 1912ம் ஆண்டு பள்ளியில் 130 மாணவர்கள் பயின்று வந்தார்கள். தாமதமாகப் பள்ளியில் சேர்ந்தாலும், சைகை மொழியும், வாயசைவு உணர்தலும் அவர்களுக்குக் கற்றுத்தரப் பட்டன. மெக்டவல் என்ற ஆசிரியை இங்கிலாந்திலிருந்து வந்துசேர்ந்தார்.

1920ம் ஆண்டு இங்கு பணியாற்றிய ஆசிரியர் ஒருவரது அனுபவம் பதிவுசெய்யப்பட்டுள்ளது. இங்கிலாந்தில் 10 ஆண்டுகள் பணியாற்றிய அந்த ஆசிரியர் பாளையங்கோட்டை பள்ளியில் 6 ஆண்டுப் பணிக்குப் பின், எழுதிய அனுபவம் இது- ''130 மாணவர்கள், அவர்களில் படித்துமுடித்து தொழிற்கல்வியில் ஈடுபட்டிருந்த 40 பேர், 15 வகுப்புகள். எப்போது நுழைந்தாலும் சாதாரணப் பள்ளிகள் போல மாணவர்கள் வாசிக்கும் சத்தம் கேட்கும். வெறும் உதட்டசைவைக் கண்டு அவர்கள் அருமையாகப் படிக்கின்றனர். அவர்களின் வெளிப்பாட்டுத் திறன், அப்போது போல இப்போதும் குறைவு தான். ஆனால் அவர்களது மொழியறிவு, வரலாறு, புவியியல், இயற்கையறிவு போன்றவற்றுக்கு ஈடு இணையே இல்லை. இங்கிலாந்தில் கூட இவர்கள் அளவுக்கு சிறப்பான மாணவர்களை நான் பார்த்ததில்லை'', என அவர் எழுதியிருக்கிறார். தச்சுத்தொழில், தையல், நூல்கள் பைண்டு செய்தல், அச்சுத்தொழில், அதற்கான எழுத்துகள் அச்சுக்கோப்பது, கூடை மற்றும் பாய் முடைதல், தோட்டவேலை, சமையல், இவ்வளவு ஏன், கும்மி கூட மாணவர்களுக்குக் கற்றுத்தரப்பட்டது.

ஹார்வி மில் இந்த மாணவர்களுக்கு நெசவு, தையல் கற்றுக்கொள்ள இலவசமாக நூல் வழங்கியது. அதைக் கொண்டு நெசவு செய்துவந்த மாணவர்கள், 1902ம் ஆண்டு லக்னோவில் நடைபெற்ற கண்காட்சியில் பரிசுபெற்றனர். சுவிசேசபுரத்தில் தொழிற் பள்ளியின் கிளை ஒன்று தொடங்கப்பட்டது. மதராஸ் மற்றும் திருவள்ளாவில் புதிய காதுகேளாதோர், வாய் பேசமுடியாதோர் பள்ளிகள் திறக்கப்பட்டன. கல்லிடைக்குறிச்சி, மானாமதுரை, கன்னியாகுமரி ஆகிய இடங்களில் புதிய பள்ளிகள் தொடங்கப் பட்டன. சாராள் தக்கர் வளாகத்திலேயே சிறு தேவாலயம் ஒன்றும், மருத்துவமனை ஒன்றும் சுவேன்சன் முயற்சியால் உருவாயின. அவரது பணிகளைப் பாராட்டி ஆங்கிலேய அரசு பிப் 8, 1909ம் ஆண்டு 'கேசர்-ஐ-ஹிந்து'' வெள்ளிப் பதக்கம் அளித்தது.

சென்னையில் தனகோடி ராஜுவின் வீடு இருந்த லேலண்ட்ஸ் கார்டன் பகுதியில் பீட்ஸ் பள்ளி இயங்கிவந்தது. அப்பகுதிக்கு எதிரே இருந்த புதிய கட்டடத்துக்கு பீட்ஸ் பள்ளி மாறியதும், தனகோடி ராஜுவின் பங்களாவில் காதுகேளாதோருக்கான புதுப் பள்ளியைத் தொடங்க எண்ணிய சுவேன்சன், ராஜுவின் வீட்டை வாங்கினார். காது கேளாதோருக்கான பள்ளி சாந்தோமில் ராஜுவின் வீட்டில் 1913ம் ஆண்டு புளாரன்சுவால் தொடங்கப்பட்டது. 1919ம் ஆண்டு உடல்நலக் கோளாறு காரணமாக சுவேன்சன் இங்கிலாந்து திரும்பினார். 37 ஆண்டுகள் தமிழகத்தின் காது கேளாத வாய்பேச முடியாதவர்களுக்காக செலவிட்டிருந்தார் அவர். 3 மார்ச், 1946 அன்று தன் 94வது வயதில் புளாரன்சு காலமானார்.

சாந்தோம் பள்ளி இன்று இயங்கிவந்தாலும், புளாரன்சு பணியைத் தொடங்கிய தனகோடி ராஜுவின் பங்களா பரிதாபமாக தன் இறுதிமூச்சை விட்டபடியுள்ளது. தொன்மையான கட்டடமான அதைக் காப்பாற்றும் பொறுப்பு சி.எஸ்.ஐ. நிர்வாகத்துக்கு உண்டு. வழக்கம் போல, அந்தக் கட்டடம் மனித நடமாட்டத்துக்குத் தகுதியற்றது என்பதைக் காரணம் காட்டி, பூட்டி வைத்திருக் கின்றனர். சுருங்கச் சொன்னால், கட்டடம் இடிந்துவிழக் காத்திருக் கின்றனர். பாளையங்கோட்டை பள்ளியின் நிலையைப் பார்க்கலாம் என சென்றோம். சிறைச்சாலைக்கு எதிரே பெரிய வளாகத்தில் இன்றும் பள்ளி இயங்கிவருகிறது. கொரோனா காலத்தில் கூட ஆசிரியர்கள், மாணவர்களின் நடமாட்டம் இருந்தது. வளாகத்தில் நுழைந்ததும் இடதுபக்கத்தில் சிற்றாலயம் ஒன்று தெரிகிறது. உள்ளே நுழைந்ததும் நடுக்கூடத்தில் பொறிக்கப்பட்டுள்ள வாசகங்கள் கண்ணைப் பறிக்கின்றன. ''இந்த இடத்திலே செய்யப்படும்

ஜெபத்திற்கு என் கண்கள் திறந்தவைகளும், என் செவிகள் கவனிக்கிறவைகளுமாய் இருக்கும்'' எனவும், ''மனுஷரால் கூடாதவைகள் தேவனால் கூடும்''.

ஆலயத்தின் பக்கவாட்டு சுவர்களில் பள்ளியில் பணியாற்றிய அன்பு உள்ளங்களுக்கு கல்வெட்டுகள் எடுத்து சிறப்பு செய்திருக்கின்றனர்.

''அன்பின் ஞாபகார்த்தமாக எஸ்.ஞானசுந்தரம்மாள், காது கேளாத உபாத்தியாயர், மரணம் 30-09-1937. ஊழியம் 22 வருஷங்கள். உண்மை, ஊக்கம், விடாமுயற்சிக்கு மாதிரியானவள். இவள் மரித்தும் இன்னும் பேசுகிறாள்.''

''இந்த பள்ளிக்கூடத்தில் ஏழு வருஷம் வேலை செய்த ஜான் ஞானையா உபாத்தியாயருக்கு ஞாபகமாக வைக்கப்பட்டது. மரித்தது 2 ஜனவரி 1910.''

"IN LOVING MEMORY OF REV.CHARLES E.de.CHITTENDEN (MISSIONARY, ZENANA MISSIONARY SOCIETY) WHO LABOURED WITH LOVE AND DEVOTION AS PRINCIPAL AND CORRESPONDENT IN THE FLORENCE SWAINSON SCHOOL FOR THE DEAF FROM 1951 TO 1966. ENTERED INTO ETERNAL REST ON 8-4-89."

''திருமதி தாயம்மாள் அவர்கள் ஞாபகார்த்தம். பள்ளியில் 16 வருடங்கள் வேலை செய்து 15-10-1956ல் கர்த்தருக்குள் மரித்தார்கள். வயது 43. கர்த்தருக்குள் மரிக்கிறவர்கள் பாக்கியவான்கள்.''

''ஸ்ரீ டி.எப்பத்தா. வயது 66. 36 வருஷ உண்மையான ஊழியத்திற்கு ஞாபகார்த்தம்.''

இவர்கள் தவிர நேசம் என்ற தலைமை ஆசிரியருக்கும் கல்வெட்டு ஒன்று எடுக்கப்பட்டுள்ளது. பள்ளிக்கு உழைத்தவர்களின் நினைவைப் போற்றுகிற வகையில் வைக்கப்பட்டுள்ள கல்வெட்டு களின் கீழ் அமர்ந்து மூன்று பெண்கள் ஜெபித்துக்கொண்டு இருந்தார்கள். அங்கிருந்து பள்ளி அலுவலகத்துக்குச் சென்றோம். வெளிப்பட்ட ஆசிரியர் ஒருவரிடம், ''சார், புளாரன்சு அம்மாவின் படம் ஒன்று இங்கே உண்டு எனச் சொன்னார்கள். எங்கே இருக்கிறது சார்?'', என கேட்டதும், ''பக்கத்து ஹால்ல தான் இருக்கு, பாருங்க'', என அனுப்பினார்.

அது ஒரு அழகிய கூடம். குறைந்தது 200 பேர் வசதியாக அமரலாம். அதன் நடுவே சுமார் மூன்றடி உயரப் படம் ஒன்றில் சுவேன்சன்

காது கேளாதோர் வாய் பேசாதோர் பள்ளியில்
புளாரன்சு சுவேன்சன் புகைப்படம்

அமர்ந்திருந்தார். 1895-1920 என படத்தின் கீழே எழுதப்பட்டிருந்தது. அதுவரை புளாரன்சின் சிறுவயது கருப்புவெள்ளை படம் ஒன்றை மட்டுமே பழைய நூல் ஒன்றில் பார்த்திருந்தேன். இந்தப் படம் அந்தப் பெண்மணியின் கம்பீரத்தைப் பறைசாற்றுவதுபோல இருந்தது.

பள்ளி வளாகத்தில் புளியமரங்களும், பழைய ஓட்டு வகுப்பறைகள் சிலவும் இருந்தன. புதிய கட்டடம் ஒன்றில் ஆசிரியர் அறை இருந்தது, பள்ளி வகுப்பறைகள் புதிய கட்டடத்தில் இயங்கி வருகின்றன. ஆனால் நம் கண்ணோ, மைதானத்துக்கு அப்பால் தெரிந்த பழைய கட்டடத்தின் மேல் லயித்தது. அது விடுதி என்பதை அதன் தூண்கள் அமைந்த நீண்ட வெராந்தா காட்டியது. நைலான் கயிற்றில் துணிகள் காய்ந்துகொண்டிருந்தன. அங்கங்கே சுவர்களில்

கல்வெட்டுகள் தெரிந்தன. ஆர்வத்துடன் அவற்றை வாசிக்கத் தொடங்கினோம்.

நாங்கள் கண்ட முதல் கல்வெட்டு, 'இந்தியாவின் பேரரசன்' இங்கிலாந்தின் ஐந்தாம் ஜார்ஜ் மன்னனின் முடிசூட்டு விழாவை முன்னிட்டு மேடை தளவாய் திருமலையப்ப முதலியார் அளித்த பரிசு, 12 டிசம்பர் 1911'' என கட்டடத்தின் அந்தப் பகுதியை பள்ளிக்கு கொடையாக வழங்கியவரின் பெயரைச் சொன்னது. ஆற்காடு நவாபின் பிரதிநிதியாக நெல்லை பகுதியை நிர்வாகம் செய்துவந்தவர் இவர். தென்காசியை அடுத்த வெள்ளக்கால் கிராமத்தில் வசித்த இவரது தங்கையான உலகண்ணியை, தமிழறிஞரான வெள்ளக்கால் சுப்பிரமணிய முதலியார் மணந்தார். தமிழுக்குத் தொண்டு செய்த குடும்பம், காது கேளாத வாய்பேச முடியாத குழந்தைகளுக்கும் ஆதரவுக்கரம் நீட்டியுள்ளது. கிறிஸ்தவர்களின் பள்ளி, அதற்கு நாம் ஏன் கொடை தரவேண்டும் என அன்று இத்தகைய பெரியோர் தயங்கவில்லை. மன்னரை மகிழ்ச்சிப்படுத்தவே இந்த முயற்சி என எடுத்துக்கொண்டாலும் கூட, இந்த முயற்சியை கிறிஸ்தவர் எடுத்து நடத்திய காதுகேளாதோர் பள்ளியில் செய்ததற்கு அவர்களைப் பாராட்டித் தான் ஆகவேண்டும். சற்று தொலைவில் மற்றொரு கல்வெட்டில், 'இங்கிலாந்தின் பிற காதுகேளாதோர் பள்ளிகள் மற்றும் பிற நண்பர்களின் பரிசு' என குறிப்பிடப்பட்டிருந்தது.

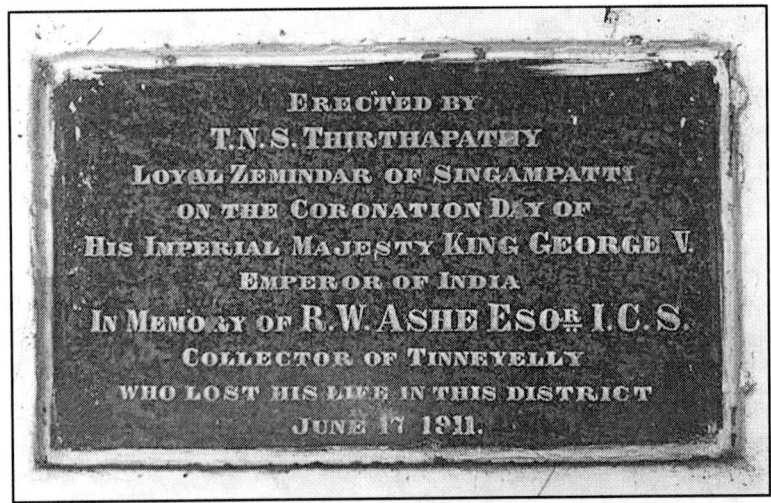

ஆஷ் துரை நினைவாக தீர்த்தபதி ஜமீன்தார் வழங்கிய விடுதியறையைக் குறிப்பிடும் கல்வெட்டு

இதெல்லாம் ஒன்றுமே அல்ல என தூக்கிசாப்பிடுவது போல இருந்தது அடுத்த கல்வெட்டு. இதுவும் ஐந்தாம் ஜார்ஜ் மன்னனின் முடிசூட்டு விழா அன்று எடுக்கப்பட்ட கல்வெட்டுதான். நெல்லை மாவட்டத்தில் ஜூன் 17, 1911 அன்று வாஞ்சிநாதனால் சுட்டுக்கொல்லப்பட்ட நெல்லை மாவட்ட ஆட்சியர் ஆர்.டபிள்யூ. ஆஷ் எஸ்குயர், ஐ.சி.எஸ். நினைவாக, சிங்கம்பட்டி ஜமீன்தார் டி.என்.எஸ். தீர்த்தபதி எடுப்பித்த கல்வெட்டு அது. காது கேளாத வாய் பேசமுடியாத மாணவர் பள்ளி விடுதியில் அறை ஒன்றை ஆஷின் நினைவாக தீர்த்தபதி கட்டித் தந்திருக்கிறார்.

வரலாறு எப்போதும் கருப்பு வெள்ளை என இரு நிறங்களில் பார்க்கப்படுவதில்லை. 'சரி, 'தவறு' எனும் இரட்டைத் தன்மையையும் அது கடந்து நிற்பதைக் காண்கிறோம். ஆஷ் வரலாறு மீண்டும் மீண்டும் நாம் படித்து உணரவேண்டியது. வரலாற்றின் சாம்பல் வண்ணப் பக்கங்களில் கட்டாயம் ஆஷின் வரலாறு உண்டு என திடமாக நம்புகிறேன். சிங்கம்பட்டி ஜமீன்தார் இந்தப் பள்ளிக்கு விடுதியறை ஒன்றை ஆஷின் நினைவாகக் கட்டித்தந்ததைக் காண்கையில் நம் இன்றைய மதிப்பீடுகள் கரைந்து போகின்றன. சரியுமல்ல, தவறுமல்ல, எவரொருவரால் ஆதரவற்றவர் களுக்கு ஆதரவுக்கரம் நீட்ட முடிகிறதோ, அந்தக் கைகள் கறைபடிந்த கைகளானாலும், பாராட்டுக்குரியவை என்பதில் ஐயமில்லை. தீர்த்தபதி ஆஷ் மேல் கொண்டிருந்த பற்று இந்தக் கல்வெட்டில் தெரிகிறது. போலவே, திருச்செந்தூர் முருகனை தங்கள் குடும்பக் கடவுளாகக் கொண்டு வணங்கிவரும் ஜமீன் குடும்பம், கிறிஸ்தவப் பள்ளிக்கு முகம் கோணாமல் நிதியுதவி தந்திருப்பது அன்றைய சூழலில் நிலவிய பன்மைத்தன்மையான சமூக இணக்கத்தை நம் முகத்தில் அறைந்து சொல்கிறது.

இந்தக் கல்வெட்டுகள் தவிர பெயர் குறிப்பிட விரும்பாத உ.கு. என்ற நண்பர், மிஸ். மார்ஷ் போஸ்கோம்ப், அலெக்சாந்திரா லீ வார்னர் என்ற பெண்ணின் நினைவாக அவளது நண்பர்களும் உறவினர்களும் 1910ம் ஆண்டு நவம்பர் மாதம் கட்டித்தந்த அறை என ஒவ்வோர் அறைக்கு முன்னும் கல்வெட்டுகள் உதவிய நல்லுள்ளங்களை நினைவு கூர்கின்றன. குளியலறைக்குள் எட்டிப் பார்த்தோம். நீள் செவ்வக வடிவத்தில் பெரிய நீர் நிரம்பிய தொட்டியும், வரிசையாகக் கழிவறைகளும் இருந்தன. பொதுவில் தான் குளித்தாக வேண்டும் போல. முதல் மாடியிலும் இதே போல் வரிசையாக அறைகள், அவற்றின் முன் பழைய பெயின்ட் வாளிகள், சில செருப்புகள், அங்கங்கே கொடிக்கயிற்றில் காற்றில் அசைந்த

பள்ளியில் தரை ஓடுகள் உடைந்த வெராந்தா

படி துணிகள் என ஒரு பள்ளி விடுதிக்குரிய சகல லட்சணங்களும் அங்கு இருந்தன.

தரையின் ஓடுகள் பெயர்ந்து அங்கங்கே காலை இடறியது. அறைகளில் ஒற்றைக் கட்டிலும், ஒன்றிரண்டு பாய்களும் தென்பட்டன. கொரோனா காரணமாக நிறைய குழந்தைகள் விடுதியில் இல்லை. இருந்தவர்களும் பள்ளிக்கு சென்றிருக்க வேண்டும். 1950களில் பயன்படுத்தப்பட்ட சுவிட்ச் போர்டுகள் இன்றும் தங்கள் பணியை செவ்வனே செய்துகொண்டுள்ளன. மாணவர்கள் யாராவது இருந்தால், கட்டாயம் அவர்களிடம் பேசியிருப்போம். தொன்மையான விடுதிக் கட்டடத்துக்கு மராமத்து பணிகள் கட்டாயம் செய்யப்படவேண்டும். அதில் யாருக்காவது அக்கறை இருக்கிறதா... அல்லது என்றாவது இடிந்துவிழும் அப்போது புதிதாக வேறு கட்டலாம், அல்லது

இடத்தை வேறு எதற்காவது பயன்படுத்தலாம் என இருக்கிறார்களா என்பது புரியவில்லை.

ஆனால் ஒன்று மட்டும் புரிகிறது, இன்னும் சில ஆண்டுகளில் இந்த விடுதி காணாமல் போகப் போவது உறுதி. இன்று எண்ணற்ற கற்றல், புரிதல் குறைபாடுள்ள குழந்தைகளை நாம் அன்றாடம் வாழ்வில் சந்திக்கிறோம். இந்தப் பள்ளி நீடித்து நிலைத்து, எதிர்காலத்தில் அவ்வாறான குழந்தைகளுக்கேனும் பயன்பட வேண்டும் என்ற ஆசையை நெடிய பெருமூச்சு ஒன்று மூலம் வெளிப்படுத்திவிட்டு, அங்கிருந்து கிளம்பினோம்.

சான்றுகள்

- Between Life and Death : The Story of C. E. Z. M. S. Medical Missions in India, China, and Ceylon – Irene H Barnes, Marshall Brothers, 1901
- Disability Care - Education in 19th Century India: Dates, Places - Documentation, with Some Additional Material on Mental Retardation and Physical Disabilities up to 1947. Revised Version. - ERIC
- Peeps into the Deaf World, W.R.Roe, PhD, 1917
- *பராபரக்கண்ணி, வேதநாயகம் சாஸ்திரியார் (பிரதி உதவி நோவா சாஸ்திரியார், தஞ்சை)*

10

லேனா என்ற மாலையம்மன் கதை – குரும்பூர் விசேந்தியப்பர்

'கொலையில் உதித்த தெய்வங்களின்' வரிசையில் லேனாவும் இடம்பெறவேண்டும் தான். என்ன பாவம் செய்தாளோ, கிறிஸ்தவ மதத்தில் பிறந்ததால் அந்த இடம்கூட அவளுக்குக் கிடைக்கவில்லை.

*

கடவுளை நோக்கி மன்றாட்டு:

"நல்ல இயேசுவே, என் எலும்பு மஜ்ஜைகள் வரை உம் அன்பு ஊடுருவிப் பரவட்டும். உம்மேல் மதிப்பும், மரியாதையும் நான் கொள்ளவும், உம் நற்பெயருக்கு என் உயிரை ஈந்து பணியாற்றவும், உமக்கு எதிராக இங்கு நடக்கும் குற்றங்களை எல்லாம், குறிப்பாக நான் செய்த பாவங்களை எல்லாம் நீக்கவும் எனக்கு அருள் புரியும். என்னைப் படைத்தவராக உம்மை நான் போற்றவும் ஆராதிக்கவும், நீர் எனக்கு செய்த சகல நன்மைகளுக்கு நன்றி செலுத்தவும் என்றென்றும் வழிசெய்யும். எல்லாவற்றிலும் உம்மை நான் காணவும், போற்றவும், மனதார துதிக்கவும், அகமகிழ்ந்து அக்களித்து உம்மைப் பெருமைப்படுத்தவும் செய்யும். என்றேனும் ஒரு நாள், தகுதியற்ற என்னை உம் மேசையில் உமக்கும், பிற வானதூதருக்கும், புனிதர்களுக்கும் சமமாக அமர்த்தி பெருமைப்படுத்தும். ஆமென்."

- ‘விசேந்தியப்பர்’ வின்சென்ட் பெரரின் (St Vincent Ferrer) ஜெபங்கள்.

கடந்த ஜனவரி மாதம் தமிழகத்தின் தென் பகுதியின் பழைய தேவாலயங்களின் படங்களை இணையத்தில் தேடிப் பார்த்தபோது, மிகத்தொன்மையான குரும்பூர்-அழகப்பபுரம் தேவாலயத்தின் படம் கண்ணில் பட்டது. ஆலயத்தின் பெயரும் நான் இதுவரை கேள்விப்படாத ‘வின்செண்ட் பெரர்’ சர்ச் என இருக்கவே, அங்கு எப்படியாவது சென்று பார்த்துவிடுவது என எண்ணிக்கொண்டேன். சிறு ஆலயம், அதன் முன்புறம் விரிவாக்கப்பட்ட பகுதி, ஆனால் அதன் சிறப்பு முகலாய பாணி கட்டுமானம்தான். முன்வாயில் முகப்பின் மேல் இருபுறமும் சுதையாலான கூம்பு வடிவக் கோபுரங்கள் தெரிந்தன.

இந்த ஆலயம் மிகவும் பழைமையானது எனவும், 14ம் நூற்றாண்டில் இங்கு வந்த கொச்சி ஆயர் ப்ரையர் யோர்தனசு என்பவர் இங்கு வின்செண்ட் பெரரின் சிலையை வைத்து வழிபட்டதாகவும் ஒரு ‘கதை’ இணையத்தில் நிலவியது. சம்பந்தபட்ட நபர் கத்தோலிக்க பாதிரியார் என்பதால் அவரிடம் தெளிவுபடுத்திக்கொள்ள விரும்பினேன். எவ்வளவு முயன்றும் அமெரிக்காவில் இருந்த வரைத் தொடர்பு கொள்ள முடியவில்லை. கொச்சி ஆயர் இங்கு வந்துசென்றார், அதுவும் போர்த்துகீசியர் வருகைக்கு முன்னால் என்றால் சரியான ஆதாரம் வேண்டுமே? நான் தேடியவரை, அப்படி எந்த ஆதாரமும் கிடைக்கவில்லை.

செரவாக்கின் யோர்தனசு (Jordanus of Severac)/ யோர்தனசு கதலானி (Jordanus Catalani) என்ற தொமினிக்கன் குரு 1321ம் ஆண்டு இந்தியாவின் மேற்குக் கரைப்பகுதிகளான குஜராத், கோகர்ணா, தானே, கொச்சி போன்ற பகுதிகளில் மறைபரப்புப் பணியில் ஈடுபட்டார். இவருக்கும் முன்பே தொமினிக்கன் மற்றும் பிரான்சிசுகன் சபை குருக்கள் இந்தியாவில் தங்கள் பணியைத் தொடங்கியிருந்தாலும், யோர்தனசு தனக்குத் தெரிந்த தகவல்களை, தான் இந்தியாவில் கண்டவற்றை விவரித்து எழுதியுள்ள ‘மிரபிலியா டெஸ்கிரிப்டா’ இங்கு முதன்முதலில் வந்த ஐரோப்பிய குருக்களுக்கு இந்தியா குறித்த புரிதலை ஏற்படுத்தியது. ‘‘மலபார் பகுதியில் சிறகுகள் கொண்ட பறக்கும் பூனைகள் இருக்கின்றன; கொலம்பம் பகுதியில் உள்ள கறுப்பு மனிதர்கள் தங்கள் தலைகளை, தங்கள் கடவுள்களின் முன் வெட்டி பலிகொடுக்கின்றனர்’’ என இவர் எழுதிய குறிப்புகளில் உண்மை இல்லாமல் இல்லை.

மலபார் பறக்கும் அணில் (Malabar flying squirrel), போர் வீரர்கள் தங்கள் தலைகளை வெட்டித் தரும் 'அரிகண்டம்' போன்றவை உண்மை தானே? மார்கோ போலோவின் எழுத்தைப் போன்றே ஆங்காங்கே சற்றே மிகையாகத் தோன்றினாலும், கண்டவற்றை கவனப்படுத்திய இவரது உழைப்பால், இவர் வரும்போதே இந்தியாவில் கிறிஸ்தவம் இருந்தது என்பதைப் புரிந்து கொள்கிறோம். கொச்சியை 'கொலம்பம்' என எழுதும் யோர்தனசு, அதன் கிழக்கேயுள்ள கடற்கரைப் பகுதியிலும் சுற்றியிருக்கிறார். 'லெஸ்ஸர் இந்தியா' என அவர் குறிப்பிடும் பகுதியில் தங்களை கிறிஸ்தவர்கள் என அழைத்துக்கொண்டவர்கள் இருந்ததாகவும், அவர்கள் தோமையாரே கிறிஸ்து என நம்பியதாகவும், எந்த வழிபாட்டு முறைகளையும் அவர்கள் அறியாதவர்களாக இருந்தார்கள் எனவும் பதிவு செய்திருக்கிறார். அந்தப் பகுதிகளில் பயணம் செய்ததையும், அங்குள்ள செடி கொடிகள், விலங்குகள் பற்றியும் எழுதியிருக்கிறார்.

1328ம் ஆண்டு யோர்தனசை புதிதாக ஏற்படுத்தப்பட்ட இந்தியாவின் முதல் ரோமை கத்தோலிக்க மறைமாவட்டமான கொச்சி மறைமாவட்டத்தின் (diocese) ஆயராக (bishop) நியமித்து 22ம் போப் ஜான் பால் ஆணை பிறப்பித்தார். 1330ம் ஆண்டுவரை அவர் இங்கு பணியாற்றியதாகத் தெரிகிறது. இவருக்குப் பிறகு 1348ம் ஆண்டு இங்கு பயணியாக வந்த இத்தாலி நாட்டைச் சேர்ந்த ஜான் மாரினோலி (John Marignolli) தோமை கிறிஸ்தவர்கள் கொல்லம் பகுதியில் மிளகு விளைவித்ததாகவும், அங்குள்ள லத்தீன் வழி ஜார்ஜ் தேவாலயத்தில் வணங்கியதாகவும் எழுதியிருக்கிறார். அந்த ஆலயத்துக்கு ஐந்து ஓவியங்கள் பரிசளித்ததாகவும் எழுதியிருக்கிறார். இந்த ஆலயம் யோர்தனசால் கட்டப்பட்டது என நம்பப்படுகிறது. மாரினோலி, குமரிமுனையில் ஆங்கிலம், லத்தீன் இரு மொழிகளில் வெட்டப்பட்ட ஸ்தூபி ஒன்றை நிறுவியதாகவும் எழுதியிருக்கிறார். அலெக்சாந்தரின் ஸ்தூபியைப் போல தான் எடுத்த தூபியும் இறவாப்புகழுடையது எனவும் அவர் எழுதியிருக்கிறார்.

இந்த யோர்தனசுஸ் அல்லது மாரினோலி போன்றோர் ஒருவேளை குரும்பூருக்கு வந்திருக்கக் கூடுமா என்ற பல எண்ணங்கள் தோன்ற, தேடுதல் வேட்டை தொடர்ந்தது. ஒரு வழியாக இவற்றுக்கான விடையை 'புகழ் வென்ற புன்னைக்காயல்' நூலில் வெனான்சியுஸ் அடிகள் தந்திருக்கிறார். 'புன்னைக்காயல் இயேசு சபைக் குருக்கள் உள்நாட்டு கிராமங்களையும் சந்தித்து, மக்களைத் திருமறையில் சேர்த்தனர். மறிச்சுக்கட்டி (குரும்பூர்-அழகப்பபுரம்), பாளையம், கலியாவூர் ஆகிய கிராமங்களில் முத்துக்குளித்துறையின் அதிபர்

அலெக்சாந்தர் லெனி சுமார் 1600 பேருக்குத் திருநீராட்டு வழங்கினார். திருக்கலூர், திருவைகுண்டம் ஆகிய இடங்களில் 1600ம் ஆண்டில் முதல் ஆலயங்கள் உருவாகின. 1604ம் ஆண்டின் இயேசு சபை அறிக்கையின் படி அவ்வாண்டில் உள்நாட்டில் 9 புதிய ஆலயங்கள் இருந்தன. இவ்வாலயங்கள் அனைத்தும், புன்னைக்காயல் பங்கோடு இணைந்திருந்தன. உள்நாட்டில் முதல் ஆலயம், ''மறிச்சுக்கட்டி'' என்ற ஊரில் உருவானது. இவ்வாலயம் புனித மிக்கேல் அதிதூதருக்கு அர்ப்பணிக்கப்பட்டிருந்தது', என அவர் நூலில் தெளிவுபடுத்தியுள்ளார்.

இந்த ஆலயத்தின் வினோதத் தோற்றம் ஏன் என புரிந்தது. முதன்முதலில் உள்நாட்டில் கட்டப்பட்ட கோயில் என்பதால், அப்பகுதி மக்களை ஈர்க்கும் வகையில், ஏற்கனவே அங்கு வழக்கத்திலிருந்த பிற கோயில்கள் போல இது வடிவமைக்கப் பட்டிருக்கவேண்டும்! அதே நூலில், 1560ம் ஆண்டு, 'ஆகஸ்டு மாதத்தில் ஏராளமான மக்கள் புன்னைக்காயலில் திருநீராட்டுப் பெற்றனர். அவர்களில் சிலர் உள்நாட்டுப் பகுதியிலிருந்து வந்தனர். சிலர் கிறிஸ்தவத் தனவந்தர்களிடம் வேலை செய்துவந்த அடிமைகள் ஆவர். புன்னைக்காயலில் இருந்து சுமார் 6 கல் தொலைவில் உள்நாட்டிலுள்ள ஒரு கிராமத்தில் 'கரையர்' என்ற வகுப்பினர் வாழ்ந்து வந்தனர். அவர்கள் பரத மக்களோடு சேர்ந்து முத்துக்குளிப்பது வழக்கம். அவர்களில் பெரும்பாலானோர் புன்னைககாயலுக்கு வந்து சுவாமி என்றி என்றிக்கஸின் கையினால் திருநீராட்டுப் பெற்றனர். அவர்களது ஊர் இன்று குரும்பூருக்கு அருகேயுள்ள 'மறிச்சுக்கட்டி' (அழகப்பபுரம்) என்பதாகும்', என வெனான்சியுஸ் அடிகள் குறிப்பிடுகிறார்.

கோயிலைத் தேடி அந்த சிற்றூருக்குப் பயணப்பட்டோம். அழகப்பபுரம் என்ற முகவரியை கூகிளாண்டவரின் துணைகொண்டு தேடிப் போனால், பாதிவழியில் மேப்பைக் காணவில்லை. அக்கம் பக்கத்து கடைகளில் விசாரித்து, ஒருவழியாக அந்த இடத்துக்குப் போய் நின்றால், அழகிய மெல்லிய மஞ்சள் வண்ணம் பூசப்பட்ட ஆலயம் கண்முன் தெரிந்தது. ஆனால் எங்கள் துரதிர்ஷ்டம், கோயில் மைதானத்தில் கூட நுழையமுடியாத வண்ணம் அங்கு பெரிய கேட் ஒன்றும் அதில் பூட்டொன்றும் தொங்கியது. வேறு ஏதாவது வழியில் உள்ளே நுழைய முடியுமா என சுற்றிவந்து பார்த்தால்.. ம்ம்ஹ்ம்ம்ம்...வாய்ப்பே இல்லை. சிதம்பர ரகசியம் போல பூட்டபட்டிருந்தது. கேட்டை ஒட்டிய பெட்டிக்கடையில் அக்கா ஒருவர் அமர்ந்திருக்க, மெல்ல பேச்சுக் கொடுத்தேன்.

''அக்கா, நாங்க சர்ச்ச பார்க்கணுமே..சாவி எங்க இருக்கு? உங்ககிட்ட இருக்கா?''

''இல்லைங்க..நீங்க நேரா குரும்பூர் சர்ச்சுக்குப் போங்க, அதுகிட்டக்க கான்வென்டு ஒண்ணு இருக்கு. வழக்கமா இங்க வாரவங்க அங்க வாங்கிட்டு தான் வருவாங்க. நீங்க புதுசா?''

''ஆமாக்கா. மெட்ராஸ்ல இருந்து வரோம். ஆமா இங்க கிறிஸ்தவங்க வீடு எதும் பக்கத்துல இருக்கா?'' (அக்காவின் நெற்றி நிறைய விபூதி).

''இந்த ஊருல ஏது கிறிஸ்தவங்க? அதெல்லாம் யாரும் இல்ல. முழுக்க இந்துங்க தான் இருக்கோம். ஆனா இந்த விசேந்தியப்பரு எங்களுக்கு புடிச்ச சாமி. திருவிழாவோட கூழு ஊத்துவோம். ஊருப் பொங்கல் வைப்போம். வேண்டுதல் எல்லாம் இங்க தான் நேந்துக்கிறது பாத்துக்கிடுங்க.''

குழப்பமாகக் கிளம்பினோம். இத்தனை தொன்மையான ஆலயம் இருக்கும் ஊரில் கிறிஸ்தவர்களே இல்லையா? எங்கே போனார்கள் எல்லோரும்? கரையர் இன மக்கள் தொடர்ந்து நேரிட்ட நாயக்கர் படைகளின் ஆக்கிரமிப்பு காரணமாக, தீவுகளிலும், பின்னர் இலங்கையின் வட பக்கத்திலும் சென்று குடியேறிவிட்டார்கள் என இயேசு சபை குருக்களின் குறிப்புகளில் வாசித்தது நினைவுக்கு வந்தது. பணம் கொண்ட நிலச்சுவான்தார்கள் அவற்றைப் பாதுகாக்க வேண்டி இங்கே தங்கிவிட்டாலும், தொழிலை மட்டுமே நம்பிப் பிழைத்த கரையர்கள் இலங்கைக்கு இடம்பெயர்ந்திருக்கக்கூடும். ஆனால் ஊரையே கிறிஸ்தவர்கள் காலி செய்துவிட்டு போவது என்றால் ஏதோ நடந்திருக்கவேண்டும் இல்லையா?

ஏதேதோ யோசித்தபடி குரும்பூர் ஆலயத்துக்கு வந்தோம். அதன் பக்கத்திலேயே புனித அன்னம்மாள் மடம் (St Anne Convent) இருக்கிறது. 18744ம் ஆண்டு ஞானம்மா என்ற சகோதரியால் நிறுவப்பட்ட மடம் இது. மூன்று சகோதரிகள் அந்த மடத்தில் இருந்தனர். அவர்களில் முதியவர் ஒருவர் பொறுமையாக வந்து பேசினார். எங்கிருந்து வருகிறோம், என்ன வேண்டும் என்ற கேள்விகளுக்குப் பிறகு, ''எனக்கும் காசிமேடு தான். என் சொந்தக்காரங்க வீடு போரூர்ல தான் இருக்கு'', என மிக அணுக்கமானார். அவரிடம் சாவியைப் பெற்றுக்கொண்டேன்.

மீண்டும் மறிச்சுக்கட்டிக்கு வந்துசேர்ந்தோம். கேட்டின் பூட்டைத் திறந்து, பள்ளி விட்டதும் வீட்டுக்கு ஓடும் சிறுமி போல பாய்ந்தடித்து ஓடி, ஆலயத்தைத் திறந்தேன். அழகிய சிற்றாலயம்.

குரும்பூர் விசேந்தியப்பர் கோயில்

பீடத்தின் நடுவே மாதா சுரூபம், அதன் கீழ் பாடுபட்ட சுரூபம், மாதாவுக்கு வலதுபக்கம் மிக்கேல் அதிதூதர், இடதுபக்கம் வின்சென்ட் பெரர் சுரூபங்கள், கீழே நற்கருணைப் பேழை போன்றவை இருந்தன. வடிவமைப்பைப் பார்த்தால் அத்தனை தொன்மையானதாகத் தெரியவில்லை, ஆனால் மிக எளிமையானதாக கட்டாயம் இருந்தது. தொழில் செய்து பிழைக்கும் அன்றாடங்காய்ச்சிகளின் கோயில் என்பதில் ஐயமில்லை. பீடப்பகுதி மட்டுமே முதலில் கோயிலாக இருந்திருக்கவேண்டும், அதன்பின் ஓடு வேய்ந்த கூடப்பகுதி கட்டப்பட்டிருக்கவேண்டும்; அதன் முகப்பில்தான் அழகிய சுதை வேலைப்பாடு இருந்தது. கோயிலுக்குள் வின்சென்ட் பெரரின் வரலாறு சொல்லும் பிளெக்ஸ் ஒன்றும் வைக்கப்பட்டிருந்தது. நான் பார்த்தவரை, இறகுகளுடன் அமைக்கப்பட்டிருக்கும் புனிதர்கள் சுரூபங்களில் அழகியது பெரரின் சுரூபம் எனச் சொல்லலாம்.

தீர்க்கமான கரிய விழிகள், தலையின் இருபக்கமும் ஏறிய நெற்றி, வலது கையில் சிலுவை, இரு தோள்களிலும் பெரும் சிறகுகள். யாரிந்த பெரர்? 1350ம் ஆண்டு ஜனவரி 23 அன்று ஸ்பெயின் நாட்டின் வாலன்சியா நகரில் வில்லியம் பெரர், கான்ஸ்டன்ஷியா மிகெல் தம்பதியின் இரண்டாவது மகனாக பெரர் பிறந்தார். வாலன்சியா நகரின் பாதுகாவலரான தூய வின்சென்ட்டின் பெயர் அவருக்கு இடப்பட்டது. மகன் பிறக்கும் முன்பே, அவன் தொமினிக்கன் குருவாவான் என்ற தீர்க்கதரிசனம் தந்தை வில்லியமுக்குக்

கிடைத்தது. மகனை மத குருவாக்குவது என முடிவெடுத்தார். 14 வயதில் இறையியலும், தத்துவவியலும் படித்துத் தேர்ந்தார் சிறுவன் வின்சென்ட். 18 வயதில் தொமினிக்கன் சபையில் இணைந்தார். தொமினிக்கைப் போலவே தானும் இறைவார்த்தையைக் கற்று, அதை மக்களிடம் கொண்டுசெல்லவேண்டும் என பெரா ஆசைகொண்டார். 1379ம் ஆண்டு குருப்பட்டம் பெற்றார்.

பார்சிலோனா நகரின் முக்கிய கூடுகைகளில் இவரது பிரசங்கங்கள் நடைபெற்றன. பிளேக் நோயும், அடுத்த போப்பாண்டவர் யார் என்ற இரு பெரும் சோதனைகளும் அவரது காலத்தில் ஏற்பட்டன. 'பிளாக் டெத்' என்ற பிளேக் நோய் ஸ்பெயின் உள்ளிட்ட ஐரோப்பிய நாடுகளில் மக்களின் உயிர்களை வாரிச்சுருட்டிக்கொண்டு போனது. லட்சக்கணக்கானோர் மடிந்தனர். அந்த சூழலில் இறைவார்த்தையை போதிப்பது எளிதாக இல்லை. போலவே திருச்சபையில் அப்போது

விசேந்தியப்பர் சுரூபம்

அறியப்படாத கிறிஸ்தவம் ✳ 205

‘பெருவெடிப்பு’ (Great Schism) நிகழ்ந்தது. ஆறாம் அர்பன், ஏழாம் கிளெமென்ட், பதின்மூன்றாம் பெனடிக்ட் என மூன்று பேர் ஒரே நேரத்தில் தங்களை போப்பாண்டவராக அறிவித்துக்கொண்டார்கள். இதனால் ஐரோப்பாவில் பெரும் குழப்பம் நிலவியது. குழப்பம் தீர்க்க வின்சென்ட் உள்ளிட்ட குருக்கள் தொடர்ந்து மக்களிடம், ஆயர்களிடம், மன்னர்களிடம் பேசிவந்தார்கள். இது வின்சென்ட்டின் உடல்நிலையை பெரிதும் பாதித்தது.

அவினான் நகரில் கட்டாயம் இறந்துபோவார் என எதிர்பார்க்கப் பட்ட வின்சென்ட், உயிர்தப்பினார். அவரது மரணப் படுக்கையில் இயேசுவும், தூய தொமினிக் மற்றும் தூய அசிசி ஆகியோர் தோன்றியதாக நம்பப்படுகிறது. அதன் காரணமாக உடல்நலம் தேறினார் வின்சென்ட். 20 ஆண்டு காலம் ஐரோப்பாவின் பல நாடுகளுக்குப் பயணித்து கடவுளின் பெயரை, இறுதித் தீர்ப்பு நாளை அறிவித்தார். அதனால் தீர்ப்பின் சம்மனசு (Angel of Judgement) என அழைக்கப்பட்டார். நோயுற்றவர்களை குணமாக்கினார். அவர்களின் மேல் தன் கைகளை வைத்து அவர் சொன்ன ஜெபங்களால் மக்கள் குணம் பெற்றனர். (அந்த ஜெபமே இந்தப் பகுதியின் தொடக்கத்தில் தரப்பட்டுள்ளது). இவரது முக்கியப் பணி ஆயிரக்கணக்கான யூதர்களை கிறிஸ்தவத்துக்குள் கொண்டுவந்ததே எனச் சொல்லப்படுகிறது.

இவரால் மனம் திரும்பிய யூத ராபியான பர்கோஸின் பால் (Paul of Burgos), பின்னாளில் கார்த்தஜெனாவின் ஆயரானார். வட்டித் தொழிலில் பெரும் செல்வம் ஈட்டிவந்த யூதர்களை மனம் திருப்புவது கடினமான காரியமாக இருந்ததால், கடும் செய்கைகளை வின்சென்ட் முன்னெடுத்தார் என்றும் சொல்லப்படுவதுண்டு. தன் கையிலுள்ள சிலுவையிலிருந்த கிறிஸ்துவே நோயுற்றவர்களை குணப்படுத்தியதாக வின்சென்ட் மக்களிடம் பிரசங்கம் செய்தார். அவரது இந்த நோயாளிகளுக்காக ஜெபிக்கும் முறையை இன்றளவும் உலகெங்குமுள்ள தொமினிக்கன் சபை குருக்கள் பின்பற்றுகின்றனர். பலருக்கு நோயிலிருந்து விடுதலையளித்த வின்சென்ட் 1419ம் ஆண்டு ஏப்ரல் 5 அன்று காலமானார். 1455ம் ஆண்டு புனிதர் பட்டம் பெற்றார்.

இந்த வின்சென்ட் பெரர் சுரூபம் யாரோ தொமினிக்கன் குருவால் இங்கு கொண்டு வரப்பட்டிருக்கவேண்டும். கோயிலின் உள்ளேயே ஆலய மணி மரச்சட்டத்தில் கோக்கப்பட்டுள்ளது. தொன்மையானதாகத் தெரிந்தது. மணிக்கும் வின்சென்டுக்கும் கூடத் தொடர்புண்டு. பெரும்பாலும் ஆலயத்துக்குள் மக்களை

அழைக்கவும், சந்தைகள் போன்ற மக்கள் கூடுமிடங்களில் அவர்களை ஒன்றிணைத்துப் பேசவும் முயல்கையில் மணியடித்து கவனம் ஈர்ப்பது வின்சென்ட்டின் வழக்கம் என பதிவு செய்யப் பட்டுள்ளது. ஆலயத்தைப் பூட்டிவிட்டு வெளியே சுற்றித்திரிந்தால், அதன் இடதுபக்கம் கல்லறைகள் சில தென்பட்டன. ஆனால் அவற்றை சென்று பார்க்க பாதை சரியாக இல்லை என்பதால் அதைக் காணும் எண்ணத்தைக் கைவிட்டோம். அதில் உயரமாக மூன்றடுக்கில் கல்லறை ஒன்று கெபியாக மாற்றப்பட்டிருந்தது. செப்டம்பர் மாதம் அங்கு திருவிழா நடைபெறும் என பக்கத்துக் கடை அக்காவிடம் மீண்டும் கேட்டு உறுதிசெய்துகொண்டு, சாவியை ஒப்படைக்க அன்னம்மாள் மடத்துக்குச் சென்றோம். வெயிலில் வியர்த்து வழிந்து அமர்ந்திருந்ததால் உள்ளே போகாமல், வண்டியின் ஓட்டுனரிடம் சாவியைத் தந்து நன்றிசொல்லிவிட்டு வருமாறு அறிவுறுத்தினேன்.

ஓட்டுனர் திரும்பும் போது அவர் கைநிறைய மாம்பழங்கள். ‘‘சிஸ்டர் உங்ககிட்ட குடுக்க சொன்னாங்க’’, என்றார் அவர். சட்டென வண்டியை விட்டிறங்கி கான்வென்டுக்குள் நுழைந்து அருட்சகோதரிக்கு நன்றி சொன்னேன். ‘‘எதுக்கு சிஸ்டர் இத்தன பழம்? நான் ஊரெல்லாம் சுத்தி வீடு போக சில நாள் ஆகும். ஒண்ணு மட்டும் எடுத்துக்கறேன், மத்தத வெச்சிக்கங்க’’, என திருப்பித்தர முயன்றேன். ‘‘பரவாயில்லம்மா. சாப்பிடுங்க. சென்னைக்குப் போறீங்க. எங்க வீட்டுக்கே நான் வளத்த மரத்து பழத்த குடுத்தனுப்புற மாதிரி எனக்கு ஒரு சந்தோஷம். கொண்டு போம்மா’’, என்றவர் சட்டென என் நெற்றியில் சிலுவைக் குறியிட்டு அனுப்பிவைத்தார். அவரது பெயரைக்கூட கேட்க மறந்துபோனேன் என்பது இப்போது உரைக்கிறது.

மிக்கேல் அதிதூதர் ஆலயம் எப்படி வின்சென்ட் பெரர் ஆலயமாக மாறியது? இங்குள்ள மக்கள் எங்கே போனார்கள்? இவற்றுக்கான விடையைக் கேட்டு குரும்பூர் பங்குத்தந்தை பபிஸ்டனைத் தொடர்பு கொண்டேன். அவரும் ஆலயத்தின் வரலாறை தேடிக் கொண்டிருப்பதாகச் சொல்லவும், ஆர்வமாக இருவரும் நாங்கள் அறிந்த தகவல்களைப் பரிமாறினோம். அப்போது அவர் சொன்ன ஒரு விஷயம் கொஞ்சம் ஆச்சரியமாக இருந்தது.

‘‘மறிச்சுக்கட்டியில ஒரு கிறிஸ்தவங்க கூட இல்லைங்குறது வாஸ்தவந்தான். ஆனா பாருங்க அங்க திருவிழாவுக்கு வேம்பார், தருவைகுளத்து நாடார் மக்கள் கூட்டம் கூட்டமா வந்து அசனம் குடுக்குறதை நான் பார்த்திருக்கேன். ஒரு வேளை அங்கே எதாவது

விசாரிச்சா என்னன்னு தெரியும். வர்ற செப்டம்பர் 20 கொடியேத்தம், கட்டாயம் அவுங்க திருவிழாவுக்கு வருவாங்க. பெயரே இல்லாத கல்லறை ஒண்ணைத் தேடி வந்து கும்பிட்டுட்டுப் போறாங்க. அவுங்களுக்கும் வாய் மொழி கதை ஏதோ இருக்கு…'', என்றார்.

கரையர்கள் பாதுகாப்பு கருதி நாடுவிட்டு நாடு சென்றதாகவே வைத்தாலும், நாடார் இன மக்களுக்கும் மறிச்சுக்கட்டிக்கும் என்ன தொடர்பு என்பதை புரிந்துகொள்ள வேம்பாரின் நண்பர் கிறிஸ்து ஞான வள்ளுவனைத் தொடர்பு கொண்டேன். எப்படியாவது குரும்பூருடன் தொடர்புள்ள நாடார் மக்களைத் தேடி எண் வாங்கித்தருகிறேன் எனச் சொன்னவர், சொன்னது போல ஜெபமாலை அண்ணனின் எண்ணை வாங்கித்தந்தார். ஜெபமாலை குடும்பம் தருவை மிக்கேல் அதிதூதர் ஆலயத்தில் வழிபட்டவர்கள். இவர்கள் வகையறா தருவை, பெரியசாமிபுரம், வேம்பார் மூன்று ஊர்களிலும் இன்னும் சில சிற்றூர்களிலும் உண்டு என்ற தகவலை ஜெபமாலை தந்தார்.

''அழகப்பபுரம் விசேந்தியப்பர் கோயிலுக்குள்ளயே எங்க குடும்பத்த சேந்த மருத்துவச்சி அம்மா ஒருத்தவுங்களும், 5 பேர் அண்ணந்தம்பிமாரும் குடியிருந்திருக்காங்க. அவுங்களுக்கு ஒரு தங்கச்சி உண்டு. இப்பவும் எங்க ஆளுங்க பேரு அழகப்பபுரத்தார் தான். எங்க ஊருல எங்கள மருத்துவச்சி வகையறான்னும் சொல்லுவாங்க. மொதமொத அவுங்க பார்த்த தொழில் அது. மருத்துவச்சின்னா அந்த காலத்துல பேறுகாலமெல்லாம் பார்ப்பாகல்லா? அத செஞ்சிட்டு வந்ததால அந்தம்மா பேரு மருத்துவச்சின்னு அமைஞ்சுபோச்சு. அந்த காம்பவுண்டு இருக்குல்லா, அந்தக் கல்லறையால தான் வெளியேறி வந்துட்டாங்க இவுங்க. அந்த காம்பவுண்டுக்குள்ள அண்ணந்தம்பி அஞ்சு பேரும் ஒண்ணா இருந்திருக்காங்க.''

''அந்த தங்கச்சிப் பொண்ணு ஊருக்குள்ள ஒரு கோனார் பையன விரும்புச்சு போல. அந்தப் பொண்ண அவுங்க 'கவுரவக் கொல' பண்ணிட்டாங்க. அதை எரிச்சிட்டு இருக்கச்சில மழ பெஞ்சு, ஆத்துத்தண்ணி பொணத்த வளச்சு இழுத்துட்டு போயிடுது. முக்காணி ஆறு ஓவர்ஃப்ளோ ஆவுற எடம் அது. பாதி எரிஞ்ச உடம்பை ஆத்துத் தண்ணி இழுத்துக்கிட்டு போகவும், பயந்து இவுங்க நைட்டோட நைட்டா ஊரக் காலி பண்ணிடுறாங்க. இது சுமார் 250 வருசத்துக்கு முந்தி நடந்த கதை. நாங்க வெளிய வந்து மூணு நாலு தலமுறையாச்சு.''

குரும்பூர் ஆலயத்தை அடுத்துள்ள கல்லறை,
படம் நன்றி: ஆமோஸ்

''எங்களுக்கு எங்கப்பா சொன்னது, அவுங்களுக்கு அவுங்கப்பா சொன்னது தான் இந்தக் கதை. எழுத்துப் பூர்வமாலாம் எதுவும் கிடையாது. அந்தப் பொண்ணை சரியா 'காலி பண்ண முடியல'. அதுனால போலீஸ் எதும் வந்து புடிச்சுட்டு போயிரும்னுட்டு பயந்துருறாங்க. வீட்டைக் காலிபண்ணி நைட்டோட நைட்டா தருவைக்குளத்துக்கு வந்துர்றாங்க. நைட் கோயிலுக்குள்ள போயி சேந்தியப்பர தூக்கிறணும்னு போறாக. சேந்தியப்பருக்கு றெக்கை எல்லாம் இருக்கு பார்த்தீயளா?''

''அப்பலாம் நைட் லைட் கெடையாது. உள்ள போயி விசேந்தியப்பரை நம்ம போற ஊருக்கே தூக்கிட்டுப் போயிறணும்னுட்டு போறாங்க. ஆனா இவுங்களுக்கு அம்புட்டது மிக்கேல் ஐயா. கோயிலுக்குள்ள தான வீடு, கிளம்புற அவசரத்துல வெளிச்சம் பத்தாம விசேந்தியப்பருக்கு பதிலா மிக்கேல் அதிதூதர் சுருபத்த தூக்கிட்டு ஓடிர்றாங்க. அந்த மிக்கேலையாவ வெச்சு தருவைக்குளத்துல கும்பிடுறாங்க. அந்த அண்ணன் தம்பி அஞ்சு பேருல ரெண்டு பேரு பிரிஞ்சுர்றாங்க. அதுல ஒரு ஆளு இறந்த பொறகு, அவுங்க மனைவி கைம்பெண்ணா ரெண்டு குழந்தைங் களோட வேம்பார் வர்றாங்க. அதுல ஒருத்தரு வேம்பாருல பொண்ணெடுத்து இங்கயே தங்கிட்டாரு, மத்தவரு பெரிய சாமிபுரத்துல பொண்ணெடுத்து அங்க போய்ட்டாரு. அவுங்களுக்கு மூணாவது தலைமொற நாங்க.''

''விசேந்தியப்பர கொண்டுட்டு வர முடியாததுனால வருஷத்துக்கு ஒரு வாட்டியாவது அங்க போயி கும்பிட்டுருவோம். இப்ப அங்க கெபியா இருக்குறது தான் எரிச்ச பொண்ணோட கல்லறை இருக்குற

எடம். அந்தக் கெபிய அந்தப் பொண்ணோட நினைவா தருவைகுளத்துக்காரங்க இப்ப தான் கெட்டுனாங்க. அந்த கல்லறையில அடங்கியிருக்குற தாயி பேரு லேனா. திருவிழா வோட இல்லாட்டி, எப்பவாவது சேந்தியப்பர பார்த்துட்டு, மாலை போடுவோம். எதாவது திங்கக்கிழமை போவோம். பெரிய சாமிபுரத்துல இந்த வகையறா 60 குடும்பம் இருக்கு, வேம்பாருல 20 குடும்பம் இருக்கும். மூணு பேரு அண்ணந்தம்பி இருந்ததால தருவகுளத்துல 150 குடும்பமாகிப் போச்சு. அவுங்கள இன்னிக்கும் அழகப்பபுரத்தாருன்னு தான் கூப்பிடுறதே. கல்லறையில அசனம் குடுக்குறப்ப (குடும்பம் சமைத்துப் போடும் பொது விருந்து) தேடும் போது திருனவேலி பக்கத்துல சேந்தமரத்துல கூட இந்த வகையறா 20 குடும்பம் இருக்குன்னு கேள்விப்பட்டோம். வசதிப்பட்ட மாதிரி மே லாஸ்டுல எதாவது திங்கக்கெழம அசனம் குடுக்குறதுண்டு. இப்ப அங்க போக வசதியில்லன்னா, பெரியசாமிபுரத்துல ஒண்ணு கூடி அசனம் குடுத்துக்கிடுறதுண்டு. அப்ப எல்லா ஊருல இருந்தும் அந்த வகையறா வருவாங்க'', எனச் சொல்லி முடிக்கிறார்.

இந்த சம்பவத்தை உண்மை தான் எனச் சொல்லும் தருவைக்குளம் ஆமோஸ், ''எங்க குடும்பத்த ஊருல மானாகானா குடும்பம்னு சொல்லுவாங்க. அண்ணன் தம்பி அஞ்சு பேரு, ஒரு தங்கச்சி அப்டின்னு வாழ்ந்த குடும்பம் எங்க மூதாதையர்னு சொல்லுவாங்க. அதுல அந்தப் பொண்ண காதல் விஷயமா பனை ஓலை போட்டு எரிச்சிட்டு இங்க ஓடிவந்துட்டாங்க. வரும் போது மிக்கேலையா சுரூபத்த தான் கொண்டுக்கிட்டு வந்தாங்க. அந்த சுரூபம் இப்ப எங்க மிக்கேல் ஆலயத்துல தான் இன்னும் இருக்கு. முதல்ல அத கொண்டு வந்து இங்க ஓலைக் குடிசை போட்டு வெச்சு கும்பிட்டுட்டு இருந்தாங்க. பின்னாடி கூரை போட்டு சர்ச் கட்டுனாங்க. இங்கயும் மறிச்சுக்கட்டியிலயும் செப்டம்பர் 20 தான் திருவிழா. நாங்க தான் அழகப்பபுரம் குருசடிய இப்ப எடுத்துக் கெட்டியிருக்கோம்'', எனச் சொல்கிறார்.

நாடார்களான இந்த மக்கள் வந்த பகுதியில் இருக்கும் வாய்ப்பு களுக்கு ஏற்றவாறு இன்று மீன்பிடி, உப்பளம் என தொழில் மாற்றியிருக்கின்றனர். பனை ஏறுவது இல்லை; இந்தப் பகுதியில் இன்று பனையும் இல்லை. இவர்கள் இருவரும் சொல்லும் கூற்று உண்மையாகவே இருக்கவேண்டும், தென் பகுதியிலிருந்து வந்த மக்கள் தருவைக்குளம் குடியிருப்பை 1866ம் ஆண்டு ஆரம்பித்திருக் கின்றனர் என ஆன்டனி ஜெய மாலதியின் ஆய்வுக்கட்டுரை குறிப்பிடுகிறது. இவர்கள் சொல்லும் மூன்று தலைமுறை கணக்கு இந்தக் காலத்துடன் ஒத்துப் போகிறது.

ஜெயமாலதி தன் கட்டுரையில் 1561ம் ஆண்டு ஹென்றி ஹென்றிக்ஸ் அடிகளாரும் சில இயேசு சபை குருக்களும் மறிச்சுக்கட்டி வாழ் மக்கள் சிலருக்கு புன்னைக்காயல் ராஜகன்னி மாதா ஆலயத்தில் திருநீராட்டு அளித்தார்கள் என குறிப்பிடுகிறார். 1644ம் ஆண்டு திருக்கலூர் பங்கின் பகுதியாக இந்த மறிச்சுக்கட்டி ஆலயம் இருந்துள்ளது; அங்கு 260 கிறிஸ்தவர்கள் இருந்துள்ளார்கள். இவ்வூரை ஒட்டி ஓடும் தாமிரபரணி ஆற்றில் அடிக்கடி ஏற்பட்ட வெள்ளம் காரணமாக இம்மக்கள் கொஞ்சம் கொஞ்சமாக அவ்வூரை விட்டு இடம்பெயர்ந்துள்ளார்கள் என ஜெயமாலதி பதிவு செய்கிறார்.

1819ம் ஆண்டு இந்த ஐந்து சகோதரர்கள் தருவைக்குளத்தில் தங்கள் குடும்பங்களைக் குடியமர்த்தினார்கள் என்று அவர் குறிப்பிடுகிறார். 1826ம் ஆண்டு தருவை மிக்கேல் ஆலயத்துக்கு இடதுபக்கம் இவர்கள் குடிசைகள் கட்டியிருந்தார்கள் என்று இவர் குறிப்பிடுகிறார். 20 ஆண்டுகளில் நூற்றுக்கணக்கான கிறிஸ்தவக் குடும்பங்கள் இடம்பெயர்ந்து வந்து தருவையில் குடியேறினார்கள். அவர்கள் எங்கிருந்து வந்தார்களோ அந்த ஊர்களின் பெயர்கள் அவர்களின் அடையாளப்பெயரானது. அழகப்பபுரத்தார், நொட்சிக்குளத்தார், காடாங்குளத்தார், நாகூரார், தைலாபுரத்தார் இப்படி குடும்பங்கள் பெயரிட்டு அழைக்கப்பட்டன. ஒவ்வொரு ஆண்டும் ஆலயத் தேர் விழா நடக்கும் போது இவ்வூர் ஆண்கள் தலையில் கொண்டையிட்டு, பூச்சூடி, கும்மி, கோலாட்டம் முற்காலத்தில் ஆடுவதுண்டு. அப்போது பாடப்படும் பாடல்களில்,

''குரும்பூர் அழகப்பபுரத்தினின்று குதித்து வந்த தருவைக்குளம்'' என்ற வரிகள் பாடப்படுவதுண்டு என ஜெயமாலதி பதிவு செய்கிறார். (தகவலாளர்: அந்தோணி ஜோசப், தூத்துக்குடி)

இந்த ஐந்து சகோதரர் குடும்பம் மறிச்சுக்கட்டி கோயிலை மராமத்து செய்து பாதுகாப்பாக வைப்பதற்காக பின்னாளில் தான் குடியமர்த்தப்பட்டிருக்க வேண்டும். ஆனால் துரதிர்ஷ்டவசமாக அவர்களும் அங்கிருந்து செல்லவேண்டியதாகிவிட்டது. இன்று அழகப்பபுரத்தில் ஒரு கிறிஸ்தவக் குடும்பம் கூட இல்லை; ஆனால் தமிழகத்தின் முதல் உள்நாட்டு கோயிலின் அருகே லேனா மட்டும் பாதுகாப்பாக அந்த இடம் தன்னுடையது என நிலைநாட்டியபடி துயில் கொண்டிருக்கிறாள். ஆற்றில் அடித்துச் செல்லப்பட்ட லேனாவின் உடல் மீண்டும் கல்லறைக்கு எப்படி வந்தது என்ற தெளிவு யாரிடமும் இல்லை.

மதம் எதுவானால் என்ன? பெண் காதலித்தால், ஆணவக் கொலை செய்து அவளுக்குக் கோயில் எடுப்பதும், வணங்குவதும் இங்கே வாடிக்கைதான். மதம் பொருட்டல்ல. பெண்ணின் 'கற்பில்' சாதித் தூய்மை இருக்கிறது என்ற கட்டமைப்பு ஆயிரமாண்டு காலமாக இங்கு எழுதப்படாத விதியாக இருக்கிறது. பெண்ணைக் குடும்பங்களே கொலை செய்வதும், தெய்வமாக்கி வணங்குவதும் செய்த பாவத்துக்கு தலைமுறை தலைமுறையாக பிராயச்சித்தம் தேடுவதும் என்ன மனநிலை? 'கொலையில் உதித்த தெய்வங்களின்' வரிசையில் லேனாவும் இடம்பெறவேண்டும் தான். என்ன பாவம் செய்தாளோ, கிறிஸ்தவ மதத்தில் பிறந்ததால் அந்த இடம்கூட அவளுக்குக் கிடைக்கவில்லை.

விசேந்தியப்பர் மிக்கேல் அதிதூதரை தருவைக்குளத்துக்கு அனுப்பிவிட்டு, தன் இடத்தைத் தக்கவைத்துக்கொண்டிருக்கிறார்! மிக்கேல் அதிதூதர் ஆலயம் விசேந்தியப்பர் ஆலயமானது இப்படித்தான். தருவைக்குளத்தில் மிக்கேலுக்கு கொடியேறும் அதே நாளில் இங்கும் கொடியேறுகிறது என்பது கூடுதல் செய்தி. அதே போல, இங்கு நடைபெறும் செப்டம்பர் 30 அசனம் போல தருவையிலும் நடைபெறுகிறது. மிக்கேலோ, விசேந்தியப்பரோ, எந்தப் புனிதராக இருந்தால் என்ன? எல்லோரையும் வாழவைத்துக்கொண்டிருக்கின்றனர் என்ற நம்பிக்கை இந்த எளிய மக்களிடம் உண்டு.

சான்றுகள்

- தருவைக்குளம் புனித மிக்கேல் ஆலய வரலாறு ஆய்வுக்கட்டுரை – அந்தோணி ஜெய மாலதி
- புகழ் வென்ற புன்னைக்காயல்- வெனான்சியுஸ், நற்செய்தி நடுநிலையம், தூத்துக்குடி, 1999
- Mirabilia Descripta : the Wonders of the East, Jordanus, Catalani, Bishop of Columbum, Henry Yule, 1863
- https://depts.washington.edu/silkroad/texts/marignolli.html
- https://www.maalaimalar.com/devotional/christianity/2021/09/22091912/3037511/st-michael-church-festival.vpf
- http://tharuvaikulam-stmichael.blogspot.com/2018/11/2018.html
- Tamil Lexicography, Gregory James, 1991

11

“நீ என்ன பெரிய சட்டம்பிள்ளையா?”– இந்து கிறிஸ்தவ ஏக இரட்சகர் சபை, மூக்குப்பீறி

அருமைநாயகம், இந்து கிறிஸ்தவ ஏக ரட்சகர் சபையைத் தோற்றுவித்து, அதை யூத–தமிழ் பாரம்பரியப்படி வழிநடத்தியது வரலாறு.

•

ராகம்: எதுகுல காம்போதி
தாளம்: ஆதி

இசரவேலின் தெய்வமான எகோவாவுக்குத் தோத்ரம்
இசரவேலின் தெய்வமான எகோவாவுக்குத் தோத்ரம்
உலகத் தோற்றமுதல் முனிவர், உரைத்த சொல்லின்படிக்குப்
பெலத்த தயை செய்து தமது சனத்தை மீட்டுக்கொண்ட – இச
நம்முடைய சத்துருக்கள் நம்மைப் பகைக்கும் மனுஷர்
அம்மனுஷர் கைக்குமெல்லாம், நம்மை நீக்கிவிட்ட – இச
தம்மடியான் தாவீதின், வங்கிசத்தில் மீட்பின்
கொம்பெழும்பச் செய்து வைத்த நம்பரனாயிருக்கும் – இச
நமது சத்ரு கையை விட்டு, நம்மை நீக்கி மீட்டு
நமக்கு மாற்றார் பயம் நீக்கி, நன்மை செய்து வைத்த- இச
தேர்ந்தபக்தி நீதியுமாய், சீவ நாளிலெல்லாம்

நாம் தமக்கு முன் நடக்க, நற்கிருபை செய்த – இசமு
நம்முடைய பிதிர்களின் மேல், நற்றயவைச் சொரிந்த
நம்முடைய பிதிர்களின் மேல், நற்றயவைச் சொரிந்த – இச
உன்னதத்திலிருந்து பகலுதையந் தோன்றச் செய்த
இன்னிலத்தோரிருள் நீக்கி ஏற்ற வொளி தந்த- இச

- மூக்குப்பீறி-பிரகாசபுரம் இந்திய ஏக இரட்சகர் சபை

''உங்களுக்கு நாட்டுசபை தெரியுமா?''

முதன்முதலில் தோழி ரோடா கேட்டபோது ஒன்றும் புரியவில்லை. நாட்டு சபையா? என்ன அது? ரோமை கத்தோலிக்கத்தில் அப்படி ஒன்று இல்லை. ஒரு வேளை சீர்திருத்தக் கிறிஸ்தவத்தில் உண்டோ? அவர் கூடுதலாகச் சொன்ன தகவல்களும் காட்டிய புகைப்படங்களும் இன்னும் ஆச்சரியமூட்டின. அதிலும் அதன் நிறுவனர் 'சட்டம் பிள்ளை'யின் பெயர் எங்கோ கேட்டாற்போல இருந்தது. சிறுவயதில் அம்மா திட்டுவதுண்டு- ''என்ன பெரிய சட்டம்பிள்ளை போல உக்காந்துட்டு இருக்க?'' வீட்டுவேலை களில் அவருக்கு உதவவில்லை என்றாலோ, தாய்மாமனார்களிடம் இடதுசாரி அரசியல் பேசிக்கொண்டு இருந்தாலோ போச்சு. அம்மாவின் வாயில் நான் சட்டம் பிள்ளையாகத்தான் விழுந்து எழுவேன்!

கோயிலுக்குள் நுழைவதற்கு முன் கால்கழுவுதல், வழிபாட்டு அழைப்புக்கு எக்காளம் முழங்குதல் என பலதும் கேள்விப்பட்டு நாட்டுசபையைப் பார்த்தே தீருவது என முடிவெடுத்தேன். தூத்துக்குடி மாவட்டம் நாசரேத்தை ஒட்டியே மூக்குப்பீறி நாட்டுசபை இருக்கிறது என்பதால், குரும்பூரிலிருந்து நேரே அங்கே செல்வதாகத் திட்டம்.

நாம் தான் வழி தேடுவதில், தவறான கோயிலை சரியென்று வாதிடுவதில் சூரப்புலி ஆயிற்றே? மூக்குப்பீறிக்கு முன்பே வந்த ஒய்யான்குடி ஆலயத்தை சாலையில் இருந்தே கவனித்துவிட்டு ஓடோடிச் சென்று பார்த்தோம். பூட்டியிருந்த கோயிலின் உள்ளே வெளியே என வளைத்துவளைத்து புகைப்படங்கள் எடுத்தோம். 1870ம் ஆண்டுக்கு முன்பே கட்டப்பட்ட ஆலயம் அது. ஒயிலாக சிவப்பு ஓடுகளும், வெள்ளை வண்ணப் பூச்சுமாக கண்ணைக் கவர்ந்தது. ஏழு நாட்டுசபைக் கோயில்களில் அதுவும் ஒன்று, ஆனால் அது மூக்குப்பீறி ஆலயம் அல்ல என தெரிந்தது.. அங்கிருந்து தட்டுத் தடுமாறி வழிகேட்டுச் சென்றோம்.

தேரிக்காட்டை ஒட்டிய ஊர்களில் வலம் வந்தோம். குதிரைமொழித் தேரியின் எல்லையில் அதைத் தொட்டுவிடும் தொலைவில் அமைந்த சிற்றூர்கள். கடின வாழ்க்கையை எதிர்கொள்ளும் மக்கள். இரண்டு முறை வழிதவறி நாசரேத் ரயில் நிலையம் வரை சென்றுவிட்டுத் திரும்பினோம். போகின்ற வழியில் நாலுமாவடி என்ற ஊர். அந்தப் பகுதியில் திரும்பிய பக்கமெல்லாம் 'ஜீசஸ் ரிடீம்ஸ்'- ரயில்வே ஸ்டேஷன், பிரம்மாண்ட தேவாலயம், திருமணக் கூடங்கள் என நம்மை மிரட்டின. மறுபக்கம் போட்டிக்கு நூறடிக்கு ஒன்றாக வைக்கப்பட்டிருந்த வனத் திருப்பதி கோயில் போஸ்டர்கள் வேறு! சரவண பவன் உரிமையாளர் குடும்பம் கட்டிய கோயில் என்றாலும், வனத்திருப்பதி போஸ்டர்களில் இந்துத்துவ அமைப்புகளின் தாக்கம் வெகுவாக தென்பட்டது.

ஜீசஸ் ரெடீம்ஸ் வழிபாட்டு நிலையத்துக்கு அருகாமையிலுள்ள ரயில்வே கிராசிங் ஒன்றில் ரயில் கடக்கக் காத்திருந்தோம். அவ்வளவு பெரிய கோயில்கள் சுற்றிச்சுற்றி இருக்க, கிராசிங்கின் பக்கவாட்டுப் பனைமரத்தில் குறுக்குவாட்டில் பனங்கட்டை ஒன்றைக் கட்டி, அதில் மாலையிட்டிருந்தார்கள். அதன் கீழே எரிந்து முடித்த விளக்கு ஒன்றும், மாலையிலிருந்து விழுந்து முளைத்த கோழிக்கொன்றை செடி ஒன்றும் பூவோடு தெரிந்தது. பனைமரத்தில் எதற்கு மாலை? பக்கத்தில் பைக்கில் காத்திருந்த தம்பி ஒருவரிடம் விசாரித்தேன்.

''இது என்ன சாமிங்க?''

''அது சுடலைக்கா..வழக்கமா ஊரு எல்லைல இருக்கும்லா? வெள்ளி செவ்வாய் மாலை போட்டு வெளக்கு ஏத்துவாங்க. ஒரு பாதுகாப்புக்கு தான்னு நினைக்கேன்.''

தேரிக்காடு வினோதமானது. அதன் மாறும் நில அமைவு மக்களை அச்சுறுத்தக்கூடியது. இந்தப் பகுதி மக்கள் இத்தகைய நாட்டார் தெய்வங்களை விரும்பி வணங்குவது அவர்களின் பாதுகாப்பின்மை பொருட்டே என கருதுகிறேன். ரயில்வே கிராசிங்கின் சுடலை அந்தப் பக்கம் செல்வோரை பாதுகாக்கட்டும் என நினைத்தபடி பயணத்தைத் தொடர்ந்தோம். ஒரு வழியாக சரியான முகவரியைக் கேட்டு விசாரித்து நாங்கள் மூக்குப்பீறி ஆலயத்தை நெருங்குவதற்குள் எங்களுக்கு வழி சொன்ன பொறுப்பாளருக்குத் தொண்டைத் தண்ணீர் வற்றியிருக்கவேண்டும்...பாவம். நிர்வாக அலுவலகத்துக்கு அழைத்துச் சென்று அமரவைக்கப்பட்டோம். சுற்றிலும் சுவர்களில் புகைப்படங்கள், காலண்டர்கள். கோயில் வந்த கதையை விளக்கினார்.

அறியப்படாத கிறிஸ்தவம் ❖ 215

ஒரு காலத்தில் மூக்குப்பீறி பகுதியில் சைவர்கள் வாழ்ந்து வந்திருக்கின்றனர். அவர்களது வழக்கமாக மூக்கை சிறிது பீறி (மூக்கு மடலைக் கீறி) இருந்தார்கள். அவ்வாறு மூக்கைப் பீறியவர்கள் வாழ்ந்த பகுதி என்பதால் இந்த ஊர் மூக்குப்பீறியோர் குடியிருப்பு என்றழைக்கப்பட்டு பின்னாளில் மருவி, மூக்குப்பீறி என அழைக்கப்பட்டுள்ளது எனச் சொல்வோருண்டு. மூலைகள் நிறைந்த பகுதி என்பதால் 'முக்குக் குடியிருப்பு' என்ற பெயர் வழங்கியதாகவும் சொல்கின்றனர். இவ்வூரிலும், அருகாமையில் பின்னர் ஏற்பட்ட பிரகாசபுரம் (ஆங்கிலேயர்கள் வைத்த பெயர்) என்ற ஊரிலும் பெருவாரியாக நாடார் இன மக்கள் வாழ்ந்து வருகின்றனர். ஐரோப்பியர் வருகைக்குப் பின் இந்தப் பகுதியில் புதிதாக மதம் மாறிய கிறிஸ்தவர்கள் குடியேறத்தொடங்கினார்கள். ஒரே சாதியினர் அதிகம் குடியேறியதால் இங்கே ஒரு 'பலப்படுத்தல்' (consolidation) தானாகவே நிகழ்ந்தது. புதிதாக மதம் மாறியவர்களுக்கு இந்த ஒன்றுகூடல் புதிய பலம் தந்தது.

இந்தப் பகுதியில் முதன்முதலில் கிறிஸ்தவர்கள் குடியிருப்பாக அமைந்த முதலூர், 1795ம் ஆண்டுவாக்கில் உருவானது. அதே போல மூக்குப்பீறியை அடுத்த நாசரேத் என்ற ஊரும் 1808ம் ஆண்டு உருவானது. அப்போது நாசரேத் பகுதியில் எஸ்.பி.ஜி. (Society for Propagation of Gospel) என்ற சீர்திருத்த சபை இயங்கிவந்தது. அதன் காரணமாக 1798ல் நாசரேத்தில் இந்த சபை ஆலயம் ஒன்றைக் கட்டியது. அதே போல மூக்குப்பீறியிலும் 1820களில் எஸ்.பி.ஜி சீர்திருத்த சபையினர் இயங்கினார்கள் என ரோசன் மிஷனரி குறிப்பிட்டிருக்கிறார். அங்கு 1847ம் ஆண்டுக்குள் பெரிய சபை வளர்ந்துவிட்டது, அதன் தலைமைப் பொறுப்பில் சுவாமியடியான் உபதேசியார் இருந்தார். அவருக்கும் அண்டை ஊரான நாசரேத்தின் மிஷனரி கேமரருக்குமே பிணக்கு ஏற்பட்டது. ஆனாலும் அந்த ஆண்டு அங்கு மிஷனின் ஆலயம் ஒன்று கட்டப்பட்டு பணிகள் நடந்துவந்தன. அதே காலகட்டத்தில், 'ஏக இரட்சகர் சங்கம்' என்ற அமைப்பு மூக்குப்பீறி- பிரகாசபுரம், ஒய்யான்குடி பகுதியில் இயங்கியது என்பது கையெழுத்துப் பிரதிகள் மூலம் தெரிய வருவதாக ஏக இரட்சகர் சபையினர் கூறுகின்றனர் (1857க்கு முன்பே). சுயேச்சையாக இந்த மக்கள் தங்களுக்குள் ஏற்படும் பிணக்குகளைத் தீர்த்துக்கொள்ள இந்த சங்கத்தை ஏற்படுத்திக் கொண்டார்கள் எனலாம். சங்கத்தின் 'பிரமாண உடன்படிக்கைப் புத்தகம்' என்ற கையெழுத்து ஏட்டில்,

'சகல காரியங்களுக்கும் எங்கள் எல்லோருக்கும் 66 ஆகமங்கள் அடங்கிய ஏசு இரட்சகர் வேதமே சட்டம். இந்தச் சபையை

அருமைநாயகம் சட்டம்பிள்ளை, படம்
நன்றி: மூக்குப்பீறி நாட்டுசபை

விட்டுவிட்டு வேதத்துக்கு விரோதமான அஞ்ஞான மார்க்கத்துகாவது வேறு மார்க்கத்துக்காவது மற்றொரு சங்கத்துக்காவது நாங்கள் போவதில்லை. எங்களில் ஒருவருக்கொருவர் பேச்சுவார்த்தைகள் குறைவு ஏற்பட்டாலும் எங்கள் ஏக இரட்சகர் சங்கத்தில் நியாயம் பேசி சங்கத்தார் சொல்லுகிற தீர்ப்புப்படி ஒன்றுக்கொன்று ஒத்துப்போகிறதே தவிர பிரிந்துகொண்டு இன்னொரு சங்கத்துக்குப் போகிறதில்லை', என எழுதப்பட்டுள்ளது. இதில் 170 பேர் கையெழுத்து இட்டிருக்கின்றனர்.

அருமைநாயகம் சட்டம்பிள்ளையின் வரவு, இப்பகுதியின் மதக்கட்டமைப்பையே மாற்றி எழுதியது! 1823ம் ஆண்டு பிறந்த சட்டம்பிள்ளை, மிஷனரிகளின் பள்ளிகளில் படித்தவர், எஸ்.பி.ஜி மிஷன் நடத்திய சாயர்புரம் இறையியல் பள்ளியில் பயின்றவர். கிரேக்கம், எபிரேய மொழிகளைக் கற்றுத் தேர்ந்தவர். இறையியல் பள்ளியிலேயே ஒழுங்கை நிலைநாட்டுவதில் காட்டிய கட்டுப்பாட்டால், 'சட்டம்பிள்ளை' என்ற பெயரைப் பெற்றார் அருமைநாயகம்! இந்த சூழலில் 1848ம் ஆண்டு மாங்க்டன் உபதேசித்

தேர்வு (Monkton Catechistship) எழுதி அதில் முதல் மதிப்பெண் பெற்று உபதேசியானார். இவர் சுவாமியடியான் உபதேசியாருக்கு உறவினரும் கூட.

இந்தியக் கிறிஸ்தவர்களின் பழக்கவழக்கங்களைக் கண்டித்தும், தொடர்ந்து கேள்விக்கு உட்படுத்தியும் வந்த ஐரோப்பிய மிஷனரிகளின் பார்வையை சட்டம்பிள்ளை கடுமையாக எதிர்த்தார். இதற்கிடையேதான் இறையியல் படிப்பை முடித்த எஸ்.ஏ.அருமைநாயக நாடாருக்கு நாசரேத் ஆலயத்தின் பாதிரியார் கேமரருக்கு (Augustus Frederick Caemmerer) உதவியாளராக (catechist) பணியாற்றும் ஆணை கிடைத்தது. இந்த கேமரர் ''உண்மையான கிறிஸ்தவ பக்தன், மெய்யான ஆத்தும வாஞ்சை நிறைந்த மிஷனரியே யாயினும், அக்கால மிஷனெரிமாரிடை காணப்பட்ட சில குற்றங்குறைகள் அவரிடத்திலும் இல்லாதிருந்த தில்லை'', என டி.ஏ.கிறிஸ்துதாஸ் தன் நாசரேத் மிஷன் சரித்திரம் நூலில் குறிப்பிடுகிறார்.

கேமரரிடம் பணியாற்றிவந்த அருமைநாயகத்துக்கு திருமண வயதானதும், பெண் பார்த்து, பிடித்தும் போனது. ஆனால் என்ன காரணத்தாலோ, அப்பெண்ணை அவர் மணமுடிக்க கேமரர் அனுமதிக்கவில்லை. கூடவே பள்ளியில் நடந்த தகராறு ஒன்றும் பெரிதாக, அருமைநாயகத்தை கேமரர் பணிநீக்கம் செய்தார். சென்னை கமிட்டிக்கு பணிநீக்கத்தை எதிர்த்து அருமைநாயகம் மனுச் செய்தும் எந்த பலனும் இல்லை. வேறு வழியின்றி கால்நடையாகவே சென்னை வரை சென்று நேரில் முறையிட்டார். எந்தப் பயனும் இல்லை. ஊர் திரும்பி கோயிலுக்குச் சென்ற அருமைநாயகம் கேமரரால் வெளியேற்றப்பட்டார். கடும் சினம் கொண்ட அருமைநாயகம், மூக்குப்பீறிக்குச் சென்று தன் உற்றார் உறவினருடன் தங்கினார்.

தமிழ்க் கிறிஸ்தவர்கள் தங்களுக்கு அடிபணிந்தே இருக்கவேண்டும் என்ற எண்ணம் எல்லா ஐரோப்பிய மிஷனரிகளுக்கும் இருந்தது. இதற்கு கால்டுவெல் போன்றோர் கூட விதிவிலக்கல்ல. அவரை நாற்காலியில் வைத்து தமிழ் கிறிஸ்தவப் பணியாட்கள் தூக்கிச் செல்லும் புகைப்படத்தைக் கண்டு நான் அதிர்ந்த சம்பவம் கூட உண்டு. கல்வியறிவின்மை, மூடப்பழக்க வழக்கங்கள், ஆதிக்க சாதிகளுக்கு அடிபணிந்த அடிமைத்தன்மை போன்ற தமிழ்க் கிறிஸ்தவர்களின் போக்கு ஐரோப்பிய மிஷனரிகளுக்கு கடும் எரிச்சலை உண்டாக்கியது. கூடவே கேமரர் முன்கோபி எனவும், ஒருவேளை அவர் பொறுமை காத்திருந்தால், சட்டம்பிள்ளை

சீர்திருத்த சபையை விட்டு விலகியிருக்கமாட்டார் எனவும் கிறிஸ்துதாஸ் குறிப்பிடுகிறார்.

ஏற்கனவே கனன்று கொண்டிருந்த நெருப்புக்கு எண்ணெய் ஊற்றுவது போல அமைந்தது ராபர்ட் கால்டுவெல் எழுதிய 'திருநெல்வேலி சாணார்கள்'' (Tinnevelly Shanars) என்ற நூல். அதில் நாடார் சாதியினரை அறிவிலிகள், அடிமை மனப்பாங்கு கொண்டவர்கள் என அவர் எழுதியிருந்தது, நாடார்கள் அதிகம் வசித்த தென் மாவட்டங்களில் மிஷனரிகளுக்கு எதிராக பெரும் எதிர்ப்பலையை உருவாக்கியது. ''இந்நூலுக்கு எதிராக குறைந்தது 36 'நாடார் வரலாறுகள்' எழுதப்பட்டன. அவை அனைத்திலும் அவர்கள் 'சத்திரியர்கள்' என மீண்டும் மீண்டும் வலியுறுத்தப் பட்டது. 'சான்றோர்' மருவி சாணார் ஆனது எனவும் பரப்புரை செய்யப்பட்டது'', என எலிசா கென்ட் தன் 'கன்வேர்ட்டிங் வுமன்' நூலில் எழுதியிருக்கிறார்.

ராபர்ட் கால்டுவெல், தான் வருவதற்கு குறைந்தது மூன்று நூற்றாண்டுகளுக்கு முன்பு மதம் மாறிய தென்மாவட்டங்களின் கத்தோலிக்கர்களை, 'ரோமனிஸ்ட் இந்துக்கள்' (Romanist Hindus) என அழைக்கிறார். ''அறிவிலோ, பழக்கவழக்கங்களிலோ, ஒழுக்கத்திலோ, இந்துக்களுக்கும் இந்த ரோமனிஸ்ட் இந்துக்களுக்கும் எந்த வேறுபாடும் இல்லை'', என்ற கருத்தையும் அவர் முன்வைக்கிறார். சற்றே கடுமையான, ஐரோப்பியருக்கே உரிய மேட்டிமைத்தனமான விமர்சனமாக இது தோன்றினாலும், அதன் பின்னாலுள்ள காரணங்களை அலசவேண்டும் அல்லவா?

எந்த மதமும் ஒரு மண்ணுக்குப் புதியதாக அறிமுகமாகும் போது, அந்த மண்ணுக்குத் தக்கவாறு தன்னைத் தகவமைத்துக்கொள்கிறது. தமிழ் மண்ணைப் பொறுத்தவரை பண்பாட்டுக் கூறுகள் மதம் சாராதவையாக, மண்ணின் தனித்துவக் கூறுகளாக முகிழ்ந்திருக்கக் காரணம், மதம் என்பதை 'வழிபாடு' என்ற சட்டம் தாண்டி வெளிவர தமிழ்க்குடிகள் அனுமதித்தது இல்லை என்பதால் இருக்கலாம்.

போலவே மண்ணில் தன்னை நிலைநிறுத்திக்கொள்ள மதம் இங்கிருந்த கூறுகளுக்கு அணுக்கமானதாகத் தன்னைக் காட்டிக் கொள்ள முயன்றது எனலாம். காலம் காலமாக இங்கே வழிபாட்டி லிருந்த தெய்வங்களுடன் புதிதாக வந்தேறிய தெய்வங்கள், உறவுமுறைகள் கொண்டே அடையாளம் காட்டப்பட்டன. இதற்கு டேவிட் மோசேயின் (David Mosse) கள ஆய்வுகளைச் சுட்டுகிறார் ஃபெலிக்ஸ் வில்ஃப்ரெட் என்ற ஆய்வாளர். ''சூராணம் பகுதியிலுள்ள கிறிஸ்தவர்கள், தாங்கள் வணங்கிவந்த ஐயனாரை

பங்கு பாதுகாவலரான (Patron Saint) புனித ஜேம்சுடன் அடையாளம் காண்கின்றனர். ஐயனாரின் சகோதரன் ஜேம்ஸ் என நம்புகின்றனர். இதைப் போலவே குமரி மாவட்டம் மண்டைக்காட்டுப்புத்தூர் பகுதியைச் சேர்ந்த கிறிஸ்தவர்கள் தங்கள் புனிதரான லூசியாவை (கண்ணம்மா- தமிழ்ப் பெயர்) பக்கத்து ஊரிலமைந்த பகவதியம்மனின் சகோதரி எனச் சொல்கின்றனர்''. சிறுதெய்வங் களுடன் தான் இந்த உறவுமுறைப் பராமரிப்பு என்பதையும் நாம் கருத்தில் கொள்ளவேண்டும்.

தமிழ் வழிபாட்டு முறைகளைக் கொண்டு ரோமைக் கிறிஸ்தவத்தை வழிநடத்திச் சென்றதை, நொபிலிக்குப் பின் வந்த பாதிரியார்கள் கடைபிடித்ததன் விளைவே, இன்றுவரை கத்தோலிக்கம் இங்கு வேர்பிடித்து நிற்கிறது எனலாம். சீர்திருத்தக் கிறிஸ்தவம் இவற்றை அறவே ஒழிக்க நினைத்தது என்பதால், தமிழ் பழக்கவழக்கங்களை அக்கிறிஸ்தவம் தழுவியோர் அதிகம் கைக்கொள்ள முடியாது போனது. இதற்கு நேர்மாறான கருத்தைக் கொண்ட அருமை நாயகம், இந்து கிறிஸ்தவ ஏக ரட்சகர் சபையைத் தோற்றுவித்து, அதை யூத-தமிழ் பாரம்பரியப்படி வழிநடத்தியது வரலாறு. இந்து-கிறிஸ்தவ ஏக இரட்சகர் சபை எவ்வாறு இந்திய ஏக இரட்சக சபையாக மாறியது என்பது புரியவில்லை.

ஒரு சமயம் மூக்குப்பீறியில் இரு குடும்பத்தாருக்கு இடையே நேர்ந்த சண்டையில் தலையிட்டு, சமரசம் செய்த அருமை நாயகத்தின் பணியை ஊர் மக்கள் வெகுவாகப் பாராட்டினார்கள். 'ஆவியின் கிருபை' இருந்ததால் அவரால் இந்தச் சிக்கலை சரிசெய்ய முடிந்தது எனவும் நினைத்தார்கள். கால்டுவெல்லின் திருநெல்வேலி சாணார்கள் புத்தகத்தை தனக்கு சாதகமாக்கிக் கொள்ள முடிவெடுத்த சட்டம்பிள்ளை, அதை மூக்குப்பீறி, பிரகாசபுரம் பகுதி நாடார்களிடம் வாசித்தே கொண்டுசேர்த்தார். அங்கு மிஷனரிகளுக்கு எதிரான அலை வீசியது. புதிய ஏற்பாட்டிலிருந்து மக்களை திருப்பி, பழைய ஏற்பாடே சிறந்தது எனவும் அதன் யூத முறைப்படி வழிபாடு செய்வதே கடவுளுக்கு உகந்தது எனவும் சட்டம்பிள்ளை மக்களுக்கு போதித்தார்.

சனிக்கிழமை ஓய்வு - சபத் (Shabbat), பாஸ்கு, மாதப்பிறப்பு போன்றவை கொண்டாட வேண்டிய பண்டிகைகள் என மக்களின் மனதை மாற்றினார். தங்களைப் போன்ற ஒருவர், அறிவில் சிறந்தவர், மிஷனரிகளையே எதிர்த்துக் கேள்விகேட்டவர் என சட்டம்பிள்ளையின் சொல்லுக்கு அம்மக்கள் கட்டுப்பட்டார்கள். 1857ம் ஆண்டு இந்தியாவே ஆங்கிலேயருக்கு எதிராகத் தன் முதல்

விடுதலைப் போரை நடத்தியபோது,காலனியாதிக்க மிஷனரிகளுக்கு எதிராகத் தன் இந்து-கிறிஸ்தவ ஏக இரட்சகர் சபையை சட்டம்பிள்ளை தொடங்கினார். மூக்குப்பீறி, பிரகாசபுரம், ஒய்யான்குடி, குளத்துக்குடி, பன்றிமடல், வகுத்தான்குப்பம் சபையினர் சட்டம்பிள்ளையோடு கைகோத்தார்கள்.

நாட்டு சபையை சட்டம்பிள்ளை சபை எனவும் சொல்வார்கள்; சட்டம்பிள்ளை மார்க்கம் என்பது இதன் பெயரானது. மூக்குப்பீறி-பிரகாசபுரம் ஊர்களில் 16 குடும்பங்களைத் தவிர மற்றவர்கள் நாட்டுச் சபையின் அங்கமானார்கள். கேமரர் செய்துதர மறுத்த திருமணத்தை, அதே பெண்ணை தன் முறைப்படி தன் வீட்டில் வைத்து சட்டம்பிள்ளை திருமணம் செய்துகொண்டார். சீர்திருத்த சபையை விட்டு மக்கள் கூண்டோடு வெளியேறியது காரணமாக, கேமரர் தஞ்சைக்கு மாற்றப்பட்டார். அந்தப் பகுதியில் ஓரளவுக்கு அமைதி திரும்பியது.

மூக்குப்பீறி-பிரகாசபுரம் சந்திப்பில் செவ்வாய், சனி ஆகிய இரு நாள்கள் சந்தை கூடியது. இதை சனிக்கிழமை ஓய்வு நாளாக அனுசரித்த நாட்டு சபையினர் ஆட்சேபித்து 1867ம் ஆண்டு தாசில்தாருக்கு விண்ணப்பித்தார்கள். இதனால் சந்தை செவ்வாயன்று முதலூர் நாசரேத்திலும், வெள்ளிக்கிழமை மூக்குப்பீறியிலும் கூட்டுவது என ஆணை கிடைத்தது. தங்கள் ஓய்வு நாளுக்கு ஏற்றவாறு சந்தையையே மாற்றி அமைக்கும் அளவுக்கு இந்த மக்கள் அதிகாரம் மிக்கவர்களாக அப்போதே இருந்திருக்கின்றனர்.

1883ம் ஆண்டு சட்டம்பிள்ளைக்கும் சங்கத்தினருக்கும் இடையே கடும் கருத்து வேறுபாடு இருந்துள்ளதாகத் தெரிகிறது. கோயிலுக்குள் பிரசங்கம் செய்யும் போது தலைப்பாகை அணிவது, தன் வீட்டு ஆண் பிள்ளைகளை மட்டும் உயர்கல்வி கற்கவைத்தது, பலியாடு, போக்காடு என இரண்டு ஆடுகளைத் தேர்ந்தெடுத்து அவற்றில் ஒன்றை பலியிட்டும் மற்றதை கண்களைத் தோண்டி காட்டில் அலையவிட்டார் எனவும், வீட்டுக்கிணற்றில் பொது மக்கள் தண்ணீர் எடுக்கத் தடையாக அதைச் சுற்றி சுவர் எழுப்பினார் எனவும் இவர்மேல் பல குற்றச்சாட்டுகள் எழுந்தன. இதனால் சபை மீண்டும் பிளவுபட்டது. பிரிந்து போன மக்கள் பிரகாசபுரம் தேவ ஈசாக்கு நாடார் தலைமையில் 1883ம் ஆண்டு முதல், 15 ஆண்டுகளுக்கு அவரது வீட்டு முற்றத்தில் ஆராதனை நடத்தினார்கள். பின்னர் மூக்குப்பீறி மாட்டுமந்தை கூடிய இடத்தில் ஓலைவேய்ந்த கோயில் ஒன்றைக் கட்டி வணங்கினார்கள். 28.09.1886 (ஏத்தானி மாத அமாவாசை நாள்- யூத வழக்கப்படி அமாவாசை

புனித நாள், ஏத்தானி- யூத மாதம்) அன்று காரைக்கட்டு ஓட்டு அடுக்குக் கூரை வேய்ந்த ஆலயம் ஒன்றைக் கட்டி 'பிரதிஷ்டை' செய்தார்கள்.

சபையைத் தோற்றுவித்து வழிநடத்தினாலும், யூத மதப் பழக்கவழக்கங்கள், சபாத் பற்றிய தெளிவை சட்டம்பிள்ளை தேடிக்கொண்டே இருந்தார். 1893ம் ஆண்டு சிகாகோவில் நடைபெற்ற உலக மதங்களின் பாராளுமன்றக் கூட்டத்தில் ஏழாம் நாள் திருச்சபை (Seventh Day Baptist) உறுப்பினர் ஒருவர் சபாத் குறித்து பேசியதாக சட்டம்பிள்ளைக்குத் தெரியவர, அதுகுறித்து மேலும் தகவல் அறிய நியூயார்க்குக்கு கடிதம் எழுதினார். மிச்சிகன் நகரின் செவந்த் டே அட்வென்டிஸ்ட் மிஷனரியான வுல்காக்ஸ் என்பவர் கையில் இக்கடிதம் கிடைக்க, அவர் சில நூல்களை அனுப்பிவைத்தார். 1906ம் ஆண்டு ஜே.எஸ்.ஜேம்ஸ் என்ற மிஷனரியை அந்தச் சபை தென்னிந்தியாவில் பணி செய்ய அனுப்பியது. பெங்களூருக்கு சென்ற ஜேம்ஸ் அங்கு சில பிரசுரங்களை தமிழில் மொழியாக்கம் செய்து வெளியிட்டார்.

அவரிடமும் சபாத், உலகின் முடிவு போன்றவை குறித்து தெளிவு கேட்டு சட்டம்பிள்ளை கடிதம் எழுதி விளக்கம் கேட்க, 1908ம் ஆண்டு தன் நண்பர்கள் ஈனாக், ஷா ஆகியோருடன் ஜேம்ஸ் திருநெல்வேலி வந்தார். மூவருக்கும் பெரும் வரவேற்பளிக்கப் பட்டது. மாட்டுவண்டி மூலம் நாசரேத் வந்த மிஷனரிகளுக்கு ஏக இரட்சகர் சபையின் பெண்கள், குழந்தைகள் உள்ளிட்ட நூற்றுக்கணக்கானோர் வரவேற்பு நல்கினார்கள். நாகசுர இசையில் சங்கீதம் 23ம் அதிகாரம் வாசிக்கப்பட்டது-

''கர்த்தர் என் மேய்ப்பராயிருக்கிறார்; நான் தாழ்ச்சியடையேன். அவர் என்னைப் புல்லுள்ள இடங்களில் மேய்த்து, அமர்ந்த தண்ணீர்கள் அண்டையில் என்னைக் கொண்டுபோய் விடுகிறார். அவர் என் ஆத்துமாவைத் தேற்றி, தம்முடைய நாமத்தினிமித்தம் என்னை நீதியின் பாதைகளில் நடத்துகிறார்.

நான் மரண இருளின் பள்ளத்தாக்கிலே நடந்தாலும் பொல்லாப்புக்குப் பயப்படேன்; தேவரீர் என்னோடே கூட இருக்கிறீர்; உமது கோலும் உமது தடியும் என்னைத் தேற்றும். என் சத்துருக்களுக்கு முன்பாக நீர் எனக்கு ஒரு பந்தியை ஆயத்தப்படுத்தி, என் தலையை எண்ணெயால் அபிஷேகம் பண்ணுகிறீர்; என் பாத்திரம் நிரம்பி வழிகிறது. என் ஜீவனுள்ள நாளெல்லாம் நன்மையும் கிருபையும் என்னைத் தொடரும்; நான் கர்த்தருடைய வீட்டிலே நீடித்த நாட்களாய் நிலைத்திருப்பேன்.''

அங்குள்ள பள்ளியில் 10 நாள்கள் மூவரும் தங்கவைக்கப் பட்டார்கள். இந்த சூழலில் ஒரே சபையாக செயல்பட வேண்டுமென்றால், சில விதிமுறைகள், கட்டளைகளை இ.ஏ.இ. சங்கத்தார் (இந்திய ஏக ரட்சக) விட்டுவிட வேண்டும் என மிஷனரிகள் வலியுறுத்தினார்கள். எழுத்து மூலம் உடன்படிக்கை செய்யவேண்டும், இ.ஏ.இ. சங்க சொத்துகளை விட்டுக் கொடுத்தால், ஆலயத்தில் பிரசங்கம் செய்யவும், பள்ளியை நிர்வகிக்கவும் மிஷனரி ஒருவர் இருப்பார் எனவும் மிஷனரிகள் பேசிப்பார்த்தார்கள். இதனை சபையார் ஏற்றுக்கொள்ளவில்லை.

ஆனால் ஊருக்கு வந்தவர்களை வெறுங்கையுடன் திருப்பியனுப்ப மனமில்லாமல் 1908ம் ஆண்டு ஜூலை 2 அன்று 100 ரூபாய் மதிப்புள்ள 76 சென்ட் நன்செய் நிலமும், 1 ஏக்கர் 24 சென்ட் புன்செய் நிலமும் ஜேம்ஸ் மிஷனரியின் பெயருக்கு சபை பண்டு முதல்படி பா.இ.ஞானக்கண் நாடார் மூலம் பத்திரம் எழுதிக் கொடுத்தார்கள். இந்த இடத்தில் தான் ஏழாம் நாள் ஓய்வு சபையின் இந்தியத் தாய்ச்சபை ஆலயம் எழும்பியது. தெற்கு ஆசியாவின் முதல் ஏழாம் நாள் ஆலயம் இதுவே. இந்த இடத்தில் ஜேம்ஸ் மெமோரியல் பள்ளியும் தற்போது இயங்கிவருகிறது. அறிந்தோ அறியாமலோ, செவந்த் டே அட்வென்டிஸ்ட் சபையை இந்தியாவுக்குள் கொண்டுவந்தது நாட்டு சபையாரே.

1909ம் ஆண்டு அட்வென்ட் ரிவ்யூ மற்றும் சபாத் ஹெரால்ட் (Advent Review & Sabbath Herald) இதழில் அந்தப் பகுதி மக்கள் தனக்கு வழங்கிய வரவேற்பைப் பற்றி எழுதிய ஜேம்ஸ், மக்கள் தன்மேல் பூச்சொரிந்ததையும், பன்னீர் தெளித்து, சந்தனம் பூசி, தமிழ்க் கீர்த்தனைகள் பாடியதையும் விளக்கி எழுதியிருக்கிறார். இத்தனை மாற்றங்களை இப்பகுதி மக்களுக்குச் செய்த சட்டம்பிள்ளை, 1919ம் ஆண்டு ஏப்ரல் 20 அன்று காலமானார். அவரது இறுதிச் சடங்கை சங்கமே எடுத்துச் செய்தது. 150 சங்கீதங்களைச் செவ்வியல் இசையில் பாடக்கூடியவர், பல இறையியல் நூல்களை எழுதியவர் சட்டம்பிள்ளை.

பழைய ஆலயம் அமைந்த இடத்தில் புதிய ஆலயம் கட்ட சங்கம் முடிவு செய்தது. 19.08.1928 அன்று புதிய ஆலயத்துக்கு அடிக்கல் நாட்டப்பட்டது. ஆனால் அதற்குள் இரு பிரிவினரிடையே பிணக்கு ஏற்பட்டு, கட்டட வேலை பாதியில் நின்றது. நீதிமன்ற உதவி நாடப்பட்டது. வழக்குத் தீர்ப்பு வந்தபின், மீண்டும் பணி தொடங்கி, 1943ம் ஆண்டு செப்டம்பர் 29 அன்று ஆலயம் புனிதப்படுத்தப்பட்டது. பழைய ஏற்பாட்டின்படி ஆலயம் கிழக்கு

அறியப்படாத கிறிஸ்தவம் ❖ 223

முகமாகவும், நுழைவாயில் கீழ்த்திசைக்கு எதிராகவும் அமைக்கப் பட்டுள்ளது. இந்தத் தீர்ப்புக்குப் பின் மூக்குப்பீறி-பிரகாசபுரம் இரு ஊர் மக்களும் மூன்றாண்டுகளுக்கு ஒருமுறை மகாசபையாரால் தேர்ந்தெடுக்கப்பட்டு, எட்டு உறுப்பினர்களைக் கொண்ட செயற்குழுவாக இ.ஏ.இ. சபையை நிர்வகிக்கின்றனர்.

ஒய்யான்குடி, குளத்துக்குடியிருப்பு, சாலைப்புதூர், கோயம்புத்தூர், குரோம்பேட்டை, சின்னாளப்பட்டி மற்றும் தாய்ச்சபையான மூக்குப்பீறி-பிரகாசபுரம் என ஏழு ஊர்களில் இந்த சபையின் கோயில்கள் உள்ளன. இந்த ஆலயத்தின் கூடாரப் பண்டிகை வெகு பிரபலம். ஆண்டுதோறும் இந்தப் பண்டிகையின் போது எந்த சாதி, மத வேறுபாடுமின்றி ஏழை, எளிய மக்களுக்கு ஒரு பை நிறைய அரிசியும், ஐம்பது ரூபாயும் வழங்கப்படுகிறது. ஆயிரக்கணக்கானோர் இதன்மூலம் நன்மையடைகின்றனர்.

ஆலயப்பகுதி பிரகாரம், பரிசுத்த ஸ்தலம், மகா பரிசுத்த ஸ்தலம் என மூன்றாகப் பிரிக்கப்பட்டுள்ளது. சபாத் நாள்கள் (சனிக்கிழமைகள்), அமாவாசை நாள்கள் (மாதப் பிறப்பு), புளிப்பில்லாத அப்பப் பண்டிகை, 50ம் நாள் பெந்தேகோஸ்தே பண்டிகை (கூடாரப் பண்டிகை) ஆகிய நாள்களில் மட்டுமே ஆலயத்தில் ஆராதனை நடைபெறும். ஆராதனைக்கான அறிவிப்பு அழைப்பாக இருமுறை எக்காளங்கள் ஊதப்படும். முதலாம் வேளை இருவரும், இரண்டாம் முறை ஒருவரும் வெள்ளியில் செய்யப்பட்ட எக்காளங்களை ஊதுவர். ஆலயத்துக்குள் நுழைவதற்கு முன் வாசலில் வைக்கப் பட்டிருக்கும் கல் தொட்டிகளிலுள்ள தண்ணீரை ஊற்றிக் கால்களைக் கழுவவேண்டும். செருப்பணிந்து ஆலயத்துக்குள் நுழையக்கூடாது. ஆலயத்தில் யாருக்கும் இருக்கைகள் கிடையாது. குரு, நிர்வாகிகள், சபையார் என அனைவருமே 'தாழ்மைக்கு அறிகுறியாகத்' தரையில் அமரவேண்டும். ஓய்வு நாள்களில் மதிய ஆராதனையில் பத்துக் கற்பனைகளை போதகர் சொல்ல, மக்கள் பின்தொடர்ந்து சொல்லவேண்டும்.

ஆராதனையின் தொடக்கத்திலும், இறுதியிலும் இருமுறை ஆமென், ஆமென் எனச் சொன்னதும் முகம் குப்புற அனைவரும் தரையில் விழுந்து பணியவேண்டும். அபீப், சீப், சீவான், தாமூஸ், அப்பு, ஏலூல், ஏத்தானி, பூல், கில்லேயு, தேபேத்து, சேபாத்து, ஆதார் என்னும் 12 மாதப்பிறப்புப் பண்டிகைகளான அமாவாசை நாள்களில், ஆராதனை உண்டு. யூத நாள்காட்டியும் இந்தப் பண்டிகைகளும் ஒத்துப் போகின்றன. 18 வயது நிரம்பிய பிறகே எல்லோருக்கும் திருநீராட்டு அளிக்கப்படுகிறது. திருநீராட்டு

பெற்றவர்கள் மட்டுமே பாடம் வாசிக்கலாம், திருவிருந்தில் பங்கேற்கலாம். 'இராப்போஜனம்' என்னும் நற்கருணை ஆண்டுக்கு ஒரு முறை புதிய அப்பம், புதிய திராட்சை ரசத்துடன் புளிப்பில்லாத அப்பப்பண்டிகையில் பரிமாறப்படுகிறது. திருமணங்கள் ஆலயத்தில் நடைபெறாது; மணமகள் வீட்டுப் பந்தலில் நடைபெறும். ஆராதனையின் போது காணிக்கை எடுப்பதில்லை. பொது காணிக்கை உண்டியலிலும், சிறப்பு காணிக்கைகள் மேசையிலும் செலுத்தப்படுகின்றன. இறந்தவர்களின் உடல்கள் ஆலயத்துக்குள் கொண்டு செல்லப்படமாட்டாது.

ஆலயத்துக்குள் நெடுஞ்சாண்கிடையாக விழுந்து வணங்குவது, ஊதுவத்தி தூபம் பயன்படுத்துவது, கைகளைக் குவித்து வணங்குவது, ஒயினுக்குப் பதிலாக புளிக்காத திராட்சை ரசம் பயன்படுத்துவது, தரையில் அமர்வது, விலங்குப் பலி போன்ற பழக்கங்கள் இங்கு கடைபிடிக்கப்படுகின்றன. வழிபாட்டின் தொடக்கம் யூத முறைப்படி எக்காளம் ஊதி அறிவிக்கப்படுகிறது. வழிபாட்டை வழிநடத்துவோர் 'ராபி' என்றே அழைக்கப் படுகின்றனர். விழாக்காலங்களில் தென்னம்பாளைகள், பாக்குத் தோரணம், வாழைக்கன்றுகள் என இந்துக் கோயில்களுக்கு இணையாக இங்கும் வாயில் அலங்காரங்கள் செய்யப்படுகின்றன.

பெண்களுக்கு சபையில் இடமிருந்தாலும், நிர்வாகக் கமிட்டியில் இடமில்லை. 'தீட்டு' நாள்களில் கோயிலுக்குள் பெண்களுக்கு அனுமதி இல்லை. ஒவ்வொரு புதன் கிழமையும் 'தாய்மார் கூட்டம்' நடைபெறுகிறது. நாங்கள் சென்ற அன்று ஏதோ ஊரில் இறப்பு எனச் சொல்லப்பட்டது. கோயிலுக்குள் நுழைந்து படங்கள் எடுக்கும் எங்கள் ஆவலைச் சொன்னதும், ''நீங்க கறி எதுவும் சாப்பிட்டு இருக்கீங்களா?'' என்ற கேள்வி வந்தது. வழியில் முழுங்கிய மீன் துண்டு தொண்டை வரை வந்து சண்டித்தனம் செய்தது. ஆமாம் என தலையாட்டி வைத்தோம். ''சாவு நடந்திருக்கு பார்த்தீயளா? அதுனால் கோயிலுக்குள்ள கறி சாப்பிட்டுட்டு போனா தீட்டு. ரொம்ப தூரத்துல இருந்து வாரோமுன்னு சொல்லுறீய..சும்மா வெளிய நின்னு வேணும்னா படம் எடுத்துக்கோங்க. உள்ள எல்லாம் போவமுடியாது என்ன?'' என கறாராகப் பேசித்தான் எங்களை அழைத்துச் சென்றனர்.

செருப்பை படிக்கட்டிலேயே விட்டுவிட்டோம். படி ஏறும்முன் அடுத்த கேள்வி வந்தது. ''கேக்குறேன்னு தப்பா நினைக்க கூடாது. நீங்க கோயிலுக்குள்ள போவலாம் தான?'' என கேட்டார். ''அதெல்லாம் இல்லைங்க. தள்ளியிருந்து பார்த்து படமெடுத்துட்டு

மூக்குப்பீறி ஆலய முகப்பு

போயிடுறோம்'', என நம்பிக்கை தந்த பிறகுதான் கோயில் வாசல் எங்களுக்காகத் திறக்கப்பட்டது. நடுக்கூடத்தில் அழகிய தொங்கும் சரவிளக்கு, திருநீராட்டுத் தொட்டி, ஆளுயர குத்துவிளக்கு ஒன்று. இவை தவிர வேறெதுவும் அங்கு இல்லை. நேர்த்தியான கட்டட அமைப்பு. பெரிய வளைவுகள், பிரம்மாண்டத் தூண்கள், ஓட்டுக்கூரை என அடக்கமான அழகு ஆலயத்தில் மிளிர்ந்தது. புகைப்படங்களை எடுத்துக்கொண்டு திரும்பும் போது நிர்வாகியிடம் ''ஏன் சார்... இங்கே எல்லாரும் ஒரே ஜாதி தானா?'' என்று கேட்டேன்.

''ஆமா... அதுல என்ன சந்தேகம்? எல்லாமே நாடாக்கமார் தான்.''

''புதுசா மத்த சாதிக்காரங்க வந்து உங்க சபையில சேரணும்னு கேட்டா விடமாட்டீங்களா?''

''ஹிஹி... அதெல்லாம் யாரையும் விடுறதில்ல. பூரா நம்ம ஆளுங்கதான்.''

குரோம்பேட்டை நாட்டு சபைக்குச் செல்ல அவர் மேசையில் வரைந்து சொன்ன வரைபடத்தைப் பற்றிப் பேசியபடி அங்கிருந்து கிளம்பினோம். சட்டம்பிள்ளை என்ற தனி மனிதன் ராபர்ட் கால்டுவெல்லுக்கு எதிராகக் களமிறங்கி ஐரோப்பிய / அமெரிக்க மிஷனரிகளைக் கேள்வி கேட்டு உலுக்கியெடுத்தார் என்பது என்னளவில் சரியே. அவர் ஏற்படுத்திய நாட்டு சபை இந்த 21ம் நூற்றாண்டிலும் நாடார் சபையாக இயங்குவதில் வியப்பேதும் இல்லை.

1947ம் ஆண்டுக்குப் பிறகு தமிழ் அரசியல் பரப்பில், சமூகத்தில் அநாதையாகக் கைவிடபட்ட மக்கள் என்றே ஆங்கிலோ இந்தியர்களையும், மிஷனரிகளால் செறிவூட்டப்பட்டு கல்வியும், மேல்தட்டு வாழ்க்கையும் பெற்ற தென்தமிழக நாடார் சாதி மக்களையும் துணிவுடன் சொல்லலாம். இந்தத் தனிமைப் படுத்தலையே தங்களின் மிகப் பலமான ஆயுதமாக்கிக்கொண்டு தங்களை இவர்கள் 'ஒன்றுபடுத்திக்' கொண்டார்கள் என்பதில் எள்ளளவும் ஐயமில்லை. அதற்கு மதம் அவர்களுக்குத் துணை செய்தது என்பதிலும் ஐயமில்லை. திடீரென பெரும் வணிகக் குழுவாக இந்த இனம் உருவெடுத்துவிடவில்லை. தங்களுக்குள் இந்த ஒருமைத்தன்மையைப் பயன்படுத்தி முன்னேற்றம் கண்டார்கள்..

பிரகாசபுரம் செவந்த் டே அட்வென்டிஸ்ட் ஆலய உறுப்பினர்களில் 300 குடும்பங்கள் தற்போது அமெரிக்காவில் வசிக்கின்றனர் என செய்தித்தாள் சொல்கிறது. மதத்தைக் கேடயமாகப் பயன்படுத்தி

தங்களைக் காத்துக்கொண்டும், அதையே ஏணியாக்கி உயரங்களைத் தொட்டார்கள் எனவும் ஒப்புக்கொள்வதில் எனக்கு தயக்கமில்லை. ஆனால் பெற்ற கல்வியால், செல்வத்தால், சாதிகளுக்கு இடையே யான வேறுபாட்டைக் களைவதில் எந்தவொரு முயற்சியும் அவர்கள் செய்யாமல் இருப்பது வருத்தத்துக்குரியது. கடந்த பத்தாண்டு கால மத்திய வலதுசாரி ஆட்சியும் அவர்களை அந்தப் புரிதலை நோக்கி நகர்த்தவில்லை என்பதையும் நாம் புரிந்து கொள்ளுதல் வேண்டும். வழக்கமாக சொல்வது தான்- பெரியாரும், அம்பேத்கரும் பேசியதை இணைய உலகம் அனல் பறக்க பரப்புரை செய்துகொண்டிருக்கிறதைக் காணும் போது சிரிப்புதான் வருகிறது.

''நீங்கள் இன்னும் மக்களிடம் செல்லவேயில்லை.''

சான்றுகள்

- நாசரேத் மிஷன் சரித்திரம்- டி.ஏ.கிறிஸ்துதாஸ், நாசரேத் சர்க்கிள் மற்றும் ஜுபிலி கமிட்டி, 1950
- மூக்குப்பீறி-பிரகாசபுரம் இந்திய ஏக இரட்சகர் சபை திருமண முறைமை 2008
- மூக்குப்பீறி-பிரகாசபுரம் இந்திய ஏக இரட்சகர் சபை நடுநிலைப் பள்ளி பழைய மாணவர் சங்கம் 75வது ஆண்டு வைரவிழா மலர்
- மூக்குப்பீறி-பிரகாசபுரம் இந்திய ஏக இரட்சகர் சபை பவளவிழா சிறப்பு மலர்
- www.jstor.org/stable/25581285?read-now=1-refreqid=excelsior%3Ad71f0337d2e860d0cbebbaa9a9dc2b95-seq=28#page_scan_tab_contents
- https://ukzn&dspace.ukzn.ac.za/bitstream/handle/10413/17015/Devadoss_Devairakkam_Isaac_2019.pdf?sequence=1&isAllowed=y
- www.persee.fr/doc/assr_0335&5985_1998_num_103_1_1195
- web.archive.org/web/20111226072210/http://irdialogue.org/wp-content/uploads/2011/08/jird-issue-7-doss-2.pdf
- web.archive.org/web/20050522001655/
- www.hindu.com/fr/2005/03/11/stories/2005031100400300.htm
- Converting Women: Gender and Protestant Christianity in Colonial South India - Eliza Kent, Oxford University Press, 2004

12

செந்தியம்பலம் கட்டம் சேலை – கிறிஸ்தவ வாதிரியார்கள்

> "சாயர் எல்லாருக்கும் குடியேற வழி செஞ்சாருன்னா, போப் ஐயர் காலேஜ் தொறந்து எல்லாரும் படிக்க வழிசெஞ்சாரு. கிறிஸ்தவங்க நல்லா படிச்சு நல்ல வேலைகளுக்கு போய்ட்டாங்க."

ராகம்: பியாகு
தாளம்: ஆதி

பல்லவி

மலரெடுத்து பூமுடித்து
மணமக்கள்மேல் சொரிவோம்- தங்கை

அனுபல்லவி

குணமகள் மாது மங்கை குலுங்க
கொன்னைப்பூ தென்னைப்பூ கன்னிப்பூ நன்னிப்பூ
சந்ததமும் வாழ்ந்திருக்க இந்த மணப் பந்தலிலே
விந்தையாக வாழ்ந்திருக்க
வேந்திப்பூ செந்திப்பூ காந்திப்பூ லாந்திப்பூ- மலர்
காலாகாலமா யிவரைக் கண்மணிபோல் பாதுகாத்து
ஆதிரையில் வாழ்ந்திருக்க

ஆலம்பூ ஏலம்பூ வேலம்பூ ஞாலம்பூ- மலர்
வேதவிழும் பூமலரில் விண்மலர்கள் பொறுக்கி வாழ
இத்தரையில் சுகித்திருக்க
தாழம்பூ ரோஜாப்பூ பிச்சிப்பூ வேதன்பூ- மலர்
அம்பரத்தில் வாழ்ந்திருக்க அமலாநீர் கிருபை செய்யும்
அனவரதம் சுகித்திருக்க
ஆளன்பு மெய்யன்பு வேதன்பு ஏசன்பு- மலர்

-திருமணம் முடிக்கப்போகும் பெண்ணை வாழ்த்தி மணப் பெண்ணின் குடும்பப் பெண்கள் அவர் மேல் மலர் சொரிந்து பாடும் வாழ்த்துப்பாடல், சீர்திருத்த சபை கைப்பிரதி வாழ்த்துப்பாடல்கள், நூல் உதவி: ரோடா அலெக்ஸ்

அந்த இரவு ரோடாவும், அவர் பெரியம்மா கிரீடாவும், நானும் ஏதோ பேசிக்கொண்டு இருந்தோம். பேச்சு மெல்ல தென்மாவட்டங்களின் ஆசிரியர்கள் பற்றித் திரும்பியது. எனக்கென்னவோ மிஷனரிகள் விட்டுவிட்டுப் போன பண்பாட்டு எச்சங்கள் இந்தப் பகுதி ஆசிரியர்களிடம் நிறைய உண்டோ என தோன்றும். எல்லோரும் கிட்டத்தட்ட ஒன்று போலவே உடையுடுத்தி, ஒரே மாதிரியான பழக்கவழக்கங்கள் கொண்டவர் களாகவும் இருக்கின்றனர். வலது கையில் வாட்ச் கட்டுவது, தலைமுடியை சீராகச் சீவி அழுந்தக் கொண்டையிட்டுக் கொள்வது, புடவை மடிப்பு கலையாமல் கட்டுவது, காதில் வளையம் அணிவது. காதோரம் கூந்தல் கற்றைகளை சுருட்டிவிடுவது, ஒற்றை ரோஜா சூடிக்கொள்வது, தலையைத் திருப்புவது என பல சைகைகளை ஒன்றுபோல செய்யும் பல ஆசிரியர்களைக் காணமுடியும். கிட்டத்தட்ட குளோன்கள் போல.. ஒரு விதத்தில் கல்வியறிவு இல்லாத அந்தத் தலைமுறைக் கிறிஸ்தவர்கள் தங்கள் முன்னாள் அடையாளத்தைத் தொலைக்க வலிந்து எடுத்துக் கொண்ட முயற்சிகள் அவை என கொள்ளலாம்.

‘‘ஒரு காலத்துல ஸ்கூலுக்கு நாங்க கட்டுற சேலை எல்லாம் அவ்ளோ சாஃப்டா இருக்கும் தெரியுமா? அதுலயும் செந்தியம்பலம் கட்டம் சாரின்னு ஒண்ணு வரும். கைத்தறி சேலை அது. அதை தான் சம்மர்ல கட்டிட்டு போவோம். அவ்ளோ சாஃப்டா இருக்கும், விலையும் ரீசனபிளா இருக்கும்’’, என்றார் கிரீடா. ‘‘அப்படி ஒரு ஊர்ப் பெயரா? சேலை பெயரா? கேள்விப்பட்டதே இல்லையே?’’ என ஆச்சரியப்பட்ட எங்களுக்கு, அது சாயர்புரம் அருகே இருக்கிறது என தகவல் சொன்னார். ஏற்கனவே சாயர்புரம் பகுதியில் நெசவு உண்டு என அறிந்திருந்த காரணத்தால், அங்கேயே

போய் அந்தக் கட்டம் சேலையைத் தேடிவிடுவது என முடிவெடுத்துக் கொண்டோம். உடன்குடியில் அடுத்த இரவு தங்குவதாக இருந்தோம். மறுநாள் காலை உடன்குடி சி.எஸ்.ஐ. தேவாலய பாஸ்டர் தம்பி ஜான் சாமுவேலை சந்தித்து அந்தப் பகுதியின் சி.எஸ்.ஐ. சபை குறித்த தகவல்கள் சேகரிப்பது என ஏற்பாடு. அவரிடம் பேசிக்கொண்டு இருக்கையில் அடுத்து சாயர்புரம் செல்கிறோம் என்றும்அங்கு ஒருவரையும் தெரியாது என்றும் சொன்னோம்.

அவர் உடனே தனக்குத் தெரிந்த தோழரான, சாயர்புரம் டெய்ஸி பால் என்பவரின் எண்ணைத் தந்தார். அவரிடம் பேசியதில் தர்மநாதன் என்ற பெரியவரின் எண் கிடைத்தது. எங்கோ கிளம்பிக்கொண்டிருந்தவரைப் பிடித்து நிறுத்தி, 'உங்கள் ஊரில் கைத்தறி நெசவு எத்தனை பேர் செய்கின்றனர்?' என கேட்டதில், ஒரு குடும்பம் இருக்கிறது என்ற பதில் வந்தது. நெசவாளர்கள் முழுக்க விசைத்தறிக்கு மாறிவிட்ட நிலை அங்கு உள்ளதை விவரித்தவர், எங்களுக்காக ஊர் முச்சந்தியில் காத்திருப்பதாகச் சொன்னார். அவரையும் காரில் ஏற்றிக்கொண்டு அவர் சொன்ன வழியே சென்றோம்.

பரந்து விரிந்த தெருக்கள் அங்கங்கே தென்பட்டன. அவை எல்லாம் ஒரு காலத்தில் பாவு ஆற்றிய தெருக்கள் என தர்மநாதன் சொல்லிக்கொண்டு வந்தார். இப்போது அதற்கான தடமே அங்கு இல்லை. அகலமான தெரு ஒன்றிலிருந்த வீட்டின்முன் வண்டியை நிறுத்தி இறங்கினோம். முன்வாசல், அதைத் தாண்டி சிறு நடை, சட்டென விரிந்த முற்றம், அதன் இடதுபக்கம் சமையலறை மற்றும் படுக்கையறை கொண்ட வீடு, அதற்கு வலதுபுறம் சற்றே உயரத்தில் கட்டப்பட்ட தறிக் கூடம். எங்களை முகம் கொள்ளாத மகிழ்வுடன் வரவேற்றார் ஞானப்பூ அம்மாள்.

''என்ன நெசவு செய்து கொண்டு இருக்கிறீர்கள்?'' என ஆர்வத்துடன் கேட்டதும், அரசு விநியோகிக்கும் இலவச வேட்டி சேலைகளை நெய்து தருவதாகச் சொன்னார். கைத்தறியில் பாலியெஸ்டரும் பருத்தியும் கலந்து நெய்யும் சேலைகளால் என்ன பயன்? விசைத்தறி மனித உழைப்பை அவ்வளவாக உறிஞ்சாதது. கைத்தறி அப்படி அல்ல. ஒவ்வொரு சேலையை நெய்யவும் குறைந்த பட்சம் 70,000 முறையாவது நெசவாளர் தன் கைகளையும், கால்களையும் அசைக்கவேண்டும். உழைப்பையும், உடலையும் அப்படியே உறிஞ்சிவிடுவது கைத்தறி. எப்படி இவர்களுக்குக் கட்டுப் படியாகிறது என எனக்குக் குழப்பம். தாங்கள் எங்கிருந்து வந்தவர்கள் என தர்மநாதன் விளக்குகிறார்.

லூக்காபுரம் கூட்டுறவு சங்கத்தின் முன்பு வாதிரியார் மகாஜன சங்கத் தலைவர் தர்மநாதன்

''நாங்க நாகர்கோவில் பக்கம் தெங்கம்புதூர் பகுதியில இருந்து இங்க வந்து குடியேறினவங்க. கிறிஸ்தவ வாதிரியார். நெசவுதான் எங்களுக்குத் தொழில். தெங்கம்புதூருல இருந்து அப்படி புலம்பெயர்ந்து ராம்நாடு மாவட்டம் செவல்பட்டி வரை போய்ட்டாங்க. நாங்க தாய்வழிக் கிளை கொண்டவங்க. மத்த சமூகத்துல எல்லாம் தந்தைவழிக் கிளை தான் சொல்லுவாங்க. நாங்க அப்படி இல்ல. அக்கா மகளக் கெட்டமாட்டோம். எங்களுக்குன்னு சில வழிமுறைகள் இருக்கு. அதுப்படி வாழுறோம். இன்னிக்கு தினத்தந்தி பேப்பர் பார்த்தீங்கன்னா எங்க சமூகத்த தேவேந்திர குல வேளாளர் குழுவுல சேர்க்கணும்னு முயற்சிகள் நடக்கு. அதுக்கு எதிரா நாங்க நேத்து தாலுகா ஆபீஸ்ல போய் நேத்திக்கு மனு குடுத்தோம். அது இன்னிக்கு தினத்தந்தியில ஆறாம் பக்கத்துல இருக்கு. நாங்க தனியா இருக்கிறத தான் விரும்புறோம்.''

''சொத்து பெரும்பாலும் தாய்வழி சொத்தா தான் இருக்கும். தமிழ்நாட்டுல இந்த மாதிரி நாலு சமூகம் தாய்வழி சமூகமா இருக்கு. ஒண்ணு நாங்க. அப்புறம் நன்குடி வேளாளர்னு சொல்லப்படுற முடிவைத்தானேந்தல் பிள்ளைமார், இல்லத்துப் பிள்ளைமார், தேவர்ல ஒரு பிரிவு- இந்த நாலு சாதி மட்டும் தான் இங்க தாய்வழி சமூகம். வாதிரியார் அப்டிங்குற வார்த்தைக்கு பொருள் 'வாய் திரியார்' தான், சொன்ன சொல் மாறாதவங்க. இயல்பாவே இன்னிய வரைக்கும் அப்படித்தான் இருக்காங்க. எந்த வம்புக்கும்

போகமாட்டோம், கொலை, கொள்ளை எதுலயும் ஈடுபட்டது கிடையாது. போலீஸ் ஸ்டேஷன் பக்கமும் போறது கிடையாது. 2011ல இருந்தே எங்க சமூகத்த தேவேந்திர குல வேளாளர்ல சேர்க்கணும்னு முயற்சி நடக்குது. நாங்க அத விரும்பல. தனியா தான் இருக்க விரும்புறோம். இந்துவா இருந்தா எங்க வாதிரியார் சமூகம் எஸ்.சி. பட்டியல்ல வரும், கிறிஸ்தவங்க எல்லாம் பிற்படுத்தப்பட்ட வகுப்பு தான். யாரெல்லாம் எஸ்.சி. பட்டியல்ல இருந்து மதம் மாறினாங்களோ, அவங்க எல்லாம் 16 ஏ படி, பி.சி. லிஸ்டுல வந்துருவாங்க.''

''நாங்க எங்கப்பா காலத்துல கன்வர்ட் ஆனோம், இன்னும் சிலர் அதுக்கு முன்னயே ஆயிருக்காங்க. இப்ப கிட்டத்தட்ட எல்லாரும் கிறிஸ்டியனா மாறிட்டாங்க. ஒண்ணு ரெண்டு ஊருகள்ள தான் இன்னும் இந்துக்களா இருக்காங்க. எங்கப்பாவோட இந்துப் பேரு கடற்கரையாண்டி (இந்தப் பெயரே அவர்கள் கடற்கரைப் பகுதியுடன் தொடர்புடையவர்கள், வேளாளர் அல்ல என புரிந்து கொள்ள ஏதுவாக இருக்கிறது), அம்மா பேரு காசியம்மாள். அவுங்களோட கிறிஸ்தவப் பேரு தேவாசீர்வாதம், ராஜம்மா. நாங்க தளவாய்புரம் அப்டிங்குற ஊருல தான் இருந்திருக்கோம். அங்க காலரா நிறைய இருந்ததால அங்க இருந்து இங்க வந்து குடியேறி, கிறிஸ்டியனா மாறிட்டோம்.''

''இங்க நிறைய பேர் சாமுவேல் சாயர், போப் ஐயர் காலத்துல கிறிஸ்தவத்துக்கு மாறினாங்க. கிறிஸ்தவ மிஷனரிங்க எங்களுக்கு நிறைய உதவி பண்ணி இருக்காங்க. ஒரு முறை கடைசி வெள்ளைக்கார பிஷப் காரட் (Bishop Garrett) இங்க வந்து பார்க்கணும்னு சொல்லி இருக்கார். காலைல தான நாங்க பாவு ஆத்துவோம்? ஒம்போது மணிக்கு அவர் வரும்போது எங்க ஆளுங்க வெயில்ல தார்ப்பாய்ச்சி கட்டிக்கிட்டு, வேர்வை ஒழுக வேலை செஞ்சிட்டு இருந்திருக்காங்க. அதைப் பாத்த பிஷப், எங்களுக்கு எதாவது உதவி செய்யணும்னு சொல்லியிருக்காரு. நாங்க பாவு ஆத்துற தெரு முழுக்க ஷெட்டு போட்டுக் குடுத்து நிழல்ல வேலை செய்ய வழிசெஞ்சாங்க. அதுல ஒரு பத்து இருபது பேரு நிழல்ல நின்னு பாவாத்தலாம். இப்பவும் அந்த ஷெட்ட நீங்க பாக்கலாம். எல்லாருக்கும் கல்வி கிடச்சுது. சாயர் எல்லாருக்கும் குடியேற வழி செஞ்சாருன்னா, போப் ஐயர் காலேஜ் தொறந்து எல்லாரும் படிக்க வழிசெஞ்சாரு. கிறிஸ்தவங்க நல்லா படிச்சு நல்ல வேலைகளுக்கு போய்ட்டாங்க.''

''அடுத்த தலைமுறையில நெசவு செய்ய ஆளில்ல. இதை செஞ்சு பிரயோஜனமே இல்ல. சர்க்காரும் எல்லாரும் விசைத்தறிக்கு மாறி

நிறைய வேலை செய்யணும்னு எதிர்பார்க்குது. இதோ வயசான காலத்துல இவரு விசைத்தறி வாங்கி என்ன செய்யப்போறாரு? விசைத்தறியில நெய்யுற சேலை ஒண்ணுக்கு அம்பது ரூவா அரசாங்கத்துல தராங்க. கைத்தறியில நெசவு செஞ்சு குடுத்தா தொண்ணூத்தி அஞ்சு ரூவா கிடைக்கும். இவரு எதுக்கு அத வாங்கணும் சொல்லுங்க? இந்த கைத்தறியில வாரம் ரெண்டு சேலை நெய்ய முடியும், விசைத்தறியில நாலு தான். அப்ப அதுனால என்ன பிரயோஜனம் சொல்லுங்க? நாங்க தனித்தன்மை வாய்ந்தவங்க. அதை எப்பவும் விட்டுக்குடுக்க மாட்டோம். தமிழ்நாடு வாதிரியார் மகாஜன சங்கம் இருக்கு. அதுல நான் செக்ரட்டரி. 'நமது கிளையாளி' அப்டின்னு ஒரு இதழ் நடத்துறோம்.''

அருகே நின்றுகொண்டிருந்த ஞானப்பூ அம்மாளிடம் கேட்டேன். ''உங்களுக்கு நெசவு தெரியுமா?''

''பின்ன?''...சிரிப்பு.

''நானும் நெசவு செஞ்சிட்டு தான் இருந்தேன். எனக்கு இப்ப கண்ணு தெரியாம போச்சி. கண்ணு ஆப்பரேசன் பண்ணியிருக்கு. ஆனா முட்டு முடியல. இது மிதிச்சு செய்யணும் இல்லையா? முடியல. முன்னால எல்லாம் மாத்தி மாத்தி ரெண்டு பேருமா மூணு சேல கூட நெய்வோம். இப்பம் அதெல்லாம் இல்ல'', எனச் சொல்கிறார்.

வாதிரியார் மக்களின் திருமணச் சடங்குகள் பற்றி அவரிடம் கேட்க, ''மாப்பிள்ள வீட்டுல இருந்து பொண்ணு கேட்டு வருவாங்க. இவுங்க சரின்னு சொன்னா கல்யாணம். கல்யாணத்துக்கு முந்தின

செந்தியம்பலம் வாதிரியாரும் கைத்தறி நெசவாளருமான துரைராஜ்

நாளு சேல கட்டுவாங்க. கிறிஸ்தவ முறைப்படி கல்யாணம் நடக்கும்'', என அளவாகச் சொல்கிறார். ''காஞ்சிபுரம் மாதிரி ஊர்கள்ல எல்லாம் பெண்களை எல்லா நாளும் தறிக்குள்ள விடுறது இல்ல, இந்துக்கள் அதெல்லாம் நிறைய பார்ப்பாங்களே நீங்க எப்படி?'' என வினவுகிறோம். ''அதெல்லாம் இங்க எதுவும் கிடையாது. தினமும் தறிக்கூடத்த கூட்டி பெருக்கி சுத்தமா வெச்சுக்குவோம். அது தான் சுத்தம். வேற என்ன?'' என கேட்டு ஞானப்பூ அம்மாள் சிரிக்கிறார்.

''செந்தியம்பலம் சேலைகள்ல நிறைய வகைக் கட்டங்கள் போடுவோம். எனக்கு அதுல போடுற பொடிக்கட்டம் புடிக்கும்'', என நெசவாளர் துரைராஜ் சொல்கிறார்.

இந்த மக்கள் எங்கிருந்து வந்தவர்கள் என உற்றுநோக்கினால் தமிழகத்தின் தென்பகுதியில் இருந்து தான் சாயர்புரம் பகுதியில் குடியேறியதாகத் தெரிகிறது. இங்கு ராயப்பபுரம் சொசைட்டி இயங்கும் பகுதியில் ரோமை கத்தோலிக்க கிறிஸ்தவர்கள் அதிகம் உண்டு. அவர்கள் 1840களில் இங்கு வந்தவர்கள் என மைக்கேல் என்ற சகோதரர் சொல்கிறார். இங்கு ராயப்பபுரத்தில் புனித அன்னம்மாள் ஆலயம் இருக்கிறது. 1867ம் ஆண்டு ஓலை வேயப்பட்ட மண் சுவர் ஆலயம் கட்டப்பட்டது. சுமார் 45 கத்தோலிக்கக் குடும்பங்கள் இங்கே வழிபாடு நடத்தி வந்திருக்கின்றனர். 1928ம் ஆண்டு இந்த ஆலயத்தில் நல்லம்மாள் என்பவர் உபதேசியாராகப் பணி செய்திருக்கிறார். சில இடங்களில் வயதான பெண்கள் உபதேசியார்களாக நியமிக்கப்பட்டதுண்டு.

பழையகாயல் பங்கோடு சேர்ந்திருந்த செந்தியம்பலம் ராயப்பபுரம் பங்கில் 1928ம் ஆண்டு புதிய ஆலயம் கட்ட அடிக்கல் நாட்டப் பட்டது. 14 ஆண்டுகளாகக் கட்டப்பட்ட ஆலயம் முழுக்க முழுக்க இப்பகுதி மக்களின் உழைப்பைக்கொண்டே கட்டி முடிக்கப் பட்டது. வீட்டுக்கு இருவர், ஒருவர் என கட்டடப் பணிகளில் ஈடுபட்டு கோயிலைக் கட்டியிருக்கின்றனர். 1941ம் ஆண்டு ஜூலை 26 அன்று அன்னம்மாள் ஆலயம் தூத்துக்குடி மறைமாவட்ட முதல் ஆயர் ரோச் அவர்களால் புனிதப்படுத்தப்பட்டது. அதே ஆண்டு ஆகஸ்ட் 12 அன்று அப்போது அங்கு பணியாற்றிய தந்தை அலோசியஸ் பெர்னாந்து பெயரில், அந்தோணி வாதிரியார் சாட்சியாக 60 சென்ட் நிலம் வாங்கப்பட்டு, மக்களுக்கு இலவசமாக வழங்கப்பட்டது.

நெசவுத் தொழிலை மேம்படுத்த 'ராயப்பபுரம் நெசவாளர் கூட்டுறவு சங்கம்' என்ற அமைப்பை உருவாக்கி, மக்களுக்கு தறிகள்

வழங்கப்பட்டு, சேலைகள் உற்பத்தி செய்து சங்கம் மூலம் விற்பனை செய்தார்கள். 1967ம் ஆண்டு ஆலயம் ஏற்பட்ட நூற்றாண்டு விழா கொண்டாடப்பட்டது. ''அலாய்சியஸ், பெர்க்மான்ஸ் அப்டின்னு ரெண்டு ஆர்.சி. ஃபாதருங்க தான் ஆர்.சி. மக்களுக்கு தனி சொசைட்டி கொண்டுவந்தாங்க. இப்பமும் அந்தத் தெருவுல அவுங்க நினைவா நிறைய பேருக்கு அலாய்சியஸ், பெர்க்மான் சுன்னு பேரு உண்டு'', என நினைவுபடுத்துகிறார் தர்மநாதன்.

''கத்தோலிக்கர்கள் எல்லோரும் பழைய காயல் பக்கமிருந்து தான் இங்க குடிவந்தாங்க. இங்க இருந்து எங்களுக்கு அது பத்து கிலோமீட்டர் தான் வரும்'', என கத்தோலிக்கரான செந்தியம்பலம் மைக்கேல் சொல்கிறார்.

சீர்திருத்தக் கிறிஸ்தவத்துக்கு செந்தியம்பலம் மக்கள் மிஷனரி ஷாராக் (John Alfred Sharrock) காலத்தில் மாறியிருக்கின்றனர் என்ற கருத்தை வாதிரியார் சமூகத்தைச் சேர்ந்த ஜெயக்குமார் என்ற ஸ்டேட் வங்கி அதிகாரி, ''வாதிரியாரின் வாழ்வியல்'' நூலில் குறிப்பிடுகிறார். இவ்வாறு மதம் மாறியவர்களில் முதலானவர் என நம்மையாழ்வார் வாதிரியாரின் பெயரைக் குறிப்பிடுகிறார். கிறிஸ்தவம் தழுவியபின் ஞானசிகாமணி என பெயர் பெற்ற இவர் பெயரால், ஷாராக் தெருவில் ஆரம்பப் பள்ளி ஒன்று திறக்கப் பட்டது. இவர் பெயரால் 'ஞானசிகாமணி கூட்டுறவு நெசவாளர் சங்கமும்' தொடங்கப்பட்டுள்ளது. இவ்வாறு ரோமை கத்தோலிக்கம், சீர்திருத்தக் கிறிஸ்தவத்துக்கு மதம் மாறிய வாதிரியார் சமூகத்தினருக்கு கல்வி கிடைப்பது எளிதானது; மத குருமார் மூலம் சமூகப் பாதுகாப்பும் கிடைத்தது. தேவாலயங்கள் மூலம் பயன் பாட்டுக்கு நிலமும், கூடவே நெசவுக்கு கூட்டுறவு சங்கங்களும் தொடங்கப்பட, இந்த சமூகம் ஏற்றம் கண்டது. வளம் பெருகியதால், பெரும்வணிகர்களான 'மாஸ்டர் வீவர்கள்' உருவாயினர்.

ஒருகாலத்தில் இந்த மாஸ்டர் வீவர்கள் அதிகாரம் கொண்டவர் களாகவும் இருந்துள்ளார்கள். ''தா. பவுல் வாதிரியார் அப்டிங்குறவர் ஹார்வி மில்லில நூல் டீலர். அந்தக்காலத்துல தறி போட்டு நடத்துனாரு. வெள்ளைக்காரங்க ஹார்வி மில் டீலர்ஷிப் குடுத்தாங்க. லூக்காபுரம் ஊரே அவருக்கு சொந்தம். யார் யாருக்கு வேணுமோ அவுங்க அவர் வீட்டுத் தறிகள்ல நெசவு பண்ணிக்கிடலாம். பொங்கி சாப்பிட்டுக்கலாம். கொஞ்சம் காசு சேந்தவுடனே எனக்கு ஒரு இடம் தாங்கன்னு சொல்லுவாங்க. இவரும் அஞ்சு சென்ட் மூணு சென்ட்டுன்னு இடம் பார்த்துக் குடுத்துருவாரு. எப்ப முடியுமோ அப்போ கிரையம் முடிச்சிக்கிடுவாங்க. அவருடைய பிள்ளைகள் நாலு பேரு உண்டு. அதுல ஒருத்தரு டிஸ்டிரிக்ட் எஜுகேஷன்

ஆபிசர், ஒருத்தங்க தமிழ் பேராசிரியர், ஒருத்தர் ஆவடி டேங்க் ஆலையில வேலை செஞ்சாரு, ஒருத்தங்க ஸ்கூல் ஹெச்.எம். எல்லாரும் இப்புடி படிச்சு வேலைக்குப் போயிட்டாங்க. அதுக்கப்புறம் கூட்டுறவு சொசைட்டிகள் வந்துச்சு. மாஸ்டர்வீவரும் இல்லாமப் போச்சு'', என தர்மநாதன் சொல்கிறார்.

1950-60கள் வரை நன்றாகவே சென்றுகொண்டிருந்த கைத்தறித் தொழில், மலிவாகக் கிடைத்த புதிய நைலக்ஸ், பாலியெஸ்டர் ஆடைகளின் வரத்தால் நலியத் தொடங்கியது. மாஸ்டர் வீவர்கள் தரும் கூலி குறைவானது என கருதிய வாதிரியார் மக்கள், தங்கள் குழந்தைகளைக் கல்வியின் பக்கமும், நகர்ப்புறங்களில் நூல் ஆலைகள், அச்சுத் தொழில் உள்ளிட்ட பிற தொழில்கள் பக்கமாகத் திருப்பினார்கள். பம்பாய், சூரத் உள்ளிட்ட பெருநகரங்களின் ஆலைகளில் பணியாற்றச் சென்றனர். சென்னை, கோவை போன்ற நகரங்களுக்கும் பணியின் நிமித்தம் இடம்பெயர்ந்தார்கள். இதனிடையே இந்த மக்களின் பணிசெய்யும் நேர்த்தி, நேர்மை போன்றவற்றைக் கண்ணுற்ற தினத்தந்தி குழுமத்தின் தலைவரான சி.பா.ஆதித்தன், இவர்களில் பலருக்கு இதழியல் துறையில் வேலைவாய்ப்புக்கு ஏற்பாடு செய்தார்.

செந்தியம்பலம் தங்கையா இந்த விஷயத்தில் பெரும் உதவி செய்தவர் என அப்பகுதி மக்கள் சொல்கின்றனர். தினத்தந்தி நிறுவனரை தன் நண்பர்கள் சிலருடன் சந்தித்து அவர் வேலை கேட்க, அவர்களில் தங்கையா தவிர பிறருக்கு தன் ஆலையில் ஆதித்தன் வேலை கொடுத்திருக்கிறார். அவரது சுறுசுறுப்பையும், ஆளுமையையும் கண்ட ஆதித்தன், தன் நிறுவனங்களுக்கு வேலை செய்ய திறமையான இளைஞர்களை அழைத்துவந்து விடும் பொறுப்பை தங்கையாவுக்குத் தந்தார். அன்று முதல் இன்று வரை நான்கு தலைமுறை இளைஞர்கள் தினத்தந்தி குழுமத்தில் வேலை செய்கின்றனர். இன்றும் தினத்தந்தி தங்கையா என்றே அவரை அழைக்கின்றனர்.

பொருளாதாரத்தில் நலிவுற்ற வாதிரியார் குடும்பங்கள் யார் என அறிந்து வைத்திருந்த தங்கையா, ஆதித்தனுக்குப் பின் அவர் மகன் சிவந்தி ஆதித்தனிடமும் நல்ல உறவுமுறை பேணியதால், பலருக்கு வேலைவாய்ப்புக்கு ஏற்பாடு செய்து தந்திருக்கிறார். அவரது மகன் இன்றும் அந்தக் குழுமத்தின் மேலாளராகப் பணிபுரிவதை தர்மநாதன் சுட்டிக்காட்டுகிறார். தென் மாவட்டங்களைச் சேர்ந்த மக்களிடம் இந்தப் பண்பு அதிகம் இருப்பதாகவே தோன்றுகிறது. தான் முன்னேறினால் போதும் என்பதாக இல்லாமல், தன்

பகுதியைச் சேர்ந்த பலருக்கும் வாழ்க்கைக்கு ஏதாவது வழி செய்துவிடுகின்றனர். இன்றும் சென்னை நகரில் தென் மாவட்ட வணிகக் குடும்பங்கள் கோலோச்சும் முன்னணி நகை, துணிக்கடைகளில் இப்படி ஊரிலிருந்து வந்து வேலை செய்பவர்களே நிறைய தென்படுகின்றனர்.

1990கள் வரையில் கூட விசைத்தறிக்கு மாறாமல் இருந்த செந்தியம் பலம் மக்கள், மும்பை சூரத் ஆகிய நகரங்களிலிருந்து ஊர் திரும்பியவர்கள் அமைத்த விசைத்தறிகள் மூலம் கிடைக்கும் லாபத்தைக் கணக்கிட்டு மெல்ல விசைத்தறிக்கு மாறத் தொடங்கினார்கள். தென்மாவட்டங்களில் தூத்துக்குடி மாவட்டம், தங்கம்மாள்புரம், சிவ்வர்புரம், பரமன்குறிச்சி, சாயர்புரம் போன்ற ஊர்களிலும், நெல்லை மாவட்டம் மடப்புரம், மகிழ்ச்சிபுரம் போன்ற பகுதிகளிலும், இராமநாதபுரம் மாவட்டம் செவல் பட்டியிலும் நெய்தல் தொழிலைக் குலத்தொழிலாகக் கொண்ட வாதிரியார்கள் வாழ்ந்து வருகின்றனர். ''வாதிரியார் சமூகம் 'மள்ளர்' இனக்குழுவைச் சேர்ந்தது எனவும், வேளாண்மை செய்து வந்தவர்கள் பருத்தி விளைவித்து, அதை நெய்தும் வந்ததாக'' முனைவர் ஞானசேகரன் குறிப்பிடுவதாக ஜெயக்குமார் எழுதியிருக்கிறார்.

இதை முழுக்க மறுக்கிறார் வாதிரியார் மகாஜன சங்கத்தைச் சேர்ந்த தர்மநாதன். தங்கள் இனம் 2000 ஆண்டுகளாக பாய்மரப் படகுகளுக்கு பாய்மரம் செய்துதரும் பணியைச் செய்ததாக அவர் சொல்கிறார். ஆனால் அதற்கான சான்றாதாரங்கள் இதுவரை கிடைக்கப்பெற வில்லை. வாதிரியார் என்ற இனக்குழுப் பெயர் 1884ம் ஆண்டு பதிவு செய்யப்பட்ட சில ஆவணங்களில் உள்ளன. அதிலும் பெயர் குறிப்பிடப்பட்டு, அதன் பின்னொட்டாக வாதிரியான் என்ற சொல்லும், 'ஜாதி பள்ளன்'என்ற பெயரும் குறிப்பிடப்படுகின்றன.

1956ஆம் ஆண்டு வாதிரியார், தேவேந்திர குல வேளாளர் சமுதாயத்தின் உட்பிரிவு என தமிழ்நாடு சமூக நலத்துறை அறிக்கை வெளியிட்டுள்ளது. அதிலும் குழப்பமாக கோவை சேலம் மாவட்டங்களில் வசிக்கும் வாதிரியார் என குறிப்பிடப்பட்டுள்ளது. அதை தெளிவுபடுத்தும் வண்ணம் 'பள்ளர் என்ற பட்டியலின் கீழ் தமிழகம் முழுக்க வாதிரியார் மக்களைக் கருத வேண்டும்' என்ற ஆணையை அரிஜன நலத்துறை பிறப்பித்துள்ளது. 1967ம் ஆண்டு பள்ளர்களை பட்டியலினத்தில் சேர்த்த அரசின் சட்டத்திருத்த மசோதாவில், பள்ளர்களின் உட்பிரிவாக வாதிரியார் குறிப்பிடப்பட்டுள்ளது.

1977ம் ஆண்டு அன்றைய பட்டியலின கமிஷனின் தலைவரான ராம் சரண், 'வாதிரியார் என்ற சாதி தமிழகம் முழுக்க பட்டியல் சாதியே'

என்ற ஆணையைப் பிறப்பித்தார். அதன்பின் சற்றே நிம்மதிப் பெருமூச்சு விட்டது இந்த சமூகம். 2011ம் ஆண்டு இவர்களை மீண்டும் தேவேந்திர குல வேளாளர் என்ற புதிய பெயருடன் அந்தக் குழுவில் இணைக்க முயற்சிகள் நடந்தன. அப்போது நீதிபதி ஜனார்த்தனன் தலைமையில் ஒரு நபர் கமிஷன் அமைக்கப்பட்டு, பின்னர் கலைக்கப்பட்டது. சாயர்புரம், விளாத்திகுளம் உள்ளிட்ட பகுதிகளைச் சேர்ந்த மக்கள் இதற்குக் கடும் எதிர்ப்பு தெரிவிக்க, ஜெயலலிதா ஆட்சிக்காலத்தில் இம்முயற்சி கைவிடப்பட்டது.

ஆனால் மீண்டும் 2017ம் ஆண்டு தங்கராஜ் என்பவர் மனு கொடுக்க, அரசும் துறை ரீதியாக 7 சமுதாய மக்கள் வாழும் பகுதிகளுக்குச் சென்று அவர்களது சமுதாய-சாதி பழக்கவழக்கங்கள், பண்பாடு பற்றிய ஆய்வுகள் செய்து அறிக்கை சமர்ப்பிக்குமாறு சென்னைப் பல்கலைக்கழக மானுடவியல் துறை பேராசிரியர் சுமதி தலைமையில் கமிஷன் ஒன்றை அமைத்தது. இந்தக் கமிஷனின் பகுதி அறிக்கை இணையத்தில் காணக்கிடைக்கிறது. ஆனால் அதில் குடும்பன் என்ற குழு பற்றிய முழு ஆய்வு இருக்கிறதே தவிர பிற சாதிகளை ஆய்ந்தறிந்த அறிக்கையின் பகுதிகள் பொதுவெளியில் இல்லை.

மனுச்செய்த தங்கராஜ் எங்கெல்லாம் அழைத்துச் சென்று காட்டினாரோ, அப்பகுதி மக்களை மட்டும் சந்தித்து இந்த அறிக்கை தயார் செய்யப்பட்டது என வாதிரியார் மகாஜன சங்கத்தினர் குற்றம் சாட்டுகின்றனர். இவர்கள் சொல்லும் நெசவுத்தொழில் செய்யும் வாதிரியார் மக்கள் வாழும் ராமநாதபுரம் மாவட்டம் ராமநாதபுரம், செவல்பட்டி, சாயல்குடி தூத்துக்குடி மாவட்டம் வேம்பார், சிலுவைபுரம், விளாத்திகுளம், சூரங்குடி, மேல்மாந்தை, வேப்பலோடை, அரசடிபனையூர், தூத்துக்குடி சுப்பிரமணியபுரம், சில்வர்புரம், அண்ணாநகர், முத்தையாபுரம், சாயர்புரம், செந்தியம் பலம், லூக்காபுரம், திருச்செந்தூர் மாவட்டம் பரமன்குறிச்சி, பொத்தரக்கன்விளை, முருகேசபுரம், பெருமாள்புரம், சிங்கராய புரம், நெல்லை மாவட்டம் ராதாபுரம், தமுக்குபட்டி, வள்ளியூர், மடப்புரம், வள்ளியம்மைபுரம், கலந்தபனை, சேரகுளம், அச்சம்பாடு, விஜய அச்சம்பாடு, கருவேலம்பாடு, தனக்கர்குளம், புள்ளூர், ராமலிங்கபுரம், கன்னியாகுமரி மாவட்டம் அஞ்சுகிராமம், ஜார்ஜ் டவுன், கண்ணன் பதி, தெங்கம்புதூர், சாஸ்தான் கோயில்விளை, லெச்சுமிபுரம் ஆகிய பகுதிகளில் எந்தெந்த பகுதிகளில் ஆய்வு செய்யப்பட்டது என்ற விவரம் இல்லை.

எடப்பாடி பழனிசாமியின் ஆட்சிக்காலத்தில் நெல்லை, அதற்குத் தெற்குப்பகுதியிலுள்ள 'கோலிய பள்ளர்' என தங்களை

அடையாளம் காணும் மக்கள், கையெழுத்து வேட்டைகள் நடத்தி, தங்களை தேவேந்திர குல வேளாளர் குழுவின் 7 சாதியினருள் ஒருவராக அறிவித்து, பட்டியலினத்திலிருந்து விடுவிக்கவேண்டும் என கோரினார்கள். சாயர்புரம் கிறிஸ்தவ வாதிரியார் மற்றும் தூத்துக்குடி, ராமநாதபுரம், கன்னியாகுமரி, திருச்செந்தூர், நெல்லை மாவட்டங்களின் மக்கள் இதற்கு எதிர்ப்பும் தெரிவித்தார்கள். 2019ம் ஆண்டு குடும்பர், பன்னாடி, காலடி, கடையர், தேவேந்திர குலத்தான் மற்றும் பள்ளர் ஆகிய ஆறு சாதிகளை மட்டும் இணைத்து புதிய தேவேந்திர குல வேளாளர் சாதிக்குழுவை அறிவிக்க முடியுமா என ஆராய ஹன்ஸ்ராஜ் வர்மா தலைமையில் மற்றொரு குழு அமைக்கப்பட்டது. அரசியல் காரணங்களுக்காக 7 சாதிகளையும் இணைத்து புதிய சாதி உருவாக்கப்பட்டு 2021ம் ஆண்டுத் தொடக்கத்தில் அரசாணை வெளியிடப்பட்டது. இதை எதிர்த்து சென்னை உயர்நீதிமன்றம் மதுரை கிளையில் மனுதாக்கல் செய்யப்பட்டு இன்றும் வழக்கு விசாரணை நடைபெற்றுவருகிறது.

இந்தப் பகுதியில் ராயப்பபுரம் சங்கம், லூக்காபுரம் சங்கம், செந்தியம்பலம் சங்கம் மற்றும் ஞானசிகாமணி கூட்டுறவு சங்கம் என நான்கு கூட்டுறவு சங்கங்கள் இயங்கியிருக்கின்றன. இன்று எஞ்சியிருப்பது லூக்காபுரம் சங்கம் மட்டுமே. ''எந்தத் தொழிலாக இருக்கட்டும், இன்று அவரவர் கூலியை அவர்களே நிர்ணயம் செய்கின்றனர். ஆனால் எங்கள் கூலியை மட்டும் அரசாங்கம் நிர்ணயம் செய்கிறது; அது இந்தக் காலத்தில் கட்டாயம் போதாது; அதைக்கொண்டு பிழைக்க முடியாது'', எனச் சொல்கிறார் தர்மநாதன். ''எங்க வீட்டுல கைத்தறி இருந்திச்சு. அதை மூடியாச்சு. பெங்களூருல பவர் லூமுல மேஸ்திரியா இருந்தேன். அங்க இருந்து நாலு லூம் வாங்கிட்டு வந்து வீட்டுல போட்டு வேல பார்த்தேன். அதுல ரெண்ட வித்தாச்சு. இப்ப 2 பெடல் தறி போட்டிருக்கோம். அதுலயும் வேல செய்ய ஆளில்ல, கட்டுப்படி ஆகல. கைத்தறி இவ்வளவு பெரிய ஊருல துரைராஜ், ஞானப்பூ வீட்டுல மட்டும் தான் இருக்கு பாருங்க'', எனச் சொல்கிறார்.

இவர்களிடையே நல்ல உறவுமுறை நிலவி வந்ததற்கு இரண்டு காரணங்கள் சொல்லலாம். ஒன்று இவர்கள் புலம்பெயர்ந்தபடியே இருந்திருக்கின்றனர். 'சிறுபான்மை மக்கள் என்பதால் தங்கள் பெண்களைக் காப்பாற்றவே இவர்கள் புலம்பெயர்ந்தார்கள்', என தர்மநாதன் சொல்கிறார். எனவே குழுவாக அவர்களது ஒற்றுமை பலமடைந்திருக்கிறது. மற்றது இவர்கள் பாவு ஆற்றும் ஒற்றுமை. பாவு ஆற்றுதல் அந்தக் காலத்தில் எப்படி செய்யப்பட்டது என

ஜெயக்குமார் தன் நூலில் விளக்குகிறார். யாருடைய பாவு ஆற்றப்பட வேண்டுமோ அவர் அதிகாலையிலெழுந்து அகலமான தெருவில் பாவை ஆற்ற மூதலைக்கால், இளந்தலைக்கால் நடுகிறார்.

முதல் காலான மூதலைக்காலிலிருந்து 10 மீட்டர் இடைவெளியில் தாங்குகுழி தோண்டி, பனைமட்டையில் செய்யப்பட்ட தாங்கு மட்டையை நட்டு, இடைத்தாங்க கம்பை போட்டுச் செல்வார். இந்த நேரம் வீட்டுப் பெண்கள் பாவு ஆற்றத் தேவையான அரிசிமாவு அல்லது ஏழிலைக்கிழங்கு மாவுப் பசையைத் தயாரிக்கின்றனர். பாவு நீட்டப்படுகிறது. அப்போது புணி எனப்படும் பின்னல்களுக்கிடையே அலையக்கம்பு, மற்றும் துவரி போடப்படுகின்றன. தெருவிலுள்ள மற்றவர்கள் 10 மீ இடைவெளி கொண்ட தட்டுப் பகுதியில் உள்ள பாவினை விரித்து, பசை ஏற்ற வழிசெய்கின்றனர். தட்டுக்கு இருவர் என குறைந்தது 20 பேர் வேலை செய்தால் மட்டுமே குறித்த நேரத்துக்குள் பசையேற்ற முடியும். ஒற்றுமையுடன் கூடிப் பணி செய்தல் என்பது இவர்களுக்கு பணி நிமித்தம் கட்டாயமாகியிருக்கிறது. அதைத்தான் இன்று தொலைத்திருக்கின்றனர்.

வாதிரியார்கள் தாய்வழிக் கிளைகள் மொத்தம் ஏழு. அவை சைவன், பட்டன், நம்பாளி, அருகப்பணிந்தான், ஆவிடைப் பணிந்தான், அருமறைக்கொடி, கன்னிகை குறையான் என்பன. இவர்களில் சைவன்- சைவமதத்தைப் பின்பற்றியவர்கள், பட்டன்- சைவ/வைணவ மதக் குருக்கள், நம்பாளி- காளியை வழிபட்டவர் கள், அருகப்பணிந்தான்- அருக வழிபாடு கொண்டவர்கள், ஆவிடைப்பணிந்தான் - பெண் தெய்வங்களை வணங்கியவர்கள், அருமறைக்கொடி - மிகுந்த குறைந்த எண்ணிக்கையில் இருந்தவர்கள், கன்னிகை குறையான்- கன்னி தெய்வத்தை வழிபட்டவர்கள் என இவர்கள் வணங்கிய தெய்வங்களைக் கொண்டே கிளைகள் ஒரு காலத்தில் வகுக்கப்பட்டிருக்கவேண்டும். இவர்களில் சைவனும் பட்டனும் சகோதரக் கிளைகள். அருகப் பணிந்தானும் ஆவிடைப்பணிந்தானும் அவ்வாறே. எனவே அவர்களுக்குள் கொடுக்கல் வாங்கல் இல்லை. மற்ற ஐந்து கிளைகளுடனும் அவர்கள் திருமண உறவுகள் கொள்ளலாம். ஐந்து தலைமுறையாக மதம் மாறியவர்கள் கூட இதைக் கடைபிடிக் கின்றனர் என ஜெயக்குமார் எழுதுகிறார். பிற சாதியில் மணமுடித்து குழந்தை பிறந்தால், அதை கன்னிகை குறையான் கிளை என வகைப்படுத்துவதும் உண்டு. இவர்களுக்கு தலைமேயேற்க அம்பலக்காரர்களும் ஒரு காலத்தில் உண்டு. கிறிஸ்தவர்கள் மத்தியில் அம்பலக்காரர்கள் இல்லை.

மூன்று நாள்கள் நடைபெற்ற இவர்களின் திருமண சடங்குகள் இப்போது குறுகி ஒரே நாளில் முடிந்துவிடுகின்றன. தாய் மாமனுக்கே திருமண சடங்குகளில் முதலிடம் உண்டு. பெண் கேட்டு மாப்பிள்ளை வீட்டார் செல்லும் போது, பெண் வீட்டாரிடம் 'நெற்றிமுட்டுக் கம்பை' கொடுத்து வாங்குகின்றனர். இந்த முறைக்கு தர்மநாதன் விளக்கம் தருகிறார். ''அந்தக் காலத்தில பெண் கேட்டுப் போகும்போது நடந்து தான் போகணும். இப்ப மாதிரி பஸ், காருன்னு வசதி கிடையாது. அப்போலாம் நெறைய வழிப்பறி, கொள்ளை எல்லாம் நடக்கும். போற பத்து பேரு பாதுகாப்புக்காக குடை, முட்டுக்கம்பு எல்லாம் எடுத்துக்கிட்டு போவாங்க. இவுங்க போனதும் பொண்ணு வீட்டுக்காரங்க வந்து இவுங்க கிட்டயிருந்து கம்பு, குடையெல்லாம் வாங்கணும். கால் அலசிட்டு உள்ள போய் இவுங்க உக்காரணும். முதல்ல கருப்பட்டி, தண்ணி குடுப்பாங்க. ஊர்ல உள்ள பெரியவர் வந்த வெவரம் என்னன்னு கேப்பாரு. அப்பம் மாப்பிள்ளைக்கு அப்பா என் தங்கச்சி வீட்டுல பொண்ணு கேட்டு வந்திருக்கேன்னு சொல்லுவாரு. முறையெல்லாம் இனிதான் வரணும். ஆனா முன்னக்க அப்படிச் சொல்லுவாங்க.''

''அவரு உடனே பொண்ணுவீட்டுக்காரங்க கிட்ட உங்களுக்கு என்னன்னு கேப்பாரு. அவுங்க சம்மதம் சொன்னா நகை ரொக்கம் எல்லாம் பேசி முடிப்பாங்க. இப்ப பப்ளிக்கா பேசுறதில்ல, அவுகளுக்குள்ள பேசிக்கிடுவாங்க. இந்த கம்பு கொண்டுபோற தெல்லாம் இல்ல, மத்த சடங்கெல்லாம் உண்டு. ரோட்டுப்பக்கமா கம்பு கொண்டுட்டு போனா எல்லாரும் என்ன என்னன்னு கேக்காங்க. அதுனால இப்ப அத செய்யிறது இல்ல. திரும்ப வரும் போது கம்பு, குடை, பழத்தாரு எல்லாம் குடுத்து அனுப்புவாங்க.''

திருமண நிகழ்வுகளில் இந்த வாதிரியார் மக்களுக்கே உரிய சடங்குகளில் ஒன்றான 'மாமன் செய்தல்' உண்டு. சந்தனக் கிண்ணத்தில் இரண்டு வெற்றிலைகள் தொட்டு மாப்பிள்ளையின் தலையில் தாய்மாமன் மூன்றுமுறை தெளிக்கிறார். பின் இரண்டு வெற்றிலைகளையும் தனித்தனியே சுருட்டி மணமக்கள் இருவர் காதுகளிலும் வைக்கிறார். இது மாமன் செய்தல்! திருமணத்தில் தாய்மாமனுக்கு முழு சம்மதம் என்பதை உணர்த்தவே இந்த சடங்கு என ஜெயக்குமார் எழுதியிருக்கிறார். போலவே இவர்களிடையே உள்ள 'கும்பிட்டுகட்டு' சடங்கும் வித்தியாசமானது. ஆலயத்தில் திருமணம் முடிந்து பட்டினப்பிரவேசம் முடிந்தபின், மணப்பெண் தனக்கு மச்சான் முறை உள்ளவர்களிடம் காலைத்தொட்டு ஆசி வாங்கவேண்டும். ஒவ்வொருமுறை பாதம் பணியும் போதும் பணம்

வாங்குவது முறை. மச்சான்கள் மடி நிறைய சில்லறை வைத்துக் கொண்டு மணப்பெண்ணை பலமுறை குனிந்து எழச்செய்யும் வேடிக்கையான நிகழ்வு இது. மணமகள் வாங்கும் இந்தப் பணம் புகுந்த வீடு செல்லும் பெண்ணுக்கு ஏதோ ஒரு வகையில் உதவியாக இருக்கட்டும் என்ற எண்ணத்தில் இந்தச் சடங்கு ஏற்பட்டிருக்க வேண்டும்.

சாயர்புரம் பகுதிக்கு கிறிஸ்தவர்கள் வருவதற்கு முக்கிய காரணம் வணிகரான சாயர். கிழக்கிந்தியக் கம்பெனியுடன் வணிகம் செய்துவந்தவர், அவ்வப்போது மிஷன் சார்பாக உபதேசியார் களுக்கு பணமும், பள்ளிகளுக்கு நிதியுமளித்துவந்தார். அந்தப் பகுதியில் புதிதாக மதம் மாறிய கிறிஸ்தவர்களுக்கு தங்கிக்கொள்ள இடம் வேண்டும் என்பதற்காக ராஜ கிளாரிந்தாவிடம் சாயர் தந்த நிதியிலிருந்து, 1815ம் ஆண்டு 150 ஏக்கர் நிலம் வாங்கப்பட்டது. அவரது பெயரான சாயரை அந்த இடத்துக்கு வைத்து சாயர்புரம் என வழங்கினார்கள்.

பின்னர் எஸ்.பி.ஜி மிஷன் வழியே அங்கு வந்த சீர்திருத்த கிறிஸ்தவ மிஷனரியான ஜி.யு.போப், 1842ம் ஆண்டு அங்கு தொடங்கிய வேதியர் பள்ளியை செம்மையாக நடத்தினார். அவரது முக்கியக் கொள்கையே, ''நல்ல சாப்பாடு, நல்ல படிப்பு, நல்ல அடிப்பு'' என எழுதுகிறார் மிஷனரி ஷாராக். ஹக்ஸ்டேபிள் மற்றும் ஷாராக் காலத்தில் தூய திருத்துவ ஆலயம் சாயர்புரத்தில் எழுப்பப்பட்டது. செந்தியம்பலம், லூக்காபுரம் கிறிஸ்தவர்கள் முதலில் அங்கு தான் வழிபாட்டுக்குச் சென்று வந்தார்கள். 1880களில் ஷாராக் பெயரமைந்த தெருவில், நெசவு செய்யும் நெசவாளர்கள் தங்கியதாகத் தரவுகள் உள்ளன. மிஷன் பங்களாவுக்கு அப்பால் தங்கிய மக்களுக்காக ஆலயம் ஒன்றையும் அந்தப் பகுதியில் 1886ம் ஆண்டு அமைத்தார் என்ற தகவல் இருந்தாலும், இன்று அப்பகுதியில் ஆலயம் இல்லை. ரோமை கத்தோலிக்கர்களுக்கான அன்னம்மாள் ஆலயம், சீர்திருத்தக் கிறிஸ்தவர்களின் மாற்கு ஆலயம், இம்மானுவேல் ஆலயம் ஆகியவை இப்போது வழிபாட்டிலுள்ளன.

''ஒரு காலத்துல நெலம் எல்லாம் இருந்துச்சு. எங்க நெலத்துல உழவு வேற ஆள்க பண்ணிட்டு இருந்தாங்க. அவங்க தார நெல்லைத்தான் நாங்க வாங்க வேண்டியதா இருந்திச்சு. அப்ப எனக்கு அப்பா கிடையாது. அறுப்புக்கு முந்தின நாளு வீட்டுக்கு வந்து அடுத்த நாளை அருப்பு, சாக்கு எல்லாம் எடுத்துட்டு வாங்கன்னு உழுதவரு வந்து சொல்லுவாரு. நாங்க வண்டி கெட்டிக்கிட்டு, சாக்கெல்லாம்

எடுத்துக்கிட்டு விடிகாலைல கெளம்பிப் போவோம். அங்க ஊருப் பொதுக்கிணத்தில தான் தண்ணி குடிப்போம். அவுங்க குடுக்குற சாக்கை வண்டியில ஏத்திக்கிட்டு வருவோம். உழுதவனுக்கு நிலம் சொந்தமுன்னு சட்டம் வந்துச்சு பாத்தீகளா? அதுக்கப்புறம் உழுதவரு நல்லாத்தான் இருந்தாரு. நியாயமா விளைஞ்சத குடுப்பாரு, அவரு புள்ளைங்க அப்பிடி இல்ல. அதான் பிரச்சனை வரதுக்குள்ள வித்துருவோமுன்னு நிலத்த குடுத்துட்டோம்'', என தர்மநாதன் சொல்கிறார். இதே போல அந்தப் பகுதியில் பலரும் தங்களின் சொற்ப நிலத்தை விற்றுவிட்டார்கள் எனச் சொல்கிறார். தங்களை பள்ளர் இன மக்களில் இருந்து வேறுபடுத்திக் காட்ட இவற்றைச் சொன்னார் என்றே கருதுகிறேன்.

ஞானப்பூ-துரைராஜ் தம்பதியிடம் விடைபெற்றுக்கொண்டு எப்படியாவது செந்தியம்பலம் சேலை ஒன்றாவது வாங்கிவிட வேண்டும் என்ற வேகத்தில் கூட்டுறவு சங்க அலுவலகத்தைத் திறந்து, அதிலிருந்த சேலைகளைக் காட்டும்படிக் கேட்டுக் கொண்டோம். சாவியைத் தலைவரின் வீட்டிலிருந்து வாங்கிக் கொண்டு, அவரது மனைவி உடன் வர, தர்மநாதன் ஐயாவுடன் சென்று அந்த எளிய ஓட்டுக்கட்டடத்தைத் திறந்து உள்ளே போனோம். சில ஆண்டுத் தூசியும், ஒட்டடையும் படிந்து இருந்தது. கைத்தறி சேலைகளை விட விசைத்தறி சேலைகள் பளபளவென கண்ணைப் பறித்தன. அதை வேண்டுமானால் கொண்டு போங்களேன், நன்றாக இருக்கும் என்ற அவர்கள் இருவரது வேண்டுகோளையும் நாங்கள் ஏற்கவே இல்லை. கைத்தறி

செந்தியம்பலம் கட்டம் சேலை

சேலைகள் எங்கே, கட்டம் சேலைகள் எங்கே என தான் தேடினோம். ஒருவழியாக சில ஆண்டுகளுக்கு முன் நெசவு செய்யப்பட்ட, விற்பனையாகாத செந்தியம்பலம் கைத்தறி கட்டம் சேலைகள் மேல் அடுக்கிலிருந்து கீழே இறக்கப்பட்டன.

ராமர் பச்சை, வயலட், அடர் சிவப்பு, ஆரஞ்சு என பல வண்ணங்களில் சேலைகள். ஆனால் அவற்றில் பல சேலைகளில் நாள்பட்ட காரணத்தால் மடிப்புகளில் கிழியத் தொடங்கியிருந்தன. அவையெல்லாம் ஸ்டாக்கில் விற்பனையாகாதவை என காட்டப்பட்டு, ஒதுக்கப்பட்டவை என மீண்டும் எங்களிடம் சொல்லிப்பார்த்தார்கள். கேட்காமல், ஓரளவுக்கு சுமாராக இருந்த இரண்டு சேலைகளை எடுத்துக்கொண்டு, பணம் எவ்வளவு என கேட்டோம். மிகவும் சிறிய தொகை சொல்லப்படவே, கூடுதலாகக் கொஞ்சம் பணம் தந்துவிட்டு அங்கிருந்து கிளம்பினோம். ''ஐயோ இப்படி பழைய சேலைய எடுத்துக்கிட்டு போறீங்களே?'', என வருந்தினார்கள். யாரோ ஒருவர் கிட்டத்தட்ட 80000 முறை கைகளையும் கால்களையும் அசைத்து செய்த அசுர உழைப்பை எப்படி பரணில் தூங்கவிடுவது?

சான்றுகள்

- *தமிழ்நாடு வாதிரியார் மகாஜன சங்கம் கடிதங்கள் (உதவி: தர்மநாதன்)*
- *நமது கிளையாளி- ஜுலை 2019 இதழ் (இதழ் உதவி: தர்மநாதன்)*
- https://erumporum.blogspot.com/2021/01/blog-post_10.html
- https://timesofindia.indiatimes.com/city/chennai/committee-on-devendra-kula-vellalar-has-no-expert/articleshow/68310525.cms
- https://apiar.org.au/journal-paper/interpretation-of-identity-an-anthropological-report-of-seven-communitiesin-south-india/

13

நெல்லையின் முதல் ரத்த சாட்சி தாவீது சுந்தரானந்தன் – முதலூர்

ஒடுக்கப்பட்ட மக்களின் பாதுகாப்புக்காக ஏற்படுத்தப்பட்ட கலையான களியல் இன்று கலைவடிவமாக இளையோரிடம் செல்வது மகிழ்வாக இருக்கிறது. ஒடுக்குதலுக்கு எதிராகக் கலையை நிறுத்துவது உன்னதமான போராட்ட வழியாக இன்றும் தொடர்வதை நிகழ்காலத்தில் உணர்ந்துகொண்டே தான் இருக்கிறோம்.

முதலூர் பாடல்:

முத்து முதலூர் உன்னத ஆலயம்

பாடியவர்: ஈ.குருபாதம்

எடுத்து இயம்பியவர்: கு.ஈசாக்கு

முத்து முதலூர் உன்னத ஆலய
அலங்கார வேலையப்பார் – அதில்
முத்துப் போல் நீலக் கண்ணாடி
வகையுடன் ஆல்டரின் தன்னழகும்.

அந்த உன்னத ஆலய நீளத்தின்
தன் அடி நூற்று ஐம்பத்தொன்று – அதில்
தென் வடலோடியே ஐம்பத்திரெண்டடி
அத்தனின் ஆலயமும்

ஈராறு தூண்கள் ஏந்தும் ஆழாங்கல்
ஐம்பத்தெட்டு உண்டு – அதில்
ஈராறு மாராப்பு உத்திரமுடனே
மதலைக்கை ஐம்பத்தாறு

அந்த மல்லுக்கை நூற்று ஐம்பத்திரெண்டு
உத்திரங்கள் நான்கு – அதில்
தாழ்வாரக்கை நூற்று முப்பத்தாறு
கொடி உத்திரம் ஏழு

இந்த ஆகாய மண்டல வாய்வதை உட்கொள்ள
ஈரிரண்டு கதவுகளும்- இன்னும்
பிரதான வாசலும் பெரிய கதவொன்றும்
அழகாக இலங்குது பார்!

ஆங்கு தென்றல் அடித்து நறுமணம் வீசிட
ஜன்னல்கள் பத்தொன்பது – அதில்
அச்சரம் வரைந்தார் லூக்கா சுவிசேஷம்
இரண்டு பதிநான்கு

அந்த மெஞ்ஞான தீட்சையின் அலங்காரத்
தொட்டியின் சிங்கார வேலையைப் பார் – அங்கே
பரிசுத்த ஆவி புறா ரூபம் ஆனது
தேவாட்டுக் குட்டியுண்டு

அதில் கொத்துக்கொத்தாய்ப்பல முத்து முத்தாய்ச் சில
சித்திர வேலையுண்டு – அதைச்
சுற்றியே ஈராறு வர்ணப்பளிங்குகள்
முத்துப்போல் மின்னுது பார்

சுற்றிவர தெங்கு சோலை
கோட்டைக்குள் தோப்பும் – அதில்
சங்கை ரெவரெண்ட் ஜி.பி. ஞானமணி *(பெயர் அவ்வப்போது மாற்றப்படுகிறது)*
மேன்மை குணமும்

குருபாதம் எண்ணியே பார்த்தார்
தென்னை மரங்கள் ஐம்பத்தெட்டு – அதில்
சிங்காரச் சோலை அரளி வகையுடன்
மாமரச் சோலையுண்டு

எனக்குக் களியல் முறைதனைக்
கற்றுக் கொடுத்தவர் நோவா அண்ணாவி – அவர்

பாதம் பணிந்து கவிதனைப் பாடினேன்
பாலன் குருபாதம்.

- முதலூர் ஆலய மலர், நன்றி: அபிஷேக்

தலைவலி என உடன் வந்த ரோடா சுருண்டுவிட, சாலையோரக் கடை ஒன்றைத் தேடிப்பிடித்து கையில் சாயாவைத் திணித்த பின்னும் பலனில்லை. தலையைப் பிடித்துக்கொண்டு வந்தவர், முதலூரில் கார் நின்றதும், ''ஐயம் வெரி வெரி சாரி நிவேதிதா..ரொம்ப தலைவலிக்குது. நீங்களே போய் ஃபோட்டோ எல்லாம் எடுத்திட்டு வந்துருங்க. நம்ம பின்னால கேட்டு எழுதிக்கலாம்'', எனச் சொல்லிவிட்டு கண்ணை மூடிக்கொண்டார்.

என்ன படமெடுக்க? கொஞ்சம் குழப்பம்தான். ஆலயங்களை சுற்றிப் பார்த்து நூல் எழுதவேண்டும் என்றதுமே முடிவு செய்தாகி விட்டது; எல்லா வகையான ஆலயங்களையும் எந்த விருப்பும் வெறுப்புமின்றி பதிவு செய்யவேண்டும், எந்த பாரபட்சமும் காட்டப்படக்கூடாது என. பிறப்பால் கத்தோலிக்கரான எனக்கும், வாழும் சீர்திருத்தக் கிறிஸ்தவரான ரோடாவுக்கும் எதனால் ஒத்துப்போனது என்பதை இன்றுவரை எங்களால் கண்டுபிடிக்க முடியவில்லை. இருவரும் சேர்ந்து தேடும் போது, இருவருக்கும் கிடைக்கும் தகவல்களைக் கொண்டு எழுதினால் நிறைவாக இருக்கும் என்ற நம்பிக்கை இருந்தது. என்னவோ அன்று மாலை அவரால் முடியவில்லை. பெரும்பாலும் சீர்திருத்தக் கிறிஸ்தவ ஆலயங்களை சுற்றிப் பார்க்கப் போகிறோம் என்றால் அவர்

முதலூர் ஆலய முகப்பு

முன்னமே அங்கு யாரை சந்திப்பது, யாரிடம் என்ன தகவல் சேகரிப்பது என ஓரளவுக்கு தகவல் திரட்டிவிடுவார். அன்று எதையும் அவரிடம் கேட்கும் சூழலில் அவர் இல்லை.

கழுத்தில் காமிராவை மாட்டிக்கொண்டு காரிலிருந்து இறங்கினேன். அகலமான தெருவின் முடிவில் அழகிய உயர்ந்த கோபுரம் தெரிந்தது. முன்புற முகப்பைப் படமெடுத்துக்கொண்டேன். ''பரிசுத்த மிகாவேல் முதலான சகல சம்மனசுகளின் ஆலயம்'' என்ற பெயரும், கோவில் கட்டப்பட்டது 1883-1929 என்ற ஆண்டுகளும், கோபுரம் 1973ம் ஆண்டு புதுப்பிக்கப்பட்டது என்பதும் வாசிக்கக் கிடைத்தது. ஆலயத்துக்குள் அங்கங்கே பெண்கள் அமைதியாக அமர்ந்து ஜெபித்துக்கொண்டு இருந்தார்கள். பிரம்மாண்ட சாண்டலியர்கள் மினுங்கிக்கொண்டு இருந்தன. ''என் கிருபை உனக்குப் போதும்' என்ற வசனத்துடன் பீடம் தெரிந்தது. பீடத்தில் இருபுறமும் தொங்கும் சரவிளக்குகள் இருந்தன. பீட முகப்பில் கண்ணாடியில் வரையப்பட்ட ஐந்து அப்பங்கள், இரண்டு மீன்கள், திராட்சைக் கொடிகள் தெரிந்தன.

இரு பக்கமும் பிரம்மாண்ட தூண்களும், ஆர்ச்சுகளும், கூரையில் வேயப்பட்ட தொன்மையான ஓடுகளும் ஆலயத்தின் தொன்மையை உணர்த்தின. படங்கள் எடுத்துக்கொண்டேன். இன்று ஊரின் நடுவே பிரம்மாண்டமாகத் தெரிகிறது ஆலயம்.

பெரும்பாலும் மிக்கேல் அதிதூதர், பிற தூதர்கள் மேல் ரோமை கத்தோலிக்கக் கிறிஸ்தவர்களுக்கே பெரும் அன்பு இருக்கும். பெண் பார்த்துவிட்டுப் போய் அவளைப் பற்றி விவரிக்கும் போது கூட, 'சம்மனசு போலப் பொண்ணு'என தென் மாவட்டங்களில் சொல்லப்படுவதுண்டு. அந்த அளவுக்கு சம்மனசுகள் அவர்களது வாழ்க்கையில் ஒன்றிவிட்டவர்கள். இந்த ஆலயத்துக்கும் முதலில் மிகாவேல் (St Michael) பெயரே இடப்பட்டது எனவும் பின்னாளில் சகல சம்மனசுகளும் சேர்ந்துகொண்டார்கள் எனவும் தெரிகிறது. முதலூர் என்ற பெயர் எப்படி வந்தது; ஆலயம் அமைவதற்கு முன், 1790களில் இந்த ஊர் இருந்த இடம் எப்படி இருந்தது என்பதைத் தெரிந்துகொள்ள வேண்டும் என்றால் தடிக்கம்பு தாவீது சுந்தரானந்தத்தின் கதைக்குப் போகவேண்டும்.

அன்றைய தென் தமிழகத்தில் அங்கங்கே இருந்த தோமை கிறிஸ்தவர்கள், அவர்களுக்குப் பின் விசுவாசத்தில் பெருமளவு வந்த பரதவர்கள், வெள்ளாளர் ஆகியோர் தவிர, நாடார் இன மக்கள் பெரிய அளவில் கத்தோலிக்கக் கிறிஸ்தவம் தழுவாமலே இருந்தார்கள். அவர்களிடமிருந்த இறைவழிபாட்டு முறைகள்

பெரும்பாலும் பத்ரகாளி, இசக்கி என பெண் தெய்வ வழிபாடுகளும், சுடலை வழிபாடுமே. வெள்ளாளர் மக்கள் சீர்திருத்தக் கிறிஸ்தவத்துக்கு மதம் மாறிய காலத்தில், பெரும்பாலும் அவர்களிடமிருந்து ஒதுக்கப்பட்டு பனைத்தொழில் செய்துவந்த இந்த மக்கள், கிறிஸ்தவம் ஆதிக்க சாதியினருக்கானது என்ற எண்ணத்தில் ஒதுங்கியிருந்தனர். இதை உடைத்து, சீர்திருத்தக் கிறிஸ்தவத்தைத் தழுவிய முதல் நாடார் இனத்தவராக தாவீது அறியப்படுகிறார், அவரே முதல் நாடார் இன சீர்திருத்துக் கிறிஸ்தவ சமயப் பயிற்சியாளரும் கூட, என கால்டுவெல் பதிவு செய்திருக்கிறார்.

நெல்லை மாவட்டம் சாத்தான்குளத்துக்கும் இன்றைய முதலூருக்கும் இடையேயான காலங்குடி என்ற கிராமத்தில் 1771ம் ஆண்டு சின்னமுத்து பிறந்தார். பெற்றோர் அரவணைப்பின்றி மாமா, அத்தை வீட்டில் வளர்ந்தார். காலங்குடிக்கு அருகேயுள்ள விஜயராமபுரம் என்ற ஊரில் அவரது உற்றார் உறவினர் பலர் வசித்துவந்ததால், அவரது ஊரென விஜயராமபுரத்தைக் கொள்ளலாம் என கால்டுவெல் தன் நூலில் குறிப்பிடுகிறார். சிறுவயதிலேயே வாசிக்கவும், எழுதவும் சின்னமுத்து கற்றுக் கொண்டார். கணக்கு, வானியல், மூலிகை மருத்துவம், கண்கட்டி வித்தை என காணும் எல்லாவற்றிலும் அவருக்கு பெரும் ஆவல் இருந்தது. தன் வயதையொத்த இதே போன்ற இளைஞர்களுடன் சேர்ந்து, ஊரைச் சுற்றித்திரிந்து வந்தார். எந்த வேலைக்கும் போகாத காரணத்தால் உறவினரின் எள்ளலுக்கும் நகைப்புக்கும் ஆளாகிவந்தார். அவரை வளர்த்த அத்தை ஒரு நாள் கோபத்தில் தயிர் கடையும் மத்தைக் கொண்டு சின்னமுத்துவை அடித்துவிட, மனம் நொந்தவர், வீட்டைவிட்டு வெளியேறினார்.

பனை தவிர வேறெந்தத் தாவரமும் வளராத மணல் பூமியிலிருந்து வெளியே செல்ல ஒரே வழி, கருப்பட்டி பருவத்தில் அதை ஏற்றிக்கொண்டு வியாபாரத்துக்குக் கொண்டு செல்லும் கருப்பட்டி வண்டிகள் தான். அப்படி ஒரு வண்டியைத் தொடர்ந்து, வண்டிக்காரர் உதவியுடன் ராஜபாளையத்தில் கருப்பட்டிக் கடை வைத்திருந்த வணிகர் ஒருவரிடம் சிறிது காலம் வேலை செய்தார். தன் பெயரை சுந்தரானந்தம் என மாற்றிக்கொண்டார். அங்கிருந்து வேலை தேடி, 1793ம் ஆண்டு தஞ்சைக்கு வந்துசேர்ந்தார். அங்கு சந்தைப் பகுதியில் வணிகம் செய்துவந்த ஒருவருக்கு உதவியாளராகப் பணியாற்றியவர், அப்பகுதியில் கிறிஸ்தவ மறைபரப்பு செய்துவந்த சுவார்ட்சு மிஷனரி நியமித்த சமயப்பயிற்சியாளர்களைச் சந்தித்தார்.

அவர்களது போதனைகள் அவருக்குள் மாற்றம் கொண்டுவந்தது, கிறிஸ்துவை ஏற்றுக்கொள்ள விருப்பம் தெரிவித்தார்.

உபதேசிமார் சுந்தரானந்தத்தை தஞ்சையில் பணியாற்றிவந்த மிஷனரி கோலாபிடம் அழைத்துச் சென்றனர். சுந்தரானந்தத்தை சரியாக அடையாளம் கண்டுகொண்ட கோலாப் அவருக்கு நற்செய்தியை அறிவித்து, 'தாவீது சுந்தரானந்தம்' என பெயரிட்டார். 1796ம் ஆண்டு பாளையங்கோட்டை பகுதிக்கு நற்செய்தி அறிவிக்க சமயபரப்பாளர்கள் தேவை என்ற ராஜ கிளாரிந்தா வேண்டுகோள் வைத்தார். அப்போது தஞ்சையில் பயிற்சி பெற்ற வெள்ளாள இனத்தைச் சேர்ந்த சமயபப்ரப்பாளரான சத்தியநாதனை பாளையங் கோட்டைக்கு அனுப்ப முடிவெடுத்த சுவார்ட்சு, அவருடன் துணைக்கு அந்தப் பகுதியைச் சேர்ந்த 21 வயதான இளைஞர் தாவீதையும் அனுப்ப முடிவுசெய்தார். இதற்கு அப்போது அங்கு பணியாற்றிய மிஷனரியான ஜேனிக் ஒப்புக்கொள்ள, 1796ம் ஆண்டு செப்டம்பர் மாதம் இருவரும் பணியைத் தொடங்கினார்கள்.

சில வாரங்கள் பணியாற்றியபின், உறவினர்கள் மற்றும் நண்பர் களைச் சந்திக்க விஜயராமபுரத்துக்குச் செல்ல சத்தியநாதனிடம் தாவீது விடுப்பும், அனுமதியும் பெற்றார். மிஷனரிகளின் தாக்கத்தால் ஆடை முதல் ஆளே மாறியிருந்த தாவீதைக் கண்டு விஜயராமபுரமே அதிசயித்துக் கொண்டாடியது. விடுப்பு முடிந்து திரும்பும் போது, தன் சகோதரியின் மகனை ஜேனிக் ஐயரிடம் தாவீது அழைத்து வந்தார். அவனுக்கும் அவர் சமயப்பயிற்சி தந்தார். விஜயராமபுரத்து மக்கள் கிறிஸ்தவத்தின் மேல் ஆர்வம் காட்டுவது தெரியவர, அவர்களிடம் ஊழியம் செய்ய தாவீதை அனுப்பினார். தாவீதுக்கு உதவியாக தஞ்சையிலிருந்து வந்த மற்ற பயிற்சியாளர்கள் அவ்வப்போது அனுப்பப்பட்டார்கள்.

அடுத்த ஆண்டு மார்ச் மாதம், சத்தியநாதன் விஜயராமபுரம் வந்தார். அங்கிருந்து சுவார்ட்சுக்கு ஏப்ரல் 10, 1796 தேதியிட்ட கடிதம் ஒன்றை அவர் எழுதினார். ''கடந்த மாதம் 22ம் தேதி மாநாட்டைச் (மாநாடு/ மான நாடு என்பது தேரிக்காட்டை உள்ளடக்கிய வறண்ட நிலப்பரப்பு) சேர்ந்த விஜயராமபுரத்துக்குக் கிளம்பினேன். போகும் வழியில் பட்டி பகுதியிலும், சாத்தான்குளம் பகுதியிலுமுள்ள கிறிஸ்தவர்களைச் சந்தித்தேன். 23ம் தேதி மாலை விஜயராமபுரத்தை அடைந்தேன். அங்கு தாவீதின் மாமா குடும்பத்தினருக்கு திருநீராட்டு கொடுக்கும் பொருட்டு நற்செய்தியை அறிவித்தேன். அடுத்த நாள் அதிகாலை 3 மணி முதல் அவர்களுக்குக் கடவுளைப் பற்றி எடுத்துச் சொன்னேன். அன்று முழுக்க கால் மணி நேரம்

இடைவெளிகூட இல்லாமல் அந்த மக்களிடம் பேசிவந்தேன். விவிலிய வார்த்தைகளை அவர்களுக்கு எடுத்துச் சொல்லி, அவர்களுக்கு அவை எவ்வாறு பொருந்தும் என விளக்கினேன். அங்கிருந்து சண்முகபுரம் என்ற ஊருக்குச் சென்று அங்கும் போதித்தோம். அந்த கிராமத்தைச் சேர்ந்த பறையர் இனப் பெண் தன் சகோதரன் வீட்டில் வசிப்பதாகவும், வீட்டுக்கு அருகே ஆலயம் இருந்தால், மகிழ்வாக தினமும் வருவதாகச் சொன்னாள். அங்கிருந்து சாத்தான்குளம் சந்தைப்பகுதிக்கும் சென்று நற்செய்தியை அவ்வப்போது அறிவித்தோம்.''

''16 நாள்கள் அந்தப் பகுதியில் இடைவிடாது பணிசெய்துவந்தோம். அதன் பலனாக நான்கு குடும்பங்கள் திருநீராட்டுப் பெற்றன. ஜூலை மாதம் பனை சீவி முடித்ததும் தாங்களும் திருநீராட்டுப் பெறுவதாக இன்னும் மூன்று குடும்பங்கள் சொல்லியிருக்கின்றன. அவர்களது குழந்தைகள் பள்ளியில் படிக்கத் தொடங்கியிருக் கின்றனர்.''

''மிகவும் எளிய இந்த மக்கள் சூது இல்லாதவர்கள்; அனைவரும் தாவீதின் உறவினர்கள். பனை ஏறும் பருவத்தில் அவர்கள் மத போதகத்தைக் கேட்க நேரம் ஒதுக்குவது கடினமானது. இந்தப் பருவம் முடிந்ததும் அவர்களை நாம் மீண்டும் சந்திப்போம். இந்த நாடார் மக்களை மரியாதைக் குறைவாக நடத்தாமல், அன்போடு வழிநடத்துவோம். நம் உபதேசிகள் அவர்கள் முன்னிலையில் மேட்டிமைத்தனமாக நடந்துகொண்டார்கள். அதனால் அம்மக்கள் இவர்களை எரிச்சலோடு பார்த்தார்கள். இது குறித்து என்னிடமும் புகார் சொன்னார்கள். அவர்களில், தாவீதின் மாமா ஒரு பூசாரி. அவர்கள் ஆண்டுக்கு ஒரு முறையோ, இரு முறைகளோ சாதிப் பிரிவினையின்றி ஒன்றுகூடி, ஒன்றாக உண்டு, குடிப்பது வழக்கம். இவ்வாறு வணங்கக்கூடிய விஜயராமபுரத்தின் 15 குடும்பங்கள் சாதிப்பாகுபாடு இல்லாமல் இருப்பதைப் பெருமையாகக் கருதுகின்றனர். அவர்களின் தலைவர் தாவீதின் மாமா.''

''முதல் முறையாக அவரது வீட்டுக்கு கடவுளின் வார்த்தையை அறிவிக்கச் சென்ற ஊபதேசி தேவசகாயம் மற்றும் ஆசிரியர் மதுரநாயகம் இருவரும் அந்த வீட்டின் உணவை அருந்தாமல் இரவு முழுதும் பட்டினி கிடந்திருக்கின்றனர். பின்னால் சென்ற உபதேசி வேதமுத்துவோ, அரிசி எடுத்துச் சென்று, அவர்கள் வீட்டுக் கொல்லைப்பக்கத்துக் கிணற்றடியில் தனியே சமைத்து சாப்பிட்டிருக்கிறார். அங்கே நான் சென்றபோது, 'நீங்கள் எவ்வளவு எளிமையாக எங்களுடன் பழகுகிறீர்கள்? ஆனால் உங்கள் மற்ற

உபதேசிகள் ஏன் எங்களை மரியாதைக் குறைவாக நடத்தினார்கள்?' என தாவீதின் மாமா என்னிடம் கேட்டார்.''

''எல்லா சாதிகளுக்கும் கடவுளை அறிவிக்க நான் வந்திருக்கிறேன். அதனால் நான் என்ன செய்தாலும் அது யாரையும் பாதிக்காத வண்ணம் பார்த்துக்கொள்வேன். அவர்கள் அப்படி அல்ல', என பதில் சொன்னேன். 'இனி வரும் காலங்களில், குறைந்த பட்சம் சில நாள்களுக்காவது அவர்கள் இங்கே வரவேண்டாம், நீங்களே எங்கள் மக்களில் சிலர் மனம் திரும்பும்வரை வந்து செல்லுங்கள்', என அவர் என்னிடம் வேண்டுகோள் வைத்தார். இந்த சூழலில் என் மனைவிக்கு உடல்நலமில்லை என தகவல் வர, தாவீதை அம்மக்களுக்கு பொறுப்பாக அங்கே விட்டுவிட்டு நான் கிளம்பினேன்'', என தன் கடிதத்தில் சத்தியநாதன் குறிப்பிடுகிறார்.

1797ம் ஆண்டு அக்டோபர் மாதம் விஜயராமபுரத்தில் 20 பேர் திருநீராட்டு பெற்றனர். ஆனால் 1853ம் ஆண்டு கால்டுவெல் அந்தப் பகுதிக்குச் சென்றபோது அங்கு ஒரு கிறிஸ்தவர் கூட இல்லை. அவர்கள் எங்கே சென்றிருக்கக் கூடும் என அவர் ஆராய்கையில் அம்மக்கள் கட்டிய கிறிஸ்தவக் கோயில்கள் இருமுறை அழிக்கப் பட்டதை அறிந்தார். அவர்கள் தொடர்ச்சியாகத் தாக்கப் பட்டதையும் தெரிந்துகொண்டார். அம்மக்கள் தங்கள் மேல் தொடர்ந்த இந்துக்களின் வன்மம் காரணமாக, அடையல் என்ற இடத்துக்கு அருகே தாவீது வாங்கிய நிலத்தில் குடியமர்ந்தார்கள். மேய்ப்பன் தன் ஆடுகளைக் காப்பது போல அம்மக்களைக் காக்கும் பொறுப்பு முதல் நாடார் உபதேசியான தாவீதின் மேல் விழுந்தது.

தன் உறவினர்கள் குடியேற பாளையங்கோட்டையைச் சேர்ந்த ராணுவ அதிகாரியான கேப்டன் ஈவ்ரெட் என்ற ஆங்கிலேயரின் நிதி உதவியுடன் தாவீது நிலம் வாங்கி, அதில் பனை ஓலை வேயப்பட்ட மண்ணாலான கோயில் ஒன்றைக்கட்டி, கிணறு வெட்டினார். கிறிஸ்தவ மக்களின் அரணாக நின்ற தாவீதின்மேல் பிற மதத்தினரின் எரிச்சல் வளர்ந்தது. 1799ம் ஆண்டு ஆகஸ்ட் மாதம் மிஷனரி ஜேனிக் பெயரில் நிலம் கிரையம் செய்யப்பட்டது. 28 நாடார் மக்கள் அந்த முதல் கிறிஸ்தவ ஊரில் குடியேறினார்கள். அதற்கு 'முதல் ஊர்' என பெயரிட்டார் தாவீது. இவ்வாறான பல 'அடைக்கலப் பட்டினங்கள்' (City of refuge) தோன்றியிருந்தாலும், நெல்லை மாவட்டத்தில் சீர்திருத்த சபை ஏற்படுத்திய முதல் ஊர் என்பதால் அந்தப் பெயரே 'முதல் ஊர்' என வழங்கலாயிற்று.

கால்டுவெல் காலத்தில் (1853) இங்கு 1200 கிறிஸ்தவர்கள் வாழ்ந்ததாகத் தெரிவிக்கிறார். முதலூர் கோயில் கட்டி சில

மாதங்களிலேயே, மதம் மாறாத இந்துக்களால் தீயிட்டுக் கொளுத்தப்பட்டது. வெகுண்ட கிறிஸ்தவ நாடார்கள் அதை மீண்டும் கட்டி எழுப்பினார்கள். இனி வன்முறைக்கு பதில் வன்முறையே என முடிவு செய்த தாவீது, சிலம்பம் அறிந்த நாடார் இன இளைஞர்களை ஒன்றுதிரட்டி 'தடிக்கம்பு இளைஞர் படை' ஒன்றை ஏற்படுத்தியதாக சொல்லப்படுகிறது கிறிஸ்தவர்களின் உயிரையும் உடைமைகளையும் பாதுகாக்கவே இதை ஏற்படுத்தியதாக தாவீது சொன்னாலும், சத்தியநாதன் இதை முற்றிலும் வெறுத்தார் எனச் சொல்லப்படுகிறது. விவிலியம் சொல்லும் போதகங்களுக்கு எதிரானதாக இந்த செய்கையை அவர் கருதினார். 1802ம் ஆண்டு ஏப்ரல் 2 முதல் 1803ம் ஆண்டு ஜனவரி 24 வரை 46 திருநீராட்டு விழாக்கள் மூலம் 5629 பேர் இங்கு கிறிஸ்தவத்தைத் தழுவினார்கள்.

புதிதாக கிறிஸ்தவர்கள் எண்ணிக்கை கூடக்கூட, அவர்கள் மேலான எதிர்வினைகள் அதிகமாயின. இந்துக் கோயில்களை நிர்மாணித்து, ஆற்றுப்படுத்த வரி போடப்பட்டு, மதம் மாறிய கிறிஸ்தவர்களிடம் கோரப்பட, அதற்கு அவர்கள் எதிர்ப்பு தெரிவித்தார்கள். வரி கட்ட வேண்டாம் என ஆட்சியர் சொல்லியும் கூட, ஊர்க்கர்ணம் வரி வசூல் செய்ததாகவும், அதனால் மக்கள் கொந்தளித்ததாகவும் கோலாப் எழுதியிருக்கிறார். அவ்வப்போது கிறிஸ்தவர்கள் மேல் வன்முறைத் தாக்குதல்களும் நடந்தன. முதலூரில் கிறிஸ்தவர் களுக்குப் பாதுகாப்பு இல்லை என வந்த புகார்க் கடிதங்களைக் கண்ட ஜெரிக் மிஷனரி, முதலூர் சூழலை ஆய்வு செய்து வருமாறு கோலாப் ஐயரைப் பணித்தார்.

அவ்வாண்டு மார்ச் மாதம் கோலாப் முதலூர் வந்து மக்களை சந்தித்து அவர்கள் குறைகளைக் கேட்டறிந்தார். ஆனால் இரண்டே மாதங்களில் இந்த ஆலயம் மீண்டும் எதிரிகளால் தீக்கிரையாக்கப் பட்டது. இம்முறை தாவீதின் இளைஞர் படை நெருப்பு வைத்தவர்களைச் சுற்றிவளைத்தது. மாவட்ட ஆட்சியர் மற்றும் மேஜிஸ்திரேட்டிடம் கிறிஸ்தவர்கள் மேல் சொல்லப்பட்ட புகார்கள் யாவும் பொய்யானவை, இட்டுக்கட்டப்பட்டவை என கோலாப் நிறுவினார். கூடவே ஆட்சியரிடம் போராடி, இந்துக் கோயில்கள் கட்ட கிறிஸ்தவ மக்களிடம் வசூலிக்கப்பட்ட வரியை மக்களிடமே திருப்பித்தர ஏற்பாடு செய்தார். சத்தியநாதனுக்கும் தாவீதுக்கும் பிணக்கு ஏற்பட்டதா அல்லது வேறென்ன காரணமோ, தாவீது 1806ம் ஆண்டு பெத்லகேம் என்ற அருகாமை ஊருக்கு மாற்றப்பட்டார். ஏற்கனவே அவரைக் குறிவைத்துக் காத்திருந்த பிறமதக் கூட்டம், அவரை அங்கு விஷம் வைத்துக் கொன்றதாகத் தெரிகிறது.

1805ம் ஆண்டு சத்தியநாதன் எழுதிய கடிதங்களில் 'முதலூர் தேவாலயம்' பற்றிக் குறிப்பிடுகிறார். பனை ஓலை வேயப்பட்ட தற்காலிக ஆலயம் அங்கு மீண்டும் எழும்பியிருந்தது. அதன் பிறகு மிஷன் கடிதப் போக்குவரத்துகளில் ரோசன் மிஷனரி முதலூரில் கட்ட முனையும் பங்களா குறித்த தகவல்கள் இருக்கின்றன. 1840ம் ஆண்டு ஹெய்ன் மற்றும் கோலாப் ஆகியோர் முதலூரில் பணியாற்றிய தரவுகள் உள்ளன. 1840ம் ஆண்டு முதலூரில் இருந்து மாறுதலாகிச் செல்லும் கோலாப், 15 மாதங்கள் அந்தப் பகுதியில் உழைத்ததன் காரணமாக உடன்குடிக்கு அருகே சில குடும்பங்களை கிறிஸ்தவத்துக்குள் கொண்டுவந்ததாகவும், அவர்கள் வசிக்க தனியே அடைக்கலப்பட்டினம் ஒன்றை நிறுவி, அதற்குத் தன் பெயரான கிறிஸ்டியன் கோலாப் நினைவாக, 'கிறிஸ்டியாநகரம்' எனப் பெயரிட்டதாகவும் கால்டுவெல்லுக்குக் கடிதம் எழுதியிருக்கிறார்.

தென் பகுதி எஸ்.பி.ஜி மிஷனின் தலைமையகமாக விளங்கிய முதலூரில் நிரந்தர தேவாலயம் ஒன்றை நிறுவ வேண்டியதன் அவசியத்தை புதிய குருமார்களான கோலாபும், ஹேய்னும் உணர்ந்திருந்தார்கள் என கால்டுவெல் குறிப்பிடுகிறார். ''1841ம் ஆண்டு திருநெல்வேலிக்கு நான் சென்றபோது முதலூர் ஆலயத்துக்குச் சென்றிருந்தேன். முன்னொரு காலம் நாட்டு ஐயர் இருந்த போதான அழகியல் இந்தக் கட்டடத்தில் இல்லை. ஓலை வேயப்பட்ட தாழ்வான கூரைகொண்ட, பார்க்க மிக சுமாராக இருந்த கட்டடம் அது. அதன் சிவப்பு நிற மேசை விரிப்பு மட்டுமே பார்க்கக்கூடியதாக இருந்தது'', என கால்டுவெல் குறிப்பிடுகிறார்.

ஹேய்னும், கோலாபும் புதிய ஆலயம் கட்டுவதாகச் சொல்லி மக்களிடம் பணம் திரட்டினார்கள். 400 ரூபாய் மக்களிடம் கிடைக்க, நிதியுதவி கேட்டு மதராஸ் கிறிஸ்டியன் அறிவுக் கழகத்துக்கு 30 மே, 1839 அன்று கடிதம் எழுதினார்கள். நெல்லையில் உள்ள மூத்த மிஷனரியிடம் கேட்குமாறு அவர்களுக்கு அறிவுறுத்தப்பட்டது. அங்கு அப்போது இருந்த மிஷனரி கேமரர், ஜூலை மாதம் முதலூரில் ஆலயம் கட்ட அனுமதிக்குமாறு சிபாரிசுக் கடிதம் எழுதினார். அதன் பேரில் ஆகஸ்ட் 6 தேதியிட்ட கடிதத்தில் மக்கள் தந்த 400 ரூபாய் கொண்டு கட்டுமான வேலையைத் தொடங்கு மாறும், அவ்வப்போது கிடைக்கும் பணத்தை அனுப்புவதாகவும் கமிட்டி ஒப்புக்கொண்டு இசைவு தெரிவித்தது.

திருநெல்வேலி மிஷன் ஹவுசஸ் பண்டில் இருந்து 1000 ரூபாய் முன் பணமும் தரப்பட்டது. பணம் பற்றாக்குறை ஏற்பட, அதை சீர்செய்ய

ஆயர் ஸ்பென்சர் முதற்கொண்டு பலரும் முயற்சி செய்து 3609 ரூபாய் திரட்டினர். ஊர் மக்களின் உதவியுடன் ஒருவழியாக 1841ம் ஆண்டு ஆலயம் கட்டிமுடிக்கப்பட்டது. ஜனவரி 5, 1841 அன்று ஆயர் ஸ்பென்சர் முதலூர் வந்தார். ஆங்கிலேய கிராமம் ஒன்றை நினைவூட்டுவதாக முதலூர் இருந்தது என அவர் தன் டைரியில் குறிப்பிட்டுள்ளார். அப்போது முதலூரின் மக்கள் தொகை 1008 எனவும், அதில் 900 பேர் திருநீராட்டு பெற்றவர்கள் எனவும் ஸ்பென்சர் குறிப்பிடுகிறார்.

அவர்கள் அனைவரும் பனை ஏறுபவர்கள் எனவும் அவர் தெரிவிக்கிறார். ஆலயத்தில் மணி இல்லை, மேளமே பயன்படுத்தப் பட்டது எனவும் அவர் கூறுகிறார். ஆனால் ஆலயம் மிகவும் பலவீனமாகக் கட்டப்பட்டதாக விமர்சனங்கள் எழுந்தன. திருநெல்வேலி பகுதியிலேயே பெரியதாகக் கட்டப்பட்ட முதலூர் ஆலயம் இடிக்கப்பட்டு, மீண்டும் கட்டப்பட்டது. இந்த விமர்சனங்கள் மற்றும் முதலூரில் ஏற்பட்ட சாதிச் சச்சரவுகள் காரணமாக மனமுடைந்த ஹேய்ன், வட இந்தியாவுக்கு மாறுதல் பெற்று சென்றார். நார்மன் ஐயர் அவர்களால் புதிதாக எழுப்பப்பட்ட ஆலயத்தை, 1883ம் ஆண்டு நவம்பர் 30 அன்று ஆயர் சார்ஜன்ட் அர்ப்பணித்தார். தங்களுக்கு ஆலயம் கட்டித்தந்த நார்மனை பாடல் எழுதி இன்றும் போற்றுகின்றனர் இவ்வூர் மக்கள்.

நார்மன் பாட்டு:
பாடியவர்: ஈ.குருபாதம்
எடுத்தியம்பியவர்: சா.ஜெபமணி

சொல்லும் இருபத்திரெண்டு வயதினில்
வல்லவனாம் எங்கள் நார்மனாம்
பன்னம் கிளிமொஹி நார்மன் ஐயர் தனை – நினைத்துக்
களியல் தான்அடிப்போம்.

அவன் நீதியின் மேல் மிகத் தாகமுள்ளோன்
ஏழைகளுக்கு இரக்க முள்ளோம்
நித்தமும் ராஜன் நார்மன் துரையை – நினைத்துக்
களியல் தான் அடிப்போம்

அங்கே...

கோடிச் சூரியன் கண்டது போல் – எம்
கொற்றவன் நார்மன் தன்னொளியும்
ஆதியில் அமைத்த ஆலற்றர் அழகும்
மின்மினிப் பூச்சுப் போல் மின்னுது பார்!

அங்கே...

    நம் ஆலயத்தில் மின்னும் ஒளியும்
    நம் அன்பம் நார்மன் தன்னடியும்
    ஆலயம் முற்றிலும் பாதரட்சையடி
    நவ ரெத்தினம் போல் மின்னுது பார்!

அங்கே...

    ஐந்து தெருக்களமைந்ததுவும்
    இந்த அழகான ஆலயம் கண்டதுவும்
    எம் அன்பம் நார்மன் துரையை நினைத்துப்பாடி
    களியல் தான் அடிப்போம்!

இங்கே...

    ஏறத்தாள 193 அடி எங்கும் பார்த்ததில்லை
    எனச் சொல்லும் கோபுரம் பார்
    அதை ஏற்றி வைத்த ஏ.ஈ.ஆபிரகாம்
    பாராது மறைந்தது வியாகுலமே

இப்போ...

    பார்த்திபன் இயேசு தன்னருளால் இதைப்
    பாடினேன் பாலன் குருபாதம்
    பட்சமுடன் பிழைகள் பொறுத்திட
    பணிந்தேன் உங்கள் திருப்பாதம்!

மற்றொரு பாடல், இது நார்மனோடு புத்தாண்டு சந்திப்புப் பாடல்
பாடியவர்: ஞானமுத்து அண்ணாவி
எடுத்தியம்பியவர்: சா.ஜெபமணி

    திரியேக தேவனே அடிமை ஞானமுத்துப் பாடல் செப்ப
    விண்ணப்பமது கேள் – தென்
    பெரிய முதலூரில் வாசமாய் வாழ்கின்ற
    திருச் சபையோரே கேளீர்!
    வாசமுடன் புகழ் பெற்ற நார்மன் ஐயரவர்கள்
    வந்து முதலூரில் தங்கி
    வல்லமையாகவே பிதாக்களுடைய கோயிலைப்
    புதிதாகக் கட்டி அலங்கரித்து
    ஈராறு ரெவரெண்ட் பாதிரிமார்கள் கூடியே
    பிரதிஷ்டை செய்து வைத்தனர்

பாட்டு:

ஐந்து தெருவாம் சந்தண மணமாம் அழகான முதலூராம் – அதில்
தென்வடல் ஓடிய சின்னத்தெரு ஐந்து சீக்கிரமே பாரும்.

பத்துத் தெருவில் அரசாட்சி செய்கின்ற பாக்கிய சாலிகளே – ஓ..ஓ..
வாலிபரே சிறு பாலகரே வாருங்கள் நார்மனிடம்

முதலூர் சபையோரே சிற்றூர் ஜனங்களே பேசாதிருங்கள் – இப்போ
சங்கீதமாகிய ஞானமுத்துக் கவியை இங்கிதமாய்க் கேளுங்கள்.

முதலூர் சபையோரும் நாடார்களும் கூடி ஆசீர்வாதம் பெறவே – அதில்
பட்டத்து யானைபோல் பேரின்ப முக்கந்தரும் தேவானும் கூட

அடையல் சபையோரும் நாடார்களும் கூடி ஆசீர்வாதம் பெறவே –
அதில் பட்டத்து யானைபோல் சந்தோஷ நாடானும் பாக்கியமும் கூட

பக்தர்களே, விசுவாசிகளே பதிமூன்று கடாவுடனே – இப்போ
வாழைப்பழக்குலை, இலுமிச்சம் கனியுடன் வாருங்கள் நார்மனிடம்

பூவாய் சித்திர வேலை செய்துள்ள பச்சைக்கிளிச் செண்டும் – அதில்
மல்லிகை முல்லை இருவாட்சி செண்பகமும்

பூமலர் கையிட்டு பெருங்களியல். மேளதாள முறைகள் தவில்சார் முழங்கிடவே
குளிர்ந்த நிழலாம் கொடுக்காப்புளி மரச் சோலைக்குள் கூடுவோம் – அங்கே

கேய்ற்றைத் திறந்துபார் ரோட்டின் அழகைக் கெம்பீரமாகவே பார் – அங்கே
மாமரச் சோலையும், மற்றும் மரங்களும் செழித்திருப்பதைப் பார்.

அதில் தென்றல் அடித்தும் திருகி இறைகின்ற காற்று
இரைச்சலைக்கேள் – கேள்
என்ற கவியில் பிழைகள் இருந்தால் நீவிர் கிருபை பொறுத்தருளும்

சபையோரே சான்றோரே கிருபை பொறுத்தருளும் – இப்போ
பட்டத்தரசர் நார்மன் ஐயரைச் சந்திப்போம் வாரும்.

குறிப்பு: முதலூர், அடையல், புதூர், பொத்தக்காலன்விளை, கங்காணியார்புரம், டக்கர்ஐயர்புரம், செவந்திபுரம், காலன்குடி சந்திரராயாபுரம், போலையர்புரம், வைரவம், தட்டார்மடம், உடைப்புக்குடியிருப்பு ஆகிய பதிமூன்று சபையாரும் புத்தாண்டு வாழ்த்துக்கூறி நார்மன் ஐயரைச் சந்திக்க வந்த போது ஞானமுத்து அண்ணாவி அவர்களால் பாடப்பெற்றது.

(எலுமிச்சம் பழம் கொடுத்து குருக்கள், பாதிரியார்களை புத்தாண்டு அன்று சந்திக்கும் வழக்கம் ரோமை கத்தோலிக்கம், சீர்திருத்தசபை என இரண்டு பிரிவு மக்களிடையேயும், பரவலாக தமிழகத்தின் பல பகுதிகளில் உள்ளது. அன்றைய காலகட்டம் முதல் இன்றுவரை எளிதில் கெட்டுப் போகாத, எல்லோருக்கும் ஏதாவது பயனளிக்கக் கூடிய, எல்லோரும் வாங்குவதற்கு ஏற்ற பழமாக எலுமிச்சை இருக்கிறது.)

22 வயதே நிரம்பிய இளம் மிஷனரியாக முதலூர் வந்தார் நார்மன். இன்றைய 'நீ வேறு, நான் வேறு' போன்ற பிரிவினைகள் அப்போது இல்லை. அருகேயுள்ள பொத்தகாலன்விளை ரோமை கத்தோலிக்க ஆலயத்தில் குருவாகப் பணியாற்றிய ஓ'நீல் என்ற பாதிரியாரின் ஆலோசனையையும் கேட்டே நார்மன் இந்த ஆலயத்தைக் கட்டிமுடித்தார். நார்மனை மிகவும் மதித்த மக்கள், 1983ம் ஆண்டு 'நார்மன் அறையை' ஆலயத்தில் கட்டினார்கள். அவ்வறையின் தென்புறமுள்ள ஜன்னலின் நெற்றிக் கண்ணாடியில் பெலிகன் பறவை ஒன்று தன்னையே கொத்தி, தன் ரத்தத்தைக் குஞ்சுகளுக்குத் தரும் சித்திரம் வரையப்பட்டுள்ளது. தன்னை வருத்திக் கொண்டு தன் மக்களை இந்த மிஷனரி வளர்த்ததன் குறியீடு இது.

1885ம் ஆண்டு இங்கிலாந்தின் ஹேவ்-டி-கிரேஸ் என்ற ஊரில் பிறந்த ஹேரி நார்மன் பதர்ஸ்ட், மிஷனரி பணிக்காக இந்தியா வந்தார். 1880ம் ஆண்டு ஜெல் அவர்களிடம் குருப்பட்டம் பெற்றார். இடையன்குடி கால்டுவெல்லிடம் உதவிக்காக அனுப்பப்பட்டார். 1882ம் ஆண்டு எஸ்.பி.ஜி தொண்டராக முதலூரில் நியமிக்கப்பட்டு மூன்றாண்டுகள் மட்டுமே இங்கு பணியாற்றினார். இரண்டே ஆண்டுகளில் 2000 பேர் அமரக்கூடிய ஆலயத்துக்கு நிதி திரட்டி, அதைத் திட்டமிட்டு, இந்த இளம் மிஷனரி கட்டியும் முடித்தார்.

கோயில், வீடுகள் கட்டும்போது, ஆலயத்துக்கு அருகேயுள்ள இடத்திலிருந்து மண் எடுக்கப்பட, அவ்விடம் குழிவானது. அதில் மழைநீர் தேங்கியது; ஆற்றுத்தண்ணீர் அங்கு வந்து சேர்வது போல பின்னாளில் ஏற்பாடுகள் செய்யப்பட்டன. வருடத்தில் மூன்று நான்கு மாதங்கள் இந்தக் குட்டையில் தண்ணீர் தேங்கி நிற்கும். நீர் வற்றும்போது மீன்கள் பிடிக்க நாள் முடிவுசெய்யப்படும். கோயிலில் மணியடித்து, மீன் பிடிக்கப்போவதாக அறிவித்து, ஜெபம் செய்யப்படும். கூட்டமாக ஊர் மக்கள் அனைவரும் அந்த மீன்களைப் பிடிக்க குட்டைக்குள் இறங்குவார்கள். தண்ணீரைக் கலக்கிவிட்டு மீன் பிடிப்பது மக்களுக்குப் பிடித்தமான விழாவானது. வருடம் ஒருமுறை இந்த 'மீன் பிடித் திருவிழா' கொண்டாடப் படுகிறது. மார்ச் மாதம் பெரும்பாலும் இந்த விழா நடைபெறும்.

கெண்டை, கெளுத்தி என பல வகை மீன்களும் பிடிக்கப்படும். ''பாபநாசத்திலிருந்து புறப்படும் கருமேனியாறு அப்படியே மணிமுத்தாறு வரும். கோசல்ராம் அந்த அணையைக் கட்டுறதுக்கு முன்ன கீழ்வாய்க்கால் தண்ணின்னு தான் அதுக்கு பேரு. அந்தக் கீழ்வாய்க்கால் தண்ணி நாங்குனேரி வந்து, மடம் ஒண்ணுகிட்ட ரெண்டா பிரிஞ்சு அதுல ஒரு பிரிவுத் தண்ணி குளத்துக்கு வரும். அப்ப எங்க ஊரு ஆளுக்க அந்தத் தண்ணி எங்களுக்கு மிகுதியா இருக்கு, அதுக்கு தண்டத் தீர்வை கட்ட முடியல. எங்களுக்கு அந்தத் தண்ணி வேண்டாம் அப்டின்னு சொன்னாங்க. 80 அடிக்கு மேல அணையில தண்ணி நிரம்புனா உபரித்தண்ணி வாய்க்காலுல வர்ற மாதிரி அணை கட்டும்போது மாத்தினாங்க. அப்புடி கடலுக்கு போற உபரித்தண்ணி இங்க வர்ற மாதிரி திருப்புனாங்க.''

''1972ல தனிக்காலா அதை வெட்டி எங்களுக்கு தண்ணி வர்ற மாதிரி துரைமுருகன் காலத்துல மாத்தியமைச்சாங்க. மணி நாடார் எம்.எல்.ஏ.வாக இருந்த போது இந்தத் திட்டம் அமலாக்கப்பட்டது. பெரியதருவைக்குப் போகும் தண்ணீ எங்களுக்கு வரும்'', என ஊர்ப் பெரியவர்கள் சொல்கின்றனர். இந்த ஓடையில் தண்ணீர் வருவதையும் பாடலாக எழுதிப் பாடுகின்றனர்.

ஓடைப்பாட்டு

வானாதி வானங்களின் சகல ஜோதிகளையும்
நமக்கே தந்த தேவாதி தேவனுக்குத் தோத்திரம்.
நமது ஊர் ஊரணிக்குத் தண்ணீர் வரும்
ஓடைப்பாட்டு தெய்கதாம் – தெய்
சொல்லுவேன் கேளும் நமது திருக்குளத்தின்
கால்வழி பகௌவேன் பாரும், – ததெய்தெய்

அந்தக் காசியார் மடத்துக்கு
வட பக்க மாகவே
கனத்ததோர் ஆறு தனில் நமக்கொரு பிரிவுண்டு
பிரிந்து வருகுது பேறான ஓடையில் ஏராளமாகவே
அள்ளி அடித்துக் கொண்டு
நரியூற்றுப் பக்கத்தில் பிரிவதும் உண்டு
அதில் நமக்குப் பாகங்கள் இரண்டு - ததெய்தெய்

அங்கே உடையடி என்பது
சுருள், தனில் கிடையாது
மடயடி களுக் கென்று

ரெக்கார்டில் கிடையாது
லெவன்சு துரைகால தத்துவமிருக்குது
அதில்மோடும் ஜலமது சிங்காரமாகவே
தென்வட லோடியே சாலை கடந்துமே
சிறுபெருங் கற்களை உருட்டி புரட்டியே
ஐயன் கோவிலுக்கு மேல்புறமாகவே வருவதை
இன்னும் வழி சொல்லுவேன் கேளாய் - ததெய்தெய்

அந்தக் காலமன் கிணற்றுக்கு வடபக்கமாகவே
கடாச்சபுரம் செல்லும் பாதையை நோக்கியே
அந்தப்பாதையை நீக்கியே
தென்முகம் நோக்கியே
பம்பரம் போல் மிக சிங்காரமாகவே
வளைந்து வளைந்து மிகத்
தாராளமாகவே வருவதைப்பாராய்
பொட்டு பொட்டா காணிவளை வதைபாராய் – ததெய்தெய்

அங்கே பெரிய விளை கடந்து
போடி விளை தெரிந்து
போன மாவடி வலம் வந்து திரும்புது
திரும்பி வருவது தீரமாய்ப் பாயுது
குட்டியின் தோட்டத்தில் முட்டித் திரும்பியே
முக்கு முடங்கு முனைந்து திரும்பியே
முத்து முதலூர் குளந்தனில் அமையுது
அதிசயம் பாராய்
கதிரவன் திசையின்று வருவதைப் பாராய் – ததெய்தெய்

அங்கே சம்புகள் அம்புபோல் சீறியே பார்க்குது
பற்பல மீனினம் துள்ளிக் குதிக்குது
கான மயிலங்கே ஆடுது பாடுது பற்பல குருவிகள் கூடுது பாடுது
அதில் கொக்குக் குருவி குழிமுண்டன் வாத்து காகம்
பருந்து கௌதாரி கருடன் காட்டுப்புறா சிட்டு கருக்குவால்,
காடை மாடப்புறா மயில் குயிலுடன் வக்கா பலவர்ணபஞ்சான்
சீத்தைக்கால் படையான் நெட்டைக்கால் குட்டைக்கால்
நெடுஞ்சுழி உள்ளான் இத்தனை வகைகளும் எங்கள்
திருக்குளத்தில் வருவதைப் பாராய்
பலபறவை கூவுதுன் கேளாய் – ததெய்தெய்

போபோ திகர்தாம் தாதிங்கத்தான் தத்தி மித்தாம் –
தோம் தோம் தோம்.

முதலூர் அண்ணாவி தங்கதுரை

இயற்றியவர்: கவிக்குயில், குருபாதம் அண்ணாவி, நினைப் பூட்டியவர் எஸ்.கோரேஸ் அரராத், டி.பாலையா பொன்னம்மாள் குடும்பம், முதலூர்.

இந்த ஓடைப்பாட்டு, தண்ணீருக்கு வழியில்லாத வறண்ட தேரிக் காட்டுக்குள் நீர் பாய்ந்தோடி வரும் அழகை அதை எதிர்நோக்கிக் காத்திருக்கும் மக்கள் எப்படிக் கொண்டாடுகின்றனர் என்பதைச் சுட்டுகிறது. கூடவே அந்தக் குளத்துக்கு வரும் பறவைகளின் பட்டியல், அங்கே துள்ளும் மீன்களின் பட்டியல் எனச் சொல்லப் பட்டிருப்பது, பெரும் வாழ்விட ஆய்வொன்றின் பலனாக அமைவது. எளிய மக்களின் கவனக் குவிப்பு இயற்கை நோக்கியதாகவே அன்று இருந்துள்ளது.

"வருசத்துல ஒண்ணாந்தேதி ரெண்டு மணிக்கு ஐயர்வாள் சந்திப்பு அப்டின்னு நிகழ்ச்சி உண்டு. ஊர் சந்தியில இருந்து ஊர்க்காரங்க எல்லாரும் ஒண்ணா சேர்ந்து ஐயரை சந்திக்க போவோம். அந்த காலத்துல களியல், ஒயில், சிலம்பம் எல்லா ஆட்டமும் அதுல உண்டு. பஜார்ல வச்சு கிளம்புறதுல இருந்து ஒவ்வொரு இடத்துலயும் முக்கியமா இந்த ஊருணி பாட்டை எல்லாம் படிச்சிட்டு வருவோம். முன்னால உள்ள அண்ணாவி வீட்டு முன்னாடி அவுகள நெனச்சு பாட்டு படிப்பாக. ஆலயத்து முன்னாடி

ஆலயத்த பத்தி பாட்டு படிப்பாங்க. சர்ச் முன்னடி வச்சு ஊரணிப் பாட்டு படிப்பாக. குருவானவர் வீட்டுமுன்னாடியும் ஆலயப் பாட்டு, உறுதிப்பாட்டு எல்லாம் படிப்பாக. அண்ணாவியர் தான் பாட்டு படிப்பாங்க'', என முதலூரைச் சேர்ந்த அண்ணாவியாரான கே.தங்கதுரை சொல்கிறார்.

குருபாதம் அண்ணாவி, அதன்பின் நாகமணி, நோவா என தங்களுக்கு முன்னுள்ள அண்ணாவியார் பெயர்களை வரிசையாகச் சொல்கின்றனர். ''ஆலயத்தின் மேல மகுடக்கல், அதுக்கு மேல தங்கச் சிலுவை எல்லாம் உண்டு'', எனச் சொல்கின்றனர். களியல் ஆடுவதற்கு பத்து பேராவது குறைந்தது தேவை என்கின்றனர். கிட்டத்தட்ட மறந்து போன, மறைந்து போன கலையை அண்ணாவி இருவரும், ஆசிரியர் ஒருவருமாய் இணைந்து இவ்வூரில் மீட்டெடுத்திருக்கின்றனர். வயதுவாரியாக இப்போது இங்கு பத்து குழுக்கள் களியல் ஆடுகின்றனர். ஆலயத்தின் உயரம், தூண்கள் எண்ணிக்கை, ஜன்னல்கள் எண்ணிக்கை, அறைகள் என ஆலயத்தின் அழகைச் சொல்கிறது முதலூர் ஆலயக் களியல்பாட்டு (இயலின் தொடக்கத்தில் கொடுக்கப்பட்டிருக்கிறது).

தாவீது சுந்தரானந்தமே இங்கு களியல், சிலம்பம் போன்றவை பரவக் காரணம் என தெளிவாகச் சொல்கின்றனர். மதம் மாறிய கிறிஸ்தவர்களுக்கு பாதுகாப்பு தரவே சிலம்பமும், களியலும் தாவீது கற்றுத்தந்தார் எனச் சொல்பவர்கள், இரவு ஊர்ப்பாதுகாப்புப் பணிக்கு செல்லும் இளையோரை மகிழ்வாக வைத்திருக்க இந்தப் பாடல்கள் இட்டுக்கட்டி பாடப்பட்டன என்றும் சொல்கின்றனர். அப்படி ஒடுக்கப்பட்ட மக்களின் பாதுகாப்புக்காக ஏற்படுத்தப்பட்ட கலையான களியல், இன்று கலைவடிவமாக இளையோரிடம் செல்வது மகிழ்வாக இருக்கிறது.

ஒடுக்குதலுக்கு எதிராகக் கலையை நிறுத்துவது உன்னதமான போராட்ட வழியாக இன்றும் தொடர்வதை நிகழ்காலத்தில் உணர்ந்துகொண்டே தான் இருக்கிறோம். பாடல்களை காலத்துக்குத் தக்கவாறு ஊர்களின் பெயர், மரங்களின் பெயர் உள்பட மாற்றியும் பாடுகின்றனர். பெண் பிள்ளைகள் ஒரு காலத்தில் கோலாட்டம் ஆடுவதுண்டு என நினைவுகூர்கின்றனர். ஆண்டுக்கு ஒரு முறை ஐயர் சந்திப்பு, ஊருக்கு ஆயர் உள்ளிட்ட முக்கியஸ்தர்கள் வரும்போது மட்டுமே களியல் நிகழ்ச்சி நடைபெறும்.

களியலில் அடிகள் மாறும். ''கோயில் பாட்டுக்கு பத்தடி உண்டு. நான் கவியைப் படிக்கும் போது அவிய அடிப்பாவ. நான் விட்ட பொறவு அவுக பாடுவாக. படிச்சிக்கிட்டே அடிக்கணும்.

தானேதந்தானே தனத்ததந்தானே அப்டின்னு பின்பாட்டு அவுக படிச்சிட்டே அடிக்கணும். தானே தந்தனெ தனெத்தனே தானேதந்தன தனெத்தனே...தன தானேதந்தன தனெத்தனே தானே தனெத்தனே...இப்பிடி பாடிக்கிட்டே பின்பாட்டுக்காரவுக களியலடிக்கணும். பாட்டு முடிஞ்சதும் சுத்தி வரணும். எட்டு பேரு இத ஆடுவோம். காலு, கையி ரெண்டுமே சரியா வரணும். ஆட்டத்துக்கு ரெண்டுமே முக்கியம். வாய்வழியா அண்ணாவிக சொல்லிக்குடுக்குறது தான். இதுக்கு ஏது புஸ்தகம் எல்லாம்'', என கேட்டு தங்கராசு சிரிக்கிறார்.

''பெத்தவுங்களுக்கு இப்ப கொஞ்சம் அக்கறை வந்திருக்கு. நம்ம களியலாட்டம் இது; அழிஞ்சுபோயிறக் கூடாதுன்னு அக்கறையா புள்ளைங்கள படிக்க அனுப்புறாங்க. நாங்களும் அவுங்கள சேர்த்து சொல்லிக்குடுக்குறோம். முதல்ல அதிகமா புள்ளைங்க வரல. இப்ப பரவாயில்ல. அவ்வளவு கஸ்டப்பட்டதுக்கு பத்து குரூப்புகிட்ட படிக்க வராங்க. உக்காந்து எழும்பியடிக்க எங்களால முடியாது. சின்னதுல நாங்க ஆடுன ஆட்டத்துல கால்வாசிகூட ஆடுறதில்ல இன்னிக்கு பசங்க'', என்கிறார். களியலுக்கு பாட்டு, பின்பாட்டு தவிர வேறெந்த இசைக்கருவியும் உடன் பயன்படுத்துவது இல்லை. தாளத்துக்காக 'சிங்கி' மட்டுமே உடன்வருகிறது, சுருதிப் பெட்டியும் உண்டு. களியல் குச்சி முக்கால் அடி நீளத்தில் செய்யப் படுகிறது. சில இடங்களில் ஓரடி உயரக் குச்சியும் பயன்படுத்தப் படுவதுண்டு. ''கைக்குள்ள இருக்குற முக்கா அடி குச்சி தான் நல்லது, கூட ஆடுறவன் மூஞ்சியில குத்தாம, கைக்குள்ள இருக்கும்'', என தங்கதுரை சொல்கிறார். பெரும்பாலும் அதிக ஓசை தரும் கொய்யா மரத்தின் குச்சிகளைத்தான் தோல் சீவி, காயவைத்து களியல் குச்சிகளாக உபயோகிக்கின்றனர்.

''அந்தக் காலத்துல் வேஷ்டிய வட்டத்தாரு போட்டுதான் ஆடுவோம். இப்பதான பேண்ட்டு என்னலாமோ போடுதாங்க. வட்டத்தாருகூட இல்லாம கோவணந்தான முன்னாடி கெட்டியிருப் போம். நான்லாம் 72க்குப் பெறவுதான வட்டத்தாரயே பார்த்தேன்'', எனச் சொல்லி சிரிக்கிறார் தங்கதுரை. ஐந்தாவது ஃபார்ம் வரை மட்டுமே படித்திருக்கும் தங்கதுரை அவ்வப்போதைய அரசியல் நிகழ்வுகளைக் கொண்டே பாடல்களை மெட்டுப்போட்டு பாடுவதுண்டு. இன்றைய அரசியல் சூழல் குறித்து ஒரு பாடல் பாடுவதாகச் சொன்னவர், 'ரிக்கார்டரை ஆஃப் பண்ணுங்க, எனக்கு பெரச்சனை வந்துரக்கூடாதுலா?' என்றார். சமாதானம் செய்து பாடச் சொன்னபிறகு, இந்த அழகிய பாடல் அவரிடமிருந்து வந்தது.

"பெய்யாயோ மழையே
வையகந்தன்னில் பெய்யாயோ மழையே
ந்தத்தெய்தெய்தெய்..
பஞ்சம் பஞ்சமென்று நெஞ்சம் பதறுது
தமிழ்நாடு மக்களும் லஞ்சத்தில் ஆடுது
மதுபானக் கடைகளும் தலைவிரித்தாடுது
மோடி அரசாங்கம் விமானம் பறக்குது
ஜி.எஸ்.டி வரியெல்லாம் நாட்டை திரும்பியே குலுக்குது
வாய்க்கால் குளங்களெல்லாம் வறண்டே போகுது
பெய்யாயோ மழையே
வையகந்தன்னில் பெய்யாயோ மழையே
ந்தத்தெய்தெய்தெய்..
ஏ பஞ்சம் பஞ்சமென்று இந்திய மக்கள் கதறுது
இந்திய மக்களும் லஞ்சத்தில் ஆடுது
இந்தியா நாட்டுக்கு பலனும் குறையுது
விஞ்சும் விதானிய விலையுமுயருது
நாலுகால் மிருகங்கள் நடுங்கி தவிக்குது
பெய்யாயோ மழையே
வையகந்தன்னில் பெய்யாயோ மழையே
ந்தத்தெய்தெய்..."

'லஞ்சம் வாங்குறது பிச்சை எடுக்குறதுக்கு சமமுன்னு பேப்பருல போட்டிருந்தான். அதைப் படிச்சிட்டு கட்டுன பாட்டு இது', எனச் சொல்கிறார் தங்கதுரை. 90 வயதை நெருங்கிவிட்ட தங்கதுரை ஐயாவுக்கு இருக்கும் சமூக சீற்றத்தில் பத்தில் ஒரு பங்காவது நமக்கு இருக்குமா என நினைத்துப் பார்க்கிறேன்.

தென்மாவட்டங்களில் முதலூர், இங்கிருந்து 3 கி.மீ தொலைவிலுள்ள போலையர்புரம், இடையங்குடி போன்ற இடங்களிலுள்ள சீர்திருத்த திருச்சபை கோயில்களில் களியலாட்டம் உண்டு. கன்னியாகுமரி மாவட்டத்தில் ஆரல்வாய்மொழி, மயிலாடி, நாகர்கோயில் போன்ற இடங்களிலும் சீர்திருத்த சபை கோயில்களில் களியல் ஆடப்படுவதுண்டு. உவரி மற்றும் அதை ஒட்டிய பகுதிகளில் பரதவ இன மக்கள் ஆடும் களியல் வெகு பிரபலம். தூத்துக்குடி மாவட்டத்தின் கடைக்கோடி ஊர்களில் ஒன்றான பெரியசாமிபுரத்தில் புனித இருதய அன்னை ஆலயத் தேர்த் திருவிழாவின் போது, தேருக்கு முன்பாக நாடார் இன மக்கள் களியல் ஆடுவதுண்டு.

குறிப்பிட்ட சாதியினர் ஆடும் ஆட்டமாகக் களியலை சுருக்க முடியாது என்பதை சமீபத்தில் எங்களுடன் பயணித்த கார் ஓட்டுனர் ஜெகன் புரியவைத்தார். குமரி மாவட்டத்தைச் சேர்ந்த தலித் அவர். அவரது உறவினர்களின் வீடுகளில் பருவமெய்தும் பெண்களுக்கு, குச்சில் கட்டி வீடுகளுக்கு முன் வைப்பதுண்டு. பகல் முழுவதும் ஏதும் செய்யமுடியாமல் அசந்து போகும் அப்பெண்களுக்கு பொழுது போகும் விதமாக, அவர்களுக்கு சிறு மாற்றமாக, மாலை வேளைகளில் ஆண்கள் ஒன்றுகூடி வீட்டின் முன் களியல் ஆடுவதுண்டு என ஜெகன் சொல்கிறார். குழந்தைகளுக்குப் பொழுதுபோக்கு என ஒருபக்கம் அதை எடுத்துக் கொண்டாலும், உறவினர்களான ஆண்கள், பெரும்பாலும் இளைஞர்கள், 'வயதுக்கு வந்த' பெண் குழந்தைகள் முன்பாக தார்ப்பாய்ச்சி கட்டி ஒருகாலத்தில் ஆடியிருப்பது அந்த சமூகம் பெண்களின் மேல் கொண்டிருந்த அக்கறையை உணர்த்துகிறது; பெண்ணுக்கு துணை தேர்ந்தெடுக்கும் வாய்ப்பாகவும் இந்த ஆட்டங்கள் ஒரு காலத்தில் இருந்திருக்கக் கூடும் என கருத வாய்ப்பிருக்கிறது.

முதலூரைச்சுற்றி புன்செய்க் காடுதான் உண்டு. ஒரு போகம் நெல், பின் கம்பு, சோளம், பயிறு, காணம் என காட்டு வேளாண்மை தான் இருந்திருக்கிறது. முதல் விளைச்சலை கோயிலுக்கு வைக்கும் வழக்கம் இங்கும் உண்டு. பனை சீவும் காலம் முதல் ஓலையை வெட்டி கோயிலில் கொண்டுவைக்கின்றனர். முதல் பதநீரும் கோயிலுக்குத்தான். மார்ச், ஏப்ரல் மாதங்களில் பனை சீவுவார்கள் என்பதால், தவக்காலத்தில் (Lent) இந்தப் பதநீர் கோயிலுக்குக் கொண்டுவரப்பட்டு, எல்லோருக்கும் இலவசமாக வழங்கப்படும். பானைகளில் கொண்டுவந்து ஆலயத்தின் முன்வைத்து இப்படி நேர்ச்சை நிறைவேற்றுவதுண்டு.

ஒரு காலத்தில் சேர்ப்பின் பண்டிகை, அறுப்பின் பண்டிகையின் போதெல்லாம் ஆல்தர் பக்கம் நெல்லும் கருப்பட்டியும் உயரமாகக் குவித்து வைக்கப்படும் என நினைவு கூரும் ஊர்ப் பெரியோர், இப்போது பத்து கிலோ கருப்பட்டி கூட ஆலயத்துக்கு வருவதில்லை என வருத்தமாகச் சொல்கின்றனர். இது போக ஆலயத்துக்கு காணிக்கையாக தேங்காய்களும் கொண்டு வரப்படுவதுண்டு. வீடுகளில் 'ஐ.எம்.எஸ். (Indian Missionary Society) தென்னைமரம்' என பெயரிட்டு மரங்கள் வளர்ப்பதும், அதில் கிடைக்கும் பணத்தை ஐ.எம்.எஸ்ஸுக்கு தருவதுமுண்டு! அந்தந்த ஊழியங்களுக்கு தனியே இவ்வாறு மரங்கள் வளர்ப்பதுண்டு. பத்து மரங்களில் ஒரு மரம் கட்டாயம் 'கோயில் மரமாக' வளர்க்கப்படும் எனச் சொல்கின்றனர்.

முன்பு போல ஏன் இப்போது மக்கள் அதிகமாகக் காணிக்கைகள் தருவதில்லை, விளைச்சல் குறைவா என்ற கேள்விக்கு, மக்கள் முன்பு போல ஆலயத்துக்குத் தருவதில்லை என எளிமையாக பதில் சொல்கின்றனர். ''கஸ்டப்படவங்க எப்படியாவது முதல் பெலனை கோயிலுக்குத் தந்துர்றாங்க. வசதி படைச்சவங்க தான் தர்றதில்ல. மக்கள் குடுக்குறத சர்ச் சரியா பயன்படுத்துறதில்ல அப்டிங்குற எண்ணம் தான் காரணம்'', எனச் சொல்கின்றனர்.

1888ம் ஆண்டு முதலூரைக் கொடிய காலரா நோய் தாக்கிய விதத்தை உபதேசியார் தேவசகாயம் பதிவு செய்திருக்கிறார். முதலில் போலையர்புரத்திலும், பின் முதலூர், கண்காணியார்புரம், டக்கர்புரம், தட்டார்மடம் ஆகிய பகுதிகளிலும் காலரா பரவியிருக்கிறது. திருவருகைக் காலத்தின் மூன்றாம் ஞாயிறன்று பரவத்தொடங்கிய நோய், ஏப்ரல் மாதம் வரை ஊரை நாசம் செய்தது. 131 பேர் இந்த காலத்தில் முதலூரில் காலரா கண்டு இறந்ததாக தேவசகாயம் குறிப்பிடுகிறார். ஒரு ஞாயிறு அன்று 10 பேர் இறந்துபோனதாகவும், அவர்களை அடக்கம் செய்வதற்குள் மாலை மங்கிவிட்டதால், எட்டு பேரை மட்டுமே அடக்கம் செய்துவிட்டு, எஞ்சிய இரு உடல்களை அடுத்த நாள் அடக்கம் செய்ததாகவும் அவர் குறிப்பிட்டுள்ளார். இந்த காலம் கடினமாக இருந்ததாகவும், மக்கள் மாலை இருட்டியபிறகு வீடுகளை விட்டு வெளியே செல்லவில்லை எனவும் சொல்கிறார்.

இந்து சமய மக்கள் இதைக் காரணம் காட்டி கிறிஸ்தவர்களின் நம்பிக்கையைக் குலைக்க முனைந்ததாகவும் அவர் எழுதியிருக்கிறார். இந்தச் சூழலில் வீதிகளில் நின்று மக்களை மனம் திரும்பும்படியும், கடவுளின் நம்பிக்கைக்குப் பாத்திரமாக இருக்கும்படியும் மக்களுக்காக தேவசகாயமும் சிலரும் ஜெபித்திருக்கின்றனர். அவருடன் இந்தப் பணிகளில் இறுதிவரை ஈடுபட்டு, நோய்த் தொற்றுக்கு ஆளாகி இறந்துபோன 22 வயது உறவினரைப் பற்றி மனம் வெதும்பி எழுதுகிறார். அதே சமயம் இந்தச் சிக்கலான சூழலிலும் தன் நம்பிக்கையில் சற்றும் மனம் தளராத பரிபூரணம் என்ற பெண்ணைப் பற்றியும் அவர் குறிப்பிடுகிறார்.

இவ்வாறு கொள்ளை நோய்கள் தோன்றும் காலங்களில் 'அசனங்கள்' வேண்டப்பட்டு தரப்படுகின்றன. ஊர்ப் பொது விருந்துகள் அவை. மிகாவேல் தூதர் திருநாளின்போது ஒவ்வொரு ஆண்டும் முதலூரில் அசனப் பண்டிகையும் நடைபெறுகிறது. அக்கம்பக்கத்து ஊர்களிலிருந்து மட்டுமல்லாமல் தொலைதூரத்திலிருந்துகூட இந்த அசனத்தில் மக்கள் கலந்துகொள்கின்றனர்.

மணற்காடாக உள்ள இந்த மண்ணின் நீரில் தயாரிக்கப்படும் மஸ்கத் அல்வாவுக்கு உலகம் முழுக்க ரசிகர்கள் உண்டு. முதலூர் மஸ்கத் அல்வா...என்ன தான் வாழையிலையில் சுடச்சுட திருநெல்வேலி அல்வா சாப்பிட்டு பழகிய ஆள்கள் என்றாலும், தென்மாவட்ட மக்களின் நாவில் மஸ்கத் என்றால் இன்றும் எச்சில் ஊறவே செய்யும். ஜோசப் ஆபிரகாம் என்பவர் கிட்டத்தட்ட 50 ஆண்டுகளுக்கு முன் இலங்கை சென்று அங்கிருந்து இந்த 'அல்வா ரகசியத்தை' தமிழகத்துக்குக் கொண்டுவந்தார்.

வீட்டுக்கு வந்த நெருங்கிய உறவினர்களுக்கு தான் இலங்கையில் கற்றுக்கொண்ட அல்வா செய்முறை போலவே செய்துதந்து மகிழ்வித்தார். இலங்கையில் கோதுமை மாவு கொண்டு செய்யப்படும் அல்வாவை, மைதாவை மாற்றாகப் பயன்படுத்தி வெற்றியும் கண்டார். அவரது மகனான ஸ்டீபன் 1969ம் ஆண்டு ஏ ஜே ஜே என்ற பெயரில் தொடங்கிய கடையும், ஜோசப்பின் பேரன்கள் சைமன், ஜான்சன் ஆகியோர் தொடங்கியுள்ள எஸ் ஜே என்ற கடையும் முதலூர் செல்லும் முக்கிய சாலையில் அடுத்தடுத்து அமைந்துள்ளன. இந்த இரு கடைகள்தான் பெரும் அல்வா வணிகத்தில் ஈடுபட்டிருக்கின்றனர்.

மைதாப் பால், தேங்காய்ப் பால், இனிப்பு கொண்டு தயாரிக்கப்படும் மஸ்கோத் அல்வா, உலகம் முழுக்க ஏற்றுமதி செய்யப்படுகிறது. கடைகளில் வரிசையாக வரும் அக்கம்பக்கத்து ஊர் வாடிக்கையாளர்கள் 50 கிராம் பாக்கெட்டை மகிழ்வாக வாங்கி அங்கேயே சுவைக்கின்றனர். ஒரு நாளைக்கு சராசரியாக 2000 கிலோ மஸ்கோத் அல்வா இங்கு தயாரிக்கப்படுகிறது. அத்தனையும் தமிழகம் முழுக்க இருக்கும் 400க்கும் அதிகமான கடைகளில் விற்பனைக்கு அனுப்பப்பட்டு விடுகிறது. தலைமை அலுவலகமாக இயங்கும் கடையில்கூட இந்த அல்வா சூடாகக் கிடைப்பதில்லை. அதில் சுவை அதிகம் இராதோ என்னவோ...

பாக்கெட்டில் கட்டப்பட்ட அல்வாதான் கிடைக்கிறது. அதை வாங்கி, அங்கேயே சாலையோரம் இருந்த பென்ச்சில் அமர்ந்து சுவைத்துப் பார்த்தேன். ஒவ்வொரு ஆண்டும் புத்தாண்டு தொடங்கிய நள்ளிரவில், பாட்டி வீட்டில் குடும்பமாக சுற்றியிருந்து உறவினர்களுடன் அடித்துப் பிடித்து நான் உண்ணும் மஸ்கோத்தின் சுவை அந்த 50 கிராம் அல்வாவில் கட்டாயம் இல்லை.

சான்றுகள்

- The Blackwell Dictionary of Evangelical Biography, 1730-1860, Donald M Lewis, Hendrickson Publishers, 2004
- Records of the Early History of the Tinnevelly Mission of the Society for Promoting Christian Knowledge and the Society for the Propagation of the Gospel in Foreign Parts, Robert Caldwell, HigginBotham & Company, 1881
- Reminiscences of Bishop Cladwell, JL Wyatt, Addison & Co., 1894
- Mission Field, a Monthly Record of the Proceedings of the Society for the Propagation of the Gospel in Foreign Parts, Society for the Propagation of the Gospel in Foreign Parts (Great Britain), 1889
- ttps://www.thehindu.com/life-and-style/food/muscoth-halwa-turns-50/article30038664.ece
- கிறிஸ்டோபர், ஆல்பர்ட், தங்கதுரை அண்ணாவிகள் சந்திப்பு, முதலூர், 10.10.21

14

கூட்டு முயற்சி விசுவரூப வெற்றி – மெய்ஞ்ஞானபுரம்

மெய்ஞ்ஞானபுரம் அசனம் வெகு விமரிசையாகக் கொண்டாடப்படுவது என பார்த்தோம் இல்லையா? இந்த அசனம் என்ன வெளிநாட்டவர் கொண்டுவந்த வழக்கமா? அது முதலில் தமிழ்ச்சொல் தானா? ஆம். அழகு தமிழ்ச்சொல்லே தான்.

•

பரிசுத்த பவுலின் ஆலய மகிமை பாடல்

ஆலய மகிமையே – மெய்ஞ்ஞானபுர
ஆலய மகிமையே – மெய்ஞ்ஞானபுர

ஜெகம் புகழ் சுவிசேஷன் ஜாண் தாமஸ் அப்போஸ்தலன்
ஜெகதீசன் அருள்பெற்று சேவித்த ஆலயம்
ஜே- ஜே- ஜே என ஜெகமெல்லாம் புகழுதே
ஜெய ஏசு நாமத்தின் நல்மனசாட்சியே – ஆலய

உன்னத வகையுள்ள உயரிய கோபுரமே
உன்னத ராஜனுக்கு உண்மையான சாட்சியே
மன்னன் யேசு வாழும் மகிமையின் ஆலயம்
மன்னுயிர் போற்றிட வந்தருள் புரிவீரே – ஆலய

இந்திய திருச்சபையில் இரட்சிக்க வருபவர்க்கு

கொடுக்கப்படும் யேசு ரக்ஷணிய பாக்கியமே
ஜே – ஜே – ஜே- என ஜெகமெல்லாம் புகழுதே
யேசு கிருபையினால் புகழ்பெற்று ஓங்குதே – ஆலய

- பவுல் ஆலய கோயில் பாட்டு, மெய்ஞ்ஞானபுரம்

மெய்ஞ்ஞானபுரம் ஊருக்குப் போவது எங்கள் பயணத்திட்டத்தில் இல்லை. ஒரு உச்சி மதிய வேளையில் முக்கிய சாலை எங்கும் வரிசையாக ஆலயங்களும், பரபரப்பும் நிறைந்த அவ்வூரைக் கடக்கும் போது கண்ணில் பட்ட இளஞ்சிவப்பு வண்ண ஊசி கோபுரம் கண்ணைப் பறித்தது. சரி, பத்து நிமிடங்கள் இங்கே என்ன இருக்கிறது என வேடிக்கை பார்ப்போம் என வண்டியை நிறுத்திவிட்டு, ஆலயப் பகுதிக்குள் சென்றோம். ஆலய வளாகம் முழுக்க விறகு பிளந்து காயவைக்கப்பட்டிருந்தது. கால் பாவ இடமில்லை. ஒரு அம்பாரம் விறகுக்கு நடுவே ஒற்றையடிப்பாதை போலத் தெரிந்த பாதையில் கவனமாக அடியெடுத்து வைத்து ஆலயத்தை ஒரு சுற்றி சுற்றினோம்.

'அசன மண்டபம்' என்ற கூடம் முழுக்க உயரமான, அகலமான அண்டாக்கள் வரியை கட்டி நின்றன. இரண்டு ஆள்கள் அழகாக உள்ளே அமர்ந்து கொள்ளும் அளவுக்கு பெரிய அண்டாக்கள் அவை. ஒவ்வொரு அண்டாவிலும் அதைக் கொடுத்த கொடையாளரின் பெயரும், அவர் வசிக்கும் ஊரின் பெயரும் பெயின்ட் கொண்டு எழுதப்பட்டிருந்தது. சிங்கப்பூர், லண்டன், துபாய், அமெரிக்கா, சென்னை, மெய்ஞ்ஞானபுரம் என ஊர்களின் பெயர்கள் அண்டாக்களில் தெரிந்தன. இன்னொரு பக்கம் இளைஞர் படை ஒன்று மின்சார சரவிளக்குகளை ஒட்டிக்கொண்டிருந்தது. பரபரவென எல்லோரும் ஏதோ செய்துகொண்டு இருந்தார்கள். அங்கே வேடிக்கை பார்த்துக் கொண்டிருந்த இருவர் நானும்தோழி ரோடாவும்தான். ஆலயத்தின் வலதுபக்கம் ஜான் தாமஸ், அவர் மனைவி மேரி தாமஸ் ஆகியோரின் கல்லறைகள் இருந்தன. அதனருகே கெர்டுரூட் வால்ஷின் (Gertrude Walsh) கல்லறையும் இருந்தது.

ஆலயத்தின் ஜன்னல்களில் அழகான பூக்கடைசல் வேலைப்பாடு கண்ணைப் பறித்தது. ஆலய நுழைவாயிலில் உள்ள கல்வெட்டு 'தேவ நாம மகிமைக்கென்று' ஜான் தாமஸ் அவர்களால் கட்டப்பட்ட தூய பவுலின் ஆலயம் என பெயர் சொல்கிறது. 1844ம் ஆண்டு ஜுன் 20 அன்று டக்கர் அவர்களால் கடைக்கால் போடப்பட்டு, 1847ம் ஆண்டு டிசம்பர் 9 அன்று ஜான் தாமஸ் அவர்களால் அர்ப்பணிக்கப்பட்டது எனவும், 1868ம் ஆண்டு

அக்டோபர் 9 அன்று கோபுர தூபியின் மகுடக்கல் சென்னை மாகாண ஆளுநரான நேப்பியர் துரை வருகையின் போது வைக்கப்பட்டது என்றும் கல்வெட்டில் குறிப்பிடப்பட்டுள்ளது. 1885ம் ஆண்டு ஜனவரி 22 அன்று மேற்கோப்பு வேலை முடிந்த பின் மீள் அர்ப்பணிப்பு செய்யப்பட்டதாகக் கல்வெட்டு சொல்கிறது. பிரம்மாண்டமான அறுபதடி உயரம்கொண்ட கூரை, விசாலமான கூடம், நெடிய வளைவுகள், ஜன்னல்களிலும், பீடத்திலும் பெல்ஜிய வண்ணக் கண்ணாடி வேலைப்பாடு கொண்ட ஆலயம் இது.

ஆலயத்தின் உள்ளே நுழைந்ததுமே பீடத்தின் முன்பு நாற்காலி ஒன்றில் தனியே அமர்ந்திருந்த கோட் சூட் அணிந்து, மாலை போட்டிருந்த மணமகன் கண்ணில் பட்டார். அவரை நெருங்கி

மெய்ஞ்ஞானபுரம் மணமகன்

'ஆல் தி பெஸ்ட்' சொன்னதும் கொஞ்சம் வெட்கமும், நிறைய சந்தோசமுமாகப் புன்னகைத்தார். மாப்பிள்ளையின் அக்கா (ஆசிரியர் இவர்) எங்களுடன் சேர்ந்துகொள்ள, அவரைக் கிண்டல் செய்துகொண்டிருந்தோம். 10 மணி கல்யாணத்துக்கு 12 மணியாகியும் பெண் அலங்காரம் செய்துகொண்டிருந்தார் என்ற தகவல் கிடைத்தால் மாப்பிள்ளை பாவம் தானே? 'கிடைக்கிற கடைசி பேச்சிலர் டைம்ல ஜாலியா இருங்க', என அவரைக் கலாய்த்து செல்ஃபி எடுத்துக்கொண்டோம்.

பீடத்தின் இடதுபுறம் 21 ஆண்டுகள் நெல்லை சி.எம்.எஸ். மிஷனரியாகப் பணியாற்றிய ரெவரண்ட் ஆஷ்லன் திப் (ஜான் தாமஸின் மருமகன்) நினைவாக கற்பதாகை ஒன்று வைக்கப் பட்டுள்ளது. அதன் கீழ் ஜான் தாமஸின் அன்பு மகளும், மெய்ஞ்ஞானபுரத்தில் தந்தை விட்டுச் சென்ற சமயப்பணியைத் தொடர்ந்தும், பெண்கள் பள்ளியை அங்குத் தொடர்ந்து நடத்தி, அந்தப் பகுதிப் பெண்களின் வாழ்வு சிறக்கப் பாடுபட்டவருமான பிரான்சஸ் எலிசபெத்துக்கு நினைவுப் பதாகை வைக்கப் பட்டுள்ளது. எலியட் தக்ஸ்ஃபோர்டு (Mary Elliot Tuxford) பள்ளியின் மூலம் கல்வியறிவு பெற்ற பெண்களே இன்றைய தெளிவான இளைய சமூகம் இங்கு அமையக் காரணமானவர்கள்.

பீடத்தின் உள்ளே மிஷனரி டேவிஸ் தாமஸ் (ஜான் தாமஸின் மகன்) நினைவாக, '38 ஆண்டுகள் தமிழ் ஜனங்களுடைய நன்மையை விரும்பி உழைத்துவந்த கனம் ஜே டேவிஸ் தோமாஸ் ஐயரவர் களுக்கு அன்பின் ஞாபக சின்னமாக இது வைக்கப்பட்டிருக்கிறது', என்ற சொற்களுடன் கூடிய பித்தளைப் பதாகை வைக்கப் பட்டுள்ளது. பீடத்தின் வண்ணக் கண்ணாடி வேலைப்பாடு மிக நேர்த்தியாக வடிவமைக்கப்பட்டுள்ளது. அதில் ஜான் தாமஸ், 33 ஆண்டுகள் மருத்துவ ஊழியம் செய்த எம்.ஹெச். கூக்ஸ்லி (M H Cooksley) மற்றும் 40 ஆண்டுகள் ஆலயத்தில் ஊழியம் செய்த ஜோசப் டேவிட் ஆகியோரின் பெயர்கள் பொறிக்கப்பட்டுள்ளன.

மெய்ஞ்ஞானபுரம். குதிரைமொழித் தேரியின் எல்லையிலுள்ள சோலை என இந்த ஊரைச் சொல்லலாம். சுற்றியுள்ள மணற்பரப்பின் வெம்மைக்கும், வறண்டதன்மைக்கும் சற்றும் பொருத்தமற்ற செழிப்பான பூமி. சடையநேரி குளத்துப் பாசனமும், மிஷனரி ஜான் தாமஸ் வெட்டிய கிணறுகளில் ஊறும் நீரும் இந்த பூமியை சொர்க்கமாகவே ஒரு காலத்தில் மாற்றியிருந்தது. 30 ஆண்டுகாலம் இந்த மண்ணில் தன் மிஷன் பணியைச் செய்த சி.எம்.எஸ். மிஷனரி ஜான் தாமஸ் முதலில் இங்கு வரும்போது இந்த

நிலம் பாலை நிலமாக, மைல் கணக்கில் மணல் தவிர அங்கங்கே குத்துச் செடிகள் மட்டுமே இருந்த 'சாப நிலமாக' இருந்தது. இந்தக் காய்ந்த பாலை நிலத்தை செழிப்பான பகுதியாக மாற்றிய பெருமை, ஜானையே சேரும். ''இங்கு நீங்கள் ரோஜா, மல்லிகை மலர்களின் அழகைக் காணலாம். தென்னை மரங்களின் எழிலைப் பார்க்கலாம். வாழை, திராட்சை, பைனாப்பிள் என திருநெல்வேலியில் விளையும் சிறந்த கனிகளையும், காய்கறிகளையும் சுவைக்கலாம்'', என 'தின்னவெலி மிஷன்' நூலை எழுதிய ஜி.பெட்டிட் குறிப்பிடுகிறார். இந்த பூமியை செழிப்பாக மாற்றியதற்கு ஜானுக்கு எவ்வளவு நன்றி சொல்ல வேண்டுமோ, அவ்வளவு நன்றியை இந்த இடத்தைத் தன் பணிக்காகத் தேர்ந்து மக்களை மனம் திருப்பிய ரேனியஸ் ஐயருக்கும் சொல்லவேண்டும்.

பாரசீகப் பகுதியில் ராணுவத்தில் பணியாற்றிய நிக்கொலாஸ் ரேனியஸின் மகன் சி.டி.இ. ரேனியஸ் (Charles Theophilus Ewald Rhenius). 'திருநெல்வேலியின் அப்போஸ்தலர்' என அறியப்படும் ரேனியஸின் தந்தை சிறுவயதிலேயே இறந்துபோக, தாயின் அரவணைப்பில் ரேனியஸ் வளர்ந்தார். ஜெர்மானியரான ரேனியஸ், மிஷனரி இதழ்களைச் சிறு வயதிலேயே வாசித்து, தானும் புதிய நாட்டில் மிஷன் பணி செய்யவேண்டும் என ஆசை கொண்டார். ஜேனிக் ஐயர் நடத்திய இறையியல் கல்லூரியில் படித்து, லுத்தரன் சபையில் குருவானார் (presbyter). தரங்கம்பாடி மிஷன் பணிகளுக்கு ஆள் வேண்டும் என சி.எம்.எஸ். மிஷன் இறையியல் மாணவர்களை அழைக்க, 1814ம் ஆண்டு கப்பல் மூலம் இந்தியா வந்தார். சென்னை கறுப்பர் நகரம் பகுதியில் மிஷன் பணிகள் செய்யப் பணிக்கப் பட்டார். அங்கு பள்ளி ஒன்றை நிறுவியவரை, காஞ்சிபுரம் இந்துக்கள் தங்கள் ஊருக்கு அழைக்க, அங்கு மிஷன் பணிக்குச் சென்றார். காஞ்சி அவருக்கு பெரும் திருப்புமுனையாக அமைந்தது. சைவம், வைணவம், சமணம் கற்பித்த மத நுட்பங்களைக் கற்றுணர்ந்தார். பெரும்பாலான சீர்திருத்த மிஷனரிகள் இவ்வாறான கற்றலுக்கு எதிரானவர்களாக இருந்ததில்லை. தமிழ் நிலப்பரப்பின் மதங்களை, அவற்றின் கோட்பாடுகளை அறிந்து கொண்டால், தங்கள் பரப்புரைகளுக்கு எளிதாக இருக்கும் என்றே கொண்டனர். அதில் ரேனியஸ் போன்றோருக்கு உள்ளார்ந்த ஆர்வமும் இருந்தது. விவிலியம் இன்னும் எளிமையாக்கப்படவேண்டும், எல்லா மக்களிடமும் போய்ச் சேரவேண்டும் என்ற ஆவல் கொண்டவர் ரேனியஸ்.

1816ம் ஆண்டு நெல்லையில் பணியாற்றிய ராணுவ குருவான (military chaplain) ஹோ (Hough) அங்கு மிஷன் பணிக்கு ஆள்கள்

தேவை என சி.எம்.எஸ். சபையிடம் விண்ணப்பம் வைக்க, காஞ்சி, மதராஸில் தங்களுக்கு சற்றும் 'ஒத்து வராத' ரேனியஸை நெல்லைக்கு சபை அனுப்பியது. 1820ல் நெல்லை வந்த ரேனியஸ், அங்கு பிற மிஷனரிகள் நுழையாத வறண்ட பகுதிகளில் பணியைத் தொடங்கினார். தேரிப் பகுதிகளில் வாழ்ந்த எளிய மக்களிடம் கடவுளின் வார்த்தையை பரப்ப விரும்பி நெல்லை மாவட்டத் தேரிப்பகுதிகளில் குதிரைப் பயணமாக, பை நிறைய கிறிஸ்துவை அறிவிக்கும் காகித அறிக்கைகளுடன் சுற்றித்திரிந்தார்.

1820களில் இந்தப் பகுதியின் பெயர் நெடுவிளை. நெடுவிளை மெய்ஞ்ஞானபுரமாக மாறிய வாய்வழிக்கதை இது. அன்று நெடுவிளையில் கோயில் கொடை. எளிய மக்கள் ஒன்று கூடி தங்கள் தெய்வத்தை வணங்கிக்கொண்டு இருந்தார்கள். அவர்களில் ஒரு முதிய பெண் திடீரென சாமியாடினார். இந்துக்களின் திருவிழாக்களில் உள்ள வேடிக்கை நிகழ்வுகள், கடைகள், மக்களின் கொண்டாட்டம் என எல்லாம் அங்கு நிலவின. இவற்றை தொலைவில் நின்று வேடிக்கை பார்த்துக் கொண்டிருந்தார் ரேனியஸ். அப்போது திடீரென அங்கு குழப்பம் ஏற்பட்டது. சாமியாடிய பெண்ணின் மகனைப் பாம்பு கடித்துவிட, கும்பல் சிதறி ஓடியது. அந்தப் பெண் அலறி அரற்றினார். உடனே அங்கு சென்ற ரேனியஸ், அந்த இளைஞனுக்கு பாம்புக்கடிக்கு அவசர சிகிச்சை தந்தார். இளைஞன் பிழைத்துக்கொண்டான். அந்த நல்ல சூழலில் கர்த்தரைப் பற்றி அந்த மக்களுக்கு ரேனியஸ் எடுத்துச் சொன்னார். இளைஞன், அவனது தாய், சுற்றியிருந்த நபர்களில் சிலர், அந்தக் கோயில் உரிமையாளர் குடும்பம் உள்ளிட்டோர் அன்றே கண்முன் கண்ட அதிசயத்தால் ஈர்க்கப்பட்டு, மதம் மாறினார்கள். அந்தக் கோயிலை அதன் உரிமையாளர் தேவாலயமாக மாற்ற சம்மதித்தார்.

அடைக்கலப்பட்டினங்களை ரோமை கத்தோலிக்க பாதிரிகளும் ஏற்படுத்தி இருந்தாலும், தென் தமிழகத்தில் சீர்திருத்த சபையினர் அளவுக்கு அவர்கள் பரவலாக்கவில்லை என்றே சொல்லலாம். 'முதலூர்' உருவாக்கத்தை அடுத்து, நெடுவிளைக்கு 'மெய்ஞ்ஞானபுரம்' என ரேனியஸ் பெயரிட்டார். போலவே இடையங்குளம், ஆசீர்வாதபுரம், நல்லூர், சுரண்டை ஆகிய ஊர்களுக்கும் அவ்வாறே ரேனியஸ் பெயரிட்டார். புலியக்குறிச்சி பகுதியில் பிரஷ்ய அரச குடும்பத்தின் 'சோலோடினின் கவுன்ட் டோனா' (Count Dohna of Scholodein) தந்த நன்கொடை கொண்டு உருவாக்கப்பட்ட அடைக்கலப்பட்டினத்துக்கு 'டோனாவூர்' என பெயரிட்டார்.

நெடுவிளையிலும், அதை ஒட்டிய சோலைக்குடியிருப்பிலும் சிலர் திருநீராட்டு பெற ஆர்வம் தெரிவித்தார்கள். 7.4.1826 அன்று 25

பேருக்கு ரேனியஸ் நெடுவிளையில் திருநீராட்டு வழங்கினார். அவர்களில் முதல் நீராட்டு பெற்றவர் வேலுமூர்த்தி. அவருக்கு பேதுரு வேதமுத்து என ரேனியஸ் பெயர் சூட்டினார். நெடுவிளையின் முதல் சீர்திருத்தக் கிறிஸ்தவரானார் வேதமுத்து. அவரது மனைவி கருத்தக்கண்ணு, அன்னம்மை ஆனார். இந்த வேதமுத்து சோலைக்குடியிருப்பு பகுதியின் 'முக்கந்தராக' இருந்தவர். அந்தக் காலத்தில் நவாபின் ஆளுகைக்குட்பட்ட பகுதிகளில் வரி வசூல் செய்து, நிர்வாகத்தை கவனித்து வந்த அதிகாரிகள் முக்கந்தர்கள் எனப்பட்டனர். இந்த மக்களுக்கு ஊழியம் செய்ய மிக்கேல், வேதநாயகம் என்ற இருவரை ரேனியஸ் நியமித்தார். ரோமை கத்தோலிக்கரான மிக்கேல் சீர்திருத்த சபையைத் தழுவி, ஹோாவின் வேதியர் பள்ளியில் பயின்றவர். ரேனியஸ் ஏற்படுத்திய குருமடத்திலும் பயின்று, 1822ம் ஆண்டு உபதேசியாரானார். நெடுவிளையில் ஏறத்தாழ 40 ஆண்டுகாலம் ஊழியம் செய்தார். 1827ம் ஆண்டு நெடுவிளை ஆலயம் இடித்து பெரிதாகக் கட்டப்பட்டது. இடப்பற்றாக்குறை காரணமாக மார்ச் 7, 1830 அன்று மூன்றாவது ஆலயத்தை ரேனியஸ் பிரதிஷ்டை (அர்ப்பணிப்பு) செய்தார்.

1831ம் ஆண்டு திருநெல்வேலி சபையை 9 சேகரங்களாக (பிரிவுகள்) ரேனியஸ் பிரித்தார். பட்டியலில் ஒன்பதாவது சேகரமாக நெடுவிளை என்ற மெய்ஞ்ஞானபுரம் அமைந்தது. மிக்கேல் உபதேசியார் தலைமை உபதேசியானார். இந்தச் சூழலில் ரேனியஸுக்கும் சபைக்குமான மோதல் போக்கு அதிகரித்து, அவர் சபையை விட்டு வெளியேறி வடதமிழ்நாடு சென்றார். மிஷன் பணிக்காக இங்கிலாந்தைச் சேர்ந்த ஜான் தாமஸ், மெய்ஞ்ஞானபுரம் வந்து சேர்ந்தார்.

இங்கிலாந்தின் கால்வினிஸ்ட்டு மெதடிஸ்ட்டு சபை குருவான ஜான் டேவிஸ் அவர்களின் பேரன் ஜான் தாமஸ். 1807ம் ஆண்டு நவம்பர் 10 அன்று கார்மார்தென் நகரில் ஜான் பிறந்தார். பள்ளிப்படிப்பை முடித்த ஜான், அதே ஊரில் வழக்கறிஞர் ஒருவரிடம் உதவியாளராகப் பணியாற்றினார். பயர்ஸ் (Byers) என்ற சீர்திருத்தக் குருவானவரின் பிரசங்கத்தைக் கேட்ட ஜான், கிறிஸ்துவைப் போதிக்கும் ஆவல் கொண்டார். 1830ம் ஆண்டு சி.எம்.எஸ். சபையின் ஆண்டறிக்கை அவருக்கு வாசிக்கக் கிடைத்தது. அதற்கு முந்தைய ஆண்டு தமிழகத்தில் மிஷன் பணிகளை செய்த ரேனியஸ், ஸ்மிட் ஆகியோரின் நாட்குறிப்புகள் அதில் இடம்பெற்றிருந்தன. அதைக்கண்ட ஜான் தாமஸ், சி.எம்.எஸ். சபையில் சேரவிரும்பினார். இஸ்லிங்டன் மிஷனரி கல்லூரியில் இரண்டாண்டுகள் படிப்பை

முடித்து, 1835ம் ஆண்டு குருப்பட்டம் பெற்றார். கார்மார்தென் பகுதியில் வசித்த மேரி டேவிஸ் என்ற பெண்ணின் மேல் காதல்கொண்டு அவரைத் திருமணம் செய்துகொண்டார். புதுமணத் தம்பதி மிஷன் பணிக்காக 1836ம் ஆண்டு கிறிஸ்துமஸ் தினத்தன்று கப்பல் மூலம் சென்னை வந்தடைந்தார்கள். அங்கிருந்து நெல்லை வந்தவர்கள், பெத்தித் அவர்களிடம் உதவியாளர்களாக பணியைத் தொடங்கினார்கள்.

1837ம் ஆண்டு கிறிஸ்துமஸ் தினத்தன்று மெய்ஞ்ஞானபுரத்தில் பணி செய்ய ஜான் தாமஸ் அனுப்பப்பட்டார். 1839ம் ஆண்டு மிஷன் பங்களா மெய்ஞ்ஞானபுரத்தில் கட்டிமுடிக்கப்பட்டது. இங்கு ஜான் டேவிஸ் தாமஸ் என்ற மகன் தம்பதிக்குப் பிறந்தான். இவர் 1864-1873 ஆண்டுகளில் தந்தையின் மிஷன் பணியை மெய்ஞ்ஞானபுரத்தில் தொடர்ந்தார். 1841ம் ஆண்டு இந்தப் பகுதி பெண்கள் கல்வியறிவு பெறவேண்டும் என விரும்பிய ஜான் தாமஸ் தம்பதி, உண்டு உறைவிடப் பள்ளி ஒன்றைத் தொடங்கினார்கள்.

ஊரில் பெரிய ஆலயம் ஒன்றின் தேவையை உணர்ந்த ஜான், 1842ம் ஆண்டு மெய்ஞ்ஞானபுரம் ஆலயக் கட்டுமான நிதியை நிறுவினார். ஒவ்வொரு குடும்ப உறுப்பினரும் ஆண்டுக்கு ஒரு நாள் ஊதியத்தை இந்த நிதிக்கு வழங்குமாறு ஜான் அறிவுறுத்தினார். 1843ம் ஆண்டு மெய்ஞ்ஞானபுரம் வந்த வில்சன் ஆயர், ஆலயம் கட்ட நிதியாக பணமுடிப்பு அளித்தார். லண்டனில் தனக்குத் தெரிந்த கட்டட வடிவமைப்பாளர் ஒருவர் மூலம் கென்ட் பகுதியில் இருந்த குட்னெஸ்டோன் (Goodnestone) ஆலயத்தின் மாதிரியாக மெய்ஞ்ஞானபுரம் ஆலயத்தை அமைப்பது என ஜான் முடிவெடுத்தார். இந்த குட்னெஸ்டோன் ஆலயத்தில் தான் பிரபல ஆங்கில நாவலாசிரியர் ஜேன் ஆஸ்டனின் கிளாசிக் நாவலான 'பிரைடு அண்டு பிரெஜுடிஸ்' கதையின் மையக்கரு, அவர் மனதில் உருவானது!

சென்னை கமிட்டியின் தலைவராக இருந்த ஜான் டக்கர் அவர்களுக்கு ஆலயம் கட்ட நிதியுதவி வேண்டி ஜான் விண்ணப்பித்தார். டக்கர் கையால் ஜூன் 20, 1843 அன்று மெய்ஞ்ஞானபுரம் ஆலயத்தின் அடிக்கல் நாட்டப்பட்டது. விழாவை இடையங்குடியில் வசித்த கால்டுவெல்லும் வந்திருந்து சிறப்பு செய்தார். அன்றே பெண்கள் பள்ளி ஒன்றுக்கான அடிக்கல்லும் ஊன்றப்பட்டது. அந்தப் பள்ளிக்கு மேரி எலியட் டக்ஸ்ஃபோர்ட் பள்ளி என பெயரும் பின்னாளில் சூட்டினார்கள். இங்கிலாந்தின் டக்ஸ்ஃபோர்ட் நகரில் குருவாகப் பணியாற்றிய எட்வர்ட் பிஷப் எலியட், அவ்வூர்

மக்களிடமிருந்து மெய்ஞ்ஞானபுரம் மிஷனில் பள்ளி கட்ட வேண்டும் என கேட்டுப் பெற்ற நிதியே இந்தப் பள்ளி அமையக் காரணம். போலவே, அவரது மனைவியான மேரி கிங் எலியட்டின் நினைவாக பெருமளவு நிதியை அவர் தந்ததால், இரண்டு பெயர்களையும் இணைத்து மேரி எலியட் டக்ஸ்ஃபோர்டு பள்ளி உருவானது.

ஆலய அடிக்கல் நாட்டிய நாளன்று மாலை, 2000 பேருக்கு பெரும் விருந்து நடந்தது. கறியும் சோறுமாக ஆலயம் அமையவிருந்த பகுதிக்கு அருகேயிருந்த வயல்வெளியில் ஒன்றுகூடி அமர்ந்து மக்கள் மகிழ்ச்சியாக விருந்து உண்டிருக்கின்றனர். அதை 'அசன விருந்து' என்றே மெய்ஞ்ஞானபுரம் ஆலய மகமை கமிட்டி வெளியிட்டுள்ள நூலை எழுதிய குட்டி ஜேஸ்கர் குறிப்பிடுகிறார்.

1844ம் ஆண்டு ஆண்கள் உண்டு உறைவிடப்பள்ளி மெய்ஞ்ஞான புரத்தில் தொடங்கப்பட்டது. 1845ம் ஆண்டு ஏற்பட்ட பெரும்புயலில் மெய்ஞ்ஞானபுரம் பெரும் அழிவுக்குள்ளானது. அதன் பின் ஊரை மீட்டெடுக்கும் பணியில் நன்கு திட்டமிடப்பட்ட வீதிகளும், பொதுவெளிகளுமாக ஊரை மாற்றியமைத்தார் ஜான் தாமஸ். ஆலயம் கட்ட மக்கள் 150 பவுண்டுகள் பணம் தந்தனர். டிசம்பர் 9, 1847 அன்று ஆலயத்தை ஜான் தாமஸ் அர்ப்பணித்தார். முதல் வேதப் பணியாற்றிய தூய பவுலின் பெயர் ஆலயத்துக்கு வைக்கப்பட்டது. அர்ப்பணிப்பு நிகழ்வுக்குப் பிறகு அசன விருந்து நடைபெற்றது.

1857ம் ஆண்டு இங்கிலாந்தில் கல்வி கற்றுத் திரும்பிய ஜான் தாமஸின் மகன்களான டேவிஸ் தாமஸ், ஆண் மற்றும் பெண் பள்ளிகளின் நிர்வாகத்தைக் கவனித்து வந்தார். இளைய மகனான ஜேம்ஸ் தாமஸ், ஆண்கள் விடுதிப் பள்ளியின் தலைமையாசிரியரானார். மிஷனரி பயிற்சிப்பள்ளியாக ஜான் தாமஸால் தொடங்கப்பட்ட பள்ளி பின்னாளில் பிஷப் சார்ஜன்ட் ஆசிரியர் பயிற்சிப் பள்ளியாக மாறியது. ஆண்கள் பள்ளியிலிருந்து சிறந்த ஆசிரியர்களையும், உபதேசியார்களையும் ஒரு பக்கம் தாமஸ் உருவாக்க, மறுபக்கம் அவர் மனைவி மேரி, டக்ஸ்ஃபோர்டு பள்ளிப் பெண்களை அவ்வாறு படித்து முடிக்கும் ஆண்களுக்கு தக்க துணையாக, வழிநடத்தும் ஆற்றல் கொண்டவர்களாக மாற்றப் பெண்களுக்குப் பயிற்சி தந்தார். இப்பெண்களில் சிலர் ஆசிரியர் படிப்புக்கு செல்லுமளவுக்கு முன்னேறினார்கள். மகள் மேரி ஜேனுக்கும் பன்றிக்குளம் மிஷனரியான ஆஷ்டன் டிப் என்பவருக்கும் தாமஸ் மெய்ஞ்ஞானபுரம் ஆலயத்தில் திருமணம் செய்வித்தார். பின்னர் ஆஷ்டன் மெய்ஞ்ஞானபுரத்தில்

பணியமர்த்தப்பட்டார். ஒட்டுமொத்த ஜான் தாமஸ் குடும்பமும், மெய்ஞ்ஞானபுரம் ஆலயத்துக்காகவும் மக்களுக்காகவும் பணியாற்றியது.

ஆலயத்தின் மண் தளத்தை கல் தளமாக நெல்லை மாவட்ட மேஜிஸ்திரேட்டும் ஜான் தாமஸின் நண்பருமான எட்வர்ட் ஸ்டோரி, தன் சொந்த செலவில் மாற்றித்தந்தார். அதன் நினைவாக பித்தளைப் பதாகை 1859ம் ஆண்டு ஆலயத்தில் அமைக்கப்பட்டது. ஊசி கோபுரம் கட்டப்பட்டது; அதில் மகுடக்கல் வைக்க சென்னை மாகாணத்தின் ஆளுநரான நேப்பியர் துரை 9.10.1868 அன்று மெய்ஞ்ஞானபுரம் வந்தார். இளஞ்சிவப்பு வண்ணத்தில் ஆங்கிலேய காதிக் (Gothic) முறைப்படி கட்டப்பட்டிருந்த ஆலயத்தைக் கண்டு

மெய்ஞ்ஞானபுரம் தையல் கலைஞர் செல்வராஜின் படைப்புகள்.

அறியப்படாத கிறிஸ்தவம்

மனம் மகிழ்ந்த நேப்பியர் துரை, காதிக் கட்டுமானத்துக்குக் கொஞ்சமும் பொருத்தமில்லாத மண், சூழல் இவற்றையும்தாண்டி அவ்வாறு கட்டப்பட்டிருந்த ஆலயம் அதற்கான சிறந்த எடுத்துக்காட்டு என குறிப்பிட்டுள்ளார். சுற்றுவட்டார கிராமங்களி லிருந்து நேரில் காணும் வகையில் கிட்டத்தட்ட 150 அடி உயர ஊசி கோபுரம் அன்று பூர்த்தியானது.

ஆசியாவிலேயே உயரமான ஊசிக் கோபுரங்களில் ஒன்று என இன்றும் மெய்ஞ்ஞானபுரம் கோபுரம் அதிசயமாகப் பார்க்கப் படுகிறது. இருமுறை வந்த பெரும் புயல்களிலும் கோபுரத்துக்கு எந்த ஆபத்தும் பெரிய அளவில் நேரவில்லை. ஆலயத்தின் அழகு மெய்ஞ்ஞானபுரத்து மக்களுக்கு பெரும் பூரிப்பை, மனமகிழ்வைத் தருவதாகும். அவ்வூரைச் சேர்ந்த செல்வராஜ் என்ற தையல் கலைஞர் ஆலயத்தின் எழில்மிகு தோற்றத்தை மக்களின் ஆடைகளில் நேர்த்தியாகத் தைத்துத் தருவதாகவும், அந்த அளவுக்கு ஆலயத்தின்மேல் மக்கள் ஆசை கொண்டிருக்கின்றனர் என்றும் ரோடா அலெக்ஸ் தன் ஆய்வுக் கட்டுரையில் குறிப்பிடுகிறார்.

கடும் பணியால் உடல்நலம் குன்றிய ஜான் தாமஸ், மார்ச் 28, 1870 அன்று மரணமடைந்தார். இறக்கும் தருவாயில், 'இயேசு கிறிஸ்து நேற்றும் இன்றும் என்றும் மாறாதவராயிருக்கிறார்' என அவர் சுட்டிக்காட்டிய வசனத்தை மறவாமலிருக்கின்றனர் இவ்வூர் மக்கள். தேவாலயத்தின் வடக்கே அவருக்குக் கல்லறை எழுப்பப் பட்டது. அவரைக் குறித்து எழுதப்பட்ட பாட்டு ஒன்று:

ஜாண் தாமஸ் வாழ்கவே!

வாருங்க! வாருங்க! கூடுங்கடி - நம்ம
ஐயாவைப் போற்றிப் பாடுங்கடி - இந்
நன்னாளைப் பொன்னாளாய்க்
கொண்டாடுவோம் பாங்கியரே
தையத் தையத் தானா! தையத் தையத் தானா (2)

ஆலயம் கட்டினார் தாமஸ் ஐயர் ஆலயம் கட்டினார்
வானளாவக் கோபுரம் கொண்ட
ஆலயம் கட்டினார் (2) ஹை
ஐந்து வீடு கொண்ட ஊரு ஐநூறாக மாற
அல்லும் பகலும் அயராமலே உழைத்தார் இந்த வீரர்
வீதியான தெருக்களையும் அமைத்தார் இந்தப் பண்பர்
நல்ல சபையும் உருவாக்கி கல்விக்கூடம் அமைத்த தொண்டர் (2)

பலப்பல விதக் கஷ்டம் வந்தும் திடனாய் நின்றாரே - மிக
கலகலப்புடன் கர்த்தருக்காய் பாடு சகித்தாரே
போர் புரிந்தாரே!
பக்தியிலே சபை வளர பாடுபட்டாரே - அவர்
போர் முனையில் இயேசுவுக்காய் பணிபுரிந்தாரே
டக்கு டக்கு டக்கு டக்குசப்தம் கேட்குதே
வெள்ளைக் குதிரையேறி ஊரைச் சுற்றி பவனி வந்தாரே (2)

ஓங்கு கோபுரம் விளங்கும் உயர்பதியாம் மெய்ஞ்சையில்
பாங்குடன் பரந்திலங்கும் எங்கள் சபை வாழ்கவே
வாழ்க வாழ்க சிறியோர் பெரியோர் பெற்றோர் குருமார்
வாழ்கவே!
வாழ்க கனம் ஜாண் தாமஸ் புகழ் என்றும் வாழ்கவே!

- சிவந்திபாய் பொன்னுச்சாமி, பரி.பவுலின் ஆலயம், மெய்ஞ்ஞான புரம் நூற்றாண்டு விழா மலர், 29-1-1985

ஜான் தாமசின் மனைவி மேரி, டிசம்பர் 4, 1899 அன்று மரணமடைந்தார். இறப்பதற்கு முன் சென்னை கமிட்டிக்கு ஜான் தாமஸ் எழுதிய வேண்டுகோள் கடிதத்தின்படி அவருக்குப்பின் மகன் டேவிஸ் தாமஸ் மெய்ஞ்ஞானபுரம் குருவாக நியமிக்கப் பட்டார். ராயிட்ஸ், டிரெலியானி, வால்ஷ் உள்ளிட்ட பல ஆங்கிலேய மிஷனரிகள் மெய்ஞ்ஞானபுரத்தில் பணியாற்றினார்கள்.

எலியட் டக்ஸ்ஃபோர்ட் பள்ளி 1944ம் ஆண்டு ராயிட்ஸ் அம்மாளின் முயற்சியால் உயர்நிலைப்பள்ளியானது. ராயிட்ஸ் அம்மை யாருக்குப் பிறகு பள்ளியின் தாளாளராகப் பணியாற்ற அனுப்பப் பட்ட கெர்டுரூட் பெக்கன்ஹாம் வால்ஷ் (Gertrude Beckenham Walsh) என்ற மிஷனரி, இப்பகுதிப் பெண்களுக்கு வாழ்வாதாரம் எவ்வகையிலாவது தரவேண்டும் என விரும்பினார். சித்திரத் தையல்/பூத்தையலை அவர்களுக்கு அறிமுகம் செய்தார். அவரது பங்களா வெராந்தாவில் அமர்ந்து எப்போதும் 50 பெண்கள் ஏதாவது தைத்துக்கொண்டிருப்பர். இப்பெண்கள் தைக்கும் படுக்கை மற்றும் மேசை விரிப்புகள், தலையணை உறைகள், கைக்குட்டைகள், ஜன்னல் திரைகள் இங்கிலாந்துக்கு ஏற்றுமதி செய்யப்பட்டன. சென்னையிலுள்ள விக்டோரியா டெக்னிக்கல் இன்ஸ்டிட்யூட் மற்றும் பெங்களூருவிலுள்ள கிரீன் ஷாப் ஆகிய நிறுவனங்கள் இப்பொருள்களை இந்தியாவில் சந்தைப்படுத்தின. இப்பெண் களுக்கு மாதம் ஒரு ரூபாய் ஊதியம் வழங்கப்பட்டது. குடும்பங்கள் தழைத்தன.

குன்னூர் பாஸ்சர் இன்ஸ்டிட்யூட் உறுப்பினரான வால்ஷ் அம்மையார், அப்பகுதியில் வெறி நாய்க்கடிக்கு ஆளானவர்களுக்கு மருத்துவமும் பார்த்துவந்தார். இரண்டாம் உலகப்போர் சமயத்தில் போர் விமானங்கள் தாக்கக்கூடும் என்ற அச்சத்தில் ஆலய வளாகத்தில் பதுங்கு குழிகளையும் மக்களுக்காக வால்ஷ் அமைத்துக்கொடுத்தார். 1966ம் ஆண்டு தன் 91வது வயதில் வால்ஷ் அம்மையார் மெய்ஞ்ஞானபுரத்திலேயே மரித்து, அங்கேயே அடக்கமும் செய்யப்பட்டார்.

மக்களின் தேவை என்ன, அவர்கள் முன்னேற்றத்துக்கு என்ன செய்வது என சிந்தித்தவர்கள் இந்த மிஷனரிகள். '1848ம் ஆண்டு சி.எம்.எஸ். தன் யூபிலி விழாவைக் கொண்டாடியபோது, மெய்ஞ்ஞானபுரத்து மக்களிடம் நிதி திரட்டப்பட்டது. அந்த நிதியைக் கொண்டு புதிய அடைக்கலப்பட்டினம் ஒன்று உருவாக்கப் பட்டது. அங்கு வீடுகள் கட்டப்பட்டன, பனை நடப்பட்டது. பனை மூலம் கிடைக்கும் வருவாய் அந்த மக்களுக்கு போதுமானதாக இருக்கவேண்டும் என்ற எண்ணத்தில் அவ்வூர் உருவானது. அந்த மக்களிடமுள்ள பணம் கொண்டு தமிழ் உபதேசியார் மற்றும் பள்ளி ஆசிரியருக்கு ஊதியம் தரவும் திட்டமிடப்பட்டது. இந்த யூபிலிபுரம் மெய்ஞ்ஞானபுரத்துக்கு அருகே உள்ளது', என குட்டி ஜாஸ்கர் தன் நூலில் குறிப்பிடுகிறார். இந்த மிஷனரிகள் வெறும் சிந்தனையோடு நில்லாமல், அதை செயலிலும் காட்டி மதமாற்றம் என்ற ஒன்றை மட்டுமே கண்ணோக்காமல், தங்களைச் சார்ந்து, நம்பி வந்த மக்களுக்கு கலங்கரை விளக்கமாக நின்று அவர்கள் வாழ்வுக்கு வழிகாட்டியவர்கள்.

மெய்ஞ்ஞானபுரம் அசனம் வெகு விமரிசையாகக் கொண்டாடப் படுவது என பார்த்தோம் இல்லையா? இந்த அசனம் என்ன வெளிநாட்டவர் கொண்டுவந்த வழக்கமா? அது முதலில் தமிழ்ச் சொல் தானா? ஆம். அழகு தமிழ்ச்சொல்லே தான். சங்ககால இலக்கியமான பதினெண்கீழ்க்கணக்கு நூல்களில் ஒன்றான ஏலாதி, அசனம் என்ற சொல்லைக் குறிப்பிடுகிறது.

> எள்ளே பருத்தியே யெண்ணெ யுடுத்தாடை
> வள்ளே துணியே யிவற்றோடு - கொள்ளென
> அன்புற் றசனங் கொடுத்தான் றுணையினோ
> டின்புற்று வாழ்வா னியைந்து. (ஏலாதி- 50)

எள்ளே - எள்ளும், பருத்தியே - பஞ்சினாலாகிய அரை ஞாணும், எண்ணெய் - எண்ணெயும், உடுத்து ஆடை - உடுத்தும் ஆடையும்,

வள்ளே - பணமும், துணியே - போர்வையும், இவற்றோடு - ஆகிய இவற்றுடன், அசனம் - உணவும், கொள் என - ஏற்றுக்கொள்வீர் களாக வென்று சொல்லி, அன்புற்று கொடுத்தான் - அன்புகூர்ந்து கொடுத்தவன், துணையினோடு இயைந்து - தன் மனைவி முதலிய சுற்றத்தாரோடு கலந்து, இன்புற்று வாழ்வான் - இன்பம் பொருந்தி வாழ்வான்.

ஊர் கூடி ஒன்றாக சமைத்து உணவு உண்பது என்பதே பின்னாளில் அசனமானது. இந்த அசனம் என்ற 'சமபந்தி விருந்து' ரோமை கத்தோலிக்க மதமாற்றம் நடந்த காலத்திலேயே தேவாலயங்களில் நடந்திருக்கிறது. திருவிழா என்றால், ஊரே கூடி விருந்து உண்பது பண்டைய தமிழ் மரபு தான். பின்னாளில் வந்த மறைபரப்பாளர்கள் மக்களிடம் சாதி-சமய வேற்றுமையைக் களைய முற்பட்டாலும், மக்கள் அவற்றுக்குத் தயாராக இல்லை. மதம் மாறிய கிறிஸ்தவர் களுக்கு சாதி பெரும் முட்டுக்கட்டையாக அமைந்தது. வர்க்க வேறுபாடு மட்டுமே கண்ட ஐரோப்பிய மிஷனரிகளுக்கு சாதி, வர்ணாசிரமம் எல்லாம் புரிந்து, அவர்கள் மக்களை நல்வழிப்படுத்த கொஞ்சம் காலமும், நிறைய புத்திசாலித்தனமும் தேவைப்பட்டது. தொடக்க கால அசனங்கள் தமிழ் வழிக் கொடை விழாக்களில் வழங்கப்பட்ட அனைவருக்குமான விருந்து என்ற எண்ணத்தி லிருந்தே தோன்றியிருக்க வேண்டும். ஆனால் சாதியை புதிய கிறிஸ்தவர்கள் முதுகில் சுமந்துகொண்டே கிறிஸ்தவத்துக்குள் வந்ததால் செய்வதறியாமல் திகைத்தார்கள் மிஷனரிகள்.

இந்தச் சூழலில் காலரா, பிளேக் உள்ளிட்ட கொள்ளை நோய்கள் தாக்க, மக்களைக் காக்கும் பொருட்டு பொருத்தனைகள்/ வேண்டுதல்கள் செய்யும் போது, நோய் அகன்றால், 'அனைவரும் சாதி பாகுபாடின்றி அசன சோறு செய்து சாப்பிடுவது' என மக்கள் வேண்டுமாறு பணிக்கப்பட்டார்கள். அவ்வாறு நோய்கள் அகன்றதும், சமைத்து, எந்த வேறுபாடுமின்றி சமூக உணவருந்தும் வழக்கம் வந்தது.

தூத்துக்குடி மாவட்டம் வேம்பார் கிராமத்தில் நடைபெறும் கல்லறை அசனம், மூன்றாண்டுக்கு ஒருமுறை கல்லறைத் தோட்டத்தில் நடைபெறுகிறது. அந்தக் கல்லறையில் யாருக்கும் நிரந்தரக் கட்டுமானம் கிடையாது. கல், மரம் மற்றும் சிமெண்டாலான சிலுவைகள் மட்டுமே நடப்படுகின்றன. மூவாண்டுக்கு ஒருமுறை நடக்கும் அசன விழாவுக்கு முன்பாக அத்தனை சிலுவைகளும் பிடுங்கி ஓரமாக வைக்கப்பட்டு கல்லறை மைதானமாக்கப்படுகிறது. அதன் நடுவே உள்ள ஓட்டுக் கூடத்தில்

ராட்சத அடுப்பு மூட்டப்பட்டு ஊர் மக்கள் ஒன்றுகூடி 'அசன சோறு' சமைக்கின்றனர். தோமையார் பங்கில் செய்யப்படும் நாடார் இன மக்களின் இந்த அசனத்துக்கு பணி செய்ய பிற சாதியினர் வருவதில்லை, ஆனால் மாலை நடைபெறும் விருந்தில் சாதி, மதம், ஊர் என எந்தப் பாகுபாடுமின்றி மக்கள் சாரிசாரியாக வந்து உணவருந்திச் செல்கின்றனர். இந்த விருந்து 200 ஆண்டுகளுக்கு முன் காலரா நோய் தாக்கியபோது ஏற்பட்ட ஊர் வேண்டுதலே என வாய்வழிச் செய்தியாக மக்கள் சொல்கின்றனர்.

மெய்ஞ்ஞானபுரம் அசனத்துக்கு முழுப் பொறுப்பும் ஏற்றிருப்பது அவ்வாலயத்தின் 'மெய்ஞ்ஞானபுரம் பொதுமகமை சங்கம்' தான். அதன் தற்போதைய தலைவர் ஜெயபோஸ் தனராஜ், ஒரு காலத்தில் தமிழர்கள் 'கொடை' விழாக்கள் நடத்தும் போது மூன்றாம் நாள், ஐந்தாம் நாள், ஏழாம் நாள் என முக்கிய நாள்களில் ஊர் விருந்து, உணவெடுக்கும் நாள், கிடாவெட்டி, படையல் போட்டு உண்ணும் வழக்கம் உண்டு. அதன் நீட்சியாக இந்த அசன விழா இருக்கலாம் எனச் சொல்கிறார். "இங்க எல்லா கிறிஸ்தவங்களும் ஒரு காலத்தில அம்மன் கொடை, சுடலை கொடை கொண்டாடினவங்க தானே? அவுங்களுக்கு இந்த கிடா வெட்டி, படையல் போட்டு, விருந்து சாப்பிடுற பழக்கம் இருந்திருக்கு. அதுனால அந்த வழிமுறை. ஒரு

1990களில் மெய்ஞ்ஞானபுரம் அசனம்

திருவிழான்னு வந்தா எல்லாருக்கும் சாப்பாடு குடுக்கணும். அப்போ எல்லாரும் வந்து கலந்துகொள்ற விழாவா இந்த அசன விழாவ உருவாக்கியிருக்கிறாங்க. அசனம் அப்டிங்குற வார்த்தைக்கு விருந்துன்னு தான் அர்த்தம். பழமையான வார்த்தை அது. தருகா, சர்ச்சு இப்பிடி எல்லா இடத்துலயும் இன்றைக்கி இந்த அசனம் உண்டு. எல்லாம் அங்க இருந்து வந்ததுதான்.''

''ஆலயம் பிரதிஷ்டை பண்ணின நாள் முதலா 175 ஆண்டுகளாக இங்க எந்தத் தடையுமின்றி அசனம் நடக்குது. வர்ற 2022 ஜனவரி கடைசி வியாழன் அன்னைக்கு 175வது விழா. சைவ விருந்துதான் எல்லா வருஷமும் நடக்குது. சுற்றுப் பட்டியில இருந்து எல்லாரும் வந்து வயிறார உண்டு போணும் அப்டின்னு தான் காய்கறி விருந்து நடக்குது.''

''ஒரு 40-50 வருஷத்துக்கு முன்னாடி வரைக்கும் கூட யார் வேணும்னாலும் வந்து சாப்பிடலாம் அப்டின்னு தான் இருந்தது. ஆனா ஓரளவுக்கு பொருளாதார நிலைமை, சமூக நிலைமை வளர்ந்துட்ட பின்னாடி, தேவைக்கு எடுத்துட்டு போகலாம் அப்டின்னும் மாறியாச்சு. எவ்வளவு வேணும்னாலும் வாங்கிக்கங்க அப்டின்னு குடுக்குறோம். கொண்டு போறதுக்கு பையும் பாத்திரமும் தான் பெருசா இருக்கணுமே தவிர மத்தபடி கொடுக்குறதுல எந்த சளைப்பும் இல்லாம குடுத்துருவோம். முன்னால சாப்பிடும்போது அந்த இடத்துலயே குடுப்போம். எல்லாரும் நல்லா சாப்பிட்டுட்டு வீட்டுக்கு எடுத்துட்டு போவாங்க. இப்ப ஒரு அஞ்சு வருசத்துக்குள்ள தான் ஒரு பட்டாணிக் கூட்டும் சேர்ந்து குடுக்க ஆரமிச்சிருக்கோம். சோறு, சாம்பார், கூட்டு. எல்லா காயும் அந்த சாம்பாருல வந்துரும். இங்கருந்து லாரி கொண்டு போய் டன் கணக்குல காய்கறி எல்லாம் வாங்கிட்டு வந்துருவோம்.''

''100 கிலோ அரிசி மூடை 170-180 போல வாங்குவோம். முந்தின வருஷம் எவ்வளவு ஆகியிருக்குன்னு கணக்கு பார்த்துட்டு அதைவிட 10 மூட அரிசி கூட வாங்கிருவோம். போன வருசம் 170 மூடை ஓடியிருக்குன்னா, இந்த வருசம் 180 மூடை வாங்கிருவோம். முதல்ல போன வருசம் போட்ட 170 மூடை கணக்கை போட்டு சமச்சிருவோம். பந்தியில எப்படி சோறு ஓடுது, மக்கள் எப்படி வராங்கன்னு பார்த்துட்டு, கூட தேவைன்னா சட்டுனு பொங்கிரு வோம். எப்பவும் பந்தி நடக்கும்போது எல்லா அண்டாவுலயும் வெந்நீர் கொதிச்சுக்கிட்டே இருக்கும். தேவைனு தெரிஞ்சா போட்டு அரை மணி நேரத்துல ஆக்கிக் குடுத்துருவோம்.''

''சாம்பார் மட்டும் முதல்லயே போன வருசக் கணக்கை பார்த்து குறைவில்லாம வச்சிருவோம். ஒரு 120 டிரம் சாம்பார் எங்க கணக்கு. பெரிய அலுமினிய மெகா டிரம் அது. மீதியாச்சுன்னா அது வேஸ்ட் தான். பருப்பு 55 மூடை வாங்குவோம். தாளிசம் பண்ணுறதுக்கு 55 டின் தேங்காய் எண்ணெய் வாங்குறோம். அசனத்துக்கு தேவை களை சர்க்குல அனவுன்ஸ் பண்ணிருவோம். அண்டா, சாம்பார் டிரம் இதெல்லாம் வேணும்னு ஐயர்வாள் அறிக்கை குடுக்கும் போது சொல்லிருவோம். அறிக்கை வாசிச்சதும் மக்கள் என்ன செய்துருவாங்க, அவங்கவங்க வசதி போல பொருளா – டிரம்மோ, அண்டாவோ வாங்கிக் குடுக்க எவ்வளவு வேணும்னு டிரெஷரர் கிட்ட கேட்டு பணமா குடுத்துருவாங்க. இப்ப நாங்க வெச்சிருக்க அண்டா ஒவ்வொண்ணும் 35000 ரூவா ஆகுது. தேவை இருக்குன்னா, டொனேஷன் போக மீதிய பொது ஃபண்டுல இருந்து நாங்க வாங்கிருவோம். தேவைன்னா அண்டா அப்படி வாங்கிக்கிறது. அதுல ரொம்ப டேமேஜ் ஆனத கழிச்சு, பழைய ஸ்கிராப் மாதிரி வித்து பணத்த ஃபண்டுல போட்டுருவோம்.''

''இந்த மகமை எப்ப தொடங்கிற்றுன்னு எங்களால கண்டுபிடிக்க முடியல'', என ஜெயபோஸ் சொல்கிறார். மகமை அழகிய தமிழ்ச் சொல்தான். வியாபாரிகள் தங்கள் வருமானத்திலிருந்து ஒதுக்கி, சமூகத்தின் பொது வளர்ச்சிக்கு ஏற்படுத்தும் நிதியே மகமை என அகரமுதலி பொருள் சொல்கிறது. ''முன்னால மெய்ஞ்ஞானபுரம் முழுக்க கிறிஸ்தவ கிராமம். அப்போ ஊர்ல உள்ள நாலு தெருக்கள மேற்கு, வடக்கு, கிழக்கு, தெற்கு தெரு, மடத்துவிளை அப்டின்னு ஐந்து சுவிசேஷக் கண்டங்களா பிரிச்சிருக்காங்க. நிலப்பரப்பு தான கண்டம்? ஊருக்குள்ள கீழத்தெரு கண்டம், மேலத்தெரு கண்டம் அப்டின்னு சொல்லுவாங்க. அந்தக் காலத்துல சீட்டுப் பிரிச்சிருக்காங்க. வீட்டுக்குப் பத்து ரூவான்னு போட்டா அம்பது வீட்டுக்கு ஒரு ஐநூறு ரூவா சேரும். அந்த ஐநூறு ரூவாய யாருக்கு ரொம்பத் தேவையோ அவுங்களுக்குக் கடனா குடுப்பாங்க. அவுங்களும் தேவை முடிஞ்ச பெறவு வருசத்துக்கு ஒரு நூறு ரூவா வட்டி சேர்த்து பொதுவுல திருப்பி வைப்பாங்க. அதுல நூறு ரூவா வட்டி கிடைக்கும். அந்தந்த கண்டத்துக்கு இந்த நூறு ரூவா சேமிப்பு. இப்பிடி ஐந்து கண்டத்துலயும் சேருற சேமிப்பை எல்லாம் ஒண்ணா திரட்டி மகமையில குடுத்துருவாங்க. அது பொது மகமை சங்கம். அதை வெச்சு அசன செலவு செய்வோம்.''

''அந்த ஃபண்டுக்கு அந்தக் காலத்துல கஸ்டப்பட்டவங்க முடிஞ்சத குடுத்தாங்க. பத்து அம்பது வருசத்துக்கு முன்னால இந்த ஃபண்டு

எல்லாம் பிடிக்கிறது நின்னுபோச்சு. பேங்கு, சிட் ஃபண்ட் எல்லாம் வந்த பிறகு கண்டத்துல ஃபண்டு பிரிக்கிறது இல்ல. வருசத்துக்கு ஒரு நாள் போற சுவிசேச ஊழியம் மட்டும் இந்த கண்டங்கள் செய்யுறாங்க. மகமைக்கு பணம் மக்கள் நிதியுதவி மூலமா இப்ப வரல. வரி போட்டுருவோம். குடும்பத்துக்கு இப்ப ஆயிரம் ரூவா வரி. யாருகிட்டயும் போயி டொனேஷன் அப்டின்னு நாங்களா கேக்குறது இல்ல. மக்களா என்ன குடுத்தாலும் வாங்கிக்கிடணும் அப்டின்னு இருக்கோம். அது ஈசியா டென் லேக்ஸ் கிட்ட வந்துரும். போன வருசம் அரிசிக்கு மட்டும் அஞ்சேகால் லட்ச ரூவா ஆச்சு. நண்பர் ஒருத்தரு எவ்வளவு ஆச்சுன்னு கேட்டாரு. அரிசிக்கு மட்டும் அஞ்சேகால் லட்சம் ஆச்சு அப்டின்னு சொன்னோம். 'அண்ணே அப்போ அந்த அஞ்சேகால் லச்சத்த என் டொனேஷனா வெச்சிக்கிடுங்க, பேரு சொல்லவேணாம்', அப்டின்னு சொல்லிக் குடுத்துட்டாரு. இப்பிடி ஆண்டவர் மக்கள் மனச திறந்து காரியங்கள நடத்துறாரு. இதே மாதிரி சில பேரு பொருள் காணிக்கை குடுக்கலாம் பாருங்க. சிலரு அரிசி ஆளுக்கு ஒரு மூடை அப்டின்னு குடுத்துருவாங்க.''

''நாங்களே அரிசிக்கு நன்கொடையா மூடைக்கு எவ்வளவுன்னு சொல்லிருவோம். போன வருசம் கிலோ 32 ரூவான்னு அரிசி வாங்குனோம். இங்க எப்பவுமே சம்பா அரிசி தான். அது தான நம்ம ட்ரெடிஷனல் அரிசி? ரெண்டு நாள் மூணு நாள் வரைக்கும் கெட்டுப் போகாம இருக்கும். மக்கள் வச்சு சாப்பிடலாம். அதுனால மில்லுல முன்னாடி சொல்லி வெச்சிருவோம். 200-300 கிலோ நெல்லு அவுங்க முன்னாடியே வாங்கி அடுக்கிருவாங்க. ஏரல் பக்கத்துல வாழவந்தான் ஊருல தான் நாங்க வழக்கமா வாங்குற மில் இருக்கு. நெல்லு அவுங்க எடுத்து வெச்சிருவாங்க, நாங்க போய் பேசி பணம் குடுத்துட்டு வந்த பெறவு அனுப்பிருவாங்க. காய்கறி ஒட்டன்சத்திரம் சந்தையில 1 டன், ஒண்ணர டன் அப்டின்னு லிஸ்டுப்படி வாங்கிருவோம். ஒரு காலத்துல தானியேல் நாடார்னு ஒருத்தரு எழுதி வெச்ச பழைய லிஸ்ட தான் கையில வெச்சிருக்கோம். சேர்மானம் எல்லாம் அந்த லிஸ்டுப்படி பெருக்கிக்க வேண்டியது தான். 5000 பேருக்கு அன்னிக்கி இஞ்சி 100 கிலோ எழுதியிருந்தா, இப்ப 10000 பேருக்கு அத அப்டியே டபுள் பண்ணிருவோம்.''

''எல்லாரும் இங்க சமையல் கலைஞர்கள் தான். எல்லார் கையும் சமைக்கும். சமையல் மேஸ்திரி 20 பேரு உண்டு. எல்லாரும் அவுங்க, அவுங்க சகாக்களோட சமைப்பாங்க. அவுங்க தான்

சமைக்கிறவங்களை மேற்பார்வை பார்க்குறது. இதை எல்லாம் முன்னாடியே கூட்டம் போட்டு பேசிருவோம். அது ஒரு ஆட்டோ சிஸ்டம் மாதிரி தானா நடக்கும். இங்க யாரையும் முன்னிலைப் படுத்துறது இல்ல. விருப்பப்பட்டவங்க யார்னாலும் வரலாம், சமைக்கலாம், சமையல் காரங்களுக்கு தனி மீட்டிங், பொருள் வாங்குறவங்களுக்கு தனி மீட்டிங், வெடி வாங்கப் போறவங்களுக்கு தனி கூட்டம், இப்பிடி ஒவ்வொண்ணுக்கும் டீம் இருக்கும். அவுங்க வேலைக்கு கார் எடுத்துட்டு போயி மொத்தமா ஆர்டர் போட்டுட்டு வந்துருவாங்க. தூத்துக்குடியில மளிக ஜாமான் வாங்கப் போறவங்க ரெண்டு கார் எடுத்துட்டு போவாங்க, ஒட்டன்சத்திரம் சந்தைக்குப் போறவங்க ரெண்டு லாரி எடுத்துட்டுப் போவாங்க. உள்ளூருல பாய், பெட்டி அத எல்லாம் வாங்க ஆளுங்க உண்டு.''

''சோறு எல்லாம் நார்ப்பெட்டியில தான் எடுத்துப் பரிமாறுவோம். முன்னாடி எல்லாம் தண்ணிக்கு தோண்டி தான். ஒரு வாரத்துக்கு முன்னாலயே பெரியவங்க எல்லாம் சர்ச்சுக்கு வந்து தோண்டி, பெட்டி செய்ய ஆரமிச்சுருவாங்க. அகப்பை கூட செஞ்சிருவோம். இப்ப நார்ப்பெட்டி எல்லாம் சந்தையில வாங்கிடுறது. அவுங்கவங்க வாங்கிக் குடுத்துட்டு, டிரெஷரர் கிட்ட பில் குடுத்து பணம் வாங்கிருவாங்க. பெட்டி எல்லாம் எதுவும் ஸ்டாக் வெச்சிக்கிடுறது இல்ல. அந்தந்த வருஷம் அசனம் முடிஞ்சதும் அடுத்த நாளே எல்லாப் பொருளையும் ஏலம் விட்டு பணமா எடுத்து ஃபண்டுல சேர்த்துருவோம். அண்டா குண்டா, சட்டி டிரம் தவிர எல்லாத்தையும் ஏலம் விட்டுர்றது. அடுப்புக் கரியக் கூட வித்துருவோம் பார்த்துக்கிடுங்க. கோயில்ல வர்ற உப்பு மலை போல குவிஞ்சிருக்கும். அதையும் இந்த பிளாஸ்டில் வாளிகளை ஏலம் விடும்போது, அதுல நாலு படி அஞ்சு படி போட்டு அப்படியே குடுத்துருவோம். உப்பும் இப்பிடி டிஸ்போஸ் ஆயிரும்.''

''முதல் அரிசிய அளந்து போடுறது அந்தந்த வருசம் யார் ஸ்பெஷல் கெஸ்டா வராங்களோ அவுங்க தான். ஆராதனை எல்லாம் முடிஞ்ச பிறகு அன்றைக்கு சர்வீஸ் நடத்துன ஆயர்கள், குருக்கள் எல்லாரும் ஆலய சைடு வாசல் வழியா அசன மண்டபத்துக்கு வந்து, அரிசி அளப்பாங்க. பெரும்பாலும் பிஷப் வர்றதால முதல் அரிசிய அவர் தான் அளப்பார். சில ஆண்டுகள்ல வேற யாராவது பிஷப் வந்தா அவுங்களுக்கு அரிசி அளக்குற பெருமைய குடுத்துருவோம். அரிசி அளந்த பிறகு தான் அடுப்பே பத்த வைப்போம்'', என ஜெயபோஸ் சொல்கிறார். ஆலய அசன நன்கொடை விபர நூலை சொன்னாற்

போல் அனுப்பியுமிருந்தார். இந்தக் கையேட்டில் அசன வரி யார் யார் எவ்வளவு தந்தார்கள் என்ற பட்டியல் தெளிவாக இருக்கிறது. பத்து ரூபாய் முதல் நாற்பதாயிரம் ரூபாய் வரை நன்கொடை தந்த கொடையாளர்களின் பட்டியல் தனியாக அச்சிடப்பட்டுள்ளது.

இது தவிர அரிசி மூடை, தேங்காய் எண்ணெய், துவரம் பருப்பு, காய்கறி, மிளகு, உப்பு, டேபிள், சேர் போன்றவற்றுக்கு பணமாகத் தந்தவர்கள் பெயர்கள் தனிப் பட்டியலாகவும், தங்கம், மஞ்சள், உப்பு, தேங்காய், வாழைத் தார், வாழையிலை, வாழைக்காய், கறிவேப்பிலை, அரிசி, பருப்பு, உளுந்து, முட்டை, புளி, முருங்கைக்காய், உருளைக்கிழங்கு, உள்ளி, தக்காளி, தேங்காய் எண்ணெய், நெய், மல்லி இலை, சில்வர் வாளி, சில்வர் குடம், கரண்டி, பேசன், தட்டு, அண்டா, பிளாஸ்டிக் வாளி, கப், கயிறு, நாற்காலி, டிரம், சேலை, ரவை, சீனி, எலுமிச்சை, மண்ணெண்ணெய், மிளகு, சீரகம், கடுகு, வெந்தயம், மல்லிப்பொடி, வத்தல்பொடி, பெஞ்சு, நன்னாரி சர்பத், ஏர் புளோயர், தேங்காய் பன், சாம்பார் பொடி, பிஸ்கட், பனங்கிழங்கு, கிடா, ஆட்டுக்குட்டி, செங்கல், ஏன் தண்ணீர் தந்தவரின் விவரம் கூட, அவர் எவ்வளவு தண்ணீர் தந்தார் என்பது உள்பட இந்த நூலில் அச்சிட்டு மக்களிடம் அளித்து விடுகின்றனர்.

  சாதி சமய வேறுபாடு அகற்றி
  சாந்தன் இயேசுவை அனைவரும் போற்றி
  வைபவம் சிறப்புற ஆற்றி
  ஒற்றுமை அன்பரின் வெற்றி
  புகழொடு மெய்ஞ்ஞானபுரம் விளங்க
  கிட்டியே நூற்றாண்டுவிழா கண்டோம்
  வென்றவர் சாயலாம் வாழ்வினில்
  வாழ்வோம் அவருக்கே என்றும்....

- ஏ.தியோடர், மெய்ஞ்ஞானபுரம் நூற்றாண்டுவிழா மலர், 1985

இவ்வளவு வெளிப்படைத்தன்மை இருப்பதாலோ என்னவோ, ஆண்டாண்டு காலம் இந்தப் பழக்கம் தொடர்ந்துகொண்டே இருக்கிறது. எளிய மக்களின் நம்பிக்கைதான் எத்தனை அலாதியானது! சாபநிலத்தை இன்று சோலைவனமாக மிஷனரிகள் மாற்றியதும், கல்வியைக் கொண்டு இன்று அம்மக்கள் அந்தப் பகுதியின் முன்னோடிகளாகத் திகழ்வதும் கண்கண்ட உண்மை. இதை சாத்தியமாக்கியது அவர்களின் கூட்டு முயற்சியே அன்றி வேறில்லை.

சான்றுகள்

- Centenary Archives of CMS Jubilee for Africa and the East - 1799-1899, London CMS, 1902
- https:tamilprotestantchristianityof20thcenturytinnevelly.wordpress.com/the-church/
- The Church Missionary Intelligencer: Vol. III. New Series edited by The Church Missionary Society, 1867
- https://www.goodnestone.com/blog/the-jane-austen-connection/
- Megnanapuram Church Centenary Souvenir, Kutty Jaskar, 1985
- The Tinnevelly Mission of the Church Missionary Society & George Pettitt, Seeleys, 1851
- பரி.பவுலின் ஆலயம் மெய்ஞ்ஞானபுரம் 2020 அசன நன்கொடை விபரம் மற்றும் 174வது ஆலய பிரதிஷ்டை பண்டிகை அழைப்பிதழ், நூல் உதவி - ஜெயபோஸ்
- மெய்ஞ்ஞானபுரம் நூற்றாண்டுவிழா மலர், 1985, குட்டி ஜஸ்கர்

15

திருமறையூர் மறைபரப்பு பயிற்சிப் பள்ளி

> "மாவட்டத்திலுள்ள முக்கிய தமிழ்க் கோயிலின் கட்டுமான முறையுடன் ஐரோப்பிய கட்டட பாணி கலந்து கட்டப்பட்ட ஆலயம், தென்னிந்தியாவின் வருங்கால மறைபரப் பாளர்களுக்கு கல்விக்கான நல்ல சூழலை உணரவைக்கும் நோக்கில் கட்டப்பட்டது."

சரண் புகுவேன்

91ம் சங்கீதம்

ஸ்ரீ ராகம்

ஆதிதாளம்

உன்னதமானவர் சன்னிதி மறைவில்
வந்தடைக்கலம் சரண் புகுவேன்

சத்தியம் பரிசை கேடகமாகும்
சர்வ வல்லவர் நிழலில் தங்கிடுவேன்.
வேடன் கண்ணி, கொள்ளைநோய், சங்காரம்
விக்கினம் யாவும் விலக்கித் தற்காப்பார்.
வாதை, பொல்லாப்பு, பயங்கரம் அகற்றி,
வாழ் நாளைக் கழிக்கக் கிருபை செய்வார்.

நீடித்த நாட்களால் திருப்தியாக்கி
நித்திய ரட்சிப்பைக் கட்டளை யிடுவார்.
பிதா, குமாரன், பரிசுத்த ஆவிக்கும்,
சதா காலமும் மகிமை உண்டாகும்.

- திருமறையூர் கீர்த்தனைகள், கிறிஸ்தவக் கீர்த்தனை அனுபந்தம், 1950.

தமிழ்க் கட்டுமான பாணியிலான சீர்திருத்தத் திருச்சபை ஆலயம் ஒன்று நாசரேத்தை அடுத்த திருமறையூரில் இருப்பது முன்னொரு நாளில் ஃபேஸ்புக் மூலம் தெரியவந்தது. அந்த ஆலயத்தைப் பார்க்கவேண்டும் என்ற தீராத ஆவல் புகைப்படங்களைப் பார்த்து வளர்ந்தது. கிறிஸ்தவ ஆலயக் கட்டுமானப் பாணிகள் இன்று ஏராளமாக உள்ளன. காதிக் (gothic), பல்லேடியன் (Palladian), பைசன்டைன் (byzantine), போர்த்துகீசிய மனுவலைன் (manueline), பரோக் (baroque), மேனரிசம் (mannerism) என பல பாணிகளில் இன்று தேவாலயங்கள் கிழக்கத்திய நாடுகளில் உள்ளன.

இதனை ஒரு விதமான வன்முறை என தன் 'தியாலஜி ஆஃப் சர்ச் பில்டிங் இன் இந்தியா' (Theology of Church building in India) ஆய்வுக்கட்டுரையில் ஜே.எஃப். பட்லர் சொல்கிறார். ''இவ்வாறான மேலைநாட்டுக் கலைகள் புதிதாக மதம் மாறியவனுக்கு ஒருவித 'வெளியாள்' சிந்தனையைப் புகுத்துகின்றன. இந்த வேற்றுமையை மீண்டும் அவ்வாறு ஆலயங்கள் கட்டும்போது தன் சொந்தப் பண்பாட்டைக் கொண்ட நாட்டு மக்களிடமே மதம் மாறியவர்கள் காட்டுகின்றனர். இதன் பலனாக தனிநபர் மற்றும் சம்பந்தப்பட்ட பண்பாடும் குலைந்துபோகின்றது. மேலைநாட்டவரின் மேட்டிமைத்தனம் ஒப்புக்கொள்ளப்பட்ட காலனியாதிக்க காலத்தில்கூட இதை சரியெனக் கொள்ளலாம். ஆனால் நவீன காலத்தில், இவ்வாறான கலைகள் தனித்து துருத்திக் கொண்டிருக்கின்றன.''

பட்லரின் குறிப்பை நாம் புரிந்துகொள்ளத்தான் வேண்டும். அடுத்த ஊர்க்காரனை விட நாம் உயர்ந்த கோபுரம் கட்டவேண்டும், அடுத்த சாதிக்காரனின் தேவாலயத்தை விட என் தேவாலயம் பிரம்மாண்டமாக இருக்கவேண்டும் என்ற போட்டி மனப்பான்மை இன்றும் கோலோச்சுகிறதேயன்றி, ஆலயம் வழிபாட்டுக்குரிய இடம், அதில் பிரம்மாண்டமும், ஆடம்பரமும் தேவையற்றது என்பதை இன்றைய கிறிஸ்தவர்கள் உணர்ந்துகொள்ளவே இல்லை எனலாம். ஒரு பங்கு அல்லது சேகரத்துக்குப் புதிதாக வரும் குருவுக்கு தன் அதிகாரத்தை நிலைநாட்ட, தன் பெயரை

பொன்னெழுத்துகளில் பொறிக்க, கல்வெட்டுகளில் வெட்டிக் கொள்ள இந்தப் புதிய ஆலயங்கள் பயன்படுமளவுக்கு, அப்பகுதி மக்களுக்கு என்ன செய்தன என்ற கேள்வியை கிறிஸ்தவர்கள் தங்களுக்குள் கேட்டு விடை பெறவேண்டும். அந்தந்த நாட்டின் பண்பாட்டுக்கு ஏற்ப ஆலயங்கள் கட்டவேண்டும் என்ற வேண்டுகோளை 1923ம் ஆண்டு தான் கத்தோலிக்க திருச்சபை முன்வைத்ததாக பட்லர் கூறிப்பிடுகிறார்.

1920களில் போப்பாண்டவரின் பிரதிநிதியாக (Papal Legate) சீனாவுக்குச் செல்லும் ஆர்ச் பிஷப் செல்சோ கான்ஸ்டன்டினி (Celso Costantini), தனக்குக் கீழ் பணிபுரியும் இரு துணை குருக்களுக்கு அனுப்பிய கடிதத்தில், சீனாவில் சீனக் கட்டடப் பாணியில் கிறிஸ்தவ ஆலயங்கள் அமைக்கவேண்டும் என்ற வேண்டுகோளை முன்வைத்தார். இவ்வாறு வைக்கப்பட்ட வேண்டுகோளால் விளைந்த பலனைத்தான் உலகம், 1950களில் ஏற்பாடு செய்யப்பட்ட வத்திகான் கண்காட்சியில் கண்டது. உலகெங்கிலும் இருந்து பல்வேறு கட்டடப் பாணிகளில், மண்ணின் மணம் மாறாமல் கட்டப்பட்ட தேவாலயங்களின் படங்கள், மாதிரிகள் இந்த கண்காட்சியில் காட்சிப்படுத்தப்பட்டன. ஆனால் ரோமை கத்தோலிக்கம் இந்த மாற்றத்தைத் தழுவும் முன்பே, சீர்திருத்தக் கிறிஸ்துவம் இந்தியாவில் இந்தக் கருத்தியலைத் தழுவியது.

கார்ல் பாத்தின் (Karl Bath) 'யாரும் யாரையும் காப்பாற்ற வரவில்லை' என்ற 'பார்த்தியனிசம்' (Barthianism) கொள்கையைக் கடைபிடித்து தன் முனைப்புடன், மண்ணின் பண்பாட்டோடு இயைந்த ரோமை கத்தோலிக்கக் கோயில்கள் கட்டப்பட்டு வருகின்றன என பட்லர் தன் கட்டுரையில் குறிப்பிட்டுள்ளார். பெரும்பாலான சீர்திருத்தத் திருச்சபை ஆலயங்கள் அழகானவையாக ஆனால் முழுக்க மேற்கத்திய பாணியில் அமைந்தன என்பதையும் அவர் சுட்டுகிறார். பெரும்பாலான கிறிஸ்தவ ஆலயங்களின் பாணி மிக எளிமை யானதாகவே இருக்கும். நிறைய மக்கள் ஒருங்கே அமரக்கூடிய பெரிய கூடமாகவே ஆலயங்கள் அமைந்திருக்கும். பீடப்பகுதி அனைவரும் பார்க்கும் வகையில், வணங்கும் வகையில் வெளிப்படையாக இருக்கும். தமிழ்க் கோயில்கள் இவ்வாறாக வடிவமைக்கப்படுவதில்லை.

கோயிலின் முழு கவனமும் அதன் கோபுரத்திலும், கருவறையிலுமே இருக்கும். கருவறைகள் சிறியதாக, குவிந்ததாக, ஒரு சிலர் நின்று வணங்கும் முறையில் வடிவமைக்கப்பட்டிருக்கும். அதனுள் யாரை அனுமதிப்பது, விக்கிரகத்தை யார் எப்படிப் பார்ப்பது என்ற

சனாதன சிந்தனை ஊறியதன் விளைவாகவே கட்டட பாணியும் இப்படி அமைக்கப்பட்டது. கிறிஸ்தவ ஆலயங்களோ, நிறைய மக்கள் இருந்தால் நலம், நிறைய மக்கள் பார்த்தல் நலம் என்ற கருத்தை மையமாகக் கொண்டு கட்டப்படுபவை. அப்படித்தான் தொடக்கத்தில் சிலுவை வடிவக் கோயில்களும் இங்கு அமைந்தன. ஆனால், அமெரிக்காவிலும் இந்தியாவிலும் இன வாரியாகவும், சாதிவாரியாகவும் மக்களைப் பிரித்து அமரவைக்க இந்தக் கட்டுமானப் பாணி உதவியது என்பதையும் ஒப்புக்கொள்ளத்தான் வேண்டும்.

இடைக்காலத்தில் தோன்றிய போர்த்துகீசிய சிலுவை வடிவக் கோயில்களை தங்களுக்கு ஏற்றவாறு கறுப்பின மக்களைத் தனித்து அமரவைக்க அமெரிக்க கிறிஸ்தவம் பயன்படுத்தியது என்றால், இந்திய ரோமை கத்தோலிக்கக் கிறிஸ்தவம் சாதிவாரியாக மக்களைக் கடவுளின் முன் பிரித்து அமரவைக்க இக்கோயில்களைப் பயன்படுத்தியது. கட்டடப்பாணியை தங்கள் சுய லாபத்துக்காகப் பயன்படுத்திய அதிகாரம் கொண்ட மக்களை, அப்போதைய மிஷனரிகளும் கண்டிக்கத் தவறினார்கள் என்பது வருத்தத்துக் குரியது. வடக்கன்குளம் டவுசர் வடிவ ஆலயம், கோணான்குப்பம் 'மறைப்பு' ஆலயம் (தலித் மக்கள் ஆல்தரைப் பார்க்கவொண்ணாத வகையில் ஆர்ச் அமைக்கப்பட்டு, பின்னாளில் இடிக்கப்பட்டது), ஒடுக்கப்பட்ட நாடார் சாதி மக்களை கிராதி கட்டி ஆலயத்துக்குப் பின்பகுதியில் அமரவைத்த காமநாயக்கன்பட்டி ஆலயம், ஒடுக்கப்பட்ட சாதியினருக்கு பக்கவாட்டுப் பகுதியில் கிராதி கட்டி ஒதுக்கிய முத்தியால்பேட்டை ஆலயம் என பல ஆலயங்களில் ஆலயக் கட்டுமானப் பாணியை தனக்கு சாதகமாக்கிக்கொண்டது அன்றைய சாதியவாத கிறிஸ்தவத் தமிழ்ச் சமூகம்.

இவற்றிலிருந்து வேறுபட்டு, தமிழ்ப் பாணியில் வணங்குதலுக் குரிய ஆலயமாக சீர்திருத்த திருச்சபையால் கட்டப்பட்ட திருமறையூர் ஆலயம் ஒரு பெரும் மாற்றமே. திருமறையூர் 'வேத சாஸ்திரக் கலாசாலை' நாசரேத்தின் தந்தை கனோன் மார்காஷிஸ் (Canon Margoschis) மிஷனரியால் 1900ம் ஆண்டு 8 மாணவர்களுடன் தொடங்கப்பட்டது. தரங்கம்பாடியில் இவ்வாறான வேதசாஸ்திரக் கல்லூரி இயங்கி, முதல் குருப்பணியாளர்களை உருவாக்கியது. 1843ம் ஆண்டு சாயர்புரத்தில் ஜி.யு.போப் தென் தமிழகத்தில் வேதப் பயிற்சிக் கல்லூரியின் அவசியத்தை உணர்ந்து, கல்லூரி தொடங்கினார். இடையங்குடி, நாசரேத் ஆகிய பகுதிகளிலிருந்து வந்த மாணவர்களுக்கு கல்வியும், வேதப் பயிற்சியும் தந்தவர், நெல்லை எஸ்.பி.ஜி. மிஷனுக்கு பணியாளர்களைத் தேர்ந்தெடுத்து

அவர்களுக்குப் பயிற்சி தரும் பணியைச் செவ்வனே செய்துவந்தார். ஆனால் காலப்போக்கில் சாயர்புரம் கால்டுவெல் கல்லூரியோடு அது இணைக்கப்பட்டது. வேதப் பயிற்சி தரும் பணி பாதிக்கப் படவே, அவர்களுக்கான தனிப் பள்ளி தொடங்கும் அவசியம் ஏற்பட்டது.

1900ம் ஆண்டு தொடங்கப்பட்ட இந்த வேதசாஸ்திரக் கலாசாலைக்கு (theological seminary) முதல்வராக நாசரேத் பெண்கள் பள்ளியின் தலைமை ஆசிரியரான டி. பெரியநாயகம் கூடுதல் பொறுப்பேற்றார். பள்ளி தொடங்கப்பட்டு 20 ஆண்டு களுக்குள் குருக்களைப் பயிற்றுவிக்கும் பள்ளியாகவும், 40 ஆண்டுகளில் பயிற்சிக் கல்லூரியாகவும் வளர்ந்தது. தென்னிந்தியத் திருச்சபை முழுமைக்கும் தமிழ்க் குருக்களைப் பயிற்றுவிக்கும் ஒரே கல்லூரியாகவும் பின்னாளில் மாறியது. 1910ம் ஆண்டு செப்டம்பர் மாதம் கல்லூரிக்கென தனி இடம் ஒதுக்கப்பட்டது. செப்டம்பர் 16, 1910 அன்று நாசரேத் மருத்துவமனையின் பேறுகால சிகிச்சைக் கட்டடத்தின் கீழ்த்தளம் வேதசாஸ்திரக் கல்லூரிக்கு ஒதுக்கப்பட்டு, 'வில்லியம்ஸ் அத்தியட்சர் (bishop) ஞாபகக்கட்டடத்துக்கு' அடிக்கல் நாட்டப்பட்டது. அதற்கு அடிக்கல் நாட்டியவர்- அன்றைய நெல்லை மாவட்ட ஆட்சியர் ஆஷ். வாஞ்சிநாதனால் சுட்டுக்கொல்லப்பட்ட அதே ஆஷ் துரைதான்...கிறிஸ்தவர்கள் மற்றும் மதம் மாறிய கிறிஸ்தவர்களுடன் நல்லிணக்கம் காட்டியவர் ஆஷ் என்பதை இது மீண்டும் நிரூபிக்கிறது.

இந்த வேதப் பள்ளிக்கான தனி சிற்றாலயம் கட்டடத்தின் முதல் தளத்தில் கட்டிமுடிக்கப்பட்டு 1913ம் ஆண்டு ஆகஸ்ட் 6 அன்று 'மறுரூப ஆலயம்' என்ற பெயரில் புனிதப்படுத்தப்பட்டது. இதே பெயரை பின்னாளில் ஆயர் நீல் அமைத்த வேதப் பள்ளியின் புதிய சிற்றாலயத்துக்கும் சூட்டினார்கள். 1930களில் இங்கு வார்டனாக (warden, akin to dean) பணியாற்ற வந்தார் ஸ்டீபன் நீல். ஏ.எம். ஹாலிஸ், ஜே.டி.மாணிக்கவாசகம், எஸ்.பால் மாணிக்கம், ஏ.ஜி.ஜெயராஜ் உள்ளிட்ட தேர்ந்த பயிற்சியாளர்கள் இங்கு பணியாற்றினார்கள். 1936ம் ஆண்டு 'கலாசாலை' கல்லூரியாக உயர்வு பெற்றது. இந்தக் கல்லூரிக்கு ஸ்டீபன் நீல் ஆற்றிய தொண்டு இன்றியமையாதது.

31 டிசம்பர் 1900 அன்று அயர்லாந்தில் சார்லஸ் நீல், பெனிலப் நீல் தம்பதியின் மகனாக ஸ்டீபன் நீல் பிறந்தார். உலகப்புகழ்பெற்ற கேம்பிரிட்ஜ் பல்கலைக்கழகத்தின் டிரினிட்டி கல்லூரியில் கல்விபெற நீலுக்கு 1918ம் ஆண்டு உதவித்தொகை கிடைத்தது.

கல்லூரியில் படித்த காலகட்டத்தில் இங்கிலாந்து தேவாலயங்களின் மறைபரப்பாளர் தேர்வுகளை எழுதி அதில் தேர்வானார் நீல். ஆனால் அதன்மூலம் ஊழியம் செய்ய விரும்பாமல், சாதாரணராக ஊழியம் செய்ய தமிழகம் வந்தார். 1925ம் ஆண்டு டோனாவூர் வந்த நீல் அங்கு தமிழ் பேசவும், எழுதவும் கற்றுக்கொண்டார். 1928ம் ஆண்டு சி.எம்.எஸ். சபையில் சேர்ந்த நீல், அச்சபையின் குருவானார். பாளையங்கோட்டை சி.எம்.எஸ். இறையியல் கல்லூரியில் தமிழ் கற்பித்துவந்தார்.

நாசரேத் சேகரத்தின் இறையியல் கல்லூரியின் பொறுப்பாளராக வந்த நீல், அதற்கு தனியே இடம் ஒதுக்கவேண்டியதன் அவசியத்தை அறிந்திருந்தார். நாசரேத் சேகரத்துக்குத் தெற்கே தேரிக்காட்டில் 26 ஏக்கர் நிலம் வாங்கினார். அந்த நிலத்தை வாங்குவதில் முதலில் தனக்கு உடன்பாடு இல்லை என்றே பின்னாளில் சொல்கிறார். 1934ம் ஆண்டே இறையியல் கல்லூரிக்கு புதிய இடம் வேண்டும் என்றும்,. இன்னொரு ஆண்டு நாசரேத்தில் பணியைத் தொடரமுடியாது எனவும் அவர் மிஷனுக்குக் கடிதம் எழுதினார். புதிய கல்லூரிக்கு இரண்டு முட்டுக்கட்டைகள் எழுந்தன. ஒன்று பேராயத்தின் நிதி பற்றாக்குறை; மற்றொன்று சி.எம்.எஸ். மற்றும் எஸ்.பி.ஜி. ஆகிய இரண்டு சபைகளுக்கு இடையேயும் நிலவிய போட்டாபோட்டி.

தொடக்கத்தில் பசுமலையிலுள்ள இறையியல் கல்லூரியுடன் நாசரேத் கல்லூரியை இணைப்பது என்ற ஆலோசனையைதான் நீல் வழங்கினார். ஆனால் அதை 1936ம் ஆண்டு மதராஸ் கமிட்டி (Pastoral Work Committee) நிராகரித்தது. அதிகளவு இந்தியர்களைக்கொண்ட இந்த கமிட்டி, நாசரேத்துக்கு அருகே இறையியல் கல்லூரி கட்டப்படுவதில் ஆர்வம் காட்டியது. இதை நீல் கடுமையாகவே சாடினார். "இந்த முடிவு எப்படி எட்டப்பட்டது என்ற வெட்கக் கேடான வழிகளை நான் அறிவேன்; அதற்காக மனம் வருந்துகிறேன். நாசரேத் என்ற சிற்றூர் மற்ற எல்லா ஊர்களையும் ஒதுக்கிவிட்டு இதில் வெற்றிபெற்றுவிட்டது. தங்கள் மீட்பை இந்தியர்கள் தாங்களேதான் தேடிக்கொள்ள வேண்டும், அதில் நாம் தலையிடுவதில்லை. இறையியல் கல்லூரிக்கு கொஞ்சமும் ஒவ்வாத சூழல், இடத்தில்தான் நாம் அதை வெற்றிகரமாக நடத்தவேண்டும்" என நீல் குறிப்பிட்டிருக்கிறார்.

தூசியும் மணலும் நிறைந்த செம்மண் காட்டில் வாங்கப்பட்ட அந்த நிலத்தில்தான் 1937ம் ஆண்டு பிப்ரவரி 18 அன்று இறையியல் கல்லூரிக் கட்டடத்துக்கு அடிக்கல் நாட்டப்பட்டது. 1938 ஆகஸ்டுக்குள் இரண்டு பெரிய பங்களாக்கள் அங்கே கட்டப்

பட்டன. இந்திய ஆசிரியருக்காக இரண்டு வீடுகள், குருப்பட்ட மாணவர்கள் வசிக்க இரண்டிரண்டு வீடுகள் கொண்ட எட்டுக் கட்டடங்கள், உபதேசிமார் வகுப்பு மாணவர்களுக்காக ஒன்பது வீடுகள், வேலைக்காரர்களுக்காக நான்கு சிறு வீடுகள், இரு வகுப்பறைகள் என பல கட்டடங்கள் கட்டப்பட்டன. நான்கு கிணறுகள் அமைக்கப்பட்டு, அழகிய ஊராகவே உருவெடுத்த இடத்துக்கு, 'திருமறையூர்' என வேதத்தின் பொருள் படும்படி பெயரிட்டவர் நீல்.

திருமறையூரில் பயிலும் மாணவர்களுக்கு என தனி சிற்றாலயம் எழுப்ப ஆர்வம் கொண்ட நீல், அந்தப் பணியை ஜார்ஜ் எட்வர்ட் ஹபார்ட் (Rev. George Edward Hubbard) என்ற கட்டுமானக் கலைஞரிடம் ஒப்படைத்தார். ஆர்தர் ஜான் ஹபார்ட், சார்லட் தம்பதியின் மகனாக 1897ம் ஆண்டு ஜூலை 31 அன்று ஹெமெல் ஹாம்ஸடெட் நகரில் ஹபார்ட் பிறந்தார். 1930ம் ஆண்டு இங்கிலாந்தின் கட்டடக்கலை நிபுணர்களின் அமைப்பான ராயல் இன்ஸ்டிட்யூட் ஆஃப் பிரிட்டிஷ் ஆர்கிடெக்ட்ஸ் அமைப்பின் உறுப்பினரானார். வட இந்தியாவில் பல ஆண்டுகள் ஆங்கிலேய அரசின் கட்டட வடிவமைப்பாளராக ஹபார்ட் பணியியாற்றினார். இவரது தலைமையில் 1938ம் ஆண்டு திருமறையூர் ஆலயம் கட்டும் பணி தொடங்கியது. தமிழ் ஆலயங்களின் கட்டுமான பாணியில்

திருமறையூர் பள்ளி கட்டப்பட்ட போது எடுத்த படம்

தூண்கள் கொண்ட திருச்சுற்றுடன் ஆலயம் வடிவமைக்கப்பட்டது. பீடத்துக்கு மேலே உயரமான கோபுரமும், சிறிய பிரசங்க பீடமும், இந்தியப் பாணி மேடை மற்றும் திறந்தவெளி முற்றமும் கொண்ட தமிழ் பாணி வடிவமைப்பு கொண்டதாக இந்த சிற்றாலயம் எழுப்பப்பட்டது.

'அறியமுடியாத கடவுளை வழிபடும் முறையை' மாற்றி, அனைத்தும் உணர்த்தும் இறையை உணர்ந்துகொள்ளும் வகையில் இதை வடிவமைத்ததாக ஹபார்ட் சொல்கிறார். மாவட்டத்திலுள்ள முக்கிய தமிழ்க் கோயிலின் கட்டுமான முறையுடன் ஐரோப்பிய கிறிஸ்தவ பாணி கலந்து கட்டப்பட்ட ஆலயம், தென்னிந்தியாவின் வருங்கால மறைபரப்பாளர்களுக்கு கல்விக்கான நல்ல சூழலை உணரவைக்கும் நோக்கில் கட்டப்பட்டது எனச் சொல்கிறார். முற்றத்திலுள்ள 16 நான்குமுக தூண்களின் ஒவ்வொரு பக்கமும் மூன்று வடிவங்கள் செதுக்கப்பட்டுள்ளன. முற்றத்துத் தூண்களில் மட்டும் 224 விதமான செதுக்கல்கள் உள்ளன. பெரும்பாலும் தென்னிந்திய சிற்ப வடிவங்கள் இந்து புராணக் கதைகளைக் குறிக்கும் வகையில் அமைக்கப்பட்டிருக்கும் என்பதால், இந்துமத சின்னங்கள் எதுவும் இங்கு பயன்படுத்தப்படவில்லை என ஹபார்ட் குறிப்பிட்டுள்ளார். இதற்கு விதிவிலக்காக சக்கரம் மற்றும் வாழைப்பூ வடிவங்களைச் சுட்டுகிறார்.

ஆலயம் கட்டப்பட்ட போது எடுக்கப்பட்ட தூண்களின் புகைப்படம்

ஆலயத் தூண்கள் இன்று

சக்கரம் வாழ்க்கை ஒரு பயணம் என்பதையும், பயணத்தின் முடிவில் இளைப்பாறல் என்ற கிறிஸ்தவ தத்துவத்தையும் முன்னிறுத்துவதால் தூண்களில் செதுக்கப்பட்டுள்ளது. போலவே வாழைப்பூ வடிவம், 'விஷம் கொண்ட' பூ உதிர்ந்த பிறகு உருவாகும் பழங்களைக் குறிப்பதால், இறப்பிலும் வாழ்வுண்டு என்ற கிறிஸ்தவத் தத்துவத்தை முன்னிறுத்துகிறது எனச் சொல்லப் படுகிறது. இவையிரண்டும் தவிர வேறு எந்த இந்துமதச் சின்னங்களும் இந்தச் சிற்றாலயத்தில் இல்லை. இந்த ஆலயத்தின் 'புரோட்டோ-டைப்' - மாதிரி என அருகேயுள்ள ஆழ்வார்திருநகரி இந்துக் கோயில் சுட்டப்படுகிறது (Christian symbols in a world community, Daniel Johnson Fleming, 1940).

தூண்களின் பொது வடிவமைப்பில் எந்த மாற்றமும் இல்லை. ஆனால் அவற்றிலுள்ள சின்னங்கள் கிறிஸ்தவத்துடன் தொடர்புடையவை. கிறிஸ்தவ உருவகம், கோட்பாடு சார்ந்தவை. மனோதத்துவம் மற்றும் வரலாறு சார்ந்த சின்னங்கள் இவை. தவிர இப்பகுதியிலுள்ள பூக்கள், விலங்குகள், மிஷனரிகளின் பள்ளி கல்லூரிகளின் இலச்சினைகள் ஆகியவையும் தூண்களில் செதுக்கப்பட்டுள்ளன.

குறிப்பாக நாசரேத் கலை மற்றும் தொழிற்பள்ளி பரிசளித்த தூணின் அடிப்பகுதியில் தச்சுப் பணிக்கு பயன்படுத்தப்படும் அறம், சதுரம் ஆகியவை காணப்படுகின்றன. தூணின் நடுப்பகுதியில் கொல்லர் பயிற்சி பெறுவோரின் கருவிகள், மேல்பகுதியில் மோட்டார் பிரிவினர் சார்பாக மோட்டார் வண்டி ஒன்றின் சிற்பம் போன்றவை செதுக்கப்பட்டுள்ளன. பாளையங்கோட்டை ஜான்ஸ் கல்லூரி பரிசளித்துள்ள தூணில் இடைக்காலத்தைச் சேர்ந்த பல்வேறு சின்னங்கள் காணப்படுகின்றன. அந்திரேயாவின் சிலுவை, மரத்துக்கிடையே அவர் பிளவுண்டு மரித்ததைக் குறிக்கும் ங வடிவ மரச்சட்டம், கீழ்ப்பகுதியில் ஒன்றுக்கொன்று குறுக்கே செதுக்கப்பட்ட இரண்டு மீன்கள் ஆகியவை காணப்படுகின்றன. கடலின் மீன்களைப் பிடிக்கும் மீனவனாக இல்லாமல், திருச்சபைக்கு மக்களைக் கொணரும் மீனவனாக அந்திரேயா கடவுளால் அழைக்கப்படுவதால் இந்த மீன்கள் அதைக் குறிக்கின்றன என்றும் ஃப்ளெமிங் எழுதுகிறார்.

மண்டபத்திலுள்ள எட்டு தூண்கள் நெல்லை பேராயத்தின் பல்வேறு குழுக்களால் கொடையளிக்கப்பட்டவை. இந்தத் தூண்களின் சிற்பப் பணியை இந்துமத ஆசாரிகள் செய்ததாக ஹபார்ட் பதுவு செய்திருக்கிறார். அவர்கள் பணி செய்யும் புகைப்படங்களையும் பதிவு செய்துள்ளார். கிறிஸ்தவத்துக்கு எந்த விதத்திலும் சம்பந்தம் இல்லாத இந்த இந்து மத ஆசாரிகள், அவர்களுக்கு வழங்கப்பட்ட வாரக் கூலியிலிருந்து கழித்துவிட்டு வேலை செய்திருக்கின்றனர் என்பதை ஃப்ளெமிங் பதிவு செய்திருக்கிறார். கிறிஸ்தவ கிராமங்கள் மொத்தமாக மாட்டுவண்டிகளுடன் வந்து ஆலயத்தில் செதுக்குவதற்கான பிரம்மாண்டமான கருங்கற்களை மணல் சாலைகளில் இழுத்துச் சென்றிருக்கின்றனர். இடைக்கால இங்கிலாந்தில் ஊர்கூடி ஆலயம் கட்டியது போலவே திருமறையூர் ஆலயமும் கட்டப்பட்டதாக ஃப்ளெமிங் எழுதுகிறார்.

பத்தாண்டு காலம் அத்தியட்சர் இறையியல் கல்லூரியில் முதல்வராகப் பணியாற்றியவர் நீல். ஹபார்ட் துணையுடன்

திருமறையூரைக் கட்டியெழுப்பியதில் மிக முக்கிய பங்கு நீலுக்கு உண்டு. அந்தக் காலகட்டத்தின் தேர்ந்த அறிவுசார் அறிஞராகவே நீல் அறியப்பட்டார். டொரோன்டொ, ஹேம்பர்க், டோக்யோ, கிளாஸ்கோ, உப்சலா உள்ளிட்ட உலகின் பல முக்கிய பல்கலைக் கழகங்களில் கவுரவ டாக்டர் பட்டங்கள் பெற்றவர் நீல். மிகச் சாதாரணனாக 1925ம் ஆண்டு இந்தியா வந்த நீல், நெல்லை மறைமண்டல ஆயராக அறிவிக்கப்பட்டதில் ஆச்சரியம் எதுவுமில்லை. தேர்ந்த அதிகாரியாக, மக்களை வழிநடத்தக் கூடிய மாமனிதனாக நீல் இருந்தார். 1939 முதல் 1945ம் வரை இரண்டாம் உலகப்போர் நடைபெற்றுக்கொண்டிருந்தபோது, இங்கு திறமையாகச் செயலாற்றியவராக நீல் அறியப்படுகிறார்.

தன்னைப் போலவே தன்னைச் சுற்றி இருக்கும் மக்களும் அறிவானவர்களாக, தெளிவு பெற்றவர்களாக இருக்கவேண்டும் என நீல் எண்ணியதன் காரணமாகவோ என்னவோ, திருமறையூரில் அவர்பணியாற்றிய பத்தாண்டு காலகட்டத்தில் குருவானவர்கள், உபதேசியார்களின் எண்ணிக்கை பெருமளவில் அதிகரிக்கவில்லை. 1900 முதலே பெருமளவில் சமய குருக்கள் உருவாகவில்லை என்பதை நீல் ஒப்புக்கொண்டிருக்கிறார். தொடர்ச்சியாக இந்தப் போதாமை குறித்து எழுதியும் வந்திருக்கிறார். இதற்கான முதல் காரணம் நாசரேத் என்ற சிற்றூரில் இறையியல் கல்லூரி ஏற்படுத்தியதால் மாணவர் வரத்து குறைவாகவே இருந்தது என நீலே குறிப்பிட்டுள்ளார். இரண்டாவது முக்கிய காரணியாக பிறர் நீலையே சுட்டுகின்றனர்.

மாணவர்களுக்கு தேர்ச்சிக்கான அளவுகோலை நீல் கடுமை யாக்கியதால் அதிகளவில் மாணவர்கள் படிப்பில் அக்கறை காட்டாமல் ஒதுங்க நேர்ந்தது என்று சொல்லப்படுகிறது. சி.எம்.எஸ். மிஷனுக்கு 1938ம் ஆண்டு எழுதிய கடிதம் ஒன்றில், ''நம்மிடம் வரும் மாணவர்களின் அறிவுத்திறன் எனக்கு திருப்தியளிக்கவில்லை. கடும் உழைப்பை செலுத்தி முன்னேறியிருந்தாலும், போதாமை இருக்கிறது. தேர்ந்த ஆசிரியர்களோ, ஆயர்களோ நம் இறையியல் கல்லூரியில் உருவாக வாய்ப்புகள் இல்லை. இதை எப்படி சரிசெய்வது என எனக்கும் தெரியவில்லை'', என நீல் எழுதியிருக்கிறார். 1938-1939 ஆண்டுக்கான சி.எம்.எஸ். ஆண்டறிக்கை, ''கடந்த பத்தாண்டு காலம் இறையியல் கல்லூரிக்கு சிறந்த தொண்டாற்றிய நீல் ஆயராக நியமிக்கப்படுவதால் இறையியல் கல்லூரிக்கு பெரும் பின்னடைவு ஏற்பட்டுள்ளது'', என குறிப்பிடுகிறது.

இது குறித்து தன் 'பிஷப் ஸ்டீபன் நீல்: எடின்பர்க் டூ சவுத் இந்தியா' நூலில் எழுதியிருக்கும் டைரன் பி. டாகிரிதி (Dyron B Daughrity), இதற்கான மூன்றாவது காரணியையும் முன்வைக்கிறார். ''நாடார் இன மக்களின் பண்பாட்டு வரலாறையும் நாம் கணக்கில் கொள்ள வேண்டும். ஒடுக்கப்பட்ட சாதியைச் சேர்ந்த நாடார்கள் கல்வி நிலையங்களில் உயர்கல்வி கற்கும் அறிவார்ந்த சூழலை சந்தித்தது இல்லை, அவர்களுக்கு முற்காலத்தில் கல்வியின் பயன் கிடைக்க வில்லை'', என்ற மூன்றாவது காரணத்தை டைரன் சொல்கிறார்.

நாடார் இன மக்களுக்கும் நீலுக்கும் இடையேயான சிக்கல் பெரிதாக வெடிக்க சிறிது காலம் பிடித்தது எனலாம். 1939ம் ஆண்டு ஆயராகப் பொறுப்பேற்ற நீல், தடாலடியாக 1944ம் ஆண்டு தன் பணியை ராஜினாமா செய்தார். அதை ராஜினாமா என்றும், பதவி நீக்கம் எனவும் இரு வேறு கருத்துகள் முன்வைக்கப்படுகின்றன. தன் சுயசரிதையில் கூட இந்த சம்பவத்தின்போது நடந்தது எதுவுமே கோர்வையாக தனக்கு நினைவுக்கு வரவில்லை என்றே நீல் எழுதியிருக்கிறார். ஆனால் டைரன் டகிர்தி இதை முற்றிலும் வேறான பார்வையில் அணுகுகிறார். அரசல் புரசலாக நெல்லை மாவட்டத்தில் சில பத்தாண்டுகள் பேசப்பட்டு மறக்கப்பட்ட சம்பவம் இது; ஆனாலும் ஆதிக்க ஒடுக்குமுறை கொண்ட வெள்ளை சமூகத்தைச் சார்ந்த நீல், தன்னை எவ்வளவுதான் மண்ணின் மக்களுடன் இயைந்து வாழும் மனிதனாகக் காட்டிக் கொண்டாலும் கூட, அவரது உண்மை முகம் டைரனின் நூலில் வெளிப்படுகிறது.

திருமறையூர் ஏன் தோற்றுப்போனது என புரிந்துகொள்ள, நீல் அங்கு என்ன செய்திருக்கக்கூடும் என்ற வரலாறு நாம் தெரிந்து கொள்ளுதல் அவசியமாகிறது. 1943ம் ஆண்டு நீலால் குருவானவர் பட்டம் பெற்றவரும், நெல்லையின் முதிய குருவானவருமான ரெவரன்ட் எஸ்.டி.பால் ஞானையா, நீல் ஆயராக இருந்த போது, ஏழைகள்பால் உண்மையில் அக்கறை கொண்டிருந்தார் என டைரனுக்கு பேட்டி தந்திருக்கிறார். ''ஏழைகளின் வீட்டிலும் விவிலியம் இருக்கவேண்டும் என நீல் விரும்பினார். விவிலியத்தின் விலை இரண்டு ரூபாய் தான். ஆனால் அதை வாங்கவும் மக்கள் வசதியில்லாதவர்களாக இருந்தார்கள். வெளிநாடுகளில் நிதி திரட்டிய நீல், இலவசமாக மக்களுக்கு அதைத்தர விரும்பாமல் 75 பைசாவுக்கு விவிலியம் மக்கள் கைகளில் கிடைக்க வழிசெய்தார்'', என பால் ஞானையா சொல்லியிருக்கிறார். ஆனால் அதே சமயம், ''நீல் கண்டிப்பானவர். கட்டுப்பாடும், அதிகாரமும் கொண்டவர். மேலைநாட்டு மனோபாவம் கொண்டவர். தன்னைத் தவிர

மற்றவர்களை குறைத்தே மதிப்பிட்டு வந்தார்'', என்றும் அவர் குறிப்பிட்டிருக்கிறார். நீலின் ஆயர் பதவி பறிபோனதற்கான காரணங்களை பால் ஞானையாவும், பின்னாளில் நெல்லையின் ஆயரான ஜேசன் தர்மராஜும் டைரனிடம் விளக்கியிருக்கின்றனர்.

ஜேசன் தர்மராஜ், ''நீலுக்கு பிறரை அடிபணியவைக்கக்கூடிய அதிகாரமிக்க சிந்தனை இருந்தது'' என குறிப்பிடுகிறார். பால் ஞானையா, ''நீலுக்கு சில போதாமைகள் இருந்தன. எவ்வளவோ நல்ல பணிகளை அவர் செய்திருந்தாலும், அவரது அந்த போதாமை ஆயர் பதவி பறிபோகக் காரணமானது. குருவானவர்களும், மாணவர்களும் அவரை சந்திக்கச் சென்றால் அவர்களை அன்புடன் வரவேற்பார். அவர்கள் செய்தவற்றில் நல்லவை எவை, மோசமான செயல்கள் எவை என கேட்பார். எப்படியாவது சம்பந்தப்பட்ட நபர் செய்த தவறுகளை சொல்லவைப்பார். அதற்கான தண்டனையை அவர்கள் அனுபவித்தே ஆகவேண்டும் எனச் சொல்வார். ஒருவேளை அதற்கு முடியாது என மறுப்பவர்களை விட்டுவிடுவார்; ஆனால் தண்டனைக்கு தயார் என ஒப்புக்கொள்ளும் அப்பாவிகளை மேசையில் குப்புறப் படுக்கவைத்து, ஆடையை விலக்கி, மூங்கில் கழி கொண்டு பின் பக்கத்தில் அடிப்பார். 3,6,12 என பின் பக்கத்தில் கோடுகள் விழும். அடி வாங்கியவர்கள் அழுதால் விட்டுவிடுவார். ஆயராக இருந்த காலம் கூட அவர் இதைத் தொடர்ந்தார். இந்தப் பழக்கத்தை விடுமாறு அவருக்கு நண்பர்களும், அவரது உயரதிகாரிகளும் அறிவுறுத்தியும் அவர் அந்தப் பழக்கத்தை விடவில்லை. 10 முதல் 25 வயதான இளைஞர்கள் தான் பெரும் பாலும் அவரிடம் சிக்கினார்கள். அவரது நெருங்கிய நண்பர்கள் கூட இதிலிருந்து தப்பவில்லை'', என நீல் குறித்து பேட்டி தந்திருக்கிறார்.

1944ம் ஆண்டு இதே போல ஒரு சம்பவம் நடந்தது என்றும் சாயர்புரத்தைச் சேர்ந்த பால்ராஜ் என்ற இளம் ஆசிரியர் ஒருவரை நீல் அடித்ததாகவும், அதனால் ஊர் மக்கள் கொந்தளித்ததாகவும் சொல்லும் ஞானையா, இதன் காரணமாக பேராய மக்களில் முக்கியஸ்தர்கள் சிலர் நீல் பதவி விலகவேண்டும் என கோரியதாகவும் தெரிவித்தார். ''நீலுக்கு யாரும் சமமானவர்கள் அல்ல. அவர் மாபெரும் அறிவாளி. ஆனால் அதே சமயம் அவருக்கு சைத்தானின் பலவீனம் இருந்தது. பழைய ஏற்பாட்டை அவர் நம்பியிருக்கவேண்டும், அதன் முறைகளை இறையியல் கோட்பாடுகளாகக் கொண்டு நடந்திருக்கவேண்டும். 'பிரம்படி இறையியலை' அவர் பின்பற்றினார்'', என தன் பேட்டியில் ஞானையா சொல்லியிருக்கிறார். ஒரு பக்கம் பி.ஏ. தங்கையா,

கனோன் மோசஸ், மருத்துவர் வேதபோதகம் ஆகியோர் நீல் பதவி விலகவேண்டும்; அல்லது விலக்கப்படவேண்டும் என கோரினாலும், மறுபக்கம் டேனியல் தாமஸ், ரெவரன்ட் ஜேசுதாசன் உள்ளிட்ட சிலர், 'நல்ல ஆயரான நீல் தவறு செய்தால், மன்னித்து ஏற்றுக்கொள்ளவேண்டும், தவறு செய்யாத மனிதர் யார்?' என வாதிட்டார்கள்.

இதை அவ்வளவு எளிதாகக் கடந்துபோக முடியவில்லை. பேராயர் (Metropolitan) வெஸ்ட்காட் வரவழைக்கப்பட்டார். தங்களுக்கு 'அடிக்கும் ஆயர் வேண்டாம், அரவணைக்கும் ஆயரே வேண்டும்', 'இந்தியர்களை மட்டமாக நினைப்பதால் அவர்களை மட்டுமே அவர் அடிக்கிறார்; வெள்ளைக்காரர்களை அடிப்பதில்லை', 'இது ஒரு சேடிச மனோவியல் சிக்கல், இதற்கு நிவாரண மில்லை' என தங்கசாமி தன் தரப்பு வாதங்களை, வெஸ்ட்காட் முன் வைத்தார்.

வெஸ்ட்காட்டோ முடிவெடுக்க விரும்பாமல் நீலுக்கு ஆறுமாத விடுப்பு அளித்து, இங்கிலாந்து திரும்பும்படி அறிவுறுத்தினார். முன்னாள் ஆயர் ஜேசன் தர்மராஜ் டைரனுக்கு அளித்த பேட்டியில் இன்னுமதிக விபரங்கள் தருகிறார். சாயர்புரத்தைச் சேர்ந்த விளையாட்டு ஆசிரியரான பால் தர்மராஜ் (ஜேசனின் தாய்மாமா) படித்து முடித்ததும் டயசீசன் பள்ளியில் பணியமர்ந்தார். பின் உலகப்போர் தொடங்கவே, போர்வீரராகப் படைக்களம் கண்டார். அங்கிருந்து 1942-1943ம் ஆண்டு திரும்பியவருக்கு வேலை கிடைக்கவில்லை. கத்தோலிக்க பள்ளி ஒன்றில் சில மாதங்கள் பணியாற்றிய பிறகே, சாயர்புரம் டயசீசன் பள்ளியில் பணி கிடைக்க, அங்கு மாறினார். பால் தர்மராஜை நீல் அடித்துத் துவைக்க அவரது இந்த தொடர் மாற்றல்களே காரணமாயின. கத்தோலிக்க பள்ளியில் அவர் வேலை பார்த்ததும், ஒவ்வொரு இடமாக ஊதியத்துக்காக மாறியதும் நீலுக்கு கடும் எரிச்சலை உண்டு பண்ணியது. ஒரு இந்தியனாக, வேலை கிடைக்காத ஒடுக்கப்பட்ட நபராக, பால் தர்மராஜை நீல் அணுகவே இல்லை.

தன்னுடைய மேட்டிமைத்தன 'கட்டுப்பாடுகள்', 'கொள்கை களுக்கு' பால் எதிரானவராக இருந்ததாக நினைத்து அவரை பாளையங்கோட்டை ஜான்ஸ் கல்லூரி சாஃப்டர் விடுதிக்கு வரவழைத்து, 12 அடிகள் பின்பக்கம் கொடுத்தார். அடுத்து அவருக்காக ஜெபமும் செய்தார். பால் தர்மராஜை அவரிடம் கொண்டுவிட்ட ஜேசனின் தந்தையும், அவரது மச்சினனனுமான சைமன் இதையறிந்து கொந்தளித்தார். பெரும்பாலும் நீலால்

இவ்வாறு அடிக்கப்பட்ட நபர்களுக்கு பணியில் முன்னேற்றமும், கூடுதல் ஊதியமும் தரப்பட்டது எனச் சொல்லப்படுகிறது. ஆனாலும், தேசிய உணர்வு பெருக்கெடுத்திருந்த விடுதலைப் போரின் உச்சக்கட்டத்தில் சைமன் மற்றும் சாயர்புர மக்களால் நீலின் இந்த நடவடிக்கையை ஏற்றுக்கொள்ள முடியவில்லை. மக்கள் பேசத் தொடங்கினார்கள்.

1944ம் ஆண்டு இந்திய விடுதலைப் போராட்டம் உச்சத்தில் இருந்த காலகட்டத்தில் சாயர்புரத்தின் முக்கிய குடும்பத்தைச் சேர்ந்த ஓர் இளைஞனுக்கு நடந்த இந்தக் கொடுமையை மக்கள் மன்னிக்கத் தயாராக இல்லை. கூட்டங்கள் போட்டுப் பேசி, பால் தர்மராஜை நடந்ததை வெளியில் சொல்லும்படி அறிவுறுத்தினார்கள். நீலுக்கு எதிராக ஊரே திரண்டது. நீல் சில சமயங்களில் நேருவைக் குறித்து தரக்குறைவாக செய்த விமர்சனங்கள் அவருக்கு எதிராகத் திரும்பின. (ஹிட்லருக்கு அடுத்தபடியாக மோசமான தலைவர் நேரு என விமர்சனம் செய்து, செய்தித்தாள்கள் அதை வெளியிட்டபின் மன்னிப்பு கோரினார் நீல்) காங்கிரஸ் கட்சி நீலுக்கு எதிராக நின்றது. நீதிக்கட்சி நீலுக்கு ஆதரவு தந்தது.

நீல் ஊர் முன்னிலையில் தர்மராஜிடம் மன்னிப்பு கேட்டேயாக வேண்டும் என சாயர்புரம் மக்கள் துணிவுடன் நின்றனர். நீல் ஒருவழியாக சாயர்புரம் வந்தார். அவர் வரவை அறிந்த பால், ஊருக்கு வெளியே அவரைச் சந்தித்தார். நீலும் பாலும் அணைத்துக் கொண்டார்கள். பால் நீலின் அருகிலேயே நிற்க, தர்மராஜின் ஐந்து வயது மகனை தன் மடியில் அமர்த்திக்கொண்ட நீல், "உங்கள் குடும்பத்துக்கு பெரும் அவமானத்தை ஏற்படுத்தியதற்கு மன்னிப்பு கோருகிறேன். இப்போது நான் இங்கிலாந்து திரும்புகிறேன். இந்தியா வரும்போது கட்டாயம் உங்கள் குடும்பத்தை சந்திப்பேன்'', என கூறினார். இதை எளிய மனிதன் ஒருவர் கேட்கும் மன்னிப்பாக ஏற்கமுடியவில்லை. மறைமுக மிரட்டலாகவே தெரிந்தாலும், இதை இயல்பாக மக்கள் எடுத்துக் கொண்டிருக்கின்றனர்.

வெறுமனே அடிப்பது, பிறரைத் துன்புறுத்தி அதில் மகிழ்ச்சி காண்பது என்பதோடு அல்லாமல் இதை இன்னும் ஆழமாகவே ஆராயவேண்டியுள்ளது. 10-25 வயதுள்ள இளைஞர்கள் தான் நீலிடம் பெரும்பாலும் சிக்கியவர்கள். அவர்களில் எத்தனை பேருக்கு நீலின் மறுபக்கத்தை வெளியே சொல்லும் துணிவு இருந்திருக்கும் என்பதை நம்மால் எளிதாகக் கணிக்கமுடிகிறது. நீலின் மறுபக்கத்தை இன்னும் தெளிவாகச் சொல்கிறது 2003ம் ஆண்டு

டைரன் எடுத்த மற்றொரு பேட்டி. 1983 அல்லது 1984 வாக்கில் நீல் தன் 'இந்தியாவில் கிறிஸ்தவ வரலாறு' நூலை எழுதிமுடித்த சமயம் அதை ஒழுங்குபடுத்த உதவிய உதவியாளர் ஒருவரிடம் இதே போல தவறாக நடந்துகொள்ள முயன்றதைப் பெயர் குறிப்பிடாமல் பதிவு செய்திருக்கிறார். தன்னை நீல் மடியில் அமரச் சொன்னதாகவும், அதை மறுத்து முட்டியில் அமர்ந்ததாகவும், அதன்பின் நீலைத் தான் நெருங்கவே இல்லை என்றும் அந்த நபர் கூறியிருக்கிறார். இதை தன் "A Worldly Christian' நூலில் டைரன் பதிவு செய்திருக்கிறார்.

இதைவிட நேரடியான குற்றச்சாட்டை எடின்பர்க் நகரின் ஆயராக பணியாற்றிய ரிச்சர்ட் ஹாலவே (Richard Holloway) பதிவு செய்திருக்கிறார்.நீல் சிறுவர், இளைஞர்களின் அருகாமையை விரும்பியதாகவும், ஹாலவேக்குத் திருமணம் முடியும்வரை அவருடன் நெருங்கிய நட்பு பாராட்டிய நீல், அதன்பின் ஒதுங்கியதாகவும் கூறியிருக்கிறார் ஹாலவே. இதை அப்படியே வழிமொழிந்தார் கனோன் ஜேம்ஸ். ராசஸ்டாரின் செயின்ட் ஸ்டீபன்ஸ் கல்லூரியில் தான் படித்த காலத்தில் நீலின் இருண்ட பக்கத்தைக் காண நேர்ந்தது என அவரும் சொல்லியிருக்கிறார். இதையே ரூபர்ட் ஹிக்கின்ஸ் என்பவரும் உறுதி செய்திருக்கிறார். வெறும் அடித்தல் என இதை மேலோட்டமாகப் பார்க்கமுடிய வில்லை.

நீலிடம் பாலியல் உணர்வுக் கோளாறு கட்டாயம் இருந்திருக்க வேண்டும், அதுவே பால் விஷயத்தில் வெளிப்பட்டிருக்க வேண்டும். அதை வெறும் 'அடித்தல்' என தமிழ்ச் சமூகம் 'மரியாதை' கருதி ஒதுக்கவில்லை. நடந்த குற்றத்துக்கு போராடி நியாயம் பெற்றிருக்கிறது. ஆயரான ஒருவரை இம்மண்ணை விட்டு வெளியேற்றியிருக்கிறது, மீண்டும் இந்திய மண்ணில் கால்வைக்க நீண்டகாலம் அனுமதிக்கவும் இல்லை. பாலுக்கு நடந்த சம்பவத்தை ஒற்றைச் சம்பவம் என கடந்து போகவும் முடிய வில்லை. திருமறையூரில் பத்தாண்டு காலம் என்ன நடந்திருக்கக் கூடும் என ஊகிக்க முடிகிறது. 1950களில் திருமறையூர் கல்லூரி மதுரை பசுமலையிலுள்ள கல்லூரியுடன் இணைக்கப்பட்டு அங்கு மாற்றப்பட்டது. இன்று திருமறையூரில் கல்லூரி இயங்கவில்லை.

திருமறையூரில் கல்வி கற்றுத் தேர்ந்த முக்கிய நபர்களில் ஒருவர் அலஸ்டர் ராபின் மக்ளாஷன் (Alastair Robin McGlashan) என்ற மிஷனரி. 1969ம் ஆண்டு திருமறையூர் தமிழ் இறையியல் கல்லூரியின் முதல்வரை சுவிட்சர்லாந்தில் இவர் சந்தித்தார். அவரால் ஈர்க்கப்பட்டு சி.எம்.எஸ். மிஷனரியாக திருமறையூர்

வந்தார். முறையாகத் தமிழ் கற்றார். இங்குள்ள மாணவர்களுக்கு புதிய ஏற்பாடு கிரேக்க மொழியில் அப்போது கற்பிக்கப்பட்டு வந்தது. அதை ஆங்கிலத்தில் பொருள் சொல்லித் தந்ததால், மாணவர்கள் புரிந்துகொள்ள மிகவும் சிரமப்பட்டார்கள். தமிழ்-கிரேக்க மொழியாக்கம் மூலமாக புதிய ஏற்பாட்டை மாணவர்களுக்கு ராபின் கற்பித்தார். நன்னூல், பெரியபுராணம் என தமிழின் தொல் இலக்கண இலக்கிய நூல்களைக் கற்கத் தொடங்கியதும், மொழி ஆர்வம் அவரை உந்தித் தள்ளியது.

1975ம் ஆண்டு புதிய ஏற்பாடு புத்தாக்கம் செய்யப்பட்ட போது அதில் இவரது பணி மிக முக்கியமானதாக இருந்தது. தமிழ் நிலப்பரப்புக்கும், தமிழ் இறையியல் கல்லூரி கற்றுத்தந்த இறையியலுக்கும் எந்தப் பொருத்தமும் இல்லை என உணர்ந்தவர், அங்கிருந்து வெளியேறி நெல்லைக்கு அருகேயுள்ள சிற்றூர் ஒன்றில் இரண்டு ஆண்டுகள் தங்கி சைவம் கற்றார். தமிழ் வித்துவான் படிப்பை 1972ம் ஆண்டு முடித்து மீண்டும் இறையியல் கல்லூரியில் சேர்ந்தார். அங்கிருந்து மதுரை பசுமலை கல்லூரிக்கு மாறினார். வேலூர் சி.எம்.சி மருத்துவமனையில் தொடர்பு ஏற்பட, மனநலம் கற்கும் ஆவலில் தன் சி.எம்.எஸ். மிஷன் பணியை ராஜினாமா செய்தார். இந்தியாவிலிருந்து 1974ம் ஆண்டு வெளியேறினார்.

பெரிய புராணம் அவரைப் பெரிதும் ஈர்க்கவே, அதை ஆங்கிலத்தில் மொழிபெயர்த்தார். 'ஹிஸ்டரி ஆஃப் தி ஹோலி செர்வன்ட்ஸ் ஆஃப் லார்ட் சிவா' (History of the Holy Servants of the Lord Siva) என்ற நூலை எழுதினார். கிறிஸ்தவத்துக்கும் சைவத்துக்கும் இடையேயான இறையியல் ஒப்பீடுகள் செய்வதில் வல்லவர் ராபின். ''திருஞானசம்பந்தர் சமண மதத்தினரோடு போட்டி யிட்டார். சைவரா, சமணரா...யார் கடவுள் பெரியவர் என்ற போட்டி நடந்தது. போட்டியில் தங்கள் திருமறையை ஏடுகளில் எழுதி இரு தரப்பினரும் நெருப்பிலிட்டார்கள். யார் ஏடுகள் எரியும், எரியாது என பார்த்தார்கள். சம்பந்தரின் ஏடு புடம்போட்டது போல் வெளிவந்தது. சமணர்களின் ஏடு எரிந்து சாம்பலானது. சம்பந்தர் பெற்றிபெற்றார். சமண மதத்தினரை அவர் கொன்றுபோட வழிசெய்தார்.''

''இதே போன்ற நிகழ்ச்சி கிறிஸ்தவ வேதாகம பழைய ஏற்பாட்டில் குறிப்பிடப்பட்டுள்ளது. அதில் எலியா தீர்க்கதரிசி பாகால் தீர்க்கதரிசிகளுடன் போட்டியிட்டார். அவர்களும் அதே மாதிரி அற்புதங்கள் செய்ய முயன்று தோற்றனர். அவர்களை எலியா

அறியப்படாத கிறிஸ்தவம் ✦ 307

கொன்றுபோட கட்டளையிட்டார். யாருடைய கடவுள் பெரியவர் என்ற போட்டி இரண்டு மத நூல்களிலுமே உள்ளன'', என ராபின் பேட்டி ஒன்றில் குறிப்பிட்டிருக்கிறார். பெஸ்கி, போப், கால்டுவெல் போன்ற கிறிஸ்தவ அறிஞர்களைப் போலவே கிறிஸ்தவத்தை தமிழ் இலக்கிய இலக்கணங்கள் மூலம் புரிந்துகொள்ள முயன்றுள்ளார் இவர். ஆனால் புரிதலில் இவர் நொபிலிக்கு ஈடானவர் என அவருக்கு எழுதிய அஞ்சலிக்குறிப்பில் ரெவரன்ட் பாப் பர்ன் (Rev Bob Burn) குறிப்பிடுகிறார்.

பாதிரியார்கள்/ அருள்சகோதரிகள் பாலியல் இன்பம் பெறுவதை 'பாவம்' என போதிக்கும் கத்தோலிக்கத் திருச்சபையில்தான் எண்ணற்ற சிறார் பாலியல் துன்புறுத்தல் குற்றச்சாட்டுகள் எழுந்து வத்திகானை மண்டியிடவைத்து மன்னிப்பு கேட்கவைத்திருக் கின்றன. சீர்திருத்தத் திருச்சபையும் இதற்கு விதிவிலக்கல்ல. பாலியல் வக்கிரங்கள் கிறிஸ்தவ மத அமைப்புகளில் மண்டிக்கிடப்பதில் வியப்பில்லை. ஆனால் அதற்கு எதிராக 1940களில் சாயர்புரம் ஊர் திரண்டு பூனைக்கு மணிகட்டியது நாம் பேசவேண்டிய வரலாறு என்றே கருதுகிறேன்.

திருமறையூரிலிருந்து 15 கிலோமீட்டர்கள் தொலைவில்தான் சாத்தான்குளம் இருக்கிறது. ஊரின் அனைத்து எல்லைகளிலும் இன்றும் பலத்த காவல் நிலவுகிறது. அங்கங்கே காவல்துறை வண்டிகளும், அதிகாரிகளின் தலைகளும் சாலைகளில் தென்படுகின்றன. ஜெயராஜையும் பென்னிக்சையும் இங்குதான் தமிழகம் தொலைத்தது. கூடவே மனிதத்தையும். அன்று ஊர் திரண்டு பால் தர்மராஜுக்காக ஆயரையே விரட்டியது. இன்றோ காவல்துறை அதிகாரிகள் சிலரின் அத்துமீறலால் உயிர்விட்டிருக்கும் அப்பாவிகளுக்கு ஆதரவாகப் போராட்டம் நடத்துவதில் கூட சாதியத்தின் கூறுகள் தெளிவாகத் தென்படுகின்றன. அக்கிரமம் நடக்கும் இடங்களிலெல்லாம் கடவுள் தோன்றி கேள்வி கேட்பான் என்றே எல்லா மதங்களும் போதிக்கின்றன. அப்படி ஊர் மக்கள் திரண்டு இறையானதைத்தான் பால் தர்மராஜின் கதை சொல்கிறது. இன்றும் திருச்சபை சொல்வதே வேதவாக்கு, அதை எதிர்த்து கேள்வி கேட்பது சாவிலும் மேலான பாவம் என்று கருதி, திருச்சபையிலுள்ள பாலியல் குற்றச்சாட்டுகள் உள்ளிட்ட எல்லா அநியாயங்களையும் கண்டும் காணாமல் வாய்மூடிப் போகும் மனிதர்களை என்ன செய்வது?

சான்றுகள்

- Christian Symbols in a World Community, Daniel Johnson Fleming, 1940 - Friendship Press, 1940
- A Worldly Christian: The Life and Times of Stephen Neill - Dyron B Daughrity, The Lutterworth Press, 2021
- நாசரேத் மிஷன் வரலாறு- டி.ஏ.கிறிஸ்துதாஸ், நாசரேத் சர்க்கிள் மற்றும் ஜுபிலி கமிட்டி, *1950*
- Bishop Stephen Neill: From Edinburgh to South India, Dyron B Daughirty, Peter Lang Publishing, 2008
- https://www.anotherurl.com/travel/india/photoalbum1942.htm
- http://www.internationalbulletin.org/issues/1987-02/1987-02-062-lamb.pdf
- https://www.churchtimes.co.uk/articles/2012/26-october/gazette/obituaries/obituary-the-revd-alastair-robin-mcglashan
- https://www.youtube.com/watch?v=Z&l2i3h7zBU

16

சொக்கன்குடியிருப்பு, வடக்கன்குளம்

இயேசு பிறப்புப் பெருவிழாவன்று நாடார்கள் வெள்ளாளர்களைத் தாண்டி நற்கருணை வாங்க பீடத்தருகே வந்தார்கள். இதனால் கடும் அமளி உண்டானது. தங்கள் எதிர்ப்பைப் பதிவு செய்ய விரும்பிய ஆதிக்கச்சாதியினர் நாகர்கோயில் மால்ட் ஐயரை சந்தித்து சீர்திருத்த சபையில் இணைந்தார்கள்.

•

கிறிஸ்துமஸ் முளைப்பாரி கும்மிப் பாட்டு, 2017 கைப்பிரதி

பாலன் பிறந்தவிழா – 2 ஏலேலோ
பாவையரே வாருங்கள்
வடவைநகர் வரலாற்றை
வாய்மணக்கப் பாடிடுவோம்

பரலோக மாதாவின் – 2 ஏலேலோ
பாதமலர் போற்றிடுவோம்
பாலன் ஏசுபுகழ்
பாடியே ஆடிடுவோம்

கன்னி மரியன்னை – 2 ஏலேலோ
காட்சி அளித்திட்டப்

பூலோக சொர்க்கமிது
போற்றிப் பாடிடுவோம்

மழைமேகம் கருக்கொள்ளும் – 2 ஏலேலோ
மண்பொத்தை மேல்திசையில்
தண்ணீரே இல்லாத
ஆறுண்டு கிழக்கினிலே

பேருக்கு மட்டும் – 2 ஏலேலோ
பெருங்குடியூர் வடதிசையில்
தெற்கு எல்லையிலே
திண்டாடும் குளம் உண்டு

மாதுளைப் பழத்தோட்ட – 2 ஏலேலோ
வளமுண்டு முன்னாளில்
பட்டுப் பூச்சிகளின்
பண்ணைகள் பலவுண்டு

அன்னைத் திருநகரின் – 2 ஏலேலோ
ஆதிநாள் கிறிஸ்தவர்கள்
சாந்தாயி ஞானமுத்து
சந்ததியில் வந்தவர்நாம்

திருநீலக்கண்டர் அன்று – 2 ஏலேலோ
திருமுழுக்குப் பெறபெற்று
தேவசகாயம் ஆனதும் நம்
திருக்கோயில் தானம்மா

ஓரியூர் செம்மண்ணில் – 2 ஏலேலோ
உயிர்ப்பலி ஆன அருள்
ஆனந்தர் தடம்பதித்து
அருள்பெற்ற மண் அம்மா

வீரமா முனிவர்வந்து – 2 ஏலேலோ
வேதத்தைப் போதித்தார்
தனிநாயகம் அடிகள்இன்பத்
தமிழ்கற்றப் பூமியிது

நுழைகின்ற திசைதோறும் – 2 ஏலேலோ
ஆலயங்கள் வரவேற்கும்
அமைதியாய் மவுனமடம்
அமலிவனம் குரு இல்லம்

ஊரின் நடுநாயகமாய் – 2 ஏலேலோ
ஓங்கிய பேராலயமாம்
தேரோடும் ரதவீதி
தினந்தோறும் வழிபாடு

நூறாண்டு கண்டது நம் – 2 ஏலேலோ
திருக்குடும்பத் திருத்தலமாம்
அமைதியாய் வழிபடவே
நற்கருணை மண்டபமாம்

கலைகள் கொலுவிருக்க – 2 ஏலேலோ
கவின்மிகு வடவை இது
சின்ன ரோமை எனும்
சிறப்புப் பெயர் உண்டு

சமயங்கள் பல உண்டு – 2 ஏலேலோ
சாதிகளும் ஏராளம்
ஆனாலும் நம் ஊரில்
அரசாளும் சமதர்மம்

கரம் குவித்து காட்சிதந்த – 2 ஏலேலோ
கன்னிமரி மாமணியே
கைகூப்பித் தொழுகின்றோம்
காத்திடுவாய் எந்நாளும்!

- வடவைக் குயில், வடக்கன்குளம் *(2008-2013 ஆண்டுவாக்கில் எழுதப்பட்டது)*

சொக்கன்குடியிருப்பு 'அதிசய மணல் மாதா' என்ற பெயர் இன்று வந்ததே. அதன் தொன்மையான பெயர் என்னவென்று அறியமுடிய வில்லை, அதன் வரலாறும் பெரும்பாலும் கதைகளால் கட்டமைக் கப்பட்டிருக்கிறது. தமிழ்க் கோயில்களில் சொல்லப்படும் தலபுராணம் போலவே இந்த ரோமை கத்தோலிக்கக் கோயிலுக்கும் கதைகள் சொல்லப்படுகின்றன. கீழே குறிப்பிடப்படுவது கதை:

தென் பாண்டிய நாட்டின் பகுதிகளை மான வீர நாடு எனச் சொல்லும் சில ஆய்வாளர்கள், இந்தப் பகுதியை 2000 ஆண்டு களுக்கு முன்பு ஆண்ட மன்னர் கந்தப்பராசாவின் மகளுக்கு உடல் நலமின்றி போகவே, அவள் உடல்நலம் பெற, இந்தியா வந்த தோமையாரை ஜெபிக்க இங்கு அழைத்து வந்ததாகச் சொல்கின்றனர். மகளைக் குணப்படுத்திய தோமையாருக்கு பதிலுதவியாக, மன்னரும், அங்குள்ள மக்களும் கிறிஸ்தவத்தைத் தழுவினார்கள்.

அவர்கள் வழிபட மரத்தாலான சிலுவை ஒன்றை தோமையார் வழங்கினார். தோமை கிறிஸ்தவர்கள் இங்கு வாழ்ந்து, இவ்வூரில் கிறிஸ்தவ பக்தியை வளர்த்தெடுத்தார்கள். 14ம் நூற்றாண்டுக்கு முன்பு மாதா இந்தப் பகுதியில் வாழ்ந்த பக்தர் ஒருவரின் கனவில் தோன்றி சிலுவை இருந்த இடத்தில் ஆலயம் ஒன்று கட்டுமாறு கேட்டுக்கொண்டாராம்.

அவரும் கோயில் ஒன்றை எளிமையாகக் கட்டிமுடிக்க, 1340களில் இந்தியா வந்த ஜியோவான்னி மாரினொல்லி (Giovanni Marignolli) தன் கைகளால் இங்கு மாதாவின் சுரூபம் ஒன்றை நிறுவி இங்கு வழிபாடு நடத்தினாராம். 16ம் நூற்றாண்டில் இங்கு மறைபரப்பு செய்ய வந்த சவேரியார் கோட்டாறிலிருந்து மணப்பாடு போகும் வழியில் இங்கு வந்து வணங்கிச் சென்றிருக்கிறார் என இந்த மக்கள் நம்புகின்றனர். இங்கு மரணப்படுக்கையில் இருந்த இளைஞன் ஒருவனுக்கு அவர் குணமளித்ததாகவும், அவருடன் அழைத்துச் சென்றதாகவும் சொல்லப்படுகிறது. மன்னருக்கு கணக்கு எழுதும் கணக்காயர்கள் வசித்ததால் இந்தப் பகுதிக்கு கணக்கன் குடியிருப்பு என பெயர் வந்ததாகவும் சொல்லப்படுகிறது. சவேரியார் காலத்துக்குப் பின் இங்கு நடந்ததாக சொல்லப்படும் கதை இன்னும் சுவாரசியமானது.

சேசு மரியாயி என்ற இளம் விதவை இந்தப் பகுதியில் வசித்ததாக சொல்லப்படுகிறது. தேரிக்காட்டுக்கு அருகேயுள்ள இந்தப் பகுதியை ஒட்டி புத்தன் தருவை என்ற பெரும் தருவை உண்டு. தருவை என்றால் பெரும் ஏரி என பொருள். இந்த ஏரிக்கு நாரைகள் கூட்டம் கூட்டமாக வந்து செல்லும்; அவை அதிகம் கணக்கன் குடியிருப்பு பகுதியில் சுற்றித்திரியும் என்பதால் இந்த ஊருக்கு 'நாரையூர்' என்ற மற்றொரு பெயரும் முற்காலத்தில் இருந்ததாம். இந்த நாரையூர் தான் 'நாரெ' என்றும், அங்கிருந்து தான் 1.5.1544 அன்று மான்சிலாசுக்கு சவேரியார் கடிதம் எழுதினார் எனவும் சொல்கின்றனர். சேசு மரியாயி விதவை என்பதால் கிடைத்ததை உண்டு வாழ்ந்துவந்தாள்.

ஊர் பெரியதனத்துக்காரர்களுக்கு அவள் மேல் ஒரு கண் இருந்தது. அவளோ சிறந்த பக்திமான். உணவுக்கு பஞ்சமின்றி அவள் வீட்டின் முன் நாரையூரின் நாரைகள், தருவையின் மீன்களை போட்டுவந்தன. அவளும் அதை உண்டு பசியாறி, எஞ்சியதை விற்றுப் பிழைத்து வந்தாள். இந்த சூழலில் தங்கள் உதவியின்றி அவள் பிழைப்பு நன்றாக நடப்பதை உணர்ந்த பெரியதனக்காரர்கள், அவளது நடத்தை சரியில்லை என அவ்வூரின் ஜமீன்தாரான துறவிப்

பாண்டியன் என்பவரிடம் முறையிட்டார்கள். அவரும் சரியாக விசாரிக்காமல் சேசு மரியாயியை பாலியல் தொழில்செய்பவள் என குற்றம் சுமத்தி நெருப்பிலிட்டு அவளைக் கொலை செய்யுமாறு தீர்ப்பு வழங்கினார். செய்யாத தவறுக்கு தனக்கு இழைக்கப்பட்ட தண்டனையைக் கண்டு ஆவேசமான சேசுமரியாயி, அவ்வூரே மண்ணோடு மண்ணாக அழிந்து போகட்டும் என சாபமிட்டு தீயில் கருகினாள். அவளது சாபம் பலித்தது. ஊரை சிவப்புப் பொடி மண் மூடியது. கோயிலும் ஊரும் மண்ணுக்குள் புதைந்தன.

18ம் நூற்றாண்டின் பிற்பகுதியில் தேரிக்காட்டின் நகரும் மணற்பரப்பில் ஆடுமேய்த்துக் கொண்டிருந்த சிறுவன் ஒருவனது கால் அந்தப் பகுதியில் தரையில் தென்பட்ட கட்டை ஒன்றில் மோதியது. அதை என்னவென்று ஆராயாமல் அவனும் சென்று விட்டான். அன்று இரவு அவன் கனவில் தோன்றிய மாதா, அவன் கால் தடுக்கிய இடத்தில் தான் இருப்பதாகவும், அவ்விடத்தை பெரியோர் உதவியுடன் தோண்டி வெளிக்கொணருமாறும் சொன்னாராம். சிறுவன் தகவல் தர, மக்கள் மகிழ்ச்சியடைந்தார்கள். அப்போது அந்தப் பகுதியின் பக்கத்து ஊரான சொக்கன்குடியிருப்பு, வடக்கன்குளம் பங்கைச் சார்ந்திருந்தது. அங்கிருந்து குருவானவர் வந்து, மக்களுக்கு அறிவுறுத்தியவாறு சிறுவன் காட்டிய கட்டையைச் சுற்றி அவர்கள் தோண்டத் தொடங்கினார்கள். மரத்தாலான சிலுவையும், தொடர்ந்து ஆலயம் ஒன்றும் மண்ணிலிருந்து வெளிப்பட்டதாம். ஆலயத்துக்குள் மாதாவின் சுரூபம் கண்ட மக்கள், அன்று முதல் அவரை 'காட்டு மாதா', 'மணல் மாதா' என அழைக்கத் தொடங்கினார்கள். மேற்குறிப்பிட்ட தகவல்களையே

சொக்கன்குடியிருப்பு மணல் மாதா ஆலயம்

ஆலய வரலாறாக தூத்துக்குடி மறைமாவட்ட மலர் உள்ளிட்ட நூல்கள் சொல்கின்றன.

மலையாளம், தமிழ், ஆங்கிலம் என மூன்று மொழிகளிலும் மணல் மாதா கோயிலுக்கு வழிகாட்டிப் பலகைகள் அங்கங்கே இருக்கின்றன. கேரள மக்கள் அதிகம் வருகின்றனர் என்பது புரிந்தது. பெரும்பாலும் தமிழகத்தின் கடற்கரையோர பழங்கால கிறிஸ்தவ ஆலயங்களுக்கு கேரள மக்கள் அதிகம் வருவதுண்டு. தொன்மையான பெரியதாழை சவேரியார் ஆலயத்துக்கு அருகே உள்ள இந்த ஆலயத்தைத் தேடி வருகின்றனர் என்றால், கதைகள் அவர்களுக்கும் கட்டாயம் கடத்தப்பட்டிருக்க வேண்டும். ஆலயம் அமைந்திருக்கும் இடம் முழுக்க தேரிக்காட்டின் செம்மண் பூமி. அங்கங்கே சில குத்துச் செடிகளும், பனை மரங்களும் மட்டுமே பசுமையாகத் தெரிந்தன. ஆடுகள் அமைதியாக மேய்ந்து கொண்டிருந்தன. அந்த இடமே அமைதி ஆட்கொண்டிருந்தது.

மேற்பரப்பில் இன்று தெரியும் நவீன ஆலயத்துக்கு பக்கவாட்டில் அமைந்துள்ள படிக்கட்டு உங்களை மணற்பரப்புக்குக் கீழே அழைத்துச் செல்கிறது. தொன்மையான ஆலயத்தைச் சுற்றி கூடம் ஒன்றை அமைத்திருக்கின்றனர். கூடத்தின் இருபக்கமும் மேலே செல்லும் பக்கவாட்டுப் படிக்கட்டில் ஏறினால், அதன் உச்சியில் மர சிலுவையும், மண்ணில் புதையுண்டிருந்த பழைய ஆலயத்தின் கூரையையும் நீங்கள் காணலாம். மரச் சிலுவை வித்தியாசமான அமைப்பைக் கொண்டதாக இருந்தது. மிக எளிய போர்த்துகீசிய கட்டுமானம் போலத்தான் ஆலய வடிவமைப்பு தெரிகிறது; அதற்கு முந்தைய தொன்மை கட்டட அமைப்பைக் கொண்டு சொல்ல முடியாது. பீடமும் பழைய போர்த்துகீசிய பாணியிலேயே உள்ளது. நடுவே மாதா சுரூபமும், அதன் இரு பக்கங்களில் அந்தோணியார், சவேரியார் சுரூபங்களும் உள்ளன. வெள்ளை நிற டைல்ஸ் ஒட்டப்பட்டு, தொன்மையை முழுக்கத் தொலைத்த பீடமாக பாவமாகத் தெரிந்தது. மாதாவின் முகத்தைப் படமெடுக்கவும் முடியவில்லை, முகத்துக்கு நேரே ஸ்டிக்கர் ஒன்றை ஒட்டி வைத்திருக்கின்றனர்.

ஆலயங்களை புனரமைக்கும் போது என்ன செய்வது என பெரும் பாலான கத்தோலிக்க குருக்களுக்கு சொல்லித்தரப்படுவதில்லை. எத்தனை தொன்மையான ஆலயமாக இருந்தாலும் அதன் முகப்பில் ஒன்றுக்கு ஒன்று பாத்ரூம் டைல்களை ஒட்டிவிடுவது, மேலே கூரையை மறைத்து ஸ்டைரோஃபோம் அட்டைகள் கொண்டு ஃபால்ஸ் சீலிங் அமைப்பது என தனக்குத் தெரிந்ததைச் செய்து விடுகின்றனர். உரிய மரபுக்கட்டட பேணுமுறைகள் அறிந்த

கட்டடக்கலைஞர்களை அணுகி தேவையான செய்முறைகளைத் தெரிந்துகொள்வது அவசியமானது என்பதை யார் புரியவைப்பது? இதற்கென்றே செயல்படும் 'கட்டடப் பாதுகாப்புக் கலைஞர்கள்' (conservation architects) குறித்த புரிதலை இனியேனும் பெற்றுக்கொள்ளுதல் அவர்களுக்கு நலம்.

இந்த ஆலயத்தின் தொன்மையை அறிந்துகொள்ள போதிய சான்றுகள் இல்லை என்றே சொல்லலாம். கட்டட பாணியை கொண்டு போர்த்துகீசியர் கோலோச்சிய காலத்தில் இந்தக் கோயில் கட்டப்பட்டிருக்கலாமென்று ஊகிக்க முடிகிறது. நிமிட நேரத்தில் ஒரு இடத்தை மூடிவிடக் கூடிய தன்மை தேரிக்காட்டு காற்றுக்கு உண்டு. அப்படித்தான் முதலில் கட்டப்பட்ட கோயில் மண்ணில் புதையுண்டு போயிருக்கவேண்டும். 'நாரே' என சவேரியார் குறிப்பிடும் ஊரிலிருந்து எழுதும் கடிதத்தில், தன் பையை மணப்பாட்டிலிருந்து நாரேக்குக் கிளம்பும் முதல் கப்பல் மூலம் யாரிடமாவது கொடுத்துவிடுமாறு மான்சிலாசுக்கு எழுதுகிறார். கடற்கரை நகரமாகவே இந்த நாரே இருந்திருக்க வாய்ப்புண்டு; உள்நாட்டின் கணக்கன்குடியிருப்பை நாரே என நிறுவ மேலதிக ஆதாரம் தேவை. தோமையார் இந்தியா வந்தாரா, இல்லையா என்ற கேள்விக்கு விடை தேடுவது மிகக் கடினமானது. கிடைத்திருக்கும் தரவுகள் கொண்டு அவர் வந்தார் என்பதை ஆணித்தரமாக நிறுவ முடியவில்லை என்ற உண்மையை ஒப்புக்கொள்ளத்தான் வேண்டும். இறைவனையே நம்பாத தோமாவை, அவரது இந்திய வரவை முதன்மை சான்றுகளின்றி ஏற்றுக்கொள்ளுதல் ஒரு ஆய்வாளருக்கு அழகுமல்ல. நம்பிக்கை வேறு, வரலாறு வேறு.

போலவே சேசு மரியாயியின் கதையும் நாட்டர் கதை போலவே சொல்லப்படுகிறதேயன்றி அதற்கான பிற ஆதாரங்கள் ஏதுமில்லை. ஊர் அழிந்து போனது என்பதற்கான காரணங்கள் பல இருக்கலாம். இந்தப் பகுதியில் வசிக்கும் மக்கள் பெரும்பாலும் இன்றும் நிலையான வீடுகளின்றி ஆடுகள் மாடுகள் மேய்க்கும் மேய்ச்சல் மக்களாகவே இருக்கின்றனர். இவ்வளவு பெரிய ஆலயம் கட்டப்பட்டு திடீரென ஒரே நாளில் மண்ணுக்குள் புதைந்தது என்பதையும், அதனருகே வசித்த மக்கள் காணாமல் போனார்கள் என்பதையும் நம்பக்கடினமாகவே இருக்கிறது.

●

ஆய்வாளர் ஆ.சிவசுப்பிரமனியன் ஐயா எழுதிய கிறிஸ்தவமும் சாதியும், உபதேசியார் சவரிராயபிள்ளை நூல்கள் வடக்கன்குளத்தை நமக்கு நன்றாகவே அறிமுகம் செய்கின்றன. தென் தமிழகத்தின்

முக்கிய ஆலயங்களில் வடக்கன்குளமும் ஒன்று. தூத்துக்குடி மறைமாவட்டத்தின் நான்கு மறைவட்டங்களில் இதுவும் ஒன்று. இங்குள்ள திருக்குடும்ப ஆலயம் புகழ்பெற்றது. இங்கு வந்து குடியேறிய முதல் மக்கள் அணைக்கரை என்ற பகுதியில் வசித்த நாடார் மக்கள் என ஆன்ட்ரூ லோபஸ் (Andrew Lopez) அடிகளை மேற்கோள் காட்டி வெனான்சியுஸ் அடிகள் எழுதியிருக்கிறார். முதன் முதலில் வடக்கன்குளத்துக்கு வந்து குடியேறிய மக்கள் பற்றி 'வடக்கன்குளம் புராதனக் கும்மிப் பாடல்' சொல்வதாக தன் தென் தமிழகத்தில் கிறிஸ்தவம் நூலில் முனைவர் தே. ஜான் குறிப்பிடுகிறார்.

க்ஷத்திரியகுல நாடார்கள்- கொண்ட
சத்திய வேதந் தொனித்திலங்கி
துத்தியமேவும் அணைக்கரையர்- தொடர்
தோப்பு விளையூரதிலிருந்து
முத்தொடு பவளக் கோர்வையென- ஞான
முத்து நாடாரும் புதல்வர்களும்
சத்துவமனைவி தேன் கொடியாம்- நல்ல
சாந்தாயியென்றொரு பூங்கொடியும்
இன்னுஞ்சிலர்களூங் கூடிவந்தார்- அவர்
இந்த இடத்தையே நாடி வந்தார்
பொன் பயிரென்னும் படியிருந்தார்- மனப்
பூரணன் கொண்டே குடியிருந்தார்
ஆற்றுக்குவட பெருங்குடியில்- நின்று
ஆனந்த நாடார் தம்மக்களொடு
கோத்திரம் வந்தபடியறிந்தார்- தாமுங்
கூடவே வந்து குடியிருந்தார்''

கும்மி குறிப்பிடும் தகவல்கள், தந்தை பெஸ் (Besse) எழுதிய வடக்கன்குளத்தின் வரலாற்றுடன் ஒத்துப் போகின்றன. 1680ம் ஆண்டு அணைக்கரைப் பங்கு தோப்புவிளை ஊரிலிருந்த கிறிஸ்தவர்களான சாந்தாயி- ஞானமுத்து தம்பதி, தம் மகளை பெருங்குடி ஆனந்த நாடாருக்குத் திருமணம் செய்து கொடுத்தார்கள். சாந்தாயி பிற மதத்துக்காரர்களுடன் வாழச் சம்மதிக்காமல், தனக்கென ஒரு இடத்தைத் தேர்ந்தெடுத்து, அதில் ஒரு குடிசையும், அதன் முன் குருசடியும் கட்டினார் எனச் சொல்லப்பட்டதாக பெஸ் குறிப்பிடுகிறார்.

ஒரு நாள் சாந்தாயி புதிய ஊரின் குளக்கரையில் இறைப் பணியாளர் ஒருவரை சந்தித்தார். அவரை தன் குருசடிக்கு வந்து ஜெபிக்குமாறு

அவர் அழைக்க, அவரும் அவ்வூருக்கு வந்து பார்வையிட்டார். நான்கு கிறிஸ்தவக் குடும்பங்கள் அப்போது வடக்கன்குளத்தில் இருந்தன. சாந்தாயியின் மருமகன் ஆனந்த நாடாரும் பின்னாளில் அங்குவந்து சேர்ந்தார். அவளது சாதியைச் சேர்ந்த பலரும் அவளைக் கண்டு தாங்களும் கிறிஸ்தவத்தைத் தழுவினார்கள் என்கிறார் பெஸ். 1685ம் ஆண்டுவாக்கில் வடக்கன்குளத்தில் சாந்தாயி சந்தித்த இறைப்பணியாளர் ஜான் தி பிரிட்டோ (John De Britto) என்ற அருளானந்தர்தான் என்றும் அவர் குறிப்பிடுகிறார். ஆனால் வடக்கன்குளம் புராதனக் கும்மியோ, அது இன்னாசியார் (Ignatius) எனச் சொல்கிறது.

1701ம் ஆண்டு முதல் பெர்னார்டு டீசா, சேவியர் போர்கிஸ், பீட்டர் மார்டின், சைமன் டி கார்வாலோ உள்ளிட்ட குருக்கள், வடக்கன் குளத்தில் ஆதிக்கச் சாதி இந்துக்களின் கடும் எதிர்ப்புக்கிடையே பணியாற்றினார்கள். 1713ம் ஆண்டு வடக்கன்குளம் மதுரை மிஷனிலிருந்து பிரிக்கப்பட்டு கேரளப் பகுதிகளை உள்ளடக்கிய நேமம் மறைபரப்புத் தளத்துக்கு மாற்றப்பட்டது. இந்தக் கால கட்டத்தில் பிராக்கிலியோ அந்தோணி பிரண்டோலினி அடிகள் இங்கு ஒரு புதிய கோயில் கட்டினார். 1741ம் ஆண்டு இங்கு பணியாற்ற ஜான் பாப்டிஸ்ட் புட்டாரி (Jean Baptiste Buttary) என்ற துறவி வந்துசேர்ந்தார்.

இவரது காலகட்டத்தில் கிறிஸ்தவர்கள் மூர்கள் மற்றும் பிராமணர்கள் என இரு தரப்பினராலும் தொடர்ச்சியாகத் தாக்கப் பட்டார்கள். இவரது காலத்தில், 1745ம் ஆண்டு மே 15 அன்று திருவிதாங்கூர் படையின் தலைவனான நீலகண்டம் நீலப்பிள்ளை (நாயர் வகுப்பினர்) வடக்கன்குளம் ஆலயத்தில் திருமுழுக்கு பெற்றார். நீலப்பிள்ளையின் நெருங்கிய நண்பரான பெல்ஜியம் நாட்டைச் சேர்ந்த யூஸ்டஸ் பெனடிக்ட் டீ லென்னாய் (Eustachius Benedict De Lannoy) மூலம் கிறிஸ்தவம் பற்றித் தெரிந்துகொண்ட நீலகண்டப் பிள்ளை, மதம் மாற விரும்பினார். அவரை நீண்டகாலம் சோதனைகளுக்கு உட்படுத்திய பின்னர், லாசர் என்ற தேவசகாயம் எனப் பெயர் மாற்றம் செய்து புட்டாரி அடிகள் திருநீராட்டளித்தார். நீலகண்டப் பிள்ளையின் ஞானத்தந்தை வடக்கன்குளத்து வெள்ளாளர்களில் முதலில் திருமுழுக்கு பெற்ற சிதம்பரம் பிள்ளை என்ற ஞானப்பிரகாச உபதேசியார் ஆவார். இவர் புட்டாரி அடிகளாரின் காலத்தில் திருமுழுக்குப் பெற்றிருக்கலாம் என ஜான் குறிப்பிடுகிறார்.

1749ம் ஆண்டு சிறைபிடிக்கப்பட்ட தேவசகாயம் பிள்ளை, 1752ம் ஆண்டு சுட்டுக்கொல்லப்பட்டார். புட்டாரி 1749ம் ஆண்டு அடிக்கல்

வடக்கன்குளம் ஆலயத் தீண்டாமைச் சுவரின் எஞ்சிய தூண் பகுதி. இதன் வலது மற்றும் இடது பக்கம் முறையே நாடார் மற்றும் பிள்ளை மக்கள் அமரும் பகுதி

நாட்டி வாடக்கன்குளத்தில் புதிய கோயில் ஒன்றைக் கட்டினார். 1752ம் ஆண்டு தொமாசினி அடிகளாரால் கோயில் கட்டிமுடிக்கப் பட்டது. 1775ம் ஆண்டு வடக்கன்குளத்தில் பணியாற்றிய தொமாசினி இறந்துபோனார். இயேசு சபை கலைக்கப்பட்ட பிறகு அங்கு கிராங்கணூர் ஆயர் பொறுப்பிலிருந்த மலபார் குருக்கள், வடக்கன்குளம் ஆலயப் பொறுப்பேற்றனர். 1775 முதல் 1838 வரை இயேசு சபையின் ஒடுக்கம் காரணமாக, 63 ஆண்டுகளின் வரலாறு நமக்கு சரிவர கிடைக்கவில்லை. அப்போது நிலவிய குருக்கள் தட்டுப்பாட்டில் வடக்கன்குளத்தில் நிரந்தர பணியாளராக குரு இருந்தாரா என்பதும் தெளிவாக இல்லை. இதன் காரணமாகவே 18ம் நூற்றாண்டின் இறுதியில் சொக்கன்குடியிருப்பு மணல் மாதா ஆலயம் வெளிவந்த வரலாறு குறித்து பதிவு செய்யப்பட்ட சான்றுகள் இல்லை என புரிகிறது.

திருக்குடும்ப ஆலயத்தில் பரலோக மாதாவுக்கே ஆண்டுத் திருவிழா எடுக்கப்படுகிறது. 1803ம் ஆண்டு அக்டோபர் 21 அன்று இந்த ஆலயத்தில் சவரிமுத்துப் பிள்ளை என்பவர் செபித்துக் கொண்டிருந்தார். அப்போது மாதா சுரூபத்தின் கைகள் நீண்டு, அவருக்குப்பின் மேகம் ஒன்று தோன்றியதாம். சிலையின் கண்களிலிருந்து கண்ணீர் வருவதையும் அவர் கண்டாராம். உடனே ஓடிச்சென்று உபதேசியார் வியாகப்பப் பிள்ளையையும், ஹென்றியெட்டா பில்டெர்பெக் (Henrietta Bilderbeck) என்ற ஐரோப்பியப் பெண்மணியையும் அழைத்து வந்து அதைக் காட்டியுள்ளார். அவர்களும் அதைக் கண்டார்களாம். ஊர் மக்கள் திரண்டு வந்து அதைக் கண்டு வணங்கினார்கள்; வழிபாட்டின் முடிவில் மாதா சிலை வழக்கம் போல மாறியதாம். அன்று முதல் இங்கு மாதா பக்தி பரவத்தொடங்கியது; ஆண்டுதோறும் ஆகஸ்ட் 15 அன்று மாதாவுக்கு திருவிழா வெகுவிமரிசையாக நடைபெறுகிறது.

வடக்கன்குளம் ஆலயம் அதன் பக்திக்கு எவ்வாறு அறியப் படுகிறதோ, அதே அளவுக்கு அங்கு நிலவிய தீண்டாமைச் சுவருக்காகவும் கவனம் பெற்றது. பழைய கோயிலில் பீடத்துக்கு அருகே முதலியாரும், பிள்ளைமாரும் அமர்வர்; அவர்களுக்குப் பின்னால் சற்றுத் தாழ்வான பகுதியில் நாடார் மக்கள் அமர்வார்கள். அங்கு இடப்பற்றாக்குறை ஏற்பட்டால் கோயிலுக்கு வெளியே மண்டபத்திலும் பந்தலிலும் நாடார்கள் அமர்ந்துவந்தார்கள். இடப்பற்றாக்குறை காரணமாக கோயில் விரிவாக்கம் செய்யலாம் என்ற எண்ணம் மக்களிடம் எழுந்தது. 1852ம் ஆண்டு மார்ச் 30 அன்று பழைய கோயில் இடிக்கப்பட்டு, ஆகஸ்ட் 16 அன்று புதிய சிறு

கோயில் அர்ச்சிக்கப்பட்டது. 1872ம் ஆண்டு புதிய நிலையான கோயில் கட்டிமுடிக்கப்படும் என திட்டமிடப்பட்டது. 1854ம் ஆண்டு ஏப்ரல் 17 அன்று நாடார்களும் வெள்ளாளர்களும் சேர்ந்து கோயில் கட்டும் செலவினங்களை ஏற்றுக்கொள்வதாக ஒப்பந்தம் எழுதிக் கையெழுத்திட்டார்கள். ஒவ்வொரு சாதியினரும் தத்தம் பகுதி கோயிலைக் கட்டிக்கொள்வது என ஒப்பந்தம் செய்யப் பட்டது. நாடார் சாதியினருக்கு சின்னப்ப உபதேசியாரின் மருமகன் ஞானேந்திரம் பொறுப்பேற்றார். வெள்ளாளர் சாதியினருக்கு மரியப்பிள்ளை பொறுப்பேற்றார். இந்த ஒப்பந்தம் முடிவாக அப்போதைய குருப்பணியாற்றிய கிரகோரி அடிகள் மற்றும் சகோதரர் பெர்ஜெந்தால் காரணமானார்கள்.

1855ம் ஆண்டு ஆகஸ்ட் 9 அன்று ஆயர் கானோஸ் கோயிலின் அடிக்கல்லை நாட்டினார். அடிக்கல்லில் லத்தீன் கல்வெட்டு ஒன்றும் பொறிக்கப்பட்டது. ''கோயில் இரண்டாக இருக்கட்டும். பலிபீடம் ஒன்றே. இரு சாதியாரும் ஒரே உறுதியும், ஒரே மனமும் கொண்டு இருப்பார்களாக'' (Templum Sit duplex, ara sed Una; Fides una sit unique mens tribubusingeminis – Let the temple be double, but one altar. May both castes be of one faith and one mind.) இரு சாதியினரும் கடுமையாக உழைத்தே ஆலயத்தை எழுப்பினார்கள். 1871ம் ஆண்டு ஆலயத்தின் வடிவம் மாற்றப்பட்டு, இரு பிரிவுக்கிடையே சுவர்கள் எழுப்பப்பட்டதற்கு நாடார்கள் கடும் எதிர்ப்பு தெரிவித்தார்கள். அவர்களின் எதிர்ப்பு புறக்கணிக்கப் பட்டது.

1872ம் ஆண்டு ஜூன் 29 அன்று ஆலயம் மறைமாவட்டத் தலைவர் கானோஸ் அடிகளால் திருக்குடும்பத்துக்கு நேர்ந்தளிக்கப்பட்டது. ஆலயத்தின் நடுவே கட்டப்பட்ட சுவருக்கு ஒரு பக்கம் முதலியார் மற்றும் வெள்ளாளர் அமர வழி செய்யப்பட்டது. சுவருக்கு மறுபக்கம் நாடார் மற்றும் ஒடுக்கப்பட்ட பிற சாதியினர் அமர ஏற்பாடானது. ஒரே நேரத்தில் இரு தரப்பினரும் வழிபாட்டில் இதன் மூலம் கலந்துகொள்ள முடிந்தது. 'கால்சட்டைக் கோயில்' (trouser church) வழிபாட்டுக்கு வந்தது.

சுவர் மட்டுமல்லாது ஆலயத்தில் நிலவிய வழிபாட்டு முறைகளிலும் சாதியம் தலைவிரித்தாடியது. இதை உபதேசியார் சவரிராயப்பிள்ளை தெளிவாகப் பதிவு செய்துள்ளார். ''கோயில் பீடத்தில் வேலை செய்கிறதும், பூசையில் உதவி மந்திரங்கள் சொல்லுகிறதும் பாட்டுகள் படிக்கிறதும் தீபம் ஏற்றுகிறதும் மற்றும் கோயிலுக்குள் செய்யக்கூடிய கைங்கிரியங்கள், சிறப்புகள்,

சகலமும், தேர் திருநாள் சப்பரம் எழுந்தேற்றம் சகலமும் பிள்ளைமார் முதலிமாருக்கு மாத்திரமே உரித்து. அதாவது இந்துக்கள் ஆலயத்தின் சுவாமி கைங்கரியங்கள் பிராமணர், ஓதுவார்களுக்கு மாத்திரம் பாத்தியப்பட்டது போலவே இங்கேயும் பிள்ளைமார் முதலிமார்களுக்கு மட்டுமே பாத்திரமுடையதாக வைத்துக் கொண்டார்கள். காலைப் பூசையில் அந்திப் பிரார்த்தனையில் படிக்கிற தேவாரப் பதிகங்கள் பதங்கள், கீர்த்தனைகள் மற்றும் தமிழ் ஸ்தோத்திரங்கள் மேல் சாதிக்காரர் மாத்திரமே படிக்கலாம். கீழ்ச்சாதிக்காரர் மேல்சாதிக்காரரைத் தாண்டி அல்த்தார் கிராதிக்கிட்ட வரக்கூடாததினால், சாமியார் அவர்களிருக்கிற இடத்து அளிக்கு முன் போய் அவர்களுக்கு நன்மை கொடுப்பார். சாணார் இருக்கிற இடத்தில் ஒரு தீர்த்தக் கல்தொட்டியும், வெள்ளாளர் இருக்கிற இடத்தில் ஒரு தீர்த்தக் கல் தொட்டியும் இருக்கும். கர்த்தர் பிறந்த திருநாளில் குழந்தை இயேசுநாதர் சுரூபத்துக்கு வெள்ளாளர், முதலிமார் காணிக்கை வைத்துத் தொட்டு முத்தி செய்த பின்பு, சாணாரும் அப்படிச் செய்யும்படியாக அவர்களிடத்து அந்த சுரூபம் கிட்டக்கொண்டுபோய் வைக்கப்படும். பாடுபட்ட திருநாளன்றும் பாடுபட்ட சுரூபத்தை முத்தி செய்வதற்கு அதுவே மாதிரியான ஏற்பாடு செய்திருக்கும்'', என சவரிராயன் எழுதியிருக்கிறார். ஆக ஒடுக்கப்பட்ட மக்கள் மதம் மாறிய பின் அவர்களுக்கு வழிபாட்டு இடங்களுக்குள் செல்ல அனுமதி கிடைத்ததே ஒழிய, சமத்துவம் அவர்களுக்குக் கைவரவில்லை.

இங்கு நிலவிய வேறுபாடுகளுக்கு முதல் மாற்றத்தை 1804ம் ஆண்டு அண்ணாவி சாமியார் என்ற குரு முன்வைத்தார். 'திருமணத்தின் போது தாலி கட்டும் முறையைத் தவிர்த்து, அதற்குப் பதிலாக மோதிரங்கள் மாற்றவேண்டும், பெண்ணும் மாப்பிள்ளையும் பெயர் சொல்லி வார்த்தைப்பாடு கொடுக்கவேண்டும், நாடார்கள் பீடத்துக்கு அருகில் வந்து நற்கருணை வாங்கலாம்', என்ற மூன்று மாற்றங்களை அவர் புகுத்தினார். முதலிரு மாற்றங்களில் உடன்பாடு இல்லை எனினும், மூன்றாவது மாற்றத்தை வரவேற்ற நாடார்கள், எல்லா மாற்றங்களுக்கும் ஒப்புதல் தெரிவித்தார்கள். வெள்ளாளரும் முதலியாரும் இதற்குக் கடும் எதிர்ப்பு தெரிவித்தார் கள். வெள்ளாள உபதேசியாரோ குருவானவரை பகைத்துக்கொள்ள முடியாத காரணத்தால் இதற்கு ஒப்புக்கொண்டார்.

கோயிலுக்குச் செல்ல மறுத்து வீடுகளிலேயே வெள்ளாளர் திருமணங்களை நடத்தினார்கள். இயேசு பிறப்புப் பெருவிழாவன்று நாடார்கள் வெள்ளாளர்களைத் தாண்டி நற்கருணை வாங்க பீடத்தருகே வந்தார்கள். இதனால் கடும் அமளி உண்டானது. தங்கள்

எதிர்ப்பைப் பதிவு செய்ய விரும்பிய ஆதிக்கசாதியினர் நாகர்கோயில் மால்ட் ஐயரை சந்தித்து சீர்திருத்த சபையில் இணைந்தார்கள். மதம் மாறியவர்களின் பெயரைப் பூசையில் வாசித்த குரு, அவர்களைச் சபித்தார். சப்பரம், தேர் செல்லும் வீதியை மறித்து அதில் சீர்திருத்த சபை கோயில் ஒன்றை ஆதிக்கச் சாதியினர் கட்டினார்கள். அதை எதிர்த்து வழக்கு தொடுக்கப் பட்டது. தெருவை மறித்து கட்டப்பட்ட ஆலயத்தை இடிக்குமாறு நீதிமன்றம் ஓராண்டு கழித்து தீர்ப்பு சொன்னது. வெள்ளாளருடன் இணக்கமாகப் போகுமாறு பங்கு குருவுக்கு மேலிடத்திலிருந்து ஆணை வந்தது.

வேறு வழியின்றி மாற்றங்களை அண்ணாவி சாமியார் திரும்பப் பெற்றார். தாலி மீண்டும் அணிவிக்கப்பட்டது, பெண் மாப்பிள்ளை பெயர்களை உச்சரிக்கவேண்டாம் எனச் சொல்லப்பட்டது, நாடார்கள் வெள்ளாளர்களைத் தாண்டாமல் சுற்றிவந்து பீடத்தருகில் நற்கருணை பெறலாம் என முடிவெடுக்கப்பட்டது. தேர் திருவிழாக்களில் தீப்பந்தம், கொடி ஆகியவற்றைப் பிடிக்க நாடார்களுக்கு அனுமதி தரப்பட்டது. சீர்திருத்தச் சபைக்குச் சென்றவர்கள் அபராதம் செலுத்தினாலோ, அல்லது அடி வாங்கிக் கொண்டாலோ மீண்டும் கத்தோலிக்கச் சபையில் இணைக்கப் பட்டார்கள். தான் செய்த 'தவறுக்கு' குருவானவர் தன்னைத் தானே அடித்துக்கொண்டார். இந்தக் குழப்பம் ஒருவாரியாக நீங்கினாலும், இரு சாதியினருக்குமிடையே இருந்த பகை ஒரு நூற்றாண்டாக உள்ளுக்குள் புகைந்தபடியேதான் இருந்தது.

கோயிலுக்கு நடுவே கட்டப்பட்ட தடுப்புச் சுவருக்கு நாடார்கள் தரப்பில் கடும் எதிர்ப்பு இருந்தது. அவர்களின் எண்ணிக்கை வெள்ளாளரை விட நான்கு மடங்கு அதிகம் இருந்ததால் அவர்களுக்கு கோயிலுக்குள் இடம் போதவில்லை. தென்புறம் வெள்ளாளர் பக்கம் இடம்பிடிக்க முயன்ற நாடார்கள் கடும் தண்டனைக்கு உள்ளானார்கள். 1877ம் ஆண்டு அவர்கள் இதை எதிர்த்து ஆயரிடம் மனுச்செய்தார்கள். அதன் விளைவாக ஜுன் மாதம் கொண்டாடும் பத்து நாள் செபஸ்தியார் விழாவிலும், திருநீராட்டு, திருமணம், இறுதிச்சடங்கு போன்றவற்றிலும், தேரோட்டம் நடைபெறும் ஆகஸ்ட் 15 அன்றும் கிறிஸ்தவ பக்திப் பாடல்களை ஆலயத்தில் இசைத்துப் பாடும் உரிமை நாடார்களுக்கு அளிக்கப்பட்டது. ஆனால் கோயிலின் தென்பக்கத்தை முழுமையாகப் பயன்படுத்த, கோயிலை அலங்கரிக்க, சுரூபங்களைப் பாதுகாக்க, கோயிலைப் பூட்டித் திறக்க, கொடியேற்றத்தின் போது கொடியை

குருவிடமிருந்து வாங்கி ஏற்றுவது போன்ற உரிமைகள் வெள்ளாளரிடமே மீண்டும் உறுதிசெய்யப்பட்டன.

ஆனால் இந்த ஒரு சில உரிமைகளையும் நாடார்களுக்கு வெள்ளாள மக்கள் விட்டுத்தர முன்வரவில்லை. ஒடுக்கப்பட்ட சாதியைச் சேர்ந்த துறவியர்களைக் கூட தென் பகுதியில் நுழைய விடாமல் வெள்ளாளர் மக்கள் தடுத்தார்கள். 1909ம் ஆண்டு திரு இருதய சபையைச் சேர்ந்த இரண்டு சகோதரர்கள் கோயிலின் தென்பகுதி வழியாக நுழைந்தார்கள். அவர்களில் ஒருவர் நாடார் இனத்தவர். இதைக் கண்டித்த வெள்ளாளர்கள், அவர்களை வெளியேறப் பணித்தார்கள். கோயிலுக்கு எண்ணெய் கொண்டுசென்ற நாடார் ஒருவர் தென்பகுதி வழியாக உள்ளே நுழைந்ததற்காக தண்டிக்கப் பட்டார். அவருக்கு அருள்சாதனங்கள் மறுக்கப்பட்டன. இவ்வாறு அருள்சாதனம் வழங்கும் குருவைக்கூட தங்கள் கட்டுப்பாட்டில் வெள்ளாளர் வைத்திருந்தனர்.

ஆனால் எல்லா குருக்களும் அப்படி அல்ல என நிறுவ அங்கு வந்து சேர்ந்தார் அட்ரியன் கவுசானல் (Adrian Caussanel) அடிகளார். 1872 முதலே தடுப்புச்சுவரால் இரு தரப்புக்கும் தொடர்ந்து மோதல்களும் நீதிமன்ற வழக்குகளும் ஏற்பட்டன. அடிதடிச் சண்டைகளுக்கும் பஞ்சமில்லை. 1910ம் ஆண்டு கோயிலுக்குள் பாடிய நாடார் ஒருவரை வெள்ளாளர்கள் கடுமையாகத் திட்டினார்கள். அதற்கு எதிர்ப்பு தெரிவிக்கும் வகையில் 02.10.1910 அன்று நடைபெற்ற வழிபாட்டில் பாடல்கள் பாடாமல் அமைதி காத்தார்கள். அதைக் கண்டுகொள்ளாத கவுசானல் வழிபாட்டைத் தொடர்ந்தார். 16.10.1910 அன்று நடைபெற்ற வழிபாட்டில் கூச்சலிட்டுக் குழப்பம் செய்த வெள்ளாளர்கள், கோயிலை விட்டு வெளியேறினார்கள். அங்கு பங்கு பொறுப்பாளரான கவுசானல் அடிகள் இதனால் வருத்தமுற்றார். இது குறித்து மேலிடத்துக்குக் கடிதம் எழுதினார்.

வெள்ளாளர்கள் அவரைத் தாக்கக்கூடும் என தக்க பாதுகாப்பை பரதவர் மக்கள் அவருக்கு அளித்தார்கள். 24.10.1910 அன்று இணை நீதிபதிக்கு (Joint Magistrate) புகார் மனு ஒன்றை கவுசானல் அனுப்பினார். வெள்ளாளர் யாரும் கோயிலுக்குள் நுழையக்கூடாது என தடையுத்தரவு வாங்கி அதை கோயில் வாயிலில் ஒட்டச் செய்தார். நவம்பர் 11, 1910 அன்று திருச்சி ஆயர் பார்த்தே குருக்களை அழைத்து விவாதித்து, வடக்கன்குளம் கோயிலின் நடுவே இருந்த தீண்டாமைச் சுவரை அகற்ற ஆணை பிறப்பித்தார். நவம்பர் 22 அன்று சுவர் கவுசானல் அடிகளால் இடிக்கப்பட்டது. இயேசு சபை குருக்கள் நீண்டகாலம் நிலவி வந்த சாதியப் பூனைக்கு மணி கட்டினார்கள்.

இதனால் வெள்ளாளர்கள் கடும் சினம் கொண்டார்கள். இதற்கு எதிராக நான்கு வெள்ளாளர்களும் ஒரு முதலியாரும் நெல்லை நீதிமன்றத்தில் வழக்கு தொடர்ந்தார்கள். நீண்ட காலமாக தாங்கள் அனுபவித்து வந்த உரிமைகள் மறுக்கப்பட்டதாகக் கூறி வழக்கு தொடரப்பட்டது. வழக்குப் எதிராளிகளாக பார்த்தே அடிகள் மற்றும் கவுசானல் அடிகள் சேர்க்கப்பட்டார்கள். நாடார் சாதியினர் 12 பேரும் கூடவே முன்னிலையானார்கள்.

வழக்கில் தடையுத்தரவு ஒன்று பிறப்பிக்கப்பட்டது. அதன்படி நாடார்கள் தென் பகுதிக்குள் நுழையக்கூடாது, பீடத்தின் அருகே செல்லக்கூடாது, அனுமதிக்கப்பட்ட நாள்களில் மட்டுமே பாடல்கள் பாடவேண்டும், அவர்களின் திருமண ஊர்வலங்கள் வெள்ளாளர் தெருவழியே செல்லக்கூடாது என டிசம்பர் 18, 1912 அன்று தீர்ப்பு வெளியானது. இரண்டே மாதங்களில் சுவர் மீண்டும் எழுப்பப்படவேண்டும், கட்டுமானவேலை மற்றும் செலவை ஆயர் மற்றும் பங்கு குருவே ஏற்றுக்கொள்ள வேண்டும், வழக்கின் செலவை வாதிகளுக்கு எதிர்வாதிகள் அளிக்கவேண்டும் என்றும் தீர்ப்பானது.

தீர்ப்பைக் கண்டு இயேசு சபையினர் கலங்கவில்லை. தன் கருத்தை நடுவருக்கு அனுப்பிய கடிதம் ஒன்றில் கவுசானல் அடிகள் தெளிவுபடுத்துகிறார். ''வெள்ளாளருக்கு மட்டுமே குருக்கள் உரியவர்களாக இருக்கவேண்டும் என அவர்கள் விரும்புகின்றனர். சமயத் தொண்டர்களை அணுகி பணி செய்வது தங்களை மட்டுமே சார்ந்தது எனவும் வெள்ளாளர் கருதுகின்றனர். எனவே சாணார்களும் மற்றவர்களும் சமயத் தொண்டர்களின் இல்லங்களில் உரிமை யோடு நுழைவது கண்டு வெறுப்படைகின்றனர். ஒரு சில செருக்குடைய வெள்ளாளர்களையோ, இந்துக்களையோ, முகம்மதியர்களையோ எந்த ஒரு பிரிவைச் சேர்ந்த கிறிஸ்தவர் களையோ மகிழ்ச்சிப்படுத்த வேண்டுமென்பதற்காக என்னுடைய தூய கடமையைத் துறக்க நான் தயாராகவில்லை.''

''இரவிலோ, பகலிலோ எந்த வேளையிலும் எச்சாதியினரும் என்னை அணுகலாம். என்னால் இயன்றவரை எல்லோருக்கும் உதவியளிப்பேன். வறியவருக்கு நான் பாதுகாப்பளிப்பேன். உண்மையான சமயத் தொண்டனாக ஒருவன் செயலாற்ற விரும்பினால், ஒவ்வொரு மனிதனுக்கும் அவன் பரிவு காட்ட வேண்டும். துன்புறும் அவலநிலையிலுள்ள மனித இனத்துக்கு எத்தருணத்திலும் தாராளமாக உதவவேண்டும். நான் இந்தியாவில் இருப்பது கிறிஸ்தவர்களுக்காகவோ, சிறப்பாக வெள்ளாளருக்

காகவோ மட்டுமன்று. என்னுடைய உதவியும் பரிவும் தேவைப்படும் இந்த நாட்டிலுள்ள மக்கள் அனைவருக்காகவும் நான் சமயத் தொண்டனாக இருக்கிறேன்'', என கவுசானல் எழுதியிருக்கிறார். அந்தக் காலத்துக்கு எவ்வளவு தீர்க்கமான, தெளிவான சிந்தனை இது!

தீர்ப்பை மறுபரிசீலனை செய்யக்கோரி இயேசு சபையார் 52 மறுப்புகள் சமர்ப்பித்தார்கள். அவற்றில் சில - 'கோயிலின் எந்தப் பகுதியையும் தங்களது உடமையாகப் பாவிக்க எந்த ஒரு தனிமனிதனுக்கோ இனத்தவருக்கோ உரிமை இல்லை என கத்தோலிக்க சட்டம் (Canon Law) கூறுகிறது. இவ்வாறு இட ஒதுக்கீடு செய்யும் உரிமை பங்கு குருவுக்கோ, ஆயருக்கோ மட்டுமே உண்டு; அதை யாரும் எதிர்க்க முடியாது. கோயில் கட்டட உரிமையோ, கோயில் ஆட்சி முறை தொடர்பான உரிமையோ ஆயரையும் பங்கு குருவையும் சாரும். கோயில்கட்டப் பண உதவி செய்தவர்களாயினும், கோயில் சமய வழிபாட்டுக்கு அர்ப்பணிப்பு செய்யப்பட்ட பிறகு அதனை தனிப்பட்ட முறையில் யாரும் உரிமை கொண்டாட முடியாது. கத்தோலிக்கர்கள் அனைவரும் கத்தோலிக்கத் திருச்சபையின் சட்டதிட்டங்களுக்கே கட்டுப் பட்டவர்கள், எனவே கோயில் காரியங்களில் அதற்குக் கட்டுப் பட்டே செயல்படவேண்டும்', என்பன.

வழக்கை விசாரித்த மாவட்ட நடுவர், துணை நீதிமன்ற நடுவரின் தீர்ப்பை மாற்றி, இயேசு சபையாருக்கு சாதகமாகத் தீர்ப்பு வழங்கினார். அத்தீர்ப்பை ஏற்றுக்கொள்ளாத வெள்ளாளர், 1914ம் ஆண்டு உயர்நீதிமன்றத்தில் மேல்முறையீடு செய்தனர். வழக்கை விசாரித்த நேப்பியர் என்ற ஆங்கிலேய நீதிபதியும், சதாசிவ ஐயர் என்ற இந்திய நீதிபதியும், சுவரை இடித்தது சரியே என ஜனவரி 25, 1916 அன்று தீர்ப்பு வழங்கினார்கள். தங்களுக்கு சாதகமாக தீர்ப்பு வழங்கப்படவில்லையென்றால் எதிர்பாராத விளைவுகள் ஏற்படும் என வெள்ளாளர் தங்கள் மனுவில் தாக்கல் செய்திருந்தனர். தீர்ப்பு தங்களுக்கு எதிராக இருந்தால் கிறிஸ்தவத்தை விட்டு வெளியேறுவது என்ற மறைமுக மிரட்டல் அதில் இருந்தது. நேப்பியர் துரையோ, 'அதைப் பற்றி நீதிமன்றம் கவலைப்படப் போவதில்லை. இத்தகைய காரியங்களில் யார் பொறுப்புடையவர், யாருக்கு உரிமையுண்டு, யாருக்கு யார் கட்டுப்பட்டு நடக்க வேண்டும் என்பதே கவனிக்கப்பட வேண்டியது', எனச் சொல்லி வழக்கைத் தள்ளுபடி செய்தார்.

இவ்வழக்கின் தீர்ப்பில் நீதிபதி சதாசிவ ஐயர் குறிப்பிட்ட பின்வரும் கருத்து மிக முக்கியமானது. ''நாடார் இளைஞர் ஒருவர் வெள்ளாளர்

பெண்ணைத் திருமணம் முடித்துக் குழந்தை பெற்றால் அவர்களுக்குக் கத்தோலிக்கத் திருமுழுக்கு தரப்படும். அந்தக் குழந்தை எங்கு அமரும்? அது போல பிராமணப் பெண் ஒருவர் சாதியை விட்டு விலக்கப்பட்டால், அவளுக்குத் தவறான வழியில் குழந்தை பிறந்தால் அது எந்த சாதியைச் சேர்ந்தது? அதற்குத் திருமுழுக்கு செய்தால் அதைக் கோயிலில் எந்தப் பகுதியில் அமர்த்துவர்? மேலும் தாழ்த்தப்பட்டவர் என கருதப்படும் சாதியாரில் ஒரு ஆயரோ குருவானவரோ நியமிக்கப்பட்டால், அவரால் கோயில் தீட்டுப்பட்டு விடுமோ?'', என்ற கேள்விகளை எழுப்பினார். கத்தோலிக்க சமயத்தைத் தழுவியவர்களுக்கு இந்துக்களுடைய பழைய வழக்கங்கள் பொருந்தாது எனவும், அவற்றுக்கு அவர்கள் கட்டுப்பட வேண்டியதில்லை என்றும் எடுத்துக்கூறி வெள்ளாளருக்கு எதிரான தீர்ப்பை வழங்கினார். ஒரு வழியாக தீண்டாமைச் சுவரை இடித்தது சரியே என தீர்ப்பானது.

இன்று வடக்கன்குளத்தில் முந்தைய கால கசப்பு மேலோட்டமாகத் தெரியவில்லை. நாடார்கள் கல்வியையும், தொழிலையும் கடும் உழைப்பையும் கைக்கொண்டு 20ம் நூற்றாண்டில் முன்னேறினார் கள் எனலாம். கொழும்பு, பர்மா, மலாயா போன்ற பகுதிகளில் வணிகம் செய்யத் தொடங்கி பணம் சேர்த்தார்கள். இந்தப் பெருந்தனக்காரர்கள் நிலவுடமைக்காரர்களாகவும் காலப்போக்கில் மாறினார்கள். வெள்ளாள மக்கள் ஏற்கனவே முன்னேறிய சூழலில் இருந்ததனால் அவர்களது வளர்ச்சியில் தேக்கம் தென்பட்டது எனலாம். அவர்களின் எண்ணைக்கையும் குறைவாக இருந்த காரணத்தால், முன்பைப் போல அதிகாரத்தை அவர்களால் கைக்கொள்ள முடியவில்லை.

இன்று வடக்கன்குளத்தில் தீண்டாமையின் எச்சமாக மீதமிருப்பது ஆலயத்தின் நடுவே உள்ள வளைவுகள் மட்டுமே. அவற்றை இடித்தால் ஆலயப் பக்கவாட்டுச் சுவர்கள் பலவீனமாகும் என்பதால் அந்த வளைவுகளை அப்படியே விட்டுவைத்திருக் கின்றனர். பெரும்பாலும் ஆலயத்தின் முன்புறக் கதவு பூட்டியே தான் இருக்கிறது. தெற்கு, வடக்குப் பக்கங்களின் நுழைவு வாயில்களில் யார் வேண்டுமானாலும் இன்று நுழையலாம், யார் வேண்டுமானாலும் எங்கு வேண்டுமானாலும் அமரலாம்.

நாங்கள் வடக்கன்குளம் சென்றபோது மாலை ஆறு மணி இருக்கும். பெண்கள் சிலர் கோயில் மைதானத்தில் அமர்ந்து பேசிக்கொண்டு இருந்தார்கள். கோயில் வரலாறு பற்றிய நூல்கள் உள்ளனவா என்ற கேள்விக்கு, உபதேசியார் ஓடோடிச் சென்று வீட்டிலிருந்து ஒரு சிறு

நூலை எடுத்து வந்து தந்தார். வேறு எதுவும் நூல்கள் கைவசமில்லை என பங்கு குரு கைவிரித்தார். மீண்டும் அந்தப் பெண்களிடம் வந்து நின்றோம்.

''அக்கா நீங்க கும்மிப்பாட்டு எல்லாம் பாடுவீங்களாமே?''

''ஆமா..அதுக்கு இப்ப நேரமில்லலா..பக்கத்து ஊருல திருவிழாப் பூசைக்குப் போகணும், நீங்க பாட்டு எழுதுன வடவைக் குயிலு வீட்டுல போய் கேக்குறீங்களா?''

அதற்குள் பாடகர் குழுவிலிருந்த பெண் ஒருவர் சமீபத்தில் எழுதப் பட்ட கிறிஸ்துமஸ் கும்மிப் பாட்டின் கைப்பிரதியை எடுத்துத் தந்தார். எதற்கும் கூடுதல் தகவல் கிடைக்குமா என பார்க்கலாம் என வடவைக் குயில் ஐயாவின் வீடு எங்கிருக்கிறது என கேட்டுத் தேடிச் சென்றேன். மனைவிக்கு உடல்நலம் சரியில்லாத சூழலிலும், ஆசையுடன் கோயில் குறித்தும், பாடல்கள் பற்றியும் பேசினார்.

திருவருகைக் காலத்தில் முளைப்பாரி வைக்கும் வழக்கம் தென்மாவட்டங்களில் உண்டு. நாற்பது நாள்களுக்கு முன்பே ஒருசந்தி இருந்து நெல்மணிகளை விதைத்து, வெளிச்சம் அதிகம் படாத இடத்தில் வைப்பார்கள். நெல் முளைவிட்டு வளரும். கிறிஸ்துமஸ் அன்று இரவு முளைப்பாரியை வெளியே எடுத்து அதை ஆலயத்துக்கு எடுத்துச் சென்று மைதானத்தின் நடுவே அடுக்கும் வழக்கம் வடவையில் உண்டு. சில பெண்கள் அந்த முளைப்பாரி நாற்றுகளை தலையிலும் அலங்காரத்துக்கு முன்பு சூடிக்கொள்வ துண்டு என தோழி ஒருவர் தெரிவிக்கிறார். அடுக்கப்பட்ட முளைப்பாரித் தொட்டிகளைச் சுற்றி நின்று பெண்கள் கிறிஸ்துமஸ் முளைப்பாரிக் கும்மி குதூகலமாக அடிப்பதுண்டு என குயில் சொல்கிறார். ''வருசாவருசம் கும்மிப் பாட்டு பாடி அடிக்கிறது உண்டுதான். முன்ன எல்லாம் வேற பாட்டு உண்டு. இப்ப செல வருசமா நான் எழுதின பாட்டைத் தான் பாடி அடிக்கிறாங்க'', எனச் சொன்னவர், அவரது பெயர் பாடலில் இருப்பதை குதூகலமாகச் சுட்டுகிறார். முன்பைப் போல் இப்போது அதிகம் பெண்கள் கும்மி அடிக்க முன்வருவதில்லை எனச் சொல்கிறார். 2017ம் ஆண்டு எழுதப்பட்ட கைப்பிரதிப் பாடலை அவரிடமிருந்து பெற்றுக் கொண்டு அங்கிருந்து கிளம்பினேன்.

கவுசானல் என்ற மனிதனின் அடிப்படை நேர்மை அங்கு சமூக நீதியை நிலைநிறுத்தியது. தீண்டாமைச் சுவரைக் கட்டினால் தானே சிக்கல்? கண்ணுக்குப் புலப்படாத தீண்டாமைச் சின்னங்கள் இன்றும் கிறிஸ்தவத்தில் கொட்டிக் கிடக்கின்றன. திருச்சி மாநகரின்

மத்தியிலுள்ள கிறிஸ்தவ இடுகாட்டின் நடுவே இன்றும் தீண்டாமைச் சுவர் கம்பீரமாக நிற்கிறது. சிற்றூர்களில் கூட சாதிக்கு ஒரு பங்கு என இரண்டிரண்டு கோயில்களைக் கட்டி மந்தையை மேய்த்துக் கொண்டிருக்கிறது கத்தோலிக்கத் திருச்சபை. சீர்திருத்தக் கிறிஸ்தவமாவது சரியாக இருக்கிறதா என்றால், அங்கும் இல்லை, சாதிக்கு ஒரு கோயிலை ஒரே ஊரில் கட்டி வணங்கி வருகின்றனர். எத்தனை கவுசானல்கள் வந்தாலும் இங்கே அடிப்படையில் மக்கள் மனம் மாறாமல் சமத்துவம் சாத்தியமில்லை.

இயலின் தொடக்கத்தில் தற்போது வடக்கன்குளத்தில் பாடப்பட்டு வரும் வடவைக் குயில் ஐயா எழுதிய கிறிஸ்துமஸ் முளைப்பாரி கும்மிப்பாட்டு இடம்பெற்றுள்ளது. நூற்றாண்டுக்கு முன்னர் பாடப்பட்டு வந்த வடக்கன்குளம் புராதனக் கும்மி இன்று வழக்கொழிந்து போயுள்ளது. பேரா. ஆ.சிவசுப்பிரமணியன் ஐயாவின் நூலில், கட்டுரைகளில் அங்கொன்றும் இங்கொன்றுமாக புராதனக் கும்மியின் பகுதிகள் பதிப்பிக்கப்பட்டுள்ளன. முழு புராதனக் கும்மிப் பாட்டையும் ஓராண்டு காலம் தேடியலைந்து இறுதியில் முனைவர் தே.ஜாண் அவர்களின் முனைவர் பட்டத்துக்கு சமர்ப்பிக்கப்பட்ட ஆய்வேட்டில் கண்டுபிடித்தேன். இந்தப் பாடலை முழுவதுமாகப் பதிப்பிக்க ஐயா அவர்கள் ஆசை கொண்டிருந்தார். என்ன காரணத்தாலோ அவரது ‘தென் தமிழகத்தில் கிறிஸ்தவம்’ நூலில் பாடல் விடுபட்டுப் போயுள்ளது.

முனைவர் பட்ட ஆய்வேட்டில் இருந்த தட்டச்சுப் பக்கங்களின் பிரதிகளை எனக்குத் தந்து உதவிய பிலோமினா ஜாண் அம்மாவுக்குப் பெரும் கடன் பட்டுள்ளேன். இந்தப் பாடலைப் மீண்டும் இங்கே பதிப்பிப்பது முனைவர் ஜாண் ஐயாவுக்கும் அவரது கள ஆய்வுப்பணிக்கும் என் நன்றிக்கடனே. நான்கு நூற்றாண்டு காலத்துக்கு முந்தைய வடக்கன்குளம் வரலாற்றை அழகுற சொல்லும் நூற்றாண்டுக்கு முந்தைய இந்தக் கும்மிப் பாடல் இன்று வடக்கன்குளத்தில் கூட யாரிடமும் இல்லை என்பது வேதனை. அவ்வூர் மக்கள் பாடலை பதிப்பித்து மீண்டும் பயன்பாட்டுக்குக் கொண்டுவந்தால் மகிழ்ச்சி. பாடல் இங்கே:

வடக்கன்குளம் புராதனக் கும்மி

உப.ஜே.பிதேலிஸ் அண்ணாவியவர்கள் குமாரர் கவியரசு ஜே.பி.மரியதாஸ் அண்ணாவியார் (தோற்றம்: 1879- மறைவு: 1922) அவர்களால் இயற்றப்பட்டது. இதன் முதற்பதிப்பு 1915ம் ஆண்டு வெளியிடப்பட்டது.

ஜேசு மரி ஜோசப் துணை
விருத்தம்

சுழலாடும் முகிழ்பொழிந்து சூழ்ந்தநீர் நிலம்பெருக
நிழலாடும் பலமரங்கள் நிறைந்து நில பரவிநிற்க
பழமாடுங் கிளை நிறைய பறவைகளும் பறந்துலவ
வளமாடும் வனமதுவே வடவைமா நகர்முன்னாளில்

கும்மி

வடவை நன்னகர் முன்னாளில் – வேத
வளமை தோன்றிய அன்னாளில்
தொடர் நலங்களிருந்தவிதம் – நானுஞ்
சொல்கிறேனிங்கு தெரிந்தவிதம்

தலைமுறைகளில் முன்னிருந்தோர் – ஜனந்
தழைத்த பெரியோர் பின்னிருந்தோர்
குலபரம்பரை சொன்னபடி – வேத
குருக்களெழுதி வைத்தபடி

நிழற்பசும் பயிர் நெல்நிறையுந் – திரு
நெல்வேலி ஜில்லாவின் தென் கரையில்
மழை முகிற்றிரழ் மின்முழங்கும் – குட
மலைத்தொடர்களின் தென்கிழக்கே

சாடித்தளம்பி யலைநடக்கும் – இந்து
சமுத்திரக்கரை தன் வடக்கு
சேடுகுளிர் விடுகொண்ட நலஞ் – சுற்றி
செவ்வல் கரிசலும் வண்டல்நிலம்

துலங்கு வெள்ளை மணல்நிறைவும் – அதைச்
சுற்றிவளர்ந்த சணல்நிறைவும்
வலியமா சிறுமூலிகளும் – பல
வைமரப்புன்னை விறாலிகளும்

இத்தியிலந்தையுங் கொங்குகளும் நிழல்
ஏந்து விருஷியம் புங்குகளும்
மெத்த இலுப்பைகள் வாவரசும் – மலர்
மிஞ்சும் பெருஇலைப் பூவரசும்

புளிகளத்தி முருங்கைகளும் – கிளை
பூத்துக்கனித்த வருக்கைகளும்

கழைகருங்காலி வில்லைகளும் – பல
கருவைகாஞ்சிரந் தில்லைகளும்

பூசணி வெள்ளரித் தும்பைகளும் – பல
பூஞ்சட்டை வீறாணி பம்பைகளும்
வாசனைப்பச்சிலை செங்களிகள் – பல
வத்தக்கு முட்சிறு நங்கிலிகள்

க்ரீடக் கொடிகள் சின்னாவரைகள் – பல
கீரைகள் கோவை பொன்னாவரைகள்
இருவாச்சி மல்லிகை இண்டைகளும் – பல
ஈந்து குன்னிமுத்துச் சுண்டைகளும்

பற்றிப் பரந்த பெரண்டைகளுஞ் – சுருள்
பக்கங்கவிந்த குறண்டுகளும்
முற்றுங்கவிந்த கொழுஞ்சிகளும் – நிலம்
முழுதுமிஞ்சு நெருஞ்சிகளும்

இன்னவளமை வனந்தனிலே – இடம்
ஏற்ற வசதிப் புனந்தனிலே
அந்தமிலங்கிட ஓர் புறத்தில்- வரும்
அநுமாராற்றுக்கு மேற்புரத்தில்

வேயருஞ் செஞ்சுடர்ச் சீலமெனா – சத்ய
வேதந்தொனிக்கிற காலமெனா
ஆயிரத்தறுநூற்றெண்பதென்ற – அந்த
ஆண்டுபிறந்து நடக்கையிலே

க்ஷத்திரியகுல நாடார்கள் – கொண்ட
சத்திய வேதந் தொனித்திலங்கி
துத்தியமேவும் அணைக்கரையூர் – தொடர்
தோப்பு விளையூரதிலிருந்து

முத்தொடு பவளக்கோர்வையென – ஞான
முத்து நாடாரும் புதல்வர்களும்
சத்துவமனைவி தேன் கொடியாம் – நல்ல
சாந்தாயியென்றொரு பூங்கொடியும்

இன்னுஞ்சிலர்களுங் கூடிவந்தார் – அவர்
இந்த இடத்தையே நாடிவந்தார்
பொன்பயிரென்னும் படியிருந்தார் – மனப்
பூரணங்கொண்டே குடியிருந்தார்

ஆற்றுக்குவட பெருங்குடியில் – நின்று
ஆனந்த நாடார் தம்மக்களோடு
கோத்திரம் வந்தபடியறிந்தார் – தாமுங்
கூடவே வந்து குடியிருந்தார்

காடதைக்கண்டு தெளிகூர்ந்தார் நல்ல
கார்வளங்கண்டு களிகூர்ந்தார்
வீடுகள் செய்திடப் பின்னாலே அதன்
மேற்குத்திசையிலே முன்னாலே

அரிதழகுவோர் பந்தலிட்டார் அதில்
ஆலயமாகச் சிலுவை நட்டார்
தெரிந்த சித்திரவேலையிட்டார் அதில்
தெரிந்த பூக்களில் மாலையிட்டார்

திரித்துவத் திருப்பேராலே அவர்
தெரிந்து காணிக்கைச் சீராலே
திருக்குடும்பமே போற்றிவைப்பார் மூன்று
திரிவிளக்குகள் ஏற்றிவைப்பார்

செய்ய சிலுவையின் பந்தலிலே அவர்
சென்று முழங்காலில் நின்றதிலே
செய்பவமெண்ணித் தபித்திடுவார் அங்கு
சிந்தையுருகிச் ஜெபித்திடுவார்

வந்து உழுதுவிதைத்திடுவார் சுற்றி
வளைந்து எல்லைகள் வைத்திடுவார்
நன்நிலமாம்பெரும் புஞ்சைகளில் அவர்
நட்ட சிறுநில நஞ்சைகளில்

ஓங்கிக்கவிந்தடர் கொள்ளுகளும் செடி
உயர் பருத்திகள் எள்ளுகளும்
பூங்கண்ணி சாமைகள் கேழ்வரகும் கதிர்
பூத்த குதிராலிக் கூழ்வரகும்

குழைந்ததுவரைப் புல்லுகளும் கதிர்
கொண்டுமடிந்திடும் நெல்லுகளும்
தழைத்து ஓங்கிச்செழித்ததுவே கதிர்
தாங்கிமணிகள் பொழிந்ததுவே

நன்னயங் கொண்டுநாள் போகையிலே வேத
நாடார்களின் தொகையாகையிலே

நன்மைஇலங்கிய கண்யவதி அந்த
நாமந்துலங்கிய புண்யவதி

குலம்பரவிய கொத்து அவள் தொடர்
கொண்டொருமாலையின் முத்துஅவள்
ஜனந்துலங்கிய எந்தாயி அந்த
சாந்தகுண அம்மாள் சாந்தாயி

சாதுகுணமுள்ள மானதுபோல் கொண்ட
சற்குணத்திற் சுவை தேனதுபோல்
வார்தவங்காய்த்த கனியதுபோல் வேத
வாக்குத் தொனிக்கும் மணியதுபோல்

வாழ்ந்திருந்தாளொரு நல்வழியாய் ஜன
மகத்வ உறுதிச்சொல்லொளியாய்
சூழ்ந்த ஜனங்களைத் தேற்றிருந்தாள் வேதத்
தூண்டுகோ லெனவே வீற்றிருந்தாள்

வீற்றிருக்கும் அந்த நாளையிலே ஒரு
விடியற்காலை நல்வேளையிலே
பாற்சுவைகொண்ட கனிவழங்க பல
பட்சிகள் கூடித்தொனிமுழங்க

தேசுயர் செஞ்சுடர் தூவிநிற்க தெருச்
சேவல்கள் மகிழ்ந்து கூவிநிற்க
பேசி மகிழ்ந்து பதிகடந்துசில
பெண்டுகளோடு வழிநடந்து

ஊருக்குத்தெற்கே பெருத்தவிளை அது
ஓங்கிப்படர்ந்த பருத்திவிளை
சீருயர் பஞ்சு எடுக்கையிலே அதைச்
சேர்ந்திருங்கூடை தொடுக்கையிலே

தூரத்திலொருவர் வந்ததுவும் அது
சுறுக்கிலரவந் தந்ததுவும்
யாரது யேதது என்றார்கள் அது
என்னவென்றறிய நின்றார்கள்

இன்ப திருச்சபை போதகுரு கனம்
இன்னாசியாரென்னும் நீதகுரு
வல்ல சிறந்த குதிரையிலே அவர்
வழிதொடர்ந்து வருகையிலே

அறியப்படாத கிறிஸ்தவம் ✤ 333

வந்திடுஞ் சுவாமியைக் கண்டுநின்றார் வெகு
வாச மகிழ்ச்சியைக் கொண்டு நின்றார்
முந்தி யிவர்களும் எட்டினதும் அவர்
முன்னிலைச் சமுகங் கிட்டினதும்

அங்கு முழங்காலில் நின்றிடவே ஸ்வாமி
ஆசிர்பதந் தாருமென்றிடவே
துங்கனாசீர்பதம் தான்கொடுத்தார் வழி
தொடருங்குதிரையைத் தடுத்தார்

தன்மையைக் கண்டே தெரிந்து கொண்டார் வேத
சபையிவரென் றறிந்து கொண்டார்
கொண்ட சந்தோசம் பெருகிடவே உடன்
குதிரை விட்டு இறங்கிடவே

ஊரெது பேரெது கூறுமென்றார் அந்த
உங்கள்பதி என்ன தூரமென்றார்
பேரது ஊரதுஞ் சொன்னார்கள் அந்தப்
பெண்கள் கிறிஸ்தவ மின்னார்கள்

உத்தம குருவைக் கூட்டிவந்தார் தங்கள்
ஊரதுங் கோயிலுங் காட்டிநின்றார்
பக்தியுள்ள தந்தை கண்டதுவும் அவர்
பட்சமுள்ள மனங் கொண்டதுவும்

ஜனங்கள் வந்துடன் கண்டதுவும் அவர்
சந்தோஷமாங் கனிகொண்டதுவும்
இனங்களாகவே சூழ்ந்ததுவும் ஜனம்
ஏற்றிப் புகழ்ந்தடி வாழ்த்தினதும்

இன்ன சிறப்புகள் கொண்டதின்பின் அவர்
இட்ட உணவது உண்டதின்பின்
அன்னவர் குச்சிலின் கூட்டினிலே நல்ல
அருமையானவோர் வீட்டினிலே

சுவாமியிருக்கவே வேணுமென்றார் வேத
சுகிர்த நல்வழி தோணுமென்றார்
நவஜெபங்கள் தெரியாது ஒரு
நல்லொழுக்கமு மறியாது

இந்த வனத்திலிருக்கலுற்றோம் நாங்கள்
இன்ன ஜனங்கள் பெருகலுற்றோம்

தென்வைசுவாமி தவசரனே உப
தேசியொருவ ரவசரமே

சபை நலங்கள் பெருகவைத்த அந்த
சணல்கள் வேய்ந்து சொருகிவைத்த
ஜெபக்கூடமதைத் தள்ளவேணும் அதில்
சின்னொரு கோயிலுஞ் செய்யவேணும்

வேணுமென்றே யவர்கேட்டார்கள் அந்த
விற்பனமாஞ் சிறு வீட்டார்கள்
காணுந்தவத்தோனும் தன்மதித்தார் கோயில்
கட்டவே தன்மனஞ் சம்மதித்தார்

அவ்விதமே தருவோமென்றார் அதற்
காகத்திரும்பி வருமோமென்றார்
அன்பருள் சுவாமியும் ஏகலுற்றார் அந்த
அணைக்கரை பதி போகலுற்றார்.

சான்றுகள்

- தென் தமிழகத்தில் கத்தோலிக்கம், முனைவர் தே. ஜாண், செல்வி பதிப்பகம், திருநெல்வேலி
- கிறிஸ்தவமும் சாதியும் - ஆ.சிவசுப்ரமணியன், காலச்சுவடு பதிப்பகம், 2011
- http://athisayamanalmathashrine.org/index.php/home/history
- The Life and Letters of Francis Xavier, Vol I – H J Coleridge, Burns and Oates, 1872
- வடவைக் குயில் பேட்டி - 18.01.2021
- முனைவர் பட்ட ஆய்வேடு, முனைவர் தே. ஜாண், உதவி: பிலோமினாள் அம்மாள்

17

திராவிட அரக்கன் ராபர்ட் கால்டுவெல் – இடையன்குடி

கிறிஸ்தவத்துக்கு கால்டுவெல் ஆற்றிய பணியை விட, தமிழுக்கு அவராற்றிய அரும்பணியே அம்மாமனிதனை நேசிக்க பெரும் காரணமாக அமைந்தது எனலாம்.

ராகம்: சங்கராபரணம், தாளம்: ரூபகதாளம்

பல்லவி

இயேசையா பிளந்த ஆதிமலையே
மோசநாளில் உன்னில் ஒளிப்பேனே

சரணங்கள்

மோசமுள்ள பாவ நோய் முழுதும் என்னில் தீர், ஐயா;
தோஷம் நீக்கும் இரு மருந்தாமே – சொரிந்த உதிரம் நீருமே –
இயேசையா

இகத்தில் என்னென் செய்தாலும் ஏற்காதே உன் நீதிக்கு,
மிகவாய் நொந்தழுதும் தீராதே – மீளாப்பாவ ரோகமே – இயேசையா

பேரறம் அருந்தவம் பெருமிதமாய்ச் செய்திடினும்
நேரஸ்தரின் பாவம் நீங்குமோ? – நீங்காதே உன்னாலல்லால் –
இயேசையா

வெறுங்கையோடோடி வந்து, வினை நாசன் பேரருள் கெஞ்சி,
திருச்சிலுவை தஞ்சம் புகுந்து, - தியங்கி அணைத்தே நிற்பேன்; -
இயேசையா

அருளிலிருளோன் ஆனாலும், அபயமுன் தன் நீதிக்கே!
கருணை ஊற்றிக்க கழுவமாட்டாயோ? கழுவாயாகிற் சாவேனே –
இயேசையா

ஜீவனோடே தங்கிலும், தெளிகண் சாவில் மங்கிலும்,
தேவாசனமுன் அஞ்சி நிற்க – தேவலோக மேறிலும், - இயேசையா

- ராபர்ட் கால்டுவெல் இயற்றிய ஒரே கீர்த்தனை இது. தஞ்சை சென்று வேதநாயகம் சாஸ்திரியாரைச் சந்தித்து உரையாடியபின், அதன் தாக்கத்தாலும், கீர்த்தனைகளை மக்கள் ஆர்வத்துடன் பாடிவந்ததாலும், கால்டுவெல் இக்கீர்த்தனையை இயற்றினார். இது தவிர ஐந்து ஞானப்பாடல்களை (hymns) தமிழில் மொழிபெயர்த்திருக்கிறார். அவற்றில் 1880ம் ஆண்டு ஜூலை 6 அன்று அவர் கட்டிய இடையன்குடி ஆலயத்தின் அர்ப்பண ஆராதனையில் பாடுவதற்காக, 'தி சர்ச்'ஸ் ஒன் ஃபவுண்டேஷன்' (The Church's One Foundation) என்ற பாடலை 'சபையின் அஸ்திபாரம்' என தொடங்கும் தமிழ் ஞானப்பாடலாக மொழி பெயர்த்தார். 1938ம் ஆண்டு வெளிவந்த கிறிஸ்தவ இலக்கிய சங்கத்தின் ஞானப்பாடல்கள் நூலில் இந்தப் பாடல் இடம் பெற்றுள்ளது. (முனைவர் ஞான சந்திர ஜான்சன், அருட்பணியாளர் ராபர்ட் கால்டுவெல்).

ஆங்கிலேயக் கிறிஸ்தவரான கால்டுவெல்லின் ஒப்பிலக்கணம் நூலைப் பதிப்பித்த சைவ சித்தாந்த நூற்பதிப்புக் கழகத்தின் பதிப்புரை:

''உலகில் வழங்கும் மொழிகள் பலப்பல; அவ்வம் மொழிக்குரியார் தத்தம் மொழியே தலைசிறந்தது என கூறிக்கோடல் இயல்பேயாகலின், உலகமொழிகள் பலவற்றுள்ளும் சிறந்த மொழிகள் சிலவற்றைத் தேர்ந்துகொண்டு, அவற்றுடன் தமிழ் மொழியை ஒப்பிட்டுச் சீர்தூக்கி எவ்வகையிலும் சிறந்தது தமிழ்மொழியே என முடிவு கூறின், யாவராலும் அது எளிதில் ஏற்றுக்கொள்ளப்பெறும். அதிலும் தமிழ் மொழிக்குரியரல்லரான வேறொரு செம்மொழியாளர் காய்தலுவத்தலின்றித் தேர்ந்து ஆராய்ந்து, தெளிந்து, அத்தகைய முடிவு கூறின் அதை விரைந்தேற்றுப் போற்றுதல் அனைவர்க்குங் கடனன்றோ? அத்தகைய அரும்பெற லாராய்ச்சியைச் செய்துமுடித்துத் தமிழ்

மொழிக்கு ஏற்றம் அளித்த பெரியார் ரைட். ரெவரெண்டு ராபர்ட் கால்டுவெல் டி.டி., எல்.எஸ்.டி. ஆவர்.''

''பத்தொன்பதாம் நூற்றாண்டில் ஐரோப்பாவிலிருந்து தமிழ்நாடு போந்து கிறித்து சமயத் தொண்டுடன் தமிழ்த் தொண்டும் புரிந்த ஐரோப்பியர்கள் பலருள்ளும் கால்டுவெல் ஐயர் தலைசிறந்த வராவார். அவர் இயற்றியளித்த 'திராவிட மொழிகளின் ஒப்பிலக்கணம்' என்ற ஒப்பரிய ஆராய்ச்சி நூல் தமிழ்மொழிக்கு உலகமொழிகளிடையே வியக்கத் தக்கதோர் உயர் நிலையை யளித்தது; தமிழ்மொழி வளர்ச்சிக்குப் புத்துயிர் அளித்தது; தமிழ் மக்களின் பண்டைப் பெருமைக்கும் நாகரிகச் சிறப்புக்கும் கலைவளத்துக்கும் என்றும் அழியாச் சான்று பகர்ந்தது; பகரா நின்றுவருகிறது.'' அறிஞர்கள் மத்தியில் நாடு, மதம், இனம் தாண்டி ஒருவர் மற்றவரை மதிக்கும் மாண்பை என்ன வென்று சொல்ல? தமிழ் ஒன்றால் மட்டுமே இந்த இயைபைக் கொணர முடிந்திருக் கிறது. போலவே கொற்கை குறித்த அகழாய்வுகளை முன்னெடுத்து, தெளிவாக அந்த நகரம் குறித்து நாம் தேடலைத் தொடரவேண்டும் என நூற்றாண்டுக்கு முன்னரே தன் பணியை அங்கு தொடங்கி, பின்னாளைய ஆய்வாளர்களுக்கு பாதை காட்டியவர் கால்டுவெல்.

ராபர்ட் கால்டுவெல், படம் நன்றி: விக்கிமீடியா காமன்ஸ்

கிறிஸ்தவத்துக்கு கால்டுவெல் ஆற்றிய பணியை விட, தமிழுக்கு அவராற்றிய அரும்பணியே அம்மாமனிதனை நேசிக்க பெரும் காரணமாக அமைந்தது எனலாம். 'திராவிடவியல்', 'தன்மதிப்பு' போன்ற கருத்துருவாக்கங்கள் ஏற்படாத காலத்தில் அவற்றை முதலில் நமக்கு அறிமுகம் செய்த அரும்பெருமகனாரின் ஊருக்கு, அவர் கட்டிய ஆலயத்துக்குப் போகப்போகிறோம் என்ற நினைப்பே பெரும் குதூகலம் தந்தது. திருச்செந்தூர் இடையன்குடி சாலை, குறிப்பாக குட்டம் பிரிவிலிருந்து தேரிக்காட்டின் ஊடறுத்துச் செல்லும் சாலையில் பயணிக்கும் அனுபவம் ஒருவித அச்சமும், மகிழ்வையும் கலந்து தரக்கூடியது. ஏறி இறங்கி செம்மண் காட்டில் ஊடாடும் சாலை, அதனோரம் வினோத வெண்

பச்சை இலைகளைக் கொண்ட மரங்கள், அங்கங்கே குத்துச்செடிகள் என ஆளரவமற்ற சாலையில் எங்கள் வண்டி பாய்ந்து சென்றது. குளிரூட்டப்பட்ட காரிலும் வியர்த்து ஊற்றியது. போக்குவரத்து வசதிகள் பெரிதாக இல்லாத காலகட்டத்தில் இங்கிலாந்தின் குளுகுளு தட்பவெப்பத்துக்குப் பழகிய கால்டுவெல் இந்தக் காட்டில் எப்படி தன் வாழ்க்கையைக் கழித்தார் என சிந்தித்தபடியே தான் பயணித்தேன்.

ஊருக்குள் செல்வதற்கு முன் தனக்குத் தெரிந்தவர்கள் வீட்டுக்குச் செல்லவேண்டும் என உடன் வந்த ரோடா சொல்ல, அழகிய பழைய வீடு ஒன்றின் முன் கார் நின்றது. ஒரு முதிய தம்பதி எங்களை அன்புடன் வரவேற்றனர். அழகிய நீல வண்ண ஆத்தங்குடி கை ஓடுகள் பதிக்கப்பட்ட தரை, பெரிய வளைவுகள், சுண்ணம் குழைத்துக் கட்டப்பட்ட தூண்கள், நீலத் தரையின் மேல் பூப்பின்னலுடன் நார்க்கட்டில் ஒன்று என ஏதோ கடந்த காலத்துக்குள் பிரவேசித்தது போன்ற எண்ணம் அந்த வீட்டுக்குள் சென்றதும் தோன்றிற்று. தம்பதி எங்களிடம் பேசியதில் பத்தில் ஒரு வார்த்தை கால்டுவெல் ஐயர் என்பதாகவே இருந்தது. இந்த ஊர் மக்கள் அவரை எந்த அளவுக்கு நேசிக்கின்றனர் என புரிந்துகொள்ள முடிந்தது.

மாடியிலிருந்து ஊரைப் பார்க்கலாம் என முதல் தளத்துக்குச் சென்றோம். கோயிலின் கோபுரம் ஒரு பக்கம், சீரான தெருக்கள் மறுபக்கம் என ஊரே ரம்மியமாகத் தெரிந்தது. கால்டுவெல்லின் அழகுணர்ச்சிக்கு எடுத்துக்காட்டு இந்த ஊரின் அமைப்பு என அந்த வீட்டின் உரிமையாளர் ஜெபத்திலகர் ஐவன் சொன்னார். அதில் ஐயமில்லை. கூடவே இன்னொரு தகவலும் சொன்னார். அந்த ஊரில் யார் வேண்டுமானாலும் வீடுகட்டிக் குடியிருக்கலாம், ஆனால் நிலம் முழுக்க மிஷனுக்குச் சொந்தமானது. மக்கள் பெயரில் பட்டா கிடையாது என்பதால் அதை வேறு யாரும் விற்கவோ வாங்கவோ முடியாது என்றார்.

அதெப்படி சாத்தியம் என கேட்டால், அப்படித்தான் நம்பிக்கையின் பேரில் எங்கள் வாழ்க்கை முழுக்க இந்த வீட்டில் கழித்திருக்கிறோம், மொத்த ஊரும் அப்படித்தான் என்றார். எங்களில் யாருக்கும் இந்த வீடுகளையும், ஊரையும் விட்டுச் செல்வதாக எண்ணமில்லை. இருக்கும்வரை இங்கு மகிழ்வாகவே இருக்கிறோம் என்றார். விற்க உரிமை இல்லாத ஓரிடத்தில் வீடுகட்டி வாழ்க்கை முடியும்வரை அதில் வசிக்கும் இந்தக் கருத்தாக்கம் சோஷலிச முறைமையின் கூறாயிற்றே என இன்னும் குழப்பமானேன்.

அறியப்படாத கிறிஸ்தவம் ❖ 339

குழப்பத்துக்கு விடை கால்டுவெல் தன் சகோதரிக்கு எழுதிய கடிதத்தில் கிடைக்கிறது. கால்டுவெல் இடையன்குடிக்கு பணியேற்க வரும்போது இப்போதைய கட்டமைப்பு இல்லை. ஊரின் நடுப்பகுதியில் ஒரு மைதானமும், அதனருகே சிறிய ஆலயமும், குருவானவர் வீடும் இருந்தன. கிராமத்தில் தெருக்களே இல்லை. வளைந்து நெளிந்து செல்லும் சந்துகள், காற்றோட்டமே இல்லாத ஓலைக்குடிசைகள், அவற்றினருகே கள்ளிச் செடிகள் என கிராமமே பரிதாபமாக தெரிந்தது. அங்கு குடியிருந்த மக்கள் பெரும்பாலும் பனையை நம்பி பிழைப்பு நடத்திவந்த மக்கள். பதநீர் காய்ச்சி, கருப்பட்டியை திருவிதாங்கூருக்குக் கொண்டு சென்று விற்று வாழ்க்கையை ஓட்டிவந்தவர்கள்.

வீடுகளற்ற வனாந்தரத்தில் 'அடைக்கலப் பட்டினங்களை' ஏற்படுத்துவது சாத்தியம் தான். ஆனால் ஏற்கனவே குடிசைகள் இருந்த பகுதியில் எப்படி ஒழுங்குபடுத்தப்பட்ட ஊரை உருவாக்குவது? கால்டுவெல்லின் முன்னின்ற பெரும் சவால் இது. கிராமத்தின் இடங்களை மிஷனின் பெயரில் வாங்கத் தொடங்கினார். 1842ம் ஆண்டு கிராமம் முழுவதையும் 40 பவுண்டுகளுக்கு வாங்கினார். நிலத்தில் வீடு கட்டும் உரிமைக்கு அடுத்த போராட்டம் நடந்தது. சட்டப்படி நிலத்தின் அனைத்து உரிமைகளையும் பெற்று கிராம மனைகள் முழுவதையும் மிஷனுக்கு உரிமையாக்கினார்.

அவரது சகோதரிக்கு அவர் எழுதிய கடிதத்தில், இடையன்குடியில் நிலம் வாங்குவது எளிதாக இல்லை எனச் சொல்கிறார். ''நிலத்தின் உரிமையாளர்கள் நிலத்துக்கு அதிக விலை கேட்டனர்; ஆவணம் முடிப்பதில் சிக்கல்கள் ஏற்பட்டன. அங்குள்ளவர்கள் வெளிநாட்டவர்களுக்கு தங்கள் நிலங்களை விற்க முன்வரவில்லை. ஒத்தி வைக்க ஆர்வம் காட்டினார்கள். நிலத்தின் மதிப்புக்கு மும்மடங்கு விலை கொடுத்து வாங்கும் சூழல் ஏற்பட்டது. பக்கத்துக் கிராமமான குட்டத்திலுள்ள சாணார்கள் பல நெருக்கடிகளை ஏற்படுத்தினார்கள். சுற்றுவட்டாரத்திலிருந்த எல்லா நிலங்களும் அவர்கள் கட்டுப்பாட்டில் இருந்தன. விற்ற நிலத்துக்கும், அதில் கட்டப்பட்ட வீடுகளுக்குக் குடிகூலி வாங்கவும், திருமண காலங்களில் கட்டணம் வாங்கிக்கொள்ளவும் தங்களுக்கு உரிமை உண்டு என்கின்றனர். இதற்கு அவர்களுக்கு சட்டப்படி உரிமை உண்டா எனவும் எனக்குத் தெரியவில்லை. தங்களை உயர்குல மக்கள் எனக் கூறிக்கொள்கின்றனர். ஆனால் அவர்கள் நல்லவர்கள் இல்லை என்பதே எனது எண்ணம். அவர்களிடம் ஏற்படும் வாக்குவாதம், மோதல்களைத் தவிர்க்க நிலத்தோடு வீடுகட்டும்

உரிமையையும் வாங்கிக்கொண்டேன். இதனால் பிற்காலத்தில் அதில் வீடு கட்டும் என் திட்டங்கள் வெற்றியடைந்தன'', என அக்கடிதத்தில் கால்டுவெல் குறிப்பிட்டுள்ளார்.

ஊரின் நடுவே ஆலயமும், அதைச் சுற்றி ஒழுங்கான தெருக்களும், காற்றோட்டமான வீடுகளும் கொண்ட ஊரை ஏற்படுத்தவேண்டும் என எண்ணிய கால்டுவெல், மரமொன்றின் உச்சியில் ஏறி சுற்றியுள்ள இடங்களைப் பார்வையிட்டார். ஆலயம், பள்ளி, தெருக்கள், வீடுகள் எங்கு எவ்வாறு அமையவேண்டுமென்று மனக்கண்ணில் திட்டமிட்டுவிட்டு, கிராமத்தின் மாதிரி வரைபடத்தை உருவாக்கினார். தெருக்களை ஒழுங்குபடுத்தினார்; தெருக்களின் ஓரம் மரங்கள் நட்டார்; கிணறுகள் வெட்டினார்; அருகாமையிலுள்ள காலி இடங்களில் மரங்கள் நட்டார். சில மாதிரி வீடுகளைக் கட்டி மக்களின் பயன்பாட்டுக்கு ஒப்படைத்தார். அதே போல காற்றோட்டமுள்ள சுகாதாரமான வீடுகளைக் கட்ட மக்களை ஊக்குவித்தார். இதற்கான நிதியை சென்னைப் பேராயர் ஸ்பென்சர், எஸ்.பி.ஜி.யின் செயலர் ஷார்ட்லேண்ட் ஆகியோர் மூலம் கேட்டார். இங்கிலாந்துவரை இடையன்குடி கிராம உருவாக்கத்துக்கு நிதியுதவி கேட்டு வேண்டுகோள் சென்றது.

தம்பதியிடம் பேசிவிட்டு, ஆலயத்துக்குச் சென்றோம். வாசலில் அலங்காரத்துடன் அழகிய பிரம்மாண்ட ஆலயம் தெரிந்தது. 1829ம் ஆண்டு ரோசன் ஐயரால் கட்டப்பட்ட இடையன்குடியின் முதல் ஆலயம் 1845ம் ஆண்டு ஏற்பட்ட புயலால் சேதமடைந்தது. 1848ம் ஆண்டு புதிய ஆலயம் கட்டுவதற்கு அடிக்கல் நாட்டப்பட்டது. ஆலயத்தை பிரம்மாண்டமாகக் கட்ட விரும்பினார் கால்டுவெல். பணம் கிடைப்பதைப் பொறுத்து பணிகள் தடங்கலுடன் நடந்தன. 66 அடி உயரமும், 85 அடி நீளமும், 52 அடி அகலமும் கொண்ட பிரம்மாண்டக் கட்டடத்தைக் கட்ட தமிழகத்திலும், இங்கிலாந்திலும் கால்டுவெல் நிதியுதவி கோரினார்.

அடிப்படையில் கால்டுவெல் ஓவியக்கலைஞர். 16 வயது வரை தன் பெற்றோரிடம் கிளாஸ்கோ நகரில் கல்வி கற்ற கால்டுவெல், டப்ளினிலுள்ள கலைத்தொழில் பள்ளி ஒன்றில் சேர்ந்து 1833ம் ஆண்டு ஓவியப் படிப்பை முடித்தார். ஓவியத் தொழில் வாழ்க்கைத்தொழில் அல்ல என்ற புரிதலை அவருக்குத் தர அவரது சகோதரர் முயன்றார். அர்விக் (Urwick) என்ற மிஷனரியின் தொடர்பும் பிற சக கிறிஸ்தவர்களின் அறிமுகமும் கால்டுவெல்லின் மனதை மாற்றியது. 1834ம் ஆண்டு மிஷனரியாகும் பொருட்டு அவரும் அவர் நண்பரான லியோனும் லண்டன் மிஷனரி சங்கத்தில் சேர்ந்தார்கள்.

ஓவியராக வேண்டும் என்ற ஆசை நிறைவேறாததாலோ என்னவோ, இடையன்குடி ஆலயத்தைப் பார்த்துப் பார்த்து இழைத்துக் கட்டினார் கால்டுவெல். காதிக் (Gothic) கட்டட பாணியின் மேல் பெரும் காதல் கால்டுவெல்லுக்கு இருந்தது. ஆலயத்தின் சன்னல்கள், கதவுகள், பலகணிகள், ஆல்தர், மேசை நாற்காலிகள் என எல்லாமே நுணுக்கமாக கால்டுவெல்லால் வடிவமைக்கப்பட்டன. ஆலயக் கட்டுமானத்தின் போது களிமண்ணாலான வளைவுகள் உள்பட அனைத்து பலகணி களையும் செய்து, அவற்றில் கோடுகள் வரைந்து தச்சர்களிடம் காட்டினர். அதை மாதிரியாகக் கொண்டே தூண்களும், மேடைகளும் அமைக்கப்பட்டன. கூரையின் மரவேலைகளையும் களிமண்ணால் செய்து கொடுத்தார். அதைப் பார்த்தே கூரையை தச்சர்கள் அமைத்தார்கள். ஆலயத்தின் நடுவே உள்ள தூண்கள் அனைத்தும் ஓரே கல்லாலானவை. வெளிப்புற கட்டட அமைப்போ பிரெஞ்சு பாணியை ஒத்தது. ஆலயத்தின் வெளிப்புறச் சுவரின் தூண்களைத் தாங்கும் தாங்கு தூண்கள் (buttress) அமைக்கப்பட்டன.

ஆலயத்தின் மூன்று நுழைவாயில்களில் எதுவும் ஆல்தருக்கு நேராக இல்லை. காற்று காலத்தில் தூசி உள்ளே வருவதைத் தடுக்க இவ்வாறு கால்டுவெல் வடிவமைத்திருக்கலாம். இங்குள்ள 'ஜாய் பெல்ஸ்' (Joy Bells) என அழைக்கப்படும் ஆலய மணிகள் இங்கிலாந்திலிருந்து 1876ம் ஆண்டு தருவிக்கப்பட்டவை. இந்த மணிகள் ஆங்கில 'கிளெஃப்' (clef - musical notation) இசைக் குறிப்புகளின் படி இசைக்கப்படுகின்றன. இந்த மணிகளில் நான்கு கிளெஃப்கள் இசைக்கமுடியும் (bass, treble, alto, tenor). இன்றும் ஆங்கில குறிப்புகள் படியே இந்த ஆலயத்தில் மணிகள் இசைக்கப் படுகின்றன. நான்கு மணிகளையும் மாற்றி மாற்றி இசைக்கின்றனர். மணியோசை ஐந்து கிலோமீட்டர் தொலைவு வரை கேட்பதாக சொல்லப்படுகிறது. ஆண்டுதோறும் குடியரசு தினத்தன்று தேசிய கீதம் இந்த மணிகள் மூலம் இசைக்கப்படுகிறது. திருமணம், விழாக்களில் கீர்த்தனைகளும் மணிகள் மூலமே இசைக்கப் படுகின்றன. இங்கிலாந்தின் வெஸ்ட்மின்ஸ்டர் ஆபேயில் (Westminster Abbey) ஏழு மணிகள் இவ்வாறு இசைக்கப் படுகின்றன. அதற்கடுத்து இடையன்குடியின் நான்கு மணிகள். உலகில் வேறெங்கும் இவ்வாறான ஜாய் பெல்கள் இல்லை என ஞான சந்திர ஜான்சன் தன் கால்டுவெல் நூலில் குறிப்பிடுகிறார்.

ஆலயத்தின் மற்றொரு ஆச்சரியமூட்டும் விஷயம் இதன் திருநீராட்டுத் தொட்டி. ஒற்றை வெள்ளைப் பளிங்குக் கல்லாலான இந்தத் தொட்டியை இந்திய நிதித்துறை அதிகாரியான ராபர்ட்

டெய்லர் (Robert Taylor) ஷ்ராப்ஷயர் நகரிலுள்ள ஒரு குடும்பத்தின் நினைவாக வழங்கினார். எட்டுப் பக்க வடிவமைப்பைக் கொண்ட இத்தொட்டியில் மிக அழகிய பூ வேலைப்பாடுகள் செதுக்கப் பட்டுள்ளன. இதன் மேல் பகுதியில் வெண்கலத்தில் ஒரு வாசகம் பொறிக்கப்பட்டுள்ளது. ''கிறிஸ்துவின் பரிசுத்தவான்களின் ஐக்கியம் – பொதுவான திருச்சபை என்ற விசுவாசக் கோட்பாட்டுக்கு நன்றியான சாட்சிகளாகவும், தங்களுக்கு அருமையானவர்களின் எலும்புகள் எங்கு அடக்கம் செய்யப்பட்டிருந்தாலும், அவர்கள் நினைவாகவும் ஒரு ஷ்ராப்ஷயர் குடும்பத்தினரால் இடையன்குடி ஆலயத்துக்கு வழங்கப்பட்டுள்ளது.'' (This font is offered to the Church at Edeyengoody By A Shropshire Family. In thankful witness to the One Communion of saints In Christ's Holy Catholic Church And in memory of their resting ones Wherever their bones may lie)

பீடத்தின் பக்கவாட்டு சுவரில் வெண்கலப் பலகை ஒன்று பதிக்கப்பட்டுள்ளது. இதில் கால்டுவெல்லின் மனைவியும் மால்ட் ஐயரின் மகளுமாகிய எலைசாவின் நினைவு போற்றப்பட்டுள்ளது. அவர் பீடத்தினடியில் அடக்கம் செய்யப்பட்டிருப்பதாகவும் பதாகை குறிப்பிடுகிறது. பீடத்தின் நடுவே தரையில் கால்டு வெல்லின் கல்லறை உள்ளது. அதன்மேல் நினைவுக் கல்வெட்டு ஒன்று பொறிக்கப்பட்டுள்ளது.

எந்த ஆடம்பரமான வசனங்களும் இல்லாமல், 'திருநெல்வேலியின் துணை ஆயர் ராபர்ட் கால்டுவெல் டிடி, எல் எல் டியின் உடல் இங்கு அடக்கம் செய்யப்பட்டுள்ளது' என மட்டுமே அதில் குறிப்பிடப் பட்டுள்ளது. அதில் பிறந்த மற்றும் இறந்த ஆண்டுகள், இந்தியா வந்த ஆண்டு, குருப்பட்டம் வாங்கிய ஆண்டு ஆகியவையும் பொறிக்கப்பட்டுள்ளன. பக்கவாட்டுச் சுவர் ஒன்றில் கால்டுவெல்லின் இரண்டாவது மகள் லூயிசாவின் நினைவுக் கல்வெட்டு உள்ளது. பீடத்தின் முன் மூன்று சரவிளக்குகள் தொங்கி ஒளியூட்டிக்கொண்டிருந்தன. ஆலயத்தின் நாற்காலிகளும் மேசைகளும் கவனத்துடன் அழகாக கடையப்பட்டுள்ளன.

1868ம் ஆண்டு கோயில் கட்டிக்கொண்டிருக்கும் போதே அங்கு வந்த மதராஸ் ஆளுநர் நேப்பியர் (Napier) துரை ஆலயக்கட்டு மானத்துக்கென 500 ரூபாய் நன்கொடை வழங்கினார். மாவட்ட ஆட்சித்தலைவரான பக்கிள் (Puckle) 100 ரூபாய் கொடையளித்தார். மாவட்ட ஆட்சியர் பக்கிள் கால்டுவெல்லுக்கு சிறந்த நண்பராகவும் இருந்தார். நெல்லை மாவட்ட மக்களால் போற்றப்பட்ட ஆட்சியர் பக்கிளைப் பாராட்டி மீனாட்சிசுந்தரம் பிள்ளை இயற்றிய பாடல்:

> "வாழ்ந்தோம் எனரைப்பாரும் மேன்மேலும்
> நாமடைந்த வறுமை மாறப்
> போழ்ந்தோம் எனரைப்பாரும் செழித்தோ
> மென்றுரைப்பாரும் பொருமல் தீர்ந்து
> தாழ்ந்தோம் பேரின்பத் தென்றுரைப்பாரும்
> அல்லாமல் தாவாத் துன்பத்து
> ஆழ்ந்தோ மென்றுரைப்பார்கள் ஒருவரிலை
> பக்கிள்மன்னன் அதிகாரத்தே"

என மக்கள் நலம் நாடிய ஆட்சியராகப் பார்க்கப்பட்ட பக்கிள், இந்த ஆலயம் கட்டுவதற்கு கொடை நல்கியிருக்கிறார்!

நேப்பியர் துரையின் மனைவியோ, அப்பகுதி மக்கள் வருமானத்துக்குப் பனைமரங்களை நம்பியுள்ளதை அறிந்து கொண்டு, ஆயிரம் பனைமரங்கள் நடுவதற்கான நிதியை கால்டு வெல்லிடம் வழங்கினார். 32 ஆண்டுகளாக பெரும் உழைப்பிலும், பொருள் செலவிலும் ஆலயம் கட்டிமுடிக்கப்பட்டு, 1880ம் ஆண்டு ஜூலை 6 அன்று அர்ப்பணிக்கப்பட்டது. கோயிலைக் கட்டும் போதே அதனருகே தனக்கு சிற்றாலயம் கொண்ட வீடு ஒன்றையும் கால்டுவெல் கட்டினார். 13 அறைகள் கொண்ட அந்த வீட்டை இன்று அரசு தன் பொறுப்பில் பாதுகாத்துக்கொண்டிருக்கிறது. கால்டுவெல் அருங்காட்சியகம் என அதற்கு பெயரிடப்பட்டுள்ளது. வெளிப்பக்க வெராந்தாவில் ஆங்கிலக் கல்வெட்டு ஒன்று 1841 முதல் 1888 வரை நெல்லையின் இரு நட்சத்திரங்களில் ஒருவரான கால்டுவெல் வசித்த வீடு என்றும், அவர் எழுதிய ஒப்பிலக்கணம், தொகுத்த நெல்லை மாவட்ட தொடக்க மிஷன் வரலாறு, நெல்லை மாவட்ட அரசியல் மற்றும் பொதுவரலாறு ஆகிய மூன்று நூல்களின் பெயர்களையும் குறிப்பிடுகிறது. அதற்கு எதிர்ப்புறமுள்ள தமிழ்க் கல்வெட்டு 17.02.2011 அன்று கலைஞர் கால்டுவெல் இல்லத்தைத் திறந்துவைத்தார் எனத் தெரிவிக்கிறது. வாயிலின் முன் கால்டுவெல்லின் மார்பளவு வெண்கலச் சிலை வைக்கப்பட்டுள்ளது.

"திருநெல்வேலிக்காக நான் வாழ்கிறேன்; திருநெல்வேலிக்காக மரிக்கவும் ஆயத்தமாக இருக்கிறேன்", என அவரது சொற்றொடர் தாங்கிய பதாகை வாயிலுக்கு பக்கவாட்டு சுவரில் பொருத்தப்பட்டுள்ளது. வீட்டிலுள்ள அறைகளில் கால்டுவெல் குடும்பப் புகைப்படங்கள் காட்சிக்கு வைக்கப்பட்டுள்ளன. ஓர் அறையில் எலைசா கால்டுவெல் அம்மையார் பயன்படுத்திய தையல் உருளை- 'பாபின் ஹார்ஸ்' (bobbin horse) மற்றும் குச்சிகள் (bobbin lace sticks)

இடையன்குடி ஆலய பீடத்தில் கால்டுவெல் கல்லறை

போன்றவை காட்சிப்படுத்தப்பட்டுள்ளன. 1844ம் ஆண்டு மார்ச் 20 அன்று நாகர்கோயிலில் மிஷன் பணியாற்றி வந்த மால்ட், மார்த்தா மால்ட் தம்பதியின் மகளான 21 வயது எலைசாவை கால்டுவெல் திருமணம் செய்தார்.

மார்த்தா மால்ட் இங்கிலாந்தில் நாடாளுமன்றம் ஏற்பட முக்கியக் காரணமான ஆலிவர் கிராம்வெல்லின் உறவினர். மால்ட் மிஷனரியைத் திருமணம் செய்துகொண்டு இந்தியா வர அவர் முடிவு செய்ததுமே அவரது தாயார் மகளிடம் இந்தியா கொண்டு செல்ல பாபின் ஹார்ஸ் ஒன்றும், லேஸ் குச்சிகளும் கொடுத்தனுப்பினார். குச்சித்தையல் கலையில் வல்லுனரான மார்த்தா, நாகர்கோயிலில் குச்சித் தையல் மூலம் பெண்களுக்கு கொணர்ந்த மாற்றங்களை இன்னொரு இயலில் பார்ப்போம். தாயிடமிருந்து குச்சித்தையல் கலையைக் கற்றுக்கொண்டார் எலைசா. தந்தையிடமிருந்து அச்சுக்கலையும் கற்றுக்கொண்டார். இடையன்குடி பெண்களுக்கு குச்சித்தையல் கற்றுத்தந்து வாழ்வாதாரத்துக்கு வழிசெய்தார் எலைசா. தனக்குப் 'பேச்சுத்தமிழ்

கற்றுத்தந்த ஆசிரியர்' என எலைசா குறித்து கால்டுவெல் தன்வரலாற்று நூலில் கூறுகிறார்.

1821ம் ஆண்டிலேயே இடையன்குடியில் பள்ளி ஒன்றை ரேனியஸ் ஏற்படுத்தியிருந்தார். தமிழ், கணக்கு, ஞானப்பாடங்கள் அங்கு குழந்தைகளுக்கு சொல்லித்தரப்பட்டன. 1841ம் ஆண்டு கால்டுவெல் அங்கு வந்தபோது, பள்ளியின் நிலை மிகவும் மோசமாக இருந்தது. மாணவர்கள் பள்ளிக்கு வருவதில்லை என்பதைக் கண்ட கால்டுவெல், அவர்களை ஈர்க்க மிட்டாய்களை அளித்தார். அருகிலுள்ள ஊர்களிலிருந்து படிக்க விரும்புபவர்களுக்கு உண்டு உறைவிடப் பள்ளிகள் இருத்தல் அவசியம் என உணர்ந்தவர், 1842ம் ஆண்டு பெண்களுக்கான தனிப் பள்ளியைத் தொடங்கினார். 1844ம் ஆண்டு எலைசா அம்மையார் பெண்களுக்கான உண்டு உறைவிடப்பள்ளியை இடையன்குடியில் தொடங்கினார். அதே ஆண்டு கால்டுவெல் தொடங்கிய ஆண், பெண் பகல் பள்ளி, பின்னாளில் உண்டு உறைவிடப் பள்ளியானது. இன்றும் இப்பள்ளிகள் யாவும் நெல்லை பேராய அறக்கட்டளையால் (TDTA) நடத்தப்படுகின்றன.

1845ம் ஆண்டு கால்டுவெல்லின் மேற்பார்வையில் 14 பள்ளிகள் இயங்கிக்கொண்டிருந்தன. அவரது பள்ளிகளில் தேர்ச்சி பெற்றவர்களை 30 மைல் தொலைவிலுள்ள பள்ளிக்கு மேற்படிப்புக்கு அனுப்பினார். 1859ம் ஆண்டு இரு மொழிக் கல்வி தரும் ஆங்கிலோ-வெர்னாகுலர் பள்ளிகளை ஒன்பது ஊர்களின் நிறுவினார். உண்டு உறைவிடப் பள்ளியில் தங்கி கற்றவர்களுக்கு ஆசிரியர் பயிற்சியளித்து, அவர்களையே தன் பள்ளிகளில் ஆசிரியர்களாக்கினார். சாயர்புரம் உயர்நிலைப் பள்ளியை கல்லூரியாக மாற்றியதில் பெரும்பங்கு கால்டுவெல்லுடையதே. 1883ம் ஆண்டு கால்டுவெல் முயற்சியால் சாயர்புரம் கல்லூரியும், பள்ளியும் தூத்துக்குடிக்கு இடம் மாறின. அவற்றுக்கு 'கால்டுவெல் கல்லூரி' என ஷாராக் போதகர் பெயரிட்டார். 1884ம் ஆண்டு தூத்துக்குடிக்கு கால்டுவெல் தம்பதி இடம்பெயர்ந்தார்கள். அங்கும் மேலூர், கீழூர், வடக்கூர் ஆகிய இடங்களில் பள்ளிகள் திறந்தார்கள். 1870களில் இடையன்குடி பகுதியில் காலரா நோயின் தாக்கத்தால் பலர் இறந்துபோக, மிஷனுக்குச் சொந்தமான கட்டடத்தில் அரசு மருத்துவமனையைத் திறக்க கால்டுவெல் வழிசெய்தார்.

இடையன்குடியில் வசித்தபோதும், அவ்வப்போது குளிர் பிரதேசங்களான கோடை, அசம்புமலை, குற்றாலம் போன்ற வற்றுக்குச் செல்லும் வழக்கம் கால்டுவெல்லுக்கு இருந்தது.

கொடைக்கானல், அசம்புமலை ஆகிய இடங்களில் அவருக்கு பங்களாக்கள் இருந்தன, அசம்பு மலை பங்களாவுக்கு அருகே அவரது இரண்டாவது மகளான லூயிசா மற்றும் அவரது பச்சிளம் குழந்தைகள் அடக்கம் செய்யப்பட்டிருக்கின்றனர். இந்தியாவின் கடும் வெப்பம் தாளாமல் கால்டுவெல் உடல்நலம் பெற இங்கிலாந்துக்கு செல்லும் சூழல் ஏற்பட்டது. 1855 முதல் 1858 வரை சாமர்செட்ஷயர், பக்கிங்ஹாம்ஷயர் போன்ற ஆங்கிலேய நகரங்களில் போதகராகப் பணியாற்றினார். அவ்வப்போது தமிழகத்தில் தான் காணும் அன்றாட விஷயங்கள், எழுதவேண்டும் என நினைப்பவற்றை குறிப்புகள் எடுத்து விடுவார் கால்டுவெல். இங்கிலாந்தில் கிடைத்த நேரத்தில் நூல்களை எழுதினார். இங்கு மிஷன் பணிகள் அவரை எழுத்துப் பணியைச் செய்ய விடாமல் தடுத்தன என்றே சொல்லலாம்.

1873-1875ம் ஆண்டு அவரது இங்கிலாந்து ஓய்வில், மர்காஷிஸ் என்ற துடிப்பான இளைஞரை கால்டுவெல் சந்தித்தார். கால்டுவெல்லால் ஈர்க்கப்பட்ட அந்த இளைஞன் தமிழகம் வந்து நாசரேத் என்ற அடைக்கலப் பட்டினத்தை உருவாக்கி பலருக்கு கல்வியும், அந்தப் பகுதிக்கு ஏற்றமும் தந்தார். 16 நூல்களை கால்டுவெல் எழுதியுள்ளார். சில பக்கங்களே கொண்ட 'குடுமி பற்றிய பார்வை' முதல் பிரம்மாண்டப் படைப்புகளான திராவிட மொழிகளின் ஒப்பிலக்கணம்வரை அவரது படைப்பாற்றல் மிக விரிவானது. தொல்லியல், வரலாறு, மொழியியல், இனவரைவியல், இறையியல், கல்வியியல் என பல தளங்களில் சரளமாக எழுதியவர்; சிறந்த சிந்தனையாளர். 'குடுமி ஒரு பார்வை' அளவிற் சிறிய நூலாக இருந்தாலும், அவரது பரந்த மனப்பாங்குக்கு சிறந்த எடுத்துக்காட்டு.

மிஷன்களில் வேலை செய்யவரும் மண்ணின் மக்கள், இந்துக்கள் வைக்கும் குடுமியைப் போல குடுமி வைத்துக்கொள்ளக் கூடாது என்பதை பல காலமாக மிஷனரிகள் கடைபிடித்துவந்தார்கள். ஆனால், எதிர்காலத்தில் திருநீராட்டோ, அருள்சாதனமோ வழங்கப் படவேண்டும் என்றால் தமிழர்கள் யாரும் குடுமி வைத்துக் கொள்ளக் கூடாது என்பதை கட்டாயமாக்கும்படி மிஷனரிகள் பேராயத்தை வலியுறுத்தத் தொடங்கினார்கள். இதை ஆராயும் கால்டுவெல், விஷ்ணுபுராணம் சொல்லும் 'தனி அடையாளப் படுத்தலின்' காரணமாகவே குடுமி வைக்கும் வழக்கம் இந்தியாவில் தோன்றியிருக்கவேண்டும் என எழுதுகிறார். ஆரியர்களின் அடையாளமான குடுமி, பின்னாளில் 'மதிப்பு' தரும் சின்னமாக மாறிவிட்டது என கால்டுவெல் சொல்கிறார். ஊத்துமலை ஜமீன்தாரிடம் இது குறித்து தான் பேசியதாகவும், மறவர் இன

மக்கள் குடுமி வைப்பது அவர்களது ஒற்றுமையைக் காட்டுவதாக அவர் கூறியதாகவும் சொல்கிறார்.

மலபார் பகுதியில் சிரிய கிறிஸ்தவத்துக்கு மாறிய மக்கள், கடற்கரைப் பகுதிகளில் இஸ்லாமுக்கு மாறிய மக்கள் இரு தரப்பினரும் குடுமி வைப்பதில்லை என சுட்டுபவர், குடுமி வைத்த இந்துக்களிடமிருந்து தங்களை தனித்துக் காட்டுவதற்கே அவர்கள் முடி வளர்ப்பதில்லை என்கிறார். அவர்கள் மதம் மட்டும் மாறவில்லை, நாடும், இனமும் கூட இதனால் மாறியதாக மக்கள் நம்பினார்கள் எனச் சொல்கிறார். அதன்படி கிறிஸ்தவத்துக்கு ஒருவன் வரும்போது அவனது குடுமியை மட்டும் வெட்டச் சொன்னால் பலனில்லை, அவனை ஆங்கிலேயரைப் போல ஆடை, உடுத்தச் செய்யவேண்டும், ஆங்கிலேயர் போல சிந்திக்கவைக்க வேண்டும், ஆங்கிலேய சட்டதிட்டங்களை, கல்வியை அவனுக்கு அளிக்கவேண்டுமேயன்றி குடுமியில் கைவைத்தல் வீண் எனச் சொல்கிறார். குடுமியை எடு என ஒருவனிடம் சொல்வது, கிறிஸ்துவுக்குள் ஒருவன் வருவதற்கு கூடுதலாக ஒரு தடையை உண்டுபண்ணுவது போன்றதே என்றும் அவர் எழுதுகிறார்.

ஆங்கிலக் கிறிஸ்தவத்தின் பொது வழிபாட்டு நூல் (Common Book of Prayer) தமிழாக்கம் செய்து முதல் முறையாக 1885ம் ஆண்டு இந்தியாவில் பதிப்பிக்கப்பட்டது. இதை மொழிபெயர்த்த கமிட்டியின் தலைவர் கால்டுவெல்லின் மருமகனான ரெவரன்ட் ஜோசப் வயாத் ஆவார். இதைக் கொண்டு, ஏற்கனவே கால்டுவெல் மொழியாக்கம் செய்திருந்த நூலைத்தான் மெருகேற்றி வயாத் பதிப்புக்குக் கொண்டுவந்தார் எனச் சொல்வோருண்டு. சீர்திருத்த கோயில்களில் கடைபிடிக்கவேண்டிய ஆராதனை உள்ளிட்ட விபரங்கள் இந்த நூலில் அடங்கியுள்ளன.

நாசரேத் ஆலயத்தில் எழுந்த சிக்கல் காரணமாக அதைவிட்டு சட்டம்பிள்ளை அகன்ற நிகழ்வு கால்டுவெல்லுக்கு மிகுந்த மன வருத்தத்தைத் தந்தது. அவர் எழுதிய ‘திருநெல்வேலி சாணார்கள்’ நூல் வெளியாகி பல ஆண்டுகள் கழித்து அதன் சில பகுதிகள் மட்டும் வெட்டி எடுக்கப்பட்டு பதிப்பிக்கப்பட்ட அறிக்கையை சட்டம்பிள்ளை படித்த காரணத்தால், ஐரோப்பிய மிஷனரிகள் சாணார் இன மக்களை மோசமாக நடத்துவதாகவும், அவர்களைக் குறித்து மோசமாக எழுதுவதாகவும் முடிவு செய்தார். இதுவே பின்னர் பெரும் பிளவாகி இந்து கிறிஸ்தவ ஏக ரட்சகர் சபை உருவாகக் காரணமானது. அந்த நூலைத் தடை செய்யவும் நாடார்கள் முயன்றனர்.

நூலில் என்னதான் கால்டுவெல் எழுதியுள்ளார்? 1849ம் ஆண்டு வெளியான இந்த நூலில், இடையர்கள் வசித்ததால் 'இடையன்குடி' என ஊரின் பேர் இருந்தாலும் அவ்வூருக்கு தான் வந்தபோது நாடார்கள் மட்டுமே இருந்ததால் அவர்களைப் பற்றி ஆய்வு செய்ததாக கால்டுவெல் குறிப்பிடுகிறார். வெள்ளாளர்களுக்கு கீழும், பறையர்களுக்கு சற்றே மேலும், சாதியப்படிநிலையில் சாணார்கள் இருந்தார்கள் என கால்டுவெல் எழுதியிருக்கிறார். இன்றைய சூழலில் இவ்வாறு கால்டுவெல் எழுதினார் என மேற்கோள் காட்டி எழுதுவதைக்கூட தங்களை 'க்ஷத்திரிய குலம்' எனச் சொல்லிக்கொள்ளும் நாடார்கள் விரும்புவதில்லை.

'மிகவும் சாதுவானவர்கள், பொறுமைசாலிகள், மாற்றத்துக்கும் கடவுளைப் பெறுவதற்கும் தயாரானவர்கள்' என்றே அவர்களைப் பற்றி தன் நூலில் கால்டுவெல் குறிப்பிடுகிறார். ஆனால், 'இவர்களில் பெரும்பாலானோர் படிக்காதவர்கள், கல்விக்கு எதிரானவர்கள், அதனால் ஒழுக்கமற்றவர்கள், ஏழ்மையில் சிக்கி உழல்பவர்கள். அவர்களது பெண்கள் மந்தபுத்தி உள்ளவர்கள். அவர்கள் கடும் உழைப்பாளிகள், ஆனால் சிந்திக்கத் தெரியாதவர்கள். நல்லதோ கெட்டதோ, ஆட்டுமந்தை போல செயல்படுபவர்கள். தனியே சிந்திக்காதவர்கள்' என கால்டுவெல் எழுதியதை, 34 ஆண்டுகளுக்குப்பின் வாசித்த சட்டம்பிள்ளை குழுவினர் கடும் கோபம் கொண்டனர்.

1883ம் ஆண்டு சாமுவேல் சற்குணர் என்பவர் சாணார் என்பது 'சான்றோர்' என்ற சொல்லிலிருந்து வந்தது என்றும் சாணார்கள் மதிப்புக்குரியவர்களாக ஒரு காலத்தில் அறியப்பட்டவர்கள் எனவும் குறிப்பிட்டு துண்டறிக்கைகள் அச்சிட்டு வெளியிட்டார். மன்னர்களுக்கும் முன்பிருந்தோர் தாங்கள், சத்திரியர்கள் என நாடார்கள் சொல்லத் தொடங்கினார்கள். 1883ம் ஆண்டு கால்டுவெல்லை நேரடியாகவே தாக்கி சாமுவேல் துண்டுப் பிரசுரம் ஒன்றை வெளியிட்டார். 'படித்த க்ஷத்திரியர்களான நாடார்களை கால்டுவெல் மோசமாக சித்தரித்து எழுதியுள்ளார்' என அந்த பிரசுரம் குற்றம் சாட்டியது. 'க்ஷத்திரியர்களான நாடார்களை மற்ற ஆதிக்க சாதியினர் ஒடுக்கிவிட்டார்கள். கள் எடுக்கும் வேலைக்கு அவர்கள் தள்ளப்பட்டார்கள். கடவுளர்கள் அருந்தக் கூடிய கள்ளை இறக்குவது ஒன்றும் மோசமான குற்றமல்ல' எனவும் அதில் குறிப்பிடப்பட்டிருந்தது.

அந்நூலை எழுதியதற்கு கால்டுவெல் முன்வைக்கும் காரணங்களை நாம் தெரிந்துகொள்ளுதல் அவசியம். இங்கிலாந்திலுள்ள

மக்களுக்கு, குறிப்பாக இளம் மிஷனரிகளுக்கு நெல்லை மாவட்டம், அதன் பெரும்பான்மை மக்கள் பற்றிய புரிதலை ஏற்படுத்த வேண்டும்; வெறும் பார்வையுடன் நில்லாமல் ஆங்கிலேயர் இந்த மக்கள் மேல் பரிவு கொள்ளுதல் வேண்டும்; நாடார் மக்களின் மேன்மைக்காக, அவர்களின் கல்விக்காக தேவைப்படும் நிதியை அவர்கள் இன்முகத்துடன் தரவேண்டும்; (இந்தக் கருத்தை மட்டும் கிறிஸ்துஏசு தாஸ் முன்வைக்கிறார்) என்பதே நூல் இயற்றக்காரணம் என கால்டுவெல் குறிப்பிடுகிறார்.

இதே கருத்தை ரா.பி.சேதுப்பிள்ளையும் தன் 'கால்டுவெல் ஐயர் சரிதம்' நூலில் எழுதியிருக்கிறார். ''இடையன்குடி வட்டத்தில் வாழ்ந்த நாடார் வகுப்பினர்க்கு நலம் புரியக் கருதி அவர் வாழ்க்கையையும் வழிபாட்டையும் குறித்து ஆங்கில மொழியில் ஒரு சிறு நூல் எழுதி வெளியிட்டார். நாள் முழுதும் நெற்றி வியர்வை நிலத்தில் விழப் பாடுபட்டு உழலும் ஏழைமக்கள் பெரும்பாலும் வறுமையுள் ஆழ்ந்து பசியால் வருந்தும் பான்மையையும், அன்னாரை மேற்சாதியிற் பிறந்த மாந்தர் இழிவாக நடத்தும் கொடுமையையும் மேல்நாட்டு மக்கட்கு அறிவித்து, அவர் இரக்கமுற்றளிக்கும் பொருளுதவி பெற்று நாடார் வகுப்பை பல்லாற்றானும் நலமுறச் செய்தலே அந்நூலின் நோக்கமாகும். ஐயர் கருதியவாறே நாடார் குல மக்களின் அறிவை வளர்த்து அவர் துயரம் தீர்த்ததற்கு ஆங்கில நன்மக்கள் சிலர் அரும்பொருள் வழங்கினர்'', என சேதுப்பிள்ளை எழுதியிருக்கிறார்.

கால்டுவெல் தரப்பிலும் இவ்வாறு காரணங்கள் சொல்லப் பட்டாலும், நூல் கடும் எதிர்ப்பைக் கிளப்பியது என்பதில் ஐயமில்லை. வேறு வழியின்றி அவர் நூலைத் திரும்பப் பெறவும் நேர்ந்தது. தான் நூலை எழுதிய சூழலில் (34 ஆண்டுகளுக்கு முன்பு) நாடார்கள் ஆங்கிலக் கல்வியறிவு பெறவில்லை என்றும், மிஷனரிகளின் தாக்கத்தால் அதைப் பெற்றவர்கள் அன்றைய சூழலில் நூலைப் பொருத்திப் பார்த்து சினம் கொண்டது தனக்கு வருத்தமே என எழுதியிருக்கிறார். இதைப் பின்னாளில் எழுதினாரேயொழிய, நாடார் மக்களிடம் எதிர்ப்பு கிளம்பியதும் அதுகுறித்து கால்டுவெல் எந்த விவாதமும் நடத்தவில்லை, விளக்கமும் தரவில்லை. தொடர்ச்சியாக தங்கள் நிலையை உயர்த்திக்கொள்ள நாடார் மக்கள் உழைத்தார்கள் எனவும் பின்னாளில் கால்டுவெல் பதிவு செய்திருக்கிறார். எது எப்படியோ, பின்னாளில் வந்த பல ஆய்வாளர்கள் இனக்குழுக்களின் வரலாறைப் பதிவுசெய்ய கால்டுவெல்லின் நூல் வழிவகுத்துக் கொடுத்தது.

உடல்நலம் நலிவுற்ற கால்டுவெல் தன் இறுதி நாள்களை கொடைக்கானலில் கழித்தார். அவர் இறந்தபின் அவரது சேவையைப் பாராட்டி ஆங்கில ஆரசு அவர் மனைவி எலைசாவுக்கு 150 பவுன் தங்கம் வழங்கியது. அன்றைய ஆங்கிலேய பிரதமர் கிளாட்ஸ்டோன் இதை மன்னர் உதவி நிதியிலிருந்து (The Royal Bounty Fund) வழங்கியதாக சேதுப்பிள்ளை பதிவு செய்திருக்கிறார்.

இடையன்குடியில் நடந்த சின்னச் சின்ன நிகழ்வுகளைக்கூட கால்டுவெல் பதிவு செய்திருக்கிறார்; அவ்வூர் மக்களும் கால்டுவெல் பற்றி தொடர்ந்து பேசிவருகின்றனர். தன் 'கிறித்தவமும் தமிழ்ச் சூழலும்' நூலில் இடையன்குடிக்கு ஒரு இயலை ஒதுக்கியுள்ள ஆய்வாளர் ஆ.சிவசுப்பிரமணியன், ''வாய்மொழிக் கதைகளில் ஒரு வகைமையாக துணுக்குச் செய்திகள் உள்ளன. ஒரு குறிப்பிட்ட ஊர்- மனிதன்- நிறுவனம் தொடர்பாகப் பல்வேறு துணுக்குச் செய்திகள் வாய்மொழியாக வழங்கி வருகின்றன. இவற்றில் உண்மையும், கற்பனையும் கலந்து காணப்படினும், இவை அனைத்தும் உண்மையான வரலாற்றுச் செய்திகள் என பொதுமக்கள் நம்புகின்றனர். அதிலும் வரலாற்றில் இடம்பெற்ற ஒரு தனி மனிதனைக் குறித்துப் பல்வேறு துணுக்குச் செய்திகள் கர்ணபரம்பரையாக வழங்கிவருவதுடன், நம் காலத்து நாயகர்கள் குறித்தும் புதிது புதிதாகத் துணுக்குச் செய்திகள் உருவாகி வழங்கிவருகின்றன'', என குறிப்பிடுகிறார். கால்டுவெல் குறித்த துணுக்குச் செய்திகள் அவருக்கும் அவ்வூருக்குமான தொடர்பை இன்றளவும் சொல்கின்றன என அவர் குறிப்பிடுகிறார். கூடவே அக்காலத்தில் மக்கள் நிலையையும் எடுத்துரைக்கும் ஆவணங்களாகவும் உள்ளன என்றும் அவர் கூறுகிறார். இவ்வாறான துணுக்குகளில் சிலவற்றை ஞான சந்திர ஜான்சன் தன் நூலில் தனி இயலாகவே தொகுத்திருக்கிறார்.

கால்டுவெல் இரவு நேரங்களில் இடையன்குடியின் தெருக்களில் கையில் பிரம்பு, அரிக்கேன் விளக்குடன் சுற்றிவருவாராம். தங்களை இரவிலும் பாதுகாக்கும் அவரது அன்பை மக்கள் புரிந்து கொண்டார்கள். இன்றும் தங்கள் கிராமத்தை கால்டுவெல் பாதுகாப்பதாக அம்மக்கள் நம்புகின்றனர்.

இடையன்குடியைச் சுற்றியுள்ள தேரிக்காட்டு செம்மண் கால்டுவெல்லுக்கு அதிக வியப்பூட்டியது. அம்மண் உலகின் வேறெங்கும் காணப்படவில்லை என்பதை உணர்ந்து அதை வியன்னாவில் நடந்த பொருட்காட்சிக்கு அனுப்பினார். ஐரோப்பியர்கள் அந்தச் செம்மண்ணைக் கண்டு வியந்துபோனார்கள்.

அறியப்படாத கிறிஸ்தவம் ✥ 351

திசையன்விளையிலுள்ள இஸ்லாமியர்கள் காலரா கண்டு மிகவும் துன்புற்றனர். அப்போது இறந்தவர்களை அடக்கம் செய்ய கால்டுவெல் அம்மக்களுக்கு உதவி புரிந்தார். நோய்த் தொற்று நேரும் என பலரும் ஒதுங்கிய போது, அதைப் பொருட்படுத்தாமல் அவர்களுக்கு உதவினார் என அம்மக்கள் ஆச்சரியம் அடைந்தார்கள்.

கால்டுவெல்லின் அறிவையும் தமிழ்ப்புலமையையும் கேள்விப் பட்ட ஆழ்வார்திருநகரி வைணவர்கள் மற்றும் கிறிஸ்தவரல்லா தோர், அவரது உரையைக் கேட்க பெரும் ஆவல் கொண்டனர். தங்கள் கோயிலில் உரை நிகழ்த்தும்படி அவருக்கு வேண்டுகோள் வைத்தார்கள். அவரும் அவர்கள் கோயிலில் சிறந்த விரிவுரை நிகழ்த்தினார்.

கால்டுவெல்லின் ஊழியத்தால் ஈர்க்கப்பட்ட ஒடுக்கப்பட்ட மக்கள் வாழ்ந்த ஒரு ஊரில், திருச்சபை ஒன்றை அவர் நிறுவினார். இதனால் எரிச்சலடைந்த அவ்வூர் பண்ணையார் அந்த ஒடுக்கப்பட்ட மக்களுக்கு தொல்லைகள் கொடுத்தார். சபையின் தலைவர் மேல் திருட்டுப் பட்டம் கட்டி சிறைக்கு அனுப்ப முயன்றார். இக்கொடுமைகளை அறிந்த கால்டுவெல், அவருக்காக ஜெபித்ததில் அவர் குற்றமற்றவர் என விடுவிக்கப்பட்டார்.

இறைப்பணியாற்றத் தொடங்கிய காலத்தில் கால்டுவெல் ஒரு கிராமத்துக்குச் சென்றார். இரவானதால், தன் குதிரையை பக்கத்திலிருந்த மரத்தில் கட்டிவைத்துவிட்டு, குடிசை ஒன்றில் தங்கினார். இரவில் யாரோ அவர் குதிரையின் கால் நரம்பை வெட்டி விட்டார்கள். அது வலி தாங்க முடியாமல் அலறியது. அதைக் கேட்டு எழுந்து ஓடிவந்த கால்டுவெல், மிகுந்த மன வேதனை யடைந்தார். கண்ணீரோடு அக்கிராமத்தை விட்டு வெளியேறினார். அதன் பின் அந்த கிராமம் எந்த முன்னேற்றமும் அடையவில்லை. மக்கள் அவ்வூரை விட்டு பக்கத்து கிராமங்களுக்கு இடம் பெயர்ந்தார்கள். கால்டுவெல் புறக்கணித்த கிராமத்தை கடவுளும் புறக்கணித்தார்.

இடையன்குடியை காலரா பாதித்த காலத்தில் இரவு குதிரையிலேறி தெருக்களில் கால்டுவெல் வலம் வந்து ஜெபித்திருக்கிறார். குதிரையை வேகமாகச் செல்லும்படி சவுக்கால் அடித்து விரைவு படுத்தினார். அந்த அடி அவரது காலிலேயே பட்டு, அவரது ரத்தம் தெருக்களில் சொட்டியது. அந்த ரத்தத்தின் காரணமாக மீண்டும் இடையன்குடிக்கு காலரா நோய் வரவேயில்லை.

இவ்வாறான கர்ண பரம்பரைக் கதைகள், கால்டுவெல் இறந்து நூற்றாண்டு தாண்டியும் சுற்றிவருகின்றன. அவர் உருவாக்கிய

திராவிடவியல் கருத்தாக்கம், அறிவியல் சான்றுகள் கிடைக்கும் முன்பே தமிழின் தொன்மைக்கு கட்டியம் கூறியது. அசுரத்தனமான உழைப்பை இந்த மண், மொழி, மக்களுக்காக செலுத்திய கால்டுவெல் தமிழகம் மறக்கக்கூடாத அரக்கன். ரா.பி.சேயின் கூற்றுடன் இந்தப் பகுதியை நிறைவு செய்கிறேன். ''யாதும் ஊரே யாவரும் கேளிர் என்னும் பரந்த கொள்கையைக் கடைபிடித்து, தமிழகத்தைத் தாயகமாகக் கொண்டு கற்றறிந்தடங்கிய நற்றவச் செல்வராய், தம்மையே தமர்க்கு நல்கிய தனிப்பெரும் தொண்டராய் விளங்கிய தகைசான்ற கால்டுவெல் ஐயரை மனக் கோயிலுள் அமைத்துப் போற்றுதல் தமிழ்நாட்டு மக்கள் கடனாகும்.''

சான்றுகள்

- கால்டுவெல் ஒப்பிலக்கணம், கிரீயர்சன், தென்னிந்திய சைவ சித்தாந்த நூற்பதிப்புக்கழகம் லிட்., 1941
- அருட்பணியாளர் ராபர்ட் கால்டுவெல் – முனைவர் யோ. ஞானசந்திர ஜான்சன்- மோரியா ஊழியங்கள் வெளியீடு, 2019
- www.facebook.com/watch/?v=2359634904112550 – இடையன்குடி மணிகளில் தேசிய கீதம்
- Observations on the Kudumi, Caldwell, 1867
- Bishop Caldwell and the Tinnevelly Nadars, Samuel Sargunar - S. Subramania Pillai, Chinthamani Yanthra Sala, 1883
- The Nadars of TamilNadu, Robert L Hardgrave Jr., California Press, 1970
- கால்டுவெல் ஐயர் சரிதம், ரா பி சேதுப்பிள்ளை - The International Printing Works, 1944
- Reminiscences of Bishop Caldwell, Wyatt, 1894

18

கிறிஸ்தியாநகரம்,
பண்டாரஞ்செட்டிவிளை

பனை நிறைந்த பகுதிகளில் பெரும்பாலும் முதல் பதநீரை மக்களுக்கு விநியோகம் செய்வதை கிறிஸ்தவர்களும் இந்துக்களும் வாடிக்கையாகக் கொண்டுள்ளனர்.

இன்று தன் கெதினோடு(பொலிவுடன்)
இலங்கும் கிறிஸ்தியாநகரம்
இயேசுவுக்கடியார்களாம் என் துரையே
தாசர் வசிக்கும் இடம் – சொல்லு

சங்கைமிகும் பெஸ்ட் ஐயர்
இங்கிதமாய் அமைத்த
தங்கமய கோபுரமாம் என் துரையே
சாட்சியாக தோணுது பார்- சொல்லு

ஆயிரக் கணக்கான
ஆண் மக்கள் பெண் மக்களும்
ஆண்டவரைத் துதிக்கும் என் துரையே
மாற்குவின் ஆலயத்தில்

கிண்ணரத் தாளத்துடன்
கீத முழக்கத்துடன்

அத்தன் கிறிஸ்தரசை ஆராதிக்கும்
மாற்குவுன் சபையார்களே

வடக்கே பார்த்த வாசல் இரண்டு
தெற்கே பார்த்த வாசல் இரண்டு
பிரதான மேற்கு வாசல் ஒன்று – என் துரையே
மாற்குவின் ஆலயத்துக்கு

எல்லாரும் போகும் வண்டி
மாட்டுவண்டி ரிக்ஷா வண்டி
பெஸ்ட் ஐயா போகும் வண்டி – என் துரையே
அரபு நாட்டு குதிரை வண்டி

எல்லாரும் ஆடும் வேட்டை
அணில் வேட்டை முயல் வேட்டை
பெஸ்ட் ஐயா ஆடும் வேட்டை - என் துரையே
மலையாளத்து யானை வேட்டை
(ஆத்தும ஆதாய வேட்டை)

- கோயில் பாட்டு, கிறிஸ்தியாநகரம். பாரம்பரியமாக ஆண்டு தோறும் ஜனவரி ஒன்று அன்று 'ஐயர் சந்திப்பின்' போது, களியலாட்டத்துக்கு இந்தப் பாடல் பாடப்பட்டு வருகிறது. கிறிஸ்தியாநகரம் ஜான் சாமுவேல் அண்ணாவியார் அவர்களால் பாடப்பட்டு, அவரது 96வது வயதில் ஷெல்டன் அண்ணாவியார் அவர்களால் பதிவு செய்யப்பட்டது. இந்தக் 'கோயில் பாட்டு' கிறிஸ்தியாநகரம் ஆலயவளாகத்தில் பாடப்படுகிறது; தற்போது அதில் 'பெஸ்ட்' ஐயரின் பெயருக்கு பதிலாக பணியில் இருக்கும் ஐயர் பெயர் குறிப்பிடப்படுகிறது. அடைப்புக்குறியிலிருக்கும் சொற்கள் இப்போது பயன்படுத்தப்படுபவை. ஆலயத்தின் வாயில் எண்ணிக்கையும் இப்போது மாற்றப்பட்டு பாடப்படுகிறது. அது போல மாட்டுவண்டி, ரிக்ஷா வண்டி, குதிரை வண்டிக்கு பதிலாக முறையே சைக்கிள் வண்டி, பைக் வண்டி, ஹோண்டா கார் என மாற்றிப்பாடுகின்றனர். கிறிஸ்தியாநகரத்துக் களியல் குச்சிகள் ஓரடி நீளமுடையவை. பெரும்பாலும் நாட்டு உடை மரங்களின் கட்டையை சீவி காயவைத்து களியல் ஆட கோல்களாகப் பயன்படுத்துகின்றனர்.

உடன்குடி. 1917ம் ஆண்டு அவ்வூர் குறித்து நெல்லை மாவட்ட அப்போதைய ஆட்சியர் ஹெச்.ஆர்.பேட் (H R Pate) இவ்வாறு பதிவு செய்கிறார். ''குலசேகரப்பட்டினத்திலிருந்து போகும் மோசமான சாலை மூலம் உடன்குடியின் கிழக்குப் பகுதியை நாம் அடையலாம்.

ஊரைச் சுற்றி சிவப்பு மணலும், பனை மரங்களும்தான் காணப்படுகின்றன. உடன்குடியில் வாராவாரம் நடக்கும் சந்தை மிகவும் முக்கியத்துவம் வாய்ந்தது. மாட்டு வண்டிகளிலோ, கூலியாள்களின் தலைகளிலோ விற்பனைக்குப் பொருள்கள் இங்கே கொண்டு வரப்படுகின்றன. குறைந்த ஆழத்திலேயே இங்கே நிலத்தடி நீர் கிடைக்கும். சாணார்களால் செறிவூட்டப்பட்ட இவ்வூரின் தோட்டங்கள் புகழ்பெற்றவை. இங்குள்ள எண்ணற்ற இஸ்லாமிய வணிகர்கள் இலங்கையுடனான வாணிபத்தின் மூலம் பெரும் பொருளீட்டுகின்றனர். தஞ்சைக்குப் பின் பாளையங்கோட்டையும், அதனை அடுத்து காலங்குடியிருப்பு பகுதியும் தான் முதலில் மதம் மாறிய கிறிஸ்தவர்கள் வசிக்கும் இடம். மிஷன் பணிகளை இந்தப் பகுதியில் தொடங்கியவர் எஸ்.பி.ஜி. மிஷனைச் சேர்ந்த கோலாப். அவரது பெயரைத்தான் இந்தப் பகுதிக்கு 'கிறிஸ்தியாநகரம்' என சூட்டியிருக்கின்றனர்."

கிறிஸ்தியாநகரம் மற்றும் பன்னம்பாறை பகுதிகளில் கடல்வாழ் உயிரினங்களின் புதைபடிவங்களால் உருவான சுண்ணாம்புப் பாறைகள் காணப்படுகின்றன. ஒரு காலத்தில் இந்தப் பாறைகள் கட்டுமானப் பணிக்கு அதிகம் பயன்படுத்தப்பட்டுள்ளன. உடன்குடியின் நிலப்பரப்பு ஒரு காலத்தில் செழிப்பாக இருந்திருக்கிறது. அதன் வெற்றிலைக் கொடிக்கால்கள் உலகப்புகழ் பெற்றவை. இப்போது சூழலியல் மாற்றம் காரணமாக அந்தப் பகுதியில் கொடிக்கால்கள் இல்லை. "இப்பலாம் ஆத்தூர் பக்கம் கொஞ்சம் கொடிக்கால் இருக்கு. இங்கனக்குள்ள ஒண்ணும் இல்ல. பழைய ஆள்க்க நெறைய பேரு அதுல வளந்தவுங்க தான். அதுனால இன்னும் மறக்காம வீடுகள்ல ஆசைக்கு ஒத்த வெத்தலை செடிய வெச்சிப் பாத்துக்கிடுறாங்க. என் வீட்டுக்கு எதிர்க்க கூட பெரிய கொடிக்கால் நான் சின்னப் புள்ளையா இருக்கும் போது இருந்துச்சு", என கிறிஸ்தியாநகரம் ஷெல்டன் நினைவுகூர்கிறார். உடன்குடி வெற்றிலைக்கு மட்டும் பெயர் போனதில்லை, அதன் பனை வளத்துக்கும், கருப்பட்டிக்கும் இன்றளவும் பெரும் ரசிகர்கள் உண்டு.

"கருப்பட்டி காய்ச்சுறது தான் இங்க முக்கிய வேல. எங்க ஆளுக்க அதத்தான் செஞ்சாங்க. சுத்தியிலும் எல்லாம் அதே தொழில் தான். ஆனா அப்ப இது கூட வெத்தல கொடிக்கா நெறைய இருந்துச்சு. நல்ல தண்ணி பாத்துக்கிடுங்க அப்பலாம். இந்த எடத்துலகூட கொடிக்கா தான் இருந்துச்சு. அப்புறம் மழ சரியா இல்லாமப் போயி தண்ணி உப்பாகி எல்லாம் அழிஞ்சுபோச்சி. 1970 வரைக்குமே

கோயில்பிச்சை தம்பதி

எனக்குத் தெரிஞ்சு இங்க வெத்தலக் கொடிக்காலிருந்துச்சு. அதுக்கப்புறம் டவுனு. அப்பலாம் ஒரு நாளைக்கு 5000 கிலோ வெத்தலை சங்கத்துக்கு வியாபாரத்துக்கு வரும்னா பாருங்க. இப்ப எல்லாம் அழிஞ்சுபோச்சு. பனைக்கு ஊடால தென்னையும் போட்டாங்க. இப்ப இங்க பனை ஏறுறதுக்கு ஆளெல்லாம் இல்ல, கஷ்டம். நார்கோயில்ல இருந்து ஆள்க வந்துதான் ஏறணும். வீடுங்கள்ல தங்கி சாப்பிட்டுட்டு காசு வாங்கிட்டு போவாங்க'', என அந்தக் காலத்தை நினைவு கூர்கிறார் உடன்குடி தாண்டவன்காடு சாலையில் வசிக்கும் 90 வயதை நெருங்கும் கோயில்பிச்சை ஐயா. உடன்குடியில் ஒரு காலத்தில் இருந்த ரயில்வே நிலையத்தை ஞாபகமாகச் சொல்கிறார்.

''எனக்குப் பத்து வயசு இருக்கையிலேல்லாம் ஸ்டேஷனுக்குப் போயிருக்கேன். இன்னிக்கு லைன் கடைங்க இருக்குல்ல? பஜார்ல? அங்கவுள்ள லேத்துக்கு அடுத்த எடம்தான் அப்ப ஸ்டேஷனா இருந்துச்சு. இப்ப எல்லாம் கடையாவும் வீடாவும் மாறிப்போச்சு. ரயில்வே தண்டவாளம் இன்னிக்கு இருக்குற இந்த தாண்டவன்காடு

ரோடுல தான் போச்சு. இதுக்கு அப்ப பேரே ரெயில்வே ரோடு தான். திருச்செந்தூர்ல இருந்து அந்த ட்ரெயின் பொறப்பட்டு குலசேகரப் பட்டினம் வரும். அங்க பாரி (Parry) கம்பெனியோட சுகர் பேக்டரி இருந்துச்சு. அவுங்க பதனியில இருந்து சுகர் எடுத்தாங்க. அவுங்க மூலமாத்தான் இங்க ட்ரெய்ன் ஓடுனது. அவுங்க ஆளுக்க போறதுக்கு தான் இங்க ரெயில்வே லைன் போட்டது. இங்கருந்து டிரெயின் திசையன்விளை போகும். ஆளுங்களும் சொற்பமாத்தான் போவாங்க. வண்டியும் சின்ன வண்டிதான? டிராக்டர் மாரி தான் இருக்கும். ஒரு அஞ்சு ஆறு கோச்சு இருக்கும். ஒரு கோச்சு டிரக்கர விட சின்னதா இருக்கும், அதுல நாலு பேரு தான் உக்காரமுடியும். சீட் எல்லாம் பலகைல தான் இருக்கும். எங்களைத்தாண்டித்தான வண்டி போகணும்? வண்டி பின்னால நாங்க ஓடுவோம்'', எனச் சொல்கிறார் அவர். குலசேகரப்பட்டினம் லைட் ரயில்வே குறித்த குறிப்புகள் அங்கொன்றும் இங்கொன்றுமாக காணக்கிடைக் கின்றன.

உடன்குடி கீரத்தாபுரம் என்ற ஊரினருகே பெரிய குழாய் ஒன்று இருந்திருக்கிறது. அப்போது அந்த சுற்றுவட்டாரம் முழுக்க பனைமரங்கள் நிறைந்திருந்தனவாம். அந்த மரங்களில் பதநீர் இறக்கி அதை அந்தக் குழாய் மூலம் நேராகக் குலசை பாரி கம்பெனிக்கு எடுத்துச் சென்றிருக்கின்றனர். அங்கு ஒரு எழுத்தர் இருந்திருக்கிறார். மக்கள் அவரிடம் தரும் பதநீரை அளந்து குழாயில் ஊற்றுவது அவர் வேலை. நான்கு- ஐந்து கிமீ நீளம் அந்தக் குழாய் அமைக்கப்பட்டிருந்ததாம். மக்கள் தரும் பதநீருக்கு கணக்கு வைக்கப்பட்டு, மாதம் ஒருமுறை பணம் தரப்படும். இந்த எழுத்தர் வேலைக்கு தமிழர்கள் பணியமர்த்தப்பட்டுள்ளார்கள். பாரி தொழிற்சாலை முழுக்க ஐரோப்பியர்கள் பணியாற்றியிருக் கின்றனர். தொழிற்சாலையை தொடர்ந்து நடத்துவது கட்டுப் படியாகாமல் போகவே, அதை இழுத்துமூடிவிட்டார்கள்.

ஏன் கட்டுப்படியாகவில்லை? ''அந்த பைப்லைன் இருந்துச்சுல்லா? அதுல பதினி ஊத்துறதுக்கு பதிலா தண்ணிய கலந்து ஆள்க்க ஊத்தத் தொடங்கிட்டாங்க. அதுனால கம்பெனிக்கு நஸ்டமாகிப் போச்சு. அவுங்க அதை மூடிட்டாங்க. அப்டியே இந்த ரயில்வே லைனும் போச்சு. ஸ்டேஷன் எல்லாம் அப்டியே விட்டுட்டுப் போய்ட்டாங்க'', என கோயில்பிச்சை சொல்கிறார். ஷெல்டனோ, ''அந்த பைப்லைன்ல இருந்து பதநி வரும்னு பார்த்தா அதுல மீன் எல்லாம் துள்ளி ஓடியிருக்கு. அதைப் பார்த்து கடுப்பாகிட்டாங்க வெள்ளக்காரங்க அப்டின்னு ஊர்ல பெரியவங்க சொல்லுவாங்க'', எனச் சொல்லிச் சிரிக்கிறார்.

''ரயில்வே ஸ்டேஷன் போச்சேன்னு மக்களுக்கு ஒண்ணும் பெரிய கவலை இல்ல. அவுங்களுக்கு மாட்டுவண்டி, குதிர வண்டி, நடை தான் இருந்துச்சே? பைப் லைனும் இப்ப இல்லாமப் போச்சு. அனேகமா 1942-43ல எடுத்துட்டு போயிருப்பாங்கன்னு நினைக்கேன். அதுக்கப்புறமும் கருப்பட்டி வியாபாரம் நல்லாதான் நடந்துச்சு'', என கோயில் பிச்சை சொல்கிறார். ''நாங்கலாம் கருப்பட்டி வியாபாரம்தான். எங்க குடும்பத்துக்கு நாலு பிராஞ்சு இருந்துச்சு. பாலக்காடுல இருந்து கருப்பட்டி வாங்கிட்டு வந்து திண்டுக்கல் கடையில வியாபாரம் பண்ணுவோம். ஈரோடு, காங்கேயம், சேலம் அங்கலாம் இருந்து வாங்குவோம். உடன்குடி கருப்பட்டி இங்க மட்டும் விற்போம். உடன்குடி கருப்பட்டிக்கு தனி டேஸ்டு உண்டு. பதநிக்கு கலயத்துல சுண்ணாம்பு போடுவோம்ல? இந்தப் பக்கம் கடல்சிப்பிய அரைச்சு பொடியாக்கி போடுவோம். அதுவே பதநிக்கு தனி டேஸ்ட் வந்துரும். சிப்பிய வாங்கி தண்ணிய தெளிச்சா அப்டியே தூளாயிடும். அதை கலயத்துல பூசி மேல ஏத்திருவாங்க. குலசேகரப்பட்டினத்துல இருந்து இந்த சிப்பி வரும். பதநி காய்ச்சும்போது அது பொங்கத் தொடங்கும். அப்ப வெளக்கெண்ணைக்கு போடுற கப்பிமுத்து (ஆமணக்குக் கொட்டை) இருக்குல்ல? அதை கொஞ்சம் இடிச்சு போடுவோம். அதைப் போட்டாத்தான் பதநி பொங்குறது அடங்கும்.''

''சீசன்ல- பங்குனி மாசம் தொடங்கி, தினமும் சாயங்காலம் 5 மணிக்கு சந்தைக்கு போனா சிப்பி வாங்கலாம். உடன்குடி கருப்பட்டி அளவு சின்னதா இருக்கும். சின்ன சிரட்டையில காய்ச்ச கூப்பதநிய ஊத்துவோம். மணலுக்கு மேல ஈரத்துணிய விரிச்சு அதுல தான் சிரட்டை அடுக்கி ஊத்துவோம். ஒரு சொட்டு மண்ணு உடன்குடி கருப்பட்டில இருக்காது.''

''இப்ப விக்கிற கருப்பட்டி நிறைய சீனிக்கருப்பட்டி தான். ஏமாத்துறது அதிகமா இருக்கு. உடைக்கும் போது நமக்குத் தெரிஞ்சு போகும் எது கருப்பட்டி, எது சீனிக்கட்டின்னு...ஒரு கிலோ கருப்பட்டி ஒன்பது ரூபாய்க்கு ஒரு காலத்துல நாங்க வித்தோம். இப்ப கிலோ 400 ரூபாய்க்கு விக்குது. ஆனா பனை ஏற ஆளும் இல்ல, பனையும் இல்ல. இயற்கைதான் இங்க எல்லாம் நலிவடைய காரணம். மகசூல் பார்க்க முடியல. அதுனால எல்லாம் லாஸ் ஆச்சு. 1954ல கிறிஸ்தியாநகரம் ஸ்கூலும் ஹைஸ்கூல் ஆச்சு. எல்லாரும் படிக்கத் தொடங்கிட்டாங்க. ஹயர் செக்கண்டரி மெஞ்ஞானபுரம் தான் போகணும். காலேஜ் படிக்கணும்னா பாளையங்கோட்டை போகணும். ஜான்ஸ், சேவியர்ஸ்ல நிறைய படிச்சு மேல வந்தாங்க'', என்கிறார் கோயில்பிச்சை.

கத்தோலிக்கம் மற்றும் சீர்திருத்த சபையினருக்கு இடையே திருமண உறவுகள் இருக்கின்றன. சி.எஸ்.ஐ.யாக மாறும் ஆணுக்கோ பெண்ணுக்கோ கட்டாயம் திருநீராட்டு அளிக்கப்பட்ட பின்னரே திருமணம் செய்துவைக்கப்படும் எனச் சொல்லப்படுகிறது. ''சி.எஸ்.ஐ. ஆர்.சியில இருந்து வந்தது தான? அதுல கொஞ்சம் கண்டிஷன் ஜாஸ்தி, அவ்வளவுதான். சர்வீஸ் முறையே மாற்றம், ஜெபம் மாற்றம். தனக்குன்னு ஒரு முறைய சி.எஸ்.ஐ. வெச்சிக்கிட்டாங்க. வந்த மிஷனரிகள் அதையே ஃபாலோ பண்ணிக்கிட்டாங்க. ஐக்கிய விருந்து உண்டு. எல்லாரும் சேர்ந்து உக்காந்து சாப்பிடுவாங்க. கோயில் பிரதிஷ்டைக்கு அப்புறம் இந்த விருந்துலாம் உண்டு. அப்பல்லாம் கல்யாண வீடுகள்ல களியல் இருக்கும். கோலாட்டம் லேடீஸ் ஸ்கூல்கள்ல ஆடுவாங்க, நாடகங்கள் உண்டு. வேற கலைநிகழ்ச்சிகள் எல்லாம் இல்ல. அந்தக் காலத்துல எல்லாம் கஸ்டப்பட்டவங்க தான? பெஸ்ட் ஐயர் அவுங்களுக்கு உணவு குடுத்து, படிக்க சொல்லிக்குடுத்து, பணம் குடுத்து, மிஷன் நிலம் எல்லாம் வாங்கியிருக்காரு'', என கோயில்பிச்சை சொல்கிறார்.

''பத்து வருசத்துக்கு முன்னாடி ரெண்டு மூணு வருசம் குருத்தோலை ஞாயிறப்ப சி.எஸ்.ஐ., ஆர்.சி மக்கள் சேர்ந்து மரியம்மாள்புரத்துல இருந்து ஒண்ணா பவனி போனோம். ஒண்ணா சேர்ந்து பாட்டு, ஜெபம் சொல்வோம். பவனிக்கு முன்னாடி சேர்ந்து ரெண்டு பாட்டுக் குழுவுக்கும் ஒண்ணா கிளாஸ் எல்லாம் வெச்சோம். ஒரு ஆர்.சி பாட்டு, ஒரு சி.எஸ்.ஐ. பாட்டுன்னு மாறி மாறிப்படிப்போம். ஊரைச் சுத்திவந்து சர்ச் வாசல்ல எல்லாரும் சேர்ந்து ஜெபம் சொல்லுவோம். கடைசி இடத்துல பிரிஞ்சு போவோம். நல்லாதான் போய்ட்டு இருந்துச்சு. அப்புறம் என்னவோ சரியான ஒத்துழைப்பு இல்லாம நின்னு போச்சு. இந்த வருசம் எல்லாம் கூடி ஒண்ணா முன்னாடி மாதிரி பவனி போகலாம்னு பேசிக்கிட்டு இருக்கோம். கொரோனாவால போன வருசம் நடக்கல'', என கோயில்பிச்சை கூறுகிறார்.

கிறிஸ்தியாநகரத்தில் தொடங்கி பண்டாரஞ்செட்டிவிளை லூக்கா ஆலயம் வழியாக மரியம்மாள்புரம் சூசையப்பர் ஆலயம் வரை இந்த பவனி நடந்ததாகச் சொல்லப்படுகிறது. இதுதவிர இரு தரப்பிலும் மரணங்கள் நடக்கும் போது பரஸ்பரம் பிரிவு பாராமல் துக்கம் விசாரிக்கும் வழக்கமும் இங்கே இருக்கிறது. ''இந்தப் பக்கம் நாகரிகமும் வளர்ச்சியும் உண்டாக்கினது கிறிஸ்தவந்தான்'', என கோயில்பிச்சை அழுத்தமாகச் சொல்கிறார்.

1836 முதலே நாசரேத், முதலூர் ஆகிய இரண்டு இடங்களிலும் மிஷன் பணிகளை எஸ்.பி.சி.கே. (Society for Promoting Christian Knowledge) செய்துவந்தது. 1844ம் ஆண்டு சாயர்புரத்தில் ஆலயம் கட்டிமுடிக்கப்பட்டதைத் தொடர்ந்து, புதிய இடங்களில் மிஷன் பணியைத் தொடங்கும் ஆர்வம் மிஷனரிகளுக்கு ஏற்பட்டது. முதலூரில் பணியாற்றி வந்த சாமுவேல் கிறிஸ்டியன் கோலாப் (Samuel Christian Kohloff), மக்களின் வேண்டுகோளை ஏற்று அங்கிருந்து எட்டு மைல் தொலைவிலிருந்த உடன்குடிக்கு அவ்வப்போது சென்று மறைபரப்பு செய்துவந்தார்.

1845ம் ஆண்டுவரை கிறிஸ்தியாநகரம் மக்கள் முதலூர் வட்டத்துடன் இணைந்திருந்தார்கள். 1840கள் வரை இந்தப் பகுதியில் பெரிதாக எதுவும் இல்லை என ஆயர் ஸ்பென்சர் பதிவு செய்கிறார். ''1841ம் ஆண்டு இங்கு நான் வரும்போது இந்த இடத்தை என்னால் அடையாளம் கூடக் காணமுடியவில்லை. ஒரு பெரிய ஆலமரத்தினடியில் நான் மக்களிடம் பேசினேன். இப்போது இங்கே ஒரு ஊர் வந்துவிட்டது; மற்ற எல்லா கிறிஸ்தவ ஊர்களைப் போல இங்கும் ஆலயத்துக்கு நேராக தேவாலய தெரு இருக்கிறது. இங்கு ஒரு சிற்றாலயம் இருக்கிறது; பெரிய ஆலயம் வரவுள்ளது. மறைபரப்பாளருக்கு எளிய வீடு ஒன்றும், ஆண் பெண் இருபாலருக்கு தனித்தனி படிப்பு அறைகளும் உள்ளன'', என அவர் எழுதியிருக்கிறார்.

உடன்குடிக்கு அருகே மிஷன் பணியைத் தொடங்க கோலாப் முதலில் இடம் வாங்கினார். இந்த கோலாப் குடும்பம் மூன்று தலைமுறைகளாக தமிழகத்தில் மிஷன் பணிகளைச் செய்து வந்துள்ளது. கோலாபின் தாத்தா ஜே.பி.கோலாப் (J Balthazar Kohlhoff) ராயல் டேனிஷ் மிஷன் மூலம் தரங்கம்பாடியில் மிஷன் பணியாற்ற வந்தவர். அவரது மகனான எஸ்.பி.சி.கே. மிஷனைச் சேர்ந்த ஜே.சி.கோலாப் (J Christopher Kohlhoff), தஞ்சையில் சுவார்ட்சு ஐயருடன் இணைந்து பணியாற்றியவர். இருங்களூர் மிஷனைத் தோற்றுவித்து மறைபரப்பியவர். இவரது மகன் சாமுவேல் கிறிஸ்டியன் கோலாப், முதலூரில் 1839ம் ஆண்டு பணியாற்ற வந்தவர். முதலூரில் கோலாப் பணியாற்றியபோது, உடன்குடியைச் சேர்ந்த பல இந்துக்கள் அவரிடம் வந்து மதம் போதிக்க வருமாறு வேண்டுகோள் வைத்ததாக கோலாப் கால்டுவெல்லுக்குக் கடிதம் எழுதியுள்ளார். இதைக் கால்டுவெல் தன் திருநெல்வேலி வரலாறு நூலில் குறிப்பிடுகிறார்.

அவர்கள் கேண்டுகோளை ஏற்று உபதேசியார் ஒருவரை உடன்குடிக்கு அனுப்பியதாக அந்தக் கடிதத்தில் கோலாப்

கூறுகிறார். 'அவர்களுக்கு நான் செய்த நன்மைக்கு நன்றியாக என் பெயரை அவர்களது புதிய ஊருக்கு இட்டிருக்கின்றனர்', என அந்தக் கடிதத்தில் கோலாப் குறிப்பிடுகிறார். கிறிஸ்தியாநகரம் பகுதியில் கிறிஸ்தவ மறையை முதலில் பரப்பியவர் இவரே. இங்குள்ள மக்களுக்கு திருநீராட்டு கொடுக்கும் முன்பே, அவரை திண்டுக்கல்லுக்கு மிஷன் இடமாற்றம் செய்தது.

1839 முதலே மிஷன்கள் பணிச்சுமையைக் குறைக்க சிறு வட்டங்களாகப் பிரித்து ஆலயங்கள் கட்டி வழிபாடு நடத்த வழிதேடினார்கள். 1844ல் சாயர்புரம் ஆலயம் கட்டப்பட்ட உடனே, மற்ற மிஷன் இடங்களிலும் ஆலயங்கள் கட்டவேண்டும் என உள்ளூர் ஆலயக் கட்டுமான சங்கங்கள் (Native Church Building Society) ஏற்படுத்தப்பட்டன. கிறிஸ்தியாநகரத்திலும் கிறிஸ்தியா நகரம் ஆலயக்கட்டுமான சங்கம் அமைக்கப்பட்டது. கோலாபின் காலத்துக்குப் பிறகு மிஷன் இடத்தைச் சுற்றியுள்ள நிலங்கள் பள்ளி மற்றும் பிற கட்டடங்கள் கட்டுவதற்காக மிஷனால் வாங்கப் பட்டன.

1844ம் ஆண்டு இங்கு பணியாற்ற ஜான் கெர்ஷா பெஸ்ட் (John Kershaw Best) வந்துசேர்ந்தார். வெஸ்லிய மிஷனுடன் ஒரு காலத்தில் இணைந்து பணியாற்றிய மிஷனரி ஜேம்ஸ் கெர்ஷாவின் பெயரே பெஸ்டுக்கு இடப்பட்டது. மெதடிஸ்ட் மிஷனை வடக்கு அயர்லந்துப் பகுதிக்கு முதலில் கொண்டு வந்தவர் இந்த கெர்ஷா. 1812ம் ஆண்டு ஹலிபாக்ஸ் என்ற ஊரில் ஜார்ஜ் பெஸ்ட், மேரி தம்பதியின் மகனாக ஜான் பெஸ்ட் பிறந்தார். வங்கி ஒன்றில் பணியாற்றிவந்த பெஸ்ட், வெஸ்லிய மிஷனில் தொடக்கத்தில் ஊழியம் செய்துவந்தார். 1837ம் ஆண்டு மேரி ஆன் டர்னர் (Mary Ann Turner) என்பவரைத் திருமணம் முடித்த கையுடன், மிஷன் பணிக்காக இந்தியாவின் எஸ்.பி.ஜி. (Society for the Propagation of Gospel in Foreign parts) மிஷனரியாக பெஸ்ட் இந்தியா வந்தார்.

1842ம் ஆண்டு சென்னையில் பயிற்சி குருவாகப் பணியைத் தொடங்கியவர், 1844ம் ஆண்டு குருப்பட்டம் பெற்றார். அங்கிருந்து கோலாப் பணியைத் தொடங்கிய கிறிஸ்தியாநகரத்துக்கு அனுப்பப் பட்டார். 1844ம் ஆண்டு பிப்ரவரி மாதம் கிறிஸ்தியாநகரத்துக்கு பெஸ்ட் வந்துசேர்ந்தபோது, அங்கு ஓலை வேயப்பட்ட ஒரு தற்காலிக மிஷன் பங்களாவும், சிற்றாலயமும் இருந்தன. அந்த சிற்றாலயத்தில் பள்ளி ஒன்றும் நடந்துவந்தது. 1843ம் ஆண்டுவரை முதலூர் வட்டத்தின் பகுதியாகத்தான் கிறிஸ்தியாநகரம் மிஷன் இயங்கிவந்தது. அவ்வப்போது முதலூரிலிருந்து மறைபரப் பாளர்கள் வந்துசெல்வதுண்டு.

1843ம் ஆண்டு கிறிஸ்தியாநகரமும் ஏழு சிறு கிராமங்களும் முதலூரிலிருந்து தனியே பிரிக்கப்பட்டன. வாசிப்பதற்கு விவிலியமோ, ஜெபப் புத்தகங்களோ கூட இல்லாமல் இந்த மக்கள் வாழ்ந்து வந்ததாக பெஸ்ட் எழுதுகிறார். கிறிஸ்தியாநகரத்துப் பள்ளியை நடத்த மாதத்துக்கு ஐந்து ரூபாய் முதல் பத்து ரூபாய் வரை எஸ்.பி.ஜி. மிஷன் வழங்கியது. அந்தப் பகுதி மக்களை கிறிஸ்தவ நம்பிக்கைக்குள் கொண்டுவந்த பெஸ்ட், அவர்களது குழந்தை களுக்கு நல்ல கல்வி தரவேண்டிய அவசியத்தை உணர்ந்ததால், இங்கு ஒரு நிரந்தர மிஷன் இல்லமும் பள்ளியும் கட்டும் முயற்சியை முன்னெடுத்தார். 1843ம் ஆண்டு அந்தப் பகுதியில் 1579 கிறிஸ்தவர்கள் இருந்ததாகவும், அவர்கள் 16 சிற்றூர்களில் அங்கங்கே பிரிந்து கிடந்தார்கள் எனவும் பெஸ்ட் குறிப்பிடுகிறார்.

பெஸ்ட் அங்கு வந்து சேர்ந்த போது, அந்தப் பகுதி மக்கள் ‘பேய்’ வழிபாடுகளில் ஈடுபாடு கொண்டவர்களாக இருந்தார்கள் எனக் குறிப்பிடுகிறார். இதை ஆமோதிப்பது போல பக்கத்து ஊரான பண்டாரஞ்செட்டிவிளை பழைய லூக்கா ஆலயத்தைப் பேணிவரும் பால்ராஜ், பழைய லூக்கா ஆலயம் உருவான கதையைச் சொன்னார். ‘‘கிஸ்தியாநகரத்துக்குப் பக்கத்துல ஒரு இந்துக் கோயில் உண்டு. அதுல எங்க பூட்டனார் நாக்கை அறுத்து வெச்சு ஆடுவாங்க. அப்போ போட்டி ஒண்ணுல, பக்கத்துல உள்ள முஸ்லிம்ஸ் வந்து சாமிய கெட்டிட்டாங்க. ஒரு சாமிய கெட்டுற அளவுக்கு இன்னொரு சாமி இருக்குன்னா அதென்ன சாமி அப்டின்னுட்டு அங்கயிருந்து எங்க பூட்டனாரு வெலகி வந்துட்டாரு. கிஸ்தியாநவரத்து வேதக்கோயில்ல ஒரு பிடி மண்ண எடுத்துட்டு வந்து இங்க குடிசை போட்டு முதல்ல இங்க கோயில ஆரம்பிச்சது’’, என லூக்கா ஆலயம் தோன்றிய கதையைச் சொல்கிறார். இவ்வாறு பிடிமண் எடுத்துவந்து சிறுதெய்வங் களுக்கு ஆலயம் கட்டும் வழக்கம் தென் தமிழ்நாட்டில் உண்டு. கரிசலிலிருந்து எடுத்து வரப்பட்ட பிடிமண் கொண்டு, பொழிக்கரை சுடலைமாடன் கோயில் கட்டப்பட்டதை தன் ‘சாமிகளின் பிறப்பும் இறப்பும்’ நூலில் ச. தமிழ்ச்செல்வன் ஆவணப்படுத்தியிருக்கிறார்.

பெஸ்ட் இந்த பழக்கங்களிலிருந்து மக்களை மாற்ற அரும்பாடு பட்டார். ‘ஒரு முறை இந்தப் பேய் வழிபாட்டுக்கு (சாமியாடு தலையே இவ்வாறு குறிப்பிடுகிறார்) எளிய மக்கள் தங்கள் வேலைகளை விட்டுவிட்டு சாரிசாரியாகச் செல்வதைப் பார்த்தேன். தங்கள் வருமானத்தைக் கூட இழந்துவிட்டு, பேய் வழிபாட்டுக்கு அவர்கள் சென்றது எனக்கு மிகுந்த வருத்தத்தை அளித்தது. இந்த வழிபாட்டிலிருந்து பலரை விலக்கி கிறிஸ்தவத்துக்குள்

கொண்டுவந்திருக்கிறேன்', என பெஸ்ட் 'தி பரோக்கியல் மிஷனரி மேகசின்' இதழில் எழுதியிருக்கிறார்.

செப்டம்பர் 17, 1845 அன்று கிறிஸ்தியாநகரத்தில் ஆலயம் கட்ட ஆயர் ஸ்பென்சர் அடிக்கல் நாட்டினார். ஆங்கிலேய காதிக் (Gothic) கட்டுமான முறைப்படி இந்த ஆலயம் கட்டப்பட்டது. 109 லீ அடி நீளம் கொண்ட ஆலயத்தினுள் ஐந்து குத்து வளைவுகள் உள்ளன. வடக்கு மற்றும் தெற்குப் பகுதியில் ஆடைகளை வைக்கும் சிற்றறைகள் (vestry) கட்டப்பட்டன. 80 அடி உயரத்துக்கு சதுர கோபுரம் அமைக்கப்பட்டது. அதன் சுவர்கள் 4 அடி கனமானவை. கோபுரத்தைத் திடப்படுத்த உறுதியான சாய்வுத்தூண்கள் (buttress) கட்டப்பட்டன. நான்கு ஆண்டுகள் ஆலயம் கட்டும் பணி நீடித்தது. இந்தியாவிலும் இங்கிலாந்திலுமுள்ள சங்கங்கள் மூலமும், பொது மக்களிடமும் நிதி திரட்டப்பட்டது. ஆலயம் கட்டி முடிக்கப்பட்டு ஜனவரி 25, 1849 பவுல் கிறிஸ்துவுக்குள் வந்த திருவிழா நாளன்று பிரதிஷ்டை செய்யப்பட்டது.

ஆயிரக்கணக்கான இந்துக்கள், இஸ்லாமியர் வசிக்கும் பகுதியில் கிறிஸ்தவர்களுக்கென்று கட்டப்பட்ட பிரம்மாண்ட ஆலயம் என்பதால் அன்று அதிகாலை முதலே மிகுந்த மகிழ்வுடன் அப்பகுதி கிறிஸ்தவர்கள் ஆலயத்தில் குழுமத் தொடங்கினார்கள். ஆலயம், நிரந்தர மிஷன் கட்டடம், இரண்டு உண்டு உறைவிடப் பள்ளிகள், ஆண் மற்றும் பெண்களுக்கான தனி பகல் பள்ளிகள், இவை மட்டுமல்லாமல், எல்லா காலத்திலும் மக்கள் வழிபட சிற்றாலயம் ஒன்றும் ஆலய நேர்ந்தளிப்பின் போது திறக்கப்பட்டன. சுற்றியிருந்த ஆறு ஊர்களின் மக்களுக்கும் நிரந்தரத் தலைமையிடமாக கிறிஸ்தியாநகரம் அமைந்தது. ஓலைக் குடிசைகளாலான ஆலயம், மிஷன் பங்களா போன்றவற்றைக்கண்டு, இந்த மிஷனரிகள் எப்போது வேண்டுமானாலும் நம்மை விட்டுப் போய்விடக்கூடும் என நினைத்திருந்த மக்கள், நிரந்தரக் கட்டடங்களைக் கண்டு தங்கள் மேல் நம்பிக்கை கொள்வார்கள் என பெஸ்ட் நம்பினார்.

ஆலய நேர்ந்தளிப்பு அன்று சி.எம். எஸ். மிஷனைச் சேர்ந்த சார்ஜன்ட் மிஷனரி வழிபாட்டைத் தொடங்கிவைத்தார். எஸ்.பி.ஜி மிஷனின் ராபர்ட் கால்டுவெல் 'ஆன்மீக ஆலயம்' (The Spiritual Temple) என்ற தலைப்பில் அன்று தமிழில் பிரசங்கம் செய்தார். அவரது இந்த போதனையை மட்டுமே சி.எம்.எஸ். பின்னாளில் குறுநூலாக பதிப்பித்தது. நிகழ்வில் 11 குருக்களும், மக்கள் ஆயிரம் பேரும் கலந்துகொண்டார்கள்.

புதிதாக மதம் மாறிய மக்களுக்கு பல சிக்கல்கள் எழுந்தன. அவர்களை முகம்மதியர்களும், இந்துக்களும் கொடுமைப் படுத்தியதாக பெஸ்ட் விவரிக்கிறார். மதம் மாறியவர்களுக்கு எதிராக பக்கத்திலுள்ள கச்சேரிகளில் (kuchery-courts) புகார்கள் சொல்வது வாடிக்கையானது. அங்குள்ள நீதிபதிகளுக்கு லஞ்சம் கொடுத்துவிட்டால், இந்துக்கள் செய்யும் புகார்களே செல்லு படியாகும். மிஷனில் பணிக்குச் சேர்பவர்களுக்கு வேறு வடிவில் சிக்கல் வந்தது. அவர்களுக்கு வேலை தந்துவந்த முகம்மதிய, இந்து பெருந்தனக்காரர்கள், பணி தரவோ, செய்த வேலைக்கு கூலி தரவோ மறுத்தார்கள். அவர்களது வாழ்வாதாரம் பாதிக்கப்பட்டது.

1848ம் ஆண்டு காலங்குடியில் அமைந்த சிற்றாலயத்துக்கு வழிபாட்டுக்குச் சென்ற உபதேசியார் மற்றும் மக்களை, அவ்வூர் முகம்மதியர் ஒருவரது பேச்சைக் கேட்டுக்கொண்டு ஆலயத்துக்குள் உள்ளூர் இந்துக்கள் அனுமதிக்கவில்லை. ஓலையால் அமைந்த அந்தக் குடிசையைப் பிய்த்து எறியவும் தொடங்கினார்கள். இதை உடனடியாக பக்கத்து கச்சேரியின் கவனத்துக்குக் கொண்டுசென்று நிலைமை சரிசெய்யப்பட்டது. நிரந்தரக் கட்டடம் இதற்கு சரியான தீர்வாக அமையும் என கருதிய பெஸ்ட், அங்கு கல்லாலான, ஓலை வேய்ந்த சிற்றாலயம் ஒன்றைக் கட்டினார். இப்படி கிறிஸ்தவத்துக்குள் வந்த மக்களை, தன் மக்கள் என்ற அன்புடன் கவனித்தும் காத்தும் வந்தார்.

ஆனால் அவரது சொந்த வாழ்க்கை பெரும் சீரழிவாகவே இருந்தது. 1847, 1849, 1853 என தொடர்ச்சியாக மூன்று குழந்தைகள் பெஸ்ட் - ஆன் தம்பதிக்குப் பிறந்து இவ்வூரின் தட்பவெப்பம் தாளாமல் நோய் கண்டு இறந்துபோனார்கள். மூன்று பச்சிளம் குழந்தைகளைப் பறிகொடுத்தும், இந்தத் தம்பதி அப்பகுதி மக்களின் முன்னேற்றத்துக்காக பள்ளிகள் கட்டியும், ஆலயங்கள் திறந்தும் உழைத்தது. 1856ம் ஆண்டு மீண்டும் இங்கிலாந்துக்கே தம்பதி திரும்பினார்கள். அவர்கள் விதைத்த விதைகள் முளைத்து நிற்க, அதற்குத் தண்ணீர் ஊற்றிக் காப்பாற்ற அதன்பின் வந்த ஹக்ஸ்டேபிள் உள்ளிட்ட மிஷனரிகள் முனைந்தார்கள். இன்று இந்தப் பகுதி கல்வியில் சிறந்து விளங்கும் ஒரு குட்டித் தீவாகத் தென்பட, இம்மக்களின் இடையறாத உழைப்பே காரணம். ஆண்டுதோறும் இங்கு ஜனவரி மாத இறுதி சனிக்கிழமைகளில் 'அசனம்' நடைபெறுகிறது. 10000க்கும் அதிகமானோர் எந்த சாதி, சமய வேறுபாடுமின்றி இங்கு வந்து வயிறார சைவ உணவை உண்டு செல்கின்றனர்.

ஆலயப் பிரதிஷ்டையின் நினைவாக இந்த அசன விருந்து நடைபெறுவதாக ஷெல்டன் குறிப்பிடுகிறார். சாம்பார், பட்டாணிக் கூட்டு பரிமாறப்படுகிறது. சமையல் கலைஞர்களும், பாத்திரங்களும் அருகிலிருக்கும் மெய்ஞ்ஞானபுரம் ஆலயத்திலிருந்து வருவதால், ஒவ்வொரு ஆண்டும் ஜனவரி இறுதி வியாழனன்று அங்கும், சனியன்று இங்கும் அசனம் நடைபெறுகிறது. இடைப் பட்ட ஒரு நாளில் பாத்திரங்களை சுத்தம்செய்து, கொண்டு செல்கின்றனர். சராசரியாக 80-85 மூடை அரிசி இங்கு அசனத்துக்கு பயன்படுத்தப்படுகிறது. நாசரேத் போல இங்கும் தினமும் நற்கருணை வழங்கப்படுகிறது என ஷெல்டன் கூறுகிறார். ஜூலை மாதம் நடைபெறும் சேர்ப்பின்பண்டிகையின் போது முதல் கனிகளும், காய்கறியும், நெல், கருப்பட்டி போன்றவையும் ஆலயத்துக்குக் கொண்டுவரப்படுகின்றன. முற்காலத்தில் பதநீர் கொண்டுவரப்பட்டு மக்களிடையே ஏலம் விடப்பட்டதுண்டு என சொல்லப்படுகிறது.

பனை நிறைந்த பகுதிகளில் பெரும்பாலும் முதல் பதநீரை மக்களுக்கு விநியோகம் செய்வதை கிறிஸ்தவர்களும், இந்துக்களும் வாடிக்கையாகச் செய்கின்றனர். இப்பகுதிக்கு அருகிலுள்ள கொட்டங்காடு பகுதியில், வைகாசி விசாகமன்று இவ்வாறு இன்றும் இந்து ஒருவர் அந்தப் பக்கம் செல்லும்

கிறிஸ்தியாநகரம் அசனம், நன்றி: நக்கீரன்

பண்டாரஞ்செட்டிவிளை பழைய லூக்கா ஆலயம்

வண்டிகளை நிறுத்தி சாலையில் பதநீர் விநியோகம் செய்வதாக ஷெல்டன் குறிப்பிடுகிறார்.

பண்டாரஞ்செட்டிவிளை ஆலயத்தைவிட, அங்கு குருவாகப் பணியாற்றும் தம்பி ஜான் சாமுவேலைச் சந்திப்பது என அவரது இல்லம் சென்றோம். கிறிஸ்தவ தேவாலயங்களை இன்று வழிநடத்திச் செல்லும் பலரும் 'என் ஆலயம், என் பிரசங்கம்' அவ்வளவு தான் என ஒதுங்கி வாழும் சூழலில், தான் வாழும் பகுதியின் சுற்றுச்சூழல், தொன்மை குறித்து ஆராய்ந்தறிந்து, மக்களுடன் மக்களாக வாழும் போதகர்கள் எண்ணிக்கை குறைவுதான். அவர்களில் ஜானும் ஒருவர். தொல்பொருள்கள் மேல் அவருக்கு பெரும் ஆர்வம் உண்டு. அவரது வீட்டில் அவ்வாறான தொல் பொருள்கள் நிறைய திரட்டியிருக்கிறார் எனச் சொல்லப் பட்டதால், அவற்றைக் காணும் ஆவலும் இருந்தது. அவரைத் தேடி நாங்கள் சென்ற அதிகாலை, அவர் வெளியே எங்கோ சென்றிருந்தார். இருந்தாலும், 'பழைய ஆலயத்தைத் திறந்துதரச் சொல்கிறேன், பார்த்துக்கொண்டு இருங்கள், வந்துவிடுகிறேன்', என தகவல் தந்தார்.

லூக்கா ஆலயம் பெரும் தொன்மைவாய்ந்தது அல்லதான். கிறிஸ்தியாநகரத்து மண்ணெடுத்து வந்து பக்தர் ஒருவர் சிற்றாலயம் ஒன்றை ஏற்படுத்த அது 1907ம் ஆண்டு நிரந்தர ஆலயமாக மாறியது. பண்டாரஞ்செட்டிவிளையில் முதலில் கிறிஸ்தவம் தழுவியவர் சுடலைமாடன் ஆவார். 1857ம் ஆண்டு ஜூன் 7 அன்று கிறிஸ்தியாநகரம் ஆலயத்தில் கென்னட் ஐயரிடம் இவர் 'ஞானமுத்து' என திருநீராட்டு பெற்றார். முதல் கிறிஸ்தவரான சுடலைமாடனுக்கு, சுற்றியிருந்த மக்களால் கடும் நெருக்கடி நேர்ந்தது. அவரோ அதைப் பொறுமையுடன் கையாண்டார். சிறு ஜெபவீடு ஒன்றையும் பண்டாரஞ்செட்டிவிளையில் தனக்காகக் கட்டிக்கொண்டார். அவருக்குப்பின், சுடலை ஆடும் பெருமாள் என்பவர் 'யோவானாக' மதம் மாறினார். இன்னும் சிலரும் மெல்ல கிறிஸ்தவம் தழுவினார்கள்.

ஞானமுத்து கட்டிய ஜெபவீடு 1870ம் ஆண்டுவாக்கில் ஏற்பட்ட புயலில் இடிந்துபோனது. நிரந்தர ஆலயம் வேண்டும் என புரிந்துகொண்ட மக்கள், ஆலயம் கட்ட முடிவு செய்தார்கள். 1901ம் ஆண்டு ஜூன் 1 அன்று கனோன் மார்கோஷிஸ் ஐயர் புதிய ஆலயத்துக்கு அடிக்கல் நாட்டினார். 1907ம் ஆண்டு அக்டோபர் 13 அன்று பவுல் ஐயர் கட்டி முடிக்கப்பட்ட ஆலயத்தை நேர்ந்தளித்தார். 1988ம் ஆண்டு கிறிஸ்தியாநகரத்திலிருந்து பண்டாரஞ்செட்டிவிளை தனி சேகரமாகப் பிரிக்கப்பட்டது. 1995ம் ஆண்டு புதிய ஆலயத்துக்கு அடிக்கல் நாட்டப்பட்டு 2002 அன்று நேர்ந்தளிக்கப்பட்டது. இதில் மகிழ்வான செய்தி, பழைய ஆலயத்தை அப்படியே ஜெபவீடாக இன்னும் இம்மக்கள் தொடர்வது தான்!

கொல்லம் ஓடு வேயப்பட்டு, கூர் வளைவுகள் கொண்ட கதவு, ஜன்னல்களுடன் பழைய லூக்கா ஆலயம் தோற்றமளிக்கிறது. மரக்கட்டைகள் கூரையைத் தாங்கி நிற்கின்றன. ஆலயத்தின் உத்திரம் மற்றும் மணி கட்டப்பட்டிருக்கும் இரும்புத் தூண்கள் இருப்புப்பாதையை நினைவூட்டுகின்றன. அங்கிருந்து குருவின் வீட்டுக்குச் சென்று அவர் சேகரித்து வைத்திருக்கும் தொல்பொருள் களை நிதானமாகப் பார்வையிட்டோம். வசிப்பறைமுழுக்க தொல்பொருள்கள் அழகுற அடுக்கிவைக்கப்பட்டுள்ளன.

விதவிதமான அரிக்கேன் மற்றும் சீமை எண்ணெய் கைவிளக்குகள், பழைய காமிராக்கள், டீ கெட்டில், பித்தளைப் பாத்திரங்கள், ரேடியோ பெட்டிகள், மரப்பெட்டிகள், அரிசி அளக்கும் உழக்குகள், இசைக்கருவிகள், உலகப் போர்களில் பங்கேற்றமைக்கு வழங்கப் பட்ட பதக்கங்கள் என பொருள்கள்... இவை தவிர

ஓலைச்சுவடிகள், பசுமை விருதுகள் வரிசை கட்டி நிற்கின்றன. ஒவ்வொன்றையும் ஆய்வுக்கு எடுத்துக் கொண்டால் நாம் இன்னும் 10 ஆண்டுகள் உடன்குடியில் இருக்க நேரிடும் எனச் சொல்லிவிட்டு, அவர் வீட்டருகே உருவாக்கியுள்ள விவிலியப் பூங்காவையும் பார்வையிட்டோம். விவிலியத்தில் குறிப்பிடப்பட்டுள்ள அத்தி உள்ளிட்ட மரங்களில் எவையெல்லாம் நம் தட்பவெப்பத்துக்கு வளருமோ, அவற்றை பூங்காவில் வளர்ப்பதாகக் குறிப்பிட்டார். அவர் முன்பே குறிப்பிட்டிருந்த 'சுமை தாங்கிக்கல்' பார்க்கக் கிளம்பினோம்.

தென் மாவட்டங்களில் நானறிந்தவரை சுமைதாங்கிக் கற்கள் அதிகம் பார்க்கமுடிந்ததில்லை. கொட்டங்காடு அருகே சாலையின் ஓரம் இருந்த சுமைதாங்கிக் கல்லைப் பார்த்தோம். அதில் ஏதாவது கல்வெட்டு இருக்கிறதா என எவ்வளவு தேடியும் ஒன்றும் கண்ணில் படவில்லை. அங்கிருந்து சற்றுத் தொலைவில் சிறு சாலையோர உணவகத்துக்கு ஜான் சாமுவேல் அழைத்துச் சென்றார். அங்கு லில்லி (பெயர் மாற்றப்பட்டுள்ளது) என்ற பெண்ணைச் சந்தித்தோம். பாழடைந்த கல் மண்டபம் ஒன்றுதான் அவரது 'வீடு'. அவர்கள் குடும்பத்துக்கு சொந்தமான அந்த வீட்டில் குடியிருப்பதாகவும், பிழைப்புக்கு ஓட்டல் நடத்துவதாகவும் சொன்னார். அந்த ஊரில் வாழ்ந்து கெட்ட குடும்பம் அவர்களுடையது.

குடும்பம் நொடித்துப் போனாலும், தையல் மிஷின் கொஞ்சம் கைகொடுத்தது. ஏற்கனவே மணமான ஒருவரை, இரண்டாவது மனைவியாகத் திருமணம் செய்துகொண்டதால் அவருக்கு அவர் சார்ந்துள்ள சி.எஸ்.ஐ. தேவாலயத்தில் நற்கருணை தரப்படுவ தில்லையாம். ரோமை கத்தோலிக்கமோ சீர்திருத்தக் கிறிஸ்தவமோ, திருமணம் என்ற வார்த்தைப்பாட்டை (Vow) மிகப் புனிதமாகக் கருதுகின்றன. 'கடவுள் இணைத்ததை மனிதன் பிரிக்கக்கூடாது' என ஆணித்தரமாக வலியுறுத்துகின்றன. இடைக்காலத்தில் மனிதர் களுக்குள் ஒரு ஒழுங்கை ஏற்படுத்தக் கொண்டுவரப்பட்ட திருச்சபைச் சட்டங்கள் காலத்துக்கேற்ப மாறாமல் போனதால் இது போன்ற வினோத சிக்கல்களை இந்தியக் கிறிஸ்தவர் களும் சந்திக்கின்றனர். கிறிஸ்தவத் திருமணங்கள் சர்ச் ரிஜிஸ்தரில் பதிவு செய்யப்படுகின்றன. பதிவு செய்யப்படும் திருமணங்கள் பற்றிய தகவல் அந்தப் பகுதி திருமணப் பதிவாளருக்குப் போகிறது. அவரிடம் நேரடியாக விண்ணப்பித்தால், திருமணச் சான்றிதழ் வழங்கப்படுகிறது. அவை திருமணங்களை சட்டப் பூர்வமாக்குகின்றன.

ஆனால் கிறிஸ்தவத்தில் 'பிரிவு' என்பதற்கு இடமேயில்லை. சட்டப்படி விவாகரத்தான ஆணுக்கோ பெண்ணுக்கோ மீண்டும் திருமணம் செய்ய கிறிஸ்தவ முறைப்படி அனுமதி கிடைப்பது கடினமானது. இதனால் விவாகரத்தானவர்கள் பெரும் பாலும் திருச்சபையை விட்டு ஒதுங்கியே சென்றுவிடுவதுண்டு. ஓரளவுக்கு சபை சட்டம் அறிந்தவர்கள் இந்து-கிறிஸ்தவ கலப்பு திருமணங்களை ஆலயங்களில் 'சீர்செய்துகொள்வதுண்டு'. இது போல விவாகரத்தாகி மீண்டும் சபைக்கு வெளியே திருமணம் செய்துகொள்பவர்களுக்கு அவர்கள் இறந்தால்கூட, கிராமங்களில் இன்றும் அடக்கத் திருப்பலிகள் செய்யப்படுவ தில்லை. சீர்திருத்தச் சபையில் சபையின் அனுமதியின்றி மணம் செய்துகொள்பவர்கள், தங்களைத்தாங்களே சபைவிலக்கம் செய்துகொள்வதாக திருச்சபை சட்டம் சொல்கிறது. அவர்களது உறவை பின்னாளில் சட்டப்படி சீர் செய்யமுடியாது (legalise), ஆனால் அதை திருச்சபைப்படி சீர்செய்யமுடியும் (regularize) என திண்டுக்கல்லில் குருவாகப் பணியாற்றும் நண்பர் ஜான்சன் ஜேசுதாஸ் கூறுகிறார்.

''ஒவ்வொரு சேகரத்திலும் உள்ள 'பாஸ்டரேட் கமிட்டியிடம்' இவ்வாறு சபைக்கு வெளியே (பதிவு திருமணங்கள் வீட்டுத் திருமணங்கள் உள்ளிட்டவை) திருமணங்கள் செய்துகொண்டவர் கள் தங்கள் திருமணத்தை ஒழுங்குபடுத்த' விண்ணப்பிக்கலாம். அதற்கு சான்றாக தங்கள் திருமண சட்டச் சான்றிதழ் உள்ளிட்ட வற்றை அளிக்கலாம். அதைப் பரிசீலிக்கும் கமிட்டி, மாவட்ட டயசீஸின் கவுன்சிலுக்கு அனுப்புகிறது. அங்கு இதை ஆலோசித்து மறைமாவட்ட அளவில் இயங்கும் 'திருமணக் கேள்விகள் மற்றும் சட்டக்கேள்விகள் கமிட்டி'யிடம் பரிந்துரை செய்ய அனுப்பு கின்றனர். அந்தக் கமிட்டி இதை மறைமாவட்ட பதிவாளர் மற்றும் சட்ட ஆலோசகரிடம் கலந்தாலோசித்து திருமணத்தை சீர்செய்ய அனுமதி தருகிறது.''

''இந்த அனுமதி கிடைத்ததும், தம்பதி அழைக்கப்பட்டு பதிவேடு ஒன்றில் கையெழுத்திடப் பணிக்கப்படுகின்றனர். அதன்பின் அந்தப் பதிவேடு திருமணப் பதிவாளரிடம் அனுப்பப்படுகிறது. அவர் திருமணச் சான்றிதழ் வழங்குவார். இது முன்பு வழக்கத்தில் இருந்த சட்டப்படி சீர்செய்யும் முறை, ஆனால் இப்போது அது நடைமுறை யில் இல்லை. இப்போது சட்டப்பூர்வமாக 'சீரிசெய்வது' இல்லை. மணமக்களை அழைத்து வாக்குறுதி மீண்டும் வாங்குகின்றனர்; ஏற்கனவே திருமணம் பதிவு செய்யப்பட்டிருந்தால் அதை

'புனிதப்படுத்துகின்றனர்'; பிற சபையினரை தங்கள் சபையினராக திருநீராட்டு செய்து 'பெற்றுக் கொள்கின்றனர்'", என ஜான்சன் கூறுகிறார்.

இவ்வளவு வாய்ப்புகள் இருந்தும் லில்லிக்கு எங்கிருந்து சிக்கல் வந்தது? நகர்ப்புறங்களில் யார் யாரோடு வாழ்கின்றனர் என யாரும் கவலை கொள்வதில்லை. ஆனால் கிராமப்புறங்களில் இவ்வாறு சபையின் அனுமதியின்றி மணம் செய்துகொள்பவர்களைப் பற்றிய செய்தி கட்டாயம் கசிந்துவிடுகிறது. அவர்களை சபைவிலக்கம் செய்துகொண்டவர்களாகக் கருதி ஒதுக்கிவிடுகின்றனர். அவர்களது எந்த நன்மை தீமையிலும் சபை தலையிடுவதில்லை. இவ்வாறு சபைக்கு வெளியே மணம் செய்பவர்களை ராமேசுவரம் பகுதிகளில் 'மசுவாதி' எனச் சொல்லிப் பரிகாசம் செய்வார்கள் என்றும் ஜான்சன் சொல்கிறார்.

சபை விலக்கமானவர்களுக்கு கல்லறைகளில் இடம் ஒதுக்குவதில் கூட சிக்கல் உண்டு. அவர்கள் இறந்தால் கோயிலில் மணி அடிப்பதில்லை; கல்லறையில் தற்கொலை செய்துகொள்பவர்களுக்கு ஒதுக்கப்படுவது போல ஒரு ஓரத்தில் இடம் ஒதுக்கப் படுகிறது, அவரது வீட்டுக்குச் சென்று குரு ஜெபம் சொல்வதும் இல்லை. "ஆனால் நான் என் மனசாட்சிக்கு ஏற்ப அன்று அடக்கம் முடிந்த பின் அந்த வீடுகளுக்குச் சென்று அந்த மக்களுக்காக ஜெபித்துவிடுவேன்", என ஜான்சன் சொல்கிறார். கத்தோலிக்க ஆலயங்களில் இவ்வாறு சபை விலக்க மணம் புரிபவர்களுக்கு இறுதி அடக்கப் பூசைகள் மறுக்கப்படுகின்றன; அவர்களுக்கு ஜெபம் மட்டும் சில இடங்களில் பாதிரியார் வந்து செய்துவிட்டுப் போவதுண்டு.

லில்லி பக்தியானவர். அவருக்குக் கடவுள் வேண்டும், ஆலயம் வேண்டும். ஆனால் இப்படித் திருமணமானதால் அதுவும் இல்லாமல் போனது எனச் சொல்கிறார். "பேசாம எங்கயாவது எல்லத்தையும் விட்டுட்டுப் போய்டலாம் போல இருக்கு", என்றவரிடம் எங்களுக்குத் தர ஆறுதல் வார்த்தைகள் மட்டுமே மிச்சம் இருந்தன. "அப்படி சொல்லாதீங்க. இந்த இடம் எத்தனையோ வருசமா இந்த ஊருக்கு சோறு போட்டிருக்கு. உங்க குடும்பம் சார்பா இப்ப நீங்க இருந்து செஞ்சிட்டு இருக்கீங்க. தொடர்ந்து செய்யுங்க. பசிச்ச வயிறுக்கு சோறு போடுறது ரொம்பப் பெரிய வேலை. உங்க மூதாதையர் பத்த வச்ச அடுப்பை அணையாம பார்த்துக்கங்க..."

வரும் வழியில் ஜான் சாமுவேல் சொன்னார். ''சபை மக்களை மீறி என்னால அவுங்களுக்கு எந்த உதவியும் ஆதரவும் சபை மூலமா தர முடியாது. ஆனா தனிப்பட்ட முறையில அவுங்க எப்படி இருக்காங்கன்னு கவனம் வெச்சுக்குவேன். எதாவது என்னால முடிஞ்ச ஹெல்ப் பண்ணுவேன்.''

சான்றுகள்

- மிஷனரிகள் தொடங்கிவைத்த பணிகளை இங்கு தொடர்ந்து எடுத்துச் செய்ய சிலர் இருக்கவே செய்கின்றனர். மனிதம் இருப்பவர்கள் அவர்கள், மதம் இருப்பவர்கள் அல்ல.
- Madras District Gazetteers, Tinnevelly Vol.I, HR Pate - The Superintendent, Government Press, 1917
- The Parochial Missionary Magazine, George Trevor - W Cloves & Sons, 1851
- http://anglicanhistory.org/india/christianagaram1851.html
- http://saintmarkschurch.in/history-best.php
- https://stlukeschurchpcvillai.org/history

19

வேதியர் பயிற்சிப் பள்ளி — திண்டிவனம்

1923ம் ஆண்டு ‘கீழ் ஆரணியின் வேதியர்’ என்ற மவுனப்படம் ஒன்றை தயாரித்து, இயக்கி, நடித்தார் அருட்தந்தை டஃபி.

•

உவப்புடனே நற்செய்தி சொல்லிடவே செய்தாய்
தவப்புதல்வா! தாமசுக வானே! - தவப்பயனால்
நான்பாடும் ‘அந்தாதி’ நாயகனே! நின்புகழைத்
தேன்தமிழில் சொன்னேன் தெளிந்து
தெளியா மனத்தைத் தெளியவைத்தாய் கல்வி
அளித்துநல் ஆண்டவ னாக – ஒளிவீசி
பார்போற்ற வாழ்ந்த குருவே! வணங்கிஇப்
பார்உலகே பாடும் உவந்து...
பணியினால் நெஞ்சம் பரமனையே கண்டு
இனித்ததுவே நம்பிக்கை வித்தே! – பணியினாலே
நற்பாதை காட்டினாய் என்றும் நெறிமுறையில்
பொற்பாதை தந்தாய் பொலிந்து
பொலிவுறு திண்டி வனமதையே நோக்கி
நலிவினை எண்ணி வருந்தி – பொலிவுறவே
மெய்வருத்தம் பாரா உழைத்துதவி செய்தவரே!
பாதேரில் வைத்தேன் பணிந்து...

மெய்யாக நாங்கள் அறிவிலிகள் மண்மீது
செய்நன்றி கொன்ற மனமுடையோர் – அய்யாவுன்
மன்னிகும் நற்பண்பால் எம்மைநீர் மாற்றியே
மீட்பர்தன் தாளில்சேர்ப் பாய்
பாயறியா மல்உழைத்துக் காத்தாய் தரணியினில்
மாயாத் உன்புகழ்தான் என்றும் – தாயாகி
சீர்பொலி சிறப்பில் ஒளிர்பவரே என்றென்றும்
பார்புகழும் தந்தாய் உனை
உனைஅளித்தீரே மெழுகாக ஆனவரே
ஊணாய் பயன்தந் துதவிப் – பனையெனவே
எப்போதும் செய்திட்டீர் நற்பணிகள் நும்கருவி
முப்போகம் காணும் நிலம்
நிலமீதில் என்வாழ்வு நித்திலமே! என்றும்
கலங்கிடா வாழ்வை அருள்வாய் – அறியாமை
என்றன் அகம்விட்டு ஏகும்; மறுபிறப்பில்
உன்றனையே கொள்வேன் உளம்
உளமார வேண்டி உனைத்தொழுவோர்க் கெல்லாம்
வளவாழ்வு நல்கும் மழையே! – விளங்கும்நின்
பொற்பாதம் போற்றிப் பயில்வோரை வல்லினைகள்
தொற்றிடுமோ அய்யா புகல்?
புகன்றாய் புவியில் புனிதச்செய்தி நாளும்
அகன்றதுவே கல்லாமை அய்யா – புகழோடு
ஈசனருள் மழையை எல்லோர்க்கும் பெய்விக்க
நேசம் புரிவாய் நயந்து
நயந்தோர்க்கு நல்லருள் நாளும் பொழிந்தாய்
பயந்தோர்க்கும் வீரம் அளித்தாய் – வியந்தேத்திப்
பண்ணெடுத்து ‘அந்தாதி’ பாடினேன் தாமசுவே
கண்பாராய் என்னைக் கனிந்து...

- அருள்திரு டஃபி அந்தாதி, பி. வனத்தையன், 2001.

கிறிஸ்தவத்தின் முதல் வித்துகள் தென் மாவட்டங்களில்தான் விழுந்தன என்றும் முதலில் மொத்தமாக மதம் மாறியவர்கள் கடற்கரையோரம் வாழ்ந்த பரதவமக்கள், அவர்களுக்குப் பின் நாடார்கள், அதற்குப் பின் தஞ்சை மற்றும் காவிரிக் கரையோரம் வாழ்ந்த வெள்ளாளர்கள், முதலிமார், உடையார் மக்கள் என்று சொல்லப்படுவதுண்டு. வட தமிழகத்தில் கிறிஸ்தவம் பரவக் காரணம் என பிரெஞ்சு மிஷனைச் சுட்டலாம். இதில் தனித்தீவாக சென்னை- மயிலை- சாந்தோம் பகுதி இருந்திருக்கிறது. மதுரை

மிஷனும் வடமேற்குத் தமிழ்நாட்டில் மறைபரப்புப் பணியைச் செய்து வந்துள்ளது.

தென் தமிழ்நாட்டில் கிறிஸ்தவத்துடன் தொடர்புடைய கலைகள் ஏராளம் உண்டு என கேள்விப்பட்டிருக்கிறேன். களியல், கதைப் பாடல்கள், கீர்த்தனைகள், வாசாப்பு நாடகங்கள், நாடகங்கள், நொண்டி நாடகம் என தென் தமிழகத்தின் கிறிஸ்தவமும், அங்குள்ள நிகழ்த்துக் கலைகளும் பரவலாகப் பேசப்பட்டுள்ளது. தென் தமிழகத்தின் சாதியக் கூறுகள், நம்பிக்கைகள், நாட்டார் இலக்கியம் என எல்லாமே ஆவணப்படுத்தப்பட்டுள்ளன. வட தமிழகம் ஒரு பெரும் இடைவெளியாகத்தான் எனக்கு முதலில் தோன்றியது.

வட தமிழ்நாட்டின் தொன்மையான ஆலயங்களை புதுவை தொடங்கித்தான் தேடவேண்டும் என நினைத்திருந்தாலும், அதைவிட 'முகையூர்' என்ற ஊரில் தேடவேண்டும் என்ற எண்ணம் வரக் காரணம், தோழி ஸ்ரீதேவி ஃபேஸ்புக்கில் பதிவிட்டிருந்த முகையூர் ஆலயப்படம். முகையூர் குறித்த பதிவுகளை கூகிள் உதவியுடன் தேடும்போது, முகையூர் ஆலயம் குறித்து மாத இதழ் ஒன்றில் எழுத்தாளரும் நான் மிகவும் மதிக்கும் தோழருமான அசதாவின் பேட்டி வெளியாகியிருந்ததைக் கண்டேன். அவரிடம் முகையூர் பற்றியும் வட தமிழகத்தில் கிறிஸ்தவம் பரவத் தொடங்கியதன் வரலாறையும் கேட்டதும் சில தகவல்கள் தந்தவர், நண்பர் திருமணியைத் தொடர்பு கொள்ளச் சொன்னார். கிறிஸ்தவ வரலாறு குறித்து ஆராய்ந்து நூல்களை எழுதியுள்ள ஆய்வாளர் திருமணி.

அவரும் திண்டிவனம் தொடங்கி, விழுப்புரம், அதை ஒட்டிய பகுதிகளில் பார்க்கவேண்டிய முக்கியமான பழம் தேவாலயங்கள் பற்றிய குறிப்புகள் தந்தார். அப்படி அவர் பார்க்க வலியுறுத்திய இடங்களில் முதன்மையான இடத்தைப் பிடித்தது திண்டிவனம் அன்னாள் பள்ளி மற்றும் இல்லம். அதே வளாகத்தில் இயங்கிவந்த கத்தோலிக்க வேதியர் கல்லூரி குறித்த தகவல்களும் கிடைக்கும் என அவர் சொல்ல, மிகவும் உற்சாகமாகக் கிளம்பினேன். காலை ஒன்பது மணி போல திண்டிவனம் அன்னாள் பள்ளி வளாகத்தை அடைந்தேன். கொரோனா நாடடங்கு காலம் என்பதால் யாரும் கண்ணில் படவில்லை.

அன்னாள் பள்ளியின் விடுதிக்கட்டடம் மிக பிரம்மாண்டமானது என்பதை விட, கண்டதும் கவனத்தை ஈர்க்கக்கூடியது. செங்கல் கட்டட பாணி, செங்கற்களை குறுக்குவெட்டாக அடுக்கிய மதராஸ் கூரை, வளைவுகளுடன் கூடிய ஜன்னல்கள், பிரம்மாண்ட வெராந்தா

என தனித்துவமான கட்டடம் அது. விடுதிக் கட்டடத்துக்கு எதிர்ப்புரம் கல்லறைகள் சில தெரிந்தன. அவற்றில் நடுநாயகமாகப் பொறிக்கப்பட்ட பளிங்குக் கல்வெட்டில் தாமஸ் கவான் டஃபி (Thomas Gavan Duffy) என்ற பெயர் காணப்பட்டது. அந்தக் கல்லறைக்கு இருபுறமும், மைக்கேல் கர்டின், மரி குழந்தைசாமி ஆகியோரின் கல்லறைகள் தென்பட்டன. எட்மண்ட் பெக்கர் என்பவரின் கல்லறையும் தெரிந்தது.

விடுதி அறைகளை வேடிக்கை பார்த்துக்கொண்டிருக்கும் போது அங்கு வந்த சகோதரர் ஒருவர் என்ன வேண்டும் என கேட்க, திருமணி சார் சொல்லியிருந்த அன்னாள் பள்ளியின் விளையாட்டுத்துறை ஆசிரியரின் பெயர் நினைவுக்கு வந்தது. அவர் பெயரைச் சொல்லி, இன்னார் வரச்சொன்னார் எனவும், பள்ளி குறித்த தகவல்கள் என் நூலுக்குத் தேவை என்றும் சொன்னேன்.

புனித அன்னாள் உள்விடுதியில் மாணவர்கள்

பள்ளி மிகவும் தொன்மையானதே என்றவர், அதன் நூற்றாண்டு மலர் ஒன்றை கையில் தந்தார்.

இரண்டு மாணவர்களை விடுதியைச் சுற்றிக்காட்டச் சொல்லி ஆசிரியர் அனுப்ப, அவர்களுடன் விடுதியைச் சுற்றிப்பார்த்தேன். ஒழுங்கான அறைகள், அவற்றைத் தூய்மையாக வைத்திருந்தார்கள். உணவு அறையில் பளிச் சுத்தம். ''இதையெல்லாம் சுத்தம் செய்றது யாரு? பரவால்லையே ரொம்ப நீட்டா இருக்கே!'' என்ற என் கேள்விக்கு அவர்கள் இருவரும் புன்சிரிப்பு ஒன்றை பதிலாகத் தந்தார்கள். அதிகம் பேச விரும்பவில்லை போல.

''கோவிட் லாக்டவுன்ல இங்க இருக்கீங்களே? வீட்டுக்குப் போகணும், குடும்பத்தோட இருக்கணும்னு தோணலியா?''

''இல்லக்கா. இங்கயே நல்லா இருக்கு. நாங்க பெரிய கிளாசு. ஊருக்குப் போனா படிக்க முடியாது, அங்கருந்து டெய்லி வந்துட்டுப் போக முடியாது''

''வீட்டுல யார்லாம் படிச்சிருக்கா?''

''யாரும் இல்லக்கா. எங்க வீட்டுல நான் ஃபர்ஸ்டு. அப்பா அம்மா கூலி வேலைக்குப் போறாங்க.''

''தம்பி உங்க வீட்டுல?''

''அக்கா மட்டும் இருக்காங்கக்கா. அவுங்களும் வேற ஊருல இருக்காங்க.''

ஊர்ப் பெயர்களைக் கேட்டேன். இதுவரை கேள்விப்பட்டிராத பெயர்கள். திருவண்ணாமலை மாவட்டம் என ஒருவரும், ஆற்காடு என மற்றவரும் சொன்னார்கள். விடுதியுடன் கூடிய பள்ளி இந்தப் பகுதிக்கு ஏன் அவசியம் எனப் புரிந்தது.

என் ஆர்வத்தைக் கண்டவர்கள், ''அக்கா, மேல ஒரு சின்ன கோயில் இருக்கு. பார்க்கலாமா?'' என தானாகவே கேட்டார்கள். ''ஓ..போலாமே'', என படிகளில் அவர்களுக்கு முன்பாக ஓடி ஏறினேன். சின்ன ஆலயம் அல்ல அது. பிரம்மாண்டம். வெள்ளை வண்ணம் பூசப்பட்ட சுவர்கள், அதில் அங்கங்கே செங்கற்கள் போன்ற ஓடுகள் ஒட்டி அழகுபடுத்தியிருந்தார்கள். சுரூபங்கள் ஒரு ஓரமாகத் தெரிந்தன. லாக்டவுன் காரணமாக ஆலய அமைப்பை குறுக்குவெட்டாக மாற்றி அமைத்திருந்தார்கள். தற்காலிக பீடம் ஒன்று அமைக்கப்பட்டிருந்தது. அதில்தான் பூசை நடப்பதாக சொல்லப்பட்டது.

விடுதியின் சிற்றாலயம்

பக்கவாட்டுச் சுவர் ஒன்றில், சூசையப்பர் தச்சு வேலை செய்யும் சிற்பம் ஒன்றும், மாதா நூற்புக் கம்புடன் இருப்பது போன்ற சிற்பம் ஒன்றும் கண்ணைக் கவர்ந்தன. இயேசு கிறிஸ்துவின் தந்தை சூசையப்பர் (Joseph) தச்சு வேலை செய்தவர் என நமக்கு விவிலியம் சொல்கிறது; போலவே அவரது தாயார் மரியாளைக் காட்டுகையில், யெருசலேம் ஆலயத்தின் 'ஆலயக் கன்னிகள்' (Temple Virgin) தோற்றம் அவருக்குத் தரப்படுவதுண்டு என 'மரியான் கலை ஆய்வாளர்கள்' (Marian Art researchers) சொல்வதுண்டு. மூன்று வயது முதல் பன்னிரெண்டு வயதுவரை மரியாள் யெருசலேம் ஆலயத்தில் இருந்ததாகவும், அங்கு மற்ற பெண்களுடன் சேர்ந்து நூற்பது, பின்னுவது போன்ற பணிகளைச் செய்ததாகவும் மத்தேயு மற்றும் ஜேம்சின் சுவிசேஷங்கள் சொல்கின்றன.

மாதாவுக்கு தேவதூதர்கள் நற்செய்தி சொன்னது, அவர் கர்ப்பமுற்றது, யோசேப்பு அவர் மேல் ஐயம் கொண்டது போன்ற காட்சிகளை ஓவியங்கள் சிற்பங்களில் காட்சிப்படுத்திய போது இவ்வாறு அவர் நூற்றதாகவும், பின்னல்வேலை, தையல் வேலை செய்ததாகவும் இடைக்காலத்தில் காட்டப்பட்டுள்ளன. திருக்குடும்பத்தைக் காட்சிப்படுத்தும் பெரும்பாலான ஓவியங்களில் 'பெண்மைக்குரிய பணிகள்' என அந்தக் காலத்தில் ஒதுக்கப்பட்ட பணிகளுக்கு, இயேசுவின் தாயும் விதிவிலக்கல்ல போலும்.

விடுதியைச் சுற்றிவிட்டு, அந்த இரு மாணவர்களிடமும் விடை பெற்றேன். அங்கேயே மறைமாவட்ட புத்தக நிலையம் ஒன்று இருப்பது சொல்லப்பட, அதையும் பார்த்து அங்கு சில புத்தகங்களை வாங்கிக்கொண்டேன். வேதியர் கல்லூரியைப் பற்றிக் கேட்டதும், அதை மூடி சில ஆண்டுகள் ஆகிவிட்டன எனவும், அங்கு பெண்கள் பள்ளியின் வகுப்புகள் நடப்பதாகவும் சொல்லப்பட்டது. ஏன் மூடப்பட்டது என்ற கேள்விக்கு, மாணவர் சேர்க்கை சரிவர இல்லாததால் கல்லூரியை மூடநேர்ந்தது என சொல்லப்பட்டது.

வேதியர்களின் (catechists) அவசியத்தை மறைபரப்ப இங்கு முதலில் வந்த மிஷனரிகள் காலம் முதலே உணர்ந்திருந்தார்கள். மறைப் பணிக்கு பொதுநிலையினரின் ஒத்துழைப்பு இன்றியமையாதது என்பதை வெளிநாட்டு சமய பரப்பாளர்கள் உணர்ந்திருந்தார்கள். ஐந்து நூற்றாண்டுகளாக இந்தியாவில் வேதியர்களின் பணி மிக முக்கியமானதாக இருந்துள்ளது. வேதியர்கள் குருக்களுக்கு துணையாக மக்களுக்காகப் பணியாற்றினர். திருநீராட்டு தருவது, மறை பரப்புவது, கோயில்களை நிர்வாகம் செய்வது, ஜெபங்கள், பாடல்களில் மக்களை ஈடுபடுத்துவது என அவர்களுக்கு இருந்த பணிகள் ஏராளம்.

மொழியோ, பழக்கவழக்கங்களோ அறியாமல் ஒரு புதிய உலகில் பணி செய்ய வந்த மறைபரப்பாளர்களுக்கு, வேதியர்களே துணை. இவர்களில் சிலர் வேதசாட்சிகளாக இறந்துள்ளனர். இயேசுசபை குருவான ராபர்ட் நொபிலி, ஓரியூரில் கொலைசெய்யப்பட்ட அருளானந்தர் (John De Britto) ஆகியோர் தம்முடன் வேதியர்களைக் கொண்டிருந்தனர் என இயேசு சபை வரலாறு சொல்கின்றது. 1686ம் ஆண்டு தன் கிறிஸ்தவ நம்பிக்கைக்காகத் துன்புறுத்தப்பட்ட சிலுவை என்ற வேதியர், ஒரு கண்ணில் பார்வை இழந்தார். அருளானந்தருடன் இருந்த வேதியர்கள் அவருடன் சிறை சென்றனர். திருவிதாங்கூர் சமஸ்தானப் படையின் போர் வீரராக இருந்து கிறிஸ்தவத்தைத் தழுவி வேதியர் பணி செய்ததால் சுட்டுக்கொல்லப்பட்ட வேதசாட்சி தேவசகாயம் பிள்ளையை அனைவரும் அறிவார்கள். ஐரோப்பிய மிஷனரிகளின் வாழ்க்கையை ஆவணப்படுத்திய அளவுக்கு இவர்கள் வாழ்க்கை ஆவணப்படுத்தப் படாமலேயே போயுள்ளது, அல்லது பொதுவெளியில் இவர்கள் குறித்த ஆய்வுகள் பெருமளவில் இன்னும் வெளிப்படுத்தப்பட வில்லை எனலாம்.

சவேரியார் ஒரு ஊரில் மக்களுக்குத் திருநீராட்டு தந்துவிட்டு, அடுத்த ஊருக்குச் செல்லும்முன் மக்களைக் கவனித்துக் கொள்ள

கணக்காயர்களை விட்டுச்சென்றார். அவர்களை 'கணக்கப்பிள்ளை' என்றோ, 'உபதேசியார்' என்றோ அழைத்தார்கள். அவருக்குப் பின் வந்த மறைபரப்பாளர்களுக்கும் இவர்களது முக்கியத்துவம் புரிந்திருந்தது. ஆளுக்கு ஒரு வேதியரை தன்னுடன் பயிற்சிதந்து உதவிக்கு வைத்திருந்தனர். இன்று தமிழகத்தில் ஒரு மறை மாவட்டத்தின் பரப்பளவுக்கு ஈடாக அன்று குரு ஒருவரின் பங்கின் பரப்பளவு இருந்துள்ளது. இப்படிப் பரந்த நிலப்பரப்பில் குருக்களுடன் பணிசெய்து, அவர்களை இம்மண்ணின் மக்களோடு இணைக்கும் பாலமாக இந்த வேதியர்கள் செயல்பட்டுள்ளார்கள். மராட்டியர்கள், தில்லி முகம்மதியர்கள், பிரெஞ்சுக்காரர்கள், மைசூர் சுல்தான்கள், வடுகர்கள், டச்சு மற்றும் போர்த்துகீசியர்கள், ஆங்கிலேயர்கள் என அதிகாரப் போட்டியும், போர்களும் நடந்த மிகவும் குழப்பமான அரசியல் சூழல் நிலவிய காலத்தில் இங்குவந்த மறைபரப்பாளர்களின் உயிர்களுக்கு எந்த உத்திரவாதமும் இல்லை. அதே நிலை அவர்களுடன் பணியாற்றிய வேதியர்களுக்கும் இருந்தது எனலாம். மூன்று வகையான வேதியர்கள் அப்போது மறைபரப்புப் பணியில் ஈடுபட்டிருந்தார்கள்.

1. வேதியர் – இவர் குருவுடன் அவர் சென்ற இடமெல்லாம் உடன்சென்று மறைபரப்பு செய்தவர்

2. கோயில்பிள்ளை – அந்தந்த ஊரிலேயே தங்கியிருந்து மக்களுடன் மக்களாகத் தங்கி, கோயில் பணி, மறைப்பணியாற்றி வந்தவர்

3. பண்டாரம் – ஒடுக்கப்பட்ட மக்களிடையே பணியாற்றியவர்

மன்னர்களுக்கு, இந்து மதகுருக்களுக்கு, மக்களுக்கு அஞ்சி, ஒளிந்து பணியாற்றும் சூழல் இவர்களுக்கு இருந்துள்ளது. பெரும்பாலும் சம்பந்தப்பட்ட குருக்கள் இவர்களுக்கு பயிற்சி தருவார்கள் என்பதால், இவர்களுக்கான பயிற்சிப் பள்ளிகள் குறித்து அதிகம் சிந்திக்க வாய்ப்பிருந்ததில்லை எனலாம். 1730ம் ஆண்டு ஏலாக்குறிச்சியில் வீரமாமுனிவர் பணிபுரிந்தபோது, அங்கு வேதியர் பயிற்சித்தளம் ஒன்றை ஏற்படுத்தியதாகத் தெரிகிறது. இங்கு பயிற்சி பெற்றவர்கள் இஞ்ஞாசியார் வரையறை செய்தபடி தியானம் செய்யப்பணிக்கப்பட்டு, அதன்பின் தொண்டாற்ற அனுப்பப்பட்டுள்ளார்கள்.

'வேதியர் ஒழுக்கம்' என்ற நூலையும் வேதியர்களுக்கான வழிகாட்டி நூலாக வீரமாமுனிவர் எழுதினார். வேதியர்களின் மொழியறிவை மேம்படுத்த 'வேதியர் கலைக்கூடம்' ஒன்றும் அவர் நிறுவினார். இலக்கியத்திலும், இலக்கணத்திலும் சிறந்தவர்களால்

மட்டுமே மக்களிடம் எளிதில் சென்று சேரமுடியும் என்பதை அவர் உணர்ந்திருந்தார்.

அவரது காலத்துக்குப் பின் அந்தப்பயிற்சித்தளம் என்ன ஆனது என தெரியவில்லை. ஆனால் பிரெஞ்சு ஆதிக்கத்தின் கீழிருந்த மரக்காணம், செய்யூர் ஆகிய ஊர்களிலிருந்த நிலங்களை தூப்ளே துரையின் மனைவி மூான், (Jeanne Dupleix) 1751ம் ஆண்டு புதுவை மிஷனின் இயேசு சபைக்குக் கொடுத்தார். அந்த விளை நிலங்களில் கிடைத்த வருவாயைக் கொண்டு புதுவை மிஷனில் 1750களில் பணியாற்றிவந்த 24 வேதியர்களின் பராமரிப்புக்காகச் செலவிட வேண்டும் என வேண்டுகோள் வைத்தார். இவர்கள் முழுக்க மறைபரப்பு பணி செய்யவேண்டும்; இறக்கும் தருவாயிலுள்ள பிறமதத்தினருக்கு திருநீராட்டு தரவேண்டும் என்பது அவரது நிபந்தனைகளாக இருந்தன. வேதியர்களுக்கு வருமானம் மிகவும் அவசியம் என்பதை அவர் உணர்ந்திருந்தார்.

வேதியர்களுக்கு தகுந்த ஊதியத்தைத் தருவது என்பது மறைபரப் பாளர்களுக்கு பெரும் சிக்கலாகவே இருந்தது. வெளிநாடுகளி லிருந்து கிடைத்த நிதியுதவி ஆலயங்கள் கட்டவும், பள்ளிகள் கட்டவுமே பயன்படுத்தப்படவேண்டும் என்ற நிபந்தனையுடன் வழங்கப்பட்டதால், வேதியர்களுக்கு ஊதியம் தருவதில் தடுமாற்றம் ஏற்பட்டது. அதை மூான் போன்றோர் சரிசெய்ய முயன்றனர். ஆனால், ஆங்கிலேயப் படைகள் பிரெஞ்சுப் பகுதிகளைக் கைப்பற்றிய போது மரக்காணம், செய்யூர் ஆகிய இரு ஊர்களுமே அவர்களின் ஆளுகையின் கீழ்வந்தன. மூான் எழுதித்தந்த இந்த நிலத்தை மீட்க பொனாந்து (Bonnand) ஆயர் எடுத்த முயற்சிகள் தோற்றுப்போயின.

1773ம் ஆண்டு இயேசு சபை முடக்கப்பட்டபோது, பெரும் இன்னல்கள் நேர்ந்தன. இயேசு சபை குருக்கள் தங்கள் பணியிடங் களை விட்டுவிட்டு உடனே வெளியேற நேர்ந்ததால் குழப்பம் நிலவியது. திருப்பலிகள் நிறைவேற்றவே குருக்கள் இல்லாத சூழலில், புதுவைப் பகுதியில் பிரெஞ்சு மிஷன் பாதிரியார்களை மறைபரப்புப் பணிக்கு பிரெஞ்சு ஆளுனர் அழைத்தார். 1777ம் ஆண்டு டிசம்பர் மாதம் பாரிஸ் வேதபோதக குருக்கள் புதுவையை அடைந்தார்கள். குருக்கள் பற்றாக்குறை, முதிர்ந்த குருக்களின் உடல்நலமின்மை, வேதியர்கள் குறைவு, பயிற்சி தரமுடியாத சூழல், ஊதியம் தரமுடியாமை போன்ற சிக்கல்கள் எழுந்தன. பிரெஞ்சுப் புரட்சி, இங்கு நடந்த மைசூருப் போர்கள் போன்றவை நிலைமையை இன்னும் மோசமாக்கின. வீரமாமுனிவர் வேதியர்

பயிற்சித்தளம் தொடங்கி கிட்டத்தட்ட 100 ஆண்டுகளுக்குப் பின்னர், ஆந்திரா குண்டூர் மறைமாவட்டத்தின் பிரங்கிபுரம் பகுதியில் பணியாற்றிய பிரெஞ்சு மிஷன் பொனாந்து அடிகள், 1827 முதல் 1832 வரை அங்கு ஒரு வேதியர் பள்ளியை நிறுவி நடத்தினார். இவர் பின்னாளில் புதுவை மறைமாவட்ட ஆயருமானார். சென்னையிலுள்ள புரவலர் ஒருவர், இங்கு பயிற்சி பெற்ற மாணவர்களுக்கு ஒவ்வொரு மாதமும் நிதியுதவி அளித்துவந்தார். ஆனால் இப்பள்ளி பொனாந்து எதிர்பார்த்த பலனைத் தரவில்லை என்பதால் மூடப்பட்டது.

1832ம் ஆண்டு புதுவையின் ஆயரானபின் பொனாந்து மீண்டும் சேலத்தில் ஒரு வேதியர் பள்ளி திறக்கும் எண்ணம் கொண்டார். அதற்குப் பணம் தேவை என்பதால் மூான் தூப்ளே எழுதித்தந்த நிலங்களை ஆங்கிலேயரிடம் கேட்டுப் பெற அவர் முயன்றார். ஆங்கிலேய கிழக்கிந்தியக் கம்பெனியோ அடிப்படையில் அந்த நிலங்கள் தூப்ளேக்கு சொந்தமானவை அல்ல என்பதால், அவர் தந்த கொடையே செல்லாது என தெரிவித்தது. அவற்றை மிஷனிடம் ஒப்படைக்கும் பேச்சுக்கே இடமில்லை என மறுத்து விட்டது. நிலங்களின் உரிமையாளரை நிரூபிப்பது இயலாத காரியம் என்பதால் அந்த முயற்சியை பொனாந்து கைவிடும்படி நேர்ந்தது.

ஆனாலும் மனம் தளராத பொனாந்து மயிலாடுதுறைக்கு அருகே நிலம் வாங்கி அங்கு ஒரு வேதியர் பள்ளியை நிறுவ முயன்றார். அந்நேரம் மைசூர் மற்றும் கோவை மிஷன்களுக்கு புதுவை மிஷனிலிருந்து குருக்களை அனுப்பியதால் குருக்கள் தட்டுப்பாடு ஏற்பட, வேதியர் பள்ளி நிறுவும் எண்ணத்தைக் கைவிட்டார். மறைபரப்பு என்பதோடு நில்லாமல் கல்வி, மருத்துவம் உள்ளிட்ட தளங்களில் பணியாற்ற வேண்டியதன் அவசியத்தை காலம் கத்தோலிக்க சபைக்கு உணர்த்திக்கொண்டே இருந்தது.

சீர்திருத்த சபையினர் வேகமாகக் கால்பதித்து தொடர்ச்சியாக பள்ளிகள், கல்லூரிகள், மருத்துவமனைகள் நிறுவத் தொடங்கியதைக் கண்ணுற்ற பொனாந்து, 1844ம் ஆண்டு நடைபெற்ற புதுவை மிஷன் பேரவையில் (Synod of Pondicherry Mission) வேதியர் பள்ளிகள் உள்ளிட்ட பள்ளிகளைத் தொடங்குவதன் அவசியத்தை உணர்த்திப் பேசினார். இந்தப் பேரவையில் வேதியர் செய்யவேண்டிய பணிகள், ஆண்டுத்தியானம், அவர்களைக் கண்காணிக்க குருக்களின் அவசியம், பிற மறையினரோடு வேதியர்கள் மூலம் தொடர்பு ஏற்படுத்துதல், வேதியர் மற்றும் ஆசிரியர் பள்ளிகளின் தேவை ஆகியவை விவாதிக்கப்பட்டன. இந்தப் பேரவையில் வேதியர்

பள்ளி, ஆசிரியர் பயிற்சிப் பள்ளி ஆகியவற்றைத் திறக்க தீர்மானிக்கப்பட்டது.

மிஷனின் அப்போதைய நிலையை போப்பாண்டவரிடம் எடுத்துச் சொல்லி நிதி மற்றும் பிற உதவிகளைப் பெற லுக்வே அடிகள் ரோமைக்கு அனுப்பப்பட்டார். 1838ம் ஆண்டு முதல் இயேசுசபை குருக்கள் மீண்டும் பணியாற்றத் தொடங்கினார்கள். வேதியர்களின் அவசியம் இன்னுமதிகமாக ஏற்பட்டது. முன்பு செய்தது போல, தாங்களே பயிற்சி கொடுத்து வேதியர்களைத் தங்களுடன் குருக்கள் தங்கவைத்துக்கொண்டார்கள். 1849ம் ஆண்டு இரண்டாவது புதுவை மிஷன் பேரவை கூடியபோது, வேதியர்கள் அவசியம் குறித்து விவாதிக்கப்பட்டது. ஆனால் கைவசமிருந்த நிதி உள்நாட்டு குருக்களுக்கான குருமடங்களை நிறுவுவதற்கு ஒதுக்கப்பட்டதால், வேதியர் பள்ளிக்கு தனியே நிதி ஒதுக்க முடியாத இக்கட்டான சூழல் ஏற்பட்டது. இம்முறையும் வேதியர் பள்ளி தொடங்கும் முயற்சி கைவிடப்பட்டது.

மனிதன் திட்டமிட்டு முடிக்க முடியாத செயல்கள் தானே சில சமயங்களில் நடந்துவிடுவதுண்டு. அப்படி கிராமப்புற ஆலயங்களில் ‘பரம்பரை வேதியர்கள்’ காலத்தின் கட்டாயத்தால் உருவானார்கள். நேரடியாக குருக்களிடம் வேதியர் பயிற்சி பெற்றவர்களிடமிருந்து, அவர்களது மகன்கள் பணிசெய்யக் கற்றுக்கொண்டார்கள். ஊருக்கு ஒரு குடும்பம் வேதியர் குடும்பமாக காலம் காலமாக குருக்களிடம் பணியாற்றத் தொடங்கியது. இவ்வகை வேதியர்களில் சிலருக்கு பணி செய்வதில் ஆர்வமில்லை, கிட்டத்தட்ட அனைவருக்கும் சரியான பயிற்சியில்லை. ஆனால் பொருளாதார வசதியின்மையால் திருச்சபையாலும் பள்ளி திறக்கமுடியவில்லை.

கிறிஸ்தவப் பள்ளிகள் எண்ணைக்கையில் வளர்ந்தன; அவற்றை நிர்வகிக்கவும், இறைத்தொண்டு செய்யவும் துறவிகளின் அவசியம் ஏற்பட்டது. இதனை மதுரை மிஷன் அழகாக எதிர்கொண்டது, 1843ம் ஆண்டு மதுரை மிஷனின் கனோஸ் (Canoz) ‘வியாகுல அன்னையின் சகோதரர்கள்’ என்ற துறவற சபை ஒன்றைத் தோற்றுவித்தார். திருமணத்துறவு பூண்ட இந்த சபையினர் ஆசிரியர்களாக, வேதியர்களாக பணியாற்றத் தொடங்கினார்கள். இதனால் சபைக்கு ஏற்பட்ட லாபம் - ஊதியம் அளிக்கும் அவசியம் இல்லை என்பதால் பணமும் மிச்சம், துறவு பூண்டவர்களை நினைக்கும் இடத்துக்கு அனுப்பி பயிற்சியும் பெறவைக்க முடிந்தது. 1876ம் ஆண்டுவரை இந்த சபை இயங்கியதாகத் தெரிகிறது. அதன் பிறகு என்ன

காரணத்தாலோ தொடர முடியவில்லை. 1903ம் ஆண்டு நெல்லை மாவட்டத்தில் கவுசானல் (Caussanel) குரு, திரு இருதய சபையைத் தொடங்கினார். இங்கு உருவாக்கப்பட்ட சகோதரர்கள் வேதியர் பணியாற்றுவதற்காகவே பயிற்றுவிக்கப்பட்டவர்கள்.

தன் முயற்சியில் மனம் தளராத பொனாந்து ஆயர், 1855ம் ஆண்டு ஏலாக்குறிச்சியை அடுத்த திருக்காவலூரில் வேதியர் பயிற்சிப் பள்ளியை நிறுவினார். அதுவும் விரைவில் மூடப்பட்டது. அதே ஆண்டு அரியாங்குப்பத்தில் மீண்டும் வேதியர் பள்ளியைத் தொடங்கினார். அதுவும் 1859ம் ஆண்டு மூடப்பட்டது. 19ம் நூற்றாண்டின் பிற்பகுதியில் தொடங்கப்பட்ட கன்னியர் சபைகள், வேதியர் பணியையும் எடுத்துச் செய்தன. அதே சமயம் கடும் பஞ்சங்களும் ஏற்பட, மக்கள் இன்னும் அதிகமாக கிறிஸ்தவத்தை நாடிவந்தார்கள். வேறு வழியின்றி குருக்களிடம் பணியாளர்களாக இருந்தவர்களும் வேதியர் பணியைச் செய்யவேண்டி வந்தது. இந்நிலையில் 1900ம் ஆண்டு மெட் அடிகள் கும்பகோணம் மறைமாவட்டம் பூண்டியில் வேதியர் பள்ளி ஒன்றைத் தொடங்கினார்; சில ஆண்டுகளில் அதுவும் மூடப்பட்டது. 1908ம் ஆண்டு மெட் அடிகள் விழுப்புரத்தில் மீண்டும் ஒரு வேதியர் பள்ளியை நிறுவினார். பள்ளியைப் பராமரிக்க ஏற்காட்டில் எஸ்டேட் ஒன்றை வாங்கி, பழமரங்கள் நட்டார். அதிலிருந்து வந்த வருமானத்தைக் கொண்டு வேதியர் பள்ளியைத் தொடர்ந்து நடத்தினார். இந்தப் பள்ளிக்கு போதிய வரவேற்பு இருந்தது.

மெட்டுக்குப் பின் ரெனு அடிகள் பள்ளியை கவனித்தார். வேதியர் படிப்புடன் ஆசிரியர் பயிற்சியும் தரவிரும்பிய ரெனு அடிகள், மாணவர்களை அரசு ஆசிரியர் பயிற்சிப் பள்ளிக்கு அனுப்பினார். ஆசிரியர் பயிற்சி முடித்து பள்ளிகளில் ஆசிரியர் வேலை கிடைத்த வேதியர்கள், அந்தப் பணியைச் செய்ய விரும்பவில்லை. மீண்டும் வேதியர் தட்டுப்பாடு ஏற்பட்டது. இந்த சூழலில் தான் 1911ம் ஆண்டு இந்தியா வந்துசேர்ந்தார் தாமஸ் கவான் டஃபி அடிகள்.

1888ம் ஆண்டு டிசம்பர் 23 அன்று பிரான்சின் நீஸ் நகரில் சார்லஸ் கவான் டஃபி, லூயிஸ் ஹால் தம்பதியின் மகனாக டஃபி பிறந்தார். சார்லஸ் கவான் டஃபி ஆஸ்திரேலியாவின் விக்டோரியா மாகாணப் பிரதமராக சில காலம் இருந்தவர். அயர்லாந்து நாட்டுக்காரர். நீஸ் நகரில் தன் பணி ஓய்வு வாழ்க்கையைத் தொடங்கிய சார்லசுக்குப் பிறந்த 12 குழந்தைகளில், டஃபி ஒருவர். நீஸ் நகரில் ஆரம்பக்கல்வி படித்த டஃபி, 1903ம் ஆண்டு தந்தை இறந்துபோக, அயர்லாந்துக்குப் பயணமானார். 1907ம் ஆண்டு அயர்லாந்து பேட்ரிக் கல்லூரியில்

பட்டம் பெற்றார். மதபோதனை செய்யும் தன் ஆசையை டஃபி உடன்பிறந்தாரிடம் சொல்ல, அதற்குக் கடும் எதிர்ப்புக் கிளம்பியது. அயர்லாந்து நாட்டின் மறைபரப்பு சபையில் சேர்ந்து அங்கேயே பணியாற்றுமாறு அவர்கள் டஃபிக்கு எடுத்துச் சொன்னார்கள்.

அயர்லாந்தில் அப்போது இளம் மிஷனரிகள் தூர தேசங்களுக்கு – குறிப்பாக இந்தியா, ஆப்பிரிக்கா போன்ற கடவுளை அறியாத மக்களிடம் மறைபணிக்கென செல்வதை விரும்பினார்கள். குடும்பத்தின் மறுப்பை ஒதுக்கித் தள்ளிய டஃபி, அடுத்த ஆண்டே பாரிஸ் அந்நிய வேதபோதக சபைக் குருமடத்தில் சேர்ந்தார். 1911ம் ஆண்டு செப்டம்பர் 23 அன்று குருப்பட்டம் பெற்றவர், புதுவைக்கு மறைப்பணி செய்ய அனுப்பப்பட்டார்.

1912ம் ஆண்டு சேத்துப்பட்டு பங்கில் உதவி பங்குக் குருவாக டஃபி பணியாற்றினார். புதுவை குருமடத்தில் ஆசிரியப் பணிக்கு அனுப்பப்பட்டார். 1913ம் ஆண்டு விழுப்புரம் மாவட்டம் வேலந்தாங்கலில் பங்கு குருவாகப் பணியாற்றினார். 1914ம் ஆண்டு ‘சிறுவர்களின் தோழன்’ என்ற சிறார் இதழை பதிப்பித்தார். இன்றும் இந்த இதழ் ‘தோழன்’ என்ற பெயரில் வெளிவருகிறது. குழந்தைகளுக்குப் புரியும் எளிய முறையில் கட்டுரைகள் கதைகள் மூலம் இறைபரப்பு செய்ய தோழன் உதவியது.

1915ம் ஆண்டு முதல் 1918ம் ஆண்டு வரை அமெரிக்காவின் மேரி நால் (Mary Knoll) குருமடத்தில் ஆசிரியராகப் பணியாற்றினார். 1918ல் மீண்டும் புதுவை வந்தார். ஆரம்பக் கல்விக்கழகத்தை ஏற்படுத்தினார். 1918ம் ஆண்டு ‘ஹோப்’ (Hope) என்ற தலைப்பில் அச்சிடப்பட்ட கடிதங்களைத் தொடங்கினார். இன்றும் அன்னாள் விடுதியின் முகப்பில் ‘ஹோப்’, மற்றும் டஃபியின் பெயரின் முதல் எழுத்துகளான ‘டிஜிடி’ (TGD) பொறிக்கப்பட்டுள்ளன. 1919ம் ஆண்டு இல்கிலாந்து, பிரான்ஸ், பெல்ஜியம், அமெரிக்கா, இத்தாலி, அயர்லாந்து ஆகிய நாடுகளுக்கு டஃபி பயணம் செய்தார். இந்தப் பயணத்தில் பல்வேறு நாடுகளின் சபையோரிடம் வேதியர் பள்ளி, ஆசிரியர் பயிற்சிப் பள்ளி ஆகியவற்றின் முக்கியத்துவத்தை, அவற்றை ஏற்படுத்த வேண்டிய அவசியத்தை எடுத்துச் சொன்னார். ரோமில் உள்ள முக்கிய குருக்களைச் சந்தித்து வேதியரின் பயிற்சி மற்றும் பராமரிப்புக்கு உதவ அனைத்துலகத் திருச்சபை அளவில் அமைப்பு ஒன்று தேவை என்பதையும் எடுத்துரைத்தார். ஆனால் அவரது முயற்சி வெற்றிபெறவில்லை.

மனம் தளராத டஃபி, இந்திய அளவில் செயல்படுத்த மாற்றுத் திட்டம் ஒன்றைத் தீட்டினார். கத்தோலிக்க ஆசிரியர் பயிற்சி

பள்ளியை நிறுவி, அதில் படிக்கும் மாணவர்களுக்கு ஆசிரியர் பயிற்சியுடன் வேதியருக்கான பயிற்சியும் தரவேண்டும் என முடிவுசெய்தார். பயிற்சிக்குப்பின் இந்த ஆசிரியர்கள் பங்குகளின் ஆரம்பப் பள்ளிகளில் பணியாற்றுவார்கள்; மறைக்கல்வி கற்பிப்பார்கள்; கூடவே மறைத்தொண்டும் ஆற்றுவார்கள் என டஃபி திட்டமிட்டார். இவர்களில் ஆர்வம் கொண்டு உழைப்பவர் களை 'முழுநேர வேதியர்' நிலைக்கு உயர்த்தவேண்டும்; ஆசிரியர்களை விட இந்த வேதியர்களுக்கு கூடுதல் ஊதியம் தரவேண்டும். இவர்களுக்கு ஆசிரியர் பணிக்கு அரசு ஊதியம் வழங்கும், பயிற்சி காலத்தில் உதவித்தொகையும் வழங்கும் என டஃபி கணக்கிட்டார்.

அப்போதைய ஆயர் மொரேலிடம் அனுமதி பெற்று, விழுப்புரத்தில் இயங்கிவந்த வேதியர் பள்ளியை திண்டிவனத்துக்கு மாற்றினார். ஜூலை 11, 1921 அன்று 'ரோமன் கத்தோலிக்க லோயர் கிரேடு ஆசிரியர் பயிற்சிப்பள்ளி (திண்டிவனம்) என்ற பெயரில் வேதியர்பள்ளி திண்டிவனத்தில் இயங்கத் தொடங்கியது. 30 மாணவர்கள் அந்தப் பள்ளியில் முதலாண்டு படித்தார்கள். இங்கு மாணவர்களுக்கு உள்விடுதியில் மறைக்கல்வியும், போதனை முறைகளும் வாழ்க்கைப் பயிற்சியும் தரப்பட்டன. அவர்களுக்கு ஆசிரியர் பயிற்சி, ஆசிரியர் பயிற்சிப் பள்ளியில் தரப்பட்டது.

1902ம் ஆண்டு திண்டிவனத்தில் தொடங்கப்பட்ட ஆரம்பப்பள்ளி ஒன்று 1904ம் ஆண்டு முதல் கபிரியேல் சபை சகோதரர்களால் நடத்தப்பட்டு வந்தது. 1921ம் ஆண்டு 22 மாணவர்களுடன் ஜூலை 1, 1922 அன்று 'ஹையர்கிரேடு ஆசிரியர் பள்ளி'யை டஃபி தொடங்கினார். அதே ஆண்டு புனித அன்னாள் பள்ளி கட்டப் பட்டது. அடுத்த ஆண்டே அன்னாள் பள்ளி, மாதிரிப் பள்ளியாக மாற்றப்பட்டது. 1923ம் ஆண்டு விழுப்புரத்தில் ஏற்கனவே இயங்கிவந்த ரெனூ (Renoux) அடிகளின் வேதியர் பள்ளியை வெற்றிகரமாக திண்டிவனம் பள்ளியுடன் டஃபி இணைத்தார். அவரையும் திண்டிக்குக் கொண்டுவந்தார். கிராமப்புறங்களில் சுற்றித்திரிந்து பள்ளிகள் திறக்கவேண்டியதன் அவசியத்தைத் தொடர்ந்து டஃபி வலியுறுத்திவந்தார்.

வேதியர் பயிற்சி இரண்டு ஆண்டுகள் மட்டும் தந்தால் போதாது என உணர்ந்துகொண்ட டஃபி, நடுநிலைப்பள்ளி மாணவர்களுக்கும் உள்விடுதி அமைத்து சிறுவயதிலிருந்தே மறைக்கல்வி கற்றுக் கொள்ள வழிசெய்தார். தன் சொத்துக்களை விற்று, பள்ளி கட்ட பணம் தந்தார். பள்ளிகள் திறக்க விரும்பிய குருக்களுக்கு, தன்

சொந்தப் பணத்தையும் அறிவுரைகளையும் டஃபி தொடர்ந்து வழங்கிவந்தார் என 'புதுவை மிஷன் வரலாறு' நூல் குறிப்பிடுகிறது. அவரது ஆலோசனை கொண்டு மறை மாவட்டத்தின் வடபகுதியில் பள்ளி திறந்த குரு ஒருவர், ''அவருக்கு நாம் மிகவும் கடமைப்பட்டிருக்கிறோம். அவரின்றி, அவர் தொடங்கிய, நடத்திய பள்ளிகள் இன்றி, நம்மால் புதிய கிறிஸ்தவர் களைத் தக்கவைத்திருக்கமுடியாது'', என்றே எழுதியிருக்கிறார்.

போலவே தமிழ் ஆர்வம் மிக்கவராகவும் டஃபி இருந்திருக்கிறார். தமிழில் பாடல்களும் செபங்களும் தயாரித்து மக்களுக்குத் தந்திருக்கிறார். திண்டிவனத்துக்கு 1922ம் ஆண்டு 'உறுதிப் படுத்தல்' வார்த்தைப்பாட்டுக்கு வந்த ஆயர் மொரேல், அங்கு ஆலயத்தில் குழந்தைகள் சரியான இடத்தில் நிறுத்தி நிதானமாகச் சொன்ன தமிழ் செபங்களைக் கேட்டு அகமகிழ்ந்து, ''நேற்றைய கலவரத்துக்குப் பின் இதை கேட்பதற்கு எவ்வளவு இனிமையாக இருக்கிறது'' என குறிப்பிட்டார். இந்தப் பணிகளில் டஃபிக்கு உறுதுணையாய் இருந்து உதவியவர் தந்தை மரிகுழந்தை. பெண்கள் பள்ளி எதுவும் டஃபி திறக்கவில்லை எனினும், பெண்கள் பள்ளிகளுக்கு பெரும் பொருளுதவி செய்திருக்கிறார். ஒவ்வொரு கிராமத்திலும் பெண்களுக்கு பள்ளிகள் திறக்கப்படவேண்டும் என ஆசைப்பட்டிருக்கிறார்.

1925ம் ஆண்டு 550 அடி நீளம் கொண்ட புனித அன்னாள் உள்விடுதி கட்டப்பட்டது. இரண்டடுக்கு கொண்ட இந்த விடுதி சரியாகப் பராமரிக்கப்பட்டு இன்றும் பொலிவுடன் உள்ளது. 1925-26ம் ஆண்டு தமது நிலையத்துக்காக நிதி திரட்ட ஆயர் மொரேலுடன் மீண்டும் அமெரிக்கா சென்றார். மேரி நாலில் பணியாற்றிய தன் அனுபவம், அங்கு தனக்குக் கிடைத்த நண்பர்கள் மூலம் திண்டிவனத்தில் மாற்றம் கொண்டுவர முடியும் என டஃபி திடமாக நம்பினார். திரும்பும் வழியில் ரோமையில் போபாண்டவர் 11ம் பயஸை சந்தித்த டஃபி மற்றும் மொரேல் அணி, குருப்பயிற்சி மற்றும் பராமரிப்புக்கு அனைத்துலக அளவில் இயங்கும் ஓ.எஸ்.பி. (Opus Sancti Petri) அமைப்பைப் போல, வேதியர்களுக்கு தனி அமைப்பு (Opus Sancti Pauli) நிறுவ வேண்டும் என வேண்டுகோள் வைத்தது.

இந்த முயற்சிக்கு முன்னேற்பாடாக 1923ம் ஆண்டு மவுனப்படம் ஒன்றைத் தயாரித்து, இயக்கி, நடித்தார் டஃபி. 'கீழ்-ஆரணியின் வேதியர்' (The Catechist of Kil Arni) என்ற திரைப்படம் அமெரிக்காவில் வசித்த டஃபியின் நண்பரும் 'சொசைட்டி ஃபார் புராபகேஷன் ஆஃப் ஃபெய்த் இன் பாஸ்டன்' (Society For

Propagation of the Faith in Boston) அமைப்பின் தலைவருமான மக்கிளின்ச்சி (Monsignor McGlinchey) அவர்களின் வழிகாட்டலின் பேரில் எடுக்கப்பட்டது. தன் வேதியர் பள்ளிக் கனவுக்கு அமெரிக்கா உள்ளிட்ட வெளிநாடுகளில் நிதி திரட்டவேண்டும் என்ற எண்ணத்தை மக்கிளின்ச்சியிடம் டஃபி தெரிவிக்க, வேதியரின் அவசியம் இந்தியாவில் ஏன் இருக்கிறது என்பதை உணர்த்தும் வகையில் இந்தத் திரைப்படம் எடுக்கப்பட்டது.

வழக்கமாக இவ்வாறான மதப்பிரச்சாரப் படங்கள் வெகுக் குறைந்த செலவில், மோசமான இயக்கத்தில் வெளிவருபவை, ஆனால் இந்தப் படமோ, நிறைய பொருட்செலவில், கடும் உழைப்பில் உருவானது என ஆய்வாளர் ஃபயோனா எழுதுகிறார். இந்தத் திரைப்படத்தை இயக்க அப்போது தமிழ் சினிமாவில் பெரிய இயக்குனர்களாக இருந்த பலரை டஃபி அணுகியும், யாரும் சம்மதிக்கவில்லை. ரகுபதி சூரிய பிரகாஷ் என்ற இயக்குனர் ஒருவழியாக ஒப்புக்கொள்ள, டஃபியும், பிரகாஷும் படத்தை இயக்குவது என முடிவானது. படப்பிடிப்பு நடத்த இந்துக்கள் அதிகம் வசிக்கும் முக்கிய நகரங்கள் தடையாக இருக்கும் என எண்ணிய டஃபி, தான் முன்பு மதமாற்றம் செய்த ஒடுக்கப்பட்ட மக்கள் அதிகம் வசிக்கும் சத்தியமங்கலம் கிராமத்தில் படமெடுக்க முடிவு செய்தார்.

முழுக்க சத்தியமங்கலம், சேத்துப்பட்டு பகுதியின் மண்ணின் மைந்தர்கள் கொண்டே இந்தப் படம் எடுக்கப்பட்டது. டஃபி, ஆல்பர்ட் என்ற பாதிரியார் கதாபாத்திரத்திலும், புரூஸ் கார்டன், ஜெயில் வார்டனாகவும் நடித்தார்கள். கார்டனுக்கு சினிமா தொழிலில் எந்த அனுபவமும் இல்லை என்றாலும், பணியாள்களை சமாளிக்கும் ஆற்றல் அவருக்கு இருந்ததால் அந்த வாய்ப்பை அவருக்கு அளித்ததாக டஃபி கடிதம் ஒன்றில் குறிப்பிட்டிருக்கிறார்.

41 நிமிடங்கள் நீளம் கொண்ட இப்படம், ராம் என்ற குடும்பத் தலைவன் எப்படி வேதியராக மாறுகிறார், அவர் வாழ்க்கையில் மறைபரப்பாளர்கள் பங்கு என்ன என்பதை விளக்குகிறது. வெளிநாட்டவர்களுக்கு, குறிப்பாக காலனியாதிக்க நாடுகளைச் சேர்ந்தவர்களுக்கு இந்தியா போன்ற கீழை நாடுகளைக் காட்சிப்படுத்தி அதன் மூலம் நிதி பெறும் நோக்கில் எடுக்கப் பட்டதால், படத்தை இன்றைய சூழலில் பார்க்கும் நமக்கு பல இடங்களில் தன்மதிப்பு கொண்ட தமிழர்களாக கோபம் வருகிறது; மிஷனரிகள் வருவதற்கு முன் இங்கிருந்த மூடப்பழக்கவழக்கங்கள், கொள்ளை நோய்களுக்கு உறவினர்களைக்கூட கைவிட்டுவிட்டு ஓடும் குணம் போன்றவற்றைக் கண்ணுறும் போது, 'இவ்வளவு

மோசமான மக்களாகவா வாழ்ந்தோம்?', என்ற வருத்தம் மேலிடாமல் இல்லை.

மிஷனரிகளைக் கண்டு கும்பிட்டு விழும் ராம் என்ற ஜோசப், அவர்கள் உதவியுடன் மகளுக்குத் திருமணம் செய்து கொடுக்கிறார், அவரது மனைவிக்கு மரணப் படுக்கையில் திருநீராட்டு தரப்பட்டு அவள் 'ரட்சிக்கப்படுவதாகக்' காட்டப்படுகிறது. மிஷனரிகள் மக்களை காலராவிலிருந்து போராடிக் காப்பாற்றுவதைக் காட்டுவதில், எந்தப் பொய்யும் பாசாங்கும் தெரியவில்லை. அதேசமயம் ஜோசப்பின் ஒரு மகனும் மகளும் குருவாக, கன்னியராக மாறும் போது இது அப்பட்டமான பிரசாரப்படம் என்பது நினைவுக்கு வருகிறது. தனக்கு கொஞ்சமும் தெரியாத துறையில் நுழைந்து படம் இயக்கி, நடித்து, தயாரித்து அதில் டஃபி வெற்றிபெற்றார் என்றுதான் சொல்லவேண்டும். படம் அயர்லாந்து மற்றும் அமெரிக்காவில் வெளியாகி, போட்ட முதலைவிட அதிகம் சம்பாதித்தது. அக்டோபர் 25, 1923 அன்று பாஸ்டன் கல்லூரி உயர்நிலைப் பள்ளியில் 'கேட்டகிஸ்ட் ஆஃப் கீழ ஆரணி' முதல்முறையாகத் திரையிடப்பட்டது. எதிர்பார்த்த சலசலப்பை கண்டிப்பாக உண்டுபண்ணியது. ஆனாலும், போப்பாண்டவரிடம் டஃபியின் வேதியர் பயிற்சி நிலைய வேண்டுகோள் எடுபடவில்லை.

1926-1930 ஆண்டுகளில் மீண்டும் ஐரோப்பா, அமெரிக்கா, வியட்நாம், மேற்கு ஆப்பிரிக்கா, உகாண்டா, கினியா போன்ற நாடுகளுக்குச் சென்று அங்குள்ள கல்வி மற்றும் போதகப் பயிற்சி முறைகளை டஃபி கண்டறிந்தார். அன்னாள் உள்விடுதியை உலகின் சிறந்த உள்விடுதி வாழ்க்கையைக் கொண்டதாக இன்றும் சொல்லப்படும் பாய்ஸ் டவுன் பாணியில் மாற்றினார்.

அமெரிக்காவின் நெப்ராஸ்கா பகுதியில் அமைந்த ஒமாஹாவின் ஒரு பகுதியில் பாய்ஸ் டவுன் என்ற பள்ளி, நிர்வாகக் கட்டடங்கள் கட்டமைப்பை 1921ம் ஆண்டு ரோமை கத்தோலிக்க குருவான எட்வர்ட் ஃப்ளனகன் (Edward Flanagan) உருவாக்கினார். இந்தப் பள்ளியில் படித்தவர்கள் பெரும்பாலும் அக்கம்பக்கத்திலிருந்த ஏழ்மை, அறியாமை சூழலில் வாழ்ந்துவந்த மாணவர்களே. இந்த கிராமத்துப் பள்ளியில் படித்த மாணவர்கள் தங்களுக்குள் மேயர், கவுன்சில், ஆட்சியர், அரசு என ஜனநாயக முறைப்படி ஒரு கட்டமைப்பை உருவாக்கினார்கள். 1936ம் ஆண்டு இந்த பாய்ஸ் டவுன் நெப்ராஸ்காவில் ஒரு கிராமமாக அங்கீகரிக்கப்பட்டது.

1938ம் ஆண்டு ஃப்ளனகனைச் சிறப்பிக்கும் வகையிலும், பாய்ஸ் டவுனின் வெற்றிக்கதையை எம் ஜி எம் நிறுவனம் 'பாய்ஸ் டவுன்'

என்ற பெயரிலேயே திரைப்படமாக எடுத்தது. அந்த அளவுக்கு ரோமை கத்தோலிக்க பாதிரியார் ஃப்ளனகன் தொடங்கிய பாய்ஸ் டவுனின் வெற்றி என்று பேசப்பட்டது. இந்தத் திரைப்படத்தில் கதாநாயகனாக நடித்ததற்காக ஹாலிவுட் நடிகர் ஸ்பென்சர் டிரேசி, ஆஸ்கர் விருது வென்றார். இத்தனை ஆண்டுகள் தாண்டி இன்றும் பாய்ஸ் டவுனில் அதே கட்டமைப்பு தொடர்கிறது. முழுக்க முழுக்க மாணவ மாணவிகள் தான் அங்கு எல்லாமே...அதே பாணி உள்விடுதிக் கட்டமைப்பை திண்டிவனம் பள்ளியில் கொண்டுவந்தார் டஃபி. சுய ஆட்சிமுறை உள்விடுதியில் இன்றளவும் இருக்கிறது. எந்தப் புது முயற்சியும் எடுக்க டஃபி அஞ்சியதேயில்லை.

1931ம் ஆண்டு அக்டோபர் மாதம் பிரெஞ்சு மிஷனின் சுப்பீரியர் ஜெனரலான தி குபிரியன் (Mgr De Guebriant) இந்தியா வந்தார். அப்போது திண்டிவனம் பள்ளியைச் சுற்றிப்பார்த்தவர், டஃபியை வெகுவாகப் பாராட்டினார். அடுத்த நாள் புதுவையில் இருந்து புறப்படும் போது அவர் ஆயரிடம் சொன்னது – ''நம் தொன்மையான மடத்தின் பெருமையைக் கட்டிக் காப்பதற்கும், நம் சபையின் நிறுவனர்களின் கனவுகளை மெய்ப்பித்துக் கொண்டிருப்பதற்கும் உங்கள் அனைவரையும் பாராட்டுகிறேன்.''

'நவீன சாமியார்' என்றே நாம் டஃபியை அழைக்கலாம். அந்த அளவுக்கு புதிய தொழில்நுட்பங்களை அன்றாட வாழ்க்கையில் பயன்படுத்தினார். மறைக்கல்விக்கு மஞ்சள் கோப்பு (Yellow files) முறையைக் கொண்டுவந்தார். மாத, வாரவாரி பாடத்திட்டங்களை வகுத்துக் கொடுத்தார். படங்கள், நிழற்படங்கள், நடிப்பு, ஆசிரியர் மாணவர் உரையாடல், நிலைக்காட்சிகள் என நவீன கருவிகளைப் பயன்படுத்தி கற்பித்தலை எளிமையாக்கினார்.

1931ம் ஆண்டே பதினொன்றாம் பயஸிடம் சிறப்பு அனுமதி பெற்று, மக்களை நோக்கி வழிபாடு நடத்த அனுமதி பெற்றார். அதுவரை குருக்கள் பீடத்தை நோக்கி வழிபாடு நடத்தினார்கள். டஃபி அனுமதி பெற்று கிட்டத்தட்ட 40 ஆண்டுகளுக்குப் பின் மக்களை நோக்கி வழிபாடு நடத்தலாம் என 1968ம் ஆண்டு இரண்டாம் வத்திகான் சங்கம் அனுமதி தந்தது என ஆய்வாளர் ஃபயோனா பேட்மன் (Fiona Bateman) தெரிவிக்கிறார். திண்டிவனத்தில் இந்தியாவிலேயே தொன்மையான கத்தோலிக்க ஒலி-ஒளி அமைப்பை டஃபி ஏற்படுத்தினார் என்றும் ஃபயோனா எழுதுகிறார்.

'தி ஃபீல்டு அஃபார்' (The Field Afar), 'தி லேம்ப்' (The Lamp), 'தி சைன்' (The Sign) போன்ற மிஷன் இதழ்களில் தொடர்ச்சியாக கதைகள், கட்டுரைகள் போன்றவற்றை எழுதி வந்ததால், டஃபி குறித்து

தாமஸ் கவான் டஃபியின் கல்லறை

அயர்லாந்திலும் இந்தியாவிலும் பலர் அறிந்துவைத்திருந்தார்கள். மறைமாவட்டம் முழுவதும் சீரான பொதுப் பாடத்திட்டத்தை டஃபி அறிமுகம் செய்தார். புதுவை மறைமாவட்டப் பள்ளிகளின் ஒருங்கிணைந்த அமைப்பு (Diocesan Organization of Schools - DOS) ஏற்படுத்தினார். சாரணர் இயக்கத்தைப் பள்ளியில் தொடங்கி அதனுடன் நற்கருணை வீரர் சபையை இணைத்தார். 1941ம் ஆண்டு செப்டம்பர் 8 அன்று மரணமடைந்தார். தான் பார்த்து செதுக்கிய விடுதியை பார்க்கும் வகையில் அதனெதிரே அடக்கம் செய்யப் பட்டிருக்கிறார்.

ஒடுக்கப்பட்ட மக்களில் பெரும்பான்மையினர் வசித்த பகுதியில் தொடங்கப்பட்ட அன்னாள் பள்ளியில் மாணவர்களுக்கான தொழில் கல்வி மையமும் தொடங்கப்பட்டது. இதை விவரிக்கும் வேதியர் பள்ளியின் முன்னாள் விரிவுரையாளர் கஸ்பார் குண்டப்பள்ளி, ''இந்த வேதியர் பள்ளியில் நான் 1966 முதல் 2000 வரை 34 ஆண்டுகள் பணியாற்றி இருக்கிறேன். இந்தப் பகுதி மக்களுக்கு கல்வியை எப்படியாவது தந்துவிடவேண்டும் என்ற முனைப்புடன் பிரெஞ்சுப் பாதிரிகள் பல்லியை நடத்திவந்தார்கள். இதற்கு முன்பாக கடலூரில் சூசையப்பர் பள்ளி, கல்லூரியில் மட்டுமே மேல்படிப்பு தரப்பட்டது. அவ்வளவு தொலைவில் இல்லாமல், இந்தப் பகுதி மக்களுக்கு அருகாமையில், அவர்கள்

நலனுக்காகவே பள்ளி, தொழில் பள்ளி, ஆசிரியர் பள்ளி ஆகியவை தொடங்கிநடத்தப்பட்டன'', எனச் சொல்கிறார்.

இதை ஆமோதிக்கும் அப்பகுதியின் சமூக செயற்பாட்டாளரும் நண்பருமான ராஜேஷ், ''என் தாத்தா தன் மகளின் திருமணப் பத்திரிகையை, அந்தக் காலத்திலேயே ஆங்கிலத்தில் அச்சிட்டிருக்கிறார்; சரளமாக ஆங்கிலம் பேசியிருக்கிறார். கல்வி மறுக்கப்பட்ட ஒடுக்கப்பட்ட மக்களிடையே அன்னாள் பள்ளி ஏற்படுத்திய மாற்றம் மிகப்பெரியது. எங்கள் பகுதி மக்கள் கல்வியில் சிறந்து இன்று பல்வேறு பணிகளில் இருக்கின்றனர். 'சேரி வீடு' என்ற பெயர் மாறி, 'கப்பல் காரர் வீடு', 'கரன்ட் காரர் வீடு', 'டீச்சர் வீடு' என வீடுகளே பெயர்மாற்றம் பெற, இந்தப் பள்ளி மிகமுக்கிய காரணம்'', எனச் சொல்லி மகிழ்கிறார்.

''1900களில் ஏற்பட்ட தொடர் பஞ்சம், காலரா, அம்மை, வெள்ளம் போன்ற பேரிடர்களின் போது கிராமங்களில் நிறைய குழந்தைகள் தாய் தந்தையை இழந்துவிடுவதுண்டு. அவர்களை உறவினர்கள் குருக்களிடம் கொணர்ந்து விட்டுவிடுவார்கள். இந்த மாணவ மாணவிகளுக்கு ஏதோ ஒரு வகையில் வாழ்வாதாரம் ஏற்படுத்தித் தரவேண்டும் என்பதற்காகவே தொழில்கல்வியைப் பயிற்று வித்தார்கள். பிரெஞ்சு மிஷன் தவிர இந்தப் பணிக்கு அருள் சகோதரர்களின் உதவி தேவை என உணர்ந்ததால், கபிரியேல் சகோதரர்கள் திண்டிவனம் பகுதிக்கு அழைக்கப்பட்டார்கள். அதே போல பச்சிளம் குழந்தைகளாக இங்கே வந்த குழந்தைகளைப் பேணிப் பாதுகாக்க அருள் சகோதரிகளின் உதவியும் தேவைப் படவே, 1896-97வாக்கில் அவர்களும் வரவழைக்கப்பட்டார்கள்'', என கஸ்பார் சொல்கிறார்.

1898ம் ஆண்டில் கோம்பஸ் (Combes) அடிகள் குளூனி சகோதரிகளுக்கு திண்டிவனத்தில் பணியாற்ற அழைப்பு விடுத்தார் என 'பாண்டிச்சேரி மிஷன் வரலாறு' நூல் குறிப்பிடுகிறது. இந்த சகோதரிகள் திண்டியில் பள்ளி ஒன்றையும், சிறுமருத்துவமனை ஒன்றையும் திறந்தார்கள். பின்னாளில் அதனுடன் அனாதை இல்லம் ஒன்றும் சேர்ந்தது. ஆண்களுக்கான ஆதரவற்றோர் இல்லத்தை அந்தப் பகுதியில் முதல் முறையாக கோம்பஸ் அடிகள் தான் திறந்தார். 1896-98 பஞ்சத்தால் பாதிக்கப்பட்ட சிறுவர்களுக்கு முதல் ஆதரவற்ற இல்லத்தை அவரே திண்டிவனத்தில் அமைத்தவர். கிடங்கல் 2 பகுதியில் இன்றும் குளூனி சகோதரிகள் தங்கள் பணியைச் செய்துவருகின்றனர். சூசையப்பர் சகோதரிகளும் இந்தப் பகுதியின் மக்கள் பணி செய்துவருகின்றனர். இந்தக்

கிடங்கல் 2 பகுதி முழுக்க முழுக்க தலித் மக்கள் வாழும் பகுதி என ராஜேஷ் குறிப்பிடுகிறார்.

ஆதரவற்ற மாணவர்களுக்கு வாழ்வாதாரம் வேண்டும் என சிந்தித்த கோம்பஸ், அவர்களுக்கான தொழிற்பள்ளி ஒன்றை திண்டிவனத்தில் தொடங்க எண்ணினார். அப்போது பெட்டிட் குருமடப் பள்ளியில் (Petit-Seminaire High School) ஆசிரியராகப் பணியாற்றி வந்த அருட்சகோதரர் ஜான் பேப்டிஸ்ட் (Bro.Jean Baptiste) அவர்களுக்கு இது போன்ற தொழில்கல்வி கற்றுத் தருவதில் ஆர்வமுண்டு என கண்டுகொண்ட கோம்பஸ், அவரை திண்டிவனம் பள்ளிக்கு அழைத்தார். 1904ம் ஆண்டு திண்டிவனம் பள்ளியில் ஜான் தச்சுப் பிரிவு ஒன்றைத் தொடங்கினார். அருள்சகோதரர்கள் 'முதல் தாய் இல்லம்' (First Mother house) என, புதுவையை விடுத்து திண்டிவனத்துக்கு முக்கியத்துவம் தருமளவுக்கு அவர்களுக்கு இந்தப் பணியிடம் பிடித்துப் போனது.

1908ம் ஆண்டு பயிற்சி மடம் (Novitiate) ஒன்றும் திண்டிவனத்தில் நிறுவப்பட்டது. திண்டிவனத்தை நோக்கி பணியாற்ற வந்த அருள்சகோதரர்கள் எண்ணிக்கையும் கூடியது. கபிரியேல் சகோதரர்கள் இப்படித்தான் திண்டிவனத்தில் தங்கள் சமூகப் பணியைத் தொடங்கினார்கள். இந்த சகோதரர்களில் ஒருவரான ஜான் பேப்டிஸ்ட்தான் கவான் டஃபியை திண்டிவனத்துக்கு வருமாறு 1920ம் ஆண்டு அழைப்பு விடுத்தார். அவரும் கபிரியேல் சகோதரர்கள் தன் ஆசிரியப் பயிற்சிப் பள்ளி முயற்சிக்கு உறுதுணை யாக இருப்பார்கள் என்ற எண்ணத்தில் இங்கு வந்து சேர்ந்தார்.

இரண்டாம் உலகப் போர் வெடித்தபிறகு, வெளிநாட்டு நிதி வருவது முற்றிலும் நின்றுபோகவே, முழுநேர வேதியர்களுக்கு போதிய ஊதியம் தர இயலாமல் போனது. 1961ம் ஆண்டு வேதியர் பள்ளி மீண்டும் திறக்கப்பட்டது. குரு எட்மண்ட் பெக்கர் (Edmund Becker) திறம்பட பள்ளியை மீட்டெடுத்தார். பிரான்சில் 1921ம் ஆண்டு பிறந்த பெக்கர், குடும்பத்தால் இறைப்பணிக்கு அர்ப்பணிக்கப் பட்டார். 1947ம் ஆண்டு தன் 26வது வயதில் பாரிஸ் அயல்நாட்டு மறைப்பணி சபையில் குருவாகத் திருநிலைப்படுத்தப்பட்டார். 1948ம் ஆண்டு ஜனவரி மாதம் தமிழகம் வந்தார். 1951ம் ஆண்டு திண்டிவனம் கத்தோலிக்க நடுநிலையத்தின் அனைத்து நிறுவனங் களுக்கும் மேலாளராக நியமிக்கப்பட்டார். 1957ம் ஆண்டு ஆப்பிரிக்கா, அமெரிக்கா, ஐரோப்பா உள்ளிட்ட கண்டங்களில் பல நாடுகளைச் சுற்றிவந்து அங்குள்ள மறைக்கல்வி இயக்கங்கள், கல்வியை ஆய்வு செய்தார் பெக்கர். அங்கிருந்து திரும்பியவர்,

இங்குள்ள கிராமங்களில் அலைந்து திரிந்து கள ஆய்வு மேற்கொண்டார். அங்குள்ள பள்ளிகளில் தான் உருவாக்கிய மறைக்கல்வி பாடத்திட்டத்தைப் போதித்து அதன் தாக்கம் எப்படி இருந்தது என ஆராய்ந்தார்.

மறைக்கல்வி சொல்லித்தர பாடநூல்கள், படங்கள், வரைபடங்கள், வெட்டுப்படங்கள் ஆகியவை தேவை என உணர்ந்தார். தன் ஈராண்டு ஆய்வு முடிவுகளை 1960ம் ஆண்டு அகில இந்திய ஆயர் பேரவையில் நூலாகவே சமர்ப்பித்தார். திண்டிவனம் மறைக்கல்வி நடுநிலையத்தை தமிழகம் முழுமைக்குமான மறைக்கல்வி நடுநிலையமாக பெக்கர் உயர்த்தினார். மறைக்கல்வி பணி மையம் ஒன்றையும் ஏற்படுத்தினார். 1961ம் ஆண்டு ஜூன் மாதம் முழு நேர வேதியர் பயிற்சிப்பள்ளி திண்டிவனத்தில் தொடங்கப்பட்டது. அப்பள்ளிக்கென பத்து ஏக்கர் நிலம் வாங்கி, அன்னாள் உள்விடுதிக் கட்டடத்துக்கு அருகிலேயே வேதியர் பயிற்சிப் பள்ளிக்கு புதிய கட்டடம் ஒன்றையும் கட்டினார். ''வேதசாட்சியாக நாம் மாறத் தேவையில்லை; வேலைச் சாட்சியாகத் திகழுங்கள்'', என தன்னைப் போன்றோரை வளர்த்தெடுத்ததாக வேதியர் பள்ளி முன்னாள் விரிவுரையாளர் முடியப்பன் இவரைப் பற்றிக் குறிப்பிடுகிறார்.

புதுவை மறைமாவட்ட மறைக்கல்வி நிலையம் (Pondicherry Archdiocesan Catechetical Centre) என்ற பெயரில் புதிய அமைப்பு இங்கு இயங்கியது. 1963ம் ஆண்டு முதல் குழு மாணவர்கள் 20 பேர் வேதியர்களாக பயிற்சி முடித்தார்கள். ஒவ்வொரு ஆண்டும் ஆயர் ஒருவர், நான்கு மாணவர்களை இந்தப் பள்ளிக்கு அனுப்ப வேண்டும் என முடிவானது. 1970களில் சிறப்புப் பயிற்சி தேவை என உணர்ந்ததால், இரண்டாண்டுப் படிப்புடன் கூடுதலாக, பூந்தமல்லி பயிற்சிப் பள்ளியில் மூன்றாமாண்டு படிப்பு சேர்க்கப்பட்டது. 1994ம் ஆண்டு முதல் இது சுருக்கப்பட்டு மூன்றுமாதப் படிப்பாக திண்டிவனத்திலேயே சொல்லித்தரப்பட்டது. 1961ம் ஆண்டு தமிழ்நாடு மறைக்கல்வி நடுநிலையம் என ஏற்படுத்தப்பட்ட அமைப்பு, தமிழ்நாடு விவிலிய மறைக்கல்வி திருவழிபாட்டு நடுநிலையம் (TNBCLC) என 1974ம் ஆண்டு பெயர் மாற்றப்பட்டு, முப்பணி நடுநிலையமாக (Triple Commission) பணியைத் தொடங்கியது.

29 ஜூன் 1974 அன்று அன்றைய பாப்பரசரின் இந்தியத் தூதுவர் (Pro-nuncio) ஜான் கார்டன் இந்த அமைப்பைத் தொடங்கிவைத்தார். தமிழகத்தின் 15 மறைமாவட்டங்கள், இலங்கை மற்றும்

மலேசியாவின் தமிழ் பேசும் பகுதிகளிலுள்ள மறைமாவட்ட மாணவர்கள் இங்கு பயிற்சி பெற்றுள்ளார்கள். கிட்டத்தட்ட 20 ஆசிரியர்கள் இங்கேயே தங்கி பணியாற்றுகின்றனர். இவர்களில் குருக்கள், அருள் சகோதரிகள், சாதாரணர்கள் என எல்லோரும் உண்டு. இவர்கள் தவிர சிறப்பு வகுப்புகள் எடுக்க வருகை விரிவுரையாளர்களும் உண்டு. புதுவை ஆயரே இந்த மையத்தை நிர்வகித்துவந்தார்.

1999ம் ஆண்டு பெண்களும் இங்கு பயிற்சிக்கு சேர்த்துக்கொள்ளப் பட்டுள்ளார்கள். 600 ஆண் முழுநேர வேதியர்களும், 25 பெண் முழுநேர வேதியர்களும் திண்டிவனத்தில் 2009ம் ஆண்டுவரை படித்து முடித்தார்கள். இந்தப் படிப்பில் சேர குறைந்தபட்ச படிப்பாக உயர்நிலைக்கல்வி முடித்திருக்கவேண்டும், 20 வயது நிரம்பியவர்களாக இருக்கவேண்டும். சாதாரணர்களுடன் கப்புசின், சலேசியன், திரு இருதய சகோதரர்கள், கார்மெல் மற்றும் இயேசு சபையினரும் இந்தப் பயிற்சியில் ஈடுபடுவதுண்டு. இந்த நிலையம் மூலம் 1998ம் ஆண்டு வேதியர்களுக்கான வழிகாட்டி நூலான 'அர்ப்பணப் பூக்கள்' நூல் வெளியிடப்பட்டது.

1972ம் ஆண்டு முதன்முதலில் இங்கு தாம் மறைக்கல்விக்கான மானுடவியல் சார்ந்த முதல் புத்தகம் (பதினொன்றாம் வகுப்பு மறைக்கல்வி) தயாரிக்கப்பட்டது. 1980களில் அனைத்து வகுப்பு மாணவர்களுக்கான மறைக்கல்வி நூல்கள் வெளியிடப்பட்டன. வேதியர் பணிக்கு ஆசிரியர்களிடம் போதிய வரவேற்பு இல்லாத காரணத்தால், நிறைய பேர் அப்பணியைக் கூடுதலாகத் தொடரவில்லை. வேதியர் பள்ளி 2009-2010ம் ஆண்டு மூடப்பட்டது.

வட தமிழகத்தைச் சுற்றியபோது ஓரிரு 'பயிற்சி பெற்ற வேதியர்களை' சந்திக்கும் அருமையான வாய்ப்பு எனக்குக் கிடைத்தது. டஃபியின் பணி எத்தகையது என எனக்கு முழுவதும் உணர்த்திய தருணங்கள் அவை. டஃபி ஏற்படுத்திய 'திண்டிவனம் நடுநிலையம்' (Tindivanam Catholic Center) இன்று பல அமைப்புகளாக விரிந்துள்ளது. தமிழ்நாடி மறைக்கல்வி நடுநிலையம் (1961), வேதியர் பயிற்சிப்பள்ளி(1961), தமிழ்நாடு ஒலி-ஒளி பணி நிலையம் (1968), அருள் ஒளி இல்லம் (1969), தமிழ்நாடு விவிலிய மறைக்கல்வி திருவழிபாட்டு நிலையம் (1974), வேதாகமப் பயிற்சி நிலையம் (1982) ஆகியவை திண்டிவனம் நடுநிலையத்திலிருந்து ஏற்பட்டவையே. இன்றும் சின்னஞ்சிறு பிஞ்சு விரல்களில் விவிலியக் கதைகளின் படங்கள் தடவிப் பார்க்கப்படுகின்றன என்றால், வருத்தமுற்ற உதடுகளுக்கு ஏதோ ஒரு ஜெபம் சொல்லக்

கிடைக்கிறது என்றால், இன்றும் கத்தோலிக்கக் கிறிஸ்தவர்கள் தங்கள் நம்பிக்கைகளில் நிலைகொண்டிருக்கமுடிகிறது என்றால், அதற்கு டஃபியும், திண்டிவனம் நடுநிலையமும் காரணம் எனலாம்.

சான்றுகள்

- https://www.youtube.com/watch?v=QOWEEmXmGD8 – Catechist of Kilarni
- அருள்திரு டஃபி அந்தாதி – பி. வனத்தையன், திண்டிவனம் நடுநிலையம் வெளியீடு
- https://www.boystown.org/about/our-history/Pages/default.aspx
- Essay: An Irish Missionary in India: Thomas Gavan Duffy and The Catechist of Kil-Arni, Fiona Bateman, compiled in Ireland and India, Colonies, Culture and Empire - Irish Academic Press, 2006
- 'நம் தோழன்' வைரவிழா மலர், 2019, கஸ்பார் கட்டுரைகள், திண்டிவனம் நடுநிலையம் வெளியீடு
- புனித அன்னாள் மேல்நிலைப்பள்ளி திண்டிவனம் நூற்றாண்டு மலர், 2002, திண்டிவனம் நடுநிலையம் வெளியீடு
- The Catechists Training Centres in India – paper by Juliet Zothanpari- https://osservatoriocatechetico.unisal.it/wp-content/uploads/2016/12/Catechetical-Centres-in-India.pdf
- MEP 350th Year Souvenir - நினைவுமலர், பாரீஸ் வெளிநாட்டு மிஷன் வெளியீடு

20

வனத்துச் சின்னப்பர் — கல்பேட்டை

''ஜாதி இந்துங்க வந்து மாடு மேய்க்க கூட்டினு போய்டுவாங்க. இப்ப பாருங்க சிஸ்டர், நான் ஒரு ஃபேமிலி இவுங்க ஒரு ஃபேமிலின்னா, இப்ப எங்க ஃபேமிலிக்குன்னு சொல்டு அங்க ஒரு கொடியக்காரரோ, கவுண்டரோ இருப்பாங்க. அவுங்க வீட்டுல போய்ட்டு இந்த ஃபேமிலி வேல செய்யணும்.''

•

வனத்துச் சின்னப்பரே எங்கள் பாதுகாவலரே
கல்பட்டில் கோயில் கொண்ட வனத்துச் சின்னப்பரே – 2

வண்டிக்கட்டி வணங்க வந்தோம் வனத்துச் சின்னப்பரே
மண்டியிட்டு புலம்ப வந்தோம் வனத்துச் சின்னப்பரே - 2
எங்கள் கண்ணீரையும், கவலையையும் மாற்றுகின்றவரே
மனம் புண்ணாய்யுள மனிதர்களை தேற்றுகின்றவரே – 2

இமைகளை திறந்துவிடும் வனத்துச் சின்னப்பரே
சுமைகளை இறக்கிவிடும் வனத்துச் சின்னப்பரே – 2
நாங்கள் உழைப்பதற்கு போதுமான வலிமை தாருமே
இனி பிழைப்பதற்கு செல்லும் இடத்தில் துணையாய் வாருமே – 2

நோய் நொடி வேரறுக்கும் வனத்துச் சின்னப்பரே
தாய்மடியாய் இருக்கும் வனத்துச் சின்னப்பரே – 2
சீறும் சிங்கம் ரெண்டு அடக்கம் செய்த புகழை எய்தவரே
நாங்கள் போற்றி புகழ்ந்து பாடுவதற்கு வழிகள் செய்தவரே – 2

- வனத்துச் சின்னப்பர் திருத்தல மலர், 2005

மதிய வெய்யில் சுட்டெரித்துக் கொண்டிருந்தது. பாறையும் கற்களுமாய் கரடுமுரடான பகுதி அது. அதைக் காட்டி, ''அதோ... அங்க இருக்குல்ல பாறை, அதுதான்... வாங்க போயிரலாம். பக்கந்தான்'', என்றார் பால் அண்ணன். நடக்க முடியாமல் வரப்பில் தடுமாறி நடந்துபோனேன். அங்கங்கே கீரைச்செடிகள் முளைத்து நின்றன. அப்போது தான் அறுவடை முடிந்திருந்ததால், வேறெதுவும் வெள்ளாமை செய்யவில்லை போல. அவர்கள் காட்டிய 'வழுக்குப் பாறை' மற்றொரு பாறையின் மேல் ஒட்டிக்கொண்டு நின்றது. கீழிருந்த பாறையைத் தோண்டி குவாரிக்காக வெட்டியெடுத்திருக்கின்றனர். அதில் பெரும் பள்ளமாக நீர் தேங்கியிருந்தது.

''திருவிழாவுக்கு வரும்போது பொழுதுபோக இங்க தான் வந்து கல்லு போட்டுப் பார்ப்பாங்க'', என்றார் பால்.

''அது சரி, ஏன் இவ்வளவு கல்லு உடைச்சிருக்காங்க?''

''இங்க கல்லு வெட்டுறது தான முக்கியத் தொழிலு? அதா'', என்றார்.

என் கையில் மூன்று சிறு கற்களை எடுத்துத் தந்தார்கள். ''இத அப்டியே மேல தூக்கி அந்தப் பாறை மேல எறியணும். அந்தக் கல்லுல ஒண்ணு பாறை மேல விழுந்து நின்னுருச்சுன்னாலும், நீங்க நினக்கிறது நடக்கும். போடுங்க'', என உற்சாகப்படுத்தினர்.

பலம் கொண்டமட்டும் முதல் கல்லை எறிந்தேன். அது மேலே போய், பாறையில் மோதி கீழே விழுந்தது. இரண்டாவது கல் பாறைக்கு அப்பால் பறந்தது. மூன்றாவது கல் பாறையில் விழுந்து, மீண்டும் என்ன நினைத்ததோ மேலேழும்பி பக்கவாட்டில் விழுந்தது. அடடா, ஒரு கல்லைக்கூட பாறையின் மேல் நிற்பது போல எறியவில்லையே என நொந்துகொண்டு காருக்கு நடந்தேன். ''திருவிழா அன்னிக்கு இங்க எக்கச்சக்கமா ஜனம் வரும். கல்லு மலையில கல்லு நின்னுச்சுன்னா நினைச்சது நடக்கும்னு ஊரே தெரண்டு வந்து இங்க கல்லு போடும்'', என்றனர். பாறையின் மேல் குறைந்தது ஆயிரம் சிறு கற்களாவது இருக்கும்...வதவதவென்று கற்கள் பாறை முகட்டில் தெரிந்தன.

திரும்பும் வழியில் அங்கொன்றும் இங்கொன்றுமாய் மணிகள் அசைய மாடுகள் மேய்ந்து கொண்டிருந்தன. இந்தப் பகுதியில் பெரும்பான்மை மக்கள் கால்நடைகளை நம்பியே வாழ்கின்றனர்; பலர் கல் உடைக்கும் வேலை செய்கின்றனர். கல்பட்டு. விழுப்புரத்திலிருந்து சுமார் 17 கிமீ தொலைவிலுள்ள சிறு கிராமம். மாம்பழப்பட்டுக்குத் 2 கிமீ தெற்கே அமைந்துள்ள இந்த ஊரில் மலைக் குன்றுகள் அதிகம். ஊருக்கு வெளியே பெரும் குளம் ஒன்றிருக்கிறது. சப்பாத்திக்கள்ளியும், கல் குன்றுகளுமான இந்தப் பகுதியில், வனத்துச் சின்னப்பர் கோயில் அமைந்திருக்கிறது.

புதுவை- கடலூர் பேராயத்தின் கட்டுப்பாட்டிலுள்ள இந்தக் கோயில் 1901ம் ஆண்டு வரை முகையூர் பங்கின் கீழ் இருந்தது. மக்களின் அசைக்க முடியாத நம்பிக்கை காரணமாக இந்த ஆலயம் 'திருயாத்திரை தலமாக' அறிவிக்கப்பட்டது. இங்கு கோயில் ஏற்பட்ட கதையே வித்தியாசமானது. இதற்கான மூலக் குறிப்புகள் எதுவும் ஆலய மலர் தவிர வேறெங்கும் எழுத்துப் பூர்வமாக இல்லலை என்பதால், இதை 'ஆலய செவிவழிக் கதை' என்றே கொள்கிறேன்.

கல்பேட்டை வனத்துச் சின்னப்பர் புதிய கோயில் முகப்பு

1898ம் ஆண்டுவாக்கில், கல்பட்டு கல்யாண ஐயர் குடும்பத்தைச் சேர்ந்த சுப்ரமணிய ஐயரின் மாடுகள் ஒரு நாள் காணாமல் போயின. மாடுகளைத் தேடி வந்த சுப்ரமணிய ஐயர், ஓரிடத்தில் புதர்களின் நடுவே மணிச் சத்தத்தைக் கேட்டார். அந்த இடத்தில் தூப மணம் சூழ்ந்தது. சிலுவை அடையாளம் ஒன்றும் அவர் கண்முன் தோன்றித் தோன்றி மறைந்தது. என்னவென்று புரியாமல், மாடுகளையும் கண்டுபிடிக்கமுடியாமல் அவர் வீடு திரும்பினார். அன்று இரவு அவரது கனவில் வெள்ளைக் குதிரை மேல் தோன்றிய துறவி ஒருவர், ''நானே வனத்துச் சின்னப்பர் (St Paul the Hermit). நீ பகலில் கண்ட இடத்தில் தான் உன் மாடுகள் இருக்கின்றன'', எனச் சொல்லி மறைந்தார்.

மறுநாள் காலை சுப்ரமணிய ஐயர் தனக்குத் தெரிந்த கிறிஸ்தவரான சூரப்ப வாத்தியாரின் மகன் கலங்காணிமுத்து என்பவரை அழைத்துக் கொண்டு, முந்தைய நாள் தான் கண்ட புதர்ப்பக்கம் போனார். அவருடன் இன்னும் சிலரும் சென்றனர். அவர்களும் முந்தைய நாள் அவர் கண்ட அதே காட்சியைக் கண்டனர். மாடுகளும் அதே இடத்தில் கிடைத்தன. உடனே அந்த இடத்திலிருந்த முட்புதர்களை அகற்றி, சுத்தம் செய்து, அங்கு மேடை ஒன்றை அமைத்தனர். சிலுவை ஒன்றை நட்டு, அதன்முன் விளக்கேற்றி வணங்கத் தொடங்கினர்.

இதுகுறித்து கேள்விப்பட்ட அக்கம்பக்கத்து ஊர் மக்கள் சின்னப்பர் தோன்றிய இடத்தைக் காணவந்தனர். செய்தி, பக்கத்து ஊராகிய முகையூரின் பங்குத்தந்தை அந்தோணி அடிகளை எட்டியது. அவர் இந்தப் பகுதியில் வனத்துச் சின்னப்பருக்கு ஒரு கூரைக்கோயிலை ஏற்படுத்தினார். கோயில் இருக்கிறது, வணங்குவதற்கு புனிதரின் சுரூபம் வேண்டுமே? பிரான்சிலிருந்து சுரூபம் ஒன்று வரவழைக்கப் பட்டது.

விழுப்புரத்துக்கு சுரூபத்தை பார்சலாகக் கொண்டு வந்த ரயில், மாம்பழப்பட்டு ரயில்நிலையத்தில் நின்றது. மீண்டும் புறப்பட்ட போது, வண்டி நகரவேயில்லை. இதற்கு மேல் நூலில் சொல்லப்படும் விஷயமும் பால் சொல்வதும் சிறிது மாறுகின்றன. பால் இந்தக் கதையை விவரிக்கிறார். ''எஞ்சின் வேல செய்யுது ஆனா சக்கரம் மட்டும் சுத்தல. அப்புறமா என்னலாமோ பார்க்குறாங்க; அவுங்களுக்குத் தெரியில இன்ன விஷயத்துனால வண்டி ஓடலன்னு. எல்லாரையும் இறங்கச் சொல்லி வண்டிய எடுக்குறாங்க, அப்பயும் போகல. பார்சல எல்லாம் எறக்கறாங்க. அதன்பிறகு போகுது. பார்சல ஏத்திட்டு பார்த்தா மறுபடி போகல. ஒரு சில பார்சல மட்டும் எறக்கி வெச்சிட்டு எடுக்குறாங்க. வண்டி போகுது.''

''அப்ப கல்பட்டு முகையூர் பங்குல இருந்துச்சு. சுரூபம் முகையூர் தான் போகணும். ஆனா மாம்பழப்பட்டுல எறங்கிருச்சுன்னு ஃபாதருக்கு முகையூருல தகவல் சொல்றாங்க. அவரு மாட்டு வண்டியில சுரூபத்த வெச்சு முகையூருக்குக் கொண்டுவரச் சொன்னாரு. மாட்டு வண்டியில சுரூபத்த ஏத்தினா, அது முகையூர் நோக்கி போகல. இந்தக் காட்ட நோக்கி வருது. சாமியார்கிட்ட சொல்றாங்க. அவரும் மாடு எங்க போகுதுன்னு பாருங்கன்னு சொல்றாரு. கல்பட்டுக்கு மாட்டு வண்டி வருது. ஐயரும் பார்த்துட்டு, 'ஆமா...இந்த சுரூபம் மாதிரி தான் ஒருத்தர நான் கனவுல பார்த்தேன்; இவருதான் கோயில் கட்ட சொன்னாரு' அப்டின்னு சொல்றாரு. உடனே இங்க எறக்கி வெச்சுட்டாங்க. முகையூர் காரங்கதான் அப்புறமா வந்து இவரு என்ன சாமி, என்ன வாழ்க்கை வாழ்ந்தாரு அப்டின்னு இங்க சொல்லி இருக்காங்க. அப்புறந்தான் எங்களுக்கே இவரு யாரு என்னான்னு தெரியும். உடனே கூரைக்கொட்டா ஒண்ணு இங்க போட்டாங்க, அதுவும் நெருப்புல எரிஞ்சு போச்சு. அப்பயும் அவரு சுரூபத்துக்கு ஒண்ணும் ஆகல. அப்டியே இருந்தாரு'', எனச் சொல்கிறார்.

இப்பகுதிக்கு நிறைய மக்கள் வரத்தொடங்கவே, செல்வநாதர் அடிகள் புதுவை மக்களிடம் உதவிபெற்று, சின்னப்பரின் முதல் திருவிழாவை 1901ம் ஆண்டு நடத்தினார். ''செல்வநாதர் ஆண்டவர் வரும்போதெல்லாம் இங்க கொட்டா தான். அவரால தான் இந்த சர்ச் பேசமாச்சு. அப்பலாம் பஸ்ஸு கிடையாது. ட்ரெய்ன்ல மாம்பழப்பட்டுக்கு வந்துதான் இங்க வரணும். அப்டி வர்றவுங்களுக்கு மூட்டை தூக்குறதுக்கு எங்க மூதாதையர் எல்லாம் ஓடுவாங்களாம். வருசத்துக்கு ஒரு தடவ இந்த மாதிரி வர்ற மக்கள் எதாவது குடுக்க மாட்டாங்களா அப்டின்னு ஓடுறதுதான். வர்றவங் களுக்கு இந்த கல் போடுற மலை, தென்பெண்ணை ஆறு அதெல்லாம் நாங்க சுத்திக்காட்டுவோம். போகுற போது அஞ்சு ரூபா, பத்து ரூபா இப்டி குடுத்துட்டு போவாங்க. இந்த பக்கம் எல்லாம் ஏழைங்க தானே? அதுக்குன்னு அவுங்க பின்னாடி சுத்துவேன் நானு'', என பாலுடைய நண்பர் சொல்கிறார்.

''ஒம்பது நாள் திருவிழா நடக்கும். அதுக்கு அவுங்களே கொட்டா எல்லாம் வந்து போடுவாங்க, கொண்டாடுவாங்க. திருவிழா முடிஞ்சதும் அல்லாத்தையும் எடுத்திட்டு போய்டுவாங்க'', என அவர் சொல்கிறார். ஆலயம் இல்லாமலே கொட்டகையில் இருந்த வனத்துச் சின்னப்பர் நிறைய புதுமைகள் செய்தாராம். தாலி பாக்கியம் இல்லாத பெண்கள், குழந்தை பாக்கியம் இல்லாத பெண்கள், வேலை இல்லாத ஆண்கள், உடல்நிலை

சரியில்லாதவர்கள் என பலருக்கும் இங்கு வந்த பிறகு 'புதுமைகள்' நடந்து, வரங்கள் கிடைத்தன என ஊர் மக்கள் சொல்கின்றனர். 1986-87 ஆண்டுவாக்கில் ஜான்சன் என்ற சிறுவன் உடல்நலமின்றி சாகும் தருவாய்க்குப் போக அவரை சின்னப்பர் காப்பாற்றியதாக திருவிழாவின் போது அவரது குடும்பம் நோட்டீஸ் அடித்து விநியோகம் செய்தது என பாலும் அவரது நண்பரும் சொல்கின்றனர். அவர்கள் சொல்வதை ஆமோதிப்பது போல கோயிலில் 'நன்றி மடல்' ஒன்று செப்புத் திரு உருவுடன் பிரேம் செய்யப்பட்டு சுவற்றில் தொங்கவிடப்பட்டுள்ளது. ஆரோக்கியமரி என்ற பெண் தீராத வயிற்றுவலியால் ஏழு ஆண்டுகளாக அல்லலுற்றதாகவும், சின்னப்பரிடம் வேண்டிக்கொண்டதால் உடல்நிலை சீரானதாகவும் அதில் கைப்பட எழுதியிருக்கிறார்.

ஆயர் காந்தி, இந்தத் தலத்துக்கு மக்கள் அதிகம் வருவதால் இதைத் தனிப் பங்காக உயர்த்த விரும்பினார். அப்போது தெளி பங்கை மட்டுமே அவரால் உருவாக்க முடிந்தது. ஆலயத்தின் கோயில் மணி தனி மணிக்கூண்டில் வைக்கப்பட்டுள்ளது. 1910ம் ஆண்டு ஆடி மாதம் 17ம் நாள் தெனு அடிகள் இங்கு ஆலயமணி ஒன்றை நிறுவினார். புதிய மணிக்கூண்டு 1995ம் ஆண்டு கட்டப்பட்டது; பயணிகள் தங்கும் சத்திரமும் அப்போது கட்டப்பட்டது. 1936-1937ம் ஆண்டு கிராவர் அடிகள் தன் தாயிடம் நிதியுதவி பெற்று பங்குத்தந்தை இல்லம் கட்டினார். அந்தோணி பள்ளிப்பரம்பில் குருவாக பணியாற்றிய காலத்தில் இங்கு மருத்துவமனை ஏற்படுத்தப்பட்டது. ஓட்டுக் கட்டடமாக வளர்ந்த ஆலயத்தை சிமெண்ட் கட்டடமாக தந்தை சௌரி அடிகள் மாற்றினார். புதிய பள்ளி, ஊர்மக்களுக்குக் கிணறு போன்றவையும் அமைக்கப் பட்டன. பழைய ஆலயத்தில் இடப் பற்றாக்குறை ஏற்படவே, புதிய ஆலயம் பழைய ஆலயத்துக்குப் பக்கவாட்டில் கட்டப்பட்டது.

புதிய கோயில் பணிகளை எல். ஜேக்கப், அடிக்கல் நாட்டித் தொடங்கிவைத்தார். 26.07.1994 அன்று கட்டிமுடிக்கப்பட்ட புதிய கோயில் மைக்கேல் அகஸ்டின் ஆயர் அவர்களால் திறக்கப்பட்டது. பழைய கோயிலின் முன்பாக மண்டபம் ஒன்றும் எழுப்பப்பட்டது. பயணிகள் தங்கும் அறைகளும் கட்டப்பட்டன. லூர்தன்னை மற்றும் மரியன்னை கெபிகள் 1998ம் ஆண்டு நேர்ந்தளிக்கப்பட்டன. திருத்தலத்தின் நூற்றாண்டு விழா நினைவாக 1999-2000 ஆண்டு கோயிலுக்கு அருகேயுள்ள சிறு குன்றின் மேல் மலைக்கோயில் ஒன்று கட்டப்பட்டது. மலை மேல் 2002ம் ஆண்டு திருச்சிலுவை ஒன்றும் அமைக்கப்பட்டது. 2005ம் ஆண்டு மலைக்குன்றில்

கல்பேட்டை பழைய ஆலயம்

வனத்துச் சின்னப்பர் குகை-கெபி ஒன்று அமைக்கப்பட்டு, அதில் 5 $^{1}/_{2}$ அடி உயரமுள்ள வனத்துச் சின்னப்பர் சுரூபம் வைக்கப் பட்டுள்ளது.

பழைய கோயிலின் பீடம், சப்பரத்தைப் பார்வையிட்டோம். வெளிப்புறச் சுவருக்கு அருகே ஒரு இடத்தைச் சுட்டிக்காட்டிய பால், ''இந்த எடம் முன்னாடி வட்டமா குழியா கீழ இருந்துச்சு. தளம் போடுறதுக்கு முன்ன. இங்க தான் கிரிஸ்டீன், இந்தூரஸ் எல்லாரும் வெளக்கு வைப்பாங்க சிஸ்டர்'', என்றார்.

''இந்துக்களா?'' என மீண்டும் கேட்டேன்.

''ஆமா சிஸ்டர். கிரிஸ்டின் மட்டும்தான்னு இல்ல. இந்துக்களும் வெள்ளி, செவ்வா வந்து சின்னப்பருக்கு முன்னலாம் வெளக்கு போடுவாங்க. இப்ப எல்லாரும் கேண்டில் ஏத்துறாங்க. ஆடி மாசம் அம்மனுக்குக் கூழ் காய்ச்சுவாங்கல்ல? அது மாதிரி இங்கயும் வந்து அவுங்க ஆடி மாசம் கூழ் ஊத்துவாங்க. கொடியேத்தும் போது கூழ் ஊத்துறது இந்தூரஸ் தான். இவுங்க அண்டாவுல கொணாந்து சர்ச்சுல வெச்சிருவாங்க. ஃபாதர் கொடியேத்திட்டு வந்து அத மந்திரிச்ச பெறகு எல்லாருக்கும் அவுங்க குடுப்பாங்க. இந்துக்கள் எப்பவும் வருவாங்க, போவாங்க சிஸ்டர். ஆனா இந்த கூழ் ஊத்துறது ஜாதி இந்துக்கள். அவுங்க தான் முன்னாடி அதிகமா வந்து கூழ்

ஊத்துவாங்க. அப்புறம் தான் நாங்க எல்லாம் பணம் காசு சம்பாரிச்சாச்சே, நாங்க கூழு எல்லாம் ஊத்துறதில்ல; சாப்பாடே போடுறோம் திருவிழாவுக்கு.''

''இப்ப மக்களுந்தான் கூழு வாங்கமாட்றாங்களே...அதுனால இந்துக்க இப்ப பாயசம் ஊத்துறாங்க. கொடியேத்துற அன்னிக்கு நெடுக்க இருக்கும்...ரெண்டு லைன் மூணு லைன் பாயசம் ஊத்துவாங்க. வெளியூருல இருந்துலாம் வருவாங்க'', என பாலின் நண்பர் சொன்னார். மலைக்குப் போகும் வழியில் வலது பக்கம் கல்லறைத் தோட்டமும், மலையின் கீழ் சின்ன மலர்த்தோட்டம் ஒன்றும் உள்ளன. அங்கங்கே தலைமயிர் பறந்துகிடந்தது. திருவிழாவின் போது வனத்துச் சின்னப்பருக்காக முடியிறக்கும் இடம் அது எனச் சொல்லப்பட்டது. மலையில் ஏற பாதிதூரம் சென்று, முடியாமல் திரும்பிவிட்டேன்.

1996ம் ஆண்டுவரை ஒவ்வொரு ஆண்டும் கோயிலின் ஆண்டுத் திருவிழா, ஆகஸ்ட் மாதம் முதல் புதன்கிழமையன்று கொண்டாடப் பட்டது. புதுவை- கடலூர் பேராயர் மைக்கேல் அகஸ்டின் அனுமதியின் பேரில் 1997ம் ஆண்டு முதல், இங்கு ஆகஸ்ட் 8 அன்று திருவிழா கொண்டாடப்படுகிறது. ஜூலை 31 அன்று கொடியேற்றமும், ஆகஸ்ட் 8 அன்று சப்பர பவனியும் நடைபெறுகிறது. திருவிழா திருப்பலியின் போது குருக்களை ஆலயத்துக்குள் வரவேற்க பூரணகும்ப மரியாதை செய்யப் படுகிறது. பலிபீடத்தில் கையில் கும்பத்துடன் நிற்கும் பெண் ஒருவர் மூன்றுமுறை அதை குருக்கள் முன் சுற்றி வரவேற்கிறார். இந்துக் கோயில்களில் தரப்படும் பூரணகும்ப மரியாதை நிகழ்வைப் போலவே உச்ச பட்ச மரியாதையாக இந்த சடங்கு செய்யப் படுகிறது. 1998ம் ஆண்டு தெளி பங்கிலிருந்து கல்பட்டுப் பிரிக்கப் பட்டு தனி பங்காக உருவானது. தெளியின் பங்கு குரு எலியாஸ் என்பவர், கல்பட்டின் முதல் பங்கு குருவாக நியமிக்கப்பட்டார்.

ஆகஸ்ட் 8 அன்று திருவிழா வெகு விமரிசையாகக் கொண்டாடப் படுகிறது. ஆடி மாதம் ஏன் திருவிழா கொண்டாடப்படுகிறது என்பதற்கும் நண்பர்கள் விளக்கம் சொல்கின்றனர். ''ஆடி மாசம் தான் நிறைய இந்து விழாக்களும் இருக்கும். இந்த சின்னப்பர் ஆடு மாடுங்கன்னு கால்நடைங்களுக்கு ஸ்பெஷல் அப்டிங்குறதாலயும், உழவர்களும் இங்க அதிகம் அப்டிங்குறதாலயும், ஆடி மாசம் எல்லாரும் வர வசதிங்குறதாலயும் தான் திருவிழா ஆடி மாசம் கொண்டாடுறது. ஆடி மாசம் மக்கள் எல்லா ஊருங்கள்ல இருந்தும் வண்டி கட்டிட்டு வந்து இங்க திருவிழா கொண்டாடுவாங்க. ஒரு

வாரம், பத்து நாள் இங்க தங்கியிருப்பாங்க. பக்கத்துல சாத்திப்பட்டுல இருந்து மாட்டு வண்டி கட்டிட்டு வருவாங்க.''

''அதைவிட முக்கியமா அறந்தாங்கி, ஆண்டிமடம் பக்கத்துல உள்ள வரதராஜன்பேட்டை, தென்னூரு, விருத்தாசலம், ஜெயங் கொண்டம் அந்த சைடுல இருந்துலாம் வருவாங்க. தேருக்குப் பின்னாடி ரெண்டு ரெண்டு பேரா கோலாட்டம் (சிலம்பம்) அடிச்சிட்டு பாடிக்கிட்டு போவாங்க'', என பால் சொல்கிறார். 90 கிலோமீட்டர் தொலைவிலுள்ள வரதராஜன்பேட்டையிலிருந்து இந்த ஊர்த் திருவிழாவுக்கு மக்கள் கூட்டம் கூட்டமாக மாட்டுவண்டிகளில் வரும் காரணத்தை அறிந்துகொள்ள, தென்னூர் பங்குப் பேரவைத் தலைவரைத் தொடர்புகொண்டேன்.

''எங்க ஊரு மக்கள் வனத்துச் சின்னப்பர குல சாமியா பாக்குறாங்க. பெரும்பாலும் காடு கழனி வெச்சு விவசாயம் செய்றவங்க, ஆடு மாடு வெச்சு மேய்க்கிறவங்கதான் இந்தப் பக்கம் அதிகம். விலங்குகளுக்கு பாதுகாவலர் அப்டின்னு சின்னப்பர சொல்றதால அவர கும்பிடுறாங்க. நான் சின்னப் புள்ளையா இருந்தப்ப மாட்டுவண்டியில கல்பட்டுக்கு 2 நாளு பயணம் போவோம். ஆத்துல தண்ணி எல்லாம் கடந்துதான் போகணும். இப்ப பரவாயில்ல. டயர் வண்டி இருக்கிறதால காலைல கெளம்புனா ராத்திரி போயிரலாம், ராத்திரி கெளம்புனா காலைல போய்ரலாம். அங்க திருவிழா நடக்குற ஒரு வாரம், பத்து நாள் அங்கேயே கோயில்ல தங்கி, சமைச்சு, சாப்பிடுவாங்க. குல சாமிக்கு ஆடி மாசம் கிடா வெட்டுற பழக்கம் இந்தப் பக்கத்துக் கோயில்கள்ல உண்டு. அது போல ஆடி மாசம் சின்னப்பர் திருவிழாவுக்கு பொருத்தன செஞ்சிக்கிட்டு, கெடா நேர்ந்து கொண்டுட்டு போய் வெட்டி, நாங்க விருந்து போடுவோம். மாடுகள வருசம் ஒருவாட்டியாவது சின்னப்பர் கிட்ட ஓட்டிக்கிட்டு போறதுக்கு தான் இன்னும் வண்டி கட்டிக்கிட்டுப் போறோம். கிடாவெட்டு முடிச்ச கையோட, தென்னூர் வகையறாவுக்கு கல்பட்டு திருவிழாவுல ஒரு நாள் 'தென்னூர் தேர்' கூட உண்டு'', எனச் சொல்கிறார்.

ஏன் அங்கிருந்து இவ்வளவு தூரம் வருகின்றனர், இந்தக் கோயிலைப் பற்றி எப்படித் தெரிந்து வருகின்றனர் என கேட்டால், வீரமாமுனிவர் சென்ற தடத்தைச் சுட்டுகிறார். அவர் சென்ற இடங்களான கோணான்குப்பம், திருக்கோவிலூர் ஆகிய இடங்களுக்குப் போவது போல, இதுவும் ஒரு யாத்திரை எனச் சொல்கிறார். சாத்திப்பட்டு கிறிஸ்தவர்களோ, பழைய மரபை நினைவில் கொள்ளவேண்டும் என்பதற்காக ஆண்டுக்கு ஒருமுறை

வண்டிமாடுகள் கட்டி கல்பட்டுக்குப் பயணம் செல்வதாகச் சொல்கின்றனர்.

திருவிழா சப்பர பவனியில் வித்தியாசமாக தூபம் காட்டி வனத்துச் சின்னப்பரை வணங்குகின்றனர். பெரும்பாலும் எல்லா வீடுகளுக்கு முன்பும் பெண்கள் தூபக்காலுடன் தயாராக நிற்கின்றனர். மணியோசை, தூபத்துடன் முதலில் இங்கு வனத்துச் சின்னப்பர் தோன்றியதால் இந்த வழக்கம் இன்றும் தொடர்கிறது என்றே நினைக்கிறேன்.

இன்னும் விசேஷமாக இவ்வூர் மக்கள், மூன்று ராஜாக்கள் திருநாளான ஜனவரி மாத முதல் ஞாயிறு அன்று கால்நடைகளை கோயில் மைதானத்துக்கு ஓட்டிவந்து பங்கு குருவிடம் ஆசிபெற்றுச் செல்கின்றனர். அப்போது ஜெபம் ஒன்றைச் சொல்லி ஆடு மாடுகள் 'மந்திரிக்கப்படுகின்றன'. உள்ளூர்த் திருவிழா மாட்டுப் பொங்கல் அன்று கொண்டாடப்படுகிறது. ''மூணு ராஜாப் பண்டிக அன்னிக்கு மாடுங்கள எல்லாம் கோயிலுக்குக் கூட்டிட்டு வந்து சாமியார் கிட்ட மந்திரிப்பாங்க. முன்னால எல்லாம் வனத்துச் சின்னப்பர் ஜெபத்த சீட்டுல எழுதி மாட்டுக்குக் கட்டுவோம். இப்ப அதெல்லாம் செய்றதில்ல. வரதராஜன்பேட்டை தென்னூர் ஆளுங்க எல்லாம் ஆடி மாசமே மாடுங்கள கூட்டிட்டு வந்து மந்திரிச்சிட்டு போய்டுவாங்க. நாங்க உள்ளூருக்காரங்க ஜனவரி 17 மாட்டுப் பொங்கலத்தான் விசேசமா கொண்டாடுவோம்'', என பால் சொல்கிறார்.

''எங்கூரு ஆளுங்க வரி போட்டு, ஊர்த் திருவிழாவ பொங்கலுக்கு கொண்டாடிருவோம். அன்னிக்குக் காலைல கோயில்ல சிறப்பு பூசை நடக்கும். அன்னிக்கு சாயங்காலம் தேரு இதுக்குன்னு தனியா எடுப்போம். அன்னிக்கு ஆடு, கோழி எல்லாம் கொண்டுவந்து காணிக்கை குடுப்பாங்க. இப்ப நீங்க இருக்கீங்க, ஆடு குடுக்குறோம்னு நேர்ச்சை வெச்சிருக்கீங்க. ஆனா உங்ககிட்ட ஆடு இல்ல. அப்போ ஃபாதர்கிட்ட கேட்டா, காணிக்க காசு குடுத்து ஆடு அவர்கிட்டயிருந்து வாங்கி திரும்ப சர்ச்சுலயே குடுத்துட்டுப் போகலாம். ரெண்டு ஆடு, ரெண்டு கோழி கோயிலுக்குன்னு வளத்தாங்கன்னா அதுல ஒண்ண கோயிலுக்குக் குடுத்துடுறது, ஒண்ணா ஆக்கி சாப்பிடுறதுன்னு செய்வாங்க. போன வாரம் கூட மூணு ஃபேமிலி வந்தாங்க. அவுங்க சமையல் செஞ்சு எல்லாருக்கும் போட்டாங்க. ஆளுங்க வந்தாங்கன்னா எங்களுக்கு சொல்லவே வேணாம், ஆளுங்க தானா வந்துருவாங்க. எங்களுக்குக் குடுத்துட்டு தான் அவுங்க சாப்பிடுவாங்க'', எனச் சொல்கின்றனர்.

கால்நடைகளின் புனிதர் என வனத்துச் சின்னப்பர் ஏன் சுட்டப்படுகிறார்? எகிப்து நாட்டைச் சேர்ந்த கீழ்த்தெபாயி (Thebes) என்ற பகுதியில் கிபி 220வாக்கில் வனத்துச் சின்னப்பர் பிறந்தார். திருச்சபையின் முதல் வனத்து அப்போஸ்தலர் (First Hermit) என இவர் அறியப்படுகிறார். செல்வந்தக் குடும்பத்தில் பிறந்தவருக்கு கல்வி, கலை, இலக்கியங்கள் கற்பிக்கப்பட்டன. அவரது 15வது வயதில் பெற்றோர் இறந்துபோனார்கள். அவரது சொத்தை அடைய ஆசைப்பட்ட உறவினர் ஒருவர் அதை அபகரிக்க நேரம் பார்த்திருந்தர். கிபி 250ல் தெசியுஸ் (Decius), வலரியானுஸ் (Valerianus) ஆகிய ரோமை மன்னர்கள் கிறிஸ்தவர்களைக் கொடுமைப்படுத்தி வந்தார்கள். கிறிஸ்தவ நம்பிக்கை கொண்ட சின்னப்பர் பற்றி உறவினர் ரோமைக்குத் தகவல் அனுப்ப, தெபெஸிலிருந்து தப்பி ஓடிய சின்னப்பர், பாலைவனத்துக்கு ஓடினார். அங்கு அலைந்து திரிந்து குகை ஒன்றின் அருகே சிறு நீரூற்றையும், ஈச்சமரத்தையும் கண்டார். அங்கேயே தங்கிவிட்டார்.

43 வயதாகும் வரை அந்த சுனை நீரைப் பருகி, ஈச்சம் பழத்தை உண்டு வாழ்ந்தார்; ஈச்ச மரத்தின் இலைகளை ஆடையாக அணிந்து கொண்டார். கடவுளை நினைத்து வணங்கிவந்தார். அதன் பின் காகம் ஒன்று அவருக்கு தினமும் அரை ரொட்டித்துண்டு கொண்டுவரத் தொடங்கியது. கிட்டத்தட்ட 90 ஆண்டுகள் அந்தக் குகையில் சின்னப்பர் வாழ்ந்தார். அவரைப் போலவே தூர தேசம் ஒன்றில் காட்டில் வாழ்ந்த வனத்து அந்தோணியாருக்கு கனவு ஒன்றில் வனத்துச் சின்னப்பர் பற்றித் தெரியவந்தது. வனத்துச் சின்னப்பரைத் தேடத்தொடங்கினார். சின்னப்பரின் 113வது வயதில் அவரை அந்தோணியார் அவரது குகையில் சந்தித்தார். இருவரும் மகிழ்ந்து உரையாடினார்கள்.

மறுமுறை அந்தோணியார் அவரைத் தேடிவந்த போது சின்னப்பர் இறந்திருந்ததைக் கண்டார். அவரை தான் கொண்டுவந்திருந்த அலெக்சாந்திரியாவின் இருபதாவது ஆயரான அதனாசியுஸின் ஆடையில் பொதிந்து அடக்கம் செய்ய முடிவுசெய்தார். அப்போது அவருக்கு கல்லறையை வெட்ட இரண்டு சிங்கங்கள் எங்கிருந்தோ தோன்றி உதவின. சின்னப்பரின் ஈச்சம் ஆடையை எடுத்துச் சென்ற அந்தோணியார் அதை அவர் நினைவாக பாதுகாப்பாகப் பேணிவந்தார். பெரும்பாலான கீழை கிறிஸ்தவ சபைகளில் அவரது திருவிழா ஜனவரி 15 அன்று கொண்டாடப்படுகிறது. கடுமையான பாலைவனத்தில் எந்த உதவியுமின்றி கடவுளை மட்டுமே நினைத்துக்கொண்டு இத்தனை ஆண்டுகள் வாழ்ந்த சின்னப்பர், துறவு வாழ்க்கைக்கு சிறந்த எடுத்துக்காட்டாக

இன்னமும் பார்க்கப்படுகிறார். 'இவ்வாறு காடுகளில் வசிக்கும் துறவிகள் ஆதாம் பாவம் செய்வதற்கு முன்னிருந்த வாழ்க்கையை சந்தித்தவர்கள்' என நம்பப்படுவதாக பால் ஷெப்பர்ட் தன் 'விலங்குகள் நம்மை எப்படி மனிதராக்கினர்' (The Others: How Animals Made Us Humans) நூலில் குறிப்பிடுகிறார்.

போலவே பாலைவனத்திலிருந்து மிகக் குறைந்த அளவு நீரைத் தேடி வந்த கொடிய விலங்குகளை அடக்கி ஆளும் சக்தி, இந்த துறவிகளுக்கு இருந்தது எனவும், பாலைவனங்களில் சைத்தானின் சோதனைகள் அதிகம் இருந்ததால், அவற்றை அடக்கி ஆள இந்தத் துறவிகள் தெரிந்து கொண்டிருந்தார்கள் என்றும் ஷெப்பர்ட் குறிப்பிடுகிறார். இதன் காரணமாகவே விலங்குகளின் பாதுகாவலனாக, பேய் பிசாசுகளை ஓட்டும் துறவியாக சின்னப்பர் பார்க்கப்படுகிறார்.

இவருக்கு இந்த ஆலயத்தில் சொல்லப்படும் ஜெபம் இப்படித் தொடங்குகிறது. 'வல்லமை மிக்க புனித வனத்துச் சின்னப்பரே! கல்பட்டில் எழுந்தருளியிருக்கும் எங்கள் பாதுகாவலரே...' ஜெபத்தின் இறுதியில், 'வாழ்வில் நாங்கள் எதிர்கொள்ளும் எல்லா சுமைகளையும் தடைகளையும் நீக்கி நாங்கள் வாய்விட்டுக் கேட்டதை பெற்றுக்கொள்ளச் செய்தருளும். பாவம், நோய், பிணி, பேய், பில்லி, சூனியம், வறுமை, துன்பதுயரம், பீளவு, பிரிவினை ஆகிய அனைத்து தீமையின் கட்டுகளிலிருந்தும், கொடிய நச்சுத்தன்மை வாய்ந்த எல்லா உயிரினங்களிடமிருந்தும் எங்களை விடுவித்துக் காத்தருளும். எங்கள் உடைமைகளை, கால்நடைகள் அனைத்தின் மீதும் உம் நலமிக்க ஆசி வழங்கி பாதுகாத்தருளும்.' ஆலயத்துக்கு வரும் கால்நடைகளை இந்த ஜெபம் சொல்லி ஆசீர்வதிக்கின்றனர். நோய்வாய்ப்படும் கால்நடைகளுக்காகவும் இந்த ஜெபம் சொல்லப்படுகிறது.

இங்கு திருவிழா ஊர்வலத்தில் பறை இசைக்கப்படுமா என கேட்டால், அதன் சத்தம் வலுவாக இருப்பதால் கோயிலுக்குள் மட்டும் பயன்படுத்துவதில்லை என்கின்றனர். தெருவில் ஊர்வலம் போகும்போது பயன்படுத்துவதாகச் சொல்கின்றனர். கல்யாணப் பூசைக்கு நாகசுரம் வாசிப்பதுண்டு. திருவிழாப் பூசைக்கு வரதராஜன்பேட்டையிலிருந்து ஒரு குடும்பம் வாடிக்கையாக வந்து நாகசுரம் வாசிப்பர் எனச் சொல்கின்றனர். ஆலயத்துடன் தொடக்கப் பள்ளி ஒன்று மட்டுமே இருக்கிறது. இந்த ஆர்.சி. தொடக்கப்பள்ளி பலர் வாழ்க்கையில் ஒளிவிளக்கேற்றி வைத்திருக்கிறது என்றால் மிகையல்ல. ஊருக்குள் பத்தாம் வகுப்பு வரை படிக்க அரசுப்பள்ளி இருக்கிறது. மேல்நிலைப்பள்ளிப் படிப்புக்கு மாம்பழப்பட்டு தான் செல்லவேண்டும். கல்லூரிப் படிப்பென்றால் விழுப்புரம்,

திருக்கோவிலூர், வேட்டைவலம் பகுதிகளிலுள்ள கத்தோலிக்கக் கல்லூரிகளுக்குச் செல்லவேண்டும். கல்வியறிவு இல்லாததால் மிகவும் பின்தங்கிய மக்களாகத்தான் இவர்கள் இருக்கின்றனர்.

''எஜுகேஷன் எல்லாம் இங்க கம்மி தான. டென் இயர்சாதான் வளர்ச்சி எல்லாம். நெறைய ஃபேமிலி புவராத்தான் இருக்காங்க. தப்பிச்சு பொழச்சு சில பேரு வெளிய போறாங்க. டீச்சர் வேல பாக்குறாங்க. மத்தபடி ஹோட்டல்ல சர்வர் வேல அப்டி இப்டின்னு தான் போறது. அதும் இப்பத்தான். முன்ன எல்லாம் ட்ரெய்ன் சத்தம் கேட்டாலே ஸ்டேஷனுக்கு ஓடுறது. அஞ்சு ரூபா கெடைக்கும், எதாவது தருவாங்கன்னு பாக்குறது. பேரன்ட்சுக்கும் கஸ்டம் தரதில்ல. அவுங்க கிட்டயும் குடுக்க எதும் கிடையாது. இப்பத்தான் படிச்சவங்க இங்க சந்ததிய உருவாக்கி விடுறாங்க. பிள்ளைங்களுக்கு எஜுகேசன் குடுக்குறாங்க. ஃப்ரீயா டியூஷன் சொல்லிக்குடுக்குறாங்க.''

''எங்கூரு ஃபாதர் ஒருத்தர் வெளிநாட்டுல இருக்காரு, அவரு கொஞ்சம் அனுப்புற பணத்துல புள்ளைங்களுக்கு புக்கு, நோட்டு எல்லாம் வாங்கிக் குடுக்குறாங்க. கல்லு உடைக்கிற வேலதான் இங்க செய்யமுடியும். இங்க எல்லா பக்கமும் பாறை தான். அப்புறம் கல்ல ட்ரெய்ன்ல ஏத்தி கொட்டுற வேல செஞ்சாங்க. படிச்சவங்க ரொம்ப கம்மிதான். ஒரு சாமியார், ரெண்டு வாத்தியார், ஒரு தாசில்தார் இருக்காங்க. அவ்வளவுதான். பெண்கள் எல்லாம் அஞ்சாவது ஆறாவது வரைதான் படிக்கிறது. சாணி குழைக்கிறதுக்கு ஓடிருவாங்க. அப்டியே கல்யாணம் காச்சின்னு போயிடும். ரொம்ப கஷ்டமான வாழ்க்கை தான் இங்க. மாடு மேய்க்கத்தான் எங்க வீடுகள்ல புள்ளைங்கள அனுப்புவாங்க.''

''ஜாதி இந்துங்க வந்து மாடு மேய்க்க கூட்டினு போய்டுவாங்க. இப்ப பாருங்க சிஸ்டர், நான் ஒரு ஃபேமிலி இவுங்க ஒரு ஃபேமிலின்னா, இப்ப எங்க ஃபேமிலிக்குன்னு சொல்டு அங்க ஒரு கொடியக்காரரோ, கவுண்டரோ இருப்பாங்க. அவுங்க வீட்டுல போய்ட்டு இந்த ஃபேமிலி வேல செய்யணும். எங்க அப்பா போய்ட்டாருன்னா அடுத்து நானு. அதான் அந்த ஆண்டை வீடுன்னு சொல்வாங்க இல்லீங்களா? அப்டி. ஒரு சிலர் கஸ்டப்பட்டு படிச்சு இதுலருந்து வெளிய வந்துட்டாங்க. ஒரு சிலவங்க இன்னும் அப்டித்தான் இருக்காங்க. ஆனா முன்னாடி மாதிரி எல்லாரும் அப்டி போறதில்ல.''

''பொருளாதாரத்துல ஓரளவுக்கு நல்லா வந்துட்டதால யாரும் ஆண்டை வீடுங்களுக்கு வேலைக்கி இப்ப போறதில்ல. ரெண்டாவது

அவுங்களும் நம்மளவிட வீக்கா ஆவுறாங்க இல்ல? நம்ம புள்ளைங்க எல்லாம் நல்லா டிகிரி படிச்சிட்டாங்க, வாத்தியாரா யிட்டாங்க. அவுங்க ஆளுங்க பின்தங்கிட்டாங்க. எஜுகேஷன் வந்து இங்க எல்லாத்தையும் மாத்திருச்சு. எட்டாவது வரை இந்த பிரைமரி ஸ்கூல கொண்டுவர எய்டீஸ்ல ஆசைப்பட்டாங்க...ஜேக்கப் ஃபாதர் இருந்தப்ப. அப்போ எங்களுக்காக இங்க எடுத்துப் பேச யாரும் சரியான டீச்சர் கூட இல்ல. சி.இ.ஓ, டி.இ.ஓ. எல்லாம் வந்தாங்க, ஆனா இங்க எட்டாவது வர ஸ்கூல் நடத்துறது சாத்தியமில்லன்னு சொல்லி விட்டுட்டாங்க'', என பால் சொல்கிறார்.

இந்த ஊரில் திருவருகைக் காலத்தில் (Advent) தினமும் அதிகாலையில் 'இயேசு பஜனை' செய்யப்படுகிறது. அதிகாலை இரண்டு மணிக்கு ஊருக்கு வெளியே உள்ள குளத்தில் குளித்து விட்டு, மூன்று நான்கு மணிக்கெல்லாம் சிறுவர்களும் பெரியவர் களும் அடங்கிய 'பஜனை குழு' உள்ளூரில் கிறிஸ்தவர்கள் வசிக்கும் வீடுகளுக்குச் சென்று பாடல்கள் பாடுகின்றனர். ஐந்து மணிக்குள் பஜனை முடிந்துவிடுகிறது; தங்கள் வேலைகளுக்குச் சென்றுவிடுகின்றனர். மாலை வேளைகளில் பக்கத்து ஊர்களுக்கு இந்த பஜனை குழு செல்கிறது. சிறுவாக்கூரில் ஆறு, மாம்பழப் பட்டில் பத்து, மேகனூரில் பன்னிரெண்டு கிறிஸ்தவக் குடும்பங்கள் உண்டு. அங்கு எங்குமே ஆலயம் கிடையாது. அந்த மக்கள் ஆவலாக பஜனை பாடிக்கொண்டு வரும் கல்பட்டு பக்தர்களுக்காகக் காத்திருக்கின்றனர். எல்லோர் வீடுகளிலும் டீ உபசரிப்பு உண்டு. பால் அண்ணனுக்கு தபேலா, கீபோர்டு வாசிக்கத் தெரியும் எனச் சொல்கிறார். டேவிட் என்ற பாதிரியார் தனக்கு கருவிகள் இசைக்க சொல்லித்தந்ததாகக் கூறுகிறார்.

''இதே ஊருல இருந்திருந்தேன்னா நான் ஆசிரியரா ஆகியிருக்க முடியாது. டேவிட் ஃபாதர் அவர் கூடவே என்னையக் கூட்டிட்டுப் போய்ட்டாரு. துரிஞ்சிப்பூண்டி, ஈரோடுன்னு அவரு எங்கப் போனாரோ, அவரு கூடவே நானும் போய்ப் படிச்சேன். இங்க இருந்தா நான் வேஸ்டாத்தான் போய்ருப்பேன்'', என பால் சொல்கிறார். அவர் நண்பரோ, ''நான் செமினரில (வேதியர் பள்ளி) படிச்சிட்டு, பாதியில வந்துட்டேன். இவரு வீட்டுல அண்ணன் மிலிட்டரில இருந்தாரு, படிக்க வெச்சிட்டாரு. நமக்கு அப்டி யாரும் இல்ல. ஃபாதர் மாதிரி எனக்கு ஆள் இல்ல. எங்க அண்ணனுக்கும் கஷ்டம். அப்போ ஃபுட் மட்டும் தான் இலவசம். மத்த ஃபீஸ் எல்லாம் கட்டணும். 100 ரூபாய கட்ட முடியாத, பாண்ட் எழுதுற காலம் தான? படிக்க முடியாத வந்துட்டேன்'', என்றார்.

''நாங்கலாம் அப்ப சர்ச் வேலைல ரொம்ப ஆர்வமா இருப்போம். ஈஸ்டர் சடங்கு எல்லாம் தெளிக்குதான் போகணும். இங்க வயசானவங்க போகமுடியாது. நாங்க கம்பு, கேவரகு இதெல்லாம் வித்து, அம்பது நூறுன்னு காசு சேர்த்து விழுப்புரம் போயி டிவி எடுத்துனு வந்து இங்க 'கருணாமூர்த்தி' மாதிரி படமெல்லாம் போடுவோம். எங்களால இந்த ஊரு கொஞ்சம் டெவலப் ஆச்சு. பெருமைக்காக சொல்லல. பத்து இருவது வருஷமா ஊருக்காக எங்கள அர்ப்பணிச்சு செஞ்சோம். நாங்க பட்ட கஷ்டம் எதிர்கால சந்ததி படக்கூடாதுன்னு எல்லாம் செஞ்சோம் சிஸ்டர்'', எனச் சொல்கிறார் நண்பர்.

சட்டென காரில் ஒரு அமைதி நிலவியது. தொண்டையை லேசாக செருமிக்கொண்டேன். கார் சுப்பிரமணிய ஐயரின் வாரிசு குடியிருக்கும் வீட்டை நோக்கிச் சென்றது. போகும் பாதையில் அக்ரகாரத்தெருவைக் காட்டுகின்றனர். ஒரு காலத்தில் நிறைய பேர் இருந்தார்கள்; இப்போது இரண்டு மூன்று பேர் தான் அங்கே இருக்கின்றனர் எனச் சொல்கின்றனர். வீடுகளையும் நிறைய விற்றுவிட்டு வேறு ஊர்களுக்குச் சென்றுவிட்டனர்.

ஊரில் கிறிஸ்தவர்கள் எண்ணிக்கை மிகவும் குறைவு என்கின்றனர். வடலூரை அடுத்த கொளக்குடியில் வள்ளலாருக்கு குருவான கல்பட்டார் பற்றி பதாகை இருப்பதைக் குறிப்பிட்டு, அவரது ஊர் இதே கல்பட்டு தான் என்றனர். அவர்கள் காட்டிய சுப்பிரமணிய ஐயரின் வழித்தோன்றல் வீட்டிலிருந்து வெளியே வந்த அம்மாள் மஞ்சள் குங்குமத்துடன் மங்கலமாக இருந்தார். ''எங்க வீட்டுக்காரங்க வெளிய போய்ருக்காங்களே, எனக்கு அது பத்தி அவ்வளவா தெரியாது. விளக்கு போட எல்லாம் சர்ச்சுக்கு போவேன் தான். ஏர் ஓட்டுறப்ப அந்த சிலை கிடச்சுதுன்னு சொல்வாங்க. எங்க மூதாதையர்தான். எப்பவாச்சும் வத்தி ஏத்திவெச்சுட்டு வருவேன்'', எனச் சொன்னார். ஊரில் இன்னும் அதிகமாக பிள்ளைகள் படித்து முன்னேறவேண்டும் என வாழ்த்தி, அவர்களிடமிருந்து விடை பெற்றுக்கொண்டேன். சுப்பிரமணிய அய்யரின் பெயரன் கிருஷ்ணன் அய்யர் தொலைபேசி வழி தரும் தகவல்கள், கிறிஸ்தவர்கள் சொல்லும் வாய்வழி வரலாற்றுடன் அப்படியே ஒத்துப் போகின்றன.

''எங்க அப்பா வழித் தாத்தா தான் சுப்பிரமணிய அய்யர். அப்போ இங்க கோயிலை ஒட்டி ரெண்டு அக்கிரகாரத் தெரு உண்டு. ஊருக்கு வெளிய சப்பாத்திக் கள்ளி, குத்துச் செடி பாறையா இருக்குற எடத்துல அவுங்களுக்கு (ஒடுக்கப்பட்டவர்கள்) ரெண்டு மூணு

குடிசைங்க உண்டு. எங்க தாத்தாவோட மாடு காணாமப் போகவும், அவர் தேடிப்பாத்து கிடைக்காம, வீட்டுக்கு வந்துட்டார். நைட்டு அவர் தூங்கும் போது அவருக்கு ஒரு குரல் கேட்டிருக்கு. உன் மாடுங்க ஊருக்கு வெளிய இன்ன இடத்துல இருக்கு, போய் கூட்டிக்கோன்னு...அவரும் அடுத்த நாள் குரல் சொன்ன எடத்துக்கு அவுங்க பண்ணை ஆளை கூட்டிட்டுப் போனாராம். அங்க மணிச் சத்தம் கேட்டிருக்கு. புகை வந்திருக்கு. மாடு அங்க தான் நின்னிருக்கு. 'நான் தான் உன் கனவுல வந்தது. வனத்துச் சின்னப்பர். எனக்கு இந்த இடத்துல ஒரு கோயில் கட்டுங்க', அப்டின்னு ஒரு குரல் கேட்டிருக்கு.''

''எங்க தாத்தா ஊருக்குள்ள வந்து சொல்லியிருக்காரு. அவருக்கு தான் வனத்து சின்னப்பர்னா யார்னே தெரியாதே? அப்புறந்தான் எல்லாரும் சேர்ந்து அந்த எடத்த சுத்தம் பண்ணி குச்சி கட்டியிருக்காங்க.''

''எனக்கு சின்ன வயசுல அப்பா எறந்துட்டார். அவர் எங்கம்மா கிட்ட அவர் இந்தக் கதைய சொல்லி, அவுங்க எனக்கு சொன்னாங்க. எங்கம்மா அந்தக் கோயிலுக்கு வழக்கமா போவாங்க. எதுனா கஷ்டம் வந்தா, இப்பவும் நான் சின்னப்பர் கோயிலுக்குதான் போய் வேண்டிக்குவேன். வீட்டுல அப்பப்ப போய் விளக்கு வைப்பாங்க. திருவிழா அப்போ தேர் எடுக்கும்போது, கண்டிப்பா அங்க போவேன்'', எனச் சொல்கிறார்.

''போய் என்ன செய்வீங்க?''

''தலைக்கு மேல கையெடுத்து அவரை கும்பிட்டுக்குவேன்'', எனச் சொல்லி முடிக்கிறார்.

சான்றுகள்

- The Others: How Animals Made Us Humans – Paul Shepard, Island Press, 1997
- சின்னப்பரே வனத்துச் சின்னப்பரே! திருத்தல வரலாறு, செபங்கள், வாழ்க்கை வரலாறு நூல், 2005, தேவாலய வெளியீடு

21

மகிமை மாதா/சவேரியார் – முகையூர்

வாழ்க்கையில் முதல் முறையாக முழுநீள லத்தீன் பாடலை நண்பர்கள் ராஜேஷ், ஜாய், ஏசுதாஸ் மற்றும் அம்புரோஸ் ஆகியோர் பாடியதைக் கேட்டு கொஞ்சம் அதிர்ந்து போயிருந்தேன் என்றால் அது மிகையல்ல. தென் தமிழகம் தான் கிறிஸ்தவக் கலைப் பண்பாட்டின் மகுடம் என நினைத்துக்கொண்டிருந்த என் தென் தமிழகப் பாசம் கொஞ்சம் வழுக்கியது.

●

புதுவை மறைமாநிலத்தில் புகழ்மிகு நாயகியே
விழுப்புரம் மாவட்டத்தின் நம்பிக்கைத் தாரகையே
முகையூர் மண்ணின் மங்காத ஒளிவிளக்கே
முகையூர் மகிமை மாதாவே வாழ்க வாழ்க
பிச்சைமுத்து அடிகளாரின் பக்தியில் மலர்ந்தவரே
விசுவாசத் தலமான முகையூரைத் தேர்ந்தவரே
ஜெபமாலை சொல்லியே உம்மருள் வேண்டினோம் (முகை...)
தங்கிட இடம் வேண்டி காட்சிகள் தந்தவரே
தகுந்த இடமாக முகையூரை ஏற்றவரே
தாயெனத் தயவோடு வரந்தரும் தூயவரே (முகை...)
சகாயமரி என்றொரு பெண்ணின் திருக்கையில்
நற்கருணை எழச்செய்து புதுமைகள் செய்தவரே

பலமுறை உம்மகிமை மாந்தர்க்கு எடுத்துரைத்தீரே(முகை...)
அருள்சகோதரி ஒருவரின் பிணிநீங்கச் செய்தவரே
நெல்லித்தோப்பு சிறுவனின் வயிற்றினை குணமாக்கியவரே
நற்கருணை சக்தியினை உலகறியச் செய்தவரே (முகை..)
சிறுவன் ஜான்போஸ்கோ ஊமையாய் நகர்ந்திடவே
உம் உருவம் கண்டு 'அம்மா' என்றழைத்திடவே
அன்புடன் அவனோடு பேசியே மகிழ்ந்த (முகை...)
ஆரோக்ய அன்னையாய் அமலோற்பவ அன்னையாய்
தங்கிடக் கெபியொன்றை பாசமாய் கேட்டவரே (முகை...)
ஸ்டெல்லா என்றொருபெண் ஒற்றைக் கைகாலுடன்
சுட்டெரிக்கும் வெய்யிலில் தரைபுரண்டு வந்தாரே
உம்திரு அழகுருவ தரிசனம் தந்தீரே (முகை...)
குழந்தையைக் கரமேந்தி வெண்ணிற ஆடை உடுத்தி
சிரமதில் பன்னிருவிண்மீன்கள் முடியணிந்து
தங்கத் தாரகையாய் காட்சிகள் தந்தவரே (முகை)...
அனைவர்க்கும் சொந்தமான தாயாக உமைத்தந்து
தமிழர்கள் முறைப்படி திருவிழாக்கள் கொண்டாட
பேதமின்றி பக்தர்களைத் திரளாக வரச்செய்த (முகை...)
ஒன்பது வகையான கலைகளும் சங்கமிக்க
தாமரைப் பூவதில் அழகாக அமர்ந்துவரும்
மத்தியில் சிலுவையும் மேன்மையாய் கொண்டிலங்கும் (முகை..)
ஆலமரத்தின் அடியில் அற்புதமாய்
கொடும் பேய்களின் தலையை மிதித்தவரே
பில்லி சூனியக் கட்டுகள் அவிழ்த்திடுவீர்
எம் முகையூர் மகிமை மாதாவே....

- முகையூர் மகிமை மாதா சுப்ரபாதம்

தோழி ஸ்ரீதேவி முகையூர் என்ற ஊரின் ஆலயத்துக்குச் சென்று அங்கிருந்து ஒன்றிரண்டு படங்களை ஃபேஸ்புக்கில் பதிவு செய்திருந்தார். அழகிய தொன்மையான ஆலயம் என தெரிந்தது. வட தமிழகத்தின் தேவாலயங்களில் முக்கியமானது எனவும் தோன்றியது. 'என் ஊர்' என அவ்வூரைக் குறித்து எழுத்தாளர் அசதாவின் விகடன் பேட்டி இணையத்தில் காணக் கிடைத்தது. ஊர் முழுக்க அருட்சகோதரர்கள், அருட்கன்னியர்கள், குருக்கள், ஆசிரியர்கள், போர் வீரர்கள் என அவர் விவரித்திருந்தது அங்கு சென்றே ஆகவேண்டும் என ஆர்வத்தை விதைத்தது. ஃபேஸ்புக்கில் நண்பர், ஆனாலும் அவரிடம் பேசுவதில் கொஞ்சம் தயக்கம் இருந்தது. அவரது வலைப்பூவில் 'இசைக்காத மீன்களின்

அக்கார்டியன்' , 'சாபம்' போன்ற கதைகளைத் தேடி வாசித்தேன். கட்டாயம் பேசவேண்டும் என்ற உந்துதல் ஏற்பட்டது. எண் வாங்கி, முகையூர் வந்து பார்க்கவேண்டும் எனச் சொன்னபோது, 'தாராளமா வாங்க' என நம்பிக்கை தந்தார். ஊரைப் பற்றி சிறு முன்னோட்டமும் தந்தார். திண்டிவனத்திலிருந்து கல்பட்டுக்குச் செல்லும்போதே அழைத்துவிட்டார். 'முகையூரில் காத்திருக்கிறோம், வாங்க', என அன்புடன் அழைப்பு.

கல்பட்டிலிருந்து முகையூர் சென்று சேரத் தாமதமாகிவிட்டது. அன்று ஓர் நாள் விடுப்பு எடுத்துக்கொண்டு வந்திருந்தவரைக் கண்டதும் சற்றே சங்கடமாகிப் போனது. காரை ஆலமரம் ஒன்றின் அருகே நிறுத்தியதும் ஆஃப் ஆன எஞ்சின் அத்துடன் மூச்சை நிறுத்திக்கொண்டது. என்ன சிக்கலென்று தெரியவில்லை, அங்கிருந்து ஒரு அடி கூட அதனால் நகரமுடியவில்லை. எனக்குப் பாடல் பாடிக்காட்ட பெரியவர்கள் சிலர் காத்திருப்பதாகச் சொல்லப்பட, சரி, காரை அப்புறம் பார்க்கலாம் என நேரே 'அறைவீட்டுக்குப்' (mission bungalow) போனோம்.

உள்ளே ஒரு குழு அமர்ந்திருந்தது. அவர்கள் அனைவரையும் அறிமுகம் செய்துவைத்தார். தற்போதைய பாடல் குழுத் தலைவர், ஆசிரியர் ராஜேஷ், பஜனைப் பாடல் குழு தலைவர் ஏசுதாஸ் என எல்லோருக்கும் வணக்கம் சொன்னேன். பங்கு குருவும் எங்களுடன் வந்து அமர்ந்து கொண்டார். அவரது தலைக்கு மேல் அந்தக் கூடத்தில் பெரிய பதாகை ஒன்று தொங்கியது. அந்த மண்ணிலிருந்து குருப்பணிக்குச் சென்றவர்களின் பட்டியல் அது! பேராயர் சின்னப்பா தொடங்கி பல தெரிந்த பெயர்கள் அந்தப் பட்டியலில் காண முடிந்தது. கிட்டத்தட்ட 70 பெயர்கள் அந்தப் பட்டியலில் தெரிந்தன. வியப்பாக இருந்தது. 160 அருட்சகோதரிகள் இந்த ஊரிலிருந்து உருவாகியிருக்கின்றனர்.

முகையூர் வரலாற்றுத் தொன்மை மிக்க ஊர். 'முகையூர் உடையான்' என்பான் மத்தூர் சோமேஸ்வரா மற்றும் சக்ரபாணிக் கோயில்களின் தூண்களைக் கட்டிக்கொடுத்தவன் என 11ம் நூற்றாண்டுக் கல்வெட்டு குறிப்பிடுகிறது. பதிமூன்றாம் நூற்றாண்டில் ஆண்ட மன்னன் இரண்டாம் கோப்பெருஞ்சிங்கனின் காலத்தில் முகையூரில் ஒரு மா நிலம் 2000 காசுகள் மதிப்புள்ளதாகக் கல்வெட்டுக் குறிப்புள்ளது. ஹெலிகெடே பகுதியில் கிடைத்த தமிழ் மற்றும் கிரந்த எழுத்துகள் கொண்ட கல்வெட்டு ஒன்றில், 'முகையூர் உடைய செவிடன் சத்திசத்தன்' செம்பூரைச் சேர்ந்த வெள்ளாளன் எடுப்பித்தக் கல்வெட்டு என்ற குறிப்பு காணக்கிடைக்கிறது.

17ம் நூற்றாண்டில் மதுரை மிஷனின் பரப்பு பாலாறு வரை பரந்து விரிந்திருந்தது. மதுரை மிஷனின் ஜான் பிரிட்டோ (1680-1683) வாக்கில் அத்திப்பாக்கம், இருந்தை, எறையூர் பகுதிகளில் கிறிஸ்தவர்கள் இருந்ததாகப் பதிவு செய்திருக்கிறார். 18ம் நூற்றாண்டின் தொட க்கத்தில் பாலாறுக்கும் பெண்ணையாற்றுக்கும் இடையே உள்ள இந்தப் பகுதியை பிரெஞ்சு இயேசுசபைக் குருக்களின் 'கர்னாடிக் மிஷன்' (French Jesuit Carnatic Mission) நிர்வகித்து வந்தது. இந்த தமிழ்ப் பகுதியில், 1700ம் ஆண்டு 4000 கிறிஸ்தவர்கள் இருந்ததாக இயேசுசபைக் குருக்கள் பதிவு செய்திருக்கின்றனர். கர்னாடிக் மிஷனின் தெற்குப் பகுதியின் முக்கிய மையமாக, கிறிஸ்தவர்கள் அதிகம் வசிக்கும் பகுதியாக அத்திப்பாக்கம் இருந்தது.

1705ம் ஆண்டு வரை ஃபாதர் பூஷே (Bouchet), 1709ம் ஆண்டு வரை பெதித் (Petit), 1711ம் ஆண்டு வரை மாதித் (Maudit) ஆகியோரும், 1712ம் ஆண்டுமுதல் ஆபர் (Aubert) என்பாரும் அத்திப்பாக்கம் மக்களைப் பாதுகாத்து கிறிஸ்தவத்தில் ஈடுபடுத்தியிருந்தார்கள். 1735ம் ஆண்டு அத்திப்பாக்கம் மராட்டியர்களின் தாக்குதலுக்கு உள்ளானது. 1740ம் ஆண்டு முகையூரை அவர்கள் சூறையாடினார் கள். அந்தக் கடினமான காலத்தில் இந்தப் பகுதிகளில் தாமஸ் டிரெம்ப்லே (Thomas Trembley) இங்குள்ள மக்களைக் காத்தார். 1750களுக்குப் பிறகு அரசியல் பூர்வமாகவும், மத வழிநடத்துதலிலும் இந்தப் பகுதியில் பெரும் குழப்பங்கள் ஏற்பட்டன. 1777ம் ஆண்டில் இயேசு சபை குருக்களின் ஒடுக்கத்தால், அத்திப்பாக்கம் கர்னாடிக் மிஷனிடமிருந்து பிரெஞ்சு மிஷனுக்குக் கைமாறியது. அப்போது தந்தை பைனோ (Bainoux) இந்தப் பகுதியின் பொறுப்பாளராக நியமிக்கப்பட்டார்.

1777-78 ஆண்டுவாக்கில் சேம்பினோஸ் அடிகளின் முன்னிலையில் இந்தப் பகுதியில் பலர் உறுதிப்பூசுதல் பெற்றனர். 1790-92 வரை பேரியன், 1795-1811 பேரியோ, 1832-33 பைகாட், 1833-34 ஜேமி, 1841-44 ரோகா ஆகிய பிரெஞ்சு குருக்கள் அத்திப்பாக்கம் மக்களை வழிநடத்தினார்கள். 1844- 1846 காலகட்டத்தில் அருட்தந்தை சவரிநாதர் முகையூரில் ஆலயம் ஒன்றைக் கட்டியதாக லௌனி குறிப்பிடுகிறார். 1862ம் ஆண்டு மேற்றிராசன ஆவணங்களின் படி முகையூரில் 42'க்கு 12' சிலுவை வடிவக் கோயில் இருந்தது உறுதியாகிறது. அதே காலகட்டத்தில் இங்கு 1540 தலித் கிறிஸ்தவர்கள் இருந்துள்ளார்கள். 1865-67ல் அருள்நாதர் குரு பங்கு இல்லம் ஒன்றை முகையூரில் கட்டத்தொடங்கினார். 1868ம் ஆண்டு முகையூர் பங்கு ஏற்படுத்தப்பட்டது. 1910ம் ஆண்டு ஆயர் மொரேல்

முகையூர் வருகை தந்தபோது ஆலயம் மோசமான நிலையில் இருந்ததைக் கண்டு, புதிய ஆலயம் கட்டப் பணித்தார். முதலாம் உலகப்போரால் நிதிப் பற்றாக்குறை ஏற்பட்டு ஆலயம் கட்டும் பணி தடைப்பட்டது. போருக்குப் பின் தந்தையர்கள் பிளநாத், கிராவரி, செல்வநாதர், மரிய ஜோசப் ஆகியோர் கட்டுமானப் பணியைத் தொடர்ந்தார்கள். 1935-44ம் ஆண்டுகளில் தந்தை மத்தேயுவால் ஆலயத்துக்கு சிமிண்ட் தளமும், புதிய பீடமும் கட்டப்பட்டன. 1944-56ம் ஆண்டுகளில் பணியாற்றிய தந்தை திவ்யநாதரால் உள்பூச்சு வேலைகள் முடிக்கப்பட்டன. 46 ஆண்டுகள் கோயில் சிறுகச் சிறுக மக்களின் உழைப்பாலும், அருட்தந்தையர்களது விடாமுயற்சியாலும் கட்டி நிறைவுசெய்யப்பட்டது. பங்கில் இரண்டு தொடக்கப்பள்ளிகள், இரண்டு மேனிலைப்பள்ளிகள், ஆங்கிலப்பள்ளி ஒன்று ஆகியவை இயங்கிவருகின்றன. ஸ்பானிஷ் பைசன்டைன் பாணியில் கட்டப்பட்டுள்ள ஆலயத்தின் நடுவே, பிரம்மாண்ட குவிமாடம் அமைக்கப்பட்டுள்ளது.

அசதா முன்பே அவ்வூரின் தமிழ்ப் பாரம்பரியப் பாடல்கள் பாடும் முறைகள் பற்றி விகடன் பேட்டியில் லேசாக அடிக்கோடிட்டு இருந்தார். அதனால் அந்தப் பாடல்கள் பற்றி முதலில் தெரிந்து கொள்ளவேண்டுமென்று விரும்பினேன். பாடிக்காட்ட வந்த அசதாவின் நண்பர்களில் இருவர் மிகச் சாதாரணமாக கைலியும், வேட்டி சட்டையும் அணிந்திருந்தார்கள். ஒரே ஒருவர் மட்டும் பேன்ட் சட்டை அணிந்திருந்தார். கிராமங்களில் நாம் அன்றாடம் காணும் எளிய மனிதர்கள்.

விழுப்புரம், புதுவை பகுதிகளில் மட்டுமே லத்தீன் பாடல்கள் இன்றும் பாடப்படுகின்றன எனச் சொல்லப்பட்டதால், ''லத்தீன் பாட்டு தெரியுமாண்ணா?'' என கொஞ்சம் சந்தேகமாகவே கேட்டேன். எவ்வளவு தான் ஒருவரது தோற்றம் கண்டு எடை போடக்கூடாது என மண்டைக்குள் சொல்லி இறக்கியிருந்தாலும், இது போன்ற சமயங்களில் மூளை மந்தித்து வேலை செய்வதில்லை. ''ஏன் இல்லாத? பாடுவமே?'' என்ன்றனர். ''பாடுறீங்களா?'' என்ற என் கேள்விக்கு, ''லிபெரா மே தோமினே'' (Libera Me Domine) என்ற கிரகோரியப் பாடலைப் ஒரே மூச்சாகப் பாடிமுடித்தார்கள். எந்தப் பிசிறோ, தடுமாற்றமோ இல்லை.

வாழ்க்கையில் முதல் முறையாக முழுநீள லத்தீன் பாடலை நண்பர்கள் ராஜேஷ், ஜாய், ஏசுதாஸ் மற்றும் அம்புரோஸ் ஆகியோர் பாடியதைக் கேட்டு கொஞ்சம் அதிர்ந்து போயிருந்தேன் என்றால் அது மிகையல்ல. தென் தமிழகம் தான் கிறிஸ்தவக் கலைப்

பண்பாட்டின் மகுடம் என நினைத்துக்கொண்டிருந்த என் தென் தமிழகப் பாசம் கொஞ்சம் வழுக்கியது. அகந்தை இன்றி வரலாறு பதிவு செய்யவேண்டும் என மீண்டும் எனக்கு நானே நினைவுறுத்திக்கொண்டு, மண்டையில் குட்டிக்கொண்டேன். அடுத்து அம்புரோஸ் ஐயா, 'இந்து வாழ்வோர் பிதா' (இந்தியாவில் வாழ்வோரின் பிதாவே) என்ற சவேரியார் பாடலை கணீர்க்குரலில் பாடத் தொடங்கினார். எந்த மைக்கும் இல்லை, ரசிகக் கூட்டமும் இல்லை. ஆகச் சிறந்த நெக்குருகும் பாடலை அவர் பாடக் கேட்டேன் எனச் சொல்லலாம். பாட்டின் இறுதியில் எனக்குத் தானாக கண்ணின் ஓரம் வியர்த்தது. எத்தனை திறமை இந்த மனிதர்களுக்குள்! அவரது தந்தை ஒரு காலத்தில் முகையூர் ஆலய வளாகத்தின் நடுவே இருந்த ஆலமரத்தைச் சுற்றி பாட்டுப் பாடி, குச்சியால் அடித்துப் பேயோட்டுவார் எனச் சொல்லப்பட... கொஞ்சம் திக்கென இருந்தது. ஆலமரத்தடியில் ஓடாத என் கார் நினைவுக்கு வந்து தொலைத்தது.

''இங்க சாவுப்பூசை...அதுல லீபெரா தான் கட்டாயம் பாடணும்னு சொல்லுவாங்க. அடக்கப் பூசைக்கு நிறையப் பாட்டு இருக்கு தான். ஆனா இதைப் பாடலன்னா ஜனங்க வந்து கேப்பாங்க. ஏன் லீபெரா பாடலன்னு. கொயரும் (choir) பாடும், மக்களும் பாடுவாங்க. பழைய காலத்து ஆளுங்க எல்லாரும் மனப்பாடமா இந்தப் பாட்ட பாடுவாங்க. டயசீஸ்ல ரிட்ரீட் (retreat) அப்ப லத்தீன் பாடல்கள் பாடுறதுண்டு. பிஷப் லத்தீன்ல பெரும்பாலும் பாடுவாரு, சாமியார்ங்க கல்லறை மந்திரிக்கும் போது கூட லத்தீன்ல அவர் பாடுவாரு. எங்களுக்கு (குரு) லத்தீன் மொழி கட்டாயம் படிக்கணும்னு இருக்கு. இப்பயும் படிக்கிறாங்க. ஒரு சப்ஜெக்ட் லத்தீன் உண்டு. என்னால் லத்தீன் வாசிக்க முடியும், புரியும், எழுதவும் முடியும்'', என பங்கு குரு எட்வர்ட் ஃபிரான்சிஸ் சொல்கிறார். லிபெரா போலவே புதுவருடப் பிறப்பு திருப்பலிக்கு முன்பு நடைபெறும் நன்றி ஆராதனையில் இங்கு 'தெ தேயும்' (Te Deum) என்ற லத்தீன் பாடலும் பாடப்படுகிறது.

அதே போல இங்கு பாப்பிறைப்பாடல்/பாப்பிறைப்பண் என்ற பாடலொன்று எல்லா விழாக்களிலும் முடிவில் பாடப்படுகிறது. அதைக் கணீரென்ற குரலில் ஏசு தாஸ் பாடினார்-

ரோம ராஜ பூபனே நமோ நமோ
ரோம ராஜ பூபனே நமோ நமோ
திருச்சபையின் தலைவரான சேஷ்டமாதவா (2)
உமை நாடித் தேடி நமஸ்கரிக்கின்றோம் (2)

முகையூரின் சிறப்பு இங்கு திருவருகைக் காலத்தின் (Advent) போது பாடப்படும் 'பஜனைப் பாடல்கள்'/ கிறிஸ்து பிறப்புப் பாடல்கள். ''அதிகாலை மூணு மணி முதல் நாலரை வரைக்கும் இந்த கிறிஸ்து பிறப்புப் பாடல்களைப் பாடி, மோளம் அடிச்சிக்கிட்டு வீடு வீடாப் போவாங்க. பஜனைக்குழுன்னு இருக்குது. அவுங்க ஒரு மாசம் ஃபுல்லா இத செய்வாங்க. கிறிஸ்துவோட வருகைக்காக ஊர் மக்களை பாட்டுப்பாடி தயார் பண்றதுக்குத் தான் இந்த நிகழ்ச்சி. அதுல பழைய பாடல்களும் பாடுவாங்க, புதுப்பாடல்களும் பாடுறதுண்டு. மெட்டெடுத்து மக்களுக்குத் தகுந்தமாறி கொஞ்சம் மாடர்னைஸ் பண்ணி பாடுவாங்க. அந்தப் பழைய பாடல்களுக்கு புக்கு கூட கிடையாது. எல்லாம் அவுங்களே பழக்கத்துல மனப்பாடமா பாடுறதுதான்'', என அவர் சொல்கிறார். ஒரு பாடல் பாடுங்கள் என கேட்க, தொடக்கப்பாடலையும் அதற்கடுத்த கலிமாவையும் பாடுகிறார்.

வருவார் மனுவோர் உருவையே
வாய்த்தோனாம் தாவீதின் குலத்தினிலே
தருவார் அவராசீர் வேண்டுவோர்க்கு
தாய்மரியைத் தந்த நேசன் தூய சூசை போற்ற
பாசமிக்க மூன்றசர்க்காடி காணிக்கை கொண்டு
பணிவாகக் கற்கண்டு பாதம் போற்ற
நேசமாய் நாமும் போற்ற ஈசன் பாதம்
தாசர்களே எழுந்திருங்கள்
எழுந்திருங்கள்....
இறைவா உன் நாமத்திற்கு சங்கீர்த்தனம்...சங்கீர்த்தனம்

திருப்பாவை, திருவெம்பாவை பாடுவது போல துயில் எழச்சொல்லும், புரியும் மொழியில் அழகிய பாடல் இது. இப்படிக் காலையில் பாடித் துயில் எழுப்பினால், அதுவல்லவா சொர்க்கம்! முடிக்கும் போது என்ன பாடுவீர்கள் என கேட்டதற்கு,

மங்கள மங்கள மரிபாலா
ஓ எங்களை ஆதரி ஜெயசீலா
எங்களை ஆதரி ஜெயசீலா
ஓ மங்கள மங்கள மரிபாலா
இறைவா உன் நாமத்திற்கு சங்கீர்த்தனம்...சங்கீர்த்தனம்
என பாடி முடித்தார்.

கேட்டகிஸ்ட், கோயில்பிள்ளைகள் வழக்கம் பற்றி குருவிடம் கேட்டேன். ''முன்னாடி கோயில் பிள்ளைங்க ஃபாதர் கூடவே

இருப்பாங்க. ஊருக்குள்ள போய் விஷயம் அறிவிக்கிறது எல்லாம் அவுங்க செய்ற வேலை தான். இப்ப அன்பியங்கள், ஊர் நாட்டாமைகள், முக்கியஸ்தர்கள் அப்டின்னு இப்ப மாறிப்போச்சு. பெரும்பாலும் ஊருக்கும் சபைக்குமான தொடர்பு அன்பியங்கள் (Church groups) மூலமா தான் இன்னிக்கு இருக்கு. சில ஊர்கள்ல நாட்டாமைகள் இருக்காங்க. ஊர்ப் பெரியவங்க மத்த ஊர் விஷயங்கள பார்ப்பாங்க. கேட்டகிஸ்ட் வேலையான ஜெபம் சொல்றது, மணியடிக்கிறது, பூசைக்கு ஏற்பாடு பண்றது, ஊர்ல உள்ள நிகழ்வுகளுக்கு ஜெபம் சொல்லப்போறது அதெல்லாம் கேட்டகிஸ்ட் வேல.''

''கோயில்பிள்ள கேட்டகிஸ்டுக்குக் கீழ வருவாரு. அதெல்லாம் அப்ப...இப்ப அந்தப் பழக்கம் இல்ல. ஊர்ல ஓய்வு பெற்ற ஆசிரியர்கள் சில ஊர்கள்ல வாலன்டரியா இந்த வேலைகளை செய்வாங்க. இப்ப யாரும் ட்ரெய்ண்டு கேட்டகிஸ்ட் (trained catechist) கிடையாது. முன்னாடி உள்ள கேட்டகிஸ்டுக்கெல்லாம் மணியில வேறுபாடு தெரியும். காலைல மணியடிக்கிறது வேற, மதியம் 12 மணி வேற, அஸ்தமகால மணி வேற, சாவுக்கு அடிக்கிற மணி வேற, பூசைக்கு வேற, ஞானஸ்நானத்துக்கு வேற, இப்பிடி நிறைய இருக்கு. சாவுக்குப் பிறகு ஒன் அவருக்கு ஒண்ணுன்னு மணியடிப்பாங்க. அதெல்லாம் அப்ப. இப்ப எல்லாம் ஒரே மாதிரிதான் மணியடிக்கிறாங்க'', எனச் சொல்கிறார்.

ஏசுதாஸ் அண்ணன் தான் பஜனைக்குழு தலைவர். இந்த ஊரின் அனைத்துப் பண்பாட்டு விஷயங்களுக்குமான என்சைக்ளோப் பீடியா என இவரைச் சொல்லலாம். முகையூரின் மாடுவிரட்டு பற்றி ஜான் போஸ்கோ சொல்கிறார். ''பொங்கல் சமயத்துல இங்க முன்னாடி மாடுவிரட்டு உண்டு. மாட்டுப் பொங்கலுக்கு மாடுகள சர்ச்சுக்கு ஓட்டிட்டு வருவாங்க. ஃபாதர் மந்திரிச்ச பிறகு பெரிய கேட்ட பந்த் பண்ணிடுவாங்க (பூட்டி வைத்தல்), மொத்தமா எல்லா மாட்டையும் சேர்த்துக்கிட்டு மேல வெச்சுட்டு அடிப்பாங்க. கேட்ட திறந்துவிட்டதும் மாடெல்லாம் வெளிய மெரண்டு ஓடும். அவுங்கவுங்க ஓடி அவுங்க மாட்ட புடிப்பாங்க. ஒரு காலகட்டத்துல இதெல்லாம் நல்லா இருந்தது. இப்ப இன்னிக்கு வந்து மாடுகள அதிகமா வெளிய மேய்ச்சலுக்கெல்லாம் போறதில்ல. அப்படியே மாடுங்கள விட்டாலும் இப்பலாம் அது எங்கனா ஓடிப் போயிடும். அதத் தேடிக்கொண்டு வர முடியாது. அதுனால இப்ப விட்டாச்சு'', எனச் சொல்கிறார்.

''ஆனா ஆடு, மாடு, கோழிங்கள மந்திரிக்கிறதுண்டு. அதுக்கு தனியா ப்ரேயர் இருக்கு. வனத்துச் சின்னப்பர் தான் ஆடு

மாடுங்களுக்கு பாதுகாவலர். பெரும்பாலும் வனத்துச் சின்னப்பர் ஜெபம் சொல்லி ஆடு மாடுங்கள மந்திரிப்போம். மாட்டுப் பொங்கல் அன்னிக்கு செய்வாங்க, மூன்று ராஜாக்கள் பொங்கல் (Three Kings Day - Epiphany) அன்னிக்கும் கூட மந்திரிப்பாங்க. எனக்கு இருந்தைன்னு உளுந்தூர்பேட்டை பக்கம் சொந்த ஊரு. அங்க மூன்று ராஜாக்கள் திருநாளன்னிக்கு தான் மந்திரிப்பாங்க. மேடைல சாமியார் நிப்பார். மக்கள் எல்லாம் மேடைக்கு (பாதிரியார் அறை) முன்னாடி மாட்டை ஓட்டிட்டு போய் மந்திரிச்சிட்டு அப்டியே கோயில சுத்தி வருவாங்க. இன்னும் அந்தப் பழக்கம் இருக்கு.''

''நாலு மணிக்கு மணியடிப்பாங்க. ஜனங்க எல்லாம் கேட்டுக்கு அந்தப் பக்கம் மாடுங்களோட ரெடியா லைன்ல நிப்பாங்க. கேட் திறந்ததும் மேடைக்கு ஓட்டிட்டு வருவாங்க. ஆடு, மாடு, நாய், பூனை, கோழி எல்லாம் வரும். சாமியார் மந்திரிச்சுட்டே இருப்பாரு, மக்கள் சுத்தி லைனா வருவாங்க. இங்க அவ்வளவு வரதில்ல. ஆனா வர்ற ஆடு மாடுங்களை மந்திரிச்சுருவேன். மாட்டுக்கு தூபம் எல்லாம் போடுவாங்க. பண்ருட்டி பக்கம் கிருஷ்ணங்குப்பம் அப்டின்னு ஒரு ஊர்ல வேல செஞ்சேன். அங்க பொங்கல் டைம்ல மாட்டுப் பொங்கல் அன்னிக்கு, மூணு மணிக்கு மணியடிச்சு ஜெபம் மைக்ல சொல்வாங்க. மக்கள் ரெடியா ஆடு மாடுங்கள ஓட்டிட்டு சர்ச்சுக்கு வந்துருவாங்க. சுத்தி நிப்பாங்க. டிராக்டர், சைக்கிள், பைக், ஆடு, மாடு, கோழி எல்லாம் லைனா மந்திரிக்க வரும். ஃபாதர் அந்த லைனை சுத்தி நடந்து வருவாரு. அப்டியே நடந்து மந்திரிச்சுருவார். அது முடிஞ்ச உடனே ஒவ்வொண்ணா கிளம்பி லைனா ஊரை சுத்திவரும். இன்னிக்கும் அத பண்றாங்க'', என பங்கு குரு எட்வர்ட் சொல்கிறார்.

அந்தப் பகுதி மக்களின் வேண்டுதல்கள் பற்றிக் கேட்டேன். ''கொடி இறக்கும் போது சாப்பாடு செஞ்சு போடுற பழக்கம் உண்டு. முன்னாடி கூழ் ஊத்துவாங்க. இப்ப கொடி இறக்கினதும் எல்லாருக்கும் சாப்பாடு செஞ்சு கொண்டுவந்து தராங்க, கஞ்சி, காபி, டீ அப்டின்னு என்ன நேர்ச்சை செய்றாங்களோ அதைக் கொண்டு வந்து வசதிக்கு ஏத்தாப்ல செய்வாங்க. இங்க ஸ்பெஷல் மகிமை மாதாவுக்கு மாலை போடுறதுதான். இங்க இந்துக்கள், கிறிஸ்தவங்கன்னு எல்லாருக்கும் மாலை போடுற வழக்கம் உண்டு. மொட்டை அடிக்கிறது உண்டு. மே மாசம் தான் இத செய்றது. இங்க ரெண்டு திருவிழா உண்டு. இது சவேரியார் சர்ச். மார்ச் மாசம் ஊர்த்திருவிழா கொண்டாடுவோம். மகிமை மாதா பக்தி முயற்சி ஒண்ணு இங்க 36 வருஷமா தொடர்ச்சியா செஞ்சிட்டு வரோம். அந்தத் திருவிழா இங்க விமர்சையா கொண்டாடுவாங்க. மேல

தகவல் இவுங்கள கேளுங்க'', என ஜான் போஸ்கோ அண்ணனைக் கைகாட்டுகிறார்.

''எங்க திருவிழா தமிழ்நாட்டுலயே வித்தியாசமான திருவிழா. திருவிழா முழுக்க பக்தர்கள் நன்கொடையால கொண்டாடுறது. எல்லா விதமான தமிழர் பாரம்பரியக் கலைகள் நம்ம கரகாட்டம், ஒயிலாட்டம், மயிலாட்டம், இந்த மாதிரி ஒன்பது வகையான கலைகள், ஆட்டம் பாட்டம் நிகழ்ச்சிகள் நடக்கும். தேர் உண்டு. அது கூட பாடல், ஜெபம்னு எல்லாம் வரும். ஒரு திருவிழா வரி வாங்கி ஊர்த்திருவிழாவா நடக்குது. அதுல ஜெபம், தவம் மட்டும் தான். மே மாசம் மாதா திருவிழாவோடதான் ஆடிப் பாடி கொண்டாடுறதுண்டு. மார்ச் மாசம் திருவிழாவுக்கு கொடியேத்து வோம். மே மாசத் திருவிழாவுக்கு 'அணையா விளக்கு' ஏத்துவோம். பத்து நாள் அந்த விளக்கு அணையாம ஊர்ல பாத்துக்குவோம். மகிமை மாதா திருவிழாவுக்கு 40 நாள், 9 நாள், 3 நாள் அப்டின்னு விரதம் இருப்பாங்க. ஒரு வேளைதான் சாப்பிடுவாங்க. இதுல வயசு வித்தியாசம் எல்லாம் கிடையாது. எல்லாருமே விரதமிருப்பாங்க'', எனச் சொல்கிறார் ஜான் போஸ்கோ.

''ஏப்ரல் 7, மே 8, மே 13 அப்டின்னு நாளு பார்த்து மாலை போடுவாங்க. சுத்துவட்டார மக்கள் எல்லாம் கூட மே 16வது நாள் இங்க நடக்குற மண்ணின் மைந்தர்கள் பூசைய பார்ப்பாங்க. அவுங்க பூசை முடிஞ்சதும் எல்லாரையும் பிளெஸ் பண்ணினப்புறம், மாலையைக் கழட்டுவாங்க. இதுக்கு மத்த ஊர்கள்ல இருந்து பாதயாத்திரை மாதிரி அவுங்க வசதி பொருத்து வருவாங்க. அந்த விளக்கு வைக்க கெபியில மேடை ஒண்ணு இருக்கு. கோயில் திருவிழாவுக்கு செய்ற மாதிரியே பத்து நாளும் ஒவ்வொரு நாளுக்கு ஒரு ஃபாதர் வந்து விளக்கு ஏத்திவைப்பாங்க. பெரிய எண்ணெய் விளக்கு தான் வைப்போம். ஒரு சில சமயம் அதுக்கு பிஷப் கூட வர்றதுண்டு.''

''அந்த விளக்க எரிக்க மக்கள் வீடுகள்ல இருந்து நல்லெண்ண, தேங்காயெண்ண, நெய்...அவுங்களுக்கு எது வசதியா இருக்கோ அத கொண்டு வந்து ஊத்துவாங்க. காணிக்கையாவும் குடுப்பாங்க. அந்த பத்து நாளுங்களுக்கு எண்ணெய் தான் காணிக்கையா வரும். அந்த எண்ணெய்யையும் வீட்டுக்கு புதுமையா எடுத்துட்டு போய்டுவாங்க. வீடுகள்ல தலைவலி, உடல்வலி அப்டின்னு எல்லாத்துக்கும் இந்த எண்ணெயைப் பூசுறதுண்டு. இங்க திருவிழாவுக்கு முக்கிய நிகழ்ச்சியா பறையாட்டம் உண்டு. முதல்லலாம் மகிமை மாதா விழாவுக்கு ஒவ்வொரு நாளும் ஒரு குழு வந்து கலை நிகழ்ச்சிகள் பண்ணுவாங்க. ஆர்.சி ஸ்கூல் பிள்ளைங்க

ஒரு நாள், பாலர் பிரெசிடியம், வாலிபர்கள் அப்டின்னு ஒரு நாளைக்கு ஒரு குழு கலை நிகழ்ச்சி பண்ணும்'', எனச் சொல்கிறார் ஜான் போஸ்கோ.

இந்த விரதத்துக்கு சொல்லப்படும் விதிமுறைகளை இவை: 'கிறிஸ்தவரல்லாத பிற சமயத்தினரும் விரதமிருக்கலாம்.... விரதத்தை அனுசரிக்கிறவர்கள் ஒரு நாளைக்கு குறைந்தது ஐந்து முறை மற்றவர்களுக்குத் தொண்டு செய்யவேண்டும். இந்தத் தொண்டு பண உதவியாக இருக்க வேண்டிய அவசியமில்லை. உடல் உழைப்பாக இருக்கலாம்; அறிவுரையாக இருக்கலாம்; உதாரணமாக சுமை தூக்க முடியாதவர்களுக்கு சுமை தூக்கிவிடுதல், வழி தெரியாதவர்களுக்கு வழி காண்பித்தல், கடிதம் எழுதத் தெரியாதவர்களுக்குக் கடிதம் எழுதிக் கொடுத்தல், மன வேதனைப்படுபவர்களுக்கு ஆறுதல் கூறுதல், தாகத்தால் வருந்து கின்றவர்களுக்குத் தண்ணீர் கொண்டுவந்து கொடுத்தல், படிக்க முடியாமல் அவதிப்படும் மாணவ மாணவியருக்கு தனிப்பட்ட முறையில் பாடத்தை விளக்கிக் கூறுதல் இவை போன்ற தொண்டு செய்யலாம்.

பணவசதி உள்ளவர்கள் தாங்கள் உண்ணாமல், இருக்கும் இரண்டு வேளை உணவுக்கு என்ன செலவழிப்பார்களோ அந்தத் தொகைக்கு அதிகப்படாமல் ஏழைகளுக்குப் பண உதவி செய்யலாம். கூடுமானவரையில் பண உதவியைத் தவிர்ப்பது நல்லது. விரதம் அனுசரிப்போர் ஓய்ந்த நேரங்களில் சிலுவைப்பாதை செய்தல், அவரவர் மத சம்பந்தமான வேதப்புத்தகங்களை வாசித்தல், யோகாபியாசம் செய்தல் இவை போன்ற செயல்களில் நேரத்தைச் செலவிடலாம். பரிசுத்த வேதாகமம், திருக்குர்ஆன், பகவத் கீதை, திருக்குறள், புனித வரலாறு வாசிக்கலாம்.' மகிமை மாதா விரதம் அனைவருக்குமானது என்பதை விட, விரத காலத்தில் செய்யச் சொல்கின்ற ஒறுத்தல்கள் பெரும்பாலும் பிறர் நலனுக்கானவையாக இருக்கின்றன.

''முன்னாடி இங்க இயேசுவின் பாடுகள் எல்லாம் 'பாவனைகள்' (பாஸ்கு நாடகம் போல, ஆனால் பெயர் பாவனைகள் தான்) அப்டின்னு முன்னாடி நடிப்பாங்க. இப்ப அந்த வழக்கம் இல்ல. பெரிய வெள்ளியன்னிக்கு சிலுவைப்பாதை இங்க பக்கத்துல இருதயபுரம் அப்டின்னு ஒரு மலைக் கோயில் இருக்கு. அங்க இருந்து இங்கவரை வந்து இந்தக் கோயில்ல முடிப்போம். முதல் ஸ்தலம் அந்தக் கோயில்ல, 14ம் ஸ்தலம் இங்க கோயில்ல நடக்கும். அன்னிக்கு குறஞ்சது 2000 பேர் வருவாங்க'', என ஏசு தாஸ் சொல்கிறார்.

மலை மேலமைந்த இருதயபுரம் கோயில்

இருதயபுரம் கோயில் மலைக்கு மேல் அழகாகவே இருக்கிறது. மலைகளுக்கு மேல் கிறிஸ்தவக் கோயில்கள் அரிதிலும் அரிது என்பதால் இதைச் சுற்றிச்சுற்றிவந்தோம். ஆலயத்தின் வெளியே சிறுவர்கள் சிலர் ஓடிவந்து ஏசு தாஸ் அண்ணனை நலம் விசாரித்தார்கள்.

அவர்களைப் பிடித்து உட்காரவைத்து, பஜனைப் பாடல்களைப் பாட முடியுமா என கேட்டோம். உடனே ஒப்புக்கொண்டார்கள்.

சுடரொன்று வானில் வரும்
இனி ஒளியெங்கும் வீசிவரும்
நல்ல ஆயனாம் நம் சுதனை
நாம் ஏற்றிப் போற்றிடுவோம் – சுடரொன்று
முள்ளில் ரோஜா மலர்வதைப் போல்
மனிதனாய்த் தோன்றினார்
மாட்டுத் தொழுவில் உந்தன் பிறப்பு
எளிய உருவாக்கமே (2)
எளிய தோற்றம் உலகைக் காக்கும்
நீரே எங்கள் வாழ்வின் தொடக்கம் – சுடரொன்று

பாடலைப் பாடிமுடித்ததும் மங்களம் எப்படிப் பாடி முடிப்பீர்கள் என கேட்டது தான் தாமதம், உற்சாகக் குரலில்,

'எங்களைக் காக்கும் ஜெயசீலா
ஓ மங்கள மங்கள மகிபாலா
இறைவா உன் நாமத்துக்கு சங்கீர்த்தனம், சங்கீர்த்தனம்'

என மலையே அதிரப் பாடிமுடித்தார்கள். திருவருகைக் காலத்தில் தினமும் காலையில் இந்தக் குட்டிப் பாடகர் குழு மூன்று மணிக்கெல்லாம் குளித்துக் கிளம்பி வீதிகளில் இந்த அழகு தமிழ்ப் பாடல்களைப் பாடி கிறிஸ்து பிறப்பை பஜனைகளாக அறிவிக்கின்றனர். ஏசு தாஸ் அண்ணன் இவர்களை வழிநடத்துகிறார்.

முகையூரின் மற்றொரு சிறப்பு இங்கு திருமணச் சடங்குகளில் செய்யப்படும் சேஷ அரிசி சடங்கு. தேவாலயத்தில் திருமணம் முடித்து வீட்டுக்கு வரும் மணமகள், மணமகனை மனையில் ஏற்றி, மாலை அணிவிக்கின்றனர். அதன் பின் அவர்களை அமரவைத்து பெரியவர் ஒருவர் இந்தச் சடங்கை நடத்துகிறார். மணமக்கள் முன் தட்டில் மங்கல அரிசி வைக்கப்படுகிறது. பெரியவர் மங்கலப் பாடலைப் பாடிக்கொண்டே, மங்கல அரிசியைத் தன் இரு கைகளிலும் அள்ளி, மணமக்களின் தலை, இரு தோள்கள், கைகள், மடியில் இடுகிறார். இன்று இந்த வழக்கம் முற்றிலும் வழக்கொழிந்து போயுள்ளது. ஏசுதாஸ் அதை நினைவு படுத்துகிறார். அதைப் பாடிக்காட்ட முடியுமா என கேட்டதும், உடனே மகிழ்வாக இசைகிறார். மாணவர்கள் குழுவில் ஏகக் குறும்பாகத் தெரிந்த

சேஷ அரிசி சடங்கு செய்துகாட்டும் ஏசுதாஸ்

அறியப்படாத கிறிஸ்தவம் ❖ 425

இரண்டு அறுந்த வால்களை அவர் முன் அமர்த்தி வைத்து, ''நீங்க தாண்டா புதுசாக் கல்யாணம் ஆனவங்க'', எனச் சொன்னதும் அங்கு ஓவென்ற உற்சாகக் கூச்சல். ஏசுதாஸ் இருவர் தலையிலும் கைவைத்துப் பாடலைத் தொடங்குகிறார்.

தாயும் தகப்பனும் (2)
நண்பரும் அறியவே
எந்நாளும் இருவருக்கும்
சந்தோஷம் தான்புரள
மாதா மணிவிளக்கு (2)
மன்னவரும் போற்றிடவே
எந்நாளும் நீடூழி
நீங்கள் வாழியவே, வாழியவே
உன்னை படைத்த இறைவன் (2)
தெய்வீகம் தானினைத்து
செல்வமாய் வாழ்ந்திடவே
நீங்கள் சீரோடு வாழ்ந்திடவே
புத்திர சந்தானம் (2)
இறைவனருள் தான் பெற்று
இந்த பூமியிலே நீடூழி
நீங்கள் வாழ்ந்திடவே போற்றிடுவேன்
பெரியோரும் வாழ்த்திடவே (2)
பதினாறு செல்வங்களை
பெற்று நீங்கள் நீடூழி
நீங்கள் வாழியவே
ஆண்டவரே போற்றுகிறோம்

ஒரு பிதா சுதன் போட்டு பாடலை முடிக்கிறார். சிறுவர்களிடம் மீண்டும் அலையாய் குபீர் சிரிப்பு.

தாஸிடம் இன்னும் கேட்கவேண்டியப் பாடல்கள் இருப்பதை அசதா நினைவுபடுத்துகிறார். கிறிஸ்தினம்மாள் நாடகம்! சினிமா வருவதற்கு முன், ஒரு காலத்தில் கிறிஸ்தவ மக்களுக்கு நாடகங்களும் கூத்தும் தான் புனிதர்கள் கதையைக் கொண்டு செல்ல பயன்பட்டிருக்கின்றன. இந்த நாடகங்கள்/கூத்துகளால் இரண்டு பலன்கள். மக்களை கிறிஸ்தவத்தில் பிணைத்தும் வைக்க இவை உதவின, அதே நேரம் இவர்களது பொழுதைப் பயனுள்ள முறையிலும் கழிக்க உதவின. முகையூரில் ஒரு காலத்தில் ஆடி மாதம் கிறிஸ்தினம்மாள் நாடகம் நடந்துள்ளது. மூன்று இரவுகள் காட்சிகளாகத் தொடரும் கூத்து அது. முழுக்க முழுக்க மக்களே

எழுதி, இயக்கிய பாடல்கள் மட்டுமே கூத்தில் இடம்பெறும். கூத்து தொடங்குவதற்கு மூன்று நாள்கள் முன்னதாக எந்த இடத்தில் நடக்கவுள்ளதோ அங்கு குருவானவரை அழைத்துவந்து ஜெபம் சொல்லி, மரத்தாலான சிலுவை ஒன்றை நடுவார்களாம். சிலுவை நட்ட நாள் முதல் நாடக நடிகர்கள் அனைவரும் மூன்று நாள்கள் ஒருசந்தி (ஒரு வேளை மட்டும் உணவருந்துதல்) இருக்க வேண்டுமாம்.

மூன்றாம் நாள் இரவில் நாடகம் தொடங்கும். நாடகம் தொடங்குவதற்கு முன் மாதா சுரூபம் ஒன்று சிலுவைக்கு அருகே வைக்கப்பட்டு அதன் முன் வத்தி கொளுத்திவைக்கப்படும். அன்று இரவு தான் அவர்களுக்கு கூத்துக்கான ஆடைகள் வரும். இதற்கென ஆடைகளை வாடகைக்கு எடுத்துக் கொண்டிருக்கின்றனர். முதல் நாளிரவு கூத்து விட்ட இடத்திலிருந்து மறுநாள் இரவு கூத்து தொடரும். மூன்றாம் நாள் இறுதிக்காட்சி. கூத்தில் நடிக்கும் மூன்று நாள்களிலும் கூட நடிகர்கள் ஒருசந்தி தான் இருக்கவேண்டும். மூன்றாவது நாள் கூத்து முடிவதற்குள், மழை கட்டாயம் வரும் என ஏசு தாஸ் சொல்கிறார். ''கிறிஸ்தினம்மாள் கூத்துக்கு சிலுவை நட்டுட்டாங்க. இனி கட்டாயம் மழை வந்துரும் அப்டின்னு ஊருக்குள்ள பேசிக்குவாங்க'', எனச் சொல்லி சிரிக்கிறார்.

''ஐயோ..அப்பிடி மழை பெஞ்சா நாடகம் எப்படி நடக்கும்?''

''அப்படித்தான். கட்டியக்காரன் முத வருவான், அடுத்து ராஜா வருவார். மழையும் வந்துரும். நிறுத்திருவோம். இனி கூத்து அடுத்த நாள் தான்.''

கிறிஸ்தினம்மாள் கதையைச் சொல்லும்படி ஏசுதாஸ் அண்ணனிடம் கேட்டேன். அவர் விவரித்த கதை இது. கிறிஸ்தினம்மாள் பல காலம் முன்பு வாழ்ந்த ஒரு இளம் பெண். சிறு வயதிலேயே கிறிஸ்தவத்துக்கு மாறுகிறாள். அவளது தந்தையான மாற்குவேல் அரசனால் வேற்று மதத்துக்கு மாறச் சொல்லி துன்புறுத்தப் படுகிறாள். அதற்கு மறுப்பு சொல்பவளை, மகள் என்றும் பாராமல் கொல்வதற்கு பல திட்டங்களை மன்னன் தீட்டுகிறான். அவளை வண்டிச்சக்கரம் ஒன்றில் கட்டி, அக்கினிச் சுவாலைக்குள் தள்ளுகிறான், தப்பித்துக்கொள்கிறாள். கடலில் எறிகிறான், அடுத்த நாளே வந்துவிடுகிறாள். இப்படிப் பல இன்னல்களைத் தாண்டி ஒருவழியாக கிறிஸ்தினாளுக்கு வேதசாட்சியாக இறக்கும் பாக்கியம் கடவுளால் தரப்படுகிறது. அவள் மேல் அம்பு விட வீரர்கள் அனுப்பப்படுகின்றனர். அவர்களிடம், 'என்னைக் கொல்ல வந்திருக்கிறீர்கள், உங்களுக்கு இடப்பட்டிருக்கும் கட்டளையைச்

செய்கிறீர்கள், செய்யுங்கள்', எனச் சொல்லி, இரண்டு அம்புகளைத் தாங்கி வேதசாட்சியாக விண்ணகம் செல்கிறார். இருபது ஆண்டு களுக்கு முன்புவரை கூட இந்தக் கூத்து முகையூரில் நடத்தப்பட்டது என ஏசு தாஸ் சொல்கிறார்.

இந்தக் கதை/நாடகத்துக்கு மூலக்கதை எந்தப் புனிதரின் கதை என்ற தேடலில் வந்த முதல் பெயர் - மூன்றாம் நூற்றாண்டில் வாழ்ந்த போல்செனா கிறிஸ்தினா/ டைர் கிறிஸ்தினாள் (Christina of Bolsena/ Christina of Tyre). பிற மதக் கடவுளர்களை வணங்க வற்புறுத்தப்பட்டு அதை மறுத்ததால், இதே போல பல முறை முயன்று இரண்டு அம்புகளால் கொல்லப்பட்ட வேதசாட்சி கிறிஸ்தினாள். 'கிறிஸ்தினம்மாளின் பக்தி' (Passion of Santa Cristina) ஐரோப்பாவில் முக்கியமான கலை வெளிப்பாடாக இருந்துள்ளது. அவர் பிறந்த இத்தாலியின் போல்செனா நகரில் இன்றும் இந்த நாடகம் ஜூலை மாதம் 23ம் தேதி போல்செனாவின் ஆலய வளாக மேடையில் நடத்தப்படுகிறது. 'சிற்றின்ப' நாடகம் (sensual) என இதைக் குறித்து ஆய்வு செய்திருக்கும் ஐவன் சென்சி (Ivan Cenzi) குறிப்பிடுகிறார். எங்கோ இத்தாலியில் இன்றும் நடத்தப்படும் பக்தி முயற்சியை முகையூரில் சில பத்தாண்டுகள் முன்பு வரை செய்திருக்கின்றனர்.

நாடகப் பிரதி எப்படி முகையூர் வந்தது என ஏசுதாஸிடம் விசாரித்தால், அவரது கூத்து வாத்தியார் கலைமாமணி மரிய ஃபிரான்சிஸுக்கு யாரோ வேட்டவலத்தில் இந்த கூத்து முழுவதும் எழுதிக் கொடுத்ததாகச் சொல்கிறார். ''எங்களுக்கு நாடக வாத்தியார் அவருதான், பஜனை வாத்தியார் அவருதான். ஆனா அவரு காலமாயிட்டார். அவருக்குப் பிற்பாடு எங்க மாமா அருளானந்து எடுத்துச் செஞ்சாரு. அவரும் காலமாயிட்டார். தொடக்கத்தில இருந்து, கடைசி மங்களம் பாடி முடிக்கிற வரைக்கும் எனக்குத் தெரியாத பாட்டே கிடையாது. இப்ப என்னைத் தவிர இங்க யாருக்கும் இது தெரியாது. எனக்கும் 75 வயசாச்சு. சின்னப் பசங்க நம்மகிட்ட படிச்சிக்கிட்டா பரவாயில்ல. அவுங்களுக்குதான் அதுலலாம் ஆர்வம் இல்லியே'', என குறிப்பிட்டு வருந்துகிறார்.

கிறிஸ்தினம்மாள் கூத்துக்குப் பின், சிசிலியம்மாள் நாடகம் போட்டிருக்கின்றனர். அதில் முழுக்க வசனங்களே இருந்தன எனச் சொல்கிறார் ஏசு தாஸ். தன் தாய்மாமன் காலத்தில் ஊரில் ஞானசவுந்தரி கூத்து நடந்தது என நினைவுகூர்கிறார். அவரது தாய்மாமா தான் ஞானசவுந்தரியாக வேடம் கட்டியவர் என்கிறார். கிறிஸ்தினம்மாள் கூத்தில் மங்களம் அப்படிப் பாடுவீர்கள் என கேட்டால், சட்டென அவரிடமிருந்து பாடல் வருகிறது.

தந்தை மகன் தேவனுக்கு மங்களம்
மங்களம் சுப மங்களம்
இந்த திருச்சபை ஆளுகின்ற மங்களம்
ஆண்டவரின் மங்களம்
அந்த தேவனின் மங்களம்
அன்னை மரியாளுக்கு மங்களம்
இந்த திருச்சபைக்கும் மங்களம்...

ஜூன் மாதம் இங்கு பூத்திருவிழா விமரிசையாக நடக்கும். திரு உடல், திரு ரத்தப் பெருவிழா என அதற்குப் பெயர். ஊரில் ஜூன் மாதம் பள்ளி தொடங்குவதற்கு முன்பு இந்த விழா நடைபெறுகிறது. பள்ளிகளுக்குப் படிக்கப் போகும் குழந்தைகளுக்காக, அவர்களுக்கும் ஊருக்கும் ஆசி கிடைக்க முகையூரில் ஜூன் மூன்றாம் வாரம் இந்த விழாவைக் கொண்டாடுகின்றனர். கல்விக்கு இந்தப் பகுதி மக்கள் தரும் முக்கியத்துவம் என்ன என்பதை ஜூன் மாதம் கொண்டாடப்படும் பூச்சொரிதல் விழா உணர்த்துகிறது. திவ்ய நற்கருணையை (Eucharist) குருவானவர் எடுத்துக்கொள்ள ஊரைச் சுற்றிவருகின்றனர்.

நற்கருணைக்கு முன்பாக தரையில் ஊர்மக்கள் மரியாதையின் நிமித்தம் புடவைகளை விரிக்கின்றனர். குரு நற்கருணைக் கிண்ணத்துடன் அதன் மேல் நடந்து செல்கிறார். அந்தப் புடவை முழுக்க பூச்சொரிகின்றனர். மல்லி, மயில்கொன்றை, வாடாமல்லி, போன்ற பூக்கள் இதற்குப் பயன்படுத்தப்படுகின்றன. ஆலயத்தில் வைக்கப்பட்டிருக்கும் பெட்டியில் ஊர் மக்கள் தங்களால் இயன்ற அளவு மலர்களை வாங்கிக்கொண்டுவந்து சேர்க்கின்றனர். பள்ளிக் குழந்தைகள் விரிக்கப்படும் புடவையில் பூக்களை சொரிகின்றனர். தூபம் போடப்பட்டு, நற்கருணை எடுத்துவரப்படுகிறது. ஊருக்குள் மூலைக்கு மூலை எட்டு இடங்களில் பந்தல்கள் போடப் படுகின்றன. அந்தப் பந்தல் ஒவ்வொன்றிலும் பாதிரியார் நின்று சிறு பிரசங்கம்/ஜெபம் செய்கிறார். பாடகர் குழு பாடிக்கொண்டே செல்லும். முன்பு சைக்கிளில் பலகை கட்டி, அதில் ஆர்மோனியம், தபேலாவை தள்ளிக்கொண்டே வைத்து இசைப்பார்கள்.

''இந்தப் புடவை விரிக்கிறத முன்னால எல்லாம் ஊருக்குள்ள இருந்த ஒரே ஒரு புதிர வண்ணார் குடும்பம் தான் செய்வாங்க. இப்ப அவுங்க செய்றதில்ல. நாலஞ்சு வருஷத்துக்கு முன்னாடி அந்தப் பழக்கத்த வேணாம்னு நிறுத்தியாச்சு'', என அசதா நினைவூட்டுகிறார்.

கிறிஸ்தவம் வருவதற்கு முன் இந்த ஊரில் பெரும்பாலும் ஒடுக்கப்பட்ட மக்கள் விவசாயக் கூலிகளாகத்தான் இருந்திருக்

கின்றனர். இந்தப் பகுதியில் உடையார் மக்களே நிலவுடைமைச் சமூகமாக இருந்திருக்கின்றனர். அத்திப்பாக்கத்திலிருந்தே ஒடுக்கப் பட்ட மக்கள் இங்கே வந்ததாகச் சொல்லப்படுகிறது. இந்தப் பகுதியில் வசிக்கும் கிறிஸ்தவர்கள் தங்களை இன்ன 'கொத்து' என அடையாளம் சொல்கின்றனர். இந்த 'கொத்து' என்பது ஒரு குழுப் பிரிவு (sect) என அசதா விளக்குகிறார். கொத்தின் பெயர் அந்த குடும்பத்தின் முதன்மை குடும்பத் தலைவரின் பெயராக இருக்கிறது; அல்லது அவர்களது பூர்வீக ஊரின் பெயராக இருக்கிறது. முகையூரில் பெரிய அத்தி, நடு அத்தி, சின்னத்தி என மொத்தம் மூன்று கொத்துகள் உண்டு. இந்தக் கொத்துகளிலேயே சில கொத்து அண்ணன் தம்பி முறையும், சில கொத்து மாப்பிள்ளை- மச்சினன் முறையும் கொண்டவர்களாக இருப்பார்கள். அப்படி கொத்தைப் பொறுத்து திருமண உறவுகள் செய்துகொண்டிருக்கின்றனர். இப்போது எல்லாம் மாறிவிட்டது எனச் சொல்கின்றனர்.

கோயிலுக்குள் பறை வாசிக்கப்படுகிறதா என்ற கேள்வியை முன்வைத்தேன். தலித் ஞாயிறு கொண்டாட்டங்களில் பறை இசைக்கப்படுகிறது என ஊரார் சொல்கின்றனர். ஆகஸ்ட் 10 அன்று தலித் விடுதலை நாள் கொண்டாடுவோம். அதை ஒட்டிய ஞாயிறு அன்று தலித் ஞாயிறு ஊர்வலம் நடக்கும். சில இடங்களில் ஊர்வலம் உண்டு, சில இடங்களில் கறுப்பு பேட்ஜ் மட்டும் அணிந்துகொள்வோம். தட்டி வைத்துக்கொண்டு, ஊர்வலம் போவதுண்டு. தலித் விடுதலை பற்றிய பாடல்கள் எழுதிப் பாடுவோம். அந்தந்த சூழலுக்கு ஏற்றாற்போல சிறப்பாகவே எழுதிப் பாடுவோம். இங்கு பல இளைஞர்கள் பாடல்கள் எழுதுவதுண்டு. இசையறிவு இங்கு அதிகமுண்டு. 1992-93ம் ஆண்டு தலித் கிறிஸ்தவர்களின் விழிப்புணர்வு மாநாடு ஒன்று புதுவையில் திட்டமிடப்பட்டது. அதை நடத்த முடியாமல் அப்போது அங்கு 144 தடையுத்தரவு போடப்பட, அந்த மாநாட்டை வெற்றிகரமாக முகையூரில் இம்மக்கள் நடத்தி முடித்த பெருமைக்குரியவர்கள். இன்றும் தலித் உரிமைப் போராட்டத்தில் முகையூரின் தலித் மக்கள் தலைமைப் பொறுப்புகளில் இருக்கின்றனர்.

''1996வாக்கில் ஆயர் மைக்கேல் அகஸ்டின் இங்கு வந்தபோது, தலித் மக்கள் தங்களுக்கு உரிய பிரதிநிதித்துவம் கேட்டு ஆயரின் ஆடையை இங்கே இழுத்ததாக சொல்லப்படுகிறது, அதனால் பெரும் குழப்பம் நேர்ந்தது. இந்த ஊரைச் சேர்ந்தவர்கள் ஆயரையே அடித்தவர்கள் என்றும் அப்போது பரபரப்பாகப் பேசப்பட்டது'', என அசதா சொல்கிறார். தலித் மக்களுக்கு கிறிஸ்தவக் கட்டமைப்பில் இருக்கும் இன்னல்கள் சொல்லி மாளாது தான்.

அதைப் பிறிதொரு பகுதியில் விரிவாகவே பார்ப்போம். அரசியல், மதம் என எல்லா தளங்களிலும் தொடர் ஒடுக்குதலுக்கு இவர்கள் பிறப்பால் மட்டுமே உள்ளாகிக்கொண்டு இருக்கின்றனர். இங்கே தலித் விழிப்புணர்வு மிக அதிகம் என அசதா குறிப்பிடுகிறார். முகையூரில் கிறிஸ்தவர்களில் மொத்தமும் தலித்துகள்தான் எனச் சொல்கின்றனர். ஊருக்குள் ஒரே ஒரு குடும்பத்தினர் மட்டும் இந்துக்களாக இன்றும் இருக்கின்றனர். அவர்களும் அவ்வப்போது ஆலயத்துக்கு வந்து செல்வார்கள் எனச் சொல்கின்றனர். பக்கத்து ஊரான இருதயபுரத்தில் செட்டியார், கவுண்டர், சக்கிலியர், ஆதிதிராவிடர் என நான்கு சாதி மக்கள் இருக்கின்றனர். அங்கு மூன்று கல்லறைத் தோட்டங்கள் இருக்கின்றன.

''மத்த ஊர்கள்ல இரண்டு பிரிவு கிறிஸ்தவர்கள் இருப்பாங்க, பிரச்னை வரும். இப்ப எறையூர்ல பார்த்தீங்கன்னா வன்னியர், தலித்னு ரெண்டு மக்களுமே உண்டு. அதுனால அங்க சிக்கல். இங்க அந்த மாதிரி சூழ்நிலை எல்லாம் இல்ல. எல்லாரும் வாத்தியாருங்க, மிலிட்டரிக்காரங்கன்னு தான் இங்க இருக்காங்க'', என எட்வர்ட் சொல்கிறார். 20ம் நூற்றாண்டின் தொடக்கத்திலேயே நிறைய பேர் இங்கிருந்து ராணுவத்துக்குப் பணியாற்றச் சென்றிருக்கின்றனர். தன் தாத்தா 1936ம் ஆண்டு ராணுவத்தில் ஹவில்தாராக இருந்து ஓய்வு பெற்றவர் என ஏசு தாஸ் சொல்கிறார்.

''இந்த ஊருல எல்லாருமே தலித் தான். வேற மக்களே கிடையாது அப்டிங்குறதால எந்த பாதிப்பும் நேரடியா எங்களுக்கு இல்ல. எல்லாரும் நல்லா படிச்சவங்க, வேலைகள்ல இருக்கிறவங்க. ஆனா தலித் விடுதலை ஞாயிறு பிரசங்கத்துல தலித், பறையர் அப்டின்னு சொல்ல பயன்படுத்தினாலே இங்க, என்ன சாமியார் இந்த வார்த்தை எல்லாம் பிரசங்கத்துல சொல்றாருன்னு சங்கடப்படுறாங்க. என்ன சாமி இப்டி எல்லாம் பிரசங்கத்துல பேசுறீங்கன்னு கேக்குறாங்க. மைக்க ஆஃப் பண்ணுங்க. மைக் இல்லாம நம்மக்குள்ள பேசலாம், அவுங்கல்லாம் கேட்டுருவாங்க அப்டின்னு சொல்றாங்க. இந்த தலித் ஞாயிறுக்குக் கூட மைக் போடாம உள்ள மட்டும் கேக்குற மாதிரி தான்நான் பிரசங்கம் வெச்சேன். அதுக்கப்புறம் வந்து கேக்குறாங்க...'ஃபாதர், என்ன இப்டி எல்லாம் நடக்குதா, இதெல்லாம் உண்மையா?' அப்டின்னு என்னை கேக்குறாங்க. 'ஆமா இப்படித்தான் நடக்குது. புள்ளைங்க வேலைவாய்ப்புக்கு போனா, மத்த சாமியார்கள் முன்னால, பிஷப் முன்னாலன்னு எங்க போனாலும், நம்ம என்னதான் படிச்சிட்டுப் போனாலும், நம்ம ஐடென்டிடி தான் முதல்ல பேசப்படுது. 'அவர் என்ன கம்யூனிட்டி ஃபாதர்? அவர் எஸ்.சி. கம்யூனிட்டியா?' அப்டின்னு கேக்கறாங்க'', எனச் சொல்கிறார் பங்கு குரு எட்வர்ட்.

''அப்போ நம்ம நல்லா படிச்சிட்டு, டிரெஸ் பண்ணிட்டுப் போனாக்கூட, நம்ம ஜாதி தான் அவுங்க கண்ல தெரியுது. இப்ப இவ்வளவு படிச்ச மக்கள் இந்த ஊர்ல இருக்காங்க. ஏன் ஒரு கவுன்சிலரா இவுங்க இல்ல, ஏன் ஒரு எம்.எல்.ஏ. இந்த ஊருல இருந்து வரல? அரசியல்ல எதுவுமே பெருசா சாதிக்க முடியல. இந்த ஊர் மக்களுக்கு அரசால எந்த விதத்துலயும் பெரிய அளவுல உதவி இல்லன்னு நான் பெர்சனலா நினைக்கிறேன். சாதி அடிப்படைல இவுங்க ஒதுக்கப்படுறாங்க. முக்கியமான அரசாங்க ஆபீஸ் எதுவும் இங்க வரல. இந்த மக்கள் நல்லா வளந்தவங்களா இருக்காங்க. இன்னும் அதெல்லாம் இங்க கொண்டு வந்துட்டா இவுங்க மேல வந்துருவாங்கன்னு இந்த மக்களை ஒடுக்குற வேலைய இன்னும் பண்ணிட்டு தான் இருக்காங்க. ஒரு பிடிஓ ஆபீஸ் இங்க கிடையாது, குடுத்த ரயில்வே ஸ்டேஷன எடுத்துட்டாங்க. குடிநீர், வடிகால் எல்லமே இங்க பிரச்னை தான்.''

''கூடங்குளம், குமரி மாவட்டத்தைச் சுட்டி அதுபோல இங்கு மக்களுக்கான முன்னெடுப்பை, குறிப்பாக அரசியல் விழிப்புணர்வை ரோமை கத்தோலிக்க சபை அதன் குருக்கள் மூலமாக ஏன் இங்கு செய்யவில்லை என கேட்டேன். ''இங்க கிறிஸ்தவர்கள் ஒவ்வொருத்தரும் ஒரு கட்சியில இருக்கிறது தான் பிரச்னை. பத்து பேர் இருந்தா பத்து கட்சியில இருக்காங்க. நம்ம எதுவும் பேச முடியல. அரசியல் இங்க சர்ச்ல பேச முடியல. தேர்தல் சமயத்துல கூடிப் பேசி முடிவெடுக்க நினைச்சாலும் கூட இங்க சுமுகமான முடிவு எடுக்கமுடியாது. நான் என் கட்சிக்குத்தான் பேசுவேன் ஃபாதர் அப்டின்னு பிடிவாதமா நிக்கிறாங்க. மறைமுகமா கட்டாயம் சொல்றேன். ஆனா இந்தக் கட்சிக்கு தான் ஓட்டுப் போடணும்னு சொன்னா, அடுத்த கட்சிக்காரன் சண்டைக்கு வந்துருவான். 'அவுங்கட்ட இருந்து காசு வாங்கிட்டாரா ஃபாதரு? அவுங்களுக்கு சப்போர்ட் பண்றாரு?' அப்டின்னு பேசிருவாங்க. ஒண்ணும் பண்ண முடியல'', என எட்வர்ட் சொல்கிறார்.

''கிறிஸ்தவ தலித்துகள் மட்டுமே இருக்கிறதால எங்களுக்கு என்னவெல்லாம் போச்சுன்னு கேளுங்க. முதையூர் தொகுதி போச்சு. மறுவரையறை செய்யும் போது முதையூரைத் தூக்கிட்டு திருக்கோயிலூரை தொகுதியா அறிவிச்சுட்டாங்க. அப்போ இங்க பெருசா ஒண்ணும் எதிர்ப்பு கிளம்பல. அந்த நேரம் மக்கள் கொஞ்சம் விழிப்புணர்வா இருந்திருந்தா போராடியிருக்கலாம். ஆனா அப்ப யாரும் எங்களுக்கு அந்த விழிப்புணர்வ தரல. முதையூர் தொகுதி, முதையூர் ஒன்றியம் அப்டிங்குற பேரே கசட்ல அழிக்கப்பட்டிருச்சுல்ல?'', என சமூக செயற்பாட்டாளர் ஜான்

போஸ்கோ கேட்கிறார். 60 ஆண்டுகளுக்கு முன்பு முகையூர் ஊராட்சி அலுவலகம் முகையூரில் தான் இருந்தது. ஆனால் ஒரு கட்டத்தில் இந்தப் பகுதியில் தொழுநோய், யானைக்கால் எல்லாம் நிறைய இருந்ததால், அலுவலகம் இங்கிருந்து 15 கிமீ தொலைவிலுள்ள மற்றொரு ஊருக்கு மாற்றப்பட்டது. அப்போது இங்கே கழிவறை வசதிகள் எல்லாம் வீடுகளில் கிடையாது. திறந்தவெளிக் கழிவறைதான். குடிதண்ணீரும் ரயில்ரோடுக்கு அருகேயுள்ள குளம் ஒன்றிலிருந்துதான் எடுக்கப்பட்டது. அதன் காரணமாக யானைக்கால் வியாதியும், தொழுநோயும் அதிகம் பரவியிருக்கிறது.

''அப்போ எல்லாம் இந்த மாதிரி ஆஃபிஸ் வேலை பிராமின்ஸ் தான செய்வாங்க? அவுங்க என்ன பண்ணிட்டாங்க தொழுநோய் உள்ள பகுதியில ஆஃபிஸ் வைக்கக் கூடாதுன்னு சொல்லிட்டு, இங்கருந்து 15 கிலோ மீட்டர் தொலைவுல உள்ள மணம்பூண்டி ஊருக்கு முகையூர் ஊராட்சி அலுவலகத்த கொண்டு போய்ட்டாங்க. இன்னைக்கும் 'முகையூர் ஊராட்சி ஒன்றியம்- (இருப்பு) மணம்பூண்டி' அப்டின்னு தான் போடுறாங்க. அந்த அலுவலகத்துக்கு வர்ற கடிதங்கள் எல்லாமே முகையூர் போஸ்ட் ஆஃபிசுக்கு வந்துரும். இங்க இருந்து தான் மறுபடி அத ரீடேரக்ட் பண்ணுவாங்க. அதே போல முகையூர் வந்து குறுவட்டம். ஆனா கட்சிகள் எல்லாம் சேர்ந்து சாதிய பார்த்துக்கிட்டு, பக்கத்துல இருக்கிற கண்டாச்சிபுரம் ஊர குறுவட்டமா மாத்த முயற்சி பண்ணினாங்க. ஆனா இந்த தடவை நாங்க விடல. கண்ட ஆர்ப்பாட்டம் பண்ணோம், சாலை மறியல் பண்ணோம். ஆனா எதுவுமே பலனில்ல. குறுவட்டமும் கண்டாச்சிபுரம் போயிருச்சு. ஆனா இன்னிக்கும் அங்க ஒரே ஒரு தாலுகா ஆஃபிஸ் மட்டும்தான் அங்க கட்டியிருக்காங்க, மத்த அலுவலகம் கட்டுறதுக்கு நிறைய எதிர்ப்பு தெரிவிச்சு கோர்ட் மூலமா போராடி வேற அலுவலகம் அங்க கட்டாம நிப்பாட்டி வெச்சிருக்கோம்'', என அந்தப் பகுதியின் சமூக செயற்பாட்டாளரும் அரசியல் ஆர்வலருமான ஜான் போஸ்கோ சொல்கிறார்.

''முகையூர்ல ரயில்வே ஸ்டேஷன் 133 வருஷமா இருந்துச்சு. ஆனா ஊருக்கு உள்ள இல்ல. ஒன்றரை கிலோமீட்டர் தள்ளியிருக்கு. இங்கருந்து விழுப்புரத்துக்கு ட்ரெய்ன்ல 10 ரூபா தான் சார்ஜ். ஆனா ஆட்டோவுக்கு அம்பது ரூபா குடுத்தாத்தான் ஸ்டேஷனுக்கு போகமுடியும். ட்ரெய்னுக்கு பத்து ஆட்டோவுக்கு அம்பது... இதுக்கு பேசாம அஞ்சு நிமிஷத்துக்கு ஒண்ணுன்னு வர்ற பஸ்ல போய்ரலாம்னு எல்லாரும் போறாங்க. ஸ்டேஷனுக்கு போறத யாரும் விரும்புறதில்ல. இடையில கான்டிராக்ட் எடுத்த நபர் ஒருத்தரு முறையா அந்த ஸ்டேஷன்ல வேல செய்யாததால (halt station) அத நிரந்தரமா ரயில்வேல மூடிட்டாங்க. அதயும் திரும்ப தொறக்கறதுக்கு முயற்சி பண்ணிட்டு இருக்கோம். ரயில்வே ஜி.எம்ம போய்ப் பார்த்திருக்கோம், எம்.பிய போய் பார்த்திருக்கோம்.''

''தொகுதி எம்பி ரவிக்குமார் கிட்ட அதுக்கு மனு எல்லாம் குடுத்தோம். முன்னாள் எம்.எல்.ஏ. ஒருத்தர பார்த்தோம், பாஜகல ஹெச் ராஜாவ போய்ப் பார்த்தோம். அடுத்த கட்டமா 12000 பேர்கிட்ட கையெழுத்து வாங்கி குடுக்க பிளான் பண்ணிட்டிருக் கோம். மக்கள் வசிக்கிற பகுதில புதுசா வேற ஸ்டேஷனுக்கு ஏற்பாடு பண்றோம்னு நிர்வாகம் சொல்றாங்க. ஆனா நிதியில்லன்னு சொல்றாங்க. பிளாட்ஃபார்ம் போட ஒரு கோடி ரூபா ஆகும், அதுக்கு ஃபண்ட் இல்லன்னு சொல்லிட்டாங்க. அதுக்கும் நாங்க கலெக்டர பார்த்து கேட்டோம். அவுங்க மண் அடிச்சிப் போட நான் பெர்மிஷன் தரேன், ஆனா என் கிட்ட அதுக்கு வசதி இல்ல. ஏரியோ குளமோ எங்கயாவது இருந்து நீங்க மண் அடிச்சு டெம்பரரியா போட முடியுமான்னு பாருங்கன்னு சொல்லிட்டாங்க. அதுக்கும் நாங்க சரின்னு சொல்லிட்டோம். ரயில்வே கிட்ட, 'நாங்க மக்களே பிளாட்ஃபார்ம் போடுறோம். ஹால்ட் ஒண்ண கொண்டு வாங்க. ஆறு மாசம் பாருங்க, நல்லா போச்சுன்னா அதுக்கப்புறம் நிரந்தர பிளாட்ஃபார்ம் போடலாம்னு கூட சொல்லிப் பார்த்துட்டோம். எங்களால முடிஞ்ச முயற்சிய இங்க ஸ்டேஷன் திறக்கறதுக்கு எடுத்துட்டு இருக்கோம்'', என தொடர்கிறார்.

தலித் மக்கள் பெரும்பான்மையினர் வசிக்கும் ஊர்; கிறிஸ்தவம் தழைத்திருக்கும் ஊர். ஆனாலும் இன்னும் அரசியல்படுத்தல் எதிர்பார்த்த அளவில் இல்லை என்றே தோன்றுகிறது. இந்தியாவின் முதல் தலித் ஆயரான சின்னப்பாவைத் தந்த ஊர் முகையூர். ஆனால் இந்த ஊரில் இன்று இத்தனை அருள்சகோதரிகள், குருக்கள் சபையில் இருந்தாலும், அவர்களது கைகள் பெரும்பாலும் கட்டப் பட்டுள்ளன. தங்கள் சுய அடையாளத்தை மறைத்தே வாழும் சூழலில் அவர்கள் இன்றும் இருக்கின்றனர். தலித்துகள் என்றே இவர்கள் மேல் அடையாளம் கட்டமைக்கப்படுகிறது. வீட்டுக்கு ஒருவர் ராணுவப் பணியில் இருந்தாலும், ஊர் முழுக்க முன்னாள் ராணுவத்தினர் நிறைந்திருந்தாலும், ராணுவத்திலும் மிக உயர் பதவிகளில் இந்த மக்களில் யாரும் இன்னும் அமர்ந்ததாகத் தெரியவில்லை. ஆசிரியப் பணியிலிருப்பவர்களோ, ஓய்வு பெற்ற ராணுவத்தினரோ முன்னெடுக்கும் பொதுக் காரியங்களும் பெரிய அளவில் வெற்றிதரவில்லை. அரசியல் சாசனப்படி இவர்களுக்குக் கிடைத்த உரிமைகளைக் கூட கொஞ்சம் கொஞ்சமாகத் தொலைத்

திருக்கின்றனர். இந்தியா யாருக்கான தேசம் என்ற அயர்வு தோன்றுவதைத் தடுக்கமுடியவில்லை.

அன்று இரவு 10 மணிவரை அசதா என்னுடன் கார் பஞ்சாயத்தை தீர்த்து வைத்துக்கொண்டிருந்தார். முகையூரில் ஆலய வளாகத்தின் நடுவே முன்பு பெரிய ஆலமரம் ஒன்று இருந்தது எனவும், அதைச் சுற்றி ஒரு காலத்தில் பேய்களை ஓடவிட்டு விரட்டியிருக்கின்றனர் என்றும் ஏற்கனவே பார்த்தோம் இல்லையா? அன்று காலை முகையூர் ஆலய வளாகத்திலிருந்த 'புதிய' ஆலமரத்துக்கு அடியில் வண்டியை நிறுத்தும் போதே, அது உறுமித்தான் நின்றது. அதன்பின் அதை டிரைவர் லிங்கம் எவ்வளவு நகர்த்த முயன்றும் நகரவில்லை. ஸ்டார்ட் ஆகவே இல்லை. ''பக்கத்தில் யாராவது மெக்கானிக் இருந்தால் பார்த்து வையுங்கள்'', எனச் சொல்லிவிட்டு, பாட்டுக் கேட்கும் ஆர்வத்தில், கார் புறப்படாத காரணத்தால் இருதயபுரத்துக்கு அசதாவுடன் வண்டியில் ஓடிவிட்டேன். லிங்கம் எங்கெல்லாமோ அலைந்து திரிந்து மெக்கானிக் தேடியிருக்கிறார், கிடைக்கவில்லை. நான் திரும்பி வரும்போதே அசதாவிடம் சொன்னேன், ''எனக்கு அந்தப் பேய் ஓட்டுற பாட்டை எப்படியாவது பதிவு செய்யணும்''.

பேய் ஓட்டுபவரின் மகனான அம்புரோஸோ, அந்தப் பாடலை அப்படி சும்மா எல்லாம் பாடிவிடமுடியாது என்றார். பக்கத்தில் இருந்த இன்னொருவர், பேய்களை ஓட்டுவதால் பேயோட்டுபவர் கள் உடல்நலமின்றிப் போவார்கள் என அச்சமூட்டினார். மாலை மங்கிய பின் முகையூர் திரும்பினால், கார் விட்ட இடத்தில் அப்படியே எந்த முன்னேற்றமும் இன்றி நின்றது. கூடி நின்ற முகையூர் நண்பர்கள், பேட்டரி ஒன்றைக் கொண்டு சார்ஜ் போட்டால், எஞ்சின் உயிர்ப்பித்துக் கொள்ளும் எனச் சொல்ல, கூகிளில் தேடி பக்கத்து மெக்கானிக் ஒருவரை பேட்டரியுடன் வரச்சொன்னோம். அவர் ஒரு மணிநேர கொசுக்கடி காத்திருப்புக்குப் பின் கொண்டு வந்த பேட்டரி சைக்கிள் டைனமோவை விட மோசம். காரில் எந்த அசைவும் தென்படவில்லை. வேறொரு பெரிய பேட்டரி கொண்டு வருவதாகச் சொல்லி மீண்டும் அரைமணி காக்க வைத்தார். மீண்டும் பாசிடிவ் நெகடிவ் ஒயரை இருளில் தேடித் தடவி கிளிப் போட்டால், இப்போதும் கார் அசையாமல் சிலையாக நின்றது. இன்று இரவு நான் முகையூரில் தான் யார் வீட்டிலாவது இடம் பிடித்துத் தூங்கவேண்டும் என்ற கவலையை விட, பேய்ப் பாட்டு பதிவு செய்யப் போக முடியாததுக்கும் தொண்டையை அடைத்தது.

அசதாவின் உறவினர் ஒருவர் இங்கு நடந்த பஞ்சாயத்தைப் பார்த்துவிட்டு, ''சிஸ்டர், என் இண்டிகாவைக் கொண்டுவரேன்.

அதை ஸ்டார்ட் பண்ணி ஓடவிட்டு, அதுலருந்து உங்க கார் பேட்டரிய சார்ஜ் பண்ணிப் பார்ப்போம்'', என்றார். அப்போதைக்கு நான் நெருப்பில்கூட சார்ஜ் போட்டுக்கொள்ள தயாராக இருந்தேன். அவரது காரைக் கொண்டு வந்து அதிலிருந்து மெல்லிய ஒயர் கொண்டு என் காரின் பேட்டரியில் தொடர்பு தந்தால், ஹ்ம்ம்ம்ஹ்ஹூம்ம்ம். எந்த சலனமுமில்லாமல் இடித்த புளியாக என் கார் நின்றது. ஒரு வேளை இது அந்த ஆலமரத்துப் பேய்களின் வேலையாக இருக்குமோ? ''இது சின்ன கார். அதான் ஸ்டார்ட் ஆகல போல. நம்ம ஃபாதர் கிட்ட இருக்குற ஸ்விஃப்ட் வண்டிய கேப்போம் சிஸ்டர், அத வெச்சு சார்ஜ் போட்டுப் பார்ப்போம்'', என அடுத்த ஐடியா என்னிடம் தரப்பட்டது. இயேசு கிறிஸ்துவிடம்கூட இப்போது நான் கார் கடன் கேட்கும் மனத்துணிவுடன் இருந்தேன். ''சரி, ஃபாதர் கிட்ட கேப்போம்'', என நான் சொன்ன நொடி, பக்கென மின்சாரம் போனது. இருள் கருமேகமாக எங்களைச் சூழ்ந்தது. நெற்றிப் பொட்டிலிருந்து வியர்வை வடியத் தொடங்கியது.

''ஃபாதர் கிட்ட கேப்போம், எதுக்கும் இவுங்க கொஞ்சம் பெரிய ஆம்ப் ஒயர போட்டுப் பார்க்கட்டும். நீங்க வாங்க'', என அசதா அழைத்தார். சாமியார் பங்களாவை நோக்கி நாங்கள் எட்டு வைத்தது தான் தாமதம், என் கார் எஞ்சின் உறுமியது. வண்டி ஸ்டார்ட் ஆகிவிட்டது. மகிழ்ச்சியில் எனக்கு வாயெல்லாம் பல். ஆமாம், சாமியார் வண்டியைக் கேட்போம் என்றதுமே பேய் நம் வண்டியைக் கிளப்பிவிட்டதே, அடடே என ஆச்சர்யப்பட்டுக்கொண்டே வண்டிக்குத் திரும்பினேன். இனி வண்டி தொடர்ந்து ஓடிவிடும் எனவும் பேட்டரியில் தண்ணீர் தீர்ந்துபோனால் இது போன்ற சிக்கல்கள் வரும் என்றும் கூறிய டிரைவருடன் வண்டியில் ஏறினேன்.

அசதாவுக்கு மனம் கேட்கவில்லை. போங்கள், பார்த்துக் கொள்ளலாம் என எவ்வளவு சொல்லியும் அவர் கேட்டபாடில்லை. ''பரவாயில்லை, நானும் விழுப்புரம் தான போகணும், வண்டி வழியில எங்கயும் நின்னுட்டா கஷ்டம். உங்க கூடவே பைக்ல பின்னாடி வரேன்'' என கிளம்பினார். அங்கு எனக்கு உதவி செய்யக் குழுமியவர்கள் யாருக்கும் என்னை யாரென்றே தெரியாது. அத்தனை பேரும் அசதாவுக்காக எனக்கு உதவவந்தவர்கள். அந்த ஊரின் மண்ணின் மைந்தருக்கு இவ்வளவு மதிப்பைத் தருகின்றனர். மகிழ்வாக இருந்தது. கார் நிற்காமல் விழுப்புரம் வரை சென்றுவிட்டது. போகும் வழியிலேயே வண்டியை மெக்கானிக் ஒருவரிடம் காட்டி, பேட்டரி மாற்றவேண்டும் என்றால் மாற்றிவிடுமாறு அசதா சொல்லியிருந்தார்.

அவர் சொன்ன மெக்கானிக்கை விழுப்புரம் ஊருக்குள் தேடிக் கண்டுபிடித்துப் போனால், அவர் இன்னொரு கடையைக் கைகாட்டி புது பேட்டரி வாங்குங்கள், அதுதான் நல்லது என்றார். டிரைவரோ, ''மேடம் அதெல்லாம் வேண்டாம், அம்பது ரூபா குடுங்க, டிஸ்டில்டு வாட்டர் பக்கத்து பங்க்குல வாங்கி ஊத்துவோம். அது காலியானதால தான் வண்டி ஸ்டார்ட் ஆகல'', என பிடிவாதம் செய்தார். பேட்டரி கடைக்காரர் தனியே நம்மைப் பார்த்ததும் முடிவு செய்துவிட்டார். 6500 ரூபாய் பேட்டரி ஒன்றை தத்தெடுக்கப்போகும் தாய் நான் தான் என விடாப்பிடியாக அதை என்னிடம் மார்க்கெட் செய்வதில் உறுதியாக இருந்தார். எதற்கும் 50 ரூபாய் தெண்டத்தை முதலில் அழுது பார்ப்போம் என டிஸ்டில்டு வாட்டர் வாங்கி ஊற்றினோம். வண்டியை நான்கு முறை உயிர்ப்பித்து, அணைத்தோம். சமர்த்தாக இருந்தது. அசதாவும் அதற்குள் பைக்கில் வந்துவிட, இரவு 10.30 மணிக்கு விழுப்புரம் சாலையில் நின்று என்ன செய்வது என ஆலோசனை செய்தோம். அடுத்த நாள் காலை வண்டியை ஸ்டார்ட் செய்து பார்ப்பது எனவும், பிரச்னை வந்தது என்றால், பேட்டரியை மாற்றிவிடுவது என்றும் ஏகமனதாக சிக்னல் அருகே தீர்மானம் நிறைவேற்றப்பட்டது. அன்று இரவு ஓட்டலில் தங்கி, காலை வண்டியைப் பார்த்தால், அழகாக ஸ்டார்ட் ஆகி, ஹாய் சொன்னாள். ஆனாலும் அந்தப் பேய்ப் பாட்டு பதிவு செய்யமுடியாமல் போனதே என வருத்தம் மேலிடுகிறது.

சான்றுகள்

- History of Pondicherry Mission, P A Sampath Kumar & Andre Carof - Department of Christian Studies, University of Madras, 2000
- முகையூர் மகிமைமாதா திருத்தல மலர், ஆலய வெளியீடு
- முகையூர் மகிமை மாதா நவநாள் ஜெபங்கள், ஆலய வெளியீடு
- mugaiyurasadha.blogspot.com/
- web.archive.org/web/20090512171824/
- www.basilicasantacristina.it/html/passio.htm
- www.pondicherryarchdiocese.org/webresources/pages/parishes/pdf/thirukoilur.pdf
- www.bizzarrobazar.com/en/2015/07/26/i-misteri-di-santa-cristina/

22

தேம்பாவணி தந்த கோணான்குப்பம்

பாளையக்காரர் கச்சிராயர், சீர்த்தட்டில் மாதாவுக்கு சேலை, பழம், பூ கொண்டுவருவார். மேடையிலிருக்கும் குருவானவரிடம் அதைத் தருவார். குரு தட்டை வாங்கிக்கொண்டு இவருக்குப் பொன்னாடை போர்த்தி பதில் மரியாதை செலுத்துவார். பின்னர் குருக்கள், கச்சிராயர் தேரைத்தொட, மாதாவின் தேர் பவனி தொடங்கும்.

●

வருந்திய நசையால், நானும்
வரைந்தவை வரைந்து காட்ட,
திருந்திய தமிழ்ச் சொல் இல்லால்,
செவிப் புலன் கைப்ப நல்லோர்
பொருந்திய குறைகள் நோக்கின்
புணர்ந்த மண் கலத்தைப் பாராது,
அருந்திய அமுது நன்றேல்,
அருத்தியோடு அருந்தல் செய்வார்.
சீரிய மறை நூல் பூண்ட
செழும் தவத்து அரிய மாட்சி
நேரிய உளத்தில் ஓங்கி,
நேமி காத்தவனைக் காத்த,
வேரி அம் கொடியோன் காதை
விளம்ப, அக் கொடியின் பைம்பூ,

ஆரியனூரில் தேம்பாவணி
எனப் பிணித்தல் செய்வோம்.

- நூல் வந்த வழி, தேம்பாவணி, வீரமாமுனிவர்

காலை ஒன்பது மணி சுமாருக்கு அசதா தோழர் அழைத்தார். ''நிவேதிதா, கௌம்பியாச்சா?''

''ஆமா சார்... கோணான்குப்பத்துக்கு போய்ட்டே இருக்கேன். ஆன் தி வே.''

''வண்டி எதுவும் பிரச்சனை பண்ணலியே?''

''அதெல்லாம் ஒண்ணும் இல்ல சார். சமத்தா கிளம்பி வந்துடுச்சு..''

அடுத்த ஒரு மணி நேரத்தில் கோணான்குப்பத்தில் இருந்தோம். கோணான்குப்பம் என்ற ஆரியனூர். இங்கு தான் தேம்பாவணி என்ற காப்பியத்தை வீரமாமுனிவர் எழுதினார். ஆரியனூர் இன்று 'கோணான்குப்பமாக' மாறியிருக்கிறது என தன் 'தேம்பாவணி கண்ட திருத்தலம்' நூலில் மதுரம் நம்பி குறிப்பிடுகிறார். சூசை-மரியின் வாழ்வையும், கிறிஸ்துவை அவர்கள் உலகுக்குக் கொண்டு வந்த கதையையும் அழகுத் தமிழில் காப்பியமாக வீரமாமுனிவர் படைத்து, அதை மதுரைத் தமிழ்ச்சங்கத்தில் அரங்கேற்றியிருக் கிறார். அந்தக் காப்பியத்தில் அதை 'ஆரியனூரில்' இயற்றியிருக்கிறேன் என வீரமாமுனிவர் குறிப்பிட்டுள்ளார்.

இந்தப் பெயரை வீரமாமுனிவர் இவ்வூருக்கு ஏன் குறித்தார் என்பது பற்றிய தெளிவு நம்மிடம் இல்லை. ஆனால் ஒரு காலத்தில் இந்த நிலம் மேய்ச்சல் நிலமாக இருந்துள்ளது என்றும், அதில் ஆடுமாடுகளை மேய்த்துக் கொண்டிருந்தவர்களுக்கு அந்தப் பகுதி ஓநாய்கள் தொல்லை தந்ததாகவும் சொல்லப்படுகிறது. அதனால் 'ஓநாய்க் கூட்டம்' என அழைக்கப்பட்ட இடம், 'ஓநாய்க்குப்பமாக' மருவி, பின்னாளில் கோணான்குப்பமாக ஆனது என தனது சோழர்கள் நூலில் நீலகண்ட சாஸ்திரி எழுதியிருக்கிறார். கோனார் இன மக்கள் அதிகம் வசித்த பகுதி என்பதால் அந்தப் பெயர் எனச் சொல்லும் ஆய்வாளர்களும் உண்டு. ஆனால் இன்று கோணான்குப்பத்தில் இடையர் மக்கள் கிடையாது. தலித் கிறிஸ்தவர்கள்தான் இவ்வூரில் அதிகம். வீரமாமுனிவர் எழுப்பிய முதல் சிலுவை வடிவக் கோயில் இங்கு இருக்கிறது. அதைப் பார்க்கத்தான் இந்தப் பயணம்.

ஆலய வாசலில் ஒரு பெண் குப்புற விழுந்து வணங்கிக் கொண்டிருந்தார். ஏதோ வருத்தமாக இருந்தார் போல. தலையை நிமிர்த்தி, மண்டியிட்டு ஆலயத்தை நோக்கிக் கும்பிட்டுக்

பெரியநாயகி மாதாவுக்குத் தொட்டில், தாலி நேர்ச்சை, சேலை அணிவிப்பு

கொண்டிருந்தார். அவர் கண்களில் கண்ணீர். அவர் அங்கிருந்து நகர்வதற்காக சற்று நேரம் அமைதியாகக் காத்திருந்தேன். அவரது அமைதியை, பிரார்த்தனையை நடுவே இடைமறித்து உள்ளே செல்ல மனம் ஒப்பவில்லை. ஆனால் என்னைக் கடந்து ஒரு பெருங்கூட்டம் அந்த அம்மணியை ஒதுக்கிவிட்டு உள்ளே சென்றது. நானும் வேறுவழியின்றி பின் தொடர்ந்தேன்.

சிலுவை வடிவக் கோயிலின் பீடத்தில் இதுவரை நான் கண்டதிலேயே மிக அழகிய மாதாவின் சுரூபம், பட்டுரோஸ் வண்ண பட்டுச்சேலையுடுத்தி, கையில் பாலனைத் தாங்கி நின்றிருந்தது. பெரியநாயகி மாதா. காதுகளில் பெரிய ஜிமிக்கி கண்ணைப் பறித்தது. கழுத்திலும் பெரிய கழுத்தணி, ஆரம். பத்தடி உயர தூபியில் வைக்கப்பட்டுள்ள ஆளுயர சுரூபம் அது. அங்கேயே ஒரு ஓரமாக உட்கார்ந்துவிட்டேன். சட்டெனக் கடந்து சென்றால் அது ஒரு ஐரோப்பிய சிற்பம் என தோன்றாத அளவுக்கு தமிழ்த் தன்மை பெரியநாயகி சுரூபத்துக்கு உண்டு. மாதாவின் வலது பக்கத்தில் குழந்தை ஏசு சுரூபம், இடதுபக்கம் சூசையப்பர் சுரூபம்.

பீடத்தின் முன்பாக காய்ந்து, வார்னிஷ் செய்யப்பட்ட மரம் ஒன்றின் மேல் மற்றொரு மாதா சுரூபம். அதனருகே '1712ம் ஆண்டு

வீரமாமுனிவரால் கொண்டுவரப்பட்ட சுரூபம்' என்ற பதாகை சுவற்றில் ஒட்டப்பட்டிருந்தது. இந்த சுரூபத்தைச் சுமக்கும் மரத்தில் மக்கள் தங்கள் வேண்டுதல்/செபச் சீட்டுகளை மாலையாகக் கட்டி அங்கங்கே சூட்டியிருந்தார்கள். ஒன்றிரண்டு வேண்டுதல் தாலிக் கயிறுகள் தொங்கிக்கொண்டிருந்தன. கோயிலைச் சுற்றிவிட்டு அதன் பின்பகுதிக்கு வந்தேன். அங்கேயும் சேலைகட்டிய மாதா சுரூபம் ஒன்று பக்தர்களின் பக்தி முயற்சிக்காக வைக்கப்பட்டுள்ளது. அதன் பக்கத்திலேயே பிறந்த குழந்தைகளைப் போட்டு வேண்டுதலை நிறைவேற்றும் மரத்தாலான தொட்டில் இருந்தது.

இது போன்ற 'வேண்டுதல் நிறைவேற்றும் தொட்டிலை' திருக்கருகாவூர் கர்ப்பரட்சாம்பிகை கோயிலில் பார்த்ததுண்டு. அங்கு நாயனம் முழங்க, மேளதாளத்துடன் பச்சிளம் குழந்தையை இது போன்றத் தொட்டிலில்லிட்டு, பெற்றோர் கோயில் திருச்சுற்றை சுற்றி வலம் வருவதுண்டு. கர்ப்பரட்சாம்பிகை போலவே பெரியநாயகியும் குழந்தை வரம் தருபவள் என பக்கத்தில் நின்று கொண்டிருந்த பணிப்பெண்ணிடம் கேட்டு உறுதிசெய்துகொண்டேன். சுரூபத்தின் அருகே இன்னொரு மரம் தெரிந்தது. அதிலும் கொத்துக் கொத்தாக மஞ்சள் கயிறுகள், கர்சீப் தொட்டில்கள், மரத்தொட்டில்கள், செப மாலைகள் அணிவகுத்தன. சுரூபத்தின் பின்னால் 'குழந்தை வரம், திருமண வரம், குடும்ப நலன் நல்கும் புனித பெரியநாயகி அம்மா, எங்களுக்காக வேண்டிக் கொள்ளும்' என எழுதப்பட்டிருந்தது.

காணிக்கை ஸ்டாலில் கர்சீப் தொட்டில் இருபத்து ஐந்து ரூபாய், மரத்தொட்டில் 50 ரூபாய், மஞ்சள் கிழங்கு கட்டப்பட்ட மஞ்சள் கயிறு இருபது ரூபாய், செப்பினாலான உருவங்கள் 40, 50 ரூபாய் என வரிசையாக வைக்கப்பட்டுள்ளன. மாதாவுக்கு அணிவிக்கப் பட்ட காணிக்கை புடவைகளை பொதுமக்கள் வாங்கிச்செல்ல விற்பனைக்கு வைத்திருக்கின்றனர்.

இந்த காணிக்கைப் புடவைகள் பெரியநாயகிக்கு அணிவிக்க மக்கள் நேர்ந்துகொண்டு வாங்கித் தருபவை. மாதாவுக்கு ஒரு நாள் அணிவிக்கப்பட்டு, இவை விற்பனைக்கு வருகின்றன. இதை வாங்கி உடுத்திக் கொள்வதால் திருமணம் நடக்கும், குழந்தை பிறக்கும் என பக்தர்கள் நம்புகின்றனர். ஸ்டாலுக்கு வலதுபக்கம் குருக்கள் இல்லம் அமைந்துள்ளது. 'குருக்கள் இல்லம், வருக வருக' என்ற வரவேற்பு பெரிதாக ஸ்டாலின் மேல் எழுதப்பட்டிருக்கிறது. இப்படி மக்களை வரவேற்கும் குருக்கள் இல்லத்தை நான் இதுவரை கண்டதில்லை. பங்கு குரு அலுவலகத்துக்கு தகவல் சேகரிக்கச்

சென்றேன். அருட்தந்தை தேவசகாயராஜ் அறைக்குள், அவரது இருக்கைக்கு நேர் மேலே பெரியநாயகி சுரூபமும், அதன் கீழே தேம்பாவணி நூல்களும் வைக்கப்பட்டுள்ளன.

''முதல்ல வீரமாமுனிவர் இங்க வந்து தெலுங்கு, சமஸ்கிருதம் மொழிகளை படிச்சிருக்கார். பெயரை தைரியநாதர்னு மாத்திக்கிட்டார். அது சமஸ்கிருதப் பெயர்னு சொல்லி, தமிழ் படிச்சப்புறம் வீரமாமுனிவர் அப்டின்னு மாத்தி வெச்சிக்கிட்டார். தமிழ்ல பாண்டித்யம் பெற்று பல நூல்கள் படைச்சிருக்கார். அதுல தேம்பாவணி கிளாசிக்கல் ஒர்க். ஆலயங்களை பெரும்பாலும் வெஸ்டர்ன் முறையில கட்டுனாக் கூட, தேர், ஆலய வழிபாடுகள் எல்லாம் தமிழ் முறைப்படி பண்ணினார் அவர். காமநாயக்கன் பட்டியில தேர் செஞ்சு வெச்சிருக்கார். அத இன்னும் அங்க பயன்படுத்துறாங்க. ஆனா இங்க அவர் தேர் செஞ்சதா தெரியல. மாதாவோட உருவத்தை இங்கு வைக்கணும் அப்டிங்கும் போது, தமிழ்ப் பெண் போல படம் வரைஞ்சு பிலிப்பைன்சுக்கு அனுப்புறார்.''

''மணிலாவுல இருந்து மரத்தாலான சுரூபத்தை வரவெச்சு தவமிருந்து அத மேல் ஏத்திடுறார். இங்க பொங்கல் வைக்கிறது தான் ஸ்பெஷல். எப்ப வேணும்னாலும் நேர்ந்துக்கிட்டவங்க வந்து கோயில் வளாகத்துல பொங்கல் செஞ்சு, கோயில் முன்னாடி- மாதா முன்னாடி படைச்சிட்டு எல்லாருக்கும் சின்னச் சின்ன கப்புல பிரசாதம் மாதிரி குடுக்குறது வழக்கம். மத்த எடத்துல கெடா வெட்டுற மாதிரி இங்க சாமிக்கின்னா பொங்கல் தான். நன்றியாவும் செய்வாங்க. வேண்டுதலாவும் பொங்கல் செய்வாங்க. ஒரு காலத்துல கிராமத்து பெண்கள் கும்மி அடிச்சி தேர் பின்னாடி போயிருக்காங்க'', என அருட்தந்தை தேவசகாயராஜ் சொல்கிறார்.

''திருவிழா தை மாசத்துல. ஜனவரி 14 கொடியேற்றம், 23 திருவிழா. ஒவ்வொரு வருஷமும் யாராவது கொடி செஞ்சு குடுப்பாங்க. தேர தூக்கிவிட முகாசா பரூர் பாளையக்காரர் வருவார். ஏன்னா அந்தப் புதுமையினால தான இங்க ஊர் உருவாச்சு?அவருக்குக் குழந்தை இல்லாம குழந்தை கிடைச்சதுனால நன்றியா இத செய்றார். அவுங்களுக்கு இது குலதெய்வம். அவுங்க கிறிஸ்டியன்சா மாறல, ஆனா அவுங்க குலதெய்வம் பெரியநாயகி தான். பக்கத்துல மங்களம்பேட்டை மங்களநாயகியும் அவுங்களுக்கு குலதெய்வம் தான், இதுவும் குலதெய்வம் தான். அம்மன் வழிபாட்டுல இருந்து வந்ததால, இங்க கிறிஸ்டியன்சும் இவுங்கள குலதெய்வமாத்தான் பார்ப்பாங்க. மாதா அப்டின்னு எல்லாம் சொல்றதில்ல. அம்மா

தான். அந்த தெய்வ வழிபாட்டின் அடிப்படையிலதான் இங்க பொங்கல் வைக்கிறது. நல்ல காரியத்த ஆரம்பிக்கிறதுக்கு முன்னாடி இங்க வந்து ஜெபம் சொல்லிட்டு தான் செய்வாங்க. மண்டியிட்டு வெளிகேட்ல இருந்து கோயில் உள்ள வரைக்கும் நேர்ந்துக்கிட்டு வருவாங்க. அதான் மணல் பரப்பி வெச்சிருக்கோம்'', என தேவசகாயராஜ் சொல்கிறார். ஆலயத்தின் வாசலில் மண்டியிட்டு நின்ற அந்த அம்மாளின் முகம் நினைவுக்கு வந்தது. என்ன வேண்டினாரோ...

''தொட்டில் கட்டுற பழக்கம், மஞ்சள் கயிறு கட்டுற பழக்கம் உண்டு. வேண்டுறதுக்கும், நன்றிக்கும் பெரும்பாலும் பெரிய நாயகிக்கு புடவை சாத்துவாங்க. மாதாவுக்குக் கட்டின புடவைன்னு அத சில பேர் வாங்கிட்டும் போவாங்க. குழந்தை இல்லாதவங்க இந்தப் புடவையை வாங்கிட்டுப் போய் கட்டிட்டு, குழந்தை பிறந்தப்புறம் நன்றிக்கும் புடவை சாத்துவாங்க. மாதாவுக்குப் புடவை வாங்கிட்டு வந்தாக்கா, அது கிஃப்ட் வாங்கிட்டு வந்த மாதிரி. ஒரு பெண் வீட்டுக்கு வாங்கிட்டுப் போற மாதிரி கிஃப்ட். பெரும்பாலும் இப்படி புடவை குடுத்தாங்கன்னா, இங்க உடனே அத மாதாவுக்குக் கட்டிருவாங்க. திருவிழா டைம்ல மட்டும் அப்படிப் பண்ணமுடியாது.''

''ஒரு காலத்துல இங்க பாஸ்கு விழா நல்லா நடந்திருக்கு. இந்த எடம் பேப்டிசம் சென்டர். பெரும்பாலும் மிஷனரிகள் அங்கங்க போய் போதனை பண்ணிட்டு, அப்பப்ப ஞானஸ்நானம் குடுக்க எல்லாரையும் மொத்தமா இங்க வரச்சொல்லி குடுக்குறதுண்டு. எல்லாரும் இங்க வர்றதால 'பாஸ்கா பாவனை' இங்க வச்சிருக்காங்க. சுத்தி இருக்கிற கிராமத்து மக்களும் அதுக்கு வர்றதுண்டு. இந்த மறைமாவட்டத்தில அத பெருசா வரவேற்கல. மக்கள் எல்லாரும் இங்க வந்துர்றாங்க. பாஸ்கா பங்கோட சேர்ந்து கொண்டாடவேண்டியது. கிறிஸ்தவ வாழ்க்கையோட மையம் பாஸ்காதான். அதை குடும்பமா பங்குகள்ல கொண்டாடாம இங்க வந்து செய்றது சரியில்லன்னு இத தடுத்துட்டாங்க. அதை நிறுத்தியாச்சு. திருவிழாவோட தவில், நாகசுரம் பயன்படுத்து வோம். தேர் அன்னைக்கு பெரிய தேர் எடுப்போம். எறையூர்ல இருந்து வந்து இங்க தேர் கட்டுவாங்க. மூங்கில்ல செஞ்சு ஒரே நாள்ல சேர்த்துருவாங்க. அவுங்களுக்கு பணம் குடுத்துட்டா, அவுங்க எல்லாம் செஞ்சிருவாங்க.''

''ஜூன் மாசம் நற்கருணை விழா சமயம் நற்கருணை பவனி உண்டு. முன்ன மாதா சுரூபமும் வெளிய ஊருக்குள்ள பவனி போயிருக்கு.

ஆனா காஸ்ட் பிரச்னைல அத நிறுத்தியிருக்காங்க. இப்ப சர்ச்ச சுத்திதான் வரும். வெளிய போகாது. இங்க இந்த வளாகத்த சுத்திதான் தேர் எல்லாம். 20-30 வருஷத்துக்கு முன்னாடி தெரு எல்லாம் சுத்தி போய்ட்டுதான் வந்திருக்கு. அதுல தகராறு வந்து நிறுத்திட்டாங்க. அப்பர் காஸ்ட் ஆளுங்க ஊர்த் தெருவுக்குள்ள சுரூபம் போகக் கூடாதுன்னு பிரச்னை பண்ணினதால இப்ப போறதில்ல. தேருக்குப் பின்னால உப்பு தெளிக்கிற பழக்கம் உண்டு. பூத்திருவிழா இங்க உண்டு. நான் இங்க வந்து ரெண்டு வருஷம் ஆச்சு. இதுவரை பண்ணல. இங்க மெஜாரிட்டி தலித் கிறிஸ்டியன்ஸ்தான் இருக்காங்க. தலித் ஞாயிறு அப்ப ஒவ்வொரு வருஷமும் பிஷப்ஸ் எந்த தீம் சொல்றாங்களோ அதை வெச்சு விழா எடுத்துப் பேசுவோம். விழாக்கள்ல கோயிலுக்கு வெளிய பறையும் உண்டு, கோயில் மேளமும் உண்டு. பறை மேளத்துக்கு இங்க ஒரு டீம் இருக்கு, நம்ம சொல்லிவிட்டா, அவுங்க செய்றாங்க. வாய்ப்புக் குடுத்தா செய்வாங்க. தேர் டைம்ல பறையும், கோயில் மேளமும் உண்டு. தேருக்குப் பின்னால ஜெபம், பாடல் தான் உண்டு.''

''பக்கத்துல 2 கிலோமீட்டர்ல பரூர் கிராமம் இருக்கு. அதுதான் பூர்வீகமான பழைய ஊர். இந்த ஊர் பின்னால வந்த செட்டில்மென்ட் தான். இங்க எல்லாருமே வெளிய இருந்து வந்து தங்கிட்டாங்க. 300 வருஷத்துக்கு முன்னாடி இந்த இடம் காடாத்தான் இருந்திருக்கு. பாளையக்காரங்க இங்க இடம் ஒதுக்கிக் குடுத்திருக்காங்க. அதுல சர்ச்ச கட்டி, ஊரை உருவாக்கியிருக்காங்க. இவுங்க எல்லாம் பரூர்ல இருந்து வந்தவங்கதான். தலித் மக்கள் வரதராஜன்பேட்டை மாதிரி இடங்கள்ல இருந்து இங்க வந்து செட்டில் ஆயிருக்காங்க. நவநாள் பாடல் ஒண்ணு இப்ப ரெடி பண்ணியிருக்கோம். மத்தபடி வீரமாமுனிவர் சொல்லித்தந்த ஜெபம், பாட்டு எல்லாம் எதுவும் இங்க தனியா பயன்படுத்துறது இல்ல. திருவிழா டைம்ல காசிமேடுல இருந்துதான் நிறைய பக்தர்கள் வருவாங்க. சேலம், வேளாங்கன்னி, கன்னியாகுமரி, ஹைதராபாத், கேஜிஎஃப்ல இருந்து பக்தர்கள் வருவாங்க.''

''இந்த சுரூபம் சென்னை போர்ட்ல வந்து இறங்கின பிறகு, காசிமேடு மக்கள் தான் இங்க கொண்டாந்து சேர்த்தாங்க அப்டின்னு சொல்றாங்க. இது ஓரல் ட்ரெடிஷன்தான். சேலம், மத்த ஊர்கள் எல்லாம் மக்கள் கேள்விப்பட்டு பார்க்கவந்ததுதான். வீரமாமுனிவர் பிறந்தநாள், இறந்தநாள் சிறப்பா இங்க செய்வோம். தமிழ் போட்டிகள் – கட்டுரை, பேச்சுப் போட்டி வெச்சு பரிசுகள் குடுக்குறோம். சிறப்பு பேச்சாளர்கள் வருவாங்க. போன வருஷம்

தமிழ் பல்கலைக்கழகத்து பிரின்சிபல் வந்து வீரமாமுனிவர் பற்றி பேசினார்'', எனச் சொல்கிறார்.

''தரங்கம்பாடியில தன்னுடைய நூல்களை பிரின்ட் பண்ணியிருக்கார். லுத்தரன் மிஷனரிகளோட அவருக்கு தகராறு இருந்தாலும், புத்தகங்கள அங்க அச்சிட்டது ஆச்சரியமாதான் இருக்கு. மாதாவுக்கு வேண்டிக்கிட்டு தாலிய உண்டியல்ல போடுற வழக்கமும் இங்க உண்டு. மாதாவுக்கு தங்கப் பொருள்கள் செய்றத நாங்க வரவேற்கிறது இல்ல. எங்களால அத பாதுகாக்க முடியாது. மாதாவுக்கு முழுக்க கவரிங் நகை தான். தங்கம் இங்க பயன்படுத்துறது இல்ல. அதை சிலர் வேண்டிக்கிட்டு கொண்டுவந்து குடுப்பாங்க. சில பேர் கேப்பாங்க. என்ன செய்யணும்னு...அப்ப அவுங்களுக்கு என்ன வேணும்னு சொல்லுவோம்.''

''இங்க ஒரு தொடக்கப்பள்ளி இருக்கு. பிரெஞ்சு மிஷன் ஆரம்பிச்சது அது. கிளைப்பங்குல இன்னொரு தொடக்கப்பள்ளி இருக்கு. காது கேட்காத பிள்ளைங்களுக்கு சிஸ்டர்ஸ் ஒரு மேல்நிலைப்பள்ளிய நடத்துறாங்க. அங்க 88 பிள்ளைகள் இருக்காங்க. கோயிலுக்கு வர்றவங்க அங்க ஸ்கூல்லயும் பிள்ளைங்களுக்கு சாப்பாடு குடுப்பாங்க, இங்க சர்ச்சுலயும் ஏழைங்களுக்கு அன்னதானம் குடுப்பாங்க. நாங்களும் மக்களை அதை செய்யுங்கன்னு ஊக்கப் படுத்துறோம்'', என பங்கு குரு தேவசகாயராஜ் சொல்கிறார். ஆலயத்தில் அன்னதானம் செய்யப்படுகிறது. ஆலயத்துக்கு வருபவர்கள் யாராவது ஆயிரம் ரூபாய் கொடுத்தால், ஆலயத்தைச் சுற்றியிருக்கும் ஏழைகள், பிச்சை எடுப்பவர்கள், நடக்க முடியாதவர்கள் என 30 பேருக்கு உணவு சமைத்துக் கொடுப்பதாக பங்கு குரு சொல்கிறார். கோவிட் காலத்தில் இந்த மக்களுக்கு சமைத்து டிபன் கேரியரில் உணவை அடைத்து, அவர்களிடமே கொண்டு சேர்த்துவிடுவதாகச் சொல்கிறார்.

கோணான்குப்பத்தில் கோயில் வந்த கதை ஆச்சரியமானது. 18ம் நூற்றாண்டின் முற்பகுதியில், ஐரோப்பாவிலிருந்து தான் தருவித்த இரண்டு மாதா சுரூபங்களை எடுத்துக்கொண்டு, ஏலாக்குறிச்சி நோக்கி வீரமாமுனிவர் பயணித்தார். இந்தப் பயணத்தை ஏலாக்குறிச்சி நோக்கியல்ல, அய்யம்பேட்டை நோக்கிய பயணம் என சில ஆய்வாளர்கள் சொல்கின்றனர். மராட்டிய மன்னர்களின் கொடுங்கோலாட்சியால் தஞ்சைப் பகுதியில் வாழ்ந்த கிறிஸ்தவர் கள் புலம்பெயர்ந்து அய்யம்பேட்டை பகுதிக்கு வந்ததாகவும், அவர்களுக்குள் நிகழ்ந்த குழப்பத்தைச் சரி செய்ய 1711ம் ஆண்டு அய்யம்பேட்டைக்கு வீரமாமுனிவர் அனுப்பப்பட்டதாகவும் பெஸ் அடிகள் தன் நூலில் குறிப்பிடுகிறார்.

அய்யம்பேட்டையோ, ஏலாக்குறிச்சியோ, எதையோ நோக்கிய பயணம் ஒன்றில் பரூர் ஊருக்கு அருகே உள்ள குளக்கரையில் அயர்ச்சியில் வீரமாமுனிவர் உறங்கிப் போனார். அப்போது ஓநாய்க்குப்பம் பகுதியில் ஆடு மேய்த்துக் கொண்டிருந்த சிறுவர்கள் சிலர் அவரிடமிருந்த சுரூபங்களின் அழகைக் கண்டு மயங்கினார்கள். அதை பொம்மை என எண்ணியவர்கள், சுரூபங்களில் ஒன்றைத் தூக்கிச் சென்றுவிட்டார்கள். சிறிது நேரம் அதை வைத்து விளையாடியவர்கள், வீட்டுக்குச் செல்லும் வேளையில் என்ன செய்வது என அறியாமல், சுரூபத்தை வனமல்லிக் கொடி ஒன்றின் அருகே வைத்துவிட்டுச் சென்றனர். விழித்தெழுந்த முனிவர் பெரும் துயருற்றார். அவர் எங்கு தேடியும் தொலைந்து போன மாதா சுரூபம் கிடைக்கவில்லை. ஆரியனூரின் இடையர்களில் ஒருவரின் உதவியுடன், முகாசா பரூரின் பாளையக்காரரான முத்துக்கிருஷ்ண கச்சிராயரை வீரமாமுனிவர் சந்தித்தார்.

1733 வாக்கில் ஆற்காடு நவாபு தோஸ்த் அலியின் மருமகனான சந்தா சாகிபு திருச்சிராப்பள்ளியில் படைத்தலைவராக இருந்து ஆட்சி செய்தார். தஞ்சை மராட்டியருக்கும் சந்தாவுக்கும் இடையே மூண்ட சண்டையில், தஞ்சை வீழ்ந்தது. முகலாயரை எதிர்க்க தொண்டமான் படை, மைசூர் படை, மதுரைப் படை, தஞ்சைப் படைகள் ஆலூரில் கூடின. படைகள் தங்கும் பாசறையை ‘பாளையம்’ என அழைப்பதுண்டு. இந்தப் பாளையங்களை ஆள்வதற்கு பாளையக்காரர்கள் (Poligars) அமர்த்தப்பட்டார்கள். இவர்களை பின்னாளில் வந்த ஜமீன்தார், ஜாகிர்தார்களுடன் ஒப்பிடலாம். வரி, தண்டல் வசூல் செய்துகொண்டு, குறுநில மன்னர்களாகவே இந்தப் பாளையக்காரர்கள் வலம் வந்தார்கள்.

போர்ப்படையைக் காப்பது, நிலங்களைச் சீர்செய்வது, நீதியை நிலைநாட்டுவது, நவாபுக்குக் குத்தகை பெற்றுத்தருவது என பாளையக்காரர்கள் மக்களுக்கும் நவாபுக்கும் இடையே பாலமாக இருந்தார்கள். பல சாதிகளைச் சேர்ந்தவர்களும் இவ்வாறு பாலையக்காரர்களாக விளங்கினார்கள். ‘இவர்கள் நிலத்தில் பாடுபடவில்லை. குத்தகைக்காரர்களிடம் பாளையத்தைப் பிடித்துக் கொடுத்தவர்கள் மட்டுமே’ என தன் ‘அட்மினிஸ்ட்ரேஷன் இன் தி கர்னாடிக்’ நூலில் பேரா. கே.ராஜையன் குறிப்பிடுகிறார்.

இப்படி முகாசாப் பரூர் பாளையத்தை குத்தகை வசூல் செய்து மேலாண்மை செய்துவந்த பாளையக்காரர் முத்துக்கிருஷ்ண கச்சிராயர். கச்சிராயரை சந்தித்த வீரமாமுனிவர், தன் சுரூபம் காணாமல் போனதைத் தெரிவித்தார். எல்லா செல்வங்களும்

கொண்டிருந்த கச்சிராயருக்கு குழந்தைப் பேறு இல்லை. அதனால் அவர் மிகுந்த வருத்ததில் இருந்தார். பரூரை அடுத்த மங்கலம் பேட்டை மங்கலநாயகி இவரது குலதெய்வம். தனக்குக் குழந்தை இல்லை என வீரமாமுனிவரிடம் கச்சிராயர் சொல்ல, அவருக்கு நம்பிக்கை தந்த வீரமாமுனிவர், தன் பயணத்தைத் தொடர்ந்தார். கச்சிராயர், முனிவர் அறிமுகம் செய்த பெரியநாயகி மாதாவை மனதிலிருத்தி வணங்கிவந்தார். தங்களுக்குக் குழந்தை வரம் கேட்டு வணங்கி வந்த தம்பதி மேல் இரக்கம் கொண்ட பெரியநாயகி, ஒரு நாள் கச்சிராயரின் கனவில் தோன்றினார்.

தான் காட்டுப் பகுதியில் மறைக்கப்பட்டிருக்கும் இடத்தை அவரிடம் சொல்ல, அடுத்த நாளே பாளையக்காரர் தன் வீரர்களோடு சென்று காட்டில் தேடத் தொடங்கினார். அப்போது ஆட்டிடையர்கள் தாங்கள் சுரூபத்தை எடுத்ததை அவரிடம் சொன்னார்கள். அவர்கள் ஒளித்துவைத்த இடத்தில் தேடியபோது சுரூபம் கிடைக்கவில்லை எனச் சொன்னார்கள். அப்போது திடீரென புதர் ஒன்றிலிருந்து ரத்தம் பீய்ச்சிட்டு அடித்தது. அங்கு மறைந்திருந்த மாதா சுரூபத்தை அறியாமல் ஒருவர் மண் வெட்டியால் வெட்ட, ரத்தம் ஆறாய் ஓடியது. சுரூபத்தைக் கச்சிராயர் கையில் எடுத்ததும், ரத்தப் போக்கு நின்றது. மனமகிழ்ந்த கச்சிராயர், சுரூபம் கிடைத்த அந்த இடத்தை சுத்தம் செய்து, அங்கேயே சிற்றாலயம் ஒன்றைக் கட்டினார்.

மாதாவின் அருளால் கச்சிராயருக்குக் குழந்தை பிறந்தது. பரூர் மக்கள் மாதாவை தங்கள் குலதெய்வமாக, குலம் தழைக்கச் செய்த தாயாக வணங்கத் தொடங்கினார்கள். தங்களுக்குத் தெரிந்த வகையில் மாதாவை அந்த மக்கள் வழிபட்டது வீரமாமுனிவரின் காதுகளுக்கு எட்டியது. காணாமல் போன தன் சுரூபத்தை மக்கள் தூபமும், தீபமும் காட்டி வழிபடுவதைக் கண்டு வீரமாமுனிவர் பெருமகிழ்வு கொண்டார்.

1716ம் ஆண்டு ஆலயத்தை கச்சிராயருடன் சேர்ந்து புதிதாக வீரமாமுனிவர் கட்டியெழுப்பினார். அதையே தன் பணித்தலமாக மாற்றிகொண்டார். 'விருத்தாசலத்தை அடுத்த கோணான்குப்பத்தில் சமயப் பணியாற்றும்போது முகாசா பரூர் முத்துக்கிருஷ்ண கச்சிராயன் என்பவரின் உதவியோடு அங்கு ஒரு கோயிலைக் கட்டினார். அதை பெரியநாயகி மாதாவுக்கு அர்ப்பணித்தார்', என தன் பெஸ்கி பற்றிய நூலில் பெஸ் அடிகள் குறிப்பிடுகிறார். வீரமாமுனிவர் தன் ஆசைக்கு ஏற்ப வடிவமைத்த முதல் கோயில் என கோணான்குப்பம் கோயில் சொல்லப்படுகிறது. சிலுவை

வடிவக் கோயில் இங்குதான் முதலில் அறிமுகம் செய்யப்பட்டிருக்க வேண்டும்.

இந்தச் சிலுவைக் கோயிலில் முக்கிய வாயில் முதல் பீடம் வரையிலான பகுதி 'நடுசாலை' எனப்படுகிறது. பீடத்துக்கு வலதுபக்கமுள்ள பகுதி 'தெற்கத்தி சாலை' என்றும், இடதுபக்க முள்ள பகுதி 'வடக்கத்தி சாலை' எனவும் அழைக்கப்படுவதாக இவ்வூரைச் சேர்ந்த ஆரோக்கியராஜ் குறிப்பிடுகிறார். புதிய கோயிலில் மாதாவின் 'தமிழ்ப்படுத்தப்பட்ட சுரூபத்தை' வைக்க வீரமாமுனிவர் ஆவல் கொண்டார். கச்சிராயர் வழிபட்டது இத்தாலியில் ஐரோப்பிய பாணியில் செய்யப்பட்ட சுரூபம். மயிலை ஆயரிடம் தனக்கு எப்படி சுரூபம் வேண்டும் என வரைந்து தந்து, பிலிப்பைன்சின் மணிலா நகரிலிருந்து மாதாவின் சுரூபத்தை வீரமாமுனிவர் வரவழைத்திருக்கிறார்.

இத்தாலியில் பிறந்த கான்ஸ்டன்டைன் யூசுப் பெஸ்கி (Constantino Giuseppe Beschi) மொழிகளின் பெரும் காதலன் என்றால் மிகையல்ல. இந்தியாவுக்குப் புறப்படும் முன்பே கிரேக்கம், பிரெஞ்சு, ஸ்பானிஷ், ஜெர்மன் என ஐரோப்பிய மொழிகளைக் கற்றறிந்து மேதையான பெஸ்கி, 1710ம் ஆண்டு மதுரை மிஷனில் பணியாற்ற வந்தார். தெலுங்கும் சமஸ்கிருதமும் தன் பார்ப்பன ஆசிரியரிடம் கற்றுக்கொண்ட பெஸ்கி, 'ராஜ சன்யாசி நொபிலி' போல வழிமுறைகளைக் கையாண்டார் என கால்டுவெல் குறிப்பிடுகிறார். சைவ உணவு உண்பது, சன்யாசி போல ஆடையணிவது, தவம் செய்வது, பார்ப்பன சேவகர்கள் வைத்துக் கொள்வது என மதுரை மிஷனின் மற்ற மிஷனரிகள் பின்பற்றிய பாதையை இவரும் பின்பற்றினார். திருச்சிராப்பள்ளியை அடைந்து அங்கு நவாப் சந்தா சாகிபை சந்திக்கும் ஆசையில் மூன்றே மாதங்களில் இந்துஸ்தானி, பாரசீக மொழிகள் கற்றுக்கொண்டார்.

சந்தா சாகிப் தன்னுடன் உரையாடும் சாமியின் மொழி வளத்தைக் கண்டு வியந்து அவருக்கு 'இஸ்மதி சன்யாசி' என்ற பட்டம் தந்தார். தன் பாட்டன் சாதுல்லா கான் பயன்படுத்திய தந்தத்தாலான பல்லக்கையும் வீரமாமுனிவருக்குப் பரிசாகக் கொடுத்தார். கூடவே கொள்ளிடத்துக்கு வடக்கேயுள்ள தன் ஆளுகைக்குட்பட்ட போகலூர், மால்வாய், அரசூர், நல்லூர் ஆகிய நான்கு கிராமங்களை அவருக்குப் பரிசாகத் தந்தார். இந்த கிராமங்கள் ஆண்டுக்கு 12000 ரூபாய் வருவாய் ஈட்டக்கூடியவையாக 1740களில் இருந்தன. தன் நாட்டின் திவானாகவும் அவரை நியமித்தார். இஸ்லாத்தைக் கடைபிடித்த சந்தா சாகிப், கிறிஸ்தவத்தைக் கடைபிடித்த

பெஸ்கியுடன் கொண்டிருந்த நட்பு அந்தக் காலத்தில் நிலவிய மத நல்லிணக்கத்தைக் காட்டுகிறது என்றே கருதுகிறேன்.

திவானான பெஸ்கியின் பயணங்களில், அவருடன் 12 கொடிக்காரர் கள், வெள்ளிக் கோல்களுடன் 4 சேவகர்கள், குதிரைப்படையினர் 30 பேர், அவர் வருவதைக் கட்டியம் சொல்ல கட்டியக்காரர்கள் பலர் என பெரும் அமர்க்களமாகச் செல்வார் என முத்துசாமிப் பிள்ளை தன் 'பெஸ்கியின் வாழ்க்கை வரலாறு' நூலில் குறிப்பிடுகிறார். 'இதைக் கண்டு அண்டைப் பகுதியான தரங்கம்பாடியில் வசித்த லூத்தரன் மிஷனரிகள் கடும் கோபம் கொண்டார்கள். பெஸ்கி குறித்து கடுமையான மொழியில் அறிக்கைகளும், துண்டுப் பிரசுரங்களும் விநியோகம் செய்தார்கள். ரோமை கத்தோலிக்க குருவின் இந்த படாடோபத்தைக் கண்டு புழுங்கினார்கள். அவர்களில் சிலர், தாங்களும் அரைமனதுடன் அந்தப் பழக்க வழக்கங்களைக் கடைபிடிக்க முயற்சி செய்தார்கள்', என ஆய்வாளர் ஆல்பர்டைன் கோர் (Albertine Gaur) எழுதுகிறார்.

1736-1740 வரை திவான் வீரமாமுனிவர் சந்தா சாகிபின் மிக நெருங்கிய நண்பராக இருந்ததாகவும் குறிப்புகள் சொல்கின்றன. 'அவர் கத்தோலிக்க சபை சொல்லும் ஏழ்மை என்ற வார்த்தைப் பாட்டைக் கடைபிடித்ததாகவும், திவானாக எந்த சலுகையையும் அனுபவிக்கவில்லை என்றும் கத்தோலிக்க ஆய்வாளர்கள் கூறுவதாக' கோர் எழுதியிருக்கிறார். ஆனால், திருச்சிராப்பள்ளியின் வீழ்ச்சிக்குப்பின், 1741ம் ஆண்டு அவர் திருச்சியிலிருந்து வெளியேற்றப்பட்டு, பரதவ மக்களுடன் பணியாற்ற முத்துக் குளித்துறைக்கு அனுப்பப்பட்டார் என்பது தெளிவு. சந்தா இருந்த வரை அவரது நிழலில் இருந்த முனிவர், தெற்கு நோக்கி செல்லப் பணிக்கப்பட்டது மற்ற குருக்களின் கை ஓங்கியதால் எனலாம். அவரைப் பற்றிய கடைசிக் குறிப்பு 1746ம் ஆண்டு கேரள மாநிலம் அம்பலக்காடு கல்லூரிக்கு வருகை விரிவுரையாளராக அவர் நியமிக்கப்பட்ட பணி ஆணைதான். நிரந்தரமாக அங்கு அவர் தங்கியிருக்கவேண்டிய அவசியமும் இல்லை. அவர் எங்கு இறந்தார் என்பது குறித்த பல குழப்பங்களை மற்றொரு பகுதியில் பார்ப்போம்.

சீகன்பால்கும் பெஸ்கியும் சமகாலத்தவர்கள். சீகன்பால்கு விவிலியத்தை தமிழில் மொழிபெயர்த்துப் பதிப்பிக்க முயற்சிக்கும் போதுதான் பெஸ்கி தேம்பாவணி எழுதினார். டச்சு மறைபரப்பாளர் கள் தங்களிடமிருந்த அச்சகத்தை, துண்டுப் பிரசுரங்கள் அச்சிடப் பயன்படுத்தினார்கள். சீர்திருத்தக் கிறிஸ்தவத்தைப் பரப்ப

முயற்சிகள் ஒரு பக்கம் நடந்தாலும், கத்தோலிக்க குருக்களுக்கு எதிராகவும் பிரசுரங்களை அச்சிட்டார்கள். மிஷனின் அனுமதியுடன் இதை பெஸ்கியும் எதிர்கொண்டார். அவரது வேத விளக்கம் தன்விளக்கமாகவே சீர்திருத்த மிஷனரிகளால் பார்க்கப்பட்டது. அவர் எழுதிய 'லூத்தர் இனத்தார் இயல்பு' அவர்களைப் பகடி செய்தது. ஆனால் இத்தனை கசப்பிலும், அவரது செந்தமிழ் இலக்கணம் (Grammar of Common Tamil) நூல் தரங்கம்பாடி லூத்தரன் அச்சகத்தில்தான் அச்சிடப்பட்டது. இதை 1822ம் ஆண்டு மற்றொரு சீர்திருத்த மிஷனரியான பெஞ்சமின் பாபிங்டன் (Benjamin Babington) ஆங்கிலத்தில் மொழிபெயர்த்தார்.

பங்குத்தந்தை அறிவுரைப்படி முகாசா பரூருக்கு என்னை வழிகாட்டி அழைத்துச் சென்ற சிறுவன், அங்குள்ள அந்தோணியார் சிற்றாலயத்தின் அருகே வயலில் ஏதோ வேலை செய்து கொண்டிருந்த பன்னீர் என்பவரிடம் விட்டுச் சென்றான். பன்னீர் பங்குப் பேரவையின் துணைத் தலைவர். அவரிடம் ஆலயம் பற்றிய தகவல் வேண்டும் என கேட்டதும், அந்தோணியார் ஆலயத்துக்குள் அழைத்துச் சென்றார். மிகச் சிறிய, எளிய ஆலயம், எந்த ஆடம்பரமும் இல்லாமல் அவரைப் போலவே எளிமையகாகத் தெரிந்தது. எப்போது அவர்கள் குடும்பத்தார் மதம் மாறினர் என்ற கேள்வியுடன் பேட்டியைத் தொடங்கினேன்.

அவர்கள் மூதாதையரை வெளிநாட்டு பாதிரியார்கள் மதம் மாற்றியதாக பன்னீர் சொல்கிறார். அதன்பின் ஆண்டுக்கு ஒருமுறை கோவாவிலிருந்து குருக்கள் வந்தனர் எனச் சொல்கிறார். பெஸ்கிக்குப் பிறகு இயேசு சபை ஒடுக்கப்பட்ட காலத்தில்தான் இவ்வாறு கோவா குருக்கள் இங்கு வந்தனர் என்பதால், 1770களுக்குப்பின் இவர்கள் மதம் மாறியிருக்கக்கூடும் என தெரிகிறது. ஆண்டுத் திருவிழாவையும் இந்த குருக்களே நடத்தினார்கள் எனச் சொல்கிறார். 1940ல் பிறந்தவர் பன்னீர். ''ஒவ்வொரு வருசமும் தேர் இழுக்க கச்சிராயர் ஐயா வீட்டுல இருந்து தான் வருவாங்க, போய் அவுங்கள பார்த்துட்டு போங்க'', எனச் சொல்கிறார்.

''அந்த காலத்துல கும்மி எல்லாம் லேடீசும் ஆடுவாங்க. அப்ப லைட்டு கிடையாது. எண்ணைப் பந்தம் பிடிச்சுட்டு பெரும்பாலும் மாதா பத்தி பாடியாடுவாங்க. 'மரிமுத்து அம்மானை' பாட்டு பாடுவாங்க- வெண்பா ஒண்ணு இருக்கு. அதுல இருந்து தான் பாடுவாங்க. ஆண்கள் கோலாட்டம் ஆடுவாங்க. டோபீஸ் பொம்பளைங்க கூட கும்மி அடிக்கிறதுண்டு. திருவிழா சமயத்துல

முன்னாடி மாதாப்பாட்டு, கோயில் கதை எல்லாம் வில்லுப்பாட்டா படிக்கிறதுண்டு'', என பன்னீர் சொல்கிறார். மாதாவுக்கு செய்யும் பொருத்தனைகளாக வைக்கும் செப்பு/வெள்ளி/தங்க படிமங்களுக்கு 'அடக்கம்' என பெயர் சொல்கின்றனர். கண் பார்வைக்கு கண்ணடக்கம், இருதயத்துக்கு இருதய அடக்கம்! குழந்தை பிறந்தால், அதன் எடைக்கு எடை காசு அளிக்கும் வழக்கமும் உண்டு என பன்னீர் சொல்கிறார்.

முன்பு குழந்தை பிறந்தால் கோயில் பீடத்தில், வாசலில் கிடத்தி எடுக்கும் வழக்கம் உண்டு; தொட்டிலில் போடும் வழக்கம் இப்போதுதான் வந்தது என பன்னீரும் அவரது உறவினரும் சொல்கின்றனர். மாதாவுக்கு நேர்ந்துகொண்டு, குழந்தைகளுக்கு மொட்டையடித்து காது குத்துகின்றனர். ஆண் குழந்தைகளுக்கும் காதுகுத்து உண்டு. பெண் குழந்தைகளுக்கு 'பெரியநாயகி மரி' என்ற பெயர் அதிகம் இந்தப் பகுதிகளில் சூட்டப்படுகிறது. ஆண் குழந்தைகளுக்கு 'பெரியநாயக சாமி'. ஆலயத்தின் பூச்சொரிதல் விழாவுக்கு வீடுகளிலிருந்து பூ நன்கொடை கொடுப்பதுண்டு. பெங்களூர் முதலிய நகரங்களில் இருந்தும் பூக்கள் பக்தர்களால் அனுப்பப்படுகின்றன. மரியாயின் சேனை, இளையோரின் அமைப்பு போன்றவர்கள் மூலம் பங்கு குருவிடம் பூக்களைத் தந்துவிடுவார்கள். ஜனவரியில் மூன்று ராஜாக்கள் பொங்கலின் போது கால்நடைகளை மந்திரிக்கும் வழக்கம் முன்பு இருந்துள்ளது; இப்போது அந்த வழக்கம் இல்லை.

பரூரிலும் கோணான்குப்பத்திலும் முன்பு ஜனவரி 17 அன்று பொங்கல் கொண்டாடியிருக்கின்றனர். அன்று விரதமிருந்து, வீடுகளில் பொங்கல் செய்து சாப்பிடுவார்களாம்; பொங்கல் வைக்காதவர்களுக்கு செய்தவர்கள் கொடுத்து விடுவதுண்டு. சில வீடுகளில் இன்றும் அந்த வழக்கம் உண்டு எனச் சொல்கின்றனர். ஜூன் மாதம் 13ம் தேதி அந்தோணியாருக்குப் பொங்கல் விழா பரூரில் கொண்டாடப்படுகிறது. மேல்நாரியப்பனூரில் எட்டாம் திருநாளன்று பொங்கல் வைப்பதுண்டு, அதற்கு அடுத்த நாள் பரூரில் பொங்கலிடுகின்றனர். அந்தோணியார் பொங்கலன்று அந்தோணியார் தேர் பரூர் ஊருக்குள் வருகிறது.

கோணான்குப்பத்தில் மட்டுமே மாதாவின் தேர், சப்பரம், நற்கருணை எல்லாம் கோயிலை மட்டுமே சுற்றிவருகின்றன. இன்னமும் ஊர்த் தெருக்களுக்கு வருவதில்லை. அந்தக் காலத்திலிருந்தே அந்தப் பகுதி காடாக இருந்ததால் தேரை வெளியே எடுப்பதில்லை என பன்னீர் சொல்கிறார். அந்தக் காலத்தில்

கிறிஸ்துமசுக்கு முந்தைய நாள் (டிச.24) அன்று ஒருசந்தி இருப்பார்கள் என பன்னீர் சொல்கிறார். பன்னீர் சிறுவனாக இருக்கும்போது பரூரில் திருவருகைக் கால பஜனை பாடும் வழக்கம் இருந்துள்ளது. முன்பு பாடற்குழு இல்லை என்பதால், இந்த பஜனைகள் சிறுவர்களிடையே வெகு பிரபலம். லத்தீன் பாடல்களும் தனக்குப் பாடத்தெரியும் என பன்னீர் சொல்கிறார். தெ தேயும், லீபெரா போன்ற பாடல்களை அருமையாகப் பாடுகிறார். லீபெரா முடிந்த பிறகு 'கீரி எலைசன்' பாடிக்காட்டுகிறார். கீரி எலைசன், கிறிஸ்தெலைசன்...என வரிசையாக செபம் சொல்லிக் கொண்டு, அங்கிருக்கும் நூல் ஒன்றை எடுத்து சரளமாக லத்தீனைக் காட்டி வாசிக்கிறார். கிரேதோ என்ற விசுவாசப் பிரமாணம், குளோரியா என்ற சம்மனசு கீதம் என தெளிவாக ஒவ்வொரு செபத்தையும் தமிழில் விளக்குகிறார்.

கத்தோலிக்க மறையில் திருமணத்துக்கு மூன்று ஓலைகள் வாசிக்கப்படுவதுண்டு (ஓலை வாசித்தல் என்பது திருமண அறிவிப்பு). பரூரில் முதல் ஓலை வாசிப்பன்று பெண்வீட்டு ஓலை எழுதுகையில் பெண் வீட்டுக்காரர்கள் மாப்பிள்ளை வீட்டுக்குச் சென்று விருந்து கொடுப்பதுண்டு. மாப்பிள்ளை வீட்டார் ஓலை எழுதும்போது பெண் வீட்டுக்குச் சென்று ஊர் விருந்து கொடுப்ப துண்டு. ஓலை எழுதும் போது பெண்ணுக்கு மாலை போட்டு சேலை வாங்கித்தருவதும் உண்டு. திருமணம் முடிந்து வீட்டுக்கு பெண் மாப்பிள்ளையை அழைத்து வந்ததும், 'மாலை மாற்றும் சடங்கு' முற்காலத்தில் நடந்துள்ளது.

''நான் எல்லாம் போய் மாலை மாத்துற சடங்குக்குப் பாடியிருக்கேன். கல்யாணம் முடிச்சு வீட்டுக்கு வந்த உடனே பொண்ணு மாப்பிள்ளையை 'மனை ஏத்துற சடங்கு' நடக்கும். பெரிய பொம்பளைங்க, நிறைகுடமா தண்ணி எடுத்துட்டு, மாப்பிள்ளை பொண்ணை நிக்க வச்சு மூணு சுத்து சுத்திவந்து அவுங்க முன்னுக்க இருக்குற சிலுவை வரைஞ்ச ரெண்டு புது காலி மண்பானைல ஊத்தி நிரப்புவாங்க. உப்பு, தேங்காய் வைப்பாங்க. சேய அரிசி வைப்பாங்க'', என பன்னீர் சொல்கிறார். பாடலைப் பாடுங்களேன் என்றதும், 'சூசை மரி' பாடலைப் பாடத் தொடங்குகிறார்.

கோணான்குப்பத்தில் சாதியப் பிரச்னைகள் முன்பு இருந்ததாமே என்ற கேள்விக்கு பொறுமையாகப் பதில் சொல்கிறார் பன்னீர். ''கோணான்குப்பத்துல வீரமாமுனிவர் கோயில் கட்டின பிறகு அத பரிபாலனம் பண்ண இங்க யாரும் கிடையாது. கோவிலானூர்ல

கோணான்குப்பம் ஆலயத்தினுள்ளே எஞ்சியிருக்கும் மறைப்புச்சுவர் ஆர்ச்சு

இருந்து உடையார் கேஸ்ட் வந்தாங்க, தென்னூர் அய்யம் பேட்டைல இருந்து படையாச்சி வந்தாங்க. அவுங்க தான் கோயில பரிபாலனம் பண்ணியிருக்காங்க. 1950க்கு முன்ன நான் புதுநன்மை வாங்குனேன். 1952ல மாற்கு ஆண்டவரு எங்களுக்கு உறுதி பூசுதலுக்கு வரதா இருந்துச்சு. அப்ப ஃபாதர் ஜே. எம். லமாத் தான் பங்கு சாமியார். திருச்சபையில காஸ்ட் ஃபீலிங் இருக்கக்கூடாது அப்டின்னு அடிக்கடி பிரசங்கத்துல சொல்வாரு. வெள்ளைக்காரரு அவரு.''

''அப்ப இங்க ஒரு முறை ஆண்டவர் வரதா இருந்துச்சு. ஆண்டவர் வர்ற அன்னிக்கு, ரொம்ப தூரத்துல போய் அவர நாங்க கூட்டிட்டு வந்தோம். ரெண்டு பக்கமும் பாப்பராக்கொடி (கலர்க் கொடி) கட்டி வரவேத்தோம். முன்ன எல்லாம் கோயில் முன்வாசல் பக்கத்துல தனியா ஒரு மண்டபம் மாதிரி இருக்கும், அங்கதான் நாங்க உக்காரணும். அதுல ஒரு மறைப்புச் சுவரு ஆர்ச் மாதிரி இருக்கும். பீடம் சரியா எங்களுக்குத் தெரியாது. மாதாவ வாசல்ல நின்னா மட்டும்தான் நாங்க பாக்க முடியும். மத்த மூணு பக்கத்துலயும் அவுங்க தான் (உடையார், படையாச்சி) இருப்பாங்க.''

''பூசை வேலை எல்லாம் முழுக்க முழுக்க அவுங்கதான் செய்வாங்க. அன்னிக்கு நாங்க எல்லாறும் ஆண்டவர அழச்சுட்டு ஒண்ணா கோயிலுக்குள்ள போகும்போது எங்க சித்தப்பா ஒருத்தர, உடையார் ஆளு மலையப்பன் அப்டின்னு ஒருத்தரு அடிச்சிப்புட்டாரு. ஆண்டவர் பின்னால நாங்க எல்லாரும் கலந்து கோயிலுக்குள்ள போனதுல அவுங்களுக்குக் கோவம்'', எனச் சொல்லி நிறுத்துகிறார்.

''ஐயோ..ஆண்டவர் என்ன செஞ்சாரு? ஒண்ணும் சொல்லலியா?'' என கேட்டேன்.

''ஆண்டவர் என்ன செய்வாரு? உறுதிப் பூசுதல் குடுத்துட்டுப் போய்ட்டாரு.'' அவரிடம் எந்த சலனமும் இல்லை.

''அதுக்கப்புறம் ஊருக்குள்ள பெரிய கலவரம் ஆகிப்போச்சு. அடிதடி போலீஸ் ஸ்டேஷன் இப்பிடி. போலீஸ்காரவுங்க எங்கள கூப்பிட்டு, நடுசாலை முழுக்க இனிமே நீங்க இருந்துக்கங்க, மத்த சாதிக்காரங்க மத்த ரெண்டு சாலைல இருந்துக்கங்க அப்டின்னு சொல்லிட்டாங்க. அன்னிக்கு எல்லாம் எங்க கிட்ட நிலம் கிடையாது. உடையாருங்க கிட்ட தான் நிலம். ஜமீன்தாரு கூட அவுங்கதான் நெருக்கமா இருப்பாங்க. படிச்சிருந்தாங்க. எங்க ஆளுங்க யாருக்கும் படிப்போ, நிலமோ கிடையாது. நாங்க எல்லாரும் ஆண்ட வீட்லதான் வேல செய்யணும். குடும்பம் குடும்பமா அந்த ஆண்ட வீட்டுக்குதான்

வேல பாப்போம். மத்தவுங்க வேல குடுக்க மாட்டாங்க. ஆனா அவுங்கள்ல நிறைய பேரு கிறிஸ்டியன்ஸ் ஆகல, இவுங்க (தலித்துகள்) ஆயிட்டாங்க.''

''சாதி சண்ட இங்க எப்பயும் இருக்கும். 1910ல சின்னப்பநாதர் சாமியாரு- அவரு ரெட்டியாரு. அவர கொல பண்ணிட்டாங்க. கோயில் வழியா வீட்டுக்குப் போறதுக்கு அவுங்களுக்கு (உடையார்) தனி வழி இருந்திருக்கு. அவுங்க வீட்டுல இருந்துதான் எப்பயும் சாமியாருக்கு சாப்பாடு போகும். ஏன்னா அறையில கிச்சன் கிடையாது. சின்னப்பநாதருக்கும் அவுங்களுக்கும் வழிப் பிரச்னை வந்துருச்சு. ஒரு சமூகத்துக்கு மட்டும் கோயிலுக்கு வர போக தனிவழி குடுக்கமுடியாதுன்னு அவர் சொல்லிட்டாராம். அவுங்க கோவத்துல நம்ம வீட்டுல சாப்பிட்டுட்டு நமக்கு வழி குடுக்க மாட்டேங்குறானே அப்டின்னு அவருக்கு சாப்பாட்ல விஷம் வெச்சிட்டாங்க. சாமியார் செத்துட்டாரு. அவரை கோயில் பக்கத்துல அடக்கம் பண்ணிட்டாங்க. தெக்கால கல்லறை இருந்துச்சு.''

''அதே ரெட்டியார் சமூகத்த சேர்ந்த பீட்டர் சாமி இங்க சாமியாரா எண்பது வருஷம் கழிச்சு 1998ல வராரு. அவரு பழைய ரெக்கார்டு எல்லாம் எடுத்துப் பார்த்துட்டு, கோயில்லயே வெச்சு, 'இத மாதிரி செஞ்ச பங்குதான்' அப்டின்னு சொல்லிட்டாரு. அவுங்க சாதி ஆளுங்களயே வெச்சு அவருக்கு எதிரா அசிங்க அசிங்கமா எழுதவெச்சாங்க. அதயும் அவரு பூசைல வாசிச்சுக் காட்டுனாரு. அவரு விடாம சின்னப்பநாதர் கல்லறைய நோண்டி எடுத்தாரு. அங்க மண்ட ஓடு, எலும்புக்கூடு எல்லாம் அப்படியே இருந்துச்சு. அத்தினி வருஷமாகியும் எதுவும் ஆகல. உடனே மணிக்கூண்டு பக்கத்துல வேற கல்லறை கட்டி, திரும்ப எலும்புக்கூட அடக்கம் பண்ணினாங்க. அத அழியா எலும்பு வேதசாட்சி அப்டின்னு மண்டபத்துல கூட எழுதி வெச்சிருக்காங்க, புதுக்கல்லறை கட்டி, மைக்கேல் அகஸ்டின் பிஷப்ப வரவெச்சு திறந்தாங்க. சின்னப்பநாதர் பீட்டர் சாமியோட ஜாதிக்காரரு அப்டின்னு தான் இத செஞ்சாரு அப்டின்னு அவர் மேல பிஷப் ஹவுசுக்கு மனு எழுதுனாங்க. இவரு அசரல. பிஷப் ஹவுசுல இருந்து வந்த மனுவ ஒரு ஞாயித்துக்கிழம பூசை முடிஞ்சதும், கோயில்லயே முழுக்க அவரு வாசிச்சுக் காட்டினாரு'', என பன்னீரின் உறவினர்கள் வில்லியம், ஜெயராஜ் சொல்கின்றனர்.

இதை கோணான்குப்பம் ஆரோக்கியராஜ் ஆமோதிக்கிறார். இவரது குடும்பம் கச்சிராயரிடம் தண்டல் வசூல்செய்பவர்களாக இருந்திருக்கின்றனர். இன்றும் தன்னை ஊர்ப் பெரியவர்கள் 'தண்டு', 'தண்டல்' என அழைப்பதாக ஆரோக்கியராஜ் சொல்கிறார்.

சின்னப்பநாதரின் எலும்புக்கூட்டை வெளியே எடுத்தவர்களில் தன் அண்ணனும் ஒருவர் எனச் சொல்பவர், அதைத் தானும் கண்டதாகச் சொல்கிறார்.

பீட்டர் சாமியாரும் ரெட்டியார் என்பதால் அவர் இதை வெளியே கொண்டுவருவதில் ஆர்வமாக இருந்தார் என்கிறார். சின்னப்பநாதர் விஷம் கொடுத்துதான் கொல்லப்பட்டார் என்பதை எலும்புகளைப் பரிசோதனைக்கு அனுப்பி உறுதிசெய்தபின்தான் வெளிப்படையாக அறிவிப்பதாக பீட்டர் அடிகள் சொன்னதாக இவரும் நினைவு கூர்கிறார். அதன்பின் இந்த 'வேதசாட்சி' முயற்சிகள் என்ன ஆயின என தெரியவில்லை.

திருவிழா அன்று கச்சிராயர் குடும்ப வாரிசு வந்தபிறகே மாதாவின் தேர் எடுக்கப்படுகிறது. இது எவ்வளவு காலமாக நடக்கும் வழக்கம் என்ற கேள்விக்கு, நூற்றாண்டுகளாக என பதில் வருகிறது. ஆனால் அதுவும் இடையில் தடைப்பட்டது என பன்னீர் சொல்கிறார். ''அவுங்க 23ம் தேதி தேர எடுக்க வரும் போது நல்ல நாள், நேரம் எல்லாம் பார்த்துதான் வருவாங்க. 1963க்கு முன்ன லமாத் சாமி காலத்துல ஒரு தடவ பொன்னம்பலம் கச்சிராயர் ஒன்பது மணியாகியும் தேர எடுக்க வரல. இவரு பார்த்துட்டு தேர தூக்கிட்டாரு. அதுல அவுங்க நின்னுட்டாங்க. கொஞ்ச காலம் வரல. 1976ல லூயிஸ் ஃபாதர் காலத்துல தான் திரும்ப வந்தாங்க'', எனச் சொல்கிறார் பன்னீர்.

''எங்களுக்கு பீடம் தெரியலன்னு சொல்லிக்கிட்டே இருந்தோம், அப்புறம் இடம் பத்தலன்னு வின்சென்ட் ஃபாதர் காலத்துல (2005) அந்த ரெண்டு பக்க சுவரையும் டைல்ஸ் ஒட்டுறதுக்காக இடிச்சுட்டாங்க. ஆர்ச்சுல உள்ள பீம் மட்டும் மேல தெரியும். ஆர்ச் இப்ப இல்ல'', என வளைவு இடிபட்டு, மக்கள் ஒன்றாக உட்கார தொடங்கியதைச் சொல்கிறார்.

இப்போது கோணான்குப்பத்தின் நிலை என்ன என கேட்டால் வில்லியம், ஜெயராஜ் குழு நிதானமாக ஆனால் அழுத்தமாகப் பேசத் தொடங்குகின்றனர். பெரும்பாலும் அங்கு வன்னியர் குருக்களே பங்கு குருக்களாக இருந்திருக்கின்றனர். வெளியே எந்த வேற்றுமை பாராட்டாவிட்டாலும், உள்ளுக்குள் சிலரிடம் சாதிய வன்மம் இருந்தது என இவர்கள் சொல்கின்றனர். ''வயசுல பெரியவங்கள வாடா போடான்னு கூப்பிடுறது, மரியாத இல்லாத பேசுறதுன்னு எல்லாம் பண்ணினாங்க. கோயில் ஊர்ப்பணத்துல நடக்கல, நன்கொடைல தான் நடக்குதுன்னு எல்லாம் பேசுனாங்க. முன்னாடி எல்லாம் வேற மாதிரி இருந்துச்சு, அவுங்க படிச்சவங்களா,

கணக்கு வழக்கு பாக்குறவுங்களா பெரிய ஆளுங்களா அப்ப இருந்தாங்க. இப்ப எல்லாரும் படிக்கிறோம், பெரிய பதவிக்கு போறோம். ஆனா ஒரு ஸ்கூல்ல சீட் கிடைக்கணும்னாகூட இவுங்கள எதிர்பார்க்குறத இருக்கேன்னு நாங்களும் வருத்தப் பட்டுட்டுதான் இருந்தோம்.''

''ஒரு போராட்டத்த முன்னெடுத்தோம். தலித் கிறிஸ்தவ விடுதலை இயக்கம் எங்களுக்கு சப்போர்ட் பண்ணினாங்க. அவுங்க மூல்யமா தாசில்தாருக்கு மனு குடுத்து, காவல்துறைக்கும் அத அனுப்பினோம். சில கோரிக்கைகள நிறைவேத்தணும் அப்டின்னு சொல்லி நாங்களே தான் மனு குடுத்தோம். ஆனா எதுவும் நடக்கல. மறியல் போராட்டத்துல இறங்குனோம். எங்கள பேச்சுவார்த்தைக்கு கோவிலானூருக்குக் கூப்பிட்டாங்க. முடியாதுன்னு சொல்லி பங்கு கோயில்ல உக்காந்து ஊர்க்காரங்க மட்டும் பேசுனோம். 18 கோரிக்கைகளை ஏத்துக்கிட்டு அப்ப இருந்த பங்கு குரு கையெழுத்து போட்டுக் குடுத்தாரு.'' கோயில் கட்டி கிட்டத்தட்ட 300 ஆண்டுகளுக்குப் பிறகு, தலித் கிறிஸ்தவர்கள் அதிகமிருக்கும் இந்தப் பங்கில் முதல் தலித் பங்கு குரு கடந்த ஆண்டுதான் பணியேற்றிருக்கிறார்.

''பங்குப் பேரவை உறுப்பினர்களை கொத்து (பெருங்குடும்பப் பெயர்) மூலமா தேர்ந்து எடுக்கிறாங்க. கொத்துக்கு ஒரு ஆள்னு கணக்கு. இங்க நாலு கொத்து இருக்கு. மெக்கிட்டி(மிக்கேல்) கொத்து, மோழாண்டிகுப்பம் (அழகப்பசமுத்திரம்) கொத்து, தெத்துக்காரர் கொத்து, மாதா கொத்து. வெளிய இருந்து வந்தவங்க (பொண்ணு எடுத்தவங்க) எல்லாம் மாதா கொத்து. மத்தவங்க எல்லாம் பரூர் தான். கொத்துக்குள்ள கல்யாணம் கிடையாது. பங்காளி ஆயிருவாங்கல்ல? அடுத்த கொத்துதான் முறை வரும். மோழாண்டிகுப்பம், தெத்துகாரர் கொத்து பங்காளிங்க. அவுங்களுக்குள்ள உறவுமுறை கூடாது. மெக்கிட்டி கொத்து மத்த எல்லா கொத்துலயும் பண்ணிக்கலாம். மாதா கொத்துல யார் வேணும்னாலும் பண்ணலாம்'', என அவர்களுக்குள் இருக்கும் திருமண உறவு முறைகளைச் சொல்கின்றனர்.

இப்போது ஊருக்குள் பறை உண்டா என்ற கேள்விக்கு, முன்பு ஊரில் இரண்டு பெரிய குழுக்கள் – தேருக்கு முன்பு வடபாதி (கிறிஸ்தவர்கள்), தென்பாதி (இந்துக்கள்) என பறை இசைப்பவர்கள் இருந்ததாகக் குறிப்பிடுகின்றனர். பாளையக்காரருக்கு வாசித்தவர்கள் அவர்கள். அப்போது இரு குழுக்களும் இணைந்து வாசித்ததால், கொடுக்கும் ஊதியத்தையோ, அன்பளிப்பையோ வாங்கியிருக்

கின்றனர். மாதாவுக்காக சந்தோசமாக செய்வோம் எனச் சொல்கின்றனர். வடபாதி தென்பாதி என இரு குழுக்களும் இணைந்து தான் மாதா தேர் திருவிழாவில் பறையடித்துள்ளனர். ஆனால் இப்போது வடபாதி கிறிஸ்தவ மக்கள் பறை இசைப்பதில்லை. தென்பாதி இந்து மக்கள் தான் இன்னமும் மாதா தேருக்கு பறையிசைக்கின்றனர். ''நம்ம ஆளுங்க படிச்சு முன்னேறிட்டாங்க. பறை எல்லாம் அடிக்கிறது இல்ல, நாங்க சொல்லித்தர்றதும் இல்ல. அவுங்க இன்னும் விடாம பணம் வாங்கிட்டு பறையடிக்கிறாங்க'', என்கின்றனர். லோட்டா நிறைய அவர்கள் தந்த டீயைக் குடித்துவிட்டு, அங்கிருந்து கிளம்பி மீண்டும் கோணான்குப்பத்துக்கு வந்தேன்.

ஆரோக்கியராஜ் தன் அம்மா ஜான் மேரியுடன் வந்து காத்திருந்தார். கும்மிப்பாடல் பாடத் தெரிந்தவர் என எனக்கு அவரை அருட்தந்தை அறிமுகம் செய்துவைத்திருந்தார். 1975ம் ஆண்டு அவரது 19வது வயதில் திருமணமாகி இந்த ஊருக்கு மேரி வந்திருக்கிறார். திருமணத் தேதியைக் கேட்டால், தாலியை வேளாங்கன்னி கோயில் உண்டியலில் போட்டதாகச் சொல்கிறார். தாலியில் தேதி (25.3.75 என நினைவுகூர்ந்து சொல்கிறார்) வெட்டும் வழக்கம் தங்களிடம் உண்டு என்றும், அதைப் பார்த்துச் சொல்லமுடியவில்லை எனவும் சொல்கிறார். கணவருக்கு உடல்நிலை சரியில்லாத காரணத்தால் நேர்ந்துகொண்டதாகவும், சரியானதும் மாதாவுக்கே தாலியைக் காணிக்கையாக செலுத்தியதாகவும் குறிப்பிடுகிறார்.

''மாமியார் மின்னால, மாமனார் மின்னால எல்லாம் நாங்க உக்கார முடியாது. இப்ப நீங்க உக்காந்திருக்கீங்களேன்னு உங்க மின்னுக்க உக்காந்திருக்கேன்'', என மெல்லிய குரலில் சொல்கிறார். ''அந்தோணியார் பொங்கலுக்கு ஜூன் மாசம் 13ந்தேதி ஊரு சனம் சேர்ந்து கோயில் மின்னால பொங்கல் வெப்போம். ஃபாதர் வந்து அத மந்திரிப்பாரு. அன்னிக்கு ராத்திரி அந்தோணியார் தேரு உண்டு. அதுக்குப் பின்னாடி வெடி எல்லாம் போடுவாங்க, நாங்க ஒரு அஞ்சாறு பேரு தேரு பின்னாடி, அந்த ஆர்ச்சு கிட்ட கும்மி அடிப்போம். நான் பாட்டுப் பாடுவேன். 15 வயசுல நடவுக்குப் போவோம். அங்க பாட்டு கேட்டு படிச்சேன். மாதாவுக்கும் பாடுவோம். ஏலேலோ தன்னானே இப்டின்னுலாம் சேர்த்து பாடுறது. நானாத்தான் பாடுறது. நான் பொறந்த ஊரு ஸ்ரீமிஷ்னம் பக்கம் எனமங்குளம். அங்க நடவு நடவுக்குள்ள பாடுவேன். ரெண்டு பாட்டு சாமிப்பாட்டு மாதாவுக்குப் பாடுவன். மத்த பாட்டு மாமியாரப் பத்தி, கொழுந்தனாரு பத்தி, சண்ட போட்டுட்டு அர்ளிக்கொட்டய தின்னுட்டு செத்துர்றாங்கள்ல, அத பத்தி

எல்லாம் நானே பாடுவேன். அத எப்பிடி தின்னான், ஏன் தின்ன அப்டிங்குறதுக்கு எல்லாம் பாட்டு பாடுவேன். அது நீட்டமா கடைசி வரைக்கும் பாடுவேன்'', என மேரி சொல்கிறார்.

''மாதா பாட்டு ஒண்ணுதான் கைகொட்டி கும்மியடிச்சு பாடுற பாட்டு, மத்தது நடவு நடவுக்குள்ள பாடுறது. அதுக்கு கை கொட்றதில்ல. நான் இந்தப் பாட்டு சொல்லிக்குடுத்தாலும் யாரும் படிக்கிறது இல்ல. நாலு வருஷத்துக்கு மின்ன தேர் பின்னாடி கும்மி அடிப்போம். இப்ப இல்ல. நான் பாடுற மாதிரி இங்க இப்ப பாடவும் யாருக்கும் வரது இல்ல. நான் பொறந்தது தெக்கு சீம..அங்கிலாம் வந்து நல்லா பாடுவாங்க. நான் மொதல்ல பாடினன்னா பின்னாலயே பாடுவாங்க. அத மெரி இங்க பின்னால பாடுறதுக்கு தெரியாது. அதுனால நானும் விட்டுட்டேன்.''

கோணான்குப்பத்தில் உள்ள பழக்கவழக்கங்களை இவரும் விளக்குகிறார். வேளாங்கன்னி, நாகப்பட்டினம் பகுதிகளிலிருந்து இங்கு மக்கள் பாதயாத்திரை வருவதுண்டு, அதே போல இவர்களும் அங்கு செல்வதுண்டு எனச் சொல்கிறார். வெகு காலம் குழந்தை இல்லாமல் குழந்தை வரம் கிடைப்பவர்கள் கோயில் வாயிலில் குழந்தையக் கிடத்தி, அதைப் பிறர் தாண்டிச் செல்லும் நன்றிக்கடன் செலுத்துகின்றனர். திருவிழாக் காலங்களில் அதிக மக்கள் காசிமேட்டிலிருந்து இங்கு வருவதாகச் சொல்பவர், அப்போது இங்குள்ள அறைகள் முழுமையும் அந்த மக்களே தங்கியிருப்பார்கள் என கூறுகிறார்.

காசிமேட்டு மக்கள் இங்கு அதிகம் வருவதற்குக் வாய்வழி மரபாக சொல்லப்படும் கதை ஒன்றை சூசைராஜா தன் நூலில் பதிவு செய்கிறார். கள் விற்பனை செய்யும் உளுந்தூர்பேட்டையைச் சேர்ந்த ஒருவர், காசிமேட்டுக்கு கள் கொண்டு சென்று விற்பது வழக்கம். ஒருமுறை அவருக்கு மாட்டுவண்டி ஓட்டிக்கொண்டு செல்லும் பெரியவர் ஒருவர், காசிமேட்டு ரைஸ் பீர் விற்கும் உணவு விடுதி விற்பனையாளர் ஒருவரிடம் கோணான்குப்பம் பெரியநாயகி மகிமையைப் பற்றி எடுத்துச் சொல்லியிருக்கிறார். இதைக் கேள்விப்பட்ட அந்தப் பகுதி வண்டியோட்டிகள் பத்து பேர், மாதாவைக் காணும் ஆசையில் ரயிலில் பூவனூர் வந்திறங்கி, அங்கிருந்து கோணான்குப்பம் சென்று மாதாவைப் பார்த்து வணங்கியிருக்கின்றனர். வாழ்வில் அதன்பின் நல்ல முன்னேற்றம் ஏற்பட, மாதவின் புகழ் வாய்வழியே பரவத்தொடங்கி, இன்று கோணான்குப்பம் வரும் பக்தர்களில் பெருவாரியானவர்கள் காசிமேட்டு பக்தர்கள் என்ற பெயர் நிலைத்துவிட்டது. ஒவ்வொரு

ஆண்டும் நவம்பர் 15ம் தேதி கோணான்குப்பம் சிறப்புத் திருப்பலியில் காசிமேட்டு மக்கள் பங்கேற்று மகிழ்கின்றனர்.

மூன்றாவது வரைதான் படித்திருக்கிறார் மேரி. ஆனால் பாடல்களைத் தடங்கலில்லாமல் மனப்பாடமாகப் பாடுகிறார். நடவு செய்யும் போது கிறிஸ்தவப் பெண்கள் எதாவது தனித்துவ மாகச் செய்வதுண்டா என கேட்டால், ''நடவு செய்யக்குள்ள பிதா சுதன் போட்டு அந்த அளவு வெப்போம். அவ்வளவு தான்'', எனச் சொல்கிறார். ''எங்க ஊருல இந்து மாரியாயி கோயில் ஒண்ணு இருக்கு. அங்க போயும் பாடுவேன். இந்துக்கள் நிறைய உண்டு. மாதா பாட்டு பாடும் போது அவுங்க எங்கூட சேர்ந்து கும்மி கொட்டுவாங்க. அவுங்க பாடும்போது நான் கூட சேந்தி பாடுவேன்'', எனச் சொல்கிறார்.

நன்றிப் பாடல் ஒன்றைப் பாடிக்காட்டுகிறார்.

நன்னாநானேயம்மா
நானே நன்னா யம்மா
நானேன்னே
நன்றி சொல்லவேணும் இறைவனுக்கு... (பாஸ்கா நேரத்தில் பாடியது)

''இன்னொரு பாட்டு கூட இருக்கு. ஒரு முறை ஈஸ்டர் பெரியவெள்ளிக்கு ஸ்டேஜ்ல ஃபாதரு பாடச்சொன்னாருன்னு பாடுனேன். பாடட்டா?''

''ஐயோ பாடுங்க பாடுங்க.''

சன்னமான குரலில் தொடங்குகிறார்.

ஓரா நல்ல ஏஞ்சிலுவ
ஓரடிதான் பொஞ்சிலுவ
தாழ நல்ல மடல்வெடிக்க
தங்கிவந்த ஏசுநாதா
ஈச நல்ல மடல்வெடிக்க
இருந்துவந்த ஏசுநாதா
எங்க கண்டு தேடுவனோ
என் மகனே ஏசுநாதா
பாற நல்ல சிலுவ மரம்
பத்தடி தான் தேக்கு மரம்
பாத்து நல்லா சுமக்கிறரோ
என் மகனுமேசு நாதா
எங்கு கண்டு தேடுவனோ

என் மகனுமேசு நாதா
ஈர நல்ல சிலுவமரம்
எட்டடி தான் தேக்குமரம்
இட்டு நல்லா சுமக்குறரோ
என் மகனுமேசு நாதா
கையிலியோ ஆணிகளோ
கைத்திரெண்டு தூதர்களோ
காலிலியோ ஆணிகளோ
கைத்தெரெண்டு தூதர்களோ
எங்கு கண்டு தேடுவனோ
எம் மகனுமேசு நாதா
தூக்கி நல்லா இறக்குங்களேன்
துணிவுள்ள ஏசுநாதா
சாய்ச்சு நல்லா இறக்குங்களேன்
தாய் மடியில ஏந்துகிறேன்...

ஆலய வளாகமும், அமைதியும், அவரது குரலும் என்னவோ செய்தது. கண்ணை புடவைத்தலைப்பால் ஒற்றிக்கொண்டார் மேரி. தேருக்குப் பின்னால் அடித்த கும்மியைப் பாடச் சொல்லி நினைவு படுத்துகிறேன். 'குரவை' என்ற பண்டைய கலை வடிவத்தின் தொடர்ச்சியாக கும்மி இருக்கலாம் என ஆய்வாளர்கள் கருதுகின்றனர்.

இசை ஆய்வாளரும் அறிஞருமான ஐயா நா.மம்மது, ''குரவையிலிருந்து குலவை வந்தது என பெரும்பாலும் சொல்லப்படுகிறது. ஆனால் அப்படிச் சொல்லிவிடமுடியாது. உலகின் பல்வேறு நாகரிகங்களிலும் குலவையிடுதல் உண்டு. குரவையின் தொடர்ச்சியாக கும்மியியைச் சொல்லலாமே அன்றி இது இன்னும் மேலதிக ஆய்வுக்குரியதே'', என குறிப்பிடுகிறார். பின்தேர்க் குரவை சங்க காலத்திலிருந்தே நம்மிடம் வழங்கும் நிகழ்த்துக்கலை வடிவம். தேரின் பின் குரவைக் கூத்தாடுதலை புறப்பொருள் வெண்பாமாலை இப்படிச் சொல்கிறது-

பெய்கழலான் தேரின்பின்
மொய்வளை விறலியர் வயவரோ டாடின்று.

இட்ட வீரக்கழலை உடையவனுடைய தேரின் பின்னால், செறிந்த தொடி (வளை) அணிந்த பாணிச்சியர் வீரரோடும் சேர்ந்து ஆடிய கூத்தே பின் தேர்க் கூத்தாகும். 'இது தனியர் ஆடல் அல்ல. குழு ஆடல். எழுவர்/எண்மர்/ஒன்பதின்மரேனும் கைபிணைந்தாடுவது இவ்வகை நடனம்'', என ஆய்வாளர் இரா. கலைக்கோவன்

குறிப்பிடுகிறார். சங்க காலத் தேரில் மன்னனிருந்தான், இந்தக் காலத் தேரில் மாதா இருக்கிறாள். பண்பாடு ஒன்றே, கொண்டாடும் கருப்பொருள் மட்டுமே வேறு. இந்தக் குரவைக் கூத்திலிருந்து தோன்றியதே கும்மி எனவும் சொல்லப்படுகிறது. பெரும்பாலும் இவ்வகைக் கும்மிப் பாடல்களில் சொல்லப்படும் பாடுபொருள்கள் அன்றாடம் பெண்களின் பார்வையிலுள்ள எளிய காட்சிகளே என்று மம்மது ஐயா சொல்கிறார்.

தந்தினனன்னா தினந்தன்னினன்னாதினந்
தந்தினன்னா தினந்தன்னானே... (2)
ஏ கோவப் படர்ந்ததப் பாருங்கம்மா
கோவக்கொடி படர்ந்ததப் பாருங்கம்மா
கோணான்குப்பத்துப் பெரியநாயகி
கோபிர அழகைப் பாருங்கம்மா
பாவப் படர்ந்ததப் பாருங்கம்மா
பாவப் பார்த்துப் படர்ந்ததப் பாருங்கம்மா
கோணான்குப்பத்து பெரியநாயகி
பக்திப்பாடலப் பாருங்கம்மா
அச்சியுங்குச்சியும் பொன்னால
ஏசு ஆவாரங்குச்சியும் பொன்னால
தெக்க இருக்குற தேவமாதாவுக்கு
திருமுடியும் பொன்னால
ஏ எங்க கண்டபுள்ள எங்க கண்ட
எங்க மாதாவ எங்க கண்ட
தெக்குத் தெருவுல
தென்னண்ட வீதில
தேருமேலவுங்க வரக்கண்டேன் – ஏ தந்தினன்னா...
ஆத்துலியே யேசு ஊத்துநோண்டி
அங்கசிலகாலம் தங்கிவரும்
வேத்து முகம்பட்டு வராரோ ஏசு
வெள்ளிக்குஞ்சங்கட்டி வீசுங்கம்மா
வெள்ளிக்குஞ்சத்தால வீசுனாலும் நல்ல
வேருவ அவர்மேல் தட்டுப்படும்
பத்தினிப் பெண்களக் கூட்டிக்கிட்டு நல்ல
வெத்தல தோம்ப்ராள வீசுங்கம்மா – ஏ தந்தினன்னா...

ஜான் மேரி போன்றோரின் பாடல்களை எதிர்காலத் தலைமுறைக்கு சேமித்துவைக்கும் பணியை அவர் மகன் ஆரோக்கியராஜ் செய்திருக்கிறார். யூடியூப் காணொளியாக இவற்றைப் பதிவேற்றம்

செய்ததாகச் சொல்லி இதை எழுதும் போது சுட்டிகளை அனுப்பினார்.

2021ம் ஆண்டு பிப்ரவரி மாதம் கோணான்குப்பத்துக்குப் போயிருந்தேன். அங்கிருந்து மேல்நாரியப்பனூருக்குச் சென்றுவிட்டு இரவுக்குள் சென்னை திரும்பவேண்டும் என்பதால், முகாசா பரூர் பாளையக்காரரைச் சந்திக்கும் திட்டம் கைவிடப்பட்டது. காலை கோணான்குப்பம் ஆரோக்கியராஜை அலைபேசியில் அழைத்தேன். தேர் எடுக்கும் முன் பாளையக்காரர் வந்து என்ன மரியாதை செய்வார் என்ற கேள்வியை முன்வைத்தேன்.

கோணான்குப்பம் பெரியநாயகி தேர் அன்று, தற்போதைய பாளையக்காரரான கச்சிராயர் மன்னராடை அணிந்து சாரட் வண்டியில் கோயிலுக்கு வருவார் என ஆரோக்கியராஜ் சொல்லத் தொடங்கினார். கச்சிராயர் சீர்த்தட்டில் மாதாவுக்கு சேலை, பழம், பூ கொண்டுவருவார். மேடையிலிருக்கும் குருவானவரிடம் அதைத் தருவார். குரு தட்டை வாங்கிக்கொண்டு இவருக்குப் பொன்னாடை போர்த்தி பதில் மரியாதை செலுத்துவார். பின்னர் எல்லோரும் இறங்கி, தேருக்கு அருகே செல்வார்கள். குருக்கள், கச்சிராயர் தேரைத்தொட, மாதாவின் தேர் பவனி தொடங்கும். ஒவ்வொரு

மன்னர் பாலதண்டாயுதக் கச்சிராயருக்குப் பொன்னாடை போர்த்தி வரவேற்கும் பங்கு குரு, படம் நன்றி: கிராமத்தான் பிளாக்ஸ்பாட்

ஆண்டும் நடக்கும் பாரம்பரியம் இது என ஆரோக்கியராஜ் சொல்லி முடித்தார்.

கச்சிராயர் பெயரைக் கேட்டேன். ''அவரு பேரு பொன் பாலதண்டாயுதம், அதிமுக பதவியில கூட இருந்தாரு. அவரு தான் வருஷா வருஷம் சீர்த்தட்டோட வர்றது'', என ஆரோக்கியராஜ் சொல்ல, ''சரி, அவுங்க நம்பர் எதுவும் கிடைக்குமா? அவர்கிட்ட இதப் பத்தி பேசி, அதையும் கட்டுரைல சேர்த்துடறேன்'', என்றேன். எதிர் முனையில் சிறு மவுனம். ''நீங்க வந்துட்டுப் போனீங்கல்ல மேடம்? அதுக்கு அப்புறம் அவரும், அவுங்க வைஃபும் இந்த வருஷம் மே மாசம் கொரோனாவுல இறந்து போய்ட்டாங்க. அவுங்களுக்கு பொண்ணுங்க தான் உண்டு. இனி மாதாவுக்கு இந்த பாளையக்கார மரியாதை உண்டான்னு தெரியல...''

சான்றுகள்

- History of Pondicherry Mission, P A Sampathkumar, Carof - Department of Christian Studies, University of Madras, 2000
- Father Beschi of the Society of Jesus: His Times and His Writings, Leon Besse - St Joseph's Industrial School Press, Trichinipoly, 1914
- *தேம்பாவணி கண்ட திருத்தலம் – மதுரம் நம்பி, 1981*
- The British Museum quarterly, volume xxxi 1967-68, Albertine Gaur
- Brief sketch of the life and writings of Father C.J. Beschi or, Viramamuni, tr. from the original Tamil, A Muttusamy Pillai - JB Pharoah, Madras, 1840
- *கோணான்குப்பம் பெரியநாயகி மாதா திருத்தல வரலாறும் வழக்காறும் – அருள்பணி. முனைவர் ஆ.சூசைராஜா - பெரியநாயகி மாதா திருத்தல வெளியீடு, 2019*
- *ஜான் மேரி அம்மாவின் பாடல்கள்* - https://youtu.be/1atXvk_xTjo
- https://youtu.be/Tte5fAvIBoU
- http://www.varalaaru.com/design/article.aspx?ArticleID=1434

23

மேல்நாரியப்பனூர் அந்தோணியார்

மேல்நாரியப்பனூரில் இன்னொரு சிறப்பு இவர்களது ‘மூன்று அரசர்கள் திருவிழா’ (Epiphany) கொண்டாட்டம். ஆண்டுதோறும் ஜனவரி 6 அன்று நடைபெறும் இந்த விழாவில் மூன்று ராஜாக்கள் போல வேடமணிந்த நடிகர்கள், ஊரின் வெவ்வேறு இடங்களிலிருந்து ஆலயத்துக்குள் வருகின்றனர்

•

ஒரு தட்டு பூவெடுத்து
நேசர் மேலே வாசம் செய்தும்
தேர் குலுங்க ரதங் குலுங்க
வாராரையா ஏசுநாதர்
ரெண்டு தட்டு பூவெடுத்து
நேசர் மேலே வாசம் செய்தும்
வாராரையா ஏசுநாதர்
மூணு தட்டு பூவெடுத்து
நேசர் மேலே வாசம் செய்தும்
வாராரையா ஏசுநாதர் – தட்டு எண்ணிக்கை 9 வரை
ஆரிராராரோ ஆரிராராரோ
ஏ மாசில்லாத ஏசுநாதர்க்கு ஆரிராராரோ

- அந்தோணியார் தேருக்குப்பின் பாடும் பின்தேர்க்குரவை, ஏசுநாதர் கும்மி, ஊர்ப்பெண்கள், மேல்நாரியப்பனூர்.

மேல்நாரியப்பனூர் எனக்கு அறிமுகமானது விருத்தாசலம் ரயில் நிலையத்தில் எனச் சொல்லவேண்டும். முன்பின் கேட்டிராத ஊர். 'நரியப்பனூ' என்பதைத் தான் முதலில் காதால் கேட்கமுடிந்தது. சிலருக்கு 'அந்தோணியார் கோயிலு', இன்னும் சிலருக்கு 'அஞ்சு ருவ்வா டிக்கெட்டு'. காலை எட்டு மணிக்கு டிக்கெட் கவுன்டரில் நம் ஷிஃப்ட் வேலையைத் தொடங்கும்போது, நீண்ட வரிசை நம் முன் இருக்கும். 'ஐயோ இன்னிக்கு செவ்வாக்கிழமையா?', என்ற கிலி சட்டென வரும்.

ஒரு முழு ரயிலை நிரப்பக்கூடிய அளவுக்கு மக்கள் நாரியப்பனூருக்கு டிக்கெட் வாங்குவார்கள். பயணச்சீட்டுக்கு அவர்கள் பணம் எடுத்துத் தரும் 'பாதுகாப்புப் பெட்டகங்கள்' இன்னும் அதிர்ச்சியாக இருக்கும். சிவப்பு நிற டவுசர் பையில், பட்டாபட்டியின் முடிச்சுக் கயிறில், காதுக்குப் பின்னாலிருந்து, பச்சை நிற பெரிய பக்கிள் பெல்ட்டின் நடுவிலிருந்து, வெற்றிலை டப்பாவிலிருந்து, சுருட்டி வைக்கப்பட்ட புகையிலை பாக்கெட்டில் இருந்து என அந்த ஐந்து ரூபாயை அவர்கள் தேடி எடுத்துத்தரும் நொடிகள் திக்திக்கென்று தான் இருக்கும். ஆனால் அதே சமயம் அவர்களின் எளிமை, அவ்வளவு ஏழ்மையிலும் பயணச்சீட்டு எடுத்துச் செல்லும் அறம் என எல்லாம் கலந்த ஒரு கலவையான உணர்வுடனே அவர்களைப் பார்த்திருக்கிறேன்.

விருத்தாசலத்தில் என் சூப்பர்வைசரான ஷெரிஃப் சாரிடம் ஒரு நாள் கேட்டேன்.

''எங்க தான் சார் இத்தன பேர் கும்பல் கும்பலா செவ்வாக்கிழம போறாங்க? என்ன அப்பபடி தல போற அவசரம், அதுக்கு இந்தா ஓட்டம் வேற ஓடுறாங்க?''

''அம்மா...அது ஹால்ட் ஸ்டேஷன். அங்க ரொம்ப சக்திவாய்ந்த அந்தோணியார் கோயில் ஒண்ணு இருக்கு. அங்க தான் இப்பிடி கூட்டம் கூட்டமா போறாங்க. பெரும்பாலும் பாவப்பட்ட மக்கள் தான்மா. கூலி வேலை, சித்தாள் வேல செய்ற ஆளுங்களா இருப்பாங்க. கூடக் குறைய குடுத்தாலும் வாங்கிட்டு டிக்கெட்ட குடுத்துருங்க...''

''கூட எங்க சார்? குறையதான் தருவாங்க...சரி சொல்லிட்டீங்கல்ல? பார்ப்போம்'', என்றேன்.

அவ்வப்போது ஷெரிஃப் சார் சொல்லும் சம்பவங்களும் நடப்பதுண்டு. ''ஆயா...அஞ்சு பேரு போணும். அஞ்சு ரூவா குறையுது...'', என தலை சொரியும் முதியவர்களுக்கு ஒன்றிரண்டு

முறை, 'இந்தாங்க டிக்கெட்..' என எதுவும் பேசாமல் கொடுப்பதை வாங்கிப் போட்டுக்கொண்டு சீட்டு கொடுப்பதுண்டு. ஜூன் மாதம் திருவிழாவுக்கு அந்த ஊர் வழியாகச் செல்லும் பாசஞ்சர் ரயில் கூடுதலாக நின்று செல்லும் என அறிவிப்பு பார்த்த நினைவு இருக்கிறது. ஆனால் அந்த பக்கம் போக வாய்ப்பு ஏற்படவேயில்லை.

தோழர் செல்வபாண்டியன்தான் மேல்நாரியப்பனூர் பற்றி பேசுகையில் எழுத்தாளர் இமயத்தின் 'கோவேறு கழுதைகள்' நாவலை நினைவூட்டினார். ''தோழர், அதில் மேல்நாரியப்பனூர் அந்தோணியாரைத் தேடி வரும் குடும்பம் பத்தி இமயம் அழகா எழுதி இருப்பாரு...மறுபடி படிச்சிப்பாருங்க'', என்றார். அட ஆமால்ல...என அதன்பின் நினைவு வந்தது. இரவு அதை மீள்வாசிப்பு செய்து இன்னொரு நாள் உறக்கமும் தொலைத்தேன். எளிய புதிர வண்ணார் கிறிஸ்தவ மக்களின் வாழ்க்கையை நம் கண்முன் இமயம் அப்படியே நிறுத்தியிருப்பார்.

குடும்பத்தில் நல்ல காரியம் ஒன்றைச் செய்யும்முன் மேல்நாரியப்பனூர் அந்தோணியாரிடம், அவரது தூதுவனாக பார்க்கும் பங்கு குருவானவரைத் தேடி வரும் பாவப்பட்ட குடும்பத்துடன்தான் அந்த நாவலில் நாம் நுழைவோம். ''தோழர், வண்ணார், பறையர் இன மக்களின் குலதெய்வமாக மேல்நாரியப்பனூர் அந்தோணியார் பார்க்கப்படுகிறார் தோழர், நீங்க மறக்காம அங்க ஆய்வுக்கு போங்க'', எனச் சொன்ன செல்வபாண்டியன் தோழரின் கருத்தை ஆமோதித்தேன்.

கோணான்குப்பத்திலிருந்து நாரியப்பனூர் போகும் வழியிலேயே தகவல் சொல்லி, நாரியப்பனூர் சக்கிறிஸ்தரான (Sacristan - the person in charge of the contents of the church and sacristy) அல்போன்ஸிடம் பேசிவிட்டேன். மிகச் சிறிய ஊர். மொத்தமே நான்கைந்து தெருக்கள்தான் இருக்கும் என நினைக்கிறேன். கோயிலின் முன்வாசல் தெரியாமல் பின்வாசல் வழி நுழைந்து இன்னும் குழம்பிப்போனேன். கோபுரம் கண்முன் தெரிந்தது, ஆனால் வாசலைக் காணோம். இடதுபக்கம் ஒரு மண்டபம் தெரிந்தது. அங்கு பூசை வைக்கப்படும் தடம் தெரிந்தது. அங்கிருந்து வலதுபக்கம் சென்று ஒரு சுற்றி சுற்றி ஆலயத்தின் முன்வாசலுக்கு வந்துவிட்டேன். ஆனால் ஆலயக் கதவுகள் மூடிக்கிடந்தன. ஆலயத்தின் வலப்பக்கம் சிறு நினைவறை ஒன்று தெரிந்தது. அதில் பாதிரியார் லாசர் என்பாரின் கல்லறை இருந்தது. அதன்முன் மெழுகுதிரிகளின் மெழுகு அங்கங்கே கோலமிட்டிருந்தது.

இடப்பக்கம் இன்னொரு சிறு அறை இருந்தது. அதில் மரத்தாலான தொன்மையான சிறு பீடம் தெரிந்தது. பீடத்தில் நடுநாயகமாக சுமார் நான்கடி உயரமுள்ள அந்தோணியார் சுரூபம் இருந்தது. அவருக்கு வலப்பக்கம் சுமார் ஓரடி உயரத்தில் இன்னொரு குட்டி அந்தோணியார் சுரூபமும், இடப்பக்கம் குழந்தை இயேசு சுரூபமும் இருந்தன.

சின்ன அந்தோணியாரின் தலைமுடி நாம் வழக்கமாகக் காணும் அந்தோணியார் 'பட்டம்' போல இல்லாமல் கொஞ்சம் வேறுபாட்டுடன் தெரிந்தது. பீடத்தின் முன் அணைந்து போன மெழுகுதிரிகள் யாரோ சிலருடைய பிரார்த்தனைகளைத் தாங்கி நின்றிருந்தன. எனக்குப் பக்கவாட்டில் நீலநிற சேலை அணிந்து முக்காடிட்ட பெண் ஒருவர் செபித்துக் கொண்டிருந்தார். நான் அவரை வேடிக்கை பார்த்தபடி பின்னாலிருந்த நாற்காலி ஒன்றில் அமர்ந்தேன். நீல சேலை சத்தம் கேட்டுத் திரும்பிப் பார்த்தார். சாந்தமான முகம். முகம் கொள்ளாத மஞ்சள். நெற்றி துலங்க குங்குமம், திருநீறு.

''இங்க வா ஆயா..அங்கியே உக்காந்து என்ன செய்ற?'', என அவரே உரையாடலைத் தொடங்கினார்.

அதே ஊரைச் சேர்ந்த இந்துப் பெண் அவர். கால் வலி, எந்தக் கோயிலுக்குச் சென்றும் குணமாகவில்லை என்றார்.

''இங்கே வந்தா சரியாயிருமா?'', நான் அந்தோணியாரைப் பார்த்துக்கொண்டே இவரிடம் கேட்டேன்.

மேல்நாரியப்பனூர் பக்தர்

''கட்டாயமா ஆயா...நீ நம்பிக்கையா செபத்தச் சொல்லு. உனக்கும் காலு சரியாவும்...''

என் காலைத்தான் சொல்கிறார். பக்கவாட்டில் ஜெபம் செய்து கொண்டிருந்தவர் நான் உள்ளே நடந்து வந்ததை எப்படிப் பார்த்தார்? நான் சத்தமாகவே சிரித்தேன். 'எனக்கு சாமி மேல எல்லாம் நம்பிக்கை கிடையாதும்மா...''

''ஐயோ அப்புடி எல்லாம் சொல்லாத. உன் காலு சரியாயி நீ இங்க அடுத்த வாட்டி வரும்போது ஓடிவருவ பாரு. நம்ம அந்தோணியார் ரொம்ப பவரு. தோ..இந்தப் பக்கம் இருக்குற சின்னவர கும்பிடு. எல்லாம் சரியாவும்.''

பேச்சை மடை மாற்றுவோம் என சட்டென எழுந்துகொண்டேன். ''வாங்க...அழகா இருக்கீங்க, உங்கள ஒரு படம் எடுப்போம்'', என அவரை வெளியே இழுத்தேன். வாசல் பக்கம் அவரை நிற்கவைத்து படமெடுத்தேன். முதலில் கொஞ்சம் வெட்கப்பட்டவர், அழகாகப் பாந்தமாக போஸ் கொடுத்தார். ஒரு நூற்றாண்டுக்கு முன் புகைப் படங்களுக்கு போஸ் கொடுத்த பெண்கள் இப்படியான முகபாவனையுடன் தான் நின்றிருக்க வேண்டும் என்பதை அவர் முகம் சொல்லிகொண்டிருந்தது. அதற்குள் அல்போன்ஸ் வந்து விட்டார். நலம் விசாரிப்புக்குப்பின் மேல்நாரியப்பனூர் கோயில் பற்றி அவர் பேசத்தொடங்கினார்.

கள்ளக்குறிச்சி மாவட்டத்தின் சின்னசேலம் தாலுகாவில் உள்ளடங்கிய சிற்றூராக அமைதியாக மேல்நாரியப்பனூர் தெரிகிறது. செல்லும் வழியெங்கும் பருத்திக் காடுதான். அங்கங்கே கடலை பயிர் செய்யப்பட்டிருந்தது. இங்குள்ளவர்கள் பெரும்பாலும் வேளாண் தொழிலை நம்பியுள்ள மக்கள். 1906ம் ஆண்டு இந்தக் கோயிலைக் கட்டும்போது மக்களிடம் எந்தப் பணமும் இல்லை என அல்போன்ஸ் சொல்லத் தொடங்குகிறார்.

அடித்தளமே இடப்படாமல் அப்படியே எழுப்பப்பட்ட கோயில் இது எனச் சொல்கிறார். இக்கோயிலைக் கட்ட, கோயில் அருகே கல்லறையில் அடக்கப்பட்டிருக்கும் லாசர் என்ற சகாயநாதர் பெருமுயற்சியெடுத்துள்ளார். அவர் முதலில் பணியாற்றிய பங்கு நாமக்கல் மாவட்டம் காக்காவேரியாகும். அங்கிருந்து தலைவாசல் பங்குக்கு அனுப்பப்பட்டார். அங்கு பணிசெய்யும் போதுதான் மேல்நாரியப்பனூருக்கு முதல்முறை வருகை தந்தார். சாரிசாரியாக இங்கு அப்போதே வந்த மக்கள் கூட்டத்தைக் கண்டு, இங்கு ஒரு நிரந்தரக் கோயில் கட்டடம் எழுப்பவேண்டும் என எண்ணம்

மேல்நாரியப்பனூர் அந்தோணியார் ஆலயம், முன்புறத் தோற்றம்

கொண்டார். புதுவை மறைமாவட்டத்தின் ஆயரிடம் கோயில் கட்ட அனுமதி பெற்றார்.

பிரான்ஸ் நாட்டுக்கு இந்தக் கோயில் குறித்து எழுதி, அங்கிருந்து நிதியுதவி பெற்றார். வெல்லம், கடுக்காய், சுண்ணாம்பு, முட்டை என அந்தக் காலத்தில் உறுதிக்குப் பெயர்போன இயற்கைப் பொருள்கள் கொண்டு இந்த ஆலயம் கட்டப்பட்டது. ''எந்த பைல், அடித்தளமும் இதுக்குக் கிடையாதுங்க. அந்த மாதிரியாப்பட்ட கோயிலுங்க. 20ம் நூற்றாண்டுலதான் கட்டி முடிச்சாங்க. சின்னசேலம் பங்கோட சப்ஸ்டேஷனாதான் ரொம்ப காலம் இருந்துச்சு. லூர்து சாமியார் காலத்துல, 1985வாக்குல தனி பங்காச்சு. தனிப்பங்கான பிறகு சின்னசேலத்துல இருந்து எங்க பங்கு கட்டுகள எல்லாம் பிரிச்சு இங்க கொண்டு வந்து சேர்த்திருக்காங்க. இங்க இருக்குற மொத கட்டே 1985ல இருந்து தான் இருக்கு'', என அல்போன்ஸ் சொல்கிறார். (கட்டு – பங்கு ஏடுகள்).

இந்தக் கோயில் தொடக்கம் முதலே வண்ணார் மற்றும் சக்கிலியர் களுக்கான ஆலயமாக இருந்துள்ளது. அந்தோணியார் அவர்களின் குலதெய்வமாகவே இன்றும் இருக்கிறார். முதலில் சேலம் பங்கின் கீழும் பின்னர் ஆத்தூர் பங்கின் கீழும் இந்த ஆலயம் நிர்வாகம் செய்யப்பட்டுவந்தது. 1881ம் ஆண்டு இங்கு ஆலயம் கட்ட லாசர்

குரு (சகாயநாதர்) அனுப்பப்பட்டார். 1894ம் ஆண்டு அவரது கடும் முயற்சியால் ஆலயம் கட்டிமுடிக்கப்பட்டது. அதுமுதலே, இது திருப்பயணிகள் அதிகம் வந்து செல்லும் ஆலயமானது. 1911ம் ஆண்டுவாக்கில் புதுவை மறைமாவட்டத்தின் மேற்குப்பகுதியின் தலைமையிடம் எனச் சொல்லும் அளவுக்கு ஆலயம் வளர்ந்தது. ஆனால் பின்னாளில் கள்ளக்குறிச்சி அந்த இடத்தைப் பிடித்தது.

1938ம் ஆண்டு முதல் இந்த ஆலயம் சின்னசேலம் பங்கின் துணை ஆலயமானது. திருவிழாத் திருப்பலிக்கும், ஞாயிற்றுக்கிழமை கடன் திருநாள் பூசைக்கும் மட்டுமே பங்குக் கோயிலிலிருந்து குருக்கள் வருவதுண்டு. 1985ம் ஆண்டு மேல்நாரியப்பனூர் தனிப்பங்காக உயர்த்தப்பட்டது. கிட்டத்தட்ட 100 கிறிஸ்தவக் குடும்பங்கள் இவ்வூரில் வசிக்கின்றனர். அந்தோணியார் மேல்நிலைப்பள்ளி, அந்தோணியார் தொடக்கப்பள்ளி என இரண்டு பள்ளிகளும், அந்தோணியார் ஆதரவற்றோர் இல்லம் ஒன்றும் இந்தப் பங்கின் கட்டுப்பாட்டில் உள்ளன.

''ஞாயித்துக்கிழமையும் செவ்வாய்க்கிழமையும் தான் ஆரம்பத்தில இங்க மக்கள் கூட்டம் வரும். செவ்வாக்கிழமை அந்தோணி யாருக்கு உகந்த நாள்னு சொல்வாங்கல்ல? அன்னிக்கு சாயங்காலம் இங்க சப்பரம் எடுப்பாங்க. செவ்வாக்கிழமை கும்பிடணுமேன்னு அதுக்கு முன்னாடியே திங்கக்கிழமை இங்க கூட்டம் சேர்ந்தாங்க. வந்தவங்கள்ல சில பேரு வெளிய நைட்டு தியேட்டருக்கு போய் சினிமா பார்த்துட்டு, காலைல பூசைக்கு வருவாங்க'', எனச் சொல்கிறார் அல்போன்ஸ்.

இதைக் கண்ட பீட்டர் ராஜேந்திரன் என்ற பாதிரியார், கோயிலுக்கு வருபவர்கள் இங்குதான் ஜெபம் செய்யவேண்டும், தவம் செய்ய வேண்டும், தர்மம் செய்யவேண்டும். திரையரங்குக்குச் சென்று விட்டு வந்து இங்கு திருப்பலி, சடங்குகளில் பங்கேற்பது சரியல்ல எனச் சொல்லி, திங்கள்கிழமை வருபவர்களை ஆலயத்தில் கவனம் குவிக்க ஒவ்வொரு திங்கள் மாலையும் சப்பரம் ஒன்று எடுத்தார். செவ்வாய்க்கிழமைகளிலும் வழக்கம் போல சப்பரம் எடுக்கப் பட்டது. இந்த சப்பரங்கள் கோயில் வளாகத்துக்குள் சுற்றிவந்தன. காலை எட்டேகால் மணிக்கு ஒரு திருப்பலியும், மாலை சப்பரச் சுற்று முடிந்தபிறகு இன்னொரு திருப்பலியும் இருக்கும்.

ஒருவேளை மக்கள் கூட்டம் அதிகமாக இருந்தாலோ, மக்கள் சிறப்புப் பூசை வேண்டும் என கேட்டாலோ, காலை பத்து மணிக்கும் ஒரு பூசை வைக்கப்பட்டது. பக்தர்களின் வருகை, அவர்களது தேவையைக் கருத்தில் கொண்டு, பயணியருக்கான

வசதிகள் ஒவ்வொன்றாகச் செய்துதரப்பட்டன. இதை ஆமோதிக்கிறார் செல்வபாண்டியன். 35 ஆண்டுகளுக்கு முன் அவர் மேல்நாரியப்பனூருக்குச் சென்றபோது ஆலயம் தவிர வேறு எதுவுமே வசதியில்லை எனச் சொல்பவர், இன்று அங்கு சென்றால் ஆலயத்தை அடையாளமே தெரியவில்லை எனச் சொல்கிறார். அந்த அளவுக்குக் கட்டடங்கள் பெருகிவிட்டன.

''1988ம் ஆண்டு அங்கே திருவிழாவுக்குப் போனேன். ஜூன் மாதம்னு நினைவு. பகல்ல போயிருந்தேன். ஆலய மைதானத்தில கிட்டத்தட்ட 2000 பேர் கூடியிருந்தாங்க. அதுல சின்னதா மேடை மாதிரி போட்டு, எட்டு பத்து குருக்கள் பாவமன்னிப்பு கேக்க நாற்காலியில வரிசையா உக்காந்திருந்தாங்க. மக்கள் மண்டி போட்டு அவுங்க கிட்ட பாவமன்னிப்பு கேட்டுட்டு இருந்தாங்க. நல்ல மதிய வெயில் வேளை. குரு ஒருத்தர் நாற்காலில தனியா உக்காந்திருந்தார். அவர் முன்னாடி 'பேய் பிடித்த' பெண்களை தரையில உக்கார வெச்சிருந்தாங்க. கண்ட்ரோல் ஆகாத சில பெண்களை அவுங்க குடும்பத்தார் கைகால்களை இறுக்கப் பிடிச்சு நிப்பாட்டி இருந்தாங்க. அந்த குரு ஒவ்வொருத்தரையா அழைச்சு, யார் நீ, எங்கருந்து வர்ற, என்னலாம் இந்தப் பொண்ணு உடம்புக்குள்ள இருந்து பண்ணின, எப்ப போவ, என்ன செஞ்சாப் போவ.. அப்டின்னு கேட்டுட்டு இருந்தார். அதையும் பார்த்தேன், ஒன்றிரண்டு ஆண்டுகள் கழிச்சு திருவிழாவுல மாலைவேளைல சப்பரம் தூக்குறதையும் பார்த்தேன்'', என நண்பர் செல்வ பாண்டியன் சொல்கிறார்.

தங்கும் அறைகள், சப்பரப் பாதுகாப்பு அறை, ஆடு, கோழி உரித்து வெட்டும் இடம் என எல்லாவற்றுக்கும் தனித்தனியே இடம் ஒதுக்கி, ஒவ்வொன்றாகக் கட்டப்பட்டுள்ளன. கோயில் மணி 360 கிலோ எடைகொண்டது என அல்போன்ஸ் சொல்கிறார். இத்தாலியில் செய்யப்பட்ட வெண்கல மணி அது. ''கோயிலுக்குள்ள உள்ள அந்தோணியார் சுரூபம் கோனேரிப்பட்டி கோயிலுக்காக செஞ்சு எடுத்துட்டு போனது. இங்க தங்கிடுச்சு. இந்த ஊரு மக்களோட பக்தி அப்படி. அந்தக் கோயிலுக்கு எடுத்துட்டுப் போன சுரூபத்த குஞ்சான் அப்டிங்குற இந்த ஊர்க்காரர் வாங்கிட்டார். குஞ்சான் ஊருக்கு பாதுகாவலா இருந்தவரு. ஒரு காலத்துல இந்தப் பக்கம் எல்லாம் காடா இருந்துச்சு. ஆடு, மாடுங்க, பொருள் எல்லாம் நிறைய திருட்டு போச்சு. அதைத் தடுக்க மாட்டுச் சலங்கைய ஈட்டி முனைல கட்டிக்கிட்டு இவரு காவலுக்கு சுத்தி வந்திருக்காரு. எதையும் அந்த ஈட்டியால குத்திக்குத்திப் பார்ப்பாராம். அப்போ

அந்த மாட்டு சலங்கை குஞ்சம் சத்தம் போட்டுக்கிட்டே இருக்குமாம். மக்களும் 'ஏ குஞ்சம் கட்டியிருக்கவன் வர்றான், குஞ்சம் கட்டியிருக்கவன் வர்றான்' அப்டின்னு சொல்லிச் சொல்லி, அவர் பேரு குஞ்சான்னு ஆயிடுச்சு.''

''குஞ்சானுக்கு குழந்தை பாக்கியம் இல்ல. அப்போ ஊர்ப் பெரியவங்க எல்லாம் கோணான்குப்பத்துக்குப் போ, மாதா கிட்ட வேண்டிக்கிட்டு வந்தா குழந்தை பிறக்கும் அப்டின்னு அவர்கிட்ட சொல்லி இருக்காங்க. சரின்னு இவர் பூண்டி வழியா நடந்து அங்க போய்க்கிட்டு இருந்திருக்காரு. அப்போ எதித்தாப்ல இந்த சுரூபத்த தூக்கிட்டு வந்துட்டு இருந்தவரும், இவரும் சாப்பாட்டுக்காக ஒரே இடத்துல உக்கார்றாங்க. இவர்கிட்ட குடிக்க தண்ணி இருந்திருக்கு, அவர்கிட்ட இல்ல. அதுனால ரெண்டு பேரும் ஒண்ணா உக்காந்திருக்காங்க. சாப்பிடும் போது இவர் அவர்கிட்ட, 'இது என்ன மூட்டை?' அப்டின்னு கேட்டிருக்கார். அவரு அதுக்கு 'பதுவா சாமி' அப்டின்னு சொல்லியிருக்கார்.''

''இவருக்குப் புரியல. பதுவா சாமின்னா என்னனு கேட்டிருக்கார். அவர் குழந்தை வரம் குடுக்குறவரு, பேய் பிசாச ஓட்டுறவரு, போர்ச்சுகீஸ் நாட்டுல இருந்து வர்றவரு அப்டின்னு அந்த பயணியும் விளக்கம் சொல்லியிருக்கார். இவரும் உடனே, 'எனக்கு அந்தப் பிரச்சினதான் இருக்குது, இத எனக்குக் குடுத்துருங்க', அப்டின்னு கேட்டிருக்கார். அவரு, 'இல்ல இல்ல...இது ஒரு ஊரே பணம் போட்டு வாங்கிட்டு வந்திருக்குது. இதை உங்களுக்கு குடுத்தாக்கா ஊருக்கு பதில் சொல்ல முடியாது', அப்டின்னு மறுத்திருக்கார். 'உன்னால என்ன குடுத்துற முடியும் இத வாங்க?' அப்டின்னு அவர் கேக்க, இவர் இடுப்புல முடிஞ்சு வெச்சிருந்த இருவத்தியோரு காளைய வித்து, வேற ஒரு வேண்டுதலுக்காக வெச்சிருந்தத எடுத்து அந்தோணியார வாங்கக் குடுத்துட்டார். அவருக்கு இவ்வளவு காசா அப்டின்னு காசை அவரு எடுத்துக்கிட்டாரு. அந்தோணியார தூக்கி தலைல வெச்சிக்கிட்டு தனக்கு குழந்தை பிறந்துரும் அப்டின்னு சந்தோஷத்துல அங்க இருந்தே ஆடிக்கிட்டே குஞ்சான் இந்த இடத்துக்கு வந்திருக்கார். காட்டுல இந்த எடத்துல அவர வெச்சு, உருகி வேண்டுனதுல அவருக்கு ஒரு வருஷத்துல குழந்தை கிடைச்சிருச்சு'', எனச் சொன்ன அல்போன்ஸ், பக்கத்தில் இருக்கும் வயதானப் பெண்களைப் பார்த்து, ''என்னம்மா சரியாத்தான் சொல்றனா?'' என கேட்கிறார். அப்போதுதான் கவனிக்கிறேன், எங்களைச் சுற்றி கிட்டத்தட்ட இருபது பெண்கள் சிற்றாலய வாசலில் உட்கார்ந்திருந்தார்கள்.

பெண்களில் ஒருவர், ''அவர் இந்து இல்லீங்களா? இந்த சாமிய எப்புடி கும்பிடுறதுன்னு தெரியாது. அதுனால அங்கேயே மொட்டை அடிச்சு, குளிச்சிட்டு, சாமிய இங்க தூக்கிட்டு வந்தார்'', என எடுத்துக் கொடுக்கிறார். இந்துவாக இருந்த குஞ்சானுக்கு இந்தச் சம்பவத்துக்கு முன் பிறந்த குழந்தைகள் எதுவும் தங்கவில்லை, அதனால் திருப்பதிக்கு மாடு வாங்கித் தருவதற்காக அவர் பணம் சேர்த்து முடிந்து வைத்திருந்ததாகவும் அந்தப் பணத்தை கொடுத்தே அந்தோணியாரை வாங்கியதாகவும் அந்தப் பெண் சொல்கிறார். இந்த சூழலில்தான் குஞ்சானனுக்கு மாதாவை ஒரு கிறிஸ்தவர் அறிமுகம் செய்துவைக்கிறார்; இனி நீங்கள் மாதாவை கும்பிட்டால் எல்லாம் நலமாகும் என அவர் சொல்கிறார். அதற்குப் பிறகு அந்த அம்மாள் சொன்ன கதையைக் கேட்டு நமக்கு கொஞ்சம் உதறியது. தனியாக இங்கே ஆய்வுக்கு வந்திருக்க வேண்டாமோ என ஒருநொடி நினைத்தேன்.

''குஞ்சான் அந்த சுரூபத்த தூக்கிட்டு ரயில்வே கேட் வரதுக்குள்ள இந்தக் காட்டுக்குள்ள இருந்த பேய் எல்லாம் எந்திரிச்சு ஆடத் தொடங்கிருச்சாம். அப்பவே அவரு பக்தி வந்திருச்சு இங்க. இப்ப இருக்குற பூசை மேடை மேலதான் சுரூவத்த வெச்சு அதுக்கு மேல கொட்டாய போட்டாங்க. கீத்துக் கொட்டக தான். குஞ்சானுக்கு என்ன செய்யத் தெரியும்? இந்துக்கள மாதிரி படையல் போட்டு கும்பிட்டுட்டு இருந்திருக்கார். அப்புறந்தா காக்காவேரி சாமியாருங் களுக்குத் தெரிஞ்சு, அவுங்க வந்து பார்த்திருக்காங்க. காக்காவேரி பங்கு சாமி தான் இவருக்கு ஞானஸ்நானம் குடுத்து, அந்தோணிசாமின்னு பேரு வெச்சாரு. இப்ப ஏழு தலமுறை ஆயிருச்சுங்க'', எனச் சொல்கிறார்.

''சரி, அந்தக் குடும்பத்து ஆளுங்க இங்க இப்ப யாராச்சும் இருக்காங்களா?''

''இருக்குறோமுங்க..நாங்க எல்லாரும் அந்த குடும்பந்தான். ஊரே அந்தக் குடும்பந்தான் இருக்கோம். பெர்ய ஆளுங்க எல்லாம் போய்ட்டாங்க. இதோ இவ்ரு தான் முந்துன தலமுறையில இப்ப இருக்காரு'', என பக்கத்தில் இருக்கும் முதியவரை அல்போன்ஸ் கைகாட்டுகிறார். அவரது பெயர் அருமைநாயகம். ''நீங்க கேக்குறீங்க, பதில் சொல்றாரா பாரு..காது கேக்காது..கொஞ்சம் கம்மி'', எனச் சொல்கிறார். அருமைநாயகம் அவரைப் பற்றித்தான் பேசுகிறோம் என புரிந்ததும், லேசான வெட்கத்துடன் புன்னகைக்கிறார்.

கோயில் கட்டிய சகாயநாதர் சாமியைப் பற்றி பெருமையாகப் பேசுகின்றனர் அந்தப் பெண்கள். ''அவரும் எங்கள மாதிரி இந்துவா

இருந்து கிறிஸ்தவரா மாறினவரு தான். வீரமாமுனிவர் மாதிரி இருந்தாரு. முன்னால பத்து தலக்கட்டு, இருவது தலக்கட்டா இருந்த ஊரு, கொஞ்சம் கொஞ்சமா ஆளு சேர்த்து ஒரு 40 தலக்கட்டு ஆச்சி. அந்த குடும்பம் கோயில பார்த்துக்கிட்டு, பக்கத்துல புளியமரம் தோப்புன்னு இருந்தத, கோயில் வருமானத்த வச்சு சாப்பிட்டுட்டு இருந்துச்சு. அதுல குடும்பத்துக்குள்ள அங்காளி பங்காளிக்கு சண்டை ஆயிருச்சு. நீ மட்டும் சாப்பிடுற, எல்லாருக்கும் தான பங்குன்னு...அந்தப் பிரெச்சினக்கு அப்புறம், வந்தவங்க எல்லாருக்கும் அவுங்களும் நம்மள மாதிரி கிறிஸ்தவங்கதான் அப்டின்னுட்டு, அதுக்குப் பிற்பாடு பங்கு குடுத்தாங்க. காரியக்காரவுங்க போட்டு, கோயில் வருமானத்த எல்லாருக்கும் பிரிச்சு குடுத்தாங்க. இப்ப 300 தலக்கட்டு ஆயிருச்சுங்க'', எனச் சொல்கிறார்.

கோயிலில் சிறப்பு குழந்தை வரம் கேட்டு வருவோருக்கு எல்லாம் அந்தோணியார் குழந்தை வரம் தருகிறார் என எல்லோரும் அடித்துச் சொல்கின்றனர். அதற்கு வேண்டுதலாக இங்கு மடிப்பிச்சை எடுக்கும் வழக்கம் முன்பு இருந்திருக்கிறது. தன்னைப் போல குழந்தை இல்லாதவர்களை நேரில் சந்தித்து, இந்தக் கோயிலில் வழிபட்டால் குழந்தை கிடைக்கும் என குஞ்சான் சொல்லத் தொடங்க, மக்கள் இங்கு அலை அலையாக வரத்தொடங் கினார்கள். மடிப்பிச்சை கேட்பவர்கள் அந்தோணியார் முன் மடியை ஏந்தி வேண்டிக்கொண்டு, கோயிலைச் சுற்றி முட்டிப்போட்டு வந்தால் குழந்தை பிறக்கும் என மக்கள் நம்பியிருக்கின்றனர். தலையோடு தண்ணீர் ஊற்றிக்கொண்டு, அந்தோணியார் முன்சென்று குப்புற விழுந்து எழுந்து, மடியை ஏந்தி கோயிலைச் சுற்றிவந்திருக்கின்றனர். இன்றுவரை இங்கு வந்து வேண்டிக் கொண்டால் குழந்தை கிடைக்கும் என்ற பெரும் நம்பிக்கை மக்களுக்கு இருக்கிறது.

குழந்தை இல்லாத பெண்கள், கோயில் வாசலில் நின்றுகொண்டு ஆலயத்துக்கு வரும் மற்றவர்களிடம் தங்கள் சேலைத் தலைப்பை விரித்துப் பிடித்து பிச்சை கேட்பார்கள். அவர்களும் கையில் இருக்கும் காசோ, பணமோ, அரிசியோ விரிக்கப்படும் சேலைத் தலைப்பில் போடுவதுண்டு. அந்தப் பணத்தை சேர்த்துக்கொண்டு பெண்கள் அரிசி வாங்கி, கோயிலில் சமைத்து வருபவர்களுக்கு சாப்பாடு போடுவார்கள். இப்போது அப்படி சமைத்துத் தரும் வழக்கம் இல்லை, அதற்குப் பதிலாக இப்படி மடிப்பிச்சை எடுக்கும் பணத்தை அந்தோணியாரிடம் வேண்டிக்கொண்டு அப்படியே கோயில் உண்டியலில் போட்டுவிடுவதுண்டு.

''இப்ப கூட நாம் சமீபத்துல பார்த்தேன். ஜெப வழிபாட்டுல ஒரு அம்மா பச்சக்குழந்தைய அப்டியே தூக்கிக் காட்டுனாங்க. 'எனக்குக் கல்யாணம் ஆகி 11 வருஷம் ஆகுது. நான் இங்க வந்தேன், ஃபாதர் என்ன முறை செய்யணும்னு சொன்னார். நான் தலையோட தண்ணி ஊத்திக்கிட்டு முட்டிப் போட்டு கோயில சுத்தி வேண்டுனேன். அந்தோணியாரக் கட்டிப்புடிச்சு அழுதேன். அப்புடி அழும்போது எனக்கு கை கால் எல்லாம் சிலித்துச்சு, நான் நம்பிக்கையோட போனேன். கரெக்டா ஒரு வருஷம் கழிச்சு நான் என்னைக்கு வந்தேனோ அதே நாள்ல என் குழந்தைய இதோ உங்க முன்னால காமிக்கிறேன்' அப்டின்னு தூக்கிக் காட்டுச்சு'', என அல்போன்ஸ் சொல்கிறார்.

இந்த அந்தோணியாரை கட்டிக்கொண்டு அழுவது என்பது இங்கு பெண்களுக்கு வாடிக்கையாக இருக்கிறது. செல்வபாண்டியன் தோழரை கோயிலுக்குச் சென்று சில தகவல்களைக் கேட்டு வரச்சொன்னேன். அங்கு போனவர், ஆலயத்துக்கு வெளியே நடு மைதானத்தில் கம்பீரமாக நிற்கும் பத்தடி சுரூபத்தைக் கட்டிக் கொண்டு 'ஓ'வென்று பெருங்குரலெடுத்து அழும் பெண்ணைப் பார்த்து மிரண்டுபோனேன் எனச் சொன்னார். கேவிக்கேவி அந்தப் பெண் வெகு நேரம் அழுததாகவும் சொன்னார்.

இன்னொரு 'புதுமையும்' இங்கு நடந்ததாக அங்கு கூடியிருந்த பெண்கள் சொல்கின்றனர். ''முன்ன ஒரு தடவை தேர் எடுக்கும் போது, இந்துக்க இருக்குற தெருப் பக்கம் வரக்கூடாதுன்னு சொல்லிட்டாங்க. அதுல கொஞ்சம் ஊருக்குள்ள மனசு வருத்தம். அவுங்களுக்கு இவர யாருன்னு தெரியாம அப்பிடி செஞ்சிட்டாங்க. இப்ப அதெல்லாம் ஒண்ணும் இல்ல. அவுங்க இவர பத்தி தெரிஞ்சிக்கிடாங்க, இப்ப இங்க (ஆலயம்) அவுங்களே வருவாங்க'', என ஒரு பெண் நினைவுபடுத்துகிறார். அருமை நாயகம் இடைமறித்து, ''அவுங்க அப்படிப் பண்ணினதால தேருல இருந்த சுரூவம் அப்படியே அவுங்க பக்கம் திரும்பிருச்சு, இது நடந்து 50-60 வருசத்துக்கு மேலயே இருக்கும்'', எனச் சொன்னார். பெண்கள், ''அதுல அவுங்க வீடுங்க செலது எரிஞ்சுபோச்சு, அவுங்க அப்டியே விழுந்து கும்பிட்டாங்க'', எனச் சொன்னார்கள். அப்படிச் சொன்னவர்களிடம், அதெல்லாம் இனி வேண்டாம், பழையதை ஏன் இனி பேசவேண்டும் என சிலர் தடுத்தார்கள்.

''இப்ப எல்லாம் அந்தோணியார எப்ப வெளிய எடுக்குறீங்கன்னு அவுங்க தான் கோயில்ல தேரு சமயம் முன்னுக்க வந்து கேக்குறாங்க'', எனச் சொல்கின்றனர். ஊரின் வடக்குப் பக்கம் முழுக்க சாதி இந்துக்களும், தென் பகுதி முழுக்க தலித்

கிறிஸ்தவர்களும் இருக்கின்றனர். ஆரம்ப கட்டத்தில் தேர் எல்லா தெருக்களிலும் சுற்றிவர இதனால்தான் சிக்கல் ஏற்பட்டிருக்க வேண்டும். அவர்கள் அதுகுறித்து மேலும் பேசத் தயங்குகின்றனர்.

மேல்நாரியப்பனூர் அந்தோணியார் பேய்களை ஓட்டுவதில் வல்லவர் என அங்கிருந்த அத்தனை பேரும் சொன்னார்கள். ''ஆரம்பத்துல இப்பிடிப் பேய் புடிச்சவுங்கள கொண்டுட்டு வந்து அந்தோணியார் முன்னாடி முட்டிக்கால் போடவெச்சு, முதல்ல அவுங்க முன்னாடி என்ன பேசுதுன்னு கேக்கவுடுவாங்க. 'நீ என்ன பேசுவ, பேசு', 'உனக்கு இன்ன வேணும், கேளு' அப்டின்னு கேப்பாங்க. அதுவே பேசிரும். என்ன வேணுமோ அத சொல்லும். 'எனக்கு சாராயம் வேணும்; எனக்கு சாப்பாடு வேணும்' அப்டின்னு கேக்கும். கேக்குறத குடுப்பாங்க. அப்ப செவ்வாய்க்கிழமை ஓட்டினாங்க. இப்ப எல்லா நாளும் ஓட்டுவாங்க. இதை பார்க்குறவங்க பலரும் இது பொய் அப்டின்னு சொல்லுவாங்க. ஆனா இறந்து போன பலபேரொட பேருங்கள அவுங்க கரெக்டா சொல்லுவாங்க. அத சொல்லும்போதுதான், 'இது எப்பிடித் தெரியும்? யப்பா, இந்த மாதிரி ஆளு இருக்காங்களா?', அப்டின்னு கேட்டா, 'ஆமா, இருந்தாங்க இறந்துட்டிருக்காங்க', அப்டின்னு சொல்லுவாங்க. அவுங்க எப்ப இறந்தாங்க, எப்படி இறந்தாங்கன்னு எல்லா விஷயமும் சரியா சொல்லும். உனக்கு புடிச்சது என்னவோ அத கேளு, குடுக்கூறோம். குடிச்சுட்டு ஓடிரு அப்டின்னு சொல்லி ஓட்டிவிடுவாங்க'', என அல்போன்ஸ் சொன்னார்.

ஒரு காலத்தில் இது போல பேயோட்ட தனியே 'பேயோட்டு பவர்கள்' இருந்திருக்கின்றனர். அமல்தாஸ் என ஒருவர் இங்கு இருந்திருக்கிறார். அவர் கையில் இரண்டு எருக்கங்குச்சிகளை வைத்திருப்பார். 'பேய்' பிடித்திருப்பவர்களின் முடியைப் பற்றி பேசச்சொல்லுவார். ''முடியை நீயா எடுத்துக் குடுன்னு சொல்லி, அது தலைல ஒரு முடி போட்டுருவார் (உச்சி முடியை முடி போடுதல்). அதாவது என்னை மீறி நீ எங்கயும் போய், யாரையும் தொந்தரவு பண்ணக் கூடாதுன்னு சொல்லி அவர் இதை செய்வாரு. அடிச்சு, நீ என்னைக்குப் போவன்னுலாம் கேப்பாரு. இன்ன தேதியில இன்ன நாள்ல போய்ருவேன்னு அது சொல்லும். இப்ப உனக்கு இன்ன வேணும்? இதெல்லாம் குடுத்தா நீ போய்டுறியா அப்டினு கேட்டு சத்தியம் வாங்குவாரு. 'அந்தோணியார் பேரால நான் சத்தியம் பண்ணிச் சொல்றேன், நான் இத விட்டுட்டுப் போய்டுறேன்' அப்டின்னு சத்தியம் வாங்கிருவார். நெருப்பு சட்டி ஒண்ண அது முன்னாடி காமிச்சி, 'நீ பொய் சொல்வ. அதுனால உன்

நாக்கால இந்த நெருப்புல சிலுவை அடையாளம் போட்டு சொல்லு' அப்டின்னு கேப்பாரு. அது அந்த நாக்க நெருப்புச் சட்டியில போட்டு தேய்க்கும், அதுக்கு ஒண்ணுமே தெரியாது'', என அல்போன்ஸ் சொல்கிறார். அந்த நெருப்புச் சட்டி சாம்பிராணி போடும் மண் தூபக்கால் போல இருக்கும் என பெண்கள் சொல்கின்றனர். அமல்தாஸ் இறந்தபின் இங்கு 'பேயோட்ட' யாரும் இல்லை.

ஆனால் அதற்கு பதிலாக இப்போது மெய்யனூர் குரு ஜேவிசி ஆரோக்கியசாமி (சின்னப்பன் என்பவரின் மகன்) என்பவர், அருள்சகோதரராக இருந்த போதே 13 வாரங்கள் ஒவ்வொரு செவ்வாயும் நடந்தே இங்கு வந்து, அந்தோணியாரிடம் வரம் வாங்கியிருக்கிறார் என அல்போன்ஸ் சொல்கிறார். ''பேய் ஓட்டணும்னா அதுகிட்ட தான நீ யாரு எவருன்னு கேக்கணும்? அந்தோணியார் வரத்தால அவுங்க யார், என்னன்னு அதுங்களைப் பார்த்தே ஆரோக்கியசாமி சொல்லிருவார். உள்ள இருக்கிறது இதுதான் அப்டின்னு சொல்லி, எப்ப சரியாகும்னும் சொல்லுவார். ஆனா அவரு இப்ப வரதில்ல. இதுனாலயே பாதிக்கப்பட்டிருக்காரு. பாண்டி உப்பளத்துல அவர் இப்ப இருக்கிறார்'', என அல்போன்ஸ் சொல்கிறார். இப்போது பேயோட்ட இங்கு யாரும் இல்லை.

குருவானவரிடம் சென்று மக்கள் மந்திரித்துக் கொள்கின்றனர். இரண்டு மூன்று வாரங்கள் வந்தால் அதுவே நீங்கிவிடும் எனச் சொல்கின்றனர். அதில் அல்போன்ஸ் குறிப்பிடுவது முக்கியமான செய்தி. 'பெரும்பாலும் ஆண்களுக்கு வர்றதில்ல. பெண்களுக்கு தான். ஏன்னா அவுங்க தான் பலகீனமானவங்க. அதுனால அவுங்கள புடிச்சிக்கிது. சாப்பிட விடாது, தூங்கவிடாது, நிம்மதியா இருக்க விடாது, எதாவது பேசிக்கிட்டே இருக்கும். அதை எல்லாம் தடுத்து அவுங்கள அதிகமா சாப்பிட வைக்கணும், தூங்கவிடணும், அமைதியக் குடுக்கணும், அமைதிப் படுத்தணும், எதாவது பேச்சுக் குடுத்து அவுங்கள தனியா விடாம பார்த்துக்கணும்'', எனச் சொல்கிறார்.

பேயோட்ட சொல்லும் அறிவுரைகள் போல அல்ல இவை. தேர்ந்த மனோதத்துவ நிபுணர் ஒருவர் 'கவுன்சலிங்' செய்யும்போது கடைபிடிக்கச் சொல்லும் விஷயங்களை சர்வசாதாரணமாக மேல்நாரியப்பனூர் மக்கள் சொல்கின்றனர். ஓரளவு அறிவியல், மருத்துவம் தெரிந்தவர்களுக்கு நன்றாகவே தெரியும் இந்தப் பேய் பிசாசு எல்லாம் கட்டுக்கதைகள் என்பது... மனதளவில் பாதிக்கப் பட்ட பெண்களுக்கு சாமியாடுதல், பேயாடுதல் எல்லாம் தங்களை

ஆசுவாசப் படுத்திக்கொள்ள, ஆறுதல் தேடிக்கொள்ள காலம் காலமாக அவர்களே கண்டுபிடித்து வைத்திருக்கும் வழிமுறைகள். சமூகம் இப்படியே அவர்களுக்குப் பேய் பிடித்திருக்கிறது எனச் சொல்லிக்கொண்டு இருக்கட்டும்; தங்கள் நிம்மதியை அப்பெண்கள் தேடிக்கொள்ளட்டும்.

மேல்நாரியப்பனூரில் ஒவ்வொரு ஆண்டும் ஜூன் 5 அன்று கொடியேற்றம், ஆறாம் தேதி ஊர்விருந்தும் முதல் சப்பரம் நிகழ்வுகளும் நடக்கின்றன. ஜூன் ஆறு அன்று காலை ஊர் விருந்து நடைபெறுகிறது. அதில் குஞ்சான் குடும்பத்தினர் (3 கொத்து) அனைவரும் சேர்ந்து ஊர்க்காரர்கள் அனைவருக்கும் கிடா வெட்டி சாப்பாடு போடுகின்றனர். மூன்று கிடா (குடும்பத்துக்கு ஒன்று) வாங்கி, அதை ஒன்றாக சேர்ந்து சமைக்கின்றனர். மசாலா அரைப்பது முதல், குழம்பு கூட்டுவது வரை, எல்லோரும் சேர்ந்து வேலை செய்கின்றனர். ஆலயத்துக்குப் பின்புறம் இந்த விருந்து நடக்கிறது. இந்துக்கள், கிறிஸ்தவர்கள் என யார் அன்று ஆலயத்துக்கு வந்தாலும், அவர்களுக்கு விருந்துண்டு. அன்றைய முதல் சப்பரத்தில் அந்தோணியாரின் சுரூபத்தை எடுத்து வைத்து சப்பர பவனியைத் தொடங்கி வைப்பது குஞ்சான் குடும்பத்தின் நேரடி வாரிசு ஒருவர்.

12ம் தேதியன்று பொருத்தனை தேர் பவனியும், 13ம் தேதியன்று ஆடம்பர தேர் பவனியும் நடைபெறும். 13ம் தேதி அந்தோணியார் இறந்த நாள் என்பதால் ஆடம்பரத் தேர் பவனியுண்டு. எல்லா தேர்களும் ஊரைச் சுற்றித்தான் வருகின்றன. முன்பு திருவிழாவின் போது கோலாட்டம், கும்மியாட்டம் எல்லாம் தேரன்று இருந்திருக்கிறது. அருமைநாயகத்திடம் கேட்போம் எனச் சொல்லி, அல்போன்ஸ் அவருக்கு கேட்பது போல சைகையுடன் கேட்கிறார். ஆண்கள் கோலாட்டம் அடிப்பார்கள் என அவர் சொல்கிறார்.

''தென்னாட்டுல இருந்து வருவாங்க. அதான் தெக்கு சீமையில...அங்கருந்து வந்து மாதாவப் பத்திப் பாடி கோலாட்டம் அடிப்பாங்க. அந்தோணியார் பாட்டும் பாடுவாங்க. மோளம் பத்துக்குப் புதுசா கொண்டுவரவங்க அன்னைக்கு தான் எடுத்து அடிப்பாங்க (புது மோளத்தை முதன்முதலில் நல்ல நாளில் பயன்படுத்துதல்). இங்க கோயில்ல மட்டும் அடிச்சிட்டுப் போய்டுவாங்க. வெளிய எல்லாம் அடிக்க வரமாட்டாங்க. அதே போல முதல் தடவ வாசிக்கிறதும் இங்க தேர் அன்னிக்கு வாசிச்சுட்டு போவாங்க, அப்புறம் இந்தப் பக்கம் வரமாட்டாங்க. தேர் வெளிய எடுக்கும்போது மேளம், நாகசுரம், கொடி எல்லாம் எடுத்துட்டு போவாங்க'', என அருமைநாயகம் சொல்கிறார்.

கோயில் விழாக்களில் பறை இசைக்கப்படுவதுண்டா என்ற கேள்விக்கு, 'இல்லை', என பதில் வருகிறது. திருமணம், சாவு, விழா என எல்லாவற்றுக்கும் ஒன்றுபோல பறை இசைப்பதால் கோயிலுக்கு உள்ளே அதை இசைப்பது 'மரியாதை' இல்லை என அல்போன்ஸ் சொல்கிறார். இப்போது வெளியே இருந்து மற்ற கருவிகள் கொண்டு வந்து இசைக்க ஏற்பாடு செய்கின்றனர். சிலர் அந்தோணியாருக்கு வாசிப்பதாக நேர்ந்து கொள்வதுண்டு. அப்படிச் செய்பவர்கள் பறை உள்பட என்ன கருவி வேண்டு மானாலும் பயன்படுத்தலாம், தடையில்லை எனச் சொல்கின்றனர். மேலப்பழூர் சவரிமுத்து என்பவர்தான் இங்கு திருவிழாக்களுக்கு மேளம் இசைக்கும் குழுவின் உரிமையாளர். அவர்கள் வாசிக்க 35,000 ரூபாய் வாங்குவதுண்டு. 6-10ம் தேதி வரை இவர்கள் வாசிப்பர். 11 அன்று வேறொருவரும், 12 அன்று பெங்களூருவி லிருந்து ஒரு குழுவும் வந்து மேளம் இசைக்கும். 13ம் தேதி அன்று ஊர்மக்கள் பணம் கொடுத்து யாரையாவது வரவழைக்கின்றனர்.

''தென்னூர், வரதராஜன்பேட்டை ஊருல இருந்து வர்ற மக்கள் எல்லாம் வண்டி கட்டிட்டு மொத்தமா வருவாங்க. இன்னும் அவுங்க அப்பிடி மாட்டுவண்டி கட்டிக்கிட்டுதான் வர்றாங்க. அவுங்கதான் தேர் கோயில விட்டு வெளிய கிளம்புறதுக்கு முன்ன பெரிய குரூப்பா நின்னு பாட்டுப் பாடி கும்மியடிப்பாங்க. அந்தோணியார் படத்துக்கு முன்னாடி தென்னம்பூவ வெச்சி கும்மி அடிச்சிட்டு அவுங்க போனதா பழைய ஆளுங்க சொல்லுவாங்க'', என அல்போன்ஸ் சொல்ல, இடைவெட்டும் பெண்கள், ''அதெல்லாம் இப்பயும் அவுங்கதான் தென்னம்பூ வெச்சு கும்மி அடிக்கிறாங்க'', எனச் சொல்கின்றனர். தாங்களும் ஏசுநாதருக்குக் கும்மி கொட்டுவதாக அவர்களில் சிலர் சொல்லவும், பாட முடியுமா என கேட்டேன்.

''கும்மிப்பாட்டுக்கு வார்த்தை எல்லாம் எப்படிக்கா போடுவீங்க? மனப்பாடமா படிப்பீங்களா?'' சிரிப்பு... ஒருவர் பதில் சொல்ல முன்வருகிறார். ''அதென்ன...பாட்டு படிக்கையில தானா வரும். ஒரு தடவ படிச்சா, பின்னால பாடுறவுக அப்பிடியே பிடிச்சுருவாங்க. அந்தோணியாருக்கு மட்டும்தான் தேர் பின்னால கும்மி கொட்டுவோம். வேற எல்லாம் நடவுப் பாட்டு அது இதுன்னு சும்மாதான்...''

''சரிக்கா...எல்லாருமா சேர்ந்து ஒரு பாட்டு கும்மி கொட்டி பாடுங்களேன்...ரெக்கார்டு பண்ணிக்கிறேன்?'' ''ஐயைய... இதெல்லாம் தேரு முன்னால பாட வரும். சும்மா கேட்டா எப்புடி?''

மேல்நாரியப்பனூர் மக்கள்

கொஞ்ச நேரம் கெஞ்சலுக்குப் பின் ஒரு அக்கா துணிவுடன் முன்வந்தார். ''ஏ...வாங்கடி ஒரு பாட்டு தான? கோயில் முன்னால கேக்குது பாவம். கொட்டிட்டு போவோம்''.

ஒன்றிருவர் பாடத் தொடங்கினார்கள். அப்படியே மற்ற பெண்களும் சேர்ந்துகொள்ள, கிட்டத்தட்ட 10-15 பேர் கொண்ட பெரிய வட்டமாக சுற்றி நடந்து கும்மி கொட்டத் தொடங்கினார்கள். ''ஒரு தட்டு பூவெடுத்து...''

மேல்நாரியப்பனூரில் இன்னொரு சிறப்பு இவர்களது 'மூன்று அரசர்கள் திருவிழா' (Epiphany) கொண்டாட்டம். ஆண்டுதோறும் ஜனவரி 6 அன்று நடைபெறும் இந்த விழாவில் மூன்று ராஜாக்கள் போல வேடமணிந்த நடிகர்கள், ஊரின் வெவ்வேறு இடங்களி லிருந்து ஆலயத்துக்குள் வருவார்கள் (enactment). ''தளவுல ஏரோது ராஜா இருப்பாங்க; நடுவு திட்டுல இருந்து ஒரு ராஜா வருவாங்க. இந்தாண்ட வடக்கு சைடுல இருந்து ஒரு ராஜா, தெக்கு சைடுல இருந்து ஒரு ராஜா. பல்தாசாரு, மெல்கியோரு, கஸ்பாரு இந்த மூணு ராஜாக்களையும் ஒண்ணா வெளியருந்து கூட்டிட்டு வந்து காணிக்கை பவனியப்ப கோயில்ல நிக்க வைப்பாங்க. சாம்பிராணி கொண்டு வந்து ஒரு பாட்டுப் பாடி அந்த சாம்பிராணிய காணிக்கையா ஒரு ராஜா குடுப்பாரு. இன்னொருத்தர் பொன்ன கொண்டுவந்து பாட்டுப் பாடி, அத காணிக்கையா குடுப்பாரு.

இன்னொருத்தரு வெள்ளைப் போளம் கொண்டு வந்து பாட்டுப் பாடி குடுப்பாரு. காணிக்கை பவனில முன்னாடி அது நடந்துச்சு, இப்ப அந்தப் பழக்கம் இல்லையே'', எனச் சொல்கின்றனர்.

இந்த வழக்கம் கோவாவில் இன்றும் இருக்கிறது. அங்குள்ள கன்சாலிம் (Cansaulim) மலையிலுள்ள மாதா கோயிலுக்கு குலிம், அரொசிம், கன்சாலிம் ஆகிய மூன்று ஊர்களில் இருந்தும் மூன்று ராஜாக்கள் ஊர்வலமாக வருகின்றனர். கோலாப்பூரில் இருந்து தருவிக்கப்படும் குதிரைகளில் அரச ஆடைகள் அணிந்த மூன்று 8-14 வயதுடைய சிறுவர்கள், 6-7 கிலோமீட்டர்கள் கடந்து ஆலயத்துக்கு வருகின்றனர். காணிக்கை பவனியில் அவர்கள் கொண்டுவரும் பொன், தூபம், வெள்ளைப் போளத்தை குருவிடம் அளிக்கின்றனர். இந்த வழக்கம் போர்த்துகீசியர் காலத்திலிருந்து அங்கு கடைபிடிக்கப்படுவதாகச் சொல்கின்றனர்.

அதே நாளில் மேல்நாரியப்பனூரில் மூன்று ராசாக்கள் பொங்கலும் கொண்டாடப்பட்டுள்ளது. மாடுகளை ஆலய வளாகத்துக்குக் கொண்டுவந்து, மந்திரித்து, கயிறு கட்டிவிட்டு, அவற்றின் அருகிலேயே அடுப்பு மூட்டி பொங்கல் செய்து, மாடுகளுக்கு ஊட்டி, தங்களுக்குள்ளும் பகிர்ந்து கொண்டிருக்கின்றனர். இப்போது மூன்று அரசர்கள் விழா அன்று பூசை மட்டுமே நடக்கிறது.

ஜனவரி 6 பொங்கல் வழக்கம் நாளடைவில் மாறி, இப்போது ஜனவரி 17 அன்று அந்தோணியார், செபஸ்தியார் என இரு புனிதர்களுக்கும் சேர்த்து பொங்கல் விழா எடுக்கின்றனர். ஆடு, மாடுகளை அன்று குளிப்பாட்டி, பொட்டு வைத்து, பூமுடித்து ஆலயத்துக்கு அழைத்துவருகின்றனர். குருவானவர் அவற்றை மந்திரித்தபின் (செபம் சொல்லி, தீர்த்தம் தெளித்து) ஆலய வளாகத்தில் பொங்கலிட்டு ஆடு, மாடுகளுக்குக் கொடுத்து, தாங்களும் பகிர்ந்துகொள்கின்றனர். பெரியவெள்ளியன்று சிலுவைப் பாதை இங்கு மட்டும் காலை 6 மணிக்கு நடக்கிறது. இங்குள்ள மக்கள் அனைவரும் பெரிய வெள்ளி சிலுவைப்பாதைக்கு மாதாவை தரிசிக்கவேண்டும் என கோணான்குப்பத்துக்குச் சென்றுவிடுகின்றனர். அவர்கள் வசதிக்காக காலையிலேயே இங்கு சிலுவைப் பாதை வைத்து முடித்துவிடுவதால், அவர்கள் மாலை 3 மணி சிலுவைப் பாதையை கோணான்குப்பத்தில் காண வாய்ப்பு கிடைக்கிறது.

''என்ன வேலை இருந்தாலும் பெரிய வெள்ளி ஒரு நாள் நாங்க கோணான்குப்பத்துக்காகக் குடுத்துருவோம். அதே போல அவுங்க திருவிழாவோட ஒரு நாள் நாரியப்பனூருக்காகக் குடுத்துருவாங்க. எங்க போனாலும் ஈஸ்டர் பூசைக்கு வந்துருவோம். ஈஸ்டர் நைட்டு

பூசை முடிஞ்சு நெருப்பு, மெழுகுதிரி, தீர்த்தம் மூணும் வீட்டுக்குக் கொண்டு போவோம். நெருப்பு கொண்டு போக வீட்டுல இருந்து வரும்போதே சாம்பிராணிக்கரண்டிய எல்லாரும் எடுத்துட்டு வந்துருவோம். வேண்டுதலுக்காக எண்ணை விளக்கு வைக்கிறதுண்டு. என்ன வேணுமோ அத வேண்டிக்கிட்டு மூணு வாரமோ, அஞ்சு வாரமோ இங்க கோயில்ல விளக்கேத்துவேன்னு நேர்ந்துக்கு வாங்க. வீட்டுல இருந்து அகல் கொண்டு வந்து கோயில்ல வெச்சிருவாங்க. தினமும் சாயங்காலம் 6 மணிக்கு மணியடிக்கிற நேரம் கோயிலுக்கு எண்ணை கொண்டுவந்து அந்த விளக்குல ஊத்தி அத எரிச்சு, ஜெபம் சொல்லிட்டு, அத அணைச்சு அவுங்களுக்குன்னு இருக்குற எடத்துல வெச்சிருவாங்க. மறுநாள் அந்த இடத்துல இருந்து தன் விளக்கை தேடியெடுத்து, அதுலயே எண்ணை ஊத்தி விளக்கேத்துவாங்க'', எனச் சொல்கிறார் அல்போன்ஸ்.

நிறைவேறிய நல்ல காரியங்களுக்கு நன்றியாக தாலி முதல் செப்பு உருக்கள் வரை காணிக்கையாக தரப்படுகின்றன. மகளுக்குத் திருமணம் நடந்தால் தன் தாலியை அந்தோணியாருக்கு காணிக்கை யாகத் தருவதாக தாய் வேண்டிக்கொண்டு, தாலியை உண்டியலில் போடுவதுண்டு. வீடு வேண்டும் என ஆசைப்படுபவர்கள், வீடு கிடைக்க வேண்டி, வீட்டுக்கான பூட்டையும் சாவியையும் கொண்டு வந்து இங்கு கொடிமரத்தைச் சுற்றிய கிராதியில் பூட்டுபோட்டுப் போவதுண்டு. ''கல்யாணத்துக்குத் தாலி, வீட்டுக்குப் பூட்டு. இது ரெண்டும் ரொம்ப முக்கியம். அதுக்குத் தான் பூட்டு போடத் தொடங்குனது. ஆனா வசதிக்கு ஏத்த மாதிரி மக்கள் குடிப்பழக்கத்தில் இருந்து மாற, குழந்தை பாக்கியம் கிடைக்க அப்டின்னு எல்லாத்துக்கும் போடுறாங்க. அந்தோணியார் கோயில்ல போய் பூட்டு போட்டு உன் வாய அடக்குறேன் அப்டின்னு சம்பந்தமே இல்லாம சொல்லத் தொடங்கிட்டாங்க'', என அல்போன்ஸ் சொல்கிறார்.

குழந்தைகளுக்கு இங்கு மொட்டை போட்டுக் காதுகுத்துவதும் உண்டு. ஊரிலுள்ள அனைத்து குழந்தைகளுக்கும் முதல் மொட்டை நாரியப்பனூருக்கு, இரண்டாவது மொட்டை வேளாங்கன்னிக்கு, மூன்றாவது மொட்டை கோணான்குப்பத்துக்கு – இந்த வரிசையை மாற்றுவதே இல்லை. வெளியூரிலிருந்து வருபவர்கள் 'அந்தோணியார் பட்டம்' வைத்து மொட்டை போடுவதாகச் சொல்கின்றனர். ஆண், பெண் பாலின பேதமின்றி காது குத்தியவர்கள், இன்று ஆண் குழந்தைகளுக்குக் குத்துவதில்லை எனச் சொல்கின்றனர். குழந்தை இல்லாதவர்கள் அந்தோணியாரிடம் நேர்ந்துகொண்டு தென்னம்பிள்ளை வாங்கி வைப்பதும் உண்டு.

"பில்லி சூனியத்த எடுக்குறாரு, நோயில விழுந்தவங்கள குணமாக்குறார், பேயை விரட்டுறார், பேசாதவங்கள பேசவைக்கிறார், பார்வை இல்லாதவங்களுக்கு பார்வை குடுக்குறார். இதெல்லாம் அந்தோணியார் புதுமை", எனச் சொல்கின்றனர்.

பேச்சு மீண்டும் சாதி நோக்கி நகர்கிறது. "ஊருக்குள்ள 340 தலக்கட்டு கிறிஸ்தவக் குடும்பங்க இருக்கு. ஆனா ஊருக்குள்ள உடையாருங்க ஜாஸ்தி. அவுங்க ஒரு மூணாயிரம் பேரு இருக்காங்க. அதன்பிறகு அகமுடையார் இருக்காங்க. கோயிலுக்குள்ள கட்டு (குஞ்சான் வகையறா- கோயிலில் பங்கு உள்ளவர்கள் மட்டும்) ரெண்டு உண்டு. முன்னாடி காலத்துல இருந்தவங்க கட்டு தனியாவும், வெளிய இருந்து வந்தவங்க கட்டு தனியாவும் இருக்கு. இதை எல்லாம் சேர்த்தி ஒட்டுக்கா எத்தினி பேரு இருக்காங்க அப்டிங்குறத நோட்டுல எழுதி வெச்சிருக்கோம். அந்த தலக்கட்டு தான் 340. மத்தபடி எங்களுக்குள்ள ஏழு கொத்து இருக்கு. குஞ்சான், மந்தி, ராயப்பன் இவுங்க மூணு கொத்து தான் ஆரம்பத்துல இருந்து இங்க அங்காளி பங்காளியா இருக்குறவங்க. மத்தபடி, வாத்தி, தடாவரம், உபதேசியார், மணிவிழுந்தான் கொத்து எல்லாம் வெளிய இருந்து வந்தவங்க. உபதேசியார் கொத்து கோயில் காரியங்கள செஞ்சிட்டு வந்தவங்க. குறஞ்சது 200 வருஷம் முன்னாடி இவுங்க மதம் மாறியிருக்காங்க. இந்த ஊருல கிறிஸ்தவர்கள் எல்லாரும் ஒரே ஜாதி தான்- கிறிஸ்தவப் பறையர்கள்", என அல்போன்ஸ் சொல்கிறார்.

ஊருக்குள் வண்ணார் சாதியைச் சேர்ந்த யாருமே இல்லை என அவர் சொல்கிறார். ஆனால் ஆரோக்கிய மரி உள்ளிட்ட மூன்று குடும்பங்கள் இருப்பதாக இன்னொரு பெண் சொல்கிறார். அந்தப் பெண்ணைக் கடிந்து கொள்ளும் அல்போன்ஸ், அவர்கள் ஊருக்கு வெளியே இருப்பதாக மீண்டும் தெளிவாக சொல்கிறார். மற்ற ஊர்களிலிருந்து வண்ணார் இன மக்கள், சக்கிலியர் மக்கள் வருவதுண்டா என்ற கேள்வியை முன்வைக்கிறேன். வெளியே இருந்து வருபவர்களை யாரும் சாதியக் கண்ணோட்டத்தோடு பார்ப்பதில்லை என்றும், எல்லோரும் இங்கு வந்து போகலாம், அதில் எந்தத் தடையுமில்லை எனவும் சொல்கின்றனர்.

சான்றுகள்

- https://timesofindia.indiatimes.com/city/goa/once-upon-a-star-retracing-the-search-for-the-messiah/articleshow/62400122.cms

24

கல்விக் கண் திறந்த காஞ்சி மிஷன்

''காஞ்சிபுரத்துக்குள் நம்மால் நுழைய முடிந்தது என்றால், கடவுளின் வார்த்தைக்குக் கதவு திறக்காத எந்தத் தென்னிந்திய நகரமும் இல்லை எனலாம். இந்த வெற்றி எந்த விதத்திலும் கிறிஸ்தவக் கொடியைத் தாழ்த்திப் பெறப்படவில்லை.''

•

வாழ்க்கையின் மிகச் சிறந்த பிரியாணியை நான் காஞ்சியில் ஒரு நடு மதிய வேளையில், உச்சி வெயில் மண்டையைப் பிளக்க சாப்பிட்டேன் எனலாம். காஞ்சியின் முக்கியப் பகுதியில் அமைந்த ஸ்டார் பிரியாணியில் சிக்கன் பிரியாணியை சுவைத்துக் கொண்டிருக்கும் போதே என்னுடனிருந்த தம்பி ஜோயலுக்கு அழைப்பு வந்துவிட்டது. ''நாங்க தயாரா இருக்கோம், அவுங்க எப்ப வராங்க?''. கடித்துக் கொண்டிருந்த சிக்கன் நழுவி இலையில் விழுந்தது. ஐயோ...சிக்கனை சாப்பிடாமல் எப்படிப் போவது? அவசர அவசரமாக பிரியாணியை விழுங்கிவிட்டு கைகழுவ ஓடினேன். இலையில் பாதிக் கடித்த சிக்கன், 'கிராதகி என்னை அம்போ என விட்டுவிட்டாயே' என பாவமாய்ப் பார்த்தது.

ஆண்டர்சன் பள்ளி வளாகத்துக்குள் நாங்கள் நுழையும்போது மணி 3. அதே 3 மணிக்குக் கூட்டம் முடிவாகியிருந்தது. கொஞ்சம் முன்னர் வந்திருந்தால், தாளாளர் எக்பர்ட் சாரிடம் பேசியிருக்கலாம். ஓட்டமும் நடையுமாக பள்ளியின் விழா அரங்குக்குள் நுழைந்தால்,

அங்கு பெண் ஆசிரியர்கள் அனைவரும் குழுமியிருந்தார்கள். எதிர்பக்கம் நாற்காலிகளில் பள்ளித் தாளாளர், ஒன்றிரண்டு முக்கிய ஆசிரியர்கள் அமர்ந்திருக்க, நான் வியர்க்க விறுவிறுக்க அவர்களுடன் சேர்ந்துகொண்டேன். விழா தொடங்கியது. பெண்கள் தினத்தை முன்னிட்டு, ஆண்டர்சன் பள்ளிப் பெண் ஆசிரியர்களிடம் பேசி ஊக்கம் தரவேண்டும் என்பதுதான் நம் அசைன்மென்ட்.

ஆனால் அன்று காலை ரூத், ஜோயல் இருவருடன் சேர்ந்து ஆண்டுக்கு ஒருமுறை திறக்கப்படும் பிறவாதீசுவரர் கோயிலுக்குச் சென்று அதைக் காணவேண்டும் என்ற ஆசையில், நேரத்தைத் தொலைத்துவிட்டோம். மகா சிவராத்திரி அன்று மட்டுமே திறக்கப்படும் அந்தக் கோயில், இந்தியத் தொல்லியல் துறை கட்டுப்பாட்டில் இருக்கிறது. ஆனால் குருக்களுக்கு சரியாக ஊதியத்தை துறை வழங்கவில்லை என கோபித்துக்கொண்டு, அவர் நினைக்கும் நேரம்- அதாவது ஆண்டுக்கு ஒருமுறை, போனால் போகிறதென்று ஆலயத்தைத் திறக்கிறார். மிக அழகிய பல்லவர் கால ஆலயம் அது; காஞ்சியின் முதல் பல்லவர் கால ஆலயமும் இதுவே. மல்லையில் கட்டப்பட்ட குகைக்கோயில்களின் வடிவமைப்பினைப் போன்றே வடிக்கப்பட்ட கோயில் இது என்பதே இதன் சிறப்பு. ராஜசிம்மன் கட்டிய இக்கோயிலில் நம் கவனம் ஈர்ப்பது, அதன் அழகிய மகிஷாசுரமர்த்தினி சிற்பம். வலக்கையை இடையில் வைத்து, இடக்கையில் அம்புதரித்து, இடதுகாலை சிங்கத்தின் வாயில் வைத்து, பேரெழிலுடன் வளைந்து ஒய்யாரமாக நிற்பவள் இவள். அங்கே தொல்லியல் துறைக்குக் கொஞ்சமும் சம்பந்தமே இல்லாத நபர்கள் சிலர் நாற்காலி போட்டு அமர்ந்துகொண்டு, கோயிலை புகைப்படம் எடுப்பவர்களைத் தடுத்துக் கொண்டிருந்தார்கள். அரசுக் கட்டுப்பாட்டில் இருக்கும் தொல்லியல் சின்னத்தை அனுமதியின்றி பூட்டி வைப்பதே தவறு; அதில் ஒரு பக்கம் தட்டு வைத்து கல்லா கட்டிக்கொண்டு, அராஜகமாக யாரும் படம் எடுக்கக்கூடாது என்ற மிரட்டல் வேறா, ரூத் பத்ரகாளி ஆகிவிட்டார்.

நம்மோடு சேரும் எல்லோரும் ஏற்கனவே காளிகளாக இருக்கின்றனர். ஆக, இரண்டு காளிகளும் அங்கு ஆடித் தீர்த்துவிட்டோம். நாற்காலி வைத்துக்கொண்டு கலெக்ஷன் பார்த்த நபர்கள், அதைத் தூக்கிக் கொண்டு இடத்தைக் காலிசெய்தார்கள். அங்கு இருந்த உள்ளூர்க்காரர்களிடம் விசாரித்ததில், அவர்கள் மடத்தைச் சேர்ந்தவர்கள் என்றும், பூசாரிக்கு நெருக்கமானவர்கள், அவரது ஆணையின் பேரில் வசூல் செய்பவர்கள் எனவும் சொல்லப்பட்டது.

ஆகா, காஞ்சிக்கு வந்து மடத்துடன் பஞ்சாயத்தா...நம் கிரைம் ரேட் ஏறிக்கொண்டே போகிறதே என்ற கவலையில் ரூத்தை இழுத்துக் கொண்டு இறவாதீசுவரர் கோயிலுக்குச் சென்றுவிட்டு, அங்கிருந்து காஞ்சி சி.எஸ்.ஐ. மிஷன் மருத்துவமனைக்குச் சென்றோம். 1906ம் ஆண்டு யுனைட்டட் ஃப்ரீ சர்ச் மிஷனால் (United Free Church Mission) இம்மருத்துவமனை தொடங்கப்பட்டது. பழைய கட்டடமும், கல்வெட்டும் அப்படியே இருக்கின்றன. அங்கு தலைமை மருத்துவரைச் சந்தித்துவிட்டு, பள்ளிக்குச் சென்றதால்தான் தாமதம்.

காஞ்சியில் கிறிஸ்தவம் காலூன்றிய கதை இனி.

''காஞ்சிபுரத்துக்குள் நம்மால் நுழைய முடிந்தது என்றால், கடவுளின் வார்த்தைக்குக் கதவு திறக்காத எந்தத் தென்னிந்திய நகரமும் இல்லை எனலாம். இந்த வெற்றி எந்த விதத்திலும் கிறிஸ்தவக் கொடியைத் தாழ்த்திப் பெறப்படவில்லை. அனைத்து வகையிலும் முழுமையான கல்வியைக் கொடுத்தும், கூடவே விவிலியத்தைக் கற்றுத்தந்தும் பெறப்பட்டது'' – 'இந்தியாவில் நம் திருச்சபையின் பணி, ஸ்காட்லாந்து மிஷன்', 1907.

காஞ்சிபுரம் – தென்னிந்தியாவின் காசி என புகழப்படும் நகரம். பௌத்தம், சமணம், வைணவம், சைவம் என பல்வேறு நெறிகள் தழைத்து ஓங்கிய இடம். இன்றும்கூட பௌத்த காஞ்சி, வைணவ காஞ்சி, சைவை காஞ்சி, சமணக் காஞ்சி (திருப்பருத்திக்குன்றம்) என பகுதிகளைப் பிரித்து இன்றளவும் பகுத்துப் பார்க்கத்தக்க இடம் காஞ்சி. பல்லவர்களின் கோட்டையாகத் திகழ்ந்த காஞ்சியில் தடுக்கி விழுந்தால் நீங்கள் ஒரு வைதீக ஆலயத்தில் விழலாம் என்ற சூழல் இன்றும் நிலவுகிறது. அத்தனை நூற்றுக்கணக்கான ஆலயங்கள் காஞ்சியில் உள்ளன. 18, 19ம் நூற்றாண்டு வாக்கில் ஆங்கிலோ மைசூர் போர்களால் அதிகம் பாதிக்கப்பட்ட பகுதியும் காஞ்சியே. நவீன இந்து மதம் 19ம் நூற்றாண்டில் புதுப்பிக்கப்பட்ட காஞ்சி சங்கர மடத்தின் மூலமாக இங்கு புத்துயிர் பெற்றது எனலாம். (அந்த மடம் 2500 ஆண்டுகளுக்கு முந்தையது என்ற கூற்றும் சொல்லப்படுகிறது, அவற்றுக்கு அடிப்படை ஆதாரங்கள் இல்லை).

இப்படி தமிழ் மதத்தின் கோட்டையாக இருந்த காஞ்சிக்குள் கிறிஸ்தவம் நுழையக் காரணமானவர் ஜான் ஆண்டர்சன் என்ற மிஷனரி. ஸ்காட்லாந்து மிஷனுக்கு முன்பாக சென்னையில் பணியாற்றிய மற்ற மிஷனரிகள் இந்தியர்களுக்குக் கல்விப்பணி தருவது குறித்து அதிகம் சிந்திக்கவில்லை எனலாம். பெஞ்சமின்

ஷெல்ஸ் உள்ளிட்ட மிஷனரிகள் 1800களுக்கு முன்னர் சென்னையில் பணியாற்றியிருந்தாலும், பள்ளிகளை மற்ற இடங்களுக்கும் விரிவாக்குவது குறித்த சிந்தனை அதிக அளவில் இங்கு இருந்ததில்லை. 1835ம் ஆண்டு மதராஸில் ஸ்காட்லாந்து மிஷனின் முதல் பள்ளியை ஜார்ஜ் ஜேம்ஸ் லாரி (George James Laurie) மற்றும் மாத்யூ போவி (Mathew Bowie) இருவரும் மற்ற மிஷன்கள் தொடாத பகுதியில், அவர்கள் சென்று சேராத மக்களைச் சென்றடைய வேண்டும் என ஆசையில் தொடங்கினார்கள்.

ஏற்கனவே சில பள்ளிகள் அதற்கு முன் மதராஸில் இயங்கிவந்தன என்றாலும் அவை தாய்மொழிக் கல்வி வழங்கின. ஆங்கிலக் கல்வியை மண்ணின் மைந்தருக்குத் தருவதில் பல சிக்கல்கள் இருந்தன. கட்டமைப்புப் போதவில்லை. சென்னையில் கறுப்பர் நகரத்தின் அந்திரேயா ஆலயம் அருகே 1835ம் ஆண்டு ஸ்காட்லாந்து மிஷனின் முதல் பள்ளி தொடங்கியது.

அதே ஆண்டு டாக்டர் டஃப் என்பவர் இந்தியாவில் மிஷனரிகள் தேவை என தொடர்ச்சியாக இங்கிலாந்து, ஸ்காட்லாந்து நாடுகளில் பேசிவந்தார். ''தென்னிந்தியாவில் ஸ்காட்டிஷ் மிஷனின் பணிகள் பெரும்பாலும் கல்வி தொடர்புடையதாகவே இருந்துள்ளன. ஸ்காட்லாந்து மிஷனரிகள் தாய்ப்பாலுடன் சேர்த்து கல்விப்பாலைப் பருகுவதே இதற்குக் காரணம். இதில் டாக்டர் டஃப் என்பாருக்கும் பெரும் பங்கு உண்டு. அதைவிட அந்தந்த சூழலுக்கு என்ன தேவை என மிஷனரிகள் உணர்ந்திருந்தார்கள். பள்ளிகளால் மட்டுமே இந்துக்களின் அமைப்பைத் தொடமுடிந்தது. சமூகத்தின் அடித்தட்டில் இருக்கும் மக்களை கல்வி அல்லாமல் வேறு வழிகளிலும் நாம் ஈர்க்கமுடியும், ஆனால் கல்வியால் மட்டுமே நீடித்த தாக்கத்தை அம்மக்கள் மேல் ஏற்படுத்த முடியும்'', என 'இந்தியாவில் நம் திருச்சபையின் பணி, ஸ்காட்லாந்து மிஷன்' நூல் குறிப்பிடுகிறது.

மிஷனரி டஃப் இந்தியாவுக்கு மிஷனரிகள் தேவை என பொறிபறக்க நாடு முழுவதும் பேசியது ஸ்காட்லாந்து நாளிதழ்களில் வெளியானது. அதை உடல்நலமின்றி வீட்டில் படுத்திருந்த இளைஞர் ஒருவர் வாசித்தார். துள்ளி எழுந்தார். தன் மறுமை வாழ்க்கை சிறக்கவேண்டும் எனில், இந்தியாவில் தான் கல்விப்பணி செய்யவேண்டும் என முடிவெடுத்தார். அடுத்த ஆண்டே ஸ்காட்டிஷ் மிஷனின் குருவாக திருநிலைப்படுத்தப்பட்ட அந்த இளைஞர், தன் 32வது வயதில் 22.02.1837 அன்று மதராஸில் மக்கள் பணிசெய்ய கால் பதித்தார். எண்ணற்ற பள்ளிகள், சில

கல்லூரிகள், ஆலயங்கள் மூலம் வட தமிழ்நாட்டின் கல்வியறிவற்ற சூழலை மாற்றியமைத்த கல்வித்தந்தையான ஜான் ஆண்டர்சன் (John Anderson) என்ற அந்த இளைஞர், 3.4.1837 அன்று ஜார்ஜ்டவுனின் ஆர்மீனியத் தெருவில் வாடகைக் கட்டடம் ஒன்றில் 59 இந்து மாணவர்களுடன் தன் முதல் மிஷன் பணியைத் தொடங்கினார். இந்தப் பள்ளியே பின்னாளில் மதராஸ் கிறிஸ்தவக் கல்லூரியானது.

பள்ளி தொடங்கி 18 மாதங்கள் கழித்து தன் பணிகளுக்கு உதவியாளர் ஒருவர் தேவை என மிஷனுக்கு ஆண்டர்சன் கோரிக்கை விடுக்க, ராபர்ட் ஜான்ஸ்டன் அனுப்பப்பட்டார். ஆண்டர்சனின் பள்ளி, ஆதிக்க சாதிகளைச் சேர்ந்த பெரும்பான்மை இந்துக்களை மையப்படுத்தியே நடத்தப்பட்டது. அவர்களே அதுவரை மற்ற மிஷன்களால் நெருங்கமுடியாதவர்களாக இருந்தார்கள். தெரிந்தே பறையர் உள்ளிட்ட மற்ற ஒடுக்கப்பட்ட சாதியினரை ஆண்டர்சன் தன் பள்ளிக்குள் அனுமதிக்கவில்லை. இந்தச் சூழலில் மூன்று பறையர் சிறுவர்கள் ஆதரவும், கல்வியும் கேட்டு ஆண்டர்சன் பள்ளியில் தங்கள் சாதியை மறைத்து சேர்ந்தார்கள். அதுவரை பறையர்கள் வரத்தேவையில்லை என எண்ணிய ஆண்டர்சன், மனம்

ஆண்டர்சன் மாணவர் விடுதி இன்று

அறியப்படாத கிறிஸ்தவம்

மாறினார். தன்னை, கல்வியை அடைக்கலம் தேடி வந்த மாணவர்களுக்கு எந்த சூழலிலும், என்ன தடங்கல் வந்தாலும், கல்வி தருவது என மன உறுதிகொண்டார்.

அதன் விளைவு 277 மாணவர்கள் இருந்த பள்ளியின் மாணவர் எண்ணிக்கை நூறாகச் சரிந்தது. இந்தச் சூழலில், ஆண்டர்சன் ஜான்ஸ்டனிடம் மதராஸ் பள்ளியின் பொறுப்பை ஒப்படைத்து விட்டு, தன் கனவான 'பிற ஊர்களிலும் பள்ளிகள்' என்பதை நிறைவேற்றக் கிளம்பினார். ''வெறும் மத போதனையே நம் பணி என நாம் பள்ளிகளை விட்டு ஒருவேளை ஒதுங்கினால், நம் ஆற்றல் முழுதும் நம்மைவிட்டு நீங்கிவிடும். பள்ளியே நம் மேசை, பிரச்சாரக் கூடம்'', என பின்னாளில் ஜான் ஆண்டர்சன் எழுதியிருக்கிறார்.

மதராஸிலிருந்து 50 மைல் தொலைவிலிருந்த காஞ்சியை பள்ளி தொடங்குவதற்கான மையமாக ஆண்டர்சன் தேர்ந்தெடுக்க பெரும் நெஞ்சுரம் இருந்திருக்க வேண்டும். அதற்கு முன்பு வரை இந்து மக்களின் கோட்டையாக அறியப்பட்ட காஞ்சியில், எந்த மிஷனும் பள்ளியைத் தொடங்க முன்வரவில்லை. ஏற்கனவே மதராஸில் பறையர் இன மாணவர்களுக்கு அடைக்கலம் தந்தவர் என குற்றம் சாட்டப்பட்ட ஆண்டர்சனை காஞ்சிபுரம் எப்படி அணுகியிருக்கும் என நினைத்துப் பார்க்கமுடியவில்லை.

29 மே 1839 அன்று கொளுத்தும் வெய்யிலில், 11 மாணவர்களுடன் காஞ்சிபுரத்தின் முதல் நவீன கல்விக்கூடத்தை ஆண்டர்சன் தொடங்கினார். இரண்டே மாதங்களில் மாணவர்கள் எண்ணிக்கை நாற்பதாக உயர்ந்தது. ஆனால் ஆண்டர்சன் காலராவால் கடுமையாகப் பாதிக்கப்பட்டார். அதிலிருந்து மீண்டெழுந்த ஆண்டர்சனுக்கு உதவ எண்ணிய மாவட்ட ஆட்சியர், சிறிது நிலம் வாங்க அவருக்கு உதவினார். 14 மே 1840 அன்று காஞ்சியில் பள்ளியின் நிரந்தரக் கட்டடத்துக்கு அடித்தளமிடப்பட்டது. ஜனவரி 1841ல் பள்ளி பயன்பாட்டுக்கு வந்தது. ஆண்டர்சனின் பள்ளி பற்றி கேள்விப்பட்ட ஃப்ரெட்ரிக் கூப்பர் என்ற மருத்துவர், அவர் வசித்த நெல்லூரில் பள்ளி ஒன்றைத் திறக்கும்படி ஆண்டர்சனை அழைத்தார். போலவே 1840ம் ஆண்டு செங்கல்பட்டிலும் பள்ளி தொடங்க மோர்ஹெட் என்பார் அழைப்பு விடுத்தார்.

மதராஸ் பள்ளியில் ஆண்டர்சனிடம் அடைக்கலம் தேடிவந்த இளைஞர்களான பூந்தமல்லி ராஜகோபால், வெங்கடராமையா மற்றும் எத்திராஜுலு ஆகிய மூவரும் கிறிஸ்தவம் தழுவவேண்டும்

என்ற பேராவல் கொண்டார்கள். அவர்கள் விருப்பத்தின் பேரில் ஜூன் 20, 1839 அன்று மதராஸில் ஜான் ஆண்டர்சன் அவர்களுக்கு திருமுழுக்கு அளித்தார். சிறுவர்களின் பெற்றோர் விடவில்லை, நீதிமன்றத்தில் வழக்கு தொடர்ந்தனர். சிறுவர்களைக் கட்டாயப் படுத்தி ஆண்டர்சன் கிறிஸ்தவ மதத்திற்கு மாற்றிவிட்டார் என்பது அவர்கள் முன்வைத்த குற்றச்சாட்டு. 18 வயது நிரம்பிய இளைஞர்கள் மூவரும் நீதிமன்றத்தில் தன்விருப்புடன் தாங்களே மதம் மாறியதாக சாட்சி சொல்ல, ஆண்டர்சன் மேல் தவறில்லை என நீதிமன்றம் தீர்ப்புச் சொன்னது. குடும்பங்கள் பிள்ளைகளைத் தலைமுழுகினர். ஆறு வாரங்கள் வரை இந்துக்கள் மிஷன் வீட்டை முற்றுகையிட்டிருந்தார்கள். 400 மாணவர்கள் இருந்த பள்ளியில் 70 பேர் மட்டுமே எஞ்சினார்கள். விஷயம் காஞ்சிக்கும் காட்டுத்தீயாகப் பரவியது. அங்கு மாணவர்கள் எண்ணிக்கை இருபதாகக் குறைந்தது. மனம் தளராத ஆண்டர்சன், தன் பணியைத் தொடர்ந்தார்.

1843ம் ஆண்டு ஆண்டர்சன் பணியாற்றிய ஸ்காட்லாந்து மிஷன் இரண்டாக உடைந்து போக, ஆண்டர்சன் ஸ்காட்லந்து விடுதலை மிஷனுக்கு (Free Church of Scotland) மாறினார். 1844ம் ஆண்டு பார்ப்பன இளைஞன் ஒருவர் கிறிஸ்தவத்துக்கு மதம் மாற, மீண்டும் இதே சூழல் திரும்பியது. காஞ்சியிலும் மாணவர்கள் எண்ணிக்கை குறைந்தது. ஆண்டர்சன் பள்ளியில் படிப்பை முடித்த இளைஞர்கள் கல்விப்பணியாற்ற முன்வந்தார்கள். மிஷனரிகள் அவ்வப்போது வந்து சென்றாலும், இந்த இளைஞர்கள் தொய்வின்றி பணியைத் தொடர்ந்தார்கள்.

1842ம் ஆண்டு ஆங்கிலேய மிஷனரிகளின் கல்விப்பணி வெற்றியைக் கண்ட வள்ளல் பச்சையப்பா, கறுப்பர் நகரத்தில் பள்ளியொன்றைத் தொடங்கினார். அந்தப் பள்ளியின் கிளைப் பள்ளி 1846ம் ஆண்டு காஞ்சியில் தொடங்கப்பட்டது. ஆண்டர்சன் பள்ளியைத் தொடங்கி 8 ஆண்டுகளுக்குப் பிறகே முதல் இந்துப் பள்ளி காஞ்சியில் தன் பணியைத் தொடங்கியது. 1853ம் ஆண்டு ஜான்ஸ்டனும், 1855ம் ஆண்டு ஆண்டர்சனும் இறந்துபோனார்கள். அதற்குள் மிஷனின் மதராஸ், நெல்லூர், காஞ்சிபுரம், செங்கல்பட்டு பள்ளிகள் முழுவீச்சில் இயங்கத் தொடங்கியிருந்தன. 1863ம் ஆண்டு மில்லர், 1879ம் ஆண்டு செங்கல்பட்டிலிருந்து ஆண்ட்ரூ ஆகியோர் மிஷன் மற்றும் பள்ளிப் பணிகளைக் கவனித்து வந்தனர். காஞ்சியில் நிரந்தரமாகத் தங்கிப் பணியாற்ற மிஷனரியின் தேவை வெகு காலமாகவே உணரப்பட்டது. 1888ம் ஆண்டு ஜே. மார்டன் என்பவர் வெளிநாட்டு மிஷன் கமிட்டியிடம் மருத்துவ மிஷனரி

ஒருவருக்கும், அவருக்கு உதவியாளர்களுக்கும் தான் ஊதியம் தருவதாகவும், அவ்வாறானவர்களை அனுப்பும்படியும் ஒரு திட்டத்தை முன்வைத்தார்.

1845ம் ஆண்டு காஞ்சிபுரம் பள்ளியில் ஆறு பெண்கள் படிக்க முன்வந்தார்கள். ''சரியான பேணுதல் இல்லாமல் காஞ்சியைப் போன்ற ஊரில் பெண்கள் பள்ளியைத் தொடர்ந்து நடத்துவது சாத்தியமல்ல. பெண் கல்வியை இங்குள்ள பார்ப்பனர்கள் வெறுக்கின்றனர். ஆளும் வர்க்கமோ புனிதமான இந்தக் கோயில் நகரத்தில் எந்த கிறிஸ்தவப் பள்ளியையும் தேவையற்ற ஊடுருவலாகப் பார்க்கின்றனர்; பெண்கள் பள்ளி அவர்களைப் பொறுத்தவரை பெரும் பாவம்'', என இந்தியாவில் நம் திருச்சபைப் பணிகள் நூல் குறிப்பிடுகிறது. இதையும் தாண்டித்தான், 1907ம் ஆண்டு காஞ்சியில் 240 பெண்கள் பள்ளிகளில் படித்துக் கொண்டிருந்தார்கள். காஞ்சியில் பெண்களுக்கான செனானா மிஷன் பணிகளை திருமதி வெங்கடரங்கன் என்பவர் இந்து மக்களின் வீடுகளுக்கு நேரில் சந்தித்து முன்னெடுத்தார். இந்து வீடுகளுக்கு அவர் சென்று நேரில் கற்றுத்தந்தது பலன் தந்தது; அவரிடம் படித்த மாணவிகள் கல்விக்கட்டணம் செலுத்தத் தொடங்கினார்கள்.

காஞ்சிக்கு மிஷனரிகள் கொணர்ந்த அடுத்த பெரும் சமூகநலக் கட்டமைப்பான மருத்துவமனை இந்தத் திட்டத்தின் நற்பலனே. 1889ம் ஆண்டு மார்டனின் திட்டத்தை ஏற்றுக்கொண்டு, மருத்துவ மிஷனரியான டாக்டர் வில்லியம் வாக்கர் (William Walker) என்பவரையும், அவர் மனைவியையும் மிஷன் காஞ்சிக்கு அனுப்பியது. மிஷன் பள்ளியை ஒட்டிய பங்களா ஒன்றில் வசித்த வாக்கர் குடும்பம், அங்கேயே தன் மிஷன் பணியைத் தொடங்கியது. காஞ்சி மக்களுக்கான முதல் மருத்துவமனை அந்த பங்களாவே தான்; முதல் மருத்துவர் வாக்கர். மருத்துவ உதவிப் பணிகளுக்கு காஞ்சிபுரத்தின் எளிய மக்கள் முன்வந்தார்கள். அவர்கள் கையால் தண்ணீரைக் கூடப் பருக ஒவ்வாத பிற மக்கள், தங்கள் வீடுகளிலிருந்து மருந்து கலக்க தண்ணீரை புட்டிகளில் கொண்டுவந்தார்கள்.

அக்கம்பக்கத்து கிராமங்களுக்கும் பயணித்து மருத்துவம் பார்த்தார் வாக்கர். மக்கள் அவரது பணியைப் புரிந்துகொள்ளத் தொடங்கினார் கள். தண்ணீர் புட்டி காணாமல் போனது. 1891ம் ஆண்டு வெளிநாட்டு மிஷன் கமிட்டி வாக்கரைத் திரும்பப் பெற்றது. பத்தாண்டுகள் காஞ்சியில் மருத்துவர் இல்லை. இந்த இடைப்பட்ட காலத்தில், சவலை ராமசாமி காஞ்சியின் முதல் மருத்துவமனைக் கட்டடத்தைத் திறந்தார்.

மிஷனரிகளின் மருத்துவப் பணி, அதே போன்ற பள்ளி, மருத்துவமனைகளைத் தொடங்க தமிழர்கள் பலருக்கும் பெரும் தூண்டுகோலாக அமைந்தது எனலாம். 1880ம் ஆண்டு சென்னை ராயபுரம் லயிங்-இன் மருத்துவமனையைத் தொடங்கிய சவலை ராமசாமி, காஞ்சியில் மருத்துவமனை ஒன்றைத் தொடங்க 1897ம் ஆண்டு அடிக்கல் நாட்டினார்; 1899ம் ஆண்டு இந்த மருத்துவமனை திறக்கப்பட்டது.

1901ம் ஆண்டு வாக்கரின் பணியைத் தொடர ஜி.டபிள்யூ. ஹார்டியை (G W Hardie) மிஷன் அனுப்பியது. 23 மார்ச் 1904 அன்று பெரிய காஞ்சியின் முக்கியமான பகுதியான ராஜவீதியில் வாடகை வீடு ஒன்றில் தன் மருத்துவப் பணியை ஹார்டி தொடங்கினார். இன்றும் பெரிய காஞ்சியின் ராஜவீதியில் கைகளில் பூக்கூடையுடன் நெற்றித் திருநீறு, குங்குமம் துலங்க கூட்டம் கூட்டமாகப்

காஞ்சி சி.எஸ்.ஐ. மிஷன் மருத்துவமனை

பெண்களையும், புல்லட்களில் பூணூல் தெரிய பறந்து கொண்டிருக்கும் ஆண்களையும் நாம் காணலாம். நூறாண்டுகளுக்கு முன் அவ்விடத்தில், இம்மக்களுக்கு மத்தியில், வெளிநாட்டு மிஷனரி ஒருவர் தன் மருத்துவமனையைத் தொடங்கிய துணிவு, ஆண்டர்சனின் துணிவுக்குக் கொஞ்சமும் குறையாததே.

மருத்துவமனைக்கு நல்ல வரவேற்பு இருக்கவே, நிரந்தரக் கட்டடம் ஒன்றுக்கான இடம் 1904ம் ஆண்டு வாங்கப்பட்டது. கட்டடப் பணிகள் உடனே தொடங்கினாலும், தொடர்ந்த இயற்கைப் பேரிடர், காலரா காரணமாக கட்டுமானப் பணிகள் தடைபட்டு, 1906ம் ஆண்டு ஒருவழியாக மருத்துவமனை கட்டிமுடிக்கப்பட்டது. 1907ம் ஆண்டு ஜனவரி மாதம் சர் அலெக்சாண்டர் சிம்ப்சன் என்பவரால் காஞ்சியில் ஒருங்கிணைந்த ஸ்காட்லாந்து விடுதலை திருச்சபையின் (United Free Church of Scotland) நிரந்தர மருத்துவமனைக் கட்டடம் திறக்கப்பட்டது. 10 படுக்கைகள் கொண்ட இரண்டு வார்டுகள், சிகிச்சை அறை, புறநோயாளிகள் துறை என அந்த காலகட்டத்துக்குப் பெரிய மருத்துவமனையாகவே காஞ்சி மிஷன் மருத்துவமனை அமைந்தது. இந்தியச் செவிலியர்களும், மற்ற ஊழியர்களும் ஹார்டிக்கு உதவினர். இருந்தாலும், மருத்துவரால் பள்ளி உள்ளிட்ட மற்ற விஷயங்களில் சரிவர கவனம் செலுத்த முடியாது என்ற புரிதலில், மாவட்ட மிஷனரி ஒருவரைத் தனியே நியமித்து, மருத்துவ மிஷனரியை மருத்துவப்பணியில் மட்டுமே ஈடுபடுத்த மிஷன் முடிவு செய்தது.

இந்தச் சூழலில் காஞ்சி மாவட்ட மிஷன் பணியாற்ற ஜேம்ஸ் ஹேர் மக்லீன் (James Hair MacLean) 1895ம் ஆண்டு வந்தார். தொடக்கத்தில் காஞ்சி கிறிஸ்தவர்கள் தங்கள் வீடுகளில் வழிபாடு நடத்தினார்கள். பின்னர் காஞ்சிபுரம் ஆண்டர்சன் பள்ளி அரங்கில் வழிபாடு நடந்தது. ஆலயம் இல்லாமலேயே காஞ்சியில் பள்ளியும், மருத்துவமனையும் இயங்கிவந்தன. 1917ம் ஆண்டு மக்லீனுக்கு கேசர்-ஐ-ஹிந்து விருது தந்து அவரது சமூகப்பணியை ஆங்கிலேய அரசு பாராட்டியது. 1930ம் ஆண்டு மக்லீன் ஸ்காட்லாந்து மிஷனுக்கு அனுப்பும் அறிக்கையில் கீழ்க்காணும் சம்பவத்தைக் குறிப்பிடுகிறார். ''காஞ்சிபுரம் விஷ்ணு கோயிலின் தேர்த்திருவிழா அன்று தேர் இழுக்க இந்த ஆண்டு முதல்முறையாக ஆதிதிராவிடர்கள் அனுமதிக்கப்பட்டனர். அதுவரை தேர் இழுத்துவந்த மக்கள் அதை இழுக்க மறுத்ததால், இம்மக்களுக்கு இந்த வாய்ப்பு கிடைத்தது. ஆனாலும் இந்த ஆதி திராவிடர்களுக்கு கோயிலுக்குள் நுழையும் உரிமை இல்லை. இந்துத் திருவிழாக்களில் பக்தர்களின்

எண்ணிக்கை குறைந்துவருகிறது. இவர்கள் விரைவில் நம்மிடம் வருவார்கள் என நம்புகிறேன்'', என எழுதுகிறார்.

எட்கர் தர்ஸ்டன் எழுதிய 'காஸ்ட்ஸ் அண்டு டிரைப்ஸ் ஆஃப் இந்தியா' நூலில் செங்குந்த முதலியார் இன மக்கள் முதுகில் அலகு குத்தி இழுத்துச் செல்லும் பூத்தேர் பற்றிய தகவலை தன்னிடம் மக்லீன் சொன்னதாக எழுதுகிறார். தன்னைச் சுற்றி காஞ்சியில் என்ன நடக்கிறது என்பதை மக்லீன் துல்லியமாகத் தெரிந்து வைத்திருந்தார் எனலாம். 1907ம் ஆண்டே காஞ்சியில் ஆலயம் ஒன்றை எழுப்ப வேண்டும் என எண்ணிய மக்கள், அதற்காக நிதி திரட்டவும் திட்டமிடவும் தொடங்கினர். ஏப்ரல் 10, 1921 அன்று ராயபுரத்தில் நடைபெற்ற ஒருங்கிணைந்த ஸ்காட்லாந்து விடுதலை திருச்சபையின் கவுன்சில் கூட்டத்தில் காஞ்சியில் ஆலயம் கட்டுவது என தலைவர் மக்லீன் கோரிக்கையை முன்னெடுக்க, ஒருமனதாக அது ஏற்றுக்கொள்ளப்பட்டது. வெளிநாட்டுப் பெண் மிஷனரிகளுக்கென (Women's Foreign Missionaries) ஒதுக்கப் பட்டிருந்த இடத்தை பயன்படுத்தி, அதில் ஆலயம் கட்ட முடிவு செய்யப்பட்டது. உடனே பணிகள் தொடங்கின. ஆலயம் கட்டி முடிக்கப்பட்டு 29 அக்டோபர், 1922 அன்று மக்லீனால் நேர்ந்தளிக்கப் பட்டது. அதற்கு ஐந்தாண்டுகள் கழித்து பெண்கள் தங்குவதற்கு வசதியாக, மார்கரெட் ஃபேர்லி டலி (Margaret Fairly Daly) விடுதி 1927ம் ஆண்டு கட்டப்பட்டது.

காஞ்சி ஆலயம் கட்ட 13,000 ரூபாய் செலவானது. இதில் மூன்றில் ஒரு பங்கு காஞ்சிபுரம் மக்களால் அளிக்கப்பட்டது. ஸ்காட்லந்து திருச்சபை 550 பவுண்டுகள் அளித்தது. மீதமுள்ள பணம் ஐரோப்பாவில் மக்களிடம் நிதியாக பெறப்பட்டது. காற்றோட்டமான வெளிச்சமான ஆலயமாக இருக்க வேண்டும் என மக்லீன் பார்த்துத் திட்டமிட்டு கட்டிய ஆலயம் இது. இரு பக்கமும் வெராந்தாக்களுடன், பின்னாளில் விரிவாக்கம் செய்ய ஏதுவாக வடிவமைக்கப்பட்டது. சுவர்கள் தமிழ் கட்டுமானப் பணியாளர்களால் மெருகேற்றப் பட்டன. தமிழ் நன்றாகக் கற்றறிந்து பல சமய அறிஞர்களுடன் நட்பு கொண்டிருந்த மக்லீன், ஆலயத்துக்கு 'கிறிஸ்தவ ஆலயம்' என்றே பெயரிட்டார். காஞ்சியில் இருந்த ஒரே கிறிஸ்தவ ஆலயம் அது என்பதால் அந்தப் பெயரை அவர் தேர்ந்தெடுத்தார். மக்களோ காலப்போக்கில் அதை மாற்றி 'கிறிஸ்துநாதர் ஆலயமாக' மாற்றிவிட்டார்கள். ஆலயத்தின் சுவர்களில் 'அன்பே இறைவன்' (God is love) என ஆறு பக்கங்களில் மக்லீன் எழுதிவைத்தார். அதுவும் காலப்போக்கில் மறுவி, 'தூய தூய தூய' (Holy Holy Holy) என எழுதப்பட்டுவிட்டது.

காஞ்சியில் அன்பை மட்டுமே கல்வி, மருத்துவம் மூலம் மிஷனரிகள் விதைத்தனர். காஞ்சி ஆலயம் சேவை என்ற அஸ்திவாரத்தின் மேல் கட்டியெழுப்பப்பட்டதாகும். இன்று மக்களுக்கு இடப்பற்றாக்குறை என்பதால் அதை விரிவாக்கும் முயற்சிகள் நடந்து வருகின்றன. வழக்கமாக எல்லா ஆலயங்களிலும் செய்வது போல இடித்துவிட்டுக் கட்டாமல், மிஷனரிகளின் மெய்ச் செய்தியான 'அன்பு' என்பதை மனதில் கொண்டு அதைப் பேணும் முயற்சிகளில் ஆலயம் ஈடுபட்டிருப்பது பாராட்டுக்குரியது. ஆலயம் மிக எளிமையாக இருக்கிறது. ஆராதனைப் பகுதியில் மரத்தாலான சிலுவை உள்ளது, அதற்கு இரண்டு பக்கங்களிலும் இயேசுவின் உருவம் பொறித்த கண்ணாடி ஓவியங்கள் உள்ளன. இவை புதிதாக வைக்கப்பட்டவை என காஞ்சியைச் சேர்ந்த தம்பி ஜோயல் சொல்கிறார்.

''கடைசி ஃபாரின் பிஷப் நியூபிஜின் இந்த சர்ச்சோட 50வது ஆண்டுவிழாவுக்கு வந்தாரு. விழா காலை 9 மணிக்கு. அவர் 8.30 மணிக்கே முன்னாடி வந்துடுறார். அப்போ இங்க இருக்குற ஐயர் ஜகன்னாதன் 'ஆர்டர் ஆஃப் சர்வீஸ' மாத்தி மக்களைப் பார்க்காம சிலுவைய பார்த்து சர்வீஸ் வைச்சுட்டு இருக்கார். இத பார்த்து, மக்கள் தானே முக்கியம், அவுங்க பக்கம் திரும்பி வழிபாடு செய்ய சொல்லிதானே நமக்கு மிஷனும் சொல்லிக்குடுத்திருக்கு? சர்ச் ஆஃப் ஸ்காட்லாந்து சர்வீஸ் எப்படி வைக்கணும்னு நமக்கு சட்டதிட்டம் குடுத்துருக்கு. அதை எப்படி ரோமன் கத்தோலிக்க முறைப்படி உங்க இஷ்டத்துக்கு நீங்க மாத்தலாம்னு கேள்விகள் கேட்டு, காலால பக்கத்துல இருக்குற பெஞ்சை எட்டி உதைக்கிறார். அதுல பெஞ்சே பழுதாயிடுது. கோவத்துல அதை சரிசெய்யச் சொல்லிட்டு எழுந்து போறார். அப்புறம் மேசை அமைப்பை சரிசெய்த பிறகு, இனிமேல் இப்படி தவறு செய்யமாட்டோம் என சமாதானம் பண்ணி திரும்ப விழாவுக்கு அவரைக் கூட்டிட்டு வராங்க. அந்த அளவுக்கு இங்க வர்ற மிஷனரிகளுக்கு மக்கள் மேல அன்பு உண்டு'', என ஜோயல் சொல்கிறார்.

''ஆண்டர்சன் ஸ்கூல் தான் இங்க முத வந்தது. அங்கே வேல செஞ்சவங்க பல பேர்த்த ஆண்டர்சன்தான் சென்னைல இருந்து கூட்டிட்டு வந்தாரு. அவருமே இங்க தங்கல. பந்தம் கொளுத்தி வெச்சிக்கிட்டு ஒரு காலத்துல ஸ்கூல் ஹால்ல பிரே பண்ணிட்டு இருந்திருக்காங்க. ஸ்காட்லாந்து மிஷன்தான் இங்க ஃபுல்லா வேல செஞ்சது. மிஷன் ஃபெஸ்டிவல்தான் இங்க பெருசா கொண்டாடுவோம். அப்ப கோழி, லவ் பேர்ட்ஸ், லெமன், மாங்காய், காய்கறி

அப்டின்னு என்னலாம் சர்ச்சுக்கு குடுக்க ஆசைப்படுறாங்களோ, அத எல்லாம் இங்க எடுத்துட்டு வந்து ஏலம் விட்டு, பணத்த சர்ச்சுக்குக் குடுப்பாங்க. அறுவடைத் திருநாள் அப்பயும் இத செய்வோம். அறுப்பின் பண்டிகை அப்ப முன்னாடி எல்லாம் இங்க ஆடு, மாடு எல்லாத்தையும் சர்ச் உள்ள கொண்டுவருவாங்கன்னு கேள்விப் பட்டிருக்கேன். ஈஸ்டர் அப்போ 40 நாள் உண்டியல் எல்லாருக்கும் குடுப்போம். அவுங்க அதை குட் ஃப்ரைடே அன்னிக்கு கொண்டுவந்து குடுப்பாங்க'', என அந்த ஆலயத்தில் உறுப்பினராக இருக்கும் தம்பி ஜோயல் சொல்கிறார்.

அதே ஆலயத்தில் உறுப்பினரான ரூத், ''அறுப்பின் பண்டிகை அப்ப வீட்டுல இருக்குறவங்க இருக்குற பொருள எடுத்துட்டு வருவாங்க. அதுக்கும் வழியில்லாதவங்க, பெண்கள் சங்கம் மாதிரி எதுனா அமைப்பா சேர்ந்து சமைச்சு இங்க கொண்டுவந்து வச்சு அத சேல் பண்ணி, அந்தப் பணத்த ஆலயத்துக்குக் குடுப்பாங்க. பெரிய வெள்ளி அன்னிக்கு காலைல 11 மணிக்கு சர்ச்ல சர்வீஸ் ஆரம்பிக்கும். 2.30 – 3 மணிக்கு அது முடியும். அப்ப சர்ச்ல சமைச்சு எல்லாருக்கும் கஞ்சி, துவையல் குடுப்பாங்க'', எனச் சொல்கிறார்.

இந்த ஆலயத்தில் உறுப்பினர்களாக பெரும்பான்மை தலித்துகளே இருக்கின்றனர். ''எங்க சர்ச்ல பறையர் தான் அதிகம். அதுக்கப்புறம் நாடார்கள். கிளை சபைகள்னு சொன்னா ஆர் சி சர்ச்சுக்குப் பின்னாடி இருக்குற முனிசிபாலிடி ஏரியால அருந்ததியர் ஜாஸ்தி. அங்க அவுங்களுக்கு ஒரு கிளை சபை இருக்கு, சக்கிலியர்கள் மக்கள் வெங்கடேசபாளையம் ஏரியால இருக்குறாங்க. அங்க இருக்குற சர்ச்சுல அவுங்களுக்கு சர்வீஸ் இருக்கும். ஐயர் இங்கருந்து அங்க எல்லாம் போய்ட்டு வருவாரு. நம்ம கிளை சபைல அருந்ததிய மக்கள்தான் ரொம்ப பழைய ஆளுங்க. அதுனால அவுங்களுக்கு வெளிய நல்லதா ஒரு இடம் எப்படியாவது வாங்கி ஒரு சர்ச் கட்டிக் குடுத்துறணும்னு இவுங்க (கவுன்சில்) இருக்காங்க. ஆனா அவுங்க என்னன்னா, இருக்குற இடத்த விட்டு வெளிய சர்ச்சுக்கு வரமாட்டேங்குறாங்க. அவுங்களுக்கு ஒரு காம்ப்ளக்ஸ். அதுனால அவுங்க இருக்குற தெருவுக்கு பக்கத்துலயே இவுங்க எடம் பார்த்துட்டு இருக்காங்க'', எனச் சொல்கிறார் ஜோயல்.

அந்த மக்கள் (அருந்ததியர், சக்கிலியர்கள்) இந்த ஆலயத்துக்கு எப்போதாவது வருவதுண்டா, வந்தால் எங்கே அமர்வார்கள் என்ற கேள்வியை முன்வைக்கிறேன். ''அவுங்க மிஷன் ஃபெஸ்டிவல், அறுப்பின் பண்டிகை மாதிரியான முக்கிய நிகழ்வுகளுக்கு இங்க வருவாங்க. அப்டியே வந்தாலும் முன்னாடி பெஞ்சுல அவுங்க

உக்காந்து நான் பார்த்ததில்ல'', என ஜோயல் சொல்கிறார். ''நான் இங்க வந்து 25 வருஷம் ஆச்சு. இங்க பலதரப்பட்ட மக்கள் வருவாங்க. நிறைய பேரு கஷ்டப்படுறவங்கதான். ஆலயத்துக்கு ஆராதனை செய்றதுக்கோ, நன்றி சொல்றதுக்கோதான் நம்ம வர்றது. ஆனா அதை விட்டுட்டு, படாடோபமா பகட்ட காட்ட சர்ச்சுக்கு வர்றவங்க அதிகம். அது எனக்கு பெர்சனலா பிடிக்காத விஷயம்'', என்கிறார் ரூத்.

''ஒடுக்கப்பட்டு, போராடித்தான் இந்த எடத்துக்கு நம்ம வந்திருக்கோம். நம்மளே இப்படி ஆடம்பரமா சர்ச்சுக்கு வந்தா, நடந்துக்கிட்டா, மத்தவங்களுக்கும் நமக்கும் என்ன வித்தியாசம் இருக்கு? நம்ம அடுத்தவன் நம்மள ஒடுக்குறான்னு கேள்வி கேக்குறதுக்கு நமக்கு என்ன தகுதி இருக்கு? நம்ம அடுத்தவனை எப்படி நடத்துறோம்? முதல்ல நம்ம திருந்தணும். எல்லா மதத்துலயும் நான் பெரியவன், நீ பெரியவன் பஞ்சாயத்து இருக்கு. சர்ச் யூனிட்டியா இருக்கணும். அது இங்க இல்ல. குழுக்குழுவா நிக்கிறாங்க. அது மாறணும்'', என ரூத் சொல்கிறார். இது கட்டாயம் இங்கு மாறவேண்டும். மிஷனரிகள் யாருக்கு கல்வி தரவேண்டும் என்ற எந்தப் பாகுபாடுமின்றிதான் காஞ்சி ஆலயத்தை, சபையை வளர்த்தெடுத்திருக்கின்றனர். அதை மக்கள் உணரவேண்டும்.

அதற்கான முன்னெடுப்பாக இந்த ஆலய மக்கள் ஒன்றிணைந்து இந்த ஆண்டு ஜனவரி 24 அன்று சமத்துவப் பொங்கல் கொண்டாடியிருக்கின்றனர். விழாவுக்கு சென்னை பேராயர் ஜார்ஜ் ஸ்டீபன் தலைமை தாங்கியிருக்கிறார். சிறப்பு விருந்தினர்களாக காஞ்சிபுரம் பாராளுமன்ற உறுப்பினர் கு.செல்வம், காஞ்சிபுரம் சட்டமன்ற உறுப்பினர் சி.வி.எம்.பி. எழிலரசன், சி.எஸ்.ஐ. தெற்கு வட்டாரத் தலைவர் ரிச்சர்ட்சன், ஆன்மோதய ஆசிரமம் சுவாமி சின்னப்பன் மரிய சூசை, ஸ்ரீ நாராயணா சேவாஸ்ரம தலைவர் சுவாமி சத்ரூபானந்தா, காஞ்சிபுரம் ஜும்மா மஸ்ஜித் இமாம் முகம்மது காலித் காஷிஃபி, புத்த விஹார் குருஜி சந்திரசேகர் ஆகியோர் கலந்துகொண்டனர். இது போன்ற நிகழ்வுகள் இன்னும் அதிகம் நடக்கவேண்டும், சமத்துவ சமூகம் மலரவேண்டும்.

இத்தனை ஆயிரம் பேருக்கு கல்வி தந்து, அந்தப் பகுதியின் கல்விக் கண்ணைத் திறந்தது காஞ்சிபுரம் சபைதான். அதன் தொடக்கப்புள்ளி ஆண்டர்சன் பள்ளி. அதன் மேலான சமீபத்திய சமயப் பாகுபாடு குற்றச்சாட்டை ஏதோ ஒரே நாளில் எழுந்த குற்றச்சாட்டு என மட்டும் எண்ணுவதற்கில்லை. ஒடுக்கப்பட்டவர்களுக்கு உயிராக அவர்களுக்கு ஊன்றுகோலாக நிற்கும் கிறிஸ்தவ கல்வி

நிறுவனங்கள், மருத்துவ நிறுவனங்கள் இந்துத்துவத்தின் கண்ணை உறுத்திக்கொண்டேதான் இருக்கின்றன. அவற்றைப் பிடுங்கினால், இங்கு 'சேவை' என்பது இல்லாமல் போகும். மக்கள் இங்கிருந்து விலகத் தொடங்குவார்கள் என்பது அவர்கள் கணக்கு. அந்தக் கணக்கை புரிந்துகொள்ளாமல் கல்வி நிலையங்களை கிறிஸ்தவ சபைகள் காவு கொடுத்துக் கொண்டிருப்பது பெரும் சோகம்.

சான்றுகள்

- Our Church's Work in India: the Story of the Missions of the United Free Church of Scotland in Bengal, Santalis, Bombay Rajputana and Madras – Oliphant, Anderson, London, 1907
- History of Education in the Madras Presidency – Satthianadhan S, Srinivasa Varadachari & Co., 1894
- The Asiatic Review, Vol 11 – 1917
- The Sunday School Times 1930-11-15: Vol 72 Iss. 46, 1930
- சி.எஸ்.ஐ. மருத்துவமனை வரலாறு: பிரதீப் ஜோயல் - https://anbuseii.wordpress.com/2021/11/18/
- கிறிஸ்தவ ஆலய வரலாறு- தயானந்தன், ஆலய வெளியீடு

25

முத்தியால்பேட்டை ஜெபமாலை மாதா

1863ம் ஆண்டு அந்தோணியார் கோயில் திருவிழா தேரின் போது, தங்கள் தெருக்களில் தேர் வரவேண்டும் என ஆதிக்க சாதியினர் கேட்டார்கள். அதுவரை அந்த வழக்கம் இல்லாத காரணத்தால், ஒடுக்கப்பட்ட சாதியினர் மறுக்க, ஆதிக்க சாதியினர் தங்களுக்கு புதிய கோயில் கட்ட முயற்சியெடுத்தார்கள்.

மங்களப் பாடல்

சுத்தத் திருச்சிலுவை அடையாளத்தால்
சத்துருவை நீக்கி தயை புரியும் நித்தியனே
எங்கள் பிதா சுதன் இஸ்பிரீத்து சாந்து எனும்
இங்கித நாமத்தால் – ஆமென்
சீர்கொண்ட மலர்மாலை மணமாலை
மங்காத தீபமென ஓங்கும் மாலை
ஜெயமாலை மாமணங் கமழ்மாலை
கல்யாண சிறப்பினுக் கேற்றமாலை
திவ்விய மணிமாலை ரத்தினமாலை எழில்மாலை
தீங்கெது மிலாதமாலை தென்புலவர் மதிமாலை
அணிமாலை சுபமாலை திருமாலை பவளமாலை

நார்கொண்ட வெண்முத்து மலை மோகனமாலை
நறுமாலை தூயமாலை நல்லவர்கள் புகழ்மாலை
நாடெங்கும் மகிழ்மாலை நற்பதிகமான மாலை
நலமிகு தரும் மாலை பெருமாலை இறைமாலை
நவரத்தின கதிதமாலை நாடும் மறையோர் முனிவர்
தேவாதி தேவனும்- நனிவளம் தந்த மாலை
கார்கொண்ட கடிமணம் கொடி மாலை
எவ்விதக் களங்கமும் இல்லாத மாலை
கருது மணவாளனும் மணவாளியும்
கூடி கலந்துறவு செய்யும் மாலை
கற்புடைய தம்பதிகள் செங்கழுத்துறை மாலை
கனமாலை கண்ணியமாலை கதிதரும் பாமாலை
பொன்மாலை கடவுளர்க் கருணைப் பிரவாக மாலை
ஏர்கொண்ட தங்கமணி மாலை மா முனிசூழ்ந்த சூசை
இனியகை துளிர்த்த மாலை ஈடில்லா இம்மன வள்ளலாம்
வளனையும் இணையிலா கற்புரத்தினம் எனும் இப்பெண்மணி
மணவாளி தன்னையும் இறுகப் பிணைத்த மாலை
ஈடில்லா மணவாளனும் மணவாளியும் கூடி
கலந்துறவு செய்யும் மாலை ஈடில்லா கற்புடைத் தம்பதிகள்
கலந்துறவுசெய்யும் மாலை அன்புடைய தம்பதிகள்
செங்கழுத்துறை மாலை கனமாலை கண்ணியமாலை
கதிதரும் மாலை பொன்மாலை கடவுளர்க் கருணை பிரவாக மாலை
ஏர்கொண்ட தங்கமணி மாலைமா முனி சூசை மரி
இனிய கை துளிர்த்த மாலை ஈடில்லா இம்மன வளனாம்
வள்ளலையும் இணையில்லா கற்புரத்தினம் என்னும்
இப்பெண்மணி
மணவாளி தன்னையும் இறுகப் பிணைத்த மாலை
எனமிவர் உத்தமிக்கு உத்தமனாக
வாழ்கவே இம்மாலை தனை இடுவோம்
(இதைப் பாடி முடித்ததும் பெண்ணும் மாப்பிள்ளையும் மாலை
மாற்றுவார்கள். அதன்பின் மங்களம் பாடப்படும்)
பூமணக்கும் செல்வ வளம்புரியும் புதுவை வடவாழ்
புகழ்மணக்கும் முத்தாலுபுரியில் மணந்த
மாமணக்கும் மணமகனாம் மணமகளாம் இவர்கள்
மகிழ்தளத்தில் சேசுமரி சூசையின் நல்லருளால்
சீர்மணக்கும் செல்வ மரபீன்று
சிலந்தாள் போல் சிந்தைமகிழ் நன்தேகமொடு
தந்தையோடு பருகி பாமணக்கும் புலவர் புகழ்பகற
பொருள்மருகி பல்லாண்டு வாழ்ந்து பெருமகிழ்வுற மங்களமே.

(இந்த மங்களம் முடிந்ததும் சேஷ அரிசி இடும் சடங்கு, அதற்கான பாடல் கீழே. சேஷ அரிசி சடங்கின் போது இந்தப் பாடலில் இரண்டு அடிகளைப் பாடியதும் தட்டில் வைக்கப்பட்டிருக்கும் மஞ்சள் கலந்த அரிசியையும், பூவையும் மணமக்களின் தலையில் தூவுவார்கள். பின் அடுத்த இடண்டு அடிகளைப் பாடுவார்கள். பூத்தூவுவார்கள். சேஷ அரிசிப்பாடல் பாடும் பெரியவர் பாடி முடித்ததும், மற்ற கிறிஸ்தவ சாதிப் பெரியவர்கள் வரிசையாக வந்து சேஷ அரிசியையும் பூவையும் மணமக்கள் தலையில் தூவி வாழ்த்துவார்கள்.)

ஆதித்த சேஷை இது ஆதாமுடன் ஏவாள்க்கு
அளித்திட்ட சேஷை இதுவே
அப்பால் நோவே மரக்கலத் தமர்ந்தபின்
அர்ச்சித்த சேஷை இதுவே
சோயி ஆபிரகாம் ஈசாக்கு யாக்கோபு மணமாகத்
தொடுத்திட்ட சேஷை இதுவே
தோபியா சாராள்க்கு ரபாயேல் சம்மனசு
சொல்லியருள் சேஷை இதுவே
பாதிமதி முதிகன்னி சூசைமுனி பக்கத்தில்
பாடிய சேஷை இதுவே
பரிமளம் செறியவே பெரியோர்கள் கையினால்
பகர்ந்திடும் சேஷை இதுவே
ஓதுமைப் பொதிமணப் பந்தல் ஒளிசபைதனில்
ஒலித்திடும் சேஷை இதுவே
ஒழுங்குடன் பெரியோரே எழுந்துநீர் சேஷைதனை
உகந்திடுவீர் இவர் வாழ்கவே...

- பாடல்: அந்துவான் (83), முத்தியால்பேட்டை, மார்ச் 2021

மேற்குறிப்பிட்ட பாடல்கள் திருமணத்தில் மாலை மாற்றும் சடங்கு, சேஷ அரிசி சடங்கு ஆகிய சடங்குகளின்போது பாடப் படுபவை. இப்பாடல்கள் புதுவை நகர் மற்றும் அதை ஒட்டிய பகுதிகளில், மணமக்களை வாழ்த்திப் பாடப்பட்டுள்ளன. மணமுடித்து வீடுகளுக்கு பெண்- மாப்பிள்ளை வந்ததும், ஊர்ப் பெரியோர் அவர்களுக்கு மாலை அணிவித்து, மாலை மாற்றச்சொல்லி இப்பாடல்களைப்பாடி வாழ்த்தியிருக்கின்றனர். இந்த வழக்கம் 1980கள் வரை இங்கு பிரபலமாக இருந்துள்ளது. சேஷ அரிசி சடங்கு பெரும்பாலும் உபதேசியார்களால் பண்டைய நாள்களில் செய்யப் பட்டுள்ளது; அவர்களால் இயலாமற்போனபோது பெரியோர் செய்துள்ளனர்.

முத்தியால்பேட்டை உபதேசியாரிடமிருந்து இந்தப் பாடலை எழுதிவாங்கியும், அவர் பாடியதைக் காதால் கேட்டும், கடந்த 25 ஆண்டுகளாக திருமணங்களில் இப்பாடல்களை அந்துவான் பாடியிருக்கிறார். இந்த முத்தியால்புரி மங்களப் பாடலை தன் மாமாவின் தாத்தா, பழைய ஆலய ஜெபப்புத்தகத்தில் பார்த்து எழுதியதாகச் சொல்கிறார். திருமணச் சடங்குகள், வரவேற்பு போன்றவை இல்லங்களை விடுத்து திருமணமண்டபங்களில் அதிகம் செய்யப்படத் தொடங்க, இந்தச் சடங்குகள் வழக்கொழிந்து போயின என தகவலாளர் அந்துவான் சொல்கிறார். முத்தியால் பேட்டை பங்கில் பெரும்பாலான திருமணங்களில் இவர் இந்த வாழ்த்துப் பாடலையும், சேஷ அரிசிப் பாடலையும் பாடியுள்ளார்.

காலை எட்டரை மணிக்கு புதுவையில் சாப்பாடு தேடி அலைந்த கொடுமை இருக்கிறதே...அதைச் சொல்ல சொற்கள் போதாது. கடை இருந்தால் பார்க்கிங் இல்லை, பார்க்கிங் இருக்குமிடம் கடையில்லை. பாண்டிச்சேரிக்கும் பார்க்கிங்குக்கும் நமக்கும் ஜென்மப்பகை போல. எப்போது போனாலும் சிவப்புத் தொப்பி காவலரிடம், ''சாரி சார்...மெட்ராஸ். இங்க பார்க்கிங் கிடையாதுன்னு தெரியாது'', எனச் சொல்லித் திட்டு வாங்குவது நம் வழக்கம். முத்தியால்பேட்டைக்குத் திருப்பத்துக்கு முந்தைய சாலையில் சின்ன சாலையோர சிற்றுண்டிக் கடை ஒன்றில் பெண் ஒருவர் இட்லி ஊற்றுவது கண்ணில்பட, நானும் ஓட்டுனரும் ஆளுக்கு இரண்டு இட்லியை அவரிடம் வாங்கி விழுங்கிவிட்டு, ஆரோக்கியநாதன் சார் வீட்டுச் சென்றோம்.

பேராசிரியர் முனைவர் ஆரோக்கியநாதன் ஃபேஸ்புக் மூலம் அறிமுகமான நண்பர். தமிழ், மொழியியல், ஆசிய மொழியியல் துறைகளில் பட்டங்களும், வாஷிங்டன் பல்கலைக்கழகத்தில் மொழியியல் துறையில் முனைவர் பட்டமும் பெற்றவர். போலந்து வார்சா பல்கலைக்கழகத்தில் வருகைதரு பேராசிரியராகவும் பணியாற்றியிருக்கிறார். புதுவைப் பல்கலைக்கழகத்தில் தமிழ்த்துறைப் பேராசிரியராகப் பணியாற்றி ஓய்வுபெற்றவர். இன்றும் அவர் வீட்டுக்கு ஐரோப்பிய, அமெரிக்க மாணவர்கள் வந்து தமிழ் கற்றுச் செல்கின்றனர்.

நாங்கள் சென்றபோது பிரெஞ்சு நாட்டு மாணவி ஒருவருக்குத் தமிழ்ப்பாடம் நடந்துகொண்டிருந்தது. சிறிது நேரக் காத்திருப்புக்குப் பின், அந்த மாணவி, கடந்த ஆறு மாதங்களாகத் தமிழ் கற்பதாகச் சொல்லி, அழகாகக் கை குவித்து 'நன்றி, வணக்கம்' சொல்லிக் கிளம்பினார். தமிழ் மொழியின் பால் ஆர்வம் கொண்டவர்கள்

பெரும்பாலும் நம்மை ஈர்ப்பதுண்டு. அவருக்கு நன்றி சொல்லி விட்டு, ஆரோக்கியநாதன் ஐயா வகுத்துக் கொடுத்த அன்றைய சுற்றுப்பயணத்தைத் தொடங்கினோம். முதலில் அவரது முத்தியால்பேட்டை வீட்டுக்கு அருகே இருந்த அந்துவான் ஐயாவின் வீட்டுக்குச் சென்றோம். முன் கூட்டியே தகவல் சொல்லப் பட்டதால், காலை ஒன்பது மணிக்கே தயாராகி எங்களுக்காக அந்துவான் ஐயா காத்திருந்தார். முத்தியால்பேட்டை பகுதி வரலாறு குறித்து அவருக்குத் தெரிந்த தகவல்களை மகிழ்வாகப் பகிர்ந்தார்.

பண்டைய கிரேக்க நாட்டுப் பயணிகள் இன்றைய புதுவைப் பகுதியை 'பொதுகே' என்றே குறிப்பிடுகின்றனர். கி.பி இரண்டாம் நூற்றாண்டில் வாழ்ந்த அறிஞர் தாலமி இதை 'பொதுக்கா' (Poduke/Poduka) என குறிப்பிடுகிறார். இன்றைய புதுவைப் பகுதியை பிரெஞ்சுக் கம்பெனியார் வாங்கி, 'புதுச்சேரி' - புதிய சேரி என பெயரிட்டார்கள். இப்பகுதியை பல்லவ மற்றும் சோழ மன்னர்கள், அவர்களுக்குப் பின் பாண்டிய மன்னர்கள், விஜயநகர மன்னர்கள் ஆண்ட குறிப்புகள் உள்ளன. பாகூர், வில்லியனூர், திருவாண்டார் கோயில், திருபுவனை ஆகிய ஊர்களில் இதன் எச்சங்கள் இன்றும் உள்ளன. 17ம் நூற்றாண்டில் பீஜப்பூர் சுல்தானின் ஆட்சி இங்குவரை நீண்டிருந்தது.

இந்தியாவில் வணிகத் தலம் ஒன்றை அமைக்க எண்ணிய பிரெஞ்சு மலோவின் இளவரசி, 1616ம் ஆண்டு பெப்பிஸ் என்ற மாலுமி தலைமையில் தூய லூயி கப்பலை இந்தியாவுக்கு அனுப்பினார். புதுச்சேரியை அடைந்த பெப்பிஸ், பிரெஞ்சு வாணிபக்கழகத்தை மீனவக்குப்பம் ஒன்றில் செஞ்சி மன்னனின் அனுமதியின் பேரில் நிறுவினார். ஆனால், அதை சரிவர நடத்த முடியவில்லை. மீண்டும் 1632ம் ஆண்டு இதே போன்ற முயற்சி செய்யப்பட்டு, அதுவும் தோல்வியில் முடிந்தது. இந்த மையத்தை டேனிஷ், டச்சு மாலுமிகள் பயன்படுத்திவந்தார்கள்.

1664ம் ஆண்டு கோல்பர்ட் என்பவர் பிரெஞ்சுக் கிழக்கிந்தியக் கம்பெனியை ("La Compagnie française des Indes orientales") நிறுவினார். இதன் முக்கிய நோக்கம் வணிகத்தோடு ரோமை கத்தோலிக்கத்தை காலனிகளில் பரப்புவதே. புதுவையில் வணிக தளத்தை மீட்க பெல்லாஞ்சர் தெ லெஸ்பினே (Bellanger De Lespinay) என்பாரை கம்பெனி அனுப்பியது. அப்போது வாலிகண்டபுரம் (ரஞ்சன்குடிகோட்டை) 'கிலாதார்' (Qiladar - மத்திய கால இந்தியாவின் பெரும் நகரங்களை கோட்டைகள் அமைத்து, அரசனின் சார்பாக நிர்வாகம் செய்தோர்) ஷேர் ஷா லோதி (Sher Shah

Lodi- ஷேர் கான் லோதி எனவும் சில ஆய்வாளர்கள் குறிப்பிடுகின்றனர்) இந்தப் பகுதியை பீஜப்பூரின் கடைசி சுல்தான் சிக்கந்தர் ஆதில் ஷா சார்பாக நிர்வகித்து வந்தார். லோதியைச் சந்தித்து அங்கு வணிகம் செய்ய பெல்லாஞ்சர் அனுமதி கோரினார். அந்தப் பகுதியில் அதிகம் விளைந்த பருத்தியை வணிகம் செய்யவும், தயாரிப்பு மையம் அமைக்கவும், 'ஃபிர்மான்' (firman - order) ஒப்பந்தம் ஒன்றில் பெல்லாஞ்சரும் லோதியும் கையெழுத்திட்டனர். புதுவையிலிருந்த டச்சு விடுதியில் *4* பிப்., *1673* அன்று பெல்லாஞ்சர் தன் பணியைத் தொடங்கினார். பீஜப்பூர் சுல்தானிடமிருந்த 'புதுவை', பிரெஞ்சுக்காரர்கள் ஆதிக்கத்தின் கீழ் வந்தது.

பிரெஞ்சுக் கம்பெனியின் முதல் ஆளுநராக (Commisarie) பிரான்சுவா மார்ட்டின் (François Martin) *1674*ம் ஆண்டு பொறுப்பேற்றார். இந்தியாவின் முதல் பிரெஞ்சுக் காலனியான புதுவையில் *60* ஐரோப்பியர்கள் குடியேறினர். புதுச்சேரி நகரம் உருவாகத் தொடங்கியது. ரோமை கத்தோலிக்க குருக்கள் சிலர் மதராஸ் கோட்டையில் இருந்ததை அறிந்த மார்ட்டின், புதுவையில் மதப்பணியாற்ற அவர்களுக்கு அழைப்பு விடுத்தார். பருத்தி வாணிபம்தான் புதுவையின் ஆதாரமாக இருக்கப்போகிறது என்பதை உணர்ந்த மார்ட்டின், லோதியிடம் பாதுகாப்புக்காக *300* காலவர்களை வேண்டினார். லோதியால் அனுப்பிவைக்கப்பட்ட காலவர்கள், பருத்தியை நூற்று, நெசவு செய்யும் பணியையும் செய்யத் தொடங்கினர்.

நெசவு செய்யத்தெரிந்த மக்களை புதுவைப் பகுதியில் குடியேறுமாறு மார்ட்டின் பரப்புரை செய்தார். *1721*ம் ஆண்டு லெனாய் (Lenoir) புதுவையின் ஆளுநரானபோது, நெசவாளக் குடும்பங்கள் புதுவையை நோக்கி சாரிசாரியாக வரத்தொடங்கினார்கள். இந்தக் காலத்தில்தான் முத்தியால்பேட்டை, பக்கமுடையான்பேட்டை, முதலியார்பேட்டை, சாரம், வில்லியனூர், ஓர்லான்பேட்டை ஆகிய பகுதிகளில் நெசவாளர்கள் குடியமர்த்தப்பட்டார்கள். இவ்வமயம் புதுவையில் மட்டுமே *1500* தறிகள் இயங்கிவந்தன. *1742*ம் ஆண்டு தூப்ளே ஆளுநரான போது, கைக்கோளர்கள், சேடர், சேனையர் பலரை அழைத்து வில்லியனூருக்குத் தெற்கே குடியமர்த்தினார்.

உடையார்பாளையம், சின்னம்மநாயக்கன்பாளையம், காஞ்சி, ஆற்காடு ஆகிய இடங்களிலிருந்து நெசவாளர்கள் புதுவையில் குடியேறினர். தூப்ளே காலத்துக்குப் பின் ஆங்கிலேயரின் கை ஓங்க, ஆங்கிலேயப் படைகளின் தொடர் தொல்லைகள் காரணமாக நெசவாளர்கள் புதுவையை விட்டு வெளியேறத் தொடங்கினர். *1778*ம் ஆண்டு முத்தியால்பேட்டை தறிகளின் எண்ணிக்கை

இருநூற்றைம்பதிலிருந்து ஐம்பதாகக் குறைந்தது. கர்நாடகப் போர்கள் முடிந்து பிரெஞ்சுப் படை மீண்டும் புதுவையைக் கைப்பற்றிய பிறகு, குடும்பத் தலைமைக்கு ஐந்து பகோடாக்கள் வீதம் பணம் தந்து மீண்டும் புதுவையில் நெசவாளர்களை பிரெஞ்சுக் கம்பெனியார் குடியமர்த்தினர்.

1788ம் ஆண்டு முத்தியால்பேட்டையில் 150 தறிகள் இருந்தன. பத்தே ஆண்டுகளில் நூறு புதிய நெசவாளர் குடும்பங்கள் மீள்குடியேறி கைத்தறிகள் அமைத்தனர். பிரெஞ்சுக்காரர்கள் இந்த மக்களை நேரடியாக மேற்பார்வையிடவில்லை. அவர்களுக்கு துணி நெசவு செய்து தரும் பொறுப்பு புதுவையின் முக்கியஸ்தர்கள்வசம் இருந்தது. ஆனந்தரங்கம்பிள்ளை, திருவேங்கடம்பிள்ளை ஆகியோர் தறிகளை நிர்வகித்து, துணிகளைச் சேகரித்து, கம்பெனிக்கு விற்றுவந்தோராவர். நெசவு செய்தவர்களுக்குக் கூலி வழங்கப் பட்டது. தங்கள் துணியை தாங்களே நெசவு செய்து, விற்பனை செய்ய முடிந்த 'மாஸ்டர் வீவர்கள்' (master weaver) பெருமுதலாளி களாக, பெருவணிகர்களாக உருவெடுத்தனர்.

அவர்களிடம் மற்ற நெசவாளர்கள் பணிசெய்தனர். கம்பெனியின் ஏஜண்டுகளான இந்த மாஸ்டர் வீவர்கள், தங்களிடம் ஊதியத்துக்குப் பணி செய்த நெசவாளர்களை சரியான கூலி தராமல் ஒடுக்கத் தொடங்கினர். கம்பெனியிடமிருந்து முன்பணம் பெற்று அதை தனக்குக் கீழ் வேலைசெய்த நெசவுக் குடும்பங்களுக்குக் கடனாகக் கொடுத்து அவர்களை முழுக்க தங்களின் கட்டுப்பாட்டில் வைத்துக்கொண்டனர். தலைக்கு ஐந்து பணம் என முன்பணம் தரப்பட்டது. இதை தத்னி முறை (dadni system) என அழைத்தனர்.

இந்தத் தறிகளை பயன்படுத்த நெசவுக் குடும்பங்கள் 'தறி வரி' கட்ட வேண்டும். ஆண்டுக்கு ஒரு தறிக்கு எட்டுப் பணம் (Fanam) சுங்க அலுவலகத்தால் வசூலிக்கப்பட்டது. இதுதவிர தொழில் வரியும் நெசவாளர்களிடம் வசூலிக்கப்பட்டது. அதையும் தாண்டி இந்த நெசவாளர்கள் தங்கள் பணிகளைச் செய்து வந்தனர். உழைப்பும் புத்திசாலித்தனமும் இருந்தவர்கள் மாஸ்டர் வீவர் ஆனார்கள்; வணிகரானார்கள்; பிறருக்கு வேலை தரும் முதலாளிகள் ஆனார்கள். முத்தியால்பேட்டை பகுதியில் பெருமளவு பருத்தியால் பல வண்ணங்களில், டிசைன்களில் நெய்யப்பட்ட 'கம்பாயம்' – கட்டம் போட்ட சேலை போன்ற ஆடைகள் மலாக்கா, சிங்கப்பூருக்கு ஏற்றுமதி செய்யப்பட்டன.

ஆடைகள் நெசவு செய்யப்பட்டபின், வண்ணமேற்றுவதற்கு முன் வெளுக்கப்பட்டன. இந்தப் பணிக்கு 'வண்ணார்' இன மக்கள்

கம்பெனியின் சுப்பீரியர் கவுன்சிலால் நியமிக்கப்பட்டார்கள். நீராதாரம் அருகே இருந்ததால், வெளுப்புமையம் ஒன்று முத்தியால்பேட்டையில் ஏற்படுத்தப்பட்டது. முத்தியால்பேட்டையில் வெளுக்கும் பணி செய்த வண்ணார்கள் இந்தியாவில் தலைசிறந்தவர்களாகக் கருதப்பட்டனர். ஆடைகளை வெளுத்து, இஸ்திரி செய்து இந்த வண்ணார்கள் கொடுத்துவந்தனர். புதுவையில் இவ்வாறு நீலவண்ணை ஆடையை இஸ்திரி செய்யும் தொழிலகம் ஒன்றை ஆனந்தரங்கம்பிள்ளை நிர்வகித்து வந்தார். பூவரசு, சுண்ணம், அப்பளக்காரம், கடுக்காய், தகரை ஆகிய இயற்கைப் பொருள்கள் கொண்டு ஆடைகள் வண்ணமூட்டப் பட்டன. வண்ணமூட்டும் மையம் ஒன்றும் முத்தியால்பேட்டையில் இயங்கிவந்தது.

பெரும் நெசவு மையமாக இருந்த முத்தியால்பேட்டை பகுதியில் நெசவை தொழிலாகக் கொண்ட பெருமுதலாளிகளான ஆதிக்க சாதியினரும் (முதலியார், செங்குந்த முதலியார்), கூலி வாங்கி நெசவு செய்யும் நெசவாளர்களும் (ஒடுக்கப்பட்ட மக்கள்), வெளுக்கும் வண்ணார் மக்களும் தொடக்கம் முதலே இருந்துள்ளனர். இவர்களில் முதலில் கிறிஸ்தவம் தழுவியவர்கள் ஒடுக்கப்பட்ட மக்களே என ஆரோக்கியநாதன் ஐயா குறிப்பிடுகிறார். "இன்னிக்கு சவுக்குத் தோப்புன்னு சொல்ற பகுதியில தான் முதல்ல பாவு நீட்ட, கஞ்சி போட நிறைய காலி இடம் இருந்திருக்கு. அந்தப் பகுதியில தான் கூலிக்கு நெசவு செய்ற மக்கள் இருந்திருக்காங்க. ஆதிக்க சாதியை சேர்ந்த பெருமுதலாளிகள் இந்தப் பக்கம் வெள்ளாள வீதி, பரஞ்சோதி வீதி, முத்தையா வீதின்னு மூணு தெருக்கள்ல வசிச்சிருக்காங்க. இன்னிக்கு அந்தப் பேரு பாரதிதாசன் தெரு, ரொசாரியோ தெரு, முத்தையா தெருன்னு மாறிருச்சு."

"இந்த வீதிகள்ல இருந்த ஆதிக்க சாதிக்காரங்க வீடுகள்லயும் தறி இருந்துச்சு. கூலிக்கு இங்க வந்து நெசவு செய்றவங்க உண்டு. நெசவு வேலைய மேற்பார்வை பார்க்க ஆதிக்க சாதிக்காரங்க சவுக்குத் தோப்புப் பகுதிக்குப் போவாங்க. நெய்த துணியை வைக்க கிடங்கு ஆதிக்க சாதி மக்கள் வாழ்ற பக்கத்துல தான் இருந்துச்சு. அதுனால ஒடுக்கப்பட்டவங்க நெய்த துணியை எடுத்துக்குடுக்க அங்க வருவாங்க. அந்தோணியார் கோயிலுக்கு வடக்க வண்ணார் மக்கள் இருக்காங்க. மூணு பக்கமும் அவுங்கவங்க தொழிலை செஞ்சுட்டு வாழ்ந்துட்டு இருந்தாங்க. எல்லாருமே இந்துக்களாத் தான் இருந்திருக்காங்க. கடற்கரைப் பகுதிக்கு கப்புச்சின் குருக்கள் வந்தப்ப முதல்ல கிறிஸ்தவத்துக்கு மாறினவங்க ஒடுக்கப்பட்ட மக்கள்தான். அதுனாலதான் அவுங்க குடியிருந்த பகுதியில 1812ம்

அறியப்படாத கிறிஸ்தவம் ❖ 507

வருஷம் அந்தோணியார் கோயில் கட்டுனாங்க. அவுங்களுக்குப் பின்னால முத்தியால்பேட்டை ஆதிக்க ஜாதிக்காரங்க 1850கள்ல கிறிஸ்தவத்துக்கு மாறியிருக்கணும். அவுங்களும் அந்தோணியார் கோயிலுக்குப் போய்ட்டு இருந்தாங்க'', என ஆரோக்கியநாதன் கூறுகிறார்.

பெயர் குறிப்பிட விரும்பாத தகவலாளர் ஒருவர், ''1863ம் வருஷம் தேர் இழுக்குறதுலதான் ரெண்டு ஜாதிக்கும் சண்டை வந்திருச்சு. திருவிழாவுக்கு அதிகமா பணம் குடுத்து வந்தது ஆதிக்க ஜாதி முதலியாருங்க. அதுனால தேர அவுங்க பகுதிக்குக் கொண்டு போகணும்னு கேட்டிருக்காங்க, அந்தோணியார் கோயில் நிர்வாகம் அப்ப பக்கத்துல வசிச்ச தலித் ஆளுங்க கிட்டதான் இருந்துச்சு. அவுங்க அதுக்கு எதிர்ப்பு தெரிவிச்சாங்க. எப்பவுமே தேர் இங்க உள்ள நாலு தெருவைத்தான சுத்திவரும், எப்புடி அந்தப் பக்கம் வரை கொண்டு வர்றது அப்டின்னு அவுங்க மறுத்துட்டாங்க. இதுல கோவமான ஆதிக்க சாதிக்காரங்க, அவுங்களுக்குத் தனியா கல்லறை இருந்த பகுதியில கோயில் கட்ட முடிவு பண்ணினாங்க. கல்லறைலயும் அப்ப ரெண்டு வகை உண்டு- ஜாதிக்கல்லறை, தலித் கல்லறை. இப்பிடி தனக்குன்னு தனியா கோயில் கட்டிக்கிட்டு ஆதிக்க ஜாதி முதலியாருங்க அங்கயே இருந்துட்டாங்க. அதாவது மதம் மாறினப்புறமும் அவுங்க அங்கயே தான் இருக்காங்க, இவுங்க இங்கேயே தான் இருக்காங்க. கிறிஸ்தவம் வந்தும் இங்க யாரையும் எந்த விதத்துலயும் மாத்தல'', என்கிறார்.

1632ம் ஆண்டு ஜனவரி 8 அன்று முதல் கப்புச்சின் துறவிகள் புதுவை வந்தார்கள். அந்தப் பகுதிக்கு கிறிஸ்தவம் பரப்ப வந்த முதல் மிஷனரிகள் என இவர்களைச் சொல்லலாம். ''இந்தத் துறவிகள் பிரெஞ்சு வணிகர்களுக்கு மதம் போதித்தாலும், கடற்கரைப் பகுதிகளில் வாழ்ந்த 'சேரி மக்களையும்' சந்தித்து கிறிஸ்தவத்தை அறிவித்தார்கள்'', என தைனீஸ் தன் நூலில் குறிப்பிடுகிறார். ஆனால் அவர்களால் தொடர்ந்து இங்கு பணியாற்ற முடியவில்லை.

கோஸ்மஸ் தெ ஜீயன் என்ற கப்புச்சின் துறவி ஜனவரி 15, 1674 அன்று புதுவை கிறிஸ்தவ மறைப்பணி தளத்தை நிறுவினார். அவருக்கு சென்னையைச் சேர்ந்த மொழிபெயர்ப்பாளரான துபாஷ் தானப்பமுதலி பெருமுதவியாக இருந்தார். பிரெஞ்சுப் படைகளின் புனித லூயி கோட்டைக்குள் இருந்த மரியன்னை சிற்றாலயம் மறைப்பணி தளத்தின் தலைமையிடமாக இருந்தது. இந்த ஆலயத்துக்கு வர தமிழ் மக்கள் தயக்கம் காட்டியதையடுத்து, பேதுரு (லாசர்) ஆலயத்தை 1 அக்டோபர், 1686 அன்று தானப்ப முதலி தன்

சொந்த செலவில் கட்டி, திறந்துவைத்து கப்புச்சின் துறவிகளிடம் ஒப்படைத்தார்.

1693ம் ஆண்டு டச்சு ஆதிக்கத்தின் கீழ் புதுவை வந்ததையடுத்து, கப்புச்சின்கள், அவர்களுக்குப்பின் வந்த இயேசு சபை குருக்கள் அனைவரும் வெளியேற்றப்பட்டனர். 1699ம் ஆண்டு ரிஸ்விக் ஒப்பந்தத்தின் படி மீண்டும் புதுவை பிரெஞ்சு ஆதிக்கத்தின் கீழ் வந்தது. புதுவைக்கு மீண்டும் அனுப்பப்படவிருந்த கப்புச்சின் துறவிகள் மயிலை ஆயரை சந்தித்து, புதுவையை தனிப்பங்காக அறிவிக்கக் கோரினர். அவரும் லாசர் ஆலயத்தை தலைமையிட மாகக் கொண்டு கப்புச்சின்கள் கட்டுப்பாட்டில் புதிய புதுவைப் பங்கை அறிவித்தார். இதை இயேசு சபைக் குருக்கள் எதிர்த்தனர்.

பிரெஞ்சு ஆளுகைக்குட்பட்ட பகுதியில், எப்படி மயிலை போர்த்துக்கீசிய ஆயரின் கட்டுப்பாடு செல்லுபடியாகும் என கேட்டு, புதுவையில் மறைப்பணி தளம் அமைக்க ஆளுநரிடம் இயேசு சபையினர் அனுமதி கேட்டனர். ஆளுநரும், இயேசு சபை குரு ஃபிரான்சுவா தொலு என்பவரை தமிழ் மக்களின் பொறுப்பாளராக நியமித்தார். யார் கட்டுப்பாட்டில் புதுவை இருந்தது என்ற குழப்பம் ஒரு நூற்றாண்டு நீடித்தது. பெரும்பாலும் கப்புச்சின் துறவிகளே கடற்கரையை ஒட்டிய பகுதிகளில் கிறிஸ்தவம் பரப்பிவந்தனர் என்பதால், முத்தியால்பேட்டை பகுதியிலும் அவர்களே ஒடுக்கப்பட்ட மக்களை மதம் மாற்றியிருக்கக்கூடும். இயேசு சபை குருக்களின் ஒடுக்கத்துக்குப் பின் பாரீஸ் அந்நிய வேதபோதக சபை (Missions Etrangères de Paris) 1777ம் ஆண்டு புதுவையில் தங்கள் பணியைத் தொடங்கினார்கள். 1812ம் ஆண்டு முத்தியால்பேட்டை பகுதியில் அந்தோணியார் ஆலயத்தை பாரீஸ் அந்நிய போதக சபை குரு மொத்தே நிக்கோலாஸ் மரி ஜோசப் (Mottet Nicholas Marie Joseph) அமைத்தார். இந்த ஆலயத்தில் முத்தியால்பேட்டை பகுதி மக்கள் அனைவருமே வழிபட்டு வந்தார்கள்.

இந்த நிலையில் சாதிப் பிளவு கோயிலில் தலையெடுத்தது. 1863ம் ஆண்டு அந்தோணியார் கோயில் திருவிழா தேரின் போது, தங்கள் தெருக்களில் தேர் வரவேண்டும் என ஆதிக்க சாதியினர் கேட்டார்கள். அதுவரை அந்த வழக்கம் இல்லாத காரணத்தால், ஒடுக்கப்பட்ட சாதியினர் மறுக்க, ஆதிக்க சாதியினர் தங்களுக்கு புதிய கோயில் கட்ட முயற்சியெடுத்தார்கள். சாதியம் புதுவைப் பகுதியின் ஆலயங்களில் பரவலாக இருந்தது. மதம் மாறிய மக்கள் சாதியத்தை விட்டொழிக்கத் தயாராக இல்லை. ஆதிக்க சாதியினர் ஒடுக்கப்பட்ட சாதியினரை தீண்டத்தகாதவர்களாக பாவித்து

அவர்களுடன் கோயில் வழிபாடுகளில் அமர மறுத்தனர். பிரெஞ்சு அரசு, மக்களின் ஆன்மீகத் தேவைகளை கவனித்தால் போதும், சாதியச் சிக்கல்களில் துறவிகள் தலையிட வேண்டாம் என அறிவுறுத்தியது.

புதுவையின் புகழ்பெற்ற சாம்பா கோயிலில் (St Paul) ஆலயத்துக்கு நடுவே மதில்சுவர் எழுப்பி இரு சாதியினரும் தனித்தனியே அமர ஏற்பாடு செய்தனர். இதை எதிர்த்து ஒடுக்கப்பட்ட கிறிஸ்தவர்கள், பிரெஞ்சு குரு ஒருவர் மற்றும் ஆனந்தரங்கம் பிள்ளை ஆகியோர் உதவியுடன் நீதிமன்றம் சென்று வழக்காடி வெற்றியும் பெற்ன்றனர். மதில் சுவர் இடிக்கப்பட்டது. ''மதில் சுவர் இடிக்கப்பட்டாலும், பெஞ்சுகள் சுவராக நின்று கிறிஸ்தவ மக்களின் ஒற்றுமையைத் தடுத்தன'', எனஆனந்தரங்கம்பிள்ளைதன்டைரிக்குறிப்பில்எழுதுகிறார்.

முத்தியால்பேட்டையில் புதிய ஆலயம் கட்ட மூன்று தெரு ஆதிக்க சாதியினருக்கு அனுமதி வழங்கப்பட்டது. அவர்களுக்கு கல்லறைத் தோட்டத்தின் தெற்கே புதிய இடத்தில் பிரெஞ்சு குரு ப்ரியேர் பியேர் ஆலயம் ஒன்றை எழுப்பினார். 1865ம் ஆண்டு முத்தியால்பேட்டை ஜெபமாலை மாதா பங்கு தனிப்பங்காக அறிவிக்கப்பட்டது. கல்சுவர் மேல் கூரை வேய்ந்த கட்டடம் சில ஆண்டுகள் இருந்தது. 1873 ஜூன் மாதம் அவ்விடத்தில் ஆலயம் கட்ட கியோன் பியேர் (Guyon Pierre) குரு அடித்தளமிட்டார். ஆலயம் கட்டும் பணி இடைவெளிகளுடன் நீண்ட காலம் நடந்தது. 1886ம் ஆண்டு டிசம்பர் 25 அன்று புதிய ஆலயம் தந்தை மேத் யூல் லூயி (Mette Jules Louis) அவர்களால் புதிய ஆலயம் நேர்ந்தளிக்கப்பட்டது. 1887ம் ஆண்டு ஆலயத்தின் முகப்புப் பகுதி கட்டப்பட்டது. 1873ம் ஆண்டு தொடங்கிய ஆலயம் கட்டும் பணி 40 ஆண்டுகாலம் நீடித்தது. 1946ம் ஆண்டு ஆலயத்தின் தென் பகுதியில் பாத்திமா பள்ளி திறக்கப் பட்டது. தற்போது வேறு பகுதியில் இந்தப் பள்ளி இயங்கி வருகிறது. இதில் முரண் என்னவென்றால், அந்தோணியார் கோயிலில் இருந்து பிரிந்து வந்த இந்தக் கோயில் பங்குக் கோயிலாகவும், இந்தப் பங்குக் கோயிலின் கிளைப் பங்காக இதற்கு முன்பே அமைக்கப்பட்ட அந்தோணியார் கோயிலும் இருக்கின்றது. இதிலும் சாதி பங்கு வகித்திருக்கும் என்றே தோன்றுகிறது.

ஆலயம் அமைந்தது குறித்து அந்துவான் ஐயா இன்னும் விரிவாகவே சொல்கிறார். ''அந்த அந்தோணியார் கோயில் தான் மின்ன கட்டுனது. இங்கவுள்ள கிறிஸ்தவ முதலியார்மார்களுக்கும், கவுண்டமார்களுக்கும் அந்த ஊருல உள்ளவங்களுக்கும் சண்ட,

தகராறு. நீ இப்பிடித்தான் தேர் தூக்கினு போணும், என் வூட்டு பக்கம் தேர் வரணும், அது பாக்கணும் இது பாக்கணும்... இதெல்லாம் செய்துனு இருப்பாங்க இங்க இருக்குற முதலியார்மாருங்க. அவுங்க வந்து இத ஏத்துக்கிற மாட்டாங்க. சில டைம்ல சண்ட போட்டுட்டு வந்துருவாங்க. இப்பிடிப் பல பிரச்சினைகள்லாம் பல காலமா இருந்துச்சு. அந்த ஊருல ஏழை. பஞ்சம் வந்துது நாட்ல. இங்க இருக்குற முதலியார்லாம் வியாபாரிகள். சிங்கப்பூருக்கு சரக்கு அனுப்புறவங்க. கைலி வியாபாரம் பண்றவங்க. இவுங்க பெரிய வசதி. இவங்க கிட்ட தான் அவுங்க வரணும். நூல் பாவெல்லாம் எடுத்துனு போயி கைலிய தயார் பண்ணி அவுங்க கொணாந்து குடுக்கணும். இந்தத் ரொசாரியோ தெருவுல தான் முக்கியமான வியாபாரியெல்லாரும் இருந்தாங்க. அதுனால் அவுங்க பயந்துட்டாங்க. இன்னாடா..நம்ம அவுங்கள அண்டி பொழைக்கிறோம். அவுங்ககிட்ட இந்தா மாதிரி தகராறுலாம் அப்டின்னாக்கா எப்டி அவுங்க நமக்கு நூல் எல்லாம் குடுப்பாங்க? நம்ம ஒத்துனு போய்டுவோம் அப்டின்னு ஒண்ணும் செய்யல.''

''ஆனா இவுங்க அந்தக் கோயிலப் போய் அளவெடுத்துனாங்க. நம்ம கிட்ட தான் பணம் இருக்குதே, நம்ம ஆளுக்கு ஆயிரம், ஐநூறுன்னு குடுத்து கோயில புதுசா கட்ட ஆரம்பிச்சாங்க. வூட்ல காசு இல்லையா குடுக்க, ரெண்டு நாளைக்கு உன் புள்ளைங்கள கொத்து வேலைக்கு அனுப்பு. அப்டி வூட்டுக்கு ரெண்டு பேர் மூணு பேர் போயி கட்டுனாங்க. அப்ப அல்லாம் படிக்காத புள்ளைங்க தான... அந்த காலத்துல? பிரான்ஸ் சாமிங்க தான். மிசியோன்ல இருந்து பங்கு பிரிச்சு குடுப்பாங்க. அங்க பிரான்சுல என்ன முறையோ அதே மாதிரி இங்க பண்ணனும். பொஸ்தகங்க எல்லாம் ரெடி பண்ணிக்கினாங்க. இங்க கல்யாணம் பண்ணி கையெழுத்து போட்டாக்கா அது செல்லும்'', என்கிறார் அந்துவான்.

''சவுக்குத் தோப்பு அந்தோணியார் கோயில் கட்டினப்ப இடம் குடுத்தது அரசாங்க கமிஷன். அவுங்க கோயில் கட்டுனது போக இருந்த மீதி இடத்துல ஆண் குழந்தைங்க, பெண் குழந்தைங் களுக்குன்னு தனியா ரெண்டு ஸ்கூல் கட்டினாங்க. புள்ளைங்களுக்கு படிப்பு அரசாங்கத்துடைய வேல..சென்ட் ஆன்டனிஸ் – எகோல் டகசம், தெ ஃபெ அப்டின்னு ரெண்டு ஸ்கூலு. அந்த கோயில்ல காது குத்துறது, மொட்ட போடுறது எல்லாம் அப்ப உண்டு. இப்ப இல்ல. ஜெபமால மாதாவுக்கும் கஞ்சி காய்ச்சு 9 நாள் திருவிழால ஊத்துவாங்க, மொட்டை போடுவாங்க. அதெல்லாம் அப்ப தான்.'', எனச் சொல்லி முடிக்கிறார் அந்துவான்.

பெயர் கூற விரும்பாத தகவலாளர், ''அந்தக் காலத்துல இதே ஜெபமால மாதா கோயில்ல 'பற பீடம்' அப்டின்னு ஒண்ணு இருந்துச்சு. இப்ப அந்த வார்த்தலாம் சொல்லக்கூடாது. கோச்சுக்காதீங்க. அப்ப உள்ளத சொல்றேன். பற பீடத்துல அருந்ததியர் தான் வந்து உக்காந்து பூச காணலாம். வேற எந்த எடத்துக்கும் போகக்கூடாது. கோயில்ல மூணு சால உண்டு. சென்ட்ரா சாலை நீட்டமா இருக்கும். பற பீடம் ரைட் சைடுல இருக்கும். மத்த ரெண்டு சாலையும் முதலியார்மாருங்க இருப்பாங்க. அந்த பற பீடத்துக்கு வழி என்னன்னா பின் பக்கத்துல கேட் ஒண்ணு வெச்சிக்கிறாங்க. அது வழியாத்தான் அவுங்க வரணும். அந்த சைடு கதவு வழியா அந்த சாலைல உக்காரணும். மின்னாடி கேட் முதலியார்மாருங்களுக்கு. அதே மாரி பெரிய வெள்ளிக்கிழம சிலுவ முத்தி செய்ய ஒரே சிலுவ தான் இருக்கும். முதல்ல நடுசால, லெஃப்ட் சால ஆளுங்க முத்தி செஞ்ச பின்னால தான் பற பீடத்து ஆளுங்க பண்ணுவாங்க. அப்டித்தான் பண்ணனும்னு யாரும் சொல்லல. ஆனா அவுங்களே அப்டிப் பண்ணிக்கினாங்க. எனக்கு 1960கள்ல கல்யாணம் ஆச்சி. அது வரைக்கும் பற பீடம் இருந்துச்சு. அப்புறமாத்தான் எல்லாரும் அங்கங்க உக்கார ஆரமிச்சாங்க. அப்டி சிலுவை முத்தி எல்லாம் ஆதிக்க ஜாதி ஆளுங்க முதல்ல பண்ணனும், மத்தவங்க அப்புறம் பண்ணனும் அப்டின்னு சட்டம் எல்லாம் இல்ல. வழக்கம்'', என்கிறார்.

ஜெபமாலை அன்னையின் திருவிழா அக்டோபர் மாதம் கொண்டாடப்படுகிறது. அந்தோணியார் தேர் இந்த வீதிகளுக்கு வராத காரணத்தால் பிரிந்த மக்கள் என்பதாலோ என்னவோ, இங்கு பத்து நாள் திருவிழாவில் தினமும் மாலை தேர் எடுக்கின்றனர். ஒன்பதாம் திருநாள் வரை சிறிய தேர் கோயிலை ஒட்டிய நான்கு தெருக்களையும் சுற்றிவருகிறது. பத்தாவது திருநாள் அன்று பெரியதேர் கூடுதலாக மூன்று தெருக்களையும் சுற்றிவருகிறது. சூசையப்பர், லூர்துமாதா என யாருக்குத் திருவிழா வந்தாலும் இங்கு தேர் எடுப்பதுண்டு. பெரிய தேர் ஊரைச் சுற்றிவரும் போது நான்கு இடங்களில் பந்தல் அமைக்கப்படும். அந்தப் பந்தல்களில் தேர் நின்று செல்லும். அப்போது 'பறக்கும் சம்மனசு' பொம்மை ஒன்று வடிவமைக்கப்பட்டு, அதைக் கயிற்றில் இறக்கி, அதன் கைகளில் மாலையைத் தந்து மாதாவின் கழுத்தில் போடுவதுண்டு என அந்துவான் ஐயா நினைவுகூர்கிறார். பெரிய வியாழன் அன்று வழக்கம் போல பாதம் கழுவும் சடங்கு உண்டு. பெரிய வெள்ளியன்று காலை 6 மணிக்கு பெரிய சிலுவைப்பாதை உண்டு. ஈஸ்டர் அன்று இரவுத் திருப்பலி முடிந்ததும் வீடுகளுக்கு புது நெருப்பு, தீர்த்தம் எடுத்துச் செல்வதுண்டு.

கோயில் திருமணத்தில் வெள்ளைக் கயிறில் தாலி கட்டப்படுகிறது. வீட்டுக்கு வந்தபின் மஞ்சளை அரைத்துப் பெண்கள் அதில் பூசிக்கொள்வார்கள். ''அம்மித்தாலி, மடல் தாலி அப்டின்னு அவுங்கவங்க குடும்ப வழிமுறைப்படி தாலி போட்டுக்குவாங்க. தாலி கட்டுறப்ப கோயில்ல மணியடிப்பாங்க. கோயிலுக்கு வெளிய நாயனம், மேளம் எல்லாம் வாசிப்பாங்க. மணி அடிக்கும் போதும் கல்யாணத்துக்கு, சாவுக்கு எல்லாம் வேற வேற மாதிரி அடிக்கணும். அஞ்சு தட்டு, ஆறு தட்டுன்னு ஒவ்வொண்ணுக்கும் அப்ப கணக்கு இருந்துச்சு. சாமியார் செத்தா ஏழு தட்டு...குடும்பத்துல உள்ளவுங்க போனா அஞ்சு தட்டு. இப்ப யாருக்கும் அது தெரியல'', என அந்துவான் சொல்கிறார்.

பெயர் தெரிவிக்க விரும்பாத தகவலாளர், '' ஊருல ரெண்டு கல்லறை இருக்கு. கோயில் பக்கம் முதலியார்மாருங்க குடும்பக் கல்லறை. அந்தப்பக்கம் சவுக்குத்தோப்புப் பக்கம் பறையருங்க கல்லறை. அந்தக் கல்லறை பேரே பறக் கல்லறைதான். முன்ன எல்லம் அங்கங்க தான் புதைச்சுட்டு இருந்தாங்க. இப்ப மாறிப் போச்சு. முதலியார்மாருங்க கல்லறைல அவுங்களயும் புதைக்கிறாங்க. ஆனா ஒதுக்குப்புறமான எடம். மத்தபடி ஆதிக்க ஜாதிக்காரங்களுக்கு திட்டு திட்டா தனியா குடும்பங்களுக்குன்னு இடம். எஸ்.சி இருக்குற இடத்துல சர்ச் இருந்துச்சுனா அது பக்கத்துல உள்ள கல்லற எஸ்.சி. கல்லறையா ஆட்டோமேட்டிக்கா ஆயிருது. பெரும்பாலான இடங்கள்ல எஸ்.சி. கோயில் கட்டுனா அங்க மத்த ஜாதிக்காரங்க தானா போய்ட்டா, அங்கேயே எடம் பிடிச்சிக்கிறாங்க. பாண்டிச்சேரியில இப்ப அந்த அளவுக்கு ஜாதிப் பிரிவினை எல்லாம் கிடையாது'', என குறிப்பிடுகிறார்.

1771ம் ஆண்டு கிறிஸ்தவ சபையினரால் தயாரிக்கப்பட்ட 'புதுச்சேரியின் கிறிஸ்தவ ஆலயம் வரைபடம்' ஒன்றை ஜே.பி.பிரசாந்த் மோர் தன் 'புதுவையில் இந்து- கிறிஸ்தவத் தொடர்புகள்' ஆய்வுக்கட்டுரையில் ஆவணப்படுத்தியிருக்கிறார். அந்தப் படத்தில் ஆலயம் ஒன்றின் அமைப்பு தெளிவாகக் காணக்கிடைக்கிறது. ஆலயத்தின் நடுக்கூடப் பகுதியை ஆதிக்க சாதி கிறிஸ்தவர்களுக்கு ஒதுக்கியிருக்கின்றனர். நடுக்கூடத்தின் இரு பக்கமும் பீடம், பூசை மேடை வரை வரிசையாகத் தூண்கள்கள் அமைந்துள்ளன. தூண்களுக்கு இடையே இடைவெளியே விடாமல் கல் பெஞ்சுகள் நிறுவப்பட்டுள்ளன.

இந்த நடுக்கூடத்திலிருந்து இவ்வாறு தூண்கள், பெஞ்சுகளால் பிரிக்கப்பட்ட வலது, இடது பக்கவாட்டுக் கூடங்களுக்கு வாசல்கள்

தனியே விடப்பட்டுள்ளன. நடுக்கூடத்தின் வாசல் தனியே அமைந்துள்ளது. பூசை மேசை, பீடம் இரண்டுமே எல்லோரும் பார்க்கும் வகையில் நடுவே அமைந்துள்ளன. பெஞ்சு-தூண் 'சுவர்' பூசை மேடை அருகே முடிவுக்கு வருகிறது. அந்தப் பகுதியில் நடுக்கூடத்துக்கு இரண்டு பக்கமும் கதவுகள் பொருத்தப் பட்டுள்ளன. ஆக, நடுக் கூடத்தில் அமர்ந்து பூசை காணும் ஆதிக்க சாதி கிறிஸ்தவர்கள், வலது-இடது பக்கங்களில் அமர்ந்து பூசை காணும் ஒடுக்கப்பட்ட கிறிஸ்தவர்களுடன் 'சேர்ந்து அமரும்' சூழல் ஏற்பட்டாலும், அதை 'சமயோசிதமாக' பெஞ்சாலான சுவர் கட்டி பிரிவினையை குலையாமல் பார்த்துக்கொண்டனர்.

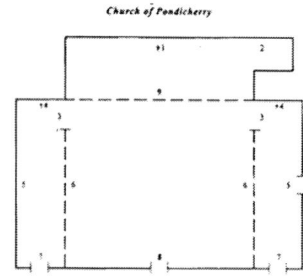

Church of Pondicherry

Source: Archives des Missions Etrangères, vol. 995 (Inde): 157.

1. Altar
2. Sacristy
3. Two side doors which give access to the communion table, just under the sanctuary, which is common to everyone
4. Side altars
5. The exterior walls of the church of which one is closed while the other has an opening.
6. Indicates the manner by which the pillars are separated by stone benches, so that the side areas reserved for the pariahs communicate with the communion table and the rest only through doors No. 3
7. Side doors through which the pariahs enter the church
8. Central door through which high castes enter the church
9. Communion table

மோர் சுட்டும் புதுவை ஆலயம் ஒன்றின் வடிவமைப்பு

இதைத்தான் ஆனந்தரங்கம் பிள்ளை தன் டைரியில் 'தேவாலயத்துக்கு நடுவே மதில் சுவர் கட்டியிருந்ததை இடிக்கச் சொல்லி ஆணை வந்த பிறகு, பெஞ்சுகளால் 'சுவரை' உண்டாக்கிக் கொண்டார்கள்', என குறிப்பிடுகிறார். ஆதிக்கச் சாதியினர் கிறிஸ்தவத்துக்குள் வந்தபிறகு அவர்களை கிறிஸ்தவத்திற்குள் வைக்க முயற்சித்த போதகர்கள், கிறிஸ்தவத்தின் அடிப்படையான சமத்துவத்தை இயன்றவரை உறுதிப்படுத்திக்கொண்டு, அவர்களுக்கு சில சலுகைகள் வழங்கினார்கள். இந்து மதம் எந்த விதத்திலும் ஆலயத்துக்குள் அனுமதிக்காத ஒடுக்கப்பட்ட மக்களை அவர்களை ஒடுக்கிய ஆதிக்க சாதியினருடன் ஒரே ஆலயத்துக்குள்

அமர வழி செய்தார்கள்; அதற்கு அவர்கள் தந்த விலை இந்தச் சுவர்.

இந்து மதம் ஆலய வளாகத்துக்குள்கூட அனுமதிக்காத ஒடுக்கப் பட்டவர்களுக்கு கிறிஸ்தவம் ஆலயத்துக்குள் அமரவும், வழிபாடுகளில் பங்கேற்கவும் அனுமதி தந்தது. ஆதிக்க சாதி கிறிஸ்தவர்கள் தாங்கள் அமரும் அதே ஆலயத்தில் ஒடுக்கப்பட்ட இன மக்களும் அமர அனுமதித்த 'கணிசமான சலுகை' (considerable concession) என்றே மோர் இதனைக் குறிப்பிடுகிறார். ஏனெனில் கிறிஸ்தவ ஆதிக்க சாதிக் கிறிஸ்தவர்கள், இந்து ஆதிக்க சாதியினரின் எள்ளலுக்கும், பகடிக்கும் மறுபக்கம் ஆளானார்கள் என்பதையும் கவனிக்க வேண்டியுள்ளது. 19ம் நூற்றாண்டின் இறுதிவரை கூட, மதம் மாறி திருநீராட்டு பெறும் பெரியவர் ஒருவருக்கு தலா மூன்று ரூபாயும், குழந்தைக்கு தலா ஒரு ரூபாயும் என கணக்கிட்டு குருக்களுக்கு திருச்சபை பணம் வழங்கியது. ''இதனை இன்றுவரை 'மூணு காசுக்கு ஓடிப் போனவங்க' என்ற சொல்லாடலைப் பயன்படுத்தி இந்து முதியவர்கள், ஆதிக்கச் சாதி கிறிஸ்தவர்களைப் பகடி செய்வதாக'' மோர் தன் ஆய்வுக்கட்டுரையில் குறிப்பிடுகிறார்.

கிறிஸ்தவத்துக்குள் ஆதிக்கச் சாதியினர் வந்தாலும், இந்து மதம் கற்பித்திருந்த சாதியத்தை அவர்களால் விடமுடியவில்லை. இதன் காரணமாக அவர்கள் தனி அமர்விடம், தனி வாசல் போன்ற சலுகைகளைப் பெற்றுக்கொண்டனர். இதே போல தனி அமர்விடம், தனி வாசல்கள் அரியாங்குப்பம், பின்னப்பூண்டி ஆகிய ஊர்களிலுள்ள தேவாலயங்களிலும் இருந்தன என பெர்ரின் என்பவரின் 14.11.1778 தேதியிட்ட கடிதத்தை (பாரிஸ் மிஷன்) ஆதாரமாகக் காட்டி மோர் சுட்டுகிறார். அரியாங்குப்பம் ஆலயத்துக்கு பிரெஞ்சு ஆளுநர் தூப்ளேயும், மூான் தூப்ளேயும் அடிக்கடி செல்வதுண்டு என்பதால், இந்த ஏற்பாடுகள் அவர்களுக்குத் தெரிந்தே தான் நடந்துள்ளன எனக்கொள்ளலாம்.

இன்றளவும் இந்து மதம் தன் ஆதிக்கத்தை 'சாதி' என்ற கட்டமைப்பின் மூல கிறிஸ்தவத்துக்குள் மறைமுகமாகவே செலுத்திவருகிறது என்பது மறுக்க முடியாத உண்மை. 1778ம் ஆண்டு ''தேவாலயங்களில் ஆதிக்க சாதியினர் ஒடுக்கப்பட்ட சாதியினரை தங்களிடமிருந்து பிரித்துவைக்கக் கேட்பதை பொறுத்துக்கொள்ளலாம்'' என மத நிறுவனக் கட்டமைப்பு முடிவுசெய்தது. 1780ம் ஆண்டு ரோமிலுள்ள கர்தினால் (Cardinal) (மறைபரப்பு பொறுப்பு) இதுகுறித்து எழுதிய கடிதம் ஒன்றில், 'போப்பாண்டவர் பதினைந்தாம் கிரகரி கிறிஸ்தவத்தில்

அனைவரையும் சமமாக பாவிக்கவேண்டும் என தெளிவுபடுத்தி யிருந்தாலும், தற்போதைக்கு இந்த பிரிவினையை சகித்துக் கொள்ளலாம்', என குறிப்பிடுகிறார். 9 ஏப்ரல் 1783 தேதியிட்ட கடிதத்தில், ரோமிலுள்ள கர்தினால் அந்தொனெல்லி (Antonelli) தேவாலயங்களில் பிரிவினை செய்துகொள்ளும் உரிமையை மறைபரப்பாளர்களுக்கு வழங்கினார். இதன் பின் இங்குள்ள குருக்கள் நிம்மதியடைந்தனர் என மோர் எழுதுகிறார்.

தேவாலயங்களில் இந்தப் பிரிவினையை குருக்கள் ஏன் பொறுத்துக் கொண்டனர் என்பதை புதுவை ஆயரின் கடிதம் ஒன்று தெளிவுபடுத்துகிறது. ''பறையர்கள், சூத்திரர்கள் ஆகியோரை உயர் சாதி கிறிஸ்தவர்களுடன் ஒன்றாக அமரவைத்தால், புதுச்சேரியின் உயர் சாதியினரை மதம் மாற்றுவதில் பெரும் முட்டுக்கட்டை ஏற்படும் என மிஷனரிகள் அனைவரும் தெரிவிக்கின்றனர். சிறு மாற்றத்துக்கு எதிராகக்கூட அம்மக்கள் கலகம் செய்கின்றனர். இது போல பல சம்பவங்களை நாம் பார்த்திருக்கிறோம். பிரிவில்லாத பொது சபை பெரும்பாலான கிறிஸ்தவர்களை நம்மிடமிருந்து பிரித்துவிடும்'', என ஆயர் குறிப்பிடுகிறார் (ஆயர்கள் பிரிகாட் மற்றும் அலரி, 1777).

ஆக, ஒட்டுமொத்தமாக சனாதனத்தைத் தூக்கிப் பிடித்த இந்து மதம் போலும் அல்லாமல், ஒரேயடியாக சாதியக் கூறுகளை அறியாத ஐரோப்பியக் கத்தோலிக்கமாகவும் இல்லாமல், இரண்டுக்கும் நடுவே ஒரு விதமான 'கலவை' சமூகத்தை ரோமை கிறிஸ்தவம் இந்தியாவில் வளர்த்தெடுத்தது. ஒரே சமூகத்தினர் பெரும்பான்மை யாக வசிக்கும் தென்மாவட்டக் கடற்கரைப் பகுதிகளில் கூட, முக்குவர், பரதவர் இடையே அவ்வப்போது மோதல்கள் வெடித்திருக்கின்றன.

ஆலயங்களில் இவ்வாறு தனியே உட்கார வைக்கப்படுவதை ஒடுக்கப்பட்டவர்கள் எதிர்த்த 'பறையர் புரட்சி' ஒன்றும் 1831ம் ஆண்டு புதுவையில் நடந்துள்ளது. டெஸ்சன் குரு இதை 'புதுவை பறையர் புரட்சி' என்றே குறிப்பிடுகிறார். ''இந்த புரட்சி நாடகங்களில் இருப்பதைப் போல பெரும் சத்தத்துடன் முடிந்துள்ளது'', என சம்பத்குமார், கொராஃப் தங்கள் புதுவை மிஷன் நூலில் குறிப்பிடுகின்றனர். ஆலயத்துக்குள் ஒதுக்கி அமரவைக்கப்பட்ட ஒடுக்கப்பட்டவர்கள், சம்பா கோயிலுக்குள் இனிசெல்லப்போவதில்லை எனவும் தங்களுக்கு தனியே கோயில் ஒன்றைத் தங்கள் செலவில் கட்டிக்கொள்ளப் போவதாகவும் சொல்லிக்கொண்டனர். துரதிர்ஷ்டவசமாக அவர்களுக்குள் சிலர்

ஆலயத்தை வடக்குப் பகுதியில் கட்ட வேண்டும் என்றும், சிலர் தெற்குப் பகுதியில் கட்டவேண்டும் எனவும் சொல்ல, இறுதி முடிவை அவர்களால் எட்டமுடியவில்லை. குழம்பியவர்கள் மீண்டும் சம்பா கோயிலுக்கு திரும்ப விரும்பினர்.

அப்போதைய ஆயர் ஹீபர்தை (Hebert) சந்தித்த புரட்சியாளர்கள், அறிக்கை ஒன்றை அவர் கையெழுத்திட்டுத் தருமாறு கேட்டனர். அவர் மறுக்கவே, போராட்டம் வலுத்தது. போராட்டத்தைத் தங்களுக்குச் சாதகமாகப் பயன்படுத்திக்கொள்ள நினைத்த ஆதிக்கச் சாதிக் கிறிஸ்தவர்கள், பறையர்களை கோயிலுக்குள் நுழைய விடாமல் தடுக்கக் கிடைத்த சந்தர்ப்பம் இது என நினைத்தனர். ஒடுக்கப்பட்டவர்களுக்கு தனி குருவானவரை நியமிக்குமாறு அவர்கள் ஆயரிடம் வலியுறுத்தினர்.

புரட்சி வினோதமாக முடிவுக்கு வந்தது. பிரெஞ்சு மக்களின் சமையற்கலைஞர்களாகப் பெரும்பாலும் பறையர்களே பணியாற்றினர். அவர்கள் வேலைக்கு வராமல் போராட்டத்தில் பங்கெடுக்க, ஐரோப்பியர் பறையர்களுக்கு எதிராகத் திரும்பினர். அதன்பின் புரட்சியை ஒடுக்குவது ராணுவத்துக்கு எளிதாகிப் போனது. புதுவையின் பறையர் புரட்சி முடிவுக்கு வந்தது.

இது போன்ற இன்னொரு புரட்சி திரு இருதய ஆலயத்திலும் நடந்தது. ஆலயத்தைக் கட்டும்போதே சாதிக் கிறிஸ்தவர்கள், ஒடுக்கப்பட்டோருக்கு இடையே ஏற்பட்ட சண்டையில், ஆலயம் இழுத்துப் பூட்டப்பட்டது. இரு தரப்பும் சமாதானத்துக்கு வரும்வரையில் ஆலயம் திறக்கப்படவில்லை. சில காலம் கழித்து ஒடுக்கப்பட்ட கிறிஸ்தவர்கள், குருமடத்தில் அவர்களது பிள்ளைகளும் படிக்க அனுமதி கோரினர். தங்கள் குழந்தைகளும் குருக்களாக வேண்டும் என கேட்டுக்கொண்டனர். இந்திய சாதியக் கட்டமைப்பை நன்றாகத் தெரிந்து வைத்திருந்த ஆயர் காந்தி (Gandy) இதற்கு எப்படி பதில் சொல்வது என தெரியாமல் விழித்தார். புரிந்து கொண்ட ஒடுக்கப்பட்டவர்கள், ஒரு நல்ல நாளில், சம்பா கோயிலில் ஆதிக்க சாதியினர் அமரும் இடங்களை ஆக்கிரமித்துக் கொண்டனர். சாதிக் கிறிஸ்தவர்கள் ஆலயத்துக்குள் போக மறுத்து பெதித் செமினேரில் வழிபடச் சென்றனர். சில காலம் கார்மெல் ஆலயம், மரியாளின் மாசற்ற இருதயம் ஆலயங்களுக்குச் சென்றனர்.

1909ம் ஆண்டு ஆயராகப் பொறுப்பேற்ற மொரேல் (Morel), பதவியேற்ற அன்றே இரு பிரிவினரிடையே இருந்த சிக்கல்களைக் குறித்து கவலையுடன் எழுதியுள்ளார். ''கிறிஸ்தவர்களிடையே

உள்ள அரசியலால் பிரச்னை ஏற்பட்டுள்ளது. ஆதிக்க சாதிக் கிறிஸ்தவர்களை எதிர்த்து ஒடுக்கப்பட்ட மக்கள் போர்க்கொடி உயர்த்தியுள்ளனர். அவர்களது உரிமைகளைத் தர ஆதிக்க சாதியினர் தயாராக இல்லை. புதுவைக் கிறிஸ்தவர்களிடையே பெரும் போரே மூண்டுள்ளது. இங்கு அமைதி ஏற்பட வெகுகாலமாகும்'', என எழுதியிருக்கிறார்.

1913ம் ஆண்டில் சம்பா கோயிலின் புதிய குருவாகப் பொறுப்பேற்ற கோம்பஸ் (Combes), துணிவுடன் ஆலயத்தின் முக்கிய வாயிலைத் திறந்தார். முக்கிய பலிபீடத்தில் திருப்பலி நிறைவேற்றினார். சாதிப் பிரிவினை ஆலயத்துக்குள் கொஞ்சம் கொஞ்சமாக விலகத் தொடங்கியது.

இந்தச் சாதிய சிக்கல் சீர்திருத்த கிறிஸ்தவத்தில் இல்லையா என கேள்விகள் எழலாம். சீர்திருத்த கிறிஸ்தவம் செய்த மதமாற்றம் யதேச்சையாக இந்திய சாதிய சிக்கலுக்கு ஏற்கனவே ரோமை கத்தோலிக்கம் கைக்கொண்டிருந்த 'கிறிஸ்தவக் காலனிகள்' முறையைப் பின்பற்றியது. விழுப்புரத்தில் மாரிஸ் (Maurice) குரு புதிதாக மதம் மாறியவர்களுக்கென குடில்களாலான தனி 'ஊரை' ஏற்படுத்தினார். அவ்வூர் முழுக்க கிறிஸ்தவர்களே வசித்தார்கள். செய்யூரில் இதே முறையை கிராண்ட்ஜனி (Grandjany) பின்பற்றினார்; மிக முக்கியமான கிறிஸ்தவக் காலனி ஒன்றை அவர் உருவாக்கினார். சீர்திருத்த மிஷனரிகள் இங்கு வந்தபோது, முதலில் அவர்களால் திருநீராட்டு பெற்றவர்கள் பல சாதிகளைச் சேர்ந்தவர்கள். கிறிஸ்தவத்தை தழுவியதும் இவர்கள் தங்களை ஆங்கிலேயராகவே அடையாளப்படுத்திக் கொண்டனர். நான் இவர்களைப் பணம் படைத்த 'நியோ-பிரிட்டிஷ்'- புதிய ஆங்கிலேயர் என்றே குறிப்பிட விரும்புகிறேன். கிறிஸ்தவத்துக்கு மாறினாலும், தங்கள் சாதி ஒட்டை பெயர்களுடன் தக்கவைத்துக் கொண்டிருந்தனர்.

பணம் படைத்தவர்கள் தங்களிடமிருந்த வாழ்வாதாரம் கொண்டு இருந்த இடங்களில் பிழைத்துக் கொண்டனர். ஆனால் வாழ்வுக்கு தொழிலற்றவர்கள்? சமூக ஒதுக்கத்துக்கு உள்ளானவர்களுக்கு அடைக்கலமாக சீர்திருத்த மிஷனரிகள் நல்லெண்ணதில் உருவாக்கியவையே 'அடைக்கலப் பட்டினங்கள்'. ஆனால் அவர்களே எதிர்பார்க்காத வண்ணம் இந்த 'பட்டினங்களில்' பெரும்பாலும் ஒரே சாதியினரே குடியமர்ந்தனர். 'ஆதி கிறுஸ்துவர்கள்' அனேகமாக குடும்பங்களாக மதம் மாறியதால், அவர்கள் வசித்த ஊர்களிலும் ஒரே சாதியே பெரும்பான்மை வகித்தது. தென்

மாவட்டங்களின் இவ்வாறான அடைக்கலப் பட்டினங்களில் நாடார் இன மக்களும், வட தமிழகத்தில் பறையர் இன மக்களும் அதிகளவில் வசித்த ஊர்கள் இவ்வாறே உருவாயின. ஒரே சாதியினர் அதிகம் வசித்த ஊர்களில் இந்தப் பிரிவினை சிக்கல்கள் எழவில்லை. வேறுபாடு இல்லை என்பது பொருளல்ல, எதிர்த்துப் பிடிக்க போதிய அளவு ஒடுக்கப்பட்டவர்களிடம் ஆள் பலமோ, ஒற்றுமையோ, பொருளாதார பாதுகாப்போ இல்லை எனலாம்.

இந்த விஷயத்தில் வடக்கன்குளம் தேவாலய தீண்டாமைச் சுவர் உடைப்பை எதிர்த்து ஆதிக்க சாதி கிறிஸ்தவர்கள் தொடுத்த வழக்கில் நேப்பியர், ரங்காச்சாரி வழங்கிய தீர்ப்பில், நேப்பியர் சொல்லும் கருத்தை சுட்ட விரும்புகிறேன். ''தீண்டத்தகுந்தவர்கள், தீண்டத்தகாதவர்கள் என பிறப்பால் மட்டுமே மனிதர்களை அவர்களின் வாழ்நாளில் வேறுபடுத்தி நிலைநிறுவ, புனித நூல்களைக் (உண்மையோ போலியோ) காட்டி வாதிகள் (இந்துக்களைப் போல்) கோர முடியாது. வேதங்கள், அவை தரும் உரிமைகளால் உருவான இந்த வேறுபாடு இக்காலத்தில் இந்துக்களிடையேகூட பல்வேறு காரணங்களால் மறைந்து வரும் சூழலில், இதற்கு நேரெதிராக, சாதி கிறிஸ்தவர்கள் இது போன்ற 'பழக்கவழக்கங்களை' காரணம் காட்டி அதற்கு சட்டப்பூர்வ அனுமதி கோருவதை பரிவுடன் அணுக முடியாது.'' (கட்டளை மிக்கேல் பிள்ளை vs. ரெவரன்ட் ஜே.எம். பார்தே, சே.ச. (JM Barthe, SJ) 25 ஜனவரி, 1916). ஆக எந்த இடத்தில் கிறிஸ்தவம் சாதியைத் தூக்கிப் பிடிக்க நினைக்கிறதோ, அந்த இடத்தில் அது சனாதனத்தையே தூக்கிப் பிடிக்கிறது என்பதை நேப்பியர் அழகாகச் சொல்கிறார்.

தொடக்க கால ரோமை கத்தோலிக்க, பைஸன்டைன், கிழக்கு கிறிஸ்தவ தேவாலயங்கள் கிறிஸ்துவின் திருச்சிலுவைப் பாடுகளைக் குறிக்கும் வண்ணம் சிலுவை வடிவில் கட்டப்பட்டன. கிரேக்க சிலுவை வடிவத்தில் கட்டப்பட்டு வந்த ஆலயங்களில் புதிய மாற்றமாக 'கூட தேவாலயங்கள்' (Hall Church) 14ம் நூற்றாண்டில் ஜெர்மனி தொடங்கி பல ஐரோப்பிய நாடுகளில் புகழ்பெற்றன. உயரமான தூண்கள், வளைவுகள், பீடத்தின் மேலே குவிமாடம், நான்கு கரங்கள் என பெரும் திறந்தவெளிப் பகுதியுடன் அமர்வதற்கு வசதியாக இந்த ஆலயங்கள் ஏற்படுத்தப்பட்டன.

இந்தியாவில் ஆலயங்களை எழுப்பிய ஐரோப்பியர், பெரும்பாலும் இந்தக் 'கூட தேவாலயங்களை' முன்னெடுத்தார்கள் என்பதை கோணான்குப்பத்தில் வீரமாமுனிவர் எழுப்பிய ஆலய வடிவில்

கண்டோம். இந்த நாற்கரங்களைத்தான் சனாதன மதம் கிறிஸ்தவத்துக்குள் தன் இருப்பை நிலைநிறுத்திக்கொள்ள பயன்படுத்தியுள்ளது. கிறிஸ்தவத்துக்கு மாறிய தொடக்ககால மக்கள் இதை உணராமலே சனாதனத்தை கிறிஸ்தவத்துக்குள்ளும் நுழைத்துவிட்டனர். இன்று இவ்வாறு கட்டட பாணியில் சாதியப் பிரிவினை நிறுவுவது பெரும்பாலும் கிறிஸ்தவத்தில் ஒழிக்கப்பட்டு விட்டது. ஆனால் கண்ணுக்குத் தெரியாத பல கூறுகளில், நாம் எதிர்பார்த்தே இராத இடங்களில் இன்னமும் மறைந்துகொண்டு அச்சுறுத்திக்கொண்டேதான் இருக்கிறது.

ஜெபமாலை மாதா ஆலயத்தின் முகப்பு பேரழகாக இருக்கிறது. பரோக் (baroque) கட்டடப் பாணி முகப்பு அது. இவ்வகை எளிய முகப்புகள் மற்றும் ஆலயங்கள் போர்த்துகீசிய இயேசு சபை குருக்களால் 16, 17ம் நூற்றாண்டில் ஐரோப்பாவில் பரவலாக்கப் பட்டன. இந்த கட்டட பாணி இந்தியாவுக்கும் அவர்கள் மூலமே வந்தது. பெரிதாகப் பணம் இல்லாத சூழலில் கட்டப்படும் ஆலயங்களை இவ்வாறான எளிய முகப்புகளுடன் கட்டினார்கள், அவற்றை 'எஸ்திலோ சாவ்' (estilao chao) 'சாதாரண பாணி' என அழைத்தார்கள். பணம் சேரச் சேர, அதில் எத்தகைய மாறுதல்கள் செய்ய முடியுமோ, அதைச் செய்யலாம் என்ற எண்ணத்தில், கூடியவரை இவை எளிமையாகவே கட்டப்பட்டன.

முத்தியால்பேட்டை ஆலய பீடம்

ஜெபமாலை மாதா ஆலய வளாகச் சுற்றுச்சுவரில் அவ்வாலயத்தின் வரலாற்றுச் சுருக்கம் அழகாகக் கருங்கல்லில் செதுக்கப்பட்டுள்ளது. இன்னொரு கல்லில் அங்கு பணியாற்றிய பங்கு குருக்களின் பெயர்ப்பட்டியல் செதுக்கப்பட்டுள்ளது. அதற்கான முழு முயற்சியும் ஆரோக்கியநாதன் ஐயா எடுத்திருக்கிறார். கோவிட் காரணத்தால் முன்வாசல் பூட்டியிருக்க, பக்கவாட்டு வாசலில் நடு சாலைக்குள் நுழைந்தோம். சிறிய ஆனால் பேரெழில் கொஞ்சும் ஆலயம். பார்த்துப் பார்த்து இழைத்திருக்கின்றனர். ஆலயத்தின் பீடத்தில் நடுவே பாடுபட்ட சுரூபம் உள்ளது. அதன் மேல் ஜெபமாலை அன்னையின் சுரூபம் ஒன்று கையில் குழந்தை இயேசுவையும், ஜெபமாலையையும் தாங்கியுள்ளது. பீடத்தின் வலது பக்கத்தில் கிறிஸ்தரசர் சுரூபமும், இடதுபுறம் சூசையப்பர் சுரூபமும் உள்ளன. நற்கருணைப் பேழைக்கு இருபக்கமும் தலா மூன்று பிரம்மாண்ட வெண்கல மெழுகுதிரி தாங்கிகள் உள்ளன.

சிலுவைப் பாதைத் தடங்கள் பிரெஞ்சு எழுத்துகளுடன் புகைப்படங்களாக சுவரில் மாட்டப்பட்டுள்ளன. ஆலய பெஞ்சுகளில் இறந்தோர் திருப்பலிப் பாடல் துண்டுப் பிரசுரங்கள் இருந்தன. அதில் "லிபெரா மே" (Libera Me) தமிழில் அச்சிடப் பட்டிருந்தது. "சாவுப்பூசையில் லிபெராமே லத்தீன் பாடலைப் பாடாவிட்டால், இறந்தவர்களின் ஆன்மா சொர்க்கத்துக்குப் போகாது என்றே இங்கு நம்புகின்றனர்", என வேடிக்கையாக குரு ஒருவர் என்னிடம் சொன்னது நினைவுக்கு வந்தது. கோயிலுக்கு வெளியே வந்து நேராக பின்வாசலுக்குச் சென்றேன். கேட் பூட்டியிருந்தது. அதிலிருந்து குறுகலான சந்து போன்ற இடத்தின் வழியே ஒடுக்கப்பட்ட மக்கள் ஆலயத்துக்குள் நுழையும் வாசல் வரை மெல்ல நடந்துசென்றேன். அந்தக் கதவும் பூட்டியிருந்தது.

சான்றுகள்

- புதுச்சேரி மாவட்ட தேவாலயங்கள், பேரா. முனைவர். எஸ். ஆரோக்கியநாதன் - நன்மொழிப் பதிப்பகம், *2014*
- வேர்களின் வியர்வைத்துளிகள், அருட்பணி ஆ. தைனீஸ் - மத்தியாஸ் மலர் வெளியீடு, தமிழக கப்புச்சின் சபை, *2010*
- History of Pondicherry Mission, P A SampathKumar, Andre Carof - Department of Christian Studies, University of Madras, 2000
- Call to Asia MEP 350 Years Service - Souvenir, 2009

- Hindu-Christian interaction in Pondicherry, 1700-1900, J.B.P. More - https://citeseerx.ist.psu.edu/viewdoc/download?doi=10.1.1.975.9193-rep=rep1-type=pdf
- Government of Puducherry Official website - https://puducherry-dt.gov.in/history/
- M. Manickam - Proceedings of the Indian History Congress Vol 57 (1996) - https://www.jstor.org/stable/44133317?read-now=1-refreqid=excelsior%3A7ad1a925613310818a250d6bc eec6950-seq=1#page_-scan_tab_contents
- The Diary of Ananda Ranga Pilai, Vol X - http://www.columbia.edu/itc/mealac/pritchett/00litlinks/pillai/vol10/10_322.pdf

26

புதுவையின் முதல் ஆலயமும் கப்யுஸ் கோயிலும்

பிரெஞ்சுக் கம்பெனியின் துபாஷும், கத்தோலிக்கருமான தானியப்பரின் கல்லறைக் கல்வெட்டை ஆங்கிலேயர், தங்கள் ஆங்கிலிக்கன் தேவாலயத்தில் பாதுகாத்திருப்பது வியப்பே. புதுவையின் வளர்ச்சியில் தானியப்பரின் பங்கு அளவிட முடியாதது.

•

நன்றிப் பாடல்

தெ தேயும் லொதாமுஸ்
தெ தோமினும் கொன்ஃபித்தெமுர்
தே எத்தேர்னும் பாத்ரெம் ஓம்னிஸ் தேரா வெனெராத்துர்
தீபி ஓம்னெஸ் ஆஞ்செலி
தீபி சேலி எத் ஊர்வெர்ஸே பொத்தெஸ்தாதெஸ்
தீபி கெருபிம் எத் செராஃபிம்
இன்செஸ்ஸாபிலி வோச்சே ப்ரோக்ளாமாந்த்
ஸாங்க்த்துஸ், ஸாங்க்த்துஸ், ஸாங்க்த்துஸ்
தோமினுஸ் தேயுஸ் ஸாபாவோத்...
தமிழ் வடிவம்
இறைவா உம்மை வாழ்த்துகின்றோம்
ஆண்டவர் நீரெனப் போற்றுகிறோம்
நித்திய தந்தை உமை என்றும்

இத்தரை எல்லாம் வணங்கிடுமே
விண்ணும் விண்ணக தூதர்களும்
விண்ணின் மாண்புறு ஆற்றல்களும்
செரபீம் கெரபீம் யாவருமே
சேர்ந்துமக் கென்றும் பண்ணிசைப்பர்
தூயவர் தூயவர் தூயவராம்
நாயகன் மூவுலகாள் இறைவன்...

புதுவைக்குச் செல்லும் போதெல்லாம் ராக்ஸ் பீச்சில் கம்பீரமாக நிற்கும் கப்ஸ் (கப்புச்சின் என்பதன் சுருங்கிய வடிவம்) கோயிலைத் தொலைவிலிருந்து பார்ப்பதுண்டு. என்னவோ அதனுள் போக வேண்டும் என தோன்றியதே இல்லை. ''வாங்க, கப்ஸ் கோயிலுக்குப் போகலாம்'', என ஆரோக்கியநாதன் சார் சொல்லும் போதுகூட, அங்கே என்ன பார்ப்பது என்ற சிறு குழப்பத்துடன் காரில் ஏறினேன். போகும் வழியெங்கும் காணும் கட்டடங்களை அவர் அறிமுகம் செய்துகொண்டே வந்தார். புதுவையின் கறுப்பர் நகரத்தையும், வெள்ளையர் நகரத்தையும் பிரிக்கும் பெரும் கால்வாயைச் (Grand Canal) சுட்டினார். அதில் அங்கங்கே குட்டியாக பாலங்கள்.

வெனிஸ் நகரை நினைவுறுத்தும் கட்டமைப்பு புதுவைக்கு உண்டு. கட்டட ஒழுங்கு, அகன்ற சாலைகள், பிரம்மாண்ட பிரெஞ்சு மாளிகைகள், தேர்ந்த கழிவுநீர் வடிகால் திட்டம், நிலத்தடி மின்சாரம் என ஒரு தேர்ந்த ஐரோப்பிய கடற்கரை நகரின் எழில் வெள்ளையர் நகரத்துக்கு உண்டு. ரோமேன் ரொலான் வீதி, செயின்ட் லொராண் வீதி என பிரெஞ்சுப் பெயர்ப்பதாகைகள் தாங்கிய தெருக்கள், பிரெஞ்சு 'இகொல்கள்', மரபு கட்டடங்கள், ஓட்டல்கள், அரசு நிர்வாக அலுவலகங்கள் என வெள்ளையர் நகரம் மிளிர்கிறது. கறுப்பர் நகரம் என்ற தமிழர் பகுதியோ, பிரெஞ்சுப் பகுதியை விட மும்மடங்கு பெரியது. சந்தைகள், ரயில் நிலையம், அங்காடிகள், பழந்தமிழ் வீடுகள், தோட்டங்கள், ஆலயங்கள், மசூதிகள், தேவாலயங்கள் என மக்கள் அதிகம் குவியும் இடங்கள் தமிழர் நகரத்தில் உண்டு. வார இறுதிகளில் சென்னைவாழ் ஊர் சுற்றிகளால், புதுவை நிரம்பி வழிகிறது. பிதுங்கித் தவிக்கிறது. எங்கு பார்த்தாலும் போக்குவரத்து நெரிசல். நல்ல வேளையாக வார இறுதியில் புதுவையில் சிக்கவில்லை என எனக்கு நானே சபாஷ் சொல்லிக்கொண்டேன்.

காரில் போகும் வழியில் அடுத்துப் பார்த்தது ஒரு விளக்குத் தூண். அதில் வண்டி வண்டியாகப் பூட்டுகள். சுப்ரேன் வீதியின் ''இந்த

அலங்கார விளக்குத்தூணில் பூட்டுகள் போட்டு வைக்கும் காதல் ஜோடிகள் பூட்டைப் போல பிணைக்கப்பட்டிருப்பார்கள் என்ற மூடநம்பிக்கையில் இப்படிச் செய்கின்றனர்'' எனச் சொன்ன ஆரோக்கியநாதன் ஐயா, ''வேணும்னா அத ஃபோட்டோ எடுங்களேன்..நாளைக்கு பாண்டிச்சேரியோட மிக முக்கியமான வரலாற்றுச் சின்னம்னு எழுதலாம்ல?'' என கேட்டுச் சிரித்தார். அலறியடித்து நோ சொல்லிவிட்டு, பயணத்தைத் தொடர்ந்தோம்.

கடற்கரையை ஒட்டிய சாலையில் வழக்கம் போல பார்க்கிங் சிக்கல் வர, வண்டியை விட்டிறங்கி மெல்ல நடந்தோம். மார்ச் மாதம் காலை 11 மணிக்கு புதுவை துமாஸ் சாலையில் நடப்பது காளவாசலின் ஓரம் காற்றுவாங்குவது போலத்தான். அத்தனை மரங்கள் அடர்ந்த சாலையாக இருந்தாலும் வியர்த்து ஊற்றியது. ஆலயத்தை நெருங்கியதும் கண்ணில் முதலில் பட்டது அதன் எதிரே உள்ள தோட்டத்தின் நடுவே கம்பீரமாக நிற்கும் 'ஜோன் ஆஃப் ஆர்க்' பளிங்கு சிலை.

கப்ஸ் கோயிலுக்கு எதிரே ஜோன் ஆஃப் ஆர்க் சிலை

அறியப்படாத கிறிஸ்தவம் ❖ 525

பிரெஞ்சுக்காரர்களின் பாதுகாவலராக இன்றும் அவர்கள் ஜோனைப் போற்றுகின்றனர். அவர்களது காலனியான புதுவையில் ஜோனுக்கு சிலை எடுக்காவிட்டால் தான் ஆச்சரியம். கத்தோலிக்க கிறிஸ்தவம் ஜோன் ஆஃப் ஆர்க்கை தங்கள் புனிதையாக வழிபடுகிறது. கோதார்த் (Gaudart) பரிசளித்த இந்தச் சிலை 1920ம் ஆண்டு அன்றைய புதுவை மொரேல் அவர்களால் திறந்துவைக்கப்பட்டது. ''கப்ஸ் கோயிலுக்குள்ள கூட ஜோன் கண்ணாடி பெய்ன்டிங் இருக்குமா. சேக்ரட் ஹார்ட் சர்ச்சுலயும் இருக்கு'', என ஆரோக்கியநாதன் சொன்னார்.

கப்ஸ் கோயில் வெயிலில் பிரம்மாண்டமாகவே தெரிந்தது. இளஞ்சிவப்பு வண்ணம் பூசப்பட்ட அதன் சுவர்களுக்கு பக்கவாட்டில் நின்ற பலாச மரங்களின் ஆரஞ்சு வண்ணப் பூக்கள் கூடுதல் மெருகு சேர்த்தன. 'ஹை காதிக்' (High Gothic) கட்டடப் பாணியில் அமைந்துள்ள அழகிய ஆலயம் இது. ஆலயத்துக்குள் செல்லவே பிரம்மாண்டப் படிக்கட்டில் ஏறவேண்டியுள்ளது. ''நாங்கலாம் சின்னப் புள்ளைங்களா இருக்கும்போது இந்தப் பக்கம் விளையாட வருவோம். அப்போ எங்கள (தமிழ்க்குழந்தைகள்) உள்ள கூட விடமாட்டாங்க. வெளிய வாசல் வரை வருவோம், உள்ள ஃபுல்லா ஃபாரினர்ஸ்தான் இருப்பாங்க. பூசை எல்லாம் பிரெஞ்சுல நடக்கும். இப்பவும் பாண்டிச்சேரியில இங்க மட்டும் பிரெஞ்சு பூச உண்டு. ஃபாதர் எல்லாரும்கூட பிரெஞ்சு காரங்கதான்'', என ஆரோக்கியநாதன் நினைவுகூர்கிறார்.

1674ம் ஆண்டு பிரெஞ்சு கப்புச்சின்களால் அமைக்கப்பட்ட இந்த ஆலயத்தின் முதல் இந்திய குரு, 2007ம் ஆண்டு தான் பொறுப் பேற்றார். பிரெஞ்சு கப்புச்சின் குருக்கள், அவர்களுக்குப்பின் இத்தாலிய கப்புச்சின் குருக்கள், பிரெஞ்சு ஸ்பிரித்தன் குருக்கள், பாரீஸ் அந்நிய சபை என பல சபைகளை இந்த ஆலயம் கண்டுள்ளது. ஆலயமும் நான்காவது கப்ஸ் ஆலயம் என்றால் ஆச்சரியம்தான் இல்லையா?

முதலில் புதுவையில் மறைபணியை பிரெஞ்சுக் கப்புச்சின்கள் தொடங்கினர். 1632, 1642, 1671, 1674 என தொடர்ச்சியாக பல அலைகளாக புதுவையில் தங்களை நிலைநிறுத்திக்கொள்ள முயன்றாலும், அவர்களுக்கு தனியே ஆலயம் கட்டிக்கொள்ளும் அளவுக்கு வலிமையில்லை. லூயிக் கோட்டைக்குள் மரியன்னை ஆலயம் ஒன்று பிரெஞ்சுப் படைகளின் கட்டுப்பாட்டில் இருந்தது. ஆலயமே இல்லாமல் ஆன்மீகப் பணி செய்துவந்த கப்புச்சின் களுக்கு தங்கள் பணிகளைத் தொடர்ந்து இடைஞ்சலின்றி, இடம்

பற்றிய கவலையின்றி செய்ய உதவியவர் லசார் தெ மோத்த என்ற துபாஷ் தானியப்ப முதலியார். குருக்களுக்கு ஒதுங்கக் கூட இடமில்லாததைக் கண்ட தானியப்ப முதலி, தான் தமிழ் மக்களுக்காகக் கட்டிய பேதுரு ஆலயத்தில் அவர்களுக்கு வழிபாடு நடத்திக் கொள்ள அனுமதியும், அதனருகே இல்லம் ஒன்றை அமைக்க இடமும் 1683ம் ஆண்டு தந்துதவினார்.

1686ம் ஆண்டு புதுவையில் பணியாற்ற ஜாக்யு தெ போர்ஜெ (Jaques De Borges), லாரன்ஸ் தெ அங்கலிம் (Lawrence De Angouleme) மற்றும் எஸ்பிரித் தெ தூர்ஸ் (Espirit De Tours) ஆகியோர் வந்து சேர்ந்தார்கள். 1693ம் ஆண்டு டச்சுப் படையெடுப்பில் கப்புச்சின் துறவிகள் புதுவையை விட்டு வெளியேற்றப்பட்டனர். 1699ம் ஆண்டு கப்புச்சின் குருக்கள் புதுவை திரும்பினர். ஜாக்யு தெ போர்ஜெ தலைமையில் கப்புச்சின் குருக்கள் பிரெஞ்சு மற்றும் ஐரோப்பிய மக்களுக்குப் பொறுப்பேற்கவேண்டும் எனவும், இயேசு சபைக் குருக்கள் தமிழ் மக்களுக்கு வழிகாட்ட வேண்டும் என்றும் மயிலை- சாந்தோம் ஆயர் ஆணைபிறப்பித்தார்.

1709ம் ஆண்டு பிரெஞ்சு வாணிபக் கழகத்திடம் இன்றைய கப்ஸ் கோயில் பகுதியைப் பெற்று அதில் கப்புச்சின் சபையார் புனித மரியாள் வானதூதர்களின் அரசிக்கு ஆலயம் ஒன்றை எழுப்பினர். கப்புச்சின் சபை நிறுவனரான பிரான்சிஸ் அசிசி, தன் சபையை அசிசியிலுள்ள புனித மரியாள் வானதூதர்களின் அரசி சிற்றாலயத்தில்தான் அமைத்தார். அதன் பொருட்டு பெரும்பாலும் கப்புச்சின் சபையினர் ஒரு இடத்தில் முதல் ஆலயத்தை நிறுவும் போது மரியாள் வானதூதர்களின் அரசிக்கே அர்ப்பணித்தனர். கப்புச்சின் மிஷன் வருமானத்தைக் கொண்டே இந்த ஆலயம் கட்டப்பட்டது. உயரமான மணிக்கூண்டுடன் இந்த ஆலயம் அமைக்கப்பட்டது. புதுவையின் மிகப் பழைமையான கட்டடம் என்ற பெருமையுடன், 1709ம் ஆண்டு கட்டப்பட்ட இந்த மணிக்கூண்டு இன்றும் உயிர்ப்புடன் உள்ளது.

1738ம் ஆண்டு கப்புச்சின் சபையின் மரியாள் வானதூதர்களின் அரசி ஆலயம் மயிலை மறைமாவட்டத்தின் பங்கு ஆலயமாக்கப்பட்டது. முதல் பங்கு குருவாக தோமினிக் தெ வாலன்ஸ் (Dominique De Valence) பொறுப்பேற்றார். முதலில் கட்டப்பட்ட கோயிலில் விரிசல்கள் விழ, 1739ம் ஆண்டு அவ்வாலயம் இடிக்கப்பட்டு புது ஆலயத்துக்கு அடித்தளமிடப்பட்டது. 1758ம் ஆண்டு ஆலயப் பணிகள் நிறைவுபெற்று ஆலயம் நேர்ந்தளிக்கப்பட்டது.

1761ம் ஆண்டு புதுவை ஆங்கிலேயரிடம் வீழ்ந்ததும், கப்ஸ் கோயில் இடித்துத் தள்ளப்பட்டது. புதுவை மீண்டும் பிரெஞ்சு ஆளுகையின் கீழ் வந்ததும் மனம் தளராத கப்புச்சின் சபையினர், மூன்றாவது கப்ஸ் கோயிலை அதே இடத்தில் கட்டினார்கள். 1776ம் ஆண்டு கப்புச்சின் மறைப்பணித்தளத்தின் தலைமையிடமாக கப்ஸ் கோயில் அறிவிக்கப்பட்டது. பிரெஞ்சுப் புரட்சியின் போது புரட்சியாளர்கள் கூடும் முக்கிய இடமாகவும், நெப்போலியன் போர்னபார்ட்டின் ராணுவப் படைகளுக்கு ராணுவ தளமாகவும் கப்ஸ் கோயில் இருந்தது. 1811ம் ஆண்டு பிரெஞ்சுக் கப்புச்சின்களின் மறைபரப்புப் பணி முடிவுக்கு வந்தது.

அதன்பின் இத்தாலிய கப்புச்சின் சபை இங்கு பொறுப்பேற்றது. சில ஆண்டுகளில் இத்தாலிய கப்புச்சின்களிடமிருந்து ஆலயம் இஸ்பிரித்து பிரெஞ்சு சபையின் கைகளுக்கு வந்தது. 1875ம் ஆண்டுவரை இந்த ஆலயத்தில் வழிபாடுகள் நடந்துள்ளன. இங்கு இப்போது புனித மரியாள் வானதூதர்களின் அரசி மாணவர் இல்லம் செயல்பட்டுவருகிறது. இந்த இல்லத்தில் 300 ஆண்டுகள் பழமையான பாடுபட்ட சுரூபம் ஒன்று இன்றும் பாதுகாக்கப்பட்டு வருகிறது.

நெப்போலியன் படைப்பாசறையாய் இருந்த மூன்றாவது கப்ஸ் கோயிலை விடுத்து, அதிலிருந்து 50 மீ தொலைவிலுள்ள இன்று

கப்ஸ் ஆலயம் உள்புறம்

புழக்கத்தில் இருக்கும் நான்காவது கப்ஸ் கோயிலுக்கு, 14 மே 1851 அன்று பிரெஞ்சு அரசு அடித்தளமிட்டது. கட்டட வடிவமைப்பாளர் லூயி குரே (Louis Guerre) இதனை வடிவமைத்தார். ரோமைப் பண்பாட்டின்படி கட்டப்பட்ட கோயிலின் வடிவமைப்பில் லாந்தெ தெ கலன் மற்றும் புதுவை ஆளுநர் வெரினியன் கமவோ ஆலோசனைகள் வழங்கினார்கள். 1855ம் ஆண்டு மே மாதம் புதிய கப்ஸ் கோயில் நேர்ந்தளிக்கப்பட்டது. கட்டடப் பணி தொடங்கும் போது புதுவையில் கப்புச்சின் துறவிகள் இருந்தனர்; கட்டி முடிக்கப்பட்டபோது ஆலயத்தைக் காண ஒருவர் கூட அங்கில்லை.

2009ம் ஆண்டு கப்ஸ் ஆலயம் சீரமைக்கப்பட்டது. இன்றும் பழமை மாறாமல் பாதுகாக்கப்பட்டு வருகிறது. வண்ணக் கண்ணாடி பதித்த ஜன்னல் கதவுகள், கறுப்பு வெள்ளை பளிங்குக் கல் தரை, தொன்மை குலையாத மர பெஞ்சுகள், அசரடிக்கும் உயரமான குவிந்த கூரை என ஆலயம் பிரம்மிக்க வைக்கிறது. ஆலயத்தில் சிலர் அமைதியாக அமர்ந்து ஜெபித்துக் கொண்டிருந்தார்கள். நடுவே பீடத்துக்கு மேல் குவிமாடம் ஒன்றுள்ளது. மரத்தாலான பிரம்மாண்ட பாடுபட்ட சுரூபம் ஒன்றும், அதற்குப் பின் பக்கம் வானதூதர்களின் மாதா சுரூபமும் உள்ளன. பீடத்துக்கு வலப்பக்கம் மாதா சுரூபமும், இடப்பக்கம் திரு இருதய ஆண்டவர் சிற்பங்களும் உள்ளன. ஆலயத்தைச் சுற்றிப் பார்த்துவிட்டு வெளியேறினோம். புதுவை பகுதி ஆலயங்களில் பெரிய வாரத்தில், மரத்தாலான குரிசு ஆலய வளாகத்தில் நடப்படுகிறது. அதில் சிவப்புத் துணியையும் படர்த்தியிருக்கின்றனர். மக்கள் அந்தக் குரிசைத் தொட்டு வணங்கிச் செல்கின்றனர். இங்கும் ஆலய தோட்டப் பகுதியில் குரிசு தெரிந்தது.

கடற்கரையின் தென் கிழக்குப் பகுதி நோக்கிச் சென்றோம். ராக் (Roch) என்ற ஆரோக்கியநாதர் ஆலயம் கடற்கரையின் தென்பகுதியில் அமைந்துள்ளதாகவும், இதுவே புதுவையின் முதல் தமிழ் மக்களுக்கான ஆலயம் எனவும் ஆய்வாளர்கள் கருதுகின்றனர். ஆரோக்கியநாதன் ஐயா எழுதியுள்ள நூலில் இந்த ஆலயம் வழிபாடின்றி மூடி வைக்கப்பட்டுள்ளதாகவும் கொன்சாகா சகோதரி களின் பொறுப்பில் இருப்பதாகவும் குறிப்பிடப்பட்டிருந்தது. ஆலயம் என்ற அடையாளம் எதுவுமே இல்லாத சிற்றாலயம் அது. பிரம்மாண்ட விடுதிக் கட்டடம் ஒன்றின் ஒரு பக்கவாட்டுப் பகுதியில் ஆலயத்தின் முகப்பு தெரிந்தது. அதுவும் புதிதாகவே தெரிந்தது.

17ம் நூற்றாண்டில் தானியப்ப முதலியார் 1684ம் ஆண்டு புதுவைத் தமிழ் மக்களுக்காகக் கட்டிய முதல் ஆலயம் என 'லசார் ஆலயம்'

புதுவையின் முதல் தேவாலயம் எனச் சொல்லப்படும் ராக்ஸ்/லசார் ஆலயம்

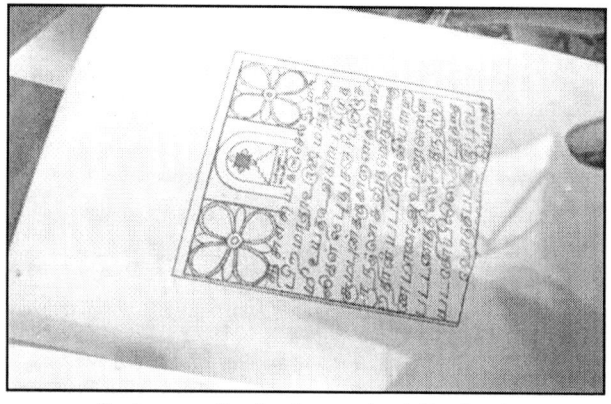

தானியப்ப முதலியார் கல்லறைக் கல்வெட்டுப் படி

குறிப்பிடப்படுகிறது. இந்த ராக் ஆலயம் பற்றிய வரலாற்றுக் குறிப்புகள் அந்தப் பெயரில் நிச்சயமாய் இல்லை. லசார் தெ மோத்தெ எழுப்பிய லசார் ஆலயம், அவர் பெயரால் வழங்கப் பட்டது என்பதற்கான குறிப்புகள் நம்மிடம் உண்டு. இந்த ஆலயத்தைக் கட்டிய தானியப்ப முதலி (எ) லசார் தெ மோத்தெ, புதுவை நகரம் அமையக் காரணமானவர் என துணிவுடன் சொல்லலாம். அவரது கல்லறைக் கல்வெட்டும் அதைக் குறிப்பிடுகிறது.

சென்னை ஜார்ஜ் கோட்டைக்குள் உள்ள தூய மரியாள் ஆலய வளாகம் முழுக்க கால்பதிக்கவொண்ணாத அளவுக்கு கல்லறைக் கல்வெட்டுகள் தரையில் பதிக்கப்பட்டுள்ளன. ஆங்கிலம், லத்தீன், டச்சு என பல மொழிகளில் அவை கல்லறைக்குள் அடங்கி யிருப்பவர்களின் கதையைச் சொல்கின்றன. அவற்றில் தனியே பெருமரம் ஒன்றின் கீழ் தமிழ் எழுத்துகளுடன் காட்சியளிக்கும் ஒரே கல்லறை தானியப்ப முதலியாரின் கல்லறை.

''பிறமாதூ வருஷம சிததிரை மீ அகமபடி முதலிகளல புதுசசெரி பறாஞசகூமபுனககு காறணகறதராயிருநத லாசறு தமோதத எனகுற தானியபப முதலியார மறணமானார அவனூ செனனபடடணத்திலெ சநதநதிறூயட கோயிலிலெ அடத கனத வோதகபபனாரு டி பே....லியாரகா''

''1691ம் வருஷம் (பிரமோதூத ஆண்டு) சித்திரை மாதம் 21 அகம்படி முதலிகளில் புதுச்சேரி பிரெஞ்சு கும்புனிக்கு காரணகர்த்தராயிருந்த லாசர் தெமோத்தே என்கிற தானியப்ப முதலியார் மரணமானார். அவரை சென்னப்பட்டணத்திலே சந்தந்திரனோட (செயின்ட் அந்திரூ) கோயிலிலே அடக்கினதை ...'' (அடக்கினதை என்ற சொல்லுக்கு அடுத்த எழுத்துகளின் பொருள் கண்டறியப்படவில்லை. கல்வெட்டின் படியில் கடைசி வரி சிதைந்து காணப்படுகிறது).

சென்னையில் இறந்து போன தானியப்பர் உடலை அப்போது கோட்டைக்குள் இருந்த கப்புச்சின் துறவிகள் ரோமை கத்தோலிக்க தூய அந்திரேயா (St Andrew) ஆலயத்தில் அடக்கம் செய்தார்கள். 1675ம் ஆண்டு தாமஸ் தெ பொசியர் (Thomas De Poitiers) என்ற கப்புச்சின் குருவால் கட்டபட்ட அந்த ஆலயம் பின்னாளில் இடித்துத் தரைமட்டமாக்கப்பட்டது. அப்போது கல்லறைக் கல்வெட்டு பாதுகாப்பாக இன்றைய மரியாளின் ஆலயத்துக்குக் கொண்டு வரப்பட்டிருக்கவேண்டும். பிரெஞ்சுக் கம்பெனியின் துபாஷும், கத்தோலிக்கருமான தானியப்பரின் கல்லறைக் கல்வெட்டை ஆங்கிலேயர், தங்கள் ஆங்கிலிக்கன் தேவாலயத்தில்

பாதுகாத்திருப்பது வியப்பே. புதுவையின் வளர்ச்சியில் தானியப்பரின் பங்கு அளவிட முடியாதது.

பூந்தமல்லியைச் சேர்ந்த வெள்ளாள அகமுடையாரான தானியப்பர், 1673ம் ஆண்டு பிரெஞ்சு வாணிபக் கழகத்தின் ஆபி கேரியை (Abbe Carre) முதல் முறையாகச் சந்தித்தார். அப்போது சாந்தோமை முற்றுகையிட்டிருந்த கோல்கொண்டா மற்றும் டச்சுப் படைகளுக்கு எதிராக சாந்தோம் கோட்டைக்குள்ளிருந்தே இரண்டு ஆண்டுகள் (1672-1674) பிரெஞ்சுப் படை சமாளித்தது. பிரெஞ்சு தளபதி தெ லா ஹேயுடன் (De La Haye) நெருக்கமாக இருந்த ஆபி, கோட்டைக்குள் பசியால் வாடியிருந்த பிரெஞ்சு போர் வீரர்களுக்கு தானியங்களை ஏற்பாடு செய்யும் பொறுப்பை தானிய வணிகரான தானியப்பருக்கு வழங்கினார். தானியப்பரின் நேர்மையும், மொழிப்புலமையும், நிர்வாகத் திறனும் பிரெஞ்சுக்காரர்களுக்கு பிடித்துப் போனது. இவர்களது முயற்சியையும் மீறி சாந்தோம் கோட்டை, டச்சு, கோல்கொண்டாப் படைகளிடம் வீழும் சூழல் ஏற்பட்டது.

தெ லா ஹே, ஆபி, பிரான்சுவா உள்ளிட்ட பிரெஞ்சுக்காரர்களிடம் அங்கிருந்து புறப்பட்டு தெற்கு நோக்கி கடல்வழி சென்று, இன்றைய புதுவைப் பகுதியில் வணிக மையம் அமைக்கலாம் என்ற ஆலோசனையை தானியப்பர் சொன்னார். சாந்தோமில் முகாமிட்டிருந்த பெரிய டச்சுக் கப்பலின் கண்ணில் மண்ணைத் தூவி, 13 ஜனவரி 1874 அன்று 150 வீரர்கள், பணியாட்களுடன் பிரான்சுவா மார்ட்டின் தானியப்பரின் ஆலோசனைப்படி சாந்தோமிலிருந்து தப்பினார். ஜனவரி 15 அன்றுதான் இந்த முதல் பிரெஞ்சு அணி புதுவையில் இறங்கியது. பீஜப்பூர் சுல்தானின் கிலாதாரை அணுகி அந்த இடம் பிரெஞ்சுக்காரர்கள் வசம் வர துபாஷாகப் பேச்சுவார்த்தையும் நடத்தினார் தானியப்பர்.

டச்சுப் படைகள், ஆங்கிலேயர், கோல்கொண்டா சுல்தானின் படைகள் என எல்லோருக்கும் புதிய காலனியான புதுவையின் மேல் ஒரு கண் இருந்தது. இந்தச் சூழலில்தான் வாலிகண்டபுரத்தின் ஷேர் கான் லோதி கடலூரில் இருந்த குதிரைப்படையினரையும், உதவிக்கு சிறிது பணமும் பிரெஞ்சுப் படைகளுக்குக் கொடுத்தனுப்பினார். இந்த இக்கட்டான சூழலில் அடுத்த கட்ட நடவடிக்கைகள் என்ன எடுக்க வேண்டும் என தெ ல ஹேக்கும், மார்ட்டினுக்கும் தொடர்ந்து அறிவுறைகளை தானியப்பர் வழங்கிவந்தார். 1676ம் ஆண்டு தொகுக்கப்பட்ட மார்ட்டினின் டைரிக்குறிப்புகளில் தானியப்பரின் பெயர் தொடர்ச்சியாக இடம்பெறுகிறது. 1688ம் ஆண்டு ஜூலை மாதம் புதுவை கம்பெனிக்

குறிப்புகளில் ஆளுநருக்கும், கப்புச்சின் குருக்களுக்கும் மடத்துக்கு இடம் ஒதுக்குவதில் சண்டை நடந்ததாக அறிகிறோம்.

ஏற்கனவே தன் சொந்த செலவில் தானியப்பர் கட்டிய ஆலயம் கப்புச்சின் குருக்கள் பயன்பாட்டுக்கு அவரால் வழங்கப்பட்டிருந்தது என குறிப்பிடும் ஆளுநர், அதனருகே உள்ள இடத்தையும், விசாலமான தோட்டத்தையும் பயன்படுத்திக் கொள்ளும்படி கப்புச்சின் குருக்களுக்கு ஆலோசனை சொன்னதாக தன் டைரியில் எழுதியுல்ளார். சென்னைப்பட்டிணத்தின் காசி வீரண்ணா எப்படி ஆங்கிலேயருக்கு சிறந்த துபாசிக, வணிகப் பிரதிநிதியாக செயல்பட்டாரோ, அதே போல பிரெஞ்சுக்காரர்களுக்கு தானியப்பர் செயல்பட்டார்.

பிரெஞ்சு கிழக்கிந்தியக் கம்பெனியின் முதல் துபாசியாக லசார் நியமிக்கப்பட்டார். முக்கிய சரக்குகளின் விலை நிர்ணயம் செய்யும் அளவுக்கு அதிகாரம் பெற்றார். 1686ஆம் ஆண்டு தமிழ் வணிகர்களின் தலைவராக முடிசூட்டிக் கொண்டார். நெசவு செய்யும் கைக்கோளர் மக்களை புதுவைக்குக் குடியேற்றும்படி பிரெஞ்சுக்காரர்களுக்கு ஆலோசனை தந்தார். அந்தப் பகுதியிலுள்ள பருத்தி என்ற வெள்ளைத் தங்கத்தை எப்படிப் பயன்படுத்துவது என பிரெஞ்சுக்காரர்களுக்கு வழிகாட்டினார். ஆங்கிலேயரின் மதராஸ் துணிகளுக்குப் போட்டியாக, புதுவையின் பருத்தி ஆடைகள் உலகப்புகழ் பெற்றன. புதுவையில் சால்ட்பீட்டர், விலையுயர்ந்த கற்கள், கற்பூரம், தந்தம் என ஏற்றுமதிக்குத் தக்க பொருள்களுக்கு தனி சரக்குக் கிட்டங்கிகளைக் கட்டினார். வண்ணமேற்றுபர்கள், நெசவாளர்கள், துணி வெளுப்போர் என பல தொழில் செய்யும் மக்களுக்கு தனித்தனியே குடியிருப்புகளை புதுவையில் தானியப்பர் ஏற்படுத்தினார். வெவ்வேறு சாதியினருக்கு புதுவையின் தமிழ்ப் பகுதியில் அமைந்த பெயர்களும், அவற்றின் வடிவமைப்பும் தானியப்பரின் கைவண்ணமே. முத்து, பவளம் உள்ளிட்ட பொருள்களில் வணிகம் செய்ய ஆர்மீனியர்களையும், யூதர்களையும் புதுச்சேரிக்கு அழைத்துவந்தார்.

கிறிஸ்தவ நம்பிக்கையில் உறுதியாக இருந்த தானியப்பரின் மகன் அந்தோணியோவுக்கு 1671ம் ஆண்டும், மகள் மேரிக்கு 1688ம் ஆண்டும் திருநீராட்டு அளிக்கப்பட்டது. தமிழ் கிறிஸ்தவர்கள், குறிப்பாக பெண்கள் பிரெஞ்சுப் படைகளின் லூயிக் கோட்டைக்குள் இருந்த ஆலயத்துக்குச் செல்லத் தயங்கினர். அதை உணர்ந்து கொண்ட தானியப்பர், கடற்கரையை ஒட்டிய இடத்தில் தன் சொந்த செலவில் ஆலயம் ஒன்றைக் கட்டினார். இந்த லசார் ஆலயம் தான்

கப்புச்சின் துறவிகளிடம் அவரால் 1686ம் ஆண்டு ஒப்படைக்கப் பட்டது. மதராசுக்கு பணிநிமித்தம் சென்ற தானியப்பர் அங்கேயே இறந்துபோக, கப்புச்சின் துறவிகளின் உதவியுடன் அந்திரேயா ஆலயத்தில் நல்லடக்கம் செய்யப்பட்டார்.

சில பத்தாண்டுகளில் தானியப்பர் காட்டிய லசார் ஆலயம் பெருமழை ஒன்றில் இடிந்துபோனது. அதே இடத்தில் கப்புச்சின் குருக்கள் வேறொரு ஆலயத்தை எழுப்பி, அதில் கல்வெட்டு ஒன்றும் வைத்தனர். ''1686ம் ஆண்டு பிரெஞ்சு வாணிபக் கழகத்தின் தமிழ் வணிகர்கள் தலைவரான லசார் தெமோத்தெ கட்டிய ஆலயத்தின் அடித்தளக் கல் இங்குள்ளது. பின்னாட்களில் அந்த ஆலயம் பெருமழையில் மோசமாகப் பழுதடைந்ததால், அவ்வாலயம் இடிக்கப்பட்டு அதே இடத்தில் வேறொரு ஆலயம் கட்டப்பட்டது. ஏற்கனவே இருந்த இடத்தில் அதே உரிய மதிப்புடன் இந்த ஆலயம் எழுப்பப்பட்டு டிசம்பர் 20, 1734 அன்று நேர்ந்தளிக்கப்பட்டது'', என்ற எழுத்துகள் பொறிக்கப்பட்ட கல்வெட்டு ஒன்றும் அந்த புதிய ஆலயத்தில் வைக்கப்பட்டது. (நவம்பர் 15, 1728 அன்று சுப்ரீம் கவுன்சிலில் இந்தப் பொருள் விவாதிக்கப்பட்டுள்ளது; இதனை 1829ம் ஆண்டு ஜூலை 21 அன்று நோட்டரி கவுன்சிலிடம் ஃபெலிக்ஸ் என்ற கப்புச்சின் குரு தன் கைப்பட எழுதியும் தந்துள்ளார்).

இந்தக் கல்வெட்டைத்தான் இப்போது காணவில்லை. லசார் ஆலயம் என்ற பெயரால் தானியப்பர் கட்டிய ஆலயத்தில் புனித லசாரின் சுரூபம் இருந்திருக்க வேண்டும். ஆனால் காலப்போக்கில் அந்த சுரூபம் உடைந்ததன் காரணமாக லாசரைப் போலவே தோன்றும் ராக் (ஆரோக்கியநாதர்) சுரூபம் கடற்கரையை ஒட்டிய இந்த ஆலயத்தில் காணப்படுகிறது. ஏற்கனவே உள்ள குறிப்புகளின்படி, தென் கிழக்குப் பகுதி, கடற்கரையை ஒட்டிய ஆலயம், அருகிலேயே பழைய கப்புச்சின் மடம், ஆலயத்துக்குள் லாசரைப் போன்ற ஆரோக்கியநாதரின் சுரூபம் என அனைத்தும் இந்த ஆலயமே தானியப்பர் கட்டிய புதுவையின் முதல் தமிழ் மக்களுக்கான ஆலயம் என நம்பவைக்கின்றன.

1867ம் ஆண்டு பதிப்பிக்கப்பட்ட ஜே.ஹெச்.சுன்ஹா ரிவேராவின் 'மயிலை சாந்தோம் மறைமாவட்டத்தின் எல்லை' என்ற நூல், கப்புச்சின் சிற்றாலயம் கடற்கரையின் தென்பகுதியில் அமைந்திருந்ததாகக் குறிப்பிடுகிறது. ஆலய பீடத்தில் லூர்தன்னை சுரூபமும், பக்கவாட்டில் ஆரோக்கியநாதர் சுரூபமும், பதுவை அந்தோணியாரின் சில ஓவியங்களும் அப்போது இருந்துள்ளன,

கோபுரத்திலும் ஆரோக்கியநாதரின் சுரூபமே உள்ளது. ''லாசர் சுரூபம் உடைந்த போது அவரைப் போலவே உள்ள ஆரோக்கிய நாதரின் சுரூபம் தவறுதலாக வைக்கப்பட்டிருக்கலாம்'', என கூறும் தைனீஸ், ''தங்கள் நாட்டவரான ஆரோக்கியநாதரின் சுரூபத்தை அடையாளம் கண்டுகொண்டு பிரெஞ்சு குருக்கள், ஆலயத்துக்கு ஆரோக்கியநாதர் பெயரை பின்னாளில் சூட்டியிருக்கலாம்'', என குறிப்பிடுகிறார். ''தற்போது புனித ராக் ஆலயம் என அழைக்கப் படும் ஆலயமே தானப்ப முதலியார் கட்டிய முதல் ஆலயம் என கருதப்படுகிறது'', என தன் நூலில் ஆரோக்கியநாதனும் குறிப்பிடுகிறார்.

ராக்ஸ் ஆலயத்தின் உள்ளே நுழைந்தோம். காய்கறி வெட்டிக் கொண்டும், தைத்துக் கொண்டுமிருந்த இரண்டு முதிய சகோதரிகள் எங்களை வரவேற்று சிற்றாலயத்தைத் திறந்து காட்டினார்கள். புதுவையின் கொன்சாகா சபை, 'ஒடுக்கப்பட்டவர்களுக்கான சபை' என்றே பரவலாகப் பேசப்படுகிறது. இந்த சபையின் தொடக்கம் மிக்கேல் அன்சல்தோ (Michael Ansaldo) என்ற இயேசு சபை குருவால் சாத்தியமானது. இயல்பிலேயே ஆதரவற்றோர், தாய்தந்தையற்றோர் மேல் அளவுகடந்த பரிவு கொண்டிருந்த தந்தை மிக்கேல் அன்சல்தோ இத்தாலியிலிருந்து 1771ம் ஆண்டு புதுவை வந்தார். 1773ம் ஆண்டு போப்பாண்டவர் பதினைந்தாம் கிளெமென்ட் இயேசு சபையை உலகம் முழுக்க முடக்கிய நேரம், அன்சல்தோ பாரீஸ் வெளிநாட்டு போதக சபையில் சேர்ந்தார். 1775ம் ஆண்டு ஆதரவற்றோர் இல்லங்களைத் தொடங்கினார். சாதி இந்துக்களுக்கு பான் செக்கர்ஸ் (Bon Secours) இல்லமும், ஒடுக்கப்பட்ட சாதியினருக்கு தூய அலாய்ஷியஸ் கொன்சாகா (Aloysius Gonzaga) இல்லமும் தொடங்கினார்.

ஒடுக்கப்பட்டவர்களுக்கு என ஆரம்பித்த இல்லத்துக்கு அவர் தேர்ந்தெடுத்த 'அலாய்ஷியஸ் கன்சாகா' பெயர் பொருத்தமானதே. தூய அலாய்ஷியஸ் கொன்சாகா, இத்தாலியில் செல்வச்செழிப்பு மிக்க குடும்பத்தில் பிறந்தவர். சிறு வயதிலேயே பணத்துக்காக குடும்பத்தில் நடந்த கொலைகள், அநீதிகளைக் கண்டு உலக ஆசைகளை வெறுத்த அலாய்ஷியஸ், துறவறம் பூண்டார். இயேசு சபை குருவான அலாய்ஷியஸ், 1591ம் ஆண்டு ரோம் நகரில் பிளேக் நோய் கண்டபோது சொந்தங்களே வீதிகளில் தவிக்கவிட்டுச் சென்ற பிளேக் நோய் பீடித்தவர்களைத் தொட்டுத் தூக்கி மருத்துவ உதவி கிடைக்கச் செய்தார். இதனால் அவருக்கும் பிளேக் நோய் கண்டது. தன் 23வது வயதில் உடல் நலமற்றோருக்காகப் போராடிய அலாய்ஷியஸ் தன்னுயிர் ஈந்தார்.

திருச்சபை அவருக்குப் புனிதர் பட்டம் தந்தது. யாரும் உதவி செய்ய விரும்பாத மக்களான ஒடுக்கப்பட்ட மக்களுக்கென தொடங்கப் பட்ட ஆதரவற்றோர் இல்லம் அலாய்ஷியஸ் பெயரில் திறக்கப் பட்டது. அன்சல்தோ இறந்த பின் இரண்டு இல்லங்களையும் பாரீஸ் மிஷனின் சாம்பா கோயில் (Sao Paolo/St Paul Church) பங்கு குருவான லெகொதே (Lehodey) பொறுப்பேற்றார்.

இல்லத்துடன் சேர்ந்த பள்ளி ஒன்று இருந்தால், ஒடுக்கப்பட்ட சாதிப் பெண் குழந்தைகளுக்கு கல்வி தரலாம் என்ற எண்ணத்தில் நான்கு ஐந்து மாணவிகள் படித்த ஒரு சிறு பள்ளியை அன்சல்தோ திறந்தார். இந்தச் சிறு குழந்தைகளை சரிவர கவனிக்க முடியாமல் போக, கைம்பெண்களான அன்னம்மாள், எலிசா என்ற இரண்டு பெண்களைப் பணியில் அமர்த்தினார். 1852ம் ஆண்டு கம்பெனி இல்லத்தை நடத்த 'ரூ சென்த் ஆங்கி' பகுதியில் ஒரு பழைய கட்டடத்தைத் தந்தது. மார்ச் 1, 1853 அன்று அந்த இல்லம் புனிதப்படுத்தப்பட்டு திறக்கப்பட்டது. இது குறித்து காதத் (Godet) குரு எழுதுகையில், ''தொடக்கத்தில் இருந்தே இந்தப் பள்ளியில் நிறைய பெண்கள் படித்தார்கள். ஒடுக்கப்பட்ட சிறு பெண்களின் கல்விக்கு இந்தப் பள்ளி உறுதுணையாக இருக்கும்'', என எழுதியிருக்கிறார். அனாதைகளாக விடப்பட்ட ஒடுக்கப்பட்ட சாதிப் பெண் குழந்தைகளை கவனித்து, இரு பெண்களும் கரைசேர்க்கத் தொடங்கினார்கள். இன்றும் அன்னம்மாளை சபை தன் துணை-நிறுவனர் என்றே குறிப்பிடுகிறது. இந்த இல்லங்கள் அல்லாமல், கண்டமங்கலம், காரைக்கால், வேலூர் ஆகிய இடங்களிலும் ஆதரவற்ற பெண்களுக்கு இல்லங்கள் செயலாற்றிவந்தன.

ஜனவரி 10, 1844 அன்று புதுவையின் முதல் சினாது (Synod) கூட்டம் நடைபெற்றது. தென்னிந்தியாவில் பெண் கல்விக்கு போதிய முக்கியத்துவம் தரப்படவில்லை என இங்கு விவாதிக்கப்பட்டது. பெண்களுக்குக் கல்வி தர அதிகமான பெண்கள் பள்ளிகளைத் திறக்க அருட்சகோதரிகள் பணியாற்றும் மடங்களை பெருமளவில் திறக்க முடிவெடுக்கப்பட்டது. 1858ம் ஆண்டு பிப் 11 அன்று 'கொன்சாகா பெண்கள் சங்கம்', அருட்சகோதரிகள் மடமாக உயர்த்தப்பட்டது. சூசைமேரி என்பவர் மடத்தின் முதல் முதன்மை அருட்சகோதரி யானார். அதே ஆண்டு அருட்சகோதரிகள் இல்லத்தை ஆயர் பொனாந்து திறந்துவைத்தார். ஏழ்மை, தொண்டு, கீழ்ப்படிதல் என்ற மூன்று உறுதிகளை இந்த சபையில் சேர விரும்பிய அருட்சகோதரிகள் கொண்டார்கள். ''ஏழைகளுக்கு நற்செய்தி'' என்ற கருத்தினடிப்படையில் கொன்சாகா சபை இயங்கி வருகிறது.

வேப்பேரி, பெங்களூர், பெல்லாரி என அருட்சகோதரிகள் பல இடங்களில் பள்ளிகளைத் திறந்தார்கள்.

1886ம் ஆண்டு ஜூலை 18 அன்று மத நிறுவனமாக (Religious Institute) கொன்சாகா சபை உயர்த்தப்பட்டது. பெரும்பாலும் தலித்துகள், ஒடுக்கப்பட்ட மக்கள் வசிக்கும் பின்தங்கிய கிராமப் பகுதிகளில் இல்லங்களும் பள்ளிகளும் நிறுவப்பட்டன. ஒழுகரை, முகையூர், வேட்டவலம், புதுவை திரு இருதய ஆலயப் பங்கு என பல இடங்களில் பள்ளிகள் தொடங்கினார்கள். இந்தச் சபையின் எல்லாப் பள்ளிகளோடும் சேர்ந்தாற்போல ஆதரவற்ற குழந்தைகளுக்கான இல்லங்கள் கட்டாயம் இருக்கும். இன்றளவும் புதுவை ‘அன்னம்மாள் மடம்’ ஒடுக்கப்பட்ட மக்களின் புகலிடமாகவே உள்ளது. இந்த மடத்தின் ஆதரவற்றோர் விடுதியின் பகுதியாகத் தான் ராக் ஆலயம் உள்ளது.

ஒரு காலத்தில் புகழ்பெற்றிருந்த இந்த ஆலயம், துறைமுக ஊழியர்கள் வந்து செல்லும் இடமாக இருந்துள்ளது. காலப் போக்கில் மக்கள் வருவது குறைந்துபோக, ஆலயம் பூட்டப் பட்டது. இதை நிர்வகிக்க அனுப்பப்பட்ட கொன்சாகா சபையினர், இல்லத்தை அமைத்துக்கொண்டு ஆலயத்தை தங்கள் கட்டுப் பாட்டுக்குள் கொண்டுவந்தார்கள்.

ராக்ஸ் ஆலயத்தில் பழைய ஓவியம், அதன் மேல் ‘ஆங்கஸ் தே’

மிகச் சிறிய ஆலயம் தான். பீடத்தின் மேல் மரத்தாலான பாடுபட்ட சுரூபம், அதைச் சுற்றி பாத்ரூம் டைல்கள் உள்ளன (புண்ணியம்: தொன்மையின் பொருள் உணர வைக்கப்படாத கத்தோலிக்க சபையினர்). பீடத்தின் மேடைப்பகுதியில் மிகத் தொன்மையான சுவர் ஓவியம் ஒன்று இருக்கிறது. நடுவே திரு இருதயம் மரத்தில் மின்னுகிறது. அதன் இருபக்கமும் இறைதூதர்கள் அதை ஆராதிப்பது போல அமைந்துள்ளது. அதற்கு மேலே மிகச் சிறியதாக ஒரு 'ஆங்கஸ் தே' (Angus Dei) – சிலுவையைப் பற்றியிருக்கும் செம்மறி மரச்சிற்பம் ஒன்று உள்ளது. நடுக்காலத்தில் அதிகம் பயன்படுத்தப்பட்ட இந்த ஆங்கஸ் தே, தொன்மை யானதாகலாம். பீடத்தின் வலதுபுறம் இடது தொடையில் ரத்தம் சிந்தும் காயத்துடன், இடது கையில் ஊன்றுகோலை வைத்திருக்கும் தொன்மையான ஆரோக்கியநாதர் சுரூபம் உள்ளது. அவரது காலின் கீழ் நாய் ஒன்றும் வடிக்கப்பட்டுள்ளது. பண்டைய சுரூபமேதான்; ஐயமில்லை. இந்த ஆலயத்திலிருந்த பேதுரு சுரூபத்தை பின்னாளில் கப்புச்சின் துறவிகள் கப்ஸ் கோயிலைக் கட்டிய பிறகு அங்கு எடுத்துச் சென்றிருக்கின்றனர் என தைனீஸ் தன் நூலில் குறிப்பிடுகிறார்.

தானியப்பர் கட்டிய பேதுரு ஆலயத்தில் லாசர் சுரூபம் இருந்திருக்கக் கூடும் என்பது ஊகமே. அவ்வாறு இல்லாமலும் போயிருக்கலாம். ஆலயத்தைக் கட்டிய லாசரின் பெயரைக் கொண்டே ஆலயம் அழைக்கப்பட்டிருக்கக் கூடும். அந்தோணியாரின் ஓவியங்கள் முன்பு அங்கு இருந்துள்ளன; இப்போது காணப்படவில்லை. பீடத்திலுள்ள ஓவியம் மட்டுமே தொன்மையானதாகத் தெரிகிறது. கொன்சாகா சகோதரிகளுக்கு நன்றி சொல்லிவிட்டு வெளியேறினோம். ஆலயத்தைப் படமெடுத்துக் கொண்டிருந்த போது, பக்கத்து கேட் (துறைமுக சரக்குக் கிட்டங்கி நுழைவாயில்) திறந்திருக்க, அங்கிருந்த காவலர், ''மேடம், இங்க வாங்க. மாதா சுரூபம் ஒண்ணு மேல இருக்கு பாருங்க, இங்க இருந்து அத படம் எடுங்க. பாண்டிக்கு கடல் பக்கம் யார் வந்தாலும் அடையாளங் காட்ட இந்த மாதா சுரூபம் இருக்கு'', என அழைத்தார். அவர் அழைத்த இடத்துக்குச் சென்று அங்கு நின்று பார்த்தால், கையில் குழந்தையை ஏந்திய மாதாவின் சுரூபம் தங்க நிறத்தில் ஜொலித்தது.

ஆலயத்தின் வெளியே உயரமான ஸ்தூபியில் வைக்கப்பட்ட அந்த சுரூபத்தைப் படமெடுத்துக் கொண்டேன். ''மேடம், ஒரு தடவை அப்துல் கலாம் ஐயா இங்க வந்தப்ப நாங்க தான் இங்கருந்து மாதாவை அவருக்குக் காட்டினோம். ரெண்டு கையையும் இப்பிடித் தூக்கி அம்மாவைக் கும்பிட்டார்'', என காவலர்களில் ஒருவர் இரு

கைகளையும் தலைக்கு மேல் கூப்பிக் காட்டினார். "கும்பிடுங்க மேடம் நல்லது நடக்கும். இந்த மாதாவுக்கு சக்தி அதிகம்", என்றார். சிரித்தபடி அவருக்கு நன்றி சொல்லி நகர்ந்தேன்.

சான்றுகள்

- புதுச்சேரி மாவட்ட தேவாலயங்கள், பேரா. முனைவர்.எஸ். ஆரோக்கியநாதன் - நன்மொழிப் பதிப்பகம், 2014
- வேர்களின் வியர்வைத்துளிகள், அருட்பணி. ஆ. தைனீஸ் - மத்தியாஸ் மலர் வெளியீடு, தமிழக கப்புச்சின் சபை, 2010
- Call to Asia MEP – 350th Year Souvenir, 2009
- ஆனந்தரங்கம் பிள்ளை டைரி - http://www.columbia.edu/itc/mealac/pritchett/00litlinks/pillai/vol01/01_284.pdf
- Indian Historical Records Commission Proceedings of Meetings Vol xvii - https://archive.org/details/in.ernet.dli.2015.216236/page/n57/mode/1up?q=lazare+de+motta
- Ananda Ranga Pillai, the Peppys of South India – CS Srinivasachar, 1940
- Papers Read At The Public Meeting Vol-II – Henry Heras, 1868
- Caste, Catholic Christianity, and the Language of Conversion, Jeyaseela Stephen - Kalpaz Publications, 2008
- List of Inscriptions on Tombs and Monuments in Madras Presidency Vol II – JJ Cotton, 1946

27

நெல்லித்தோப்பு- விண்ணேற்ற அன்னை ஆலயம்

கிறிஸ்தவத்தின்பால் பெரும் ஈடுபாடு கொண்டவராகவும், தூப்ளேயின் முக்கிய முடிவுகள் அனைத்தையும் தன் போக்குக்கு வளைக்கும் அதிகாரம் பெற்றவராகவும் ழான் தூப்ளே இருந்தார். கிறிஸ்தவர்களுக்கு பெரும் ஆதரவாக ழான் இயேசு சபை குருக்களுடன் நின்றார் என ஆனந்தரங்கம் பிள்ளை தன் நாள்குறிப்பில் பதிவு செய்கிறார்.

•

பழங்கதையினைச் செந்தமிழில்
வாசகப்பாப் பாடினார் பாங்குட
னடக்கத் தரும செல்வர்களே
பரிந்து கால் நட வருள்வீரே

கிறிஸ்தவ அடியவர்களின் வாழ்க்கை வரலாறுகளை நடித்துக் காட்டும் முயற்சி புதுவையில் 19ம் நூற்றாண்டில் ஏற்பட்டது. நாடகம், சபா, வாசகப்பா, வாசாப்பு, விலாசம் என பல பெயர்களால் குறிப்பிடப்பட்டுள்ளது. வாசகப்பாவுக்கு முன்பு 'கால்நடும் விழா' நடைபெறுவதுண்டு. மேடைக்கு அருகே கால் ஊன்றி, அதில் மலர்ச்சரம் கட்டி நிகழ்வின் தொடக்கத்தை அறிவித்துள்ளனர். அப்படிக் கால் நடுவதற்கு, மக்களை அழைப்பது போலப் பாடப்பட்டுள்ளது மேலே உள்ள பாடல். இந்த நாடகக்

காட்சிகளை அரங்கில் காட்டும் முயற்சிக்கு வாழ்த்துப்பா ஒன்றை புதுவை சவராயலு நாயக்கர் பாடியுள்ளார். அது-

நெல்லித்தோப்பில் வாழ் ஜெயவலவரணி மணி
புனைந்தினிது காட்ட வித்தின மதிலழைக்க வந்த
செல்வரே அவ்வாசகப்பா நடக்க நாஞ்சேர்ந்து
கால்நாட்டுவமே...

என பாடுகிறார். நெல்லித்தோப்பில் இவ்வாறு வாசகப்பா நடத்தக் குழு ஒன்று இருந்ததாகவும், அவர்கள் நாடகச் சுருக்கத்தை செந்தமிழில் பாடியதாகவும் கவிஞர் சவராயலு நாயகர் எழுதியிருக்கிறார். புதுச்சேரிப் பகுதியில் மருகிருதம்மாள் வாசகப்பா, சாந்தப் பார்பரம்மாள் வாசகப்பா, சினேகிப்பம்மாள் வாசகப்பா, அலெக்சியார் பேரில் வாசகப்பா, ஆகினசம்மாள் பேரில் வாசகப்பா போன்றவை இருந்ததாக பாகூர் சவராயலு நாயகர் எழுத்தின் மூலம் அறிகிறோம்.

நெல்லித்தோப்பு என யுடியூபில் தேடியபோது, 'கூண்டு விடுதல்' என்ற வித்தியாசமான நிகழ்வு அங்கு ஆண்டுத் திருவிழாவில் நடப்பதைக் காண முடிந்தது. நெல்லித்தோப்பைத் தேடிச்செல்ல வேண்டும் என்ற ஆர்வத்தை அதுவே தூண்டியது. மதிய உணவை ஆரோக்கியநாதன் ஐயாவின் வீட்டில் முடித்துக்கொண்டு திரு இருதய பேராலயம் சென்றேன். அங்கு சிறிது நேரம் வேடிக்கை பார்த்துவிட்டு அங்கிருந்து நெல்லித்தோப்புக்குச் சென்றேன். தவக்காலத்தின் (lent days) வெள்ளிக்கிழமை அது. ஆலயத்துக்குள் ''வியாகுல மாமரியே'' பாடலை உருக்கமாகப் பாடியபடி காவி சேலை அணிந்த பெண்கள் சிலர் அமர்ந்திருந்தார்கள். வேறு எந்த இசைக்கருவியின் துணையுமின்றி, நெஞ்சுருக அவர்கள் பாடிய பாடலைக்கேட்டு, அமைதியாக உட்கார்ந்து வியாகுல மாதாவின் சோகத்தை உள்வாங்கியபடி இருந்தேன்.

அவர்கள் பாடி முடித்ததும் யாரிடமாவது பேசி, கூண்டுவிடுதல் பற்றியும், ஆலயம் பற்றியும் தெரிந்துகொள்ளலாம் என நினைத்திருந்தேன். பாடல் உள்ளத்தை உருக்குவதாக இருக்கவே, கவனத்தைத் திசைதிருப்பி ஆலயத்தின் அழகை ரசிக்கத் தொடங்கினேன். அருமையான பரோக் (baroque) பாணி ஆலயம். வளைவுகளைத் தாங்கும் தூண்கள் கொண்ட கவிகை மாடக் கூரை (vaulted ceiling), கொரிந்திய கட்டடப்பாணியில் பன்முகத் தூண்கள், வெள்ளை வண்ணச் சுவர்களின் விளிம்பில் தங்க வண்ணப் பூ வடிவங்கள் என தொன்மை மிளிரும் கோயில் இது.

பீடத்தின் வலதுபுறம் திருநீராட்டுத் தொட்டி. தொன்மையானதாக வேலைப்பாடுடன் தெரிந்தது. அதில் வழக்கம் போல குளியலறைக்கு ஒட்டும் டைல்ஸ் ஒட்டப்பட்டிருந்தன. தங்க வண்ணமும் நீலமும் குழைத்த பீடம் (altar piece), அதில் நடுவே பாடுபட்ட சுரூபம். அதன் மேல் பகுதியில் ஐந்து தேவதூதர் சுரூபங்கள். நடுவே இருக்கும் தேவதூதரின் கையில் தொங்கும் சரவிளக்கு, அவரை ஒட்டி இரு பக்கமும் உள்ள தேவதூதர்கள் கையில் கிட்டார் போன்ற இசைக்கருவிகள் இருந்தன. பீடத்துக்கு நேர் மேலே ஓவியம் வரையப்பட்ட கண்ணாடிகள் பதித்த குவிமாடம் உள்ளது. அழகிய பல வண்ணக் கண்ணாடி ஓவியங்களில் பேதுரு, பவுல், விண்ணேற்பு மாதா, திருக்குடும்பம் பீடத்தின் வலதுபுறம் உயிர்த்த அண்டவர், சூசையப்பர், ஆரோக்கியநாதர் சுரூபங்கள்; இடதுபுறம் சவேரியார், குழந்தை இயேசுவை கையில் ஏந்திய மாதா சுரூபம், விண்ணேற்பு அன்னையின் சுரூபம் அணிவகுத்திருந்தன. பாடல் முடிந்து ஜெபமாலை தொடர்ந்தது. கிட்டத்தட்ட அங்கிருந்த பெண்கள் எல்லோரும் ஒரு வித தவநிலையில் இருந்தார்கள். அவர்களைத் தொந்திரவு செய்ய விரும்பாமல் வலதுபக்க வாசல் வழியாக வெளியேறினால், அங்கு பிரம்மாண்ட வேளாங்கன்னி மாதா

நெல்லித்தோப்பு ஆலயத்தின் உள்புறத் தோற்றம்

டெலெஸ்போர் வெல்டரின் கல்லறை

சுரூபம், நீலவண்ணச் சேலையில் கையில் குழந்தையை ஏந்தியபடி தெரிந்தது. அங்கும் சிலர் செபம் செய்துகொண்டு இருந்தார்கள்.

ஆலயத்தின் பக்கவாட்டில் நடந்து முன்பக்க வாசலுக்கு வந்தால், அங்கே கல்லறை ஒன்று தெரிந்தது. பெரும்பாலும் ஆலயங்களுக்கு அருகே உள்ள கல்லறைகள் அந்த ஆலயத்துக்காக உழைத்த குருக்களின் கல்லறைகளாகவே இருக்கும். டெலெஸ்போர் வெல்டர் (Telesphore Welter) குருவின் கல்லறை அது. பேராலயமாக உயர்த்தப்பட்டுள்ள புதுவை திரு இருதய ஆலயத்தை வடிவமைத்தவர் வெல்டர். கட்டடக் கலை, தொழில்நுட்பம், இயந்திரவியலில் ஆர்வம் கொண்ட வெல்டர், 1902ம் ஆண்டு முதல் 1909ம் ஆண்டு இறக்கும் வரை நெல்லித்தோப்பு ஆலய பங்கு குருவாகப் பணியாற்றியுள்ளார்.

1854ம் ஆண்டு செப்டம்பர் 20 அன்று பிளாசுலந்தன் (Flashlanden) எனும் ஊரில் பிறந்த வெல்டர், 1877ம் ஆண்டு குருப்பட்டம் பெற்றார், அதே ஆண்டு டிசம்பர் 27 அன்று இந்தியா வந்தார். கட்டடப் பொறியாளரான வெல்டர் திருச்சபைக்கு பல ஆலயங் களை நிர்மாணிப்பதில் உதவினார். புள்ளம்பாடி, புறத்தாக்குடி, விரியூர், ஏற்காடு, திருப்பத்தூர், புதுவை திரு இருதய ஆலயம், காரைக்கால் ஆலய மணிக்கூண்டு ஆகியவற்றை வடிவமைத்தது

வெல்டர்தான். இன்றளவும் அவரது கல்லறையில் வேண்டிக் கொண்டால் நினைத்தது நடக்கும் என நெல்லித்தோப்பு மக்கள் நம்புகின்றனர்.

நெல்லித்தோப்பு பெயருக்கு ஏற்றாற்போல ஒரு காலத்தில் நெல்லிக்காய் மரங்கள் நிறைந்த தோப்பாக இருந்தது. இந்தத் தோப்பின் உரிமையாளர் பிரெஞ்சு ஆளுநர் தூப்ளே துரையின் மனைவி ழான் தூப்ளே (Jeanne Dupleix). கிறிஸ்தவத்தின் பால் பெரும் ஈடுபாடு கொண்டவராகவும், தூப்ளேயின் முக்கிய முடிவுகள் அனைத்தையும் தன் போக்குக்கு வளைக்கும் அதிகாரம் பெற்றவராகவும் ழான் இருந்தார். கிறிஸ்தவர்களுக்கு பெரும் ஆதரவாக ழான் இயேசு சபை குருக்களுடன் நின்றார் என ஆனந்தரங்கம் பிள்ளை தன் நாள்குறிப்பில் பதிவு செய்கிறார். தனக்கு சொந்தமான நெல்லித்தோப்பு பகுதியை பிரெஞ்சு இயேசு சபை குருக்களுக்கு ழான் தானமாக அளித்தார்.

1751ம் ஆண்டு முசாபர் ஜங்கிடமிருந்து தனக்கு பரிசாகக் கிடைத்த மரக்காணம், செய்யூர் ஆகிய ஊர்களை இயேசு சபை குருக்களுக்கு நன்கொடையாக வழங்கினார். அந்த ஊர்களிலிருந்து பெறப்படும் வருவாயைக் கொண்டு, இந்துக்களுக்கு போதனை செய்தும், திருநீராட்டும் கொடுத்துவந்த 24 உபதேசியார்களுக்கு ஊதியம் தரப்படவேண்டும் என்ற நிபந்தனையும் விதித்தார். கடப்பாக்கம் என்ற ஊரை கப்புச்சின் சபைக்கு நன்கொடையாக வழங்கினார். அங்கு கப்புச்சின் குருக்கள் ஆலயம் கட்டவும் உதவி செய்தார்.

இவற்றை எல்லாம் கணவர் தூப்ளேயின் அங்கீகாரத்துடன் ழான் செய்ததால், அதிக எண்ணிக்கையில் சூத்திர, ஆதிக்க சாதியினர் கிறிஸ்தவர்களாக மாறினார்கள். இரு தரப்பினருக்கும் ஏதோ ஒன்று தேவையாய் இருந்தது. அடிக்கடி வந்த பஞ்ச காலத்திலிருந்து தப்பிக்க ஒடுக்கப்பட்ட மக்களுக்குக் கிறிஸ்தவம் வழி செய்தது என்றால், ஆதிக்கச் சாதியினருக்கு வணிகத்தை மேம்படுத்தவும், சமூகத் தொடர்புகளை ஏற்படுத்திக்கொள்ளவும் உதவியது. அதே சமயம், புதுவையின் வேதபுரீசுவரர் கோயிலை ஐரோப்பிய கிறிஸ்தவ குருக்களின் துணையுடன் ழான் இடித்து நாசம் செய்தார் என ஆனந்தரங்கம் பிள்ளை குறிப்பிடுகிறார். புதுவையில் பிரெஞ்சுப் படைகள் கால் ஊன்றும் போதே அதன் எல்லைகளுக்குள் நான்கு தமிழ் ஆலயங்கள் இருந்தன. அவற்றில் சம்பா கோயிலுக்கு (St. Paul church) அருகே அமைந்திருந்த வேதபுரீசுவரர் ஆலயத்தை இடிக்கவேண்டும் என பிரான்சுவா மார்ட்டின் ஆளுநராக இருந்த தொடக்க காலம் முதலே பிரெஞ்சு ஆளுனர்கள் முயன்றுவந்தார்கள்.

1743ம் ஆண்டு முத்தையா பிள்ளைக்கு அழுத்தம்தந்து, அதை இடிக்க ஆணையிடப்பட்டது. ஐம்பது ஆண்டுகாலம் அந்தக் கோயிலின் மேல் பிரெஞ்சுக்காரர்களுக்கு ஒரு கண் இருந்தது. ஆங்கிலேயப் படைகள் புதுவையை சுற்றிவளைத்ததை சாக்காகக் கொண்டு வேதபுரீசுவரர் ஆலயத்தை இடிக்கவும், அங்குள்ள சிலைகளை உடைக்கவும் தன்னிடம் கூலிக்கு வேலை செய்யும் ஆள்களுக்கு மூான் கட்டளையிட்டார். புதுவையின் தமிழர்கள்- பிரெஞ்சுக்காரர் களுக்கு இடையேயான அரசியல் மிக நுட்பமானது. பிரெஞ்சுக் காரர்கள் கம்பெனியை நடத்த எந்த அளவு சலுகை வேண்டு மானாலும் தமிழ் வணிகர்களுக்குத் தரத் தயாராக இருந்தார்கள்; அதே சமயம், கத்தோலிக்கக் கிறுஸ்துவம் தங்கள் நாட்டின் மதம் எனக்கொண்டதால், இந்துக்களை மதமாற்றம் செய்வதை தங்கள் வெற்றியாகக் கருதினார்கள்.

அதிலும் வேதபுரீசுவரர் ஆலயத்தின் மேல் பார்ப்பனர்களுக்கும், இந்துக்களுக்கும் இருந்த பெரும் மதிப்பு இவ்வாறு ஒவ்வொரு முறை அதை ஒழிக்கத் திட்டம் தீட்டும்போதும் தடையாக நின்றது. ஆலயத்தை இடித்தால் இந்துக்கள் புதுவையை விட்டுப் போய் விடக்கூடும் என ஓரளவு பிரெஞ்சுக்காரர்கள் ஊகித்தும் இருந்தார்கள். ஆனால் இயேசு சபை குருக்களின் அழுத்தம் காரணமாக தூப்ளே கோயிலை இடிக்க சமயம் பார்த்திருந்தார். அதை இடிப்பதென்பது 'மிரட்டலுக்கு அடிபணியாத பிரெஞ்சு நிர்வாகம்' எனவும், தன்னை பெரும் ஆளுமையாகக் காட்டிக்கொள்ளவும் கிடைத்த வாய்ப்பாகவே தூப்ளே கருதினார்.

லெனாய் (Lenoir) ஆளுனராக இருந்தபோது பிரெஞ்சு மன்னர் மூன்று முறை அந்த ஆலயத்தை இடிக்குமாறு அவருக்குக் கடிதம் எழுதியும், இந்துக்கள் புதுவையை விட்டு வெளியேறி அதனால் வணிகத்துக்குப் பெரும் நட்டம் ஏற்படக்கூடும் என கூறி, லெனாய் அதைத் தொடர்ந்து மறுத்துவந்தார். ஆனால் தூப்ளேயோ, 'சம்பா கோயில் குருக்கள் தன் பெயரை நாடு முழுக்கப் பரப்புவார்கள்' என நினைப்பதாக ஆனந்தரங்கம் பிள்ளை பதிவு செய்கிறார். காரைக்காலைச் சேர்ந்த கோர்தோ (Courdeux) என்ற குருவுடன் நேரில் வேதபுரீசுவரர் கோயிலுக்குச் செல்லும் மூான் தூப்ளே, அங்கு சிவலிங்கம் உடைக்கப்படுவதையும், சிற்பங்கள் நொறுக்கப்படு வதையும் நேரில் பார்வையிட்டதாகவும், தான் கையாலாகாத நிலையில் இருப்பதாகவும் வெதும்பி பிள்ளை எழுதியிருக்கிறார்.

ஆனால் அதே சமயம் இந்த விஷயத்தில் அவரால் தூப்ளேக்கு அதிகம் அழுத்தம் கொடுக்கவும் இயலவில்லை. துபாஷ் நைனியப்ப

அறியப்படாத கிறிஸ்தவம் ✧ 545

பிள்ளை கிறிஸ்தவத்துக்கு மாற மறுத்தார் என்பதற்காக அவரை போலி புகாரில் சிறைக்குள் தள்ளி, அவர் சிறையிலேயே இறந்த கொடுமை ஆனந்தரங்கம் பிள்ளையை அச்சுறுத்தியிருக்கவேண்டும். அந்த அளவுக்கு மதம் பிரெஞ்சு நிர்வாகத்தை ஆட்டிப் படைத்தது. 12 நவம்பர் 1746 அன்று தூப்ளே தலைமையிலான சுப்பீரியர் கவுன்சில், ஞாயிறு மற்றும் திருவிழா நாள்களில் தொழிலாளர்களிடம் வேலை வாங்குவதைத் தடைசெய்தது. இதை மீறுபவர்களுக்கு பத்து பகோடாக்கள் அபராதம் விதிக்கப்பட்டது.

இத்தனை கொடுமைகளையும் இந்துக்களுக்குச் செய்த மூான், புதிதாகக் கிறிஸ்தவம் தழுவியவர்கள் புதுச்சேரியில் வீடு கட்டிக் கொள்ளவும், வசிக்கவும் நெல்லித்தோப்பு பகுதியை நன்கொடையாக வழங்கினார். ஒரு மதத்தின் நட்டத்தில் மற்றது வளரும் லாப நட்டக் கணக்கை அவர் நன்றாகவே தெரிந்து வைத்திருந்தார் எனலாம். 1705ம் ஆண்டு நெல்லித்தோப்பு பகுதியில் வசிக்கத் தொடங்கிய புதிய கிறிஸ்தவர்களின் பயன்பாட்டுக்காக புதிய ஆலயம் கட்ட அடித்தளமிடப்பட்டது. சிறிய கோயிலாகக் கட்டப்பட்டிருந்த அவ்வாலயத்தை இயேசு சபைக் குருக்கள் விரிவாக்கினார்கள்.

1788ம் ஆண்டு இங்கு பணியாற்ற கிபானே (Gibane), கிர்பால்தி (Garibaldi) என்ற இரு குருக்களையும் அப்போஸ்தலிக்க நிறுவனத் தலைவர் துய்வா செல் (Duchoiselle) அனுப்பினார். 1839ம் ஆண்டு இந்த ஆலயத்தில் சிலுவைப் பாதை செய்வதற்கும், நவநாள் செய்வதற்கும் அங்கீகாரம் வழங்கப்பட்டது. ஆனால் 1840ம் ஆண்டு ஏற்பட்ட பெருமழையில் ஆலயம் இடிந்துபோனது. அதே ஆண்டு அவ்விடத்தில் இன்னொரு ஆலயம் கட்ட முடிவு செய்யப்பட்டது. 18 ஜனவரி 1841 அன்று புதிய ஆலயத்துக்கு ஆயர் ஹுபெர்ட் (Hubert) அடிக்கல் நாட்டினார். புதுச்சேரியைச் சேர்ந்த கட்டட நிபுணர் தோபா அவர்களிடம் கட்டடப் பணி ஒப்படைக்கப்பட்டது.

அப்போது ஆயர் எபேரிடம் 800 ரூபாயும், 200,000 செங்கற்களும் மட்டுமே இருந்தன. ஆலயத்தை முழுதாகக் கட்டிமுடிக்க 700,000 செங்கற்களும் 75,000 ரூபாய் பணமும் தேவைப்பட்டது. புதுச்சேரி ஜென்மராக்கினி மாதா ஆலயத்தில் மூன்றில் ஒரு பங்கு அளவு இந்த ஆலயம் இருக்கவேண்டும் என முடிவானது. மக்கள் நிதி திரட்டினார்கள், குரு மடங்கள், ஐரோப்பா என பல்வேறு இடங்களிலிருந்து பொருளுதவி வந்தது. 23 பிப்ரவரி 1851 அன்று ஆயர் பொனாந்து (Bonnand) அவர்களால் ஆலயம் நேர்ந்தளிக்கப் பட்டது.

இந்த ஆலயம் கட்டப்படும் போது வினோத சிக்கல் ஒன்று எழுந்தது. நெல்லித்தோப்பு சாதி கிறிஸ்தவர்கள் தங்களை ஒடுக்கப்பட்டவர்களிடம் இருந்து தனியே பிரித்து வைக்க ஆலயத்துக்குள் தடுப்புச் சுவர் ஒன்றை நிறுவவேண்டும் என கலகம் செய்தார்கள். இதைக் குறித்து ரோமைக்கு கடிதம் ஒன்றையும் அவர்கள் எழுதினார்கள். இயேசு சபைக் குருக்களுக்கு, ''மேற்குடியினரின் பழக்கவழக்கங்களை எப்படி மதிக்க வேண்டும் என தெரியவில்லை'', என குற்றம் சாட்டினார்கள். சுவர் கட்ட அனுமதி கிடைக்கவில்லை.

1841ம் ஆண்டு நெல்லித்தோப்பில் 32 குரு மாணவர்களுடன் பெத்தித் செமினேர் (petit seminaire) என்ற கத்தோலிக்கக் குருமடம் திறக்கப்பட்டது. 1854ம் ஆண்டு மரியாவின் மாசற்ற இருதயம் சகோதரிகள் நெல்லித்தோப்பில் தங்கள் மடத்தை நிறுவினார்கள். அவர்கள் இங்கு ஒரு பள்ளியையும் கட்டினார்கள். 1859ம் ஆண்டு நெல்லித்தோப்பு பங்கில் 2000 கத்தோலிக்கர்கள் இருந்தார்கள். 1866ம் ஆண்டு கோயில் தனிப்பங்கானது. பெத்தித் செமினேர் குருக்கள் ஆலயப் பொறுபேற்றனர். அருட்தந்தை மிக்கேல்நாதர் இந்தப் பங்கின் முதல் இந்தியக் குருவானார். 2001ம் ஆண்டு இந்த ஆலயம் தன் 150வது ஆண்டுவிழாவைக் கொண்டாடியது.

ஆலயத்துக்கு வெளியே சிறுவர்கள் குழு ஒன்று விளையாடிக் கொண்டு இருந்தது. அவர்களைச் சிறிது நேரம் வேடிக்கை பார்த்து விட்டு செபம், பாட்டு நிறைவு பெற்றது போல் தெரியவே, ஆலயத்துக்குள் மீண்டும் சென்று அந்தப் பெண்களிடம் நின்றேன். ஆகஸ்ட் 15 அன்று ஆண்டுதோறும் நடைபெறும் ஆலயப் பெருவிழாவின் போது கூண்டு விடும் நிகழ்ச்சி நடைபெறும் எனவும், மேலதிக தகவலுக்கு சாமியார் அறையில் உபதேசியாரைக் கேட்குமாறும் சொன்னார்கள்.

சாமியார் அறையில் சிறிது நேரத் தாமதத்துக்குப் பின் உபதேசியார் ஜோசப் வந்தார். ''வடக்குத் தெருல சீமோன்குற ஆசிரியர் இருந்தாரு. அவருடைய கைவேலைப்பாட்டால உருவானது தான் இந்த புகைக் கூண்டு. ஆகஸ்ட் மாசம் பதினஞ்சாம் தேதி அன்னிக்கு விண்ணேற்பு மாதா திருவிழா நாள்ல கூண்டு விடுவாங்க. இடையில அரசாங்கம் கவர்னருக்கு பாதுகாப்பு குறைபாடு ஏற்படுது, ஆகஸ்ட் 15 அன்னிக்கு பண்றதால இது மேல போறத எல்லாரும் வேடிக்கை பார்க்கிறாங்க, அதுனால விடக்கூடாதுன்னுட்டு தடை விதிச்சிருந் தாங்க. ஒரு சில ஆண்டுகளுக்குப் பிறகு சீமோன் இறந்ததுக்கு அப்புறம் யாரும் அத எடுத்து செய்றதுக்கு ஆளில்லாமப் போச்சுது'', என ஜோசப் சொல்கிறார்.

''அதன் பிறகு இப்ப சில இளைஞர்கள் உருவாகி அதை செஞ்சி விட்டுக்கிட்டு இருக்காங்க. ஆனா அதை ரெகுலரா எல்லா வருஷமும் விடுறாங்கன்னு சொல்ல முடியாது. போன வருஷம் லாக்டவுன்ல விடல; அதுக்கு முந்தின வருஷம் விட்டாங்க. இந்த பழக்கம் ஏறக்குறைய அறுபது ஆண்டுகளுக்கு முன்னாடி ஆரம்பிச்சது. சீமோன் இறந்த பிறகு அவர் குடும்பத்தாரே கொஞ்ச நாள் செஞ்சிக்கிட்டு இருந்தாங்க. அவருக்குக் குழந்தை இல்ல; அவுங்க ஃபேமிலில இப்ப யாரும் ஆம்புளப் புள்ளைங்க இல்ல. அவுங்க உறவினர்களோ, தெரிஞ்சவங்களோ யாரும் கிடையாது. இளைஞர்கள் பார்த்தத வெச்சு அவுங்களே கத்துக்கிட்டு செய்றாங்க.''

''கடையில விக்கிற காத்து வெளியேறாத பிளாஸ்டிக் கலந்த பேப்பர்ல கூண்டு செய்வாங்க. அதை ஒட்டி, கீழ கொண்டு வர்றப்ப அந்த வாயினுடைய விட்டம் ஒரு குறிப்பிட்ட அளவு வெச்சுப்பாங்க. அந்த விட்டத்துக்குள்ளாற குருடாயில போட்டு பஞ்சு இருக்குல்ல, அதை ஊத்தி, அதைக் கொளுத்தி அதுல இருந்து வர்ற புகைய கூண்டு புடிக்கும். அந்தப் புகை போய்தான் கூண்டு உள்ளாற உப்பும். அது உள்ளாற ஓட்டை இல்லாம இருக்கும். அந்தப் புகையில தான் கூண்டு தன்னால மேல பறக்க ஆரம்பிக்கும். முதல்ல அதை குச்சி வெச்சு கட்டி தான் வச்சிருப்பாங்க. மேல கொஞ்சம் பிடிச்சு வெச்சாத்தான் கூண்டு சரியா விரியும். அதை கைல லேசா ஆட்டுவாங்க. நல்லா விரிஞ்ச உடனே குச்சியில கட்டி வெச்சிருக்க நூலை விட்டுருவாங்க. ஒரு வளையத்துக்குள்ளார அந்த நூல் இருக்கும். அந்த வளையத்துக்குள்ள விரல வெச்சு பிடிச்சிருப்பாங்க. அத விட்ட உடனே அது பாட்டுக்கு மேல போயிரும். இந்த மாதிரி குறஞ்சது மூணு விடுவாங்க, அஞ்சு விடுவாங்க. அவுங்க வசதிக்கு ஏற்ப பண்ணுவாங்க. பர்மிஷன் வாங்குறது, செய்றதுன்னு எல்லாமே அவுங்க பண்றதால சர்ச் அதுல தலையிடுறது இல்ல. அவுங்க என்னவும் செய்யட்டும்னு இருப்போம். ஒரு வருஷம் கூரை வீடு ஒண்ணுல கூண்டு விழுந்துச்சு. நல்லவேளை ஒண்ணும் ஆகல. ஆனா எதுக்கு ரிஸ்குன்னு நாங்க விட்டுட்டோம்'', என ஜோசப் சொன்னார்.

இங்கு பிரான்சில் பணியாற்றும் மக்கள் அதிகம். வருடத்தின் கடைசி நாளான டிசம்பர் 31 அன்று மாலை 6 மணி வழிபாட்டில், நன்றியறிதலாக 'தே தேயும்' (Te Deum) என்ற லத்தீன் பாடல் இந்த ஆலயத்தில் மக்களால் பாடப்படுகிறது. தே தேயும் பாடலுக்கும் புதுவைக்கும் நெருங்கிய தொடர்புண்டு. 1748ம் ஆண்டு 'ஆய் லா சாபல் ஒப்பந்தம்' (Aix-la-chapelle) பிரான்சுக்கும் இங்கிலாந்துக்கும்

இடையே கையெழுத்தானது. தூப்ளே பெருமுயற்சியெடுத்து பிடித்திருந்த மதராஸை அரசர் பதினைந்தாம் லூயி ஆங்கிலேயர் களுக்குத் தாரைவார்த்துக் கொடுத்தார். இதனால் தூப்ளே மனமுடைந்து போனார். ஆனால் பிரெஞ்சு காலனியான புதுச்சேரியை 40 நாள்கள் முற்றுகையிட்டிருந்த போஸ்காவன் (Boscawen) என்ற ஆங்கிலப் படைத் தளபதி புதுவையிலிருந்து அகன்றார்.

அதிகாரிகளும் மக்களும் ஒன்றுகூடி நன்றி சொல்லி, 'தே தேயும்' பண் இசைத்தனர். கிறிஸ்தவ ஆலயங்களில் தே தேயும் தொடர்ச்சியாகப் பாடிவந்தாலும், 'பாஸ்டில் தினம்' (Bastille Day) அன்று சில குருக்கள் புதுவை கப்ஸ் கோயிலில் இதைப் பாடியது பெரும் புரட்சியாகப் பார்க்கப்பட்டது. ஏனெனில் பாஸ்டில் தினம் பிரெஞ்சு ஏகாதிபத்தியத்துக்கு எதிரான முதல் புரட்சி விதை விழுந்த நாள். அன்றுதான் பாரிஸ் நகரின் மையத்திலிருந்த பாஸ்டில் கோட்டை புரட்சியாளர்களிடம் விழுந்தது. அதன் நினைவாக 1790ம் ஆண்டு அதே நாளில் சாம்ப் தே மார்ஸ் மைதானத்தில் கூடிய 100,000 மக்கள் திருப்பலி கண்டனர். பதினைந்தாம் லூயி மன்னர் மக்களின் சட்டவரைவுக்குட்பட்டு ஆட்சி நடத்தப்போவதாக அறிவித்தார். அங்கு குழுமியிருந்த மக்கள் 'தே தேயும்' பாடல் பாடினர். 1880ம் ஆண்டு முதம் ஜூலை 14, பிரெஞ்சு தேசிய நாளாகக் கொண்டாடப் படுகிறது. பொதுமக்கள் ஒன்றுகூடி மகிழும் பாடலாக உலகம் முழுதும் இன்றும் தே தேயும் உள்ளது.

திருமண சடங்குகளில் இன்றும் பழமை மாறமல் என்ன இருக்கிறது என கேட்டதற்கு, 'எல்லாமே மாறிவிட்டதே', என நெல்லித் தோப்பில் நாற்பது ஆண்டுகளாக உபதேசியாராகப் பணியாற்றும் ஜோசப் சொன்னார். ''திருமணங்கள்ல முன்னாடி எல்லாம் சேஷம் இடுற சடங்கு உண்டு. இப்ப அதெல்லாம் இல்ல. யாரும் இதை வந்து செய்யுங்க அப்டின்னு கூப்பிடுறதும் இல்ல. இப்ப பெரியவங்க யாராவது சும்மா ஜெபம் சொல்லிட்டு சேஷம் இடுறது மட்டும்தான் உண்டு. நான் சின்னப் பையனா இருந்தப்போ எல்லாம் அந்த சடங்குகள் செய்வாங்க. முதியவர்களை அழைச்சிக்கிட்டு போயி, பழைய ஜெபப் புஸ்தகங்கள்ல அந்தப் பாடல் உண்டு. அதை வெச்சு இந்த அறுபது எழுபது வயசான பெரியவங்க, நல்லா வாழ்றவங்க பாடுவாங்க. இப்ப ஜெபம் சொல்லி அரிசி போடுறது மட்டும்தான் இருக்கு. பாடல் பாடுற வழக்கம் போய்ருச்சு'', என்றார்.

''ஆகஸ்ட் 6 அன்னிக்குத் திருவிழா கொடியேற்றம், பெரிய திருவிழா ஆகஸ்ட் 15 அன்னிக்கு நடக்கும். திருவிழா நாள்கள்ல தினமும்

காலைலயும், சாயங்காலமும் தேர் எடுக்குறதுண்டு. கோயில் வளாகத்துக்குள்ள தேர் சுத்தி வரும். ஆகஸ்ட் 15 ஊரைச் சுத்தி பெரிய தேர் வரும். ஏற்கனவே எங்க கிட்ட முழு தேரும் உண்டு. அதை அலங்காரம் பண்ணி எடுப்போம். முன்னாடி தேருக்கு முத்தியால் பேட்டையில இருந்து மாதா சுரூபம் எடுத்துட்டு வருவாங்க. அந்த சுரூபத்தோட முகம் தந்தத்தால செஞ்சது. முத்தியால்பேட்டை ஜெபமாலை மாதா சுரூபத்தை வாங்கிட்டு வந்து, பவனி முடிச்சிட்டு திருப்பிக் குடுத்துருவாங்க. இப்ப எங்ககிட்டயே சுரூபம் இருக்கு. அதை பவனியில வைப்போம். அக்டோபர் ரெண்டாவது சனிக்கிழமை நிறைய ஊர்கள்ல இருந்து வில்லியனூருக்கு திருயாத்திரை போவாங்க. அதுக்கு இங்க இருந்து மக்கள் போவாங்க. அதுவுமில்லாம இங்க இருந்து வேளாங்கன்னி, அச்சிறுப்பாக்கம், மேல்நாரியப்பனூர், கோணான்குப்பம் இப்டி பல ஊருகளுக்கு யாத்திரை போவாங்க.''

''திருவருகைக் காலத்துல ஒவ்வொரு ஞாயிற்றுக்கிழமை காலைலயும் 2 மணி, 3 மணிக்கெல்லாம் திருவருகைப் பாடல்கள்-பஜனை பாடிக்கிட்டு தெருக்கள்ல போவாங்க. கிறிஸ்துமஸ் அன்னிக்கு பூசை முடிஞ்ச உடனேயே வீடு வீடாப் போய் கேரல்ஸ் பாடுவாங்க. பஜனை கோயிலைச் சுத்தி இருக்குற நாலு தெருவுல போய் பாடுவாங்க. யார் வேணும்னாலும் அதுல சேர்ந்து பாடலாம். பெரும்பாலும் சினிமா மெட்டுல தான் வார்த்தைகளை மாத்திப் போட்டு பாடுவாங்க. ஈஸ்டர் அப்போ கோயில்ல இருந்து நெருப்பு, தீர்த்தம் எடுத்துட்டுப் போவாங்க'', என கூறுகிறார்.

''புகைக்கூண்டு ஒண்டி தான் இங்க விசேஷம். மத்த விழாக்கள் எல்லாம் எல்லா சர்ச்சுலயும் உள்ள மாதிரிதான். எல்லா ஜாதிக்காரங்களும் இங்க இருக்காங்க. சர்ச் கவுன்சில் தேர்தல் எல்லாம் நடக்கும். பங்குக்குழு தான் இங்க எல்லாம். நாங்க சின்னப் பிள்ளைங்களா இருந்தப்ப ஆர்மோனியம், தபேலா எல்லாம் உண்டு. இப்ப கீ போர்டு மட்டும் தான் சர்ச் உள்ள பயன்படுத்துறோம். பொங்கல் அன்னைக்கி கோயில் முன்னால் பொங்கல் வைப்பாங்க. மொத்தமா செஞ்சு, வர்ற மக்களுக்குக் குடுப்போம். அதெல்லாம் இப்ப மறைஞ்சிட்டு இருக்கு. சில பேரு ஆகஸ்ட் 6, 14, 15 அன்னிக்கு பொங்கல் செய்வாங்க.''

''சில பேரு நேர்ந்துக்கிட்டு பெரிய வெள்ளி சிலுவைப்பாதை முடிஞ்சு மக்கள் வெளியே போகும் போது நாலு வாசல்லயும் நின்னு கூல் டிரிங்க்ஸ் மாதிரி எதாவது குடுப்பாங்க. திருவிழா சமயம் சிலர் வீடுகள்ல கஞ்சி ஊத்துவாங்க, சிலர் வேண்டிக்கிட்டு பால் எடுத்துட்டு

வந்து கோயில்ல மக்களுக்குக் குடுப்பாங்க. மாதாவுக்கு வேண்டுதலா புடவை வாங்கிட்டு வந்து சாத்துவாங்க. மரியாயின் சேனைக்காரங்க புடவையை வாங்கி மாதாவுக்கு கட்டி விட்டுருவாங்க. வாங்கிக் குடுக்குறவங்களே அதுக்கான பணத்தைக் குடுத்து புடவையை வாங்கிட்டுப் போய்டுவாங்க; இல்லாட்டி பார்க்குறவங்க, 'மாதாவுக்குக் கட்டியிருக்கிற புடவை நல்லா இருக்கு, எனக்கு வேணும்', அப்டின்னு கேட்டு, பணம் குடுத்து வாங்கிட்டுப் போவாங்க.''

''கோயிலுக்கு பொருளா காணிக்கை குடுக்குறது இல்ல. பணமா குடுத்துருவாங்க. ஃபாதர் கோயிலுக்கு எதாவது வேணும்னு அறிவிச்சா, மக்களே வந்துகேட்டு பணம் குடுத்துட்டுப் போய்டுவாங்க. கோயிலுக்கு கல்லறைக்குன்னு தனியா இடம் கிடையாது. கொஞ்சம் தொலைவுல முனிசிப்பாலிட்டி கல்லறை இருக்கு. அங்கதான் எல்லாரும் போறாங்க. பெரும்பாலும் மக்கள் முன்ன ஆலைக்கு வேலைக்குப் போய்க்கிட்டு இருந்தாங்க. இப்ப கவர்மென்ட் வேலை, தனியார் வேலை, டாக்டர், ஐடி, எல்லா தொழில் செய்றவங்களும் இருக்காங்க - ஆசாரி, பெய்ன்ட்டர், கொத்தனார் இப்டி எல்லாரும் இங்க உண்டு'', எனச் சொல்லி முடிக்கிறார்.

சான்றுகள்

- The History of France, Vol 5, Guizot de Witt - Salzwasser Verlag, 1876
- https://frenchmoments.eu/bastille-day/
- The Diary Of Ananda Ranga Pillai Vol. 5, Dodwell, H., Ed., - The Government Printing Press, Madras, 1917
- http://www.columbia.edu/itc/mealac/pritchett/00litlinks/pillai/index.html
- புனித விண்ணேற்பு அன்னை ஆலயம் குடும்பக் கையேடு - ஆலய வெளியீடு

28

தந்தை மகனுக்குக் கட்டிய ஆலயம் – ரெட்டியார்பாளையம்

தொடர்ச்சியாக முக்கியப் பதவிகளில் தக்க வைப்பதன் மூலம் குடும்பங்கள் ஒட்டுமொத்தமாக தங்களுக்கு நன்றியுள்ளவர்களாக இருப்பார்கள் என பிரெஞ்சுக் கம்பெனியார் அறிந்திருந்தார்கள். இந்தக் குடும்பங் களுக்கோ, மதமாற்றம் காரணமாக எந்த ஒடுக்கமும் இல்லாமல் அவர்கள் சாதிக்குள் அவர்களின் இடத்தைத் தக்கவைக்க பிரெஞ்சு கம்பெனியின் நெருக்கம் உதவியது.

•

பொன்னாரும் பூம்புதுவை
விரிந்த மலர்த் தடப்புதுவை
செங்கமலத் தடப்புதுவை
பொழிற்றடஞ்சேர் புதுவை
கந்த மலரணித்தடஞ் சேர் புதுவை
தேரிலங்கும் அணி புதுவை
உவரேய் கடல்சூழ் புதுவை
பொருதிரை சூழ் புதுவை
வாங்கு கடற் புதுவை
பூமியினில் உயர் பதியாம் மின்னும் புதுவை
திருவளரும் புதுவை
ஞானமே உருவமாகி நல்லருள் பொழியுந்

தூயவானமே புதுவைச
புண்ணியமே ஓருருவாம் பூம்புதுவை

- சவராயலு நாயகர் 19ம் நூற்றாண்டில் புதுச்சேரியைப் போற்றிப் பாடிய பாடல் இது. அப்போதே புதுவை என புதுச்சேரியைக் குறிப்பிடும் வழக்கம் இருந்துள்ளதை இந்தப் பாடல் மூலம் அறிகிறோம்.

மதியம் 12-3 தேவாலயங்கள் மூடப்பட்டிருக்கும் என புதுவை அரசு அறிவித்திருந்ததாம். யாருக்குத் தெரியும்? ரெட்டியார் பாளையத்தைத் தேடிக் கண்டுபிடித்து (கூகிள் மேப்பில் வரும் அந்த அம்மாள் வலது, இடது, வலது, இடது என என்னைச் சுற்றிச்சுழற்றி அடித்ததையும் வெற்றிகரமாக எதிர்கொண்டு) 2 மணிக்கு அந்திரேயா ஆலயத்தைத் தேடிப் போய் நின்றால், கேட்டில் பெரிய பூட்டு தொங்கியது. ஆலய கேட்டை அடைய ஒரு பெரும் சாக்கடைக் கால்வாயை கவனமாகக் கடந்து செல்லவேண்டி யிருந்தது. கயிறு மேல் நான் நடந்தது போல செய்த சர்க்கஸ் பக்கத்தில் நின்றிருந்த ஆட்டோக்கார அண்ணனுக்கு சிரிப்பை வரவழைத்திருக்க வேண்டும்.

''அண்ணா...சர்ச் ஏன் பூட்டியிருக்கு?''

''ஏன்னாக்கா? கவர்மெண்டு கிட்ட கேக்கணும். 3 மணிக்கு மேல தான் உண்டு. இங்க இல்ல, எல்லா சர்ச்சுலயும் இதான். வேற எங்கனா போணும்னா போய்ட்டு வா'', எனவிட்டு நகர்ந்து விட்டார். கேட்டுக்கு சற்று தொலைவில் தெரிந்த ஆலயத்தைப் பார்த்தேன். உள்ளே நிறைய மரங்கள் கண்ணுக்குக் குளிர்ச்சியாகத் தெரிந்தன. ஒன்றிரு பெஞ்சுகள் மரங்களின் கீழ் தெரிந்தன. இடம் கிடைத்தால் குறைந்தது அரை மணி நேரம் தூக்கம் போடலாம். கேட்டுக்கு அந்தப் பக்கம் சொர்க்கம் தெரிந்தது, ஆனால் அதன் சாவி என்னிடம் இல்லை. வேறு வழியில்லை என வண்டியில் சென்று உட்கார்ந்துகொண்டேன். மார்ச் மாத மதிய சூரியன் மண்டைக்குள் இறங்கிக்கொண்டிருந்தான்.

சரி, ஒரு எட்டு அரியாங்குப்பம் ஆலயம் வரை சென்று வரலாமே என வண்டியை எடுத்துக்கொண்டு அரியாங்குப்பம் போயானது. டிராஃபிக்கில் அடித்துப் பிடித்துச் சென்று பார்த்தால், அங்கும் அதே 'பே' தான். ஆனால் ஆலயம் ஒன்றும் அத்தனை பழமையானதாகத் தெரியவில்லை. அதுவும் பூட்டியிருந்தது. சரி, இனி வேறு வழியில்லை என நெல்லித்தோப்புக்குச் சென்றுவிட்டு, திரும்பும்

சின்னக்கண்ணுசாமி ரெட்டி வழங்கிய மாதா சிற்பத் தொகுப்பு

கனகராயர் இயேசு சபைக் குருக்களுக்கு ஆலயத்தைக்
கொடையாகத் தந்ததைக் குறிப்பிடும் கல்வெட்டு

வழியில் ரெட்டிப்பாளையத்தை மாலை ஐந்து மணிவாக்கில் அடைந்தேன். மதியம் பார்த்த ஆலயமா இது என இப்போது சந்தேகம் வந்தது. வாசலில் பூ விற்கும் பெண்கள் சிலர் இருந்தார்கள். ஆலய கேட் திறந்திருந்தது. என்னவோ அந்த பெஞ்சின் மேல் ஒரு கண். ஓடிச் சென்று அதில் அமரலாம் என பார்த்தால், அங்கே ஒரு தம்பதியோ, ஜோடியோ சண்டை போட்டுக்கொண்டு உட்கார்ந்திருந்தார்கள். வாக்குவாதம் என்னைக் கண்டதும் சட்டென நின்றது. அடடா...இருக்கும் பெஞ்சில் உட்கார்ந்து சுற்றி இருக்கும் தனிமையை, அமைதியை ரசிக்காமல் என்ன சண்டை போட்டுக்கொண்டு இருக்கிறீர்கள்?, என வாய் வரை வந்த கேள்வியை விழுங்கிவிட்டு, ஆலயத்துக்கு முன் தெரிந்த சிற்பங்களைப் பார்த்தேன்.

தலையில் முடிசூடிய மாதா, அவருடன் ஒரு சிறுவனும், சிறுமியும், நாய்க்குட்டி ஒன்றும் என சிற்பத்தொகுப்பு ஆலயத்தின் முன் உள்ளது. 'சின்னு கண்ணுசாமி ரெட்டியார் – 24 ஜூலை, 1927 என்ற தேதியுடன் கல்வெட்டு அதன் கீழ் தெரிந்தது. சிலையை ஆலயத்துக்கு ஈந்தவர் என்பது தவிர, அவர் குறித்த மேலதிக தகவல் கிடைக்கவில்லை. நன்றிக்கடனுக்காக இந்தச் சிலையை அவர் நிறுவியிருக்கிறார் என ஆரோக்கியநாதன் தன் நூலில் குறிப்பிடுகிறார். ஆலயத்தின் முன்னே இடது புறத்தில் புதுவையின் துபாசும், தமிழ் வணிகர்களின் தலைவருமாயிருந்த 'செஃப் தெ மலபார்' (Chef de Malabar) கனகராய முதலியாரின் மார்பளவு சிலை ஒன்றும், அதில் அவரைக் குறித்த சிறுகுறிப்பும் உள்ளது. சிலைக்கு அடியில் அவரது மகனின் மரணச் செய்தி கல்வெட்டாக வெட்டப்பட்டுள்ளது. இந்த அந்திரேயா ஆலயம் சொந்தப் பணத்தில் கனகராயர் தன் மகன் நினைவாக எடுப்பித்ததே.

கனகராயரின் ஒரே ஆசை மகன் பெலவேந்திரன், 1739ம் ஆண்டு அவனது 21வது வயதில் நோய்வாய்ப்பட்டு இறந்துபோனான். திருமணமான பெலவேந்திரனுக்கு குழந்தை இல்லை, ஆனால் இளம் மனைவி இருந்தார். தமிழ், பிரெஞ்சு, தெலுங்கு என மும்மொழிகளில் உள்ள கல்வெட்டு சொல்லும் தகவல் இது.

"1739ம் ஆண்டு புதுச்சேரிப்பட்டணத்து பிரெஞ்சு கும்பனிக் காரியங்களுக்கு மற்றும் கருநாடகத்தார்க்கு தலைவருமாய்க் கும்பனி முத்திராங்கிஷமும் பெற்ற ராச கனகராய முதலியார், இவர் பெண்சாதி மரிய நட்சத்திரம்மா அவர்கள் குமாரன் பெலவேந்திர முதலியார் 1739 செல்லும் சத்திராவு அற்பசி மாசம் 12 வெள்ளிக்கிழமை (23 அக்டோபர் 1739) 21ம் வயதில் மரித்து

இளைப்பறுதலாயிங்கே அடக்கப்பட்டிருக்கிறார். எல்லாரும் மரித்த இவருக்கா வேண்டிக்கொள்ளுங்கள்.''

ரெட்டியார்பாளையம் பகுதி பெரும்பான்மை தெலுங்கு மக்கள் வசித்த பகுதி என்பதால், தெலுங்கில் கல்வெட்டு இங்கு அமைந் திருக்கலாம் என ஆரோக்கியநாதன் குறிப்பிடுகிறார். மஞ்சளும் சிவப்புமாக ஆலயம் மாலை நேர சூரியனின் ஒளியில் பாந்தமாகத் தெரிந்தது. முகப்பில் மற்றொரு கல்வெட்டு, கனகராயர் கோயிலை இயேசு சபையினருக்கு கொடையாகத் தந்த செய்தியை பிரெஞ்சு, தமிழ் இரு மொழிகளில் சொல்கிறது.

''1745ம் ஆண்டு காற்திகை மாசம் 12ந்தேதி புதுச்சேரி பிராஞ்சு குப்பனிக் காரியங்களுக்குக் கர்த்தருமாய்க் கற்னாடகத்தருக்குத் தலைவருமாயிருக்கிற கனகராய முதலியார் சறுவேசுரனுக்கு அற்சியசிஷ்(ய) பிலவேந்திரர் பேராலே யிந்தக் கோவிலைக் கட்டுவித்து, 21-ம் வயதிலே மரணமடைந்த தனது ஏகபுத்திரனாகிற பிலவேந்திரருக்காக வேண்டிக் கொள்கிற கிறிஸ்தவர்கள் யாவரையும் மன்றாடுகிறாரிந்த கோவிலை சேசு சபை பிராஞ்சு சன்னியாசிமார்களுக்குக் குடுத்தார்''

ஆலயத்துக்குள் காவி ஆடை உடுத்திய பெண்கள் சிலர் செபம் செய்துகொண்டிருந்தனர். இது போன்ற தொன்மையான ஆலயங்களுக்குள் ஒலி பரவும் அழகைக் கண்களை மூடிக்கொண்டு அமர்ந்து ரசிக்கலாம். குவிமாடக் கூரை கொண்ட மற்றோர் அழகான ஆலயம். கோயிலில் வெளிப்புற முகப்பு போர்த்துகீசிய பரோக் (baroque) ஆலய அமைப்பைப் போல இருந்தாலும், உள்ளே காதிக் முறையிலான சிலுவை வடிவ 'கூட ஆலயம்' இது. பீடத்தில் பாடுபட்ட சுரூபம், அதன் மேல் திரு இருதய ஆண்டவர் சுரூபம், அந்த சுரூபத்தின் இரு பக்கமும் தலா ஆறு தேவதூதர்களின் சுரூபங்கள் உள்ளன. பீடத்தின் இடதுபுறம் சூசையப்பர், வலதுபுறம் மாதா, குழந்தை இயேசு, அந்தோணியார் சுரூபங்கள் உள்ளன.

ஆலயத்தை விட்டு வெளியே வந்தால், அதன் வலது புறம் குவிமாட நினைவு மண்டபம் (domed cenotaph) ஒன்று தென்பட்டது. அதனுள் சிறிய பூசை மேடை போன்ற அமைப்பும், ஆறு நினைவுக் கல்வெட்டுகளும் இருந்தன. அவை முறையே அருட்தந்தை ராசிந்திரநாதர், அருட்தந்தை ரத்தினநாதர், மிக்கேல், அருட்தந்தை இக்னேஷியஸ், டாமினிக், ஆந்திரே ஆகிய பெயர்களைத் தாங்கி இருக்கின்றன. 'வால்ட்' முறைப்படி இந்த ஆறு பேரும் புதைக்கப் பட்டிருக்கலாம். ஆலயத்தில் பணியாற்றிய குருக்கள் அல்லது

கனகராயரின் உறவுக் குடும்பங்களைச் சேர்ந்தவர்களாக இருக்க வாய்ப்புண்டு. அப்படிப் புதைக்கப்படவில்லை என்றால், இது ஒரு நினைவு மண்டபமாக இருக்கக்கூடும். அந்த மண்டபத்தின் அருகே மரத்தாலான தேர் ஒன்று பரிதாபமாக நொறுங்கிக் கிடந்தது. யாரிடமாவது பேசலாம் என பார்த்தால், கண்ணில் யாரும் படவில்லை. ஆலயத்தின் பின் பக்கம் சிறு தடுப்புடன் கூடிய விடுதி ஒன்று இருந்தது. அதன் வாசலில் அருள்சகோதரி ஒருவர் நின்றிருந்தார். ஆலயம் பற்றிய தகவல் கேட்டால், 'உபதேசியார் சொல்வார், ஆனால் அவர் இப்போது இல்லை', என்றவர், அவர் எண்ணும் தன்னிடம் இல்லை என்றார்.

மீண்டும் கிராதி வரை நடந்து வந்தேன். காதல் ஜோடி சமாதானம் ஆகிவிட்டிருந்தார்கள். அக்காக் குருவியின் கூவல் கேட்டது. மகனை இழந்த தந்தை கட்டிய கோயில் என்பதாலோ என்னவோ ஆலயத்தின் தோற்றம் சற்றே வருத்தம் தந்தது. எட்டு ஏக்கர் பரப்பளவில் அமைந்துள்ள ஆலயம் இது. ஆலயம் கட்டப்பட்டுள்ள இடம், கனகராய முதலியாரின் பணிகளுக்கு ஊதியமாக பிரெஞ்சு கழகத்தால் வழங்கப்பட்டது. கனகராய முதலி புதுவையை நிர்மாணித்த முதன்மைச் சிற்பிகளில் ஒருவரான துபாசான லசார் தெ மோத்தேயின் சந்ததியினர். புதுவையில் முதல்முறை பிரெஞ்சு ஆட்சி அமையும் போது அதன் துபாசாக, தமிழ் வணிகர்களின் தலைவராக நியமிக்கப்பட்டவர் தானியப்ப முதலி என்ற லசார்.

அவரது மகன் ஆந்திரே என்ற முத்தியப்ப முதலியார் அடுத்த புதுவை துபாசானார்; அதன் பின் அவர் உறவினர் சவரிமுத்துவும் (கனகராயர் அவர் தந்தை இறந்தபோது சிறுவன் என்பதால் சவரிமுத்து அந்தப் பொறுப்பை எடுத்துக்கொண்டார்), அதன் பின் முத்தியப்ப முதலியின் மகன் பீட்ரோ என்ற கனகராய முதலியும் துபாசானார்கள். முத்தியப்பா மற்றும் அவர் உறவினருக்கிடையே சிறிது காலம் நைனியப்ப பிள்ளையை பிரெஞ்சு கழகம் துபாசாக நியமித்தது. இந்த நைனியப்ப பிள்ளையின் மருமகன் நாள்குறிப்பு புகழ் ஆனந்தரங்கம் பிள்ளை. ஆக புதுவையின் 'செஃப் தெ மலபார்'- தலைமை வணிகர் யார் என்ற போட்டா போட்டி இந்த இரண்டு குடும்பங்களிடையே இரு நூற்றாண்டு காலம் நீடித்தது எனலாம். இதில் முதலி, பிள்ளை என்ற பிரிவினை எதுவுமில்லை; இரண்டுமே வெள்ளாளர் சாதியின் 'பட்டங்கள்' (title) தான்.

இந்தியக் குடும்ப அமைப்பின் நெருக்கத்தை ஆரம்பம் முதலே தனக்கு சாதகமாக பிரெஞ்சு ஏகாதிபத்தியம் பயன்படுத்திக் கொண்டது. ஒரே குடும்பத்தின் வாரிசுகளைத் தொடர்ச்சியாக

முக்கியப் பதவிகளில் தக்க வைப்பதன் மூலம் அக்குடும்பங்கள் ஒட்டுமொத்தமாகத் தங்களுக்கு நன்றியுள்ளவர்களாக இருப்பார்கள் என பிரெஞ்சுக் கம்பெனியார் அறிந்திருந்தனர். இந்தக் குடும்பங்களுக்கோ, மதமாற்றம் காரணமாக எந்த ஒடுக்கமும் இல்லாமல் அவர்கள் சாதிக்குள் அவர்களின் இடத்தைத் தக்கவைக்க பிரெஞ்சு கம்பெனியின் நெருக்கம் உதவியது. மறைமுகமாக சாதியக் கட்டமைப்பை பிரெஞ்சு காலனியாதிக்கம் ஆதரித்தது; அது வளர வழிவகைகளை தேடிக்கொண்டே இருந்தது எனலாம்.

ஆனந்தரங்கம் பிள்ளை குடும்பத்தில் முதல் துபாசாக 1708ம் ஆண்டு நைனியப்ப பிள்ளை நியமிக்கப்பட்டார். அதன் பின் அவர் மகன் குருவப்ப பிள்ளை (1722-1724), அதன் பின் மருமகன் ஆனந்தரங்கம் பிள்ளை (1746-1761), அவருக்குப் பின் அவரது உறவினர் திருவேங் கடப்பிள்ளை (1790கள்) என பிள்ளை குடும்பமும் துபாசு பொறுப்பில் பிரெஞ்சுக்காரர்களுக்கு வணிகப் பணிகள் செய்துவந்தது. இதில் முதலி குடும்பம் கிறிஸ்தவர்கள்; பிள்ளை குடும்பம் இந்துக்களாக வாழ்ந்தவர்கள். முதலி குடும்பம் பிள்ளைக் குடும்பத்தைத் துபாசு என்ற இடத்தில் வைத்துப் பார்த்ததே இல்லை என ஆய்வாளர் டானா ஆக்மன் (Danna Agmon) தெரிவிக்கிறார்.

முத்தியப்பாவின் பெயரனான கனகராய முதலி, 1716ம் ஆண்டு நைனியப்ப பிள்ளை மேல் ஊழல் குற்றச்சாட்டுகள் சாட்டப்பட்டு அவர் சிறையிலிடப்பட்ட உடன் புதுவையின் துபாசாக நியமிக்கப் பட்டார். நைனியப்ப பிள்ளை மேலான குற்றச்சாட்டுகள் போலியானவை என நிரூபணமாகி அவர் விடுதலை செய்யப்படும் முன் அவர் சிறையிலேயே இறந்துபோனார். கிறிஸ்தவர் அல்லாதார் ஒருவரை துபாசு பதவியில் விட்டுவைத்திருக்க கத்தோலிக்க குருக்கள் விரும்பாத காரணத்தால், நைனியப்பர் மதம் மாற ஆறு மாதம் கெடு விதிக்கப்பட்டது. அதற்கு அவர் மறுத்ததால், அவர் மேல் ஊழல் குற்றச்சாட்டுகள் சுமத்தப்பட்டன என ஆனந்தரங்கம் பிள்ளை பதிவு செய்திருக்கிறார்.

நைனியப்ப பிள்ளை குற்றமற்றவர் என நிரூபணமானதும், பீட்ரோ கனகராயரின் பதவி பறிக்கப்பட்டு, அவ்விடத்தில் நைனியப்ப பிள்ளை மகன் குருவப்ப பிள்ளை துபாசாக நியமிக்கப்பட்டார். அவரும் இரண்டே ஆண்டுகளில் இறந்துபோக, மீண்டும் அந்தப் பதவி கனகராயருக்கு வந்து சேர்ந்தது. அவ்விடத்தைத் தக்க வைக்க, கனகராயரின் கிறிஸ்தவ மத அடையாளம் பெரிதும் உதவியது. பெரும் கனகராய முதலி உயிருடன் இருந்தவரை, ஆனந்தரங்கம் பிள்ளையால் துபாசு நாற்காலியில் அமரவே முடியவில்லை. 1746ம் ஆண்டு அவரது இறப்புக்குப் பிறகே பிள்ளை துபாசு ஆனார்.

புதுவை ஆளுநர் பிவாலியே தெ கொர்சான் (Beauvillier De Courchant) துபாசு பதவிக்குக் கனகராயரைத் தேர்ந்தெடுத்ததன் காரணங்களைக் குறிப்பிடுகையில், ''அவர் மக்களால் பெரிதும் விரும்பப்பட்டார்; அவரது அதிகார எல்லைக்கு உட்பட்டே பணியாற்றினார்'', என்கிறார். கனகராயர் உண்மையில் இளகிய மனதாராகவேதான் இருந்தார். நைனியப்ப பிள்ளை, ''இந்து சிலைகளுக்கு அணிவித்திருந்த மாலைகளை தன் சத்திரத்துக்கு உணவருந்தவந்த ஒடுக்கப்பட்ட கிறிஸ்தவ மக்களிடையே விநியோகம் செய்தார்'', என்ற தவறான குற்றத்தினை அவர் மேல் இயேசு சபை துறவிகள் சுமத்திய போது கூட, தனக்கு போட்டியாளரான நைனியப்பர் எந்தத் தவறான எண்ணத்துடனும் அதைச் செய்யவில்லை என சாட்சி சொன்னவர் கனகராய முதலி. லெனாய் மற்றும் துமாசு ஆகியோர் புதுவையின் ஆளுநர்களாக ஆட்சி செய்த போது கனகராயரின் புகழ் உச்சத்தை எட்டியது.

கூடுதலாக பீட்ரோவின் தந்தை சிறந்த உழைப்பாளி என்றும் அவரது மாமன் நேர்மையானவர் எனவும் பிரெஞ்சு கம்பெனி நினைத்தது. அதே சமயம், கிறிஸ்தவக் குடும்பங்களில் இந்தக் குறிப்பிட்ட சில குடும்பங்கள் தவிர மற்றவர்கள் நாணயமற்றவர்களாக இருந்தார்கள் என பிரெஞ்சுக் கழகம் நம்பியது. அதனால் இந்துக்களானாலும் சிக்கல் ஒன்றுமில்லை என்ற எண்ணத்தில் பிள்ளைக் குடும்பத்தின் நேர்மையை முன்னிட்டு, அதற்கும் கிறிஸ்தவ முதலி குடும்பத்துக்குத் தந்த அளவு முக்கியத்துவம் தந்தது.

கனகராய முதலி இளையவரான ஆனந்தரங்கம் பிள்ளையின் உழைப்பையும் நேர்மையையும் மதித்தார். இந்தப் போக்கு அவரது சொந்த மகன் இறந்த பிறகு, தனக்குப்பின் தன் பதவிக்கு யாரும் நேரடி வாரிசு இல்லை என்ற எண்ணத்தின் காரணமாகவும் இருந்திருக்கலாம். அதே சமயம் இரு குடும்பங்களுக்கு இடையே யான பனிப்போரால் இயல்பான பொறாமை தலைதூக்கினாலும், தன் நாள்குறிப்பில் கனகராயரை ஆனந்தரங்கம் பிள்ளை வானளாவப் புகழ்ந்தே எழுதினார். அதே சமயம் தன்னைப் பற்றி ஆளுநரிடம் தவறாக கனகராயர் சொல்லிவருவதாகவும், அவ்வாறு செய்பவரின் தலையெழுத்தை ஆண்டவன் பார்த்துக் கொள்வான் என எழுதுகிறார்.

அக்டோபர் 30, 1737 அன்று பிரான்ஸ் நாட்டிலிருந்து கனகராயரின் பணிகளைப் பாராட்டி தங்க மெடலும், சங்கிலியும் அனுப்பப்பட்டு, அதை ஆளுநர் தன் கையால் கவுன்சில் முன் அவருக்குத் தரவேண்டும் என ஆணை பிறப்பிக்கப்பட்டது. 1738ம் ஆண்டு இந்த

விழா நடைபெற்றது. இது குறித்து தன் நாள்குறிப்பில் எழுதும் ஆனந்தரங்கம் பிள்ளை, ''ஒருவர் பெரிதாக பெருமைப்படக் கூடிய அளவுக்கு இந்தப் பரிசு ஒன்றும் பிரமாதமானது அல்ல. ஆனால் இது கனகராயரும் அவர் உறவினர்களும் அதைப் பெருமையாகப் பேச ஒரு வாய்ப்பாக அமையும்'', என குறிப்பிடுகிறார்.

1740-41 ஆண்டு தன் பணிக்கான ஊதியமாக ஒழுகரை (உழவர்கரை) பகுதியில் பிரெஞ்சு கழகத்திடம் கனகராயர் நிலம் கேட்டார். 21 ஜூலை 1741 அன்று ஒழுகரைக்கு கிழக்கே இருந்த ரெட்டிப் பாளையம் பகுதியில் இருந்த ஒடுக்கப்பட்ட மக்கள் இருந்த பறச்சேரி, கனகராயருக்கு அளிக்கப்பட்டது (ஆலயம் அமைவிடத்தில் இருந்த பறச்சேரி என்ன ஆனது என குறிப்புகள் கிடைக்கவில்லை. மேலதிக ஆய்வுக்கு வாய்ப்புள்ளது). ஆனால் அந்த நிலத்தை அவரிடம் தரும்போதே, அங்கு தேவாலயம் ஒன்றை எழுப்ப வேண்டும் என்ற நிபந்தனையுடன்தான் நிலம் வழங்கப்பட்டது. அந்த இடத்தில் சொந்த செலவில் இறந்து போன மகனின் நினைவாக ஆலயம் ஒன்றைக் கனகராயர் எழுப்பினார். ஆலயத்தை இயேசு சபைக் குருக்களிடம் வழங்கினார். ஆலயம் அர்ப்பணிக்கப் பட்ட நாளன்று புதுவையின் இந்துக்கள் உள்ளிட்ட பலரையும் அழைத்து பெரும் விருந்து ஒன்றை கனகராய முதலி ஏற்பாடு செய்தார். அவ்விருந்து குறித்து ஆனந்தரங்கம் பிள்ளை தன் நாள்குறிப்பில் பதிவு செய்திருப்பது இனி.

''ஒழுகரைக்குக் கிழக்கே ரெட்டிப்பாளையத்தில் கனகராய முதலி ஒரு ஆலயம் கட்டியிருக்கிறார். அதில் சில சிற்பங்கள் வைத்திருக்கிறார். அதைக் கொண்டாடும் வகையில் எந்த வேறுபாடும் காட்டாமல் ஐரோப்பியர், கிறிஸ்தவர், பார்ப்பனர், வெள்ளாளர், கோமுட்டி, செட்டி, ஆசாரி, நெசவாளர் என அனைத்து சாதியினரையும் அழைத்து, ஒழுகரையில் விருந்து கொடுத்தார். சத்திரங்கள், தோட்டங்களில் பார்ப்பன சமையற்காரர் கள் உணவு தயார் செய்தார்கள்; வெள்ளாளர்களுக்கு அகமுடையார் வீடுகளில் சமையல் நடந்தது. அனைத்து ஏற்பாடுகளும் அந்தந்த சாதிக் கட்டுப்பாட்டுக்கு ஏற்றவாறு செய்யப்பட்டன. ஐரோப்பியரின் உணவு புதுச்சேரியில் சமைத்து, ஒழுகரைக்குக் கொண்டுவரப்பட்டது.''

''அவர்களுக்கு மேசைகள் உள்பட அனைத்து வசதிகளும் செய்யப் பட்டன. ஆளுநர் தூப்ளே, அவர் மனைவி, சபை உறுப்பினர்கள் என அனைவரும் அந்த விருந்தில் கலந்துகொண்டார்கள். துரை ஐந்து மணி வரை அங்கேயே இருந்துவிட்டு, மொரட்டாண்டி

சத்திரத்துக்குக் கிளம்பிச் சென்றார். புதுவையில் இருந்து ஒழுகரை சென்றவர்கள் அனைவரும் விருந்தை மாலை வரை இருந்து சிறப்பித்து மகிழ்ந்தார்கள். கனகராய முதலி செய்திருந்த ஏற்பாடுகள், தருவித்த பொருள்கள் எதிலும் குறையில்லை. ஆனால் இவ்வளவு செலவுடன், அருமையாக ஏற்பாடு செய்திருந்த விருந்தில் மனம் ஒன்ற முடியாமல் சில தடங்கல்கள் விருந்தின் நேர்த்தியை, அழகை, பிரம்மாண்டத்தை மடைமாற்றின. அந்தந்த சாதியினர் அவரவருக்கு விதித்த முறைப்படி அமர வேண்டும், அதன் மூலம் அவர்களுக்கு அளிக்கும் உணவில் ஒற்றுமை இருக்கும் எனச் சொல்லப்பட்டது (சாதிவாரியாக பந்தி பரிமாறுதல்).''

''கனகராயர் வேறு மதத்தை பின்பற்றினாலும், இந்துப் பழக்கங்களை கைவிடவில்லை, இந்துக்களை அழைத்து விருந்து கொடுத்தார். ஆனால் அவர் தந்த விருந்து ஒவ்வொருவரும் அவரவர் புரிதலுக்கு ஏற்ப குறைசொல்ல வழி செய்தது. கிறிஸ்தவ முறையை பின்பற்ற அவர் நினைத்திருந்தால், அதன் விழுமியங் களை அவர் புரிந்திருந்தால், ஐரோப்பியர், தமிழ் கிறிஸ்தவர்கள், பறையர்கள் (சாதி இந்துக்கள் அல்லாதவர்கள் கிறிஸ்தவம் தழுவினால், அவர்கள் அனைவரும் பிரெஞ்சு புதுவையில் இந்த சொல் கொண்டு தான் அன்று அழைக்கப்பட்டார்கள்) மட்டும் அழைத்து அவரது மதம் சொல்லும்படி விருந்து கொடுத்திருக்க வேண்டும். இதுவே ஒருவரது பதவிக்கும், பெயருக்கும் களங்கம் தரக்கூடியது. எவ்வளவு பெரிய பிரம்மாண்ட சமூகப் பணியை ஒருவர் செய்தாலும், ஏற்கனவே இருக்கும் சமூக நடைமுறையை பின்பற்றாவிட்டால், அது அவருக்கு நன்மை தராது. தன் சொந்த மதத்தை விட்டு மற்ற மதத்தை தழுவும் ஒருவன், தன் பழைய மதம் சொல்லும் பழக்க வழக்கங்களை, நம்பிக்கைகளை மீண்டும் கைக்கொண்டால், அவனுக்கு எதிர்ப்பு வரத்தான் செய்யும்'', என தன் நாள்குறிப்பில் ஆனந்தரங்கம் பிள்ளை பதிவு செய்திருக்கிறார்.

ஒழுகரை விருந்தில் பறையர்களுடன் அமர்ந்து உணவருந்த முடியாது என சாதிக் கிறிஸ்தவர்கள் சண்டையிட, அவசரமாகத் தலையிட்ட கனகராயர் இரு தரப்பினருக்கும் இடையே நாற்காலிகள் போட்டு தடுப்பு ஏற்படுத்தினார். இதை ஆனந்தரங்கம் பிள்ளை தன் நாள்குறிப்பில் கடுமையாகச் சாடினார். கனகராயரின் விருந்தைக் கண்டு பொறாமையில் ஆனந்தரங்கம் பிள்ளை இவ்வாறு எழுதினார் என தன் 'பிரெஞ்சு இந்தியாவின் முதல் வணிகர்கள்', ஆய்வுக் கட்டுரையில் சி.எச்.சீனிவாசாச்சார் குறிப்பிடுகிறார். இதற்கு ஆதாரமாக அவர் ஆனந்தரங்கம் பிள்ளையின் மற்றொரு குறிப்பை சுட்டுகிறார்.

பிரெஞ்சு வணிகரான எம். துலாரன்ஸ் (M. DuLaurens) கனகராயர் மேல் ஏன் இந்தப் பொறாமை என பிள்ளையிடம் கேட்க, அதற்கு அவர், ''ஹூபர்ட் துரை ஆளுநராக இருந்த காலத்தில் பொறாமை காரணமாக அவர் செய்த மோசமான செயல்கள் உங்களுக்கு நினைவிருக்கும். அவரது சொல்லுக்கு எல்லாவிதத்திலும் நான் கட்டுப்பட்டு நடந்தாலும் கூட அவர் பழைய நினைவுகளை மனதில் வைத்துக்கொண்டே இருக்கிறார்'', என பதில் சொல்லியிருக்கிறார். ஆக இரு குடும்பங்களுக்கும் இடையே இருந்த போட்டி பொறாமையை பிரெஞ்சு ஆதிக்கமும் வளர்த்தெடுத்தது எனலாம்.

ஆலயம் கட்டி எழுப்பிய அடுத்த ஆண்டே கனகராயர் இறந்து போனார். அவரது இறுதிச் சடங்கை ஆனந்தரங்கம் பிள்ளை தெளிவாகப் பதிவு செய்திருக்கிறார்.

சான்றுகள்

- Sources of Indian Tradition: Modern India and Pakistan, Motilal Banarsidass - Columbia University Press, 1958
- Pondicherry, Tamil Nadu and South India under French Rule: From Francois Martin to Dupleix, 1674-1754, JB Prashant More - Routledge, 2020
- Indian Historical Records Commission Proceedings Of Meetings Vol Xviii 1942
- A Colonial Affair, Danna Agmon - Cornell University Press, 2022
- The diary of Ananda Ranga Pillai - http://www.columbia.edu/itc/mealac/pritchett/00litlinks/pillai/vol01/01_292.pdf

29

கவிஞர் கட்டிய கோயில் – பாகூர் ஜெயராக்கினி மாதா

அனைத்துப் பெண் குழந்தைகளுக்கும் சாதி, சமய, இன வேறுபாடின்றி கல்வி கிடைக்க வேண்டும் என சவராயலு 'கவிதைப் போராட்டம்' நடத்தியதன் விளைவாக 'சேந்துய்ஜெய்னி' என்ற பெயரில் 1865ம் ஆண்டு அனைத்து சமயப் பெண்களுக்கான முதல் கல்விக்கூடத்தை பிரெஞ்சு அரசு நிறுவியது.

•

திருத்தமுற விருத்தமணி தீங்கவிகள் பாடி
அருத்தமழகுறச் சொல்லி அரிய மறைக் குரிய
பொருத்தமொடு பூசனைகள் புரிந்து நஞ்சே சென்னுங்
கருத்தனுக்குத்தொண்டு செய்யாக் கையென்னகையே
கனிமகற்குத் தொண்டு செய்யாக் கையென்ன கையே
தற்பரனை வணங்காத தலையென்ன தலையே
சாமிதனை வணங்காத தலையென்ன தலையே
கன்னிமகன் உருக்காணாக் கண்ணென்ன கண்ணே
கருதும்அவன் உருக்காணாக் கண்ணென்ன கண்ணே
வானரசந்தனைப் பேசா வாயென்ன வாயே
மன்னும்அவன் தனைப் ப்பேசா வாயென்ன வாயெ
சேசுபரன் சீர்கேளாச் செவியென்ன செவியே
திகழும்அவன் சீர்கேளாச் செவியென்ன செவியே...

(இறைவன் பணி- சிலப்பதிகார ஆய்ச்சியர் குரவையில் ஆய்ச்சியர் திருமாலைப் பாடியதைப் போல அமைந்த பாடல்.)

கீர்த்தனங்கள்- விருத்தப்பா
பத்தினி யற்புத சற்குண லட்சணி
    பானுடு மதிமேவும்
உத்தம பொற்புறு நித்திய னைத் தரும்
    உன்னத கன்னிகையே
பித்தனெ நப்புவி யுற்ற மயக்குறு
    பேய்குண நாயேற்குச்
சித்தமி ரங்கிநற் புத்தியு றக்ருபை
    செய்வது நின்கடனே

- சவராயலு நாயகர்

அந்த சிற்றூரில் ஜெயராக்கினி மாதா ஆலயத்தைத் தேடிப் பிடிப்பது ஒன்றும் கடினமான வேலையாக இல்லை. முச்சந்தி ஒன்றில் ஆலயம் அமைந்திருக்கிறது. ஆலயத்தின் முன் கீரை, காய்கறி, மண் பானை விற்பனை பரபரப்பாக நடந்துகொண்டிருந்தது. ஆலயத்தின் நுழைவுவாசல் பூட்டியிருக்கவே, பக்கவாட்டுச் சாலையில் சுற்றிச்சென்று, அங்கு ஆலயத்துக்குப் பின்பக்கம் தெரிந்த சாமியார் அறையின் கதவைத் தட்டினேன். சுமார் 15-16 வயது மதிக்கத்தக்க சிறுவர் வந்தார்.

''என்னக்கா வேணும்?''

''சர்ச்ச பார்க்கணும். நான் சென்னையில இருந்து வரேன்'', கேட்பதற்கு முன் முந்திக்கொண்டேன். இல்லையென்றால், இன்று போய் நாளை வா என எளிதாகச் சொல்லிவிடுவார்கள்.

''ஃபாதர் இல்லையேக்கா...அவரு ஒரு வேலையா கடலூர் போயிருக்காரு. நீங்க கொஞ்சம் முன்னக்க வந்துருக்கக் கூடாதா?''

''அடடா..பரவாயில்ல, அவர் நம்பர் இருந்தா போன் பண்ணி, கோயில திறந்து விடலாமான்னு கேளுங்க. கொஞ்சம் ஃபோட்டோ எடுத்துக்குறேன்?''

சிறுவர் யோசித்தான். என்ன தோன்றியதோ, ''இருங்க வரேன்'', என உள்ளே போனார். பெரிய தோட்டம், மா மரங்கள், தென்னை மரங்கள். நடுவே சாமியார் அறை. முன்பக்கம் கோயில். ரம்மியமான சூழல். சிறுவர் வெளியே வந்து என் கையில் போனைத் தந்த ''ஃபாதர் கிட்ட பேசுங்க'', என்றார். ஒரு வணக்கம் வைத்து, தேவைப்படுவதைச் சொன்னேன். பெர்க்மான்ஸ் என தன்னை

அறிமுகம் செய்துகொண்டவர், என்ன வேண்டும் என தெளிவாகக் கேட்டுக்கொண்டார். "அடடா..இவ்வளவு நேரம் அங்க தான் இருந்தேன். கொஞ்சம் முன்னாடி வந்திருந்தா பார்த்து நேர்ல பேசியிருக்கலாமே?" என திரும்பத் திரும்பச் சொன்னார். அனுமதி தந்ததற்கு அவருக்கு நன்றி சொல்லிவிட்டு, ஆலயத்தின் பக்கவாட்டுக் கதவு வழியாக உள்ளே நுழைந்தேன்.

சிலுவை வடிவக் கோயில். குவிந்த கூரை, உயரமான கண்ணாடி பதித்த ஜன்னல்கள், வளைவுகள், தூண்கள், நடுவே பீடத்தில் பாடுபட்ட சுரூபம். அதன் முன்பாக குழந்தையை ஏந்தியிருக்கும் ஜெயராக்கினி மாதா (Our Lady of Victory) சுரூபம் ஒன்று, கீழ் வரிசையில் மாதா, சூசையப்பர் சுரூபங்கள் உள்ளன. பீடத்துக்கு

பாகூர் ஆலயக் கதவின் அழகிய தோற்றம்

வலப்பக்கம் திரு இருதய அன்னை, இடப்பக்கம் திரு இருதய ஆண்டவர் சுரூபம் உள்ளன. ஜெயராக்கினி அன்னை - 'ஜெயம்' – வெற்றி, ராக்கினி - ராணி. எந்த வெற்றியைக் கொண்டாடும் அரசி இவர்? 16ம் நூற்றாண்டில் அதிகம் பிரபலமான அன்னையின் வடிவம் இந்த ஜெயராக்கினி. இடைக்காலத்தில் பாரசீகம் உள்ளிட்ட இஸ்லாமிய ஆட்சி நடந்த நாடுகளில் மறைபரப்ப இந்த வடிவம் பயன்படுத்தப்பட்டது. போப் ஐந்தாம் பயஸ் (Pious V) காலத்தில் (1566-1572) துருக்கியின் ஓட்டோமான் இஸ்லாமியர் கிறிஸ்தவ மக்களுக்குப் பெரும் அச்சுறுத்தலாக விளங்கினர். மத்திய தரைக்கடல் பகுதியில் முழு பலத்துடன் விளங்கியவர்கள், அவ்வப்போது இத்தாலியக் கரையைத் தாக்கிவந்தனர். வெனிஸ் நகரம் அவர்களைக் 'கண்டும் காணாமல்' இருந்தது. சைப்ரஸ் நாட்டின் பகுதிகளை சுல்தான் இரண்டாம் சலீம் தலைமையில் இவர்கள் தாக்கியபோது, அந்நாட்டு பெரும்பான்மை கிறிஸ்தவர் கள் போப் பயஸிடம் உதவி கேட்டனர். அவர்களுக்கு உதவ 1571ம் ஆண்டு வெனிஸ், நேப்பிள்ஸ், ஜெனோவா, மால்டா, ஸ்பெய்ன் உள்ளிட்ட நாடுகளின் கூட்டுப் படைகளை இணைத்து, பெரும் கப்பல் படையை வத்திகான் உருவாக்கியது. அதில் 206 கப்பல்களும், 80000 வீரர்களும் இருந்ததாக சொல்லப்படுகிறது. இஸ்லாமியர் படையிலோ 230 கப்பல்களும், 120000 வீரர்களும் இருந்தனர்.

கிறிஸ்தவப் படைக்குத் தலைமை தாங்கி ஆஸ்திரியாவின் தான்-யுவான் (Don Juan) படைநடத்திச் சென்றார். அன்னையின் சுரூபம் ஒன்றையும் தன் 'ரேல்' (Reale) கப்பலில் அவர் கொண்டுசென்றதாக சொல்லப்படுகிறது. இரு தரப்புக்கும் கடும் சண்டை மூண்டது. துருக்கியர் படையை அலி பாஷா வழிநடத்தினார். இந்த லெபந்தோ போரில் (Battle of Lepanto) வெற்றிபெறவேண்டும் என்றால், கிறிஸ்தவர்கள் பக்தியுடன் மாதாவை, குறிப்பாக ஜெபமாலை மாதாவை வழிபட வேண்டும் என போப் பய்ஸ் கேட்டுக்கொண்டார். ஓட்டோமான் படை வலுவாக இருந்தாலும், அவர்களை கிறிஸ்தவக் கூட்டுப்படைகள் வெற்றிகொண்டன. இந்த வெற்றிக்குக் காரணம் அன்னையே என பயஸ் அறிவித்தார்.

கூடவே ஒவ்வொரு ஆண்டும் அக்டோபர் 7 அன்று ஜெபமாலை/ஜெயராக்கினி மாதாவின் திருவிழாவை உலகம் முழுக்க உள்ள கத்தோலிக்கர்கள் கொண்டாடவேண்டும் என்று அறிவித்தார். இன்றளவும் லெபந்தோ போரில் வெற்றிபெற்றதை உலகமெங்கும் உள்ள கிறிஸ்தவர்கள் 'அன்னையின் வெற்றித் திருவிழாவாகக்' ஜெபமாலை மாதா விழாவைக் கொண்டாடிவருகின்றனர். ஜெபமாலை பக்தி வலுப்பெற்றது. ஜெயராக்கினி மாதாவின்

உருவும் உலகம் முழுக்க கலை வடிவில் எடுத்துச் செல்லப்பட்டது. தொமினிக்கன் சபையினர் ஜெயராக்கினி அன்னையைப் போரில் வெற்றிதரும் அரசியாகவே பார்த்தனர். இஸ்லாமியர் மற்றும் சீர்திருத்தக் கிறிஸ்தவர்கள் மத்தியில் மறைபரப்புப் பணி செய்ய மாதாவின் இந்த வடிவை பயன்படுத்தினர்.

பாகூர் ஆலயத்துக்கு வெளியே ஆங்கிலம், தமிழ் என இரு மொழிகளிலும் 1996ம் ஆண்டு வெட்டப்பட்ட கல்வெட்டுகள் உள்ளன.

'''தேம்பாவணி உபதேசகர்', புதுவை மகாவித்துவான், செ. சவராயலு நாயகர் அவர்களால் கட்டப்பட்ட இப்புனித ஜெயராக்கினி அன்னை தேவாலயம் 28.1.1856 அன்று பேரருள்திரு கொதேல் ஆண்டகை அவர்களால் அர்ச்சிக்கப்பெற்று திறக்கப் பட்டது'', என கல்வெட்டு குறிப்பிடுகிறது. சவராயலு நாயகர் என்ற கவிஞர் கட்டிய கோயில் இது என்பதே பெரும் மகிழ்வைத் தந்தது. பெரும்பாலும் கவிஞர்களும், எழுத்தாளர்களும் வறுமையில் உழன்ற காலத்தில், சொந்த செலவில் ஒரு கவிஞர் கட்டிய தேவாலயம் என்றால் அதிசயமாகத்தானே இருக்கும்?

சவராயலு நாயகர், படம்: முனைவர் ஆ. சுசித்ரா

யார் இந்த சவராயலு நாயகர்? 18ம் நூற்றாண்டில் பிரெஞ்சு கம்பெனிப் படைகளுக்கும் ஆங்கிலேயக் கம்பெனிப் படைகளுக்கும் இடையே நடந்த போரில் சிப்பாயாகப் பணியாற்றிய வழுதாவூர் செயகான் நாயகர், சந்தபார்பரம்மாள் தம்பதியின் மகனாக 1829ம் ஆண்டு டிசம்பர் 9 அன்று சவராயலு பிறந்தார். பிரெஞ்சுக் கம்பெனி செயகான் நாயகரின் பணியைப் பாராட்டி அவருக்கு வழுதாவூர் அருகே நிலம் தந்தது. மொழி பெயர்ப்பாளர், துணை வழக்கறிஞர் என பல பணிகளில் சிறந்து விளங்கிய செயகான், செல்வந்தராகவும் இருந்தார். சிறு வயதிலயே தாய்-தந்தையை இழந்த சவராயலு, சகோதரியின் அரவணைப்பில் வளர்ந்தார்.

1840ம் ஆண்டு அவரது தமக்கையின் கணவர் சஞ்சீவி பாகூரில் தாசில்தாராகப் பணியேற்றபோது, அவருடன் 11 வயது சிறுவனாக

சவராயலு சென்றார். பாகூரில் குடியேறிய முதல் கிறிஸ்தவக் குடும்பம் இவர்களுடையதே. செல்வந்தர் வீட்டுப் பிள்ளை என்றாலும், தாய் தந்தையை இழந்த சவராயலு, உறவினர்களிடம் சொத்தை இழந்தார். மாதம் 3 ரூபாய் பணம் கொடுத்து உறவினர் வீட்டில் உணவு உண்ணும் சூழலுக்குத் தள்ளப்பட்டார். இந்த நிலையிலும் தமிழ், பிரெஞ்சு இரு மொழிகளையும் சரளமாகப் பேசும், எழுதும் திறன் பெற்றார். மகாவித்துவான் மீனாட்சி சுந்தரம்பிள்ளையிடம் தமிழ் மாணவனாகச் சேர்ந்து, தேம்பாவணிப் பாடம் பயின்றார்; இலக்கண இலக்கியங்களையும் கற்றுத்தேர்ந்தார். தீவிர வைதீகரான மீனாட்சி சுந்தரம்பிள்ளையிடம் கிறிஸ்தவரான சவரிராயலு தமிழ் கற்றதை அன்றைய சமூகம் எப்படிப் பார்த்தது? வழக்கம் போல குறை கூறியது. அப்படிக் குற்றம் சொன்னவர் களுக்கு சரியான பதிலை உ.வே.சாமிநாதர் தந்தார். மீனாட்சிசுந்தரம் பிள்ளை சரித்திரத்தில் அவர்,

''தமிழ்க் கல்வி என்பது சாதி மதம் இனம் ஆகியவற்றுக்கு அப்பாற் பட்டது என்றும், தமிழ் நூல்களைப் பயில்வதிலும் பயிற்று விப்பதிலும் குறுகிய எல்லைக்கோடுகள் விதிப்பது பொருத்த மில்லை'', என குறிப்பிட்டுள்ளார்.

மக்களின் இந்தக் குற்றச்சாட்டுக்கு மீனாட்சி சுந்தரம்பிள்ளையும் தக்க பதில் கூறுகிறார்.

''நான் தேம்பாவணியைப் பாடம் சொல்லுதலும், கிறித்துவ மாணாக்கர்கள் என்பாற் பாடங் கேட்டலும் கூடாத செயல்கள் என சிலர் சொல்லி வருவதாக அறிகிறேன். மாணாக்கராக யார் வந்தாலும் அன்போடு பாடஞ் சொல்லுதலையே என் முதற் கடமையாக எண்ணி இருக்கிறேன். எல்லா தானத்திலும் சிறந்தது வித்தியாதானமே ஆகும். என்னமிடுதற்குப் பசியுள்ளவரே பாத்திரர். அதைப் போலப் பாடஞ் சொல்லுதற்குப் படிப்பில் ஆர்வமுடையவரே பாத்திரர். அன்றியும் தமிழ் நூல் யாதாயிருப்பினும் அதிலுள்ள சொற்பொருள் நயங்களை உணர்தல் பிழையாகாதே. கிறித்துவ மதத்தைப் பிரச்சாரஞ் செய்ய வேண்டுமென்பது என்னுடைய கருத்தன்று. தமிழ் நூல் என்ற முறையில் யாதும் விலக்கப்படுவது அன்று.'' தமிழுணர்வு மதம் தாண்டிய விழுமியமாக 19ம் நூற்றாண்டில் இருந்துள்ளதைக் காண்கிறோம்.

மீனாட்சிசுந்தரம் பிள்ளை, சவராயலு குறித்துப் பாடுகையில்,

தறையாத வனைநிகரும் விளக்கமு மெய்க்
    கலையுணர்ச்சி தவாத மாண்பும்

குறையாத பெருந்திருவுந் தன்ணளியு மறாத
பெருங் கொடையு மன்பு
மிறையாத பெரும்புகழு மொருசேர வாய்ந்து
மதித் தெந்த ஞான்றுங்
குறையாத வளப்புதுவை வளர்சவரா யலு
மகிபன் குலவிக் காண்க...
நல்ல குணம் பொறையடக்கம் ஞானமிவை
யரூஉவென்பார் நாணுக் கொள்ளச்
சொல்ல நிறை யவையெல்லா மோருருவங்
கொண்டன்ன தோற்ற மிக்கான்

என குறிப்பிடுகிறார்.

புதுவை மிஷன் அச்சுக்கூடத்திலும், மிசியோன் செமினார் பள்ளியிலும் சில ஆண்டுகள் பணியாற்றிய சவராயலு, ஒரு கட்டத்தில் அவ்வேலையில் ஈடுபாடின்றி, தான் கற்ற தேம்பாவணியை ஊர் ஊராகச் சென்று உபதேசிக்கத் தொடங்கினார். அதற்கு நல்ல வரவேற்பு மக்களிடையே இருக்கவே, உபதேசகராக தன் பணியைத் தொடர்ந்தார். இவரது சொற்பொழிவுகளால் ஈர்க்கப்பட்டோர் 9 ஜூன், 1861 அன்று புதுவை ஜென்மராக்கினி மாதா ஆலயத்தில் ஆயர் கொதேல் ஆண்டகை தலைமையில் விழாவெடுத்துச் சிறப்பித்தனர். புதுவைக்கு வரும் ஆளுநர்கள், பிரெஞ்சு அரசர்களைப் பாராட்டி சவராயலு பல பாடல்களை எழுதிப் பாடியுள்ளார். 1875ம் ஆண்டு திரியார் என்ற ஆளுநர் சவராயலுவை புதுவையின் 'ஆஸ்தான கவிஞர்' (Poet Laureate) ஆக்கினார்.

பாகூரில் நிலக்கிழாராகவும் பயிர்த் தொழிலில் தேர்ந்தவராகவும் இருந்த சவராயலு, புன்செய் நிலங்களை தக்க நீர் மேலாண்மை மூலம் நன்செய் நிலங்களாக மாற்றினார். புதுவை அரசிடம் தொடர்ந்து உழவுக்குத் தேவையான உதவிகளைப் பெற்று அப்பகுதியில் வேளாண்மை சிறக்க வழிசெய்தார். இதைப் பாராட்டி பிரான்சு வேளாண் அமைச்சகம் 'செவாலியெ தெ மெரித் அக்ரிக்கோல்' (La Croisée Chevalier des Mérite Agricole) விருதை 1890ம் ஆண்டு அவருக்கு வழங்கியது. புதுவையில் 30 மே, 1880 அன்று முதன் முறையாக நடந்த நகராட்சித் தேர்தலின்போது, பாகூர் நகரின் துணை மேயராக போட்டியின்றி சவராயலு தேர்ந்தெடுக்கப் பட்டார். பாகூரில் நீதிமன்றம் அமையவும் அவர் காரணமாக அமைந்தார். ஊழல் ஒழிப்பு, மது ஒழிப்பு, சோதிட எதிர்ப்பு, பெண் கல்வியின் அவசியம் என சமூகத்துக்குத் தேவையான கருப்பொருள்களில் பாடல்கள் எழுதியுள்ளார்.

‘மாதர்கள் பேரில் நீதி நூல்’ என்ற கவிதை நூலை எழுதினார். தொடர்ந்து அனைத்துப் பெண் குழந்தைகளுக்கும் சாதி, சமய, இன வேறுபாடின்றி கல்வி கிடைக்க வேண்டும் என சவராயலு ‘கவிதைப் போராட்டம்’ நடத்தினார் என தன் நூலில் ஆய்வாளர் முனைவர் சுசித்ரா குறிப்பிடுகிறார். இதன் விளைவாக ‘சேந்துய்ழெய்னி’ என்ற பெயரில், 1865ம் ஆண்டு அனைத்து சமயப் பெண்களுக்கான முதல் கல்விக்கூடத்தை பிரெஞ்சு அரசு நிறுவியது. இப்பள்ளித் திறப்பு விழாவில் கலந்துகொண்ட சவராயலு, அப்பெண் பிள்ளைகளை வாழ்த்திப் பாடினார். 1865ம் ஆண்டு அக்டோபரில் வெளியான அரசாங்க விளம்பர இதழில், ஆளுனரை நோக்கிப் பெண் குழந்தைகள் கல்வி வேண்டிப் பாடுவது போல பாடல்கள் புனைந்தார்.

கல்வியை எங்களுக்கு அருளும் பேரின்பந் தரும்
கல்வியை எங்களுக்கு அருளும்
எண்ணும் எழுத்தும் இரண்டு கண்ணெனத் தகும்
என வழுத்துந் திரண்டு நண்ணுங்கல்வி இல்லார்க்
கண் புண்ணாம் ஞானக் கண்களே மண்ணில்
எவர்க்கும் உறப்பண்ணும் இனிய நல்ல கல்வி
வெள்ளத்தால் அழியாது வெண்தணலான் வேகாது
வேந்தராலுங் கொள்ளத்தான்முடியாது கொடுத்தாலும்
நிறைவொழியக் குறையலாது கள்ளர்க்கோமிக வரிது
காவலுக்கோ மிக வெளிது கல்வியென்று
முள்ளத்தே பொருளிருக்க ஊரெங்கும்
பொருள் தேடியலைவதென்னே.
மணிகள் அணிகள் அழியும் செல்வப்
பொருளோ மன்னர் பறிக்க ஒழியும்
அணியத் துணிக் கிழியும் அம்பொன் மனைக் கழியும்
தினியனல் புனல் மற்றால் சிதைந்து அழியாத
செல்வக் கல்வியை எங்களுக்குத் தாரும்
மஞ்சள் அழகோர் அழகோ மலரணிய மண்ணுங்
குழலோர் அழகோ மிஞ்சும் உடை அழகோ
மேனி வடிவு அழகோநெஞ்சில் தெளிவைத் தரும்
நீங்கா அழகாம் கல்வியை எங்களுக்குத் தாரும்
அறம்பொருளின்பம்வீடு என்னும் நான்கையும் தரும்
ஆபத்துக்கோர் துணையீனும் புறங்கடை தன்னிலும்
பிகழுறச் செய்திடும் மறங்கடிந்திடும் மோட்சமார்க்கம்
இது என்றிடுங் கல்வி
உத்தியோகம் தந்தாலும் செய்வோம்

புருஷர்க்கு உற்ற துன்பங்கள் யாவும் கொய்வோம்
பெற்ற பிள்ளைகட்கு நற்புத்தியும் பத்தியும் வர
மெத்தவும் உறுவோம் ஏக நித்தன் அருளைப் பெறுவோம்.

19ம் நூற்றாண்டில் சவராயலு, பெண்கள் 'வேலைக்கும் செல்வோம்' என இக்கவி மூலம் பாடியதை பெண் ஆதரவுக்குரலாகக் கட்டாயம் பார்க்க வேண்டும்.

ஏனெனில், புதுவையில் நாயகர் பெண் கல்விக்குப் போராடிய காலத்தில், அருகேயுள்ள சிதம்பரத்தில் இந்துக்கள் ஒன்றிணைந்து பெண்களுக்கு இந்து மடங்கள் பள்ளிகளை நிறுவவேண்டும் என்றும் வற்புறுத்திவந்தனர். பெண்கல்வியை நாடி கிறிஸ்தவ மிஷனரிகளின் பள்ளிகளுக்கு தங்கள் பெண்களை இந்துக்கள் அனுப்பினால் உண்டாகும் 'அனர்த்தங்களை' 1888ம் ஆண்டு வெளிவந்த 'பிரம்மவித்யா' என்ற நூல், 'பெண்களை அன்னியரினஞ் சேர்த்தலினால் உண்டாகும் அனர்த்தம்' என்ற தலைப்பிட்ட கட்டுரையில் கீழ்க்கண்டவாறு குறிப்பிடுகிறது:

''ஓ! எமது பிரியமிகுந்த சுதேச நண்பர்களே! இனியானும் அசமந்தத்தை யொழியுங்கள். இயன்றமட்டில் சொந்தத்திற் பாடசாலைகள் வைக்க முயலுங்கள். ஆரம்பத்திலற்பமா யிருப்பினும் பாதகமில்லை. நம் மததருமங்களுக்குங் குலதருமங் களுக்கும் வருமாவத்தைத் தனவான்களுக்குப் பலமுறை பன்னி பன்னி விளக்குங்கள். 'எறும்பூரக் கற்குழியுமே' என்ற தெய்வ வாக்கின்படி அவர்கள் மனம் ஓர்காலாவது நம் பரிதபிப்புக் கிரங்கியுருகாமற் போகாது. ஐஸ்வரியவான்கள் மனம் வைத்தால் ஆகாத காரியமொன்றுமில்லை. ஆங்காங்கு அஞ்சஞ்சு தனவான் களொன்று கூடில் 'பஞ்சகர்த்தாக்கள்' போல பெருங்காரியங் களையுஞ் சிறுக சிறுகச் சாதித்து விடலாம். ஊர் மெச்சலில் அதிகாரிகள் மெச்சவும் சந்தேக பயனுள்ள காரியங்களிற் பெருந்தனங்களைச் சில சமயங்களில் நமது இலக்ஷ்மீபத்திராற் செலவழித்தலிற் பயன்யாது? பெருங் கீர்த்தியும், பெரும் புண்ணியமும்மாயுள்ள சுயமதம் ரக்ஷணார்த்தமான கல்வி முதலியவற்றில் அந்தச் செலவில் அறைத்தரஞ் செலவழிக்கினும் அவர்கட் கோர் குறையும் வராது. நமது மடாதிபதிகளிடம் போய் ஒரு முறையல்லப் பலமுறை முறையிடுங்கள். இன்னும் சிறிது காலம்போனால் அவர்கள் மடங்களை யாதரிக்க ஆளில்லாமற் போகுமென்பதையும் எடுத்துக்காட்டுங்கள். அவர்களசமந்தத்தை யோட்டுங்கள். இக்காரியங்களிலவர்களுக்கும் சிரத்தையை மூட்டுங்கள்'' – தினகரன், பிரம்மவித்தியா, ஜனவரி 30, 1888.

ஆக, கல்வி மட்டுமே அனைவருக்குமான விடியலைத் தரக்கூடியது என நன்றாகவே உணர்ந்த இந்து சகோதரர்கள் தங்கள் சக இந்துக்களிடமும், மடாதிபதிகளிடமும் கல்விச் சாலைகளை கட்டித்தருமாறு வேண்டிக்கொண்டதை, நாம் இதில் வாசித்து உணர்கிறோம். இந்தச் சூழலில் கிறிஸ்தவரான சவராயலு, புதுவை பிரெஞ்சு அரசிடம் பெண் கல்விக்கெனப் போராடியது முக்கியத்துவம் வாய்ந்ததல்லவா? சவராயலுவின் முயற்சியால் புதுவையில் முதன்முதலில் உருவான அரசுப் பள்ளிக்கு 1956ம் ஆண்டு 'சவராயலு நாயகர் நடுநிலைப்பள்ளி' எனப் பெயர் சூட்டப்பட்டது. 2005ம் ஆண்டு இப்பள்ளி சவராயலு உயர்நிலைப் பள்ளியாக ஏற்றம் கண்டது.

சித்திரக்கவி, ஆசுகவி, மதுரகவி என பல வகைக் கவிகள் புனைவதில் சவராயலு வல்லவர். கிறிஸ்தவப் பாடல்களும், நாடகங்களும் இயற்றியுள்ளார். திருநவச்சதகம், பேரின்பச்சதகம், பேரின்பமாலை, பேரின்ப அந்தாதி, ஞானோபதேசப் பேரின்பக்கும்மி, தேவாரம், பஞ்சரத்னம், அரியாங்குப்பம் ஆரோக்கிய அன்னைப் பதிகம், திருக்குரிசின் மான்மியக் கொச்சகப்பாக்கள், கீர்த்தனங் களிறைவன் பணி ஆகிய பாடல்களும், உரையாடல் வித்தகம், நல்லாலோசனை மாதாவின் திவ்விய மான்மியச் சம்பவங்கள் ஆகிய உரைநடையும் எழுதியுள்ளார். 'உலுத்தன் பலுத்தன் சல்லாபம்' என்ற நாடகமும் இயற்றினார்.

மூன்று வயதான சவராயலுவின் தமக்கை மகள், 1843ம் ஆண்டு இறந்துபோனாள். அக்குழந்தையை அடக்கம் செய்ய பாகூரில் கல்லறை இல்லை. முழுக்க இந்துக்கள் இருந்த அவ்வூரில், கிறிஸ்தவ முறைப்படி அடக்கம் செய்ய மக்கள் அனுமதிக்கவும் இல்லை. மகளைப் புதைத்துவிட்டு, தந்தை சஞ்சீவி அவ்விடத்தில் ஐந்து நாள்கள் காவல் இருந்துள்ளார். இதனால் பெரிதும் துன்பமுற்ற சவராயலு குடும்பம், தொடர்ந்து அரசிடம் வேண்டி பாகூரில் கிறிஸ்தவர்களுக்கான கல்லறையை முதலில் பெற்றனர். 1844ம் ஆண்டு ஜூன் 7 அன்று புதுவை ஆளுநர் துய்க்காம்பே(ர்) பாகூரில் கிறிஸ்தவக் கல்லறை அமைக்க இருபது குழி நிலம் வழங்கினார். அவ்வூரின் சிவன் கோயில் தெருவில் சவராயலு வீடுகட்டி, அதில் சிலுவை நட்டபோது, அதை மூன்று முறை அவ்வூர் மக்கள் உடைத்து எறிந்தனர் என பதிவு செய்கிறார். பெரும்பான்மை இந்துக்கள் மத்தியில் சில கிறிஸ்தவக் குடும்பங்களே அப்போது பாகூரில் இருந்தன. இம்மாதிரியான சம்பவங்கள் சவராயலுவை கிறிஸ்தவத்தில் உறுதி கொள்ளச் செய்தன எனலாம்.

பாகூர் ஊர்நடுவே, இடிந்த நிலையில் கவனிப்பாரின்றி பெருமாள் கோயிலும், அதைச் சேர்ந்த பகுதி ஒன்றும் இருந்தன. ஊர் நடுவே அவ்விடம் அமைந்ததால் அதில் ஆலயம் ஒன்றைக் கட்ட சவராயலு ஆவல் கொண்டார். அவ்விடத்தின் அருகிலேயே கோயிலும், மடமும் கட்டுவதற்கென லப்துப்புய் என்ற கிறிஸ்தவ குருவுக்கு அரசு வழங்கிய நிலமும் இருந்தது. சவராயலு பெருமாள் கோயிலை ஒட்டிய நிலத்தின் உரிமையாளர்களான அண்ணாசாமிப் பிள்ளை, துரைசாமிப் பிள்ளையவர்களிடம் அந்நிலத்தைக் கேட்டு சவராயலு தானமாகப் பெற்றார். செய்தி ஊருக்குள் பரவியதும், இதற்குக் கடும் எதிர்ப்புக்கிளம்பியது; நாயகருக்கு மக்கள் பெரும் இன்னல்கள் செய்தனர். மனம் தளராமல் அவ்விடத்தில் கோயில் எழுப்ப ஆளுநரிடம் சவராயலு விண்ணப்பம் செய்தார்.

1861ம் ஆண்டு கோயில்கட்ட சவராயலுவுக்கு துப்ராய் ஆளுநர் அனுமதி அளித்தார். ஊர் மக்களோ கோயில் கட்ட எதிர்ப்பு தெரிவித்தனர். பெரும் இடையூறுக்கு நடுவே, சொந்த செலவில் சவராயலு ஆலயம் எழுப்பினார். கோயில் முற்றுப்பெற்று, 1866ம் ஆண்டு ஜனவரி 26 அன்று அர்ப்பணிக்கப்பட்டது. தன் மகன் ஜெயராயலு நினைவாக அக்கோயிலுக்கு 'ஜெயராக்கினி மாதா ஆலயம்' என சவராயலு பெயரிட்டார். தன் மகனுயரத்துக்கு மாதா சிலை ஒன்றையும் இங்கு நிறுவினார்.

ஆலயத்தைப் புகைப்படங்கள் எடுத்துக்கொண்டபின், பெர்க்மான்ஸ் குரு சொல்லியனுப்பிய பால்ராஜ் என்ற அன்பரை சந்திக்கச் சென்றேன். ஞாயிற்றுக்கிழமை காலை 11.30 மணிக்கு அறியாத நபர் ஒருவரது வீட்டுக்குள் செல்வது என்பது தற்கொலை முயற்சிதான். ஆனால் கனிவான வரவேற்பு, உபசரிப்பு என அந்தக் குடும்பத்தினர் வெய்யிலில் அயர்ந்து போய் நின்ற எனக்கு குடிக்க நீர் தந்து ஆசுவாசப்படுத்தி, அவ்வூரின் கிறிஸ்தவர்களிடையே இன்று நடைமுறையில் உள்ள பழக்கவழக்கங்கள் குறித்து எடுத்துச் சொன்னார்கள்.

பால்ராஜின் குடும்பம் 1966ம் ஆண்டு பாகூருக்கு வந்தது. அவரது தந்தை மத்திய அரசுப்பணியில் இருந்துள்ளார். ''எங்கப்பா டாக்ஸ் விதிக்கிற ஆபீஸ்ல வேலை செஞ்சாரு. அதுல எங்க ஃபாதர 'கான்ட்ரோலர்' அப்டின்னு சொல்லுவாங்க. பாண்டியிலதான் நாங்க இருந்தோம். அவரு இங்க பாகூர்ல வேலை செஞ்சார். அங்க இருந்து தினமும் அவருக்கு வந்து போக முடியலன்னு மொத்த ஃபேமிலியும் இங்க வந்து செட்டில் ஆயிட்டோம். நாங்க இங்க வந்த கொஞ்ச நாள்லயே பாகூர் சர்ச்சுக்கு சென்டினரி செலிப்ரேஷன்

(நூற்றாண்டு விழா) நடந்துது. 1863ல இத முதல்ல கட்டும்போது கொட்டாயாதான் இருந்துச்சு. இது கிராமமா இருந்தாலும், ஒரு மாவட்டத்தோட எல்லா வசதிகளும் இங்க உண்டு. அதுனால பாண்டிச்சேரியில இருந்து நிறையபேர் இங்க வந்துபோவாங்க. அப்போ இதை பாகூர் கொம்யூன்னு சொல்வாங்க. ரொம்ப முன்னாடி இங்க சான்ஸ்கிரிட் யுனிவர்சிட்டிகூட இருந்திருக்கு. அப்போவே ஃபேமசா தான் இருந்திருக்கு'', என்கிறார் பால்ராஜ்.

''இங்க சோழர்கள் காலத்துக் கோயில் இருந்திருக்கு. பல்லவர் காலத்துக் கல்வெட்டுகூட இங்க கிடைச்சிருக்கு. பக்கத்துல பள்ளிக்கூடம் 'எகோல் சான்ற்றால்' அதாவது சென்ட்ரல் ஸ்கூல் இருந்துச்சு. ஹை ஸ்கூல் அது. ஆனா அதுல ஃபைனல் எக்சாம், நம்ம எஸ் எஸ் எல் சி மாதிரி. ஃப்ரென்ச்சுல 'ப்ரெசி எலிமான்கர்' அப்டின்னு சொல்வாங்க. அதுமட்டும் பாண்டிச்சேரியிலதான் போய் படிக்கணும். அப்ப இங்க எட்டு, ஒன்பதாங்கிளாஸ் வரைக்கும் இருந்திருக்கு. இங்க நிறைய ஃப்ரென்ச்சு பீப்புள்தான் இருந்தாங்க. அவுங்களுக்காக இந்தக் கோயில இன்னும் நல்லா டெவலப் பண்ணினாங்க. அந்த ஸ்கூல சேர்ந்த ஸ்டாஃப் தான் இந்தக் கோயில பராமரிக்கிறது எல்லாமே. ஃபாதரும் பர்மனன்டா இருப்பாங்க'', என பால்ராஜ் சொல்கிறார்.

''ஆரம்பத்துல இது பாண்டிச்சேரி கதீட்ரலோட (பேராலயம்) துணைப் பங்காத் தான் இருந்திருக்கு. 93ல தான் தனி பங்கு ஆச்சு. பாண்டிச்சேரி கடலூர் டயசீஸ் இல்லையா? கடலூர் பக்கத்துலன்னு இத கடலூர்ல சேர்த்துட்டாங்க. இங்க நிறைய ஃபாதருங்க கடைசிவரைக்கும் இருந்திருக்காங்க. 1968 வரை ஜோசப் அப்டின்னு ஒரு ஃபாதர் இருந்தார். அவருக்கு உடம்பு சரியில்லாம போனப்புறம் கடலூர்ல இருந்து சாமியாருங்க ஞாயிற்றுக்கிழமை மட்டும் வந்துட்டுப் போவாங்க.''

''திருவிழா ஆகஸ்ட் கடைசி வாரம் நடக்கும். அப்பலாம் மூணு நாள்தான் கொண்டாட்டம், திருவிழா எல்லாம். அந்த மூணு நாளைக்கு ஃபாதர் வந்து இங்கேயே தங்கிடுவாங்க. ஆரம்பத்துல இங்க இறந்த ஃபாதர் ஒருத்தர் கல்லறைகூட இங்க இருக்கு. இங்கயே இருப்பாங்க, உடம்பு சரி இல்லாமப் போனா, அடுத்து ஆள அனுப்புவாங்க. அப்படித்தான் இங்க ரொம்ப வருஷமா இருந்துச்சு. இங்க இருந்த கிறிஸ்தவங்க எல்லாம் ஃபாரின் அங்க இங்கன்னு போய்ட்டாங்க. எதோ கொஞ்சம் பேரு இப்ப இருக்காங்க. அப்ப இங்க நல்லா இருந்ததால நாங்க பாண்டியில இருந்து வந்து இங்க தங்கிட்டோம். எங்கள மாதிரி ஒரு பத்து

ஃபேமிலி இப்ப இங்க இருக்காங்க. இந்த பத்து குடும்பமும் எங்களுக்குள்ள என்ன வேறுபாடு இருந்தாலும், கோயிலுக்குள்ள சரியா ஒண்ணா போயிடுவோம். திருவிழா டைம்ல ஃபாதருக்கு சாப்பாடு குடுக்குறது, அலங்காரம் பண்றது, எல்லாம் எடுத்து செய்றதுன்னு நல்லா பண்ணிருவாங்க. இங்க திருவிழா முடிவானதும் பாண்டில சொல்லிவிட்டா, இங்கருந்து போய் அங்க செட்டில் ஆனவங்க எல்லாரும் வந்துருவாங்க, அவுங்களும் பணமெல்லாம் போட்டு, விழாவ எடுத்துச் செய்வாங்க'', என்கிறார்.

''கோயில கட்டினவர் சவராயலு படயாச்சி. அவர் வித்துவான், பொயட் லாரட் பட்டம் வாங்கியிருக்காரு. அவரு குடும்பத்துல ஒருத்தரு இப்பயும் திருவிழா டைம்ல குடும்பத்தோட வருவாரு. அவுங்களுக்கு ஒரு நாள் திருவிழாவுல உபயம் உண்டு. ஐயாயிரம் பத்தாயிரம் நன்கொடை குடுப்பாரு. இப்ப திருவிழா ஒரு வாரம் நடக்குது. முதல் நாளும், கடைசி நாளும் பொது உபயம். மத்த நாளுங்கள்ல மத்தவங்க உபயம். இந்த ஊருல ரெட்டியார் குடும்பங்க அந்த காலத்துல அதிகம். அதுல ஒருத்தர்தான் இப்ப இங்க இருக்காரு, அவரும் கோயிலுக்கு வர்றதில்ல. பெரும்பாலும் வெளிய இருந்து வந்து செட்டில் ஆனவங்க இருக்குறதால இன்ன ஆளுங்க தான் அதிகம் இருக்காங்கன்னு சொல்ல முடியாது. கிராமணி, முதலியார், நாயுடு, கவுண்டர், பிள்ளை அப்டின்னு எல்லாரும்தான் இருக்காங்க. மத்தபடி இங்க சாதிப் பிரச்னை எல்லாம் எதுவும் கிடையாது. திருவிழா ஒரு சனிக்கிழமை தொடங்கி, அடுத்த வாரம் ஞாயிறு அன்னிக்கு முடியும். காலைல கொடியிறக்கி முடிச்சு வைப்போம். தேர் ஆறாவது திருநாள் அன்னிக்கு நடக்கும். ஊரைச் சுத்தி எல்லா மாட வீதியிலயும் தேர் போய்ட்டு வரும். சொல்லப் போனா அன்னிக்கு கிறிஸ்தவங்கள விட மத்தவங்கதான் அதிகம் கலந்துக்குவாங்க.''

'''மாசம் ஆச்சே...இந்த மாசம் தான திருவிழா? எப்ப ஆரம்பிக்கிறீங்க?' அப்டின்னு அவுங்களே கேட்டு வந்துருவாங்க. சிலரு, என்ன இன்னும் கொடி ஏத்தக்காணா அப்டின்னு அவ்வளவு ஆர்வமா கேப்பாங்க. திருவிழா டைம்ல நாங்க பத்து குடும்பங்க, வெளியூர்ல இருந்து வர்ற கிறிஸ்தவங்க கொஞ்சம்... அவ்வளவு தான் இருப்போம். தெரு முனையில நின்னு பூப்போடுறது, மெழுகுவர்த்தி கொளுத்துறதுன்னு அங்க ஒண்ணு இங்க ஒண்ணாதான் செய்வோம். ஆனா இந்த இந்துக்கள பார்த்தீங்கன்னா... அதுலயும் சில பேர்லாம் ரொம்ப ஏழ்மையா தான் இருப்பாங்க. அவுங்க உதிரிப் பூ, மாலை, மெழுகுதிரி எல்லாம் வாங்கிட்டு வருவாங்க. கோயில்ல இதெல்லாம் நாங்க கொஞ்சம்

பணம் போட்டு சீப்பா விப்போம்னு கூட அவுங்களுக்குத் தெரியாது. கடைகள்ல அவ்ளோ காசு குடுத்து எல்லாம் வாங்கிட்டு வருவாங்க. ‘அம்மா, அம்மா’ன்னு அவுங்க கோயிலுக்குள்ள வர்றத பார்க்குறதே அவ்ளோ நல்லா இருக்கும். அவ்ளோ ஒத்துமைங்க இந்த ஊருல எல்லாருக்கும். அவுங்கள்லாம் கிறிஸ்டியனே கிடையாது, ஆனா அவ்வளவு பக்தியா இருப்பாங்க. எங்களை விட அவுங்க தான் உண்மையான பக்தியோட மாதாவ தேடி வர்றாங்க’’, என பால்ராஜ் சொல்கிறார்.

‘‘தேர் பின்னாடி பாடுறதுக்கு கடலூர்ல இருந்து ஆளுங்கள கூட்டிட்டு வருவாங்க. இங்க நம்மகிட்ட ஆளுங்க ரொம்ப கம்மி தான? தேர் ரொம்ப பெருசு. வண்டியில தூக்கி வைக்க முடியல. ரெண்டு வருஷத்துக்கு முன்னாடி அதை தூக்கப் போயி எனக்கு விரல் உடஞ்சு போயி ஆப்பரேஷன் பண்ணியிருக்கு. கொஞ்ச பேர்த்தால தூக்க முடியலன்னு நம்ம துணைப் பங்கு கிருமாம்பாக்கம் தேர இங்க எடுத்துட்டு வந்துருவோம். அதுதான் தேருக்கு பயன்படுத்துறோம்’’, என்றார். நடுவே அவர் மனைவி தலைகாட்டி ஏதோ கேட்டுவிட்டுச் செல்ல, ‘‘அவுங்க அம்மா அப்பா எல்லாம் ரியூனியன் ஐலண்டுல இருக்காங்க. இவுங்க அடிக்கடி அங்க போய்டுவாங்க, நான் கூட ரெண்டு தடவ அங்க போய்ருக்கேன். பாண்டிச்சேரிய சேர்ந்தவங்க நிறைய பேரு- டாக்டர், எஞ்சினியர் எல்லாம் அங்க இருக்காங்க’’, எனச் சொல்கிறார்.

1960களில் புதுவையை விட்டு பிரெஞ்சு அரசு அகலும்போது, விரும்பும் தமிழ் மக்களுக்கு பிரெஞ்சுக் குடியுரிமை வழங்கியது. அந்த சமயம் 6000 பேர் பிரெஞ்சுக் குடியுரிமை பெற்றனர்.

‘‘நாங்க இந்த ஊருக்கு வந்த புதுசுல ஜோசப் ஃபாதர் இருக்குற வரைக்கும் இங்க ஒரு முதலியார் குடும்பம் இருந்தாங்க. அவுங்க ரொம்ப பக்தியானவங்க. அவுங்க இல்லன்னா அப்போ கோயில்ல பாட்டு கிடையாது. இப்ப மாதிரி அப்ப சிஸ்டர்ஸ் எல்லாம் கிடையாது. அந்தக் குடும்பம்தான் நல்லா பாட்டுப் பாடுவாங்க. எங்க வீட்டுல கூட கிறிஸ்துமஸ் நேரம் குடில் வைக்கும் போதும், எடுக்கும் போதும் அவுங்க வந்து பாடுவாங்க. கோயில்ல பாடுற பாட்டுதான் அப்ப பாடுவோம். எந்த இசைக் கருவியும் இல்லாம மியூசிக் நோட்ஸ் படிச்சே அழகா பாடுவாங்க. லத்தீன்லயும் பாடுவாங்க. அவுங்களுக்கு அப்புறம் இங்க லத்தீன் கிடையாது. சில சமயம் முக்கியமான அக்கேஷன்ல நாங்களும் லத்தீன் பாடுவோம். சாமியார் தமிழ்ல லத்தீன் பாட்ட எழுதிக்குடுத்து ராகமும் சொல்லித் தருவார். அவர் சொல்லித்தர்ற மாதிரி ஏதோ பாடுவோம். ஈஸ்டர்,

கிறிஸ்துமஸ், நியூ இயரோட எதாவது ஒரு பாட்டு லத்தீன்ல பாடுவோம். இறந்த பூசைக்கு லீபெரா பாடுவோம்'', என்கிறார்.

''ஜெயராக்கினி மாதாவுக்குன்னே தனி பாட்டு உண்டு. அப்போலாம் கோயிலுக்கு எல்லாரும் வந்த பிறப்பாடுதான் பூசை ஆரம்பிப்பாங்க. செயின்ட் ஆன்ஸ் சிஸ்டர்ஸ் ரெண்டு பேரு கடலூர்ல இருந்து இங்க பூசைக்கு வருவாங்க. அவுங்க வீடு வீடா வந்து எங்களை சர்ச்சுக்கு பூசை பார்க்க கூட்டிட்டு போவாங்க. வேன் எல்லாம் வெச்சுகூட சமயத்துல பூசைக்குக் கூட்டிட்டு போயிருக்காங்க. சில ஃபாதர் எல்லாம் சைக்கிள்ல வந்து சர்ச்சுக்கு வரச் சொல்லிட்டுப் போவாங்க. அப்புடி மக்கள் எப்ப வருவாங்கன்னு வெயிட் பண்ணி பூசை வெச்சாங்க. ரொம்ப தியாகம் பண்றவங்களா இருந்தாங்க.''

''பெரிய வெள்ளி, வியாழன் அப்பலாம், கொஞ்ச பேரா இங்க இருக்கிறதால எங்களை கடலூர் மெயின் சர்ச்சுக்கு வரச் சொல்லிருவாங்க. நாங்க அந்த டைம்ல 40 நாளும் அசைவம் சாப்பிட மாட்டோம். சனிக்கிழமை அங்க விடிய விடிய ஈஸ்டர் சடங்கு நடக்கும். அதுக்கு நாங்க சாயங்காலம் ஆறு, ஏழு மணிக்கெல்லாம் கௌம்பிப் போய்ருவோம். அதுக்கு மேல அப்போலாம் எங்களுக்கு கடலூர் போக பஸ் கிடையாது. ரெண்டு மூணு மணிவரை அங்க சடங்கு வழிபாடு நடக்கும். அதுக்கப்புறம் அங்கேயே பக்கத்துல ஸ்கூல் இடத்துல தங்கிட்டு, காலைல முதல் பஸ்ல ஊருக்குத் திரும்புவோம். நியூ இயர் பூசையும் அப்படித்தான் கடலூர்ல நடக்கும். எல்லா கிறிஸ்டினும் நாங்க ஒண்ண போய்ட்டு ஒண்ணா வருவோம்.''

''கிறிஸ்மசுக்கு குடில் எல்லாம் நாங்களே அலங்கரிப்போம். இப்ப குளூனி சிஸ்டர்ஸ் இங்க இருக்காங்க; அவுங்க அலங்காரத்த இப்ப பார்த்துக்குவாங்க. கிறிஸ்மஸ் பண்டம் நாங்க எங்களுக்குள்ள ஷேர் பண்ணிக்குவோம். இப்ப வர்ற ஃபாதர்ஸ் எல்லாரும் சேர்ந்து எல்லாமும் செய்யணும்னு நினைக்கிறாங்க. ஜனவரி 17 அன்னிக்கு எல்லாரும் சேர்ந்து கோயில்ல பொங்கல் வெப்போம். பூசை வைக்கிறதுக்கு முன்னாடி அதை பீடத்துல கொண்டு போய் வெச்சு மந்திரிச்சு, எல்லாருக்கும் குடுத்து சாப்பிடுவோம். பெரும்பாலும் மரியாயின் சேனை லேடீஸ் அதை எடுத்து செய்வாங்க. கிறிஸ்மஸ் நைட்டுக்கு கேக், ஸ்நாக்ஸ் எதாவது சர்ச்சுல குடுப்போம். கல்யாணம் முடிஞ்சு வீட்டுக்கு வந்தா, முன்னாடி சேஷ அரிசி சடங்கு எல்லாம் உண்டு. உபதேசியார் வீட்டுக்கே வந்து பாடி, எல்லாம் செய்வார். இப்ப அதெல்லாம் ஒண்ணும் செய்றதில்ல.''

‘‘என் வீட்டுக்காரம்மா ஃபாரினர். காரைக்கால் ஊரு, ஆனா ஃபிரென்ச் சிட்டிசன். அவுங்க கல்யாணத்துக்கு முன்னாடி பிரான்சுல தான் இருந்தாங்க. அவுங்க தங்கச்சி இங்க ஒரு ஸ்கூல் நடத்துனாங்க. அவுங்க மூலமா எங்க குடும்பம் பத்தி தெரிஞ்சு, அவுங்கள பிரான்சுல இருந்து இங்க கூட்டிட்டு வந்து, இங்க கல்யாணம் பண்ணி வெச்சாங்க.’’

‘‘ஓலை வாசிச்ச பிறகு குடும்பத்துல கொஞ்சம் பிரச்னை. யாரோ ஃபாதர் கிட்ட விக்கினம் சொல்லிட்டாங்க (impediment). அப்ப வயசான ஃபாதர் ஒருத்தர் இங்க இருந்தார். அவரே சைக்கிள எடுத்துனு நேரா இங்க வந்துட்டார். ‘இந்த மாதிரி பொண்ண பத்தி தப்பா ஒருத்தங்க சொல்லி இருக்காங்க. அந்தப் பொண்ணுக்கு, அது ஊருல கல்யாணம் ஆயிருச்சுன்னு சொல்லியிருக்காங்க. நீங்க நல்ல ஃபேமிலி. கோயிலுக்கு நிறைய பண்றீங்க. சொல்லாம இருக்க முடியல. இம்பெடிமென்ட் இருந்தா கல்யாணம் பண்ணி வைக்க முடியாது. அது உண்மை இல்லன்னு எப்டியாவது நிரூபிச்சுருங்க’ன்னு சொல்லிட்டுப் போய்ட்டாரு. நாங்க இங்க இருந்து டெலகிராம் குடுத்து, அவுங்க அம்மா அப்பா, அங்க இருக்குற ஃபாதர்கிட்ட சொல்லி, அவரே அங்கேருந்து நேரா இந்த ஃபாதருக்கு, ‘அப்படி எதுவும் ஆகல’ன்னு டெலிகிராம் குடுக்க சொன்னோம். பங்கு பேரு, முத்திரையோட தந்தி வரணும்னு சொல்லிட்டாங்க. அதுக்கப்புறம் அங்கேயிருந்து ஃபாதர் தந்தி அனுப்பி, இவுங்க சரி பார்த்த பிறகுதான் கல்யாணம் நடந்துச்சு. டெலிகிராம் வர்ற வரைக்கும் எங்களுக்கு டென்ஷன்தான். நம்ம வெளிய போய் வேற எதாவது பார்க்கலாமா, ரெஜிஸ்டர் பண்ணலாமா அப்டின்னுட்டுகூட யோசிச்சோம். ஏன்னா கிராமத்துல இந்த மாதிரி கல்யாணம் நின்னு போச்சுன்னா பெரிய கஷ்டம். பதில் சொல்ல முடியாது. கடலூர் டவுன் ஹால்ல இடம் ஏற்பாடு பண்ணிட்டோம். ஒருவேள இங்க பர்மிஷன் கிடைக்கலைன்னா அங்க கல்யாணம் பண்ணிக்கலாம்னு...’’

‘‘மனைவி ஃபிரென்ச் சிட்டிசன் அப்டிங்குறதால ஃபார்மாலிட்டி அதிகம். எங்களுக்கு ஃபார்மாலிட்டியும் தெரியல. நீங்க இந்த ஊருலயே (அப்போ இது பிரெஞ்சு ஊரு) கல்யாணம் பண்ணினா அந்தப் பொண்ணுக்கு பிரெஞ்சு நேஷனாலிட்டி இருக்கும். கடலூர் போய் பண்ணினா அது போயிடும்னு வேற சொன்னாங்க. ஒரு வழியா டெலிகிராம் வந்து கல்யாணம் நல்லபடியா முடிஞ்சுது.’’

‘‘அந்த டைம்ல இருந்த ஃபாதருங்க எல்லாமே சொந்தக் கைக்காசகூட அவுங்க போட்டு எல்லாம் செஞ்சாங்க. சம்பளமே

இல்லாமதான் உபதேசியார் வேல கூட இங்க செஞ்சினு இருந்தாங்க. அந்தக் குடும்பங்க எல்லாம் இப்ப இல்ல.''

''தாலி வெள்ளை நூல்ல தான் போடுவோம். ஏழு, ஒன்பதுன்னு ஒத்தப்படை நம்பர்ல நூல் இருக்கும். என் தங்கச்சி கல்யாணத்துக்கு கடலூர்ல இருந்து உபதேசியார் வந்து சேஷ அரிசி சடங்கு எல்லாம் பாடி பண்ணினாரு. அதே மாதிரி மாலை மாத்துற சடங்குக்கும் பாட்டு எல்லாம் பாடினார். அருமையான தமிழ்ப் பாட்டா இருக்கும். இப்பதான் அதெல்லாம் இல்லையே? உபதேசியாரும் இல்ல, பாட்டும் இல்ல'', எனச் சொல்லி முடித்தார். கவிஞர் கட்டிய கோயிலில் இன்று பாட்டு இல்லை.

சான்றுகள்

- புதுச்சேரி நாயகர் சவராயலு, முனைவர் ஆ.சுசித்ரா - ஓவியா பதிப்பகம்
- காலனியகால மதப்பிரச்சாரத்தில் கிறித்துவர்கள்- இந்துக்கள், தொகுப்பு: மு.வையாபுரி - அலைகள் வெளியீட்டகம்
- The Virgin Mary in Early Modern Dominican and Jesuit Approaches to Islam - Journal of Jesuit Studies - https://brill.com/view/journals/jjs/7/3/article-p403_403.xml?language=en
- Story Of Our Lady Of Victory - https://olvfpny.org/about-us/story-of-our-lady-of-victory/

30

விண்ணேற்பு அன்னை – பணிக்கன்குப்பம்

''வெங்கடாம்பேட்டை ஊரில் சதாசிவ பிள்ளையுடைய பணிக்கன்குப்பம் என்ற பகுதி உள்ளது; அது கிறிஸ்தவர்கள் வசிக்கும் ஊர். அவ்வூரில் சதாசிவ பிள்ளையின் அடைக்கலம் பெற்ற சீர்திருத்தக் கிறிஸ்தவ போதகர்கள் சிலர் அங்குள்ள கிறிஸ்தவர்களுக்குப் பிடிக்காத வண்ணம் மறைபரப்பு செய்கின்றனர்.''

•

பாஞ்சே லிங்குவா குளோரி ஓசி
கோர் பேரிஸ் மிஸ் தேரியும்
சாங்குயி னீஸ்குவே பிரேஸி ஓசி
குவேம் இன்மூன்தி பிரேஸியும்
புருத்தூஸ் வென்த்திரிஸ் ஜெனெரோசி
ரெக்ஸ்த் எவூதித் ஜேன்சியும்

நோபிஸ் தாத்தூஸ் நோபிஸ் நாத்தூஸ்
எக்சின் தாக்தா விர்ஜினெ
எத் இன் மூன்தோ கோன்வெர் சாத்தூஸ்
ஸ்பேர்சோ வெர்பி சேமினே
சுயி மோராஸ் இன் கோலாத்தூஸ்
மீரோ கிளொசித் ஒர்தினே

இன் சூப்பர்மே நோக்தே சேனே
ரெக்குவேம் பென்சும் வராத்திரிபுஸ்
ஒப்சர் வாத்தா லெஜெ ப்ளேளே
சிபிஸ் இன்லெ கலிபுஸ்
சிபும் தூர்பே துவோ தேனே
சேதா சூயிஸ் மானிபுஸ்

வேர்பும் காரோ பானென் வேரும்
வேர்போ கார்னெம் எவ்வீஷித்
வீத்குவே சாங்குயிஸ் கிறிஸ்தி மேரும்
எத்சி சேன்சும் தேவிசித்
ஆத் வ்ரிர் மான்தூம் கோச்சின் சேரும்
சோலா வீதெஸ் சுவிஸ்த்

தாந்தும் ஏர்கோ சாக்ரா மேன்தும்
வெனெ ரெமூர் செர் நூயி
எத் தாந்தீக்கும் நோக்கும் மென்தும்
நோவோ சேதாந்த்ரி தூயி
பிரெஸ்தெத் வீதே சூப்ள மேன்த்தும்
சேன்சும்தே வீக்த்தூயி

ஜேனித் தோரி ஜேனித் தோக்குவே
லௌசத் யூபிலா சியோ
சாலூஸ் ஓனோர் வீர்ந்துஸ் கோக்வே
சித் எத்பெ னெத்திக் சியோ
புரோ ஷெ தென்திஸ் ஆபத்து ரோகுவோ
கோம்பார் சித்லௌ தாசியோ ஆமென்.

தமிழ்

பாடுவாய் என் நாவே மாண்பு
மிக்க உடலின் இரகசியத்தை
பாரின் அரசர் சீருயர்ந்த
வயிற்றுதித்த கனியவர் தாம்
பூதலத்தை மீட்கச் சிந்தும்
விலைமதிப்பில்லாது உயர்ந்த
தேவ இரத்த இரகசியத்தை
எந்தன் நாவே பாடுவாயே
அவர் நமக்காய் அளிக்கப்படவே
மாசில்லாத கன்னி நின்று
நமக் கென்றே பிறக்கலானார்

அவனி மீதில் அவர் வதிந்து
அரிய தேவ வார்த்தை யான
வித்து அதனை வியதைத்த பின்னர்
உலக வாழ்வின் நாளை மிகவே
வியக்கும் முறையில் முடிக்கலானார்
இறுதி உணவை அருந்த இரவில்
சகோதரர்கள் யாவரோடும்
அவரமர்ந்து நியமனத்தின்
உணவை உண்டு நியமனங்கள்
அனைத்தும் நிறைவு பெற்ற பின்னர்
பன்னிரண்டு சீடருக்கு
தம்மைத் தாமே திவ்விய உணவாய்
தன் கையாலே அருளினாரே
ஊன் உருவான வார்த்தையானவர்
வார்த்தையாலே உண்மை அப்பம்
அதனைச் சரீரம் ஆக்கினாரே
இரசமும் கிறிஸ்து இரத்தமாகும்
மாற்றம் இது நம் மனித அறிவை
முற்றிலும் கடந்த தெனினும்
நேர்மையுள்ளம் உறுதி கொள்ள
மெய்விசுவாசம் ஒன்றே போதும்
மாண்புயர் இவ்வருட் சாதனத்தை
தாழ்ந்து பணிந்து ஆராதிப்போம்
பழைய நியம முறைகள் அனைத்தும்
இனி மறைந்து முடிவு பெறுக
புதிய நியம முறைகள் வருக
புலன் களாலே மனிதன் இதனை
அறிய இயலாக் குறைகள் நீக்க
விசுவாசத்தின் உதவி பெறுக
பிதா அவர்க்கும் சுதன் இவர்க்கும்
புகழ்ச்சியோடு வெற்றியார்க்கும்
மீட்பின் பெருமை மகிமையோடு
வலிமை வாழ்த்து யாவும் ஆக
இருவரிடமாய் வருகின்றவராம்
தூய ஆவியானவர்க்கும்
அளவில்லாத சம புகழ்ச்சி
எனமே உண்டாகுக
ஆமென். அல்லேலூயா.

பாடலை ஆங்கிலத்தில் வாசிக்க, கேட்க: https://en.wikipedia.org/wiki/Pange_lingua_gloriosi_corporis_mysterium

இந்த 'பாஞ்சே லிங்குவா' பாடல் கிறிஸ்துவின் திரு உடல், திரு இரத்தம் திருவிழாவின் (Feast of Corpus Christi) போது நற்கருணையின் புகழ் குறித்து பாடப்படும் பாடலாகும். 1962-1965ம் ஆண்டுகளில் வத்திகான் இரண்டாம் கவுன்சில் (Second Vatican Council) கூட்டப்பட்டது. கத்தோலிக்க கிறிஸ்தவத்தின் பல நடைமுறை சிக்கல்களுக்கு இங்கு தீர்வு காணப்பட்டது. கிறிஸ்தவ மக்களின் தாய்மொழிக்கு முக்கியத்துவம் தரவேண்டும் என்பதும், ஆராதனை, வழிபாடு, திருப்பலி போன்றவை மக்களை நோக்கி இருக்கவேண்டும் என்பதும் இதில் முடிவானது. இதன் காரணமாக லத்தீனில் பாடப்பட்டு வந்த வழிபாட்டுப் பாடல்கள் அவரவர் தாய் மொழியில் பாடப்படவேண்டும் என்ற முடிவெடுக்கப்பட்டது.

அதே சமயம், இந்தச் சட்டத்துக்கு உட்பட்டு, லத்தீன் மொழியை லத்தீன் வழிமுறைகள் பின்பற்றுவோர் (Latin rites) பாதுகாக்க வேண்டும் என்ற வேண்டுகோளும் வைக்கப்பட்டது. ஆனால், பெருவாரியாக லத்தீன் வழிபாடு தமிழகத்தில் வழக்கொழிந்து போனது. முற்கால நினைவுகளின் எச்சங்களாக அங்கொன்றும் இங்கொன்றுமாக சில லத்தீன் பாடல்கள் இன்றும் ஊர்ப்புறங்களில் முதியோர்களால் பாடப்படுகின்றன. பணிக்கன்குப்பத்தில் வனத்துச் சின்னப்பர் என்ற முதியவர் லத்தீன் பாடல்களை இன்றும் ஆலயத்தில் கேட்டுக்கொண்டால் பாடுகிறார். பாடல்களை தமிழில் எழுதியும் சொல்லித்தந்தும் வருகிறார்.

அன்று காலை பத்து மணிக்கு சின்னதுரை சாரை பண்ருட்டி பேருந்து நிலையத்தில் காரில் ஏற்றிக்கொள்ளும்போதே அவரைப் பற்றித் தெரிந்துபோனது. மனதில் பட்டதைப் பேசுபவர்; நட்பு பாராட்ட விரும்புபவர். எப்போதாவது அபூர்வமாக எனக்குச் சிலரைப் பார்த்ததும் பிடித்துப் போகும், அதில் சின்னதுரை சாரும் ஒருவர். அசதாவின் நண்பர் இவர். இருவரையும் பரஸ்பரம் அறிமுகம் செய்வித்தது அவரே. செல்லும் வழியெங்கும் பணிக்கன்குப்பம் ஊரைப் பற்றி சொல்லிக்கொண்டே வந்தார். ''ஒரு சாவு வீட்டுக்கு தான் மேடம் மொத தடவ பணிக்கன்குப்பத்துக்கு போனேன். அசந்து போய்ட்டேன் ஆமா. சின்ன ஊரு தான். ஆனா ரொம்ப பழமை. நிறைய பழக்கவழக்கங்கள் வெச்சிருக்காங்க; இன்னும் ஃபாலோ பண்றாங்க. ரொம்ப பண்பாட்ட மதிக்கிறவங்க'', என அடுக்கிக் கொண்டே போனார். ஊருக்குள் நுழைவதற்குமுன் அவருக்குத் தெரிந்த ஆசிரியையும், அவ்வூர் ஆலய நிர்வாகக்கமிட்டி

தலைவருமான ஆரோக்கியராஜின் மனைவி லிகோரிக்கு அலைபேசியில் அழைத்து, நாங்கள் வரும் தகவலை உறுதிசெய்தார்.

ஆலய வளாகத்துக்குள் நுழையும்போதே கண்முன் பிரம்மாண்ட கோபுரத்துடன் ஆலயம் தெரிந்தது. அதன் முன்பாக சில பலா மரங்கள்; கெபி (grotto) அருகே அமர்ந்து கொல்லாங்கொட்டை உடைத்துக் கொண்டிருந்த பாட்டி ஒருவர். மற்றபடி அங்கு எங்கள் இருவரைத் தவிர வேறு யாருமில்லை.

''சார்...அவுங்க வந்துருவாங்க தானெ? சர்ச் வேற பூட்டியிருக்கே?'', என கேட்டேன்.

''இல்லல்ல..இப்ப வந்துருவாங்க. நம்மள வெளிய பார்த்துட்டு இருக்க சொன்னாங்க. சாவியோட இப்ப வருவாங்க'', என்றார் சின்னதுரை சார்.

ஆலயமிருந்த வளாகத்திலுள்ள கட்டடம் ஒன்றில் பணிக்கன்குப்பம் ஊராட்சி மன்ற அலுவலகம் இயங்கிக்கொண்டிருந்தது. அதனருகே ஆர்.சி. நடுநிலைப்பள்ளி வகுப்பறைகள் இருந்தன. அவற்றில் சில அறைகள் அமெரிக்கா, ஸ்பெயின் என பல நாட்டு மக்களிடம் நிதி பெற்று கட்டப்பட்டவை. கொரோனா ஊரடங்கு காலம் என்பதால் வகுப்புகள் பூட்டிக் கிடந்தன. வகுப்பொன்றில் ஸ்டெய்ன்லெஸ் ஸ்டீல் தூம்பா (பெரிய வெள்ளியன்று இறந்த கிறுஸ்துவின் உடலை ஊர்வலமாக எடுத்துச் செல்லும் தாம்பு) ஒன்று தூசி படிந்து கிடந்தது. மைதானத்தில் தூம்பா வைக்கும் நான்கு காங்கிரீட் தூண்கள் இருந்தன.

ஆலயத்தின் பின் பக்கம் நற்கருணை ஆராதனை ஆலயம் ஒன்று இருந்தது. இப்போது பெரும்பாலான கத்தோலிக்கக் கோயில்களில் இவ்வாறான குளிரூட்டப்பட்ட 'நற்கருணை தியான மண்டபங்கள்/ அறைகள்' உள்ளன. கத்தோலிக்க வழிபாட்டின் மையம் இந்த கிறிஸ்துவின் 'திரு உடல்' என்ற நற்கருணை. ஆலய பலிபீடத்தின் மையப் பகுதியில் வைத்து வணங்கி ஆராதிக்கப் படுவது இந்த நற்கருணை என்ற அப்பமே. இதில் கிறிஸ்து இருக்கிறார் என்பது அவர்களது நம்பிக்கை. இந்து ஆலயங்களில் எப்படி கருவறை ஆலயப் பூசாரி/அந்தணருக்கு உரிமையான இடமோ, அதே போல கத்தோலிக்க பலிபீடமும் துறவறத்தாருக்கு மட்டுமே உரித்தான இடம். காரணம் அதில் இயேசு நற்கருணை வடிவில் இருக்கிறார் என கத்தோலிக்க கிறிஸ்தவ நம்பிக்கையை பீடத்தில் குவிப்பதே.

லிகோரி அவசர அவசரமாக ஓடி வந்து ஆலயத்தைத் திறந்து காட்டினார். கோயிலின் சாவி இந்தக் குடும்பத்தினரிடமே உள்ளது. நிர்வாகத்தைப் பாரம்பரியமாக இவர்கள் குடும்பம் செய்து வருகிறது. ஆலயத்துக்குள் நுழைந்தோம். அழகிய நியோ-கிளாசிக்கல் பாணி ஆலயம். இந்த ஆலயத்தை புதுவை நெல்லித் தோப்பு பங்கு குருவாக இருந்த டெலஸ்போர் வெல்டர் வடிவமைத்திருக்கிறார். நியோ கிளாசிக்கல் பாணி ஊசி கோபுரம், குவிந்த கூரை, நீளமான நடு சாலையில் அங்கங்கே இரு பக்கமும் சுரூபங்கள் உள்ளன. வனத்து அந்தோணியார், பதுவை அந்தோணியார், வனத்துச் சின்னப்பர், ஜெபமாலை மாதா, செபஸ்தியார் சுரூபங்கள் உண்டு. குவிமாடத்தின் கீழ் பலிபீடமுள்ளது. அதில் நற்கருணைப் பேழை, அதன்மேல் பரிசுத்த ஆவி புறா வடிவிலும், பாடுபட்ட சுரூபமும் உள்ளன. இவை அத்தனைக்கும் மேல் ஆலய நாயகி விண்ணேற்பு அன்னையின் சுரூபம் உள்ளது.

பீடத்தின் வலதுபக்க சாலையில் ஆண்டவரின் சுரூபம் இருக்கிறது. பதுவை அந்தோணியாரின் (Antony of Padua) ‘சாம்பல் திருப்பண்டம்’ (relic) ஒன்றும் கண்ணாடிப் பேழையில் ஆலயத்துள் வைக்கப்பட்டுள்ளது. இந்தத் திருப்பண்டங்கள் முக்கியமான ஆலயங்களில் ரோமையின் உத்தரவுப்படியோ, பங்கு மக்களின் வேண்டுகோளின்படியோ வைக்கப்படும். பெரும்பாலும் கண்ணாடிப் பேழைகளிலுள்ள இந்தத் திருப்பண்டங்கள், கடவுளுக்காக உயிர்விட்டவர்களின் தியாகத்தை நினைவூட்ட ஆலயங்களில் வைக்கப்படுகின்றன. நாளடைவில் அவை வைக்கப்பட்டதற்கான காரணம் மறைந்து, இந்தத் திருப்பண்டங்களைத் தொட்டு முத்தி செய்து வழிபடும் முறை வந்துவிட்டது. மக்கள் அதன்முன் நின்று செபம் செய்வதும், பாடுவதும் உண்டு.

ஆலயத்துக்கு வெளியே மரித்த ஆண்டவரின் சுரூபம் கண்ணாடிப் பேழை ஒன்றில் வைக்கப்பட்டுள்ளது. தூம்பா ஊர்வலத்தில் இந்த சுரூபம் பயன்படுத்தப்படும் என லிகோரி விளக்கினார். பெரிய வெள்ளியன்று ஆலயத்திற்கு வெளியே, இறந்துபோன ஆண்டவரின் உடலை (சுரூபம்) அலங்கரிக்கப்பட்ட தூம்பாவில் (தாம்பு) வைத்து கோயிலைச் சுற்றிச் செல்கின்றனர். செபங்களும், பாடல்களுமாக இந்தத் ‘தூம்பா ஊர்வலம்’ நடக்கும்.

பணிக்கன்குப்பம் பற்றிய முக்கிய வரலாற்றுக் குறிப்பை நமக்கு ஆனந்தரங்கம் பிள்ளையின் நாள்குறிப்பு தருகிறது. 1751ம் ஆண்டு வெங்கடாம்பேட்டை குறித்து எழுதும் ஆனந்தரங்கம் பிள்ளை, ‘‘அங்கிருந்து ஒரு வெள்ளைக் கொடி, ஐந்து துப்பாக்கிகள், இரண்டு

கைதிகள், செஞ்சியிலிருந்து கடிதம் ஒன்று, மூன்று ஐரோப்பியர்கள், ஆங்கிலேயரிடமிருந்து கைப்பற்றிய சிறிது மது, ரொட்டி, மளிகை சாமான்கள், 2000 ரூபாய் பணம்'' ஆகியவற்றை செஞ்சிப்படைகள் தந்துள்ளதாக எழுதியிருக்கிறார். செஞ்சியின் ஆளுகைக்கு உட்பட்டிருந்த பகுதி 1751ம் ஆண்டு பிரெஞ்சு ஆளுமையின் கீழ் வந்தது என்பதை இது குறிக்கிறது. 1755ம் ஆண்டு மார்ச் 26 அன்று காலை இந்தச் சம்பவம் நடந்ததாக ஆனந்தரங்கம் பிள்ளை பதிவு செய்கிறார்.

''சம்பா கோயில் குருக்களின் தலைவர் ஆளுநரைக் காண வந்திருந்தார். அவரை சந்திக்க சற்று காத்திருக்க வேண்டியிருந்தது என்பதால் என்னிடத்தில் வந்தார். 'வெங்கடாம்பேட்டை ஊரில் சதாசிவ பிள்ளையுடைய பணிக்கன்குப்பம் என்ற பகுதி உள்ளது; அது கிறிஸ்தவர்கள் வசிக்கும் ஊர். அவ்வூரில் சதாசிவ பிள்ளையின் அடைக்கலம் பெற்ற சீர்திருத்த கிறிஸ்தவ போதகர்கள் சிலர் அங்குள்ள கிறிஸ்தவர்களுக்குப் பிடிக்காத வண்ணம் மறைபரப்பு செய்கின்றனர். அந்த கிராம வருமானம் 20 அல்லது 30 பகோடாக்கள் கூட இருக்காது. அதை எனக்குக் கொடுத்தால், நான் வாடகையை அந்தக் கிறிஸ்தவர்களிடம் வாங்கிக்கொள்வேன்; சீர்திருத்த மறைபோதகர்கள் அங்கிருந்து அகன்றுவிடுவார்கள். ஆளுநர் கோதேயு (Godeheu) அவர்களிடம் ஏற்கனவே இந்த வேண்டுகோளை முன்வைத்தேன். அதை பரிசீலித்து எங்களுக்கு (இயேசு சபை) இலவசமாகத் தருவதாகச் சொன்னவர், இங்கிருந்து போய் விட்டார். எங்களுக்கு உதவ, அவ்விடத்தை வாங்கி எங்கள் வசம் கொடுங்கள்', என என்னிடம் வேண்டினார்.''

''நான் ஏற்கனவே இது குறித்து லூயிஸ் பிரகாசனிடம் பேசியிருக்கிறேன். அவரை அழைத்துவரச் சொல்லுங்கள். இது குறித்து அவரிடம் பேசிவிட்டு, ஆணை பிறப்பிக்கச் சொல்கிறேன். கொஞ்சம் கொஞ்சமாக அவ்வூரில் சீர்திருத்தக் கிறிஸ்தவர்கள் மறைபரப்பு செய்வதைத் தடுக்கலாம் என அவரிடம் சொன்னேன். அவர் அடுத்து ஆளுநரை சந்தித்தார்'', என ஆனந்த ரங்கம்பிள்ளை எழுதியிருக்கிறார். அதே ஆண்டு ஏப்ரல் 24 அன்று ஆளுநரே ஆனந்தரங்கம் பிள்ளையிடம் இது குறித்து உரையாடினார். தரங்கம்பாடியிலுள்ள சீர்திருத்தக் கிறிஸ்தவர்கள் வெங்கடாம் பேட்டை நாட்டு பணிக்கன்குப்பம் 'பாத்ரே' (padre) கிறிஸ்தவர் களுக்குத் (குருக்களிடம் கிறிஸ்தவ திருமுழுக்கு பெற்ற கத்தோலிக்கர்) தொல்லை கொடுப்பதாகவும், அதை நிறுத்தும்படி அவர்களுக்குக் கடிதம் எழுதும்படியும் ஆனந்தரங்கம் பிள்ளையிடம்

ஆளுநர் கேட்டுக்கொண்டார். அவரும் கடிதம் எழுதுவதாக பதில் தந்துள்ளார்.

வெங்கடாம்பேட்டையின் ஆளுமையின்கீழ் பணிக்கன்குப்பம் பகுதி இருந்தது இதன் மூலம் தெளிவாகிறது. இந்த வெங்கடாம்பேட்டையை ஆண்ட வெங்கடப்பன், 1478ம் ஆண்டு செஞ்சியின் மன்னன் வெங்கடபதி என்ற துபில கிருஷ்ணப்ப நாயக்கர் என மக்கென்சி ஆவணங்கள் குறிப்பிடுகின்றன. வெங்கடாம்பேட்டை வெங்கடபதியின் தங்கை எனச் சொல்லப்படும் வேங்கட்டம்மாள் மோர், தண்ணீர்ப் பந்தலை ஏற்படுத்தியதையும், சத்திரங்களை இவர்கள் இருவரும் கட்டியதையும் குறிக்கும் 16ம் நூற்றாண்டுக் (1464-1521) கல்வெட்டு வெங்கடாம்பேட்டை சந்தைத் தோப்பிலுள்ள செவ்வக வடிவ கல்தொட்டியின் முன்புறம் வெட்டப்பட்டுள்ளது. இந்த வெங்கடபதி மன்னன் 'கவரை' சாதியைச் சேர்ந்தவர் என்பதால் அவருக்குப் பெண் தர சமணர்கள் மறுத்ததாக மெக்கென்சி ஆவணங்களில் ஒன்று குறிப்பிடுவதாக எட்கர் தர்ஸ்டன் விளக்குகிறார்.

'வேங்கட்டம்மாள் புண்ணியம் மோர் தண்ணிப் பந்தல்' என தமிழ்ப்பொறிப்பும், 'வெங்கதேஸ்வரா நைப் புண்ணியா சத்ரம்' என தெலுங்குப் பொறிப்பும் அங்கு வெங்கடபதி மன்னன் சத்திரம் ஒன்று கட்டினான் என்பதைக் குறிப்பிடுகின்றன. வேங்கடம்மா வெங்கடாம்பேட்டையில் இரண்டு சத்திரங்கள் கட்டியுள்ளதும் தெரிகிறது. வெங்கடாம்பேட்டை வெங்கடபதி வழித்தோன்றல்களே செஞ்சியை ஆண்டிருக்கின்றனர் என்பது தெளிவாகிறது. வெங்கடாம்பேட்டை வேணுகோபாலசுவாமி திருக்கோயிலில் உள்ள 1776ம் ஆண்டு கல்வெட்டு, புதுவை திருவேங்கடப் பிள்ளை இங்கு சத்திரம் ஒன்றை நிறுவியதாகச் சொல்கிறது. இங்குள்ள 19 அடி நீண்ட சயன ராமர் சிற்பம் மிக அழகானது. 200 ஆண்டுகளுக்கு முன் ஆலயத்துக்கு அருகேயுள்ள குளம் ஒன்றிலிருந்து இச்சிலை கண்டுபிடித்து ஆலயத்துக்குக் கொண்டுவரப்பட்டது. இதன் மூலம் குறைந்த பட்சம் இந்த ஊர் 500 ஆண்டுகள் தொன்மையானது என தெரிகிறது. செஞ்சி மன்னரின் கீழும், பின் பிரெஞ்சு ஆட்சியின் கீழும் இந்த பகுதி இருந்துள்ளது.

மதுரை இயேசு சபை குருவான ஜான் டி பிரிட்டோ (John De Britto) காலம் (17ம் நூற்றாண்டு) முதலே இவ்வூரில் கிறிஸ்தவர்கள் வாழ்ந்தனர் எனச் சொல்லப்படுகிறது. இப்பகுதியை உள்நாடு (hinterland) என்றே குறிப்பிட்டிருக்கின்றனர். 1660-1700 ஆண்டுகளுக்குள் இங்கு மதுரை இயேசு சபைக் குருக்களான

ஃப்ரெயர், அருளானந்தர், லேனஸ் ஆகியோர் வந்து சென்றதாகத் தெரிகிறது. அகரம் (கிருஷ்ணங்குப்பம்), கூரைப்பேட்டை (நெய்வேலி), குணங்குறிச்சி, திருவதிகை (பண்ருட்டி), சித்தானங்கூர் (இருந்தை) ஆகிய இடங்களுக்கு மதுரை மிஷன் பாதிரிகள் வந்து சென்றுள்ளனர். இவர்கள் தலைமையில் முதலில் கோணான்குப்பம் பங்கின்கீழ் இவ்வூர் இருந்துள்ளது. 1745ம் ஆண்டு குருக்களின் தட்டுப்பாட்டால், கோணான்குப்பம் அய்யம்பேட்டையுடன் இணைக்கப்பட்டதும், அய்யம்பேட்டை பங்கின் கீழ் பணிக்கன்குப்பம் வந்தது. 1770களில் இயேசு சபை ஒடுக்கம் வரை இங்கு அச்சபைக் குருக்களே பணியாற்றியுள்ளனர். மச்சடோ (Machado) இப்பகுதியில் பணியாற்றிய கடைசி இயேசு சபை குருவாவார்.

1776ம் ஆண்டு இப்பகுதி முழுவதும் பாரீஸ் அந்நிய மிஷன் (MEP) கட்டுப்பாட்டில் வந்தது. கோவா மிஷனும் இந்த இடத்தை 'கோரமண்டல் விக்காரியேட்' (மறைமாவட்டத்திற்கு மேலானது, நேரடியாக போப்பாண்டவரின் அதிகார எல்லையின் கீழ் வருவது) கீழ் வருவதாகச் சொல்லி அய்யம்பேட்டையை தன் அதிகாரத்தின் கீழ் வைத்திருந்தது. இயேசு சபை மேலான தடை நீக்கத்துக்குப் பின் அவர்களும் இங்குவர, இவர்களுக்கிடையே மும்முனை அதிகாரப் போட்டியானது. 1843ம் ஆண்டு வேலூர் மாவட்டத்தின் சில பகுதிகளை கோரமண்டல் விக்காரியேட்டுக்குத் தந்து அதற்குப் பதிலாக, கோணாங்குப்பம், அய்யம்பேட்டை, தரங்கம்பாடி, கடலூர் பகுதிகளை எம்.ஈ.பி. மிஷன் தனதாக்கியது. அப்போது கோணான்குப்பம், புறத்தாக்குடி, அய்யம்பேட்டை பகுதிகளில் 20,000 கிறிஸ்தவர்கள் இருந்தனர். 1844ம் ஆண்டு ஆயர் பொனாந்து அய்யம்பேட்டை வந்துசென்றார். 1860ம் ஆண்டு இவ்வூர் தனிப்பங்காக உயர்த்தப்பட்டது.

1860-1867ம் ஆண்டுவாக்கில் பியரே (Pierre)குரு படங்கள், வண்ணக் கண்ணாடிகள், கதை சொல்லுதல் மூலம் பணிக்கன்குப்பத்தில் பலரை கிறிஸ்தவத்துக்குள் கொண்டுவந்தார். 1904ம் ஆண்டு புரூடன்ட் (Prudent) அடிகளார் பணிக்கன்குப்பம் ஆலயத்தைக் கட்டியெழுப்பினார். ஆலயத்தின் சிறப்பம்சமான உயரமான கோபுரத்தை, வெகு தொலைவிலிருந்தும்கூட மக்களால் காணமுடிந்தது. இதைக் கண்ட கூரைப்பேட்டை மக்கள், சவரிநாதர் அடிகளிடம் பணிக்கன்குப்பம் ஆலயத்தை விட பெரியதான ஆலயம் கட்ட வேண்டும் என வேண்டுகோள் வைத்து, 1911ம் ஆண்டு அடிக்கல் நாட்டி, 1926ம் ஆண்டு தங்கள் ஊர் ஆலயத்தைக் கட்டிமுடித்தனர். இந்த மன நிலை இன்னமும் பல ஊர்களில் தொடர்கிறது.

தங்களுக்கு பக்கத்து ஊர்க்காரர்களை தங்கள் சக போட்டியாளர்களாக நினைத்து, தேவாலயங்களை போட்டிக் களங்களாக, தங்கள் 'பெருமையின் சின்னமாக' மாற்றும் போக்கு இன்றும் தொடர்கிறது. இப்படிக் கட்டப்பட்ட கூரைப்பேட்டை ஆலயம், 40 ஆண்டுகள் கழித்து நெய்வேலி புது நகரம் உருவானபோது அதன் விஸ்தீரணம் காரணமாக அங்குள்ள அனைத்து தரப்பு மக்களுக்கும் அமரவும், பூசை காணவும் இடமளித்தது!

1928ம் ஆண்டு மொரேல் (Morel) ஆயர் மாவட்டங்களை ஒன்றிணைத்து கோனகம் (deanery) அமைக்கும்போது, புதுவை மறைமாவட்டத்தில் 11 கோனகங்கள் அமைந்தன. அதில் பணிக்கன்குப்பம் கோனகம் ஆனது. அதன் தலைவராக புரூடன்ட் (Vicar Forane) இருந்தார். இந்தக் கோனகத்தின் கீழ் கடலூர் புது நகர் (ஈசாக்கு அடிகள்), கடலூர் பழைய நகர் (ஆனந்த் அடிகள்), இருந்தை (மரி தோமினிக் அடிகள்) ஆகிய பங்குகள் வந்தன.

கூடுதல் தகவல் தெரிந்துகொள்ள லிகோரியின் வீட்டுக்குச் சென்றோம். இனிய வரவேற்பு. அவரது கணவர் ஆரோக்கியராஜ், ''இங்க இருக்குற மக்கள் எல்லாருமே பல எடங்கள்ல இருந்து வந்து குடியேறினவங்க. உடையார்பாளையம், திண்டிவனம் பகுதிகள்ல இருந்து இங்க வந்து குடியேறினவங்க இருக்காங்க, விருத்தாச்சலம் பிரகதீசுவரர் கோயில் – அங்க பண்டாரங்களா இருந்து, சண்டை போட்டுட்டு வந்து குடியேறினவங்க இருக்காங்க. இதெல்லாம் 500 வருஷத்துக்கு முன்னாடி நடந்த விஷயம். பக்கத்து கிராமங்கள்ல இருந்தும் கொஞ்ச பேரு வந்திருக்கிறாங்க. இங்க இருக்கிறவங்க எல்லாருமே ஒரே இனத்த சேர்ந்தவங்க. வன்னியர் கிறிஸ்டியன்ஸ் மட்டும்தான்'', என்கிறார்.

''இது ஒரு புது செட்டில்மென்ட்தான். இந்த சர்ச்ச கட்டி 120 வருஷம் ஆச்சு. அதுக்கு முன்னாடி 1836ல ஒரு பழைய கோயில் இருந்து, இடித்ததாக எம்.ஈ.பி. (பாரீஸ் பிரெஞ்சு மிஷன்) ரெக்கார்டுல இருக்கு. அதுக்கு முன்னாடி ஒரு சின்னக் கோயில் இருந்ததாகவும் அவுங்க பதிவு பண்ணியிருக்கிறாங்க. வன்னிய இந்துக்கள் செய்ற அனைத்தும் இவுங்க செஞ்சிப்பாங்க. ஆனா அதுல சிலுவ மட்டும் போட்டுப்பாங்க. குழந்தை பிறக்குறது முதல், எடுத்துட்டு போய் அடக்கம் பண்றது வரை, திருப்பி முப்பதாவது நாளு, ஆண்டு நினைவு நாள் கொண்டாடுறதுன்னு எல்லாமே இந்துக்களுடைய பாரம்பரியத்த அப்டியே செய்வாங்க. முறைதான் இந்து முறையே தவிர அங்க முழுக்க கிறிஸ்தவம்தான் உள்ள இருக்கும். செபம், சடங்கு முறை எல்லாமே ஒரே மாதிரிதான்.''

''திருவிழான்னாக்க நவநாள் ஒன்பது நாளு, பெரிய திருவிழா ரெண்டு நாளு நடக்கும். கொடியேற்றம் ஆகஸ்ட் 6, கொடியிறக்கம் ஆகஸ்ட் 15. தேர் வந்து முடியும் போது கொடிய இறக்கிடுவாங்க. ராத்திரி ஒன்றரை ரெண்டு மணிக்குள்ள தேர் வந்து எறங்கிடும். மொத எல்லாம் கரெக்டா நைட் 12 மணிக்கு கொடி எறக்கிடணும்னு இருந்துது, இப்ப மக்கள் அதிகமாகிட்டு வரும்போது லேட் ஆகுது. அதில்லாம தனி உபயம் உண்டு. மாதத்துக்கு ரெண்டு மூணு சின்ன தேரு தூக்கிட்டுதான் இருப்பாங்க.''

''ஜனவரி மாதத்துல குழந்தை ஏசு, செபஸ்தியார், பிப்ரவரில பெரியநாயகி மாதா, லூர்து மாதா, மார்ச்ல சூசையப்பர், மே மாதம் ஒவ்வொரு சனிக்கிழமையும் ஒவ்வொரு மாதாவுக்கு ஒவ்வொரு குடும்பத்துக்காரங்க தேர் எடுப்பாங்க. கடைசி நாள் 31ந்தேதி, ஒரு குடும்பம் தனியா தேர் எடுப்பாங்க. ஜூன் மாசம் இருதய ஆண்டவருக்கு, அந்தோணியாருக்கு, ஜூலை மாசம் தாமஸ், கார்மேல் அன்னைக்கு, நல்லாயன், வனத்துச் சின்னப்பருக்கு ஆகஸ்ட் மாசம் நாலாம் தேதி, செப்டம்பர் எட்டு மாதாவுக்கு, அக்டோபர்ல குழந்தை தெரசம்மாள், பண்ருட்டியிலயும், இங்கயும் கொண்டாடுவாங்க, கிறிஸ்துராஜாவுக்கு அக்டோபர் கடைசில, டிசம்பர்ல பிரான்சிஸ் சேவியருக்கு, அமலோற்பவ மாதாவுக்கு... ஏறக்குறைய 21 தேர் இங்க கோயில்ல எடுப்பாங்க.''

''ஒவ்வொரு குடும்பம் தனியா உபயம் அவுங்களே விரும்பி செய்வாங்க. ஒருத்தங்க ஆரம்பிச்சு வெச்சா, அதை அப்டியே அந்தக் குடும்பம் தொடர்ந்து செய்யும். எங்க ஊர்ல திருவிழா ஸ்பெஷல் என்னன்னா, கொடியேத்தும்போது அந்தக் காலத்துல என்னலாம் செஞ்சிட்டு இருந்தாங்களோ அத அப்டியே இன்னிக்கும் மாறாம செய்வோம். இப்ப கொடி எங்க குடும்பம்தான் எடுத்துக் குடுப்போம். எங்க குடும்பத்த 'மணியம்' குடும்பம்னு சொல்லு வோம். கொடி இருக்குற நிலைமைய பார்த்துக்கிட்டு ஒரு வருஷம் அல்லது ரெண்டு வருஷத்துக்கு ஒரு வாட்டி மாத்துவோம். முதல்ல எல்லாம் கொடி பாண்டிச்சேரில ஆர்டிஸ்ட் அலெக்ஸ் அப்டிங்குறவர் கிட்ட வரைஞ்சு வாங்குவோம். இப்ப சென்னையில இருந்து பிரின்டிங் பண்ணி வாங்குறோம்.''

ஒவ்வொரு ஆண்டும் இவ்வூரின் தனிச்சிறப்பான கோயில் விருந்து பற்றி ஆரோக்கியராஜ் விளக்குகிறார். ''அக்டோபர் முதல் வாரம், இல்லாட்டி செப்டம்பர் கடைசி வாரம் 'கோயில் விருந்து' நடக்கும். ஊர்ல இருக்குறவங்க அத்தனை பேரும் சேர்ந்து குறைந்த பட்சம் அம்பது ஆடுகிட்ட குடுப்பாங்க. 300 கோழிகிட்ட வரும். அரிசி

ஒருத்தர் டொனேட் பண்ணுவாரு. எல்லாம் ஒண்ணா சேர்ந்து சமைப்போம். அப்படி சமைக்கிறது எதுக்குன்னாக்க, உத்திரிக்கிற ஸ்தலத்து ஆத்துமாக்களுக்காக (வானுலகம், நரகம் இரண்டுக்கும் இடையே சிக்கிக்கொண்டு பாவம் செய்தமையால் தவிக்கும் ஆத்துமாக்கள் இருக்கும் இடம்). குழந்தைங்களுக்கு குவாட்டர்லி லீவு விடுறாங்க இல்லையா? அந்த லீவைப் பொறுத்து, இத செய்வோம்.''

''பத்து வருஷத்துக்கு முன்னாடி வரைக்கும் திங்கள்கிழமை மட்டும் தான் செஞ்சிட்டு இருந்தாங்க. இப்ப எல்லாரும் வேலைக்குப் போறதுனால சண்டேவா மாத்தியாச்சு. எல்லாரும் கலந்துக்கணும்ல? இந்தப் பழக்கத்துக்கு 1925க்கு முன்னாடி இருந்தே எங்கிட்ட கணக்கு இருக்கு. யார் யார் எவ்வளவு டொனேட் பண்ணினாங்கன்னு இருக்கு. எங்க தாத்தா காலத்துல இருந்து இந்தக் கணக்கை எங்க குடும்பம் பார்க்குது. அதுக்கு முன்னாடி இருந்திருக்கலாம், பேப்பர்ஸ் என்கிட்ட இல்ல.''

''அப்பலாம் பெரும்பாலும் விவசாயம்தான் தொழில் இல்லையா? அந்த டைம்ல கம்பு விதைச்சு நல்லா இருக்குமாம். அந்த மழை டைம்ல வேண்டிக்கிட்டு இந்த விருந்து செய்வாங்களாம். மழை வேணும்னும், நம்ம மூதாதையரை நினைச்சும் செய்றது. அவுங்க பரிந்துரையால நம்மளுக்கு கடவுள் மழை குடுப்பாரு அப்டின்னு நம்பிக்கை. இந்த விருந்த சர்ச் மைதானத்துலயேதான் பண்றது. யார் வேணும்னாலும் எதுனாலும் குடுக்கலாம். நிறைய பேரு நேர்ந்துக்கிட்டு எதுனாலும் குடுப்பாங்க. இப்ப ஒரு குடும்பம் நேர்ந்துக்கிட்டு ஒரு வருஷம் ஆடு குடுத்தாங்கன்னா, அடுத்த வருஷமும் அப்டி குடுத்துட்டே இருப்பாங்க. சமைக்கிறதுக்கு ஆள் எல்லாம் வைக்க மாட்டாங்க. எல்லாம் மக்களேதான் செய்வாங்க.''

''யார் யார் எந்தெந்த பணிய செய்தாங்களோ, அவுங்க அத செய்வாங்க. இப்ப ஒருத்தரோட தாத்தா சாதம் வடிச்சிருப்பார்னா, அவுங்க பேரனும் சாதம்தான் வடிக்கப் போவான். எங்ககிட்ட இருக்கிறது என்னன்னாக்க அந்த ஒத்துமைதான். என்ன சண்டை பிரச்னை இருந்தாலும், கோயில் உள்ள போனோம்னாக்க ஒண்ணா நிப்போம். இங்க பேசிக்கவே மாட்டாரு, கோயிலுக்குள்ள விசேஷத்துக்கு போய்ட்டா என் பேர சொல்லி அவர் கூப்டு பேசுவார், அவர் பேர சொல்லி நான் கூப்பிடுவேன். பக்கத்துல இருக்குற கிராமங்கள்ல இருந்து இந்துக்கள்கூட வந்து இங்க விருந்துல சாப்பிடுவாங்க. எங்க ஊர்லயே இன்னும் ஒரு அம்பது குடும்பங்கள் இந்துவாவே இருக்குறாங்க. அவுங்க நம்பள விட

அதிகமா டொனேட் பண்ணுவாங்க. எல்லாமே செய்வாங்க. பக்கத்துல பிள்ளையார்குப்பம், மாளிகைமேடு...எல்லாமே இங்க விருந்துக்கு வருவாங்க. அவுங்களும் சேர்ந்தே செய்வாங்க. அந்த சாப்பாட சாப்பிடுறது, நமக்கு உடம்பு நல்லது அப்டின்னு நம்பிக்கை உண்டு'', என ஆரோக்கியராஜ் சொல்கிறார்.

''ஆகஸ்ட் 15 பெரிய திருவிழாவோட வெளியூருல இருந்து மக்கள் நிறைய வந்து நைட்டு தங்கிருவாங்க. அவுங்களுக்கு காலைல சாப்பாடு இருக்காது இல்லையா? நிறைய பேரு அன்னிக்கு சமைச்சு வீட்டுக்கு வர்றவங்க யாருக்குனாலும் குடுப்பாங்க, சர்ச்சுலயும் கொண்டு போய் வெச்சுக் குடுப்பாங்க. இப்ப நான் குடுத்துட்டு இருக்கிறேன்னாக்க அவுங்களுக்கு தெரியும். அவுங்க வீட்டுக்கு கரெக்டா அந்த நேரத்துக்கு வந்துருவாங்க, அவுங்களும் அந்த டைமுக்கு குடுத்துருவாங்க. 'வாங்கப்பா, வந்து சாப்பிடுங்க'ன்னு போய் கூட்டிட்டு வந்தும் குடுப்பாங்க.''

'''கால் கழுவும் சடங்கு'ன்னு ஒண்ணு செய்வாங்க. நா பள்ளிக் கூடத்துல படிக்கும் போதுலாம், ஸ்கூல்ல படிக்குற குழந்தைங்கள வீட்டுக்கு கூட்டிட்டு வந்து அவுங்க காலக் கழுவி சடங்கு பண்ணுவாங்க. வழக்கமா தபசு கால வியாழக் கிழமைகள்ல இதை செய்வாங்க. ஆறு வியாழன்ல என்னிக்கு வசதியோ, அன்னிக்கு அவுங்கவங்க செய்வாங்க. அப்பலாம் இருபது முப்பது பேர் செய்வாங்க. இப்ப எத்தன பேரு செய்றாங்கன்னு தெரியல. நாங்க வெளில வேலைக்கு போயிர்றதால தெரியல. இதை வீட்டுல செய்வாங்க. சாமியார் கோயில்ல என்ன செய்வாரோ, அதையே வீட்டுல செய்வோம். வீட்டுல உள்ள எல்லாரும் அந்தக் குழந்தைங்க காலைக் கழுவித் தொடைப்போம், சாப்பாடு போடுவோம். குழந்தைங்களுக்கு மட்டுமில்லாம, அவுங்கவுங்க சக்திக்கு தகுந்த மாதிரி எல்லா ஆளுங்களையும் கூப்பிட்டு சாப்பாடு போடுவாங்க. இந்த சடங்குக்கு பேரு 'கால்கழுவி முத்தம் கொடுத்தல்' தான். 'முத்தம் செய்யப் போறோம், வாங்க' அப்டின்னு தான் சாப்பிடக் கூப்பிடுவாங்க. ஆனா 99.9% ஸ்கூல் குழந்தைங்களத் தான் கூப்பிட்டு காலைக் கழுவி முத்தம் குடுப்பாங்க.''

''சர்ச்சுல பெரிய வியாழன் அன்னிக்கு பண்ற சடங்குல ஃபாதர் 12 பேருக்கு கால் கழுவுவார் இல்லையா? அதுவும் வழிவழியா எந்தெந்தக் குடும்பத்துல உக்காருவாங்களோ அவுங்கதான் கால் கழுவுற சடங்குலயும் உக்காருவாங்க. இது இல்லாம தபசு காலத்துல (lent) தினமும் சமைக்கும் போது எடுத்து வைக்கிற பிடி அரிசிய பெரிய வியாழன், பெரிய வெள்ளில 'பிடி அரிசித் திட்டம்'ன்னு

எடுத்துட்டு வந்து சர்ச்சுல குடுத்துருவாங்க. அந்த அரிசிய யார் ரொம்ப ஏழையோ அவுங்களுக்கு அரிசியாவே ஃபாதர் குடுத்துருவாரு. எங்க ஊர்ல என்னன்னா கோயில்ல காணிக்கையா குடுத்துட்ட பிற்பாடு, அது காசா இருந்தாலும், எதுவா இருந்தாலும், திருப்பி ஒரு பைசாகூட கணக்கு கேக்கமாட்டோம். கடவுளுக்குன்னு குடுத்த பிற்பாடு அது கடவுளுக்குரியது. சாமியாருங்களும் இதுவரைக்கும் அத மிஸ்யூஸ் பண்ணினதா எங்களுக்குத் தெரியல. காணிக்கை வர்ற பணத்த (வரி) எவ்வளவுன்னு வாசிப்பாங்க; ஆனா பொருளா வர்றத, யாருக்கு என்ன தேவைன்னு பார்த்து சாமியாரு குடுத்துவாரு. மாளிகைமேடு அப்டின்னு ஒரு சப் ஸ்டேஷன் உண்டு. அங்க மக்கள் எல்லாருமே கரும்பு வெட்டறதுக்குத்தான் போவாங்க. அவுங்களுக்கு போய் நிறைய உதவி செய்வாங்க.''

''பெரிய வெள்ளியன்னிக்கு பாஸ்கா நாடகம் (Passion Play - reenactment) எல்லாம் முன்ன இருந்துச்சு. 1966க்குப் பிற்பாடு அதை கட் பண்ணிட்டாங்க. இறுதிப்பாடுகளை அப்டியே பண்ணுவாங்க. அதுக்கு பயன்படுத்தற சிலை எல்லாம் கை, கால், தலை, கழுத்து எல்லாமே தனித்தனியா அசையுற மாதிரி செஞ்சிருப்பாங்க.* சுரூபமே அந்த மாதிரி செய்துவெச்சிருந்தது. ரெண்டாம் வத்திகான் சங்கம் அத செய்யக் கூடாதுன்னு கட் பண்ணினதால, சுரூபத்த எல்லாம் ஜாயின் பண்ணிட்டாங்க. இப்ப அதை எல்லாம் அசைக்க முடியாது. நாடகம் எல்லாம் கிடையாதுங்குறதால, ஆசந்தில இயேசு நாதர் சுரூபத்த கொண்டுபோவோம்.''

''பெரிய வெள்ளிக்கிழமை மாலை 3 மணிக்கு சிலுவைப் பாதை ஆரம்பிக்கும். அது முடிஞ்ச உடனே, கோயிலைச் சுத்தி இறந்த இயேசு நாதர் உடலை ஒரு பாடையில எடுத்துட்டு வருவாங்க. அதை ஆசந்தின்னு சொல்லுவோம். அதுக்காகவே தனியா சில்வர்ல செஞ்சு வெச்சிருக்கோம். அதுல பூ மட்டும் போடுவோம். கோயிலுக்கு வெளிய இதுக்குன்னு வெச்சிருக்குற சுரூபத்த எடுப்போம். பெரிய சனிக்கிழமை ஏழடி உயரமுள்ள உயிர்த்த இயேசு சுரூபம் கோயில்ல வெச்சுட்டு, நிகழ்ச்சி முடிஞ்ச பின்ன, கோயிலை சுத்தி சுற்றுப்பிரகாரம் (around the church) வருவோம். பூசை எல்லாம் முடிஞ்ச பிற்பாடி லாஸ்ட்ல இது நடக்கும். இந்த சுற்றுப்பிரகாரம் முடிஞ்ச பிறகுதான் தீர்த்தம் எடுக்கலாம். அன்னிக்கு நைட் தீர்த்தமும், புது நெருப்பும் சர்ச்சுல இருந்து வீடுங்களுக்கு எடுத்துக்கிட்டு வருவோம்.''

---

*இது குறித்து பிறிதொரு பகுதியில் விரிவாகப் பார்க்கலாம்

‘‘கிறிஸ்மசுக்கு ஊர்ல மக்கள் சேர்ந்து சர்ச்சுல குடில் பெருசா செய்வாங்க. ஒவ்வொரு வருஷமும் ஒரு தீம் பசங்களே முடிவு பண்ணிக்குவாங்க. எல்லாமே ஊர் ஆளுங்கதான் செய்வாங்க. இப்ப திருவிழா வருதுன்னா ஒரு மாசம் எங்க பசங்க தூங்காம கண் முழிச்சு தேர்ல பேப்பர் ஒட்டுவாங்க. கோயில்ல கிறிஸ்மஸ் பூசை முடிஞ்ச பிறகு ‘லக்கி டிரா’ நடக்கும், 25, 30 ரூபான்னு பணம் போட்டு சீட்டெடுப்பாங்க. சீட்டுப்படி பிரைஸ் உண்டு. திருவருகைக் காலத்துல (advent) காலைல பஜனை உண்டு. கொயர் (choir) கிளாஸ்தான் செய்வாங்க. விடிகாலை 5 மணிக்கு ஆரமிச்சு, லைன் முடிச்சு வந்துதுன்னா அஞ்சே முக்காவுக்கு பூசை நடக்கும். எல்லா வயசு ஆளுங்களும் பஜனை பாடுவாங்க. மொதல்ல எல்லாம் பஜனைக்குன்னே பாட்டு மெட்டுக் கட்டியிருந்தாங்க. இப்ப என்ன பாடுறாங்கன்னே தெரியல. டிசம்பர் 24 வரைக்கும் பஜனை நடக்கும். எப்பவாவது பண்ருட்டியில ‘அனைத்து திருச்சபை’ கேரல் அப்டின்னு போடுவாங்க இல்லையா, அப்போ சில சமயம் போறதுண்டு.’’

‘‘பத்து வருசம் முன்ன வரைக்கும் பொதுப் புதுநன்மை ஜனவரி 1 அன்னிக்கு பண்ணினாங்க. இப்ப வசதிக்கு தகுந்த மாதிரி பண்ணிக்கிறாங்க. டிசம்பர் 31ந்தேதி நன்றிப் பாடல்கள் பாடுவாங்க. லத்தீன் ‘தே தேயும்’ பாடுறதுண்டு, பார்தொலேம்யூ பாட்டும் லத்தீன்ல பாடுவோம். அதே மாதிரி ஒவ்வொரு வியாழக்கிழமையும் இங்க நற்கருணை ஆராதனை (adoration) உண்டு. அப்பவும் லத்தீன் பாட்டு பாடுவாங்க. ஒவ்வொரு வாரமும் ஒரு லத்தீன் பாட்டு. நாலஞ்சு பாட்டு தெரியும், அதை எல்லாரும் மாத்தி மாத்திப் பாடுவாங்க. எங்க சார் ஒருத்தர் உண்டு வனத்துச் சின்னப்பர்னு... அவரு தான் இங்க லத்தீன் பாட்டு எல்லாம் எழுதி, சொல்லிக் குடுத்து படிப்பாரு. அவர் கூட பாட பெரியவங்க உண்டு. சாவுப் பூசைல லீபெரா மே பாடுவாங்க.’’

‘‘பொங்கல் அன்னைக்கு வீடுகள்ல தனியா பொங்கல் செய்வாங்க. மாட்டுப் பொங்கல் அன்னைக்கு கால்நடைகளை எல்லாம் சாயந்திரம் சர்ச்சுக்கு ஓட்டிட்டுப் போகணும். குளிப்பாட்டி, அலங்காரம் பண்ணி சர்ச்சு கிரவுண்டுக்கு 5 மணிக்குலாம் கால்நடைகளைக் கொண்டு வருவாங்க. செபம் சொல்லி சாமியார் பிளெஸ் பண்ணுவாரு. இறந்தவங்கள கொண்டுட்டு போறதுக்கு இன்னும் வண்டி எல்லாம் நாங்க யூஸ் பண்றது இல்ல. தோள்ல தான் தூக்கிட்டுப் போறாங்க. வண்டி வாங்கிக் கொண்டு போலாமேன்னு சிலர் சொல்றாங்க. என்னை மாதிரி சில பேரு, ‘நம்மள பெத்த அம்மா அப்பாவுக்கு நம்ம குடுக்குற கடைசி மரியாதை இது தான்.

இதகூட தோள்ல தூக்கிட்டு போகாம என்ன வண்டி கேட்டுட்டு?' அப்டின்னு சொல்லிட்டு இருக்கோம்.''

''இறந்த உடனே கோயில்ல மணியடிப்பாங்க. பெண் குழந்தை, கல்யாணம் ஆகாத பையன், பெரியவங்க இறந்தா, ஆணா பெண்ணான்னு அந்த பெல்ல வெச்சு கண்டுபிடிச்சிக்குவாங்க. உபதேசியாருக்கு அந்தக் கணக்கு சரியா தெரியும். பாடிய குளிப்பாட்டி வைக்கும்போதே கோயில்ல இருந்து சிலுவை, வத்தி எல்லாம் வந்துரும். கோயில் சிலுவைய தான் பாடி பக்கம் வைப்பாங்க. ரொம்ப உடம்பு முடியாம இருக்குறவங்களுக்கு 'மரியாயின் சேனை'க்காரங்க (Legion of Mary) முன்னாடியே செபம் சொல்ல வந்துருவாங்க. அது மாதிரி முதல் வெள்ளிக்கிழமை யார் யார்லாம் கோயிலுக்கு வரமுடியாம வீட்டுல இருக்காங்களோ, அவுங்களுக்கு வீட்டுக்குப் போயி ஃபாதர் நற்கருணை குடுப்பாங்க. தற்கொலை பண்றவங்களுக்கு பூசை வைக்க மாட்டாங்க. அது திருச்சபை சட்டம் எல்லாம் இல்ல. ஆனா வழக்கம். கடவுள் குடுத்த உயிர அவர்தான் எடுக்கணும். அதில்லாம நம்ம எடுக்குறது தப்புன்னு சொல்றதுக்கு, எல்லாருக்கும் அது புரியணும்னு, தற்கொலை பண்றவுங்களுக்கு பூச வைக்கிறதில்ல.''

''வீட்டுக்கு ஒருத்தராவது இறந்தவங்க வீட்டுக்கு மரியாத செலுத்த கட்டாயம் வரணும், மண் அள்ளிப் போடணும். அதே மாதிரி புள்ளைங்க மீசை எடுக்கணும். ஆம்பளைங்க இறந்தா, அவுங்களுக்கு தலப்பா எல்லாம் கட்டி கெத்தோடதான் எடுத்துட்டுப் போவாங்க. லேடீஸ்னா கல்யாண சேலை போட்டு போர்த்தி வெச்சிருப்பாங்க. குளிப்பாட்டும்போது அதை பத்திரமா எடுத்து உள்ள வச்சிருவாங்க. அவுங்க பயன்படுத்தின பொருள எடுத்து பத்திரப்படுத்திக்குவாங்க. ஜெபமாலை, கண்ணாடி இப்படி... பெரும்பாலும் கல்லறை கட்டுமானம் போடுறது கிடையாது, மண் மேடாதான் இருக்கும். அதே மாதிரி தூம்பா எடுத்துட்டு போகும் போது இருக்குறவனோ, இல்லாதவனோ, கொஞ்சமா பூதான் போட்டுருக்கணும். கோயில்ல ரெடியா தூம்பா இருக்கு, அத தான் யூஸ் பண்ணனும். வேற பண்ணக் கூடாது.''

''அடக்கம் பண்ணி மூடின பிறகு இந்துக்கள் பண்ற 'பால் தெளி' மாதிரி இங்க பன்னீர், சந்தனம், பூ மூணும் வச்சிருப்பாங்க. கல்லறை மேல இது மூணையும் ரொம்ப நெருங்குன சொந்தக்காரங்க நின்னு ஒவ்வொருத்தரா தெளிப்பாங்க. 16வது நாள் கல்லறைக்குப் போய் செபம் சொல்லிட்டு வந்து இங்க வீட்டுல படம் திறப்பாங்க. வீட்டுல ஜெப சொல்வாங்க.''

''மோட்ச வெளக்கு வருசத்துல ஒரு நாள் வைக்கிறதுண்டு. கல்யாணமாகி வீட்டுக்கு வர்ற லேடீஸ் 'சிலுவை விளக்கு' கொண்டுட்டு வருவாங்க இல்லையா? அத வெச்சு மோட்ச வெளக்கு நவம்பர் ஒண்ணாந்தேதி வைக்கணும். அத கோயிலுக்கு எடுத்துட்டுப் போயி லேடீஸ் ஏத்துவாங்க. சர்ச்சுல வரிசையா தட்டு தட்டா சிஸ்டர்ஸ் வச்சிருப்பாங்க. அதுல வரிசையா விளக்க ஏத்தி வெச்சுருவோம். பூசை முடிஞ்ச பிறகு, விளக்கை வீட்டுக்கு அணையாம எடுத்துட்டு வருவோம். இந்த மோட்ச வெளக்கு வைக்கிறது செவ்வாய், சனின்னா சாயந்திரம் பூசை, மத்த நாள்னா காலைல இருக்கும். கல்யாணச் சடங்குகள்னா...தாலி வெள்ளைக் கயிறுல தான் கட்டுவோம். அதைப் பாவு நூல்னு சொல்லுவோம். அதை 'சிடுங்கு'ன்னு சொல்லுவாங்கன்னு நினைக்கிறேன்.''

''ஒவ்வொரு தெருவுக்கும் வயசான பெரியவர் இருப்பாரு இல்லையா, அவர்கிட்ட அதையும், தாலியையும் குடுப்பாங்க, அவர் அதை பிரி போட்டுத் தருவாரு. எங்க தெருவுல இதை செய்றவருக்கு 96 வயசு. கல்யாணத்தன்னிக்கு காலைல அந்த டைமுக்குதான் அவர் தாலிக்கயிறை எடுத்துட்டு வருவாரு. கோயில்ல தாலி கட்டி, ரிஜிஸ்டர் பண்ணிருவாங்க. முன்னாடி எல்லாம் கல்யாணம் முடிஞ்சு நகர்வலம் போவாங்க. ஒரு வீடு விடாம எல்லார் வீட்டுக்கும் போய்ட்டு வருவாங்க, எல்லா தெருவுக்கும் போவாங்க. இப்ப அந்தப் பழக்கம் எல்லாம் இல்ல.''

''வீட்டுக்குள்ள பெண் மாப்பிள்ளைய வரவேற்க வாழையிலை வெச்சு, பால் ஊத்தி கால் கழுவுவாங்க. ஆண் பெண் ரெண்டு பேருக்குமே மெட்டி போடுவாங்க. அங்கேயே (வாசலில்) ஒரு தட்டுல மரக்கால் நெல்லு, அது மேல சிலுவை விளக்கு (மாமியார் விளக்கு), மத்து இதெல்லாம் வெச்சுக் குடுத்து பொண்ணு உள்ள வரும்போது அவளைக் கொண்டு வரச்சொல்லுவாங்க. விளக்கை சாமிகிட்ட கொண்டுவந்து வச்சு சாமி கும்பிடச் சொல்லுவாங்க. பால், பழம் குடுப்பாங்க. பொண்ணோட விளக்கு அப்புறமா சீர் சாமானோட வரும்.''

''மண்டபத்துல மணை ஏத்துறது (பெண் மாப்பிள்ளையை மணை ஒன்றில் நிற்க வைத்து மாலை மாற்றுதல்), சேஷ அரிசி போட்டுப் பாடுறது எல்லாம் நடக்கும். முன்னாடி அதுக்கு பாட்டு எல்லாம் பாடுவாங்க. அப்பலாம் அந்தப் பாட்ட பாடினாத்தான் கடவுளுடைய ஆசீர்வாதம் கிடைக்கும்னு நம்புனாங்க; இப்பதான் அதெல்லாம் போச்சே? உபதேசியார்தான் இப்ப சடங்கு செய்றார், ஆனா செபமா சொல்லுவாரு.''

''அதே மாதிரி முன்னாடி வீடுங்கள்ல அரசாணிக்கால் (முகூர்த்தக் கால்) நடுறது, 'சாலங்குடம்' எல்லாம் உண்டு. இங்க பக்கத்துல பாளையம் அப்டின்னு ஒரு ஊரு உண்டு. அங்க தான் முன்னாடி இந்தக் குடம் செய்வாங்க. மண் குடத்தில கலர் அடிச்சு, கிளி, யானை, பூ, பழம் படமெல்லாம் போட்டு, மாப்பிள்ளை, பொண்ணு பேரு எழுதுவாங்க. பொண்ணுக்கு ஒரு குடம், மாப்பிள்ளைக்கு ஒரு குடம். அவுங்கவங்க பேர் எழுதி...பெரும்பாலும் செவப்பு, பச்ச, மஞ்சள் கலர்ல வரைவாங்க. பண்ருட்டி பஸ் ஸ்டாண்ட் பக்கம் இந்தப் பானைய விப்பாங்க. மணை பக்கத்துல மேடைல அந்தக் குடங்கள்ல குடும்பப் பெரியவங்க (லேடீஸ்) தண்ணி ஊத்தி வைப்பாங்க. அந்தக் குடம் எடுக்குறதுக்குன்னே பங்காளி வீடுங்கள்ல இருந்து ஒரு குரூப்பா கௌம்பிப் போவாங்க. இந்தக் குடத்துக்கு மூடி எல்லாம் உண்டு, கோபுரம் மாதிரி. இதை வீட்டுக்கு வரும்போது கொண்டு வருவாங்க.''

பரணிலிருந்து லிகோரி-ஆரோக்கியராஜ் தம்பதி இரண்டு மண் குடங்களை எடுத்துக் காட்டுகின்றனர். அதில் ஒன்றில் மாம்பழம்,

சாலங்குடங்களுடன் ஆரோக்கியராஜ் - லிகோரி தம்பதி

அதைக் கொத்தும் இரண்டு கிளிகள், மெழுகுதிரி, அதன் இரு பக்கமும் யானைகள், பூக்கள் மற்றும் சிலுவை ஒன்றும் வரையப் பட்டுள்ளது. அவரது பெயர் 'மணமகன்-எல். ஆரோக்கியராஜ், B.Sc, DTEd.' என எழுதியிருக்கின்றனர். மற்றொன்றில் வகை வகையாகப் பூக்கள் மட்டுமே வரையப்பட்டுள்ளன. அதில் 'மணமகள் எல். ஜோசப்பின் லிகோரி, B.Lit., DTEd.' என எழுதப்பட்டுள்ளது.

''இந்தக் 'குடம் எடுக்குறது' ஒரு பெரிய சடங்கு, எல்லா பங்காளியும் வந்தாகணும். இரட்டை யானை, இரட்டைக் கிளி எல்லாம் போட்டதுக்கு பேரு 'மாப்பிள்ளை குடம்', 'பொண்ணு குடத்துல' பூ மட்டும் தான் இருக்கும்'', என விளக்கம் சொல்கிறார் ஆரோக்கியராஜ்.

''கல்யாணத்துக்கு ஓலை எழுதுறப்ப, ரெண்டு பக்கமும் அடுத்தவங்க வீட்டுக்கு போகும்போது சைவ விருந்து குடுப்பாங்க. கல்யாண சடங்குகள்ல சேஷை இடுறது வழக்கமா பெரியவங்க செய்றது. உணவுக்கு முக்கியமான அரிசியை மேல போடும்போது, அவுங்க எல்லா காலத்துலயும் உணவுக்கு எந்த விதமான கஷ்டமும் இல்லாம செழிப்பா நல்லா வாழணும் அப்டின்னு வாழ்த்துறாங்க. திருமணம் முடிஞ்ச பிற்பாடு முதல் நாளே பெண் வீட்டுக்காரங்க, உறவுக்காரங்களக் கூப்பிட்டு கறி விருந்து குடுப்பாங்க. ரெண்டு மூணு நாள் கழிச்சு, மறுவீடு அனுப்புவாங்க. பொண்ணு வீட்டுல பெண் மாப்பிள்ள ரெண்டு பேரையும் 'தலைக்குக் குடுத்து' (தலைக் குளியல்) அவுங்க வீட்டுல விருந்து குடுப்பாங்க. கடைசி நாள் பொண்ணை பொண்ணு வீட்டுல இருந்து மாப்பிள்ளை வீட்டுக்கு வாழ அனுப்பும் போது, பழையது சாப்பிட வச்சு அனுப்புவாங்க. ஏன் அப்டி பழையத சாப்பிட வச்சு அனுப்புவாங்கன்னா, 'உன் வாழ்க்கை இப்ப ஆரம்பிச்சிருச்சு. இது தான் உலகம். நீ கனவுல இருக்காத, நிஜத்துக்கு வாடா' ன்னு அர்த்தம். இப்ப அதை எல்லாம் செய்றது இல்ல. 20-25 வருஷமா எனக்குத் தெரிஞ்சு இந்தப் பழக்கம் இல்ல'', என்கிறார் ஆரோக்கியராஜ்.

''கலை நிகழ்ச்சிகள்னு பார்த்தா அப்பலாம் கும்மி அடிப்பாங்கன்னு கேள்வி. இப்ப பிரேயர் மட்டும் தான். சின்ன வயசுல நாடகம் பார்த்திருக்கேன். அதுவும் நிறைய போட்டிருக்காங்க. குழந்தைகள் படிக்க வெளிய போயிருவாங்க, அவுங்க எண்ணிக்க குறையவும், அதுவும் இல்லாம போச்சு. நிலத்துல இருந்து எந்தப் பொருள் கிடைச்சாலும் சரி, அதுல முதல் விளைச்சல் கோயிலுக்குதான். அதே மாதிரி மாடு கண்ணுக்குட்டி போட்டிருச்சு, மொத தடவை பால் கறக்குறாங்கன்னா, அந்தப் பால எடுத்துட்டுப் போய் காணிக்கையா கோயில்ல குடுத்துருவாங்க. ஆடு முதல்ல குட்டி

போட்டுச்சுன்னா, அதுவும் கோயிலுக்கு தான் குடுப்பாங்க. ஆகஸ்ட் 15 திருவிழா அன்னிக்கு பார்த்தீங்கன்னாக்க ஒரு 40-50 ஆடுங்க கோயிலுக்கு வரும். அதை அன்னிக்கே ஏலம் விட்டுருவாங்க. அதே மாதிரி அந்தோணியாருக்கும் வரும், அதையும் ஏலம் விடுவாங்க.''

''வேண்டுதல் வெச்சுட்டு தங்கப் பொருள்கள் செஞ்சு குடுக்குறதுண்டு. மாதா, அந்தோணியாருக்கு காணிக்கையா ஃபாதர் கிட்ட குடுத்துருவாங்க. வருஷத்துக்கு ரெண்டு நாள் – ஆகஸ்ட் 15, 16 அந்தப் பொருள்களை மாதாவுக்கு போட்டு விடுவாங்க. ஜூன் 13ந்தேதி அந்தோணியாருக்குப் போடுவாங்க. அதுக்கப்புறம் கழற்றி வெச்சுருவாங்க. தங்க கிரீடம் எல்லாம் உண்டு. நிச்சயம் ஆன பொண்ணுங்க, கல்யாணம் ஆகாத பொண்ணுங்க, உடம்பு சரியில்லாதவங்க நேர்ந்துக்கிட்டு மாதாவுக்கு புடவை வாங்கிக் குடுப்பாங்க, அதை வேணுங்குறவங்க வாங்கிட்டும் போவாங்க. குழந்தை ஏசுவுக்கு அதே போல டிரெஸ் வாங்கிட்டு வருவாங்க. முன்னாடி ரூபாய் நோட்ல மாலை எல்லாம் போடுவாங்க, இப்ப அதெல்லாம் குறைச்சுட்டாங்க. எதுனாலும் சாமியார் கிட்ட குடுங்க, உண்டியல்ல போடுங்கன்னு சொல்லிருவோம்.''

லிகோரி சொல்கிறார்...''ஜூன் மாசம் இயேசுவின் திரு ரத்தம் திரு உடல் திருவிழாவை புள்ளைங்களுக்கு ஸ்கூல் திறக்குறதுக்கு ஒரு வாரம் முன்னாடி 'பூ இறைக்கிற திருவிழா'நன்னு வச்சிருவாங்க. கோயில சுத்தி நாலு தெருவுலயும், நாலு எடத்துல பந்தல் போடுவாங்க. நாலு எடத்துலயும் திவ்விய நற்கருணை ஆசீர்வாதம் நடக்கும். அப்போ நிறைய பேர் பூ கொண்டு வந்து கோயிலுக்குக் குடுக்குறோம்னு வேண்டி இருப்பாங்க இல்லையா? அவுங்க பூ கொண்டுவந்து குடுப்பாங்க. அங்கங்க பூ வாங்க கூடை வச்சிருப்பாங்க. அதுல எல்லாரும் பூ வாங்கி வந்து கொட்டுவாங்க. வழிநெடுக்க அந்தப் பூவை போடுவாங்க.''

''பாளியுள்ள ஃபாதர் நற்கருணைய தூக்கிட்டு வருவாரு. அந்தப் பாளியைக் கூட அந்தந்த குடும்பத்துக்காரங்க தான் தூக்கிட்டு வரணும்னு இருக்கு. அது மாதிரி இன்னொரு குடும்பத்துக்காரங்க நீட்டா வெள்ளத் துணி வெச்சிருப்பாங்க. அவுங்க ஃபாதர் நடக்க நடக்க, அத தரையில விரிச்சுக்கிட்டே போவாங்க. கோயில சுத்தியும் அந்தத் துணியிலதான் வருவாங்க. முடிஞ்சு வந்து உள்ள நற்கருணையக் கொண்டுவரும் போது மேல இருந்து (பீடத்தின் கூரை) பூ கொட்டுவாங்க. அந்த கூரைல ஜன்னல் கேப் இருக்கு பாருங்க, அது வழியாதான் பூவை உள்ள தூக்கிக் கொட்டுவாங்க. பார்க்கவே சூப்பரா இருக்கும்'', என்கிறார்.

''கிறிஸ்மஸ்ல இருந்து மூன்று ராஜாக்கள் திருநாள் வரைக்கும் குழந்தைக்கு நேர்ச்சை வைக்கிறதுண்டு. கோயில்ல நிறைய குழந்தை ஏசு சுரூபம் வச்சிருப்பாங்க. எனக்கு நேர்ச்சை இருக்குனாக்க, அந்த சுரூபத்தில ஒண்ண வாங்கிட்டுப் போய் கோயில் உள்ள வைப்பேன். அஞ்சு ரூபாய்க்கும் சுரூபம் வாங்கலாம், ஐந்நூறு ரூபாய்க்கும் வாங்கலாம், அவுங்கவங்க வசதி அது. அதை உள்ள எடுத்துட்டுப் போய், 'அடுத்த வருஷம் வரும்போது எனக்கு ஒரு குழந்தைய இப்பிடி குடு கடவுளேன்னு வேண்டிக்கிட்டு, அதைத் திரும்ப வந்து வெளிய குடுத்துருவாங்க. அடுத்து இன்னொருத்தங்க அதை வாங்கிட்டுப் போயி உள்ள நேர்ச்சை வைப்பாங்க. அங்க இருக்குற சுரூபம் அத்தினியும் மக்கள் நேர்ச்சைக்கு வச்சது தான். அதே போல கல்யாணத்துக்கும் முதல் பத்திரிக்கை சாமிகிட்ட தான் கோயில்ல வைப்பாங்க'', எனச் சொல்லி முடிக்கிறார் ஆரோக்கியராஜ்.

லிகோரி அடுத்து எங்களை வனத்துச் சின்னப்பர் ஐயா வீட்டுக்கு அழைத்துச் சென்றார். மண் சாலை கீழும் மேலுமாய் ஏறிச் செல்கிறது. செம்மண் பூமி. அதில் அங்கங்கு பலாத் தோட்டங்கள், அவற்றை இடைவெட்டி ஓடும் சிறு வாய்க்கால்கள். கெடிலம் ஆற்றின் கரையில் பசுமையாகவே இந்தப் பகுதி தெரிகிறது. வனத்துச் சின்னப்பர் ஐயாவை ஒரு லத்தீன் என்சைக்ளோப்பீடியா என்றே சொல்லலாம். 'தே தேயும்' பாடல் பாட முடியுமா என கேட்டதும், சட்டையைப் போட்டுக்கொண்டு வந்து உட்கார்ந்தார். பாடலை ஒன்றிரண்டு முறை மனதுக்குள் சொல்லிப் பார்த்துக் கொண்டார். கையில் பேப்பரில் அச்சிடப்பட்ட பாட்டையும் வைத்திருந்தார். கணீர்க் குரலில் பாடத் தொடங்கினார். அடுத்து லீபெரா மே, பாஞ்ச லிங்குவா பாடல்களைப் பாடினார்.

''இப்பலாம் இத அதிகம் பாடுறது இல்ல. சில ஃபாதருங்க இந்த பாட்ட கட்டாயம் பாடணும்னு சொல்வாங்க. 'நீங்க இதைப் பாடுறதே கேக்க சந்தோஷமா இருக்குது. இதுக்காகவே உங்களைக் கூப்பிட்டு பாடச் சொல்றோம்' அப்டின்னு சொல்லுவாங்க. முன்னெல்லாம் குருத்து ஞாயிறுக்கு 'ஓசானா பிலியோ தாவீது' பாட்டு பாடுவோம். பிப்ரவரி 2 அன்னிக்கு காணிக்கை மாதா சுத்திகரிப்புத் திருநாளுக்கு வத்திய பிடிச்சிட்டு போகும் போது, 'லூமென் ஆத்ரெவேலாசியோனெம் ஜேன்சியும் எத் குளோரியாம் ப்பிலேவிஸ்' பாடுறது உண்டு. இப்ப இருக்குற ஃபாதருக்கு லத்தீன் பாடல்கள் மேல ரொம்ப பிரியம். அதுனால அதுக்கு ஸ்பெஷலா என்னைக் கூப்பிட்டு பாடச் சொன்னார்'', எனச் சொல்கிறார்.

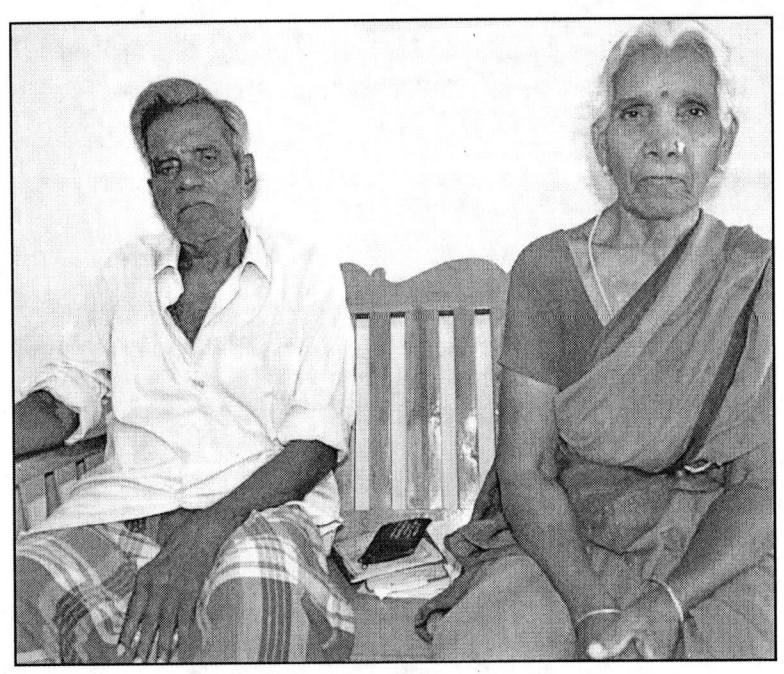

வனத்துச் சின்னப்பர் தம்பதி, பணிக்கன்குப்பம்

5 மார்ச் 1967 அன்று வெளியிடப்பட்ட 'மியூசிகம் சேக்ரம்' (Musicam Sacram) என்ற சுற்றறிக்கை, குருக்கள் பக்தர்களின் தாய்மொழியை பயன்படுத்துவதோடு அல்லாமல், திருப்பலியில் சில பகுதிகளையாவது லத்தீனில் பேசவோ, பாடவோ வேண்டும் என அறிவுறுத்தியது. ஒரே திருப்பலியில்/ கொண்டாட்டத்தில் வெவ்வேறு பகுதிகளை வெவ்வேறு மொழிகளில் பாடுவதில் எந்தத் தவறும் இல்லை என அது குறிப்பிடுகிறது. இவ்வாறான எளிய லத்தீன் பாடல்களைத் தேடித் தொகுத்து 'கேன்டஸ் வரி' (Cantus Varii) என்ற சிறு நூலை புதுவை ஆயர் மைக்கேல் அகஸ்டீன் 1993ம் ஆண்டு வெளியிட்டார். அதன்பின் வந்த ஆயர்களோ, மறைபரப்பாளர்களோ இதில் அவ்வளவாக ஆர்வம் காட்டவில்லை என ஒன்றிரண்டு இடங்களில் தகவலாளர்கள் சொன்னார்கள்.

அப்போது சின்னதுரை சார், "எங்க ஊருல (மோழாண்டிக்குப்பம்) இருக்கிறவங்க எல்லாரும் சார் வீட்ல தான் திருவிழாவுக்கு வந்தா சாப்பிட்டுட்டுப் போவாங்க. வனத்துச் சின்னப்பர் சார்னாக்க மோழாண்டிக்குப்பத்துக் காரங்களுக்கு பிரியமானவரு. எங்கப்பா,

சித்தப்பா எல்லாம் இங்க வருவாங்க. நானும் சின்னப் பையனா இருந்தப்ப, இவுங்க வீட்ல திருவிழா டைம்ல சாப்பிட்டிருக்கேன்'', என்கிறார்.

''யார் மகன்பா நீ?'', என சின்னப்பர் ஐயா கேட்க, அடுத்த சில நிமிடங்கள் நெகிழ்வாகவே கரைந்தன. குறிப்பிட்ட ஒரு வீட்டில் திருவிழா அன்று காலை வழிவழியாக சாப்பிட்டுப் போவதுண்டு என ஆரோக்கியராஜ் சார் சொன்னது சரியே எனப் புரிந்தது.

''திருவிழாக்கு அடுத்த நாள், நாங்க காலைலயே வீட்ல சாப்பாடு ரெடி பண்ணிருவோம். மெத்தைல அதை எடுத்து வெச்சிட்டு கோயிலுக்கு எதுக்க போயிடுவேன். இவுங்க ஊர்க்காரங்களைப் பார்த்து, 'உங்களுக்கு எல்லாருக்கும் சாப்பாடு ரெடியா இருக்கு, நீங்க சாப்பிட்டுட்டு திரும்ப வந்து உக்காருங்க, வாங்க', அப்டின்னு போய் கூப்பிடுவேன். அது அவுங்களுக்கு நாங்க குடுக்குற மரியாதை'', என வனத்துச் சின்னப்பர் சொல்கிறார். ''ஆமா, நான் குழந்தையா இருக்குறப்ப என்னைத் தூக்கிட்டு வந்து எங்கப்பா இங்க சாப்பிட்டிருக்கார். எங்கப்பாவோட அப்பா வாத்தியார். அதுனால எங்கப்பா வாத்தியாருங்களுக்கு அவ்ளோ மரியாதை குடுப்பார். வாத்தியார் வீட்லதான் சாப்பிடணும் அப்டின்னு சொல்லுவார்'', என ஆமோதிக்கிறார் சின்னதுரை சார்.

''என் கிட்ட கூட நிறைய பேர் கேப்பாங்க. 'என்னடா நீ கேஸ்ட் விட்டு கேஸ்ட் அவுங்கள எல்லாம் உன் வீட்ல கூப்பிட்டு சாப்பாடு போடுற?' அப்டின்னு...''

'டேய்..கேஸ்ட் என்னடா கேஸ்ட், எனக்கு அவுங்களத்தான் புடிக்கும், அப்டித்தான் நான் செய்வேன்னு சொல்லுவேன்''', என சின்னப்பர் ஐயா சொல்கிறார். ஐயா வன்னியர்; இவர் வீட்டில் திருவிழாவுக்கு உணவருந்த வருபவர்கள் ஒடுக்கப்பட்ட தலித் மக்கள்.

வனத்துச் சின்னப்பர் ஐயாவின் மனைவி குழந்தை தெரசா தொடர்கிறார். ''தாலிக்கயிறை சிகுடுன்னு சொல்லுவோம். கடைல சிகுடுன்னு கேட்டா கிடைக்கும். மளிகைக்கடைலதான் வாங்குவாங்க. நம்ம பிரிச்சு ஒத்தப்படைல எவ்வளவு வேணுமோ எடுத்துக்கலாம். பிரிச்சு எடுக்குறதுன்னா பொம்பளைங்கதான் செய்வாங்க. பெரும்பாலும் முன்னால இங்க அம்மித்தாலி தான் போடுவாங்க. இப்பலாம் அரச எலை தாலி போடுறாங்க'', எனச் சொன்னதும், ''நீங்க என்ன தாலி போட்டிருக்கீங்கம்மா?'' என கேட்டேன்.

அம்மித்தாலி தான் எனச் சொன்னவர், "ஆனா அத வீட்டுக்காரருக்கு கொஞ்சம் உடம்பு சரியில்லாம இருந்தப்ப வேண்டிக்கிட்டு, நல்லா ஆனதும் வேளாங்கன்னி கோயில் உண்டியல்ல போட்டுட்டேன். அதுக்கப்புறம் தாலி போடுறது இல்ல. மாதா சுரூபம் கோர்த்து போட்டிருக்கேன். ஒரு தடவை அந்த மாதிரி பொருத்தனை செஞ்சு தாலிய கோயில்ல போட்டுட்டா அதுக்கப்புறம் கடைசி வரை தாலி போடக்கூடாது. சுரூபம் தான். சிலர் போட்டுக்குறாங்க. நான் வாணாம்னுட்டேன்'', என்கிறார்.

"தாலிய கல்யாணத்துக்கு முந்தின நாளே கயிறுல முடிஞ்சு, தேங்காய் மேல வெப்பாங்க. அந்த தேங்காய்ல சிலுவைக்குறி போட்டிருக்கும். பரிய சேலை பொண்ணுக்குக் குடுக்குறதுக்கு முன்னால அதுல மாட்டு எரு - காஞ்சு போன துண்டு ஒண்ணு, அருகம்புல்லு, அப்புறம் கொஞ்சம் பணம் - நம்ம இஷ்டம் அது... நூறு ரூபாயோ, நூத்தியொரு ரூபாயோ அது கூட சேர்த்து, இந்த மூணையும் முந்தானைல முடிஞ்சிருவாங்க. பொண்ணு வீட்டுக்குப் போற பெட்டியில அஞ்சு படியோ ஏழு படியோ நெல்லு, மூணு பழம், மூணு தேங்காய், வெல்லம், மூணு வெத்தல பாக்கு, பூவு இது கூட அந்தப் பரிய சேலையும் வெச்சு வேட்டியப் போட்டுக் கட்டிருவாங்க. அந்த பெட்டிக்குப் பேரு 'பேழைப் பெட்டி'." (சில இடங்களில் பெட்டிக்கு பதிலாக அன்னக்கூடை பயன்படுத்தப் படும் என சின்னதுரை சார் விளக்குகிறார்).

"நிச்சயதார்த்தத்தன்னிக்கு பொண்ணு வீட்டுக்கு மாப்பிள்ளை வீட்டுக்காரங்க இதை எடுத்துட்டு வருவாங்க. அதுக்கு 'பரியக்கட்டு எடுத்துட்டுப் போறதுன்னு' பேரு. பெட்டிய பொண்ணு வீட்டுல கொண்டு வந்து வச்சுட்டாக்கா, அவுங்க சபையில வந்து ஒண்ணு கூடி, பொண்ணோட தாய் மாமா/அம்மான் அதைப் பிரிச்சு எடுக்கணும். தேங்காய அம்மான் வெச்சுக்கணும், பரியச் சேலைய பொண்ணோட அம்மாவோ, இல்ல அம்மா முறை யாரோ அவுங்க வாங்கி அதுல முடிஞ்சிருக்க காசு, எரு, புல்லயும் எடுத்துக்கணும். அதுக்கப்புறம் சேலைய பொண்ணு கட்டணும். நிச்சயத்துக்கு இந்த சடங்கு முக்கியமா செய்வாங்க. எல்லாம் அப்பத்தான். இப்ப அதெல்லாம் எதுவும் இல்லாமப் போச்சு. சேஷ அரிசி போடுற சடங்க கூட சுத்தமா நிறுத்திட்டாங்க'', எனச் சொல்கிறார்.

"கோயில் விருந்துக்கு எல்லாரும் கோழி, ஆடு, அரிசி குடுத்து, ஒண்ணா சமைப்போம். இப்ப அரிசி குடுக்குறது இல்ல, அவுங்களே சமைக்க ஈசின்னு ஒரே அரிசியா வாங்கிருவாங்க. அங்கேயே ஆடு, கோழிய கறி வச்சு, சாம்பார், ரசம் செஞ்சுருவோம். சாமியார் வந்து

மந்திரிச்ச பிறபாடு எல்லாருக்கும் சாப்பாடு போடுவோம். வெளியூர் ஜனங்க, உள்ளூர் ஜனங்க யார் வந்தாலும் அன்னிக்கு சாப்பாடு உண்டு'', என குழந்தை தெரசா சொல்கிறார்.

கும்மி அடிக்கும் வழக்கம் உண்டா என கேட்டால், இங்கு இல்லை, பக்கத்து ஊரான சாத்திப்பட்டில் பொங்கலோடு சேர்ந்த கரிநாளில் (மாட்டுப் பொங்கல்) கும்மி அடிப்பதுண்டு எனச் சொல்கின்றனர். செப்டம்பர் மாதம் வேளாங்கன்னிக்கு பாதயாத்திரை போகும் அன்பர்களுக்காக சமைத்து, பணிக்கன்குப்பம் ஆர்ச் அருகே மூன்று வேளையும் கொண்டு கொடுப்பதுண்டு. அதற்கு தனியே அட்டவணை போட்டு ஊர் மக்கள் செய்வார்கள். இன்னார் இன்ன செய்யவேண்டும் என்ற வழக்கத்தை தீவிரமாகக் கடைபிடிக்கின்றனர்.

வனத்துச் சின்னப்பர் ஐயாவின் குடும்பத்தினர் 'பூ இறைக்கும் விழாவில்' 'பாளி தூக்கும்' முறையை பல ஆண்டுகளாகத் தொடர்ந்து செய்துவருகின்றனர். பாளியின் நான்கு கால்களுக்கும் நான்கு குடும்பங்கள் பொறுப்பு. வழிவழியாக அவர்கள் குடும்பமே அதைச் செய்யவேண்டும். கோயிலில் பாடுவது கூட, பாட்டு வகுப்பில் யார் இருந்தார்களோ, அவர்களின் பிள்ளைகள் அடுத்து பாடவேண்டும்.

''அப்போ பாளி தூக்கிட்டு வரும்போது கீழ துணி விரிக்கிறாங்களே, அவுங்க?'', என கேட்டேன். ''அதுக்கும் நாலு குடும்பம் உண்டும்மா. 'நடை பாவாடை' அப்டின்னு அதை சொல்லுவோம். அந்த நாலு குடும்பங்கள்தான் அதை விரிக்கிறதுக்கு பொறுப்பு. அவுங்களும் வன்னியர்தான்'', என விளக்குகிறார் சின்னப்பர் ஐயா. ''அப்பலாம் லைட் தூக்குறதுக்கு தலித் மக்கள் வருவாங்க. இப்ப கரண்டு இருக்குறதால அதுக்கு தேவையும் இல்ல'', எனச் சொல்கிறார் குழந்தை தெரசா. இந்தக் கோயிலுக்கு செவ்வாய்க் கிழமைகளில் பொருத்தனை செய்துகொண்டு அந்தோணியாரை வழிபட நிறைய இந்துக்கள் வருவதுண்டு எனச் சொல்கின்றனர்.

சாலங்குடம்/சாலங்கரம் மற்ற சடங்குகள் குறித்து மேலதிக தகவல் மற்றொரு வீட்டிலுள்ள பெண் ஒருவர் தருவார் என இன்னொரு ஆசிரியர் எங்களை அழைத்துக்கொண்டு லீமா அம்மாவின் வீட்டுக்குப் போனார். கல்யாணம் முடிந்து மணமகள், மணமகள் வீட்டுக்கு வந்ததும் அவர்களை மேடையில் அமரவைத்துவிட்டு, மூன்று புதிய மண் குடங்களை மேடையில் வைப்பார்கள். மாப்பிள்ளைக் குடம், பெண் குடம், அகல் குடம். இதில் அளவில் சிறிய அகல் குடத்தில் தட்டு போட்டு, அதன் மேல் எண்ணெய் ஊற்றி மூடி, திரி வெளியே தெரிவது போல வைத்து விளக்கு

ஏற்றுவார்கள். அந்த விளக்கு கடைசி சடங்கு முடியும் வரை எரியும். மாப்பிள்ளைக்கு உறவான ஒரு முதிய சுமங்கலிப் பெண்/ மூன்று சுமங்கலிப் பெண்கள் மண் குடம் ஒன்றில் நீர் எடுத்து வந்து மேடையில் வைக்கப்பட்டிருக்கும் இந்தப் புது மண் குடங்களில் சிந்தாமல் மூன்று முறை நீர் ஊற்றுவார்கள் என லீமா சொன்னார். ''பேரன் பேத்தி எடுத்தவங்க, நல்ல பாரம்பரியத்துல வந்தவங்க கொஞ்சம் கொஞ்சம் அந்த மூணு பானைங்கள்ல குடத்த சாய்ச்சு ஊத்துவாங்க'', எனச் சொல்கிறார்.

'மோட்ச விளக்கு சடங்குக்கு' வைக்கப்படும் விளக்கு பற்றி கேட்டதும் அவ்விளக்கு எல்லோர் வீடுகளிலும் இருக்கும் எனச் சொல்கிறார். ''இங்க வெளக்கு இல்லாத வீடே கிடையாது. கல்யாணம் பண்ணி பொண்ணை அனுப்பும் போது இந்த விளக்கையும் கூடவே அனுப்புவாங்க. இந்த விளக்கை நவம்பர் 1 அன்னிக்கு எல்லாரும் கோயிலுக்குக் கொண்டு போவோம். கோயில் பீடத்த சுத்தி இந்த விளக்க ஏத்தி வைப்போம். பூசை முடிஞ்சு அந்த விளக்கை அணையாத வீட்டுக்குக் கொண்டு வருவோம்'', என உறுதிப்படுத்துகிறார். ''விளக்குல பேரு

சிலுவை கைவிளக்குடன் லீமா

இருக்கும், அதை வச்சு அவுங்கவெளங்க விளக்க அடையாளம் கண்டுக்குவோம். குத்து விளக்கு, கைவிளக்கு எல்லாமே வைக்கலாம். வீட்டுக்கு ஒண்ணு, ரெண்டு எப்படி வசதியோ அப்படி வைக்கலாம். எல்லாருக்கும் மோட்ச பாக்கியம் கிடைக்கட்டும் அப்டின்னு தான் இந்த மோட்ச விளக்கு வைக்கிறது'' எனச் சொல்கிறார்.

''கல்லறை திருநாளுக்கு வீட்ல சமைச்சு இல்லாதவங்களுக்குக் குடுப்போம். நவம்பர் மாசம் 30 நாளும் கல்லறைக்கு ஜெபம் சொல்லப் போவோம். தினமும் சாயங்காலம் 6 மணிக்கு பிரார்த்தனை தொடங்கி 7-7.30 வரை நடக்கும். அதுக்கப்புறம் அங்க அவுங்களுக்கு ஜெபமாலை, மன்றாட்டு எல்லாரும் ஒரே இடத்துல உக்காந்து ஜெபிப்போம். ஜெபம் நடக்கும் போது அவுங்கவங்க வீட்டுக் கல்லறைங்களுக்குப் போய் வத்தி, விளக்கு கொளுத்தி வைப்போம். முப்பது நாளும் கல்லறையில இருக்குற எல்லாருக் காகவும் பொதுவா போய் ஜெபிப்போம். இந்த வருஷம் கொரோனாவால போகல'', என லீமா வருந்துகிறார். ''கிறிஸ்மஸ் அப்ப இங்க முன்னல்லாம் சர்க்கரைப் பணியாரம், வெல்லப் பணியாரம், கறுப்பு அதிரசம், வெள்ளை அதிரசம் செய்வாங்க. எல்லா வீட்டுக்கும் குடுப்பாங்க. வீட்டுக்கு யார் வந்தாலும் குடுப்போம்'', என்கிறார். திருமணப் பரிச சேலையில் ஏன் பணம் வைத்து பெண்ணின் அம்மாவுக்குத் தருகின்றனர் என கேட்டதற்கு லீமா சொன்ன விளக்கம் நெகிழ்வைத் தந்தது.

''பரிய சேலை முந்தானில காசு, எரு, அருகம்புல்லு மூணும் வச்சு, முடிச்சு போட்டுருவாங்க. பொண்ணுக்கு மாமியார், நாத்தனார் முறை உள்ளவங்க இந்த முடிச்சு போடணும். சேலை முந்தானைய சின்னதா மடிச்சு வெளிய தெரியாத மாதிரி மடிச்சு வச்சுருவாங்க. அந்த சேலைய பொண்ணோட தாய்மாமன் வாங்கி, பொண்ணோட அம்மாகிட்ட குடுப்பாங்க. அதை வாங்கினு போய் கட்டும் போது முந்தானை முடிச்சை அவுத்து, பொண்ணு அவுங்க அம்மாட்ட குடுப்பாங்க. அம்மா அத வாங்கிக்குவாங்க. புள்ளைய பெத்து, வளத்து, படிக்க வச்சு, எல்லாம் நல்லா செஞ்சி அது சந்தோசமா வாழணும்னு கல்யாணம் பண்ணி மாப்பிள்ள வீட்டுக்குக் குடுக்குறோம். மாப்பிள்ளயோட அம்மா பொண்ணுக்குக் குடுக்குற முதல் சீர் இந்த பரிய சேலை. இந்த முந்தானைல பணம் வச்சு பொண்ணோட அம்மாவுக்குக் குடுக்குறது, பொண்ணை நல்ல படியா வளத்ததுக்கு... அது 'தாய்ப் பணம்'. பொண்ணு அத எடுத்து அம்மா கைல குடுக்கும். சிலரு அத சந்தோஷமா வாங்குவாங்க, சிலர் அழுவாங்க. நம்ம புள்ள நம்ம வளத்தது நம்மள விட்டு போகுதேன்னு மனசு கஷ்டத்துல அழுவாங்க'', என்றார்.

"அதுக்கு இன்னொரு பேரும் சொல்லுவாங்க. 'பால் காசு'. பால் குடுத்து பொண்ண வளக்குறாங்க இல்லையா? அப்போ உன் கிட்டயிருந்து நான் சும்மா பொண்ண கூட்டிட்டுப் போகக்கூடாது. உன் கிட்ட காசு குடுத்து கூட்டிட்டுப் போறோம் அப்டின்னு முடிஞ்சத குடுக்குறதுதான் இது'', என சின்னதுரை சார் விளக்குகிறார். கிறிஸ்தவத் திருமணங்களிலும் இது உண்டா என கேட்டால், ஆம் என ஒரே குரலில் பதில் வருகிறது. ஆரோக்கியராஜ் சார் சொன்னது நினைவுக்கு வந்தது. 'இந்துக்கள் என்னலாம் செய்வாங்களோ அதெல்லாமே நாங்களும் செய்வோம். என்ன... எல்லாத்துலயும் சிலுவை போட்டுக்குவோம்.'

சான்றுகள்

- The Private Diary of Anandaranga Pillai, Vol. 9, Anandaranga Pillai, published 1904
- ஆவணம், இதழ் 2, தமிழகத் தொல்லியல் கழகம், *2009*
- Castes and Tribes of Southern India, Edgar Thurston, K Rangachari, 1909
- Cantus Varii - Mission Press, 1993
- History of Pondicherry Mission, P A Sampathkumar, Andre Carof - University of Madras, 2000

நிவேதிதா லூயிஸ்

வரலாறு, தொல்லியல், பண்பாடு உள்ளிட்ட துறைகளில் கடந்த ஆறாண்டுகளாக இயங்கிவருபவர். முன்னாள் மத்திய அரசுப் பணியாளர். உள்ளூர், மறைக்கப்பட்ட பெண்கள் மற்றும் சிறுபான்மை சமூகத்தின் வரலாறை முனைப்போடு மக்களிடம் கொண்டு செல்பவர். சென்னை நகரில் தொடர்ச்சியாக மரபு உலாக்களும், வரலாற்றுச் சொற்பொழிவுகளும் நிகழ்த்தி வருகிறார். 'முதல் பெண்கள்', 'ஆதிச்சநல்லூர் முதல் கீழடி வரை', 'சிந்து சமவெளி நாகரிகம்', 'மகிழ்ச்சியின் தேசம்', 'வடசென்னை-வரலாறும் வாழ்வியலும்' ஆகிய நூல்களை எழுதியுள்ளார். 'Her Stories' நிறுவனத்தின் இணை நிறுவனர்; அதன் ஃபேஸ்புக் பக்கத்தில் வாரந்தோறும் நடத்திவரும் ஹெர் ஸ்டோரீஸ் உரையாடல்களுக்காக 2021ம் ஆண்டு 'லாட்லி ஊடக விருது' பெற்றிருக்கிறார். பெண் படைப்பாளர்களின் நூல்களை ஹெர் ஸ்டோரீஸ் நிறுவனம் மூலம் பதிப்பித்து வருகிறார்.

அறியப்படாத கிறிஸ்தவம்

தமிழ்நாட்டில் ஒரு வரலாற்றுத் தேடல்

✣

பகுதி – 2

அறியப்படாத கிறிஸ்தவம்

Ariyappadatha Christhavam

Nivedita Louis ©

First Edition: February 2022
Part 1 - 608 pages | Part 2 - 664 pages
Printed in India.

ISBN 978-93-90958-05-4
Kizhakku - 1262

Kizhakku Pathippagam

177/103, First Floor, Ambal's Building, Lloyds Road, Royapettah, Chennai - 600 014. Ph: +91-44-4200-9603
Email : support@nhm.in   Website : www.nhm.in

❋ kizhakkupathippagam   ❋ kizhakku_nhm

Author's Email: niveditalouis@gmail.com

Cover Design by Rhoda Alex
Elanapatti Church Bull Photograph by Karthik, Pudukottai
Author Photograph by Amar Ramesh

Kizhakku Pathippagam is an imprint of New Horizon Media Private Limited

The views and opinions expressed in this book are the author's own and the facts are as reported by the author, and the publishers are not in any way liable for the same.

All rights reserved. No part of this publication may be reproduced, stored in a retrieval system, or transmitted, in any form or by any means, electronic, mechanical, photocopying, recording or otherwise, without the prior permission of the publishers.

நிவேதிதா லூயிஸ்

அறியப்படாத கிறிஸ்தவம்

தமிழ்நாட்டில் ஒரு வரலாற்றுத் தேடல்

பகுதி – 2

கிழக்கு

பொருளடக்கம்

31. அழகப்பசமுத்திரம் அற்புத அன்னை ... 7

32. ஆற்காடு லுத்தரன் ஆலயம், கடலூர் ... 23

33. வடலூர் திரு இருதய ஆண்டவர்,
உளுந்தூர் தூய அன்னாள் ஆலயங்கள் ... 42

34. தரங்கம்பாடியில் திராட்சை விளைந்த காலம் ... 67

35. மயிலாடுதுறை வேதநாயகம் ... 86

36. கோவிலூர் – பாஸ்கு நாடகம் ... 106

37. எலத்தகிரி அடைக்கல அன்னை ... 134

38. மதியம்பட்டி மரிய மதலேனம்மாள் ... 144

39. வாலிபாளையம் – பேதுரு பவுல் ... 164

40. கொடிவேரி சவேரியார் ... 192

41. வனத்து அந்தோணியார் கும்மி –
மாரம்பாடி, கீழ மாரம்பாடி ... 203

42. 'வாசாப்பு' – அய்யம்பேட்டை
(வரதராஜன்பேட்டை), தென்னூர் ... 228

43. அசைந்தாடி வரும் ஆவூர் தேர் ... 283

44. காமாட்சி நாயக்கர் தந்த சத்தியநாதபுரம் ... 333

45. கத்தோலிக்கக் கல்லறைகள்- வெள்ளை மரியாள்,
சின்னம்மாயி, வெள்ளைக்காரம்மா ... 357

46. தமிழகத்தின் முதல் மஞ்சுவிரட்டு –
எளனாப்பட்டி உபகார மாதா ... 394

47.	மங்கனூர் செபஸ்தியார்	... 411
48.	தஞ்சை – ஆபிரகாம் பண்டிதர், வேதநாயகம் சாஸ்திரியார் (குடும்பத்தினர் பேட்டி)	... 430
49.	முத்தழகுபட்டி செபஸ்தியார்	... 458
50.	உசிலம்பட்டி வீரம்மா	... 480
51.	மிச்சங்களைத் தேடிப் பயணம் – ஹென்றிக் ஹென்றிக்ஸ், எல்லீசன்	... 497
52.	செங்கோல் மாதா பொங்கல், மாவிளக்கு, கிடா வெட்டு – காரங்காடு	... 518
53.	ஊசியும் குச்சியும் தந்த விடுதலை – கல் கோயில், ரேந்தாத் தையல்	... 534
54.	ஒடுக்கப்பட்ட மக்களின் காவல் – சால்வேஷன் ஆர்மி	... 554
55.	தென் திருவிதாங்கூரின் முதல் சீர்திருத்தக் கிறிஸ்தவர் – வேதமாணிக்கம், மயிலாடி	... 574
56.	அரசியல்படுதலின் அவசியம் - இனயம்	... 587
57.	பாலப்பள்ளம் குடில் - மத்திகோடு	... 621
58.	மனிதம் - கன்னியாகுமரி	... 634
59.	இந்தியாவில் கிறிஸ்தவத்தின் தொடக்கம்	... 649
60.	உலகக் கிறிஸ்தவம் - ஒரு பார்வை	... 656

31

அழகப்பசமுத்திரம் அற்புத அன்னை

ஒரு காலத்தில் திருமணங்களில் வாழ்த்துப் பாடல்களைப் பாடி, சேலையிடும் சடங்கை வேதியர்கள் (catechists) நடத்தியிருக்கின்றனர். இன்று இந்த வழக்கம் அடியோடு காணாமல்போய்விட்டது.

•

திருமண வாழ்த்துப் பாடல்

சூசை கரதலத்தில் (2)
தோன்றிய கோர் போற்துளித்து
நல்வாசமிகு நற்புனிதர்
மாறாத தேவ அருளே
வீசையுற்ற கற்புவித
மெய்மணம் போல் ஊழ்வினையில்
இம்மாசகன்ற இம்மணமும்
மண்ணுலகில் வாழ்ந்திடவே
மங்கள வாழ்த்து
சுபஜெய மங்களம் ஜெயமங்களம்
நாளும் தழைத்தோங்கி வாழ்ந்திடவே தழுமங்களம் (2)
ஆதிமறையில் வாழும் ஆபிரகாம் சாராளைப் போல் (2)
தழைத்தோங்கி வாழ்ந்திடவே தழுமங்களம்
நாளும் செழித்தோங்கி வாழ்ந்திடவே ஜெயமங்களம்
சுபஜெய மங்களம் ஜெயமங்களம்

நாளும் தழைத்தோங்கி வாழ்ந்திடவே தழுமங்களம்
அழகை நகரில் வாழும் சூசைநாதன்-பிலோமினாள் (2)
இவர்கள் குமரன் லூர்துராஜன் ஜெயமங்களம்
நாளும் தழைத்தோங்கி வாழ்ந்திடவே தழுமங்களம்
சுபஜெயமங்களம் ஜெயமங்களம்
நாளும் தழுத்தோங்கி வாழ்ந்திடவே தழுமங்களம்
புதுவை நகரில் வாழும் ஆபேல்-ரீத்தம்மாள் (2)
இவர்கள் குமரம் சந்திரிகா மேரி ஜெயமங்களம்
நாளும் தழைத்தோங்கி வாழ்ந்திடவே தழுமங்களம்
சுபஜெயமங்களம் ஜெயமங்களம்
நாளும் செழித்தோங்கி வாழ்ந்திடவே ஜெயமங்களம்.
சேழையிடும்போது பாடும் பாடல்
ஆதியிலுள்ள சேழை இது
ஆபிரகாம் ஈசாக்கு ஆசித்த சேழையிதுவே
காயீனும் ஆபேலும் ஒன்றற்பின் ஒன்றாகிட்ட சேழையிதுவே
பரிமள சேழையிது பெரியோர்கள் கையினால் பாலித்த
சேழையிதுவே
ஆல் போல் தழைத்து அருகு போல் வேறோடு
மூங்கில் போல் பூத்து முன்னூறு ஆண்டுகள்
மூன்றாம் தலைமுறைகளாக வாழ்வீர்களாக,
ஆமென்.

பாடலைப் பாடியவர் சூசைநாதன் வேதியர், அழகப்பசமுத்திரம். இந்தப் பாடல் அவரது மகன், மருமகள் பொருட்டு பாடப்பட்டது போல ஊர், நபர் பெயர்கள் சேர்க்கப்பட்டுள்ளன. ஒரு காலத்தில் திருமணங்களில் மாலைகளை மாற்றி, இந்தப் பாடல்களையும், சேழையிடும் சடங்கையும் வேதியர்கள் (catechists) நடத்தியிருக்கிறார்கள். இன்று இந்த வழக்கம் அடியோடு காணாமல்போய் விட்டது.

பணிக்கன்குப்பத்திலிருந்து அழகப்பசமுத்திரம் செல்லும் சாலை முழுக்க முந்திரிக்காடு படர்ந்திருந்தது. அங்கொன்றும் இங்கொன்று மாக சிற்றூர்கள். வறண்ட பூமியாகவும் இல்லாமல், செழிப்பாகவும் தோன்றாமல் ஒருவித குழப்பமான நிலப்பரப்பு இது. அழகப்பசமுத்திரம் சிற்றூர்தான். ஊருக்குள் நுழையுமிடத்தில் ஆரோக்கிய அன்னை ஆலயம் தெரிகிறது. ஓரளவுக்கு நவீன ஆலயம்தான், ஆனால் பராமரிப்பின்றித் தெரிந்தது.

''வீட்டுக்குப் போய் சாப்பிட்டுட்டு வந்துருவோம், வாங்க'', சின்னதுரை சார் அவர் வீட்டுக்கு அழைக்கவும், மதிய உணவு நேரம்

கடந்து விட்டதை வயிற்றுக்குள் என்னவெல்லாமோ இசைக் கருவிகள் முழங்கத் தொடங்கிக் காட்டிக்கொடுத்தன. விளக்குகள் குறித்து பேசிக்கொண்டு காரில் வந்ததால், அவர் அம்மாவிடமும், சகோதரியிடனும், ''அவுங்க நம்ம வீட்டு விளக்க பாக்கணுமாம், எடுங்க'', என்றார். பரணில் காத்திருந்த விளக்குத் துண்டுகள் கோணிப்பைகளைவிட்டுக் கீழிறங்கின. அக்குவேறு ஆணிவேறாகப் பிரிக்கப்பட்டிருந்த இரண்டு செட் (6 எண்ணம்) குத்துவிளக்கு களைத் தனித்தனியே பகுத்து, ஆறு விளக்குகளாக மாட்டுவது சவாலானது. கழற்றி, மாட்டி, மீண்டும் கழற்றி மாற்றி என்று அரை மணி நேரப் போராட்டத்துக்குப் பிறகு, அவரது சகோதரிக்குத் திருமண சீராகத் தரப்பட்ட நான்கு அடிக் குத்துவிளக்குகள் இரண்டு, மற்றும் கைவிளக்கு வைக்கும் மூன்றரை அடி விளக்குத்தண்டு ஒன்றையும் ஒருவழியாக வரவேற்பறையில் அடுக்கிவிட்டோம். விளக்குத் தண்டின் மேல் வேளாங்கண்ணி மாதா உருவம் வடிக்கப்பட்ட அழகிய கைவிளக்கை வைத்துப் புகைப்படங்கள் எடுத்துக் கொண்டேன். இந்தப் பகுதித் திருமணத்தை ஒட்டிய வீட்டுச் சடங்குகளில் இம்மூன்று விளக்குகளும் ஏற்றி வைக்கப்படுகின்றன.

சின்னதுரை சாருக்கு இதுதான் சொந்த ஊர். ஆண்டைகளிடம் வேலைக்குச் சென்ற ஒடுக்கப்பட்ட சமூக மக்கள் அழகப்ப சமுத்திரத்தின் பெரும்பான்மை. கிறிஸ்தவத்திற்கு மதம் மாறிய பிறகுதான் இவர்களில் பலருக்குக் கல்வி கைக்கெட்டியிருக்கிறது. இங்குள்ள ஒடுக்கப்பட்ட மக்களின் விடியலுக்கான துருப்புச்சீட்டு

விளக்குத் தண்டின் மேல் ஆரோக்கியமாதா
கைவிளக்கும், குத்துவிளக்குகளும்

என இவ்வூரின் கத்தோலிக்க கிறிஸ்தவ நடுநிலைப்பள்ளியைச் சொல்லலாம். கையிலுள்ள சொற்ப நிலத்தையோ, கால்நடைகளையோ விற்று, மேற்படிப்புக்கு பண்ருட்டிக்கோ, கடலூருக்கோ சென்று பெற்ற கல்வியின் பலனாக, இன்று இவ்வூரைச் சேர்ந்த பலர் அரசுப் பணிகளிலும், தனியார் பணிகளிலும் கால் பதித்திருக்கின்றனர். ஊரை விட்டு வெளியே பறந்துவிட்ட மக்கள், ஊருக்கு எப்போது வருகின்றனர்? சின்னதுரை சார் அறிமுகம் செய்வித்த ஒருவர், தன் பெயர் குறிப்பிடாமல் சொல்கிறார்: ''நான் ஊருல படிச்சுட்டு, காலேஜ் படிக்க கடலூர் போயிட்டேன். டிகிரி படிச்சு முடிச்சு, டீச்சர் ட்ரெய்னிங்கும் படிச்சிட்டு அங்கங்க 'லீவ் பிளேஸ்' வேலை பார்த்தேன். சாமியாருங்க, மடத்துல இருக்குறவங்க எல்லாரும் பழக்கம்தான். ஆனா நிரந்தரமான வேலை அப்டின்னு ஒண்ண எனக்குக் குடுக்கணும்னு யாருக்கும் தோணல. ஒவ்வொரு முறை வேக்கன்சி வரும்போதும், அந்த வேலை நமக்குத்தான் கிடைக்கும்னு நினைச்சுட்டு இருப்பேன். ஆனா என்னை விட படிப்பு, அனுபவம் குறைவான ஆளுக்கு அந்த வேலை போயிரும். ஒரு கட்டத்துல வெறுத்துப் போய் இப்டியே இருந்தா நம்ம வாழ்க்கை என்ன ஆகுறதுன்னு வெளிய வந்துட்டேன். முயற்சி செஞ்சு அரசு வேலை கிடைச்சப்புறம்தான் வாழ்க்கை விடிஞ்சிருக்கு.''

''இப்ப பக்கத்துல இருக்குற டவுன்லதான் வீடு. சொந்த வீடு, கார்னு வசதியா இருக்கோம். ஆனா ஊருக்கு நான் வர்றதையோ, என் புள்ளைங்கள இங்க அனுப்புறதையோ விரும்பல. பஸ் ஸ்டாப்புல நம்ம காத்திருக்குறத பார்த்தா, சாதிக்கார சின்னப்பசங்க கூட நம்மள பேர சொல்லி, '...இங்க வா' அப்டின்னு கூப்பிடுவாங்க, புள்ளைங்க அத எப்புடிப் பார்க்கும்? இன்னிக்கும் கார்ல ஊருக்கு வந்தா அவுங்க தெரு பக்கம் போறது இல்ல. அந்தப் பக்கம் கார்ல போனாக் கூட உடம்பு தானா குறுகிப் போகுது. படிச்சுட்டோம்தான், நிமிர்ந்துட்டோம்தான். ஆனாலும் மனசு கனமாய்ருது.'' மதம் தங்களைக் கைவிட்டாலும், தன்னம்பிக்கை இழக்காமல் போராடி ஜெயித்தவர் இவர்.

எத்தனை தலைமுறைகளாக அழகப்பசமுத்திரத்தில் கிறிஸ்தவர்கள் வாழ்ந்திருக்கின்றனர்? எப்போது மதம் மாறியிருக்கக்கூடும்? சின்னதுரை சாரிடம் கேட்டதற்கு விரிவாகவே விடை கிடைக்கிறது. ''எங்க அப்பாவுக்கே நாலு தலைமுறை முன்னால எங்க முன்னோர் கிறிஸ்தவத்துக்கு மாறிட்டாங்க. அந்தோணிங்குறது எங்க தாத்தா, அவருடைய தாத்தா சின்னப்பா, சின்னப்பருக்கு அப்பா சந்தியாகு, சந்தியாகோட அப்பா அபூர்வம். ஆறு தலைமுறையா கிறிஸ்தவங்

களாதான் இருக்கோம். சராசரி ஒவ்வொருத்தருக்கும் 60-70 வயசுன்னு வச்சுக்கிட்டாலும் கூட குறஞ்சது 300 வருஷம் நாங்க கிறிஸ்தவங்க. பணிக்கன்குப்பம் கோயில் வரலாறோடதான் இவுங்க வரலாறும் சேர்த்துப் பார்க்கணும். அப்போலேர்ந்தே இவுங்களும் இருக்காங்க. இவுங்களும் எல்லாருமே வெளியில இருந்து இங்க வந்து செட்டில் ஆனவங்கதான். பொழைக்கிறதுக்கு வந்தவங்க அங்கங்க கிடச்ச வேலையைப் பொறுத்து ஒண்டிக்கிட்டாங்க.''

''16 வீடு இந்த ஊருல ஆரம்பத்துல இருந்திருக்காங்க. எல்லாரும் பங்காளிதான். ஒரே குடும்பத்துலருந்து வந்தவங்கதான். எங்க கொத்துக்கு பேரு பிராஞ்சு..பிரான்சிஸ்தான் அப்படி மாறியிருக்கு. பிராஞ்சு குடும்பம், கருமாரி குடும்பம், தலையாரி குடும்பம், புட்லியான் குடும்பம், சுக்கிலியன் குடும்பம், அகரத்தான் குடும்பம், அதுல பெரிய அகரத்தான், சின்ன அகரத்தான் குடும்பம் இப்பிடி நாலஞ்சு தலைமுறையா கிறிஸ்தவக் குடும்பங்க இங்க உண்டு. இப்ப எங்க தெருவுல இருக்குறது ரெண்டு குடும்பம்- பிராஞ்சு குடும்பம், தலையாரி குடும்பம். பெரிய கோயில் பக்கத்துல அகரத்தான் குடும்பம்னு ஒண்ணு இருக்கு. அகரத்தான் குடும்பத்துல நாங்க பொண்ணு குடுப்போம், அவுங்க பொண்ணு எடுத்துக்கு வாங்க. அங்க ஒரு தலையாரி குடும்பம் இருக்கு, மட்டியான்னு ஒரு குடும்பம் இருக்கு. எங்க அம்மா எல்லாம் மட்டியான் குடும்பத்துக்காரங்க.''

''எங்க குடும்பத்துல இருந்து மட்டியான் குடும்பத்துக்கு பொண்ணு குடுப்பாங்க, அவுங்க எடுப்பாங்க, இப்பிடி... இவுங்க எல்லாருக்கும் பூர்வீகம் எங்கன்னு பார்த்தா சிதம்பரம் டூ கடலூர் ரோட்டுல தச்சம்பாளையம் கிட்ட பெரியபட்டு அப்டின்னு ஒரு ஊரு உண்டு. அதுவும் ஒரு பழமையான இடம். அங்கேயும் ஒரு பழைய சர்ச் உண்டு. பாலப்பட்டு, பரங்கிப்பேட்டை அந்தப் பக்கம்'', என்று சின்னதுரை சார் சொல்கிறார். இப்பகுதி பரங்கிப்பேட்டை கடற்கரைக்கு அருகே இருப்பதால், அங்கு வந்த கப்புசின், மதுரை மிஷன் இயேசு சபைக் குருக்கள் அல்லது பிரெஞ்சு மிஷன் மிஷனரிகளால் மதமாற்றம் செய்யப்பட்டு, பிழைப்பு தேடி உள்நாட்டுக்கு நகர்ந்திருக்கவேண்டும்.

சின்னதுரை சார் வீட்டில் வாழையிலையில் பரிமாறப்பட்ட சாம்பார், உருளைக் கிழங்கு போல ருசியாக சாப்பிட்டு சில ஆண்டுகளேனும் இருக்கக்கூடும். அதிலும் அவரது அம்மாவும் சகோதரியும் போட்டி போட்டுக்கொண்டு, 'இன்னும் கொஞ்சம்

சோறு, பொறியல்?' என்று கேட்டுக் கேட்டுப் பரிமாறியதில் வயிறும் மனதும் நிறைந்தது. உணவை முடித்துவிட்டு, பின்பக்கத் தோட்டத்தில் மேய்ந்து கொண்டிருந்த வாத்துகளைப் பார்த்தபடி நானும் சின்னதுரை சாரும் நின்றுகொண்டிருந்தோம்.

''இந்த ஊர் பழமையான ஊர். இங்க பழைய கோட்டை ஒண்ணு இருந்துச்சுன்னு சொல்லுவாங்க. இந்தப் பகுதியை அழகப்பன் அப்டிங்குற ராஜா ஆண்டதாகவும் சொல்லுவாங்க. இங்க ஒரு பெரிய ஏரி உண்டு. அத வெட்டும்போது குமிச்சு வச்ச மண்ணுல ஏறி நின்னு சின்னவயசுல பார்த்திருக்கேன். அங்க இருந்து நெய்வேலி ஊரு தெரியும். அவ்வளவு மண்ண எடுத்து இந்த ஏரிய வெட்டுனாங்க. இந்த ஏரிய அழகப்பசமுத்திரம், அழகப்பசமுத்திரம் காலனி, சிறுதொண்டமாதேவி, அரசடிக்குப்பம் இந்த எடங்கள்ல இருக்குற மக்கள் யூஸ் பண்றாங்க. ஆனா பாருங்க ஏரியோட வடக்குக் கரை அரசடிக்குப்பம் ஆளுங்களுக்கு, மேற்க அழகப்ப சமுத்திரம் ஊருக்கு, தெக்குப் பக்கம் சிறுதொண்டமாதேவி ஊர் ஆளுங்களுக்கு, கிழக்குப் பக்கம் காலனி ஆளுங்களுக்குன்னு ஒதுக்கி இருக்காங்க. அதுவும் அழுக்கா தண்ணி வர்ற கால்வா ஏரியில சேருற எடத்துலதான் காலனி ஆளுங்க, தோபிங்க குளிக்கணும். மத்த கரைய அவுங்க எந்த காரணம் கொண்டும் பயன்படுத்தக் கூடாதுன்னு கட்டுப்பாடு இருக்கு.''

''அதாவது ஒரு தலித்துக்கு எவ்வளவு தண்ணிக்கு அவசரம்னாலும், சாவு வீட்டுக்குப் போய்ட்டு ஏரியில குளிச்சிட்டு கெளம்பணும்னாலும், அவனுக்கு ஒதுக்கப்பட்டிருக்குற கிழக்கு பக்கக் கரையிலதான் அவன் குளிக்கணும், துவைக்கணும். நீங்க சர்ச்சுல ஜாதி இருக்குன்னு கவலைப்படுறீங்க. நா இயற்கையா ஓடி வர்ற தண்ணிய யூஸ் பண்றதுக்கே இவ்வளவு சிக்கல் இருக்குன்னு சொல்றேன்'', என சின்னதுரை சார் சொல்கிறார். என்னிடம் சொல்வதற்கு எதுவும் இல்லை. பல நேரங்களில் மௌனம் தேவையாய் இருக்கிறது. நம்மை சிலரது சூழலில் பொறுத்திப் பார்த்து கூனிக் குறுகிக்கொள்ள இந்த மௌனம் போதுமானதாக இருக்கிறது. வாத்துகள் சாப்பிட்டுப் போட்ட இலைகளைக் கிழித்து மேய்ந்துகொண்டிருந்தன.

கோயில் பற்றிய கேள்விகளைவிட அங்குள்ள மக்கள் எப்படி வாழ்கின்றனர் என தெரிந்து கொள்ளும் ஆவலே மேலோங்குகிறது. சின்னதுரை சாரின் உறவினர் சூசைநாதன் வேதியர் ஐயாவை சந்தித்துப் பேசலாம் என்ற முடிவுடன், வீட்டுப்பெண்களுக்கு நன்றியைச் சொல்லி விடைபெற்றேன். கட்டி முடிக்கப்படாத

வீடொன்றின் திண்ணையில் கயிற்றுக் கட்டிலில் சூசைநாதன் உட்கார்ந்திருந்தார். வேதியராகப் படித்து, பணியாற்றியவர். திண்டிவனம் பள்ளியில் டஃபியின் கடின உழைப்பால், சூசைநாதன் போன்ற வேதியர்கள் உருவாகியிருக்கின்றனர். சேழையிடுவது, வாழ்த்துப் பாடல் பாடுவது என ஒவ்வொன்றாக நான் கேட்க, அவற்றைப் பொறுமையாகப் பாடிக் காட்டினார். முன்வாயில் பற்கள் எல்லாம் விழுந்துவிட்டன. பக்கவாட்டுப் பற்களைக் கொண்டு சமாளிக்கிறார். பாடியதில், பேசியதில் சிறிது தெளிவில்லை தான். ஆனாலும் உற்சாகத்தில் துளியும் குறைவில்லை.

"இந்த சுபங்களம் பாட்டை பொண்ணு மாப்பிள்ளை சாப்பிட்டு முடிச்சு வந்து மணையில உக்கார வைக்கும்போது பாடுவோம். மாலையை கையில் வச்சுக்கணும். பொண்ணு மாப்பிள்ள ஜோடியா நிக்க வச்சுட்டு, நம்மளும் பக்கத்துல நிக்கணும். முன்னால படம் இருக்கும் (மாதா/திருக்குடும்பம்), அதுல வத்தி ஏத்தியிருக்கும். அந்தப் படத்து முன்னாலதான் இந்தப் பாட்டப் பாடணும். இதப் பாடிட்டு ரெண்டு பேரையும் மாலை மாத்திப் போடச்சொல்லி, உக்கார வைக்க வேண்டியதுதான். மாப்பிள்ளைகிட்ட சொல்லி பொண்ணுக்கு போட வைக்கணும், பொண்ணுகிட்ட மாப்பிள்ளைக்குப் போட சொல்லணும். உக்காந்த பிறகுதான் ஆதியில சேழை பாடி சேழையிடும் சடங்கு செய்யணும்", என சூசைநாதன் சொல்கிறார்.

இந்த சேழை/சேஷை என்ற சொல்லின் வேர்ச்சொல் சிலப்பதிகாரத்தில் அழகுற எடுத்தாளப்படுகிறது.

"குடக்கோக் குட்டுவன் கொற்றங் கொள்கென
ஆடக மாடத் தறிதுயில் அமர்ந்தோன்
சேடங் கொண்டு சிலர்நின் றேத்தத்
தெண்ணீர் கரந்த செஞ்சடைக் கடவுள்"
(சிலம்பு கால்கோள் காதை, 64)

குடதிசைக் கோவாகிய – திருவனந்தபுரத்தில் யோக நித்திரையில் அமர்ந்த நெடுமாலின் சேடத்தை - தெய்வத்திற்குப் படைத்த உணவு, மலர் போன்றவை - பிரசாதம் எனப் பொருள்படும் என விளக்க உரை குறிப்பிடுகிறது. சேடம்/சேஷம்/சேழம் என்பது கடவுளுக்குப் படைக்கும் பிரசாதம். மணமான பெண்ணையும், மாப்பிள்ளையையும் அந்தப் பிரசாதம் கொண்டு வாழ்த்துவதாகப் பாடப்படுகிறது எனப் பொருளாகலாம்.

"நெல் களஞ்சியம் வெச்சு வாழ்ந்தவங்க... அந்த ஞாபகமா நெல்லைப் போட்டு வாழ்த்துறாங்க", என சூசைநாதன் ஐயா

சொல்கிறார். சின்னதுரை விளக்குகிறார்- ''தரையில வேஷ்டிய விரிச்சு, அதுல நெல்லை பரப்பிருவாங்க. அது மேல வேஷ்டிய போட்டு மூடி, அதுல மணை ஏத்தி உக்கார வைப்பாங்க. முன்னாடி தாம்பாளத்துல நெல் எடுத்து வெச்சுக்கிட்டு நெல்லை அள்ளி அள்ளி அந்தத் தட்டுலயே போட்டு வாழ்த்துவாங்க. அதுக்கப்புறம் ஒவ்வொருத்தரா பெரியவங்க வந்து அதே மாதிரி வாழ்த்தி தாம்பாளத்துல இருக்குற நெல்லை அள்ளிப் போட்டு சேழையிடுவாங்க, சிலுவை போடுவாங்க.''

சேஷ அரிசி சடங்கு வேறு, சேழை இடுதல் வேறு எனவும் சூசைநாதன் விளக்குகிறார். முந்தையது மஞ்சள் அரிசி கொண்டு செய்யப்படுவது, பிந்தையது நெல் கொண்டு என தெளிவு படுத்துகிறார். ''முதல் நலுங்கு வைக்கிறாங்க இல்லையா, மூணு நாளைக்கு முன்னாடி? பொண்ணு மாப்பிள்ளைய உக்கார வெச்சு அள்ளி சேழை போட்டு நலுங்கு வைப்பாங்க. அதே நெல்ல கொஞ்சம் அவிச்சுப் போட்டு இதுக்கு எடுப்பாங்க. அந்த நெல்லை யாருக்காவது தேவைப்படுறவங்களுக்கு ஃப்ரீயா குடுத்துருவாங்க. இந்த சடங்குதான் மணை ஏத்துறது.''

''முன்னாடி ஜெபம் சொல்லி, மங்களப் பாட்டு சொன்ன உடனே, மாப்பிள்ளையோட அம்மா அப்பா ஒரு மெழுகுதிரி ஏத்தி, மணமக்கள் கைல குடுத்து, 'இன்று முதல் குடும்பப் பொறுப்ப மணமக்கள் கிட்ட அவுங்க பெற்றோர் ஒப்படைக்கிறாங்க' அப்டின்னு சொல்லுவாங்க. அவுங்களும் படத்து முன்னாடி அந்தத் திரிய ஏத்துவாங்க. சில இடங்கள்ல விளக்கு இருக்கும். அதுக்குப் பிற்பாடுதான் மணைல உக்காருவாங்க. சடங்கு முடிஞ்சு பொண்ணு கையில கைவிளக்கை குடுத்துருவாங்க. அந்தப் பொண்ணு வாழப்பொற வீட்டுக்குள்ள போகும்போது கைவிளக்கோடத்தான் போகணும். ஒரு வேளை குத்து விளக்குதான் இருக்குன்னா, மாப்பிள்ள முன்ன போகணும், பொண்ணு பின்னால விளக்கை எடுத்துக்கிட்டு குனிஞ்சு வீட்டுக்குள்ள போகணும்'', என சூசைநாதன் சொல்கிறார்.

''நம்ம சர்ச்சுல ஆண்டுத்திருவிழா மே 29 அன்னிக்கு நடக்கும். அற்புத அன்னை விழா அது. மே 21 அன்னிக்கே கொடியேத்திரு வாங்க. 30ம் தேதி காலைல பூசை முடிச்சு கொடி எறக்கிருவாங்க. 29 ந்தேதி நைட்டு தேர் சப்பரம் நடக்கும். ராத்திரி 10 மணிக்கு தேர் எடுத்தா ஊர சுத்தி காலைல 5 மணிக்கு திரும்ப சர்ச்சுக்கு வரும். அதுக்கப்புறம் மூணு மணியடிச்சு, பூசைக்கு எல்லாரும் வந்தப்புறம் பூசை முடிஞ்சு கொடி எறக்கிருவாங்க. ஒவ்வொரு வருஷம் கொடி

எறக்கினதும் அந்த வருஷத்தோட அறுவடைய வெச்சு செஞ்ச கூழு, கஞ்சி இதெல்லாம் மக்கள் கொண்டு வந்து சர்ச்சுல வைப்பாங்க. சில பேரு உணவு தயாரிச்சுக் கொண்டு வந்து வைப்பாங்க. சாமியார் அதை மந்திரிச்ச பிறகு அதை எல்லாருக்கும் ஊத்துவாங்க'', என சூசைநாதன் சொல்கிறார்.

லத்தீன் பாடல்கள் பாடத்தெரியுமா எனக் கேட்டால், மகிழ்வாக ஆமாம் எனச் சொல்கிறார். 'லிபெரா மே' இல்லாமல் வேறு எதாவது பாடுங்கள் என வேண்டுகோள் வைத்தேன். உறுதிப் பூசுதல் (confirmation, one of the holy sacraments of Catholic Church) பெரும்பாலும் ஆயர் வந்தே தருவார். அப்படி ஆயர் வரும்போது பாடும் லத்தீன் பாட்டு இது என்பவர், போப்பாண்டவர் பாம்பே வரும்போதும் இதைத்தான் பாடினோம் எனச் சொல்லி பாடத் தொடங்குகிறார். 'வெனி கிரியேதர் ஸ்பிரிது' (veri creator spiritus) எனத் தொடங்கும் இந்தப் பாடல் ஒரு கிரகோரிய ஜெபப்பாடல் (Gregorian chant). ஒன்பது-பத்தாம் நூற்றாண்டு வாக்கில் மத்திய மற்றும் மேற்கு ஐரோப்பாவில் தோன்றிய பாடல் வழிபாட்டு முறை.

எந்தக் கருவியும் இன்றி, கணீர்க்குரலில் பாடப்படும் இவ்வகை ஜெபங்கள் (chant) பெரும்பாலும் லத்தீனில் இயற்றப்பட்டன, வெனி கிரியேதர் ஸ்பிரிது என்ற இந்தக் குறிப்பிட்ட பாடல் ஒன்பதாம் நூற்றாண்டில் வாழ்ந்த ஜெர்மானிய ஆயரான ரபனூஸ் மாரஸ் என்பவரால் எழுதப்பட்டது என சொல்லப்படுகிறது. பரிசுத்த ஆவி (Holy Spirit) பற்றிய இந்தப் பாடல், சிஸ்டீன் ஆலயம் (Sistine Chapel) உள்ளிட்ட மிக முக்கியமான ஆலயங்களுக்குள் ஆயர்களும், கர்தினால்களும் வழிபாட்டை தலைமையேற்று நடத்த நுழையும் போது பாடப்படுவது. அதே வழக்கத்தை மறவாமல் இங்கும் 1965 வரை ஆலயங்களில் மக்கள் லத்தீனில் பாடியிருக்கின்றனர்.

> வெனி கிரியேட்டர் ஸ்பிரிதுஸ் மெந்தெஸ் து ஓரம்
> விசிடா இம்ப்லெ சுபெர்னா கிராசியா குவேது...

(ஆங்கில மூலம் https://en.wikipedia.org/wiki/Veni_Creator_Spiritus இங்கே உள்ளது)

இதற்கு சமமான தமிழ்ப் பாடல் என்றால், 'ஆண்டவரே இறங்கி வாரும்' என்ற பாடலைச் சொல்லலாம் என்கிறார் சூசைநாதன். பாவசங்கீர்த்தனம் (Confession) செய்யும்போது சொல்லப்படும் 'கன்ஃபிதோர்' ஜெபம் (https://en.wikipedia.org/wiki/Confiteor) ஒன்றின் லத்தீன் வடிவத்தையும் எந்தத் தடங்கலும் பிசிறுமின்றி

சூசைநாதன் வேதியர்

சொல்லிமுடித்தார். திருமணத்துக்கு முன்பு வரை பணிக்கன்குப்பம் ஆலயத்துக்குத்தான் வழிபாட்டுக்கு செல்வோம் எனச் சொல்பவர், அங்கு முழுக்க முழுக்க லத்தீனில் பூசை நடக்கும் எனவும் விளக்குகிறார். இந்தப் பங்கு (அழகப்பசமுத்திரம்) முதலில் பணிக்கன்குப்பம் பங்கின் துணைப்பங்காக இருந்துள்ளது. அதன் பின் கிருஷ்ணன்குப்பம் பங்கின் துணைபங்காக மாற்றப் பட்டு, 1973ம் ஆண்டு ஆலயம் கட்டியெழுப்பப்பட்டது. 1974ம் ஆண்டு தனி பங்காக உயர்த்தப்பட்டது. இன்று இங்கு 700 கிறுஸ்துவக் குடும்பங்கள் வசிக்கின்றனர்.

சூசைநாதன் தன் கதையைச் சொல்கிறார். ''நான் 1963-64ல சொந்தக்காரங்க ஒருத்தங்ககூட பாம்பே போயிருந்தேன். மட்டுங்கால ஒரு பெரிய டான் போஸ்கோ கோயில் உண்டு. அங்க ஒரு கேரளா ஃபாதர் இருந்தாரு. அவருக்குத் தமிழ் தெரியும். என்னைப் பேசவச்சு பார்த்துட்டு, தமிழ் ஆளுங்களுக்கு ஜெபம் சொல்லிட்டு இங்கேயே இருன்னு சொல்லி எனக்கு அங்க ஆஃபிஸ் பாயா வேலை போட்டுக் குடுத்தாரு. அங்க ஒரு வருஷம் இருந்தேன். இந்தி, லத்தீன் எல்லாம் நல்லா கத்துக்கிட்டேன். அந்த சமயத்துலதான் 1964 டிசம்பர்ல போப்பாண்டவர் வந்து பாம்பேல எறங்குனார். இயேசுநாதர் சொல்படி தான நம்ம நடக்குறோம்? இயேசுநாதர் ஊர் பூரா மக்களைத் தேடித்தான போய் போதிச்சாரு? நம்ம ரோம்லயே இருக்குறது அர்த்தம் இல்ல அப்டின்னு சொல்லி, மக்களை தேடிப் போயி போதிப்போம்னுதான் இங்க அவரு வந்தாரு.''

''ஒரு காலத்துல பாப்பரசரா தேர்தல்ல ஜெயிச்சுட்டா, அப்டியே மேல ஏறிருவாங்க. அதுக்கப்புறம் செத்தாதான் பிரேதமா வெளிய வருவாங்க. நம்ம அந்தப் பழக்கத்த மாத்தணும் அப்டின்னு சொல்லிட்டு நிறைய நாட்டுக்கு வந்தாரு. இந்து நாடான இந்தியாவுக்கு வருவேன்னு இங்க வந்தாரு. அப்போ டாக்டர் ராதாகிருஷ்ணன்தான் இங்க பிரெசிடென்ட். கவர்மன்ட் ஹவுஸ்ல போப்பாண்டவர அவர் வரவேற்றாரு. புதுசா கட்டுன பிளேன்ல போப்பாண்டவர் பாம்பே வந்தாரு. கிரிக்கெட் கிரவுண்டுல பூசை

நடந்துச்சு. ஊர் நாடே அங்க வந்துச்சு. நாலு மணிநேரம் அன்னிக்கு பூசை நடந்துச்சு.''

''அதுக்கப்புறம் ஆயருங்க எல்லாம் டான் போஸ்கோ பசிலிக்காவுக்கு வந்தாங்க. அங்கதான் மொத மொத இந்தியாவுல மொழி மாற்றப் பூசை நடந்தது. அப்போ 13 தமிழ் ஆயர்கள் அங்க இருந்தாங்க. அவுங்கள்லாம் சேர்ந்து தமிழ்ல வச்ச மொத பூசை நடந்துது. போப்பாண்டவர் அவர் மொழில பூசை சொல்வாரு, அதை ஒருத்தரு தமிழ்ல சொல்லுவாரு, ஒருத்தரு ஹிந்தியில, அப்டின்னு அந்தந்த மொழியில் சொன்னாங்க. அந்தப் பூசை முடிய அஞ்சு மணி நேரமாச்சு. நானு, பிரான்சிஸ், செல்வராஜு நாங்க மூணு பேர்தான் நம்ம ஆளுங்கள்ல அப்ப சர்ச்சுல இத பார்த்தது. அப்போ 17 ரூபாய்க்கு மெட்ராஸ்ல இருந்து பாம்பேக்கு ரிட்டர்ன் டிக்கெட் குடுத்தாங்க, நிறைய பேரு போப்பாண்டவர பார்க்க வந்தாங்க. அப்போதான் அவுங்கவங்க சொந்த தாய் பாஷைல பூசை வைக்கணும்னு சட்டம் வந்தது'', எனத் தெளிவுபடுத்துகிறார்.

போப்பாண்டவர் முதல் முறையாக 1964ம் ஆண்டு டிசம்பர் 2 முதல் 5 வரை இந்தியாவுக்கு சுற்றுப்பயணம் வந்தார். அவரை இந்தியப் பிரதமர் லால் பகதூர் சாஸ்திரி, இந்தியா காந்தி ஆகியோர் விமான நிலையத்தில் வரவேற்றனர். மும்பையில் நடைபெற்ற 38வது நற்கருணை மகாசபையில் கலந்துகொண்ட போப்பாண்டவர், தொன் போஸ்கோ பசிலிக்காவிலுள்ள மாதா சுரூபம் ஒன்றை அர்ச்சித்திருக்கிறார்; தொன் பொஸ்கோ பள்ளி மாணவர்களிடையே உரை நிகழ்த்தியிருக்கிறார். இரண்டாம் வத்திகான் பொதுச்சங்கம் நடைபெற்றுக்கொண்டிருந்தபோது போப்பாண்டவர் இங்கு வந்தது முக்கியத்துவம் வாய்ந்ததாகக் கருதப்படுகிறது. கத்தோலிக்க சபையை மக்களுக்கு நெருக்கமாக்கும் முயற்சியில் அப்போது வத்திகான் இறங்கியிருந்தது. அதில் வெற்றியும் கண்டது எனலாம்.

''லீபெரா பாட்டோட தமிழ்ப் பாட்டும் இருக்கு. பாடட்டுமா?'', சூசைநாதனே ஆர்வத்துடன் கேட்கிறார்.

தேவகோபம் வரும் நாள் அந்த நாளில்
திபிலும் தாவீதும் முன்சொன்ன வாறே
பாவ உலகெல்லாம் வெந்து சாம்பலாய்
பட்டு மடிகின்ற நாள் அந்த நாளே...
நீதிபதி வரும் நாள் அந்த நாள்
தேவந் நீதிதயவாகவே நடுத்தீர்க்க வரும்நாள்
பூமியிலே அப்போ எவ்வளவோ அச்சமிக்க நடுக்கமுமாய்

இருக்கும் அங்கே
எளிய கல்லறைதோறும் முழங்கிடச
எக்காள ஓசை எழும்பும் ஒலியில்
இந்த மண்ணில் மரித்தோர் யாவரையும் அங்கே
மகிபனின் முன் எழுந்தேற்றிடுமே
சொல்லிய தேவநாள் வந்திடும் முன்பே
தூய கடவுளே நீர் தயவானீர்
எந்தன் புல்லிய பாவமனைத்தையும்
இன்றே தயவாய் பொறுத்தருளும் ஆண்டவரே
குற்றம் புரிந்தவன் போல் நடுங்குகிறேன்
பாவ கோரத்தால் மனம் கூசுகிறேன்
உந்தன் இரக்கத்தில் மன்றாடும் பாவியை
மீட்டு எம்மை ஆண்டருளும்
கொடுதரும் புருவைகளோடென்னைச் சேர்த்து
துஷ்ட மந்தையிலே இருந்தென்ன அகற்றும்
உம் இரக்கத்தினால் உம் வலப்பக்கமாய்
என்னையும் சேர்த்து நிறுத்தும் ஆண்டவரே
காசினில் மரியாள் பாவம் போக்கிடுவீர்
கள்ளன் மன்றாட்டைக் கேட்டவர் நீரே
நீசன் மன்றாட்டையும் இரங்கி செவிசாய்த்து
எம்மையும் மீட்டு ஆண்டருளும்
தேவ கோபம் வரும்நாள் அந்த நாளில்
திபிலும் தாவீதும் முன்சொன்ன வாறே
பாவ உலகெல்லாம் வெந்து சாம்பலாய்
பட்டு மடிகின்ற நாள் அந்த நாளே...

சூசைநாதன் ஒரு பயிற்சி பெற்ற வேதியர் (Trained catechist). திண்டிவனம் பள்ளியில் பயின்றவர். ''நான் அங்க படிச்சப்ப ஆரோக்கியசாமி வாத்தியார் அங்க டைரக்டர். எங்களுக்கு முழுக்க ட்ரெய்னிங் குடுத்தது அவர்தான். லத்தீன் பாட்டெல்லாம் அங்க நல்லா கத்துக்கிட்டேன். அங்க ரெண்டு வருஷம் படிப்பு. லோயர் கிரேடு, ஹையர் கிரேடுன்னு ரெண்டு இருந்துச்சு. எட்டாவது பாஸ் ஆனவங்க லோயர், பத்தாவது ஃபெயிலானவங்க ஹையர். நம்ம பத்தாவது படிச்சோம். அப்ப அதுதான் பெரிய படிப்பு. 1974ல ட்ரெய்னிங் முடிச்சேன். அப்ப பெங்களூர் பசிலிக்காவுல யாக்கோபு அப்டின்னு ஒரு ஃபாதர் இருந்தாரு. அவர் நல்லா படிக்கிற பசங்கள்ல எனக்கு ஒருத்தர அனுப்புங்கன்னு சொல்ல, என்னைய ஆர்டர் போட்டு பெங்களூர் பசிலிக்காவுக்கு அனுப்புனாங்க. பசிலிக்கா எங்க இருக்குன்னு கூட தெரியாது. நேரா மேற்றிராசனக் கோயிலுக்குப்

போனா அங்கே இருந்து கொண்டு போய் பசிலிக்காவுல விட்டுட்டாங்க. பால் கெளுத்திக்கரா அப்போ அங்க இன்-சார்ஜா இருந்தாரு. பசிலிக்காவுல அஞ்சு வருஷம் வேலை பார்த்தேன். அம்மை வியாதி வந்து ரெண்டு மாசம் ஆஸ்பத்திரில இருந்தேன். அப்போ ரெஸ்ட் குடுத்தாங்க. அதுக்கப்புறம் போனா, ஃபாதர் பெரிய கோயில் போகவும், 'என் கேட்டகிஸ்ட் எனக்கு வேணும்'னு சொல்லி, என்னை அங்கேயே அவர்கூட கூட்டிட்டுப் போய்ட்டார்.''

''1983ல அங்கதான் கன்னடம்-தமிழ்னு மொழிப் பிரச்சனை வந்துச்சு. சபைக்குள்ளயே அவ்வளவு அட்டகாசம் பண்ணினாங்க. பார்த்துட்டேதான் இருந்தோம், தெரியும். அங்க ஆனந்துனு ஒரு பையன் இருந்தான். தங்கமான பையந்தான் அவன். என் கூடவே வச்சு புள்ளையா வளத்தன் அவன. அப்படி இருந்த பையன ஏமாத்தி என்னலாமோ சொல்லிக்குடுத்து மாத்திட்டாங்க. ரெண்டு பேரும் ஒரே ரூமுலதான் தங்கியிருப்போம். ராத்திரி தூங்குறப்போ இப்பிடி ஆசிட்ட ஊத்திட்டான். ஓடுறேன், ரோடுல ட்ராஃபிக் போலீஸ், போனவன் வந்தவன் எவனுமே என்னன்னு பார்க்கல, கேக்கல. தமிழ் நாட்டுக்காரன்னு திட்டம் போட்டு செஞ்சாங்க. பத்து வருஷம் அங்க இருந்த ஆளு நானு. கிடுகிடுன்னு ஓடி, மூணாவது சிக்னல்ல போய் புடிச்சிட்டேன் ஒரு பையனை. மேத்யூன்னு ஒருத்தன். 'டேய் என் மேல ஆசிட் ஊத்திட்டாங்க' அப்டின்னு சொல்லவும், அவன் ஓடிப்போய் ஓட்டை பக்கெட் கொண்டு வந்து தண்ணி புடிச்சு ஊத்தி, உடனே ஆஸ்பத்திரிக்கு கூட்டிட்டு ஓடினான். மூணு மாசம் ஆஸ்பத்திரியில இருந்தேன். அப்ப இருந்தது தமிழ் ஆண்டவரு, பாண்டிச்சேரி மிஷன், அங்க முழுக்க இருந்த ஆதிக்கமே தமிழ்தான். அங்க மொத பூசை அஞ்சரைக்கு இங்கிலிஷ்ல நடக்கும், அடுத்தது தமிழ். எல்லா ஆதிக்கமுமே அங்க தமிழாதான் இருந்துச்சு. ஹாஸ்பிட்டல விட்டு வெளிய என்னைய பிரேதமாத்தான் கொண்டுவந்தாங்க. பாருங்க...''

சட்டையின் மேலிரண்டு பொத்தான்களைக் கழற்றுகிறார். நெஞ்சு வரை தோல் கழன்று, கறுப்பாய்த் தெரிந்தது. அவர் வாய் ஏன் சற்றே ஒரு பக்கம் திரும்பியிருந்தது, குரல் வந்த திசையைக் கேட்டு ஏன் பேசினார், அவரது வார்த்தை உச்சரிப்பை ஏன் என்னால் புரிந்துகொள்ள முடியவில்லை எனத் தெரிந்தது. கண்களைச் சட்டெனத் திருப்பிக்கொண்டேன். கண்ணீர் வரும் போல அச்சுறுத்தியது. அவரோ மறுநொடி சட்டென இயல்புக்கு வந்துவிட்டார்.

''ஒரு வருஷம் அங்கேயே ரெஸ்டுல இருந்தேன். பிஷப் பார்க்க வந்தாரு. தம்பி ஒருத்தரு என் கூட இருந்தாரு. அப்போ எனக்கு கண்ணு தெரியாது. நாங்க கவனிச்சுக்குறோம்னு சொல்லி, ஃபாதர்

ரொசாரியோன்னு ஒருத்தர அனுப்புனாரு. அப்பப்ப அவர் வந்து பார்ப்பாரு. அதுக்கப்புறமும் அங்கதான் வேலை செஞ்சேன். இந்த டிசம்பர்லதான் திரும்ப வந்தேன். பிரார்த்தனை பண்ணணும்னுதான் ஆசைப்பட்டேன். அப்போஸ்தலர் போல ஆகணும்னு ஆசை. தியாகம் செய்தேன். இன்னமும் நான் சாதாரணப் பாவி. ஆண்டவர் பேர் சொல்லி ஜெபிக்கும்போது அவர் என்னை நெருங்கி வர்றார். யார் கிட்டயும் எதையும் எதிர்பார்க்க மாட்டேன், ஜெபிச்சுக் குடுங்கன்னு கேட்டு தேடி வர்றவங்களுக்கு குழு ஜெபமா, தனி ஜெபமா சொல்லுவேன். ஆண்டவர் என் ஜெபத்தைக் கேட்டு எனக்குள்ள வருவார். அதுக்கப்புறம் என்ன நடக்கும்னு எனக்குத் தெரியாது. பணம் இருக்கப்பட்டவங்க இல்லாதவங்க எல்லாரையும் ஒரே மாதிரிதான் நான் பார்க்குறேன். நான் ஜெபிச்சு குணமாச்சுன்னு என்னைத் தேடி வந்து சொல்றவங்களும் உண்டு. பேய்ங்க கூட ஓடியிருக்கு.''

சுற்றித் திரும்பிப் பார்க்கிறேன். எங்கள் மூவரையும் தவிர வேறு யாரையும் காணவில்லை. சம்பந்தமே இல்லாமல் நாய் ஒன்று எங்கோ ஊளையிட்டுக் கொண்டிருந்தது.

''என்னங்கம்மா?''

தொண்டையில் வார்த்தை இப்போது சிக்கிக்கொண்டது.

''இல்ல...பேயோட்டுறதுக்கு எதுனா பாட்டு இருக்கா? தனியா?'', கேட்டது சின்னதுரை சார்தான். அப்பாடா...அவர் பக்கத்தில்தான் இருக்கிறார்.

''பேய் ஓட்ட தனியா பாட்டுலாம் கிடையாது. சும்மா நம்ம சொல்ற ஜெபம்தான். ஆனா இந்த ஜெபத்துக்கு பேய் ஓடிருதுன்னு வர்றவங்க சொல்றாங்க.''

''சொல்றீங்களா? ரெக்கார்ட் பண்ணிக்கிறேன்?''

''ஆங்...சரி''

''சீர்தக்க பரமதிரு நற்கருணை திசைமீது அசிஷ்ட சிலுவை கற்பவும் ஜெயமாகும் என்று சொல்லி பாவிகளை ரட்சிக்கும் மோட்சம் கொடுங்கள், பூமிதன்னில் வந்ததுவே. பார்தந்த பரமதிருஅவை தந்த சிலுவைக்கடிமீது சம்மனசு கண்டிக்கும் என்று சொல்லி காசியில் பொல்லாத காளியைப் பிடித்து காவு கொடுத்த சிலுவை, நான் பேசுவேன் என்று இயேசுநாதரிடம் சொல்லி எந்தன் மீது வாதாடும் பேய்களைக் கர்ணக்களம் ஆக்கிடும் சிலுவை, அந்திப்பேய்,

சந்திப்பேய், உச்சிப்பேய், உருவப்பேய், காலைப்பேய், மாலைப்பேய் இவற்றை கதிர் கொண்டு வெட்டும் சிலுவை. கண்டன், கருப்பன், கருமலையாளன், காளி, காளீசுவரி இவற்றைக் பெக்குருவித்தே கற்றவன் நெஞ்சைப் பிளக்கச் சொல்லிப் பேசுவேன் என்ற இயேசுநாதர் தந்த சிலுவை, ஐந்து குரு ஆன படை அங்கே நிற்கக்கடவது. ஆங்காரம், ஏங்காரம், ரீங்காரம் நீங்கி சர்ப்பம் மரியேசு சூசை படுத்தா சத்துருவை அங்கே சங்காரம் ஆகக்கடவது.''

''கிழக்கேருந்து வரும் சத்துருகள்கிட்டேவும் சம்மனசுகள் கிட்டேவும் கல்லெறிஞ்ச தூரமும் கபாலமாலையும் அடிக்கடி சிலுவை குறுக்கே மறுக்காவல் நெஞ்சைப்பிளந்து நெருப்பினி லிட்டு அங்கே கிடந்து நீ அழிஞ்சுபோ சத்துருவே

மேற்கேருந்து வரும் சத்துருகள்கிட்டேவும் சம்மனசுகள்கிட்டேவும் கல்லெறிஞ்ச தூரமும் கபாலமாலையும் அடிக்கடி சிலுவை குறுக்கே மறுக்காவல் நெஞ்சைப்பிளந்து நெருப்பினிலிட்டு அங்கே கிடந்து நீ அழிஞ்சுபோ சத்துருவே

தெற்கேருந்து வரும் சத்துருகள்கிட்டேவும் சம்மனசுகள்கிட்டேவும் கல்லெறிஞ்ச தூரமும் கபாலமாலையும் அடிக்கடி சிலுவை குறுக்கே மறுக்காவல் நெஞ்சைப்பிளந்து நெருப்பினிலிட்டு அங்கே கிடந்து நீ அழிஞ்சுபோ சத்துருவே

வடக்கேருந்து வரும் சத்துருகள்கிட்டேவும் சம்மனசுகள் கிட்டேவும் கல்லெறிஞ்ச தூரமும் கபாலமாலையும் அடிக்கடி சிலுவை குறுக்கே மறுக்காவல் நெஞ்சைப்பிளந்து நெருப்பினிலிட்டு அங்கே கிடந்து நீ அழிஞ்சுபோ சத்துருவே.''

அடுத்து வடகிழக்கு, தென்கிழக்கு, வடமேற்கு, தென்மேற்கு என இந்த நாலுதிசைச் சொற்கள் பயன்படுத்தி மேலே குறிப்பிட்டுள்ள அதே வரிகளைச் சொல்கிறார்.

''இதுக்குப் பேரு கட்டுஜெபம். பேய் பிசாசு எல்லாமே இந்த ஜெபம் கட்டும். இது நான் பெங்களூருல கத்துக்கிட்டது'', எனச் சொல்கிறார்.

அந்தோணியார் கோயிலில் அந்தோணியாருக்குப் பணமாலை போடுவது ஏன் எனக் கேட்டேன். ''அது எதாவது பிரார்த்தனை வேண்டிக்குவாங்க. வியாதி நீங்குனாக்கா இந்த மாதிரி பணமாலை போடுறேன் அப்டின்னு வேண்டிக்குவாங்க. வேண்டினது நடந்துச் சுன்னா, செஞ்சுட்டு வந்து போட்டுட்டு, உடனே கழட்டி பங்குத் தந்தைகிட்ட குடுத்துருவாங்க. இந்த வழக்கம் ரொம்ப முன்னாடில

இருந்தே இங்க இருக்கு. அப்பலாம் அஞ்சு ரூவா நோட்டு போடுவாங்க. அது எல்லாரும் போட மாட்டாங்க. யாராவது வசதியுள்ளவங்கதான் போடுவாங்க. 'எனக்கு இன்ன மாதிரி செஞ்சா நான் உனக்கு பண மாலை போடுறேன், பூ மாலை போடுறேன், சேலை வேட்டி எடுத்து தரேன்' அப்டின்னு வேண்டிக்கிறதுதான். மாதாவுக்கு பெரும்பாலும் தேர்ல போடுவாங்க. தேர் எறங்கும் போது எடுத்து சாமியார் கிட்ட குடுத்துருவாங்க. அந்தோணி யாருக்கும் போடுவாங்க. 'டேய் பணமாலை எல்லாம் போடுறாண்டா' அப்டின்னு யாராவது இதைப் போட்டா பெருமையா பார்ப்பாங்க'', என சூசைநாதன் சொல்கிறார்.

"அதே போல மொத மாச சம்பளம், மொத அறுவடைல கிடைச்ச பணம்..பலாக்காயக் கொண்டு குடுக்குறத விட, அத வித்துட்டாங்கன்னா அந்தக் காசை மாலையாக்கி போட்டுருவாங்க. அதும் புதுப்பணமா கட்டிப் போடணும்னு செய்வாங்க'', என சின்னதுரை சார் விளக்குகிறார். சூசைநாதன் ஐயாவுக்கு நன்றி சொல்லிவிட்டு, அற்புத அன்னை ஆலயத்துக்குப் போனோம். ஆலயம் வண்ணப் பூச்சுக்காகக் காத்திருப்பதாகத் தோன்றியது. காதிக் ரிவைவல் (Gothic Revival) கட்டுமானப் பாணியில் இரு கோபுரங்கள், குவிமாடத்தின் கீழ் பலிபீடம் அமைந்துள்ளது. நடுவே பாடுபட்ட சுரூபம், பீடத்தின் இடதுபக்கத்தில் அற்புத அன்னை, அந்தோணியார் சுரூபங்கள் உள்ளன. தூம்பாவில் மரித்த இயேசுநாதரின் சுரூபமும் இருந்தது. பீடத்தின் இடதுபக்கம் சூசையப்பர் சுரூபம் இருந்தது. ஆலயத்தின் பின்புறம் பங்குகுருவின் அறை இருந்தது. பங்குத் தந்தையிடம் பேசிவிட்டு அங்கிருந்து கிளம்பினோம்.

சான்றுகள்

- The Pope in India (1964) British Pathe, YouTube
- https://www.vatican.va/content/paul-vi/en/travels/documents/india.html
- Cantus Varii, imprimatur - S.Michael Augustine - Mission Press, Pondicherry, 1993

32

ஆற்காடு லுத்தரன் ஆலயம், கடலூர்

ஆற்காடு லுத்தரன் சபை டேனிஷ் மிஷன் சபையினரால் உருவாக்கப்பட்டது. எந்தெந்த நாடுகளிலிருந்து மிஷனரிகள் வந்து மிஷனை நிறுவினார்களோ, அந்த நாட்டின் முறைதான் வழிபாடுகளில் பின்பற்றப்படும்

•

தாயி தகப்பனாரே சகலத்தையும் பெத்தவரே – ஏசு சாமி
உன்ன வணங்க செந்தமிழில பாட்டுப் படிச்சோம்
காசில்ல மெழுகுதிரி கொண்டு வரல (2)
ஒத்துமையா ஒத்துமையா காணைக்கையா படைச்சோம்

நீதி நேர்மைய மறந்து சுயநலத்த நீதியின்னோம்
சாதி மதம் பேர சொல்லி சண்ட போட்டு சிதறிப்போனோம்
தை மாசம் சீனி பொங்க அய்யா நீ ஜீவ பொங்க
மெய்யாம் அதிலிருதா உய்யும் வழி இங்கிருக்க
தப்பு தாளம் பாட்ட கெடுக்கும் சண்ட சச்சரவு ஒத்துமய நீக்கும்
உப்புகண்டம்
சாரத்த கொடுக்கும் உம் உறவு எனவும் ஒத்தும – வளர்க்கும்

ஆட்டுமந்தை ஆகிய எங்கள வெட்டி கறியாக்கி பிரியாணி செஞ்சி
கூட்டா சுக்கா
வருவலுமே பண்ணி கூசாம திங்கிற கூட்டம்தான்- அதிகம்
மெய்யான ஆட்டிடையர் அய்யாவே நீங்கதானே

செவ்வாயே சீர் சிறப்பு சிறுமை அணுகாம காத்து
சுத்த தண்ணீ ஓட பக்கம் ஒட்டி சத்துமிக்க புல்லு தின்ன தருகிற
துஷ்ட புலி ஓநாய்க வந்தாக்கா கஷ்டப்பட்டு காத்து பாத-
நடத்துகிற

- ஜேம்ஸ் தியோபிலஸ் அப்பாவு (எ) பரட்டை.

தமிழ் நாட்டுப்புறவியலில் மறக்கவோ, மறுக்கவோ முடியாத ஆளுமை பரட்டை. தலித் கிறிஸ்தவக் கலைகளின் புத்துயிர்ப்புக்கு பெரும் காரணமாய் அமைந்தவர். பண்பாட்டு ஆய்வாளராக தலித் கலைகளை அவற்றுக்குண்டான முக்கியத்துவம் உணர்ந்து உலகக் கவனத்துக்குக் கொண்டுசென்றவர். கடலூரைப் பூர்விகமாகக் கொண்ட பரட்டை, தலித் இறையியலின் முன்னோடி எனச் சொல்லலாம். ஆர்மோனியத்துக்குள்ளும் மேலை நாட்டுப் பாடல்களுக்குள்ளும் கட்டுண்டு கிடந்த கிறிஸ்தவ சமூகத்தை கிராமிய இசை பக்க திருப்பியவர் என இவர் குறித்து இசை ஆய்வாளர் சோ ஷெரினியன் (Zoe Sherinian) குறிப்பிடுகிறார். ஒடுக்கப்பட்ட தமிழ்க் கிறிஸ்தவர்கள் என்ற அடையாளத்துக்குள் இருந்தவர்களை, 'தலித் போராளிகள்' என்ற இடத்துக்கு நகர்த்தியவர் பரட்டை அண்ணன் எனவும் சோ குறிப்பிடுகிறார். பறை இசைப்பதில் தொடங்கி, எளிய மக்களின் வட்டார வழக்கு களை அள்ளித் தெளிக்கும் பாடல்கள் புனைவதில் வல்லவர் பரட்டை.

மதியம் சுட்டெரிக்கும் வேளையில் கடலூர் சாலையில் சென்று, 'ஃபோர்ட் டேவிட்' என்ற இடத்தை கூகிள் வரைபடத்தில் போட்டாயிற்று. கூகிளம்மாள் சொன்ன இடத்தில் வண்டியை நிறுத்தினால் கண்ணுக்கெட்டிய தூரம் வரை பிரம்மாண்ட மதில் சுவர்களும், அதனுள்ளே இடிந்து கிடக்கும் பங்களாக்களுமே தென்பட்டன. யாரிடமாவது வழி விசாரிக்கலாம் என்றால் கண்ணுக்கெட்டிய தூரம் வரை ஈ காக்காயைக் கூடக் காணவில்லை. சாலையோடு துணையாக கடலைத் தேடிச்செல்லும் சிற்றோடை ஒன்று தயங்கித்தயங்கிப் பயணித்தது. அந்த உவர் நீரையும் தனதாக்கிக்கொண்டு அங்கங்கே சிறு அலையாத்தி மரங்கள் வெய்யிலுக்குக் குடைபிடித்திருந்தன. ஒன்றிரண்டு சிறு படகுகள் அந்த ஓடையின் கரையில் தலையாட்டிக்கொண்டிருந்தன. நமக்கோ பசி வயிற்றைக் கிள்ளியது. இந்த ஒரு இடத்தைப் பார்த்து விட்டு கடலூர் அடையாறு ஆனந்த பவனில் சாப்பிட்டுக் கொள்ளலாம் என எனக்கு சமாதானம் சொல்வது போல டிரைவர் லிங்கத்திடம் சொல்லிக்கொண்டேன். வழக்கம் போல சிறு முறுவலுடன், ''சரி மேடம்'', என்றுவிட்டு சாலையில்

பார்வையைச் செலுத்தினார். ஒன்றிரண்டு முறை புதிய கடற்கரை வரை சென்றுவிட்டு மீண்டும் முக்கிய சாலைக்கே திரும்பினோம்.

''ஏன் லிங்கம், ரைட்டுல ஒரு கட் ரோடு தெரிஞ்சுதே, அதுல போனா என்ன?''

''அது சின்ன ரோடு மாதிரில இருக்கு?''

''போய்த்தான் பார்ப்போமே?''

அப்படிப் போனதற்கு கைமேல் பலன். அந்தச் சாலை வளைவில் திரும்பும் போதே வலது பக்கம் அந்த பங்களா தெரிந்தது. பல புகைப்படங்களில் ஏற்கனவே பார்த்த இடம்தான் என்றாலும், நேரில் செல்லும் ஆர்வத்தில் கால்கள் பரபரத்தன. டேவிட் கோட்டை. சென்னையில் ஆங்கிலேயப் படைகள் பிரெஞ்சுப் படைகளிடம் தோற்று ஓடியபோது அவர்களுக்கு அடைக்கலம் தந்த கோட்டை இது. ராபர்ட் கிளைவ் என்ற சாதாரண அலுவலக எழுத்தரை ஆங்கிலோ இந்திய சாம்ராஜ்யத்தின் தளபதியாக உருவாக்கிய கோட்டை இது. இந்திய-ஆங்கிலேய ராணுவத்தின் தொடக்கப்புள்ளி இதுவே என அடிக்கடி வரலாற்று ஆய்வாளர்களால் சுட்டப்படும் இடம் இது. இந்திய ராணுவத்தின் தோற்றுவாயும் இதுவேதான்.

கோட்டை பங்களா தாழ்வாரத்தை ஒட்டிய படிக்கட்டின் கைப்பிடிச் சுவர்களில் பேன்ட், லுங்கி, ஒன்றிரண்டு சட்டைகள், துண்டு, உள்ளாடைகள் காய்ந்துகொண்டிருந்தன. உள்ளே போகலாமா வேண்டாமா என யோசித்து சற்றுத் தயங்கி நின்றேன். ஒரு நொடிதான். படிக்கட்டில் ஏறி தாழ்வாரத்தை அடைந்து கண்முன் தெரிந்த முதல் வாசலுக்கு வெளியே நின்றேன். உள்ளே இருந்து தாளிக்கும் வாசம் காற்றில் மிதந்துவந்தது. ஆளில்லாத இடம் என்று தானே சொல்லப்படுகிறது, இங்கே யார் சமைப்பது? சட்டென தலையை மட்டும் உள்ளே நீட்டி எட்டிப்பார்த்து நானும், திடீரென கதவின் வழி தலைவிரி கோலமாக தெரிந்த என் நடுமதிய கோர அழகைக் கண்டு உள்ளே இருந்த இளைஞரும், சரி சம அளவில் அதிர்ந்து பார்த்தோம்.

''யார்மா?''

அந்தக் குரலில் கோபம் இல்லை, புரியாத குழப்பம் மட்டுமே இருந்தது.

''இல்ல... இந்த எடத்த பார்த்துட்டுப் போக வந்தேன். நீங்க யாரு? இங்க என்ன பண்றீங்க?''

''ஓ... டூரிஸ்டா? நான் இங்கதான் குடியிருக்கேன்.''

அப்போதுதான் லாவகமாக அவர் குழம்பில் தாளிசத்தைக் கொட்டிக்கொண்டிருந்தார். கால்களை நீட்டி அமர்ந்திருந்தார். அந்தக் கால்கள் முடிந்த இடத்தில் மண்ணெண்ணெய் அடுப்பின் நெருப்பு தெரிந்தது. உள்ளே போகலாம் என்ற என் துணிச்சல் மீண்டும் குப்புறடிக்க கீழே பாய்ந்தது. எந்த நொடியும் அவர் ஜகன்மோகினி படக் காட்சியில் வருவது போல மாறக்கூடும் என்ற அச்சத்திலும், ஏன் பேய்ப் படங்கள் எல்லாம் பெண்களையே பேய்களாகக் காட்டுகின்றன என்ற எண்ணம் சட்டெனத் தோன்றி மறைந்தது. பக்கவாட்டுக் கதவைத் திறந்து நாற்பது வயது மதிக்கத்தக்க ஒருவர் வந்தார். அதே கேள்வி பதில்.

''காலேஜ் ஸ்டூடன்ட்ஸ் சில பேரு இங்க இருக்காங்க. கொரோனால்ல கா? காலேஜ், ஹாஸ்டல் எல்லாம் மூடிட்டாங்க. ஊர்க்குப் போனா படிக்கமுடியாது. அதான் இங்கயே படிச்சிட்டு, சமைச்சு சாப்பிட்டுட்டு இருக்கோம்.''

''இந்த எடத்துல தங்கி இருக்கீங்களா?''

''ஆமாக்கா... இந்த ரூம்பு சமைக்க, பக்கத்து ரூம்பு தூங்க...''

எட்டிப் பார்த்தால் சிவப்பு சிமெண்டு தரையில் சில பாய்கள் தரையில் தெரிந்தன.

''பட்டப் பகல்லயே இவ்வளவு இருட்டா இருக்கே, லைட் எதுவும் இல்லையா?''

''கரெண்டு இப்ப இல்லக்கா.''

அடுப்பின் நெருப்பு அவரது முகத்தில் நிழல்களை ஓடவிட்டுக் கொண்டிருந்தது.

''இந்த எடத்துல ஏ.எல்.சி. சர்ச் இருந்துச்சாம். இப்ப ஊருக்குள்ள போய்ட்டாங்க. இங்க செவ்வாய், ஞாயிறு பிரேயர் இருக்கும். இங்க ஆர்ட்ஸ் காலேஜ் புரபசர் ஒருத்தர் டியூஸ்டே வந்து பிரேயர் பண்ணுவாரு. அமாவாசை அன்னிக்கு முழு நாளும் பிரேயர் இருக்கும். அன்னிக்கு ஒரு 50-75 பேரு வருவாங்க. வர்றவங்க எல்லாருக்கும் சாப்பாடு எங்க அண்ணன் ஏற்பாடு பண்ணுவாரு.''

''உங்க அண்ணன் யாரு?''

''இந்த சர்ச்சுக்கு அவருதான் பாதுகாவலருங்க. இதோ எதிர்த்தாப்புல வீடு. அவரு பேரு அகஸ்டின். அவரு கவுன்சிலரா

இருந்தாரு. அவுங்க அம்மா, அப்பா இந்த இடத்த நாப்பது வருஷமா பார்த்துக்கிட்டு இருந்தாங்க. அதான் இந்த எடம் இவ்வளவாவது இருக்கு. பக்கத்துல இருக்குற ஆளுங்க அப்பப்போ வந்து இங்க எல்லாம் அடிச்சு உடைச்சு, கிடைச்சத எல்லாம் தூக்கிட்டுப் போறதுன்னு இருந்திருக்காங்க. அவரு இருக்கதால ஓரளவுக்கு இங்க சேஃப்டியா இருக்கு. அப்பலாம் நல்லாதான் இருந்துச்சு. ஜன்னல், கதவு எல்லாமே உடைச்சு எடுத்துட்டு போய்ட்டாங்க... எல்லாம் பக்கத்துல உள்ள ஃபிஷர்மென்தான். எனக்குத் தெரிஞ்சு நா காலேஜ் படிக்கும் போதெல்லாம் இங்க வந்திருக்கேன். நா ஹாஸ்டல் ஸ்டூடன்ட். அப்ப இங்க போர்டு மீட்டிங் எல்லாம் நடக்கும். சம்மர் சீசன்ல பாரினர்ஸ்லாம் இங்க வந்து தங்கியிருப்பாங்க. இது ஏ.எல்.சி. கன்ட்ரோல்ங்குறதால அவுங்க போர்ட் மீட்டிங் எல்லாமே இங்கதான். எல்லா யூனிட் பிரின்சிபல், அதிகாரிகள், தாலுகா லெவல்ல இருக்குறவங்க, ஃபாரினர்ஸ் எல்லாருமே அந்த மீட்டிங்குக்கு வருவாங்க. அப்போ அவுங்களுக்கு சாப்பாடு எல்லாம் அகஸ்டின் அண்ணன் ஃபேமிலிதான் அரேஞ்ச் பண்ணிக் குடுப்பாங்க. இதெல்லாம் ஒரு பத்து வருஷம் முன்னாடி.''

''இந்த லாஸ்ட் பத்து வருஷத்துல இது நிலைமை ரொம்ப மோசமாயிருச்சு. மழை காலத்துல ஃபுல்லா ஒழுக ஆரம்பிச்சிருச்சு. கவர்மென்ட் கன்ட்ரோல்ல இது இல்ல. சர்ச் கன்ட்ரோல்ல இருக்கு. தொல்லியல் துறை மூலமா இதை பாதுகாப்பா வைக்கலாம், ஏன் வைக்க மாட்டெங்குறாங்கன்னு தெரியல. ஒரு 20-25 லட்சம் இருந்தாலே போதும், இதை நல்லா ஆல்டர் பண்ணி, நீட்டா மக்கள் வந்து பார்த்துட்டுப் போற எடமா மாத்தலாம். பிரிட்டிஷ் காரங்க இருந்த முக்கியமான எடம்னு இதை ஒரு மானுமென்ட்டா வைக்கலாம். செய்ய மாட்றாங்களே?''

''உங்க பேரு?''

''என் பேரு கேசவன் மேடம்.''

''இந்துவா இருந்துட்டு சர்ச் பத்தி இவ்வளவுதெரிஞ்சு வச்சிருக்கீங்களே?''

''நா ஹிண்டுதான். ஆனா கிறிஸ்டியன்சுடைய பாலிசி, அவுங்க பைபிள்ல ஃபாலோ பண்ற நல்ல விஷயங்கள் எல்லாமே எனக்கு ரொம்பப் புடிக்கும். இந்துக்களோட பழக்கவழக்கங்கள், அவுங்க குவாலிட்டீஸ், அவுங்க நடந்துக்குறது எல்லாமே பார்க்கும்போது இவுங்க கொஞ்சம் பரவாயில்லை. ஒருத்தன் நல்ல இல்லைன்னா அவன் வீணாப் போகட்டும்னு அங்க பல பேரு நினைப்பாங்க. இங்க

ஒருத்தருக்கு உடம்பு சரியில்லன்னா, பிரேயர் பண்ண பத்து பேரு போய் நிப்பாங்க. இன் தட் பாய்ன்ட் ஆஃப் வியூ, ஐ ஹேவ் வெரி குட் ஒபினியன் ஆன் கிறிஸ்டியன்ஸ். நான் இங்கதான் பெரியார் ஆர்ட்ஸ் காலேஜ்ல படிச்சேன். நான் அங்க படிக்கும்போது அகஸ்டின் அண்ணன் எனக்கு சீனியர். அவுங்க எனக்கு காலேஜ்ல பழக்கம். அவுங்க அப்பவே ஹெல்பிங் நேச்சர். எல்லார்க்கும் ஓடி ஓடி உதவி பண்ணுவாங்க. அன்னை தெரசா நற்பணி மன்றம் அப்டின்னு ஒண்ணு வச்சு நடத்திட்டு இருக்காரு.''

''இந்த எடம் பொதுவா காலேஜ் பசங்க படிக்க வர்ற எடம்தான். காலேஜ் படிக்கறவங்க, காம்பெடிடிவ் எக்சாம் படிக்கிற பசங்க அவுங்கலாம் வந்தா ஹெல்ப் பண்ணுவாரு. அதுல சில பேர்த்துக்கு ஃபீஸ் எல்லாம் கட்டுறாரு. அவுங்களத்தான் இங்க தங்கி படிங்கன்னு சொல்லியிருக்காரு. இங்க தங்கி படிச்ச பசங்க வேலை கிடைச்சு போயிருக்காங்க. இப்ப கொரோனா வந்ததால நிறைய வீட்டுக்குப் போய்ட்டாங்க. சில பேரு மட்டும் இருக்காங்க. ரெண்டு மூணு வருஷம் தங்கியிருந்த பசங்க எல்லாம் இருக்காங்க. கள்ளக்குறிச்சி, திட்டக்குடி, உளுந்தூர்பேட்டை அந்த சைடுலாம் உள்ள பசங்க இங்க தங்கி படிச்சுட்டு இருக்காங்க. ஒரு எக்சாம் எழுதின உடனே பாஸ் பண்ணப் போறதில்ல, ரெண்டு மூணு தடவை எழுதணும். அப்படி இருக்கும்போது தொடர்ந்து தங்கி படிக்கிறதுக்கு ரூம், சாப்பாட்டு செலவு எல்லாம் எல்லாராலயும் குடுக்க முடியாது. ரொம்ப கஷ்டப்பட்ட ஃபேமிலில இருந்து வர்ற பசங்க. அவுங்களதான் இங்க தங்கி படிச்சுக்கங்க அப்டின்னு அண்ணன் சொல்லுவாரு.''

''அவரு வந்து டிரஸ்டு மூல்யமா பல பேருக்கு இப்பிடி உதவி பண்ணனும்னு நினைக்கிறாரு. அவரைத் தேடி பல பேரு இப்ப வர்றாங்க. ஃபாரினர்ஸ், ரிச்சான பீப்பிள் எல்லாம் இங்க வந்தா ஆயிரம் ரெண்டாயிரம் குடுத்துட்டுப் போவாங்க. என்ன ஒண்ணு இத வந்து யாராவது எடுத்து செலவு பண்ணி நல்லா வெச்சுக்கிட்டா சந்தோஷமா இருக்கும். இந்த எடத்த டெமாலிஷ் ஆகாம பாதுகாப்பா வைக்க என்ன பண்ண முடியுமோ அத பண்ணிட்டு இருக்காரு'', எனச் சொல்லி முடித்தார்.

அவருக்கு நன்றி சொல்லி கிளம்ப எத்தனித்தேன். ''எண்ணை கத்திரிக்கா குழம்பு ரெடி ஆயிருச்சு கா. சாப்பிட்டுட்டு போங்க ஒரு வாய்...சாப்பாட்டு டைம் ஆச்சுல்ல?'', என்ற உபசரிப்புக்கு மறுப்பும், நன்றியும் சொல்லி வெளியேறினேன். லிங்கம் வியர்க்க விறுவிறுக்க வாசலில் நின்றார்.

''மேடம்..இப்பிடி எடத்துக்கு எல்லாம் நீங்க பாட்டுக்கு சட்டுனு உள்ள போயிராதீங்க. நான் வர்ற வரை கொஞ்சம் வெயிட் பண்ணுங்க. காரை பூட்டிட்டு வர்றதுக்குள்ள உள்ள போய்ட்டீங்க. எனக்கு எந்தப் பக்கம் போனீங்கன்னு தெரியாம ஒரு நிமிஷம் பக்குனு ஆயிருச்சு'', எனக் கெஞ்சும் தொனியில் சொன்னார். சிரித்துத் தலையசைத்துவிட்டு, ஆலும், அரசும் தின்று கொண்டிருந்த அந்தக் கட்டடத்தைச் சுற்றிவந்தேன். கோட்டைச் சுவர், அகழி, கதவு, பிரம்மாண்ட சமையல்கூடம் என ஒவ்வொன்றாக அந்த இடத்தை கிளைவின் காலத்துக்குச் சென்று மனக்கண்ணில் பார்க்க முயன்று கொண்டே புகைப்படங்கள் எடுத்துக் கொண்டிருந்தேன். கட்டடத்தின் பக்கவாட்டு வாயில், ஓடையின் கரையில் படிக்கட்டுடன் அழகாகத் தெரிந்தது. அந்த வெராந்தா நாற்காலியில் அமர்ந்தபடி கிளைவ் ஆங்கிலேய ராணுவத்தைக் கட்டியெழுப்புவதைப் பற்றி சிந்தித்திருக்கக் கூடும்.

1650ம் ஆண்டு சின்னச்செட்டி என்ற இந்து வணிகர் ஒருவரால் சிறிய கோட்டை ஒன்று இவ்விடத்தில் கட்டப்பட்டது. 1677ம் ஆண்டு சிவாஜி செஞ்சியைக் கைப்பற்றியபோது இந்தக் கோட்டை மராட்டிய மன்னர் வசம் வந்தது. அதன்பின் ஆங்கிலேயர் வசம்

டேவிட் கோட்டை மிச்சங்கள்

வந்தது. 1725ம் ஆண்டு இதற்கு டேவிட் கோட்டை என அன்றைய மதராஸ் மாகாண ஆளுநரான எலிஹூ யேல் பெயரிட்டார். லா போர்தொனே (La Bourdonnais), ஜெனரல் ஸ்டூவர்ட் (Stuart), அயர் கூட் (Eyre Coote, the brave), கொம்தே தெ லாலி (Comte De Lally), பிரான்சுவா தூப்ளே (Francois Dupleix) என பிரெஞ்சு, டச்சு, ஆங்கிலேய ராணுவ அதிகாரிகள் இந்தக் கோட்டையை மேம்படுத்தினார்கள். ஒரு கட்டத்தில் இங்கே டச்சு மற்றும் பிரெஞ்சுப் படைகள் ஒரே நேரத்தில் குடியிருப்புகள் ஏற்படுத்தினார்கள். 1747ம் ஆண்டு மதராஸிலிருந்து தப்பி ஓடிவந்த ராபர்ட் கிளைவுக்கு இங்குதான் முதல் ராணுவப் பணி கிட்டியது. அதே கிளைவ் 1756ம் ஆண்டு இக்கோட்டையின் தளபதியானார்.

1921ம் ஆண்டு இவ்விடத்தை டேனிஷ் மிஷனரி சொசைட்டி ஆங்கிலேயரிடம் வாங்கியது. இங்கு ஒரு பங்களாவும், விடுதியும் டேனிஷ் மிஷனால் கட்டப்பட்டன. 1935-1946ம் ஆண்டு மிஷனரி ரெவரண்ட் ஜெரோம் (Bjerrum) இங்கு தங்கியிருந்தார். பின்னர் தரிசனபுரம் என்ற பெயரில் இறையியல் கல்லூரி இங்கு இயங்கியது. 1930-1940ம் ஆண்டு இதன் ஒரு பகுதியில், மிஷனரி பார்டன்ஃப்ளெத் (Bardenfleth) பைபிள் பெண்களுக்கு இங்கு பயிற்சி அளித்தார். 1960ம் ஆண்டு முதல் ஆற்காடு லுத்தரன் மிஷனின் தலைமை அலுவலகமாக இந்த இடம் இயங்கிவந்தது.

கட்டடத்தின் நிலை மோசமானதைத் தொடர்ந்தே மிஷன் அலுவலகம் அங்கிருந்து வேறு இடத்துக்கு மாற்றப்பட்டது என ஆற்காடு லுத்தரன் சபையின் குருவும், மதுரை இறையியல் கல்லூரியின் வரலாற்றுத் துறை பேராசிரியருமான கிறிஸ்டோபர் ஜெபராஜ் கூறுகிறார். கட்டடத்தின் ஒரு பகுதி இடிந்து விழுந்ததைத் தொடர்ந்தே அங்கிருந்து அலுவலகம் அகற்றப்பட்டது என்றார். அது மட்டுமல்லாமல், அங்குள்ள சில மிஷன் பங்களாக்களும் கவனிப்பின்றி விடப்பட்டுள்ளதாகத் தெரிகிறது. பல ஏக்கர் பரப்பளவில் காடு போல காட்டு ரோஜாக் கொடியும், மரங்களும், புதர்களும் அவ்விடத்தில் மண்டிக் கிடக்கின்றன. இந்திய ராணுவம் தொடங்கப்பட்ட கோட்டை இன்று கவனிப்பாரின்றி அனாதையாக நிற்கிறது.

ஊருக்குள் ஆற்காடு லுத்தரன் மிஷன் ஆலயம் உள்ளது எனச் சொல்லப்பட்டதால், அதைத் தேடிச் சென்றேன். கொரோனா லாக்டவுன் காலம் என்பதால், மெயின் கேட் திறந்திருந்தாலும், ஆலய உள்வாயில் பூட்டியிருந்தது. ஆலயத்தைச் சுற்றிவந்து புகைப்படங்கள் எடுத்துக் கொண்டேன். ஆலயம் குறித்தும்,

ஆற்காடு லூத்தரன் சபை குறித்தும் கிறிஸ்டோபர் ஜெயராஜ் விளக்கினார். ''இந்தியாவுல பன்னிரெண்டு லூத்தரன் சபைகள் இருக்கு. இது சீர்திருத்த சபையின் கீழ் உள்ள ஒரு உட்பிரிவு. சீர்திருத்தத் திருச்சபை இந்தியாவுல எடுத்துக்கிட்டோம்னா, தென்னிந்திய திருச்சபை, வட இந்தியத் திருச்சபை, பாப்டிஸ்ட், மெதடிஸ்ட், இந்த வரிசையில லூத்தரன் சபைகளும் இணைஞ்சிருக்கு.''

''ஆற்காடு லூத்தரன் சபையைப் பொறுத்தவரை உலக அளவுல கொண்டாடப்படுற எல்லா கிறிஸ்தவ விழாக்களும் இங்கேயும் கொண்டாடுவது உண்டு. கிறிஸ்துமஸ், ஈஸ்டர், லெந்து காலம், உபவாசம் போன்றவற்றோடு சீர்திருத்த திருநாள் (அக்டோபர் 31) முக்கியமாகக் கொண்டாடப்படுகிறது. அறுப்பின் பண்டிகையும் கொண்டாடப்படுவதுண்டு. 17,18,19ம் நூற்றாண்டுகளில் நாம் பெரும்பாலும் இங்கே அடிமைகளாக, நிலம் இல்லாமல் கூலி வேலை செய்துகொண்டிருந்தவர்களாக இருந்தகாலத்தில், நம் மத்தியிலே கடவுள் பணியாற்றின மிஷனரிகள் நினைவாகக் கொண்டாடப்படுவதே அறுப்பின் பண்டிகை. ஒரு சில சாதியினர் மேன் மக்கள் எனத் தங்களை சொல்லிக்கொண்டு மற்றவர்களை அடிமைப்படுத்தி வந்த சூழலை நாம் அறிந்திருக்கிறோம். மக்கள் வாழ்வு பெற, அம்மக்கள் வேலை செய்துகொண்டிருந்த நிலங்களைப் பெற்று, அம்மக்களை உரிமையாளர்களாக மாற்றியவர்கள் மிஷனரிகள். நிலங்களோடு மட்டுமல்லாமல், வீடுகள், மருத்துவ வசதி, பள்ளிகள் கட்டித் தந்தனர். இந்த அறுப்பின் பண்டிகை என்பது நம் விளைச்சலை ஆண்டவருக்குக் காணிக்கையாகக் கொண்டுவரவேண்டும் என்ற எண்ணத்தில் உருவானது.''

''இம்மக்கள் தங்களுக்கு நிலம் சொந்தமானவுடன் அதில் விளையவைத்த அரிசி, காய்கறிகள், உயிர்க் காணிக்கைகள் உள்ளிட்ட முதல் விளைச்சலை ஆலயத்துக்குள் கொண்டுவந்து நன்றி செலுத்தினார்கள் என்பதை மிஷனரிகள் பதிவு செய்திருக் கின்றனர். அதை ஏலம் விட்டு அந்தப் பணத்தை சபையின் வளர்ச்சிக்குக் கொடுப்பது, அதன் மூலம் இன்னும் பல ஏழைக் குடும்பங்களுக்கு உதவி கிடைக்கச் செய்வதுதான் அறுப்பின் பண்டிகையின் பொருள். கடவுள் கொடுத்ததை கடவுளுக்குத் திருப்பித் தருவது என்ற கருத்தை முன்னிறுத்தும் பண்டிகை இது. நிகழ்காலத்தில் அதன் உண்மை சாரம் இல்லாமல் அது மருவிப் போய்க்கிட்டு இருக்கு என்பது தென்னிந்திய சபைகள் பலவற்றில் நாம் இன்று காண நேரிடுகிறது. ரோமன் கத்தோலிக்க சபையினர், சீர்திருத்த சபையினர் என இரு சபையினருமே ஒருங்கிணைந்த கிறிஸ்துமஸ் விழாக்கள் கொண்டாடுவதுண்டு, அங்கு அவர்கள்

பாடும் எக்குமெனிக்கல் பாடல்கள் இரு சபைகளும் பொதுவாக பாடக்கூடியவை. ஆற்காடு லுத்தரன் சபையில் பெரும்பாலும் முதலாம் நூற்றாண்டு தொட்டு அகஸ்டின் உள்ளிட்ட பல புனிதர்கள் பாடிய பாடல்களைப் பாடுவதுண்டு. வெவ்வேறு மொழிகளி லிருந்து தமிழுக்கு மொழியாக்கம் செய்யப்பட்ட 400 பாமாலைப் பாடல்களும்கூட பாடப்படுவதுண்டு. அதுவுமில்லாமல் கீர்த்தனைகள்- இந்திய ஆயர்களால் எழுதப்பட்ட கிறிஸ்தவப் பாடல்களும் பாடப்படுகின்றன. அதையும் கடந்து 1970கள் முதல் தமிழில் வெளியான புத்தெழுச்சிப் பாடல்கள் என்ற புதிய பாடல்களும் பாடப்படுகின்றன. சென்னையிலுள்ள சி.எல்.எஸ். நிறுவனம் தயாரிக்கும் பாமாலை, கீர்த்தனை மற்றும் புத்தெழுச்சிப் பாடல்களின் தொகுப்பையே ஆற்காடு லுத்தரன் சபை பயன்படுத்துகிறது.''

''ஆற்காடு லுத்தரன் சபை டேனிஷ் மிஷன் சபையினரால் உருவாக்கப்பட்டது. எந்தெந்த நாடுகளிலிருந்து மிஷனரிகள் வந்து மிஷனை நிறுவினார்களோ, அந்த நாட்டின் முறைதான் வழிபாடு களில் பின்பற்றப்படும். டென்மார்க்கில் என்ன வழிபாட்டு முறை இருந்ததோ, அதையேதான் நாமும் இங்கு பின்பற்றுகிறோம். காலத்துக்கு ஏற்பவும், மண்ணுக்கு ஏற்றவாறும் கொஞ்சம் மாற்றங்கள் வழிபாடுகளில் வந்துள்ளன. சபை உருவாகி 100 ஆண்டுகளாக அதே வழிபாட்டுமுறை பின்பற்றப்படுவதை நாம் பார்க்கிறோம்'', எனச் சொல்கிறார்.

1821ம் ஆண்டு டென்மார்க்கின் தார்பேக் நகரின் விகார் போன் ஃபால்க் ரோன் (Bone Falck Ronne) என்பவர் 'தி டேனிஷ் மிஷனரி சொசைட்டி' (The Danish Missionary Society) அமைப்பைத் தொடங்கினார். இந்தியாவுக்கு மிஷனரியை அனுப்ப தக்க நேரத்தை டேனிஷ் மிஷன் எதிர்பார்த்துக் காத்திருந்தது. 1854ம் ஆண்டு லீப்சிக் (Leipzig) மிஷனின் சார்பாக இந்தியாவில் பணியாற்ற கார்ல் கிரிஸ்டாஃப் ஒக்ஸ் (Carl Christof Ochs) என்ற மிஷனரி இங்கு வந்து சேர்ந்தார். திருச்சபைக்குள் நிலவிய சாதிய சிக்கலை எதிர்த்துக் கேள்வி கேட்கத் தொடங்கினார். கிறிஸ்தவத்தை ஏற்பவர்கள் சாதியை விட்டொழிக்க வேண்டும் எனவும் வலியுறுத்திவந்தார். சாதியை கண்டும்காணாமல் விட்டுச் செல்லுமாறு அவருக்கு மிஷன் நிர்வாகம் சொல்ல, 1861ம் ஆண்டு மிஷனிலிருந்து விலகினார். தன்னுடன் 18 ஆதரவற்ற அனாதைக் குழந்தைகளை அழைத்துக் கொண்டு தென்னாற்காட்டின் மேல்பட்டாம்பாக்கம் பகுதிக்குக் குடிபெயர்ந்தார். 'மிஷன் வித்தவுட் பவுண்டரீஸ்' (Mission Without Boundaries) எனத் தன் சபைக்குப் பெயரிட்டவர், தன் கருத்துடன்

ஒத்த கருத்தைக் கொண்ட ஏதேனும் மிஷன் இந்தப் பகுதியில் இறைப்பணிக்கு வருமா எனக் காத்திருந்தார்.

மிகச்சரியாக டேனிஷ் மிஷன் இவரைக் கண்டுகொண்டது. 1863ம் ஆண்டு தனக்கு உதவுமாறும், தன் மிஷனை டேனிஷ் மிஷன் வசம் ஒப்படைக்கத் தான் தயாராக இருப்பதாகவும், ஓக்ஸ் கடிதம் ஒன்றை டேனிஷ் மிஷனுக்கு அனுப்பினார். டேனிஷ் மிஷனும் அவரது வேண்டுகோளை ஏற்றுக்கொண்டு இரண்டு மிஷனரிகளை மேல்பட்டாம்பாக்கத்துக்கு அனுப்பியது. பெரும்பாலும் தச்சு, கட்டடவேலை உள்ளிட்ட பணிகளில்தான் தனக்கு அனுபவம் மிகுந்த நபர்கள் தேவை என ஓக்ஸ் கருதியதால், அவற்றில் சிறந்தவர்களையே மிஷன் பணிக்கு அனுப்புமாறு கேட்டுக் கொள்ள, அதிகம் படிப்பறியாத எளிய மிஷன் பணியாளர்களையே டேனிஷ் மிஷன் தொடக்கத்தில் அனுப்பியது.

1890களுக்குப் பின்புதான் முறையாக இறையியல் கற்றவர்களை மிஷன் இந்தியாவுக்கு அனுப்பியது. இவர்களில் ஹெர்மன் ஜென்சன் என்பவர் பழமொழிகளை மொழியாக்கம் செய்து தொகுத்தார். 1869ம் ஆண்டு பீட்டர் ஆண்டர்சன் என்ற மிஷனரி திருக்கோவிலூரில் 'சிலோம்' என்ற சபையிடத்தை நிறுவினார். ஓக்ஸின் கடினமான நடவடிக்கைகளால் பல மிஷனரிகள் இங்கு பணியைத் தொடர விரும்பவில்லை. 1872ம் ஆண்டு ஓக்ஸ் டென்மார்க் சென்றபோது, அவர் கட்டாய ஓய்வு பெறவேண்டும் என அறிவுறுத்தப்பட்டது. வேறு பொறுப்பான மிஷனரி வந்து பணியேற்கும்வரை, மேல்பட்டாம்பாக்கத்தில் பணியைத் தொடர அவர் ஒப்புக்கொண்டார். ஆனால் 1873ம் ஆண்டு உடல்நிலை சரியில்லாமல் அவரும் இறந்துபோனார். மேல்பட்டாம்பாக்கம், திருக்கோவிலூர் என இரண்டு மிஷன் தளங்களையும் பீட்டர் தனியே சமாளிக்கும் சூழல் உருவானது.

1879ம் ஆண்டு ஹெர்மன் ஜென்சன் ஆதிக்க சாதி மக்களிடையே தன் பணியை நீட்டிப்பதற்காக மெட்ராஸ் மிஷனை நிறுவினார். 1887ம் ஆண்டு சோஃபஸ் பெர்க் (Sofus Berg) என்பார் திருவண்ணாமலையில் மிஷன் பணியைத் தொடங்கினார். மதராஸ் மிஷன் சரியான பாதையில் செல்லவில்லை என்பதை உணர்ந்த ஜென்சனும், திருவண்ணாமலை வந்துசேர்ந்தார். பிற மிஷன்களைப் போல அல்லாமல் டேனிஷ் மிஷன் தன்னிடம் வந்து சேரும் கிறிஸ்தவர்கள் காலத்துக்குமானவர்களாக, நம்பிக்கையில் உறுதியானவர்களாக இருந்தால் மட்டுமே அவர்களுக்கு நிரந்தர உறுப்பினர் என்ற இடத்தைத் தந்தது. பஞ்ச காலங்களிலும், பெருந்தொற்று

காலங்களிலும் மதமாற்றம் செய்வதால் எந்தப் பயனுமில்லை என மிஷன் நினைத்தது. சோஃபஸ் மற்றும் ஜென்சனுக்குப் பிறகு லார்சன், பிட்மன், ஹான்சன் என பல மிஷனரிகளை டேனிஷ் மிஷன் தமிழகம் அனுப்பியது. 1907ம் ஆண்டு திருக்கோவிலூரில் முதல் 'டேனிஷ் மருத்துவ மிஷன்' தொடங்கப்பட்டது. மருத்துவர் கிறிஸ்டியன் ஃப்ரிமோத் மோலர் (Christian Frimodt Moller), மற்றும் பல பெண் மிஷனரிகள் வந்து சேர்ந்தனர்.

1913ம் ஆண்டு டி.எம்.எஸ்.ஸிலிருந்து இந்திய மிஷனை தனியே பிரிக்கும் வேலைகள் தொடங்கின. இந்திய சபை முழுக்க முழுக்க டேனிஷ் மிஷனை, அதன் மிஷனரிகளை சார்ந்தே இருக்கும் சூழல் நிலவியது. 1920களில் இந்திய விடுதலைப் போராட்டம் வலுவடைந்தபோது, சபையின் இந்தியப் பாதிரிகள் தங்களுக்கான உரிமைகளை நிலைநாட்டமுற்பட்டனர். சபையின் விதிகளை மாற்றி எழுதவேண்டும் என்ற கோரிக்கை வலுத்தது. 1922ம் ஆண்டு அதற்கேற்றவாறு சட்டதிட்டங்கள் மாற்றி எழுதப்பட்டன. 1960ம் ஆண்டு முழு விடுதலையடைந்த ஆற்காடு லூத்தரன் மிஷன் இயங்கத் தொடங்கியது. நான்கு ஆண்டுக்கு ஒரு முறை தன் ஆயரை தானே தேர்ந்தெடுக்கும் உரிமையும் மிஷனுக்குக் கிடைத்தது. தனி திருச்சபை கவுன்சில் ஒன்றும் உருவாக்கப்பட்டது.

கடலூரைத் தலைமையிடமாகக் கொண்டு சபை தன் பணிகளைத் தொடர்கிறது. இன்று இந்தச் சபையில் 40000 உறுப்பினர்கள் இருக்கின்றனர். 2000 ஆண்டு முதல் ஆற்காடு லூத்தரன் சபை சுய நிதி, சுய ஆட்சி, சுய அதிகாரத்துடன் இயங்கிவருகிறது. இன்று 95 பள்ளிகளை இந்த சபை நடத்திவருகிறது. யுனைட்டட் எவாஞ்சலிகல் லூத்தரன் சர்ச்சஸ் இன் இந்தியா (UELCI) மற்றும் தென்னிந்திய திருச்சபை (CSI) போன்ற அமைப்புகளுடன் நல்லெண்ணத்தையும், நல்ல நட்பையும் பாராட்ட ஆற்காடு லூத்தரன் மிஷன் விழைகிறது. ஆரோக்கியவரத்தில் தொடங்கப் பட்ட யூனியன் மிஷன் காசநோய் சானடோரியம் மருத்துவமனை, நூற்றாண்டு தாண்டி மக்கள் பணியைச் செவ்வனே செய்து வருகிறது. இந்தியாவில் தொடங்கப்பட்ட முதல் காசநோய்க்கான தனி சானிடோரிய மருத்துவமனை இதுவே. இதற்கான பாதி செலவை தென்னிந்திய முக்கிய மிஷன்களும், மீதியை அரசும் ஏற்றுக்கொண்டன. கோத்தகிரி மலைப்பகுதியில் கோத்தகிரி மெடிக்கல் ஃபவுண்டேஷன் அமைப்பையும் டேனிஷ் மிஷன் தொடங்கியது. இப்படி பள்ளிக் கல்வி, மருத்துவம் என முக்கிய சமூக நலப்பணிகளில் ஆற்காடு மிஷன் தன்னை ஈடுபடுத்தி வந்துள்ளது.

கடலூர் ஏ.எல்.சி. ஆலய பக்கவாட்டுத் தோற்றம்

''கடலூர் ஆலயம் பிரெஞ்சு ஆதிக்க காலத்தில் கட்டப்பட்டது. பெரும்பாலான சீர்திருத்த ஆலயங்களின் கட்டுமானம் கத்தோலிக்க வடிவமைப்பாளர்களால் நிர்மாணிக்கப்பட்டிருக்கும். அங்கு இன்று வழிபடும் மக்களுக்கும் அந்த ஆலயத்தின் கட்டுமானத்துக்கும் எந்தத் தொடர்பும் இருக்காது. காலனிய ஆதிக்கவாதிகள் வழிபடுவதற்காகக் கட்டப்பட்ட ஆலயங்கள் இவை. 1947க்குப் பிறகு இந்த ஆலயம் சீர்திருத்த மிஷன் கைக்கு வந்தது. இதுவரை வண்ணப்பூச்சு தவிர வேறு எந்த மாற்றமும் அதில் செய்யப்படவில்லை. ஆங்கிலப் பெயரான 'ரிசரக்ஷன் சர்ச்' (Resurrection Church) என்பதை மாற்றி, தமிழில் 'உயிர்த்தெழுதல் ஆலயம்' எனப் பெயரிட்டிருக்கிறோம். கத்தோலிக்க ஆலயங்களில் பிரசங்க பீடத்துக்கு முக்கியத்துவம் கிடையாது. அங்கு பலிபீடம் (altar) தான் முக்கியம். அங்கு திருவிருந்துதான் முக்கியம். சீர்திருத்த ஆலயங்களில் பலிபீடத்தை விட பிரசங்க மேடை உயரமாக இருக்கும். கடவுளின் வார்த்தைதான் முக்கியம், திருவிருந்து இரண்டாம் பட்சம்தான். ஆலயங்களின் வடிவமைப்பே அந்தந்த கோட்பாட்டின்படிதான் அமைந்துள்ளது. கடலூர் ஆலயத்தில் பிரச்ங்க மேடை என ஒன்று இல்லை. ஆனால் மாடம் போன்ற அமைப்பு ஒன்று உள்ளது. அதிகாரிகள் அமருவதற்காகக் கட்டப்பட்ட அந்த மேடையைத்தான் இன்று

பிரசங்கம் செய்வதற்காக அங்கு பயன்படுத்துகின்றனர்'', என கிறிஸ்டோபர் ஜெயராஜ் குறிப்பிடுகிறார்.

''இன்று முழுக்க முழுக்க தலித் மக்கள் இருக்கக் கூடிய ஆற்காடு லுத்தரன் திருச்சபைக்கு சொந்தமானதாக கடலூர் ஆலயம் இருக்கிறது. இன்றும் கடலூர் தொடங்கி வேலூர் வரை, ஆற்காடு லுத்தரன் சபையில் 95%க்கும் மேல் பறையர்கள்தான் உறுப்பினர் களாக இருக்கின்றனர். கடலூரை ஏன் மைய அலுவலகமாக வைத்திருக்கிறோம் என்றால், அன்றைய காலகட்டத்தில் நிறைய காலனியாதிக்க நாடுகள் கடலூரில் மையமிட்டிருந்தன. டச்சு, பிரெஞ்சு, டேனிஷ், பிரிட்டிஷ் என பல நாடுகளும் தங்கள் தளவாடங்களை கடலூரில் நிறுத்தியிருந்தனர். அதே போல கடலூரில் சிஎஸ்ஐ சபையும் உண்டு, லுத்தரன் சபைகளும் உள்ளன. அனைத்து வகையான கிறிஸ்தவர்களும் கடலூரில் உண்டு. ஏ.எல்.சி. இருக்கும் இடங்களில் டி.இ.எல்.சி. (Tamil Evangelical Lutheran Church) இருக்காது; டி.இ.எல்.சி. இருக்குமிடத்தில் ஏ.எல்.சி. இருக்காது. ஆனால் கடலூரில் இரண்டு சபைகளுமே உண்டு. அந்த இடத்தின் சிறப்பம்சம் எனத்தான் இதைச் சொல்ல வேண்டும்.''

''கடலூர் ஆலய பீடத்தில் வண்ணக் கண்ணாடி சிற்பமாக இயேசுவின் உயிர்த்தெழுதல் காட்சி தத்ரூபமாக வடிக்கப் பட்டுள்ளது. காலனியாதிக்க காலத்தில் இவ்வாறு சிலுவையை விடுத்து கண்ணாடியின் மேல் கவனம் குவிக்கும் போக்கு ஏற்பட்டது. இது உலகளாவிய மாற்றமே. பெரும்பாலும் 18,19ம் நூற்றாண்டில் கட்டப்பட்ட பெரும்பாலான ஆலயங்களில் இந்தக் கண்ணாடி வார்ப்பு சிற்பங்களைக் காணலாம்'', எனவும் ஜெயராஜ் சொல்கிறார்.

ஆலயத்தின் பீடத்தில் 'பரிசுத்த அலங்காரத்துடனே கர்த்தரைத் தொழுதுகொள்ளுங்கள்' என்ற வாசகம் எழுதப்பட்டுள்ளது. ஆலயத்தின் வெளிப்பக்க முகப்புச் சுவரில் அஸ்திவாரக் கல் காணப்படுகிறது. அதில் தரங்கம்பாடி ஆயர் டேவிட் பெக்செல் 5 மார்ச் 1930 அன்று அக்கல்லை நட்டதாக வெட்டப்பட்டுள்ளது. 'என்னுடைய வீடு ஜெப வீடு' என்ற வாசகம் அதில் காணப்படுகிறது. இந்த சபையில் திருமுழுக்கு உள்ளிட்ட சடங்குகள் எவ்வாறு செய்யப்படுகின்றன என ஜெயராஜ் விளக்கம் தருகிறார். ''சிறுவயதிலேயே திருமுழுக்கு கொடுக்கிறோம். பெற்றோர், ஞானப்பெற்றோர் முன்னிலையில் திருமுழுக்கு கொடுக்கப்படும். மனமாற்ற திருமுழுக்கு (adult baptism) வேறு சமயத்திலிருந்து கிறிஸ்துவை ஏற்பவர்களுக்கு தண்ணீரால் நீராட்டு அளிக்கிறோம்.''

''நற்கருணையை 'பொருள் மாறும் கோட்பாடு' (Trans - Substantiation) என சீர்திருத்தசபையும் ஏ.எல்.சியும் ஏற்கின்றன. அப்பமும் ரசமும் பொருளாகவே இருக்கின்றன. வழிபாட்டில் ஆயரால் திருநிலைப்படுத்தப்பட்ட பிறகே கடவுளின் உடலாக, ரத்தமாக அவை மாறுகின்றன என்ற சீர்திருத்த சபை கோட்பாடே ஏ.எல்.சியுடையதும். அப்பமும் ரசமும் இணைந்தே வழங்கப்படும். லூத்தரன் சபைகள் 'ஒரு பாத்திரத்தில் பருகுதல்' என்ற கருத்தியலையும் கடைபிடிக்கின்றன. சாதியத்தை உடைத்த இயக்கமாக ஆற்காடு லூத்தரன் சபை தொடக்கம் முதலே இயங்கி வருவதால், இந்த 'ஒரு பாத்திரம்' முறை இன்றளவும் வெற்றிகரமாகப் பின்பற்றப்படுகிறது. பெருந்தொற்று காலத்தில் இவ்வாறு ஒரு பாத்திரத்தில் பருக முடியவில்லை என்பதால் நற்கருணை தருவதையே நாங்கள் எங்கள் சபையில் நிறுத்தி வைத்திருக்கிறோம்'', எனவும் அவர் குறிப்பிடுகிறார்.

''குருசேகரக் குழுக்கள் (Pastorate Committee) ஒவ்வொரு ஊரிலும் உண்டு. அதன் தலைவராக சேகர குரு இருப்பார். 100 உறுப்பினர்கள் கொண்ட ஊர் ஒன்றுக்கு, தேர்வுசெய்யப்பட்ட 8 குருசேகரக் குழு உறுப்பினர்கள் இருப்பார்கள். மூன்றாண்டுக்கு ஒருமுறை தேர்தல் நடைபெறும். ஒரு ஆயர், எட்டு இறைமக்கள் சேர்ந்தது ஒரு உள்ளூர் சபை. இவ்வாறான 60 குருசேகர சபைகள் ஆற்காடு லூத்தரன் சபைக்கு உண்டு. இந்த 60 சபைகளுக்கும் பொதுவான திருச்சபை நிர்வாகக் குழு (church council) உண்டு. அதில் 25 உறுப்பினர்கள் இருக்கின்றனர். இவர்களில் 8 பேர் ஆயர் சமூகத்தினர்; அவர்களில் ஒருவர் பேராயர். மற்ற 17 பேர் இறைமக்களிடையே தேர்ந்தெடுக்கப்படுவர். இதைவிட மிக பலமிகுந்தது பொது அவை (General Assembly). இதில் ஒவ்வொரு திருச்சபையும் செலுத்தும் சந்தாவின் அடிப்படையில் உறுப்பினர் எண்ணிக்கை அமையும். மூவாண்டுக்கு ஒருமுறை இதுவும் மாறும். 750 பொது அவை உறுப்பினர்கள் இருக்கின்றனர். அவர்களில் சந்தா செலுத்தக் கூடியவர்கள் 35000 பேர்'', எனவும் ஜெயராஜ் கூறுகிறார்.

பிற கிறிஸ்தவ சபைகளில் கடைபிடிக்கப்படுவது போலதான் இங்கும் திருமணச் சடங்குகள் நடைபெறுகின்றன. மூன்று ஓலைகள் வாசிக்கப்படுகின்றன; நிச்சயதார்த்தம் நடைபெறுகிறது. ஆலயத்தில் திருமணம் நடைபெறும். மேற்கத்திய முறைப்படி மோதிரம் மாற்றிக்கொள்ளுதல் உண்டு. இந்திய மரபுப் படி மங்கலக் கயிறு அணிவிக்கும் உடன்படிக்கை செயலையும் ஏற்றுக்கொள்கின்றனர். சடங்குகள் அனைத்திலுமே டேனிஷ் முறை மற்றும் தமிழ் மண்ணுக்குரிய அனுசரிப்புகள் இருக்கும். பந்தல் கால் நடுதல்,

சந்தனம் பூசி நலுங்கு வைத்தல், நிச்சயம் செய்தல், தாய்மாமா சேலை தருதல் போன்ற மரபு சார்ந்த அனுசரிப்புகள் உண்டு.

அவற்றைக் குறித்து கூடுதல் தகவல் தோழி ஷாலினி ஜெரால்ட் தருகிறார். ஆற்காடு லுத்தரன் சபையின் உறுப்பினரான இவர், திருமணம் உள்ளிட்ட சடங்குகளில் இன்று பல மாற்றங்கள் புகுந்துவிட்டாலும் அடிப்படை சடங்குகள் மாறவில்லை என்கிறார். திருமணங்களில் தாலி, பெரும்பாலும் மாமியார் அணிந்திருக்கும் தாலியின் பாணியில்தான் செய்யப்படுகிறது என்று சொல்கிறார். பைபிள் வடிவில், இலை வடிவில், என அவரவர் குடும்ப வழக்கங்கள்படி தாலி அணிவிக்கப்படுகின்றன என்று சொல்கிறார்.

''முதல் ஓலை வாசிக்கும்போது பொண்ணு வீட்டுல தனியா அவுங்க உறவுக்காரங்களைக் கூப்பிட்டு கறி விருந்து வைக்கிறதும், மாப்பிள்ளை வீட்டில அவுங்க உரவுக்காரங்களை அழைச்சு விருந்து வைக்கிறதும் உண்டு. பூ முடித்தல், நிச்சயம், பரியம், திருமணம் அப்டின்னு நாலு சடங்கா அப்பலாம் திருமணம் நடக்கும். பெண் பார்க்கிறததான் பூ முடித்தல்னு சொல்லுவாங்க. இப்ப நிறைய காதல் திருமணங்கள் நடக்கிறதால பூ முடித்தல் சடங்கு பெரும் பாலும் நடக்கிறதில்ல. நிச்சயத்தில பெண்ணுக்கும் மாப்பிள்ளைக்கும் மோதிரம் மாத்திப் போடுவாங்க. பரியத்துலதான் பொண்ணுக்கு புடவை, நகை குடுக்குறதோ, மாப்பிள்ளைக்கு தங்க சங்கிலி போடுறதோ நடக்கும். இப்ப பரியத்த கல்யாணத்தன்னிக்கு காலைல வச்சிட்டு, கல்யாணத்த மதியம் முடிக்கிறாங்க. பெரும் பாலும் மண்டபத்துல பரியம் செய்வாங்க. கல்யாண செலவு மாப்பிள்ளை வீட்டார் செய்றதுண்டு. சில இடங்கள்ல ரெண்டு குடும்பங்களும் பகிர்ந்துகொள்றதும் உண்டு.''

''அவுங்கவங்க ஸ்டேட்டஸ் பொறுத்து பரியத்துக்கு 16 தட்டு, 11 தட்டுன்னு குடுக்குறதுண்டு. பரியப் புடவையை மாப்பிள்ளை யோட அக்காவோ தங்கச்சியோதான் பெண்ணுக்கு கட்டிவிடணும். கல்யாணத்துக்கு முன்னாடி பொண்ணு வீட்டுல் தனியா, மாப்பிள்ளை வீட்டுல தனியா நலுங்கு வைப்பாங்க. பொண்ணுடைய அப்பா அம்மா கூட பிறந்தவங்க ஒவ்வொரு நாளும் ஒவ்வொருத்தர்னு அவுங்களுக்குள்ள பேசிக்கிட்டு ஏழு நாள், எட்டு நாள் நலுங்கு வைப்பாங்க. இப்ப அதெல்லாம் இல்ல. எல்லாரும் மொத்தமா ஒரு நாள முடிவு பண்ணி, அம்மா வீட்டு உறவுகள் ஒரு நாள், அப்பா வீட்டு உறவுகள் ஒரு நாள்னு சேர்ந்து வச்சுர்றாங்க.''

''கல்யாணத்துக்கு முந்தைய நாள் தாய் வீட்டு நலுங்குன்னு பொண்ணோட அம்மா, அப்பா தன் மகளுக்கு நலுங்கு

மாப்பிள்ளை வீட்டில் நலுங்கு, படம் நன்றி: ஷாலினி ஜெரால்டு

வைக்கிறாங்க. அதே போல மாப்பிள்ளை வீட்டுல மாப்பிள்ளை யோட அம்மா, அப்பா நலுங்கு வைப்பாங்க. இந்த நலுங்குல அவுங்கவங்க வசதி பொறுத்து மோதிரம் போடுறதோ, நகை வாங்கிக் குடுக்குறதோ, டிரெஸ் வாங்கிக் குடுக்குறதோ உண்டு. சாப்பாடு சேர்ந்து செஞ்சி போடுவாங்க. பெரும்பாலும் தாய் மாமாக்கள் மோதிரம் போட்டுருவாங்க. நலுங்கு வைக்கும்போது கும்மிப் பாட்டு பாடுறதுண்டு. முன்னாடி அதுக்கு தனியா பாட்டு எல்லாம் உண்டாம். இப்ப அந்த வழக்கம் இல்ல. தாலி வெள்ளை நூல் வாங்கி, கல்யாணத்துக்கு முந்தின நாள் நைட் சுமங்கலிப் பெண்கள் உக்காந்து மஞ்சள் பூசி ரெடி பண்ணுவாங்க. அடுத்தநாள் காலைல சர்ச்சுக்குப் போகும்போது பெஸ்ட் மேன் பெஸ்ட் வுமன் அதைக் கொண்டு வருவாங்க. பெரும்பாலும் மாப்பிள்ளையோட சகோதரி, அவர் கணவர்தான் பெஸ்ட் மேன் பெஸ்ட் வுமனா (மாப்பிள்ளை, பெண் தோழன்/தோழி) இருப்பாங்க.''

''வழிபாடு எல்லாம் ஒரே மாதிரிதான் இருக்கும். உறுதிமொழி எடுப்பாங்க. வீட்ல இருந்து சர்ச்சுக்குப் போகும்போது, பொண்ணும் மாப்பிள்ளையும் குறுக்கு மாலை மட்டும் போட்டுட்டுப் போவாங்க. தாய்மாமா அதைப் போட்டுவிடுவார். தாலி கட்டின பிறகு கிராஸ் மாலைய நேராக்குவாங்க. அப்புறம் கல்யாண மாலையை ரெண்டு பேரும் மாத்திப் போட்டுக்குவாங்க. சர்வீஸ் முடிஞ்ச பிறகு ரிஜிஸ்டர்ல சைன் பண்ணுவாங்க, ரெண்டு சைடுலயும் மூணுபேர் சாட்சிக் கையெழுத்து போடுவாங்க. ஏ.எல்.சியைப் பொறுத்தவரை எல்லா கல்யாணத்தையும் பிஷப்தான் நடத்தி

வைக்கிறார். கல்யாணம் முடிஞ்சு சர்ச்சுலயே ஆசீர்வாதம் வாங்கிக்கிறாங்க. அடுத்து வீட்டுக்கு வந்து பால், பழம் சாப்பிடுவாங்க.''

''இப்பலாம் வீடுகளுக்குப் போக நேரமாகுதுன்னு பாஸ்டர் வீட்டுல ஐயரம்மாவே பால் பழம் குடுக்குறாங்க. ஆனா முன்னாடி எல்லாம் மாப்பிள்ளையோட அத்தைதான் பால் பழம் குடுக்குற வழக்கம் இருந்துச்சு. மணமக்களை வாழ்த்திப் பாடுற வாழ்த்துப் பாட்டு சில குடும்பங்கள்ல காலகாலமா பெயர்கள் சொல்லி பாடுறதுண்டு. இன்னார் மகனே, மகளே அப்டின்னு பாடுவாங்க. பொண்ணுக்கு வாங்கித்தர்ற பொருளை எல்லாம் மண்டபத்துல டிஸ்ப்ளே பண்ணிடுறாங்க. அதுக்கு ஜெபம் சொல்றாங்க. அதுக்கு ஒரு பிரதிஷ்டை பண்றாங்க. லோக்கல் பாஸ்டர் அதை செய்றது. இது சமீப காலமா வந்த டிரெண்டாதான் இருக்கு. கார்லாம் மண்டபத்துக்கு வெளிய மாலை போட்டு டிஸ்பிளே மாதிரி ஃபோக்கஸ் லைட் எல்லாம் போட்டு வைக்கிறாங்க...''

''வீட்டுக்குள் பெண்ணை அழைச்சுட்டு வரும்போது, நிலைப்படியில படி அரிசி வெச்சு அதைத் தட்டிவிட்டு உள்ள வரச்சொல்லுவாங்க. சில இடங்கள்ல அரிசி, சில இடங்கள்ல படியில நெல் வைக்கிறாங்க. உள்ள வந்து அந்தப் பெண் விளக்கேத்தணும். அதுக்கப்புறம் மூணு வழி- மறுவீடு உண்டு. குழந்தைக்குப் பெயர் வைக்க அது பிறந்து 40 நாளோ, 60 நாளோ சர்ச்சுல பிரதிஷ்டை பண்ணனும். காணிக்கை கொண்டு சர்ச்சுல போட்டுட்டு, குழந்தையையும் காட்டிட்டு வந்துடுவாங்க. இப்பலாம் ஃபர்ஸ்ட் பர்த்டேவும், பேப்டிசமும் ஒண்ணா ஒரே நாள் வச்சுடறாங்க. முந்திலாம் 8-9வது மாசம் வைப்பாங்க. இப்ப சேர்த்த மாதிரி வைச்சுடறாங்க. முதல் குழந்தைக்கு ஞானப் பெற்றோரா பொண்ணுடைய அண்ணன், தம்பி, அக்கா, தங்கச்சி யாராவது இருப்பாங்க, ரெண்டாவது குழந்தைக்கு மாப்பிள்ளை சைடுல இந்த உறவுமுறைல யாராவது ஞானப் பெற்றோரா இருப்பாங்க. குடும்பத்துல பெரியவங்க யாரோ அவுங்கள பெரும்பாலும் ஞானப்பெற்றோரா வைப்பாங்க.''

''முன்னாடி எல்லாம் உறுதிபூசுதல் எட்டாம் வகுப்பு படிக்கும் போதே கட்டாயம் எடுத்துறணும், அதுக்கு 40 நாள் கிளாஸ் அட்டெண்ட் பண்ணனும், தேர்வு எல்லாம் உண்டு. அதுல பாஸ் ஆனாதான் உறுதிபூசுதல் குடுப்பாங்க. கன்ஃபர்மேஷன் ஆனதுல இருந்து திருவிருந்துல கலந்துக்கலாம். இப்ப கல்யாணத்துக்கு முன்னாடி குடுத்தாப் போதும்னு குடுக்குறாங்க. காலேஜ் போற பிள்ளைங்க, பிளஸ் டூ முடிச்சவங்க அப்டின்னு ரொம்ப லேட்டாதான் இப்பலாம் கன்ஃபர்மேஷன் குடுக்குறாங்க.''

''பொருத்தனைன்னு எடுத்துக்கிட்டா ஈஸ்டருக்கு தட்டுல பூ வாங்கி தருவாங்க. ஆலயம் அலங்கரிக்க அது யூஸ் ஆகும். பெரிய வெள்ளிக்கு கஞ்சி தர்றதா வேண்டிக்கிட்டு செய்வாங்க. அன்னிக்கு காலைல 11 மணிக்கு சர்வீஸ் தொடங்கும். ஏழு பிரசங்கம் இருக்கும். 3 மணிக்குதான் முடியும். அதுல இடையிடையே கஞ்சி, மோர், ஜூஸ் அப்டின்னு எதாவது பொருத்தனை செஞ்சிக்கிட்டு, கொண்டு வந்து குடுத்துக்கிட்டே இருப்பாங்க. அன்னிக்கு எல்லாரும் ஒருசந்தி இருப்பாங்க. லெந்து காலம் முழுக்க 40 நாளும் சில ஊர்ல சர்வீஸ் நடக்கும். சில ஊர்கள்ல வெள்ளிக்கிழமைகள்ல மட்டும் நடக்கும். பெரிய வாரத்துல தினமும் சர்வீஸ் நடக்கும்.''

''பாடல்கள், வழிபாடு எல்லாமே சி.எஸ்.ஐக்கும் ஏ.எல்.சிக்கும் கிட்டத்தட்ட ஒரே மாதிரிதான் இருக்கும். சென்னை குருகுல், அரசரடி டிடிஎஸ் அப்டின்னு ரெண்டு குருக்களுக்கான காலேஜ் தமிழகத்துல இருக்கு. ரெண்டுலயுமே எல்லா சபையினரும் படிக்கிறாங்க. ஒரே நூல்கள்தான். அதுனால வழிபாடுகளும் கிட்டத்தட்ட ஒரே மாதிரி இருக்கும். டேனிஷ் மிஷனுக்கும் இவுங்களுக்கும் இன்னும் தொடர்பு இருக்கு. ஆற்காடு லூத்தரன் சர்ச் சொசைட்டி ஆக்ட் படிதான் இன்னும் இயங்கிட்டு இருக்கு. ஆர்டினேஷன் (பட்டமளிப்பு) அப்டின்னு பார்த்தா ஏ.எல்.சி.க்கு சி.எஸ்.ஐ. பிஷப்பும், சி.எஸ்.ஐ. பிஷப்புக்கு ஏ.எல்.சி பிஷப்பும் செய்றதுண்டு. எல்லா சபைகளுக்குள்ளயும் நல்ல இணக்கம் இருக்கவே செய்யுது'', என்று ஷாலினி ஜெரால்டு சொல்லிமுடிக்கிறார்.

சான்றுகள்

- Mission and Tamil Society: Social and Religious Change in South India, Henriette Bugge - Routledge Curzon, 2017
- The Story of Lutheran Missions, Elsie Singmaster - Co -operative Literature Committee Woman's Missionary Societies Lutheran Church, 1917
- The Two Kingdoms: Lutheran Missionaries and the British Civilising Mission in early South Australia, Christine J Lockwood - Doctorate Thesis, University of Adelaide, March 2014

33

வடலூர் திரு இருதய ஆண்டவர், உளுந்தூர் தூய அன்னாள் ஆலயங்கள்

''திருவருகைக் காலத்துல டிசம்பர் 1 முதல் 24ந்தேதி வரை பஜனை உண்டு. காலைல 4 மணிக்கெல்லாம் ஆரம்பிச்சுருவாங்க. பெரும்பாலும் வாலிபப் பசங்களும், சின்னப் பசங்களும்தான் இந்த பஜனைல கலந்துக்குறது.''

•

நீச வாகன அம்மானை
(சேசுநாதர் பட்ட பாடுகளின் பேரில் அம்மானை)
காப்பு
வெண்பா
வஞ்சகயூ தர்செய்த வாதனைக்குள் ளாகித்தன்
மஞ்சுறைக பால மலைதனக்கே- விஞ்சயதாய்ச்
சென்று மரித்துயிர்த்த சேசு திருச்சரிதை
நன்றுடன்பா டப்பரன்தாள் நாட்டு.
அவையடக்கம்
அம்மானை
ஆதி திருச்சுதனார் அம்புவியில் ஏவையுடன்
ஆதன்பிழை தீர்க்கவேதான் அமலபரி தன்னிடமாய்
வந்துபிறந்த நல்ல வல்லநச ரேன்பதஞ்
சிந்தையினில் யான்பணிந்து செப்புவே னவர்சரிதை
நீதி செலுத்துகின்ற நித்தியனார் தன்சரிதை

மேதினியோர் தாமறிய விள்வே ணிதிற்பிழைகள்
மெத்த இருந்தாலும் மேன்மையுள்ள பெரியோர்கள்
அத்தனை யுமேபொறுத்து ஆளுவதுங் கடனேதான்
பார்த்துப் பிழைபொறுக்க பாலன் பணிந்துசொல்லும்
சீர்த்த சரிதைதன்னை செவியாரக் கேட்பீர்கள்
எல்லையில்லாப் பரமன் எழிலுடைய வல்லமையை
வல்லபரன் தமது மகத்துவத்தை மானிடர்கள்
அறியவே வேணுமென்று அம்பரனார் சித்தம்வைத்து
தெரியவே வேணுமென்று தேவபரன் திட்டமுடன்
வானமொடு சூரியனும் வளர்பிறையும் வையகமும்
மோனபரன் மானிடர்க்காய் முடித்தார் ஆறுதினத்தில்
மேதக்க பூமியினில் மேலான சோலையிலே
ஆதனேவையைப் படைத்து அளித்தார் மிகுவரங்கள்
நாத னவர்களுக்கு நவின்றாரே நல்வரங்கள்...

- ஓலைச்சுவடி மூலம் வழங்கி வந்த இந்த நூலை 1904ம் ஆண்டு நத்தானியல் டேவிட் என்ற இசைக்கலைஞர் சென்னை விக்டர் பிரஸ்ஸில் முதல் முறையாக அச்சுக்குக் கொண்டுவந்தார். அதன் பின் இந்த நூலை பல அச்சகங்கள் அச்சிட்டுள்ளன. நூலின் பெயராக முதல் பதிப்பில் 'நீச வாகனம்' என்பது மட்டுமே அச்சிடப் பட்டுள்ளது. பின்னாளில் நீசவாகன ஆண்டவர் அம்மானை, நீசவாகன அம்மானை போன்ற பெயர்கள் சேர்க்கப்பட்டுள்ளன. நீச வாகனம் என்பது கழுதையைக் குறிக்கும். ஆண்டவர் யெருசலேம் நகருக்குள் கழுதையின் மேல் ஏறி வலம்வரும்போது, தாம் படவிருந்த பாடுகளை நினைத்து அழுததாக விவிலியம் குறிப்பிடுகிறது. எனவே கடவுளின் பாடுகள் தொடங்கிய அந்த நீச வாகனத்தின் பெயரையே அவரது பாடுகளை விலாவாரியாகச் சொல்லும் இந்தப் பாட்டுடை நூல் பெற்றுள்ளது.

அம்மானைக்குரிய கண்ணி அமைப்பு இந்த நூலில் இல்லை, ஹென்றி ஹென்றிக்ஸ் அடிகளாரின் அடியார் வரலாறுக்கும் முன்னதாக இந்த நூல் இயற்றப்பட்டிருக்கவேண்டும். அந்நூலின் தாக்கம் இதில் இல்லை. அல்லியரசாணி மாலை, ஏணியேற்றம் போன்ற முதல் அம்மானை நூல்கள் எழுதப்பட்ட காலத்தில் புதிதாக மதம் மாறிய கிறிஸ்தவரால் இயற்றப்பட்ட நூல் என இதைக் கொள்ளலாம். இந்நூல் 16ம் நூற்றாண்டின் பிற்பகுதியில் எழுதப்பட்டதாகலாம். காப்பு வெண்பா ஒன்றும், 1455 அடிகளையும் கொண்டது இந்நூல். (ஆ.பி.அந்தோணி இராசு)

மாலை மயங்கிக்கொண்டு இருக்கும்போதுதான் வடலூரை நெருங்க முடிந்தது. அங்கு திரு இருதய ஆண்டவர் ஆலயத்தைப்

பார்த்துவிட்டு, சின்னதுரை சாரின் நண்பரான வேதியர் ஒருவரை சந்திப்பதாக ஏற்பாடு. வடலூர் சத்திய ஞான சபை குறித்தும், வள்ளலார் குறித்தும் தெரிந்ததுதான்; ஏற்கனவே அங்கெல்லாம் சென்று தரிசனம் செய்துவிட்டிருந்த காரணத்தால் அங்கு கிறிஸ்தவம் எந்தக் காலம் தொட்டு பரவியிருந்திருக்கிறது என்று அறிந்து கொள்ளும் ஆர்வம் அதிகமிருந்தது. புஷ்பராஜ் வேதியரின் வீட்டை அடைந்து அவரிடம் பேசத் தொடங்கினோம்.

உளுத்தூர் பங்கின் துணைப்பங்காக வடலூர் தொடக்கத்தில் இருந்துள்ளது. 1900 முதல் 1925ம் ஆண்டு வரை உளுத்தூரின் துணைப்பங்காக இருந்த வடலூரை, பங்குத் தலைமையிடமாக 1925ம் ஆண்டு ஆனந்து குருக்கள் மாற்றினார். நிரந்தர கட்டட மில்லாத சூழலில் 1935ம் ஆண்டு கட்டுமானப் பணிகள் தொடங்கப்பட்டு 1938ம் ஆண்டு திரு இருதய ஆலயம் கட்டி முடிக்கப்பட்டது. 2009ம் ஆண்டு ஆலயம் மறுசீரமைக்கப்பட்டது. பெரும்பாலும் பணிநிமித்தம் வந்து குடியேறிய மக்கள் அதிகம் வசிக்கும் பகுதி வடலூர் என்பதால், அங்கு பெருமளவில் சடங்குகள் உள்ளிட்டவற்றுக்கு முக்கியத்துவம் இராது என்ற புரிதலில்தான் புஷ்பராஜின் வீட்டுக்குச் சென்றோம்.

''நான் திண்டிவனம் பள்ளியிலதான் கேட்டகிஸ்ட் ட்ரெய்னிங் முடிச்சேன். மூன்றரை வருஷப் படிப்பு அது. மூன்றரை ஆண்டுகள்ல படிக்க என்ன இருக்குன்னுதான் மக்கள் பொதுவா நினைக்கிறாங்க. ஆனா அங்க போய் பார்த்தாதான் தெரியுது...ஓஹோ...இவ்வளவு விஷயங்கள் நம்ம தெரிஞ்சிக்கணுமா? இதெல்லாம் நம்ம செய்யணுமா... அப்டின்னு. பிரமிப்பா இருந்துது. வர்ற பசங்கள்ல நிறைய பேரு காலாண்டு முடிஞ்சப்புறம் வரமாட்டான்; சில பேரு அரையாண்டு தாண்டமாட்டான். எங்க குரூப்புல 43 பேரு சேர்ந்தோமுங்க; ஆனா முடிச்சிட்டு வெளிய வரும்போது வெறும் 12 பேர்தான் முழுசா படிச்சு முடிச்சோம். 1997-2000 ஆண்டுவாக்குல அங்க இருந்தேன். அங்க சேரணும்னா கட்டாயம் பிளஸ் டூ படிச்சிருக்கணும், யாரு சிபாரிசும் செல்லாது'', என்று பேசத் தொடங்கினார் புஷ்பராஜ்.

''கேட்டகிஸ்ட் படிப்புக்கு தியாலஜி, மியூசிக், விவிலியம், டாக்ட்ரின், ஒழுக்க இறையியல், அப்படின்னு 17 பேப்பருக்கு படிக்கணும். ஒவ்வொண்ணுலயும் 75 மார்க்குக்கு மேல வாங்கணுங்க. எல்லா ஆண்டு இறுதியிலும் பிஷப் பள்ளிக்கு வருவாங்க. அப்போ நம்ம மார்க் சரி இல்லன்னா கூப்பிட்டு என்ன பிரச்னை, ஏன் படிக்க முடியலன்னு கேள்வி பேட்டு சரிசெய்ய சொல்லுவாங்க. நம்மளை

இம்புரூவ் பண்ண எதாவது வழி இருந்தா செய்வாங்க. எந்த மாதிரி டிஸ்கரேஜ் பண்றதும் அங்க கிடையாது. 43 பேருலயும் படிப்புல கொஞ்சம் மந்தம்தான் நானு. ஆனா நான் என்ன வேலை குடுத்தாலும், தெரியாதுன்னு சொல்லாம உடனே செய்யத் தொடங்கிருவேங்க. மூன்றரை வருஷம் படிப்பு முடிச்சதும் எனக்கு முதல் வேலை பாண்டிச்சேரியில குடுத்தாங்க. எனக்கு சொந்த ஊரு துரிஞ்சிக்கொல்லை. பாண்டியில எட்டு வருஷம் வேலை பார்த்த பிறகு உப்பளத்துல அஞ்சு வருஷம் போட்டாங்க. அதுக்கப்புறம் விரியூர் சங்கராபுரத்துல வேலைன்னு அங்க அனுப்பினாங்க. அடுத்து அழகப்ப சமுத்திரம், அங்கருந்து கடைசியா வடலூர்ல வந்து வேலை செஞ்சிட்டு இருக்கேன்.''

''கேட்டகிஸ்ட் படிப்புக்கும் திருமணத்துக்குப் பிறகு வீடுகளுக்கு உபதேசியார்கள் போய் செய்யும் சடங்குகளுக்கும் எந்த சம்பந்தமும் இல்லை. அது முழுக்க இறையியல் சார்ந்தது. இது முழுக்க பழக்கவழக்கம் சார்ந்தது. இந்த விஷயங்களை நாங்களா ஆர்வமா கத்துக்கிட்டாதான் உண்டு. இதை தனியா கத்துத்தர ஆள் எல்லாம் கிடையாது. நாங்களே இன்டரெஸ்ட் எடுத்து கேட்டு கத்துக்கிட்டு செய்றதுதான். பெரும்பாலும் ஊர்ப் பெரியவங்ககிட்ட இதைக் கேட்டுத் தெரிஞ்சுக்குவோம். நாங்க போற பகுதில என்ன பண்பாடு சார்ந்த விஷயங்கள் இருக்கோ அத அப்படியே ஃபாலோ பண்ணிருவோம். பெரும்பாலும் கோயில் கிட்ட கோயில் பிள்ளைகள் வீடு இருக்கும், அவுங்ககிட்ட கோயில் சாவி இருக்கும், அவுங்கதான் அந்த ஊரோட பண்பாட்டு சடங்குகள் தெரிஞ்ச ஆளுங்களா இருப்பாங்க. அவுங்ககிட்ட இருந்து நாங்க கத்துக்குவோம்.''

''வேதியர் அப்டிங்குறது வீரமாமுனிவர் ஆரம்பிச்சு வச்ச பழக்கம்ங்க. அவர்தான் கோயில்பிள்ளைகளை விட அதிகம் விவரம் தெரிஞ்சவங்களா, ஞானஸ்நானம் உள்ளிட்ட சடங்குகள் செய்யத் தெரிஞ்சவங்களா, விவிலியம் வாசிச்சு பொருள் சொல்லத் தெரிஞ்சவங்களா வேதியர்கள உருவாக்கணும் அப்டின்னு முதல்ல திட்டம் வகுத்தவர். முன்னெல்லாம் வேதியர் ஒருத்தர் இருந்தா, அடுத்து அவர் மகன், அவரோட மகன் அப்டின்னு வழிவழியா ஒரு குடும்பத்து ஆளுங்க அந்த வேலைய செஞ்ச பழக்கம் இருந்துச்சு. இந்த காலேஜ் வந்தப்புறம் அதெல்லாம் மாறுச்சு.''

''சடங்கு சம்பிரதாயம் பாட்டு எல்லாம் அந்தக் காலத்துல முக்கியமா இருந்திருக்கு, இப்ப அதை பெருசா செய்றது இல்ல. வடலூர்ல 25% மக்கள்தான் மண்ணின் மக்கள். மத்தவங்க எல்லாம் வெளிய இருந்து

வந்து செட்டில் ஆனவங்க. அதுனால இங்க அந்த சேஷ அரிசி, மணையேற்றம் மாதிரியான சடங்குகள் எல்லாம் இல்லாமப் போச்சு. இதை எல்லாம் எதிர்பார்த்த பெரியவங்களும் இறந்துட்டாங்க. இனிமே அந்த மாதிரி சடங்குகளை வெச்சு செய்ய ஆளுங்களோ, அதுக்கான வாய்ப்புகளோ இல்ல. எனக்கு எல்லா பாட்டுமே தெரியும், ஒவ்வொரு ஊருலயும் ஒவ்வொரு விதமா பாட்டு மாறும், அதுனால் கொஞ்சம் மறந்தும் போச்சு. விரியூர்ல எல்லாம் வீடுகளுக்கு சடங்கு செய்ய கூப்பிடவே மாட்டாங்க.''

''மோழாண்டிகுப்பத்துல எனக்குத் தெரிஞ்ச பாட்டுகளைப் பாடுவேனே ஒழிய அவுங்களுக்கு ஏத்த மாதிரி என்னால போகமுடியல. பாண்டியில எல்லாம் நகரமா போய்ருச்சு, அங்க யாரும் இதை செய்றது இல்ல. இங்க விடியற்காலம் நலுங்கு வைக்கிறதுக்கு சில வீடுகள்ல கூப்பிடுவாங்க. கல்யாணத்துக்கு முன்னாடி பொண்ணு வீட்டுல மாப்பிள்ள வீட்டுல தனித்தனியா வைக்கிற சடங்கு இது. பக்கத்துல இருக்குற எல்லா பங்காளியையும் அழைப்பாங்க. அங்க வேதியர் போய் ஜெபம் சொல்லணும், தூய ஆவியாரின் பாடல் ஒண்ணைப் பாடணும். பொண்ணோ மாப்பிள்ளையோ, அவுங்களுக்கு ஜெபம் முடிஞ்சதும் முதல் சிலுவை வேதியர்தான் போடுறது வழக்கம். ஒரு பெரிய தட்டுல வெத்தலை பாக்கு எடுத்து வச்சு எல்லாத்துக்கும் குடுப்பாங்க. அந்த வீட்டோட அம்மா நூறு தட்டுல அந்த வெத்தல பாக்க எடுத்து வெச்சு நலுங்கு செய்ற பங்காளிங்க எல்லாருக்கும் அதைக் குடுக்கணும். மாப்பிள்ளையோ, பொண்ணோ அவுங்களுக்கு ஒவ்வொருத்தரா போய் ஜெபம் சொல்லி, சிலுவை போட்டுட்டு வருவாங்க. சிலுவை போட்டுட்டு வர்றவங்க கைல வீட்டு உரிமையாளர் அம்மா வெத்தலை பாக்கு தட்ட குடுத்து அனுப்பிவைக்கணும்.''

''அடுத்து கால் ஊன்றியிருப்பாங்க, அல்லது தயாரா இருப்பாங்க. அங்கயும் போய் வேதியர் ஜெபம் சொல்லணும். நானே சொந்தமா வார்த்தைகளைப் போட்டு முகூர்த்தக் காலோட செயல்பாடு என்ன அப்டின்னு சொல்லி ஒரு ஜெபத்தை சொல்லிடுவேன். அது முடிச்சதும் நான் கௌம்பி வந்துடுவேன். பொண்ணு மாப்பிள்ளை ரெண்டு பேரோட வீடும் ஒரே ஊர்னா, ரெண்டு வீட்டுக்கும் நானே போய் ஜெபம் சொல்லி நலுங்கு தொடங்கிவச்சு, கால் ஊன்றுறதையும் தொடங்கி வச்சுட்டு வந்துருவேன். கல்யாணம் முடிஞ்ச பிறகு வீடுகள்ல சடங்கு செய்ய வாங்கன்னு கூப்பிடுவாங்க, ஆனா நான் பெரும்பாலும் போறதில்ல. அவுங்களே பெரியவங்க இருந்தா, அவுங்கள வச்சு பண்ணிக்கிறதுண்டு.''

''சாவுக்கு அடிக்கிற மணியில வித்தியாசம் இருக்கு. 5,7,12 அப்டின்னு ஒவ்வொருத்தருக்கும் ஒரு தட்டு கணக்கு உண்டு. சாதாரண மக்கள் இறந்தா ஏழு தட்டு, பெண்கள் இறந்தா ஆறு தட்டு ஒரு சின்ன இடைவெளி அப்புறம் ஒரு தட்டு, குருமார்களுக்கு ஒன்பது தட்டு, ஆயர்கள் இறந்தா பன்னிரண்டு தட்டு. இப்ப இதெல்லாம் சரியா யாரும் பயன்படுத்துறது இல்ல. இறந்த தகவல் நமக்குக் கிடைச்சதும் கோயில்ல அறிவிக்கணும், அதுக்கப்புறம் ரெஜிஸ்டர்ல எழுதிவைக்கணும். அதை வச்சுதான் பின்னால சர்ட்டிஃபிகேட் தரமுடியும். அதே போல பிறப்புக்கும் சரியான தகவலை வாங்கி ரெஜிஸ்டர்ல எழுதி வைக்கணும். இந்த தகவல் பதிஞ்சு வைக்கிறது ரொம்ப முக்கியமான வேலை. திருமணத் தயாரிப்புக்கு அதே போல வகுப்புகள் உண்டு, அதையும் நாங்கதான் எடுப்போம். ஒரு வாரம் கிளாசுக்கு வந்தா சர்ட்டிபிகேட் கொடுத்து, அதை வச்சு கல்யாணம் செய்ய பதிவு பண்ணுவோம்.''

''இங்க திரு இருதய ஆலயத் திருவிழா ஜுன் மாசம் கொண்டாடுவோம். ஜுன் 3 கொடியேற்றம், 11 பெரிய திருவிழா. பத்து நாள் திருவிழா நடக்கும். பெரிய திருவிழா அன்னிக்கு தேர் இழுக்குறதுண்டு. நைட் ஏழு மணிக்கு தேர் எடுத்து, பதினோரு மணிக்கெல்லாம் கோயிலுக்குத் திரும்பிரும். இந்தக் கோயில் கட்டி 150 ஆண்டுகள் ஆச்சு. லூர்து அன்னை திருவிழாவான பிப்ரவரி 11 அன்னிக்கு தேர் எடுத்து, திருப்பலி வச்சு, நோயாளிகளை மந்திரிச்சு எண்ணை பூசுறது உண்டு. தோமையார் விழாவான டிசம்பர் 3 அன்னிக்கு ஊர் விருந்து நடக்கும். கோயிலுக்கு எதிர்க்க இருக்குற தோமையார் தெருவுல உள்ள மக்கள் அன்னிக்கு கோயிலுக்கு வர்ற மக்கள் எல்லாருக்கும் சாப்பாடு செஞ்சு போடுறாங்க.''

''அதே போல அந்தோணியார் தெரு மக்கள், ஜுன் 13 அந்தோணியார் திருவிழா அன்னிக்கு தேர் எடுத்து சாப்பாடு போடுவாங்க. விபூதி புதனுக்கு முந்தின நாள் ஆக்னஸ் அம்மாளுக்கு விழா ஆக்னஸ் தெருக்காரங்க எடுப்பாங்க. இந்தப் பழக்கம் புதுசா வந்த பழக்கம்தான். எல்லாரும் வெளியூர்க்காரங்க, இங்க வந்து செட்டில் ஆனவங்க. தோமையார் தெரு முழுக்க ஒரு காலத்துல சர்ச்சோட வயலா இருந்த இடம். ஃபாதர் ஒருத்தர் வாடகைக்கு வீடு கிடைக்காம மக்கள் திண்டாடுறத பார்த்துட்டு, மக்களுக்கு கிரையம் பண்ணிக் குடுத்தாரு. பெரும்பாலும் அந்தத் தெருவுல கத்தோலிக்க மக்கள்தான் இருக்காங்க. அவுங்கதான் ஒண்ணா சேர்ந்து தோமையார் விழாவுக்கு பொது விருந்து போடுறது...''

''திருவருகைக் காலத்துல டிசம்பர் 1 முதல் 24ந்தேதி வரை பஜனை உண்டு. காலைல 4 மணிக்கெல்லாம் ஆரம்பிச்சுருவாங்க.

பெரும்பாலும் வாலிபப் பசங்களும், சின்னப் பசங்களும்தான் இந்த பஜனைல கலந்துக்குறது. அவுங்களே சினிமா பாட்டுக்கு மெட்டுக் கட்டி எதாவது பாடிக்குவாங்க. சில வீடுகள்ல டீ குடுப்பாங்க. கோயிலுக்கு நேர்ச்சைன்னா இங்க பெரும்பாலும் ஃபாதர் கிட்ட பணமாத்தான் குடுக்குறாங்க. அவரும் என்னென்ன வேலைக்கு பணம் தேவைன்னு சொல்லிடுவார், அதை அப்படியே குடுத்துரு வாங்க. மாதாவுக்கு சேலை வாங்கி சார்த்துறது, அதையே காணிக்கை குடுத்து வாங்கிட்டுப் போற பழக்கம் உண்டு. அதே போல குழந்தை யேசுவுக்கும் சட்டை போடுறதும், அதை வாங்கிட்டுப் போறதும் உண்டு.''

அவரது மனைவி, திருமணமாகி பெண் மாப்பிள்ளை வீட்டுக்குப் போகும்போது அந்து நடக்கும் சடங்கை விளக்குகிறார். வீட்டுக்குள் பெண் நுழையும்போது 'அஞ்சு பானை' சடங்கு நடக்கும். ஐந்து மண் பானைகளில் தவிடு, மிளகாய் வற்றல், அரிசி, பருப்பு, உப்பு ஆகியவை வைக்கப்பட்டிருக்கும். பெண் இந்த ஐந்து பானைகளிலும் கைவைத்து எடுக்கவேண்டும். சில வீடுகளில் பெண் வீட்டுக்குள் நுழைகையில் அவள் மேல் நெல் தூவுவதுண்டு. பெண் கைவிளக் கோடு புகுந்த வீட்டுக்குள் நுழைவார் எனவும் சொல்கிறார்.

அங்கிருந்து விடைபெற்று அன்றைய நாளின் கடைசி இடமான உளுத்தூரை நோக்கிப் பயணத்தைத் தொடர்கிறோம்.

வடலூருக்குத் தெற்கே மருவாய், பின்னலூர், அங்கிருந்து உள்ளே சிறிய சாலைப் பிரிவில் இடதுபக்கம் விலகி, அம்பாபுரம் சாலையில் பயணிக்கிறோம். இருட்டத் தொடங்கிவிட்டது. சுற்றிலும் வயல்கள், அங்கங்கே குளங்கள் என பசுமையான பிரதேசமாகக் காட்சி தருகிறது. ஆனால் வாகன வசதி மிகவும் குறைவுதான் போல. பேருந்து வசதி கிலோ எவ்வளவு என்று கேட்கும் சூழல். உளுத்தூர் அன்னம்மாள் ஆலய வளாகத்தில் வண்டியை நிறுத்திவிட்டு, ஓட்டமும் நடையுமாகச்சென்று இருட்டு கவிழ்வதற்குள் ஆலயத்தைப் படங்கள் எடுப்போம் என சுட்டுத் தள்ளிக்கொண்டிருந்தேன்.

தலையில் குல்லாய் அணிந்த குட்டிப் பையன் ஒருவன் வந்து பக்கத்தில் வேடிக்கை பார்த்துக் கொண்டிருந்தான். நான் சில படங்கள் எடுத்துவிட்டுப் பார்த்தால் என்னைச் சுற்றி ஒரு குட்டி மழலைப் பட்டாளம் கூடியிருந்தது.

''யக்க்கா... காமெராவுல எங்களை ஒரு படம் புடிங்களேன்?'' என்றனர். ''அடடா... இருட்டுதே... முகமெல்லாம் அவ்வளவா தெளிவா வராதே பரவாயில்லையா?''

குட்டி நடிகர்கள், உளுத்தூர்

"ஈ... அதுனால என்னா? எடுங்க பாப்போம்?"

யார் எங்கே நிற்பது என்று அவர்களுக்குள் தள்ளுமுள்ளு. கொஞ்சம் ஒதுக்கிவிட்டுப் பார்த்தால் சுத்தமாக இருட்டிவிட்டது. ஃபிளாஷ் போட்டு படமெடுத்தால், பின்னாலுள்ள ஆலயம் சரியாகத் தெரிய வில்லை. மொபைலில் படமெடுக்கலாம் என்று அதைக் கையில் எடுத்தால், அது டிஜிட்டல் காமெராவின் கால் தூசு பெறவில்லை.

"செரி பரவாயில்லக்கா... இன்னொரு நாள் பகல்ல வந்து எங்களை எடுங்க" என்றனர். ஏதோ நாடக ரிகர்சல் போல... வினோதமாக தொப்பி அணிந்திருந்தனர். ஒன்றிருவர் கையில் அட்டைக் கத்திகள், கேடயங்கள்.

"என்ன டிராமா நடிக்கிறீங்க?"

"ரிகர்சல் பாக்குறோம் கா... பெரிய வெள்ளிக்குதான் பாஸ்கா. தோ இவன்தான் இயேசு..." இயேசு வெட்கப்புன்னகை ஒன்றைப் பூத்தபடி நின்றார்.

"நீங்க?"

"நான்தான் பிலாத்து", தலையிலிருந்த குல்லாவைக் காற்றில் பறக்காமலிருக்க இறுகப் பற்றியபடி சொன்னான் இன்னொருவன்.

"தோ அங்க அழுத மூஞ்சியா நிக்கிறதுதான் மாதா", என்று ஒரு பெண்ணை கைகாட்டினான் இவன்.

''சும்மா சொல்லிட்டே இருந்தா எப்படி? எனக்கு ஒரு சீன் நடிச்சு காட்டுங்க பாப்போம்?''

''ராஜா? இந்த மனிதன் ராஜாவா? அதுவும் யூதர்களின் ராஜாவா? அப்படி அவன் சொன்னானா?'' என்று கேட்டு பயங்கரமாக ஒருவன் சிரிக்க, அவனைப் பார்த்து மற்றவர்களும் சிரிக்கத்தொடங்கி விட்டார்கள்.

''டேய்... இப்புடி சிரிச்சா அங்க ஸ்டேஜ்ல போய் எப்பிடி நடிப்பீங்க?''

''அதெல்லாம் அங்க காசெட் இருக்கும் போக்கா... கரெக்டா சொல்லி நடிச்சுருவோம்.'' மீண்டும் அங்கே சிரிப்பு. குழந்தைகளை இயக்கி, அவர்களை ஒருங்கிணைத்துக் கொண்டிருந்தார் ராஜா என்ற இளைஞர். ஆலயத்தைப் பற்றி அவரிடம் கேட்க, ஓடிச் சென்று சிடி ஒன்றைக் கொண்டுவந்து கையில் தந்தார்.

அவர்களிடமிருந்து விடைபெற்று ஆலயத்துக்குள் நுழைந்தேன். 2008ம் ஆண்டு ஆலயம் புனரமைக்கப்பட்டிருந்ததைக் குறிப்பிடும் கல்வெட்டு ஆலயத்தின் முகப்புப் பகுதியில் பதிக்கப்பட்டிருந்தது. ஆலயத்துக்குள் அங்கங்கே விரிசல்கள் தென்பட்டன. பலிபீடத்தில் வலதுபக்கம் கைகளில் குழந்தை மரியாளை ஏந்திய அழகிய அன்னாளின் சுரூபம் வைக்கப்பட்டுள்ளது. தூய அன்னாளைக் குறித்து விவிலியத்தின் புதிய ஏற்பாடு அவ்வளவாக தெளிவுபடுத்த வில்லை. கிழக்குக் கிறிஸ்தவம் அன்னாளை மாதாவின் தாய் என்று ஆறாம் நூற்றாண்டு முதலே ஆலயங்கள் எழுப்பி வழிபட்டு வருகிறது. இஸ்லாமிய புனித நூலான திருக் குர்ஆன் மரியத்தின் தாய் எனவும், 'இம்ரானின் மனைவி' எனவும் அன்னாளைக் குறிக்கிறது.

பீடத்தின் இடதுபுறம் சூசையப்பரின் சுரூபம் இருக்கிறது. பீடத்தின் இரு பக்கங்களிலும் உயிர்த்த ஆண்டவர் சுரூபம், குழந்தை ஏசு சுரூபம், மாதா, சகாயமாதா, அந்தோணியார் என பல சுரூபங்கள் அடுக்கிவைக்கப்பட்டிருக்கின்றன. பிரெஞ்சு மிஷன் (MEP) பாதிரிகள் இந்தப் பகுதியில் தங்கள் பணியைத் தொடங்கியதாகத் தெரிகிறது. 1860களிலேயே உளுத்தூர் தனி பங்காக இயங்கியுள்ளது. இங்கிருந்துதான் வடலூர் உள்ளிட்ட பகுதிகளுக்கு குருக்கள் பணியாற்றச் சென்றுள்ளனர். 1910ம் ஆண்டு இங்கு ஆலயம் ஒன்று கட்டப்பட்டதாக புதுவை ஆயரின் வலைதளம் தெரிவிக்கிறது. 1867ம் ஆண்டு புதுவையை தலைமையிடமாகக் கொண்டு உருவான மறைமாவட்டத்தில் கடலூர், உளுத்தூர் என இரண்டு பங்குகளே இருந்துள்ளன.

மரியாள், அன்னம்மாள் சுரூபம்

பழைய ஆலயத்தின் பகுதிகள் மணிக்கூண்டின் பக்கம் இன்று காணக்கிடைக்கின்றன. 1867ம் ஆண்டு தொடங்கப்பட்ட உளுத்தூர் பங்கின் முதல் குருவாக பால் அடிகள் பணியாற்றினார். ஏறக்குறைய 57 ஆண்டுகள், உளுத்தூர் பங்குத்தளமாக இயங்கிவந்தது. போர்ச்சுகல் மன்னரின் அதிகாரத்துக்கு உட்பட்ட கோவா பதுரவாதோ குருக்கள் கட்டுப்பாட்டில் இயங்கிவந்தது. ஆனால் நீண்ட காலமாக பங்கு ஆயர்களால் பார்வையிடப்படாமலே இயங்கிவந்தது. ஆகவே 1901ம் ஆண்டில் உளுத்தூரில் சிறியவர்கள் முதல் பெரியவர்கள் வரை 717 பேருக்கு ஒரே நாளில் உறுதிபூசுதல் தரப்பட்டது.

1928ம் ஆண்டு ஆயர் மோரெல் மாவட்டங்களை நிர்வாக எளிமைக்கென 'டீனரி'களாக மாற்றியபோது, உளுத்தூர் டீனரியாகவும், அதன் பங்கு குருவான ஆந்த்ரே, விகார் ஃபொரேனாகவும் செயலாற்றி

அறியப்படாத கிறிஸ்தவம் ❖ 51

யிருக்கிறார். கூரைப்பேட்டை, கோணான்குப்பம் ஆகிய இரண்டு பங்குகளும் அப்போது உளுத்தூர் மௌரியின் கீழ் நிர்வகிக்கப் பட்டன. 1925ம் ஆண்டு வடலூர் தனிப் பங்காக மாற்றப்பட்ட பிறகு, இந்தப் பங்கின் முக்கியத்துவம் குறைந்திருக்கவேண்டும். 1933ம் ஆண்டு ஏதோ சில சிக்கல்களால் உளுத்தூர் பங்கு ஆலயம் மூடப்பட்டதாக புதுவை ஆயரது வலைதளம் குறிப்பிடுகிறது.

1953ம் ஆண்டு இப்பங்கின் பங்கு குருவாகப் பணியாற்றிய அருட்தந்தை ஜே. வெரி நாட் என்னும் பிரெஞ்சு பாதிரியாரால் உயர்ந்த கோபுரம் கொண்ட அன்னம்மாள் ஆலயம் புதிதாகக் கட்டப்பட்டது. இப்பங்கில் போக்குவரத்து வசதி இல்லாத காரணத்தால், 1924ம் ஆண்டு அப்போதைய பங்குகுரு ஆர்.எம். ஆனந்த் அடிகளாரால் இப்பங்கின் தலைமையகம் வடலூருக்கு மாற்றப்பட்டது. அன்றுமுதல் வடலூர் என்ற புதிய பங்கு உருவானது. ஏறக்குறைய 20 சிறிய மற்றும் பெரிய ஊர்களை உள்ளடக்கிய மிகப்பெரிய பங்காக வடலூர் இயங்கிவந்ததால், குருக்களால் சரியான முறையில் இறைப்பணியாற்ற முடியவில்லை.

எனவேதான் 1965ம் ஆண்டு வடலூர் பங்கின் பங்கு குருவாகப் பணியாற்றிய அருட்திரு டி. மரியநாதலு அடிகளார் போக்குவரத்து வசதி இல்லாத காரணத்தைக்காட்டி, பங்கின் பழைய தலைமையிடமும் தாய்ப்பங்குமான உளுத்தூரை ஒதுக்கிவிட்டு, துரிஞ்சிக்கொல்லை என்னும் புதிய பங்கை உருவாக்கினார். இங்கு அவ்வப்போது வழிபாடுகள் நடைபெற்றுவந்தன. அதன்பின் 2007ம் ஆண்டு செப்டம்பர் 24 அன்று அருட்தந்தை ரட்சகர் தலைமையில் மீண்டும் ஆலயம் புனரமைக்கப்பட்டு, உளுத்தூர் புதிய பங்கானது. குருவானவருக்கு புதிய இல்லமும் அப்போதுதான் கட்டப்பட்டது.

சின்னதுரை சார் அதற்குள் அங்கு ஆலயத்தில் பாடும் ராயர்மணி ஐயாவைத் தேடிப்பிடித்து அறிமுகம் செய்துவைத்தார். ஆலயம் குறித்தும், அந்தப் பகுதியின் மற்ற பழக்கவழக்கங்கள் குறித்தும் தெரிந்துகொள்ள அவரது வீட்டுக்குச் சென்றோம். ஆலயத்தில் ரிகர்சல் எல்லாம் பெரிய வாரத்தை ஒட்டி பிரம்மாண்டமாக இருக்கிறதே என்றதும்,. ‘‘ஆமா...கோயில்ல இருந்துதான் நானும் பாடி முடிச்சுட்டுவரேன்’’, என்று அவர் பதில் சொன்னார். என்ன பாடல் பாடினீர்கள் என்று கேட்டதும், கையிலிருந்த நீசவாகன அம்மானை நூலைக் காட்டினார். இந்நூலில் உள்ள பாடல்களை பெரிய வாரத்தில் அன்னாள் ஆலயத்தில் பாடுவதாகச் சொன்னார். அந்த நூலை 30 ஆண்டுகளுக்கு முன்பு அவரது தந்தை யாக்கோபு அவரிடம் தந்ததாகவும் தெரிவித்தார்.

இயேசுவின் பிறப்பு, பாடுகள், இறப்பு எல்லாமே அந்த அம்மானை நூலில் தெளிவாக செய்யுள் வடிவில் இருப்பதாகவும், அதிலிருந்து மாதா புலம்பல் பகுதியை தனியே எழுதிவைத்துப் பாடுவதாகவும் சொன்னார். பெரிய வெள்ளியன்று பாஸ்காவுக்கு மாதா புலம்பல் பாடலை உளுத்தூர் ஆலயத்தில் பாடுவதாகக் குறிப்பிட்ட ராயர் ஐயா, குழந்தை ஒருவர் மாதா வேடமணிந்து, இயேசு வேடமணிந்த சிறுவனை மடியில் கிடத்தியிருக்கும்போது, தான் பக்கத்தில் அமர்ந்து அந்தப் பாடலைப் பாடுவதாகக் கூறினார். அழுவது போல அந்தக் குழந்தை நடிக்கும் எனவும், தான் கண்ணீருடன் அந்தப் பாடலைப் பாடுவதாகவும் குறிப்பிட்டார். எங்களுக்கு பாடலைப் பாடிக்காட்டினார்.

மகன் இயேசுவை மடியில் கிடத்திக்கொண்டு மாதா புலம்பல்:

என் மகனே கண்மணியே
என் இனியதொரு புத்திரனே
பரமதிருச்சுதனே நான் பாருலகில் ஈன்றெடுத்தேன்
உலகில் உம்மை ஈன்றெடுத்தேன்
யூதர்தன்னை வதைகள் செய்ய
வார்க இரு சங்கிலியும் என் மகனே
வலுபிரம்பு யத்தனமும்
கூடிய முள்முடிக்கோ குரிசுக்கோ ஈன்றெடுத்தேன்
பாரச் சிலுவைக்கோ என்பாலகன நான் ஈன்றெடுத்தேன்
கண்காட்சி பார்க்கவேதான் காசினியில் ஈன்றெடுத்தேன்
இக்கொடிய பாடுபட இவ்வுலகில் என்மகனே
பெற்று வளர்த்தெடுத்தேன் பேருலகில் என் மகனே
என் மகனே...
எகிப்து என்னும் நாட்டிற்கு நான் போகையிலே என் மகனே
மைந்தனே உன் புதுமைகண்டு நான் மகிழ்ந்திருந்தேன் வையகத்தில்
என்மகனே தஞ்சமென்று நம்பினேனே என்மகனே
அந்த சதிகார யூதரும்மை வஞ்சகமாய் வாதைசெய்து
மடித்தாரே என் மகனே
அந்த சதிகார ஏரோதரன் சற்றிரக்கம் இல்லாதவன்
நான் பட்டணத்தைவிட்டு நல்லோர் அந்த பாவிகளுக்காய் பயந்து
உனைத் தூக்கிக்கொண்டு என்மகனே நான் ஏழைபரதேசியைப்
போல்
பரமதிருச்சுதனே நான் பாருலகில் தான் வளர்த்தேன்
வஞ்சனையால் என்மகனே அந்த மாபாவியானவர்கள்
கொடுத்தாரே என் மைந்தனுக்கு கொல்லக் கபாலமலை
அந்த சண்டாள யூதாஸும்மை என்மகனே முப்பத்திமூன்று நல்ல..

முப்பத்திமூன்று நல்ல முதிர்வெள்ளிக் காசுக்கும்மை
என்மகனே உன்னை காட்டிக்கொடுத்தானையா
உன்னைக் காட்டிக்கொடுத்தானையா
நான் ஈன்றெடுத்த என் புண்ணியனே
மகனே...
அந்தக் கன்னிகையார் மடத்திலே நான்
என்மகனே கருணையுடன் நானிருந்தேன்ச
நானிருந்து ஜெபம்புரிந்தேன்
அந்த ஏகபிதாவை நோக்கியே
அப்போ வந்து வான்சம்மனசோர் என் மகனே
மங்கள வார்த்தையினால் திடனுரைக்க அப்போது நான்
தேறிமனங்குளிர்ந்து அந்த ஏகபிதா வாக்கியத்தை
என்மகனே ஏந்தி இருகரத்தால் நான் வாங்கி வணங்கிமிக
இந்த வையகத்தில் நானிருந்தேன்
அந்த அநியாய பெத்லஹேமாம் என் மகனே
அந்த அரும்பாவி பட்டணத்தில் என் மகனே
வெகுவாய் உமை சுமந்து மகனே வேந்தனே நான் போகையிலே
காற்றும் மழையுமங்கே கடுங்குளிரும் வீசிடவும்
நாதரே என் மகனே அந்த நல்ல இருள்வேளையிலே என் மகனே
ஆயர் குடிதனிலே என்மகனே மாடடையும் தொழுவத்திலே
தானவரே அந்நேரமே உனைப் பெற்றெடுத்தேன் என் மகனே
தானவரே அந்நேரமே சம்மனசானோர் அங்குவந்திறங்கி என்
மகனே
சங்கீதம் பாடியங்கே என்மகனே சகல தெனிமுழங்க
அங்குமிக ஆயர்களும் அடிபணிந்து நமஸ்கரித்து
அந்தத் தங்கமூன்று ராயரும்மை தாழ்பணிய நான் மகிழ்ந்தேன்
என் மகனே அந்தக் கானாவூர்த் திருமணத்தில்
என் மகனே தண்ணீரை ரசமாக்கிய புதுமைகண்டு என்மகனே
நான் பூரித்துதானிருந்தேன்
இப்படிப்பட்ட நல்ல எழிலுள்ள என் பாலகனே
வஞ்சம்வைத்து யூதர்களும் என் மகனே வாதனைகள் செய்தாரையா
காத்திருந்த யூதரும்மை என்மகனே கபடம்வைத்துக்
கொன்றாரையா
என் மகனே... அந்த ஜெருசலேம் வீதியிலே என்மகனே சிலமாதர்
கண்டழுக
எந்ததுக்காகவல்ல இப்புவியில் நான் கஸ்தியுடன்
எனக்காய் அழுகவேணாம், மக்களே இந்தத் துயர்
கொள்ளவேணாம்
உங்களின் பாவத்துக்காய் உத்தரித்து அழுவுங்களேன்

பச்சமரத்திற்கு இங்கே இப்பாடானால் ஐயையோ
காய்ந்தமரமானவுங்கள் கெதியென்ன பாரீர்கள்
என்றுரைத்த என் திருச்சுதனே என் புண்ணியனே என் மகனே
அந்தக் கல்வாரி மலைமேலேதான் அந்தப் பார சிலுவமீது
என்மகனே அந்த சண்டாளப் பாதகரும் என்மகனே உன்னைத்
தூக்கிக் கெடத்தினாரே
மூன்று ஆணி கொண்டுவந்து என்மகனே உன் கைகளிலும்
கால்களிலும்
அடித்துத் துளைத்தார்களே என் புண்ணியனே என் மகனே
உன்னைக் குப்புறவே தான் கிடத்தி என் மகனே கூராணிதான்
மடக்கி
என்மகனே அந்தக் கல்வாரிமலைமேலே தான் என்மகனே
இருகள்வர் தான் நடுவில்
உன்னைத்தூக்கி நிறுத்தினாரே அப்போது என்மகனே அப்போது நீ
வாய்திறந்து
அந்த ஏகபிதாவை நோக்கி இவர்கள் அறியாமல் செய்கின்றனர்
ஆண்டவரே இவர்கள் குற்றம் மன்னித்தருளுமென்று கூறியே
தலைசாய்ந்தியே
அந்தக் குரிசில் நீ உயிர்விட்டாயே என் புண்ணியனே என் மகனே
விண்ணோர்கள் போற்றும் எந்தன் வேந்தனே என் மகனே
மண்ணோர்களுக்காக நீ மரித்தீரே திருக்குருசில்
இனி எனக்கு வேறுதவி இவ்வுலகில் யாருமில்ல
ஆறுதலும் தேறுதலும் ஆர்கொடுப்பார் என் மகனே
நான் பரதேசி ஆனேனையா இந்தப் பாருலகில் என்மகனே
நான் கன்றிழந்த பசுபோலவே என்மகனே கதறியேநிற்குறையா

''இந்த மாதா புலம்பல் பாட்டை நாலு வருஷமா பெரிய வெள்ளிக்கிழமை அன்னிக்கு கோயில்ல நான் பாடுறேங்க. அம்மானைல வேற மாதிரி வரும். அதை புலம்பலா பாடுறதுக்கு ஏத்தமாதிரி கொஞ்சம் வார்த்தைகளை மாத்திப் போட்டு பாடுறேன். இந்த லெந்து காலம் 40 நாளும் எங்கப்பா சாப்பிட மாட்டாங்க. ஒரு வேளைதான் சாப்பாடு. அப்படி ஒறுத்தல் இருந்துதான் இந்தப் பாட்டை ஒவ்வொரு வெள்ளிக்கிழமையும் விரதம் முடிச்சுட்டு வீட்டுல இதைப் படிப்பாங்க. அவுங்களப் பார்த்துப் படிச்சிக் கிட்டதுதான். அவுங்க செஞ்சத இப்ப நான் நாலு வருஷமா சர்ச்சுல செய்றேன். எங்கப்பா செத்தபிறகு இந்தப் புலம்பல் பாடுறது அப்டியே விட்டுப்போச்சு. எங்கப்பா பாடுனது ஒப்பாரி. இது புலம்பல், ரெண்டுக்கும் வேறுபாடு இருக்குங்க'', என்று ராயர் ஐயா சொல்கிறார்.

உளுத்தூர் ராயர் ஐயா

திருமண வாழ்த்துப்பாடல் பாடுவதற்கும் தன்னை ஊரார் முன்பு அழைத்ததுண்டு என்று ராயர் குறிப்பிடுகிறார். இன்று இவ்வழக்கம் அருகிப் போனாலும், சிலர் விடாப்பிடியாக அழைத்து, பாடச் சொல்வதுண்டு என்கிறார். "இப்பகூட ரெண்டு கல்யாணத்துக்கு வாழ்த்துப் பாட கூப்பிட்டாங்க. போய் சிலுவை போட்டு, வாழ்த்திப் பாடிட்டு வந்தேன்மா", என்கிறார். திருமண விழாவில் பெண் மாப்பிள்ளையை மணையேற்றும் போது பாடப்படும் பாடல் இது, இதை தனக்கு குரு ஒருவர் சொல்லித்தந்ததை எழுதிவைத்துக் கொண்டு பாடிவருவதாகவும் கூறுகிறார்.

மணையேற்றும் சடங்கு:

பிதா, சுதன், தூய ஆவியின் பெயராலே, ஆமென்.
விசுவாசப் பிரமாண மந்திரம்

இறைவன் இணைத்ததை மனிதன் பிரிக்காதிருக்கட்டும் என்று கூறிய என் ஆண்டவரே, உம்மைப் போற்றுகிறோம், உம்மை ஆராதிக்கிறோம், உம்மை மகிமைப்படுத்துகிறோம். இன்று மணவிழா காணும் இம்மணமக்களை (பெயர் சொல்லி) ஆண்டவரே ஆசீர்வதியும்.

மங்களம் மங்களம் மங்களமே
மங்களம் பாடியே வாழ்த்திடுவோம்
மணமக்கள் மாண்புற வேண்டிடுவோம்
மங்களம் மங்களம் மங்களமே
மணமக்களை நாம் வாழ்த்திடுவோம்
அன்பும் தியாகமும் பொறுப்புணர்வும்
ஆழ்ந்த அமைதியும் நிலவிடவே
அன்னைமரியும் சூசையும் போல
மண்ணில் விண்ணைக் கண்டடைவீர்
மங்களம் மங்களம் மங்களமே
மங்களம் பாடியே வாழ்த்திடுவோம்
மணமக்களை நாம் வாழ்த்திடுவோம்
இயேசுவின் மரபினர் என்றிடவே
இறையன்புச் சுடரை ஏற்றிடுவீர்
மலைமேல் திகழும் விளக்கைப் போல்
மண்ணில் மாந்தர் ஒளியாவீர்
மங்களம் மங்களம் மங்களமே
மங்களம் பாடியே வாழ்த்திடுவோம்

''கிருபைதயாபத்து மந்திரம் சொல்லி, பிதா சுதன் பரிசுத்த ஆவி போட்டு முடிப்போம்...''

திருவருகைக் கால பஜனை குறித்து பேச்சு திரும்புகிறது. டிசம்பர் மாதம் ஒன்றாம் தேதி முதல் மாலை 7 மணி தொடங்கி, இரவு 10-11 மணிவரை பஜனை பாடிக்கொண்டு வீடுகளுக்கு சிறுவர்களும் இளைஞர்களும் வருவதுண்டு என்று ராயர் சொல்கிறார். வீடுகளில் மக்கள் தங்களால் முடிந்த டீயோ, பன்னோ அவர்களுக்குத் தருவதுண்டு. அதில் ஒரு பாடலை பாடத் தொடங்குகிறார்.

''கண்ணே மணியே கண்ணின் ஒளியே
மண்ணில் பிறந்த மன்னா வருக..மன்னா வருக (2)
இதய உறவை சேர்க்க வந்தாய்
விண்ணை அருள விரைந்துவந்தாய்
நம்மை வீடுசேர்க்க பிறந்துவந்தார்
வந்தார் தேவன் வந்தார்

தந்தார் வாழ்வு தந்தார் (2)- கண்ணே
லாசருக்கு உயிர்கொடுத்த மன்னவன் நீயோ
திவிய வாழ்வளித்த கோமகன் நீயோ (2)- கண்ணே

பாடல் நின்று போகிறது. ''மறந்துட்டேன் மா...சின்ன வயசுல பாடிட்டுப் போனது. இப்ப ஒண்ணும் நினைவில்லை. ஆபிரகாம்னு ஒருத்தர் இருந்தாரு. அவருதான் பசங்களை ஒண்ணா கூட்டிவச்சி பஜனை எல்லாம் பண்ணிட்டு இருந்தார். அவரு செத்து போய் ஆறேழு வருஷம் ஆச்சு. இந்தப் பழைய பஜனை பாட்டு எல்லாம் இப்ப யாரும் பாடுறதில்லம்மா'', என்று சொல்கிறார்.

உளுத்தூர் ஆலயத்தின் ஆண்டுத்திருவிழாவான அன்னம்மாள் திருவிழா, ஆண்டுதோறும் ஜூலை 26 அன்று நடைபெறும். பத்து நாள் திருவிழாவில் தினமும் நவநாள் திருப்பலி நடைபெறுகிறது. விழாக்காலத்தில் தினமும் சின்னத் தேரும், பெரிய திருவிழா அன்று பெரிய தேரும் எடுக்கின்றனர். பாஸ்காவோடு தூம்பா எடுக்கும் வழக்கமும் இங்கு உண்டு. பெரிய வெள்ளியன்று சிலுவைப்பாதை முடிவில் மரித்த இயேசுவின் சுரூபத்தை கட்டில் போன்ற தூம்பாவில் எடுத்துச் சென்று ஆலயத்தை சுற்றி, மீண்டும் உள்ளே வைப்பதுண்டு. அப்போது வியாகுல மாதா புலம்பல் பாடுகின்றனர். ஈஸ்டர் விழாவின்போது வீடுகளுக்கு ஆலயத்திலிருந்து புது நெருப்பும், தீர்த்தமும் கொண்டு செல்கின்றனர். நவம்பர் 2 கல்லறைத் திருநாள் அன்று, வீடுகளிலிருந்து விளக்குகளை எடுத்துச்சென்று ஆலயத்தில் வைத்து வழிபட்டு (விளக்கு பூசை), அந்த நெருப்பை அணைக்காமல் விளக்குகளை வீடுகளுக்குக் கொண்டுவருகின்றனர். எல்லா வீடுகளிலும் சிலுவை அல்லது வேளாண்கண்ணி மாதா உருவம் பொறித்த விளக்குகள் இருக்கின்றன. அனைத்து செவ்வாய்க்கிழமைகளிலும் அந்தோணியாருக்கு நவநாளும், வழிபாடும், வரும் மக்கள் அனைவருக்கும் உணவும் சமைத்துத் தருகின்றனர்.

''ஊர்ல இருந்து யாராவது வேண்டிக்கிட்டு அரிசி வாங்கிக் குடுப்பாங்க, காய்கறி யாராவது வாங்கிக்குடுப்பாங்க. இப்படி ஆளுக்கு ஒண்ணா போட்டு சமைச்சுக் குடுக்குறதுண்டு. புது சாமியார் வந்த பிறகுதான் இந்த முயற்சியெல்லாம் நடக்குது. பத்து வருஷத்துக்கு முன்னாடியெல்லாம் திருவிழா அன்னிக்கு கொடி இறக்கின பிறகு, வீடுகள்ல சக்கரைப் பொங்கல், கேசரி, புளிசாதம் அப்டின்னு அவுங்களுக்கு என்ன முடியுமோ அது மாதிரி எதாவது செஞ்சு எடுத்துட்டு வந்து சர்ச்சுல எல்லாருக்கும் குடுப்பாங்க'', என்று ராயர் சொல்கிறார்.

இறந்த வீடுகளுக்குச் செல்லும்போது வெறுமனே சென்று ஜெபம் செய்துவிட்டு வராமல், இறந்துபோன நபருக்காக உருக்கமாக வேண்டி, பாடல் ஒன்றைப் பாடிவிட்டு வருவதாகவும் அவர் சொல்ல, அந்தப் பாடலைப் பாடச் சொல்லிக்கேட்டோம்.

மண்ணில் வாழ்ந்து செல்லும் மனிதா
விண்ணில் தேவன் இன்பம் தருவார் (2)
அன்று உன்னை அழைத்த தேவன்
இன்று உன்னை அழைக்கிறார்- மண்ணில்
இன்று உறவு நாளை பிரிவு
மனிதன் வாழும் ஏட்டிலே
எனவும் அழியா உறவு உண்டு
இறைவன் வாழும் வீட்டிலே- மண்ணில்
படைப்பில் இறைவன் படைப்பைக் காண
கடைக்கண் ஒன்றைக் காட்டினார்
பார்த்த மனிதன் மயக்கம் கொண்டு
படைத்தவனில் மூழ்கினான்- மண்ணில்

இந்தப் பாடலைப் பாடி, அன்னாருக்கு நித்திய இளைப்பாற்றியைத் தாரும் இறைவா என்று வேண்டிக்கொண்டு வருவதாகவும் ராயர் கூறுகிறார்.

சிறிது நேரத்தில் எங்கிருந்தோ முன்னாள் கோயில்பிள்ளையான லாசர் என்பவரை அழைத்துவந்தனர். கிட்டத்தட்ட 80 வயதைத் தாண்டிவிட்ட முதியவர், காது கேட்பதில் சிக்கல், பேச்சில் சிறு தடுமாற்றம் இருந்தாலும், சமாளித்து நமக்குத் தகவல் தந்தார். முப்பது ஆண்டுகள் கோயில்பிள்ளையாக இருந்த இவரது மகன் பெந்தேகோஸ்தே சபை ஒன்றை ஆரம்பித்துவிட்டதால், கோயில் காரியங்களை இனி அவர் செய்யவேண்டாம் என்று ஊரார் தடுத்து விட்டதாகக் கூறுகிறார். லத்தீன் பாடல்கள் பாடத்தெரியும், ஆனால் தற்போது மறந்துவிட்டது என்கிறார். ஆனால் கல்யாணச் சடங்குப் பாடல் நினைவு இருக்கிறதா என்று சைகை மொழியில் கேட்க, சரியாகப் புரிந்துகொண்டு, பாடத் தொடங்கினார்.

மணையேற்றும்போது பாடும் பாடல்: (மணையில் பண்மாப்பிள்ளை இருவரையும் அமரவைத்து, கையில் மாலையை எடுத்துக்கொண்டு கோயில்பிள்ளை/வேதியர் பாடும் பாடல்)

சூசை கரதலத்தில் (2)
தொற்றியக் கோலிமலர்ந்து

மோசமிக்க கற்புலத்தில்
மாறாத தேவ அருளே
வீசை உற்ற நற்புனித (2)
மெய்மணம் போல் ஊழ்வினையும்
மாசகன்ற இம்மணமும்
மண்ணுலகில் வாழியவே...

(இதைப் பாடியதும் மாப்பிள்ளை கையில் மாலையைத் தந்து பெண் கழுத்தில் போடச் சொல்லுவார். அடுத்து பெண்ணை வாழ்த்திப் பாடுவார்)

வான்விளங்க மதிகுலுங்க மாசில்லாத கபரியேல்
வல்ல தெய்வனாலயத்தில் வந்துதித்த மூதுரை
தான்விளங்க சிமியோனான தாவீதின் சன்னதியினில்
தவறில்லாது வந்துதித்த தர்மன் சூசை கோன்மலர்
தேன் துலங்க மறைதுலங்க திருவுளத்தை முதற்படி
ஜெனனமாகி ஆன தேவன் தீம்பொழிந்த மூதுரை
மேன்மலர்ந்த ஈரணிந்த கன்னிமாமரி
மெய்மணம் செழித்து நீவிர் இருவர் மனமும் வாழியவே...

(இதைப் பாடிமுடித்ததும் பெண்ணிடம் மாலையைத் தந்து மாப்பிள்ளை கழுத்தில் போடச் சொல்லுவார்)

இதன் பிறகு சேலையிடும் சடங்கு நடைபெறும். அதற்கு கீழ்க்கண்ட பாடல்:

ஆதியின் சேழை இதுவே
அப்புறம் நோவேயின் காலத்தில்
அர்ச்சித்த சேழை இதுவே
....

(இந்தப் பாடலை மறந்துபோனதாக நிறுத்திவிட்டார்).

மணையிலிருந்து தம்பதியை இறக்கும்போது மாதா பிரார்த்தனை ஜெபம் ஒன்றைச் சொல்வதாகவும் லாசர் ஐயா கூறுகிறார்.

வேறு என்ன பாடல்கள் தெரியும் என்று கேட்டால், கல்பட்டு வனத்துச் சின்னப்பருக்கு ஒரு பாடல் பாடுவதாகவும், அதைப் பாடலாமா எனவும் ராயர் ஐயா கேட்க, உற்சாகமானோம்.

அசிஷ்ட சிலுவை அடையாளத்தினாலே
சத்ருக்களிடமிருந்து ரட்சித்தருளும் (2)

பிதாசுதன் ஆவியின் பேராலே, நாமத்தினாலே ஆமேன்.
ஏ கண்மணியே தேவி பத்தினியே வாடி
கல்பட்டு கோயிலுக்குப் போகவேணும் (2)
கல்லுமலை மேல ஏறவேணும்- அவரை
கண்டு தரிசனஞ் செய்யவேணும் (2)
ஆடி பதினேழில் வண்டுகட்டி மாலை
ஐந்து மணிக்கெல்லாம் ஊரைவிட்டு (2)
வடக்குமுகமாக ஓட்டவேணும் வண்டி
வாகனமுந்திரி ஏறவேணும் (2)
சாப்பிட்டுக் கிளம்பி போகலாமா-பெண்ணே
சாதம்கட்டி வண்டி ஏறலாமா (2)
கூப்பிட்டுங்கத்தைய போகலாமா –பெண்ணே
பொற்றவரை ஜோடியேறலாமா
நாலிரவுபகல் ஆகுமோடி- பெண்ணே
ஞாயமில்லை தாயை விட்டுப்போக (2)
சுத்துப்பட்டு ஜனம் துப்புமோடி காறி
சுந்தரியே கோபம் கொள்ளாதேடி (2)
அத்தையை அழைத்துப்போக வேண்டுமானால்
எனக்கு செலவுக்குப் பணம் வேணுமே (2)
கோவில்தளத்திலே சிண்டுபிடிசண்டை
வந்திடுமே மாமா என்ன செய்வேன்...
மல்லாங்கொட்டை வெட்டி வித்தபணம்
மங்கையாரே மணிபெட்டியிலே (2)
வேண்டியமட்டும் இருப்பிருக்கு பெண்ணே
எடுத்துக்கோடி உனக்கானமட்டும் (2)
பாண்டுகடன் காரன் வந்திடுவான் மாமா
பால்கறக்கப் பசும் மாடில்லையே (2)
சேட்டுக்கடன் காரன் வந்திடுவான் மாமா
எனக்கு சிலுக்குப் புடவை எடுக்கவேணும் (2)
பாண்டு கடன்காரன் வந்தாலுமே பெண்ணே
பச்சைத்தண்ணி சோறு தின்னாலுமே (2)
சின்னப்பர் ஆலயம் போகவேணும் பெண்ணே
பிள்ளைவரம் ஒண்ணு கேக்கவேணும் (2)

''இந்தப் பாட்டு எங்கப்பா எனக்கு சொல்லித் தந்தது. சின்னப்பர் கிட்ட பிள்ளை வரம் கேட்டுப் போறதுக்கு பாடுற பாட்டு இது. புருஷன் பொண்டாட்டிக்கு ரொம்ப நாளா புள்ள இல்ல. சின்னப்பர்கிட்ட போலாம்னு யோசிக்கிறாங்க. அத்தைய விட்டுட்டு நம்ம மட்டும் தனியா போவோம் அப்டின்னு அந்தப்

பொண்ணு சொல்லுறா. சுத்துப்பட்டு ஜனம் துப்புமோடி சுந்தரியே... அப்டின்னு அவன் பொண்டாட்டிய சமாதானம் பண்ணுறான். அப்போ கோயில்தளத்துல வந்து எனக்கும் மாமியாருக்கும் சண்டை வந்துரும், நீ எனக்கு தனியா காசு குடுத்துரு அப்டின்னு அவ புருஷனைக் கேக்கறா. மல்லாங்கொட்டை வெட்டி வித்த பணம் இருக்கு, அதை நீ தனியே எடுத்துக்கோ அப்டின்னு அவன் சொல்றான். எனக்கு சிலுக்கு சேலை வேணும், பால் கறக்க பசுமாடு வேணும் அப்டின்னு அவ மேலும் கேக்குறா. அவனோ என்னா செலவனாலும் சரிதான், பச்சத்தண்ணி சோறு தின்னாலும் சரிதான், புள்ளை வரம் கேக்க போயே தீரணும் அப்டின்னு சொல்றான்'', என்று பாடலை தெளிவாக விளக்குகிறார்.

கும்மிப் பாடல் பாடும் வழக்கம் உண்டா என்ற கேள்விக்கு, ஏன் இல்லை, அழகாக கும்மி பாடும் ஒருவரை அழைத்துவருகிறேன் பாருங்கள் என்று அடுத்த அரைமணி நேரத்தில் அந்தோணியம்மாள் என்ற பெண்ணை அழைத்து வந்தனர்.

''சாமிப்பாட்டு எல்லாம் கும்மி அடிச்சு பாடுவீங்களா அக்கா?''

''ஏன்... சாமிப் பாட்டுதான்... கேளு''

ஒருபுடி சாதம் அள்ளி ஒருபுடி சாதம் அள்ளி
தங்கம் எறக்கி என் தருமத்துரை ராஜாவே
பவுனு எறக்கி என் பட்டணத்து ராஜாவே
செருதாயா வந்தா சிந்தை கலக்கிடுவா
மருதாயா வந்தா மாறுபாடு செஞ்சிடுவா
என்மக்க பதினமாச்சு
ஐயா நான் போவ நேரமாச்சு
ஓராம் படி எறங்கி, ஓராம் படி எறங்கி
என் வேத போதகமே சீனிவாசகமே
ரோமையிலிருக்கும் சன்னாசிமாருகளாம்
எம்மகன் சேசு எதுக்கவரும் கன்னிகளா
ஆதரவா வாராரு, தேவர் வாராரு
தங்கம் எறக்கி என் தருமத்துரை ராஜாவே
பவுனு எறக்கி என் பட்டணத்து ராஜாவே
செருதாயா வந்தா சிந்தை கலக்கிடுவா
மருதாயா வந்தா மாறுபாடு செஞ்சிடுவா...

''இதை பாடுவோம்... வேளாங்கன்னி மாதாவுக்கு நா கும்மிப் பாட்டு அடிச்சு, அங்க உள்ள சாமியாரு என்னை கூப்பிட்டு மைக்குல பேரு சொல்லி பாராட்டுனாரு தெரியுமா?''

''அது என்ன கும்மிப்பாட்டுக்கா?''

வேளாங்கண்ணியில சங்கத்தப் போட்டு
வேண்டியபேருக்கு வந்தாரு
எளையபெரும இல்லாத சனம் எழுந்திருச்சு நின்னாங்க
ஊருக்கு ஊருக்கு கொடிய நாட்டி
கொள்கை ஒசத்த சொன்னாரு
சும்மாடு அடுக்கி கலயம் தூக்கி
சோறுகொண்டு போறா இந்தாரு
கடைல இருக்க டீப்ப மாசி கையில் புடிக்க சொன்னாரு
பேராம்பெரியராம் எங்க ஆரோக்கியமாதா கோயில்ல பெரிய
தலைவராம்...

''இன்னொரு பாட்டு கூட இருக்கு. பாடட்டா?''

''ஓ''

ஏ ஆச்சியும் குச்சியும் பொன்னாரசு ஆவாரங்குச்சியும் பொன்னாரு
தெக்க இருக்குற தேவமாதாவுக்கு திருமுடியும் பொன்னால
யாரு வந்தாலும் தேறாது நம்ம அந்தோனி வந்தாலும் தேறாது
தேருக்கு முன்னால சிந்தாதிரியம்மா தேருமா ஏறின
தீவட்டி என்னக் கொண்டாடு
எங்ககக்கா தப்பி எங்கதா என்னா விக்கிற சக்காத்தி
சிந்தாதிரியம்மா தேருமா ஏறுன தீவட்டி என்னக் கொண்டாடு
போடு நன்னானே நன்னானே நன்னானே நன்னானே நன்னான
நன்னே நன்னானே...

இப்போது சின்னதுரை சாருக்கும் அவர் கேட்டு, படித்த கும்மிப்பாடல் நினைவுக்கு வந்தது. அவரும் பாடினார்.

அந்தோணியார் கோயிலிலே சப்பரத்தின் மேல சரஞ்சரமா மால -
இருபக்கமும் காந்தம் எடுத்துப்போடு கைய...
எழுந்தெழுந்தா கலகலக்கும் என் தங்க ரத்தின மால
ஆரோக்கியமாதா கோயிலிலே சப்பரத்தின் மேல சரஞ்சரமா மால-
இருபக்கமும் காந்தம் எடுத்துப் போடு கைய..
எழுந்தெழுந்தா கலகலக்கும் என் தங்க ரத்தின மால

''இப்படியே ஒவ்வொரு புனிதர் பேரா சொல்லி இந்தக் கும்மியப் பாடவேண்டியதுதான். ரொம்ப நாள் முன்னாடி ஒரு ஆர்வத்துல இந்த மாதிரி கும்மி எல்லாம் சேகரிச்சு சொல்லிக் கொடுத்து பாடிட்டு இருந்தேன். அப்புறம் அப்படியே இந்த வழக்கம் மறைஞ்சு போச்சும்மா'', என்று சின்னத்துரை சார் சொல்கிறார்.

திருமண வழக்கங்கள், சடங்குகள் பற்றி ராயர் ஐயாவின் மனைவி ஜெபமாலை மேரி அம்மாள், அவரது உறவினர் செல்வி சொல்கின்றனர். கால் நடும் சடங்கு பற்றி விளக்கினர். ஜெபம் சொல்லி முடித்து மூன்று கயிறுகளில் வெற்றிலை, பாக்கு, மஞ்சள் சேர்த்துக் கட்டிவைப்பர். அதில் முதல் கயிறு அரசாணிக் காலில் கட்டப்படும். அடுத்த கயிறு பானை ஒன்றின் வாயிலும், மூன்றாவது கயிறு மாப்பிள்ளையின் கையிலும் கட்டப்படும். நெல்லை மூன்று முறை கையால் அள்ளி, சத்தம் கேட்காமல் பானைக்குள் மாப்பிள்ளையை இடச் சொல்வர். அதில் மூன்று முறை மாப்பிள்ளையை நிறுத்தி, நிறுத்தி தண்ணீர் ஊற்றச் சொல்வர். திருமணம் ஆலயத்தில் முடித்தாலும், வீட்டுக்குச் சென்று பால் பழம் சாப்பிட்ட பிறகே மண்டபத்துக்குச் செல்லவேண்டும் என்ற விதியும் உண்டு. அப்போது வீட்டில் மூன்று சிறுபானைகளில் தவிடு, மிளகாய், உப்பு ஆகியவை வைக்கப்பட்டிருக்கும். அதில் மணப்பெண் கையை ஒரு முறை விட்டு எடுக்கவேண்டும், அதன்பின்னர் பால் பழம் சாப்பிட்டு மண்டபம் செல்லலாம்.

''எங்க தாத்தா... அவரை பண்டாரம்னு சொல்லுவாங்க... அவர் கூட நான் இந்த மாதிரி சடங்கெல்லாம் போய் வேடிக்கை பார்ப்பேன். அப்போ பெண் மாப்பிள்ளை கையைப் பிடிச்சு அழைச்சுப் போய் இந்த சடங்கை எல்லாம் அவுங்க செய்வாங்க. பொண்ணு புடவைத் தலைப்பு, மாப்பிள்ளை துண்டு முனை ரெண்டையும் பெரியவங்க புடிச்சிக்கிட்டு அரசாணிக்கால் மணவறையை சுத்தி வருவாங்க. இப்ப எல்லாம் அரசாணிக்காலும் வைக்கிறது இல்ல, விளக்கும் வைக்கிறது இல்ல. குத்துவிளக்கு, அகல்விளக்கு வைக்கிறது உண்டு'', என்று ராயர் சொல்கிறார்.

''மணையில முன்னலாம் சின்ன மண் பானை ஒண்ணு இருக்கும். அதை மல்லைன்னு சொல்லுவாங்க. அதுல தண்ணிய ஊத்தி, மேல எண்ணை கொஞ்சம் ஊத்துவாங்க. அந்த எண்ணை தண்ணியில கலக்காது, கீழயும் போகாது. மேலாப்டி மிதக்கும். அதுல திரி போட்டு எரியவைப்பாங்க. சில எடங்கள்ல அந்த குடத்துக்கு தக்க மாதிரி வளைஞ்ச தட்டு ஒண்ணைப் போட்டு மூடி, அத அகல் மாதிரி திரி போட்டு ஏத்தி வைப்பாங்க. சாலங்குடம்தான் அதுக்கு பேரு. எங்க ஊருக்காரங்க மிராளூர் பக்கம் போய் சாலங்குடம் வாங்குவாங்க. அங்க உள்ள கொசவர்கிட்ட சொன்னா அவுங்க பானைய ரெடி பண்ணி பேர் எழுதி, கோலம் போட்டுக் குடுப்பாங்க. வசதி உள்ளவங்க அதெல்லாம் போட்டு வாங்குவாங்க. இல்லாதவங்க பானையை வாங்கிட்டு வந்து அதுல சுண்ணாம்புல சிலுவை மட்டும் வரைஞ்சு வச்சுக்குவாங்க.''

''தாலி வெள்ளைப் பாவு நூல்லதான் போடுவாங்க. தாலி வாங்குற கடைங்கள்லயே நூலும் குடுத்துருவாங்க. தாலிக்குள்ள இருக்குற தாம்புக்கு ஏத்த மாதிரி கயிறு எவ்வளவு தடிமனா திரிக்கணுமோ, திரிச்சுக்குவாங்க. முன்னாடி எல்லாம் இங்க ரவுண்டு தாலி போடுவாங்க. இப்ப இலைத் தாலிதான் நிறைய. அதுல சிலுவை, புறா எதாவது இருக்கும். அதுகூட காசு, மாங்காய், வாழைச்சீப்பு எல்லாம் கோத்துக்குறது உண்டு. குண்டு, நாண் எல்லாம் சேர்த்து வசதிக்கு ஏத்த மாதிரி போடுவாங்க. பெரும்பாலும் தாலிக்குப் பின்னால கல்யாண தேதி அல்லது வருஷம், வீட்டுக்காரர் பேரு எல்லாம் வெட்டிருவாங்க'', எனவும் ராயர் சொல்கிறார்.

அங்கே இருந்த பெண்கள் ஒவ்வொருவராக தங்கள் தாலியைக் காட்டினார்கள். எல்லாவற்றிலும் பின்பக்கம் கணவர் பெயரின் முதலெழுத்தும், திருமண நாளும் பொறிக்கப்பட்டிருந்தன. 1983, 2012 என ஆண்டுகள் மாறினாலும், தாலியின் அமைப்பும், பெயர் தேதி எழுதுவதிலும் எந்த வேறுபாடும் இல்லை. பரிசம் போடுதல் இப்பகுதியில் மிக முக்கியமான சடங்காக இருக்கிறது. ''அப்போ எல்லாம் மூங்கில் அன்னக்கூடைலதான் பரிய சேலை, பூ, பழம் எல்லாம் வச்சு எடுத்துட்டுப் போவாங்க. இப்ப அலுமினியக் கூடையாச்சு. நெல்லு, வாழைப்பழம், வெல்லம், வெத்தலை பாக்கு, மூணு தேங்காய், பரியக்கட்டுப் புடவை அதுல வைப்பாங்க. புடவை முந்தானையில நூறு ரூபாயோ, ஐநூறு ரூபாயோ காசு வெச்சு முடிஞ்சு வைப்பாங்க. அந்தக் காசை பங்காளிங்க எடுத்து, பொண்ணோட அம்மா கையில குடுப்பாங்க. மாப்பிள்ளையோட அம்மா பொண்ணோட அம்மா பொண்ணை வளத்ததுக்கு 'பால் கூலி குடுத்து' கட்டிக்கிறது அது.''

''இந்தப் பால் கூலி குடுக்குறதும் இப்ப நிறைய குறைஞ்சு போச்சு. அப்பலாம் அந்த காசு கண்டிப்பா வச்சுக் குடுப்பாங்க. அதே போல கல்யாணம் பண்ணி வீட்டுக்குள்ள வரும்போது அம்மியில கால் வச்சு மிஞ்சி போடுவாங்க. அம்மிக் குழவியத் தூக்கி பொண்ணு கைல குடுத்து தூக்கச் சொல்லுவாங்க. மாப்பிள்ளைக்கு, மச்சான் மிஞ்சி போட்டு விடணும். கல்யாணத்தன்னிக்கே கல்யாணம் முடிஞ்சு போகும்போது, குளத்தங்கரைக்கு பழைய சோறு செம்புல எடுத்துட்டுப் போவாங்க. அதை பொண்ணு கையில அள்ளி மாப்பிள்ளைக்குக் குடுக்கணும். அதை சாப்பிட்டு மொளகா கடிக்க குடுக்கணும். அதைக் காட்டிக் காட்டி ஏமாத்தி குடுப்பாங்க. அதே போல எங்க காலத்துல வீட்டுல முளைப்பாரி வச்சு, அதை குளத்துக்கு எடுத்துக்கிட்டு போயி, மாறி மாறி தண்ணியில அதை

விடணும், அரசாணிக்கால குளத்துல நட்டு, முளைப்பாரி விடுவாங்க'', என்று ஜெபமாலை மேரி சொல்கிறார்.

கணவர் இறந்துபோனால், 16ம் நாள் தாலியறுக்கும் நிகழ்வு செய்யப்படுகிறது. பெண்ணின் குடும்பத்தார் பெண்ணைக் குளிக்கவைத்து, கையில் விளக்கு தந்து, வீட்டுக்குள் அழைக்கின்றனர். அங்கு பூ, பொட்டு, புடவை, வளையல் என அலங்காரம் செய்து, தாலியோடு பூ, பொட்டு, வளையல் அகற்றி, பாலில் போடுகின்றனர். இந்த விபரங்கள் பேசி முடிப்பதற்குள் பெரிய குவளை ஒன்றில் சுடச்சுட டீ வந்து சேர, அதைப் பருகத் தொடங்கினோம். அந்த இடமே கலகலப்பாக பாட்டும் சிரிப்புமாக இருந்தது. மாற்றி மாற்றி கும்மிப் பாட்டும், வம்பிழுப்பும் நடந்து கொண்டிருக்க, அங்கிருந்து நன்றி சொல்லி கிளம்பினோம். சேத்தியாதோப்பு இணைப்பு சாலையில் சின்னதுரை சாரை இறக்கிவிட்டுவிட்டு, வண்டியைக் கிளப்பும்போது இரவு மணி 9! மறுநாள் தரங்கம்பாடியில் பயணம் தொடங்கவேண்டும் என்பதால், அந்த இரவு திருக்கடையூரில் ஓட்டல் ஒன்றில் தங்குவதாக ஏற்பாடு. தேர்தல் பிரச்சாரம் சூடு பிடித்திருந்த மார்ச் மாத இரவில் திருக்கடையூர் ஊருக்கு சில நூறு மீட்டர்கள் முன்பிருந்த செக்போஸ்டில் பாதி உறக்கத்தில் கண்விழித்து உளறிய கதை இன்னொரு பகுதியில்...

சான்றுகள்

- History of Pondicherry Mission, PA Sampathkumar, Andre Carof - Department of Christian Studies, University of Madras, 2000

- புதிய பங்கு திறப்பு விழா அழைப்பிதழ், உளுத்தூர் பிரசன்ன ராமபுரம், 2007- நன்றி: ராயர், உளுத்தூர்

34

தரங்கம்பாடியில் திராட்சை விளைந்த காலம்

'ஏழைகளும், இந்திய அடிமைகளும், ஐரோப்பியர்களால் புறக்கணிக்கப்பட்டவர்களும், இனக்கலப்பு செய்தவர்களும், அதிகாரத்தால் புறக்கணிக்கப்பட்டவர்களும் வாழ்ந்த அடிப்படை வசதி இல்லாத ஒரு சேரிப் பகுதியில்' சீகன்பால்கு தங்க வைக்கப்பட்டதாக பேராசிரியர் லாரன்ஸ் குறிப்பிடுகிறார்.

இரவு ஒன்பதரை மணிக்கு ஹைவேயில் தென்பட்ட ஏதோ ஒரு மோட்டலில் அவசர அவசரமாக சப்பாத்தி என்று அங்கே சுட்டுக் கொடுத்த காய்ந்த வரட்டியை விழுங்கமுடியாமல், தண்ணீர் துணையுடன் வயிற்றுக்குள் சமாதி கட்டிவிட்டுக் கிளம்பினோம். இவ்வளவு தாமதமாகும் என்று நினைக்கவில்லை. அன்றைய பயணத்தைக் குறித்து அசைபோட்டபடி டிரைவருக்கு பக்கத்து சீட்டில் அரைமயக்கத்தில் இருந்தேன். கூடவே அடுத்த நாள் செல்லவேண்டிய இடங்கள் மனதுக்குள் படமாக ஓடிக்கொண்டு இருந்தன. எப்போது கண்ணசந்தேன் என்று தெரியவில்லை. கார் சட்டென இடதுபக்கம் ஒரு வெட்டு வெட்டவும், திடுக்கிட்டு விழித்தேன். எங்கள் வண்டியை ஒடித்துவிட்டு இளைஞர் பட்டாளம் ஒன்று சுமோவில் ஹோவெனக் கூச்சலிட்டுச் சென்றது. அந்த

இளைஞர்களை உணவருந்தும் மோட்டலில் பார்த்த நினைப்பு வரவே, கைகால் உதறலெடுத்தது.

''லிங்கம்..யார் இவங்க? எதுக்கு வண்டிய ஓடிக்கிறாங்க?''

''தண்ணி சாப்டுருக்காங்க மேடம்... எலக்ஷன் டைம் இல்லையா? நீங்க ரெஸ்ட் எடுங்க. நான் பார்த்து பொறுமையாதான் ஓட்டிட்டு போறேன்.''

திருக்கடையூர் இன்னும் ஒரு மணி நேரம் என்று கூகிள் காட்டியது. சரிதான்... இன்னும் கொஞ்ச நேரம் அசந்தால், ஓட்டலுக்குப் போய் நோட்ஸ் எழுதிக்கொள்ள வசதியாக இருக்கும் என்று நினைத்துக் கொண்டே கண்ணசந்தேன்.

மறுபடி வண்டி திடீர் பிரேக்கடித்து நிற்க, திடுக்கிட்டுக் கண் விழித்தேன். செக்போஸ்ட். வாட்டசாட்டமாக இரண்டு ஆண் காவலர்களும், ஒரு பெண் காவலரும் கண்முன் தெரிந்தனர். வண்டியைவிட்டு உதறலுடன் இறங்கினேன். ஒரு கையில் நோட்டு, பேனா, மற்றொரு கையில் பாதி காய்ந்த உள்ளாடைகள்; கலைந்த தலைமுடி, பாதி உறக்கத்தில் விழிகள். அப்போதுதான் கவனித்தேன், நான் கார்க் கதவை திறந்து இறங்குவதற்குள் ஒருவர் வீடியோ காமிராவை ஆன் செய்து என் தலைவிரி கோல அழகைப் பதிவு செய்துகொண்டிருந்தார். உண்மையில் இரவு பத்தரை மணிக்கு யாரிடமும் பஞ்சாயத்து செய்யும் நிலையில் உடலோ, மனநிலையோ இல்லை. டிக்கியைத் திறந்து அதில் என் பெட்டியை உருட்டி, அதையும் திறந்து காட்டி, கையிலிருந்த நோட்டுப் புத்தகம், உள்ளாடைகளை உதறிக்காட்டி, எல்லாவற்றையும் ஏறக்கட்டி ஒதுக்கினேன். அதற்குள் டிரைவரை அழைத்து, ஊதிக்காட்டச் சொல்லிக்கொண்டு இருந்தனர். கிட்டத்தட்ட சாம்பி மனநிலையில் மீண்டும் வண்டியில் ஏறி அமர்ந்துகொண்டேன். இல்லாத கள்ளப் பணத்தை வண்டியின் இண்டு இடுக்குகளில் தடவித் தேடிக்கொண்டு இருந்தது சிறப்புப் படை.

எங்களிடம் ஆயிரம் ரூபாய்க்கு மேல் தேறுமளவுக்கு எதுவுமில்லை என்று ஒரு வழியாக சிறப்புப் படைக்குப் புரிந்தது போல. 'போகலாம் ரைட்' சொல்லி அனுப்பிவைத்தனர். அதே சாம்பித்தன அரைத் தூக்கத்தில் வண்டியை நகர்த்திச் சென்றால், நூறு மீட்டர் தூரத்தில் எங்கோ சர்வீஸ் லேனில் இருந்து சீறிப்பாய்ந்துவந்த நம் சுமோ அண்ணன்கள், நமக்கு கெக்கலி காட்டியபடி மீண்டும் வண்டியை ஓடித்துச் சென்றனர். சிறப்புக் காவல் படை சற்றுமுன் எங்களை இஞ்சு இஞ்சாகத் தேடியது நினைவுக்குவர, எரிச்சல்

மண்டிக்கொண்டு வந்தது. இப்படித்தான் ஏட்டையா லம்ப்பா குடிகார கேசை கோட்டைய விட்டுட்டு, என்னைப் போல அரைத் தூக்கத்துல இருக்குற அப்பாவிய வீடியோ எடுக்குறீங்க... என்று மனதுக்குள் திட்டி, பொறுமி, புலம்பிக்கொண்டே மீதி தூரத்தைக் கடந்தோம். ஒருவாறாக அந்த ஓட்டலில் நுழைந்து, டிரைவருக்கு தங்க இடம் வாங்கித் தந்து, அடியேன் அறைக்குள் சென்று பார்த்தால், நோட்ஸ் எடுக்கும் நிலையில் நானே இல்லை. உறக்கம் எனக்கு முன்னால் கட்டிலில் ஆஜராகியிருந்தது. ஆடை மாற்றக்கூட முடியாமல் அப்படியே விழுந்து தூங்கிப் போனேன்.

அடுத்த நாள் காலை ஆறு மணிக்கே எழுந்து முந்தைய நாள் பார்த்தவற்றை அவசரம் அவசரமாக நோட்ஸ் எடுத்து முடித்து, குளித்து, 'காம்ப்ளிமென்டரி பிரேக்ஃபாஸ்ட்' தரப்படும் டைனிங் ஹாலுக்குள் தலை நீட்டினால், குடும்பம் குடும்பமாக மக்கள் கலகலவெனத் தெரிந்தனர். பட்டுச் சேலைகள், வைர நகைகள், பூ மணக்க மணக்க அனைத்து வயதுப் பெண்கள், சரிகை வேட்டி, ஜிப்பா அணிந்த பளபள ஆண்கள் என அந்த இடமே விசு பட கல்யாண சீன் போல ரம்மியமாக இருந்தது. அந்த ஏரியாவிலேயே ஒற்றைப் பெண்ணாய் ஏதோ வண்ணத்தில் தொளதொள பேண்டும், லூசான சட்டையும், தலைவிரி கோலமுமாக நின்ற என்னை மொத்த ஹாலும் சற்றே வினோதமாகப் பார்த்துக் கொண்டிருந்தது. அல்லது எனக்கு அப்படித் தோன்றியது. அமைதியாக ஒரு மேசையின் ஓரத்தில் அமர்ந்து, தோசை ஒன்றை உள்ளே தள்ளிவிட்டு, காபியைக் குடித்துவிட்டு வெளியே வந்தேன். ஹாலுக்கு வெளியே இருந்த காரிடாரில் பூச்சூட்டிய குட்டிப்பாவாடை அணிந்த பாப்பா ஒருத்தி ஆர்வமாக என்னையே கண் சிமிட்டாமல் பார்த்துக் கொண்டிருந்தாள்.

''ஹாய்... ஃபோட்டோ எடுக்கலாமா?'' தோளில் தொங்கிய காமிராவை அவள் பக்கம் திருப்பினேன்.

குண்டு கன்னங்களில் சட்டெனக் குழிவிழ, அழகாகச் சிரித்தாள். அதற்குள் அவள் அம்மாவும் சேர்ந்து கொள்ள, இருவரையும் நிற்க வைத்து புகைப்படம் எடுத்து அவர்களிடம் ஸ்கிரீனில் காண்பித்தேன். குட்டிப் பாப்பாவுக்கு பெருமகிழ்ச்சி. அவளுக்கும் அவள் அம்மாவுக்கும் டாடா சொல்லிக் கையசைத்து, டிரைவரை அழைத்து, ரூம் காலிசெய்து காரில் வந்து ஏறுவதற்குள் வியர்த்துக் கொட்டியிருந்தது.

தரங்கம்பாடி காலையிலேயே கொதிக்கத் தொடங்கியிருந்தது. இந்திய மண்ணில் நற்செய்திக் கிறிஸ்தவம் (Evangelical Christianity)

அறியப்படாத கிறிஸ்தவம் ✦ 69

முதன்முதலில் வேரூன்றிய இடம் இதுவே. ஐரோப்பியர்கள் காலனியாதிக்க காலத்தில் கட்டிய டேன்ஸ்போர்க் கோட்டை, தரங்கம்பாடியின் அடையாளமாக இன்றுவரை தொடர்கிறது. 1620ம் ஆண்டு அக்டோபர் 11 அன்று ஓவே ஜெடி (Ove Gjedde) என்ற டென்மார்க் நாட்டின் தளபதி, தரங்கம்பாடியில் முதல்முறையாக டென்மார்க் அரசர் நான்காம் கிறிஸ்டியனின் கொடியை ஏற்றினார். ரோலாண்ட் கிராப்போ (Roland Crapre) என்ற டச்சுக்காரர் தஞ்சையை ஆண்ட நாயக்க மன்னனிடம் டென்மார்க் அரசு சார்பில் பேச்சுவார்த்தை நடத்தி, வணிக மையம் ஒன்றை சோழமண்டலக் கரையில் நிறுவ உரிமைபெற்றார். நிறைய கொத்தளங்கள் கொண்டதாக கோட்டை வடிவமைக்கப்பட்டிருந்தது. அவற்றில் இன்றும் சில கொத்தளங்கள் நல்ல நிலையில் இருக்கின்றன. அதிசயமாக இந்த நகரம் ஒருமுறை கூட முற்றுகையிடப்பட வில்லை என்பதால், அதன் பலம் என்ன, பலவீனம் என்ன என்பதைக் கணிக்க முடியாமலே போய்விட்டது.

இத்தனை புகழ்பெற்ற தரங்கம்பாடியில் முதலில் கட்டப்பட்ட கிறிஸ்தவ ஆலயம் எது என்பதைத் தெளிவாகக் கண்டறிய முடியவில்லை. 1622ம் ஆண்டு தரங்கம்பாடிக்கு வந்த டேனிஷ் படைவீரரான ஜோன் ஒலாஃப்சன் (Jon Olafsson), 'நகரின் பாதுகாப்புச் அரணுக்குள்ளமைந்த படைவீரர்களின் அணிவகுப்பு மைதானத்தின் நடுவே, பழைய கிறிஸ்தவ தேவாலயம் ஒன்று இருந்தது', என்று குறிப்பிடுகிறார். ஓவே ஜெடி தரங்கம்பாடி வரும்போதே இங்கு ஆலயம் இருப்பதைக் கண்டார். இயேசு சபைக் கடிதத் தரவுகளிலும் இவ்வாலயத்தைப் பற்றிய குறிப்புகள் உள்ளன. தரங்கம்பாடியின் முதல் கிறிஸ்தவ ஆலயம், 16ம் நூற்றாண்டின் மத்தியில் நாகையைத் தலைமையிடமாகக் கொண்டு செயல்பட்ட இயேசு சபை மறைப்பணித்தளத்திற்கு சொந்தமானதாகக் கருதப்படுகிறது.

ஆனால் கோட்டை கட்டி எழுப்பப்பட்டபோது, இதற்குப் பதிலாக கோட்டையின் கிழக்குப் பக்கம் ஆலயம் ஒன்று புதிதாக எழுப்பப்பட்டது. 1671ம் ஆண்டு வரையப்பட்ட டேன்ஸ்போர்க் கோட்டை வரைபடத்தில் இந்த ஆலயம் காணப்படுகிறது. இன்றைய சீயோன் ஆலயம் 1671க்குப் பிறகுதான் கட்டப்பட்டிருக்க வேண்டும். அங்கு பயன்படுத்தப்பட்டு வந்த காணிக்கைப் பை ஒன்றில் 1687 என ஆண்டு பொறிக்கப்பட்டுள்ளது. திருவிருந்துப் பாத்திரம் ஒன்றில் 1689 எனவும் ஆண்டு பொறிக்கப்பட்டுள்ளது. இதனைக் கொண்டு சீயோன் ஆலயம் 1680கள் வாக்கில் கட்டப் பட்டிருக்கலாம் என்று கணிக்க முடிகிறது. 1784ம் ஆண்டு இந்த

ஆலயத்தில் புனரமைப்புப் பணிகள் மேற்கொள்ளப்பட்டன எனவும், அப்போது டேனிஷ் மொழி வழிபாடுகள் அனைத்தும் புதிய யெருசலேம் ஆலயத்தில் நடந்தன எனவும் குறிப்புகள் உள்ளன.

1845ம் ஆண்டு டேனிஷ் காலனியின் இடம் அனைத்தும் ஆங்கிலேயருக்கு விற்பனை செய்யப்பட்டது. அப்போது சீயோன் ஆலயம் ஆங்கிலிகன் நற்செய்தி அறிவிப்புச் சங்கத்திடம் (Society for the Propagation of the Gospel - SPG) ஒப்படைக்கப்பட்டது. இந்த ஆலயம் இப்போது தென்னிந்திய திருச்சபையின் கட்டுப்பாட்டில் இருக்கிறது. 1787ம் ஆண்டில் இந்த ஆலய கோபுரத்தின் சிறு பகுதி அகற்றப்பட்டு அதில் சிறு விண்வெளி ஆய்வுமையம் ஒன்றும் அமைக்கப்பட்டது. ஹெனிங் மன்ச் எங்கெல்ஹார்ட் (Henning Munc Engelhardt) என்ற ராணுவ பாதிரியாரால் இந்த விண்வெளி மையம் சீயோன் ஆலயத்தில் அமைக்கப்பட்டது. இரண்டடி விண்வெளி வட்டம், மூன்றடி விண்வெளி தொலைநோக்கி, விண்வெளிக் கடிகாரம், இரண்டடி தொலைநோக்கி, எட்டடி டாலண்ட் தொலைநோக்கி ஆகியவை அங்கு வைக்கப்பட்டிருந்தன. 40 அடி உயரமும் மூன்றடி கனமும் கொண்ட சுவர், 13 லீ அடி நீளமும், 12 அடி அகலமும் கொண்ட செவ்வக வடிவ கோபுரம் கொண்டது என

சீயோன் ஆலய பீடத்தில் சாரதா

தன் விண்வெளி மையத்தைக் குறித்து ஹெனிங் குறிப்பெழுதி இருக்கிறார். துரதிர்ஷ்டவசமாக 1791ம் ஆண்டு நிக்கோபார் தீவுகளுக்கு ஆய்வுக்கு அனுப்பப்பட்ட ஹெனிங் இறந்துபோனார். சீயோன் ஆலய விண்வெளி ஆய்வுமையம் அத்துடன் மூடப்பட்டது.

டேன்ஸ்போர்க் கோட்டையை முதலில் பார்வையிடலாம் என்று சென்றால், பத்து மணிக்குத்தான் திறக்கப்படும் என்று சொல்லப் பட்டது. ஊருக்குள் சும்மா ஒரு சுற்று சுற்றலாம் என்று எண்ணிக் கிளம்பினால், சீயோன் ஆலயம் திறந்திருந்தது. ஆலயத்தின்முன் நின்றுகொண்டிருந்த பெண் ஒருவரிடம் ஆலயத்தைப் பார்வை யிடலாமா என்று வினவ, அவர் அன்புடன் உள்ளே அழைத்தார். சாரதா தங்கதுரை, தற்போது சி.எஸ்.ஐ. சபையின் பொறுப்பாளராக தற்சமயம் சீயோன் ஆலயத்தை கவனித்து வருகிறார்.

''இது முழுக்க முழுக்க டேனிஷ் மக்களுக்காகக் கட்டப்பட்ட ஆலயம். இந்த சர்ச்சுக்குதான் 1706ல முதல்முறையா சீகன்பால்கு ஐயா வந்தாங்க. இங்க 11 வருஷம் சீகன்பால்கு ஐயா பணியாற்றி யிருக்காங்க. சர்ச்சுடைய அமைப்பு டூம் ஷேப்ல இருக்கும். வெளிய இருந்து பார்த்தா டூம் மாதிரி இருக்கும், உள்ள கம்பியே இல்லாம கட்டப்பட்ட ஆலயம் இது. குரலை அழகா ஆம்பிளிஃபை பண்ணக்கூடிய கட்டமைப்பு இந்த ஆலயத்துக்கு உண்டு. இந்த ஆலயத்துக்கு செயற்கை லைட்டோ, மைக்கோ தேவை கிடையாது. வெளிச்சமும், ஒலியும் நல்லா பரவக்கூடிய வகையில் பார்த்து வடிவமைச்சிருக்காங்க. இங்க இருக்குற சேர், டெஸ்க் எல்லாமே 350 ஆண்டுகள் பழசு. இந்தக் கதவுகள் எல்லாம் கேதுரு மரத்துல செய்யப்பட்டது. இஸ்ரேல்ல இருந்து ஒரு கேதுரு மரம் கொண்டுவரப்பட்டு அதுல இருந்து இதோட ரெண்டு கதவுகள், பீடத்துல இருக்குற கேண்டில் ஸ்டேண்ட், புல்பிட் எல்லாமே செஞ்சிருக்காங்க. அதே போல பின்னாடி மூணு பெல் இருக்கு பாருங்க, அந்த பெல் மூணுமே ஜெர்மனியில இருந்து கொண்டுவந்தது. இந்த பெல்லோட ஸ்பெஷல் என்னன்னா, அதை அடிச்சா மூணு கிலோமீட்டருக்கு சத்தம் கேட்கும். ஒரு தடவை அதை அடிச்சா சர்வீஸ் நடக்கப் போகுதுன்னு அர்த்தம், ரெண்டு தடவை ரிங் பண்ணினா கல்யாணம் நடக்கப் போகுதுன்னு அர்த்தம், மூணு தடவை ரிங் பண்ணும்போது பாமாலை பாட்டோட சவுண்டு வரும். பெல்-டவர் மேல இருக்கு, அது பழுதானதால மணிகளை கீழ வச்சிருக்காங்க.''

''இந்தப் பக்கம் நீங்க பார்க்கிறது உடன்படிக்கை பெட்டி. இதுவும் இஸ்ரேல்ல இருந்து கொண்டு வரப்பட்டது. சீகன்பால்கு ஐயா இங்க

வந்தபிறகு 1707ல பைபிள மொழிபெயர்க்க ஆரம்பிச்சார். 1714ல முடிச்சிட்டாரு. மாற்கு, யோவான், மத்தேயு, பரமண்டல ஜெபம் எல்லாம் டிரான்ஸ்லேட் பண்ணி இந்தப் பெட்டியில வச்சுருந்தாரு, இந்தப் பெட்டி மயிலாடுதுறை வரை அவரோட பயணிச்சிருக்கு. திருவிருந்து சாதனங்களையும் இந்தப் பெட்டியில கொண்டுபோய் ஊழியம் செய்திருக்காங்க. இந்த சர்ச்சுல சீகன்பால்கு ஐயா 18 மொழியில பிரசங்கம் பண்ணியிருக்காரு. புதன், ஞாயிறு ரெண்டு நாளும் சர்வீஸ் நடக்கும். முதல் சர்வீஸ் ஆளுனருக்கு. அவர் கேட்டுட்டுப் போன பிறகுதான் மத்த ஆளுங்க உள்ள வரணும். தமிழர்களுக்கு சீகன்பால்கு காலத்துக்கு முன்னாடிவரை இங்க உள்ள அனுமதியே கிடையாது. மேல நீங்க பார்க்குற ஃப்ளோர்தான் கவர்னர் உட்காருற இடம். இந்தப் பக்கம் கேப்டன் மற்ற வீரர்கள் உட்காருற இடம் இருக்கு. அதுக்குக் கீழ இருக்குறவங்க தரையில தான் உக்காரணும். 1707ல முதல்முறையா அஞ்சு தமிழர்களுக்கு ஞானஸ்நானம் குடுத்த திருச்சபை இதுதான். அது மட்டும் இல்லாம திருச்சி, தஞ்சை, திருநெல்வேலி, கன்னியாகுமரி, சென்னை எல்லா இடத்துக்கும் சுவிசேஷம் இங்கேர்ந்துதான் பரவுச்சு. இங்க இருந்துதான் அனேக மிஷனரிகள் பணிக்குப் போனாங்க.''

''ரிங்கல்தோபே, கற்பகம் பிள்ளை, கிளாரிந்தா, சுவார்ட்ஸ் ஐயர், வேதநாயகம் சாஸ்திரியார் அவுங்க எல்லாம் வந்து போன இடம் இது. இங்கேர்ந்துதான் அவுங்க எல்லாரும் ஊழியத்துக்காக அர்ப்பணிக்கப்பட்டு போனாங்க. இந்த சர்ச்சுல 1919ம் ஆண்டு ஒரு மாமன்றம் நடந்துச்சு. தென்னிந்திய திருச்சபை உருவான மாமன்றம் அது. இங்கதான் 1919ம் ஆண்டு மே 1 அன்னிக்கு முதல் மாமன்றம் தொடங்குச்சு. பிஷப் அசரியா, மற்றும் 30 உறுப்பினர்களோட மாமன்றம் நடந்துச்சு. செப்டம்பர் 27, 1947 அன்னிக்கு சி.எஸ்.ஐ. உருவான தினம். அதுக்கு இந்த சர்ச் மிக இன்றியமையாத இடம் புடிச்சிருக்கு. ஆலயத்துக்கு வெளிய 358 கல்லறைகள் இருக்கு. வீரர்கள், கேப்டன், ஆளுனர்கள், சீகன்பால்குக்குப் பிறகு வந்த மிஷனரிகள் அப்டின்னு 358 கல்லறைகள் இங்க இருக்கு. அதுல சில கல்லறைகள் ஸ்தூபிகள் மாதிரி வடிவமைக்கபட்டிருக்கு. கவர்னரோட கல்லறை டச்சு மொழியில இருக்கும். கோலாஃப் ஐயரொட கல்லறை கூட இங்க இருக்கு. இதுதான் சீர்திருத்த சபைகளோட தாய் சபை. தமிழ் செய்யுள், அகராதி, உரைநடை, மொழியாக்கம் அப்டின்னு சீகன்பால்கு ஐயா பல துறைகள்ல பணியாற்றியிருக்காரு. பெண் கல்விக்கு அவருடைய பங்களிப்பு ரொம்ப முக்கியமானது. ஒரு பெண்ணுக்கு நீதி கேட்டுப் போராடித்தான் அவர் இந்த கோட்டைல 128 நாள் சிறையில்

அடைக்கப்பட்டார். அதுவும் அனலடிக்குற சமையலறை பக்கமே சிறைவைக்கப்பட்டார்.'' இப்போது ஆர்வமாகி, அந்தப் பெண் கதையென்ன என்று கேட்கிறேன்.

''ஒரு அடிமைப் பெண்ணை ஏலம் விட்டுட்டு இருப்பாங்க. அப்பொ சீகன்பால்கு கடற்கரையோரமா வர்றவரு இதைப் பார்க்குறார். அந்தப் பெண் அழுதுட்டு இருக்காங்க. ஏன் அழுறீங்க அப்டின்னு அந்தப் பெண் கிட்ட விசாரிக்கிறாரு. அவுங்களும் தனக்கு நடந்த கொடுமைகளை சொல்றாங்க. அவர் தமிழ்ல ஆளுனர் கிட்ட முறையிடச் சொல்லி அந்தப் பெண்ணுக்கு ஒரு கடிதம் எழுதிக் குடுக்குறாரு. அந்தப் பெண்ணும் ஆளுனர் கிட்ட அந்தக் கடிதத்தைக் குடுக்குறாங்க. அப்போ இங்க இந்தப் பெண்ணுக்கு கடிதம் எழுதி உதவி செஞ்ச தமிழ், ஆங்கிலம் தெரிஞ்ச ஆள் யாரு அப்டின்னு கேட்டு இவரை தூக்கி ஜெயில்ல போட்டுட்டாங்க. 128 நாள் ஜெயில்ல இருந்தாரு. அங்க இருந்தும் பைபிளை டிரான்ஸ்லேட் பண்ண ஆரம்பிக்கிறாரு. சும்மா இல்ல. லத்தீன் மொழியில இருந்து தமிழுக்கு பாமாலைப் பாடல்களை மொழிபெயர்ப்பு செஞ்சிருக்காரு. 13 வருஷங்கள் மட்டுமே தரங்கம்பாடியில வாழ்ந்த சீகன்பால்கு ஐயா 24 காரியங்களை செஞ்சிருக்காங்க. அப்படி ஒரு இடத்துல நம்ம இருக்கிறதும், அதைப் பார்த்துக்கிறதும் பெரிய சிலாக்கியம் நமக்கு.''

''அவ்வளவு கிறிஸ்தவர்கள் இருந்த ஊரில் இன்று 40% இஸ்லாமியர்களும், இன்னொரு 40% இந்துக்களும் இருக்கின்றனர். கிறிஸ்தவர்கள் 20% பேர் மட்டுமே இருக்கின்றனர். டி.இ.எல்.சி. பாய்ஸ் ஸ்கூல் ஒண்ணு இருக்கு, ஆர் சி பள்ளிகள் தெரசா ஸ்கூல், ஜான் ஸ்கூல்னு நிறைய இருக்கு. பாய்ஸ் ஹாஸ்டல் இருக்கு, பஸ் ஸ்டான்ட் பக்கம் புளூட்சோ தொடக்கப்பள்ளி ஒண்ணு இருக்கு. டேனிஷ் மிஷன் மருத்துவமனை ஒண்ணும் இருக்கு'', என்று சொல்லி முடிக்கிறார். இவர் இங்கு மிஷனரியாக இருக்கிறார். இவரும் கணவர் தங்கதுரையும் இங்குள்ள 24 கிராமங்களுக்கு மிஷன் பணிக்கெனச் செல்கின்றனர். ஆலயம் முழுக்க தென்னிந்திய திருச்சபையின் திருச்சி-தஞ்சை மறைமாவட்டக் கட்டுப்பாட்டில் இருக்கிறது. அங்கிருந்து சீகன்பால்குவின் பங்களாவைப் பார்வையிட்டுச் செல்லும்படி சாரதா வலியுறுத்துகிறார்.

சீகன்பால்கு மியூசியம் என்று கூகிள் வரைபடத்தில் போட்டதுமே, பள்ளி ஒன்றின் முன் நம்மைக் கொண்டு நிறுத்துகிறது. 13 குழந்தை களுடன் சீகன்பால்கு தொடங்கிய பள்ளி இன்று ஏறக்குறைய 300 குழந்தைகள் படிக்கும் டி.இ.எல்.சி. பள்ளியாக பரிணாம வளர்ச்சி

கண்டுள்ளது. பள்ளி வளாகத்திலேயே சீகன்பால்கு வசித்த பங்களா உள்ளது. 1715ம் ஆண்டு ஹாலே நகருக்கு தன் நண்பன் பீட்டர் மலையப்பனுடன் செல்கிறார் சீகன்பால்கு. அங்கு தன் லத்தீன்-தமிழ் இலக்கண நூலைப் பதிப்பித்த பிறகு, மெர்ஸ்பெர்க் நகரில் தன் முன்னாள் மாணவியான மரிய டாரதியா சால்ட்ஸ்மன் (Maria Dorothea Saltzman) என்ற பெண்ணின் தந்தையும் மெர்ஸ்பெர்க் நகர அரசுச் செயலருமான ஜோஹான் ஜேக்கப் சால்ட்ஸ்மன் இறந்து போனதை துக்கம் கேட்கச் செல்கிறார். அந்தக் குடும்பம் பின்னாளில் ஹாலே நகருக்குக் குடிபெயர்கிறது. மரிய டாரதியாவை மணந்துகொள்ள சீகன்பால்கு சம்மதம் கோருகிறார். மிஷனரி பிராங்கேயால் அவர்கள் திருமணம் உறுதிசெய்யப் படுகிறது. டிசம்பர் 2, 1715 அன்று மனைவி டாரதியா, பீட்டர் மலையப்பனுடன் லண்டன் கிளம்புகிறார் சீகன்பால்கு. லண்டனில் அவருக்கு பெரும் வரவேற்பு இருக்கிறது. மிஷனரி நியூமனின் துணையுடன் இங்கிலாந்து மன்னர் முதலாம் ஜார்ஜைச் சந்தித்து உரையாடும் வாய்ப்பு சீகன்பால்குக்குக் கிடைக்கிறது. பீட்டர் மலையப்பனோ ஓலைச்சுவடியில் எப்படி எழுதுவது என்று ஜார்ஜ் மன்னருக்கு செய்முறை விளக்கம் செய்து காட்டினார். இங்கிலாந்தி லிருந்து மதராஸ் புறப்படும் எந்தக் கப்பலில் வேண்டுமானாலும் சீகன்பால்கு கிளம்பலாம் என்று அவருக்கு அனுமதி கிடைக்கிறது. 1716ம் ஆண்டு பிப்ரவரி 26 அன்று இங்கிலாந்திலிருந்து சீகன்பால்கு தம்பதி மலையப்பனுடன் மதராஸ் பயணமானார்கள்.

ஆகஸ்ட் 31, 1716 அன்று தம்பதி தரங்கம்பாடியை வந்தடைந்தனர். கப்பல் பயணத்தில் ஜெர்மன் மற்றும் பிரெஞ்சுப் புத்தகங்களை வாசித்ததாக டாரதியா எழுதியிருக்கிறார். தமிழ் மக்களின் மத்தியில் பாதுகாப்பாக உணர்ந்ததாக எழுதும் டாரதியா, பொது சத்திரங்களில் உறங்கும்போது கூட அந்தப் பாதுகாப்பு உணர்ச்சி குறையவே இல்லை எனவும் குறிப்பிடுகிறார். தரங்கபாடி அட்மிரல் தெருவுக்கு அருகிலுள்ள இந்தியர்கள் வசித்த பகுதியில் இருந்த தோட்டத்தில் கட்டப்பட்ட புதிய வீட்டில் தம்பதி குடியேறினார்கள். தோட்டமும் வீடும் மறைப்பணியாளருக்கு தனிப்பட்ட முறையில் சொத்தாக இருந்தது. இந்த பங்களாவில்தான் தற்போது மியூசியம் இயங்கி வருகிறது.

முதல்முறையாக தரங்கம்பாடி வந்த ஜெர்மானிய மிஷனரிகள் 1706-1707ம் ஆண்டுகளில் எப்போதாவது ஓரிரு முறை சீயோன் ஆலயத்தைப் பயன்படுத்தலாம் என்ற நிலை இருந்தது. அவர்கள் தங்களுக்காக புதிய யெருசலேம் ஆலயம் கட்டி எழுப்பும் வரை இந்த நிலை நீடித்தது. ஜெர்மானிய மிஷனரிகளுக்கும், டேனிஷ்

படையினருக்கும் சுமுகமான உறவு இருந்ததென கருதமுடிய வில்லை. தரங்கம்பாடிக்கு முதன்முறையாக மிஷனரிகளை அனுப்ப டென்மார்க் மன்னர் முடிவு செய்தபோது, அதற்கு டேனிஷ் மிஷனரிகள் சரிப்பட்டு வரமாட்டார்கள் என்றே அவருக்கு சொல்லப்பட்டது. ஹல்லெ (Halle) நகரிலிருந்து ஹென்றி புளூட்ஸாவ் (Heinrich Plütschau) மற்றும் பார்த்தலம்யூ சீகன்பால்கு (Bartholomew Ziegenbalg) ஆகிய இரு மிஷனரிகள் தரங்கம்பாடிக்கு 1706ம் ஆண்டு அனுப்பப்பட்டார்கள்.

1706ம் ஆண்டு ஜூலை 9 அன்று இருவரும் தரங்கம்பாடி வந்து சேர்ந்தனர். கடற்கரையில் இறங்கிய இருவரையும் வரவேற்று அழைத்துச் செல்லக்கூட யாரும் வரவில்லை. இவர்களுக்குப் பாதுகாப்புத் தருவது குறித்த மன்னரின் ஆணையுடன் இருவரும் மணிக்கணக்கில் நிற்கவைக்கப்பட்டார்கள். தரங்கம்பாடி டேனிஷ் ஆளுனர் இருவரையும் டேனிஷ் பள்ளியில் ஆசிரியர்களாகப் பணியாற்ற வற்புறுத்தினான். மிஷனரிகள் இருவரும் தாங்கள் வந்த பணி வேறு என்று மறுத்தனர். ஜெர்மன் லுத்தரன் மிஷன் தங்களுக்கு தந்த பணியை மட்டுமே செய்வது என்பதில் தீர்மானமாக இருந்தனர். தரங்கம்பாடியில் வசித்த ஜெர்மானியக் கிறிஸ்தவர் களுக்கு ஜெர்மன் மொழியில் வழிபாடு நடத்தித் தருவதே தொடக்கத்தில் சீகன்பால்கின் பணியாக இருந்தது. அதன் பின் இந்தியக் கிறிஸ்தவர்களிடம் தங்கள் பணியைத் தொடர்ந்தனர்.

பெரும்பாலும் ஒடுக்கப்பட்ட சமூக மக்களே முதலில் மதம் மாறினார்கள். ரோமை கத்தோலிக்க மக்கள் தஞ்சையை ஆண்ட இரண்டாம் ஷாஜி மன்னனின் கோபத்துக்கு உள்ளாகி, பாதுகாப்பு தேடி தரங்கம்பாடியில் குடியேறினார்கள். 1701ம் ஆண்டு டெல்ஃபியின் ஜார்ஜியார் என்ற புனிதரின் நாடகத்தை கத்தோலிக்க கிறிஸ்தவர்கள் மேடைகளில் நடித்து வருவதை தஞ்சையைச் சேர்ந்த பார்ப்பனர்கள் கண்டார்கள். விக்கிரக வழிபாட்டை கடுமையாகச் சாடிய அந்த நாடகம் குறித்து அவர்கள் தஞ்சை மன்னனிடம் புகார் செய்து, நாடகத்தை நடத்த ஏற்பாடு செய்த இயேசு சபை பாதிரிகளைக் கைது செய்யவும் வேண்டினார்கள். அதனால் மன்னன் ரோமை கத்தோலிக்கர்கள் மேல் கடும் கோபம் கொண்டான். அவனது கோபத்துக்குப் பயந்து ஐரோப்பியர் அதிகம் வசித்த பாதுகாப்பான இடங்களுக்கு ரோமை கிறிஸ்தவர்கள் தப்பி ஓடினார்கள். அப்படி வந்தவர்களில் பலர் தரங்கம்பாடியில் குடியேறினார்கள். இம்மக்களையும், அடிமைகளாக ஐரோப்பியர் களிடம் வேலை செய்துவந்த ஒடுக்கப்பட்ட மக்களையும் சீர்திருத்தக் கிறிஸ்தவத்துக்குள் கொண்டுவந்த பணியை சீகன்பால்கு

வெற்றிகரமாகச் செய்துவந்தார். இந்த அடிமை மக்களை பணம் கொடுத்து வாங்கி, மதமாற்றம் செய்ததையும் சீகன்பால்கு பதிவு செய்திருக்கிறார்.

'ஏழைகளும், இந்திய அடிமைகளும், ஐரோப்பியர்களால் புறக்கணிக்கப்பட்டவர்களும், இனக்கலப்பு செய்தவர்களும், அதிகாரத்தால் புறக்கணிக்கப்பட்டவர்களும் வாழ்ந்த அடிப்படை வசதி இல்லாத ஒரு சேரிப் பகுதியில்' சீகன்பால்கு தங்க வைக்கப் பட்டதாக பேராசிரியர் லாரன்ஸ் ('இந்தியாவின் விடிவெள்ளி சீகன் பால்கு') குறிப்பிடுகிறார். இந்தப் பகுதியில் முதலியப்பான், அழகப்பன் ஆகியோருடன் நட்பு பாராட்டி தமிழ் கற்றுக்கொள்ளும் முயற்சியில் சீகன்பால்கு இறங்கினார். பெயர் குறிப்பிடப்படாத ஆசிரியர் ஒருவர், கவிஞர் ஒருவர் என இருவரிடம் அந்த சேரிப்பகுதியில் சீகன்பால்கு தமிழ், சைவ, ஆசீவகக் கோட்பாடு களைப் படித்துத் தெளிந்தார். இது வைதீகர்களிடையே பெரும் சிக்கலைக் கிளப்பவே, பார்ப்பனர்களிடமும் தமிழ் கற்றார். தென்னிந்தியக் கடவுளர்களின் மூலாம்பரம (Genealogy of the South Indian Gods) என்ற நூலை அதன்பின் எழுதினார். வைதீக பார்ப்பனர்களின் ஆதிக்கம் இந்த நூலில் அப்பட்டமாகவே தெரியும். 1711ம் ஆண்டு புதிய ஏற்பாட்டை முழுமையாக தமிழில் மொழிபெயர்த்தார். 1712ம் ஆண்டு இங்கிலாந்திலுள்ள கிறிஸ்தவ அறிவு வளர்ச்சிக் கழகத்தினரிடம் புதிய அச்சு இயந்திரம் ஒன்றைக் கேட்டுப் பெற்றார். 1714ம் ஆண்டு புதிய ஏற்பாடு அச்சு நூலாக வெளிவந்தது. தமிழகத்தில் நிரந்தர அச்சுக்கூடம் தரங்கம்பாடியில் சீகன்பால்கால் நிறுவப்பட்டது. அச்சிடக் காகிதம் தேவைப்படும் என்றுணர்ந்து பொறையாரில் காகிதத் தொழிற்சாலை ஒன்றையும் நிறுவினார். 1718ம் ஆண்டு குருக்களுக்கான பயிற்சிப் பள்ளி ஒன்றையும் இங்கு நிறுவினார், அது பின்னாளில் திருமறையூர் பள்ளியுடன் இணைந்து டி.டி.எஸ். மதுரைப் பள்ளி ஆனது.

சீகன்பால்கு 1718ம் ஆண்டு முதலே மிஷனின் தொடர் கேள்விக்கும், விசாரணைக்கும் உள்ளானார். பிற மறைப்பணியாளர்கள் போல, கடவுளின் 12 அப்போஸ்தலர்கள் போல ஊர் ஊராகச் சென்று கடவுளின் வார்த்தையை அறிவிக்காமல், பள்ளிகள் திறந்ததும், புத்தகங்கள் எழுதியதும், மருத்துவமனைகள் திறந்ததும், மிஷன் பணத்தை அவர் தன் விருப்பத்துக்கு செலவிடுவது போன்ற தோற்றத்தை மிஷனுக்கு ஏற்படுத்தியது. நார்வேயில் மிஷன் பணிகளுக்கு செலவு செய்ய ஆசைப்பட்ட அளவுக்கு தரங்கம் பாடிக்கு செலவு செய்ய மிஷன் தயாராக இல்லை. இதன் காரணமாக கடும் நிதி நெருக்கடியும் சீகன்பால்குக்கு ஏற்பட்டது. தொடர்ச்சி

யாக வந்த புகார்களுக்கு பதிலளித்தே அவர் நொந்துபோனார். கோபன்ஹேகன் மிஷன் ஹவுஸ் தலைவரான வெண்ட் (Wendt) சீகன்பால்கின் திருமணத்தையும் அங்கீகரிக்கவில்லை. அங்கே உட்கார்ந்துகொண்டு இரு பண்பாடுகளை அனுசரித்து அதில் மிஷன் பணி செய்வது எவ்வளவு கடினமானது என்று அவர் புரிந்துகொள்ளவும் இல்லை. சரியான நேரத்துக்கு மிஷன் பணிகளிக்கு பணம் அளிக்கவும் இல்லை. இதனால் மிஷன் பொருள்களை விற்றும், மதராஸ் அரசு, தரங்கம்பாடி ஆளுனர் போன்றோரிடம் கடன் வாங்கும் நிலையும் சீகன்பால்குக்கு ஏற்பட்டது.

ஜனவரி 19, 1719 அன்று தன் நிலையை விளக்கி வெண்டுக்குக் கடிதம் எழுதினார் சீகன்பால்கு. அதில் ஒன்றரை ஆண்டுகளாக தொடர் மனநலக் குறைவு, அழுத்தத்துக்கு ஆளானார் என்று விளக்கியுள்ளார். இரண்டு ஆண்டுகளாக தனக்கு வந்த கடிதங்கள் தன்னை உருக்குலையச் செய்ததாக சீகன்பால்கு எழுதியிருக்கிறார். ஒவ்வொரு நாளும் தன் உடலிலிருந்து ஆற்றல் குறைந்து வருவதால், தன் மிஷன் பணியை குருன்டல்ரிடம் ஒப்படைத்துவிட்டதையும் வருத்தத்துடன் எழுதுகிறார். தொடர்ந்து உடல்நலம் பாதிக்கப்பட்ட சீகன்பால்கு பிப்ரவரி 23, 1719 அன்று இறந்துபோனார். அப்போது அவருக்கு வயது 35 ஆண்டு, 7 மாதம், 18 நாள்கள் மட்டுமே... ஒரு வேலை மிஷன் எதிர்பார்த்ததைப் போல பள்ளிகள் திறக்காமல், ஆலயங்கள் கட்டாமல், மருத்துவமனை கட்டாமல் வெறும் வாய்வார்த்தையை சீகன்பால்கு நாடெங்கும் சொல்லித் திரிந்திருந்தால், இன்று தமிழகம் கல்வியிலும், மருத்துவத் துறையிலும் இந்த நிலையை எட்டியிருக்குமா என்பது ஐயமே. தமிழ் மண்ணுக்காக உண்மையில் தன் உயிரை ஈந்து சமநீதியை நிறுவியவர் என்று சீகன்பால்கை காலம் உள்ளமட்டும் கொண்டாடும் கடமை நமக்குள்ளது.

மிகச் சுத்தமாகவும், அழகாகவும் சீகன்பால்கின் வீடு பராமரிக்கப் பட்டு வருகிறது. டி.இ.எல்.சி. சபை ஜெர்மனியின் ஃபிராங்க் ஃபவுண்டேஷனைத் தொடர்புகொண்டு 300 ஆண்டுகள் தொன்மையான இந்த வீட்டைப் பாதுகாக்கும்படி கேட்க, லோயர் சாக்சனி இவாஞ்சலிக்கல்-லுத்தரன் மிஷனும் களமிறங்கியது. புதுவையின் இன்டாக் (INTACH - Indian National Trust of Art and Cultural Heritage) அமைப்பு 2016ம் ஆண்டு இந்த வீட்டைப் புனரமைக்கத் தொடங்கியது. இதற்கான நிதியுதவியை ஜெர்மன் ஃபெடரல் ஃபாரின் ஆஃபிஸ் மற்றும் ஜெர்மனியின் அனைத்து இவாஞ்சலிக்கல் லுத்தரன் சபைகள் அமைப்பும் சேர்ந்து முன்னெடுத்தன.

அருங்காட்சியகத்தின் நான்கு அறைகளில் டேனிஷ் ஹாலே மிஷனின் பணிகள் மற்றும் வரலாறு காட்சிப்படுத்தப்பட்டுள்ளன. சீகன்பால்கு மற்றும் மரியா இருவரின் வாழ்க்கை வரலாறு, அவர்கள் பயன்படுத்திய பொருள்களின் புகைப்படங்கள், பிறந்த இடம், ஆலயம், படித்த பள்ளி, கல்லூரிகளின் படங்கள் காட்சிக்கு வைக்கப்பட்டுள்ளன. 1714ம் ஆண்டு சீகன்பால்கு தனித்தமிழ் எழுத்து அச்சுகளை உருவாக்கி தரங்கம்பாடி அச்சகத்தில் அச்சிட்ட முதல் பைபிளின் பிரதி பார்வைக்கு வைக்கப்பட்டுள்ளது. சீகன்பால்கின் கையெழுத்தில் நவம்பர் 1715 தேதியிட்ட தமிழ் ஜெபம் ஒன்றும் காட்சிப்படுத்தப்பட்டுள்ளது. ''சுத்தமுள்ள இருதயத்தைக் ஒண்டு இருக்கிறவர்கள் பாக்கியவான்கள்; அதெனாலேயவர்கள் சருவேசுரனைக் காண்பார்கள்'' என்று கொஞ்சு தமிழில் பீட்டர் மலையப்பனின் கையெழுத்தில் வாசகத்தைக் காணமுடிகிறது. தாமிரப் பட்டயத்தில் குருண்ட்லர் பொறித்த முதல் இந்திய பாதிரியார் ஆரோனின் ஓவியத்தின் பிரதி பார்வைக்கு வைக்கப்பட்டுள்ளது. அக்டோபர் 5 1734 தேதியிட்ட ஆரோனின் கையெழுத்துப் பிரதி கடிதம் ஒன்றும் காட்சிப் படுத்தப்பட்டுள்ளது.

அருங்காட்சியகத்தை சுற்றிக்காட்ட வினோத் என்ற தன்னார்வலர் முன்வருகிறார். இவரைப் போல இன்னும் நான்கு பேர் பணியாற்றுவதாகச் சொல்கிறார். அவர்களுக்கு மேல் அதிகாரி ஒருவரும் நியமிக்கப்பட்டிருக்கிறார். மரத்தால் செய்யப்பட்ட அச்சு இயந்திரத்தைத்தான் சீகன்பால்கு பயன்படுத்தியதாக அதன் படத்தைக் காட்டி வினோத் விளக்குகிறார். அதே இயந்திரத்தின் உருக்கு வடிவம் பார்வையாளர்களுக்கு காட்டப்படுகிறது. இங்கிலாந்திலிருந்து தருவிக்கப்பட்ட இயந்திரம் அது. மரத்தாலான டைசெட் எழுத்துகள் செய்து வைக்கப்பட்டுள்ளன. சிவப்பு நிற பெயின்ட் தட்டு ஒன்றில் பூசப்பட்டு, அதன் மேல் உருளை ஒன்று சீராக ஓட்டப்படுகிறது. பெயின்ட் உருளையில் நன்றாக ஒட்டியதும், உருளையை டைப்செட் எழுத்துகளின் மேல் லாவகமாக உருட்டுகிறார். எல்லா எழுத்துகளிலும் பெயின்ட் பரவியதும் காகிதத்தை எழுத்துகளின் மேல் வைத்து, பிரெஸ் கொண்டு அழுத்தித் திறக்கிறார். டைப்காஸ்டில் உள்ள எழுத்துகளின் கோர்ப்புப்படி 'கர்த்தருக்குப் பயப்படுதலே ஞானத்தின் ஆரம்பம், பரிசுத்தரின் அறிவே அறிவு' என்ற நீதிமொழிகள் வாசகம் அச்சாகி காகிதம் நம் கைக்கு வருகிறது. இன்னும் சில அச்சு இயந்திரங்கள், காகிதம் வெட்டும் இயந்திரம், டைப்செட் அடுக்கும் இயந்திரம் ஆகியவை பார்வைக்கு வைக்கப்பட்டிருக்கின்றன.

மற்றொரு அறையில் சீகன்பால்குக்கு திருமுழுக்க அளிக்கப்பட்ட ஜெர்மனி நிக்கோலஸ் ஆலயத் திருமுழுக்கு பாத்திரம் காட்சிக்கு வைக்கப்பட்டுள்ளது. மாடி அறைகளில் அறிவியல் மற்றும் மருத்துவ ஆய்வுகளில் ஹல்லே மிஷனரிகளின் பங்கு பற்றிய குறிப்புகள் உள்ளன. தமிழ் மருத்துவர்களுடன் மிஷனரிகளுக்கு நல்ல தொடர்பு இருந்துள்ளது. தமிழ் மருத்துவர்கள் உபதேசிகளாக நியமிக்கப்பட்டிருக்கின்றனர். திருப்பாலைத்துறை இளைய உபதேசியார் முத்து (1730-1770), மாதவிப்பட்டிணம் மாவட்டத்தில் உபதேசியாராக இருந்த ஜோசுவா மற்றும் அவர் மனைவி ரகேல் (1730-1770), 1789ம் ஆண்டு தஞ்சையில் தமிழாசிரியராகவும் பின்னர் உபதேசியாராகவும் பணியாற்றிய டாக்டர் சவரிமுத்து போன்றோரின் பணிகளை ஹல்லே மிஷன் மருத்துவமனை பயன்படுத்தியது. மருத்துவம் கற்ற மிஷனரிகள் 1750களுக்குப் பிறகே இங்கு அனுப்பப் பட்டார்கள். நூல்களும், சில சிறு சோவினிர் பொருள்களும் இங்கு விற்பனைக்கு வைக்கப்பட்டுள்ளன. அவற்றைப் பார்வையிட்டு விட்டு வெளியே வந்ததும், ஆரோனின் ஆலயம் கண்ணில் தட்டுப்பட்டது.

கடலூர் டேவிட் கோட்டை ஆங்கிலேயக் காலனிப் பகுதியில் வசித்த வெள்ளாளர் குடும்பம் ஒன்றில் ஆறுமுகம் பிறந்தார். தீவிர சைவர்களான குடும்பத்தில் அவ்வழக்கப்படி வளர்க்கப்பட்டார். 1717ம் ஆண்டு எஸ்.பி.சி.கே. மிஷன் கடலூரில் தொடங்கிய பள்ளியில் தந்தையின் வார்த்தையை மீறி படிக்கச் சேர்ந்தார் ஆறுமுகம். டேனிஷ் ஹல்லெ மிஷனரிகளின் உதவியும் அவருக்குக் கிடைத்தது. அவருக்குக் கல்வி கற்றுத்தந்தவர் தரங்கம்பாடியில் பயிற்சி பெற்ற சவரிமுத்து. அவர் மூலமே கிறிஸ்தவத்தின் அடிப்படைகளை ஆறுமுகம் கற்றுக்கொண்டார். குடும்பம் திடீரென வணிக நட்டத்தால் நொடித்துப் போய் கடலூரை விட்டுக் கிளம்பும் சூழல் ஏற்பட்டது. ஆறுமுகம் தரங்கம்பாடி சென்று சீகன்பால்கை சந்தித்து, தனக்கு திருமுழுக்கு தரும்படி கேட்டுக் கொண்டார். 1718ம் ஆண்டு ஆகஸ்ட் 5 அன்று அவருக்கு சீகன்பால்கு ‘ஆரோன்’ எனப்பெயரிட்டு திருமுழுக்கு அளித்தார்.

1733ம் ஆண்டு டிசம்பர் 28 அன்று ஆரோன் தரங்கம்பாடி மிஷனின் முதல் இந்திய பாதிரியாராக குருப்பட்டம் பெற்றார். அப்போது அவருக்கு 35 வயது. ஆரோனின் குடும்பத்தினர் பலர் இந்துக்களாகவே இருந்தனர். அவரது தந்தை 1732ம் ஆண்டு இந்துவாகவே இறந்தார். 1734ம் ஆண்டு அவரது தாய் கிறிஸ்தவராக திருமுழுக்கு பெற்றார். சில உறவினரும் மதம் மாறினார்கள். ஆரோனின் முதல் மனைவி ரஹேல், நான்கு குழந்தைகளுக்குத் தாயான பின் 1731ம் ஆண்டு

கவனிப்பின்றி விடப்பட்டுள்ள ஆரோன் ஆலயம்

இறந்துபோனார். அதன்பின் 1732ம் ஆண்டு மிஷனரிகளின் அறிவுரைப்படி ஆனந்தி என்ற ஏழை விதவைப் பெண்ணை மணந்தார். அவர்களுக்கு இரண்டு குழந்தைகள் பிறந்தன. 1737ம் ஆண்டு ஆனந்தியும் இறந்துபோக, முத்துநாயக்கனின் மகளை மூன்றாவதாக மணமுடித்தார். அவரது வழித்தோன்றல்கள் மிஷனுடன் நெருங்கிய தொடர்பில் இருந்தனர். ஆரோனின் மகள் ஒருவர் பாஸ்டர் தியாகுவின் (Diogo) மகனைத் திருமணம் செய்துகொண்டார். ஆரோனின் மகன் குருபாதம் மதராஸ் மிஷனில் பணியாற்றினார்; சொக்கனாதன் என்ற மகன் தரங்கம்பாடி மிஷனில் ஆசிரியராகப் பணியாற்றினார்; சட்டநாதன் என்ற மகன் நகர சபையில் உறுப்பினராக இருந்தார்.

ஆரோனின் திருநிலைப்படுத்தலின்போது கட்டப்பட்ட ஆலயம் தான் சீகன்பால்கு பங்களாவுக்கு எதிராக இன்று பரிதாபமாக காட்சியளிக்கிறது. இக்கட்டடத்தை 2018ம் ஆண்டு ஆரோனின் எட்டாவது தலைமுறைக் குடும்பத்தினர் (நியூயார்க் ஆரோன் தங்கராஜ் சாமுவேல் ஜார்ஜ்) செப்பனிட்டு சீர்செய்ததாக கல்வெட்டு ஆலயத்தின் முகப்பில் காணக்கிடைக்கிறது. ஆனால் ஆலயத்தின் நிலை செப்பனிட்டது போலத் தெரியவில்லை. ஆலயத்தின் முன்பக்க முகப்பில் சூலை, 1741 என ஆண்டு காணக்கிடைக்கிறது. ஆரோன் குருப்பட்டம் பெற்றபின் இவ்வாலயம் கட்டப்பட்டிருக்க

வேண்டும். ‘டெர்-செண்டினரி ஹால்’ என்ற 300 ஆண்டு மண்டபமாகவேதான் இந்த கட்டடத்தைக் கல்வெட்டு குறிக்கிறது. இங்கு வழிபாடுகள் நடைபெற்றனவா என்று தெரியவில்லை. கட்டடம் ஏன் பூட்டப்பட்டிருக்கிறது என்ற கேள்விக்கு அங்கிருந்தவர்களிடம் சரியான விடையும் இல்லை. அங்கிருந்து யெருசலேம் ஆலயத்தை நோக்கி காரைத் திருப்பினோம்.

இந்தியர்கள் வழிபடுவதற்கென யெருசலேம் ஆலயத்தைக் கட்ட மிஷனரிகள் தீர்மானித்தனர். கோட்டையின் வடகிழக்குப் பகுதியில் இந்திய மக்களின் குடிசைகளுக்கு மத்தியில் ஆலயம் கட்ட இடம் தேர்ந்தெடுக்கப்பட்டது. 1707ம் ஆண்டு ஜூன் 14 அன்று ஆலயத்துக்கு அடிக்கல் நாட்டப்பட்டது. இரண்டு மறைப்பணி யாளர்களும் தங்கள் ஊதியத்தின் பாதித்தொகையை ஆலயம் எழுப்பக் கொடுத்தனர். எளிமையான செங்கல் கட்டடம் இரண்டே மாதங்களில் கட்டப்பட்டது. திருநிலைப்படுத்தும் சடங்கு தமிழ், போர்ச்சுகீசிய மொழிகளில் நடைபெற்றது. இங்குதான் புதிதாக கிறிஸ்தவம் தழுவியவர்கள் திருமுழுக்கு பெற்றனர். கல்லறைத் தோட்டமும் இந்த ஆலயத்தைச் சுற்றி அமைக்கப்பட்டது. இந்த ஆலயத்தில் பயன்படுத்த ஹாலேயிலிருந்து புரவலர் ஏ.ஹெச்.பிராங்கே (AH Francke) எபிரேய மொழி பழைய ஏற்பாட்டு நூலையும், கிரேக்க மொழி புதிய ஏற்பாடு நூலையும் வழங்கினார். டென்மார்க் அரசர் வெள்ளித் தட்டு, மற்றும் வெள்ளிக் கிண்ணத்தை கொடையாக வழங்கினார். ஆலயம் கட்டப்பட்டு 11 ஆண்டு களுக்குப் பிறகு பெரிய ஆலயமாக மாற்றிக் கட்டப்பட்டது.

முதல் முதலாக இந்திய மண்ணில் திருநிலைப்படுத்தப்பட்ட முதல் இந்தியப் பாதிரியாரான ஆரோன் (Aaron) இந்த ஆலயத்தில்தான் 1745ம் ஆண்டு அடக்கம் செய்யப்பட்டிருந்தார். காலப்போக்கில் இந்தப் பழைய யெருசலேம் ஆலயம் அழிந்துபட்டது. புதிய யெருசலேம் ஆலயம் தமிழ் எவாஞ்சலிக்கல் லூத்தரன் சபை (TELC) கட்டுப்பாட்டில் ராஜவீதியில் இருக்கிறது. 1714ம் ஆண்டிலேயே பெரிய ஆலயம் கட்டவேண்டும் என்று மறைப்பணியாளர்கள் முடிவெடுத்தனர். அதன்படி 1714 முதல் 1716 வரை சீகன்பால்கு ஐரோப்பிய பயணம் மேற்கொண்டு ஆலயம் கட்ட நிதி திரட்டிவந்தார். ராஜ வீதியில் பொருத்தமான இடம் தேர்ந்தெடுக்கப் பட்டு, மறைப்பணியாளர் குருண்ட்லர் (Gruendler) இடம் வாங்கிப் போட்டிருந்தார். ஆலயத்தைக் கட்டத் திட்டமிடும் போதே சாதியம் மோசமாக தலைவிரித்தாடத் தொடங்கியது. சிலுவை வடிவக் கோயிலே கட்டவேண்டும் எனவும் அதில் ஒவ்வொரு

சீகன்பால்கு கல்லறைக் கல்வெட்டு

சாதியினருக்கும் ஒரு பகுதி ஒதுக்கவேண்டும் எனவும் ஆதிக்கச் சாதியினர் முரண்டு பிடித்தனர். ஆண்கள் ஒரு பக்கமாக, பெண்கள் குழந்தைகள் என பிரித்து உட்காரவைக்கும் பொருட்டு திட்டமிட்டு ஆலயம் சிலுவை வடிவத்தில் கட்டப்பட்டது.

1717ம் ஆண்டு பிப்ரவரி 9 அன்று டேனிஷ் தளபதி கிறிஸ்டோபர் பிரன் லுங்காட் (Christopher Brun Lundegard) ஆலயத்துக்கு அடிக்கல் நாட்டினார். கட்டுமான வேலைகள் அனைத்தும் அந்த ஆண்டே முடிக்கப்பட்டன. 1718ம் ஆண்டு மேற்கூரை அமைக்கும் பணி தொடங்கியது. 1718ம் ஆண்டு அக்டோபர் 11 அன்று டென்மார்க் மன்னர் நான்காம் பிரெடெரிக்கின் பிறந்தநாளன்று ஆலயம் புனிதப்படுத்தப்பட்டது. அவரது அரச முத்திரையும், பெயர்ச் சுருக்கமும், 1718 என ஆண்டும் ஆலயத்தின் வடபகுதி முகப்பில் இன்றும் காணப்படுகிறது. ஆலயம் அர்ச்சிக்கப்பட்டு ஆறு மாதங்களுக்குள் சீகன்பால்கு மரித்து, 1719ம் ஆண்டு பிப்ரவரி 24

அறியப்படாத கிறிஸ்தவம் ❖ 83

அன்று ஆலயத்தின் பீடத்துக்கு முன்பாக அடக்கம் செய்யப்பட்டார். அன்றிலிருந்து ஓராண்டுக்குள் அவரது நண்பரான குருண்ட்லரும் அவரருகே அடக்கம் செய்யப்பட்டார். அதற்குப்பின் வந்த பெஞ்சமின் சூல்ஸ், இவர்கள் இருவரின் பணிகளை லத்தீன் மொழியில் தாமிரப் பட்டயங்களில் பொறித்து ஆலயத்தின் கிழக்குப் பகுதியில் பதித்தார். இன்றும் இவை அதே இடத்தில் காணப்படுகின்றன. பிரம்மாண்ட ஆலயத்தைப் படங்கள் எடுத்து விட்டு வெளியேறினேன்.

ஒரு காலத்தில் தரங்கம்பாடி திராட்சைத் தோட்டங்களுக்குப் பெயர் போனதாக இருந்துள்ளது. 1760களில் இங்கு வந்து குடியேறிய மத்திய ஐரோப்பாவின் மொராவியர் (Moravians) மூலம் திராட்சை இங்கு கொண்டுவரப்பட்டது. மன்னர் ஐந்தாம் பிரெடெரிக் காலத்தில் தரங்கம்பாடியில் தங்கி நிக்கோபார் தீவுகளில் மறைப்பணி புரிய மொராவியர் அனுப்பபட்டார்கள். 2 மிஷனரிகள் உள்ளிட்ட 14 மணமாகாத இளைஞர்கள் தரங்கம்பாடிக்கு ஜுலை 2, 1760ல் வந்து சேர்ந்தனர். இவர்களில் பலர் தச்சு, கட்டடப் பணி, வேளாண்மையில் தேர்ந்தவர்கள். இவர்களை ஐயத்துடன் பார்த்த டச்சுக்காரர்களிடமிருந்து ஒதுங்கி, பொறையார் பகுதியில் தோட்டத்துடன் கொண்ட வீடு ஒன்றை வாங்கினர். '

பிரதர் கார்டன் (Brother Garden) என்று இதற்குப் பெயரிட்டார்கள். அங்கு கிணறுகள் வெட்டி, குளங்கள் வெட்டி, நூற்றுக்கணக்கான தென்னை, பாக்கு, பனை, பழ மரங்களை நட்டார்கள். இங்குதான் முதல் திராட்சைத் தோட்டமும் தோன்றியது. உருளைக் கிழங்கு களில் குத்திவைத்துக் கொண்டு வந்த திராட்சைக் கன்றுகளை நட்டார்கள். கோஸ், உருளை உள்ளிட்ட ஆங்கிலக் காய்கறிகளை யும் இங்கு நட்டார்கள். இந்த திராட்சைகளை தரங்கம்பாடியில் விற்றனர். நிக்கோபார் தீவுகளுக்கு கப்பல்கள் செல்லத் தொடங்கியபின் இம்மக்கள் அங்கு மிஷன் பணிக்காக அணி அணியாக அனுப்பப்பட்டார்கள். அங்கு நிலவிய மோசமான சூழலில் தாக்குப்பிடிக்க முடியாமல் அவர்களில் பலர் இறந்து போனார்கள். வேறு வழியின்று எஞ்சி இருந்தவர்கள் மீண்டும் ஐரோப்பாவுக்கே திரும்பும் சூழல் ஏற்பட்டது. திராட்சைக் கொடிகள் முப்பது ஆண்டுகளுக்கு முன்புவரை கூட தரங்கம் பாடியின் வீடுகளில் அங்கொன்றும் இங்கொன்றுமாக காணப்பட்டன. ஆனால் இன்று நிலத்தடி நீர் உவர்நீராக மாறியதில் தரங்கம்பாடி திராட்சை முற்றிலும் அழிந்துபோனது. மொராவியரைப் போல திராட்சையும் இங்கு வந்தது; சென்றது.

சான்றுகள்

- http://ziegenbalghouse.com/exhibition/
- Bartholomäus Ziegenbalg, the Father of Modern Protestant Mission: An Indian Assessment, Daniel Jeyaraj - ISPCK, 2006
- சீகன்பால்கு: ஒரு எழுத்தின் எச்சரிக்கை, அன்பு செல்வம் - தலித் முரசு, ஆகஸ்ட் 2006
- ஆரோன் கையேடு - சீகன்பால்கு ஹவுஸ், தரங்கம்பாடி, 5 ஆகஸ்ட் 2018
- தரங்கம்பாடி அன்றும் இன்றும் - ஹெச்.டபிள்யு.கென்சிசன், தமிழில் யூஜின் முத்து, சே.ச., - வைகறை பதிப்பகம், 2006
- Tales of Tranquebar, Prof. P.Maria Lazar - விழிச்சுடர்ப் பதிப்பகம், காரைக்கால், 2010

35

மயிலாடுதுறை வேதநாயகம்

மாயவரம் முன்சீப் வேதநாயகம் எழுதிய தமிழின் முதல் நாவலான பிரதாப முதலியார் சரித்திரம், பெண்ணின் திறமை, கல்வி, மேலாண்மைத் திறன், வீரம் என அங்கங்கே பெண்மொழி பேசுகிறது.

விண்தங்கும் அமரரசே நரருமுய்ய மேதினியில்
பண்டங்கமாய் வந்தபோதுனை யூதர்கள் பற்றித்தசை
கண்டங்களாய் அவிழத் தாக்கிய போதுன் கழலிலொட்டும்
அண்டங்களில் அடி வீழா திருந்த ததிசயமே
-         மாயூரம் வேதநாயகம், திருவருள் மாலை
ஓஹோ காலமே, தர்பார்/சகானா ராகம், ஆதி தாளம்

பல்லவி:
ஓஹோ காலமே, உன்போல் எவர்க்கு உண்டு இந்திரஜாலமே

அனுபல்லவி:
போகமாகவே அண்டப் பூவெல்லாம் மேய்வாய் பூனை
போல் இருந்து நீ புலியைப்-போல் பாய்வாய்

சரணம்1:
ஊர் எல்லாம் தூங்கினும் உனக்கில்லை தூக்கம் ஓயாமல்
ஓடுவாய் உனக்குண்டோ தேக்கம்

ஆர் கெட்டால் உனக்கென்ன அறியாய் நீ நோக அதிக
வட்டி கொடுப்பவர்க்கு உன்மேல் ஏக்கம்

சரணம் 2:
பாலரைக் கிழவராய்ப் பண்ணியே கெடுப்பாய் பகை
மதன் ஜபம் நடவாமலே தடுப்பாய்
கால் இரண்டுடையார்க்குக் கோல் ஒன்று கொடுப்பாய்
காலனுக்கு உயிரெல்லாம் காட்டியே விடுப்பாய்

சரணம் 3:
ஆயுதம் இல்லாமல் யாவையும் அறுப்பாய் அழுதாலும்
தொழுதாலும் அகன்று எம்மை வெறுப்பாய்
சாயும் தராசு போலே சகலமும் நிறுப்பாய்
சகல உயிரையும் சட்டியில் இட்டு வறுப்பாய்

சரணம் 4:
கல்லைப்-போல் உடம்பையும் வில்லைப போல் வளைப்பாய்
கணம் தினம் அதிகாரம் ஆண்டெனக்கிளைப்பாய்
வில்லைப்போல் வதனத்தை செல்லைப்போல் துளைப்பாய்
வீங்கு அழகியர்க்குத் தேவாங்கு உரு விளைப்பாய்

சரணம் 5:
துக்கம் உற்றவர்க்கு நீ தொலையாமல் கிடப்பாய்
சுகம் உள்ள பேர்க்கு நீ துரிதமாய் நடப்பாய்
விக்கலும் இருமலும் வேதையும் கொடுப்பாய்
மிஞ்சும் கரு மயிரைப் பஞ்சு போல் கெடுப்பாய்

சரணம் 6:
மலைகள் மண்டபங்களை வலிமையாய் இடிப்பாய்
வாரி எழு கடலும் வற்றிடக் குடிப்பாய்
தலை தடுமாற நீ தான் கொள்ளை அடிப்பாய்
தனி வேதநாயகன் தயையாலே நடிப்பாய்

மாயூரம், மயிலாடுதுறை, மாயவரம் என இவ்வூருக்கு பல பெயர்கள். டெல்டா பகுதிக்குரிய நீர்வளம் மாயவரத்தை ஆண்டு முழுவதும் பசுமையாக வைத்திருக்கிறது. தரங்கம்பாடியின் வெய்யிலில் வாடி வதங்கியிருந்த எனக்கு, மயிலாடுதுறையின் பசுமையும், குளிர்ச்சியும் உற்சாகம் தந்தன. மயிலாடுதுறை சவேரியார் கோயிலை அடைந்தோம். ஆலயம் கொரோனா நாடடங்கு காரணமாக பூட்டப்பட்டிருப்பதாக சொல்லப்பட்டது.

ஆலயத்தின் வெளிப்புற முகப்பில் ஒன்றிரண்டு கல்வெட்டுகள் உள்ளன. அதில் ஒன்று 2019ம் ஆண்டு ஜூலை 17 அன்று ஆலயம் புனரமைக்கப்பட்டு, தஞ்சை ஆயர் தேவதாஸ் அம்புரோஸ் அவர்களால் நேர்ந்தளிக்கப்பட்ட தகவலைச் சொன்னது. மற்றொரு கல்வெட்டு, ஜெர்மனியின் மியூனிக் நகர மக்கள் இந்த ஆலயத்துக்கு நிதியுதவி செய்ததற்கு நன்றிபாராட்டுகிறது. 25.04.1991 அன்று இந்தப் புதிய ஆலயத்துக்கு அடிக்கல் நாட்டப்பட்டதையும், 6.10.1997 அன்று ஆலயம் திறக்கப்பட்டு நேர்ந்தளிக்கப்பட்டதையும் ஒரு கல்வெட்டு சொல்கிறது.

பழைய ஆலயம் 1860களில் கட்டப்பட்டிருக்க வேண்டும். மயிலாடுதுறைக்கு கிறிஸ்தவம் புனித அருளானந்தர் காலத்திலேயே வந்துள்ளது எனச் சொல்கின்றனர். அருகாமையிலுள்ள கடற்கரை நகரமான தரங்கம்பாடியில், 16ம் நூற்றாண்டு முதலே ரோமை கத்தோலிக்கம் பரவியிருந்தது. நாகப்பட்டினத்தில் இருந்த பாதிரிகள், தரங்கம்பாடிவரை வந்து ஞானகாரியங்களைக் கவனித்துச் சென்றுள்ளனர். உள்நாட்டில் கிறிஸ்தவம் அத்தனை எளிதாகப் பரவிவிடவில்லை.

1585ம் ஆண்டு தஞ்சையில் ஆலயம் ஒன்றைக் கட்ட முயன்ற பிரான்சிஸ்கோ தொ ஓரியென்ட் (Francisco Do Oriente, OFM) குருவின் முயற்சிக்கு தஞ்சை நாயக்க மன்னர் ஆதரவளிக்கவில்லை. நாயக்க மன்னர்களும், அவர்களுக்குப் பின் ஆட்சிக்கட்டிலில் அமர்ந்த மராட்டியர்களும் ரோமை கத்தோலிக்க கிறிஸ்தவத்தை சந்தேகக்கண் கொண்டே பார்த்துவந்தனர். கிறிஸ்தவர்கள் தஞ்சையில் வாழ்வதில் தடையில்லை, ஆனால் ஆலயம் கட்டக் கூடாது என்பதில் அவர்கள் உறுதியாக இருந்தனர். 17 மற்றும் 18ம் நூற்றாண்டின் இயேசு சபை குருக்களின் கடிதங்கள் தஞ்சை மன்னர்கள் ரோமை கத்தோலிக்கத்துக்கு எதிராக எவ்வாறு செயல் பட்டனர் எனவும், மிஷனரிகளுக்கு கொஞ்சமும் இடமளிக்காத சூழலையும் தெளிவாகக் குறிப்பிடுகின்றன. தஞ்சை மற்றும் சுற்றுப்புறங்களில் வசித்த ரோமை கத்தோலிக்க மக்கள் தங்கள் ஞான காரியங்களுக்கு நடுவனம்பட்டி, கூனம்பட்டி, ஏலாக்குறிச்சி ஆகிய ஊர்களை நாடிச் செல்லும் சூழலில் வாழ்ந்தனர். மிஷனரி பல்தசார் த கோஸ்டா (Baltazar da Costa) 1644ம் ஆண்டில் நடுவனம்பட்டியில் மறைப்பணி செய்ததையும் அங்கு ஒரு ஆலயம் கட்டியதையும் குறிப்பிட்டு எழுதியிருக்கிறார். அதன்பின் மெல்ல தஞ்சை நகர்ப்பகுதியில் சில மக்களை மதம் மாற்ற முடிந்தது எனவும் அவர் பின்னாளில் எழுதியுள்ளார்.

1701ம் ஆண்டு ஜார்ஜியார் நாடகம் ஒன்றை புதுவையில் ரோமை கத்தோலிக்கர்கள் அரங்கேற்றியதைக் கண்டித்து, தஞ்சைப் பார்ப்பனர்கள் புகாரளிக்க, மராட்டிய மன்னர்கள் மீண்டும் ரோமை கத்தோலிக்கர்கள் மேல் ஒடுக்குமுறையை ஏவினர். இயேசு சபை குருக்களான சார்லஸ் மைக்கேல் பெர்தோல்டி (Charles Michael Bertholdi) மற்றும் ஜோசப் கர்வாலோ (Joseph Carvalho), எம்மானுவல் மச்சடோ (Emmanuel Machado) ஆகியோர் சிறை வைக்கப்பட்டனர். இவர்களில் கர்வாலோ, சிறையிலேயே உயிர் விட்டார். கிறிஸ்தவர்களின் சொத்துக்கள் சூரையாடப்பட்டன. வயல்கள் நெருப்புக்கிரையாயின. தஞ்சைப் பகுதி ரோமை கத்தோலிக்க மக்கள் காடுகளில் தஞ்சமடைந்தனர். இம்மக்களையே ஏலாக்குறிச்சியில் வீரமாமுனிவர் ஒன்றிணைத்து அடைக்கலம் தந்தார். தரங்கம்பாடியை அடுத்த சாத்தங்குடியில் 1726ம் ஆண்டு ஆலயம் ஒன்று கட்டப்பட்டது. 1759ம் ஆண்டு இயேசு சபை ஒடுக்கப் பட்டபோது, இப்பகுதி மிஷன் பணிகளை புதுவை பாரீஸ் பிரெஞ்சு மிஷன் பாதிரியார்கள் கவனிக்கலாயினர். 1845ம் ஆண்டு புதிய மதுரை மிஷன் அமைக்கப்பட்டபோது, இயேசு சபை குருக்கள் மீண்டும் இப்பகுதியில் தங்கள் பணியைத் தொடர்ந்தனர். இவர்களின் காலகட்டத்தில்தான் 1861ம் ஆண்டு மயிலாடுதுறை தனி பங்கானது.

சவேரியார் ஆலயத்திலிருந்து நேரே கல்லறைத் தோட்டத்துக்குச் சென்றேன். அங்குதான் மாயூரம் முன்சீப் வேதநாயகத்தின் மார்பளவு சிலையும், குடும்பக் கல்லறைகளும் உள்ளன என்று படித்த நினைவு. மாயூரம் வேதநாயகம் அடிக்கடி தஞ்சை வேதநாயகம் சாஸ்திரியாருடன் பலரும் குழப்பிக் கொள்ளும் பெயர். தஞ்சை வேதநாயகம் சீர்திருத்தக் கிறிஸ்தவத்தின் முன்னோடிக் கவிஞர் என்றால், மாயூரம் வேதநாயகம் ரோமை கத்தோலிக்கக் கிறிஸ்தவத்தின் முன்னோடிக் கவிஞர், நாவலாசிரியர். முழுக்க வசன நடையில், உரைநடையில் எழுதப்பட்ட தமிழின் முதல் நாவலான 'பிரதாப முதலியார் சரித்திரத்தை' எழுதியவர் மாயூரம் வேதநாயகம்.

திருச்சிக்கு அருகேயுள்ள குளத்தூரில் சவரிமுத்துப் பிள்ளை-ஆரோக்கியமேரி அம்மாள் தம்பதியின் மகனாக அக்டோபர் 11, 1826 அன்று வேதநாயகம் பிறந்தார். சைவ வேளாள மரபினரான இவரது தாத்தா மருதநாயகம் சூலை நோய் கண்டு, கிறிஸ்தவப் பாதிரியார்களால் குணமானதால், கிறிஸ்தவத்தைத் தழுவியவர். குளத்தூர் திண்ணைப் பள்ளிக்கூடத்தில் கல்வியைத் தொடங்கிய

வேதநாயகம், திருச்சி நீதிமன்ற மொழிபெயர்ப்பாளர் தியாகப் பிள்ளையிடம் ஆங்கிலமும் கற்றார்.

அவரது பரிந்துரையால் ஆங்கிலேய நீதிபதி கார்டனின் காலத்தில் திருச்சி நீதிமன்றத்தில் ஆவணக் காப்பாளராக வேதநாயகம் பணியிலமர்ந்தார். 1850ம் ஆண்டு தன் 24வது வயதில் திருச்சி மாவட்ட நீதிமன்றத்தில் தகுதி அடிப்படையில் மொழி பெயர்ப்பாளர் பதவியைப் பெற்றார். உரிமையியல் நீதிமன்றங் களில் நீதிபதிகளை நியமிக்க 1856ம் ஆண்டு கிழக்கிந்தியக் கம்பெனி எழுத்துத் தேர்வு ஒன்றை நடத்தியது. அத்தேர்வில் தேர்ச்சி பெற்று, தன் 31வது வயதில் முதல் தமிழ் நீதிபதியானார். தரங்கம்பாடி நீதிமன்றத்தில் முன்சீபாக பதவி உயர்வு பெற்றார். சீர்காழி, மாயவரம் நீதிமன்றங்களில் முன்சீபாகப் பணியாற்றினார். தன் இறுதிக்காலம் வரை மாயூரத்திலேயே தங்கிவிட்டார். யாருக்கும் அஞ்சாமல், நடுநிலை மாறாமல் தீர்ப்பு சொல்பவர் என்ற பெயரைப் பெற்றார். பெரும் தமிழ் ஆர்வலரான வேதநாயகம் உரைநடை, சமய இலக்கியம், கவிதை, இசை, மொழிபெயர்ப்பு என பல தளங்களில் தொடர்ந்து இயங்கிவந்தார்.

பெண்கல்வி, பெண்மானம், பிரதாப முதலியார் சரித்திரம், சுகுணசுந்தரி ஆகிய உரைநடை நூல்கள், நீதிநூல், சோபனப் பாடல்கள், பொம்மைக்கல்யாணம், பெண்மதிமாலை, தனிப்பாடல்கள் ஆகிய கவிதை நூல்களையும், திருவருள் மாலை, திருவருள் அந்தாதி, தேவமாதா அந்தாதி, பெரியநாயகி அம்மை பதிகம், தேவ தோத்திர மாலை ஆகிய சமய நூல்களையும் இயற்றியுள்ளார். இவை தவிர, இசைப் பாடல் தொகுப்புகளாகிய சர்வ சமய சமரசக் கீர்த்தனைகள், சத்திய வேதக் கீர்த்தனைகள் ஆகிய நூல்களையும், சித்தாந்த சங்கிரகம் உள்ளிட்ட நூல்களையும், நீதிமன்றத் தீர்ப்புகளின் மொழிபெயர்ப்புகளையும் எழுதியுள்ளார். 1858ம் ஆண்டு எழுதப்பட்ட நீதிநூல், இவர் எழுதிய முதல் நூல் என சுட்டப்படுகிறது. மக்கள் அன்றாட வாழ்க்கையில் கடைபிடிக்க வேண்டிய நீதிநெறிகளை இந்நூல் அழகுற விளக்குகிறது. பெண் மதிமாலையோ பெண்கள் எப்படி இருக்கவேண்டும் எனசுவைபடக் கூறுகிறது. பெண் கல்வி என்ற குறுநூல் பெண்களுக்குக் கல்வியின் அவசியத்தை எடுத்தியம்புகிறது. ''நெல்லுக்கிறைக்கின்ற தண்ணீர் புல் முதலிய பூண்டுகளுக்கும் பாய்வதைப் போலவும், பாசனத்துக்கு வெட்டுகின்ற குளம் ஸ்நானம் முதலியவற்றுக்குப் பயன்படுவது போலவும், பழத்திற்கு வைக்கும் விருட்சம் நிழல் முதலிய வற்றுக்குப் பயன்படுவது போலவும், புத்தியின் அபிவிருத்திக்காகக்

கற்கப்படும் கல்வி உத்தியோகத்திற்காகவும் பயன்படவேண்டும்'' என்று அந்நூலில் வேதநாயகம் எழுதியுள்ளார்.

தஞ்சை மாவட்ட சைவ வேளாளக் குடும்பம் ஒன்றின் கதையை விவரிக்கும் பிரதாப முதலியார் சரித்திரம், பெண்ணின் திறமை, கல்வி, மேலாண்மைத் திறன், வீரம் என அங்கங்கே பெண்கள் சிறப்பைப் பேசுகிறது. அதன் கதாநாயகி ஞானாம்பாள், பின்னாளில் வந்த பல புதின நாயகிகளின் குணநலன்களைக் கட்டமைத்தார் எனவும் சொல்லலாம். வேதநாயகத்தின் முழுப்பெயர் சாமுவேல் வேதநாயகம் என்பதையும் இந்த புதினத்தின் முன்னுரை மூலம் அறிகிறோம். 1857ம் ஆண்டே இந்நாவல் எழுதப்பட்டாலும், 1879ம் ஆண்டுதான் பதிப்பிக்கப்பட்டது. இவரது சுகுணசுந்தரி நாவல் சமூக சீர்திருத்தக் கருத்துகளை உள்ளடக்கியதே. கிறிஸ்தவ மறையின் மேல் ஆழந்த ஈடுபாடு கொண்டவரான வேதநாயகம், அன்றைய காலகட்டத்தில் கிரேக்கம், ஹீப்ரு, லத்தீன் மொழிகளில் இறைவணக்கப் பாடல்கள் இருந்ததைக் கண்டு மனம் வருந்தினார். தூய தமிழில் இறை ஆராதனைப் பாடல்களை எழுதும் ஆவல் கொண்டார். அதன் விளைவாக, திருவருள் மாலை (1873), திருவருள் அந்தாதி, தேவ மாதா அந்தாதி (1873), பெரியநாயகி அம்மை பதிகம், தேவ தோத்திர மாலை ஆகிய நூல்களை எழுதினார். இதில் வேத தோத்திர மாலை 110 கட்டளைக் கலித்துறை செய்யுள்களை உள்ளடக்கியது.

பெரியபாளையம் பெரியநாயகி மாதாவின்மேல் பாடப்பட்ட பதிகத்தில், மாதாவை தாயாக எண்ணி வேதநாயகம் பாடிய பாடல்:

அன்னையே நின்னையே அனுதினமும் அடியேன்
அடுத்தவன்தான் அல்லவோ?
ஆதாரமான நின்பாதார விந்தங்கள்
அன்றி ஒரு துணையும் உளதோ?
என்னையே வந்து ஆண்டுகொள்வது ஒரு பாரமோ?
இங்கு வர வெகுதூரமோ?
இன்னம் விவகாரமோ? என்சொல் உபசாரமோ?
எனை முனிய இது நேரமோ?
தேவமாதா அந்தாதி நூலிலோ, மாதாவை பல்வேறு பெயர்கள்
சொல்லி அழைக்கிறார்.
''தானே இருக்கும் தனிப்பொருளை ஈன்றவளே
தேனே இருக்கும் மொழிச் செல்வியே- நானே
அபகாரத் தானேனும் ஆள் என்று அடுத்தேன்
உபகாரத் தாயே உனை''

கன்னிமரியின் பெரும் பக்தராக வேதநாயகம் அறியப்படுகிறார். 'மாசில்லாத கன்னி' என 1857ம் ஆண்டு மாதாவைக் குறித்து செய்யுள் இயற்றியுள்ளார்.

இவரது சர்வ சமய சமரசக் கீர்த்தனைகளில் 196 பாடல்கள் உள்ளன. அவற்றில் 'ஹிதோபதேசக் கீர்த்தனைகளில்' இறைவனை வணங்க வேண்டிய அவசியம், நற்சிந்தனை, உடல் வெறுப்பு போன்ற தலைப்புகளில் 18 பாடல்கள் உள்ளன. 'உத்தியோக சம்பந்தக் கீர்த்தனைகளில்' பணி சம்பந்தப்பட்ட அறிவுரைப் பாடல்கள் உள்ளன. 'குடும்ப சம்பந்தக் கீர்த்தனைகள்' குடும்பத்தை எடுத்துச் செல்லவேண்டிய பாங்கை தெளிவுபடுத்துகின்றன. இக்கீர்த்தனைகள் பல்வேறு ராகம், தாளத்தில் புனையப்பட்டவை, மணிப்பிரவாள நடையில் இயற்றப்பட்டவை.

மகாவித்துவான் மீனாட்சிசுந்தரம் பிள்ளை, திருவாவடுதுறை ஆதீன கர்த்தா சுப்ரமணிய தேசிகர், இராமலிங்க அடிகள், முடிகொண்டான் கோபால கிருஷ்ணபாரதி, சி.வை.தாமோதரம்பிள்ளை என அந்நாள்ளின் முக்கியத் தமிழறிஞர்கள் அனைவரிடமும் மாயூரம் வேதநாயகத்துக்கு நல்ல நட்பு இருந்தது. 1876, 1877, 1878 ஆகிய மூன்று ஆண்டுகளிலும் மயிலாடுதுறையில் கடும்பஞ்சம் ஏற்பட்ட போது, மயிலாடுதுறை கூறைநாடு பகுதியில் மாமரத்து மேடை என்ற இடத்தில் கஞ்சித்தொட்டி ஒன்றைத் திறந்து ஏழை மக்களுக்கு கஞ்சியேனும் கிடைக்க வழிசெய்தார். இதைப் பாராட்டி இவரது நண்பரான கோபாலகிருஷ்ண பாரதி, 'நீயே புருஷ மேரு' என இவர் மேல் கவியெழுதியிருக்கிறார். பெண் கல்வியின் முக்கியத்துவம் உணர்ந்து எட்டாம் வகுப்புவரை இருந்த பெண்கள் பள்ளி ஒன்றை வேதநாயகம் மயிலாடுதுறையில் நிறுவினார். மேல்நிலைப்பள்ளி யாக உயர்த்தப்பட்ட இப்பள்ளி இன்றும் புதிய பேருந்து நிலையம் அருகே இயங்கிவருகிறது. நீதித்துறையில் நிலவிய லஞ்சம், நேர்மையின்மையைக் கடுமையாக சாடி கவிதைகள் எழுதினார்.

''எப்போதும் பொய் வழக்கர் கூட்டம் – அவர்க்(கு)
இந்திர லோகம் கிடைத்தாலும் இன்னமுந்தான் வாட்டம்
தப்புச் சாட்சிகள் வாய் நீட்டம்- பொய்ச்
சத்தியம் ஆணையென்றால் அவர்க்குக் கொண்டாட்டம்'' எனவும்,
''எதுக்கோ வாங்குகிறீர் லஞ்சம் – உமக்
கிதைவிட வேறுண்டோ பஞ்சம்
வாதுக்கு வீணே வழக்குகள் பேசி
வாங்குகிறீர் என்ன பிழைப்பது சீச்சீ''

எனவும் லஞ்சம் வாங்குபவர்களை வேதநாயகம் சாடுகிறார்.

1805ம் ஆண்டு முதல் 1861ம் ஆண்டுவரை வெளியான நீதிமன்ற ஆங்கிலத் தீர்ப்புகளைத் தமிழில் மொழியாக்கம் செய்து, தீர்ப்புகளை தமிழிலும் மக்கள் புரிந்துகொள்ளத் தரலாம் என நிறுவினார். 1872ம் ஆண்டு நீதிபதிப் பதவியிலிருந்து விலகிய வேதநாயகம், மயிலாடுதுறை நகராட்சித் தேர்தலில் போட்டியிட்டு வெற்றிபெற்று, நகராட்சித் தலைவரானார். தன் பதவிக் காலத்தில் குடியிருப்புவசதி, குடிநீர் வசதி, பூங்கா, பள்ளிகள், சிலம்பக் கூடங்கள் ஆகியவற்றை மயிலாடுதுறையில் ஏற்படுத்தினார். நோய்வாய்ப்பட்டு ஜூலை 21, 1889 அன்று தன் 63வது வயதில் வேதநாயக, காலமானார். அவரது கல்லறை காந்தி சாலை கிறிஸ்தவக் கல்லறைத் தோட்டத்தில் உள்ளது. கல்லறைத் தோட்டத்தில் வெண் பளிங்குக் கல்வெட்டு கொண்ட வேதநாயகத்தின் கல்லறையை எளிதாக அடையாளம் காண முடிகிறது. "இறைவனில் இறந்தார் என்றுமே வாழ்வார்" என்ற சொற்றொடர் கல்வெட்டில் காணப்படுகிறது. பிறந்த தேதி, இறந்த தேதிகள் குறிப்பிடப்பட்டு, அவர் இயற்றிய நூல்களின் பெயர்களும் அக்கல்வெட்டில் வெட்டப்பட்டுள்ளன. அவரது கல்லறைக்குப் பின்பக்கம் அவரது மனைவியரில் ஒருவரான லாசர் அம்மாளின் கல்லறையும், அவரது தாய் ஆரோக்கிய மரியம்மாளின் கல்லறையும் காணப்படுகின்றன.

அடுத்தடுத்து அவரது மனைவியர் இறந்த காரணத்தால், ஐந்து முறை திருமணம் செய்தவர் வேதநாயகம். இவர்களில் மூன்றாவது மனைவி மாணிக்கத்தம்மாளுக்கு ஒரு ஆண், இரண்டு பெண்கள் என மூன்று குழந்தைகள் பிறந்தனர். இவர்களின் வாரிசுகளே இன்று வேதநாயகம் குடும்பத்தினராக வாழ்ந்துவருகின்றனர். அவரது 151வது பிறந்தநாள் விழா மயிலாடுதுறையில் 1980ம் ஆண்டு வெகு விமரிசையாகக் கொண்டாடப்பட்டுள்ளது. அப்போது புலவர் மு.மதிவாணன் இயற்றிய வேதநாயகம் நாடகம் ஐம்பதாவது முறையாக அரங்கேற்றப்பட்டது. வேதநாயகரின் மார்பளவு கற்சிலை, புனித சின்னப்பர் ஆலய வளாகத்தில் இருந்தது எனவும், ஆலயப் புனரமைப்பின்போது அது அங்கிருந்து அகற்றப்பட்டு, இன்று கல்லறைத் தோட்டத்தின் முகப்பில் வைக்கப் பட்டுள்ளதாகவும் தெரிகிறது. தமிழுக்கும், கத்தோலிக்கக் கிறிஸ்தவத்துக்கும், மயிலாடுதுறை ஊருக்கும் இத்தனை அரும்பங்காற்றிய வேதநாயகத்தின் சிலையை, மக்கள் நடமாடும் பொது இடத்தில் வைக்கக்கூட வழியற்ற மாக்கள் கூட்டமாகிப் போனோம். தமிழின் முதல் புதினம் எழுதிய, இந்தியாவின் முதல் நீதிபதியான மண்ணின் மகன் சிலை, கல்லறைத் தோட்ட மதில்

கல்லறைத் தோட்டத்தின் நடுவே மதில் சுவரை
நோக்கியபடி வேதநாயகம் சிலை

சுவருக்குப் பின்னால் பரிதாபமாக வெளிறிப் போய்க் காட்சி தந்துகொண்டிருக்கிறது.

கல்லறைத் தோட்டத்தில் சுற்றிவந்து கொண்டிருந்தபோது மெல்லிய குரலில் ரேடியோவில் பாட்டுச் சத்தம் கேட்டபடியே இருந்தது. தோட்ட முகப்பில் பெரும் வளைவுகள் கொண்ட சிற்றாலயம் போன்ற தோற்றத்தில் உயரமான தொல்மண்டபம் ஒன்று தெரிந்தது. காரை முழுக்கப் பெயர்ந்து போயிருந்தாலும், செங்கற்கள் அதன் தொன்மையைப் பறைசாற்றின.

''கல்ற தோட்டத்துக்குள்ள ரொம்ப நேரமா சுத்தி வரீயளே..யாரு? என்ன வேணும்?'' திடீரென எனக்குப் பின்னாலிருந்து ரேடியோவும் கையுமாக முதியவர் ஒருவர் தோன்றினார். பட்டப்பகலில் கல்லறைத் தோட்டத்தில் இருந்தாலும், தனியே இருந்தால்... கொஞ்சம் வியர்த்து வெலவெலத்துத்தான் போகும். வெளிர்சிவப்பு நிறச் சட்டை, கழுத்தில் பழைய ஜெபமாலை, மிடுக்கான நடை, ஒடிசலான தேகம் எனத் தெரிந்தவரிடம், ''ஐயா ஒரு நூல் எழுதுறேன்... பழைய கல்லறை பத்தி தெரிஞ்சிக்கணும். இதோ இந்த கட்டடம் ரொம்ப பழசா இருக்கே? என்ன இது?'' என்றபடி அவரிடம் பேச்சைத் தொடங்கினேன்.

''உள்ள வந்து உக்காரும்மா'', என வரவேற்று அந்த முதிய கல்லறைக் காப்பாளர் அகஸ்டின் பேச்சைத் தொடங்கினார்.

''இந்தக் கல்லறை மாயூரம் ஞானம்மா கல்லறை. இந்துப் பொண்ணு இது. தாய் தகப்பன் இல்லாத அனாதைப் பொண்ணு. எந்த ஊருன்னு தெரியாது. இந்த ஊருக்கு அந்தப் பொண்ணும் அது தம்பியும் வந்தாங்க. வரும்போது இந்த கான்வென்டைப் பார்த்திருக்காங்க (சாலைக்கு எதிர்ப்புறமுள்ள சின்னப்பர் கான்வென்டைக் காட்டுகிறார்). அந்தப் பொண்ணுக்கு 13-14 வயசு இருக்கும், பையனுக்கு 12-13 வயசு இருக்கும். அந்தப் பொண்ணுக்கு வயசுக்கு வந்துருவோம்னு பயம் வேற. அந்தப் பையன் கிட்ட, 'தம்பி, இனிமே நம்ம ரோட்டுல வாழமுடியாது, நான் இந்த கான்வென்டுல சேர்ந்துக்குறேன்', அப்டின்னு சொல்லுது. அப்ப கான்வென்டுல பசங்களை எல்லாம் உள்ள விடமாட்டாங்க. அந்தப் பொண்ணு மட்டும் கிறிஸ்டியனா மாறி கான்வெண்ட்டுல சேர்ந்திருச்சு. அந்தப் பையன் கல்லறைத் தோட்டத்துல தங்கிட்டான். அங்க யாரு என்ன வேலை குடுத்தாலும் செஞ்சி, காசு வாங்கி வாழ்க்கையை ஓட்டுனான். கான்வெண்டுல சேர்ந்த உடனே அந்தப் பொண்ணு பெரிய மனுஷி ஆயிடுச்சி. ஆனா கொஞ்ச காலத்துல வைசூரி கண்டு இறந்துருச்சு.''

''அதைக் கொண்டுவந்து இங்க அடக்கம் பண்ணுனாங்க. போறவங்க, வர்றவங்க எல்லாம் அந்தக் கல்லறைய பார்த்து

வழிபாட்டில் இருந்ததாகச் சொல்லப்படும் ஞானம்மாள் கல்லறை

கையெடுத்துக் கும்பிட்டாங்க. அவுங்களுக்கு நல்ல பலன் கிடைச்சுது. அப்படியே பிரபல்யமாக ஆரம்பிச்சுருச்சு. இந்தப் பொண்ணோட பேரு பரவி, எல்லாரும் தேடி வர ஆரம்பிச்சாங்க. பக்கத்துல உள்ள மாவட்டங்களுக்கும் தெரிய ஆரம்பிச்சுருச்சு. இந்தப் பக்கம் காரைக்குடி, செட்டிநாடு வர்லியும், அந்தப் பக்கம் விருத்தாசலம் வரைக்கும் பிரபல்யமாகி, வண்டி கட்டிக்கிட்டு வந்து கெடா வெட்டி சோறாக்கிப் போடுற அளவுக்கு ஆச்சு. 1940-1945க்கு முன்னால இந்த கல்லறை அவ்வளவு பேரொட இருந்துச்சு. இந்தக் கட்டடமே 300 வருஷத்துக்கு முன்னாடி கட்டுனது. அப்பலேர்ந்து 1940 வரைக்கும் வந்து இங்க கும்பிட்டுட்டு இருந்தாங்கதான். முழுக்க சுண்ணாம்பு கட்டடம், கீழ எல்லாம் ஓட்டை விழுந்து போச்சு. நாங்க சிமிண்டு தேச்சு பூசியிருக்கோம்.''

''விபூதிப் புதனுக்கு முந்தின ஞாயித்துக் கிழமை கரித்திருநாள்னு கொண்டாடுவாங்க. அந்த நாளுக்கு எல்லாரும் வண்டி கட்டிட்டு, கெடா புடிச்சிட்டு வந்து இங்க சமைச்சு சோறாக்கி எல்லாருக்கும் விருந்து போடுவாங்க. நாப்பது கெடா, அம்பது கெடா வெட்டுவாங்க. என் காலத்துக்கு நான் பார்த்திருக்கேன். இப்ப முன்ன மாதிரி நிறைய பேரு வர்றதில்ல. எப்பயாவது யாராவது ஒரு சிலர் ஞாபகமா வந்து வேண்டிக்கிட்டு போறாங்க. இந்த ஊருக்காரங்க கல்லறைக்கு வரும்போது இந்த கல்லறைக்கும் வந்து வத்தி கொளுத்தி வச்சிட்டுப் போறதுண்டு'', எனச் சொல்கிறார். பேசிக்கொண்டே இருவரும் அங்குள்ள மற்ற பழைய கல்லறைகளை நோட்டம் விடுகிறோம். அமிர்தசாமிப் பிள்ளை என்ற அரசு மருந்தாளுநர் (apothecary) ஒருவரின் கல்லறை பழைய வாசகங்களுடன் தெரிந்தது. இந்தப் பக்கம் பிள்ளைமார் அதிகமோ, என்ற என் கேள்விக்கு, 'இல்ல..நாடாருங்கதான் அதிகம். அவுங்களும் ரொம்ப காலமா இங்க இருக்காங்க', என்கிறார்.

கல்லறைத் தோட்டத்தின் மற்றொரு வாயில் வழியாக சிலர் உள்ளே நுழைந்து சிற்றாலயம் போலிருந்த இன்னொரு கட்டடத்துக்கு வண்ணம் பூசிக்கொண்டிருந்தனர். ''நூறு வருஷத்துக்கு முன்னாடி மாயவரம் சேர்மனா இருந்தவரு டேவிட் நாடார்னு..அவர் கல்லறை அந்தப் பக்கம் இருக்கு வாங்க'', என அகஸ்டின் அழைக்கிறார். அந்த சிற்றாலயத்தைக் கைகாட்டுகிறார். அது ஒரு குடும்பக் கல்லறை (vault). பெரும்பாலும் பெரிய குடும்பங்கள், செல்வாக்கான குடும்பங்களில் இறப்பவர்கள் பலரையும் ஒரே குழிக்குள் பெட்டகம் போல ஒன்றன்மேல் ஒன்றாக அடக்கம் செய்வது வழக்கம். அவர் சுட்டிய கல்லறையின் முகப்பில் பொன்னுசாமி நாடார், அவர் தந்தை சவரிநாடார், அவர்கள்

மருமகன் என்.டேவிட் நாடார் (முனிசிபல் சேர்மன்) என மூன்று பெயர்கள் கல்வெட்டில் வெட்டப்பட்டிருந்தன. சிற்றாலயத்தின் பீடப் பகுதியிலும், சுற்றுப் பகுதியிலும் வரிசையாக அந்தக் குடும்பத்தினரது புகைப்படங்கள் காணப்பட்டன. குறைந்தபட்சம் 12 நபர்கள் அங்கு அடக்கம் செய்யப்பட்டிருக்கவேண்டும். அவர்களில் 21 வயதில் இறந்துபோன டேவிட் மரகதபுஷ்ப வில்லியின் புகைப்படம் மனதை ஏதோ செய்தது. "Go home my loved ones and shed no tears அப்டின்னு எழுதியிருக்கு பாருங்க", என வெளியே கல்வெட்டைச் சுட்டிக்காட்டுகிறார் அகஸ்டின். "அட... இங்கிலிஷ் இவ்வளவு அழகா வாசிக்கிறீங்களே" எனக் கேட்டால், "ஐயம் ஓல்டு எஸ் எஸ் எல் சி", எனப் பெருமை பொங்க சிரிக்கிறார்.

அவருக்கு நன்றி சொல்லி, சிற்றாலயத்திலிருந்து வெளியேறினேன். உறவினர் ஒருவர் வீட்டில் மதிய உணவின்போது வேதநாயகம் குறித்து வேறு தகவல்கள் கிடைக்குமா எனக் கேட்டேன். அவர்கள் வேதநாயகத்தின் மேல் அளவிடமுடியாத பற்றுள்ளவரும், அவரது நாடகங்களை மாயூரத்தில் நடத்தியவருமான டி.ஆர்.பால்ராஜின் (86) வீட்டுக்குச அழைத்துச்சென்றனர். பால்ராஜும் அவரது மூன்று நண்பர்களும் ஒரு காலத்தில் மாயவரத்தில் நெருங்கிய நண்பர்களாக இருந்து, வேதநாயகம் குறித்து ஊரறியச் செய்திருக்கின்றனர். "நான், டி.எக்ஸ். பிரான்சிஸ், டாக்டர் ஜஸ்டின், ராதாகிருஷ்ணன் நாங்க நாலு பேரும்தான் வேதநாயகம் பிள்ளையுடைய நாடகப் பிரதி எல்லாம் அவுங்க மருமகன் கிட்ட கேட்டு வாங்கினோம். ஆனா எங்களுக்கு டிராமா போடுறத பத்தி எதுவும் தெரியாது. அதுக்கு தமிழ் பண்டிட் ஒருத்தரைப் புடிச்சோம். அவர்தான் நாடகம் நடத்துறது கொள்றது எல்லாமே செய்வார். நாங்க அவர் கூப்பிடுற அன்னிக்கு சொல்ற இடத்துக்கு போவோம் அவ்வளவுதான். மத்தபடி நாடகம் இயக்கம், நடிப்பு, நடிகர்கள புடிக்கிறது எல்லாமே அந்த தமிழ் பண்டிட்தான். வேதநாயகம் பிள்ளை எப்படி வந்தாரு, எப்படி வாழ்ந்தாரு அப்டின்னு அவருடைய வாழ்க்கையை சொல்ற நாடகம் அது", எனச் சொல்கிறார் பால்ராஜ்.

"ராதாகிருஷ்ணன் கோ-ஆப்பரேட்டிவ் சப்ரெஜிஸ்டிராரா இருந்தாரு. நாங்க சவுக்குத் தோட்டம் பக்கம் போய் உக்காந்து நாடகம் போடுறத பத்தி மணிக்கணக்கா பேசுவோம். அப்போ ஆர்.எம்.வீரப்பன் மினிஸ்டரா இருந்தவரு, எங்களுக்கு சப்போர்ட் பண்ணினாரு. நாடகத்த எடுத்து நடத்துங்கன்னு அவர்தான் ரொம்ப எங்களை என்கரேஜ் பண்ணினார். திருவெண்காடு, திருச்சி, மாயவரம்னு அங்கங்க இந்த வேதநாயகம் நாடகத்தைப் போட்டோம்.

மாயவரத்துல நாங்க நாடகம் போட்ட இடத்துக்குப் பேரே 'வேதநாயகம் பிள்ளை கலையரங்கம்'தான். நாலு மணி நேரம் நாடகம் நடக்கும். அதுக்கு வசனம் எழுதினவரு புலவர் மதிவாணன் அப்டினு ஒருத்தர். முஸ்லிமான அவரு இந்துவா மதம் மாறினவரு. நாங்கலாம் சும்மா. அவர் தாம்மா எல்லாம். மதிவாணன்தான் முழு வேலையும் எடுத்து செஞ்சாரு. நாங்க அவரை வேலை வாங்கிக் கிட்டோம், அவ்வளவுதான். இந்த வேதநாயகம் நாடகத்தைப் பார்க்க கே.ஆர்.விஜயா எல்லாம் ஒரு காலத்துல வந்துருக்காங்க. நாடக நடிகர்கள் பேரெல்லாம் அவ்வளவா நினைவில்ல. ஆனா வின்செண்ட் அப்டினு ஒருத்தர் 'பிராம்ப்டரா' இருந்தாரு. நாடகத்துல அங்கங்க வேதநாயகம்பிள்ளை எழுதின பாட்டும் வரும். வசனமும், பாட்டுமாதான் அந்த நாடகம் இருக்கும். மாயவரம் முனிசிபாலிட்டியுடைய முதல் சேர்மனா அவர்தான் வந்தாரு. அதைப் பத்தியும், பிரதாப முதலியார் சரித்திரம் பத்தியும் அந்த நாடகத்துல வரும். அவருடைய பிறப்புல இருந்து இறக்குற வரை அவருடைய முழு கதையும் நாடகமா சொல்லுவாங்க. ஒரு அஞ்சு வருஷம்... கிட்டத்தட்ட அம்பது தடவை அந்த நாடகத்த வேற வேற இடங்கள்ல போட்டுருப்போம். சம்மர்ல வயல்ல இருக்குற நெல்லை எல்லாம் அறுத்த பிறகு களத்துல பெரும்பாலும் நாடகம் போடுவோம். எங்களுடைய சொந்த ஆசைக்கு போட்டதுதான் நாடகம் எல்லாம்'', எனச் சொல்கிறார்.

''அவருடைய வாழ்க்கை வரலாறை எல்லாருக்கும் கொண்டு சேர்க்கணும்னுதான் நாடகம் போட்டது. அவருடைய பையன், பேரன் எல்லாம் வக்கீல்களா இருந்தாங்க. அவருடைய கிரேட் கிராண்ட்சன் கூட வக்கீல்தான். கடலூர்ல இருக்காரு. இப்பதான் ரெண்டு வருஷத்துக்கு முன்னாடி அந்தப் பையனுக்கு கல்யாணம் ஆச்சு. வேதநாயகம்பிள்ளை, மகன் ஞானப்பிரகாசம் பிள்ளை, அவர் மகன் ஆரோக்கியசாமிப் பிள்ளை, அவர் மகன் பால் வேதநாயகம். பிரபலநாதன், பீட்டர் அப்டின்னு அவருக்கு மகன்கள் உண்டு. இதுல பால் வேதநாயகத்தோட பையனுக்கு இன்னிக்கு 65 வயசாச்சு. வேதநாயகத்தோட இந்த சிலை தஞ்சாவூர் பிஷப் சுந்தர்ராஜ் காலத்துல வச்சதுதான்.''

''திருச்சியில அமுதன் அடிகள் அப்டின்னு ஒரு சாமியார் இருக்காரு. அவருதான் இந்தக் கல்லறை எல்லாம் எடுத்துக்கட்டி, கல்வெட்டு வச்சி, புதுக்கோயில் வாசல்ல சிலைய வச்சாரு. பின்னால கோயில் ரினொவேஷன் வேலை நடக்கும்போது, பாதுகாப்பா இருக்கட்டும்னு கல்லறைக்கு வந்துருச்சு சிலை. திரும்பப் போகவே இல்ல. பங்கு சாமியாரும் மக்களும் அதைப் பத்தி பெருசா கவலைப்படல.

இருந்தா என்ன இல்லன்னா என்னாங்குற மாதிரி ஆயிட்டாங்க. சர்ச் முன்னாடி இருந்த பெரிய கேட் பக்கத்துலயே அழகா முன்னாடி இருந்துச்சு அந்த சிலை. ஒவ்வொரு தடவையும் புதுசா எம்.எல்.ஏ. எலக்ஷன்ல ஜெயிச்சதும் அந்த சிலையை இடம் மாத்தி வைக்கிறத பத்தி பேசுவாங்க, அப்புறம் அப்படியே மறந்து போயிடுவாங்க. குத்தாலத்தோட முன்னாள் எம்.எல்.ஏ, ஜெயலலிதா பீரியட்ல அவரோட பையன் அப்டின்னு பலரும் அதப்பத்தி பேசுனாங்க. எல்லார் கிட்டயும் நான் பெட்டிஷன் எழுதிக் குடுத்திருக்கேன், தினகரன்ல கூட ஒரு தடவை பதிவு பண்ணினேன். ஆனா சிலைய யாரும் கண்டுக்கல'', எனவும் குறிப்பிடுகிறார் பால்ராஜ்.

''இப்ப பாரதிய ஜனதா கட்சி ஆளுங்களும் சிலை கல்லறைத் தோட்டத்துல இருக்கக் கூடாது, அங்க இருந்து அகற்றணும்னு சொல்லிட்டு இருக்காங்க. புது கோர்ட் பில்டிங் கட்டும்போது அங்க அவர் சிலையை முதல்ல கொண்டு போய் வைக்கணும்னு முயற்சி பண்ணுனோம். அதுவும் நடக்கல. ஒவ்வொரு வருஷமும் அவருடைய இறந்த நாளுக்கு மாலை போடக் கட்டாயம் அங்க போவேன். நான் ஃபர்ஸ்ட் ஃபார்ம், செக்கண்ட் ஃபாரம் படிக்கும் போதெல்லாம் வேதநாயகத்தோட மருமக உயிரோட இருந்தாங்க. அப்ப சர்வசமயக் கீர்த்தனைகள், பிரதாப முதலியார் சரித்திரம் புக்கு எல்லாம் ஒரு ரூபா, ரெண்டு ரூபாய்க்கு வித்துட்டு இருந்தாங்க. சைவ சித்தாந்த நூற்பதிப்பு கழகம் கிட்டதான் அவருடைய எல்லா புக்கோட ரைட்சும் இருந்துச்சு. கலைஞரோட கடைசி பீரியட்ல அவருடைய நூல் எல்லாம் நாட்டுடைமை ஆக்குனாங்க. அவுங்க குடும்பத்துல எல்லாரையும் கூட்டி வச்சு பணம் எல்லாம் குடுத்தாரு. வேதநாயகம் பேரனோட மருமக லில்லி- அவுங்க எனக்கு அக்கா... அவுங்க அந்தப் படத்தை எல்லாம் எனக்கு அனுப்பி வச்சாங்க. நான் சின்னப் புள்ளையா இருக்கச்ச ஆல் இந்திய ரேடியோல தினமும் காலைல அவருடைய பாட்டை போடுவாங்க. 'மனமே நீ ஈசன் நாமத்தை போற்று' பாட்டெல்லாம் தினமும் போடுவாங்க. திருச்சியில உள்ள பாடகர் ஒருத்தர்தான் தினமும் பாடுவாரு. ஆனா பாருங்க சர்ச்சுல அவருடைய பாடல்களைப் பாடினதா எனக்கு நினைவில்ல'', எனக் கூறுகிறார்.

''வேதநாயகம் பிள்ளையோட வீடு மணிக்கூண்டுல இருந்து போஸ்டாபீஸ் போற வழியில இன்னிக்கு சீமாட்டி இருக்குற இடத்துக்கு எதிர்த்தாப்புல இருந்துச்சு. அந்த இடத்துல இப்ப வெரைட்டி ஹால் கடை இருக்கு. அந்த இடத்தை எப்படியாவது பணம் குடுத்து வாங்கணும்னு நானு, அண்ணன் (பிரான்சிஸ்) எல்லாரும் எவ்வளவோ முயற்சி பண்ணுனோம். முடியல.

அதுவும், அது பக்கத்து வீடும் அவர் வீடுதான். இன்னும் நிறைய இருந்த சொத்தை எல்லாம் தாது வருஷப் பஞ்சத்துல மக்களுக்கு சாப்பாடு போடுறதுக்காக வித்துட்டாரு. அவரு சொத்த வித்து கட்டுன கஞ்சித் தொட்டி மாமரத்து மேடை அப்டிங்குற இடத்துல இருந்துச்சு. இன்னிக்கு டாக்டர் ரவிச்சந்திரன் கிளினிக் பக்கத்து எடம் அது. அந்த மேடைக்கு எதுக்க குளம் இருந்துச்சு. அஞ்சடி நீளம் இருக்கும் அந்தக் கஞ்சித் தொட்டி. நானே சின்ன வயசுல அதைப் பார்த்திருக்கேன். அந்தத் தொட்டி சும்மாதான் கிடந்தது. ஆர்.எம். வீரப்பன் 1980கள்ல வந்தப்ப அவரை அழைச்சுட்டு போய் அந்த இடத்தை எல்லாம் போட்டோ எடுத்தாங்க. அப்போ லேடி ஒருத்தங்க ஆர்.டி.ஓ.வா இருந்தாங்க. அவுங்களுக்கு வேதநாயகம் மேல ரொம்ப ஆர்வம். எங்கிட்ட இருந்த அவர் எழுதின புஸ்தகமெல்லாம் அவுங்க ஆர்வமா வாங்கிட்டுப் போய்ட்டாங்க. அப்பதான் ஆர்.எம்.வீரப்பன் வேதநாயகத்துக்கு ஒரு நினைவு மண்டபம் கட்டணும் அப்டின்னு சொன்னாரு. அப்பதான் அந்த வெரைட்டி ஹால் இருக்கிற இடத்த மண்டபம் கட்ட வாங்க முயற்சி பண்ணினோம். ஆனா என்ன காரணமோ அது நடக்காமயே போச்சும்மா'', என்கிறார்.

இவர் சொல்வதை ஆமோதிப்பது போல முனைவர் இராச கலைவாணி கட்டுரை ஒன்றில், 1953ம் ஆண்டு 'மாயூரம் முன்சீப் கவிஞர் வேதநாயகனார் இலக்கியப் பேரவை' என்ற அமைப்பு தொடங்கப்பட்டது எனவும், அப்பேரவையின் சார்பாக 28.09.1980 அன்று இதன் வெள்ளிவிழா வெகு விமரிசையாக மயிலாடுதுறையில் கொண்டாடப்பட்டது எனவும் குறிப்பிடுகிறார். விழாவில் ராம வீரப்பன், கி.ஆ.பெ.விசுவநாதம், வி.ஜி. சந்தோஷம் உள்ளிட்டோர் கலந்துகொண்டதாகவும் அவர் எழுதியுள்ளார். பேரவையின் தலைவர் ஆர்.லெட்சுமணன், செயலர் புலவர் மதிவாணன் ஆகியோர் விழாவில் கலந்துகொண்டனர். விழாவில் மதிவாணன் எழுதி இயக்கிய வேதநாயகம் நாடகம் ஐம்பதாவது முறையாக மயிலாடுதுறை நகராட்சி மேல்நிலைப்பள்ளி மைதானத்தில் அரங்கேற்றம் செய்யப்பட்டது. நாடகத்துக்கு பி.டி.ராஜன் இசைய மைத்திருந்தார் என்ற கூடுதல் தகவலும் நமக்கு அக்கட்டுரையில் கிடைக்கிறது.

டேவிட் நாடாரின் வழித்தோன்றலான ஸ்டீபன் பெர்னார்ட் அவர்களின் வீட்டுக்கு செல்லும் வாய்ப்பு மாலையில் கிடைத்து. 1889ம் ஆண்டு கட்டப்பட்ட பிரம்மாண்ட பண்டைய வீடு அது. வாசல் தாழ்வாரத்தில் பர்மா தேக்குத் தூண்கள் வரிசை கட்டி நிற்கின்றன. கருந்தேக்கினாலான பழைய வீட்டின் கதவு, இப்போது

மயிலாடுதுறை எப்டபன் வீட்டுக் கூடமும்,
அவர்கள் வழிபடும் பீடமும்

பக்கவாட்டு அறை ஒன்றின் கதவாக, கம்பீரமாக நிற்கிறது. கல்யாணக் கூடத்தில் வரிசையாகத் தேக்குத் தூண்கள் தெரிகின்றன. ஒவ்வொரு தூணும் ஒற்றைத் தடியில் செய்யப்பட்டது என பெர்னார்ட் விளக்குகிறார். உள் கூடத்தில் அழகிய சிற்றாலய பீடம் போன்ற அமைப்பு உள்ளது. அந்தக் காலத்தில் திருமண மண்டபங்கள் இல்லை என்பதால், குடும்பக்கல்யாணங்கள் இந்தக் கல்யாணக்கூடத்தில் வைத்தே நடத்தப்பட்டுள்ளன. ஏழு நாள்கள் நடக்கும் திருமண சடங்குகளில் குடும்பம் மொத்தமும் கலந்து கொள்ள இந்தப் பெரிய கூடங்கள் பயனுள்ளதாக இருந்திருக்க வேண்டும்.

1999-2000ம் ஆண்டு ரெட் ஆக்சைடு தரையாக இருந்ததை மாற்றி பராமரிக்க வசதியாக டைல்ஸ் பதித்துள்ளார்கள். கூடத்தின் ஒரு பக்கச் சுவரில் வரிசையாகக் குடும்ப உறுப்பினர்களின் படங்கள் விளக்கத்துடன் தொங்கிக்கொண்டிருக்கின்றன. குடும்பத்தின் தொன்மையை சௌரி நாடார் என்ற பொன்னுசாமி நாடார் காலம் முதல் அறிந்திருக்கின்றனர். 1846ல் பிறந்த இவருக்கு ஏழு கிராமங்களும், 3500 (500 வேலி) ஏக்கர் நஞ்சை மற்றும் புஞ்சை நிலங்களும் மயிலாடுதுறை பகுதியில் சொந்தமாக இருந்துள்ளன. சிறந்த ரோமை கத்தோலிக்கப் பற்றாளராக இவர் இருந்துள்ளார். பணம் படைத்தவர்கள் மட்டுமே ஒரு காலத்தில் தேர்தலில்

நிற்கலாம் என்றிருந்த பிரிட்டிஷாரின் நடைமுறையை இவர்கள் சரியாக பயன்படுத்திக்கொண்டனர்.

இவரது மனைவி கித்தேரியம்மாள், கன்னி மரியின் தீவிர பற்றாளர். இவர்களுக்கு மரிய ரோசம்மாள், மரிய கண்ணம்மாள் என இரண்டு மகள்கள். அவர்களுக்குத் திருமணம் செய்துவைக்க, குடும்ப சொத்துகள் இரண்டாகப் பிரிந்தன. 'கிட்டத்தட்ட மொத்த மாவட்டமுமே இரண்டாகப் பிரிக்கப்பட்டது போல' என பெர்னர்ட் சொல்கிறார். இந்தத் தம்பதியின் முதல் மகள் மரிய கண்ணம் மாளைத்தான் மயிலாடுதுறை முனிசிபல் சேர்மனான டேவிட் மணந்தார். சீர்காழி நாயகம், ஞானம்மாள் (பொன்னுசாமியின் தங்கை) தம்பதியின் மகனான டேவிட் ஒன்பது ஆண்டுகள் மயிலாடுதுறை முனிசிபல் சேர்மனாக இருந்துள்ளார். அவருக்கு இரண்டு மகன்களும், இரண்டு மகள்களும் உண்டு. இவரது மூத்த மகன் சேவியர் இலங்கை கண்டி மற்றும் கேம்பிரிட்ஜ் பல்கலைக் கழகத்தில் கல்வி பயின்றவர். மாயவரம் முனிசிபாலிட்டியின் துணைத் தலைவராக இருந்தவர். தஞ்சை யேசுமுத்துவின் மகள் செங்கோல் மேரியைக் கைபிடித்தார். செங்கோல் மேரியின் புகைப்படம் என்னை ஆச்சரியத்தில் ஆழ்த்தியது. பட்டுச் சேலை, சட்டை, கைகளில் கையுறை, தலையில் திரை மற்றும் மலர்க்கட்டு, கழுத்தில் அழுத்தமான ஆரம், பதக்கத்துடன் கூடிய கழுத்தணி, குறுக்கு மாலை, கால்களில் பூட்ஸ் என அந்தக் காலத்திலேயே வெகு நவீனமாக இவர் இருந்திருக்கிறார். இந்தத் தம்பதிக்கு இரண்டு மகன்களும் ஒரு மகளும் இருந்துள்ளனர்.

சேவியர்- செங்கோல் மேரி தம்பதியின் மூத்த மகன் ஸ்டீபன். இவரது காலத்தில்தான் இவ்வீடு கட்டப்பட்டது. ஸ்டீபனின் மனைவி ரோசலின். இவர் தஞ்சை ராவ் பகதூர் ஏ.ஒய்.அருளானந்தசாமி (பரிசுத்த நாடார்) குடும்பத்தின் மகள். தஞ்சை நகராட்சியில் அவர் நகராட்சித் தலைவராக இருந்தவர். கூடத்தின் நடுவே பீடம் ஒன்று உள்ளது. அதில் திரு இருதய ஆண்டவரின் சுரூபம், அதன் கீழ் பாடுபட்ட சுரூபம், அந்தோணியார், சவேரியார், திருக்குடும்ப சுரூபங்கள், வேளாங்கண்ணி மாதா மற்றும் குழந்தை இயேசு சுரூபங்கள் உள்ளன. இந்தக் குடும்பத்தின் பூர்வீகம் அருகிலுள்ள ஆத்துக்குடி என்ற கிராமம். அங்கு இக்குடும்பத்துக்கென சிற்றாலயம் ஒன்றும் கட்டியுள்ளனர். சௌரி நாடாரின் தந்தை மதுரையைச் சேர்ந்தவர் எனவும் அங்கிருந்து மயிலாடுதுறையில் வந்து குடியேறியவர்கள் அக்குடும்பத்தினர் எனவும் பெர்னார்ட் சொல்கிறார்.வேளாண்மை, மது விற்பனை ஒப்பந்தம் (Abkari Contracts) போன்றவையே குடும்பத் தொழில்களாக இருந்துள்ளன.

இலங்கை, பர்மா உள்ளிட்ட நாடுகளில் இக்குடும்பத்தினர் தொழில் செய்திருக்கின்றனர். யாழ்ப்பாணத்திலிருந்து பனங்கொட்டைகளைக் கொண்டுவந்து வறண்ட பகுதிகளில் பயிர் செய்திருக்கின்றனர். இந்தப் பகுதியில் தற்போதுள்ள பனை மரங்கள் பெரும்பாலும் யாழ்ப்பாணத்துப் பனை மரங்களே எனவும் பெர்னார்ட் கூறுகிறார். 1975ம் ஆண்டு பட்டயக் கணக்காளர் படிப்பை முடித்தவர் இவர். மயிலாடுதுறையில் பட்டயக் கணக்காளராகப் பணியாற்றி வருகிறார்.

1999-2000 ஆண்டில் வீடு புனரமைக்கப்படும்போது குடும்பத்தினரது படங்களை ஒழுங்குபடுத்தி, அவர்களது வரலாற்றையும் எழுதி வைத்திருக்கிறார். வீட்டுக்குப் பின்புறம் கிட்டத்தட்ட 200 மூட்டைகள் அடுக்கக்கூடிய அளவுக்குப் பெரிய பத்தாயம் இருந்ததாகச் சொல்கிறார். மாட்டுத் தொழு தனியே இருந்துள்ளது. கொல்லைப் பகுதியில் இறகுப்பந்து விளையாட்டரங்கம் ஒன்றும் இருக்கிறது. ஒய்.எம்.சி.ஏ. மாயவரம் அமைப்பின் உறுப்பினர்கள் இங்கு வந்து நட்பு ரீதியாக ஷட்டில் விளையாடிச் செல்வதுண்டு எனவும் பெர்னார்ட் குறிப்பிடுகிறார். பணியாள்களுக்கு தனியே வசிப்பிடமும் கொல்லைப் பகுதியில் இருந்துள்ளது. ஒரு கட்டத்தில் பந்திப்பாய்களை கூடத்தில் போட்டே வைத்திருப்பார் களாம். அந்தப் பாய்களில் எண்கள் எழுதப்பட்டிருக்கும் எனவும் பெர்னார்ட் கூறுகிறார். அந்த எண்களின் படி அந்தந்த இடத்தில் பாய் விரிக்கப்படும் என்கிறார். கூடத்தின் ஒரு பகுதியில் சிறு மணவறை போன்ற அமைப்பும் தயாராக இருக்கிறது. திருமணச் சடங்குகளில் உபதேசியார் வீடுகளுக்கு வந்து மங்களம் பாடுவது, மணை ஏற்றுவது போன்றவை உண்டு என்கிறார்.

சவுரி நாடாரின் மகளான மரிய ரோசம்மாளின் மகள் ஒருவர் மடத்தில் கன்னியாஸ்திரியாகப் போகும் விருப்பம் தெரிவிக்க, மகளைப் பக்கத்தில் வைத்துப் பார்த்துக்கொள்ள எண்ணிய குடும்பம் தூய பவுல் சபைக்கு இடம் இலவசமாக அளித்தது; மடத்தை அவ்விடத்தில் கட்டும்படி வேண்டுகோளும் வைத்தது. ஊரில் இன்றும் பல இடங்கள் சவுரி நாடாரின் குடும்பத்துக்குச் சொந்த மானதாகவே இருக்கின்றன என பெர்னார்ட் குறிப்பிடுகிறார். இவ்வீட்டின் அமைப்பு செட்டிநாட்டு வீடுகளைப் போல அச்சு அசலாக இருக்கிறது. வாயிலில் மேசை போட்டு ஒரு காலத்தில் கணக்கர் உட்கார்ந்த இடத்தில் இன்று பெர்னார்ட் அமர்ந்திருக் கிறார். உள் கூடம், அறைகள், பத்தாயம், நீண்ட சமையலறை என ஒரு பெரும் செட்டிநாட்டு வீட்டை சுற்றிவந்த உணர்வு ஏற்பட்டதைத் தவிர்க்க முடியவில்லை.

''இந்த ஊர் சர்ச் (பிரான்சிஸ் சேவியர் ஆலயம்) ரொம்ப பழமையானது. ஜான் டி பிரிட்டோ இந்த சர்ச்சுல பங்கு குருவாப் பணியாற்றியிருக்காரு. மங்கநல்லூர் பக்கம் உள்ள பில்லாவிடந்தை ஆலயத்தில் அருளானந்தர் பங்கு குருவாக இருந்தார். அங்க உள்ள பழைய ரிக்கார்டுகள்ல இந்த சர்ச்சுக்கு 1850கள்ல எங்க குடும்பம் இடம் குடுத்தது இருக்குன்னு சொல்றாங்க. ஆனா அத வெரிஃபை பண்ண முடியல. மாயவரம் கல்லறைத் தோட்டம் இருக்குற இடம் அரசு முனிசிபாலிட்டியோட இடம். முன்னாடி காலத்துல கல்லறைக்கு இந்தப் பக்கம்தான் டவுன். கல்லறை பக்கம் எல்லாம் ஊருக்கு ஒதுக்குப்புறப் பகுதி. காமராஜர் காலத்துல பஸ் ஸ்டான்ட அங்க கொண்டுட்டு போனாங்க. இன்னிக்கு ஊர் அதைச் சுத்தியும் வளர்ந்து போச்சு. ஒரு காலத்துல மல்லிகைத் தோட்டம், மாந்தோப்புன்னு இருந்த ஊரு இது. இந்த மல்லிகைத் தோட்டத்துல இருந்து அரும்பு பறிச்சு, கட்டி சென்னைல இருந்த எங்க அத்தைக்கு தினமும் ட்ரெயின்ல பூ கொண்டுக்கிட்டுப் போவாங்க அப்டின்னு சொல்லக் கேள்வி. பார்டிஷன்ல ஒவ்வொருத்தருக்கா சொத்தைப் பிரிச்சுக் குடுத்து, அதுல நிறைய வித்து எல்லாம் முடிச்சாச்சு'', என பெர்னார்ட் சொல்கிறார்.

''நம்பிக்கை மேரின்னு ஒரு பொண்ணு இந்த குடும்பத்துல இருந்து சிஸ்டரா போச்சு. அவுங்களுக்காகத்தான் செயின்ட் பால்ஸ் பக்கமா இருந்த மல்லிகைத் தோட்டத்த மடத்துக்கு எங்க குடும்பத்துல எழுதி வச்சாங்க. புளூ சிஸ்டர்ஸ்னு சொல்வோம் இல்லையா, அந்த பாண்டிச்சேரி காங்கிரகேஷனுக்கு (இம்மாகுலேட் ஹார்ட் ஆஃப் மேரி சபை) இடம் எழுதிக் குடுத்தாங்க. நம்பிக்கை மேரி உடம்பு சரியில்லாம இருந்தாங்க. அப்போ கிராமத்துல இருந்து இங்க வரவங்கலாம் வந்து தங்கி, கணக்கெழுதி குடுத்துட்டுப் போற மாதிரி ஒரு வீடு வச்சிருந்தாங்க. அந்த கான்வென்டுல இருந்து இந்த வீட்டுக்கு ஒரு ரகசிய வழி ஒண்ண வச்சி, நம்பிக்கை மேரியை அந்த வீட்டுல பாதுகாத்து சிகிச்சை குடுத்து பார்த்துக்கிட்டாங்க. அவ்வளவு செஞ்சும் அந்த பொண்ணு இறந்து போச்சு, அதன் பிறகு அந்த வழிய எல்லாம் அடைச்சாங்க. 1920களுக்கு முன்னாடியே இது நடந்திருக்கணும். அதே போல சீர்காழில உள்ள ஃபாத்திமா சர்ச்சும் பொன்னுசாமி நாடார் கட்டிக் குடுத்ததுதான். டேவிட் நாடாருக்கு எட்டு வருஷமா குழந்தை இல்லை. அவருக்குக் குழந்தை பிறந்தா சர்ச் ஒண்ண கட்டிக்குடுக்குறதா வேண்டிக்கிட்ட பிறகு குழந்தை பிறந்துச்சாம். அதுக்காக அந்த சர்ச்ச சொந்த செலவுல கட்டிக் குடுத்தாங்க. அதே போல திருச்சி செயின்ட் ஜோசப் காலேஜுக்கு இடம் குடுத்ததாகவும் சொல்லுவாங்க. எனக்கு அது சரியா

தெரியல... எப்ப எவ்வளவு குடுத்தாங்கன்னு... மயிலாடுதுறை முனிசிபல் சேர்மனா டேவிட் இருந்தப்ப கொரநாடு முனிசிபல் ஸ்கூல் கட்டடம் எல்லாம் நம்ம எஸ்டேட்ல இருந்து கட்டிக் குடுத்துருக்காங்க. அந்த காலத்துல நிறைய இந்த ஊருக்கு பண்ணி இருக்காங்க'', எனவும் சொல்கிறார்.

கிறிஸ்தவத்துக்காக சொந்த நிலபுலன்களைக் கொடுத்த குடும்பத்தையும் இன்று நினைவு கொள்வாரில்லை; சொத்தை விற்று ஊர் மக்கள் பஞ்சம் தீர்த்த மனிதனின் சிலையை வைக்கவும் மயிலாடுதுறையில் சரியான இடமில்லை.

சான்றுகள்

- மேதை வேதநாயகம் - நல்லூர் நாகலிங்கம்
- தமிழ் வளர்த்த நல்லறிஞர்கள் – குன்றக்குடி பெரிய பெருமாள்
- மாயூரம் முன்சீப் வேதநாயகம் பிள்ளை வாழ்வும் வாக்கும் - முனைவர். இராச.கலைவாணி
- http://www.mahakavibharathiyar.info/vaazhvum_vaakum/photos_369/vethanayagam%20pillai.pdf

36

கோவிலூர் – பாஸ்கு நாடகம்

பாஸ்கு நாடகங்களில் நடிப்பவர்கள் பெரும்பாலும் வழிவழியாக குடும்பங்களாக அந்த வேடங்களை ஏற்று நடிக்கின்றனர். வேடமேற்று நடிப்பவரால் நடிக்க முடியாத சூழல் ஏற்படும்போது, தேர்தல் நடத்தி, நடிக்க தகுந்த ஆளைத் தேர்ந்தெடுக்கின்றனர்

•

மகனே மகனே மகனே...
பூமகனை சீமகனை ஒப்பில்லா நற்சுதனை
நல்மகனை காண்பதெப்போ மகனே மகனே மகனே...
பூமிதனை மீட்கவென பொன்னுலகை விட்டுவந்த
சாமிதனை வேண்டி மகனே... மகனே... மகனே...
போகிறீரோ என் மகனே பொன்னுலக நல்மணியே
பாரின்மேலே பாடுகள் (2)- பட்டிடவோ
போகிறீரோ என் மகனே பொன்னுலக நல்மணியே
பாரின்மேலே பாடுகள் (2)- பட்டிடவோ
ஏரோதுக்காக பயந்து எழில்பத்துக்கு உனையெடுத்தேன்
பரதேசி பாலனாய் (2)- வளர்த்துவந்தேன்
பெற்றெடுத்த நாள்முதலாய் பிறரொருவர் கைதொடாது
நற்றவள் உம்மை நான் (2)- வளர்த்துவந்தேன்
ஆறிரண்டாய் ஆண்டினிலே அமரனேநான் உனைக்காணாது
மூவிரண்டாண்டினில் (2)- வளர்த்துவந்தேன்

ஆ மகனே அருமைக்கண்ணே அன்னையிடம் விடையைப்பெற்று
புவியை ரட்சிக்க (2) – போகிறீரோ
போகிறீரோ என் மகனே பொன்னுலக நல்மணியே
பாரின்மேல் பாடுகள் (2)- பட்டிடவோ

- மாதா புலம்பல், பாடியவர் மகிமை ராஜ், ராயப்பர் வேடம் அணிபவர், பாஸ்கு நாடகம், கோவிலூர்

தர்மபுரி மாவட்டம் நல்லம்பள்ளிக்கு அடுத்து இருக்கிறது கோவிலூர். அம்மறைமாவட்டத்தின் மிகப் பழமையான ஊர்; கோவிலூர்- தருமபுரி என்றேதான் இந்த ஆலயம் அமைந்த இடம் கிறிஸ்தவத் தரவுகளில் பதிவு செய்யப்பட்டுள்ளது. கோவில் அமைந்த ஊர் என்பதால் ஊரின் பெயரே கோவிலூராக மறுவி நிற்கிறது எனவும் வாசிக்க நேர்ந்தது. தமிழகத்தின் மிகவும் பின் தங்கிய மாவட்டங்களில் ஒன்று என தர்மபுரி பல காலம் அறியப்பட்டு வந்துள்ளது. அவ்வூரில் கிட்டத்தட்ட 300 ஆண்டு களுக்கு முன்பே ரோமை கத்தோலிக்க கிறிஸ்தவம் அழுத்தமாகக் குடிகொண்டுவிட்டது என்ற குறிப்புகளைப் படித்ததும், எப்படியும் அங்கு சென்று பார்த்துவிடுவது எனக் கிளம்பியாயிற்று. இம்முறை பயணத்துணை அன்பு சித்தப்பாவும் சித்தியும். அதிலும் சித்தி சமீபத்தில் ஏற்பட்ட விபத்து ஒன்றில் சிக்கி, முதுகு எலும்பை சீராக்க கழுத்துக்கும் முதுகுக்கும் பட்டை அணிந்திருந்தார். இவ்வளவு கடினமான பயணத்தை மேற்கொள்ள வேண்டுமா என்ற என் கேள்வியை, அவர் சட்டை செய்ததாகத் தெரியவில்லை. ஆலயங் களைப் பார்க்க வேண்டும், வணங்கவேண்டும் என்ற தெய்வபக்தி அவருக்கு... வரலாறையும், வாழ்வியலையும் மட்டுமே பார்க்கும் பார்வை நமக்கு. எப்படி இருந்தால் என்ன, பயணிக்கும் காரணம் வேறு என்றாலும், போகுமிடம் ஒன்று தானே?

கோவிலூரை அடையும்போது காலை பதினோரு மணி இருக்கும். வழக்கம் போல வெய்யில் சுள்ளென முகத்தில் அறைந்தது. ஆலயத்தைச் சுற்றிப் பார்த்துவிட்டு, மேலதிக தகவலறிய கோயில்பிள்ளை அல்லது உபதேசியாரை அணுகலாம் என்ற எண்ணம். பெருவெளியில் அமைந்த பிரம்மாண்டமான ஆலயமாக கோவிலூர் சவேரியார் ஆலயம் காட்சி தருகிறது. காதிக் (Gothic) பாணி கட்டட அமைப்பிலான சிலுவை வடிவக் கோயில், பீடத்தின் மேல் குவிமாடம், வளைவுகள், பிரம்மாண்ட தூண்கள் என தொன்மை மாறாமல் புனரமைக்கப்பட்டிருந்தது. ஆலய முகப்பில், கோவை மறைமாவட்டத்தின் முதல் ஆயர் மெல்கியோர் மரியோன் தி பிரெசிலாக் (Melchior Marion De Bresillac) அடிகள் நினைவாக

கல்வெட்டு ஒன்று பதிக்கப்பட்டுள்ளது. 1813ம் ஆண்டு பிறந்த பிரெசிலாக், 1843ம் ஆண்டு இந்த ஆலயத்தில் குருவாகப் பணியாற்றியுள்ளார்; 1846 முதல் 1855ம் ஆண்டுவரை கோவை மறைமாவட்ட ஆயராகப் பணியாற்றியுள்ளார். 1856ம் ஆண்டு ஆப்பிரிக்கா சென்று, அங்கு ஆப்பிரிக்க மிஷன் சொசைட்டிக்கு அடித்தளமிட்டுள்ளார். அவரது நினைவைப் போற்றும் வகையில் ஆப்பிரிக்க மிஷன் சொசைட்டியின் இந்தியப் பிரிவு, அவரது 150வது நினைவு நாளன்று இந்தக் கல்வெட்டை கோவிலூர் ஆலய வாயிலில் நிறுவியுள்ளது.

இந்தப் 'புதிய ஆலயக்' கட்டுமானப் பணியை 1897ம் ஆண்டு அருட்பணி. சுரேல் (Surel) தொடங்கியதாக இன்னொரு கல்வெட்டு தெரிவிக்கிறது. 11.09.1912 அன்று ஆலயம் அன்றைய பாண்டி-கடலூர் மறைமாவட்ட ஆயர் மொரேல் அடிகளால் நேர்ந்தளிக்கப்பட்டுள்ளது. 2011ம் ஆண்டு ஆலயம் புதுப்பிக்கப்பட்டுள்ளது. இன்றும் பழமையின் பொலிவு மாறாமல், புதிய கட்டடமாக அழகுற மிளிர்கிறது. ஆலய பலிபீடத்தில் பாடுபட்ட ஆண்டவரின் சுரூபம் வெள்ளைத்துணியால் போர்த்தப்பட்டு மூடப்பட்டிருந்தது. பெரிய வாரம் என்பதால் இந்த ஏற்பாடு. நடுசாலையின் வலதுபக்க சுவரில் குழந்தை இயேசு சுரூபமும், இடப்பக்க சுவரில் மரிய மதலேனாள் சுரூபமும் வைக்கப்பட்டுள்ளன. திராட்சைக் கொடி செதுக்கப்பட்ட கல்லாலான அழகிய திருமுழுக்குத் தொட்டி ஆலயத்தில் உள்ளது. பீடத்துக்கு இடதுபுறம் திவ்விய நற்கருணை ஆராதனை நடந்து கொண்டிருந்தது. அங்கிருந்த அருட்சகோதரி ஒருவரிடம் உபதேசியாரை சந்திக்க முடியுமா எனக் கேட்க, அவரும் அலைபேசியில் உபதேசியாரை அழைத்தார். சற்று நேரத்தில் வந்துவிடுவதாக அவர் அலைபேசியில் சொல்ல, ஆலயத்தின் வெளியே இருந்த கல்லறையை நோட்டம் விட்டேன். பாரீஸ் வெளிநாட்டு மிஷன் குருவான அருட்தந்தை சொவினே (Souvinet) – 1882-1944 என்ற கல்வெட்டுப்பெயர் தாங்கிய கல்லறை ஒன்று ஆலயத்துக்கு வலதுபக்கம் அமைந்துள்ளது.

சற்று நேரத்தில் உபதேசியார் வந்துவிட, அவரிடம் ஆலயம் பற்றிய தகவல்களைக் கேட்டேன். முழு வரலாறும் அருள்தந்தை சூசைராஜ் என்பவர் தொகுத்த நூல் ஒன்றில் இருப்பதாகவும், அதைத் தேடித் தருவதாகவும் சொன்னவர், ஆலயக் குளம் குறித்துப் பேசினார். கிறிஸ்தவ தேவாலயங்கள் குளத்துடன் காணப்படுவது அரிதிலும் அரிது. புதுவையை அடுத்த வில்லியனூரில் மாதா கோயிலில் குளம் ஒன்றை வெட்டி, லூர்து நகரிலிருந்து நீர் கொண்டுவந்து நிரப்பினர்

என வாசித்தது நினைவுக்கு வந்தது. கோவிலூர் ஆலயமும் குளத்தை ஒட்டியே அமைந்தது. குளம் இன்று தூர்க்கப்பட்டுவிட்டது. குளம் இருந்த இடம் என சிறு நீரூற்று ஒன்றைக் காட்டியவர், ஒரு காலத்தில் மக்களுக்குக் குடிநீர் அளித்துவந்த குளம் அது எனவும், கிறிஸ்தவர்கள் இந்தக் குளத்தை நம்பியே அதன் கரையில் வசிக்கத் தொடங்கினர் எனவும் கூறினார். திருவிழாவின்போது குளத்தில் 'வெல்லமிடும் சடங்கும்' முன்பு நடைபெற்றுள்ளதை நினைவுகூர்ந்தார். உபதேசியாரிடம் பேசிக்கொண்டே பங்குத் தந்தையின் இல்லத்தை அடைந்தோம்.

பங்குத்தந்தை யேசுதாஸ், ''இயேசு சபை குருக்கள் வளர்த்தெடுத்த மையம் கோவிலூர். தொடக்கத்தில் மதுரை மிஷன் கட்டுப்பாட்டில் இருந்து, பின்னர் மைசூர் மிஷனின் கீழ்வந்தது. மிஷனரிகள் தங்கிப் பணியாற்றிய மையமாக கோவிலூர் இருந்தது. புனித அருளானந்தர் (ஜான் டி பிரிட்டோ) கோவிலூரில் தங்கி தர்மபுரி பகுதியில் மறைபரப்பு செய்துவந்தார். 1633ம் ஆண்டு முதலே கோவிலூர் தனி பங்காக இயங்கிவந்தது. மதுரை மிஷன் பணி தளம் மிகப் பெரிய பரப்புடையதாக இருந்தது. இங்கிருந்துதான் காக்காவேரி பங்கையும் இயேசு சபை குருக்கள் கவனித்து வந்தனர். ஒரே காலகட்டத்தில் அருகருகே இயங்கி வந்த பங்குகள் காக்காவேரியும், கோவிலூரும்...இங்கிருந்து தெற்கே கும்பகோணம் வரையும், இங்கிருந்து வடக்கே மைசூர் வரையும், கிழக்கே செங்கல்பட்டு வரையும் மதுரை மிஷனின் கட்டுப்பாட்டில்தான் தொடக்கத்தில் இருந்தது. இந்தப் பகுதியை சரிவர கவனிக்க இயலாத காரணத்தால், கோவிலூர் மைசூர் மிஷனுக்கு அளிக்கப்பட்டது. மைசூர் மிஷன் குரு சின்னமி என்பவரால் தொடங்கப்பட்டது. ஹைதரலி மற்றும் திப்பு சுல்தானிடத்தில் இவருக்கு நல்ல உறவு இருந்தது. ஆங்கிலோ-மைசூர் போரின்போது இந்தப் பக்கம் கிறிஸ்தவ மறைபரப்புப்பணி கடும் சிக்கலுக்குள்ளானது'', எனத் தொடங்கினார்.

''இந்தப் போர்களின்போது கிறிஸ்தவ ஆலயங்கள் எரிக்கப்பட்டன; கிறிஸ்தவ மக்கள் சிதறுண்டு போனார்கள். 18ம் நூற்றாண்டில் இயேசு சபை முடக்கப்பட்டது. போர்ச்சுகீசிய பதுரதோ முறை குருக்களுக்கும், இயேசு சபையினருக்கும் இடையே மோதல்கள் ஏற்பட்டன. கிறிஸ்தவ மறைபரப்பு தளங்கள் பிரெஞ்சு மறைப் பணியாளர்களிடம் ஒப்படைக்கப்பட்டன. காலனியாதிக்க நாடுகளில் சிக்கல் பெரிதானது. சிக்கலைத் தீர்க்க தமிழகத்தில் பாரீஸ் வெளிநாட்டு மிஷன் பாதிரிகள் புதுவையில் பணியைத் தொடங்கியதும், தர்மபுரி உள்ளிட்ட பகுதிகள் அவர்கள் வசம் ஒப்படைக்கப்பட்டது. 1633ம் ஆண்டு கோவிலூர் தனி பங்காக அறிவிக்கப்பட்டது.

தர்மபுரியை ஒட்டிய கடகத்தூரில் குறுநில மன்னன் ஒருவர் ஆண்டுவந்தார். அவரது அவையில் இரண்டு கத்தோலிக்க கிறிஸ்தவக் குடும்பங்கள் இருந்தன. அங்குதான் முதலில் மறைபரப்பாளர்கள் தங்கள் பணியைத் தொடங்கினர்; அதன்பின் கோவிலூரை வந்தடைந்தனர். அப்போது இவ்வூரின் பெயர் வெல்லப்பநாயக்கன்பட்டி/பெல்லப்பநாயகன்பட்டி. முதல் ஆலயம் கோவிலூர் குளத்தின் கரையில்தான் கட்டப்பட்டது. இன்றும் அங்கு ஒரு மரத்தாலான சிலுவை நடப்பட்டிருப்பதை நீங்கள் பார்க்கலாம். அங்குதான் மக்களும் குடியிருந்தனர். இன்று கொட்டம்பட்டி என்ற துணைப்பங்காக ஒரு கிலோமீட்டர் தொலைவில் அந்தப் பகுதி உள்ளது.''

''அங்கிருந்து இந்தப் பகுதிக்கு 1680ம் ஆண்டு மக்கள் இடம்பெயர்ந்தனர். மிஷனரிகள் வந்து போகும் இடமாக, அவர்கள் மைசூர் செல்லும்போது தங்கும் இடமாக கோவிலூர் இருந்தது. இங்கு அவர்கள் தங்க வசதியாக மடம் (presbytery) ஒன்று கட்டப் பட்டது. அரண்மனை போல அந்த மடம் அமைக்கப்பட்டது. அந்தப் பழைய கட்டடம் இன்று இல்லை. அங்கிருந்த முக்கிய தரவுகள் அவற்றின் முக்கியத்துவம் அறியப்படாமல், அழிக்கப்பட்டு விட்டன. இப்போது 2018ம் ஆண்டு புது பிரெஸ்பைட்டரி கட்டப் பட்டுவிட்டது. 1860ம் ஆண்டிலிருந்து சில திருமுழுக்கு தரவுகள் இங்கு பாதுகாக்கப்பட்டுள்ளன. பாரீஸ் மிஷன் பாதிரிகள் தரவுகள் சேகரிப்பதிலும், பாதுகாப்பதிலும் கவனமுடன் செயல்பட்டிருக் கின்றனர். பிரெஞ்சு மொழியில் உள்ள திருமுழுக்கு தரவுகள், குடும்பங்களைப் பற்றிய வரலாற்றுச் செய்திகளைச் சொல்லும் பொக்கிஷங்களாகவே இருக்கின்றன. தந்தை சூசைராஜ் அந்தத் தரவுகளுடன், இன்னும் பல நூல்களை ஆராய்ந்து கோவிலூர் பற்றி எழுதியிருக்கிறார்.''

''தந்தை பிரெசிலாக் இங்கு ஒரு ஆண்டு துணை குருவாகப் பணியாற்றியபின், கோவையின் ஆயராக நியமிக்கப்பட்டார். ஆனால் இங்கு நிலவிய சாதிய சிக்கல்கள் அவருக்கு பெரும் தலைவலியாக அமைந்தன. அதனால் எரிச்சலடைந்து தன் ஆயர் பணியை ராஜினாமா செய்தார். 'ஆப்பிரிக்க மிஷன் சொசைட்டி' என்ற சபையைத் தோற்றுவித்து, அங்கு பணி செய்யச் சென்றார். பிரெசிலாக் இப்போது வணக்கத்துக்குரியவர். அவருக்கு புனிதர் பட்டம் பெறும் முயற்சியை சபை முன்னெடுத்திருக்கிறது.''

''எடப்பாடியில் சுமார் 360 ஆண்டுகளாக நடந்து வரும் பாஸ்கு நாடகத்தை (Passion Play) இங்குள்ள பங்கு குரு ஒருவர்

பார்த்திருக்கிறார். அவர் அந்த நாடகத்தை இங்கும் கொண்டுவந்தார். எடப்பாடியில் இந்நாடகத்தில் வண்ணார் சமூகத்தைச் சேர்ந்தவர்கள் நடிப்பதைக் கண்டவர், அங்கிருந்து 40 குடும்பங்களை கோவிலூருக்கு அழைத்துவந்து அங்கங்கே உள்ள கிராமங்களில் அவர்களைக் குடிவைத்தார். வண்ணார் சமூகத்தவர் மிகுந்த பக்தி உடையவர்கள்; போலவே அவர்கள் வீடுகளுக்கு சலவை செய்யச் செல்லும்போதும், வரும்போதும் கடவுளைப் பற்றி மக்களிடம் எடுத்துச் சொல்லி மறைமுகமாக மறைப்பணி செய்வார்கள் என அவர் நம்பினார். முன்பு வாய்ப்பாட்டாக இருந்தது இன்று ஒலி, ஒளி நாடக வடிவில் நடத்தப்படுகிறது. மேரி, வெரோனிக்காள், பேதுரு, யூதாஸ் ஆகிய வேடங்களை ஏற்று நடிப்பவர்கள் அருமையாகப் பாடுகின்றனர்.''

''இன்றும் 14 ஊர்களில் மூன்று அல்லது நான்கு குடும்பங்களாக இந்த வண்ணார் மக்கள் என் பங்கில் இருக்கின்றனர். அதிக பக்தியுடையவர்கள் இவர்கள். ஆலயத்துக்கு என்ன தேவை என்றாலும், இன்றும் கணக்கே பார்க்காமல் செய்யும் மக்களாகவே இந்த வண்ணார்கள் இருக்கின்றனர். 1957வரை இங்கு வெளிநாட்டவர்தான் குருக்களாகப் பணியாற்றியுள்ளனர். 1958க்குப் பிறகு மலையாளத்தைத் தாய்மொழியாகக் கொண்ட குருக்கள் இங்கு பணியாற்றினர். 1930ம் ஆண்டுவாக்கில் கும்பகோணம் மறைமாவட்டத்தில் இருந்து சேலம் தனியே பிரிக்கப்பட்டபோது, சேலம் மாவட்டத்தின்கீழ் இந்தப் பகுதி வந்தது. 1997ம் ஆண்டு தர்மபுரி மறைமாவட்டம் உருவானபோது, கொங்கரக்கோட்டை இதன் துணைப்பங்கானது. கொட்டம்பட்டி, சித்தூர், நார்த்தம்பட்டி என கோவிலூருக்கு இன்று மூன்று துணைப் பங்குகள் உண்டு. இயேசு சபைக் குருக்கள் முதலில் இங்கு வந்த காரணத்தால், அவர்கள் விருப்பத்தின் பேரில் இத சவேரியார் ஆலயமானது. நம் பங்குக்கு இரண்டு பாதுகாவலர்கள் உண்டு. ஆரம்பம் முதலே சவேரியார்தான் பாதுகாவலர். 1960ம் ஆண்டு சிறுமலர் குழந்தை இயேசுவின் தெரசாள் புனிதையாக அறிவிக்கப்பட்டபோது, பிரெஞ்சு மிஷன் பாதிரிகள் அவரையும் பங்கின் பாதுகாவலியாக அறிவித்தனர்.''

''இந்த ஆலயத்தில் பழைய சுரூபங்கள் எல்லாமே புனரமைப்புப் பணியின்போது மாற்றப்பட்டுவிட்டன. 16ம், 17ம் நூற்றாண்டில் இங்கு பயன்படுத்தப்பட்ட சுரூபங்கள் பெரும்பாலும் ஐரோப்பாவில் இருந்து கொண்டுவரப்பட்ட மரத்தாலானவை. கப்பலில் கொண்டு வர மர சுரூபங்கள் எளிதாக இருந்தன. இங்கு சவேரியாரின் மர சுரூபம் ஒன்று இருந்ததாகச் சொல்கின்றனர். கொசவம்பட்டி

சவேரியார் கோயிலில் இன்றும் பிரான்சிலிருந்து கொண்டுவரப் பட்ட சவேரியாரின் சிறு மர சுரூபம் பாதுகாப்பாக வைக்கப் பட்டிருக்கிறது. பழைய பங்குகளில் பணியாற்றிய பல குருக்களுக்கு இந்த சுரூபங்களின் முக்கியத்துவம் தெரியாத காரணத்தால், இன்று எங்கு பார்த்தாலும் பிளாஸ்டர் ஆஃப் பாரிஸ் சுரூபங்கள் ஆலயங்களில் வைக்கப்பட்டிருக்கின்றன. தொன்மையான சுரூபங்கள் காணாமல் போயிருக்கின்றன. கேரளாவில் இது போன்ற பழைய சுரூபங்களை வாங்க போட்டா போட்டி உண்டு. அங்கிருந்து இங்கு வந்து 10,000 ரூபாய், 20,000 ரூபாய்க்கு இங்குள்ள பழைய சுரூபங்களை வாங்கிச் சென்றுள்ளனர்.''

''சேலம் அரிசிப்பாளையத்தில் 1990ம் ஆண்டு நான் துணை குருவாக பணியாற்றிக்கொண்டிருந்தபோது அங்கு அருட்தந்தை அமல்ராஜ் வி.ஜி.யாக இருந்தார். அப்போது எடப்பாடியில் ஒரு குருவானவர் இருந்தார். அங்கு பழைய மரத்தாலான சுரூபங்கள் நிறைய இருந்தன. அங்கிருந்த பழைய பெரியநாயகி மாதா சுரூபத்தை வாங்கிச்செல்ல கேரளாவிலிருந்து ஒரு டீம் வந்திருந்தது. அப்போது யாரோ அமல்ராஜ் ஃபாதருக்கு அழைத்துச் சொல்ல, அங்கிருந்து 40 நிமிடங்கள் பயணித்து நாங்கள் எடப்பாடிக்குச் சென்றோம். அங்கு போனதும் கத்தி ஒன்றை வாங்கி அமல்ராஜ் ஃபாதர், பெரியநாயகி சுரூபத்தின் மூக்குப் பகுதியில் லேசாகச் சுரண்டிக்காட்டினார். சேண்ட் பேப்பர் ஒன்றை வாங்கி அதைத் தேய்த்துக் காட்டினார். சுரூபத்தின் முகம் முழுக்க முழுக்க தந்தத்தால் செய்யப்பட்டிருந்தது.''

''அதே போல பழைய சுரூபங்களை நீங்கள் பார்த்தால், அவற்றின் கண்கள், கை, கால்களை நீங்கள் அசைக்கும் வகையில் செய்யப் பட்டிருக்கும். திருகு, கம்பிகளை உள்ளே பொருத்தி, அவற்றை நகர்த்தும் வகையில் செய்திருப்பர். இங்குள்ள பாடுபட்ட சுரூபத்தின் கண், கை கால்களை அவ்வாறு அசைக்கமுடியும். பாஸ்கா நாடகங்களில் முதலில் அவ்வாறு கை, கால், கண் அசைக்கும் சுரூபங்களே பயன்படுத்தப்பட்டன. அதன்பிறகுதான் நடிகர்கள் அந்த இடங்களைப் பிடித்துக்கொண்டனர். பாஸ்கு நாடகத்தில் இயேசு (சுரூபம்) உயிர்த்து எழுந்து வரும்போது, எதிர்ப்புறத்திலுள்ல தேரிலிருந்து மாதா, அருளப்பர் சுரூபங்கள் இயேசுவைக் கையெடுத்துக் கும்பிடுவது போல சுரூபங்களின் கைகளை அசைப்பர். இப்போதும் இங்கு இந்த வழக்கம் உண்டு.''

''ஈஸ்டருக்குப் பிந்தைய வெள்ளிக்கிழமை அன்று நடக்கும் பாஸ்கு விழாவில் இந்தக் காட்சி கட்டாயம் இங்கு இடம்பெறும். தூம்பா

ஊர்வலம் நடக்கும். முதல் நாளிரவு பெரிய பாஸ்கா நடைபெறும், அடுத்த நாள் ஒரு மணி நேர நிகழ்வாக பேய் பாஸ்கா நடக்கும். கிறிஸ்து உயிர்ப்பு காட்சி அப்போது நிகழ்த்தப்படும். அந்த இரவில் உயிர்த்த ஆண்டவரின் சுரூபத்தை தேரில் எடுத்து ஊரைச் சுற்றிக் கொண்டுவருவர். அப்போது கோயில் கதவை தேர் நெருங்கும் போது, இங்கிருந்து இரண்டு சிறு தேர்களில் மாதா, அருளப்பர் சுரூபங்கள் கொண்டு செல்லப்பட்டு, அந்த சுரூபங்கள் கையெடுத்து வணங்க, உயிர்த்த இயேசு சுரூபத் தேர் ஆலய வளாகத்துக்குள் வரும். கயிறு கட்டி அவ்வாறு சுரூபங்களை நகர்த்துவர். அந்த இரண்டு சுரூபங்களும் தேர்க் கொட்டாயில்தான் இருக்கின்றன.''

''பாடுபட்ட சுரூபத்திற்கும் கண் அசைவு, கழுத்தசைவு செய்ய முடியும். திருப்பாடுகளின்போது அந்த சுரூபத்தின் கண், கழுத்தை அசைப்பதுண்டு. தூம்பாவிலும் அந்த சுரூபத்தை எடுத்துச் செல்வர். தூம்பாவை சுமந்து செல்ல, இங்கு நிறைய இந்துக்கள் வருவது வழக்கம். அவர்கள் சுரூபத்துக்கு மாலை அணிவித்து, கதறி அழுவதும் நடக்கும். சவேரியார் குளத்தில் பாஸ்கு காலத்தின் போது வெல்லமும், உப்பும் போடும் வழக்கம் இங்கு மக்களிடம் உண்டு. இங்கு நேர்ச்சை என்றால் வெல்லம், உப்பு நேர்ச்சைதான். வெல்லத்தை குளத்தில் போட்டுவிட்டு, அதைப் 'புதுமை' என எடுத்துச் சென்றுவிடுவர்.

''புதுவை ஆயர் இங்கு ஒரு முறை வந்தபோது, காலராவால் நிறைய மக்கள் இங்கு இறந்துகொண்டிருந்தனர். அப்போது அவர் இந்தக் குளத்தின் கரையில் சவேரியாருக்கு நவநாள் ஜெபம் சொல்லுங்கள், நோய் உங்களை விட்டு அகலும் எனச் சொன்னார். மக்களும் நம்பிக்கையாக ஜெபித்தனர்; காலரா அகன்றது. அப்போது முதல் இந்தக்குளம் வெகு பிரபலம். காலம் செல்லச் செல்ல, அழுக்கு நீரும் குளத்தில் கலக்க ஆரம்பிக்க, எனக்கு முன்பு இங்கு இருந்த குரு அதைத் தூர்த்துவிட்டார். அதன் நடுவே இருந்த கிணறு மட்டும் இன்றும் பாதுகாப்பாக வைக்கப்பட்டிருக்கிறது. அந்தக் குளத்தின் மத்தியில் முப்பது நாற்பது அடி ஆழத்தில் நீர் இருக்குமாம். ஏற்றம் கூட இறைத்திருக்கின்றனர். இங்கு நான் வந்தபோது, அந்தக் கிணறு மூடப்பட்டு, அதன் மேல் சவேரியாரின் சுரூபம் ஒன்று வைக்கப் பட்டிருந்தது. கடந்த ஆண்டு ஆலயத்தை புனரமைத்துக் கொண்டிருந்தபோது இந்தக் குளம் இருந்த பகுதியில் மூன்றடிக்கு சிறிய தொட்டி போன்ற அமைப்பைக் கட்டினோம். அதில் திருவிழா சமயத்தில் மக்கள் வெல்லம் போடும் வகையில் ஏற்பாடு செய்து கொடுத்தோம். விழா முடிந்ததும் அங்கு வெல்லத்தை அகற்றிவிட்டு, தண்ணீரை சுத்தம் செய்துவிடுவோம். அந்த

இடத்தைப் பயன்படுத்த வேண்டும் என ஒவ்வொரு மாதமும் முதல் திங்கள் அன்று சவேரியார் குளம் பகுதியில் பூசை வைக்கிறேன்.''

"இங்கு லத்தீன் பாடல்கள் பெரும்பாலும் வழக்கொழிந்து போயுள்ளன. ஆனால் இறப்பு பூசையில் லீபெரா பாடும் வழக்கம் உண்டு. அப்போது லத்தீன் வாசிக்கும் வழக்கம் எங்கள் எல்லோருக்கும் உண்டு. இன்று அந்தப் பழக்கம் எல்லாம் இல்லை. எங்களுக்கு மூன்று திருவிழாக்கள் முக்கியம். அக்டோபர் ஒன்று அன்று திரு இருதய ஆண்டவர் விழாவும், டிசம்பர் மூன்று சவேரியார் திருவிழாவும் இங்கு விமர்சையாகக் கொண்டாடப் படும். பாஸ்கா முடிந்து அடுத்த எட்டாவது நாள் பெரிய தேர் திருவிழாவும் கொண்டாடப்படும். 150 ஆண்டுகளுக்குமுன் பங்கில் தொடக்கப்பள்ளியாகத் தொடங்கப்பட்ட செயின்ட் ஜான்ஸ் பள்ளி, இன்று உயர்நிலைப்பள்ளியாக வளர்ந்திருக்கிறது. இரண்டு துறவியர் சபைகள் இங்கு உள்ளன. பாண்டி புளூ சிஸ்டர்ஸ் சபை இங்கு இருக்கிறது. சபையை நிறுவிய நிறுவனரும் இங்கு சில காலம் தங்கியிருந்திருக்கிறார். செயின்ட் தாமஸ் ஆண் மற்றும் பெண்கள் விடுதிகளும் இங்கு தொடங்கப்பட்டன. தாமஸ் பள்ளி மற்றும் தாமஸ் பெண்கள் விடுதியை அருட்சகோதரிகள் கவனிக்கின்றனர். ஜான்ஸ் பள்ளி மற்றும் ஆண்கள் விடுதியை நாங்கள் கவனித்துக் கொள்கிறோம். விடுதியை நடத்துவது இன்று எளிதாக இல்லை. நிறைய நிதியுதவியை ரத்து செய்துவிட்டனர். அடிக்கடி கண்காணிப்புக்கும் வந்து செல்கின்றனர். தங்குமிடமும், உணவும் தரும் விடுதிகளாக அல்லாமல், இருக்கும் விடுதிகளை தங்கும் விடுதிகளாக (ஹாஸ்டல்) மாற்றும் முயற்சிகளைச் செய்து வருகிறோம்.''

"பாஸ்கு நாடகங்களில் நடிப்பவர்கள் பெரும்பாலும் வழிவழியாக குடும்பங்களாக அந்த வேடங்களை எடுத்து நடிக்கின்றனர். ஒரு வேளை அந்த வேடமேற்று நடிப்பவரால் நடிக்க முடியாத சூழல் ஏற்பட்டால், அந்த வேடத்தில் நடிப்பதற்கு தேர்தல் நடத்தி, தகுந்த ஆளைத் தேர்ந்தெடுப்போம்.. நம் பங்கைப் பொறுத்தவரை நான்கு சாதியினர் வசிக்கின்றனர். வன்னியர், இடையர், வண்ணார், பறையர் என நான்கு சாதியினர் இங்கு உண்டு. சித்தூர், சவுகார் பேட்டை பகுதியில் வசித்தவர்கள் கே.ஜி.எஃப். சுரங்க வேலை களுக்குச் சென்றனர். அவர்களில் பலர் இப்போது பெங்களூரில் குடியேறிவிட்டனர். 1988ம் ஆண்டு சித்தூரில் ஒரு கொலை நடந்து, அதன் காரணமாக இந்துக்கள்-கிறிஸ்தவர்கள் இடையே பல சிக்கல்கள் எழுந்தன. இந்து வன்னியர்கள் ஆதிக்கத்தால் அப்பகுதி யில் ஒடுக்கப்பட்ட கிறிஸ்தவர்கள், அங்குள்ள சொத்துக்களை

விற்றுவிட்டு, இங்கு கோவிலூரில் வந்து குடியேறிவிட்டனர். நார்த்தம்பட்டி முழுக்க பறையர் மக்கள் வாழும் பகுதி. ஆனால் அங்கு ஆதிக்க செலுத்துவது இந்து வன்னியர்கள். நார்த்தம்பட்டி, சித்தூரில் பறையர் கிறிஸ்தவர்கள் வாழ்கின்றனர். லஷிஹம் பகுதியில் கிறிஸ்தவ வண்ணார் இன மக்கள் வசிக்கின்றனர். கோவிலூரில் 20 வண்ணார் குடும்பங்கள் இருக்கின்றன. கோவிலூரைப் பொறுத்தவரை வன்னியர்களும், இடையர்களும் அதிகம். வன்னியர்களும் இடையர்களும் பெண் கொடுத்து பெண் எடுத்துக் கொள்வதுண்டு. ஆனால் பறையர், வண்ணார் மக்களிடமிருந்து சற்று விலகியே இருக்கின்றனர். வன்னியர்கள் சவேரியார் குளம் மற்றும் கீழ்வீதி பகுதிகளில் வசிக்கின்றனர். இடையர்கள் மேல் தெரு பகுதியில் வசிக்கின்றனர். இப்போது யார் வேண்டுமானாலும் எங்கும் இடம், வீடு வாங்கலாம் என்ற சூழல் நிலவுகிறது.''

''இங்கே ஒவ்வொரு ஜாதிக்கும் ஒரு மணியகாரர் உண்டு. கோவிலூர் கோவிலைப் பொறுத்தவரை நான்கு மணியங்கள் உண்டு. அதே போல ஜாதிக்கொரு கோல்காரரும் உண்டு. துணைப்பங்கில் ஒரு மணியகாரர் மட்டுமே உண்டு. கொட்டம்பட்டு பகுதியில் வன்னியர் மற்றும் வெள்ளாளர் மக்கள் உண்டு, அங்கு வன்னியர் மணியம் ஒருவரும், கோல்காரர் ஒருவரும் உண்டு. நார்த்தம்பட்டியில் பறையர் மக்கள் கோல்காரராக, மணியமாக இருக்கின்றனர். சித்தூரிலும் அதே போல ஒரே மணியம், கோல்காரர் உண்டு. இவர்கள் இல்லாமல் பங்குப் பேரவை செயல்படுகிறது. மணியகாரர்தான் திருமனம், ஞானஸ்நானம் என சமூகப் பணிகள், நல்லது கெட்டது என அனைத்தையும் முடிவு செய்வார்; கோல்காரர் செய்தி கொண்டு செல்பவர், வரி வசூல் செய்பவர். கூட்டங்கள், மரண அறிவிப்புகள் போன்றவை அவரது பணி. அவர் வசூலித்து மணியத்திடம் தந்து, மணியகாரர் அதை பங்கு குருவிடம் தருவது வழக்கம்.''

''எந்த ஜாதியிலாவது பிரச்னை இருக்கிறது என்றால், நான் அந்தந்த மணியத்தை அழைத்து, உங்கள் சாதியினரிடம் இந்தப் பிரச்னை இருக்கிறது, சரி செய்யுங்கள் எனச் சொல்லிவிடுவேன்; அவர் அதை சரிசெய்வதற்கான முயற்சிகளை எடுப்பார். அந்தந்த சாதியினர் அவருக்குக் கட்டுப்பட்டவர்கள் என்பதால் பெரும்பாலும் பிரச்னைகள் சரியாகிவிடுகின்றன. ஒரு வேளை இரண்டு சாதியினரிடையே பிரச்னை என்றால், இரண்டு மணியகாரர்களையும் அழைத்து நான் நடுவராக உட்கார்ந்துகொண்டு பிரச்னையைத் தீர்க்கப் பார்ப்பேன். அன்பியத்தைச் சார்ந்து பங்குப்பேரவையில் 25 உறுப்பினர்கள் உண்டு. பொதுமக்கள் இல்லாமல் இரண்டு கான்வென்டுகளில்

இருந்தும் அருள்கோதரிகள் பங்குப் பேரவையில் உறுப்பினர்களாக இருக்கின்றனர். கேட்டகிஸ்ட்டும் (உபதேசியார்) இந்த பங்குப் பேரவையில் உறுப்பினர். மணியகாரர்களும் பங்குப் பேரவை உறுப்பினர்களாக இருக்கலாம். அதில் எல்லா ஜாதியினரும் எப்படியும் வந்துவிடுவர்.''

''அவசியம் ஏற்பட்டால் மட்டுமே பங்குப் பேரவை கூட்டத்தைக் கூட்டுவோம். பெரும்பாலும் அந்தந்த மணியம் மூலமே பிரச்னைகளைத் தீர்த்துக் கொள்வோம். முக்கியத் திருவிழா போன்ற சமயங்களில் மட்டும் அனைவரையும் பங்குப் பேரவை கூட்டம் போட்டு அழைத்து முடிவுகள் எடுப்போம். இனி கொஞ்சம் கொஞ்சமாக வீட்டுப் பிரச்னைகளை மணியங்கள் கொண்டும், ஆலயப் பிரச்னைகளை பங்குப் பேரவை கொண்டும் தீர்க்க வேண்டும் என நினைத்திருக்கிறேன். பார்க்கலாம்... இதுவரை அருள்சகோதரிகள் தவிர மற்ற பெண்களுக்கு பங்குப் பேரவைக் கூட்டங்களில் இடமில்லை. அதை மாற்றி, அதிகம் பெண்களை நிர்வாகத்தில் கொண்டுவரவேண்டும் என நினைக்கிறேன். அன்பியம் மூலம் பெண்களை பேரவைக்குள் கொண்டுவரும் வேலையைச் செய்யவேண்டும். கொஞ்சம் கொஞ்சமாக மணியகாரர் என்ற அமைப்பை ஓரம்கட்ட வேண்டும்.''

''மூன்றாண்டுக்கு ஒரு முறை மணியகாரர்களை சம்பந்தப்பட்ட சாதியினர் தேர்தலில் தேர்ந்தெடுக்கின்றனர். பங்குப் பேரவைக்கு முக்கியத்துவம் கொடுத்தால், மணியகாரர்களில் தேவை இல்லாமல் போகும். நான் இந்தப் பங்குக்கு வந்து மூன்றாண்டுகள் ஆகின்றன. இங்குள்ள இன்னொரு துறவற சபையினர் 'அப்போஸ் தலர்களின் அரசி' (Queen of the Apostles) உள்ளனர். தமிழகத்திலேயே தூத்துக்குடி கோவிலூர், விசுவாசப்பட்டி ஆகிய மூன்று இடங்களில்தான் இவர்கள் பணியாற்றுகின்றனர். தொழுநோய் ஒழிப்புப் பணி இவர்களின் முக்கியப்பணியாகும். தர்மபுரியில் தொழுநோய் அதிகம் இருந்த காலத்தில், இங்கு பணியாற்ற வியன்னாவில் இருந்து வந்த சகோதரிகள் இவர்கள். இவர்களது தலைமையிடம் கேரள மாநிலம் கொல்லத்திலுள்ள அஞ்சல் என்ற இடத்திலுள்ளது. இந்தப் பகுதியில் தொழுநோய் ஒழிப்பில் இவர்களது பங்கு மிக முக்கியமானது.''

''அவர்களது மறுவாழ்வு மையம் இங்கு மிகப்பெரியது. தறி கொட்டாய் உள்ளிட்ட பல பிரிவுகள் உண்டு. நிறைய அனாதைக் குழந்தைகளை இந்த சகோதரிகள் வளர்த்தெடுத்திருக்கின்றனர். 1980களில் வந்த ஆட்சியர் ஒருவர் தர்மபுரியை தொழுநோயற்ற

மாவட்டமாக அறிவித்தார். அதன் காரணமாக அவர்களுக்கு வந்துகொண்டிருந்த நிதியுதவி மொத்தமும் நின்றுபோனது. அவர்கள் இங்கு அனாதை இல்லம் ஒன்றை நடத்திவந்தனர். ஒவ்வொரு குழந்தைக்கு மாதம் 2000 ரூபாய் அரசு அளித்துவந்தது. சி.டபிள்யூ.சி சட்டத்தின் கீழ் அந்த அனாதை இல்லம் நடத்தப் பட்டது. ஆனால் இத்தனை குழந்தைகள்தான் இல்லத்தில் இருக்க வேண்டும் என்ற அரசு விதிக்குட்பட்டு குறைந்த எண்ணிக்கையில் இன்றும் ஆதரவற்ற குழந்தைகளை கவனித்துக் கொள்கின்றனர். அரசு உதவுபெறும் முதியோருக்கான முதியோர் இல்லம் ஒன்றும் இங்கு உண்டு. அரசு உதவிபெறும் மிகச்சிறு குழந்தைகளுக்கான காப்பகம் ஒன்றும் இங்கு இருக்கிறது. இங்கிருந்து தத்தெடுக்கப் பட்ட குழந்தைகள் ஐரோப்பாவுக்குக் கூட அனுப்பப்பட்டிருக்கின்றனர். அதையும் அந்த சபை சகோதரிகள் கவனித்துக் கொள்கின்றனர். சரும நோய்க்கான தனி கிளினிக் ஒன்றையும் அவர்கள் நடத்துகின்றனர்'', எனச் சொல்கிறார் அருட்தந்தை யேசுதாஸ்.

மாதா மற்றும் அருளப்பர் சுரூபங்களாக மாற்றப்படும் சட்டங்கள்

அவரிடமிருந்து விடைபெற்று, ஆலயத்தின் முன்பக்க மைதானத்தில் பெரிய மரத்தாலான சிலுவை நடப்பட்டிருந்த இடத்தை அடைகிறோம். அதில் சிவப்புத் துணி போர்த்தப்பட்டுள்ளது. அவ்வப்போது மக்கள் அங்கு வந்து ஜெபம் சொல்லிச் செல்கின்றனர். தேர்க் கொட்டகை மற்றும் நாடக அரங்கத்தின் (சவேரியார் கலையரங்கம்) அருகே இளைஞர்கள் சிலர் மறுவாரம் நடைபெறவிருந்த பாஸ்கு நாடகத்துக்கு பயிற்சி எடுத்துக்கொண்டு இருந்தனர். பாட்டும், வசனமுமாக அந்த இடமே பள்ளிக்கூடம் போலக் காட்சி தந்தது. அவர்களிடம் மெல்லப் பேச்சுக் கொடுத்ததில், முந்தைய ஆண்டு நாடகத்தின் காணொளிக் காட்சிகளை என் அலைபேசிக்கு அனுப்பி வைத்து கூடுதல் தகவல் பகிர்ந்தனர்.. நாடகத்தை முன்னின்று நடத்தும் ஓய்வுபெற்ற ஆசிரியர் ஒருவர் தேர்க் கொட்டகையைத் திறந்துகாட்டினார். அங்கு ஒரு ஓரமாக மாதா மற்றும் அருளப்பர் ‘அசைவு’ பொம்மைகளாக மாற்றப்படும் மரச்சட்டங்கள் காணப்பட்டன.

பனையோலை வேயப்பட்ட ஆளுயர மரச்சட்டங்களின் மேல் தலையைப் பொறுத்தி, கூந்தலை ஒட்டி, பிளாஸ்டர் ஆஃப் பாரிஸ் ‘முகம்’ சட்டத்தில் செருகி, அங்கி போன்ற ஆடைகளையும் அணிவித்துவிட்டு, சட்டங்களின் பின்பக்கமுள்ள கம்பி திருகைக் கொண்டு கைகளை அசைப்பது எப்படி எனவும் அவர் காட்டினார். பெட்டி ஒன்றில் முகம், கை, தோப்பா போன்றவை வைக்கப் பட்டதை எடுத்துக் காட்டினார். எங்களுடன் வந்த உபதேசியார், நாடகத்தில் இயேசு சிலுவை சுமக்கும் காட்சியில் பாடப்படும் பாடலைப் பாடிக்காட்டினார்.

கல்லும் கரைந்திடும் காட்சி
எந்தக் கயவர்கள் செய்திடும் சூழ்ச்சி
வெல்லும் வேதனை யாவும்
எமை வானில் சேர்க்கவோ நாளோ- கல்லும்
செந்நாய்கள் போல் யூதர் சூழ்ந்தார்
அவர் சிரசினில் முள்முடி தரித்தார் (2)
செந்நீர் ஆறாய் ஓட- உள்ளம்
பதறிடும் கொடுமைகள் புரிந்தார் (2)- கல்லும்

நாடக ஆசிரியர் கோவிலூர் வரலாற்று நூலை என்னிடம் சேர்க்கச் சொல்ல, குழுவிலிருந்த இளைஞர் ஒருவர் வேகமாக அதைப் படி எடுத்து வரச் சென்றார். நூற்றாண்டுக்கு முந்தைய உயிர்த்த ஆண்டவரின் தேர், தூம்பா போன்றவையும் காட்டினர். ‘‘பாஸ்கா நாடகத்துக்கு முந்தி ஏழு வெள்ளியும் நோன்பு இருப்போம்.

ஒருசந்தி- ஒரு வேளைதான் சாப்பிடுவோம். இயேசு வேஷம் முதலா எல்லா வேஷம் போடுறவங்களும் நோன்பு இருப்பாங்க. 170 வருஷத்துக்கு முன்ன என்ன ஸ்கிரிப்ட் இருந்துச்சோ அதையேதான் பேசி இன்னிக்கும் நடிக்கிறாங்க'', என விளக்குகிறார் ஓய்வுபெற்ற ஆசிரியர். ''இதை எல்லாம் எதுக்கு கேக்குறீங்க? இந்த புக் ரெஃபரன்ஸ் வச்சிக்கங்க, யூஸ்புல்லா இருக்கும்'', என ஒரு பழைய நூலைக் காட்டுகின்றனர் நாடகக் குழுவினர். நூலுக்கு பணம் ஏதும் வேண்டுமா எனக் கேட்டால் அதை வேகமாக மறுக்கின்றனர்.

தருமபுரி மறைமாவட்டத்தின் மூத்த பங்கு கோவிலூர். அவ்வைப் பாடிய அவரது நண்பரான அதியமான் ஆண்ட அதியமான் கோட்டைக்கு மிக அருகிலிருக்கும் ஊர். 1704ம் ஆண்டுமுதல் மறைப்பணியாளர்கள் இங்கு தங்கி, பணியாற்றியிருக்கின்றனர். கோவிலூரின் முந்தைய பெயர் பெல்லப்பகவுண்டஹள்ளி அல்லது வெள்ளையன்பேட்டை என அருட்தந்தை ஃபெரொலி (Ferroli) தன் 'மைசூர் இயேசுசபையினர்' (Jesuits in Mysore) நூலில் குறிப்பிட்டுள்ளார். வெள்ளையக் கவுண்டன்பட்டி எனவும் அந்த நூலில் இவ்வூர் குறிப்பிடப்படுகிறது. குடியிருப்புகள் குளத்தின் தென் கிழக்கே இருந்துள்ளன. அவ்வழியே நல்லம்பள்ளியில் இருந்து இலளிகம் செல்லும் வழித்தடம் இருந்துள்ளது.

இயேசு சபை குருக்கள் 1658ம் ஆண்டுதொட்டே இங்கு வந்து சென்றிருக்கின்றனர். அந்நாள்களில் நடந்த போர்கள், கொடிய பஞ்சம் போன்றவற்றால், சிதிலமடைந்த ஆலயத்தை, அவ்வப் போது மக்களே செப்பனிட்டிருக்கின்றனர். 1682ம் ஆண்டு மராட்டியர் படையெடுப்பில் ஆலயம் அதிகம் பாதிக்கப்பட்டது. 1700-1702க்குப் பிறகு மைசூர் மிஷன் குரு பிரான்சிஸ்கோ தோஸ் ரேஸ் இந்தப் பகுதியில் கிறிஸ்தவர்கள் எண்ணிக்கை அதிகம் என்பதை உணர்ந்து இங்கு குருக்கள் தங்க உறைவிடம் ஒன்றைக் கட்டினார். அன்று முதல் இந்த ஊர் கோவில் அமைந்த ஊர், கோவிலூர் என வழங்கப்பட்டது. 1830ம் ஆண்டில் மைசூர் மறைப்பணித்தளத்தை சீரமைக்கும் பணியில் ஈடுபட்ட அபே தூபே (Abbe Dubois) அடிகளாருக்கு உதவியாக இங்கு தங்கி பணியாற்றியவர் மார்க் ஆரோக்கியநாதர் அடிகள். இவரே பெல்லப்பன்கவுண்டன் பட்டியில் இயேசு சபையார் அமைத்த பங்கை இப்போது கோவிலூர் இருக்கும் பகுதிக்கு மாற்றினார். 1830வாக்கில் இன்றைய கோவிலூர் பகுதி இப்படித்தான் உருவானது.

இயேசு சபை ஒடுக்கத்துக்குப் பின் பாரீஸ் பிரெஞ்சு மிஷன் (MEP) குருக்கள் இப்பங்கை வளர்த்தெடுத்தனர். புதுவை ஆயர்

லவுவென்னான் தன் அறிக்கையில், ''தருமபுரி கோவிலூரரை நான் குறிப்பிட்டே ஆகவேண்டும். அங்கு திருச்சபை எதிர்காலத்தில் வளர்ந்து சிறப்புறும்'', என கூறியிருக்கிறார். 1648-1649ம் ஆண்டு மைசூர் மறைபரப்பு தளத்தை உருவாக்கிய அருட்தந்தை சின்னமியோடு வந்து இந்தப் பகுதியில் பணியாற்றியவர் அருட்தந்தை சிமாவோ மார்ட்டின். இவரே தருமபுரி பகுதியில் மறைப்பணி செய்த முதல் இயேசு சபை குருவாவார். 1673-1679ம் ஆண்டு வரை இவர் பணியாற்றிய போதே, தருமபுரியில் ஆலயம் ஒன்று கட்டப் பட்டது.1682 மராட்டியப் படையெடுப்பில் அந்த ஆலயம் அழிந்து போனது. 1674ம் ஆண்டு வெல்லப்பகவுண்டம்பட்டி ஆலயம் வழியாக அருளானந்தர் வந்து சென்றதாகக் குறிப்புகள் உள்ளன. 1710ம் ஆண்டுமுதல் குருக்கள் நிரந்தரமாக இங்கு தங்கி பணியாற்றினர்.

சந்தியாகு, பெர்னார்டு கார்சியா, முசி, ஆந்த்ரேயா, அந்தோனி பெரெய்ரா, பிரான்சிஸ் மெனசஸ் என பல குருக்கள் கோவிலூரில் தங்கி பணியாற்றியுள்ளனர். 1747ம் ஆண்டு விசுவாசிகளை விசாரிக்கும் முறையில் பெரும் மாற்றம் ஏற்பட்டது. அதற்கு முன்புவரை ஒடுக்கப்பட்ட மக்களை குருக்கள் ரகசியமாக இரவுகளில் சந்தித்து வந்தனர். இப்போது அவர்களுக்காகவே தனியே குருக்கள் நியமிக்கப்பட்டார்கள். இவர்களே பண்டார சுவாமிகள் எனப்பட்டனர். 1773ம் ஆண்டு இயேசு சபை பாப்பரசரால் முடக்கப்பட்டது. 1776ம் ஆண்டு மைசூர் மறைபரப்புத் தளம் பிரெஞ்சு பாரீஸ் வெளிநாட்டு மிஷன்வசம் ஒப்படைக்கப்பட்டது. அதைத் தொடர்ந்து நடந்த ஆங்கிலோ மைசூர் போர்களால் தருமபுரிக்கு சோதனைகாலம் தொடங்கியது. கிறிஸ்தவக் கோயில்கள் தீக்கிரையாயின; கிறிஸ்தவர்கள் பாதுகாப்பு தேடி, அஞ்சி இடம்பெயர்ந்தனர்.

திப்பு சுல்தான் இறந்த பிறகே, மைசூர் பகுதியில் பணியாற்ற கத்தோலிக்க குருக்களால் நுழைய முடிந்தது. 1795ம் ஆண்டு மைசூர் தளம் ஆபே தூபேயிடம் ஒப்படைக்கப்பட்டது. பரந்துவிரிந்த இந்தப் பணி தளத்தில் அவர் சுற்றி, கிறிஸ்தவர்களை மீண்டும் ஒருங்கிணைத்தார். எடப்பாடி, காக்காவேரி, கோவிலூர்-தருமபுரி ஆகிய ஊர்களில் ஆலயங்களை செப்பனிட்டார். பிரபு எனவும், தொட்ட சுவாமியாரு (பெரிய சுவாமியார்) எனவும் அவர் மக்களால் அழைக்கப்பட்டார். இவருக்கு உதவ சில குருக்கள் கோவிலூருக்கு அனுப்பப்பட்டனர். லூயிஸ் பிரகாசநாதர், தேவசகாயநாதர் போன்றோர் 1810 முதல் 1830 வரை கோவிலூரில் பணியாற்றினர். ஆரோக்கியநாதர் காலத்தில், ஆலயத்தை கோவிலூர் குளத்தின் வடமேற்குப் பகுதிக்கு மாற்றினார். இன்று பாஸ்கு மேடை

அமைந்துள்ள இடமே பழைய ஆலயம் இருந்த இடம் என சொல்லப்படுகிறது. இன்றைய கோவிலூரில் அமைக்கப்பட்ட முதல் ஆலயமும் இதுவே.

ஆரோக்கியநாதருக்குப் பின் ஞானாதிக்கம், அவருக்கு உதவியாக லாப்ஸ்தோல், பக்ரோ ஆகிய பிரெஞ்சு குருக்கள் கோவிலூரில் பணியாற்றினர். ஞானாதிக்கத்துக்குப் பின் 1837-1845 வரை ஃபிரிகோ ஜோசப் அடிகள் இங்கு பணியாற்றினார். இவருக்குப் பின் கோதல் இசிதோர், லே ரூ, மாஅத்தியான், மரியான் பிரெசிலாக், குயோன் ஆகியோர் இங்கு பணியாற்றினார்கள். பின்னாளில் கோவை ஆயரான பிரசிலாக், ''கள்ளி மரங்கள் வளர்ந்து சூழ்ந்திருந்த ஊர். வீடுகளை விட கள்ளி மரங்கள் உயரமாக வளர்ந்திருந்தன. தொலைவிலிருந்து பார்த்தால் மக்கள் குடியிருப்பே தெரிய வில்லை'', என கோவிலூர் குறித்து தன் நாள்குறிப்பில் எழுதியிருக்கிறார். கத்தோலிக்கக் கிறிஸ்தவ 'மணியகாரர்' அமைப்பை இங்கு அறிமுகம் செய்தவர் பிரசிலாக் அடிகளே.

குயோன் அடிகள் (Pierre Gouyon) 1847ம் கொங்கரப்பட்டியில் கிறுஸ்துவ மக்களை குடியமர்த்தினார். அதே ஆண்டு கொவிலூரில் பாஸ்கு நாடகத்தைத் தொடங்கிவைத்தார். குயோன் கோவிலூரில் ஆலயம் ஒன்றையும் கட்டத் தொடங்கினார். இந்த ஆலயம் 1853-1858 வரை இங்கு பணியாற்றிய மோரி அடிகள் (Mouray) காலத்தில் கட்டிமுடிக்கப்பட்டது. கோவிலூரின் இரண்டாவது ஆலயம் இது. அதன் பின் தந்தையர்கள் ரிஸ், டுப்பா, மனுவேல், தே சேத்ரு, பஸோ ஜெரோம், க்ரோபொர்ன், பெத்தி லூயி, திரியோன், ஃபிரிகோ ஆகியோர் இங்கு பணியாற்றினர். திரியோன் அடிகள் காலத்தில் கோவிலூரில் இருந்து திருப்பத்தூர்-எலத்தகிரி ஆகிய இரு பங்குகள் பிரிக்கப்பட்டன. 1866ம் ஆண்டு ஏற்பட்ட கொடிய பஞ்ச காலத்தில் நிவாரணப் பணிகளை தந்தை திரியோன் மேற்கொண்டு, மக்களாலும், சென்னை ஆளுநராலும் பாராட்டப் பட்டார். கோவிலூரில் மாதாவின் திரு இருதய மடம் 1864ம் ஆண்டும், தோமையார் பெண்கள் பள்ளி 1867ம் ஆண்டும், அருளப்பர் ஆண்கள் பள்ளி 1871ம் ஆண்டும் தொடங்கப்பட்டன. 1873ம் ஆண்டு ஆயர் லவுன்னான் இங்கு வந்தபோது காலரா நோயால் பலர் பீடிக்கப்பட்டிருந்தனர். அவரே சவேரியாருக்கு நவநாள் முயற்சியைத் தொடங்கச் சொன்னவர்.

திரியோனைத் தொடர்ந்து பிரகாசம், ஜெர்மானுஸ், ஆரோக்கியநாதர், சுரேல், ஸ்டனிஸ்லாஸ், பிரயாஸ், சுவென்க் ஆகியோர் கோவிலூர் பங்கு குருக்களாகப் பணியாற்றினர். தந்தை சுரேல் கோவிலூரில்

மூன்றாவது ஆலயம் கட்டத் திட்டமிட்டார். ஜனவரி 14, 1897 அன்று செங்கல் செய்வதற்காக தருமபுரி வடக்குத் தெரு கொட்டாயிலிருந்த பண்ணப்பட்டி ராமகவுண்டர் மகன் புள்ளார் என்ற பெருமாள் கவுண்டரோடு உடன்பாடு செய்யப்பட்டது. சுரேல் தொடங்கிய ஆலயப் பணியை பிரயாஸ் குரு முடித்தார். 11.09.1912 அன்று புதுவை ஆயர் மொரேல் ஆலயத்தைப் புனிதப்படுத்தினார். அடுத்து வந்த சுவென்க் அடிகள், பாஸ்கு மேடையையும், பங்கு குரு இல்லத்தையும் கட்டினார். 14.12.1927 அன்று மறைபரப்பு நாடுகளுக்கு இறை பாதுகாவலராக குழந்தை இயேசுவின் தெரசாளை பாப்பரசர் அறிவித்தார். அதைத் தொடர்ந்து 1928ம் ஆண்டுமுதல் அவரது விழா கோவிலூரில் கொண்டாடப்படுகிறது.

1930ம் ஆண்டு புதிய சேலம் மறைமாவட்டம் உருவானது. இம்மறைமாவட்டத்தில் கோவிலூர், எலத்தகிரி, கடகத்தூர், மத்திகிரி ஆகிய நான்கு பங்குகள் இருந்தன. அவ்வாண்டு கும்பகோணம் மறைமாவட்ட இயக்குனராகப் பணியாற்றிய அருட்தந்தை சோவினே (Souvignet), கோவிலூர் பங்குத்தந்தையாகப் பொறுப்பேற்றார். 1944ம் ஆண்டுவரை அவர் இப்பங்கில் பணியாற்றினார். பெங்களூரில் இறந்துபோன தந்தை சோவினேயின் உடலை கோவிலூருக்குக் கொண்டு வந்து ஆலயத்துக்கு அருகே அடக்கம் செய்திருக்கின்றனர். அவருக்குப் பின் தலைச்சீரா, புலியார்டு, சால்வினே, பால் தாழதட், இக்னேஷியஸ் களத்தில் ஆகிய குருக்கள் இங்கு பணியாற்றினர். 1962ம் ஆண்டு பால் தாழதட் காலத்தில் கோவிலூர் ஆலய கோபுரம் கட்டப்பட்டது. 1997ம் ஆண்டு தருமபுரி தனி மறைமாவட்டமாக அறிவிக்கப்பட்டது. கோவிலூர் பங்கு அம்மறை மாவட்டத்தின் கீழ் வந்தது. 1919ம் ஆண்டு கட்டப்பட்ட பாஸ்கா மேடை பழுதடைந்ததையடுத்து, 2001ல் புதிய பாஸ்கா மேடை கட்டப்பட்டது.

கோவிலூருக்குப் பெருமை சேர்க்கும் விழாக்களில் தலையானது பாஸ்கா விழாவே. இயேசுவின் வாழ்க்கை வரலாறை மேடை நாடகம் வழியாக பல்லாயிரக்கணக்கான மக்களிடம் கொண்டு செல்கிற விழா இது. சினிமா போன்ற தொலைதொடர்பு சாதனங்கள் அவ்வளவாக இல்லாத காலத்தில், இவ்விழா உருவானது. புனித வார நாள்களில் இந்நாடகம் முன்பு அரங்கேற்றப்பட்டது. நாடகம் மூன்று இரவுகள் தொடர்ச்சியாக நடைபெறும். முதல் நாளான புனித வெள்ளியன்று இயேசுவின் பாடுகள், இரண்டாம் நாள் சனியன்று இயேசுவின் உயிர்ப்பு, மூன்றாம் நாள் புனிதர்களின் தேர்பவனி என பாஸ்கா விழா கொண்டாடப்பட்டது. கோவிலூர் மக்களின் உணர்வுகளில் ஊறிப்போன விழா என்றே இதைச் சொல்லலாம்.

சேலம் மறைமாவட்ட பொன்விழா மலர், 1852ம் ஆண்டு முதலே கோவிலூரில் பாஸ்கா நாடகம் நடைபெறுவதாகக் குறிப்பிடுகிறது. 1970ம் ஆண்டு தந்தை டி சி ஜோசப் எழுதிய குறிப்புகளில், பாஸ்கா விழா 140 ஆண்டுகள் கொண்டாடப்படுகிறது என எழுதியுள்ளார். அவரது கணக்குப்படி, 1830ம் ஆண்டே நாடகம் தொடங்கப் பட்டிருக்க வேண்டும். 1947ம் ஆண்டு புர்லியார்டு அச்சிட்ட பாஸ்கு விழா அழைப்பிதழில், நூறாவது ஆண்டு பாஸ்கா எனக் குறிப்பிடப்பட்டுள்ளது. அதன்படி 1847ம் ஆண்டு பாஸ்கா விழா தொடங்கியிருக்கவேண்டும். இப்படிப் பலவாறான தேதிகளும், ஆண்டுகளும் கோவிலூர் பாஸ்கா விழா தொடக்கத்தைப் பற்றி குழப்பத்தை ஏற்படுத்துகின்றன. எனினும் அவ்விழா தொன்மை யானது என்பதில் எவ்வித ஐயமும் இல்லை.

இங்கிலாந்து மற்றும் ஐரோப்பாவில் 'ஈஸ்டர் டிராமா' (Easter Drama), அல்லது 'பாஷன் பிளே' (Passion Play) நாடகங்கள் 14ம் நூற்றாண்டுவாக்கில் பிரபலமடைந்தன; 16ம் நூற்றாண்டு வரை பரபரப்பாக நடத்தப்பட்டன. ஓர் இடைவெளிக்குப்பின் மீண்டும் நாடக வடிவம் பிரபலமடைந்த பிறகு, இருபதாம் நூற்றாண்டில் இந்நாடகங்களை புதிய வடிவத்தில் நிகழ்த்தினார்கள். தாய்லாந்து, இலங்கை, ஹங்கேரி, மால்டா, ஆஸ்திரேலியா, பவேரியா, இத்தாலி, பிரேசில், மெக்சிகோ, அமெரிக்கா, கனடா, ஹங்கேரி என உலகின் பல பகுதிகளில் பாஸ்கு நாடகங்கள் இன்றும் நடத்தப் படுகின்றன. 18ம் நூற்றாண்டில் இயேசு சபை ஒடுக்கப்பட்டபோது, இந்த நாடகங்களும் ஐரோப்பாவில் ஒழிக்கப்பட்டன. ஆனால், ஜெர்மனி மற்றும் பவேரியாவின் சின்னஞ்சிறு கிராமங்களில் இந்நாடகங்கள் தப்பிப் பிழைத்திருக்கின்றன.

1830ம் ஆண்டு கோவிலூர் இன்று இருக்கும் இடத்துக்கு இடம் மாறி வந்துள்ளது என்பதால், அதற்கு முன்பு பாஸ்கு நாடகம் இங்கு நடந்திருக்க வாய்ப்பில்லை எனக் கருதலாம். டி சி ஜோசப் எழுதியுள்ள குறிப்புகளின்படி கொட்டம்பட்டி பகுதி மக்கள் முதலில் பாஸ்கு நாடகம் அரங்கேற்றினர் எனப் புலனாகிறது. அதன் இயக்குனர் கொட்டம்பட்டி மரியநாயகம் என்பவர். காலப்போக்கில் கோவிலூர் மக்கள் அதில் அதிகம் பங்கேற்க ஆரம்பித்தனர். கோவிலூர் நாயகம் உபதேசியார் எழுதிய வசனங்கள் பயன்படுத்தப் பட்டன. 1919ம் ஆண்டு பாஸ்கு மேடை கட்டப்படும் வரைதற்காலிக மேடைகளில் நாடகம் நடந்துள்ளது. அப்போது இயேசு, மரியாள் யோவான் ஆகிய கதாபாத்திரங்களுக்கு மரத்தாலான உருவங்கள் பயன்படுத்தப்பட்டன. இதை மாற்றியவர் கோவிலூர் நாயகம் உபதேசியார் மகன் இராஜப்பன். இவர் உரைகளைத் திருத்தி

எழுதினார். அவர் எழுதிய நாடகம் 'இராஜப்பன் வசனம்' என்றே அழைக்கப்பட்டது. பொம்மிடி த.ச.இராயப்பன் என்பவர் பாடல்களை எழுதினார். 1956ம் ஆண்டு பாஸ்கா நாடகம் அருட்தந்தை இக்னேஷியஸால் மாற்றி எழுதப்பட்டு, கோவை உத்திரியம் என்பார் உதவியுடன் வசனங்களும் மாற்றப்பட்டு, நாடகம் அரங்கேறியது. இதற்கு மக்களிடையே கடும் எதிர்ப்பு கிளம்பியது.

1957ம் ஆண்டு புனித வாரத்தில் புதிய செயல்பாட்டு முறைகள் தோன்றின. பாஸ்கு நாடகத்தை புனித வெள்ளிக்கு அடுத்த வாரம் வரும் வெள்ளி, சனி, ஞாயிறு ஆகிய நாள்களுக்கு மாற்றி ஆயர் ஆணை பிறப்பித்தார். பாஸ்கா நாடகம் இப்படித்தான் லெந்து காலத்தின் எட்டாவது வாரத்துக்கு நகர்ந்தது. மக்கள் இதற்கு தொடர்ந்து எதிர்ப்பு தெரிவிக்கவே, 1964ம் ஆண்டு பாஸ்கா வாரத்தில் நாடகம் நடத்தப்பட்டது. 1969ம் ஆண்டு மீண்டும் வசனங்கள் மாற்றியெழுதப்பட்டு பள்ளிப்பட்டி இருதயநாதன் என்பவரால் 'மாசற்ற இரத்தம்' நாடகம் போடப்பட்டது. இதற்கும் கடும் எதிர்ப்பு கிளம்பியது. 1969ம் ஆண்டு பாஸ்கா நாடகம் இரண்டு நாள்கள் மட்டும் அரங்கேறியதும், மக்களிடையே சலசலப்பை உண்டாக்கியது. 1970ம் ஆண்டு தமிழக ஆயர் பேரவை பாஸ்கா விழாவை தமிழகமெங்கும் தடை செய்தது. சேலம் ஆயர், எடப்பாடி மற்றும் கோவிலூரில் மட்டும் ஞாயிறு அன்று பாஸ்கா நாடகம் நடத்திக்கொள்ள அனுமதியளித்தார். மக்கள் இதற்கு எதிர்ப்பு தெரிவித்ததால், அவ்வாண்டு பாஸ்கா நாடகம் நடக்கவில்லை.

10 ஜனவரி 1971 அன்று பங்குமக்கள் ஒன்று கூடி ஆயரின் நிபந்தனைகளை ஏற்றுக்கொண்டனர். அதன்படி எட்டாவது வார இறுதியில் பாஸ்கா விழா கொண்டாடப்படும்; பங்கு குரு முழுப் பொறுப்பையும் ஏற்பார்; சாதி வேறுபாடு நாடகங்களில் கூடாதது போன்றவை அமுலுக்கு வந்தன. இராஜப்பனின் வசனங்களுடன் 1971ம் ஆண்டு பாஸ்கா விழா நடந்தது. 1985ம் ஆண்டு, அனைத்தும் படைக்கப்பட்டது முதல் குருத்தோலை பவனி வரை ஒலி-ஒளி காட்சிகளாக மாற்றப்பட்டன. இன்றும் இராஜப்பன் வசனங் களுடன் நாடகம் நடைபெறுகிறது. சேலம், தருமபுரி, பெங்களூரு, கோலார் தங்கவயல் உள்ளிட்ட பல பகுதிகளிலிருந்தும் பாஸ்கு நாடகம் காண மக்கள் கோவிலூருக்கு ஆயிரக்கணக்கில் வந்து சேர்கின்றனர்.

பாஸ்கு நாடகத்தில் கடந்த இருபது ஆண்டுகளுக்கும் மேலாக இயேசுநாதர் வேடமேற்று நடிக்கும் சவரியப்பன் அவர்களின் வீட்டுக்கு உபதேசியார் எங்களை அழைத்துச் சென்றார். நாங்கள்

கோவிலூர் சவரியப்பன் வீட்டில் பெரிய வெள்ளி வழிபாடு

பெரிய வெள்ளியன்று அங்கு சென்றிருந்தோம். அவ்வீட்டின் ஹாலில் ஸ்டாண்டு ஒன்றில் வெண்கல பாடுபட்ட இயேசு சுரூபம் ஒன்று வைக்கப்பட்டிருந்தது. அதன் கீழ் முள்முடி தரித்த இயேசுவின் துணி ஓவியம் ஒன்று விரிக்கப்பட்டு, அதற்குக் கீழ் தரையில் வத்தியும், சிலுவை விளக்கு ஒன்றும் ஏற்றி வைக்கப் பட்டிருந்தன. அந்தக் குடும்பம் காலை முதல் ஒருசந்தி இருந்து விட்டு, அப்போதுதான் மதிய உணவில் கைவைத்திருந்தனர். அவர்கள் உண்ணும் வரை காத்திருந்து, சவரியப்பனிடம் அவர்களது சடங்கு, சம்பிரதாயங்கள் குறித்துப் பேசினோம்.

''திருமணத்தப்ப பெண் வீட்டார் வீட்டுலதான் பெரும்பாலும் நிச்சயதார்த்த சடங்குகள் நடக்கும். மாப்பிள்ளை வீட்டார் பெண் வீட்டுக்கு வருவாங்க. அஞ்சு அல்லது ஏழு அப்டின்னு தட்டுவரிசை கணக்கு வச்சு கொண்டுவருவாங்க. பழம், பூ, தேங்காய், நிச்சயதார்த்தப் புடவை, பெண்ணுக்கு நகை எதாவது பெண்ணுக்குப் போடுறத பேசியிருந்தா அது அப்டின்னு எல்லாம் தட்டுல வச்சு கொண்டுபோவாங்க. அதை மணியகாரங்க நாங்க எடுத்து சபைல எல்லாருக்கும் காட்டுவோம். 'இந்த தட்டுல புடவை, இதுல நகை, இதுல ரொக்கம்' அப்டின்னு நாங்க காட்டுறத எல்லாரும்

பார்ப்பாங்க. புடவைய நாங்க பொண்ணுகிட்ட எடுத்துக்குடுப்போம், அது உள்ள போய் நிச்சயப்பட்ட கட்டிட்டு வந்து மணவறையில உக்காரும். நாங்க தட்டுல தேங்காய், வெத்தலை, பாக்கு வச்சு பெண் வீடு, மாப்பிள்ளை வீட்டுத் தட்ட மாத்திக் குடுக்கச் சொல்லுவோம்.''

''பெண்ணைப் பெத்தவங்க, மாப்பிள்ளையைப் பெத்தவங்க ரெண்டு பேரும் தட்டு மாத்துவாங்க. அப்படி இல்லைன்னா சித்தப்பாமார் தட்டுமாத்துவாங்க. இன்னார் பேரன், பேர்த்தி அப்டின்னு குடும்பப் பேரு, முன்னோர் பேருங்கள மூணு தலைமுறையா வரிசையா நாங்க சொல்லுவோம். பேருங்கள சொல்லி, பெண் குடுக்க சம்மதம் அப்டின்னு சொல்வோம், அந்தப் பக்கம் அதே போல மாப்பிள்ளை குடும்பப் பேருங்கள சொல்லி, பெண் எடுக்க சம்மதம் அப்டின்னு சொல்லுவோம். இந்த மாதிரி மூணுமுறை செய்வோம். தட்டுல தேங்காய், ஏழு- ஏழு வெத்தல, பாக்கு வச்சு இதைச் செய்வோம். அந்த 21 வெத்தலையும் எங்களோட (பெண் வீட்டோட) பங்காளிக்குத்தான் சேரணும். அதே மாதிரி மாப்பிள்ளை வீட்டு 21 வெத்தல அவுங்க பங்காளிக்கிட்ட மட்டும்தான் குடுக்கணும். பொண்ணொட சம்மதம் கேட்ட பிறகு நலுங்கு வைப்பாங்க.''

''பெண்கள் ஒற்றைப்படை வரிசைல வந்து சந்தன நலுங்கு வைப்பாங்க. மத்தவங்க சாப்பாட்டுக்குப் போய்டுவாங்க. அதுக்குப் பிறகு நாங்க ஓலை எழுதப் போவோம். ஊர்ல எல்லாரையும் கூப்பிடணும். எல்லாரும் மொத்தமா சாமியார்கிட்ட போய் ஓலை எழுதச் சொல்லி எழுதிக்குடுப்போம். அவர் ரெண்டு வீட்டு சம்மதத்தையும் கேப்பாரு. முதல்ல பொண்ணு வீட்டுலதான் ஓலை எழுதுவாங்க. அதுக்கப்புறம் அதை எடுத்துக்கிட்டு மாப்பிள்ளை எந்தப் பங்கோ, அங்க கொண்டு போய் அவுங்க ஓலை எழுதிக்கு வாங்க. பெண் வீட்டு ஓலை எழுதும்போது மணியகாரர் செலவுக்குன்னு ஆயிரம் ரெண்டாயிரம் அந்தக் குடும்பம் குடுக்கும். அந்தக் காசை கோல்காரர் வாங்கி என்னென்ன காரணத்துக்கு செலவு பண்ணிணோம்னு கணக்கு வைப்பார்.''

''அடுத்து கல்யாணம். இங்க கல்யாணம் மாப்பிள்ளை வீட்டுலதான் நடக்கும். பெண் அழைப்பு அன்னிக்கு பெண் வீட்டார் சாப்பாடு; அடுத்த நாள் கல்யாணம் முழுக்க சாப்பாட்டுச் செலவு மாப்பிள்ளை வீட்டாருடையது. பெண் அழைப்பு முடிஞ்சு கல்யாணத்துக்கு நேரா கோயிலுக்குக் கூட்டிட்டுப் போயிருவாங்க. அப்பவும் கொண்டு வர்ற தட்டுல என்னென்ன வந்திருக்குன்னு மணியகாரர் சபைல எடுத்துக் காட்டணும். நாளபின்ன என்ன பிரச்னைன்னாலும் அவர் தான் அதை சரி பண்ணணும்கிறதால அவரு அதை கவனமா பார்த்து

செய்வார். அவர்தான் இந்த விஷயங்களுக்கெல்லாம் பொறுப்பும் சாட்சியும்.''

''தாலி வெள்ளை சிட்ட நூல்லதான் போடுவாங்க. தாலி அளவப் பொறுத்து 51, 108 நூல் அப்டின்னு முடிவுபண்ணி அத்தனை பிரி நூல்ல தாலி கோத்துப்பாங்க. மூணு சுமங்கலிப் பொண்ணுங்க தாலியை நூல்பிரிச்சு கோர்ப்பாங்க. அப்ப அவுங்க ஜெபம் சொல்லி செய்றதுண்டு. தீர்த்தம் தெளிச்சு மந்திரிச்சு, ராத்திரியே தயார் பண்ணிருவோம். நாங்க தொப்பைத் தாலி போடுவோம். காசு, மாங்கா எல்லாம் அதுல வசதிக்கு ஏத்த மாதிரி போட்டுக்குவோம். சிலுவை, ஹார்ட் மாதிரி எல்லாம் இப்ப போட்டுக்குறங்க. தாலி கட்டுறது தவிர எந்த சடங்கும் சர்ச்சுல கிடையாது. மண்டபம், பந்தலுக்கு வந்த பிறகு சாப்பாடு. பெண் மாப்பிள்ளை மண்டபத்துக்கு வந்த உடனே ரெண்டு பேருக்கும் மிஞ்சி கால்ல போட்டு விடுவோம். ஒரு குவளைல தண்ணி, அதுல சாங்கியத்துக்கு கொஞ்சோண்டு பால் ஊத்துவோம். மாப்பிள்ளை காலை தட்டுல வச்சு பெண்ணுடைய அம்மா கழுவணும். பெண்ணுடைய அப்பா வந்து காலுக்குத் தண்ணி ஊத்துவார். பொண்ணுக்கு மாப்பிள்ளை யோட அம்மாவும், மாப்பிள்ளைக்கு பெண்ணுடைய அம்மாவும் மிஞ்சி போட்டுவிடுவாங்க. அதுக்குப் பிறகு மாலைய மாத்தணும். வயசுல மூத்தவங்க யாராவது வந்து மாலையை எடுத்துக்குடுத்து மாத்த வைப்பாங்க. அடுத்து சேஷ அரிசி சடங்கு செய்வோம். அப்ப 'எங்கள் காவலாம் சூசை' பாட்டு பெரியவங்க பாடுவாங்க.''

''ஆண் பெண் பெரியவங்க வரிசையா வந்து வாழ்த்தி, அரிசி தூவுவாங்க. கீழ ஒரு தட்டுல அரிசி இருக்கும். மூணு சுமங்கலிங்க குத்தின நெல்லுல இருந்து தனியா அரிசிய எடுக்கணும். அந்த அரிசியில மஞ்சள் கலந்து தட்டுல வைக்கணும். பெண் மாப்பிள்ளைய உக்காரவச்சு அவுங்க முன்னாடி ரெண்டு கையிலயும் பிடி அரிசியை எடுத்துட்டு நிக்கணும். அவுங்க மேல துண்டு போட்டிருப்பாங்க. பெண் மாப்பிள்ளை மடி, தோள், முதுகு மூணுலயும் அரிசியை விடணும். மூணுமுறை இதை விட்டதும் ஆரத்தி எடுக்கணும். அந்த சமயத்துல பெரியவங்க யாராவது பாடுவாங்க.''

''முகூர்த்தக்கால் கல்யாணத்துக்கு மூணு அல்லது அஞ்சு நாள் முன்னாடி நட்டுருவோம். அதுல நவதானியங்கள் இட்டு, பச்ச மூங்கில் குச்சிய சனி மூலைல நட்டு, அதுல திருக்குடும்பப் படம் கட்டிவைப்போம். வெப்பாலை, அரசு, மா இலை மூணும் அதுல கொத்தா கட்டிவைப்போம். சனிமூலைல ஜன்னல் இருந்தா, அதுல

அறியப்படாத கிறிஸ்தவம் ❖ 127

கட்டிருவோம். கல்யாணம் முடிஞ்சு வரும்போது, மண்டபத்துல இருந்து வீட்டுக்கு அதை எடுத்துட்டு வந்துடுவோம். அதை வீட்டுல சனிமூலைல நட்டுருவோம், நட்ட பிறகு பொண்ணு மாப்பிள்ளை மாமியார் வீட்டுக்குப் போயிருவாங்க. மறுவீடு முடிஞ்சு அவுங்க வீட்டுக்குள்ள வரும்போது அந்தக் குச்சிய புடிங்கிப் போட்டுட்டு உள்ள வரச்சொல்லுவோம். மறுவீட்டுக்குப் பெண் போகும் போது, சேலை முந்தானையில தேங்காய், பழம், வெத்தலை பாக்கு வச்சு மடியில கட்டி அனுப்புவோம், திரும்ப வரும்போது மடியில அதே தேங்காய் பழத்தோடதான் பொண்ணு வரணும்.''

''மணவறையில பெண் மாப்பிள்ளைய உக்காத்திவச்ச உடனே பெண்ணுக்குத் தாய்மாமனும், மாப்பிள்ளைக்குத் தாய்மாமனும் நெத்தியில வெள்ளை நூல்ல மெல்லிசா தங்கப் பட்டம் கட்டுவாங்க. வெள்ளியில அதுல சிலுவை சேர்த்துக்குவோம். வசதி இல்லாதவங்க, ஜெபமாலைல உள்ள சிலுவைய கூட பட்டத்தோட சேர்த்து கட்டிக்குவாங்க. ரெடிமேடுல அந்தப் பட்டம் இங்க கிடைக்கும். அதைக் கட்டின பிரகு தாய்மாமனுக்கு என்ன சீர் செய்யணுமோ அதை செய்வாங்க. துண்டு, துணின்னு என்ன வேணும்னாலும் குடுப்பாங்க. தாய்மாமனுக்குதான் பட்டம் கட்டிவிடுற உரிமை உண்டு. பொண்ணோட தாய்மாமனுக்கு விருப்பம் இல்லைன்னா பொண்ண குடுக்கமுடியாது. அதுனால தாய்மாமனுக்கு எப்பவுமே முக்கிய இடமுண்டு. கல்யாணத்துக்குப் பின்னாடி ஆடி மாசம் சீர் குடுக்குறதுண்டு. சீர் குடுத்து பொண்ணை அழைச்சுட்டு போயிருவாங்க. ஆடிக்கு மாப்பிள்ளைக்கு செருப்பும் குடையும் சீர் துணியோட குடுக்கணும்...''

''என்னது சீருக்கு செருப்பா? குடையா?'' இப்போது அந்த இடமே கலகலப்பாகிறது.

''ஆமாங்க... செருப்பும் குடையும்தான். அடுத்து மழைக்காலம் வருதுல்ல? அதுக்கு செருப்பும் குடையும் மாப்பிள்ளைக்கு இருந்தா தான பொண்ண பத்திரமா பார்த்துக்க முடியும்?'' சிரிக்கிறார். எதற்கு செருப்பும் குடையும் மாப்பிள்ளைக்கு ஆடி சீராக தருகின்றனர் எனப் புரியவில்லை.

''முதல் குழந்தைக்கு ஞானத்தாய் தந்தை உரிமை பெயர் வைக்கும் போது பெண் வீட்டு உறவுகளுக்குதான் உண்டு. ரெண்டாவது குழந்தைக்கு அப்பா வீட்டு சைடுல ஞானத்தாய் தந்தை உரிமை உண்டு'', எனச் சொல்கிறார் சவரியப்பன்.

அடுத்து சாவுசடங்குகள் குறித்துப் பேசுகிறோம். சாவு நிகழ்ந்ததும் முதல் தகவல் மணியகாரருக்குதான் வருகிறது. அதை பங்கு

குருவுக்கு சொல்ல வேண்டியது மணியகாரரின் கடமை. ''சாவு வீட்டுக்குப் போய் பிரேதம் தலை மேற்குப் பக்கம் வச்சிருக்கான்னு பார்த்துட்டு, சாமியார் கிட்டதான் நேர்ல போவேன். சாமியார்கிட்ட சாவுப் பூசை எத்தனை மணிக்கு வைக்கணும் அப்டின்னு சொல்லுவோம். சாவுமணி அடிக்கசொல்லி சொல்லுவோம். சாவுமணி உபதேசியார் இல்லாட்டி கோயில்பிள்ளை அடிப்பாங்க. பெரிய ஆளுக ஆம்பளைங்கன்னா ஏழு தட்டு மூணு முறை, சின்னப் புள்ளைங்களுக்கு அஞ்சு தட்டு மூணு முறை, இளைஞர்கள்னா ஏழு மணி, சாமியார்னா பதிமூணு தட்டு மூணு முறை அப்டின்னு கணக்கு உண்டு. அடுத்து கோல்காரர விட்டு சாவுக்கு சொந்தக்காரங்களுக்கு சொல்லியனுப்புவோம். அப்புடி ஆள் அனுப்பிச்சு விட்டா, அவுங்க வர்ற வரைக்கும் கட்டாயம் காத்திருக்கணும். இப்ப அந்த முறை இல்ல... எல்லாம் போன்ல சொல்லிருவோம்.''

''எங்க ஊருல நாலு கேஸ்ட் உண்டு, சாவுக்கு எல்லாரும்தான் வருவாங்க போவாங்க. அந்தந்த கேஸ்டுக்குன்னு கோல்காரர் உண்டு. அவுங்கதான் பெரும்பாலும் சாவு சொல்லப் போறது. சாதி வித்தியாசம் எல்லாம் இப்ப பார்க்குறது இல்ல. போன் வந்த பிறகு இந்த சொல்லிவுடுறதுக்கு ஆள் தேடுற பிரச்னை இல்ல. பிரேதம் கோயிலுக்குக் கொண்டு போறதுக்கு ரெண்டு மணி நேரத்துக்கு முன்ன கோடி எடுக்கப் போவோம். ஆம்பளையானா நாலேகால் மீட்டர் வாங்குவோம். நாலு மீட்டர் பெட்டியில அடியில போட, கால் மீட்டர் கால்கட்டு, தலை எல்லாம் கட்ட வேணும். பெண்ணுன்னா ரெண்டேகால் மீட்டர் துணி எடுப்போம். சிலர் புடவை எடுப்பாங்க. ஏழு குடம் தண்ணி எடுத்து ஊத்தி, குளிப்பாட்டணும். குளிப்பாட்டி கோடித்துணி போட்டு பெட்டியில படுக்க வச்சிருவோம். ஃபாதர வீட்டுக்குக் கூட்டிட்டு வந்து ஜெபம் சொல்லச் சொல்லுவோம். ஜெபம் முடிச்சு கோயிலுக்கு பூசைக்குக் கொண்டு போவோம்.''

''தற்கொலை மாதிரி கேசுன்னா கோயிலுக்குக் கொண்டு போறதில்ல. நேரா கல்லறைக்குக் கொண்டு போவோம். கோயிலுக்கு வெளிய கொண்டு வரும்போது கால் கோயில் பக்கம் இருக்கும், தலை வெளிப்பக்கம் இருக்கும். ஊரைத்தாண்டுற வரையிலும் அதே திசைக்கு அப்படியே தூக்கிட்டுப் போவோம். நடுக்காட்டுக்குப் போனதும் திருப்பிருவோம். சுடுகாட்டப் பார்த்துப் போற மாதிரி இருக்கும். அவுங்க ஞானப் புள்ளைங்க யாரோ அவுங்கதான் முதல் மண்ணு போடணும். அதுக்கப்புறம் மத்தவங்க எல்லாம் வரிசையா போடணும். அது முடிஞ்சு மூணாவது நாள் அல்லது அஞ்சாவது நாள் மோட்ச விளக்கு சடங்கு வைப்போம். அதுல அவுங்க

போட்டோ ஒண்ண வச்சு, அது முன்னாடி மரத்துல சிலுவை ஒண்ண செஞ்சு வைப்போம்.''

''ஊருல போய் எல்லாரையும் கூப்பிடணும். ஜாதி எல்லாம் இதுல பார்க்கக் கூடாது. கல்லறைக்கு ஜெபம் பண்ணப் போகும்போது மக்கள் எல்லாரும் சேர்ந்து வருவாங்க. கடலைப் பொரி கொண்டு போவாங்க. வண்ணார் மக்கள் சீனி முட்டாய், சுண்டல் கூட கொண்டுபோவாங்க. நாங்க கடலைப் பொரி கொண்டு போய் அங்க படைப்போம். ஆண் செத்து பெண் இருந்தா, மூணு விதவைகள் சேர்ந்து அந்த மனைவிக்கு தாலி அறுக்குற சடங்கு அன்னிக்கு செய்வாங்க. வீட்டுக்கு வந்த பிறகு எல்லாருக்கும் சாப்பாடு போடுவாங்க. பெரும்பாலும் கருவாட்டுக் குழம்புதான் செய்வாங்க. சாவுக்குப் பிறகு மூணு நாலு நாள் கவுச்சி சாப்பிடுறது இல்ல. அதை முடிக்க கருவாட்டுக் குழம்பு* செஞ்சு ஊருக்குப் போட்டு, மோட்ச விளக்கு வைச்சிருவாங்க. அடுத்த நாள் சம்பந்திங்க சாப்பாடு செஞ்சு போடுவாங்க. அப்புறம் 40வது நாள் விசேஷப் பூசை கோயில்ல வச்சு, அன்னிக்கும் வீட்டுக்கு வர்றவங்களுக்கு கறி சாப்பாடு ஆக்கிப் போடுவாங்க.''

''உருவம் செஞ்சு நேர்ச்சை வைக்கிற வழக்கம் இங்க உண்டு. ஒரு வேளை கோயிலுக்கு போறதுக்கு நேர்ந்துக்கிட்டு போக முடியலன்னா, துணியில ஒரு ரூபாயோ, ரெண்டு ரூபாயோ முடி போட்டு படம் முன்னாடி வைப்போம். வர்றேன்னு சொன்னேன், வரல... இந்த 'தப்பு காணிக்கையை' கொண்டு வந்து நேர்த்திக்கடன் செய்றேன் அப்டின்னு வேண்டிக்குவோம். அடுத்து கோயிலுக்குப் போகும்போது, அதை ஞாபகமா எடுத்துட்டுப் போவோம். வேண்டுதல் சீட்டு எழுதி, மாலை கட்டிப் போடுற பழக்கம் உண்டு. முத கல்யாணப் பத்திரிகை கோயில்லதான் வைக்கிறதுண்டு. சாமியாருக்கு அல்லது சண்டை சச்சரவு இல்லாம நல்லா வாழ்றவங் களுக்கு, அடுத்த பத்திரிகை வைப்போம். குழந்தை நல்லா பிறந்துச்சுன்னா மதியம்பட்டி மரிய மதலேனம்மா கோயிலுல திருவிழா சமயத்துல தொட்டில் கட்டுறதா வேண்டிக்குவாங்க. அங்க மரத்தொட்டில் இருக்கும். குழந்தைய அதுல போட்டு, கோயிலை சுத்தி வருவாங்க. அங்கேயே கோயில்ல மேளதாளத் தோட ஆளுங்க இருப்பாங்க. அவுங்களைக் கூட்டிக்கிட்டு,

---

* இவ்வாறு இறப்பு விசேஷத்தின்போது மீன் குழம்பு ஊற்றி ஊர் விருந்து வைக்கும் வழக்கம் தென்மாவட்டங்களின் கடற்கரைப் பக்கமும் உண்டு.

தொட்டில்ல குழந்தைய போட்டு, கோயில மூணுவாட்டி சுத்திவர்றதுண்டு.''

''பொங்கல் கொண்டாட்டம் உண்டு. கிறிஸ்து பிறந்து பதிமூணாவது நாள் - மூன்று ராஜாக்கள் திருநாள் அன்னிக்கு இங்க பொங்கல் விடுவோம். முன்ன எல்லாம் வீடுகள்ள பொங்கல் செஞ்சு வீடுகள்ல வச்சிருவோம். ஃபாதர் மூணு மணிக்கெல்லாம் அதை வீடுவீடா வந்து ஆசீர்வதிக்க ஆரம்பிப்பாரு. மூணு சாமியாருங்க, மூணு மணியகாரங்களோட எல்லா தெருவுக்கும் வந்து பொங்கலை ஆசீர்வாதம் பண்ணிட்டுப் போவாங்க. எல்லா வீட்டுலயும் சின்ன ஜெபமும், ஆசீர்வாதமும் செய்வாங்க. ஒவ்வொரு வீட்டுலயும் குடுக்குற பொங்கலை ஒரு வாய் சாப்பிட்டுட்டு வருவார். இப்ப அந்த முறை மாறிப் போச்சு. அன்பியங்கள் சார்பா மொத்தமா பொங்கல் வச்சி, எல்லாரும் சாப்பிட்டு முடிச்சிருவாங்க. அதே மாதிரி சவேரியார் திருநாள், குழந்தை தெரசம்மா திருவிழா அன்னிக்கு வேண்டிக்கிட்டு எங்க குடும்பத்துல பொங்கல் வச்சு கோயில்ல எல்லாருக்கும் கொண்டு குடுக்குற பழக்கமும் உண்டு. தேர் அன்னிக்கு மக்கள் தக்காளி சாதம், தயிர் சாதம், பாயாசம் அப்டின்னு என்ன முடியுமோ அதையும் நேர்ந்துக்கிட்டு செஞ்சிக் குடுக்குறது உண்டு.''

''பூச்சொரிதல் விழா ஜுன் மாசம் நடக்கும். கோயில் உள்பட அஞ்சு இடத்துல மேடை போட்டிருப்பாங்க. கீழ்வீதி, மேல்வீதியில பந்தல் போட்டிருப்பாங்க. குழந்தைகளுக்கு வெள்ளை டிரெஸ் போட்டுவிட்டு, அவுங்க கைல பூவைக் குடுத்துருவாங்க. அவுங்க திவ்விய நற்கருணையை சாமியார் எடுத்துட்டு வரும்போது, பூத் தூவுவாங்க. பூவெல்லாம் வாங்கி மொத்தமா கோயில்ல குடுக்குறதுண்டு, அதை சிஸ்டர்கள் பிரிச்சு குழந்தைகள்கிட்ட குடுத்துருவாங்க. சாமியார் தலைக்கு மேல குடை பிடிச்சுட்டு வருவாங்க. இப்பதான் குடை. முன்னாடி எல்லாம் சட்டம் மாதிரி செஞ்சு, அதுல துணி கட்டி இருப்பாங்க. சாமியார் நடந்து வர்ற பாதையில கீழ மாத்துத் துணி விரிக்கிறதுண்டு. அதை வண்ணார் மக்கள் முன்ன செஞ்சாங்க. பத்து வெள்ளை வேஷ்டியும் துண்டும் வச்சிருப்பாங்க. அதை மாத்தி, மாத்தி விரிச்சுட்டே வருவாங்க. சாமியார் அதுமேல நடந்து வருவார். இப்ப அதையும் மக்கள் யார் வேணாலும் வேண்டிக்கிட்டு, விருப்பப்பட்டு அவுங்களே இந்த 'நடைபாவாடை' போடுறாங்க. வண்ணார்தான் செய்யணும் அப்டிங்குற முறை எல்லாம் இப்ப இல்ல. பந்தம் புடிக்கிறதும் முன்னாடி வண்ணார்தான். இப்ப அவுங்க அதையும் எடுத்து செய்றதில்ல. யார்

வேணாலும் செய்றாங்க. பந்தம் செஞ்சு குடுக்குற வேலைய மட்டும் அவுங்கதான் இன்னிக்கும் செய்றாங்க'', எனச் சொல்கிறார்.

தேர் கட்டுவதற்கு எரையூரில் இருந்து இங்கு வந்து ஒரு குழு செய்கிறது என சவரியப்பன் சொல்கிறார். கோபுரம் போல பெரிய தேரை அலங்காரம் செய்வது முழுக்க அம்மக்களே. நவம்பர் 2 ஆத்துமாக்கள் திருநாள் அன்று மட்டும் பூசையில் 'லீபெராமே' லத்தீன் பாடல் இங்கு பாடப்படுகிறது. முன்பு டிசம்பர் 31 அன்று நன்றிப்பூசையில் 'தெ தேயும்' நன்றிப்பாடல் லத்தீனில் பாடப் பட்டதாம். இன்று அந்த வழக்கம் இல்லை. நன்றி சொல்லி அங்கிருந்து கிளம்ப எத்தனிக்கிறோம். வீட்டு வெராந்தாவில்

பாஸ்கு நாடகத்தில் சாட்டையடி வாங்கும் இயேசுவாக சவரி

சுவரில் இயேசு வேடமேற்று சவரியப்பன் நடித்தபோது எடுக்கப் பட்ட புகைப்படங்கள் வரிசையாக மாட்டப்பட்டுள்ளன. வெவ்வேறு காலகட்டத்தில் எடுத்த சுமார் முப்பது படங்கள் அதிலடங்கும். சிலுவையைச் சுமந்து செல்லும் படம் ஒன்றைக் காட்டிக் கேட்கிறேன்- ''ஏன் ஐயா, சாட்டை வைச்சிருக்குறவர் நிஜம்மாவே உங்களை அடிப்பாரா?''

''ஆமாம் பின்ன? விளார் விளாரா விளாசித் தள்ளிருவாங்க. உடம்பெல்லாம் புண்ணாகிப் போயிடும். அப்புடி உண்மையா அடிவாங்கினாதான் நமக்கு கடவுளோட அருள், இல்லையா?''

சான்றுகள்

- கோவிலூர், அருட்தந்தை அ.சூசைராஜ் - அருள் பிரிண்டர்ஸ், தருமபுரி, ஏப்ரல் 2015
- The Jesuits in Mylapore - D Ferroli, SJ - Xavier Press, Kozhikode, 1955
- சேலம் மேற்றிராசன சுருக்கம் – எம்.எஸ்.ஜோசப், ஜெயராக்கினி அச்சகம், சேலம், 1958
- Souvenirs (Memories from Twelve Years on the Missions) Volume 1, Marian Bresillaac - SMA Congregation, 1988
- History of MEP Members in Pondicherry Mission (1977 -2007) - Mission Press, Puducherry, 2007
- தருமபுரி மறைமாவட்ட வரலாறு, அருள்திரு சூசைராஜ் - மறைமாவட்ட மேய்ப்பப் பணி நிலையம், தருமபுரி, 2002
- சேலம் மறைமாவட்ட 50ம் ஆண்டுவிழா மலர் - மறைமாவட்ட வெளியீடு, 1980
- Mysore Mission - Jesuits to MEP, Lourdu Prasad Joseph - ISPCK, Delhi, 2009

37

எலத்தகிரி அடைக்கல அன்னை

''பாறைத் திருநாளுக்குதான் இங்க பெரிய கூட்டமா மக்கள் கூடுவாங்க. இந்துக்கள், கிறிஸ்தவங்க, முஸ்லிம்கள்னு எல்லா மதத்து மக்களும், எந்தப் பாகுபாடும் இல்லாம திருக்குடும்ப விழாவை பிரம்மாண்டமா கொண்டாடு வாங்க.''

•

விட்புலத்து வாழினமு மெய்யகத்து வாழினரு
மட்புலத்துப் பல்லுயிராய் வாழினமு - நட்புளத்து,
நாடு முணவெல்லா நல்கு மிறையவற்கே
வீடுபெறுத் தானமிர்த மீந்தனளாய் - நீடுடைத்தம்
எவ்வுயிர்க்கு மாதரவா மின்னிலையா மாருயிரா
மவ்வுயிர்க்குங் கொங்கை யடைக்கலத்தாள்...
வைத்தமுடி அத்தனையும் வைத்தமணி அத்தனையும்
வைத்தமலர் அத்தனையும் வைத்ததொடை அத்தனையும்
வைத்தகவி அத்தனையும் வைத்தபுகழ் அத்தனையும்
வைத்தபதம் அத்தனையும் வைத்தபொருள் அத்தனையும்
வைத்தசிரம் அத்தனையும் வைத்தகரம் அத்தனையும்
வைத்தவிழி அத்தனையும் வைத்தமனம் அத்தனையும்
வைத்தஅறம் அத்தனையும் வைத்தவரம் அத்தனையும்
வைத்தநலம் அத்தனையும் வைத்திருக்க மொய்த்திருக்கும்
வானிருக்க மண்ணிருக்க வாய்ந்தவைநின் தாளிருக்க
யானிருக்க ஆங்குஇடம் ஒன்றில் லையோ...?

- திருக்காவலூர் அடைக்கல அன்னையை நோக்கி வீரமாமுனிவர் பாடிய 'அடைக்கல மாலை'. இது ஒரே எதுகையுடைய இரண்டடி கொண்ட அறுபது கண்ணிகளையும், காப்புச் செய்யுளாக வரும் வெண்பா ஒன்றையும் கொண்டு அமைந்துள்ளது. ஏலாக்குறிச்சி என்னும் திருக்காவலூரில் 1731ம் ஆண்டு அடைக்கல அன்னை ஆலயத்தை வீரமாமுனிவர் கட்டினார் என்பதைக்கொண்டு இந்த அடைக்கல மாலையை அவ்வாண்டோ, அல்லது அதற்குப் பின்னரோ இயற்றியிருக்கவேண்டும் என அறிஞர்கள் கருதுகின்றனர்.

எலத்தகிரி அடைக்கல அன்னை ஆலயம்.

பெரிய வெள்ளிக்கிழமை மதியம் ஒரு ஊரின் ஆலயத்துக்குச் சென்று அங்கு தகவல் பெறுவது என்பது குதிரைக்கொம்புதான். கிருஷ்ணகிரியில் இருந்து பர்கூர் செல்லும் பாதையில் செட்டிப் பள்ளிக்கு சற்று முன்பாக பிரிந்து செல்லும் சாலை, எலத்தகிரிக்கு நம்மை அழைத்துச் செல்கிறது. செல்லும் பாதையில் பிரம்மாண்ட மாக கொன்சாகா கலை மற்றும் அறிவியல் கல்லூரி தெரிகிறது. சாலையின் வலதுபக்கம் ஆலயத்தின் பெயர் சொல்லும் பெரிய அலங்கார வளைவு நம் கண்ணில் படுகிறது. நண்பர் ஒருவர் ஆலயத்தை சுற்றிக்காட்டுவதாக ஏற்பாடாகியிருந்தது. பெங்களூருவைச் சேர்ந்த நண்பர் லாக் டவுன் காரணமாக அப்போது ஊரில் இருந்தார்.

ஆலய வளாகத்துக்குள் நுழைந்ததுமே பிரம்மாண்டம் நம்மைக் கட்டிப் போடுகிறது. தொன்மையான கல்லாலான சிலுவை வடிவக் கோயில். குறைந்தபட்சம் நூற்றாண்டு பழைமை வாய்ந்த கட்டமைப்பு என்பதைப் பார்த்தாலே தெரிகிறது. பிரெஞ்சு கட்டடக்கலையின் அருமையான எடுத்துக்காட்டாக உயர்ந்து நிற்கும் கோயிலில், எந்தக் கல்வெட்டும் இல்லை. முழுக்க முழுக்க பாரீஸ் பிரெஞ்சு வெளிநாட்டு மிஷன் (MEP) பாதிரிகளால் கட்டியெழுப்பப்பட்ட பங்குகளில் முக்கியமானது என எலத்தகிரியைச் சொல்லலாம். அவர்களே முதன்முதலில் இந்தப் பகுதியில் கிறிஸ்தவத்தை வளர்த்தெடுத்தவர்கள்.

அடைக்கல அன்னை ஆலயம் சமீபத்தில் புனரமைக்கப் பட்டிருக்கிறது. 1913ம் ஆண்டு இந்த ஆலயம் கட்டப்பட்டதற்கான தரவுகள் உள்ளன. 1928ம் ஆண்டு மொரேல் ஆயர் டீனரிகளை உருவாக்கியபோது, கோவிலூர்-தருமபுரி டீனரியின் பகுதியாக, அருட்தந்தை தோமினிக்கின் கட்டுப்பாட்டில் எலத்தகிரி இருந்தது. பலிபீடத்தில் பிரம்மாண்ட பாடுபட்ட சுரூபம், நற்கருணைப் பேழை; அதன் இரு பக்கங்களிலும் சூசையப்பர் மற்றும் குழந்தை

இயேசுவை ஏந்திய மாதா சுரூபங்கள் மாடங்களில் வைக்கப் பட்டுள்ளன. தங்க வண்ணத்தாலான வேலைப்பாடுகளில் அங்கங்கு புனிதர்களின் ஓவியங்கள் பீடத்திலும், குவிமாடத்திலும் வரையப் பட்டுள்ளன. பக்கவாட்டு வாயில் கதவுகளின்மேல் வண்ணக் கண்ணாடியில் புனிதர்களின் ஓவியங்கள் தீட்டப்பட்டுள்ளன. ஆலய வளாகத்திலேயே புனித அந்தோணியார் தொடக்கப்பள்ளி கட்டடமும் உள்ளது. ஆலய முகப்பில் அழகிய மணி கோபுரமும் உள்ளது. ஆலயத்தில் யாரிடமும் பேச முடியாமல், அங்கிருந்து 'பாறைக் கோயிலை' பார்க்கச் சென்றோம்.

எலத்தகிரி பங்கு கோவிலூர்-தருமபுரி பங்கின் பகுதியாகத்தான் நீண்ட காலம் இருந்துள்ளது. 1901ம் ஆண்டு எலத்தகிரி தனிப்பங்கானது. பாறைக்கோயில் திருக்குடும்ப ஆலயம், 1902ம் ஆண்டு கட்டப் பட்டது. அவ்வாண்டு எலத்தகிரி பகுதியில் காலரா நோய் பரவியது. அப்போது அங்கிருந்த பாரீஸ் வெளிநாட்டு போதக மிஷன் குருவானவர் கிறிஸ்தவர்கள், இந்துக்கள், முஸ்லீம்கள் உள்ளிட்ட அனைத்துக் குடும்பங்களையும் கோயிலுக்கு அருகாமையில் உள்ள பாறையில் கூட்டி, திருக்குடும்பத்திடம், "எங்கள் குடும்பங்களைக் காப்பாற்றும்" என உருக்கத்துடன் செபித்து, மக்களையும் அவ்வாறே செபிக்கச் சொன்னார். காலரா நோய் நீங்கியது. பாறையின் மேல் சிற்றாலயம் ஒன்று எழுப்பப்பட்டது.

எலத்தகிரி பாறைக்கோயில் சிலுவைப்பாதை ஸ்தலங்கள்

இன்று புகழ்பெற்ற பாறைக் கோயிலாக இது விளங்குகிறது. பாறைக் கோயிலில் பரபரப்பாக பெரிய வெள்ளி சிலுவைப்பாதை ஏற்பாடுகள் நடந்து கொண்டிருந்தன. பாறைக்கோயிலைச் சுற்றி பனைமரங்கள் சூழ, சிலுவைப் பாதை ஸ்தலங்கள் அங்கங்கே கட்டப்பட்டுள்ளன. சற்று நேரம் அங்கு நிலவிய அமைதியான சூழலை ரசித்துவிட்டு, எலத்தகிரி ஆலயத்தில் உபதேசியாராக இருந்த பீட்டர் ஐயாவை சந்திக்கச் சென்றோம்.

''நான் ட்ரெய்ண்டு கேட்டகிஸ்ட் கிடையாது. எலத்தகிரி சர்ச்சுல தான் கேட்டகிஸ்டா இருந்தேன். இப்ப எட்டு வருசத்துக்கு முன்னாடி ரிட்டயர்டானேன். இப்ப எனக்கு 61 வயசு. 1988ல இருந்து 2012 வரை அந்த சர்ச்சுலதான் கேட்டகிஸ்டா வேலை செஞ்சேன். மொத்தம் 26 வருஷம் வேலை. இந்த சர்ச் பாண்டிச்சேரி டயசீஸ் கட்டுப்பாட்டுலதான் இருந்துச்சு. 1800கள்ல இருந்தே இங்க கிறிஸ்தவங்க இருந்திருக்காங்க. கோவிலூர் பங்கோட பகுதியா தான் இது ஆரம்பத்துல இருந்திருக்கு. 1860களுக்கு அப்புறம் தனி பங்கா பிரிஞ்சு போச்சு. எலத்தகிரிய பொறுத்த வரைக்கும் ஒரு குடும்பத்ததான் முதல்ல இந்த வந்து குடியேறின கிறிஸ்தவங்கன்னு சொல்லுவாங்க. எட்டி குடும்பம், மணியன் குடும்பம், தோட்டம் குடும்பம், கொல்லப்பட்டி குடும்பம் அப்டின்னு 13-14 குடும்பங்க இப்ப இங்க இருக்கு. நான் கொல்லப்பட்டி குடும்பம்.''

''முதல்ல இங்க தோட்டம் குடும்பம்தான் வந்து குடியேறினது. வெளியூருல இருந்து விவசாயத்துக்காக இங்க வந்து குடியேறின குடும்பம்தான் எல்லாம். வெத்தல தோட்டத்துல பிழைக்க வந்தவங்க. தோட்டம் குடும்பத்த சேர்ந்த மூணு குடும்பம் இங்க வந்தாங்க. வெத்தல தோட்டம், தென்னந்தோப்புதான் இங்க ரொம்ப ஃபேமசு.''

வெத்தலகிரிதான் ஊர்ப்பேரு. எலத்தகிரியாயிருச்சு. தோட்டம் குடும்பம் சந்தைக்கு வியாபாரத்துக்குப் போனாங்க. தோட்டத்தாருக்கு மூணு பொண்ணுங்கதான் உண்டுமாம். அந்த மூணு பொண்ணுங் களுக்கு சந்தையிலதான் மாப்பிள்ளை பார்த்துக் கட்டிவச்சு இங்க கூட்டிட்டு வந்தாங்க. அப்படி மாப்பிள்ளையா வந்தவங்க மணியம் குடும்பத்துக்காரங்க. பக்கத்துல கொல்லப்பட்டின்னு ஒரு ஊரு இருக்கு. அங்க இருந்து வந்து இங்க குடியேறினவங்க கொல்லப் பட்டிக் குடும்பம். இப்ப தோட்டம், மணியன், நடுவீதிக் குடும்பம், பாப்புக் குடும்பம், கொல்லப்பட்டி குடும்பம், வெங்காயம் குடும்பம், முட்டிக்காலு குடும்பம் அப்டின்னு 14 குடும்பங்க இருக்கு.''

வெற்றிலைக் கொடிக்கால் எலத்தகிரி

''மணியம், நடுவீதி, தோட்டம், பாப்பு எல்லாம் மாமன்-மச்சான் குடும்பம். அவுங்களுக்குள்ள பொண்ணு குடுத்து எடுத்துக்குவாங்க. முட்டிக்காலு குடும்பத்துல மணியன் குடும்பத்துக்கு பொண்ணு குடுத்து எடுத்து மாமன் – மச்சான் ஆயிட்டாங்க. அதே போல தோட்டம் குடும்பத்துல நடுவீதி குடும்பத்துக்கு பொண்ணு குடுத்து, எடுத்து மாமன் மச்சான் ஆயிட்டாங்க. அப்பலாம் மூணு நாலு குடும்பந்தான் இருந்துச்சுங்குறதால அவுங்களுக்குள்ளயே பொண்ணு குடுத்து எடுத்துக்கிட்டாங்க. இப்ப எல்லாமே கலங்கிடுச்சு. வசதி போல பொண்ணு எடுத்துக்குறாங்க, குடுத்துக்குறாங்க. பெரும் பாலும் விவசாயம்தான் இருந்துச்சு. இப்ப முன்னாடி அளவுக்கு விவசாயம் இல்ல. நிறைய படிச்சுட்டு டீச்சர்ஸா வேலைக்கு போய்ட்டாங்க. சர்ச் 1902ம் வருஷம் கட்டினது. கீழ இருக்குற சர்ச்தான் பழசு. பாறை மேல இருக்குறது 1912வாக்குல கட்டி யிருக்கணும், ஏன்னா 2012ல அதுக்கு நூற்றாண்டு விழா கொண்டாடுனாங்க. இதனுடைய கிளைப்பங்கா இருந்த கந்திகுப்பம், சுண்டம்பட்டி எல்லாம் இப்ப தனி பங்கு ஆயிருச்சு. சுண்டம்பட்டி அந்தோணியார் கோயில் எல்லாம் நான்தான் பார்த்துட்டு இருந்தேன் அப்ப... புஷ்பகிரி, காத்தம்பள்ளம், குழந்தை இயேசுநகர் எல்லாமே எலத்தகிரியோட பகுதியாதான் இருந்துச்சு. இப்ப புஷ்பகிரி, காத்தம்பள்ளம் ரெண்டுமே தனி பங்காயிருச்சு. எலத்தகிரி

துணைப்பங்குன்னா இப்ப ராயப்பனூர், குழந்தை இயேசுநகர், மாதன்நகர், சகாயபுரம் இந்த பகுதிகள் எல்லாம் இருக்கு.''

''எலத்தகிரி சர்ச்சுல பெரிய திருவிழா திருக்குடும்ப விழாதான். ஜனவரி கடைசி ஞாயிறுல கொடியேத்தம் இருக்கும், பிப்ரவரி முதல் வார ஞாயித்துக்கிழமை பெரிய திருவிழா நடக்கும். இங்க விழா ஒரு வாரம்தான்- ஏழு நாள்ல எல்லாம் முடிஞ்சு போகும். மே மாசம் கடைசில அடைக்கல மாதா திருநாள் அப்ப தேர் எடுப்பாங்க. அந்த நேரம் புதுநன்மை எல்லாம் குடுப்பாங்க. பாறைத் திருநாள் அளவுக்கு அடைக்கல மாதா திருநாள் ஃபேமசா கொண்டாடுறது இல்ல. பாறைத் திருநாளுக்குதான் இங்க பெரிய கூட்டமா மக்கள் கூடுவாங்க. இந்துக்கள், கிறிஸ்தவங்க, முஸ்லிம்கள்னு எல்லா மதத்து மக்களும் எந்தப் பாகுபாடும் இல்லாம திருக்குடும்ப விழாவ பிரம்மாண்டமா கொண்டாடுவாங்க. திருக்குடும்ப விழாவுக்கு தினமும் தேர் எடுப்பாங்க. ஊர் முழுக்க தேர் சுத்திவரும். கடைசித் திருநாள் அன்னிக்கு மூணு தேர் எடுப்பாங்க. மிக்கேல் சம்மனசு, லூர்துமாதா, திருக்குடும்பம் அப்டின்னு மூணு தேர் ஊரை சுத்திவரும். ஆயிரக்கணக்கான மக்கள் சேருவாங்க.''

''முழுக்க எம்.ஈ.பி. மிஷன் சாமியார்கள்தான் இந்தப் பகுதியில வேலை செஞ்சது. இயேசு சபை குருக்கள் இந்தப் பகுதிக்கு வரல. பிரெஞ்சு சாமியார்களே இந்த மிஷனை வளர்த்தெடுத்தாங்க. வனத்து அந்தோணியார் பொங்கல் ஜனவரி 17 அன்னிக்கு செய்வோம். அன்னிக்கு கீழ்வீதி குடும்பம் அப்டிங்குறவங்க கோயில்ல வச்சு பொங்கல் செய்வாங்க. ஊரே கூடி பொங்கலைப் பகிர்ந்து எல்லாருக்கும் குடுத்து, சாப்பிட்டு, அந்தோணியாருக்கு தேரும் எடுப்பாங்க. அந்தக் கீழ்வீதி குடும்பம்னு சொல்றது முழுக்க வண்ணார் குடும்பங்கள், அவுங்க வனத்து அந்தோணியார் பொங்கலை ரொம்ப விமர்சையா செய்வாங்க. டிசம்பர் 3 அன்னிக்கு சவேரியார் திருவிழா நடக்கும். அதை தோட்டம் குடும்பம் எடுத்து செய்வாங்க. கிட்டத்தட்ட 120 வருஷமா அவுங்கதான் சவேரியார் திருவிழாவை எடுத்து செய்யிறது.''

''ஜூன் மாசம் பூச்சொரிதல் விழா உண்டு. ஊரைச் சுத்தி வண்டியில வச்சு, அலங்காரம் பண்ணி, திவ்விய நற்கருணை எடுத்துட்டு வருவாங்க. மூணு இடத்துல ஸ்டேஜ் போட்டிருப்பாங்க. அங்க எல்லாம் வண்டி நிக்கும். ஒவ்வொரு குடும்பத்துக்கு இன்னின்ன ஏரியான்னு பிரிச்சு விட்டுக்குவாங்க. அந்தந்த ஏரியாவுல வண்டி வரும்போது பூச்சொரியுறது அந்தக் குடும்பங்களோட வேலை. முதல்ல நூறடிக்கு நடுவீதிக் குடும்பம் அலங்காரம் பண்ணனும்,

ஜண்டா போட்டு, பூ செடி எல்லாம் கயிறு கட்டி தொங்கவிட்டுட்டுப் போவாங்க. தெரு முனைல பந்தல் போட்டிருப்பாங்க. கடைத் தெருவுல இருந்து ஜைனி வரைக்கும் நடுவீதிக் குடும்பம். ஜைனியில இருந்து சி.எஸ்.ஐ. சர்ச் வரைக்கும் அடுத்த குடும்பம் அலங்காரம் பண்ணும். சின்னக் குடும்பம்னா ரெண்டு மூணு குடும்பமா சேர்த்து, இடம் பிரிச்சு குடுத்துருவாங்க. அந்த நாள்ல அந்தந்த இடங்கள்ல குடும்பங்களே போய்ட்டு அலங்காரம் பண்ணிருவாங்க. யாரும் சொல்லத் தேவையே இல்ல.'நம்ம குடும்பம்டா...நாலு பேரு பார்த்தா என்ன சொல்லுவாங்க?'ன்னு அவுங்களே முன்னேற்பாடா எல்லாம் செஞ்சிருவாங்க.''

''சாயங்காலம் திவ்விய நற்கருணை ஊர்வலம் நடக்கும். சாமியாருக்கு குடை பிடிச்சிருப்பாங்க. லத்தீன் பாட்டு பாறைத் திருநாள் அன்னிக்கு பாடுவாங்க.. தேர் ஜைனியில திரும்புற இடத்துல நின்னு அப்ப எல்லாரும் லத்தீன் திருக்குடும்ப பாட்டு படிப்பாங்க. இப்ப பாட ஆள் இல்ல. இப்பதான் நேர்த்திக்கடன் எல்லாம் செய்ய ஆரம்பிச்சிருக்காங்க. பெரும்பாலும் மாதாவுக்கு புடவை கட்டுறதா வேண்டிக்கிறாங்க. திருக்குடும்ப விளக்கெரிய அப்டின்னு சொல்லி நூறு இருநூறு ரூபாய் குடுப்பாங்க...சர்ச்சுக்கு. பாறைத் திருநாளுக்கு இந்த விளக்கெரிய குடுக்குறதுண்டு.''

''அந்தப் பாறை இருக்குற இடம் முன்னால குறும்பரோட இடமா இருந்துச்சு. ஒரு காலத்துல பிளேக், காலரா மாதிரி வியாதி வந்துச்சு. மக்கள் குடும்பம் குடும்பமா அழிஞ்சு போனாங்க. நிறைய பேரு செத்துப்போனாங்க. அப்ப சாமியார் வந்து மக்களுக்காக கண்ணீரோட போய் பாறையில வேண்டிக்கினார். அத்தோட அந்த பிளேக் வியாதியே இங்க வராமப் போச்சு. எலத்தகிரி பாறைத் திருவிழா தொடக்கம் அங்கதான். கிறிஸ்தவங்க, இந்துக்கள், முஸ்லிம்ஸ்னு எல்லாருமே அதை நம்புனாங்க. இதுதான் அந்தப் பாறை சர்ச் வந்ததுக்குக் காரணம். அந்த இடம் குறும்பர் பாறைன்னு சொல்லுவாங்க. ஆனா அது பொறம்போக்கு இடம்தான். அந்தப் பாறை பெரும்பாலும் கம்பு, நெல்லு எல்லாம் போட்டு அடிக்கிற களம் மாதிரிதான் பயன்படுத்திட்டு இருந்தாங்க. ஆடு மாடு மேஞ்சி தண்ணி குடிக்க, அங்க ஒரு சுனை மாதிரி இருக்கும். அந்த சுனை பின்னாடி கிணறு மாதிரி வெட்டி வச்சாங்க. இப்ப எல்லாம் தூர்ந்து போச்சு. தண்ணி இல்ல. எனக்குத் தெரிஞ்சு அந்த சுனைல தண்ணி வத்தாது. பொறையாத்துல தண்ணி இல்லைன்னாலும் அந்த சுனைல தண்ணி கட்டாயம் இருக்கும். ஊர் வண்ணார் எல்லாம் அங்கதான் துணி துவச்சு காயப்போட்டு வச்சிருப்பாங்க. ஆடு மாடு எல்லாம் தண்ணி குடிக்கும். எப்பவும் ஆள் நடமாட்டம் இருக்குற

பகுதியா பரபரன்னு அந்தப் பாறை இருக்கும். அந்தப் பக்கம் தண்ணிய நான் பார்த்தே முப்பது வருஷத்துக்கு மேல ஆச்சு.''

''நிச்சயதார்த்தம் பெண் வீட்டுல பண்ணுவாங்க. மாப்பிள்ளை வீட்டுக்காரங்க, ஊர்க்காரங்களை எல்லாம் கூட்டி பெரிய விருந்தா பெண் வீட்டுக்காரங்க செய்வாங்க. அதன் பிறகு ஓலை எழுத சாமியார்கிட்ட போவாங்க. பெரும்பாலும் சனிக்கிழமை ஓலை எழுதக் குடுத்தா, ஞாயித்துக் கிழமை முதல் ஓலை வாசிப்பாங்க. நிச்சயம் பண்றதுக்கு அடுத்த நாளே வாசிச்சுருவாங்க. மூணு ஓலை வாசிச்சதும், கல்யாணம். வீட்டுல செய்ற நிச்சயத்துக்கு கூப்பிட்டா போய் ஜெபம் சொல்வேன். கல்யாணத்துக்கு முந்தின நாள் 'பந்தல்' சடங்கு உண்டு. அன்னிக்கு சாயங்காலம் பொண்ணை ஊர்வலமா அழைச்சுட்டு வருவாங்க. நைட்டு மாப்பிள்ளை வீட்டுல அல்லது மண்டபத்துல வச்சு பொண்ணை பேசி முடிப்பாங்க. பெண் அப்பா, மாப்பிள்ளை அப்பா, அண்ணன் தம்பிங்க உக்காந்து பேசி முடிப்பாங்க. பெண் வீட்டுப் பந்தல் அன்னிக்கு தாய்மாமா தலைக்கு துண்டு கட்டிட்டு தட்டு கொண்டுவந்து குடுத்துட்டுப் போவாங்க. பந்தல் சடங்குக்கு மூணு நாள் முன்னாடி மூங்கில் மரம் நட்டு பந்தக்கால் செய்வாங்க. அதுல நவதானியங்கள் கட்டி, மா, அரசு, மூங்கு இலை மூணு இலையும் அரசாணில கட்டிருவாங்க. கல்யாணம் பேசிமுடிச்ச பிறகு அதை பொதுவுல அறிவிக்கணும்.''

''இன்னார் முதலியார் குமாரன் இன்னார்... அவர் மகள் இன்னார் அப்டின்னு யார் மகனை யார் மகளுக்குப் பேசி முடிச்சிருக்கு, திருக்கல்யாணம் செஞ்சிக்கிறோம்ன்னு சபையில பொதுவா சத்தமா பெரியவங்க யாராவது சொல்லுவாங்க. அதே போல பெண் வீட்டுக்காரர் சொல்லுவாங்க. அடுத்து தட்டு மாத்துவாங்க. தட்ட மாத்தின உடனே அரசாணிய தொட்டு ஜெபம் ஒண்ணு சொல்லு வாங்க. அந்த காலத்துல அப்ப படிக்க கூட பாட்டு உண்டு. இப்ப அதெல்லாம் பழக்கம் இல்ல. பெரும்பாலும் மணியன் குடும்பம் தான் சடங்குகளை எடுத்து செய்றது. ஒரு காலத்துல கோல் காரர்கூட ஊர்ல உண்டு. இப்ப கோல்காரர் பழக்கம் இல்ல. அரசாணி கட்டும் போது உபதேசியார் இல்லாட்டி பெரிய ஆளுங்க ஜெபம் பண்ணுவாங்க. தாலிக்கு வெள்ளை சிட்டா நூல் வாங்கி, நைட் லேடீஸ் நூல்ல மஞ்சள் லேசா தேச்சு ஒன்பது-பதினெட்டுன்னு நூல் கணக்கா திரிப்பாங்க. பந்தல் அன்னிக்கு நைட் நல்லா வாழ்ற மூணு பெரிய பெண்கள் இதை செய்றது உண்டு. இங்க சதுர தாலிதான் போடுவோம். அரச இலை தாலியும் போடுவாங்க. தாலி கட்டுற அன்னிக்கு அத மட்டும்தான் போடுவாங்க. அதுக்கப்புறம் காசு, மாங்கா எல்லாம் சேர்த்துக்குவாங்க.''

''கல்யாணம் முடிச்சு வீட்டுக்கு வரும்போது, மணை ஏத்துற சடங்கு, சேஷ அரிசி சடங்கு எல்லாம் உண்டு. முன்ன எல்லாம் ஜெபம் சொல்லி சேஷ அரிசிக்கு பாடி, மங்களம் உண்டாவதாகன்னு அரிசி போடுவாங்க. இப்ப எங்கங்க? மண்டபத்துக்குப் போய் ரிசப்ஷன் தான் வைக்கிறாங்க. இந்த பழக்கம் எல்லாம் போச்சு. சடங்கு எல்லாம் இப்ப யாரும் காத்திருந்து செய்ற மாதிரி இல்ல. முன்ன எங்க சித்தப்பா ராஜா வாத்தியார்னு ஒருத்தர் இருந்தார். அவர் சேஷ அரிசி சடங்குக்கு பாட்டு பாடுவார். ஞானஸ்நானம் எல்லாம் ரொம்ப கிராண்டா செய்றது இல்ல. பெரும்பாலும் பையன் வீட்டுலதான் பண்றாங்க. முதல் குழந்தை பெரும்பாலும் பெண் வீட்டுல வச்சு பொறக்குறதால அங்க வச்சு ஞானஸ்நானம் குடுக்குறதுண்டு.''

''சாவு விழுந்து போச்சுன்னா முதல்ல சாமியார் கிட்ட வந்து சொல்லுவாங்க. மணியடிக்கணும், வத்தி, சிலுவை (கத்திரிசால்) வேணும்னு கேப்பாங்க. உபதேசியார் அதை எடுத்துக் குடுக்கணும். குடும்ப புஸ்தகத்த எடுத்துவச்சு யார், என்ன அப்பிடின்னு எழுதி வைக்கணும். அதுக்கப்புறம் இறந்தவங்க யாரோ அது படி, மணி அடிக்கணும். ஆம்பளைங்களுக்கு அஞ்சு அஞ்சு தட்டு அப்புறம் ஒரு லாங் பெல், பெண்ணுங்கன்னா நாலு தட்டு அப்புறம் லாங் பெல், சின்னக் குழந்தைகளுக்கும் நாலு தட்டு, சிஸ்டர்ஸ்னா ஆறு, சாமியார்னா ஏழுதட்டு உண்டு. இப்ப மணியே அடிக்கிறதில்ல. சாமியார் வீட்டாண்ட போய் ஜெபம் சொல்லி மந்திரிச்சுட்டு வருவார். பூசைக்கு கோயிலுக்கு எடுத்துட்டு வருவாங்க. அங்கருந்து கல்லறை தோட்டத்துக்கு எடுத்துட்டுப் போவாங்க. மேற்கு பக்கம் தலை, கிழக்கு பக்கம் கால் வைப்பாங்க. பீடத்தைப் பார்த்து கால் வைப்பாங்க. வண்டியிலதான் தூக்கிட்டுப் போவாங்க. இங்க முன்னாடி எல்லாம் வாத்தியம் அடிச்சு சத்தம் போட்டுட்டு வருவாங்க. ஆனா சர்ச்சுக்குள்ள அமைதியா இருப்பாங்க. சாமியார் முன்னாடி போக, பெட்டிய ஜெபம் சொல்லி எடுத்துட்டுப் போவாங்க. பழைய கல்லறை தோட்டம் ஒண்ணு இருக்கு...1860ல இருந்து ஏரிப்பக்கம் உள்ள கல்லறைல அடக்கம் பண்ணினாங்க. இப்ப ஒரே கல்லறை தோட்டம்தான்.''

''பெரிய வெள்ளி அன்னிக்கு சாயங்காலம் சிலுவைப்பாதை பாறைக்கோயில்ல நடக்கும். அது முடிஞ்ச உடனே சடங்கு உண்டு. ஈஸ்டர் பூசை முடிஞ்ச பிறகு புது நெருப்பு, புது தண்ணி எடுத்துட்டு வர்றதுண்டு. கல்லறை திருநாள் நல்லா கொண்டாடுவாங்க. கல்லறைய சுத்தி சீரியல் லைட் போடுறது, இறந்தோர் பட்டியல் (டாபு) எழுதி வாசிக்கிறதுண்டு. அப்படி பட்டியல் வாசிக்க, ஒரு

பேருக்கு அஞ்சு ரூபா குடுப்பாங்க. குடும்பங்கள்ல இறந்தவங்க பேர வரிசையா வாசிச்சு ஜெபம் சொல்லுவாங்க. அதை எழுத தனி பேப்பர் உண்டு. கல்லறையில போய் அந்த பெயர்களை வரிசையா வாசிச்ச பிறகு, அங்க பூசை நடக்கும். அதுக்கு பட்டாசு எல்லாம் வெடிச்சு நல்லா கூட்டம் வரும். ஆளப் பார்த்த உடனே நான் பேர் எழுதிருவேன். பெரும்பாலும் உபதேசியாருக்கு தெரியும். நாட்டு மணியகாரர், ஜாதி மணியகாரர்னு ரெண்டு மணியகாரர் உண்டு. அவுங்களுக்குன்னு தனியா வேலை பிரிச்சு இருக்கும். ஜாதி மணியம் அந்த ஜாதிக்குள்ள பிரச்னைய பார்ப்பாங்க. நாட்டு மணியம் பொதுவா வர்ற பிரச்னைய பார்ப்பாங்க. அது அப்ப... இப்ப அதெல்லாம் ஒண்ணும் இல்லாமப் போச்சு.''

''இங்க பெரும்பான்மை முதலியார் சாதிக்காரங்க உண்டு, கொஞ்சம் எஸ்.சி. இருக்காங்க, வண்ணார் இருக்காங்க. வெத்தலை 15-20 நாளுக்கு ஒரு தடவை வெட்டுவாங்க. அப்போ வெத்தல நல்லபடியா இறக்கினா விளக்கெரிய காசு குடுப்போம்னு வேண்டிக்கிறதுண்டு. நல்லா இறங்கணும்னு வேண்டிக்கிட்டும் பூசைக்கு எழுதிக் குடுப்பாங்க, நல்லா இறங்குச்சுன்னு நன்றியாவும் விளக்கெரிய குடுப்பாங்க. பாறைக் கோயில்ல வேண்டிக்கிட்டு திருவிழா டைம்ல குழந்தைங்களுக்கு மொட்டை போடுறாங்க. மத்தபடி பெருசா வேற எதுவும் வேண்டுதல்கள் கிடையாது'', என பீட்டர் சொல்லி முடிக்கிறார்.

சான்றுகள்

- *கிறிஸ்தவ தமிழியல் ஆய்வுக்கோவை-2 - தமிழ்த் துறை, சென்னைக் கிறித்தவக் கல்லூரி, 2007*
- Call to Asia, 350th Year Souvenir of MEP - Mission Press, Pondicherry
- History of Pondicherry Mission, PA Sampathkumar, Andre Carof - Department of Christian Studies, University of Madras, 2000

38

மதியம்பட்டி மரிய மதலேனம்மாள்

ஆறாம் நூற்றாண்டில் பாப்பரசர் முதலாம் கிரகரி பெத்தானி மரியாளையும், மரிய மதலேனாளையும் குழப்பி, மதலேனாள் ஒரு விலைமாது என்ற தவறான செய்தியை முன் வைத்ததாகத் தெரிகிறது. பின்னாளில் சீர்திருத்தக் கிறிஸ்தவத்துக்கு எதிராக புதிய கத்தோலிக்கத்தை முன்னெடுத்த கத்தோலிக்கத் திருச்சபை, அதே மதலேனாளை ‘தவத்தின்’ சின்னமாக முன்னிறுத்தியது.

•

வாராயோ அன்னை தாயே
கேளாயோ எங்கள் துயரை – வாராயோ (2)
இயேசுவின் பிரான சிநேகி
உத்தம மனஸ்தாப சுந்த்ரி (2)
பரதேசி மன்றாட்டைக் கேளும்
பாவசேறு அணுகாது காரும் – வாராயோ (2)
இறந்தவன் லாசரை எழுப்ப
வரமதை அடைந்த நல்மாது (2)
வாழ்த்துவோம் வாழ்த்துவோம் எனவும்
இறந்த என் ஆன்மாவைக் காரும் – வாராயோ (2)

(மேற்படி பாடல் ‘வாராயோ வெண்ணிலாவே’ என்ற சினிமாப் பாடலின் மெட்டில் எழுதப்பட்டது, ஆண்டு 1957. அப்போது லத்தீனில் பூசை முதலிய சடங்குகள் உண்டு என்பதால் தமிழில்

பாடப்படும் இவ்வகைப் பாடல்கள் பெரும் வரவேற்புப் பெற்றிருந்தன. அருட்தந்தை ரோக்கிநாதர் பணியாற்றிய காலத்தில் இப்பாடல் எழுதப்பட்டது. மரிய கரத்தாரா காலத்தில்தான் இங்கு தமிழ்ப் பூசை முதன்முதலில் வைக்கப்பட்டுள்ளது. அப்போது தகவலாளருக்கு வயது 12 எனவும், மதியம்பட்டியில் ஆசிரியராகப் பணியாற்றிய மாரிமுத்து இப்பாடலை மெட்டமைத்து எழுதிய தாகவும் சொல்லப்பட்டுள்ளது.)

தத்தினந்தத்தினம் தன்னான தன தானததித்தினம்தன்னானே
கர்த்தர் பிறந்தது ஆயிரத்தி எட்டுநூத்தி ஐம்பதாம் ஆண்டு
தங்கைமாரே
பிரான்சிலுள்ள நந்தனஞ்சில்லாவில்
நமது சாமியார் சூசையப்பர்- நமது சாமியார் சூசையப்பர்
அவர் நம்மளை மேய்க்கிற ஆயரவர்
தந்தை தாயாருடன் வளர்ந்தனராம் அவர்
குருமடமுமே சென்றாராம்
படிப்பும் புத்தியும் கற்றவராம் அவர்
பரியசேஸ்டரும் பார்த்துக்கொண்டு
பாரியசேஸ்டரும் பார்த்துக்கொண்டு அவரை
இந்தியாவுக்கு அனுப்பிக்கத் தீர்மானிச்சார்
ஏசுவின் கட்டளை ஏற்றுமே அவர்
சேசுவின் கட்டளைன்னு எண்ணினாராம்
கர்த்தனை வேண்டியே கப்பலில் ஏறினார்
நமது சாமியார் சூசையப்பர்
வாராரு வாராரு சாமியாரு
நல்ல வண்ணக்கொடி போலே வாராரு
தேருந்திருநாளும் ஓட்டவே வாராரு
தெளிவான புத்திகள் சொல்லவாரார்
சங்கை பொருந்திய மரிசூசைநாதர்க்கு
காரணக்கும்மி கொண்டாடுங்களேன்
தங்கத்தினாலவர் குல்லா வெச்சு
தங்கக்காலுக்கேற்ற சோடு போட்டு
வெள்ளியினாலே பிரம்புகளும் அவர்
வேடிக்கைக்கேற்ற குடை புடிச்சு
வேடிக்கைக்கேற்ற குடை புடிச்சு
அவர் வாரும் சிங்காரத்தப் பாருங்களே..
பூசை புஸ்தகம் கையிலேந்தி
அவர் பொன்னும் ஜெபமாலை முன்னேந்தி
பூசை செய்யவே வாராரு

அறியப்படாத கிறிஸ்தவம் ❖ 145

நம்ம குருக்களையாவே சாமியாரு
மாங்கா காச்சு குலுங்குதம்மா
நம்ம மதலமரியம்மா தோட்டத்துல
தேங்கா காச்சு குலுங்குதம்மா
நம்ம தேவமாதாவின் தோட்டத்திலே
தத்தினந்தத்தினம் தன்னான தன தானததித்தினம்தன்னானே

- மரியசூசைநாதர் என்ற பிரிக்காடு (Bricaud) குரு பாரீஸ் வெளிநாட்டு போதக சபையைச் சேர்ந்தவர். இந்தப் பங்கில் பல பணிகளைச் செய்து, ஆலயத்தையும் கட்டி எழுப்பியவர். மதியம் பட்டி பங்கு ஆலயத்தில் இவர் அடக்கம் செய்யப்பட்டிருக்கிறார். அன்னாரின் புகழை அவ்வூர் ஆண்கள் கும்மியாகக் கொட்டிப் பாடியிருக்கின்றனர்.

சின்ன வயதிலிருந்தே ஆட்டையாம்பட்டி என்ற ஊர்ப் பெயரை சும்மாவேனும் 'ஆட்டையாம்பட்டி தாண்டிக்கூட நானெல்லாம் போகமாட்டேன்', என சொல்லிக்கொண்டு இருந்திருக்கிறேன். அன்று மாலை எலத்தகிரியிலிருந்து கரூர் திரும்பும்போது சித்தப்பா, ''மதியம்பட்டி கோயில் போற வழில தான இருக்கு? போய்ட்டு வீட்டுக்குப் போய்டலாமே?'' எனக் கேட்க, அரைகுறை மனதோடு தான் சரி என்றேன். மாலை நேரமாகிவிட்டிருந்தது. வெய்யில் காலத்தில் ஒரு நாளில் மூன்று நான்கு ஆலயங்களுக்குப் போய் தகவல் சேகரிப்பது என்பதே பெரும் கொடுமைதான். அன்று பெரிய வெள்ளி என்பதால் ஏற்கனவே எலத்தகிரி ஆலயத்தில் ஒரு ஈ காக்காயைக் கூட பார்க்க முடியவில்லை. ஆனாலும் இது மரிய மதலேனாள் ஆலயம் என சித்தப்பா மீண்டும் நினைவுபடுத்த, என்றோ படித்த டேன் பிரவுனின் 'டா வின்சி கோடு' நினைவுக்கு வந்தது. மரிய மதலேனாளுக்கு ஆலயங்கள் மிகவும் குறைவுதான். சரி, கஷ்டத்தோடு கஷ்டமாக போய்விடுவோம் என இரவு தட்டுத் தடுமாறி 7.30 மணி சுமாருக்கு ஆலயத்துக்குச் சென்று சேர்ந்தோம். ஆட்டையாம்பட்டி பிரிவில் இருந்து வலது பக்கம் திரும்பி, வெண்ணந்தூரில் மீண்டும் ஒரு வலது திருப்பம் எடுத்து, ஆலயத்தை அடைவதற்குள் அன்றைய வழிபாடு நடந்துமுடிந்திருந்தது.

மிக எளிய போர்ச்சுகீசிய பாணியில் கட்டப்பட்ட ஆலயம். ஆலய முகப்பில் மேலே மாதாவின் சுரூபம் தனி மாடத்தில் வைக்கப் பட்டிருந்தது. ஆலயத்தின் வலது பக்க முகப்பில் குழந்தை இயேசு சுரூபமும், இடதுபக்கம் ஆரோக்கிய அன்னையின் சுரூபமும் மாடங்களில் வைக்கப்பட்டுள்ளன. ஆலயத்தினுள் இரு பக்கமும் பிரம்மாண்டத் தூண்களும், வளைவுகளும், மாடக் கூரையும்

அமைந்துள்ளன. பலிபீடத்தில் நடுவே பாடுபட்ட ஆண்டவரின் சுரூபம், அதன் கீழ் நடுநாயகமாக மரிய மதலேனம்மாளின் சுரூபம் மஞ்சள் மற்றும் சிவப்பு வண்ண அங்கியில் அமைந்துள்ளது. மதலேனாளின் வலதுபக்கம் குழந்தை இயேசுவை ஏந்திய மாதா சுரூபமும், இடதுபக்கம் வனத்து அந்தோணியார் சுரூபமும் மாடங்களில் வைக்கப்பட்டுள்ளன. நடுசாலையில் சூசையப்பர் சுரூபம் ஒன்று வைக்கப்பட்டுள்ளது. பீடத்துக்கு வலதுபுறம் மிக்கேல் சம்மனசு சுரூபமும், இடதுபக்கம் சவேரியார் சுரூபமும் இருக்கின்றன.

ஆலயத்தின் உள்ளே நுழைந்ததும் இடதுபக்கத்தில் மரத்தாலான பெரிய தொட்டில் ஒன்றைப் (நேர்ச்சைத் தொட்டில்) பார்க்க முடிந்தது. சிலுவை வடிவ ஆலயத்தின் வலதுபக்கமாக வெளியேறி வந்தால், வரிசையாக ஆலயப் புனரமைப்புக்கு உபயம் செய்தவர்களின் பெயர்கள் ஐந்தாறு கல்வெட்டுகளில் பொறிக்கப் பட்டுள்ளதைக் காணமுடிந்தது. திருப்பூர் தொடங்கி கர்நாடக மாநிலம் வரை பல ஊர்களைச் சேர்ந்தவர்களின் பெயர்களை அதில் காண முடிந்தது.

ஆலய மைதானத்தில் மரத்தாலான சிலுவை நடப்பட்டு, அதில் சிவப்பு வண்ணத் துணி கட்டப்பட்டிருந்தது. பக்கவாட்டு அரங்கத்தில் பாடற்குழுவினர் அடுத்த நாள் ஈஸ்டர் பூசைக்கான பாடல் பயிற்சியில் ஈடுபட்டிருந்தனர். அவர்களை வேடிக்கை பார்த்தபடி ஆலயத்துக்குப் பின்புறமிருந்த சாமியார் இல்லத்துக்குச் சென்றோம். கோயில் குறித்த வரலாற்றுத் தகவல்கள் செபமலரில் இருக்கிறது எனச் சொல்லி அதைக் கையில் தந்து, தீர்த்தம் தெளித்து பங்கு குரு ஆசீர்வதித்தார். சடங்கு, பண்பாடு பற்றி தெரிந்து கொள்ள வேண்டும் எனச் சொன்னதும், சேவியர் ஐயாவைத் தொடர்பு கொள்ளுங்கள், கொடிமரம் பக்கம் அவர் வீடு என கைகாட்டி அனுப்பினார்.

ஆலயத்தின் இடதுபக்க வாயிலுக்கு அருகே அருட்தந்தை பிரிக்காடின் கல்லறை இருக்கிறது. ஜே.பிரிக்காட் (J Bricaud) என்ற குறிப்புடன், அவரது 'தமிழ்ப் பெயரான' மரியசூசைநாதரும், 1850-1929 என அவர் வாழ்ந்த காலமும் கல்வெட்டில் குறிப்பிடப் பட்டிருந்தது. 'தந்தையே, இறைவனிடம் இன்றும் எனவும் எங்களுக்காக பரிந்துரைப்பீராக' என்ற வாசகம் அக்கல்லறைக் கல்வெட்டில் வெட்டப்பட்டுள்ளது. அதைத் தாண்டிச் சென்றால் சிறு மண்டபம் ஒன்று தெரிகிறது. அதில் தாமரை மலர் ஒன்றின் மேல் மரிய மதலேனாளின் அழகிய சுரூபம் வைக்கப்பட்டுள்ளது. மஞ்சள்

தாமரையில் வீற்றிருக்கும் மரிய மதலேனாள்

சிவப்பு அங்கியணிந்து, தைல சாடி ஒன்றைக் கையில் ஏந்தியபடி மதலேனாள் இருப்பது போல இச்சிற்பம் வடிவமைக்கப் பட்டுள்ளது.

புனித மரிய மதலேனாள் கலிலேயா நாட்டில் மக்தலா என்ற ஊரைச் சேர்ந்தவர். இவ்வூர் கலிலேயாக் கடலுக்கு மேற்கே நான்கு கல் தொலைவில் வசித்ததாகக் கூறப்படுகிறது. விவிலியத்தின் புதிய ஏற்பாட்டில் பல 'மரியாக்கள்' குறிப்பிடப்படுகின்றனர். இயேசுவின் தாய் மரியா, பெத்தானியா மரியா இவர்கள் வரிசையில் மக்தலா மரியாளும் ஒருவர். இவர் பிறந்த ஊரான மக்தலாவைக் கொண்டு இவரை அடையாளப்படுத்துகின்றனர். புதிய ஏற்பாட்டில் பதினான்கு இடங்களில் இவர் குறிப்பிடப்படுகிறார். இயேசுவைப் பின்பற்றிச் சென்ற பல பெண்களில் இவரும் ஒருவர். பெரும்பாலும் இயேசுவின் சீடர்கள் என பன்னிரு ஆண்களையே விவிலியம் உள்ளிட்ட திருநூல்கள், நிருபங்கள் குறிக்கின்றன. இயேசுவைப் பின்தொடர்ந்து சென்ற பெண்களைக் குறித்து அதிக தகவல்கள்

நமக்குக் கிடைக்கவில்லை. இயேசு பொதுவாழ்க்கையில் ஈடுபடத் தொடங்கியது முதல், அவர் உயிர்த்து விண்ணகம் செல்லும்வரை மகதலா மரியாள் அவரோடு இருந்திருக்கிறார். நற்செய்திப் பணியில் ஈடுபட்ட பன்னிரு திருத்தூதர்களுடன் இருந்த பெண்களில், இவரது பெயர் குறிப்பிடப்படுகிறது. லூக்கா எழுதிய அதிகாரத்தில் இயேசுவின் நற்செய்திப் பரப்புக்கு தன் சொந்தப் பணத்திலிருந்து மகதலா மரியாள் உதவி செய்தார் என எழுதியிருப்பது கொண்டு, அவர் பணம் படைத்த பெண் எனக் கருத வாய்ப்புள்ளது.

இவருக்கு ஏழு பேய்களிடமிருந்து இயேசு விடுதலை அளித்ததாக மாற்கு *(1:69)*, மற்றும் லூக்கா *(8:3)* இருவருமே எழுதுகின்றனர். 'அப்போஸ்தலர்களின் அப்போஸ்தலர்' என்றழைக்கப்படும் மகதலேன் மரியாள், இயேசுவின் மிக நெருங்கிய சீடர் என்றே ஆறாம் நூற்றாண்டுவரை அறியப்பட்டவர். பண்டைய 'ஞானவாதப் படைப்புகளில்' (Gnostic texts) இவருக்கும், இயேசுவுக்குமிடையே இருந்த பிணைப்பைக் கண்டும், இவரது பாலினத்தாலும் பேதுரு எரிச்சலுற்றதாகத் தெரிகிறது. லூக்கா எட்டாம் அதிகாரம் மகதலேன் மரியா இயேசுவோடு தொடர்ந்து பயணித்ததை உறுதி செய்கிறது. நான்கு சீடர்களால் புதிய ஏற்பாட்டில் குறிப்பிடப்பட்டாலும், எங்கும் அவர் நெறி பிறழ்ந்தவராகக் காட்டப்படவில்லை. ஆறாம் நூற்றாண்டில் பாப்பரசர் முதலாம் கிரகரி (Pope Saint Gregory I) ஈஸ்டர் திருவிழா அன்று அளித்த செய்தியில், பெத்தானி மரியாளையும், மரிய மகதலேனாளையும் குழப்பி, அவர் ஒரு விலைமாது என்ற தவறான செய்தியை முன்வைத்ததாகத் தெரிகிறது. அது முதல் மரிய மகதலேனாளை ரோமை கத்தோலிக்க கிறிஸ்தவம், 'பாவத்துக்குத் தூண்டும் விலைமகள்', 'நேர்மை யற்றவள்', என்ற கண்ணோட்டத்துடனே அணுகிவந்துள்ளது. இடைக்காலத்தில் மரிய மகதலேனாள் இயேசுவின் பெண் தோழியாக, காதலியாக புனையப்பட்ட கதைகள் பல சுற்றிவந்தன.

சீர்திருத்தக் கிறிஸ்தவத்துக்கு எதிராக 'புதிய' கத்தோலிக்கத்தை முன்னெடுத்த கத்தோலிக்கத் திருச்சபை, மகதலேனாளை 'தவத்தின்' சின்னமாக முன்னிறுத்தியது. 1969ம் ஆண்டு பாப்பரசர் ஆறாம் பவுல், பெத்தானியின் மரியா மற்றும் மரிய மகதலேனாள் இருவரையுமே ரோமை நாள்காட்டியில், 'பாவப் பெண்கள்' என்ற நிலையிலிருந்து நீக்கினார். ஆனாலும், 1500 ஆண்டுகளாக விலைமாதாகவும், கற்பு நெறி தவறியவராகவும் பார்க்கப்பட்ட மரிய மகதலேனாளின் நிலை கத்தோலிக்கக் கிறிஸ்தவத்தின் கலை மற்றும் பிற வடிவங்களில் எவ்வித மாற்றமும் பெறவில்லை.

ஆங்கிலிக்கன், பழமைவாதம், கத்தோலிக்கம், லூத்தரன் சபைகள் ‘புனிதர்’ என்றே மகதலேனாளைப் போற்றுகின்றன. 2016ம் ஆண்டு பாப்பரசர் பிரான்சிஸ் ‘வணக்கத்துக்குரிய’ பெண் என்ற பொருண்மையிலிருந்து அவரது ‘விழாவெடுத்துக் கொண்டாடும் புனிதர்’ என்ற நிலைக்கு உயர்த்தினாலும் இன்றும் குழப்பம் தீர்ந்த பாடில்லை.

1945ம் ஆண்டு எகிப்தின் நாக் ஹம்மதி (Nag Hammadi) என்ற ஊரில் முத்திரையிட்டு மூடப்பட்டிருந்த சுடுமண் ஜாடி ஒன்றில், பல பண்டைய எகிப்திய ‘பேப்பிரஸ் ஓலைகள்’ (papyrus scroll) இருந்தன. அவை மிகத் தொன்மையான கிறிஸ்தவ வரலாற்று ஆவணங்களாக இருந்தன. அதில் பிலிப்பு என்ற இயேசுவின் சீடரும், பேதுருவும் எகிப்திய ‘கோப்டிக்’ (Coptic) மொழியில் எழுதியிருந்த தொகுப்புகள் இருந்தன. இவற்றை விவிலியத்தின் பகுதிகள் எனச் சொல்லமுடியாது; உறுதிப்படுத்தப்படாத சான்றுகள் (apocryphal texts) என அவை அடையாளம் காணப்பட்டன. இவற்றில் மரிய மகதலேனாள் குறித்து இன்னுமதிக தகவல்கள் கிடைத்தன. குறிப்பாக பிலிப்பின் திருமுகம் இப்படிக் குறிப்பிடுகிறது-

மற்றும்... துணைவியான மரிய மதலேனாள் ... மற்ற எல்லா அப்போஸ்தலர்களை விட அவளை அதிகம் அன்பு செய்து, அடிக்கடி அவளது... முத்தமிட்டார். மற்ற திருத்தூதர்கள் அவரிடம்...''அவளை ஏன் எங்களை விட அதிகமாக அன்பு செய்கிறீர்கள்?'' அவர் அவர்களுக்கு மறுமொழியாக, ''அவள் அளவுக்கு உங்களை நான் ஏன் அன்பு செய்யவில்லை? பார்வை யற்றவன் ஒருவனும், பார்வை உள்ளவன் ஒருவனும் இருளில் இருந்தால், இருவரும் ஒன்றே, அவர்களிடையே வேறுபாடில்லை. ஒளி தோன்றும்போது பார்வையுள்ளவனே அதைக் காண்பான், பார்வையற்றவன் இருளிலேதான் இருப்பான்'', எனச் சொன்னார்.

இதில் அங்கங்கே கரையான் அரித்ததுபோக எஞ்சியிருந்த வாசகங் களைக் கொண்டு, மரிய மகதலேனாளுக்கும் இயேசுவுக்கும், மற்ற திருத்தூதர்களுக்கும் இடையேயான உறவுமுறையை அறுதியிட்டு சொல்லமுடியாதுதான். இதைப் போலவே 1896ம் ஆண்டு கெய்ரோ சந்தையில் இதே போன்ற பேப்பிரஸ் ஓலைகள் சிலவற்றில், ‘மேரியின் திருமுகம்’ (Gospel of Mary) கிடைத்தது. அதிலும் கிறிஸ்துவின் உயிர்ப்புக்குப்பின் சீடர்கள் நற்செய்தியைச் சொல்ல தயங்கியபோது, ‘அச்சமுறாதீர்கள், அவர் நம்மோடு இருப்பார்’, என மகதலேன் மரியாள் துணிவு சொல்வதுபோல எழுதப்

பட்டிருந்தது. விவிலியத்தில் இயேசுவின் இரண்டு முக்கியமான வாழ்க்கை நிகழ்வுகள்- மரணம் மற்றும் உயிர்த்தெழுதல் பகுதியில் மரிய மகதலேனாளின் பங்கு தெளிவாகவே குறிப்பிடப் பட்டிருக்கிறது. மாற்கு மற்றும் யோவான் இருவரின் திருமுகங்களும் இயேசு சிலுவையில் அறையப்படும்போது அதைத் தொலைவில் இருந்து பார்த்தவர்கள் என மரியாள் மற்றும் மரிய மகதலேனாள் இருவரையுமே குறிப்பிடுகின்றன. அரிமத்தியாவின் யோசேப்பு இயேசுவின் உடலை அடக்கம் செய்யும்போதும், மரியாளும், மகதலேன் மரியாளும் உடனிருந்ததாக விவிலியம் சொல்கிறது.

இயேசு உயிர்த்தெழும்போது அவரது உடல் இருந்த கல்லறை காலியாக இருந்ததை மரிய மகதலேனாள் சாட்சி சொன்னதை புதிய ஏற்பாட்டின் நான்கு முக்கிய திருமுகங்களும் குறிப்பிடுகின்றன. கல்லறைக்குச் சென்று வெறுமையாக இருந்ததை முதலில் அறிவித்தவர்கள் யாகப்பரின் தாய் மரியாளும், சலோமியும், மரிய மதலேனாளும் என மாற்கும், மத்தேயுவும் தெளிவாகச் சொல்கின்றனர். யோவானோ, உயிர்த்த இயேசு முதன்முதலில் மரிய மகதலேனாளுக்கே காட்சி தந்ததாகக் குறிப்பிடுகிறார். முதலில் அவரை தோட்டக்காரராக எண்ணிக் குழம்பிய மகதலேனாள், ''ராபுனி'' என அவரை அடையாளம் கண்டுகொண்டு அழைத்ததாக வும், அவர் உயிர்த்த செய்தியை மற்ற அப்போஸ்தலர்களுக்கு எடுத்துகூறச் சொல்லி அவளை அப்போஸ்தலர்களிடம் அவர் அனுப்பியதாகவும் யோவான் எழுதியிருக்கிறார். அப்போஸ்தலர் களின் அப்போஸ்தலராக மதலேனாள் உயர்த்தப்படுவது இந்த இடத்தில்தான். இயேசுவின் தாய் மரியாளுக்கு அடுத்து கத்தோலிக்கக் கிறிஸ்தவத்தில், நிகழ்த்து மற்றும் வரைகலைகளில் அதிக முக்கியத்துவம் பெற்றவர் மரிய மகதலேனாள்.

ஆண்டுதோறும் பல்லாயிரக்கணக்கான பக்தர்கள் மதியம்பட்டி மகதலா மரியாளின் ஆலயத்தில் கூடுகின்றனர். 120 ஆண்டுகால வரலாறு இந்தத் தலத்துக்கு உண்டு. காக்காவேரி பங்கின் துணைப்பங்காக 1800களில் மதியம்பட்டி இருந்துள்ளது. தொடக்கத்தில் இது வனத்து அந்தோணியாரின் ஆலயமாகத்தான் வழிபடப்பட்டது. இங்கு புதுவை பிரெஞ்சு போதக சபை குருக்களே மறைப்பணி செய்திருக்கின்றனர். 1877ம் ஆண்டு புதுவை மறைமாநில ஆயர் லவுவெண்ணான் மதியம்பட்டி வனத்து அந்தோணியார் திருவிழாவைக் கொண்டாட வருகை தந்தார் என வரலாற்றுக் குறிப்புகள் தெரிவிக்கின்றன. 1879ம் ஆண்டு முதல் 1924ம் ஆண்டுவரை காக்காவேரி பங்கில் பங்கு குருவாகப்

அறியப்படாத கிறிஸ்தவம் ✤ 151

பணியாற்றியவர் அருட்தந்தை பிரிக்காட் (பிரிக்கோ) அடிகள் ஆவார். இவரே மதியம்பட்டியில் ஆலயம் கட்ட நிலம் வாங்கியவர்.

1882ம் ஆண்டு அருட்தந்தை பிரிச்சர்டு, பிரிக்கோ வாங்கிய இடத்தில் அமைத்திருந்த அடித்தளத்தின்மேல் ஆலயத்தைக் கட்டியெழுப்பினார். பின்னாளில் இவ்வாலயம் மரிய மகதலேனாள் ஆலயமானது. இன்றும் இவ்வூர் மக்கள் மரிய மகதலேனாளுக்கு ஜூலை மாதம் 21-22ம் தேதியும் (தேர்த்திருவிழா), வனத்து அந்தோணியாருக்கு ஜனவரி மாதம் 16-17ம் தேதிகளிலும் திருவிழாக்களை சிறப்பாகக் கொண்டாடி வருகின்றனர். 1924 முதல், 1929ம் ஆண்டு இறக்கும்வரை பிரிக்கோ அடிகள் மதியம்பட்டியில் தங்கி மக்கள் பணி செய்தார். இறந்தபின் அவரது உடல் இங்கேயே அடக்கம் செய்யப்பட்டது. சேலம் மறைமாவட்ட இரண்டாம் ஆயர் வெண்மணி செல்வநாதர், 1955ம் ஆண்டு மதியம்பட்டியைத் தனிப்பங்காக உயர்த்தினார். அதன் பின் அருட்தந்தையர் வெங்கத்தானம், ரோக்கிநாதர், செல்வரத்தினம், பீட்டர் சூரியத்தாரா உள்ளிட்ட பல குருக்கள் இங்கு பணியாற்றியுள்ளனர்.

அருட்தந்தை செல்வரத்தினம் அடிகள் பெருமுயற்சி செய்து இப்பகுதிக்கு சாலை வசதி ஏற்படுத்திக் கொடுத்தார். 1997ம் ஆண்டு மிகுந்த பொருட்செலவில் ஆலயத்தை அருட்தந்தை தியோடர் செல்வராஜ் புனரமைத்தார். ஆண்டுதோறும் நடைபெறும் மகதலா மரியாள் விழாவில் தீய ஆவியால் துன்புறுவோர், உடல் உள்ள குறைவுள்ளோர், பிள்ளைப்பேறு இல்லாதோர் இங்கு வந்து வணங்கி ஆசி பெற்றுச் செல்கின்றனர்.

பங்கு குருவின் அறிவுறுத்தலின்படி சேவியர் (72) ஐயாவைத் தேடிச் சென்று கொடிக் கம்பத்தைக் கண்டுபிடித்தோம். அவரது வீடு பூட்டப்பட்டிருந்தது. அவரது சகோதரர் எங்களிடம் பேசிக் கொண்டிருந்தார். ‘‘எங்க தாத்தா காலத்துல இருந்து, முப்பாட்டம் நாப்பாட்டன் காலத்துல இருந்து இந்த கிறிஸ்தவங்களுக்கு தாய்ப்பங்கு எதுன்னாக்கா காக்காவேரி பங்குதான். இங்கருந்து ஆத்தூர் போற வழில ராசிபுரத்தத் தாண்டி இருக்கு. ஏறக்குறைய அதுக்கும் இதுக்கும் இருவது கிலோமீட்டர் தூரம் இருக்கும். ஆதியில அங்க இருந்துதான் சாமியாருங்க இங்க வரணும். அந்தக் காலத்துல படிப்பறிவே கொஞ்சம்கூடக் கிடையாது. மூணு தலைமுறைக்கு முந்தி ஆனா ஆவன்னா ஒண்ணும் தெரியாது. இந்த பக்கம் கம்பு சோளம்னு விவசாயம்தான். அப்போலாம் இந்த கரண்டு லைட்டு எல்லாம் கிடையாது. தண்ணிக்கு ஏற்றம் இறைக்கிறதுதான். மரியசூசை சாமியார்தான் இங்க முத முதல்ல

சேவியர் மற்றும் அவர் சகோதரர், மதியம்பட்டி

கோயில் கட்டுறதுக்கு ஏற்பாடு பண்ணுனாரு'', எனச் சொல்கிறார். அதற்குள் அவரது அண்ணன் சேவியர் வந்துசேர, அவரைப் பேசச்சொல்லி இவர் சட்டென எழுந்து நிற்கிறார். பேட்டி எடுத்து முடியும் வரை அண்ணன் முன்னால் உட்காரவில்லை இந்தப் பாசக்காரத் தம்பி.

''1944ல நான் பொறந்தேன். எனக்கு ஞானஸ்நானம் குடுத்தவர் மத்தேயு புலிக்கல். அப்ப மறைமாவட்ட ஆயரா இருந்தவர் பி.எஸ். செல்வநாதர். புரூனியர் ஆண்டவர்தான் மறைமாவட்டத்தின் முதல் பிஷப். அவர் காலத்துல, அதாவது என் பாட்டன் காலத்துல இது கிளைப்பங்கா இருந்துச்சு. முதல்ல இங்க வந்தவரு ஆசீர்வாதம் சாமியார். திண்டிவனத்துல இருந்து வந்தார் அவர். ஆங்கிலேயர் (ஐரோப்பியர்). எடப்பாடிதான் முதல்ல இதோட தாய்ப்பங்கு. அதுக்கப்புறம் காக்காவேரி பங்குக்கு மாறியிருக்கு. ரெண்டு மாசத்துக்கு ஒருவாட்டி பூசை மந்திரம் சொல்ல மாட்டு வண்டியில வந்துட்டுப் போவாரு சாமியார். ஆசீர்வாதம் சாமியார் காலத்துலயே கோயில் கட்டணும்ன்னு நிலம் வாங்கிப் போட்டுட்டார். இந்தப் பக்கம் பூராம் கத்தாழையா கெடந்திருக்கு. காடு மாதிரி. அந்த இடத்த வாங்கி கோயிலுக்கு அஸ்திவாரம் போட்டுருக்காரு. அதை போட்டுட்டு செத்துப் போனார். அவருக்கப்புறம் பிரிக்கோ வந்தாரு. அவரும் ஆங்கிலேயர்தான் (பிரெஞ்சு). அப்போ இது

கும்பகோணம் மறைமாவட்டமா இருந்துச்சு. சேலம் மறை மாவட்டம் 1933லதான் வந்துச்சு. பிரிக்கோ காலத்துல எடப்பாடியில இருந்து காக்காவேரி பங்குக்கு மதியம்பட்டி வந்துச்சு'', என சேவியர் ஐயா சொல்கிறார்.

''மரிய சூசை காலத்துலதான் இந்த ஊர் டெவலப் ஆச்சு. கோயில் கட்டி முடிச்சு, மெத்தைய கட்டி (சாமியார் அறை), அஞ்சு சத்திரமும் கட்டுனார். தொலைநோக்குப் பார்வை உண்டு அவருக்கு. கிளைப்பங்கா இருக்கும்போதே கோயில் கட்டியாச்சு. பாமர மக்கள்தான் இந்த ஊருல. மூணு குரூப் இருக்காங்க. ஒரு குரூப்பு மேஸ்திரி-கட்டடத் தொழிலாளர். இன்னொரு குரூப் அருந்ததியர். அப்புறம் கள்ளரு. அந்த காலகட்டத்துல கந்தன், ராமன் அப்டின்னு பேரு வச்சிக்கிட்டு இந்துக்களாத்தான் இருந்தாங்க. அவுங்களுக்கு தான் வீடு கட்ட எடத்தக் குடுத்து, கல்யாணம் பண்ணி வச்சு மதம் மாத்தி, இந்த ஊரையே புதுசா உருவாக்கியிருக்காங்க. இல்லாத புள்ள குட்டிங்களுக்கு பால் வாங்கிக் குடுத்து கூட மதம் மாத்தியிருக்காரு சூசைநாதர் சாமி. நாங்க கள்ளர் சாமி. தெக்குநாட்டுல இருந்து இங்க வந்து உருவானவுங்க.''

''எங்க ஆளுங்க எல்லாம் மதுரைக்கு அங்கிட்டு கண்ணனூர் பக்கம் உள்ளவுங்க. மாரியம்மன கும்புடுறவுங்க. எங்க நாலாவது பாட்டன் காலத்துல ஒரு நாலு குடும்பம் அங்க இருந்து இங்க பொழைப்புக் காக வந்துருக்காங்க. அப்போ மதியம்பட்டியில தொண்டமான் கவுண்டன்னு ஒருத்தருங்க. அவருதான் இந்த ஏரியாவுக்கு அதிபதியா இருந்துருக்காரு. முப்பது கிலோமீட்டர் சுத்தளவுக்கு அவரு பெரிய அதிபதி. அவருகிட்டதான் எங்க நாப்பாட்டன் கூலி வேலை செஞ்சிக்கிட்டு இருந்திருக்காங்க. வேதபோதகம் சொல்ல வந்த ஆசீர்வாதம் சாமி, 'யப்பா நீங்க வேதத்துக்கு மாறிக்கிறீங்களா'ன்னு கேட்டுருப்பாராட்டு இருக்குது. 'கண்ணனூரு மாரியாயிய கும்பிடுறவுங்க, தொண்டமான் கவுண்டனும் ஒரு இந்து. அவருகிட்ட அடசல்ல இருக்கோம். எப்புடிங்க வர முடியும்?' அப்டின்னு இவுங்க கேட்டிருக்கிறாங்க. அப்போ அந்த சாமியார் சொல்லியிருக்காரு, 'சரி அப்போ நீங்க அந்த மாரியாயிக்கே பொங்கல் இடுங்க. அது பொங்காது. உங்களை விட்டுருவாங்க', அப்டின்னு சொன்னாராம். இவுங்க போய் தொண்டமான் கவுண்டன்கிட்ட விடச்சொல்லி கேட்டதுக்கு, 'பொங்குனாக்கா இங்க இருங்க. பொங்கலீன்னா அங்க போங்க', அப்டின்னு சொன்னாராம். அந்த நாலு குடும்பம் பொங்க வச்சது; ஆனா அது சாமி சொன்ன மாதிரி பொங்கல. 'சரி, பொங்கலும்

பொங்கல, நீங்களும் கேட்டுக்கிட்டு இருக்கீங்க. அங்கேயே போய் எதையோ கும்பிட்டுக்குங்க', அப்டின்னு தொண்டமான் கவுண்டன் சொல்லிட்டாரு.''

''அப்புறமேலுதான் வந்து இவுங்களுக்கு ஞானஸ்நானம் குடுத்துருக்காரு. எங்க குரூப்புதான் முதல்ல ஞானஸ்நானம் குடுத்து திருமறையில சேர்த்த குடும்பங்க. மத்த குரூப்- மேஸ்திரி தெருவும், அருந்ததியர் தெருவும் எல்லாம் அப்புறமேல்தான் இங்க வந்தாங்க. இன்னிக்கும் அந்தத் தெருங்க பேரு அப்படியேதான் இருக்கு. இன்னிக்கு அல்லாம் கிறிஸ்துவுங்கதான். அல்லாம் கோவில் நெலம்தான். அங்கங்க இருக்க இடம் குடுத்துட்டாங்க. இந்த ஊரு நிலம் முழுக்க மரிய மகதலேனம்மா நிலம்தான். அந்தக் காலத்துல சாமியாரு வாங்கிப்போட்ட பதினஞ்சு-இருவது ஏக்கராவுலதான் இன்னிக்கு ஊர் இருக்கு. அப்புறம் மரியசூசை சாமிக்கு உடம்பு சரியில்லாம போகவும், வைத்தியத்துக்கு பெங்களூருக்குப் போயிட்டாரு. அங்க அவரு மரணசாசனம் எழுதி வச்சாரு. 'நான் இறந்து போயிட்டேன்னா மதியம்பட்டி மரிய மகதலேனாள் கோயில்லதான் என்னை அடக்கம் பண்ணனும்', அப்டின்னு எழுதி பாக்கெட்டுல போட்டுக்கிட்டாராம்.''

''காலமாயிட்டார். காக்காவேரிக்காரங்க சும்மா இருப்பாங்களா? நம்ம பங்கு சாமி, நம்ப எடத்துலதான் அடக்கம் பண்ணனும் அப்டின்னு சொல்லி, உடம்ப எடுத்துட்டு வர ஏற்பாடு பண்ணிட்டிருக்காங்க. அப்பதான் அவரு எழுதுன மரண சாசனத்தப் படிச்சிருக்காங்க. உடனே சரின்னு சமாதானம் ஆயிட்டு, வண்டியிலயே இங்க கொண்டு வந்தாங்க. 1929ல இந்த எடம் எப்படி இருக்கும் தெரியுங்களா? ஆளே இல்லாத எடம். மல்ல சமுத்திரத்துல இருந்து தேர் ரதம் கட்டி அவரை ஆடம்பரமாக் கொண்டுவந்து இங்க அடக்கம் பண்ணியிருக்காங்க. அதுக்கப்புறம் 1935ல சேலம் மறைமாவட்டம் ஆயிடுச்சு. ஆனா சாமியாருங்க அப்பப்ப இங்க வந்து போவாங்க. 1935ல இருந்து 1955 வரை இருவது வருஷம் புரூனியர் ஆண்டவர் இருந்தார். 1955க்குப் பிற்பாடு செல்வநாதர் வந்தாரு. அதுக்கப்புறம் முழுக்க மலையாளி சாமியாருங்க வந்தாங்க. வெங்கத்தானம், ரோக்கிநாதர், மசூல் சாமி, கெக்னல், அருள், செபஸ்டின், மத்தேயு புலிக்கல் எல்லாம் பின்னால வந்தாங்க.''

''அண்ணன் தம்பி ரெண்டு பேரு அந்தக் கவுண்டர் வீட்டுல. மொத்தம் நாப்பது ஏக்கரா நிலம் அவுங்களோடது. அந்த இடத்துல ஒருத்தரு பாதிய- இருவது ஏக்கராவ கோயிலுக்கு சாமியார் கிட்ட

எழுதிக் குடுத்துட்டாரு. அவுங்களுக்குள்ள பங்காளி சண்ட வந்துருச்சு. கோயில் நிலத்த ஆக்கிரமிச்சுட்டாங்க. அப்புறம் கேஸ் போட்டாங்க. கேசுல கோயில் பக்கம் தீர்ப்பாச்சுது. தீர்ப்பான பிற்பாடும் விடமாட்டேங்குறாங்க. அப்ப அந்த காலத்து பெரிய ஆளுங்க- மணியகாரர் மதலமுத்துவோட சேர்ந்து ஊர்ப்பெரியவங்க என்ன பண்றதுன்னு வக்கீல்கிட்ட போய் கேட்டுருக்காங்க. அவரு, 'ஏம்ப்பா தீர்ப்புதான் வாங்கித்தர முடியும், இனி நீங்க போய் உங்க எடத்துல ஏர் ஓட்டுங்கப்பா', அப்டின்னு சொல்லி அனுப்பிட்டார். அப்புறம் ஊரே ஏர் கட்டிட்டுப் போயி போராடி அந்த நெலத்த மீட்டாங்க. அப்படி எல்லாம் இவுங்க கூடப் போராடுன கவுண்டரு தழை எடுக்க காட்டுக்குப் போயிருக்காரு. அங்க கவுந்து விழுந்து முடிஞ்சு போயிட்டார். முறைமையா நல்லா இருந்த ஆளு, மாதா அவரைக் கேட்டுருச்சு அப்டின்னு அப்ப சொல்லுவாங்களாம்...''

''1955வது வருஷம் இது தனி பங்காச்சு. ரோக்கிநாதர் சாமி காலத்துல இது நடந்துச்சு. எனக்கு அப்ப 12 வயசு. அவருக்கு நான் பூசை உதவி செஞ்சிருக்கேன். சத்திரம் எல்லாம் அவர் காலத்துல மராமத்து பண்ணினார். இப்ப அதெல்லாம் கவனிப்பு இல்லாம பாழடஞ்சு போச்சு. இன்னும் ரெண்டு சத்திரம் இருக்கு. அப்ப மக்கள் வந்து தங்கிட்டுப் போக கட்டினது அது. ஏழெட்டு வருஷம் அவர் இங்க இருந்தார். மேட்டூர்ல பங்கு சாமியாரா இருந்ததுனால அவருக்கு மின்சார வாரியம் ஆளுங்களோட பழக்கம் இருந்துச்சு. மாமுடியில இருந்து ரெண்டு கிலோமீட்டர் தூரம் லைன் இழுத்துட்டு வந்து இந்த ஊருக்கு கரண்டு கொண்டுவந்தாரு. இருட்டா கிடந்த ஊருக்கு வெளிச்சத்த உண்டு பண்ணினாரு. அடுத்து செல்வரத்தினம் வந்தாரு. ரோடு இல்ல. அவர் காலத்துல ஆறு கிலோமீட்டர் ரோடு போட்டுக்குடுத்தார். அதுக்கப்புறம்தான் இந்த ஊருக்கு பஸ் வர போக ஆரம்பிச்சுது.''

மரிய மகதலேனாள் பாடல், மரிய சூசைநாதர் கும்மி என பாடல்களைப் பாடிக் காட்டினார். பூசைக்கு உதவி செய்து கொண்டிருந்த காலத்தில் லத்தீன் கிரேதோ, கீரி எலைசன் உள்ளிட்ட பல பாடல்களைப் பாடியதை நினைவு கூர்ந்து அப்பாடல்களைப் எந்தப் பிசிறுமின்றி, பாடியும் காட்டினார்.

''காக்காவேரி பாஸ்கா நாடகத்துல வர்ற பாட்டு ஒண்ணு இருக்குங்க. மேடைல சேசு உக்காந்திருப்பாருங்க, சுத்தி மத்த சீடர் எல்லாம் இருப்பாங்க. அப்ப உருக்கமா மரிய மதலேனா பாடுற பாட்டு ஒண்ணு உண்டுங்க. கைல தைல சீசாவ வச்சிக்கிட்டு அந்தம்மா உருக்கமா பாடுங்க. நான் பாடுறேன் கேளுங்க...''

ஒன்றும் காணேனே... உலக சுகம்
ஒன்றும் காணேனே
கன்றிப் போச்சி என் மனமும்
குன்றிப் போச்சி தீவினையால் (2)
நன்றிகெட்ட பாவி போல
மண்டலத்தில் யான் திரிந்தேன்
ஒன்றும் காணேனே..உலக சுகம்
ஒன்றும் காணேனே
பொய்யுலக வாழ்வுமதில்
போக சுக பாக்கியத்தை (2)
மெய்யெனவே நம்பினேனே
ஐயனே நீ பொறுத்தருளும்
ஒன்றும் காணேனே..உலக சுகம்
ஒன்றும் காணேனே

''சீசர் எல்லாம், 'பாவியான மரிய மதலேனாள் தானே? இவளை கடவுள் தண்டிக்க காணுமே', அப்டின்னு பேச்சுல இடிப்பாங்க. அப்போதான் அந்தம்மா பாடும்...''

ஈனச்செயல் புரிந்தேனே என் ஐயனே
எம் பாவம் பொருத்தாள்வாய் என் ஐயனே (2)
ஜீவிய நாளெல்லாம் பாவியாய் வாழ்ந்தேன் (2)
தேவனே என்னை ஆண்டருள்வாயே
ஈனச்செயல் புரிந்தேனே என் ஐயனே
என் பாவம் பொருத்தாள்வாய் என் ஐயனே
மாய உலகில் வாழ்வது பொய்யோ (2)
ஆயனே என்னை ஆண்டருள்வாய்

''அப்படியே மனஸ்தாபப்பட்டு பாடுற பாட்டு... இதைப் பாடிக்கிட்டே ஆண்டவர் கால்ல விழும்.''

''அதே போல குருத்து ஞாயிறுக்கு பார்த்தீங்கன்னா இயேசு மாதிரி ஒருத்தர வேஷம் போட்டு, வெடி வாண வேடிக்கையோட ஊர்வலமா கூட்டிட்டு வருவாங்க தெருவுல. அப்ப பாடுறதுக்கு ஒரு பாட்டு உண்டு...

ஓசன்னா ஓசன்னா ஓசன்னா
தாவீதன் குமாரனுக்கு ஓசன்னா ஓசன்னா
நாலாயி ரம் வருஷம் நாமவர்க்காய் காத்திருந்தோம்
மேலோனின் கிருபையினால் சீலமுடன் இங்கெழுந்தீர்
செத்தவர்க்கு உயிரளித்த சேசுவென்னும் நித்தியர்க்கு

அறியப்படாத கிறிஸ்தவம் ✧ 157

எத்திசையும் துதியேற்றி நித்தியமும் போற்றிடுவோம்
ஓசன்னா ஓசன்னா ஓசன்னா...

''இந்தத் தொகையறா போய்க்கிட்டு இருக்கும் போதே மேடைக்கு வந்துருவார். அப்ப ஒரு பாட்டு...''

எழுந்திரு எழுந்திரு எருசலேமே
எழுந்திரு உன் இருள் துயில்நீக்கி (2)
சத்யஸ்ரூபி ஆனவரும்
வெற்றிகொண்டெழுந்திடு எனக்கோருகிறார்
நெறிதவறிழந்த குமாரத்தி
நீதியாய் நட உன் புருவானார்
எத்தனை தீர்க்கத்தரசிகளை
இடறல் செய்து நீ மடித்தாய்
அண்டி வருகின்றார் உன் தேவன்
அகமகிழ்ந்ததெழுந்திரு எருசலேமே
எழுந்திரு எழுந்திரு எருசலேமே
எழுந்திரு உன் இருள் துயில்நீக்கி
அப்டின்னு பாடிக்கிட்டே மேடையில ஏறுவார்...''

''கிறிஸ்துமஸ் அப்ப ஆம்பளைங்க கும்மிக் கொட்டிப் பாடுறதுண்டு. 24ந்தேதி ராத்திரி பூசைக்கு முன்ன சுற்றுப்பிரகாரம் வரும். அப்ப ரதத்துக்கு முன்னால ஊர் மக்கள் இந்தக் கும்மிய படிப்போம்.''

ஆசியாக் கண்டமும் யூதேயா நாடுகள் அமைந்த
செருசிலேம் பட்டிணத்தில்
பேசிய பெத்தெலேம் ஊரிலே
சேசுவாய்ப் பிறந்ததைக் கேளுங்கோ ஞானத்தம்பி
தாவீது ராஜாவின் வமுசத்தில்
ஒரு தாயென்னும் கன்னி வயிற்றில்
பூவது வாசனை தந்தது போலவே
புத்திரன் வந்து பிறந்தனரே
மாடாடு மேய்க்கும் இடையர்க்கிடையர்கள்
மங்கல ராகங்கள் கேட்கையிலே
கோனார்களெல்லாம் எழுந்திருந்து
சென்று ஊருக்கு சென்று அறிவித்தனர்
கோனார் எல்லாருமாய் கூடிக்கொண்டு
நல்ல போகாத பால்தயிர் கொண்டுவந்து
வானத்து வஞ்சிகள் பாடிடவும்

ஒரு வான்வெள்ளி சோதிகள் மின்னிடவும்
வான்வெள்ளி சோதிகள் மின்னிடவும்
ஒரு ஈனப்பிசாசுக்கள் ஓடிடவும்
மாசில்லாக் கன்னி மரியே தாயே
உந்தன் மைந்தன் திருப்பாதம் காண்பதெப்போ
வஞ்சனப் புள்ளிகள் நேர்ந்திடாமல்
நம்ம பக்கத்துணையாய் காரும் தாயே
ஒருத்தி பெத்தெடுத்த மக்களைப் போலவே
ஒயிலு வரிசைக்குக் காலெடுங்கோ
பாட்டுத் தடுமாறிப் போகாமலே
எங்கள் பாலர் குரலோசை மங்காமலே
நாக்குத் தடுமாறிப் போகாமலே
எங்கள் நல்ல குரலோசை மங்காமலே
தத்தினந்தத்தினம் தன்னானே தன தான தத்தினம் தன்னானே

''இதே போல இன்னொரு பாட்டும் கிறிஸ்துமஸுக்கு பாடுவோம்..''

மாசம் பதினோறாம் தேதியில்
மலையடி ஓரத்திலே மாட்டிடையர் கொட்டலிலே
இடையர் கூடியிருக்க இயேசுநாதர் தான் பிறந்தார்
எப்ப எப்ப பிறப்பார் என்று ஏங்கினர் மானிடர்கள்
வெள்ளி வெள்ளிக் கிழமையில விடிய மூன்று நாளையிலே
சந்திரனும் சூரியனும் தங்கும் தனவாசலிலே
இந்திரனும் சூரியனும் இருக்கும் தன்னேர் வாசலிலே
தானாய் பிதாச்சுதனாய் சர்வேஸ்வரன் தான் பிறந்தார்
சிங்கம்புலிகள் எல்லாம் சேசுவுக்குக் காவல் என்ன
கரடிப்புலிகள் எல்லாம் கர்த்தருக்குக் காவல் என்ன
அவர் பிறந்த எட்டாம் நாள் வாரார் காவேரியர்கள்
வந்துவணங்கிவிட்டார் மாசில்லாத இயேசுவையே
வெல்லமுடன் சர்க்கரையும் வேணுமென்று கையிலெடுத்து
பச்சரிசியும் தேங்காயும் பாங்குடனே கையிலெடுத்து
அரிசியை எடுத்தல்லவோ அல்லவர்க்கும் தான்கொடுத்தார்
வாரும் அம்மா மாதாவே மகிமை சரஸ்வதியே
ஆகட்டும் என்றுசொல்லி அனுப்பிவிட்டார் மாதாவும்
அவர்போல பதிமூன்றாம் நாள் வாரார்கள் மூன்று ராஜா
பெத்தலகேம் பட்டணமாம் ஏரோதின் அரண்மனையாம்
அந்த நல்ல அரண்மனையில் தங்கினர் மூன்று ராசா
எங்கயெங்க வந்தீர் என்று இயம்பினானாம் ஏரோது ராசா

கர்த்தர் பிறந்தார் என்று காணும்படி போறோம் என்றார்
போகும்போது இந்தவழி திரும்பிவாரும் என்று உரைத்தார்
ஆகட்டும் என்று சொல்லி போறனர் மூன்று ராஜா
அந்த நல்ல வனந்தனிலே அற்புதமாய் நச்சஸ்தரம்
முன்னம் வழிகாட்ட சென்றனர் மூன்று ராசா
போயி வணங்கிவிட்டார் மாசில்லாத இயேசுவையே
தத்தினம் தத்தினம் தன்னானே தான தத்தினம் தன்னானே (2)
வானமும் பூமியும் சிருஸ்டித்து ஆண்டிடும் வல்லவமையோடு
அளவில்லாத
ஞானமும் அன்பும் நிறைந்த சர்வேஸ்வரன் நாமத்துக்கே
துதிதோத்திரமும்
தோத்திரம் வாழ்த்ததும் மங்களம் என்றென்றும் திவ்விய ரட்சகர்
சேசுவுக்கு
ஆத்திரம்பத்தி நாயமுடன் அவர் அட்சய பொற்பாதம்
போற்றிடுவோம்
போற்றிப்புகழ் நிதம் சாற்றிதுதிப்போமே பூரணமாம் அன்னை
பொற்பாதம்
ஏற்றிப்பணிந்தவர் கும்மியைப் பாடவே எல்லோரும் வாருங்கோ
தம்பிமாரே
தம்பிமாரே ஜெப அப்போஸ்தலர் சப தங்க மனமுள்ள செல்வசபை
வம்புவாதில்லாமல் எல்லோரும் சேர்ந்து வாழ்ந்து நாமும்
பாக்கியம் பெற்றிடலாம்
பெற்றிடலாம் ஒரு பேறு பலன்களை பிரயாசக் கஸ்டமாய் ஏதுமில்ல
மற்ற சபை போல கட்டளை கற்பனை மற்றும் தபசுகள் ஒன்றுமில்ல
ஒன்றும் கடனில்லை உள்ளதைச் சொன்னேனே
உருப்பட்டுச் சேரலாம் எல்லோரும்
என்று வாரும் பலர் நன்மைபாரும் மெத்த எவ்வளவாகிய
சொல்லுவேனோ
சொல்லும் அப்போஸ்தலர் போலவே சத்திய வேதம் பரம்பிடச்
செய்வோமே
சத்திய வாக்கினைநம்பி ஜெபம்செய்து சர்வேஸ்வரனுக்கு
ஒப்புவிக்க
எத்தனையோ பேர்கள் மோச்சத்திலே சேர்ந்து என்றென்றும்
பாக்கியம் பெற்றனர்
பாக்கியம் பெற்றவர்கள் ரேகம் முன்னாளிலே பாவிகளாக
நடந்தனர்
தூக்கி அவர்களை மோட்சத்தில் சேர்த்ததை சொற்பமாய்
சொல்கிறேன் கேளுங்களேன்
தத்தினம் தத்தினம் தன்னானே தான தத்தினம் தன்னானே (2)

''ஊர்த் திருவிழா ஜுலை 21-22 அப்ப நடக்கும். அதுக்கு தேர் எடுப்போம். எட்டு நாளைக்கு முன்ன ஜுலை 13 அன்னிக்கு கொடியேத்துவோம். வேண்டுதல் தேர் 21ந்தேதி, மரிய மதலேனாள் தேர் 22ந்தேதி. வேண்டுதல் தேர் அன்னிக்கு அந்தோணியார், சவேரியார், மாதா, சம்மனசுன்னு நாலு தேரு வரும். 22ந்தேதி இதோட மரிய மதலேனம்மாள் தேரும் சேர்ந்து, அஞ்சு தேர் வரும். தேர் நைட்டு 11 மணிக்கு எடுத்து காலைல 6 மணிக்குதான் கொண்டு வருவாங்க. பீடத்தில இருக்குற சுரூபம் மேல்நாட்டுல இருந்து வந்துது. வெளிய கோயிலுக்கு மேல இருக்குறதும் ரெண்டுமே மேல்நாட்டு சுரூபம். தேர் முன்னால கும்மிப் பாட்டு பாடுறதுண்டு.''

திருமணச் சடங்குகள் செய்வது குறித்துக் கேட்டேன்.

''கல்யாணத்துக்கு முந்தின நாள் சம்பந்தம் போடுவாங்க. தட்டு மாத்திக்குவாங்க. பொண்ணு வீட்டுல தட்டு மாத்தி, ஊரை அழைச்சு சாப்பாடு போடுவாங்க. மறுநாள் கோயில்ல பூசை நடக்கும். அதுல தாலி கட்டுவாங்க. தாலி இங்க வெள்ளைக் கயிறுல மஞ்சள் பூசி போடுவாங்க. அந்தக் காலத்துல தாலி கட்டி முடிச்சதும் கொட்டு மேளம் முழக்கி மெத்தைல போய் கையெழுத்து போட்டுட்டு, வீட்டுக்கு கூட்டிட்டு ஊர்கலமா வருவாங்க. மாப்பிள்ளை வீட்டுக்கு வந்ததும், மிஞ்சி போடுவாங்க, மத்த சடங்கெல்லாம் முடிச்சு அங்கதான் சாப்பாடு. சடங்குன்னா மணைல ஏத்தி உக்கார வச்சு, சேஷ அரிசி போடுவாங்க. மாலை மாத்தும்போதும் பாட்டு பாடுவாங்க.''

கண்ணாலம் கண்ணாலம் காருழைக்கர் கண்ணாலம்
கண்ணாலம் என்று சொல்லி கடலேத்திரு அழைச்சு
சம்மந்தம் பேசி சளுவந்தம் பேசி
சிரபவளம் ஜெபிச்சனன்ன வேறென்னம்மா...

''இதுக்கு மேல மறந்துபோச்சேம்மா... இப்பலாம் யாரு இந்த சடங்க பண்றா சொல்லுங்க?''

''மரிய மதலேனாள் சங்கம் ஒண்ணு இருந்துச்சுங்க. அவுங்கதான் பாட்டு எல்லாம் கட்டிப் பாடுறது. வாத்தியார் ஒருத்தர் பாட்டு எழுதிக் குடுத்து நாங்க எல்லாம் படிப்போம். வேற திருவிழான்னா பூத்திருவிழா ஜுன் மாசம் 20ந்தேதி வருஷாவருஷம் நடக்கும். கூடாரத்திருநாள்னும், பூயிறைக்கிற திருநாள்னும் சொல்லுவாங்க. கொட்டாய் எல்லாம் ஊருக்குள்ள போடுவாங்க. கோயிலுக்கு முன்னால ரெண்டு பக்கமும் கொட்டாய் போடுவாங்க.''

''கெட்ட காத்து புடிக்கிற ஆளுங்கள இங்க கூட்டிட்டு வருவாங்க. மரிய மதலேனாள் அருளுல ஓடிரும். மெழுகுதிரிய வச்சு கும்பிட்டுட்டு இருக்கும் போதே ஆராட்டம் அப்படியே வந்துரும். அதை உக்கார வச்சு, 'எங்க புடிச்ச அவர? எப்புடிப் புடிச்ச?' அப்டின்னு பக்கத்துல இருக்குறவங்க கேப்பாங்க. பேய் ஓட்ட ரெண்டொரு பெரியவங்க இங்க இருக்காங்க. அவுங்கதான் கேப்பாங்க. அப்புறம் அது வரலாறு எல்லாம் சொல்லும், இந்த மாதிரி நான் கறி ஆக்கிக்கிட்டுப் போனேன், பூ வச்சிக்கிட்டுப் போனேன். இந்தப் பொண்ண நான் புடிச்சிக்கிட்டேன் அப்டின்னு அது சொல்லும். சில ஆவி ஒண்ணும் சொல்லாதுங்க. அப்போ அத எருக்கங்கோலுல அடிப்பாங்க. அப்புறம் அதுக்கு கோவம் வந்துரும். அப்புறம் அது சொல்லிப்புடும். இதுல பல விதம் இருக்கு. பேய்ன்னா சாமானியம் இல்லைங்க. உண்மையச் சொல்லுற பேய் இருக்கு, அங்க வரயிலையே நின்னுரும், போகையில திரும்ப ஏறிக்கிட்டுப் போயிரும். திருட்டுப் பேயி...'', சிரிக்கிறார்.

மதியம்பட்டி ஆலயத்தில் வேண்டுதல் நிறைவேறியதும்
குழந்தைகளை இடும் தொட்டில்

"அந்த மாதிரி இருக்கும்போது கெடுதல் வந்துருது. இப்பலாம் தேர் முன்னாடி நிறுத்தி சுரூபத்தையே பார்க்க சொல்லுவோம்; சம்மனசு முன்னால எல்லாம் ஓடிரும். இப்ப வந்து ஜெபம் சொல்லிட்டுப் போறது மட்டும்தான் உண்டு. நிறைய பேரு பேய் ஓடிரும்னு சொல்லிதான் இங்க கும்பிடவே வருவாங்க'', எனச் சொல்கிறார் சேவியர்.

"நேர்ச்சை அப்டின்னு பார்த்தா தொட்டில் நேர்ச்சைதான் இங்க ரொம்ப முக்கியம். குழந்தை வரம் இல்லைன்னு கேக்கறாங்கன்னு வைங்க, 'தொட்டில் பிள்ளை நேர்ச்சை வச்சிட்டுப் போங்க, அடுத்த வருஷம் புள்ளையோட வருவீங்க'ன்னு சொல்லி நாங்க அவுங்களுக்கு தொட்டில் பிள்ளை (குழந்தை இயேசு சுரூபம்) காசுக்கு போட்டுக் குடுப்போம். அவுங்க எடுத்துட்டுப் போய் கோயிலை சுத்திட்டு வந்து குடுப்பாங்க. அம்பதோ, நூறோ அவுங்க எவ்வளவு குடுத்தாலும் வாங்கிட்டு, சுரூபத்த தொட்டில்ல போட்டுக் குடுப்போம். திருவிழாவோட மட்டும்கூட மோளம் வரும். ராசிபுரத்தில இருந்து ஒரு குரூப் தொட்டில் பிள்ளைக்குன்னு வாசிக்க வருவாங்க. அவுங்களுக்கு ஒரு சிறு தொகைய குடுத்து ஒரு சுத்து சுத்துவாங்க. மத்த நேரத்துல சும்மா தொட்டில்ல போட்டுப் போவாங்க.''

"ஈஸ்டர் திருநாளன்னிக்கு கோயில்ல இருந்து புது தீர்த்தம், நெருப்பு வீட்டுக்குக் கொண்டு போவோம். கல்லறை திருநாளுக்கு முத நாள் இறந்தவங்க பேரை எல்லாம் பட்டியல் போட்டு எழுதுவாங்க. அதை வாசிப்பாங்க. ரெண்டு நாளும் பூசை இருக்கும். நாலு மணிக்கு சாமியாரோட கல்லறைக்குப் போவோம். அங்க லீபெரா பாடி, மந்திரிப்பாரு. இப்ப லீபெரா பாடுறது இல்லப்பா'', எனச் சொல்லி முடிக்கிறார்.

சான்றுகள்

- புனித மரிய மதலேனாள் - ஆலய வெளியீடு
- புனித மரிய மதலேனாள் செபமலர் - ஆலய வெளியீடு

39

வாலிபாளையம்– பேதுரு பவுல்

''கல்யாணத்துக்கு 'உப்பு வாங்குறது'ங்குறது ஒரு சடங்கு. இப்ப சில வீடுகள்ல அவுங்கவுங்க தேவையான உப்பை அவுங்களே வாங்கிக்கிறாங்க. உப்பு வாங்குற சடங்குக்கு அப்பலாம் ஊர்க்காரங்க எல்லாரையும் கூப்பிட்டு பெரிய சடங்கா செய்வாங்க. அப்ப முறைமைக்காரருக முகத்துல குங்குமம் பூசி விளையாடுவாங்க.''

•

தேவமாதா புலம்பல்

1 அன்னம்மாள் வயிற்றில்
உதித்திடும் அற்புத மரியே – உன் மகன்
வர்ண பூங்காவில் – தவம் செய்ய
வந்திருக் கையிலே

2 சிங்காரத் தோப்பில் – பரன் தன்னை
துதி செய்ய வென்று – உன் மகன்
செங்கையிற் றெமுது தேவனை தெண்டனிட்டனரே

3 உன் மகன் மேனி – அந்நேரம்
உதிரமாய் வேர்க்க – வானவர்
அந்நேரம் வந்து – தேறுதல்
அறிக்கை யிட்டனரே

4 பஞ்ச பாதகர்கள் – வெகுதுயர்
படுத்திடுவார்கள் – அதற்கு நீர்
அஞ்சாமல் இருந்தால் –முன்னுள்ள
ஆதிவினை நீங்கும்

5 அந்த நல் மொழியும் – ஆச்சு
அறிவித்த பின்பு யூதர்கள் – வந்தனர்
படைபோல் – பூங்காகவை
வளைத்த னரம்மா

6 துஷ்டனாம் சீடன் – துரோகி
யூதரைக்கூட்டி –முன்னுள்ள
கட்டளை மீறி – உன் மகனைக்
காட்டியே கொடுத்தான்

7 காட்டினவுடனே – யூதர்கள்
கடுங்கோவத்தாலே – வந்தவர்
தாட்டிகத்துடனே – உன் பாலனை தான்
வளைத் தனரே

8 எங்கே வந்தீர்கள் – எனதுட
இன்பமுள்ளவரே – என்றிட
சிங்கம் போல் சீரியே
யேசுவை தேடுறோம் என்றார்

9 நான் தான் யேசு நாசரேசு
நாத ரென்றுரைத்தார் -யூதர்கள்
ஆமென திரண்டு – மயங்கியே
ஐயோமுன் விழுந்தார்

10 மயங்கின பேரை - எழுப்பினார்
வல்லப சுதனார் – யூதர்கள்
பயம் தெளிந்து எழுந்தார்
மறுபடி – பதறியே விழுந்தார்

11 இப்படி யூதர் மும்முறை
இயல்புடன் எழுந்து – பாதகம்
கற்புள்ள சுதனை – கயிற்றினால் கட்டினாரம்மா

12 கட்டுவார் சிலபேர் – சிரசினில்
குட்டுவார் சிலபேர் – மேனியில்
வெட்டுவார் சிலபேர் – நடத்தியே
வேகமாய் போறார்

13 பிடித்திழுப்பவரும் – பிரம்பினால்
அடித்திழுப்பவரும் – வெகுதுயர்
படுத்தியே – உன் மகனை – நடத்தியே
வேகமாய் போறார்

14 தள்ளுவார் சிலபேர் தடியினால்
தாக்குவார் சிலபேர் – சுவாமியை
கள்ளனைப் போலே – கயிற்றினால்
கூட்டியே போறார்

15 மா பாவி அரசன் வாசலில் வன்
கொலைகாரர் – பாவிகள்
திருமுகம் தனியே – கெடுமையாய் துப்பினாரம்மா

16 போஞ்சு பிலாத்தில் – அண்டைக்கு
போன வெனத் தள்ளி – சூடுள்ள
காஞ்சிடும் – மணல் மேல்
நடத்தியே – கடுகியே போறார்

17 ஓ தாரி தன்னை – இவர் மேல்
ஒரு குறையும் காணோம் – சினமுடன்
ஏரோதின் அருகே – போ வென்று
ஓதினாரம்மா

18 பரிகாசம் செய்தார் – தூஷனம்
பல பேர்கள் நகைத்தார் – உன்
மகன் பொறுமையாய் இருந்தார்
சுவாமியை பித்தனென்று உரைத்தார்

19 பித்தனென்று உரைத்து – பித்த
பட்டொன்று கொடுத்தார்
குற்றமில்லோனை – கொலை செய்ய
கூட்டியே போனார்

20 கர்த்தகரை பிடித்து – கயிற்றினால்
கட்டியே இறுக்கி – மேனியில்
இரத்தமும் ஒழுகி எனதுட
நலமுள்ள மகனே

21 சில்லென உதிரம் ஐயாயிரம்
சில்வான அடியால் - நல்லுடல்
சிதறக் – கைப்பாசிடம்
நடத்தியே வேகமாய் போறார்

22 முள்முடி தரித்தார் – அடித்தார்
மூங்கிலின் தடியால் –மூர்க்கர்கள்
கள்ளனைப் போல இவனொரு
கள்ளன் என்றுரைத்தார்

23 பொறுமையாய் இருந்தார்
உன் மகன் பெரியோனைப் பார்த்து
யூதர்கள் – அறியாமல் செய்த
குறை பொறும் – ஆதியே என்றார்

24 பொய் சாட்சிக் காரர் உரை செய்ய
போஞ்சு பிலாத்து – மனமதில்
மெய்யென்ற சுதனை கொலை
செய்ய விடை கொடுத்தனரே

25 அர்ச்சய சிலுவை பதினைந்தடி
நீளம் – சுவாமி நீர் தான்
சுத்தனைன்றுகறைக்கால் – ஒருவனும்
தூக்கடா என்றார்

26 சிலுவையை கண்டார் - சுவாமி
என் சினேகித னென்று –முத்தமிட
வலிமையால் எடுத்து – புஜந்தனில்
வைத்தனரம்மா

27 குரு சதை சுமந்து – சுவாமி
குறுகியே நடந்தார் – யூதர்கள்
அடியொலி அதிர – தலை மலை
அருகினில் போனார்

28 தரையெல்லாம் சூழ – சுவாமியின்
சட்டைகளை யெல்லாம் – பாவிகள்
உரியென உரிய சுவாமியும்
உகந்திருந்தனரே

29 சிலுவையில் கிடத்தி – உன் மகனை
தீவிரமாக ஒரு கையை பிடித்து
வேகமாய் இழுத்து – ஆணியை
வைத்து அறைந்தனரே

30 மறு கையைப் பிடித்து யூதர்கள்
வலிமையாய் இழுத்தார்

பொருந்துகள் நெரு நெரு வெனவே
ஐந்துகள் நொறுங்கினதம்மா

31 மரத்தினில் சேர்த்து வலது
கரந்தன்னை விரித்து – ஆணியை
திரத்துடன் அடித்து – சிலுவையை
திருப்பினாரம்மா

32 ஆணியை மடக்கி சிலுவையை
அசைத்தவர் எடுத்து யூதர்கள்
நாணியே குழியில் சிலுவையை
நாட்டினாரம்மா

33 குப்புற விழுந்தார் - உன் மகன்
குறுகியே போனார் – ஆணியை
அப்புறம் மடக்கி சிலுவையை
அசைத்தனரம்மா

34 ஆணியை மடக்கி – சிலுவையை
அசைத்தனரம்மா – சிலுவையும்
கோணியே சாய – உன் மகன்
குப்புற விழுந்தார்

35 நாட்டிய யூதர் – சுதனை
நகைத்திடுவார்கள் – கொடும்பழி
போற்றி – செய்தவர்கள் -காவலை
வைத்தனரம்மா

36 பிச்சோடு கலந்த முந்திரி
புளிப்புள்ள ரசத்தை யூதர்கள்
கச்சிதமாக – குடியென
கொடுத்தனரம்மா

37 இப்படி யூதர் – சுதனுக்கு
இட்டிடும் பிறகு – பிதாவை
நட்புடன் வேண்டி – உன் மகன்
நமஸ்கரித்தனரே

38 அறியாமல் செய்த யூதர்கள்
அரும்பிழை யெல்லாம் – தேவரீர்
பொருந்திடும் எனவே – சர்வனை
புகழ்ந்து வேண்டினரே

39 பொது தீர்வை தனிலே – எனதுட
பிரிவளம் அறிவாய் - என்றிட
எடுத்துரைக் கள்ளன் – உயிர் விட்டு
இறந்தவன் மடிந்தான்

40 இடப்புறம் தனிலே – வலப்பையன்
என்றிடும் கள்ளன் – சுவாமியை
அடவுடன் பார்த்து – அவமதியாகவே
உரைத்தனரம்மா

41 என்னிலும் கள்ளன் – இவனும்
இயம்பிய மொழியை – செவிதனில்
உன் மகனை கேட்டு – ஒருமொழி
உரைத்தனரம்மா

42 அம்மொழி கேட்டு வலப்புறம்
அழுதிடும் கள்ளன் – சுவாமியை
தாழ்மையாய் – வணங்கி
பச்சா தாவி என்றுரைத்தார்

43 நான் செய்த குறைக்கலாம்
எனதுட நாதனே – நீர் தான்
சிலுவையில் – ஏங்கியே நின்றீர்
எனதுட – இறைவனே சரணம்

44 சரனமென்று உரைத்த – பச்சா
தாவி நீ கேளாய் – எனதுட
மரணத்தின் முன்னே – மோட்சம் நீ
அடைந்திடுவாயே

45 இந்த நவரவும் கள்வனுக்கு
இயல்புடன் கொடுத்தார் – நான்
கண்டு வந்யதன் அம்மா – உமது
மலரடி சரணம்

46 உமதுட மகனார் படுந்துயர்
எண்ணில டங்காது – உலைமெழுகு
போல உருகியே – உருண்டு
உருண்டு உருண்டுருண்டு அழுதார்

47 கடியுடன் நீர்தான் சுவாமி
துணையாக கூட்டி – தேவரீர்

கடியுடன் நடந்தால்
மகனை நீர் காணலம்மா

48 ஐயோ என் மகனே உம்மையிழந்த
அவதிக்கோ வளர்த்தேன் எனதுட
ஐயனே மகனே – சிலுவையில்
அறைந்து விட்டனரே

49 தலை விரித்தழுதாள் – மகன் தனை
தரைதனில் விழுந்தாள் – துயருற்று
உலை மெழுகது போலே – மாதா
உருண்டு உருண்டுருண்டு அழுதாள்

50 மாரடித்தழுதாள் – அருளப்பர்
அழைத்தார் – மகன் போன
தாரைப்பார்த்து தரைதனில் விழுந்தாள்
விழுந்து விழுந்தெழுந்து அழுதாள்

51 வெள்ளையில் ஈன்ற எனதுட
வெண்முத்து மணிபோல் - உன்னையான்
கொல்லவோ வளர்த்தேன்
எனதுட கொற்ற பாலகனே

52 பிறந்தாம் எட்டாம் நாள் – சேசென்று
பெயரிட்ட மகனே – சிலுவையில்
அறைந்துவிட்டனரே – எனதுட
ஆதிப்பிதாவே

53 மூன்றாம் நாளில் மூவரசர்
ஈந்த கண்மணியே – யூதர்கள்
கொடுமையாய் சிலுவையில் அறைந்து
விட்டனரோ

54 முப்பத்து மூன்று வயது
முத்துப்போல் வளர்த்தேன் – எனதுட
கற்புள்ள சுதனை – கண்ணினால்
காண்பேனோ மானே

55 அலறியே அழுதாள் – சுவாமிதான்
அருளப்பர் துணையால் – இராக்கினி த
தலைமலை மேலே – கூட்டியே
நடத்தியே போனார்

56 மலையோரம் சேர்த்தார் – மரித்தார்
மாதுயர் ஆனார் – இராக்கினி
தலை மலை மேலே – நடந்தார்
தள்ளாடி விழுந்தார்

57 விழுந்தெழுந்தழுதாள் – மகன் தனை
இரு கண்ணால் கண்டாள் – துயருற்று
சிலுவையின் அடியில் – அன்னையும்
அழுதே விழுந்தாள்

58 துள்ளியே விழுந்தாள் – அன்னையின்
சிலுவையின் அடியில் – புலம்பியே
தள்ளாடி விழுந்தாள் – சிலுவையை
தாங்கியே விழுந்தார்

59 அருமையாய் வளர்த்த எனுதுட
அழகுள்ள மகனே – எனக்கொரு
மறுமொழி யுரையும் – எனதுட
மகனே என்றுரைத்தார்

60 முன்னுள்ள வினைகள் – எல்லாம்
முடிந்தது என் மகனே – அப்போது
விண்மண்அதிர – சுவாமியும்
மரணமதானார்

61 முன்னுள்ள வினைகள் – எல்லாம்
முடிந்தது என் மகனே – அப்போது
விண்மண்அதிர – சுவாமியும்
மரணமதானார்

62 சூரியன் ஒளிவு துக்கமாய்
சுடர்களும் மங்கி – நட்சத்திரம்
மாறிய ஒளிவு துக்கமாய்
மங்கினதம்மா

63 விம்மியே அழுதாள் – கொலைச்
செய்யும் களமதைப் பார்த்தாள்
மகனையும் கண்ணினால் பார்த்து
மயங்கியே கதறியே விழுந்தாள்

64துள்ளியே விழுந்தாள் – அன்னையும்
சிலுவையின் அடியில் – புலம்பி

தள்ளாடி விழுந்தாள் – சிலுவையை
தாவியே விழுந்தாள்

65 உன் மெய்யதைக் கண்டால்
என் வயிறு வேகுதே மகனே
இப்போது ஐயகோ மகனே
எனக்கொரு ஆறுதல் காணோம்

66 திருமுகம் கண்டால் – என் மனம்
மயங்குதே மகனே – எனக்கொரு
மறுமொழி உரையும் எனதுள்ளம்
வாடுதே மகனே

67 உந்தன் கூந்தலைக் கண்டால்
என் மனம் குமறுதே மகனே
உந்தகன ஏந்திய கரங்கள்
தீப்போல் காந்துதே மகனே

68 கரங்கள் இரண்டும் – கண்ணிணால்
காணவு மறிந்து – உமதுட
கரங்களைக் கண்டு – எனதுள்ளம்
கதறுதே மகனே

69 மேனியும் சாய நீர் படும்
வேதனை கண்டால் – என் வயிறு
வேகுதே மகனே – நான்
பெற்ற வேத நாயகனே

70 பாதத்தில் ஆணி – நீர் படும்
வேதனை கண்டால் –முன்னுள்ள
வேதத்தின் படியே – எனக்கிது
முடிந்ததென் மகனே

71 அருமையாய் வளர்த்த – எனுதுட
அழகுள்ள மகனே – எனக்கொரு
மறுமொழி உரையும் – எனதுட
மகனே என்றுரைத்தார்

72 சிலுவையிலிருந்து சுவாமியும்
திரும்பியே நோக்கி – தாய்தனை
சலியாதே உனக்கு – மகனை
யுவானி என்று உரைத்தார்

73 பெண் பிறந்தவளே – அருளப்பர்
பிள்ளை தான் உனக்கு – என்னை
நீர் எண்ணவும் வேண்டாம்
பிதாவை இறைஞ்சிடுவாயே

74 முன்னுள்ள வினைகள் – எல்லாம்
முடிந்தது என்றுரஒத்தார் – அப்போது
விண் மண் அதிர சுவாமியும்
மரணமதானார்

75 மரத்தோடு மரங்கள் மோதியே
மலைக்காட டைந்து துக்கமாய்
திரைகடல் புலம்பி அழுது
துக்கமதாச்சோ

76 சூரியன் ஒளிவு – துக்கமாய்
சுடர்களும் மங்க – நட்சத்திரம்
மாறிய ஒளிவு துக்கமாய்
மங்கினதம்மா

77 மூன்றை நாளிகையில்
புவியெல்லாம் –மூடின இருபால்
பாதாளத்தில் வானவர் இறங்கி
இருட்டின் மங்கலும் ஆச்சோ

78 பாதாளம் இறங்கி அங்கிருந்த
பிதாப்பிதாக்களையும் – எழுப்பி
ஆண்டவர் உயிர்த்து – நம்முன்
அழைத்து வந்தனரே

79 வந்தபின் பூமியில் அங்குள்ள
வானோர்க்கு தோன்றி அவர்கட்கு
அளித்த வரத்தையும் – நாமும்
அளவிடக் கூடுமோ

80 நீங்களும் சென்று – எந்தன்
நேச அப்போஸ்தலரை கூட்டியே
வாருங்கள் என்று – உரைத்து
மனமது மெலிந்தது

81 அவ்விடம் விட்டு அனைவருக்கும்
அரும்புத்தி சொல்லி – இராச்சியம்

எவ்விடம் போயும் – என் பிதாவின்
வேதத்தை உரையும்

82 நாற்பது நாளும் – பூமியில்
நலமுடனிருந்து – அநேகம்
தீர்க்க தரிசனம் – செப்பியே
திடமுடனிருந்தார்

83 அப்போஸ்தலரை - தமது - அண்கடயில்
அழைத்து – நீங்கள் – ஒப்புடன்
பூமியில் – வேதத்தை
உரையும் மென்று உரைத்தார்

84 உரைத்த பின் கர்த்தர் – வானத்தில்
உயர்ந்திடும் போது – பிதாக்களை
அழைத்து கொண்டு போய்
தம்முடன் – அருகினில் வைத்தார்

85 பரலோகம் போன பத்தாம் நாள்
மூன்றாமாளான – வினவுள்ள
கர்த்தர் – இஸ்பிரித்து சாந்துவை
அனுப்பி விட்டாரே

86 அப்போஸ்தலரே திடஞ்செய்து
அற்புதங்களை செய்தவர்
அற்புதனுதவி செய்துமே
நானிலந்தனிலே

87 அப்போஸ்தலர்கள் – திடம் செய்து
அற்புதம் செய்து – அநேகரை
சத்திய வேதத்தில் – திருப்பியே
தானிருந்தனரே

88 கடைசி நால்குள்ளே – பூமியில்
கனவற்புதங்கள் – புதுமையாய்
நடக்குமென்று உரைத்தார்
கர்த்தர் – நன்மறைப்படியே

89 செய்தது மன்றி – அநேகம்
செத்தவரெல்லாம் – எழுப்பி
வையகத்தனிலே – ஜெருசலேம்
பட்டணந்தனிலே

90 கடைசி நாள் தனில் – நாமும்
கன மகிமையதாய் – வந்து
உடையவர் – சித்தத்தின் படியே
உகப்புடன் நடக்க

91 எல்லோருக்கும் முன்பாய்
அவரவர் இடமுள்ள பாவம்
அனைத்தும் – என்னவோ சாயம்
சரிவர விசாரிப்போம் என்றார்

92 ஞாயம் விசாரித்து – அவர்களை
நடுக்கேட்டு தீர்த்து – பாவிகளை
சபித்தவர்களை – நரகத்தில்
தள்ளியே விட்டார்

93 நம்மை பெற்றோர்கள் – அநேகரை
தம்முடன் கூட்டி – ஜெயத்துடன்
மேன்மையாய் – மோட்சம் – ஏறியே
வேடிக்கையுடனே

94 மோட்சத்தில் வாழும் அநேக
முத்தர்களுடனே – கடைசியாய்
கர்த்தருடனே – கனத்த மகிமையாய்
போவார்

95 தாமும் பிதாவின் – வலது
பக்கத்திலிருந்து – சர்வ
யோக மமைத்தும் – நடத்தியே
தற்பரணிருப்பார்

96 இந்த நல் வாக்கியம் – உரைத்து
எமதாண்டவரும் – தமதுட
தந்தையின் அருகில் தாம்
வரும் தனித்திருந்தனரே

97 இப்படி கொத்த சத்திய
வேதம் எனவும் – தற்பரன்
அற்புதமாக அவனியில்
அனைவரும் வாழ்க

98 சத்திய வேதம் – எனவும்
தழைத்தோங்கி வளர – தற்பரன்

அற்புதமாக அவனியில்
அன்புடன் வாழ்க

99 வாழி யென்றுரைத்தோம் – சத்ய
வேதம் வாழ்க வென்று உரைத்தோம்
நன்றும் – வாழி வாழி எனவும்
என்றென்றும் வாழ்ந்திடுவோமே

100 பாடினோர் படிப்போர் – இச்சரிதையை
பண்புடன் கேட்போர் – அனைவரும்
நீடுழி காலம் நிமலனின்
ஆசீர் பெறுவீர்.

- தேவமாதா புலம்பல், வாலிபாளையத்தில் பல்லாண்டுகளாக நோட்டுப் புத்தகங்களில் எழுதிவைத்து பாடப்படும் புலம்பல் இது. இந்நூல் குறித்து மேலதிக தகவல்கள் கிடைக்கப்பெறவில்லை. தற்போது ஒரு நோட்டுப் புத்தகத்தில் எழுதிவைக்கப்பட்டிருக்கும் இந்தப் பாடலை, வாலிபாளையம் குளோரியா குடும்பத்தார் பாதுகாத்து வருகின்றனர்.

சத்தியமங்கலத்துக்கு அருகில் உள்ள ஊர், பவானிசாகர் அணைக்கட்டுக்கு அருகே என கூகிள் காட்டியதும், பச்சைப் பசேல் ஊராக இருக்கும் என்ற கற்பனையில் வாலிபாளையம் ஊருக்குச் செல்ல முடிவெடுத்தேன். பெரும்பாலும் அதிகம் அறியப்பட்ட, நகர்ப்புறத்து தேவாலயங்களை விட இவ்வாறான சிற்றூர் ஆலயங்கள் நிறைய புரிதலை, கற்றலை நமக்குத் தருகின்றன. பரமத்தி வேலூரிலிருந்து புறப்படும்போதே கோவை மறைமாவட்ட வலைதளத்தைத் தேடி வாலிபாளையம் பங்கு குருவின் எண்ணைக் கண்டுபிடித்து, அவரிடம் அன்று அங்கு வருவதாக அலைபேசியில் தகவல் சொல்லிவிட்டேன். ''வாங்க, வாங்க'' என்ற பலமான வரவேற்பின் பொருள் அங்கு நேரில் சென்று நிற்கும்வரை எனக்குத் தெரியவில்லை. பெருந்துறை வழியாக வழி தேடித் தடவி விசாரித்து, கைவிட்ட கூகிளைத் திட்டி, வழிகண்டுபிடித்துச் செல்வதற்குள் பாதி நாளே கடந்துவிட்டிருந்தது.

ஊரை நெருங்க நெருங்க, வறண்ட பூமி என்பது தெரிந்துபோனது. தொலைவில் இருந்தே பழைய ஆலய குவிமாடக் கோபுரம் ஒன்று தெரிய, உற்சாகமானேன். ஆலயத்தின் சுற்றுச்சுவர் தாண்டி உள்ளே நுழைந்ததும், அங்கு கிரிக்கெட் விளையாடிக்கொண்டிருந்த பெரும் இளைஞர், சிறுவர் பட்டாளம் கண்ணில் பட்டது. சாமியார் அறை

எங்கே என்ற கேள்விக்கு, முன்னால் தெரிந்த ஓட்டுக் கட்டடத்தைக் காட்டினர். அந்த அறையில் எங்களுக்காக அருட்தந்தை பால் சகாயராஜ் காத்திருந்தார். இதுவரை ஆலயங்கள் குறித்த விபரங்களை எத்தனையோ குருக்களை சந்தித்துக் கேட்டிருந்தாலும், வாலிபாளையத்தில் கிடைத்த அனுபவம் மறக்கமுடியாதது. இன்றும் ரோமை கத்தோலிக்க குருக்கள் எத்தனை அர்ப்பணிப்புடன், ஆளரவமற்ற தனிமையில் பங்கு நலனை மட்டுமே மனதில் இருத்தி, பணி செய்து கொண்டிருக்கின்றனர் என்பதற்கு ஒரு எடுத்துக்காட்டாக அன்று நான் தந்தை பால் சகாயராஜைக் கண்டேன்.

பக்கத்தில் செராக்ஸ் கடை சில கிலோமீட்டர்கள் தொலைவில் இருந்தது எனவும், அங்கு சென்று 'வாலிபாளைய சரித்திரச் சுருக்கம்' நூலை பிரதி எடுத்து வந்ததாகவும் சொன்னார். ஐயமேயில்லை. பக்கத்தில் கடை கண்ணி எதுவும் நாங்கள் வந்த பாதையில் குறைந்தபட்சம் சில கிலோமீட்டர்களுக்குக் கண்ணில் [illegible]வில்லை. வெய்யிலில் வந்திருக்கிறீர்கள், என்னிடம் எலுமிச்சம் பழம்கூட இல்லை எனத் தயங்கியவரிடம் நன்றி சொல்லி ஆலயத்தைச் சுற்றிப் பார்க்கக் கிளம்பினால், மனிதர் விடவில்லை. 'வெறும் ஜூசாவது குடியுங்கள்' என்ற அவரது பேச்சைத் தட்டாமல் அறைக்குள் நுழைந்து, இருந்த நன்னாரி சர்பத்தில் தண்ணீரைக் கலந்து 'ஜூஸ்' ஒன்றைப் போட்டோம். அந்த அறையைக் கட்டி

பயன்பாடின்றி விடப்பட்டிருக்கும் வாலிபாளையம் பழைய ஆலயம்

குறைந்தது ஒரு நூற்றாண்டு இருக்கவேண்டும். ஓடு வேய்ந்த கூரையைப் பற்றியபடி ஒரு ஸ்டாண்ட் ஃபேன் சுற்றிக்கொண்டு இருந்தது. சில கண்ணாடி தம்ளர்கள், ஒன்றிரண்டு பிளாஸ்டிக் தட்டுகள், ஒரு குடம், ஒரு கூஜா, ஒரு சொம்பு. இவ்வளவுதான் அங்கு இருந்த பொருள்கள். அவரிடம் சற்றுநேரம் பேசிக் கொண்டிருந்துவிட்டு பழைய ஆலயத்தைத் திறந்து காட்டச் சொன்னோம்.

பச்சை வண்ணப் பூச்சை கிட்டத்தட்ட மறந்துவிட்டிருந்த மரக்கதவுகள், மாடக் கூரை (vaulted ceiling), சிறிய சிலுவை வடிவ ஆலயம் அது. பீடத்திலிருந்து சுரூபங்கள் எல்லாவற்றையும் அருகேயிருந்த புதிய ஆலயத்துக்கு மாற்றியிருந்தனர். அங்கங்கே உடைந்த பழைய தேர் உதிரிபாகங்கள் இறைந்து கிடந்தன. சில ஆண்டுகள் முன்புவரை இந்த ஆலயம் பயன்பாட்டில் இருந்துள்ளது. தொன்மையான காரைக் கட்டடம் அது. இடிந்து விழுவதற்காகக் காத்துக்கொண்டிருக்கும் பல ஆலயங்களை இந்தப் பயணங்களில் பார்த்துவிட்டதால், இதனைக் கண்டு பெரிதாக வலிக்கவில்லை என்றே சொல்லவேண்டும்.

''இங்க ஃபீஸ்ட் ஜூன் 29 அன்னிக்கு நடக்கும். மூணு நாள்தான் இந்தப் பக்கம் எல்லாம் விழா. மூணு வருஷத்துக்கு ஒருக்கா கிராண்டா பண்ணுவாங்க. திருப்பூர் மாதிரி பக்கத்துல இருக்கிற பெரிய ஊர்கள்ல எல்லாம் போய் பணம் கலெக்ட் பண்ணி பெருசா கொண்டாடுவாங்க. கடைசி விழா அன்னிக்கு ஊருக்கே சாப்பாடு போடுவாங்க. கிறிஸ்மசுக்கு கேரல்ஸ் அன்பியம் வாரியா போவோம்'', எனச் சொல்கிறார் தந்தை பால் சகாயராஜ்.

''இங்க இன்னொரு ஒழக்கம் உண்டு. லெந்து காலத்துல ஒவ்வொரு வெள்ளிக்கிழமையும் சிலுவைப்பாதை பூசை முடிஞ்ச பிறகு, தேவமாதா புலம்பலை பாடிக்கிட்டுப் போய் பணம் கலெக்ட் பண்ணி அதை ஈஸ்டருக்கு செலவு பண்ணுவாங்க. வழக்கமா ஆண்கள் மட்டும் பாடிட்டுப் போவாங்க. இந்த வருஷம் பெண்களும் சேர்ந்து பாடிட்டுப் போறாங்க. ஈஸ்டர் அன்னிக்கு நைட் பூசைக்கு கோயிலை டெக்கரேட் பண்ண பூ எல்லாம் அப்படிப் பாடிக் கிடைக்கிற பணத்துல வாங்குவாங்க. நைட் கேக், டீ எல்லாமே அதுல இருந்துதான். பெரிய வியாழக்கிழமை அன்னிக்கு ஊர் மக்கள் எல்லாருக்கும் நைட் சாப்பாடு கோயில்ல போடுவோம்.''

''முன்னால பாதம் கழுவுற சடங்குல 12 பேர் - அப்போஸ்தலர்கள் யார் காலைக் கழுவுவாங்களோ, அவுங்களுக்கு மட்டும் சாப்பாடு

போட்டுட்டு இருந்திருக்காங்க. இப்ப எல்லாருக்கும் அன்னிக்கு சாப்பாடு போட்டுடறோம். பெரும்பாலும் பாதம் கழுவுற சடங்குக்கு அன்பியங்கள்ல இருந்து நாலு, நாலு பேரை அழைப்போம். வயதான ஆண்களுக்குதான் கால் கழுவும் சடங்கு செய்றது. அவுங்களுக்கு கட்டாயம் வேட்டி துண்டு குடுத்து, எல்லாருக்கும் சாப்பாடு போடுறத நான் இங்க கொண்டுவந்தேன். கடந்த ஏழு வருஷமா பெரிய வெள்ளி அன்னிக்கு பாஸ்கா நாடகம் நடக்குது. அப்படியே கிறிஸ்துவோட இறுதிக்காட்சிகளை தத்ரூபமா நடிச்சுக்கிட்டே கல்லறை வரைக்கும் போவாங்க. எட்டரை மணிக்கெல்லாம் தொடங்கி வெயில் வரதுக்கு முன்ன முடிச்சிருவாங்க. ரொம்ப இயல்பா இருக்கும் அது. அதை முடிச்சிட்டு வந்து எல்லாருக்கும் மோர், கம்பங்கூழ் எல்லாம் ரெண்டு மூணு குடும்பங்கள் குடுப்பாங்க.''

''சாவுப் பூசைல மட்டும் லத்தீன் லீபெரா பாடுவேன். அதுவும் நான்தான் பாடணும். மத்தவங்க பாடமாட்டாங்க. கலை நிகழ்ச்சிகள் அப்டின்னு தனியா எதுவும் செய்றதில்ல. திருவிழா காலத்துல மூணு நாள் பூசை நடக்கும். ஆனா கோயில்ல எப்பவும் கூட்டமா லேடீஸ் உக்காந்து ஜெபம் சொல்லிட்டே இருப்பாங்க. பாட்டு பாடுறது எல்லாமே மக்கள்தான் எடுத்துச் செய்வாங்க.''

''சரி ஃபாதர்..கல்யாணப் பூசை எல்லாம் இங்க எப்படி நடக்கும்?''

''நான் இங்க வந்து நாலு வருஷம் ஆச்சும்மா. இதுவரைக்கும் ஒரு கல்யாணப்பூசைகூட இங்க இன்னும் நடக்கல...''

இதற்கு என்ன பதில் சொல்வது என எனக்குத்தான் தெரியவில்லை.

''இங்க கல்யாணம் பண்ணினா அதுக்கு அப்புறம் உள்ள விசேஷம் எல்லாம் பண்ற அளவுக்கு மண்டபம் எதுவும் ஊருக்குள்ள இல்ல. அதுனால கல்யாணம் எல்லாம் பக்கத்துல புளியம்பட்டியில உள்ள சர்ச்சுல பண்ணிட்டு, அங்கேயே பக்கத்துல மண்டபம் புடிச்சி சாப்பாடு போட்டுடறாங்க.''

''ஓ சரி... அப்ப ஞானஸ்நானம் எல்லாம் செஞ்சுக்க வர்றாங்களா?''

''எங்கம்மா? கல்யாணம் இங்க பண்ணினா தான ஞானஸ்நானத்துக்கு வருவாங்க?'' சிரிக்கிறார். ''ஒரு மூணு நாலு புள்ளைங்களுக்கு இந்த நாலு வருஷத்துல குடுத்திருப்பேன்'', எனச் சொல்கிறார் பால்.

பக்கத்தில் கட்டப்பட்டிருக்கும் புது ஆலயத்தைப் பார்க்க எங்களை அழைத்துச் செல்கிறார். ஆலய பலிபீடத்தில் பாடுபட்ட சுரூபம்

வாலிபாளையம் புதிய ஆலயத்தில் பெரிய சனியன்று
மூடிவைக்கப்பட்டிருக்கும் பாடுபட்ட சுரூபம்,
இரவு விநியோகிக்க தயாராய் அண்டாக்களில் தீர்த்த நீர்

வெள்ளைத்துணியால் போர்த்தப்பட்டிருந்தது. பீடத்தில் வலது பக்கம் மாதா சுரூபம் ஒன்றும், இடதுபக்கம் பேதுரு, பவுல் சுரூபங்களும் வைக்கப்பட்டுள்ளன. மரத்தாலான சிலுவைப்பாதை உருவங்கள் அழகுற சுவர்களில் மாட்டப்பட்டுள்ளன. அருட்சகோதரிகள் இருவர் பூக்கள்கொண்டு பூசை மேடையை அலங்காரம் செய்துகொண்டிருந்தனர். பீடத்தில் பெரிய அண்டாக்கள் இரண்டில் அன்று இரவு மக்கள் வீட்டுக்குக்கொண்டு செல்ல தயாராக தீர்த்தம் வைக்கப்பட்டிருந்தது.

17ம் நூற்றாண்டில் ஜான் டி பிரிட்டோ (அருளானந்தர்) சத்தியமங்கலம் மற்றும் கணவாய்க்கரை ஆகிய இடங்களுக்கு வந்தபோது வாலிபாளையத்துக்கும் வந்திருக்கலாம் எனச் சொல்லப்படுகிறது. சத்தியமங்கலத்துக்குத் தெற்கே 13 கிலோமீட்டர் தொலைவில் வாலிபாளையம் அமைந்துள்ளது. அதிக வெப்பமும் இல்லாமல், அதிக தட்பமும் இல்லாத ஒரு வறண்ட பூமி இது. கம்பு, புகையிலை போன்றவை இங்கு பயிர்செய்யப்படுகின்றன. பெரும்பாலும் விவசாயம் முக்கியத் தொழில். இவ்வூரில் உள்ள

அனைவரும் கத்தோலிக்க கிறிஸ்தவர்களே. அகமுடையார் மக்கள் இவர்கள். இவர்கள் தங்களை தேவர், தோட்டக்காரர், வெற்றிலைக்காரர் என பல பெயர்களில் அழைத்துக் கொள்கின்றனர். சந்தைகளில் வெற்றிலை வியாபாரம் செய்வது இவர்களில் பலரது தொழில். இப்போது பூர்வகுடிகளில் பலர் பவானிசாகர் உள்ளிட்ட பல்வேறு இடங்களில் குடியேறியிருக் கின்றனர். இவ்வூரில் ஆரம்பம் முதலே இருப்பவர்கள், ஒக்கிலிய கவுண்டர்கள்.. அவர்களில் ஒன்றிரண்டு குடும்பங்கள் தவிர மற்றவர்கள் இப்போது கொத்தமங்கலம், குன்றிமலை ஆகிய இடங்களுக்கு இடம்பெயர்ந்துவிட்டனர்.

இவ்வூரில் சுமார் 300 ஆண்டுகளுக்கு முன் சின்னப்ப கவுண்டர் என்ற மறை பற்றாளர், செல்வம்மிக்கவர் வாழ்ந்து வந்தார். இவர் தன் சொத்தில் பெரும் பகுதியை தானதர்மத்துக்கு எழுதிவைத்தார். இவரே இவ்வூர் கோயிலுக்கு ஏழு ஏக்கர் பூமியை எழுதிக் கொடுத்தார். இவர் பள்ளபாளையத்திலிருந்து நான்கு அகமுடையார் குடும்பங்களை இங்கு குடிவைத்தார். இந்த நான்கு குடும்பங்கள் தான் இவ்வூருக்கு முதலில் வந்து குடியேறிய தொடக்கக் கிறிஸ்தவர்கள். மதுரைக்கு வடக்கே உள்ள பகுதிகளில் ஜான் டி பிரிட்டோவும், ராபர்ட் நொபிலியும் பணியாற்றியிருக்கின்றனர். கருமுத்தன்பட்டி, பசூர், கணவாய்க்கரை, சத்தியமங்கலம் ஆகிய ஊர்களில் பலர் கிறிஸ்தவ மதம் தழுவினர். கத்தோலிக்கக் கிறிஸ்தவர்கள் சத்தியமங்கலத்துச் சுற்று கிராமங்களில் அதிகமாகிக் கொண்டு இருந்தனர். ஆகவே கணவாய்க்கரை தனிப் பங்காக்கப் பட்டது. கள்ளிப்பட்டி, கீழ்முடுதுறை, மாதாபாளையம், வாலிபாளையம், எரகாலிபாளையம் ஆகிய ஊர்களை அப்பங்கில் சேர்த்தனர். 1666ம் ஆண்டு முதலே வாலிபாளையத்தில் கிறிஸ்தவர்கள் இருந்துள்ளனர். அந்த சமயம் ஆர்கோலினி சுவாமி, பிராமண சந்நியாசிகள் அணியும் ஆடைகளை அணிந்துகொண்டு கணவாய்க்கரை பகுதி மக்களைச் சந்தித்துவந்தார்.

1690ம் ஆண்டு கணவாய்க்கரையில் அமிர்தநாத சுவாமிகள் பங்குகுருவாக இருந்தார். அப்போது பீர்க்கடவு என்ற ஊரிலிருந்து வந்த இந்து ஒருவர் தனக்கு ஞானஸ்நானம் தரும்படி அவரிடம் கேட்டுக்கொண்டார். அவருக்கு ஆனந்தப்பன் எனப் பெயரிட்டு ஞானஸ்நானம் கொடுத்தார். அவரும் உபதேசியானார். கூட்டலத் தூரிலிருந்த பூசாரி ஒருவரையும் ஆனந்தப்பன் மனம் திருப்பினார். அவருக்கு அமிர்தப்பன் எனப் பெயரிடப்பட்டது. ஆனந்தப்பனும் அமிர்தப்பனும், வாலிபாளையத்தில் குடியேறினர். இயேசு சபை

ஒடுக்கப்பட்டது. மக்களை மற்றொருபுறம் திப்பு சுல்தான் துன்புறுத்திவந்தார். சத்தியமங்கலம் மற்றும் சுற்றுவட்டார கிராமங்களில் இருந்த கிறிஸ்தவ ஆலயங்களை இடித்துத் தள்ளினார். பல கிறிஸ்தவர்கள் இஸ்லாத்துக்கு மாறினார்கள். 40,000 கிறிஸ்தவர்கள் வேதத்தை மறுதலித்ததாக வரலாறு சொல்கிறது.

1776ம் ஆண்டு பாப்பரசரின் ஆணைப்படி, பாரீஸ் வேதபோதக சபையார் புதுவைக்கு பணியாற்ற வந்தனர். 1797ம் ஆண்டு திப்பு சுல்தானின் ஆட்சி அழிந்தது. பாரீஸ் மிஷனைச் சேர்ந்த துபுவா சுவாமிகள் சத்தியமங்கலம், கணவாய்க்கரை பங்கு கிறிஸ்தவர் களைத் தேடிப் பிடித்து ஒருங்கிணைக்கத் தொடங்கினார். கொடிவேரியில் 1803ம் ஆண்டு கோயில் ஒன்றைக் கட்டினார். 1837ம் ஆண்டு பீகோ போக்ளேர் (தேவபத்திநாதர்) கணவாய்க்கரை, வாலிபாளையம் கிறிஸ்தவர்களைப் பார்த்துவந்தார். 'வாலிபாளை யத்திலுள்ள கிறிஸ்தவர்களின் விசுவாசமும், பக்தியும் எனக்கு சந்தோஷத்தைத் தருகிறது' என அவர் தன் நாள்காட்டிக் குறிப்பில் எழுதினார். 1841ம் ஆண்டு பக்ரோ சுவாமிகளும் வாலிபாளையத்துக் கிறிஸ்தவர்களின் பக்தியைப் பாராட்டி எழுதியிருக்கிறார்.

1855ம் ஆண்டு வாலிபாளையத்தில் 128 கிறிஸ்தவர்கள் இருந்தனர். அவர்களுக்கு ஒரு சிறு கோயிலும் இருந்தது. சின்னப்பன் என்ற பண்ணையக்காரரால் அந்த ஆலயம் கட்டப்பட்டது. 1869ம் ஆண்டு திரிகோ சுவாமிகள் கொடிவேரியில் இருந்தபோது, வாலிபாளை யத்தில் மற்றொரு ஆலயத்தைக் கட்டினார். 1950கள் வரை இந்த ஆலயம் பள்ளிக்கூடமாகப் பயன்படுத்தப்பட்டு வந்தது. 1886ம் ஆண்டு வாலிபாளையத்தில் கிறிஸ்தவர்கள் பெருகவே, அது தனிப்பங்கு ஆக்கப்பட்டது. அத்துடன் கொத்தமங்கலம், கீழ்முடுதுறை, கவுண்டம்பாளையம், ஆலபாளையம், பெரிய குமரபாளையம், பெரிய கள்ளிப்பட்டி ஆகிய கிராமங்களைச் சேர்த்தனர். 1892ம் ஆண்டு வாலிபாளையம் பங்கில் 1116 கிறிஸ்தவர்களும், ஒரு பள்ளியும், அதில் 12 மாணவர்களும் இருந்ததாக அவ்வருடத்திய கணக்கில் குறிப்பிடப்பட்டுள்ளது. 1904ம் ஆண்டு அகஸ்தீன் ரூவா மேற்றிராசனத்திலுள்ள ஒவ்வொரு பங்கைப் பற்றி எழுதி வைத்ததில் வாலிபாளையம் பங்கைப் பற்றி, ''வாலிபாளைய கிறிஸ்தவர்கள் தங்கள் பங்கு குரு மரி சின்னப்பநாதருக்கு ஆறுதலாக இருந்துவந்தனர்'', என எழுதியிருக்கிறார்.

இப்பங்கின் கிளைப்பங்குகளாக மாதாபாளையம், செட்டிபுதூர், புளியம்பட்டி, கவுண்டன்பாளையம், கீழ்முடுதுறை, பெரிய குமரபாளையம், பெரிய கள்ளிப்பட்டி, ஆலபாளையம் ஆகிய

ஊர்கள் இருந்தன. இப்பங்கில் பணியாற்றிய குருக்களில் முக்கியமானவர்களில் ஒருவர் இயாசிந்த் ஜோசப் லேவர் ஆவார். இவர் 1854ம் ஆண்டு முதல் கொடிவேரி பங்கில் இருந்துகொண்டு வாலிபாளையம் வந்துசென்றார். 1886ம் ஆண்டு வாலிபாளையம் தனிப்பங்கானபோது பங்கு குருவாக நியமிக்கப்பட்டார். இவ்வூரில் ஆறு ஆண்டுகள் பணியாற்றினார். அவர் காலத்தில் 150 கிறிஸ்தவர்கள் வாலிபாளையத்தில் இருந்தனர். அவர்தான் பெரிய கிணறு ஒன்றை இங்கு வெட்டியவர். எரகாலிபாளையத்திலிருந்த காலி இடத்தை அரசிடமிருந்து இலவசமாக வாங்கி, வாலிபாளையம் மக்களுக்குக் கொடுத்தார். கோயிலுக்குத் தேவையாய் இருந்த பெரிய விளக்கை வாங்கித்தந்தவர் இவர்.

1892ம் ஆண்டு வாலிபாளையம் பங்கு குருவாகப் பணியாற்ற வந்தவர் சில்வியன் பஜோ என்ற சிலுவைநாதர். மூன்று ஆண்டுகள் இவர் இப்பங்கில் பணியாற்றியபோது இங்கு கிறிஸ்தவர்கள் எண்ணிக்கை பெருகியது, பள்ளி ஒன்றும் தொடங்கப்பட்டது. வாலிபாளையத்தின் அப்போஸ்தலர் என சொல்லப்படும் மரிசின்னப்பநாதர், பிரெஞ்சுக்காரர். 1885ம் ஆண்டு பாரீஸ் மிஷன் மூலம் கோவை வந்தார். 1894ம் ஆண்டு வாலிபாளையத்தின் பங்கு குருவாக நியமிக்கப்பட்டார். அப்போது இங்கு 1130 கிறிஸ்தவர்கள் இருந்தனர். இங்கு பெரிய ஆலயம் ஒன்று கட்டவேண்டியதன் அவசியத்தை மரிசின்னப்பநாதர் உணர்ந்தார். ஒவ்வொரு குடும்பமும் வாரம் ஒன்றுக்கு கோயில் கட்ட 3 பைசா வீதம் தரவேண்டும் எனக் கட்டளையிட்டார். இப்படி மக்கள் சிறுகச் சிறுகச் சேர்த்த பணம், 1907ம் ஆண்டு ஆலயம் கட்டத் தொடங்கும்போது 3000 ரூபாயாகப் பெருகி நின்றது. சொந்த பணம், ஐரோப்பா, அமெரிக்கா உள்ளிட்ட நாடுகளில் திரட்டிய நிதி கொண்டு, பேதுரு-பவுலுக்கு ஆலயம் ஒன்றை மரிசின்னப்பநாதர் கட்டியெழுப்பினார். போதிய பணம் இல்லாத காரணத்தால், ஊர்க்காரர்கள் வேலைக்காரர்களுடன் சேர்ந்து வேலை செய்தனர்; தங்கள் வண்டி மாடுகளைக் கொண்டு கோயிலுக்கு வேண்டிய கல், மண்ணைக் கொண்டுவந்து உதவினார்கள். இக்கோயிலின் வரைபடத்தைத் திட்டமிட்டுத் தந்தவர் கொடிவேரியில் பங்குத் தந்தையாயிருந்த கோஷே சுவாமிகள். கட்டட வேலைகளில் அவர் ஆர்வமுடையவராக இருந்தார். இருவரும் சேர்ந்து மேற்றிராசனத்திலேயே அழகிய கோயிலாக வாலிபாளையம் கோயிலைக் கட்டிமுடித்தனர்.

உடல்நலம் குன்றிய மரிசின்னப்பநாதர் சத்தியமங்கலத்தில் இறந்துபோக, வாலிபாளையம் கோயில் மணியகாரர் சிலுவைமுத்துக்

கவுண்டர் தன் பூமியில் அரை ஏக்கராவை சுவாமிகளை அடக்கம் செய்யக் கொடுத்தார். அவரது நிலத்தில கல்லறை கட்டி, மதில் சுவரும் மக்கள் கட்டினர். அவர் இறந்த 25வது ஆண்டு விழாவின் போது நிதி திரட்டி, 40 ஆண்டுகளுக்கு முன் அவர் கட்டிய ஆலயத்தின் மராமத்து பணிகளைச் செய்தனர். மரிசின்னப்ப நாதருக்குப் பின் மதலைமுத்து சுவாமிகள், அந்தோணிநாதர், சின்னசாமிநாதர் ஆகியோர் இங்கு பங்கு குருக்களாகப் பணியாற்றினர். மதலைமுத்து சுவாமி அறைவீட்டுக்குத் தளமிட்டார், கல்லறை மதில் சுவர் கட்டினார். அந்தோணிநாதர் கோயிலுக்கு சொந்தமான நிலத்தை ஒட்டி இன்னும் மூன்று ஏக்கர் நிலம் வாங்கினார். ஆரம்பப் பள்ளியை உயர்நிலைப்பள்ளியாக்கினார். அருள்சகோதரிகளை முதன்முதலில் இவ்வூருக்குக் கொண்டுவந்தார். இவ்வூருக்கு தபால் அலுவலகத்தைக் கொண்டுவந்ததில் இவரது பங்கு முக்கியமானது. அடைக்கலநாதர் சுவாமி அரசுக்கு கோயில் நிலத்தில் சிறு பங்கைக் கொடுத்து ஊர்க்கிணறு வெட்ட உதவினார். பள்ளி, தோட்டத்து சாலையை செப்பனிட்டார்.

ஊர்க்காரர்கள் யாரையாவது சந்தித்து சடங்குகள் பண்பாடு குறித்துக் கேட்க வேண்டும் என்றதும், எங்களோடு காரில் வருவதாக தந்தை பால் தெரிவித்தார். அவர் வழி சொல்ல, பக்கத்தில் இருந்த ஆசிரியர் அந்தோணி குளோரியாவின் (72) வீட்டுக்குச் சென்றோம். எங்களை வரவேற்று உட்கார வைத்த குளோரியா பேசத் தொடங்கினார்.

''எனக்கு இந்த ஊரு கிடையாது. 1973ல கல்யாணம் ஆச்சுது. நாலு வருஷம் கழிச்சு 1977லதான் இந்த ஊருக்கு வந்தேன். சொந்த ஊரு கோயமுத்தூரு. கல்யாணம் முடிச்சு லீவுக்கு எல்லாம் வரும்போதே இந்த சர்ச்சுக்கு வருவேன். நான் வந்தப்ப பழைய கோயில் பத்தியும் தெரியாது, இப்ப இருக்குற புது கோயிலும் அப்ப கிடையாது. இதுக்கு இந்தாண்ட இன்னொரு கோயில் இருந்துச்சு. அங்கதான் போவோம். அது இங்க கெட்டுன ரெண்டாவது கோயில். இப்ப இருக்குறது மூணாவது கோயில். எங்களுக்கு நாலு பிள்ளைங்க. அவுங்கள்ல ஒரு குழந்தைக்கு மட்டும் இங்க ஞானஸ்நானம் குடுத்தோம். மத்தது எல்லாம் கோயமுத்தூர்லதான். இங்க வந்து ஏறக்குறைய எல்லாரும் ஒரே காஸ்ட். வெத்தலைக்காரர்-அகமுடையார்னு சொல்லுவோம். முந்தி வெத்தலை, பாய் வியாபாரமும் இங்க நிறைய இருந்துச்சு. பாய் நெய்வாங்க இங்க. இப்ப பாய் நெசவு, வியாபாரம் எதுவுமே இங்க இல்ல. வெத்தலை வியாபாரம் மட்டும் ஒரு செலர் செஞ்சிட்டு இருக்காங்க. வெத்தல கொடிக்கால் எல்லாம் இங்க கிடையாது. சத்தியில போய் சந்தையில

வெத்தலை எடுத்து அதைக் கட்டு கட்டா பிரிச்சு வீடுகளுக்கு, சின்ன கடைகளுக்குக் குடுக்குறதுன்னு வியாபாரம் பண்ணுவாங்க.''

''நிச்சயதார்த்த சடங்கு பொண்ணு வீட்டுலதான் நடக்கும். மாப்பிள்ளை வீட்ல இருந்து சீர் தட்டு கொண்டு வருவாங்க. அது அஞ்சு, ஏழு, ஒன்பதுன்னு அவுங்கவங்க வசதியப் பொறுத்து இருக்கும். புடவையும், மோதிரமும் கொண்டு வருவாங்க. ஒரு சிலர் வசதிய பொறுத்து மோதிரம் வைக்காம புடவை மட்டும் வச்சுக் குடுப்பாங்க. பொண்ணுகிட்ட புடவையைக் குடுத்து மாத்திட்டு வரசொல்லி எல்லாரும் சிலுவை போட்டு ஆசீர்வாதம் பண்ணுவாங்க. தட்டு மாத்துற வழக்கம் எல்லாம் இங்க கிடையாது.''

'''உப்பு வாங்கப் போறதுன்னு' ஒரு சடங்கு உண்டு. முன்னால எல்லாம் கல்யாணத்துக்கு உப்பு வாங்கிட்டாக்கா, அந்தக் குடும்பம் எங்கியும் போகக்கூடாது. குறிப்பா சடங்கு, சாவுக்கெல்லாம் போகக்கூடாது. இப்பலாம் வசதிக்காக கல்யாணத்துக்கு ரெண்டு நாள் முன்னாடிதான உப்பு வாங்குறாங்க. ஒரு சிலர் வேற ஊர்ல கல்யாணம் பண்றவங்க, கோயமுத்தூர் போய் ஜவுளி எடுத்துட்டு, அப்பவே ரெண்டு வீட்டாரும் வெத்தல, பாக்கு, தேங்காய், ஒரு பில்லை பூவு, சந்தனம், குங்குமம், உப்பு எல்லாம் வாங்கி பை மாத்திக்கிறாங்க. தட்டா மாத்துறது இல்ல, இப்படி பொருள வாங்கி பை மாத்திக்குவாங்க.''

''இதுல உப்புதான் ரொம்ப முக்கியம். கல்யாணத்துக்கு உப்பு வாங்குறதுங்குறது ஒரு சடங்கு. இப்ப சில வீடுகள்ல அவுங்கவுங்க தேவையான உப்பை அவுங்களே வாங்கிக்கிறாங்க. உப்பு வாங்குற சடங்குக்கு அப்பலாம் ஊர்க்காரங்க எல்லாரையும் கூப்பிட்டு பெரிய சடங்கா செய்வாங்க. இங்க புங்கமல்லிலதான் பெரும்பாலும் எல்லாரும் போய் உப்பு வாங்குவாங்க. ஊர்க்காரங்களுக்கு அங்க கடைல காபி, டிபன் எதாவது வாங்கிக் குடுப்பாங்க. முறைமைக் காரருக முகத்துல குங்குமம் பூசி விளையாடுவாங்க. லேடீஸ்தான் அப்புடி விளையாடுறது. புங்கமல்லி பஜார்ல அங்கங்க இந்த மாதிரி விளையாடுறத நீங்க பார்க்கலாம். முகத்துல குங்குமம் படாம ஒதுங்கி ஓட முயற்சி பண்ணுவாங்க.''

''ஜனவரி ஒண்ணாந்தேதிக்கு அப்புறம் வர்ற முத சனிக்கிழமை நைட்ல காய்கறி எல்லாம் பொதுவா வாங்கிப் போட்டு மொத்தமா கோயில்ல பொங்கி 'ஊர் சாப்பாடு' சாப்பிடுவாங்க. ஊர் விருந்து மாதிரி. ஏழெட்டு காய்கறி, சோறு, சாம்பார், ரசம், அப்பளம், ஸ்வீட் அப்டின்னு ஊர்க்காரங்க எல்லாரும் சேர்ந்து செஞ்சு சாப்பிடுவோம்.

அதே மாதிரி தைப்பொங்கல் அன்னிக்கி எல்லாரும் சேர்ந்து ஒண்ணா கோயில்ல போய் சர்க்கரைப் பொங்கல் செய்வோம். சாமியார் வந்து அதை பிளெஸ் பண்ணின பிறகு அதை எல்லாரும் ஷேர் பண்ணி சாப்பிடுவாங்க. திருநாள் அப்ப ஊர்க்காரங்க பணம் வசூல் பண்ணி அவுங்களே செலவு பண்ணுவாங்க. ஜோடனை, லைட்டு, பட்டாசு, தேர் அலங்காரம் எல்லாமே மக்கள்தான் செய்வாங்க. தேர் நாலு நாள் கொண்டாடுவாங்க. வியாழன், வெள்ளி, சனி, ஞாயிறு- கோயில்ல பந்தல் போடுவாங்க. ஞாயித்துக்கிழமை அஞ்சு தேரு எடுப்பாங்க. ராயப்பர், சின்னப்பர், அந்தோணியார், செபஸ்தியார், மாதா அஞ்சு தேர். முன்னாடி எல்லாம் தேர் அலங்காரத்த, பீடிக்காரர் அப்டின்னு இங்க ஒருத்தர் செய்வார். அவர் காகிதப் பூ வெட்டி செய்வார். இப்ப அவர் இல்லாததால, ஸ்கூல் டீச்சர்ஸ் எல்லாரும் ஜோடனை செஞ்சோம். இப்ப பூ தொங்கவிட்டு, லைட் போட்டு விட்டுருவோம். தேர் வண்டியில வச்சி கொண்டு போறது இல்ல. கைலதான் தூக்குவாங்க. முதல் நாள் தேர் கோயிலை மட்டும் சுத்திவரும். அடுத்த நாள் ஊருக்குள்ள மட்டும் சுத்தி வரும். மூணாவது நாள் தேர் காடெல்லாம் சுத்தி வரும். அதுக்கு காட்டை, வளவை எல்லாம் சுத்தம் பண்ணிப் போடுவாங்க.''

''இந்த ஊருல கிறிஸ்துமஸ், நியூ இயருக்கெல்லாம் புதுத்துணி எடுக்க மாட்டாங்க. தேருக்குதான் புது டிரெஸ் எல்லாரும் எடுப்பாங்க. கிறிஸ்மஸ் புது வருஷம் எல்லாம் பெருசா கொண்டாடுற பழக்கம் இங்க இல்ல. தேர் அன்னிக்கு எல்லா வீடுகள்லயும் இங்க விருந்தாளிகளை நீங்க பாக்கலாம். பொங்கலுமே முன்னாடி அவுங்கவுங்க வீடுகள்லதான் கொண்டாடிட்டு இருந்தோம். அப்ப சக்கிலியர்கள் எல்லாம் கரெக்டா வருவாங்க. அவுங்களுக்கும் சேர்த்து நிறைய சாப்பாடு வீடுகள்ல செஞ்சு, அவுங்க எல்லாத்துக்கும் குடுக்கணும். இப்ப ஞானப்பிள்ளைங்கள வீட்டுல கூப்பிட்டு சாப்பாடு போடுறோம். பொங்கல் விருந்துக்கு ஞானப் புள்ளைங்க எங்க இருந்தாலும் அவுங்களை வீட்டுக்குக் கூப்பிட்டு சாப்பாடு போடுவோம். இப்ப பொது விருந்தாப் போச்சு.''

''லெந்து காலத்துல ஒவ்வொரு வெள்ளிக்கிழமையும் வியாகுல மாதா புலம்பல் பாட்டை சின்னப்புள்ளைங்களை எல்லாம் கூப்பிட்டுட்டுப் போய் பாடி, ஊரைச் சுத்திவருவாங்க. அப்புடி பாடிக்கிட்டு காசு எடுப்பாங்க. அந்தக் காசை வச்சு ஈஸ்டர் செலவு செய்வாங்க. பூ வாங்குறது, டீ செலவுக்கு எல்லாம் அதை யூஸ் பண்ணுவாங்க. அந்தப் பாட்டு நான் பாடினது கிடையாது, என் பேத்தி பாடுவா. கடைசி வெள்ளி பாடுற எல்லா குழந்தைகளுக்கும் சாப்பிட எதாவது வாங்கிக்குடுப்பாங்க. சின்னப் புள்ளைங்க, இளம்

பசங்க, வயசானவங்க எல்லாரும் பாடுவாங்க'', என குளோரியா சொல்கிறார். அவர் பேத்தி நுவினாவை அழைத்துப் பாடச் சொல்கிறோம்.

''பெரிய ஆளுங்க – லேடீஸ் கிறிஸ்துமஸ் கேரல்ஸ் பாடிட்டுப் போவாங்க. என்னன்னாலும் மொத்தமா எல்லாரும்தான் பாடிட்டுப் போவோம். முன்னலாம் ஜனவரி ஒண்ணு அன்னிக்கு பச்சரிசி ஊறவச்சி இடிச்சு அதுல தேங்காய், சர்க்கரை போட்டு கோயிலுக்குக் கொண்டு போவோம். ஒரு சிலர் கம்பு முளைகட்டி அதுல சர்க்கரை போட்டு கொண்டுவருவாங்க. அதைக்கொண்டு போய் பீடத்துக்கு முன்னாடி வச்சிருவாங்க. பூசை முடிஞ்ச பிறகு ஃபாதர் அதை மந்திரிச்சாருன்னா, அங்க இருக்கவங்களுக்கு அதை ஸ்பூன்ல எடுத்து குடுப்பாங்க. அந்த அரிசியில கொஞ்சத்த எடுத்து வச்சு, பொங்கல் அன்னிக்கு சமைக்கும் போது போடுவோம்.''

''கல்யாணத்துக்கு பந்தக்கால் நடும்போது மூங்கில சிலுவை வடிவத்துல நட்டு, மஞ்சத்துணியில நவதானியத்தைப் பொதிஞ்சு அதுல கட்டிவைப்பாங்க. பரியம் அன்னிக்கு நைட்டுக்கு கட்ட தனியா புடவை எடுப்பாங்க. பரியத்தன்னிக்கு சீர் செய்றவங்க செய்வாங்க, அதுக்கும் பொண்ணுக்கு புடவை எடுத்துக் குடுப்பாங்க. அன்னிக்கு மாப்பிள்ளைய தனியா உக்காரவச்சு கைல அரிசி போட்டு, அதைக்கொண்டு பந்தக்கால்ல போட்டுட்டு வரச் சொல்லுவாங்க. அதே போல பொண்ணை உக்காரவச்சு அது கைலயும் அரிசி போட்டு, அவுங்க வீட்டு பந்தக்கால்ல – பச்சமரத்துல கட்டிட்டு வரச் சொல்வாங்க. தனித்தனியா ரெண்டு வீடுகள்லயும் பந்தக்கால் சிலுவை இப்படி நட்டு செஞ்சிக்குவாங்க. அப்படி கட்டும்போது ஜெபம் சொல்லுவாங்க.''

''தாலி இங்க வெள்ளை நூல்லதான் போடுவாங்க. ஏழு, ஒன்பது, பதினொண்ணுன்னு நூல் கணக்குல போடுவாங்க. முன்னாடி மூணு மாசம் கழிசு பிரிச்சு கட்டுவாங்க. இப்பலாம் அடுத்த நாள் தலைக்கு தண்ணி ஊத்துறப்பவே, பிரிச்சு மஞ்சக்கயிறு அல்லது செயின்ல போட்டுக்குறாங்க. இந்தப் பக்கம் வட்டத்தாலிதான் போடுவாங்க. பின்னாடி கல்யாண தேதி போட்டிருக்கும். பைபிள் தாலி, கவுண்டர் தாலி எல்லாமும் போடுவாங்க. குண்டு, குழாய், காசு எல்லாம் தாலிக்கயிறுல போடுறதுண்டு. கோயில்ல கல்யாணப் பூசை முடிச்சு அங்கேயே மாலை எல்லாம் மாத்திக்குவாங்க. வீட்டுக்கு பொண்ணு மாப்பிள்ளை வந்த உடனேயே, பூவை பந்து மாதிரி கட்டிவெச்சு ரெண்டு பேரையும் அதை உருட்டச் சொல்லி நலுங்கு விளையாடு வாங்க. அப்ப பாட்டெல்லாம் பாடுவாங்க. மஞ்சள் கலந்து அரிசி

போட்டு மாப்பிள்ளை பொண்ணுக்கு போட்டு சேஷ அரிசி சடங்கு செய்வாங்க. உபதேசியார்தான் பெரும்பாலும் இந்தப் பாட்டு பாடுறது. இல்லாட்டி ஊர்ப் பெரியவர் பாடுவார். இங்க கொத்த மங்கலத்துல உள்ள பெரியவர் ஒருத்தர் முன்னாடி பாடுவார்.''

''கல்யாணப் பொண்ணுக்கு 'பணியாரக்குடம்' குடுத்து விடுற பழக்கம் இருக்கு. கல்யாணம் முடிச்ச பிறகு பொண்ணை மாப்பிள்ளை வீட்டார் வந்து அழைச்சுட்டுப் போகும்போது சம்பந்தி விருந்து வைப்பாங்க. அப்ப ஊரெல்லாம் கூட்டி விருந்து வச்சி, பொண்ணை அழைச்சுட்டுப் போகும்போது எல்லாரும் பொண்ணுக்கு சிலுவை போட்டு கைல காசு குடுப்பாங்க. அப்போ பொண்ணு கைல பணியாரக்குடம் குடுத்து அனுப்புவாங்க. ஒரு சில்வர் குடம் வாங்கி அதுக்குள்ள கொஞ்சம் பழம், ஸ்வீட், கச்சாயம் (மைதா மாவுல பழம், சர்க்கரை, தேங்காய் சேர்த்து செஞ்ச ஸ்வீட்) வைப்பாங்க. அதுல ஒரு சிலர் பணமும் வைப்பாங்க. குடத்து மேல தேங்காய் வைப்பாங்க. குடத்து வாய்ல மாவிலை அல்லது வெத்தலை சுத்தி வச்சிருவாங்க. அது மேலதான் தேங்காய் வைக்கிறது. ஒரு சிலர் குடத்து வாய்ல செம்பு வச்சு அதுக்கு மேல தேங்காய் வைக்கிறதும் உண்டு. இது கூட ரெண்டு தட்டு, ரெண்டு டம்ளர், ரெண்டு செம்பு, பாய், தலைகாணி, பெட்ஷீட், மைகோதி எல்லாம் வாங்கிக் குடுத்து, குடம் அல்லது பெட்டியில பணம் போட்டுக் குடுத்து பெண்ணை அனுப்புவாங்க. சம்பந்திங்க பொண்ணு வீட்டுக்காரங்களை கூப்பிட்டு பதில் விருந்து வைக்கணும். இப்ப ரெண்டு சைடும் சேர்ந்து ஒண்ணா சம்பந்தி விருந்து வச்சிடுறாங்க. பொண்ண கூட்டிட்டுப் போற அன்னிக்கு சும்மா டிபன், ஸ்வீட், காபி குடுத்து அனுப்புறாங்க.''

''தேர் நேரம் பெரும்பாலும் முறுக்கு சுடுவாங்க, முன்னாடி எல்லாம் அந்த முறுக்கு மட்டும்தான் பலகாரம். இப்ப அந்தப் பழக்கம் இல்ல. முந்தி தோட்டத்துல, வீட்டுல என்ன முதல்ல விளைஞ்சாலும் சரி, அதை கோயில்ல கொண்டுபோய்தான் காணிக்கையா குடுப்பாங்க. கம்புன்னா கம்பு ஒரு படி, நெல்லுன்னா நெல்லு ஒரு படி, சோளம், ராகி அப்டின்னு இங்க விளையுறது எல்லாமே கோயில்ல குடுப்பாங்க. ஒரு பிடி தனியா எடுத்து வச்சிருவாங்க. வாராவாரம் யாராவது இப்படி எதாவது காணிக்கை கொண்டுவந்து வைப்பாங்க. அதே போல முன்னாடி வேண்டுதலுக்கு தேர் எடுக்குறதா நேர்ந்துக்குவாங்க. அப்பலாம் வாராவாரம் இந்த மாதிரி யாராவது நேர்ச்சை வச்சிருந்தாங்கன்னா, அவங்க சொல்லி நேர்ச்சைத் தேர் எடுப்பாங்க, கோயிலைச் சுத்தி அந்தத் தேர் வரும். குழந்தைகளுக்கு

பதினோறாம் மாசம் வடவள்ளி, புளியம்பட்டி, வேளாங்கண்ணி அப்டினு எங்க வசதியோ'அங்க மொட்டை போட்டுக்குறாங்க. சிலர் இங்க கெபியிலயே போடுறாங்க.''

''சாவு ஆச்சுன்னு கேள்விப்பட்டாலே ஊர் மக்கள் எல்லாரும் உடனே அவுங்க வீட்டுக்குக் கூடிவந்துருவாங்க. அன்னிக்கு விடிய விடிய ஜெபம் பண்றது, அவுங்களுக்கு வேண்டிய காரியம் பண்றதுன்னு கூடவே இருப்பாங்க. முடிஞ்சவங்க வீடுகள்ல இருந்து காபி போட்டு எடுத்துட்டு வந்து, சாவு வீட்டுல இருக்குறவங்களுக்குக் குடுப்பாங்க. பக்கத்து வீட்டுக்காரங்க எல்லாரும் சேர்ந்து சாப்பாடு செஞ்சு சாவு வீட்டுக்கு வர்றவங் களுக்குக் குடுப்பாங்க. நாசிவனைக் கூப்பிட்டு ஷேவ் பண்ண சொல்லுவாங்க, அப்புறம் இவுங்களே சேர்ந்து குளிப்பாட்டி, டிரெஸ் போட்டு பெட்டியில வைப்பாங்க. சர்ச்சுக்குக் கொண்டுபோய் அங்க சாவுப்பூசை வச்சு, கல்லறைக்கு அடக்கம் பண்ண கொண்டுபோவாங்க.''

''நடுக்காட்டுல போய் கால் இந்தப் பக்கம் இருக்காப்ல திருப்புவாங்க. இறந்தவங்களுக்கு பிறந்த வீட்டுக் கோடி, புகுந்த வீட்டுக் கோடி அப்டின்னு ரெண்டு கோடி போடுவாங்க. செகப்பு புகுந்த வீட்டுக் கோடி, வெள்ளை பிறந்த வீட்டுக் கோடி. கடைலயே கேட்டா அதுக்கு ஏத்த மாதிரி அளவு வெட்டிக் குடுத்துருவாங்க. பிறந்தவீட்டுக் கோடின்னா அவுங்க புள்ளைங்க, கூடப் பிறந்தவங்க மூணு தடவை சுத்திவந்து கோடி போடுவாங்க. யார் மெயினோ அவுங்க கழுத்துல மாலை போட்டு, அவுங்க கைல தட்டுல வெத்தல பாக்கு, கோடி துணிய வச்சிருப்பாங்க. மூணாவது சுத்துல கால் பக்கம் நின்னு திரும்பிப் பார்க்காம கோடிய போட்டுட்டுப் போவாங்க. மத்தவங்க அதை விரிச்சுப்பாங்க. பெட்டியில ரெண்டு கோடி துணியும் போட்டுதான் உடம்ப வைப்பாங்க.''

''சாவு எடுத்த உடனே அன்னிக்கே மோட்ச விளக்கு வச்சு, எல்லாரையும் கூப்பிட்டு பருப்பு குழம்பு சாப்பாடு போடுவாங்க. அப்புறம் மூணாவது நாளு பூசை வச்சு அன்னிக்கு கறி சேர்த்துக்கு வாங்க. முப்பதாவது நாளும் எல்லாரையும் கூப்பிட்டு விருந்து போடுவாங்க. வருஷ நினைவு அன்னிக்கும் எல்லாரையும் கூப்பிட்டு பூசை வச்சு சாப்பாடு போடுவாங்க. நவம்பர் 2க்கு உத்திரிக்கிற ஆத்மாக்கள் நாள் திருவிழா டைம்ல கல்லறை எல்லாம் புல்லு வெட்டி, சுத்தம் பண்ணி வெள்ளை அடிப்பாங்க. அன்னிக்கு கல்லறைக்குப் பூ போட்டு, சாமியார் வந்து பூசை வச்சு மந்திரிப்பாரு.''

''முந்தி எல்லாம் இந்த பக்கம் நிறைய பேருக்கு ராயப்பர், சின்னப்பர், குழந்தைசாமி, மேரின்னு பேரு வைப்பாங்க. இப்ப அதெல்லாம் மாறி ஸ்டைலா போச்சு. பொங்கல் அப்ப கும்மி அடிக்கிறதுண்டு. புது வருஷத்தப்ப பூசை முடிஞ்ச பிறகு விறகு குமிச்சு வச்சு, இளவட்டப் பசங்க நெருப்பு காயவச்சு அது முன்னாடி பாடி விளையாடுறதுண்டு. நியூ இயர் அன்னிக்கி சாயங்காலம் விளையாட்டுப் போட்டிகள் வைப்பாங்க. வயசு வாரியா சின்னப் புள்ளைங்க, பள்ளிக்கூடப் புள்ளைங்க, இளவட்டப் பசங்க அப்டின்னு எல்லாருக்கும் விளையாட்டு ஏற்பாடு செய்வாங்க. அன்னிக்கு சாயங்காலம் உறியடி விழாவும் நடத்துவாங்க. விளையாட்டுக்கள் கூட 'லக்கி டிரா' மாதிரி எல்லா குடும்பத்து ஆளுங்க பேரும் எழுதிப் போட்டு குலுக்கி பரிசுகள் குடுப்பாங்க. அப்ப ஊர்ல இருக்கிற நாசிவங்களுக்கு சேர்த்து பேர் எழுதிப் போட்டுதான் பரிசு குடுப்பாங்க. நாசிவர் ஆறு ஏழு குடும்பம் இருக்காங்க. அவுங்க இந்துக்கள். இந்த ஊர் மக்களுக்கு வெட்டி விடுவாங்க. அவ்வளவுதான். முன்னால எல்லாம் வண்ணார்தான் குழந்தை பிறந்த பிறகு கட்டிக்க மாத்துத் துணி எல்லாம் கொண்டு வருவாங்க. இப்ப அந்தப் பழக்கம் இல்ல.''

''நற்கருணை பவனி- பூச்சொரிதலுக்கு மூணு அன்பியம் பந்தல் போட்டு ஜோடிப்பாங்க. அதுக்கும் முந்தி வண்ணார்தான் மாத்து துணி கொண்டுவந்து சாமியார் நடக்கும்போது விரிப்பாங்க. இப்ப நாங்களே வீட்டுல இருந்து சேலை எல்லாம் எடுத்து தெருவுல விரிச்சு வைப்போம். குருத்து ஞாயிறுக்கும் இங்க மாத்து விரிக்கிற வழக்கம் உண்டு. ஆனா ஊர்க்காரங்கதான் விரிப்போம். மாசாமாசம் சந்தா குடுக்கும்போது இருபது ரூபாய் சேர்த்து குடுப்போம். அன்பியத்துல யார் வீட்டுலயாவது கல்யாணம் வந்தா அந்தப் பணத்தை எடுத்து பரிசு வாங்கிக் குடுப்போம். அந்தக் காசை வச்சு பூச்சொரிதலுக்கு பூ வாங்குறது, ஜெபி சுத்தம் பண்றதுன்னு எல்லாம் செய்வோம். ஒரு சிலர் வேண்டிக்கிட்டு அந்தத் திருவிழாவுக்கு பூ, திராட்சைக் கொத்து வாங்கிக் குடுக்குறதுண்டு.''

''சிலுவைப்பாதை இங்க ரொம்ப ஃபேமஸ். பிலாத்து கையளிக்கிறதுல இருந்து வரிசையா எல்லா ஸ்தலமும் (13) ஊர்ல ஒவ்வொரு இடத்துல வச்சு ஆளுங்க வேஷம் போட்டு நடிப்பாங்க. கோயில்ல இருந்து கல்லறை வரைக்கும் நடக்கும். ஒன்பது மணிக்குத் தொடங்கி 12 மணிக்கு முடிச்சுருவோம். இதுக்கு டயலாக் எல்லாம் எழுதிவச்சு ஆண், பெண் எல்லாரும் சேர்ந்து நடிப்பாங்க. டயலாக், பாட்டு எல்லாம் உண்டு. அன்பியங்கள் ஒவ்வொரு வாரம் ஒருத்தர்னு சிலுவைப்பாதையை எடுத்துச் செய்வாங்க.''

''பெரும்பாலும் ஊர்ல எல்லாரும் டீச்சர்ஸ்தான் இருக்காங்க. முன்னால எம்.எஸ்.மைக்கில் அப்டின்னு ஒரு சாமியார் இருந்தார். அவர் காலத்துல எட்டாவது படிச்சிருந்தா போதும், அவுங்களைக் கூட்டிக்கிட்டுப் போய் டீச்சர் ட்ரெய்னிங் சேர்த்து விட்ருவாரு. அப்படி இங்க நிறைய பேர் டீச்சர் ஆனாங்க. அப்டியே இங்க நிறைய டீச்சர் குடும்பங்கள் உருவாயிருச்சு. பொம்பளைப் புள்ளைங் களுக்கும் ஏத்த வேலை டீச்சர் வேலைன்னு எங்க புள்ளை பசங்க எல்லாரையும் அந்த வேலைல சேர்த்திவிட்டுட்டோம்'', எனச் சொல்லி முடிக்கிறார் குளோரியா.

சான்றுகள்

- வாலிபாளைய சரித்திரச் சுருக்கம் – ஜேம்ஸ் சவரிமுத்துநாதர் - Imprimattur, M Savari Muthu, 1951

40

கொடிவேரி சவேரியார்

கவுச்சர் அடிகள் புன்செய் நிலங்களுக்குத் தண்ணீர் வசதி செய்து கொடுத்தது, இந்தப் பகுதியின் அமைப்பையே மாற்றியது. அரக்கன் கோட்டை கால்வாயில் தண்ணீர் வந்தாலும், குறுக்கே இருந்த மங்கமாரி பள்ளத்தைக் கடக்க, நூறடி நீளத்தில் பாலம் ஒன்றைக் கட்டி தண்ணீரை அதில் கொண்டுவரவேண்டியிருந்தது. அதற்கு 'கவுச்சர் ஆயக்கட்டு' என அன்றைய ஆங்கிலேய அரசு பெயரிட்டது.

•

நல்ல காலம் பொறந்திருச்சு நாடும் வீடும் செழிச்சிருச்சு
புனிதர் கோயில் தொறந்திருச்சு நமக்கு புதுவாழ்வு மலர்ந்திருச்சு
பாமாலை பாடிடுவோம் சவேரியாரே – உங்க
பாதம் தொட்டு வணங்கிடுவோம் சவேரியாரே
கொண்டாடி மகிழ்ந்திடுவோம் சவேரியாரே – உமக்கு
கோவில்கட்டி கும்பிடுவோம் சவேரியாரே
இயேசுசாமி வார்த்தைகளை பேசி வந்த போதகரே
இறையரசின் தூதுவரே சவேரியாரே – 2
இஞ்ஞாசியார் கண்டெடுத்த இயேசு சபை மாமுனியே – 2
இறைவன் தந்த அருங்கொடையே சவேரியாரே
வாழியவே வாழியவே சவேரியாரே – எங்க
விசுவாச நாயகனே சவேரியாரே
தென்னாட்டுப் பகுதியிலே கடலோர ஊர்களிலே
நற்செய்தி போதித்த சவேரியாரே – 2

நம்பி வந்த எங்களது முன்னோர்கள் யாவருக்கும் – 2
ஞானஸ்நானம் வழங்கிய சவேரியாரே –வாழியவே
கட்டுமர ஓடத்திலே கடல் மீது போகையில
கிட்டிருந்து காத்திடுமே சவேரியாரே – 2
அலையோடு போராடி வலைவீசும் வேளையிலே – 2
நல்லாசி தந்திடுமே சவேரியாரே –வாழியவே

அந்த ஆலயத்துக்கு வெளியே எப்படிப் பார்த்தாலும் தொன்மை என சொல்லக் கூடிய எதுவும் இல்லை. நவீன ஆலயங்கள் எந்த வித அழகியலும், நுணுக்கமும் இல்லாமல் கட்டப்படுவது தமிழ்க் கிறிஸ்தவத்தின் பெரும் சாபக்கேடு. ஆலய மதில் சுவரில் இரண்டு கல்வெட்டுகள் உள்ளன. ஒன்று, 'பெரியகொடிவேரி சீமான் கரை மணியம் ஐ.சிலுவைமுத்துக் கவுண்டர் மனைவி சிலேத்து மரியம்மாளால் கட்டப்பட்டது' என்ற வாசகத்துடன், *24.5.1943* என்ற தேதியுடன் காணப்படுகிறது. ஆலய மதில் சுவர் மேலுள்ள சிறு கெபியைக் கட்டிய நபர் மற்றும் நாளாகலாம். மற்றொரு கல்வெட்டு, 'குருக்கள் ஆண்டு நினைவு வளைவு' என்ற பெயருடன், *2010* என ஆண்டு குறிப்பிடப்பட்டுக் காணப்படுகிறது. ஆலயத்தின் முன்புறம் இரண்டு புதிய கல்வெட்டுகள் உள்ளன. ஆலயத்தின் முகப்பில் இருபுறமும் தலா மூன்று சிறு தூண்கள், ஊசி கோபுரங்கள் போல உயர்ந்து நிற்கின்றன. தகரத் தகடுகள் வேயப்பட்ட ஆலயம், உள்பக்கம் மெத்து கொண்டு அமைக்கப் பட்ட பொய்க்கூரை. ஆலய பலிபீடப் பகுதியில், 'அகிலம் அற்பமே ஆன்மாவே ஆதாயம்' என்ற வாசகம் எழுதப்பட்டிருந்தது. பீடத்தின் நடுவே பாடுபட்ட சுரூபம், அதன் வலதுபுறம் வேளாங்கன்னி மாதா, இடது புறம் சவேரியார் சுரூபங்களும் வைக்கப்பட்டுள்ளன. பீடத்தில் ஈஸ்டர் மெழுகுதிரி அருகே சாடி ஒன்றில் உப்பு வைக்கப்பட்டுள்ளது.

உபதேசியார் ஒருவர் பூக்களைக் கொண்டு பீட அலங்கார வேலைகளை செய்துகொண்டிருந்தார். அவருக்கு உதவியாக சிறுவன் ஒருவனும் பூக்களை அடுக்கிக் கொண்டிருந்தான். ஆலயம் பற்றி தெரிந்துகொள்ளவேண்டும் எனச் சொன்னதும், ''எனக்கு நிறைய வேலை இருக்குதுங்க, அதோ பாருங்க அறை. அங்க இருப்பார். போய்ப் பாருங்க'', எனச் சொல்லிவிட்டு ஒதுங்கிக் கொண்டார். அறை என அவர் சுட்டியது பழைய கட்டடம். கல்லாலான படிக்கட்டு ஒன்றில் ஏறிச் சென்றால், நீண்ட வெராந்தா ஒன்று தெரிந்தது. எங்கள் குரல் கேட்டு எட்டிப் பார்த்த பெண் உதவியாளர், ''கொஞ்சம் இருங்க ஃபாதர் வருவார்'', என்றுவிட்டு

உள்ளே போனார். பெரும் மரப் பலகை ஒன்றில் கொடிவேரி பங்கில் அதுவரை பணியாற்றிய குருக்களின் பட்டியல் எழுதப் பட்டிருந்தது. பட்டியலின் தொடக்கத்தில் 1640ம் ஆண்டு மதுரை மிஷன் குருக்கள் வருகை என எழுதப்பட்டிருந்தது.

பவானி ஆற்றின் கரையில் எழில் கொஞ்சும் அழகிய கிராமம் கொடிவேரி. மைசூர் மன்னரால் பெரும் கற்பாறைகளைக் கொண்டு கட்டப்பட்ட கொடிவேரி அணை இவ்வூரின் தனிச் சிறப்பாகும். போர்ச்சுக்கீசியர் காலம் தொட்டே இங்கு கிறிஸ்தவ மறைபரப்புப் பணிகள் நடந்துள்ளன. 1779ம் ஆண்டு, புதுவை பாரீஸ் பிரெஞ்சு மிஷன் சபையின் கட்டுப்பாட்டில் கொடிவேரி வந்தது. 1799ம் ஆண்டு பத்து கிளைப்பங்குகளைக் கொண்ட பெரும் தாய்ப்பங்காக பெரியகொடிவேரி இருந்துள்ளது. 1845ம் ஆண்டு புதுவை மிஷனில் இருந்து கோவை மறைமாவட்டம் தனியே பிரிக்கப்பட்டபோது, கொடிவேரி பங்கு கோவை மறைமாவட்ட நிர்வாகத்தின்கீழ் வந்தது. 1849ம் ஆண்டு இப்பங்கின் குருவாக பாஷீன் அடிகள் நியமிக்கப்பட்டார். அவரது காலத்தில் இப்பங்கில் பழைய கோயில் கட்டப்பட்டது.

இங்குள்ள மக்களின் முக்கியத் தொழில் வேளாண்மை. இதை மனதில் கொண்டு 1890 முதல்

கொடிவேரி ஆலய பீடத்தில் பீங்கான் சாடியில் உப்பும், ஈஸ்டர் மெழுகுதிரியும்

1910ம் ஆண்டுவரை இங்கு பங்கு குருக்களாகப் பணியாற்றிய ஜோசப் பாது, அகுஸ்தீன் ராய், கவுச்சர் அடிகள் ஆகியோர் சுமார் 300 ஏக்கர் விவசாய நிலங்களை வாங்கி, மக்களை விவசாயத்தில் ஈடுபடுத்தினர். இந்நிலங்களில் சில விளைச்சலுக்கு ஏற்றவையாக இல்லை. அவற்றை வளமையாக்க தண்ணீரின் தேவையை உணர்ந்த கவுச்சர், பெத்தித், இன்னாசி ஆகிய குருக்கள், மங்கமாரிப் பள்ளத்தின் குறுக்கே பாலம் ஒன்றைக் கட்டி, அதன் மூலம் தண்ணீர் கொண்டுவர ஏற்பாடு செய்தனர். மேட்டுப்பாங்கான அந்தப் பகுதிக்கு நீர் பாய்ச்ச வழியின்றிப்போக, இரண்டு இயந்திரங்களைக் கொண்டு நீரேற்றி, சுமார் 100 ஏக்கர் நிலத்தைப் பொன் விளையும் பூமியாக மாற்றினர். கவுச்சர் அடிகள் காலத்தில் பங்குத்தந்தை அறை கட்டப்பட்டது; 1910ம் ஆண்டு பெத்தித் தந்தை காலத்தில் இங்கு பள்ளி தொடங்கப்பட்டது.

1874 முதல் 1952 வரை இங்கு பணியாற்றிய குருக்களில் முக்கிய மானவர்கள் அகுஸ்தீன் ராய், பெத்தித், பசாஸ்டிக், அம்புரோஸ், மாசில்லாமணி, சாமிநாதன், துர்னியர் (இவர் பின்னாளில் கோவை ஆயரானார்), கிரேஷாக், சவரிமுத்து (பின்னாளில் கோவை ஆயர்), தசஸ்ட், தையல், ஷெர்வியர், அந்தோனி படியாரா (இவர் பின்னாளில் உதகை மறைமாவட்டத்தின் முதல் ஆயரானார்) ஆகியோர். இவர்கள் இப்பங்கின் துணைப்பங்குகளான சத்திய மங்கலம், சிக்கரசம்பாளையம், கொத்தமங்கலம், வாலிபாளையம், கொங்கர்பாளையம், குன்றி, துறையம்பாளையம், சின்னப்பள்ளம், மிக்கேல்பாளையம் போன்ற இடங்களுக்கு கால்நடையாகவும், குதிரை சவாரி மூலமும், மாட்டு வண்டி, மிதிவண்டி மூலமும் சென்று மறைபரப்புப் பணியை மேற்கொண்டனர். கவுச்சர் அடிகள் 1902ம் ஆண்டு இங்கு கன்னியர் இல்லம் ஒன்றை நிறுவினார். அவர்கள் மூலம் இப்பகுதியில் விவசாயத்தில் ஈடுபட்டிருந்த மக்களுக்குக் கல்வி கிடைக்கச் செய்தார். 1910ம் ஆண்டு அரசு அனுமதியுடன் தொடக்கப்பள்ளி ஒன்றை பெத்தித் அடிகள் திறந்தார். 1940ம் ஆண்டு மைசூர் மறைமாவட்டம் ஏற்படுத்தப்பட்டபோது, இப்பங்கு அதனுடன் இணைக்கப்பட்டது. 1945ம் ஆண்டு ஷெர்வியர் அடிகள் குன்றிமலை மக்களை அழைத்துவந்து, அவர்களுக்குக் கல்வி தர கருணை இல்லம் ஒன்றை இங்கு தொடங்கினார். இன்றும் பல வசதியற்ற குழந்தைகள் இங்குள்ள சவேரியார் குழந்தைகள் இல்லத்தில் தங்கி பயின்று வருகின்றனர்.

1955ம் ஆண்டு உதகை மறைமாவட்டம் தனியே செயல்படத் தொடங்கியபோது, இப்பங்கு அதனுடன் இணைக்கப்பட்டது.

அறியப்படாத கிறிஸ்தவம் ❖ 195

1946ம் ஆண்டு இப்பங்கின் குருவாகப் பணியாற்றிய அந்தோனி படியாரா உதகை மறைமாவட்டத்தின் முதல் ஆயராக நியமிக்கப் பட்டார். 1893ம் ஆண்டு இங்கு பங்கு குருவாக இருந்த அகுஸ்தீன் ராய் கோவை ஆயராகவும், 1924ம் ஆண்டு இங்கு உதவி குருவாக இருந்த அம்புரோஸ் புதுவை-கடலூர் மறைமாவட்ட ஆயராகவும், 1932ல் பங்கு குருவாக இருந்த துர்நீர், 1934ல் பங்கு குருவாக இருந்த சவரிமுத்து ஆகியோர் கோவை ஆயர்களாகவும் ஆனார்கள். இவர்கள் தவிர சின்னப்பநாதர், சின்னையன், லாசர், டேவிட் துரைசாமி, அம்புரோஸ், லூயிஸ் அடிகள் ஆகியோர், இப்பங்கி லிருந்து குருக்களானவர்கள். அருட்சகோதரர்கள், அருட்சகோதரி களும் அனேகர் இப்பங்கில் உருவாகியிருக்கின்றனர்.

1956ம் ஆண்டு குரியன் நடுத்தடம் அடிகளாரின் முயற்சியால் கொடிவேரி தொடக்கப்பள்ளி, நடுநிலைப்பள்ளியானது. 1961ம் ஆண்டு நூவே அடிகள் முயற்சியாலும், மக்களின் ஆதரவாலும், நடுநிலைப்பள்ளி உயர்நிலைப்பள்ளியானது. 2000ம் ஆண்டு தாளாளர் பிரான்சிஸ் சேவியர் மற்றும் தலைமை ஆசிரியர் ஜான் ஆகியோர் முயற்சியால், மேல்நிலைப்பள்ளியாக உயர்த்தப் பட்டது. 1965ம் ஆண்டு சலேசிய குருக்களான அந்தோணிசாமி, ஜே.ஜோசப், என்.ஏ.ஜோசப் ஆகியோர் முயற்சியாலும், பொதுமக்கள் ஒத்துழைப்பாலும் ஆலயம் புதுப்பிக்கப்பட்டு, 1967ம் ஆண்டு அந்தோனி படியாரா அவர்களால் புனிதப்படுத்தப்பட்டது.

இவ்வூரின் முன்னேற்றத்துக்கு அனைத்து சாதியினரும் தங்கள் பங்கைச் செய்திருக்கின்றனர். சூசை கவுண்டர், கரைமணியம் சிலுவைமுத்துக் கவுண்டர், அருளப்ப மணியகாரர், இராயப்ப மணியகாரர், முத்துசாமி செட்டியார், சூசை செட்டியார், சக்கிரியாஸ் முதலியார், மரிய சூசை கவுண்டர், கொத்துக்கார அருளப்ப முதலியார், பிரகாசி சிலுவைமுத்து முதலியார், தேவசகாய முதலியார், அந்தோனியப்ப முதலியார், லூயிஸ் சவரியப்ப முதலியார், யாக்கோபு முதலியார் ஆகியோர் முக்கியமானவர்கள். கரைமணியம் சிலுவைமுத்துக் கவுண்டர் நினைவாக அவர் மனைவி சலேத்து மரியம்மாள் கட்டிய லூர்து அன்னை கெபி, அருளப்ப மணியகாரர் அவர்களால் கட்டப்பட்ட பாத்திமா அன்னை கெபி, இராயப்ப மணியகாரர் குடும்பத்தார், அவர் நினைவாக கல்லறைத் தோட்டத்தில் கட்டிய கல்லறைக் கோயில் ஆகியவை, இவ்வூர் மக்கள் கிறிஸ்தவத்துக்கு செலுத்தும் நன்றியைச் சொல்கின்றன.

இவ்வூர் மக்களின் வாழ்க்கை மேம்பட கோவை, உதகை மறைமாவட்டங்களுக்கு உரிமையான நிலமே காரணம். அவற்றில்

பயிர் செய்து, கல்வியறிவும் பெற்று, இம்மக்கள் தங்கள் வாழ்க்கை நிலையை மேம்படுத்திக் கொண்டனர். 300 ஏக்கர் நிலத்தை மக்கள் விவசாயம் செய்ய வசதியாக அமைத்துத் தந்தவர்களில் கவுச்சர் அடிகளையும், அவருக்கு உறுதுணையாக இருந்த முத்துசாமி செட்டியாரையும் இவ்வூர் மக்கள் நன்றியுடன் குறிப்பிடுகின்றனர். கொடிவேரி ஆரம்பப்பள்ளியில் ஆசிரியராகப் பணியாற்றியவர் முத்துசாமி. இவரும் கவுச்சர் அடிகளும் புன்செய் நிலங்களுக்குத் தண்ணீர் வசதி செய்து கொடுத்தது இந்தப் பகுதியின் அமைப்பையே மாற்றியது. அரக்கன்கோட்டை கால்வாயில் தண்ணீர் வந்தாலும், குறுக்கே இருந்த மங்கமாரி பள்ளத்தைக் கடக்க, நூறடி நீளத்தில் பாலம் ஒன்றைக் கட்டி தண்ணீரை அதில் கொண்டுவர வேண்டியிருந்தது. அதற்கு 'கவுச்சர் ஆயக்கட்டு' என்று அன்றைய ஆங்கிலேய அரசு பெயரிட்டது.

அத்தண்ணீரை பத்தடி உயரம் எழுப்ப இயந்திரம் ஒன்றை அமைத்தார். ஒரு மைலுக்கு அப்பால் கொப்பில் வந்த நீரை மேலும் உயரமாக எழுப்ப சின்ன இயந்திரம் ஒன்றையும் மாட்டினார். நூற்றாண்டுக்கு முன்னர் செய்யப்பட்ட பெரும் சாதனைகள் இவை. இவற்றுக்கு உறுதுணையாக முத்துசாமி இருந்தார்.. பெத்தித் குருவுடன் இணைந்து குன்றிமலை, தாளவாடி, தொட்டகஜனூர் பகுதிகளில் உள்ள மலைசாதி மக்களை கிறிஸ்தவத்துக்குள் கொண்டு வந்த முக்கியமான பணியும் முத்துசாமி செய்தார். 1944ம் ஆண்டு முத்துசாமி காலமானபோது, ''நீ முன்னால் போ, நான் பின்னால் வருகிறேன்'', எனச் சொல்லி, அடுத்த மூன்று மாதங்களுக்குள் குரு கவுச்சரும் இறந்துபோனார். இருவரும் கொடிவேரி கல்லறையில் அடுத்தடுத்து அடக்கம் செய்யப்பட்டிருக்கின்றனர். சாமானிய பங்கு உறுப்பினருடன் இத்தனை நெருங்கிய நட்பு கொண்டிருந்த பாதிரியார்கள் அன்று இருந்தனர்.

பங்கு குருவுக்கு நன்றி சொல்லி, ஊர்ப் பழக்கவழக்கங்களை விசாரிக்க வேண்டும் என உபதேசியாரிடம் கேட்டோம். ''பொட்டுக்காரர்தான் இங்க ரொம்ப பெரியவர், அவர் வீட்டுக்குப் போங்க'', என உபதேசியார் அனுப்பிவைத்தார். பொட்டுக்காரரின் வீட்டைத் தேடுவது அத்தனைக் கடினமாக இல்லை. கேட்ட வீடுகளில் எல்லாம் வழி சொன்னார்கள். அகன்ற தெரு ஒன்றில் வாயிலின் இரு பக்கங்களும் சிலுவைகள் வரையப்பட்டிருந்த, அழகிய திண்ணைகள் கொண்ட ஓட்டுவீட்டில் 90 வயது பொட்டுக்காரரைச் சந்தித்தோம்.

''நான் ஆர். சின்ராஜ். வயசு 90. பொட்டு வச்சிக்கிட்டு இருக்குறதால் பேரு பொட்டுக்காரராகிப் போச்சு, சின்ராஜுன்னு சொன்னா

கொடிவேரி பொட்டுக்காரர்

யாருக்கும் இங்க தெரியாது. பொட்டுக்காரர்னாதான் எல்லாருக்கும் தெரியும். இந்த சர்ச் கட்டி நூறு வருஷம் இருக்குமுங்க. முன்னாடி அதே எடத்துல 200 வருஷம் பழைய சர்ச் ஒண்ணு இருந்துச்சு. அதுதான் மொத கட்டுன சர்ச்சு. ஒவ்வொரு கதவும் இத்தச்சோடு இருக்கும்..மெயின் கதவு. அதைத் தாண்டிப் போகணும். அப்போ இதுதான் முக்கியமான சர்ச்சு. 'தாய்ப்பங்கு' - முதல் பங்கு. தாளவாடி, வாலிபாளையம், மிக்கேல்பாளையம் எல்லாம் இங்க இருந்துதான் சாமியாருங்க போவணும்.''

''முன்னால எல்லாம் ஃபாரின் சாமியாருங்கதான் இங்க இருந்தாங்க. ஞாபகசக்தி குறைஞ்சு போச்சுங்க, டைரி எழுதி வைக்கிற பழக்கமும் இல்லைங்க. வெள்ளக்கார சாமியாருங்க பேரெல்லாம் மறந்து போச்சு. மூணாவது வரை படிச்சேன். அப்புறம் மாடு மேய்க்கப் போட்டுட்டாங்க. பஞ்சாயத்து போர்டு பிரெசிடெண்டா இருந்தேன். ஒரு பீரியட் பேரூராட்சில மெம்பரா இருந்தேங்க. அப்புறம் வைஸ் பிரெசிடென்ட் ஆனேன். இந்த ஊருல யாராவது இறந்துட்டாங்கன்னா என்னையத்தான் மொத கூப்பிடுவாங்க. பொட்டுக்காரர கூப்டுன்னுதான் சொல்வாங்க.''

''நாங்க அந்த காலத்துல பாட்டு கிளாஸ் எல்லாம் போனோமுங்க. பழைய காலத்துப் பாட்டு எல்லாம் பாடுவோம். சத்தியமங்கலத்துக் கோயிலுக்கு கூட போய்ப் பாடுவோம். இங்க டிசம்பர் மொத ஞாயித்துக்கிழமை ஊர் பெரிய திருவிழாங்க. தேர் அன்னிக்கு ஜோடனை பண்ணி, அஞ்சு தேர் இழுப்பாங்க. சவரியார் பெரிய தேர்ல வருவார். அப்புறம் மாதா, சூசையப்பர், அந்தோணியார் எல்லாம் மத்த தேர்ல வரும். அப்பலாம் தேர் தூக்க ஆள் கிடையாதுங்க. நாங்களேதான் தூக்குவோம். தோள் மேல கவுட்டி வச்சு தூக்குவோம். பக்தியா தேர் பின்னாடி ஜெபமாலை சொல்லிக்கிட்டுப் போவோம். இப்பலாம் டிராக்டர்ல வச்சு ஈசியா தூக்குறாங்க. கோயில்ல இருந்து எல்லா தெருவும் ஊரே சுத்தித் தேர் வரும். தை மாசம் பொங்கல் வச்சு, கும்மி எல்லாம் அடிப்பாங்க அப்ப. இப்ப கும்மி எல்லாம் இல்ல. அதே போல ஜனவரி ஒண்ணு புது வருஷம் அன்னிக்கும் வயசானவங்க, பெரியவங்க கும்மி அடிச்சு பாட்டுப் பாடுவாங்க. அழகா ஒயிலாட்டம் மாதிரி இருக்கும்.''

''அந்தோணியாருக்கும் தேர் எடுப்பாங்க. இப்பலாம் அன்பியம் மக்கள் தேர் எடுத்துர்றாங்க. அப்பலாம் அன்பியம் இல்ல. இங்க அன்பியத்த ஆரம்பிச்சு வச்ச சாமியார் இப்ப சிக்கிரிஸ்பாளையத்துல இருக்கார். அவர் இங்க இருந்தப்ப இங்க எல்லாருக்கும் பைபிள் வாங்கிக் குடுத்தார். பாட்டு எல்லாம் அவர் சொல்லிக்குடுத்ததுதான். காணிக்கைன்னு பார்த்தா, முதல்ல வயல்ல விளையுற கம்பு, நெல்லு எல்லாம் எடுத்துவச்சு, கோயில்லதான் முதல்ல காணிக்கையா குடுப்பாங்க. இப்பலாம் கம்பே விளையறதில்ல. கல்லறைத் திருநாள் அப்ப இந்த மாதிரி விளையுறதை- நெல்லு, கம்பு, சோளம் எல்லாம் கொண்டு போய் கல்லறைல வச்சா, வண்ணான், நாசிவன் எல்லாம் வந்து அதை எடுத்துட்டுப் போவாங்க. இப்ப அவுங்கள்லாம் வர்றதில்ல. ஒருத்தர் ரெண்டு பேர் வந்தாலும் காசா வாங்கிட்டுப் போய்டுவாங்க. கல்லறை திருநாள் அப்ப அதை வெள்ளையடிச்சு சுத்தம் பண்ணி பூசை வைப்பாங்க.''

''நற்கருணை பவனி- பூச்சொரிதல் விழா ஜூன் மாசம் நடக்கும். அப்ப அஞ்சு இடத்துல பந்தல் போட்டு சிறப்பு செய்வாங்க. பூத்தூவலுக்கு அரளி, மல்லின்னு கிடைக்குற பூவை நேர்ச்சை வச்சுக்கிட்டு வாங்கிக் குடுப்பாங்க. அதை கான்வென்டுல உள்ள சிஸ்டர்ஸ் அங்கங்க தூவுறதுக்கு தனியா எடுத்து வச்சுக் குடுப்பாங்க. பந்த போடுறது ஊர்க்காரங்க வேல, பூத்தூவுறது எல்லாம் சிஸ்டர் பார்த்துக்குறதுங்க. சமபந்தி, பொங்கல், ஊர்ச்சாப்பாடு மாதிரி

பழக்கம் எல்லாம் இங்க இல்ல. வாழைத்தார் வெட்டி, பீடத்துக்கு மின்னால கொண்டு வச்சிருவாங்க. குழந்தை பிறந்தா முதல்ல கோயிலுக்கு தூக்கிட்டு வர்றதா வேண்டிக்குவாங்க. வேற எதுவும் நேர்ச்சை வச்சு நான் பார்த்தது இல்லைங்க.''

''கல்யாணத்துக்கு முன்னால மூணு ஓலை வாசிக்கணும். அப்புறம் தா கல்யாணம். தாலி வெள்ளை நூல்ல ஒத்தப்படை நூல்ல போடுவாங்க. தாலி எங்கிட்ட குடுத்து, கோர்த்தும் தரச் சொல்லுவாங்க. யாரும் செத்தா அத்துப் போடவும் என்னையைக் கூப்பிடுவாங்க. பொம்பளைங்க பெரும்பாலும் அத்துப் போடமாட்டாங்க, ஒதுங்கிக்குவாங்க. நான் போய் அத்துப் போடுவேன். யாராவது போடணும் இல்லையா?''

''கல்யாணத்துக்கு கோயில்லயே மாலை மாத்திக்குவாங்க. மணை ஏத்துறது, சேஷ அரிசி சடங்கு எல்லாம் அப்ப இருந்துச்சு. இப்ப அதெல்லாம் இல்ல, சும்மா கைல அரிசிய எடுத்து வீசி எறியுறாங்க. எல்லாம் மண்டபத்துலயே முடிஞ்சு போகும். தாய்மாமன கூட்டிக்கிட்டு சேலை எடுக்கப் போவாங்க. கல்யாணத்துக்கு மின்ன 'உப்பு வாங்குற சடங்கு' இங்க உண்டு. இங்க கொடிவேரியில வாங்குறவங்களும் உண்டு, கோயமுத்தூருக்கு ஜவுளி வாங்கப் போயிட்டு அங்க உப்பு வாங்கிட்டு, அங்கேயே உப்புப் பைய பொண்ணு வீட்டுக்காரங்களும், மாப்பிள்ளை வீட்டுக்காரங்களும் மாத்திக்கிறது உண்டு. குங்குமம் வாங்கி, மாத்தி மாத்தி சம்பந்தகாரங்க பொட்டு வச்சிக்கிறது உண்டு. மின்ன எல்லாம் குழந்தை பொறந்தா சூசையப்பர், அந்தோணியார், சிலுவைன்னு பேரு வைப்பாங்க, இப்ப அதெல்லாம் கிடையாது. எந்தப் பேருமே நமக்கு வாய்ல நுழையுறது இல்ல.''

''சாவு விழுந்தா, உடனே கோயில்ல போய் சொல்லி மணியடிச்சு, ஆளுங்களுக்கு சொல்லிவிட்டு, குளிப்பாட்டி, கோடி போடணும். உடம்பை கோயிலுக்குக் கொண்டுபோய் பூசை வச்சு, கல்லறைக்குத் தூக்கிட்டுப் போவோம். கல்லறை வாய்க்கால் கரை பக்கத்துலதான் இருக்கு. அன்னிக்கே மோட்ச விளக்கு வச்சிருவாங்க. மண்டபம் ஒண்ணு இங்க இருக்கு- கோயிலுக்கு சொந்தமா. அங்க எல்லா விசேஷமும் உடனே வச்சு முடிச்சிருவோம். மோட்ச விளக்குக்கு அத ஃப்ரீயா சாமியார் குடுத்துருவார். வசதி இருக்குறவங்க, இல்லாதவங்க எல்லாருக்கும் ஃப்ரீதான். அப்புறம் பதினாறாவது நாள், முப்பதாவது நாள், நாப்பதாவது நாள் கறி விருந்து போட்டு விசேஷம் வைப்பாங்க.''

''கிறிஸ்மசுக்கு முன்னாடி நைட் பஜனை பாடிட்டு ஊரைச்சுத்தி வருவாங்க. நைட் 7 மணிக்கு ஆரம்பிச்சு பத்து மணிக்கு முடிச்சுருவாங்க. குழந்தை ஏசு பாட்டுதான் பெரும்பாலும் பாடுவாங்க, ஜெபம் பண்ணுவாங்க. பெரிய வாரத்துல வியாழக்கிழமை 12 பேருக்கு கால் கழுவுற சடங்கை சாமியார் செய்வார். அதுக்கப்புறம் அவுங்களுக்கு பிரெட் குடுப்பாங்க. முன்னால எல்லாம் எல்லாருக்கும் பெரிய வியாழன் அன்னிக்கு பிரெட் இல்ல பன்னுன்னு எதாவது குடுப்பாங்க. இப்ப கொரோனா வேறயா? எதுவும் குடுக்குறது இல்லைங்க. நைட் பூசை ஈஸ்டருக்கு உண்டு. முன்ன எல்லாம் சாயங்காலம் 6 மணிக்கு பூசை வச்சு, 7 மணிக்கு முடிச்சுருவாங்க. பெரிய வெள்ளிக்கிழமைக்கு சிலுவைப்பாதை உண்டு. நாங்க பாஸ்கா நாடகம் பார்க்க எட்டாவது ஞாயித்துக் கிழமை, எடப்பாடிக்குத்தான் போவோம். அங்கதான் நாடகம் பேமசா இருக்கும்.''

''இந்த ஊரப் பொறுத்தவரைக்கும் பூர்வீகமா முதலியாருகதான் அதிகம். மத்த ஆளுக இருக்குறாங்க, ஆனா அவுங்க கம்மிங்க. முதலியார்தான் மெஜாரிட்டி. அதே போல மின்ன கோயில் மணியகாரர், கோயில் நாட்டாமைகாரர் எல்லாம் உண்டு. இப்ப கோயில் மணியம் எல்லாம் இல்ல. இப்ப எல்லாம் சர்ச் கமிட்டி ஆகிப்போச்சு. முப்பது வருசம் முன்ன வரை கோயில் மணியகாரர் கிட்டதான் கல்யாணம், சாவு எல்லாம் போய் சொல்லணும். அவரு என்ன செய்யணும்னு சொல்லுவார். கோயில்ல அவர் தலைமைலதான் கூட்டம் எல்லாம் நடக்கும். கோயில் மணியகாரர், கோயில் நாட்டாமைகாரர் சொல்றத எல்லாரும் ஏத்துக்கிடுவாங்க. இப்ப அந்த நாட்டாமை வேலய நான் பண்ணிக்கிட்டு இருக்கேன். சாவுன்னு வந்தா எனக்கு சொல்லியனுப்புன பின்னாலதான் மத்த ஆளுகளுக்கு சொல்லி அனுப்புவாங்க. நான் போய்தான் அங்க எல்லா ஏற்பாடும் ஆளுங்களுக்கு சொல்லிவிட்டுச் செய்வேன். ஷேவ் பண்ண நாசிவன வரச் சொல்றது, குழிவெட்டுறவன சொல்லுறது, பந்தக்காரன கூப்பிட்டு அனுப்பி பந்தல் போட சொல்றது, கொட்டுக்காரர கூப்பிடுறதுன்னு எல்லாம் நான்தான் செய்வேன். முப்பது நாப்பது வருஷமா பொது சேவைன்னு நான் செஞ்சுட்டு இருக்கேன். யார் யாருக்கு என்ன குடுக்கணும்னு கையக் காட்டுறதுதான் நம்ம வேலை.''

''அணை பக்கத்துலதான் இருக்கு, ஆனா ஊருக்குள்ள இதுவரைக்கும் தண்ணி வந்தது இல்ல. டேங்குக்கு ஆத்துல இருந்து வரும், அதை வயலுக்கு வெட்டி விட்டுக்குவாங்க. அந்தக்

காலத்துல பூசை எல்லாம் லத்தீன்ல இருக்கும். குளோரியா எல்லாம் லத்தீன்ல பாடுவோம். இப்ப லத்தீனே இல்லாம போச்சு. சாவுப் பூசைல மட்டும் ஒரு சில பழைய ஆளுங்க லீபெரா பாடுவோம். இப்ப ஞாபகம் இல்லாம போச்சு. காலம் மாறிப்போச்சு, நமக்கு வயசும் ஆகிப்போச்சுங்க...'', எனச் சொல்லி முடிக்கிறார் பொட்டுக்காரர்.

சான்றுகள்

- *300ம் ஆண்டு விழா மலர், கொடிவேரி சவேரியார் ஆலய வெளியீடு, நன்றி: பங்குத் தந்தை*

41

வனத்து அந்தோணியார் கும்மி – மாரம்பாடி, கீழ மாரம்பாடி

ஒரு காலத்தில் மறைபரப்புப் பணிகளுக்கு பாலியல் இச்சை தடையாக இருக்கும் என்றே வத்திகான் மண உறவுகள், பாலியல் உறவுகளை ஆதரிக்கவில்லை. இந்தக் கருத்தாக்கத்துக்கு அடித்தளமிட்ட 'பாலைவன குருக்களில்' முதலாமவர் என பெரிய அந்தோணியார் அறியப்படுகிறார்.

தன்னன்னே தானனன்னே தானேனன்னே நானே
நானானே நானேனன்னே நானேனன்னே நானே
நம்ப ஊரு அந்தோணியார் சப்பரத்து மேலே
சரஞ்சரமா மாலே எடுத்துவக்கிங்கையி
இருவரமும் காந்தும் அங்க எந்திரிச்சா சலசலங்கும்
தங்கரட்டுனமாலே...
தன்னன்னே தானனன்னே தானேனன்னே நானே
நானானே நானேனன்னே நானேனன்னேநானே
நம்ம ஊரு சந்தியாகப்பர் சப்பரத்து மேலே
சரஞ்சரமா மாலே எடுத்துவக்கிங்கையி
இருவரமும் காந்தும் அங்க எந்திரிச்சா சலசலங்கும்
தங்கரட்டுனமாலே...
தன்னன்னே தானனன்னே தானேனன்னே நானேநானானே
நானேனன்னே நானேனன்னேநானே

-புனிதர் கும்மி, கிழக்கு மாரம்பாடி. இது போலவே அனைத்துப் புனிதர்களின் பெயரையும் ஒவ்வொன்றாகச் சொல்லி, திருநாள் தேர் எடுத்துச் செல்லும்போது அதன்முன் பெண்கள் இந்தப் பாடலைக் கும்மியடித்துப் பாடுகின்றனர். சொற்கள் மறுவியிருக்கின்றன; பாடுபவரின் மொழிக்கு ஏற்றவாறு அவர் பயன்படுத்திய சொற்கள் பாடலில் அப்படியே தரப்பட்டுள்ளன.

வேலாயுதம்பாளையத்தில் இருந்து அரவக்குறிச்சி, பள்ளப்பட்டி வழியாக மாரம்பாடிக்குச் செல்லத் திட்டமிட்டிருந்தோம். அரவக்குறிச்சி ஊருக்கு வெளியே, முக்கிய நெடுஞ்சாலை தேர்தல் முன்னேற்பாடு நடவடிக்கைக்காக அமளிதுமளிப்பட்டது. வண்டியை சோதனை இடுவார்களோ என நினைத்து அச்சத்துடன் சென்றால், நான் ஏன் உன்னை சோதிக்க வேண்டும் என்பது போல எங்கோ பார்த்துக்கொண்டு காவல் அதிகாரிகள் படை நின்றது. நல்லவேளையாக நேரம் வீணாவதில் இருந்து தப்பினோம் என எண்ணியபடி போனோம். செம்மண் காடு. காய்ந்து கி. ந்த வயல்வெளிகள் வழியே, ஒற்றையடிப் பாதை போலத்தான் சாலை வளைந்து நெளிந்து சென்றது. சற்றுத் தொலைவில் தெரிந்த காதிக் (Gothic) பாணி கோபுரம் தெரிந்தது. ஏறக்குறைய 300 ஆண்டுகள் பழைய பங்கு மாரம்பாடி. பழைய ஆலயம் இருக்கிறதா, இல்லையா என மண்டைக்குள் பூரான்கள் குடைந்து கொண்டிருந்தன.

சட்டென ஒரு திருப்பத்தில் திரும்பிய கார், பிரம்மாண்ட வெள்ளை வர்ணமடித்த ஆலயத்தின் எதிர்புறம் சென்று நின்றது. ''இதாம்மா கோயில்... போய் பார்த்துட்டு வர்றியா? நான் பங்கு சாமி இருக்காரான்னு பார்க்குறேன்?'' எனச் சொல்லிவிட்டு சித்தப்பா பக்கத்து சாமியார் அறையை நோக்கிச் சென்றார். ஆலயம் புதியதா, பழையதா என்ற குழப்பம் நீங்காமலே எட்ட நின்று புகைப்படங்கள் எடுத்துக் கொண்டிருந்தேன். வெளிப்பக்கமாகப் பார்க்கையில் ஆலயம் வித்தியாசமான வடிவமாகத் தெரிந்தது. நடுசாலை குட்டையாகவும், இடதுபக்க சாலை நீளமாகவும் இருந்த சிலுவை வடிவக் கோயில் அது. புதிதாகக் கட்டப்பட்ட ஆலயம் என உள்ளே நுழைந்ததும் புரிந்தது. ஆனால் பழைய ஆலயத்தின் தோற்றத்தைக் கொண்டுவர மெனக்கிட்டுள்ளனர்.

பிரம்மாண்டத் தூண்களும், சலவைக்கல் தளமும், குவிந்த கூரையுமாக, ஆலயம் அழகாகவே இருந்தது. பலிபீடத்தின் நடுவே சிறிய பாடுபட்ட சுரூபமும், அதற்கு மேல் ஐந்து மாடங்களில் நடுவே வனத்து அந்தோணியார், அவருக்கு இருபுறமும் சூசையப்பர், மாதா, சவேரியார், ரீத்தாள் ஆகியோரின் சுரூபங்களும்

மாரம்பாடி ஆலயத்தின் உட்புறம் உயிர்த்த மற்றும் மரித்த இயேசு சுரூபங்கள்

உள்ளன. அன்று ஈஸ்டர் காலை என்பதால், உயிர்த்த இயேசுவின் சுரூபம் மாலை அணிவிக்கப்பட்டு, கையில் வெற்றிக் கொடியுடன் காட்சி தந்தது. அங்கங்கே மக்கள் அமர்ந்து அமைதியாக ஜெபித்துக் கொண்டிருந்தனர்.

நடுசாலையின் இடதுபுறம் சிறு கெபி ஒன்று தெரிந்தது. அதில் அந்தோணியார், வனத்து அந்தோணியார், மிக்கேல் அதிதூதர், மாதா, உயிர்த்த இயேசு என பல சுரூபங்கள் வைக்கப்பட்டிருந்தன. பக்கவாட்டின் மாடமொன்றில் மஞ்சள் ஆடை அணிந்த வனத்து அந்தோணியார் சுரூபம் இருந்தது. அதன் முன் வத்திகள் எரிந்து கொண்டிருந்தன. ஆலயத்துக்குப் பக்கவாட்டில், தளமிட்ட பெரும் மைதானம் ஒன்று காட்சி தந்தது. அதில் வெயிலில் காய்ந்தபடி சில இரும்பு இருக்கைகள் தெரிந்தன. அதன் எதிரே இருந்த வீடு ஒன்றில் வெள்ளையடிக்கப்பட்டு, அதில் இரட்டை இலை சின்னத்துடன் ''புனித அந்தோணியார் திருத்தலத்தை சுற்றுலா தலமாக்கிய சின்னம்'' என்ற சொற்றொடர் பெயின்ட்டால் எழுதப்பட்டிருந்தது. அரசியலும் மதமும்... சிரிப்பு வந்தது. அடக்கிக்கொண்டு ஆலயத்தின் முன் பகுதிக்கு வந்தேன். ஆலயக் கொடிமரம் தெரிந்தது. கொடிமரத்திலும், அதைச் சுற்றிய கிராதியிலும் வரிசையாக மஞ்சள் கோத்த மஞ்சள்வண்ணக் கயிறுகளில் தொங்கிக்கொண்டிருந்தன.

மாரம்பாடி கொடிமரத்தின் முன் சர்க்கரைப் பொங்கல் உண்ணும் குருவி, கொடிமரக் கிராதியில் கட்டப்பட்டிருக்கும் வேண்டுதல் தாலிகள், தொட்டில்கள்

கைக்குட்டைத் தொட்டில்களும் வரிசையாகக் கட்டிவிடப்பட்டிருந்தன. யாரோ சர்க்கரைப் பொங்கல் செய்து, அதை கொடிமரத்தின் அடியில் அலுமினியப் பேப்பர் தட்டில் வைத்திருந்தனர். அதை சிட்டுக்குருவி ஒன்று பொறுமையாய் அமர்ந்து ருசித்து சாப்பிட்டுக்கொண்டிருந்தது. காமிராவுடன் நின்ற என்னை சட்டையே செய்யவில்லை.

ஆலயத்துக்கு எதிரே லூர்தன்னை கெபியும், தேர் மண்டபமும் தெரிந்தன. கெபியின் ஒரு பக்கத்தில் அருட்தந்தை சூசைமாணிக் கத்தின் கல்லறைக் கல்வெட்டுள்ளது. இவர் 1940 முதல் 1963வரை

மாரம்பாடியில் பணியாற்றி, இறந்து, இங்கேயே அடக்கம் செய்யப்பட்டிருக்கிறார். சாமியார் அறை வாசலிலிருந்து சித்தப்பா கையசைத்து என்னை அழைக்க, வேகமாக அறையை நோக்கி நடந்தேன். பங்கு மக்கள் நிறையே பேர் அங்கு நின்றிருந்தனர். குறிப்பாக மாரம்பாடிக்கு சுற்றுலா வந்த சிறுமிகள் கூட்டம் ஒன்று நின்றிருந்தது. அவர்களுக்கு ஆசி வழங்கிவிட்டு, எங்களை உள்ளே அழைத்துச் சென்று பங்குகுரு பேசத்தொடங்கினார்.

யார் இந்தப் பெரிய அந்தோணியார்? பதுவை அந்தோணியார் என அதிகம் அறியப்படும் அந்தோணியார் வேறு; இவர் வேறு. இவரைப் பற்றிய குறிப்புகள், கிபி 360ம் ஆண்டு எழுதப்பட்ட 'அந்தோணியாரின் வாழ்க்கை' நூலில் இருந்தே கிடைக்கின்றன. இதை அலெக்சாந்திரியா நகரின் ஏதனேசியுஸ் எழுதியுள்ளார். வடக்கு எகிப்தில் உள்ள ஹெராக்லியா ஊருக்கு அருகிலுள்ள கோமா என்ற கிராமத்தில் கிபி 251ம் ஆண்டு வனத்து அந்தோணியார் பிறந்தார். பெரும் செல்வந்தர்களான இவரது பெற்றோர், சிறந்த கிறிஸ்தவர்களாகவும் இருந்தனர். சிறு வயதில் இருந்தே பக்தியில் சிறந்தவராக அந்தோணியார் வளர்ந்தார். அவரது 20வது வயதில் பெற்றோர் இருவரும் இறந்துபோக, குடும்பப் பொறுப்பை அந்தோணியார் ஏற்க நேரிட்டது. தன் சகோதரியை கவனித்துக் கொண்டு, சொத்தையும் பராமரிக்கும் பணியை அவர் ஏற்றுக் கொண்டார்.

பெற்றோர் இறந்து ஆறு மாதங்களுக்குள்ளாக வழக்கம் போல ஆலயத்துக்குச் சென்று தன் பணிகளை கவனிக்கலானார். ஆனால், தம் கடமைகளையெல்லாம் விட்டுவிட்டு, இறைவனை திருத்தூதர்கள் பின்பற்றியது எப்படி என அடிக்கடி சிந்தித்து வந்தார். ''நீ அப்பழுக்கற்றவனாக பரலோகம் செல்ல வேண்டும் என்றால் உன்னிடமுள்ள சொத்துக்களை விற்று ஏழைகளுக்குப் பிரித்துக் கொடுத்துவிடு'', என விவிலியம் சொன்னதை, அப்படியே தன் வாழ்க்கையில் செயல்படுத்தினார். தன் சொத்துக்களில் சிலவற்றை அக்கம்பக்கத்தாருக்குக் கொடுத்தார்; எஞ்சியதை விற்று ஏழைகளுக்குக் கொடுத்தார். தன் சகோதரியை அருட்சகோதரிகள் சிலரின் பொறுப்பில் விட்டுவிட்டு, துறவு பூண்டார்.

கிபி 272ம் ஆண்டு துறவு வாழ்க்கை பூண்ட அந்தோணியார், அருகே வசித்த துறவி ஒருவரின் சீடராகத் தன் துறவு வாழ்க்கையைத் தொடங்கினார். கிட்டத்தட்ட 15 ஆண்டுகள் அந்தப் பகுதியில் வாழ்ந்த அந்தோணியார், பல மகான்களைத் தேடிச் சென்றார். அவர்களின் வாழ்க்கையிலிருந்து, தான் என்ன கற்றுக்கொள்ள முடியும் எனப் பார்த்தார். அதன்படி வாழ முயற்சிசெய்தார். இந்த

காலத்தில் அவர் பன்றிமேய்த்ததாகவும் கதைகள் சொல்கின்றன. அந்த அளவுக்கு தன் வாழ்க்கையைத் தாழ்ச்சியுடையதாக்கிக் கொண்டார். நகரங்களுக்கு வெளியே வசித்த பிற துறவிகள் போல அல்லாமல், உண்மையில் பாலைவனத்தில் துறவு வாழ்க்கை வாழவேண்டும் என்ற ஆவலில், அலெக்சாந்திரியாவில் இருந்து நூறு கிலோமீட்டர் தொலைவிலுள்ள நைத்திரியப் பாலைவனத்துக்குச் சென்றார். அங்கு தனிமையியல் 13 ஆண்டுகள் இருந்தார். ரொட்டியும் தண்ணீரும் தவிர வேறு எதுவும் அவர் உண்ணவில்லை. அந்த ரொட்டியும்கூட இரண்டு மூன்று நாள்களுக்கு ஒரு முறையே உண்டார்.

அவரைப் பேய்கள் சோதிக்க ஆரம்பித்தன. தானம் செய்துவிட்ட சொத்துக்களைப் பற்றிய நினைவுகள் அவரை அலைக்கழித்தன. தங்கை மற்றும் பிற உறவினர்கள் பற்றி கவலைகொண்டார். தவ வாழ்க்கையின் கடினத்தன்மை அவரை சோர்வடையச் செய்தது. சாத்தான் பெண் உருக் கொண்டு அவரது கற்பை சோதித்தான். பாவ வாழ்க்கை வாழுமாறு அவரை ஈர்த்தான்.

கத்தோலிக்கக் கிறிஸ்தவம் இன்றும் 'கற்பு' என்ற கருத்தியலை முன்வைத்தே இயங்குகிறது. அதே போல பாலியல் இச்சை துறந்து வாழ்தல் என்பதே கத்தோலிக்க குருக்கள், அருட்சகோதரர்கள், அருட்சகோதரிகளின் வாழ்வின் மையமாக இருக்கிறது. ஒரு காலத்தில் மறைபரப்புப் பணிகளுக்கு பாலியல் இச்சை தடையாக இருக்கும் என்றே வத்திகான் மண உறவுகள், பாலியல் உறவுகளை ஆதரிக்கவில்லை. இந்தக் கருத்தாக்கத்துக்கு அடித்தளமிட்ட 'பாலைவன குருக்களில்' முதலாமவர் என பெரிய அந்தோணியார் அறியப்படுகிறார். ஆயிரக்கணக்கான துறவிகள் அந்தோணியாரின் அடிச்சுவடுகளைப் பின்பற்றி பாலைவனத்துக்குப் படையெடுத்தனர். அந்தோணியாரால் ஈர்க்கப்பட்டு பாலைவனத்தில் ஒரு நகரமே உருவாகி இருந்தது என அவரது வாழ்க்கை வரலாறை எழுதியவர் குறிப்பிடுகிறார்.

தொடக்க காலத்தில் கத்தோலிக்க கிறிஸ்தவம் குருக்களிடையே திருமணங்களை அங்கீகரித்தே வந்தது. ஹிப்போவின் அகுஸ்தீன் என்ற புனிதரே முதல் முறையாக மண உறவுகள் 'பாவம்' என்ற கருத்தை முன்வைத்தார். அவருக்குப் பின் அப்போஸ்தலரான பவுலும் அதே கருத்தை வழிமொழிந்தார். ஆயர்கள், உயர்மட்ட குருக்களின் தேர்வுக்கு, விருப்பத்துக்குரியதாக இருந்த பாலியல் ஒறுத்தல், 1139ம் ஆண்டு எழுதப்பட்ட விதியாக துறவறம் ஏற்கும் அனைவர் மேலும் சுமத்தப்பட்டது. 1545-1564ம் ஆண்டுகள்

கூட்டப்பட்ட டிரென்ட் கூட்டம் (Council Of Trent) இதை அழுத்தம் திருத்தமாக உறுதிசெய்தது. இதன் காரணமாக இன்றளவும் பாலியல் ஆசையை ஒறுத்தல் என்பது கத்தோலிக்க மதத் துறவிகளுக்கு விதிக்கப்பட்ட 'கட்டளை' அல்ல, ஆனால் 'ஒழுக்கம்' என வார்த்தை விளையாட்டு அழகாக ஆடப்படுகிறது. கிழக்கு கத்தோலிக்கக் கிறிஸ்தவத் துறவிகளில் மணமானவர்களும், மணமாகாதவர்களும் உண்டு. ஆனால் கிழக்கோ, மேற்கோ, மணமானவர்களுக்கு ஆயர் பதவிகள் மறுக்கப்படுகின்றன. இன்றுவரை பாலியல் உறவு ஒறுத்தல் என்பது கத்தோலிக்க கிறிஸ்தவத்தில் விவாதப் பொருளாகவே இருக்கிறது.

இவ்வாறான பல்வேறு சாத்தானின் சோதனைகளை எதிர்கொண்ட அந்தோணியார், அவற்றில் வெற்றிபெற்றார். ஆனாலும் தன்னைச் சுற்றி இருந்த துறவிகளிடமிருந்து இன்னும் ஒதுக்கமாகச் செல்லவேண்டும் என எண்ணியவர், பதினைந்து ஆண்டுகளுக்குப் பிறகு நைல் ஆற்றின் அருகேயுள்ள பாலைவனப் பகுதியில், பிஸ்பிர் மலைக்குச் சென்றார். அங்கு இருபது ஆண்டு காலம் பண்டைய ரோமைக் கோட்டை ஒன்றில் வாழ்ந்தார். ஆனால் துறவிகளும் மக்களும் அவரைத் தேடிவருவதை நிறுத்தவில்லை. அவரோ கோட்டைச்சுவர்களுக்கு உள்ளே அவ்வப்போது வந்து விழும் ரொட்டித் துண்டுகளை உண்டு, தனியே தவ வாழ்க்கை வாழ்ந்தார். துறவிகளின் வேண்டுகோளுக்கு இனங்க அவர்களை கோட்டைக்கு வெளியே வந்து சில ஆண்டுகளுக்குப் பின் சந்தித்தார். ஐந்தாறு ஆண்டுகள் துறவுகளுக்கு போதித்தார். அதன் பின் அவ்விடத்தி லிருந்து அகன்று, நைல் ஆற்றுக்கும் செங்கடலுக்கும் இடையே உள்ள 'தேர் மார் அந்தோனியோஸ்' என்ற குருமடத்தை அடைந்தார். இங்கு தன் வாழ்வின் எஞ்சிய 45 ஆண்டுகளை தவத்திலும், மக்களை சந்தித்து போதிப்பதிலும் செலவிட்டார்.

கிபி 355ம் ஆண்டில் அலெக்சாந்திரியாவுக்கு வரும்படி அவரை ஆயர்களும் துறவிகளும் அழைத்தனர். அங்கு சென்ற அந்தோணியார், ஆரியஸ் என்பவரின் கிறிஸ்தவத்துக்கு முரண் பாடான கருத்துகளை எதிர்த்து வாதிட்டு வென்றார். புனித மக்கேரியஸ் (Macarius), வனத்து சின்னப்பர் ஆகியோர் இவரது நண்பர்களாக இருந்ததாகவும் அவரது வாழ்க்கை வரலாறு சொல்கிறது. தனது மரணத்தை முன்கூட்டியே அறிந்துகொண்ட அந்தோணியார், அவரது கோலை மக்கேரியஸிடமும், ஆட்டுத் தோல் ஆடையை ஏதனேசியுஸ் மற்றும் சராப்பியோன் ஆகியோருக்கும் அளிக்கச் சொன்னார். தனக்காக ஆடம்பரக் கல்லறை எழுப்பவேண்டாம் எனவும், அடையாளம் தெரியாத

கல்லறையில் புதைத்துவிடும்படியும் தன் சீடர்களைக் கேட்டுக்கொண்டார். அதன்படி அவரது 105வது வயதில் இறந்தும் போனார். இந்தப் பெரிய அந்தோணியாருக்குத்தான் மாரம்பாடியில் ஆலயம் எழுப்பப்பட்டுள்ளது.

பங்கு குரு அமலதாஸ், மாரம்பாடியில் ஆலயம் வந்த கதையைச் சொல்கிறார். ''காவேரி ஆத்தங்கரைப் பக்கம் திருச்சியில இருந்து ஒரு காலத்துல நிறைய பேர் திண்டுக்கல் பக்கம் வந்து குடியேறினாங்க. அப்படி வந்தவங்கள்ல அண்ணன் தம்பி ரெண்டு பேர் இருந்தாங்க. அண்ணன் சாமிமுத்தன், தம்பி சின்னமுத்தன். இவுங்க ரெண்டு பேரும் மாரம்பாடி பக்கம் வந்து குடியேறினாங்க. சாமிமுத்தன் குடியேறின இடத்தை சாமிமுத்தன்பட்டின்னு சொல்லுவாங்க. இன்னிக்கு அந்த ஊரோட பேரு கிழக்கு மாரம்பாடி. சின்னமுத்தன் குடியேறின ஊர் சின்னமுத்தன்பட்டி. அதுதான் இந்த மாரம்பாடி. பொதுவா மாரம்பாடின்னு இதைத்தான் சொல்லுவாங்க. தொடக்கத்துல இங்க 'காணிக்கை மண்டபம்' மாதிரி ஒண்ணு கட்டியிருக்காங்க. அங்கதான் வழிபாடு செஞ்சிட்டு இருந்திருக்காங்க. ஆலயம் 1889ம் ஆண்டு கட்டியிருக்காங்க. நீளமா சின்னக் கோயிலாதான் இருந்தது. இப்ப பெருசா கட்டி இருக்காங்க. இப்ப மக்கள் நிறைய நம்பிக்கையோட வர்றாங்க. நிறைய பேய் பிடித்தவங்களுக்கு எல்லாம் குணமாகிப் போயிருக்காங்க. எங்க ஊரு பக்கத்து ஊரு. கோயிலாப்பட்டி. திண்டுக்கல்ல இருந்து பதினேழு பதினெட்டு கிலோமீட்டர் இருக்கும். அங்க இருந்து இங்க நான் சின்னப் புள்ளையா இருக்கும்போதே நிறைய மக்கள் இங்க வருவாங்க.''

''ஜனவரி மாசத்துல 16,17,18 மூணு நாள் இங்க திருவிழா நடக்கும். கேரளா, கோயமுத்தூர், கரூர், அரவக்குறிச்சி, பெங்களூரு, இப்படிப் பல இடங்கள்ல இருந்து திருவிழாவுக்கு மக்கள் கூட்டமா வருவாங்க. 16ந்தேதி கொடியேற்றம். 17ந்தேதி இரவு திருவிழா; 18ந்தேதி பகல் திருவிழா. 16ந்தேதி இரவு கொடியேறினதும் மேல்நிலைப்பள்ளி மாணவ மாணவியர் கலைநிகழ்ச்சிகள் நடக்கும். ரொம்ப நல்லா இருக்கும். ரெண்டாவது நாள் தெம்மாங்கு, கலைநிகழ்ச்சி நடக்கும். திண்டுக்கல் பக்கத்து ஊர்கள்ல இருந்து வந்து தெம்மாங்கு பாடுவாங்க. மூணாவது நாள் கலைநிகழ்ச்சியா அங்கங்க இசைக் கச்சேரி வைப்பாங்க. ரொம்ப நெருக்கமா இருக்கும், மக்கள் வந்துவந்து போய்க்கிட்டே இருப்பாங்க.''

''ரெண்டு ஆண்டுகளுக்கு முன்னால இந்த இடத்தை ஆன்மீக சுற்றுலாத்தளமாக அரசு அறிவிச்சிருக்கு. வர்ற மக்களுக்கு எல்லா

வசதிகளையும் செஞ்சு குடுக்கணும். கழிவறை வசதி, தங்குற வசதி மாதிரி வசதிகள் எல்லாம் செஞ்சு குடுக்கணும். அதனடிப்படைல போன வருஷத்துக்கு முந்தின வருஷம் அரசு 67 லட்ச ரூபாய் உதவி செஞ்சுது. மண்டபம், கழிவறை, தண்ணீர் வசதி எல்லாம் அதை வச்சி செஞ்சிருக்கு. முப்பது லட்சம் செலவுல கோயிலுக்கு வெள்ளை அடிச்சிருக்கு, காம்பவுண்டு சுவர் போட்டிருக்கு. தேவையற்ற நபர்கள் வர்றத தவிர்க்க சுற்றுச்சுவர் போட்டுட்டோம். தொடர்ந்து பூங்கா, மண்டபம் அமைக்க இடம் எதாவது வேணும்னா கேக்கலாம். மக்கள் தங்க இன்னும் அதிகமா ரூம்ஸ் வேணும்னாலும் அடுத்து கேட்டு வாங்கலாம். இன்னும் இதை ஒரு பசிலிக்காவா உயர்த்தணும் அப்டின்னு மக்கள் விரும்புறாங்க. அதுக்கு சில திட்டங்கள் எல்லாம் நாங்க யோசித்து இருக்கிறோம்.''

''பெரிய அந்தோணியாருடைய பரிந்துரை ஜெபத்துல மக்களுக்கு அதிகமான நம்பிக்கை இருக்கு. குழந்தை இல்லாதவங்களுக்கு குழந்தை பிறக்குது. சுகமில்லாதவங்களுக்கு சுகம் கிடைக்குது. திருமண காரியங்கள் நிறைவேறுது. அது மாதிரி பல அற்புதங்கள் இங்க நடக்குது. ஒவ்வொரு செவ்வாய்க்கிழமையும் பதினோரு மணிக்கு நவநாள் திருப்பலி நடக்கும். அதுக்கு வெளிய இருந்து நிறைய பேர் வருவாங்க. 150-200 பேர் சாதாரணமா வருவாங்க. மாலை திருப்பலிக்கு உள்ளூர்ல இருக்கவங்க மட்டும் வருவாங்க. இந்த அந்தோணியார் எகிப்துல பிறந்தவரு, வனத்துல வாழ்ந்தவரு. அதுனாலதான் வனத்து அந்தோணியார்னு சொல்றோம். பதுவை அந்தோணியாரும் வனத்துல இருந்தவருதான். இவரைப் பிரிச்சுக் காட்டணும்னுதான் பெரிய அந்தோணியார்னு சொல்றாங்க. பேய்களுடைய சோதனையை அதிகமா எதிர்கொண்டவர் இவரு. மிருகங்கள், பெண்கள் அப்படின்னு பல சோதனையைக் கடந்து கடவுள் துணையால வெற்றிபெற்று வந்தவரு. ஜெபம், தவ வாழ்வில் இருக்குறவங்களுக்கு சோதனைகள் அதிகமாக வரும்.''

''யாருமே பார்க்காத வனத்து சின்னப்பரைப் போய் இவர் பார்த்திருக்கிறார். அத்தனாசியார் அப்டிங்குறவரும் இதே காலத்துல வாழ்ந்தவர். மக்கள் இங்க வேண்டுதல் வச்சுக்கிட்டு, நன்றி செலுத்துறதுக்கு இங்க வந்து சமைச்சு சாப்பிட்டுட்டு, வர்றவங்களுக்கும் குடுக்குறாங்க. ஒரு சில பேரு வேண்டுதல் வச்சிக்கிட்டு முழுசுமே கிடா வெட்டி, சமைச்சு இங்க வர்றவங்களுக்கு குடுக்குறாங்க. பேய் ஓட்டுற பழக்கம் முன்னால இருந்திருக்கு. இப்பயும் ஒருத்தர் இருக்குறாரு. ஆனா அதிகமா வர்றது இல்ல. நாங்க நல்லா ஜெபம் பண்ணி அனுப்பிவைப்போம்.

அவுங்க முறைல அவுங்க யார், என்ன அப்டின்னு சொல்லிட்டு கேப்பாங்க. மன அழுத்ததுலதான் இந்த மாதிரி ஆகுது அப்டின்னு நான் நினைக்கிறேன். பொதுவா செவ்வாய்க்கிழமை அந்த மாதிரி ஆளுங்களைக் கூட்டிக்கிட்டு வருவாங்க. இங்க தங்குறதுக்கு அதிகமா வசதி இல்லாததுனால தங்குறது எல்லாம் இல்ல. இப்ப தங்குறவங்க பெரும்பாலும் இங்க உள்ள ஞானப்பிரகாசியார் ஆண்கள் தொடக்கப்பள்ளி அறைகள்ல தங்குறாங்க. மண்டபம், தங்க அறைகள்னு கட்டினா வர்ற மக்களுக்கு பயனுள்ளதா இருக்கும். பெண் குழந்தைகளுக்கு சிறுமலர் தொடக்கப்பள்ளி இருக்கு; அதை சிஸ்டர்ஸ் பார்த்துக்குறாங்க. 6-12, சிறுமலர் மேல்நிலைப்பள்ளியும் இருக்கு. அதுவும் சிஸ்டர்ஸ் பார்த்துக்குறாங்க. அதுக்கு பக்கத்துல அரசு உயர்நிலைப்பள்ளி இருக்கு. கல்லூரிக்குப் போகணும்னா இங்க பக்கத்துலயே திண்டுக்கல், தாமரைப்பாடி, கொசவப்பட்டி பக்கத்துல இப்ப நிறைய பொறியியல் கல்லூரிகள் தொடங்கிட்டாங்க. பி.எட்., நர்சிங் படிக்கவும் தனி கல்லூரிகள் இருக்கு.''

''இந்த ஊரைப் பொறுத்த மட்டுல மக்கள் நிறைய பேரு ராணுவத்துல பணி செய்றாங்க. விவசாயம் உண்டு. தண்ணீர் வசதி சரியா இல்லாததால, இருக்குற தண்ணிய வச்சு என்ன செய்ய முடியுமோ, அதை செய்றாங்க. முதல் விளைச்சலா தானியங்கள் என்ன விளையுமோ, அதை சர்ச்சுல கொண்டுவந்து வைப்பாங்க. பூ பறிக்கும் போதும் இங்க கொண்டுவருவாங்க. ஊர்க்காரங்க நிறையபேர் ஆசிரியர்களாகவும் இருக்காங்க. நிறைய குருக்கள், அருள்சகோதரர்கள், அருள்சகோதரிகள் இங்க இருந்து உருவாங்கியிருக்காங்க. மத்த ஊர்கள்ல தேர் முன்னாடி கும்மி அடிக்கிறது மாதிரி எல்லாம் இங்க இல்ல. பாஸ்கா நாடகமும் மேட்டுப்பட்டி, பஞ்சம்பட்டி, மலையடிப்பட்டி, ஆவூர், இடைக்காட்டூர் மாதிரி ஊர்கள்லதான் நடக்குது; இங்க இல்ல. செப்டம்பர் மாசம் ஊரைச்சுற்றி நற்கருணை பவனி வைப்போம். வண்டியில சாமியார் நற்கருணையை எடுத்துட்டுப் போவார். பவனியில ஜெபம் மட்டும் பண்ணிட்டுப் போவோம். பூ தெளிக்கிறது உண்டு'', என அமலதாஸ் அடிகள் சொல்லி முடிக்கிறார்.

ஊர்ப் பழக்க வழக்கங்கள் தெரிந்துகொள்ள வேண்டும் எனச் சொன்னதும், அவருக்கு ஈஸ்டர் வாழ்த்துச் சொல்ல வந்திருந்த வணக்கமேரி (50) ஆசிரியரை நமக்கு பங்கு குரு அறிமுகம் செய்துவைக்கிறார்.

''நான் பிறந்தது வளர்ந்தது எல்லாமே மாரம்பாடிதான். இந்தப் பக்கம் நிச்சயம் பொண்ணு வீட்ல போய் பண்ணுவோம். புடவை வாங்கிக்கிட்டு, மாப்பிள்ளையோட தாய்மாமாவ கூட்டிக்கிட்டுப் போய் அந்தப் பொண்ணோட தாய்மாமாக்கள் முன்னாடி நிச்சயம் பண்ணுவோம். எல்லாரையும் வரிசையா உக்கார வச்சு பரிசம் போடுற பழக்கம் இருக்கு. எல்லா உறவுமுறைகளும் உக்காருவாங்க. ஊர்ல உள்ள முக்கியஸ்தர்கள் முன்னிலையில நிச்சயதார்த்தம் நடக்கும். தட்டுல புடவை, பூ, பழம், வெத்தலை, பாக்கு, தேங்காய் எல்லாம் வச்சு மாத்துவாங்க. சீர்த்தட்டு அஞ்சு, ஏழு, ஒன்பதுன்னு ஒத்தப்படைல கொண்டு போவாங்க. சில இடங்கள்ல மோதிரம், செயின் போட்டுகூட நிச்சயம் பண்ணுவாங்க.''

''கல்யாணத்துக்கு முத நாள் நைட் பரிசம் போடும்போது, பரிசப் புடவையை மூங்கில் கூடைல வச்சு, வெத்தல, பாக்கு, பூ, பழங்கள் எல்லாம் அதுல வச்சு, மறைச்சுக் கொண்டுபோவாங்க. பெரியதனக்காரங்க முன்னிலைலதான் பரிசம் நடக்கும். அவுங்க கூடைய எடுத்து என்னென்ன இருக்குன்னு காமிச்சு, பொண்ணைக் கூப்பிட்டு அது முந்தானைல ஒவ்வொண்ணா போட்டு அனுப்புவாங்க. அந்தப் பொண்ணு அதை வாங்கணும். அதுல பத்து ரூபா, பத்து ரூபா அம்பது காசு வைப்பாங்க. அதை 'பத்தரை பவுன் தங்கம்' குடுப்போம் அப்டின்னு சொல்லுவாங்க. ஆனா அதுல அவுங்கவங்க விருப்பப்படி பணம் வச்சுக் குடுக்கலாம்'', என வணக்கமேரி சொல்கிறார்.

''நிச்சயம் பரிசம் மாதிரி சடங்குக்கு எல்லாம் உபதேசியார ஜெபம் சொல்லக் கூப்பிடுவோம். ரிலேஷன்ல யாராவது ஃபாதர்ஸ் இருந்தா அவுங்கள கூப்பிட்டு செய்வோம். கல்யாணம் பண்ணி வீட்டுக்கு வந்ததும் 'திருமண வாழ்த்துப் பாட்டு' உபதேசியார்தான் பாடுவார். 'சேசு மரி சூசை என்னும் திருக்குடும்பம்' அப்டின்னு அந்தப் பாட்டு தொடங்கும். அந்த வாழ்த்துப் பாட்டு தேன் பொண்ணு மாப்பிள்ளைய வாழ்த்திப் பாடுறது. கடைசில பதினாறும் பெற்று பெருவாழ்வு வாழ்கன்னு முடியும். கல்யாணத்துக்கு முன்னாடி பந்தல்கால் நடுவோம். முகூர்த்தத்துக்கு வெட்டுற மாதிரி குழி வெட்டி, மூங்கில் கோல் நட்டு, அதுல மாவிலை, அரச இலை, வெப்பாலை வச்சுக் கட்டுவாங்க, மஞ்சள், குங்குமம் வச்சுக் கட்டி, சந்தனம் தெளிப்பாங்க. மப்பிள்ளை வீட்டுல பொண்ணு வீட்டுல ரெண்டு இடத்துலயுமே பந்தல் கால் நடுவோம். அப்ப ஜெபம் சொல்லுவோம். பரலோக மந்திரம், மாதா ஜெபம்தான். சில பேரு ஆவியானவர் பாட்டு எதாவது பாடுவாங்க.

தாலி மஞ்ச நூல் கயிறுலதான் கட்டுவாங்க. இருதய தாலி சிலுவையோட இந்தப் பக்கம் போடுவாங்க. கல்யாணத்துக்கு அப்புறம் பதினஞ்சு நாள் கழிச்சு, ஒத்தப்படை நாள்ல தாலிய பிரிச்சுக் கட்டுவாங்க.''

''கல்யாணம் முடிஞ்சு ஊரச்சுத்தி நகர்வலம் போய் சொந்தக்காரங்க வீட்ல எல்லாம் ஆலத்தி எடுத்து, வெத்தலை பாக்கு வச்சு, பொண்ணு மாப்பிள்ளைக்கு பணம் குடுப்பாங்க. எல்லா வீட்டுலயும் பால் பழம் சாப்பிட்டுட்டுதான் பொண்ணு மாப்பிள்ளை அவுங்க வீட்டுக்கு வருவாங்க. அவுங்க வீட்டுக்கு உள்ள வரும்போது ஆலாத்தி எடுப்பாங்க. அப்ப தட்டுல மாப்பிள்ளையை காசுபோடச் சொல்லுவாங்க. நூறு, இருநூறுன்னு இவுங்களுக்கு எவ்வளவு வேணுமோ அதை வாங்கிக்கிட்டுதான் அவுங்கள வீட்டுக்குள்ள விடுவாங்க. மாப்பிள்ளை வீட்டுக்குள்ள வந்ததுமே பொண்ணை விளக்கேத்தச் சொல்லுவாங்க. பொண்ணு வீட்டுல இருந்து மறுபடி மாப்பிள்ளை வீட்டுக்கு வரும்போது, பொண்ணுக்குத் தேவையான பொருள் எல்லாம் குடுத்து அனுப்புவாங்க. பொண்ணு கைல 'பணியாரக் குடம்' குடுத்து விடுவாங்க. அதுல அதிரசம், பூந்தி, எதாவது ஸ்வீட் இருக்கும். கைல சிலுவை போட்ட குத்துவிளக்கு குடுத்து விடுவாங்க. அதைத்தான் பொண்ணு மாப்பிள்ளை வீட்டுல வச்சு ஏத்தணும்.''

''பொண்ணு வயசுக்கு வந்து சடங்கு பண்ணுறப்ப, அது முழங்கால் படியிட்டு சபையைப் பார்த்து நிக்கும். அத்தை, மாமா உறவுமுறைகள் எல்லாம் நெல்லு வச்ச நிறை படியில, நிறை செம்புல பொண்ணை ஆலாத்தி எடுப்பாங்க. கடைசியா எடுக்குறவங்க சிணுக்குவாரியில வெத்தலை ஒண்ணைக் குத்தி அதை அந்த நெல்லுல ஊனிவச்சு ஆலத்தி எடுப்பாங்க. அப்ப பெரியவங்க எதாவது ஜெபம் சொல்லுவாங்க. அதே போல புதுநன்மைக்கு (Holy Communion) சீர் கொண்டுபோற பழக்கம் இருக்கு. அரிசி, கருப்பட்டி, முட்டை, பழங்கள், பூ, சந்தனம், குங்குமம், பனங்கற்கண்டு எல்லாம் சர்ச்சுல வச்சு எடுத்து அந்த வீடுங்களுக்குக் கொண்டுபோய் குடுப்பாங்க. ஒருத்தங்க வீட்டுக்கு என்ன விசேஷத்துக்கு சீர் கொண்டு போகணுமின்னாலும், சர்ச்சுல அத வச்சிட்டுதேன் எடுத்துட்டுப் போவாங்க.''

''குழந்தை இல்லாதவங்க தொட்டில் கட்டுறதா நேர்ச்சை வைப்பாங்க. கொடிக்கம்பத்துல மரத்தொட்டில், துணித்தொட்டில் கட்டுவாங்க. குழந்தை பிறந்ததுக்கு நன்றியா வெள்ளித் தொட்டில் செஞ்சு வைப்பாங்க, சில பேரு நன்றிப்பூசை எடுப்பாங்க,

அன்னதானம் பண்ணுவாங்க, கோயில் சுரூபத்துக்கு நகை எதாவது வாங்கிப் போடுவாங்க, மாலை வாங்கிப் போடுவாங்க. அதே போல கொடிக்கம்பத்துல தாலிபாக்கியம் கேட்டு மஞ்சக் கயிறும் கட்டுவாங்க. இப்ப மாதாவுக்கு சேலை வாங்கிக் குடுக்குறாங்க. அந்தோணியாருக்கு நவநாள் ஜெபம் பண்றோம். வேற சமயத்தவர் உள்பட, இங்க வந்து பேய் ஓட்டிட்டுப் போறாங்க. அதுக்குன்னு தனியா ஆளுங்க இருக்காங்க. காணிக்கை மண்டபத்துலதான் அதை செய்றாங்க. கைல எருக்கல குச்சி வச்சு, யாரு என்னன்னு கேட்டு விசாரிப்பாங்க.''

''சாவுன்னா வெளியூருக்கு எல்லாம் முதல்ல சொல்லிருவாங்க. அனவுன்ஸ் பண்ணுவாங்க. நாட்டாமைக்காரர், மணியகாரர், மேனேஜர் மூணு பேருகிட்டயும் போய் சாவு செய்தி சொல்லுவாங்க. அவுங்க எல்லா ஏற்பாடும் செய்வாங்க. ஊர்ல இருந்து அவுங்க வீட்டுக்கு வருவாங்க. என்ன செய்முறை செய்யணுமோ அதை எல்லாம் செய்வாங்க. பிறந்த வீட்டுக் கோடி, புகுந்த வீட்டுக் கோடி, பணக் கோடி எல்லாம் போடுவாங்க. பணக்கோடின்னா பணம் வசூல் பண்ணி, அதை வச்சுக் கோடி போடுவாங்க. அதை பரிகாரிகள் எடுத்துக்குவாங்க. அதே மாதிரி பகல் பன்னிரெண்டு-ஒரு மணி ஆச்சுன்னா ஊர்ல உள்ள எல்லா ஆண்களுமே சேர்ந்து சாவுவீட்டுக்குப் போயி இறந்தவங்களுக்கு அண்ணன் தம்பி இருந்தா, அவுங்களுக்குக் கை குடுப்பாங்க. மாமன் மச்சினன் இருந்தா, கைவச்சு ஜெபம் சொல்லுவாங்க. இப்ப 1500 குடும்பம்னா அத்தனை குடும்பத்துலயும் உள்ள ஆண்கள் கட்டாயம் ஒரு மணிக்குப் போகணும். காலைல பத்து மணிக்கு பெண்கள் எல்லாம் இதே போல போகணும். அவுங்க அனுதாபத்தை தெரிவிக்கணும். அதக்குப் பின்னாடி மாமன் மச்சினன், வெளியூர்க்காரவுக எல்லாம் தண்ணி எடுத்துக் கொண்டுபோயி குளிப்பாட்டி, சடங்கு செய்வாங்க. இறுதி ஊர்வலம், பூசை வைப்பாங்க. மேற்குப் பக்கம் தலை வச்சு, கிழக்குப் பக்கம் கால்நீட்டி வைப்பாங்க. சர்ச்சுலயும் அப்டியே வைப்பாங்க. எடுத்துட்டுப் போகும்போது ஊர் முக்குல போய் திருப்புவாங்க.''

''அடக்கம் பண்ணின பின்னாடி கல்லறைய மெழுகி விடுவாங்க. வீட்டுக்குவந்து சாவு மொய் எழுதுவாங்க. முன்னாடி வசதி பத்தாத காலத்துல எல்லாரும் குடுக்குற இந்தச் சின்ன அமவுண்ட வச்சு மத்த சடங்குகளுக்கு செலவு பண்ணுவாங்க. இப்பயும் அதே மொய் வைக்கிற பழக்கம் இருக்கு. அதைவச்சு எதாவது செலவு இவுங்க செஞ்சிக்குவாங்க. அடுத்த நாள் 'சிலுவை மரம்' வைப்பாங்க. நைட்ல போய் சிலுவை மரம் நட்டு, விளக்கு வச்சிட்டு, காப்பரிசி

போடுவாங்க. மாமன் மச்சினன் உறவுக்காரங்கதான் அன்னிக்கு சாப்பாடு செய்யணும். பருப்புசாதம், ரசம் எல்லாம் செஞ்சு கொண்டு போய் சாவு வீட்டுல குடுத்துருவாங்க. அவுங்க வீட்டுல எதுவும் சமைக்க மாட்டாங்க. இப்ப, நாப்பதாவது நாள் இறந்தவங்க நினைவா அன்னதானம் செய்றாங்க. கறிவிருந்து போடுறாங்க. கல்லறை திருநாள் அன்னிக்கு அவுங்களுக்கு என்ன புடிக்குமோ அதை வாங்கி கல்லறைல வச்சுட்டு, மெழுகுதிரி ஏத்தி வைப்பாங்க.''

''பெரிய வியாழன் பெரிய வெள்ளி நல்லா பக்தியா அனுசரிப்பாங்க. தவசு காலத்துல ஒருசந்தி இருப்பாங்க. வெள்ளிக்கிழமை எல்லாருமே சிலுவைப்பாதைல கண்டிப்பா கலந்துக்குவாங்க. நம்ம வீட்டுல ஒரு துக்கம் நடந்தா எப்புடி இருப்போமோ அப்புடி நடந்துக்குவோம். பெரிய வியாழன் அன்னிக்கு கால் கழுவுற சடங்கு செய்வாங்க. வீடுகள்ல நம்ம யாருக்காவது எதாவது செய்யணும்னு நினைச்சா அவுங்களுக்கு அன்பளிப்பா டிரெஸ்ஸோ, சாப்பாடோ குடுப்போம். பாஸ்கு நாடகம் எல்லாம் முன்னாடி இருந்துச்சு, இப்ப இல்ல. ஈஸ்டர் பூசை முடிஞ்சு திரி, தண்ணி ரெண்டும் எடுத்துக்கிட்டு வருவோம்'', எனச் சொல்லி முடிக்கிறார் வணக்கமேரி.

அங்கிருந்து அடுத்த ஊரான சாமிமுத்தம்பட்டிக்குப் போனால் என்ன என சில கிலோமீட்டர்கள் சென்றபிறகு தோன்ற, வண்டியைத் திருப்பினோம். சாமிமுத்தம்பட்டி என்ற கிழக்கு மாரம்பாடியில் வெயில் தகித்துக் கொண்டிருந்தது. ஆலயத்தில் புனரமைப்பு வேலைகள் நடந்து கொண்டிருந்தன. காரை விட்டு இறங்கிய நொடி எங்கிருந்தோ டிவிஎஸ் -50களில் மேளம், பறையுடன் வந்த நான்கு பேர் ஆலயத்துக்கு எதிரே இருந்த சத்திரத்தின்முன் வாசிக்கத் தொடங்கினர், சில நிமிடங்கள்தான். எதோ அறிவிப்பு போலத் தோன்றியது, அவர்களை நெருங்கி விசாரித்தால், பக்கத்தில் சாவு வீடு எனவும், ஒரு மணிக்கு ஆண்கள் அனைவரையும் கூடச் சொல்லி அறிவிக்கும் வகையில் வாசித்துச் செல்வதாகவும் கூறினர்.

இவ்வூர் மக்களைப் பற்றி வேறொரு வரலாறும் சொல்லப்படுகிறது. காவிரியாற்றின் வளமான கரைப்பகுதிகளில் வேளாண்மை செய்துவந்த இம்மக்கள், வீரமாமுனிவரால் மணப்பாறை, திண்டுக்கல் ஆகிய பகுதிகளுக்கு முன்னூறு ஆண்டுகளுக்கு முன் அழைத்துவரப் பட்டவர்கள். குதிரை வீரர்களாக இருந்த இம்மக்கள் குதிரைகள் தங்கும் இடமான பட்டி என்பதை தங்கள் ஊர்களில் பின்னொட்டாகச் சேர்த்து அழைத்தனர். புதுப்பட்டி, கொசவப்பட்டி, பஞ்சம்பட்டி

போன்ற ஊர்ப் பெயர்கள் அப்படித் தோன்றியவையே. இம்மக்கள் தாமரைப்பாடி, முள்ளிப்பாடி ஆகிய ஊர்களிலும் தங்கி, ஆங்கிலேயர் ஆட்சிக்காலத்தில் வரி வசூலிப்பவர்களாக இருந்துள்ளார்கள். பணி நிமித்தம் கோட்டை மாரம்பாடி, வேடசந்தூர் வழியாக கரூர்வரை இவர்கள் சென்று வந்ததாக வாய்வழிக் கதைகள் சொல்கின்றன.

கோட்டை மாரம்பாடி பகுதியில் புல் மூலம் கிடைக்கும் தவச தானியங்கள் அதிகம் விளைந்துள்ளது. முள்ளிப்பாடியில் இருந்து இங்கு வந்து கிறிஸ்தவ மக்கள் குடியேறியிருந்தனர். இவர்களில் சாமிமுத்து (பெரியவர்), சின்னமுத்து (இளையவர்), மதலைமுத்து (கடைக்குட்டி) என மூன்று அண்ணன் தம்பியர் இருந்தனர். அண்ணன் சாமிமுத்து தங்கிய பகுதியான சாமிமுத்தன்பட்டி தற்போது கிழக்கு மாரம்பாடி எனவும், தம்பி சின்னமுத்து தங்கிய சின்னமுத்தன்பட்டி தற்போது மாரம்பாடி எனவும் வழங்கி வருகிறது. கடைக்குட்டி மதலைமுத்து எருமை வியாபாரம் செய்ய பாலக்காடு பகுதிக்குச் சென்று, அங்கு தங்கிய ஊர் எருமை நாயக்கன்பாளையம் எனவும் அழைக்கப்படுகிறது.

சாமிமுத்தன்பட்டியில் பெரிய அந்தோணியாருக்கு ஆலயம் கட்டி வழிபட்டு வந்துள்ளார்கள். ஆலயம் கட்டப்பட்டபோதே அங்கு 25 குடும்பங்களும், 105 கிறிஸ்தவர்களும் இருந்துள்ளார்கள். ஆலயம் மிகப் பழுதான காரணத்தால், 2009ம் ஆண்டு பழைய ஆலயத்தை இடித்து புதிய ஆலயம் கட்ட திண்டுக்கல் மறைமாவட்ட ஆயர் அந்தோணி பாப்புசாமி அவர்களிடம் கோரிக்கை வைக்கப்பட்டு, 2010ம் ஆண்டு பிப்ரவரி மாதம் பொங்கல் வைத்து, ஆயர் அனுமதியின் பேரில் நன்றித் திருப்பலி வைத்து, பழைய ஆலயத்தை இடித்தனர். அதே இடத்தில் புதிய ஆலயத்துக்கான பணிகள் இரண்டே நாள்களில் தொடங்கின. பழைய ஆலயத்தின் பீடத்தின் அடிப்பகுதியில் முன்னோர்கள் விளைவித்த சாமை, கேழ்வரகு, குதிரைவாலி, திணை ஆகிய தானியங்கள் பாதுகாக்கப் பட்டிருந்ததைக் கண்டுபிடித்தனர். இந்தத் தவச தானியங்கள் மீண்டும் அதே இடத்தில் வைக்கப்பட்டு, புதிய ஆலயம் அதன்மேல் எழுப்பப்பட்டது.

வைதீக ஆலயங்களின் கலசங்களில் இவ்வாறு தானியங்களைச் சேகரித்து வைப்பதை நாம் பார்த்திருக்கிறோம். அதற்கான காரணங்கள் பல சொல்லப்பட்டாலும், தானியங்கள் வளமையைக் குறிக்கும் என்பதால், ஆலயங்களில் அவை வைக்கப்படுகின்றன எனக் கருத வாய்ப்புள்ளது. மூத்த ஆய்வாளர் ஆ.சிவசுப்பிரமணியன் இதையே குறிப்பிடுகிறார். "மதங்கள் நிறுவன மையம் ஆனபோது,

சடங்குகள் உருவாக்கப்பட்டன. அதே போல தெய்வத்துக்கும் செழிப்பை சேர்க்கும் நோக்கத்துடன் கோயில் கோபுரங்களில் தானியங்கள் அடைத்துவைக்கப்பட்டிருக்கலாம்'', என்கிறார். அப்படி தேவாலய பீடப்பகுதியிலும் தானியங்கள் வைக்கப் பட்டிருக்கலாம்.

28.12.2010 அன்று இவ்வாலயம் கட்டி முடிக்கப்பட்டு, திண்டுக்கல் மறைமாவட்டம் உருவான அதே நாளில் அன்றைய ஆயர் அந்தோணி பாப்புசாமி அவர்களால் புனிதப்படுத்தப்பட்டது. 2012ம் ஆண்டு ஆலயப் பணிகள் முடிக்கப்பட்டன. சாமிமுத்தன்பட்டி (கிழக்கு மாரம்பாடி) மாரம்பாடியில் இருந்து பிரிக்கப்பட்டு தனிப்பங்காக இயங்கவேண்டும் என்ற மக்களின் கோரிக்கை ஏற்கப்பட்டு, 2017ம் ஆண்டு திண்டுக்கல் மறைமாவட்டத்தின் ஐம்பதாவது பங்காக சாமிமுத்தன்பட்டி என்ற கிராமம், கிழக்கு மாரம்பாடி என்ற புதிய பங்காக உருவானது. இந்தப் பங்கின் பாதுகாவலர் பெரிய அந்தோணியார்.

ஆலயத்தைச் சுற்றிவந்தேன். இதுவும் பெரிய அந்தோணியார் ஆலயம்தான். ஆலயத்தின் முன் இருக்கும் கொடிமரம், சேசுராஜ் என்பவரின் சாட்சியமாக நிற்கிறது.

அதில் வெட்டப்பட்டுள்ள கல்வெட்டில், ''இராஜாதோட்டம் எஸ்.சேசுராஜ் ஆகிய நான் 17.01.1986ம் ஆண்டு திருவிழாவுக்காக கொடிமர மின் அலங்காரத்தில் ஈடுபட்டிருந்தேன். அன்று மாலை 5 மணியளவில் கொடிமர உச்சியில் இருந்தபோது மரம் ஒடிந்து விழுந்தது. அந்தோணியாரே! எனச் சப்தமிட்டு நானும் கொடிமரத் தோடு சட்டென தரையில் விழுந்தேன். எலும்புகள் நொறுங்கின. அப்படியே அள்ளிக்கொண்டு மருத்துவமனை சென்றனர். புனித அந்தோணியார் என் குரலைக் கேட்டு, அக்கணமே அற்புத சுகமளித்தார். ''நீங்கள் என் பெயரால் எதைக் கேட்டாலும் நான் செய்வேன்'' என்ற இறைவார்த்தை என்மூலம் நிறைவேறியது. இதன் நன்றி காணிக்கையாக 16.1.2015ம் ஆண்டு இக்கொடிமரம் அமைக்கப்பட்டது. இவண்: தெற்குவீட்டார், கொடிமர உபயம்: எஸ்.லில்லி-எஸ்.சேசுராஜ் குடும்பத்தினர், இராஜாதோட்டம், கிழக்கு மாரம்பாடி'', என வெட்டப்பட்டுள்ளது. ஒரு உயிர் காப்பாற்றப்பட்டதற்கு நன்றியாக, கிட்டத்தட்ட 30 ஆண்டு களுக்குப் பின் கொடிமரம் எழுப்பி அதில் கல்வெட்டு பதித்திருக்கின்றனர்.

கொடிமரங்கள் தமிழகக் கத்தோலிக்கக் கிறிஸ்தவ ஆலயங்களில் முக்கியப் பங்கு வகிக்கின்றன. வைதீக ஆலயங்களில் காணப்படும்

கொடிமரங்கள் எவ்வாறு திருவிழாக்களின்போது கொடியேற்றவும், இறக்கவும் பயன்படுகின்றனவோ, அதே பணியை கத்தோலிக்கக் கிறிஸ்தவ ஆலயங்களின் கொடிமரங்களும் செய்கின்றன. ஆண்டுத் திருவிழாவின்போது கொடியேற்றவும், இறக்கவும், வேண்டுதல்கள் நேர்ச்சைகளைக் கட்டவும் என அவற்றுக்கு புனிதமான இடம் தரப்படுகிறது. மண் சார்ந்த பண்பாடாகத்தான் இந்த பத்து நாள்கள் விழாவையும், கொடியேற்றம், கொடியிறக்கத்தையும் பார்க்கவேண்டியுள்ளதே அன்றி, குறிப்பிட்ட மதம் சார்ந்த வழக்கமாகக் கொள்ளுவதற்கில்லை.

ஆலயம் திறந்திருந்தது. அதற்கு எதிரே மேடை ஒன்று அமைக்கப்பட்டு, அதில் மரச்சிலுவை நடப்பட்டிருந்தது. ஆலயம் புதியதாகத்தான் தெரிந்தது. சதுர வடிவத் தூண்களும், வளைவுகளும் உள்ளன. பலிபீடத்தில் பாடுபட்ட சுரூபம் ஒன்றும், அதனைச் சுற்றி 'உங்கள் துயரம் மகிழ்ச்சியாக மாறும்' என்ற சொற்றொடரும் எழுதப்பட்டுள்ளன. சுரூபத்தின் இருபுறமும் சூசையப்பர் மற்றும் மாதா சுரூபங்கள் காணப்படுகின்றன. பீடத்தின் இடதுபுறம் பெரிய அந்தோணியாரின் சுரூபம் ஒன்று கண்ணாடிப் பேழையில் வைக்கப்பட்டுள்ளது, வலதுபுறம் மாதா சுரூபம் ஒன்றுள்ளது. பீடத்தின் முன் உயிர்த்த இயேசுவின் சுரூபம் ஒன்றும் வைக்கப்பட்டிருந்தது.

பெரிய அந்தோணியார் சுரூபத்தின் அருகே நிறைய 'உருக்கள்' வைக்கப்பட்டுள்ளன. மின்சாரம் தாக்கியதில் பாதித்த நபர் குணமடைந்ததற்கு நன்றியாக தங்கத்தாலான உரு வைக்கப்

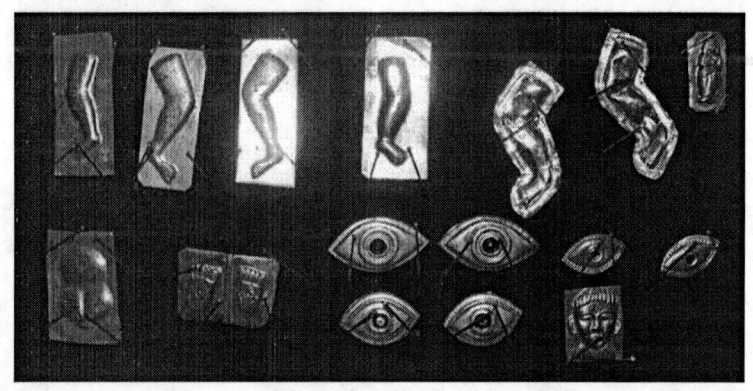

மாரம்பாடி ஆலயத்தில் வனத்து அந்தோணியார் சுரூபத்தின் முன் வைக்கப்பட்டுள்ள செப்பாலான உருக்கள்

பட்டிருந்தது. வெள்ளியில் கால், கை, கண், பாதம், வயிறு, உடல் என பல உருக்கள் காணிக்கையாகவோ, நேர்ச்சையாகவோ வைக்கப்பட்டிருந்தன. தங்கத்தாலி ஒன்றை யாரோ அந்தோணியார் பாதத்தில் கட்டி இருந்தனர். நன்றியறிதலாக இருக்கக்கூடும். வெள்ளித் தொட்டில்கள் ஒன்றிரண்டும் கண்ணாடிப் பேழைக்குள் இருந்தன.

ஆலயத்தைப் பார்த்துவிட்டு, நம்மிடம் பேச யாரும் முன்வரு வார்களா எனப் பார்த்தால், ஆலய வெராந்தாவில் சில பெரியவர்கள் அமர்ந்து பேசிக்கொண்டிருந்தனர். அவர்களிடம் மெல்லப் பேச்சுக் கொடுத்ததில், கபிரியேல் (72) நம்மிடம் பேச முன்வந்தார்.

''இந்தக் கோயில் முன்னோர்கள் கட்டுனது. தோ அந்த படத்த பாருங்க. அதை எப்ப கட்டுனாங்கன்னு எனக்குத் தெரியாது. ஆனா மணிக்கூண்டு படம் இருக்கு பாருங்க, அத நான் அறியக் கட்டுனது. இது அண்ணன் ஊர், அது (மாரம்பாடி) தம்பி ஊர். இது சாமிமுத்து, அது சின்னமுத்து. மாரம்பாடிங்குறது கிராமத்துப் பேரு, அது அங்கிட்டு இருக்கு. இந்த ரெண்டு ஊருலயும் இந்துக்கள் ஒரு ஆளு கூட கெடையாது. மாரம்பாடி கிராமங்குறது கோட்டை மந்தை. மாரம்பாடி பஞ்சாயத்து ஆபீசும் அங்கதான் இருக்கு. இந்த ரெண்டு ஊருக்கு மொத்த பட்டாவும் சாமிமுத்தன் பேருலதான் இருக்கு. பங்கு சமீபத்துல பிரிச்சாங்க. மணிக்கூண்டு 1960ல கட்டுனது. கோயில் கட்டி அஞ்சு வருசம் ஆவுது. பழைய கோயில் அதுதான். அளவு ரொம்ப சின்னதா இருக்கும்.''

''இது திருச்சி மேற்றாசனம். அம்பது பங்கு இருக்கு அதுல. இந்த ஊர தனி பங்கா பிரிச்சாச்சு. காலப்போக்குல ஜனப்பெருக்கம் கூட ஆனதாலதான், பங்கை தனியா பிரிச்சாங்க. கோயில் கட்டுன பின்னாடி, அஞ்சு வருஷம் முன்னதான் தனியா பங்கு பிரிச்சாங்க. அன்னவரலயும் ஒண்ணாதான் இருந்துச்சு. ரெண்டு ஊருன்னு சேர்த்து எல்லாம் செய்ய முடியல. பகல் சப்பரம் நைட் ஓடும், நைட் சப்பரம் பகல்ல ஓடும். அப்புடி ஆகிப்போச்சு. ஜனவரி 16, 17, 18 தான் இங்கயும் திருவிழா, சப்பரம் 17 அன்னிக்கு எடுப்போம். இன்னிக்கும் ரெண்டு கோயில்லயும் ஒரே டைம்லதான் திருவிழா. பிரிச்சு முன்னால பின்னால வச்சிக்கலாம்னு சொன்னா யாரும் ஒத்துக்கிரல. சரி அப்டியே செய்வோம், வர்றவுக வரட்டும்னு சொல்லிட்டாங்க. ஜனவரி 16 கொடியேத்தம், 17 சப்பரம். பகல் சப்பரம் 18. இங்க மூணு தேரு வரும். தங்கத்தேரு ஒண்ணு புதுசா செஞ்சிருக்கம். அவ்வளோ பெரிய தேரு. ஒரு ஆணிகூட அடிக்காம இருக்கு. நுட்பமா செஞ்சிருக்காங்க, அதிக ருவ்வா செலவு

பண்ணி... பங்கு பிரிச்ச பிற்பாடு செஞ்சது. கோயிலுக்கு நான் என் சொந்த செலவுல தண்ணிவாங்கிக் குடுக்குறேன். இங்க வர்றவங்க ஒரு வீட்டுல, கடைல போயி தண்ணி கேக்கக்கூடாதுன்னு மினரல் வாட்டர் என் சொந்த செலவுல கோயிலுக்கு வாங்கிக்குடுக்குறேன். நம்ப சக்திக்கு அவ்வளவுதான் முடியும். அதை நான் செய்றேன்'', எனச் சொல்கிறார்.

கல்யாணச் சடங்குகள் குறித்துக் கேட்டதும், கூடுதல் உற்சாகம் தொற்றிக்கொள்கிறது. ''கலியாணம் ரெண்டு மூணு மாசம் கழிச்சு பண்றதா இருந்தா சேலை எடுத்துக்குடுத்து, மோதிரம் போட்டு நிச்சயம் செஞ்சிக்குவாக. அடுத்த நாள் கல்யாணம்னா இன்னிக்கி நைட் பரிசம் போட்டு கூட்டிக்கிட்டு போவாங்க. மாப்பிள்ளை வீட்ல கொண்டு வந்து பொண்ணு, பொண்ணு வீட்டுக்காரங்களை தங்க வச்சிருவாங்க. பரிசம் போட்டாச்சுன்னாலே, அங்க பிரச்சனை முடிஞ்சுரும் தெரிஞ்சிக்கங்க. ஆனா ஊர் நாட்டுக்கு ஐதீக முறைப்படி, அவுங்க பத்து பேரோட இங்கன வந்து இருப்பாங்க. கணவன் மனைவிய தனியா விடமாட்டாங்க... மொத்தமா வந்து விட்டுருவாங்க. பரிசம் போடுறது ஊரு பெரியதனக்காரங்க. பொண்ணோட தகப்பன், மாப்பிள்ளையோட தகப்பன், மாமன் எல்லாரும் இருப்பாங்க. மாப்பிள்ளை மாமன், தாய் தகப்பன், பொண்ணுக்கு மாமன், தாய் தகப்பன் அப்டின்னு உரிமைக்காரங்க எல்லாரும் சந்தனம் வைப்பாங்க. உரிமைக்காரங்க சம்மதத்துலதான் பரிசமே போடுவாங்க.''

''பரிசம் போடும்போது பரிசச் சேலைல பத்து ரூவா அம்பது காசு முந்தானைல முடிஞ்சு குடுப்பாங்க. என்ன படிச்சிருந்தாலும், பத்து ரூவா அம்பது காசுதான் ஊருல பரிசப்பணமா பொண்ணுக்குக் குடுக்குறது. (இதன் பின்னாலுள்ள பொருள் விளங்கவில்லை, மாரம்பாடி ஆசிரியர் சொன்னது போல பத்தரை மாற்றுத் தங்கத்தின் குறியீடாகலாம்) அப்பவே எல்லாம் முடிஞ்சிருங்க. பரிசம் போடும்போது, 'பொண்ணு ரொம்ப சின்னப் புள்ளையா இருக்குது'ன்னு பொண்ணு வீட்டுக்காரங்க சொல்லுவாங்க. 'நாங்க வளத்துக் கட்டிக்கிடுறோம்'னு மாப்பிள்ளை வீட்டுக்காரங்க அதுக்கு பதில் சொல்லுவாங்க. 'சரி, அப்ப கட்டிக்கிட்டுப் போங்க' அப்டின்னு பொண்ணு வீட்டுக்காரவுங்க சொன்னதும்தான் பரிசப் பணத்த அவுங்க கைல மாப்பிள்ளை வீட்டுக்காரங்க குடுப்பாங்க. நம்ம வேதப்படி கோயில்ல விடியக்காலம் வந்து தாலிய கட்டி, அப்புறம் மாப்பிள்ளை வீட்டுக்குக் கூட்டிட்டுப் போவாங்க. முழு உரிமை அப்பந்தான் அவுங்களுக்கு வரும். இங்க தாலி

மஞ்சக்கயிறுலதான் போடுவோம். இங்க இருதய தாலி போடுவாங்க. சதுரமாவும் சிலர் போடுவாங்க. முறைப்படி மூணு ஓலை போட்டு சாமி ஒப்புதலோடதான் கல்யாணம் கோயில்ல நடக்கும்.''

''கல்யாணம் முடிச்சு மாப்பிள்ளை வீட்டுக்குப் போனதும் நிறைகுடம் வீட்ல வச்சிருப்போம், உப்பு பாக்கெட் முழுசா பிரிச்சு வச்சிருப்போம். பொண்ணு கைய உப்புல, நிறைகுடத்துல வச்சு எடுத்தப்புறம் பால் பழம் குடுப்போம். மாமன் 'மாமங்கடா' கொண்டுக்கிட்டு அரிசியோட வருவாக. அவுக வந்த பெறகு பொண்ணு மாப்பிள்ளை கன்னி மூலைல மாலை போட்டுக்கிட்டு, ஊரைச் சுத்தி ஊர்காலம் வருவாங்க. அதுக்கப்புறம் வீட்டுக்கு வந்ததும் வாழ்த்துப் பாட்டு பெரியவுக பாடுவாங்க. அதுக்குன்னு ரெண்டு மூணு பேரு இருக்காங்க. அதுக்கப்புறம் பொண்ணு மாப்பிள்ளைக்கு மிஞ்சி போடுவாக. மாப்பிள்ளைக்கு பொண்ணோட அம்மா, அக்கா, தங்கச்சிங்க போட்டு விடுவாங்க. பொண்ணுக்கு மாப்பிள்ளையோட தங்கச்சி போடும். அப்புறம் 'மாத்து வீடு' போய்ட்டு பொண்ணு மாப்பிள்ள வீட்டுக்கு வாழ வரும்போது பணியாரக்குடம், கைவிளக்கு கைல குடுத்து விடுவாங்க. பணியாரக் குடத்துல அதிரசம், பூந்தி, மிச்சரு எல்லாம் போட்டு விடுவாங்க. சேலை முந்தானைல வடைய இலைல வச்சுக் கட்டி, பத்து ரூவா காசும் கட்டிக்கிட்டு வரணும். மடியில அந்தப் பொண்ணு கொண்டு போறத சின்ன மாமியா, பெரிய மாமியார் வாங்கிக்குவாக. பொண்ணோட பொறந்தவங்க 'நெய்ச்சொம்பு' கொண்டுவரணும். பொண்ணுகூட துணைக்கு வர்ற பொண்ணு, பொண்ணோட தங்கச்சிதான் வழக்கமா பித்தாள சொம்புல நெய் கொண்டு வரணும். அதை மாப்பிள்ளையோட அண்ணன் தம்பிங்ககிட்ட ஒப்படைக்கணும். அவுங்களுக்குத் தேவையான பாய், தலைகாணி எல்லாம் பொண்ணோட உறவுக்காரங்க கொண்டுக்கிட்டு வரணும். அதெல்லாம் அப்ப. இப்பதான் எல்லாம் கட்டிலு, பீரோன்னு ஆயிருச்சே...''

''வேற திருவிழான்னு பார்த்தா பக்கத்துல சந்தியாகப்பர், செபஸ்தியார்னு ரெண்டு மூணு கோயில் இருக்கு. அங்கலாம் இந்தப் புனிதர்கள் விழாவ கொண்டாடுவாங்க. அங்க சங்கத்துல பத்து பேரு எடுத்துச் செய்வாங்க, ஊர் ஒத்துழைப்பாங்க. மொத்தத்துல எல்லாரும் வரி போட்டு நடத்துறது ஜனவரி திருவிழா ஒண்ணுதான். ஒரு தலக்கட்டுக்கு ஐயாயிரம் வரைக்கும் வரி போடுவோம். இங்க இப்ப ஆயிரத்தி எறநூறோ, முன்னூறோ தலக்கட்டு இருக்கு. கோயில் கட்டுறதுல இருந்து எல்லாத்துக்கும் எல்லாருமே உழைச்சாங்க. எல்லாருமே இங்க எதாவது ஒரு வேலைய எடுத்துச்

செஞ்சாங்க. ஊருல முழுக்க கிறிஸ்தவங்கதான். பேருக்கு ஒரு பார்பர், ஒரு செட்டியார் வீடு உண்டு. இங்க முழுக்க வன்னிய கிறிஸ்தவங்கதான் இருக்காங்க. ரெண்டு ஊருலயுமே வன்னிய கிறிஸ்தவங்கதான். இந்துக்கள் வேற கிடையாது. எல்லாம் ஒரே குடும்பத்த சேர்ந்தவங்கதான். குடும்பத்துல ஆளுங்க கூடக் கூட, ஒத்துவரல. நாலு பேரு இருக்குற எடத்துல ரெண்டு பேரு ஒரு வழி, அடுத்த ரெண்டு பேரு ஒரு வழின்னு குடும்பத்துல இருக்குறது இல்லையா... அது மாதிரிதான் ரெண்டு பங்கு, ரெண்டு கோயில்னு வச்சுக்கங்க.''

''தேர் எல்லாம் போகும்போது அந்தக் காலத்துல கும்மி அடிப்பாங்க, பாடுவாங்க. ஒயில் கும்மி எல்லாம் அருமையா ஆடுவாங்க. இப்பம் மக்கள் விரும்பாம இருக்காகன்னு வச்சுக்குறது இல்ல. நாடகக் கலை மாதிரி கொஞ்சம் கொஞ்சமா அழிஞ்சிக்கிட்டு வருது. இப்ப நாடகத்த யாரு விரும்பிப் பாக்குறாங்க? கிறிஸ்துமஸ் போது முளைப்பாரி போட்டு வீட்டுல இருந்து எடுத்துட்டு வந்து சர்ச்சுல வச்சு கும்மி அடிப்பாங்க. அது பொம்பளைப் புள்ளைங்க செய்ற வேலை. திருவிழா அன்னிக்கு ஆம்பளைங்க ஒயில் கும்மி ஆடுவாங்க. இப்ப பத்து வருஷமா அது நின்னு போச்சு. இல்ல. கும்மிப் பாட்டுப் பாட ஆள் வேணும்னா கொஞ்சம் இருங்க. ஆளுங்கள கூட்டியாற சொல்றேன்'', என்றவர் பக்கத்தில் இருக்கும் ஆள்களை அழைத்து, ''யோவ்..யாராவது கும்மி பாடுற பொம்பளை யாளுங்கள சொல்லு'', எனக் கேட்டார்.

''நம்ம திமுக பாடுமே. இந்தா நாம் போய் கூட்டியாறேன்'', எனச் சொல்லி ஒருவர் வேகமாக சைக்கிளில் கிளம்பினார்.

''இங்க மணியம், மேனேஜர் எல்லாம் உண்டா?''

''நாட்டாமை வீடு அந்த மூலைல இருக்கு. மணியம், சேர்வைன்னு சொல்லுவாங்க. சேர்வைதான் ஊருல எதாவது அறிவிப்புன்னா சாட்டுறது. இவுக மொத ஊருக்குள்ள போய் தெருவ சுத்தி வந்து சொல்லணும். கூட்டம்னா தனியார் கூட்டமும் உண்டு, ஊர்க் கூட்டமும் உண்டு. கூட்டம் எல்லாம் அந்தா அங்க தெரியுற சாவடிலதான் பேசுவாங்க'', எனக் கைகாட்டுகிறார். ஏற்கனவே இறப்பு அறிவிப்பு மேளம் வாசித்த இடத்துக்கு அருகே ஓடு வேய்ந்த மண்டபம் ஒன்று தெரிந்தது.

''ஊரோட நாலு மூலைல நாலு சாவடி இருக்கு. இது லூர்து மாதா, அது சவேரியார், இங்கிட்டு செபஸ்தியார், அது சந்தியாகப்பர்'', என நான்கு திசைகளையும் கைகாட்டுகிறார். பஞ்சம்பட்டிலலாம்

தெருவுக்கு ஒரு நாட்டாமை சேர்வை இருப்பாக. இங்க ஊருக்கு ஒண்ணுதான். ஊருக் கூட்டம்னா சாட்டும்போதே ஊருக்கூட்டம்னு சொல்லிருவாக. தமுக்கு எல்லாம் அடிக்க மாட்டாங்க. ஊரச் சுத்தி வந்துருவாங்க. அப்புடி தெரியாத ஜனங்களுக்கு மைக் போட்டு சொல்லிருவாங்க. ஆனா மொறப்படி சாட்டிட்டு வந்துதான் மைக்ல சொல்லுவாங்க. சாவு விழுந்தா உரிமைக்காரவுங்களுக்கு மொத சொல்லுவாங்க. இப்ப போன்ல சொல்லிருவாங்க. முன்னால தனியாவே ஆளு விடுவாங்க. சாமியாருக்கு அப்புறம் சொல்லு வாங்க. உபதேசியாருக்கு சொல்லிவிடுவாங்க. முன்னாடி எறந்தவுங்கள சேர்ல சாத்தி வைப்பாங்க. இப்பலாம் நேரா பெட்டிதான். கோடி போடுறது பொறந்த எடத்துலருந்து போடுவாங்க. புகுந்த வீட்டுக் கோடியும் போடுவாங்க. பொறந்த வீட்டுக் கோடிதான் லாஸ்ட். அதுக்கப்புறம்தான் தூக்குவாங்க. அதுக்கு பிற்பாடு ஊர் எழவுன்னு ஒரு மணிக்கு ஆம்பளையாளுங்க போவாங்க. ஊர் கண்ணீர் அஞ்சலி எப்பவுமே ஒரு மணிக்கு. பொம்பளைங்க காலைல எட்டு மணிக்கெல்லாம் போய் கேட்டுருவாங்க. அழுதுகிழுது முடிச்சுரு வாக. தாய் பிள்ளையா இருந்தாலும் யாரா இருந்தாலும் எட்டு மணிக்குலாம் போய் முடிச்சுருவாக. ஆம்பளைக அழுகுறது கெடையாது. அவுக பார்த்த உடனே பெட்டிய கோயிலுக்கு பூசைக்கு எடுத்துக்கிட்டுப் போய், அது முடிச்சு கல்லறைக்கு அடக்கம் பண்ண கொண்டு போவாங்க.''

''இன்னிக்கு பக்கத்துல 105 வயசு பெரியவர் இறந்துட்டாரு. ராணுவ வீரர். அவருக்குதான் சாட்டுனாங்க. அடக்கத்துக்கு மறுநாளே 'சிலுவை மரம்' வச்சுருவோம். அதுக்கு சீர் எடுத்துக் குடுப்பாங்க. கல்யாணம் ஆகாத புள்ளைங்க செத்தவங்களுக்கு இருந்தா அதுக்கு மாமனுங்க துணிமணி எடுத்துக் குடுக்கணும். கல்யாணம் பண்ணினா புகுந்த வீட்டு ஆளுங்க கட்டிருவாங்க. இல்லன்னா எத்தன பேரு இருந்தாலும் மாமன்தான் எல்லாருக்கும் சீர் செய்யணும். அடுத்த மூணாவது நாள் சீர் செஞ்சவுங்களுக்கு எல்லாம் சாவு வீட்டுக்காரங்க சாப்பாடு இவுங்க பிரியப்படி என்ன போட முடியுமோ, போடணும். ரெண்டாவது நாள் சைவந்தான். மூணாவது நாள் அவுங்க பிரியப்பட்டு என்னன்னாலும் செய்யலாம். வெளில இருந்து வரமுடியாத சூழ்நிலை இருந்தா, பத்து நாள் தள்ளிக்கூட வைப்பாங்க.''

''முக்கியமான ஆளு வெளிய இருந்து வரணும்னா சிலுவை மரமே பத்து நாள் தள்ளிக்கூட வைப்பாங்க. நாப்பது நாளுக்குள்ள எப்பனாலும் இருக்கும். அப்புறம் நாப்பதுன்னு ஒண்ணு வச்சு பொதுவா விருந்து வைப்பாங்க. ஸ்கூல் இங்க ஒண்ணுதான்

இருக்கு. தொடக்கப்பள்ளி அது. கல்யாண மண்டபம் ஒண்ணு கட்டணும். அதுக்கு எதாவது ஏற்பாடு ஆனா பரவாயில்ல. இங்க வேலைன்னா வேடசந்தூர் நூல் மில்லுதான். 84ல ஆரம்பிச்சது. அது இல்லன்னா இன்னிக்கு இந்த மாவட்டமே இருக்காது. வேடசந்தூர்லயே இன்னிக்கு சகலமும் நடக்குதுன்னா நூல் மில்லாலதான். வீட்டுலயே வந்து ஏத்திட்டுப் போறாங்க, வீட்டுல கொண்டாந்து எறக்கி விட்டுர்றாங்க. பெரியவுங்கள்ல இருந்து சின்னப்புள்ள வரைக்கும் தெனமும் நூறு ரூபா சம்பளம் குடுத்துர்றாங்க. பி.காம் படிச்சுட்டு, பிளஸ் டூ படிச்சுட்டு பொம்பளைப் புள்ளைங்க அங்கதான் வேலைக்குப் போகுதுங்க'', எனச் சொல்லி முடித்தார்.

அவர் சொன்ன திமுக என்ற பெண்மணியின் வீட்டை விசாரித்துக் கொண்டு, அங்கு போனோம். ஈஸ்டர் சமையலில் பரபரப்பாக ஈடுபட்டிருந்தார். வீட்டில விருந்தினர். அந்தப் பரபரப்பிலும் என்னிடம் பேச முன்வந்தார்.

''யக்கா... அதென்ன உங்க பேர கேட்டா திமுகன்னு சொல்றாங்க?''

''தோ கொடி பாருங்க மேல..'', எனக் கையைக் காட்டுகிறார். வீட்டின் மேல் திமுக கட்சிக்கொடி பறந்துகொண்டிருந்தது.

''கட்சியில இருக்கேன். கூட்டம் எதுனாலும் பாட்டுப் பாட, பேசன்னு கூட்டிட்டுப் போவாங்க. அதுனால அந்தப் பேரு. என் பேரு சவரியம்மா'', எனச் சொல்லி சிரிக்கிறார்.

''கும்மிப் பாட்டு கேக்க வந்தேன்க்கா. பாடுங்களேன். அப்படியே வேலை செஞ்சிக் கிட்டே?''

கொஞ்சம் தயங்கி, நிறைய வெட்கப்பட்டவர், ''இருங்க எல்லாம் ஒதுக்கிட்டு வரேன்'', என பொருள்களை ஒதுங்க வைத்துவிட்டு வாசலில் உட்கார்ந்து கொண்டார். புனிதர் கும்மி ஒன்றைப் பாடிக்காட்டினார்.

''ஒயில் கும்மி பத்தி சொல்லுங்க அக்கா?''

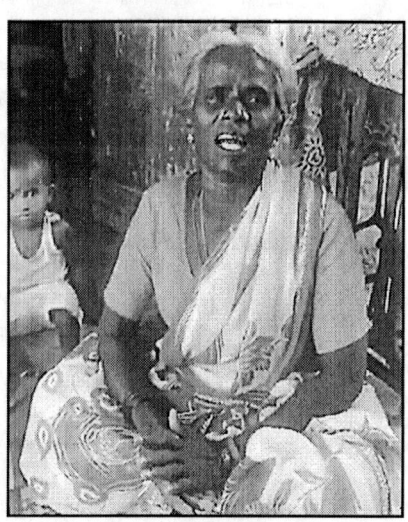

மாரம்பாடி சவரியம்மாள்

''ஒயில் கும்மி அவுக..ஆம்பளைக ஆடுவாங்க. நாங்க கும்மிதான் அடிப்போம்'', என்றவர், வீட்டுக்குள் இருந்த தன் மகள் அலோசியாமேரியை அழைத்து அருகில் அமர்த்திக் கொள்கிறார். இருவரும் சேர்ந்து கும்மி கொட்டிப் பாடுகின்றனர்.

ஏ தன்னேநானே தன்னன்னேதானானே
தன்னன்னேநாநானே தன்னானே
ஏ தன்னன்னேதானானே தன்னன்னேதானானே
தன்னன்னேநானானே தன்னானே

ஏ தன்னன்ன போடுற பொண்டுகளா நீங்க என்ன
நகையெல்லாம் கொண்டுவந்த (2)
ஏ வெள்ளால மண்டலம் காணிக்க மண்டபம்
வில்லாள ஆயிரம் கொண்டுவந்தேன் (2)

ஏ தன்னேநானே தன்னன்னேதானானே
தன்னன்னேநாநானே தன்னானே
ஏ தன்னன்னேதானானே தன்னன்னேதானானே
தன்னன்னேநானானே தன்னானே

அங்க ஒருகிண்ணி சந்தனமாம் தன்னனாநானானே
யம்மா ஒன்றக் கிண்ணி குங்குமமாம் தில்லேலே லேலேலே (2)
அங்க அள்ளி அள்ளி தூவுறாராம் தன்னானநானானே
நம்ம அந்தோணியார் சன்னதியிலே தில்லேலே லேலேலே (2)
போடு தன்னேனன்னே நானேனன்னே தன்னானனானானே
யம்மா நானேனன்னே நானேனன்னா தில்லேலே லேலேலே (2)
அங்க ரெண்டு கிண்ணி சந்தனமாம் தானனநன்னானே
யம்மா ரெண்டரக் கிண்ணி குங்குமமாம் தில்லேலே லேலேலே (2)
அங்க அள்ளி அள்ளி தூவுறாராம் தன்னானநானானே
நம்ம அந்தோணியார் சன்னதியிலே தில்லேலே லேலேலே (2)
போடு தன்னேனன்னே நானேனன்னே தன்னானனானானே
யம்மா நானேனன்னே நானேனன்னா தில்லேலே லேலேலே (2)

அங்க கார் வரத பாருங்கம்மா காரு கதறி வரத பாருங்கம்மா
கார் வரத பாருங்கம்மா காரு கதறி வரத பாருங்கம்மா
அந்த காருக்குள்ள இருக்க நம்ம அந்தோணியாருக்கு கண்ணாடி
மின்னலப் பாருங்கம்மா (2)
போடு தன்னனநானன்னே தன்னானே தனனானநன்னனே
தன்னானே (2)
அங்க மோட்டார் வரத பாருங்கம்மா மோட்டார் முனங்கிவரத
பாருங்கம்மா (2)

அந்த மோட்டருக்குள்ள இருக்க நம்ம அந்தோணியாருக்கு
மூக்குத்தி மின்னலப் பாருங்கம்மா (2)
ஏ தன்னன்னேதானானே தன்னன்னேதானானே
தன்னன்னேநானானே தன்னானே

இந்தப் பாடல், ஜனவரி 17 திருவிழா அன்று பெரிய தேர் எடுக்கும் போது பாடப்படுகிறது. கிறிஸ்துமஸ் காலத்தில் முளைப்பாரி வைக்கும்போதும் இதே பாடலைத்தான் கோயிலில் பாடுவதாக பெண்கள் இருவரும் பதிவு செய்கின்றனர். அந்தோணியாரின் பெயருக்குப் பதிலாக அதில் 'குழந்தை இயேசு' பெயரை பயன்படுத்துவதாகக் கூறுகிறார்.

''நாங்க ஒண்ணும் படிக்கலம்மா. பள்ளிக்கூடம் பக்கம் போனது இல்ல. எதோ இந்தப் பாட்ட எல்லாம் மனப்பாடம் பண்ணி வச்சுப் பாடுறேன். சாப்பிட்டுப் போங்கம்மா. பத்து நிமிஷத்துல குழம்பு வச்சுருவேன். இருங்க'', என உபசரிக்கிறார். மறுத்துவிட்டு நன்றி சொல்லிக் கிளம்புவதற்குள் போதும் போதும் என்றாகிவிட்டது. கிராமத்துப் பெண்களிடம்தான் இந்த அப்பழுக்கற்ற அன்பு கிடைக்கும் என்பேன்.

சான்றுகள்

- வனத்து அந்தோணியார் ஆலய ஜெபமலர், மாரம்பாடி ஆலய வெளியீடு
- ஆலயம் அறிவோம் இணையதளம், www.church. catholictamil.com/p/141.html

42

'வாசாப்பு' – அய்யம்பேட்டை (வரதராஜன்பேட்டை), தென்னூர்

ஹெச்.ஜி.வெல்ஸின் 'டைம் மிஷின்' நாவலில் வருவதைப் போல திடீரென இந்தக் கார் டைம் மிஷினாக மாறிவிட்டதா? நான் ஒரு நூற்றாண்டு பின்னோக்கிப் போய்விட்டுத் திரும்பிக்கொண்டு இருக்கிறேன் என மட்டும் தோன்றவில்லை, யாராவது வந்து மீண்டுமாய் உள்ளிழுத்துக் கொண்டு போய்விட்டால் என்ன செய்வது என்ற பீதியும் சற்றே தலைதூக்கியது.

●

அந்தோணியார் நாடகம் – முதல் பிரிவு

முதல் வெண்பா

அர்ச்சிய சிஷ்ட சிலுவை
அடையாள மந்திரத்தை
நிச்சயித்து வேண்டிட பேய்
நில்லாது- உச்சிதமாய்
 ஆதி சருவேஸ்பரனே
 அன்னை மரிபொற்சுதனே
 பாது இஸ்பிரீத்து சாந்து பலம்

காப்பு - விருத்தம்

சீர் பெறும் லிஸ்பன் நாட்டில்
திகழ் மிகும் குலத்து தித்த
பேர் நிறை சந்தந்தோணி
புகழ் பெறும் சரிதை தன்னை
    நேர்நிறை கவிதை பாட
    நிமல நற்பதமே போற்றி
    பார் நிறைந்திலங்க நித்ய
    பரனடி பணிந்தேன் காப்பு
அர்ச் தேவமாதா வணக்க விருத்தம்
பணிந்தனன் திருத்துவ ஏக
பதமலர் இறைஞ்சியன்பாய்
துணிந்தனன் சதிகை தன்னை
தூய நாடகமாய் பாட...

அந்தோணியார்:
பாலாவென்றெனை அழைத்தீர் தாயே என்னை
பள்ளிக் கனுப்பிய தந்தையாரே இந்த
பாருலக வாழ்வதெல்லாம் ஏறிலிட்ட
கொழு போலாம் தாயே தந்தையாரே

மற்தின்:
எந்தன் நிதியாள்வாயென்று பாலா நான்
எண்ணியே இருந்தேனடா சீலா இப்போ
தந்தை பொருளாண்டிடவே சிந்தை மகிழ் கூறடா நீ
மகனே எந்தன் சுதனே

ரோசம்மாள்:
எந்தை பரன் தந்த பிச்சை மகனே நான்
இன்னில மகிழ்ந்தேனடா சுதனே கல்வி
போதகரும் சாதகமாய் ஓதினாரோ போதகமோ
சொல்வாய் மதிவெல்வாய்

அந்தோணியார்:
வெல்லரிய தந்தை தாயே கேளும் ஆதி
வேதபரன் சித்த மிக நாளும் கல்வி
வேணதெல்லாம் கற்றுணர்ந்தேன்
ஞானகுருவாலோர் குறை இல்லை அதைசொல்ல

மற்தின்:
சொல்லரிய மதிபுகழ் பாலா- இந்த
தேசமுனை தொழுமடா சீலா இந்த

தேயமே எங்கினுமுள்ள ஆலயங்கள் சென்றுதவம்
புரிந்தேன் உன்னை தெரிந்தேன்

ரோசம்மாள்:
தெரிந்திட தவமிக செய்ய பெரும்
தீயபாவி என்னுயிரும் உய்ய தேவன்
சித்தமே மகிழ்ந்துனையே பெற்றிட
வரமளித்தார் பாலா எந்தன் சீலா

அந்தோணியார்:
தேன்மொழி மதிபுகலும் தாயே தேவாலயம்
சுற்றிய தந்தையாரே நான்
தேவுலக வாழ்வடைய பூவில் தவம்
செய்யவேணும் தாயே தந்தையாரே

மற்தின்:
பூவில் தவம் செய்ய மனங்கொண்டாய் எந்தன்
பூதன மாள்வதாரடா விண்டாய் உன்னை
பிரிந்து விலகி எங்கள் உயிருமிருந்திடுமோ
மகனே எந்தன் சுதனே

ரோசம்மாள்:
தந்தை தன ஆள்வாயென்றே மகனே இந்த
பாரில் தவம் செய்தேனடா சுதனே
தந்தையும் தாயுமிருக்க வந்தகுறை ஏதுனக்கு
பொன்னே எந்தன் கண்ணே

அந்தோணியார்:
ஏதுகுறை ஒன்றுமில்லை தாயே என்னை
ஏந்தியே வளர்த்த தந்தையாரே ஆதி
ஏகபரன் சித்தப்படி ஆகட்டும் நீர்
கலங்காதீர் தாயே தந்தையாரே

பூசாரி வர ஆரம்ப விருத்தம்:
தந்தையும் தாயாரோடு
தவத்தொளியா மந்தோணி
சுந்தா மனைக்கு செல்ல
சூது பூசாரி ரேசன்
    சென்றநல் மனைவி மைந்தர்
சுகமுடனழைத்துக் கொண்டு

இந்தநற் சபையோர் காண
எழிலுடன் வருக காண்பீர்

பூசாரி கலிப்பா:
வருநலம் பொழிவல்ல சிவசங்கரா
வாழ்த்தி வந்தனம் போற்றினேனுன் பாதம்
இருநிதியுள்ளான் மற்தின் மன்ன னென்போன்
இடர்புரிந்திட எண்ணமுங் கொண்டனன்

ராயர்:
நன்றல்லதான் மற்தின் நாடி என்னிடம்
வந்து சொல்ல நீதி வெல்ல- அதன்
உண்மை என்ன வென்று கண்டு
தீர்ப்புரைக்க வேணும் புகழ் தோணும்

ராயர் வசனம்:
மற்தின் பதியே அப்படி இரும் பூசாரி ரேசா
உன் வாக்குமூலத்தைச் சொல்லும்
பூசாரி- சிந்து

1. மங்கள பூபதியே – எந்தன்
வாக்கு மூலந்தனையே யோக்கியமுடன்
இங்கனே சொல்லிடுவேன் – இந்த
தொல்லுல் கிலின் நகரில் குடியிருந்து

2. பாட்டன் பூட்டன் முறையாக நானும்
பயிரிட்டு வரும் நிலம் வடமேற்கில்
திட்டமுடன் வடி கழனி அதன்
தென்புறம் முப்பது காணியுமுண்டு

3. கோதுமையும் நெல் விளையும் அந்த
கொழுமை நிலமதனில் கரும்பு முண்டு
பது வான நிலமதுவே – அதை
பறித்திட மற்தின் பதி மனந்தேறி

4. கிரையமாய் கொண்டிடவே – அந்த
கீர்த்திமிகும் மற்தினென்னை கேட்டனரே
தரலாகாதென வோத – அந்த
தனபதி சினந்தென் மேல்
கோபங் கொண்டாரே

5. அன்று தொழும்பரை அனுப்பி – எந்தன்
அனுபோக நிலத்துக்கு வாரமே கேட்டார்

என்னுடைய நிலந்தானே நானும்
எதுக்கு வாரந்தர வேணுமென்றேன்

6. கோபித்து ஆள் கொணர்ந்து துப்பாக்கி
கொண்டெனையும் சுடவந்தார்
பயந்தோடி னேன்
தப்பிப் பிழைத்தோடியே சென்றேன் வீட்டில்
தங்கிடாமல் வந்தெனையும் தட்டிப் பறித்தார்

7. சொந்த மனை நிலமதிலே என்னை செல்லாதே
காலடி முதல் வையாதே என்றார்
எந்தன் வாக்குமூல மிதுவே – தர்ம
ஏந்தலரே கண்டிடுவீர் இன்பமுடனே

8. மைந்தனும் மனைவியுடன் - உந்தன்
வளர் நகரிந்திட மனை நிலமும்
தந்திட தீர்ப்புரைக்க உந்தன்
தாளடியை துணையென சரண் பணிந்தேன்

ராயர் வசனம்.:
ஏ மந்திரியார் பூசாரி ரேசன் விண்ணப்பத்தை வாசித்துக் காட்டும்

மந்திரி - அகவல்:
மாட்சிமை தங்கும் மகிமை சேர்ந்துலங்கும்
மங்கள் பதியின் மலரடி போற்றி
தாட்சியாய் ரேசன் சரண் பணிந்தெழுதும்
தர்மனே மனுவை தயவுடன் கேளும்
பாட்டன் பூட்டன் பரம்பரையாக
இட்டனர் பயிரும் என் காலந்தன்னில்
மற்தின் பதியும் வைராக்கியத்துடனே
மன்னவா என் வயல் நிலம் பறிக்க
துர்குணம் கொண்டு துரைபதி விலக்கே
கேட்டனர் யானும் கொடுக்கேனென்றேன்...

- நன்றி: ஆரோக்கியராஜ், அய்யம்பேட்டை. அய்யம்பேட்டை அலங்கார அன்னை ஆலயத்தில் ஒவ்வொரு ஆண்டும் வாசப்பு நாடகம் ஈஸ்டருக்கு அடுத்த வார இறுதியில் நடைபெறுகிறது. இந்நாடகம் சுமார் 150 ஆண்டுகளாக அதன் தொன்மை மாறாமல் நடத்தப்படுவதாக சொல்லப்படுகிறது. ஈராண்டுக்கு ஒரு முறை அந்தோணியார் வாசகப்பா நடைபெறுகிறது. இந்த நாடகத்தில் நிறைய பாடல்களும், அங்கொன்றும் இங்கொன்றுமாக வசனங்களும்

இடம்பெறுகின்றன. வெண்பா, விருத்தம், கலிப்பா, சிந்து, அகவல் என பலவகை மரபுச் செய்யுள்கள் இந்த நாடகத்தில் எடுத்தாளப் பட்டுள்ளன.

தென்னூர், வரதராஜன்பேட்டை/ அய்யம்பேட்டை என்ற பெயரை முதல் முதலில் கல்பட்டில்தான் கேள்விப்பட்டேன். "தென்னூர்க்காரங்க வனத்துச் சின்னப்பர் தேர் எடுக்கும்போது அவுங்க பின்னால நான் போய்ருவேன். அவுங்க பாடுற பாட்டு ஒவ்வொண்ணும் அப்புடி இருக்கும். வருஷா வருஷம் தென்னூர் செட்டு வந்து எங்க வண்டி கட்டுறாங்கன்னு பார்த்து வச்சிக்கிட்டு, அவுங்க கூடவே தேர் பின்னாடி போறதுதான் எனக்கு வழக்கம்'', என அங்கு பால் அண்ணன் சொன்னார். தென்னூரில் இருந்து இன்றும் மாட்டுவண்டி கட்டிக்கொண்டு கல்பட்டுத் திருவிழாவுக்கு அம்மக்கள் செல்கின்றனர் என்பதே எனக்குப் பெரும் ஆச்சரியமாக தெரிந்தது. அதன்பின் சின்னதுரை சாருடன் பண்ருட்டி, வடலூர் பகுதிகளில் சுற்றித் திரிந்தபோது, அவரும், "அம்மா... கும்மிப்பாட்டு, நாட்டுப்புறப் பாட்டுன்னாலே தென்னூர்-அய்யம்பேட்டைதான். அங்க போகாம விட்டுறாதீங்க. அங்க போனா உங்களுக்கு எழுத நிறைய கிடைக்கும்'', எனச் சொல்லிக்கொண்டே இருந்தார்.

புதுச்சேரி சரித்திர நாயகன் சவராயலு நூலை எழுதிய முனைவர் ஆ.சுசித்ரா, தன் நூலில் வாசப்பு நாடகங்கள் இன்றும் தமிழகத்தில் விருத்தாசலத் தாலுகாவில் அமைந்துள்ள தென்னூர், வரதராஜன் பேட்டை போன்ற சில பகுதிகளில் நடத்தபடுகிறது என எழுதியுள்ளார். அவற்றை அண்ணாவியார்கள் தலைமையில், ஈஸ்டர் திருநாளைத் தொடர்ந்து வரும் வாரத்தில் நடத்துகின்றனர் எனவும் குறிப்பிட்டுள்ளார். இரவு நேரங்களில் தென்னூரில் உள்ள லூர்து அன்னை வளாகத்தில் 'செபஸ்தியார் வாசகப்பா' ஐந்து நாள்கள் நடைபெறுகிறது. இது காரைக்கால் சின்னசாமி என்பவரால் இயற்றப்பட்டது எனவும், இந்த நாடகத்தில் நடிக்கும் 64 கூத்துக் கலைஞர்களும் தபசு காலம் முழுக்க (40 நாள்கள்) விரதம் இருந்து நடிக்கின்றனர் எனவும் அவர் நூலில் வாசிக்க நேர்ந்தது. எப்படியாவது அந்த வாசப்பு நாடகத்தைப் பார்த்து விடுவது எனத் தேடலைத் தொடங்கினேன்.

தென்னூர் ஆலயத்தின் ஃபேஸ்புக் பக்கம் ஒன்றில் தகவல் சேகரித்து, அலைபேசி எண் கண்டுபிடித்து சென்னையைச் சேர்ந்த தென்னூர் அன்பர் ஆரோக்கியதாஸ் என்பவரிடம் பேசி, செபஸ்தியார் வாசகப்பா என்று நடைபெறும் என விசாரித்தேன். கொரோனா காரணமாக காவல்துறை அனுமதி கிடைப்பது தாமதமாகிறது எனப்

அறியப்படாத கிறிஸ்தவம் ❖ 233

பதிவு செய்தார். அதே தென்னூர் பக்கத்தின் இன்னொரு அட்மின் ஜஸ்டின் என்பவர் என்னைத் தொடர்பு கொண்டு ஏப்ரல் 6 அன்று இரவு வாசகப்பா தொடங்கி 11ம் தேதி முடிவடையும் எனச் சொல்ல, குதூகலமானேன். அவரிடம் பேசியதில், விழா நாள்களில் ஒரு நாள் பகல் வேளையில் வந்தால், நாடகத்தில் நடிக்கும் நடிகர்களிடம் பேசலாம் எனவும், இரவு காத்திருந்து பத்து மணிக்கு நாடகம் தொடங்கியதும் பார்த்துச் செல்லலாம் எனவும் முடிவுக்கு வரமுடிந்தது. ஏப்ரல் 8 அன்று இரவு நாடகத்தில், சிறப்பான 'உராக்குதல்' நடைபெறும் என அவர் சொல்லவும், அந்தத் தேதியை முடிவு செய்தேன். முதலில் தென்னூர் லூர்து அன்னை ஆலயத்துக்கும், அதையடுத்து அய்யம்பேட்டை அலங்கார அன்னை ஆலயத்துக்கும் செல்வது எனத் திட்டமிட்டேன்.

அதிகாலை ஐந்து மணிக்கெல்லாம் வீட்டிலிருந்து புறப்பட்டாயிற்று. விருத்தாசலத்திலிருந்து ஆண்டிமடம் நெடுஞ்சாலையில், சொரக்குடி என்ற ஊரில் இடபக்கம் திரும்பி, கவரப்பாளையம் - தென்னூர் சாலையில் பயணத்தைத் தொடர்ந்தோம். வழியில் அங்கங்கே அறுப்பு முடிந்த வயல்களும், முந்திரித் தோட்டங்களும் தெரிந்தன. தோட்டங்களுள் தனிவீடு, அதன் வாசலில் டிவிஎஸ் எக்சல், கயிற்றுக்கட்டில், பக்கவாட்டில் மாட்டுக் கொட்டில் காண முடிந்தது. சரளைக்கல் மண்டிய செம்மண் பூமியாக இருந்தது. வளைந்து நெளிந்த சாலை, வரதராஜன்பேட்டைக்குச் செல்லும் நான்கு முக்கில் வலதுபுறம் திரும்பியது. பாதை சரிதானா என்ற சந்தேகம் தோன்ற, சாலையில் சென்ற நபர் ஒருவரிடம் விசாரித்துப் பயணத்தைத் தொடர்ந்தோம்.

தொன் பாஸ்கோ பள்ளியைத் தாண்டி சாலை மீண்டும் வயல்வெளியை ஊடறுத்துச் சென்று தென்னூர் தபால் அலுவலகப் பதாகையைக் காட்டியது. சரியான பாதைதான் என மனம் நிம்மதி கொண்டது. அங்கிருந்து இடது, வலது, வலது எனச் சுற்றிச்சுற்றி ஒரு வழியாக ஆலய மதில்சுவரைக் கண்டுபிடித்தோம். ஆலய வளாகத்தின் இரு பக்கமும் சாலைகள் இருக்கின்றன, ஆலய மதிலின் இரு பக்கமும் வாசல்கள் உள்ளன. நாங்கள் காரை உள்ளே செலுத்திய வாயிலில், 'புனித செபஸ்தியார் வாசகப்பா, தூய லூர்தன்னை வளாகம், தென்னூர்' என்ற ஃபிளெக்ஸ் போஸ்டர் தெரிந்ததும் நிம்மதிப் பெருமூச்சு வந்தது. அப்பாடா..சரியான இடத்துக்குப் பாதுகாப்பாக வந்தாயிற்று... காரணம் சரியான வலைத் தொடர்பு இல்லாமல் வழிகாட்டும் கூகிளாண்டவரே அங்கங்கே குழம்பிப் போயிருந்தார்.

ஆலயத்தின் பக்கவாட்டில் இருந்த பிரம்மாண்ட ஆலமரத்தின் நிழலில் காரை நிறுத்திவிட்டு, ஜஸ்டினுக்கு வந்து சேர்ந்ததைச் சொல்லலாம் என அலைபேசியில் அழைத்துச் சொன்னேன். ''கொஞ்ச நேரம் கோயில் வாசல்ல இருங்க மேடம், சர்ச் கவுன்சில் தலைவருக்கு போன் பண்ணி சொல்லியிருக்கேன். அவர் அந்தப்பக்கம் வரேன்னு சொல்லி இருக்கார். கோயிலை அவர் சுத்திக் காட்டுவார்'', என்றார். சிறிது நேரக் காத்திருப்புக்குப் பிறகு பங்குப் பேரவைத் தலைவர் ஹென்றி வந்துசேர்ந்தார். குவிந்த கூரையுடன் சிலுவை வடிவ லூர்தன்னை ஆலயத்தின் இடதுபுறம், கொடிமரம் இருக்கிறது. நியோ காதிக் (Neo-Gothic) கட்டுமானப் பாணியில் ஆலயம் கட்டப்பட்டுள்ளது. ஆலயத்தின் வலதுபுறம் வனத்து அந்தோணியார் கெபி ஒன்றுள்ளது. ஆலய நுழைவாயிலில் சிறுமண்டபம் ஒன்றும், அதன் மேல் லூர்தன்னை சுரூபமும் உள்ளன. மணிக்கூண்டு இம்மண்டபத்தில் அமைந்துள்ளது.

ஆலயம் சமீபத்தில்தான் புனரமைக்கப்பட்டுள்ளது என்பதை முகப்பிலுள்ள கல்வெட்டு தெளிவாக்குகிறது. தென்னூர் பங்கு அமைக்கப்பட்டு 170 ஆண்டுகள் ஆனதையும், பங்கு ஆலயம் கட்டப்பட்டு 130 ஆண்டுகள் ஆனதையும் குறிப்பிட்டு, புனரமைக்கப் பட்ட ஆலயம் 28.01.2017 அன்று கும்பகோணம் மறைமாவட்ட ஆயர் எஃப். அந்தோணிசாமி அவர்களால் புனிதப்படுத்தப்பட்டது என்பதையும் கல்வெட்டு குறிப்பிடுகிறது. ஆலயத்துக்குள் நுழைந்தால் நம்மைப் பேரமைதி சூழ்கிறது.

சிறிய கோயிலின் ஒரு பக்க சாலை நீட்டிக்கப்பட்டு புதிய கட்டடம் அதன் தொடர்ச்சியாக எழுப்பப்பட்டுள்ளது. அந்தப் பகுதியில் இன்றைய பீடம் அமைக்கப்பட்டுள்ளது. பீடத்தின் நடுவே பாடுபட்ட இயேசுவின் சுரூபமும், அதன் இரு புறமும் சூசையப்பர், மாதாவின் சுரூபங்களும் உள்ளன. நற்கருணைப் பேழைக்கு இருபுறமும் விளக்குகள் ஏந்திய இரு தேவதூதர்கள் சுரூபங்களும், பீடத்தின் முகப்பில் வலதுபுறம் செபஸ்தியார் சுரூபமும், ஈஸ்டர் முடிந்த மறுவாரம் என்பதால், உயிர்த்த இயேசுவின் சுரூபமும் அலங்கரிக்கப்பட்டிருந்தன. நடுசாலையில் பழைய ஆலயத்தின் பீடப்பகுதி இருக்கிறது, அதன் இடதுபுறச் சாலை சிறியதாக நீள்கின்றது. அதில் மாதாவின் சேலை கட்டிய சுரூபம் ஒன்றும், மரணப்படுக்கையில் படுத்திருக்கும் அம்புகள் தாங்கிய செபஸ்தியார் சுரூபமும் உள்ளன. வலது புறச்சாலையை அடைத்து, வெளிப்பக்கமாக அதற்குக் கதவு அமைத்து ஆராதனைக் கூடாரமாக மாற்றியுள்ளனர். இங்குள்ள லூர்தன்னை சுரூபம் பிரான்சு

நாட்டிலிருந்து வரவழைக்கப்பட்டது. ஆலயத்திலிருந்து அதன் சக்கிறிஸ்து வழியாக வெளியேறினோம்.

இந்தப் பங்கு 1846ம் ஆண்டு புதுவை மறைமாவட்ட ஆயராக போனாந்து (Bonnand) அடிகள் இருந்தபோது தனிப்பங்காக உருவானது. அதுவரை இவ்வூர் மக்கள் அருகிலிருக்கும் அய்யம் பேட்டை பங்கு ஆலயத்துக்கே வழிபாட்டுக்குச் சென்று கொண்டிருந்தனர். இந்த வூர்தன்னை ஆலயம் 1874 முதல் 1886ம் ஆண்டுகளில், புதுவை ஆயராக இருந்த மொரேல் (Morrel) ஆண்டகை காலத்தில் கட்டப்பட்டது. 1946ம் ஆண்டு அந்தோணி சாமிநாதர் அடிகளாலும், 1973ம் ஆண்டு செல்வராஜ் அடிகளாலும், 1995ம் ஆண்டு ஸ்தனிஸ்லாஸ் அடிகளாலும் இவ்வாலயம் புதுப்பிக்கப்பட்டது.130 ஆண்டுகளுக்குப்பிறகு 2017ம் ஆண்டில் செல்வராஜ் அடிகளால் விரிவாக்கம் செய்யப்பட்டு, புதுப்பிக்கப் பட்டது. அய்யம்பேட்டை-தென்னூர் என இரட்டைப் பங்குகளான இவற்றை, ஒன்றை விடுத்து மற்றதைப் பேசமுடியாது. அய்யம் பேட்டையே தாய்ப்பங்காக இருந்துள்ளது.

அரியலூர் மாவட்டம் உடையார்பாளையம் வட்டம் வரதராஜன் பேட்டை, இன்று பேரூராட்சியாக உள்ளது. நீர்மட்டம் குறைந்த செம்மண் திட்டுகளும், மஞ்சள் கல் பாறைகளும், சுண்ணாம்புப் பாறைகளும் நிரம்பிய பகுதி இது. 15-16ம் நூற்றாண்டுகளில் சோழப் பேரரசு பலம் குன்றிய பிறகு, நாயக்கர்கள் ஆட்சியின் கீழ் இப்பகுதி இருந்தது. காஞ்சியில் ஆண்ட தலைவன் ஒருவனுக்கு, செயங்கொண்டசோழபுரத்தை ஒட்டிய பகுதிகள் பரிசாக அளிக்கப் பட்டன. படைத்தலைவனான அவன் அப்பகுதிக்கு உடையார் பாளையம் எனப் பெயரிட்டு, செஞ்சியிலிருந்து பிரித்தான். செஞ்சிக்கும், உடையார்பாளைய அரசுக்கும் 200 ஆண்டுகாலம் பிணக்கு தொடர்ந்தது. இரு நாடுகளின் எல்லைகள் சந்திக்கும் ஊரான செஞ்சியைச் சேர்ந்த கொழை என்ற சிற்றூரில், இருநாட்டுப் பொருள்களும் எடை போடப்பட்டு வரி விதிக்கப்பட்டது. இவ்வூர் சாவடிக்குப்பம் எனவும் அழைக்கப்பட்டது.

1585ம் ஆண்டு துணி வணிகத்தில் ஈடுபட்டிருந்த பரங்கிப் பேட்டையைத் தலைமையிடமாகக் கொண்ட போர்ச்சுகீசியருடன், பிரான்சிஸ்கன் மிஷனரி குருக்கள் பயணித்துவந்தனர். அவர்கள் செல்லும் இடமெல்லாம் இந்த குருக்கள் மறைபரப்பு செய்தனர். அவ்வாறு 1585ம் ஆண்டு பிரான்சிஸ்கன் துறவியான நிக்கோலஸ் பெமந்தா இப்பகுதியில் முதல் கிறிஸ்தவர்களை மதம் மாற்றினார் எனச் சொல்லப்படுகிறது. 1585-1600ம் ஆண்டுகளில் அய்யம்

பேட்டை, கொழை பகுதிகளில் பலரை ஃபிரான்சிஸ்கோ ஓரியந்தோ என்ற மறைபரப்பாளர் மதம் மாற்றியதாகவும் தெரிகிறது. ஆரம்பம் முதலே கொழை பகுதியில் இருந்த இயேசு சபை குருக்களால் மதமாற்றம் அடைந்த கிறிஸ்தவர்களுக்கும், அய்யம்பேட்டையில் பிரான்சிஸ்கன் குருக்களால் மதமாற்றமடைந்த கிறிஸ்தவர் களுக்கும் இடையே சரியான ஒத்துழைப்போ, ஒருங்கிணைப்போ இல்லை. இந்தக் கொழை பகுதியில்தான் இயேசு சபை குருவான அருளானந்தர் (ஜான் டி பிரிட்டோ) தன் முதல் மறைபரப்புப் பணியைத் தொடங்கினார்.

போர்ச்சுகீசிய நாட்டின் மிகச் செல்வாக்கான, செல்வந்த குடும்பத்தில் பிறந்த ஜான் டி பிரிட்டோ, பல்தசார் தி கோஸ்டாவால் ஈர்க்கப்பட்டு, மலபார் பகுதிக்கு 1674ம் ஆண்டு மறைபரப்பு பணி செய்ய அனுப்பப்பட்ட 17 மறைபரப்பாளர்களில் ஒருவராவார். லிஸ்பனிலிருந்து புறப்பட்ட 17 மறைபரப்பாளர்களில், எட்டுபேர் மட்டுமே கடினமான கப்பல் பயணத்தைத்தாண்டி உயிருடன் கேரள மாநிலம் அம்பலக்காட்டிலிருந்த இயேசு சபை கல்லூரிக்கு வந்துசேர முடிந்தது. அங்கு தமிழ் கற்றுக்கொண்ட பிரிட்டோவும், ஆந்த்ரே ஃப்ரெயர் (Andre Freire) என்ற துறவியும் செஞ்சி நாட்டின் கொழை பகுதிக்கு மறைபரப்பு பணிக்கு வந்துசேர்ந்தனர்.

செஞ்சியிலிருந்த கிறிஸ்தவர்கள் 1652ம் ஆண்டு செஞ்சியைக் கைப்பற்றிய பீஜப்பூர் சுல்தானின் படைகளால், சொல்லொணாத் துயருக்கு ஆளானார்கள். 1661ம் ஆண்டு முதலே தஞ்சையில் மறைபரப்பு பணியில் ஈடுபட்டிருந்த ஆந்த்ரே அடிகள், கொழை பகுதியையும் விசாரித்து வந்தார். அவரது காலத்தில்தான் கொழை மற்றும் அதையொட்டிய அய்யம்பேட்டை பகுதியில் முதல் கிறிஸ்தவர்கள் உருவாயினர். கொழை பகுதியில் ஓராண்டு காலம் தங்கியிருந்து, ஜான் தி பிரிட்டோ பயிற்சி எடுத்துக் கொண்டார். அதன்பின் அங்கிருந்து தட்டுவாஞ்சேரிக்கு மாற்றப்பட்டார். நொபிலி போல அல்லாமல், மிகச்சாதாரண மக்களையும் கிறிஸ்தவத்துக்குள் கொண்டுவரவேண்டும் என்பதில் ஜான் தி பிரிட்டோ உறுதியாக இருந்தார்.

உடையார்பாளையம் அரசு அதன் எல்லைக்குட்பட்ட பகுதிகளில், நெசவு செய்யும் கைக்கோளர் மக்களை காஞ்சியிலிருந்து கொணர்ந்து குடியமர்த்தியது. இம்மக்கள் நெசவு செய்த பொருள் களை விற்பனை செய்யும் பெருவணிகக் கூடங்களான ‘பேட்டை கள்’, நாயக்கர் காலத்தில் தோன்றின. இவ்விடம் அய்யம்பேட்டை என அவ்வூரில் அமைந்த சந்தையால் அறியப்பட்டுள்ளது. ‘ஐயநகர்

செழுமை தங்க', 'அய்ய நகரில் வாழும் அலங்கார மாமரியே' என்ற பண்டைய பெயரில் வாசகப்பா தொடர்கள் இன்றும் இங்கு நாடகத்தில் பயன்படுத்தப்படுகின்றன. அய்யன் என்பதற்கு தலைவன் எனவும், அவன் வசித்த 'பேட்டை' என்பதால் அய்யன்பேட்டை எனவும் இவ்வூர் அழைக்கப்பட்டிருக்கலாம் எனத் தெரிகிறது.

குடந்தை மறைமாவட்டத் தரவுகளிலும் இவ்வூரின் பெயர் அய்யம்பேட்டை-வடக்கு என்றே காணப்படுறது. ஆலயத் திருமுழுக்குப் பதிவுகளிலும் அய்யம்பேட்டை என்ற பெயரே 1924ம் ஆண்டுவரை காணப்படுகிறது. உடையார்பாளையம் குறுநில மன்னன் அரங்கப்ப உடையாருக்கு வரதராச உடையார் இப்பகுதியை ஆளும் பொறுப்பும், உரிமையும் தந்ததால், அதன் நினைவாக இவ்வூரின் பெயர் வரதராசன்பேட்டை என மறுவியிருக்கலாம் என ஆய்வாளர் ம.சொ.விக்டர் கூறுகிறார். ஆற்காட்டு நவாபு ஆண்ட பகுதிகளில் ஆங்கிலேயர் கைவசம் வந்தபோது இவ்வாறு பல ஊர்களின் பெயர்களை அவர்கள் மாற்றியுள்ளனர்.

அய்யம்பேட்டை பகுதியில்தான் 1710ம் ஆண்டு வீரமாமுனிவரும் தன் பணியைத் தொடங்கினார். இயேசு சபை குருக்களின் மதுரை மிஷனைச் சேர்ந்த வீரமாமுனிவர், கொழை மற்றும் அய்யம் பேட்டை பகுதி கிறிஸ்தவர்களை ஒருங்கிணைத்து ஒரே பங்கின் கீழ் கொண்டுவருவதில் வெற்றிபெற்றார். பங்கு தளமாக அய்யம் பேட்டையை மாற்றி, சமய சடங்குகளாற்றவும், ஊர் நடைமுறை களை ஒழுங்குசெய்யவும் நாட்டார் பொறுப்பை கொழை மக்களுக்கு அளித்தார். இவ்வாறு அய்யம்பேட்டையின் முதல் பங்குத்தந்தையாக வீரமாமுனிவர் பணியாற்றினார். இவரது காலத்தில் இங்கு காரையால் சிற்றாலயம் ஒன்று எழுப்பப்பட்டது. ஏலாக்குறிச்சியில் பணியாற்றும்போதும் அவர் அடிக்கடி அய்யம் பேட்டை வழி தஞ்சை சென்று வந்ததாகத் தெரிகிறது. அய்யம் பேட்டை அருகே 'வீரமாமுனிவர் வெட்டி' என்ற பகுதி இருப்பதாகவும் சொல்லப்படுகிறது.

18ம் நூற்றாண்டில் இயேசு சபை ஒடுக்கப்பட்டபோது, இயேசு சபை குருக்கள் திரும்பப் பெறப்பட்டனர். மக்கள் சரியான வழிகாட்டுதலின்றி குழம்பினர். அதன் பின் பாப்பரசரின் ஆணைப்படி புதுவை பாரீஸ் வெளிநாட்டு மிஷன் குருக்கள் வசம் பங்குகள் அளிக்கப்பட்டன. அய்யம்பேட்டை பகுதி கிறிஸ்தவர்களோ இந்த மாற்றத்தை விரும்பவில்லை. பிரெஞ்சு பாதிரிகளை அவர்கள் ஏற்கவில்லை

என்பதால், அருகிலுள்ள தென்னூர் பகுதியிலுள்ள கிறிஸ்தவர்களை ஒருங்கிணைத்து, அங்கிருந்து பாரீஸ் வெளிநாட்டு மிஷன் குருக்கள் 1846ம் ஆண்டு முதல் செயல்பட்டு வந்தனர். திருச்சபையும் தென்னூர் பங்கை ஆதரித்து, அனைத்து உதவிகளும் வழிகாட்டலும் செய்தது; அய்யம்பேட்டை மயிலாப்பூர் மேற்றிராசனத்தைச் சேர்ந்த கோவா குருக்களால் நிர்வகிக்கப்பட்டு வந்தது.

1884ம் ஆண்டு திருத்தந்தை இயேசு சபை குருவான ஜோசப் வோ என்பவர் திரும்பப் பெறப்பட்டு, அய்யம்பேட்டை புதுவையைத் தலைமையிடமாகக் கொண்ட ஆலயத்துடன் இணைக்கப்பட்டது. 1897ம் ஆண்டு தென்னூர், அய்யம்பேட்டை இரண்டு பங்குகளும் கும்பகோணம் மறைமாவட்டத்தின் கீழ் வந்தன. 1910ம் ஆண்டு அய்யம்பேட்டையில் ரேமண்ட் மிசோத் அடிகள் பங்குகுருவாக இருந்தபோது புதிய ஆலயம் கட்டத் தொடங்கினர். குடந்தை ஆயர் பெத்தரே ஆண்டகை 1910ம் ஆண்டு கால்கோள் நட்டார். மிசோத் அடிகளுக்குப் பின் இரத்தினம், அந்தோணி ஜோசப் அடிகள் கோயிலை சிறிது சிறிதாகக் கட்டி முடித்தனர். 45 ஆண்டுகள் இக்கோயிலில் பணிகள் தொடர்ந்து நடைபெற்றன. 2010ம் ஆண்டு இவ்வாலயத்தின் நூற்றாண்டு விழா சிறப்பாகக் கொண்டாடப் பட்டது. அய்யம்பேட்டை பங்கிலிருந்து வந்த முதல் குரு வி.அ. அந்தோணிசாமி அடிகளார் ஆவார். இன்றுவரை இவ்வூரிலிருந்து 64 குருக்களும், 200க்கும் மேற்பட்ட அருட்சகோதர, சகோதரிகளும் கிறிஸ்தவ மறைக்கு தங்களை ஒப்புக்கொடுத்துள்ளனர்.

தென்னூர் ஆலயத்திலிருந்து வெளியே வந்து, ஊரின் பழைய உபதேசியார் அல்லது நாடக நடிகர்களை சந்திக்க முடியுமா என ஹென்றியைக் கேட்க, அவர் நாடக நடிகர்கள் பகலில் பெரும்பாலும் தூங்கிவிடுவர் எனவும், மதிய உணவுக்குப்பின் அவர்களை சந்திக்க வாய்ப்புள்ளதாகவும் கூறினார். பேசிக் கொண்டே ஆலய வளாகத்திலிருந்த ஹார்து அரங்கை நோட்டம் விட்டால், நாடக மேடையில் பந்தல்கால் ஊன்றியிருந்தது. வழக்கமாக நாடகம் தொடங்குவதற்கு முன்பு, பங்கு குரு பந்தல்காலை புனிதப்படுத்துவதாகவும், அவர் முன்னிலையில் கால் நடப்படுகிறது எனவும் அவர் தகவல் சொன்னார்.

பந்தல் காலில் மாவிலை, மஞ்சள், பூ கட்டப்பட்டிருந்தன. அதில் குங்குமம், சந்தனப் பொட்டும் இடப்பட்டிருந்தது. மின் அலங்கார வளைவும், அலங்கார உருவங்களும் தயாராகிக்கொண்டிருந்தன. ஒன்றிருவர் கம்புகளில் சாரம் கட்டி விளக்குகள் பொருத்திக் கொண்டிருந்தனர். வளாகம் முழுவதும் மக்கள் தங்கள் நாடக

'இருக்கையை' பாய் மற்றும் விரிப்புகள் கொண்டு 'பிடித்திருந்தனர்'. நீல வண்ணப் விரிப்புகளாலும், பாய்களாலும் வளாகம் நிறைந்திருந்தது. முன்னாள் உபதேசியார் இருதயசாமியின் வீட்டுக்கு ஹென்றி அழைத்துச் சென்றார்.

எங்கோ சென்றுவிட்டு சைக்கிளில் வந்த இருதயசாமி, தன்னை ஓர் இதய நோயாளி என்றே அறிமுகம் செய்துகொண்டார். அவரை அதிகம் பேசவோ, பாடவோ சொல்லக்கூடாது என மனதுக்குள் முதலிலேயே முடிவு செய்துகொள்ளவேண்டியதாகிவிட்டது. ஆனால் என்னிடம் பேசப் பேச அவருக்கே ஆர்வம் அதிகமாகி, கிட்டத்தட்ட ஒரு மணி நேரத்துக்கும் மேலாக தகவல்களைப் பேசியும் பாடியும் காட்டி அசத்திவிட்டார். இருபத்தைந்து ஆண்டுகளாக தென்னூர் திருமணங்களில் மணமக்களை வாழ்த்திப் பாடிய அனுபவம் இருதயசாமிக்கு இருக்கிறது.

"சேஷ அரிசி சடங்கு செய்ய இங்க என்னையத்தான் முன்னால கூப்பிடுவாங்க. முன்னெல்லாம் சேமை இட நெல்ல வேகவச்சு, குத்தி, அரிசி எடுத்து மஞ்சள் கலந்து வைப்பாங்க. இப்ப கிடைக்குற பாக்கெட் அரிசில மஞ்சள் கலந்து வச்சுர்றாங்க. சில பேரு அதுல மா இலை கிள்ளிப் போடுவாங்க. இப்பதான் மா இலை போடுறோம், அதுக்கு முன்ன அருகம்புல்லுதான். அந்த அருகம்புல்ல கொண்டு வரவேண்டியது பார்பரு, டோபி. அரிசியை நாங்க கொணாந்து வச்சிருவோம். பார்பரு அருகம்புல்ல பிடிங்கிட்டு வந்து அதை சின்னச்சின்னதா வெட்டி அரிசியில போட்டு கிளறி வைக்கணும். அதுக்கப்புறம்தான் அதை அள்ளி நாங்க பாட்டுப் பாடி ஆசீர்வாதம் பண்ணுவோம்", என இருதயசாமி சொல்கிறார்.

"இப்பவும் அவுங்க இந்த சடங்குக்கு புல்லு கொண்டுவந்து குடுக்கறாங்களா ஐயா?"

"இப்பவும் வர்றாங்க. ஒண்ணு ரெண்டு குடும்பம் ஊர்ல இருக்காங்க. ஆனா மா இலைய கிள்ளிப் போட்டுர்றாங்க", என பதில் சொல்கிறார்.

இந்தச் சடங்கு குறித்து முனைவர் எஸ்.ஆரோக்கியநாதன் எழுதிய 'கிறிஸ்தவத் திருமணச் சடங்கு முறைகள்' கட்டுரையில், 'சேஷையிடும்போது அரிசியில் உள்ள மஞ்சள் நிறத்தால் மணமக்கள் உடைகள் வீணாகாதவாறு புதியதொரு வெள்ளைத் துணியால் (வேட்டி) அவர்களது கால்பகுதி போர்த்தப்பட்டிருக்கும். அரிசி வளமையின் குறியீடு. இதனால் வளமோடு வாழ்க என மணமக்களை வாழ்த்த அரிசியைப் பயன்படுத்துகின்றனர்', எனக் குறிப்பிடுகிறார். 'இந்த சேஷையிடும்

சடங்கு முடிந்தவுடன் சேஷை அரிசியை மாப்பிள்ளை வீட்டு நாவிதரும், சேஷையிடும் போது மணமக்கள் மீது போர்த்தப்பட்ட வெள்ளைநிற வேட்டியை மாப்பிள்ளைவீட்டு வண்ணாரும் எடுத்துக் கொள்வர். சில இடங்களில் சேஷை அரிசியும், துணியும் வண்ணாருக்கே அளிக்கப்படுகிறது', எனவும் எழுதுகிறார்.

இந்த வழக்கம் காலம் காலமாக பெரும்பாலான வட தமிழகத் திருமணங்களில் காணப்படுகிறது. பொதுவாக எல்லா சமூகத்தினரையும் திருமணங்களுக்கு அழைத்து மரியாதை செய்வதாக இதற்கு விளக்கமும் தரப்படுவதுண்டு. 'ஆனால் ஆழ்ந்து நோக்கின் இதற்கானக் காரணங்கள் வேறாகத் தென்படலாம்', என ஆரோக்கியநாதன் கூறுகிறார்.

'பொதுவாக அக்காலத்தில் பெண் வயதுக்கு வந்தால், அவளது ஆடைகளைக் குடும்ப வண்ணாருக்குக் கொடுத்து விடுவர். அதுமுதல் அவளது மாதவிலக்கு ஆடைகளை எடுத்துச் சென்று துவைத்துத் தூய்மைப்படுத்தித் தருவது வண்ணாரின் செயல் பாடாகும். ஒரு குடும்பத்தில் உள்ள பெண்களின் இந்த நிலைமை (மாதவிலக்கு ஒழுங்கு முறை), அவர்கள் வீட்டில் துணியைத் துவைக்கும் வண்ணாருக்குத் தெரிந்திருக்கும். அதுபோலவே பழங்காலத்தில் பிரசவம் பார்க்கிற பணியை நாவிதர் வீட்டுப் பெண்களும், சில இடங்களில் வண்ணார் வீட்டுப் பெண்களும் மேற் கொண்டிருந்தனர்.'

'ஊரில் உள்ளப் பெண்களுக்குப் பிரசவம் பார்த்தல், கருப்பலைப்புச் செய்தல் போன்ற காரியங்களைப் பரியாரிவீட்டு (நாவிதர் இனத்தவர்) அம்மாள் செய்வதால், மணப்பெண் வீட்டிலுள்ள பெண்களுக்கும் பிரசவ காரியங்களை இவர் பார்த்திருப்பார். இதனடிப்படையில் மணப்பெண் பருவம் அடைந்ததையும், அவளுக்கு 'பருவ ஒழுங்கு' முறையாக இருந்ததையும் வண்ணார் வீட்டினர் அறிந்திருக்க, பருவம் அடைந்த பெண் கன்னித் தன்மையுடன் இருப்பதை, 'பரியார் வீட்டு' அம்மாளும் அறிந்திருக்க, அந்த அம்மாள் இருவரும் தந்த தகவல்களின் அடிப்படையில் மணப்பெண்ணைத் தேர்ந்தெடுத்து மணமுடிப்ப தால், இத்திருமணம் நிறைவேறத் துணைபுரிந்த இருவருக்கும் நன்றி கூறும் முகத்தான் சபை நடுவில் அவர்களுக்குத் துணியும் அரிசியும் வழங்கப்படுகின்றன.'

'தொன்றுதொட்டு நிலவி வந்த இந்தப் பழக்கத்தில் விளைவாகவே இன்றும் வண்ணாருக்குத் துணியும், நாவிதருக்கு அரிசியும் சேஷையிட்டபின் வழங்கப்படுவதாகக் கருதலாம்', எனவும்

முனைவர் ஆரோக்கியநாதன் தன் கட்டுரையில் விளக்கியிருக்கிறார். பெண்ணைப் பற்றி பெண் வீட்டு நாவிதர், வண்ணாரிடம் தானே விசாரிக்க வேண்டும்? ஏன் மாப்பிள்ளை வீட்டு வண்ணார் நாவிதருக்கு அரிசியும் வேட்டியும் தருகின்றனர் என்ற ஐயத்தைத் தெளிவுபடுத்த, ஆரோக்கியநாதன் சாரை மீண்டும் தொடர்பு கொண்டு கேட்டேன்.

''நான் என்ன நினைக்கிறேன்னாக்கா பெண் வீட்டு நாவிதர், வண்ணாரை நேரடியா மாப்பிள்ளை வீட்டார் கேட்டா, அவுங்க நல்லதா தானே சொல்லப் போறாங்க? அதுனால பெண்ணைப் பத்தி மாப்பிள்ளை வீட்டார் அவுங்க வண்ணார், நாவிதர் கிட்டயே கேக்க, அவுங்க விசாரிச்சு சொல்லுவாங்க. சரியாவும் சொல்லுவாங்க. அதுனாலதான் அரிசியும் வேட்டியும் மறைமுகமா விசாரிச்சு சொல்ற அவுங்க வீட்டு நாவிதர், வண்ணாருக்கே குடுக்குறாங்கம்மா'', என விளக்கம் சொன்னார். ஆக பெண் 'தூய்மையாக' இருக்கிறாள் என்பதைக் கண்டறியும் கருவிகளாகத்தான் ஒடுக்கப்பட்ட மக்களை சமூகம் பயன்படுத்தி இருக்கிறது. பெண்ணும் ஒடுக்கப்பட்டவள், வண்ணார், நாவிதர் சமூகமும் ஒடுக்கப்பட்டவர்கள் என்பதுதான் இங்கே வேதனை.

திருமணங்கள் முடித்து வீட்டுக்கு வந்து மாலை மாற்றுகையில் சமஸ்கிருதத்தில் மந்திரங்கள் பாடப்பட்டதாகவும் இருதயசாமியும், ஹென்றியும் சொல்கின்றனர். ஆனால் அவற்றை எழுதிவைத்துக் கொண்டது இல்லை எனவும் குறிப்பிடுகின்றனர். லத்தீன் பாடல்களும் ஒரு காலத்தில் இங்கு ஆர்வத்துடன் பாடப் பட்டதாகவும், இப்போது அவை வழக்கொழிந்து போனதாகவும் கூறுகிறார் இருதயசாமி. சாவுப் பூசையில் மட்டும் 'லீபெரா' இங்கே எல்லோராலும் பாடப்படுகிறது. நாகர்கோயிலில் இருந்து 'தேவ ஸ்தோத்திரக் கீர்த்தனைகள்' என்ற நூல் கிடைக்கப்பெற்றதாகவும் அதிலிருந்தே வழிபாடுகள், சடங்குகளில் பல பாடல்கள் முன்பு பாடப்பட்டதாகவும் இருதயசாமி கூறினார்.

''தாலி இங்க வெள்ளை நூல்ல மஞ்சள் தடவி போடுவாங்க. வட்டத் தாலி பட்டையாதான் முன்னால போடுவோம். இப்ப இருதய தாலி போடுறாங்க. அதுல சிலுவை கட்டாயம் இருக்கும், தேதியும் போடுவாங்க. கோயில்ல தாலி கட்டுன பிறகு மத்த விஷயங்கள், ஊர்முறை எல்லாமே நாட்டாருங்க, உபதேசியார் தலைமைல வீட்டுலயோ, மண்டபத்துலயோ நடக்கும். பொண்ணு மாப்பிள்ளையை வாழ்த்தி அரிசி போடுறவங்க, மொய் வைக்கிறவங்களுக்கு நாட்டார் மூணு பேரு முன்னிலைல,

வெத்தலை பாக்கு எடுத்துக் குடுக்கணும். பொண்ணு, மாப்பிள்ளை குடும்பத்தார் வெத்தலை பாக்கு தட்டுல அடுக்கி தயாரா வச்சிருப்பாங்க. அதைத்தான் நாட்டாருங்க முன்னிலைல வாழ்த்துற ஆளுங்களுக்கு எடுத்துக் குடுப்பாங்க'', என சொல்கிறார்.

கல்லறைத் திருநாள் தென்னூரில் எப்படிக் கொண்டாடப்படுகிறது என்ற கேள்விக்கு, ''அதெல்லாம் இங்க பயங்கரமா இருக்கும். இங்க 2500 குடும்பம் இருக்கு. இங்க பெரிய கல்லறை ஒண்ணு இருக்கு. அதில்லாம ஆரோக்கியபுரம், ரெட்டிசத்திரம் அப்டின்னு அஞ்சு ஆறு இடத்துல கல்லறைங்க இருக்கு. ஆறு கல்லறைக்கும் சேர்த்து ஃபாதர் காலைல கோயில்ல பூசை வைப்பார். நிறைய ஜனங்க பூசைக்கு எழுதி வைப்பாங்க. பூசை முடிஞ்சப்புறம் கல்லறை மந்திரிப்பாங்க. ஊரே தெரண்டு கல்லறைல விளக்கு ஏத்தும். அந்தப் பகுதியே வெளிச்சமா இருக்கும்'', என ஹென்றி பதிலளிக்கிறார். ''கிறிஸ்துமஸ், ஈஸ்டர் மாதிரி கல்லறைத் திருவிழாவும் இங்க பெருசா செய்வாங்க. கூட்டம் அதிகமா இருக்கும். சென்னை, டெல்லின்னு பல ஊர்கள்ல போய் வேலை பாக்குறவங்க அவுங்க போற்றோர் கல்லறைகளை வந்து பார்த்து சுத்தம் பண்ணி, விளக்கேத்துறது வழக்கம். எங்க இருந்தாலும் எல்லாரும் இதுக்கு ஒண்ணு கூடுவாங்க. சுண்டல் செஞ்சு எடுத்துட்டுப் போய் எல்லாருக்கும் குடுப்பாங்க. அவுங்க அம்மா அப்பாவுக்குப் புடிச்சத – வெத்தல பாக்கோ, ஸ்வீட்டோ, பிஸ்கட்டோ அதை கல்லறைல கொண்டு போய் வைப்பாங்க'', என இருதயசாமி சொல்கிறார்.

''கிறிஸ்துமஸ் டைம்ல இங்க சாயங்காலம் 6 மணிக்கு தினமும் பஜனை உண்டு. ஒவ்வொரு நாளும் ஒவ்வொரு ஏரியாவுக்குப் பாட்டுப் பாடிக்கிட்டுப் போவாங்க. பெரிய வியாழன் அன்னிக்கு பாதம் கழுவுற சடங்கு சிறுவர்களுக்கு ஒரு வருஷம், பெரிய ஆளுங்களுக்கு ஒரு வருஷம்னு மாத்தி மாத்தி செய்வாங்க. பெரிய வெள்ளிக்கிழமை காலைல ஆறு கால மந்திரம் உண்டு. கோயில் அன்னிக்குத் திறக்கமாட்டாங்க. கோயில் முன்னால மக்கள் போய் முட்டிக்கால் போட்டு நின்னு, ஆறு கால ஜெபம் சொல்லி, அது முடிஞ்சதுக்கு அப்புறம்தான் கோயிலைத் தெறப்பாங்க. இப்பத்தான் சடங்கு எல்லாம் செய்றாங்க. அப்பலாம் கோயிலே அமைதியா இருக்கும். மக்கள் உக்காந்து அவுங்கவங்க தனிப்பட்ட முறையில ஜெபம் சொல்லுவாங்க. பொது ஜெபமே கிடையாது'', என்றார்.

தென்னூர் வாசாப்பு நாடகம் பற்றிக் கேட்டதும், இருவருக்கும் உற்சாகம் தொற்றிக் கொள்கிறது. '''வாசகப்பா' என்ற நாடக

வகையே, வாசாப்பு எனத் திரிந்து வழங்குகிறது'', எனத் தன் 'கல்லறை வாசகப்பா' நூலில் தொகுப்பாசிரியர் ஆ.சிவசுப்பிரமணியன் குறிப்பிடுகிறார். 'வாசகம் என்ற சொல் வசனத்தைக் குறிக்கிறது ('வசனம் பாசுரம் வார்த்தையும் வாசகம்' எனப் பிங்கல நிகண்டு குறிப்பிடுகிறது). வாசகப்பா என்பதற்கு வாசாப்புப் பாட்டு என கதிர்வேள் பிள்ளை தமிழகராதியும் வின்சுலோ அகராதியும் பொருள் கூறும். எனவே வசனமும் பாடலும் கலந்த நாடக வகையே வாசகம்+பா, வாசகப்பா என்றாகி, வாசாப்பாகத் திரிந்துள்ளது எனக் கூறுவது பொருத்தமானதாகும்', எனவும் சிவசுப்பிரமணியன் குறிப்பிடுகிறார். அதற்கு கூடுதல் ஆதாரமாக, கலாநிதி வித்தியானந்தன்(1969) கருத்தைச் சுட்டுகிறார்:

'வாசகப்பா என்ற சொல் வசனம் கலந்த பாட்டு எனப் பொருள்படும். ஒரே கதையை நாடகமாகவும், வாசகப்பாவாகவும் பாடுதல் உண்டு. உதாரணமாக அந்தோணியார் நாடகம் அந்தோணியார் வாசகப்பா, சந்தொம்மையார் நாடகம் சந்தொம்மையார் வாசகப்பா, மூவிராசாக்கள் நாடகம் மூன்றிராசாக்கள் வாசகப்பா என கூத்து நூல்கள் இருப்பதைக் காணலாம்'.

''இங்க வாசாப்பு நாடகம் எப்பயுமே ஈஸ்டர் முடிஞ்ச அடுத்த செவ்வாய்க்கிழமை தொடங்கிடும். நூறு நூத்தம்பது வருஷமா அதே நாள்ல தொடங்கி, அஞ்சு நாள் நடக்குது. ஈஸ்டர் அன்னிக்கு பூசை முடிஞ்ச உடனேயே வாசாப்புக்குக் கால் ஊனுவாங்க, செவ்வாய்க் கிழமை வாசாப்பு. என்னா காரணத்துக்கு ஞாயிற்றுக்கெழமை ஊனுறாங்கன்னா, அன்னிக்கு பூசைக்கு எல்லா ஜனமும் பெரும்பாலும் வரும். எல்லாரும் வருவாங்கன்னுதான் அன்னிக்கு கால் ஊனுறது. கால் நடத் தூக்கும்போது, 'சீரான கிருபையுள்ள ராக்கினியே'ன்ற பாட்டைப் பாடுவோம். அதே மாதிரி கால் அதக்குற அன்னிக்கும், அதே பாட்டுப் பாடுவோம். வாசாப்பு முடிஞ்சு ஞாயித்துக்கிழமை அன்னிக்குப் பூசை நடக்கும். நாடக மேடைல இருந்து அத்தினி பேரும் கோயிலுக்கு வந்துருவாங்க. அந்தப் பூசை முடிஞ்சதும் கால் அதக்குவோம்'', எனச் சொல்கிறார் இருதயசாமி.

''வாசாப்பு பாட்டு எல்லாம் பெரிய நோட்டுல இருக்கும். ஒரு ராத்திரிக்கு ஒரு நோட்டு மேனிக்கு அஞ்சு நோட்டு இருக்கு. எல்லா நோட்டும் கோயில்ல இருக்கும். வாசாப்பு டைம்ல அந்த நோட்டுக்கள வெளிய எடுப்பாங்க. மத்தபடி எல்லாருக்கும் அவுங்கவுங்க பாட்டு மனப்பாடமா தெரியும். அடியெடுத்துக் குடுக்க ஆள் மேடைலையே இருப்பாங்க. எந்த வரியில முடியுதோ, அடுத்த வரி அவுங்க எடுத்துக் குடுப்பாங்க'', என்கிறார் இருதயசாமி.

சாவுச்சடங்குகள் பற்றி பேச்சு நகர்கிறது. இருதயசாமி, ''சாவு விழுந்தா முதல்ல கோயிலுக்குதான் சொல்லி விடுவாங்க. உபதேசியார் கிட்டதான் முதல்ல தகவல் வரும். அவர் ரெக்கார்டு பதிவு பண்ணணும், மணியடிக்கணும். மூணு தட்டு மணி அஸ்த காலத்துல உள்ளவங்களுக்கு, ரெண்டு தட்டு மத்தவங்களுக்குன்னு எனக்கு சொல்லிக் குடுத்தாங்க. ஒரு காலத்துல அதுக்கு ஒரு கணக்கு இருந்திருக்கு, ஆண்களா இருந்தா மூணு, பெண்களா இருந்தா ரெண்டு, சாமியாரா இருந்தா அஞ்சு அப்டின்னுலாம் அப்ப கணக்கு இருந்துருக்கு. மணித் தட்ட வச்சு யாரு இறந்திருக்கான்னு அந்தக் காலத்துல கண்டுபிடிச்சிருக்காங்க. இப்ப அந்த கணக்குலாம் இல்ல. மூணு தட்டுதான்.''

''அடுத்து காரியக்காரங்க வீட்டுல நாட்டாருக்கு சொல்லியனுப்பு வாங்க... எத்தனை மணிக்கு பூசை என்னன்னு. அதோட சொந்தக் காரங்களுக்கும் சொல்லியனுப்புவாங்க. அப்பலாம் ஊர் செய்திதான். பண்ணைக்காரங்க இருந்தா அவுங்ககிட்ட சொல்லி விடுவாங்க, இல்லன்னா வெட்டியானப் புடிச்சு போகச் சொல்லுவாங்க. 'நீ இந்த ஊருக்குப் போப்பா, நீ இந்த ஊருக்கு'ன்னு சொல்லி பிரிச்சு அனுப்புவாங்க. ஆரோக்கியபுரத்துக்காரங்கதான் தகவல் சொல்லப் போவாங்க (பக்கத்து ஊரான ஆரோக்கியபுரத்தில் வாழும் இவர்கள் ஒடுக்கப்பட்ட சாதி மக்கள், இங்கு 450 கிறிஸ்தவக் குடும்பங்களைச் சேர்ந்த 4000 கிறிஸ்தவர்கள் இன்று இருக்கின்றனர்). இப்ப அவுங்க போறதில்ல. இவுங்களே தகவல் போன்ல சொல்லிருவாங்க. சர்ச்சுலயும் ரேடியோல அனவுன்ஸ் மென்ட் போட்டுருவாங்க. சாவுப் பூசை முடிச்சு அடக்கம் பண்ணக் கல்லறைக்குக் கொண்டுபோவாங்க,'' என இருதயசாமியும், ஹென்றியும் சொல்கின்றனர்.

ஒரே ஊரில் ஆறு கல்லறைத் தோட்டங்கள் இருக்கிறதே, ஏன் என்ற கேள்வியை மீண்டும் முன்வைக்கிறேன். ''குடும்பவாரியா சில கல்லறைங்க இருக்கு. அதுப்படி அடக்கம் பண்ணுவோம். எங்க ஊரு ஆளுங்க பெரும்பாலும் கிழக்க இருக்குற கல்லறைலதான் அடக்கம் பண்ணப் போவோம். அது பெரிய கல்லறை'', எனச் சொல்கின்றனர். கேள்வியை மாற்றிக் கேட்கிறேன். ''ஜாதிக்கு ஒரு கல்லறைன்னு எதாவது இருக்கா?'' வெளிப்படையான கேள்விக்கு சற்றுத் தயங்கி, பதில் சொல்கின்றனர். ''இந்தப் பகுதியில உள்ள கல்லறை இந்தப் பகுதியில வாழ்ற மக்களுக்கு. ஆரோக்கிய புரத்துக்கு அவுங்க தனியா கல்லறை வாங்கிக் குடுத்துட்டாங்க. அங்க தலித் மக்கள் அதிகமா இருக்காங்க. மேற்கே இருக்குற குடும்பங்களுக்கு மேலக் கல்லறை, இந்தப் பக்கம் ரெட்டியாருவோ,

அவுங்களுக்கு ரெட்டியாருவோ கல்லறை தனியா இருக்கு. அங்க இருக்குற கொஞ்சம் தலித்துங்களுக்கு அங்க ஒரு கல்லறை, அவுங்கவுங்க அப்பயே சர்ச்சுக்கு கல்லறைக்கு எடம் வாங்கிக் குடுத்துட்டாங்க'', என ஹென்றி சொல்கிறார். ''ஒருத்தர ஒருத்தரு அடிச்சிட்டு இருக்கக் கூடாதுன்னுதான்'', என இருதயசாமி இடைவெட்டுகிறார்.

''கோயில் திருவிழா இங்க பெப்ரவரி 11 அன்னிக்கு. ஒன்பது நாள் நடக்கும். ரெண்டாந்தேதி கொடியேத்துவோம், பத்தாந்தேதி தேரு, பதினொண்ணாந்தேதி முடிப்போம். திருவிழா அப்ப தினமும் நவநாள் நடக்கும். சாயங்காலம் அஞ்சேமுக்கால், ஆறு மணிக்கெல்லாம் நவநாள் ஜெபம் தொடங்கும். அது முடிச்சி கோயிலைச் சுத்தி சின்னத் தேர் எடுப்போம். ஜெபமாலை சொல்லிட்டு, தேர் முடிச்சு அப்டியே பூசை இருக்கும். பெரிய திருவிழா அன்னிக்கு அஞ்சு தேரு வரும். முதல்ல கபிரியேல் சம்மனசு, அப்புறம் செபஸ்தியாரு, அந்தோணியாரு, சூசையப்பரு, கடைசியா மாதா... திருவிழா அப்பவும் கலைநிகழ்ச்சிகள் உண்டு. கேரளாவுல இருந்து செண்டை மேளம் கூப்பிட்டு நடத்தியிருக் கோம், கும்பகோணத்துல இருந்து நாட்டுமேளம் ஜேம்ஸ்பாண்ட ஒரு வருஷம் கூப்பிட்டிருந்தோம்- அவருக்கு நாப்பத்தி அஞ்சாயிரம் குடுத்தோம். பட்டிமன்றத்துக்கு லியோனியைக் கூப்டுருந்தோம், ஆண்கள், பெண்கள், பிள்ளைங்களுக்கு விளையாட்டுப் போட்டி எல்லாம் நடக்கும். ஒவ்வொரு வருஷமும் எதாவது வித்தியாசமா செய்றது. இப்ப கொரோனாவால ரெண்டு வருஷம் எதுவும் செய்யல. நாலு பக்கமும் தேர் சுத்தி வரதுக்கு நல்ல டீம் இருக்கும்'', எனச் சொல்கின்றனர்.

''இந்த வட்டாரத்துலயே பழைய எட்டாவது வகுப்பு இங்கதான் இருந்துச்சு. மாமரி துவக்கப்பள்ளின்னு இந்த தென்னூர் பள்ளிதான் உடையார்பாளையம் வட்டத்துக்கே பெரிய ஸ்கூல். அதுதான் இங்க எல்லாரும் படிக்கக் காரணம். அப்ப எட்டாங்கிளாஸ் படிச்சவங்க எல்லாம் நெறைய பேரு வாத்தியாரு ஆனாங்க. அதுக்கப்புறம் டான் போஸ்கோ பிரதர்ஸ் வந்தபிறகு, லூர்துநாதர், சின்னசாமினு ரெண்டு ஃபாதர் இங்க இருந்தாங்க. தென்னூர் சாமியார் அறையில அவுங்க தங்கக் கேக்கும்போது இவுங்க, 'நாங்க ரொம்ப வயசானவங்க. பாத்ரூம் எல்லாம் நீட்டா வச்சுக்க மாட்டோம், உங்களுக்கு சிரமமா இருக்கும். எங்க கூட தங்காம, நீங்க வரதராஜன்பேட்டைல தங்கிக்கங்க', அப்டின்னு சொல்லிட்டாங்க. அவுங்களைக் கூப்பிட்டு வரதராஜன்பேட்டைக் காரங்க ரெசிடென்சுக்கு இடம் அங்க குடுத்துட்டாங்க. அங்க தங்கின பிறகு அவுங்க, பள்ளிக்கூடத்த

நாங்க நடத்துறோம், எங்க கிட்ட குடுங்கன்னு கேட்டாங்க. தென்னூர் ஸ்கூல்ல ஆறு, ஏழு, எட்டைக் குடுத்துதான், பிரதர்ஸ் டான் போஸ்கோ ஸ்கூல் ஆரம்பிச்சாங்க.''

''தென்னூர்-வரதராஜன்பேட்டைன்னுதான் வரலாற்றுல, கையேட்டுல எல்லாம் இருந்துச்சு. அப்புறம் கொஞ்ச நாள் கழிச்சு வரதராஜன்பேட்டை-தென்னூர்னு மாறுச்சு. அப்புறம் சகாய நகர்னு வந்துச்சு. அப்புறம் வரதராஜன்பேட்டைன்னு கம்பிளீட்டா மாத்திட்டாங்க. இந்த தென்னூர் பேரே வராம அவுங்க பார்த்துக்குறாங்க. அதுனாலதான் ரெண்டு ஊருக்கும் பிரச்னையா இருக்கு. அவுங்க ரெசிடென்ஸ் இருக்குற எடம் தென்னூர் ஏரியாதான், ஆனா அவுங்க வரதராஜன்பேட்டைன்னு பேரு போட்டுக்குறாங்க. அங்க பழைய வரதராஜர் பெருமாள் கோயில் இருக்குது, அதான் அந்தப் பேரு ஊருக்கு. ஊர்ப் பேர வச்சு இப்ப ஆர் எஸ் எஸ் அரசியல் பண்ணிட்டு இருக்கு'', என இருவரும் ஒருங்கே சொல்கின்றனர்.

''ட்ரெடிஷனலான பங்கு அவுங்கதான் (அய்யம்பேட்டை). அதுதான் முதல்ல வந்தது. ஆனா பிரெஞ்சு சாமியாருங்க வந்ததும், இங்க டக்குன்னு கோயிலைக் கட்டிட்டாங்க. இது 175 வருஷம் ஆச்சு. அப்பலாம் இங்க 'ஆள் பாஸ்கா' நடத்துவாங்களாம். சாமியார்தான் கிறிஸ்துவோட சாவை எல்லாம் நடிச்சுக் காட்டுவாராம். ஒரு வாரத்துக்கு வண்டி எல்லாம் கட்டிக்கிட்டு மக்கள் ரொம்பத் தொலைவுல இருந்து வருவாங்க. பாஸ்காப் பாட்டு பாரம்பரியமா நம்ம ஊருல எல்லாரும் பெரும்பாலும் நல்ல குரல்வளம் உள்ளவங்க அப்டிங்குறதால, அவுங்களே பாடிக்கிறாங்க. அந்தப் பாட்டுக்கு தனியாவே பிராக்டீஸ் பண்ணி பாடுறாங்க. இதுக்கு சம்பளம் ஒண்ணும் கிடையாது. விருப்பத்தோட சர்ச்சுக்காக மக்கள் செய்யிறது. சொந்தப் பாரம்பரியத்தக் காப்பாத்தணும்னும், கோயிலுக்காகவும் இதை எடுத்துச் செய்றாங்க.''

''வாசாப்பு நடக்கும்போது வத்தி நிறைய கொளுத்தி வைப்பாங்க, ஆடு மாடு கோழி எல்லாம் கோயிலுக்குக் குடுக்குறதா நேர்ந்துக்கிட்டு, கொண்டு வந்து குடுப்பாங்க. அதே போல அம்மை வரக்கூடாது, பெருவாரி காய்ச்சல் வரக் கூடாதுன்னு வேண்டிக் கிட்டும் செய்வாங்க. அந்த சமயம் கோயில்ல கஞ்சி சோறு, சாப்பாடுன்னு அவுங்களுக்கு முடிஞ்சத மக்கள் குடுப்பாங்க. வெல்லக்கஞ்சி எல்லாம் ஊத்துவாங்க. செபஸ்தியார் வாசாப் புன்னாலே கஞ்சி ஊத்துறதுதான். சக்கரைப் பொங்கல், வெல்லப் பொங்கல், கஞ்சின்னு அவுங்கவுங்க தகுதிக்கு ஏற்ப எதாவது

செஞ்சிட்டு வந்து சர்ச்சுல பகல்ல குடுப்பாங்க'', என சொல்கின்றனர்.

வாசாப்பு நாடகத்துக்குக் கால்நடும்போதும், அதக்கும்போதும் (எடுக்கும் போது) பாடப்படும் 'சீரான கிருபையுள்ள ராக்கினியே' பாடலைப் பாடும்படி இருதயசாமியைக் கேட்டுக்கொள்ள, பாடத் தொடங்குகிறார்.

(ஜெபம்)

அசீஷ்ட சிலுவை அடையாளத்தினாலே எங்கள் சத்ருக்களிட
மிருந்து எங்களை ரட்சித்துக் கொள்ளும் சர்வேசுரா...
சுவாமி கிருபையாயிரும், கிறிஸ்துவே கிருபையாயிரும், கிறிஸ்துவே
எங்கள் பிரார்த்தனையைக் கேட்டருளும் பிரார்த்திக்கக் கடவோம்.

(பாடல்)

சீரான கிருபையுள்ள ராக்கினியே வாழ்க வாழ்க
மதுர செல்வியே வாழ்ஹ வாழ்கத் தங்கமே வாழ்க
வெகுஜனாதிமக்கள் நாங்கள் தாராய் இவ்வுலகத்தில் விண்ணையே
வினைமிகமிக்க கண்ணிநேர் கணவாயிலே கரைபுரளாதார்
எங்களுக்காகவே கருதி மன்றாடி அன்பு கூறார்முன்
திருக்கன்னியான கருணைகொண்டு பரதேசிகளையே
திருஇயேசு நாதருடைய உலகதரிசனையானதும் போதனை
கிருபைதயவால்
பேராலயத்தில் அமர்ந்த பேரின்ப ஞானரசமே பேர்பெற
நாதருடைய
தாய் எனது தாய் எனது பிரியமுடம் உதவி செய்.

இதைப் பாடி முடித்தவர் மூச்சுவிடாமல் அடுத்த பாடலைத் தொடர்கிறார்... இந்தப் பாடலை கரந்தகம் என அவர் சொல்கிறார். இது கிரந்த மொழியில் எழுதப்பட்ட சமஸ்கிருதப் பாடலாக இருக்கக்கூடும். வடக்கன்குளத்தில் உபதேசியாராக இருந்த சவரிராயர், அவரது நாள்குறிப்பில் கீழ்வரும் பாடலைக் குறிப்பிட்டு உபதேசிமார் பெண் மாப்பிள்ளையை வாழ்த்திப் பாடும் பாட்டு என இதன் தொடக்க வரிகளைக் குறிப்பிட்டுள்ளார் (உபதேசியார் சவரிராயப் பிள்ளை: 1801-1874). 19ம் நூற்றாண்டில் வடக்கன் குளத்தில் பாடப்பட்ட சமஸ்கிருதப் பாடல் (மந்திரம்), அங்கிருந்து கிட்டத்தட்ட 500 கிமீ தொலைவிலிருக்கும் தென்னூரில் 21ம் நூற்றாண்டில் பாடப்பட்டு, அதை நான் அமர்ந்து கேட்பது என்பதே ஒரு வித மெய்சிலிர்க்கும் அனுபவமாக எனக்கு இருந்தது.

சிலுவாசன நரரூபாய க்ஷமாதேகாப்ய யமா
மாஸ்து வாதிகயா செல்வகப்யா

அஸ்தமஸ்தா பாலாய
ஸ்பிரித்து சாந்து இஸ்பிரித்து சாந்து
ஜென்மனாநானே நமோநமோ...
சுபதனமஸ்து சுபசீரநே சமஸ்த சருரூபாயா
சமஸத வியாபாகாய அசிமுர்கத்தரே பத்திரசா
அத்யந்தநரனா அஸ்வதிலக்ஷனா யூதாயேகா நமோ நமோ
சுயம்பநாத்யா சரீர சமஸ்த்யசி சுருவி சருவவியாபி சர்வேசா
விதாநிந்தனம் மாமேகம் பாஷாயா போஷ்லதாஸ்தா திவ்யததா
பூமனக்கிரியா கந்தா வாலினனே சம்போதனபக்ஷே
யகாஸ்மவதேமசா
அஸ்தமாம் பிரதரம்னம் கன்னியவிருக்ஷம் அகூப்பியோ
பரிஷானாம் சுபஸ்தமரியே
தேவ அட்சிதர்கள் அபூர்வ சர்வசஷ்டகம் சகாய சவ்வாசீர்
வாத்தாசீர் வாலாப்ரசன்னம்
தேவாஸ்த புண்ய மரியே அஸ்தமா அஸ்து பரோபகரான
பிருஜதினாத புரச்சியாதா யந்தயா
சிரக்ஷனா மன்மதரக்ஷம் சரகம் பிரதே சர்வேசா
விஸ்வசானுசு நிச்சலாம் நற்ஷ நாதன் இயேசுகிறிஸ்தும் அச்சிஷ்ட
செபஸ்தனேம்
பிரதியேகா பூதரூபா புடரீசா விஸ்வாசமியா நிர்மலம்
கத்தோலிக்கா சாபா புண்யா சாந்தானு வாங்கா தோஷா
ஆருருபாய அஞ்சுமிருத்துவ நரம் நிச்சு நாம்பாவி சனி சத்தம தேவ
ப்ரமாணம் தசகச
நிச்சித பிரகிருத்யேகா வந்திஸ்தானிய தெய்வாவார வரந்தெய்வம்
வாதேவா வாசனஸ்தி
வாமாப்ரணன் சச்சிரியா மார்க்கிரியா சமெய் மைத்தாயா
ஞானானிக்ருதன் தேவன் கல்வி
தரகன் தாரணிகன் ஜீவானஜிதன் மனாக்ரதன் கோவத்துவேஷா
தைசெய்
அந்நிய தாரகன் புருஷியோம் பாவதோஷ மார்த்த மதாயா மர்ம
சுர்த்தரச ரதத்திங்கித திக்கிரனே
நயஸ்த நாபஸ்திரிகன் பார்த்த சுபதிரானே மாபரீகம் ஷாபார்ணம்
சமஸ்தம் கிருதம் நிதம்
சுத்தானாம் சர்வாத்மா வதே நமோ...

''இது இன்னும் வரிசையா நிறைய வரும். இதை கரந்தகம்னு சொல்லுவோம். சமஸ்கிருதத்துல இருந்து தமிழ்ல வந்ததுதான். பொண்ணு மாப்பிள்ளையை கல்யாணம் முடிச்சு வீட்டுக்கோ மண்டபத்துக்கோ கூட்டிட்டு வந்த உடனே இந்தப் பாட்டைத்தான்

பாடுவோம். முன்னோர்கள் எனக்கு சொல்லிக் குடுத்தது. எனக்கு முன்ன உபதேசியாரா இருந்தவரு எனக்குக் கத்துக்குடுத்தார். அதுக்கு முன்னால எங்க பாட்டனார் உபதேசியாரா இருந்தார். எனக்கு சொல்லிக்குடுத்த உபதேசியார் என் பாட்டனார் கிட்ட இதைப் படிச்சிருக்கார். அப்ப இதை நோட்டுல எழுதி வச்சு மனப்பாடம் பண்ணினேன், இப்ப நிறைய மறந்தும் போச்சு.''

''இதுடைய ஆக்கப்பூர்வமான விஷயம் என்னன்னா அர்ச்சிஷ்ட சிலுவை மந்திரம், ஆறு லட்சண மந்திரம், பரலோக மந்திரம், அருள்நிறைந்த மரியே மந்திரம், விசுவாசப் பிரமாணம் அதை எல்லாம் சேர்த்து படிச்சதுதான் இந்த மந்திரம். சமஸ்கிருதத்துல அதை முழுக்க மாத்திப் பாடியிருக்காங்க, இதான் அதனுடைய உண்மை'', என இருதயசாமி சொல்கிறார். அவர் சொல்வதைப் போல சில சொற்களின் பொருள் சற்றே விளங்கக் கடினமாக இருந்தாலும், ஓரளவுக்கு ஹிந்தி தெரிந்த என்னால் 'யூதரான, சகல லட்சணங்களும் பொருந்திய இயேசு' போன்ற பகுதிகளை விளங்கிக்கொள்ள முடிகிறது. மேலதிகமாக இதில் ஆர்வமிருப்பவர்கள், சமஸ்கிருதம் கற்றவர்கள் இப்பாடலைத் தெளிவாகக் கேட்டு விளங்கி உரை எழுதினால், நலம் பயக்கும்.

வ.உ.சிதம்பரனாரின் நெருங்கிய நண்பரான மாசிலாமணிப் பிள்ளை, இதே போன்ற சமஸ்கிருத கடவுள் வாழ்த்தைச் சொல்லி மேடைப் பேச்சைத் தொடங்குவார் என 'நீதிக்கு வாதிப்பேன் நின்று' நூல் குறிப்பிடுகிறது.

''சுயம்பு, அனாதி, அசரீரி, சமஸ்த சுப சௌந்தரா

சர்வவியாபேஸ்வரா சர்வலோக மூலமுதலோனே நமோ நம''

என்ற கடவுள் வாழ்த்தை, 20ம் நூற்றாண்டின் தொடக்கத்தில் ரோமை கத்தோலிக்கக் கிறிஸ்தவரான மாசிலாமணிப் பிள்ளை கூட்டங்களில் பாடியுள்ளார்.

மண்டபத்தில்/வீட்டில் வைத்து செய்யப்படும் சடங்குகளை அடுத்து இருதயசாமி விளக்குகிறார். ''பொண்ணு மாப்பிள்ளையை உக்கார வச்சிருப்பாங்க. நம்ம போய் கேப்போம். பொண்ணு வீட்டுக் காரங்கள்ல சாட்சி ஒரு ஆள், மாப்பிள்ளை வீட்டு சாட்சி ஒரு ஆள்; அவுங்க ரெண்டு பேரையும் கூப்பிட்டு வருஷம் தேதி சொல்லி, 'பரிபாலக வர்த்தகம்' சொல்லுவோம். 'இத்தனாம் வருஷம், இத்தனாம் மாசம், இத்தனாம் தேதி கூடிய புண்ணிய காலத்திலே மாபரத்தின் சன்னதி முன்பாகவும், திருச்சபையார் முன்பாகவும்,

சகல உற்றார் உறவின்முறையார் முன்பாகவும் தென்னூரில் இருக்கும் திருவர்மீர் இன்னாருடைய மகனுக்கு, மேற்படி தென்னூரில் இருக்கும் இன்னாரின் குமாரத்தியாகிய இன்னாரை காணிக்கிரகம் செய்து கொடுக்கிறோம். உண்ண கலமும், உடுத்த உடையும், ஏறிவர வாகனமும், கறக்கப் பசுவும், நாங்கள் இஷ்ட பாக்கியமும் கொடுத்து, இவ்வளவு நிலமும் கொடுத்து (அந்த காலத்துல பொண்ணைக் குடுக்கும்போது அஞ்சு செண்ட், பத்து செண்ட் நிலமும் குடுப்பாங்க. அதையும் எவ்வளவுன்னு கேட்டு சொல்லணும்) மணம் செய்து கொடுப்பதை வாழ்த்துகிறோம்', அப்டின்னு சொல்லுவோம். இது முடிச்ச உடனே மாலை மாத்துற சடங்கு.''

விண்ணும் மண்ணுமே அழைத்தீர் நிமலன் திருவருளால்
மண்ணுலகில் இந்நாளில் வாழ்வுபெறீர்
திண்ணமுடன் இந்த உலகிலே இவர்கள் இருவருமே
தந்தையரை போற்றி தவம் சிறக்க
வந்திவர்கள் பாவம் அணுகாமலே
பரனைத் துதித்திறைஞ்சி
தவமுடன் வாழ்ந்து தழைத்திருக்க - மெய்வரமும்
ரட்சிக்க வந்த என் தேவ சேசு திருப்பாதமதை
ரட்சித்து என் நாளை இன்பமுடன் பட்சமவாய்
இஸ்பிரித்து சாந்து இறைவன் அருள்பெருகி
செப்பமுடன் வாழ்ந்து செழித்திருக்க - மெய்வரமும்
இருவர் ஒருமனதாய் நகமும் சதைபோலே
ஒருமனப்பட்டுலகில் உகந்திருக்க தர்மநெறி
மாதவரைப் போற்றி மந்திலி எமதழைத்து
சேதமற வாழ்ந்து செழித்திருக்க – மெய்வரமும்
உற்றார் உறைமுறையார் உயர்தந்தை தாயாரும்
கர்த்தாவைப் போற்றி களிகூறே- இத்தரையில்
தேவனோடே ஆசீர்வாதம் விளங்கி தவம்சிறந்து
பேராதரவாய் வாழ்ந்து புகழ் பெறுக- அபுதளத்தில்
சூசை கரதளத்தில் (2)
போற்றிய கோதீந்துளிம் தேம்
வாசமிகு கற்புலத்திலே
மாறாத தேவருளி
வீசையுற்றே நற்புனிதர் (2)
மெய்மணம் போல் ஊழிவினையே
மாசகன்ற எம்மானம்மை
மண்ணுலகில் வாழியவே

மண்வழங்க மண் துலங்க மாசில்லாத காபிரியேல்
வல்ல தெய்வ ஆலயத்தில் வந்துதந்த மூதுரை
தன்விளங்க சிமியோனாலே தாவீதன் சந்ததியெல்லாம்
தவறில்லாது வாழ்ந்திருக்க தருமன் சூசை கோன்மலர்
தென் குலுங்க மறைதுலங்க திருவிள செயல்படி
ஜனனமாகி ஆதாமேவன் தீதழிந்து ஒழிந்துமண்
மெனமலங்க தீரரத்தின் மிக்க கன்னி மாமரி
மெய்மணம் செழித்து நீவிர்
இருவர் மணமும் வாழி வாழி
திருமாலை மணிமாலை ஒன்பதுவிலாச செபசங்கில் பிடித்த மாலை
அட்சய சூசைமரி தன்னின்மேல் உதித்த மாலை
இருமாலை ஒருமாலை
கலிலேயம் நாட்டினில் உதித்திடும் உச்சிதமாலை
உதித்திடு ஜெபமாலை அருளப்பர் கையினால் ஓங்கியுயர்ந்த மாலை
என்மாலை நன்மாலை வாடாத சுயமாலை சேந்திழையே
மாற்றுவோமே...
சந்திர பதத்தில் உடுமுடி கடத்தி தவகழனி வரத்தி வரத்தி நல்வரத்தி
தாவீதின் ராசா வன்சத்தில் சுந்திர பதத்தில் அணிதரும் திரட்சி
துலங்கியாம் பட்சத்தில்
சரத்தி மந்திரரகத்தி புனிதரின் ஜெபத்தி மாதவரோதிய யோதோ மாதே
உமது திருப்பாத மலர்மாலை அணுயுவாயே...

''இதப் பாடி முடிச்சதும் பெண் மாப்பிள்ளையை மாலை மாத்தச் சொல்லுவோம். அடுத்து சேழையிடுற சடங்கு... அதுக்கும் பாட்டு இருக்கு'', என இருதயசாமி அடுத்த பாடலைப் பாடுகிறார்.

உந்தன் ஆசீர்வாதமே தான் நாளும் – எந்நாளும் உந்தன் (2)
என்னையாம் பாராய் பரம நல்ல நல்ல நாதா (2)
இந்த சொப்பனம் நாளும் செழிக்க தழைக்க – உந்தன்
ஆசீர்வாதமே...
நற்போத அருளப்பர் மனதிற்குகந்து செய்த (2)
அற்புதம் போலேப் பொதிந்த வேளை வந்திவர்க்கு - உந்தன்
ஆசீர்வாதமே...
அத்தனை மனமகிழ்ந்துற்ற சுகனீடி (2)
நித்திய சமாதானமுற்றும் வாழ்க வாழ்க – உந்தன் ஆசீர்வாதமே...
தூயமறையோதும் இவ்விவாகமணமிந்த (2)
வையமதிலோங்கி நலம் தாங்க தாங்க – உந்தன் ஆசீர்வாதமே...
கலமதிலே யாவீர சந்ததியைப் போலே (2)
ஞானமதிலே தழைத்து நலம் தாங்க தாங்க – உந்தன் ஆசீர்வாதமே...

இதைப் பாடி முடிப்பதற்குள் இருதயசாமி ஐயாவுக்கு இருமல் அதிகமாகிவிட, அவரது மருமகன் அக்கறையுடன் வந்து நம்மிடம், ''அவர் ஹார்ட் பேஷண்டுங்க. இப்பதான் ஆப்பரேஷன் ஆகியிருக்கு..'', என மெல்லச் சொன்னார். இதற்கு மேல் இருதயசாமி ஐயாவைத் தொல்லை செய்தால் அவருக்கு இருமல் அதிகமாகும் எனத் தோன்ற, மனமே இல்லாமல் நன்றி சொல்லி அங்கிருந்து கிளம்பினேன்.

அடுத்து வரதராஜன்பேட்டைக்கு நான் செல்லப்போவதாக ஹென்றியிடம் தெரிவித்து, அவருக்கு நன்றி சொல்லிவிட்டு மீண்டும் ஆலய வளாகம் வந்தேன். சிறுவர்கள் பலர் கைகளில் தூக்கு வாளிகளுடன் விளையாடிக்கொண்டு இருந்தனர். அவர்களின் இருவரை அழைத்து விசாரித்தால், ''இன்னிக்கு பிரியாணி போடுவாங்க. சாப்பாடு எடுக்க வந்தோம் சர்ச்சுல'', என பதில் வந்தது. லேட்டஸ்ட் விஜய் படப் பாடலை அதில் ஒருவர் எனக்காகப் பாடிக்காண்பித்து சிரித்து விளையாட, என்னைச் சுற்றி பெரிய சிறுவர் கூட்டம் வட்டமிட்டிருந்தது. என் காமிராவில் என்னைப் படம் எடு, உன்னைப் படம் எடு எனப் பஞ்சாயத்து வேறு. எங்கிருந்துதான் சாப்பாடு வந்ததைக் கண்டுகொண்டார்களோ தெரியவில்லை, அத்தனை சிறுவர்களும், 'டாட்டா அக்கா' என்றபடி சிட்டாகப் பறந்துவிட்டனர். இரண்டு பெண் குழந்தைகள் மட்டும் பரிதாபமாக என்னுடன் நின்றனர். ''அக்கா, நீங்க டிபன் பாக்ஸ் வச்சிருக்கீங்களா? உங்களுக்கும் வாங்கிட்டு வர்றோம்?'', என அந்தப் பெண்கள் கேட்க, வேண்டாம் என அவசரமாக மறுத்தேன். எனக்கு வரதராஜன்பேட்டை போயாக வேண்டுமே!

அங்கிருந்து கிட்டதட்ட ஒரு கிலோமீட்டர் தொலைவில்தான் வரதராஜன்பேட்டை இருக்கும் என நினைக்கிறேன். ஆனால் அங்கு யாரிடம் பேசுவது என மீண்டும் தென்னூர் நண்பர் ஜஸ்டினைத் தொடர்பு கொண்டு கேட்க, அவர் ஆரோக்கியராஜ் என்ற வரதராஜன்பேட்டையைச் சேர்ந்த பெரியவர் ஒருவரின் எண்ணைக் கொடுத்தார். மதிய உணவு வேளை என்பதால் அவரைத் தொடர்பு கொண்டு, சாப்பிட்டுவிட்டாரா என்பதை உறுதி செய்யக்கேட்டால், அவரோ, ''அதெல்லாம் பரவாயில்லை, நீங்க முதல்ல எங்க ஊருக்கு வாங்க'', என்றுவிட்டு தொடர்பைத் துண்டித்தார்.

வரதராஜன்பேட்டை ஆலயம் அப்போதுதான் புதுப்பிக்கப்பட்டது என்பதால் புத்தம்புதிது போல மதிய வெயிலில் பளபளத்தது. காரை விடலாம் என அங்கிருந்த ஆலமரத்தைப் பார்த்தால், அதன் மேடையில் ஒன்றிருவர் பேசிக்கொண்டு அமர்ந்திருந்தனர; சிறு

வரதராஜன்பேட்டை வாசாப்பு நாடக மேடை பந்தல்கால்

கூட்டம் ஒன்று மதிய உணவுக்குப் பிறகு அரைமயக்கத்தில் உறக்கத்தில் ஆழ்ந்திருந்தது. என்ன ஒரு சுகமான வாழ்க்கை! நூற்றாண்டுக்கு முன் கட்டப்பட்ட 'புதிய ஆலயம்', இப்போது முழுக்க புதுப்பிக்கப்பட்டுள்ளது. அதன் முன்னுள்ள பிரம்மாண்டக் கொடிமரத்தில் பெரிய ஜெபமாலை செதுக்கப்பட்டுள்ளது.

ஆலயத்துக்கு எதிரே திடலில் வாசாப்பு மேடை தெரிந்தது, இங்கும் பந்தல் கால் ஊன்றியிருந்தனர். மூங்கில் கழியின் உச்சியில் மாவிலைகளும், பூச்சரமும், சில வண்ணப் பூக்களும் கட்டப் பட்டிருந்தன. மேடையின் கீழே வைக்கப்பட்டிருந்த பெரிய சுவிட்ச் போர்டுக்கு இரு பக்கமும் மாலை போடப்பட்டு, வெயிலில் காய்ந்திருந்தது.

புதிய ஆலயத்தின் அருகே பழைய ஆலயம் தென்பட்டது, அதன்முன் அந்தோணியார் கெபியும் உள்ளது. நான் சென்றபோது அந்தோணியார் சுரூபத்தின் காலடியில் வெண்கல சிலுவைக் கைவிளக்கு ஒன்று தெரிந்தது. அந்தோணியாரின் காலடியில் ஒரு பாக்கெட் உப்பும், சில உடைக்காத முந்திரிக் கொட்டைகளும் இருந்தன. யாரோ தன் நிலத்தின் முதல் முந்திரியை நேர்ந்துகொண்டு

வந்து வைத்திருக்க வேண்டும். எரிந்து முடித்த சில மெழுகு திரிகளும், அகல் விளக்குகளும் அந்தோணியார் காலடியில் இருந்தன. ஆலய முகப்பில் புதிய கல்வெட்டு ஒன்று தென்பட்டது. 'அலங்கார அன்னை ஆலயம், பழைய கோயில் வரதராஜன்பேட்டை, புனிதப் படுத்தித் திறந்துவைத்தவர் அருட்திரு ஏ.சந்தியாகு அவர்கள். நன்கொடையாளர்கள் ஊர்ப்பொதுமக்கள், 23-04-2003, அந்தோணி சாலமோன், பங்குத்தந்தை வரதராஜன்பேட்டை', என அதில் குறிப்பிடப்பட்டிருந்தது.

வளைவுகள் கொண்ட கட்டட அமைப்பு, குவிந்த கூரை, பிரம்மாண்ட சன்னல்கள் கொண்ட ஆலயம் இது. ஆலயத்தின் பக்கவாட்டுச் சுவரில் பாடுபட்ட சுரூபம் ஒன்று கவனத்தை ஈர்த்தது. கண்கள் அசையுமாறு அமைக்கப்பட்டிருந்த மரச்சிற்பம் அது. பீடத்தின் முன்புள்ள மேடையில், மற்றொரு பாடுபட்ட சுரூபம் படுக்கவைக்கப்பட்டிருந்தது. ஆலயத்தின் சிறப்பம்சம் அதன் பலிபீடம்தான். பிரம்மாண்டமான குவிமாடத்தின்கீழ், அதன் முழு உயரத்தையும் எட்டுமளவுக்கு போர்ச்சுக்கீசிய பாணி பீடம் அது. போர்ச்சுக்கீசிய காதிக் கட்டட பாணியோடு இயைந்து வந்த பரோக் பாணி பொன்னிற வேலைப்பாடு (gilded carving) கண்ணைப் பறித்தது. தங்க வண்ணத்தில் கொடிகள், இலைகளோடு பீடத்தின் மேல்பகுதியில் ஓடின. அதன் நடுவே மாடத்தில் அலங்கார அன்னையின் சுரூபம் உள்ளது. சுரூபத்தில் கீழுள்ள பகுதி நான்கு 'அயனிக்' (ionic) பாணித் தூண்களால் பிரிக்கப்பட்டு, அதில் மலரிதழ் வடிவில் மூன்று மாடங்கள் அமைக்கப்பட்டுள்ளன. அம்மாடங ்களில் நடுவே மாதா, இடதுபுறம் வனத்துச் சின்னப்பர், வலது புறம் சூசையப்பர் சுரூபங்கள் வைக்கப்பட்டுள்ளன.

வரதராஜன்பேட்டை ஆலய பீடம்

இந்த மேல் மாடத்துக்கும் கீழ் மாடத்துக்கும் இடையே உள்ள பட்டையான பகுதியில் பொன்னிற புடைப்புச் சிற்ப வேலைப்பாடு உள்ளது. அதில் தூண் மேல் நிற்கும் பறவை, இருபுறமும் கொடிகளுக்கு இடையே தாடியுடன் ஒரு முகம் (பாப்பரசர்/ குருவானவராக இருக்கக் கூடும்), ஆசி தரும் கை, திராட்சை ரசக்கிண்ணம், ஜன்னல்/இரட்டை ஏணி, குறுக்கே வைக்கப்பட்ட ஈட்டி மற்றும் சிலுவை, குறுக்குவாட்டில் சுத்தியல் மற்றும் இடுக்கி, மூன்று ஈட்டிகள், நற்கருணைப் பேழை/பணப்பெட்டி, அதன் இருபக்கமும் சேவல் மற்றும் தலைகவிந்திருக்கும் கதிர் போன்றவை புடைப்புச் சிற்பங்களாக பொன் வண்ணத்தில் உள்ளன. இந்தப் பட்டைப் பகுதியின் கீழ், வலது மற்றும் இடது மாடங்களின் மேல் கிரீடத்துடன் கூடிய ஆவே மரியா சின்னமும், சிலுவை இருதயத்துடன் 'இவன் யூதர்களின் அரசன்' எனக் குறிப்பிடும் ஐ.ஹெச்.எஸ் (IHS) சின்னமும் உள்ளன. இந்த ஆலயம் நிச்சயம் 300 ஆண்டுகளுக்கு முந்தையது என அதன் பலிபீடத்தைக் கொண்டு சொல்லிவிடலாம். இதை வீரமாமுனிவர் வடிவமைத்தார் எனச் சொல்லப்படுவதிலும் உண்மையிருக்கக்கூடும். ஆனால் கூடுதல் தரவுகள் இதை உறுதி செய்யத் தேவை எனத் தோன்றுகிறது. ஆலயத்தினுள்ளே சுகமாக ஒருவர் உறங்கிக்கொண்டு இருந்தார். என் நடமாட்டம் அவரை இம்மியளவும் அசைக்கவில்லை.

புதிய ஆலயத்துக்குள் நுழைந்ததும் பிரம்மாண்டம் ஆளை அசரடிக்கிறது. இதுவும் காதிக் கட்டட பாணியில் கட்டப் பட்டுள்ளது. பெரும் தூண்கள், பிரம்மாண்ட வளைவுகள், குவிந்த கூரை என பழம் ஆலயங்களுக்கே உரிய அத்தனை இலக்கணமும் இருக்கிறது. தூண்களில் மரப் பேனலிங் வேலைப்பாடு செய்யப் பட்டுள்ளது. பலி பீடத்தின் மேல் பகுதியில் பாடுபட்ட சுரூபமும், நடு மாடத்தில் அலங்கார அன்னை சுரூபமும் உள்ளன. மாதாவின் பொன்முடி தரித்து, காலடியில் உலகும், நிலவும் இருக்கக் கைகூப்பி நிற்கிறார். அவருக்கு இருபுறமும் சிறகு விரித்தபடி இரு சம்மனசுகள் சுரூபங்கள் உள்ளன. இரு புறமும் மீன் உருவங்கள் ஏந்துவது போல வடிவமைக்கப்பட்ட நற்கருணைப் பேழை, பொன்னிற வேலைப்பாடுடன் சிறப்பாக இருக்கிறது. பூசை மேடையில் இறுதி இராவுணவு புடைப்புச் சிற்பம் காணப்படுகிறது. பீடத்துக்கு மேலே உள்ள குவிமாடத்தில் வண்ணக் கண்ணாடி வேலைப்பாட்டுடன் சன்னல்கள் உள்ளன, அதன் வழி வண்ணக் கதிர்கள் ஊடுருவுகின்றன. ஆலயத்தைச் சுற்றிவிட்டு வந்து நாற்காலி ஒன்றில் அமரவும், ஆரோக்கியராஜ் ஐயா வந்து அமரவும் சரியாக இருந்தது.

''இந்த ஊர்க்காரங்க பார்த்தீங்கன்னா தொண்டமாந்துறையில இருந்து இங்க வந்துருக்காங்க. இந்த சின்ன மாதா சுரூபத்தை எடுத்துக்கிட்டு இங்க வந்த கிறிஸ்தவங்க இவுங்க. அப்பலாம் ஜமீன்களோட ஆட்சி. அப்ப தொண்டான் குடும்பத்துல உள்ள ஒரு பொண்ணு மேல அந்த ஜமீன் ஆசைப்பட்டுட்டார். 'அந்தப் பொண்ண எனக்குக் குடு' அப்டின்னு அவரு கேட்டிருக்கார். அவுங்க இந்து. பரவாயில்ல, கேக்குறாங்க, குடுத்துருவோம் அப்டின்னு தொண்டான் குடும்பத்துல அண்ணன் தம்பி மூணு பேரும் சம்மதம் சொல்லிட்டாங்க. 'அந்தப் பொண்ணக் கேக்க ஒண்ணுமில்ல, நாங்க கட்டிக்குடுக்க சம்மதிக்கிறோம், ஆனா நீங்க வேதத்துக்கு வந்துருங்க', அப்டின்னு சொன்னாங்க. அந்த ஜமீன், 'அப்டியா, சரி பேசலாம் வாங்க' அப்டின்னு அவுங்கள அழைச்சுட்டுப் போயிட்டு, பெரியவர கத்தியால குத்திட்டாங்க. அவர் உயிர் போற நெலமைல ரெண்டு தம்பிங்களையும் கூப்பிட்டு, 'அம்மாவையும் தங்கச்சியையும் கூட்டிக்கிட்டு இங்க இருந்து தப்பி ஓடிடுங்க. நம்ம அம்மா உங்களுக்கு வழி காட்டுவாங்க', அப்டின்னு சொல்லிட்டு இறந்துட்டார். அவுங்களும் இந்த அம்மா (மாதா) சுரூபத்த தூக்கிக்கிட்டு, தங்கச்சியையும் கூட்டிக்கிட்டு அங்க இருந்து தப்பிச்சி ஓடி இந்த ஆலமரத்துப் பக்கம்தான் வந்து நின்னுருக்காங்க. அப்ப வந்து இந்த ஊர்ப் பேரு ஐயம்பெருமாள் கோயில். இங்க அப்ப இந்துக்கதான் இருந்துருக்காங்க'', எனத் தங்கள் ஊர்க்கதையை சொல்லத் தொடங்கினார் ஆரோக்கியராஜ்.

''இந்தத் தொண்டான் குடும்பம் மாதிரியே இன்னொரு குடும்பமும் அப்ப இங்க வந்திருக்காங்க. அவுங்க வீரங்கராயக் குடும்பம். அவுங்க பொன்பரப்பி பக்கத்துல உள்ளவங்க. அவுங்க ஏன் அங்கருந்து வந்தாங்கன்னாக்கா அவுங்க கும்பிட்டுட்டு இருந்த தெய்வம் கர்ப்பிணிப் பொண்ணு ஒண்ணை பலி கேட்டுச்சாம். அந்த சாமிக்கு அப்பப்ப அந்த ஊருக் குடும்பங்க இந்த மாதிரி கேக்கும் போது, கர்ப்பிணிப் பொண்ணுங்கள பலி குடுப்பாங்களாம். இந்த வீரங்கராயர் குடும்பம், 'கர்ப்பிணிப் பொண்ணை பலி கேக்குற தெய்வம் என்ன தெய்வம்? நம்ம வீட்டுப் பொண்ணை அப்படி எல்லாம் பலி குடுக்கமுடியாது, தேவையில்ல, நம்ம இந்த ஊரை விட்டு எங்கயாவது போயிடுவோம்', அப்டின்னு முடிவு பண்ணினாங்களாம். அந்த ஊரைவிட்டு வெளியேறி, அந்தப் பொண்ணைக் கூட்டிக்கிட்டு அந்தக் குடும்பமும் இங்க வந்து சேர்ந்திருக்காங்க. ஃபர்ஸ்ட் இங்க வந்தது தொண்டான், அடுத்தது வீரங்கராயன் குடும்பம். ரெண்டு குடும்பமுமே வெளிய இருந்து இங்க வந்த குடும்பமுங்குறதால, ஒருத்தருக்கு ஒருத்தர் நம்ம உதவியா இருப்போம் அப்டின்னு நட்பா இருந்தாங்க.''

''ஒரு கட்டத்துல இந்த வீரங்கராய குடும்பம் இங்க இருந்த கைக்கோளர விரட்டிவிட, அவுங்க இங்கருந்து போய், வடக்கே கண்டியங்குப்பம் அப்டிங்குற ஊருல உள்ள கைக்கோளத்தெருவுல தங்கிட்டாங்க. வீரங்கராயன் குடும்பத்துல இருந்து தொண்டான் குடும்பத்துப் பொண்ண கட்டிக்கக் கேட்டுருக்காங்க. அவுங்களும், 'நாங்க இன்ன காரணத்தாலதான் ஊரை விட்டே ஓடிவந்தோம், எங்க அண்ணார் செத்ததே இதுனாலதான் நீங்களும் அதுனாலதான் வந்துருக்கீங்க. நீங்க வேதத்துக்கு மாறுங்க, உங்க வீட்டுக்கு எங்க பொண்ணை வாழ அனுப்புறோம்', அப்டின்னு சொல்லியிருக் காங்க. அவுங்களும் நம்ம தெய்வம் பலி எல்லாம் கேட்டுச்சு, இவுங்க அதெல்லாம் செய்றதில்லையே, சிலுவ போட சொல்றாங்க அவ்வளவு தானே அப்டின்னு யோசிச்சு, சரின்னு சொல்லி வேதத்துக்கு வந்தாங்க. இவுங்களும் பொண்ணக் குடுத்தாங்க.''

''அப்டியா காலப்போக்குல இந்தப் பக்கமும் அந்தப் பக்கமும் குடும்பங்கள் பெறுத்துச்சு. அப்படி குடும்பங்க பெருகினப்போ, ஊருல உள்ள நல்லது கெட்டது, பஞ்சாயத்து அதை எல்லாம் தீர்த்து வச்சது வீரங்கராயன் குடும்பம். அவுங்க காரியதரிசியா இருந்து ஊர்ப் பிரச்சினைங்கள தீர்த்து வச்சிட்டு இருந்தாங்க. அதே மாதிரி இந்த தொண்டான் குடும்பம் மொத வேதக்காரங்கங்குறதால, கோயில் விஷயம் முழுக்க அவுங்க கவனிச்சிக்கிட்டாங்க; ஏன்னா அந்தம்மாவ இங்க கொண்டுட்டு வந்தது அவங்க தான? இப்ப உபதேசியார் மாதிரி அன்னிக்கு இந்த கோயில் சார்ந்த வேலைகளை எல்லாம் தொண்டான் குடும்பம் கவனிச்சாங்க. ஆக தொண்டானுக்குக் கோயில் காரியங்களும், வீரங்கராயனுக்கு ஊர்க் காரியங்களும்னு பிரிச்சுக்கிட்டாங்க.''

''இன்னிக்கு ஊரு மேல் பகுதி, கீழ்ப் பகுதியாகி, இங்க பன்னெண்டு பதிமூணு பேரு நாட்டார் இருக்காங்க, அந்தப் பக்கம் பன்னெண்டு பதிமூணு பேரு நாட்டார் இருக்காங்க. இது இல்லாம வேற குடும்பங்கள் நிறையா வந்து சேர்ந்திருக்கு. அவுங்க பலுகும்போது, 'எங்க குடும்பத்துக்கு ஒரு காரியதரிசி வேணும்' அப்டின்னு சொல்லிக் கேட்டுக் கேட்டு வாங்கி, இன்னிக்கு 24 பேர் நாட்டார் இருக்காங்க. இப்ப ஒரு ரெண்டு குடும்பம் இருக்குன்னு வச்சிக்கங்க, காலப்போக்குல அவுங்க பலுகி ஒரு அம்பது குடும்பங்களா போய்ட்டாங்க, அவுங்களோட நல்லது கெட்டது பார்க்க ஆள் இருந்தா நல்லா இருக்கும்னு அவுங்களே குடும்பத்து ஆளு ஒருத்தர காரியதரிசியா வேணும்னு ஊர்ல சொல்லி வச்சிக்குவாங்க. அப்டித்தான் இத்தன நாட்டார் இங்க வந்தாங்க. நாட்டார் இறந்து போய்ட்டார்னாக்கா, அவுங்க மகன் இல்லன்னா அவுங்க சித்தப்பா

மகன், இல்ல அந்தக் குடும்பத்துல யாரு வயசுல மிகுதியோ அவுங்க, யாருக்கு அனுபவம் இருக்குது, யாருக்கு பொறுமை இருக்குது அப்டின்னு பார்த்து அவுங்க அந்த வேலைய எடுத்துச் செய்வாங்க.''

''தென்னூர் மக்கள் எல்லாம் முன்னால இந்தக் கோயில்தான். எல்லாம் ஒத்துமையா ஒண்ணா இருந்தவங்கதான், சின்னச் சின்ன பிரச்சனைல பங்கு பிரிஞ்சு போச்சு. மேல் பகுதி கீழ்ப்பகுதின்னு சொல்றது கோயில் காரியங்களைப் பார்க்குறதுக்கு வசதியா இருக்க செஞ்சப் பிரிவுதான். ஈஸ்டருக்கு அஞ்சு தேர் எடுப்பாங்க. அதுல முன்னால பின்னால, மேல் பகுதி கீழ்ப் பகுதி அப்டின்னு சில பிரச்சனைகள் வந்து, தனித் தனியா பிரிச்சுக்கிட்டாங்க. மேல் பகுதியிலயும் வீரங்கராய குடும்பம் இருக்கு, கீழ்ப் பகுதியிலயும் இருக்கு. அதே போல தொண்டான் குடும்பமும் ரெண்டு பக்கத்துலயும் உண்டு. வீரங்கராயன் அண்ணன் தம்பிங்களுக்கு உள்ளயே ஊரை நிர்வாகம் பண்ண வசதியா ஏரிக்கு மேல் பகுதியையும், கீழ் பகுதியையும் தனித்தனியா பிரிச்சுக்கிட்டாங்க. அதுதான் மேலத் தெரு, கீழ்த்தெரு. அந்தத் தெருக்கள் இல்லாம ரெண்டு பக்கமும் நாலஞ்சு சின்ன தெரு உண்டு. மொத்தத்துக்கு பத்தாயிரம் தலைக்கட்டுக்கு மேல இருக்கோம். எங்க ஊருல இப்ப நாலு பஞ்சாயத்து இருக்கு, மணக்கொல்லை, கண்டியங்குப்பம், வரதராஜன்பேட்டை, கொழைன்னு நாலு பஞ்சாயத்து நம்ம ஊருக்குள்ளயே அடங்கி இருக்கு. நம்ப ஊருக்குள்ளயே கீழ்ப்பகுதியில உள்ள ரெண்டு தெரு கொழை-சாவடிக்குப்பம் பஞ்சாயத்துல வரும்.''

''எங்க பங்கோட முதல் பங்கு குரு வீரமாமுனிவர்தான். தென்னூர் சர்ச் பிரெஞ்சு சாமியார்கள் கட்டுனது. இந்த பழைய கோயில் வீரமாமுனிவர் கட்டுனதுன்னு சொல்றாங்க. அவருக்கும் முன்னாடி இங்க அருளானந்தர் வந்திருக்காரு. கொழைல அவர் தங்கி வேலை செஞ்சிருக்காரு. அவருக்கும் வீரமாமுனிவருக்கும் நல்ல டச் இருந்திருக்கு. நாங்க அருளானந்தர் நாடகம் எங்க ஊருல நடத்துவோம். இந்த வருஷம் ஆக்னஸ் அம்மா நாடகம் நடக்குது. மேல் பகுதிக்காரவுங்கதான் இந்த வருஷம் ஆக்னஸ் அம்மா நாடகம் நடத்திக்கிட்டு இருக்காங்க. அவுங்க மூணு நாடகம் போடுவாங்க... ஆக்னஸ் அம்மா, செபத்தியார், அருளானந்தர். கீழ் பகுதிக்கு மருகிருதம்மாள் நாடகம், அந்தோணியார் நாடகம், ஆரோக்கியநாதர் நாடகம் இது மூணும் உண்டு. இந்த நாடகம் எல்லாம் ஈஸ்டர் முடிஞ்ச அடுத்த வாரம் நடக்கும். ஆக்னஸ் அம்மா நாடகம் மேலத் தெருக்காரங்க ஒரு வருஷம் செஞ்சாங்கன்னா, நாங்க (கீழத் தெரு) அடுத்த வருஷம் மருகிருதம்மாள் நாடகம் போடுவோம். அதே

போல அருளானந்தர், ஆரோக்கியநாதர் ரெண்டும் அடுத்தடுத்த வருஷம் சேர்ந்தே வரும். செபத்தியார், அந்தோணியார் நாடகம் ரெண்டும் எல்லா வருஷமும் கட்டாயம் நடக்கும். நாடகம் எல்லாம் கோயிலுக்கு எதுர்க்க இருக்குற மேடைலதான் நடக்கும்.''

''இந்த வருஷம் ஆக்னஸ் அம்மாள் நாடகம் மேலத்தெருக்காரங்க போடுறாங்க. நாங்க மருகிருதம்மாள் நடத்தல. அவுங்க ஆனா செபத்தியார், அருளானந்தர் ரெண்டுமே இந்த வருஷம் நடத்துவாங்க. கொரோனாவால போன வருஷம் நடத்த வேண்டிய ஆக்னஸ் அம்மாள் தள்ளிப்போனதால, இந்த வருஷம் அதையும் சேர்த்து மூணு நாடகம் மேலத்தெருக்காரங்க நடத்துறாங்க. எங்களுக்கு இந்த வருஷம் அந்தோணியார் நாடகம் மட்டும்தான். அடுத்த வருஷம் ஆரோக்கியநாதர், மருகிருதம்மா, அந்தோணியார் மூணுமே நாங்கதான் நடத்தணும். அவுங்க செபஸ்தியார் மட்டும் நடத்துவாங்க. அப்போ ஒரு வருஷத்துக்கு ஒரு தெரு ஒண்ணும், அடுத்த தெரு மூணு நாடகமும் போடும். 1985ம் வருஷத்துல பால் சாமியார் இங்க இருந்தப்ப, எங்களைக் கூப்பிட்டு, 'செபஸ்தியார், அந்தோணியார் ரெண்டு நாடகமும் நீங்க எல்லா வருஷமும் செய்யப் போறீங்க, அதுக்கு நான் டேட் குறிச்சுக் குடுத்துர்றேன்', அப்டின்னு இளவட்டப் பசங்களைக் கூப்பிட்டு குடுத்தார்.''

''ஏலாக்குறிச்சி திருவிஷா வருஷாவருஷம் ஈஸ்டர் முடிஞ்ச நாப்பதாவது நாள் நடக்கும், அந்த திருவிஷா முடிஞ்ச உடனே அந்தோணியார் நாடகத்துக்கு நாங்க கால் கோல் நட்டுட்டு, அந்த ஒரு வாரத்துக்குள்ள அதை முடிச்சுக் குடுத்துருவோம். திங்கள், செவ்வாய், வியாழன், வெள்ளி- நாலு நைட் நாடகம் நடக்கும். அந்த அந்தோணியார் நாடகத்துக்கு வாத்தியார் நான். ஏற்கனவே திவ்யநாதன் அப்டின்னு ஒரு வாத்தியார், நம்ம தெருவுக்காரர்தான், அவரு சின்னப் புள்ளைல இருந்து நான் அவர்கிட்ட வேலை கத்துக்கிட்டேன். சின்னச் சின்ன வேஷம் போடுறது, அவர் சொல்ற வேலைகளைச் செய்றதுன்னு இருந்தேன். குரல் கொஞ்சம் நல்லா இருந்ததால, அவரும் என்னைக் கூடவே வச்சிக்கிட்டு எல்லா வேஷமும் போடக் கத்துக்குடுத்தார். அவருக்கு வயசாகும்போது, அவரும் ஊர்க்காரங்க கிட்ட சொன்னாரு, ஊர்க்காரங்களும், 'அப்பா அவருக்கு ரொம்ப வயசாச்சு, இனி நீ நாடகம் எல்லாம் நடத்து', அப்டின்னு சொல்லிட்டாங்க. இந்த நாடகம் முழுக்க ஜென்ட்ஸ் தான், லேடீஸ் நடிக்கிறது கிடையாது. லேடீஸ் வேஷமும் ஜென்ட்ஸ்தான் போடுவாங்க.''

''நாங்க சின்னவயசுல கத்துக்கிட்டா மாதிரி இப்ப உள்ள பசங்களுக்கு இதுல இன்டரஸ்ட் இல்ல. பொதுவா ஜனங்களுக்கே

இதுல உள்ள ஈடுபாடு குறைஞ்சு போச்சு. சினிமா, சீரியல் அப்டின்னுதான் ஆர்வம் இருக்கு. அந்தோணியார் நாடகத்துக்கும் செபத்தியார் நாடகத்துக்கும் மக்கள் கொஞ்சம் வருவாங்க. ஏன்னா நாங்க இதைக் கொஞ்சம் மெருகேத்தி அவுங்க ரசிக்குற மாதிரி மாத்தியிருக்கோம். மிருதங்கம், டோலக், ஜால்ரா மட்டும்தான் இதுக்கு இசைக்கருவிகள். வேற எதுவும் கிடையாது. சில சமயம் வர்ற ஃபாதர்சுக்கு ஆர்வம் இருந்தா அவுங்க ஆர்மோனியம் போடச் சொல்லுவாங்க. மைக் பயன்படுத்துறோம். அப்பலாம் மைக் கூட கிடையாது. கேண்டில் லைட்டுலதான் நடக்கும். எனக்கு முன்னால எல்லாம் பந்தத்தக் கட்டிட்டுப் பாடி நடிச்சிருக்காங்க. இந்த வருஷம் நடக்குற ஆக்னஸ் அம்மாள் நாடகம் ரொம்பப் பழசு. அது இங்க வந்த கதையே பெரிய கதை.''

''இங்குள்ள பெரியவங்க எல்லாம் முன்னாடி பாண்டிச்சேரி வரை மரம் அறுக்குற வேலைக்குப் போவாங்க. அப்பதான் நெல்லித்தோப்புல ராத்திரி நாடகம் நடக்கும் போது இவுங்க பார்த்திருக்காங்க. அதை செவியால கேட்டுக்கிட்டு, மரம் அறுக்கும்போது அந்தப் பாட்டை எல்லாம் பாடிக்கிட்டு இருந்துருக்காங்க. இவுங்க இப்பிடி கேட்டே நாடகப் பாட்டை எல்லாம் பாடுறது அந்த நாடகத்த நடத்துற காரைக்கால் வாத்தியார் செவிவரை போயிருச்சு. அவரு இவுங்களை கூப்பிட்டு அனுப்பி, பாடச்சொல்லிக் கேட்டு, 'இவ்வளவு சவுண்டா நல்லா பாடுறீங்களே? நீங்க ஏன் இந்த மாதிரி நாடகத்த உங்க ஊருல நடத்தக் கூடாது?' அப்டின்னு கேட்டிருக்கார். 'நாடகப் படி இருந்தா நடத்தலாம்தான்', அப்டின்னு இவுங்களும் பதில் சொல்லி இருக்காங்க. 'அவ்வளவு தான? நான் உங்களுக்கு சுவடி குடுக்குறேன்', அப்டின்னு சொல்லியிருக்காரு. அப்புடி அவரு குடுத்த சுவடிதான் நூறு-நூத்தம்பது வருஷத்துக்கு முன்னாடி இங்க ஆக்னஸ் அம்மா நாடகமா வந்துச்சு.''

''இந்த அந்தோணியார் நாடகம் எல்லாம் அது வந்த பின்னால எழுதுனதுதான். அதுவே எண்பது-தொண்ணூறு வருஷம் பழசு. சுவடிய குடுத்ததோட இல்லாம அந்த வாத்தியார் இவுங்களுக்கு வந்து நாடகம் நடத்தியும் குடுத்துருக்காரு. இவுங்களும், 'சுவடிய எப்புடி சும்மா வாங்கிட்டுப் போறது, என்ன வேணுமோ அதக் கேளுங்க', அப்டின்னு சொல்ல, அவரும், 'எனக்கு ஒரு பசுமாடு வாங்கிக் குடுங்க', அப்டின்னு சொல்லி இருக்காரு. அப்டி ஒரு பசுங்கன்னுக் குட்டியைக் குடுத்து ஆக்னஸ் அம்மா நாடகச் சுவடிய வாங்கிட்டு வந்தாங்க. நாடகத்தாலயும் பிரச்சனை வந்துருக்கு. ஆக்னஸ் அம்மா நாடகத்துல ஆக்னஸ் அம்மா ஆக்டு, ராஜா ஆக்டு

அப்டின்னு முக்கியமான ஆக்ட் எல்லாம் நாங்கதான் பண்ணுவோம்னு வீரங்கராயன் குடும்பம் கேட்டிருக்காங்க.''

''நல்லா குரல் வளம் இருந்தவங்களை எல்லாம் சேவகனாப் போடு, பிசாசாப் போடு, சம்மனசாப் போடு, இல்லன்னா யாருக்காவது பின்னால பாடு அப்டின்னு சும்மா நிக்க வச்சுட்டாங்க. அப்பதான், 'ஏன்பா எங்களுக்கும் குரல் வளம் இருக்குது, ஏன் எனக்கு கொஞ்ச நேரம் அந்த அம்மா வேஷத்தக் குடுத்தா என்ன?' அப்டின்னு இவுங்க கேட்டாங்க. அதுக்கு அவுங்க, 'குடுக்க முடியாது. நீ ஆள் பார்த்தா கன்னகரேர்னு இருக்குற, உனக்கு அம்மா ஆக்ட் குடுத்தா எப்புடி ராஜா உன்னைக் காதலிப்பான்? நீ பிசாசு ஆக்ட் குடுத்தன்னு வச்சுக்க, அப்டியே கரெக்டா இருப்ப'', அப்டின்னு சொல்லி யிருக்காங்க. அதுல இவுங்க எரிச்சலாகி, 'உங்க நாடகத்துல நாங்க அம்மாவாவும் நடிக்க வேணா, பிசாசு, சேவகனாவும் நடிக்க வேணாம், நாங்க தனியா போறோம்', அப்டின்னு தனியா வந்துட்டாங்க.''

''அவுங்க எல்லாம் ஒண்ணு கூடிட்டு, 'அவுங்க என்ன நாடகம் போடுறது தனியா? நம்ம போடுவோம்' அப்டின்னு நாடக புஸ்தகத்தைத் தேடி போயிருக்காங்க, அது இல்ல. அப்போ காரியதரிசி சின்னசாமி உடையார்கிட்டப் போய் அவுங்க சொல்ல, மருகிருதம்மா நாடகம், ஆரோக்கியநாதர் நாடகம், இன்னிக்கு தென்னூர்ல நடக்குற செபஸ்தியார் நாடகம், இது எல்லாமும் அவரு குடுத்ததுருக்கார். அவர் நாடகம் தேடிப் போன பெரிய ஆள்கள் கூட இருந்தவரு... அவரு கைல செபத்தியார் நாடகம் ஒரு பிரதி இருந்துருக்கு. அதைக் குடுத்துருக்காரு. அவுங்க என்னன்னா, ஆக்னஸ் அம்மா நாடகம் மாதிரி எங்களுக்கு லேடீஸ் நாடகம்தான் வேணும்னு சொல்லவும், அவுங்களுக்கு மருகிருதம்மாள் நாடகம் எழுதிக் குடுத்துருக்காரு. நம்ம ஊருல இன்னாசியார் மண்டபத்துல உக்காந்துதான் அந்த நாடகத்த அவர் எழுதியிருக்காரு. நல்ல ஞானம் அவருக்கு. தெய்வப் புலவர்னுதான் சொல்லுவாங்க. ஒருத்தங்க எந்த சொல்லுல முடிக்கிறாங்களோ, அந்த சொல்லுலதான் அடுத்த பாட்ட ஆரம்பிப்பாரு. அப்ப இங்க இருந்த நொண்டி நாட்டார் (நாடகம் நடிக்கவே மாட்டோம் என வந்த குழுவில் முக்கியமானவர்), நல்லா குடிப்பாராம். அவருக்கு பட்டை சாராயம் வாங்கிக் குடுத்தா, அவரு பாட்டு எழுதுவார். அவரும் நாடகம் எழுதியிருக்கார். இங்க கோயில்லதான் உக்காந்து பாட்டு வரலைன்னா ஜெபிச்சு எழுதுவாராம். பறையர்-பறைச்சி ஆக்ட் ஒண்ணு.. தப்பா நினைச்சுக்காதீங்க சிஸ்டர்... இந்த மாதிரி சொல்லக் கூடாதுதான், ஆனா தண்டோரா போடுற ஆக்ட்- முன்னறி

விப்புக்காரங்க அவுங்கதான். அவுங்களப் பத்தி ஆக்ட் எழுதும் போது,

'ஒருத்திக்கொரு மகன்டி
அவன் ஒத்தக் கால் நொண்டி
பருத்திக்கு சென்றவன்டி என் தங்கமே
என்னக் கண்கலங்க விட்டானடி...
பெருத்த வயிறுமாச்சி
பிள்ளைகள் ஏழுமாச்சி'

அப்டின்னு அவரு குடும்பத்தில உள்ள கதையையே கிடுகிடுன்னு எழுதிக் குடுத்தாரு. அப்புறம்தான் போதைல எழுதினது தெரிஞ்சுச்சு. இதே போல நாட்டாமைக்காரர் குடும்பத்தப் பத்தியும் எழுதப் போய், அதை மாத்தச் சொல்லி அவரு கேக்க, இந்த பூமியில இந்த நாடகம் உள்ளமட்டும் உன் குடும்பத்தப் பத்தி பாட்டும் இருக்கும்...அப்டினு சொல்லி அவர் மாத்த மாட்டேன்னுட்டாரு. இன்னமும் அந்தக் குடும்பத்தப் பத்திப் பாடுறோம்.''

''இப்ப நாங்க வச்சிருக்குற அந்தோணியார் நாடகம் எங்க ஊர்லயே அருளப்பன் அப்டிங்குறவர் எழுதின நாடகம். காரைக்கால் வாத்தியாரப் பார்த்துதான் அவர் இதை எழுதுனாரு. அவரு கூடமாட இருந்து திவ்யநாதன் வாத்தியாரு கேட்டுப் படிச்சு, அவருகிட்ட இருந்து இப்ப நான் படிச்சு செய்றேன். கூவத்தூர் அந்தோணியார் நாடகமும் காரைக்கால் வாத்தியாரோடதுதான். நமக்கு கிழக்க அறந்தாங்கின்னு ஒரு ஊரு இருக்கு. அங்க போடுற பிலோமினம்மாள் நாடகமும் காரைக்கால் வாத்தியார் எழுதிக் குடுத்தது. இங்க தென்னூர், வரதராஜன்பேட்டைல மட்டும்தான் இந்த நாடகம் எல்லாம் நடக்குது. மத்த ஊருங்கள்ல எல்லாம் இப்ப நடக்கல, நின்னு போச்சு. காரைக்கல் வாத்தியார் நிறைய ஊருங்களுக்கு இப்பிடி நாடகம் எழுதிக் குடுத்து, எப்புடி நடிக்கணும்னு சொல்லியும் குடுத்துருக்கார். அருளப்பனோட தம்பி ஒருத்தர் ஸ்ரீமுட்ணம் பக்கம் தோலாங்குப்பம்-புதுக்குப்பம் ஊருல இருந்தாரு. அவரு இதே அந்தோணியார் நாடகப் பிரதிய அங்க கொண்டு போய்க்குடுத்து அந்த ஊர்க்காரங்களும் இதே அந்தோணியார் நாடகம் நடத்துனாங்க. அங்க இப்பயும் இந்த அந்தோணியார் நாடகம் நடக்குது.''

''முன்னால நாடகத்துல நடிக்குறவங்க எல்லாம் ரொம்ப பக்தியா இருப்பாங்க. தவசுக் காலம் தொடங்குனதுல இருந்து துக்க வீட்டுக்குப் போகமாட்டாங்க, பாய் தலகாணி போட்டு படுக்க மாட்டாங்க, கறி சாப்பிடக் கூடாது அப்டின்னு நிறைய ஒறுத்தல்

செய்வாங்க. இப்ப முக்கியமான ஆக்டருங்க மட்டும் அந்த மாதிரி இருக்காங்க. விபூதி புதனுக்கு அப்புறம் வர்ற முதல் வெள்ளிய விட்டுட்டு ரெண்டாவது அல்லது மூணாவது வெள்ளியில நாங்க நாடகத்த கட்டுப் பிரிப்போம். அதை 'அடுக்குப் படிக்கிறது' அப்டின்னு சொல்வோம். இந்த வருஷம் என்ன நாடகமோ அதை நடத்த ஆரம்பிப்போம். கால் நடுறது மூங்கில் கம்புலதான். செபத்தியார் நாடகமும் அந்தோணியார் நாடகமும் மூணாங்கால் நடுவோம். ஆக்னஸ் அம்மாள், மருகிருதம்மாள் நாடகம் ரெண்டுக்கும் உடன் கால்தான்; என்னிக்கு நாடகமோ அன்னிக்குக் காலைல கால் நடுவோம். மத்த கீழத்தெரு நாடகம் எல்லாம் திங்கக்கிழமை ஆரம்பிக்கும்னா, அதுக்கு முந்தின சனிக்கிழமை கால் நடுவோம். அதுல மாவிலை, பூ எல்லாம் வச்சுக் கட்டுவாங்க.''

''இந்துக்களோட பாரம்பரியத்துலதான் இந்த மாதிரி நாடகங்கள நடத்துறது. நம்ம அத மாதிரி செய்யத் தேவையில்லதான். ஆனா அப்ப புடிச்சு முன்னோருங்க செஞ்சிட்டாங்க. அதை விடாம செய்யணும்னு நாங்க கடைபிடிக்கிறோம். மேலத் தெருக்காரங்க செவ்வாய்க்கிழமை அவுங்க நாடகங்கள தொடங்குவாங்க. அதுனால அவுங்க ஞாயித்துக் கிழமை கால் நடுவாங்க. கால் நட ஃபாதர் வந்து பிளஸ் பண்ணுவாங்க. அப்ப பாடுறது எல்லாம் இல்ல. முத நாள் எந்தப் புனிதரோட நாடகம் நடக்குதோ அவுங்களோட சுரூபத்த எடுத்துட்டுப் போய் மேடைல வைப்பாங்க. அதையும் ஃபாதர் முன்னிலைல உபதேசியார்தான் கொண்டு வைப்பாரு. இப்ப ஆக்னஸ் அம்மாள் நாடகம் நடக்குறதால அவுங்க சுரூபத்த மேடைல கொண்டு வச்சுருக்காங்க. அடுத்தடுத்த நாளுக்கு நாடக வாத்தியார் எடுத்துட்டுப் போய் வைப்பாங்க, அன்னிக்கு நாடகம் முடிஞ்ச உடனே காலைல கொண்டு வந்து கோயில்ல வச்சுருவாங்க.

''அந்தோணியார் நாடகம், மருகிருதம்மாள் ரெண்டும் நாலு நைட் நடக்கும், ஆரோக்கியநாதர் மூணு நைட் நடக்கும். அருளானந்த ஐயர் நாடகம் ரெண்டு பிரிவா நடத்துறாங்க. ரெண்டு நாள்தான் நடக்கும். வசனங்கள் இந்த நாடகங்கள்ல ரொம்பக் கம்மியாதான் இருக்கும். பெரும்பாலும் பாட்டுதான் இருக்கும். கலிப்பா, வெண்பா, ஆசிரியப்பா அப்டின்னு எல்லாமே பயன்படுத்தி பாட்டு எழுதியிருக்காங்க. நாங்க எல்லாம் முன்ன சொல்லிக் குடுத்தவுங்க எப்புடி சொல்லிக் குடுத்தாங்களோ, அதே மாதிரி பாடுறோம். மத்தபடி தாளம் செய்வோம், ஆனா அது எந்தத் தாளம், ராகம்னு எங்களுக்குத் தெரியாது. வழிவழியா சொல்லிக் குடுத்துப் பாடுறதால அப்டியேதான் மாறாம இருக்கும். தேவாரம், இன்னிசை,

விருத்தம் எல்லாம் பாடுறது உண்டு. துயரமானப் பாட்டுக்குத் தாழிசை இருக்கும்'', எனச் சொல்கிறார் ஆரோக்கியராஜ்.

''மக்களுக்கு ரொம்பப் புடிச்ச பாட்டுன்னு ஒண்ணு இருக்கும்ல? அதைப் பாடிக் காட்டுறீங்களா?''

''ஓ..தாராளமா'', எனக் கையில் வைத்திருக்கும் பையைப் பிரிக்கிறார். உள்ளிருந்து நான்கு முழுநீள நோட்டுக்கள் வெளிவருகின்றன.

''நாலு பிரிவுல்ல? அதான் நாலு நோட்டு. நான் வாத்தியாருங்குறதால எல்லா நோட்டும் என் கிட்டதான் இருக்கும். நடிக்கிறவங்களுக்கு அவுங்கவுங்க ஆக்டுக்குள்ள பிரதிய மட்டும் எழுதி தனியே குடுத்துருவோம்'', எனச் சொல்கிறார்.

''முதல்ல ஏட்டுல இருந்தத அப்பப்ப இருக்குறவங்க மாத்தி மாத்தி நோட்டுல எழுதி வச்சுக்கிட்டே வருவாங்க. ஒரு வேஷக்காரங்க இருக்காங்க, ராசா மந்திரிங்க, அந்தோணியார் அப்டின்னு முக்கியமானவுங்களுக்கு தனியா நோட்டு போட்டு நானே எழுதிக் குடுத்துருவேன். ஏற்கனவே உள்ளவங்க எழுத்துலதான் இந்த நோட்டு இருக்கு.''

''நம்ம இப்ப பார்க்குற இந்த சாப்டர் வந்து மடத்துக்குப் போன அந்தோணியார அவருடைய அப்பா மற்தின், அம்மா ரோசம்மா ரெண்டு பேரும் தேடிக்கிட்டுப் போய் மடத்துக் குரு கிட்ட கேக்குறாங்க. மகனைக் கூப்பிட்டு அவர்கிட்ட சம்பாஷிக்கிறாங்க. அந்தோணியாரப் பார்த்த உடனே பெற்றோர் அவுங்க மகிழ்ச்சியை எப்டி காட்டுறாங்க பாருங்களேன்...''

மற்தின்:
கண்மணியே உன்னைக் கண்டு மகிழ்ந்தேனேடா(2)
கண்டு மகிழ்ந்தேனேடா துன்பமே விண்டேனேடா - கண்மணியே
பாலன் ஒன்றில்லையென்று பாரில் என் நிதிவிண்டு (2)
காலமெல்லாம் தவத்தில் கழித்தேனேடா பாலகா – கண்மணியே

ரோசம்மா:
தேவனருளால் வந்தாய் திருமகனே கண்ணே (2)
ஆவலெல்லாம் தீர்ந்தது ஆசைக்குகந்த பாலா – கண்மணியே

அந்தோணியார்:
ஆசைநிறைந்த எந்தன் தந்தைதாயே உங்கள் (2)
அடிமலர் போற்றுகின்றேன் அன்புநிறைந்த தந்தாய்
தந்தைதாயே உங்கள் தாள்மலர் போற்றுகின்றேன்

மற்தின்:
அன்னையும் நானும் உன்னைக் கண்டுமகிழ்ந்தேனேடா
அவனியில் பெரும்தவம் புரிந்தேனேடா பாலகா – கண்மணியே

"இது தர்க்கம்னு சொல்லுவோம் மா", எனக் கூறுகிறார் ஆரோக்கியராஜ். 'அடுத்து தோடையர் பதம்', எனச் சொல்லி, பாடத் தொடங்குகிறார்.

சந்தன் அந்தோணியார் சரிதை நாம் பாடவே (2)
எந்தையே திரியேகநாதரே (2)
ஏழைக்கருள்வரம் புரிந்திடுவாயே – சந்தன் அந்தோணியார்...
அன்னைமரி பாலகனே அம்புலியின் ரட்சகனே
அன்புவைத்துன் அருள்வரம் பொழிவாய் (2)
அடிமலர் போற்றினேன் தரணிமேல் வாராய் – சந்தன் அந்தோணியார்...
ஜென்ம மாசில்லா ஜென்மித்த மாமரியே
சிறியன் காவியம் செவிவழி அறிய (2)
சிந்தையில் கொண்டிட வந்தருள்வாயே – சந்தன் அந்தோணியார்...
லூர்துமாமரியே லோகாதிபதியே
நேசம் மலர்ந்திட தாசன் அருளப்பன் (2)
ஆசையாய் போற்றினேன் ஆசி தந்தருளே – சந்தன் அந்தோணியார்...

"நாடக ஆசிரியர் அருளப்பன் பேரை அப்டியே பாட்டுல கொண்டுக்கிட்டு வந்துட்டார் பாருங்க", என அவர் சொல்ல, அட ஆமாம்ல எனத் தோன்றியது.

"மருகிருதம்மாள், ஆக்னஸ் அம்மாள் நாடகம் முடிச்சுட்டு வரும்போது மங்களம் ஒண்ணு பாடுவோம். அதைப் பாடுறேன்", என ஆரோக்கியராஜ் ஆர்வமாகப் பாடினார்.

தேவாதி தேவனுக்கு ஜெயமங்களம் நல்ல
திவ்வியமரி பாலனுக்கு சுபமங்களம்
மூவாதி காரனுக்கும் முச்சுடரும் முப்புருக்கும்
ஜீவாதி காரனுக்கும் சேசுமரி சூசையர்க்கும் – தேவாதி...
சிந்துத் தேச போதகராம் சந்தன் அருளானந்தர்க்கும்
அந்த உடலழியாத அச்சியசிஷ்ட சவரியார்க்கும் – தேவாதி...
வேதசாட்சி யாவருக்கும் விருத்தக்கன்னி யாத்ரிமார்க்கும்
பதுவை அந்தோணியார்க்கும் பாதுகாவல் தூதருக்கும் – தேவாதி...
காரைநகர் வாழும் சின்னசாமியுடை யார்புலவர் (2)
பாருலக மன்னவர்க்கும் பாங்கதாய் நடத்துவோர்க்கும் – தேவாதி...

''இந்த மங்களப் பாட்டுலயும் காரைக்கால்ல உள்ள சின்னசாமி உடையார்னு நாடகம் எழுதினவர் பேரு வருது பாருங்க. இவர்தான் முதல் முதல்ல நூறு நூத்தம்பது வருஷத்துக்கு முன்னாடி இந்த நாடகத்த எழுதி எங்க முன்னோருக்குக் கொடுத்தவரு. அவர் பேரை விடாம இத்தனை வருஷமா நாங்க பாடிட்டு இருக்கோம் சிஸ்டர்'', என நெகிழ்வாகச் சொல்கிறார். ''அதே போல அந்தோணியார் நாடகத்துல முன்னால பஃபூன் ஆக்ட் உண்டு. அது கூட திவ்யநாதன் சார் காலத்துல இருந்துதான் செய்றோம். முதல்ல தொடங்கும் போது பூத்தெளிப் பெண்கள்னு சில சின்னப் பெண்கள் மட்டும் பூத்தெளிக்கிற மாதிரி வரும். இவுங்க பாடிக்கிட்டே இருப்பாங்க, அந்தப் பொண்ணுங்க பூத்தெளிக்கும். நாளாவட்டத்துல அந்தச் சின்னப் புள்ளைங்க அதைச் செய்றதுக்கு முன்வரல. அதுனால அதை விட்டுட்டோம். இந்த அந்தோணியார் கதையே ரொம்ப ஆர்வமா பாக்குற மாதிரிதான் இருக்கும், அதுனால இடையில மாற்றம் எல்லாம் தேவையில்ல. அதுனால அந்த பஃபூனும் தொடக்கத்துல மட்டும் வரும், இப்ப அதுவும் இல்ல. அவுங்களுக்கும் பாட்டுதான். இப்ப பஃபூன் வேஷம் இல்ல', எனச் சொல்கிறார்.

நேரம் போனதே தெரியவில்லை. அதற்குள் அவருக்கு அலைபேசியில் அழைப்பு மேல் அழைப்பு. மதிய உணவை சாப்பிடாமல் வந்துவிட்டார் என அவர் மகள் அழைத்துக் கொண்டிருந்தார். மணி இரண்டரை ஆகிவிட்டிருந்தது. ''ஐயோ... நீங்க சுகர் பேஷண்ட்னு வேற சொன்னீங்க, தயவு செஞ்சு போய் சாப்பிடுங்க'', என நன்றி சொல்லி அனுப்பிவிட்டபிறகுதான், எனக்கு வயிறு கடித்ததே தெரிந்தது. ஒழுங்காக அந்தச் சிறுவர்களிடம் கையில் இருந்த பிளாஸ்டிக் டப்பாவைக் கொடுத்து பிரியாணியாவது வாங்கியிருக்கலாம். தென்னூரில் கடை எதுவும் இருந்தது போலத் தெரியவில்லை.

அங்கிருந்து மீண்டும் சொரக்குடிக்கு வண்டியில் கிளம்பிச் சென்றோம். மூன்று மணிக்கு அங்கும் எல்லாம் கழுவித் துடைத்தது போல ஆகியிருந்தது. ஒரு சிறு கடை கண்ணில் தட்டுப்பட, அடித்துப் பிடித்து, ''அண்ணா சாப்பாடு இருக்கா?'' என மூச்சிறைக்கப் போய் நின்றேன். ''காய் எல்லாம் தீர்ந்து போச்சே... இருக்குறத போடவா?'' என அவர் கேட்க, ''ஐயோ, எதுனாலும் குடுங்க, பசிக்குது'', என்றபடி ஓடிச்சென்று நாற்காலியில் உட்கார்ந்து கொண்டேன். சோறு விறைத்துப் போயிருந்தது. அடி சாம்பாரும், ஆறிப்போன சௌசௌ பருப்புக் கூட்டும், கிழிக்கும் பதத்தில் அப்பளமும், புளித்த மோரும் கிடைத்தன. சாப்பாடு தேவாமிருதமாக இருந்தது எனச் சொல்லவேண்டுமா என்ன?

சாப்பிடும் போதே காமிராவில் பதிவானவற்றை லேப்டாப்பில் மாற்றிக்கொண்டு, யு.எஸ்.பியை அடுத்த பணிக்கு தயாராக சுத்தம் செய்துகொண்டேன். இரண்டு ஊர்களிலும் இரவுதான் நாடகம் தொடங்கும். அடித்த வெயிலுக்கு வேறு எங்கும் செல்லவும் மனமில்லை. மீண்டும் வண்டியைத் தென்னூருக்கே விடச்சொல்லி விட்டு, ஆலமரத்தடியில் இளைப்பாறினோம். சூட்டின் காரணமாக காரிலும் இருக்கமுடியவில்லை. துப்பட்டாவை எடுத்துக்கொண்டு கோயிலின் முன்மண்டபத்துக்குப் போனேன். அதை விரித்துப் படுத்துக்கொண்டு உறங்க முயற்சித்தேன். நாடக நடிகர் ஒருவருடன் மாலை 6 மணிக்குத்தான் பேசமுடியும் என ஜஸ்டின் சொல்லி இருந்தார். கிடைக்கப் போகும் தகவல் பற்றிய கனவில் சற்றே கண்ணசந்திருப்பேன். திடீரென பயங்கர சத்தம் கேட்டது. ஏதோ சண்டை எனப் புரிந்தது. இமைகளை பிரம்மப் பிரயத்தனம் செய்துப் பிரித்துப் பார்த்தால், எனக்கு சில மீட்டர் தொலைவில் ஆலயத் திடலில் இரண்டு ஆண்கள் கட்டிப் புரண்டு சண்டை போட்டுக்கொண்டு இருந்தனர். அவர்களைச் சுற்றி ஒரு கூட்டம் நின்றிருந்தது.

''அதான் நா இருக்கேன்ல? நா இருக்கையில நீ எப்புடிடா என் ஆண்ட வீட்டுக்கு வேலைக்குப் போவ? அந்த நூறு ரூவா என் காசு, குடு'', என ஒருவரும், மற்றவர், ''உன் ஆண்ட என்னை எதுக்குக் கூப்பிட்டாருன்னு கேளுடா அவர் கூப்டாட்டி நா ஏன் அவரு வீட்டுக்குப் போறேன்? நா பண்ணைல வேல செஞ்சு வாங்குன காசு, அதெல்லாம் குடுக்க முடியாது போ'', என அடுத்தவரும் கத்தி சண்டையிட்டுக் கொண்டிருந்தனர். சுற்றி கையில் விளக்குமாறுடன் நின்று கொண்டிருந்த கூட்டிப் பெருக்கும் பெண்கள், ''அட விடுங்க. யண்ணே... யண்ணே கேளு... என்னத்துக்கு சண்டை?'' என அவர்கள் இருவரையும் சமாதானம் செய்யும் முயற்சியில் இறங்கியிருந்தனர். ஆண்டை, வேலை, பண்ணை என அவர்கள் சொன்னது எல்லாம் புரிந்துகொண்டு உள்வாங்க சில நொடிகள் பிடித்தது.

இருபத்தியோராம் நூற்றாண்டில், ஒரு பண்ணையாள் வேலை செய்யும் ஆண்டையின் வீட்டுக்கு வேறொரு பண்ணையாள் வேலைக்குச் சென்று காசு வாங்கிவிட்டார். அந்த நூறு ரூபாய்க்கு இருவரும் கட்டிப் பிடித்து புழுதியில் புரண்டு சண்டையிட்டுக் கொண்டிருந்தனர். 'இப்பலாம் யார் சார் சாதி பார்க்குறா?', எனப் போகிற போக்கில் நம் மக்கள் சொல்லும் வசனம் முகத்தில் அறைந்தது. ஓடிச் சென்று அவர்களை விலக்கிவிட நானும், டிரைவரும் முயற்சித்தோம். எதுவும் அவர்கள் காதில் விழவில்லை.

''ஐயோ, சண்டை போடாதீங்க. நூறு ரூபாய் தானே? நா தரேன், வாங்கிக்கங்க அண்ணா..'', எனப் பதட்டத்தில் நான் சொல்ல, கீழே விழுந்து கிடந்தவர் எழுந்து என்னை முறைத்தார். அங்கே அசாதாரண அமைதி நிலவியது. நான் ஏதோ தவறாகச் சொல்லி விட்டேன் எனப் புரிந்தது. ''தா..நீ என்னத்துக்கு எனக்கு காசு குடுக்கணும்? என் ஆண்டை வீட்டுக் காசு என் உரிம..அதத்தான் நா கேக்குறேன். வெளியூரா? போய்த் தூங்கும்மா'', எனச் சொல்லி விட்டு, சாரத்தை சரியாக மடித்துக்கட்டிக்கொண்டு அவசரமாக நகர்ந்தார். மற்றவர் என்னை நக்கலாகப் பார்த்துக்கொண்டு நின்றார். அந்தப் பெண்களும் என்னை சட்டை செய்யாமல் அவர்கள் பெருக்கும் வேலையில் மூழ்கினர். வந்த தூக்கம் அப்படியே கலைந்துபோய், மனம் பாரமானது.

மாலை வரை கொஞ்சம் தூக்கமும், கொஞ்சம் வாசிப்பும் எனக் கழிந்தது. நல்லவேளையாக ஆலமரம் கொஞ்சம் அவ்வப்போது இலைகளை அசைத்து உயிர்க்காற்றைத் தந்து என்னை உயிர்ப்புடன் வைத்துக்கொண்டது. மாலை 5.30 மணிக்கு ஜஸ்டின் வந்து சேர்ந்தார். பரஸ்பர நலம் விசாரிப்புக்குப் பின், தென்னூர் செபஸ்தியார் வாசகப்பாவில் நடிக்கும் அவரது மாமா ஜான் பிலிப் இந்த ஆண்டு கை ஒடிந்து போனதால் நாடகத்தில் நடிக்கவில்லை எனவும், அவர் இன்னும் சற்று நேரத்தில் அங்கு வந்து தகவல் பகிர்வதாகவும் சொன்னார். அவருக்காகக் காத்திருந்தோம். ஆலய வளாகம் பரபரப்பாக இயங்கிக் கொண்டிருந்தது. மேடையில் சிலர் குழிகள் தோண்டி சுமார் 20 அடி உயர மரத் தூண்களை நட்டுக் கொண்டிருந்தனர். அதில் ஒருவரைத் தொங்கவிட்டு, மரத்தின் பலத்தை பரிசோதித்துக் கொண்டிருந்தனர். ஒரு வழியாக ஜான் பிலிப் ஐயா வந்து சேர, அவரிடம் பேசத் தொடங்கினோம்.

''தென்னூர் வாசகப்பா எழுதுன வாத்தியாருடைய அப்பா வழிப் பேரன் எங்க தாத்தா. அவருக்குப் பேரன் நான். தலைமுறை நாலுன்னாலுமே கூட தொடர்ச்சியா வாரிசுல, மரபுல, டிரெடிஷன், கன்வென்ஷன்லதான் இது வந்துட்டு இருக்குது. எங்கப்பா புரவலர் வில்லியம். இங்க கான்வெண்ட் கட்ட நிலம் எங்க குடும்பம்தான் குடுத்துச்சு. அதே போல 1977ல இங்க ஹை ஸ்கூல் வரும்போது வாட்ச் மேன் சம்பளத்துல இருந்து, பியூன் சம்பளம் வரை எல்லாத்தையும் எங்கப்பாதான் கவர் பண்ணி பார்த்துக்கிட்டார். ஆனா கவர்மென்டு அவருக்கு பியூன்னு போஸ்டிங் குடுத்துச்சு. சகல செலவும், வேலையும் அவர்தான் செஞ்சார்.''

''அன்னை லூர்து ஹையர் செகண்டரி ஸ்கூல் வரும்போது எங்க வயல்வெளியதான் ஸ்கூல் கட்டக் குடுத்தோம். எம்ஜிஆர் காலத்துல

அரியலூர் மாவட்டம் உருவாகும்போது 'புரவலர்' திட்டம் கொண்டுவந்தாரு. ஊருல இப்பிடி நல்லது கெட்டது பார்க்குறவங்க பொறுப்பா இருப்பாங்கன்னு அவுங்கள புரவலர்னு போட்டுக்கலாம்னு சொன்னாங்க. அதுனால அந்தப் புரவலர் பட்டம், நானும் என் பேரு ஜான் பிலிப்புக்கு முன்னால 'புரவலர்' போட்டுக்கறேன். என் பொண்ணு செத்து மூணு வருஷம் ஆகுது. அவ நினைவா பெண்களுக்கு படிப்புக்குனு இன்னமும் நான் என்னால முடிஞ்சத செஞ்சிக்கிட்டு இருக்கேன். எங்கப்பா வில்லியம் ஆசிரியர் பேரு இந்தக் கோயில் கல்வெட்டுல இருக்கும்.''

''இந்த செபஸ்தியார் நாடகத்த பொறுத்த வரைக்கும் அடுத்தவுங் களுக்கு அந்த வேஷத்த மாத்திக் குடுக்கமுடியாது. இந்து சமய முறைப்படி 64 நாயன்மார்கள் இருக்குற ஒரு புள்ளிய வெச்சி, இதுல 64 வேஷமும் குடுத்திருக்கிறாங்க. நாடகக் கதைப்படி செபஸ்தியார் இந்து சபையை சேர்ந்தவரு. அவரு மனசு மாறி வேதத்துக்கு வரவும், 'நீ எப்புடி இங்க இருந்தப்ப மத்தவங்க தண்டனைய அனுபவிச்சப்ப பார்த்தியோ, அதே போல நீயும் தண்டனைய அனுபவிப்ப'ன்னு சொல்லி வெளிய அனுப்புனாங்க. வாசகப்பா வோட தலைவர் முறை, பரணம்குற வகையறாதான். பரணம் அப்டிங்குறது ஒரு ஊரு. அந்த ஊருல உள்ள கன்வர்ட்டட் கிறிஸ்டியன்தான் இந்த வகையறா. இந்த வாசகப்பா 1882லதான் அரங்கேற்றம் முதல்முறையா ஆச்சு. கிட்டத்தட்ட 140 வருஷமா அப்டியேதான் இருக்கு. இதான் உண்மை. 1877ல இந்தப் பரணம் குடும்பத்துல உள்ள ரத்தினம்குற வாத்தியார் அஞ்சாவது பள்ளிக்கூடம் காரைக்கால்ல போய் படிச்சாரு. காரைக்கால்ல போய் படிச்ச போது இந்த வாசகப்பா எழுதுன காரைக்கால் சின்னசாமி வாத்தியாரும், அவரும் கூட்டாளிங்க. அந்த ரெண்டு பேரும் அஞ்சாவது ஃபார்ம் முடிச்ச பிறகு, 40 நாள் ட்ரெய்னிங் முடிக்க நெல்லித்தோப்பு போறாங்க. தென்னூரு ரத்தினசாமியும், காரைக்கால் சின்னசாமியும் நெல்லித்தோப்பு அய்யாசாமிகிட்ட பாடம் கத்துக்குறாங்க.''

''அங்க படிச்சு இவுங்க ரெண்டு பேரும் 'பண்டிதர்' ஆயிடுறாங்க. ரத்தினசாமி படிச்சு முடிச்சு இந்த ஊருலயே வாத்தியார் ஆயிட்டாரு, சின்னசாமி சாதாரணமா போய் வர்ற ஆள் ஆயிட்டார். அப்ப தன் நண்பனை ஊருக்குக் கூட்டிட்டு வந்து தங்க வச்சு, சாப்பாடு எல்லாம் போட்டு, எங்களுக்கு இப்டியா நாடகம் எழுதிக்குடுங்கன்னு இவர் கேக்கவும், சின்னசாமி எழுதிக் குடுத்தார். இப்புடி அங்கங்க போய் கதை எழுதிக் குடுத்து பிழைப்பு நடத்தினவர் சின்னசாமி. அவரு பல சிற்றின்ப விஷயங்கள்ல ஈடுபட்டது உண்மை, கண்ணதாசன் போல

அவரு. கிறிஸ்தவர். அவருடைய பங்காளி வர்க்கம் இன்னும் காரைக்கால்ல இருக்காங்க. அவர் இந்த வாசகப்பா எழுதினாரு. ரத்தினசாமிதான் அதை அரங்கேற்றம் செஞ்சவரு. அவருடைய பையன் சவரியப்பா வாத்தியார். அவர் வாசகப்பாவ முழுமையா கொண்டாடுனார். 1928 வரைக்கும் வாசகப்பாவை மேடைக்குக் கொண்டுவந்து பிரபலம் ஆக்குனவர் சவரியப்பா ஆசிரியர்தான். 1902 வரைக்கும் தென்னூர் பள்ளிக்கூடத்துல அவர் ஆசிரியரா இருந்திருக்காரு. அவுங்களுடைய சொந்த அபிப்ராயத்துலதான் வாசகப்பா நடந்துட்டு இருந்துது. 1940லதான் கோயில் கட்டுப் பாட்டுக்கு வாசகப்பா வந்துச்சு. பரணத்தார் குடும்பத்துல கையூட்டு குடுத்தா காரியம் செய்யக் கூடிய ஒருத்தர் இருந்தாருங்க. அவரு என்ன பண்ணிட்டாரு, அந்த வாத்தியார் வீட்ல இருந்த அந்த அஞ்சு வாசகப்பா புஸ்தகத்த கொண்டுக்கிட்டுப் போயி கூரைப்பட்டங்குற ஊருல சொந்தக்காரங்க வீட்ல வச்சுட்டார்.''

''அதன் பிறகு அந்த அஞ்சு ராத்திரி பொஸ்தகத்தையும் அவுங்க எழுதிக்கிட்டாங்க. இவருதான் எடுத்துட்டுப் போயிட்டாரு, இவரு எஸ்கேப் ஆயிட்டாருன்னு சவரியப்ப வாத்தியார் இவரை ஆள் வச்சுத் தேடி, அசமடக்கிட்டாங்க. அப்புறந்தான் இது கோயில் கட்டுப்பாட்டுல, நாட்டாம கட்டுப்பாட்டுல வரணும்னு சொல்லி ஊர்ப் பெரியவங்க முடிவு பண்ணுனாங்க. பரணத்தார் குடும்பம் பெரிய குடும்பம்தானே ஒழிஞ்சு நாட்டார் குடும்பம் கெடையாது. மக்களே ஒரு சொசைட்டி மாதிரி உருவாக்கி, அவர் மூலமா அந்தப் பொஸ்தகத்த திரும்பி எடுத்துக்கிட்டு வந்து கோயில் உள்ள போட்டுட்டாங்க. சக்ரீஸ்துல திரும்பி வந்துட்டுது. அதன் பிறகு அந்தப் பொஸ்தகம் அவுங்க வீட்டுக்கே போகல. கோயில் பொறுப்புல வந்துருச்சு. ''

''சவரியப்ப வாத்தியார் மகன் அமல்தாஸ். அவர் கடலூர் சென்ட் ஜோசப் காலேஜ்ல புரபசரு. அவரு தம்பி மரியதாஸ் வாத்தியார். அவரு தென்னூர் பள்ளிக்கூடத்துல வாத்தியார். இவுங்க ரெண்டு பேரும் சேர்ந்து அவுங்க பெரிய அண்ணன் கைல ஃபார்மாலிட்டிக்கு அந்தப் பொறுப்பக் குடுத்து, அவுங்க நடத்திக்கிட்டு வந்தாங்க. எங்க பாரம்பரிய பொஸ்தகத்த அவுங்க அபகரிச்சுட்டாங்க அப்டின்னு அப்பவே திருச்சி எஸ் பி ஆபீஸ்ல இவுங்க புகார் குடுத்தாங்க. நேரா போய் எஸ்.பிய இட்டுக்கிட்டு வந்து, ரெண்டாம் ராத்திரி வாசகப்பா நடக்கும்போது, எங்ககிட்ட இருந்து புடுங்கி ஊர்க்காரங்க இதை நடத்துறாங்க. ஆனா படினம் எங்க கைவல்யம் அப்டின்னு சொன்னாங்க.''

''கலெக்டர் ஆர்டருல, சூப்பிரண்டு வந்து கேட்டிருக்கார். அப்ப ஊர்ல என்ன சொல்லியிருக்காங்க, அவுங்க ஒத்துமையின் பேர்லதான் நாங்க நடத்திட்டு இருக்கோமே ஒழிய நாங்க புடுங்கி வச்சி நடத்தல அப்டின்னு சொல்லி இருக்காங்க. பெட்டிஷன் யார் குடுத்தாங்களோ அவுங்க அண்ணந்தான் வாசகப்பாவ நடத்திட்டு இருக்காருங்குறப்போ அவரும் பாக்குறாரு. மூத்த அண்ணன் கைல நேரடியாவே அந்தப் படினம் இருக்கு. அதப் பார்த்து, குடும்பத்துக் குள்ளதான் தகராறு போல, அண்ணந்தம்பி பெரச்சன அப்டின்னு பார்த்துட்டு, 'உங்க குடும்பத்துல தான பொறுப்பு இருக்கு, ஊரப் பகைச்சுக்காதீங்க, எல்லாம் கெடும்', அப்டின்னு சொல்லிட்டு எஸ் பி கௌம்பிப் போய்ட்டாரு. இது 1939ல நடந்துச்சு. அதன் பிறகு மறாது வருஷம் இந்த ரெண்டு பேருடைய அண்ணன் தனபால் கைல இருந்த படினத்தப் பிடிங்கிக்கிட்டு இந்த ஊர் நிர்வாகம், 'இனிமே கோயில் நிர்வாகத்தின் பேர்லதான் நடத்த முடியும், நீ அந்த வேஷத்துக்குத் தகுதி இல்ல, நீங்க ஊரப் பகைச்சுக்கிறீங்க', அப்டின்னு சொல்லிட்டாங்க. புதுசா அதுக்கான வாத்தியாரப் போட்டு, அதுல இருந்து ஊர் பொறுப்புலயும், கோயில் பொறுப்புலயும் நடந்துட்டு இருக்கு.''

''1940ல இருந்து வாசகப்பா ஊர்ப் பொறுப்புல நடந்துட்டு இருக்கு. வசூல் பண்றது, செலவு பண்றது எல்லாம் ஊர்தான். அந்தக் குடும்பத்துக்கும் இதுக்கும் சம்பந்தமே இல்லாம அது வெளில போயிருச்சு. அந்தக் குடும்பமே இங்க இல்ல. அந்த சூசை மரியதாஸ் வாத்தியார் (சவரியப்ப வாத்தியார் மகன்) என்ன பண்ணி இருக்கார்னா காலி மனை ஒண்ணுல இவுங்க நடிச்சுப் பழகும்போது அதை ஆள் வச்சுக்கேட்டு எழுதியிருக்கார். அவரும் இந்த ஊர விட்டு வேற ஊருக்கு வேலைக்குப் போன இடத்துல அங்க ஒரு பிரச்னைல மருந்து வச்சுக் கொன்னுட்டாங்க. அவரு இருந்திருந்தா திரும்ப வழக்காடி, இந்தப் படினம் திரும்ப அந்தக் குடும்பத்துக்கே போயிருக்கும், ஊருக்கு வந்திருக்காது. அவரு கிட்ட இருந்த அந்தப் பொஸ்தகத்த எடுத்து வச்சு இங்க கோயில்ல சாமியார் ஒருத்தர் வீணாக்கிட்டார். எரிச்சுட்டாரா இல்ல என்னான்னு தெரியல. அதுல இருந்து இங்க ஊர், கோயில் பொறுப்புல வாசகப்பா நல்லா நடக்குது.''

''64 வேஷத்துல எங்க வூட்லயும் நாலஞ்சு வேஷம் இருக்கு. நான் போட்டுக்கிட்டு இருக்கேன். இந்து சமுதாய முறைப்படி ராஜா வெளிய வரும் போது பறையடிச்சு அறிக்கையிடணும் இல்லையா, கட்டியத்துக்கு அடுத்த வெட்டியான்... எனக்கு அந்த வேஷம்.

வெளிநாட்டுல இருக்குற வாலர்னு சொல்றாங்க பாருங்க, அடுத்த சமயத்துல இருக்குறவங்க. அவுங்களை செபஸ்தியார்தான் நம்மவழிக்குக் கொண்டுக்கிட்டு வர்றார். அப்புடி கொண்டுக்கிட்டு வர்றவங்களுக்கு ஞானஸ்நானம் குடுக்குற சாமியார் வேஷமும் நான் போட்டுருக்கேன். வெளிநாடு போய்ட்டு அந்த ராஜா இறந்துடறார். அப்ப வெளிநாட்டுல போய் போர் செய்ற கப்பல் படை போர்த் தளபதியா என்னைப் போட்டிருக்காங்க. எனக்கே அஞ்சாறு வேஷம் உண்டு.''

''கடலூர்லருந்து ஒரு பொண்ணு பதினெட்டு வருஷம் முன்னால இங்க வந்துச்சு. உங்கள மாதிரிதான், ரொம்ப ஆர்வம். அது இந்த சரித்திரத்த எழுதி எடுத்துக்கிட்டு போச்சு. எம்.ஏ தமிழ் அந்தப் பொண்ணு. நெல்லித்தோப்பு அதுக்கு. ஒரு நா ஃபுல்லாவே தென்னூர்ல இருந்து இந்த வாசகப்பா வரலாறை எழுதி எடுத்துக்கிட்டுப் போச்சு. திரும்பி வந்து எங்கிட்ட சொல்லிட்டுப் போச்சு. நீங்க சொன்னதெல்லாம் உண்மைதான். சரியான வரலாறை சொல்லி இருக்கீங்க அப்டின்னு. ஆனா பாருங்க, இன்னமும் அது வாக்கப்படல. ரிட்டயர்டு ஆயிருப்பாங்க இந்நேரம். பாவம் நல்ல பொண்ணு'', எனச் சொல்லி நிறுத்துகிறார். இருள் கவிந்து கொண்டிருக்க, நமக்கு நாக்கு மேலண்ணத்தில் ஒட்டிக் கொண்டது. அடடே, நமக்குத்தான் கல்யாணம் ஆகி, இரண்டு பிள்ளைகள் இருக்கிறார்களே என அப்புறம்தான் நினைவுக்கு வந்தது.

அவர் தொடர்கிறார். ''இந்த வருஷம் கீழ விழுந்து கை ஒடிஞ்சு போச்சு, ஆனாலும் இதோட வேஷம் போட்டுக்கிட்டுதான் இருக்கேன். என்னோட வேஷம் பத்து பேரு பார்க்கணும்குறதுக் காக நான் ஆக்டிங் பண்ணுவேன். பாடுவேன். எனக்குக் கடவுள் நல்லா அந்தசந்தம் குடுத்துருக்கார். 'இந்தப் பாடலுக்கு ஆடல், நடை, தரு' அப்டின்னு வாத்தியார் நோட்டுல எழுதியிருக்கார்னா அந்த இடத்துல ஆடித்தான் நடப்பேன். ஒவ்வொரு பாட்டுக்கும் ஏத்த மாதிரி ஆடணும், பாடணும். வாசகப்பா முடிஞ்ச உடனே அஞ்சு புஸ்தகமும் கோயிலுக்கு உள்ள வந்துரும், அங்க வச்சுப் பூட்டிருவாங்க. தவசுக் காலம் வரும்போது 40 நாளும் ஒத்திகை பார்ப்பாங்க. அதை 'அடுக்கு பார்க்குறதுன்னு' சொல்லுவாங்க. அது இல்லாம அவுங்கவுங்க எழுதி எடுத்துக்கிட்ட அவுங்க குடும்பப் பார்ட், பரம்பரையா அவுங்கவுங்க வீட்டுலயே இருக்கு. ஒரு வேளை அது தொலைஞ்சு போச்சு, வேற இல்லன்னா, கோயில்ல வந்து உக்காந்து அவுங்க பெரிய நோட்ட பார்த்து எழுதிட்டுப் போணும், யாருக்கும் வீட்டுக்குக் குடுக்கமாட்டாங்க. இந்தப் படினத்த எடுத்துட்டு வெளில போகக் கூடாது. அந்தப் படினத்த நீங்க

முதல்ல ரெக்கார்டு பண்ணக் கூடாது. ரெக்கார்டு பண்ண விடமாட்டாங்க'', என்றார். எனக்கு திக்கென்றது. இந்த நாடகத்தின் ஒரு பக்கத்தையாவது பார்த்தே தீருவது என்ற ஆசை, காற்றுப் போன பலூன் போல அண்டவெளியில் சுழன்று கீழே தரையைத் தொட்டது.

''உண்மையான விசுவாசியா இருந்தா, உண்மையான கிறிஸ்தவனா இருந்தா இந்தப் பாட்ட யாருக்கும் பாடிக் காமிக்கக் கூடாது, எழுதிக் குடுக்கக் கூடாது, படினத்த யாருக்கும் காட்டக் கூடாது. அப்பதான் அவன் செபஸ்தியாருடைய உண்மையான பக்தன். இது ஐதீகம். அப்படித்தான் நான்லாம் இருப்பேன்...''

செபஸ்தியாரே... என நினைத்துக் கொண்டேன்.

''இந்த நாடகத்துல எல்லாமே பாட்டுத்தான்; வசனம் கிடையாது. அடிதொடை நல்லா இருக்கும், எதுகை மோனை நல்லா இருக்கும். அடுக்குத் தொடர் நல்லா இருக்கும். முடிஞ்ச அடியில இருந்து அடுத்த அடி எடுக்கும். பாடலுடைய மாத்திரை அளவும் சுரம் கூடிப்போகும்போது, ராகம் புரியாத போகலாம். ஆனா பொருளைப் படிச்சா அசந்துரும். கலிப்பா, விருத்தம், வெண்பா, பரணி, கொச்சகம், தாழிசை, இன்னிசை எல்லாமே இருக்கும். என்னென்ன பாட்டு எப்புடி எப்புடி பாடணும்னு நோட்ல இருக்கும். அதை மாத்தாம அப்படியே பாடணும். மெட்ட மாத்த முடியாது. அப்பன் போடுறத தான புள்ளை போடுறான்? அதுனால பாரம்பரியமா பாடுறதுல எந்த மாற்றமும் வராது. எல்லாமே கேள்வி வரதராஜன் பேட்டை ஆலய பீடம்

''செபஸ்தியார அம்பு போட்டு விட்டுர்றாங்க. அவர் இறந்து போய்ட்டார்னு சொல்லி வேலையாள்கள், ராஜாகிட்ட அவர் மரணத் தருவாய்ல இருக்காரு அப்டின்னு சொல்லிட்டு வீட்டுக்குப் போயிர்றான். அப்ப அங்க வர்ற கன்னியாஸ்திரிகள் அம்பு பட்ட இடங்கள்ல நறுமண தைலம் பூசி, அவரை நல்லா ஆக்கி விட்டுர்றாங்க. அதன்பிறகுதான் தடியால மறுபடி அவரை அடிச்சுக் கொல்றாங்க. அப்போ சாமியாரை இட்டுக்கிட்டுப் போய் அந்த கன்யாஸ்திரிகள், இவருக்கு நறுமண தைலம் பூசப் போகும்போது வர்ற பாட்டு கலிப்பா. அந்த கலிப்பாவத்தான் நான் (சாமியார்) பாடணும். கலிப்பா ரொம்ப உருக்கமாவும், ஆட்டலாவும், அலட்டலாவும் வரணும்.

ஐயோ எனதன்பரே... ஏ...ஏ...ஏ...ஏ...ஏ... (3)
இந்த ஆக்கினையை யார் செய்தார்

அப்டின்னு முதல் அடிய எடுக்கணும். இது கலிப்பா. தாழிசைன்னு ஒண்ணு ஒருத்தவுங்களுக்கு அடக்கமா வருது... அதுக்கு ஒரு மெட்டு உண்டு.

செப்புவேன் வல்ல தேவர்களை ஆதரித்து
சிந்தியின் அலகைதன் திறத்தால்...

அவர் பாடத் தொடங்க கோயிலில் முழு சத்தத்துடன் மைக்கில் வேறு பாடல் முழங்குகிறது. பதறிப்போய், ''நம்ம வேற எங்கயாவது அமைதியான எடத்துக்குப் போய் ரெக்கார்ட் பண்ணுவோமா?'' என நான் கேட்க, ''கார்ல தான வந்தீங்க, வாங்க நம்ம தோட்டம் கொஞ்சம் தள்ளி இருக்கு. அங்க சத்தம் கேக்காது'', என அழைக்கிறார். சரியென்று வண்டியில் ஜஸ்டின், ஜான் பிலிப், நான் என மூவரும் கிளம்பி அவர் சொன்ன திருப்பத்தில் எல்லாம் திருப்பி, கிட்டத்தட்ட இரண்டு கிலோமீட்டருக்கு அப்பால் உள்ள சரளைக் காடு ஒன்றின்முன் காரை நிறுத்தினோம். அவர் உறசாகமாக, ''இது நம்ம கொல்லைதான் வாங்க'', என முன்னால் சென்றார். அக்கம்பக்கத்தில் எந்த வெளிச்சமும் இல்லை. என் மொபைல் டார்ச்சைத் தவிர வேறு வெளிச்சம் இல்லாமல், அவர்கள் பின்னால் தடுமாறி கொல்லைக்குள் நடந்தேன். டிரைவர் லிங்கம் சட்டென சுதாரித்துக்கொண்டு காரை விட்டு இறங்கி, அவரது மொபைல் டார்ச்சை உயிரூட்டி எனக்குக் கொஞ்சம் உயிர் தந்தார். இருளில் அங்கங்கே கருவை மரங்கள் மட்டும் அச்சமூட்டியபடி தென்பட்டன. பூச்சிகளின் ரீங்காரம் வேறு... அங்கிருந்த மேடு ஒன்றில் வசதியாக அமர்ந்துகொண்டோம்.

''நீங்க அமைதியாக் கேக்கணும்னுதான் என் எடத்துக்கே வந்துட்டோம்'', எனச் சொல்லிவிட்டு அடுத்தப் பாடலைத் தொடர்ந்தார் ஜான். ''இன்னிசையில ஒரு பாட்டு உண்டு. இயேசுநாதர் உயிர்த்து இந்து மக்களுக்கு முகப்ப காட்டுறார். அப்ப பாடுற பாட்டு. அதுல ஒரு அடி காட்டுறேன்.''

மலர்பாதம் சூழ்ந்த வானே
மகிமையும் நிறைந்து
தூதாக... அ... அ...அ...அ...
இலங்கிடு... உ...உ...உ...உ...
உயிர்த்த காட்சி... ஈ...ஈ...ஈ...ஈ...

''இப்பிடி அந்த மெட்டுப் போகும். அவுங்கவுங்க அந்தசந்தத்துக்கு மேலயே போய்க்கிட்டு இருக்கும். இதை எல்லாம் குறைக்க முடியாது. உலான்னு ஒண்ணு இருக்குங்க. அதுக்கு ஒரு அடி.''

ஒரு அடிக்கு மேல் இவர் எதுவும் பாடப் போவதில்லை எனத் தெரிந்து போனது. இவ்வளவு பத்திரமாக இந்தச் செய்யுள்களை பாதுகாக்கிறார்களே என சற்று கோபமும் வந்தது.

ஒன்றுமில்லாத காலத்தில் ஒரு ஊரையாலோகத்தை சிருஷ்டித்தோன்
நின்றிடும் தாழ்மைத் திருத்துவமென்றவர்
மூவரும் ஆயினார் ஐவீர் – ஒன்றும்...

''கவின்னு வந்தா அதன் மகிமை தனிங்க...'' என இன்னொரு பாடலைப் பாடுகிறார். உச்சஸ்தாயியில் குரல் மேலே போகிறது. ''இந்த மாதிரி ஓரோரு ஆளுக்கும் ராகமா பின்பாட்டுப் பாடுவாங்க. அது அதிகமா இழுத்துட்டுப் போறதால, ராகம் மேல போறதால, நமக்கு அதுடைய அர்த்தம் புரியுறதில்ல. வாலர்கள் கிறிஸ்தவ வேதத்துக்கு வந்ததுக்குப் பிறகு, அவுங்களப் புடிச்சு ஜெயில்ல போட்டுடறாங்க. அவுங்கள பெண்டாட்டி புள்ளைங்க எல்லாம் வந்து பாக்குது. ரொம்ப விரக்தியாகி அடுக்குமொழியில பாடுது... அந்தப் புருஷனை சிறை அதிபர் வெளிய விடுறார். அந்தப் பொண்ணு புருஷன்கிட்ட நீங்க எப்ப வெளிய வருவீங்க, நான் எப்ப உங்களைப் பார்க்குறது? நீங்க கொல்லைல வச்சுட்டு வந்த பூ வாடிட்டு இருக்குதே அப்டின்னு பாடுற பாட்டு ஒண்ணு.''

மல்லிகை முல்லை ரோஜா
மரிக்கொழுந்து உள்ளதே சொகுசா
கொண்டையில் முடிப்பது எப்போது சொகுசா
கொல்லையில் வாடுதேரா ங்காசைப்பர்த்தாவே- ஆசைப்பர்த்தாவே
எந்தன் பர்த்தாவே பாலர் முகம் பாருமே

''அடுக்குத் தொடரப் பாருங்க'', என அவர் சொல்கிறார்.

''பர்த்தாவே அப்டின்னு பழைய தமிழ் வார்த்தை இருக்கே?'' நான் இடைவெட்டுகிறேன். ஔவையார் பாடிய செய்யுள் ஒன்றில் அந்த சொல்லைக் கண்ட நினைவு. இன்றும் கேரளத்தில் கணவரை பர்த்தா என்றே விளிக்கின்றனர்.

''அது சங்க காலத்துத் தமிழ்'', என விளக்குகிறார். ''நாடகத்துல தொய்வு வரும்போது நானாகவே ஆடல் பாடல் எல்லாம் வச்சுக்குறது. நாளைக்கு எனக்கு பொம்பளை வேஷம், அதுக்காக எனக்கு தனியா காது எல்லாம் குத்தியிருக்கேங்க. டிரெஸ் எல்லாம், டாப்பா வாங்கி தச்சுப் போடுவேன். இடையிடையே கலகலப்பா பப்பூன் மாதிரி நான் வந்துருவேன். தூங்குறவன் எல்லாம் எந்திருச்சுருவான். ராஜா கொலுவுக்கு வர்றார், அதுக்கு மின்னாடி ஆடல் நடை தருவ நீ காட்டு அப்டின்னு கட்டியக்காரர் சொல்வாரு.

ஆடல் நடைதருவோட முக்கியத்துவத்த நீ மக்களுக்கு சொல்லு அப்டின்னு சொல்லுவார் அப்ப இதைப் பாடிருவேன்.''

மணிமேவிய கடல் அனிரோமகிழ் ஜனமே
மன்னவர் கொலு வடுகூரார் படிவுற
எதிர்சென்று அடிபணிவீர்
பணிவாகிய உங்கள் மணல்வீதிகள் எவையோ
பன்னீர் தெளித்து பண்புறத் தோரணம்
முன்முடித்தலங்கரிப்பீர்
ஆமெக்கண் பட ரோமைபுரி அரசே
பாவை நீ வாராய் அழகுறு மலர்கொடுச
கழல்பணிந்திடின் நலமே
சென்மத்துயரிந்த பூமிக்கிறையரசே
பாவை நீ வாராய் முச்சந்திகளெங்கும்
மிச்சம் சதுர்புரிவீர்
கனிவாகிய மனம் நனிசேர்ப்பிறை செயலே
அரசன் வாரார் கந்தம் மகியமலர்
பந்தல் செய்திடுவீர்காள்
முனிவாகிய நகர் தனையாலாடிவரும்
கொலுவில் வாரார் முச்சந்திகளெங்கும்
மிச்சம் சதுர்புரிவீர்

''இப்ப உள்ள சின்னப் பசங்ககூட அண்ணன் பாடுற பாட்டு நல்லா இருக்குன்னுதான் சொல்வான். இந்தப் பாட்டுல 'அழகுறு மலர்கொடு கழல்பணிந்திடில் மனமே' அப்டின்னு பாடும்போது பொம்பளை மாதிரியே பூவை அள்ளிக் கடாசுறது. அதுக்கு எல்லாரும் சிரிப்பாங்க. ஒரு லட்ச ரூபாய்க்கும் மேல செலவு செஞ்சு டிரெஸ் இந்த வருஷத்துக்கு தச்சு வச்சிருக்கேன். நான் எல்லா டிரெஸ்ஸூம் கோடம்பாக்கம் போயி அப்டியே வாங்கிட்டு வந்துருவேன். ஜெர்மன் ராஜ உடுப்புகூட இன்னமும் அதே மாதிரியே அவுங்கவுங்க தச்சிக்கிறாங்க. என்னுடைய டிரெஸ் எல்லாம் நான் தனியா வாங்கிட்டு வந்திருப்பேன். இருபது வருஷத்துக்கு முன்னாடி பெண் வேஷத்துக்கு பாவாடை தாவணி போடுவேன். இப்ப சுடிதாரு, பஃப் வச்ச கவுன் எல்லாம் போடுவேன். அதுக்காக வெக்கப்படுறது எல்லாம் இல்ல. மீசை எல்லாம் எடுத்துடுறது. தோடு, மூக்குத்தி போட்டுக்குறது. தோப்பா முடி, இதெல்லாம் செட்டா கோடம்பாக்கத்துல இருந்து வாங்கிட்டு வந்து வச்சுருவேன். பிரா, மேக்கப் ஐட்டம் எல்லாமே சொந்தமா வச்சிருக்கேன். எல்லாரும் அவுங்கவுங்க இப்பிடி வாங்கி வச்சிருக்காங்க.''

''நாளைக்கு இதைவிட கூட்டம் சாஸ்தியா இருக்கும். நாளைக்கு வாசாப்புல செபஸ்தியார அம்பு போடுற நாள். இதைப் பார்க்க காரைக்கால், பாண்டி, விருத்தாசலம், வடலூர்... எல்லா எடத்துல இருந்தும் வருவாங்க. வரதராஜன்பேட்டைக்கு வடக்கே இருந்து பத்தாயிரம் பேராவது ஸ்பெஷலா வருவாங்க. இந்தியாவுல எந்தக் குழந்தையோட அப்பா, அம்மாவும் அந்தக் குழந்தைக்கு அம்மை வந்து செபஸ்தியாருக்கு வத்தி வக்கிறேன்னு பொருத்தனை வச்சிருந்தா, அவன் டெல்லியில இருந்தாலும் இங்க வந்து வத்தி வச்சிட்டுத்தான் போவான். வைசூரி நோயும், அம்மையும் செபஸ்தியாருக்குக் கட்டுப்பட்டது. இன்னிக்கும் அம்மை போட்டுச்சுன்னா, செபஸ்தியார் அம்மானைன்னு ஒரு பாட்டு இருக்கு, அதைத்தான் படிப்பாங்க. படுக்கைல இருக்குறவங் களுக்கு அந்த அம்மானை பாடுனாலே, அவுங்களுக்கு புண்ணு எல்லாம் குத்தாது. அந்த புக்கு கோயில்ல மேடைக்குப் பக்கத்துல கெபியிலதான் விக்குது. நைட்டு வாங்குங்க'', என சொல்கிறார்.

''எனக்குக் கேன்சர் வந்து உணவுக்குழாயே முழுசா எடுத்துட்டு பிளாஸ்டிக் வச்சிருக்காங்க. 22 லட்சத்துக்கு இந்த பைப்ப அமெரிக்காவுல இருந்து வாங்கி வச்சிருக்காங்க. அது நாலு வருஷமாகுது, அதோடதான் பாடிக்கிட்டு இருக்கேன்...'', சிரிக்கிறார். திக்கென்றது.

''செபஸ்தியார் மகிமைலதான் இவ்வளவும் வந்துட்டு இருக்கு. எனக்கு ஆயிரம் பேர் வெளக்கு ஏத்துனாங்க இந்த ஊருல. வாசாப்பு சமயத்துலதான் ஆப்பரேஷன் நடந்துது, 2017ல. இப்ப ஒரு பிரச்னையும் இல்ல. தமிழ் பி.லிட் படிக்க ஆரம்பிச்சேனே ஒழிய முடிக்கல. நமக்கு கொல்லைவெளிதான் முக்கியம்னு ஊர்லயே உக்காந்துட்டேன். எங்க வூட்ல எல்லாருமே படிச்சவங்க; யாருமே வேலைக்குப் போவல. எங்க அண்ண அப்பயே பி.ஏ. ஆனர்ஸ். ஒரு நாள் கூட வேலைக்குப் போகல. என் பையன் மூணு டிகிரி முடிச்சுட்டு பெங்களூருல வேலைல இருக்கான். எனக்கு தமிழ் ஆர்வம் அதிகம்மா. என் பொண்ணுக்கு திராவிடச்செல்வின்னு பேர் வச்சேன். அடுத்த பையன் ரத்தினசபாபதி. அடுத்த பையன் கலைக்கோவன். அப்புறம் கவிமணி. எனக்கு அப்புறம் கலைக்கோவன்தான் இதுக்கு வருவான். நல்லா பாடுவான், ஆனா இன்னும் ஆக்டிங்ல கொண்டு வரல. எனக்குப் பின்னாடி அவந்தான் மா'', எனச் சொல்லி முடிக்கிறார் ஜான்.

எட்டு மணி ஆகிவிட்டதை உணர்ந்து அங்கிருந்து கிளம்பினோம். அவர்கள் இருவரையும் ஆலய வளாகத்தில் இறக்கிவிட்டால்,

வளாகம் முழுக்கத் தலைகள். பாய்களில் ஆட்கள் கொத்துக் கொத்தாக அமர்ந்திருந்தனர். நாடகம் பத்து மணிக்குத்தான் தொடங்கும் என சொல்லப்பட்டதால், இரவு உனவை முடித்துக் கொண்டு வரலாம் எனக் கிளம்பினோம். மதிய உணவு சரியாகக் கிடைக்கவில்லை என்பதால், இப்போது ஆண்டிமடத்தில் சாப்பிடலாம் எனக் கிளம்பிவிட்டோம். விருத்தாசலம் ஆண்டிமடம் முக்கிய சாலையில் அம்மாகண்ணு ரெஸ்டாரண்டில் உணவை ஆர்டர் செய்துவிட்டு, அவசர அவசரமாகச் சாப்பிட்டு முடித்து, மீண்டும் தென்னூர் வந்து சேர்ந்தோம். பத்து மணி ஆனபிறகும் நாடகம் தொடங்குவதாக இல்லை.

ஆனால் மேடையின் வலது பக்க ஓரத்தில் வைக்கப்பட்டிருந்த செபஸ்தியார் சுரூபத்தின்முன் மக்கள் கூட்டம் கூட்டமாக வந்து சென்று கொண்டிருந்தனர். அங்கு என்ன நடக்கிறது எனப் பார்க்கும் ஆவலில், கையில் கேமராவுடன் போய் நின்றுகொண்டேன். மண்டியிட்டு சிலர் ஜெபம் செய்துகொண்டு இருந்தனர். எல்லோர் கைகளிலும் வத்திகள் எரிந்துகொண்டிருந்தன. செபஸ்தியார் சுரூபத்தின் முன்பிருந்த பெரிய வத்தித் தட்டில், வரிசையாக மெழுகுதிரிகள் எரிந்துகொண்டிருந்தன. அதனருகிலேயே இருவர் நின்று கொண்டு, சற்று எரிந்த திரிகளை அணைத்து கீழே வைக்கப் பட்டிருந்த இரும்பு பக்கெட்டில் போட்டுக்கொண்டிருந்தனர். வத்தி கொளுத்தி வேண்டுபவர்களில் சிலர் கைகளில் திடமான சேவல் களைப் பிடித்துக்கொண்டு ஜெபம் சொல்லி மண்டியிட்டிருந்ததை அப்போதுதான் கவனித்தேன்.

சேவல்கள் நெருப்பை அருகில் கண்டு ஒருவித மிரட்சியில் இருந்தன. ஜெபம் செய்து, திரியை ஊன்றிய பின் சேவல்களை வத்தித் தட்டின் அருகில் நின்ற தன்னார்வலர்களிடம் பக்தர்கள் கொடுக்க, அவர்கள் கூடை ஒன்றுக்குள் சேவல்களை வைத்து, கவிழ்த்துக் கொண்டிருந்தனர். கையில் நோட்டுடன் நின்ற நாட்டார் ஒருவரைக் கண்டதும், அவரிடம் ஓடிச்சென்று, ''சார்... சேவல எல்லாம் என்ன செய்வாங்க?'' எனக் கேட்டேன். ''அதை எல்லாம் ஏலம் விட்ருவாங்க. குடுத்தவுங்க சில பேரு ஆள வச்சு ஏலம் கேட்டு அவுங்க சேவலைக்கூட அவுங்களே ஏலத்துல எடுத்துருவாங்க. எல்லாம் ஏலத்துக்குதான். அம்மை வந்தவங்க செபஸ்தியாருக்கு நேர்ந்துக்கிட்டு சேவல கொண்டு வந்து விடுவாங்கம்மா'', என விளக்கினார். இரவு பதினோரு மணியளவில் நாடகம் தொடங்கியது. செபஸ்தியார் வழிபாடு தொடர்ந்துகொண்டேதான் இருந்தது.

நாடகத்தின் தொடக்கத்தில் இரண்டு சிறுமிகள் பூக்கூடைகளைக் கையில் வைத்துக்கொண்டு மேடையில் வலமிருந்து இடமும்,

தென்னூர் செபஸ்தியார் வாசகப்பா

வரதராஜன்பேட்டை ஆகினசம்மாள் வாசகப்பா

இடமிருந்து வலமும் பூத்தூவிக் கொண்டு நடந்தனர். நாடக வாத்தியார் மைக்கில் பாடிக்கொண்டு அவர்களுடன் நடந்தார். ஓரிடத்தில் மைக் முன் நின்று அந்தப் பெண்கள் பாடத்தொடங்கினர். மேடையில் திரையின்முன் நாட்டார்கள் நான்கைந்து பேர் சேர்களில் உட்கார்ந்திருந்தனர். மேடையின் இடது ஓரம் மணலில் செங்கற்கள் வைத்து அடுப்புமூட்டி, ஒருவர் வெந்நீர் போட்டுக்கொண்டு இருந்தார். அவ்வப்போது நடிகர்கள் சைகை காட்ட, ஓடிவந்து அவர்களுக்கு தம்ளரில் வெந்நீர் கொடுப்பது அடுப்படியில் இருந்தவரின் வேலை போல.

கூத்துக் கலைஞர்களின் ஆடைகளைப் போலவே பளபளக்கும் ஆடை, தோள்களில் சரிகைத் தாள் ஒட்டப்பட்ட அட்டைக் கிளிகள், தலைகளில் சரிகைத்தாள் ஒட்டப்பட்ட வண்ணக் கிரீடங்கள் என அந்த மேடையையும், நடிகர்களையும் பார்க்கவே வேறொரு மாயலோக உலகம் போலத் தோன்றியது. ஒரு மணி நேரம் வாசாப்பைப் பார்த்துவிட்டு, வண்டியை நோக்கி நடந்தால், ஆலய வளாகத்தில் அங்கங்கே மரங்களின் அருகே வண்டி மாடுகளும், வண்டிகளும் தெரிந்தன. உணவருந்திவிட்டு வரும் வழியிலேயே வரிசையாக மாட்டு வண்டிகள் தென்னூர் நோக்கி வந்து கொண்டிருந்ததைப் பார்த்தது அப்போதுதான் நினைவுக்கு வந்தது. குடும்பம் குடும்பமாக மாட்டு வண்டிகளில் பயணித்து வந்து, பாய்களை விரித்து முழு இரவு நாடகம் பார்ப்பதே ஆச்சரியம்தான். வரதராஜன்பேட்டைக்குச் சென்றால், அங்கும் நாடகம் முழு வீச்சில் நடந்து கொண்டிருந்தது. நான் மதியம் கண்ட ஆலமரத்தின்கீழ் இப்போது எள் விழவும் இடமில்லை. மக்கள் கூட்டம் அந்தத் திடல் முழுக்க நிரம்பி வழிந்தது. இங்கும் ஆக்னஸ் அம்மாள் சுரூபம் மேடையின் ஓரம் வைக்கப்பட்டிருந்தது.

மேடையில் நாடக நடிகர்கள் முழு வேடமணிந்தும், நாட்டார்கள் அவர்களுக்குப் பின்னால் சாரம், சட்டைகளில் சேர் போட்டும் அமர்ந்திருந்தனர். காவல் அதிகாரி உடையில் இருவர் கழுத்தில் மாலையணிந்து நின்றுகொண்டிருந்தனர். பேயை விரட்டும் காட்சி நடந்து கொண்டிருந்தது. கறுப்பு ஆடை அணிந்து முகத்தில் வெள்ளை பெயிண்ட்டுடன் பேய் வேடம் அணிந்தவர் பயங்கரமாகவே தெரிந்தார். அடுத்த காட்சியில் மன்னர் வேடமணிந்த ஒருவருடன் அமைச்சர்கள் போல சிலர் பேசிப் பாடுவது நடந்தது. ஆக்னஸ் அம்மாள் அடுத்து தோன்றினார்.

வெள்ளை அங்கி, அதன் மேல் பச்சை நிற மேலாடை அணிந்திருந்தார். தலையில் நீண்ட தோப்பா முடி. கண்ணாடி அணிந்திருந்தார். இங்கும் நாடக வாத்தியார் கையில் நோட்டுடன்

பாடுபவர்களுக்குப் பின்னால் நின்று அடியெடுத்துத் தந்து கொண்டிருந்தார். அடுத்தகாட்சியில் மன்னருக்கும் ஆக்னஸ் அம்மாளுக்கும் சம்வாதம் நடந்தது. மன்னர் உட்கார்ந்த சிம்மாசனத்தை விட்டு எழவில்லை. கையில் விசிறி கொண்டு அவருக்கே அவ்வப்போது வீசிக்கொண்டார். இங்கும் மேடையில் அடுப்பு, வெந்நீர் விநியோகம் நடந்துகொண்டிருந்தது. ஆக்னஸ் அம்மாளின் சுரூபத்தின் முன் சிலர் மண்டியிட்டு வத்தியுடன் ஜெபித்துக்கொண்டு இருந்தனர். ஒரு மணி நேரம் போனதே தெரியவில்லை. மணியைப் பார்த்தால் இரவு ஒன்று. அன்று இரவோடு இரவாக சென்னை திரும்பும் திட்டம் இருந்ததால், கிளம்பிவிட்டேன்.

நள்ளிரவில் ஆளரவமற்ற சாலையில் கார் சென்று கொண்டிருந்தது. என்னவோ தோன்ற, பின்னால் திரும்பித் திரும்பிப் பார்த்துக் கொண்டே வந்தேன். ஹெச்.ஜி.வெல்ஸின் ‘டைம் மிஷின்’ நாவலில் வருவதைப் போல திடீரென இந்தக் கார் டைம் மிஷினாக மாறிவிட்டதா? நான் ஒரு நூற்றாண்டு பின்னோக்கிப் போய்விட்டுத் திரும்பிக்கொண்டு இருக்கிறேன் எனத் தோன்றியது. கூடவே, யாராவது வந்து மீண்டுமாய் நம்மை நூற்றாண்டுக்குப் பின் இழுத்துக்கொண்டு போய்விட்டால் என்ன செய்வது என்ற அச்சமும் சற்றே தலைதூக்கியது. சொரக்குடி பிரிவுக்கு வந்து விருத்தாசலம் நோக்கி வண்டி திரும்பிய பிறகே, படபடப்புக் குறைந்து சகஜநிலைக்கு வரமுடிந்தது. இதற்குத்தான் சின்ன வயதில் படிக்கும் அறிவியல் புனைவு நாவல்களை அப்போதே மறந்துவிட வேண்டும் என்பது...

சான்றுகள்

- வரதராஜன்பேட்டை அலங்கார அன்னை ஆலய வலைதளம் https://blog.alangaraannaichurchvpet.in/2019/04/blog -post_9.html
- புதுச்சேரி சரித்திர நாயகர் சவராயலு, முனைவர் ஆ. சுசித்ரா - ஓவியா பதிப்பகம், புதுவை, ஜனவரி 2008
- அந்தோணியார் நாடகப் பிரிவு நோட்டுகள் – நன்றி: ஆரோக்கியராஜ், வரதராஜன்பேட்டை
- ஆலயம் அறிவோம் இணையதளம் ஃபேஸ்புக் பக்கம்
- கல்லறை வாசகப்பா, ஆ.சிவசுப்பிரமணியன் - நாட்டார் வழக்காற்றியல் ஆய்வு மையம், ஜூலை 2007. நன்றி: கன்னிமரா நூலகம்
- நீதிக்கு வாதிப்பேன் நின்று, பிலோ ஜாண் - செல்வி பதிப்பகம், 2021

43

அசைந்தாடி வரும் ஆவூர் தேர்

'குருக்களின் சரியான கவனமின்மையால், கோலியாத் ஆனைமுகம் கொண்ட இந்துக் கடவுளான பெருமாளாகவும் (பிள்ளையாரை தவறாகப் புரிந்துகொண்டு எழுதுகிறார்), அவரது தலையை இளைஞன் ஒருவன் கொய்வது போலவும் நாடகத்தில் காட்டப்பட்டது. இதனைக் கண்டு கடும் கோபமுற்ற சிலர், அங்குள்ள சிற்றரசரிடம் முறையிட, மூன்றே நாள்களில் கிறிஸ்தவ குருக்கள் அனைவரும் ஆவூரில் இருந்து வெளியேறுமாறு அவர் உத்தரவிட்டார்'

ஆசிரிய விருத்தம்

வீரமாமுனிவர் தைரியநாதர்
    விரிதமிழ்க் கலை மணங்கமழும்
ஆரமாமுனிவர் அகத்தியர் போல
    அருளினார் அரிய நன்னூல்கள்
சாரமாந் தேம்பா வணியினைத் தொடினுந்
    தமிழ்மணம் கமழுமென் கரமே
ஈரமா நெஞ்சில் இடம் பெற நட்டால்
    இன்பமாய் மலருமென் வாழ்வே

- சுத்தானந்த பாரதியார் வீரமாமுனிவரைப் பாடிய எழுசீர் ஆசிரிய விருத்தம் (வியத்தகு மேதை வீரமாமுனிவர், முனைவர் மணி வளன்)

மாதா புலம்பல்

என்னுயிர்க்குயிரான மகனே – உனை
எப்படிப்பிரிந்திருப்பேன் குகனே
என் முகத்தழகே உமைக்காணாமல் – போகி
லிருவிழி குன்றிடுந் தோணாமல்...
சுகசெல்வ சுகசெல்வ பாக்கியம் நீரேயல்லோ – போகி
ஜீவிக்க வகையுண்டோ சொல்லோ
மாக மீதுனை ஈன்ற நாளாய் – உன்னை
மற்றோர் கையில் கொடாதே மேலாய்
அருமையாய் வளர்த்துமை யிருந்தேன் – என்னை
அகன்றிடிலோ மனம் பொருந்தேன்
வெறுமையாக நீரும் விட்டோ – செல்ல
எண்ணங் கொண்டீரோ உடன்பட்டோ
எனைநீங்க வேணுமாகில் நீரே – ஏகும்
இடம்வந்தே யுன்னோடு நேரே
உனது சிலுவையை சுமக்கவும் – உம்
திருக்கரத்தாணி எமக்கமைக்கவும்
உன் பிராணனோ டென்பிராணனும் – இழக்க
இடந்தர வேணுமல்லால் யானும்
நின்பிரிவை ஏற்கக் கொஞ்செனும் – சம்மதம்
எனக்கு வராதே யணுவேணும்.

- இந்த மாதா புலம்பல், புகழ்பெற்ற ஆவூர் பாஸ்காவில் தனக்கு நிகழவிருப்பதை தாய் மரியாளிடம் இயேசு சொல்லிவிட்டுப் புறப்பட, மகன் செல்லும் துயர் தாளாமல் பாடும் பாடல். 1912ம் ஆண்டு மத்தியாஸ் முத்துப்பிள்ளை எழுதியது.

ஆவூரை கார் நெருங்க நெருங்க பரபரப்புத் தொற்றிக்கொண்டது. அன்று காலை சென்னையில் இருந்து புறப்படும்போதே பார்க்க வேண்டிய ஆலயங்களின் பெரிய பட்டியல் அச்சுறுத்தியது. வழியில் அங்கங்கே மழை வேறு. குறைந்தது நான்கு இடங்களை அன்று பார்க்க வேண்டும் என்ற ஆர்வம் இருந்தது. புதுக்கோட்டைப் பகுதியின் ஆலயங்களைத் தேடிப் பயணிக்கப் போகிறேன் என தோழர் செல்வபாண்டியனிடம் பேசிக்கொண்டிருந்தபோது, அவர் ஆர்வமாக அந்தப் பகுதியின் வரலாற்று ஆர்வலரான பிரான்சிஸ் எடிசன் என்ற தம்பியின் எண்ணைத் தந்து, அவரிடம் பேசுங்கள் எனச் சொல்லியிருந்தார். எடிசன், ஆவூரில் அவர் நண்பர் சேவியர் எங்களுக்கு ஆலயத்தைக்காண்பித்து விளக்குவார் எனச் சொல்லியிருந்தார். ஆவூர் ஆலயத்தின் முன் வண்டியை நாங்கள்

நிறுத்திவிட்டு இறங்கும்போது மணி பதினொன்றரை. டிராஃபிக்கும், சரியான திட்டமிடலின்மையும் சொதப்பிவிட்டன.

நாங்கள் வந்துசேர்ந்தோம் என சேவியருக்கு அலைபேசியில் அழைத்துச் சொன்னோம். அவர் வருவதற்குள் ஆலயத்தின் வெளிப்புறத்தை தோழி ரோடாவும் நானும் படமெடுக்க ஆரம்பித்தோம். தொன்மையான ஆலயம், வீரமாமுனிவர் இங்குள்ள 'பெரியநாயகி' மாதாவின் சுரூபத்தை வடிவமைத்து ஐரோப்பாவில் இருந்து கொண்டுவந்ததாகச் சொல்லப்படுகிறது. ஆலயம் எளிய பரோக் பாணியில் கட்டப்பட்டுள்ளது, அதன் முகப்பில் புடைப்புச் சிற்பங்கள் காணப்படுகின்றன. உச்சியில் சிலுவை, அதை ஏந்தியவாறு இரு சம்மனசுகள், அதன் கீழ் புறா வடிவில் பரிசுத்த ஆவியின் சிற்பம், அதன் கீழுள்ள மாடத்தில் விண்ணையும் நிலவையும் ஆளும் மாதாவின் சுரூபம் வைக்கப்பட்டுள்ளது. மாதாவின் காலடியில் இரு சம்மனசுகள் உள்ளன. மாடத்தின் மேல் எக்காளம் ஊதும் இரு சம்மனசுகளின் சிற்பங்கள் உள்ளன. மாதாவுக்கு இருபுறமும் கைகளில் சாவியை ஏந்திய பவுல், வாளேந்திய பேதுரு சிற்பங்கள் உள்ளன. மாதா சுரூபத்தின் கீழ் காலடியில் சாத்தானைச் சங்கிலியால் கட்டி, அதன் மேல் மிதித்தபடி அலகையின் கழுத்தில் ஈட்டியை வைத்திருக்கும் மிக்கேல் சம்மனசின் சிற்பம் உள்ளது. இந்தச் சிற்பங்கள் சுதையால் செய்யப் பட்டவையாக இருக்கக்கூடும், தொன்மையாகத் தெரிந்தன.

பக்கவாட்டிலிருந்து பார்த்தால் ஆலயத்தின் நடுசாலை மிக நீளமாகத் தெரிந்தது. சேவியர் அதற்குள் வந்து ஆலயத்தைத் திறந்து விட, உள்ளே நுழைந்தோம். ஆலயத்தின் வாயில் கல்லாலானது. முன்வாயில் கதவுகள் புதிதாக செய்யப்பட்டுள்ளவை. முன் வாயிலின் நிலையில் பிரம்மாண்ட நிலைக்கண்ணாடி பொருத்தப் பட்டுள்ளது. ஆலயத்தின் உள்ளே கூட்டமாக இருக்கும் சூழலில் பலிபீடத்தை வாயிலில் இருந்தே பார்த்துக் கொள்ள வசதியாக அந்தக் கண்ணாடி வைக்கப்பட்டிருக்கிறது.

"சிலுவை வடிவில் கட்டப்பட்ட கோயில். இதன் பீடப்பகுதி கட்டிமுடிக்கப்பட்டு, அதற்கு மகுடம் சூட்டுவது போல ஐம்பதடி உயரம் கொண்ட எட்டு பிரம்மாண்ட தூண்கள் மேல் குவிமாடம் அமைந்துள்ளது. தங்கமும், நீலவண்ணமுமாக அதன் உள்புறம் அலங்காரம் செய்யப்பட்டுள்ளது. இதன் கட்டுமானம் ஐரோப்பிய மற்றும் இந்திய கட்டடக்கலையின் கலவையாக, அருமையாக இருக்கிறது'', என 1927ம் ஆண்டு வெளியான 'தி எக்சாமினர்' நூல் குறிப்பிடுகிறது. 1942ம் ஆண்டு வெளியான 'தி கிலெர்ஜி மந்த்லி'

இதழ், ''திருச்சியை அடுத்த ஆவூரின் பழைய ஆலயம், தி நொபிலியின் வழித்தோன்றல்கள் கட்டியெழுப்பிய 'சிறப்பு பாணி' கோயில்களின் சிறந்த மாதிரியாகும்', என குறிப்பிடுகிறது.

ஆலயத்தின் நடுசாலை 216 அடி நீளம் கொண்டது, 40 அடி அகலம் கொண்டது. கோயில் அவ்வப்போது விரிவாக்கம் செய்யப் பட்டதால், இன்று 216 அடி நீளமுடையதாக அதன் நடுசாலை அமைகிறது. இக்கோயிலுக்கு அஸ்திவாரம் போடப்பட்டபின் 1801ம் ஆண்டு பெரிய யாகப்பர் சுவாமி 'சூத்திரர்களுக்குத் தெற்கு மண்டபம்' ஒன்றைக் கட்டினார். அதற்குப் பக்கத்தில் மிக்கேல் சம்மனசு மண்டபமும் அதே ஆண்டு கட்டப்பட்டது. முதலில், இந்த இடத்தில் சக்கிறிஸ்தும் பெரிய பீடமும் வைக்கவே அவர் எண்ணியிருந்தார். ஆனால் வடக்குப் பகுதியில் இல்லாமல், தெற்குப் பகுதியில் சக்கிறிஸ்தும் பீடமும் அமைந்தன. வடக்கே வில் மண்டபம் 1831ம் ஆண்டு செபஸ்தியார் சுவாமி கட்டினார். வில் மண்டபத்துக்கு வடக்கே, 'ஆதிதிராவிடர்களுக்கு' 1830ம் ஆண்டு வடக்கு மண்டபம் கட்டிமுடிக்கப்பட்டது.

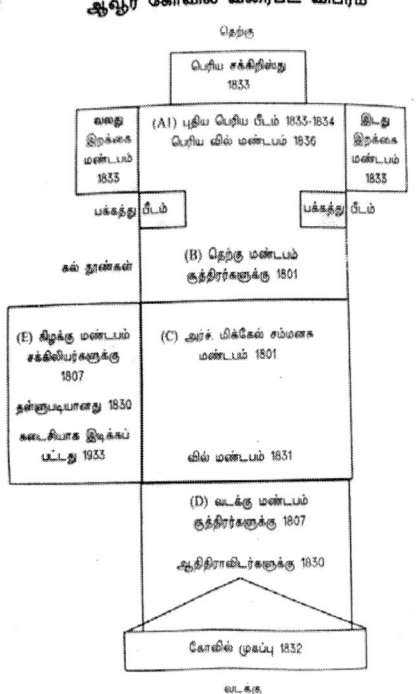

ஆவூர் ஆலய வரைபடம்

கிழக்கே 'சக்கிலியர்களுக்கு' கிழக்கு மண்டபத்துக்கு அடித்தள மிடப்பட்டது. 1807ம் ஆண்டு யாகப்பர் காலத்தில் பாதி வேலை முடிந்தது. 'சக்கிலியர்கள் வரவர குறைந்ததினால், மீதி வேலை செபஸ்தியார் காலத்தில் (1830) தள்ளுபடியானது. கடைசியாக கிழக்கு மண்டபம் முழுவதும் 1933ம் ஆண்டு இடிக்கப்பட்டது', என ஆவூர் புனித பெரியநாயகி மாதா திருத்தல வரலாறு நூல் குறிப்பிடுகிறது. 1833ம் ஆண்டு வலது. இடது இறக்கைகள் (சாலைகள்), கோயில் முகப்பு போன்றவை செபஸ்தியார் சுவாமியால் கட்டப்பட்டன. இந்த விவரங்களை ஆவூர் திருத்தலத்தின் 200ம் ஆண்டு விழாவை முன்னிட்டு வெளியிடப் பட்ட 'ஆவூர் கோயில் சரித்திரம்' நூலில் நீர்பழனி ஜி.அருளானந்தம் பிள்ளை குறிப்பிடுகிறார். கிடைத்தற்கரிய இந்நூலை 2017ம் ஆண்டு தற்போதைய ஆவூர் பங்குத்தந்தை டேவிட் ராஜ் மறுபதிப்பு செய்து வெளியிட்டுள்ளார்.

இன்னின்ன பகுதிகள் இன்னார் அமரவேண்டியவை என்ற கட்டுப்பாடு கத்தோலிகக கோயில்களில் தொடக்கத்தில் இருந்துள்ளதை மறுப்பதற்கில்லை. சூத்திரர்களுக்குக்கூட தனி மண்டபம் இங்கு இருந்தது என்பதை ஆவூரில் நான் காண்கிறேன். சூத்திரர், ஆதிதிராவிடர், அருந்ததியர் (சக்கிலியர்) என சாதிக்கொரு மண்டபம் இங்கிருந்திருக்கிறது. பீடத்தையே காணமுடியாத இடத்தில் அமைக்கப்பெற்ற அருந்ததியர் மண்டபத்திலிருந்து அவர்கள் யாரைக் கண்டிருக்கக் கூடும், யாரை நோக்கி ஜெபித்திருக்கக்கூடும்? மதம் மாறினாலும், சனாதனம் அவர்களை விடாமல் கிறிஸ்தவத்திலும் துரத்தியது என்றே சொல்லலாம். வேறென்ன காரணத்தால் அவர்கள் இங்கு வராமலே நின்றிருக்கக்கூடும்? இம்மண்டபங் களை எடுத்துக் கட்டியது 'தமிழ்ப்படுத்தலை' ஆவூரில் பெரியளவில் முன்னெடுத்த, ஆவூரின் தேரை நிர்மாணித்துக் கட்ட ஏற்பாடு செய்த 'பெரிய யாகப்பர்', கோவா ஆளுமைக்குட்பட்ட என்ற சிரிய 'கத்தனார்' குரு என்பதையும் நாம் நினைவில் கொள்ளவேண்டும்.

ஆலய பலிபீடத்தின் நடுவே மாதாவின் பெரிய சுரூபமும், அதன் இருபக்கமும் சம்மனசுகள் சுரூபங்களும் உள்ளன. பெரிய மாதா சுரூபத்தின் கீழ், கன்னாடிப் பேழையில் சிறிய பெரியநாயகி மாதா சுரூபம் உள்ளது. ஐரோப்பாவில் இருந்து தருவிக்கப்பட்ட பண்டைய மரச்சிற்பம் அது எனவும் சொல்லப்படுகிறது. பீடத்தின் வலதுபுறம் உள்ள மாடத்தில் குழந்தை இயேசுவை ஏந்திய அன்னை மரியின் சுரூபமும், இடதுபுறம் சூசையப்பர் சுரூபமும் உள்ளன. சூசையப்பர் சுரூபத்துக்கு இடதுபுறம் மாடத்தில், உயிர்த்த இயேசுவின் சுரூபமும், அதனடியில் மரித்த இயேசுவின் சுரூபமும் வைக்கப்பட்டுள்ளன.

புதுக்கோட்டை பகுதிகளில் கிறிஸ்தவம் மதுரை மிஷன் மூலமே வந்தது. இயேசு சபை குருக்கள் தங்கள் பணிகள் குறித்து தெளிவான தரவுகளை எழுதி வைத்திருக்கின்றனர். புதுக்கோட்டை அப்போது தனி அரசாக இருந்தது. முதன்முதலில் கிறிஸ்தவத்துக்கு மாறிய புதுக்கோட்டைப் பகுதியைச் சேர்ந்தவர் என நந்தவனம்பட்டியைச் சேர்ந்த கள்ளர் தலைவனான மெய்கொண்டான் என இயேசுசபைக் குறிப்புகள் சொல்கின்றன. குளத்தூர் தாலுகாவின் ஆவூரே புதுக்கோட்டை அரசில் முதன்முதலில் இயேசுசபை குருக்கள் வந்துசென்ற இடம். இன்றைய குளத்தூர் வட்டத்தை உள்ளடக்கிய ஆவூர் பகுதி 1682ம் ஆண்டுவாக்கில் பேராம்பூர் கத்தலூர் பாளையக்காரர்கள் வசமிருந்தது. அப்போது இங்கு வந்த முதல் இயேசு சபை குருவுக்கு வேதம் போதிக்க கத்தலூர் பாளையக்காரர் அனுமதியளித்தார். கோவில்தோப்பு பகுதியில் கூரைக்கோயில் ஒன்றும் அமைக்கப் பெற்றது. அங்கிருந்து ஆவூருக்கு குரு வந்து செல்வதுண்டு.

முதல் குரு இங்கு வந்த காலத்திலேயே சில நாயக்கர் குடும்பங்கள் ஆவூரில் குடியேறின. இவர்களில் முதல் குடும்பம் என புனித அருளானந்தரின் உபதேசியாரான சிலுவை நாயக்கர் குடும்பம் சுட்டப்படுகிறது. இவர்களைத் தொடர்ந்து பல நாயக்கர் குடும்பங்கள் இங்கு குடியேறின. இப்பகுதியில் குருக்கள் இரவு நேரங்களில் மட்டுமே கிறிஸ்தவர்களைச் சந்தித்து போதித்துவந்தனர். 'பகல் நேரம் இந்து மதத்தவரை கவனித்து, அவர்களது சாதி ஆச்சாரங் களை அனுசரிப்பார்கள். ஒவ்வொருவரும் பத்து உபதேசிமாரை நியமித்துக்கொண்டு ஊர் ஊராய்க் கால்நடையாய்ப் பயணம்செய்து, புத்தி சொல்லி பிரசங்கித்து மக்களை மனந்திருப்பி வந்தனர்'. இதில் பத்து உபதேசிமார்களில் ஐவர் ஆதிக்கசாதி 'உபதேசிமார்', மற்ற ஐவர் 'பண்டாரங்கள்'.

ஆதிக்கச் சாதியினரை மனந்திருப்பினால் ஒடுக்கப்பட்டவர்களையும் தன்வயப்படுத்தலாம் என்ற எண்ணத்தில், நொபிலி 'பிராமணர்' போலவே ஆடை, நடத்தை என மாறினார். ஆனால் இது எதிர்பார்த்த மாற்றத்தை ஏற்படுத்தவில்லை. எனவே ஒடுக்கப்பட்ட மக்களை மனந்திருப்ப, அவர்களுக்கென தனியே குருக்களை நியமித்தார். இதை பல்தசார் த கோஸ்தா என்ற குருவிடம் சொல்ல, அவரும் ஒடுக்கப்பட்டவர்களை மனந்திருப்ப ஒப்புக்கொண்டார். ''அந்தப் புண்ணியவான் இந்த ஏற்பாட்டிற்குச் சமதித்து முதல் பண்டார சுவாமியானார்'' என ஆவூர் கோயில் சரித்திரம் நூல் குறிப்பிடுகிறது.

'இவர் கீழ்ஜாதியார் அருகாமையில் வசித்தார். அவர்களது குடிசை ஒவ்வொன்றிற்கும் போய் வியாதிக்காரரை சந்திக்கவும் ஆறுதல்

சொல்லவும், வைத்தியம் செய்யவும், ஞானதீட்சை கொடுக்கவும், ஞான உபதேசம் கற்பிக்கவும், புத்தி சொல்லவும் போன்ற பணிகளை மேற்கொண்டார். வழியில் இவர் ஒரு பிராமணனைக் கண்டால் தாம் அவனுக்கு மரியாதை செய்வது போல வழியை விட்டு ஒதுங்கிப் போவார் அல்லது நிற்பார். இந்த ஏற்பாட்டினால் தாழ்ந்த ஜாதியார் ஏராளமாக மனந்திரும்பினார்கள். இரவு நேரங்களில் தத்துவ போதகரும், பல்தசார் த கோஸ்தாவும் இரகசியமாக ஒருவரை ஒருவர் சந்தித்து, தாங்கள் பகலில் செய்த ஆத்துமரட்சணிய வேலைகளைப் பற்றி பகிர்ந்துகொள்வார்கள். ஆலோசனை செய்வார்கள். தேவைப்பட்டால் ஒருவர் ஒருவரிடம் பாவசங்கீர்த்தனம் செய்துகொள்வார்கள். என்ன இவர்களின் ஆத்துமதாகம்! வேதத்தைப் பரப்புவதற்காக இவர்களிடத்திலிருந்த ஆவல்!'- ஆவூர் கோயில் சரித்திரம்.

1640ல் இரு வகுப்பு குருக்களை நொபிலி நியமித்தார்-

1. பிராமண சந்நியாசி குரு - மேல்ஜாதி குரு - பிராமண சமையற்காரார் மரக்கறி உணவு
2. பண்டாரச் சாமி குரு - தாழ்ந்தஜாதி குரு - தவசிப்பிள்ளை மரக்கறி உணவு

1744ம் ஆண்டு 14ம் ஆசீர்வாதப்பர் காலத்தில்,

1. பிராமண சந்நியாசி குருக்கள் - மேல் ஜாதியாருக்கு மட்டும்
2. பண்டாரச்சாமி குருக்கள் - கீழ் ஜாதியாருக்கு மட்டும்

1760ல் இந்த வேறுபாடுகள் இல்லாமல் போயின. ஒரே வகுப்பு குருக்களே மக்களைக் கவனித்துவந்தனர்.

லூயி தி மெல்லோ என்ற இயேசு சபை குரு, 1687ம் ஆண்டு அருளானந்தர் போர்ச்சுகல் சென்றபோது, ஆவூர் உள்ளிட்ட பகுதிகளில் பயணித்து மறைப்பணியாற்றினார். 1691ம் ஆண்டு இறந்து, ஆவூரிலுள்ள 'ஐந்து குருமார் கல்லறையில்' அடக்கப்பட்டார்.

புதுக்கோட்டை மன்னர் ரகுனாதத் தொண்டைமானின் சகோதரனாகிய நமணத் தொண்டைமான், அப்பகுதியை தன் கட்டுப்பாட்டில் 1707ம் ஆண்டு கொண்டுவந்துவிட்டார். 1686ம் ஆண்டு ரகுனாதராயத் தொண்டைமான் புதுக்கோட்டை ஆட்சிக்கட்டில் ஏறிய போதே, மதுரை மிஷன் தன் மறைப்பணிக்கான தளமாக ஆவூரைத் தேர்ந்து கொண்டது.

அப்பகுதியின் ஆட்சியாளர்களான பேராம்பூர் கத்தலூர் பாளையக்காரர்கள் கிறிஸ்தவ மிஷனரிகளுக்கு ஆவூர் உள்ளிட்ட பகுதிகளை மறை பணிகளுக்கு ஒதுக்கினர், அவர்களைப் பரிவுடன் நடத்தினார்கள். திருச்சியை மையமாகக் கொண்டு இயங்கிய எம்மானுவேல் மார்டின்ஸ் என்ற குருவானவரே இந்தப் பாளையக்காரர்களிடமிருந்து ஆவூரை மறைபரப்புக்காகப் பெற்றவர். கத்தோலிக்க மிஷனரிகளுக்கும், பாளையக்காரர் களுக்கும் நல்ல உறவு இருந்தது. 1688ம் ஆண்டு வெனான்சியுஸ் பூசே (Venantius Bouchet) என்ற இயேசு சபை குரு ஆவூரில் சமயத்தொண்டாற்ற வந்தார். அதை மிகப்பெரிய மிஷனாக மாற்றும் ஆவல் கொண்டார். பாளையக்காரர்கள் இனாமாக வழங்கிய நிலத்தில் ஒரு ஆலயமும், சத்திரமும் கட்டினார். 1697ம் ஆண்டு கட்டிமுடிக்கப்பட்ட ஆவூர் ஆலயத்துக்கு உள்ளூர் மக்களும், பிரான்ஸ் உள்ளிட்ட ஐரோப்பிய நாட்டு மக்களும் நிதியுதவி வழங்கினர். தொண்டைமான் மன்னர் வசம் ஆவூர் வந்ததும், மிஷனின் நிலை என்னவாகும் என மறைப்பணியாளர்கள் கலக்கம் கொண்டார்கள். மன்னரோ, 'மறைபரப்பாளர்கள் மேல் தனக்கு தனிப்பட்ட அன்பு உண்டு' எனச் சொல்ல, அப்போதைக்கு நிம்மதி கொண்டார்கள்.

ரகுனாதத் தொண்டைமான் நேர்மையானவராகவும் இருந்தார். ஆவூரில் ஒரு இந்து ஆலயம் கட்டும் திட்டம் போடப்பட்டது. அவூரில் புதிதாக கிறிஸ்தவம் தழுவிய மக்களும் இந்துக் கோயில் கட்ட வரிதர வேண்டும் என உத்தரவிடப்பட்டிருந்தது. அம்மக்கள் அதற்கு எதிர்ப்புத் தெரிவித்தனர். ஆவூரின் இந்துக்கள், கிறிஸ்தவர் களிடையே கடும் பனிப்போர் மூண்டது. அப்போது ஆவூர் கோயில் உபதேசியார் ஒருவர் இந்து ஆலயத்தின் சிற்பம் ஒன்றை சிதைத்ததாகப் புகார் எழுந்தது. அவரோ அதை மறுத்தார். இவ்விஷயத்தில் நேரடியாகத் தலையிட்ட ரகுனாதத் தொண்டைமான், அந்தக் கிறிஸ்தவர் மேல் எந்தத் தவறும் இல்லை என்பதை விசாரித்து உறுதி செய்தபின் விடுதலை செய்தார். 1709ம் ஆண்டு புதுக்கோட்டையில் நேர்ந்த கடும் பஞ்சகாலத்தில் பெர்த்தோல்டி (Bertholdi) மற்றும் வெய்ரா (Veyra) ஆகிய இரு குருக்கள் மறைப்பணி செய்யும்போது கவனித்த வகையில், ''புதுக்கோட்டையில் 1/30 பகுதி மக்கள்கூட பஞ்சத்தில் பிழைக்கவில்லை'', என மிஷனுக்கு அறிக்கை அனுப்பினார்கள். 1711ம் ஆண்டு சாந்தோம் ஆயர், முதல்முறையாக மதுரை மிஷன் மற்றும் அதன் கட்டுப்பாட்டில் இருந்த ஆவூர் ஆகிய இடங்களுக்கு வருகை தந்தார். அப்போது தொண்டைமான் மன்னர் அவரை நேரில் சந்தித்து உரிய மரியாதை

தந்து உரையாடியதாக 1713ம் ஆண்டு மார்டின்ஸ் குரு ஒரு அறிக்கையில் குறிப்பிட்டிருக்கிறார்.

ஆனால் 1715ம் ஆண்டு தஞ்சை மற்றும் மதுரையில் கிறிஸ்தவர்கள் மேல் ஏற்பட்ட தொடர் தாக்குதல்கள் போல, ஆவூரிலுள்ள கிறிஸ்தவர்கள் தங்கள் மேலும் நடக்கலாம் என்ற அச்சத்தில் இருந்தனர். அவர்களின் அச்சத்தை நிரூபணம் செய்வது போல, தொண்டைமான் மன்னரின் படைகளில் இருந்து விலகிய வீரர்கள் சிலர், ஆவூரை முற்றுகையிட்டார்கள். ஆலயத்துக்குள் நுழைந்தவர் கள் அங்குள்ள விலையுயர்ந்த பொருள்களை தங்களிடம் தரும்படி அச்சுறுத்தினார்கள். தங்களிடம் அப்படி எதுவும் இல்லை என மக்கள் அவர்களைத் திருப்பியனுப்பினர்.

அந்த வீரர்கள் திருச்சியில் இருந்து திருட்டுப் பழிசுமத்தப்பட்டு விரட்டப்பட்டவர்கள் என்பதைத் தெரிந்துகொண்ட பெர்த்தோல்டி குரு, தொண்டைமான் மன்னரிடம் தன் உபதேசியார்களை பரிசுகளுடன் அனுப்பி, தகவல் சொல்லச் சொன்னார். அவர்களிடம் கிறிஸ்தவர்களை, தான் பாதுகாப்பதாக மன்னரும் உறுதியளித்து அனுப்பினார். ஆனால் தொண்டைமான் மன்னருக்கும், நாயக்க மன்னர்களுக்கும் இடையே இருந்த நல்லுறவு நாயக்க மன்னர்களின் அரசவையில் புதிய அமைச்சராக பதவியேற்ற கோவிந்தப்ப ஐயர் என்பவரால் சீர்குலைந்து போனது. அவ்வப்போது நாயக்க மன்னரின் ஆளுமையின் கீழுள்ள சிற்றரசர்கள், அவர்களது வீரர்கள் புதுக்கோட்டைக்குள் ஊடுருவி குழப்பம் விளைவித்தனர்.

இந்தச் சூழலில் கிறிஸ்தவர்களுக்கு எதிராகத் தொடர்ந்து இயங்கிவந்த இந்துக்கள் குழு ஒன்று, இவ்வாறான சிற்றசர் ஒருவர் மூலம் படையினரை அனுப்பி அவூர் ஆலயத்தை இடித்துத் தரைமட்டமாக்கச் சொல்லி ஆலோசனை தந்தது. ஆலயத்தை உடைக்க வந்த வீரர்கள், தெய்வ பயத்தால், கோயில் மதில் சுவரையும், வெளிப்புறச் சுவரையும் இடித்தனர். ஆனால் தொண்டைமான் மன்னரின் சொந்த மகனே, சொக்கநாதநாயக்க மன்னனின் படைகள் ஆலயத்தை தங்கள் பாசறையாக மாற்றக்கூடும் என்ற அச்சத்தில், 1716ம் ஆண்டு ஆவூர் ஆலயத்தை முழுக்க இடித்துத் தரைமட்டமாக்கினார். அவர் தந்தை போல அவருக்கு கிறிஸ்தவர்கள்பால் நம்பிக்கையோ, நல்லெண்ணமோ இல்லை.

ஆனால், அதன்பின் 1717 முதல் 1727 வரை பத்தாண்டு காலம் புதுக்கோட்டை மற்ற இடங்களில் ஒடுக்குமுறையை சந்தித்த தந்தை

பெர்த்தோல்டி மற்றும் குருக்களுக்கு, அடைக்கலமாகவே இருந்தது. ஆவூர் பங்கு குருவாகப் பணியாற்றிய ஹோமெம் (Homem) அடிகள், ஏற்கனவே ஆலயமிருந்த இடத்திலிருந்து தென் கிழக்கே இரண்டு ஃபர்லாங் தொலைவில் புதிய ஆலயத்துக்கு அடிக்கல் நாட்டினார். இவ்வாலயம் 1747ம் ஆண்டுதான் கட்டிமுடிக்கப்பட்டது.

ஆவூருக்கு அடுத்த சிக்கல் 1732ம் ஆண்டு வந்தது. அப்போது இங்கு பங்கு குருவாக இருந்தவர் தைரியநாதரான வீரமாமுனிவர். ஆற்காடு நவாபு தன் தளபதியான சந்தா சாகிபை தெற்கே உள்ள அரசுகளிடமிருந்து கப்பம் பெற்றுவருமாறு அனுப்பினார். சந்தா வரவிருப்பதை அறிந்து தஞ்சை, மதுரை, புதுக்கோட்டை பகுதிகளில் பெரும் அச்சம் நிலவியது. கப்பம் கட்டாத மன்னர்கள் ஆண்ட பகுதிகளில் வீடுகளுக்குத் தீவைப்பதும், பொதுச் சொத்துக்களை சூறையாடுவதும், வயல்களுக்குத் தீவைப்பதும், ஆடு மாடுகளை ஓட்டிச்செல்வதும் என சந்தாவின் கட்டக்கடங்காத போக்கிரி வீரர்கள் அட்டூழியம் செய்தனர். 1916ம் ஆண்டு வெளிவந்த புதுக்கோட்டை மாவட்ட பொது வரலாறு நூல் (General History of Puducottah district, 1916), கீழ்க்காணும் சம்பவத்தைக் குறிப்பிடுகிறது. ''தொண்டைமான் மன்னரின் வீரர்கள் சிலர் ஆவூருக்கு அருகே பாசறை அமைத்திருந்த முகலாய வீரர்களின் ஆடு மாடுகளைக் கவர்ந்துசென்றனர். இதைக் கண்டுபிடித்த முகலாய வீரர்கள், கடும்கோபம் கொண்டு, ஆவூரில் அப்போது பொறுப்பிலிருந்த வீரமாமுனிவரிடம் வந்து தங்கள் ஆடு மாடுகளைத் திருப்பித் தருமாறு கேட்டனர். அப்படி அவை எங்கிருக்கின்றன என்ற தகவல் தெரியாவிட்டால், கைது செய்யப்பட்டு தங்களுடன் அவரைக் கொண்டுசெல்வோம் எனவும் கூறினர். வீரர்கள் கவர்ந்து சென்றதை தன்னால் திருப்பத் தர இயலாது என்பதை உணர்ந்த வீரமாமுனிவர், அவர்களிடம் தனக்கு அது குறித்து எதுவும் தெரியாது எனவும், தன்னைக் கைது செய்யுமாறும் சொல்ல, அவரைச் சங்கிலிகளால் பிணைத்து முகலாய வீரர்கள் தங்கள் பாசறைக்கு இழுத்துச் சென்றனர்.

அவர்களது வசவுகளுக்கு பதிலேதும் சொல்லாமல் அமைதி காத்த முனிவரைக் கண்டு இன்னும் கோபமானவர்கள், அவரது ஆடைகளைக் களைந்து அவரை நடு மதிய வெயிலில் நிற்கவிட்டனர். இது குறித்த தகவல் கிடைத்ததும், சந்தா சாகிபு மனம் வருந்தி அவரை உடனடியாக விடுதலை செய்தார். அவரைக் கட்டியணைத்து தன் பக்கத்தில் இருத்தியவர், நடந்த தவறுக்கு தான் காரணமல்ல எனவும், தனக்குத் தெரியாமல் நடந்தது எனவும் கூறி அவரிடம்

மன்னிப்புக் கோரினார். சந்தா தந்த மரியாதையைக் கண்ட வீரர்களும் அவரை மதிப்புடன் நடத்தத் தொடங்கினர்.

1918ம் ஆண்டு அருட்தந்தை பெஸ் (L. Besse) எழுதிய Father Beschi: His Time and Writings நூலில், இந்தச் சம்பவத்தில் சந்தா சாகிபை வீரமாமுனிவர் சந்திக்கவில்லை எனவும், சம்பந்தப்பட்ட படைத்தலைவன் வேறொருவன், சந்தா சாகிபை பின்னொரு நாளில்தான் வீரமாமுனிவர் சந்தித்தார் எனவும் எழுதுகிறார். 1745ம் ஆண்டு ஆவூர் கிறிஸ்தவர்கள் புதுக்கோட்டை இந்துக் கோயில் ஒன்றின் தேருக்கு வரி கட்ட வேண்டும் என்ற ஆணை பிறப்பிக்கப் பட்டது. 1746ம் ஆண்டு திருமயத்துக்குச் சென்ற தொண்டைமான் மன்னர், அப்பகுதி மக்களில் பலர் கிறிஸ்தவத்துக்கு மாறியதையும், இந்துப் பழக்கவழக்கங்களை விட்டுவிட்டதையும் அறிந்து, கிறிஸ்தவக் கோயில்கள் அனைத்தையும் இடிக்க உத்தரவிட்டார். கடைசி நேரம் அந்த ஆணை திரும்பப்பெறப்பட்டது.

இயேசு சபை குருக்களின் மதமாற்ற முறைகள் கடும் விமர்சனத்துக்கு ஆளாயின. 1773ம் ஆண்டு சபை முடக்கப்பட்டது. ஆனால் அதன்பின்னும் இருபது ஆண்டுகள் இயேசு சபை குருக்களே ஆவூரில் தங்கிப் பணியாற்றினார்கள். 1794ம் ஆண்டு கோவா பதுராதோ மிஷனுக்கும், புதுவை பிரெஞ்சு வெளிநாட்டு மிஷனுக்கும் இடையே ஆவூரை யார் கட்டுப்பாட்டில் வைத்திருப்பது என்ற பிணக்கு மூண்டது. பாப்பரசர் ஆவூர் உள்ளிட்டப் பகுதிகளை தங்கள் வசமே ஒப்படைத்தார் என புதுவை மிஷன் கோரியது; முன்னாள் இயேசு சபைக் குருக்கள் அந்த சபையுடன் சேர்ந்துகொண்டனர். கோவா மிஷனோ, மதுரை மிஷன்தான் ஆவூரைத் தோற்றுவித்தது; எனவே அது தங்கள் கட்டுப்பாட்டில்தான் இருக்கவேண்டும் என உறுதியாக நின்றது.

போர்ச்சுகீசிய மிஷன் கட்டுப்பாட்டிலுள்ள மேற்குக் கடற்கரையின் கிராங்கனூர் பதுராதோ ஆயரின் கீழ்தான் மதுரை மிஷன் இயங்கிவந்தது என்பதையும் எடுத்துக் காட்டியது. கூடவே நான்கு சிரிய மலபார் குருக்களையும் ஆவூருக்கு அனுப்பியது. இவர்கள் 'கட்டனார்' (Cattanar) எனப்பட்டர். விஷயம் மதராஸ் அரசின் கவனத்துக்குச் சென்று, கோவா மிஷனுக்கே ஆவூர் கட்டுப்பட வேண்டும் என அறுவுறுத்தப்பட்டது. மிஷன்களுக்கு இடையே யான பிணக்கு முடிவுக்கு வந்தது. சிரிய மலபார் கத்தனார்களில் பெரிய யாக்கோபுக் கத்தனார் ஆவூர், மலையடிப்பட்டி, திருச்சிராப் பள்ளி வரையான ஆலயங்களில் பணியாற்றிவந்தார். ஆவூரின் புகழ்பெற்ற தேர், இவரது காலத்தில் வடிவமைக்கப்பட்டது எனவும்

பல சத்திரங்களையும் ஆவூரில் அவர் கட்டினார் எனவும் புதுக்கோட்டை அரசுக் கையேட்டின் முதல் தொகுதியைத் (Pudukkottai State Manual Vol. I) தொகுத்த கே.ஆர். வெங்கடராமர் குறிப்பிடுகிறார்.

1814ம் ஆண்டு இயேசு சபை மீண்டது, அச்சபையின் அருட்தந்தை கிரேனியர் (Granier) திருச்சிராப்பள்ளியில் பொறுப்பேற்றார். ஆவூர் யாருக்கு சொந்தம் என மீண்டும் சண்டை மூண்டது. இந்த முறை கோவா மிஷனுக்கும், இயேசு சபை குருக்களுக்கும் அடிதடி நடந்து, 1846ம் ஆண்டு புதுக்கோட்டை மன்னர் தலையிட்டு சீர் செய்யும் நிலைக்குச் சென்றது. 1857ம் ஆண்டிலோ, பாப்பரசர் கோவா மிஷனுக்கே இந்தப் பகுதியில் அதிகாரம் உண்டு எனச் சொல்ல, நிலைமை இன்னும் சிக்கலானது. நல்லவேளையாக இரு சபைகளும் அமைதியை விரும்பி, தங்களுக்குள் பகுதிகளைப் பங்கீடு செய்து கொண்டன; ஒருவர் மற்றவர் எல்லைக்குள் நுழைவதில்லை என உறுதிகொண்டனர். அதன் பின் 70 ஆண்டுகளாக இரு மிஷன் களுக்குள்ளும் எந்தச் சிக்கலும் இல்லை எனப் புதுக்கோட்டை அரசு கையேடு குறிப்பிடுகிறது. 1930ம் ஆண்டு ஆலங்குடி மற்றும் திருமயம் தாலுகாக்கள் சாந்தோம் ஆயரின் (பதுராதோ) கட்டுப் பாட்டில் வந்தன. ஆவூர் திருச்சிராப்பள்ளி மறைமாவட்டத்தின் கீழ் கொண்டுவரப்பட்டது. அவ்வாண்டு நஞ்சூர் மற்றும் ஆவூரை உள்ளடக்கிய குளத்தூர் தாலுகாவில் 10,000 கிறிஸ்தவர்கள் இருந்தனர். ஆவூரில் புகழ்பெற்ற திருவிழாக்கள் என ஆவூர் ஈஸ்டர் விழா (பாஸ்கு விழா) மற்றும் ஆவூர் தேர்த் திருவிழா குறிப்பிடப் படுகின்றன.

ஆலயம் பற்றி சேவியரும், அதற்குள் அங்கு வந்துவிட்ட நாட்டார் செபாஸ்டியனும் பேசத் தொடங்கினர். ‘‘இங்க சேசுசபை சாமியார்கள்தான் மொத வந்தது. அதுக்கப்புறம் பாண்டிச்சேரி மிஷன் சாமியாருங்க வர முயற்சி பண்ணுனாங்க. பிரெஞ்சு சாமியாருங்கள இங்க யாரும் உள்ள விடல. அப்புறம் மறுபடி சேசுசபை சாமியாருங்கதான் இருந்தாங்க. கோயிலை வீரமாமுனிவர் கட்டுனார். பின்பக்கத்த அப்புறமா நீட்டிச்சிருக்காங்க. இதோ இங்க இருக்குறது தூம்பா, தூம்பா சுரூபம் அங்க பீடத்துக்குப் பக்கத்துல பார்த்தீங்க இல்லையா? இப்ப தூம்பா தூக்கிட்டுப் போகும்போது ரெக்கார்டிங்தான் போடுறாங்க. அப்பலாம் பாட்டா மக்களே பாடுவாங்களாம். அதே போல பாஸ்கா நாடகமும் (Passion Play) பழைய காலத்துல தெருக்கூத்தாதான் போட்டிருக்காங்க. அப்புறம் சுரூபத்தையே வச்சு நாடகமா நடிச்சாங்க. ஆளுங்கள வச்சு பாஸ்கா

பன்னுறது அதுக்கப்புறம் வந்தது. பாட்டாதான் நிறைய பாடுவாங்க. அதுக்கு தனியா வாத்தியார் உண்டு. ஆனா வேஷம் எல்லாம் மாத்தி மாத்தித்தான் போடுவோம். ஒரே குடும்பம்தான் அந்த வேஷம் நடிக்கணும்னுலாம் கிடையாது. வருசாவருசம் ரிகர்சல் நடக்கும். தவசு காலத்துல ஃபர்ஸ்ட் வீக்ல ரிகர்சல் நடக்கும், அதை கமிட்டி பார்க்கும். செட் ஆகல, வயசாயிருச்சு முடியல, வேஷம் சரியா இல்ல அப்டின்னா ஆளுகள மாத்திரு வாங்க. பெரும்பாலும் அவுங்களுக்கு, அப்படி அவுங்களுக்குக் குடுக்க வாய்ப்பில்லன்னா அவுங்கள சார்ந்தவுங்களுக்குக் குடுப்போம். வேற யாரும் இல்லன்னா, அடுத்த ஆளுங்களுக்குக் குடுப்போம்'', எனச் சொன்னார்கள்.

''அடுத்த ஆளுங்களுக்குக் குடுத்தா சண்டை வராதா?''

''எப்புடி வராம? அதெல்லாம் வரத்தான் செய்யும். சமாளிச்சுத்தான் ஓட்டிட்டு இருக்கோம்'', எனச் சொல்லி சிரித்தனர் இருவரும்.

ஆலயத்தின் நடுப்பகுதியைக் காட்டுகின்றனர். நாற்கரங்கள் கொண்ட சிலுவை போல இருக்கிறது ஆலயம். ''பின்னாலதான் வட்டக் கோபுரம் எல்லாம் கட்டியிருக்காங்க. எல்லாமே கல்லுத் தூண். ஞானஸ்நானத் தொட்டி எல்லாமே பழசுதான். திருச்சியை விட்டா இங்கதான் அடுத்து பூசைக்கு வருவாங்க, இதுதான் பங்கா இருந்திருக்கு'', எனச் சொல்கின்றனர். மரத்தாலான பழைய பாவசங்கீர்த்தன இருக்கை ஒன்றும் ஆலயத்துள் இருக்கிறது. வனத்து அந்தோணியார் சுரூபம், வின்சென்ட் தே பவுல் சுரூபம் போன்றவையும் பீடத்துக்குப் பக்கவாட்டில் வைக்கப்பட்டுள்ளன. பாஸ்கா விழாவில் பயன்படுத்தப்படும் பாடுபட்ட சுரூபம், உயிர்த்த இயேசு சுரூபம் இரண்டையும் காட்டுகின்றனர். ''இந்த சுரூபம் ரெண்டுமே கைய மட்டும் அசைக்கலாம், பாஸ்காவுக்கு இதைத்தான் கொண்டு போவோம். வேற எங்காச்சும் இப்புடி சுரூபம் இருக்கான்னு தெரியல'', என சேவியரும், செபாஸ்டியனும் சொல்கின்றனர்.

''அதே போல உள்ள பீடத்துல இருக்க சின்ன பெரியநாயகி மாதா சுரூபம் வீரமாமுனிவர் கொண்டு வந்து இங்க வச்சது. தங்கத்துல கம்மல் எல்லாம் போட்டிருக்கோம். திருவிழா அப்பம் போட மாதாவுக்குக் கொஞ்சம் நகை இருக்குங்க'', என்கின்றனர். சிறிய மேடை ஒன்றில் பூசையில் பயன்படுத்த வெண்கல மணிகளை அடுக்கி இருக்கின்றனர். ''ஞாயித்துக்கிழமை பூசைன்னா கோயில் முழுக்க நிறைஞ்சிரும். இங்க 300 தலைக்கட்டு இப்ப இருக்காங்க. அக்கம்பக்கத்து ஊர்கள்ல இருந்து நிறைய மக்கள் வருவாங்க.

ஹிந்துஸ் தாங்க நிறைய பூசைக்கு எழுதிக் குடுப்பாங்க – உடல்நலம் நல்லா இருக்கணும், விவசாயம் நல்லா நடக்கணும் அப்டின்னு பூசை வைப்பாங்க. நேர்ந்துக்கிட்டும் நிறைய செய்வாங்க. ஆடு, மாடு எல்லாம் நேர்ந்து கோயிலுக்குள்ள கொண்டு வந்து விடுவாங்க. அதை ஞாயித்துக்கிழமையே ஏலம் விட்ருவோம். மத்தபடி திருவிழா சமயத்துல வர்றதையும் உடனே ஏலம் விட்ருவோம். மாதா திருவிழா ஆகஸ்ட் பதினஞ்சு அன்னிக்கு நடக்கும். ஆறாந்தேதி கொடியேற்றம். திருவிழாவுக்கு தனியே வரி போட்டுருவோம். மக்கள் செலவுலதான் எல்லாம் நடக்குது'', எனச் சொல்கின்றனர்.

''ஈஸ்டர் அப்பதான் தேர். ரெண்டு நாள் பாஸ்கா. வெள்ளி பாடுகளின் பாஸ்கா, சனி மீட்பின் பாஸ்கா, ஞாயிறு அன்னிக்கு தேர். மத்யானம் ஒன்றரை மணிக்குத் தேர் எடுப்போம். தேர் ஊரை ஃபுல்லா சுத்தி வரும். தேருக்குப் பின்னாடி தப்புதான் அடிப்பாங்க. முன்னால எல்லாம் தப்பு அடிக்கிறதுக்கு ஊருக்குள்ள ஒரு சில குடும்பம் உண்டு. அவுங்க இப்ப அடிக்கிறதில்ல. படிச்சிட்டாங்க, இந்த வேலைக்கின்னு யாரும் இப்ப எறங்கல. அதுனால நாங்க கூலிக்குதான் ஆள் புடிச்சிக்கிட்டு வர்றோம். தப்பு அடிக்கிறதுக்கும் டைரக்டர் மாதிரி ஆள் உண்டு. அவுங்க தேர் மேல ஏறி நிப்பாங்க. அவுங்க கை காட்டுறத பார்த்து, இவுங்க வாசிக்கணும், நிறுத்தணும். தேர கட்டைய போட்டு தேக்கிருவாங்க. தேக்கும் போது இவர் கைகாட்டுனா அவுங்க நிறுத்திருவாங்க. தேருக்கு முன்னால டிரம்ஸ் போகும். புதுக்கோட்டை மாவட்டத்துலயே பெரிய தேர் இதுதான். மத்த எடத்துல எல்லாம் முப்பது அடிதான் தேர் இருக்கும். எங்களோடது கட்டி முடிச்சப்புறம் அம்பதடி வரும்ங்க. வட்டத்தேரு, தொம்பை எல்லாம் போட்டு ஜோடிச்சு ரொம்ப அழகா இருக்கும்.''

''பாஸ்கா திருநாளுக்கு ஈஸ்டர் அன்னிக்குக் கொடியேத்துவோம். அடுத்த வெள்ளியில இருந்து பாஸ்கா விழா நடக்கும். தவசு கால எட்டாவது வாரக் கடைசில பாஸ்கா. கேரளாவுல இருந்துலாம்கூட அதுக்கு நிறைய மக்கள் கூட்டமா வருவாங்க. பாஸ்காவுக்கு தப்பு அடிக்க உள்ளூர்ல சில பேரு வருவாங்க. மிலிட்டிரில அடிக்கிற பேண்டுசெட்தான் அடிக்கிறாங்க. பாஸ்கு நாடகம் நைட் பத்து மணிக்கு ஆரம்பிச்சு காலைல அஞ்சு மணிக்கு முடிப்பாங்க. முத நாள் நைட் மலைப்பிரசங்கத்துல இருந்து ஆரம்பிப்பாங்க. முன்னால கானாவூர் கல்யாணத்துல இருந்தே ஆரம்பிச்சு செஞ்சிட்டு இருந்திருக்காங்க. இப்ப டைமிங் பார்த்துட்டு கொஞ்சம் கொஞ்சமா குளோஸ் பண்ணிக்கிட்டே வந்துட்டாங்க. மூணு நாலு புதுமைகள்

முத நாள் நைட் காட்டுவாங்க. பேச்சு வழக்குல எதும் பேசமாட்டாங்க. பாட்டாவேதான் அதிகம் இருக்கும். நோட்ல எல்லாம் எழுதி வச்சிருக்காங்க, அதுல உள்ளததான் பாடுவாங்க, பேசுவாங்க.''

''இயேசுநாதர புடிச்சிட்டுப் போற வரைக்கும் மொத நாள் நைட் கதையா இருக்கும். அடுத்த நாள் பேய் பாஸ்கா. பிலாத்துகிட்ட ஆண்டவர கூட்டிட்டுப் போறதுல தொடங்கி அவரை அடக்கம் பண்ற வரைக்கும் நடக்கும். அடுத்த நாள் உயிர்ப்பு. அன்னிக்கு இடையில பூசை ஒண்ணும் வரும். நாடகத்துக்கு அந்தக் காலத்துல போட்ட மாதிரி அங்கி, டிரெஸ்தான் போடுறாங்க. நூறு வருஷத்துக்கும் மேலா இந்த நாடகம் நடக்குது. பாட்டெல்லாம் எந்த மாற்றமும் இல்லாம நூறு வருஷமா அதையேதான் பாடிட்டு வரோம்'', என சேவியரும், செபாஸ்டியனும் சொல்கின்றனர்.

''ஆண்டவர் வேஷம் ஒரே குடும்பம்தான் மூணு தலைமுறையா போடுறாங்க. அவுங்கதான் இதை நாடக வடிவத்துல கொண்டுவந்தது. இன்னவரைக்கும அவுங்கதான் அந்த வேஷம் போடுறாங்க. நடிக்கிற எல்லாரும் நாப்பது நாளும் விரதம் இருப்பாங்க. வேண்டிக்கிட்டு இருக்குறவங்களும் விரதம் இருப்பாங்க. சில பேரு விரதத்துக்கு மாலையும் போடுறாங்க. பாஸ்கு நடக்கும் போது ரெண்டே சுரூபம்தான் மேடைக்குப் போகும். பாடுபட்ட சுரூபமும், உயிர்த்த இயேசு சுரூபமும். மத்தபடி பூசை நடக்கும் போதே சப்பரத்துல மாதா, சம்மனசு, செபஸ்தியார் சுரூபம் எல்லாம் வச்சிருவோம். பூசை பாஸ்கு மேடைலயே வைப்பாங்க'', என்கின்றனர்.

பாஸ்கா 1912ம் ஆண்டு முதலே இங்கு நாடக வடிவில் நடத்தப்பட்டு வந்துள்ளதாக உள்ளூர் மக்கள் தெரிவிக்கின்றனர். ஆனால் தந்தை வெனான்சியுஸ் பூசே காலம் முதலே இங்கு பாஸ்கு நாடகங்கள் நடத்தப்பட்டு வந்துள்ளதாக அருட்தந்தை பி. மார்டினை மேற்கோள் காட்டி எலைஜா ஹூல் (Elijah Hoole) தன் மதராஸ், மைசூர் மற்றும் தென்னிந்தியா நூலில் எழுதுகிறார்.

'ஆவூரில் நான் தந்தை பூசே மற்றும் கார்வலோ ஆகிய இருவரையும் சந்தித்தேன். கடந்த மாதம் முழுவதும் அவர்களை அழுத்திய பணிச்சுமையில் இருந்து அப்போதுதான் அவர்கள் விடுபட்டிருந்தனர். ஈஸ்டர் கொண்டாட்டம் அங்கு பெரும் மக்கள் கூட்டத்துடன் பிரம்மாண்டமாக நடந்துமுடிந்திருந்தது. இந்தியர்கள் செய்யுளை அதிகம் விரும்புகின்றனர். கோலியாத்தைத் தாவீது வெற்றி கொண்ட கதையை தந்தை பூசே அம்மக்களுக்கு செய்யுள் வடிவில் வடிக்க அறிவுறுத்தியிருந்தார். அதன் தொடர்ச்சியாக சாவிலிருந்து

மீட்பு பெற்ற கிறிஸ்துவின் திருப்பாடுகள் மற்றும் வெற்றியும் செய்யுளாகவே எழுதப்பட்டு, பாடி நடிக்கப்பட்டது. முழு நாடகமும் (பாடல்/செய்யுள் வடிவில் இருந்ததால் இதைக் கூத்து எனக் குறிப்பிடுதல் சரியாக இருக்கும் என்றே கருதுகிறேன்) அறிவுறுத்துவதாக இருந்தது, மக்களை வெகுவாக ஈர்த்தது.'

'ஆனால் குருக்களின் சரியான கவனமின்மையால், கோலியாத் ஆனைமுகம் கொண்ட இந்துக் கடவுளான பெருமாளாகவும் (பிள்ளையாரைத் தவறாகப் புரிந்துகொண்டு எழுதுகிறார்) அவரது தலையை இளைஞன் ஒருவன் கொய்வது போலவும் நாடகத்தில் காட்டப்பட்டுள்ளது. இதனைக் கண்டு கடும் கோபமுற்ற சிலர், அங்குள்ள சிற்றரசரிடம் முறையிட, மூன்றே நாள்களில் கிறிஸ்தவ குருக்கள் அனைவரும் ஆவூரில் இருந்து வெளியேறுமாறு அவர் உத்தரவிட்டார். ஆனால் ஒரு வழியாக இனி இவ்வாறு செய்வதில்லை என பூசே குரு மன்னிப்புக் கேட்டு, சில பரிசுகளை அரசனுக்குத் தந்த பிறகு, பிரச்னை முடிவுக்கு வந்தது', என தந்தை மார்டினை மேற்கொள்காட்டி எலைஜா எழுதுகிறார். இவ்வாறான நாடகங்களால் கத்தோலிக்க குருக்களுக்கு நேர்ந்த இன்னல்கள் கொஞ்சநஞ்சமல்ல! தந்தை முனைவர் ஆனந்த் அமலதாஸின் (அச்சுக்கு வராத கட்டுரை) 'தென்னிந்தியாவில் இயேசு சபை நாடகங்கள்' (Jesuit Theatre in South India) கட்டுரையில், இதைத் தெளிவாகக் குறிப்பிடுகிறார். தஞ்சை மன்னர் இவ்வாறு நடைபெற்ற நாடகம் ஒன்றின் விளைவாக இயேசு சபை குருக்கள் சிலரை சிறையிலிட்டதை நாம் வேறொரு அத்தியாயத்தில் பார்த்தோம். அதை இன்னும் விரிவாகவே தந்தை அமலதாஸின் கட்டுரை விவரிக்கிறது.

''ஜெர்மானிய இண்டாலஜிஸ்டான தியோடர் சக்கேரி (1851-1934) நாட்டுப்புறவியலில் ஆர்வம் கொண்டு அது குறித்த நிறைய கட்டுரைகளை வெளியிட்டிருக்கிறார். அவரது கட்டுரைகள், 'சக்கேரியின் சிறு பணிகள்' (Minor works of Theodore Zacharie -1977) என்ற நூலில் உள்ளன. அந்நூலில் இயேசு சபையினரின் நாடகங்கள் குறித்து மூன்று சிறு குறிப்புகள் உள்ளன'', என அமலதாஸ் குறிப்பிடுகிறார். 18ம் நூற்றாண்டில் தஞ்சைப் பகுதியில் வசித்த கிறிஸ்தவர்கள் மற்றும் இயேசு சபையினர் தஞ்சை மன்னர்களால் கடும் இன்னல்களுக்கு ஆளாயினர். அதற்கு உடனடி காரணமாக, புதுவையில் 1701ம் ஆண்டு பிப்ரவரி மாதம் இயேசு சபையினரால் நிகழ்த்தப்பட்ட நாடகம் சுட்டப்படுகிறது. டோலு அல்லது டோல்ஃபஸ் (Dolu/Dolfus) என்ற பெயருடைய குரு அந்த நாடகத்தை

இயற்றியவர். அது ஜார்ஜியார் நாடகம் என நார்பர்ட் மற்றும் டெசியர் (Norbert - Tessier) குறிப்பிடுகின்றனர்.''

''டயக்லெஷியனால் (Diocletian) படுகொலை செய்யப்பட்ட ஜார்ஜியார் செய்த மூன்றாவது அற்புதம் பிரச்சனைக்குரியதானது. அப்பல்லோவின் கோயில் அப்பல்லோ சிலையிலிருந்த சாத்தானை சிலுவை கொண்டு விரட்டி, 'அது கடவுளல்ல; இறைவனின் கோபத்தை சம்பாதித்துக்கொண்ட சாத்தான்', என ஜார்ஜியார் ஒப்புக்கொள்ள வைத்த காட்சி அது. இதில் அப்பல்லோவின் கோயிலில் உள்ள சிலைகள் அத்தனையும் உடைக்கப்பட்டன.

இந்தக் காட்சியை இயேசு சபையினர் புதுவையில் உள்ள ஆலயம் ஒன்றில் நாடகமாக அரங்கேற்றினர். நாடகத்தில் இந்தக் காட்சியில் அப்பல்லோவின் கோயில் கடவுள்களாக பிரம்மா, விஷ்ணு என இந்தியக் கடவுள்களின் சிலைகள் காட்டப்பட்டன. காட்சியின் இறுதியில் ஜார்ஜியா தோன்றி சிலுவை கொண்டு சாத்தானை விரட்ட வேண்டும். அதற்குள் பிரம்மா, விஷ்ணு எனத் தங்கள் கடவுள்களை மேடையில் கண்ட மக்கள் மேடையில் ஏறி ஜார்ஜியாராக நடித்தவரைக் கீழே தள்ளினர்; அங்கிருந்த கிறிஸ்தவர்களை அடித்து உதைத்தனர். தங்கள் கடவுள்கள் அவமானப்படுத்தப்பட்டதாகக் கடும் சினம் கொண்டனர். ஆனால் புதுவை பிரஞ்சுக் கட்டுப்பாட்டில் இருந்ததால் அதற்கு மேல் அவர்களால் ஒன்றும் செய்யமுடியவில்லை.''

''தஞ்சையை இந்தச் செய்தி அடைந்ததும், அங்கு இளவரசருக்குப் ஆசிரியராக இருந்த தஞ்சை பெரிய கோயில் குருக்கள், மன்னரின் காதுகளுக்கு இதைக் கொண்டுசென்றார். மக்களையும், கிறிஸ்தவத்துக்கு எதிராகத் திருப்ப இந்தக் கதையை எல்லோரிடமும் விவரித்தார். கிறிஸ்தவர்கள் தஞ்சையை விட்டு உடனடியாக வெளியேறுமாறு மன்னரை/இளவரசரை ஆணை பிறப்பிக்கச் செய்தார். தேவாலயங்கள் தீக்கிரையாக்கப்பட்டன; கிறிஸ்தவர்கள் வெளியேற்றப்பட்டனர்; அவர்களது சொத்துக்கள் கையகப்படுத்தப்பட்டன. ஐரோப்பியர்கள் கட்டுப்பாட்டில் இருந்த கடற்கரை நகரங்களுக்குப் பல கிறிஸ்தவர்கள் ஓடிப்போனார்கள். ஜோசப் கர்வாலோ (Joseph Carvalho) மற்றும் பெர்த்தோல்டி (Bertholdi) ஆகிய இரு இயேசு சபை குருக்கள் கைது செய்து சிறையிலடைக்கப்பட்டனர். இவர்களில் கர்வாலோ 14 நவம்பர், 1701 அன்றே சிறையில் இறந்துபோனார்; பெர்தோல்டி நாட்டை விட்டு வெளியேறவேண்டும் என்ற நிபந்தனையுடன் பின்னாளில் விடுதலை செய்யப்பட்டார். அங்கிருந்து தப்பியோடிய மூன்றாவது

அறியப்படாத கிறிஸ்தவம் ❖ 299

இயேசுசபை குரு தந்தை வெனான்சியுஸ் பூசேயாக இருக்கக் கூடும்.'' இதை சக்கேரியின் குறிப்புகள் சொல்வதாக முனைவர் அமலதாஸ் எழுதியிருக்கிறார்.

தந்தை வெனான்சியுஸ் பூசே, ஆவூரில் 12 ஆண்டுகள் தங்கியிருந்ததாக ஆயர் ஸ்டீபன் நீல் தன் 'இந்தியாவில் கிறிஸ்தவ வரலாறு' நூலில் குறிப்பிடுகிறார். ஆவூரில் இருந்து நாடக சிக்கலில் தப்பிய பூசே, தஞ்சையில் இருந்தும் தப்பினார். துரதிர்ஷ்டவசமாக கர்வாலோ தஞ்சையில் உயிரிழந்தார். மற்ற தரவுகள் பூசே 1688ம் ஆண்டு ஆவூர் வந்ததாகக் குறிப்பிடுவதால், 1688-1700 காலகட்டத்தில், ஆவூரில் பாஸ்கு நாடகம் முழு இசை வடிவில் கூத்தாக நடத்தப் பட்டது என்பது தெளிவாகிறது. சற்றொப்ப 400 ஆண்டுகாலமாக ஆவூரின் பாஸ்கு நாடகம் வெவ்வேறு வடிவங்களில் நடத்தப் படுகிறது!

தொடக்கத்தில் சுரூபங்களை வைத்து 'பொம்மை பாஸ்காவாக' நடத்தியிருக்கின்றனர் என ஊர்மக்கள் கூறுகின்றனர். இந்த மாற்றம் ஆனைமுகத்தான் இந்துக் கடவுளை நாடகத்தில் காட்டியதன் பின் விளைந்த சிக்கல்களை மனதில் கொண்டு நிகழ்ந்திருக்க வேண்டும். 'பொம்மை பாஸ்கா' என அவர்கள் கூறுவது சுரூபங்களின் கை கால்களை அசைத்து நடத்தப்பட்ட நாடகங்களைத்தான்! இவ்வகை 'பொம்மலாட்டம்' ஐரோப்பாவில் ரோமையிலும், கிரேக்கத்திலும் 2000 ஆண்டுகளுக்கு முன்னர் தோன்றியது எனலாம். அதன் மறுமலர்ச்சி இத்தாலியில் இடைக்காலத்தில் ஏற்பட்டது. 'மாரியனட்' (Marionette) என்ற பொம்மைகள் மூலம் கிறிஸ்தவ ஆலயங்கள் நீதிநெறி நாடகங்களை (morality plays) நடத்தின. இந்த மாரியனட் என்பதன் வேர்ச்சொல் 'மரியாள்' எனவும், மாரியனட் என்றால் 'மேரி பொம்மை' (Mary Doll) எனவும் பொருள் கொள்ளப்படுகிறது. கயிறு, கம்பி போன்றவற்றைக் கொண்டு பொம்மைகளின் கை கால்களை அசைத்தோ, மேலே கம்பம் கட்டி, அதில் உருளைகளில் கம்பி/கயிறு கட்டியோ இந்த நாடகங்கள் நடத்தப்பட்டன.

இதில் நகைச்சுவையும் சேர்ந்து கொண்டது. அதன்பின் ஆலயத்தின் புனிதத்தைக் கெடுப்பதாகக் கூறி, ஆலயங்களுக்கு வெளியே இந்த நாடகங்கள் நடத்தப்படவேண்டும் என திருச்சபை ஆணை பிறப்பித்தது. ஆலயத்துக்கு வெளியே சென்றபின் இவை இன்னும் மோசமாயின! பாலிச்சையைத் தூண்டும் விதமாக இதன் நகைச்சுவை மாறியது; அதீத உடலசைவுகளும், துன்புறுத்தலும் நாடகங்களில் தோன்றின. இத்தாலியில் தோன்றிய மாரியனட்

நாடகங்களின் மாறுபட்ட இவ்வடிவமான ‘காமெதியா தெலார்த்’ (Commedia dell'arte) இங்கிலாந்து தொடங்கி ஐரோப்பா முழுவதும் 16-18ம் நூற்றாண்டுகளில் வெகு பிரபலமாக இருந்தது. பொம்மைகளைக் கொண்டு செய்யப்படும் இந்த மாரியனட் நாடகங்களை இத்தாலி/ பிரான்சில் இருந்து வந்த மதக் குருக்கள் இங்கு அறிமுகம் செய்திருக்க வாய்ப்புண்டு. வெனான்சியுஸ் பூசே பிரான்சைச் சேர்ந்தவர் என்பதால் அவர் காலத்திலோ, அவருக்குப் பின்பு வந்த ஐரோப்பிய இயேசு சபைக் குருக்கள் மூலமோ இவ்வகை ‘மாரியனட் நாடகம்’ ஆவூருக்கு வந்திருக்கக் கூடும்.

இங்கு தற்போது நடத்தப்படும் பாஸ்கா நாடகத்தை எழுதியவர் மத்தியாஸ் முத்துப்பிள்ளை. நாடகம் எழுதப்பட்டபோது இங்கு நிர்வாகம் இயேசு சபை குருக்களின் கீழ் இருந்தது. அதன் பிறகு மேடை கட்டப்பட்டது. பின்னர் சுரூபங்கள் இல்லாமல், நிஜ மனிதர்களைக் கொண்டே ‘ஆள் பாஸ்கா’ நடித்து செய்யப்பட வேண்டும் என மக்கள் விரும்பியிருக்கின்றனர். ரயில்வே துறையில் பணியாற்றிய மத்தியாஸ் முத்துப்பிள்ளைக்கு இரண்டு மகன்கள். சாமிக்கண்ணுப் பிள்ளை, குழந்தைசாமிப் பிள்ளை இருவரும் புகைவண்டிப் பணிமனையில் வேலை செய்துவந்தனர். அவர்களையும் கிராமத்தின் மற்ற மக்களையும் நடிகர்களாகக் கொண்டு பாஸ்கா நாடகத்தை நடத்தத் தொடங்கினர். இதில் மதம் பார்ப்பதில்லை! விரும்பி வந்து கேட்டவர்களை நடிக்க வைத்தும், வேடமிட்டும் பார்த்து, தகுந்தவர்களுக்கு அந்த வேடங்களில் நடிக்கும் வாய்ப்பைக் கொடுத்தனர். தொடக்கத்தில் நாடக வடிவில் முழுமை பெறாமல் இருந்ததைத் திருத்தி, நாடக வடிவுக்குக் கொண்டுவந்தனர்.

1979 வரை ஆவூரில் மின்சார வசதியில்லை. ஆனால் 1965ம் ஆண்டு முதலே பழனி அண்டு கோ நிறுவன உரிமையாளர் பரமசிவம் ஜெனரேட்டர் ஒன்றைக் கொண்டுவந்து பாஸ்கா மேடைக்கும், கோயிலுக்கும் பயன்பாட்டுக்குத் தந்தார். அவர் ஒரு இந்து. ஆனால் வேண்டுதல் நிமித்தம், ஒவ்வொரு ஆண்டும் குறைந்த கட்டணத்துக்கு இந்த ஜெனரேட்டர் உதவியை செய்திருக்கிறார். திருச்சியில் இருந்து பெரும் செலவு செய்தே அவர் ஜெனரேட்டர் மற்றும் இதர கருவிகளைக் கொண்டுவந்துள்ளார். அதற்கு முன்பு வரை பெட்ரோமாக்ஸ் விளக்குகளைக் கொண்டுதான் நாடகம் நடத்திக்கொண்டு இருந்தனர். 1979ல் மின்சார வசதி வந்தபிறகும் கூட, லைட்டுகள் உள்ளிட்ட பிற மின்சாரக் கருவி உதவிகளை இன்றுவரை திருச்சி பழனி அண்டு கோ நிறுவனத்தினர்தான் செய்து வருகின்றனர். 1979க்குப் பிறகுதான் பல காட்சித் திரைகளை தயார்

செய்து காட்சிக்கு ஏற்பப் பயன்படுத்தினர். இயேசு இறப்புக் காட்சியில் முன்பு சுரூபத்தைப் பயன்படுத்தினர். இப்போதோ சாமிக்கண்ணுப் பிள்ளை என்பவர் சிலுவையில் உயிர்விடும் காட்சியில் தத்ரூபமாக நடிக்கிறார்.

இங்கு தூம்பாவில் வைக்கப்படும் மரித்த இயேசுவின் சுரூபம் ஜெர்மனியில் தயாரிக்கப்பட்டு, கோவா வழியாக இயேசு சபை குருக்களால் தருவிக்கப்பட்டது. அந்தத் தூம்பா சுரூபத்தைத் தொட்டு வேண்டிக்கொள்பவர்களுக்கு நினைத்த காரியம் நிறைவேறும் என மக்கள் நம்புகின்றனர்.

ஆவூர் பாஸ்கா குறித்து மேலதிக தகவல்களை அதில் முப்பது ஆண்டுகளாக இயேசுநாதராக நடித்துவரும் மத்தியாஸ் முத்துப் பிள்ளையின் பேரன் மத்தியாஸ் முத்துப்பிள்ளை தருகிறார். நெய்வேலி சுரங்கத்தில் பணியாற்றி ஓய்வு பெற்ற மத்தியாஸ், இன்றும் பாஸ்காவுக்கு முந்தைய வாரங்களில் ஆவூருக்கு வந்து விடுகிறார். 1912ம் ஆண்டு நாடகத்துக்குப் புதுவடிவம் தந்த மத்தியாஸ் முத்துப்பிள்ளையின் நினைவைப் போற்றி, அவரது குடும்பத்தினருக்கு இயேசுநாதர் வேஷம் தரப்படுகிறது.

தங்கள் ஆவூர் வீட்டில் ஓராள் சுமக்கக்கூடிய மரப்பெட்டியில் பாஸ்கா ஆடைகளை அந்துருண்டை போட்டும், தோப்புகளை எண்ணெய் தேய்த்து சீவியும் பத்திரப்படுத்திவிட்டு அடுத்த ஆண்டு பாஸ்காவுக்கு அதை எடுத்துக் கொள்வதாகச் சொல்லும் மத்தியாஸ், பாஸ்காவுக்கான அழைப்பு தனக்கு ஆலயத்தில் இருந்து கடிதமாக ஒவ்வொரு ஆண்டும் வந்துவிடும் என்கிறார். தன் தாத்தா எழுதிய

ஆவூர் பாஸ்கா நாடகத்தில் இயேசுநாதராக மத்தியாஸ் முத்துப்பிள்ளை,
படம் நன்றி: மத்தியாஸ் முத்துப்பிள்ளை

நாடக வடிவத்தை இதுவரை மாற்றவில்லை எனச் சொல்பவர், 1970களில் ஆலூரில் பங்குத் தந்தையாக இருந்த மரியசூசை அடிகள், நாடகத்தை கிறிஸ்து பிறப்பிலிருந்து தொடங்குமாறு சொன்னதாகவும், அவ்வாறு செய்ததில் நேரப் பற்றாக்குறை ஏற்பட்டு, மக்கள் எதிர்ப்பு காரணமாக வழக்கமான நடைமுறைக்கே சென்றது எனவும் குறிப்பிடுகிறார்.

தவசு காலம் ஆரம்பிக்கும் போதே, முதல் ஞாயிற்றுக்கிழமை அன்று ஆலூரில் ஊர்க்கூட்டம் போடுகின்றனர். அதில் யார் யாருக்கு என்ன வேடம், யார் அந்த ஆண்டு வரவில்லை, யாரை அவருக்குப் பதிலாகப் போடுவது போன்றவை விவாதிக்கப்படுகின்றன. வெள்ளியிரவு ஒன்பதரை மணிக்கு மூன்று முறை மேளம் கொட்டி, நாடகம் ஆரம்பிக்கப்படுகிறது. மலைப்பிரசங்கம் தொடங்கிவிடும். சரியாகப் பன்னிரெண்டு மணிக்கு ராப்போசனம், அதற்குப் பிறகு ஆண்டவரின் பாடுகள், இறுதியாக அவர் உயிர்விடும் காட்சியுடன் சனி காலை ஐந்து மணிக்குள் முடிந்துவிடும். பாடுகளின்போது சாட்டையடி உண்டு; நாற்பது முறை சாட்டையால் அடிப்பர், அதில் குறைந்தது பத்துப் பதினைந்து அடி உடலில் கட்டாயம் விழும் என மத்தியாஸ் சொல்கிறார். வழக்கமாக சாட்டையால் அடிப்பவர்கள் சற்றுத் தள்ளி நின்று உடலில் படுமாறு அடிப்பார்கள், முகத்தில் படாது எனச் சொல்பவர், ஒருமுறை புதிதாக நடிக்க வந்த ஒருவர் அடித்ததில், சாட்டையின் முனை கண்ணில் பட்டு சிரமப்பட்டதாகச் சொல்கிறார். சனி காலை நாடகம் முடிந்ததும் பாடுபட்ட சுரூபம் ஆசந்தி ஊர்வலமாக ஆலயத்தைச் சுற்றிக் கொண்டு செல்லப்படுகிறது. மக்கள் அதன் மேல் 'கோடி போடும்' சடங்கைச் செய்கின்றனர். தங்கள் வீட்டில் ஒருவர் இறந்தால், அதற்கு எவ்வளவு வருந்துகிறார்களோ, அவ்வளவு வருந்துகின்றனர்.

சனிக்கிழமை இரவு பத்தரை பத்தேமுக்கால் மணிக்கு நாடகம், கைப்பாஸ், நத்தானியல், அனாஸ் ஆகிய மூவரும் இரு வீரர்களை கிறிஸ்துவின் கல்லறைக்குக் காவல் வைக்கிற காட்சியுடன் தொடங்குகிறது. இரவு பன்னிரெண்டு மணிக்கு ஆண்டவர் உயிர்க்கும் காட்சி நாடகத்தில் நடக்கும். அந்தக் காட்சியில் மேடையில் கீழிருந்து இயேசுநாதர் மேலெழும்பி வருவது போல வடிவமைத்திருக்கின்றனர். அதன்பின் கிறிஸ்து பலருக்குக் காட்சி கொடுப்பது நாடகத்தில் காட்டப்படுகிறது. அதிகாலை மூன்றரை மணிக்கு நாடகம் முடிந்ததும், பாஸ்கா மேடையிலேயே திருப்பலி நடைபெறும். 1964-65க்குப் பிறகுதான் பாஸ்கா மேடையில் பூசை வைக்கப்பட்டுள்ளது.

''ஆண்டவருடைய பிரசங்கம்'னுதான் பைபிள்ல இருக்கு. அதுனால நாடகம் லைட்டா இழுத்த மாதிரி பேசுவோம். 'என்னுயிர் மகனே' அப்டின்னு ஒரு பாட்டு இருக்கும், மாதா பாடுறது. அப்புறம் வெரோணிக்காள் பாடுறது, மரிய மதலேனாளுக்கு, ராயப்பருக்கு, யூதாஸுக்கு எல்லாம் பாட்டு இருக்கு. மத்தபடி எல்லாமே ராஜபார்ட்தான்'', என மத்தியாஸ் குறிப்பிடுகிறார். ராஜபார்ட் என்றால் அடித்துப் பேசுவது போன்ற வசனங்கள் எனவும் விளக்குகிறார். மத்தியாஸ் முத்துப்பிள்ளை நாடகத்தை வசனமாகவேதான் 1912ம் ஆண்டு எழுதியிருக்கிறார். அவரது நினைவாக இன்றும் நாடகத்தின் முதல் பாடல் இருப்பதாக மத்தியாஸ் குறிப்பிடுகிறார். பின்வரும் பாடல் அது:

பாட்டு:
காண்ப தெப்போ உமை காசினியில் பெரியாரே – எமை
பூவில் விட்டுப் பிரிந்தீரே...

தொகையறா:
1884ம் ஆண்டு மார்ச் திங்கள் 23ல்
அகிலம் புகழ் ஆவூர்தனில்
ஆசைமிகும் மரியம்மாள் பாசமிகும் சஞ்சீவி
பயின்றார் அந்தோ!...

பாட்டு:
மத்தையாஸ் முத்துப்பிள்ளை என்போரே
உத்தம குணங்கள் படைத்தோரே

தொகையறா:
கல்விதனைக் கற்றதின்பின் புகைவண்டிப்பணிமனையில்
உத்தியோகம் செய்து சிரமம் சிரமம் பாரா...
பல்லாண்டு எம்பரனார் ஏசுபிரான்
பாடுகளின் சரிதைதனை நடத்திவந்தீர்...

பாட்டு:
மறையாது உந்தன் புகழ் ஐயா
குறையாது பரன் அருள் மெய்யா...

தொகையறா:
1951ல் ஒப்பறிய எம்பிரிய முத்துப்பிள்ளையைப் பிரிந்து
இத்தரையிலே தவிக்கும் மக்களுடன்
நண்பர்களும் பக்தியுடன் அம்பரனை
வேண்டுகின்றோம்.

மத்தியாஸ் முத்துப்பிள்ளைக்கு முன் ஆவூரில் நாடகம் நடந்ததா எனக் கேட்கிறேன்.

அவரது பேரன், ''அதுக்கு முன்னால எல்லா பங்குலையும் நம்ம ஜெசூட் ஃபாதருங்கதான் இருந்தாங்க. அவுங்களுக்கு இதுல ஆர்வம் அதிகம். அவுங்க இதுக்கு முன்னால ஜெர்மனில இருந்து சுரூபங்களக் கொண்டு வச்சிக்கிட்டு செஞ்சிருக்காங்க. 1907-1908ல ஆரம்பிச்சிருக்காங்க, சுரூபப் பாஸ்கான்னு சொல்லிட்டு... அந்த சுரூபப் பாஸ்கா நடக்கும்போதுலாம் கரன்ட் கிடையாது. அதுனால பெட்ரோமாக்ஸ் லைட்ட வச்சிக்கிட்டு ஜெசூட் ஃபாதருங்க பாஸ்கா நடத்தியிருக்காங்க. பக்கத்துல களிமங்கலம்னு ஒரு ஊரு இருக்கு. அந்த ஊருல முருகன்னு ஒருத்தரு உண்டு. எல்லா நல்லது கெட்டதுக்கும் அவரைத்தான் பயன்படுத்துவாங்க. ரெண்டு பெட்ரோமாக்ஸ் லைட்ட வச்சிக்கிட்டு ரெண்டு தோள்பட்டையில யும் மாத்தி மாத்தி அதைத் தூக்கிப் பிடிச்சுக்கிட்டே விடிய விடிய பாஸ்கா நடக்குற வரைக்கும் அவர் நிப்பாரு.''

''பொம்மலாட்டம் மாதிரி சுரூபங்களை வச்சிக்கிட்டு கை கால மேலருந்து கம்பிகட்டி, ரோலர் போட்டு அசைச்சுக்கிட்டு, ஃபாதருங்கதான் இதைப் பண்ணிக்கிட்டு இருந்திருக்காங்க. அப்பமே அதுக்கு வேண்டிய மாதிரி சுரூபங்கள வெளிநாட்டுல இருந்து கொண்டு வந்திருக்காங்க. அப்பல்லாம் மைக்கு கிடையாது. வசனங்களை மட்டும் எங்க தாத்தாகிட்ட குடுத்து நோட்ல உள்ளத பேச சொல்லியிருக்காங்க. எங்க தாத்தா கீழ இருந்து வசனத்த பேசச் சொல்லியிருக்காங்க. ஒவ்வொரு வேஷத்துக்கு ஏத்த மாதிரியும் எங்க தாத்தா குரலை மாத்தி வசனம் பேசியிருக்காரு.''

''ஊரு மக்களுக்குப் படிப்பறிவு இல்லன்னாலும், சில பேத்த தன்கூட வச்சிக்கிட்டு, அவுங்களுக்கும் எங்க தாத்தா சொல்லிக் குடுத்துருக்காரு. அவரு மைக்கில்லாம பேசும்போதே குரல் ஏழு கிலோமீட்டருக்குக் கேக்குமாம். திருச்சி பக்கத்துல மாத்தூர்னு ஒரு ஊர் இருக்கு. அங்க உப்பாறுன்னு ஒரு ஆறு இருக்கு. அந்த உப்பாத்துக்குக் கேக்குமாம் அவுங்க பாஸ்கா வசன சவுண்டு. அப்பலாம் பஸ்ஸு வசதி கிடையாது. எல்லாம் நடந்துதான் வருவாங்க. அப்ப இவர் சத்தம் கேட்டு, 'ஆவூர் பாஸ்கா ஆரம்பிச்சுருச்சு, இந்த சீன் நடக்குது'ன்னு மக்கள் உப்பாறு கிட்ட வரும்போதே சொல்லிக்கிட்டு நடந்து வருவாங்களாம். அதுக்கப்புறம் ஆண்டவர் வேஷம் மட்டும் ஆள வச்சுப் போடலாம்னு சொல்லி எங்க தாத்தா போட ஆரம்பிச்சாரு. மத்தது எல்லாம் சுரூபங்கள வச்சு செஞ்சிருக்காங்க. அப்ப ஃபாதர்,' முத்துப்பிள்ளை இது நல்லா இருக்கு, ஆளுங்கள வச்சு நம்ம

நடத்துனா என்ன',னு கேட்டிருக்கார். அதுக்கப்புறம்தான் தாத்தா ஊர்ல உள்ள ஆளுங்களை கூட்டி வச்சு, சொல்லிக் குடுத்து வேஷம் போட வச்சிருக்கார். அப்புறந்தான் இது 'ஆள் பாஸ்கா'வா மாறுச்சு.''

''மூணு வருஷம் கழிச்சு கொடிமரத்துக்கிட்ட அந்த சுரூபத்த எல்லாம் ஃபாதர் ஊர்மக்களை வச்சிக்கிட்டு கொளுத்துறாங்க. அந்த வருசம் ஊருல புயலடிச்சு சரியான அழிவுகள் ஏற்பட்டுச்சு. அந்தக் கொடிமரமும் அப்புறம் சாஞ்சி போச்சு. இப்ப முன்னாடி உள்ள கொடிமரம் இப்ப சமீபத்துல வச்சதுதான். அந்த சுரூபத்துல ஒரே ஒரு சுரூபம் பாஸ்கா மேடை உள்ளார இருக்குது. கல்தூண்ல கட்டி அடிப்பாங்கள்ல? அந்த சுரூபம் மட்டும் ஒண்ணே ஒண்ணு மேடை உள்ளார ஓரமா இன்னும் இருக்கு. மத்த எல்லா சுரூபத்தையும் குளோஸ் பண்ணியாச்சி. 1950 வரைக்கும் முத்துப்பிள்ளை ஜீசஸ் வேஷம் போட்டு நடிச்சாரு. அதே போல திருச்சி பழனி அண்டு கோ பரமசிவம் எங்க குடும்பத்துக்குத் தெரிஞ்சவுங்க. எங்க பெரியப்பா காலத்துலதான் அவரைக் கூட்டிக்கிட்டு வந்து இங்க ஜெனரேட்டர் வைக்கச் சொன்னது. அப்புடியே டவுனுக்கு எங்க வீட்டு ஆள்க்க போய்ட்டு வந்துட்டு இருந்ததால இந்த மேக்கப், டிரெஸ், மியூசிக்கல் பார்ட்டி இப்டி எல்லாத்தையும் நாங்கதான் ஏற்பாடு செய்வோம். அதை விடாம பாரம்பரியமா செஞ்சிக்கிட்டு இருக்கோம்.''

''பழைய பாஸ்கு நோட் எங்ககிட்ட இருந்துச்சுங்க. தாத்தா எழுதுனது. அதுல பார்த்தீங்கன்னா, ராஜபார்ட் போடுற நத்தானியேல், யூதாஸ், கைப்பாஸ் எல்லாத்துக்கும் பாட்டு இருந்துச்சுங்க. இன்னிக்கும் திண்டுக்கல் பக்கம் மலையடிப்பட்டி, பொத்த மேட்டுப்பட்டி, இடைக்காட்டூர் மாதிரி ஊருகள்ல அந்தப் பாட்டுக்களை பாடிக்கிட்டுதான் இன்னமும் பாஸ்கா நடத்துறாங்க. பாட்டு வடிவத்துல சொல்லும் போது மக்களுக்குப் புரிஞ்சிக்கிற தன்மையும் ஈர்ப்பு சக்தியும் இருந்திச்சி. காலம் மாற மாற, மக்கள் ரசனை மாறிப்போச்சி, பாட்டு வசனமாயிருச்சு. சில பாட்டுகள் மட்டும் மாறாம இருக்கு. ரெண்டு தலைமுறைக்கு முன்ன என்ன மெட்டு கட்டி எழுதுனாங்களோ அப்புடி இப்ப பாடுறதில்ல, சினிமா மெட்டுக்குப் பாடுறாங்க. உயிர்த்த பாஸ்கா அப்ப மாதாவுக்குக் குடுத்திருக்க பாட்டு பார்த்தீங்கன்னா, 'கண்ணான கண்ணே கற்கண்டு தேனே, கருத்துள்ள என் மகனே... உன்னைக் காண்பேனோ இனி நானே' அப்டின்னு பழைய ஞான சவுந்தரி படத்துல வர்ற மெட்டுல பாடுவாங்க. அந்தோணி அப்டின்னு ஒரு வாத்தியார் சென்ட் ஜோசப்ல புரபசரா இருந்தாரு. அவரு மாதா வேஷம் போடும்போது அவரு கட்டுன பாட்டு இது. இதுலாம் லேட்டஸ்டா எங்க பெரியப்பா (1951க்குப் பிறகு) நடத்துனப்ப

எழுதுனது. பழைய பாட்டு மாறாம இருக்குறது மரிய மதலேனாள் மொத நாள் பாஸ்காவுல பாடுற 'சுவாமி நீர் எங்கே போறீர், எந்தன் சுவாமி நீர் எங்கே போறீர்', அப்டின்னு வரும். அது பழைய பாட்டு.''

மரிய மதலை பாடல்:

சுவாமி நீர் எங்கே போறீர் – எந்தன்
சுவாமி நீர் எங்கே போறீர் – எந்தன்
சுவாமி நீர் எங்கே போறீர் – எந்தன்
சுவாமி நீர் எங்கே போறீர்
பூமியில் காணறிய திவ்ய புஷ்பரகமணியே
எப்படியுமைப் பிரிவேன் – சுவாமி
எப்படியுமைப் பிரிவேன்
எவ்வாறுமை மறந்து – நான்
இருப்பேன் உயிருடன் (எந்தன்...)
எப்பொழுதும்மைக் காண்பேன் – சுவாமி
எப்பொழுதும்மைக் காண்பேன்
முப்போதும் கன்னியிடம் – மகா
அற்புதமாய் காய்த்த கனி(எந்தன்...)

முத்துப்பிள்ளைக்குப் பிறகு 1951 முதல் 1981 வரை, அவரது மூத்த மகன் சாமிக்கண்ணுப் பிள்ளை இயேசுவாக நடித்து, நாடகத்தையும் நடத்தி வந்தார். பாஸ்கா நாடகத்துக்கான ஆடைகள் ஜெர்மானிய காலண்டரைப் பார்த்து, அவர்கள் அணியும் ஆடைகள் போலவே இங்கே அந்தக் காலத்தில் வடிவமைக்கப்பட்டவை. ''ஃபோர்த் ஃபார்ம்தான் மத்தியாஸ் முத்துப்பிள்ளை படிச்சிருந்தாரு. பொன்மலை ஒர்க்ஷாப்ல 'புராகிரஸ் மேனா' இருந்தாரு. பாஸ்கா மேடைய கட்டுனது எல்லாம் இவருதான். ரயில்வேல இருந்து கர்டர் எல்லாம் கொண்டுவந்து கட்டுனாருங்க. வெள்ளக்காரங்க ஆட்சிங் குறதுனால அவுங்களுக்கு கிறிஸ்டியானிட்டி மேல பற்று அதிகம். அப்ப மாத்தூர் வழியா ட்ரெய்ன் போகும், பஸ் எல்லாம் கெடையாது. ட்ரெய்ன் குமாரமங்கலம் ஸ்டேஷன்ல நிக்கும். அந்த ஸ்டேஷன்ல கர்டர எறக்கி, அங்கருந்து ஃபாதருக்கு இங்க ஆள் மூல்யமா தகவல் குடுத்து, இங்கருந்து ரெண்டு மூணு மாட்டு வண்டிங்களக் கொண்டு போயி... அதுல கொஞ்சம் கொஞ்சமா கொண்டு வந்து இந்த பாஸ்கா மேட கட்டுனதுங்க'', எனச் சொல்கிறார் மத்தியாஸ்.

''மொத பாஸ்கா மேடை கீத்துக்கொட்டாயாதான் இருந்துச்சுங்க. திருச்சில ரசிக ரஞ்சன சபா, தேவர் ஹால், பொன்மலை ரயில்வே இன்ஸ்டிட்யூட் அதை எல்லாம் பார்த்த பெறகுதான், அது மாதிரி

நம்பளும் மேடை போட்டுட்டா என்னன்னு சொல்லி ஏற்பாடு செஞ்சாருங்க. தேவர் ஹால்ல எல்லாம் ஸ்டேஜ்ல மரப்பலகை போட்டுருக்கும். ராஜபார்ட் போடுறவுங்க அத காலால மிதிக்கம் போது கணீர் கணீர்னு சவுண்டு கேக்கும். அதைப் பாத்து பாஸ்கா மேடைல சிமிண்டு தரையே போட்டாச்சுன்னா நல்லா இருக்காது, மரப்பலகை போடணும்னு ரெடி பண்ணுனாங்க. இன்னமும் ஆலூர் பாஸ்கால ஸ்டேஜ்ல மரப்பலகைதான். ஆங்கிள்ல சொருவி வருசையா போடுவோம். மேடை உள்ளார ரூமுலயே எல்லாப் பலகையும் அடுக்கிருவோம். வெள்ளிக்கிழமை பாஸ்கான்னாக்கா செவ்வாக்கிழமை அன்னிக்கு ஆசாரிங்க வந்து, அந்த ஆங்கிள் எல்லாம் வச்சுக்குடுப்பாங்க. ஊர் ஜனங்க எல்லாருமே பாஸ்காவுக்கு ஒரு வாரம் முன்னாடி ஊர் வேல செய்யணும். வூட்டுக்கு ஒரு ஆள் வந்துறணும். அதே மாதிரி முடிஞ்சதுக்கப்புறம் ஒரு வாரம் தேர் கால்ல இருந்து எல்லாத்தையும் பிரிச்சு எடுத்து உள்ள அடுக்கிறணும். அதுக்கு ஃபாதர் சின்னதா ஒரு உபகாரம் மாதிரி எதாவது கூலி குடுப்பார். குடும்பத்துக்கு ஒருத்தர் கட்டாயம் வந்துருவாங்க.''

''பாஸ்காவுக்கு முந்தின வியாழக்கிழம அன்னிக்கு செட்டிங் எல்லாம் போடுவாங்க. வெள்ளிக்கெழம காலைல டவுன்ல இருந்து எலக்டிரீஷியன் வந்துட்டு ஸ்பீக்கர், மைக், லைட்டு எல்லாம் செட் பண்ணுவார். பதினோரு மணில இருந்து மைக் எல்லாம் செக் பண்ணுவாங்க. வெரோணிக்காள் வேஷம் போடுற சாமிக்கண்ணுப் பிள்ளை, உய்யகொண்டான் மலைல உள்ளவரு. யூதாஸ் வேஷம் போடுற லாரன்ஸுக்கு திருவெறும்பூர். அதுமாதிரி அங்கங்க வெளியூர்ல இருந்து பத்து பேர் கிட்ட நாடகத்துல நடிக்கிறாங்க.''

''தவசு காலம் தொடங்குன உடனே எங்கப்பா, பெரியப்பா சாமியார் கிட்ட டொனேஷன் புக்க எடுத்துக்கிட்டு திருச்சி காந்தி மார்க்கெட்ல இருந்து எல்லா ஏரியாவுலயும் போய்ட்டு ஆலூர் பாஸ்காவுக்குன்னு நன்கொடை திரட்டுவாங்க. ஆலூர் பாஸ்கான்னா எல்லாருமே தருவாங்க. அத வசூல் பண்ணிட்டு வந்து, பாஸ்கா நாடகத்துக்கு வேஷம் போட டிரெஸ், தோப்பு, மத்த விஷயங் களுக்கான செலவு எல்லாம் பண்ணி, மூணு நாளும் நாடகத்த நடத்தி, மிச்சத்த கணக்கெழுதி சாமியார்ட்ட ஒப்படைப்பாங்க. எங்க வீட்டுக்குதான் மக்கள் எல்லாம் தேடி வருவாங்க. வர்றவங்க எல்லாருக்கும் சாப்பாடு எங்க வீட்லதான் செஞ்சு போடுவோம். ரிகர்சல் எங்க வீட்லதான் நடந்துச்சு. அப்புறம் 1995ல இங்க இருந்த சாமியார் ஒருத்தர், இனி எல்லாம் சாமியார் ரூம்லதான் செய்யணும்னு சொல்லிட்டார்.''

''அதுக்கப்புறம் வசூல் பண்றத எங்க குடும்பம் விட்டுட்டாங்க. பாஸ்காவ நடத்தி மட்டும் குடுக்க ஆரம்பிச்சாங்க. வருஷாவருஷம் எங்களுக்கு பாஸ்காவுக்கு வாங்கன்னு தபால் போடுவாங்க. தபசு காலம் வந்ததுனால, நீங்க வந்து நாடகத்த நடத்திக் குடுக்கணும் அப்டின்னு அனுப்புவாங்க. நாளடைவுல அதையும் நிப்பாட்டிட்டாங்க. முன்ன எல்லாம் பாஸ்கா முடிஞ்ச உடனே எங்கப்பாவும் பெரியப்பாவும், அதுல நடிக்க எல்லாரும் யூஸ் பண்ணுன அங்கிய எல்லாம் பக்கத்துல செங்காலக்குடின்னு ஒரு கிராமம், அங்க சுப்பன்னு ஒரு வண்ணார் உண்டு. அவர்கிட்ட எல்லாத்தையும் குடுத்து, துவைச்சு, அந்துருண்ட போட்டு மடிச்சு, பெட்டியில செட் பண்ணி வச்சிட்டுத்தான் நாங்க ஊருக்குக் கௌம்புவோம். அப்ப ஒரு மரியாதை நிமித்தம் போய் ஃபாதர கண்டுவோம். அப்போ அவுங்க சுரூபத்து மேல விழுது பாருங்க வேட்டிங்க, அதுல ஒரு மல்லு வேட்டியும், பத்து ரூவா பணமும் குடுத்து எங்களை கவுரவப்படுத்துவாங்க. இவுங்க ரயில்வேல வேல பார்த்ததுக்கு அது ஒண்ணும் பெரிய விஷயம் இல்ல. இருந்தாலும் அது ஒரு மரியாத. ஊர்ல பிரெசிடென்ட், நாட்டாமை எங்களை ஃபாதர்கிட்ட கூட்டிக்கிட்டுப் போவாங்க. அதுவும் நாளாவட்டத்துல செய்றத நிப்பாட்டிட்டாங்க. நாங்களும் அத பெருசா சட்ட பண்ணல.''

''பாஸ்கா தொடங்குறதுக்கு முன்ன போடுற ஊர்க்கூட்டம் முடிஞ்சு மூணாவது, அஞ்சாவது சனிக்கிழமையும் நைட் ரிகர்சல். எல்லாருக்கும் அவுங்கவுங்க பார்ட் மனப்பாடமா இருக்கும். இருவது முப்பது வருஷமா அதையே செய்றாங்க. காட்டுப்பக்கம் போகும்போது, வயக்காட்டுல நிக்கும்போது அப்டியே பாடிக்கிட்டே, கத்திக்கிட்டே மனசுல பதிஞ்சு வச்சிருவாங்க. அதுபோக எல்லாருக்கும் அவுங்கவுங்க பார்ட் பேப்பர்ல எழுதியும் குடுத்துருவோம். மேடைல ஒண்ணு ரெண்டு வசனத்த மறந்துட்டாங்க, எடுக்க முடியல அப்டின்னா, மேடைக்குக் கீழ பிராமிட்டர் (பிராம்ப்ட்டர்) இருப்பாரு. அவரு வாயசைப்புல சொல்லுவாரு, இவுங்க அத டக்னு அப்டியே புடிச்சிக்கிடுவாங்க.''

''பாஸ்கா மேட சாவி எங்கள்டதான் இருந்துச்சு. அதையும் ஃபாதருங்க வாங்கிக்கிட்டாங்க. பாஸ்கா நோட்டும் எங்ககிட்ட தான் இருந்துச்சு. அதை ஊர்க்காரங்கள வச்சு சாமியார் ஒருத்தர் கேட்டுப் பார்த்தாரு, கோயில்ல வைக்கணும்னு... அது எங்க குடும்ப நோட்டு, நாங்கதான் அத எழுதுனது, நடிக்கிறதுன்னு நாங்க குடுக்கல. 1932-33ல ஊர்ல ஒருத்தர் முத்துப்பிள்ளை கூத்து மாதிரி பாஸ்கா நடத்துறாரு, வசனங்க எல்லாம் பைபிளுக்குப் புறம்பா இருக்குன்னு மேற்றாசனத்துக்கு லெட்டர் போட, அந்த புகார் ரோம்

வரைக்கும் போயிருச்சு. அப்ப இருந்த சாமியார், தாத்தா எல்லாம் அந்த நோட்ட மேற்றாசனத்துக்கு அனுப்பி, அங்கேர்ந்து ரோமுக்குப் போயி, அதுல எந்த தப்பும் இல்லன்னு திரும்பி வந்த நோட்டு அது. குடுக்க மாட்டோம்னு சொன்னதும், கோவத்துல பாஸ்கா மேட சாவியக் கேட்டாரு. நாங்க குடுத்துட்டோம்.''

''அந்தக் காலத்துலயே பாஸ்கா நடக்கும்போது காண்டா விளக்கு வச்சிக்கிட்டு மேடைக்குக் கீழ உக்காந்து வெளியூர்க்காரங்க நாடக வசனத்த எல்லாம் கேட்டு பேப்பர்ல எழுதி எடுப்பாங்களாம். நம்ம ஊர் வசனம் வெளிய போகக் கூடாதுன்னு பசங்க ரவுண்ட்ஸ்ல இருந்து, அந்த பேப்பரை எல்லாம் வாங்கிக் கிழிச்சுப் போட்ரு வாங்களாம். நம்ம ஊர் பாஸ்கா மகிம, அது அடுத்த ஊருக்குப் போயிறக் கூடாதுன்னு செய்வாங்களாம். அதே மாதிரி அதுல நடிக்கிறவங்க வேற எந்த ஊருலயும் போயி நடிக்கக் கூடாது. இன்னக்கி வரைக்கும் அதான் கட்டுப்பாடு. அப்புடி யாராவது நடிச்சாங்கன்னு தெரிஞ்சா, அவுங்கள நிறுத்திருவோம்.''

''அஞ்சு வருஷத்துக்கு ஒரு வாட்டி நோட்டு பழசாயிரும்னு அத மாத்தி எழுதுவாங்க. இலுப்பூர்ல ஆரோக்கியசாமின்னு எஸ்.சி. ஒருத்தர் உண்டுங்க. நல்லா பாடுவார், அவர்தான் நாடகத்துல பல வருஷமா மாதா வேஷம் போட்டவரு. இங்கதான் நாங்க நாடகத்த பொறுத்தவரைக்கும் ஜாதி, மதம் எதுவும் பாக்குறதில்லீங்களே? அவர் கையெழுத்து ரொம்ப அருமையா இருக்கும்னு எங்கப்பா அவர்கிட்ட நோட்ட புதுசா மாத்தி எழுதக் குடுத்துருக்கார். அவர் எறந்துட்டார், அவர் பையன்தான் பாஸ்காவுக்கு இப்ப மியூசிக் பார்ட்டி வாசிக்கிறார். சாமியார் என்ன பண்ணிட்டார், ஆரோக்கிய சாமிகிட்ட அந்த நோட்ட வாங்கிட்டு வாங்கன்னு ஆள் அனுப்பி யிருக்கார். அவரு, 'என் கிட்ட நோட்ட குடுத்தது சாமிக்கண்ணுப் பிள்ளை. யார் எங்கிட்ட நோட்ட குடுத்தாங்களோ, நான் அவுங்க கைலதான் நோட்ட ஒப்படைப்பேன்', அப்டின்னு மறுத்துட்டார். அத மனசுல வச்சிக்கிட்டு அந்த வருஷ பாஸ்கா வந்த உடனே, 'நீ மாதா வேஷம் போடக்கூடாது' அப்டின்னு சாமியார் சொல்லிட்டார். 'காலம் காலமா நாங்கதான் பாஸ்கா நடத்திட்டு இருக்கோம், அதுல ஏன் ஃபாதர் அவர போடவேணாம்னு சொல்றீங்க, நோட்டு குடுக்கலங்குற கடுப்பா?'ன்னு எங்க அண்ணார் ஆரோக்கியராஜ் கேட்டாரு. வாக்குவாதம் ஆயி, 'இனிமே நாங்க சொல்றத போலதான் நீங்க பாஸ்கா நீங்க போடணும்', அப்டிங்கவும், எங்க குடும்பம் எல்லாரும் எந்திரிச்சு, 'நீங்களே பாஸ்கா நடத்திக்கங்க'ன்னு சொல்லி வெளிய வந்துட்டோம். 1995ல இது நடந்துச்சு.''

''அதுக்கப்புறம் எங்க குடும்பம் யாருமே அந்தப் பக்கமே போகல. சாமியாருக்குப் படிச்ச பையன் ஒருத்தன ஆண்டவர் வேஷம் போடச்சொல்லி அடுத்த வருஷம் பண்ணியிருக்காங்க. போட்ட மறுவருஷமே அந்தப் பையன் பாவம் எறந்துட்டாரு. அதுக்கப்புறம் ஜான்னு ஒரு பையன போட்டாங்க. போட்டு மூணு வருஷத்துல அவருக்கு கேன்சர் வந்துருச்சு. ஊர் ஆளுங்க இந்த மாதிரி நடக்கவும், இனி பாஸ்கா முத்துப்பிள்ள குடும்பம்தான் எடுத்து நடத்தணும்னு சொன்னாங்க. முன்னால மாதிரி பாஸ்காவும் நல்லா இல்லன்னு கீரனூர், பொன்மலைப்பட்டி, திருச்சி மக்கள் எல்லாம் சாமியார்கிட்ட போயி, 'சாமி, பாஸ்காவ இனிமே முத்துப்பிள்ள குடும்பத்த வச்சு நடத்தச் சொல்லுங்க. அவுங்க நடத்துன வரைக்கும் பாஸ்கா அருமையா இருந்துச்சு', அப்டின்னு சொல்லவும், அப்ப சாமியாரா இருந்த குழந்தைசாமிங்குறவரு, என்னை ஃபோன் பண்ணி வரவச்சாருங்க. அப்ப நாந்தான் ஜீசஸ் பண்ணிட்டு இருந்தேன். 'முத்துப்பிள்ள என் கனவுல வந்துவந்து போய்க்கிட்டு இருக்காரு, உங்க குடும்பம்தான் இனி திரும்ப பாஸ்கா நடத்தணும், தயவு செஞ்சு பாஸ்காவ நீங்க எடுத்து எப்பயும் போல நல்லா செஞ்சுக் குடுங்க', அப்டின்னு கேட்டார். அதுக்கப்புறம் இப்ப ஒரு பதினாலு வருஷமா நாங்க நல்லபடியா எடுத்து திரும்ப நடத்திட்டு இருக்கோம்'', எனச் சொல்லி முடிக்கிறார் மத்தியாஸ்.

தலித் ஒருவருக்கு காரணமேயின்றி அவரது வாய்ப்பு மறுக்கப்பட, ஆதிக்க சாதி குடும்பம் அதை எதிர்த்து தங்கள் உரிமையை வேண்டாம் எனத் தூக்கி எறிந்திருக்கின்றனர். மத்தியாஸ் சொல்வது போல, கலைக்கு சாதி,மதம் இல்லை.

ஆவூரில் சேவியரும் செபஸ்டியனும், ''நேர்ச்சைக்கு மஞ்சக்கயிறு, தொட்டில் கட்டுறது எல்லாமே உண்டு. மாதாவுக்கு சேலை வாங்கிக்குடுப்பாங்க, குழந்தை இயேசுவுக்கு டிரெஸ் வாங்கிக் குடுப்பாங்க. சிலர் அதை வாங்கிட்டும் போவாங்க. ஃபாதர் அதை பார்த்து குடுப்பாங்க. எங்க ஊர் பெல் ஸ்பெஷலா இருக்கும் வாங்க'', என மணிக்கூண்டை அழைத்துச் சென்று காட்டினர். ஆலயத்தின் இடதுபக்கம் பாஸ்கா மேடையும், சற்றுத் தொலைவில் மணிக்கூண்டும் உள்ளன. மணிகள் மிகத் தொன்மையானவை எனச் சொல்கின்றனர். மூன்று மாடி உயரம் கொண்ட அந்த மணிக்கூண்டில் இரண்டு பெரிய மணிகள் இருக்கின்றன. ''அந்தக் காலத்துலயே ஆவூர் மணிச்சத்தம் எதுவரைக்கும் கேக்குதோ அதுக்கு இந்தப் பக்கம் திருடங்க வரமாட்டாங்களாம். முன்னால நான் சின்னப்

புள்ளையா இருந்தப்பலாம் இந்த மணிக்கூண்டுல நகரை இருந்துச்சு'', எனச் சொல்கின்றனர்.

ஊர் மக்கள் பற்றி பேச்சு திரும்புகிறது. ''ஃபர்ஸ்ட் இந்த ஊருக்கு வந்தது நாயக்கருங்கம்மா. அதுக்கப்புறம் வன்னியர்கள், அதுக்கப் புறம்தான் மத்தவங்க எல்லாம் வந்தாங்க. இப்ப கோயில் நிர்வாகம் எல்லாம் வன்னியர்கள் கிட்டதான் இருக்குது. அவுங்கதான் அதிகம் இருக்காங்க. ஊர்ல ஆறு சமூகம் இருக்காங்க. வன்னியர், உடையார், அகமுடையார், வெள்ளாளர், பறையர், நாடார். அதுனால பெரச்சன இல்லாம எல்லாம் இல்ல. ஆனா கோயில் விஷயம்னு வந்துட்டா எல்லாரும் ஒண்ணா நின்னுருவாங்க. முதல்ல இங்க நாயக்கருங்க வந்தாலும், இப்ப ஒரு குடும்பம் கூட இங்க இல்ல. அவுங்க எல்லாரும் கெழக்க தென்னத்திரையான் பட்டிக்குப் போய்ட்டாங்க'', என சேவியரும், செபாஸ்டியனும் சொல்கின்றனர். நூற்றாண்டுக்கு முன்பு எழுதப்பட்ட ஆவூர் கோயில் வரலாறு நூலும், அப்போதே ஆவூரில் நாயக்கர் மக்கள் ஒருவர்கூட ஆவூரில் இல்லை எனப் பதிவு செய்திருக்கிறது.

''வீரமாமுனிவர் இங்க பங்கு குருவா எல்லாம் வேலை செஞ்சாரே, அவர் நினைவா எதுவும் செய்றீங்களா?''

''அவர் பொறந்தநாள் அன்னிக்கு பூசை வைப்போம். மொத்தமா சேர்த்து அன்னிக்கு ஊர்க்காரங்க சமூகப் பொங்கல் வைப்போம். வர்றவங்க எல்லாத்துக்கும் இனிப்புப் பொங்கல் குடுப்போம்'', என்றனர். ''அதுக்கப்புறம் ஜனவரி 17 அன்னிக்கு அந்தோணி யாருக்கும் சமூகப் பொங்கல் வைப்போம். அன்னிக்கு அந்தோணி யாருக்கு சப்பரம் எடுத்து கோயிலைச் சுத்திவருவோம்.''

''தேர் மேடைல ஏறித்தான் தேர் கட்டுவோம். ஊர்ல எல்லாரும் தேர் கட்டும்போது போவோம். ஊர்ல தேர்கட்டுக்காரக் குடும்பம்னு ஒண்ணு இருக்காங்க. அவுங்கதான் தேர் வேலைய முழுக்க எடுத்துச் செய்வாங்க. அவுங்க உரிமைக்காரங்க. கட்டக்காரங்க அப்டின்னு சில குடும்பம் இருக்கு. அவுங்க ஆசாரி, தொழில்காரங்க. அவுங்க தான் கட்டுறது. எல்லாமே கிறிஸ்டின்தான். தேர் கட்டுறதுக்கு முன்னால பந்தக்கால் நடுவோம். அவுங்க (ஆசாரிகள்) குடும்பங்கள் ஒரு முகூர்த்தக்கால், நாங்க(ஊர்க்காரவுங்க) ஒண்ணுன்னு ரெண்டு முகூர்த்தக்கால் நடுவோம். தென்னங்குருத்துல சிலுவ செஞ்சு, அதுல பூ வச்சு கட்டி கம்புல கட்டிருவோம். தேருக்கு 20 கால், அதுல ரெண்டு கால்ல மட்டும் இதைக் கட்டிருவோம். ஈஸ்டருக்கு மொத நாள் சனிக்கிழமை கால் நடுவோம். செவ்வாக்கிழமை தேர் கட்ட ஆரம்பிச்சுருவோம். ஞாயித்துக்கிழமை வரைக்கும் தேர் கட்டுற

வேலை நடக்கும். தேர்ல சுரூபத்தை எடுத்து வைக்கிறது நாட்டாமைக் குடும்பம். இங்க நாட்டாமை, பட்டையார் (பட்டயக் காரராகலாம்- ஒப்பந்ததாரர்), மணியகாரர் எல்லாமே உண்டு. மணியகாரர் அந்தக் காலத்துல கணக்கு வழக்கு சொல்றவங்களா இருந்தவுங்க. நாட்டாமைங்குறவரு தீர்ப்பு சொல்றவரு. பட்டையார் என்ன வேல செஞ்சார்னு எங்களால கரெக்டா சொல்ல முடிலீங்க.''

''நாட்டாமை சுரூபத்த கொண்டு வந்து தேர்ல வச்சப்புறம், ஃபாதர் மந்திரிப்பாங்க. தேர் கௌம்பும். கோயில் கமிட்டி எல்லா வேலையும் மேற்பார்வை செய்வாங்க. கமிட்டியில பதினஞ்சு பேர் இருக்காங்க. வழிவழியா வர்றவங்கன்னு சொல்ல முடியாது. சரி இல்லன்னா மாத்திருவாங்க. ஒவ்வொரு சமூகத்துக்கும் மூணு ஆள் குடுத்திருக்கோம். எங்க சமூகத்துல (வன்னியர்) ஊர்ல நிறைய பேர் இருக்கிறதால, எங்க ஆளுங்க நாலு பேர் இருக்காங்க'', என சேவியர் மற்றும் செபாஸ்டியன் சொல்கின்றனர். தேர் நிறுத்தி வைத்திருக்கும் ஆஸ்பெஸ்டாஸ் கொட்டகைக்குச் செல்கிறோம். அதை ஒட்டிய படிக்கட்டுடன் கூடிய சிறு வட்ட வடிவ மண்டபத்தைத் தேர் மேடை எனக் காட்டுகின்றனர். தேர் கட்டுவதற்கு பொருள்கள் கொண்டு செல்லவும், நின்று கட்டவும் அந்த மேடைதான் பயன்படுத்தப்படுகிறது. சுமார் முப்பதடி உயரத்தில் அந்த மேடையும், கல் படிக்கட்டும் ஆலயத்துக்கு

ஆவூர் தேரில் சிற்பத் தொகுதி

எதிர்ப்புறம் இருக்கின்றன. அந்த மண்டபத்தின் ஒரு வாசல் தேர்க் கொட்டகைக்கு நேராக இருக்கிறது. அதன் வழியேதான் சுரூபம் கொண்டு வைப்பதும், தேர் அலங்காரம் செய்வதும் என விளக்குகின்றனர். ''தேருக்கும், அந்த வாசலுக்கும் நடுவே பலகையைப் போட்டுருவோம். அதுல நடந்து போய்த்தான் தேர அலங்காரம் பண்ண முடியும். தேர எப்ப செஞ்சாங்களோ அப்பவே அந்தக் கட்டடத்தையும் கட்டிட்டதா ஊர்ப் பெரியவங்க சொல்லுவாங்க'', என்கின்றனர்.

தேர்க் கொட்டகையைத் திறந்து தேரைக் காட்டுகின்றனர். 'பிரம்மாண்டம்' என்ற சொல்லை இதற்குக் கட்டாயம் பயன்படுத்த முடியாது. அதைக் காட்டிலும் பெரிதான சொல்லைத் தேட வேண்டும். தேர்ச் சக்கரங்கள் ஆறடி உயரம் இருக்கின்றன. தேரின் அடிப்பகுதி குறைந்தது இன்னொரு பதினைந்து அடி உயர்ந்து நிற்கிறது. தேர்க்காலின் சட்டம் இரும்பால் செய்யப்பட்டுள்ளது. திருச்சி பி.ஹெச்.இ.எல். நிறுவனம் இச்சட்டத்தை செய்து கொடுத்துள்ளது. சட்டத்தின்மேல் கட்டப்பட்டிருக்கும் மரம் உறுதியானதாகத் தெரிகிறது. அதன்மேல் மூன்றடுக்காக மரச் சிற்பங்கள் செதுக்கப்பட்டு, கண்ணைப் பறிக்கின்றன. பெரும் பாலும் கிறிஸ்தவ ஆலயங்களில் நாம் காணும் தேர்களில் இத்தனை மரச்சிற்ப வேலைப்பாடுகள் இருப்பதில்லை என்பதால் ஆவூர் தேர் அசரடிக்கிறது. ''தேரை சுத்தம் பண்றதுக்குன்னு சில குடும்பங்க இருக்காங்க. இங்க இருந்தவுங்கதான், இப்ப புதுக்கோட்டைக்குப் போய்ட்டாங்க. திருவிழா டைம்ல சரியா வந்துருவாங்க. அதுவுமில்லாம சில பேர் வேண்டுதல் வச்சிக்கிட்டும் தேரை சுத்தம் செய்ய வருவாங்க. நாங்க தேரை தூசு தட்டி, துடச்சு வச்சிருவோம். அவுங்க ஞாயித்துக்கிழமை தேர்னா, சனிக்கிழமை காலைலயே வந்துட்டு, இது முழுக்க எண்ணை தடவிருவாங்க', என்கின்றனர்.

ஐம்பதடி உயரமான ஆவூரின் முதல் தேர் மூங்கிலால் 1766ம் ஆண்டு பாஸ்குத் திருவிழாவில் எடுக்கப்பட்டது. இதை முன்னெடுத்தவர் இங்கு 32 ஆண்டுகள் பணியாற்றிய தந்தை பீட்டர் மச்சதோ என்ற தர்மநாதர் சுவாமி. இந்தத் தேர் 1802ம் ஆண்டு செய்யப்பட்டு, முதல் முறையாக ஆவூரின் தெருக்களில் ஓடியது என ஜோன் புன்சோ வாகான் (Joanne Punzo Waghorne) தன் 'கடவுளரின் தேர்கள்' (Chariots of the Gods) கட்டுரையில் குறிப்பிடுகிறார். இந்தத் தேர் மற்றும் அதன் தேர் மண்டபம் (நாயக்கர் கட்டுமானப் பாணி, 1766ம் ஆண்டு கட்டப்பட்டது) இரண்டுமே பக்கத்து ஊரின் மாரியம்மன் கோயில் தேர் மற்றும் மண்டபம் போலவே உள்ளதாகவும் ஜோன் தன் கட்டுரையில் குறிப்பிடுகிறார். பாப்பரசரால் ஒரு காலத்தில்

தடை செய்யப்பட்ட இந்த வழக்கம், இன்று பெரிதாகக் கிறிஸ்தவர் களால் கொண்டாடப்படுகிறது என சொல்பவர், ரோமையின் உரிய அனுமதி பெற்றே இந்தத் தேர் இழுக்கப்படுவதாக ஆவூர் பங்குத்தந்தை குறிப்பிட்டதாகவும் தன் கட்டுரையில் எழுதியிருக்கிறார்.

'இந்துக்களின் தேர் விழாக்கள் கிறிஸ்தவர்கள் மற்றும் இஸ்லாமிய மக்களையும் ஈர்த்து, அவர்களையும் கொண்டாட வைத்துள்ளதாக வும், இது நாட்டின் மதப் பன்முகத்தன்மையின் அடையாளமாகத் திகழ்வதாகவும்' ராஜு காளிதாஸ் 'ஃப்ரன்ட்லைன்' இதழில் எழுதிய 'பண்பாட்டின் தேர்கள்' கட்டுரையில் குறிப்பிடுகிறார். நான் தேர்த் திருவிழாக்களைத் தமிழ் மண்ணின் பண்பாட்டு அடையாளம் என்றே சொல்வேன்.

'1766ம் ஆண்டு முதலே ஆவூரில் தேர்த் திருவிழா கொண்டாடப்பட்டு வந்துள்ளது. மூங்கிலால் கட்டப்பட்ட எளிய தேரொன்றை முதலில் பயன்படுத்தியவர்கள், இந்த பிரம்மாண்டத் தேரை 1802ம் ஆண்டு கட்டினார்கள்', என ஜோன் குறிப்பிடுகிறார். ஆவூர் தேரின் மூன்று அடுக்குகள் ரோமை கிறிஸ்தவத்தின் அடிநாதமான திரித்துவத்தைக் (Holy Trinity) குறிக்கின்றன எனவும் அவர் சொல்கிறார். புனிதர்களின் வாழ்க்கை மற்றும் இயேசு கிறிஸ்துவின் வாழ்க்கையை சிற்பங்களாக செதுக்கியிருக்கலாம் எனக் குறிப்பிடும் ஜோன், அது குறித்து மேலதிக ஆய்வுகள் தேவை எனவும் எழுதுகிறார். இந்துக்களின் தேர்களை அலங்கரிக்கும் பூக்களான சம்பங்கி, சாமந்தி, மல்லிகை போன்றவற்றைக் கொண்டே ஆவூர் தேர் அலங்கரிக்கப்படுகிறது என்றாலும், தாமரை பயன்படுத்தப்படுவ தில்லை. மென்மையான வண்ணங்களில் திரைகள் தொங்கவிடப் படுகின்றன; முன் தேர் அலங்காரங்கள் மென்மையான வண்ணத்தில் உள்ளன; உயிர்த்த இயேசுவின் சுரூபத்துக்கு பட்டு வேட்டி, மேல் துண்டு மட்டுமே அணிவிக்கப் படுகிறது என வேறுபாடுகளைச் சுட்டுகிறார்.

கூடுதல் தரவுகள் கிளாடியஸ் புக்கனன் (Claudius Buchanan) என்ற சீர்திருத்தக் கிறிஸ்தவ மருத்துவர் எழுதிய 'ஆசியாவின் கிறிஸ்தவ ஆய்வுகள்' (Christian Researches in Asia, 1811) நூலில் கிடைக்கின்றன. டாக்டர் புக்கனன், 'கிறிஸ்துவின் வேதத்தை விட, பிரம்மாவின் வேதங்களை இந்த ரோமை கத்தோலிக்க குருமார் அதிகம் அறிந்திருந்தனர். சில ஊர்களில் இரண்டும் ஒன்றுக்குள் ஒன்றாக ஊடுருவியிருந்தன. திருச்சிராப்பள்ளிக்கும் மதுரைக்கும் இடையே உள்ள ஆவூர் என்ற ஊருக்கு 1806ம் ஆண்டு அக்டோபர்

மாதம் சென்ற நூலாசிரியர், அங்கு கிறிஸ்தவ விழா ஒன்றைக் கொண்டாடக் கட்டப்பட்டிருந்த 'தேர் கோபுரத்தைக்' (tower of juggernaut) கண்டார்.'

'என்ன செய்கிறோம் என அறியாமலேயே, அந்தத் தேரில் இருந்த உருவ வழிபாட்டுச் சிற்பங்களை ஆலூரின் முதிய குருவான ஜொசீஃபஸ் (Josephus) காட்டினார். அப்போது செய்யப்படும் பல சடங்குகள் குறித்தும் ஆசிரியருக்கு விளக்கினார். அவருடன் ஆலூர் ஆலயத்துக்குள் சென்ற நூலாசிரியர், பூசை மேடையில் சிரியாக் மொழியில் அச்சிடப்பட்ட நூல் ஒன்றைக் கண்டு அதிர்ந்தார். அப்போது அவருக்கு அது குறித்து விளக்கிய குரு ஜொசீஃபஸ், தான் ஒரு சிரிய கிறிஸ்தவர் எனவும், அவர் சார்ந்திருந்த சபை சைரோ-ரோமன் சபை எனவும் அதன் முழு வழிபாடும் சிரியாக் மொழியில் செய்யப்படும் எனவும் கூறினார்', என புக்கனன் எழுதியிருக்கிறார்.

இந்த சிரிய குருக்களே தமிழ்ப்படுத்தலை அதிகம் முன்னெடுத்ததாக ஆலூர் குறித்து எழுதியுள்ள பல ஆய்வாளர்களும் குறிப்பிடு கின்றனர். மண்ணின் பண்பாட்டை அதிகம் கைக்கொள்ளும் கத்தோலிக்கக் குருவுக்கும் (ஜொசீஃபஸ்), வழிபாட்டில் சடங்கு களுக்கு முக்கியத்துவம் தராத சீர்திருத்தக் கிறிஸ்தவருக்கும் (புக்கனன்) இடையே நடந்த இந்த உரையாடல், புக்கனனின் எரிச்சலைக் காட்டுவது புரிகிறது.

இந்த மூலத் தரவின்படி, தேர் மற்றும் தேர் மண்டபம் 1806ம் ஆண்டே இருந்திருக்கின்றன எனத்தெரிகிறது. கூடவே இயேசு சபை ஒடுக்கப்பட்ட போது இங்கு வந்த சிரிய கத்தோலிக்கக் குருக்கள், பூசைப் பணிக்கு தங்கள் சிரியாக் மொழி மதநூல்களைப் பயன்படுத்தியிருக்கின்றனர் எனவும் தெரியவருகிறது.

தேரில் கட்டப்பட்ட திரை மற்றும் தொம்பைகளில் பூக்களின் சித்திரங்களே இருந்தன என ஜோன் கூறுகிறார். பெரிய தேருக்கு முன்பாக சிறு சப்பரங்களில் மிக்கேல் அதிதூதர் மற்றும் மாதா சுரூபங்களும், பெரிய தேரில் உயிர்த்த இயேசுவின் சுரூபமும் வைக்கப்படுகின்றன. மாதா மற்றும் மிக்கேல் சம்மனசின் தேர்கள் நீல வண்ணத்தில் சாயம் பூசப்பட்டிருந்தன (1995ம் ஆண்டு) எனவும் ஜோன் குறிப்பிடுகிறார். தேரில் உள்ள சிற்பங்கள் சொல்லும் கதைகள் என்ன என சேவியரையும், செபாஸ்டியனையும் கேட்டேன்.

''அது ஒரு காலத்துல திருடன் ஒருத்தன் நம்ம கோயில்ல இருக்குற திவ்ய நற்கருணைப் பெட்டிய தங்கம்னு நம்பி தூக்கிட்டுப்

போய்ட்டானாம், அப்புடிப் போற வழில அவனுக்கு ரெண்டு கண்ணும் குருடாப் போச்சாம். அதன் நினைவா அந்த இடத்துல ஒரு கோயில் கட்டியிருக்குறதாவும், அந்தக் கதைய தேர்ல சிற்பமா வடிச்சிருக்குறதாவும் ஊர்ப் பெரியவுங்க சொல்வாங்க'', எனச் சொல்கின்றனர். நாங்கள் தேடியதில் தேர், அதனருகே படிக்கட்டுடன் கூடிய தேர் மண்டபம் கட்டுவது போன்ற சிற்பங்கள் மூன்றாவது அடுக்கில் தெரிந்தன. தலையில் செங்கல் சுமந்த மனிதர்களின் சிற்பங்களும் அதனருகே இருந்தன. தேர் வந்த கதையை தேரிலே சிற்பமாக செதுக்கியிருக்கின்றனர். வேலை செய்யும் கூலியாள்களின் அருகே மன்னர்/தளபதிகள் போல இருவர் குதிரைகளில் அமர்ந்திருப்பது போன்ற சிற்பமும் உள்ளது.

முதல் அடுக்கில் புனிதர்களின் உருவங்கள் செதுக்கப்பட்டுள்ளன, இரண்டாவது அடுக்கில் பல்வேறு இசைக்கருவிகளை இசைக்கும் சம்மனசுகளின் உருவங்கள் செதுக்கப்பட்டுள்ளன. மூன்றாவது அடுக்கில் உள்ள சிற்பங்களில் ஒரு தொகுப்பைத் தவிர மற்றதைத் தெளிவாகக் கண்டறியமுடியவில்லை. ஒவ்வொரு அடுக்கின் முனையிலும் வெண்கல மணிகள் தொங்குகின்றன. எண்கோணத்தின் முனைகளில் சிம்ம உரு செதுக்கப்பட்டுள்ளது. ''தேர் இழுக்குற அன்னிக்கு வடம் புடிக்கக் கூட எடமிருக்காதுங்க. கூடவே ஆசாரிங்க வருவாங்க. தேர் மேல இருக்குற 'கொடிக்காரர்' (செபாஸ்டியன் குடும்பம்) கையப் பார்த்து கட்டையப் போடுறது தான் ஆசாரியோட வேலை. கட்டைய சைடுல வச்சா தேர் திரும்பும், சக்கரத்துக்குக் குறுக்க வச்சா நிக்கும், எடுத்தா நகரும். அவ்வளவு தான். ரெண்டு சக்கரத்துக்கும் ரெண்டு ஆசாரி'', என சேவியர் சொல்கிறார்.

ஊருக்குள் இரண்டு கல்லறைத் தோட்டங்கள் இருக்கின்றன. அதில் ஒன்று மக்கள் பயன்பாட்டில் இன்று உள்ளது. மற்றது குருக்களுக்கான பழைய கல்லறைத் தோட்டம். அதிலுள்ள பழைய கல்லறைகள் செப்பனிடப்படாமல் இருக்கின்றன. கல்லறைத் திருநாளின்போது குருக்களுக்கு மரியாதை செலுத்தும் விதமாக முதலில் குருக்கள் கல்லறைக்குச் சென்று அங்கு மந்திரித்த பிறகே, மற்ற கல்லறைத் தோட்டம் மந்திரிக்கப்படுகிறது. ''வாங்க குருக்கள் கல்லறைய பார்க்கலாம்'', என சேவியர் அழைத்துச் சென்றார். ஆலயத்துக்கு வடக்கே ஒரு தெரு நெடுக இடதுபக்கம் தொன்மை யான கல்லறைகளும், வலதுபக்கம் வீடுகளும் இருக்கின்றன. அவற்றில் ஐந்து கல்லறைகள் நினைவு மண்டபங்கள் (cenotaph) போல எழுப்பப்பட்டுள்ளன. நேர்த்தியாக சுண்ணத்தால் எழுப்ப பட்ட இவை ஒவ்வொன்றும் ஒரு பாணியில் இருக்கின்றன. அவற்றில்

முதல் கல்லறை தரைக்கு சற்று உயரே மேடை போன்ற அமைப்பில் உள்ளது, அதிலுள்ள கல்வெட்டு படிக்கக் கூடியதாக இல்லை.

இரண்டாவது கல்லறை நினைவு மண்டபம் போல எழுப்பப் பட்டுள்ளது. நான்கு மூலைகளிலும் எளிய தூண்கள், அதன் மேல் குவிந்த மாடக் கூரை உள்ளது. அதன் உள்தரை கல்லாலானது. முகப்பில் வாயிலுக்கு மேலே, புள்ளிகள் வைக்காத பண்டைய எழுத்துருவில் கல்வெட்டு ஒன்று உள்ளது. அதில், ''மகாகன கோவை அதிமேத்திராசனத்தின் அதிகாறத்தை சேற்ந்த சுவாங்கடு தோஸ் அருளானந்த சுவாமியாற் 1846ம் (தமிழ் எண்கள்) மீ. ஆவூற் பங்கில் வந்து சுலாயி மீ. 21 (தமிழ் எண்கள்) மறணமடைந்தாறு. இந்தக் கல்லரையை திருச்சினாப்பள்ளி வலங்கைமுகத்து ஏகாலிச்சக்கரை மகன் செலுவனாயகம் வகையறா 1890 (தமிழ் எண்கள்)த்தில் உபயமக கட்டிவயத்தது'', என வெட்டப் பட்டுள்ளது. இவர் கோவாவிலிருந்து வந்து ஆவூரில் பணியாற்றிய ஜான் கர்தோஸ் (John Cardoz) ஆவார். ஜூலை மாதம் இவர் ஆவூரில் விஷபேதி கண்டு இறந்து, அடக்கம் செய்யப்பட்டதாக ஆவூர் கோயில் வரலாறு நூல் குறிப்பிடுகிறது.

அதற்கு அடுத்த நினைவு மண்டபம் இதே போல எளிமையாக அல்லாமல் வெகு அலங்காரமாகக் கட்டப்பட்டிருந்தது. நான்குப் பக்கத் தூண்களும் 'அயனிக்' (ionic) தூண்கள் என அழைக்கப்படும் அலங்காரத் தூண்கள், முகப்பில் வாயிலுக்கு மேல் முக்கோண அலங்காரப் பட்டை ஒன்றும், அதில் ஒரு குருவின் சுதைச் சிற்பமும் இருந்தது. வாயிலின் இரு புறமும் வரிசையாக ஆறு விளக்கு மாடங்கள் இருந்தன. ஏதோ முக்கியமான குருவின் கல்லறை/ நினைவு மண்டபமாக இது இருக்க வேண்டும் என எண்ணினேன். அதைச் சுற்றிக் கல்வெட்டு ஏதும் இருக்கிறதா எனத் தேடிப் பார்த்தால், முதல் நினைவு மண்டபம் தவிர, வேறெதிலும் கல்வெட்டுகள் இல்லை. சுதைச் சிற்பமாக வடிக்கப்பட்ட குருவை எங்கோ பார்த்தது போலவே தோன்றிக்கொண்டிருந்தது. அதை மட்டும் கூடுதல் புகைப்படங்கள் எடுத்துக் கொண்டேன். இந்த நினைவு மண்டபத்துக்கு மரத்தாலான அழகிய கதவுகள் இருந்தன. அவை மோசமான நிலையில் இருந்தன. உள்ளே செபஸ்தியாரின் சுரூபம் ஒன்று இருந்தது. அதன் முன் வத்தி கொளுத்தி வைக்கப் பட்டு, வழிபாடு செய்யப்பட்ட தடங்கள் தெரிந்தன.

அடுத்த நினைவு மண்டபமும் எளிமையாக முதல் மண்டபம் போன்றே இருந்தது. இதனுள் அந்தோணியார் சுரூபம் வைக்கப் பட்டிருந்தது, விளக்கு மாடம் ஏதுமில்லை, ஆனால் குத்துவிளக்கு

ஒன்று இருந்தது. அடுத்தக் கல்லறை, ஒரு கல்மண்டபமாயிருந்தது. மற்றதைப் போல இதில் செங்கல் கட்டுமானமே இல்லை. நாயக்கர் கால வடிவமைப்பில் நான்கு புறமும் தூண்கள் இருந்தன. அவற்றில் பூ வேலைப்பாடு இருந்தது, சிலுவைக் குறியும் இருந்தது. அதற்கடுத்த கட்டடம் ஒரு சிற்றாலயமாக இருந்திருக்க வேண்டும். அதில் அழகிய வளைவுகள் இருந்துள்ளன, அவை பின்னாளில் செங்கல் கொண்டு அடைக்கப்பட்டுள்ளன. பூசை மேடை போன்ற அமைப்பொன்றில் மாதா சுரூபம் வைக்கப்பட்டிருந்தது. பூசை மேடைக்குப் பின்புறமுள்ள சுவரில் மூன்று மாடங்கள் தெரிந்தன. நடுவேயுள்ள மாடத்தில் நற்கருணைக் கிண்ணத்தின் சுதைச் சிற்பமும், பக்கவாட்டு மாடங்களில் சிறு விளக்கு மாடங்களும் இருந்தன. இதுவும் முழுக்க கல் கட்டடமாகத் தெரிந்தது. கூரையில் கற்பலகைகள் அடுக்கப்பட்டிருந்தன.

ஆவூர் ஆலயம் கோவில்தோப்பில் இருந்து இடம் மாற்றப்பட்ட பின்னரே இந்தக் கல்லறை அமைந்திருக்கவேண்டும். 1747க்குப் பிறகு ஆவூரில் பணியாற்றிய குருக்கள் இங்கு அடக்கம் செய்யப் பட்டிருக்கவேண்டும். அதற்கு முன்பு பணியாற்றியவர்கள், கோவில்தோப்புப் பகுதியிலுள்ள ஐவர் கல்லறையில் அடக்கம் செய்யப்பட்டுள்ளனர். இந்தப் பகுதி முற்காலத்தில் கோயில் நந்தவனமாயிருந்தது என ஊர்க்காரர்கள் குறிப்பிடுவது கொண்டு, அங்கு அடக்கம் செய்யப்பட்ட சுவாமிகளின் பட்டியலை ஓரளவுக்கு ஆவூர் ஆலய வரலாறு நூல் உதவியுடன் கண்டறிய முடிந்தது.

ஜான் கர்தோஸ் (1846), அவருக்கு முன்பு இங்கு பணியாற்றி மரித்து அடக்கம் செய்யப்பட்ட யோசேப்பு செபஸ்தியான் ரோட்ரிக்ஸ் (1844), பெரிய யாகப்பர் (1818) மூவரும் கோயில் நந்தவனத்தில் அடக்கப்பட்டனர் என பெயர்கள் தெளிவாக குறிப்பிடப் பட்டுள்ளன. ஆவூர் நந்தவனத்தில் அடக்கப்பட்ட முதல் குரு, ஆவூர் ஞானப்பிரகாசியார் என்ற சார்ல்ஸ் மிக்கேல் பெர்தோல்டி (1740). இவரது கல்லறையை திருச்சி வெள்ளாளக் கிறிஸ்தவர்கள் கட்டினார்கள். இவரது கல்லறையை ஒட்டி புதிய ஆவூரை ஏற்படுத்திய தந்தை பிரான்சிஸ் ஓமம் (1745) அவர்களது கல்லறை நந்தவனத்தில் உள்ளது. 1740க்குப் பிறகு ஆவூரில் இறந்து அடக்கம் செய்யப்பட்ட மற்ற குருக்கள்- புனிதரான தேவசகாயத்துக்கு திருமுழுக்கு அளித்த பெரிய பரஞ்சோதிநாதர் என்ற ஜான் பேப்டிஸ்ட் பட்டாரி (1757), சத்தியநாதபுரத்து பிரான்சிஸ் பயஸ் (1757), பீட்டர் மச்சதோ (1789). எட்டு குருக்கள் 1740-1846ம் ஆண்டுக்குள் ஆவூரில் மரித்து அடக்கம் செய்யப்பட்டுள்ளனர். இதற்குப் பின்னரும் பல குருக்கள் இங்கு பணியாற்றி மரித்து

அடக்கம் செய்யப்பட்டுள்ளனர். பல கல்லறைகள் அழிந்து பட்டுள்ளன எனவும் ஊர்ப்பொதுமக்கள் தெரிவிக்கின்றனர்.

கல்லறைகளை வேடிக்கை பார்த்துப் படங்களெடுத்துக் கொண்டிருக்கும் போதே, பக்கத்து வீட்டிலிருந்து வெளியே வந்தப் பெண் ஒருவர், ''யார் நீங்க?'' என்றபடி வந்தார். கேட்டவரை அப்படியே பிடித்து திண்ணையில் அமரவைத்து, ''உங்க ஊர் கல்யாண சடங்கு பத்தி எல்லாம் சொல்லுங்க அக்கா'', எனத் தொடங்கிவிட்டேன். அவர் சவரியம்மா. ''ஆணை அரசாணி கல்யாணத்துக்கு மூணு நாள் முன்னாடி பொண்ணு வீட்டுலயும், மாப்பிள்ள வீட்டுலயும் நடுவாங்க. கோயில்ல தாலிகட்டி, அங்கேயே மாலை மாத்திக்குவாங்க. முன்னால எல்லாம் மணை வச்சு ஏத்துவோம். இப்ப அதெல்லாம் இல்ல'', எனத் தொடங்கிய சவரியம்மா, பக்கத்து வீட்டுப் பெண் எட்டிப் பார்த்ததும், ''பாப்பாத்தியம்மா இங்க வாங்க, அவுங்க கேக்குறதுக்கு தெரிஞ்சத சொல்லுங்க'', என அவரை துணைக்கு அழைத்தார்.

''பொண்ணு மாப்பிள்ள தாலிகட்டி அறைவீட்டுல (குருக்கள் இருப்பிடம்) இருக்கும். கல்யாணம் முடிஞ்சு வரும் போதே கோயில் வாசல்ல மிஞ்சி போடுவாங்க. சிலரு வீட்டுக்குப் போனதும் மிஞ்சி போடுவாங்க. கொழுந்தியா மாப்பிள்ளைக்கு மிஞ்சி போடும். அங்க பக்கத்துல இருக்குற புதுக்கோயில்லதான் பொண்ணு மாப்பிள்ள இருக்கும், சாப்பாடு பண்ணிக் குடுப்பாங்க. அப்புறம் நைட்டு வீட்டு வீட்டுக்கு ஊர்வலம் போவாங்க, ஆலாத்தி எடுப்பாங்க. வீடு வீடுக்கு பால்பழம் குடுப்பாங்க. வீட்டுக்குள்ள பொண்ணு மாப்பிள்ளை வரும்போது நாத்தனார் ஆலாத்தி எடுப்பாங்க. மாப்பிள்ள காசு குடுத்தாதான், வீட்டுக்குள்ள விடுவாங்க.''

''வீட்டுல மேடை போட்டு மணவறை ஜோடிச்சிருப்பாங்க. அதுல பொண்ணு மாப்பிள்ளை உக்காந்ததும் பெரிய மனுசங்க யாராவது ஒரு பாட்டுப் பாடுவாங்க. வாழ்த்துப் பாட்டுதான் அது. நாத்திப் பட்டம் கட்டுறவுங்க எல்லாம் அந்தப் பாட்டு முடிஞ்சதும் போயி அவுங்கவுங்க கட்டுவாங்க. மோதிரம் போடுறவுங்க, மத்தது செய்றவுங்க அதுக்கப்புறம் முறை செய்வாங்க. இப்பத்தான் சீர் குடுக்குறது சேலை எல்லாம் பத்திரிகை வைக்கயிலயே குடுக்குறோம். அப்பல்லாம் மைக்குல ஒவ்வொருத்தர் பேர சொல்லிக் கூப்பிட்டு, மேடைல குடுப்பாங்க. தாய்க்கு குடுத்தாலும், தங்கச்சிக்குக் குடுத்தாலும் மைக்ல சொல்லித்தான் குடுப்பாங்க. அப்போ நமக்கு சொந்த பந்தம் நெறையா... எல்லாரும் ஒத்து ஒழைப்பாங்க. கல்யாணத்துக்கு அஞ்சுநாள் விருந்து நடக்கும். ஆணை அரசாணி பொண்ணும் மாப்பிள்ளையும் சேர்ந்து எடுப்பாங்க.''

''அப்புறம் சங்கு, மோதிரம் போட்டு வெளையாடுவாங்க. அரசாணி மரம் பக்கத்துல கொடத்துத் தண்ணியில பால் சங்கும் (கடல் சங்கு), தங்கமோதிரமும் போடுவாங்க. பொண்ணும் மாப்பிள்ளையும் கொடத்துக்குள்ள கை விட்டு எடுக்கணும். பொண்ணு சங்கெடுக்கணுமாம், மாப்பிள்ளை மோதிரம் எடுக்கணுமாம், ஆனா அவுங்க யாருக்கு என்னா எடுப்பாங்கன்னு தெரியாது. முன்னல்லாம் பால் சங்கு, அதுக்கப்புறம் ஈய சங்கு போட்டாங்க, இப்ப சில்வர் சங்கு போடுறாங்க. நைட்டு 9, 10 மணிக்கு மேலதான் சாப்பாடு. மாப்பிள்ளை வீட்டுல சாப்பாடு நடக்கும். அந்தா இந்தான்னு எல்லாரும் சாப்பிட்டு முடிக்க ரெண்டு மணி, மூணு மணி ஆயிரும். முடிச்சுட்டு மறுநாள் காலைல பொண்ணு வீட்டுக்குப் போவாங்க.''

''பொண்ணு திருப்பி மாப்பிள்ளை வீட்டுக்கு வரும்போது பலகாரக் கொடத்தோட வரும். அந்தப் பலகாரக் கொடத்தப் பிரிச்சி நம்ம முக்கியமான சொந்தாரங்கள வச்சி, ஒரு கெடா அறுத்துப் பந்தி வச்சி, 'முழிச்சி விருந்து' குடுக்கணும். மாமன் கொண்டுக்குட்டு வர்ற கெடா அது. அத அறுப்பாங்க, இல்லன்னா வாங்கி அறுப்பாங்க. அத விருந்து போட்டு, எலைல எல்லார்க்கும் பலகாரக் கொடத்துல வந்த அதிர்சத்த வைப்பாங்க. சீர் எல்லாம் பொண்ணு திருப்பி வரும்போதுதான் முன்னால எல்லாம் கொண்டுவரும். அந்தக் காலத்துல எங்களுக்கெல்லாம் டிரங்கு பெட்டிதான் குடுத்தனுப்புனாங்க. இப்பலாம் கல்யாண சீர் கலியாணத்துக்கு முன்னுக்கயே மாப்பிள்ளை வீட்டுக்கு போயிருது'', எனச் சொல்லி பெண்கள் இருவரும் சிரிக்கின்றனர்.

''கல்யாணப் பத்திரிகை மொத கோயில்ல சாமி கால்ல வச்சிட்டுதான் எல்லாருக்கும் குடுப்பாங்க. நம்ப பரம்பர கோயில், நம்ப சாமின்னு அங்கதான் மொத பத்திரிகை. ஞானஸ்நானம் எல்லாம் பதினஞ்சு இருவது நாள்ல குடுத்துருவோம். அந்தக் காலத்துல சவரியார், செபஸ்தியாருன்னு பேரு வச்சாங்க. இப்ப சவரியார் பேரே இங்கிலிஷ்ல பிரான்சிஸ் சேவியர், இவுங்க அத சொல்ல முடியாம தமிழ்ல பிராஞ்சுன்னு பேரு வச்சாங்க. இப்ப பைபிள்ல வர்ற பேர்கள வக்கிறாங்க. என் பேரு சவரியம்மா... (சிரிப்பு) எங்க தாத்தா சவரிமுத்து, அவர் பேர எனக்கு வச்சாங்க. மத்தபடி இங்க எல்லாம் விவசாயம் தானே? முதல்ல விளையுற நெல்லு ஒரு குருணி தனியா எடுத்து கோயிலுக்குன்னு வச்சிரு வாங்க. ஒரு குருணி அஞ்சு கிலோ இருக்கும். குறசஞ்சது அஞ்சு கிலோ, அதுக்கு மேல எடுத்து வைக்கிறது அவுங்கவங்க விருப்பம். அத எப்ப வேணும்னாலும் கோயில்ல கொண்டு போய் குடுப்பாங்க.

மாடு கண்ணு போட்டுச்சுன்னா, கோயில்ல கொண்டு வந்து விடுவாங்க.''

''அதே போல மாடே ஆக்சிடன்ட் எதாவது ஆயி முடியாமப் போச்சுன்னா, 'அத உன் வாசல்ல கொண்டு விட்டுர்றேன்', அப்டின்னு வேண்டிக்குவாங்க. சரி ஆயிருச்சுன்னா கொண்டு போய் விட்ருவாங்க. போன வாரம் கூட ஒருத்தங்க மொத கண்ண கொண்டுவந்து கோயில்ல விட்டாங்க. அதை ஃபாதர் ஏலம் விடுவார். ஆட்டுக்குட்டி, கோழி, எல்லாமே கோயில்ல கொண்டு போய் விடுவோம். வருஷாவருஷம் ஜனவரி 17 அந்தோணியார் பொங்கல் அன்னிக்கு எல்லா மாட்டையும் குளிப்பாட்டி, அலங்காரம் பண்ணி கோயில் மணிக்கூண்டுக்கு நேர இருக்குற தெருவுல கொண்டாந்து விட்ருவோம். காம்பவுண்டு சுவத்தோட, அந்தக் காலக் கட்டடத்துல ஜல்லிக்கட்டு மாடு அடச்சுவிட்டு ஜல்லிக்கட்டு நடத்துவாக. அப்புறம் படல அடச்சு அதே வீதியில இன்னொரு எடத்துல ஜல்லிக்கட்டு மாடு விடுவாக. அந்த வீதியிலதான் எப்பவும் ஜல்லிக்கட்டு நடக்கும். மாடு புடிக்கிறதுக்கு எல்லாம் ஊர்ல தனியா ஆளுங்க உண்டு'', என சவரியம்மாள் சொல்கிறார்.

''ஜல்லிக்கட்டு ஊர்ல இருந்து நடத்துறாங்கம்மா...'', என இடைவெட்டி சேவியர் தெளிவுபடுத்துகிறார்.

''தாலாட்டு, கும்மிப்பாட்டு எல்லாம் இங்க பாடுறதுண்டா?''

''அதெல்லாம் இப்ப யாரு பாடுறா? அப்ப எனக்குத் தெரிஞ்சே நான் என் புள்ளைங்களுக்கு ரேடியோ வச்சுவிடுவேன்'', என பெண்கள் இருவருமே சொல்கின்றனர்.

இவர்கள் குடியிருக்கும் இடம், கோயிலுக்கு சொந்தமாக இருந்துள்ளது. இப்பகுதியை கோயில் நந்தவனம் என்றே குறிப்பிடுகின்றனர். வீடில்லாத கிறிஸ்தவ மக்களுக்கு, குறைந்த விலையில் இடம் கொடுக்கப்பட்டதாகச் சொல்கின்றனர். ''இந்த எடத்துக்குப் பேரே நந்தவனம்தான். அவுத்துவுட்ட மாடு எல்லாம் இங்கதான் நிக்கும். களம் அந்தப் பக்கம். அங்க மாட அவுத்துவிட்டா எல்லாம் இங்கதான் நிக்கும். சாமியாருங்க பிளாட்ட போட்டு, இடம் இல்லாத கஷ்டப்பட்ட மக்களுக்கு கொறஞ்ச விலைல ஒதவியா குடுத்தாங்க. ஒரு அம்பது வருஷத்துக்கு முன்னாடி குடுத்தாங்க. அப்பல்லாம் மக்கள்ட்ட பெருசா ஒண்ணும் கிடையாது. எல்லாம் குடிச வீடுதான். ஓட்டு வீடே ஊருல மூணு நாலுதான் இருக்கும். வெள்ளாளங்க வீடு தாங்க ஓட்டு வீடு. மத்த வீடு எல்லாம் மண்ணு, பச்சக் கல்லு, சுட்டக் கல்லு போட்டு கட்டி,

காட்டுல வெளையுற வரகு, கம்பந்தட்ட, சோளத்தட்ட வச்சுக் கூரை போட்டிருப்பாக'', எனச் சொல்லிமுடிக்கின்றனர்.

பெண்கள் இருவருக்கும் நன்றி சொல்லிவிட்டுக் கிளம்பினோம். பழைய ஊரைப் பார்க்கலாம், அங்கு 'ஐந்து குருக்கள் கல்லறை' இருக்கிறது என சேவியர் வாய்க்கால் ஒன்றுக்கு அப்பால் கூட்டிச் சென்றார். அதை கோரையாற்றின் கிளை காட்டாறு என்கிறது ஆவூர் ஆலய சரித்திரம் நூல். அவர் காட்டிய இடத்தில் புதிதாகக் கட்டப்பட்ட சிறு கட்டடம் ஒன்று இருந்தது. உள்ளே சில சிலுவைகள் தெரிந்தன. வயல்காட்டுக்குள் பூசே அடிகள் கட்டிய பழைய ஆலயம் இருந்த இடத்தில் ஒரு மண்டபம் கட்டப் பட்டிருப்பதாகவும், அங்கேயும் சில கல்லறைகள் இருக்கின்றன எனவும் கூறினார். அது ஒரு சிற்றாலயம் போலத் தெரிந்தது. நேரமின்மை காரணமாக அதுவரை நடந்து சென்று பார்க்க முடியவில்லை.

பழைய ஆலயம் புதிய இடத்துக்கு மாறக் காரணமாக அவர் அப்பகுதிக் கண்மாய் ஒன்றையும் காட்டாறு ஒன்றையும் குறிப்பிட்டார். அடிக்கடி குளம், ஆறு இரண்டிலுமே வெள்ளப் பெருக்கு ஏற்பட்டு, மக்கள் இன்னலுற்றதால், கோயிலை இடம் மாற்றினார்கள் எனக்குறிப்பிட்டார். அது உண்மையாக இருக்கக் கூடும், நாங்கள் அங்கு சென்ற ஏப்ரல் மாதம், கண்மாயில் நீர் இருந்தது; நெல் நாற்றங்கால் பசுமையாகத் தெரிந்தது. சேவியரின் மூதாதையர் ஆவூர் தந்தையருக்கு 'பல்லக்குத் தூக்கிகளாக' இருந்துள்ளனர். இயேசு சபை ஒடுக்கப்பட்ட காலத்தில், இங்கிருந்த மச்சதோ சுவாமி, பல்லக்கில் அதிகம் பயணித்துள்ளதை ஆவூர் ஆலய வரலாறு நூல் குறிப்பிடுகிறது.

அந்நூலில், 'கிறிஸ்துமஸ் திருநாளுக்கு ஆவூர் சுவாமியார் முதல் பூசை நடுச்சாமம் வைத்துவிட்டு, உடனே பல்லக்கில் ஏறி, திருச்சிக்கு விடியற்காலம் வந்து சேர்வார். இங்கு 6 மணிக்கு 2வது பூசை செய்வார். இந்தப் பூசை முடியவும், பல்லக்கில் ஏறி புரத்தாக்குடிக்குப் போய் மத்தியானம் 12 மணிக்கு 3ம் பூசை செய்வார். மூன்று மணிக்கு மேல்தான், சுவாமியார் எதாவது உணவு சாப்பிட நினைப்பார். இவ்வாறு உத்தரிக்கிற ஆத்துமாக்கள் திருவிழாவுக்கும் 3 பூசைகள் மூன்று இடங்களில் நடைபெறும். இதற்காக ஆவூரில் 8 பல்லக்குப் போக்கிகள் (வன்னியர்) எப்போதும் தயாராயிருப்பார்கள்', எனக் கூறப்பட்டுள்ளது. இந்தப் பல்லக்குத் தூக்கிகளில் ஒரு குடும்பம் தன்னுடையது என சேவியர் குறிப்பிடுகிறார்.

ஆலயத்தின் முன்பு வீரமாமுனிவரின் சிலை ஒன்றுள்ளது. 2007ம் ஆண்டு வைக்கப்பட்ட சிலை அது. கோணாங்குப்பம், ஏலாக்குறிச்சி, ஆவூர், மலையடிப்பட்டி ஆகிய இடங்களில் வீரமாமுனிவருக்கு சிலைகள் வைத்துள்ளனர். இவையனைத்தும் சமீப காலத்தவையே. வீரமாமுனிவர் சிலை காவி அங்கி, ஒரு கையில் தடி, மற்ற கையில் ஓலைச்சுவடி, தலையில் சிறிய காவி தலைப்பாகை, காலில் கட்டைச் செருப்புடன் காணப்படுகிறது.

உண்மையில் வீரமாமுனிவர் எப்படி இருந்திருப்பார் என்ற கேள்வி அந்த சிலையிலிருந்து தொடங்கியதுதான். ஊர் திரும்பியபின் ஆவூரில் எடுத்த புகைப்படங்களை மீண்டும் லேப்டாப்பில் பிரித்துப் பார்த்தேன். குருக்கள் கல்லறையில் கண்ட நினைவு மண்டபம் ஏனோ மனதை விட்டு அகலவேயில்லை. குறிப்பாக அந்த குருவின் கல்லறையில் கண்ட அவரது சுதை சிற்பம். இயேசு சபை

நந்தவனத்தில் உள்ள விளக்கு மாடங்கள், குருவின் சுதைச் சிற்பம் அமைந்த கல்லறை

குருக்களில் பல 'பிராமண சந்நியாசி சுவாமிகள்' காவி உடை தரித்து, தலையை மூடித்தான் இருந்துள்ளனர். தத்துவ போதகர் என அறியப்படும் நொபிலி, அருளானந்தர் என அறியப்படும் ஜான் டி பிரிட்டோ என அனைவரின் சுரூபங்களும், ஓவியங்களும் ஒன்று போலவேதான் வரையப்படுகின்றன. நொபிலியின் கோட்டோவியம் பிற்காலத்தில் உள்ள நூல்களில் காணக்கிடைக்கிறது. அதை பல்தசார் த கோஸ்தாவே வரைந்தும் இருக்கிறார். காவி அங்கி அணிந்தாலும், அவர்கள் தலையில் வைக்கும் குல்லாய்கள் அளவு முதற்கொண்டு மாறுபடுகின்றன. இவர்களில் அருளானந்தருக்கோ, தத்துவபோதகருக்கோ இவ்வளவு தொன்மையான சுதைச் சிற்பங்கள் வேறெங்கும் இல்லை. புனிதர் பட்டம் பெற்ற அருளானந்தருக்கே இவ்வாறான சுதைச்சிற்பம் ஓரியூர் உள்ளிட்ட வேறெங்கும் இல்லை எனில், இங்குள்ள சுதைச் சிற்பம் யாருடையதாக இருக்கக்கூடும்? நந்தவனத் தோட்டத்தில் அடக்கப்

சுதைச் சிற்பம் மற்றும் வீரமாமுனிவர் சரித்திரம், கிறிஸ்தவமும் தமிழும் நூல்களில் முனிவரது கோட்டோவியங்கள்

பட்டிருக்கும் அத்தனை குருக்களும் முக்கியமானவர்களே, அதில் ஹோமம் ஆலயம் கட்டியவர், பெரிய சஞ்சீவிநாதர் முதலில் அடக்கம் செய்யப்பட்டவர். கத்தோலிக்கக் கிறிஸ்தவம் சுரூப வழிபாட்டை அனுமதிக்கிறது எனினும், புனிதர்கள் தவிர வேறு யாருக்கும் சிற்பம் எடுப்பதை அனுமதிப்பதில்லை.

18ம் நூற்றாண்டில் சுதைச் சிற்பம் வைக்கக்கூடிய அளவுக்கு முக்கியத்துவம் வாய்ந்த, ஆவூருக்கு வந்துசென்ற, பணியாற்றிய குரு- வீரமாமுனிவர். அவரது கோட்டோவியங்களை 1936ம் ஆண்டு வெளியான இரண்டு புத்தகங்கள் பதிப்பித்துள்ளன. ஒன்று கரந்தைத் தமிழ்ச்சங்கம் வெளியிட்ட வீரமாமுனிவர் சரித்திரம் நூலில் உள்ள ஓவியம். இதை சென்னை சோல்தன் அண்டு கோவினர் வரைந்துள்ளனர். மற்றொன்று மயிலை சீனிவேங்கடசாமி 1936ம் ஆண்டு வெளியிட்ட 'கிறிஸ்தவமும் தமிழும்' நூல். அதிலும் கிட்டத்தட்ட வீரமாமுனிவர் சரித்திரம் நூலில் உள்ளதைப் போன்ற கோட்டோவியமே காணக்கிடைக்கிறது. பெரும்பாலும் இவ்வாறான குருக்களின் கோட்டோவியங்கள் அவர்கள் வாழும் காலத்தில் மிக அருகியே வரையப்பட்டுள்ளன. பல்தசார் சமகாலத்தில் வாழ்ந்த தத்துவபோதகர் ஓவியம் விதிவிலக்கு எனக்கொள்ளவேண்டும். ஆவூரில் உள்ள கல்லறை வீரமாமுனிவருடையதாக இருக்க வாய்ப்புகள் உண்டு, எனினும் அறுதியிட்டு சொல்வதற்கில்லை. அவர் எங்கு இறந்தார் என்பது மர்மமாகவே இருப்பது கூடுதல் சிக்கலை உருவாக்குகிறது.

1742க்குப் பிறகே வீரமாமுனிவர் குறித்த தரவுகள் அருகி விடுகின்றன. தன் 67வது வயதில் 4 பிப்ரவரி, 1747 அன்று அவர் இறந்ததாக அருட்தந்தை கார்லோஸ் சமர்வாகல் (Carlos Sommervogel) எழுதியிருப்பதாக தந்தை லியோன் பெஸ் (Leon Besse), தன் ஃபாதர் பெஸ்கி (1918) நூலில் குறிப்பிடுகிறார். தந்தை கார்லோசுக்கு 'முதல் தரவுகளுக்கு' அணுக்கம் இருந்ததை பெஸ் சுட்டுகிறார். 1742ம் ஆண்டு மணப்பாடு, தூத்துக்குடிப் பகுதியில் பணியாற்ற வீரமாமுனிவர் பணிக்கப்பட்டார். 1743ம் ஆண்டு தூத்துக்குடியை அடுத்த வேம்பாறு என்ற ஊரில் உள்ள பதிவேட்டில் வீரமாமுனிவரின் கையொப்பம் இருப்பதாக முனைவர் சி.மணி வளன் தன் 'வியத்தகு மேதை வீரமாமுனிவர்' நூலில் குறிப்பிடுகிறார். அவ்வாண்டு தன் தமிழ் அகராதி நூலுக்கு எழுதிய முன்னுரையில், தான் உடல்நலம் குன்றியிருப்பதாக பெஸ்கி குறிப்பிடுகிறார்.

1746ம் ஆண்டு அம்பலக்காட்டில் உள்ள இறையியல் கல்லூரியில் 'வருகை அறிஞராக' பெஸ்கி பணியமர்த்தப்படுகிறார். அதைக்

கொண்டு வீரமாமுனிவர் அம்பலக்காட்டில் இறந்ததாகவும், சம்பாளூரில் அடக்கம் செய்யப்பட்டதாகவும் ஒரு தரப்பினர் சொல்லி, அவரது கல்லறை என அங்கிருக்கும் ஒன்றைச் சுட்டுகின்றனர். அவரது கல்லறையை ஒட்டி புதிய கல்வெட்டு ஒன்றும் அங்கு காணப்படுகிறது. அதில் ""In memory of Fr. Joseph Constant Beschi S.J., Born 8 -11 -1680 (Italy) Died 4 -2 -1747 Burried at Francis Xavier Church Sampaloor'' என்று அந்தக் கல்வெட்டு குறிக்கிறது. நவீன ஆங்கிலத்தில், எழுத்துப்பிழையுள்ள இந்தக் கல்வெட்டை பண்டைய கல்வெட்டு எனக்கொள்ள முடியவில்லை.

அதே சமயம் வீரமாமுனிவர் இறந்து நூற்றாண்டுக்குப் பிறகு தமிழகம் வந்த ராபர்ட் கால்டுவெல், தன் 'திருநெல்வேலி வரலாறு' நூலிலோ, பெஸ்கி மணப்பாட்டில் அடக்கம் செய்யப்பட்டதாகக் கூறுகிறார். 1740ம் ஆண்டே மராட்டியர்கள் தெற்கே வரத் தொடங்கியதும், பெஸ்கி உள்ளிட்ட அனைத்து மிஷனரிகளும் தங்கள் பணியிடங்களை விட்டுத் தப்பியோடினர் என்று எழுதுகிறார். மராட்டியர்களிடம் சரணடைந்த சந்தா சாகிபின் திவானான பெஸ்கி, திருச்சிராப்பள்ளியில் அதற்கு மேல் பணியாற்றியிருக்க வாய்ப் பில்லை என்பது உண்மையே. ஐரோப்பாவுக்கு எழுதப்பட்ட கடிதங்கள் முதலில் பெஸ்கி மறவர் நாட்டுக்குத் தப்பியதாகவும், அங்கு ராமநாதபுரத்தில் இருந்ததாகவும் குறிப்பிடுகின்றன. அதன்பின் அங்கிருந்து கடற்கரை வழி, அப்போது டச்சுக்காரர்களின் கட்டுப்பாட்டில் இருந்த 'மணப்பாட்டுக்குத்' தப்பியதாகவும் கால்டுவெல் கூறுகிறார்.

ஆங்கிலேயருக்கு எதிராக இருந்த டச்சுக்காரர்கள், சந்தா சாகிபின் நண்பரான பெஸ்கிக்கு அடைக்கலம் கொடுத்திருக்கலாம் எனக் குறிப்பிடும் கால்டுவெல், சீர்திருத்தக் கிறிஸ்தவர்களான டச்சுக்காரர்கள் பொறுமையைக் கற்றிருந்தனர் எனவும் குறிப்பிடுகிறார். 'நம்பத்தகுந்த தரவுகள்' மூலம் பெஸ்கி 1744ம் ஆண்டு 'மணப்பாரின்' (Manappar) அதிபராக இருந்தார் எனவும் அங்கு இறந்துபோனார் எனவும் கூறுகிறார். 'கோவாவில் இருந்து முதலில் பணிக்குக் கிளம்பியபோது அவர் முதலில் வந்த பணித்தளம் மணப்பாராக இருக்கலாம்', எனவும் கால்டுவெல் கூறுகிறார்.

ஆனால் ஒருசிலர் இந்த மணப்பாட்டை, திருச்சியை அடுத்துள்ள மணப்பாறை எனத் தவறாகக் குறிப்பிடுவதாகக் கால்டுவெல் கூறுகிறார். இதற்கு அடிப்படை ஆதாரங்கள் இல்லை எனவும், அங்குள்ள ரோமை கத்தோலிக்க குரு உள்ளிட்ட கத்தோலிக்கக் கிறிஸ்தவர்கள், பெஸ்கி நெல்லை மாவட்ட மணப்பாட்டில்தான்

இறந்தார் எனக் கூறுவதாகவும் குறிப்பிடுகிறார். வீரமாமுனிவரின் வாழ்க்கை வரலாற்றை எழுதியவர், 1746ம் ஆண்டு அவர் மணப்பாட்டில் இறந்ததாகப் பதிவுசெய்திருக்கிறார் என கால்டுவெல் எழுதுகிறார். மணப்பாட்டிலுள்ள ஆலயம் ஒன்றின் பீடத்துக்கு அருகில் அவர் அடக்கம் செய்யப்பட்டிருப்பதாக சொல்லப்படுவதாகவும், அந்தக் கோயில் மண்ணில் புதைந்திருக்கலாம் எனவும் கால்டுவெல் கூறுகிறார்.

புதிய ஆலயம் எழுப்பப்பட்ட போது, பழைய ஆலயத்திலிருந்த இரண்டு எலும்புகள் எடுக்கப்பட்டு அதன் பீடத்தில் புதைக்கப் பட்டதாகத் தன்னிடம் சிலர் சொன்னதாகவும் எழுதுகிறார். 'மணப்பாட்டின் மீனவ மக்கள் பெஸ்கியைப் பெரிதாகக் கொண்டாடவில்லை என நினைக்கிறேன். அதிசயங்கள் செய்யும் புனிதராக அவர் அறியப்பட்டிருந்தால், அவரது கல்லறை பாதுகாக்கப்பட்டிருக்கும்', என முத்தாய்ப்பாய் தன் நூலில் கால்டுவெல் சொல்லி முடிக்கிறார்.

பெஸ்கி இறந்து நூற்றாண்டுக்குப் பிறகு சொல்லப்பட்ட தகவல்கள் என்பதாலும், ஆலயத்தின் பெயர்கூடக் குறிப்பிடப்படவில்லை என்பதாலும், இந்தத் தகவலின் உண்மைத்தன்மையை அறியமுடிய வில்லை. தங்களை கிறிஸ்தவத்துக்குள் கொண்டுவந்த ஹென்றிக் ஹென்றிக்ஸ் அடிகளின் எலும்புகளை இன்றளவும் தங்கள் பெரும் சொத்தாகப் போற்றிவரும் மீனவ சமூகம், பெஸ்கியை அவ்வாறு அறியாக் கல்லறையில் விட்டிருக்க வாய்ப்பே இல்லை என்றே கருதுகிறேன்.

கூடவே 1746ம் ஆண்டு மணப்பாட்டில் இறந்துபோன பெஸ்கி, 1747ம் ஆண்டு அம்பலக்காட்டில் பணி செய்தது எப்படி என்பதில் குழப்பம் நீடிக்கிறது. இந்த இறுதி அம்பலக்காடு தரவை கால்டுவெல் தவறவிட்டிருக்கக்கூடும். சீர்திருத்தக் கிறிஸ்தவரான கால்டுவெல்லுக்கு, கத்தோலிக்கக் கிறிஸ்தவ குருக்களின் அடிப்படைத் தரவுகள் கிடைத்திருக்கவும் வாய்ப்பில்லை. மற்றொரு அடிப்படை சிக்கல், போர்ச்சுகீசியர்களின் பாதுகாப்பில் மதுரை மிஷனிலும், பிற்பாடு இயேசு சபை குருவாகவும் இருந்த இத்தாலியரான ரோமை கத்தோலிக்கரர் பெஸ்கி, சீர்திருத்தக் கிறிஸ்தவர்களான டச்சுக்காரர் களின் பாதுகாப்பை நம்பி மணப்பாட்டுக்குச் சென்றிருக்க வாய்ப்பில்லை என்றே நான் கருதுகிறேன்.

இதில் இன்னொரு திருப்பமாக ஜே.ஜே.காட்டன் என்ற ஆங்கிலேய அதிகாரி தொகுத்த 'மதராஸ் மாகாண கல்லறைகள் நினைவு மண்டபங்களின் கல்வெட்டுப் பட்டியல்' (List of Inscriptions on Tombs and Monuments of Madras - 1905) நூலில், மலையடிப்பட்டியில்

பெஸ்கியின் கல்லறை இருப்பதாகக் குறிக்கப்பட்டுள்ளது. அவரது இறந்த நாளை சரியாகக் குறுப்பிடும் காட்டன், 'மலையடிப் பட்டியில் குன்று ஒன்றின் அடிவாரத்தில் நிற்கும் சிறு நினைவு மண்டபம்/கல்லறை இரண்டு பிரிவுகளாகப் பிரிக்கப்பட்டுள்ளது. அதில் தெற்குப்பக்கமுள்ள சிறிய பிரிவில் யாகப்பர்சுவாமி, அருளானந்தர் சுவாமி ஆகியோரின் பெயர்கள் தாங்கிய கல்லறை களும், அடுத்தப் பிரிவின் நடுவே 'பட்டணத்து தைரிய சுவாமி' (Father Constant From Town) என்ற பெயரும் பொறிக்கப்பட்டுள்ளது, இந்த 'பட்டணம்' திருச்சிராப்பள்ளி எனவும், அங்கிருந்து வந்த தைரிய சுவாமி, பெஸ்கியேதான் எனவும் அவர் குறிப்பிடுகிறார். கூடவே மணப்பாரில் அதிபராக இருந்த பெஸ்கி 4-2-1747 அன்று இறந்ததாகவும் கூறுகிறார்.

இன்றும் மலையடிப்பட்டியில் இந்தக் கல்லறைக்குச் செல்லும் வழியில் வீரமாமுனிவர் சிலை ஒன்று இருப்பதாகவும், மக்கள் அந்தக் கல்லறையில் வத்தி வைத்து வழிபடுவதாகவும் அருட்தந்தை ஆனந்த் அமலதாஸ் (சே.ச) கூறுகிறார். காட்டனின் பதிவு தவறானது என தன் 'ஃபாதர் பெஸ்கி' நூலில் குறிப்பிடும் அருட்தந்தை லியோன் பெஸ், மிஷன்களில் பணியாற்றிய குருக்களின் நிலையே இவ்வாறு இறந்தபின் 'காணாமல் போவது'தான் என வருத்ததுடன் பதிவு செய்கிறார். மயிலாப்பூரில் இறந்துபோன நொபிலியின் கல்லறை எங்கிருக்கிறது என இன்றளவும் கண்டறிய முடியவில்லை. கொன்சாகா மிஷனைத் தோற்றுவித்த அன்சல்தோவின் கல்லறையையும் கண்டுபிடிக்கமுடியவில்லை. நொபிலிக்கு நேர்ந்த அதே நிலைதான் பெஸ்கிக்கும் நேர்ந்தது என பெஸ் பதிவு செய்கிறார்.

'பெஸ்கி இறுதியாக வாழ்ந்த இடங்களில் ஒன்றாக மணப்பாடு குறிப்பிடப்படுகிறது, அங்கிருந்து சிலர் அதை மணப்பாறை என புரிந்துகொண்டிருக்கின்றனர். இதற்கு ஆதாரமாக மணப்பாறையில் இருந்து மூன்று மைல் தென்மேற்கில் இருக்கும் மலையடிப் பட்டியில் உள்ள பழைய மதுரை மிஷன் மிஷனரிகளின் மூன்று கல்லறைகள் சுட்டப்படுகின்றன. இதில் பட்டணத்து தைரியநாதர் என்ற பெயரைக்கண்டு, அதை பெஸ்கி என அந்தப் பகுதியின் பங்கு குருவான பர்தே (Father Burthey) எந்த அடிப்படை ஆதாரமுமின்றி நம்பினார், அதையே 1894ம் ஆண்டு புதுவை ஆட்சியர் ஜே. ஆன்ட்ரூ தொகுத்த கல்லறைகளின் பட்டியல் தொகுப்பில் இடம்பெறச் செய்தார். இந்தக் கல்லறைகள் 1774 முதல் 1800க்குள் கட்டப் பட்டிருக்கவேண்டும் என ஃபாதர் பர்தே குறிப்பிடுகிறார். அவரது கூற்றைக் கொண்டே நாம் அது தவறு எனச் சொல்லிவிடலாம்.'

'ஏனெனில் பெஸ்கி, 1774க்கு 30 ஆண்டுகள் முன்பே இறந்து அடக்கம்செய்யப்பட்டுவிட்டார். அப்படியே அம்பலக்காட்டில் இறந்து போன பெஸ்கி, மலையடிப்பட்டிக்குக் கொண்டுவரப் பட்டார் எனச் சொன்னாலும், அதிலும் சிக்கல் இருக்கிறது. மலையடிப்பட்டியோடு எங்கும் பெஸ்கியின் பெயர் தொடர்புப் படுத்தி குறிப்பிடப்படவில்லை', என பெஸ் தன் நூலில் எழுதுகிறார். கூடவே, ''அதைவிட, பெஸ்கி அடிக்கடி சென்ற, பழைய மிஷனரிகள் பலரின் கல்லறைகள் இருக்கும் ஆவூரில் அவரது கல்லறை இருக்கக்கூடும் என்ற கூற்று சரியாக இருக்கக் கூடும், ஆனால் அதற்குப் போதிய தரவுகள் இல்லை'', என எழுதியிருக்கிறார். திருச்சி தூய வளனார் கல்லூரியின் அதிபராக 1903-1906ம் ஆண்டுகள் பணியாற்றிய தந்தை பெஸ், ஆவூருக்கு சென்றிருக்க கூடும். அங்குள்ள கல்லறைகளைக் கட்டாயம் பார்த்திருக்கக் கூடும் எனில், மேலே குறிப்பிட்டுள்ள ஆவூர் கோயில் நந்தவனத்தையும், கல்லறையையும் அவர் கண்டாரா என்பது நமக்குத் தெரியவில்லை; கத்தோலிக்கர்கள் அத்தனை எளிதில் குருக்களுக்கு சுதைச் சிற்பத்துடன் கூடிய கல்லறை கட்டுவார்களா என்பதைக் கருத்தில் கொண்டாரா என்பதும் தெரியவில்லை.

ஆவூரில் இருக்கும் சுதைச் சிற்பம் கொண்ட கல்லறை/நினைவு மண்டபம் வீரமாமுனிவருடையதாக இருக்க வாய்ப்புள்ளது என்றே நான் கருதுகிறேன். அதற்கு நேரடித் தரவு கட்டாயம் என்னிடம் இல்லை. ஆனால், வீரமாமுனிவர் ஆவூரில் நீண்ட காலம் இருந்தார் என்பதும், அடிக்கடி வந்து சென்றார் என்பதும் மிஷன் பதிவுகளில் தெளிவாக உள்ளது. அங்கு பங்கு குருவாகப் பணியாற்றியவர். பெரியநாயகி மாதா சுரூபத்தைக் கொணர்ந்தவர். வீரமாமுனிவர் இயற்றிய தேம்பாவணியின் ஓலைச் சுவடிப் பிரதி ஒன்றை அவரது சீடரான ஆவூர் பங்காரு நாயக்கரின் மகன் லூயிஸ் நாயக்கர் சென்னையில் இருந்த எல்லீஸ் துரையிடம் 300 ரூபாய்க்கு விற்றுவிட்டார். உடல்நலம் குன்றிய காலம், பெஸ்கி அவரது முக்கிய சீடரான பங்காரு நாயக்கரின் அரவணைப்பில் ஆவூரில் இருந்திருக்க வாய்ப்புண்டு.

ஹோமெம் அடிகள் கட்டிய புதிய ஆவூர் கோயில் 1747ம் ஆண்டு கட்டி முடிக்கப்பட்டது என்பதால், அதை ஒட்டிய பகுதியில் அதே ஆண்டு இறந்துபோன வீரமாமுனிவரை அடக்கம் செய்திருக்க வாய்ப்புண்டு; அல்லது குறைந்தபட்சம் தங்கள் ஆதர்ச குருவுக்கு ஆவூர் மக்கள் நினைவுமண்டபம் எழுப்பியிருக்க வாய்ப்புண்டு. மணப்பாறைக்கு அருகே என்ற குறிப்புகள் கொண்டு,

மணப்பாறையில் இருந்து வடகிழக்கே சுமார் 33 கிலோமீட்டர் தொலைவிலுள்ள ஆவூரில் அவர் இறந்து அடக்கம் செய்யப்பட்டிருக்கலாம் எனவும் எண்ண வாய்ப்புண்டு.

கோயில் நந்தவனத்திலுள்ள மற்ற கல்லறைகள் எளிமையாகக் காட்சி தரும்போது, இந்த ஒற்றைக் கல்லறை, இரு பக்கமும் விளக்குகள் வைக்கக் கூடிய விளக்கு மாடங்களுடன், கூடுதல் அலங்காரத்துடன் இருக்கிறது. இந்த ஒரு கல்லறையில் மட்டுமே மேற்குறிப்பிட்ட குருவின் சுதைச் சிற்பமும் உள்ளது. அந்தக் கல்லறை/நினைவு மண்டபம் முக்கியமானது என எண்ண இந்தக் காரணங்கள் வலுவாகவே உள்ளன. அவ்விடத்தில் மேற்கொண்டு ஆய்வுகள் தேவை என்பதுடன், பராமரிப்பும் மிக முக்கிய மானதாகிறது. எது எப்படியோ, தனக்குப் பிடித்தமான இறையிடமே வீரமாமுனிவர் சரணாகதி அடைந்திருக்கிறார். அவரது தேவாரப் பாடலையே இங்கே குறிப்பிடுகிறேன்-

''வல்லார் இல்லை, உனையல்லால்;
வாழார் இல்லை, உனைச் சேர்ந்தால்;
இல்லார் இல்லை, நீ இரங்க
இவண் நீ முனியக் கெடார் இல்லை''. (பா.11)

சான்றுகள்

- Father Beschi of the Society of Jesus: His Times and his Writings, Leon Besse - St. Joseph's Industrial School Press, 1918
- Tamil Nadu District Gazetteers: Pudukkottai by Gopalakrishna Gandhi - Director of Government Printing, Stationery and Publication, Madras, 1983
- A Manual of the Pudukottai State, Vol.I, KR Venkatarama Ayyar - Sri Brihadamba State Press, Pudukottai, 1938
- Chariots of the God: Riding the line between Hindu and Christian, Joanne Punzo Waghorne article in Popular Christianity in India: Riting Between the Lines, Edited By Raj, Selva J., Corinne. G. Dempsey - State University of New York Press, 2002
- Madras, Mysore, and the South of India: Or, A Personal Narrative of a Mission to Those Countries: from MDCCCXX. to MDCCCXXVIII.: With Some Account of the Jesuit Mission in Madura; Brief Historical Notices of Madras, and Other Important Places Within the Present

Range of the Wesleyan Missions of India; Remarks on Tamul Literature, and on the Religion and Religious State of the Hindoos; and a History of the Romish Persecutions of the Nestorians, Or Syrian Christians of Travancore, Elijah Hoole - Longman, Brown, Green and Longmans, 1844

- Jesuit Theatre in South India (Unpublished) – Dr. Fr. Anand Amaladass, S.J.
- *பாஸ்கா புகழ் ஆவூர்* Mr.Rasagulla, YouTube
- *ஆவூர் பாஸ்காப் பாடல்கள்* – மத்தியாஸ் முத்துப்பிள்ளை, நெய்வேலி
- ஆவூர் புனித பெரியநாயகி மாதா திருத்தல வரலாறு - 1947/2017 - ஆலய வெளியீடு
- கிறிஸ்தவமும் தமிழும், மயிலை சீனி வேங்கடசாமி - கா.ஏ. வள்ளிநாதன், மயிலாப்பூர், 1936
- வீரமாமுனிவர் சரித்திரமும் பாடற்றொகுதிகள் முதலியனவும் - அ. முத்துசாமி பிள்ளை (இவ்விரு நூல்களின் பிரதிகள் சென்னை கன்னிமரா அரசு நூலகத்தில் உள்ளன.)
- வியத்தகு மேதை வீரமாமுனிவர், முனைவர் சி. மணி வளன், சே.ச. - தென் பொதிகைத் தமிழ்ச் சங்கம், எட்டையபுரம், 2016
- கிறிஸ்துவத் தமிழ்த் தொண்டர், ரா.பி.சேதுப்பிள்ளை - எஸ். ஆர். சுப்ரமணியப் பிள்ளை பப்ளிஷர்ஸ், திருநெல்வேலி, 1946

44

காமாட்சி நாயக்கர் தந்த சத்தியநாதபுரம்

செய்தித்தாளில் 300 ஆண்டுகள் பழமையான ஆலயம் இடிந்து விழுந்தது என ஒரு பத்தி செய்தி வந்தது. ஒரு வேளை நாங்கள் தொட்டுப் பார்த்தும், அதன் மேல் சாய்ந்தும், அதனுள் கை கால்களைத் தூக்கியபடி விதவிதமாகப் புகைப்படங்கள் எடுக்கவும், முக்கியமாக, ‘கண்டுணரவும்’தான் தன் இறுதி மூச்சை இழுத்துப் பிடித்துக்கொண்டு நின்றிருந்ததா? இந்தப் பொக்கிஷத்தின் எஞ்சிய பகுதியையாவது பாதுகாக்க முடியுமா?

•

கொட்டுங்கடி கும்மி கொட்டுங்கடி
நம்ம அந்தோணியார் புகழ் பாடுங்கடி (2)
தட்டுங்கடி கைய தட்டுங்கடி
நன்றி சொல்லியே கைதட்டுங்கடி (2)
வயலும் பாடும் பசுமையாக மழைய நமக்குத் தந்தாரே
வானம் பாத்த பூமி வெளஞ்சு மனசு குளிர வச்சாரே (2)
புள்ள குட்டிங்க படிச்சிடவே நல்ல புத்திய தந்தாரே
பெத்தவுங்க முகம் மலர வேலவாய்ப்ப தந்தாரே (2)
தந்தனத் தானின்னம் தந்தானே தன தந்தனத்தானின்னம் தந்தானே
தன்னனத் தாதினம் தந்தானே தந்தனத் தாதின்னம் தந்தானே
சண்ட சச்சரவு இல்லாம நல்ல நிம்மதிய தந்தாரே

சாதிசனம் ஒண்ணா சேர்ந்து வாழும்வகைய சொன்னாரே (2)
வயசுவந்த பொண்ணுகளுக்கு ஜோடிப் பொருத்தம் தந்தாரே
நோய்நொடி எல்லாம் போக்கி தாலி பாக்யம் தந்தாரே (2)
தண்ணிப் பஞ்சம் எதுவும் இல்லாம தரைய ஊற வச்சாரே
தண்ணி பிடிக்கும் பெண்களின் கவல போக்கி நின்னாரே (2)
ஊருக்காக உலகுக்காக உதவி செய்யும் புனிதரே
பூமியுள்ள காலம் மட்டும் உமை மறக்கமாட்டோம் தலைவரே –
கொட்டுங்கடி...

- தேனியை அடுத்த கொட்டங்குடி என்ற கிராமத்தில் பாடப்படும் அந்தோணியார் கும்மிப் பாடல் இது, நன்றி: விண்மீன்

இந்த ஆலயத்தைக் குறித்த முதல் தகவலை தம்பி பிரான்சிஸ் எடிசன்தான் சொன்னது. "அக்கா, சத்தியநாதபுரத்துல ஒரு பழைய அந்தோணியார் கோயில் இருக்கு, அதை நீங்க கட்டாயம் பார்க்கணும்", என அவர் சொல்லிவைக்க, அதன் படங்களை கூகிளில் தேடி மலைத்துப் போனேன் எனலாம். சுண்ணாம்புக் காரைப் பூச்சு முழுக்க உதிர்ந்து போய் செங்கல் வெளியே தெரிந்து கொண்டிருந்தாலும், அதன் பிரம்மாண்டம் படங்களிலேயே தெரிந்தது.

சத்தியநாதபுரம் ஆலயத் தோற்றம்

ஆவூர் ஆலயத்தைப் பார்த்துவிட்டு, நானும் ரோடாவும் இந்த ஆலயத்துக்குச் சென்று படங்கள் எடுத்துக் கொண்டிருந்தோம். சற்று நேரத்தில் தம்பி பிரான்சிஸ் வந்துசேர, உள்ளே சென்று பார்க்க வேண்டும் என்றால் ஆலயத்தின் சாவி யாரிடம் இருக்கிறது என கேட்டோம். அவரும் தனக்குத் தெரிந்தவரிடம் கேட்டு, நாட்டார் ஒருவர் இன்னும் சற்று நேரத்தில் ஆலயத்தைத் திறந்துகாட்ட வருவார் என்றார். ஆலயத்தின் வலதுபுற இறெக்கைச் சுவர்களில் வேர்கள் விட்டு, அங்கங்கே செடிகளும் மரங்களும் முளைத்திருந்தன. ஆங்கோர் வாட்டின் கிறிஸ்தவ வடிவமாக ஆலயம் தெரிந்தது.

அதற்குள் அங்கு வந்துவிட்ட நாட்டார், ஆலயத்தின் பக்கவாட்டு வாசலைத் திறந்துவிட, உள்ளே சென்றோம். உயரம். கிட்டத்தட்ட ஐம்பது-அறுபது அடி உயரமான குவிமாடக்கூரையும், அதில் முக்கால் அளவு உயரத்துக்கு பலிபீடத்தின் முன்பிருக்கும் வளைவும் நம்மை மிகச் சிறியவர்களாக உணரவைக்கின்றன. மரத்தாலான பீட முகப்பு, பழமை மாறாமல் அப்படியே இருக்கிறது. அற்புதமான பரோக் பாணி மரச்சிற்பக் கடைசல் வேலைப்பாட்டில் பூச்சித்திரங் களும், சிறு வட்டக் கண்ணாடிகளும் அங்கங்கே பதிக்கப்பட்டு, பொன்னிற வேலைப்பாடு செய்யப்பட்டிருக்கிறது. வண்ணங்கள் மங்கி, அழகு குன்றிய நிலையில் இந்த மரச்சட்டம் உள்ளது.

மூன்று மாடங்களாகப் பிரிக்கப்பட்டுள்ள பீடத்தின் நடுவே, திரு இருதய அரசர் சுரூபம் இருக்கிறது. தொன்மையான சுரூபமாக இருக்கவேண்டும். நற்கருணைப் பேழையும் மரத்தில் செதுக்கப் பட்டுள்ளது. அதிலும் பொன்னிற கொடி வேலைப்பாடுள்ளது. அதன் இரு பக்கங்களிலும் மாதா மற்றும் சூசையப்பர் சுரூபங்களும், பேழையின் முன்பாக அந்தோணியார் சுரூபமும், அதன் மேல் சிறு பாடுபட்ட சுரூபமும் உள்ளன. பீடத்தின் மேல் அங்கங்கே நெகிழிப்பைகளில் உப்பு வைக்கப்பட்டிருந்தது.

தரையில் இரு சிலுவை வெண்கலக் குத்துவிளக்குகளும், சில வெண்கலக் கைவிளக்குகளும், அகல்களும் உள்ளன. அவ்வப் போது இந்தப் பழைய கோயில் திறக்கப்பட்டு மக்கள் வழிபட்டுச் செல்கின்றனர். நடுசாலையின் பக்கவாட்டுச் சுவரில் பாடுபட்ட சுரூபம் ஒன்றும், அதனருகே இரும்பாலான வினோத வடிவில் சிலுவை ஒன்றும் சுவரில் பொருத்தப்பட்டுள்ளன. பயன்பாட்டில் உள்ள சப்பரங்கள் இரண்டும் ஆலயத்துக்குள் வைக்கப்பட்டிருந்தன. ஆலயத்தின் உட்புறத்திலும் பூச்சு அங்கங்கே உதிர்ந்திருந்தது என்றாலும், கூரையில் பூச்சு அங்கங்கே உதிர்ந்து வெடிப்புகள்

தோன்றியதைக் கண்டு கொஞ்சம் அச்சமாகவும் இருந்தது. நடுசாலையின் இடதுபுற மேடையில் காவி அங்கி அணிந்த முதிய குரு ஒருவரின் ஓவியத்தின்மேல் 'சத்தியநாதர்' என பெயரெழுதப் பட்டு சட்டமிடப்பட்டிருந்தது. நாட்டார் சைமன் ராஜிடம் மெல்ல பேச்சுக் கொடுத்தேன்.

''இந்தக் கோயிலும் சரி, நம்ம ஆவூர் கோயிலும் சரி, ரெண்டுமே வீரமாமுனிவர் காலத்துல கட்டப்பட்டதுங்க. புதுக்கோயில் கட்டுனதுல இருந்து இந்தக் கோயில் சாவி எங்கிட்டதான் இருக்கு. நான்தான் பொறுப்பு. ஜூன் மாசம் அஞ்சாம் தேதி கொடியேத்து வோம், ஒரு வாரம் நவநாள் நடக்கும். 12ந்தேதி நைட் சப்பரம் உண்டு. கபிரியேல் சம்மனசு, மாதா, அந்தோணியார்னு மூணு சப்பரம் எடுப்போம். பதிமூணாம் தேதி காலைல பூசை நடக்கும். வருஷாவருஷம் அந்தோணியார் திருவிழாதான் இங்க சிறப்பு. சின்ன வயசுல நான் பார்த்ததுல இருந்தே கோயில் இப்டித்தான் இருக்கு. ரொம்ப பழசானதால, பக்கத்துல புதுசு கட்டிட்டோம்.''

''திருச்சியில இருந்து இஞ்சினியர் வந்து பார்த்தாங்க. இந்தக் கட்டடத்த இடிச்சுட்டுக் கட்டுனாலும், ரொம்ப செலவாகும். இதை எல்லாம் அப்புறப்படுத்துறதுக்கே ரொம்ப நாளாகும் அப்டின்னுட்டார். சரி பழசு அப்டியே நினைவுச்சின்னமா இருக்கட்டும்னு அந்தப் பக்கம் கோயில கட்டுனாங்க. இதெல்லாம் மெயின்டெய்ன் பண்ண ஆள் எல்லாம் இங்க இல்ல. கொரோனாவுக்கு முன்னால நடந்த திருவிழா டைம்ல சுரூபம் எல்லாம் பெயின்டிங் பண்ணுனோம். மரப் பீடம் எல்லாம் அந்தக் காலத்துல செஞ்சதுதான். கோயில்ல எண்பது தலக்கட்டு கிறிஸ்டியன் எஸ்.சி. (பறையர்) இருக்காங்க, இருவது தலக்கட்டு கிறிஸ்டியன் ஆசாரி இருக்காங்க. ஆக மொத்தம் நூறு தலக்கட்டு ஊர்ல இருக்காங்க.''

''இருதய ஆண்டவர் சுரூபம் பழசு. அத இங்கயே வச்சாச்சு. மாதா சுரூபமும், சூசையப்பர் சுரூபமும் பழசு இருந்ததை புதுக் கோயிலில வச்சுட்டோம். இந்த அந்தோணியார் சுரூபமும் பழசுதான். எல்லாமே மர சுரூபம். பீடத்துல இருக்குற இந்த மர மாடத்தைதான் கழட்டிட்டுப் போய் புதுக்கோயில்ல அப்டியே மாட்டணும்னு நினைச்சோம். ஆனா அத முழுக்க இந்த சுவரோட வச்சு தக்க குடுத்து மாட்டியிருக்காங்க. ஆணியே கிடையாது, இத பிரிச்சு எடுக்க முடியாது. மத்த ரெண்டு பக்க சாலையும் ரொம்ப டேமேஜ் ஆகவும், அதைப் பூட்டியே வச்சிருக்கோம். அந்தப் பக்கம் போறதில்ல. பீடத்துக்குப் பின்பக்கம் இங்க சக்கிறிஸ்து எல்லாம் இல்ல. பழைய மாடல்ல கட்டியிருக்காங்க. தவசு கால முதல் ஞாயித்துக்கிழமை

அன்னைக்கி அன்னதானம் போடுவோம். அது இங்க இல்ல, அந்தப் பக்கம் செபஸ்தியார் கோயில் ஒண்ணு இருக்கு, அங்க செய்வோம். ரெண்டு வருஷம் கோயில் கட்டிட்டு இருந்ததால சப்பரம் எடுக்கல, அடுத்து கொரோனா வந்ததால ரெண்டு வருஷம் எடுக்கல. சப்பரம் எல்லாம் இனி புதுசாத்தான் செய்யணும்'', என சிதிலமடைந்து கிடந்த சப்பரத்தைக் காட்டி சைமன் ராஜ் சொல்கிறார்.

''சப்பரம் ஊர் ஆசாரி செஞ்சதுதான். கோயிலுக்காக அவுங்க விரும்பி செஞ்சுக்குடுக்குறது; அதுக்கு சம்பளம் கிடையாது. கோயில் கொடியேத்தத்துல இருந்து முடியுற வரைக்கும் இங்கயே இருந்து, சரி செஞ்சு ரெடி பண்ணிருவாங்க. பால்ராஜ் அப்டின்னு ஒரு ஃபாதர் இங்க வந்தப்ப, கோயிலக் கட்டணும்னு முயற்சி ஆரம்பிச்சார், மணிக்கூண்டு ரொம்ப டேமேஜ் ஆயிருக்குன்னு அதையும் எடுத்துக் கட்டுனார். மணிக்கூண்டு மொத முடிக்கவே இல்ல. இவர்தான் குறைய எடுத்துக் கட்டி, மணிய மேல வச்சுக் குடுத்தார். அது வரைக்கும் மணிய கீழ வச்சுத்தான் அடிக்கணும். புதுசாக் கோயில் கட்ட அடிக்கல் எல்லாம் போட்டுத் தொடங்குனார். அத முடிக்க முடியாம அப்டியே கெடந்து போச்சு. இப்ப சகாயராஜுங்குறவர் வந்துதான் இன்னொரு புதுக் கோயில் கட்டிமுடிச்சோம். சத்தியநாதர் எப்டி இருப்பார்னு யாருக்கும் தெரியாது; இதக் கற்பனையா வரைஞ்சு வச்சிருக்காங்க'', என ஓவியத்தைக் கைகாட்டிச் சொல்கிறார்.

''இந்த அந்தோணியார் சுரூபம் சிலோன்ல இருந்தோ வேற ஊர்ல இருந்தோ கப்பல்ல வந்துருக்கு. இலுப்பூர்ல ஒருத்தர் இந்த சுரூபத்த வச்சு சால ஒண்ணக் கட்டிக்கிட்டு, செவ்வாய்க்கிழமை வெள்ளிக் கிழமை தட்டுமணிய அடிச்சி, சாமி கும்பிட்டுட்டு இருந்துருக்காரு. அப்ப இலுப்பூரு சிற்றரசர் காமாட்சி நாயக்கரு ஆட்சி இங்க. அவர் கும்பிட்ட சாமி பிடாரியம்மன். அது போயி காமாட்சி நாயக்கர்கிட்ட கனவுல சொல்லுதாம்... யாரோ ஒருத்தர் அந்தோணியாரக் கொண்டு வச்சிக்கிட்டு மணியடிக்கிறாங்க, எனக்கு தலைய வலிக்கிது. அதை அப்புறப்படுத்தி வேற எடத்துல கொண்டுபோயி வையி அப்டின்னு சொல்லியிருக்கு.''

''காமாட்சி நாயக்கர் உடனே, 'யார்ரா இங்க அந்தோணியார்க்கு கோயில் வச்சிருக்கா?' அப்டின்னு விசாரிச்சிருக்காரு. இப்டி இலுப்பூர்ல இன்னார் வச்சிருக்காங்கன்னு சொல்லவும், இதுல நம்மளா தலையிடக் கூடாதுன்னு, பட்டத்து யானைக்கு மாலை போட்டு, அது தும்பிக்கைல தேங்காயக் குடுத்துவிட்டு, 'இந்த யானை எங்கெங்க சுத்திட்டு, தேங்காய எங்க கொண்டுபோய் உடைக்குதோ, அங்க இந்த அந்தோணியார வச்சிருவோம்',

அப்டின்னு சொல்லிட்டு, பட்டத்து யானைய சுத்தவிட்டுருக்கார். இதுக்கு அவர் வெட்டி வச்ச கல்வெட்டுப்படி இந்தக் கோயிலுக்கு கிட்டதட்ட 140 ஏக்கர் இருக்குது. அங்க புதுக்கோயில் முன்னாடி கல்வெட்டு இருக்குது, அதுல எழுத்தே தெரிய மாட்டேங்குது.''

''கல்வெட்டுல 140 ஏக்கர் இந்த அந்தோணியார் கோயிலுக்குச் சொந்தம்னு சொல்லி பட்டயம் எழுதிக்குடுத்துட்டார். தேங்காய உடச்சுட்டு இந்த எடத்த காட்டுன உடனே நம்ம ஆளுங்க வந்துட்டு கோயிலக் கட்டுவோம் அப்டின்னுட்டு கோயில் கட்டத் தொடங்கி இருக்காக. கட்டும்போது இங்க ஒரு மினி இருந்திருக்கு. இவுங்க கட்டடம் கட்டத் தொடங்குனப்ப அந்த மினி இவுங்கள கட்டடம் கட்டவே விடல. பகல்ல இவுங்க கட்டுறத நைட்டுல வந்து இடிச்சுவிட்டுட்டுப் போயிர்றது. இவுங்க காலைல வந்து பார்த்தா எல்லாம் இடிஞ்சி கெடக்கும். இவுங்க திருப்பிக் கட்டுவாங்க. கட்டுறது, இடிக்கிறது, திரும்பக் கட்டுறது, இடிக்கிறதுன்னு இப்டியே நடந்துக்கிட்டு இருந்துருக்கு. ஒரு கட்டத்துல, இதே மாதிரியே பண்ணிக்கிட்டு இருக்குதே என்ன செய்யிறதுன்னு இருந்திருக்காங்க.''

''அப்ப இந்த சத்தியநாதருங்குற குரு வழிப்போக்கரா வந்துருக்காரு. இங்க யாரும் கிறிஸ்தவங்க இருக்காங்களா அப்டின்னு பேசும போது, இவுங்க 'இந்தா மாதிரி ஃபாதர், நாங்க கட்டடம் கட்டினா இடிச்சுக்கிட்டுப் போயிருது, யார்னே எங்களுக்குத் தெரியல' அப்டின்னு சொல்லவும், இவரு என்ன பண்ணியிருக்காரு, 'செரி, இன்னக்கி நைட்டு நான் அங்க போயி படுத்துக்கறேன்னு சொல்லிட்டு, இவரு இங்க வந்து இந்தக் கட்டடத்துல படுத்துருக்காரு. படுத்த ஒடனே, அந்த தலைமைப் பேயி ஒரு ஏழெட்டுப் பேய கூட்டிக்கிட்டு வந்து, எல்லாம் இடிச்சிக்கிட்டு இருந்திருக்கு.''

''இவர் என்ன பண்ணிட்டாரு... தலைமைப் பேய குடுமிய... முடியப் புடிச்சு சுத்திக்கிட்டு, சாட்டையால அடிச்சிருக்காரு. அடிச்ச ஒடனே, 'என்னைய விட்ருங்க, நா போறேன், என்னைய விட்ருங்க நா போறேன்', அப்டின்னு சொல்லவும், சத்தியம் வாங்கிக்கிட்டு, 'இனிமே இந்தக் கோயில் பக்கமே நீ வரக்கூடாது. இந்த எல்கையிலயே நீ இருக்கக் கூடாது'ன்னுட்டு சத்தியம் கேட்டிருக்காரு. 'சத்தியமா நா வல்லே'ன்னுருக்குது. 'நீ சத்தியமா வல்லேங்குறத எப்டி நா தெரிஞ்சிக்கிறது?' அப்டின்னு சொல்லிட்டு, முடிய அறுத்துட்டாரு. அது சடைல இருக்குற முடிய கொஞ்சம் அறுத்துக்கிட்டு கைல சுத்திக்கிட்டு, 'நீ போய்ட்டன்னு நா எப்டி தெரிஞ்சிக்கிறது?' அப்டின்னு கேட்டிருக்கார்.''

''அங்க பெரிய ஆலமரம் இருந்திருக்கு. 'நா போறப்ப அந்த ஆலமரத்த சாச்சு விட்டுட்டுப் போறேன்', அப்டின்னு சொல்லிட்டு, அத அப்டியே சாச்சுவிட்டுட்டுப் போயிருச்சாம். அதுக்கு அப்புறம் தான் கோயில் கட்ட முடிஞ்சிருக்கு. கோயில் கட்ற வரைக்கும் இவர் இருந்துருக்காரு. அதனால சத்தியநாதபுரம்னு அவர் பேர இந்த எடத்துக்கு வச்சாங்க. எங்க தாத்தா எனக்குச் சொன்னாரு, நா உங்களுக்குச் சொல்றேன். இங்க எல்லாத்துக்கும் இந்தக் கத தெரியும்'', எனச் சொல்கிறார்.

புதிய ஆலயத்தின்முன் சில பெரியவர்கள் உட்கார்ந்திருக்க, அவர்களிடமும் ஆலயம் வந்த கதையைக் கேட்டேன். ''காமாட்சி நாயக்கர் காலத்துல இந்த எடம் பெரிய பெரிய ஆலமரமாவும், குத்துச் செடியாவும் இருந்திருக்கு. முனி எல்லாம் அடஞ்சிருந்துருக்கு... முனி, பேய்கள். ஊர் எல்லாம் அப்ப இங்க இல்ல போலருக்கு. ஐந்நூறு ஆண்டுகளுக்கு முன்னாடி அப்டி இருந்திருக்கு. பெரியவுக நா சின்னப் புள்ளயா இருக்கையில சொன்னது. இந்தக் கோயிலுக்குப் பொறவுதான் இலுப்பூர்ல இருக்குற கோயிலே வந்தது. இந்தப் பிடாரி போயி மொறை யிட்டதும், ராசா அந்த சாலைல சாமி கும்பிட்டுட்டு இருந்தவுங்கள கூப்ட்டு, 'நா என் பட்டத்து யானைய தேங்கா மாலையோட அனுப்புறேன். அது எங்க போயி தேங்காய உடைக்குதோ அந்த எடத்த ஒங்களுக்கு எழுதிக் குடுக்குறேன். அங்க நீங்க கோயில கெட்டி உங்க சாமிய வச்சிக்கங்க. கோயில் கட்ட ஒங்களுக்கு பணமுந்தர்றேன்', அப்டின்னு சொல்லியிருக்காரு'', என சத்தியநாதபுரம் மரியதாஸ் (80) தகவல் தருகிறார்.

''அது அப்டியே நாலா பக்கமும் வளச்சு எங்கெங்க போயி திரும்புச்சோ அங்கங்க கல்லு போட்டிருக்காக. மூலைக்கு பெரிய கல் போட்டுருக்கு, அந்தப் பெரிய கல்லு நாலு மூலைக்கு இப்பவும் இருக்குது. அந்தக் காலத்துலயே காமாட்சி நாயக்கர் போட்டது, இத ஒருத்தரும் ஒண்ணும் பண்ண முடியாதுன்னு சொல்லுவாங்க. அதுல வீட்டக் கட்டவும், விவசாயம் பண்ணவுமா தூரமா இருக்கவுக எடத்த எடுத்திக்கிட்டாங்க. இன்னும் அத சரி பண்ண முடியல. 148 ஏக்கரோ என்னமோ... இப்ப கொஞ்சந்தான்... எட்டரை ஏக்கரோ, பத்து ஏக்கரோதான் இருக்கு. யானை தேங்காயைக் கொண்டுவந்து, அப்ப இங்க ஆலமரம் இருந்துச்சாம், அதுக்கு கீழ இருந்த புள்ளையார் தலைல தேங்காய உடைச்சிருக்கு. மாலையை போட்டுருச்சு.''

''உடனே அந்த ராஜா, 'இந்த எடம் தாம்பா... இதுல கோயில கெட்டிக்கங்க. இந்த நாலு மூலைக்கும் கல்லு போட்டிருக்கது இந்த

கோயிலுக்கு சொந்தமான எடம். நீங்களும் இங்க இருக்கவுகளும் இருக்குற வரைலயும் இத ஆண்டுக்கங்க' அப்டின்னு சொல்லிட்டாரு. அப்ப கிறிஸ்தவங்க இங்க இல்ல. இலுப்பூர்லதான் இருந்திருக்காக. அதுக்குப் பிற்பாடுதான் மத்தவங்க வந்திருக்காக. அதுதான் இந்தக் கல்வெட்டுல இருக்கு. அதான் பட்டயக் கல்லு. பத்திரம். இந்த எடத்துக்குப் பத்திரம் இந்தக் கல்லுதான்.''

''வெளிநாட்டு சேசு சபை சாமிங்கதான் அதுக்கப்புறம் இங்க வந்தாங்க. வீரமாமுனிவர் காலத்துல இருந்த சத்தியநாதர் சாமிதான் கோயிலக் கெட்டுனது. அவரு ஆவூர்ல இருந்தாராம். அப்ப இலுப்பூர், இந்த ஊருல்லாம் ஆவூர் பங்குலதான் இருந்திருக்கு. சத்தியநாதரு வந்ததுனால சத்தியநாதபுரம்னு இந்த எடத்துக்குப் பேரு. சத்தியநாதர் கல்லறை எல்லாம் ஆவூர்ல இருக்கு. அவர அங்கதான் அடக்கம் பண்ணியிருக்கு. ஆவூர்ல இருந்துதான் இங்க வந்து அப்பப்ப பூசை வச்சிருக்காக'', என மரியதாஸ் சொல்கிறார்.

இதை ஆவூர் திருத்தல வரலாறு நூல் உறுதி செய்கிறது. சத்தியநாதபுரத்தைத் தோற்றுவித்த சத்தியநாதரின் கல்லறை பழைய 'ஐந்து குருமார் கல்லறையில்' அமைந்திருந்தது என அந்நூல் குறிப்பிடுகிறது.

கல்வெட்டு சொல்லும் காமாட்சி நாயக்கர் யார்? சத்தியநாதர் யார் என்ற கேள்விகளுக்கு விடைகளைக் கண்டுபிடிப்பது சற்று சிரமமாகவே இருந்தது. காமாட்சி நாயக்கர் குறித்த தகவல்கள் ஆங்கிலேயரால் அவர்களது நிர்வாகக் குறிப்புகளில் பதிவு செய்யப்பட்டுள்ளன. வல்லவாதி காமாட்சி நாயக்கர் குறித்து 1907ம் ஆண்டு வெளியான 'திருச்சிராப்பள்ளி கசட்டியர்' (Tiruchirappalli Gazetteer) தகவல் தருகிறது.

''திருச்சிராப்பள்ளியிலிருந்து 26 மைல்கள் தெற்கே இலுப்பூர் இருக்கிறது. இதன் மக்கள் தொகை 3590 (1907ம் ஆண்டு). இங்குள்ள வாய்வழி வரலாற்றின் படி, இலுப்பூர், மருங்கபுரி, கடவூர் ஆகிய மூன்று ஜமீன்களும் ஒரு காலத்தில் ஒன்றாக இருந்த நிலப்பகுதி எனவும், இந்த ஒருங்கிணைந்த பகுதியை ஆண்டவர் வல்லவாதி காமாட்சி நாயக்கர் என்ற தொட்டிய நாயக்கர் சாதியைச் சேர்ந்தவர் எனவும் தெரிகிறது. 240 ஆண்டுகளுக்கு முன் இலுப்பூரை ஆண்டவர் இவர்.''

''வீரப்பட்டியை அடுத்த வவ்வானேரி-அக்ரகாரம் பகுதியில் உள்ள கல்வெட்டு ஒன்றில், 1669-1670ம் ஆண்டுகளில் இவர் இனாம்தார் ஒருவருக்கு நிலக்கொடை தந்தது குறிப்பிடப்பட்டுள்ளது. இலுப்பூர்

சிவன் கோயிலை புனரமைத்தவர் இவர். திருமால் கோயிலின் கிழக்கு வாயிலையும் கட்டுவித்தார். பிற தொட்டிய நாயக்கர்கள் போல இந்த ஜமீன்தாரும் பெரும் மந்திரவாதியாக இருந்துள்ளார் என சொல்லப்படுகிறது. தலைவலி மற்றும் வயிற்றுவலி, தலைவலி நீங்க, கற்கள் நட்டு அவற்றில் குறிப்பிட்ட உடல் பகுதியைத் தேய்த்தால் குணமாகும் என, அவ்வாறான இரண்டு கற்களை காமாட்சி நாயக்கர் இலுப்பூரில் நட்டுள்ளார். அவற்றில் ஒன்றில் கல்வெட்டும் உள்ளது. இந்தக் கல்வெட்டுகள் இரண்டும் இலுப்பூர் புதுக்கோட்டை சாலையில் உள்ளன.''

''படுக்கையில் இருந்து எழுந்ததும் திருமால் கோயிலைக் காணும் வகையில் கோயில் வாயிலை இடித்து மாற்றிய காரணத்தால் காமாட்சி நாயக்கர் வீழ்ந்ததாக கூறப்படுகிறது. அந்தக் காலத்தில் ஏற்பட்ட பல சிக்கல்கள் காரணமாக தன் அரண்மனைக்குத் தீயிட்டுக் கொளுத்திவிட்டு, மனைவி மக்களை அதில் தள்ளிக் கொன்று, அவரும் அதிசயிக்கத்தக்க வகையில் அந்த நெருப்புக்குள் நடந்து சென்று மறைந்ததாக சொல்லப்படுகிறது. அவரது அரண்மனை மற்றும் கோட்டையின் இடிபாடுகள் இன்றும் உள்ளன. அவரது கோட்டையிலுள்ள புதையலை பூதங்கள் காவல் காப்பதாகச் சொல்லப்படுகிறது. பலர் அந்த பூதங்களையும் தாண்டி கோட்டையில் பணம் கொண்ட புதையல் பானைகளை எடுத்திருக்கின்றனர்'', என அந்நூல் குறிப்பிடுகிறது.

கே.ஆர். வெங்கட்ராமர் தொகுத்த 'புதுக்கோட்டை அரசுக் கையேடு இரண்டாம் தொகுதி, பகுதி 1-ல் (Pudukkottai State Manual Vol. II Part I -1940), 'இலுப்பூரின் காமாட்சி நாயக்கர் தொட்டியர் சாதியைச் சேர்ந்தவர். திருமலை நாயக்கரின் காலம் தொட்டே இந்தப் பாளையம் இருந்துள்ளது. இந்தப் பாளையத்தின் பாளையக்காரர் ஒருவரை மதுரைக் கோட்டையின் கொத்தளங்களைப் பாதுகாக்கும் பணிக்கு நியமித்திருந்தார், இந்தக் கடைசிப் பாளையக்காரர் குறித்து ஒரு கதை சொல்லப்படுகிறது. பானை சுமந்து சென்ற வீரர் ஒருவரின் மனைவியின் தலையிலிருந்த பானையைக் குறிவைத்து அவர் அம்பு எய்ததாகவும், அந்த அம்பு அந்த அப்பாவிப் பெண்ணைத் துளைத்ததாகவும் சொல்லப்படுகிறது. இதனால் கடும் சினம் கொண்ட அவரது வீரர்கள் கலகம் செய்து அவரது கோட்டையை தீயிட்டுக் கொளுத்தினார்கள்', என அரசுக் கையேடு கூறுகிறது.

'இதன் காரணமாக, இந்தப் பாளையம் புதுக்கோட்டை மன்னர் விஜயரகுநாதத் தொண்டைமான் (1730-1769) கைக்கு வந்தது. அவர் இந்தப் பகுதியை திருச்சிராப்பள்ளி நவாபு முகமது அலியின்

சத்தியநாதபுரம் பழைய ஆலயத்தின் பீடம்

மனைவிக்கு 'கைச் செலவுக்கு' (pin money) கொடையாக வழங்கினார்', எனவும் அதில் குறிப்பிடப்பட்டுள்ளது. இந்தக் காமாட்சி நாயக்கர், கிறிஸ்தவ குருவான சத்தியநாதர் என்பவருக்கு கோயில் கட்ட தன் ஆளுகைக்குட்பட்ட இலுப்பூர் பாளையத்தில் நிலக்கொடை வழங்கி, அதைக் குறிப்பிட்டுக் கல்வெட்டும் வெட்டி வைத்துள்ளார். நான்கு நூற்றாண்டுகளுக்கு முன் நிலம் வாங்கப்பட்டிருந்தாலும், ஆலயம் எப்போது கட்டப்பட்டது என்பதற்கு சரியான தரவுகள் இல்லை. மக்களின் வாய்வழித் தரவோ சத்தியநாதர் காலத்திலேயே ஆலயம் கட்டப்பட்டது எனச் சொல்கிறது.

ஆலயத்தின் கட்டுமான பாணி, கோவாவின் பாம் ஜீசஸ் பேராலயத்தை ஒத்ததாக இருக்கிறது என்பதால், இதை இயேசு சபை குருக்களோ, கோவா குருக்களோ கட்டியிருக்க வாய்ப்புண்டு எனலாம். நடு சாலை சுமார் 70 அடி நீளமும், இரு கரங்களும் 20 அடி நீளமும், சுமார் 60 அடி உயரமும் கொண்ட பிரம்மாண்ட ஆலயம் இது.

காமாட்சி நாயக்கர் குறித்த தரவுகள் ஆங்கில நூல்களில் கிடைத்தது எனில், சத்தியநாதர் பற்றிய தகவல் ஆவூர் திருத்தல நூலில் கிடைத்தது. 'பழைய ஆவூரிலிருக்கும் 'ஐந்து குருமார் கல்லறைகளில் சிலவேளை இலுப்பூரைச் சேர்ந்த சத்தியநாதபுரத்தை ஏற்படுத்திய குரு சல்வதோர் (Fr Salvador, SJ) என்னும் சத்தியநாதர் சுவாமி அடக்கம் செய்யப்பட்டிருக்கலாம்', என அந்நூலில் எழுதப்பட்டுள்ளது. சல்வதோர் என்ற சொல் ஸ்பானிஷ், போர்த்துகீசிய மொழி மற்றும் கடலான் மொழிகளில் 'மெசியா'-காக்க வந்தவன் என பொருள் தருகிறது. இதை 'சத்தியம்' என எப்படிக் கொண்டார்கள் என்பதுதான் நமக்குப் புரியவில்லை!

கல்வெட்டில் 'மேற்குப் பறையன் குட்டை' என்ற சொல் குறிப்பிடப்பட்டிருந்ததை வாசிக்க முடிந்தது. அது எங்கிருக்கிறது என்ற கேள்விக்கு சைமன் ராஜூம், மரியதாஸூம் பதில் சொன்னார்கள். ''பறையங்குளம்னு ஒரு குளம் பக்கத்துல இருக்கு. அங்கிட்டு ஒரு ஊருணி இருக்கு. அதுக்குப் பக்கத்துல காமாட்சி நாயக்கர் போட்ட கல்லு ஒண்ணும் இருக்கு. அப்ப அந்த ஊருணிய அப்டி சொல்லியிருப்பாகளா இருக்கும். அத நாங்க குடிதண்ணிக்கு வச்சிருந்தோம். அந்த ஊருணி பக்குட்டு ஒரு இட்ல (எல்லை) போகுது. அந்தா அங்கிட்டு ஒரு பெரிய புளியமரம் தெரியுதுல்ல, அதுக்கு அங்குட்டால அந்த இட்ல போகுது. அதோட சேர்ந்துதான் நம்ம கோயிலுக்கு அடங்கல் இருக்குது. இந்த எடம் பூரா கோயில் பேர்லதான் இருக்கு'', என்றனர்.

புதிய கோயிலின் அருகேயுள்ள கல்வெட்டின் எழுத்துகள் அழிந்துபட்டிருந்த காரணத்தால் முழுதும் வாசிக்க இயலவில்லை. கல்வெட்டில் காமாட்சி நாயக்கர், சத்தியநாத, பறையன் குட்டை ஆகிய சொற்களை வாசிக்க முடிந்தாலும், அங்கங்கே அழிந்திருந்த அக்கல்வெட்டை, படி எடுத்து வாசிக்க வேண்டியது அவசியம் என்பதை உணர்ந்தேன். மிகவும் முக்கியமான கல்வெட்டு என்பது மட்டும் புரிந்தது.

தோழர் முனைவர் செல்வபாண்டியன் அவர்களிடம் அந்தக் கல்வெட்டு குறித்து எடுத்துச் சொல்லி, அதை வாசிக்க வேண்டும், குறைந்தபட்சம் அவர் அதை நேரில் சென்று பார்த்து, படித்தல் வேண்டும் என சொல்லிக்கொண்டே இருந்தேன். வாய்ப்பு கிடைத்த போது அங்கே சென்று கல்வெட்டைப் பார்வையிட்டு படித்து, 33 வரிகள் கொண்ட கல்வெட்டின் பகுதிகளை அவர் தெளிவுபடுத்தினார். அவரும், அவரது நண்பர் பொன் கார்த்திகேயனும் ஓரளவுக்குக் கல்வெட்டை படித்துவிட்டனர். அவற்றில் உள்ள ஐயங்களை சரி

காமாட்சி நாயக்கர் வெட்டுவித்த கல்வெட்டு

செய்ய, மூத்த கல்வெட்டு ஆய்வாளர் ராஜகோபால் ஐயாவிடமும் கேட்டுத் தெளிந்து கொண்டோம்.

காமாட்சி நாயக்கர் அளித்த கொடை போலவே, சருகணியில் ஜேம்ஸ் டி ரோஸி என்ற குருவுக்கு தன்னைக் காப்பாற்றியதற்கு நன்றியாக பாளையக்காரர் சின்னமருது நிலக்கொடை வழங்கி யிருக்கிறார். ஏலாக்குறிச்சியில் மக்களுக்கு உதவியாக இருந்த வீரமாமுனிவர் மேல் இருந்த நன்மதிப்பு காரணமாக குமார ரெங்கப்ப மழவராயர் நிலக்கொடை வழங்கினார். அந்தக் கல்வெட்டிலும், இறுதி வரிகளில், 'சந்திராத்திரும் கல்லுங் காவிரியும் புல்லும் பூமியுள்ளவும் சுகமேயிருக்கவும், இந்த தருமத்துக்கு யாதாமொருத்தன் விகாதஞ் செய்தால் கங்கைக் கரையிலே காராம் பசுவைக் கொன்ற தோஷத்திற்குள்ளாகிப் பஞ்சமாப் பாதகனாகக் கடவன்' என்ற ஓம்படைக்கிளவி உள்ளது.

இம்மன்னர்கள் கொடை வழங்கியதோடு இல்லாமல், அந்த சமய நல்லிணக்கம் சந்திரன் சூரியன் உள்ளவரை இருக்கவேண்டும் எனத் தெளிவாகக் குறிப்பிட்டு அறிவித்திருக்கின்றனர். அந்த காலத்தின் சமய நல்லிணக்கத்தை நாம் இன்று தொலைத்துவிட்டோமோ எனத் தோன்றுகிறது. இயேசு சபை குருக்களின் நடத்தையைக் கண்டும், மக்களுக்கு அவர்கள் செய்த நன்மைகள் காரணமாகவுமே இவ்வாறு பெருமளவில் நிலங்களை மன்னர்கள் கொடையாக வழங்கினார்கள் என்பதை நாம் நினைவில் கொள்ளவேண்டும். 32 வரிகள், மண்ணுக்குள் புதைந்து போன ஒரு வரி உள்ளிட்ட 33 வரிகள் கொண்ட கல்வெட்டு இது. கல்வெட்டு விவரம் இங்கே:

1. சுபமிஉ மதுதையில் ச
2. ற்காரவர்கள் சாலிவா
3. கன சகாப்தம் 1618
4. கலியுகம் 4797
5. செல்லா நின்ற தாது வரு
6. ஆவணி மீ 25 உ
7. வீர வால்றாம முத்தழகிய
8. வல்லவீட்டு காமாட்சி னாயக்க
9. றவர்கள் நேமித்து கட்டளைய
10. யிது யிந்தச்சாதனஞ் சத்திய
11. னாத ரிஷிக்கும் சத்தியனாதசாமி
12. யாற் கோயில் கட்டுகிறது
13. க்கு தேற்றம் பண்ணி தற்ம
14. துக்கு மானியமாக கொடுத்

15. த நிலம் புங்கிலி குளம்
16. பிடிக்கும் திடலுக்கு மேற்கு
17. பறையன் குட்டைக்கு நா
18. ங்காது முடையின காவுக்கு
19. ங் கிழக்கு கிள-டி கிளமே
20. ல் பாதைக்கு வடக்கு
21. வயல் கடைக்கும் -----
22. (த்த)ர/யுக்கு தெற்கு யிந் நாங்கெல்
23. கை சூலம் படாலமுங் கல்லு
24. ங் காவேரி யும் பூமி சந்தி (ராதித்)
25. திறாளுள்ள வரையிலும்
26. தற்மத்துக்கு மானியம் மாக கொடுச
27. த்தோம் இதில் --
28. கெங்கைக் கரையில் காறம் பசு
29. வைக் கொண்ண தோஷத்தி
30. ------சேது கரை -------
31. ணின தோஷத்திலும்-----
32. --------------------------------

கல்வெட்டு சொல்லும் தகவல் வாய்மொழி வரலாறாக ஊர்மக்கள் சொல்வதுடன் முழுக்க ஒத்துப் போகிறது. இலுப்பூரை ஆண்ட பாளையக்காரரான வல்லவாதி (வல்லவீட்டு) காமாட்சி நாயக்கர், கிபி **1696**ம் ஆண்டு, சத்தியநாதபுரத்தைச் சேர்ந்த சத்தியநாத 'ரிஷி'க்கு (சால்வதோர் என்ற ரோமை கத்தோலிக்க குரு) கோயில் கட்ட நிலம் தானமாகக் கொடுத்ததை, எல்லைகளைக் குறிப்பிட்டு கல்வெட்டு சொல்கிறது. இதைப் போல தமிழகத்தில் சருகணியில் மருது சகோதரர்கள் ஜேம்ஸ் தி ரோசி என்ற குருவுக்கும், ஏலாக்குறிச்சியில் பாளையக்காரர் அரங்கப்ப மழவராயர் வீரமாமுனிவருக்கும் தேவாலயங்கள் கட்ட நிலம் கொடையாகத் தந்து, அதைக் குறிப்பிட்டு கல்வெட்டுகள் வெட்டுவித்தனர். சத்தியநாதபுரத்திலும் தேவாலயம் கட்ட நிலம் கொடையாகத் தந்து, அதைக் குறிப்பிட்டு கல்வெட்டும் வெட்டுவித்து இருக்கின்றனர். இந்தக் கல்வெட்டு இதுவரை வேறு எங்கும் பதிவு செய்யப்பட்டதாகத் தெரியவில்லை.

கல்வெட்டின் சிறப்பு என நான் கருதுவது, அதன் இறுதி வரிகளில் உள்ள ஓம்படைக் கிளவியாகும். ஏலாக்குறிச்சி சாசனத்தில், 'இந்த சொத்துக்கு விகாதஞ்செய்பவர்கள் கெங்கைக் கரையில் காராம் பசுவைக் கொன்ன தோஷத்தில் போகக் கடவார்' என்று குறிப்பிட்டுள்ளதுபோல், இந்தக் கல்வெட்டு வரிகளும் உள்ளன.

சத்தியநாதபுரத்து ஊர்ப் பெரியவர்களுடன்

கூடவே 'கல்லும் காவிரியும்' உள்ளவரை, 'பூமியும் சந்தி(றாலு)ள்ள வரையும்', எனவும் 'சேதுக்கரை தோஷம்' என்பதும் இக்கல் வெட்டில் இடம்பெற்றுள்ளன.

இந்து மன்னர்கள் கிறிஸ்தவ கோயில்களுக்கு இவ்வாறு அவர்கள் நலம்வேண்டி நிலம் கொடுத்து, அதைப் பாதுகாக்க ஓம்படைக் கிளவி சேர்த்து கல்வெட்டும் வெட்டுவித்தது, தமிழ் மண்ணின் மத நல்லிணக்கத்துக்கு சிறந்த எடுத்துக்காட்டு. இலுப்பூருக்கு அடுத்து சத்தியநாதபுரம் உள்ளதால், பெருவாரி மக்கள் இரு ஊர்களுக்கும் இடையே இடம்பெயர்ந்து பல்வேறு காலகட்டங்களில் வாழ்ந்துள்ளனர்.

''அப்ப ரெண்டு ஊருமே (இலுப்பூர்-சத்தியநாதபுரம்) ஒண்ணாதான் இருந்துச்சு. ஒரு மிராசாதான் இருந்துச்சு. ஒரு நாட்டாமைதான். அதன் பிறகு கொஞ்சம் சலசலப்புகள் வந்துருச்சி... கட்சிவாரியா. அப்புறந்தான் சாமியாரு, 'சத்தியநாதபொரத்து ஆளுக இந்தக் கோயில நீங்க நிர்வாகம் பண்ணிக்கங்க, இலுப்பூர் ஆளுக இலுப்பூர் கோயில பண்ணட்டும்', அப்டின்னு எல்லாரையும் கூப்டு சொன்னார். அங்க, இங்க எல்லாமே கிறிஸ்டியன் எஸ்.சி.தான் இருக்காங்க. அப்போ வந்து இலுப்பூர்ல சின்ன கட்சி, பெரிய கட்சின்னு ரெண்டு இருந்துச்சு. சின்னக்கச்சிக்காரவுகதான் இங்க வந்து திருவிழா பண்ணிக்கிட்டு இருப்பாக'', என மரியதாஸ் சொல்ல, ''அதென்ன பெரிய கச்சி சின்ன கச்சி?'', எனக் கேட்கிறேன்.

சைமன் அதற்கு பதில் சொல்கிறார். ''என்ன கச்சி? எல்லாம் பணம்தான். பணம் இருந்தா பெரிய கச்சி, இல்லாதவுங்க சின்னக் கச்சி. நல்லா படிச்சு, கொண்டு வாத்தியார் வேலையா இருக்கவுகல்லாம் பெரிய கச்சி. ஏழையா இருக்குறவுங்க, கூலி வேலைக்குப் போறவங்க எல்லாம் சின்ன கச்சி. சின்னக்கச்சிக் காரவுக மூல்யமாத்தான் இந்த சத்தியநாதபுரம் கோயில் வந்ததே. அதுனால இவுக இங்க கும்புட்டுக்கிட்டு இருந்தாக. அங்கே அவுக டவுனுக்குள்ள போன உடனே பெரிய கச்சி ஆயிட்டாக. அங்க இருந்ததுனால அங்க கோயில் கட்டிக்கிட்டாக. அந்த வாக்குல இருந்ததுனாலதான் சாமியாரே எழுதிக் குடுத்துட்டாக. சின்னக்கச் சிக்காரவுக வரவு செலவு உங்க கோயிலுக்கு இங்கியே பார்த்துக்கிடுங்க அப்டிங்கவும், நல்லது கெட்டது எல்லாம் இங்கேயே பார்த்துக்கிட்டு, வெள்ளாம பண்ணிக்கிட்டு இருந்திருக்காக. நிர்வாகம் இன்னும் இங்கதான் இருக்கு. சாமியார் கிட்ட இல்ல. எல்லாம் எங்ககிட்டதான் இருக்கு. இவருதான் நாட்டாம'', என சைமன் ராஜைக் கைகாட்டுகிறார் மரியதாஸ்.

''ஒரு அம்பது வருஷத்துக்கு முன்னால சின்னக் கச்சிக்காரவு களுக்கும் பெரிய கச்சிக்காரவுகளுக்கும் கேஸ¬ நடந்துது. அப்ப இருந்த சாமியாரு இத எப்டியாச்சும் நம்ம கைப்பொருத்தம் பண்ணனும்னுட்டு பெரிய கச்சிக்காரவுகள சேர்த்துக்கிட்டு கேசு போட்டு, அஞ்சு வருஷம் கேசு நடந்துச்சு. அஞ்சாவது வருஷம் இந்தக் கல்லப் பார்த்தா தூக்கிட்டுப் போயிருவாகன்னு இதக் கொண்டுபோயி இலுப்பூர்ல ஒளிச்சு வச்சுப்புட்டாகளாம். சாமியாரோட வக்கீலு, 'இந்தப் பட்டயக்கல்ல பார்த்தாத்தான் சரியா வரும்னு' சொல்லியிருக்காரு. இந்தக் கல்லு எங்க வச்சிருக்கா கன்னு தெரியலியே அப்டின்னுட்டு ரொம்ப மூளைக் குழம்பிப் போயி அந்த சின்னக் கச்சிக்கார ஆள் ஒருத்தருக்கு கள்ள வாங்கிப் போட்டு போதைய ஏத்தி, அப்டி இப்டின்னு பல பேச்சா பேசிக்கிட்டு இருந்துட்டு, 'ஆமா, இந்தக் கல்ல எங்கின கொண்டோயி வெச்சிருக்கீய மாப்பிள்ள', அப்டி இப்டின்னு பேசியிருக்காக.''

''அவனும் போதைல, 'ஹேய் நீங்கலாம் கண்டுபிடிக்க முடியாதுடா. அந்த அளவுக்கு நாங்க தைரியமா வச்சிருக்கமுடா அப்டின்னிட்டு சொல்லிருக்கான். 'என்ன மாமா, இப்டி சொல்லுறீய..தெரியாமயா இருக்கும்?'அப்டி இப்டின்னு சொன்ன ஒடனே, இன்ன எடத்துல நாங்க வச்சிருக்குறம், யாரும் கண்டுபுடிக்க முடியாது அப்டின்னு போதைல சொல்லிப்புட்டம். உடனே மக்காநாளே ஆறு பேருமா அடாபுட்டிய அந்த வீட்டப்

போயி தொறந்து, உள்ள புகுந்து, கல்லத் தூக்கியாந்துட்டாக. அங்க செவங்கோயில் ஒண்ணு இருக்குது. அங்கயும் இதே மாதிரி காமாச்சி நாயக்கர் அதக்கல்லு ஒண்ணு இருந்திருக்கு. அதுல காமாச்சி நாயக்கரு என்ன செஞ்சிருக்கார்னாக்கா, இந்த சொத்துகள் வந்து சன்னியாசிகளுக்குத்தான் சேரும் அப்டின்னு அதுல எழுதியிருக்காரு. அப்புறம் இதயும் பார்த்த கோர்ட்டு எடம் சன்னியாசிகளுக்குத்தான் சொந்தம்னு இருக்கு, சாமியாருக்குதான் சொந்தம் அப்டின்னுட்டு தீர்ப்பு சொல்லுச்சு. அதுக்குப் பெறகுதான் இவுக கம்முன்னு இருந்தது. சாமிமார் கணக்குப் போட்டு, 'ஒங்களாலதான் நாங்க இவ்வளவு செலவு பண்ணியிருக்குறோம். அந்தப் பணத்த நீங்கதான் தரணும்னு கோர்ட்ல திருப்பி கேஸ் போட்டிருக்காக. 'ஐயோ சாமி, நாங்க அதலாம் கட்டமுடியாது', அப்டின்னுட்டு பிசப் கிட்ட போயிட்டாக இங்கருந்தவுக எல்லாருமே.''

''அவருகிட்ட, 'சாமி நாங்க இன்னவரைக்கும் கேசு கேசுன்னு நடந்து எதுவுமில்லாம போய்ட்டோம். எங்களால கட்டமுடியாது, எங்களுக்கு மன்னிப்பு குடுங்க' அப்டின்னு கேட்டிருக்காக. அவுக சின்னக் கச்சிக்காரவுகளுக்கு நல்லது கெட்டது எதுவுமே கேஸ் போட்டபெறகு செய்யல. புதுநன்மையோ, கல்யாணமோ, பேரு வைக்கிறதோ எதுவும் இல்ல. இப்டி செஞ்சாத்தான் இவிங்க வருவாங்க அப்டின்னுட்டு. அப்பொறம் போயி மன்னிப்பு கேட்ட ஒடனே, 'செரி எல்லாரும் சாமியார்கிட்ட போங்க', அப்டின்னு அங்க உள்ள பிஷப்பு மன்னிச்சுவுட்டாரு. அதுல இருந்து நல்லது கெட்டது எல்லாமே செஞ்சிக்கிட்டு ஒண்ணாச் சேர்ந்து இருக்காக. அதுக்குப் பிற்பாடுதான் சத்தியநாதபொறத்துக்கோயில சத்தியநாத பொறத்து ஆளுங்க பாருங்க, இலுப்பூர் கோயில இலுப்பூர் ஆளுங்க பாருங்கன்னு சொன்னது. சின்னக் கச்சிக்காரவுக, பெரியகச் சிக்காரவுக எல்லாம் இலுப்பூர்லயே இப்ப இருக்காக. நாங்க சத்தியநாதபுரத்துக்காரங்க தனியாவே இருந்துக்குறோம்னு சொல்லிட்டோம். இங்க இப்ப கச்செல்லாம் கெடையாது. இங்கருந்து அங்க போய் வரி போட்டு திருவிழா பண்றது. அங்கருந்து இவுக வந்து இங்க திருவிழா பண்றது அப்டின்னு பண்ணிக்கிட்டு இருந்தாக. அத மாத்தி, சத்தியநாதபொரத்துக் காரவுக திருவிழா பண்ணினா வரவு செலவு அவுகதான் அப்டின்னு சொல்லிட்டாக. சின்னக் கச்சி பெரிய கச்சி எல்லாம் இனிமே கெடையாது அப்டின்னு பிஷப்பு பேசி முடிவு பண்ணினாக. அதுலருந்து நாங்க இங்க பன்ணிக்கிட்டு இருக்கோம்.''

''ஒரு முப்பது நாப்பது வருஷத்துக்கு முன்னால கோயில் பீடத்துல நீங்க பார்த்தீங்களே மர வேல, அத எல்லாம் பழசாயிருச்சு,

எடுத்துட்டு வேற புதுசா பண்ணலாம்னு அப்ப இருந்த சாமியார் அதுக்கு அம்பதாயெரம் வெல பேசி ஆள கொண்டுக்கிட்டு வந்தாரு. எல்லாமே பழசு, கோயில் கெட்டுனப்ப பண்ணுன வேலப்பாடு. இங்க ராயப்பருன்னு ஒருத்தரு அப்ப, மேல இருந்து எதையாவது எறக்கின பாருன்னு ஆட்டமா ஆடிட்டாரு. சாமியாரு ஆத்திரமா 'ஒங்க பொருள நீங்க வச்சிக்கங்க, நா இனிமே இந்தக் கோயிலுக்குள்ள வரமாட்டேன்'னுட்டுப் போயி வீம்புக்காண்டி இந்தா இந்தக் கோயில கட்டுனாரு (ஆலய வளாகத்தில் இருக்கும் மற்றொரு முற்றுப்பெறாத கோயில்). அவரு போன பெறகு அந்தப் பழைய கோயில்லதான் பூசை எல்லாம் நடந்துட்டு இருந்துச்சு. அப்புறம் பால்ராஜ் ஃபாதர் வந்த பெறகுதான் இன்னமே அந்தக் கோயில்ல ஒண்ணும் பண்ணமுடியாது, புதுசா கெட்டுவோம்னு இத ஆரம்பிச்சுக் கெட்டுனோம்.''

''எந்த சாமியாரும் அந்தப் பழைய கோயில்ல இருந்து எந்தப் பொருளையும் எடுக்கல. அது அங்கேயே இருக்கட்டும், என்ன நடக்குமோ நடக்கட்டும், அதுல கைவெச்சா பெரச்சன வருதுன்னு விட்டுட்டாக. அது அப்டியே இருக்கு. அந்த எடத்துல யாரையும் ஒண்ணும் பண்ணவுடல'', ஆவூர் கோயில் இப்ப இருக்குதுல்ல, அதக் கட்டயிலதான் இதையும் கட்டியிருக்குறாக. ஆவூர்ல ரெண்டு கோயில் பெருசா இருந்துருக்கு. வீரமாமுனிவர் அங்க வந்தப்ப இங்கயும் வந்தாராம் அப்டின்னு சொல்லுவாக'', என சைமன் ராஜ், மரியதாஸ் சொல்கின்றனர்.

ஒரு கட்டத்தில் கோயில் நிலத்தில் தங்களுக்கு உரிமை இருக்கிறதா என்பதை நீதிமன்றம் வரை சென்றுப் போராடித் தேடிய மக்கள் இவர்கள். போலவே தங்களுக்கு உரிமையானது என சொல்லப் பட்டதை எந்த எதிர்ப்பையும் சமாளித்து பாதுகாத்திருக்கின்றனர். இவர்களுக்கு எந்த ஞான காரியமும் செய்யக்கூடாது என திருச்சபை ஆயர் முதல் குருக்கள் வரை ஒதுங்கிய பிறகும், கிறிஸ்தவத்தின் மேலான நம்பிக்கையை விடாமல் இருந்திருக்கின்றனர்.

தலித்கள் கத்தோலிக்கத் திருச்சபையை விட்டு வெளியேறுவது என்பது இந்தக் காலகட்டத்தில் மட்டுமல்ல, ஐம்பது ஆண்டுகளுக்கு முன்பாகவும் பெரிதாக எந்தத் தாக்கத்தையும் சபையில் ஏற்படுத்தவில்லை என்பதை இங்கு காண்கிறோம். எண்ணிக்கை யில் அதிகமாக இருக்கும் தலித் கிறிஸ்தவர்களைத் தக்கவைக்க எந்த விதமான முயற்சியையும் கடந்த ஐம்பது ஆண்டுகளில் ரோமை கத்தோலிக்க கிறிஸ்தவம் பெரியளவில் செய்யவும் இல்லை, அவர்களுக்கு உரித்தான இடத்தை கல்லறை முதல் ஆயர் பதவி வரை தரவுமில்லை என்பது கசப்பான உண்மை.

மற்ற சடங்குகள் சத்தியநாதபுரத்தில் எவ்வாறு செய்கின்றனர் எனக் கேட்டோம்.

''புதுநன்மை, ஓலை வாசிக்கிறது, கல்யாணம் எல்லாமே ஆவூருக்குதான் இங்க இருந்தவுங்க போயிருக்காங்க. அப்பலாம் குதிர, மாட்டு வண்டி கட்டிக்கிட்டுப் போயிருக்காக. இலுப்பூர் கோயில கெட்டுன பெறகு, அத பங்காக்கிட்டாங்க. இங்க ஆளுக ரொம்ப பேரு இல்லங்குறதால அங்க கெட்டிக்கிட்டாக. இங்க கோயில்பிள்ள மாதிரி ஆள் எல்லாம் போட்டுருக்காக. அந்தக் காலத்துல தீவட்டி எல்லாம் புடிச்சிக்கிட்டு திருவிழா நடத்தி யிருக்காக. நாலாம் சின்னப் புள்ளையா இருந்தப்ப நாலு, அஞ்சு சப்பரம் வரும். இலுப்பூர் ஆளுக எல்லாம் வருவாக, ரொம்ப விமரிசையா நடக்கும். அப்ப பெரிய பெரிய சப்பரம் இருந்துச்சு, எல்லாம் இத்துப் போச்சி. இப்ப இங்க 70-80 தலக்கட்டு இருக்கோம். திருவிழா ஜோடனை எல்லாம் நாங்க எல்லாருமா சேர்ந்துதான் பண்றோம். யாருக்கு என்ன பிடிக்குதோ அத எடுத்துச் செய்வாங்க. ஜூன் 4 கொடியேத்தம், ஜூன் பன்னெண்டு திருவிழா. கொடி யேத்துனதுல இருந்தே திருவிழா மயமாத்தான் இருக்கும். சப்பரத்துக்கு முன்னபின்ன ஆட்டம் பாட்டமா இருக்கும். பாட்டுகிளாஸ் காரவுங்க பாட்டு படிப்பாங்க'', என மரியதாஸ் சொல்கிறார்.

நாட்டாமை சைமன் ராஜ், ''நவநாளுக்கு எத்தன குடி இருக்குதோ அத கணக்கு பண்ணி இத்தன குடி ஒரு நாளைக்குன்னு ஆவரேஜ் பண்ணி சொல்லிருவோம். ஒவ்வொரு நவநாளுக்கும் அந்த குரூப் எதாவது செஞ்சு குடுப்பாங்க. சிலர் பொங்கல் வச்சுக்குடுப்பாங்க. தை மாசம் அந்தோணியாருக்கு பொங்கல் வைப்பாங்க. இடையில முடி எடுக்குறவங்க, காது குத்துறவங்க, வேண்டுதலுக்குன்னு செவ்வாக்கிழமை கும்பிடுவாங்க, பொங்கல் வச்சுக் குடுப்பாங்க. பொங்கல் கோயில் வாசல்ல வைப்பாங்க. ஜனவரி 17க்கு முன்னாடி எல்லாம் ஊர் கூடி பொது பொங்கல் வச்சிருக்குறோம். இப்ப விருப்பப்படுறவுங்க பொங்கல் வச்சு கொண்டுக்குட்டு வந்து, வர்றவங்களுக்குக் குடுக்குறோம். மத்தபடி திருவிழான்னா பாஸ்கா பாக்க ஆவூருக்குத்தான் போவோம்.''

மரியதாஸ், ''உள்ள செபஸ்தியார் குருசடி ஒண்ணு இருக்கு. அதுல தலைக்கெழமை மொத வாரம் நாங்க அன்னதானம் போடுவோம். அந்தக் காலத்துல இருந்து நடக்குது. எனக்கு வெவரம் தெரிய ஒரு வருசமும் அது தடங்குனதில்ல. அந்தக் காலத்துல இருந்து போட்டுக்கிட்டு இருக்காக. அது பழைய குருசடி. சின்னதாத்தான் இருந்துச்சு. இப்ப எடுத்துக் கெட்டியிருக்கோம்'', எனச் சொல்கிறார்.

சைமன் ராஜ், ''அப்ப கால்ரா வந்து ஊர்ல டெய்லியும் அஞ்சு பேரு பத்து பேரு அப்டின்னு கணக்கில்லாம சாவாங்களாம். அப்போ சனங்க பூராம் செபத்தியாருக்கு வேண்டியிருக்காங்க. அப்புடி வேண்டிக்கிட்டு அன்னதானம் போட்டதோட காலரா நோயே நம்ம ஊருக்கே இன்ன வரைக்கும் வரல. அதுக்காக வருசா வருசம் தலை ஞாயித்துக்கிழமை (தவசு காலத்தின் முதல் ஞாயிறு) இன்னமும் நாங்க இந்த அன்னதானம் செஞ்சிட்டே இருக்கோம்'', எனச் சொல்கிறார்.

அசனம், குறிப்பாக தூத்துக்குடி மாவட்டம் வேம்பார் அசனத்துக்கு சொல்லப்படும் காரணமும் இதேதான். கொள்ளை நோய்களுக்குப் பயந்தே ஊர்களில் சமபந்து விருந்துகளை எல்லோரும் சேர்ந்து செய்து, ஒன்றாக உட்கார்ந்து சாப்பிட்டிருக்கின்றனர்; இல்லாதவர்களுக்கும் கொடுத்திருக்கின்றனர். அந்தப் 'புண்ணியம்' தங்களைக் காப்பாற்றிக்கொண்டு இருப்பதாக இன்றும் நம்புகின்றனர்.

''அன்னதானத்துக்கு ஆயிரக்கணக்குல ஆளுக வருவாங்க. மரக்கறிதான் போடுவோம். ஒரு வருஷம் அசைவம் போட்டோம். இருந்தாலும் தவசு காலம்குறதால கறி போடுறீகளேன்னு பல பேரு சங்கடப்பட்டாக. அதுனால இப்ப மரக்கறிதான் போடுறோம். சாப்பாடு வீதியிலயே போட்டுருவோம்'', என மரியதாஸும், சைமன் ராஜும் சொல்கின்றனர். இவர்களுக்கு முக்கியத் தொழில் ஆடு மேய்ப்பதுதான். தரிசு நிலமென்பதால் விவசாயம் அதிகமில்லை. ''ஒரொருத்தருக்கு இருக்கு, ஒரொருத்தருக்கு இல்ல... ஒண்ணு ரெண்டு பேத்துக்குதான் நெலம் சொந்தமா இருக்கு. மத்தவங்க எல்லாம் அடுத்தவங்க நெலத்துல வேல செஞ்சுதான் பொழைக்கிறாங்க'', என மரியதாஸ் சொல்கிறார். இங்கு எவ்வளவு வறுமை தாண்டவமாடியது, அவ்வளவு வறுமையிலும் கிறிஸ்தவ மறையில் நம்பிக்கை உள்ளவர்களாக, தங்கள் மறைபரப்பாளர்களை எப்படி மதித்து நடத்தினர் என்பதை பட்டர்வொர்த் (Butterworth) என்ற சீர்திருத்த மிஷனரி, தன் 'சவுத்லேன்ட்ஸ் ஆஃப் சிவா' (Southlands of Siva) நூலில் பதிவு செய்திருக்கிறார்.

''இலுப்பூரில் ஏழ்மையும், பஞ்சமும் எந்த அளவுக்குத் தலைவிரித்தாடியது என்பதை நான் கண்டேன். வெறும் கூடான உடல், வற்றிவிட்ட மார்புகளுடன் பெண்கள் உண்பதற்கு குத்துச் செடிகளில் தவளைகளைத் தேடியலைந்தனர். இங்கு பணிசெய்து கொண்டிருந்த இயேசுசபைக் குருக்கள் இம்மக்களுக்கு மரியாதை தருவதையும், சடங்கையும் இங்குள்ள பிற சீர்திருத்தக் கிறிஸ்தவ மிஷனரிகளை விடத் தெளிவாகச் சொல்லித்தந்திருக்கின்றனர். இங்குள்ள இயேசுசபையார் கண்காணிப்பிலுள்ள கிராமம் ஒன்றில்,

என்னைக் கண்டு மக்கள் தரையில் குப்புற விழுந்து வணங்கினர். பெண்களும் குழந்தைகளும் நான் சென்ற பாதையில் அங்கங்கே மண்டியிட்டனர்'', எனக் குறிப்பிடுகிறார். என்ன காரணத்தால் அவர் இவ்வாறு எழுதினார் என அறியமுடியவில்லை எனினும், எந்தச் சூழலில் இங்கு இயேசுசபை குருக்கள் பணியாற்றினர் என்பதையும், அவர்களின் செயல்கள் மக்களிடம் என்ன தாக்கத்தை விளைவித்தது என்பதையும் நம்மால் இன்றைய சூழலில் புரிந்துகொள்ள முடிகிறது.

திருமணச் சடங்குகள் குறித்து மரியதாஸின் மருமகள், உறவினர் என இரண்டு பெண்களிடம் கேட்டோம். ''கல்யாணம் முடிச்சு மாப்பிள்ளை வீட்டுக்குப் பொண்ணு மாப்பிள்ளைய கூட்டிட்டுப் போனதும் தேங்கா, பழம், வெத்தல, பாக்கு, சுவீட்டு இதெல்லாம் வச்சு அழைப்போம். அந்தக் காலத்துல மணை ஏத்துறது, வாழ்த்துப் பாட்டு எல்லாம் பாடியிருக்குறாக. பெரியவுக பாடுவாக. பொண்ணு வூட்டுக்காரங்க மாப்பிள்ளைய தரம் தாழ்த்திப் பாடுவாங்க; மாப்பிள்ள வீட்டுக்காரவுக பொண்ண தாழ்த்திப் பாடுவாக. இப்ப அப்டி பாடுறதுக்கு ஆள் இல்ல...'', என அவர்கள் சொல்லவும், ஆண்கள் இடைமறிக்கின்றனர்.

மரியதாஸ், ''அது தமாசுக்கு அப்புடி பாடுறது. பொண்ணு செக்கச் செவேர்னு இருந்துதுன்னாக்க இப்புடி எங்க வீட்டு செக்கச் செவந்த புள்ளைய இப்புடி கறுப்பு மாப்பிள்ளைக்குக் கெட்டி வச்சுட்டாகளே அப்டின்னு எல்லாம் பாடுவாக'', எனச் சொல்கிறார். உடனிருக்கும் மற்ற ஆண்கள் சிரித்துவிட்டு, ''நீங்க செவப்பா இருக்கீகளே, அக்கா கறுப்பா இருக்காகளே, ஒங்களுக்கு எப்புடிப் பாடுனாக?'', என நம்மை முந்திக் கொண்டு கேட்கின்றனர்.

''இன்ன இன்னாருக்குக் கல்யாணம்...
இந்தக் கருத்த மூஞ்சிக்கி
எங்கேர்ந்து வந்தானோ
இந்த பாப்பார ராசாவுக்கு
இந்தக் கறுத்த புள்ள கறுப்பி
எங்கேருந்து வந்தாளோ...

அப்டின்னு பொண்ணப் பத்தி மாப்பிள்ள வீட்டுக்காரவுக பாடுனாக. பொண்ணு வீட்டுக்காரவுக, 'மாப்பிள்ளை அங்கேருந்து பார்த்தாக, இங்கேருந்து பார்த்தாக' அப்டின்னு அவுக சொன்னாக. நாங்க தல்லேன்னு சொல்லிக்கிட்டு இருந்தோம், அவரு எந்த மையப் போட்டாரோ, மந்திரத்தப் போட்டாரோ அப்டின்னு பாடுனாக'', என மரியதாஸ் சொல்கிறார்.

பெண்கள், ''கல்யாணம் தள்ளிப் போச்சுன்னா, சீக்கிரம் கல்யாணம் ஆவணும்னு வேண்டிக்கிட்டு மஞ்சக்கயிறு கோயில்ல அந்தோணியார் பாதத்துல கட்டுவாங்க. புள்ளை இல்லைன்னா வேண்டிக்கிட்டு தொட்டில் கட்டி வைப்பாங்க. கல்யாணம் நிச்சயமானா மொத பத்திரிகை அங்க வச்சிட்டுத்தான் எல்லாருக்கும் குடுப்பாக. நேர்ந்துக்கிட்டா கல்யாணம் முடிஞ்ச உடனே கோயிலுக்கு கெடா வெட்டி சாமி கும்புடுவாங்க. இல்லன்னா மால போட்டு, சாமி கும்பிட்டுட்டுப் போவாங்க. கல்யாணம் முடிஞ்ச ஒடனே சாப்பாடு ஆக்கிப் போடுறது, பொங்க வைக்கிறதுன்னு என்ன நேர்த்திக்கடன் வச்சிருக்காகளோ அத ஒடனே செஞ்சிருவாக'', என்கின்றனர்.

காமாட்சி நாயக்கர் குடும்பத்தில் இன்று யாராவது இருக்கிறார்களா என கேட்டால், மரியதாஸ், ''அந்த வமிசம் இல்ல. 350-400 வருஷத்துக்கு முன்னாடி நடந்தது. அவரு அரண்மனை இருந்த எடத்துலதேன் இப்ப தாலுகா ஆபீஸ் கெட்டியிருக்காகன்னு சொல்லுவாக. அவர் கோட்டை மேல இன்னொண்ணு இருக்கு. அதுக்குள்ள இன்னும் முனி இருக்கு, புதையல் இருக்குன்னுலாம் சொல்லிக்கிட்டாக. கவுருமெண்டு கட்டடந்தான் அங்க இன்னிக்கு இருக்கு'', எனச் சொல்கிறார்.

அந்தப் பகுதியிலேயே மரியதாஸை பாப்பார மாமா என அழைக்கின்றனர், காரணம் அவர் மட்டும்தான் அவர்களிடையே அவ்வளவு சிவப்பாம்! மறுபடியும் அவரைச் சீண்டுகின்றனர்.

''நீங்க கலரு, எப்புடி கறுப்புப் பொண்ண கட்டிக்கிடீக?'', என மருமகன்கள் மரியதாஸைக் கிண்டல் செய்கின்றனர்.

''அந்தக் கதைய ஏன் கேக்குறீக? 1968ல எனக்குக் கல்யாணம். செவத்த பொண்ணத்தான் எனக்குப் பாத்து முடிச்சது. செவத்த பொண்ணத்தான் எனக்குப் பரிசம் போட்டது, எல்லாமே. கல்யாணத்த பண்ணி என்னைய எங்கேயே கொண்டுபோய் வெச்சிக் கிறதுன்னு கூட சொல்லிட்டாக... வீட்டோட மாப்பிள்ளையா. நானும் ஒத்துக்கிட்டேன். பரிசம் போடுறதுன்னு சொந்தக்காரவுக எல்லார்ட்டயும் சொல்லியாச்சி. பரிசம் போட ஒரு நாள் இருக்கம்போது, அந்தப் பொண்ணுக்கு சிங்கப்பூருல இருந்து ஒரு மாப்பிள்ள வந்துட்டான்.''

''எனக்கு சொந்தக்காரப் பொண்ணுதான். அந்தப் பொண்ணும் சொந்தம்தான், இப்ப நான் கெட்டியிருக்க பொண்ணும் சொந்தம் தான். ரெண்டும் அடுத்தடுத்த வீடு. அந்த மாப்பிள்ள அந்தப் பொண்ணுக்கு நெருங்குன சொந்தம், ரொம்ப வேண்டிய மாப்பிள்ள. உரிமையான மாப்பிள்ள. ஆனா கறுப்பு. அந்தப் பய

வந்துட்டான். அந்தப் பொண்ணோட அம்மா என்ன பண்ணுது, 'எங்க அண்ணன் மகனுக்குத்தான் கட்டணும்', அப்டின்னுருச்சு. அவன் மோதுரத்தக் கொண்டுவந்தான், செண்டக் கொண்டு வந்தான்.''

''நம்மகிட்ட என்ன இருக்கு? 'நீ என்ன கொண்டுக்கிட்டு வந்தாலும் என்ன? நா அவரத்தான் கட்டிக்குவேன்' அப்டினு அந்தப் பொண்ணு தன்னால ரொம்ப வாதம் பண்ணுச்சுது. சண்டை நடந்துருக்கு. என் தாய்மாமனும் அங்கே இருக்காரு. அங்க நடந்துக்கிட்டு இருந்தத பார்த்தவரு, அப்டியே பக்கத்து வீட்டுக்குப் போயி, 'நீ ஒம் பொண்ண என் அக்கா மகனுக்குக் குடு. நாளைக்குப் பரிசம் போடணும்னு ஊருல எல்லாருக்கும் சொல்லிட்டாக. அங்க என்னன்னா பொண்ணோட அம்மா அவுக அண்ண மகனக்குத்தேன் பொண்ணக் குடுக்கணும்னு இப்ப நிக்கிது', அப்டின்னு கேட்டிருக்காரு.''

''அவுக அப்பன் ஆயிக்கு ஒரே சந்தோசம். அங்கயே பாயப் போட்டு உக்காந்து பேசி, 'நீ மாப்பிள்ளைய கூட்டிக்கிட்டு இந்தூட்டுக்கு வந்துரு, அவங்கிட்ட ஒண்ணும் சொல்லிக்க வேணாம்', அப்டின்னு சொல்லிட்டாக. பரிசத்துக்கு நானும் போனேன். அங்க போனப்புறம்தான் தெரியுது, அடுத்த வீட்டுப் பொண்ண எனக்குப் பரிசம் போடப் போறாகன்னு... மொதப் பொண்ண பார்த்த பிறகு அந்தப் பொண்ணுகிட்ட நல்லா பேசுவேன், வைப்பேன். அப்புடியெல்லாம் இருந்துட்டு, நம்ம வேற செக்கச்செவேர்னு, அந்தப் பொண்ணும் சூப்பர் கலர்.''

''அப்புறம் இந்தப் பொண்ணக் கொண்டாந்து காட்டுனாக. 'இந்தப் புள்ளையக் கட்டிக்க, நமக்குச் சொந்தக்காரப் புள்ளதான்', அப்டின்னு என்னை சமாதானப்படுத்துனாக. அந்த செவத்த புள்ளைக்கி ஆறுதல் நீயே சொல்லு அப்டின்னு சொல்லிவிட்டாக. நாம் போயி அந்தப் புள்ள கிட்ட, 'ஆயா... ஒனக்கும் எனக்கும் குடுத்து வச்சது இவ்வளவுதான்', அப்டின்னு அழுதுகிட்டுச் சொன்னேன். அந்தப் புள்ளைக்கும் தாங்கல...'' இதைச் சொல்லி முடிக்கும்போது அவர் கண்களின் ஓரம் கண்ணீர். கண்ணைத் துண்டால் துடைத்துக் கொண்டு தொடர்கிறார்.

''சரின்னு சொன்ன இவுக அப்பன் (மனைவியை சுட்டுகிறார்), பரிசப் பணம் எவ்வளவு வச்சிருக்க, என்ன செய்யப் போறன்னு என்னையக் கேட்டாரு. நா ஒண்ணும் கொண்டு போல. அந்த செவத்தப் புள்ள நல்ல வசதி உள்ள எடம் வேற. நமக்கு ஒதவியா அவ இருப்பான்னு நா நெனச்சுக்கிட்டு சும்மா போனேன். அப்பொறம் அவுகப்பாட்ட, பரிசப் பணத்துக்கு நா எங்கயா

அறியப்படாத கிறிஸ்தவம் ✳ 355

போறது... அப்டின்னு சொன்னேன். 'நீ கேக்குற, நா நகை போடுறேன். ஆனா கடன் வாங்கித்தான் போடுவேன். அந்தக் கடன கட்டுறது உன் மகதான் கட்டணும் அப்டின்னேன் நான். அப்புறந்தான் அந்தப் பேச்ச விட்டாரு. அப்புறம் பரிசம் போட்டு கெட்டிக்கிட்டு வந்துட்டேன். என் பொண்டாட்டிக்கு நா சம்பாதிச்சி என்னால முடிஞ்சத போட்டிருக்கேன்'', எனச் சொல்லி நிறுத்துகிறார் மரியதாஸ்.

1970கள் காலகட்டத்தில் ஒரு எளிய இளைஞனின் காதலும், வாழ்க்கையும் அந்தப் பகுதியில் எப்படி இருந்திருக்கிறது என்பதை அவர் விவரித்த அழகிலும், கைக்கொள்ள முடியாத காதலுக்காக இத்தனை ஆண்டுகள் கழித்தும் அவர் சிந்திய ஒரு துளி கண்ணீரும், ஆனால் அதே வேகத்தில் மீண்டு, தன் மனைவிக்கு தான் செய்துதந்த நகைகளைப் பற்றி அவர் சொன்னதும் அந்த மனிதனுக்குள் எத்தனைக் காதல் இருக்கிறது எனப் புரியவைத்தது. சற்று நேரம் அங்கே எல்லோரும் அமைதியானோம்.

2021 ஏப்ரல் மாதம் சத்தியநாதபுரத்துக்குச் சென்று வந்திருந்தோம். நவம்பர் மாத நடுவில் கொட்டும் மழையில், பழைய ஆலயத்தின் வலதுபுற சாலை இடிந்து விழுந்துவிட்டதாக தம்பி பிரான்சிஸ் குறுஞ்செய்தி அனுப்பியிருந்தார். படமும் அனுப்பியிருந்தார். அடுத்த நாள் செய்தித்தாளிலும் 300 ஆண்டுகள் பழமையான ஆலயம் இடிந்து விழுந்தது என ஒரு பத்தி செய்தியாக வந்தது. ஒரு வேளை நாங்கள் தொட்டுப் பார்த்தும், அதன் மேல் சாய்ந்தும், அதனுள் கை கால்களைத் தூக்கியபடி விதவிதமாகப் புகைப்படங்கள் எடுக்கவும், முக்கியமாக, 'கண்டுணரவும்' தான் தன் இறுதி மூச்சை இழுத்துப் பிடித்துக்கொண்டு நின்றிருந்ததா? இந்தப் பொக்கிஷத்தின் எஞ்சிய பகுதியையாவது பாதுகாக்க முடியுமா?

சான்றுகள்

- Trichinopoly District Gazetteers, Hemingway, F. R - Government Press, 1907
- Manual of Pudukkottai State Vol II Part I, KR Venkatarama Ayyar - Sri Brihadamba State Press, 1938
- Southlands of Siva: Some Reminiscences of Life in Southern India, A Butterworth - John Lane, 1923

45

கத்தோலிக்கக் கல்லறைகள்-
வெள்ளை மரியாள், சின்னம்மாயி,
வெள்ளைக்காரம்மா

"நம்ம அனாதையா இருக்குற ஆத்துமங்களத்தான் கும்புடணும். சகல ஆத்துமங்களையும் கும்புடணும் நம்ம. என்ன?"

•

"அடித்தள மக்களின் ஆன்மிக உணர்வுகள் அவைகளாலும் ஆகமங்களாலும் உருவானவை அல்ல. அவை எளிய மக்களின் உரையிலும் நினைவுகளிலும், கனவுகளிலும் தங்கி வாழ்பவை. அங்கேயே வளர்பவை."- தொ.பரமசிவம்.

களப்பணிக்கு புதுக்கோட்டை தஞ்சைப் பகுதிகளில் உள்ள தேவாலயங்களுக்குச் செல்வதாகச் சொன்னதும், "வெள்ளை மரியம்மா கல்லறையைக் கட்டாயம் பார்த்துவிடுங்க தோழர். அங்கே நான் திருவிழா அப்போ போனபோது கால் வைக்க இடமில்லை, அவ்வளவு கூட்டம். சிறப்புப் பேருந்துகள் எல்லாம் இயக்கியிருந்தாங்க. அத்தனைக் கூட்டத்துக்கும் சமையல், சாப்பாடுன்னு பயங்கரமா இருந்துச்சு போங்க", என ஊக்கப்படுத்திய தோழர் செல்வபாண்டியன், அந்தக் கல்லறை வந்த வாய்மொழி வரலாறும் சொன்னார். அதைக் கேட்டவுடன் அங்கு

அறியப்படாத கிறிஸ்தவம் ❖ 357

செல்லவேண்டும் என்ற ஆர்வம் அதிகரித்தது. யார் இந்த வெள்ளை மரியம்மாள்? கல்லறை அமைந்துள்ள இலுப்பூர் பங்கு, சத்தியநாதபுரம் ஆரோக்கியராஜ் சொல்கிறார்.

''வெள்ள மரியாளுங்குறவங்க சிறு வயசா இருக்குறப்ப ஒரு வெள்ளக்காரன் வெரட்டிக்கிட்டு வந்துருக்கான். திருச்சில இருந்து இலுப்பூருக்குப் போற வழில இது நடந்துருக்கு. அந்த புள்ள ஒருத்தர் வீட்ல வேல பார்த்துருக்கு. வெள்ளக்காரன் குதிரைல வெரட்டி இருக்கான், இது ஓட்டமாவே ஓடியாந்துருக்கு. நெருக்கி கிட்டு வரயில, அப்பல்லாம் அந்த எடத்துல ஈச்சம் பொதர் நெறையா இருந்திருக்கு. நம்ம செத்தாலுஞ்சரி இன்னமே நம்ம இவனுகிட்ட ஆப்படக் கூடாதுன்னுட்டு போய் அந்த பொதருக்குள்ள புள்ள பூந்துருச்சாம். பொதருக்குள்ள பூந்த ஒடனே இவன் சுத்தமுத்தும் பாத்துட்டுப் போய்ட்டானாம். அப்ப இது அங்கேயே எறந்துருச்சு.''

''எறந்த ஒடனே இங்க சாமியாருக்கு சொப்பனத்துல வந்துருக்கு. இந்த மாதிரி இன்ன எடத்துல நா எறந்து போய்ட்டேன். என்னையத் தூக்கி அடக்கம் பண்ணுங்க அப்டின்னு சொல்லியிருக்கு. அப்போ 'என்னடா நம்ம இப்பிடி சொப்பனங்கண்டோமே' அப்டின்னிட்டு நம்ம ஆளுங்கள எல்லாம் கூட்டிக்கிட்டு சாமியாரு போயிருக்காரு. அப்ப இலுப்பூரு சத்தியநாதபுரம் ரெண்டும் ஒண்ணாத்தான இருந்திருக்கு? நம்ம ஆளுகளும் அவர் கூட போய் சொன்ன எடத்துல பெருக்கித் தள்ளி, பார்க்கையில ஒரு பிரேதம் கெடந்துருக்கு. அப்ப அங்கனயே கல்லறையா வச்சாக. நாங்க எல்லாம் சின்னப் புள்ளையா இருக்கயில இத்தச் சின்ன கல்லறையாத்தான் இருந்திச்சு.''

''எனக்கு இப்ப 74 வயசு. நாங்க சின்னப்புள்ளைல இருந்து அங்க போவோம். ஆனா எப்ப உருவாச்சுன்னு எனக்குத் தெரியல. நூத்தம்பது எரநூறு வருஷத்துக்கு முன்னால இருந்து கல்லறை இருக்குறதா சொல்லுவாங்க. தவசுக் காலத்துல அஞ்சாம் ஞாயிறு அங்க விசேஷமா இருக்கும். எல்லாம் வண்டி கட்டிக்கிட்டு வந்து, அப்பல்லாம் வரி பிரிச்சு, அன்னதானம் பண்ணுவாங்க. வேண்டுதல் வச்சவுங்க கோழி, ஆடுன்னு எல்லாம் அங்கேயே வெட்டி சமைச்சு, வர்றவங்களுக்குக் குடுப்பாங்க. பொதுவா ஊர்ல இருந்து நம்ம போடுறது கறி சோறு. காகறி போட்டுத்தான் சமைக்கிறது.''

''அஞ்சு மணிக்கெல்லாம் ஊர்ச் சாப்பாடு போட்டு முடிச்சிருவோம், ஏன்னா அங்கருந்து இங்க வரணுமில்ல? முன்னேல்லாம் லைட்

கெடையாதுல்ல? பொழுது எறங்குறதுக்குள்ள சாப்பாடு குடுத்துட்டு அங்கருந்து கெளம்பிருவோம். நடந்துதான வரணும்? லைட்டு எல்லாம் வழில கூட கெடையாது. சோறு சமைக்கிற பானை எல்லாம் தலைல தூக்கிக்கிட்டு வேக வேகமா வருவோம். அப்ப வண்டிக்குலாம் எங்களுக்கு வசதி இல்ல. ரொம்பப் பேரு வசதி இருக்குறவுக வண்டில வருவாக. அதுக்குப் பெறகுதான் போறவர்றவுங்களுக்கு எல்லாம் அற்புதம் செய்யவும், இது அப்டியே பிரபல்யம் ஆயிருச்சு'', என ஆரோக்கியராஜ் சொல்கிறார்.

வெகுசனக் கத்தோலிக்கம் ஒரு மனிதனின் அனுபவம், ஒரு குழுவின் வழிபாடு போன்றவற்றில் வெளிப்படுகிறது. ஒருவரது வாழ்வில் நேர்ந்த அனுபவத்தை அடுத்தவரிடம் சொல்ல, அவருக்கு அவ்வாறான சிக்கல் நேரும்போது, இந்த அனுபவம் தனக்கும் கிடைக்காதா எனத் தேடத்தொடங்குகின்றனர். ஏற்கனவே கேள்விப்பட்ட 'நன்மைகள்' அவர்களுக்கு நினைவு வர, நன்மை எங்கிருந்து கிடைத்ததோ, அதைத் தேஸ்டிச்செல்கின்றனர். இவ்வாறான பலரது தனிநபர் முயற்சிகள், அந்தப் பகுதியில் பிரபலமடைகின்றன.

பெரும்பாலும் வெகுசனத் தேடல் மிகக்குறுகியதாக, தன் உடனடி உலகத்தேவையை ஒட்டியே உள்ளது. போதிய மழை, நல்ல விளைச்சல், வேலைவாய்ப்பு, திருமணம், பிள்ளைப்பேறு, உடல்நலம், கால்நடைகள் நலம் போன்றவையே எளிய மக்களின் வழிபாட்டுக்குக் காரணிகளாகின்றன. அப்படி வேண்டிக்கொண்ட விஷயம் நடந்துவிட்டால், வாய்வழியே அதைப் பேசிப் பரவலாக்குகின்றனர். வழிபாட்டுத்தளங்கள் முக்கியத்துவம் பெறத்தொடங்குகின்றன. அப்படி பிரபலமடைந்த வழிபாட்டுத் தளங்களில் ஆலயங்கள் மட்டுமன்றி, புனிதர்களின் கல்லறைகளும் இடம்பிடிக்கின்றன.

நீத்தார் வழிபாடு தமிழ் மண்ணின் சிறப்பு. கிறிஸ்தவமும் இந்த வழிபாட்டை உள்வாங்கிக்கொண்டது. கூடவே கிறிஸ்துவுக்காக மரித்த புனிதர்களின் பிறந்த நாள்களை திருவிழாக்களாகக் கொண்டாடும் வழக்கம் ரோமை தந்தது. இந்த இரண்டையுமே கைக்கொண்டுவிட்ட மக்கள், மரணமடைந்தவர்கள் இறைவனிடம் தங்களுக்காகப் பரிந்து பேசி காரியங்களை நடத்தித் தருவர் என நம்புகின்றனர். புனிதர்கள் மட்டுமல்லாது, தான் வாழும் இடத்தில் தங்களைச் சுற்றி வாழ்ந்து இறந்து போன மனிதர்களும் தங்களுக்குப் பரிந்து பேசுபவர்கள் என நம்புகின்றனர்.

மயிலை தோமையார் மலையில் புனித தோமையாரின் கல்லறை என சொல்லப்பட்ட இடத்தில் மக்கள் வணங்கினர், பிடிமண் அள்ளிச் சென்றனர் என ஐரோப்பிய பயணிகள் பதினான்காம் நூற்றாண்டில் பதிவு செய்துள்ளனர். இன்றும் அருளானந்தர் கொல்லப்பட்ட ஓரியூரில், அவர் கொல்லப்பட்ட இடம் என சொல்லப்படும் மணல்மேட்டிலிருந்து சிவப்பு நிற மணலை எடுத்துச் சென்று வீடுகளில் வைத்து, அதை உடல்நலம் குன்றியவர் களுக்குப் பூசுவது வழக்கம். இவர்களைப் போலவே அந்தந்தப் பகுதிகளில் இறந்தவர்களின் கல்லறைகளில் வணங்குவதும் இங்கு வழமையாக இருக்கிறது. தமிழகத்தின் பல பகுதிகளிலும் இந்தக் கல்லறை வழிபாடு வெகு இயல்பாக கிராமப்புறங்களில் நடக்கிறது.

அவ்வாறு அடக்கம் செய்யப்பட்டவர்களுக்கு தாங்கள் ஏற்கனவே வணங்கிவந்த நாட்டார் தெய்வங்களுக்குச் செய்வது போல, மண் மணம் மாறாமல் ஆட்டுக் கிடா, கோழி வளர்த்து, வெட்டி நன்றி செலுத்துவதும், நல்ல காரியங்களுக்கு நேர்ச்சை வைப்பதும், தொட்டில் கட்டுவதும், தாலி கட்டுவதும், முட்டியிட்டு நடப்பதும் என பல வழிபாட்டு முறைகளை அப்படியே கிறிஸ்தவத்துள் கொணர்ந்துவிட்டனர். நாட்டார் குலதெய்வ வழிபாட்டுக்குச் சமமான வழிபாட்டு முறை என இந்தக் கல்லறை வழிபாட்டைச் சொல்லலாம். பெரும்பாலும் இந்தக் கல்லறைகள் தனியார் கட்டுப்பாட்டில் இருக்கின்றன.

எவ்வாறு நாட்டார் தெய்வங்கள் குறிப்பிட்ட குடும்பம், சாதிக்கென்ற அடையாளமாக நிலைத்துவிடுகிறதோ, அது போலவே கல்லறைகளும் இறந்துபோனவரின் உறவினர் கட்டுப்பாட்டில் பெரும்பாலும் உள்ளன. வழக்கமாக புனிதர்களை மக்களுக்கு அடையாளப்படுத்தி, வழிபாட்டுக்குக் கொண்டுவருவது திருச்சபையே. ஆனால் கல்லறைக்கோயில்களைப் பொறுத்தவரை இவை தானாகவே மக்களால் வழிபாட்டுக்குரியதாகின்றன. இவ்வாறான கோயில்களை பெரும்பாலும் திருச்சபை ‘கண்டுகொள்வதில்லை’, அல்லது அங்கீகரிப்பதில்லை.

இங்கு வழிபாடு பெரும்பாலும் திணை சார்ந்தே அமைகிறது. இவ்வகைக் கோயில்களில் வழிபாட்டு ‘முறை’ என எதுவும் இல்லை. மக்களுக்கும், கல்லறைகளில் அடக்கப்பட்டிருப்ப வருக்கும் இடையே எந்த முகவரும் இல்லை. இவ்வழிபாடுகளைச் செய்பவர்கள் பெரும்பாலும் அடித்தட்டு மக்களே. அவர்களே தங்களுக்கான வழிபாட்டு முறையை உருவாக்குகின்றனர். இவ்வகை வழிபாடுகள் பெரும்பாலும் இரண்டே தளங்களில்

இயங்குகின்றன. ஒன்று 'நேர்ச்சை' (வேண்டுதல்), மற்றது காணிக்கை (நன்றி செலுத்துதல்). இவ்விரண்டுக்கும் அதிகமாக எந்த சடங்குகளும் சம்பிரதாயங்களும் இங்கில்லை. இன்னொரு முக்கியமான கூறு- நாட்டார் வழிபாட்டை ஒத்திருந்தாலும், இவை பன்முகத்தன்மை கொண்டவையாக இருக்கின்றன.

எல்லா மதத்தவரும் எந்தவிதத் தயக்கமும் இன்றி இங்கு வந்து வழிபட்டுச் செல்கின்றனர். நிறுவனப்படுத்தப்பட்ட மதத் தளங்களில் அங்குள்ள சடங்குகளைப் பின்பற்ற வேண்டிய கட்டாயம் உள்ளது. இங்கோ, அவரவருக்குப் பிடித்தமான வகையில், தெரிந்த முறையில் ஒருவித விடுதலை உணர்வுடன் வணங்கிச் செல்கின்றனர். நிறுவனப்படுத்தப்பட்ட கிறிஸ்தவம் பெண்களுக்கு உரிய இடத்தை இன்று வரை தந்ததில்லை என்ற குறையை இவ்வகை வெகுசனக் கோயில்கள் தீர்க்கின்றன. பெரும்பாலும் இங்கு அடக்கப்பட்டிருப்பவர்கள் பெண்கள், அவர்களை வழிபட்டு, வாய்வழி பரவலாக்குபவர்களில் அதிகம் பேரும் பெண்களே.

பெண் தெய்வ வழிபாடு தமிழரிடையே ஈராயிரம் ஆண்டுகளுக்கு முன்பே இருந்துள்ளது. கல்லறை வழிபாட்டில் இருவகையான வழிபாடுகளைப் பார்க்கிறோம். கன்னித் தெய்வங்கள், தாய்த் தெய்வங்கள். இங்கு சொல்லப்படும் வெள்ளை மரியாம்மாளின் கதைக்கு எழுத்துப்பூர்வமான ஆதாரங்கள் ஏதுமில்லை. வழக்கமாக இவ்வகைக் கோயில்கள் குடும்பங்களால் பராமரிக்கப்படும். ஆனால் இந்தக் கோயிலுக்கு அவ்வாறான உரிமை கொண்டாட யாரும் இல்லை. வெள்ளைக்கார மறைபரப்பாளர்/அருட்சகோதரி தான் வெள்ளை மரியாள் என்றால், அது யார், எங்குள்ளவர், எந்தத் துறவற சபையைச் சேர்ந்தவர் போன்ற தகவல்கள் நமக்குக் கிடைத்திருக்கும். ஆனால் திருச்சபை இவ்விஷயத்தில் அழுத்தமான மௌனம் காக்கிறது.

இவர் 17ம் நூற்றாண்டின் பெண் துறவி என்பதைத் தவிர வேறெந்தத் தகவலும் பொதுவெளியில் இல்லை. திருச்சபைக்காக, கத்தோலிக் கத்துக்காக உயிர்நீத்த பெண் துறவிகள் பலர் புனிதப்படுத்தப் பட்டுள்ளனர். தமிழகத்தின் முதல் புனிதரான தேவசகாயம் பிள்ளை, இவ்வாண்டு புனிதப்படுத்தப்படவுள்ளார். ஐரோப்பியர்கள் விரைவாக புனிதர் பட்டம் பெற்றுவிடுகிறார்களோ என்ற ஐயப்பாடு இங்கு பலருக்கு உண்டு. அப்படியாயினும், ஐரோப்பியரென சொல்லப்படும் 'வெள்ளை மரியம்மாள்' ஏன் இன்னும் புனிதராக்கப்படுவதற்கான முயற்சிகள் ஏதும் தொடங்கவில்லை, அவர் உண்மையில் துறவிதானா என்ற ஐயப்பாடும் எழுகிறது.

எழுத்துப்பூர்வத் தரவுகள் இல்லாத காரணத்தால், வாய்வழி செய்திகளையே நாம் இங்கு பதிவு செய்யவேண்டியுள்ளது.

இலுப்பூரை அடுத்த பிலிப்பட்டி/புலிப்பட்டி என்ற ஊரை ஒட்டிய காட்டுப்பகுதியிலுள்ள குளம் ஒன்றின் எதிரே சாலையோரம் இந்தக் கோயில் இருக்கிறது. வட்டவடிவ ஆலயம். அதன் முன்பாக இரும்புத் தூணில் மணி ஒன்று கட்டப்பட்டுள்ளது. முகப்பில் 'மரியே வாழ்க' என்ற வாசகம் எழுதப்பட்டிருக்கிறது. நாங்கள் சென்ற நேரம் ஆலயம் திறந்தே இருந்தது. ஆலயத்தைச் சுற்றி கல்வெட்டுகள் அதன் வரலாறையும், கொடை வழங்கியவர்களின் பெயர்களையும் நமக்குச் சொல்கின்றன. உள்ளே கண்ணாடிப் பேழைக்குள் கல்லறை ஒன்று தெரிந்தது. அதற்கு நேரே மாடம் ஒன்றில் சேலையணிந்து, மாலையிட்டிருந்த வெள்ளை மரியம்மாள் சுரூபம் வைக்கப்பட்டுள்ளது. கிட்டத்தட்ட மாதாவின் சுரூபத்தை ஒத்ததாக இச்சுரூபம் இருக்கிறது.

நீல வண்ணக் கண்கள், வெள்ளைச் சருமம், முக்காடிட்டிருந்த தலையில் பழுப்பு வண்ணக் கூந்தல், அதன் மேல் சூடப்பட்டிருந்த பூச்சரம், பாந்தமாகக் கட்டிவிடப்பட்டிருந்த நீல வண்ணப் பட்டு, காலடியில் வெண்கல மணி என கிழக்கும் மேற்கும் கலந்த ஒரு கலவை போலத்தான் வெள்ளை மரியம்மாள் சுரூபம் உள்ளது. சுரூபத்தின் இருமருங்கும் அந்தோணியார் மற்றும் வேளாங்கன்னி மாதாவின் தஞ்சை பாணி ஓவியங்கள் கண்ணைப் பறிக்கின்றன. பொன்னிறத் தகட்டில் வண்ணக் கற்கள் பதிக்கப்பட்டு செய்யப்படும் தஞ்சை ஓவியங்கள் இந்துக் கடவுளர்களையே அதிகம் காட்சிப்படுத்தப் பயன்படுத்தப்படுகின்றன. அந்தோணி யாரையும், மாதாவையும் தஞ்சை ஓவியங்களாக இங்குதான் நான் முதல்முறையாகப் பார்க்கிறேன். இந்த ஓவியங்களை வரைந்து தந்தவர் என திருச்சி பாலின் பிரான்சிஸ் என்பவரின் பெயரைக் கல்வெட்டு ஒன்று குறிப்பிடுகிறது. கண்ணாடிப் பேழையின் ஒரு பக்கம் உண்டியலும், மறுபக்கம் மெழுகுதிரி ஏற்றும் தாங்கியும் வைக்கப்பட்டுள்ளன. பேழைக்குள் இருக்கும் கல்வெட்டு பின்னாளில் வைக்கப்பட்டது என்பது அதை வாசிக்கும்போது புரிகிறது.

> 'கன்னியான வெள்ளை மரியம்மாள் அடக்கம் செய்யப்பட்ட இடம்.
>
> ஒருவன் உலகமெலாம் தனதாக்கிக் கொண்டாலும் அவன் ஆன்மாவிற்குக் கேடு விளைந்தால் அவனுக்கு வரும் பயன் என்ன (மத்.16:26)

வரம் கேட்டு வருகின்றோம் அருள்வாய் அம்மா கீஜக சங்.
இக்னேசியஸ், பங்கு குரு, இலுப்பூர்.
புலிப்பட்டி, 1981'

இந்தக் கல்லறை ஏற்பட்டு சுமார் நூறாண்டுக்கு மேலாகலாம் என சத்தியநாதபுரம் சைமன் ராஜ் குறிப்பிடுகிறார். ''நாங்க சின்னப் பிள்ளைங்களா பார்த்தப்ப அங்க சிலுவை மட்டும்தான் இருந்துச்சு. இன்னிக்கு 100 வயசான பெரியவுக இருந்தா அவுகளுக்குத் தெரியும். ஆனா இங்க இருக்குறவுக எல்லாம் அறுவது, எழுவது வயசுக்காரவுக. அதிக தகவல் இல்ல'', எனக் குறிப்பிடுகிறார். கோயில் வாசலின் மேல், பதாகை ஒன்றில் கோயில் 'வரலாறு' எழுதிவைக்கப் பட்டுள்ளது. ஆலயத்துக்கு நன்கொடை தந்தவர்களின் பெயர்ப் பட்டியலுள்ள கல்வெட்டில் ஒரு சில இந்துப் பெயர்களும் நம் கண்ணில் படுகின்றன. ஆலயத்தில் மேல்தளம் (கூரை) போடுவதற்கு ஜெர்மனியின் கொலோன் (Koln) பேராயம் (Roman Catholic Diocese of Cologne) நிதியுதவி அளித்துள்ளது.

அக்கல்வெட்டு தரும் மேலதிக தகவல்கள்:

'17ம் நூற்றாண்டில் கிறிஸ்தவ மறைபரப்புப் பணி இப்பகுதியில் செய்தவர்தான் அருள்மிகு வெள்ளை மரியாள். தனது கற்பைக் காப்பாற்ற இன்னுயிர் ஈந்தவள். அவரது நினைவாக இங்கு சிறிய கல்லறை கட்டப்பட்டது. காலங்காலமாக இப்பகுதி மக்கள் அவரது கல்லறையில் வரங்கள் பலவற்றைப் பெற்றுவந்தனர். 1981ம் ஆண்டு அருட்திரு இக்னேசியஸ் அவர்கள் கல்லறையைச் சுற்றி கூடம் ஒன்றைக் கட்டினார். 05.04.1981 அன்று திருச்சி மறைமாவட்ட ஆயர் மேதகு தாமஸ் பெர்னாண்டோ அர்ச்சித்துத் திறந்துவைத்தார். இக்கூடத்தின் மேல்தளம் பழுதடைந்ததால் 2007ம் ஆண்டு இடிக்கப்பட்டு, அருட்திரு பால்ராஜ் அடிகள் முயற்சியால் 26.04.2007 அன்று புதிய கல்லறைக் கூடத்துக்கு அடிக்கல் நாட்டப்பட்டது. 26.04.2009 அன்று திருச்சி மறைமாவட்ட ஆயர் அந்தோணி டிவோட்டா அடிகளால் புனிதப்படுத்தப்பட்டது'.

தொடக்கத்தில் தொமினிக்கன், பிரான்சிஸ்கன், இயேசு சபை குருக்களே தமிழகத்தில் மறைப்பணியாற்றினர். முழுக்க முழுக்க ஆண்களைக்கொண்ட சபைகள் இவை. பள்ளிகளை நடத்தவும், மருத்துவமனைகளை நிர்வகிக்கவும், பெண்கள் தேவை என்பதை உணர்ந்த பிறகுதான் பெண்களுக்கான மடங்கள் இங்கு தொடங்கப் பட்டன; ஐரோப்பாவிலிருந்து அருட்சகோதரிகள் இங்கு வரத் தொடங்கினர்.

பிரெஞ்சு வெளிநாட்டு சபையினர் இங்கு வந்த பின், 18ம் நூற்றாண்டில்தான் பெண் துறவற சபைகள் தொடங்கப்பட்டன. திருச்சியிலும் அவ்வளவு முன்னதாக பெண்கள் சபை தோன்றியிருக்கவில்லை. எனில், 17ம் நூற்றாண்டில் மறைபரப்பு செய்த வெள்ளை மரியாள் யார் என்பது குழப்பமாகவே இருக்கிறது. ஒரு வேளை அவர் எந்த சபையையும் சாராமல் தனித்து இயங்கி யிருந்தாலும், கத்தோலிக்கக் குருக்களின் அறிமுகம் இல்லாமல், அவ்வாறு இயங்கியிருக்க வாய்ப்பில்லை. பின்னாள்களில், குறிப்பாக பாளையக்காரர்கள் ஆட்சியில் இது நடந்திருக்கவே அதிக வாய்ப்புள்ளது. மக்களின் வாய்வழிக் கதைகள் வெள்ளை மரியாளை விரட்டி வந்தவர் வெள்ளைக்காரர் எனவும், சிற்றசர் எனவும் இரு வேறு கோணங்களை முன்வைக்கின்றன.

''பழைய கல்லறைல கல்வெட்டு எல்லாம் இல்ல. பின்னால... இப்ப ஒண்ணு வச்சாக. நாங்க சின்னப் புள்ளையா இருக்கச்ச இவ்வளவு ஒயரக் கல்ற... அது மேல ஒரு சிலுவ. அவ்வளவுதான் இருந்துச்சு. இப்ப கட்டடமா கட்டிட்டாக. ஞாயித்துக்கெழம பெரிய மனுசர் ஒருத்தரு போயி மெழுகுவர்த்தி வச்சி, மாலையெல்லாம் போட்டுட்டு கும்புட்டுட்டு வருவார். அப்புறம் இக்னேசியசுன்னு ஒரு ஃபாதர் வந்தாக. இவ்வளவு ஆள்க வருது, ஆடம்பரமா இருக்குது, இதுல நல்லதா ஒரு கோயில் கட்டுனாக்கா என்ன அப்டின்னிட்டு சத்தியநாதபுரத்துக்காரவுக, இலுப்பூர் காரவுகள எல்லாம் கூப்பிட்டு அங்க வச்சு, கட்டடம் கட்டணும்னு பேசினாரு. அப்பல்லாம் நா சின்னப்புள்ள. போயி உக்காந்து பேசி கோயில அப்டித்தான் கெட்டுனாக. அது இப்ப இலுப்பூர் பங்குல இருக்கு'', எனச் சொல்கிறார் ஆரோக்கியராஜ்.

சைமன் ராஜ், ''அந்த அம்மா வெள்ளக்காரம்மா, அதுனாலதான் வெள்ளை மரியாள்னு பேர் வச்சதே. அவுக மதம் பரப்புரதுக்குன்னு வந்தவுக. அதுக்கு குறுக்கு வழியா இப்டி நடந்து வர்றது போறதுமா இருந்திருக்காக. அப்டி திருச்சில இருந்து நடந்து வரும்போது, இங்கன உள்ள அரசரும், சிப்பாய்களும் வெரட்டிட்டு வந்துருக்காங்க. 'இந்தப் பொண்ணு நல்லார்க்கு, இந்தப் பொண்ணக் கெடுக்கணும்' அப்டின்னுட்டு சொல்லிட்டு வெரட்டிட்டு வந்துருப்பாங்க போலருக்கு. இவுங்க உயிரக் காப்பாத்திக்கிடுறதுக்கு 'ஆண்டவரே' அப்டின்னு சொல்லிக்கிட்டு, அங்கிட்டு இருந்த ஈச்சம் பொதருக்குள்ள போயி நுழஞ்சுட்டாக.''

''அந்தப் பொதருக்குள்ளயே எறந்துட்டாங்க. அந்தப் பக்கம் ஆடு மாடு செலரு மேய்ச்சுட்டுத் திரிஞ்சிருக்காக. அவங்கள்ட்ட போயி

கனவுல சொல்லியிருக்காக… 'இன்ன மாதிரி நான் இன்ன எடத்துல மறைஞ்சுட்டேன். நீங்க என்னைய எடுத்து ஒரு கல்லறைல வச்சுக் கும்பிடுங்க. நா கடவுள்ட்ட வரம்பெற்றவ'ன்னு சொல்லியிருக்காக. அதுக்கப்புறந்தான் அவுக அந்த எடத்துல போயி பார்த்திருக்காங்க; கெடந்திருக்கு. அப்புறம் அந்தம்மாவ அடக்கம் பண்ணி அங்க சின்ன ஒரு குருசடி மாதிரி கட்டிவச்சு சாமி கும்புட்டுட்டு இருந்திருக்காக. பங்கு இங்க ஆரம்பிச்ச பெறகு ஒரு கெபி மாதிரி கட்டி, அங்க எல்லாரும் கும்பிட்டுக்கிட்டு இருந்தாங்க, எங்களுக்கு அதெல்லாந்தெரியும்'', எனச் சொல்கிறார்.

''ரொம்ப நாளு கெபி மாதிரிதான் இருந்துச்சு. அதுக்கப்புறம் இக்னேசியஸ்னு ஒரு ஃபாதர் வந்தாரு. அவரு வந்ததற்குப் பெறகுதான் இத கொஞ்சம் டெவலப் பண்ணுவோம், ஐந்தாங்கெழம ஐந்தாங்கெழம ரொம்ப பிரசித்தி பெற்ற அம்மாவா இருக்காங்க, மக்கள் நெறைய பேர் வர்றாங்க, தங்குறதுக்கு கொள்றதுக்கு எடமில்ல, கும்பிட நல்ல கோயிலில்ல அப்டின்னுட்டு அத

வெள்ளை மரியாள் கல்லறையின் வெளியே சுரூபமும், ஆடு, கோழி பலியிடும் இடமும்

இடிச்சிட்டு, சின்னக் கோயிலா ஒண்ணக் கட்டினார். அதுக்கப்புறம் பால்ராஜ்னு ஒரு ஃபாதர் வந்துதான் இப்ப இருக்குற கோயிலக் கட்டுனார். தவக்காலத்தோட அஞ்சாம் ஞாயித்துக்கெழம நெறைய விசேஷம் நடக்கும். அப்ப புதுக்கோட்டை, தஞ்சாவூர், திருச்சில இருந்துலாம் ஸ்பெஷல் பஸ்ஸு வரும் இங்க. 'புனித வெள்ளை மரியாள் கோயில்'னு போட்டே பஸ் வரும். இலுப்பூர்ல அடிக்கடி டிரிப் அடிப்பாங்க. குழந்தை இல்லாதவங்க, கல்யாணம் தாமதமானவங்க, அப்டின்னு பல வேண்டுதல் மக்கள் செய்றாங்க. ஆரோக்கிய மாதா எப்டி இருக்காங்களோ, அந்த மாதிரி எல்லா வரமும் இந்தம்மா குடுப்பாங்க'', என்கிறார்.

ஆலயத்துக்கு இடதுபுறம் பெரிய ஆலமரம் ஒன்றின் கீழ் வெள்ளை மரியாள் என்ற பதாகையுடன் வெளிர் நீல வண்ண அங்கியணிந்த பெண்ணின் சுரூபம் ஒன்று வைக்கப்பட்டுள்ளது. உள்ளே அமைந்த சுரூபத்துக்கும் இதற்கும் முகத்தோற்றத்தில் எந்த வேறுபாடும் தெரியவில்லை. அந்த ஆலமரத்தில் மஞ்சள் கோத்த மஞ்சள் கயிறுகளும், கர்ச்சீஃப் தொட்டில்களும், மரத் தொட்டில்களும் அங்கங்கே கட்டப்பட்டிருக்கின்றன. சுரூபத்தின் முன் இரண்டு சிறு தொட்டிகள் போன்ற அமைப்பும், மூடியுடன் கூடிய மண் விளக்கு ஒன்றும் வைக்கப்பட்டுள்ளன. அந்தத் தொட்டிகள் பற்றியும், நேர்ச்சைகளும் காணிக்கைகளும் இங்கு என்னென்ன செய்யப் படுகின்றன எனவும் சைமன் சொல்கிறார்.

''முன்னல்லாம் கெபில காணிக்கை எல்லாம் செலுத்துவாங்க. இப்ப அத நல்லா எடுத்துக் கட்டுன பெறகு உள்ள பலி எல்லாம் குடுக்க முடியாது. ஆடு வெட்டுறது, கோழி வெட்டுறது எல்லாம் உள்ள பண்ண முடியாது, ரத்தம் கெடக்கும், அசிங்கமாகும், முடி எடுக்குறவங்க முடி கெடக்கும். அதுனால வெளிய மரத்தடில வெள்ள மரியா சுரூபத்த வச்சு, அது முன்ன ஆடு, கோழி வெட்டுறதுக்கு எடம் ரெடி பண்ணியிருக்காக. அங்கதான் ஆடு கோழி பலி குடுக்குறது, முடி எடுக்குறது எல்லாம்.''

''இங்க சிறப்ப செய்ற காணிக்கைன்னா 'கரும்புல தொட்டில் கட்றது' தான். குழந்தை கெடச்சாக்கா கரும்புல தொட்டி கட்டுறேன்னு வேண்டிக்குவாக. தொட்டியக் கட்டி கரும்ப நடுவுல கட்டித் தூக்கி, முன்னாடி ஒருத்தரு, பின்னாடி ஒருத்தருன்னு தூக்கிட்டு கோயிலச் சுத்தி அஞ்சு சுத்து, ஏழு சுத்துன்னு சுத்திவருவாக. 'கோயில் சுத்தி வாறதுன்னு' சொல்லுவாங்க. கலியாணம் நடக்காதவங்க வேண்டிக்கிட்டு கலியாணம் நடந்தா அடுத்த நிமிசமே இங்க வந்துருவாங்க. 'என் பொண்ணு கல்யாணம் ஆச்சுன்னாக்க கிடா

வெட்டுறேன், கோழி வெட்டுறேன், அன்னதானம் ஆக்கிப் போடுறேன்' அப்டின்னு நேர்த்திக்கடன் எதாவது வேண்டிக்கு வாங்க. அது மாதிரி நடந்துச்சுன்னாக்க, வந்து அத செஞ்சிட்டுப் போய்ருவாக. சில பேரு கலியாணம் நடந்தா கோயிலச் சுத்தி முட்டிப்போட்டு வரேன்னு வேண்டிக்குவாங்க. நம்ம வேளாங் கன்னில பண்ற மாதிரி முழங்கால்படி போட்டு சுத்துவாங்க.''

''ஒரு சில பேரு கொஞ்சம் வசதியா இருக்குறவங்க கோழியக் கொண்டு வந்து காணிக்கை விடுறேம்பாங்க, கொஞ்சம் வசதியா இருக்குறவங்க அன்னதானம் ஆக்கிப்போடுவாங்க, சில பேரு கிடா வெட்டி சமச்சுப் போடுவாங்க. சாப்பாடு ஆக்கிப் போடணும்னு வேண்டிக்கிட்டாக்கா கோழியக் கொண்டுவந்து வெட்டி, சொந்தக்காரங்களக் கூட்டிக்கிட்டு வந்து சாப்பாடு ஆக்கிப் போடுறது. வெளியூருல வேண்டிக்கிறவங்க பைல, ஒரு கூடைல கோழியக் கொண்டுவந்து கோயில்ல வுட்டுருவாங்க. கோழி, கன்னுக்குட்டி, ஆடு அப்டின்னு யாரார் உயிரா கொண்டுவந்து என்ன விடுறாங்களோ, அதுக்கு ஒரு அடப்பு மாதிரி வச்சு அதுல விட்ருப்பாங்க. கோழிக்குக் கூண்டிருக்கும், மத்ததுக்கு எல்லாம் தனியா அறை மாதிரி வச்சுருப்பாங்க. சாயந்திரம் எல்லாம் முடிஞ்சதுக்குப் பின்னாடி அத ஏலம் விட்டுருவாங்க. ஏலம் எல்லா நாளும் இல்ல, அஞ்சாம் ஞாயித்துக்கெழம சாயந்திரம்தான் நடக்கும். ஏலம் முடிச்சுட்டு, உண்டியல் எல்லாம் எடுத்துக்கிட்டு வருவாங்க.''

''அங்கியே நைட் எட்டு மணிக்கு மேலாயிரும். அந்தம்மாவுக்கு வேண்டிக்கிட்டு வீடுகள்ல உண்டியல்ல அன்னன்னிக்கு அஞ்சு ரூவா, பத்து ரூவான்னு பணம் போட்டு வச்சுட்டு, அதக் கொண்டு போயி கோயில்ல அன்னிக்கு பெரிய உண்டியல் வச்சிருப்பாங்க, அதுல போட்டுருவாங்க. அத ஃபாதர் ஆளுங்களக் கூட்டிட்டு வந்து எண்ணி, பேங்குல அக்கவுன்ட் பண்ணிக்குவாரு. அந்தப் பணத்த எடுத்து கோயிலுக்கு எதாவது தேவன்னா செய்வாரு, கோயிலப் பாத்துக்குறதுக்கு ஒருத்தரப் போட்டிருக்காரு, அவருக்கு சம்பளம் குடுப்பாரு, கரண்டு பில்லு கட்டிக்குவாரு, கோயில் காரியத்துக்கு பயன்படுத்திக்குவாரு.''

''கோயில் முழுக்க சர்ச் நிர்வாகந்தான். முன்னால இலுப்பூர்ல பண்ணிக்கிட்டு இருந்தாக. சின்னக் கச்சி, பெரிய கச்சி ரெண்டு குரூப்பும் பண்ணாங்க. சின்னக் கச்சி ஒரு வாரம்னாக்கா, ஒரு வாரம் அவுங்க. உண்டியல அவுங்கவுங்க அந்த வாரம் எடுத்திடவேண்டியது. வாராவாரம் உண்டியல் காச வச்சு அரிசி, பருப்பு வாங்கி அன்னதானம் ஆக்கிப் போடுறது. ஒரு வாரம் உண்டியல் கூட வரும்,

ஒரு வாரம் உண்டியல் கம்மியாப் போயிருமா, அதுல சண்டை வந்து கோயில மேற்றாசனத்துக்கு, பிஷப்புக்கு எழுதிக் குடுத்துட்டாங்க.''

''கோயில் பக்கம் சவுராஷ்டிரா செட்டியாரு ஒருத்தரு வயல் வச்சுருக்காரு. கோயிலுக்கு முன்னாடி இருக்குற புலிக்குளத்த ஒட்டின நூறு ஏக்கர் அவர் நெலம். அந்த நூறு ஏக்கருக்கும் அவர் ஒருத்தர்தான் சொந்தக்காரர். அந்த ஒரு கொளத்துப் பாசனத்த, அவர் ஒருத்தர்தான் பயன்படுத்திக்கிட்டு இருந்தாரு. இங்க கோயிலு உண்டியல் நிறைய வரவும், ஆளுங்க அதிகம் வரதையும் பார்த்துட்டு, இது 'வெள்ளை மாரியம்மன்'னு கேஸ் போட்டுட்டாரு. திருச்சி கோர்ட்டுலதான் கேஸ் நடந்துருக்கு. அப்போ கேஸ் நடந்துக்கிட்டு இருக்கும்போது அந்த ஜட்ஜுக்கு கனவுல போயி சொல்லுச்சாம், 'நா மாரியம்மன் கெடையாது, வெள்ளை மரியம்மாள்' அப்டின்னுட்டு...அ வரும் அது மாரியம்மன் கிடையாது, மரியம்மாள்தான் அப்டின்னு ஜட்ஜ்மெண்ட் எழுதிட்டார். அதுலருந்து அது கிறிஸ்தவங்க கன்ட்ரோல்ல இருக்கு.''

''இந்துக்கள்தான் இந்தக் கோயிலுக்கு அதிகம் வர்றது. பக்தியா இருக்குறதும். நம்ம மாதா, அந்தோணியார் தானன்னு சாதாரணமா நினைக்கிறது. அவுங்க கோயிலுக்கு பத்தடி முன்னுக்கயே செருப்ப கழட்டிப் போட்டுருவாங்க. 'டைம்' அப்போ கோயில் பக்கமே லேடீஸ் வரமாட்டாங்க. குழந்த பொறந்தா வரமாட்டாங்க. வீட்ல யாரும் எறந்துபோனா வரமாட்டாங்க. ரொம்ப பக்தியா இருப்பாங்க. நம்ம அப்புடி நினைக்கிறதில்ல. நமக்கு அது புதிய ஏற்பாட்டுல சொல்லப்படல.''

''கோயிலுக்கு நிறைய பேரு வேண்டுதல் நிறைவேறியிருக்குன்னு செஞ்சு குடுத்துருக்காங்க. கோயில் முன்னால உள்ள மணிய செஞ்சுப் போட்டவங்களுக்கு துவரங்குறிச்சி பக்கம் வால்பட்டிதான் ஊரு. பொண்ணுக்குக் கல்யாணம் நடக்கணும்னு வேண்டியிருந்தாங்க. கல்யாணம் நடந்ததும், அந்தக் குடும்பத்தச் சேர்ந்தவுங்க மணிய வாங்கிப் போட்டுட்டாங்க. காலைல சாயந்தரம் அந்த மணிய அடிப்பாங்க. நம்ம கிறிஸ்டியன் ஆளுங்க அங்க இருந்தாக்கா, காலைல சாயந்தரம் அடிப்பாங்க. இப்ப அங்க நிர்வாகம் இந்துக்காரர் ஒருத்தரு பார்த்துட்டு இருக்காரு. நம்மளா போயி அடிச்சுக்க வேண்டியதுதான். மாசத்துல முதல் ஞாயித்துக்கிழம காலைல பதினோரு மணிக்கு அங்க பூசை நடக்கும். இலுப்பூர் பங்குச்சாமியார்தான் பூசை வைப்பார். தவசுக்காலம் அஞ்சாங்கெழம அந்தம்மாவுக்கு விசேஷ திருவிழா, அன்னைக்கு பூசை சிறப்பா இருக்கும், நெறைய சாமியார்க வருவாக, பிஷப்

எல்லாம் வருவாங்க. பூசை வெளிய பந்தல் போட்டு அதுல வைப்பாங்க. ஐநூறு ஆயிரம் பேரு உக்கார்ற மாதிரி பெரிய பந்தலா கோயில் பக்கத்துல போட்டுருப்பாங்க.''

''கோயில் இப்ப இருக்குற எடம் சர்ச்சுக்கு சொந்தமான எடம். பக்கத்துல இருக்குற எடம் வயலா இருக்கட்டும்னு கணேசன்னு இலுப்பூர் டவுன்ல ரியல் எஸ்டேட்காரர் ஒருத்தர் வாங்கி வச்சிருந்துருக்காரு. அவருக்கு வேற எதோ எடம் வாங்கி, ரொம்ப நாள் சேல்ஸ் ஆகாமயே இருந்துச்சு. ஒரு நாள் மெழுகுதிரி வச்சு அந்தம்மாகிட்ட சாமி கும்புட்டு, 'அது சேல்ஸ் ஆச்சுன்னாக்கா, பத்து செண்ட் கோயிலுக்குப் பக்கத்துல உள்ள வயல கோயில் பேர்ல எழுதித் தர்றேன்னு வேண்டியிருக்காரு. அந்த எடம் உடனே விக்கவும், கோயில் பக்கத்துல உள்ள பத்து செண்ட் எடத்த ஃப்ரீயாவே கோயிலுக்கு எழுதிக் குடுத்துட்டாரு. அந்தம்மா நெறைய செஞ்சிருக்காங்க.''

''இப்ப என் மச்சினனுக்கே மூணு குழந்த பொம்பளப் புள்ளையாப் போச்சு, ஆம்பளைப் புள்ள இல்ல. அப்புறம் அங்கதான் போயி காணிக்கை வச்சு, கரும்புல தொட்டில் கட்டிப் போடுறேன்னு வேண்டுன பெறகு, நாலாவதா பையம்பொறந்தாப்ல. கொழந்த பொறந்து ஒரு மாசம், முப்பது கழிஞ்ச பெறகு தூக்கிட்டுப் போய்ட்டு அங்க கரும்புத் தொட்டி கட்டுனோம். முட்டி போட்டு சுத்திவந்துட்டு, எல்லா வேண்டுதலும் முடிச்சுட்டுதான் பேரு வச்சாங்க. இப்பிடி பிரசித்தி பெற்றுச்சு. இப்ப தமிழ்நாடு முழுவதுமே பிரபல்யம் ஆயிருச்சு. கன்னியாகுமரியில இருந்துலாம் வருவாங்க. ரொம்பப் பேரு வேண்டுதல் வச்சிக்கிட்டுத்தான் வர்றாக. இப்ப வந்து கூட்டம் நெறைய வருதுன்னு அஞ்சாங் கெழமையும், ஆறாங்கெழமையும் (தவசு காலத்தின் ஐந்தாவது, ஆறாவது ஞாயிறு) அங்க அன்னதானம் நடக்கும்'', என சைமன் சொல்கிறார்.

சில ஆண்டுகள் முன்பு ஒரு சண்டையில் கல்லறையை ஒரு கும்பல் இடித்துவிட, அதை மீண்டும் உயர்த்திக் கட்டியிருக்கின்றனர். அதிலுள்ள கல்வெட்டைக் கண்ணாடிப் பேழை கொண்டு மூடி, சுற்றிக் கட்டிக்கொள்ள உதவியும் செய்திருக்கிறார் முன்னாள் மாநில அமைச்சர் விஜயபாஸ்கர். ''இடைல குடிகாரப் பயலுக போயி அங்க பெரச்சன பண்ணது. நம்ம தெருப் பசங்களுக்கும், அந்தத் தெருப் பசங்களுக்கும் சண்டை வந்ததுல இப்புடி ஆச்சு'', என கூட்டாகச் சொல்கின்றனர். ''அவுங்க கள்ளரு. எலக்ஷன் டைம்ல கடத்தெருவுல சோடா வாங்குறதுல எதோ தகராறு. அதுல அந்தப் பசங்க போய்

கல்லறைய உடச்சுப்புட்டானுங்க. அந்த ஊரு பிலிப்பட்டின்னு சொல்லுவாக. அங்க கல்லறைய தெறக்க, சுத்தம் பண்ண கொள்ள ஒருத்தர நெயமிச்சிருக்காக. யாரும் வந்தா கொண்டா கல்லறைய தொறந்து காமிக்கன்னு அவருக்கு வேல. அவரு அங்க பக்கத்துல சால ஒண்ணு இருக்கும், அங்க படுத்துருப்பாரு. இவனுங்க அங்க அடிக்கவும், என்னது இந்நேரத்துக்கு என்னமோ அடிக்கிறாய்ங் களேன்னு அவர் என்னன்னு ஆளு சொல்லிவிடப் போவோமுன்னு இவரு இங்க சாமியார் வீட்டுக்கு வந்துட்டாரு. இவரு சாமியார் மூல்யமா அங்க போயி பார்த்து, அப்புறம் எல்லாம் ஆளு வச்சு சரி பண்ணுனாங்க'', எனவும் அவர் கூறுகிறார்.

பிற கல்லறைகள் போல அல்லாமல், இந்தக் கல்லறை திருச்சபையின் பொறுப்பில் இருக்கிறது என்பதால், வெள்ளை மரியம்மாள் வரலாறை வெளிக்கொணர்வது அவசியமாகிறது. அதற்கான முதன்மைத் தரவுகள், அவர் மறைபரப்புப் பணி செய்தவர் என சொல்லப்படுவதால், திருச்சபையின் தரவுகளில் இருக்க வாய்ப்புண்டு. அப்படி இல்லையெனில் குறைந்தபட்சமாக, சரியான வரலாறையாவது அங்கு வரும் மக்களுக்குத் தெரிவிக்க வேண்டியதும் திருச்சபையின் கடமையாகிறது. வெகுசன வழிபாடு இவற்றை எல்லாம் தாண்டியது என்பது சரியே; ஆனால் வெள்ளை மரியம்மாள் கல்லறை வெகுசன வழிபாட்டுக்கும், நிறுவனப் படுத்தப்பட்ட கிறிஸ்தவ வழிபாட்டுக்கும் இடையே சிக்கிக்கொண்டு இருக்கிறது.

நிறுவனப்படுத்தப்பட்ட கத்தோலிக்கக் கிறிஸ்தவம் புனிதர்களைக் (Saints) கடவுளுக்கும் மக்களுக்கும் இடையேயானப் பாலமாகவே கட்டமைத்திருக்கிறது. புனிதர்களின் விழாக்கள் பக்தியுடன் கொண்டாடப்படுகின்றன. அவர்கள் ஆலயங்களுக்குப் பாதுகாவலர்களாகின்றனர். தனித்துவம் கொண்டு அந்தந்தப் பணிக்கு, பிரிவினருக்குப் புனிதராக அவர் அறிவிக்கப்படுகிறார். இயேசுவின் தந்தையான பசூசையப்பர் ஆலயங்கள், குடும்பங்கள், தந்தையர்கள், கருத்தரித்தப் பெண்கள், உழைப்பாளர்கள், பயணிகள், புலம்பெயர்ந்தவர்கள், கைத்தொழில் செய்பவர்கள் போன்றோருக்குப் பாதுகாவலராக அறியப்படுகிறார். உலகம் முழுக்க உள்ள கத்தோலிக்கர்கள் இப்புனிதர்களின் திருவிழாக் களைக் கொண்டாடுவது உண்டு. கிறிஸ்தவ ஆன்மீக வாழ்வின் உச்சம் என இந்தப் பட்டம் கருதப்படுகிறது.

புனிதர்களுக்கு பன்னடுக்கு முறையில், ஆண்டுக்கணக்கான காத்திருப்புக்குப் பிறகே 'புனிதர்' என்ற பட்டம் (canonization)

வழங்கப்படுகிறது. திருச்சபையின் தொடக்க காலத்தில் கிறிஸ்தவ நம்பிக்கைக்காக உயிர்நீத்தவர்களுக்கு மட்டுமே புனிதர் பட்டம் அளிக்கப்பட்டது; இந்தப்பட்டமளிப்பில் பாப்பரசருக்கு பெரிய பங்கெதுவும் இல்லை. 1234ம் ஆண்டில்தான் புனிதப்படுத்தும் முறைமை பாப்பரசர்களின் கைக்கு வந்தது. அதன்பின் 1978 வரை 300 பேர் மட்டுமே புனிதர் பட்டம் பெற்றனர்.

1978 முதல், பாப்பரசர் இரண்டாம் அருள் சின்னப்பர் (Pope John Paul II) காலத்தில், 26 ஆண்டுகளில் 482 பேருக்குப் புனிதர் பட்டம் வழங்கினார். 1327 பேருக்கு அருளாளர் பட்டம் வழங்கப்பட்டது. புனிதர்கள் மூன்றாக வகைப்படுத்தப்பட்டனர்.

1. தன் இறைநம்பிக்கைக்காகக் கொல்லப்படுதல். (martyrdom)
2. கிறிஸ்தவ நெறிகளில் இருந்து சற்றும் விலகாமல் வாழ்தல். (உறுதியான விசுவாச வாழ்வு.)
3. தன் கிறிஸ்தவ பக்திக்காக புகழ்பெறுதல்.

2017ம் ஆண்டு பாப்பரசர் பிரான்சிஸ் இதில் திருத்தங்கள் கொண்டு வந்தார். அதன் மூலம் ஐந்துப் பிரிவுகள் ஏற்படுத்தப்பட்டன.

1. 'கட்டாயம் இறந்து போவோம்' என்ற சூழலிலும், அஞ்சாமல் தானே முன்வந்து தன்னுயிர் ஈதல்.
2. உயிர் விடுபவரின் துணிவுக்கும், சிறுவயதிலேயே அவர் சந்திக்கும் மரணத்துக்கும் நெருக்கம் இருத்தல் வேண்டும்.
3. இறப்பதற்கு முன் அந்த நபர் கிறிஸ்தவ நற்பண்பு கொண்டிருத்தல் வேண்டும்.
4. இறப்புக்குப் பின்னராவது அவர்கள் 'புனிதர்கள்' என அறியப் படல் வேண்டும்.
5. ஏதாவது ஒரு அதிசயத்தை (miracle) அவர்கள் நிகழ்த்தியிருக்க வேண்டும். (இறை நம்பிக்கைக்காகக் கொல்லப்பட்டவர்களுக்கு இது பொருந்தாது.)

புனிதர் பட்டம் பெறுவதற்கு, மூன்று படிநிலைகள் உண்டு. கிறிஸ்தவத்துக்காக உயிர்நீத்தவர்கள் முதலில் 'வணக்கத்துக் குரியவர்' (Venerated) என அறிவிக்கப்படுகிறது. அதன் பின் மேற்சொன்ன ஐந்து பிரிவுகளின்படி 'அருளாளர்' (Beatified) என அறிவிக்கப்படுகிறது, அதன் பின்பே 'புனிதர்' பட்டம் வழங்கப்படுகிறது. ஒருவர் இறந்தது முதல் புனிதர் பட்டம் பெறுவது ஆகும் காலம் சராசரியாக 181 ஆண்டுகள் என

கணக்கிடப்பட்டுள்ளது. தமிழகத்தில் 1752ம் ஆண்டு கொல்லப்பட்ட தேவசகாயம்பிள்ளை 2022ம் ஆண்டில் புனிதர் பட்டம் பெறுகிறார்; 1693ம் ஆண்டு கொல்லப்பட்ட அருளானந்தர் 1853ம் ஆண்டு புனிதர் பட்டம் பெற்றார்; 1997ம் ஆண்டு இறந்துபோன அன்னை தெரசாவுக்கு 2016ம் ஆண்டு புனிதர் பட்டம் வழங்கப்பட்டது.

இயற்கையாக ஒருவர் இறந்தபின் 'அதிசயம்' செய்தாரா என்பதை திருச்சபை உறுதிசெய்துகொள்கிறது. அன்னை தெரசாவுக்குப் புனிதர் பட்டம் தர, அவர் இரண்டு 'அதிசயங்கள்' செய்யவேண்டும் என்பதே வத்திக்கானின் நெறிமுறை. பெரும்பாலும் இவ்வாறான அதிசயங்கள் உடல் சார்ந்தவை என்பதால், அவற்றைப் பரிசோதித்து, அறிவிக்க, கன்சல்டா மெடிக்கா (consulta medica) என்ற மருத்துவர் குழு வத்திக்கானால் நியமிக்கப்படுகிறது. இந்தக் குழு அறிவியல் ரீதியாக இந்த 'அதிசயம்' சாத்தியமா எனக் கண்டறிந்து சொல்கிறது.

அன்னை தெரசாவின் படம் பொறித்த லாக்கெட் ஒன்றால் தன் வயிற்றிலிருந்த கட்டிகள் குணமானது என 1998ம் ஆண்டு ஒரு பெண் தெரிவித்ததை இந்த மருத்துவக் குழு ஏற்றுக்கொண்டது. 2008ம் ஆண்டு தெரசாவிடம் வேண்டியதால், மூளையில் இருந்த கட்டிகள் குணமடைந்ததாக பிரேசில் நாட்டைச் சேர்ந்த ஒருவரின் வாக்குமூலத்தையும் மருத்துவக்குழு ஏற்றுக்கொண்டது. அதன் காரணமாக, இறந்து பதினைந்தே ஆண்டுகளில் தெரசா 'புனிதர்' ஆனார். பின்னாளில் தன் மனைவி மருந்துகள் எடுத்துக் கொண்டதால்தான் வயிற்றுக் கட்டி குணமானது என அப்பெண்ணின் கணவர் அறிவித்தார். கனடாவின் இரு பல்கலைக்கழகங்கள், முதல் பெண்ணுக்கு அறிவியல் பூர்வமாகவே குணமடைந்தது என ஆய்வறிக்கை வெளியிட்டனர். அதற்கு முன்பே புனிதர் பட்டம் அறிவிக்கப்பட்டுவிட்டதால், மேற்கொண்டு அதில் வத்திக்கான் கவனம் செலுத்தவில்லை என்றே கருதுகிறேன். நிறுவனப்படுத்தப் பட்ட திருச்சபையினால் இவ்வாறு ஒருவருக்குப் புனிதர் பட்டம் 15 ஆண்டுகளில் தரவும் முடியும், அடித்தட்டு மக்களின் தெரசாக்களை கண்டும் காணாமல் போகவும் முடியும்.

சின்னம்மாயி – சின்னப்பன் கல்லறை

கல்லறைகள் ஒவ்வொன்றும் தனித்துவமிக்கவை. கன்னித் தெய்வமான வெள்ளை மரியம்மாள் ஒரு வகை என்றால், தாய்மையின் கூறான அன்னமிடுவதைத் தன் தலையாயக் கடமையாகக் கொண்டிருந்த சின்னம்மாயி வேறு வகை எனக் கொள்ளலாம். தஞ்சை மாவட்டம்

சின்னம்மாயி சின்னப்பன் கல்லறைகள்

தச்சங்குறிச்சி ஊரை அடுத்த அத்துவானக் காட்டுக்குள் சின்னம்மாயி – சின்னப்பன் கல்லறை இருக்கிறது. கூகிள் தச்சங்குறிச்சிக்குக் கொண்டுசென்று சேர்ப்பதற்குள் எங்களை உண்டு இல்லை எனப் பண்ணிவிட்டது. என்னவெல்லாமோ ஊரைச் சுற்றிச் சுற்றிக் காட்டி ஒரு வழியாக அக்கம்பக்கத்துக் கடைகளில் விசாரித்து, ஏதோ ஒரு பிரிவுச் சாலையில் வலதுபுறம் திரும்பியதும், பூட்டப்பட்டிருந்த பழைய தச்சங்குறிச்சிக் கோயில் தென்பட்டது. கிட்டத்தட்ட நடு மதியம் நெருங்கிவிட்ட வேளையில் சின்னம்மாயிக் கல்லறையை விசாரித்து நாங்கள் சென்று இறங்கியபோது, அங்கு ஒரு ஈ, காக்கை கூட இல்லை. ஆலயத்துக்கு முன்பாக மரங்கள் நிறைந்த பெரும் வெளி தெரிந்தது. அதில் அங்கொன்றும் இங்கொன்றுமாக இலைகளை உதிர்த்துவிட்ட மரங்கள் தெரிந்தன. அவ்விடத்தில் எங்களை ஒரு வித வெறுமை சட்டெனச் சூழ்ந்துகொண்டது. இருசக்கர வாகனத்தில் எங்களைக் கடந்து சென்ற தம்பதியில், அந்தப் பெண் கல்லறையின் பக்கம் திரும்பி, நெற்றியில் சிலுவைக் குறியிட்டுக்கொண்டார்.

கோயிலுக்குள் நுழைந்ததும் நீண்ட நெடிய கூடம் தெரிகிறது. கூடத்தின் இடதுபுறம் வரிசையாக சில கல்லறைகள் தெரிகின்றன. கல்லறைகளின் எண்ணிக்கை அதிகமாகத் தென்பட்டதால், அவை

அறியப்படாத கிறிஸ்தவம் ✤ 373

குடும்பக் கல்லறைகளாக இருக்கக்கூடும் என நினைத்துக் கொண்டேன். கூடத்தின் மறுமுனையில், சுவர்களில் சின்னம்மாயி செய்த 'புதுமை'கள் எழுதப்பட்டுள்ளன. கூடவே சின்னம்மாயி மூலம் இறைவனிடம் ஜெபிக்க வேண்டிய ஜெபமும் எழுதப்பட்டுள்ளது. கூடத்தின் நடுவே கருங்கல்லாலான இரு சிலுவைகள் தென்படுகின்றன. அதில் ஒன்றில் சின்னம்மாயி எனவும் மற்றதில் சின்னப்புடையார் எனவும் பெயர்கள் வெட்டப் பட்டுள்ளன (2013ம் ஆண்டு வெளியிடப்பட்ட நூல் ஒன்றில், 'சின்னப்பன்' என மட்டுமே கல்லறைப் புகைப்படத்தில் பெயர் உள்ளது!). சிலுவைகளுக்கு அப்பால் பூசை மேடையும், அதன் பின்புறச் சுவரில் சிறிய பாடுபட்ட சுரூபம் ஒன்றும் உள்ளன. அதைக் கொண்டு, அங்கு பூசைகள் நடப்பதை விளங்கிக்கொள்ள முடிந்தது. பெரிய காணிக்கை பெட்டி ஒன்றும் அங்கு வைக்கப்பட்டுள்ளது. சின்னம்மாயி கதையைத் தன் 'வெகுசனக் கத்தோலிக்கத்தில் கல்லறைகள்' நூலில் இருதயராஜ் தச்சங்குறிச்சியில் களப்பணி செய்து எழுதியுள்ளார்.

இந்தக் கல்லறை, சின்னம்மாயி புகுந்த வீட்டின் 'குடும்பக் கல்லறையில்' இருக்கிறது. தச்சங்குறிச்சி ஊரிலுள்ளக் குடும்பங்கள் உடையார் சாதியினர். இவர்களை போளாச்சி வகையறா, சிலம்புடையார் வகையறா, வல்லத்தார் வகையறா, தெக்கிளார் வகையறா, தீர்த்தப்படையார் வகையறா என ஐந்தாகப் பிரிக்கலாம். ஒவ்வொருவகையறாவுக்கும் தனித்தனிக் கல்லறைத் தோட்டங்கள் இருக்கின்றன. தங்கள் சாதிய அடையாளத்தைத் தக்க வைப்பதற்கான முயற்சியாக இந்தக் கல்லறைகளைப் பார்க்கலாம். சின்னம்மாயி, சின்னப்பன் இருவரும் இறந்தவுடன், சின்னப்பனின் வகையறா கல்லறைத் தோட்டத்தில் புதைக்கப்பட்டிருக்கின்றனர். சின்னம்மாயி தச்சங்குறிச்சி போளாச்சி வகையறாவில் பிறந்தவர்; சவேரியார் பட்டி சிலம்புடையார் வகையறாவைச் சேர்ந்த சின்னப்பனுக்கு மணமுடித்துக் கொடுக்கப்பட்டார் என்பதால், சிலம்புடையார் வகையறா கல்லறையில் புதைக்கப்பட்டிருக்கிறார். அவ்வகை யறாவைச் சேர்ந்த மற்றவர்களும் அங்கு புதைக்கப்பட்டிருக் கின்றனர். கல்லறையை, இன்றும் இரண்டு ஊர்களையும் சேர்ந்த சிலம்புடையார் வகையறாவே நிர்வாகம் செய்துவருகின்றனர்.

சின்னம்மாயியின் இயற்பெயர் சின்னம்மாள். வீட்டின் ஒரே பெண் பிள்ளை என்பதால் சிறு வயது முதலே அன்போடும், பாசத்தோடும் வளர்க்கப்பட்டார். தச்சங்குறிச்சியில் புதியதாக கிறிஸ்தவத்துக்கு மதம் மாறிய மருதமுத்து, வல்லம் பங்குத்தந்தையால் திருமுழுக்குப் பெற்று, சின்னப்பன் எனப் பெயர் சூட்டப்பட்டார். இந்த

சின்னப்பனுக்கு சின்னம்மாள் மணமுடித்துக் கொடுக்கப்பட்டார். தம்பதி நல்ல புரிதலோடு வாழ்ந்துவந்தனர். குழந்தைகள் இல்லை. தங்களுக்குப் பாகம் பிரித்துக் கொடுக்கப்பட்ட நிலத்தில் நெல், கம்பு, சோளம், சாமை ஆகியவற்றைப் பயிர் செய்தனர். நல்ல அறுவடையும் கண்டனர்.

முன்பட்டமாக விதைத்த காரணத்தால் அவர்களுக்கு எப்போதும் நல்ல விளைச்சல் கிடைத்தது. ஆனால் அதை உடனே விற்றால் நல்ல விலைக்குப் போகாது என்பதால், அறுவடை செய்த தானியங்களைச் சேகரித்து, 'சேர்' எனப்படும் குதிர்களில் சேமித்து வைத்தனர். அவ்வூர் மக்களோ, பின்பட்டம் விதைத்து, மழை இல்லாத காரணத்தால் மகசூல் இன்றித் தவித்தனர். ஊரில் பஞ்சம். உண்ண உணவின்றி மக்கள் வாடினர். அவர்களைக் கண்டு வருந்திய சின்னம்மாள், 'நம் வீட்டில்தான் இவ்வளவு தானியங்கள் சேகரித்து வைத்திருக்கிறோமே, அதை என்ன செய்யப் போகிறோம்? சேர்த்துவைத்து யாருக்குத் தரப் போகிறோம்? பசியால் வாடுபவர் களுக்கு நாம் உதவினால் என்ன?' எனச் சிந்தித்தார்.

கணவரும் தன்னைப் போல சிந்திப்பவர் தானே, நல்லது தானே செய்கிறோம் என எண்ணி, கணவரின் கவனத்துக்குக் கொண்டு செல்லாமலே, தானியங்களை ஏழைகளுக்குக் கொடுத்தார்; கூழாகவும் காய்ச்சி ஊற்றினார். வயலுக்குப் போகும் போதெல்லாம் கூழைக் கரைத்து, குடத்தில் கொண்டுசென்று கிணற்றடிக்கு வருவோருக்கு எல்லாம் ஊற்றினார். வீட்டின் புழக்கடையிலும், குளக்கரையிலும் கூழை எடுத்துச் சென்று மக்களுக்கு ஊற்றி வந்தார். இதனால் நூற்றுக்கணக்கானோர் பசியாறினர். அவர்கள் தன்னைப் பாராட்டும் போதெல்லாம், தாய்மை உணர்வு பொங்க அகமகிழ்ந்தார் சின்னம்மாள்.

ஒரு நாள் சின்னப்பன் சின்னம்மாள் வீட்டில் இல்லாத நேரம், தன் தானியங்களை விற்பதற்காக வணிகர்களை வீட்டுக்கு அழைத்து வந்தார். குதிருக்குள்ளிருந்த தானியங்களை எடுக்கச் சென்றவருக்கு அதிர்ச்சி, முழுக் குதிரும் காலியாகி, அடியில் கொஞ்சமே எஞ்சியிருந்தது. குதிர் நிறைய இருந்த தானியங்கள் என்னவாயின என்ற குழப்பத்தில் இருந்தவர், வந்திருந்த வணிகர்களிடம், ''இன்று செவ்வாய்க்கிழமை என்பதால் விற்பனை செய்யவேண்டாம் என வீட்டில் சொல்கின்றனர், நாளை வாருங்கள்'', என அவர்களிடம் சொல்லியனுப்பினார். ஆனால் மனதுக்குள் தானியங்களை சின்னம்மாள் மற்றவர்களுக்கு விற்றாரா, தானம் கொடுத்து விட்டாரா என்ற கேள்விகள் குடைந்துகொண்டே இருந்தன.

வயலுக்குச் சென்று திரும்பிக் கொண்டிருந்த சின்னம்மாளிடம் அண்டை வீட்டார் வீட்டுக்கு வணிகர்கள் வந்ததையும், தானியத்தைக் குதிரில் காணாமல் சின்னப்பன் தேடியதையும் சொன்னார்கள். வீட்டுக்குச் சென்ற சின்னம்மாள், கணவரின் காலில் விழுந்து அழுதுகொண்டே நடந்ததைச் சொன்னார். ''பசியால் வாடிய ஏழை மக்களைக் கண்டபோது என்னால் அமைதியாக இருக்கமுடிய வில்லை. மனம் வருந்தினேன். உங்களிடம் கேட்டால், நீங்கள் மறுத்துவிடுவீர்களோ என்ற அச்சத்தில், சொல்லாமல், தானியங்களை எடுத்து ஏழைகளுக்குக் கொடுத்துவிட்டேன். என்னை மன்னித்துவிடுங்கள்'', என சொன்னார்.

அதைக் கேட்ட சின்னப்பன் அவரை அமைதிப்படுத்தி, ''நீ என்ன செய்தாலும் சரியாக இருக்கும். இனி வீட்டில் என்ன தானியம் இருந்தாலும், நீ உன் விருப்பப்படி ஏழைகளுக்குக் கொடுத்துவிடு'', எனச் சொன்னார். மனைவியின் நல்ல உள்ளத்தைப் புரிந்து கொண்ட சின்னப்பன், தனது தாயுள்ளத்தையும் உணர்ந்துகொண்டார். இந்த நிகழ்வுக்குப் பின் தங்கள் நிலத்தில் விளைந்தது எதையும், என்ன செய்தாய் என சின்னப்பன் தன் மனைவியிடம் கேட்கவே இல்லை. சின்னம்மாளுக்குத் தொண்ணூறு வயதான போது, உடல்நலம் குன்றியது. இறக்கும் தருவாயில் தன் கணவரிடம் தன்னை தங்கள் நிலத்திலுள்ள வேப்பமரத்தினடியில் புதைக்கவேண்டும் என சின்னம்மாள் கேட்டுக்கொண்டார். அவர் இறந்தபின் அவரது ஆசையை சின்னப்பன் நிறைவேற்றினார். அதன்பின் ஓரிரு ஆண்டுகளில் அவரும் இறந்துபோக, அவரையும் சின்னம்மாள் கல்லறைக்கு அருகே அடக்கம் செய்தனர்.

சின்னம்மாள் சின்னம்மாயியாக, தாய் தெய்வமாக உயர்த்தப்படக் காரணம் அவர் செய்த முதல் புதுமை. அவர் இறந்து ஏறக்குறைய முப்பது நாள்கள் கழித்து, இந்தப் புதுமை நடந்தது. காட்டில் ஆடு மேய்த்துக்கொண்டிருந்த கோனார் சாதியைச் சேர்ந்த ஒருவருக்குக் கடும் வயிற்றுவலி ஏற்பட்டது. தாங்கமுடியாத வலியால் துடித்தவர், இருப்பதைவிட இறப்பதே மேல் என முடிவுசெய்தார். சின்னம்மாளை அடக்கம் செய்திருந்த இடத்துக்கு அருகேயிருந்த வேப்பமரத்தில் தூக்குப்போட்டு, தன் கழுத்தை இறுக்க முயற்சித்தார்.

அப்போது வெள்ளை நிற ஆடை அணிந்த பெண் ஒருவர் அங்கு தோன்றி, ''மகனே கீழே இறங்கு. மரத்தடி மண்ணைக் கொஞ்சம் எடுத்துச் சாப்பிடு. உன் வயிற்றுவலி குணமாகும், உன் தலைமுறைக்கே இந்த வயிற்றுவலி இனி வராது'', எனச் சொல்லியிருக்கிறார். ''உன் ஊரிலுள்ள சிலம்புடையார்களிடம், எனக்கு சனிக்கிழமைதோறும்

மெழுகுதிரியேற்றி, சாம்பிராணி வாடை காட்டவேண்டும் எனச் சொல். நீயும் தவக்காலத்தின் ஐந்தாவது சனிக்கிழமையன்று இந்த வழியாகப் போகிற எல்லோருக்கும் நீர்மோர் வழங்கு'', எனச் சொல்லி, 'வானத்துக்கும் பூமிக்கும் ஒரே வெண்மையாகக் காட்சியளித்த அந்த உருவம்' மறைந்துவிட்டது.

அந்தப் பெண் சொன்னபடி மண்ணை உண்ட கோனாருக்கு உடனே வயிற்று வலி நீங்கியது. தனக்கு நடந்ததை அனைவரிடமும் விவரித்தார். விஷயம் ஊர் முழுக்கப் பரவியது. சின்னம்மாயி விருப்பப்படி அவரது குடும்பத்தினர் சனிக்கிழமைகளில் கல்லறைக்கு அருகே மெழுகுதிரி ஏற்றுவதும், சாம்பிராணிப் புகை காட்டுவதும் வழக்கமானது. கோனார் குடும்பம் தவசு காலத்தின் ஐந்தாவது சனிக்கிழமையில் அந்தப் பகுதியில் மோர் ஊற்றத் தொடங்கியது. இன்றுவரை அவர்கள் அவ்வழக்கத்தைத் தொடர்கின்றனர். உயிரோடு இருக்கும்போது ஊருக்கு உணவளித்த தாயுள்ளம் கொண்ட பெண், இறந்தும் எல்லோருக்கும் கேட்டதைத் தருகிறாள் என்ற நம்பிக்கையில் அந்தப் பக்கம் செல்வோர் எல்லோரும் அவ்விடத்தில் நின்று ஜெபம் செய்வதை வழக்கமாகக் கொண்டனர்.

கோனாருக்கு நடந்தது போல, தங்களுக்கும் ஏதாவது அதிசயம் நடக்காதா என மற்றவர்களும் வேண்டத் தொடங்கினர். அவர்களுக்கு நன்மை நடந்தால், அதை எல்லோரிடமும் சொல்லிப் பரவலாக்கினர். சின்னம்மாயி கோனாரிடம் ஐந்தாம் சனியன்று மோர் ஊற்றச் சொல்லிக் கேட்டதால், ஒவ்வொரு ஆண்டும் அந்த சனிக்கிழமையன்று இவ்விடத்துக்கு வண்டி கட்டிக்கொண்டு சென்று, உணவு சமைத்துச் சாப்பிட்டு, வருபவர்களுக்கும் கொடுத்து, சின்னம்மாயிக்கு நன்றி சொல்லி, வேண்டுதல் வைக்கத் தொடங்கினர். அந்நாளில் அங்கு சென்றால் உண்ண உணவு கிடைக்கும் என அந்தப் பகுதி மக்களும் தெரிந்துவைத்திருக்கின்றனர்.

உணவுப் பகிர்வு என்பதை எல்லாக் கல்லறைகளிலும் காண முடிகிறது. உணவின் மூலம் புண்ணியம் தேடும் முயற்சியே இது. இப்படித் தரப்படும் உணவுக்கு, தென் மாவட்டங்களில் 'புண்ணியச் சோறு' எனவும், அதை வாங்கி உண்பவர்களுக்கு, 'புண்ணிய ஆள்கள்' எனவும் பெயருண்டு.

இந்தக் கல்லறைக்கு வருபவர்கள் பெரும்பாலும் விவசாயிகள் என்பதால், அவர்கள் தங்கள் முதல் விளைச்சலைக் கொண்டுவந்து இந்த ஆலயத்தில் கொடுக்கின்றனர். காணிக்கையாக வரும் இந்தத் தானியத்தைக் கொட்ட, கல்லறைக்கு அருகே இரண்டு பெரிய திறந்தவெளி அறைகள் கட்டப்பட்டுள்ளன. அப்படிக் கொட்டப்

பட்ட தானியத்திலிருந்து ஒரு கைப்பிடி தானியத்தை மீண்டும் அடுத்த முறை வெள்ளாமை செய்ய வீட்டுக்கு எடுத்துச் செல்கின்றனர்.

அந்த விதைகளை விதைத்தால், நல்ல மகசூல் கிடைக்கும் என்பது மக்களின் நம்பிக்கை. இங்கு வரும் தானியம் எல்லாமே கல்லறையை நிர்வாகம் செய்யும் நிர்வாகக் குழுவுக்கே செல்லும். அவர்கள் அதை விற்று, கோயில் செலவுகளுக்குப் பயன்படுத்து கின்றனர். சின்னம்மாயி வரலாறு, முழுக்க முழுக்க தானியங் களுடன் தொடர்புடையது என்பதால், இங்கு வரும் மக்களுக்கு, பஞ்சமில்லாமல் நல்ல விளைச்சலைத் தரும் வளமையின் சின்னமாகவே சின்னம்மாயி தெரிகிறார். கல்லறையில் மெழுகுதிரி ஏற்றுவதற்கு தனியே இடம் ஒதுக்கியிருக்கின்றனர். வேண்டுதல் களை சீட்டாக எழுதிப் போடும் வழக்கமும் இங்கு இருக்கிறது. ஆடு, மாடு, கோழி போன்றவையும் இங்கு காணிக்கையாகத் தரப்படுகின்றன. குத்துவிளக்குகளும் காணிக்கையாக வைக்கப்படுவ துண்டு.

இங்குள்ள சிறப்பு வேண்டுதல், 'அங்கப் பிரதட்சணம்'தான். உடல்நலம், திருமண வரம், குழந்தை வரம் வேண்டி மக்கள் இங்கே அங்கப்பிரதட்சணம் (உடலால் சுற்றுதல்) செய்கின்றனர். உடல் முழுக்க தண்ணீரை, ஊற்றிக்கொண்டு சின்னம்மாயி கல்லறையைச் சுற்றிக் கீழே படுத்து உருண்டு வருகின்றனர். அவர்களது உறவினர்கள் அருகே நின்று அவர்களுக்கு ஆடை விலகுவதைச் சரிசெய்து உதவுகின்றனர். தாலி வரம் வேண்டுபவர்கள் கல்லறையின் அருகே இருக்கும் மரத்தில் தாலிக்கயிறைக் கட்டித் தொங்கவிடுகின்றனர். குழந்தை வரம் வேண்டுபவர்கள் தொட்டில் கட்டுகின்றனர். வேண்டுதல்களைத் துண்டுச் சீட்டில் எழுதி மரத்தில் கட்டுகின்றனர்; அதைக் காணிக்கைப் பெட்டியில் போடுவதுண்டு. உலோகத்தில் செய்யப்படும் உடலுறுப்புகளின் உருக்களையும் உடல் நலம் வேண்டி, கல்லறையில் வைக்கின்றனர்.

தவசுக்காலத்தின் ஐந்தாம் வெள்ளிக்கிழமை மாலை சிலுவைப் பாதையும் பூசையும் நடைபெறுகின்றன. மறுநாள் சனிக்கிழமை யன்று காலை 6, 10, பகல் 12, மாலை 3 என மொத்தம் ஐந்து பூசைகள் இங்கு நடைபெறுகின்றன. கடைசித் திருப்பலி முடிந்ததும் அந்த மேடையிலேயே காணிக்கைப் பொருள்கள் அனைத்தும் ஏலம் விடப்படுகின்றன. பட்டுத்துண்டு, சேலை, குத்துவிளக்கு, ஆடு, மாடு, கோழி, வாழைத்தார் போன்றவை ஏலம் விடப்பட்டு, அந்தப் பணம் நிர்வாகக் குழுவிடம் ஒப்படைக்கப்படுகிறது.

இவ்வாண்டுத் திருவிழாவில் பங்கேற்க திருக்காட்டுப்பள்ளி, லால்குடி, கோக்குடி, திருமானூர், புள்ளம்பாடி, குன்னக்குடி போன்ற ஊர்களிலிருந்து மக்கள் கூட்டம் கூட்டமாக வருகின்றனர். தஞ்சை, கந்தர்வகோட்டை, புதுக்கோட்டை, திருக்காட்டுப்பள்ளி ஆகிய ஊர்களிலிருந்து சிறப்புப் பேருந்துகள் இயக்கப்படுகின்றன. இப்போது கல்லறை வரை செல்ல நல்ல தார்ச் சாலை போடப்பட்டுள்ளது. விழாவின் போது பெரிய பந்தல் அமைக்கப்படுகிறது. கழிவறை வசதி, குடிநீர் வசதி செய்து தரப்பட்டுள்ளன. பல புதுமைகளை சின்னம்மாயி செய்து வருவதாக மக்கள் குறிப்பிடுகின்றனர். தஞ்சை மாவட்டம் யசனை என்ற கிராமத்தைச் சேர்ந்த பெருமாள் என்பவர் உடல்நலமின்றி இருந்தார். எந்த மருந்துக்கும் உடல் சீராகவில்லை. அவரது கனவில் ஒரு நாள் தோன்றிய சின்னம்மாயி, அவருக்கு பில்லி சூனியம் வைக்கப்பட்டிருப்பதாகவும், தன் கோயிலுக்கு அவர் நிலத்தில் விளைந்த சிறுதுளி முத்துகளைக் கொண்டுதந்து வணங்கிச் சென்றால், அவர் குணம் பெறலாம் எனவும் சொல்லியிருக்கிறார். அதே போலச் செய்த பெருமாள், குணமடைந்தார்.

தச்சங்குறிச்சியைப் பூர்வீகமாகக் கொண்ட இயேசு சபை குரு அருட்தந்தை செல்வராஜ், தன் சகோதரிக்குத் திருமணம் நடக்க வேண்டும் எனவும், தான் குருவாக வேண்டும் எனவும் சின்னம்மாயியிடம் வைத்த வேண்டுதல்கள் நல்லபடியாக நிறைவேறியதாகச் சொல்கிறார். போலவே அவர் பணியாற்றிய திண்டுக்கல் கல்லாத்துப்பட்டியில் நீண்ட காலம் திருமணமாகாமல் இருந்த ஒருவரையும், குழந்தை இல்லாத ஒருவரையும் சின்னம்மாயி கல்லறைக்கு அழைத்துச் சென்றதையும், அவர்களது வேண்டுதல்கள் நிறைவேறியதையும் நினைவுகூர்கிறார். கல்லறையின் நிர்வாகத்தை தச்சங்குறிச்சி, சவேரியார்பட்டி என்ற இரு ஊர்களிலும் உள்ள சிலம்புடையார் வகையறா உடையார் மக்கள் கவனிக்கின்றனர். நிர்வாகக் குழுவில் இரு ஊர்களில் இருந்தும் தலா இருவர் உள்ளனர். காணிக்கைப் பெட்டி உண்டியல் எண்ணவும், வரவு-செலவு பார்க்கவும் போளாச்சி வகையறாவைச் சேர்ந்த ஒருவர் (2013ம் ஆண்டில் லூர்துசாமி) உள்ளார். இவர் முன்னிலையில்தான் காணிக்கைப் பெட்டி எண்ணப்படுகிறது.

கல்லறையின் வருமானத்தில் ஒரு பகுதி வைப்பு நிதியாக சேமிக்கப்படுகிறது. கல்லறை வருமானத்தைக் கொண்டு பத்து ஏக்கர் நிலம் வாங்கப்பட்டுள்ளது. பேருந்து நிறுத்தம் அருகே வணிகக் கட்டடம் ஒன்று வாடகைக்கு விடப்பட்டுள்ளது. கோயிலில் பூசை வைக்க குருக்களுக்கு ஆண்டுதோறும் பணம் தரப்படுகிறது. தனியாரிடம்

உள்ள கோயில்களில் நினைத்த நேரம் பூசை வைத்துவிட முடியாது, திருச்சபையின் முழு ஆதரவும் அதற்கு இருப்பதில்லை. ஆனால் நிர்வாகம் கல்லறையை திருச்சபையிடம் ஒப்படைப்பதில் ஆர்வம் காட்டவில்லை.

'கல்லறை தனிப்பட்ட குடும்பச் சொத்து. அதைத் திருச்சபைக்கு எழுதித்தந்துவிட்டால், சொத்து, அதில் வரும் வருமானம் என எல்லாம் கைவிட்டுப் போகும். அதன்பிறகு குடும்பமும் அதில் ஈடுபட முடியாமல் போகும். திருச்சபையில் மாறி மாறி வரும் பங்கு குருக்கள் கல்லறையின் முக்கியத்துவத்தை உணர்ந்து பராமரித்துப் பாதுகாப்பது கடினம்', என நிர்வாகக் குழுவினர் மறுக்கின்றனர். அவர்களுக்குள்ளேயே கொடுக்கலாமா வேண்டாமா என்ற விவாதங்கள் நடந்துகொண்டிருக்கின்றன. இருக்கும் வரை இப்படியே ஓட்டிக் கொள்வதுதான் சரி என நினைக்கின்றனர் போலும்.

தச்சங்குறிச்சியிலேயே பிறந்து வளர்ந்தவரும், சின்னம்மாயி கல்லறைக்குச் சொந்தக்காரர்களில் ஒருவருமான அருட்தந்தை அந்தோணிசாமி, ''சின்னம்மாயிக்கு திருச்சபை முறையாகப் புனிதர் பட்டம் தரவில்லை, மக்கள் தந்திருக்கின்றனர். திருச்சபை அங்கீகரிக்கும் புனிதர்களும், மக்களின் ஏகோபித்த அங்கீகாரமும் கொண்ட சின்னம்மாயி போன்ற புனிதர்களும் ஒன்றே'', எனக் கூறியதில் எந்த மாற்றுக்கருத்தும் இருந்துவிட முடியாது. 'சின்னம்மாயிக்கு திருச்சபையின் முறைப்படி புனிதர் பட்டம் பெற்றுத்தர வேண்டும் என்றால், அதன் நிர்வாகம் திருச்சபைக்கு வரவேண்டும்' என்பதை எடுத்துச் சொல்லியும், மக்கள் ஒப்புக் கொள்ளவில்லை என 1993-1998 ஆண்டுகளில் தச்சங்குறிச்சியில் பங்குத்தந்தையாகப் பணியாற்றிய அருட்தந்தை மரிய லூயிஸ் கூறியுள்ளதாக தன் நூலில் இருதயராஜ் குறிப்பிட்டுள்ளார். இன்னமும் இம்முயற்சிகள் தொடர்ந்து கொண்டிருக்கின்றன.

கல்லறை குறித்து தச்சங்குறிச்சி பங்குத்தந்தை பால்ராஜ் என்னிடம் பேசுகையில், ''வரவு செலவு எல்லாமே நிர்வாகக் கமிட்டிதான் கவனிக்கிறாங்க. எந்த விதமான சடங்குகள்லயும் அவுங்க தலையிடுறது இல்ல. இந்த மந்திரிக்கிறது, அது இதுன்னு எதுவும் இல்ல. அதெல்லாத்துக்கும் பங்கு சாமியாரத்தான் கூப்பிடுவாங்க. வந்த உண்டியலைக் கூட அவுங்க காமெரா வச்சுத்தான் எண்ணுறாங்க. எல்லா எடத்துலயும் காமெரா வச்சிருக்காங்க. வர்ற பணத்தை வச்சு பொதுச்சொத்தாதான் வாங்கி போட்டிருக்காங்க, அங்க பாத்ரூம் வசதி செஞ்சு குடுத்துருக்காங்க. சுத்தி எடம் வாங்கிப் போட்டுருக்காங்க. நா அந்த ஏரியா ஆளு. எனக்கு சின்னம்மாயி

ரொம்பப் புடிக்கும். நா சாமியாராகுறதுக்கு முன்னாடியே அந்த எடத்துக்கு வர்ற ஆளு. 'பங்கு சாமியாரா இல்லையா, நான் ஒரு பக்தரா இங்க எல்லாம் செய்ய ஆசைப்படுறேன். நீங்க வந்து சின்னம்மாயிய மகிமைப்படுத்த என்ன முடிவு எடுக்குறீங்களோ, அதுக்கு நான் என் பங்கா என்ன செய்யணுமோ அதை செய்றேன். எதோ உங்க வருமானத்த வாங்குறதுக்காக நான் உள்ள நுழைஞ் சுட்டேன் அப்டின்னு நினைக்காதீங்க. இதை என்னைக்கு திருச்சபை கிட்ட ஒப்படைக்கிறீங்களோ அன்னைக்குதான் இதை டெவலப் பண்ண முடியும்'னு சொல்லி, இங்கேயே மண்ணின் மைந்தர்கள் ஃபாதர்ஸ் வச்சு மீட்டிங் ஒண்ணு போட்டோம். அவுங்க சின்னம்மாயிய எப்டியாவது மேல கொண்டுட்டு வரணும் அப்டின்னுலாம் பேசினாங்க. அப்டியேதான் இருக்கு. நா அங்க ஒரு ஜெபம் எழுதிப் போட்டிருக்கேன்,'' என்கிறார்.

''மாசாமாசம் மூணாவது சனிக்கிழமை அங்க பூசை வைக்கிறேன். அந்தப் பூசைக்குள்ள பொருள்கள் எல்லாமே அங்கேயே ஸ்பான்சர் புடிச்சி அங்கேயே வாங்கி வச்சிருக்கேன். அதே மாதிரி மூணாவது சனிக்கிழமை அங்கேயே சாப்பாடு சமைச்சி மக்களுக்குக் குடுக்கவும், ஸ்பான்சர் புடிச்சுருக்கேன். அது முழுக்க என்னோட கன்ட்ரோல்ல நடக்கும். ஆனா உண்டியல் போக்குவரத்து அவுங்க (நிர்வாகக் குழு) பார்த்துக்குவாங்க. பூசைக் கருத்தோ, பூசை வைக்கிறதோ, அத நான் பார்த்துக்குறேன். திருச்சபைக் கிட்ட கல்லறைய ஒப்படைக்க அவுங்களுக்கு இன்னும் நிறைய தடை இருக்கு. ஒரு சிலர் அதைக் குடுக்கக் கூடாதுன்றதுல ரொம்ப உறுதியா இருக்காங்க. நம்மளும் போயி சண்டை போட்டு வாங்குர நெலமைல இல்ல.''

''இன்னொரு பிராப்ளம் என்னன்னா இதை நம்ம டாக்குமென்ட் பண்ணவும் முடியாது. இது கல்லறை. கல்லறையை யாரும் எழுதிக் குடுக்க முடியாதே? சட்டப்பூர்வமா அந்தப் பிரச்சனையும் இருக்குது. அவுங்களா முன்வந்து எழுதிக் குடுத்தாலே ஒழிய அதை நம்ம எடுக்க முடியாது. நானும் அவுங்களை ஊக்கப்படுத்திக் கிட்டேதான் இருக்கேன். இயேசு சபை குரு ஒருத்தர் இருக்காரு, அவர் ரொம்ப பக்தி. சின்னம்மாயிக்கு ஒரு படம் கூட இல்ல. ஒரு படமாவது வரையணும் அப்டின்னு சொல்லிட்டு, அவுங்க வகையறா லேடீஸ் எல்லாரையும் கொண்டுவந்து வச்சு, ஃபோட்டோ எடுத்து ஒரு பொதுவான உருவமா வரையலாம்னு எனக்கு சொன்னாங்க.''

''நான் சொன்னேன், 'நான் செய்றேன் ஃபாதர். ஆனா என்னுடைய வேலைய யாரு அங்கீகரிப்பா? நம்ம படம் வரைஞ்சா, எனக்கு மேல

இருக்குறவுங்க தானே அதை கரெக்ட்னு சொல்லணும்? அப்போ பிஷப் கிட்ட இதை செய்யலாமான்னு கேக்கணும். அஃபிஷியலா செய்யலைன்னா, இவுங்களும் இந்தப் படம் அவுங்க மாதிரி இல்லன்னு சொல்லிட்டா நம்ம செஞ்ச வேலை வீணாப்போகும். அதுக்கு சபை கைல இது போகணும். ஒவ்வொரு மாசமும் நான் அவுங்க கிட்ட நேரடியா, மறைமுகமா பேசிக்கிட்டேதான் இருக்கேன். எனக்கே தெரியும்... அங்க நிறைய அதிசயங்கள் நடக்குது. நம்பவேமுடியாத அளவுக்கு இருக்கு.''

''அவுங்க நிர்வாகத்துக்குள்ளயே சில பிரச்சனைகள் இருக்கு. அந்தப் பிரச்சனைகள் பெருசாகும்போது அவுங்களால தொடர்ந்து செய்ய முடியாது. அப்ப கண்டிப்பா அவுங்க திருச்சபைக்கு எழுதிக் குடுத்துருவாங்கன்னு நினைக்கிறேன். அங்க இப்ப கணக்கு வழக்கு எல்லாம் நம்பிக்கையான ஆளு- லூர்துசாமின்னு ஒருத்தர். அவர்தான் பார்த்துக்கிட்டு இருக்காரு. அவர் இருக்குறதுனால இன்னும் பிரச்சன வராம ஓடிக்கிட்டு இருக்கு. அவருக்குப் பிறகு அந்த எடத்துக்கு வர்றதுக்கு எனக்குத் தெரிஞ்சு அவுங்க கிட்ட சரியான, பொறுப்பான ஆள் யாரும் இல்ல. அப்ப கட்டாயமா இங்கதான் வருவாங்க'', என பால்ராஜ் அடிகள் சொல்கிறார்.

எந்த நிறுவனப்படுத்தப்பட்ட மதமாக இருந்தாலும், அதன் அங்கமாக மதத்தை முன்னெடுத்துச் செல்லும் 'முகவர்களுக்கு' உரிய அங்கீகாரம் கட்டாயம் கிடைத்துவிடுகிறது. ஆனால் அதே மதத்தைக் கடைபிடிக்கும் சாதாரணர்களை இறந்த பின்பும் ஒதுக்கும் உதாசீனம் தொடர்கிறது. இவ்வாறு தனியார் கல்லறைகளில் அடங்கியிருக்கும் பொது சனத்துக்கும் உரிய அங்கீகாரத்தை திருச்சபை வழங்கவேண்டும் என்பது காலத்தின் கட்டாயம்.

வெள்ளைக்காரங்கல்லறை – தேவிப்பட்டினம்

அமெரிக்க மதுரை மிஷன். மதுரையின் மிக முக்கிய கல்வி நிலையங்களான பசுமலைப் பள்ளி, அமெரிக்கன் கல்லூரி, மிஷன் மருத்துவமனை உள்ளிட்ட சமூக முன்னேற்றத்துக்கு அவசியமான கல்விச்சாலைகளையும், மருத்துவமனைகளையும் தொடங்கிய மிஷன் என அமெரிக்க மதுரை மிஷன் அறியப்படுகிறது. சீர்திருத்தக் கிறிஸ்தவத்தின் இந்த மிஷன், தமிழகத்துக்கு வந்த மற்ற மிஷன்களை விடத் தாமதமாகவே நிறுவப்பட்டாலும், மதுரை மற்றும் சுற்றுவட்டாரப் பகுதிகளில் அதன் அழிக்க முடியாத இருப்பை உணர்த்திக்கொண்டிருக்கிறது.

1834ம் ஆண்டு யாழ்ப்பாணத்தில் இருந்த அமெரிக்க மிஷன், இந்தியாவில் பணியைத் தொடங்க வாய்ப்புள்ளதா என அறிந்துவர மிஷனரி ஸ்பால்டிங் (Spaulding) என்பாரை இங்கு அனுப்பியது. மதுரையே மிஷன் தொடங்க சரியான இடம் எனத் தெரிவு செய்துகொண்டு ஸ்பால்டிங் யாழ்ப்பாணம் திரும்பினார். மதராஸ் மாகாண ஆளுநரிடம் ஹென்றி உட்வர்டு (Henry Woodward) என்ற மிஷனரி கோரிக்கை வைத்ததையடுத்து, ஜூன் 3, 1834 அன்று, மதுரையில் யாழ்ப்பாண அமெரிக்க மிஷன் தன் பணிகளைத் தொடங்கலாம் என அனுமதியளிக்கப்பட்டது. இதைத் தொடர்ந்து மிஷன் பணிகளுக்காக ஸ்பால்டிங், வில்லியம் தாடு (William Todd), அவர் மனைவி லூசி பிரவுனல் (Lucy Brownell), ஹொய்சிங்டன் (Hoisington) ஆகிய நால்வரையும், மிஷன் மதுரைக்கு அனுப்பியது. 21 ஜூலை அன்று யாழ்ப்பாணத்திலிருந்து கப்பல் மூலம் புறப்பட்ட நால்வரும், மூன்று ஊழியர்களும், ஜூலை 31 அன்று மதுரையில் கால் பதித்தனர்.

இவர்களில் நம் கவனம் பெறுபவர்கள் தாடு தம்பதி! நியூயார்க் நகரில் 1801ம் ஆண்டு பிறந்த தாடு, மிக எளிமையான விவசாயப் பின்புலம் கொண்டவர். 1824ம் ஆண்டு ஆபர்ன் இறையியல் கல்லூரியில் (Auburn Theological College) இறையியல் கற்றுத் தேர்ந்தார். லூசி பிரவுனல் என்ற மிஷனரிப் பெண்ணை மணந்தார். 1800ம் ஆண்டு நியூரயார்க்கின் கயுகா பகுதியில் ஜானதன் பிரவுனல், மேரி பிரிக்ஸ் தம்பதியின் மகளாக லூசி பிரவுனல் பிறந்தார். 1828ம் ஆண்டு லூசிக்கும், தாடுக்கும் திருமணம் நடந்தது. அதன்பின் சில ஆண்டுகள் அமெரிக்காவில் மறைபரப்புப் பணியில் தம்பதி ஈடுபட்டிருந்தனர்.

இலங்கை யாழ்ப்பாணத்தில் மிஷன் பணி செய்ய 1834ம் ஆண்டு தாடு தம்பதி அனுப்பப்பட்டனர். அங்கிருந்து மதுரைக்கு வந்தவர்கள், மதுரை மேற்கு வாசல் பகுதியில் இருந்த பயணியர் விடுதி ஒன்றில் தங்கினர். அதன் பின் கோட்டைக்குள்ளிருந்த ஆங்கிலேயர் ஆலயத்துக்கு எதிரே உள்ள வீட்டில் சில காலமும், சந்தைப்பேட்டை பகுதியிலுள்ள வீட்டில் சில காலமும் தங்கியிருந்தனர். இதற்கு முப்பத்தைந்து ரூபாய் வாடகையும் தந்தனர். கிழக்கு வாசல் பகுதியில் மிஷன் பணிக்கென இடம் ஒதுக்குமாறு அரசிடம் தாடு கோரிக்கை வைத்தார். புதியதாகப் பணியைத் தொடங்கியபோது, மிஷனரிகளின் பற்றாக்குறையை உணர்ந்த தாடு மற்றும் பிற மிஷனரிகள், இன்னும் 27 போதகர்களை பணிக்கு அனுப்புமாறு மிஷனுக்குக் கோரிக்கை வைத்தனர்.

மதுரையில் ஒரு ஆங்கிலப் பள்ளியும், இரண்டு தமிழ்ப் பள்ளிகளும் தாடு திறந்தார். பெண்களுக்கான சிறிய பள்ளி ஒன்றைத் தொடங்குவதில் லூசிக்கு வெற்றி கிட்டியது. தாடு மற்றும் இதர மிஷனரிகளிடம் பணியாற்றிய ஊழியர்களின் காரணமாக, இந்த அமெரிக்க மிஷனரிகள் 'பறைய ஆங்கிலேயர்' என அழைக்கப் பட்டதாக மதுரை மிஷனின் எக்கர்டு (Eckard) என்ற போதகர் குறிப்பிடுகிறார். இதை உண்மை என தாடும் கூறுகிறார். மாவட்ட ஆட்சியரையோ, ஜில்லாவின் நீதிபதியையோ தாடு சந்தித்ததேயில்லை.

எக்கர்டு சூழலை இலகுவாக்க எண்ணி, ஆட்சியர் பிளாக்பர்னை (Blackburn) சந்திக்க தாடை அழைத்துச் சென்றார். அங்கு அவர்களுக்கு நல்ல வரவேற்பு இருந்தது. அவர்கள் மிஷனுக்குத் திரும்பியபோது அவர்களின் ஊழியர்கள் அவர்களைப் பெருமிதத்துடன் பார்த்தனர். மாவட்ட ஆட்சியர் இவர்களைத் தேடி வந்து திருமதி எக்கர்டு மற்றும் லூசியை, இந்து மத விழா ஒன்றுக்கு அழைத்துச் சென்றது மக்களிடையே பெரிய தாக்கத்தை ஏற்படுத்தியது. அமெரிக்க மிஷனரிகளின் சமூக அந்தஸ்த்தை நிலைநாட்ட இது போன்ற சந்திப்புகள் உதவின. மிஷன் நன்றாகவே வளர்ச்சி கண்டது. தாடு தம்பதி மக்களை கிறிஸ்தவத்தின் பால் ஈர்ப்பது என்பதோடு மட்டும் நில்லாமல், கல்வி கற்பிப்பதையும் தங்கள் முக்கியக் குறிக்கோளாகக் கொண்டிருந்தனர் என்பது அவர்கள் பள்ளிகளைத் தொடங்கி நடத்தியதிலிருந்து அறிந்து கொள்ள முடிகிறது. 1835ம் ஆண்டு செப்டம்பர் 2 அன்று இரவு திடீரென்று லூசியின் உடல்நலம் மோசமானது.

அடுத்த நாள் காலையில் ஆங்கில மருத்துவர் ஒருவர் வந்து அவருக்கு சிகிச்சை அளித்தார். என்ன சிக்கலாக இருக்கக்கூடும் என அவருக்குத் தோன்றியதோ, அதற்கேற்ப மருந்துகள் தந்தார். ஆனால் அவரது உடல்நிலையில் எந்த மாற்றமும் ஏற்படவில்லை. அடுத்த கட்டமாக மருத்துவரின் வீட்டுக்கே லூசியை அனுப்பி, சிகிச்சை பெற ஏற்பாடு செய்தார் தாடு. அங்கு அவருக்கு அனைத்து வசதிகளும் செய்யப்பட்டிருந்தன. எந்தப் பலனுமின்றி அவரது உடல்நிலை இன்னும் மோசமானது. கடுமையான வலியால் அவர் துடித்தார்.

சில நேரம் அமைதியாக இருந்தார், ஆனால் நினைவு பிறழ்ந்தது. அவர் அதிகம் பேசவில்லை, ஆனால் தன் நிலை என்ன என உணர்ந்திருந்தார். இந்த சூழலில், அவர் உடல் நலம் தேறவேண்டும் என்றால், கடற்கரைப் பகுதியின் கடற்காற்று அவருக்குத் தேவை

என மருத்துவர் அறிவுறுத்தினார். அவரது அறிவுறுத்தலின்படி, செப்டம்பர் 9 அன்று மதுரையில் இருந்து பல்லக்குகளில் புறப்பட்டு, அங்கிருந்து எண்பது மைல் தொலைவிலுள்ள 'தேவிப்பட்டினம்' (Devapatan) என்ற கடற்கரை ஊரை 22 மணி நேரப் பயணத்தில் அடைந்தனர்.

தேவிப்பட்டினத்தை அடையும்போதே, லூசி, சுயநினைவை இழந்து மயங்கிவிட்டார். அன்று மாலை வரை அவ்வாறே இருந்தவர் அதன் பின் தெளிந்து தன் கணவருடன் மெல்லிய குரலில் குழப்பமின்றி உரையாடினார். அவரால் பேசமுடியவில்லை.

ஆனாலும், ''மிஷன் பணியில் நான் உயிர் துறந்தேன் என அமெரிக்காவில் இருக்கும் நம் நண்பர்கள் சொல்லக்கூடும்; ஆனால் அப்படி எதுவுமில்லை. இந்த நாட்டுக்கு நான் வந்ததன் மூலம் கடவுள் எனக்கிட்ட ஆணையை நான் நிறைவேற்றினேன், இதற்கு எனக்கு நன்றி சொல்லவேண்டியதில்லை'', என கணவரிடம் லூசி சொன்னார். ''இயேசுவே எனக்கு எல்லாம். அவரை நம்புவது எத்தனை இனிமையானது, பாதுகாப்பானது'', எனவும் அவர் சொன்னார். அதன் பின் சுயநினைவை இழக்கத் தொடங்கினார். அந்த சூழலிலும், ''இயேசுவே என் நம்பிக்கை; எல்லாம் சமாதானம்'', என கேட்பதற்கெல்லாம் பதில் சொல்லிக் கொண்டிருந்தார். அடுத்த நாள் அதிகாலை இரண்டு மணிக்கு அமைதியாகவே உயிர்நீத்தார்.

இதற்குப் பின் நடந்ததை தாடு இவ்வாறு எழுதுகிறார். ''அவள் இறந்த அறை பதினாறடி நீளமும், எட்டடி அகலமும் கொண்ட குடிசை. அதன் சுவர்களும், தரையும் மண்ணாலானவை. அதன் கூரை சிறு கட்டைகள் கொண்டும், பனையோலை கொண்டும் வேயப்பட்டிருந்தது. அப்போது என்னுடன் என் தமிழ் ஆசிரியரும், அவ்வூரைச் சேர்ந்த பணிப்பெண் ஒருவருமே இருந்தனர். அவர்கள் இருவராலும் எனக்கு எந்த விதத்திலும் உதவ முடியவில்லை. எல்லாவற்றையும் நானே செய்யவேண்டும் என்ற நிலை ஏற்பட்டிருந்தது; அந்தக் கடினமான பணியைச் செய்ய கடவுள் எனக்கு உறுதியைக் கொடுத்தார். பணத்துக்குப் பிணத்தைத் தூக்கிக்கொள்ள ஒப்புக்கொண்ட சிலர், தலையிலும், தோள்களிலும் அவளது உடலைச் சுமந்து சென்றனர். ஆண்கள், பெண்கள், குழந்தைகள், இஸ்லாமியர், ரோமை கத்தோலிக்கக் கிறிஸ்தவர்கள் மற்றும் சிலை வழிபாடு செய்பவர்கள் (வைதீக/ தமிழ் மதங்கள்) எவ்வித ஒழுங்குமின்றி என்னைப் பின்தொடர்ந்தனர். அவர்களில் பலர் பேசிக்கொண்டும், சிரித்துக்கொண்டும் என்னைப்

பின்தொடர்ந்தனர். சில பெண்களை இந்த சம்பவம் பாதித்திருந்தது. அவர்கள் கண் கலங்கினர். கல்லறையில் மண் தள்ளப்படும்போது என் தமிழ் ஆசிரியர் அவர்களிடம் உரையாற்றினார். எல்லோரும் அவர் சொல்வதை கவனமாகக் கேட்கத் தொடங்கினர். அவள் கல்லறை, ரோமை கத்தோலிக்கக் கல்லறைத் தோட்டத்தில், கடலில் இருந்து சுமார் 10 ராடு (1 rod = 16.5 feet), சுமார் 165 அடி தொலைவில் பெரிய ஆலமரம் ஒன்றின் அடியில் அமைந்திருந்தது.''

முதல் மனைவி லூசி இறந்து ஓராண்டில், கிளாரிசா (Clarissa) என்ற மிஷனரிக் கைம்பெண் ஒருவரை தாடு மணந்தார். கிளாரிசா, ஏற்கனவே ஃப்ராஸ்ட் என்ற மிஷனரியையும், அவர் இறந்த பின் உட்வர்டு (Woodward) என்ற மிஷனரியையும் மணந்தவர். 37 வயதிலேயே கிளாரிசாவின் இரண்டாவது கணவர் உட்வர்டு இறந்துபோனார். கிளாரிசா சொந்த நாட்டுக்குத் திருப்பி அனுப்பப் படுவார் (விதவைகளை மிஷன் பணிக்கு மிஷன்கள் அப்போது அனுமதிக்கவில்லை) என்ற சூழல் ஏற்பட்டதால், அவரது பணி தடைபடாமலிருக்கவேண்டும் என எண்ணிய மற்ற மிஷனரிகள், தாடைத் திருமணம் செய்து கொள்ளுமாறு அவரிடம் வலியுறுத்தினர்.

முதல் மனைவி லூசி இறந்து 13 மாதங்கள் கழித்து, 1836ம் ஆண்டு டிசம்பரில் தாடு கிளாரிசாவை மணந்தார். அவருக்கு அது மூன்றாவது திருமணம். ஆனால், தாடை மணம் செய்த ஆறு மாதங்களில் கிளாரிசாவும் மரணமடைந்தார். கிளாரிசாவுக்கும் முதலிரு கணவர் களுக்கும் பிறந்த நான்கு குழந்தைகளையும் தாடு தத்தெடுத்துக் கொண்டார். மிஷன் பணியை நிறைவாகச் செய்தாலும், அவரது உடல்நலம் கடுமையாக பாதிப்படைந்தது. உடல்நலம் தேறாத சூழலில், 1839ம் ஆண்டு தன் வளர்ப்புக் குழந்தைகளுடன் அமெரிக்காவுக்குத் திரும்பக் கப்பலேறினார் தாடு.

மதுரையின் மேல் அவருக்குத் தீராத காதல் இருந்தது. அவரது இரண்டு மனைவிகளையும் இங்கேதான் அவர் இழந்தார்; இருவருமே மிஷன் பணிகளுக்குத் தங்களை ஒப்புக் கொடுத்தவர்கள். பெரும் பாலான மிஷனரிகள் 40 வயது தாண்டி வாழவே இல்லை, மூன்று நான்கு திருமணங்கள் செய்துகொள்வது வாடிக்கையாக இருந்தது. மனைவிகளை, குழந்தைகளை கொள்ளை நோய்களுக்கும், குழந்தைப்பேற்றிலும், பறிகொடுத்தனர். ஆனாலும் இந்தியாவைத் தேடிவருவதையோ, இம்மண்ணை நேசிப்பதையோ அவர்கள் விடவில்லை.

1839ம் ஆண்டு அமெரிக்கா திரும்பிய தாடு, அங்கு ரூத் என்ற பெண்ணை மூன்றாவதாக மணமுடித்து, உடல்நலம் தேறினார். அதன்பின் 28 ஆண்டுகள் அங்கு வாழ்ந்தார். கன்சாஸ் பகுதியின் 'ரிபப்ளிகன்' ஆற்றுப் பள்ளத்தாக்கில் (Republican River Valley) புதிய குடியிருப்புகள் உருவான நேரம், வில்லியம் தாடின் மருமகன்களான வில்லியம் பேன் (William Payne) மற்றும் தாமஸ் கின்பி (Thomas Quinby) ஆகியோர் உருவாக்கிய புதிய குடியிருப்புக்கு, தாடு வைத்த பெயர் – மதுரா! (Madura) இந்தக் குடியிருப்பில் மதுரா தேவாலயம் ஒன்றையும், அங்கு வழிபட்ட மக்களை 'மதுரா சமூகம்' என்ற பெயரிலும் தாடு ஒருங்கிணைத்தார்.

1868ம் ஆண்டு 'மதுரா தேவாலயம்' கன்சாஸில் கட்டப்பட்டது. சமூகநலத் திட்டங்கள் செயலாக்கம் பெற்றன. 1869ம் ஆண்டுக்குப் பின் பக்கத்து ஊரான வேக்ஃபீல்டு பிரபலமடையத் தொடங்கியது. அதே ஆண்டு மதுராவில் கட்டப்பட்ட தபால் அலுவலகத்தில் தபால் அதிகாரியாகவும் தாடு பணியாற்றினார். 1874ம் ஆண்டு ஆகஸ்ட் மாதம் தாடு மரணமடைந்தார். மதுரா ஊரும் கொஞ்சம் கொஞ்சமாக அழிந்து போனது. இன்று மதுராவின் நினைவாக சில கல்லறைகள் மட்டுமே அப்பகுதியில் இருக்கின்றன. தன் இரு மனைவிகளை இழந்த மண் என்பதாலும், வெளிநாட்டு மிஷன் பணி என்பதாலும் தாடு மதுரையை இறுதிவரை மறக்கவில்லை.

தேவிப்பட்டினத்தில் லூசி அடக்கம் செய்யப்பட்டு கிட்டத்தட்ட இருபது ஆண்டுகள் கழித்து, 1853ம் ஆண்டு டெய்லர் (Taylor) என்ற மிஷனரி அங்கு வந்தார். அங்கு லூசியின் கல்லறையைக் கடலுக்கு அருகே, ஆலமரத்தடியில் கண்டார். கல்லறை பாதுகாப்பாகவே இருந்தது. லூசி இறக்கும்போது சொன்ன வார்த்தைகள் கல்லறையில் வாசகமாக வடிக்கப்பட்டிருந்தன. ஆனால் அவருக்குப் பெரும் அதிர்ச்சியை கல்லறைக்கு நிகழ்ந்துகொண்டிருந்த வழிபாடுகள் தந்தன. லூசியின் கல்லறைக் கல்லில் எண்ணை பூசப்பட்டிருந்தது. அதன் முன் விளக்குகள் எரிந்துகொண்டிருந்தன. அங்கு அவர் விசாரித்ததில், கல்லறையில் அதிசயங்கள் நடந்து வந்ததாகவும், ஏழை மக்கள் அங்கு ஜெபம் செய்யவும் பலி கொடுக்கவும் நன்றி செலுத்தவும் லூசியின் கல்லறைக்கு வந்ததாக அவருக்குச் சொல்லப்பட்டது.

கத்தோலிக்கக் கல்லறைத் தோட்டத்தில் ஒரு சீர்திருத்த மிஷனரியின் கல்லறை இருந்ததுகூட பெரிய அசைவை ஏற்படுத்தவில்லை. ஆனால் அந்தக் கல்லறை வழிபாட்டுக்குரியதாக, கட்டப்பட்ட இருபது ஆண்டுகளிலேயே மாறியிருக்கிறது என்பது ஆச்சரியம்.

அது இன்றும் இருக்கிறதா என்பது 'மில்லியன் டாலர் கேள்வி'. இந்தத் தகவலை எனக்கு முதலில் சொன்ன ரோடாவுக்குள்ளும் எனக்குள்ளும் இருந்த ஜேம்ஸ்பாண்ட் 007 விழித்துக் கொண்டார்.

அவர் அனுப்பிய நூலில் குறிப்பிடப்பட்டிருந்த மதுரையிலிருந்து 80 மைல் தொலைவில் உள்ள கடற்கரை ஊரான 'தேவபடன்' (Devapatan) எந்த ஊர் என்பதில் எங்கள் தேடல் தொடங்கியது. கூகுள் மேப்பை எடுத்துக்கொண்டு, எளிதாக மதுரையில் இருந்து 130 கிமீ தொலைவில் உள்ள 'தேவிப்பட்டினம்'தான் எனக் கண்டு பிடித்தாயிற்று. அங்குள்ள கத்தோலிக்க ஆலயங்களை வலை தளங்களில் ஆராய்ந்ததில், கடலுக்கு அருகே என்ற கோணத்தில், தேவிப்பட்டினம் சவேரியார் கோயில் கல்லறைத் தோட்டத்தில் தான் லூசியின் கல்லறை இருக்கவேண்டும் எனத் தோன்றியது.

ஆலயத்தின் எண் என கூகிள் காட்டிய எண்ணைத் தொடர்பு கொண்டு பேசியதில் ஒருவர் கிடைத்தார். "நான் அந்த ஊர்க்காரர் தான். எங்க ஊருல கடல் கிட்டக்க கோயில் இருக்கு. கோயிலுக்குப் பக்கத்துல கல்லறைத் தோட்டமும் இருக்கு. அங்கதான் நாங்க சின்னப் புள்ளைங்களா இருக்கும்போது வெளையாடி இருக்கோம். ஆனா, நீங்க சொல்ற ஆலமரம் எதும் இல்ல... கல்லறை எதுவும் இல்லையே'', எனச் சொன்னார். புஸ்ஸென உற்சாகம் வடிந்து போனது. ஏறத்தாழ 150 ஆண்டுகளுக்கு முன் வழிபாட்டில் இருந்த கல்லறை இன்றும் அவ்வாறே இருக்கக்கூடும் எனச் சொல்வதற் கில்லை என நினைத்துக்கொண்டேன். ஆனாலும் லூசி எங்கள் இருவரையும் தூங்கவிடவில்லை.

அடுத்த பயணத்தில் எப்படியும் தேவிப்பட்டினத்தைப் பார்த்து விடுவது எனத் தீர்மானித்து, காரை ஈ.சி.ஆர் பக்கம் திருப்பினோம். தேவிப்பட்டினத்தில் கணிசமான அளவு இஸ்லாமியர்கள் இருக்கின்றனர். எங்கு திரும்பினாலும், சாலைகளில் அவர்களே தென்பட்டார்கள். கூகிளாண்டவர் அன்று என்ன கோபத்தில் இருந்தாரோ, சுற்றோ சுற்று என இரண்டு தெருக்களில் இருமுறை சுற்றிவரச் செய்தார். ஆலயத்தைக் கண்டுபிடித்து வண்டியைக் கொண்டு நிறுத்தியதும், குதித்து இறங்கி ஓடிச்சென்று ஆலயத்தின் முன்பிருந்து கடலைப் பார்த்தேன். கோயிலில் இருந்து சில அடி தூரத்தில் கடல் அமைதியாகத் தெரிந்தது. ஆலய வாயிலிலிருந்து பார்த்தால் சில அடிகள் தொலைவில் எதிரே கடல் தென்பட்டது.

ஆலயத்தின் தொன்மையான பகுதி அதன் முகப்புக்குப் பின்னாலிருந்த சிறிய பகுதியாக இருக்கும் என எண்ணுகிறேன். இங்கேதான் பழமையான வண்ணக் கண்ணாடிச் சன்னல் வேலைப்

பாடுடன் தெரிந்தது. ஆலயத்தைச் சுற்றிப்பார்த்துக் கொண்டு இருக்கும்போதே, அங்கு எட்டிப்பார்த்த பெண்கள் இருவரிடம், ''அக்கா, உபதேசியார், கோயில்பிள்ளை இருக்காருங்களா?'', என கேட்டேன். அவர் வீடு ஆலயத்துக்கு அருகிலேதான் எனக் கைகாட்டினர்.

அவர்கள் காட்டிய வீட்டின் முன் முல்லைக் கொடி பூத்துக் கிடந்தது. சட்டையைப் போட்டுக்கொண்டு வந்த உபதேசியார், வரவேற்று மீண்டும் ஆலயத்துக்குள் அழைத்துச் சென்று காட்டி, விளக்கினார். என் கவனம் முழுக்க கல்லறையிலேயே இருந்தது. ''ஐயா, இங்க கல்லறைத் தோட்டம்?'', எனக் கேட்டு முடிப்பதற்குள், ''பக்கத்துல தான இருக்கு, நீங்க பார்க்கலியா?'' என அழைத்துச் சென்றார். கல்லறைத் தோட்ட வாசலில் இடிபாடுகள் இருந்தன.

வெள்ளைக்காரங்கல்லறை, தேவிப்பட்டினம்

கல்லறை செப்பனிடப்பட்டுக் கொண்டிருந்ததாக அவர் சொல்ல, இடிபாடுகள் மேல் மேல் ஏறி, தாவி, குதித்து, சர்க்கஸ் செய்து, ஒரு வழியாக உள்ளே சென்றோம். சிறிய தோட்டம்தான். அங்கொன்றும் இங்கொன்றுமாகக் கல்லறைகள் தெரிந்தன. கிட்டத்தட்ட அனைத்துமே புதிதாகத் தெரிந்தன. போச்சா... 150 ஆண்டுகள் சொக்கா, அதற்குள் என்னவெல்லாமோ மாறியிருக்குமே..என எனக்கு நானே சமாதானம் சொல்லிக்கொண்டேன்.

''நீங்க பழைய கல்லறையா தேடுறீங்க?'' என உபதேசியார் கேட்க, ''ஆமாண்ணே..பழைய பிரிட்டிஷ்காரங்க கல்லறை'', எனச் சொல்லி முடிக்கவும், வினோதமாகப் பார்த்தவர், ''வெள்ளக்காரங் கல்லறன்னு சொல்லவேண்டியது தான? அதோ அந்தக் கடைசில இருக்கு பாருங்க'', என கைகாட்டினார். அவர் கைகாட்டிட, அடுத்த நொடி ஓட்டமும் நடையுமாக அதை அணுகினேன். சுமார் மூன்றடி உயரம் கொண்ட அந்தக் கல்லறை தனித்துவமாகத் தெரிந்தது. உயர்த்தப்பட்ட மேடை மேலிருந்த அந்தக் கல்லறை, மற்றக் கல்லறைகளை விட வடிவத்திலும், திரும்பியிருந்த திசையிலும் மாறுபட்டிருந்தது. மற்ற கல்லறைகள் தெற்கு முகமாய் கடலை நோக்கி இருந்தன. இந்தக் கல்லறையின் கல்வெட்டோ, எதிர் திசையில் இருந்தது. கல்லறையைச் சுற்றி முள்செடிகள் வெட்டிப் போடப்பட்டிருந்தன. ''பார்த்துங்க...'' என உபதேசியார் சொல்லி முடிப்பதற்குள், போட்டிருந்த ஷூவைத் தாண்டி முள்ளொன்று காலைப் பதம் பார்த்திருந்தது. ''ஸ்ஸ்ஸ்ஸ்...'' என முனகிக் கொண்டே, ''என்ன இந்தக் கல்லறைல மட்டும் கல்வெட்டு அங்கிட்டு இருக்கு... ஒரே முள்ளா...'' என சொற்றொடரை முடிக்காமலே, ''ரோடா... இங்க பாருங்க இங்க பாருங்க...'', என உற்சாகத்தில் கத்த ஆரம்பித்தேன். 'யுரேகா யுரேகா' என கத்திக் கொண்டு தெருவில் மட்டும்தான் ஓடவில்லை. அந்தக் கல்லறை லூசியுடையதுதான்!

கல்லறையின் முட்டை வடிவ முகப்பில் பதிக்கப்பட்டுள்ள கல்வெட்டு, 'இயேசுவே என் நம்பிக்கை; எல்லாம் சமாதானம். செப்டம்பர் 11, 1835 அன்று இறக்கும் தருவாயில், திருமதி லூசி தாடின் சொற்கள். வயது 35 ஆண்டுகள்', எனக் குறிப்பிடுகிறது. ஆலமரம் எதுவும் கண்ணில் தென்படவில்லை. உபதேசியார் கல்லறை குறித்துப் பேசத் தொடங்கினார். ''இத நாங்க வெள்ளக்காரங் கல்லறைன்னுதான் சொல்றோம். இங்க கொஞ்ச வருஷத்துக்கு முன்ன அவுங்க சபை (சி.எஸ்.ஐ) பிஷப், ஐயருங்க கொஞ்சம் பேரு வந்து சுத்தம் பண்ணி, மாலை எல்லாம் போட்டு

ஜெபம் பண்ணிட்டுப் போனாங்க. நம்ம ஃபாதரும் வந்தாரு. அப்ப காம்பவுண்டு இல்லாம இருந்திச்சி. பனை ஓலைலதான் அடப்பு வெச்சிருந்துச்சு. அப்ப காம்பவுண்டு எல்லாம் போட்டு சரிபண்ணி, கல்லற எல்லாம் வெள்ளை அடிச்சி சரி பண்ணி வெச்சாங்க. நம்ம ஊரு ஆளுங்க திங்க கெழம திங்க கெழம வந்து இந்தக் கல்லறைய கும்பிட்டுட்டுப் போவாங்க. மெழுகு பொருத்தி வெச்சு ஜெபம் பண்ணிட்டுப் போறது. நெனச்ச காரியம் நடக்கும்னு அங்கேயும் (சவேரியார் கோயிலைச் சுட்டுகிறார்) கும்பிட்டுட்டு, இங்கேயும் கும்பிட்டுட்டுப் போவாங்க. வேலைவாய்ப்பு, கல்யாண வரம் எல்லாத்துக்கும் வேண்டுவாங்க'', என்கிறார்.

கல்லறையில் பெரிய ஆலமரம் இருந்ததா எனக் கேட்கிறேன். "ஆமாங்க... பெரிய மரம் ஒண்ணு அந்தக் கல்லறை இருந்த பக்கம் இருந்துச்சுன்னு சொல்லுவாங்க. நா பாக்கல, ஆனா அப்பா தாத்தா காலத்துல இருந்துச்சுன்னு சொல்லுவாங்க. இப்ப கூட பாருங்க அந்த மரத்துலதான் கொக்கு எல்லாம் அடையுது... 1954, 1964ன்னு ரெண்டு புயலுலயும் கொஞ்சம் கொஞ்சமா அந்த மரம் விழுந்து போச்சாம். கோயிலே அந்தப் புயல்ல பாதி சேதமாயிருச்சு'', என காட்டிவிட்டுக் கிளம்பினார். அவருக்கு நன்றி சொல்லி புகைப் படங்கள் எடுத்துக் கொண்டோம். ஆலயத்தின் வாசல் படிக்கட்டில் போய் வசதியாக அமர்ந்துகொண்டேன். எதிரே கடலில் வரிசையாகப் பல வண்ணங்களில் மீன்பிடிப் படகுகள் தெரிந்தன. என்னருகே இரண்டு பெண்கள் படிக்கட்டில் வசதியாக அமர்ந்து கொண்டதை நான் கவனிக்கவில்லை. ரோடா புகைப்படங்கள் எடுக்கச்சென்றுவிட்டார்.

''சென்னைல இருந்து வாரீயளாக்கும்?'' என்ற குரல் கேட்டு நிமிர்ந்தால், அருகே உட்கார்ந்திருந்த பெண்களில் ஒருவர்தான்.

''ஆமாக்கா...''

''தனியாவா வாறீக?''

''ஏன்? தனியா வரக்கூடாதாக்கா? நாங்க ரெண்டு பேருதான்'', என்றேன்.

''ஏன்... வந்தா என்ன இப்ப?'' என என் கேள்வியையே அவரும் எதிரொலித்தார்.

''அதான் நம்ப பொம்பள ஆம்பளைக்கு மேல இருப்பா'', என அவரே சொல்லிக்கொண்டார். ஆலயம் கடலுக்கு இவ்வளவு அருகில் இருக்கிறதே, புயல், மழைக் காலங்களில் கடல் நீர் ஊருக்குள் வருவதில்லையா எனக் கேட்டேன்.

''இங்க சுனாமி அல வந்தப்ப கூட அங்கிட்டே போயிருச்சு. கோயில்பக்கம் வரல'', என கைகாட்டினார்.

''எங்க கல்லறைல போட்டோ எடுத்தீகளோ?'' என அவரே கேட்டதும், ''ஆமா, நீங்க திங்கக் கெழம திங்கக் கெழம போய் கும்பிடுவீங்களோ?'', எனத் தொடங்கினேன்.

''ஆமா..பல பேரு சொந்தக்காரவுகளுக்கு கும்பிடுவாக. எனக்குலாம் சின்னப்புள்ளையா இருக்கும்போது பொறத்தால இருக்குது பாருங்க தனியா பழைய கல்ற? அதுல பார்த்தா சின்னதா ரெண்டு மெழுகுதிரி எரிஞ்சிக்கிட்டு இருக்குற மாதிரி தெரியும். சின்னப்புள்ளைல பார்த்துட்டு, ஓடிப் போய் அந்தக் கல்றைல வெளாடுவோம். அந்தக் காலத்துலருந்து இருக்கு அந்தக் கல்ற. எனக்குப் பேரு எல்லாம் தெரியாது. திங்க கெழம திங்கக்கெழம அவுகவுக சொந்தக்காரங்க கல்றைக்கு இங்க மெழுகுதிரி ஏத்துவாக. ஆத்துமங்களுக்கு திருவிழா அன்னிக்கு இங்க நறையா சனம் வரும். எல்லா கல்றையும் சுத்தமா ஆக்கி, பூவு கூவு எல்லாம் போட்டு மெழுகுதிரி பொருத்துவாக. சகசோதியா இருக்கொம். அந்தக் கடேசி கல்றைக்கும் மெழுகுதிரி பொருத்துவாக. வெள்ளக் காரங்கல்ற.. உள்ளாற இருக்கு. அதுலதான் எழுதியிருந்துருக்குமே சலவக்கல்லுல? அந்த சலவக்கல்லுலதான் நம்ம பாத்தோம்னா ரெண்டு மெழுகுதிரி எரிஞ்சாப்ல இருக்கும். அங்கதான் 'ஓடியாங்கடி ஓடியாங்கடி'னு குட்டியளக் கூட்டிட்டு வெளாடுவோம். இப்ப போறதில்ல ரொம்ப நாளாச்சி. சின்ன வயசுல அங்கதான் வெளாடுவோம், படுத்துலாம் கெடப்போம். பயம்லாம் இல்ல'', என்றார்.

''அங்க போயி என்ன வேண்டிக்குவீங்க?

''ஆத்துமங்க, அவுக நல்ல உத்தரிக்கும் ஸ்தலத்துலருந்து மோட்ச ராச்சியம் போய்ச் சேரணும்னு சொல்லி, அவுகளுக்காக வேண்டுறதுதான்.''

''அந்தம்மாவ யார்னே உங்களுக்குத் தெரியாது, நீங்க அவுங்களுக்கு மோட்சம் கிடைக்கணும்னு வேண்டுறீங்களா?''

''தெரியாதவுகளுக்கு கும்புட்டாதான் நம்மளுக்கு நல்லது'', என பக்கத்தில் நிற்கும் பெண் இடையில் சொல்கிறார்.

''அந்தக் கல்றைய மூணு நேரஞ்சுத்தி வந்து கல்ற மண்ண அள்ளித் தேச்சுக்கிட்டா, நரம்புப் பிடுப்புக் காரவுகளுக்கு சரியாயிரும். அப்பயிலருந்து இப்பயும் அப்டிச் செய்றாக. இப்ப கல்ற சொவரு

கட்ற வேலைன்னால முள்ளா கெடக்கு. இல்லாட்டி சுத்தமா இருக்கும். கார்த்தியல்ல கண்ணு கொள்ளாத அப்டிப் பார்ப்போம். சுத்தி லைட்டு எல்லாம் போட்டுவச்சு...''

''பரவாயில்லக்கா... யார்னே தெரியாத அம்மாவ நீங்க கும்புட்டுட்டு இருக்கீங்க!'', என வியக்கிறேன்.

''நம்ம அனாதையா இருக்குற ஆத்துமங்களத்தான் கும்புடணும். சகல ஆத்துமங்களையும் கும்புடணும் நம்ம. என்ன?'', எனச் சொல்லிச் சிரிக்கிறார்.

அன்றைய படிப்பினை அந்த நொடி கிடைத்தது.

சான்றுகள்

- Pope Francis Announces New Path To Sainthood - Merritt Kennedy, 2017
- வெகுசனக் கத்தோலிக்கத்தில் கல்லறைகள், அ.இருதயராஜ், சே.ச. - நாட்டார் வழக்காற்றியல் ஆய்வு மையம், 2013
- https://www.nationalgeographic.com/culture/article/mother -teresa -sainthood -canonized
- Did Dr. John Scudder Know He Had Two Scudder Missionary Cousins Aboard the Indus, Margery Boyden, Scudder Association Foundation Historian, 1819
- Madurai to Madura: A Missionary Family's Lasting Legacy in Kansas 1857 -1874, Joshua M Cox, Kansas State University, 2012
- 75 Years in the Madura Mission: a History of the Mission in South India under the American Board of Commissioners For Foreign Missions, Massachusetts, USA, John Scudder Chandler, 1912
- American Madura Mission Jubilee Vol. 1834 -1884, by AMM, SPCK Press

46

தமிழகத்தின் முதல் மஞ்சுவிரட்டு – எளனாப்பட்டி உபகார மாதா

"வருசாவருசம் தமிழ்நாட்டோட மொத ஜல்லிக்கட்டு நம்ம உபகார மாதா சர்ச்சுலதான். ஜனவரி 6, மூணு ராஜாக்கள் பொங்கல் அன்னிக்கு. நம்ம சர்ச்சு ஜல்லிக்கட்டு முடியவுந்தான் மத்த ஊருங்கள்ல ஆரம்பிக்கும். போன வருசம் வரை நம்ம சர்ச்சுல மாடு வச்சிருந்தோம். பேரு உபகார மாதா. மாதா கோயில் மாடுன்னு சொல்லுவாங்க. இப்ப கொரோனால அத கவனிக்க முடியாம வித்துட்டம். இப்ப இருந்திருந்தா உங்களுக்கு அழகா நேர்ல காமிச்சிருப்போம். ஃபோட்டோ இருக்கு பாருங்க... நம்ம உபகார மாதா."

•

உனக்குத் தான் தெரியும் (2)
உள்ளமெல்லாம் புரியும்
உபகார மாதாவே இந்த உலகாளும் மாதாவே
சந்தங்கள் தருபவரே நாங்கள் சாதிக்க வைப்பவரே – உம்
சிந்தைகள் எல்லாமே
எங்கள் சந்ததி காப்பது தான் (2) – உனக்குத் தான்...
எளனாப்பட்டியிலே நீர் இருந்தாட்சி செய்கின்றீர்
இங்கு ஏங்கிடும் மக்களுக்கு வரும் இடரெல்லாம் நீக்குகின்றீர் –
உனக்குத் தான்...

விழிகள் குளமாக நாங்கள் வேண்டினோம் நலமாக
உம்மால் ஆகுமம்மா
எங்கள் இன்னல்கள் தீருமம்மா (2) – உனக்குத் தான்...

''ஜல்லிக்கட்டு தமிழர்களின் அடையாளம், அது காக்கப்பட வேண்டும். ஜல்லிக்கட்டு மாடுகளோடு தொடர்புடைய விஷயமல்ல. இம்மாநில மக்களின் பண்பாட்டுப் பெருமை. தமிழர்கள் அறவழியில் ஜல்லிக்கட்டு வேண்டும் எனப் போராடிக் கொண்டிருக்கின்றனர். அவர்களுக்கு நம் வாழ்த்துகள். மத்திய மாநில அரசுகள் ஜல்லிக்கட்டு நடத்துவதற்கு உரிய நடவடிக்கை களை எடுக்கவேண்டும்'', மதுரை மறைமாவட்டப் பேராயர் அந்தோணி பாப்புசாமி, ஜனவரி 20, 2017.

இந்தச் செய்திச் சுருக்கம் மெரினாவில் ஜல்லிக்கட்டுப் போராட்டம் நடந்துகொண்டிருந்தபோது செய்தித்தாள்களில் வெளியானது. பெரும்பாலும் பலருக்கு ஆயரது இந்த வேண்டுகோளின் நுணுக்கம் புரியாது. 'ஜல்லிக்கட்டுக்கும் கிறிஸ்தவ ஆயருக்கும் என்ன தொடர்பு?' என்ற கேள்வியோடு நகர்ந்துவிடுவோம். அப்படித்தான் அந்தச் செய்தியை நானும் கடந்து போனேன். திண்டுக்கல், புதுக்கோட்டை மாவட்டங்களில் கிறிஸ்தவ ஆலயங்களில் இன்றும் ஜல்லிக்கட்டு நடத்தப்படுகிறது என்ற தகவல் இணையத்தில் காணக்கிடைத்தது. திண்டுக்கல் அல்லது புதுக்கோட்டை, ஏதோ ஒரு மாவட்டத்தில் ஜல்லிக்கட்டு நடத்தும் தேவாலயங்களில் ஒன்றையாவது பார்த்துவிடுவது என திட்டமிட்டுக்கொண்டேன்.

மஞ்சுவிரட்டைப் பற்றி எழுதுவதற்கு முன் குறைந்தபட்சம் ஜல்லிக்கட்டுக் காளைகளை நேரிலாவது பார்க்கவேண்டும் இல்லையா? புதுக்கோட்டை மாவட்டத்தில் தெரிந்த நண்பர் ஒருவரின் தோட்டத்தில் உள்ள காளைகளைப் பார்க்கச் சென்றோம். ஒரு காளை வயல்வெளியில் ஓடிக்கொண்டிருந்தது; மற்றவை தங்கள் கொட்டகைகளில் இருந்தன. ஒன்றிரண்டு அமைதியாக நின்றன, ஒரு காளை மூச்சையே பெரும் ஓசையுடன் விட்டுக் கொண்டிருந்தது. அச்சமூட்டும் உயரம், பிரம்மாண்டமான அளவு, அடங்காத திமில் என பார்ப்பதற்கே நடுங்கியது. பக்கத்திலாவது... போய் தொட்டுப் பார்ப்பதாவது?

நண்பரோ விடமாட்டேன் என்கிறார். ''அதெல்லாம் ஒண்ணும் செய்யாது. கட்டித்தான இருக்கு? நாய்க்குட்டி மாதிரி இவன். நீங்க வேணா பாருங்க, உங்க பின்னாடியே வருவான். நா மூக்கணாங்கயிற புடிச்சிக்கிறேன். அந்தக் கயிற லேசா கைல தொட்டுக்கிட்டே அது கண்ணு கிட்ட இதோ நா தடவிக்குடுக்குற

மாதிரி குடுங்க. கைய வெடுக்குன்னு வச்சு, வெடுக்குன்னு எடுக்காம, பொறுமையா நிதானமா வச்சு எடுங்க. அது பேசாம நிக்கும்'', என்றார். அவர் சொன்னது உண்மைதான்.

லேசாகத் தடவியதும் பொம்மை போல அந்தக் காளை நின்றுகொண்டது. இத்தனை ஆஜானுபாகுவான உருவம் நம் கைத் தொடுதலுக்கு அமைதியாக அருகே நிற்பதே பெரும் அதிசயம்தான். இந்த மாடுகளையா மைதானங்களில் ஓடிச் சென்று திமிலைக் கட்டிக்கொண்டு ஓடுகின்றனர்? ஐயோ... உயரமே ஆறடிக்கு இருக்கிறதே என்ற நினைப்பில் விழி பிதுங்கியது. திடீரென்று கயிறை அறுத்துக் கொண்டு நம்மை நோக்கிப் பாய்ந்துவிட்டால் என்ன செய்வது என்ற அச்சத்தில் இரண்டடி பின்னால் நகர்ந்தேன். கையை மெதுவே விடுவித்துக் கொண்டு நகர்ந்தால், காளை என் பின்னால் வரத்தொடங்கியது. கயிறு எவ்வளவு நீளம் என எட்டிப் பார்த்துக் கொண்டேன். வீட்டிலிருக்கும் நாய்க்குட்டி கண்டிப்பாக நினைவுக்கு வந்தது. ''தங்கக் காசு, செயின், மோதிரம் எல்லாம் மஞ்சுவெரட்டுல ஜெயிச்சிருக்கு'', என நண்பர் பெருமையாக சொல்லிக்கொண்டார்.

ஜல்லிக்கட்டை 'வன்முறையான' விளையாட்டு என பீட்டா உள்ளிட்ட அமைப்புகள் சொல்கின்றன. ஆனால் தமிழரின் பண்பாட்டுச் சின்னமாக, சிந்துவெளி காலம் முதல் அவனுடன் தொப்புள்கொடி உறவாகத் தொடர்ந்து வருவது இந்த ஏறு தழுவுதல். சிந்துவெளி காலம் முதலே காளைகள் மேல் நமக்கு பெரும் ஈடுபாடு உண்டு. சிந்துவெளியில் கிடைத்த முத்திரைகளில், ''தன் குழுவைப் பாதுகாக்கும் வலிமையும் துணிவும் கொண்ட, தன் இனக்குழுவின் பெருக்கத்தை உறுதிசெய்யும் குழுத்தலைவரையோ, கொம்புடைய திமில் காளை வடிவம் குறிக்கலாம். கல்லில் வடிக்கப்பட்ட திமில் காளை மொஹஞ்சதாரோ, ஹரப்பாவில் உள்ள வலிமை மிகுந்த குடியையோ, உயர்நிலை அதிகாரிகளையோ குறிக்கலாம்'', என சிந்துவெளி ஆய்வாளர் கெனோயர் (Kenoyer) எழுதியிருக்கிறார்.

தன் 'ஜர்னி ஆஃப் அ சிவிலைசேஷன் – இண்டஸ் டு வைகை' (Journey of a civilization: Indus to Vaigai) நூலில் இதைத் தெளிவாக சுட்டியிருக்கும் சிந்துவெளி ஆய்வாளர் ஆர்.பாலகிருஷ்ணன், 'ஜல்லிக்கட்டு'க்கு நேரடிச் சான்று சிந்துசமவெளியில் கிடைத்த முத்திரை எண் எம்-312 எனவும் குறிப்பிடுகிறார். இந்த முத்திரையில், 'காளை அதைச் சுற்றியுள்ள மனிதர்களைத் தாக்கியதால், அவர்கள் தரையில் பல்வேறு கோணங்களில் விழுந்திருப்பதாக' ஆய்வாளர் எர்னஸ்ட் மக்கே (Ernest Mackay) கூறியிருக்கிறார்.

அதே நேரம், இந்த முத்திரை 'காளையின் மேல் மனிதர்கள் ஏதோ விளையாட்டில் தாவிக் குதிப்பது போல உள்ளது', எனவும் குறிப்பிடுகிறார். கூடவே பண்டைய கிரீட் நாகரிகம் மற்றும் தென்னிந்தியாவில் 'பிரபலமாக இருந்த விளையாட்டுகளுடன்' இந்த முத்திரையை ஒப்பிடுகிறார். "ஐயத்துக்கு இடமின்றி இன்றும் தங்கள் பண்பாட்டின் சின்னமாக தமிழகம் கொண்டாடும் ஜல்லிக்கட்டேதான் இது'', என ஆணித்தரமாகக் கூறுகிறார் ஆர். பாலகிருஷ்ணன்.

'மாடு' என்ற சொல்லுக்கே செல்வம் என்ற பொருளும் உண்டு என சுட்டுபவர், பண்டைய காலத்தில் ஒருவனது செல்வத்தை அளக்கும் அளவீடாக மாடு இருந்திருக்கலாம் எனச் சொல்கிறார். சங்கப்பாடல்களின் 'புறப்பாடல்களில்' ஆநிரை கவர்தலும், ஆநிரை மீட்டலும் குறிப்பிடப்படுவதை சுட்டுபவர், ஏறு தழுவுதல் வேளாண்-மேய்ச்சல் பணிகளில் ஈடுபட்டிருந்த மக்களிடம் இந்த விளையாட்டு அதிகமிருந்தது எனவும் கூறுகிறார். இதற்கு ஆதாரமாக கலித்தொகை, சிலப்பதிகாரப் பாடல்களை எடுத்தாள்கிறார். அதிலும் 'ஏறு' என்ற சொல், 'ஏறுழவன்'- 'ஏர் உழவன்' என்ற இரு சொற்களுக்கிடையே யான தொடர்பைச் சொல்பவர், 'ஏறுகோட்பறை', 'பாவலரேறு' போன்ற சங்கப் பாடல் சொற்களையும் குறிப்பிட்டு, ஏறு, காளையின் மேல் தமிழர் கொண்டிருந்த ஆர்வத்தை, அளப்பரிய அன்பை விளக்குகிறார். சங்க காலம் முதல் சுமார் ஈராயிரம் ஆண்டுகளாக தமிழகத்தின் வீரவிளையாட்டாக, இங்குள்ள மேய்ச்சல் நிலங்களில் ஜல்லிக்கட்டு வெவ்வேறு வடிவங்களில் விளையாடப்பட்டு வந்துள்ளது.

'சல்லிக்கட்டு' என்ற புதிய சொல், பிற்காலத்தில், 18 அல்லது 19ம் நூற்றாண்டுவாக்கில் தோன்றியிருக்கவேண்டும். 'சல்லி' என்பது மிகக் குறைந்த மதிப்புள்ள நாணயம். 16 சல்லிகள் ஓரணா என சொல்லப்படுகிறது. ஒரு சல்லி என்பது கால் துட்டு. இந்த 'சல்லி'க்காசுகளை காளையின் கொம்புகளில் 'கட்டி', ஏறு தழுவி அதை வென்றவர் எடுத்துக் கொள்வதால்தான் 'சல்லிக்கட்டு' என அழைக்கப்படுவதாகச் சொல்கின்றனர். புதுக்கோட்டைப் பகுதியில், 'அம்மஞ்சல்லிக்குப் ப்ரோஜனம் இல்ல' என்ற வழக்கை நாம் அதிகம் கேட்கலாம். அங்கு தொண்டைமான் மன்னர்கள் வெளியிட்ட இதே மதிப்புள்ள காசில் அவர்களது குலதெய்வமான பிரகதாம்பாள் படம் பொறிக்கப்பட்டிருக்கும். அதைக் கொண்டு மக்கள் அந்தக் காசுகளை அம்மன் காசு எனவும், அம்மன் சல்லி எனவும் அழைத்தனர். அந்த அம்மன் சல்லிக் காசுக்கு கூட

பயனற்றது என்பதைக் குறிக்கத்தான் இந்த 'அம்மஞ்சல்லி' சுட்டுதல். இந்த சல்லிக் காசுகளுக்காக மாடு விரட்டியிருக்கின்றனர்.

தமிழகக் கோயில்களில் ஏறு தழுவும் விளையாட்டு பெரும்பாலும் பொங்கல் மற்றும் திருவிழாக்காலங்களில் நடைபெறுகிறது. புதுக்கோட்டை மாவட்டத்தின் ஜல்லிக்கட்டு குறித்து இந்தப் பகுதியில் பேசப்போகிறோம் என்பதால், அம்மாவட்டத்தில் முன்பு ஜல்லிக்கட்டு எப்படி நடந்து வந்தது எனத் தெரிந்து கொள்வது அவசியமாகிறது. "இந்தத் தொன்மையான பாரம்பரியமிக்க கிராமப்புற விளையாட்டு, புதுக்கோட்டைக்கு புதுதல்ல. மதுரை மற்றும் ராமநாதபுரம் மாவட்டங்களிலுள்ள மேய்ச்சல் நிலங்களில் இந்த விளையாட்டு வளர்ந்திருந்தாலும், புதுக்கோட்டையிலும் இன்று போற்றப்படுகிறது. இந்த வீர விளையாட்டைக் குறித்து இரண்டு விஷயங்களை நாம் புரிந்துகொள்ளவேண்டும். ஒன்று, கிட்டத்தட்ட ஈராயிரம் ஆண்டுகளாக நம்மிடம் பயன்பாட்டிலுள்ள, நம்மிடம் தோன்றிய தொன்மையான விளையாட்டு இது. இரண்டு, தமிழகம் தவிர வேறெங்கும் இந்த விளையாட்டு விளையாடப் படுவது இல்லை", என 1975ம் ஆண்டு நார்த்தாமலை ஜல்லிக்கட்டைப் பார்வையிட்ட புகைப்படக் கலைஞரும் இயற்கை ஆர்வலருமான கிருஷ்ணன் கூறுவதாக 'தமிழ்நாடு கஜட்டியர்: புதுக்கோட்டை, 1983' நூல் குறிப்பிடுகிறது.

ஜல்லிக்கட்டில் மாட்டை அடக்குபவன் கதாநாயகன் ஆகிறான், அவன் மற்ற சந்தர்ப்பங்களில் ஆசைப்பட்டாலும் கிடைக்காத பொருள்கள், அவனுக்கு மாட்டை அடக்கினால் கிடைக்கின்றன. பொன்னும், பெண்ணும் அவனைத் தேடிவருகின்றன. புதுக்கோட்டை வட்டாரத்தில் இவ்விளையாட்டை 'மாடுவிளையாட்டு' என்றே அழைக்கின்றனர். நல்ல இனத்து மாடுகளே ஜல்லிக்கட்டுக்கு பயன்படுகின்றன. தசைகளையுடைய ஆனால் இலகுவான காளைகளே ஏறு தழுவ ஏதுவானவை. காரி, மயிலை, செவலை என மாட்டின் வண்ணங்களைக் கொண்டு அவற்றை அழைக்கின்றனர்.

ஒழுங்காகக் கட்டமைக்கப்பட்ட ஜல்லிக்கட்டு நடத்த, வாடிவாசல் கட்டாயம் தேவை. அதிலிருந்து மாடுகளை ஒவ்வொன்றாகத் திறந்துவிடுகின்றனர். மூன்று வகையான ஜல்லிக்கட்டு தமிழகத்தில் விளையாடப்படுகின்றன. வாடிவாசலிலிருந்து சீறிவரும் காளைகள் ஒழுங்குபடுத்தப்பட்ட மைதானத்தில்/தெருவில் ஓடிவரும். அவற்றை அடக்குவது நமக்கு அதிகம் பரிச்சயமான ஜல்லிக்கட்டு. இந்த மாடுகளின் திமிலைத் தழுவி, குறிப்பிட்ட தொலைவு மாட்டுடன் வீரர் ஓடவேண்டும். இது 'போக்குமாடு'. மும்முறை

காளை சுற்றும் வரை, அதன் திமிலைப் பற்றியபடி வீரர் விழாமல் இருப்பது 'சுத்துமாடு'. முன்பு, மாட்டின் கொம்பில் சல்லிக்காசு கட்டப்பட்டிருக்கும், அதை அவிழ்த்து, அடக்குபவர்கள் எடுத்துக் கொள்ளலாம். இது நாம் அறிந்த பிரபல வகை. இதை மஞ்சு விரட்டு எனவும் அழைப்பர்.

அடுத்த வகை 'வெளி மஞ்சு விரட்டு'. இவ்வகை ஏறு தழுவுதலில் எவ்விதத் தடையோ, பாதையோ இன்றி திறந்தவெளி மைதானத்தில் காளைகள் திறந்துவிடப்படுகின்றன. திறந்து விட்டதும் காளைகள் தோன்றும் திசையில் எல்லாம் விழுந்தடித்து ஓடுகின்றன. இது இன்னும் சிக்கலானது, பாதுகாப்பும் குறைவு. பெரும்பாலும் காளைகள் மனிதர்கள் இருக்கும் திசையை ஒதுக்கிவிட்டு மாற்றுத் திசையில்தான் ஓடுகின்றன. ஆனால் சில காளைகள், மைதானத்தின் நடுவே 'நின்று ஆடி', வீரர்களுக்கு சவால் விடுகின்றன. இவ்வகைக் காளைகளை அடக்குவது, உண்மையில் வீரமே. மாடு பிடிப்பவர்களுக்கும், உரிமையாளர்களுக்கும், பார்வையாளர்களுக்கும் சரியான 'த்ரில்' தரக்கூடியது வெளி மஞ்சுவிரட்டு. மூன்றாவது வகை, 'வடம் மஞ்சுவிரட்டு'. இதில் 50 அடி நீளம் கொண்ட கயிற்றில் கட்டப்பட்ட மாட்டை ஏழெட்டு வீரர்கள் சேர்ந்து அரை மணிநேரத்துக்குள் அடக்குகின்றனர். இது பாதுகாப்பானது எனக் கருதப்படுகிறது. பார்வையாளர்களும் கட்டைகளுக்கு அப்பால் பாதுகாப்பாக நின்று ஜல்லிக்கட்டை ரசிக்கின்றனர்.

மதுரை, சிவகங்கை, ராமநாதபுரம், புதுக்கோட்டை மாவட்டங் களின் கிராமப்புறக் கோயில்களில் காளைகள் வளர்ப்பது வாடிக்கை. அப்படி வளர்க்கப்படும் காளைகளை 'கோயில் காளை' என அழைக்கின்றனர். இந்தக் காளைகளுக்கு சிறப்புப் பயிற்சியளித்து ஜல்லிக்கட்டுக்குப் போட்டியிட அழைத்துவருகின்றனர். 2019ம் ஆண்டு புகழ்பெற்ற அலங்காநல்லூர் ஜல்லிக்கட்டில் பங்கேற்று முதல் பரிசைத் தட்டிச்சென்ற காளை, மதுரை மாவட்டம் பறம்பு பட்டியைச் சேர்ந்த கோயில் காளை. பறம்புபட்டி செல்லியம்மன் கோயிலின் கோயில் காளையாக வளர்க்கப்பட்ட 'செல்லியம்மா' ஏழு ஆண்டுகளுக்குமுன் அதன் தாய் குட்டியை ஈனும் போதே இறந்து போக, அனாதையாக விடப்பட்டது. அவ்வூரின் இளைஞர்கள் சிலர் கன்றின் மேல் இரக்கம் கொண்டு, அதற்குப் பெயரிட்டு, கவனித்துக் கொண்டு ஜல்லிக்கட்டுப் பயிற்சியும் தந்தனர். கிட்டத்தட்ட 20 இளைஞர்களால் பயிற்றுவிக்கப்பட்ட செல்லியம்மா, அதற்கு மூவாண்டுக்குமுன் நடந்த ஜல்லிக்கட்டில்

கலந்துகொண்டு தோற்றுப் போக, ஊர்க்காரர்கள் இளைஞர்களை கேலியும் செய்திருக்கின்றனர்.

அதன்பின் இளைஞர்கள் ஓராண்டு காளையை எந்தப் போட்டிக்கும் அழைத்துச் செல்லாமல், பயிற்சி மட்டும் தந்து வந்துள்ளனர். 2017 முதல் பங்குகொண்ட எல்லா போட்டிகளிலும் செல்லியம்மா வெற்றிபெற்றது. எந்தப் போட்டிக்குச் சென்றாலும் செல்லியம்மாவை 'பறம்புபட்டி கோயில் காளை' எனவே இளைஞர்கள் பதிவு செய்கின்றனர். செல்லியம்மா போலவே 'உபகாரமாதா' என்றழைக்கப்படும் மாதா கோயில் காளை ஒன்று திருமயம் தாலுகா எளனாப்பட்டியில் இருந்தது. எளனாப்பட்டியில் ஒவ்வொரு ஆண்டும் ஜனவரி 6 அன்று நடைபெறும் 'உபகாரமாதா கோயில் மூன்று ராஜாக்கள் திருவிழா ஜல்லிக்கட்டு'தான் தமிழகத்தில் நடைபெறும் ஆண்டின் முதல் ஜல்லிக்கட்டு.

எளனாப்பட்டி சென்றால் ஜல்லிக்கட்டு நடத்தும் ஆலயத்தைக் காணலாம், அங்குள்ளவர்களிடம் தகவல் பெறலாம் என பிரான்சிஸ் சொல்லியிருந்ததால், இலுப்பூர் வெள்ளை மரியாள் கல்லறையி லிருந்து நேரே எளனாப்பட்டிக்குச் சென்றோம். நாங்கள் சென்ற நேரம் மாலை மங்கத் தொடங்கியிருந்தது. வழியெங்கும் வயல்கள் அறுவடை முடிந்து காய்ந்துகிடந்தன. குட்டைகளிலோ, கண்மாய்களிலோ தண்ணீர் அருகிப் போயிருந்தது. ஆடு மாடுகள் எஞ்சியிருந்த நீரை அங்கங்கு பருகி தாகம் தீர்த்துக் கொண்டிருந்தன. எளனாப்பட்டிக்குச் செல்லும் சாலையின் இரு புறமும் செந்நிற சரளைக் கற்கள் கொட்டிக் கிடந்த தரிசு பூமியாகத்தான் காட்சி தந்தது. ஊருக்கு சற்றுத் தொலைவிலேயே ஆலயகோபுரம் தெரிந்தது.

சிறுவர் கூட்டம் ஒன்று கையில் கொடி ஒன்றை ஏந்திக்கொண்டு கைகளில் மணியாட்டியபடி வரிசையாகச் சென்று கொண்டிருந்தது. அவர்களிடம் எந்த அநாவசியப் பேச்சும் இல்லை. பக்தியாக ஆளுக்கொரு கொடியையும், சிலுவையையும் பிடித்துக் கொண்டு கடந்தனர். அவர்களில் சிலருடைய நெற்றியில் திருநீறு. எப்போதோ மலைப் பிரதேசத்தில் குட்டி பௌத்த பிக்குகளை மாலை மங்கும் நேரம் கண்ட பேரமைதி, இவர்களைப் பார்த்ததும் வந்தது. உபகார மாதா – உதவும் மாதா எனவே பொருள்படும். புதிய காதிக் (Neo Gothic) பாணி ஆலயமாகத் தெரிந்த அவ்வூரின் ஆலயம், கட்டாயம் நூற்றாண்டுக்கு முந்தையதாக இருக்கவேண்டும். தொன்மையான ஆலயம்தான் என்றாலும், இந்த ஆலயத்தின் வரலாறு எங்கும் சரிவர பதிவு செய்யப்படவில்லை என கோயிலின் நிர்வாகியும், முன்னாள் ஆசிரியருமான சந்தனராஜ் கூறுகிறார்.

''நா ஒரு நாற்பது ஆண்டுகளுக்கு மேலாக இந்தக் கோயிலை நிர்வகிக்கிறேன். கோயில் நானூறு ஆண்டுகளுக்கு முன்னால வீரமாமுனிவரால உருவாக்கப்பட்டது அப்டின்னு செவிவழிச் செய்தி உண்டு. இதை எனக்குச் சொன்னது யாருன்னா, சென்னைல கசுமீர் ஆண்டவர்னு ஒரு பிஷப் உண்டு. அவருடைய அண்ணன் அம்புரோஸ்னு இங்க ஒரு ஃபாதர் இருந்தாரு. இங்க சவரக் கோட்டைல தைனீஸ் மாதா கோயில்னு இருக்கு. அந்தக் கோயில்ல வந்து இருந்து 'ஆலய வரலாறுகள்'னு ஒரு ஆராய்ச்சி பண்ணுனாரு. அப்ப வரும்போது நம்ம கோயிலுக்கு வந்து இங்க பார்த்துட்டு,' இது நிச்சயமா வீரமாமுனிவர் கட்டுன கோயில்தான்' அப்டின்னு சொன்னாரு. இங்க மணிக்கூண்டுல பிரான்ஸ் நாட்டுல செய்யப் பட்ட மணி ஒண்ணு இருக்கு. கோயில் முதல்ல சின்னதாதான் இருந்துச்சு, வெளிமண்டபம் எல்லாம் பின்னால கட்டி எக்ஸ்டெண்ட் பண்ணியிருக்கோம். கோபுரம், மணிக்கூண்டோட பழைய கோயில் கட்டுமானம் முடிஞ்சிரும். அதுக்கு அந்தப் பக்கமும், சைடுல இருக்குற எடமும் பின்னால கட்டுனது'', என சந்தனராஜ் சொல்கிறார்.

''முக்கியமா இந்தக் கோயிலோட தனித்துவம் என்னன்னா கல்யாணம் ஆகி பத்து வருஷம்கூட பிள்ளையில்லாதவங்க நம்பிக்கையா இங்க வந்து வேண்டிக்கிட்டாங்கன்னா, அவுங்களுக்கு நிச்சயமான மகப்பேறு கிடைக்கும். கல்யாணம் ஆகாத பிள்ளைங்களுக்கு திருமணத் தடைகள் இருக்குன்னு சொன்னா, நம்ம கோயில்ல 'முறி'ன்னு ஒரு நோட்ல எழுதுவோம். அந்த நோட்டுல, 'இந்தப் பெயருடைய குழந்தைக்கு திருமணத் தடை ஆயிட்டு இருக்கு, கலியாணம் முடிஞ்ச உடனே மாங்கல்யத்த நாங்க காணிக்கையா குடுக்குறோம்' அப்டின்னு எழுதுவோம். கண்டிப்பா கல்யாணம் நடக்கும். கல்யாணம் முடிவான உடனே கோயிலுக்கு மாங்கல்யம் தனியா செஞ்சு கொண்டு வந்து காணிக்கை போட்டுரு வாங்க. அதுக்கப்பொறந்தான் கலியாண ஏற்பாடு பண்ணுவாக. தங்கத்துலதான் அந்த மாங்கல்யம் பன்னுவாக. குழந்தை இல்லாதவங்க அவுங்க சக்தியைப் பொறுத்து, சில பேரு தங்கத்துல தொட்டில் கட்டுவாங்க, சிலர் வெள்ளியில தொட்டில் கட்டுவாங்க.''

''கண் பார்வை சில சமயம் மங்குச்சுன்னா, கண் மலர்னு (உரு) இருக்கு, அதைக் கொண்டுவந்து காணிக்கையா வைப்பாக. அதே மாதிரி ஆடு மாடுக்கு நோய் வந்துச்சுன்னு வச்சுக்கங்க, ஆடு மாடு மாதிரி வெல்லில செஞ்சு, கொண்டாந்து வைப்பாக. பிள்ளை களுக்கு உடம்பு சரி இல்லன்னா, வெள்ளியில குழந்தை உருவங்கள்

செய்து வைப்பாக. குடும்பத்துல ஒற்றுமை இல்லாம இருக்காக அப்டின்னா, கணவன் மனைவி உருவத்த வெள்ளியில செஞ்சுவந்து குடுத்து, காரியம் நிறைவேறுனதுக்கு அப்புறம் கணவன் - மனைவியா வந்து நன்றி சொல்லுவாங்க. அத மாதிரி ஒருத்தருக்கு கேன்சர். எல்லா எடத்துக்கும் போய்ட்டு வந்தார், ஒண்ணுமே ஆகல. மாதாவ முழுசா நம்புனார். மாதா முழுசா நோயே இல்லாம அவரை குணமாக்கிட்டாக. குணமான பிறகு, என்ன செய்யன்னு கேட்டார். கோயிலுக்கு ஒரு ஆம்பிளிஃஃபையர் வேணும்னு கேட்டோம், வாங்கிக் குடுத்துட்டார். இது மாதிரி கோயிலுக்கு என்ன தேவையோ, அதைக் கேட்டு வாங்கிக் குடுத்துருவாங்க.''

''இங்க ஜனவரி மாதம் ஆறாம் தேதி தமிழ்நாட்டுடைய முதல் மஞ்சுவிரட்டு இங்கதேன். மத்த எடத்துல எல்லாம் மஞ்சுவெரட்டு அதுக்கு அப்புறமாத்தேன். ஜனவரி பதினாறுக்கு அப்புறமாத்தேன் இந்துக்களுடைய ஜல்லிக்கட்டு நடக்கும். நம்ம ஜல்லிக்கட்டுக்கு அம்பதாயிரம் பேரு வருவாக. அன்னிக்கு நிறைய மக்கள் வந்துவந்து காணிக்கை செலுத்திக்கிட்டே இருப்பாங்க. கோயில் முன்னால இருக்குற மைதானத்துல ஆயிரக்கணக்கானவுக பொங்கல் வைப்பாக. சமத்துவப் பொங்கல். எல்லாரும் வேண்டிக்கிட்டவங்க காரியம் நிறைவேறுச்சின்னு நன்றியாக பொங்கல் வைப்பாங்க. அன்னிக்கு எல்லா மதத்த சேர்ந்தவுங்களும் வருவாங்க. காலைல பதினோரு மணி போல மஞ்சுவெரட்டு தொடங்குறதுக்கு எல்லாரும் இங்கேருந்து போவோம். இங்க இந்துக்கள் கோயில் ஒண்ணு இருக்கு. இந்துக்களும், நாங்களும் ஒண்ண இணைஞ்சு தான் இந்தத் திருவிழா நடத்துறது. அதுனால அவுங்களையும் ஒண்ணாக் கூட்டிக்கிட்டு, எல்லாரும் மஞ்சுவெரட்டுத் திடலுக்குப் போயி மாடு விடுவோம். அத இங்க 'தொழு'ன்னு சொல்வாக.''

''அங்க போயி மாடு விட்டதுக்கப்புறம் எல்லாரும் ஒண்ணா திரும்பிவந்து, சாயந்தரம் பொங்கலுக்கான ஏற்பாடுகள ஒண்ணா ஆரம்பிப்போம். கோயில் சார்பா கோயில் வாசலுக்கு நேரே ஏழு பானைல பொங்கல் வைப்போம். கோயில் பானை பொங்குன ஒடனேதான், வெளிய இருக்குற மக்கள் எல்லாம் வெளிய பொங்கல் வைப்பாங்க. கோயில் பானை மொதல்ல பொங்கணும். இந்துக்கள், கிறிஸ்தவங்க எல்லாரும் சேர்ந்துதான் சமத்துவப் பொங்கல் வைப்பாங்க. அதுக்கப்புறம் திருப்பலி அரங்கம் இருக்கு பாருங்க பக்கத்துல, அங்க பூசை இருக்கும். மத்தபடி மாதா கோயில் திருவிழா செப்டம்பர் 24 அன்னிக்கு நடக்கும். பூசை முடிஞ்ச உடனே தேரு. பத்து நாள் திருவிழா நடக்கும். உபகார மாதாவுக்கு திருச்சபைல ரிக்கார்டு பண்ணுன நாளு இதுதேன். கொடியேத்தம் செப்டம்பர் 17

அன்னிக்கு. 25 அன்னிக்குக் கொடியிறக்கம் '', எனச் சொன்னவர், மணிக்கூண்டைப் பார்க்க வருமாறு அழைத்தார்.

முழுக்க சுண்ணாம்புக் காரையால் கட்டப்பட்ட மிகக் குறுகலான படிக்கட்டின் வழியே சுற்றிச்சுழன்று சிறு மணிக்கூண்டின் மேலேறினால், அதில் மிக அழகிய வெண்கல மணி ஒன்று தொங்கியது. மணியில் ஆங்கிலத்திலும்/பிரெஞ்சிலும் தமிழிலுமாய் இரண்டு பெயர்கள் வெட்டப்பட்டிருந்தன. 'ஃப்ரான்ஸ் – வெலார்ஸ் – எஸ் – உசே. கொதெ - தோர்' (FRANCE – VELARS – S – OUCHE. COTE – D'OR) என வெட்டப்பட்ட எழுத்துகள் மூலம், மணி பிரான்சின் கொதெ தோர் டிப்பார்ட்மென்ட்டின் (பிரெஞ்சுப் புரட்சிக்குப்பின் பிரான்ஸ், கிட்டத்தட்ட நம் ஊர் மாவட்டங்கள் போல 83 'டிப்பார்ட்மென்டுகளாகப்' பிரிக்கப்பட்டது) உசே ஆற்றங்கரையில் அமைந்த வெலார்ஸ் நகரிலிருந்து தருவிக்கப் பட்டுள்ளது. அவ்வூர் மக்களின் கொடையா, அல்லது மணி அங்கு செய்யப்பட்டதா என்கின்ற தெளிவு நமக்குக் கிடைக்கவில்லை.

எளனாப்பட்டி ஆலய மணி

தமிழில் 'வைத்தியம், செபஸ்தியம்மாள்' எனப் பெயர்கள் வெட்டப் பட்டுள்ளன. அந்தக் குடும்பத்தின் கொடையாக மணி தரப்பட்டிருக்கவேண்டும். அடுத்து அங்கிருந்து கோயில்பிள்ளை, காரியதரிசி, நிர்வாகி சந்தனராஜுடன் சுமார் அரை கிலோமீட்டர் தொலைவில் உள்ள தொழுவுக்குச் சென்றோம். இரவு நேரம் என்பதால் தொழு சரியாகத் தெரியவில்லை. ஆனால் தொழுவின் வாடிவாசல், தேவாலயத்தின் கோபுரத்துக்கு நேரே தெரிந்தது. வாடிவாசல் வழி ஆலய கோபுர மின்விளக்குகள் வண்ணமயமாக மின்னிக் கொண்டிருந்தன.

"இதேன் வாடிவாசல். அதோ அங்க ஒண்ணு ஒருக்கு. இது மாதிரி ஆறேழு இருக்கும்மா. ஒவ்வொண்ணுலயும் மாட அடச்சிருவாக. இதெல்லாம் கட்டி எறநூறு முன்னூறு வருஷம் இருக்கும். கல்லுக் கட்டடம், சுண்ணாம்பு சாந்துல கட்டுனது. கோயிலக் கட்டும் போதே இதுவும் கட்டுனது. இருட்டுக்குள்ள நல்லா தெரியலம்மா. பகல்ல வந்தா நல்லா இருக்கும். ஒரு அம்பது மாடு அந்தக் கடேசில நிக்கும். ஒண்ணொண்ணா இந்த வாசல் வழியா வரும். சர்ச்சுக்கும் வேண்டிக்கிட்டு மாடு கொண்டுவந்து விடுவாங்க. மாடுகள் கண்ணு போட்டுச்சுன்னா, முதல் கண்ணக் கொண்டாந்து கோயிலுக்கு

எளனாப்பட்டி மாதா கோயில் தொழுவின் முன்
ஊராருடன் கோயில் நிர்வாகி சந்தனராஜ்

உடுறோமுன்னு வேண்டிக்கிட்டு கொண்டுவந்து விட்ருவாங்க. நாங்க வச்சு வளப்போம். நிறைய மாடு வந்துச்சுன்னா நாங்க வளக்க முடியாதுல்ல? ஏலம் போட்டுருவோம்'', என சந்தனராஜ் சொல்கிறார். கடை ஒன்றின் வாசலில், அன்புடன் உபசரித்து 'கலர்' கொடுத்தனர். வழிந்த வியர்வையைத் துடைத்துக்கொண்டே, அடுத்த கட்டக் கேள்விகளுக்குத் தயாரானோம். கோயில் கமிட்டி உறுப்பினர் மற்றும் ஒன்றிருவர் பேசினர்.

''நமக்கு மஞ்சுவெரட்டு நடத்த கவுர்மெண்டு அனுமதி எல்லாம் இருக்கு. அதுக்கு ரிஜிஸ்டர் பண்ணனும். நம்ம சர்ச் பேர்ல ரிஜிஸ்டர் பண்ணி பெர்மிஷன் வாங்கியிருக்கோம். நான் சைதாப்பேட்டைல தான் இருக்கேன். மாடு வளத்தவன் தேன். இப்ப மாடு வளக்க முடியலன்னு விட்டுட்டேன்'', என கமிட்டி உறுப்பினர் வைரவன் கூறுகிறார்.

''ஓ... அப்ப சர்ச்சுல எப்ப மஞ்சுவெரட்டு ஆரம்பிச்சாங்கன்னு தெரியுமா?''

''நா... இந்து... நீங்க கிறிஸ்டியன்ஸ் கிட்ட கேளுங்களேன்... எங்க ஊருல மூணு கேஸ்ட் இருக்கு. கிறிஸ்டியன் தேவர், வெள்ளாளர், கிறிஸ்டியன் பி.எல். (மிக வற்புறுத்திக் கேட்டதற்குப் பிறகு 'பேரச் சொல்லக் கூடாதே' என்ற தயங்கி, பள்ளர் எனப் பதிவு செய்கிறார்) அப்டின்னு மூணு கேஸ்ட் இருக்கோம். மூணு கேஸ்டுமே ஒத்துமையா இருக்கோம். சாதிய பார்க்காமதான் திருவிழா நடத்துவோம். ஜல்லிக்கட்டுக்கு கொறஞ்சது ஆயிரம் வண்டி வரும். அவ்வளவு கூட்டம் இருக்கும். வருசாவருசம் தமிழ்நாட்டோட மொத ஜல்லிக்கட்டு நம்ம உபகார மாதா சர்ச்சுலதான். ஜனவரி 6, மூணு ராஜாக்கள் பொங்கல் அன்னிக்கு. நம்ம சர்ச்சு ஜல்லிக்கட்டு முடியவுந்தான் மத்த ஊருகள்ல ஆரம்பிக்கும். எல்லா ஊர்லயும் 'கோயில் மாடுன்னு' ஒண்ணு தனியா வச்சிருப்பாக. மத்தது வீட்டுமாடு. ஊருக்குள்ள நெறைய மாடு இருக்குது. அவுகவுக வீடுகள்ல தனியா வளப்பாக. நா சின்னப் புள்ளையா வெவரம் தெரியும் போதே ஜல்லிக்கட்டு இங்க நடந்துட்டு இருக்கு. நம்ம சர்ச்சுல மாடு போன வருசம் வரை வச்சிருந்தோம். பேரு உபகார மாதா. மாதா கோயில் மாடுன்னு சொல்லுவாங்க. இப்ப கொரோனாவுல அத கவனிக்க முடியாம வித்துட்டோம். இப்ப இருந்திருந்தா உங்களுக்கு அழகா காமிச்சிருப்போம். ஃபோட்டோ இருக்கு பாருங்க... நம்ம உபகார மாதா'', என வைரவன் சொல்ல, இளைஞர் ஒருவர் புகைப் படங்களை மொபைலில் காட்டுகிறார்.

2019ம் ஆண்டு எளனாப்பட்டி மாதா கோயில் மஞ்சுவிரட்டில் மாதா கோயில் காளை உபகாரமாதா.
படம் நன்றி-கார்த்திக், புதுக்கோட்டை

வெகு காலமாகவே எளனாப்பட்டி உபகார மாதா கோயிலில் ஜல்லிக்கட்டு மாடு வளர்ப்பதுண்டு. மக்கள் சேர்ந்து முடிவெடுத்து, மாட்டை யாரிடமாவது வளர்ப்பதற்குத் தந்துவிடுகின்றனர். மாட்டை வளர்ப்பதற்கு வைக்கோலும் எத்தனை குடும்பங்கள் இருக்கிறார்களோ, அவர்கள் எல்லோரும் மாடு வளர்க்கும் குடும்பத்துக்கு உணவுக்கு நெல்லும் கொடுத்துவிடுகின்றனர். மஞ்சுவிரட்டுக்கு மாட்டைக் கொண்டு செல்வதுண்டு. அப்படிக் கொண்டு செல்லும் செலவு- வண்டி வாடகை உள்பட கோயில் தருகிறது. பக்கம் என்றால் ஐநூறு ரூபாயும், தொலைவில் என்றால் ஆயிரம் ரூபாயும் வேன் வாடகைக்கு கோயில் பணத்தில் தந்துவிடுகின்றனர். அந்தப் பகுதியின் மஞ்சு விரட்டுகள் எல்லாவற்றுக்கும் மாதா கோயில் காளை செல்லும். கோயிலுக்கு மாடு வாங்கி விடுவதாக மக்கள் வேண்டிக் கொள்கின்றனர். வேண்டுதல் நிறைவேறியதும் அந்த மாட்டைக் கொண்டு வந்து கோயிலில் கட்டிவிட்டுச் செல்கின்றனர். பெரும்பாலும் கன்றுக் குட்டிகளை வளர்க்க முடியாது என்பதால் ஏலம் விடுகின்றனர். பெரிய மாடுகள் என்றால், கோயில் அவற்றை எடுத்து வளர்ப்பதுண்டு.

முன்பே சிங்கப்பூரில் இருந்து சிகப்பி என்பவர் ஒரு மாட்டை வாங்கி கோயிலில் விட்டிருக்கிறார். அந்த மாடு மாதா கோயில் மாடாக இருந்து, வயதாகி, இறந்தும் போனது. அதை கோயிலுக்கு சற்று தொலைவில் அடக்கம் செய்திருக்கின்றனர். இரண்டு ஆண்டு களுக்கு முன்பு அப்படி ஒரு மாட்டை வாங்கிக்கொண்டு வந்து ஆலயத்தில் கட்டியிருக்கின்றனர். அங்கங்கே மஞ்சுவிரட்டு நிகழ்வுகளுக்கும் இந்தப் புதிய மாடு சென்றுள்ளது. ஆனால் அது 'கிறங்கிப் போனதால்' அதை விற்றுவிட்டதாக சந்தனராஜ் குறிப்பிடுகிறார். ஜல்லிக்கட்டில் இரண்டு முறை அடக்கப்பட்ட காளையை மக்கள் அதற்குமேல் வளர்க்க விரும்பாமல் விற்று விடுவது இந்தப் பகுதிகளில் வாடிக்கை. ஆண்களால் மாதா கோயில் மாட்டைப் பிடிக்க முடியாது என சொல்லும் சந்தனராஜ், பெண்களைக் கண்டால் அவர்கள் பின் சமர்த்தாக கோயில் மாடு நிற்கும், அவர்களே மாட்டைப் பிடித்துக் கட்டுவார்கள் எனக் கூறுகிறார். மாடு வளர்க்கப்பட்ட வீட்டில் உள்ள பெண்களிடம் பாசமாகப் பழகிவிட்டது போல... இந்த காரணத்தால் ஆண்களால் மாட்டை சரியாகப் பழக்கமுடியவில்லை எனவும் சந்தனராஜ் சொல்கிறார்.

''அது யாருக்கும் தொந்தரவு செய்யாது. அது பாட்டுக்கு வரும். யாராவது வீட்டு வாசல்ல நெல்லு வைப்பாக, அத சாப்டுட்டு போய்க்கிட்டே இருக்கும். வயல் பக்கமா கிடச்சத கடிச்சிக்கிட்டு அது பாட்டுக்குப் போகும். மத்தபடி அடையுறதுக்கு வளக்குறவுக வீட்டுக்குப் போயிரும். கதுரு அறுக்குற சமயத்துல இதுக்குன்னு ஆளுவிட்டு, வீட்டுக்கு ஒரு வைக்கக் கட்டு வாங்கிடுறது. அது மாதிரி நெல்லு வாங்கிடுறது. அத வச்சி வளக்குறவரு எல்லாம் பார்த்துக்கிருவாரு. மஞ்சுவெரட்டு சமயத்துல மட்டும் அதுக்கு பருத்திக்கொட்டை எல்லாம் கோயில்ல இருந்து வாங்கிக் குடுத்துரு வோம். மஞ்சுவெரட்டுக்குப் போவுதுன்னா அதுக்கு செலவுக்கும் கொஞ்சம் பணம் குடுப்போம். இது வாடி மஞ்சுவெரட்டுக்குப் போகாது. வெளி மஞ்சுவெரட்டுக்குத்தான் போகும். இருந்த வரைக்கிம் எங்க போனாலும் புடிபடாம வந்துரும். கழுத்துல கட்டி விடுற துண்டோட வந்துரும். இப்ப செல பேரு சில்வர்ல வாளி, பாத்திரம், மாடு புடிக்கிறவருக்கு வேட்டி துண்டு எல்லாம் குடுக்குறாக. அதே போல மாடு இங்கேர்ந்து கொண்டுக்கிட்டுப் போறாருல்ல? அவருக்கு வேட்டி துண்டு குடுத்துருவாக'', எனவும் சந்தனராஜ் விளக்குகிறார்.

வைரவன், ''இந்த ஊரு ஒரு ஊருதான் மூணு கேஸ்ட் ஒத்துமையா இருந்து இப்பிடி விழா நடத்துறது எல்லாம். மத்த ஊருகள்லலாம்

அவுகவுக தனியா நடத்திக்கிவாக. அவ்வளவு ஒத்துமையா இருக்கோம். மாதா கோயில் கமிட்டியில எல்லா ஜாதி ஆளுங்களும் இருக்காங்க. அதுக்கு மெம்பர் எல்லாம் பரம்பர பரம்பரையா வருவாக. எங்க அப்பாலாம் கமிட்டியில இருந்தாக, எங்க பெரிய அண்ணன் இருந்தாரு. நா இந்து. ஆனா நானும் கோயில் கமிட்டியில இருக்கேன். எங்க ஆளுக்க தேவகோட்டை பக்கம் வெவசாயம் பண்ணிக்கிட்டு இருந்திருக்காக. அப்ப நெல்ல தூத்துவாக. அப்பிடி தூத்தும் போது, அது ஒரு பிராமணர் மூக்குல போயி வெட்டி யிருச்சாம். அதுல பிராமணவுக ரொம்ப கோவமாயிட்டாக. அவுகளுக்குப் பயந்து எங்க முன்னோர் எல்லாம் அந்த ஊரக் காலிபண்ணிட்டு ஆடு மாடுகள ஓட்டிக்கிட்டு இங்க வந்துட்டாக. இங்க ஒரு குளம் இருக்குது. அவுக மாடு இந்த சின்னக் குளத்துல தண்ணி குடிச்சிதாம், அதுல இங்க உக்காந்துட்டாக'', என்கிறார்.

''சரி, அப்போ நீங்க எந்த சாமி கோயில்ல சாமி கும்பிடுவீங்க?'', கேட்கிறேன்.

''எங்க குலதெய்வக் கோயில் தேவகோட்டை பக்கத்துல எல்லம்மபட்டில இருக்கு. அது அங்க இருக்கு. இங்க எங்களுக்கு குலதெய்வம் மாதிரி மாதாதான். இந்தக் கோயில்தான். நம்ம ஊருல இந்துங்க, கிறிஸ்டியன்ஸ் ரெண்டு பேருமே மாடு வளக்குறாங்க, ரெண்டு பேருமே மாடு புடிக்கப் போவாங்க. சின்ன ஊருதான், இங்க பத்துக்கும் மேல மஞ்சுவெரட்டு மாடு இருக்கு. ஜனவரி 17 அன்னிக்கு மாடுங்கள தொழுவுக்கு ஓட்டிக்கிட்டு வருவாக. மறுபடி ஜனவரி 17 அன்னிக்கு தொழுவுல பொங்கல் வைப்போம். அது அந்தோணியார் பொங்கல். அன்னிக்கு எல்லாம் தொழுவுலயே முடிச்சிருவோம். மஞ்சுவெரட்டுக்கு தொழுவுக்கு வெள்ளையடிப் போம். மஞ்சுவெரட்டுக் காரங்களுக்கு தொழுவுல துண்டு குடுக்குறதுக்கு நாட்டார (எங்கள) இங்கேர்ந்து சேர்வைக அழைச்சிக்கிட்டுப் போவாக. தம்பு மேளத்தோட அழைச்சிக்கிட்டு வந்து தொழுவுக்குப் போவோம். இங்கேர்ந்து கோயில் மாடு வரும். கோயில் மாட்டோட யார் மாடு வச்சிருந்தாலும் அதோட தொழுவுக்கு கொண்டுக்கிட்டுப் போவோம். அங்க தொழுவ ஒரு ரவுண்டு சுத்தி, தொழு வாசல்ல நாட்டார்தான் மொத துண்டு (வேஷ்டி) குடுப்பாக. அப்பறம் தொழுவுக்கு எட்டு பேரு, பத்துப் பேரு நின்னு ஏல்லா மாடுங் களுக்கும் குடுத்துர்றது. அதுக்கப்புறம் ஒவ்வொரு மாடா அதக்கி விட்டுருவாக'', என வைரவன் சொல்கிறார்.

''இந்தத் துண்ட மாட்டுக்குக் கொம்புல, கழுத்துல கட்டுவாக. அது மாட்டுக்கு மரியாத செய்ற மாதிரி. சிலரு மணி கட்டுவாக, தங்கமும்

கட்டுவாக. அப்புறம் அதக்கி விட்டு புடிப்பாக. அது ஒரு வீரவெளையாட்டு. மாட்ட யாரு அடக்குறாகளோ, அவுக அது கழுத்துல இருக்குறத எடுத்துக்கிருவாக.''

''யாருக்காவது இங்க மஞ்சுவெரட்டுல அடி பட்டிருக்குதா?''

''அடி பட்டாத்தேன் மஞ்சுவெரட்டு. என் தம்பி எறந்துட்டான். பக்கத்து ஊரு ஜல்லிக்கட்டுல மாடு புடிக்கப் போயி, மாடு முட்டி எறந்துட்டான். ஃபாரின்ல இருந்து வந்தவன். எங்களுக்குத் தொழிலே மாடு புடிக்கிறது தேன். சாவுல்லாம் பார்த்தா முடியாது. வீரம் வேணும்'', என வைரவன் சொல்கிறார். மனதுக்குள் கலவையாக எண்ணங்கள். சட்டென ஒதுக்கிவிட்டு, ''ஊருல தலைக்கட்டு எத்தன பேரு?'' எனக் கேட்கிறேன்.

''ஒரு முன்னூறு குடும்பம் இருக்கு. ஆனா நெறைய வெளியூருல இருக்காக. இப்ப பதினஞ்சு வீடு கிறிஸ்டியன்தான் இங்கயே இருக்காக.'' அங்கிருந்து விடைபெற்றுக்கொண்டு, அருகே இருக்கும் கோயில்பிள்ளை வீட்டுக்குச்சென்று, அவர் மனைவி சாந்தியை சந்தித்துத் திருமண சடங்குகள் குறித்துக் கேட்கிறேன்.

''கல்யாணத்துக்கு மொத நாள் கல்யாணப் பொண்ண ஜோடிச்சிக் கிட்டு வந்து ஊர்ல யார் வீட்லயாவது நைட் தங்க வைப்பாங்க. மறுநா சர்ச்சுல கல்யாணம் நடக்கும். கல்யாணம் முடிஞ்சு பொண்ண மாப்பிள்ளை வீட்டுக்குள்ள கூட்டிட்டு வரும்போது தட்டுல மஞ்சத்தண்ணி ஊத்தி, வெத்தல போட்டு, சூடத்த வச்சு ஆலாத்தி எடுப்போம். ஆலாத்தி தட்டுல காசு மாத்திரம் மாப்பிள்ளை போடுவாக. மத்தபடி இந்தப் பக்குட்டு சடங்கு எதும் பெருசா இல்ல'', எனச் சொல்கிறார். அவர் இந்து, அவர் கணவர் கிறிஸ்தவர், கோயில் பணிகள் செய்யும் கோயில்பிள்ளை.

''அப்போலாம் எங்கம்மாப்பா ரொம்ப கஸ்டத்துல இருந்தாங்க. இவுக கேட்டதும் கட்டிக் குடுத்துட்டாக. அந்த உபகாரத்தாயி புண்ணியத்துலதான் தாயி நா இருக்கேன். ஆத்தங்குடி டைல்ஸ் போடக் கத்துக்கிட்டார். அதுல கொஞ்சம் ஓடுச்சு'', எனச் சொன்னவர், வீட்டுக்குள் அழைத்துச் சென்று தரையில் வண்ண வண்ணமாக அசத்தும் வடிவங்களில் பதிக்கப்பட்டிருக்கும் தரை ஓடுகளைக் காட்டுகிறார். ''எதாவது சாப்பிட்டுட்டுத்தான் போவணும்... கோயில்ல குடுக்க சுண்டல் அவிச்சிருக்கேன். அத கைல கொண்டுக்கிட்டுப் போங்க'', என வலிய கைகளில் திணித்து எங்களை அனுப்புகின்றனர்.

எளனாப்பட்டியில் மட்டுமல்ல. கொசவப்பட்டி உத்திரிய மாதா கோயில், கருங்குளம் இன்னாசியார் கோயில், பி.புதுப்பட்டி ஜார்ஜியார் கோயில், உலகம்பட்டி அந்தோணியார் கோயில், புகையிலைப்பட்டி செபஸ்தியார் கோயில், திருமானூர் கோக்குடி இன்னாசியார் கோயில் என பல கிறிஸ்தவக் கோயில்களில் மஞ்சுவிரட்டு நிகழ்ச்சிகள் நடைபெறுகின்றன. ஜல்லிக்கட்டு தமிழர் அடையாளம்; கிறிஸ்தவர்கள் தமிழர்களே.

சான்றுகள்

- புனித உபகார மாதா ஆலய ஜெபப் புத்தகம், ஆலய வெளியீடு
- Journey of a civilization: Indus to Vaigai, Balakrishnan R - Roja Muthiah Research Library, 2019
- Tamil Nadu District Gazetteers, Pudukottai, Gopalakrishna Gandhi - Government of Tamilnadu, Madras, 1983
- https://www.newindianexpress.com/states/tamil-nadu/2019/jan/20/abandoned-bull-raised-by-village-youth-wins-top-prize-1927523.html
- https://www.dsource.in/resource/alanganallur-jallikattu-tamil-nadu/three-sub-events-under-jallikattu
- http://oldror.lbp.world/UploadedData/9127.pdf
- https://timesofindia.indiatimes.com/city/chennai/madurai-archdiocese-of-catholic-church-extends-supports-to-jallikattu/articleshow/56691424.cms
- எளனாப்பட்டி களம் எப்படி இருக்கு/ நாளைய களம் எளனாப்பட்டி/ AK Creation Official - YouTube
- எளனாப்பட்டி மஞ்சுவிரட்டு - 2019 Tamizha Photography - YouTube

47

மங்கனூர் செபஸ்தியார்

''அஞ்சு வருஷமா ஃபாதர்ஸ கூப்பிடுறது இல்லன்னு சொன்னீங்க இல்லையா, என்ன காரணம்?''

''இந்தக் கோயில் இடமெல்லாம் அவுங்க டயசீஸ்க்கு எழுதிக் கேக்குறாங்க. அதுனால நாங்களும் கூப்பிடுறது இல்ல.''

''உங்களால இதை இப்டியே தொடர்ந்து நடத்த முடியும்னு நினைக்கிறீங்களா?''

''செபஸ்தியார் அருளால நடக்கும்னு நம்பிக்கை.''

•

அண்ணலே செபஸ்தியாரே
மங்கனூரில் வாழ்கின்றப் புனிதரே
எம் உள்ளங்களில் மகிழ்வு வெள்ளம் அருள்பவரே
உம் வரமழையால் மாந்தர் நெஞ்சம் உவகையிலே திளைக்கிறதே
எண்ணமெல்லாம் உம்மையே வாழ்க வாழ்கவென துதிக்கிறதே
மங்கனூர் பெருமையே மாபெரும் புனிதரே துன்ப இருள் போக்கும் திருவிளக்கே (2)
அண்ணலே எங்கள் செபஸ்தியார் உம்மால் மண்வாழும்
உயிரெல்லாம் மகிழ்ந்திடுதே – மங்கனூர்...
தேவன் இயேசுவின் உன்னத வழியில் தன்னையே தந்தாய்
துணிவோடு (2)

ஐயனே அபயம் தருவாய் என்று வந்தவர்க்கு ஆருள்வாய் கனிவோடு (2)
எண்ணிலா துயர் கொண்டு உன்னையே கதியென்று நம்பியவர்க் கடைக்கலமே (2)
மண்ணில் மாந்தரின் கண்ணீரைத் துடைத்திடும் தாய்மனம் கொண்டவரே – மங்கனூர்...
இயேசுவின் பக்தராய் மரித்தவரே எய்திய அம்புகள் அத்தனையும் ஏற்றவரே
தேவனின் திருவடி சேவகர் ஆனீர் (2) – மங்கனூர் வாழும் புனிதரே வாழி, புனிதரே வாழி!

- மங்கனூர் செபஸ்தியார் கொடிப் பாடல்.

தனியார் கட்டுப்பாட்டில் இருக்கும் சின்னம்மாயி கல்லறையுள்ள அதே தஞ்சை மறைமாவட்டம் தச்சங்குறிச்சிப் பங்கில், மங்கனூர் செபஸ்தியார் கோயிலும் இருக்கிறது. எளனாப்பட்டியில் சந்தனராஜ் ஐயா, மங்கனூர் போய்ப் பாருங்கள் என வலியுறுத்தவே, புதுக்கோட்டையிலிருந்து கந்தர்வகோட்டை நோக்கிப் பயணித்தோம். கந்தர்வகோட்டை-செங்கிப்பட்டி சாலையில் மங்கனூர் வளைவில் இடதுபக்கம் திரும்ப வேண்டும் என சந்தனராஜ் ஐயா சொல்லியிருந்ததையும், கூகிளாண்டவரையும் கணக்கில் கொண்டு, சரியான வளைவில் திரும்பினோம். அங்கு இரண்டு பெண்கள் காரில் லிஃப்ட் கேட்டு கையுயர்த்தினர். பெரும்பாலும் தனியே வெளிப் பயணங்களில் இவ்வாறு யாருக்கும் லிஃப்ட் தருவதில்லை, என்பதால் அவர்களைக் கடந்துவிட்டோம். ஆனாலும், பெண்கள், மதிய வெய்யிலில் இன்னும் எவ்வளவு தூரம் நடக்கவேண்டுமோ, பாவம். ஊர் உள்ளே தள்ளி இருப்பதாக கூகிள் மேப் காட்டியது. மனத் கேட்கவில்லை. வண்டியை நிறுத்தி ரிவர்ஸ் எடுப்பதற்குள், பெண்கள் இருவரும் ஓடிவந்து நன்றி சொல்லி காரில் ஏறிக்கொண்டனர். ஊரில் சாவு வீடு ஒன்றுக்கு செல்வதாகச் சொன்னவர்களிடம், மங்கனூர் செபஸ்தியாரைத் தெரியுமா எனக் கேட்டேன்.

நன்றாகவே தெரியும் எனச் சொன்னவர்கள், அடிக்கடி தங்கள் ஊரான கந்தர்வகோட்டையில் இருந்து செபஸ்தியார் ஆலயத்துக்கு வந்து போவதாகச் சொன்னார்கள். அவர்கள் இந்துக்கள்! யாருக்கேனும் உடல்நலமில்லை என்றால், இந்த ஆலயத்துக்கு வந்து மெழுகுதிரி ஏற்றி வேண்டிக்கொண்டால் நலம்பெறலாம் என்றனர். ஆண்டுத் திருவிழா இங்கு விசேஷமாக இருக்கும் என்றனர். விழாவுக்கு சிறப்புப் பேருந்துகள் இயக்கப்படும்; அவை

மங்கனூர் ஆலய முகப்பும்,
நிர்வாகக் குடும்பத்தினர் வரிசைவீடுகளும்

கோயில் வாசல் முன்புள்ள வளைவு வரை செல்லும் என்றனர். இந்துக்களாக இருந்தாலும், தங்கள் பிரியத்துக்குரிய சாமி, செபஸ்தியார்தான் என்ற பெண்களை, ஊர் எல்லையில் அவர்கள் சொன்ன இடத்தில் இறக்கிவிட்டுவிட்டு ஆலயத்தின் முன் காரை நிறுத்தினோம்.

இடைகாட்டூர் திரு இருதய ஆலயத்தின் 'மினியேச்சர்' போல செபஸ்தியார் ஆலயத்தின் தோற்றம் உள்ளது. பிரான்சின் ரீம்ஸ் கதீட்ரல் ஆலயம் போலவே கட்டப்பட்டிருக்கும் இந்தக் கோயிலின் முன்பாகக் கொடிமரமும், வலது பக்கம் வரிசையாக தொகுப்பு வீடுகள் போல ஏழெட்டு வீடுகள் உள்ளன. தொன்மையானவை எனத் தோன்றியது. கொடிமரத்துக்கு எதிரே இடதுபக்கம் நீண்ட கொட்டகை ஒன்று தெரிந்தது. ஆடு, மாடுகளுக்கான தொழுவம் போன்ற அமைப்பு அது. கொடிமரத்திலிருந்து சுமார் இருநூறு மீட்டர் தொலைவில் இன்னொரு அலங்கார வளைவு அமைக்கப்பட்டுள்ளது.

ஆலய வாயிலில் மெழுகுதிரிகள், தாலிக் கயிறு, உலோகத்தாலான உடல் உருக்கள், கைக்குட்டைத் தொட்டில்கள் விற்பனைக்கு வைக்கப்பட்டிருந்தன. ஆலயத்தின் உள்ளே சிலர் ஜெபித்துக்

கொண்டிருந்தனர். அங்கிருந்த பெஞ்சுகளில் 'உபயம்: சவியோனா வின்சென்ட், கானடா' என எழுதியிருந்தது. உலகின் பல மூலைகளில் இருந்து இந்த ஆலயத்தைத் தேடி மக்கள் வருகின்றனர். பீடத்தில் மட்டும் மூன்று விதமான வெவ்வேறு செபஸ்தியார் சுரூபங்கள், பாடுபட்ட சுரூபம், உயிர்த்த ஆண்டவர், வேளாங் கண்ணி மாதா சுரூபம் உள்ளிட்டவை வைக்கப்பட்டுள்ளன. செபஸ்தியார் சுரூபங்களின் காலடியில் வண்ணப் பட்டுத் துண்டுகள், சீட்டு மாலைகள் இருந்தன.

ஆலயத்தின் கோயில்பிள்ளை பிரதீப், அப்போதைக்கு சில பணிகள் இருப்பதாகவும் பின்னர் பேசுவதாகவும் கூற, அவரிடம் அலைபேசி எண் வாங்கிக்கொண்டேன். வெள்ளை வண்ணப் பூச்சு என்பதாலும், காதிக் பாணி என்பதாலும், ஆலயம் எப்போது கட்டப்பட்டது எனக் கண்டுபிடிக்க முடியவில்லை. அங்கு வேறு யாரும் நம்மிடம் பேசத் தயாராகவும் இல்லை. ஆலய வரலாறு சொல்லும் நூல் எனத் தரப்பட்ட சிறிய கையேட்டை வாங்கிக் கொண்டேன். 'பெரியவர்' என ஒருவரைக் குறித்து சொன்ன சில பெண்கள், அவரை நான் சந்திக்க முடியாது எனவும் குறிப்பிட்டனர். ஏன் என்ற குழப்பத்துடனேதான் அங்கிருந்து கிளம்பினோம்.

இந்தக் கோயில் எந்தத் திருச்சபையின் கட்டுப்பாட்டிலும் இல்லை. தனியாருக்குச் சொந்தமான ஆலயம். இதன் நிர்வாகத்தை முழுக்க முழுக்க பரம்பரைக் கோயில் பிள்ளைகள் கவனித்துக் கொள்கின்றனர். ஆலயத்துக்கு அருகில் வசிக்கும் கோயில்பிள்ளைகள், ஆலய சாவியைத் தங்கள் பொறுப்பில் வைத்திருந்து, சுத்தம் செய்து, பூசைக்கு உதவி செய்வதைத் தங்கள் பணியாகக் கொண்டவர்கள்.

நிறுவனமாக்கப்பட்ட கிறிஸ்தவத்துக்குள் வராமல் வெகுசன மக்கள் வழிபடும், குறிப்பிட்ட குடும்பத்தினரின் ஏகபோக உரிமையாக இருக்கும் இவ்வாறான ஆலயங்கள் அரிதானவை. ஆலயம் 600 ஆண்டுகளுக்கு முன்பு தோன்றியதாக பரம்பரைக் கோயில்பிள்ளைகள் வெளியிட்டுள்ள கையேடு குறிப்பிடுகிறது. அதற்குப் போதுமான அடிப்படை ஆதாரங்கள் எவையும் நூலில் முன்வைக்கப்படவில்லை. தஞ்சை மாவட்டத்தில் கிறிஸ்தவம் அதிகபட்சம் 16-17ம் நூற்றாண்டில் பரவத் தொடங்கியதாகத்தான் தரவுகள் சொல்கின்றன. வெகுசன ஆலயம் என்பதால் கல்வெட்டுகளோ, வேறு எழுத்துப் பூர்வமான தரவுகளோ இல்லை எனும் பட்சத்தில், ஆலயத்தை அவ்வளவு தொன்மையானதாகக் கருத முடியாது.

தஞ்சை மாவட்டம் அயோத்திபட்டி என்னும் ஊரிலிருந்து இந்தக் கோயிலை நிறுவிய குடும்பம் வந்ததாக அந்நூல் கூறுகிறது. அந்தச்

சிறிய கிராமத்தில் வசித்த விதவைப் பெண்ணான மருதம்மாள், தன் மகனை அழைத்துக் கொண்டு பிச்சையெடுத்தாவது பிழைத்துக் கொள்ளலாம் எனக் கிளம்பினார். அயோத்திபட்டிக்கு தெற்கே 20 கிமீ தொலைவில் இருந்த ஆலமரம் ஒன்றின் கீழ் படுத்து உறங்கினார். கழுமங்கலம் என்னும் ஊரிலிருந்து பாஸ்கு திருவிழா காண, மாட்டுவண்டி கட்டிக்கொண்டு மக்கள் செல்வதுண்டு. அப்படிச் சென்ற குடும்பம் ஒன்று, சாப்பிடவேண்டி வண்டியை நிறுத்திய இடத்தில், மருதம்மாளைப் பார்த்தது. அவருக்கும் அவர் மகனுக்கும் உண்ண உணவு தந்தது.

தானும் அவர்களுடன் வருவதாகச் சொல்லி, தெற்குச் சீமை சருகணி என்ற ஊரின் பாஸ்குவைக் காண மருதம்மாள் பயணித்தார். சருகணி பாஸ்குவை இங்கு குறிப்பிடுவதால், அவ்வாலயம் 1802ம் ஆண்டு பட்டயம் பெற்று கட்டப்பட்டதை அடுத்து, சுமார் 220 ஆண்டுகள் தொன்மையான கதையாக இதைக் கொள்ள வாய்ப்புண்டு. துரதிர்ஷ்டவசமாக, திருவிழாவில் மருதம்மாளின் மகன் காணாமல் போனான். ஊருக்குத் திரும்ப வேண்டிய கழுமங்கலம் குடும்பத்தார், அவரை பங்குசுவாமியிடம் விட்டுவிட்டு, ஒருவேளை உன் மகன் கிடைத்துவிட்டால், உன் மகனுக்குப் பெண் கொடுக்கிறோம் எனச் சொல்லிவிட்டுக் கிளம்பினர்.

மறுநாளே மருதம்மாளின் மகன் கிடைத்துவிட்டான். பங்கு சுவாமியார், இருவருக்கும் பிச்சையம்மாள், சவரிமுத்து எனப் பெயர்சூட்டி, திருமுழுக்கு அளித்தார். அப்போது சிறுவனுக்கு ஏழு வயது. தாயும் மகனும் கோயிலைக் கூட்டி, சுத்தம் செய்துப் பேணும் வேலையைச் செய்தனர். ஐந்தாண்டுகளுக்குப் பிறகு இருவரும் தங்கள் சொந்த ஊருக்குச் செல்வதாகக் கூற, சுவாமியார் அவர்களை ஆசீர்வதித்து அனுப்பிவைத்தார். 12 வயதான சவரிமுத்து நன்றாகப் பாடக் கூடியவன். இருவரும் ஊர் திரும்பும் வழியில், பணக்காரக் குடும்பம் ஒன்றிடம் உணவு வாங்கி உண்டனர். அங்கேயே தங்கச் சொல்லி அந்தக் குடும்பம் அவர்களைக் கேட்டுக் கொள்ள, இருவரும் அவ்வீட்டில் தங்கினர். அவ்வீடு இருந்த ஊர் மங்கனூர். அந்த வீட்டில் பிச்சையம்மாள் வீட்டுவேலையும், சவரிமுத்து ஆடுமேய்க்கும் வேலையும் செய்துவந்தனர்.

ஒரு நாள் சவரிமுத்து ஆடு மேய்க்கச் சென்றபோது ஆலமரம் ஒன்றின் கீழ் நண்பகலில் தூங்கிக்கொண்டிருந்தான். அப்போது அவன் கனவில் செபஸ்தியார் தோன்றி, 'மகனே, எனக்கு இங்கு ஒரு ஆலயம் எழுப்பி, காலையும் மாலையும் செபங்கள் செய்', எனச்சொல்லி மறைவது போலக் கண்டான். சவரிமுத்து கனவை

முதலில் ஒரு பொருட்டாக எடுக்கவில்லை. அடுத்த நாளும் அதே இடத்தில், அதே கனவு வந்தது. மூன்றாவது முறை கண்களை விழித்து அவன் பார்த்தபோது, அவன் முன் செபஸ்தியார் தோன்றி, 'நான் கனவுகள் வழியாக என்னைத் தெரிவித்தேன். நீ கண்டுகொள்ள வில்லை. இப்பொழுது நான் சொல்வதை கவனமாகக் கேள். என் பெயரில் நான் தங்குவதற்கு ஆலயம் ஒன்றை எழுப்பு. உன்னையும் உன் சந்ததிகளையும், உலகத்தையும் காத்து அருள்புரிகிறேன்', எனச்சொல்லி மறைந்துவிட்டார்.

சவரிமுத்து இந்த சம்பவத்தை அவன் தாயிடம் கூற, அவர் அவனைக் கடிந்துகொண்டு, அந்த ஆலமரத்துக்கு மகனுடன் சென்றார். அந்த இடத்திலிருந்த புல், செடி, கொடிகளை அழித்து, பனை ஓலைகளாலான சிறு குடிசை ஒன்றைக் கட்டி, அதில் சுரூபம் ஒன்றை வைத்து வழிபட்டார். அப்போது ஊரில் பரவியிருந்த காலரா நின்று போனது. சிறிது நாள்களில் ஆலயத்தை சற்று பெரிதாகக் கட்ட ஆசைப்பட்டபோது, அவர்களிடம் பணமில்லை. சவரிமுத்து நன்றாகப் பாடக்கூடியவர் என்பதால் வீடு வீடாகப் பாடிக் கொண்டே சென்று பணம் சேர்த்து சின்ன ஆலயமாக ஒன்றைக் கட்டினார். இவ்வாறு வீடு வீடாகச் சென்று பாடல்கள் பாடிய காரணத்தால், இவர்கள் 'பாடுவான்' என்று அழைக்கப்பட்டனர். மங்கனூர் ஆலயத்தில் செபஸ்தியார் பல புதுமைகளைச் செய்ய, மக்கள் ஆலயத்தைத் தேடி வரத்தொடங்கினர். ஆலய வருமானத்தைக் கொண்டு சவரிமுத்து தேர் ஒன்றும் செய்துவைத்தார். அந்த ஆண்டு முதன்முதலில் செபஸ்தியார் திருவிழா கொண்டாடப்பட்டது.

தாய் பிச்சையம்மாள் கழுமங்கலம் சென்று, மகளைத் திருமணம் செய்து தருகிறோம் எனச் சொன்ன குடும்பத்தில் மகனுக்குப் பெண் கேட்டார். அவர்களும் கொடுத்த வாக்கைக் காப்பாற்றி, திருமணம் செய்வித்தனர். சவரிமுத்து தம்பதியினருக்கு ஏழு ஆண் பிள்ளைகள் பிறந்தனர். அந்த ஏழு பிள்ளைகளின் வம்சத்தினர்தான் இன்றும் ஆலயத்தை கவனித்துவருகின்றனர். செபஸ்தியார் தங்களுக்கு செய்த நன்மைக்கு நன்றியாக ஆலயத்துக்குச் செல்லும் வழியிலுள்ள அலங்கார வளைவு, ஆலயக் கொடிமரம் போன்றவை பக்தர்களால் கட்டித்தரப்பட்டன. 2000 ஆண்டில் புதிய ஆலயமும் பக்தர் ஒருவரால் கட்டித் தரப்பட்டது. முழுக்க முழுக்க மக்களின் நிதியுதவியில் ஆலயம் நடத்தப்பட்டு வருகிறது என்பதில் ஐயமில்லை. ஆலயம் பற்றிய மேலதிக தகவலுக்கு, பரம்பரை கோயில் பிள்ளைகளில் ஒருவரான பிரதீப்பிடம் பேசினேன். அவரது பேட்டி:

''கோயில் உருவாகுறதுக்கான காரணம் சவரிமுத்துதான். அவர் முதல்ல இந்த எடத்தில கோயில் உருவக்கினது 926ல (நூலாசிரியருக்கு உடன்பாடில்லாத கருத்து இது). அப்பவே அவுக குடும்பம் வந்துட்டாங்க. அயோத்திபட்டிதான் சொந்த ஊரு. இந்தப் புதுக்கட்டடம் 2000ல கட்டுனது. அதுக்கு முன்னாடி ஒரு கொட்டாய்தான் இருந்துது. கோயில் முன்னாடி இருக்குற கெபியை கட்டி ரெண்டரை வருஷம் ஆச்சு. ஜெயங்கொண்டான் சவேரியார்புரத்துல உள்ள செபஸ்தியான்னு ஒருத்தர் அதைக் கட்டிக்குடுத்தார். குடும்பத்துல குழந்தை பாக்கியத்துக்காக வேண்டிக்கிட்டு, குழந்தை பாக்கியம் கெடச்சதுனால கட்டுனாங்க. உடம்பு சரியில்லாதவுங்க, அது சரியாகணும்னு செபஸ்தியார் கிட்ட வேண்டிக்கிட்டு, உரு வைப்பாங்க. சரி ஆனபிறகும் நல்லா ஆயிருச்சுன்னு உரு வைப்பாங்க. இது ரெண்டுமே இருக்கு.''

''உடம்புல பரு வந்துதுன்னா, அது சரியாகணும்னு செபஸ்தியார் கிட்ட வேண்டிக்கிட்டு உப்பு மிளகு வாங்கிப் போட்டாங்கன்னா, ஏழு வாரத்துல சரியாயிரும்னு இங்க ஒரு நம்பிக்கை, அப்டி நடக்குது. தனிப்பட்ட வேண்டுதல் மக்களா செஞ்சிக்கிறது. முட்டிபோட்டு வர்றவுங்க கொடிமரத்துல இருந்து முட்டி போட்டு கோயில் உள்ள வரைக்கும் வருவாங்க. அங்கப்பிரதட்சணம் பண்றவங்க கோயில் முன்னால இருக்குற வளைவுல இருந்து கோயில் உள்ள வரைக்கும் வருவாங்க. உடம்ப எவ்வளவு தூரம் வருத்திக்கிட்டு என்னலாம் செய்ய முடியுமோ அதெல்லாம் செய்வாங்க'', என பிரதீப் கூறுகிறார்.

''இங்க மெயினான வேண்டுதல் முடி எறக்கி, கிடா வெட்டுறது தான். குழந்தை பாக்கியம் வேணும்னா அதுக்கு குழந்தை பிறந்ததும், கிடா வெட்டுறதுன்னு நேர்ந்துக்குவாங்க. அந்தக் குழந்தை அஞ்சு வயசோ, எட்டு வயசோ ஆகும்போது கூட்டுட்டு வந்து, முடியெடுத்து கிடாவெட்டி அவுங்களும் சாப்பிட்டுட்டு, இங்க வர்ற பக்தர்களுக்கு அன்னதானம் குடுப்பாங்க. பொது அன்னதானம் நாங்களா பண்ணுவோம். கிறிஸ்மஸ், நியூ இயர், தை செவ்வாய் அன்னிக்கு நம்ம அன்னதானம் போடுவோம். தை செவ்வாய் இங்க ரொம்ப விசேஷமா இருக்கும். தை மாசம் சைவ சாப்பாடுதான் போடுவோம். மத்த நாள்ல அசைவ சாப்பாடு போடுவோம். இதுக்கான பணம் பக்தர்கள் கிட்ட டொனேஷனா வாங்குறதுதான். காசாவோ பொருளாவோ கோயிலுக்கு வர்ற பக்தர்கள் தர்றத வச்சு அன்னதானம் பண்றோம். அந்த நாள்கள்ல அவுங்க பேர் குடுத்தா அவுங்களுக்காக நாங்க ஒப்புக்குடுத்து ஜெபிப்போம்'', என்கிறார்.

''பெயர் வாங்கி ஒப்புக்கொடுத்து ஜெபிக்கிறதுன்னா பூசை எதாவது சாமியார் வச்சு வைக்கிறீங்களா?'', எனக் கேட்கிறேன்.

''ஜெப வழிபாடு. பூசை திருவிழா சமயத்துல ஃபாதர்கிட்ட பேமன்ட் பண்ணி வச்சிக்குறது. ஈஸ்டர் முடிஞ்சி அடுத்த வாரம் ஒவ்வொரு வருஷமும் திருவிழா நடக்கும். மக்கள் கூட்டமா வருவாங்க. சென்னை, பாம்பேல இருந்துலாம் வருவாங்க. எல்லா டிஸ்ட்ரிக்டுல இருந்தும் வருவாங்க. அப்ப திருச்சி டூ மங்கனூர் செபஸ்தியார் கோயில்னு பஸ் வரும். ஏழுநாள் திருவிழா. ஈஸ்டருக்கு அடுத்த நாள் திங்கக்கிழமை கொடியேத்தம். செவ்வாய்க்கிழமை தேர் பவனி. கொடியேத்தி நாப்பது நாள் கழிச்சு கொடி எறக்குவோம். திங்கக்கிழமை சிலுவைக் கொடி ஏத்துவோம், செவ்வாய்க்கிழமை அன்னிக்கு செபஸ்தியார் கொடி ஏத்துவோம். சப்பரம் நம்ம கோயில்லயே இருக்கு. ஏழு சப்பரம் எடுப்போம். அன்னிக்கு மட்டும்தான் பூசை வைக்கிறோம், இது தச்சங்குறிச்சி பங்கு. ஒரு அஞ்சு வருசத்துக்கு முன்னாடி வரைக்கும் ஃபாதர் வந்துக்கிட்டு இருந்தாங்க. இப்ப வர்றது இல்ல. கொடியேத்தம், திருவிழா எல்லாம் கோயில்பிள்ளைங்க நாங்களே தான் பண்ணிக்கிறது. சவரிமுத்துவோட ஏழு பிள்ளைங்களோட சந்ததிதான் நாங்க. வாரம் ஒருத்தர்னு மூணு கோயில்பிள்ளைங்க இப்ப பார்த்துக்குறோம். ஏழு பேர்ல இப்ப ஆறு பேர்தான் இருக்கோம். அதுல அண்ணந்தம்பி மூணு பேர் வாரம் ஒருத்தருன்னு மாத்திப் பாத்துக்குறோம்'', என்கிறார் பிரதீப்.

''அங்க 'பெரியவர்'னு சொல்றது யாரு? அன்னிக்கு அவரைப் பார்க்க முடியாதுன்னு சொல்லி அனுப்புனாங்களே?'', எனக் கேட்கிறேன்.

''பெரியவர்னா என்னோட தாத்தா. என்னோட அப்பாவோட அப்பா. இப்ப குடும்பத்துல ரெண்டு தாத்தா இருக்காங்க. ஒருத்தர் சிங்கராயர், இன்னொருத்தர் கென்னடி. அவுங்களுக்கு வயசு சிக்ஸ்டி பிளஸ் இருக்கும்'', என்கிறார். ஆலயத்தில் ஜெபங்கள் செய்ய உபதேசியார் போல யாராவது உண்டா எனக் கேட்கிறேன்.

''நாங்கதான் உபதேசியார். செபஸ்தியாரோட அருளால எல்லாமே நாங்கதான் செய்றோம். எங்க மூலமா செபஸ்தியார் எல்லாருக்கும் நல்லது செய்றார்னு நம்பிக்கை.''

''கோயில்ல இருக்குற சுரூபம் எப்படி வந்துச்சு? வழக்கமா எல்லா கோயில்லயும் சுரூபம் வந்த கதை ஒண்ணு சொல்லுவாங்க இல்லையா?''

"பீடத்துல இங்க எட்டு மெயின் சுரூபம் இருக்கு. எட்டுத் திசையில இருந்தும் எட்டு சுரூபம் வந்துச்சு. கூண்டுக்குள்ள இருக்குற செபஸ்தியார் எங்களுக்குக் கிடைச்ச பொக்கிஷம். அந்த சுரூபம் எங்கருந்து வந்ததுன்னுதான் சஸ்பென்ஸ்."

"வழிபாடு செய்றது நீங்கதான்னா, அது என்ன மாதிரி வழிபாடு செய்றீங்க? பாடல், ஜெபம், பூசை போல திவ்யநற்கருணை எல்லாம் உண்டா, என்ன முறை?"

"ஜெபம்தான். இங்க எங்களுக்குன்னு தனித்துவமான வழிபாடு இருக்கு. யார்கிட்டயும் சொல்ல முடியாத ஜெபம் ஒண்ணு ஓலைச்சுவடியா எங்ககிட்ட இருக்கு. மக்கள் வர்றவங்க, எங்ககிட்ட முட்டிபோட்டு நின்னு செபஸ்தியார் பட்டுத்துணியில ஆசீர்வாதம் வாங்குனா, அவுங்களுக்கு நல்லது நடக்கும்குறது அவுங்க நம்பிக்கை. பட்டுத்துணிய அவுங்க தலைல வச்சு ஆசீர்வாதம் பண்ணுவோம். யார் வேணும்னாலும் பட்டுத் துணிய செபஸ்தியார் பாதத்துல வைக்கலாம். அதை எடுத்து நாங்க பண்றது. ஓலைச்சுவடி ஜெபத்தை சொல்லி நாங்க அவுங்கள ஆசீர்வாதம் பண்ணுவோம்."

"தீர்த்தம் தெளிக்கிறது உண்டா?"

"அதெல்லாம் இருக்கு, இருக்கு."

"ஆடு, மாடு, கோழி நேர்ந்து விடுற வழக்கம் இருக்கா?"

"எல்லாமே இருக்கு. அப்ப சின்னக் கோயிலா இருந்ததால, வளைவு பக்கத்துல உள்ள கொட்டாய்ல ஆடு, மாடுங்களக் கொண்டு விட்டாங்க. இப்ப ஆடு, மாடுங்கள கோயிலோட என்ட்ரன்சுல மந்திரிச்சு வாங்கிட்டுப் போயிருவாங்க. கிடா வெட்டி சமைக்கிறது எல்லாம் தோப்புல உள்ள ஷெட்டுலதான். அங்க வெட்டி, சமைச்சு, பக்தர்களுக்குக் குடுப்பாங்க. எல்லாமே அங்கதான்."

"அப்போ மக்கள் இங்க குடுக்குற காணிக்கை, கோயில் வருமானம் எல்லாமே உங்க குடும்பங்களுக்கு உரியது, இல்லீங்களா?"

"அந்த வருமானத்த வச்சித்தான் கோயிலுக்கு வேண்டிய செலவு பண்றோம்."

"கோயில் மத்தக் குடும்பக் கோயில்களை விட பெருசா இருக்கே, அதுவும் பக்தர்கள் குடுத்த பணத்துல கட்டினது தானா?"

"இந்தக் கோயில் ஒருத்தவுங்க டொனேஷனா கட்டுன கோயில் தான். அவுங்க பேரு ராஜான்னு சொல்லுவாங்க. புதுக்கோட்டை ராஜா."

''புதுக்கோட்டையோட ராஜாவா? இல்லா புதுக்கோட்டைல உள்ள ராஜாங்குறவரா? அவர் கிறிஸ்தவரா?''

''புதுக்கோட்டைல ராஜாங்குறவர்தான். அவர் கிறிஸ்தவர் கிடையாது, இந்து.''

''என்ன புதுமை நடந்ததுக்காக அவர் கோயில் கட்டிக்குடுத்தார்?''

''அந்த ஹிஸ்டரி நமக்குத் தெரியல. அவர் வெளிப்படையா சொல்ல விரும்பல. ஆலயம் ஃபுல்லா கட்டுனது அவர்தான். 1997ல ஆரம்பிச்சு, 2000த்துல கட்டி முடிச்சாங்க.''

''வழக்கமா ஆலயம் கட்டினா அத புனிதப்படுத்துற சடங்கு செய்வாங்க, இல்லையா? அது மாதிரி எதாவது செஞ்சீங்களா?

''நா சின்னப் புள்ளையா இருக்கும் போதே அந்த சடங்கு எல்லாம் முடிஞ்சு போச்சு. அதுனால எனக்கு அதுலாம் தெரியல.''

''அஞ்சு வருஷமா ஃபாதர்ஸ கூப்பிடுறது இல்லன்னு சொன்னீங்க இல்லையா, என்ன காரணம்?''

''இந்தக் கோயில் இடமெல்லாம் அவுங்க டயசீஸ்க்கு எழுதிக் கேக்குறாங்க. அதுனால நாங்களும் கூப்பிடுறது இல்ல.''

''உங்களால இதை இப்டியே தொடர்ந்து நடத்த முடியும்னு நினைக்கிறீங்களா?''

''செபஸ்தியார் அருளால நடக்கும்னு நம்பிக்கை.''

அவர் சொல்லும் ஓலைச்சுவடி ஜெபம் எந்த ஆண்டு, யாரால் எழுதப்பட்டது என்பதைச் சொல்ல மறுக்கிறார். இறைவன் அருளால் நடந்தது என்பதை மட்டும் திரும்பத் திரும்பச் சொல்கிறார். ஆலயம் முழுக்க முழுக்க பக்தர்கள் தரும் நன்கொடையால் மட்டுமே நடந்துகொண்டிருக்கிறது என்கிறார். ஆலய வழிபாட்டில், பாடல் உள்பட எல்லாமே இந்தக் குடும்பத்தின் பொறுப்பே.

''கோயிலை திருச்சபைக்குக் குடுக்குற எண்ணம் எதுவும் உங்களுக்கு இல்லைங்களா?''

''இப்பதைக்கு இல்ல.''

தகவல் சேகரிப்பதற்காக அந்தக் குடும்பங்கள் என்ன சாதி எனக் கேட்டால், ''எங்களுக்குன்னு ஜாதி எதுவும் கிடையாது. நா என்ன ஜாதின்னு நீங்களே சொல்லுங்க?'' எனக் கேட்கிறார். ''அட,

மங்கனூர் செபஸ்தியார் சுரூபம்
(தங்கத்தாலானது என சொல்லப்படுகிறது –
தங்க முலாம் பூசப்பட்டிருக்கலாம்)

அதெல்லாம் கண்டுபிடிக்கத் தெரிஞ்சா நான் ஏங்க உங்களைக் கேக்குறேன்?'', என்கிறேன்.

''இன்னவரைக்கும் நான் என்ன ஜாதின்னு எனக்கே தெரியாது. கவர்மெண்டுல இருந்து அவுங்களா டிசைட் பண்ணி அவுங்களா சர்ட்டிஃபிகேட் குடுத்தாங்க.''

''அவுங்களா குடுக்க மாட்டாங்க இல்லையா? நீங்க என்னன்னு எழுதிக் குடுத்து கேக்குறீங்களோ அதைத் தானே தருவாங்க?'', என மீண்டும் கேட்கிறேன்.

''நான் சொல்லுறதுக்கு எனக்கு ரொம்ப ஷையா தெரியும்'', எனத் தயங்குகிறார். ''உண்மை என்னவோ அதைச் சொல்லுங்க, அவ்வளவு தானே?'' கடைசியாக வினவுகிறேன். ''எங்கள 'பாடுவான்'னுதான் சொல்லுவாங்க. பாடுவான் நாங்க'', எனச் சொல்கிறார்.

''இதுவரைக்கும் நான் கேள்விப்படாததா புதுசா இருக்கே...?'', என்றேன்.

''இந்த புதுசுதான் எங்களுக்கு பிரச்சன. எங்க ஆளுங்க மொத்தம் 1800 தலக்கட்டு இருக்காங்க. ஒரு தலக்கட்டுன்னா ஒரு குடும்பம். இந்து, முஸ்லிம், கிறிஸ்டியன்னு எல்லாருமே இந்த 1800 தலக்கட்டுல இருக்காங்க. இங்க உடையாரும் இருக்காங்க, நாங்களும் இருக்கோம். நாங்க என்ன சாதி என்னன்னு எங்களுக்கே தெரியாது. இன்னும் ஆராய்ச்சி பண்ணிக்கிட்டு இருக்கேன், சரியான தகவல் கிடைச்சா நான் உங்களுக்கு அப்டேட் பண்றேன்'', எனச் சொல்லி முடிக்கிறார். அவருக்கு அதைப் பகிர்வதில் விருப்பமில்லை எனத் தெரிந்தது.

கோயில்பிள்ளைகள் தரப்பில் இவ்வாறு சொல்லப்பட்டாலும், திருச்சபை தரப்பில் தச்சங்குறிச்சிப் பங்குத்தந்தை என்ன சொல்கிறார் எனத் தெரிந்துகொள்ள, அவரிடமும் தகவல் சேகரித்தேன். தந்தை பால்ராஜ் தச்சங்குறிச்சி பங்கில் கடந்த நான்கு ஆண்டுகளாகப் பணியாற்றி வருகிறார். மங்கனூர் ஆலயத்தில் நான்கு அல்லது ஐந்து நபர்கள் கூட்டாகச் சேர்ந்து கோயில் உரிமையைக் கையில் வைத்திருப்பதாக அவர் சொல்கிறார். ஒவ்வொரு வாரமும் ஒரு குடும்பம் ஆலயத்தை கவனித்துக் கொண்டு, அதில் வரும் வருமானத்தை அவர்கள் பிரித்துக் கொள் வதாகத்தான் கேள்விப்பட்டதைக் கூறுகிறார்.

''எல்லாமே நான் கேள்விப்பட்டதுதான். அவுங்க செய்ற விஷயங்கள்ல ஒவ்வாத விஷயம் ஒண்ணு துண்டைப் போட்டு

வர்றவங்களுக்கு எல்லாம் மந்திரிக்கிறது. அது எப்டி அது மாதிரி செய்றாங்கன்னு தெரியல. ரெண்டாவது பூசைக் கருத்துன்னு எழுதிக்கிட்டு, அவுங்க கோயில்ல அதை வாசிச்சுருவாங்க. இதுக்கு ரெண்டு மூணு ஹிஸ்ட்ரி சொல்றாங்க. எனக்கும் அது தெளிவா தெரியல. ஊருக்கு உள்ள பழைய செபஸ்தியார் கோயில்னு ஒரு சின்னக் கோயில் இருக்கு. அதுதான் நம்ம கன்ட்ரோல்ல இருக்கு.''

''ஒரு ஹிஸ்ட்ரி என்ன சொல்றாங்கன்னா இவுங்க கோயில்ல இருக்குற தங்க சுரூபம் அங்க உள்ள ஒரு பி.சி. (BC) குடும்பத் தோடதுன்னும் சொல்றாங்க. இப்ப கோயில வச்சிருக்குறவங்க தலித் கம்யூனிட்டி. சுரூபம் அந்த பி.சி. கம்யூனிட்டி குடும்பத்தோட வீட்ல இருந்ததாகவும், அவுங்களுக்கும் அது எவ்வளவு காலத்துக்கு முன்னாடி வாங்குனது, யார் குடுத்தது என்னன்னு தெரியல. எதோ தெருக்கூத்து மாதிரி பாட்டுப் பாடி, டேன்ஸ் ஆடிக்கிட்டு இவுங்க போனபோது அவுங்க, 'இந்த பொம்மைய (செபஸ்தியார் சுரூபம்) வச்சு நீங்க டேன்ஸ் ஆடுங்கன்னு' அந்தக் குடும்பம் இவுங்களுக்குக் குடுத்ததாவும் சொல்றாங்க.''

''அதே சுரூபம் அவுங்க வீட்ல, அதே இடத்துல அடுத்த நாள் இருந்ததாகவும், 'என்ன இது நேத்தி எடுத்து குடுத்தேன், இன்னிக்குத் திரும்ப அதே இடத்துல இருக்கேன்'னு திருப்பி எடுத்துக் குடுத்தப்ப, செபஸ்தியார் அந்த வீட்ல உள்ளவங்களுக்கு எதோ காட்சி குடுத்ததாவும் சொல்றாங்க. 'இது செபஸ்தியார் எடம். இந்த வீட்ல காலம் காலமா மெழுகுதிரி ஏத்தி எனக்கு சாமி கும்புடணும்', அப்டின்னு அவுங்களுக்கு கனவுலயோ, காட்சியோ குடுத்து சொன்னதா சொல்றாங்க. இது ஒரு கதை'', என்கிறார்.

'''நான் செபஸ்தியார், நீ என்னை வச்சிக்கோ' அப்டின்னு இவுங்களுக்குக் காட்சி தந்து சொன்னதாவும், இவுங்க வீட்ல வச்சு வணங்க ஆரம்பிச்சதாகவும் இவுங்க சொல்றாங்க. என்கிட்ட இன்னொருத்தர், இது எதோ திருமயம் பக்கம் ஊருல உருவான மாதிரியும், அங்கேர்ந்து இங்க வந்துச்சுன்னும், இன்னமும் அவுங்களுக்கு இங்க திருவிழாவுல எல்லாம் எதோ உரிமைகள் இருக்குறதாகவும் சொன்னாரு. அதை எல்லாம் இன்னும் முழுக்க ஆராய்ஞ்சு பார்க்கணும்.''

''முன்னாடி இருந்த ஃபாதர், நம்ம இப்ப அங்க பூசைக்குப் போக முடியல, போறவுங்க எல்லாமே திருச்சபைக்கு முரணான வழிபாட்டுல பங்கெடுத்துட்டுப் போறமாதிரி இருக்கேன்னு, தெரிஞ்சவங்க, விரும்புறவுங்களுக்காக அந்த பொம்மை இருந்த வீட்டை வாங்கியிருக்காக. அதை ஒரு சின்ன கோயிலா

மாத்தியிருக்காங்க. இப்பவும், முதல் செவ்வாய்க்கிழமை மட்டும் 12 மணிக்கு நாங்க அங்க போய் பூசை வைக்கிறோம். இங்க ஒரு ஆயிரம் பேரு வந்தாங்கன்னா, அங்க ஒரு நூறு பேரு தெரிஞ்சவுங்க, விரும்புறவுங்க, பூசை வேணும்னு நம்புற கேத்தலிக்ஸ் மட்டும் நம்ம கோயிலுக்கு வர்றாங்க. மத்தவுங்க எல்லாம் அங்க கிடாய வெட்டிப் போட்டுட்டு, அப்டியே போய்ருவாங்க. அங்க திருவிழா டைம்ல அந்த நாள் முழுக்க இங்க நம்ம கோயில்ல வரிசையா பூசை வச்சிக்கிட்டே இருப்போம். அங்க வர்ற கூட்டத்துல ஒரு பத்து பெர்சென்ட்தான் இங்க (திருச்சபையின் ஆலயம்) வரும்.''

''அவுங்க பூசைக் கருத்த எழுதிக்கிட்டு, அந்தப் பூசை எங்க வக்கிறீகன்னு கேட்டா, அத அங்க வச்சிருக்கோம் அப்டின்னு எங்களக் காமிச்சு விட்டுர்றாங்க. பூசை எதும் அவுங்க வைக்க மாட்டாங்க. திருவிழா டைம்லயும், செவ்வாய்க்கிழமை பூசைலயும் நான் அங்க அறிவிச்சிருவேன். 'நீங்க குடும்பமா வேன் எடுத்துட்டு 20 பேர், 10 பேர்னு எத்தன பேர் வந்தாலும், உங்களுக்கு தனியா பூசை வைக்கணும்னா, பூசைக் கருத்து குடுக்குற ரசீதில இருக்குற என் ஃபோன் நம்பருக்குக் கூப்பிடுங்க, நான் வந்து நம்ம சர்ச்சுல பூசை வைக்கிறேன்' அப்டின்னு சொல்லிக்கிட்டே இருப்பேன். அங்க கிடா வெட்டுறதோ சாப்பாடு போடுறதோ, நீங்க போட்டுட்டு, இங்க பூசைய வந்து பார்த்துருங்க, அப்டின்னு சொல்லுவேன். அப்டி விரும்புறவுங்க ஒரு சில பேரு எனக்கு ஃபோன் பண்ணி, அவுங்களுக்கு நான் போயி நம்ம சர்ச்சுல பூசை வச்சிருக்கேன். அப்டி என்னால முடியலன்னா, யாரையாவது ஒரு சாமியார அரேஞ்ச் பண்ணிக் குடுப்பேன்'', என்று பால்ராஜ் அடிகள் கூறுகிறார்.

''என்னைய அங்க (மங்கனூர் செபஸ்தியார் கோயில்பிள்ளைகள் கோயில்) சாப்பாடு மந்திரிக்க வாங்கன்னு மக்கள் கூப்டுவாங்க. 'நான் அங்க வரதில்ல, அவுங்க வந்து யார் உன்னைய வரச்சொன்னா அப்டின்னு கேட்டா எனக்கு அது அவமானம் ஒண்ணு, ரெண்டாவது அங்க நான் நுழைஞ்சேன்னா அவுங்க செய்றத எல்லாம் நான் அங்கீகரிக்கிற மாதிரி ஆயிடும். அதை சரி பண்ணாம, நா அங்க உள்ள நுழைய மாட்டேன்', அப்டின்னு சொல்லிருவேன். எனக்கு மேல இருக்குறவுங்களோட வழிகாட்டுதல் இல்லாம நான் அங்க போக முடியாது. மேல இருக்குறவுங்க இதுக்கு முன்னாடியே அவுங்கள அப்ரோச் பண்ணிப் பார்த்திருக்காங்க. அங்க ஏறக்குறைய இருபது தலித் கிறிஸ்டியன் குடும்பங்க இருக்காங்கன்னு நினைக்கிறேன். அவுங்க எல்லாமே திருச்சபைல இருந்து முழுசா விலகித்தான் இருக்காங்க. அவுங்களுக்குப் பூசை இல்ல,

மதச்சடங்குகள் எதுவும் இல்ல. ஃபாதர் அங்க போறதில்லங்குற தால அவுங்க சொந்தக்காரங்க எல்லாமே சர்ச்சும் வேண்டாம், ஒண்ணும் வேண்டாம்னு போயி, அவுங்களே அடக்கம் பண்ணிக்கிறாங்க, அவுங்களே எல்லாம் பண்ணிக்கிறாங்க.''

''திருவிழா டைம்ல நம்ம மைக் போட்டு பூசை வைக்கிறதால இவுங்க வருமானம் குறைஞ்சிருதுன்னு பழைய பங்கு சாமியாரைக் கூட அவுங்க அடிக்கப் போயிருக்காங்க. அப்புறம் டி.எஸ்.பி. வந்து ரெண்டு பேருக்கும் பஞ்சாயத்து பண்ணி வச்சுருக்காரு. எனக்கு சண்டை போடுறது எல்லாம் சரி வராதுன்னு நான் அமைதியா போயி பூசை வைக்கிறது. மத்தத எல்லாம் ஊர் மக்கள்ட்ட விட்டுட்டேன். 'உங்க ஊரு, பூசை வைக்கணும்னு சொன்னா நா வரேன், இல்ல வேணாம்னு சொன்னீங்கன்னா நா வரல. எனக்கு இந்த வருமானம் முக்கியம் இல்ல. வர்றவுங்க பூசை பார்க்காம போறாங்களேன்னுதான் நான் பூசை வைக்கிறேன். எதாவது பிரச்சனைன்னா நீங்கதான் பார்த்துக்கணும்'னு சொல்லிட்டேன். அவுக பேசிக்கிட்டாக. அதுனால எங்கிட்ட அவுங்க யாரும் இதுவரை நேரா வந்ததும் இல்ல, பேசினதும் இல்ல.''

''அந்த இருபது குடும்பங்கள்ல இந்த ஊருலயே இருக்குறவங் களுக்கு அருள்சாதனங்கள்ல (Sacraments) அக்கறை இருக்குற மாதிரி தெரியல. அவுங்க அப்டியே பழகிட்டாங்க. இவுங்க வெளில இருந்து கூட்டிட்டு வந்து வாழ்ற பெண்கள்...அப்டி தான சொல்ல முடியும்? கல்யாணம் முறையா திருச்சபை சொல்றபடி நடக்கலியே? அவுங்க, அவுங்கவுங்க வாழ்ந்த ஊர்கள்ல அவுங்களுக்கு புதுநன்மை மாதிரி அருள்சாதனம் குடுத்துருப்பாங்க இல்லையா? அவுங்க அழுத்தத்துல மூணு நாலு குடும்பங்க என்கிட்ட வந்து எங்க பிள்ளைங்களுக்குப் புதுநன்மை வேணும், ஞானஸ்நானம் வேணும்னு கேட்டாங்க.''

''உங்க கல்யாணத்த முதல்ல ஒழுங்குபடுத்திட்டு உங்க பிள்ளைங்களுக்கு ஞானஸ்நானம் புதுநன்மை எல்லாம் பண்ணுங்க அப்டின்னு அவுங்களுக்கு சொல்லி, சரி பண்ணி குடுத்துட்டேன். அதே போல அவுங்க கல்லறை எல்லாம் மந்திரிக்காம இருந்துச்சு. பி.சி. மக்கள் கல்லறையும், இவுங்க கல்லறையும் பக்கத்துல பக்கத்துலதான் இருக்கும். எனக்கு முன்னாடி இருந்தவுங்க ஃபாதர்ஸ்லாம் அவுங்க கல்லறைகளை மந்திரிக்கிறது இல்ல போல. 'உயிரா இருக்குறவுங்க பாவத்துக்கு செத்தவங்க என்ன பண்ணுவாங்க?' அப்டின்னுட்டு நான் ரெண்டு கல்லறையும் மந்திரிச்சுருவேன். அதுக்கெல்லாம் அவுங்க மறுப்பு சொல்லல,

அவுங்களுக்கு சந்தோஷம்தான். நாங்க உள்ள நுழைஞ்சா அவுங்க வருமானம் போயிரும், அது ஒண்ணுதான் அவுங்க பிரச்சனையே. ஆர்ச்சுல வண்டியில்லாம நிக்கிறவுங்கள நானே கார்ல கொண்டு போயி அங்க விட்டுருக்கேன். என்னைப் பார்க்க வர்ற சாமியாருங்க அந்தக் கோயிலைப் பார்க்கணும்னு சொன்னாங்கன்னா நானே அவுங்களக் கொண்டுபோய் அவுங்க கோயில் முன்னாடி எறக்கி விட்டுருக்கேன். அவுங்கள நான் எதிர்த்துக்கலை.''

''சில சமயம் இங்க தியானத்துக்கு வர்ற சாமியார்களை அங்க போயி அந்த மக்களைப் பார்த்துட்டு வரச்சொல்லுவேன். நான்தான் பங்கு சாமியாரா போகக் கூடாது, அதே சமயத்துல அவுங்கள அப்படியே விடவும் முடியாது. நீங்க போயி அந்த வீடுகளப் பாருங்க. என்னதான் சொல்றாங்கன்னு கேளுங்கன்னு அனுப்பினேன். அவுங்க தியானத்துக்கு வாங்கன்னு இவுங்களை போயி கூப்பிட்டப்ப, நிறைய பேரு வந்தாங்க. நிர்வாகத்துல உள்ளவுங்ககூட வந்தாங்க. அப்ப, 'ஃபாதர் நாங்க முறைப்படி வந்து உங்ககிட்ட மன்னிப்பு கேட்டுட்டு என்ன செய்யணுமோ செய்றோம் ஃபாதர்'னு சொன்னாங்க. நானும் ரொம்ப சந்தொஷம்னு சொல்லி அனுப்பிச்சேன். அதுல ஒரு ரெண்டு குடும்பம் திரும்ப எங்கிட்ட அவுங்க பிள்ளைங்களுக்கு புதுநன்மை குடுக்கணும்னு வந்தாங்க.''

''கண்டிப்பா உங்களுக்கு செய்யணும்னு எனக்கு ஆசை இருக்கு, ஆனா புதுநன்மை வாங்கணும்னா முதல்ல பூசைன்னா என்னன்னு உங்களுக்குத் தெரியணும்ல? உங்க நிர்வாகத்துல இருக்கிற சில பிரச்சனைகளை சரி செஞ்சுட்டு, உங்களுக்கு செய்றதுல எனக்குப் பிரச்சனை இல்லைன்னு சொன்னேன். திருச்சபைக்கு எதிரா நீங்க என்னென்ன விஷயங்கள் செய்றீங்கன்னு உங்களுக்கே தெரியும். இதை எல்லாம் சரி செஞ்சுட்டு, ஒரு வருஷம் திருவிழா எங்க வழிகாட்டுதல்ல நீங்க நடத்துங்க. நடத்துனதுக்குப் பிறகு உங்களுக்கு யார் யாருக்கு என்ன அருள்சாதனம் தரணுமோ, அதை நான் செய்றேன்னு சொல்லிட்டு அவுங்களுக்கு மூணு ஆப்ஷன் குடுத்தேன்.''

'''ஒண்ணு, நீங்க இந்தக் கோயில முழுசா திருச்சபைகிட்ட எழுதிக் குடுத்துருங்க', அப்டின்னேன். 'இல்ல, இது எங்க வீடு ஃபாதர்... இதை வச்சித்தான் பொழைக்கணும், வாழணும்னா உங்களுக்கு என்ன வேணுமோ, அதைக் கேளுங்க. எனக்குத் தெரியும். வீரக்குறிச்சி கோயில் கூட அப்படித்தான் சில நிபந்தனைங்க போட்டுத்தான் குடுத்தாங்க. ஒவ்வொரு வருஷமும் வீடு கட்டிக் குடுக்குறது, மருத்துவ செலவு செய்றது இதெல்லாம் நாங்க

பார்த்துக்குறோம்னு எல்லாம் கண்டிஷன் போட்டுத்தான் எழுதிக் குடுத்தாங்க. என்ன வேணுமோ அதைக் கேட்டு வாங்கிட்டு கோயிலை சபைல ஒப்படைங்க. நம்ம உக்காந்து பேசுவோம்', அப்டின்னு சொன்னேன். அவுங்க, 'இல்ல ஃபாதர். இதுக்கு ஒருத்தர் ரெண்டு பேரு ஒத்துக்க மாட்றாங்க', அப்டின்னு சொன்னாங்க. சரி, அப்ப ரெண்டாவது ஆப்ஷனுக்கு வாங்க.''

'''சின்னம்மாயி கல்லறைல வரவு செலவுன்னு பணம் சம்பந்தப் பட்ட எல்லா விஷயங்களையும் அவுங்க (நிர்வாகக் குழு) பார்த்துக்குறாங்க. நம்ம வழிகாட்டுத்தலுக்கு எதிரா யாரும் எதுவும் அங்க செய்ய மாட்டாங்க. யாரும் தனியா போய் மந்திரிக்கிறது இல்ல, யாராவது மந்திரிக்கணும்னு சொன்னாக்கூட, ஃபாதரதான் கூப்பிடுவாங்க. பூசை நம்மதான் வைக்கிறோம், பூசைக்கருத்து நம்மதான் எழுதுறோம். திருச்சபைக்கு எதிரானது எதுவும் அங்க நடக்கல. நம்ம கிட்ட ஒப்படைக்காட்டாகூட சின்னம்மாயி உதாரணம் இங்கேயே இருக்கு. அந்த மாதிரியாவது வந்துருங்க. பணம் நிர்வாகம் எப்டி வேணும்னாலும் செய்ங்க. ஆனா அருள்சாதனம் எல்லாம் சபைய செய்யவிடுங்க. பக்திய தப்பா யூஸ் பண்ணாதீங்க. துண்டைப் போட்டு மந்திரிக்கிறது மாதிரி விஷயங்கள் செய்யாதீங்க, வர்ற பக்தர்களை ஏமாத்தக் கூடாது. அதை சரி செஞ்சு ஒரு வருஷமாவது நீங்க திருவிழா நடத்திட்டீங்கன்னா, நானே பிஷப் கிட்ட பேசுறேன். உங்களுக்கு எல்லா அருள்சாதனமும் கிடைக்குற மாதிரி செய்றேன். நீங்க காலப்போக்குல கோயில குடுக்குறதா, குடுக்கவேணாமான்னு யோசிக்கலாம்', அப்டின்னு சொன்னேன்.''

'''சரி, நாங்க போயி பேசிட்டு வர்றோம் ஃபாதர்னு போனவங்க, திரும்ப வந்து எல்லாரும் ஒத்துக்குறாங்க, ரெண்டு பேர் மட்டும் ஒத்துக்க மாட்டேங்குறாங்க', அப்டின்னாங்க.''

''சரி, ஒத்துக்குறவங்க நாலு பேரை கூட்டிட்டு வாங்க, அவுங்ககிட்ட முதல்ல பேசுறேன், அப்புறம் ஒத்துக்காதவங்கள என்ன செய்யலாம்னு யோசிப்போம்னு சொன்னேன். சென்னைல அவுங்க பார்ட்னர் ஒருத்தர் இருக்கார் போல. அவரும் என்கிட்ட ஃபோன்ல பேசினார். 'நா வந்தா எல்லாம் சரியாயிரும் ஃபாதர். நான் வந்து பேசுறேன். திருவிழாவுக்கு உங்களை கூப்பிடுறோம். நீங்கதான் கொடியேத்தணும், செய்யணும்', அப்டின்னு எல்லாம் பேசினார். ஆனா அதுக்கப்புறம் யாரும் வரலை.''

''ஊருக்குள்ள இருக்கிற பி.சி. கம்யூனிட்டி மக்கள் சிலர் கூட, 'நாங்க சொன்னா கேப்பாங்க ஃபாதர், நாங்க சொல்லிக் கூட்டிட்டு

வர்றோம்'னு சொன்னாங்க. ஆனா இதுவரையும் அவுங்க வரலை. ஊர் முழுக்க போயி டொனேஷன் வாங்கிட்டு இருக்காங்க. அவுங்க வெப்சைட்டுல என் ஃபோன் நம்பர போட்டு வச்சிருக்காங்க. அத வச்சிக்கிட்டு, எல்லாம் எனக்கு ஃபோன் பண்ணி, 'எப்ப பூசை? கிடா வெட்டலாமா? முடி எடுக்கலாமா?'ன்னு என்னைக் கேட்டுட்டு இருக்காங்க'', எனச்சொல்லி பால்ராஜ் அடிகள் சிரிக்கிறார்.

''மங்கனூரைப் பொறுத்தவரை எனக்கு மேல இருக்குறவங்க முயற்சி எடுத்து அவுங்களுக்கு வேண்டியதைக் குடுத்து, பண்ணினா தான் முடியும். அங்க அவ்வளவு மக்கள் வர்றாங்க. ஒவ்வொரு முதல் செவ்வாயும் குறைஞ்சது இருபது கிடா வெட்டுறாங்க. பூண்டி மாதிரி டயசீஸோட பெரிய கோயில்லயே அவ்வளவு கிடையாது. ஒவ்வொரு செவ்வாயும் அவ்வளவு கூட்டம் இருக்கு. திருவிழாவுல கணக்கிலடங்காத கூட்டம் வரும். வர்ற மக்களுக்கு வசதிகள் செஞ்சு குடுத்தோம்னா, இன்னும் கூட்டம் வரும். அங்க தண்ணி இல்ல, பாத்ரூம் இல்ல, எந்த வசதியும் இல்ல. ஆனா பாருங்க, எங்க அண்ணனுங்களே அங்கதான் கிடா வெட்ட வருவாங்க...'', சிரிக்கிறார்.

கிடாவெட்டு மாதிரியான விஷயங்களை கத்தோலிக்க சபை எப்படி அணுகுகிறது என்ற கேள்வியை முன்வைக்கிறேன்.

பால்ராஜ் அடிகள், ''பழைய ஏற்பாட்டுல (Old Testament) தான் இந்த மாதிரி விலங்குப் பலி எல்லாம் இருக்கு. புதிய ஏற்பாட்டுல இல்ல. இயேசுநாதர் கோயில்ல வியாபாரம் செய்றவங்களை விரட்டி அடிப்பார்ல? அதோட தியலஜிக்கல் (இறைசார்) நம்பிக்கையே, 'நான் என்னையே பலியா குடுக்கப் போறேன், எதுக்கு இந்த விலங்குகளை எல்லாம் பலி குடுக்குறீங்க?' அப்டின்னு கடவுள் கேக்குறதா நான் பார்க்குறேன். நமக்கு திருப்பலிதான் உன்னதமான பலி. 'அந்தோணியாருக்கு வெட்றேன், செபஸ்தியாருக்கு வெட்றேன், கொல்லையில பாம்பு வருது, கோழி வெட்றேன்', அப்டின்னு சொல்லாதீங்க. நீங்க போய் ஒண்ணா சேர்ந்து சாப்பிடுறீங்கன்னா சரிதான். நாலு பேருக்கு சாப்பாடு போட்டு, நாங்க நாலு பேரு சாப்பிட்டோம் அப்டின்னு சொன்னா சரி.''

''அத விட்டுட்டு செபஸ்தியாருக்கு கிடா வெட்டுறேன் அப்டின்னு சொல்றது எல்லாம் நம்ம கத்தோலிக்க நம்பிக்கைக்கு எதிரானது. இதை நான் சொல்லிட்டுதான் இருக்கேன். இது நிறைய இடங்கள்ல இருக்குது. சின்னம்மாயிக்கே கிடா வெட்டுறேன் அப்டின்னு சொல்லுவாங்க. 'நான் சாயந்திரம் பூசை வைக்கிறப்ப கிடாயும் வெட்டமாட்டேன், ஒண்ணும் வெட்டமாட்டேன். நான்

காய்கறிதான் போடுவேன். நீங்க மதியம் என்ன வேணும்னாலும் செஞ்சு முடிச்சிக்குங்க', அப்டின்னு சொல்லிட்டேன். அது இறைநம்பிக்கை கிடையாது. அடுத்தவுங்களோட உணவை பகிர்ந்துக்குறேன், எல்லோரும் சேர்ந்து குடும்பத்துல சாப்பிடுறோம் அந்த மாதிரி இதை செஞ்சா பிரச்சனை இல்லைன்னுதான் சொல்லிட்டு வர்றேன்'', என விளக்குகிறார்.

நிறுவனப்படுத்தப்பட்ட மதம் தன் விழுமியங்களில் உறுதியாகவே நிற்கிறது. வெகுசன வழிபாடுகள் அதிக நெகிழ்வுத்தன்மை கொண்டவை, எந்த விதமான கட்டுக்குள்ளும் அடங்காதவை. இவ்விரு எதிர் துருவங்களுக்குள்ளும் மோதல் ஏற்படும்போது, சிக்கல் வலுக்கவே செய்கிறது.

சான்றுகள்

* மங்கனூர் செபஸ்தியார் வாழ்க்கை வரலாறு புதுமைகள் நூல் - மங்கனூர் பரம்பரை கோயில்பிள்ளைகள் வெளியீடு
* Popular Christianity in India: Riting Between the Lines, Edited By Raj, Selva J., Corinne. G. Dempsey - State University of New York Press, 2002

48

தஞ்சை – ஆபிரகாம் பண்டிதர், வேதநாயகம் சாஸ்திரியார் (குடும்பத்தினர் பேட்டி)

எத்தனை பெரிய மேதையாக இருந்தாலும், திருச்சபை அவர்களைப் பெரிதாக அங்கீகரிப்பதுமில்லை; அவர்களும் அது குறித்துப் பெரிதாக கவலை கொண்டதாகத் தெரியவில்லை. கிறிஸ்தவத்தை விட்டு அவர்கள் விலகவுமில்லை...

•

ஊஞ்சல் லாலிப் பாட்டு

ராகம்: நவ்ரோஜ், தாளம்: ரூபகதாளம்

வானம் புவியாவும் செய்த வல்லவா தேவா
ஏழை யுருவாக வந்த
இன்பமே வாவா – லாலிலா லையா லாலி
ஆதாரம் ஆறில் நின்று ஆடிவரும் அருளே
ஆதாரம் உனையன்றி ஆருண்மைப் பொருளே
லாலிலா லையா லாலி
வேல்வாயில் மாண்டுயிர்த்த மெய்கொண்ட பாலா
ஆலமுண்டு அமுதளித்த ஆபிரகாம் தேவா
லாலிலா லையா லாலி

முப்பாலுக்கப்பால் நின்று முற்றுமொழியானவா
தப்பாதுனடியார் தானிலங்க வாவா
லாலிலா லையா லாலி

- ஆபிரகாம் பண்டிதர் இயற்றியது. ''திருமணக் காலங்களில் பாடப்படும் 'லாலிப் பாடல்' பரம்பரையாகப் பாடப்படுகிறது. மணமகனையும் மணமகளையும் ஊஞ்சலில் இருத்தி, பெண்கள் எல்லோரும் சேர்ந்து ஊஞ்சாய் ஆட்டி உற்சாகமாகப் பாடுவது லாலிப் பாடல். இந்த லாலிப்பாடல் பெரும்பாலும் நவ்ரோஜ் ராகத்தில் இருக்கும். இறைவனை மனமென்னும் ஊஞ்சலில் இருத்தி, ஊஞ்சலை ஆட்டி, தான் பாடுவது போல பண்டிதர் இயற்றிய பாடல் இது''- பேராசிரியர் தனபாண்டியன் (ஆபிரகாம் பண்டிதரின் பேரன், 1984)

ஞான ஏத்தப் பாட்டு

காப்பு:

சத்திய வேதமார்க்கச் சபையெனுந் தோட்டத்துக்கு
நித்தியர் தண்ணீர்ப்பாய்ச்சு நெறிமிகு மீசுநாதா
ருத்தம வேலையாட்க ளுவமைஞா னேத்தப்பாட்டு
பத்தியாய்ப்படிக்கவொன்றாம் பராபரன்காப்பதாமே.

ஒரு பொருளே தெய்வம் – நீ
யுகந்துதொழு நெஞ்சே
யுடைந்துமனங் கெஞ்சே – அந்த
வொருபரனுக் கஞ்சே.

இரண்டுமரஞ் செய்தா – னதி
லொன்றாருந்தத் தீது
பண்டுவில காது – பவங்
கொண்டுவந்தாள் மாது.

மூன்றுமுத லொன்றே – அதின்
முறைமையொரு மூன்றே
தோன்றுதற் கெட்டாதே – யெட்டிச்
சொல்லவுங் கூடாதே.

நாலுகுரு மார்கள்சொல்லி
நாட்டினதே போதம்
தீட்டினதே நீதம் – ஆதித்
திருமகனார் வேதம்.

ஐந்துவடு வல்லோ – நம
தாண்டவனார் காயம்
ஆண்டவனார் காயம் – நமக்
கடைக்கலச காயம்.

- ''இந்த ஞான ஏத்தப்பாட்டு கிறிஸ்துவின் தீவு திராட்சைத் தோட்டத்துக்கு உவமையாக வேதாகமங்களில் ஒன்று முதனூறு மட்டு மிருக்கிற சரிதைகளைத் தெரிந்தெடுத்துப் பாடினது. ஏனென்றால் அங்கேயிருக்கிற கிறிஸ்தமான தோட்டக்காரர் தண்ணீரிரைக்கிறபோது வீணான அவலட்சணப் பாட்டுகளை புறமதஸ்தர்கள் தண்டக்கத்தின்படி பாடி வருகின்றனர், அப்படி நம்முடையவர்கள் செய்கிறது சரியல்லவென்பதைப் பற்றி யிந்தப் புதிதான ஞானேத்தப்பாட்டை யுண்டுபண்ணவேண்டியதாயிற்று''
– வேதநாயகம் சாஸ்திரியார், *1815*.

தஞ்சைக்குப் போகவேண்டும் என்றதுமே அங்குள்ள தேவாலயங்களை விட இருவர் மேல்தான் கவனம் குவிந்து நின்றது. ஒருவர் ஆபிரகாம் பண்டிதர், மற்றவர் வேதநாயகம் சாஸ்திரியார். இவ்விரு மேதைகளைக் குறித்தும் ஏற்கனவே பல நூல்கள் வெளியாகியுள்ளன, அவர்களது நூல்களும், தொகுப்புகளும் பலரால் ஆர்வமுடன் இன்றும் வாசிக்கப்பட்டு வருகின்றன. உலகமே போற்றும் இம்மேதைகளை, அந்தக் குடும்பத்தினர் இன்று எப்படிப் பார்க்கின்றனர், அவர்களின் நினைவை எவ்வாறு போற்றுகின்றனர், அவர்களைப் பற்றிய நாமறியாத குறிப்புகள் எதையும் குடும்பங்கள் வைத்திருக்கிறார்களா, இவ்விருவரின் பணிகளும் இன்றும் ஏதாவது ஒரு வழியில் தொடர்கின்றனவா, கிறிஸ்தவ சபைக்கும் அவர்களுக்குமான தொடர்பு எப்படி இருந்தது, அவர்கள் கிறிஸ்தவத்தை எப்படி அணுகினர் என்று பல கேள்விகள் எழுந்தன.

நேரில் சந்திக்க முடிந்த குடும்ப வழித்தோன்றல்களிடம் இவை குறித்துக் கேட்கவேண்டும் எனத் தோன்றியது. அதன் விளைவே இந்தக் கட்டுரை. கிறிஸ்தவ மக்களுக்காக மட்டுமே தங்கள் பணிகளை இவர்கள் இருவரும் செய்யவில்லை. சாஸ்திரியாரின் தமிழ் மொழித்தொண்டும், பண்டிதரின் தமிழிசைத் தொண்டும் காலத்தால் அழிக்கமுடியாதவை.

தஞ்சையின் சுவார்ட்சு ஆலய வாசலில் நின்றுகொண்டு திறந்திருக்கிறதா, இல்லையா என ஆராய்ந்துகொண்டிருந்த ஒரு பின் மதிய வேளையில், ''தொறந்துருக்க கேட்ட ஏம்மா பார்த்துக்கிட்டே நிக்கிறீங்க?,'' என அங்கிருந்த ஆட்டோ ஓட்டுனர் கேட்டார்.

தஞ்சை சுவார்ட்சு ஆலயத்தில் வைக்கப்பட்டிருக்கும் அவரது இறுதிக்காலத்தைக் குறிக்கும் சலவைக்கல் கல்வெட்டு, சுவார்ட்சின் அருகே சரபோஜி மன்னர்

அதன்பின்தான் தெரிந்தது பூட்டை பூட்டினாற்போல போட்டிருக்கின்றனர். தொல்லியல் துறைவசமிருக்கும் ஆலயத்தின் உள்ளே ஒரு அம்மாள் சயனத்திலோ, சொப்பனத்திலோ ஆழ்ந்திருந்தார். ஆலயம் பிரம்மாண்டமாக தெரிந்தது, அதில் எங்களை அதிகம் கவர்ந்தது சுவார்ட்சு மிஷனரியின் நினைவுக் கல்வெட்டு. கல்வெட்டுக்கு மேலுள்ள புடைப்புச் சிற்பத் தொகுப்பில், மரணப் படுக்கையில் கிடக்கும் சுவார்ட்சின் தலையில் ஆதரவாகக் கைவைத்திருக்கும் தஞ்சை சரபோஜி மன்னர், அவரது தலை மாட்டில் மிஷனரி ஒருவர், காலுக்கருகே அதிகாரிகள் போலத் தோன்றும் இருவர், மற்றும் மூன்று சிறுவர்கள் சித்தரிக்கப்

அறியப்படாத கிறிஸ்தவம் ✧ 433

பட்டுள்ளனர். கல்வெட்டில் சுவார்ட்சு பெயர், பிறந்த ஊர், பிறந்த மற்றும் இறந்த தேதிகளைக் குறிப்பிட்டுள்ளனர்.

''இளம் வயது முதலே மறைபரப்புப் பணிகளில் ஈடுபட்டவர், கீழை நாடுகளின் மிஷனரியானார்; வேதத்தை போதித்த முதல் போதகர்கள்போல அவரும் எளிமையான நற்குணத்தைக் கொண்டிருந்தார்; அவரது இயற்கையான துறுதுறுப்பு, அப்பழுக்கற்ற நன்னடத்தை, வாழ்வின் தெளிவும், கிறிஸ்தவர், இந்துக்கள், இஸ்லாமியர் அனைவரின் மதிப்பையும் பெற்றுத் தந்தது. அதன் காரணமாக மன்னர்களும், இந்து, இஸ்லாமியரும் இந்த எளிமையான போதகரை ஆங்கிலேய அரசுடனான தங்கள் அரசியல் பேச்சுவார்த்தைகளுக்கான இடையகமாகத் தேர்ந்தனர். இவற்றையும், இவரது மேன்மையையும் சொல்லும் இந்த சலவைக்கல்வெட்டு, தன் அளப்பரிய அன்பாலும், மதிப்பாலும், தஞ்சையின் மன்னர் மகாராஜா சரபோஜி வெட்டுவித்தது'', என்ற வாசகம் கல்வெட்டில் தெளிவாகக் குறிப்பிடப்பட்டிருக்கிறது. 1701ம் ஆண்டு கிறிஸ்தவர்கள் அனைவரும் தஞ்சையை விட்டு வெளியேறவேண்டும் என ஆணையிட்ட தஞ்சை மராட்டிய மன்னர்களின் வழித்தோன்றல்களில் ஒருவரான சரபோஜி, தன் மகனை, பட்டத்து இளவரசனை, கிறிஸ்தவ போதகரான சுவார்ட்சை நம்பி, கல்வி போதித்து வளர்த்துத் தருமாறு கேட்டவர். நூற்றாண்டுக்குள் ஏற்பட்ட இந்த மாற்றத்துக்குக் காரணம் அந்தக் காலத்து கிறிஸ்தவ மிஷனரிகளின் வாழ்க்கை முறை, அவர்கள் பேணி வந்த ஒழுக்கம், எளிமை, குறிப்பிட்டுச் சொல்வதானால், சுவார்ட்சு. தஞ்சை இளவரசரும், வேதநாயகம் சாஸ்திரியாரும், சுவார்ட்சிடம் ஒன்றாகப் பயின்றவர்கள்.

ஆபிரகாம் பண்டிதரின் வீட்டுக்குச் செல்லவேண்டும் என முடிவெடுத்ததும், அவரது குடும்பத்தில் நம்மிடம் பேசத் தயாராக இருப்பவர்களைத் தேடும் வேலையை தோழி ரோடா செய்தார். தஞ்சையில் ஆபிரகாம் பண்டிதர் சாலையின் ஒரு முனையில் வரிசையாக அவரது வழித்தொன்றல்கள் வீடுகள் இருக்கின்றன. பல வீடுகளின் தொகுப்பு அது. அதில் சாலையை ஒட்டிய வீட்டில் பண்டிதர் வசித்ததாகச் சொல்லப்படுகிறது. அவரது மகன் வழிப் கொள்ளுப் பேரனின் மனைவியும், அரசு கலைக் கல்லூரியின் முன்னாள் ஆங்கிலத் துறைத்தலைவருமான முனைவர் அமுதா பாண்டியன் நம்மிடம் பேசினார்.

அவரிடம் எடுத்த பேட்டியின் பகுதிகளும், அவற்றுடன் என் கூடுதல் குறிப்புகளும் இனி.

ஆபிரகாம் பண்டிதர் குறித்து நிறைய பேசப்பட்டிருக்கிறது, எழுதப் பட்டிருக்கிறது. இன்று அவர் எப்படிப் பார்க்கப்படுகிறார்?

''பண்டிதரது பணிகளை யாரும் இன்று பேசுவதில்லை. அவர் நிறைய செய்திருக்கிறார். சர்வதேச இசைக்கான டெம்பிளேட் முதற்கொண்டு அவர் தந்திருக்கிறார். இசைக்கு எல்லைகள் இல்லை. அதற்கு எந்தவிதக் கோட்பாடும் இல்லை. பன்னிரெண்டாவது நிலையைக் கடந்ததும் இசை வட்டமாவதில்லை, சுழலாகிறது. கிரேக்கர்கள் தமிழர்களைப் போல இசை வடிவம் கொண்டிருந்தனர் என்பதற்கு ஆதாரங்கள் உள்ளன.''

முனைவர் அமுதா பாண்டியன், ஆபிரகாம் பண்டிதர் குடும்பம்

''இப்போது நாம் கேள்விப்படும் இசைக் கோட்பாடு சமஸ்கிருதமய மாக்கப்பட்டதே. சராங்கதேவர், இன்ன பிற பெயர்கள் இவர்கள் சொல்வது எல்லாமே அதன் விளைவுதான். சிலப்பதிகாரத்தை அடிப்படையாகக் கொண்டு பண்டிதர் கோட்பாட்டை சரியாகவே எழுதி உள்ளார். தமிழர்களின் இசையில் 24 அலகுகள் (set) இருந்துள்ளன. பாரசீகர்களின் இசையிலும் 24 இதே அலகுக்கணக்கு இருந்துள்ளது, அவர்கள் அதைத் தொலைத்து விட்டனர். வீணை இசையிலும் இதே 24 அலகுகள் உள்ளன. இதை இன்னும் விரித்து நம்மால் சொல்லமுடியும். அவரது டெம்பிளேட் மிகச்சரியானது, அருமையானது. பண்டிதர் ஏழு பண்கள் உண்டு என நிறுவினார்; அதையேதான் கிரேக்கர்களும் கொண்டிருந்தனர். அதையும் அவர் ஏழு நரம்புகள் (notes) எனச்சொல்லவில்லை. 6+1 என்றே தெளிவாகக் குறிப்பிடுகிறார். வெறும் கோட்பாட்டைக் கொண்டு நாம் இதைச் சொல்லமுடியாது. நானும் அது குறித்து விவரித்து எழுதியிருக்கிறேன்.''

(அமுதா பாண்டியன் மிகச்சுருக்கமாக கருணாமிர்த சாகரம் நூலை (A Brief Critical Edition), தன் குறிப்புகளுடன் ஆங்கிலத்தில் எழுதியுள்ளார். இந்நூலை பண்டிதரின் இரண்டாவது மனைவியும், இசை அறிஞரும், இசைக்கலைஞருமான பாக்கியம்மாளுக்குப் படைத்திருக்கிறார்.)

குடும்பத்தில் இன்னும் இசை பயிலும் வழக்கம் இருக்கிறதா?

‘‘நான் இந்தக் குடும்பத்துக்குள் மணம் முடித்து வந்தேன். இசை என்பதெல்லாம் பண்டிதரின் முதல் தலைமுறையோடு முடிந்து விட்டது என்றே நினைக்கிறேன். அவர் காலத்திலும் கூட அவரது இரண்டாவது மகன் ஜோதி பாண்டியன், மற்றும் மூன்றாவது மகன் – என் தாத்தா, அவர்களுக்கு எல்லாம் இசையில் அத்தனை நாட்டம் இருந்ததா எனத் தெரியவில்லை. கருணாமிர்த சாகரம் முழுக்க வாசிக்கப்பட்டதே இல்லை. இசை அறிஞர் வீ.ப.கா.சுந்தரம் என்னிடம் சொல்லும்போது, ‘இரண்டே நபர்கள்தான் அதை முழுதுமாகப் படித்தவர்கள். ஒன்று வரகுணப் பாண்டியன், இன்னொன்று நான்’, என்பார். நான் படித்திருக்கிறேன். கருணாமிர்த சாகரத்தின் ஆங்கில வடிவம் அவரது மனைவியால் எழுதப் பட்டிருக்கவேண்டும். அதில் ‘பாண்டியன்’ என்ற மற்றொரு பெயரும் குறிப்பிடப்படுள்ளது, அது அவரது மருமகனாக இருக்கக்கூடும். அவரது இளம் இசை மாணவர் ஒருவரும் அந்நூல் ஆக்கத்தில் உதவியிருக்கிறார்.’’

அவரது மனைவிக்கு இசை, ஆங்கிலம் எல்லாம் தெரியுமா? அவரைப் பற்றி அதிகம் பதிவுசெய்யப்படவில்லையே?

பாக்கியம் அம்மாள்

‘‘ஆமாம். பாக்கியம்மாள் இசைப் புலமை கொண்டவர். ஆங்கிலப் புலமையும் உண்டு. பண்டிதரின் இரண்டாவது மனைவி இவர். அவர் இந்துவாக இருந்திருக்கக் கூடும். வீணை இசைக்கலைஞர் அவர். பியானோவும் இசைக்கக் கூடியவர் எனச் சொல்கின்றனர். அதையும் அவர் எவ்வாறு இசைத்தார் என எனக்குத் தெரிய வில்லை. நன்றாகப் படித்தவர். குணமுள்ளவர். மூன்று நான்கு தலைமுறைகளுக்கு முன்னால் இவ்வளவு தெரிந்தவராக ஒரு பெண், அதிலும் அவரது இரண்டாவது மனைவியாக வாழ்ந்திருக்கிறார். இருவரும் காதலித்துள்ளனர். பண்டிதர் தனக்கு முன்பே திருமணம் ஆனதைக்கூட அவரிடம் சொல்லாமல் மறைத்துவிட்டார். அவர் ஒரு விக்டிம்... ஆனால் பண்டிதரை அதீதமாகக் காதலித்தார்.

அவருக்குச் சொந்த ஊர் கும்பகோணம். அவர் நூலில், 'என் மனைவி பாக்கியம் அம்மாள்' என்றே பண்டிதர் தெளிவாக எழுதுகிறார். அவருக்கு இசைமேல் பெரும் ஆர்வமுண்டு. பரோடாவுக்கு பண்டிதர் செல்லும் போது, இவரையும் உடன் அழைத்துச் சென்றார். பாக்கியம் அம்மாள் பண்டிதரின் குழந்தைகளுக்கும் இசை சொல்லித்தந்திருக்கிறார்.''

ஆபிரகாம் பண்டிதர் இங்கு வணங்கிய ஆலயம் எது?

''இங்கே அவர் பீட்டர்ஸ் சர்ச்சில் உறுப்பினராக இருந்தார். பாக்கியம்மாளை அவர் இரண்டாவதாகத் திருமணம் செய்துகொண்ட போது, சபை அவரை வெளியேற்றியது (excommunicated). இதை யாரும் வெளிப்படையாகச் சொல்வதில்லை. அவரது முதல் மனைவி உயிருடன் இருந்த போதே, இவரை இங்கே அழைத்து வந்துவிட்டார். அவர் இறந்த பிறகு இரண்டாவது மனைவியான பாக்கியம்மாளைத் திருமணம் செய்துகொண்டார். எனக்கு இதைச் சொல்வதில் எந்தத் தயக்கமும் இல்லை. அதை ஒரு சிறந்த காதல் கதை என்றேதான் நான் சொல்வேன். அங்கிருந்து வெளியேற்றப் பட்ட பிறகு, அவர் தனியே வழிபாட்டுக்கென ஒரு ஆலயம் கட்டிக்கொண்டார்.

அந்த ஆலயம் கரந்தை பக்கம் இருப்பதாக என் மாமனாரும், பண்டிதரின் பேரனுமான டாக்டர் வி.கே.பாண்டியன் அடிக்கடி சொல்வார். மாமனார் இறப்பதற்குமுன் அதன் சரியான இடத்தைக் கேட்டறிந்துகொள்ளவில்லை. பழமையான அந்த ஆலயம், அப்போதே அது கிட்டத்தட்ட இடிந்து விழும் நிலையில் இருந்தது. மனம் வருந்தி நான் சோர்ந்து போகும் போதெல்லாம் என்னை என் மாமனார் அங்கே அழைத்துச் செல்வார். திருச்சியில் இருந்து தஞ்சைக்கு வரும் வழியில், முக்கிய சாலைக்கு வலதுபுறம் அவர் அந்த ஆலயத்தை எனக்கு முன்பு காட்டியிருக்கிறார். என் மாமனார் சற்று வித்தியாசமான மனிதர். என் மாமனார் இருந்த வரை, எனக்கு இங்கு நல்ல வழிகாட்டியாக இருந்தார். அவர் இறந்தபின் முழுக்க நான் வாசிப்பில் மூழ்கிவிட்டேன்.''

வேதநாயகம் சாஸ்திரியாருக்கு நூறாண்டுகளுக்குப் பிறகு வந்தவர் பண்டிதர். சாஸ்திரியார் காலத்திலேயே ஓரளவுக்கு கிறிஸ்தவ இசை வடிவம் பெற்றது எனச் சொல்லலாம் இல்லையா?

''சாஸ்திரியார் பழமைவாதி. பழமையைப் போற்றியவர். பண்டிதர் அப்படிப்பட்டவர் அல்ல. ஏற்கனவே கட்டமைக்கப்பட்டிருந்த வற்றை கேள்வி கேட்டவர், கட்டுடைத்தவர். பரோடாவில் அவரது

மகள் பாடிய அத்தனை பாடல்களும் தியாகராஜரின் பாடல்கள். வேதநாயகம் சாஸ்திரியார் மேதை, படைப்பாற்றல் மிக்கவர். தியாகராஜருமே 12-13 ராகங்களில்தான் அவரது பெருவாரியான பாடல்களை இயற்றினார். அதைத்தான் இன்னமும் நாம் பாடிக்கொண்டு இருக்கிறோம். சாஸ்திரியாரும் பாடியவர்தான். சங்கராபரணத்திலும் பாடல்கள் பாடியவர். ஆனால் அவர் ஒரு கவிஞர். உண்மையான புலவர். அவரது புலமைத் திறனை பண்டிதர் அல்லது தியாகராஜரின் இசைத் திறமையுடன் ஒப்பிடுவது சரியல்ல என்று நான் நினைக்கிறேன்.''

''நான் பார்த்தவரை தியாகராஜரின் பதின்மூன்றுப் பாடல்களை எடுத்துக்கொண்டு அதற்கான வேறு சொற்களைப் பயன்படுத்தி சாஸ்திரியார் பாடல் புனைந்திருக்கிறார். மற்றபடி, சாஸ்திரியாரின் பல பாடல்களை இன்று நாம் தொலைத்திருக்கிறோம். கிறிஸ்தவர்களுக்கு சாஸ்திரியாரின் அருமை, அவரது மொழிப் புலமையை மதிக்கத் தெரியவில்லை.''

தமிழ், இசை என்பதெல்லாம் இன்று கிறிஸ்தவத்தில் எப்படி இருக்கிறது?

''தமிழில் பேசக் கூட பல கிறிஸ்தவர்கள் முனைவதில்லை. பாருங்கள், நாமே ஆங்கிலத்தில்தான் பேசிக்கொண்டு இருக்கிறோம்! (சிரிப்பு...) கிறிஸ்தவர்கள் தமிழில் பேசுவதையும், பாடுவதையும் கூட ஏதோ ஒவ்வாத விஷயம் போல இன்று பார்க்கின்றனர். இன்றைய கிறிஸ்தவர்களுக்கு எத்தனை கீர்த்தனைகள் தெரியும்? இரண்டு மூன்று கீர்த்தனைகளைத் தெரிந்துகொண்டு ஓட்டிக் கொண்டிருக்கின்றனர். முனைவர் ஞானச் சந்திர ஜான்சன் தொகுத்த கீர்த்தனைகள் நூலுக்கு முன்னுரை நான் எழுதினேன். நம் பண்பாட்டை, மொழியை, வேரை விட்டுவிட்டு நாம் என்ன செய்யப் போகிறோம்? இயேசு கிறிஸ்துவே கீழை நாடுகளின் (oriental) பண்பாட்டைச் சேர்ந்தவர். மேற்கத்திய உலகைச் சேர்ந்தவர் அல்ல. அதையே நாம் மறந்துவிட்டோம். இயேசுவை நான் பெரிய புரட்சிக்காரர் என்றுதான் சொல்வேன். தங்களைச் சுற்றிய கட்டுக்களை உடைத்தவர் அவர். பெரிய ஹீரோ இல்லையா அவர்? இன்று அவரை அப்படியா பார்க்கின்றனர்?''

பண்டிதருக்கும், அவர் ஒரு காலத்தில் சார்ந்திருந்த கிறிஸ்தவ சீர்திருத்தத் திருச்சபைக்கும் தொடர்பில்லாமல் போனது என்றால், அவர் இறந்த பிறகு அவரை அடக்கம் செய்வதில் சிக்கல் எழவில்லையா?

"ஆமாம். அவரது அடக்கமே பெரிய கதை. அவர் புதிய ஆலயத்தை எழுப்பி நடத்தி வந்தார் இல்லையா? அதனால் அவருக்கு திருச்சபை ஆலயத்தில் இடம் கிடைக்காது என்பது தெரியும். அவரது இரண்டாவது மனைவி இறந்து ஆறே மாதங்களில் அவரும் இறந்துபோனார். பாக்கியம்மாளை அவரது தோட்டத்தில் புதைத்தனர். அவர் தனக்கும் அவ்விடத்தின் அருகிலேயே இடம் குறித்திருந்தார். அங்கேயே அவரையும் அடக்கம் செய்தனர். அவரது முதல் மனைவி முன்பே இறந்ததால், அவரை ஒரு கிமீ தொலைவில் அடக்கம் செய்திருந்தனர். அதன் பிறகு அவரது சொத்தைப் பிரிப்பதில் பெரும் தகராறு வந்தது. அவரது இரண்டாவது மனைவியின் இரண்டு மகன்களுக்கும் எதுவுமே தரவில்லை."

"என் தாத்தா (ஏ.கே. பாண்டியனின் தந்தை, பண்டிதரின் மகன்) மட்டும்தான் நன்கு படித்தவர். ஏர் இந்தியாவில் பணியாற்றிவந்தார். கீர்த்தனைகள் பாடக்கூடியவர், தாளம் தப்பாமல் வீணை வாசிக்கக் கூடியவர். தஞ்சையின் பெரிய அச்சுக்கூடமான பண்டிதர் தோற்றுவித்த லாலி அச்சுக்கூடத்தை அவரிடம் ஒப்படைத்தனர். பண்டிதர் இறுதிக் காலத்தில், பார்வை குன்றிப் போனார். மனைவி இறந்த பிறகு, அவருக்கும் எல்லாவற்றிலும் ஈடுபாடு குறைந்து போனது. அவரது இரு மகன்களும் வரவுசெலவைப் பார்த்து வந்தனர்."

"அவரது பேரன் ஒருவரிடம் பண்டிதரையும் மனைவியையும் அடக்கம் செய்த தோட்டம் தரப்பட்டது. அவர் குடித்து நிறைய சொத்தை இழந்தார். பண்டிதரின் கல்லறை இருந்த தோட்டத்தையும் இழக்கும் நிலைக்கு வந்தார். அந்த இடத்தை மனையாக மாற்றிப் பதிவு செய்து விற்றுவிட்டார். அதை வாங்கியவர்கள், கல்லறையை உடைத்துவிட்டார்கள். அப்போது அவரது உறவினரான ஜோதி என்பவர், உடைத்துப் போடப் பட்டிருந்த கற்களை எல்லாம் எடுத்துவந்து, வேறு இடத்தில் மீண்டும் கட்டினார். இப்போது அது குடும்பத்தின் கட்டுப்பாட்டில் இருக்கிறது. தெரிந்தவர் ஒருவரிடம் சாவி உண்டு. அங்கு போக வேண்டுமென்றால் அவரிடம் வரச்சொல்லி சாவி வாங்கித்தான் பார்க்கவேண்டும். சமீபத்தில் அந்தக் கல்லறைக்கு மாலை போடுவது போன்ற படம் ஒன்றை நண்பர் ஒருவர் எடுத்து அனுப்பச் சொன்னார். எடுத்து அனுப்பியிருந்தேன். பழைய கல்லறையின் கற்கள் அதில் பயன்படுத்தப்பட்டது போல எனக்குத் தெரிய வில்லை.''

கருணாமிர்த சாகரம் இல்லாமல் அவரது மற்ற நூல்கள் குறித்தும் பணி குறித்தும் சொல்ல முடியுமா?

"பண்டிதர் 'நன்மறை காட்டும் நன்னெறி' என்ற நூலை எழுதியிருக்கிறார். முழுக்க முழுக்க சைவ சித்தாந்தத்தை ஒட்டி எழுதப்பட்ட நூல் அது. நாம் ஜீவாத்மா, இயேசு பரமாத்மா என வரிந்துகொண்டு அந்நூலை எழுதியிருக்கிறார் கிட்டத்தட்ட 'துவைதம்' போல. நாம் கிறிஸ்தவர்களாக நம்மை முதலில் அறிந்து கொள்ளவேண்டும், நம்மிலிருந்து நாம் விடுபட்டால்தான் நாம் இறையை அணுகமுடியும் என அதில் எழுதியிருக்கிறார். நம்மிடம் இருக்கும் குறைகளை எல்லாம் களைந்த பிறகே நம்மை நம்மால் நேசிக்க முடியும், நம்மிலிருந்து விடுபடுவது என்பது இன்னும் சிக்கலானது; பின் எப்படி நாம் இறையைச் சேரமுடியும்? சுவார்ட்சு, ஜி.யு.போப் குறித்துப் பேச்சு திசை மாறுகிறது. "ஜி.யு.போப்பையே இந்த பீட்டர்ஸ் சர்ச்சுல அடிச்சுட்டாங்க தெரியுமா?" என்று கேட்கிறார்.

"தஞ்சையில் வெள்ளாளர், கடையர் என இரண்டு பிரிவினருக்கு இடையே எப்போதும் சண்டைதான். இரண்டு குழுக்களும் போஜனத்துக்குப் போகும்போதே தனித்தனியாகத்தான் செல்வார்கள். ஆலயத்திலும் தனித்தனியேதான் அமர்வார்கள். அப்படி இருந்த சூழலில், ஜி.யு. போப் இதென்ன அநியாயமாக இருக்கிறதே என வெகுண்டார். அவருக்கு முன்பிருந்த பிளேக் உள்ளிட்ட போதகர்கள் இதை அனுமதித்திருந்தனர். போப் இது தவறு என சுட்டிக்காட்டி, அனைவரும் ஒன்றாக உட்கார்ந்து சாப்பிட சமபந்தி போஜனம் ஒன்றுக்கு ஏற்பாடு செய்தார். வெள்ளாளர்கள் வெகுண்டு அவரை அடித்துவிட்டார்கள். அங்கிருந்து அப்படியே கொடைக்கானல் சென்ற போப், அதன்பின் சொந்த நாட்டுக்குத் திரும்பி அங்கு இறந்தும் போனார். இந்த நிகழ்வு அவரை வெகுவாகப் பாதித்தது", என்றார்.

போப்பையே அடித்த மக்கள்... ஆபிரகாம் பண்டிதர் தஞ்சைக்கு புதிதாக வந்து குடியேறியவர். நெல்லையைச் சேர்ந்தவர், நாடார் வகுப்பினர். அவரைத் தஞ்சையின் வெள்ளாளர்கள் மற்றும் பிற சாதிக் கிறிஸ்தவர்கள் எப்படிப் பார்த்தனர்?

"அவர் பெரும் இன்னல்களை சந்தித்திருக்கவேண்டும். ஆனால் அவரிடம் பணம் அளவுக்கு அதிகமாகவே இருந்தது. அந்தப் பணம் எப்படி வந்தது என்று தெரியுமா? நான் மாண்டேகுவின் டைரியில் படித்ததுதான் இந்த செய்தி. பண்டிதர், மாண்டேகு துரையை சந்திக்கப் போயிருக்கிறார். அதைப் பற்றி எழுதிய எட்வின்

மாண்டேகு (Edwin Montagu), 'வினோதக் கதையுடன் வந்த ஆபிரகாம் பண்டிதர் அவர்களை இன்று நான் சந்தித்தேன்', என அந்தக் கதையை விவரிக்கிறார். இங்கே மிஷன் தெருவில் ஒரு வீட்டில்தான் தொடக்க காலத்தில் பண்டிதர் வாழ்ந்திருக்கிறார். அப்போது வைத்தியம் அவர் செய்துகொண்டிருந்த தொழில்.''

''அவரிடம் மருத்துவ உதவி நாடிவந்த பெண் ஒருவரின் தந்தை, இங்கு தஞ்சையில் ஆட்சி அலுவலராக இருந்திருக்கிறார். அந்த மனிதர் எப்படி அவ்வளவு தங்கம் சம்பாதித்தார் எனத் தெரியாது. நான்கு தங்கச்செங்கற்களை இங்கு ஒரு வீட்டில் புதைத்துவைத்து விட்டு, அந்த நபர் இங்கிலாந்து சென்று, அங்கு இறந்தும் போனார். ஆனால் இறக்கும் முன் இங்கிலாந்தில் இருந்த மகளிடம் அது குறித்த தகவல்களைப் பகிர்ந்திருக்கிறார். இவர் இறந்தபின் மகள் அதைத் தேடி இங்கு வந்துசேர்ந்தார். செங்கற்களைத் தேடித் திரிந்த அந்தப் பெண்ணுக்கு உடல்நலம் குன்றியது, அவரது மரணத் தருவாயில் அவருக்கு மருத்துவ சிகிச்சை தர பண்டிதர் சென்றுள்ளார்.''

''அப்போது அந்தப் பெண், தான் எதற்காக இங்கு வந்தார் என்று இவரிடம் விவரித்துள்ளார். அதன்பின் அந்த செங்கற்களை பண்டிதர் எப்படியோ கண்டுபிடித்துவிட்டார். அந்தப் பெண் உடல்நலம் தேறாமல் இறந்துபோனார். அந்த நான்கு செங்கற்கள் தன் வாழ்க்கையை மாற்றியதாக பண்டிதர் மாண்டேகுவிடம் கூறியிருக்கிறார்.''

(டிசம்பர் 18, 1917 அன்று மதராஸில் இந்த சந்திப்பு நடந்தது. ''இந்தியக் கிறிஸ்தவர்களுக்கு தனியுரிமை கேட்டு ஆபிரகாம் பண்டிதர், ஹென்ஸ்மேன் மற்றும் தேவதாஸ் என்ற பாரிஸ்டர் ஆகிய மூவரும் என்னை சந்தித்தனர். இந்தியக் கிறிஸ்தவர்கள் தங்கள் காலில் நிற்கப் பழகவேண்டும் அவர்கள் படித்தவர்கள், அறிவாளிகள். பிற்படுத்தப்பட்ட மக்களுக்கு உரிய இடம் தரவேண்டும் என்பதற்காக இந்த உரிமை தவறாக வழங்கப்பட்டுள்ளது. இதன் அடிப்படையில் எந்தத் தனியுரிமையும் இந்தியக் கிறிஸ்தவர்களுக்கு வழங்கமாட்டேன், இதைக் கடினமாகவே வந்தவர்களிடம் நான் சொன்னேன்'', என சந்திப்பின் காரணம் குறித்து மாண்டேகு எழுதியுள்ளார்.)

''தொடக்கத்தில் பண்டிதரிடம் இவ்வளவு பணம் கிடையாது. 'ஸ்பெஷல் அப்பர் பிரைமரி' ஆசிரியப் பயிற்சியை திண்டுக்கல்லில் ஓராண்டு படித்த பண்டிதர், இளமைப் பருவம் முழுக்க நெல்லையில் பயின்றவர். மாடல் பள்ளியில், யார்க் (York) போதகர்

அறியப்படாத கிறிஸ்தவம் ✤ 441

பணியாற்றியபோது, பண்டிதரின் அறிவாற்றல் கண்டு அவருக்கு அங்கு வேலை தந்தார். பண்டிதரின் முதல் மனைவி கன்னியாகுமரியைச் சேர்ந்தவர், படித்தவர். ஆனால் தஞ்சைக்கு வரும்போது அவருக்கும் வேலையில்லை. அவரது நண்பர் ஒருவர் அப்போது தஞ்சையில் பி.ஏ. படித்துக்கொண்டிருந்தார். அவர் வலியுறுத்தலின் பேரில் பண்டிதர் தஞ்சை வந்தார். இங்கு வந்தபிறகு கணவன, மனைவி இருவருக்கும் ஒரு பள்ளியில் வேலை கிடைத்தது. அவர் தமிழாசிரியர், மனைவி பள்ளி முதல்வர். இந்த செங்கல்லைக் கண்டுபிடித்த பிறகுதான் அவர்கள் வேலையை விட்டிருக்க வேண்டும்.''

(பண்டிதரின் முதல் மனைவி ஞானவடிவு பொன்னம்மாள், நெல்லைக்கு வடக்கேயுள்ள நாஞ்சான்குளம் கிராமத்தைச் சேர்ந்தவர், உயர்நிலை ஆசிரியப் பயிற்சி பெற்றவர். 1882ம் ஆண்டு, அவர்கள் திருமணம் நடந்தது. தஞ்சையில் படித்துக் கொண்டிருந்த பண்டிதரின் நண்பர் ஞானமுத்துவே தஞ்சைக்கு பண்டிதர் தம்பதியை அழைத்தவர். இங்கு போதகர் பிளேக் (RW Blake) அவர்களின் அறிமுகம் தம்பதிக்குக் கிடைக்க, அவர் இருவரையும் சீமாட்டி நேப்பியர் பெண்கள் பள்ளியில் பணியமர்த்தினார், அங்கு இருவரும் ஆறு ஆண்டுகள் பணியாற்றினர். அதற்குள், பண்டிதரின் 'கருணானந்தா' சஞ்சீவி மாத்திரைகளுக்கு பெரும் கிராக்கி ஏற்பட, மருத்துவப் பணியில் கவனம் செலுத்த, பண்டிதர் ஆசிரியர் வேலையை விட்டுவிட்டார்.)

'வைத்தியர் ஆபிரகாம் பண்டிதர்' குறித்துச் சொல்லுங்கள்?

பண்டிதர் 'நாட்டு வைத்தியம்' பார்த்து வந்தார். அதில் அவருக்குப் பெரும் ஆர்வம் இருந்தது. நாடார் மக்களில் சிலர் 'நாட்டு வைத்தியத்தில்' கைதேர்ந்தவர்கள். இன்றும் கூட கன்னியாகுமரி மாவட்டத்தில் விஷக்கடிக்கு நாட்டு வைத்தியம் செய்பவர்கள் உண்டு. என் அப்பாவைக் கூட வைத்தியர் என்றேதான் அழைப்பார் கள். ஒரு பீரோ நிறைய பண்டிதர் சேகரித்திருந்த, பயன்படுத்திய பழைய மருத்துவ ஓலைகள் இருந்தன என என் அம்மா சொல்லுவார். என் சித்தப்பா பெந்தேகொஸ்தேவாக மாறி, அவற்றை எல்லாம் என்னவோ செய்துவிட்டார். சுருளி மலையில் தான் அவருக்கு மருத்துவ ஆர்வம் வந்தது எனச் சொல்வர். மற்றபடி அவர் தந்தையிடமிருந்து கற்றுக்கொண்டார் எனச் சொல்ல முடியாது. அவர் தோட்டவேலை செய்துவந்தவர்.

(வீ.ப.கா. சுந்தரம் பண்டிதர் குறித்துக் குறிப்பிடும்போது, 'கொள்ளை நோயால் தம் முன்னோர் பலர் இறந்துபட்டனர் என்னும்

அதிர்ச்சி அவர் வாழ்க்கையில் ஏற்பட்டது. எனவே பிணி நீக்கும் பணியில் தணியாத தாகம் கொண்டு தக்க மருந்துகளை மிக்க முயன்று கண்டுபிடித்தார். மருந்துகள் மூலம் தம்மை வந்துப் பொருந்திய பெரும் பணத்தை இசை ஆய்வுப் பணிகளுக்கெனச் செலவழித்தார்', என்கிறார். பி.எம்.சுந்தரம், 'கருணானந்தர் சஞ்சீவி மாத்திரைகள், கோரோசனை மாத்திரைகள் கொண்டிராத வீடுகள் அந்நாளில் தஞ்சையில் கிடையாது', எனக் குறிப்பிடுகிறார். பண்டிதர் இசை ஆராய்ச்சியில் ஈடுபட்டு வந்ததால், மருத்துவப் பணிகளைபின்னர்பொன்னம்மாளேகவனித்துவந்தார். ஆனைமலையம் பட்டி பொன்னம்பல நாடார் என்பவரிடம் முதலில் அடிப்படை மருத்துவம் கற்றுக்கொண்ட பண்டிதர், அதன் பின் அவருடன் சுருளிமலைக்குச் சென்று கருணானந்த முனிவரை சந்தித்தார். இவரிடமிருந்தே உயிர்காக்கும் மருந்துகளைச் செய்யக் கற்றுக் கொண்டார்.

1898ம் ஆண்டு இந்தியாவை வாட்டிய பிளேக் நோய்க்கு மருந்தாக பண்டிதர் ஆய்வு செய்து கண்டுபிடித்த செந்தூர சஞ்சீவி மாத்திரையும், வெளிப் பயன்பாட்டுக்கான கார மாத்திரையும் பயன்படுத்தப்பட்டு, மக்கள் குணமடைந்தனர். இவரது சமய சஞ்சீவி, காலரா நோய்க்கு மருந்தானது; சளி, இருமல், காய்ச்சல் போன்றவற்றால் பாதிக்கபட்டவர்கள் உட்கொள்ள பண்டிதர் தயாரித்த சஞ்சீவி கோரோசனை மாத்திரைகள், சஞ்சீவி கோரோசனை தைலம் நாடு முழுக்கப் புகழ்பெற்றவை. இன்றும் அவரது தொகுப்பு வீட்டு வாசலில், 'ஆபிரகாம் பண்டிதர் மாத்திரைகள் கிடைக்கும்' என்ற பதாகை இருக்கிறது.)

பண்டிதரின் இசை மாநாடுகள் பற்றிச் சொல்லுங்கள்? அதில் அவரது குடும்பத்தினருக்கு ஒப்புதல் உண்டா?

''பரோடாவின் திவான் வி.பி. மாதவ ராவ் பண்டிதரின் நெருங்கிய நண்பர். அவரிடம் பண்டிதர் வேண்டுகோள் வைத்தே, பரோடா இசை மாநாடு நடத்தப்பட்டது. அதற்கு முன்பே ஆறு இசை மாநாடுகளை பண்டிதர் தஞ்சையில் வெற்றிகரமாக நடத்தி முடித்துவிட்டார். பரோடா மாநாடு முடிந்தபின் இங்கு இன்னொரு மாநாட்டை நடத்தினார். மொத்தம் ஏழு மாநாடுகளை எடுத்து நடத்தினார். அதற்கான செலவுகளை அவரே செய்தார், சிதம்பரம் அண்ணாமலை செட்டியார் அதற்கு உதவியதாகவும் சொல்லப்படுகிறது.''

''குடும்பத்தைப் பொறுத்தவரை முதல் மனைவி குடும்பத்தார் இந்த மாநாட்டுக்கெல்லாம் செலவு செய்ய இரண்டாவது மனைவியே காரணம் எனச் சொல்லிவந்தனர். அவரை வழிமாற்றி இசைக்காக

இப்படிச் செலவு செய்யவைத்தது இரண்டாவது மனைவிதான் எனக் குற்றம் சாட்டினார்கள். 'எங்கள் பாட்டி (பொன்னம்மாள்) கஷ்டப் பட்டு சேர்த்த சொத்தை எல்லாம் இசை மாநாடு என்று பண்டிதரை இழுத்துவிட்டு செலவு செய்ய வைத்தது இரண்டாவது மனைவி பாக்கியம்மாள் என்றே இன்றளவும் சொல்லிவருகின்றனர். இதை வெளியே நான் சொல்கிறேன் என என் மீதும் கோபம் கொள்கின்றனர். இங்கே இருக்கும் சொத்துச் சண்டைகளும் அதுவும்... ஐயோ...''

(இன்றும் கிறிஸ்தவத் திருமணங்களில் பாடப்படும் 'மங்களம் செழிக்க கிருபையருளும் மங்களநாதனே' வாழ்த்துப் பாடலை பியாக் ராகத்தில் அமைத்து எழுதியவர் பண்டிதர். 1916ம் அண்டு ஆகஸ்ட் 19, 20 தேதிகளில் தஞ்சையில் ஏழாவது இசை மாநாட்டை பண்டிதர் நடத்தினார். அவர் நிறுவிய 'சங்கீத வித்தியா மகாஜன சங்க'த்தின் முன்னெடுப்பாக இம்மாநாடுகள் நடத்தப்பட்டன. அதே ஆண்டு பரோடாவில் நடைபெற்ற இசைமாநாட்டில், பண்டிதரின் மகள்கள் மரகதவல்லி, கனகவல்லி இருவரும் நுட்பமான சுருதிகளை பாடிக்காட்டினார்கள். பண்டிதரின் மகள் மரகதவல்லி, இங்கிலாந்தின் டிரினிட்டி இசைக் கல்லூரியில் பட்டம் பெற்ற முதல் இந்தியர் ஆவார்.)

பண்டிதருக்குப் புகைப்படத்துறையில் எப்படி ஆர்வம் வந்தது? அவரது காமிராக்கள், அவர் எடுத்த புகைப்படங்கள் ஏதேனும் இருக்கின்றதா?

''பணம் வந்தவுடன் அதைக்கொண்டு பல விஷயங்கள் செய்யமுடியும் இல்லையா? தானாகவே இது போன்ற ஆர்வமும் வரும். மற்ற பொருள்கள் எல்லாமே விற்கப்பட்டுவிட்டன. அவரது வீணையைக் கூட விற்றனர் என்பது எனக்குத் தெரியும். அவரது அச்சுக்கூடத்தை விற்கும்போது கூட பலர் வந்து குடும்பத்தினருடன் பேசி அதைக் காப்பாற்ற முயன்றனர். முடியவில்லை. அவர் இசை மாநாடுகளை நடத்திய லாலி ஹாலைத் திருமணமண்டபமாக மாற்றிவிட்டார்கள்.''

(பண்டிதருக்கு புகைப்படக் கலையை முதலில் அறிமுகம் செய்துவைத்தவர் யார்க் துரை. நாளடைவில் அதில் பண்டிதர் தேர்ச்சி பெற்றார். 1909ம் ஆண்டு லண்டனிலுள்ள ராயல் சொசைட்டி ஆஃப் ஆர்ட்ஸின் (Member of Royal Society of Arts) உறுப்பினர் ஆனார்.)

பண்டிதர் குறித்து இப்போது திடீரென அதிகரித்திருக்கும் ஆர்வம்பற்றி நீங்கள் என்ன நினைக்கிறீர்கள்?

''2006ல் நான் கருணாமிர்த சாகரம் குறித்த என் திறனாய்வு நூலை வெளியிடும் போது, பலருக்கு பண்டிதரைத் தெரியாது. கருணாமிர்த சாகரத்தை யாரும் படித்ததுகூட இல்லை. முன்னாள் மாநில அமைச்சர் அன்பழகன் என் மாமனாரின் நெருங்கிய நண்பர். அவரிடம் ஒரு சமயம் பேசிக்கொண்டிருந்தபோது, இப்படி ஒரு நூலை எழுதியிருக்கிறேன், பதிப்பிக்க வேண்டும் எனச் சொன்னேன். அவர் உடனே அந்நூலை என்னிடம் கொடு என வாங்கிக்கொண்டார். 'என்னால் முதல் இயலை மட்டும்தான் படிக்க முடிந்தது. மற்றவை நுட்பமானவை என்பதால் வாசிக்கவில்லை. ஆனால் நூலுக்கு நான் முகவுரை எழுதுகிறேன். நானே நூலை பதிப்பிக்கிறேன்', எனச் சொன்னார். ஆங்கிலம், தமிழில் இரு மொழியிலும் பதிப்பித்தார். நூலை 31.08.2007 அன்று அவர் தலைமையில் வெளியிட்டோம். அதுதான் இந்த அலையின் தொடக்கம்.''

''அவரது நூல்களை நாட்டுடைமையாக்குகிறோம் எனச் சொல்லி அதற்கான பேச்சுவார்த்தைகள் நடந்தபோது கிட்டத்தட்ட 20 கூட்டங்களில் பங்கேற்றிருப்பேன். அரசு அப்போது பத்து லட்ச ரூபாய் தர முன்வந்தது. அப்போது நான் மாமனாரிடம் அறக்கட்டளை ஒன்றைத் தொடங்கலாம் எனச் சொன்னேன். அவரும் ஒப்புக்கொண்டார். உயிருடன் இருக்கும் மூன்று பேரப்பிள்ளைகள் மட்டும் கையெழுத்துப் போட்டு அந்தப் பணத்தை வாங்கிக்கொள்ளுங்கள் என வலியுறுத்தினேன். இந்த செய்தி செய்தித்தாளிலும் வந்தது. அதன் பின் குடும்பத்தில் தேவையில்லாத சச்சரவு ஏற்பட்டதால், அந்தப் பேச்சுவார்த்தைக்கு நான் செல்லவில்லை. மாமனார் இறக்கும் தருவாயில் கூட அவர் நூல்களை நாட்டுடைமையாக்க வேண்டும், கூட்டத்துக்குப் போய்ப் பார் எனச் சொன்னார். அப்போதும் நான் மறுத்துவிட்டேன். இந்த விவகாரம் நீதிமன்றம் வரை சென்று பெரும் பிரச்சனையானது. பண்டிதரின் வாரிசு யார் என்ற சிக்கல்தான் இதற்குக் காரணம். அதிமுக ஆட்சியில் பத்து லட்ச ரூபாயை அவர்கள் (முதல் மனைவி குடும்பத்தார்) வாங்கிகொண்டு, கையெழுத்துப் போட்டுக் கொடுத்தனர்.''

பண்டிதர் நமக்கு என்ன விட்டுச் சென்றிருக்கிறார் என்று நினைக்கிறீர்கள்?

''கடந்த ஐந்தாறு ஆண்டுகாலமாக நான் இசை ஆய்வில் ஈடுபட்டு நூல் ஒன்றை எழுதிக்கொண்டு இருக்கிறேன். அதில் பண்டிதரின் கோட்பாடுகளை முன்னெடுத்திருக்கிறேன். அந்த நூலை சர்வதேச

ஆய்வுத்தளத்துக்குக் கொண்டுசெல்ல முயன்றுகொண்டிருக் கிறேன். பண்டிதர் மாமேதை என்பதில் ஐயமில்லை. ஆனால் வெறுமனே அவரைப் போற்றிக்கொண்டு மட்டுமே இருக்காமல், அவரது ஆய்வுகளை முன்னெடுத்துத் தொடரவேண்டும் என நினைக்கிறேன். உலக இசைக்கே ஒரு கட்டமைப்பை பொருத்திக் கொடுத்தவர் பண்டிதர். அவரது நூல்கள் எனச்சொன்னால், 'நனமறை காட்டும் நன்னெறி', 'கருணாமிர்த சாகரம் இரண்டு பகுதிகள், கீர்த்தனைகள் உள்ளிட்ட பாடல்கள் கொண்ட 'கருணாமிர்த சாகரத் திரட்டு' ஆகியவற்றை அவர் எழுதியுள்ளார். ஸீரோ டிகிரி பப்ளிஷிங் மற்றும் ஏ ஆர் ரஹ்மான் ஃபவுண்டேஷன் இணைந்து கருணாமிர்த சாகரம் நூலை, 'தமிழிசையை எளிதாகக் கற்றுக் கொள்ளுங்கள்' என்ற பெயரில் நூலாக சமீபத்தில் வெளியிட்டுள்ளனர்.''

•

நாங்கள் பார்த்தவரை பண்டிதரின் குடும்பம் சொந்த வீடுகளில் அந்தப் பகுதியில் அனைவரின் செல்வாக்கும் பெற்றவர்களாக வாழ்கின்றனர்.

வேதநாயகம் சாஸ்திரியார் வீட்டில் வசிக்கும் அவரது வழித்தோன்றல் நோவா சாஸ்திரியார்

அங்கிருந்து வேதநாயகம் சாஸ்திரியாரின் வீட்டுக்குச் செல்லும் வழியைக் கேட்டுக்கொண்டு, அவரது வாரிசுகளில் ஒருவரான நோவா சாஸ்திரியாரை சந்திக்கச் சென்றோம். தஞ்சை தேவாலய சாலையில் சாஸ்திரியாரின் வீடு பழமை மாறாமல் அப்படியே இருக்கிறது. வீட்டு வாயிலிலுள்ள பெரிய கூடத்தின் முகப்பில், 'தஞ்சை சுவிசேஷ கவிராயர் வேதநாயகம் சாஸ்திரியார் சுவிசேஷ பிரசங்க சாலை' என எழுதப் பட்டுள்ளது. அக்கூடத்தில் சில கல்வெட்டுகளும் உள்ளன. இவற்றில் தொன்மையான கல்வெட்டு, 1870ம் ஆண்டு வெட்டப்பட்டுள்ளது. அதில், 'கன. சுவிசேட கவிராய வேதநாயக சாஸ்திரியார் ஞானசதுர்ப்பிரசங்கசாலை, குமார்த்தி ஞானதீப சாஸ்திரியம்மாள் ஞாபகம்' எனக் குறிப்பிடப்பட்டுள்ளது.

இது தவிர, 1967ம் ஆண்டு இந்தக் கூடம் புதுப்பிக்கப்பட்டதைக் குறிப்பிடும் கல்வெட்டும், அவரது 200வது பிறந்தநாள் விழா,

225வது பிறந்தநாள் விழாக் கல்வெட்டுகளும் அங்குள்ளன. நடுவே திறந்தவெளித் தாழ்வாரமும், சுற்றி அறைகளும் இருக்கும் அந்தப் பழைய வீட்டில், சாஸ்திரியாரின் நேரடி வாரிசான நோவா சாஸ்திரியார் குடும்பம் வசிக்கிறது. கூடத்தின் ஒரு ஓரமாக, சாஸ்திரியார் பயன்படுத்திய பல்லக்கு இதர பழைய பொருள் களுடன் காணக்கிடைக்கிறது.

நோவா சாஸ்திரியாருடன் பேட்டியும் ஆசிரியர் குறிப்புகளும் இனி:

இந்த வீடு யாருடையது? சாஸ்திரியார் இங்குதான் வசித்தாரா?

''இந்த இடம் முழுக்க தேவாலயத்துக்குச் சொந்தமான மிஷன் நிலம். இந்த சாலையின் பெயரும் தேவாலய சாலைதான். சரபோஜி மன்னரின் தந்தை துலஜாஜி சுவார்ட்ஸ் மூலம் மிஷனுக்கு வழங்கிய கொடை இந்த நிலம். இந்த நிலத்தைக் கிறிஸ்தவர்கள் பயன் படுத்திக்கொள்ளுமாறு அனுமதியும் அவர் தந்தார். தேவாலயத்தை ஒட்டியுள்ள மூன்று தெருக்கள், அது போக எதிர்த் திசையில் அமைந்த சன்னிதி தெரு, மேட்டுத் தெரு, இது மட்டுமல்லாமல், ஆலயத்தின் பின்புறமுள்ள தெருக்கள் என மொத்த இடமும் சீர்திருத்த திருச்சபை மிஷனுக்கு மன்னர் தந்த கொடைதான். ''

''இரண்டாம் சரபோஜி மன்னர் தத்துப்பிள்ளையாவார். இளவரசன் சிறுவனாக இருந்த காரணத்தால், துலஜாஜி மன்னரின் தம்பி அமர்சிங் ஆட்சிக்கட்டிலைப் பிடிக்க முயன்றார். இதை அறிந்து கொண்ட துலஜா, மரணத் தருவாயில் தன் மகனை சுவார்ட்ஸ் போதகரிடம் ஒப்படைத்தார். ஒன்பது வயது முதல் சுவார்ட்சின் பாதுகாப்பில் சரபோஜி வளர்ந்தார். அவருக்குப் பதினோரு வயதாகும்போது, நெல்லையில் இருந்து சாஸ்திரியாரும் சுவார்ட்சிடம் கல்வி பயிலச் சேர்ந்தார். சரபோஜியும் சாஸ்திரியாருடன் சேர்த்தே சுவார்ட்சால் கிறிஸ்தவ மறைப்படி வளர்க்கப்பட்டார். மேல்படிப்புக்காக சாஸ்திரியார் தரங்கம்பாடிக்கு அனுப்பபட்டார். அங்கு இரண்டாண்டுகள் இறையியல் படித்தார்.''

(செப்டம்பர் 7, 1774 அன்று திருநெல்வேலியில் வேதபோதகம் (பின்னாளில் வேதநாயகம்) பிறந்தார். ஏழு வயதில் தாயை இழந்தவர், தாத்தா- பாட்டியின் அரவணைப்பில் வளர்ந்தார். தஞ்சை சுவார்ட்சு போதகரிடம் வேதநாயகத்தின் தந்தை ஞானஸ்நானம் பெற்றவராவார். 1786ம் ஆண்டு நெல்லை வந்த சுவார்ட்சு, சிறுவன் வேதநாயகத்துக்குக் கல்வி கற்பிக்க தன்னுடன் அனுப்பிவைக்குமாறு குடும்பத்தினரிடம் கேட்டார். 12 வயதான வேதநாயகத்துக்கு கல்வி போதித்து, தங்க இடமும் தந்து, உணவும்

அளித்தார் சுவார்ட்சு. 1789ம் ஆண்டு மேல்படிப்புக்காக வேதநாயகத்தைத் தரங்கம்பாடிக்கு சுவார்ட்சு அனுப்பினார்.

படிப்பை முடித்து தஞ்சை திரும்பிய வேதநாயகத்தை, பிற உபதேசியார்களோடு 'சபை விசாரிக்க' அனுப்பினார். 19 வயதில் வேதசாஸ்திரப் பள்ளியில் (seminary) ஆசிரியராக வேதநாயகம் நியமிக்கப்பட்டார். அவரது 21வது வயதில் சுவார்ட்சு இறந்து போனார். அத்தை மகளான வியாகம்மாளை வேதநாயகத்துக்கு மணமுடித்துக் கொடுத்தனர். அவரோ அடுத்த ஆண்டே இறந்துபோனார். 27 வயதில் உறவினரான மிக்கேல் முத்தம்மாளை வேதநாயகம் மறுமணம் செய்தார். தம்பதிக்குக் குழந்தைகள் இல்லை என்பதால், அவரது தங்கை மகள் ஞானதீபத்தை சாஸ்திரியார் தத்தெடுத்துக் கொண்டார்.)

சரபோஜி மன்னருக்கும் சாஸ்திரியாருக்கும் இடையேயான நட்பு எத்தகையது?

"1798ம் ஆண்டு ஜனவரி மாதம் பெருமுயற்சி செய்து ஆங்கிலேய நீதிமன்றம் மூலம் சுவார்ட்சு உள்ளிட்ட துலஜாவின் ஆதரவாளர்கள், சரபோஜிக்கு ஆதரவாக தஞ்சை அரசை வென்றெடுத்தனர். அடுத்த மாதமே, சுவார்ட்சு இறந்துபோனார். அப்போது சரபோஜியைச் சுற்றி, மராட்டிய இந்துக்கள், பார்ப்பனர்களின் ஆதிக்கம் இருந்தது. எங்கே சரபோஜி கிறிஸ்தவத்தைத் தழுவிவிடுவாரோ என அச்சம் கொண்டவர்கள், அவரிடம் இந்துச் சடங்குகள், இந்து மத எழுத்துகளைக் குறித்து அதிகம் பேசிவந்தனர். கிறிஸ்தவ மன்னன் ஒருவன் அரியணையில் இருக்கவேண்டும் என்ற எண்ணத்தில் சரபோஜியை ஐரோப்பிய மிஷனரிகள் மதம் மாற்றிவிடுவார்களோ என அவர்கள் அச்சம்கொண்டனர். ஏனெனில் அப்போது எந்த அரசரும் மதம் மாறவில்லை. கிறிஸ்தவத்தின் அடிப்படைகளை நன்கு அறிந்து, அதன்படி வளர்க்கப்பட்ட இரண்டாம் சரபோஜிக்கு இது ஒவ்வாமையை ஏற்படுத்தியது. அப்படி ஒன்றும் மதம் மாறுமளவுக்கு சுவார்ட்சு அவரை வளர்க்கவுமில்லை, சரபோஜிக்கும் மதம் மாறும் எண்ணமுமில்லை."

"அப்போது ஆங்கிலேய அரசு பெரிய அளவில் சரபோஜி மன்னருக்குப் பணம் கொடுத்தது. அவர் காசிக்குச் சென்று திரும்பினார். இந்தப் பயணத்துக்குப் பிறகு சரபோஜியின் நடவடிக்கைகள் மாறின. இதற்குப் பின் சாஸ்திரியாருக்கும் மன்னருக்குமான தொடர்பும் கசந்தது; முன்பைப் போல இல்லை. கிறிஸ்தவரான சாஸ்திரியாரை எப்படி ஒதுக்குவது என அங்குள்ள

வேதநாயகம் சாஸ்திரியார் வீட்டின் முன்பக்கம் சதுர்ச்சங்கசபை

இந்துக்கள் சந்தர்ப்பம் பார்த்துக்கொண்டே இருந்தனர். சாஸ்திரியாரும் தன்னை மன்னரிடமிருந்து சற்றே அந்நியப்படுத்திக் கொண்டார். அவரது அப்பா காலத்திலேயே, சபைக்கும் அவர்கள் குடும்பத்துக்குமான உறவு விலகத் தொடங்கியிருந்தது. மன்னர் சிவாஜி காலத்தில் ஆலயத்துக்கு அருகே குளம் ஒன்று இருந்தது. அந்தக் குளத்தைத் தூர்வாரி, சுத்தம் செய்யும் பணியை சரபோஜி மன்னரின் மகன் இரண்டாம் சிவாஜி செய்தார். அப்போது தஞ்சையின் ஆட்சியராக இருந்தவர் பிஷப் என்பவர்.''

(தேவநேசன் எழுதிய வேதநாயகம் சரிதையில், 1828ம் ஆண்டு சரபோஜியை, அவரது சபையில் புலவரான வேதநாயகம் காணச்சென்றார் எனக் குறிப்பிடப்பட்டுள்ளது. 'சபையில் சாதிப்பிணக்கு ஏற்பட்ட காரணத்தால், மன்னரைத் தேடி வேதநாயகம் செல்லும் சூழல் நேர்ந்தது', என தேவநேசன் கூறுகிறார். மன்னர் அவரை அரவணைத்துக் கொண்டாலும், 'நீ என்னிடம் சம்பளம் வாங்குகிறாய், யாரையும் உன் மதத்துக்கு இழுக்கக் கூடாது', என எச்சரிக்கை செய்தார். இதற்கு மறுமொழியாக, 'நான் யாரையும் மாற்றுபவன் அல்ல, என்னைத் தேடி வருபவர்களுக்குப் பாடுபவன் மட்டுமே' என வேதநாயகம் கூறியுள்ளார். மீண்டும் பிள்ளையாரைக்

குறித்தும், பிரகதீசுவரரைக் குறிப்பிட்டும் ஒரு பாடலாவது பாட வேண்டும் என மன்னர் அவருக்கு அழுத்தம் கொடுக்க, 'அப்படி எந்தச் சூழலிலும் பாடமாட்டேன்', என வேதநாயகம் மறுத்தார். 1832ம் ஆண்டு சரபோஜி மன்னர் மறைந்தார். அவரது மகன் சிவாஜியோ, கிறிஸ்தவர்களைப் பகைத்துக் கொண்டார். வேதநாயகம் அரண்மனைக்குள் வரக்கூடாது எனத் தடுத்துவிட்டார்.)

திருச்சபைக்கும் சாஸ்திரியாருக்கும் இடையிலான உறவு எப்படி இருந்தது?

''மக்களுடைய விழாக்கள் எல்லாவற்றிலும் சாஸ்திரியார் பங்கேற்பார். ஆலயத்தில் அவருக்கு உயர்ந்த இடமே அளிக்கப்பட்டது. மக்கள் அவரைத் தங்கள் குடும்பத்தில் ஒருவராகப் பார்த்தனர். ஆலயத்தில் போதகர்கள் தங்கள் கடமையை மட்டும் ஆற்றினர். அது தவிர அவர்களின் மற்ற ஞானத் தேவைகளுக்கு மக்கள் சாஸ்திரியாரை நாடினர். ஆலயத்தில் வழிபாடு நடக்கும் ஞாயிற்றுக்கிழமைகளில், சாஸ்திரியார் வீட்டிலுள்ள பிரசங்க சாலையில் இருப்பார். இங்கு ஜெபங்கள் நடத்துவார். ஒவ்வொரு ஞாயிற்றுக் கிழமையும், தவக்காலத்தின் 40 நாள்களும், இரவு 7 முதல் 9 மணி வரை இங்கே பிரசங்கம் செய்வார். அப்போதெல்லாம் ஆலயத்தில் வழிபாடு அதிகம் இருக்காது. எனவே மக்கள் அவரைத் தேடி இங்குதான் வருவர். அந்தக் காலத்தில் எல்லோர் வீட்டிலும் பைபிள் கிடையாது. இவரது பிரசங்கம்தான் விவிலியம் குறித்து மக்கள் தெரிந்துகொள்ள உதவியது. ஆலயத்தில் ஞாயிறு ஒரு நாள் பிரசங்கம் இருக்கும்; இங்கோ தினமும் இருக்கும் என்பதால் மக்கள் சாஸ்திரியாரின் வீட்டைத் தேடிவரத் தொடங்கினர்.''

''தொடக்கத்தில் அவர் சதுர்ப் பிரசங்கம் நடத்தும்போது எழுத்துப் பூர்வமாக ஆலயத்தின் அனுமதி வாங்கித்தான் நடத்துவார். சுவார்ட்சோ, அவருக்குப் பின் வந்த கோலாபோ இதனைக் கேள்வி கேட்கவில்லை. கோலாபுக்குப் பிறகு வந்த மிஷனரிகளுக்கும், இவருக்கும் இடையே சச்சரவுகள் நேர்ந்தன. மக்கள் தங்களை விட்டுவிட்டு சாஸ்திரியாரைத் தேடிச் செல்கின்றனர் என்பதில் அவர்களுக்கு வருத்தம். அதனால் இரு தரப்புக்கும் இடையே சண்டை மூண்டது. 'இனி சதுர் நடத்தக் கூடாது', என திருச்சபை கட்டளையிட்டது. சதுர் என்றால் 'கட்டம்'. சதுர அறைக்குள் மக்களைக் கூட்டிப் பிரசங்கம் செய்வது சதுர். ஆலயம் இருக்கும் போது மக்கள் அங்குதான் செல்ல வேண்டும். அவ்வாறு இயலாத போது, சதுர் நடத்தலாம் என இரு தரப்புக்கும் தெளிவு இருந்தது. சில சமயங்களில் போதகர்கள் சதுர் நடத்த சாஸ்திரியாருக்கு

அனுமதி அளிக்கவில்லை. இது பின்னர் பிரச்னையானது. மக்களுக்கு எந்த நேரம் சதுர்சபைக்கு வந்தால் பிரசங்கம் கேட்கலாம் என்ற தெளிவும் இருந்தது. மாலை 7 மணி முதல் 9 மணி வரை இரண்டு மணி நேரமும் இந்த சாலை கூட்டமாக இருக்கும் எனச் சொல்லப்படுவதுண்டு. அவரது பணி சபைக்கு வெளியேதான் இருந்தது. அதற்கு இடையூறாகவோ, போட்டியாகவோ கொஞ்சம் கூட அவர் இருந்ததே இல்லை.''

''சில சமயங்களில் இங்கு பணியாற்ற வந்த போதகர்களே இந்த சதுர்ச்சங்கசபையில் விளக்குக் கொளுத்துவதற்கு எண்ணெய் போன்றவற்றை கொடையாக அளித்தனர். திருவிழாக் காலங்களில் நெய் ஊற்றி விளக்கு எரிக்கவும் பொருளுதவி செய்திருக்கின்றனர். பண்டிகைக் காலங்களில் வீட்டிலிருந்து ஆலயத்துக்குக் குடும்பமாக அவர்கள் பாடிச்செல்வர். அதே போல வழிபாடு முடிந்தவுடன் அங்கிருந்து பாடிக்கொண்டே வீட்டுக்கு வருவர்; இங்கு வந்து ஜெபம் ஒன்று சொல்லி முடிப்பர். அந்தந்த விழாக்களுக்கென சிறப்புப் பாடல்களை சாஸ்திரியார் எழுதியிருக்கிறார்; அவற்றைத் தான் பாடுவர்.''

(1826ம் ஆண்டு முதலே தஞ்சை சபையில் சாதி வேறுபாடுகளால் சண்டைகள் தொடங்கின. சாஸ்திரியார் குறித்து, 'இந்து பக்தாக் களுடைய நூல்களுக்கு இணையாகவும், மேலாகவும் வேண்டிய கிறிஸ்தவ நூல்களை இயற்றி அரங்கேற்றி, தன் பாடகர்கள் மூலம் பிரசுரப்படுத்தி, 'பறையர் வேதம்' என்ற நிந்தைப் பெயர் தலையெடுக்கவொட்டாமல் சின்னபின்னமாக்கி கிறிஸ்தவத்துக்கு நல்ல கௌரவத்தை சம்பாதித்தார்', எனத் தன் நூலில் தேவநேசன் எழுதியிருக்கிறார். ஒடுக்கப்பட்ட சாதியினர், ஆதிக்க சாதியினர் இரு சாராருமே கிறிஸ்தவத்தில் இருந்தனர். ஆனால் இரு தரப்பையும் ஒன்றாக ஆலயங்களில் உட்காரவைக்கும் போதகர்களது திட்டங் களால் கலகம் விளைந்தது. இரு தரப்பும் ஒன்றாக அப்ப ரசத்தை உட்கொள்ள வேண்டும் என்ற கட்டளையால் குழப்பம் வந்தது.

'ஜாதிக் கிறிஸ்தவரும், வலங்கை சபையாரும் ஒன்றாக வந்து ஒரே பாத்திரத்தில் திராட்ச ரசத்தைப் அருந்தவேண்டும் என்று கட்டளையிட்டது குயுக்தியானது' என்று தேவநேசன் 1947ம் ஆண்டு குறிப்பிடுகிறார். எஸ்.கே. தேவசிகாமணி என்பவர் 'ஜாதித் தீமை' குறித்து எழுதும்போது, ''1845ம் ஆண்டு தஞ்சை வந்த ஸ்பென்சர் ஆயர், பௌவர்(Bower) உள்ளிட்ட 145 பேருக்கு குருப்பட்டம் கொடுக்க வந்தார். அப்போது அவர், தஞ்சைக் கிறிஸ்தவர்கள், 'இறுமாப்பும், பிடிவாதமும் கொண்டவர்கள். இவர்களை நடத்துவது மிகவும்

கடினம். மிஷனரிமார் அனேக ஆண்டுகளாய் இவர்கள் இஷ்டப் படியே விட்டுவிட்டதே இந்தத் தீமைக்குக் காரணம்...', என எழுதிவைத்திருக்கிறார். அந்தக் காலத்தில் அங்கு வசித்துவந்த பேர்பெற்ற வேதநாயகம் சாஸ்திரியார் என்பவர், 'ஜாதிக்கட்டு அவசியந்தான்' என்று சாதித்தவர்களில் ஒருவராவார்'', என எழுதியிருக்கிறார். (தகவல்: தேவநேசன் நூல்)

1826ம் ஆண்டு ஹாபுரோ (LP Haubroe) என்ற மிஷனரி தஞ்சையில் பணியாற்றினார். அவர் காலத்தில்தான் இந்த இரு பிரிவினரையும் ஒன்றாக உட்காரவைக்கவும், திருவிருந்து உட்கொள்ளவைக்கவும் முயற்சிகள் நடந்ததாகவும், இதனால், தான் 'இறைவன் அருளால்' சிவாஜி மன்னரிடம் சம்பளத்துக்கு வேலைக்குச் சென்றார் எனவும் தன் 'ஆருந்துணையில்லையே' கீர்த்தனையின் கடைசி இரு சரணங்களில் சாஸ்திரியார் பாடியிருக்கிறார். இந்தப் பாடல் 1830ம் ஆண்டு இயற்றப்பட்டது, ஜாதிச்சண்டை 1829ம் ஆண்டு தொடங்கியது. ஜாதிக்கலகத்தால் தனக்கு ஏற்பட்ட துன்பத்தையும், இதன் காரணமாக தஞ்சை மன்னனிடம் சம்பளத்துக்கு வேலைக்குச் சென்றதையும் குறிப்பிட்டு சாஸ்திரியார் கடவுளுக்கு நன்றி கூறிப் பாடியிருக்கும் இந்தப் பாடலைத்தான் இன்றும் அடக்கச் சடங்குகளில் பொருத்தமின்றிப் பாடுகின்றனர். பின்னர் கொஞ்சம் கொஞ்சமாக இரு தரப்பினருக்கும் இடையே அமைதி திரும்ப, சாஸ்திரியாரும் தன் மன வருத்தத்தை மறந்தார். 1848ம் ஆண்டு மீண்டும் அதே சிக்கல் துளிர்விட, அவருக்குள் சாதியம் விழித்துக் கொண்டது.

1850ம் ஆண்டு தஞ்சை மிஷனுக்கு வந்துசேர்ந்த ஜி.யு.போப்புக்கும் வேதநாயகம் சாஸ்திரியாருக்கும் இடையே பெரும் ஒவ்வாமை இருந்தது. 'சாஸ்திரியார் அரண்மனைப் பணிக்குச் செல்லும்போது அவரது பல்லக்குத் தூக்குபவர்களின் மேல் ஒடுக்கப்பட்ட சாதியினர் நிழல் கூடப்படாமல் போவார்' எனவும், 'அது அரண்மனை அவருக்கு இட்டிருந்த விதி' எனவும் 'வேதநாயகம் சாஸ்திரியரும் திருச்சபையும்' கட்டுரையில் தா.வின்சென்ட் குறிப்பிடுகிறார் (தஞ்சை வேதநாயக சாஸ்திரியார் ஆய்வுப்பனுவல், 2003). அப்படி ஒருவேளை பட்டால், அரண்மனைக்குள் அவருக்கு அனுமதி இல்லை என தேவநேசன் தன் நூலில் குறிப்பிடுகிறார்.

போப்புடன் தனக்கு நேர்ந்த பிணக்குகளைப் பற்றி, 'உபத்திரா பத்திரம்' (அச்சிடப்படாத நூல்) நூலில் வேதநாயகம் கூறுவதாக தேவநேசன் குறிப்பிடுகிறார். இரண்டு மாபெரும் தமிழறிஞர்கள், ஒரே ஆலயத்தில் வணங்கிவந்தால் எத்தனை ஒற்றுமையாக

இருந்திருக்க வேண்டும்? வேதனை, இருவருக்கும் கடும் சண்டை நிலவியது. இதற்குக் காரணங்கள் – வேதநாயகம் பாராட்டிய சாதி வேறுபாடு, அதன் எதிர்வினையாக கோயிலில் சாஸ்திரியார் பாடக்கூடாது என போப் உத்தரவிட்டது, சாஸ்திரியார் பாடல்களில் எல்லாம் அவர் பெயரை எழுதியிருந்ததால், அப்பாடல்களை ஆலயத்துக்குள் பாடக் கூடாது என போப் ஆணையிட்டிருந்தது ஆகிய மூன்றை தேவநேசன் சுட்டுகிறார். இக்காரணங்களால் வேதநாயகம் ஆலயத்தை விட்டு ஒதுக்கிவைக்கப்பட்டதாகவும் வாய்மொழி வழி சொல்லப்படுகிறது (தரவுகள் இல்லை).

இன்று அந்த சதுர்ச்சங்க சபை நிகழ்வுகள் நடக்கின்றனவா?

"ஆமாம், இன்று வரைக்கும் அதை நானும் தொடர்ந்துகொண்டு இருக்கிறேன். பெரிய வியாழன் அன்று மட்டும் ஏழு பிரசங்கங்களுடன் இதே இடத்தில் நான் தொடர்கிறேன். வெவ்வேறு பிரசங்கிகளை அழைத்து இந்த நிகழ்வைச் செய்கிறோம். ஆலயத்தில் வழிபாடு முடிந்த பிறகு, இரவு பத்து மணிக்கே இங்கே தொடங்குவோம். இரட்டைச் சதுர் அன்று இருக்கும். பத்து முதல் பதினொன்றரை வரை பிரசங்கங்களும் அதன்பின் ஆலயத்தில் பெரிய வெள்ளி அன்று நடப்பது போல, இங்கு வியாழன் அன்றே மும்மணி தியானமும் நடைபெறும். அப்போது அவர் எழுதிய 400 கீர்த்தனைகளிலிருந்து தக்க பாடல்களைப் பாடுவோம். அந்தத் தொகுப்பு நூலை குடும்பம்தான் வெளியிட்டது, இப்போது அந்நூல் அச்சில் இல்லை. சிறப்பு வழிபாட்டு நாள்களான வருகைக் காலம், தபசுக் காலம், பெரிய வாரம், கிறிஸ்துமஸ், புத்தாண்டு, பரிசுத்த ஆவியின் திருநாள், திரித்துவப் பண்டிகை போன்றவற்றுக்கு இங்கிருந்து குழுவாகப் பாடிக்கொண்டே ஆலயத்துக்குச் சென்று விட்டு, திரும்பியிருக்கின்றனர்."

"திருமணங்களில் அப்போது பேண்டு வாத்தியங்கள் வாசிக்கும் வழக்கம் இல்லை. சாஸ்திரியார் காலத்தில் ஆலய மதிலின் வாசலில் இருந்து ஆலய வாயில் வரை பாடிக்கொண்டு சென்றிருக்கின்றனர். அதே போல வழிபாடு முடிந்த பின் பெண் மாப்பிள்ளையை பாடிக்கொண்டே வந்து மதில் வாசல் வரை விடும் வழக்கமும் இருந்துள்ளது. திருமண வரவேற்புகள் பெரும்பாலும் சதுர்ச்சங்க சபையில்தான் நடக்கும். அப்போது இங்கு வேறு திருமணக் கூடங்கள் இல்லை. நான் சின்னப் பையனாக இருந்தபோதுகூட, இதுதான் ஊரின் திருமணக் கூடம். இது சாஸ்திரியார் காலத்தில் கூரை வேய்ந்த கட்டடமாகக் கட்டப்பட்டு, 1870ம் ஆண்டு புதுப்பிக்கப்பட்டது. அப்போது அவரது மகள் யாழ்ப்பாணம்

சென்று நிதியுதவி பெற்றுவந்து கீற்று வேய்ந்திருந்ததை சுண்ணம், செங்கற்கூரையாக மாற்றிக் கட்டினார். 1965ம் ஆண்டு மீண்டும் உத்தரம் எழுப்பி, புதுப்பிக்கப்பட்டது.''

சாஸ்திரியாரின் இயற்றியதில் எதை சிறப்பெனச் சொல்வீர்கள்?

''நிறைய எழுதியிருக்கிறார். 'தியானப் புலம்பல்' என ஒரு நூல் உள்ளது. முழுக்க முழுக்க இறைவனின் பாடுகள் பற்றிய நூல் அது. அதில் பாடுபட்ட சரித்திரம், மரணம், உயிர்த்தெழுதல் போன்றவை வரும். அதே போல 'பிரலாப ஒப்பாரி'. ஒரு காலத்தில் அவர் குறிப்பிட்ட ராகத்தில் பாடல்களைப் பாடியிருக்கின்றனர். அதன்பின் வழிவழியாகப் பாடப்படுவதுதான். அவர் காலத்தில் பாடப்பட்டது போல சுரக்கட்டுடன் இன்று பாடுவதில்லை. பெரும்பாலும் குடும்ப உறுப்பினர்கள் அவர் எழுதிய பாடல்களைப் பாடுகின்றனர். ஆனால் அந்த இலக்கியம் குறித்து அதிகம் யாரும் சிந்தித்ததாகத் தெரியவில்லை. சாஸ்திரியாரின் இசையை முன்னெடுத்தவர்கள், அவரது இலக்கியத்தை முன்னெடுக்கவில்லை. சைவம் வைணவத்தில் என்னென்ன இலக்கிய வகைகள் இருந்தனவோ அவை எல்லா வற்றையும் கிறிஸ்தவத்தில் எப்படிப் பொருத்தலாம் என்று சிந்தித்தவர் சாஸ்திரியார். பெத்லகேம் குறவஞ்சி, கிறிஸ்துவை நாயகனாகவும், திருச்சபையை நாயகியாகவும், குறவன் குறத்தியை தீர்க்கதரிசிகளாகவும் கொண்டு பாடப்பட்டது.''

''சாஸ்திரியார் கடுமையாக உழைத்து வெவ்வேறு இலக்கிய வடிவங்களில் கிறிஸ்தவ நூல்களை எழுதினார். ஏற்றம் இறைக்கும் போதுகூட கிறிஸ்தவப் பாடல் பாடவேண்டும் என்று 'ஞான ஏற்றப் பாட்டு' பாடியிருக்கிறார். கும்மிப் பாடல்கள், சிறுமிகள் கோலாட்டம் அடித்து பாடக்கூடியப் பாடல்கள் போன்றவற்றை எழுதினார். என் தாத்தா காலம் வரை அப்பாடல்கள் பாடப்பட்டன. இப்போது அவை எல்லாம் மறந்துபோனோம். இன்று அவரது மறக்கப்பட்ட பாடல்களை அச்சிடக் கூட வசதி இல்லை. நூற்று நாற்பது நூல்கள் வரை எழுதியிருக்கிறார். பட்டியல் இருக்கிறதே ஒழிய, அவற்றில் 25 நூல்கள்தான் கிடைத்துள்ளன. சில நூல்கள் அச்சிட்டிருக்கின்றனர், ஆனால் அவை எங்கும் விற்பனை செய்யப்படவில்லை. மீண்டும் அவற்றைக் கொண்டுவர யாரும் தயாராகவும் இல்லை. அவருக்குப்பின் தமிழ் மேல் ஆசை கொண்ட, இலக்கிய ஆர்வம் கொண்ட குடும்பத்தினர் யாரும் பெரிதாக இல்லை என்பதால், பல நூல்கள் தேடப்படாமல், காணாமல் போயுள்ளன. அவரது கீர்த்தனைகளை மட்டுமே எடுத்துக் கொண்டு அவர் எழுதிய இலக்கிய நூல்களை கண்டு

கொள்ளாமல் விட்டுவிட்டனர். ஊழியத்தைச் செய்தனர், தமிழிலக்கியத்தை கவனிக்கவில்லை. அவ்வப்போது ஒன்றிரண்டு நூல்கள் பதிப்பிக்கப்பட்டுள்ளன.''

(1794 முதலே கவிபுனைந்துவந்த வேதநாயகத்துக்கு, 1808ம் ஆண்டு தஞ்சை சீர்திருத்த சபையார், 'வேதாகம சிரோமணி மகா ஞானக்கவிச் சக்கரவர்த்தியார்' என்ற பட்டம் சூட்டினார்கள். இதற்குள்ளாக வேதநாயகம் 52 நூல்களை எழுதியிருந்தார் என அவரது வாழ்க்கை சரித்திரம் எழுதிய தேவநேசன் குறிப்பிடுகிறார். அவ்வாண்டு மார்ச் மாதம் தரங்கம்பாடி சபையார், சதுர் வைத்து ஞான நொண்டி நாடகம் அரங்கேற்றம் கேட்டு, 'சுவிசேஷக் கவிராயர்' பட்டமளித்து, பல்லக்கில் ஏற்றி பட்டிணப் பிரவேசம் செய்வித்தனர். அடுத்த ஆண்டு சென்னை வேப்பேரியில் 'ஞானதீபக் கவிராயர்' பட்டமளித்தனர். இந்த சென்னைப் பட்டிணப் பிரவேசம் குறித்து தேவநேசன் இவ்வாறு எழுதுகிறார்- 'கிறிஸ்தாப்தம் 1809ம் வருஷம் புரட்டாசி மாதம் 19ந்தேதி சபைக்கெல்லாம் பெரிய விருந்துபண்ணி, சந்தனம், பூமாலை, தாம்பூலம் முதலானதுகளுங் கொடுத்து வேதநாயக சிரோமணி என்ற ஞானதீபக்கவிராயரைப் பசுமை சால்வை உள்ளிட்ட உயர்ந்த வஸ்திரங்களினால் அலங்கரித்து, புதிய பல்லக்கிலேற்றி, தமிழ்ச்சபையார், வலங்கைச் சபையார் (Adidravidar Christians) இருதரத்தாரும் முன்னும் பின்னும் சூழ்ந்துவர, ஞானப்பாடல்கள் முழங்க, சகல விருதுகள், வாத்தியங் களோடும் வேப்பேரியைச் சுற்றிப் பட்டிணப் பிரவேசம் பண்ணினார்கள்.' ஆக ஆதிக்க சாதிக் கிறிஸ்தவர்கள் தங்களை 'தமிழ்ச் சபையார்' எனவும், ஒடுக்கப்பட்ட மக்களை 'வலங்கைச் சபையார்' எனவும் அப்போது அழைத்திருக்கின்றனர்.)

தன்னிடமிருந்த பிரதிகள் அத்தனையும் தேடி எடுத்து, நாங்கள் வேண்டாம் எனச் சொல்லச் சொல்ல, எங்கள் கைகளில் திணித்தார் நோவா. 'கொண்டு போங்க... யாராவது இதோட அருமை புரிஞ்சவுங்க வந்தா, இதெல்லாம் குடுக்கணும்னுதான் எல்லாம் வச்சிருக்கேன்'', என்று அவர் சொல்ல, அதற்கு மேல் அவரைத் தடுக்கவில்லை. கிடைத்த அரிய பக்கங்களை எடுத்துக்கொண்டு, நோவா அவர்களுக்கு நன்றி சொல்லிக் கிளம்பினோம்.

●

சாஸ்திரியார் எப்போதும் அன்றன்று தேவைப்படும் அளவுக்கே அரிசியோ, பணமோ பெற்றுவருவார். ஒரு நாளையத் தேவைக்கு அதிகமாக அவர் யாரிடமும் ஊதியம் பெறுவதில்லை. அடுத்த

நாளைக்கு சேமித்து வைக்கலாமே என்று மனைவி அவரிடம் கேட்கும் போது, 'அவ்வாறு சேர்த்து வைத்தால், 'அன்றன்றைய அப்பத்தை எனக்குத் தாரும்' என்று கடவுளிடம் நாளும் செய்யும் ஜெபம் பொய்யாகிப் போகும் எனவும், கடவுள் அன்றன்று தேவையானதைக் கொடுப்பார் என்ற நம்பிக்கை அவருக்கு இல்லையா எனவும் கேட்டார். இப்படி வாழ்ந்ததன் காரணமாக, இன்று அவரது வீடு, அன்று இருந்ததுபோல எளிமையாக இருக்கிறது. அவரது நூல்களைக் கூட அச்சிடுவார் இல்லை.

இவ்விடத்தில் சாஸ்திரியார் பண்டிதரிடமிருந்து மாறுபடுகிறார். பண்டிதர் மருத்துவத்தை முக்கியத் தொழிலாகச் செய்து பொருளீட்டினார், சேமித்து வைத்தார். சாஸ்திரியார் சேமிப்பைக் குறித்துக் கவலை கொண்டவரில்லை என்பதால், இன்று அவர் வாழ்ந்த வீடு ஓட்டு வீடாக, அங்கங்கே சிதிலமடைந்து நிற்கிறது. இலக்கியம் சம்பாதித்த சாஸ்திரியாருக்குப் பணம் சேர்த்து வைக்கத் தெரியவில்லை.

பண்டிதரின் நூல்களோ நாட்டுடைமையாக்கப்பட்டு, அந்தப் பணம் சொத்துத் தகராறில் சிக்கி, ஒருவாறு இருப்பவர்களுக்கே போய்ச் சேர்ந்தது. 131 நூல்களை எழுதி, தமிழைச் செறிவாக்கிய சாஸ்திரியாரின் நூல்கள் இன்றளவும் நாட்டுடைமை ஆக்கப்பட வில்லை என்பது பெரும் வேதனை. அவ்வாறு செய்யும்போது அரசு தரும் பணமாவது அந்த வீட்டைச் செப்பனிடவும், அக்குடும்பம் ஆசைப்படுவது போல, எஞ்சியிருக்கும் அவரது நூல்களை அச்சிடவும் பயன்பட்டால் மகிழ்வே. சாஸ்திரியாரின் 'சீர் இயேசுநாதனுக்கு சுபமங்களம்' ஒவ்வொரு திருமணத்திலும் வாழ்த்திப் பாடி மகிழும் கிறிஸ்தவர்கள், அவரது அழகு தமிழ் இலக்கிய நூல்களையும் கடைக்கண் கொண்டு நோக்கினால் நன்றாக இருக்கும்.

கூர்ந்து நோக்கினால் பண்டிதர், சாஸ்திரியார் என இருவருக்குமே அவர்கள் சார்ந்திருந்த சீர்திருத்த திருச்சபையுடன் அவர்கள் வாழ்ந்த காலத்தில் பிணக்குகளும், சிக்கல்களும் இருந்திருக்கின்றன. ஒருவருக்கு தனிப்பட்ட காரணம் என்றால் மற்றவருக்கு அவரது சாதிய எண்ணத்தால் விளைந்த இடைஞ்சல். எத்தனை பெரிய மேதையாக இருந்தாலும், திருச்சபை அவர்களைப் பெரிதாக அங்கீகரிப்பதுமில்லை; அவர்களும் அது குறித்துப் பெரிதாக கவலை கொண்டதாகத் தெரியவில்லை. கிறிஸ்தவத்தை விட்டு அவர்கள் விலகவுமில்லை...

சான்றுகள்

- An Indian Diary, Edwin S Montagu - William Heinemann, 1930
- *கருணாமிர்த சாகரம் : சுருக்கத் திறனாய்வு நூல் – அமுதா பாண்டியன்*
- *ஆபிரகாம் பண்டிதர், தனபாண்டியன் - லாலி பிரஸ், 1984*
- https://sastriars.org/brief_history_02.html
- *தஞ்சாவூர் சுவிசேடக் கவிராய வேதநாயக சாஸ்திரியாரின் சுருக்கமான சரித்திரம் – டி. டபிள்யூ. தேவநேசன், 1947*

49

முத்தழகுபட்டி செபஸ்தியார்

''என்ன வேண்டுதல்னாலும் காணிக்கையா கொண்டு வர்றது கிடா, அரிசி இதுதான். குழந்தை இல்லாம வேண்டிக்கிட்டு குழந்தைப் பேறு கெடைச்சா, அதுக்கு ஒரு வயசு, ஒன்றரை வயசுல, சில பேரு குழந்தையையே கோயிலுக்கு காணிக்கையா குடுப்பாங்க. திருவிழா அன்னிக்கு அந்தக் குழந்தைய கோயில் சார்பா ஏலம் விடுவாங்க''

•

இந்த ஆலயத்தைத் தற்செயலாகத்தான் நாங்கள் கண்டோம். திண்டுக்கல் கோட்டையின் மேலிருந்து ஊரைப் பார்ப்பது அத்தனை அழகானது என அடிக்கடி தோழி ரோடா சொல்லிக்கொண்டே இருப்பார். அந்தக் கோட்டையின் கொத்தளம் ஒன்றிலிருந்து திண்டுக்கல் நகரைப் பார்க்கும்போது மிகத் தொன்மையான தேவாலயம் ஒன்று கண்ணில் பட்டது எனவும் அங்கு செல்ல வேண்டும் எனவும் ஓராண்டுக்கு முன்பே சொல்லியிருந்தார். அந்த ஆலயத்தைத் தேடிப்பிடிப்பதற்கு நம் நூலே சரியான காரணம் என முடிவெடுத்தோம்.

திண்டுக்கல் வழக்கம் போல டிராஃபிக் ஜாமும், வீதி கொள்ளாத கூட்டமுமாயிருந்தது. கொரோனா திண்டுக்கல்லை ஒன்றும் செய்யாது என்ற நம்பிக்கையில் பேருந்து நிறுத்தங்களில் மக்கள் மாஸ்க் இல்லாமல் இடித்துப் பிடித்துக் கொண்டு நின்றிருந்தனர்.

முத்தழகுபட்டியில்தான் ரோடா பார்த்த பழைய கோயில் இருக்கிறதா என்பதும் எங்களுக்குத் தெரியாது. ''நான் கோட்டையின் அந்தப் பக்கம் நின்று கொண்டு பார்ப்பேன். அனேகமாக அந்த ஊர் முத்தழகுபட்டியாகத்தான் இருக்க வேண்டும். என் மாமாவிடம் கேட்டடேன்'', என்று ரோடா சொல்ல, வண்டியை முத்தழகுபட்டிக்கு விட்டோம். கூகிள் பரவாயில்லை; அவ்வூர் புதிய அந்தோணியார் கோயில் வாசலில் கொண்டு போய் நிறுத்திவிட்டது. பழைய கோயில் எங்கே இருக்கிறது என்பதுதான் இப்போது குழப்பம். ஆலயம் முக்கிய சாலையில் இருந்ததால், அந்தக் குறுகலான சாலையில் சில நிமிடங்களுக்கு மேல் நிற்கமுடியவில்லை. திண்டுக்கல் லாரி ஓட்டுனர்கள் வேறு அவர்களும் அந்த சாலையில் திணறி, எங்களுக்கும் உயிர் பயம் காட்டினர்.

அங்கங்கே விசாரித்தோம். ''ஏங்க..இங்க பழைய கோயில் இருக்கா? சர்ச்சு சர்ச்சு... பழைய சர்ச்சு'', எனக் கேட்டுக்கொண்டே சென்றதில் ஒரு அம்மா-மகள் ஜோடி, முக்கிய சாலையில் இருந்து பிரியும் பிரிவில் நின்றதை கவனித்து, அவர்களிடமே கேட்டோம். ''தோ... உள்ள போங்க, செபத்தியார் கோயில் உள்றதான் இருக்கு'', எனக் கைகாட்டினர். அப்பாடா, கோயிலைக் கண்டுபிடித்துவிட்டோம் என மகிழ்ந்து அவர்கள் கை காட்டிய திசையில் போய்ப் பார்த்தால், சாலை பெரிய மைதானம் ஒன்றில் சென்று முட்டியது. மைதானத்தின் நடுவே நீல வண்ண தகர ஷீட் போட்ட சிற்றாலயம் ஒன்று மஞ்சள் வண்ணத்தில் தென்பட்டது. ரோடா, ''இல்லப்பா... இது இல்ல. அந்த சர்ச் இன்னும் பழசு. மேலருந்து பார்த்தாலே பெயின்ட் எல்லாம் போயி, ரொம்ப ஓல்டா தெரியும்'', என்றார். இந்த ஆலயமோ மஞ்சள் வண்ணப்பூச்சில் பளபளத்தது. ''அட, ஒரு வேளை இப்ப பெயிண்ட் பண்ணியிருக்கலாம்ல? நீங்க அந்த பழைய சர்ச்சைப் பார்த்து ஒரு வருஷம் ஆச்சுல்ல?'', அவருக்கு சமாதானம் சொல்லிக்கொண்டு வண்டியை விட்டு இறங்கினேன்.

ஆலயத்தின் சிறு வெளிமண்டபத்தில் இருவர் ஆழ்ந்த நித்திரையில் இருந்தனர். மிகச் சிறிய, எளிய ஆலயம்தான். பீடத்தின் நடுவே கண்ணாடிப் பேழையில் செபஸ்தியாரும், அவருக்கு இரு மருங்கிலும் சூசையப்பர், கன்னி மரி சுரூபங்களும் இருக்கின்றன. அதை யொட்டிய மேடை ஒன்றில் அந்தோணியார், வனத்து அந்தோணியார், கருவுற்ற மாதா, மிக்கேல் அதிதூதர் என பல சுரூபங்கள் வரிசையாக அடுக்கப்பட்டிருந்தன. பெரிய காணிக்கை பெட்டிக்கு அருகே சில எரியும் மெழுகுதிரிகளும், புகையும் சாம்பிராணியும் இருந்தன. பீடம் தொன்மையானதாகத்தான் தெரிகிறது. பழைய பரோக் பாணியாகலாம்.

செபஸ்தியார் கோயில் முகப்பில் பொங்கல் கைங்கரிய போர்டு

வெளிமண்டபத்தின் கல் தூண் ஒன்றில், சிலேட் ஒன்று தொங்கியது. அதில், 'பொங்கல் உபயதாரர்கள், சங்கராபுரத்தார் வீடு, SBI செபஸ்தியான், வைலட் பிரின்சஸ் Tr குடும்பத்தினர்கள், 28.09.2021' என எழுதப்பட்டிருந்தது. மறுவாரம் கோயிலில் பொங்கல் விநியோகம் செய்யப்போகும் குடும்பங்கள் இவை எனப் புரிந்தது. கோயிலுக்கு அருகிலேயே பூட்டப்பட்டிருந்த நீண்ட கூடம் ஒன்று தெரிந்தது, அதன் முகப்புச் சுவரில் ஏதோ படங்கள் வரையப்பட்டிருந்தன. நெருங்கிச் சென்று பார்த்தால், அந்தக் கோயில் வந்த கதையும், அங்கு நடக்கும் அசைவ அன்னதானம் குறித்தும் விளக்கப் படங்களாக அவை தெரிந்தன. ஆடு மாடுகள் மேய்ந்து கொண்டிருக்கும் ஊருக்கு ஒதுக்குப்புறமான பகுதி, அங்கே ஒரு சிறு குரிசு மட்டும் முதலில் தோன்றுகிறது. குரிசை சிலர் வணங்குகின்றனர்; சிலர் அதனருகே அடுப்பு மூட்டி சமைக்கின்றனர். அடுத்த ஓவியத்தில் ஒரு சிற்றூர் அங்கு சில குடிசைகள், அவற்றின் மேல் வானில் காட்சி தரும் செபஸ்தியார்; அடுத்த ஓவியத்தில் குரிசின்மேல் கூரை வேயப்பட்டு, அதனருகே சமைப்பது போலவும்; கடைசி ஓவியத்தில் செபஸ்தியார் சிற்றாலயமும், அதன் முன் பெரும் கும்பலாக மக்களும், சமைப்பவர்களும், பரிமாறுபவர்

களும் தெரிகின்றனர். அவற்றைப் புகைப்படங்கள் எடுத்துக் கொண்டோம். கூடவே ஆலயத்துக்கு நன் கொடை வழங்கியவர் களின் பெயர்கள் வெட்டப்பட்ட கல்வெட்டுகள் இருந்தன.

ஆலயத்தின் கோயில்பிள்ளை எண் எழுதப்பட்டிருந்தது. சரி, கோயில் பற்றிய தகவல்களை அவரிடம் கேட்கலாம் என அந்த எண்ணை அழைத்தால், எடுப்பாரில்லை. எங்களுக்கோ ஆலயம் பற்றி தெரிந்துகொள்ளவேண்டும். என்ன செய்வது? பக்கத்தில் பங்கு குரு அமைவிடம் எதுவும் கண்ணில் படவில்லை. அங்கே தண்ணீர் டாங்க் லாரியுடன் நின்ற அண்ணன் ஒருவர், அவராகவே முன்வந்து என்ன வேண்டும் எனக் கேட்டார். ஆலயம் பற்றிய தகவல் வேண்டும் என்றதும், எங்களை பக்கத்திலுள்ள ஓய்வுபெற்ற ஆசிரியர் ஒருவரது வீட்டில் கொண்டு விட்டார். அவரும் அங்கே இல்லாமல் போகவே, அவரது வீட்டுப் பெண்கள், நீங்கள் நாட்டார் வீட்டை விசாரித்துக்கொண்டு போங்கள் என வழிசொல்லி அனுப்பினர்.

நாட்டார் வீடு, நாட்டார் வீடு என வரிசையாகக் கேட்டுக்கொண்டு நடந்ததில் ரோடா சொன்ன அந்தப் பழைய கோயில் கண்ணில் பட்டுவிட்டது. கண்டிப்பாக நூற்றாண்டு கடந்த கோயிலாக இருக்க வேண்டும். ஆனால் அதன் இரு பக்கவாட்டுப் பகுதிகளிலும் நீல ஆஸ்பெஸ்டாஸ் போடப்பட்டு, வரிசையாகக் கடைகள் இயங்கிக் கொண்டு இருந்தன. டீக்கடை, பெட்டிக்கடை, தையல் கடை, நியாய விலைக்கடை என அந்தப் பழைய ஆலயம் இப்போது ஷாப்பிங் காம்ப்ளெக்ஸாக உருமாறியிருக்கிறது.

ஆலயத்துக்குள் நியாயவிலைக் கடையின் சர்க்கரை அரிசி மூட்டைகள் அடுக்கி வைக்கப்பட்டிருந்தன. ஆலயத்தின் பின் பகுதியில் வனத்து அந்தோணியாரின் சுரூபம் ஒன்று கண்ணாடிப் பேழைக்குள் இருந்தது. அதைத் தாண்டி சற்று தூரத்தில் ஒரு பள்ளியும், சி.எஸ்.ஐ. ஆலயம் ஒன்றும் தெரிந்தன. அதை ஒட்டித் திரும்பிய தெருவில் இருந்த வீட்டை அக்கம்பக்கத்தினர், நாட்டார் வீடு எனச் சுட்டினர். எங்களை வரவேற்று உபசரித்து நாட்டாமைக்காரர் ஸ்டீபன் மனோகரன் மற்றும் அவர் தந்தை சாலமோன் விரிவாகப் பேசினர்.

''ஆரம்ப காலகட்டங்கள்ல 400 ஆண்டுகளுக்கு முன்னாடி இருந்தே இந்த கோயிலுடைய மகிமை விளங்கினதா பெரிய வரலாறு இருக்குன்னு நம்முடைய முன்னோர்கள் சொல்லி இருக்காங்க. அப்ப விவசாயிகள் தன்னுடைய விளைநிலங்கள்ல விவசாயம்

வணிக வளாகமாக மாறியிருக்கும் பழைய அந்தோணியார் கோயில், பின்னணியில் திண்டுக்கல் கோட்டை

பண்ணக் கூடிய பொருள்கள நல்ல விளைச்சல் இருந்துச்சின்னா கோயிலுக்கு காணிக்கையா குடுத்திருக்காங்க. பத்து நூறு குடும்பங்கள்தான் விவசாயக் குடும்பங்கள்னு இருந்திருக்காங்க. நெல்லாவோ, அரிசியாவோ அவுங்க சாமிக்குப் படைக்கிறத குடுத்திருக்காங்க. அந்த அரிசியை வேகவைக்கிறதுக்கு விறகு முதற்கொண்டு விவசாயிகள் வீட்ல இருந்து கொண்டுவந்து குடுத்து, அதை எல்லாம் ஒண்ணா போட்டு பொங்கியிருக்காங்க. ஒரு நூறு பேர் அரிசி குடுத்தா, அதை மொத்தமா ஒரேதா வேகவச்சு, இங்க இல்லாத ஏழைபாழைகளுக்கு அன்னதானமா படைச்சிருக்காங்க'', என ஸ்டீபன் சொல்கிறார்.

அப்படித்தான் இந்த மாபெரும் அசைவ அன்னதானம் தொடங்கி யிருக்கிறது. தொடக்கத்தில் மண் சட்டிகளில் சமைத்துப் பரிமாறி யிருக்கின்றனர். காலம் செல்லச் செல்ல, பித்தளைப் பானைகளில் ஈயம் பூசி, அவற்றில் சமைத்திருக்கின்றனர். அதன் பிறகு வட்டா, தேக்சா போன்ற பிரம்மாண்டப் பாத்திரங்களைப் பயன்படுத்தத் தொடங்கினர். நாளடைவில் பாத்திரங்களின் அளவைப் போல வந்த மக்களின் எண்ணிக்கையும் வளர்ந்து கொண்டேதான் இருந்தது. அவரவர் வீடுகளில் வளர்க்கும் ஆடு, கோழி போன்றவற்றையும்

நேர்த்திக்கடனாக கோயிலுக்குக் கொண்டுவந்து படைக்கத் தொடங்கினர்.

கோயிலில் பார்த்த ஓவியங்களில் உள்ளது போல முதலில் விவசாயிகள் குரிசு ஒன்றைத்தான் வணங்கியிருக்கின்றனர். அருகிலிருக்கும் பழைய அந்தோணியார் கோயிலுக்கும் முன்பே செபஸ்தியார் ஆலயம் கட்டப்பட்டது எனவும் ஸ்டீபன் சொல்கிறார். முத்தழகுபட்டி 1949ம் ஆண்டுதான் தனிப்பங்கானது. அதற்கு முன்புவரை முத்தழகுபட்டி திண்டுக்கல் விக்காரியேட்டின் துணைப் பங்காகவும், பழைய அந்தோணியார் கோயில் பங்குக் கோயிலாகவும் இருந்துள்ளன. மக்கள் கூட்டம் பெருகவே, ஆலயத்தில் இடப்பற்றாக்குறை ஏற்பட்டது.

''தொடக்கத்தில பங்குல தர்மநாதர் அப்டின்னு ஒரு பங்கு சாமியார் இருந்தார். டயசீசன் பிரீஸ்ட் (மறைமாவட்ட குரு). அவரு திண்டுக்கல் நகராட்சித் தேர்தல்ல வைஸ் சேர்மன் (துணைத்தலைவர்) பதவிக்கு எலக்ஷன்ல நின்னு, ஜெயிச்சு, நகராட்சியில வேலை செஞ்சார். 1969, அதுக்கு முன்னாடி இது நடந்திருக்கும்னு நினைக்கிறேன். அப்ப உள்ள சூழ்நிலைல பார்த்தீங்கன்னா இந்த ஏரியால குடிதண்ணிப் பிரச்சினை இருந்துது. இந்த ஊருக்கு நகராட்சி தண்ணி கொண்டுவந்ததுல அவரது பங்குதான் அதிகம். ஏறக்குறைய முக்கியமான தெரு எல்லாத்துலயும் குடிதண்ணீர் பைப் போட்டு தண்ணி பிரச்சினைய தீர்த்தாங்க'', என ஸ்டீபன் சொல்கிறார்.

''மறைமாவட்ட குருக்கள் இப்படித் தேர்தலில் நிற்கலாமா? அவர்கள் பொதுப்பணிகளில் அனுமதி இல்லாமல் ஈடுபடக் கூடாது தானே? அதிலும் தேர்தலில் நிற்பது இதுவரை கேள்விப்படாதது அல்லவா?'' எனக் கேட்டேன்.

ஸ்டீபன், ''இப்பதான் அந்தக் கட்டுப்பாடு. அப்பலாம் அதுக்கு அனுமதி குடுத்தாங்க. மக்களோட மக்களா, மக்கள் என்ன சாப்பிடுறாங்களோ அதை சாப்பிட்டுக்கிட்டு, அவுங்களோடதான் வாழ்ந்துட்டு இருந்தாங்க. அந்தக் காலத்துல மக்களோட பிரச்சனைகளுக்குத் தீர்வுன்னு வரும்போது, அந்த பங்குத்தந்தை தேர்தல்ல நின்னு ஜெயிச்சுருக்கார். திண்டுக்கல்லயே மக்களுக்கு நிறைய காரியங்களை செஞ்சார். காமராஜர் நீர்த்தேக்கம் கட்டி தண்ணி கொண்டு வரும்போது, எங்கூர் வழியாத்தான் ஊருக்குள்ள தண்ணி கொண்டுபோகணும். அப்ப வர்ற வழியிலயே மறிச்சு, முத்தழகுபட்டிக்குத் தண்ணி வசதி ஏற்படுத்திக் குடுத்தாரு. இன்னிக்கு

வரைக்கி, 'தர்மநாதர் தண்ணி கொண்டு வந்தாரு' அப்டின்னு மக்கள் சொல்லுவாங்க. பங்குத்தந்தைங்க ஒவ்வொரு குடும்பத்துக்கும் உறுப்பினர் மாதிரி. குருவா இருந்தாலும் மக்களுடைய அன்றாடப் பிரச்சனைகள புரிஞ்சிக்கிட்டு எடுத்து செஞ்சாங்க. அதுல தர்மநாதருக்கு முக்கியப் பங்கு உண்டு'', எனவும் சொல்கிறார்.

விவசாயிகளும், விவசாயக் கூலித் தொழிலாளர்களும் அடங்கியது தான் முத்தழகுபட்டி எனவும் அவர் குறிப்பிடுகிறார். ஒரு காலத்தில் கோயிலுக்கு நேர்ந்துவிட, கோழிகள் நான்கைந்துதான் வரும். இன்றோ இரண்டாயிரம், மூவாயிரம் கோழிகள் சாதாரணமாக நேர்ந்துவிடப்படுகின்றன எனச் சொல்கிறார். கிறிஸ்தவ ஆலயங்களில் விலங்குகளைப் பலியிடும் வழக்கம் பண்டைய கீழை வைதீக ஆலயங்கள் மற்றும் பைசன்டைன் (Eastern Orthodox and Byzantine) ஆலயங்களில் இருந்துள்ளது. இன்றும் அவ்வழக்கம் அங்கு தொடர்கிறது.

உலகின் முதல் கிறிஸ்தவ நாடான ஆர்மீனியாவுடைய ஆர்மீனிய திருச்சபையின் முதல் தலைவர் (Patriarch) புனித கிரகரி (St. Gregory 300 - 327 CE), புனித சஹாக் (St Sahak 390 - 430 CE) என்ற தலைவருக்கு அளித்த கட்டளைகளில், விலங்குப் பலி குறிப்பிடப்படுகிறது. புதிதாக ஆர்மீனிய கத்தோலிக்கத்துக்குள் வரும் வேற்றுக் கடவுளர் களை வணங்கிய ஆர்மீனிய குருக்களுக்கு, இவ்வாறு அளிக்கப்படும் விலங்கு பலிகளில் என்னென்ன உடல் பகுதிகள் எவ்வாறு தரப்படவேண்டும் என அந்தக் கட்டளைகள் தெளிவாக விளக்குகின்றன. ஆர்மீனிய குருக்களுக்கு 'விளையும் கோதுமை, தயாரிக்கப்படும் ஒயினில் பத்தில் ஒரு பங்கும், வரும் விலங்குப் பலிகளில் முதுகுப் பகுதி, கொழுப்பு, தோல், வலது கண், விலா எலும்புகளில் பங்கும் உண்டு', என கிரகரி குருக்களுக்கு நேரடியாக அறிவுறுத்தியதாக சஹாக் எழுதியிருக்கிறார். திரிதத் (Trdat) என்ற ஆர்மீனிய மன்னர் முதல் 'மதக்' விருந்தை யோவான் ஆலயத்தில் (John the Forerunner) தந்ததாக சொல்லப்படுகிறது. இன்றும் ஆர்மீனியாவின் சில பகுதிகளில் 'மதக்' (Matagh/ma -dagh) என்ற நன்றியறிதல் பலி கொடுக்கப்படுகிறது. ஆர்மீனிய நண்பர்கள் இது ஒரு வழிபாட்டு மரபு எனவும், பழைய ஏற்பாட்டின் இவ்வழக்கம் இன்றளவும் ஆர்மீனியாவில் தொடர்வதாகவும் உறுதி செய்கின்றனர்.

ஆர்மீனிய மொழியில் 'மதக்' என்ற சொல்லே காணிக்கை/ நன்றியறிதல் எனப் பொருள் தருகிறது. மதக் விருந்துக்கு முன்பு ஆடு, கோழி, மாடு போன்ற விலங்குகளுக்கு உண்பதற்கு உப்பு தரப்படுகிறது. இவ்வுப்பு, குருக்கள் மூலம் ஆசீர்வதிக்கப்படுகிறது.

இதன் மூலம் அந்த விலங்கு தூய்மையடைகிறது என நம்பப்படுகிறது. இன்றும் பல தேவாலயங்களில் உப்பு காணிக்கை தருவது, நம்மைப் பாவத்திலிருந்து சுத்திகரிப்பதற்கே எனச் சொல்லப்படுகிறது. திடகாத்திரமான ஆண் விலங்குகளை, கழுத்தில் வெட்டி பலி கொடுக்கின்றனர். ஆலய வாயிலில் இவை வெட்டப்படுகின்றன. இவ்வாறு பலி தரப்படும் விலங்குகள், தண்ணீர் மற்றும் உப்பு மட்டுமே சேர்த்து சமைக்கப்படுகின்றன. இந்த உணவை/ சமைப்பதற்கு முன்புள்ள கறியை, கோழியானால் மூன்று வீடுகளுக்கும், ஆடு என்றால் ஏழு வீடுகளுக்கும், மாடு என்றால் நாற்பது வீடுகளுக்கும் கட்டாயம் பிரித்துப் பங்கிட்டு தரவேண்டும்.

ஒரு நாளைக்கு மேல் இந்த உணவை வைத்திருந்து உண்ணக் கூடாது. ஆர்மீனிய மதக் விருந்து நன்றியறிதலுக்கும், ஏழைகளுக்கு உணவு தருவதற்காகவும் ஏற்படுத்தப்பட்டது. இரு சாராரும் இதனால் பலனடைகின்றனர். இதைப் போலவே கிரேக்க கிறிஸ்தவர்களும் 'குர்பானி' (Qourbani) என்ற நன்றியறிதல் விலங்குப் பலி தருகின்றனர். கீழைக் கத்தோலிக்கத்தின் எச்சமாகவோ, ஏற்கனவே தாங்கள் சார்ந்திருந்த நாட்டார் மதங்களின் 'கொடை' விழாக்களின் எச்சமாகவோ இவ்விருந்துகளை நாம் பார்க்கலாம். 'கொடை' என்ற தென்மாவட்ட வழங்குசொல் இந்த விருந்தின் பொருளை அழகாக உணர்த்துகிறது.

முதல் ஈற்றை கடவுளுடையதாக ஆலயங்களில் அளிக்கும் வழக்கமும் தொன்மையானது. பழைய ஏற்பாட்டில் பல இடங்களில் 'முதல் ஈற்று' தனக்கு பிடித்தமானது என கடவுள் சொல்வதைக் காணமுடிகிறது.

திருவிவிலியம் எண்ணிக்கை 3:11-13

11 - மீண்டும் ஆண்டவர் மோசேயிடம் கூறியது;

12 - இதோ! நான் இஸ்ரயேல் மக்களிலிருந்து லேவியரைப் பிரித்தெடுத்துள்ளேன்; இஸ்ரயேல் மக்களில் கருப்பையைத் திறக்கும் தலைப்பேறனைத்திற்கும் இவர்கள் ஈடாக இருப்பார்கள். லேவியர் எனக்கே உரியவர்.

13 - ஏனெனில் எல்லாத் தலைப்பேறும் என்னுடையது. எகிப்து நாட்டில் தலைப் பேறனைத்தையும் நான் சாகடித்த நாளில் இஸ்ரயேலின் தலைப்பேறனைத்தையும் மனிதரையும் விலங்கையும், எனக்கெனப் புனிதப்படுத்தினேன்; அவர்கள் எனக்கே உரியவர்கள்; நானே ஆண்டவர்.

புதிய ஏற்பாடு, லூக்கா 2:23

முதற்பேறான எந்த ஆண்பிள்ளையும் கர்த்தருக்குப் பரிசுத்தமான தெனப்படும் என்று கர்த்தருடைய நியாயப் பிரமாணத்தில் எழுதியிருக்கிறபடி, அவரைக் கர்த்தருக்கென்று ஒப்புக் கொடுக்கவும்...

இதில் இரண்டு விஷயங்களை நாம் புரிந்துகொள்ள வேண்டியுள்ளது. ஒன்று, முதல் விளைச்சல், முதல் ஈற்று என்று தனியே அதை கடவுளுக்கானதாக மதித்து, ஆலயங்களுக்கு நன்றியாகக் கொண்டு வரும் வழக்கம்; இரண்டாவது, ஏதோ காரியத்துக்கு நன்றியறிதலாக வளர்த்து, ஆலயத்தில் கொண்டுவந்து விடப்படும் காணிக்கை. இவை இரண்டும் வெவ்வேறானவை என்றாலும், முதல் ஈற்றை பலியிடுவதோ, வளர்ப்பதோ, ஏலம் விடுவதோ அந்தந்த ஆலயத்தால் முடிவெடுக்கப்படுகிறது. இம்முடிவை அவர்களின் பண்பாட்டு வழக்கங்கள் முடிவு செய்கின்றன.

இயேசு கிறிஸ்து தன்னையே பலியாக மனிதருக்கு சிலுவையில் தந்தபின், விலங்குப் பலி பெரும்பாலும் கிறிஸ்தவ மக்களால் கடைபிடிக்கப்படுவதில்லை. ஆனால், கிராமப்புறங்களில் விலங்குப் பலிகள் கிறிஸ்தவ ஆலயங்களில் நடைபெறுகின்றன. செபஸ்தியார், ஆரோக்கியநாதர், அந்தோணியார் போன்ற புனிதர்களுக்கே இவ்வாறான விலங்குப் பலிகளும், முதல் ஈற்று ஒப்புக்கொடுத்தலும் கத்தோலிக்கத்தில் இருப்பதைக் காண முடிகிறது. இதை ஏன் என ஆராய முற்பட்டால், கொள்ளை நோய்களிலிருந்து மக்களைக் காப்பாற்றுபவர்களாக இந்தப் புனிதர்கள் பார்க்கப்படுகின்றனர் என்பதும், அவர்களை 'துன்பம் வருங்கால் வேண்டுவதும்', இடைக்காலம் முதலே ஐரோப்பா உள்ளிட்ட நாடுகளில் இருந்த வழக்கம் எனத் தெரிந்துகொள்ள முடிகிறது.

போர்ச்சுகீசிய மத குருக்களே இடைக்காலத்துக்குப் பிந்தைய காலனியாதிக்க காலத்தில் கத்தோலிக்க மறை இங்கு பரவக் காரணமானவர்கள். போர்ச்சுகீசிய மன்னருடன் ஒப்பந்தம் செய்து கொண்ட வத்திகான், 'பதுராதோ' மத குருக்கள் முறையை அறிமுகம் செய்தது. ஆக, பெரும்பாலும் ஸ்பெயின், போர்ச்சுகல், இத்தாலி நாட்டு குருக்களே தொடக்கத்தில் இங்கு வந்தவர்கள். அந்தந்த நாடுகளின் பண்பாட்டுத் தாக்கத்தை இந்த குருக்கள் நம்மிடம் விட்டுச் சென்றுள்ளதை இந்த நூலில் அங்கங்கே காண முடிகிறது.

போர்ச்சுகல் நாட்டின் பாதுகாவலரான புனித செபஸ்தியார் மேல் தொடக்க கால ஐரோப்பிய குருக்கள் பெரும் அன்பு கொண்டிருந்தனர். அவருக்கு இங்கு எழுப்பப்பட்ட தொன்மையான ஆலயங்கள் பல உண்டு. அவரது கதையை கூத்து வடிவிலும், நாடக வடிவிலும் மக்களிடம் இந்த குருக்கள் பரவலாக்கினர். கிறிஸ்தவத்தின் முதல் வேர்கள் பதிந்த கடற்கரையோரங்களிலும், தொன்மையான கிறிஸ்தவ நம்பிக்கை நிலத்திலும், செபஸ்தியார் வழிபாடு இன்றும் உயிர்ப்புடன் இருக்கிறது. குறிப்பாக கொள்ளை நோய்களை விரட்டுபவர் என்ற அடைமொழியுடனே அவர் அறியப்படுகிறார். செபஸ்தியார் வழிபாட்டு மரபு (Sebastian Cult) நான்காம் நூற்றாண்டிலேயே தொடங்கிவிட்டது என அறிஞர்கள் கூறுகின்றனர்.

கிபி மூன்றாம் நூற்றாண்டில் வாழ்ந்ததாக சொல்லப்படும் கத்தோலிக்கப் புனிதரான செபஸ்தியார், இறைவனின் மேல் நம்பிக்கை கொண்டவர். கிபி 430ம் ஆண்டுவாக்கில் அர்னோபியஸ் என்ற மறை எழுத்தாளரால் எழுதப்பட்ட 'பாசியோ' (Passio) குறிப்புகளில், செபஸ்தியாரின் கதை சொல்லப்படுகிறது. லொம்பார்தி நகரில் பிறந்து ரோமை மன்னரான டயக்லீஷியன் (Diocletian) காலத்தில் வாழ்ந்த செபஸ்தியார், மக்களை கிறிஸ்தவத்துக்குக் கொண்டு வந்ததற்காகவும், புதுமைகள் செய்ததற்காகவும் தண்டிக்கப்பட்டார். அவரை அம்புகள் எய்திக் கொல்லுமாறு டயக்லீஷியன் ஆணையிட்டான்.

ஆனால் அருட்சகோதரி ஐரீன் என்பவரின் உதவியால் தப்பும் செபஸ்தியார், இரண்டாவது முறை கைது செய்யப்பட்டு, அடித்தே கொல்லப்பட்டார். லூசியா என்ற சகோதரியின் கனவில் தோன்றி, தன் உடல் எங்கே இருக்கிறது எனச் சொல்லியிருக்கிறார். ரோமின் அப்பியா (Appia) பகுதியில் பவுல், பேதுரு ஆகியோரின் உடல்கள் அடக்கம் செய்யப்பட்டக் கல்லறைகளுக்கு அருகே, செபஸ்தியாரின் உடலையும் லூசியா அடக்கம் செய்தார். கிபி 340 முதலே செபஸ்தியாரை வழிபடும் வழக்கம் இருக்கிறது.

கிபி ஆறாம் நூற்றாண்டில் பவுல், பேதுருவுடன் ரோமையின் மூன்றாவது பாதுகாவலராக செபஸ்தியார் அறிவிக்கப்பட்டார். அதன் பின் அவருக்கு அங்கங்கே ஆலயங்கள் எழுப்பப்பட்டன. செபஸ்தியார் பிறந்த லொம்பார்தி பகுதியின் பவியா (Pavia) என்ற இடத்தில், பிளேக் கொள்ளை நோய் தாக்கியபோது, கிபி 680ல் அவருக்குக் கோயில் எழுப்பப்பட்டது. பிளேக் பரவிக்கொண்டிருந்த சூழலில் செபஸ்தியாரின் அருளிக்கம் (relic) பவியாவில் இருந்த

சான் பீட்ரோ (San Pietro) ஆலயத்துக்குக் கொண்டுவரப்பட்டது. இந்த ஆலயத்திலும், ரோமையிலும் செபஸ்தியாருக்கு தனி பீடங்கள் எழுப்பப்பட்டன.

பாப்பரசர் அகதோ (Agatho) காலத்தில் பிளேக் நோய் உச்சத்தில் இருந்த ரோமை, பவியா நகரங்களில் செபஸ்தியாருக்குக் கட்டப் பட்ட தனி பீடங்கள், அவரது அருளிக்கம் போன்றவை பிளேக் நோயை விரட்டின என இத்தாலி நாட்டு மக்கள் நம்பினர். செபஸ்தியாரின் உடலின் எஞ்சிய பகுதிகள் பாப்பரசர் நான்காம் கிரகரியால் வத்திகானுக்குக் கொண்டுவரப்பட்டன. மக்கள் வெள்ளம் செபஸ்தியாரைத் தேடி வத்திகானுக்கு வரத் தொடங்கியது. ரோமையின் பாதுகாவலராக அவர் அறிவிக்கப்பட்டபின், செபஸ்தியார் வழிபாட்டு மரபு இன்னும் வேகம் கண்டது. காலம் செல்லச் செல்ல மக்கள் 'பிளேக் நோயை விரட்டிய செபஸ்தியார்' என்ற அடைமொழியை மறந்தும் போனார்கள்.

கிபி 1260ம் ஆண்டு ஜேக்கபஸ் தி வொரஜின் (Jacobus De Voragine) என்பவர் மத குருக்கள் பயன்பாட்டுக்காக, 'தி கோல்டன் லெஜண்ட்' (The Golden Legend) என்ற பெயரில் நூல் ஒன்றை எழுதினார். கொள்ளை நோய்களை செபஸ்தியார் வழிபாடு மரபுடன் இணைக்கும் மிகச்சரியான இழையென இந்நூலைச் சொல்லலாம். இந்நூலில் பவியாவின் பிளேக் எப்படி செபஸ்தியாரின் அருளிக்கம் வந்ததால் மறைந்தது என விரிவாக எழுதப்பட்டிருந்தது. எட்டாம் நூற்றாண்டில் இந்தக் கதையை ஏற்கனவே எழுதிவைத்திருந்த பயிற்சி குரு (Deacon) பவுல் என்பவரின் 'லொம்பார்தி வரலாறு' அவருக்கு உதவியது. இதை அவர் தனது லெஜண்டா ஆரே (Legenda Aurea) நூலில் குறிப்பிட்டுள்ளார். ஜேக்கபஸின் நூலை வாசித்தவர்கள் கொள்ளை நோய்களையும், செபஸ்தியாரையும் உடனே தொடர்புபடுத்திக் கொண்டார்கள்.

1330ம் ஆண்டு ஒபிசினோ கனிஸ்திரி (Opicino De Canistri) என்பவரால் எழுதப்பட்ட 'பவியாவின் வரலாறு', செபஸ்தியார் வழிபாடு மரபுக்கான வலுவான ஆதாரத்தை முன்வைக்கிறது. பவியாவின் சன் பீட்ரோ ஆலயத்தில் செபஸ்தியாரின் திருவிழா அன்று (ஜனவரி 20) 'அவிகுலே பனிஸ்' (Avicule panis) என அழைக்கப்பட்ட மாவால் செய்யப்பட்ட பறவை வடிவ ரொட்டிகளும், இரும்பால் செய்யப்பட்ட சிறிய அம்புகளும் மக்களுக்கு வழங்கப் பட்டன. இதில் அம்புகள் செபஸ்தியார் உடலை அம்புகள் துளைத்த 'சோதனைகள்' என்று மக்கள் நம்பினர். அதே அம்புகள் கொள்ளை நோயில் இருந்து தங்களைப் பாதுகாக்கும் என நினைத்தனர். பறவை

வடிவ ரொட்டி வழங்கப்பட்டது பறவை உயிர்ப் பலியின் குறியீடாக இருக்கக்கூடும். முத்தழகுபட்டி அன்னதானத்திற்கு கொண்டுவரப்படும் 3000 கோழிகள் இதை உறுதி செய்கின்றன.

புனித நிக்கோலசுக்கு மாதா காட்சி கொடுத்து, உடல்நலம் பெற ரொட்டித்துண்டை உண்ணச் சொன்னதன் விளைவாகவே அப்போது ரொட்டி ஆலயங்களில் வழங்கப்பட்டிருந்தது. அந்த ரொட்டியின் மூலம் கொள்ளை நோய் காலத்தில் உணவுக்கு வழியில்லாதவர்களுக்கு உண்ணவும் ஏதோ கிடைத்தது என ஆய்வாளர்கள் குறிப்பிடுகின்றனர். இதன் நீட்சியாக இன்றும் தமிழக ஆலயங்களில் உடல்நலம் பெற வேண்டுபவர்களும், பெற்றவர்களும் ரொட்டி (பன்) விநியோகம் செய்கின்றனர். தமிழகத்தின் பல அந்தோணியார் ஆலயங்களில் இந்த வழக்கம் இன்றும் உண்டு.

பவியாவின் அதிசயத்தை அடுத்து மக்களிடம் கொண்டு சேர்த்தவர் 14ம் நூற்றாண்டில் வாழ்ந்த பிளாரன்ஸ் (Florence) நகரின் ஆயர் நேரி தெலாந்தலா (Neri Dell'Antella) என்ற துறவி. பிளேக் நோயால் பாதிக்கப்பட்டு படுத்த படுக்கையாக இறுதி நாள்களை எண்ணிக் கொண்டிருந்த தெலாந்தலா, அவினான் நகரிலிருந்தபோது, பவியாவின் செபஸ்தியார் செய்த புதுமையை வாசித்தார். தன்னை படுக்கையோடு ஆலயத்துக்குத் தூக்கிக்கொண்டு செல்லப் பணித்து, அங்கு செபஸ்தியாருக்கு திருப்பலி நிறைவேற்றினார். சில நாள்களில் முழுகுணமடைந்தார். இதற்கு செபஸ்தியாரே காரணம் என நம்பினார்.

அடுத்தடுத்து இத்தாலியைத் தாக்கிய பிளேக் நோய்ப்பரவலின் போது, தெலாந்தலா செபஸ்தியாரின் அருளிக்கத்தைக் கொணர்ந்து, தான் பணி செய்த ஆலயங்களில் நிறுவினார்; செபஸ்தியாருக்கு தனி பீடங்கள் கட்டினார். நவீன மருத்துவத்துக்கு எதிராக அன்றைய கவிஞர் பெத்ரார்க் (Petrarch) கொண்டுவந்த எதிர்ப்புக் கடிதம் தெலாந்தலாவுக்கு உதவியது. செபஸ்தியார் போதும், மருத்துவம் தேவையில்லை என்ற மூட நம்பிக்கை பரவியது. கூடவே செபஸ்தியார் வழிபாடும் காட்டுத்தீயெனப் பரவியது.. 1448ம் ஆண்டு ஃப்ளாரன்ஸ் நகரில் கட்டப்பட்ட பிளேக் நோய்க்கானச் சிறப்புப் பொது மருத்துவமனைக்கு செபஸ்தியாரின் பெயரிடப் பட்டது.

அதன் பின் பார்மா (Parma), அசிசி (Assisi), ஃபொலினோ (Foligno), சன் கிமிஞானோ (San Gimignano) என பல நகரங்களில் பிளேக் நோய்

ஏற்பட்டபோது, செபஸ்தியாருக்கு சிறப்பு வழிபாடுகளும், பீடங்களும், வெள்ளிச் சிலைகளும் செய்து மக்கள் வழிபட்டனர். இத்தாலியின் பல கிறிஸ்தவப் பங்குகள், தங்களின் பாதுகாவலராக செபஸ்தியாரை ஏற்றுக்கொண்டன.

இடைக்கால சிற்ப ஓவியக் கலைஞர்களுக்கு செபஸ்தியாரின் உருவத்தை வடிப்பதும், வரைவதும் வாடிக்கையாயிற்று. ஐரோப்பா முழுக்க செபஸ்தியாரின் மரபு பரவ இந்த ஓவியங்களும், சிற்பங்களும் பெரும் காரணமாக அமைந்தன. கிறிஸ்துவின் பாடுகள் போல செபஸ்தியாரின் பாடுகளும் மக்களைத் தன்பால் ஈர்த்தன எனலாம். ஐரோப்பிய மத குருக்கள் இந்தியாவுக்கு மறைபரப்புப் பணிக்கு வந்தபோது, செபஸ்தியாரை தங்களின் பாதுகாவலராகக் கொண்டு அவரை இங்கு அறிமுகமும் செய்தனர்.

17ம் நூற்றாண்டில் இந்தியாவைச் சுழற்றியடித்த பிளேக் நோய் செபஸ்தியார் வழிபாட்டை இங்கு தூண்டியிருக்கக்கூடும். அதன்பின் வந்த காலரா போன்ற பெருந்தொற்று நோய்களுக்கு எதிராக, எளிய மக்கள் கொள்ளை நோய்களிடமிருந்து காக்கும் பாதுகாவலரான செபஸ்தியாரை வழிபடத் தொடங்கினர். இந்த வழிபாடு, நன்றியறிதல் பொது விருந்துகளாக மாறியது. இந்தப்

சமபந்தி விருந்தன்று செபஸ்தியாருக்குக் காணிக்கையாகக் கொண்டுவரப்பட்ட ஆடுகள். நன்றி – நக்கீரன்

பொது விருந்துகளுடன் செபஸ்தியாருக்கு நேர்ந்துவிடப்படும் முதல் ஈற்றுகளும் சேர்ந்துகொள்ள, அசைவ அன்னதானம் நோய்க்காலத்தில் தங்களைக் காப்பாற்றியதற்கும், மற்ற நன்மைகளுக்கு நன்றியாகவும் மக்களால் செய்யப்பட்டு வருகின்றன. பொது விருந்து கிறிஸ்தவ மறையில் அதிக முக்கியத்துவம் கொண்டது. இயேசு நாதர் ஐந்து அப்பமும், இரண்டு மீன்களும் கொண்டு பெரும் மக்கள் கூட்டத்துக்கு உணவிட்டது போல, இன்னாரென்று அறியாதவர்க்கு உணவளித்து ஆற்றுப்படுத்துவது முக்கிய கிறிஸ்தவ நெறியாகவே இன்றும் பேணப்படுகிறது.

முத்தழகுபட்டியைப் பொறுத்தவரை ஒவ்வொரு ஆண்டும் ஆடி மாதம் இரண்டாவது வாரம் ஞாயிறு அன்று கொடியேற்றம், திங்கள் அன்று தேர், செவ்வாய்க்கிழமை அன்று செபஸ்தியாருக்குப் பெருவிழா எடுக்கப்பட்டு, அன்னதானம் நடைபெறுகிறது. ஆலயம் கட்டப்பட்டபோது வைக்கப்பட்ட செபஸ்தியார் சிலைதான் இன்றளவும் அங்கு பீடத்தில் இருக்கிறது என அவ்வூர் நாட்டாமை ஸ்டீபன் குறிப்பிடுகிறார்.

''கோயில ஊர்க்காரங்கதான் சேர்ந்து கட்டுனோம். ஊர்க் கோயில் அது. பங்குக்கோ, திருச்சபைக்கோ, அல்லது வேற எந்த சபைக்கோ சம்பந்தம் இல்ல. இன்னைக்கி வரைக்கும் ஊர் நிர்வாகம், பொதுமக்கள் கன்ட்ரோல்லதான் அந்தக் கோயில் இருக்கு. பங்கு சாமியாரோட ஊர்ப் பொதுமக்கள் இணைஞ்சு போறதுனால, அவுங்க பூசைகேக்கும்போது நல்லபடியா வச்சிக் குடுப்பாங்க. செபஸ்தியார்னாவே ஊர்ல உயிர விடுற அளவுக்கு ஆளுங்க இருக்கு. திருவிழா நாள்கள்ல மக்களுக்காக ஒன்பது நாளைக்கு பங்கு சாமியார் நவநாள் வச்சிருவாரு. அந்த செவ்வாய்க்கிழம திருவிழாதான் ஃபேமஸ். கோழி, ஆடு, கிடா இது எல்லாம் காணிக்கையா மக்கள் கொண்டு வருவாங்க. காணிக்கையா அவுங்க கொண்டுவர்றத ஊர் மக்கள் பூரா ஒண்ணா சேர்ந்து சமைப்போம். சேர்ந்து சமைச்சு ஒரே அன்னதானமா வரவங்க எல்லாத்துக்கும் போடுவோம்'', என ஸ்டீபன் கூறுகிறார்.

அவரது தந்தை சாலமோன், ''விடிய விடிய பந்தி நடக்கும். சாயங்காலம் ஏழு மணிக்குப் பந்தி ஆரமிப்பாங்க'', எனச் சொல்கிறார். ஸ்டீபன் தொடர்கிறார். ''அடுத்த நாள் காலைல வரைக்கும் பந்தி நடக்கும். ஒரு பக்கம் கிடா காணிக்கையா கொண்டுவந்து குடுக்குறவுங்களுக்கு டோக்கன் குடுத்துருவாங்க. கூட்டத்துல உக்காந்து சாப்பிட முடியாது, வீட்டுக்கு கெஸ்ட் வருவாங்க அவுங்களுக்குக் குடுக்கணும்னு எடுத்துக்கிட்டு

போறதுக்குத்தான் டோக்கன். பாத்திரங்களக் கொண்டுவந்து, டோக்கன் குடுத்து அவுங்க வாங்கிக்கிட்டு போறது தனியா நடக்கும். டோக்கன் பந்தி தனி. ஹைஸ்கூல் கிரவுண்டு பக்கம் இருபதாயிரம், முப்பதாயிரம் பேருக்கு சாப்பாடு போடுவோம். வரக்கூடியவுங்க யாருக்குனாலும் சாப்பாடு உண்டு. இவுங்க தேன், அவுங்க தேன்னு கழிப்பு கெடையாது. நல்லவுங்க, கெட்டவுங்க, படிச்சவுங்க, படிக்காதவுங்க யாரா இருந்தாலும், எல்லா மதத்தினருக்கும் சமபந்தி. சமமா உக்காந்து டேபிள் சேர் போட்டு உக்காந்து சாப்பிட்டுட்டுப் போவாங்க'', என்கிறார்.

இந்துக்கள் இஸ்லாமியர்கள் இந்த சமபந்திக்கு வருவார்களா என ஸ்டீபனிடம் கேட்டேன்.

''எல்லாரும் வருவாங்க. காணிக்கையே அவுங்க கொண்டு வருவாங்க. நேர்த்திக்கடன் வச்சு, அவுங்க திருவிழாவுல வந்து வேலையும் செய்வாங்க, சமபந்தியிலயும் கலந்துக்குவாங்க. எங்க ஊரைப் பொறுத்தவரை மூணு எடத்துல லோடுமென் லம்ப்பா இருக்காங்க. முத்தழகுபட்டி காரவுங்கதான் ஃபுல்லாவே இந்த லோடுமென் அசோசியேஷன்ல எல்லாம் இருக்காங்க. அண்ணாமல தெருவுகாரவுங்க, வாணி விலாஸ் மேடு காரவுங்க, சக்தி டாக்கீஸ்காரவுங்க – இந்த மூணு சங்கத்துலயுமே லோடுமென் நெறைய இருக்காங்க. அதில்லாம வர்த்தகர்கள் சங்கம், கலாஸ்காரர்கள் சங்கம், தரகுக்கடை சங்கம், தள்ளுவண்டிக்க ாரவுங்க சங்கம், இத மாதிரி என்னென்ன லேபர் சங்கம் உண்டோ, எல்லாத்துலயும் எங்க ஆளுக்க இருக்காங்க. அவுங்க எல்லாம் சேர்ந்து செவ்வாய்க்கிழமை அன்னிக்கு சங்கம் சங்கமா காணிக்கை கொண்டு வருவாங்க. காலைல எட்டு மணிக்கு ஆரமிக்கிற காணிக்கை பவனி, சாயங்காலம் அஞ்சு மணி, ஆறு மணி வரைக்கும் இடைவிடாம வந்துக்கிட்டே இருக்கும். அரிசியில இருந்து கோயிலுக்குத் தேவையான பொருள்கள் எல்லாமே வரும்.''

''இந்திரா காந்தி பீரியட்ல அரிசிய அதிகமா செலவு பண்ணக் கூடாதுன்னிட்டு செக் பண்ணுவாங்க. அப்ப கவர்மெண்டுக்கு யாரோ இங்க இத்தன மூடை அரிசி இருக்குதுன்னு சொல்லி இருக்காங்க. அதைக் கேள்விப்பட்டு, அரிசிய ஜப்தி பண்றதுக்கா வேண்டி வர்றாங்க. இங்க விஷயம் தெரிஞ்ச விழாக் கமிட்டி என்ன செஞ்சிட்டாங்க, சாப்பாடு ஏற்கனவே செஞ்சி அம்பாரம் அம்பாரமா கொட்டி இருந்ததுல போட்டு அப்டியே வகுந்துவுட்டு, மூடை அரிசிய அதுல கொட்டி, சோத்த போட்டு அப்டியே மூடிவிட்டாக. சமச்சா ஒண்ணும் செய்ய முடியாதுன்னுட்டு அப்டி செஞ்சாங்க.

அவுங்க போனபெறகு பார்த்தா கொட்டுன அரிசி பூரா சோறா வெந்துபோச்சு. அத ஒரு பெருமையா பேசுவாங்க'', என்று சொல்லி ஸ்டீபன் சிரிக்கிறார்.

அவர் தந்தை, ''அன்னதானத்துல திருட்டுத்தனம் பண்ணாக்கா அது கண்ணால காமிக்கிம்'', என்று சொல்கிறார். ''கறிய யாருக்குந் தெரியாம எடுத்துக்கிட்டா வாயெல்லாம் கோணிக்கிம். கண்ணு தெரியாம கூடப் போயிருக்கு'', எனச் சொல்கிறார். கேட்க நம்பமுடியாத கதையாக இருந்தாலும், காணிக்கை என கோயிலுக்கு வருவதில் கைவைக்கக் கூடாது என்று அறிவுறுத்துவதற்காக இவ்வாறான கதைகள் ஏற்பட்டிருக்கலாம் எனத் தோன்றுகிறது.

''இப்பதான் டீசன்ட்டா ஸ்கூல்ல டேபிள் சேர் போட்டு சாப்பாடு நடக்குது. முன்ன எல்லாம் செபஸ்தியார் கோயில்ல இருந்து தொடங்கி பழனி ரோடு வரைக்கும் ரோட்டுல ரெண்டு சைடும் மக்கள் தரைல உக்காந்திருப்பாங்க. தரைல தேன் எலை போட்டு வரிசைல சாப்பாடு பரிமாறுவாங்க. அதுல ஒருசந்தியா இருக்குறவுங்க – நோன்பு இருக்குறவுங்களுக்கு முத பந்தி, அதுக்கடுத்து இல்லாத ஏழை பாழைகளுக்கு சமபந்தி, அதுதான் ஒரிஜினல் அன்னதானம். அதுக்கப்புறம் வெளியூர்க்காரவுங்க பந்தி, இந்தப் பந்தியெல்லாம் முடிச்சிட்டுக் கடைசியாத்தேன் உள்ளூர் தலக்கட்டுக்காரவுங்க பந்தி போடுவாங்க. அதுக்குக் காலைல அஞ்சு மணி ஆயிரும். உள்ளூர்க் காரவுங்க வீட்லதான் சாப்பிடுவாங்க. கோயில் சோறுன்னு சாப்பிடுறதா இருந்தா, காலைல தேன். இன்னைக்கி வரைக்கிம் அத தேன் செய்றோம். சமையல் வேல, பரிமாறுற வேல எல்லாமே ஜென்ட்ஸ்தான். லேடீஸ் உள்ள வரமாட்டாங்க. அது அந்தக் காலத்துல சொன்னதுதான்..சுத்தபத்தமா குளிச்சிட்டு இருக்கணும், கோயில்ல சமைக்கணும்னா தீட்டில்லாம இருக்கணும்னு. அதை இன்னிக்கும் அப்டியே ஃபாலோ பண்ணுறோம்'', என ஸ்டீபன் சொல்கிறார்.

திங்களன்று இரவே பெண்கள் கோயிலுக்கு வந்து வெங்காயம் உரித்து வெட்டுவது, இஞ்சி பூண்டு உரிப்பது, வெட்டுவது, தேங்காய் உரிப்பது உள்ளிட்ட கைவேலைகளைச் செய்து தந்து விடுகின்றனர். மற்ற அரைக்கும், கறி வெட்டும், சுத்தம் செய்யும், சமைக்கும் வேலைகளை ஆண்கள் பார்த்துக்கொள்கின்றனர். ஆடு, கோழி, கத்திரிக்காய், உருளைக்கிழங்கு என வருவது எல்லா வற்றையும் போட்டு ஒரே கறிக்குழம்பும் சோறும்தான் சமைக்கப் படுகிறது. முதல் சமையல் இன்றும் மண்பானையில் செய்யப் படுகிறது. அதற்கென்று மூன்று மண் பானைகளை அடுப்பில்

வைத்து, அதை நாட்டாமை, சேர்வை, மணியம் பதவி வகிப்பவர்கள் பற்றவைக்கின்றனர். இந்தப் பானைகளில் சோறு சமைக்கப்படுகிறது. இதைப் பற்றவைத்த பிறகு, மற்ற பெரிய அடுப்புகளில் பெரிய அண்டாக்களை வைத்து சமையலைத் தொடங்கிவிடுகின்றனர்.

''முன்னாடி ஒரு தலக்கட்டுக்கு ஒரு பதக்கு... அதான் ரெண்டு மரக்கா அரிசி கணக்கு போட்டு மக்கள் குடுப்பாங்க. அப்ப விவசாயிங்க மட்டும் அரிசி குடுத்தாங்க. இப்ப அதெல்லாம் மாறிப்போச்சு. இப்ப பத்து இருவது வருஷமா வந்த குடிகள் அதிகமா இருக்குறதுனால, நம்ம அந்த மாதிரி பிரிக்க வேணாம், எல்லா மக்களுக்கும் ரெண்டு சேர் அரிசி அப்டின்னு வாங்குனோம். இப்ப அரிசிக்கு மாத்தா எல்லாம் வரியாவே வாங்கி, ஒரே அரிசியா போட்டுர்றோம். ஆளுக்கு ஒரு அரிசி போட்டா, ஒரே மாதிரி வேகாது. அதுனால ஒரே அரிசி வாங்கிப் போட்டுர்றோம். போன வருஷம் குறஞ்சது ஐம்பது மூடை அரிசி போட்டிருப்போம். ஒரு மூடை நூறு கிலோ. சில நேரம் பத்தலன்னா கூட அரிசி உலைல போட்டுருவோம். ஐம்பது மூடை நாங்க வாங்குறது போக, காணிக்கையா சிப்பம் கணக்குல அரிசி வருது. அந்த நேரத்துல பந்தி நடக்குறத பொறுத்து, பத்தலை அப்டின்னா, வந்த மூடைல இருந்தும் சேர்த்து போட்டு வேகவச்சிருவோம். பத்தாம மட்டும் போகாது. அதை நாங்க பார்த்துக்குவோம். ரெண்டு வாரத்துக்கு வீட்ல இங்கலாம் குழம்பு வைக்கமாட்டாக... அந்தக் குழம்பு கெட்டுப் போகாம இருக்கும்'', என ஸ்டீபன் சொல்கிறார்.

உடல் உழைப்பை அதிகம் தந்து வேலை செய்யும் மீனவர்கள், விவசாயிகள், மூட்டை தூக்குபவர்கள், கூலி வேலை செய்பவர்கள் போன்றோரே செபஸ்தியாரை இப்படித் தனியாகக் கோயில் கட்டிக் கும்பிட்டு வருவதற்கு எதாவது காரணம் இருக்கிறதா என அவரிடம் கேட்டேன். ''எனக்குத் தெரிஞ்சு இதுக்கு என்ன காரணம்னா செபஸ்தியார் அம்பால குத்தப்பட்டு, ரொம்பக் கொடுமையா வேதனை அனுபவிச்சு செத்தாரு. அதுக்கும் இவுங்களுக்கும் உள்ளூர எதோ தொடர்பு இருக்குன்னு நினைக்கிறேன். ஏன்னா இவுங்களும் உடல் ரீதியா ரொம்ப கஷ்டப்பட்டு உழைக்கிறாங்க. விவசாயிகள் பார்த்தீங்கன்னா அவுங்க உழைப்புக்கு வருஷத்துக்கு ஒரு முறை வந்து அந்த தெய்வத்த வழிபட்டுப் போறது, அன்னதானம் போட்டு அதுல மகிழ்ச்சி கொள்றாங்க. ஒரு வருஷத்துக்கான அவுங்க உடல் உள்ள சுகம், தொழில் சுகம், அவுங்க வருமானம் இது எல்லாத்தையும் அந்த ஒரு நாள் அன்னதானம் குடுக்குதுன்னு நம்புறாங்க.''

''இது எல்லாத்தையும் விட நோய், நோக்காட்டுல இருந்து நம்மள காப்பாத்துறது செபஸ்தியார் அப்டிங்குற நம்பிக்கைலதான் அவரைத் தேடி வர்றாங்க. காலரா, வாந்தி, பேதி இதுல இருந்து செபஸ்தியார் நம்ம ஊரையே காப்பாத்தி இருக்காரு, என்ன வியாதின்னாலும் அவருக்கு வேண்டிக்கிட்டா நல்லாயிரும் அப்டின்னு நம்பிக்கைல வராங்க. வெளிமாவட்டங்கள், வெளிமா நிலங்கள்ல இருந்துலாம் செபஸ்தியார் திருவிழாவுக்கு வருவாங்க. திருவிழா டைமுக்கு எல்லாம் நாலஞ்சு வருஷமா கேரளாவுல இருந்து பஸ்ஸே வருது'', என்கிறார் ஸ்டீபன்.

''மதமோ, ஜாதியோ எதுவுமே திருவிழாவுல பார்க்குறது இல்ல. அத நடத்துற பெரியதனக் காரவுகளும் சரி, பொது மக்களும் சரி, ஒத்துமையா இருந்து நடத்துறோம். எதாவது அதிகமா போனா, நாங்களே அத கன்ட்ரோல் பண்ணி, செய்யக்கூடாதுன்னு சரி பண்றோம். இந்துக்களோட பிரச்சனைன்னா மைக் செட் போட்டு வினாயகருக்கு ரொம்ப சத்தமா பாட்டு வைக்கிறதுதான். நாங்க அவுங்க பெரியதனக்காரவுங்கள கூப்பிட்டு, 'பக்கத்துல குடி எல்லாம் இருக்காங்க, படிக்கிற புள்ளைங்க இருக்காங்க, சத்தம் அவுங்களுக்கு சங்கடமா இருக்கு... அளவா போடுங்கன்னு சொல்லுவோம். அவுங்க சொன்னா கேட்டுக்குவாங்க.''

விழாக்கமிட்டியில் எத்தனை பேர், யார் யார் இருக்கின்றனர் என்று கேட்டேன்.

''கமிட்டியில மொத்தம் 25 பேர் இருக்காங்க. எல்லாமே ஒரே ஆளுகதான். கிறிஸ்தவ வன்னியர்க. கோயில் நிர்வாகத்துக்கு கிறிஸ்தவ வன்னியர்கள் மட்டும் தேன் வருவாக. வேற யாரும் வரமாட்டாக. ஏன்னா இங்க நம்ம ஊரப் பொறுத்தவரைக்கும் ஏறக்குறைய தொண்ணூறு சதவீதம் கிறிஸ்தவ வன்னியர்கள் தான் இருக்காங்க. ஒரு பத்து சதவீதம் மாற்று மதத்தினர் இருக்காங்க. அஞ்சு சதவீதம் இந்த ஊர்லயே இருந்த இந்து வன்னியர் இருக்காங்க. வள்ளுவர் சமூகத்த சேர்ந்த இந்துக்கள் கொஞ்சம் இருக்காங்க. இன்னொரு அஞ்சு சதவீதம் வெளிலருந்து வாடகைக்கு இங்க வந்து இருக்குறவுங்க. காரணம் என்னன்னா திண்டுக்கல் பூரா குடிநீர் வசதி இல்லன்னாலும், முத்தழகு பட்டில நல்ல தன்னி கெடைக்கும் அப்டின்னுட்டு இங்க வந்து வாடகைக்கு இருக்காங்க. கமிட்டி மெம்பர் எல்லாம் பூர்வீகமா இங்க இருக்கவுக. அவுங்கே தேன் கோயில் நிர்வாகத்துக்கு வரமுடியும்'', என்று சொல்கிறார்.

பொங்கல் உபயம் என்றால் என்ன, ஆலயத்தில் பதாகை வைத்திருக்கிறதே என்ற கேள்விக்கு ஸ்டீபன் பதில் சொல்கிறார்.

''இப்ப ஒரு ரெண்டு வருஷமாத்தான் அந்த பழக்கம். என்னன்னா செபஸ்தியார் திருவிழாங்குறது செவ்வாய்க்கெழம வருஷத்துல ஒரு நாள் கொண்டாடுறது. ஆனா வெள்ளிகிழமையும், செவ்வாய்க் கிழமையும் கோயிலுக்கு வரக்கூடிய கூட்டம் அதிகமா இருக்கும். வெளியூர்க்காரவுங்க சில பேரு வசதி வாய்ப்புள்ளவுங்க பொங்கல் வைப்பாங்க. பொங்கல் வைக்க வரமுடியாதவுங்க குடும்பத்தோட வரமுடியலியே அப்டின்னு ஏங்கிக்கிட்டு இருந்தாங்க. கொஞ்சபேர் எங்ககிட்ட வந்து 'செவ்வாய்க்கிழம செவ்வாய்க்கிழம அத செய்யலாமே?'ன்னு கேட்டாங்க. அப்புறம் நாங்க முடிவு பண்ணி, ஒவ்வொரு செவ்வாய்க்கிழமையும் பொங்கல் வச்சு, வரக்கூடிய ஆயிரம் பேரு பக்கமா வர்றவுகளுக்குக் குடுக்க சொல்றோம். அதை அன்னதானம்னு சொல்ல முடியாது, செபஸ்தியாருடைய பிரசாதம். யார்லாம் சாமி கும்பிட வர்றாங்களோ அவுங்க எல்லாருக்கும் அதைக் குடுப்போம். சாயந்தரம் 6.30 மணிலருந்து 9 மணி வரைக்கும் குடுப்பாங்க. யார் கோயிலுக்கு வந்தாலும் உண்டு. ஒவ்வொரு வாரமும் அடுத்த வாரம் யாரு பொங்கல் செய்றாங்களோ அவுங்க பேர கோயில்ல எழுதிப் போட்ருவோம். செபஸ்தியாருக்கு வாராவாரம் செவ்வாய் வெள்ளில வழிபாடு இருக்கும். பூசை இல்ல, ஊர்க்காரவுங்க கும்புடுறது. செபஸ்தியாருடைய மன்றாட்டு மாலை சொல்லி ஜெபம் பண்ணுவாங்க. செபஸ்தியார் பாட்டு எல்லாம் சிடி போட்டோம். ஒரு வருஷம் செபஸ்தியார பத்தி வில்லுப்பாட்டு ஏற்பாடு பண்ணினோம்'', என்றார்.

''செபஸ்தியார் கோயில்ல கல்யாணப் பூசை கிடையாது. அதெல்லாம் பங்குக்கோயில்ல மட்டும்தான். அதுக்கு ஊர் நிர்வாகமே அனுமதிக்க மாட்டோம். பங்குக்காரவுகளே கோயில கேட்டாக, குடுக்கமாட்டோம்னுட்டு சொல்லிட்டோம். திருச்சபையில இருக்கக்கூடிய கத்தோலிக்கக் கிறிஸ்தவர்கள்தான் கமிட்டில இருக்காங்க. அப்ப திருச்சபை ரூல்சையும் நம்ம மதிக்கணும். அதே சமயம் ஊர்க் கட்டுப்பாடு, நீதி நிர்வாகம் அப்டிங்குறதயும் நம்ம கரெக்டா வச்சிக்கணும். பங்குல 1500, 2000 தலக்கட்டு இருப்பாங்க. ஆனா செபஸ்தியார் கோயில் திருவிழான்னா இந்து வன்னியர்களும் வரி எவ்வளவுன்னு கேட்டுக் குடுத்துட்டுப் போவாங்க. நாங்க அதை கட்டாயப் படுத்த மாட்டோம்'', என்கிறார். ''எனக்கு இப்ப 61 வயசாகுது. எனக்கும் ரொம்ப காலம் முன்னாடி, ஒரு காலத்துல திண்டுக்கல்ல

சுத்தி காலரா பயங்கரமா இருந்துருக்கு. அப்ப வீடு வீட்டுக்கு நோயாளிகள் இறந்துருக்காங்க...''

''72 சிலுவ மரம் கொண்டு போனாக'', என அவர் தந்தை சாலமோன் இடைவெட்டி சொல்கிறார். ''அதுதான் செவ்வாய்க்கிழம அவர நினைச்சி, காலரா, வாந்திபேதி எல்லாம் இருக்கக் கூடாதுன்னு ஒருசந்தி இருந்து கும்பிட்டாக. எனக்கு கலியாணம் எல்லாம் ஆகுறதுக்கு முன்ன... ஒரு பத்து பதினஞ்சு வயசு இருக்கும். அப்ப இந்த செபஸ்தியார் கோயில இதுக்கு மேல கட்ட வேணாமுன்னு முடிவு பண்ணுனாக'', என அவரது தந்தை சாலமோன் (92) கூறுகிறார். 1930-1940களில் இந்த காலரா தொற்று அலை ஏற்பட்டிருக்கக் கூடும் என்பது அவர் சொல்வதை வைத்து கணிக்க முடிகிறது. மற்ற இடங்களில் கோயிலை இடித்துவிட்டு பிரம்மாண்ட மாகக் கட்டுவது வாடிக்கை. இங்கோ, காலரா சமயத்தில் மக்கள் படும் துன்பங்களைக் கண்டு, அவர்களே கோயிலை பெரிதாகக் கட்டவேண்டாம் என முடிவெடுத்திருக்கின்றனர்.

''இங்க நடந்த புதுமைகள்னு பார்த்தா குழந்தை இல்லாம வர்றவுங்களுக்கு இங்க குழந்தை வரம் கிடைச்சிருக்கு. என்ன வேண்டுதல்னாலும் காணிக்கையா கொண்டு வர்றது கிடா, அரிசி இதுதான். குழந்தை இல்லாம வேண்டிக்கிட்டு குழந்தைப் பேறு கெடைச்சா, அதுக்கு ஒரு வயசு, ஒன்றரை வயசுல, சில பேரு குழந்தையையே கோயிலுக்கு காணிக்கையா குடுப்பாங்க. திருவிழா அன்னிக்கு அந்தக் குழந்தைய கோயில் சார்பா ஏலம் விடுவாங்க. அவுங்களத் தவிர யார் வேணும்னாலும் குழந்தைய ஏலம் எடுக்கலாம். பெத்தவுங்க அந்த ஏலத்தொகை எவ்வளவோ, எடுத்தவங்களுக்கு அதைக் குடுத்து குழந்தைய வாங்கிக்கணும். இது குழந்தைய கோயிலுக்குக் காணிக்கையா குடுக்குற மாதிரி. குழந்தைங்க அப்புடி வந்தா, உடனே ஏலம் விட்ருவோம். நூறு ருவாயில ஆரமிப்போம். அத எல்லாரும் ஏலம் கேக்கலாம்'', என ஸ்டீபன் கூறுகிறார்.

பழைய அந்தோணியார் கோயில் எப்போது கட்டப்பட்டது, ஏன் இந்த நிலையில் இருக்கிறது என்ற கேள்வியை முன்வைத்தேன்.

இந்தப் பகுதியில் தொடக்கத்தில் சி.எஸ்.ஐ. ஆலயம் இல்லை, சமீபத்தில் வந்ததுதான். அதனருகே இருக்கும் பழைய அந்தோணியார் கோயில், பங்கு தொடங்கியதற்கு முன்பே இருந்த 'வியாகுல மாதா' கோயில் என சாலமோன் சொல்கிறார். ''அதை எங்க ஐயா தேன் எழுதி குடுத்துட்டார். அந்த செபஸ்தியார் கோயில

காப்பாத்துறதுக்கு, இந்தக் கோயில எழுதிக் குடுத்துட்டாரு'', என்கிறார். பழைய அந்தோணியார் கோயிலின் ஒரு பகுதி மட்டுமே ஆலயமாக முன்பு இருந்துள்ளது. அதற்கு முன்புள்ள இடம் புறம்போக்காக இருந்துள்ளது. சுமார் முப்பது சி.எஸ்.ஐ. கிறிஸ்தவ குடும்பங்களே அப்போது இருந்தன.

கத்தோலிக்கக் குடும்பங்கள் நிறைய இருந்தன. கத்தோலிக்கக் கோயில் தங்கள் கோயிலை மறைக்கிறது, பின்னால் வந்தது என சி.எஸ்.ஐ. தரப்பு பிரச்சனை செய்ததாக நாட்டாமைக்காரர் சொல்கிறார். அந்த இடத்தை ஆக்கிரமிப்பு செய்யவும் முயன்றிருக் கின்றனர். அப்போது தேவையற்ற பிரச்சினைகளைத் தவிர்க்க, இன்று சி.எஸ்.ஐ. ஆலயம் இருக்கும் இடத்தை அந்தக் கிறிஸ்தவர்களுக்கே அவரது தாத்தா எழுதிக் கொடுத்துவிட்டார். பழைய அந்தோணியார் ஆலயத்தின் பக்கவாட்டுப் பகுதியை சீர்திருத்த சபையார் விரிவாகக் கட்டிக்கொண்டனர். அந்த ஆலயத்தைக் கட்டி நூறாண்டுகள் ஆகியிருக்கும் என சாலமோன் சொல்கிறார்.

''எங்கையா (தாத்தா) சவரிமுத்து அப்ப நாட்டாமையா இருந்திருக்காரு. ஒரு அருந்தொழில்காரன் (வித்தைக்காரன்)... எங்க பங்காளி சந்தியாகு நாட்டாம தேன்... என்ன பண்ணியிருக்கான், செபத்தியார் கோயில் அவனோட செபக்கூடம்னு கோர்ட்டுல வாதம் பண்ணியிருக்கான். இவரு பார்த்தாரு. ஒடனே வெள்ளக்காரத் தொரைய புடிச்சி, இந்தக் கோயில ஜெயிச்சிக் குடுத்துட்டா, அந்தக் கோயில தரேன்னுருக்காரு. அப்ப வெள்ளக்காரன் ஆட்சி, ஜெயிச்சுக் குடுத்துட்டாங்க. அப்ப எழுதிக்குடுத்துட்டாரு எங்கையா'', என சாலமோன் சொல்கிறார்.

அதை ஸ்டீபன் விளக்குகிறார். ''நாட்டு விடுதலைக்கு முன் நடந்த கதை இது. வெள்ளைக்காரர்கள் இங்கிருந்து செல்வதற்கு முன் தேவாலய சொத்துகளை சபைக்கு எழுதிவைத்தனர். அப்படி நடந்துவிடக் கூடாது, இந்த செபஸ்தியார் ஆலயம் 'ஊர்க் கோயிலாகவே' நீடிக்க வேண்டும் என்பதற்காக, வியாகுல மாதா கோயிலின் பகுதியை சி.எஸ்.ஐ. திருச்சபைக்கு எழுதிக் கொடுத்துவிட்டு, செபஸ்தியார் ஆலயத்தை ஊர்ச் சொத்தாகக் காப்பாற்றிவிட்டார் எனச் சொல்கின்றனர். அப்படிக் காப்பாற்றியதால்தான், இன்று செபஸ்தியார் ஊருக்கே ஒரு வேளை உணவை வயிறாரத் தந்துகொண்டிருக்கிறார்.''

சான்றுகள்

- Piety and Plague: From Byzantium to the Baroque, The Making of a Plague Saint – Sheila Barker, edited by Franco Mormando and Thomas Worcester - Penn State University Press, 2008
- Intercession and Specialization St. Sebastian and St. Roche as Plague Saints and their Cult in Medieval Hungary - Ottó Gecser, 2017
- The Reformation of a Plague Saint: Saint Sebastian in Early Europe, Rachel Barclay - The Luther Skald, January 2012
- http://bayazet.ru/en/culture/culture/armenian-religion/Matah.html
- Survival of animal sacrifice practices inside the Christian Church, Fred C Conybeare - The American Journal of Theology, Vol. 7, No. 1, University of Chicago Press, 1903
- திண்டுக்கல் புனித செபஸ்தியார் பேராலய ஆண்டுத் திருவிழா - 08 08 2017/ Jaya Plus, YouTube

50

உசிலம்பட்டி வீரம்மா

''உசிலம்பட்டி இன்னிக்கு இவ்வளவு தூரம் வளர்ந்துருக்குதுன்னா, அதுக்குக் காரணமே நூர்த்மார்க் அம்மாதான். நங்கள்லாம் படிச்சு இன்னிக்கு நல்லா இருக்கோம்னா அதுக்கு அவுங்கதான் காரணம்.''

•

நண்பர் ஜோசப் தானியேல் உசிலம்பட்டியைச் சேர்ந்தவர். அவர் அங்குள்ள தமிழ் சுவிசேஷ லுத்தரன் சபையின் (Tamil Evangelical Lutheran Church) தேவாலயம் குறித்து அடிக்கடி பேசிக்கொண்டே இருப்பார். அதன் வடிவமைப்பு திராவிடக் கட்டுமானப் பாணியில் இருக்கும் எனவும் குறிப்பிடுவார். ஒரு முறை உசிலம்பட்டியின் வீரம்மா பற்றிக் குறிப்பிட்டார். உசிலம்பட்டிப் பகுதியில் பெண் சிசுக்கொலைகள் தலைவிரித்தாடிய காலத்தில், அங்கு பள்ளிகளை நிறுவி, பெண்களுக்குக் கல்வி என்ற பெரும் வரத்தைத் தந்தவர் அவர் என்று குறிப்பிட்டார். அவரது அம்மா பணியாற்றிய உசிலம் பட்டி டி.இ.எல்.சி. பெண்கள் பள்ளியை நிறுவியவர் இந்த வீரம்மா என்றார். அந்நிறுவனரின் சிலையை அவரது அம்மா மற்றும் சில ஓய்வு பெற்ற ஆசிரியர்கள் பள்ளியில் தோற்றுவித்ததைச் சொல்லி, அதன் புகைப்படத்தையும் அனுப்பினார்.

எல்லன் நூர்த்மார்க் (Ellen Nordmark) என்ற வீரம்மாவின் அறிமுகம் எனக்கு அந்தப் புகைப்படம் வாயிலாகக் கிடைத்தது. அசந்து விட்டேன். நெல்லை, குமரி மாவட்ட எல்லையில் ஏமி

கார்மைக்கில் என்ற 'அம்மாயி' எப்படி ஆடல் பெண்களாக விற்கப்படவிருந்த பெண் குழந்தைகளைக் காப்பாற்றி, தங்க இடம் கொடுத்து, கல்வி போதித்தாரோ, அதே போல உசிலம்பட்டியைக் களமாகத் தேர்ந்தெடுத்து, அங்கு கள்ளிப்பாலுக்கு இரையாகவிருந்த பச்சிளம் குழந்தைகளுக்கு வீரம்மா கல்வியைத் தந்தார்; வாழும் நம்பிக்கையைத் தந்தார்.

எல்லனை உசிலம்பட்டி தாண்டி உலகுக்கு அறிமுகம் செய்த பெருமை முனைவர் மல்லிகா புண்ணியவதியைச் சேரும். பொறையார் பிஷப் மாணிக்கம் லுத்தரன் கல்லூரியில் வரலாற்றுத்துறைப் பேராசிரியராக இருக்கும் மல்லிகா, சுவீடனின் உப்சலா (Uppsala) பல்கலைக்கழகம், சுவீடிஷ் மிஷனின் ஆவணங்கள் என பல இடங்களில் உள்ளத் தரவுகளை ஆய்வு செய்து, எல்லனைக் குறித்து எழுதியிருக்கிறார். அவரது ஒன்றிரண்டு ஆங்கிலக் கட்டுரைகளை வாசித்த பிறகு, உசிலம்பட்டிக்குப் போய் எல்லன் தோற்றுவித்த பள்ளியைப் பார்ப்பது என முடிவு செய்தேன். "எங்க டி.இ.எல்.சி. சர்ச் இருக்குற ரோட்டுல மொத்தம் ஏழு சர்ச் இருக்கு, கூகிள் மேப்ல வேணாலும் பாருங்க", என்று ஜோசப் சொன்னது எவ்வளவு உண்மை என அங்கே நேரில் சென்றபோது புரிந்தது.

வேலை நாள் மாலை 4 மணிக்கு, உசிலம்பட்டி முக்கிய சாலையில் நீங்கள் யார் மேலாவது இடிக்காமல் பத்தடி தொலைவு நடந்து விட்டால், உங்களுக்கு விருதே தரலாம். அவ்வளவு நெரிசல், மக்கள் கூட்டம். டி.இ.எல்.சி. பள்ளியிலிருந்து வெளியே வந்த ஆசிரியர்கள், பள்ளி வாசலிலேயே கைகாட்டி பேருந்துகளை நிறுத்தி, ஏறிச்சென்றனர். பூப்போல ரிப்பனை மடித்துக் கட்டியிருந்த பெண்கள் புத்தகங்களை அணைத்தபடி சாரி சாரியாக சாலையில் நடந்துகொண்டிருந்தனர்.

மேல்நிலைப்பள்ளி உள்வளாகம் இந்த சந்தடி தொடாத தொலைவில் அமைதியாகவே இருக்கிறது. வரிசையாக மரங்கள், அவற்றின்கீழ் அங்கங்கே நின்று சீருடையில் பேசிக்கொண்டிருந்த மாணவிகள், மாலை நேரத்து மஞ்சள் வெயிலில் ஒளிரும் கட்டடங்கள் என பள்ளியின் தோற்றம் மனதுக்கு இதமாகவே இருந்தது. காரிலிருந்து இறங்கியதும் எல்லனின் மார்பளவு சிலைதான் கண்ணில் பட்டது. 1998ம் ஆண்டு அன்றைய தரங்கை ஆயர் ஜே.ஜி.ஜான்சன் அவர்களால் சிலை திறந்துவைக்கப்பட்டது. நிர்வாகக் கமிட்டியினரின் பெயர் ஒரு பக்கமும், எல்லனின் வாழ்க்கை வரலாற்றுச் சுருக்கம் இன்னொரு பக்கமும் கல்வெட்டு களில் வெட்டப்பட்டுள்ளன.

அறியப்படாத கிறிஸ்தவம் ✤ 481

யாரிந்த எல்லன் நூர்த்மார்க்? உசிலம்பட்டிக்கும் அவருக்கும் என்ன தொடர்பு?

14 ஜூலை 1902 அன்று சுவீடனின் வாஸ்தெராஸ் (Vasteras) என்ற ஊரில் ஐடா கிறிஸ்டினா எலிசபெத் (Ida Christina Elizabeth) – யோஹான் லுத்விக் பெர்தினாந்து நூர்த்மார்க் (Johan Ludwig Ferdinand Nordmark) தம்பதியின் மகளாக எல்லன் பிறந்தார். தந்தை யோஹான் மாவட்டப் பதிவாளராகப் பணியாற்றினார். இரண்டு சகோதரிகள், இரண்டு சகோதரர்கள், தாய் தந்தை என சுற்றம் சூழ வாழ்ந்த எல்லன், பள்ளிப்படிப்பை முடித்து, தொழில்கல்வி பயின்றார். அதன்பின் ஓராண்டு (1923-1924) ஸ்டாக்ஹோம் நகரில் இறையியல் கற்றார், ஆசிரியர் பயிற்சி பெற்றார். 1926 முதல் 1930 வரை நான்கு ஆண்டுகள் உப்சலா பல்கலைக்கழகத்தில் இளங்கலை இறையியல் பட்டப்படிப்பை முடித்தார். 1930ம் ஆண்டு முதல் இங்கிலாந்தில் மொழிப் பாடநெறி கற்றார். சில ஆண்டுகள் ஆசிரியராகப் பணியாற்றினார். பதின்ம வயது முதலே எல்லனுக்கு மிஷனரி ஆகவேண்டும் என்ற பேராவல் இருந்தது. அதைக் கருத்தில் கொண்டே இறையியல் கற்றார். சர்ச் ஆஃப் சுவீடன் மிஷனில் (Church of Sweden Mission - Svenska Kyrkans Mission) சேரும்போது, அந்தப் பணிக்கு முழுத்தகுதியுள்ளவராக எல்லன் இருந்தார். இறையியல் பட்டப்படிப்பை முடித்த முதல் பெண் மிஷனரிகளில் எல்லனும் ஒருவர். படித்து முடித்து மிஷன் பணிக்குத் தயாராக இருந்த எல்லன், மறைபரப்புப் பணிக்கு தமிழகத்துக்கு அனுப்பப் பட்டார். அங்கு அவர் தெரிவு செய்த ஊர், மதுரை மாவட்டம் உசிலம்பட்டி.

20ம் நூற்றாண்டின் முற்பகுதியில், பண்டைய லீப்சிக் மிஷனின் பணிகளை சுவீடிஷ் மிஷன் எடுத்து நடத்தியது. இந்தியாவுக்கு வந்த முதல் சுவீடிஷ் போதகர் ஜான் சக்கரியாஸ் கெய்ர்நந்தர் (John Zacharias Kiernander). இவர் 1744 முதல் 1790 வரை கடலூரில் பணியாற்றினார். இவருக்குப் பின் ஜேக்கப் சாந்தெக்ரென் (Jacob Sandegren), கிரெம்மர் (Kremmer), ஹ்யூமென் (Heuman), பெக்செல் (Bexel), குகல்பெர்க் (Kugelberg), எஸ்தர் பீட்டர்சன் (Esther Peterson) இவர்கள் வரிசையில் 1938ம் ஆண்டு சுவீடிஷ் மிஷனின் மறைபரப்பாளராக எல்லன் தமிழகம் வந்தார்.

1914ம் ஆண்டு ஏ.பி.ஜொஹான்சன் (AB Johansson) என்ற மிஷனரியால் உசிலம்பட்டியில் பெண்கள் பள்ளி ஒன்று தொடங்கப் பட்டது. அப்போது அப்பள்ளியின் 16 கிமீ சுற்றுவட்டாரத்தில் வேறு

பள்ளிகள் எதுவும் இல்லை. அன்றைய உசிலம்பட்டி மிகவும் பின் தங்கிய, குற்றப் பரம்பரை என ஆங்கிலேய அரசால் ஒடுக்கப்பட்ட கள்ளர் இன மக்கள் அதிகம் வசித்த பகுதி. ஜொஹான்சனுக்குப் பிறகு ஹிம்மல்ஸ்திராந்து (Himmelstrand) தம்பதி பள்ளி நிர்வாகத்தைக் கவனித்து வந்தது. பத்து வகுப்புகளில் மாணவர் களும், பன்னிரெண்டு ஆசிரியர்களும் அப்பள்ளியில் இருந்தனர். ஆசிரியராகப் பயிற்சி பெற்ற எல்லனை அந்தப் பகுதிக்கு அனுப்பினால் பயனிருக்கும் என்று நினைத்த மிஷன், உசிலம்பட்டி பள்ளிக்கு அனுப்பியது.

1938ம் ஆண்டு உசிலம்பட்டி பள்ளியின் மேலாளராக எல்லன் அங்கு வந்து சேர்ந்தார். பள்ளி மேலாளர் என்பதால், அவரைச் சுற்றி என்ன நடக்கிறது எனக் கூர்ந்து கவனிக்கும் வாய்ப்பு கிடைத்தது. கள்ளர் இனப் பெண்கள் சாதிவாரியாகவும், பாலினம் காரணமாகவும் ஒடுக்கப்பட்டவர்கள் என்பதைக் கண்டுகொண்டார். தன்மதிப்பை அப்பெண்களுக்கு உணர்த்த வேண்டியதன் அவசியத்தையும், விடுதலை உணர்வுடன் இயங்கவேண்டியதன் அவசியத்தையும் புரிந்துகொண்டார். அக்கம்பக்கத்து கிராமங்களுக்கு வலியச்சென்று எளிய பெண்களிடன் இணக்கத்தை ஏற்படுத்திக் கொண்டார். அவர்களை அன்புடனும், சமமாகவும் நடத்தினார். அவர்களது பழமைவாதக் கருத்துகளையும், அவர்கள் மேல் திணிக்கப்பட்ட ஆணாதிக்கக் கருத்துகளையும் கேள்விக்கு உட்படுத்தினார். இளம் வயதில் மணம் செய்து கொடுப்பதால், அப்பெண்களுக்குப் பிறக்கும் குழந்தைகள் போதிய உடல்வலுவின்றி இருப்பர் என அந்தப் பெண்களுக்குப் புரியவைத்தார்.

திருமணம் என்பதையே பெண்கள் தங்கள் வாழ்வில் அடைய வேண்டிய ஒரே குறிக்கோளாகக் கொண்டு வாழ்வதைக் கைவிட வேண்டும் எனவும், ஆண்களை நம்பி வாழாமல் தன் காலில் நின்றால், அடுத்த தலைமுறைப் பெண் குழந்தைகளை சிசுக்கொலை போன்ற கொடூரங்களுக்கு உட்படுத்தவேண்டிய அவசியம் இல்லை எனவும் உணர்த்தினார். பெண்கள் அவர் வழிகாட்டுதலின்படி சிந்திக்கத் தொடங்கினர். அவர்கள் வாழ்க்கை முன்னேற வேண்டும் என்றால், தனித்து தன்னியல்புடன் இயங்க வேண்டியதன் அவசியத்தை உணர்ந்துகொண்டனர். மாற்றம் வேண்டும் என சிந்திக்கத் தொடங்கினர். இந்த சூழலில் எல்லன், தான் சந்திக்கும் பெண்களிடம் பெண் கல்வியின் அவசியத்தை வலியுறுத்தத் தொடங்கினார்.

அப்போது அந்தப் பகுதியில் பெண் சிசுக்கொலை, குழந்தைத் திருமணம், வரதட்சணை, பாலியல் வன்கொடுமை என பெண்கள்

சந்தித்த சிக்கல்களுக்கெல்லாம் அடிப்படை காரணம் கல்வியறிவின்மை என்பதை அந்தப் பகுதிப் பெண்களை எல்லன் உணரவைத்தார். இதன் விளைவாக தொடக்கக் கல்வி மட்டு மல்லாமல் அதன் தொடர்ச்சியாகவும் பெண்கள் படிக்கவேண்டும் என்ற வேண்டுகோளை முன்வைத்தனர். 1946ம் ஆண்டு தொடக்கப் பள்ளி நடுநிலைப்பள்ளியானது; அடுத்து உயர்நிலைப் பள்ளியானது. உயர் தொடக்கப் பள்ளியின் முதல்வராக அப்போது பணியாற்றிய எஸ்.ஜி.ராஜேந்திரம் அம்மாளின் பங்கும் இதில் அளப்பரியது. தன்னிடம் கல்வி கற்க வந்த பெண்களுக்கு கல்வி, கூடவே சுயமரியாதை இரண்டையும் ஊட்டி வளர்த்தார் எல்லன். இதன் விளைவாக, அப்பகுதி கள்ளர் மக்களிடையே மூட நம்பிக்கைகள் ஒழியத் தொடங்கின. பெண் கல்வியால் ஆண்களும் விழிப்புணர்வு பெறத்தொடங்கினர். குடிகாரர்களாக இருந்த சில ஆண்கள் கூட, தங்கள் மனைவிக்கு, குடும்பத்துக்கு எல்லன் செய்யும் நன்மைகளை மனதில் கொண்டு, அவரைக் கண்டால் மதிப்புடன் நடத்தத் தொடங்கினர்.

பள்ளிக்கு வரும் பெண் குழந்தைகளுக்கு கண்ணியமான ஆடைகள் வழங்கப்பட்டன. அந்த ஆடைகளையும் மாணவிகளே தைத்துக் கொள்ள வசதியாக அவர்களுக்கு தையல் கலை கற்றுத்தரப்பட்டது. வயல்வெளிகளில் பணியாற்றிய பெண் குழந்தைகளுக்கு, வயல் வேலைகளும் கற்றுத்தரப்பட்டன. சமையலறைகளிலும் அவர்களே வேலை செய்தனர். பள்ளியையும், விடுதியையும் சுத்தம் செய்வதும் அவர்கள் பணிதான். துணி துவைப்பது, பாத்திரங்கள் துலக்குவது, விளையாட்டு, இசைக் கருவிகள் கற்பது, கைவினைப் பொருள்கள் செய்வது, ஆடுவது, சுத்தமாக தங்களைப் பேணிக்கொள்வது என அனைத்தும் கற்றுக்கொண்டனர். தங்கள் கிராமங்களில் பெண் குழந்தைகளுக்குக் கிடைக்காத ஏட்டுக்கல்வியும், வாழ்க்கைக் கல்வியும் எல்லனின் பள்ளியில் கிடைப்பது கண்டு பெண்கள் மகிழ்ந்தனர்.

அக்கம்பக்கத்து கிராமங்களில் இருந்து போக்குவரத்து வசதியற்ற சூழலில் படிக்க வர இயலாத குழந்தைகள் பலர் இருந்ததை அறிந்து, விடுதி ஒன்றை பள்ளி வளாகத்திலேயே எல்லன் தொடங்கினார். பள்ளி முதல்வரே விடுதியின் பொறுப்பாளராகவும் இருந்தார். தோட்டக்கலை, கூடை முடைதல், பூத்தையல், கைவினைப் பொருள்கள் செய்வது போன்றவை விடுதி மாணவிகளுக்குக் கற்பிக்கப்பட்டன. பெண் குழந்தைகளைப் பெற்றால், கல்வி கற்று தங்கள் கால்களில் நிற்பர்; பச்சிளம் குழந்தைகளைக் கொல்வது பாவம் என்று சமூகத்தின் அழுத்தத்தை பெண்கள் எதிர்க்கத்

தொடங்கினர். 1946ம் ஆண்டு 1500 மாணவிகள் உசிலம்பட்டி பள்ளியில் பயின்றனர். பள்ளியின் தாளாளராகவும், முதல்வராகவும் எல்லன் செயல்பட்டார்.

பள்ளிப் படிப்பை முடித்த பெண்களுக்கு வேலை வாய்ப்பு கிடைக்க வேண்டும் என்பதற்காக, 1951ம் ஆண்டு ஆசிரியர் பயிற்சிப் பள்ளி ஒன்றையும் உசிலம்பட்டியிலேயே எல்லன் மற்றும் ஆயர் சாண்ட்பெர்கன் தொடங்கினர். பள்ளியில் ஒன்றாம் வகுப்பில் சேரும் மாணவி ஒவ்வொருவரும் ஆசிரியர் பயிற்சி முடித்து ஆசிரியராக வெளிவரவேண்டும் என்பது எல்லனின் பெருங்கனவு. இந்த ஆசிரியப் பள்ளிக்கு முதல்வராக ஆனி ரத்தினசாமி என்பவரை தென் மாவட்டத்திலிருந்து உசிலம்பட்டிக்கு அழைத்து வந்து எல்லனுக்கு ராவ் பகதூர் வேதநாயக தேவர் அறிமுகம் செய்தார். 1990ம் ஆண்டு வரை 2000 ஆசிரியர்கள் இந்த பயிற்சிப் பள்ளியில் பயிற்சி பெற்று, ஆசிரியர்களாகப் பணியாற்றினர்.

எல்லனின் திறனைப் புரிந்துகொண்ட மிஷன் அவரை மிஷன் கல்விக்குழுவின் தலைவராக நியமித்தது; சபையின் நிர்வாகக் குழுவிலும் பொறுப்பு அளித்தது. சுவீடிஷ் மிஷனின் களச் செயலாளராகவும் நியமித்தது. அந்தப் பதவியில் அமர்ந்த முதல் பெண் எல்லன்தான்! மதுரை மாவட்ட ஆட்சியர் அலுவலகத்தில் இயங்கிவந்த கள்ளர் மறுசீரமைப்புத் துறை (Kallar Reclamation Department) அலுவலகத்தினர் அனைவருக்கும் எல்லன் நன்றாகப் பரிச்சயமானவர். சுவீடிஷ் மிஷன் பள்ளியில் படித்து வந்த கள்ளர் பெண் குழந்தைகளுக்கு கல்வி ஊக்கத்தொகை பெறுவதற்கான விண்ணப்பங்களை அவரே அலுவலகத்துக்கு நேரில் சென்று தந்துவிடுவார். அப்போதைய உசிலம்பட்டி தொகுதி சட்டமன்ற உறுப்பினரான பி.கே. மூக்கையாத் தேவர், எல்லனை ''வீரம்மா'', எனவும், அவரது பணியில் அவர் சிறந்தவர் என்று குறிக்கும் பொருட்டு விளையாட்டாக ''நூறு மார்க்'' - நூர்த்மார்க் என்று அழைப்பதையும் வாடிக்கையாகக் கொண்டவர் என்று மல்லிகா தன் கட்டுரையில் குறிப்பிடுகிறார்.

அவரிடம் படித்த பெண் குழந்தைகள் அவரைத் தங்கள் தாயாகப் பார்த்தனர். தங்கள் தேவைகளை அவரிடம் சொல்லி வேண்டியதை உரிமையுடன் பெற்றுக்கொண்டனர். அவர்கள் குழந்தைகளுக்கு எல்லன் 'பாட்டியானார்'. குடும்ப வாழ்வில் ஈடுபட்டிராத எல்லனுக்கு, உசிலம்பட்டியின் பெண்கள் குடும்பமானார்கள். விழாக்களின்போது, இந்தக் 'குடும்ப உறுப்பினர்கள்' எல்லனுடன் தங்கி விழாவைக் கொண்டாட அழைக்கப்பட்டனர். தந்தை

தாயிடம் கிடைக்கும் அன்பு, விருந்து, பரிசுகள் இவையனைத்தும் அந்தப் பெண்களுக்கு எல்லனிடமிருந்து கிடைத்தன. தன்னிடம் படித்த மாணவிகளின் நிலை என்ன என்பதை தொடர்ச்சியாகத் தெரிந்து கொள்ளவும், அவர்கள் தங்களுக்குள் நல்லுறவைத் தொடர்வதற்கும் ஏதுவாக 1960ம் ஆண்டு முன்னாள் மாணவர் சங்கத்தை எல்லன் தொடங்கினார்.

வேலைவாய்ப்புக்கான வழிகாட்டுதல், குடும்பச் சிக்கல்களுக்குத் தீர்வு என பல விதத்திலும் இந்த சங்கம் பயனுள்ளதாக இருக்கிறது. பள்ளியில் சாரண சாரணியர் இயக்கத்தை எல்லன் தொடங்கினார். பள்ளியில் சீருடையைக் கட்டாயமாக்கினார். பள்ளியில் மாணவிகளுக்கு நீதிபோதனை வகுப்புகள் எடுக்கப்பட்டன. ஒழுக்கமாகவும், நேர்மையாகவும் வாழவேண்டும் என்னும் உறுதியை அப்பெண்கள் பெற்றனர். ஒவ்வொரு ஆண்டும் தேர்வுகளில், நூறு சதம் தேர்ச்சியை உசிலம்பட்டி பள்ளி பெற்றது.

பள்ளியில் புதிய கட்டடங்கள் கட்ட, நூதனமாக நட்சத்திரங்களை உசிலம்பட்டிக்கு வரவழைத்து எல்லன் நிதி திரட்டினார். நடிகர் என்.எஸ்.கிருஷ்ணன் போன்றக் கலைஞர்கள் உசிலம்பட்டிக்கு வந்தனர். 21 டிசம்பர் 1950 அன்று பள்ளியின் புதிய கட்டடத்துக்கு கேரிங் நூர்த்மார்க் (Carring Nordmark) அடிக்கல் நாட்டினார். 1965ம் ஆண்டு சுவீடன் நாட்டுப் பேராயர் பள்ளிக்கு வருகைதந்து எல்லன் மற்றும் பிற ஆசிரியர்கள், போதகர்களின் பணியைப் பாராட்டினார். பள்ளியிலிருந்து மாணவர் பத்திரிகை ஒன்று வெளியானது; மாணவர் இலக்கிய மன்றம் ஒன்றும் செயல்பட்டு வந்தது. தமிழகத்தின் பிற பள்ளிகளுக்கு மாதிரிப் பள்ளியாக உசிலம்பட்டி சுவீடிஷ் மிஷன் பள்ளி இருந்தது எனலாம். சுவீடனிலுள்ள தையல் கலை மையமான அரோஸ்லுண்ட்ஸ்கிரெட்சென் (Aroslundskretsen) எல்லனின் பல்வேறு திட்டங்களுக்குப் பரிசுகள் செய்து அனுப்பியது. உசிலம்பட்டிக்கும் இந்த மையத்துக்கும் கடிதப்போக்குவரத்துகள் தொடர்ச்சியாக இருந்துவந்தன.

கள்ளர் இனப் பெண்கள் உடல் வலு கொண்டவர்களாக இருந்ததை தொடக்கத்திலேயே கவனித்த மிஷனரிகள், அவர்களுக்கு விளையாட்டுகளை அறிமுகம் செய்தனர். விளையாட்டுக் கல்வி பள்ளிப் பாடத்திட்டத்தில் சேர்க்கப்பட்டது. மாவட்ட, மாநில, தேசிய அளவு விளையாட்டுப் போட்டிகளில், உசிலம்பட்டி சுவீடிஷ் மிஷன் பள்ளி மாணவிகள் பரிசுகள் தட்டிவந்தனர். 37 ஆண்டுகள் இந்தியாவில் மிஷன் பணிக்குப் பிறகு எல்லன் சுவீடன் திரும்பினார். அதன் பின்பும் தையல் குழு மூலம் உசிலம்பட்டியுடனான தன்

டி.இ.எல்.சி. ஆலயம், உசிலம்பட்டி

தொடர்பை அவர் உயிர்ப்புடன் வைத்திருந்தார். ஓய்வு பெற்று சுவீடன் திரும்பிய பிறகு இரண்டு முறை உசிலம்பட்டி வந்து, தன் குடும்பத்தை சந்தித்து ஆனந்தம் கொண்டார். 1994ம் ஆண்டு மறைந்த எல்லன், வாஸ்தெராஸில் அடக்கம் செய்யப்பட்டுள்ளார்.

எல்லன் குறித்தும், பள்ளியைக் குறித்தும் தெரிந்துகொள்ள, பள்ளி முதல்வர் மார்கரெட் அம்மாவைத் தொடர்பு கொள்ளச் சொல்லி தோழர் ஜோசப் கூறியிருந்தார். எங்களை வரவேற்று பள்ளி குறித்து பேசிக்கொண்டிருந்த முதல்வர், ஆலயத்தையும், அதை ஒட்டி இருந்த தெருவில் பள்ளி விடுதியையும் பார்க்கச் சொல்லி அனுப்பினார்.

திராவிடப் பாணியில் தூண்களும், அவற்றில் வாழைப்பூ போதிகை களும், தாமரைப் பதக்கங்களுமென பார்வையைக் கொள்ளை கொள்ளும் ஆலயம் டி.இ.எல்.சி. ஆலயம். ஆலயத்தின் முகப்புப் பகுதியில் சில கல்வெட்டுகள் உள்ளன. அதில் ஆலயப் பிரதிஷ்டையைக் குறிக்கும் கல்வெட்டு, ‘சருவ லோகா நாயக கிறிஸ்து இயேசு நாயக இரக்ஷ்ணிய கோயில், மகா கனம் அத்தியட்சர் ஜே. சந்தெகிரென் (J Sandegren) சாஸ்திரியார்

அவர்களால் 31.8.1935 அன்று பிரதிஷ்டை செய்யப்பட்டது' எனக் குறிப்பிடுகிறது. அதன் அருகிலுள்ள மற்றொரு கல்வெட்டு, 'கள்ளநாட்டுக் கிறிஸ்தவர்களுக்கு அளப்பரிய அருஞ்செயல்கள் செய்த ஜே.எச். ஹிம்மெல்ஸ்திராந்து (Himmelstrand) அவர்களின் நினைவாக' வெட்டப்பட்டுள்ளது.

ஆலயத்தின் பக்கவாட்டுத் தெருவிலேயே பெண்கள் உண்டு உறைவிட இல்லம் நீல வண்ணப் பூச்சுடன் தெரிந்தது. அங்கு எங்களுக்காக விடுதிப் பொறுப்பாளர் நிர்மலா காத்துக்கொண்டு இருப்பதாக மார்கரெட் அம்மா சொல்லி அனுப்பியிருந்தார். விடுதி மிக விசாலமாக, மரங்களுடன், பளிச் சுத்தமாகத் தெரிந்தது. எங்கும் சுத்தம், ஒழுங்கு, அழகு. நிர்மலா அம்மாள் சில மாணவிகளிடம் மரத்தடியில் பேசிக்கொண்டு இருந்தார். எங்களைக் கண்டதும், வரவேற்று அலுவலக அறைக்கு அழைத்துச் சென்றார். அங்கு அவரது சகோதரி எஸ்தரும் வந்துசேர்ந்தார். இந்த இரு பெண்களும் எல்லன் அம்மையாரிடம் நேரில் படித்தவர்கள், அவரோடு சிறுவயதில் விளையாடியவர்கள். நெருங்கிய தொடர்பு கொண்டிருந்தவர்கள். இருவருமே எல்லனின் கனவை நனவாக்கிய ஆசிரியர்கள். அவர்களுடனான உரையாடலிலிருந்து சில பகுதிகள்:

''விடுதியில் இப்போது கொரோனா காரணத்தால் ஒன்பதாம் வகுப்பு முதல் பன்னிரெண்டாவது வகுப்பு வரையிலான மாணவிகளே இருக்கின்றனர். அவர்களின் எண்ணிக்கை 98. அதில் ஜெர்மனியைச் சேர்ந்த கிந்தர்நாத்ஹெறல்ஃபி (KNH - KinderNothilfe – Help the needy) அமைப்பு ஸ்பான்சர் செய்யும் மாணவிகளும் இருக்கின்றனர். அங்கிருந்து நிதி வந்துகொண்டிருக்கிறது. தொடக்கத்தில் இந்த நிதியுதவி சுவீடனிலிருந்துதான் வந்தது. இந்த இடம் (உசிலம் பட்டி) அம்மாவுக்கு (எல்லனை இப்படித்தான் குறிப்பிடுகிறார்) ஒரு காட்சி போல வந்தது. மிகவும் பின்தங்கிய பகுதி இது.''

''இந்த ஊரில் பிரன்மலை கள்ளர்தான் அதிகம். அவர்களுடைய குடும்பப் பின்னணி, சமூகப் பின்னணி மிகவும் மோசமாக இருந்ததால், அம்மா இந்த இடத்தைத் தேர்ந்தெடுத்து, இடங்கள் வாங்கினர். அவர் வந்தபோது இந்த இடம் காடாகத்தான் இருந்தது. இன்று ஆலயம் இருக்கும் இடம், பள்ளி இருக்கும் இடம், இந்த விடுதி இருக்குமிடம் எல்லாமே அவர் வாங்கியதுதான். அம்மா இங்கு வருவதற்கு முன் ஹிம்மர்ஸ்தாந்து என்ற சுவீடிஷ் தம்பதி இங்கே மிஷன் பணியில் ஈடுபட்டிருந்தனர். அவர்களை எங்களுக்கு அதிகம் தெரியவில்லை. அம்மா வந்த பிறகுள்ளவைதான் தெரியும்'', என நிர்மலா சொல்கிறார்.

''அம்மா இங்கே வந்த போது தொடக்கப்பள்ளி ஒன்று இருந்திருக்கிறது. ஐந்தாம் வகுப்பு வரை கூரை வேய்ந்த கூடம் போலத்தான் முதலில் பள்ளி இருந்தது. அப்போது உண்டு உறைவிட இல்லம் கிடையாது. ஐந்தாம் வகுப்புக்குப் பிறகும் குழந்தைகள் படிக்கவேண்டும் என்று இப்போது விடுதிக்குப் பின்பக்கம் இருக்கும் இடத்தை வாங்கி, உயர்நிலைப் பள்ளியாக்கினார். அது ஓட்டுக் கட்டடமாக இருந்தது. அவரது காலத்தில் பள்ளி நல்ல தரமாக இருந்தது. அவர்தான் பள்ளித் தாளாளர், முதல்வர். இந்த விடுதி அலுவலகத்துக்கு எதிர்ப்புறம் இருக்கும் பங்களாவில்தான் அவர் வாழ்ந்தார். வீட்டில் சமையலுக்கு ஆள்கள் உண்டு. அந்த வீட்டில்தான் கடைசி வரை தங்கியிருந்தார்.''

''1960ம் ஆண்டு ஆறாம் வகுப்புக்கு நான் இங்கு வந்து சேர்ந்தேன். ஐந்தாம் வகுப்பு வரை உசிலம்பட்டி பஞ்சாயத்து யூனியன் பள்ளியில் படித்தேன். அந்த நேரம் அவர் மாணவிகளைப் பள்ளிக்குத் தேர்ந்தெடுக்கும் விதமே வித்தியாசமாக இருக்கும். எனக்கு வைத்த தேர்வில், சின்ன கணக்கு ஒன்று செய்யச்சொன்னார். அடுத்து தேங்காயின் பயன்கள் குறித்து ஆங்கிலத்தில் கேட்டார். அப்போது தான் நான் ஆங்கிலத்தில் ஏ, பி, சி, டி படிக்கத் தொடங்கியிருந்தேன். ஏதோ கொஞ்சம் படித்துக்கொண்டு போனதால் தப்பித்தேன். தேர்வில் தேர்ச்சி பெற்ற குழந்தைகளின் பெயரை அவர்தான் வாசிப்பார்.''

''என் அக்காவும் இங்கே படித்தவர். ஒரு கட்டத்தில் இந்தக் கட்டடத்தில் இடம் போதவில்லை. இப்போதுள்ள பள்ளியின் முதல்வர் அலுவலகக் கட்டடத்தை எல்லன் கட்டினார். எட்டாம் வகுப்புவரை இந்த ஓட்டுக் கட்டடத்தில் படித்துவிட்டு, ஒன்பதாம் வகுப்புக்கு அந்தக் கட்டடத்துக்குச் சென்றேன். அந்தக் கட்டடத்துக்கு எதிர்ப்புறமுள்ள கட்டடத்தையும் அவர்தான் கட்டினார். எனக்கு இன்றும் நினைவிருக்கிறது, அந்தக் கட்டடத்தைக் கட்டும்போது சுண்ணாம்பு, சிமிண்ட் கலப்பதை கேப் மாட்டிக்கொண்டு வந்து நின்று கூர்ந்து கவனிப்பார். அந்த அளவுக்கு அந்தக் கட்டடம் கட்டும்போது, அதில் கவனமாக இருந்தார். பள்ளிப் படிப்பு முடித்த குழந்தைகளுக்கு வேலைக்கு வழி செய்ய வேண்டுமென இங்கு ஆசிரியர் பயிற்சிப் பள்ளியைத் (TTI - Teacher Training Institute) தொடங்கினார். அதற்கும் ஒரு கட்டடம் கட்டினார். சுவீடன் நாட்டின் சீடா (SIDA -Swedish International Development Agency) அமைப்பின் நிதியுதவி பெற்று பள்ளியில் ஒரு பகுதி கட்டப் பட்டுள்ளது.''

1961ம் ஆண்டு உசிலம்பட்டியில் எல்லன் நூர்த்மார்க்

''அவருடன் என் தனிப்பட்ட அனுபவத்தைச் சொல்கிறேன். ஆறாம் வகுப்பில் படிக்கும்போது, 'ரோ ரோ ரோ யுவர் போட்' சிறார் பாடல் ஒன்று உண்டு இல்லையா? அதை எங்களுக்கு ஆசிரியர் சொல்லித்தந்தார்; நாங்கள் பாடிக்கொண்டு இருந்தோம். அதில் எல்லன் ஏதோ ஒரு தவறைக் கண்டுபிடித்துவிட்டார். வேகமாக எங்கள் வகுப்புக்கு வந்து, அந்தப் பாடலை அவரே எங்களுக்குச் சொல்லிக்கொடுத்தார். ஜுலை 14 அவரது பிறந்தநாள்.

ஒவ்வொரு ஆண்டும் அதை ஆசிரியர்கள் வெகு விமரிசையாகக் கொண்டாடுவர். அவருக்கு சேலை உடுத்திவிட்டு, காதில் கம்மல் போட்டு, அவரை அலங்கரித்து அழைத்துக்கொண்டு பள்ளிக்கு வந்து அன்று சிறப்புக் கூட்டம் நடத்துவர். அவர் எல்லோருக்கும் அன்று ஏதாவது இனிப்பு வழங்குவார். அவர் பங்களாவின் வெளியே சிட்-அவுட் இருக்கும். அங்கே உட்கார்ந்துகொண்டு எல்லோருக்கும் இனிப்பு வழங்குவார்; நாங்கள் வரிசையில் போய் வாங்கிக்கொள்வோம். பிறந்த நாள் விழாவுக்கு அவரை வரவற்க தட்டில் பழம், பூ, வைத்து, மேளதாளத்துடன் அவரை அழைக்கச் செல்வர். அதை அவர் மிகவும் ரசிப்பார். அவர் மிக அழகாக பாடக்கூடியவர். அதனால் அவரை சினிமாவில் பாட சுவீடனில்

அழைத்திருக்கின்றனர். ஆனால் அதில் ஆர்வமில்லாமல் மிஷன் பணிக்கு வந்துவிட்டார்'', என்று நிர்மலா சொன்னார்.

''பெண் சிசுக்கொலைகள் அப்போது இங்கே நடந்தனவா? நீங்கள் கேள்விப்படதுண்டா?''

''கிராமங்கள்ல இப்பயும் தா செய்றாங்க. அப்பலாம் கள்ளிப்பால் தான் குடுப்பாங்க. பொம்பளைப் புள்ளைங்க ஜாஸ்தியா இருந்துச் சுன்னா அதுங்க வளந்து வரும்போது வரதட்சணை குடுத்து கல்யாணம் பண்ணி வைக்க முடியாதுன்னுட்டு செஞ்சாங்க. இப்பயும் அங்கங்க கிராமங்கள்ல, தெரியாத அளவுல நடக்கத்தான் செய்யுது. அம்மா இங்க ஆதரவற்றோர் இல்லம் தொடங்கக் காரணமே அதுதான். கிராமங்கள்ல உள்ள பிள்ளைங்க படிச்சு முன்னேறணும். உசிலம்பட்டி இன்னிக்கு இவ்வளவு தூரம் வளர்ந்துருக்குதுன்னா, அதுக்குக் காரணமே நூர்த்மார்க் அம்மாதான். நங்கள்லாம் படிச்சு இன்னிக்கு நல்லா இருக்கோம்னா அதுக்கு அவுங்கதான் காரணம். நான், என் தங்கச்சி ரெண்டு பேருமே இங்கதான் படிச்சோம், எங்க ரெண்டு பேருக்குமே வேலை இங்கதான் கிடைச்சுச்சி. நாங்க ரெண்டு பேர்த்துக்குமே டி.இ.எல்.சி. சபை ஸ்கூல்ஸ்ல டீச்சர்ஸ். நாங்க வேலைக்குப் போனதால எங்க பிள்ளைங்க நல்லா படிச்சாங்க. நாங்க சின்சியர் டீச்சர்ஸ். ஒரு நிமிஷம் நான் வீணாக்கமாட்டேன். பிள்ளைங்களுக்குச் சொல்லித்தரதால எங்களுக்கு சம்பளம் கிடைக்கிது. அந்த சம்பளத்த வச்சித்தான் நம்ம புள்ளைங்க படிக்கிறாங்க. அதுனால குழந்தைகளுக்கும், சபைக்கும் நன்றியுள்ளவங்களா இருக்கணும். நமக்கு பேரக் குடுத்தாங்க, படிப்ப குடுத்தாங்க, நம்ம புள்ளைங்க அது மூலமா வளந்துருச்சு'', என்கிறார் நிர்மலா.

''எல்லன் அம்மாவுக்குப் பிறகு உல்லா சாந்தகிரன் (Ulla Sandegren) வந்தாங்க. அப்ப ஹோமோட புது பிளாக் ஒண்ண கட்டுனாங்க. இப்ப டைனிங் ஹால் இருக்கிற பிளாக் அது. இது எல்லாம் சுவீடன்ல இருந்து எய்ட் வாங்கிட்டு வந்து அவுங்க கட்டினது. அதுக்கு எதிர்த்தாப்புல இருக்குற பிளாக் என்னுடைய மாமா மகள் மிசஸ்.கனகவள்ளி ஆசீர்வாதம், அவுங்க கட்டுனாங்க'', என்கிறார்.

''எல்லன் அம்மாவுக்கு கணக்குல ஆர்வம் உண்டு. என் அக்காவுக்கு ஜாமெட்ரி கிளாஸ் அவுங்கதான் எடுப்பாங்க. அப்ப, 'இந்தக் புலில இருந்து இந்தப் புலிக்கு கோடு போடணும்', அப்டின்னு சொல்லுவாங்களாம். இவுங்க எல்லாம் சிரிச்சிட்டு, ''அம்மா, அது புலி இல்லம்மா, புள்ளி'', அப்டின்னு சொல்லுவாங்களாம். ஆனா மறுபடியும் அவுங்க 'புலி'ன்னுதான் சொல்லுவாங்களாம்.

போர்டிங்ல இருந்தபோது கொத்தனார் வேலைக்கு ஆளுங்க வந்திருக்காங்க. அம்மா அவுங்கள நல்லா கட்டச் சொல்லி இருக்குறாங்க. இவுங்க சொல்றதை அவுங்க கேக்க மாட்டேங் குறாங்கன்னு, ''நான் சொல்றத கேளு... நீ கீழ்ப்படி செய், கீழ்ப்படி செய்''ன்னு இவுங்க சொல்லியிருக்காங்க. அவன் என்ன பண்ணியிருக்கான், சரிங்கம்மான்னு சொல்லிட்டு, படிக்கட்டுல நல்லா இருந்த கீழ் படியை இடிச்சு, திருப்பக் கட்டியிருக்கான்'', என்று சொல்லி எஸ்தர் சிரிக்கிறார். கால்டுவெல் குறித்து எழுதும் போதே இந்தத் 'துணுக்குகள்' பற்றி சொல்லியிருக்கிறேன். வெற்றிகரமாக மக்கள் மனதில் நிற்பவர்கள் எல்லோரும் இப்படி துணுக்குகள் வழி தங்கள் இருப்பை நிலைநிறுத்திக் கொண்டிருக்கின்றனர்.

''கிறிஸ்மஸ் டைம்ல எல்லாம் கேரல்ஸ் பாட அவுங்கதான் பயிற்சி குடுப்பாங்க. மியூசிக் கண்டக்டர் மாதிரி கைல குச்சி வெச்சிக்கிட்டு அவுங்க கைய ஆட்டிக்கிட்டே இருப்பாங்க. சர்ச்சுல சர்வீஸ் நடக்கும்போது அவுங்கதான் ஆர்கன் போடுவாங்க. கிறிஸ்மஸ் ஸ்பெஷல் பாட்டுன்னா, சர்வீஸ்ல முன்ன நின்னுக்கிட்டு, 'தாவீதின் சுதனுக்கு ஓசியன்னா ஓசியான்னா' அப்டின்னு கைய அசைப்பாங்க. எல்லாரும் அதை ரசிப்போம். ஃபிராக்தான் போட்டிருப்பாங்க. இங்க இருந்த எல்லா குழந்தைகளையும் அவுங்க தத்துப் பிள்ளைன்னுதான் சொல்லிக்குவாங்க. நிறைய நிலம் வாங்கிப் போட்டிருந்ததுனால அதுலயே நெல்லு, கம்பு எல்லாம் விளையவச்சு, அதுல பிள்ளைங்களுக்கு சாப்பாடு போட்டாங்க. அப்ப எளிமையான சாப்பாடுதான். களி இருக்கும். தோட்டத்துலயே சோளம், கம்பு எல்லாம் இருந்ததால, களி அடிக்கடி இருக்கும். பெரிய தோட்டம் இருந்துச்சு. மாமரம், தென்னைமரம், நெல்லிக்கா மரம் எல்லாம் அதுல உண்டு. பின்னால நெல் வயல். இங்கேயே விளைஞ்சத அப்டியே எடுத்து சாப்பாடு போட்டுருவாங்க'', என்று நிர்மலா சொல்கிறார்.

''இங்க இருந்த ஆண்கள் அவுங்கள எப்படிப் பார்த்தாங்க?'', எனக் கேட்டேன்.

''ஆண்கள் அவுங்களுக்கு நல்ல மரியாதை குடுத்தாங்க. ஒரு தடவை பங்களாவுக்கு வந்த திருடனைப் புடிச்சிக்கிட்டுப் போய் போலீஸ் ஸ்டேஷன்ல ஒப்படைச்சாங்க. 'நீங்க பண்ற வேலைய நான் பண்ணியிருக்கேன்', அப்டின்னு சொல்லி ஒப்படைச்சிருக்காங்க. பயமே இல்லாதவுங்கன்னுதான் அவுங்களுக்கு 'வீரம்மா'ன்னு பேரு...'', என இருவரும் சொல்கின்றனர்.

படிக்க முடியாத பெண்களுக்கு வாழ்வாதாரம் தர தையல் கலையை எல்லன் கையிலெடுத்துக் கொண்டார். தையலுக்கான தனிப் பிரிவைப் பள்ளியில் தொடங்கினார். புதிதாக தையல் இயந்திரங் களை வாங்கி வைத்தார். அந்த இயந்திரங்கள் எதுவும் இப்போது அங்கு இல்லை. நன்றாகப் படித்த பெண்களை கல்லூரியில் சேர்த்து விட்டார். படித்து முடித்த ஆதரவற்றப் பெண்களுக்குத் திருமணம் செய்துவைத்திருக்கிறார். அப்படித் திருமணம் செய்துவைக்கும் பெண்களுக்கு சீர் முதற்கொண்டு தந்து அனுப்பியிருக்கிறார் எனவும் குறிப்பிடுகின்றனர்.

பெண்கள் இல்லத்தில் இப்போதும் இசைப் பயிற்சி தரப்படுகிறது. ஆசிரியர் ஒருவரை நியமித்து தபேலா வாசிக்க சொல்லித்தரு கின்றனர். கீபோர்டு ஒன்றை வாங்கியிருக்கின்றனர். அதையும் குழந்தைகளுக்கு சொல்லித்தர ஆசிரியர் தேர்வு செய்துகொண்டிருக் கின்றனர். தையல் இயந்திரம் ஒன்றும் இப்போது வாங்கியிருக் கின்றனர். மாணவிகளில் விடுதி மாணவிகள், உண்டு உறைவிட மாணவிகள், ஆதரவற்ற உதவி பெறும் மாணவிகள் என்று வேறுபாடு எதுவும் இல்லை. எல்லோருக்கும் ஒரே மாதிரியான வசதிகள் செய்யப்பட்டுள்ளன.

''இப்போது ஜெர்மனியில் இருந்து மூன்று மாதங்களுக்கு ஒரு முறை நிதியுதவி வந்துகொண்டிருக்கிறது. விடுதிக்கான செலவுக்கு காசோலைகளில் ஆயரும், விடுதிப் பொறுப்பாளரும் சேர்ந்து கையெழுத்திட்டுத் தருகின்றனர். ஒன்று முதல் பன்னிரெண்டாம் வகுப்புகள் வரை, 180 குழந்தைகளை இப்போது நாங்கள் சேர்க்கலாம். அதற்கான நிதி எங்களுக்குக் கிடைக்கும். பன்னிரெண்டாம் வகுப்பு முடித்த பிறகு அந்த மாணவி என்ன படிப்பு படிக்க விரும்புகிறாரோ, அதில் சேர்த்துவிடுவோம்'', என்று இருவரும் சொல்கின்றனர்.

''இப்பதான் ஆர்ட்ஸ் காலேஜ் எல்லாம் கேக்கிறாங்க. மற்றபடி இங்க நம்ம பிள்ளைங்க நர்சிங் போவாங்க. திருச்சியில ராஜாமணியம்மாள் கல்வி அறக்கட்டளை நர்சிங் காலேஜ் இருக்கு. அவுங்க கூடதான் நமக்கு டை-அப் இருக்கு. அந்தக் குழந்தைகளுக்கு குறிப்பிட்ட அளவு பணம் ஸ்காலர்ஷிப்பா (உணவுக் கட்டணம்) காலேஜ்ல குடுப்பாங்க. வருஷத்துக்கு பதினெட்டுல இருந்து இருவதாயிரம் ரூபாய் ஜெர்மனில இருந்து ஹெல்ப் பண்ணுவாங்க. மூணு வருஷப் படிப்புன்னா, மொத்தம் அறுவதாயிரம் இவுங்களுக்கு ஹெல்ப் கிடைக்கும். மீதிப் பணத்தை அந்தக் குடும்பங்கள் பார்த்துக்கணும். இல்லைன்னா திருச்சில இருக்கிற காலேஜ்ல

படிச்சு முடிச்சிட்டு அங்கேயே வேலை பார்த்தா, இந்தப் புள்ளைங்களுக்குக் குடுக்குற சம்பளத்துல அந்த மீதிப் பணத்தை எடுத்துக்குவாங்க. இவுங்க வேலை பார்த்து அதைக் கழிச்சுக்கலாம். நம்ம இதுல கேஸ்ட் எல்லாம் பாக்குறதே இல்ல. இப்ப அதிகம் தலித் புள்ளைங்கதான் அதுல படிக்கிறாங்க. அதுக்கும் தனி ஸ்காலர்ஷிப் உண்டு; அதை ஸ்கூல்ல வாங்கிக்குவாங்க'', என்று நிர்மலா சொல்கிறார்.

ஆசிரியர் பயிற்சிப் பள்ளியில் படிக்க முன்பு இருந்த அளவுக்கு இப்போது கூட்டம் இல்லை. முன்பெல்லாம் பணம் கொடுத்து படிக்க சேர்ந்திருக்கின்றனர். இப்போது ஆசிரியர் திறன் தேர்வு வந்த பிறகு, ஆசிரியர் பயிற்சிக்கான ஆதரவும் குறைந்துள்ளது. கட்டணம் கட்ட முடியாமல், கொரோனா பொதுமுடக்க காலத்தில் பல மாணவிகள் மெட்ரிக் பள்ளிகளில் இருந்து டி.இ.எல்.சி பள்ளிக்கு மாறியிருக்கின்றனர் எனவும் இவர்கள் கூறுகின்றனர். ஆனால் தொடக்கப்பள்ளி அளவில் போதிய மாணவர் எண்ணிக்கை இல்லாத காரணத்தால், தேவைக்கு அதிகமான ஆசிரியர் பதவிகளை வேண்டாம் என எழுதிக் கொடுக்கும் கட்டாயம் நேர்கிறது. ஆசிரியர் பயிற்சி முடித்தால் இவ்வாறு வேலை நிச்சயமில்லை என்பதால், அதைப் படிக்க மாணவிகள் தயங்குகின்றனர்.

பெரும்பாலும் மாணவிகளின் முடிவுக்கே விட்டுவிடுகின்றனர். அவர்கள் படிக்க ஆசைப்பட்டால், ஆசைப்படுவதைப் படிக்க வைக்கின்றனர். இவர்களிடம் படிக்க வரும் பெண்கள் பெரும்பாலும் கூலித் தொழிலாளர்களின் பிள்ளைகள். பணம் கட்டி பிள்ளைகளை வளர்க்க முடியாதவர்களுக்கு இந்த வெளிநாட்டு, உள்நாட்டு நிதி மூலம் உதவுகின்றனர். அவர்களை சேர்ப்பதற்கு முன், வரவழைத்து, பெற்றோர் யார், இருக்கிறார்களா, தனிப் பெற்றோரா போன்ற முக்கியமான விஷயங்களைத் தெரிந்து கொண்ட பிறகே சேர்த்துக் கொள்கின்றனர்.

"பெண் குழந்தைகள் அதிகமுள்ள வீடுகள், பொருளாதாரத்தில் பின் தங்கிய குடும்பங்களுக்கு படிப்பில் முன்னுரிமை அளிக்கப் படுகிறது. அப்படிச் சேர்க்கப்படுபவர்களின் அடையாள அட்டை டி.இ.எல்.சி. மூலம் ஜெர்மனிக்கு அனுப்பப்படுகிறது. நாங்கள் ஜெர்மனியுடன் இது விஷயமாக நேரடியாகத் தலையிடுவது இல்லை. வேண்டுகோள், பட்டுவாடா எல்லாமே டி.இ.எல்.சி சபை மூலமே செய்யப்படுகிறது. இது தவிர நுகர்பொருள் வாணிபக் கழகம் விடுதிக் குழந்தைகளுக்கு தலைக்கு இவ்வளவு என அளவீடு செய்து அரிசி வழங்குகிறது. ஒரு வேளைக்கு ஒரு

குழந்தைக்கு நூறு கிராம் அரிசி என்ற கணக்கில் அரசு இந்தக் குழந்தைகளின் வயிறு வாடாமல் கவனித்துக் கொள்கிறது. அரிசிக்கு மட்டுமே கட்டணமில்லை. மற்றபடி கோதுமை, சர்க்கரை போன்றவற்றை பணம் தந்தே வாங்குகிறோம். கடவுளின் கிருபை இங்கே இருப்பதால் எல்லாமே எப்படியோ தடங்கலின்றி நடந்துவிடுகிறது'', என்று இருவரும் சொல்லி முடிக்கின்றனர்.

''அருமையாகப் பேசினீர்கள், நன்றி'', என்று சொல்லிக் கிளம்பத் தயாரானேன். ''நீங்க கிறிஸ்டியனா?'', எனக் கேட்டனர். ''இல்லைங்க. கடவுள் மறுப்பாளர்'', எனச் சொல்லி முடிப்பதற்குள், இருவரும் பதட்டமாகிவிட்டனர். ''நான் புராடஸ்டன்ட்'', என்று உதவிக்கு ரோடா ஓடோடிவந்தார். ''என்ன இப்பிடி இருக்காங்க..ரொம்ப அருமையா பேட்டி எல்லாம் எடுத்தாங்களே?'', என்று வருந்தினர். ''வாங்க ஒரு ஜெபம் சொல்லுவோம்'', என அவர்கள் தொடங்க, நான் ரோடாவை முறைத்தேன். அங்கிருந்து தப்பிக்கவும் முடியாது. சகோதரிகள் இருவரும் அதற்குள் ஜெபத்தைத் தொடங்கிவிட்டனர். ''இயேசப்பா... இந்த சகோதரி மனந்திரும்பி உம்மிடம் வரும் பாக்கியம் தாரும்; அதற்கான மன திடத்தையும், பெலத்தையும், ஞானத்தையும் தாரும்''...நான் ரோடாவை இன்னும் ஆத்திரமாய் முறைக்கிறேன். அவர் ஒற்றைக் கண்ணைத் திறந்து என்னைப் பார்த்து சத்தமின்றி சிரித்தார். என் தலைமேல் கைவைத்து ஜெபம் சொன்ன சகோதரிகள், அவர்கள் இருவருக்கும் நடுவே நான்.

விடுதியில் மாணவிகளுக்கு தபேலா வகுப்பு

எருக்கங்குச்சி கொண்டு எனக்குப் பேய் ஓட்டாதது மட்டும்தான் பாக்கி!

சகோதரிகள் எங்களை அழைத்துக் கொண்டு விடுதியை சுற்றிக் காட்டக் கிளம்பினர். ஒரு அறையில் ஆசிரியர் ஒருவர் தபேலா வாசிக்க சொல்லித்தந்து கொண்டிருந்தார். அங்கே சில சிறுமிகள் ஆர்வமாக உட்கார்ந்து அவரை கவனித்துக் கொண்டிருந்தனர். சாப்பாட்டுக் கூடத்துக்கு நாங்கள் செல்லும் போதே அங்கே மாணவிகள் குழுமியிருந்தனர்.

''எங்க பிள்ளைங்களுக்கு நல்லதா எதாவது சொல்லிட்டுப் போங்க'', என நிர்மலா, எஸ்தர் சகோதரிகள் கேட்க, தட்ட முடியவில்லை. மேசை ஒன்றின் மேல் சாய்ந்து நின்றுகொண்டேன். தரையில் உட்கார்ந்திருந்த மாணவிகள் துறுதுறுவென ஆர்வமாக என்னைப் பார்த்துக் கொண்டிருந்தனர். ''உங்கள்ல எத்தன பேரு படிக்காத வீட்ல இருந்து மொத ஆளா பள்ளிக்கூடம் வரீங்க? கையத் தூக்குங்கப்பா?'', என்று சத்தமாகக் கேட்கிறேன். முதல் கை சற்று தயக்கத்துடன் உயர்ந்தது. அடுத்தடுத்த கைகள் சட்டென உயர்ந்தன. கணிசமான அளவுக்குக் கைகள். ''அப்ப இன்னிக்குக் கதை ஸ்பெஷலா உங்களுக்காகத்தான். கேக்கலாமா?'', என்று குரலை உயர்த்துகிறேன். ''ஆஆஆன்ன்ன்ன்ன்ன்'' என்று குதூகலமாகக் குரல்கள் கேட்கின்றன. வீரம்மாவுக்குப் பிடித்த குரல்கள் அவை.

சான்றுகள்

- Literary Activities of Swedish Missionaries for the Cause of Women's Education in Tamil Nadu, Dr Mallika Punniyavathi, IJESC Vol 6, Issue No.5, 2016
- Vasteras Municipality Webpage (Swedish) , 2019 - https://www.vlt.se/2019-11-10/missionsrorelsen---en-kvinnororelse-birgitta-larsson-om-jonas-jonsons-nya-bok-om-missionarerna
- Svenskt kvinnobiografiskt lexikon - ttps://skbl.se/en/article/EllenNordmark
- http://14.139.186.108/jspui/bitstream/123456789/30084/5/5chapter%205.pdf

51

மிச்சங்களைத் தேடிப் பயணம் – ஹென்றிக் ஹென்றிக்ஸ், எல்லீசன்

ஹென்றிக் ஹென்றிக்ஸ் அடிகளின் உடல் எச்சங்கள் முதலில் பனிமயமாதா ஆலயக் கல்லறையிலும், பின்னர் ஆலய சுவரிலும், அதன் பின் திருப்பண்ட அறையிலும் (சக்கிறிஸ்து) வைக்கப்பட்டிருந்தன. பின்னாளில் அவை காணாமல் போயின. திருப்பண்ட அறையில் மண்டை ஓடு ஒன்று மட்டும் இருந்தது. கொடைக்கானல் செண்பகனூர் இயேசு சபை குருத்துவக் கல்லூரியில் ஹென்றிக் ஹென்றிக்ஸ் அடிகளின் முழங்கை எலும்பு உள்ளது.

•

ஹென்றிக் ஹென்றிக்ஸ் (Henri Henriques). ''தமிழின் முதல் கிறிஸ்தவர்களுக்கு திருநீராட்டளிக்க உயர்ந்த வலது கை'', ''தமிழ் அச்சுக்கலையின் தந்தை''. முத்துக்குளித்துறை பரதவர்களிட மிருந்து 400 குருசதோக்கள் (Cruzados) கொடையாகப் பெற்று, முதல் தமிழ் அச்சுக் கூடத்தை நிறுவினார். முதல் தமிழ் அச்செழுத்துகளை வடிவமைத்து, அதை பெரோ லூயிஸ் (Pero Luis) என்ற முதல் இந்திய இயேசு சபை துறவியின் மூலம் கோவாவுக்கு அனுப்பிவைத்தார். அங்கு ஹென்றிக்கால் அச்சு வடிவமைக்கப்பட்ட தம்பிரான் வணக்கம், கிறிஸ்தியானி வணக்கம், கம்பெசியூநாயரு (Confessionario), அடியார் வரலாறு (Flos Sanctorum) ஆகிய அவரது நூல்கள் அச்சிடப் பட்டன. புன்னைக்காயலில் முதல் தமிழ் அச்சுக்கூடம் இவரால்

நிறுவப்பட்டதை புன்னைக்காயல் கட்டுரையில் தெளிவாகக் கண்டோம். அக்டோபர் 20, 1578 அன்று இந்தியாவில் அச்சேறிய முதல் தமிழ் நூலான ''தம்பிரான் வணக்கம்'' ஹென்றிக் ஹென்றிக்கஸால் அச்சிடப்பட்டது.

ஹென்றிக்கு 150 ஆண்டுகளுக்குப் பிறகு தமிழகத்தில் அச்சுக்கூடம் நிறுவிய சீகன்பால்கு ஐயரை தமிழ் அச்சுக்கலையின் தந்தை என இன்றளவும் நாம் அறியாமலே சொல்லிக்கொண்டு இருக்கிறோம். வரலாறு புதிய தரவுகள் கிடைக்கும்போது மாற்றி எழுதப்பட வேண்டும். புதிய ஆய்வுகளால், தரவுகளால் ஊட்டம் பெற்று, நீரோட்டம் போல ஓடிக்கொண்டிருக்க வேண்டும்; ஒரே தரவில் நின்றுகொண்டிருந்தால் குட்டை போல துர்மணம் வீசத்தொடங்கி விடும். தமிழ் அச்சுக்கலையின் தந்தை, ஹென்றிக் அடிகள் என்பதை அழுத்தம் திருத்தமாக இந்நூலில் பதிவு செய்ய விரும்புகிறேன்.

போர்ச்சுகல் நாட்டின் எவோரா மாவட்டத்தின் விலா விகோசா (Vila Vicosa) நகரில் 1520ம் ஆண்டு பிறந்த ஹென்றிக் ஹென்றிக்ஸ், இளம் வயது முதலே அர்ப்பணிப்பின் வாழ்க்கை வாழும் ஆசை கொண்டவராக இருந்தார். பிரான்சிஸ்கன் சபையில் முதலில் சேர்ந்த ஹென்றிக்கு, அவரது யூதப் பின்புலம் காரணமாக எந்தப் பணியும் வழங்கப்படாமல் போகவே, மனம் நொந்து வெளியேறினார். இதற்குக் காரணம் இல்லாமல் இல்லை. கிறிஸ்தவர்களுக்கும் யூதர்களுக்கும் இடையேயான பெரும் பனிப்போர் மூண்டிருந்த நேரம் அது.

அன்றைய காலகட்டத்தில் (15-16ம் நூற்றாண்டில்), கிறிஸ்தவர் களை தங்களின் யூத மதத்துக்கு மாற்ற முயற்சித்தனர் எனக் குற்றம் சாட்டப்பட்டு, யூதர்கள் கடும் ஒடுக்குமுறைக்கு ஆளாயினர். 1492ம் ஆண்டு ஆலம்பறை சட்டம் (Decree of Alhambra) மூலம் ஸ்பெயின் நாட்டு அரசர் யூதர்களை கிறிஸ்தவத்துக்கு மாறுச்சொல்லியும், தவறினால் நாட்டைவிட்டு வெளியேறுமாறும் ஆணையிட்டார். ஐரோப்பா முழுவதும் இதன் எதிரொலி இருந்தது. யூதர்கள் வீடிழந்து, நாடிழந்து அகதிகளாக்கப்பட்டனர். இந்த சூழலில்தான் மறைபரப்பு செய்யும் ஆசையுடன் ஒவ்வொரு துறவற சபையாக ஹென்றிக் முயற்சி செய்துகொண்டிருந்தார். கொய்ம்ப்ரா (Coimbra) பல்கலைக்கழகத்தில் திருச்சபைச் சட்டப் படிப்பை 1545ம் ஆண்டு முடித்தார்.

தன் வசமிருந்த மொத்த சொத்துகளையும் 4000 குருசாதோ (Cruzados) பணத்துக்கு விற்று ஏழைகளுக்குக் கொடுத்துவிட்டு, புதிதாகத் தொடங்கப்பட்ட இயேசு சபையில் பயிற்சி குருவாகச் சேர்ந்தார்.

சொத்து தன் இயக்கத்தைத் தடை செய்யும் என ஹென்றிக் நன்றாகவே உணர்ந்திருந்தார். 1545ம் ஆண்டு குருப் பட்டம் பெற்ற ஹென்றிக், அடுத்த ஆண்டே குருப்பணிக்காக கோவா அனுப்பப் பட்டார். கோவாவிலும் அவருக்குப் பணி எதுவும் தரப்படாமல், 1547ம் ஆண்டு தொடக்கம் வரை காத்திருப்பில் கழித்தார். அதன்பின் ஒருவழியாக அவரை முத்துக்குளித்துறைக்கு பிரான்சிஸ் சவேரியார் அனுப்பிவைத்தார். 1547 முதல் 1549 வரை சரியானப் பணியிடம் நிர்னயிக்கப்படாமல், தனக்கு இடப்பட்ட ஆணைகளை மட்டுமே ஹென்றிக் நிறைவேற்றிவந்தார்.

கஸ்பார் ரோட்ரிக்ஸ் (Gaspar Rodrigues), அஃபோன்சோ டி காஸ்ட்ரோ (Afonso De Castro) மற்றும் ஹென்றிக் ஹென்றிக்ஸ் ஆகிய மூன்று யூத குருக்களை, துறவற சபைக்குள் முழுமையாகக் கொண்டுவர தடைகள் (impendiments) இருப்பதை அவர்களுக்குத் தெரிவிக்கும் கடிதத்துடன், அவர்களை ஆற்றுப்படுத்துமாறும் ஒரு கடிதம் அனுப்பவேண்டும் என பிரான்சிஸ் சவேரியாருக்கு தந்தை இக்னேஷியஸ் கடிதம் எழுதியிருக்கிறார் (தொலைந்து போன கடிதம், ஆனால் குறிப்பிட்ட பகுதிகள் 1576ம் ஆண்டு தந்தை வலிஞானோவால் படியெடுக்கப்பட்டிருக்கின்றன).

இக்னேஷியஸ், ''மிகச் சிறந்த தன்மைகள் தென்படும் ஒருவரை சபைக்குள் சேர்க்கத் தடை இருந்தால், அத்தடைகளைக் கருத்தில் கொள்ளாமல் அவரை சபையில் இணைக்கலாம்'', என சவேரியாருக்கு அறிவுறுத்தியுள்ளார். 1549ம் ஆண்டு ஜப்பானுக்குப் புறப்படுவதற்குமுன் சவேரியார் இக்னேஷியசுக்கு எழுதிய கடிதத்துக்கு அவர் எழுதிய பதில் கடிதத்தில் இந்த அறிவுரை சொல்லப்பட்டுள்ளது. 1549ம் ஆண்டு தந்தை கிரிமினாலி படுகொலை செய்யப்பட்ட பிறகே, பிறப்பால் யூதரான ஹென்றிக் ஹென்றிக்ஸ் மிஷன் தலைவர் பதவியில் உட்கார முடிந்தது. ஆனால் அவரது பணியை சவேரியார் வெகுவாகப் பாராட்டியிருக்கிறார். ''மிகவும் நேர்மையானவர்; மக்களின் வணக்கத்துக்குரியவரா யிருக்கிறார். தமிழ் எழுதவும் பேசவும் கற்றிருக்கிறார். கிறிஸ்தவர் கள் அவரை மிகவும் அன்புசெய்கின்றனர்'', என எழுதியிருக்கிறார் (Epistolae Francisci Xaverii 2:13).

1583ம் ஆண்டு புன்னைக்காயலில் இருந்த ஹென்றிக் ஹென்றிக்ஸ், வேதாளைக்குச் சென்று கரையர் இன மக்களைச் சந்தித்து அவர்களிடம் நேரடியாகப் பேசித் திரட்டிய தகவல்களே கிரிமினாலி மிகக் கொடூரமாகக் கொலை செய்யப்பட்டதைப் பற்றி இன்று நாம் தெரிந்து கொள்ளக் காரணம். வேதாளை

படுகொலையின்போது கரையோரம் படகிலிருந்து நடந்தவற்றைப் பார்த்த நேரடி சாட்சியான கிறிஸ்தவர் ஒருவரிடம் பேசி, 1579ம் ஆண்டு ஹென்றிக் தகவல் திரட்டினார். அத்தகவலை மிஷனுக்கு அறிக்கையாகவும் அனுப்பினார். சமகாலத்தில் தன்னைச் சுற்றி நடந்த விஷயங்களை ஆவணப்படுத்தியதில் மிக முக்கிய பங்கு ஹென்றிக்கு உண்டு. மாஃபேய் (Maffei) எழுதிய 'இந்திய வாலாறு' (History of India) நூலுக்காக இந்தத் தகவல்களை அவர் திரட்டி, டிசம்பர் 15, 1583 தேதியிட்ட கடிதம் மூலம் எழுதியனுப்பினார். 1897ம் ஆண்டு கிரிமினாலியை வேதசாட்சியாக்குவதற்கான முதல் முயற்சிகள் தொடங்கிய போது, ஹென்றி ஹென்றிக்கஸின் இந்தக் கடிதம் சமகாலத்தைய முக்கிய ஆவணமாக இருந்தது.

தமிழைத் தெளிவாகவும், தடங்கலின்றியும் எழுதவும் பேசவும் கற்றுக்கொண்ட முதல் ஐரோப்பியர் என ஐயமின்றி ஹென்றிக்கைச் சொல்லலாம். அவர் தமிழை எவ்வாறு கற்றுக்கொண்டார் என வேம்பாரிலிருந்து இக்னேஷியசுக்கு எழுதிய 31.10.1548 தேதியிட்ட கடிதத்தில் குறிப்பிடுகிறார்.

''மொழிக்கு நான் எப்போதும் துப்பாசியையே பயன்படுத்தி வந்தேன். ஒன்றிரண்டு தமிழ்ச் சொற்களை மட்டுமே கற்றிருந்தேன். 1548ம் ஆண்டு பிப்ரவரி மாதம் சவேரியார் இங்கு வரும்போது என் நிலை அதுவே. ஆனால் அதன்பின் மொழியைக் கற்றுக்கொள்வது மட்டுமே என் தலையாயக் கடமை எனக் கொண்டேன். இரவும் பகலும் வாசிப்பதையே வேலையாகக் கொண்டேன். லத்தீன் படிப்பதைப் போல முதலில் வினைத்திருபைக் கற்றுக்கொண்டேன். வெவ்வேறு காலத்தைக் குறிப்பிடும்போது வினைச்சொல் எப்படி மாறுகிறது எனப் புரிந்துகொண்டேன். இரண்டாம் வேற்றுமை, கிழமை வேற்றுமை, கொடை வேற்றுமை என பல வேற்றுமை களைத் தெரிந்துகொண்டேன். அதன் பிறகே சொற்றொடரை எப்படி உருவாக்குவது, முதலில் வருவது எது, இடையே வருவது எது, பின்னால் வருவது எது எனவும் தெரிந்துகொண்டேன். இவையனைத்தும் ஐந்து மாதங்களில் கற்றேன். தங்குதடையின்றி சரியாக அவர்கள் மொழியில் அம்மக்களுடன் உரையாடுவது, அவர்களுக்குப் பெருமகிழ்ச்சி தருகிறது'', எனக் கூறுகிறார்.

1586ம் ஆண்டு எழுதப்பட்ட தன் 'அடியார் வரலாறு' நூலின் முன்னுரையில் ஹென்றிக் குறிப்பிடுவதை வரலாற்றாளர் ராஜமாணிக்கம் கீழ்க்கண்டவாறு பதிவு செய்திருக்கிறார்.

''37 ஆண்டுகளுக்கு முன்பு இந்நிலத்தின் மக்களுக்கு கடவுளை அறிவிக்க திருச்சபை என்னையும் பிற குருக்களையும் அனுப்பியது.

இந்தக் கிறிஸ்தவர்களுக்கு உதவுவதற்காக அவர்களது மொழியை நான் முதலில் கற்றுக்கொண்டேன். கடின உழைப்பாலும், கடவுள் அருளாலும் அம்மொழியின் இலக்கணம் எழுதுமளவுக்குத் தெரிந்து வைத்திருக்கிறேன்.''

தமிழின் முதல் அச்சுக்கூடம், முதல் தமிழ் நூலின் அச்சுருவாக்கம், முதல் வேதியர் கல்லூரி, முதல் மருத்துவமனை என பல 'முதல்' சாதனைகளை ஹென்றிக்கஸின் பெயருடன் இணைத்தாலும், ஒரு தமிழ் மாணாக்கனாக, முதல் ஐரோப்பிய தமிழ் மாணாக்கனாக, முத்துக்குளித்துறை மக்களின் காவலனாகவே ஹென்றிக்ஸை நாம் பார்க்கவேண்டியுள்ளது.

''பிப்ரவரி 6, 1600 அன்று ஹென்றிக்ஸ் புன்னைக்காயலில் இறந்த போது, கிறிஸ்தவர்களும், இஸ்லாமியரும், இந்துக்களும் அவர் மரணத்துக்கு துக்கம் கடைபிடித்தனர். பக்கத்து ஊரான பட்டணத்தைச் (காயலாக இருக்கக் கூடும்) சேர்ந்த மூர்கள் உண்ணா நோன்பிருந்தனர்; இந்துக்களும் இரண்டு நாள்கள் உண்ணா நோன்பிருந்தனர். கடைகளும், சந்தைகளும் அடைக்கப் பட்டிருந்தன. 'ஹென்றிக் அடிகளின் பெயரால்' செய்யப்படும் சத்தியங்கள் மிக உறுதியானவை, உண்மையானவை என புன்னைக்காயல் மக்கள் நம்புகின்றனர். அவரது உடல் ஏழு தோணிகள் சூழ, மக்களால் தூத்துக்குடிக்குக் கொண்டுவரப்பட்டது. அவரது உடலின் மேல் செபமாலைகளைக் கொண்டு தொடவும், அவர் உடலிலிருந்து ஏதாவது ஒன்றை எடுக்கவும் மக்கள் முற்பட்டனர். அங்குள்ள ஆலயத்தில் அவரை அடக்கம் செய்திருக் கின்றனர்'', என இயேசு சபை ஆண்டுக் கடிதம், 1601 (Jesuit Annual Letter, 1601) குறிப்பிடுகிறது.

''ஐயமின்றி அவர் பனிமயமாதா ஆலயத்தில்தான் அடக்கம் செய்யப் பட்டிருக்க வேண்டும். தொடர்ச்சியாக அந்த ஆலயம் பலரது கைமாறியதாலும், படையெடுப்புகளாலும், அவரது கல்லறை காணாமல் போனது. ஆலயத்தில் கண்ணாடிப் பேழையில் வைக்கப் பட்டிருக்கும் எலும்புகள் அவருடையவை என்று நான் நம்புகிறேன்'', என 1968ம் ஆண்டு ஜனவரி மாதம் நடைபெற்ற இரண்டாவது உலகத் தமிழ் மாநாட்டு ஆய்வரங்கில் சமர்ப்பிக்கப்பட்ட 'பாதிரி ஹென்றிக் ஹென்றிக்ஸ், தமிழ் அச்சு இயலின் தமிழ்த் தந்தை' ஆய்வறிக்கை யில் ஆய்வாளர் எஸ். ராஜமாணிக்கம் குறிப்பிட்டுள்ளார்.

அத்தனை முறை அந்த ஆலயத்துக்குப் போயிருக்கிறோம், ஆனால் அவர் எலும்புகளைக் கண்டதில்லையே என சிந்தித்தேன். ஆனால் முதிய தகவலாளர் ஒருவர், ஆலய முகப்பில் கண்ணாடிப்

பேழையில் மண்டையோடு ஒன்று வைக்கப்பட்டிருந்ததாகவும், அதைத் தொட்டுக் கும்பிட்டுவிட்டே மீனவர்கள் கடலுக்குச் செல்வர் எனவும் குறிப்பிட்டது நினைவுக்கு வந்தது. புன்னைக்காயல் பங்குத்தந்தையிடம் பேசிக்கொண்டிருந்தபோது, தந்தை ஹென்றிக்கஸின் மண்டையோடு பற்றிய பேச்சு எழுந்தது. ''தூத்துக்குடி பனிமய மாதா கோயில்லதான் அவர் மண்டையோடு இருக்கு... புன்னைக்காயலுக்கு அதைத் தரணும்னு கேட்டுக்கிட்டே இருக்கேன்'', என அவர் சொன்னதும், மண்டையோட்டைத் தேடும் ஆர்வம் தொற்றிக்கொண்டது. நமக்குள் இருக்கும் ஜேம்ஸ் பாண்டு விழித்துக் கொண்டார்.

பரதவர் குல வரலாறையும், தென் தமிழக கிறிஸ்தவத்தையும் ஆராய்ந்து தொடர்ந்து எழுதி வரும் மூத்த ஆய்வாளர் ஐயா கலாபன் வாஸிடம் ஹென்றிக் குறித்துக் கேட்க, அவர் ''ஆமாம், அங்கேதான் இருக்கிறது. முன்னால் வெளிமண்டபத்தில் கண்ணாடிப் பேழையில் இருந்தது; இப்போதைய நிலை தெரியவில்லைம்மா. நான் பார்த்துப் பல ஆண்டுகள் ஆயிற்று'', என்றார். ஆனால் நண்பர் நெய்தல் ஆன்டோவிடம் கேட்டால், மேலதிக தகவல் கிடைக்கும் எனவும் சொன்னார். அதைப் பார்க்க முடியுமா என்ற என் கேள்விக்கு, ''முயற்சிக்கலாம்'', எனச் சொல்லிமுடித்தார். ஆன்டோ சாரை நல்ல பரிச்சயம்தான். அவருக்கும் வாஸ் ஐயாவே அழைத்துச் சொல்லி விட, ''சார், அந்த மண்டையோட்டை புகைப்படம் எடுத்து நூலில் பதிவு செய்ய நினைக்கிறேன் சார். எத்தனை பெரிய தமிழ் ஆர்வலர் அவர், ஏற்பாடு செய்ய முடியுமா?'', எனக் கேட்டேன்.

''நான் அதைப் பார்த்தே வெகு நாள்கள் ஆகிவிட்டதே மேடம். கேட்டுச் சொல்கிறேன்'', என்றவர், அடுத்த நாளே, ஆலயத்தில் மண்டையோடு இருப்பதாகவும், பார்க்கலாம் எனவும் சொல்லி விட்டார். தூத்துக்குடி ஏற்கனவே நூலுக்காக ஆய்வு முடித்த களம்தான் என்றாலும், மீண்டும் அங்கே போயே ஆகவேண்டிய கட்டாயம் எனக்கு இருந்தது. ஹென்றிக் அடிகள் மேல் அத்தனை அன்பு, இன்னும் அதிகமாக ஒரு ஆய்வாளராக, தமிழ் மாணவியாக பற்று எனவும் சொல்லலாம். காலை பத்து மணிக்கு ஆலய வாசலில் சென்று நானும் தோழி ரோடாவும் காத்திருந்தோம். ஆன்டோ சார் பங்கு குருவிடம் அழைத்துச் சென்று, ''இவுங்கதான் ஃபாதர்... அதைப் பார்க்கணும்னு சென்னைல இருந்து வந்திருக்காங்க'', என்றார். யார், என்ன, எதற்கு என்ற கேள்விகளைக் கேட்டுவிட்டு, ''கொஞ்சம் வெயிட் பண்ணுங்க. எடுத்து வச்சிட்டு உங்களைக் கூப்பிடுவாங்க'', என்று சொல்லியனுப்பினார். மர்மம்

தூத்துக்குடி பனிமய மாதா ஆலய சக்கிறிஸ்துவில் உள்ள ஹென்றிக் ஹென்றிக்ஸ் குருவின் மண்டை ஓடு

கூடிக்கொண்டே போனது. இருப்புக் கொள்ளவில்லை! சக்கிறிஸ்துவின் வாயிலில் சில நிமிடக் காத்திருப்புக்குப்பின் உள்ளே அழைத்தனர். அங்கே மேடை ஒன்றின் மேல் பழைய மரச்சட்டத்தில் கண்ணாடி பொருத்தப்பட்ட பேழை ஒன்று தெரிந்தது. "இதுதான் மேடம்... நீங்க தேடி வந்த ஹென்றிக் அடிகள் மண்டையோடு'', என நெய்தல் சார் சொன்னார்.

மண்டையோட்டின் எலும்புகள் காலத்தால் நெகிழ்ந்து போயிருக்க வேண்டும். கண் குழிகள் கீழிறங்கினாற்போலத் தெரிந்தது. மேல் தாடை கீழிறங்கியிருந்தது. பட்டுத் துணி கொண்டு கீழ்த்தாடைப் பகுதி மூடப்பட்டிருந்தது. அந்த நேரத்தில் மனதில் என்ன தோன்றியது என எனக்கு விவரிக்கத் தெரியவில்லை. கிட்டத்தட்ட 400 ஆண்டுகளுக்குமுன் தமிழகத்தின் முதல் அச்சு இயந்திரத்தை

நிறுவியவர்; ஆனால் மறக்கப்பட்டவர். அம்மனிதன் இல்லையேல் அச்சு நூல்கள் தமிழுக்கு இன்னும் தாமதமாகவே வந்திருக்கும்...

அச்சுப் பொறி தமிழுக்குக் கிடைத்த பெருங்கொடை. ஹென்றிக் போன்றவர்களின் சீரிய பணியால்தான் பழைய ஓலைச்சுவடிகள் இன்று நம் கைகளில் இலக்கிய, இலக்கண நூல்களாகக் காலம் கடந்து நிற்கின்றன. மொழிச் செறிவுக்கு ஹென்றிக் போன்ற கிறிஸ்தவத் தொண்டர்கள் ஆற்றிய அரும்பங்கு மறக்கப்பட்டு வரும் சூழலில் இருக்கிறோமே என வருத்தமாகவும் இருந்தது. பலகாலம் யாரையும் தொட்டு முத்தி செய்தது இல்லை. ஹென்றிக் அடிகள் மண்டையோடு இருந்த பேழையை தொட்டுக் கொண்டேன். தமிழ் மாணாக்கராக என்னால் இப்போதைக்குச் செய்ய இயன்றது இதுவே.

எப்படி இது ஹென்றிக் அடிகள் மண்டையோடுதான் என்று உறுதியாகச் சொல்ல முடிகிறது? ராஜமாணிக்கத்தின் கூற்றை ஒட்டியே 2013ம் ஆண்டு திருவிழாவின்போது வெளியிடப்பட்ட ‘பனிமய மாதா தேர் மலரில்’ மூத்த ஆய்வாளர் ஆ.சிவசுப் பிரமணியனின் கட்டுரை ஒன்று வெளியாகியுள்ளது. 1601ம் ஆண்டு எழுதப்பட்ட இயேசு சபைக் கடிதத்தில், பனிமயமாதா தேவாலயத்தில் ஹென்றிக் ஹென்றிக்ஸ் அடக்கம் செய்யப்பட்டார் எனவும், அவர் கல்லறையில் மக்கள் மெழுகுதிரிகள் ஏற்றி வழிபட்டதாகவும் குறிப்பிடப்பட்டுள்ளதாக மேற்கோள் காட்டுகிறார்.

கூடவே, இந்தக் ‘கல்லறை வழிபாடு’ 17ம் நூற்றாண்டு முதலே தமிழகத்தில் இருந்துள்ளது எனவும் குறிப்பிடுகிறார். கல்லறை களை வழிபடக்கூடாது என்றே கத்தோலிக்க நிறுவனமாக்கப்பட்ட மதம் சொல்லிவருகிறது. ஹென்றிக் அடிகளை மக்கள் இவ்வாறு வழிபட்டதே பின்னாளில் அவரது எலும்புகள் காணாமல் போனதற்குக் காரணம் எனச் சொல்லலாம். நெய்தல் ஆன்டோ தன் ‘தமிழகத்தின் முதல் அச்சகம்’ நூலில் பனிமய மாதா ஆலயத்தில் ஹென்றிக் அடிகளின் உடல் அடக்கம் செய்யப்பட்டதையும், பின்னாளில் அவரது மண்டை ஓடு பனிமய மாதா ஆலயத்தின் சவேரியார் மண்டபத்தில் வைக்கப்பட்டுள்ளதையும் எழுதியிருக்கிறார்.

இன்னும் தெளிவாக, இறந்து போன ஆய்வாளர் தம்பி ஐயா குறித்த நினைவுக்கட்டுரையில் (ஜூலை 2007, ஞானதூதன்) நெய்தல் ஆன்டோ விளக்கியிருக்கிறார். ‘‘ஹென்றிக் ஹென்றிக்ஸ் அடிகளின் உடல் எச்சங்கள் முதலில் பனிமயமாதா ஆலயக் கல்லறையிலும்,

செண்பகனூர் இயேசு சபை ஆவணக் காப்பகத்தில் உள்ள
ஹென்றிக் ஹென்றிக்ஸ் குருவின் வலது கை எலும்பு.
படம் நன்றி - அருள்திரு ஆனந்த் அமலதாஸ்.

பின்னர் ஆலயச் சுவரிலும், அதன்பின் திருப்பண்ட அறையிலும் (சக்கிறிஸ்து) வைக்கப்பட்டிருந்தன. பின்னாளில் அவை காணாமல் போயின. திருப்பண்ட அறையில் மண்டை ஓடு ஒன்று மட்டும் இருந்தது. கொடைக்கானல் செண்பகனூர் இயேசு சபை குருத்துவக் கல்லூரியில் ஹென்றிக் ஹென்றிக்ஸ் அடிகளின் முழங்கை எலும்பு உள்ளது. அது தூத்துக்குடி பனிமய மாதா ஆலயத்திலிருந்து தல்மேய்தா அடிகளிடமிருந்து பெறப்பட்டதாக எழுதிவைக்கப்பட்டிருந்தது. அதனைக் கண்டறிந்து, அதன் மூலம் தூத்துக்குடி பனிமய அன்னை ஆலய திருப்பண்ட அறையில் இருந்த மண்டை ஓட்டின் வரலாறை உலகுக்கு உணர்த்தியவர் தம்பி ஐயா அவர்களே'', என்று ஆன்டோ எழுதியிருக்கிறார்.

மண்டை ஓட்டையும், முழங்கை எலும்பையும் மிகச் சரியாகப் பொருத்தியவர் தம்பி ஐயாவேதான். இன்றுவரை சிற்றூர்களில் சொந்தப் பணத்தைச் செலவு செய்து ஆய்வுகள் மேற்கொண்டு எழுதும் தம்பி ஐயா போன்றோரை தமிழ்ப் பொது சமூகம் புறக்கணித்தே வந்துள்ளது என்பது பெரும் வருத்தமே. மண்டையோட்டைப் பார்த்தாயிற்று. முழங்கை எலும்பு, இன்னும் செண்பகனூரில் இருக்கிறதா என்ற ஐயத்தைத் தீர்த்துக்கொள்ள இயேசு சபை குருவான ஆனந்த் அமலதாஸ் அடிகளிடம் அது குறித்துக் கேட்டேன். அடுத்த சில நாள்களில் செண்பகனூரில் இருந்து ஹென்றிக் அடிகளாரின் வலது கை எலும்பின் புகைப் படமும் அதனருகே வைக்கப்பட்டிருக்கும் குறிப்பின் படமும் அவர் அனுப்பித் தந்தார்.

''தூத்துக்குடி இயேசு சபை குருத்துவக் கல்லூரியில் ஹென்றிக் அடக்கம் செய்யப்பட்டார். 1659ம் ஆண்டு நடந்த டச்சுப் படையெடுப்புக்குப் பின், இன்றைய பனிமய மாதா ஆலயத்தின் சுவர்களில் அவரது எலும்புகள் வைக்கப்பட்டன. அவர்மேல் அளவற்ற அன்பு கொண்ட மக்கள், அந்த சுவரைத் தொட்டு முத்தம் செய்வார்கள். சில நூற்றாண்டுகளாகத் தொடர்ந்த இந்த வழக்கத்தை, சமீபத்தில் 'மூட நம்பிக்கை' எனக் கூறிய தாமஸ் மேற்றிராணியார், ஹென்றிக்கின் எலும்புகளை ஆலய சுவரிலிருந்து அகற்ற ஆணையிட்டார். தமிழில் பாவ மன்னிப்பு கேட்ட முதல் குரு ஹென்றிக் அடிகளே. பாதிரியார் சிலுவைமுத்து தல்மேய்தா அவர்களிடமிருந்து, தமிழின் முதல் கிறிஸ்தவர்களுக்கு திருநீராட்டளிக்க உயர்ந்த வலது கை எலும்பைப் பெற்றது என் நற்பேறு'', என்று குறிப்பிடப்பட்டு, அதன் கீழ் 'பெஸ்கி கல்லூரி, திண்டுக்கல்' எனவும் அக்குறிப்பில் எழுதப்பட்டுள்ளது.

மண்டையோடும், வலது முழங்கை எலும்பும் பாதுகாப்பாக உள்ளன. ஹென்றிக்கின் எஞ்சிய எலும்புகள் மண்ணுக்கடியில் புதைந்து கிடக்கின்றனவா, அல்லது வேறு எங்கும், யாரிடமும் இருக்கின்றனவா என்பதுதான் தெரியவில்லை. எஞ்சியிருப்பதை அடக்கம் செய்யும் எண்ணமும் யாருக்கும் இருப்பதாகத் தெரிய வில்லை. மண்டையோட்டின் நிலை மோசமாகவே உள்ளது. முழங்கை எலும்பு பரவாயில்லை எனலாம். இவற்றை ஒன்றுதிரட்டி, சீர் செய்து, ஓரிடத்தில் பொதுமக்கள் பார்வைக்குக் கட்டாயம் வைக்கவேண்டும். சவேரியாரின் உடல் கோவா ஆலயத்தில் இன்றும் பாதுகாக்கப்படுகிறது; அதைத் தொட்டு முத்தி செய்பவர்களை இன்றும் காணலாம். அவரது மாணவரும், தமிழ் மாணவருமான ஹென்றிக்கை தமிழராகிய நாம் மறந்து

ஒதுக்கிடலாமா? பிரான்சிஸ் சவேரியார் வேறு, ஹென்றிக் வேறா?

வரலாற்று ஆய்வாளரான தியடோர் பாஸ்கரன் ஐயா ஒரு முறை பேசிக்கொண்டிருக்கும்போது, ராமநாதபுரத்தில் பிரான்சிஸ் ஒயிட் எல்லிசின் (Francis Whyte Ellis) கல்லறை இருந்தது எனவும், அதை முன்பே அப்புறப்படுத்திவிட்டதாகவும் குறிப்பிட்டிருந்தார். அக்கல்லறையை மீண்டும் எழுப்பும் முனைப்பில் பணியாற்றிக் கொண்டிருக்கிறார்; தொடர்ந்து அரசிடமும், அமைச்சர்களிடமும் அதுகுறித்து பேசிவருகிறார். ராமநாதபுரம் சி.எஸ்.ஐ. தேவாலயத்தில் எல்லிசின் கல்லறை இருப்பதாகச் சொன்னார். தூத்துக்குடியிலிருந்து திரும்பும் வழியில், தியடோர் ஐயாவை அழைத்து, ராமநாதபுரம் செல்வதாகச் சொன்னேன்.

ஹென்றிக் அடிகள் மண்டை ஓட்டைக் கண்டபின், எல்லிசின் கல்லறையைக் காணும் ஆவல் ஏற்பட்டது. எல்லிசின் கல்லறை இடிக்கப்பட்டுவிட்டது எனவும், அவரது கல்லறைக் கல்வெட்டுகள் ராமநாதபுரத்திலுள்ள தொல்லியல்துறை அருங்காட்சியகத்தில் உள்ளன எனவும் தியடோர் சார் குறிப்பிட்டார். கூடவே, அங்கே கல்லறை இருந்த இடத்தில் வேலி ஒன்று போடவிருப்பதாக அந்த ஆலயத்தின் போதகர் சொன்னதாகவும், அவ்வாறு போடப் பட்டுள்ளதா எனப் பார்த்து வருமாறும் கூறியிருந்தார்.

ராமநாதபுரம் தொல்பொருள் அருங்காட்சியகம் இருக்கும் ராமலிங்க விலாசம் அத்தானி மண்டபத்துக்குள் நாங்கள் நுழையும் போது, மழை. அங்கே எங்களைத் தவிர வேறு பார்வையாளர்கள் இல்லை. முகப்பில் கட்டணம் வசூலித்தவர், உள்ளே உள்ளன வற்றை விளக்கிச் சொல்ல 'கைடு சார்ஜ்' தந்தால் உடன் வருகிறேன் என்றார். எங்களுக்கோ நேரமில்லை. பார்க்க வேண்டியது எல்லிசின் கல்வெட்டு மட்டுமே; வேறெதுவும் இல்லை. வேண்டாம் என்று மறுத்துவிட்டு, சுவர் முழுக்க நிறைந்திருந்த ஓவியங்களை வேடிக்கை பார்த்தபடி நடந்தோம்.

ராமநாதபுரம் சேதுபதி மன்னர்கள் கொலுவிருந்த அத்தானி மண்டபம் இது. சுவர் முழுக்க இயற்கை வண்ணங்கள் கொண்டு வரையப்பட்ட அட்டகாசமான ஓவியங்கள் உள்ளன. மன்னர் முத்துவிஜய ரகுநாதசேதுபதி காலத்தில் (1720-1725) இவை தீட்டப் பட்டிருக்கலாம் என ஆய்வாளர்கள் கருதுகின்றனர். தஞ்சை மராட்டிய மன்னருக்கும், முத்துவிஜய ரகுநாதசேதுபதிக்கும் இடையே நடந்த போரின் காட்சிகள், சேதுபதி மன்னரின் அரசவைக்

காட்சி, ஐரோப்பியரை சேதுபதி சந்திக்கும் காட்சி என பல ஓவியங்கள் உள்ளன. போர்க்காட்சிகளில் ஒட்டகங்களும், பீரங்கிகளும் கவனம் ஈர்க்கின்றன. ஓவியங்களில் பொதுமக்களும் அங்கங்கே கவனத்துடன் சித்தரிக்கப்பட்டிருக்கின்றனர். இந்த அத்தானி மண்டபத்தின்தான் வீரபாண்டிய கட்டபொம்மு, ஜாக்சன் துரையை சந்தித்து வழக்காடிய இடம் உள்ளது என சொல்லப் படுகிறது. மண்டபத்தில் ஓவியங்கள் தவிர, தொன்மையான சிற்பங்களும் இடம்பெற்றுள்ளன.

நாங்கள் தேடி வந்த எல்லிசு கல்வெட்டு வெளிச்சமே இல்லாத ஓரிடத்தில், சிமிண்டுப் பதாகையின் மேல் ஒட்டப்பட்டிருந்தது. சலவைக்கல்லாலான இரண்டு கல்வெட்டுகளில் ஒன்றில் ஆங்கிலமும், மற்றொன்றில் தமிழும் இடம்பிடித்துள்ளன. இரண்டிலுமே அழகிய பூ வேலைப்பாடுகள் இருக்கின்றன. தமிழ்க் கல்வெட்டு நேர்த்தியான சொற்கள், கண்ணை உறுத்தாத எழுத்து வடிவமைப்புடன் காணப்படுகிறது.

''மிக்கப் புகழ் மணந்து விரிந்து தழைத்து, திக்கனைத்தும் படர்ந்திடு மிங்கிலீசு, குலப்பூக் கொடிக்கொரு கொழுமலரொப்போன், கல்வியறிவிலாக் காரிருளிரியச், செல்வச்சங்க செழுங்கதிர் விரித்தருள், எல்லீசனென்றும் மியற்பெயருடையோன், இத்தேயத்தி லியன்றா பலசொற்களில், முத்தமிழாரிய முதற்பல கசடறக், கற்றறிந்தவற்றுள் கலைபலவுணர்ந்தோன், புத்தமிழ்தெனத் தமிழ்ப் பொழிதிருவாக்கினன், மநு முதனூல்களில் வழக்கு நெறியனைத்தும், இனமுறாத்தொகுந்தி கிலீசில் விரித்தோன், திருவள்ளுவப்பெயரத் தெய்வஞ்செப்பி, யருள் குறணூலுணறப் பாலினுக்குத், தங்குபல நாலுதாரணங் கடலைப்பெய், திங்கிலீசுதனிலிணங்க மொழிபெயர்த்தோன், இந்நிலக் குடிமையு மிறைமையு முணர்த், தொன்மைசெய்கற் பொறி சொற்செப்பேடு, நன்னராய்தவற்றையு நன்குமொழி பெயர்த்தோன், புறைசய் வெற்கடம்புக்கவோர் காலத், தரசுபுரி சென்னையிலாங் காங்கிருபத்தேழ், கூவல்களோடறக் குளமுந்தொட்டோன், இளையபெருங் குணமுடையோன், தென்றிசை யாத்திரைச் செய்வழிமுகவையில், சாலிவாகனசக மாயிரத்தெழு நூற்று, நாற்பத்தொன்றினுக்குக் கிரிஸ்துவின் , ஆயிரத்தெண்ணூற்றுப் பத்தொன்பதாமாண்டில், ஏயமார்ச்சி யொன்பதனிற் சடிதியில், அந்தோ நிலமகளழுது தலைவிரிக்க, அறமுதற்கடவுளடிப்பெருநிழல் பெற்றுறுமிளைப்பாறியு வகையுற்றனனே.''

எல்லீசனின் ஆளுயர ஓவியம், ராமலிங்க விலாசம் அரண்மனை வளாகம், ராமநாதபுரம்

எல்லிசின் ஆங்கிலப் புலமையையும், தமிழ், சமஸ்கிருதப் புலமையையும் இக்கல்வெட்டு நினைவுகூர்கிறது. திருவள்ளுவரின் அறத்துப் பாலை ஆங்கிலத்தில் மொழிபெயர்த்தவன், மநு நூலை ஆங்கிலத்தில் மொழிபெயர்த்தவன், புது அமுது போல தமிழ் மொழி பேசுபவன், மன்னர் கடமையும், குடி கடமையும் சொல்லும் கல்வெட்டுகளையும், செப்பேடுகளையும் படித்து மொழி பெயர்த்தவன், மக்கள் தாகம் தீர்க்க 27 குளங்களையும், கிணறு களையும் வெட்டியவன் எனக் கல்வெட்டு குறிக்கிறது.

ஆங்கிலக் கல்வெட்டு, மக்களுக்கு அணுக்கமாக எல்லிசு இருந்தார் என்பதை விளக்குகிறது. கல்வெட்டுகளைப் படங்கள் எடுத்துக் கொண்டு வாயிலுக்கு வரும்போதுதான் கவனித்தேன், அலுவலக அறை என்று ஒதுக்கப்பட்டிருந்த கண்ணாடி அறைக்குள் பிரம்மாண்ட ஆளுயர ஓவியம் ஒன்று இருந்தது. கண்காணிப்பாளரிடம், "சார்.. அந்த பெயின்டிங்?" என்று கேட்க, "தெரியல மேடம்... அங்கதான் ரொம்ப நாளா இருக்கு. யாரோ ஆபிசர் போல. அங்கல்லாம் போகக் கூடாது", என்றார். "சார், பிளீஸ் இங்கருந்து ஒரு போட்டோ மட்டும் எடுத்துக்குறேனே?" எனக் கெஞ்சி, அவர் தெளிவதற்குள் சில படங்களை எடுத்துக்கொண்டேன்.

பின்னர் தேடியதில் அந்த ஓவியத்தில் இருந்தது சாட்சாத் எல்லிசு துரையேதான் என்று அவரது புகைப்படங்களைப் பார்த்துத் தெரிந்துகொண்டேன். அருங்காட்சியத்தில் இருப்பவருக்கே தெரியாமல் நம்முடன் கண்ணாமூச்சி விளையாடிக்கொண்டு இருக்கிறார் எல்லிசு! தோழி ரோடாவிடம் சொன்னேன்..." இத்தனை ஓவியங்கள், அவருக்குப் பிடித்த மண்டபம், சிற்பங்கள், கல்வெட்டுகள்... எல்லிசு இந்த இடத்துக்கு கட்டாயம் வந்திருக்க வேண்டும், இதைப் பார்த்திருக்கக் கூடும். அவருக்குப் பிடித்த இடத்துக்கு அவர் கல்வெட்டைக் கொண்டுவந்துவிட்டார். ஒருவேளை இந்த ஆத்துமா விஷயம் எல்லாம் உண்மை என்றால், இந்த இடமே அவருக்கு அமைதியைக் கொடுக்கும்."

1777ம் ஆண்டு இங்கிலாந்தின் காம்ப்டன் (Compton) பகுதியில் பிறந்த எல்லிசு *பிரான்சிசு ஒயிட்* (Ellis Francis Whyte), லண்டனில் படித்துவிட்டு, 1796ம் ஆண்டு கிழக்கிந்தியக் கம்பெனியின் எழுத்தராகப் பணியாற்ற மதராஸ் வந்தார். அறிவுக்கூர்மையும், கடும் உழைப்பும் கொண்ட எல்லிசைத் தேடிப் பதவி உயர்வுகள் வந்தன. வருவாய் வாரியத்தின் துணைச் செயலர், இணைச்செயலர், செயலர் என அடுத்தடுத்துப் பதவியுயர்வுகள். 1806ம் ஆண்டு,

தஞ்சையின் நீதிபதியாக நியைக்கப்பட்டார். அதே ஆண்டு மசூலிப் பட்டினத்துக்கு மாற்றப்பட்டார். 1809ம் ஆண்டு மதராஸ் நிலத்தீர்வைத் துறையில் பணியாற்றியவர், 1810ம் ஆண்டு மதராஸின் ஆட்சியராக நியமிக்கப்பட்டார்.

பெரும் தமிழ் ஆர்வலரான எல்லிசு, திராவிட மொழிக் குடும்பம் குறித்து கால்டுவெல் எழுதுவதற்கு நாற்பது ஆண்டுகளுக்கு முன்பே, 1816ம் ஆண்டு ஏ.டி. கேம்ப்பெல்லின் (A.D.Campbell) தெலுங்கு இலக்கண நூலுக்கு எழுதிய அணிந்துரையில், ‘இலக்கண வழி அன்றி, பேச்சுவழக்கு கொண்டு மூன்று திராவிட மொழிகளும் ஒரே மொழிக்குடும்பத்திலிருந்து தோன்றியிருக்கக்கூடும்’ என எழுதியுள்ளார். இவ்வாறு எல்லிசு எழுதியிருப்பதைக் கால்டுவெல் தன் நூலில் குறிப்பிடுகிறார். தான் நிறுவ உதவிய தூய ஜார்ஜ் கோட்டைக் கல்லூரியில், மேற்குறிப்பிட்ட தலைப்பில் விரித்து ஆய்வு செய்யவேண்டும் என்ற முயற்சியை எல்லிசு முன்னெடுத்ததை தாமஸ் டிரவுட்மன் (Thomas Trautman) தரவுகள் கொண்டு நிறுவுகிறார். கால்டுவெல்லின் திராவிட மொழிகளின் ஒப்பிலக்கணம் நூலுக்கு எல்லிசின் பணியே அடித்தளம் என்பதில் ஐயமில்லை.

எல்லிசு, தொல்காப்பியம், நன்னூல், தொன்னூல் முதலான நூல்களை ஆராய்ந்து, குறளுக்கு விளக்கவுரை எழுதியவர். எல்லிசின் தமிழ் ஆர்வம், மக்கள் பணி செய்யும் முன்னெடுப்பு இரண்டுமே அவர் மதராஸ் நகரின் ஆட்சியராக இருந்த காலத்தில் வெளிப்பட்டன. சென்னையின் குடிநீர்த் தட்டுப்பாட்டைப் போக்க அவர் வெட்டிய கிணறுகளில் பாடல் வரிகளுடன் கூடிய தமிழ்க் கல்வெட்டுகளைப் பொறித்தார். ராயப்பேட்டை பெரியபாளை யத்தம்மன் கோயில் கைப்பிடிச் சுவரில் வெட்டப்பட்டிருக்கும் கல்வெட்டில்,

சயங்கொண்ட தொண்டிய சாணூறு நாடெனும்
ஆழியி லிழைத்த வழகுறு மாமணி
குணகடன் முதலாக குடகட லளவு
நெடுநிலந் தாழ நிமிர்ந்திடு சென்னப்
பட்டணத் தெல்லீச னென்பவன் யானே
பண்டார காரிய பாரஞ் சுமக்கையிற்
புலவர்கள் பெருமான் மயிலையம் பதியான்
தெய்வப் புலமைத் திருவள் ளுவனார்
திருக்குற டன்னிற் றிருவுளம் பற்றிய

//இருபுலனும் வாய்ந்த மலையும் வருபுனலும்
வல்லரணு நாட்டிற் குறுப்பு//
என்பதின் பொருளை யென்னு ளாய்ந்து...

என்று திருக்குறளை நுணுக்கமாகக் கொணர்ந்து சேர்த்திருக்கிறார். ‘19ம் நூற்றாண்டின் தமிழ் மறுமலர்ச்சிக்கு ஊற்றுக்கண் எல்லிசே’ என அயோத்திதாசர் முதன்முதலில் எல்லிசைக் குறித்து எழுதியிருக்கிறார்.

சென்னையின் சிறந்த புலவர்களாக விளங்கிய சாமிநாதன், ராமச்சந்திரக் கவிராயர் ஆகியோரிடம் ஏட்டுச் சுவடிகளில் இருந்து தமிழ் கற்றார் எல்லிசு. தென்னாட்டில் வசித்த ஆங்கிலேயருக்கு மொழிகளைக் கற்றுத்தர சென்னை அரசாங்கம் கல்விச்சங்கம் ஒன்றை நிறுவியது. சென்னை கல்விச் சங்கம் (Madras Literary Society) நிறுவியதில் பெரும்பங்கு எல்லிசுக்கு உண்டு. இக்கல்விச் சங்கத்தின் மேலாளராக இருந்த முத்துசாமி, சிறந்த தமிழறிஞர். தத்துவ போதகர், வீரமாமுனிவர், சாங்கோ பாங்கர் ஆகிய துறவிகள் எழுதிய நூல்களைக் கற்று, அவற்றை சொற்பொழிவாற்றி வந்தவர் இவர். வீரமாமுனிவரின் வரலாற்றை புதுவையில் உள்ள ஒருவரிடம் திரட்டி, அதை நூலாக முத்துசாமி வெளியிட, தூண்டுகோலாக இருந்தவர் எல்லிசு.

வீரமாமுனிவர் பணியாற்றிய பங்குகளுக்குச் சென்று அங்குள்ள மக்களிடம் கேட்டு, அவர் எழுதிய சுவடிகள் எதுவும் இருந்தால் திரட்டிக் கொண்டுவரும்படி முத்துசாமியை எல்லிசு ஊக்குவித்தார். அதற்கு தேவைப்பட்ட பொருளுதவியும் செய்தார். அப்படிச் செய்ததன் விளைவாகவே இன்று நம்மிடம் வீரமாமுனிவர் இயற்றிய தேம்பாவணி இருக்கிறது எனச் சொல்லலாம். வீரமாமுனிவர் பணியாற்றிய ஆவூரில் வசித்த நாயக்கர் ஒருவரிடம் தேம்பாவணி சுவடி முதலில் கிடைத்தது. அதைப் பாதுகாத்து வைத்திருந்த நாயக்கரை எல்லிசிடம் அழைத்துச் சென்றார் முத்துசாமி. அதை விலைகொடுத்து மகிழ்வுடன் எல்லிசு வாங்கிக்கொண்டார். சுவடிகளை சேகரிப்பதிலும், பாதுகாப்பதிலும் பெரும் ஆர்வம் கொண்டவராக இருந்தார். எல்லிசு எழுதியப் பாடல்கள் என நம்மிடம் ஐந்துப் பாடல்கள் கிடைத்துள்ளன. அவை அனைத்தும் நமச்சிவாய என்று சிவனைப் போற்றிப் பாடப்பட்ட பாடல்கள்.

‘சர்வ வல்லமையுள்ள தெய்வமே! பேரானந்த வடிவாய பெருமானே! பரந்த உலகமெலாம் பற்றியாளும் பரமனே! இம்மண்ணுலகத்தையாளும் சிற்றரசர்கள் தம் குடிகளைக்

கண்டித்தும் தண்டித்தும் வரிப்பண வாங்குவார்கள். ஆனால் அரசருக்கெல்லாம் அரசரான நீயோ யாரிடமும் திறை பெறுவதில்லை. அதனால் வாக்கால் திறையளக்கும் வழக்கத்தை விட்டு, என் உள்ளத்தில் ஊறும் அன்பை உன் திருவடியில் காணிக்கையாய்ச் சொரிகின்றேன்', என்று பொருள் தரும் பாடல்கள் அவை என தன் 'கிறிஸ்தவத் தமிழ்த் தொண்டர்' நூலில் ரா.பி.சேது குறிப்பிடுகிறார்.

ராமநாதபுரம் 'கிறிஸ்து ஆலயத்தில்'தான் பண்டைய கல்லறைக் கல்வெட்டுகள் சில இருக்கின்றன. 1946ம் ஆண்டு தொகுக்கப்பட்ட ஜே ஜே காட்டனின் மதராஸ் மாகாண கல்லறைக் கல்வெட்டுகள் இரண்டாம் தொகுதி நூலில், எல்லிசின் கல்லறை ராமநாதபுரத்தில் இருப்பதாகத் தெளிவாகக் குறிப்பிடப்பட்டுள்ளது. இந்த ஆலயம் ராமநாதபுரத்தில் முதலில் கட்டப்பட்ட சீர்திருத்தக் கிறிஸ்தவர் களுக்கான ஆலயம். இதனை கர்னல் மர்டினஸ் (Colonel Martinze/ Martinzi) என்பவர் ராமநாதபுரம் மன்னரின் ஆலோசனைப்படி கட்டினார். 15 பிப், 1800 அன்று ஆலயம் பிரதிஷ்டை செய்யப் பட்டது. அப்போது உடல்நலமின்றி தஞ்சையில் இருந்த ஜீனிக் போதகரை ராமநாதபுரத்துக்கு அழைத்துச் சென்று, நிகழ்வை ஜெரிக் போதகர் முடித்தார்.

1805ம் ஆண்டு மன்னரின் கோட்டை கொத்தளப் பாதுகாப்பை ஏற்றிருந்த போர்ச்சுகீசியரும், மன்னரின் படைத்தலைவருமான மார்டினஸ் கட்டிய ஆலயம் ஒன்று இருந்ததாகத் தரவுகள் சொல்கின்றன. 'இந்த ஆலயத்தை மேற்பார்வை செய்து கட்டிய ரோமை கத்தோலிக்கரான மார்டினஸ், ஆலயத்துக்கு நிதியுதவும் செய்தார்', என ஹீபர் போதகர் குறிப்பிடுகிறார். கிறிஸ்து ஆலயத்தை யும், எல்லிசு கல்லறை இருந்த இடத்தையும் தேடிச்சென்றோம்.

இருநூறு ஆண்டுகளைத் தாண்டிய ஆலயம் இன்றும் அதே வடிவில் இருக்கிறது. ஆலயத்தின் உள்ளே பெரும் தூண்கள் உள்ளன. பீடத்தில் கிறிஸ்துவை மேய்ப்பராகக் காட்டும் கண்ணாடி ஓவியம் ஒன்று பதிக்கப்பட்டுள்ளது. 26 வயதில் ராமநாதபுரத்தில் இறந்து போன துணை போலீசு சூப்பிரண்டு கை கிளார்க் (Guy Clerk) என்பாரின் நினைவாக இந்தக் கண்ணாடி அளிக்கப்பட்டுள்ளது. இவரது கல்லறை ஆலயத்தை ஒட்டியே இருக்கிறது. பீடத்தில் பண்டைய தமிழ் எழுத்துகளில் ''தன் பிழைகளை உணருகிறவன் யார்? மறைவான குற்றங்களுக்கு என்னை நீங்கலாக்கும்'' என்ற சங்கீதம் 19:12 வசனம் கையால் செய்யப்பட்ட பழையப் பளிங்கு ஓடுகளில் பொறிக்கப்பட்டுள்ளது.

பிரசங்கப் பீடத்திலுள்ள செப்பாலான விவிலியத்தாங்கு தூண், ராமநாதபுரம் மன்னரால் கிறிஸ்து ஆலயத்துக்கு அளிக்கப் பட்டுள்ளது. 'ஏ.டி.லிம்பிரிக்கு போதகருக்கு மேன்மை பொருந்திய மன்னர் எம். பாஸ்கர சேதுபதியின் அன்புப் பரிசு, 07 ஏப்ரல் 1896' என அதில் வெட்டப்பட்டுள்ளது. ஆலயம் சமீபத்தில் செப்பனிடப் பட்டுள்ளது என ஆலயத்தின் போதகர் பிரேம் கிறிஸ்துதாஸ் கூறுகிறார். ஆலயத்தை ஒட்டியுள்ள சி.எஸ்.ஐ. பள்ளியை நடத்து மளவுக்குக்கூட மாணவர் எண்ணிக்கை இல்லை என்கிறார். முன்னொரு காலத்தில், ராமநாதபுரம் மிஷனை அமெரிக்க மிஷனிடம் ஒப்படைக்கும்படி சண்டை நடந்தபோது, இந்தப் பள்ளி பெரும் 'லாபம்' ஈட்டிவந்ததால் அதை ஆங்கிலேய மிஷனரிகள் அமெரிக்க மிஷனிடம் தரவிரும்பவில்லை என ஹீபர் போதகர் தன் நூலில் குறிப்பிடுகிறார்.

ஆலயத்தின் பக்கவாட்டுப் பகுதியில் சில தொன்மையான கல்லறைகள் இருக்கின்றன. பெரும்பாலும் லெஃப்டினென்ட், கண்டக்டர் என ராணுவத்தில் பணியாற்றிய அதிகாரிகளின் கல்லறைகள் இவை. அமெரிக்க மிஷனின் சில்வா போதகர், எஸ்.பி.ஜி. மிஷனரி சுதர் ஆகியோர் கல்லறைகளைப் பார்வையிட்டுவிட்டு, போதகரிடம், ''இங்க எல்லிஸ் துரையோட கல்லறை எது பாஸ்டர்?'', எனக் கேட்டேன்.

''அதோ அங்க ஒரு பிளாஸ்டிக் பைப்பு நட்டுவச்சிருக்கு பாருங்க சிஸ்டர், அதுதான் அவர் கல்லறை இருந்த எடம்'', என அழைத்துச் சென்று காட்டினார். 'திராவிடம்' என்ற கருத்தாக்கத்தை கால்டுவெல்லுக்கு முன்பே முன்னெடுத்து, பின்வந்த அனைவரின் ஆய்வுகளுக்கும் அடித்தளமிட்டவரின் உடலைப் புதைத்த இடத்தில் மூன்று இஞ்சு உயர பிவிசி பைப் துண்டு ஒன்று மட்டும நிற்பது எவ்வளவு மனதை வருந்தச் செய்யும்? சிலநொடிகள் மூச்சே வரவில்லை. தியடோர் ஐயா சொன்னது போல அங்கே வேலி எதுவும் இல்லை.

''சார், குறைஞ்சது ஒரு சின்ன ஃப்ளெக்ஸ் போர்டாவது வைக்கலாமே? அவர் பெயர் போட்டு?'' என அவரிடம் கேட்க, ''சிஸ்டர், அதுக்கு மேல இருந்து ஆர்டர் வாங்கித்தான செய்யணும்? வந்தா கட்டாயம் செய்றேன்'', என்றார். ஆலயத்தை இன்னும் பெரிதாக சில கோடிகள் செலவழித்துக் கட்டவேண்டும், மக்களுக்கு உட்கார ஆலயத்துக்குள் இடமில்லை என சற்று முன்பு வரை பேசிக்கொண்டு இருந்தவர் அவர். சில ஆண்டுகள் முன்புதான் இந்த ஆலயம் பெரும் பொருள் செலவில்

செப்பனிடப்பட்டிருக்கிறது. ஆனால் அங்கே அடக்கம் செய்யப்பட்ட தமிழ் ஆர்வலர் எல்லீசனின் கல்லறைக்கு அங்கே இடமில்லை.

இடத்தைக் காட்டித் தந்ததற்கு அவருக்கு நன்றி சொல்லிவிட்டுக் கிளம்பினோம். மீண்டும் தியடோர் ஐயாவை அழைத்து அங்கே பார்த்ததைச் சொல்லி புலம்பிக்கொண்டு இருந்தேன். ''அந்தக் கல்லறை அங்கே இருந்தப்ப பார்த்தது மூணு பேர்தான். ஒண்ணு அங்க இருந்த பாஸ்டர், அவர் அப்பவே மாறிப் போயிருக்கணும். இன்னொண்ணு தொல்லியல் துறை வெங்கடாசலம் சார், இன்னொண்ணு அந்த ஊருல உள்ள பெரியவர் ஒருத்தர். எனக்குமே அந்த சர்ச் பெரியவர் சொன்னதுதான். அவரும் இப்ப உயிரோட இல்ல. கல்லற பார்க்க எப்படி இருந்துச்சுன்னு கேக்கணும்னா வேதாசலம் சார் கிட்ட கேளும்மா. அதைப் பார்த்த ஒரே ஆள் அவர்தான்..அதை படி எடுத்து, சர்ச்சுக்கு பாக்ஸ்ல காபி போட்டுக் குடுத்ததா வேதாசலம் சார் சொன்னார். நானும் கேட்டுப் பார்த்துட்டேன், சர்ச்சுல அப்புடியோரு ரெக்கார்டே இல்லன்னு சொல்லிட்டாங்க. அதைக் காணுமாம். நானும் என்னால முடிஞ்சத பண்ணிக்கிட்டுதான் இருக்கேன். போன வாரம்கூட அமைச்சர் தங்கம் தென்னரசு கிட்ட இது பத்தி பேசினேன். பார்க்குறேன்னு சொன்னார்மா'', என்றார்.

தமிழகத் தொல்லியல் துறையில் பணியாற்றி ஓய்வு பெற்ற வேதாசலம் சார் மிகுந்த வருத்தத்துடன்தான் விவரித்தார். 1980க்கு முன்பாக அவர் ராமநாதபுரத்துக்கு வேறொரு பணியாகச் செல்லும் போது இயல்பான ஆர்வம் மேலிட, கிறிஸ்து ஆலயத்துக்குச் சென்றுள்ளார். அங்கு எல்லிசின் கல்லறையைப் பார்த்திருக்கிறார். ''ரொம்ப அழகா இருந்துச்சும்மா. தரையில இருந்து சுமார் மூணடி உயரம் இருக்கும். முழுக்க வெள்ளை சலவைக் கல்லு. அதுல சுத்திலும் பூவும் கொடியுமா பார்டர் போட்டுருந்துச்சு. அப்பல்லாம் என் கிட்ட கேமரா இல்லம்மா. இருந்தா ஒரு படமாவது எடுத்திருப்பேன். கல்வெட்ட முழுசாப் படிச்சுப் பார்த்துட்டு, பேப்பர் காபி வரைஞ்சு சர்ச்சுல குடுத்துட்டு வந்தேன். அங்க இருந்த பழைய கல்லறைங்க எல்லாத்துக்கும் கிட்டத்தட்ட சென்டர்ல இருந்துச்சு. 1983-1984 வாக்குல மறுபடி அங்க போனா, அதைக் காணும். எங்கங்க கல்லறைன்னு கேட்டா, அங்க இருந்த ஃபாதருக்கு எதும் தெரியல. அவர் அங்க வந்தப்பவே எல்லிஸ் கல்லறை இல்லை, யாரோ இடிச்சுட்டாங்க, எப்ப இடிச்சாங்கன்னு தெரியாதுன்னு சொல்லிட்டார்.''

''சர்ச்சுல அப்ப முன்பக்க போர்டிகோல சலவைக்கல்லு பதிச்சிக்கிட்டு இருந்தாங்க. அங்கதான் முதல்ல ஓடிப் போய்ப் பார்த்தேன். பதிக்க வச்சிருந்த கல்லுல ரெண்டு, எல்லிஸ் கல்வெட்டு இருந்த கல்லும்மா... அதை எழுத்து தெரியாத மாதிரி திருப்பிப் போட்டு வச்சிருந்தாங்க. நமக்குத்தான் கல்லைப் பார்த்தாலே தெரியுமே... எது பழசு, புதுசு, எதுல கல்வெட்டு இருக்கும்னு... மனசே ஆகல. அந்தக் கல்லை ஆளுங்க கூட சேர்ந்து திருப்பிப் போட்டா எல்லிஸ் கல்வெட்டுதான்.''

''திரும்ப ஃபாதர் கிட்ட போய், 'சார், அங்க தரைல பதிக்க வச்சிருக்க கல்லுல ரெண்டு முக்கியமான கல்வெட்டு சார், அதை மட்டும் எங்க கிட்ட குடுத்துருங்க சார்'னு கேட்டேன். அவரு அப்டி எல்லாம் தானா முடிவு எடுக்க முடியாது, ஒப்படைக்கணும்னா சர்ச் மெம்பர் எல்லார் கிட்டயும் கேட்டுக்கிட்டுதான் தர முடியும்னு சொல்லி அனுப்பிட்டார். அடுத்த நாளும் திரும்பப் போனேன். விட மனசு இல்ல. அப்புறம் அவர், 'நான் எல்லார்கிட்டயும் கேட்டேன். அரசாங்கத்துகிட்ட ஒப்படைக்கணும்னா தகுந்த ஆதாரத்தோடதான் ஒப்படைக்க முடியும். சர்ச்சுல ஒரு ஃபங்க்ஷன் மாதிரி வச்சு, உங்க கைல ரெண்டு கல்வெட்டையும் ஒப்படைக்கிறோம்', அப்டின்னு சொன்னாரு.''

''ஆபிஸ்ல இருந்து லெட்டர் எல்லாம் போட்டு பெர்மிஷன் வாங்கி, அவுங்களுக்கும் அஃபிஷியலா சொன்னோம். ஒரு சண்டே என்னை வரச் சொல்லி ரெண்டு கல்லையும் பெரிய கூட்டம் எல்லாம் வச்சு, எல்லார் முன்னாடியும் குடுத்தாங்கம்மா. எனக்கு இன்னும் நல்லா ஞாபகம் இருக்கு, அன்னிக்கு ரிக்ஷாவுல ரெண்டு கல்வெட்டையும் ஏத்திக்கிட்டு நம்ம ராமநாடு மியூசியம்ல கொண்டுவந்து வச்சேன். படி வரைஞ்சு குடுத்ததையும் தொலைச்சுட்டாங்கம்மா. இப்ப அங்க எல்லிஸ் கல்லறை இருந்ததுக்கான எந்த புரூஃபும் இல்ல. கல்வெட்டு மியூசியம்ல இருக்குமே, பார்த்தீங்களா?'', என்றார்.

''சொல்றேன்னு தப்பா நினைக்காதீங்கம்மா. இந்து, கிறிஸ்டியன், முஸ்லிம் யாருமே விதிவிலக்கு இல்ல. எல்லாரும் ஒரே மாதிரிதான் இருக்காங்க. பழசு என்ன இருந்தாலும் அதை தூக்கிப் போட்டுட்டு புதுசா மாத்தணும். அது கோயிலோ, சர்ச்சோ, மசூதியோ.. கல்வெட்டோ..எதைப் பத்தியும் யோசிக்க மாட்டேங்குறாங்க. அந்தக் கல்லறை இருந்த இடமும், எப்புடி இருந்துச்சுன்னும் என்னால இப்பயும் பேப்பர் குடுத்தா வரைய முடியும். கவர்ன்மென்ட் எதாவது முயற்சி எடுத்து அந்த இடத்த செக்யூர் பண்ணினாத்தான் உண்டு. அங்க அதே மாடல்ல இன்னொரு கல்லறை எழுப்பி, அதுல இந்தக்

கல்வெட்டைக் கொண்டு பதிச்சாலும் நல்லது, இல்ல அந்த இடத்துல ஒரு மணிமண்டபம் அவருக்கு எடுத்தாலும் நல்லது. பழச மறக்கக் கூடாதுல்லம்மா? என்ன சொல்றீங்க?'', எனக் கேட்டார்.

எல்லிசுதமிழரின் அடையாளம், தமிழ்க் கிறிஸ்தவத்தின் அடையாளம். இன்று அடையாளமின்றி பிவிசி பைப்பாக நின்றுகொண்டிருக்கிறது அவரது உடலின் எச்சம்.

சான்றுகள்

- *கிறிஸ்தவத் தமிழ்த் தொண்டர், ரா.பி.சேதுப்பிள்ளை - திருநெல்வேலி எஸ்.ஆர். சுப்பிரமணிய பிள்ளை, 1957*
- *தமிழ்நாட்டின் தல வரலாறுகளும் பண்பாட்டுச் சின்னங்களும், வி.கந்தசாமி - பழனியப்பா பிரதர்ஸ், 2012*
- https://rcsi.hypotheses.org/488
- Francis Xavier; His Life, His Times by Schurhammer, Georg, 1882 - 1971 - Jesuit Historical Institute, 1973 - 1982
- Padre Henrique Henriques, the Father of the Tamil of the Tamil Press - S.Rajamanickam, Second International Tamil Conference Seminar, January 1968, Madras
- Jesuits in Ceylon (in the XVI and XVII Centuries), Simon Gregory Perera - Asian Educational Services, 2004

52

செங்கோல் மாதா பொங்கல், மாவிளக்கு, கிடா வெட்டு – காரங்காடு

அன்னதானம் செய்வதாக வேண்டிக் கொண்டால், ஞாயிற்றுக்கிழமை அன்று செங்கோல் மாதாவுக்குக் கிடா வெட்டி ஊருக்கே உணவு தருகின்றனர். ஆலயத்துக்கு வெளியே கிடாவை வெட்டி, சமைத்து, உணவை ஆலயத்தின் எதிரே உள்ள சத்திரத்தில் பரிமாறுகின்றனர். கிடாவெட்டு என்றால் ஊரே திரண்டு வந்து சாப்பிட்டு, வாழ்த்திச் செல்கிறது.

•

தேவிப்பட்டினம் பக்கம் போகப் போகிறோம் என்றதுமே நெய்தல் ஆன்டோ சார், 'நீங்க காரங்காடு போய் பார்த்துருங்க மேடம்..அங்க நண்பர் ஒருத்தர் இருக்கார். கோயில் பழைய கோயில்தான்', என்றார். அவரது நண்பர் அமிர்தராஜிடம் பேசினோம். அவர் தன் தங்கை ரீசெட்டைத் தொடர்புகொள்ளுமாறுச் சொல்லி, அவரது எண்ணை அனுப்பிவைத்தார். பக்கத்திலேயே கடல் உண்டு, அலையாத்திக் காடுகள் உண்டு, அதில் அரசு நடத்தும் படகு சவாரியும் உண்டு என்றார். அப்புறமென்ன? கடலுக்குள் படகு சவாரி செய்வது என அந்த நொடியே தீர்மானம் செய்தாயிற்று.

தேவிப்பட்டினத்துக்கு வடக்கே, கிழக்கு கடற்கரைச் சாலையில் உப்பூர் என்ற ஊரைத் தாண்டியதும் வலதுபுறம் செல்லும் சாலையில்

திரும்புமாறு அமிர்தராஜ் சார் தெளிவாகச் சொல்லியிருந்தார். உப்பூரைத் தாண்டி புதுக்காடு என்னும் இடத்தில் சாலை பிரிகிறது. புதிதாக போடப்பட்டிருந்த செம்மண் சாலையில் ஆடி அசைந்து போய்க்கொண்டிருந்தோம். சாலையுடன் போட்டிபோட்டு அலையாத்தி மரங்களடர்ந்த ஓடை ஒன்று கூடவே ஓடி வந்து கொண்டிருந்தது. தொலைவில் இருந்தே ஆலயத்தின் கோபுரம் தெரிந்தது.

ஆலயத்தின் அருகே பழைய சாவடி போலத் தெரிந்த இடத்தில் வண்டியை நிறுத்தி இறங்கிக்கொண்டோம். அங்கிருந்து ரீசெட்டுக்கு அலைபேசியில் அழைத்ததும், அவரே வந்து வீட்டுக்கு அழைத்துச்சென்றார். ஆலய முன் வாசலுக்குப் பக்கவாட்டு அகன்ற தெருவில் அவரது வீடு இருந்தது. வரவேற்று உபசரித்தவர், ஆலயத்தை முதலில் பார்க்கச் சென்றால் இருட்டிவிடும், கடலுக்குப் போகமுடியாது என்று சொல்ல, முதலில் கடல், அப்புறம் ஆலயம் எனச்சொல்லிவிட்டு, அவருடன் கிளம்பினோம். ஆலயத்திலிருந்து சிறிது தொலைவில் 'காரங்காடு சூழல் சுற்றுலா மையம்' இருக்கிறது. கோட்டைக்கரை ஆறு, வெள்ளியாறு இரு ஆறுகளும் இணைந்து கடலில் கலக்கின்ற முகத்துவாரத்தில் காரங்காடு ஆலயம் இருக்கின்றது.

கடலிலிருந்து செங்கோல்மாதா ஆலயம், காரங்காடு

கடைசி சவாரி இதுதான் என்று அங்கு பணியாற்றும் தாவீது மற்றும் அவரது நண்பர் சொல்ல, ஓடிச்சென்று கட்டணம் செலுத்தி படகில் ஏறிக்கொண்டோம். போகிற போக்கில் ரீசெட், அவர் மகன் இருவரையும் எங்களுடன் படகில் இழுத்துக் கொண்டோம். மாலை மயங்கும் வேளை நூறு ஏக்கர் அலையாத்திக் காடுகள் சூழ் கடலில் பயணம் போவது என்பது வாழ்நாளின் மகிழ்வான அனுபவங்களில் ஒன்று. அதிலும் படகுக்குப் பக்கவாட்டில் மீன்கள் துள்ளிக்குதித்து நமக்கு ஒரு 'காட்டு' காட்டிவிட்டுச் சென்றால் பேரானந்தம்தான்.

படகுத்துறையை விட்டுக் கிளம்பியதுமே கடலுக்குள் திரும்பும் திருப்பத்தின் இடதுபுறம் ஆலயம் தெரிகிறது. அதன் முன் கரையோரம் வரிசையாக வண்ண மீன் பிடிப் படகுகள். ஆலயம் பிரம்மாண்டமாகவே தெரிந்தது. வலது பக்கம் சற்றுத் தொலைவில் தெரிந்த அலையாத்திக் காடுகளுக்கு அணுக்கமாகப் படகை ஓட்டிச் சென்றனர்.

ரீசெட்டுக்கு அத்தனை மகிழ்ச்சி. அந்தச் செடிகளுக்கு அருகே படகை நிறுத்துயதும் மற்ற மரங்களில் இருந்து வித்தியாசமாகத் தெரிந்த பெரிய வெளிர் பச்சை இலைகளைக் கொண்ட மரங்களைக் காட்டிச் சொன்னார்...''ஐயோ..இதெல்லாம் நா நட்டது. பிச்சாவரத்துல இருந்து ஃபாரஸ்ட் டிபார்ட்மென்ட் கண்ணு கொண்டுவந்து நடச்சொன்னாங்க. முட்டியளவு தண்ணியில நின்னு கஷ்டப்பட்டு நட்டது இதெல்லாம்... இதோ இது பூத்திருக்கு!'', என்று இலைகளைத் தொட்டுத் தொட்டுப் பார்த்து குழந்தை போல குதூகலித்தார். காரங்காட்டில் அவிசீனியாவின் ஒரு வகை மரங்கள் மட்டுமே இருந்தன எனவும், காட்டின் பரப்பை விரிவாக்க பிச்சாவரச்சிலிருந்து அகன்ற இலை மரக்கன்றுகள் கொண்டுவந்து நடப்பட்டன எனவும் சொன்னார். கிராமத்து மக்களை இணைத்து செய்யப்படும் இவ்வாறான சூழலியல் விரிவாக்கங்கள் பலனுள்ளவை; அம்மக்களுக்கு அவர்களின் பணியின் மேல் உள்ளார்ந்த அக்கறையும், சூழலின்பால் ஈடுபாடும் கொள்ளச் செய்பவை. ரீசெட் நட்டு வளர்ந்த மரங்களின் முதல் பூக்களைப் பறித்தேன். அவிசீனியா மலர்களுக்கு வாசம் உண்டு போல. அது அனேகமாக உழைப்பின் வாசமாகவும் இருக்கலாம்.

அலையாத்திக் காட்டுக்குள் இறங்கி நடக்க வேண்டும் என்று நாங்கள் அடம் பிடிக்க, சற்றுத் தொலைவில் தெரிந்த கரையின் அருகே படகைச் செலுத்தினர். படகிலிருந்து எகிறிக் குதிப்பதற்குள், ''அக்கா, இந்த முள்ளு முள்ளா இருக்குற சங்கு மேல மட்டும் மிதிச்சிராதீங்க. அது வெஷம்'', என்று சொல்ல, கீழே இறங்கும்

125 ஆண்டுகள் கடந்த பாஸ்கு நாடக தங்கும் சத்திரம்

எண்ணத்தை மறுபரிசீலனை செய்யத் தொடங்கினேன். ஆனால் அதற்குள் ரீசெட்டின் மகன்- குட்டி வால், இறங்கிவிட்டான். ''ஐ! அம்மா நச்சத்திர மீனு'', என்று அவன் கத்த, யோசனையை அப்புறம் செய்யலாம் என்று குதித்தே விட்டேன். மயங்கும் சூரியனின் ஆரஞ்சு வண்ணக் கதிர்கள், காலடியில் பளிங்கு போன்ற பசிய நீர், பாதத்தைச் சுற்றி நட்சத்திர மீன்கள்...''சரிப்பா... நா வரல, நீங்க திரும்பிப் போங்க'', என்று சொல்லிவிட முடியாதா என்று ஏக்கமாகவே இருந்தது. எண்ணத்தை மட்டும் அங்கேயே விட்டு விட்டு, ஏக்கத்துடன் திரும்பினேன். படகுத்துறைக்குத் திரும்பும் போதே இருட்டத் தொடங்கிவிட்டது.

ஆலயத்துக்கு எதிரே இருந்த பழைய சத்திரத்தைக் காட்டி, அது என்னவென்று ரீசெட்டிடம் கேட்டேன். பாஸ்கு நாடகம் காண வரும் மக்கள் தங்குவதற்காகக் கட்டப்பட்டது எனச் சொன்னார். ''இதைக் கட்டி நூத்தி இருவத்தஞ்சு வருஷம் ஆச்சு. அதோ எதுக்க இருக்குறது பாஸ்கா மேடை. அங்கதான் நாடகம் நடக்கும். வருஷா வருஷம் நாடகம் நடக்கும். இப்ப கொரோனாவால மூணு வருஷமா நடக்கல. பைபிள் வசனம் ஃபுல்லாவே இருக்கும், அங்கங்க பாட்டு வரும். இயேசு பிறந்ததுல இருந்து திரும்ப உயிர்த்து போதிக்கிற வரைக்கும் பைபிள்ள இருக்குறத அப்டியே நடிப்பாங்க. ரெண்டு

நைட்டு நடக்கும். ஈஸ்டருக்கு அடுத்த திங்கள், செவ்வாய் நைட்டு முழுக்க நாடகம் நடக்கும்'', என ரீசெட் சொல்கிறார்.

அவரது தந்தை அதிசயநாதன் கோயிலில் உபதேசியாராகப் பணிசெய்கிறார். ''பாஸ்கா எங்க ஊருல தொடங்கி நூத்தி முப்பது வருசத்துக்கு மேல இருக்கும். அப்பல்லாம் இங்க வெள்ளைக்காரச் சாமியார்தான். கபிரியேல் நாதர் சாமி. அவர் கல்லறை கோயில ஒட்டி இருக்கு. அவர்தான் இங்க பாஸ்காவ ஆரம்பிச்சு வச்சது. அவர் வந்த பிறகுதான் இது பங்காச்சு. அதுக்கு முன்னாடி கல்லடித்திடல்தான் பங்கா இருந்துச்சு. இதைப் பிரிச்சு தனிப் பங்கா மாத்துனாங்க'', என்று அதிசயநாதன் சொல்கிறார்.

அவர் மகள் ரீசெட், ''கபிரியேல் நாதரோட அண்ணன் ரொம்ப உடம்பு சரியில்லாம இருந்தாராம். அவருக்கு உடம்பு குணமாச் சுன்னா இங்க கோயில் கட்டுறதா சாமியார் வேண்டிக்கிட்டாராம். அவருக்கு சரியாகவும், கோயில எடுத்துக் கட்டியிருக்காரு. இந்த பெரிய அஞ்சரை அடி செங்கோல் மாதா சுருவம் பிரான்சுல இருந்து வந்தது. சின்ன சுருவம்தான் முதல்ல கடல்ல மெதந்து வந்துச்சு. இந்தப் புதுக் கோயில் 1997லதான் கட்டுனாங்க. பழைய கோயில் ரொம்ப அழகா இருக்கும். அதுல பன்னெண்டு தூணு பெருசு பெருசா இருந்துச்சு. கோயில இடிக்கும் போது தூணை எடுத்து, இப்ப வெளில வச்சிருக்காங்க. கோயில் கூரைல நல்ல ரங்கூன் கட்டை இருந்துச்சு. இதை விட ரொம்பப் பிரமாதமா பழைய கோயில் இருந்துச்சு... அதப் போயி இடிச்சுட்டாங்க'', என்கிறார்.

இவர் சொல்வதை சரியென்றே ஆலயத்திலிருந்து வெளியிடப் பட்டிருக்கும் மின் அறிக்கையும் உறுதி செய்கிறது. கூடவே, ஜான் டி பிரிட்டோ (அருளானந்தர்) அடைத்து வைக்கப்பட்டிருந்த கோட்டைச் சுவரும், அவர் திருப்பலி நிறைவேற்றிய இடமும் இந்தப் பங்கில் இருக்கின்றன என ஆலயம் வெளியிட்டுள்ள வரலாறு குறிப்பிடுகிறது. பிரிட்டோ வாழ்ந்த 17ம் நூற்றாண்டி லேயே இங்கே கிறிஸ்தவம் வந்திருக்க வேண்டும். 1867ம் ஆண்டு இங்கு பணியாற்றிய கபிரியேல் நாதர் (Darrieutort) என்ற இயேசு சபைக் குரு, பிரான்சில் உடல்நலம் குன்றிய தன் தம்பிக்கு உடல்நலம் கிடைத்தால் இங்கே ஆலயம் கட்டுகிறேன் என வேண்டிக்கொண்டார். தம்பிக்கு உடல்நலம் மேம்பட, அற்புதமான பிரெஞ்சு கட்டடக்கலை பாணியில் ஆலயம் ஒன்றை இங்கே எழுப்பினார். கபிரியேல் நாதர் 'மறவர் பகுதியின் தலைவன்' (Superior of Maravas) என்றே பிற குருக்களால் அழைக்கப் பட்டுள்ளார். 1876-1878ம் ஆண்டுகளில் சிவகங்கை, ராமநாதபுரம்

பகுதிகளில் ஏற்பட்ட கடும் பஞ்சத்தின்போது, பிரான்சில் இருந்து நிதியுதவி பெற்று இங்குள்ள மக்களுக்கு உணவுக்கு வழிசெய்தார் என லாபொர்ட் (Laporte) என்னும் பிரெஞ்சு குரு பதிவு செய்திருக்கிறார்.

1871ம் ஆண்டு பிரான்சிலிருந்து பெறப்பட்ட செங்கோல் மாதா (Mary With Sceptre) சுரூபம் இந்த ஆலயத்தில் வழிபடப்படுகிறது. ஆலயத்தின் கோபுரப் பகுதி மாற்றப்படாமல், அப்படியே பாதுகாக்கப்பட்டுள்ளது. இவ்வூரின் பாஸ்கு நாடகம் மிகவும் விசேசமானது. 1893ம் ஆண்டு முதல் இங்கு ஒவ்வொரு ஆண்டும் தடையின்றி பாஸ்கு நாடகம் நடத்தப்பட்டு வருகிறது. பாஸ்கு காணவரும் மக்களுக்காக, 1896ம் ஆண்டு இரண்டு சத்திரங்கள் இங்கே கட்டப்பட்டன. 1893ம் ஆண்டு பாஸ்கு மேடையும் இங்கு கட்டப்பட்டுள்ளது. 'சுவாமி கபிரியேல்நாதர் கலையரங்கம்' என இதற்குப் பெயரிடப்பட்டுள்ளது.

''எங்க பைபிளுதான் பாஸ்காவே. பாடுகளின் பாஸ்கா சாயங்காலம் ஆறரை மணிக்கே ஆரமிச்சிரும். விடாம அடுத்த நாள் ஏழரை மணி வரைக்கும் நடக்கும். சேசுநாத சாமிய மாதா மடியில வளத்துனாங்கல்ல? அதுலேர்ந்து மாதா புலம்பல் ஓடியாரும் எங்க பாஸ்காவுல. வியாகுல மாதா புலம்பலே ரெண்டு மணிநேரம் ஓடும். இழுத்துக்கிட்டு வரும் அந்தப் பாட்டு. வெளிய இருக்குற ஆளுங்களுக்குக் காதுலாம் வெடிக்கும். அப்டி இருக்கும். அந்தப் பாட்ட மின்னால படிச்ச ஆளுக எறந்துட்டாங்க. துயரம் அப்டியே... அவுக அழுது படிப்பாக. அந்நேரத்துக்கு இங்க 'பரிவட்டம்' நடக்கும். மாதா இயேசு நாதர மடியில வச்சு அழும்போது, அவருக்கு பட்டு சாத்துவாங்க. அதே ரெண்டு மணி நேரம் ஓடும். மேடைக்கு பக்கத்துல சாமிமார் நிப்பாங்க. அம்பது ரூவாய்க்கி அந்தப் பட்டுத் துணிய குடுப்பாங்க. அத வாங்கி சேசு நாதருக்குப் போட்டுட்டு வந்துறவேண்டியதுதான். பக்கத்துல ஆளு நிக்கும். அவுங்க பட்டுத்துணிய எடுத்து திரும்ப சாமியார்கிட்ட குடுப்பாங்க. மேடைலயே இது நடக்கும்.''

''பட்டுத்துணிய படுத்துருக்க சேசுநாதர் மடக்கு சுருவம் ஒண்ணு வச்சிருக்கோம், அதுக்கு போடுவோம். அந்த சுருவத்த மடக்கலாம். அஞ்சரை அடி இருக்கும். அந்த சுருவம்தான் பரிவட்டத்துக்கு வரும். சுருவம் டேபிள்ள படுக்க வச்சிருக்கும், மடக்கி... மாதா அத மடில வச்சிருக்காப்ல உக்காந்து இருப்பாங்க. அவுக கிட்ட மைக் இருக்கும். மெக்கா நேரம் முழுக்க ஆளுதான் நடிக்கும். பரிவட்டத்துக்கு சுருவந்தான். பாடுகளின் பாஸ்கா காலைல அஞ்சர

மணிக்கு பரிவட்டம் கட்ட ஆரமிக்கும். ஏழரை வரைக்கும் அதான் நடக்கும். மாதா புலம்பல் பாட்டு முடிஞ்ச உடனே தூம்பா ஊர்வலம் நடக்கும். அப்ப மைதானத்த சுத்திக் கொண்டுவருவாங்க. மாதா பின்னாடியே அழுதுப் பாடிட்டு வருவாங்க. அந்தப் பாட்டும் அருமையா இருக்கும்'', என அதிசயநாதன் சொல்கிறார்.

''மொத நாளு சேசு நாதர் பொறந்த ஒடனே அவரத் தூக்கிக்கிட்டு பாதுகாப்பா ஓடிரு..வெட்டிருவாய்ங்க, குத்திருவாய்ங்க அப்டின்னுட்டு சொல்லும்போது உள்ள கதை எல்லாம் இந்தப் பாட்டுக்குள்ள ஓடியாருது. ஆடாதோடை காட்டுக்குள்ள ஆழ்ந்த அன்பரேன்னு இழுத்து பாட்டு படிக்கும் அந்தப் பொம்பள... அது பொம்பளைப் புள்ளதான் பாடிநடிக்கும். முன்னாடி எல்லாம் அந்த வேஷமும் ஆம்பளையாளுக்கதான் கட்டுவாங்க. இப்ப அவரு மக எடுத்துக்கிருச்சு, நாந்தான் படிப்பேன்னு. ஏழெட்டு வருஷமா அந்தம்மாதான் படிக்குது. நல்லா படிக்குது. இப்ப யாராவது எறந்துட்டா, அவுக புள்ளைகளத்தான் நடிக்க சொல்லுவாங்க. அவுங்களுக்கு வேணாம்னா யார்லாம் நடிக்க விரும்புறாகளோ, அவுங்க எல்லாருக்கும் பயிற்சி குடுப்பாக. அதுல யாரு நல்லா பாடுறாங்களோ, நடிக்கிறாங்களோ, அவுங்களுக்குதான் அந்த வேஷம். நாலு பேர் அஞ்சு பேர் கேட்டா, அந்த பாத்திரத்துக்கு யார் சரியா வந்து உக்காருவாங்களோ அவுங்களத்தான் நடிக்க சொல்லுவாங்க.''

''மைக் இல்லாத காலத்துல எல்லாம் நல்லா படிச்சாங்க. இப்பயும் நல்லா படிக்கிறாங்க. பொருள் தெரியலன்னாலும், சந்தம் தப்பாம சரியாப் பாடுவாங்க. கோயில்ல மூணாங்கெழம வருது, பயிற்சி ஆரமிக்கணும்னும், எல்லாரும் மேடைக்கு வரணும்னும் அறிவிப்பாங்க. எந்த ஊருல இருந்தாலும், பாஸ்காவுல நடிக்கிற ஆளுங்க வந்துருவாங்க. அன்னிக்கு சாமியார்கிட்ட இருந்து அண்ணாவிங்க நோட்ட வாங்குவாங்க. ஒரே நோட்டுதான் இருக்கு. அண்ணாவி, நடிக்கிறவுங்க எல்லாத்துக்கும் பயிற்சி குடுக்கணும். முன்னால பிச்சை ஆசிரியர்னு ஒரு அண்ணாவி இருந்தாரு. ஒரு வார்த்தை தவறா இருந்தாலும் அடிதான். 'ஓட்றா வெளிய'னு... அவரைப் பார்த்த உடனே எல்லாம் பயத்துல நடிப்பாங்க. ஒரு வார்த்த முன்ன பின்ன வரக்கூடாது. கடவுள் சொன்னதா பைபிள்ல என்ன இருக்கோ, அது அப்டியே வரணும். அந்த அஞ்சு வாரத்துக்குள்ள எல்லாம் மனப்பாடம் ஆயிரும், ஆயிரணும்... வெளியாளுக யாருக்கும் நோட்ட குடுக்கவே மாட்டாங்க.''

''அவுங்கவுங்களுக்கு என்ன வேசமோ, அதுக்குள்ள வசனத்த தனியா பேப்பருல எழுதிக் குடுத்துருவாங்க. நடிக்கிற ஆளுகளுக்குக் கூட

முழு நோட்ட காட்டமாட்டாங்க. பாஸ்கா முடிஞ்ச ஒடனே நோட்ட வாங்கி சர்ச்சுல உள்ள வச்சுப் பூட்டிருவாங்க. அப்புறம் அடுத்த வருசந்தான் எடுப்பாங்க. எங்க ஊருலதான் கரெக்டான வரலாறு வரும் பாஸ்காவுல. மத்த ஊரு எல்லாம் எங்க ஊரு பாஸ்கா போல வராது. மத்த ஊரு பாஸ்கா எல்லாம் பார்த்துருக்கேன். ஒண்ணும் உப்ப சப்பில்ல. இங்கதான் பாஸ்கா'', என்கிறார் அதிசயநாதன்.

பெரும்பாலான பாஸ்கா நாடகம் நடக்கும் ஊர்களில் இதே நிலைதான். தங்கள் நோட்டுக்களை பெரும் பொக்கிஷங்கள் போலப் பாதுகாக்கின்றனர். வெளியூர் நிகழ்வுகள் தங்கள் ஊர் நிகழ்வுகளை விட நன்றாக இருந்தால், தங்கள் ஊர் நிகழ்வைப் பார்க்கும் மக்கள் எண்ணிக்கை குறைந்து விடும் என்பதே இதற்குக் காரணமாக அவர்களால் சொல்லப்படுகிறது. இவ்வாறான 'போட்டி மனப்பான்மை' மூலம், 'என் ஊர், என் தேவாலயம், எங்கள் நோட்டு, எங்கள் நாடகம்' என்னும் சுயப்பற்றை ஏற்படுத்த அன்றைய துறவிகள் முயன்றிருக்கின்றனர். ஒரு விதத்தில் பார்த்தால் சின்னப்பிள்ளைத்தனமாக இது தெரிந்தாலும், மக்களுடைய 'பங்கு/ஆலயப் பாசத்தை' தூண்டிவிட, இந்தக் கலைகள் வழிசெய்திருக்கின்றன. பெரும்பாலும் வழிவழியாக உள்ளவர்களே அந்தந்த வேடங்களில் நடப்பதால், ஏற்கனவே கெட்டிப்பட்டிருக்கும் சமூகக் கட்டமைப்பை, சாதியடுக்கையும், ஒரே சாதியில் குடும்பங்களின் முக்கியத்துவத்தையும் தக்கவைத்துக்கொள்ள முடிகிறது.

''பாடுகளின் பாஸ்கா, உத்தானத்தின் பாஸ்கா ரெண்டுலயுமே உள்ளூர் ஆளுகதான். வெளியூர் ஆளுக எல்லாம் கலக்கவே கலக்காது. காலம் காலமா குடும்பங்கதான் எடுத்து நடிப்பாங்க. மூணாங்கெழம (மூன்றாவது வாரம் புதன்) டிரெய்னிங் ஆரமிக்கணும். விபூதி புதன்தான் தலைக் கெழமை. குருத்து ஞாயிறு வருதா, அதோட நிப்பாட்டிக்குவோம். குடும்பம் குடும்பமா நடிக்கிறதால எல்லாருக்கும் வசனம், பாட்டு எல்லாம் நல்லாவே தெரியும். நாடக நோட்டு எல்லாம் சாமியார் கிட்டத்தான் இருக்கும். சொல்லித்தரதுக்கு அண்ணாவின்னு ஒருத்தர் இருப்பாரு. இப்ப அந்தோணிசாமின்னு ஒரு அண்ணாவியும், ஈசாக்கு வாத்தியாருன்னு ஒருத்தரும்..இப்ப ரெண்டு அண்ணாவிங்க இருக்காங்க. மேடைல பாடுறவுங்க, நடிக்கிறவுங்களுக்கு ட்ரெய்னிங் குடுக்குறதுதான் அவுங்க வேல'', என அதிசயநாதன் சொல்கிறார்.

காரங்காட்டில் பொங்கல் விழா விமரிசையாகக் கொண்டாடப் படுகிறது. ''ஜனவரில பொங்கல் வரும்போது, நாங்களும் சேர்ந்து பொங்கல் வச்சிருவோம். பொங்கல் வர்ற வாரத்துலயே

செவ்வாய்க்கிழமை அந்தோணியாருக்கு வைக்கிற பொங்கல் அது. அது உள்ள கடல் பக்கம் இருக்குற கெபியில வைப்போம். பாஸ்காவும், பங்குத் திருவிழாவும்தான் இங்க பெருசு. பங்குத் திருவிழாவுக்கு மூணு பெரிய சப்பரம் வரும். ஜூலை இருவத்தி நாலு கொடியேத்தம், ஆகஸ்ட் ஒண்ணு, ரெண்டு பங்குத் திருவிழா. ஆகஸ்ட் ஒண்ணு இன்னாசியார் திருவிழாவுக்கு இன்னாசியார், அமலோற்பவ மாதான்னு ரெண்டு சப்பரம், ரெண்டாந்தேதி நைட் சூசையப்பரு, அமலோற்பவ மாதா, செங்கோல் மாதான்னு மூணு, அடுத்த நாள் காலைலயும் அதே மூணு சப்பரம் எடுப்போம். அதுக்கு நல்ல கூட்டம் இருக்கும்'', என ரீசெட் கூறுகிறார்.

அதே போல ஒவ்வொரு மாதமும் முதல் சனியன்று சிறப்பு வழிபாடு செய்யப்படுமென்றும், அதன்பின் வருபவர்கள் அனைவருக்கும் அன்னதானம் வழங்கப்படுகிறது எனவும் ரீசெட் சொல்கிறார். இந்த அன்னதானம் வெளியூர்க்காரர்களுக்கு மட்டுமே, உள்ளூர்க்காரர்களுக்கு அனுமதி இல்லை. ஒவ்வொரு பிப்ரவரி மாதம் முதல் சனியும் 'செங்கோல் மாதா பொங்கல்' கொண்டாடப் படுகிறது. செங்கோல் மாதாவுக்கு மக்கள் கூடி சிறப்புப் பொங்கலிடுகின்றனர். அதன்பின் வழிபாடு செய்யப்படும் எனவும் அவர் கூறுகிறார். இந்த வழிபாடு முடிந்தபின், கடலுக்குப் படகுகளில் சென்று மீன்களுக்குப் பொங்கல் படைக்கின்றனர். செங்கோல் மாதாவுக்கென கட்டப்பட்டிருக்கும் தனிப்பாடல்கள், திருவிழாவின்போது சப்பரத்தின் பின்னே பாடப்படுகின்றன. இந்தத் தேர்ப் பாட்டு/சப்பரப் பாட்டு பாடுவதற்கென தனி குழு உண்டு. சகாயம் என்பவர் அந்தப் பாடல்களைப் படிப்பார் என இருவரும் சொல்கின்றனர்.

காரங்காடு செங்கோல் மாதா ஆலயத்தின் பக்கவாட்டுப் பகுதியில் பழைய ஆலயத்திலிருந்து எடுக்கப்பட்ட கருங்கல் தூண்கள் சில வைக்கப்பட்டுள்ளன. அவற்றில் ஒன்றிரண்டு விளக்குகள் எரிந்து கொண்டிருந்தன. ஆலயத்தின் பக்கவாட்டுச் சிற்றாலயம் ஒன்றில் கபிரியேல் நாதர் கல்லறை உள்ளது. ஆலயத்துக்குள் ஜெபம் நடந்து கொண்டிருந்தது. பீடத்தின் நடுவே பத்து அடி உயரமுள்ள செங்கோல் மாதா சுரூபம் இருக்கிறது. பீடத்துக்கு இடதுபுறம் பழைய செங்கோல் மாதா சுரூபமும் இருக்கிறது. அதன் முன்பாக மாவிளக்கு ஒன்று எரிந்து முடிந்திருந்தது.

ரீசட்டிடம் அது என்ன என விசாரித்ததில், 'வயிற்று வலி இருப்பவர்கள் செங்கோல் மாதாவுக்கு வயிற்றில் மாவிளக்கு போடுவது வாடிக்கை', என்றார். வயிற்று வலி இருப்பவர் (ஆண்/

வயிற்றுவலி தீர செங்கோல் மாதாவுக்கு
ஏற்றப்பட்ட மாவிளக்கு, காரங்காடு

பெண் இரு பாலரும்) கோயிலின் நடுப்பாதையில் மாதா சுரூபம் முன் மல்லாந்து படுத்துக் கொள்கிறார். அவர் வயிற்றில் வாழையிலை வைத்து, அதன் மேல் பச்சரிசி மாவு கெட்டியாகப் பிசைத்து, அதில் நெய் ஊற்றித் திரி போடுகின்றனர். விளக்கின் ஐந்து முகங்களிலும் திரி போடப்பட்டு, அதனருகே பூ வைக்கப்படுகிறது. விளக்கை சிறிது நேரம் வயிற்றில் எரியவிட்டு, பின் அதை மாதா சுரூபத்தின் முன் வைக்கின்றனர். சில சமயங்களில் கோயிலில் உள்ள 'ஜெப ஆச்சி' இவ்வாறு வருபவர்களுக்கு ஜெபம் சொல்வார் என்று சொல்லப்படுகிறது. "முன்ன எல்லாம் பச்சரிசி இடிச்சு மாவு ரெடி பண்ணி கோயிலுக்கு எடுத்துக்கிட்டு வருவாங்க. இப்ப அதுக்கெல்லாம் எங்க போக? ரெடிமேடு இடியாப்ப மாவுதான்'', எனச் சொல்கிறார் ரீசெட்.

இன்ன தேதி, இன்ன கிழமைதான் இதைச் செய்யவேண்டும் என எந்தக் கட்டுப்பாடும் இல்லை. வயிற்றுவலி குணமானதுமே

வேண்டுதலை நிறைவேற்றிவிடுகின்றனர். புன்னைநல்லூர் மாரியம்மன் கோயில், எர்ணாவூர் பீலிக்கான் முனீஸ்வரர் கோயில் அங்காளம்மன் சந்நிதி, கம்பம் கவுமாரியம்மன் கோயில், இருக்கன்குடி மாரியம்மன் கோயில் என பல அம்மன் கோயில் களிலுள்ள வயிற்று வலிக்கு மாவிளக்கு ஏற்றி வழிபடும் வழக்கம், செங்கோல் அன்னைக்கும் தொற்றிக்கொண்டிருக்கிறது எனலாம். இப்பகுதி மக்கள், தங்களுக்குத் தெரிந்த, இதுவரை தாங்கள் செய்துவந்த வழிபாட்டு முறையையே இன்றும் பின்பற்றுகின்றனர். மாரியம்மாவுக்கு பதில் செங்கோல் மேரியம்மா, அவ்வளவே.

இதே ஊரில் வாழ்ந்து இந்த ஆலயத்தை முன்னின்று கட்டிய இயேசு சபை குருவான அருட்தந்தை கபிரியேல் நாதர் (Giovanni Battista Darrieutort), 1867ம் ஆண்டு தனக்கு இப்பகுதியில் நேர்ந்த அனுபவத்தை எழுதியிருக்கிறார். புதிதாக மதம் மாறவிருந்த பெண் ஒருத்தி, ''சாமி, நான் எல்லாம் தயார் செய்துவிட்டேன். வாழ்க்கை முழுக்க நான் முருகனின் பக்தையாக இருந்திருக்கிறேன். அவரைவிட்டுப் பிரிந்து வந்தால், அவர் கோபம் கொள்ளக் கூடும் என அஞ்சி, தேவையான அளவு கோழிகளை வாங்கி வைத்திருக்கிறேன். எனக்கு நீங்கள் திருமுழுக்கு அளிக்கும்போது, அங்கே முருகனுக்கு கோழிப் பலி கொடுத்து படையல் போடச் சொல்லி ஏற்பாடு செய்திருக்கிறேன். அது போதுமானது என நினைக்கிறேன்'', என்று சொல்லியிருக்கிறார். அநேகமாக அந்தப் பெண் இந்தப் பகுதியைச் சேர்ந்தவராக இருக்கக் கூடும். இதே தருதோத் குரு (கபிரியேல்நாதர்) தன் 'டயப்லரீஸ்' குறிப்புகளில், இப்பகுதி மக்களிடையே இருந்த பழக்கவழக்கங்களைப் பதிவு செய்கையில், ஓரியூரில் கொல்லப்பட்ட ஜான் டி பிரிட்டோ (அருளானந்தர்) கொல்லப்பட்ட இடத்திலிருந்து மக்கள் செந்நிற மண்ணை அள்ளிச் செல்வதாகவும், குழந்தைப்பேறு இல்லாதவர் கள், 'பேய்' இருக்கும் மனிதர்களின் நெற்றியில் குச்சியால் இம்மண்ணைத் தொட்டு வைக்கும் வழக்கம் இருந்ததாகவும் கூறுகிறார்.

இன்னொரு வினோத வழக்கமும் இங்கே இருக்கிறது. அன்னதானம் செய்வதாக வேண்டிக் கொண்டால், ஞாயிற்றுக்கிழமை அன்று செங்கோல் மாதாவுக்குக் கிடா வெட்டி ஊருக்கே உணவு தருகின்றனர். ஆலயத்துக்கு வெளியே கிடாவை வெட்டி, சமைத்து, உணவை ஆலயத்தின் எதிரே உள்ள சத்திரத்தில் பரிமாறுகின்றனர். கிடாவெட்டு என்றால் ஊரே திரண்டு வந்து சாப்பிட்டு, வாழ்த்திச் செல்கிறது. ''ரெண்டு கிடா, மூணு கிடா வெட்டுவாக, ஊரே சாப்பிடும்'', எனச் சொல்கிறார் ரீசெட்.

பெரும்பாலும் உயிர்ப்பலி, ரத்தப்பலியை அதிகாரக் குவிப்புள்ள ஆண் தெய்வங்களுக்கே (செபஸ்தியார், அந்தோணியார், வனத்து சின்னப்பர், வனத்து அந்தோணியார்) செய்கின்றனர் எனவும், மாதாவுக்கு சைவ பலியான தென்னம்பிள்ளை அளிக்கப்படுகிறது எனவும் தன் 'செய்ன்ட் இன் தி பன்யன் ட்ரீ' நூலில் ஆய்வாளர் டேவிட் மோசே குறிப்பிடுகிறார். ஆனால் உக்கிரமான பெண் தெய்வங்களான காளி, சூலிக்கு உயிர்ப்பலி தருவது போல, கருணையுள்ள மேரிமாதாவையே அதிகார மையமாக (செங்கோல் ஏந்தியவள்) மாற்றி, செங்கோல் மாதாவாக்கி இங்கு உயிர்ப்பலி கொடுக்கப்படுகிறது. சைவம் பெரிதா அசைவம் பெரிதா சர்ச்சைகள் இந்த 21ம் நூற்றாண்டிலும் தொடர்ந்து கொண்டிருக்கின்றன. அசைவம் உண்பது, மிக இயல்பான மானிடக் கூறு. அதை இத்தனை சிக்கலாக்கிப் பார்க்கவேண்டுமா என எனக்கு இன்னமும் புரியவில்லை.

உடல்நல நேர்ச்சை/காணிக்கையாக கண்மலர், கை கால் உடல் உருக்கள், தங்கத்தில் கண் மலர், வெள்ளிப் பேனா, தாலி, தங்கக்காசு என பல பொருள்கள் மாதாவுக்கு வைக்கப்படுகின்றன. ஆலயத்தில் அவ்வாறான பொருள்கள் முந்தைய குரு சாமிநாதர் இருந்தபோது நிறைய வைக்கப்பட்டிருந்தன எனவும் இப்போது இருக்கும் தந்தை அவற்றை உள்ளே எடுத்துவைத்துவிட்டதாகவும் மக்கள் சொல்கின்றனர். வெண்கல கைவிளக்கும் இங்கே காணிக்கையாக வைக்கப்படுகிறது. வெளிநாடு சென்றால், திருமணம் ஆனால் என பல காரியங்களுக்காக மாதாவுக்கு நேர்ந்துகொண்டு இவ்வாறு விளக்குகள் வாங்கி வைப்பதுண்டாம்.

இப்பகுதியில் திருமணங்கள் முன்பே நிச்சயிக்கப்படுகின்றன. சீர்த்தட்டுகளை எடுத்துக்கொண்டு மாப்பிள்ளை வீட்டிலிருந்து பெண் வீட்டுக்குச் செல்கின்றனர். ஊரே அங்கே திரள்கிறது. பெண் வீட்டில் நிச்சயதார்த்த சடங்கு நடைபெறுகிறது. மாலை, மோதிரம் மாற்றிக்கொள்கின்றனர். திருமண ஓலை உடனே எழுதப்படுகிறது. மூன்று ஓலைகள் வாசித்த பிறகு திருமணம். திருமணத்தன்று காலையிலேயே மாப்பிள்ளை வீட்டார் சேலை, மாலை, செருப்பு உள்பட பெண்ணுக்குத் தரவேண்டியதை பெண்வீட்டுக்கு சீராகக் கொண்டு செல்கின்றனர். அரை மணி நேரம் கழித்து மாப்பிள்ளைக்கு, பெண் வீட்டார் இதே போல சீர் கொண்டு வருகின்றனர். அதன்பின் பெண் மாப்பிள்ளை இருவரையும் திருமணம் செய்விக்கக் கோயிலுக்கு அழைத்துச் செல்கின்றனர்.

தாலி கட்டியபின் பெண், மாப்பிள்ளை அன்றைய பகல் ஆலயத்திலேயேதான் இருக்கவேண்டும். பெண் மாப்பிள்ளை

ஆலயத்தில் பகலில் தங்கியிருக்க அறையும் கட்டியிருக்கின்றனர். ‘பெண் மாப்பிள்ளை தங்கும் இடம்’ என அதில் எழுதியும் வைத்திருக்கின்றனர் என்கிறார் ரீசெட். மாப்பிள்ளையின் நண்பர்கள் தவிர மற்ற அனைவரும் பெண் வீட்டுக்குத் திரும்பி, விருந்தில் கலந்துகொள்கின்றனர். மதிய உணவு பெண் மாப்பிள்ளைக்கு வீட்டிலிருந்து கொண்டு சென்று ஆலயத்தில் தரப்படுகிறது. மாலை ஐந்து மணிக்கு ஆலய மைக்கில், ‘பெண் மாப்பிள்ளையை அழைக்கப் பொகிறோம், ஆரத்தி எடுப்பவர்கள் முக்கிய சாலைகளுக்கு வந்துவிடுங்கள்’ எனச் சொல்கின்றனர்.

ஊரே அங்கங்கே திரண்டு பெண் மாப்பிள்ளைக்காகக் காத்திருக்கிறது. பெண் மாப்பிள்ளை தெருத்தெருவாகச் செல்ல, அவர்களுக்கு எல்லோரும் ஆரத்தி எடுக்கின்றனர். தம்பதி ஊரைச் சுற்றி நடந்து, பெண் வீடு வந்து சேர இரவு ஒன்பது மணி ஆகிவிடும்'', என ரீசெட் சொல்கிறார். பெண் வீட்டுக்கு வந்ததும், அங்கே ஒரு பாடகர் குழு அவர்களுக்காகக் காத்திருக்கும். இவர்கள் திருமண வாழ்த்துப் பாடல்களைப் பாடுகின்றனர். இந்தப் பாடகர் குழுவை பெண் வீட்டுக்காரர்கள் வெற்றிலை பாக்கு வைத்து அழைக்க வேண்டும். இப்போது பழைய காலத்து சினிமாப் பாடல்களை பெண் மாப்பிள்ளை பெயர் சேர்த்து, அவர்களுக்குத் தக்கவாறு படிக்கின்றனர். சீரை எடுத்துக் கொண்டு, பெண் வீட்டார் தங்கள் உறவினர்களுடன் மாப்பிள்ளை வீட்டுக்குச் செல்கின்றனர்.

மாப்பிள்ளை வீட்டிலுள்ள பெண்கள் அத்தனை பேரும் ஒருவர் விடாமல் வரிசைப் பிரகாரம், பெண் மாப்பிள்ளைக்கு ஆரத்தி எடுத்து அவர்களை வீட்டுக்குள் அழைக்கவேண்டும். சீர் வைத்த பிறகு அங்கேயும் மண வாழ்த்துப் பாடல்கள் படிக்கின்றனர். அன்பளிப்புக் கென தனியே நிர்ணயம் செய்யப்பட்டிருக்கும் மாப்பிள்ளை/பெண் வீட்டாரிடம் மொய்ப்பணம் தருகின்றனர். அவர்கள் நோட்டு ஒன்றை இதற்கென ஒதுக்கி எழுதிக் கொள்கின்றனர்.

திருமண விருந்தில் முழுக்க முழுக்க அசைவ உணவே வழங்கப் படுகிறது. கல்யாண விருந்தில் முன்பு கோழி, ஆடு போடப் பட்டுள்ளது. இப்போது மீன் உணவு வழங்குகின்றனர். கோயில் வாசலில் இருந்து மாலை பெண் புறப்படும் போதே, அவர் கையில் குத்துவிளக்கை எடுத்துக்கொள்ளவேண்டும். ஊரைச்சுற்றி, பெண் வீட்டுக்குச் சென்று, அங்கிருந்து மாப்பிள்ளை வீட்டுக்கு வந்து, அதை ஏற்றவேண்டும். பெரும்பாலும் இந்த விளக்குகள் பெரியதாக இருக்கின்றன. திருமணத்துக்கு பாத்திரங்கள் எடுக்கும்போது, பெண் வீட்டார் எடுக்கும் முதல் பொருள் மங்கலகரமான குத்துவிளக்கு

தான். மறுவீட்டுக்கு பெண் மாப்பிள்ளையை அழைத்து வருகின்றனர். சீர் கொடுத்து ஐந்து அல்லது ஏழு நாள்கள் கழித்து, மாப்பிள்ளை வீட்டுக்கு இருவரையும் அனுப்பிவைக்கின்றனர்.

திருமுழுக்கு (baptism) செய்யும்போது ஞானப்பெற்றோர் குழந்தையின் தாய் தந்தைக்கு சீர் செய்கின்றனர். ‘தொட்ட பிள்ளைக்கு’ ஞானப் பெற்றோர் நகை போட்டுச் சீர் செய்ய வேண்டும். குழந்தையின் தாய்க்கு புத்தாடை வாங்கித்தரவேண்டும். புதுநன்மைக்கும் (Holy Communion) இதே சீர் முறை இருக்கிறது. வெள்ளை ஆடை முதல் செருப்பு வரை, தொட்டபிள்ளைக்கு ஞானப்பெற்றோர் (God parents) சீர் செய்கின்றனர். குழந்தையின் பெற்றோர் அனைவருக்கும் விருந்து போடவேண்டும்.

முதல் மொட்டை போடும்போது ஆண் குழந்தையோ, பெண் குழந்தையோ, காது குத்தி வாளி/கம்மல் போட்டுக்கொள்கின்றனர். நேர்ச்சை வைத்துப் பிறந்த குழந்தை என்றால், மாதாவுக்குக் கிடா வெட்டி சாப்பாடு போட்ட பின்தான், முடி இறக்கி, காது குத்துகின்றனர். முன்பெல்லாம் இந்த ஊரில் ஆண்கள் அனைவருக்கும் செங்கோல்/செங்கோல் தாஸ் என்றே பெயரிடுவார்களாம். பெண்களுக்கு செங்கோல் ராணி. இப்போது அதெல்லாம் மாறிவிட்டது எனச் சொல்கின்றனர். எத்தனை குழந்தைகள் என்றாலும், இதேதான் பெயராம்.

இறந்தவர்களின் ‘கல்லறைச் சடங்கு’ அன்றும் கிடா வெட்டித்தான் வீட்டினர் உறவினருக்கு உணவு விருந்து கொடுக்கின்றனர். ஊருக்குள் என்னென்ன சாதி மக்கள் இருக்கின்றனர் என்று ரீசெட்டிடம் கேட்கிறேன்.

‘‘ஒரே ஜாதி தேன். கிறிஸ்தவப் பறையர்கள். ஒரே சாதி, ஒரே மதம்தான். இந்துக்கள் இங்க அஞ்சு பேர் இருக்காங்க. கான்வென்டுக்குப் பின்னாடி பத்து குடும்பம் இருந்தாங்க… பானை செய்ற கொசவங்க. இப்ப பரமக்குடி பக்கம் எடம் வாங்கி வீடு கட்டிக்கிட்டுப் போய்ட்டாங்க. இப்ப ஒரு அஞ்சு குடும்பம் இருக்கு. கோயிலுக்கு முன்ன சத்திரம் இருக்குல்ல? அதுக்கு ஆப்போசிட்ல ஒரு வீடு இருக்கு. பழைய ஓட்டு வீடு. அவர பால் ஐயான்னு சொல்லுவாக. பால் டென்னிஸ் (Paul Dennis). நல்லா ஹைட்டா, வெய்ட்டா, வெள்ளையா இருப்பாரு. வீரர் மாரி. நல்லா இருப்பாரு. போன வருசம்தான் திருவிழாவோட எறந்தாரு. அவருதான் இந்த ஊருக்கே பூர்வீகமாம். அவரு வெள்ளாளர். அந்தக் கம்மா, கோயிலுடைய எடம், கெபி, அப்டின்னு நெறைய எடம்

அவுங்களோடதுதான். அவுங்க எல்லாமே கோயிலுக்குக் குடுத்துட்டாங்களாம். கோயிலுக்கு அவுக 'அடிமை'. கோயில் ஃபுல்லா அவரு கோயில்பிள்ளை மாரியே நிப்பாரு. உண்டியல் காசப்பூரா அவரு எடுப்பாரு, கணக்கில்ல வழக்கில்ல. சொல்லுவாக... நம்ம வந்து இதைக் கேக்கக் கூடாது. ஏன்னா அவுக கோயிலுக்கு எடம் குடுத்தவுக, அடிமப்பட்டவுக'', என ரீசெட் சொல்கிறார்.

''அந்தக் காலத்துல இங்க உள்ளவுக கள்ளு குடிப்பாகளாம். அவுக வீட்டத்தாண்டி தூரமாப் போயிதான் குடிச்சிட்டு வரணும். நல்லா பேசிக்கிட்டு வரவுக, இங்கனைக்கி வரும்போது நிப்பாட்டிரு வாகளாம். துண்டை எல்லாம் இடுப்புல கட்டிருவாகளாம். 'வெள்ளாள வீடு வருது... வெள்ளாள வீடு இருக்கு'ன்னு சத்தமே போடமாட்டாகளாம், அப்டின்னு சொல்லுவாக. இப்ப அவுக மனைவியும் அவுக மகளும் இருக்காக. அவரு உண்டியல் எடுத்துக்கிட்டு தனக்குன்னு கொண்டுபோகமாட்டாரு. ஃபாதருக்கு எடுத்துக் குடுக்குறது தேன். அவருக்குத் தேவையானத அவரு எடுத்து சாப்பிட்டுக்கிறது... அப்டி. இப்போதைக்கு ஒரு ஐநூறு ரூவா தேவையா, அவரு எடுத்துக்குறலாம். எந்தெந்த உண்டியல் வேணுமோ, அத தொறக்கலாம். கெபில இருக்குற உண்டியல் எல்லாம் அவருதான் ஓப்பன் பண்ணி எடுப்பாரு.''

''கோயில்லதான் அவரு வேல. கோயில் அடைக்க, தெறக்க, மணியடிக்க அப்டின்டு கோயில்பிள்ளை மாரி இருந்தாரு. கொடி எறக்கும் போது அவரு கையாலதான் உள்ள கொண்டுபோவாரு. சுரூவமும் அவருதான் கொண்டுபோவாரு. இவருதான் சப்பரத்துல எல்லாம் தூக்கி வைக்கணும், எறக்கணும். அவரு எறந்தத நெனச்சு ஊரே கவலைதான் பட்டுச்சு. இது வரைக்கும் சர்ச்சுல நிர்வாகக் குழு, கவுன்சில் எதுவும் இன்னவர கெடையாது. எல்லாமே ஃபாதர் பொறுப்புதான். சிவகங்க மறைமாவட்டத்துலயே காரங்காட்டுல மட்டுந்தேன் கணக்குவழக்கு கெடையவே கெடையாது'', எனச் சொல்லி நிறைவு செய்கிறார் ரீசெட்.

சான்றுகள்

- https://www.dailythanthi.com/Districts/Chennai/2019/02/03013438/Pongal-Festival-at-Karangadu-Sengol-Mata-Temple--Food.vpf
- The Suriani Church of India: her Quest for Autochthonous bishops: 1877-1896, Cherian Varricatt - Kerala Oriental Institute of Religious Studies, India Publications, 1995

- Darrieutort, Fr. 1876. Diableries. In Scholasticate de Vals, 1876–1880, 1–6. Shembaganur: Jesuit Madurai Mission Archives, David Mosse
- The Saint in the Banyan Tree, David Mosse - University of California Press, October 2012
- Roman Catholic Parish in Kamuthi, Ramanathapuram District, an Overview, Dr P Thangamuthu - Shanlax International Journal of Arts, Science and Humanities, Vol. 5, Special Issue 2, November 2017

53

ஊசியும் குச்சியும் தந்த விடுதலை — கல் கோயில், ரேந்தாத் தையல்

''இத்தகைய அடிமைப் பெண்களின் விடுதலையை உறுதி செய்ய வேண்டும் என்றால், மற்றவர்களை விட அவர்களுக்கு முன்னுரிமை தந்து ரேந்தாத்தையல் கற்றுத்தரவேண்டும். அவர்களது தையல் வேலைப்பாட்டை விற்று வரும் பணத்தின் சிறு பகுதியை, அவர்களுடைய விடுதலைக்காக தனியே ஒதுக்க வேண்டும். இப்படிச் செய்ததால் எட்டு பெண்கள் விடுதலை அடைந்திருக்கின்றனர். அதைக் கண்டு இன்னும் அதிகப் பெண்கள் தப்பிவிடும் ஆசையில் உழைக்கத் தொடங்கியிருக்கின்றனர்.''

•

அடிமைகளின் விடுதலைப்பாடல்

எழுதியவர்: வில்லியம் பிளச்சர்
இங்லிலிஷ் ராகம், ஆதி தாளம்

பல்லவி
அடிமை வேலை ஒழிந்ததே – எம – தடிமை ஓலையும் கிழிந்ததே

அனுபல்லவி
கடவுளே! உமக்கடிமையாம், எமைக் காப்பீர், கதி சேர்ப்பீர்

சரணங்கள்
ஆடுமாடு நிலம் வாங்கவும், ஆனை குதிரை வாங்கவும் வீடு
கட்டவும், கடன்கள் மீட்டவும் விலைப்படுத்தினார் எங்களை – அடி

தள்ளையை ஓரிடத்திலும், தகப்பனை வேறிடத்திலும்
பிள்ளையை இன்னோரிடத்திலும் பிரித்துப் பிரித்து விற்றனர் – அடி

காலுங்கையும் ஒடிக்காமலும் கண்களைக் கெடுக்காமலும்;
மேலுள்ள சிட்சைகள் எதையும் வேணபடி செய்யென் றெழுதினார்
– அடி

வாங்கினோர் செய் தீங்கினை வழுததில் மனதேங்குமே
பாங்குடன் எம் சீவனை, பரனே! கசப்பாக்கினார் – அடி

பனிவெயில் மழை கொந்தலும் பட்டுத்தரித்தும், சிந்தையில்
கனவின்றி, மனைமக்கள் கதறக் கட்டி அடித்தார் ஐயோ! – அடி

செவியை மரத்தில் சேர்த்ததில் சிறிய ஆணி கோத்ததி – அடி
அவதிப்படுத்தித் தண்டித்தார், அநேக நாள் அதில் வைத்து

நடைநகர் தெரு கடைகளில் நாய்கள்போகத் தடையிலை; - அடி
திடமாய் நாங்கள் போகிலோ, தீட்டென்றேசித் துரத்தினார்

குஷ்டரோகி நதீட்டென்றே கூவித்திரிந்த பாட்டைப்போல்
அட்டதிக்கும் நாங்கள் கூவ ஆக்கிவைத்தார் தெய்வமே – அடி

கோடுகச்சேரியும் அறியோம், கோட்டு வழக்கும் அறியோம்;
பாடுகள் யாவையும் சகித்து, பாட்டில் இருந்து புலம்பினோம் – அடி

எகிப்தில் யூதர் அடிமையாய் இருந்து பட்ட கொடுமையை
சகித்திடா திரங்கினோர் தயவாய் மீட்டார் எம்மையும் – அடி

போதகன்மார் வந்திட்டார், போதமறை தந்திட்டார்
ஸ்வாதீனம் திறந்திட்டார், சுவாமி அருள் தானிது – அடி

தம்பிரான்மார் ஏக்கமாய் தானெழுந்தார் மூர்க்கமாய்
எமொய்ரானின் ஊழியர் எதிர்த்திட்டார் அவர்களை – அடி

எண்ணெழுத்தும் படிப்பித்து, ஏற்ற பாட்டும் படிப்பித்து
கண்ணையும் திறந்திட்டார், காணாக் காட்சி காண்பித்தார் – அடி

எம்மினத்தாரே! வாருங்கள் ஏகனைப் போற்றிக் கோருங்கள்;
உண்மையாய் ரட்சிப்பைத் தேடுங்கள்; ஊழிப்பிசாசை
விட்டோடுங்கள் – அடி

போதகன்மார் செய்த நன்மையைப் புகழுங்கள் மன உண்மையாய்
சாதகமாய் நமக்கவர்களைத் தந்த இங்கிலாத்தரைப் போற்றுங்கள் – அடி

...

... கிறிஸ்து மார்க்கப் போதகன்மார் இந்த இராச்சியத்துக்கு வந்து கிறிஸ்துவின் நாமத்தைப் பிரசங்கித்தது முதல், கிராமங்கிராமமாய்

எங்களில் அனேகமாயிரம்பேர் கிறிஸ்து மார்க்கத்தையேற்றுக் கொண்டு, அந்த மார்க்கத்தினால் பல தேசத்தாருக்கும், தீவாருக்கு முண்டான பல விருத்திகளிலும் பங்கடைந்து வருகிறோம். அநேகர் மிஷன் பள்ளிக்கூடங்களிலும் செமினரியிலும் படித்து அறிவிலும் நாகரீகத்திலும் தேறி வருகிறோம். எங்களுக்குள் ஸ்திரீகளில் சிலர் இங்கிலீசும், தமிழும் வாசித்து ஐரோப்பிய துரைசானிமார் பயின்றுவருகிற லேஸ், குரோஸி, எம்பிராய்டரி முதலிய தையல் வேலைகளிலும், அப்பியாசித்து வருகின்றனர். மேற்சொல்லிய ஸ்திரீகளும் புருஷரும் நானா காரியங்களில் தேர்ச்சியடைந்து வருகிறதை இராச்சியத்து நாயர்கள் கண்டு பொறாமையடைந்து, எங்களையும் எங்களுக்குள்ளே சீர்திருத்தத்தை உண்டாக்கின போதகன்மாரையும் விரோதித்துப் பல அநியாயங்கள் செய்கின்றனர்.

விசேஷமாய்ச் சான்றார் முதலான ஜாதிகளில் கிறிஸ்தவர்களும், இந்துக்களுமான ஸ்திரீகள் மேல்ச்சீலை இட்டிருக்கிறதைத் தடுக்க வேண்டுமென்று சென்ற டிசம்பர் மாதம் முதல் கலகம் எழுப்பிச் சந்தைக்கடைகளிலும், வழிகளிலும் தங்களுக்கு எதிர்ப்படுகிற ஸ்திரீகளை அடித்து, அவர்களுடைய உடைகளை கிழித்தும் ரவிக்கைகளைக் கீறியும், பொருட்களைக் கொள்ளையிட்டும் வருகின்றனர். அநேக ஸ்திரீகளுடைய சீலைகளையும் புருஷர் களிடத்திலிருந்து பறித்த குடைகளையும் உயர்ந்த மரங்களில் தொங்கவைக்கின்றனர். இப்படித் தொங்குகிறவைகளைக் கண்ட ஐரோப்பியருமுண்டு. இப்படிப்பட்ட கலகங்களில் சர்க்கார் உத்தியோகஸ்தர்களும் கலந்து கொள்ளுகின்றனர். இந்தக் கலகம் அமைகிறதற்காக சர்க்கார் பிரசித்தப்படுத்தின சில விளம்பரங்கள் காரிய அளவில் கலகத்தை எழுப்புகிறதற்காகவே இருந்தன.

இந்தக் கலகத்தில் துஷ்டரான சூத்திரர் முதலியவர்கள் ஏழை ஜனங்களுக்கு உபத்திரவம் செய்ததுமன்றி, மூன்று வாரத்துக் குள்ளாக 11 கோயில்களையும், அனேக வீடுகளையும் சுட்டெரித்தனர். இந்தக் கலகக்காரர் கோயில்களைச் சுட்டதினால் மேல்ச்சீலையினிமித்த மாத்திரம் கலகஞ்செய்தவர்களாயல்ல, கிறிஸ்து மார்க்கத்துக்கு விரோதமாகவும் எழுப்பினார்களென்பது நிச்சயமான காரியம். மோசஞ் செய்வதற்குத் தங்களுக்குப் பலமும், எத்தனங்களுமுண்டாயிருந்தால் அப்படியே செய்வார்களென்று நினைக்கலாம். - திருவிதாங்கோட்டில் நடப்பாயிருந்த பற்பலக் கொடுமைகளைக் குறித்து, கிறிஸ்தவர்கள் சென்னைப்பட்டனம் கவர்ண்மென்றுக்கு அனுப்பின மனுப்பத்திரத்தின் பகர்ப்பு.

(இது தினவர்த்தமானி என்னும் பத்திரிகையிலிருந்து எடுக்கப் பட்டது*)- தென் திருவிதாங்கோட்டு திருச்சபைச் சரித்திரச் சுருக்கம், சாமுவேல் சக்கரியா, 1906.

"ஆடையைப் பொருத்தவரை ஒவ்வொரு சாதிக்கும் ஒவ்வொரு விதமான ஆடை, அணிகலன்கள் இருக்கின்றன. வடிவம், அணியும் விதம் என பலவகையில் வேறுபடுகின்றன. சிலருக்கு அனுமதிக்கப் படுபவை மற்றவர்களுக்கு இல்லை என்று சட்டமும், பழக்க வழக்கங்களும் வரையறுக்கின்றன. இதை மீறினால் சில சமயங்களில் கலவரங்கள் ஏற்படுகின்றன, அவற்றை அடக்க வழக்குகள் பதியப்படுகின்றன, சிறப்பு அரசாணைகளும் இடப்படு கின்றன. பார்ப்பனர், இஸ்லாமியர், கிறிஸ்தவர் ஆகியோர் வெவ்வேறு விதமான மேலாடை அணிகின்றனர்."

"ரோமை கத்தோலிக்க மீனவப் பெண்கள் இந்த 'ஜாக்கெட்டு களுக்கு' பதிலாக நீண்ட துணியை கச்சாகக் கட்டிக்கொள் கின்றனர்... சூத்திரப் பெண்கள் பெரும்பாலும் இடையில் நீண்ட ஆடையும், மெல்லிய மஸ்லினால் ஆன மேலாடையும் (மேல்ச்சீலை) கொண்டு தங்கள் தோள் மற்றும் மார்பகங்களை மறைக்கின்றனர். ஆனால் பெரும்பாலான ஏழைகள் மேலாடை இன்றியே இருக்கின்றனர். முன்னதாக அவர்கள் மேலாடை அணியாத வழக்கத்தாலோ, அவ்வாறு அணிவதை சட்டம் இன்னும் தடுப்பதாலோ அவர்கள் மேலாடை அணிவதில்லை..."

"ஒருவன் தாழ்ந்த சாதியை சேர்ந்தவன் என்று அடையாளம் கண்டு, ஒதுங்கிக் கொள்ள அவனுக்கு மேலாடை அணிய அனுமதி மறுக்கப் படுகிறது. சாதியத்தின் விளைவு இது. பார்ப்பனர்களைத் தவிர வேறு எல்லோரும் தங்களை விட 'உயர்ந்தவர்களைக்' கண்டால், மேலாடையை தலையிலோ, இடையிலோ எடுத்துக்கட்ட வேண்டும் என்பது சட்டம். மேலாடையை மன்னரே அவரைவிட உயர்ந்த பத்மனாபசுவாமியின் முன் அணிவதில்லை. மிக உயர்ந்த அதிகாரியாக இருப்பினும் அவருக்கு மன்னர் முன் மேலாடை அணிய அனுமதியில்லை. மரியாதைக்குரிய ஆண் ஒருவனுக்கு

---

* தினவர்த்தமானி இன்ன தேதி என்று சாமுவேல் சக்கரியா குறிப்பிடவில்லை. ஆனால் இந்த மனு, தினவர்த்தமானி நாளிதழில் 24.03.1859 அன்று பதிப்பிக்கப்பட்டது என்று ஜி.ஐசக் அருள்தாஸ் தன் 'குமரி மண்ணில் கிறிஸ்தவம்' நூலில் குறிப்பிட்டுள்ளார்; இந்த மனுவின் முழு நகலையும் பின்னிணைப்பாக அந்நூலில் பதிப்பித்திருக்கிறார்.

பெண்களும் இவ்வாறே மரியாதை செலுத்தவேண்டும்''. – சாமுவேல் மட்டீர், 1883

...1-மது சாந்நாட்டிகள் மேல்ச்சீல இடுந்நதினு யாதொரு ஞாயவும் இல்லாத்ததினால் ஆயது நிறுத்தியிரிக்ககொண்டு மேலொள்ளதினு அவர் மேலில் சீல இட்டு எந்நு வருகயும் அருது. சாந்நான்மாரில் கிறிஸ்துமார்க்கத்தில் சேர்ந்திரிக்குந்நவருடெ வகையில் ஒள்ள சாந்நாட்டிகள் மேலில் சீல இட்டு நடக்குந்நதினு பகரம் குப்பாயமிட்டு நடந்நுகொள்ளாமெந்நு 809 ஆண்டு இடவ மாசம் 7-ம் தேதி எல்லாத் திக்கிலேக்கும் உத்தரவு கொடுத்தயச் சிரிக்கும் போள் ஆயது அனுசரிக்காதே சாந்நாட்டிகள் மேலில சீல இட்டுக் கொள்ளாமெந்நு பின்னத்தில் வித்தியாசமாயிட்டு கோட்டில் ஒரு தீற்பு ஒண்டாயிரிக்குந்நும் ஈ வகைக்கு ஒரு ஆதாரம் ஆகுந்நு எந்நும் ஆயாளுகள் பறயுந்நதினு அதின் மண்ணமாயால் 809 ஆண்டு இடவ மாதம் 7ம் தேதி அயச்சிரிககுந்ந மேல்ப் பறஞ்ஞ உத்தரவினு விரோதமாயிட்டு தீருந்நதகயால் ஆ தீற்பு சாது வல்லாழிக கொண்டு ஈ காரியத்தினு மேலெழுதிய உத்தரவு தன்னே சட்டம் போலே பிரமாணமாயிட்டு நிச்சயிச்சதினே திரிச்சும் பரசியம் செய்யுந்நூ. //- வஞ்சி தற்மவற்தினி ராஜ ராஜ மான்னிய ராணி பாற்வதி பாயி ரம மகராஜாவ அவர்கள் சகலமான பேர்க்கும் பிரசித்தப்படுத்துந்ந விளம்பரம், 23 தை, 1004 (3 பிப் 1829).

மொழிபெயர்ப்பு

சாணாட்டிகள், மேல் சீலை அணிவதற்கு யாதொரு நியாயமும் இல்லை... எனவே அவர்கள், மேல் சீலை அணியும் வழக்கத்தை நிறுத்தும்படி உத்தரவிடப் படுகிறது. சாணாட்டிகள், கிறிஸ்தவ மதத்தை தழுவினால் மேல் சீலை அணிவதற்கு பதிலாக, குப்பாயம் அணிந்து கொள்ளலாம் என்று வெளியிட்ட உத்தரவை அனைத்து பகுதிகளுக்கும் அனுப்பியுள்ளோம். அதற்கு கீழ் படியாமல், சாணாட்டிகள் மேல் சீலை அணிவதற்கு, நீதிமன்றத்தில் தீர்ப்பு வழங்கப்பட்டிருப்பதாக சொல்லி, மேல் சீலை அணிகின்றனர். எனவே, சாணாட்டிகள் ஆதாரமாக காட்டும் நீதிமன்ற தீர்ப்பு அதிகாரபூர்வமானது அல்ல எனவும், மேலே குறிப்பிட்ட அரசின் கட்டளையை சட்டமாக்கி மறுபடியும் விளம்பரம் செய்கிறேன்.

இந்த ஆணையில் குறிப்பிடப்பட்டிருக்கும் நீதிமன்றத் தீர்ப்பு குறித்த விவரம்:- (பத்மநாதபுரம் நீதிமன்றம், 23.05.1823)

...சாணார்களான சிலரின் இந்துப் பெயர்களைக் குறிப்பிட்டு, அவர்கள் கள்ளு வரியும், மேலாடை அணிந்து கொள்ள வரியும்

கட்டவில்லை என்ற புகார் வந்தது. அதையடுத்து, அப்பெண்கள் மேலாடை அணியாததற்கு தண்டம் கட்டுமாறு ஆணை பிறப்பிக்கப் பட்டது. இதை எதிர்த்து மனுச் செய்த சாணார்கள், அவர்கள் கிறிஸ்தவர்கள் என்பதால், அரசின் ஆணைப்படி அவர்கள் மேலாடை அணியலாம் என்று மனு தாக்கல் செய்தனர். நீதிமன்றம் மீடு மிஷனரியை அழைத்து, இம்மக்கள் கிறிஸ்தவர்களா எனவும், அவர்களுக்கு மேலாடை அணிய உரிமை உண்டா எனவும் கேள்வி எழுப்பியது. அதற்கு மீடு, சாணார் மற்றும் பிற இனப்பெண்கள் கிறிஸ்தவம் தழுவினால், ஆலயத்துக்குப் போகும் போதும், சந்தை மற்றும் இதரப் பொது இடங்களுக்குச் செல்லும்போதும் அவ்வாறு உடலை மறைத்துச் செல்லவேண்டும் என்று அவர்களுக்குக் கிறிஸ்தவம் காட்டும் வழிகாட்டலின் படி சொல்லப்பட்டதாக நீதிமன்றத்தில் தெரிவித்தார். அவரது விளக்கத்தை ஏற்றுக்கொண்ட நீதிமன்றம், சாணார் நீலன் குட்டி மற்றும் மற்றவர்கள் யாரும் தங்கள் பெண்களை மேலாடை அணிந்து செல்லும்படி அனுமதித்ததற்கு எவ்வித தண்டமும் இல்லை'' (சாணார் லகள (மலையாளம்) என்.கே.ஜோஸ்)

நாகர்கோயில் பயணமே ரோடாவால் ஏற்பட்டது எனலாம். வேறொரு பணிக்காக அவர் குமரி மாவட்டம் செல்லவேண்டிய சூழல் எழுந்ததும், நானும் கூடவே எக்ஸ்ட்ரா லக்கேஜ் போல தொற்றிக்கொண்டேன். அன்று காலை முதலே சரியான நேரத்துக்குத் தயாராகிவிடவேண்டும் என ஆவலில் பரபரத்துக் கொண்டிருந்தேன். அன்று முதல் வேலையாக நாகர்கோயில் கல் கோயிலைப் பார்ப்பது எனவும், அதை முடித்துவிட்டு, அதனருகிலேயே இருக்கும் 'லேஸ் மையத்தைப்' பார்ப்பது எனவும் திட்டம். கடந்த நான்கு ஐந்து ஆண்டுகளாக நாகர்கோயில் லேஸ் குறித்துப் பேசிவருவதால் ஏற்பட்ட அடக்கமுடியாத ஆவல் அது. கல் கோயிலைத் தேடுவது ஒன்றும் கடினமாக இல்லை. கூகிளாண்டவர் அழகாகக் கொண்டு வந்து சேர்த்துவிட்டார்.

ஆனால் வருண பகவானுக்கு எங்கள் மேல் ஏதோ கோபம் போல. அடி பின்னி எடுத்துக் கொண்டிருந்தார். குடையைப் பிடித்துக் கொண்டே ஓடிச்சென்று ஆலயத்துக்குள் நுழைந்தால், அங்கே புனரமைப்புப் பணிகள் நடந்து கொண்டிருந்தன. கல் கோயில் என்றாலே அசரடிக்கும் பிரம்மாண்டம்தான் போல. முழுக்கக் கல்லால் கட்டப்பட்ட கோயில். உயரத்தை அண்ணாந்து பார்த்து ஆச்சரியப்பட்டோம். புனரமைப்புப் பணியின் பகுதியாக கூரையில் மரவேலைப்பாடு மிக நேர்த்தியாக செய்திருந்தனர். தரையில்

தளவேலை நடந்து கொண்டிருந்தது. சலவைக்கல் பதிக்கப் போவதாக அங்கு பணி செய்துகொண்டிருந்தவர்கள் சொன்னார்கள்.

ஆலயச் சுவர் முழுக்க நினைவுக் கல்வெட்டுகள் வரிசையாகப் பதிக்கப்பட்டுள்ளன. கல்கோயிலுக்கு தங்கள் உழைப்பை நல்கிய வெளிநாட்டு போதகர்கள், உள்நாட்டு போதகர்கள், உபதேசிமார் என பலரது பெயர்களைக் காண முடிந்தது. அவற்றில் ஒரு சில கல்வெட்டுகள் காகிதம் ஒட்டி மூடிவைக்கப்பட்டிருந்தன. நாங்களே மெதுவே அவற்றைப் பிரித்து, தேவையானவற்றைப் புகைப்படம் எடுத்துக் கொண்டோம். ஆலயம் குறித்த மேலதிக தகவல்கள் பெற, அதே வளாகத்தில் இருந்த ஆலயத்தின் நிர்வாகக் கவுன்சில் தலைவரை சந்திக்கச் சென்று காத்திருந்தோம். அன்று ஏதோ மணவிழா போல... வரிசையாக கார்களும், அதில் பட்டுடுத்திய பெண்களும், கோட் சூட் ஆண்களும் எங்களைக் கடந்து சென்றனர். வெடிபோட்டு முழக்கிக்கொண்டு இருந்தனர். ஆங்கிலத்தில் இதை ஹோம் சர்ச் என்று அழைக்கின்றனர். தென் திருவிதாங்கோட்டின் 'வீடு' என்று இந்த ஆலயத்தை அழைக்கலாம். தொடக்கத்தில் இங்கிருந்தே நெய்யூர், மயிலாடி உள்ளிட்ட பிற மிஷன்களுக்குப் பணி செய்ய போதகர்கள் அனுப்பப்பட்டனர்.

கல் கோயிலின் நிர்வாகச் செயாலளர் முனைவர் ஜேம்ஸ் ஆர்.தானியல் ஆலயம் குறித்து விளக்கினார். ''இந்த ஆலயத்துக்கு அடிக்கல் 1819ம் ஆண்டு நாட்டப்பட்டது. ஆனால், ஆலயத்தின் அடித்தளம் 1818ம் ஆண்டே போடப்பட்டது என்று சொல்லலாம். 1817ம் ஆண்டு போதகர் சார்ல்ஸ் மீடு (Charles Mead), 10 மாதமேயான தன் குழந்தையுடன் திருவிதாங்கூர் நாட்டுக்கு வந்துசேர்ந்தார். அவரது மனைவி ஆன் ஹன்ட் (Ann Hunt) திருவிதாங்கூர் வரும் வழியிலேயே பெனாங்கில் இறந்துபோனார். அவ்வாண்டு அக்டோபர் மாதம் மீடு குளச்சல் வந்தார். 'உம் நற்செய்தியை அறியாத மக்களிடம் (heathen) அதைக் கொண்டு சேர்க்கும் மிகப் பெரும் பணிக்கு என்னை அனுப்பியிருக்கிறீர் இறைவனே...'' என செபம் செய்தார்.''

''ஹீதன் என்ற சொல்லையே மிஷனரிகள் நம்மைப் பற்றிக் குறிப்பிடும்போது சொல்கின்றனர். அவர்கள் அனைவரும் 'ரட்சிக்கப்பட்டவர்கள்' எனவும், நாம் அவ்வாறு அல்ல என்பதும் அவர்களுக்கு இங்கிலாந்திலேயே சொல்லிக்கொடுக்கப்பட்டது. அவர்கள் நம்பிக்கையே உண்மையானது, மற்றவர்களது நம்பிக்கை கள் பொய்யானவை எனவும் அவர்களுக்குத் தெளிவாக்கப்பட்டது.

அதனால் பெரும்பாலான மிஷனரிகள் நம்மை 'ரட்சிக்கப்படாதவர்கள்' போலவே நடத்தினர். ஆனால் அவர்களில் விதிவிலக்காக கால்டுவெல், போப், பவர் போன்றோர் இந்திய வேர்களின் மகத்துவத்தைப் புரிந்துகொண்டவர்கள். சைவம், வைணவம் என இம்மண்ணின் பல இறையியல் கருத்தாக்கங்களைப் புரிந்தவர்கள்.''

''இங்குள்ள பார்ப்பனர்கள் நம்மை 'பிசாசின் பிள்ளைகள்' என அழைத்தனர். அவர்களுக்கு நாம் நீசர்கள், மிலேச்சர்கள். இந்த சூழலில்தான் மீடு 1817ம் ஆண்டு மயிலாடிக்கு மதப்பணியாற்ற வந்தார். 1818ம் ஆண்டு நீதிபதியாக நியமிக்கப்பட்டார். அப்போது கர்னல் மன்ரோ கொச்சிக்கும், திருவிதாங்கோட்டுக்கும் 'ரெசிடென்ட்' துரையாயிருந்தார். அவர் வசித்த அவரது விருந்தினர் இல்லத்தை மீடு போதகருக்கு கொடையாக வழங்கினார். அந்த இல்லத்தை மீடு தங்கிக்கொள்ள வீடாகவும், அவர் சார்ந்திருந்த 'லண்டன் மிஷனரி சொசைட்டி' அமைப்பின் தலைமை இல்லமாகவும் அமைத்துக்கொள்ள அனுமதி வழங்கினார். லண்டன் மிஷன் சொசைட்டி என மிஷனுக்குப் பெயர் ஏற்பட்ட 1818ம் ஆண்டே, இந்த மிஷன் பங்களாவில் மீடு குடிவந்தார்.''

''அதே போல மீடு ஆலயம் கட்டவும், பள்ளிகள் திறக்கவும் அன்றைய திருவிதாங்கூர் மகாராணியிடம் (பொறுப்பு) பேசுவதாக மன்ரோ வாக்குறுதியளித்தார். இந்த இடத்துக்கு நேரெதிரே பெண்கள் கிறிஸ்தவக் கல்லூரி இருக்கிறது. அதனுள்ளே சிற்றாலயம் ஒன்று இருக்கிறது. அந்த சிற்றாலயம் இருக்கு- மிடத்தில்தான் மீடு போதகரின் பங்களா இருந்தது. 1985-86 வரை அந்த பங்களா நல்ல நிலையில்தான் இருந்தது. ஆனால் 'முன்னேற்றம்' என்ற பெயரில் அந்த பங்களா இடிக்கப்பட்டது. அவ்விடத்தில் ஒரு சிற்றாலயமாவது இருப்பது மகிழ்ச்சியே.''

''மீடு மிஷனரியுடன் இந்தியா வந்த ரிச்சர்டு நில் (Richard Knill) என்ற மிஷனரி மதராஸில் பணியாற்றினார். அவர் உடல் நலம் குன்றிப்போக, ஓய்வுக்காக கடற்கரைக்கு அருகிலிருந்த இந்த மிஷன் பங்களாவுக்கு 1818ம் ஆண்டு செப்டம்பர் மாதம் வந்தார். தன்னுடன் பணியாற்றிய நில்தான் புதிதாகக் கட்டப்போகும் ஆலயத்துக்கு அடிக்கல் நாட்டவேண்டும் என மீடு முடிவுசெய்தார். 1.1.1819 அன்று இந்த ஆலயத்தின் அடிக்கல்லை ரிச்சர்டு நில் நாட்டினார். 1827 வரை மீடு இங்கே பணியாற்றினார். ஒடுக்கப்பட்ட மக்கள் தங்களது சமூக முன்னேற்றத்துக்காக மாற்றத்தை எதிர்நோக்கிக் காத்திருந்த வேளையில் மீடு என்ற மிஷனரி இங்கு வந்துசேர்ந்தார்; அவர்களுக்கு ஒளி கிடைத்தது'', என தானியேல் சொல்கிறார்.

அக்காலத்தில் இப்பகுதியில் நிலவி வந்த சமூகச் சூழலை மேலே குறிப்பிட்டுள்ள சில பத்திகள் தெளிவுபடுத்துகின்றன. தோளில் சீலை போடுவதற்கு அனுமதி மறுக்கப்பட்ட நாடார் பெண்கள் எப்படி குப்பாயம் மூலம் தங்கள் சுயமரியாதையைக் காத்துக் கொண்டனர்; அதன் பின்விளைவுகள் என்ன, மகாராணி அதை எதிர்கொண்ட விதமென்ன என அதை வாசித்தால் நமக்கு தெளிவாகப் புரிகிறது.

கல் கோயில் 128 அடி நீளமும், 70 அடி உயரமும், பக்கவாட்டுச் சுவர் 19அடி உயரமும் கொண்டிருந்தது. 3000 பேர் அமர்ந்து வணங்கக்கூடிய பெரிய ஆலயமாக வடிவமைக்கப்பட்டது. 7 அலங்கார வளைவுகளும் அதைத் தாங்க 14 தூண்களும் கட்டப் பட்டிருந்தன. இதன் அடித்தளம் கருங்கல்லாலானது. ஆலயத்துக்குத் தேவையான கற்கள் இடிந்துபோன சிப்பாயக் குளத்திலிருந்து கொண்டுவரப்பட்டன. கல், மரம் போன்றவற்றைக் கொண்டுவர, யானை ஒன்றையும் மகாராணி(பொறுப்பு) பார்வதி பாயி கொடை அளித்தார். ஆலயக் கட்டுமானப் பணிகளுக்கு நாகர்கோயில் சிறைக் கைதிகள் பயன்படுத்தப்பட்டனர். தஞ்சை மன்னர், கொச்சி அரசர், திருவிதாங்கூர் அரசி ஆகியோர் ஆலயம் கட்டக் கொடை வழங்கினர்.

நாகர்கோயிலில் முதல் பெண்கள் பள்ளியை நிறுவியவர்களில் ஒருவரான ஜோஹன்னா மீடு. படம் நன்றி: ஹோம் சர்ச், நாகர்கோயில்

1843 முதல் ஆலயத்தில் வழிபாடுகள் நடந்துள்ளன. பல ஆண்டுகள் நடந்த கட்டுமானப் பணிகளை மீடு, மால்ட், அடிஸ், சார்ல்ஸ் மில்லர், ஒயிட்ஹவுஸ் ஆகியோர் கவனித்தனர். நல்லதம்பிப் பிள்ளை, அருளானந்தம் பிள்ளை, தேவவரம், மாசில்லாமணி, மோசஸ், சத்தியநாதன், பால் மானிட்டர் ஆகியோர் தொடக்க காலத்தில் இங்கே பணியாற்றினர். 1920ம் ஆண்டுவரை இந்த ஆலயம் 'தி நாகர்கோயில் சர்ச்' என்றே அழைக்கப்பட்டதாக தானியேல் குறிப்பிடுகிறார். சொந்த ஊரில் கட்டப்பட்ட எந்த ஆலயமும் 'ஹோம் சர்ச்'தான்.

மேல்ச்சீலை போராட்டம் குறுத்து தானியேல், ''அதை நான் தோள் சீலைப் போராட்டம் எனக் குறிப்பிட

மாட்டேன். பெண்கள் நடத்திய முதல் விடுதலைப் போர் என்றே சொல்வேன். அதற்கு ஆதாரமாக மூன்று அரசாணைகள் உள்ளன – 1824, 1842 மற்றும் 1859. மாட்டியர் (Matteer) உள்ளிட்ட மிஷனரிகளின் குறிப்புகள் உள்ளன. இதில் இன்னொன்றையும் நீங்கள் கணக்கில் கொள்ள வேண்டும். யாருக்கெல்லாம் மேலாடை அணிய மறுப்பு சொல்லப்பட்டதோ, அவர்களுக்கு அப்போது அதை எழுதிவைக்கும் அளவுக்குக் கல்வியறிவும் இல்லை. ஆனால், இந்த முதல் பெண்களின் விடுதலைப் போராட்டம் உண்மை; அவ்வாறு ஆடையணிய பெண்கள் நிர்பந்திக்கப்பட்டார்களா என்பதே கேள்வி. விக்டோரியா மகாராணியின் காதுகள் வரை இந்த மேலாடை சிக்கல் சென்று, அவர் சென்னை மாகாண ஆளுநர் சார்ல்ஸ் திரெவலியானுக்கு ஆணையிட்டு, அவர் மூலம் திருவிதாங்கூர் திவான் மாதவராவுக்கு அழுத்தம் வந்தது. பெண்களின் மாண்புக்கு எதிரான விஷயமாக இதை ஆங்கிலேய அரசு பார்த்தது,'' என்கிறார்.

''பொன்னீலனின் 'மறுபக்கம்' முழுக்க முழுக்க கன்யாகுமரி மாவட்டத்திலுள்ள மிஷனரிகளின் பணியைப் பேசுகிறது. முலைவரி உள்ளிட்ட 18 வரிகள் இருந்ததை அரசு ஓலைச்சுவடிகள் குறிப்பிடுகின்றன. ஆனால் இன்றுவரை வெள்ளாளர் மக்கள் முலைவரி என்பதே இல்லை எனச் சொல்லி வருகின்றனர். சங்குண்ணி மேனன், டி.கே.வேலுப்பிள்ளை, நாகம் ஐயாவின் குறிப்புகள் எல்லாவற்றிலும் மீடு இந்தப் பகுதியின் முதல் கல்விக் கூடத்தைத் திறந்தார் என்பது தெளிவாகப் பதிவாகியுள்ளது'', என தானியேல் கூறுகிறார்.

திருமதி மீடுடன் இணைந்து பெண்கள் பள்ளி நடத்திய திருமதி மார்த்தா மால்ட். ரேந்தாத் தையலை அங்கு அறிமுகம் செய்தவர் இவரே.

1819ம் ஆண்டு தஞ்சை சென்ற மீடு, ஆர்ஸ்ட் (Christopher Horst) போதகரின் இரண்டாவது மகள் ஜோஹன்னா செலஸ்டினா ஆர்ஸ்ட் (16) என்பவரைத் திருமணம் செய்தார். நாகர்கோயிலில் மிஷன் பணியாற்றிய பெண்களில் முதலாவதாக வந்தவர் இவரே. 1819ம் ஆண்டு பிப்ரவரி 13 அன்று மீடு தம்பதி நாகர்கோயில் வந்துசேர்ந்தனர். அதே ஆண்டு மால்ட் (Mault) தம்பதியும் மீடு போதகருடன் பணி செய்ய

நாகர்கோயில் அனுப்பப்பட்டார்கள். மால்ட், மீடு என இரு போதகர்களின் மனைவியரும் மிஷன் பணிகளில் தங்களை ஈடுபடுத்திக்கொண்டனர். இந்த இரு பெண்களும் சேர்ந்து நாகர்கோயிலில் பெண் குழந்தைகள் தங்கிப் படிக்க உண்டு உறைவிடப் பள்ளி ஒன்றைத் திறக்க ஆசை கொண்டனர். 1819ம் ஆண்டு தொடங்கப்பட்ட இந்தப் பள்ளியே திருவிதாங்கூரில் பெண்களுக்காகத் தொடங்கப்பட்ட தனி ஆங்கிலப்பள்ளி. இப்பள்ளி பின்னர் லண்டன் மிஷன் சொசைட்டி பெண்கள் பள்ளி என்றழைக்கப்பட்டு, பின்னாளில் 'டத்தி' பள்ளியானது.

ஊர்களிலுள்ள போதகர்களின் முயற்சியால், அங்கு பள்ளிக்கூடங் களில் படித்த பெண் குழந்தைகள் இந்த 'அன்னதானப் பள்ளிக்கு' அனுப்பிவைக்கப்பட்டனர். இங்கு சேர்க்கப்பட்ட பிள்ளைகள், 'அறிவிலும், நாகரிகத்திலும்' விருத்தியடைந்ததைக் கண்ட மற்ற பெற்றோரும், தங்கள் குழந்தைகளை இப்பள்ளிக்கு அனுப்பினர். 18 பெண்கள் இப்பள்ளியில் சேர்ந்தனர். அவர்களுக்கு உணவு, உடை, தங்குமிடம் போன்றவற்றுடன் கல்வியறிவும் தரப்பட்டது. தொடக்கத்தில் பெற்றோர் இப்பள்ளிக்கு தங்கள் பெண்களை அனுப்பத் தயங்கியதால், ஆதரவற்ற குழந்தைகள், உபதேசிகளின் பிள்ளைகள், அடிமைகளே இங்கு படித்தனர். 'இவர்களுக்கு அரசு அனுமதித்திருந்தக் குப்பாயங்கள் அணிவிக்கப்பட்டன', என 'பாதச்சுவடுகள்' நூலில் பேராயர் ஜி.கிறிஸ்துதாஸ் குறிப்பிடுகிறார்.

அடிமைகளாக இருந்தவர்களுக்கு மேலாடை அணியும் உரிமை இல்லை; ஆனால் இந்தப்பள்ளியில் சேர்ந்து படித்தவர்களுக்கு உடலை மறைக்கும் 'குப்பாயம்' என்ற ஆடை ஜோஹன்னா மற்றும் மார்த்தாவால் (மால்ட்டின் மனைவி) வழங்கப்பட்டது. அப்பெண் களுக்கு ஜோஹான்னா மீடு குப்பாயம் தைக்க பயிற்சியும் அளித்தார். 1827ம் ஆண்டு மீடு தம்பதி நெய்யூர் மிஷனுக்குப் பணியாற்றச் செல்லும்வரை, மார்த்தாவும், ஜோஹான்னாவும் பள்ளியின் முன்னேற்றத்துக்கு இணைந்து உழைத்தனர். மீடு கட்டத் தொடங்கிய கல் கோயிலை மால்ட் கட்டிமுடித்தார். அவரது பணிகளையும் தொடர்ந்தார்.

நீண்ட கைகள், இடுப்பு, இறுக்கமான கழுத்து- இவைதான் குப்பாயத்தின் அடையாளம். இந்தக் குப்பாயத்தை அணிந்த அடிமை இனப் பெண்கள் சூத்திரர்களாலும், அவர்களை ஏவிவிட்ட ஆதிக்க சாதி நம்பூதிரி, நாயர்களாலும் பெரும் இன்னல்களுக்கு ஆளாயினர். ஆனால் அதையும் தாண்டி, நாடார்களும், ஈழவர்களும் இதனால் கல்வியறிவும், மார்பை மறைக்கும் ஆடையும் பெற்றனர்.

கிடைத்த கல்வி, அப்பெண்களையும், அவர்களது வீட்டாரையும் இன்னும் அதிகம் சிந்திக்கத் தூண்டியது. குப்பாயம் சிக்கலுக்குரிய ஆடையானது. தொடர்ச்சியாக அனைத்துப் பெண்களுக்கும் குப்பாயத்தை அரசு அங்கீகரிக்க வேண்டும் என தொடர்ச்சியாக மீடு, மால்ட் உள்ளிட்ட மிஷனரிகள் அரசுக்குக் கடிதங்கள் எழுதி தந்த அழுத்தத்தின் விளைவே, 1829ம் ஆண்டு திருவிதாங்கோடு மகாராணி தந்த, முன் குறிப்பிட்டுள்ள பிரகடனம்.

1821ம் ஆண்டு மார்த்தா மால்ட் அம்மையார் நாகர்கோயில் உண்டு உறைவிடப் பள்ளியில் 'ரேந்தாத் தையல்' (lace) வேலையைத் தொடங்கினார் (ரேந்தா என்பது சித்திரப்பின்னலுக்குரிய ஊசி, அதை பயன்படுத்தித் தைப்பதால், ரேந்தாத் தையல்). 1794ம் ஆண்டு ஹண்டிங்டன்ஷயர் என்ற ஊரில் பிறந்த மார்த்தா, 24 வயதானபோது ஷ்ராப்ஷயர் நகரைச் சேந்த சார்ல்ஸ் மால்ட் (Charles Mault) என்ற மிஷனரியை மணந்தார். திருமணம் முடித்த உடனே லண்டன் மிஷனின் சார்பாக, மிஷன் பணிக்கு இத்தம்பதி மலபாருக்கு கப்பல் ஏறினர். மார்த்தா, இங்கிலாந்தில் மன்னராட்சியை குறுகிய அதிகாரங்களுடன் கட்டுக்குள் கொண்டுவந்த ஆலிவர் கிராம்வெல்லின் (Oliver Cromwell - Lord Protector of England) மகள் வயிற்றுப் பேத்தி ஆவார்.

1819 ஆம் ஆண்டு டிசம்பர் மாதம் மால்ட் தம்பதி நாகர்கோயில் வந்து சேர்ந்தனர். மால்ட் தம்பதிக்கு ஐந்து குழந்தைகள் பிறந்தனர். பெண்கள் உண்டு உறைவிடப் பள்ளியில் ஜோஹான்னாவுடன் இணைந்து மார்த்தா பணியாற்றத் தொடங்கினார். 1821ம் ஆண்டு முதல், ரேந்தாத் தையல் (pillow lace) பள்ளியில் சொல்லித் தரப்பட்டது. அடிமைப் பெண்களைப் பள்ளியில் கொண்டு வந்து சேர்ப்பவர்களுக்கு ஒரு திருவிதாங்கூர் பணம் (fanam) கமிஷன் அளிக்கப்பட்டது.

எந்த சூழலில் ரேந்தாத் தையல் பள்ளியில் தொடங்கப்பட்டது என மார்த்தா ஜுன் 2, 1830 அன்று கீழ்க்கண்டவாறு எழுதியிருக்கிறார்:

> ''1821ம் ஆண்டு பள்ளியின் சிறு செலவுகளைச் சமாளிப்பதற்கு ரேந்தாத் தையல் சிறிய அளவில் தொடங்கப்பட்டது. அன்றில் இருந்து இன்றுவரை இந்த முயற்சி வளர்ந்துகொண்டுதான் இருக்கிறது. இந்த ரேந்தாத் தையலை விற்பதற்கு மேலதிக முயற்சிகள் மேற்கொள்ளப்பட்டுள்ளன. இதன் மூலம் கிடைக்கும் லாபம், இங்கிலாந்தில் இருந்து வரும் நிதி இரண்டையும் கொண்டு, 22 பெண் குழந்தைகளுக்கு உதவியாகவும், இங்கே பெறப்படும் நிதி, இங்குள்ள 60

குழந்தைகளின் கல்வி மற்றும் உணவுக்காகவும் செலவிடப் படுகிறது.

கல்வி எல்லாவற்றையும் விட முக்கியம் என்பதால், புதிய ஏற்பாட்டை சரியாகப் படிக்கும் வரை, எந்தப் பெண்ணுக்கும் தையல் அறைக்குள் செல்ல அனுமதி தருவதில்லை. பள்ளியை நடத்தத் தேவைப்படும் பணத்தில் பாதி இந்த ரேந்தாத் தையல் விற்பது மூலம் கிடைக்கிறது. இங்கிலாந்திலுள்ள கிறிஸ்தவர்கள் இன்னும் அதிகம் கருணையுடன் பொருள்களை அனுப்பினால், இதைவிட அதிகம் நம்மால் ஈட்டமுடியும்'', எனக் குறிப்பிடுகிறார்.

கூடவே, அவ்வாண்டு நடைபெற்ற மற்றொரு சம்பவத்தையும் நினைவுகூர்கிறார். 11 வயது அடிமைப் பெண் ஒருத்தி பள்ளியின் அருகே கண்டுபிடிக்கப்பட்டாள். அவளை உள்ளே அழைத்துச் சென்று உணவளித்தபின், தான் ஒரு அடிமை எனவும், தன் உரிமையாளன் சரியாக உணவிடுவதில்லை, சாட்டையால் அடிக்கிறான் என்பதால் ஓடிவந்துவிட்டதாகவும் அப்பெண் சொல்கிறாள். அடுத்த நாளே அடிமையைத் தேடி உரிமையாளன் வருகிறான். எவ்வளவு எடுத்துச் சொல்லியும் அவன் கேட்க வில்லை. அடிமையின் விலையை விட கூடுதலாகத் தருகிறோம் என மிஷனரிகள் சொன்னாலும், ஒப்புக் கொள்ளாமல் அந்தச் சிறுமியை இழுத்துச் சென்றான். 'அங்கு கூடியிருந்த மற்ற குழந்தைகளின் கண்ணீர் கூட அவனை அசைக்கவில்லை', என மார்த்தா வருத்தத்துடன் பதிவு செய்கிறார்.

"இத்தகைய அடிமைப் பெண்களின் விடுதலையை உறுதிசெய்ய வேண்டும் என்றால், மற்றவர்களை விட அவர்களுக்கு முன்னுரிமை தந்து ரேந்தாத்தையல் கற்றுத்தரவேண்டும். அவர்களது தையல் வேலைப்பாட்டை விற்று வரும் பணத்தின் சிறு பகுதியை, அவர்களுடைய விடுதலைக்காக தனியே ஒதுக்க வேண்டும். இப்படிச் செய்ததால் எட்டு பெண்கள் விடுதலை அடைந்திருக்கின்றனர். அதைக் கண்டு இன்னும் அதிகப் பெண்கள் தப்பிவிடும் ஆசையில் உழைக்கத் தொடங்கியிருக் கின்றனர்'', எனவும் மார்த்தா அந்தக் கடிதத்தில் குறிப்பிடுகிறார்.

எத்தகைய உயர்ந்த எண்ணம்? யாருக்கு என்ன தேவை என உணர்ந்து செயல்பட்டிருக்கிறார். நாகர்கோயில்/திருவிதாங்கூர் ரேந்தாத் தையல் உலகச் சந்தையில் ஒருமுழ அளவுக்கு இவ்வளவு என்று கணக்கிட்டு விற்பனை செய்யப்பட்டது. 1858ம் ஆண்டு 100

குச்சித் தையலிடும் பெண்கள்

அடிமைப் பெண்கள் ரேந்தாத்தையல் வேலையில் ஈடுபட்டிருந்தனர். அவர்களுக்கு விடுதலையின் வாசலை ரேந்தாத் தையல் திறந்து விடக் காத்திருந்தது. நாகர்கோயிலின் மிகப்பெரிய 'வீட்டு வணிகமாக' ரேந்தாத் தையல் மாறியது. ஒடுக்கப்பட்ட அடிமைகள், ஈழவர், நாடார் இனப் பெண்களுக்குக் குப்பாயமும், கல்வியும், சொந்தக் காலில் நிற்க ரேந்தாத்தையலும் கிடைத்தது. நாகர்கோயிலில் ஆசிரியர்களாகவும், உபதேசியார்களின் மனைவிமார்களாகவும் இந்தப் பெண்கள் மாற்றத்தை நோக்கி நகரத் தொடங்கினர்.

பாரீசு(1867), லண்டன் (1851), மதராஸ்(1855) கைவினைக் கண்காட்சிகளில் நாகர்கோயில் ரேந்தாத் தையல் பரிசுபெற்றது. 1886ம் ஆண்டு டிசம்பர் 1 அன்று மதராஸ் டைம்ஸ் இதழ் இங்கிலாந்து கென்சிங்டனில் நடந்த கண்காட்சி குறித்து வெளியிட்ட செய்தியில், "ரேந்தாத் தையலில் மிகச்சிறந்தது நாகர்கோயில் ரேந்தாத் தையல்தான்'', என்று கூறிப்பிட்டுள்ளது. இந்தத் தையல் மூலம்

கிடைத்த பணத்தில்தான் நாகர்கோயில் பெண் கல்வி நிலையங்கள் செயல்பட்டன எனவும், இப்பகுதியின் மிக அறிவாளிகளான பெண்கள் தங்கள் கல்வியை இந்தப் பள்ளிகளில்தான் பெற்றனர் எனவும் 1895ம் ஆண்டு பிப்ரவரி மாதம் வெளியான 'தி கிரானிக்கிள் ஆஃப் லண்டன் மிஷனரி சொசைட்டி' இதழ் குறிப்பிடுகிறது. மால்ட் தம்பதியின் மகள் எலைசா மால்ட் (Eliza Mault) ராபர்ட் கால்டுவெல்லுக்கு மணமுடிக்கப்பட்டார்; மால்ட் தம்பதி 35 ஆண்டுகாலப் பணிக்குப் பிறகு 1858ம் ஆண்டு இங்கிலாந்து திரும்பினர். மார்த்தாவுக்குப் பிறகு ஆடீஸ், ரேத்தாத் தையல் பயிற்றுவிக்கும் பணியைத் தொடர்ந்தார்.

பெண்கள் தங்களது விடுதலைக்கான ஒற்றை இழையென ரேந்தாத் தையலைப் பற்றிக்கொண்டனர். மீடு போதகர் தொடர்ச்சியாக அனைத்து சாதிப் பெண்களும் மேலாடை அணிய வேண்டும் எனப் போராடி வந்தாலும், ரேந்தாத்தையல், குப்பாயம் என குச்சியும், ஊசியும் கொண்டு இரண்டு தலைமுறைப் பெண்களை நிமிரவைத்தது மிஷனரிப் பெண்களான ஜோஹான்னா மீடு மற்றும் மார்த்தா மால்ட் என்பதை நாம் ஒப்புக்கொள்ளத்தான் வேண்டும். 1829ம் ஆண்டு ராணி வெளியிட்ட அறிவிப்புக்குப் பிறகும் மேல்ச்சீலைப் போராட்டம் தொடர்ந்தது. மிஷன் பணியைத் தொடர்ந்து செய்துவந்த ஜோஹான்னா மீடு, 1848ம் ஆண்டு பிப்ரவரி 6 அன்று மறைந்தர். மனைவி இறந்து மூவாண்டு கழித்து 1851ம் ஆண்டு செப்டம்பர் மாதம் தேவவரம் தேசிகர் என்ற தமிழரின் மகளை மூன்றாவதாக மீடு திருமணம் செய்துகொண்டார். இங்கிலாந்துக்காரருக்கும், தமிழ்ப் பெண்ணுக்கும் நடந்த இத்திருமணம், சபையில் விரிசல் ஏற்படக் காரணமானது. பல இடங்களில் இருந்து கடும் எதிர்ப்பு கிளம்ப, மீடு மிஷனை விட்டு வெளியேறி, திருவிதாங்கூர் சமஸ்தான அரசு வேலையிலமர்ந்தார்.

ஊருக்கு உழைத்த மீடின் தனிப்பட்ட வாழ்க்கை பெரும் சோகமாக அமைந்தது. இரண்டு மனைவியரை இழந்தார், அவரது அத்தனை பிள்ளைகளையும் இழந்தார். தனிப்பட்ட துயரத்தை ஒதுக்கிவிட்டு, சமூகத்துக்காக உழைத்த மீடு, 1873ம் ஆண்டு காலமானார். ''நாகர்கோயிலில் முதல் கல்லூரி, பள்ளி, அச்சுக்கூடம் என பல பொதுத் தேவைகளை நிறைவேற்றிய மீடு, திருவிதாங்கூரின் மறுமலர்ச்சியின் தந்தை என அழைக்கப்பட்டிருக்கவேண்டும்'', என்று தானியேல் குறிப்பிடுகிறார்.

ரேந்தாத் தையல் இன்றும் சி.எஸ்.ஐ. சபையால் தொடர்ந்து முன்னெடுக்கப்படுகிறது. கல் கோயிலுக்கு அருகே ஆயர்

இல்லத்தின் முன்புறம் அதன் அலுவலகம் இருக்கிறது என முன்பே எங்களுக்குச் சொல்லப்பட்டது. ஆனால் அங்கு எதுவும் இல்லை. மறைமாவட்ட நூல் விற்பனை நிலையத்துக்கு அரை மனதாகவே அங்கிருந்து சென்றோம். புத்தகங்கள் வாங்கும்போது, மாடிக்குச் செல்லும் படிக்கட்டைப் பார்த்துவிட்டு எதேச்சையாக மேலே மாடியிலும் நூல்கள் உண்டா என்று கேட்டோம். ''அங்கே லேஸ் தைக்கிற எடம் இருக்கு'', என்ற பதில் வந்ததும் அத்தனை மகிழ்ச்சி. புத்தகங்களை எடுத்து அடுக்கிவைத்துவிட்டு, மாடிப்படி ஏறி ஓடினோம். அங்கே...

ஒன்றுமில்லை!

சி.எஸ்.ஐ. லேஸ் இண்டஸ்ட்ரி என்ற போர்டு இருந்தது. பக்கவாட்டில் சிலேட் ஒன்றில், ஜினிதா, கிறிஸ்டி ஆசீர், கிறிஸ்டி ஜோசப் என்ற மூன்று பெயர்கள் மட்டும் தெரிந்தன. பெரிய கூடம்தான். ஆனால் காலியாக இருந்தது. இரண்டு மூன்று பெண்கள் டேபிள் ஒன்றின் முன் அமர்ந்து பேசிக்கொண்டு இருந்தனர். எங்களை அறிமுகம் செய்துகொண்டு, ஏன் லேஸ் பின்னுபவர்கள் யாரும் இல்லை எனக் கேட்டோம். ஜினிதா மனதில் உள்ளவற்றைக் கொட்டிவிட்டார். இந்த இடத்துக்கு இப்போதுதான் வந்திருக்கின்றனர். அதுவரை ஆயர் இல்லத்தில் இந்த 'குச்சித் தையல்' மையம் இயங்கியுள்ளது. பொருள்கள் எதுவும் வந்துசேரவில்லை.

நிரந்தரமாக இங்கு வந்து லேஸ் தைப்பவர்களும் யாருமில்லை. இங்கு பணிக்கு வரும் பெண்களுக்கு நிரந்தர வருமானம் தரப்படுவதில்லை. தைத்துத்தரும் பீசுக்கு ஏற்ப, எண்ணிக்கைக்கு இத்தனை எனக் கூலி தரப்படுகிறது. இதற்கான மூலப்பொருள் உருண்டை ஒன்றும், ஐம்பது நூறு தேக்குக் குச்சிகளும்தான் என்பதால், பெண்கள் இங்கே கலையைக் கற்றுக்கொண்டு, வீடுகளில் உருளையை வசதி போல வைத்துக்கொண்டு ஏஜண்டுகளுக்கு கூலிக்குத் தைத்துத் தருகின்றனர். இந்த ஏஜண்டுகள் வெளிநாடுகளுக்குக் கொள்ளை லாபம் வைத்து இந்த லேஸ்களை விற்று வருகின்றனர். நாகர்கோயில் நெய்யூர் பகுதிகளில் இன்றும் பல வீடுகளில் 'குடிசைத் தொழில்' ரேந்தாத் தையல்தான். சபையை பயன்படுத்திக் கற்றுக் கொள்பவர்கள் யாரும் மீண்டும் சபைக்கு எதுவும் செய்ய வேண்டும் என்று வருவதில்லை என்று ஜினிதா வருந்தினார்.

கிறிஸ்டியிடம் கைவசமிருந்த லேஸ் வேலைப்பாடு செய்த துணிகள் எதையாவது காட்ட முடியுமா எனக் கேட்டோம். இந்த மூன்றுப் பெண்களும் இங்கேயே குச்சித் தையல் கற்றவர்கள்.

எப்படியாவது சபைக்குள் இந்தக் கலையை மீட்டு வரவேண்டும் என்ற எண்ணத்தில், ஊதியத்தை பெரிதாக நினைக்காமல், கிடைக்கும் சொற்ப பணத்துக்கு இங்கு தையல் சொல்லித்தரத் தயாராக இருக்கின்றனர். கிடைக்கும் நேரத்தில் குச்சித் தையல் போடுகின்றனர். ஆர்டர் எடுக்க என்ன செய்வது என்று மூளையைப் பிசைந்து சிந்திக்கின்றனர்.

பொறுப்பாளரான ஜினிதா, ''இப்ப முன்னாடி இருந்ததோட நினைவாதான் இங்க லேஸ் இருக்கு. இப்ப எல்லாரும் மேல்படிப்புக்குப் போயிர்றாங்க. யாரும் லேஸ் தையல் படிக்க வர்றது இல்ல. ஆர்டரும் குறைஞ்சு போச்சு, செய்றதுக்கும் ஆள் இல்ல. எங்களுக்கு சர்ச்தான் மார்க்கெட். நிறைய எக்சிபிஷன்சுக்கு எல்லாம் கொண்டு போவோம் முன்ன. கொடைக்கானல், ஊட்டி மாதிரி ஊர்கள்ல எல்லாம் நிறைய ஐரோப்பியர்கள் வந்து போவாங்க. அவுங்களுக்கு இந்த லேஸ் முக்கியத்துவம் தெரியும். அங்கேயே இப்ப இந்த மாதிரி கை வேலைப்பாடு செய்ய ஆள் இல்ல. அதுவுமில்லாம வெளிநாடுகளுக்கு ஏற்றுமதி எல்லாம் பண்ணிட்டு இருந்தாங்க. இப்பதைக்கு லோக்கல் மக்கள் வாங்கினாத்தான் உண்டு. தயாரிப்பு குறஞ்சு போனதால, எங்களாலயும் மார்க்கெட்ட பத்தி பெருசா நினைக்க முடியல. சர்ச்சாவது இதுவரை சப்போர்ட் பண்ணிக்கிட்டு இருந்துச்சு. இப்ப அதுவும் பெருசா இருக்கிற மாதிரி தெரியல. இந்தக் கலை அழிஞ்சு போயிடுற மாதிரிதான் இருக்கு'', என்று ஜினிதா சொல்கிறார்.

''இது ரொம்ப டவுன் ஆனதுக்குக் காரணம் பிரைவேட் பார்ட்டிங்கதான். இங்க நல்லா ட்ரெயின் பண்ணி, ரெடி பண்ணி விடுவோம். அவுங்க வெளிய போயி, இந்த மாதிரி பிரைவேட்டா இதை மார்க்கெட் பண்ணுற ஆளுங்க கிட்ட சேர்ந்துர்றாங்க. பிரைவேட்டா வெளிநாடுகளுக்கு எக்ஸ்போர்ட் பண்ண ஆரம்பிச்ச உடனே, இங்க வேலைக்கு வர்றத மக்களும் குறச்சுக்கிட்டாங்க'', என்று சொல்கிறார் ஜினிதா. ''பிரைவேட் லேஸ் பிசினஸ் ரொம்பவே நல்லா இருக்கு. பிரைவேட்னா ஷாப் வைக்கிறது கிடையாது. வீட்ல வச்சிக்கிட்டு, கேட்டலாக் காமிச்சு செஞ்சுக் குடுக்குறாங்க. மார்த்தாண்டம் பக்கம் எல்லாம் போயிப் பாருங்க, எல்லாம் இதுதான்.''

''எம்பிராய்டரியும் நிறைய பண்றாங்க. இப்ப பத்து பதினஞ்சு பேரு வராங்க. ஆர்டர்னு பார்த்தா கல்கத்தா, பாம்பே, சண்டிகர் மாதிரி ஊர்கள்ள இருந்து வரும். டிரெஸ்ஸிங் டேபிள் மேட், காக்டெய்ல் நாப்கின்ஸ் எல்லாம் ஆர்டர் வரும். இப்ப கூட ஆர்டருக்கு ரெடி

பண்ணி கொஞ்சம் வச்சிருக்கோம் பாருங்க'', என ஆர்வமுடன் கிறிஸ்டினா எடுத்துக் காட்டினார். குச்சிகளைக் கொண்டு போடப்படும் தையல்- அதனால் குச்சித் தையல். அங்கே இருந்தவை எல்லாமே ஆர்டருக்கு செய்யப்பட்டவை. வாங்குவதற்கு என வேறு ஏதேனும் வைத்திருக்கிறார்களா எனக் கேட்டோம். ''டயசீசன் ஹவுஸ் ஆபிஸ்ல இருக்கு. பெட்ஷீட், பில்லோ கவர், கர்சீஃப், இன்ஸ்கர்ட் எல்லாமே கொஞ்சம் அங்க எடுத்து வச்சிருக்கோம். இன்னும் இங்க அதெல்லாம் கொண்டு வரல. இப்ப தான மாறினோம்? டேபிள் சேர் எல்லாம் வந்த பிறகு அதெல்லாம் இங்க கொண்டுட்டு வரலாம்னு இருக்கோம்'', என்று கிறிஸ்டி சொல்கிறார்.

''உங்களுக்கு வேணும்னாக்கி, நீங்க வாங்குவீங்கன்னாக்கி அங்க போயி கூட பார்ப்போம்'', என்று மற்றொரு கிறிஸ்டி ஆசையைத் தூண்டுகிறார்.'' இங்கனதான் பழைய பிஷப் பங்களா உள்ளுக்க இருக்கு. ஸ்டார்ட்டிங்ல மிஷனரீஸ் கொண்டுக்கிட்டு வந்த பங்களா அது. என்னத்துனாலன்னு தெரியல, இருவது வருஷத்துக்கு முன்னுக்க இன்னொரு எடம் ஷிஃப்ட் பண்ணுனாங்க. இப்ப வந்த பிஷப், நீங்க திரும்ப இங்க வரணும்னு சொல்லியிருக்காங்க. அதுனால இங்க எதுவும் இல்லாமல் இருக்கோம். நம்ம பிள்ளைங்க எங்ககிட்ட இருந்து த்ரெட்ட வாங்கிட்டுப் போயி வீட்ல பண்ணி, திருப்பக் கொண்டுவந்து குடுப்பாங்க. இங்க சொல்லிக்குடுக்கவும்

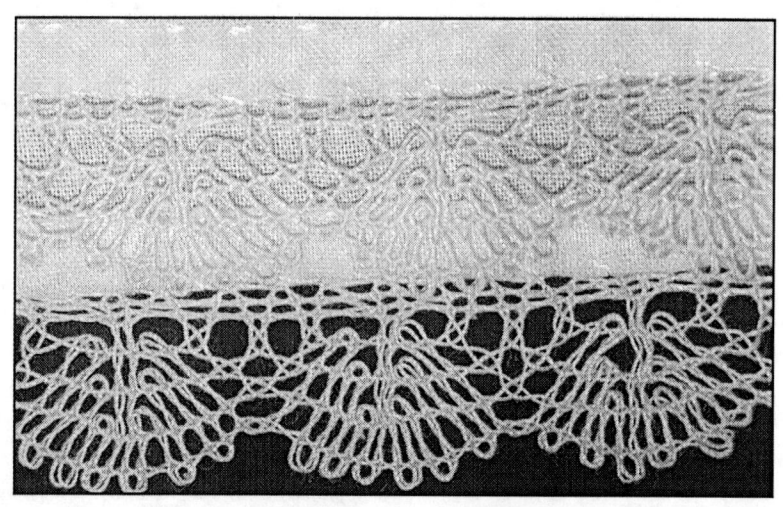

கைக்குட்டையில் நாகர்கோயில் ரேந்தாத் தையல்

ஆள் இல்ல, அதனால இப்ப தையல் போடுறவங்களுக்கு எப்படி சொல்லித்தரணும்னு நாங்க ட்ரெய்னிங் குடுக்கப் போறோம். அதெல்லாம் இனிமேதான் செய்யணும்'', எனச் சொல்கின்றனர்.

'நீங்க மார்க்கெட் பண்ணி ஆன்லைன்லயோ, அல்லது நேராவோ இதை சொல்லிக் குடுத்தீங்கன்னா, அதைக் கத்துக்க சென்னை மாதிரி ஊருல எல்லாம் ஆளுங்க இருக்கு. எனக்குத் தெரிஞ்சு ஒரு ஃப்ரென்ச்சுக்காரர் எம்பிராய்டரி, லேஸ் எல்லாம் சொல்லிக் குடுக்குறார். மக்கள் பணம் குடுத்து ஆர்வமா வந்து அவர்கிட்ட கத்துக்குறாங்க. நீங்க அப்டி டிரை பண்ணலாமே?'' என ரோடா அவர்களிடம் பேசிக்கொண்டு இருந்தார்.

''அந்த முயற்சியும் செய்றோம். இங்க படிச்சுட்டுப் போயி வேற வேலை பாக்கறவங்க, மறந்துட்டவங்கள எல்லாம் கூப்பிட்டு சொல்லித்தந்து திரும்ப செய்ய வைக்க முயற்சி பண்றோம். இங்க தைக்கிற லேசுக்கு மீட்டர் நாற்பது, ஐம்பதுன்னு குடுக்குறோம். எல்லாம் இந்த ரேட்தான். அப்படி இல்லாம, ஸ்டாண்டர்டா ஒரு நாளைக்கு இவ்வளவு பணம்னு சொன்னா ஆளுங்க வருவாங்க. அதுக்கும் யாரும் ஸ்டெப் எடுக்கக் காணும்'', என மூவருமே சொல்கின்றனர்.

சொல்லித்தர இவர்களுக்கு ஆர்வம் இருக்கிறது, ஆனால் இதைக் கண்டுகொள்வார் யாருமில்லை. அனேகமாக சீர்திருத்தக் கிறிஸ்தவர்கள் வீடுகளில் இது கிட்டத்தட்ட வீட்டுத் தொழிலாகவே மாறிவிட்டதால், அவர்களே தங்கள் வீட்டில் உள்ளவர்களுக்கு சொல்லித் தந்துவிடுகின்றனர். இந்த அமைப்பின் பயன்பாடு அவர்களுக்கு எந்த விதத்திலும் தேவைப்படுவதே இல்லை. ''இந்தத் தையலுக்கு பெருசா எந்த மிஷினும் வேணாம். உருளை, குச்சி எல்லாமே வீடுங்கள்ள ரெடி பண்ணிடுவாங்க. மெட்டீரியல் ஏஜன்ட் குடுத்தா, இவுங்க தையல் போட்டுக் குடுக்கவேண்டியது தான்... நாங்களும் எங்களால ஆன முயற்சிகலை செஞ்சிட்டோம். உங்களுக்குத் தெரிஞ்சவங்க யாராவது குச்சித் தையல் வாங்கு வாங்கன்னா சொல்லுங்க. கர்ச்சீஃப் கூட போடலாம். பதினஞ்சு ரூபாதான். ஆர்டர் குடுத்தா எவ்வளவுன்னாலும் செஞ்சு தரோம்'', கிறிஸ்டி சொல்கிறார். அவர்களுடன் கோடவுன் போல இருந்த பழைய டயசீசன் பங்களாவுக்குச் சென்று, அங்கே இருந்த தையல் வேலைப்பாடு செய்யப்பட்ட பெட்ஷீட், தலையணை கவர்கள், கைக்குட்டைகளைப் பார்த்து, ஆசைக்குக் கொஞ்சம் வாங்கி வந்தோம். யார் கண்டது, அடுத்த முறை அங்கே செல்லும்போது அங்கே என்ன மீதம் இருக்குமோ....?

திருவிதாங்கூரின் ஒடுக்கப்பட்டப் பெண்களுக்கு மேலாடை தந்து, சொந்தக் காலில் நிற்கப் பழக்கிய தேவாலயத்தின் ரேந்தாத் தையல், வாங்குவாரின்றி, தேடுவாரின்றிக் கிடக்கிறது.

சான்றுகள்

- Native Life in Travancore, Samuel Mateer - WH Allen and Co., 1883
- http://milestonesofkanyakumari.blogspot.com/2015/04/the-outstanding-mrs-johanna-celestina.html
- The Chronicle of the LMS 1795-1895, C. Silvester Horne - LMS, 1895
- The History of London Missionary Society: 1795-1895, Richard Lovett - Henry Frowde, Oxford University Press Warehouse, 1899
- *குமரி மண்ணில் கிறிஸ்தவம், ஜி.ஐசக் அருள்தாஸ் - கிப்ற்றோ, 2020*
- *தென் திருவிதாங்கோட்டு திருச்சபைச் சரித்திரச் சுருக்கம், சாமுவேல் சக்கரியா* - Society for the Publication of Historical Christian Literature, 1991 (1897 Author)
- *பாதச்சுவடுகள்: தென்னிந்தியத் திருச்சபை கன்னியாகுமரிப் பேராய வரலாறு, பேராயர் ஜி. கிறிஸ்துதாஸ்* - CMS Printing Press - Institute, Palayamkottai, 2005

54

ஒடுக்கப்பட்ட மக்களின் காவல் – சால்வேஷன் ஆர்மி

''சாம்பவ இன மக்கள்தான் சல்வேஷன் ஆர்மில நிறைய இருக்காங்க. அதுனால, எங்க சர்ச்சுக்கு வர மத்த மக்கள் யோசிக்கிறாங்க. நாங்க ஊழியத்துக்குப் போகும் போது எங்களுக்கு இது பெரிய சிக்கலாதான் இருக்கு. 'உங்க சர்ச்சுக்கு வந்தா நாங்களும் அவுங்க ஆளுங்கதான்னு எல்லாரும் நினைப்பாங்க' அப்டின்னு சொல்லியே மத்தவங்க தயங்குறாங்க. இத்தனைக்கும் ரட்சணிய சேனை இங்க வரும்போது கன்வர்ட் ஆன முதல் ஆளுங்கள்ல நாராயணன் முத்தையாங்குறவர் பிராமின்தான்.''

•

Soldiers of our God arise

தேவ போர்ச் சேவகரே! நாள் சமீபமாகுது;
நித்திரை ஏன் வீரரே? ஒளி யதிகமாகுது;
இயேசுவை யறியாமல் மாந்தர் மாண்டு போகிறார்;
காலத்தைக் கழிக்காமல் உடனே போர்செய்யப் போவோம்

பேயின் கோட்டை, கொத்தளங்கள் எதிர்த்திடிப்போம்;
சாத்தான் ராஜரீகம் செய்யுமிட மெங்கும் – பேயின்

இயேசு ராஜனுக்கு ஸ்தோத்திரம் அவர் நாமத்திற் கெப்போதும்
மேன்மை, புகழ், துதி கீதம் எனவும் உண்டாவதாக!

பாதாள சேனையைப் பார், தந்திர வலைகளால்,
லட்சக்கணக்கான பேர் மாண்டு போனாரானதால்
உன்னை இயேசு சுவாமிக்கு பூசையாகப் படைத்து
மாளும் ஏழைப் பாவிக்கு உன் மீட்பரன்பைக் காட்டு – பேயின்

சர்வ வல்ல இயேசுவின் ரட்சணிய சேனையார்,
நானா தேசத்தாருக்கும் ரட்சண்யத்தைக் கூறுவார்
ரட்சணியக் கொடியை உயர்த்தி முன் செல்லுவோம்
ரத்தத்தாலும், தீயாலும், சத்துருவைத் துரத்துவோம் – பேயின்

- ராபர்ட் ஜான்சன் எழுதிய இந்தப் பாடல், ரட்சணிய சேனை 'அதிகாரிகள்' மற்றும் 'வீரர்கள்' செய்யும் சாட்சிகளின் அணிவகுப்பின் (March of Witness) போது பாடப்படுகிறது. பாடல் நன்றி: கேப்டன் சசிபாலன்

''எங்க சர்ச் சாதிவாரியா பிரிவுபட்டுப்போச்சு. சாம்பவ இன மக்கள்தான் சல்வேஷன் ஆர்மில நிறைய இருக்காங்க. கன்யாகுமரி திருநெல்வேலி மாவட்டங்களை எடுத்துக்கிட்டா அவுங்க 80% அவுங்கதான் இருக்காங்க. இப்படி ஜாதி பேஸ் பண்ணி அடையாளப்படுத்துனதால, எங்க சர்ச்சுக்கு வர மத்த கம்யூனிட்டீஸ் யோசிக்கிறாங்க, தயங்குறாங்க. இந்த மாதிரி அடையாளப் படுத்துறது இன்னைக்கி எங்க டெவலப்மெண்ட்டுக்கு பெரிய சவாலா இருக்குது. நாங்க ஊழியத்துக்குப் போகும்போது இன்னொரு சாதிய எங்களால அப்ரோச் பண்ண முடியல.''

''இன்னொரு கம்யூனிட்டி மக்கள் இங்க வர்றதுக்கும் தயாரா இல்ல. வேற கம்யூனிட்டிகாரங்க நம்ம சர்ச்சுக்கு வந்தா சாம்பவர் கம்யூனிட்டிதான் அவுங்கன்னு அடையாளப்படுத்திருவாங்கன்னு ஒதுங்குறாங்க. இதுல இருந்து மாத்தவும் முடியல. கிட்டத்தட்ட நூறு வருஷமா இந்த கம்யூனிட்டிக்குள்ளயே ஐடென்டிஃபை பண்ணி வேலை செஞ்சிட்டு இருக்குறதால, அதைத்தாண்டிப் போக முடியல. கிராமத்துல இன்னொரு கம்யூனிட்டி காரங்க வீட்டுக்கு ஒரு பாஸ்டர் கூட இதுவரை பிரேயருக்குப் போகமுடியல. அதை உடைக்கமுடியல. அந்த வட்டத்துக்குள்ளயே சபையை வைக்கிறதுக்குத்தான் பாக்குறாங்க.''

''இப்ப தென்காசி பக்கம் பார்த்தீங்கன்னா பறையர், பழையர் இருக்குறாங்க. அந்தக் காலத்துல எங்களுக்கு சப்போர்ட் இருந்துச்சு. இன்றைக்கு அத்தன சப்போர்ட் இல்ல. இன்னொரு தவறான கண்ணோட்டம் என்னன்னா அதிகமான ஆபிசர்ஸ், பாஸ்டர்ஸ் கன்னியாகுமரி மாவட்டத்துல இருந்துதான் சல்வேஷம்

ஆர்மில இருக்குறதால, இங்க சாம்பவ மக்களுடைய ஆளுகை உள்ள இருக்குறதா மக்கள் ஃபீல் பண்றாங்க. மத்த கம்யூனிட்டீஸ் உள்ள வந்தாலும், இவுங்க அவுங்கள டாமினேட் பண்றாங்க, புரமோஷன் காரியங்கள்ல தடை பண்றாங்க, அவுங்களுக்கு முக்கியத்துவம் குடுக்க மாட்டேங்குறாங்க... இந்த மாதிரியான நெகட்டிவ் கமெண்ட்ஸ் இருக்குது. இத்தனைக்கும் ரட்சணிய சேனை இங்க வரும்போது கன்வர்ட் ஆன முதல் ஆளுங்கள்ல நாராயணன் முத்தையாங்குறவர் பிராமின்தான். அவர்தான் இந்தியாவின் முதல் கமிஷனர். திருநெல்வேலி மாவட்டத்தைச் சேர்ந்தவர் அவர்.''

''கன்யாகுமரி மாவட்டத்தைப் பொறுத்தவரை அந்த மாதிரி தெளிவான தகவல் இல்லை. ஆனா மே 27 நாங்க கன்யாகுமரி மாவட்டத்தோட மறுமலர்ச்சி நாளா கொண்டாடுறோம். 1892ல அந்த நாள்தான் இங்க சபை உருவாச்சு. அப்ப மருத்துவாழ்மலை பக்கத்துல அட்டகுளம் அப்டிங்குற ஊர்தான் பெரிய ஆத்தும அறுவடைய தந்தது அப்டின்னு சொல்லுவாங்க. அதுக்கு முன்னாடி இங்க பெரிய அளவுல மக்கள் ரட்சிக்கப்படலை. அட்டகுளத்துல, கல்குறும்பொத்தையில வாழ்ந்த சாம்பவர் மக்கள் ஒட்டுமொத்தமா ரட்சிப்பு பெற்றாங்க. அடுத்தடுத்து மாறுறவுங்க முதல்ல மாறினவுங் களோட ரிலேட்டிவ்ஸா இருப்பாங்க. அப்போ அவுங்களும் அதே ஜாதியா தான இருப்பாங்க? இதனால சாம்பவர் மக்கள்தான் இந்த சர்ச்சுக்கு வருவாங்க அப்டின்ற இமேஜ் வந்துருச்சு. எங்களால மத்த மக்களை அப்ரோச் பண்ணவே முடியல. நாங்களும் அதை மாத்த எவ்வளவோ டிரை பண்றோம், முடியல'': கேப்டன் சசிபாலன்.

பூருவோத்தரங் கேளடியோ உன்னைப்
போதித்த புண்ணியன் சுவார்ச் சையர்தான்
சோறுதின்றதவன் குசினிப் பள்ளி
தோன்றினோன் சாம்புவன் ஞானப்பெண்ணே...
சாம்புவன் முதலுண்டானா னப்பாற்
சாஸ்திரியங்ஙனமுண்டானான்
சாம்புவன் சாஸ்திரியாலேயல்லோ நீ
சமர்த்தியானது ஞானப்பெண்ணே...
சாம்புவனுக்குக் குருவார் சொல்லந்தச்
சாஸ்திரிக்குக் குருவார்சொல்
சாம்புவனுக்குஞ் சாஸ்திரிக்குங்குரு
சாமியல்லவோ ஞானப்பெண்ணே...

- வேதசாஸ்திரக் கும்மி, வேதநாயகம் சாஸ்திரியார், 1814. ''இந்து தேசத்தின் பல பாகங்களிலும் ஏழைகளையே தமது ஜனமாக

அழைத்திருக்கிறார். தமிழ் நாடுகளில் தரங்கம்பாடி, தஞ்சாவூர் முதலிய இடங்களிலும் தாழ்ந்த ஜாதியார் எனப்பட்டவர்களே முதலாவது கிறிஸ்துமார்க்கத்தை ஏற்றுக்கொண்டார்கள்'', என்று இந்தப் பாடலைப் பகிர்ந்து சாமுவேல் சக்கரியா தன் தென் திருவிதாங்கோட்டு திருச்சபைச் சரித்திரச் சுருக்கம் நூலில் குறிப்பிடுகிறார். தன் சாஸ்திரக் கும்மி நூலின் 'சாதிகள் பூருவோத்திரம்' (76) பகுதியில், 'சாம்புவன் முதலில் உண்டானான், அதன் பின் சாஸ்திரி உண்டானான், இவர்கள் இருவரால் அல்லவா நீ சமர்த்தியானாய், சாஸ்திரிக்கும், சாம்புவனுக்கும் குரு அந்த சாமி இல்லையா?' என இந்தப் பாடலில் வேதநாயகம் சாஸ்திரியார் கேட்கிறார். சுவார்ச் ஐயரின் குசினியில் பணியாற்றியவரும் சாம்புவரே எனவும், சாம்புவனோ, சாஸ்திரியோ, எல்லோரும் கடவுள் முன்பு ஒன்றே என்ற கருத்தை இப்பாடலில் சாஸ்திரியார் முன்வைக்கிறார்.

ஆனால் சாஸ்திரியார் எழுத்துக்கும், வாழ்க்கைக்கும் நிறைய முரண் இருந்தது என்பதை நாம் மற்றொரு அத்தியாயத்தில் பார்த்தோம். இதை அறிஞர் ஆ.சிவசுப்பிரமணியனும் கட்டுரை ஒன்றில் சுட்டுகிறார். ''இந்நூல் முழுவதையும் படித்துப் பார்த்தால் 'சாதிகள்' என்று சாஸ்திரியார் சுட்டுவது சைவ, வைணவ, நாட்டார் சமயநெறிகளைப் பின்பற்றுவோரைத்தான் என்பது புலனாகிறது. மேலும் அவரைப் பொறுத்த அளவில் சுய சாதிப்பற்று என்பது மூடப்பழக்கவழக்கமாகத் தோன்றவில்லை. தம் பாரம்பரிய மதத்தைத் துறந்து கிறித்தவர்களாக மாறியவர்களால் தம் சுயசாதி அடையாளத்தைத் துறக்க இயலவில்லை. தமிழ்க் கிறித்து வத்தின் அடிப்படைக் குறைபாடு இதுதான். இதிலிருந்து வேதநாயக சாஸ்தியாரும் தப்பவில்லை'', எனவும் சிவசுப்பிரமணியன் குறிப்பிடுகிறார்.

நூலுக்கான முதல் பயணமாக தென் தமிழக மாவட்டங்களில் சுற்றித்திரிந்தபோது நாங்கள் சிந்திக்காதவை – கிறிஸ்தவத்தில் இருக்கும் சாதியக் கூறுகள்; நுண்ணிய நூல் போல உடனோடும் சாதியத்தைக் கண்டும் காணாமல் போகும் நிறுவனப்படுத்தப்பட்ட மதத்தின் நிர்வாகம், அந்த நிர்வாகம் மூலமே சாதியைப் பற்றியிருக்கும் மக்களுடைய எண்ண ஓட்டங்கள் போன்றவை. ஒன்றிரண்டு பயணங்களில் இந்த சாதியத்தைத் தொடாமல் கிறிஸ்தவ வரலாறோ, வாழ்வியலோ எழுத முடியாது என்ற தெளிவு வந்தது.

ரோடாவை திடீரென்று அழைத்துக் கேட்டேன். ''ஏன்பா..நம்ம பரதவர், நாடார், பிள்ளை சாதி நபர்களை மட்டும் தானே

தென்மாவட்டங்களில் பேட்டி கண்டிருக்கிறோம்? வட மாவட்டங்களில் பறையர் இன மக்களை அதிகம் பேட்டி எடுத்திருக்கிறேன்.. தென் தமிழகத்தில் பள்ளர், சாம்பவர் என பிற ஒடுக்கப்பட்ட சாதி மக்களை பேட்டி கண்டோமா?''

இருவரும் மண்டையைக் குழப்பி சிந்தித்து, 'இல்லை' என்ற பதிலில் வந்து நின்றோம். நூல் முற்றுப்பெறாததாகத் தோன்றியது. தமிழ்க் கிறிஸ்தவம் குறித்து எல்லாமே இத்தனை பக்கங்களுக்குள் எழுதிவிட முடியாது என்றாலும், பதிவு செய்பவற்றில் குறைந்த பட்ச நேர்மையாவது எனக்குள் வேண்டும் எனத் தோன்றியது. ''நாம் மறுபடி தென் மாவட்டங்களுக்கு ஒரு சுற்று செல்ல வேண்டும், அப்போது நாம் விட்டுவிட்ட மற்ற மக்களையும் பேட்டி காணவேண்டும்'', என ரோடாவிடம் சொல்லிக்கொண்டேன்.

நாகர்கோயிலுக்குப் போகிறோம் என்றதுமே, அங்கங்கே தேடிப் பார்த்ததில், சாம்பவர் இன மக்களிடையே பெரும் வரவேற்பைப் பெற்ற மிஷன், அவர்களில் பலரை கிறிஸ்தவத்துக்குள் கொண்டுவந்த மிஷன் என 'ரட்சணிய சேனை' (Salvation Army) குறித்துப் படித்தேன். கூடவே அவர்கள் நாகர்கோயிலில் தொடங்கி நடத்திவரும் கேத்தரின் பூத் மருத்துவமனை பற்றியும், இன்றளவும் தொடரும் அந்த மிஷனின் செயல்பாடுகளும் தெரியவர, நாகர்கோயில் பூத் டக்கர் நினைவு தேவாலயத்துக்கும், பூத் மருத்துவமனைக்கும் செல்வது என முடிவானது.

எங்கள் கெட்ட நேரம், ஆலயத்துக்குள் எங்களால் நுழையவே முடியவில்லை, அவ்வளவு கூட்டம். அன்று ஒரு திருமண விருந்து பழைய ஆலயத்தில் நடந்து கொண்டிருந்தது. ஆண்களும் பெண்களும் சீருடையில் கலக்கிக் கொண்டிருந்தனர். எங்களை அழைத்துச் சென்றிருந்த ஓட்டுனருக்கு ஓரளவுக்கு அந்த ஆலயம் குறித்துத் தெரிந்திருந்தது. ''இதான் இவுங்க யூனிஃபார்ம். இது இல்லாம அவுங்க சர்ச்சுக்குப் போகமாட்டாங்க'', என அவர் சொன்னார். வெள்ளை முழுநீள பிளவுஸ், நீலவண்ண சேலை அணிந்த பெண்கள், அடர் நீலக் கால்சட்டை, வெள்ளைச் சட்டை அணிந்த ஆண்கள் என அந்தப் பகுதியே ரகளையாக இருந்தது. ஏதோ மிலிட்டரி கேம்புக்குள் சென்றது போல. ஆனால் அங்கிருந்த இறுக்கம் இங்கு இல்லை. மகிழ்ச்சி வெள்ளத்தில் திளைத்துக் கொண்டிருந்தனர்.

அங்கே சுற்றிக்கொண்டிருந்த சீருடை நபர் ஒருவரைப் பிடித்து, ''பாஸ்டரைப் பார்க்கணுமே?'' என்று நான் கேட்டேன்.

ரட்சணிய சேனையின் பயணச் சீருடையுடன்
கேப்டன் பிரேம்குமார், கேப்டன் பிரிஸ்கில்லா

''இப்ப யாரையும் பார்க்க முடியாது. எல்லாரும் கல்யாணத்துல பிசி. நீங்க வேணும்னா அங்க இருக்குற கேப்டன் கிட்ட கேளுங்க'', என்று ஒருவரைக் கை காட்டினார். அவர் சொன்ன கேப்டனோ, அன்று யாரையும் பார்க்க வாய்ப்பில்லை எனச் சொல்லி அனுப்பினார். சோகமே உருவாக ஓட்டுனரிடம் திரும்பி வந்து, ''வாங்க நம்ம ஹாஸ்பிடலுக்காவது போய்ப் பார்ப்போம்'', எனக் கிளம்பினோம். அவரோ, ''இருங்க மேடம், எனக்கு ஒரு பெரியவர தெரியும், அவர் இந்த சர்ச்சுல பல வருஷமா மெம்பர். அவர் இருக்காரான்னு கேட்டுப் பார்க்குறேன்'', என்றார்.

பேசிக்கொண்டே பூத் மருத்துவமனைக்குச் சென்றோம். மிஷன் மருத்துவமனைகளுக்கே உரிய சிறப்புகளான தொன்மையான கட்டடங்கள், சிற்றாலயம் ஒன்று, அழகாக பராமரிக்கப்பட்ட புல்வெளி, தோட்டம், என மருத்துவமனை களைகட்டியிருந்தது. ''எங்க அப்பா உடம்பு சரி இல்லாதப்போ இங்கதான் அட்மிட் பண்ணியிருந்தேன். ரொம்ப நல்லா பார்ப்பாங்க'', என ஓட்டுனர் சொல்லிக்கொண்டிருந்தார். எங்களைத் தாண்டி வெள்ளுடை தேவதைகளும், நோயாளிகளுக்கு உணவோ, மருந்தோ வாங்கிச் செல்லும் உறவினர்களும் பரபரத்துக் கொண்டிருந்தனர். இன்று ஒரு

கேத்தரின் பூத் மருத்துவமனை, நாகர்கோயில்

பெரிய பன்முக சிறப்பு மருத்துவமனையாக விளங்கும் இந்த மருத்துவமனை ஒரு சின்னக் குளியலறையில் தொடங்கியது என்பதை நம்ப முடிகிறதா?

ஹென்றி ஜே. ஆன்ட்ரூஸ் என்ற 17 வயது இளைஞன் 1893ம் ஆண்டு தொடங்கிய குளியலறை ஒன்றில் தொடங்கிய மருத்துவப் பணி, இன்று ரட்சணிய சேனை வசமுள்ள உலகின் மிகப்பெரிய மருத்துவமனை என்ற பெயர் பெற்றுள்ளது. தாய் தந்தையற்ற ஆதரவின்றி விடப்பட்ட குழந்தை ஹென்றியை, ரட்சணிய சேனையை நிறுவிய பூத்தின் மகள் எம்மா பூத் (Emma Booth) சிறுவயதிலேயே தத்தெடுத்து வளர்த்தார். 15 வயதில் ஹென்றி, எம்மா மற்றும் அவர் கணவர் ஃப்ரெட்ரிக் டக்கருடன் (Frederick Tucker) மிஷன் பணிக்காக நாகர்கோயில் வந்தார்.

17 வயதில் சேனையின் கணக்கு வழக்கைப் பார்க்கும் கணக்கராக நியமிக்கப்பட்ட ஹென்றிக்கு என்னவோ மருத்துவத்தின் மேல்தான் ஈர்ப்பு இருந்தது. பகலில் அலுவலகப் பணி, இரவில் மருத்துவ நூல்களை வாசித்தல் என இருந்த ஹென்றியின் பெரும் தூண்டுகோல், அவரைத் தேடி வந்த மக்களே. மருத்துவ நூல்கள் கொண்ட நூலகம் ஒன்றை அமைத்து, படித்துவந்த ஹென்றிக்கு, சிறிய குளியலறை ஒன்றை 'கிளினிக்' தொடங்க மிஷனின் தலைவர்கள் ஒதுக்கினர். இந்த மருத்துவமனையே ரட்சணிய சேனையின் முதல் மருத்துவமனை. ஹென்றியின் ஆர்வம் கண்டு,

அவரை முறையான மருத்துவக் கல்வி கற்க மிஷன் லண்டனுக்கு அனுப்பியது. அதன்பின் மேல்படிப்பை சிகாகோ நகரில் தொடர்ந்த ஆன்ட்ரூஸ், மருத்துவப் பணியை தொடங்கிய முதல் ரட்சணியசேனை மருத்துவராக அறியப்படுகிறார்.

பட்டப்படிப்பு முடித்து நாகர்கோயில் திரும்பியதும், ஹென்றி பணியாற்ற சிறிய மிஷன் மருத்துவமனை ஒன்று தொடங்கப் பட்டது. ரட்சணிய சேனை மருத்துவ மிஷனின் தந்தை என்று ஹென்றி அறியப்படுகிறார். சிறிது காலத்தில் நோயாளிகளின் எண்ணிக்கை பெருக, புதிய மருத்துவமனை கட்ட இடமும் பார்த்துத் தந்து, அதற்கு அடித்தளமிடவும் உதவினார். நடக்க முடியாத உடல்நலனற்றோரை அவர்களது உறவினர்கள் ஹென்றியிடம் தூக்கிக்கொண்டு வந்தனர். காலரா நோய் தமிழகத்தைத் தாக்கியபோது, ‘தீண்டத்தகாதவர்கள்’ என சமூகம் ஒதுக்கி வைத்தவர்களை கிராமங்களில் தேடிச்சென்று, ஹென்றி மருத்துவ உதவிகள் செய்தார். இந்தியாவில் இருபத்து மூன்று ரட்சணிய சேனை மருத்துவமனைகளைத் தொடங்க ஹென்றி காரணமாக அமைந்தார். பின்னாளில் வட கிழக்கிந்தியாவில் கலகம் ஒன்றை ஒடுக்க ஆங்கிலேய அரசால் அனுப்பப்பட்ட லெஃப்டினன்ட் கர்னல் ஹென்றி, அங்கு குண்டடிபட்டு இறந்துபோனார்.

அவருக்குப்பின் மருத்துவ மிஷன் பணிகளை எடுத்துச் செய்தவர் கர்னல் வில்லியம் நோபிள் (William Noble). தொலைபேசி, மின்சாரம் என எந்த வசதியும் இல்லாமல் இயங்கிவந்த பூத் மருத்துவமனைக்கு வந்த நோயாளிகளின் எண்ணிக்கையை நாற்பதிலிருந்து, ஐநூறாக உயர்த்தி, 40 கட்டடங்கள் கட்டிய பெருமை இவரையே சேரும். 13 கிளை மருத்துவமனைகள், கேத்தரின் பூத் தொழுநோயாளிகள் மருத்துவமனை, செவிலியர் பயிற்சிப் பள்ளியை இவர் நிறுவினார்; 500 படுக்கை கொண்ட தொழு நோயாளிகள் மருத்துவமனையை அரசின் வேண்டுகோள் பேரில் நிர்வகித்தார். பின்னாளில் புற்று நோய் தாக்கியபோதும், அமெரிக்காவுக்கு சிகிச்சைக்காகச் சென்று விட்டு, மீண்டும் மருத்துவப் பணிக்கு இந்தியா திரும்பினார். கிட்டத்தட்ட 40 ஆண்டுகள் இந்தியாவில் மருத்துவ மிஷன் பணியாற்றினார்.

1938ம் ஆண்டு இங்கு செவிலியர் பயிற்சிப் பள்ளி தொடங்கப் பட்டது. இன்று 300 படுக்கைகள், பொது மருத்துவம், அறுவை சிகிச்சை, கர்ப்ப காலம் மற்றும் மகப்பேறு, குழந்தை மருத்துவம், எலும்பியல், கண் மருத்துவம் என பல துறைகளுடன் வெற்றிகரமாக இம்மருத்துவமனை இயங்குகிறது.

மருத்துவமனையிலுள்ள கல்லாலான சிற்றாலயம் பேரழகுடன் இருக்கிறது. நெற்றி நிறைய விபூதி துலங்க இரண்டு செவிலியர்கள் என்னைக் கடந்து சென்றனர். மருத்துவமனையில் இருந்ததாலோ என்னவோ, ஆலயம் பேரமைதியுடன் தெரிந்தது. அந்த அமைதி மனதுக்கு இதமாகவே இருந்தது. ஆலயத்தை விட்டு வெளியே வருவதற்குள், ஓட்டுனர் ஜெகன் அவரது நண்பரான டார்வினிடம் பேசி, அவரது தந்தை மேஜர் அருள்தாஸை சந்திக்க ஏற்பாடு செய்திருந்தார். அவரை சந்திக்கச் சென்றோம்.

சாலையே சரியாகப் போடப்படாத நாகர்கோயிலின் புதிய புறநகர்ப் பகுதியில் அருள்தாஸ் ஐயாவின் வீடு இருந்தது. புதிய வீட்டைக் கட்டி அப்போதுதான் பால் காய்ச்சியிருப்பார்கள் போல. கார் நிறுத்துமிடத்தில் மூன்று செங்கற்களும், பானையும் தெரிந்தன. வீட்டுக்குள் எங்களை வரவேற்று அமரச் சொன்னார்கள். அருள்தாஸ் ஐயா சொன்னதிலிருந்து:

"1882 செப்டம்பர் 19 அன்றைக்கு ரட்சணிய சேனை மும்பைக்கு வந்தாங்க. அங்க இருந்து சென்னைக்கும், அங்க இருந்து கன்னியாகுமரி மாவட்டத்துக்கும் வந்தாங்க. மயிலாடி பக்கம் மருந்துவாழ்மலை அப்டிங்குற எடத்துல மேஜர் தேவசுந்தரம் அப்டிங்குறவரோட தலைமைல இங்க ஊழியத்த ஆரம்பிச்சாங்க. அப்டி வேலை

ரட்சணிய சேனைக்குள் வந்த
முதல் கிறிஸ்தவர்களான தேவசுந்தரம் தம்பதி

செய்யும்போது இங்க அட்டகுளம்ங்குற சபைய அவுங்க முதல்ல கண்டுபிடிச்சாங்க. அதுதான் எங்களுடைய ஆதிச் சபை.''

''அதுக்கப்புறம் அங்கங்கே ஆலயங்கள் வந்துது. சாம்பவர் மக்கள் ஏன் அதிகம் சேர்ந்தாங்கன்னா இங்க சாதியம், அதோட தீண்டாமை இந்த ரெண்டு காரியமும் இருந்ததுனால அவுங்களுக்கு ஒரு போக்கு வேணும், வழி வேணும். அதுனால வாலன்டியரா இந்தப் புது மிஷனைத் தொடர்ந்தாங்க. அப்படி கன்யாகுமரி மாவட்டம் பூரா இந்த சாம்பவர் மக்கள் எங்கலாம் இருக்குறாங்களோ அங்கேல்லாம் இந்த சபை பரவுச்சு. அதன் பிறகு ஊழியர்களுக்கு ட்ரெய்னிங் குடுக்குற ட்ரெய்னிங் காலேஜ் ஒண்ணு தொடங்குனாங்க. அதை நாங்க ட்ரெய்னிங் கேரிசன்னு சொல்லுவோம். சபையில இணையுறவங்க எல்லோருக்குமே ஒரு மிலிட்டரி டேர்ம் உண்டு. லெஃப்டினன்ட், கேப்டன், மேஜர், கர்னல், பிரிகேடியர், லெஃப்டினன்ட் கமிஷனர், கமிஷனர் அப்டிங்குற அமைப்புக்குள்ள மக்கள கொண்டுவந்தாங்க. இது ஹையரார்க்கி இல்ல. வேலைய பகுத்துச் செய்வாங்க, உலகம் பூரா அதைக் கொண்டு போகணும் இல்ல?''

''கேரளா மாவேலிக்கராவுக்கு இந்த ஊழியத்த கொண்டுபோனாங்க. அங்க புலையர், பறையர், சாம்பவர், ஈழவர் இவுங்க எல்லாரும் சேர்ந்தாங்க. அவுங்க எல்லாருக்கும் இந்த சாதிய சமூகத்துல இருந்து விடுதலை தேவைப்பட்டது. அன்னைக்கு இவங்க எல்லாரும் (ஏனைய ஆதிக்க சாதிகள்) ரொம்ப ஒடுக்குனாங்க. எங்களை அடிச்சாங்க... ஃப்ராங்கா சொல்லட்டா? எங்களுடைய பெண்கள் மார்புல துணி போடக்கூடாது. அந்த அளவுக்கு மோசமா நடத்துனாங்க. அப்படிப்பட்ட சூழல்ல இவுங்க பெருவாரியா இந்த மூவ்மென்டுக்குள்ள போனாங்க. இதுக்கு முன்னால லண்டன் மிஷனோட ரிங்கல்தோபேதான் கன்யாகுமரி மாவட்டத்துல முதல்ல ஊழியம் செய்ய வந்தாரு. எங்க மக்கள் (சாம்பவர்) தான் அதுல மொதல்ல சேர்ந்தாங்க. எங்க ஆளு மகாராசன் வேதமாணிக்கம்தான் முதல்ல கன்வர்ட் ஆகி ரிங்கல்தோபே கிட்ட முதல்ல ஞானஸ்நானம் வாங்குனவர். ரிங்கல்தோபேயை இங்க கொண்டுவந்தவர் அவர்தான்.''

''சல்வேஷன் ஆர்மி வாரதுக்கு இருநூற்று ஐம்பது ஆண்டுகளுக்கு முன்னாடியே அவுங்க இங்க வேலை செஞ்சாங்க. அப்ப எங்க மக்களுக்கு வேதமாணிக்கம் இந்த ஊழியம் செய்றதுல தாத்பரியம் இல்ல. என்ன காரணம்? பெருவாரியான மக்கள் எங்கேயோ சிதறிக்கெடக்குறாங்க அப்டிங்குற எண்ணம் இவுங்க மனசுக்குள்ள

இருந்துச்சு. அதுனால அவர் கிட்ட போகல. ஆனா இங்க உள்ள சாணார், நாடார் மக்களெல்லாம் அவரை பின்பற்றுனாங்க. அது வளர்ந்துது. எங்க மக்கள்ல ஒரு சிலர் இருக்குறாங்க. அவுங்க அன்னைக்கே இதை அக்செப்ட் பண்ணுனாங்க. அவுங்க எங்களை விட ரொம்ப நல்லா இருக்காங்க. பொருளாதாரம், படிப்பு, சமூக மதிப்புப் படி அவுங்க வளர்ந்துருக்குறாங்க.''

''நாங்க வளர்ந்தோம். ஆனா சி.எஸ்.ஐ.ல இருக்குற எங்க ஆளுங்க அளவுக்கு எங்களால வளரமுடியல. அன்னைக்கி லண்டன் மிஷன் அவுங்களோட வாழ்க்கை தரத்த மேம்படுத்துனாங்க. நாடார் மக்களுக்குக் கல்வி குடுத்தாங்க. அவுங்களுக்கு வாழ்க்கைல என்ன தேவைன்னு பார்த்து செஞ்சாங்க. அப்ப நர்சிங் படிச்சா எங்கேயாவது வேலை பண்ணலாம்னு ஒரு எண்ணம் இருந்தது. அப்படி அவுங்கள்ல பலர நர்ஸா, வக்கீலா, டாக்டரா, எஞ்சினியரா, டீச்சரா ஆக்குனாங்க. அப்போ கன்யாகுமரி மாவட்டத்துடைய பள்ளிக்கூடம் எல்லாம் கவர்ன்மென்ட் கிரான்டுல இருந்துது.''

''இங்க திவானா இருந்த சி.பி.ராமசாமி ஐயர், இந்துத்துவ கோட்பாடை இங்க எல்லா எடத்துலயும் நிறுவினாரு. அதுனால இங்க பள்ளிக்கூடங்களுக்குக் குடுத்த கிரான்ட நிறுத்துனாரு. ஸ்கூல கவர்மெண்டுக்குக் குடுக்கணும்; அல்லது நீங்களே எடுத்து நடத்தணும். அப்ப லண்டன் மிஷன் அவுங்க சொந்த பாக்கெட்டுல இருந்து பணம் செலவு பண்ணி, டீச்சரை உருவாக்கி, படிப்பிச்சாங்க. அவுங்கதான் முதல் ஊழியக்காரங்க. ஊழியமும் செஞ்சு, பள்ளிக் கூடத்தையும் பார்ப்பாங்க. 250 ஆண்டுகால கேப். வந்துட்டாங்க இன்னிக்கு. எங்க பார்த்தாலும் சி.எஸ்.ஐ. மக்கள் இல்லாத எடமே இல்ல. உறுதியா சொல்லுவேன், இன்னைக்கு கன்யாகுமரி மாவட்டத்த ஆட்சி செய்றவங்க சி.எஸ்.ஐ.தான். ''

''அவுங்கள்ல ஒரு சிலர், 'இவன் சாம்பான், இவன் பறையன், இவன் புலையன்' அப்டின்னு இன்னைக்கும் பாகுபாடு பார்க்குறாங்க. அதை சரிசெஞ்சு மிஷனரிங்க அன்னைக்குக் கொண்டு சென்றாங்க. அவுங்களப் பார்த்துதான் இன்னைக்கு எங்க மிஷனரிகள் எப்படி இருக்கணும்னு படிக்கிறாங்க. அதுனாலதான் மருத்துவமனை, நர்சிங் கோர்ஸ் எல்லாம் உருவாக்குனாங்க. நாங்க வளர்ந்துட்டோம், அதுல எங்களுக்கு எந்தப் பிரச்சனையும் இல்ல. இன்னைக்கி சமூகத்துல நாங்க யாருகிட்டயும் அடிமை இல்ல. இன்னைக்கி நாங்க சமூகப் பணிக்கு எங்கயும் போவோம், எதுவும் செய்வோம். குஜராத் பூகம்பம் வந்தப்ப அங்க மக்கள் பணிக்கு ஓடுனோம். அப்ப

அங்க இருந்த மோடி கவர்ன்மென்ட் எங்களை உள்ளயே விடல. நாங்க வெளிய நின்னோம். ஆனா எங்களுடைய சமூகப் பணிய உலகமே மெச்சக்கூடிய அளவுக்கு வெளிய நின்னு செய்தோம். இன்னைக்கும் அந்தப் பணிய செய்துட்டுதான் இருக்குறோம்'', என்று சொல்கிறார்.

தாங்கள் பணி செய்யும் அடிப்படைக் களத்தை இவர்கள் 'படைஸ்தலம்' அல்லது கோர் (Corps/field) என்று குறிப்பிடு கின்றனர். சில கோர்களை உள்ளடக்கியது 'பிரிவு' (division)/. சில டிவிஷன்களை உள்ளடக்கியது 'மாகாணம்' (territory).

''கன்னியாகுமரி மாவட்டத்துல கன்னியாகுமரி, அழகிய பாண்டிபுரம், நாகர்கோயில், தக்கலை, மார்த்தாண்டம், குலசேகரம் அப்டின்னு டிவிஷன் இருக்கு. டிவிஷனுக்கு மூணு பேர் பொறுப் பாளர்களா இருப்பாங்க. அவுங்கள டிவிஷனல் கமாண்டர் (DC - Divisional Commander), அவருக்குக் கீழ யூத் வர்க்குக்கு ஒருத்தர், மற்ற வேலைகளுக்கு ஒருவர்னு ரெண்டு பேரு உதவி பண்ணுவாங்க. ஃபைனான்ஸ் காரியங்கள அவர்தான் பார்ப்பார். வெளிய இருந்து சோஷியல் ஒர்க்குக்காக பணம் கொஞ்சம் வரும். இங்கிலாந்து, அமெரிக்கா, இத்தாலி, ஃபிரான்சு இப்படி பல நாடுகள்ல இருந்தும் வரும்.''

''எவ்வளவு பணம் வருதோ, அது டெல்லிக்குத் தெரியும். டெல்லிக்குத் தெரியாம, சிங்கிள் பைசா நாங்க வாங்கமாட்டோம். எந்த வேலைக்கு வருதோ, அதைத் தவிர வேறொரு காரியத்துக்கு அந்தப் பணத்த பயன்படுத்தமாட்டோம். எங்க வரவு செலவு பொஸ்தகம் எல்லாம் வருஷத்துக்கு ஒரு தடவை ஆடிட் பண்ணுவாங்க. செலவு செய்ததில முன்னபின்ன இருந்தா எங்களுக்கு கரெக்ஷன் சொல்லுவாங்க, நாங்க அதை சரி பண்ணிக்குவோம். இந்த ஹெல்ப் ரெகுலரா கிடைக்காது. இப்ப கிட்டத்தட்ட 75% செலவு எங்க நிதிய வச்சுதான் எல்லாம் செய்றோம். அதைக் கொண்டுதான் ஊழியர்களுக்கு சம்பளம் கொடுக்கணும், டிவிஷனுக்கு ஒரு சின்ன அமவுன்ட் குடுப்போம், மீதியிருந்தா மேலிடத்துக்கு அனுப்புவாங்க.''

''பாண்டி, சேலம், திருச்சி, மதுரை, திண்டுக்கல் அப்டின்னு தமிழ்நாட்டுல பல இடங்கள்ல எங்க சர்ச் இருக்கோ, அங்க நாங்க போகமாட்டோம். ஒரு வேளை அங்க சர்ச் இருக்கும்னா, அங்க மக்கள் ஒதுக்கப்பட்டாங்கன்னா, அந்த மக்களுக்காக எங்க சர்ச்ச உண்டாக்கணும்குறதுதான் எங்க நோக்கம். புதுசா கட்ட மாட்டோம். அங்க பக்கத்துல இருக்குற சபைகளுக்குத்தான்

மக்களை அனுப்புவோம். சில எடங்கள்ல அந்த மக்களால சர்ச்ச கட்டமுடியாது. கல்வியறிவு இல்லாதவங்களா இருப்பாங்க. இன்னைக்கி வரைக்கும் அந்த மக்கள் கிட்ட யாரும் போகாமதான் இருக்காங்க. அவுங்கள பார்க்கல, ஒண்ணும் செய்யல.''

''அப்படிப்பட்ட எடங்கள்ல நாங்க ஊழியத்த ஆரமிச்சு செய்வோம். சர்ச்ச புதுசா கட்ட எங்கள்ட்டயும் பணம் இருக்காது. உள்நாட்டுலயும், வெளிநாட்டுலயும் சர்ச் கட்ட பணம் கேப்போம். உடனேயும் பணம் குடுக்கமாட்டாங்க. ரெண்டு வருஷம், அஞ்சு வருஷம், சில சமயம் பத்து வருஷம் கூட நாங்க காத்திருப்போம். அப்டி பணம் வாங்கிக் கட்டுனதுதான் இது. சி.எஸ்.ஐ. காரங்க மாதிரி பெருசா எங்களால செய்ய முடியல, ஆனாலும் மருத்துவப்படிப்பும், கல்விப்பணியும், சமூகப்பணியும், சுவிசேஷப் பணியும் செஞ்சுட்டு வர்றோம்'', என மேஜர் அருள்தாஸ் கூறுகிறார்.

1865ம் ஆண்டு ஜூலை 2 அன்று, வில்லியம் பிராம்வெல் பூத் (William Bramwell Booth), அவர் மனைவி கேதரின் பூத் (Catherine Booth) என்பவர்களால் கிழக்கு லண்டனில் ரட்சணிய சேனை தொடங்கப்பட்டது. தொடக்கத்தில் அதன் பெயர் 'கிழக்கு லண்டன் கிறிஸ்டியன் மிஷன்' என்பதாகவே இருந்தது. 1878ம் ஆண்டு துண்டறிக்கை ஒன்றைத் தயார் செய்யும் போது, 'கிறிஸ்தவ மிஷன் ஒரு தன்னார்வல சேனை' என்ற சொல்லாடலை பூத்தின் உதவியாளரான ஸ்காட் ரெய்ல்டன் (Scott Railten) சொல்ல, அதை மாற்றி, தாங்கள் தன்னார்வலர்கள் அல்ல, 'ரட்சணியம் (Salvation)' தர வந்தவர்கள் என பூத், அதை மாற்றியமைத்தார். கிறிஸ்தவ மிஷன், ரட்சணிய சேனை ஆனது. பூத் 'ஜெனரல்' என அழைக்கப் பட்டார்.

இன்றும் ரட்சணிய சேனை ஒரு கட்டுக்கோப்பான படையின் கட்டமைப்புடனே இயங்கிவருகிறது. இந்தக் கட்டமைப்பைக் குறித்து சொல்லும் மார்த்தாண்டம் மாவட்ட செயலாளர் (District Secretary) கேப்டன் சசிபாலன், ''எங்களுக்கு எத்தனை வருஷ சர்வீசோ, அதைப் பொறுத்து பல ரேங்க் உண்டு. அதுக்கும் எங்க பொசிஷனுக்கும் சம்பந்தம் கிடையாது. ஊழியம் பயிற்சிக்கு முன்னாடி நாங்க அவுங்கள கேண்டிடேட்னு அழைப்போம். ஒரு வருஷம் அவுங்க கேண்டிகேட்டா இருப்பாங்க. பயிற்சில சேர்ந்ததும் அவுங்கள 'ஸ்தானார்த்திகள்'னு (cadet) சொல்லுவோம். ரெண்டு வருஷம் ட்ரெய்னிங் முடிச்ச ஒடனே அவுங்களுக்கு அபிஷேக ஆராதனை (ordination) குடுத்து 'லெஃப்ட்டினென்ட்' (Lieutenant) ஆக்கிருவோம். லெஃப்ட்டினென்ட்தான் ஃபீல்டுல

வேலை செய்வாங்க. அஞ்சு வருஷம் லெஃப்டினென்ட் வேலையில அவுங்க அஞ்சு அசைன்மென்ட் முடிச்சு டிவிஷனுக்கு அனுப்பணும். அத முடிஞ்ச உடனே அவுங்களுக்கு கேப்டன் ரேங்க் குடுப்பாங்க. இதுல 10 வருசம் இருக்கணும். அந்தப் பத்து வருஷமும் முடிஞ்ச உடனே அவுங்க மேஜர் ஆவாங்க. எங்களுக்கு கேபினட் முறை இருக்கு. அதுல வர்றவங்க லெஃப்டினண்ட் கர்னல். அந்த ரேங்குல இருக்குறவங்க தலைமைச் செயலராக (chief secretary) ஆகமுடியும்.''

''கேபினட் – ராஜாங்க மந்திரிகள்னு சொல்லுவோம். ஒரு மாகாணத்துக்கு மூணு பேர் இருக்குறாங்க. பெர்சனல் அட்மின், புரோகிராம் செக்ரட்டரி, பிசினஸ் அட்மின் செக்ரட்டரி அப்டின்னு மூணு பேர் ஒரு மாகாணத்துக்கு பொறுப்பா இருப்பாங்க. பெரும்பாலும் நிர்வாகம் புரோகிராம் டிபார்ட்மென்ட்டுக்குக் கீழ வரும், பாஸ்டர்கள் மேலாண்மை பெர்சனல்ல வரும், வரவு செலவு அட்மின்ல வரும். இவுங்க மூணு பேருமே தலைமை அலுவல கத்துலதான் இருப்பாங்க. எங்க தலைமையகம் பாளையங் கோட்டைல இருக்கு. எல்லாரும் தினமும் மாகாண ஆபீசுக்கு வேலைக்கு வருவாங்க.''

''இது இல்லாம மாகாண போர்டு ஒண்ணு இருக்கு. இதுல ஆயருக்கு சமமான பதவி மாகாண கமாண்டர் (Territorial Commander) பதவி. எல்லா முக்கிய முடிவுகளும் அவருடைய அனுமதியின் பேர்லதான் எடுப்போம். எங்க மார்த்தாண்டம் டிவிஷன்ல 41 சர்ச்சு இருக்கு, 20 ஆபிசர் இருக்காங்க. டிவிஷனுக்கு மேல மாகாணம்தான். இந்தியால ஆறு மாகாணம் இருக்கு, தமிழ்நாட்டுல புதுவை டூ குமரி ஒரே டெரிடரிதான், அதுக்கு தலைமையிடம் பாளையங்கோட்டை. அதுக்கு தலைமை டெரிடோரியல் கமாண்டர், அவருக்குக் கீழ சீஃப்-செக்ரட்டரி இருக்காரு. நிர்வாகம் எல்லாம் அவர் கவனிப்பார், கமாண்டர் ஆன்மீகத் தந்தை. மாகாணங்களுக்குத் தலைமை சர்வதேசத் தலைமையகம் (International Head Quarters). அது லண்டன்ல இருக்கு, இங்க யாரு மாகாண கமாண்டரா வரணும்னு அவுங்க முடிவு செய்வாங்க. ரெண்டு எடத்துக்கும் இடையே சரியான பாலமா சர்வதேச செயலாளர் (International Secretary) அப்டின்னு ஒருத்தர் இருப்பாரு.''

''சர்வதேச ரட்சண்ய சேனையை அஞ்சு சோனா பிரிச்சிருக்காங்க. நம்ம இருக்குறது தெற்காசியா சோன். இதுல இந்தியா, பாகிஸ்தான், பங்களாதேஷ், ஸ்ரீலங்கா நாடுகள் உண்டு. இதுக்கு ஒரு சர்வதேச செயலாளர் இருக்காரு. இவுங்க ஆங்கிலேயராவோ, மத்த நாட்டுக்காரங்களாவோ, இந்த நாலு நாடுகள்ல எதுல

உள்ளவங்களாவும் இருக்கலாம்'', என சசிபாலன் சொல்கிறார். இதுவரை கல்லூரிகள் எதையும் பெரிய அளவில் இவர்களால் தொடங்கமுடியவில்லை. கேதரின் பூத் செவிலியர் கல்லூரி, பள்ளி, ஆரல்வாய்மொழியில் தொழில்சார் படிப்பு சொல்லித்தர வி.டி.ஐ, அவையல்லாமல் பல பள்ளிகள் இயங்கிவருகின்றன. சமூகப் பணியைத்தான் தங்கள் முக்கியப் பணியாக ரட்சணிய சேனை முன்நிறுத்துகிறது. இப்போது தமிழகத்தில் மட்டும் 460 ஆலயங்கள் இருக்கின்றன, அவற்றில் குமரி மாவட்டத்தில் மட்டுமே 250 ஆலயங்களுக்கும் மேல் இருக்கின்றன என்று சசிபாலன் சொல்கிறார்.

1872ம் ஆண்டு நெல்லையில் பாரம்பரிய இந்துக் குடும்பத்தில் பிறந்த நாராயணன் முத்தையா அவரது தாயால் இந்து முறைப்படி வளர்க்கப்பட்டார். சிறுவயதில் கிறிஸ்தவத்தைக் கடுமையாக எதிர்த்தார். 1889ம் ஆண்டு கேப்டன் மில்னர் போதகத்துக்குச் சென்ற இடத்தில் அவர்களைக் கல்லால் எறிந்த கும்பலில் நாராயணனும் ஒருவர். அதன் பின் திறந்தவெளிக் கூட்டம் ஒன்றில் மனம் மாறியவர், திறந்தவெளிக் கூட்டத்தில் போதித்ததற்காகப் பின்னாளில் கைது செய்யப்பட்டார். குடும்பம் அவரை வெறுத்து வெளியேற்றினாலும், அதைப் புறந்தள்ளி 1899ம் ஆண்டு பாளையங் கோட்டையில் ஆர்மி பயிற்சியில் சேர்ந்தார். கேடட்டாக இருந்த போது தன்னை விட சாதியப் படிநிலையில் குறைந்தவர்கள் எனச் சொல்லப்பட்ட மக்களுடன், அம்மக்களால் சமைக்கப்பட்ட உணவை உண்டார். தஞ்சையில் பணி செய்ய அனுப்பப்பட்டார். அதன்பின் திருவிதாங்கூர், ஆந்திரா, குஜராத், மராட்டியம், பஞ்சாப் ஆகிய இடங்களில் பணியாற்றியவர், சேனையில் கமிஷனர் பதவியில் அமர்ந்த முதல் இந்தியர் ஆவார். 1938ம் ஆண்டு பணி ஓய்வு பெற்றார்.

இரட்சணிய சேனையில், வேறெந்த சபையிலும் இல்லாத அளவுக்கு, பெண்களுக்கு அதிக முக்கியத்துவம் தரப்படுகிறது என சசிபாலன் கூறுகிறார். ''இங்க ஆணும் பெண்ணும் சமம். பயிற்சியிலயும் கணவன், மனைவி ரெண்டு பேருமே பங்கெடுக்கலாம். ரெண்டு பேருமே ரெண்டு வருஷம் ட்ரெய்னிங் முடிக்கணும். ரெண்டு பேருக்குமே அபிஷேக ஆராதனை உண்டு, கமிஷனிங் உண்டு. ரெண்டு பேருக்குமே சம உரிமை உண்டு. ரெண்டு பேருமே சர்வீஸ் (ஹோலினெஸ் மீட்டிங் என்று இதைச் சொல்கிறார்) வைக்கலாம். ரெண்டு பேருக்குமே தனித்தனி சம்பளம். ரெண்டு பேருக்குமே தனித்தனி அப்பாயின்ட்மென்ட்.''

''நான் மார்த்தாண்டம் டிவிஷனுக்கு செக்ரட்டரியா இருக்குறேன். என் மனைவி டிவிஷனோட மகளிர் முன்னேற்ற அதிகாரியா (Divisional Women Development Officer) இருக்காங்க. சல்வேஷன் ஆர்மி அளவுக்கு வேற எந்த கிறிஸ்தவ சபையும் பெண்களுக்கு சம உரிமையும், அதிகாரமும் தர்றதில்லை. இந்த சீருடை எல்லாருக்கும் ஒரே மாதிரிதான் இருக்கும். சர்ச்சுல வெள்ளை கோட் போடுவோம். லெஃப்டினண்டுக்கு இங்கிலிஷ் 'எஸ்ஸும்' ஒரு ஸ்டாரும் இருக்கும். கேப்டன்னா எஸ், ரெண்டு ஸ்டார்; மேஜர்னா எஸ்ஸும், சல்வேஷன் ஆர்மி லோகோவும் இருக்கும். லெஃப்டினன்ட் கர்னல்னா அதுல இரு கோடு இருக்கும். கர்னல்னா ரெண்டு கோடு; கமிஷனர்னா ரெண்டு கோடும், லோகோவுக்குக் கீழ ஆலிவ் எலை இருக்கும். அந்தந்த ரேங்குக்கு ஏத்த மாதிரி பேட்ஜ் இருக்கும். சீருடைக்கு அலவன்ஸ் எதும் இல்ல, நாங்கதான் எடுத்துத் தைக்கணும்.''

சபை எந்தப் பணத்தைக் கொண்டு நடக்கிறது என்ற கேள்விக்கு சசிபாலன் பதில் சொல்கிறார். ஒவ்வொரு ஞாயிறும் ஆலயத்தில் எடுக்கப்படும் காணிக்கை அந்தந்த ஆலய நிர்வாகத்துக்கு செலவிடப்படுகிறது. தசமபாகம் (வருவாயில் பத்தில் ஒரு பங்கு – tithe) வைக்கச் சொல்லி மக்களைக் கேட்கின்றனர். சி.எஸ்.ஐ.யில் ஒவ்வொரு மாதமும் குறிப்பிட்ட அளவு பணத்தை அந்தந்த ஆலயம்தான் சம்பந்தப்பட்ட மறைவட்டத்துக்குக் கட்டவேண்டும் என்று நெறிமுறை உண்டு. அதைக் கொண்டே ஊழியர்களுக்கு ஊதியம் தருகின்றனர். ஆனால் இவர்களுக்கு இது போன்ற கட்டுப்பாடுகள் இல்லை. இவர்களுடைய 'கோர்'தான் அதிகாரி களுக்கு ஊதியம் தரவேண்டும். அந்தந்த மாத வருமானத்திலிருந்து இதை எடுத்துக் கொள்ளலாம். ஒரு பகுதியை டிவிஷனுக்கு அவர்கள் அனுப்புவர். ஆண்டுக்கு ஒரு முறை 'தன்னை ஒறுத்தல்' (சங்கப் பண்டிகை போன்ற பண்டிகை) செய்து, அந்தப் பணத்தை டிவிஷனுக்கு அனுப்புகின்றனர். இந்தப் பணத்தைக் கொண்டுதான் சர்வதேச ரட்சணிய சேனை இயங்குகிறது.

அருள்தாஸ் ஐயாவிடம் மற்ற பழக்கவழக்கங்கள் குறித்துக் கேட்டேன்.

''கலியாணத்துக்கு வரன் பார்க்குறது பெற்றோர் செய்வாங்க. எங்ககிட்ட வந்து சர்ச்சுல பெண் பார்த்திருக்கிறோம்னு சொல்லு வாங்க. நாங்க ஒரு அறிக்கை தயார் பண்ணி, அறிவிப்போம். அப்புறம் அவுங்க குறிக்கிற நாள்ல திருமணம் செஞ்சுவைப்போம். அப்புறம் அதை கவர்மெண்டுல ரெஜிஸ்டர் பண்ணச் சொல்லி அவுங்கள்ட்ட சொல்லிருவோம். மூணு ஓலை வாசிக்கிறது,

அறிக்கைன்னு எல்லாமே சி.எஸ்.ஐ, ஆர்.சி. மாதிரிதான் இங்கேயும். கலியாணத்துக்கு முந்தின நாள் நிச்சயதார்த்தம். மாப்பிள்ளை அக்கா, தங்கச்சி, மற்ற பெண் உறவினர்கள் நிச்சயத்துக்கு ஒற்றைப்படை எண்ணுல தட்டும் முகூர்த்தப் பட்டும் எடுத்துட்டு வருவாங்க. வசதி இல்லாதவங்க மூணு தட்டு கூட கொண்டுவரு வாங்க. நம்மளுடைய பாரம்பரியம், திராவிடப் பாரம்பரியம். நம்ம திராவிடர்கள். அந்த பாரம்பரியத்துல என்னலாம் நடக்குமோ, அதெல்லாம் எங்க கலியாணங்கள்ல நடக்கும்.''

''தாலி கட்டுற பழக்கம் இருக்குறவங்க மஞ்சக் கயிறோ, செயினோ, அதுல கட்டுவாங்க. தாலி டிசைன் பெரும்பாலும் ஆலிலை டிசைன்ல இருக்கும். அதுல கிராஸ் போட்டு, 'எஸ்' டிசைன் போட்டுருக்கும். சல்வேஷன் ஆர்மியைக் குறிக்கிற 'எஸ்' அது. எல்லார் தாலியிலயும் இந்த எஸ் அல்லது லோகோ இருக்கும். அதுதான் எங்க வழக்கம்.''

''மாப்பிள்ளையுடைய தாய்மாமன்தான் திருமண சடங்குகளை முன்னின்று பண்ணனும். பெண் வீட்டார் குடுக்கக் கூடிய துணிமணிகள், மற்ற விஷயங்கள் எல்லாம் அவர்தான் வாங்கணும். பெற்றோர் கால்ல விழுந்து வணங்கித்தான் கல்யாண காரியங்கள் எல்லாம் செய்யணும். கலியாணத்துக்குப் போறதுக்கு முன்னாடி, பொண்ணு/மாப்பிள்ளையை சேர்ல உக்கார வச்சு மாலை போடுவாங்க, ரெண்டு மூணு சின்ன மாலை வச்சிருப்பாங்க. அந்த மாலைகளை மாத்தி மாத்தி பெரியவங்க மாப்பிள்ளை பொண்ணுக்குப் போடுவாங்க. அவுங்க வாழ்த்தி, நூறோ, இருநூறோ அவுங்களால முடிஞ்சத குடுப்பாங்க. அங்க இருந்து கிளம்பி மாப்பிள்ளை வரும்போதே, மாலை ஒண்ணு போட்டுட்டு வருவார். இங்க பெண் வீட்ல இருந்து ஒரு மாலை போகும். அந்த மாலையை மச்சான் அல்லது மச்சினி போடுவாங்க. எதிர்மாலையும் சந்தனக் குறியும் வைப்பாங்க.''

''அந்த மாலையைக் கழத்தித் தாம்பாளத்துல வச்சி தாய்மாமனும், மச்சினனும் பெண்ணுகிட்ட எடுத்துட்டுப் போயி, அவளுக்குப் போட்டு விடுவாங்க. இந்த சடங்கு முடிஞ்ச பிறகு, பொண்ணு மாப்பிள்ளைய சர்ச்சுக்குக் கூட்டிட்டு வருவாங்க. சர்ச்சுல சர்வீஸ் வச்சு, கலியாணம் முடிப்பாங்க. பண்டு உள்ளவங்க சர்ச்சுல கலியாணம் முடிஞ்ச உடனே ரேக்ளால, தெறந்த கார்ல பொண்ணு மாப்பிள்ளைய வச்சு, பட்டினப் பிரவேசம் செய்வாங்க. இப்ப அப்பிடி கெடையாது. பெண் வீட்ல பாலும் பழமும் குடுப்பாங்க. மாமியார்தான் இத குடுப்பாங்க. கூடவே பெண்ணுக்கு

மோதிரமோ, வளையலோ மாமியார் போடுவாங்க. அங்க பெண் மாப்பிள்ளை இருப்பாங்க; சாப்பாடு பந்தி போஜனம் நடக்கும்.''

''பொறப்பட்டு போற சமயத்துல 'சுருள்'னு ஒண்ணு நடத்துவாங்க. சுருள் குடுக்குறவங்களுக்கு மாமிமார் பெரும்பாலும் மோதிரமா குடுப்பாங்க. அந்தந்த மாமிமாருக்கு மாப்பிள்ளை சேலை குடுக்கணும். அதை முடிச்சு மாப்பிள்ளைக்குக் குடுக்க வேண்டிய செயினோ, மோதிரமோ, அங்க வச்சுக் குடுப்பாங்க. அது முடிச்சு பொறப்புட்டுப் போகும்போது பெண்ணுக்கு மொறையா இருக்குற பையன்மாரு மறிப்பான். அவனுக்கு மாப்பிள்ளை என்னதாவது குடுத்து, பொண்ணை கூட்டிட்டுப் போவான். ஆனா இதெல்லாம் இப்ப மறுவிப் போச்சும்மா.''

''அங்க மாப்பிள்ளை வீட்டுக்குப் பெண் மாப்பிள்ளை போன உடனே விருந்து நடக்கும். இவுங்க பெண் வீட்ல இருந்து மாப்பிள்ளை வீட்டுக்கு வீடு காணப் போகும் போதே அரிசி, காய்கறி, மசாலா ஐட்டங்கள், எல்லாம் மாப்பிள்ளை வீட்டுக்குக் குடுத்துருவாங்க. ஒரு நார்ப் பெட்டி, ஒரு பாய் ரெண்டும் கட்டாயம் வீடு காணப் போகும்போது பெண் வீட்டார் கொண்டு போவாங்க. பெட்டியில அரிசி, தேங்காய், பழம் இதெல்லாம் வச்சு குடுப்பாங்க. அப்புறம் முறுக்கு, நெய்யப்பம், அப்டின்னு பலகாரங்கள் குடுத்து அனுப்புவாங்க. அதுக்கு எண்ணிக்கை உண்டு. குறைஞ்சது 101 குடுக்கணும். அதுக்கும் மேல குடுக்குறவுங்க இருக்காங்க; அது அவுங்க விருப்பம். வீடு காணப் போகும் போது, மருமகள் வீட்டுக்கு மாமியார் போனதும், குடம் நிறைய தண்ணி எடுத்து மாமியார் கொண்டு கிச்சன்ல ஏறக்கணும். உப்புப் பானைல மாமியார் கை வைக்கணும். அப்ப இனிப்பா எதாவது பறிமாறுவாங்க. அதை மாமியார்தான், தன்னோட மக புழங்கவேண்டிய அந்த அடுப்படில செஞ்சு எல்லாருக்கும் குடுக்கணும். இப்ப டீ போட்டுக் குடுக்குறாங்க'', என்று சொல்கிறார்.

மகள் வாழப்போகும் வீட்டின் சமையலறையை அவளுக்கு நெருக்கமானதாக மாற்றும் உத்தி போல இது!

''குழந்தை பிறந்த எட்டாவது நாள், அதுக்கு இடுப்புல ஒரு கறுப்பு நூல் கட்டுவாங்க. அன்னைக்கு ஒரு ஃபங்க்ஷன் வைப்பாங்க. அதுக்கு நூல்கட்டுன்னு பேரு. பிறகு அதை வெள்ளிக் கொடியாவோ, தங்கமாவோ வேற அரைஞாண் கொடியாவோ மாத்துவாங்க. தண்டை, செயின், வளையல் எல்லாம் பொம்பளைப் புள்ளைக்குப் போடுவாங்க. மற்றபடி எங்களுக்கு திருமுழுக்கு கிடையாது, அதுல நம்பிக்கை கிடையாது. திருவிருந்துல

நம்பிக்கை கிடையாது. எங்க திருவிருந்து, கூட்டம் ஒண்ணை போட்டு, அது முடிஞ்சபிறகு எல்லாருக்கும் ஒண்ணா ஒரே எடத்துல உக்காந்து ஒண்ணா அசைவ விருந்து சாப்பிடுவோம். அதுக்கு அன்பின் விருந்துன்னு பேரு. வருஷத்துக்கு ஒருதடவை இது எதாவது ஒரு எடத்துல நடக்கும்'', எனச் சொல்கிறார்.

''என்ரோல்மென்ட்தான் எங்க ஞானஸ்நானம். ஒரு புள்ளை பொறந்தவுடனே பாதிரியார் அதை கையில எடுத்து, 'நீ என்னைப் போல ஒரு ஊழியன்' அப்டின்னு சொல்லி கைல தருவாரு. குழந்தை ஆணா பெண்ணான்னு நாங்களே பார்த்து, ரெஜிஸ்டர்ல பெற்றோர் பேர் சொன்ன பதிஞ்சு வைப்போம். இல்லன்னா பெற்றோர் பேர எழுதி வச்சிருவோம். அதுக்கு 5,6,7 வயசாகும்போது, அதுக்கு சில உபதேசம் சொல்லிக் குடுப்போம். 7 வயசு முடியுற முன்ன, அந்தப் புள்ளைய 'பிரிப்பேர்' பண்ணுவோம். சர்ச் பீடத்துல நாங்களும் நின்னு, அதை முழங்கால் போடச் சொல்லி சொல்லிக் குடுப்போம். பொதுவுல இத்தன பிள்ளைகள் 'ஜுனியர் சோல்ஜர்ஸ்' ஆகியிருக் காங்க அப்டின்னு சொல்லுவோம். அதே போல அதுக்கு 14 வயசாகும்போது, மூணு மாசம் பயிற்சி குடுத்து அவுங்கள பிரதிக்கினை எடுக்கச் சொல்லுவோம். எடுத்து, எங்களுக்குன்னு இருக்குற கொடிக்குக் கீழ விட்டு, அவுங்கள பிரதிஷ்டை பண்ணுவோம். அன்னைக்கு இவங்க எல்லாரையும் 'சோல்ஜர்ஸ்'னு அறிவிப்போம். இதுதான் எங்க ஞானஸ்நானம். ஒரு வேளை 14 வயசு வரை ஆயத்த வகுப்புகளுக்கு வரல, பிரதிக்கினை எடுக்கல, அப்டின்னா நாங்க விட்ருவோம், யாரையும் கட்டாயப்படுத்த மாட்டோம். திரும்ப அவனா விரும்பி வரணும்னா, அவனை தயார்படுத்தி அவன் வந்தாதான் சேர்ப்போம். இந்த சோல்ஜர்ல இருந்துதான் டீக்கனா, செக்ரட்டரியா வரமுடியும்.''

''எங்களுக்கும் சி.எஸ்.ஐக்கும் கண்டிப்பா இன்டராக்ஷன் உண்டு. இந்த நாடாக்கமார்ல சில பேருதான் ஜாதி பார்க்குறாங்க. மற்றவங்க எல்லாம் எல்லாரையும் ஒண்ணாதான் பார்க்குறாங்க. இன்னைக்கும் எங்களுக்கு சி.எஸ்.ஐ.ல ஒரு கணிசமான பங்குண்டு. நாங்க அவுங்க சர்ச்சுக்குப் போவோம், அவுங்களும் எங்க சர்ச்சுக்கு வருவாங்க. எங்க பயிற்சிக் கல்லூரி நாகர்கோயில்ல இருக்குது. ஊழியர் பயிற்சி அங்கதான் குடுக்குறாங்க, நான் அங்கதான் வேலை பார்க்குறேன். அப்ப நான் என்கிட்ட படிக்க இருக்குறவங்களோட கல் கோயிலுக்குப் போவேன், வேற பல சபைகளுக்குப் போவேன். எங்களுக்கு இறையியல் படிக்க தனி கல்லூரி உண்டு. ரட்சணிய சேனை பயிற்சிக் கல்லூரி. ஏழு வருஷம் படிக்கணும். அஞ்சு

வருஷம் சபைல அவன் இருக்கணும்; ஒரு வருஷம் கேண்டிடேட்டா இருக்கணும். ஊழியம் பண்ண விரும்புறவங்கள இன்டர்வியூ பண்ணி, அதுல இருந்து ஆள் செலக்ட் பண்ணுவோம். அந்த பயிற்சிப் பள்ளியில நான் முதல்வரா இருந்தேன். டாக்டரேட் இன் தியாலஜிம்மா'', எனச் சொல்லி முடிக்கிறார் அருள்தாஸ்.

சான்றுகள்

- https://www.salvationarmy.org/india/pioneersofindia
- https://www.gospeltruth.net/booth/boothbioshort.htm
- Christianity in Action: the International History of the Salvation Army, Henry Gariepy - Wm B Eerdmans Publishing Co., Cambridge, 2009
- https://www.salvationarmy.org.au/about-us/our-story/our-history/founders-william-and-catherine-booth/
- https://rssna.files.wordpress.com/2018/07/sm-july-2018.pdf - ரட்சணிய சேனை செய்தி மலர்
- https://www.keetru.com/index.php/2010-06-24-04-31-11/2011-sp-204473665/16372-2011-08-30-03-51-22

55

தென் திருவிதாங்கூரின் முதல் சீர்திருத்தக் கிறிஸ்தவர் — வேதமாணிக்கம், மயிலாடி

எள் பூத்து காய்க்கத் தயாராக இருந்த நேரத்தில், அந்நிலத்தை உழுதுபோட்டு அங்கு ஆலயம் கட்டுமாறு ரிங்கல்தோபேயை வேதமாணிக்கம் வேண்டினார். 1809ம் ஆண்டு மே மாதம் ஆலயத்துக்கு அடிக்கல் நாட்டப்பட்டது.

•

''திருவிதாங்கோட்டுத் தேசத்தில் பிராட்டஸ்டன்டு எனும் கிறிஸ்தவ மார்க்கத்தை ஸ்தாபிப்பதற்கு ஆதிகாரணனாகிய நான் எனது சரீரத்தின் பலவீனமானத் தன்மைநிமித்தம் இந்த மிஷனை விட்டுப் போகிறபடியாலே, இனி வேறொரு மிஷனரி அறிவிக்கப்பட்டு வருகிறவரையிலும் மேற்சொன்ன மிஷனரி விசாரிப்புக்காரராயும், நாட்டையராயிருக்கவும் (நாட்டையர் – native priest), மிஷனுக்கு அடுத்த அதிகாரத்தையும் ஊழியத்தையும் செய்யும் பராபரனுடைய சுத்தமான வசனத்தைப் பிரசங்கிக்கவும் பரிசுத்த ராப்போசனத்தைக் கொடுக்கவும், ஆலயங்களுக்கு மகாராணியால் கொடுக்கப்பட்ட இரண்டு நிலங்களையும் விசாரிக்கவும், இரண்டு உபதேசிமார், வாத்திமாரருடைய உத்யோகங்களைத் தள்ளவும், கொடுக்கவும், மிஷனுடைய காரியத்துக்காக இத்தேசத்திலுள்ள சர்க்கார் ஆள்களோடு பேசிக்கொள்ளவும், இவ்விதமான ஊழியங்களை

எல்லாம் துரைத்தனக்காரர்களால் வேறொரு மிஷனரி வரும்வரை நடத்தவும் பழைய உபதேசியாகிய வேதமாணிக்கத்தை ஸ்தாபித்து, இதற்கடையாளமாகிய இந்த நற்சாட்சிக் காகிதத்தைக் கொடுக்கிறேன். இதனாலே அதிகாரமுடைய எல்லா துரைமார்களும் மேற்சொல்லிய வேதமாணிக்கம் என்பாருக்குந்தன் உத்தியோகத்துக்குத் தக்கதாயும், பராபரனுடைய வசனத்துக்கு ஏற்ற எல்லா நியாயமான காரியங்களுக்குத் தக்கதாகவும் திருவிதாங்கோட்டுச் சட்டத்தின்படி ஒத்தாசைச் செய்வதற்கு நான் வேண்டிக் கொள்கிறேன். இதற்கு சாட்சியாக என் கைமுத்திரையை வைக்கிறேன்.'' 23.1.1816. தொபியாஸ் வில்லியம் ரிங்கல்தோபே (William Thobias Ringeltaube)

மயிலாடி. ''அக்கா..இந்த வேதமாணிக்கம் வீட்டுக்கு எப்புடிப் போகணும்? அவுங்க வீட்டு முன்னாடி மண்டபம் ஒண்ணு கூட கட்டியிருக்காங்களாமே?'', என்று பொறுமையாக சாலையில் நடந்து சென்றுகொண்டிருந்த அம்மாள் ஒருவரைப் பிடித்துக் கேட்டேன். ''அது வேதக்காரங்க பேருல்லா? அவுங்க வீடெல்லாம் இந்தப் பக்கம் கெடையாது. வேதக்காரங்க எல்லாம் அன்னா... அந்த ரோட்டுக்கு அந்தப் பக்கம் இருக்காங்க. அங்க வேதக் கோயில் பக்கம் போய்க் கேளுங்க'', என்றுவிட்டு நடந்தார். 'வேதக் கோயிலில்' இருந்த பெண்களோ, இந்துத் தெருவுக்கு அந்தப் பக்கம் அவருடைய வீடு இருக்கிறது என அடித்துச் சொன்னார்கள். குழம்பியவர்கள், மீண்டும் 'இந்துப் பகுதி' என்று சொல்லப்பட்ட சாலைக்கு அக்கரைப் பகுதியின் கடைசி வரை சென்று பார்த்து விடுவது என்று போனோம். சாலை ஓரிடத்தில் வலதும் இடதுமாகத் திரும்ப, குழம்பி, அக்கம்பக்கத்தில் இருந்த பெண்களிடம் விசாரித்ததில், மகாராசன் வேதமாணிக்கத்தின் வீடு என்று ஒரு கேட்டைக் காட்டினர்.

நானும் ரோடாவும் அந்த கேட்டைத் திறந்துகொண்டு உள்ளே சென்றால், அந்த வீட்டுக்கும், தெருவுக்கும், அதிலிருந்த மற்ற வீடுகளுக்கும் எந்தவிதமான பொருத்தமும் இல்லை. பசுமையான தோட்டம், தோட்டத்தின் ஒரு பக்கம் சிறு கூடம் ஒன்று. அந்தக் கூடத்தின் முகப்பில் இருந்த கல்வெட்டு 1997ம் ஆண்டு ஆயர் கிறிஸ்துதாஸால் அந்த நினைவிடம் திறந்துவைக்கப்பட்டிருந்ததைக் குறிப்பிட்டது.

கூடத்தின் உள்ளே, 'மா. வேதமாணிக்கம் தேசிகர் – மதம் மாறிய முதல் நபர், தென் திருவிதாங்கோடு சீர்திருத்தச் சபையின் முதல் உள்நாட்டு உபதேசியார்', என்ற தலைப்புடன் வேதமாணிக்கத்தின் கறுப்பு வெள்ளை ஓவியம் ஒன்று வைக்கப்பட்டிருந்தது. அதில்

வேதமாணிக்கம் தேசிகர் வீட்டில் அமைக்கப்பட்டுள்ள அவரது நினைவு மண்டபத்தில் ரிங்கல்தோபே, தேசிகர் படங்கள், கல்வெட்டு

தலையில் தலைப்பாகை கட்டி, மீசை வைத்து, கோட் அணிந்து, அங்கவஸ்திரம் அணிந்திருந்தார் முதியவர் ஒருவர். சுவரில் பதிக்கப்பட்டிருந்த கல்வெட்டு ஒன்றில் தமிழில்,

'கன்னியாகுமரி முதல் கேரளத்திக் கல்லடையாறு வரை இரண்டு சி.எஸ்.ஐ. பேராயங்களாக வளர்ந்துள்ள சீர்திருத்தத் திருச்சபைக்கு மகராசன் வேதமாணிக்கம் 1801ம் ஆண்டில் இந்த இடத்தில்தான் விதை ஊன்றினார்.

தரங்கம்பாடியிலிருந்து மகராசன் வேதமாணிக்கத்தால் அழைத்து வரப்பட்ட அருள்தொண்டர் ரிங்கல்தோபே (Ringeltaube) தம் திருப்பணியை 1806ம் ஆண்டில் இந்த இடத்திலதான் தொடங்கினார்.'

என்ற இரு சொற்றொடர்கள் வெட்டப்பட்டுள்ளன. மற்றொரு கல்வெட்டில் இதே சொற்றொடர்கள் ஆங்கிலத்தில் வெட்டப்பட்டுள்ளன. கூடத்தின் நடுவே சுவரில் ரிங்கல்தோபே மற்றும் வேதமாணிக்கத்தின் ஓவியங்கள் சட்டம் போட்டு மாட்டிவைக்கப் பட்டுள்ளன. படங்களுக்குக் கீழே பெயின்ட் உரிந்து தொங்கியது. மண்டபத்தைப் பார்க்கலாமா என்று நாங்கள் அனுமதி கேட்ட முதிய அம்மாள் இப்போது எங்களை ஆர்வமாகப் பார்த்தார். என்ன, ஏது என்று அவர் விசாரிக்க, வேதமாணிக்கத்தின் குடும்பத்தினரை சந்தித்துப் பேசவேண்டும் என்ற ஆசையில் வந்ததாகச் சொன்னோம். அவருக்கு அடக்கமுடியாத மகிழ்ச்சி. 'உள்ள வாங்க, உக்காருங்க... எங்கேயிருந்து வர்றீங்க?'' என கேள்விகளால் துளைத்துவிட்டார்.

சீர்திருத்தத் திருச்சபை தென் தமிழகத்தில் வேரூன்றிய இடம் என மயிலாடியை ஐயமின்றி சொல்லிவிடலாம். 1804ம் ஆண்டு

தென்னிந்தியா வந்த ரிங்கல்தோபே என்ற மிஷனரியின் காரணமாகவே தென் தமிழகத்துக்கு சீர்திருத்தக் கிறிஸ்தவம் வந்தது. ஜெர்மனியின் ஷீடல் உயிட்ஸ் எனும் ஊரில் 1770ம் ஆண்டு ஆகஸ்ட் 8 அன்று பிறந்த ரிங்கல்தோபே, ஹாலே பல்கலைக் கழகத்தில் இறையியல் கல்விகற்றுப் போதகர் பட்டம் பெற்றார். மொரோவிய மிஷனரியான கிறிஸ்டியன் டேவிட் என்பவரின் மிஷன் பணியைப் பார்த்து, தானும் மிஷனரி ஆகவேண்டும் எனப் பேரார்வம் கொண்டார்.

1797ம் ஆண்டு அக்டோபர் மாதம் எஸ்.பி.சி.கே. சங்கத்தின் மூலம் கல்கத்தாவில் மறைபரப்புப் பணிக்கு வந்துசேர்ந்தார். கல்கத்தா நகரில் மிஷன் பணி அவருக்கு திருப்தியாக இல்லை. பீகார் மாநில சந்தால் மலைவாழின மக்களிடையே பணியாற்ற விரும்பினார். ஆனால் அதற்கான உடல் உறுதியோ, பொருள் வசதியோ இல்லாத காரணத்தால், 1798ம் ஆண்டு இங்கிலாந்து திரும்பினார். 1804ம் ஆண்டு மீண்டும் லண்டன் மிஷன் மூலமாக தரங்கம்பாடிக்கு வந்து சேர்ந்தார். அங்கு தமிழ் கற்றார்; ஆங்கில தமிழ் அகராதி ஒன்றை உருவாக்கினார். கோலாப் போதகரின் வேண்டுகோளுக்கு இணங்க, எஸ்.பி.சி.கே. மிஷனின் திருநெல்வேலி மிஷனை கண்காணிக்கும் பொறுப்பை ஏற்றார். அப்போது திருவிதாங்கூர் குறித்தும் அறிந்திருந்தார்.

''மகராசன் என்பவர் நாஞ்சில் நாட்டைச் சேர்ந்த மயிலாடி என்னும் கிராமத்தில் வலங்கை மாற்றார் குலத்தில் பிறந்தவர்'', என வேதமாணிக்கம் பற்றி சாமுவேல் சக்கரியா குறிப்பிடுகிறார். அவர் வள்ளுவர் குலத்தைச் சேர்ந்தவர் என சாமுவேல் தாசன் என்பவரும், சாம்பான் சமூகத்தைச் சேர்ந்தவர் என சி.எம். ஆகூர் அவர்களும், தொட்டியர் வகுப்பைச் சேர்ந்தவர் என இளந்தோட்டம் சுகுமாரன் என்பார் கருதுவதாகவும், ஐசக் அருள்தாஸ் தன் 'குமரி மண்ணில் கிறிஸ்தவம்' நூலில் குறிப்பிடுகிறார்.

மகராசன் வேதமாணிக்கத்தின் முன்னோர் தஞ்சையைச் சேர்ந்தவர் கள். மன்னராட்சிக் காலத்தில் அரசு ஊழியர்களால் கொடுமைப் படுத்தப்பட்ட இக்குடும்பத்தினர், அங்கிருந்து கிளம்பி நெல்லைக்கு அருகேயுள்ள வல்லநாட்டுக்கு வந்தனர். அங்கும் உடைமை களுக்குப் பதுகாப்பு இல்லாததால், கிபி18ம் நூற்றாண்டில் அங்கிருந்து அகன்று, மயிலாடியில் குடியேறினர். அப்போது அந்நிலம் தரிசாக இருந்ததால், அவர்கள் அங்கு குடியேற உரிமை கிடைத்தது. அவர்கள் அம்மண்ணைப் பண்படுத்தியும், புத்தனாறுக் கால்வாயின் பாசனத்தைப் பயன்படுத்தியும் தரிசு நிலங்களை

விவசாய நிலங்களாக மாற்றினர். விவசாயம் முக்கியத் தொழில் என்றாலும், ஜோதிடம், மருத்துவம் என பல துறைகளில் சிறந்தவர் களாக அக்குடும்பத்தினர் இருந்தனர். அடிப்படையில் சைவர்களாக இருந்தவர்கள் சுப்பிரமனியனையும், அண்ணாமலையானையும் வணங்கி வந்தனர்.

‘மாராயன்’ என அழைக்கப்பட்ட மகாராசன், சிறு வயதிலேயே தந்தையை இழந்து, தாயால் சைவ நெறிப்படி வளர்க்கப்பட்டார். மயிலாடிக்கு அருகிலுள்ள இரவிப்புதூர்ப் பள்ளியில் படித்தார். சிறுவயது முதலே இறைநம்பிக்கை கொண்டவர், மருங்கூர் சுப்ரமணியர் கோயிலுக்கு வரும் பக்தர்களுக்காக கிணறு வெட்டினார். சிவாலயங்களுக்குச் செய்யும் கைங்கரியமும், பக்தர்களுக்குச் செய்யும் உதவிகளும் தனக்கு முக்தி தரும் என நம்பினார். இளம் வயதில் திருமணம் செய்துகொண்ட மகாராசன், சிதம்பரத்துக்கு ஆலய தரிசனம் செய்ய 1799ம் ஆண்டு சென்றார். அடுத்து நடந்ததை மகாராசனின் குடும்ப வழித்தோன்றல் மனோன்மணி விளக்குகிறார்.

வேதமாணிக்கம் தேசிகர் குடும்பத்தின் வழித்தோன்றல் மனோன்மணி

‘‘என் பேரு மனோன்மணி. கிறிஸ்தவப் பேர் இல்ல. அப்பா பூர்வீகமா இந்து. அம்மா கிறிஸ்தவர். அந்த சமயத்துல இதெல்லாம் பார்க்க மாட்டாக இல்லையா? அப்பா நல்லா படிச்சு வேலைல இருந்ததால, அம்மாவைக் கட்டிக் குடுத்துட்டாங்க. வளர்ப்பு முறையெல்லாம் இந்துக்கள் பிரகாரம்தான் வளந்தேன். நாங்க இருந்தது காரைக்குடில. அப்பா அழகப்பா காலேஜுல வேல பார்த்துட்டு இருந்தாங்க. அங்க சர்ச்சு எல்லாம் எங்க இருந்துச் சுங்கறதே தெரியாது. இங்க கல்யாணம் பண்ணிக் குடுத்துது (மகாராசன் குடும்பத்தில்). நெறைய ஆசீர்வாதம் உடைய வீடுதான் இது. ஆனா, அதிகமான கஷ்டங்கள்தான் எனக்கு இருந்தது. எல்லாம் சர்ச்சுக்குன்னு எழுதி வச்சுட்டாகல்ல தாத்தா? இருநூறு ஏக்கர் எழுதி

வச்சுட்டாக. ஆனாலும் கொஞ்சம் இருந்துருக்கு. பிள்ளைக சரி இல்லாம, பராமரிக்காத படியும்... ஆண்டவருடைய சித்தம் அப்டி இருந்துது. என்னைய இங்க குடுக்கச்சில ஒண்ணுமே கெடையாது. வெறும் வீட்லதான் என்னை கொண்டுவந்து குடுத்தாங்க'', எனப் பேசத் தொடங்குகிறார் மனோன்மணி.

''எங்கம்மாவுக்கு என்ன நம்பிக்கைன்னா அது பெரிய பாரம்பரிய மான கிறிஸ்தவக் குடும்பம், அதை ஒரு நாளும் ஆண்டவரு அப்பத்துக்கு அலையவிடமாட்டாரு. அதுனால நான் அவுகளுக்குக் கலியாணம் பண்ணிக் குடுக்கேன் அப்டின்னு குடுத்தாங்க. அவரு எஸ்.எஸ்.எல்.சி ஃபெயில். ஒரு கண்டிஷனே இல்லாத வளர்ப்பு. இவரு வேதமாணிக்கத்தோட நாலாவது தலைமுறை. அவுகளுக்கு அந்த பரிச்சைய எழுதி எடுக்கதுக்குத் தெறமையும் இல்ல, முயற்சி பண்ண என் மாமியாருக்கு அக்கறையும் இல்ல. செல்லமா வளர்த்துட்டாங்க. சொத்தை எல்லாம் வித்து வித்து படிக்க வச்சு, எல்லாத்தையும் நாசமாக்கிட்டாங்க. சொசைட்டில சின்ன வேல ஒண்ணு பார்த்துட்டு இருந்தாங்க. எனக்கு மூணு குழந்தைகள் பொறந்துது. நல்லாத்தான் வச்சிருந்தாங்க. பிள்ளைங்க எல்லாம் சின்னச் சின்னதா இருக்கும்போதே, என் வீட்டு ஆளு அட்டாக் வந்து எறந்துபோய்ட்டாக. என்னுடைய நெலமை கஷ்டமா போச்சு. பென்ஷன் கெடையாது, வருமானத்துக்கு வழி கெடையாது. மூணு பிள்ளைகளையும் ரொம்ப எனக்குப் படிக்க வைக்க முடியல. பிஷப்மார் (ஆயர்) இங்க வரத்தான் செய்வாங்க. கிறிஸ்தவங்கள சொல்லமுடியாதும்மா, எல்லாம் அரசியல்தான்.''

''கிறிஸ்தவம்னா அப்பிடி இல்ல. தாத்தா இருநூறு ஏக்கரையும் எழுதி வச்சு ரிங்கல்தோபே ஐயரைக் கொண்டுவந்து, அவ்வளவு சொத்துக்களையும் எழுதிக் குடுத்தாரு. தாத்தா இந்து. அப்ப அரிஜனுக்கு ஆலயப் பிரவேசம் கெடையாது. தாத்தா முன்னோர் ஆரம்பத்துல இருந்தது தஞ்சாவூர் பக்கத்துல தரங்கம்பாடி. அதுதான் அவுங்க சொந்த ஊரு. ராஜாக்கமாருங்க கொடுமையினாலதான் வல்லநாட்டுக்கு ஓடி வந்துட்டாங்க. வல்லநாட்டுல மறவன்மார் கொடுமை. கொலை செய்றது, களவு பண்றது, கொள்ளையடிக்கது, இப்டி அங்க கொடுமையாகிப் போச்சு.''

''அங்க இருக்கமுடியாமத்தான் மயிலாடிக்கு வந்து சேர்ந்தாங்க. இந்த வீடுதான். நெறைய இடங்கள் அவுங்களுக்கு உண்டு. தாத்தாவுக்கு ஜோசியம் வைத்தியம் ரெண்டும்தான் தொழில். வள்ளுவர் குடும்பம். மயிலாடில அப்ப வள்ளுவர் குடும்பம் கெடையாது. அத அரிஜன் லிஸ்டுல சேர்த்துட்டாவ. அரிஜன்

இந்துக்கள் கோயிலுக்குள்ள பிரவேசிக்க முடியாது. அப்ப இவரு காவடி கட்டிக்கிட்டு, சிதம்பரத்துக்குப் போனாரு. அவரு அண்ணன் பெருமாள் – அவரோட மகன் சிவகுருநாதனையும் துணைக்குக் கூட்டிக்கிட்டுதான் போயிருக்காவ. ஆலயத்துக்குள்ள போயாச்சு. அங்க இவுக களைப்புனால காவடிய அங்கன எறக்கி வச்சிட்டு, காவி வஸ்திரங்கள்லாம் வச்சிக்கிட்டு, ஆலய தரிசனத்துக்காக தூணோட சஞ்சு நின்னுருக்காரு.''

''அப்ப அங்க நடந்த மோசமான விஷயத்தை எல்லாம் பார்த்துருக்காரு. அப்ப தாத்தா நினைச்சாராம், நம்ம நாலு மாசம் பிரயாணப்பட்டு வந்து ஒரு பரிசுத்தமான எடத்த தரிசிக்க வந்தா இங்க எல்லா மோசமான விஷயமும் நடக்குது. இது என்ன கடவுள், அப்டின்னு யோசிக்சுட்டே அந்தத் தூண்ல சாஞ்சிட்டு நின்னாராம். அப்படியே கண் லேசா அசந்துட்டாராம். அப்ப அந்த எடத்துல அவருக்கு முன்னதா வெள்ளை அங்கி போட்ட ஆளு ஒண்ணு தெரிஞ்சதாம். அப்ப இவர் நினைக்காராம். இவர பிரம்பு ஒண்ண வச்சுத் தட்டி, 'நீ நிக்கக் கூடிய இடம் இது கிடையாது. நீ நடக்கவேண்டிய வழியை நான் உனக்குக் காட்டுறேன்', அப்டின்னு சொன்னாராம். அந்தால தாத்தா அண்ணன் மகனையும் கூட்டிக்கிட்டு, தரங்கம்பாடிக்குப் போனாராம். அது ஞாயிற்றுக்கிழமை, அன்னிக்கு கோலாப் ஐயரு மெசேஜ் குடுத்துக்கிட்டு இருக்காராம்.''

''வருத்தப்பட்டு பாரம் சுமப்பவர்களே என்னிடம் வாருங்கள் அப்டின்னு அந்த வசனத்தை ஒட்டி குடுக்காராம். இவருக்கு கிறிஸ்தவங்களுக்குள்ள காரியம் தெரியாததால் உள்ள போக அச்சப்பட்டு, சுவர் ஓரமா நின்னு கேட்டுக்கிட்டே இருந்தாங்களாம். உள்ள போயி அவர் கிட்ட, 'நான் கிறிஸ்தவனா ஆகணும். எனக்கு அதுக்குள்ள வழிமுறைகள்லாம் சொல்லிக்குடுங்க. நான் கொஞ்ச காலம் உங்ககூட இருக்கேன்'னு சொன்னாங்களாம். அங்க கொஞ்ச காலம் இருந்துட்டு, 'எங்க ஊருல கிறிஸ்தவத்த உண்டு பண்ணனும், ஆலயம் கட்டணும், அதுக்கு எனக்கு ஒரு ஆளு துணைக்கு வேணும்', அப்டினு தாத்தா சொன்னாராம்.''

''அப்ப கோலாப், 'ஜெர்மனியில இருந்து ரிங்கல்தோபேன்னு ஒரு எளம் வயசு ஆளு, தமிழ்நாட்டுல ஊழியம் செய்யணும்னு தமிழ் படிச்சிட்டு இருக்காரு. அவர் படிச்சு முடிச்ச உடனே, நா உங்களுக்குத் துணையா அனுப்பித் தாரேன். நீங்க அவரைக் கூட்டி வச்சிக்கிடலாம்' அப்டின்னு சொன்னாராம். இவுங்க ரெண்டு பேருக்கும் ஞானஸ்நானம் குடுத்தாராம். மகாராசனுக்கு வேதமாணிக்கம்னும், சிவகுருநாதனுக்கு மாசிலாமணின்னும்

பேரு வச்சாராம். அவரு படிச்சு முடிச்சதும் இங்க அனுப்புறாரு. அப்ப வேதமாணிக்கம்தான் குதிரைல போய் இவரைக் கூட்டிட்டு வரப் போறாரு. அப்ப ஆரல்வாய்மொழி வெள்ளைக்காரன் சவுக்கையில (செக்-போஸ்ட்) ரிங்கால்தோபேய புடிச்சி வச்சிக்கிடாங்க.''

''வெள்ளைக்காரங்க திருவிதாங்கூர் நாட்டுக்குள்ள போகக் கூடாதுனு தடை. தாத்தா போய் தா சொல்லி அவரை கூட்டிட்டு வந்து, இந்த வீட்ல அவரை ஒரு வாரமா வச்சிருந்துருக்காரு. அந்தால ஆலோசனை பண்ணியிருக்காங்க. தாத்தாவோட எடம் அங்கவரை... ஹைஸ்கூல் இப்ப இருக்கே... அது வரை இருந்துச்சு. ரிங்கக்தோபே- வேதமாணிக்கம் ஹைஸ்கூல் அது. அதுக்குமே 400 சென்ட் எடத்த தாத்தா குடுத்துருக்காரு. அதில்லாம 200 ஏக்கர் எடம் – தோப்பு, வயல், இடம் எல்லாம் குடுத்துருக்காரு. ஆலயம் கட்டணும். இந்துக்கள் கட்ட விடாம பிரச்சனை பண்ணுவாங்க இல்லையா? அப்ப வேலுத்தம்பி தளவாய் திருவிதாங்கூர் திவானா இருக்கார். அவரால இவுங்களுக்கு பெரிய தொந்தரவு. வெள்ளைக்காரன இப்புடி ஊருக்குள்ள கொண்டுவந்துட்டானேன்னு இவரைக் கொல்றதுக்காக வந்துட்டு இருக்கான்'', எனச் சொல்கிறார்.

பேராயர் கிறிஸ்துதாஸ் தன் நூலில், ரிங்கல்தோபே வந்ததற்கு அடுத்த நாளே இங்கு கிறிஸ்தவத்தின் விதை தூவப்பட்டுவிட்டது எனச் சொல்கிறார். தினமும் காலை மாலை இரு வேளைகளிலும் வேதமாணிக்கத்தின் இல்லத்தில் தொழுகை நடைபெற்றது. பெருமாள், அவர் தாய், சகோதரிகள் கிறிஸ்தவத்துக்கு வந்தனர். சுமார் 30 பேர் முதலில் கிறிஸ்துவை ஏற்றுக்கொண்டனர். வேதமாணிக்கம் வரும் முன்னரே சத்தியநாதன் ஞானஸ்நானம் கொடுத்தவர்களும், அதற்கும் முன் ரோமை, லத்தீன், சிரிய கிறிஸ்தவர்களும் திருவிதாங்கோட்டில் வாழ்ந்துவந்தனர்.

தரங்கம்பாடியிலிருந்து திருவிதாங்கோடு செல்ல 40 பகோடா பணம் கொடுத்து படகு ஒன்றை ரிங்கல்தோபே வாடகைக்கு எடுத்திருந்தார். 1.2.1806 அன்று அங்கிருந்து கிளம்பிய ரிங்கல்தோபே, 9.2.1806 அன்று தூத்துக்குடி டச்சு தேவாலயத்தில் செய்தி கொடுத்தார். சில நாள்கள் பாளையங்கோட்டையில் தங்கியபின், போதகர் சாயரின் குதிரையை எடுத்துக்கொண்டு, 25.4.1806 அன்று மயிலாடியை நோக்கிப் புறப்பட்டார். அப்போது ஆரல்வாய்மொழியில் சாலை அருகேயுள்ள சத்திரத்தில் இளைப்பாறினார். இதற்கு இந்து மக்கள் கடும் எதிர்ப்பு தெரிவிக்கவே, அங்கிருந்து வெளியேறினார். அன்று மதியம் ரிங்கல்தோபே மயிலாடியை அடைந்தார்.

1806ம் ஆண்டு மே மாதம் கொச்சியில் கர்னல் மெக்காலேயை

(Macaulay) சந்தித்தார். அவரிடம் மயிலாடியில் ஆலயம் ஒன்று கட்ட அனுமதி வாங்கித்தரும்படி வேண்டினார். அவரும் ஆலயம் கட்ட அனுமதி கேட்டு திவான் வேலுத்தம்பிக்கு சிபாரிசு கடிதம் தந்ததுடன், அதைக் கட்டும் செலவை தானே ஏற்பதாகத் தெரிவித்தார். வேலுத்தம்பியிடம் சியாரிசுக் கடிதம் சென்றதும், அவர் ஆலயம் கட்டுவதன் மூலம் 'திருவிதாங்கூர் ஆச்சாரங்கள் அழிக்கப்பட்டுவிடும் என நம்பியதால்', ஆலயம் கட்ட அனுமதி மறுத்தார். மனம் நொந்த ரிங்கல்தோபே பாளையங்கோட்டை சென்றார். மெக்காலேயோ தொடர்ந்து வேலுத்தம்பிக்கு ஆலயம் கட்டுவது குறித்து கடிதங்கள் எழுதிவந்தார். இதன் காரணமாக திவான், யாராவது ஒரு கிறிஸ்தவரை சந்திக்க விரும்புவதாகத் தெரிவிக்கப்பட்டது.

ரிங்கல்தோபே தன் நம்பிக்கைக்குரிய வேதமாணிக்கத்திடம் கடிதம் ஒன்றைக் கொடுத்து, மெக்காலேயின் மகன் துணையுடன் வேலுத்தம்பியை சந்திக்குமாறு அனுப்பினார். வேலுத்தம்பிக்கோ, ஆலயம் கட்டுவதில் துளியும் விருப்பமில்லை. என்னவெல்லாமோ காரணம் சொல்லித்தடுத்தான். திவானாக அவன் வந்ததும், அதற்குக் காரணமாயிருந்தவர்களைப் பகைத்துக் கொண்டான். முந்தைய திவான் கேசவதாஸின் மரணத்துக்கு வேலுத்தம்பியே காரணம் என மன்னருக்கு சொல்லப்பட்டது. அவரும், வேலுத்தம்பியைக் கைதுசெய்து கொன்றுவிடும்படி ஆணையிட்டார். மெக்காலேயின் நெருங்கிய நண்பரான வேலுத்தம்பி, அவரது உதவியை நாடினார். மன்னரை சந்தித்து வேலுத்தம்பி தரப்பில் தவறில்லை என மெக்காலே விளக்கினார்.

1804ம் ஆண்டு ஏற்பட்ட திருவிதாங்கூர் ராணுவக் கலவரத்துக்கு வேலுத்தம்பியே காரணம் என நாயர்கள் மன்னருக்குச் சொன்னார்கள். வேலுத்தம்பி மெக்காலேயின் உதவியை மீண்டும் நாட, நாயர்கள் ஏற்படுத்திய கலவரம் அடக்கப்பட்டது. ஆனால் கம்பெனிக்கு செலுத்த வேண்டிய வரியை அரசு கட்டாமல் இழுத்ததால், வேலுத்தம்பிக்கும், மெக்காலேக்கும் இடையே பகை மூண்டது. மெக்காலேயைப் பழிவாங்க ஆங்கிலேய வெறுப்பைத் தூண்டும் துண்டுப் பிரசுரங்களை வேலுத்தம்பி குண்டறையில் வெளியிட்டார். வேலுத்தம்பியும், பளியத் அச்சனும், மெக்காலேயின் வீட்டை முற்றுகையிட்டனர். அவர் தப்பினார்; ஆனால், மெக்காலேயுடன் நெருக்கமாக இருந்த ஆங்கிலேயர், கிறிஸ்தவர்களை வேலுத்தம்பி கொன்று குவிக்கத் தொடங்கினார்.

வேதமாணிக்கத்தையும் கைதுசெய்ய வேலுத்தம்பி ஆணையிட்டார்.

கிறிஸ்தவர்கள் கொல்லப்பட்டனர். வேதமாணிக்கம் மருந்துவாழ் மலைக்குத் தப்பிச்சென்றார். மன்னரின் ஆணைக்கு எதிராகச் செயல்பட்டதாகச் சொல்லி, வேலுத்தம்பியையும், அவர் சகோதரர் பத்மநாபன் தம்பியையும் பிடித்துத் தருபவர்களுக்குப் பரிசு அறிவிக்கப்பட்டது. மண்ணடி என்ற இடத்திலுள்ள மடம் ஒன்றில், பிடிக்கப்படுவோம் எனத் தெரிந்ததும், தம்பி கையால் வெட்டச் சொல்லி தன் வாழ்க்கையை வேலுத்தம்பி முடித்துக்கொண்டார். அதன் பின்னரே வேத மாணிக்கம் உள்ளிட்ட மயிலாடிக் கிறிஸ்தவர்கள் வீடு திரும்பினர்.

இதன் பின்னும் ஆலயம் கட்டத் தாமதிக்கக் கூடாது என உணர்ந்த வேதமாணிக்கம் ரிங்கல்தோபேக்குத் தகவல் அனுப்பி, அவரை மயிலாடிக்கு வரவைத்தார். ஆலயம் கட்டவேண்டும் என்ற தன் ஆசையையும் சொன்னார். எள் பூத்து காய்க்கத் தயாராக இருந்த நேரத்தில், தன் நிலத்தை உழுதுபோட்டு அங்கு ஆலயம் கட்டுமாறு ரிங்கல்தோபேயை வேதமாணிக்கம் வேண்டினார். 1809ம் ஆண்டு மே மாதம் ஆலயத்துக்கு அடிக்கல் நாட்டப்பட்டது. வேதமாணிக்கம் அந்த நிலத்தை இலவசமாக மிஷனுக்கு அளித்த போதும், ரிங்கல்தோபே அதற்கு சிறிய அளவில் பணம் தந்தே வாங்கினார். கிறிஸ்தவர்கள் வசிக்க குடியிருப்பு ஒன்றை உருவாக்க, ஞானமுத்து என்பவரிடமிருந்தும் ரிங்கல்தோபே நிலம் வாங்கினார். வேதமாணிக்கத்திடமிருந்து வாங்கிய நிலத்தில் ஆலயமும், ரிங்கல்தோபே வசிக்க இல்லம் ஒன்றும் கட்டப்பட்டன. (இந்த இல்லத்தின் குளியலறைக் கல் மட்டும் இன்றும் மயிலாடி ஆலய வளாக மேடையில் பத்திரமாகப் பாதுகாக்கப்படுகிறது).

40 x 12 அடியளவில் கட்டப்பட்ட மயிலாடி ஆலயம், 10.09.1809 அன்று பிரதிஷ்டை செய்யப்பட்டது. அன்று பலர் ஞானஸ்நானம் பெற்றனர். வேதமாணிக்கம் அத்திருச்சபைக்கு உபதேசியாராக நியமிக்கப்பட்டார். திருவிதாங்கூரின் முதல் சீர்திருத்த சபை என்ற பெருமையை மயிலாடி பெற்றது.

தன் பணி திருவிதாங்கூரில் முடிந்தது என்று எண்ணிய ரிங்கல்தோபே, 23.1.1816 அன்று பிரிவுபசாரக் கூட்டம் ஒன்றை நடத்தினார். மக்களிடம் பிரியாவிடை பெற்றுக்கொண்டு, வேறொரு மிஷனரி லண்டனிலிருந்து வரும்வரை, வேதமாணிக் கத்திடம் அனைத்துப் பொறுப்புகளையும் ஒப்படைக்கிறேன் எனவும் அறிவித்தார். வேதமாணிக்கத்திடம் தன் போதகர் மேலாடையைத் தந்து, அவருக்கு அதிகாரக் கடிதம் ஒன்றும் தந்தார்.

கப்பல் பயணத்தில் சுமத்திராவுக்குச் செல்ல ரிங்கல்தோபே முடிவு செய்ததாகவும், போகும் வழியில் பெட்டாவியா தீவில் கப்பல் நின்றபோது அவர் இறந்திருக்கக் கூடும் எனவும் தன் 'ரிங்கல்தோபே தி ரிஷி' நூலில் ராபின்சன் குறிப்பிடுகிறார்.

ரிங்கல்தோபே வேதமாணிக்கத்தை மிஷன் பொறுப்பாளராக நியமித்தது முதல், அவர் கடவுளின் வார்த்தைகளை பிரசங்கிக்கவும், திருவிருந்து பரிமாறவும், பிற சுதேசிப் போதகர்களைக் கவனிக்கும் பொறுப்பையும் அவர் ஏற்றுச்செய்தார். அவரது மருமகன் பாக்கியநாதன், நிலபுலன்களை பராமரித்துவந்தார். மெக்காலே, அவர் துணைவி, நீதிபதி ஜான் எவரெட் ஆகியோர் ரிங்கல்தோபேயின் அறிவுரைப்படி வேதமாணிக்கத்துக்கு உதவினர். வேதமாணிக்கம் மயிலாடியில் மட்டுமல்லாமல், அம்மாண்டிவிளை, அனந்தநாடன் குடி, பேயன்குழி வரையுள்ள கிறிஸ்தவ மக்களைச் சந்தித்து அவர்களது ஆன்மீக மற்றும் பிற தேவைகளைச் செய்துவந்தார். ஆனால் லண்டன் மிஷன் அவருக்குப் போதிய உதவிகள் செய்ய வில்லை. பணியாளர்களுக்கு மாத ஊதியம் வழங்கவே சிரமப் பட்டார். மிஷனரி மீடு வந்த பிறகே, நிலைமை ஓரளவு சீரானது.

மனோன்மணி மேலும், ''ரிங்கல்தொபே பத்துவருஷம் இங்க ஊழியம் செஞ்சுட்டு கப்பல்ல ஊருக்குத் திரும்புனாரு. அப்ப கப்பல் மணக்குடிக்கு வரும்போதுதான் அவருக்கு இங்க வீட்டுச் சுவருல கடன் கணக்கு எழுதிவச்சது நினைவு வந்துருக்கு. உடனே கப்பலை விட்டு இறங்கி, மயிலாடிக்கு வந்து, சுவற்றுல போட்டு வச்சிருந்த அடையாளத்த எல்லாம் அழிச்சாராம். அதன் பிறகு கப்பலுக்குத் திரும்பப் போனாராம். ஒரு வேளை நம்ம திரும்ப வராமப் போனால், இந்த ஊர்க்காரங்க பட்ட கடன் அடைக்கப்படாமலேயே போகுமே. அப்படி கூட யாருக்கும் கஷ்டம் குடுக்கக் கூடாதுன்னு நினைச்சவர் ரிங்கல்தோபே. வேதமாணிக்கத்துக்கு தேசிகர்னு பட்டம் குடுத்தவர் ரிங்கல்தோபே'', எனச் சொல்கிறார்.

''அப்ப அவர் போட்ட கோட்டைக் கூட இவருக்குப் போட்டு விட்டு, படம் வரைய வச்சிருக்காரு. வெளிய அந்த ஓவியம் பார்த்தீங்கள்ல? அந்தக் காலத்துல நம்ம கிட்டலாம் கோட் யாது? ரிங்கல்தோபே குடுத்த கோட்தான் அது. அப்பதான் அவருக்கு தேசிகர்னு ஐயா பட்டம் குடுத்துருக்காரு. ஒவ்வொரு வருஷமும் சபை நாள் அன்னைக்கு வேதமாணிக்கத்துடைய வரலாறை வாசிப்பாவ. இந்த வீட்ட சுத்தி இந்துக்கள், நாடார்கள். நமக்கு இந்த ஒரு வீடுதான் இருக்கு. நான் இங்க வந்தப்ப கொஞ்சம் பயந்தேன்.

பாட்டி (வேதமாணிக்கம் பேத்தி, மனோன்மணியின் மாமியார்) 'நான் எறந்த பெறகு எங்க வேணும்னா போங்க. என்னுடைய காலம் இங்கதான் கழியணும்' அப்டினு தீர்மானமா சொல்லிட்டாக."

"வேதமாணிக்கம் ரொம்ப அழகு, ராஜா மாதிரிதான் இருப்பாராம். இங்க 120 வயசுல எறந்துபோன தோபி ஒருத்தர் உண்டு. அவர்தான் வேதமாணிக்கத்த சின்ன வயசுல கண்டவரு. அவர் அடிக்கடி இப்பிடிச் சொல்லுவாரு. அவருதான் நிறைய வேதமாணிக்கம் பத்தி சொல்லுவாரு'', எனக் கூறிமுடிக்கிறார். வேதமாணிக்கத்தின் கல்லறை தனியே தோட்டம் ஒன்றில் உள்ளது என மனோன்மணி அம்மா சொல்ல, அவர் கைகாட்டிய சாலையில் காரில் சென்றோம்.

கால்வாய் ஒன்றைத் தாண்டி சாலை வலதுபுறம் திரும்பி, கால்வாயை ஒட்டி வளைந்து நெளிந்து போகிறது. அதில் சிறிது தூரம் சென்றதும், வேதமாணிக்கத்தின் கல்லறை சாலையின் திருப்பம் ஒன்றின் வலதுபுறமிருக்கிறது. கல்லறையை மதில்சுவர், கேட் போட்டுப் பாதுகாத்து வைத்திருக்கின்றனர். இவ்விடத்தை நினைவிடமாக்க அனுமதியளித்த பேராயர் தேவகடாட்சத்துக்கு நன்றிசொல்லி, கல்வெட்டு ஒன்றும் வைத்துள்ளனர். இதற்கு நன்கொடை அளித்த சபைகளின் பெயர்களும் அந்தக் கல்வெட்டில் வெட்டப்பட்டுள்ளது. கல்லறையின் மேலுள்ள கல்வெட்டு ஒன்று, வேதமாணிக்கம், மற்றும் மாசிலாமணி (சிவகுருநாதன், வேதமாணிக்கத்தின் அண்ணன் மகன்) இருவரும் ஒரே நாளில் அவ்விடத்தில் அடக்கம் செய்யப்பட்டதாகக் குறிப்பிடுகிறது.

27 ஜனவரி 1827 அன்று இருவரும் இறந்ததாகவும், இவர்கள் இருவரின் நல்லடக்கம் மால்ட் மற்றும் மீடு மிஷனரிகளால் நடத்தப்பட்டது எனவும் அக்கல்வெட்டில் குறிப்பிடப்பட்டுள்ளது. இன்னொரு கல்வெட்டு, 'லண்டன் மிஷன் கிறிஸ்து மார்கத்தை 1804ல் நமக்குத் தந்த சாம்பவர் சமுதாய மூதாதை கனம் மகராசன் வேதமாணிக்கம் தேசிகருக்கு நம் சமுதாயம் எழுப்பிய ஞாபக சின்னம்' எனவும் கூறுகிறது. கல்லறையைச் சுற்றியுள்ள கூடம் 2011ம் ஆண்டு கட்டப்பட்டுள்ளது.

ஒடுக்கப்பட்ட மக்களையே முதலில் இறைவன் தேடிவந்தார் என்பது வேதமாணிக்கத்தின் வாழ்க்கை நமக்கு உணர்த்துவது. எள் வயலை அறுவடைக்கு முன்பே உழுதுபோட்டு அதன் மேல் ஆலயம் கட்ட அடிக்கல் நாட்டிய வேதமாணிக்கம், நிறைவான அறுவடையைத் தென் தமிழகத்தில் சீர்திருத்தத் திருச்சபைக்கு அளித்தார்.

சான்றுகள்

- *பாதச்சுவடுகள்: தென்னிந்தியத் திருச்சபை, கன்னியாகுமரிப் பேராய வரலாறு கிபி 1795- 2000 – ஜி.கிறிஸ்துதாஸ்*, CMS Printing Press - Institute, Palayamkottai, 2005
- *குமரி மண்ணில் கிறிஸ்தவம், ஐசக் அருள்தாஸ் - கிப்ற்றோ, 2010*
- *தென் திருவிதாங்கூரில் லண்டன் மிஷனரி சொசைட்டி – பகுதி ஒன்று, சாமுவேல் சக்கரியா* - The Society for the Publication of Historical Christian Literature, 1991

56

அரசியல்படுதலின் அவசியம் – இனயம்

"கத்தோலிக்கக் கிறிஸ்தவ குருக்களின் அணிதிரட்டல் இல்லாமல் இந்த போராட்டம் சாத்தியம் இல்லை என்பது வலதுசாரிகளுக்குத் தெரிந்தே இருக்கிறது. அவர்கள் இல்லையென்றால் நீங்கள் பார்ப்பது போன்ற பிரம்மாண்ட மக்கள் கூட்டம் அணிதிரள வாய்ப்பேயில்லை. பிரச்சனையின் அடிவேரைத்தான் நீங்கள் அடிக்கவேண்டும் இல்லையா? இவ்வளவு மக்கள் கூட்டம் சேரவில்லை என்றால், அவர்கள் இதை முடித்திருப்பார்கள்."

சிலுவை வரைந்து கொண்டேன்
திருப்பாதம் தெண்டனிட்டேன்
கன்னி மேரி மாதாவே
கர்த்தா வே காத்தருளும்
காணிக்கை நேர்ந்தனம்மா நான் ஒரு
கைக் குழந்தை வேணுமின்னு
தெற்கே திருப்பதியாம்
தேவ மாதா சன்னதியாம்
மறப் பதில்லை திருப்பதியை
மனப் பாட்டு முனைக் குருசை
குருசே உனைத் தொழுவேன்

கும்புடுவேன் ஆதரிப்பாய்
வேளையிது வேளையம்மா
வேளாங்கண்ணி மாதாவே
மாதாவே உன்னுதவி-உன்
மகனுதவி வேணுமம்மா
தாயே உனதடிமை
தற்காக்க வேணுமம்மா
நண்டு படும் தொண்டியடா
நகர படும் நம்புதாளை
நம்பிக்கை உண்டுமம்மா
நமக்குதவி நாயனுண்டு
நாயன் அருளாலே
நான் பாடவே துணிந்தேன்
நமக்குப் படைகளுண்டு
நாத சுரக் காரருண்டு
பிச்சிச் சரமோ-நீ
பின்னி விட்ட பூச்சரமோ
பூவைச் சொரிந்தவள் நீ
போன வழி வாராளடா
பச்சை மணக்குதடி
பாதகத்தி உன் மேலே
எல்லை கடந்தாளடி
இலங்கை வனம் கடந்தாள்
தில்லை வனம் கடந்தாள்
திருவணையும் குற்றாலம்
பாராமல் போராளடி
படமெடுத்த நாகம் போல

- அம்பா பாடல். சேகரித்தவர் பீட்டர் முறாயீஸ், அனுப்பித்தந்தவர்: எஸ்.எஸ்.போத்தையா, நூல்:தமிழர் நாட்டுப்பாடல்கள், தொகுதி:2, நா.வானமாமலை.

''1533 க்கு முன்பாக மீனவர்கள் கடலன்னை என்னும் கடல் தெய்வத்தையும், வருணண், இந்திரன் போன்ற புராண தெய்வங் களையும், முருகன் என்ற தமிழ் தெய்வத்தையும் வணங்கி வந்திருக்கின்றனர். கடலன்னை தற்பொழுது கன்னி மேரியாகி விட்டாள். பழங்காலத்தில் கடல் பயணத்தில் இந்துக்களும் முஸ்லீம்களும் கலந்துகொண்டார்கள் என்பதற்கறிகுறியாக அவரது பாடல்களில் வேலனும், அல்லாவும் வணக்கத்திற்குரிய தெய்வங் களாகச் சொல்லப்படுகிறது. அவர்களுடைய பாடல்களில்

ஆபத்திலிருந்து காக்கும்படி கடவுளை வேண்டிக் கொள்ளு கின்றனர். வீட்டிலுள்ள மனைவியையும் குழந்தையையும் பற்றி அன்போடு எண்ணிப் பார்க்கின்றனர்.அவர்கள் படகைக் கடலிலிறக்கும் பொழுதும், தண்டு வலிக்கும் பொழுதும், பாய்மரத்தை மேலேற்றி இறக்கும்பொழுதும், கடலில் போட்ட வலையை இழுக்கும்பொழுதும் கடினமாக உழைக்க வேண்டி யிருக்கிறது. இந்த உழைப்போடு கலந்துதான் அவர்கள் பாடல் வெளியாகிறது. கடலில் செல்லும்பொழுது பல மணி நேரம் ஒருவர் மாறி ஒருவர் பாடிக் கொண்டேயிருப்பார்களாம். இம்மக்களின் பாடலுக்கு 'அம்பாப் பாடல்' என்று ஏன் பெயர் வந்தது என்று காரணம் சொல்வது கடினம். ஆனால் கடல் தெய்வம் கடலன்னை என்று அழைக்கப்பட்டதாலும், பின்னர் அத்தெய்வமே கன்னிமா என்று அழைக்கப்பட்டதாலும் இப்பாடல்கள் அம்பாள் பாடல்கள் என்று இருக்கலாம் என்று சொல்லப்படுகிறது. அம்பாள் என்னும் பெயர் பொதுவாகப் பெண் தெய்வத்தைக் குறிக்கும்'' – நா. வானமாமலை

அன்றைய நாள் முழுக்க குமரி தொடங்கி கடற்கரையோரமாகப் பயணம். குமரி, சின்னமுட்டம், முட்டம், கொட்டில்காடு, குளச்சல் என அலைந்துவிட்டு, அன்றைய நாளில் பார்க்க வேண்டிய கடைசி ஊராக இனயத்தைக் குறித்துவைத்திருந்தோம். இனயம்/இணயம் குமரி மாவட்டக் கடற்கரை ஊர்களில் மிக முக்கியமானது. சமீபத்தில் அரசு, ஊடகம் என அனைவரின் கவனத்தையும் பெற்றது. அங்கு மத்திய அரசு ஆதரவில் தொடங்கவிருந்த தனியார் துறைமுகத்துக்கு எதிராக 40000 மீனவர்கள் ஒன்றுகூடிப் போராடினர்.

வரலாற்று ரீதியாகவும் தொன்மையான, முக்கியத்துவம் பெற்ற ஊர் இது. நாங்கள் அங்கு சென்றபோது, ஆலயத்தில் புனரமைப்புப் பணிகள் நடந்துகொண்டிருந்தன. பங்கு பணிக்குழு கூட்டத்தில் பங்கு குரு மும்முரமாக இருந்ததால் அவரை சந்திக்கமுடிய வில்லை. ஆலயம் குறித்து தகவல் வேண்டும் என்றதும், நண்பர் ஜோசப் அலெக்ஸ் அவரது நண்பர் ஒருவரிடம், அவரது உறவினர் வீட்டிலிருந்து பங்கு வெளியிட்ட 150வது ஆண்டு ஜூபிலி மலரைக் கொண்டு வரச்சொன்னார்.

---

* கன்னியாகுமரி மாவட்டத்தில் இப்பாடல்களின் 'ஏலேலோ' ஒலிப்பைக் கொண்டு இவை 'ஏலப் பாட்டு' என்று குறிப்பிடப்படுவதாக அருட்தந்தை கிளாரெட் குறிப்பிடுகிறார்.

நூல் வரும் வரை காத்திருப்போம் என ஆலயத்துக்கு நேரெதிரே தெரிந்த கடற்கரை ஓரத் திட்டில் அமர்ந்தோம். கடலில் சற்று தூரத்தில் பாறை ஒன்றும், அதன் மேல் கட்டப்பட்டிருந்த சிற்றாலயமும் தெரிந்தது. அதை அல்லேசியார் குருசடி என அழைக்கின்றனர். அன்று கடல் சீற்றமாக இருந்ததால், கடலுக்குள் செல்ல எங்களுக்கு அனுமதி கிடைக்கவில்லை. சமீபத்தில் ஆய்வுக்களங்கள் முடிவு செய்ய உதவிய தந்தை கிளாரெட், இனயத்தை தவறவிடவேண்டாம் எனவும், அல்லேசியார் குருசடிக்கு எப்படியாவது போய்வருமாறும் சொல்லியிருந்தார்.

ஐயோ, கடலுக்குள் போகமுடியவில்லையே என்ற ஏக்கத்தில் லேனாம்மாள் ஆலயத்தின் முன்புள்ள கரையோரத் திண்டுகளில் ஒன்றைப் பிடித்து கடலையே வெறித்துக் கொண்டிருந்தேன். மனம் கனத்துப் போயிருந்தது. குளச்சல் முதல் இனயம் வரை படகில் சென்று பார்க்கலாம் என்று முதலில் திட்டமிட்டு, அதுவும் 'ஊற்றிக்கொண்ட' கவலையில் சோகமோ சோகமாக இருந்தேன். ஆலயமும் மூடப்பட்டிருந்தது, பங்கு குருவிடமும் பேசமுடிய வில்லை. இன்று நமக்கான நாள் இல்லை போல என நினைத்துக் கொண்டேன்.

குமரி மாவட்டத்தில் முதலில் கிறிஸ்தவர்களாக மதம் மாறிய மீனவ மக்களான முக்குவர்கள் குறித்து நாம் தெரிந்துகொள்ளவேண்டும். தென் இந்தியாவின் தென்மேற்குக் கடற்கரைப் பகுதியின் 48 மீனவ கிராமங்களில் 'முக்குவர்' மக்கள் வசிக்கின்றனர். பெரும்பாலும் பெண்கள் கடலுக்கு போவதில்லை. ஆண்கள் மட்டுமே கடல் தொழில் செய்கின்றனர். விபூதிப் புதனுக்கு முந்தைய செவ்வாய் அன்று மட்டும், அந்தப் பகுதியின் திருவிழாவை முன்னிட்டு, பெண்கள் கடலுக்குள் செல்ல அனுமதி உண்டு. முக்குவர்கள் முழுக்க கத்தோலிக்கக் கிறிஸ்தவர்களாகவே இருக்கின்றனர். அங்கங்கே ஒரு சில சீர்திருத்தக் கிறிஸ்தவர்கள் உண்டு. 1517ம் ஆண்டு முதல்முறையாக ஈழவ, முக்குவ சமூக மக்கள் சிலர் அல்வாரோ பெந்தியதோ (Alvaro Penteado) கையால் கொச்சியில் திருமுழுக்கு பெற்றதாகத் தரவுகள் சொல்கின்றன. (முந்ததன்-Mundadan, 1967).

முக்குவ மீனவ மக்களில் பலர் தூய பிரான்சிஸ் சவேரியார் காலத்தில் மதம் மாறியவர்கள் எனவும், 'திருவிதாங்கோடு மன்னராட்சியை சவேரியார் காப்பாற்றியதாகவும்', கோவா அருட்தந்தை ஜான் மார்ஷல் குறிப்பிடுகிறார். 1544ம் ஆண்டு ஜூலை மாதம் நிகழ்ந்ததாக இந்த சம்பவம் சொல்லப்படுகிறது. 'விஜயநகர சேனை

(வடுகப் படைகள்) திருவிதாங்கூர் அரசர் உன்னி கேரள வர்மா திருவடி மன்னரின் ஆட்சிக்குட்பட்ட பகுதிகளில் நுழைந்து மக்களைத் துன்புறுத்தியபோது, கோட்டாறு என்னும் இடத்தில் சவேரியார் கையில் சிலுவையுடன் தோன்றி தமது அற்புத சக்தியால் எதிரிகளைத் தோற்றோடச் செய்து திருவிதாங்கூரைப் பாதுகாத்தார்' என வேலுப்பிள்ளை தன் திருவிதாங்கூர் ஸ்டேட் மானுவல் நூலில் குறிப்பிடுகிறார். கிறிஸ்தவ ஆய்வாளர் ஜே எம் ஜான் மார்ஷல் இதையே முன்வைத்து, 'இந்து அரசை சவேரியார் காப்பாற்றிய போது' என்ற தன் கட்டுரையில், வடுகர்களின் இந்த நடவடிக்கையை மான்சிலாசுக்கு எழுதிய கடிதம் ஒன்றில் கவலையுடன் சவேரியார் பதிவு செய்திருக்கிறார் என எழுதியிருக்கிறார்.

திருவிதாங்கூருக்கு சவேரியாரின் இந்த உதவியைச் சுட்டும் வண்ணம், இன்னும் முக்கிய சான்றாக அவரது உடல் வைக்கப்பட்டுள்ள 'மாஸ்டிரில்லியன்' பெட்டகத்தின் (Mastrillian casket – donated by Father Mastrilli) பதினோராவது பலகையில், நீள அங்கி அணிந்து கையில் சிலுவையை ஏந்திய சவேரியார் வடுகப்படைகளை எதிர்த்து நிற்கும் காட்சி வடிக்கப்பட்டுள்ளது என்கிறார் ஜான் மார்ஷல். திருவிதாங்கூர் மன்னருக்கு நெருங்கிய நண்பராக சவேரியார் இருந்ததை பல தரவுகள் சுட்டுகின்றன. 1542ம் ஆண்டு மணப்பாடு தொடங்கி கோவளம், கன்னியாகுமரி, ராஜாக்க மங்கலம் ஆகிய கடற்கரை ஊர்களில் சவேரியார் நற்செய்திப் பணியில் ஈடுபட்டார் எனப் பேராயர் கிறிஸ்துதாஸ் தன் பாதச்சுவடுகள் நூலில் குறிப்பிடுகிறார்.

வடுகர்களை விரட்டியதற்குக் கைம்மாறாகவே கோட்டாறில் கோயில் கட்ட சவேரியாருக்கு மன்னர் உன்னித் திருவடி நிலம் கொடையாக வழங்கியதாகக் கூறப்படுகிறது. அதே ஆண்டு, 10,000 முக்குவர்கள் திருமுழுக்கு பெற்றனர் என இனயம் ஆலயத்தின் 150ம் ஆண்டுவிழா மலர் குறிப்பிடுகிறது. இதையே ஐசக் அருள்தாஸின் 'குமரி மண்ணில் கிறிஸ்தவம்' நூலும் உறுதிசெய்கிறது. இந்த மகிழ்ச்சியான செய்தியை எல்லா ஆலயங்களிலும் வாசிக்குமாறு போர்ச்சுகீசிய மன்னர் ஜான் ஆணை பிறப்பித்தார். சவேரியாரின் மாணவரான ஹென்றிக் ஹென்றிக்ஸ் இந்தப் பகுதிகளில் மறைப் பணியாற்றினார். இனயம் உள்ளிட்ட மீனவ கிராமங்களுக்குப் பெயரிட்டவர் இவரே எனவும் சொல்லப்படுகிறது.

18ம் நூற்றாண்டில் இயேசு சபை ஒடுக்கப்பட்டபோது, இயேசு சபை அருட்பணியாளர்கள் இப்பகுதியின் 30 ஆலயங்களிலிருந்தும் வெளியேற்றப்பட்டனர். பிரான்சிஸ்கன் சபை அருட்பணியாளர்கள்

பொறுப்பேற்றனர். 1765ம் ஆண்டு இனயம், இனயம் புத்தன்துறை, தேங்காய்ப்பட்டணம், மிடாலம், ராமன்துறை, குறும்பனை, வாணியக்குடி ஆகிய ஏழு கிராமங்களுக்கும் பிரான்சிஸ்கன் சபையின் அருட்பணியாளர் அன்டோனியோ த கொன்சாகா (Antonio Da Gonzaga) பொறுப்பேற்றார். இனயத்தின் முதல் அருட்பணியாளர் இவர். 1771ம் ஆண்டு இனயம் திருச்சிலுவை ஆலயமாக உருவாக்கப்பட்டது. அப்போது அதன் மக்கள் தொகை 800. திருச்சிலுவைக்கும் இனயத்துக்குமான தொடர்பை இன்னும் அழுத்தமாக இங்குள்ள மற்ற அடையாளங்கள் சொல்கின்றன.

போர்ச்சுகீசிய மாலுமிகள் சிலர் இனயம் வழியாகக் கப்பலில் சென்றபோது கடும் புயலும் காற்றும் ஏற்பட்டு, கப்பல் கவிழும் சூழல் ஏற்பட்டது. அப்போது இறைவனை நோக்கி அவர்கள் மன்றாட, புயல் அடங்கியதாச் சொல்லப்படுகிறது. தம் கப்பலுடன் கரை சேர்ந்த மாலுமிகள், இனயம் பாறையின் மேல் கல்லாலான திருச்சிலுவை ஒன்றை நட்டனர். அதைச் சுற்றி குருசடி ஒன்றும் கட்டினர். காலப்போக்கில் இது அல்லேசியார் குருசடி (Alex Cross) என அழைக்கப்பட்டது. அல்லேசியார் குருசடியில் 50 பேர் அமரக்கூடிய, 2019ம் ஆண்டு புதுப்பிக்கப்பட்ட ஆலயத்தில், 2020ம் ஆண்டு அல்லேசியார் சுரூபம் அர்ச்சிக்கப்பட்டு கண்ணாடிப் பேழையில் வைக்கப்பட்டது. மக்கள் இதன் மேலேறிச் செல்ல மூன்று பாலங்கள் அமைக்கப்பட்டுள்ளன. 43 படிகள் கொண்ட படிக்கட்டு ஒன்றும் உண்டு. குருசடியைச் சுற்றி கம்பி வேலி கட்டி பாதுகாத்திருக்கின்றனர். இனயம் திருச்சிலுவை ஆலயத்தில் திருச்சிலுவையைக் கண்டெடுத்த லேனம்மாள் (Helena) திருச்சுரூபம் ரோம் நகரிலிருந்து போர்ச்சுகீசியரால் கொணர்ந்து வைக்கப்பட்டது. இந்த ஆலயத்துக்கு லேனாம்மாள் பாதுகாவலர் ஆனார்.

யாரிந்த ஹெலினா (எ) லேனா? ஆசியா மைனரின் (Asia Minor) பித்தினியா என்ற ஊரில் ரோமையின் பேரரசியான பிலாஜிய யூலியா ஹெலினா பிறந்தார். கிபி 248 முதல் கிபி 330 வரை இவர் வாழ்ந்ததாக சொல்லப்படுகிறது. புனிதரும் மிலன் நகரின் ஆயருமான அம்புரோஸ், ஹெலினா ஒரு 'பணியாளாக' (maid) இருந்ததாகக் குறிப்பிடுகிறார். மிக எளிய பின்புலத்திலிருந்து வந்தவர் எலினா என்பதை அம்புரோஸ் மட்டுமே பதிவு செய்திருக்கிறார். ரோமை ராணுவத்தில் பணியாற்றிய கான்ஸ்டாண்டிஸ் குளோரஸ் என்பவரை ஹெலினா திருமணம் செய்துகொண்டார்.

கிபி 274ம் ஆண்டு இவர்களுக்கு கான்ஸ்டன்டீன் (Constantine) என்ற மகன் பிறந்தார். ஹெலினாவின் கணவர் கான்ஸ்டான்டிஸ்

ரோமையின் பேரரசரானார். ஆனால் 292ம் ஆண்டு ஹெலினாவை விட்டு விலகி தியோடரா என்னும் பெண்ணைத் திருமணம் செய்துகொண்டார். மகன் கான்ஸ்டன்டீனோ தாய் ஹெலினா மேல் அளவுகடந்த பாசம் கொண்டிருந்தார். கிபி312ம் ஆண்டில் மன்னர் இறந்துபோக, அரியணையேறிய கான்ஸ்டன்டீன், தன் தாய் ஹெலினாவுக்கு 'அகஸ்டா' எனப் பட்டமளித்து, பேரரசியாகவும், துணை ஆட்சியாளராகவும் (Empress Dowager) பிரகடனம் செய்தார். ஹெலினாவின் உருவம் பொறித்த நாணயங்களையும் வெளியிட்டார்.

அடுத்தடுத்து நடந்த போர்களில் கான்ஸ்டன்டீன் தோற்றுப்போக, அவருக்குத் திடீரென ஒரு நாள் கனவில் சிலுவை அடையாளம் தோன்றியது. அதன் பொருள் உணர்ந்தவர், தன் படை வீரர்கள் அனைவரையும் கழுத்தில் சிலுவை அணியும்படிச் செய்தார். அதன்பின் நடைபெற்ற போர்களில், எதிர்பாராத பெரும் வெற்றி கிடைத்தது. தன்னைக் கிறிஸ்தவக் கடவுள் காப்பாற்றுவதாகவும், வெற்றி தருவதாகவும் கான்ஸ்டன்டீன் நம்பினார். கிறிஸ்தவத்தைத் தழுவினார்; குடும்பத்தையும் தழுவச் செய்தார். மக்களும் மன்னரைப் பின்பற்றினர். மகன் சொல்லைத் தட்டாத தாயும் கிறிஸ்தவத்தை ஏற்றார்.

ரோமையில் கிறிஸ்தவம் செழித்து வளர்ந்தது. புதிதாக ஆலயங்கள் கட்டப்பட்டன. ஏழைகள், வீடற்றவர்கள், கைவிடப்பட்டவர்களுக்கு ரோமை அரசு மூலம் பல உதவிகளைச் செய்தனர். தாய் ஹெலினாவை கிறிஸ்தவத்தின் திருப்பண்டங்களை (relics) மீட்டெடுக்கும் பணியைச் செய்யுமாறு கான்ஸ்டன்டீன் பணித்தார். கிபி 326ல் முதியவரான ஹெலினா கிறிஸ்து வாழ்ந்ததாகச் சொல்லப்படும் பாலஸ்தீனம், சிரியா மற்றும் யெருசலேம் பகுதிகளுக்குப் பயணமானார். ஆலயமின்றி இருந்த பல ஊர்களில் இந்தப் பயணத்தின்போது ஆலயங்கள் கட்டினார். கிறிஸ்து பிறந்த பெத்லஹேமில் 'நேட்டிவிட்டி சர்ச்' (Nativity Church), இயேசு விண்ணேற்றமடைந்த ஒலிவ மலையில் 'எலியோனா' ஆலயம் போன்றவற்றை ஹெலினா கட்டினார்.

யெருசலேம் நகருக்குச் சென்ற ஹெலினாவுக்கு இயேசுவின் திருச்சிலுவையை எப்படியாவது கண்டுபிடித்துவிடும் ஆர்வம் இருந்தது. 70ம் நூற்றாண்டில் டைடஸ் மன்னனால் அழிக்கப்பட்ட யெருசலேம் நகரம் மீண்டுகொண்டிருந்த வேளை அது. கல்வாரி மலையில் இயேசுவின் கல்லறை இருந்த இடத்தின் மேலேயே கிபி 130ம் ஆண்டு ஹேதிரியன் மன்னன் வீனஸுக்கு ஆலயம் ஒன்றை எழுப்பினான். ஏலியா கபிதொலினா என நகரின் பெயரையும்

மாற்றினான். அக்கோயிலை இடிக்க உத்தரவிட்ட ஹெலினா, அதன் இடிபாடுகளுக்கிடையே மூன்று சிலுவைகளைக் கண்டார். இந்த எண்ணிக்கையைக் கொண்டு இயேசுவை அறைந்த சிலுவை இவற்றில் ஒன்றாகத்தான் இருக்கவேண்டும் என முடிவுசெய்த ஹெலினா, உடல் நலமின்றி மரணப்படுக்கையில் இருந்த பெண் ஒருத்தியை இந்த மூன்று சிலுவைகளைத் தொடுமாறு பணித்ததாகவும், மூன்றாவது சிலுவையைத் தொட்ட அப்பெண் குணமடைந்து வீடு திரும்பினார் எனவும் வாய்மொழி வரலாறு சொல்லப்படுகிறது. பின்னாளில் கிறிஸ்தவ வரலாறு எழுதப்பட்ட போது இந்தக் கதையும் சேர்த்து எழுதப்பட்டது.

இந்த நிகழ்வு குறித்து தெளிவான ஆதாரங்கள் இல்லை. ஆனால், வீனஸ் ஆலயத்தை இடித்து அகழாய்வு செய்து திருச்சிலுவையை மீட்ட ஹெலினா, அத்துடன் இயேசுவின் சிலுவையிலிருந்த ஆணிகளைக் கண்டுபிடித்ததாகவும், கான்ஸ்டன்டீனுக்குப் போர்களில் வெற்றி கிடைக்கும் என்ற நம்பிக்கையில் அவற்றை அவரது கிரீடத்திலும், குதிரையின் சேணத்திலும் மறைத்து வைத்ததாகவும் சொல்லப்படுகிறது. சிலுவையைக் கண்டெடுத்த இடத்தில் 'கல்லறை ஆலயம்' (Sepulcher Church) ஒன்றை ஹெலினா எழுப்பினார்.

தான் கண்டுபிடித்த சிலுவையின் பெரிய பாகத்தை, தான் வாழ்ந்த அரண்மனையிலுள்ள பேராலயத்தில் ஹெலினா வைத்தார். அந்த அரண்மனை திருச்சிலுவை பேராலயமாக இன்று அறியப்படுகிறது. இயேசு வாழ்ந்த பூமியை மீட்டு, அதைக் கிறிஸ்தவத்தின் ஆணிவேராக மாற்றித்தந்தவர் ஹெலினா. அவர் இல்லையென்றால் 'ஹோலி லேண்ட்' என நாம் அறியும் புனித நிலம் இன்று இல்லை. அகழாராய்ச்சி செய்த முதல் பெண் எனவும் நாம் இவரைக் கருத வாய்ப்புண்டு. தனி நபராக தன் மகனை வளர்த்தெடுத்து, நாட்டின் மன்னனாக்கிய தாய் ஹெலினா. ஒற்றைப் பெற்றோராக தவிக்கும் பெண்களுக்கு, எப்படி தன் வாழ்க்கையை வாழவேண்டும் என்ற புரிதலை, ஹெலினாவின் வாழ்க்கை தருகிறது.

1847ம் ஆண்டு இனயம் தேங்காய்ப்பட்டணம் பங்குடன் இணைக்கப் பட்டது. 1866ம் ஆண்டு இந்தியாவின் முதல் மறைமாவட்டமாக கொல்லம் மறைமாவட்டம் உருவாக்கப்பட்டது. அதன் பகுதியாக செயல்பட்டு வந்த இனயம், ஆயர் எஃப்ரம் கார்லன் அவர்களால் 1870ம் ஆண்டு தனிப்பங்காக உயர்த்தப்பட்டது. இனயத்தின் முதல் பங்கு குருவாக ரிச்சர்டு ரொசாரியோ பணியாற்றினார். 1907 முதல்

1915 வரை இங்கு பங்கு குருவாகப் பணியாற்றிய தந்தை லாரன்ஸ் பெரோ காலத்தில் பண்டைய போர்ச்சுகீசிய ஆலயம் விரிவாக்கம் செய்து புதுப்பிக்கப்பட்டது. மேற்கூரை தேக்கு பயன்படுத்தி வடிவமைக்கப்பட்டது. சுவர்களில் கண்ணாடிகள் பொருத்தப் பட்டன. இவரது முயற்சியால் இங்கு துவக்கப்பள்ளி ஒன்றும் தொடங்கப்பட்டது.

பங்கின் சிறப்பாக மக்கள் அல்லேசியார் குருசடியைக் காட்டு கின்றனர். ஒவ்வொரு ஆண்டும் ஜனவரி 5 அன்று கடல் நடுவே அமைந்துள்ள அல்லேசியார் குருசடியில் திருவிழா கொண்டாடப் படுகிறது. இங்கு நடக்கும் திருப்பலியை சங்குக் குளியாளிகள் சிறப்பிக்கின்றனர். திருப்பலி முடிந்ததும் பாறையில் உறவு பரிமாற்றத்துக்கான சமபந்தி விருந்து நடைபெறுகிறது. மே 1 தொழிலாளர் தின விழா அன்றும் திருப்பலி நடைபெறுகிறது; அது முடிந்ததும் கடற்கரை, மற்றும் மீனவர்களின் தொழிற்கருவிகள் அருட்தந்தையர்களால் அர்ச்சிக்கப்படும்.

ஆகஸ்ட் 18 அன்று பங்கின் பாதுகாவலி பெயர் கொண்ட திருவிழா (ஹெலினா) நடைபெறும். அன்று சிறப்புப் திருப்பலி கொண்டாடப்படும். அன்றைய தினம் ஊர் தொழில் முடக்க நாளாக அறிவிக்கப்படுகிறது. செப்டம்பர் 14 அன்று திருச்சிலுவை மகிமையின் விழா. அந்த நாளில்தான் புனித ஹெலினா இயேசுவின் திருச்சிலுவையைக் கண்டெடுத்ததாக திருச்சபை குறித்திருக்கிறது. அன்று இனயம் சின்னத்துறையில் உள்ள திருச்சிலுவை அருகில் திருப்பலி நிறைவேற்றப்படும். பங்கின் ஆண்டுத் திருவிழா அக்டோபர் மூன்றாம் வாரத்தில் தொடங்குகிறது. பத்து நாள்கள் விழா நடைபெறுகிறது. திருவிழா திருப்பலிகள் நடைபெற்றபின் கல்லூரிகளுக்கு இடையேயான நடனப்போட்டி, மறைக்கல்வி மன்ற ஆண்டு விழா, அன்பிய கலைவிழா, செபக் கொண்டாட்டம், வாணவேடிக்கை, சமபந்தி விருந்து, இன்னிசைக் கச்சேரி போன்றவை நடைபெறுகின்றன.

இனையத்திலுள்ள லேனாம்மாள் சுரூபத்துக்கு அணையா விளக்கு ஒன்று இருந்தது. அந்த விளக்குக்கு எண்ணெய் ஊற்றுவதற்காக பொதுவான வருவாய் வேண்டும் என தீர்மானம் நிறைவேற்றப் பட்டது. அதன்படி துணைப்பங்குகளாகிய கீழ் மிடாலம், மேல் மிடாலம், இனயம் புத்தன் துறை, ராமன் துறை, முள்ளூர்த் துறை, செந்தறை ஆகிய பங்குகள் இணைந்திருந்த காலத்தில் (100

ஹெலன் நகர்
கள்ளன் குரிசு

ஆண்டுகளுக்கு முன்) இங்குள்ள 'பார்' என்று சொல்லப்படும் பாறையில் கிடைக்கும் சிப்பியை குத்தகைக்கு விட்டனர். இதன் மூலம் ஈட்டப்படும் வருமானத்தைக் கொண்டு அணையா விளக்குக்கு எண்ணெய் ஊற்றத் தீர்மானித்துள்ளனர். மூன்றாண்டுக்கு ஒரு முறை குத்தகைக்கு ஏலம் விடப்படும். துணைப்பங்கைச் சேர்ந்த யார் வேண்டுமானாலும் ஏலம் கேட்கலாம். இங்கு ஆழ்கடலிலுள்ள கொடியேத்தான் பாறையில், ஆலயத்திலிருந்த சிறிய திருச்சிலுவையை பெரிய சிலுவைக்குள் பதித்துப் பெரிதாக்கி கரையில் நின்று பார்த்தாலும் தெரியுமாறு நட்டிருக்கின்றனர். ஃபைபர்கிளாஸ் தகடு பொறித்த இந்தச் சிலுவை 15 அடி உயரமும், 6 அடி விட்டமும் கொண்டுள்ளது.

கடற்கரையில் உட்கார்ந்து கையிலிருந்த ஜூபிலி மலரைப் புரட்டிக்கொண்டிருந்தேன். அதிலிருந்த கட்டுரை ஒன்று சட்டென கண்ணில் பட்டது. இனயம் பகுதியில் கடலிலும் கடற்கரைப் பகுதியிலும் ஐந்து கல் குரிசுகள் உள்ளன என அந்தக் கட்டுரையில் புகைப்படங்களுடன் தெளிவாக எழுதப்பட்டிருந்தது. அவ்வளவுதான்... விழுந்தடித்துக் கொண்டு ஜோசப், அவர் நண்பர், அவர் உறவினர் என மூவரையும் அழைத்து, ''இது எங்கே இருக்கிறது? எனக்கு இந்த இடங்களைப் பார்க்கவேண்டும். முடியுமா?'' எனப் பரபரத்தேன். ஜோசப்பின் நண்பர் அவற்றில் மண்டபம் ஒன்றுக்குள் தெரிந்த சிலுவையைக் காட்டி, 'இது எனக்குத் தெரியும், ஹெலன் நகரில் இருக்கிறது', என்றார். அவ்வளவுதான். தடாலடி ஓட்டம். இருட்டிவிட்டால் புகைப்படம் கூட எடுக்க முடியாதே?

சாலைக்கு இடதுபக்கம் ஓரிடத்தில் காரை நிறுத்திவிட்டு இறங்கி நடந்தோம். அங்கங்கே இந்த நிலப்பரப்பில் சென்னை நகரின் பண்டைய ஓவியங்களில் இருப்பது போன்ற சோழமண்டலக் கரை மணல் மேடுகள் தெரிந்தன. அங்கே சிறு கொட்டகை ஒன்றில் உட்கார்ந்து வலை சீர்செய்து கொண்டிருந்தவர் எங்களை ஆச்சரியமாகப் பார்த்தார். ஓட்டமும் நடையுமாக இந்த இடத்துக்கு வரும் இவர்கள் யார் என்ற கேள்வி அவர் கண்களில் தொக்கி நின்றது. அலையடிக்கும் கடலின் கரையோரம் இரண்டு பெரிய பாறைகள் அடுத்தடுத்து தெரிந்தன. அதில் உயரமான பாறையின் மேல், கான்கிரீட் மண்டபம் போன்ற அமைப்பு தெரிந்தது. பாறையில் தொற்றி ஏறி சர்க்கஸ் செய்து, மண்டபம் இருந்த பாறையை அடைந்தோம். சுமார் பதினைந்து முதல் இருபது அடி உயர கல்லாலான பிரம்மாண்ட சிலுவை அதனுள் இருந்தது.

குரிசின் இடது கை, கான்கிரீட்டால் ஒட்டவைக்கப்பட்டிருந்தது. யாரோ போட்ட மாலை, காய்ந்து உதிர்ந்து தொங்கிக்கொண்டு இருந்தது. சிலுவையின் தலைப்பகுதியில், 'நாசரேத்தூர் இயேசு யூதர்களின் அரசன்' (INRI) என்ற எழுத்துகள் பொறிக்கப் பட்டிருந்தன. சிலுவையின் வலதுகரம் மற்றும் சிலுவையின் கால்பகுதியில் இயேசுவை அறைந்த ஆணிகளைக் குறிக்கும் வகையில் ஆணித்தலைகள் கல் குரிசில் புடைப்பு உருக்களாகத் தெரிந்தன. மூன்று கருங்கற்கல் பலகைகளில் சிலுவை நடப்பட்டிருந்தது. கல் குரிசைச் சுற்றி கான்கிரீட் கட்டடம் ஒன்றை அமைக்க சமீபத்தில் யாரோ முயன்றிருக்க வேண்டும். சரியான பராமரிப்பு இல்லாமல், கான்கிரீட் கூரை ஒழுகிக் கொண்டிருந்தது. சிலுவையின் அருகே நின்று புகைப்படம் எடுக்கும் போதே மேலிருந்து தண்ணீர் தலையில் சொட்டுவது தெரிந்தது.

பாறையிலிருந்து கீழே கடலைப் பார்த்தால், அங்கும் பாறைகள் தெரிந்தன. அவற்றின் ஊடே நாயக்கர் காலக் கட்டுமானப் பாணி கல் தூண்கள் சிதறிக் கிடந்தன. அதில் ஒன்றிரண்டில் பூ வேலைப்பாடு தெரிந்தது. தூண்களின் வடிவமைப்பு, அவை நாயக்கர் காலத்தியவை எனச் சொன்னது.

''அந்தப் பகுதிக்கு நாங்கள் சிறு பிள்ளைகளாக இருந்தபோது போகமாட்டோம். அங்கே கள்ளர்கள் ஒளிந்திருப்பார்கள் என்று ஊர்மக்கள் சொல்வார்கள். அந்த இடத்தை, 'கள்ளர் குருசடி' என்றுதான் சொல்வார்கள்'', என்று தந்தை கிளாரெட் சொல்கிறார். ஹெலன் நகரில் அமைந்துள்ள இந்தக் குருசடியைப் பார்த்துவிட்டு, மற்றொரு குரிசு அமைந்திருந்த இனயம் பகுதி ஊருக்குள் சென்றோம். அங்கே குறுகி பின் அகன்று நீண்ட தெரு ஒன்றின் நடுவே சுமார் மூன்றடி உயர கல்குரிசு நிறுவப்பட்டிருந்தது. அதில் போடப்பட்டிருந்த ரோஸ், மஞ்சள் கேந்தி மாலை ஒன்றிரண்டு நாள்கள் முன்பாக போடப்படிருக்கவேண்டும். அதன்முன் விளக்கேற்ற சிறு மேடை ஒன்றும், அதனருகே மண் பானை ஒன்றில் தண்ணீரும் வைக்கப்பட்டிருந்தது. சிலுவை இருக்கும் மேடையிலிருந்து கல்சுவர் ஒன்று கல் கிணறு இருக்கும் பகுதி வரை நீண்டிருந்தது.

குரிசைப் பற்றி அக்கம் பக்கத்தில் கேட்போம் எனக் காத்திருந்தோம். சிலுவை நேரே கடலை நோக்கியே இருந்தது. மூன்றடி உயரக் குரிசு இது. இதில் எந்த அலங்காரமும் இல்லை. எதுவும் எழுதப்படவும் இல்லை. முந்தைய சிலுவையை விட இது சற்றே வேறு பட்டிருந்தது. குரிசின் ஒரு பக்கம், நீளக் கல் சுவர் ஒன்று தொடங்கி, கிணறு போன்ற ஒரு அமைப்பில் நின்றது. கிணறு பயன்பாட்டில் இருந்தாற்போல தெரியவில்லை.

அந்தப் பக்கம் சுற்றுமுற்றும் பார்த்துக் கொண்டிருக்கையில் லேசாகத் தூற ஆரம்பித்தது. சிலுவையிலிருந்து நேரே கடல் மழையினூடே கலங்கித் தெரிந்தது. குரிசின் அருகே இருந்த வீட்டு வாசலில் எங்களை ஆர்வத்துடன் இரண்டு சிறுமிகள் பார்த்துக் கொண்டிருக்க, ''பாப்பா, உங்கப்பா அம்மா இருக்காங்களா?'' எனக் கேட்டுக் கொண்டு நின்றோம். வீட்டினுள்ளே இருந்து சத்தம் கேட்டு வெளியே வந்த நடுத்தர வயதுப் பெண், ''மழையா இருக்கே, உள்ளக்க வாங்க'', என்று அழைத்தார். என்னவோ அந்த மழை பிடித்திருந்தது. ''இல்ல... இங்கேயே இருக்கோம். இந்தக் குரிசு பத்தி சொல்லுங்கக்கா'', என்றதும், பயங்கரமாக வெட்கப்பட்டவர், ''இருங்க, வீட்ல அவங்க வெளிய போயிருக்காங்க. வரச் சொல்றேன்'', என்றுவிட்டு அலைபேசியில் அவர் கணவரை அழைத்தார்.

சிறு காத்திருப்புக்குப் பின் வந்த அவர் கணவர் ஸ்டீபன், சிலுவை குறித்து விளக்கினார். ''நாங்க வருசந்தோறும் இந்தச் சிலுவைக்கு திருவிழா எடுப்போம். கோயில் வந்து சில ஆண்டுகள் கழிச்சு இந்தக் குருசடி பதிவாயிருக்குது. அதுக்குப் பெறவு திருவிழா எடுத்தாங்க. இப்பம் திருவிழா முடிஞ்சு ரெண்டு மாசம்தான் ஆச்சு. செப்டம்பர் 14 திருவிழா. வழக்கமா இங்கதான் பூசை இருக்கும். இப்ப

இனயம் திருச்சிலுவைநாதர்

கொரோனானால ஊர்ல வச்சு பூசை வச்சது. மற்றபடி இதில செட்டு போட்டு இங்கேயே பண்ணுவாங்க. குருசடி திருவிழா. ஒரு நாள் திருவிழா. அப்ப பூசை இருக்கும். திருவிழாவுக்கு நேர்ச்ச கஞ்சி குடுப்போம். சிறுபயறு கஞ்சி. அரிசி, தேங்காய், உளுந்து, சிறுபயறு எல்லாம் போட்டு நேர்ச்ச கஞ்சி செய்வோம். சில ஆளுவ பழம் வாங்கிட்டு வந்து குடுப்பாங்க. நெறைய ஆள்க்க வந்து நேர்ச்ச குடுப்பாங்க. எங்களால ஏன்றத நாங்க குடுப்போம், மத்தது நேர்ச்ச வச்சவங்க வந்து செய்வாங்க. திருவிழாவுக்குப் பணம் இங்க உள்ள ஒரு அன்பியம் பிரிச்சு செய்வோம். மற்றபடி டெய்லி நாங்க மெழுகுதிரி எல்லாம் வச்சு ஜெபமாலை படிச்சுக் குடுப்போம். ஆரம் போடுவோம். வெளக்கு வைப்போம். இதை எடுத்துக் கெட்டலாம்னு ஐடியாவுல இருக்கோம். அந்தக் கெணறு பொதுக்கெணறுதான். முன்னால இருந்தே இருக்கு. இப்ப யாரும் அதுல தண்ணி எடுக்குறதில்ல'', எனச் சொல்கிறார்.

சிலுவை அருகே மண் பானையில் தண்ணீர் ஏன் வைக்கப் பட்டிருக்கிறது எனக் கேட்டேன்.

''அது நேர்ச்சைக்கு வச்சது. குடிக்கதுக்கு வச்சிருக்கு, நேர்ச்ச தண்ணி. யார் வேணும்னாலும் குடிக்கலாம். இந்தக் குருசடிக்கு நேர்ந்துக்கிட்டு தண்ணி வைப்பாங்க. அதுல தண்னி தீர்ந்தவுடனே யாராவது ஊத்தி வச்சிருவாங்க. இத மாதிரி குருசடி புத்தன் துறையில இருக்கு. அது இத விடப் பெருசு. இன்னொண்ணு அங்க கடலுக்குள்ள இருக்கு. படி எல்லாம் ஏறிப் போகணும். அங்க பூசை எல்லாம் நடத்துவாங்க. அல்லேசியார் குருசடி அது. இது குருசையா... சிலுவையா. திருச்சிலுவைநாதர். அங்க ஹெலன் நகருல உள்ளது ரொம்பப் பழசு. அதுல மண்ணு உள்ளாற சங்கிலி கெடக்கு. அங்க ஒரு மண்டபம் கெட்டுவிச்சாங்க. ஆளு எல்லாம் சேர்ந்து எடுத்து, பைசா பிரிச்சு மண்டபம் கெட்டுனது. முன்னாடி அதுல சின்ன மண்டபமாட்டு இருந்திச்சி. கடலடிச்சு விழுந்துட்டு. கடலுக்குள்ள தூண் எல்லாம் அங்க கெடக்கு. அது பழையகாலத்துல உள்ளதுன்னு சொல்லுவாங்க. அங்க சங்கிலி இருந்துச்சி'', எனச் சொல்கிறார் ஸ்டீபன்.

''அங்க அல்லேசியார் குருசடில சிப்பி, சங்கு எடுக்கவங்கதான் திருவிழா எடுப்பாங்க. சங்கு, சிப்பி, தோடு எடுக்கவங்க. அவங்க பூசை வச்சாதான் தண்ணி தெளியும். அதே போல சிப்பி எடுக்க சீசன் இங்க திருவிழா முடிஞ்ச ஒடனே தொடங்கும். கோயில்ல பூச வச்சுத்தான் எடுக்கத் தொடங்குவாங்க. வருசத்துக்கு ஒரு தடவைதான் எடுப்பாங்க. இனயத்துலதான் அது நெறைய

இனயம் ஆலயத்துக்கு முன்புள்ள கடல்பகுதி.
தொலைவில் அல்லேசியார் குருசடிப் பாறையும், குரிசும்

எடுப்பாங்க. பரம்பரையா எடுத்துட்டு இருக்காங்க. இனயம் சிப்பி பயங்கர டேஸ்டா இருக்கும். கொடியேத்தான் பாறை தோடு ரொம்ப நல்லா இருக்கும். அத ஏலம் போடுவாங்க... குத்தகை புடிப்பு. இப்ப நான் பத்தாயிரம் ரூபாய்க்கு எடுத்தா, நா மட்டுந்தான் அங்க தோடு எடுக்கணும். மத்தவங்க யாரும் அங்க எடுக்கமாட்டாங்க. அந்த சிப்பி நல்லா பெருசா இருக்கும். எடுக்குறது ஆனா கஸ்டம். பாறையில பாசி புடிச்சு இருக்கும். அதுல கடல்ல எறங்கித்தான் சிப்பி புடிக்கணும்.''

''சின்ன கட்டுமரத்துல போயி எடுப்போம். அலை அந்த எடத்துல பெருசா இருக்காது. சீசன் ரெண்டு மாசம், மூணு மாசம் இருக்கும். இந்த வருசம் கொறவு. தோடு சீசன் வரும்போது கடல் ஒரு காப்பி கலர் புடிச்சு வரும். சின்னச் சிப்பியா அப்ப இருக்கும். அந்த காப்பி கலர் ஆச்சுன்னாக்கி நல்லா தோடு வளரும். ரெண்டு மாசத்துக்குள்ள நல்லா ருசியான தோடு கெடைக்கும். ஒரு சிப்பி ரெண்டு ரூவாய்க்கு விக்கும். இப்ப கூடுதலாச்சு. நூறெண்ணம் ஐநூறு ரூவாய்க்கு விக்குது. போன தடவை எழநூறு, எண்ணூறு, தொள்ளாயிரம் ரூவா வரை போச்சி. கேரளாவுக்கு நெறைய வாங்கிட்டுப் போவாங்க. தோடு எடுக்க எல்லாரும் போக மாட்டாங்க அக்கா... பரம்பரையா போவாங்க. தைரியம் நெறைய வேணும்.''

''பெரிய சங்கு இருக்குல்ல அக்கா? அத எடுக்குறது இன்னும் கஷ்டம். மணக்குடி பக்கத்துல அத எடுக்குறாங்க. அரை மணிக்கூறு

கடலுக்குள்ள இருக்கணும். மேல போட்டுல இருக்கவங்க கைல கயறு இருக்கும். அது முன்னக்க. இப்ப அப்டி ஒண்ணும் கெடையாது. சிலிண்டரு போட்டுக்கறாங்க. தூத்துக்குடியில மொத வச்சிருந்தாங்க. பரவ ஆளுங்க அதக்கு இங்கயிருந்து தூத்துக்குடிக்குப் போவாங்க. எல்லா ஆள்க்களும் போவமாட்டாங்க. யாரு அந்தத் தொழில் செய்தாகளோ அவுகதான் போவாங்க.''

''சிலிண்டர் போட்டு உள்ளக்க போனா நோய் வருது அக்கா. தூத்துக்குடி போய்ட்டு ரொம்ப பேரு எறந்துட்டாங்க. நல்லா காசு பார்க்குறாங்க. அஞ்சு பத்து வருஷத்துல பாடி ரொம்ப டேமேஜ் ஆகுது. குடிப்பழக்கம் இல்லாம இருந்தா அவன் உடல்நெலைய கன்ட்ரோல்ல வச்சிருப்பான். குடிக்காதவன் புத்தியோட இருக்கான். எழும்பி வரும்போது சூடு இருக்கும். கரை வந்தாலும் கன்ட்ரோலா இருக்கணும். இவனுங்க மூக்குமுட்ட குடிச்சிருவாங்க. அந்த கேஸ உரிஞ்சணும் பாருங்க. குடிச்சா எப்புடி உறிஞ்ச சொல்லுங்க. இப்டித்தான் நெறைய எறந்து போறாங்க..'', என ஸ்டீபன் வருத்தத்துடன் முடிக்கிறார்.

இனயம் கடற்கரையிலுள்ள பாறைகள் தோடு வளர்வதற்கு ஏதுவாக இருக்கின்றன. ஆண்டில் சில மாதங்களில் இங்கு கடலில் கருநிறக் கலங்கல் நீரோட்டம் ஏற்படுகிறது. இந்தக் கலங்கல் நீர் பாறைகளின் மேற்பரப்பில் படிந்து பாசி பிடிக்கிறது. அந்தப் பாசியில் தோடு உருவாகிறது. பாறையின் தன்மைக்கு ஏற்ப தோட்டின் அளவும், சுவையும் மாறும். பரந்த பாறையில் பரந்த தோடு (சுவையுடன் சதைப்பற்று கொண்டது), உருண்டைப் பாறையில் உருண்டைத் தோடு (சதைப்பற்று குறைவானது), பன்னிப் பாறையில் அடர்த்தி யான சதை கொண்ட தித்திப்புடன் கூடிய தோடு, கொடியேத்தான் பாறையின் மேல் பார்மேல் தோடும் உருவாகின்றன.

கொடியேத்தான் பாறையிலுள்ள தோடு ஆண்டுதோறும் குத்தகைக்கு விடப்படுகிறது. பண்ணிப் பாறை தோடு பெரிய மீன்களைப் பிடிக்க தூண்டிலில் வைக்கப்படுகிறது. வழக்கமாக கடற்கரையின் பாறைகளில் உருவாகும் தோடுகளில் அலைகளால் வீசப்படும் மணலும் சேறும் கலந்து படிந்து வளர்வதால் சுவையும் தரமும் இருப்பதில்லை. இனயம் தோடு ஆழ்கடல் பாறைகளில் (1000 முதல் 1500 மீ வரை) வளர்வதால், மணல் கலவாத கடல் பகுதியில் கிடைப்பதாலும், பொடிச்சங்கு நிலம் அது என்பதாலும், மிகுந்த சுவை கொண்டது.

லேனம்மாளுக்கு ஆலயம் கட்டவேண்டும் என முடிவானபோதே கல் குரிசுகள் ஊரில் அங்கங்கே இருந்ததாக அவ்வூரைச் சேர்ந்த

வசந்தி சொல்கிறார். ''அந்தக் குரிசு எல்லாம் எப்ப வந்ததுனு தெரியாது. லேனாம்மாளுக்கு கோயில் கெட்டயிலயே குரிசு எல்லாம் இருந்திருக்கு. எல்லாம் தானா உருவானது. யாரும் கெட்ட இல்ல. இப்பதான் ரெண்டு மூணு வருஷம் முன்னாடி பாறைல ஏறணும்னு சொல்லி படிகள் கெட்டுனாங்க. அதுக்கு முன்னாடி படி ஒண்ணும் கெடையாது. நாங்க பாறையில ஏறிப் போகணும்னா பாறையில மேடு பள்ளம் இருக்கும், அப்டி இருந்ததுல கைவெச்சு கால் வெச்சு ஏறுவோம். முன்னாடி வருசத்துக்கு ஒருக்கா அங்க பூசை வச்சோம். இங்கேந்து வள்ளத்துல ஆண்கள், பெண்கள், குழந்தைகள் எல்லாம் போவோம்.''

''இங்க இருந்து சமச்சு வள்ளத்துல கொண்டுக்கிட்டுப் போயி அங்க சமபந்தி மாதிரி செப்டம்பர் மாசம் செய்வாங்க. எங்க ஊருல அந்த நேரம் குளியாளிகள் தோடு எடுப்பாங்க. பூசை வச்ச பெறகுதான் தோடு எடுப்பாங்க. அந்தக் கல்ல சுத்தி மட்டும்தான் பாசி இருக்கும். அதுல தோடு இருக்கும். அந்த எடத்துல மட்டும்தான் சங்கு, தோடு எடுப்பாங்க. அது ரெண்டும்தான் கடல் மக்களுக்கு வாழ்வு தரக்கூடிய வளமாயிட்டு அந்தக் கல்லும் குரிசும்தான் கடவுளுடைய அற்புதமாக்கி இருக்கு.''

''அந்தக் காலத்துல எட்டு ஊருக்கு இந்த ஊருதான் பங்கு. மேல்மிடாலம், முள்ளூர்த்துறை, கானாவூர், புத்தந்துறை, ராமன்துறை, மிடாலம், செந்தறை, பூத்தேற்றி இந்த எட்டு ஊரும் இந்தப் பங்கு. இதுல பூத்தேற்றி மட்டும் நாடார் ஏரியா, வடக்க இருக்கு. கானாவூரு, செந்தறையும் நாடார் ஏரியா. மீதி எல்லாம் நம்ம கிறிஸ்தவ ஏரியா, கடப்பொற ஏரியா. இந்த எட்டு ஊருக்கும் இனயம்தான் கோயில். ஊர்த் திருவிழா ஏற்பாடு எல்லாம் அன்பியம் (மக்கள் அமைப்பு) செய்யும். 49 அன்பியம் இங்க உண்டு. இந்த 49 அன்பியத்துல இருந்தும் ஒரு ஒரு தலைவர எடுப்பாங்க. அவுங்களுக்குள்ளாடி ஒரு தலைவர், செயலாளர், பொருளாளர் உருவாக்குவாங்க. தலைவருக்கு எல்லாத்தையும் எடுத்து செய்யக் கூடிய பொறுப்பு, செயலருக்கு எல்லாத்தையும் அறிக்கை எழுதக் கூடிய பொறுப்பு, பொருளாளருக்கு வரவு செலவு கணக்கு எழுதுறது பொறுப்பு.''

''எல்லா அன்பியங்கள், கோயில்ல உள்ள பக்த சபைகள் – மரியாயின் சேனை, கிறிஸ்தவ வாழ்வு சங்கம், கோல்பிங் ஆண்கள் பெண்கள் இயக்கங்கள், வின்சென்ட் தே பவுல், பிரான்சிஸ்கன் மூன்றாம் சபைகள், கத்தோலிக்க சேவ சங்கம், இளைஞர் இயக்கம், சாந்திதான் பெண்கள் முன்னேற்ற சங்கம் அப்டின்னு நிறைய

சபைகள் இருக்கு, அவுங்க... பங்குப் பேரவை மூணும் சேர்ந்துதான் எந்த முடிவும் இங்க எடுப்பாங்க. திருவிழா முடிவும் அவுங்கதான். பத்து நாள் திருவிழாவுல ஒவ்வொரு நாளும் ஒருத்தர் பொறுப் பெடுத்து சிறப்பு செய்வாங்க. அன்பியங்கள், பக்த சபைகள்னு ஒருத்தருக்கு ஒரு நாள். சப்பரம் ஒன்பதாவது திருவிழா... சனிக்கிழமை அன்னிக்கு எடுப்பாங்க. அன்னைக்கி பூசை இருக்காது. வெஸ்பேர்ஸ்* (vespers) தான் இருக்கும். அது முடிஞ்ச ஒடனே சப்பரத்துல லேனாம்மா சுரூவத்த வச்சு இனயம் கோயில்ல இருந்து மேற்கோடி எல்லை வரை கொண்டு போய்ட்டு, திரும்பி கிழக்கோடி எல்லை வரைக்கும் கொண்டு போவாங்க.''

''சப்பரம் வரும் போது நேர்ந்தவங்க பூமாலை போடுவாங்க. செல பேரு ரூபாய காணிக்கையா போடுவாங்க. செலரு வேண்டுதவுங்க சப்பரத்துக்கு ஒரு நாள் முன்னக்க கோயிலுக்கு முன்னாடி கஞ்சி காய்ச்சி ஊத்துவாங்க. இந்த அம்மா சக்தி வாய்ந்தவுங்க. ஒரு காலத்துல இங்க கொள்ளை நோய் வந்தது. வாந்தி பேதின்னு மக்களை எல்லாம் அழிச்சு ஒழிச்சுது. அப்ப அந்தத் தாய் மக்களை எந்தத் தீங்கும் இல்லாம காப்பாத்தி இருக்காங்க. அது அந்தத் தாயோட மகிமை.''

''திருமணம் நடக்காத பிள்ளைங்களோட அம்மா அப்பா இந்தம்மா பாதத்துல போயி கரைவாங்க, முடிஞ்சத செய்றேன்னு பொருத்தனை மாதிரி பண்ணுவாங்க. அந்தம்மா கல்யாணம் அமைச்சுக் குடுப்பாங்க. அதே போல நோய் வந்தவங்க அந்தம்மா கிட்ட நோய்

---

* வெஸ்பேர்ஸ் என்பது மாலை நேர வழிபாடு/ஆராதனை. பெரும்பாலும் லத்தீன் மந்திரமான 'தேயுஸ், இன் ஆதியதொரியம்' என்பதுடன் இந்த ஆராதனை தொடங்குகிறது. அதன் பின் லத்தீன் பாக்கள் (hymn), அதைத் தொடர்ந்து சங்கீதங்கள் (psalm) பாடப்படுகின்றன. அடுத்து லத்தீன் 'குளோரியா பத்ரி' பாடப்படுகிறது; விவிலிய வசனங்கள் வாசிக்கப்படுகின்றன. அடுத்ததாக மாதாவின் பாடல் (Magnificat) பாடப்படுகிறது. பெரும்பாலும் இவற்றின் முடிவில் எதிர்ப்பாடல் (antiphony) பாடப்படுகிறது. முக்கியப் பகுதிகளை குரு பாடியபின், பாடகர் குழு எதிர்ப்பாடல் பாடுகிறது. இறுதி ஆசீர்வாதமும், நற்கருணை ஆசீர்வாதமும் நடைபெறுகிறது. தென் மாவட்டங்களில், குறிப்பாக கடற்கரைப் பகுதிகளில் இன்னமும் தொன்மை மாறாமல் இந்த வெஸ்பேர்ஸ் பாடல் வழி வழிபாடு நடைபெறுகிறது. சில மணி நேரம் நடைபெறும் இந்தப் பாடல் வழிபாட்டில் அமர, கொஞ்சம் இசை கவனமும், நிறைய பொறுமையும் தேவை என்பதை வேம்பாரில் கவனித்த வெஸ்பேர்ஸ் மூலம் நூலாசிரியர் உணர்ந்திருக்கிறார்!

குணமானா கஞ்சி காய்ச்சி ஊர் மக்களுக்கு ஊத்தறேன்னு வேண்டுவாங்க. அவுங்க பொருத்தனை வச்சு, நடந்ததும் வேண்டினத நிறைவேத்துவாங்க. பிள்ளையில்லாத ஒரு குடும்பம் இங்க பொருத்தன செஞ்சு, பிள்ளை பொறந்த பெறகு தாய்க்கு தங்கச் செயின், வளையல் எல்லாம் காணிக்கை போட்டாங்க. பிள்ளை இல்லாதவங்க தென்னம்பிள்ளை வாங்கி கொடிமரத்த சுத்தி, லேனாம்மாள் பாதத்துல வைப்பாங்க. முதல்ல ஊரையும், கொடிமரத்தையும் சுத்திவந்து வச்சிட்டு இருந்தாங்க. இப்ப கொடிமரத்த மட்டும் சுத்தி கொண்டு வந்து வைக்கிறாங்க. குழந்தை இல்லாதவங்க, குழந்தை பிறந்தவங்க எல்லாரும் பிள்ளை வைப்பாங்க. தேங்காய், பழம், சாரி கொண்டு காணிக்கை வைக்கிவாங்க. அதே போல மீனோ, தோடோ... முதல்ல வித்த காச கோயிலுக்குனு தனியா எடுத்து வைக்கிவாங்க. சிலவங்க வள்ளத்துல மொத தடவை போய் கெடைச்ச பணத்த நன்கொடையா கோயில்ல குடுத்துருவாங்க.''

''பெரிய வியாழன் பாதம் கழுவுற சடங்கு பெரியவுங்களுக்கு மட்டும்தான். அன்னிக்கு அவுங்களுக்கு பன்னோ, பிரட்டோ குடுத்து, கோடித் துணியும் குடுப்பாங்க. பெரிய வெள்ளி அன்னைக்கு விடிகாலை அஞ்சரைல இருந்து மூணு மணி வரைக்கும் ஆராதனை நடக்கும். அதுக்குப் பிறகு பொது வழிபாடு இருக்கும். அப்ப நேர்ச்சை வச்சவங்க மோர், பன், பழம் குடுப்பாங்க. ஈஸ்டர் பூசை முடிஞ்சு திரியும், தண்ணியும் சர்ச்சுல இருந்து வீட்டுக்குக்கொண்டு வருவோம். கிறிஸ்மஸ் டைம்ல வீடு வீடா ஜெபம் பண்ணி, பஜனை பன்னுவோம்'', என வசந்தி சொல்கிறார்.

''பெண் கேட்டு வரதுக்கு முன்னாடியே சம்பந்தம் எல்லாம் வெளிய அங்கங்க அரசல் புரசலா பேசி முடிச்சிருவாங்க. அதுக்குப் பெறகுதான் வீட்டுக்கு பெரிய ஆளுங்களோட வந்து என் பையனுக்கு உங்க பொண்ண தாங்கன்னு கேப்பாங்க. என்ன வேணும்னு அவுங்க கேப்பாங்க. அதைப் பேசி முடிவு பண்ணுவாங்க. செல எடத்துல பவுன் எடுக்கப் போகும்போது நாங்களும் கூட வருவோம்னு சொல்லுவாங்க. பெண் பார்க்க என்ன தேதில வருவோம்னு சொல்லுவாங்க. அந்த தேதியில நிறைய பேரு பெண் வீட்டுக்கு வருவாங்க. அப்ப பெண்ணுக்கு சாரி வாங்கிட்டு வருவாங்க.''

''செலவுங்க வளையல் வாங்கிட்டு வருவாங்க. பூவு எல்லாம் கொண்டுவந்து பெண்ண பார்த்து மாப்பிள்ள புடிச்சிருக்கான்னு கேட்டு, மாப்பிள்ளைய பெண் பிடிச்சிருக்கான்னு கேட்டு, ரெண்டு

பேரும் சரின்னு சொன்னா, கொண்டாரப் பூவ பெண்ணோட தலையில வெச்சுக்குடுத்து, பெண் மாப்பிள்ளைய பேசவைப்பாங்க. அதுக்கப்புறம் மாப்பிள்ளை கொண்டு வார நகைய பெண்ணுக்கு போட்டுட்டு சாப்பிட்டுட்டு போவாங்க. காலண்டர பார்த்து கல்யாண டேட்டு ஃபிக்ஸ் பண்ணுவாங்க. நிச்சயதார்த்தம் மாப்பிள்ளை வீட்டுல கலியாணத்துக்கு ஒரு நாள் மின்னாடி வைப்பாங்க. மோதிரம் மாத்துறது எல்லாம் கோயில்லதான்.''

''கல்யாணம் கோயில்ல முடிஞ்ச உடனே, பெண் வீட்ல மாப்பிள்ள பெண் ரெண்டு பேரையும் கொண்டு வருவாங்க. மூணு நாள் கழிச்சி பெண் மாப்பிள்ளையை மறுவீட்டுக்கு கூட்டிட்டுப் போவாங்க. அப்ப சீர்வரிசை எல்லாம் பெண் வீட்ல இருந்து மாப்பிள்ளை வீட்டுக்குக் குடுத்தனுப்புவாங்க. அவ்வளவுதான் சம்பிரதாயம். மாப்பிள்ள வீட்டுக்காரங்க பெண் மாப்பிள்ளைய மூணு நாள் கழிச்சு அழைக்க வரும்போது பெண் வீட்டுல நாத்தனா மைனிகள் வந்து பெண் தலைல எண்ணெய் தேய்ப்பாங்க. பூ கொண்டு வருவாங்க, அதை பெண் தலைல வெச்சுக் குடுப்பாங்க. பெண் அண்ணன் தம்பிங்க மாப்பிள்ளை தலைல - அவுங்க மச்சான் தலைல எண்ணெய் வைப்பாங்க. இந்த சடங்கு செஞ்சுட்டு கூட்டிட்டுப் போவாங்க. மாப்பிள்ளை வீட்டுக்கு பெண் போய் ஏறும்போது ஆராத்தி ஒண்ணு எடுப்பாங்க. அவ்வளவுதான். அந்த காலத்துலே எல்லாம் கல்யாணத்துல புரோட்டாவும் மாட்டெறைச்சியுந்தான். இடைக்காலத்துல பிரியாணி வந்துச்சு. இப்ப பிரியாணி, சாப்பாடு போடுவாங்க. அது கூட இப்ப நெம்மீன் பொறிச்சு போடுறாங்க. மொத்தத்துலயே கடப்புற ஏரியாவுல இதுதான் பழக்கவழக்கம்.''

''சாவுன்னு வந்தாச்சுன்னா மொதல்ல கோயில்ல சொல்லி மணியடிப்போம். மைக்ல அவுங்க அனவுன்ஸ் பண்ணுவாங்க. அடக்கம் எத்தன மணிக்கு என்னன்னு சாமியார்கிட்ட சொல்லுவோம். அதுக்கேத்தபடி குழி வெட்டுறதுக்கு நாடார் ஆளுங்கள கூப்பிடுவாங்க. குழி வெட்ட ஐயாயிரம் ரூவா குடுப்பாங்க. வடக்க உள்ள நாடார் ஆளுங்கதான் குழி வெட்ட வெட்டவருவாங்க. முன்ன வந்து நாசிவங்க வெட்டுவாங்க. அவுங்களுக்கு காசு, துணி குடுப்போம். அந்த ஆளுங்களுக்கு இப்ப பணம் இருக்கோ என்னவோ, அவுங்க வர்றதில்ல. அதுக்காக வெளில இருந்து ஆள் எடுத்து குழிவெட்டுறோம். இங்க கல்லறை ஒண்ணுதான்.''

''பாகுபாடோ பிரிவினையோ இல்ல. சாமியாரும் மெலிஞ்சியும் வீட்ல வந்து பாட்டுப் பாடி இங்க ஒரு உருட்டு வண்டி இருக்கு, அதுல வச்சு, பிரேதத்த சர்ச்சுக்குக் கொண்டு போவோம். பூசை

முடிஞ்சு கல்லறைக்குக் கொண்டு போயி அடக்கம் பண்ணிருவோம். எட்டு (எட்டாம் நாள்) அன்னைக்கி கோயில்ல பூசை வச்சு, கல்லறைல குமிச்சு வச்சிருக்குறதுல பூவெல்லாம் போட்டு, மெழுகுதிரி கொளுத்தி, சாமியார கூட்டிட்டுப் போயி மந்திரிப்போம். அஞ்சு, மூணு, எட்டுன்னு என்ன வேணாலும் வைக்கலாம். அன்னைக்கு மண்டபத்த வாடகைக்கு எடுத்து சாப்பாடு போடுவாங்க, சிலவங்க பார்சல் வாங்கி கைல குடுப்பாங்க'', என வசந்தி சொல்லி முடிக்கிறார்.

இனயத்திலுள்ள கள்ளன் குரிசு உள்ளிட்ட குரிசுகளால் ஆலயம் லேனம்மாள் ஆலயம் ஆனதா, அல்லது ஆலயம் வந்ததால் குரிசுகள் வந்தனவா என்று விளங்கிக்கொள்ள முடியவில்லை. ஆனால் அவை போர்ச்சுகீசியரால் நடப்பட்டவை என்பதில் ஐயமில்லை. இவ்வகைக் கல் குரிசுகளை போர்ச்சுகீசிய மொழியில் 'பத்ரோ' (Padrao) என அழைக்கின்றனர். வாஸ்கோ த காமா இந்தியா வருவதற்கு முன்பே, இந்தியாவுக்குச் செல்ல ஆப்பிரிக்காவை சுற்றிச் செல்லலாமா எனத் தேடிவந்த மாலுமிகளில் முக்கியமனாவர் தியகோ சாவ் (Diogo Cao). இவர் *1486*ம் ஆண்டு நமிபியாவின் கேப் ஸ்டார்ம் (Cape Storm) என்ற இடத்தில், தான் வந்து சென்றதன் அடையாளமாக கல் குரிசு ஒன்றை நட்டார். அவருக்குப் பின் போர்ச்சுகீசிய அரசரால் இந்தியாவைத் தேடி அனுப்பப்பட்ட மாலுமி பார்த்தலம்யு தயசு (Bartholomew Dias), டியோகோ சாவின் குரிசை அடையாளம் கண்டார். அவரும் லுதரித்ஸ் (Luderitz) என்ற இடத்தில் இன்னொரு பத்ரோ குரிசை நட்டார். இந்தக் குரிசுகள் *11* முதல் *15* அடி உயரமானவை. அவற்றில் போர்ச்சுகீசிய அரசின் இலைச்சினையும் (Coat of Arms) பொறிக்கப்பட்டுள்ளது.

*1488*ம் ஆண்டு கேப் பத்ரோன் (Cape Padrone) என்னும் இடத்தில் இன்னொரு கல் குரிசை நட்டார். இவ்வாறு நடப்பட்ட குரிசுகளில், சிலவற்றில் மட்டும் இலைச்சினைகள் உள்ளன. இவ்வாறான கல் குரிசுகளை கடல்வழிசெலுத்தும் கருவிகள் என ஆய்வாளர்கள் குறிப்பிடுகின்றனர். போர்ச்சுகீசிய அரசின் மாலுமிகள் அந்தப் பகுதிக்கு வந்து சென்றதை இந்தக் குரிசுகள் பறைசாற்றுகின்றன. இதைப் போலவே வாஸ்கோ த காமாவும், மலிந்தி என்ற இடத்தில் கல் குரிசு நட்டிருக்கிறார். இந்த மலிந்தி குரிசு உயரமான மேடை போன்ற கட்டுமானத்தின் மேல் வைக்கப்பட்டுள்ளது. ஆக இனயத்தின் குரிசுகள் வழிகாட்டு கருவிகளாக இருந்திருக்க வாய்ப்புண்டு.

போர்ச்சுகீசியரின் அதிகாரத்துக்குட்பட்ட பகுதி என இனயத்தை சுட்ட, இந்தக் குரிசுகள் நடப்பட்டிருக்கலாம். மலபார் பகுதியில்

உள்ள கல் குரிசுகளை பதிவு செய்திருக்கும் அந்தோனியோ தெ கோவா (Antonio De Gouveia) மலபாரில் மனித நடமாட்டமோ, சாலைகளோ இல்லாத பகுதிகளில் கூட இவ்வகைக் கல் குரிசுகள் நடப்பட்டிருந்தன எனவும், அவற்றில் மக்கள் விளக்கேற்றி வழிபட்டனர் எனவும் சொல்கிறார். இனயத்திலும் குரிசுக்கு விளக்கேற்றும் வழக்கம் இருந்ததை ஆலய மலர் சொல்கிறது.

மணப்பாட்டிலும், இனயத்திலும் கடலுக்கருகே உள்ள இந்த பிரம்மாண்டக் கல் குரிசுகள் வழிகாட்டுக் கருவிகளாகவே இருந்திருக்க வாய்ப்புண்டு. கேரள நஸ்ரானி ஸ்தம்பங்களை ஆய்வு செய்த அளவுக்கு இந்த கல் குரிசுகளை ஆய்வு செய்யவேண்டியது அவசியமாகிறது. வழிகாட்டுக் கருவி இன்று திருச்சிலுவை நாதராகி, அதற்கு விழாவும் கொண்டாடி மகிழ்கிறோம். மைல்கல்லுக்குப் பொட்டு வைத்து வழிபடும் வெள்ளந்தி மனிதர்கள் இருக்கும் ஊர் இது என்பதையும் நினைவு கொள்ளுதல் வேண்டும்.

இனயம் சமீப காலமாக அதிகம் பேசப்பட்டதற்குக் காரணம் அங்கு வரவிருந்த 'இனயம் பன்னாட்டு சரக்குப் பெட்டக மாற்று முனையத்துக்கு' (Enayam International Container Transhipment Terminal) எதிராக நடைபெற்ற மாபெரும் மக்கள் அணிதிரட்டலும், போராட்டமும்தான். இந்தப் போராட்டங்களை முன்னெடுத்த அமைப்பு இனயம் பன்னாட்டு சரக்குப் பெட்டக மாற்று இனையத்துக்கு எதிரான மக்கள் இயக்கம் (People's Movement Against Enayam International Container Transhipment Terminal – PMAEICTT). ஒரு மக்கள் இயக்கமாக எப்படி ஒன்றுசேர்ந்து தங்கள் அடிப்படை வாழ்வாதாரம் பாதிக்கப்படும்போது கடற்புரத்து மக்கள் எதிர்க்கின்றனர், அவர்களுக்கு முதுகெலும்பாகத் துணை நிற்கும் கத்தோலிக்க, சீர்திருத்த தேவாலயங்களின் மறைப்பணி யாளர்கள், அவர்களுக்கு இருக்கும் சமூக, சூழலியல் அக்கறை குறித்து நாம் தெரிந்துகொள்ளவேண்டும்.

கூடங்குளம் போராட்டம் நீர்த்துப் போகவும், தூத்துக்குடி ஸ்டெர்லைட் போராட்டம் முடிவுக்கு வரவும், தனியார் நிறுவனங் களுடன் அரசுகள் கைகோத்ததே காரணமாக அமைந்தது. இனயத்தில் அப்போதிருந்த மாநில மத்திய அரசுகளுக்கு இடையேயான அதிகாரப் போராட்டத்தில் இந்த மண்ணும் மக்களும் தப்பினர் எனத் தாராளமாகச் சொல்லலாம். கூடங்குளம், தூத்துக்குடி பேசப்பட்ட அளவுக்கு இனயம் போராட்டம் பேசப்படவில்லை என்பது என்னளவில் தனிப்பட்ட வருத்தம். மக்கள் வெற்றி இன்னும் அதிகம் பேசப்படவேண்டும்; அடுத்தடுத்த மக்கள்

போராட்டங்களை எப்படி முன்னெடுப்பது என்பதை நாம் புரிந்துகொள்ளுதல் வேண்டும்.

இந்தப் புரிதலை 1544ம் ஆண்டு 'மாஸ்டர் பிரான்சிஸ்' முக்குவர் மக்களை ஒட்டுமொத்தமாக மதம் மாற்றிய சம்பவத்திலிருந்தே நாம் ஏற்படுத்தலாம் எனப் பேசத் தொடங்கினார் அருட்தந்தை அந்தோணி கிளாரெட் (Antony Claret). இவர் குமரி மாவட்ட தாமஸ் கொச்சேரி மீனவர் சங்கத்தின் (Thomas Kocherry Fishworkers' Union) தலைவர்.

''தென்னிந்தியாவில் கிறிஸ்தவம், குறிப்பாக கன்னியாகுமரி மாவட்டத்தின் கடற்கரைப் பகுதி மக்கள் மதம் மாறிய முறையிலிருந்தே, இனயத்தில் நடந்த போராட்டம் பற்றி நாம் தெரிந்துகொள்ளலாம். குறிப்பாக ஒரு சாதியைச் சேர்ந்த மக்கள், ஒட்டுமொத்தமாக எப்படி மதம் மாறினார்கள்? தங்களுக்குத் தரப்பட்ட செய்தியைக் கேட்டு, அதில் மக்கள் நம்பிக்கை கொள்கின்றனர். அந்த மதத்தை கடைபிடிப்பதால் மறுமையில் நன்மை கிடைக்கும் என்று நம்புகின்றனர். தனி நபர்கள் மதம் மாறும்போது நடப்பது இதுவே. ஆனால் ஆயிரக்கணக்கான மக்கள், அதிலும் ஒரே சாதியைச் சேர்ந்தவர்கள், ஒரே நேரத்தில் எப்படி இதே நம்பிக்கையுடன் மதம் மாறமுடியும், அதுவும் வெளிநாட்டிலிருந்து வந்த மதத்துக்கு மாறுவது சாத்தியமா? இதற்குப் பின்னால் சமூக அரசியல் காரணங்கள் உள்ளன. இந்த மக்களுக்கு பத்து ஆண்டுகள் முன்பாக தமிழகத்தின் மேற்குக் கடற்கரைப் பகுதியில் வசிக்கும் பரவர்கள் மதம் மாறியதை நாம் ஆராய வேண்டும்.''

''அந்த சமூக மக்கள், அதன் தலைவர்கள் முன்வந்து எடுத்த முடிவு அது. அரபு இஸ்லாமியரிடமிருந்து தங்களைப் பாதுகாத்துக் கொள்ளவும், அவர்களை ஆண்ட மன்னர்கள் பலவீனமாக இருந்ததாலும், ஒடுக்குமுறைக்கு ஆளானார்கள். கொச்சியில் அப்போது இருந்த போர்ச்சுகீசியர்கள் இவர்கள் தேடும் பாதுகாப்பைத் தருவார்கள் என நம்பி அவர்களைச் சந்தித்து உதவி கேட்டனர். அதற்கு மாற்றாக அவர்கள் போர்ச்சுகீசியர்களின் கிறிஸ்தவ மதத்தைத் தழுவ தயாராக இருந்தனர். இதற்கு அரசியல் காரணங்கள், சமூகக் காரணங்கள், ஏன் பொருளாதாரக் காரணங்கள் கூட இருந்தன என்பதை நீங்கள் புரிந்துகொள்ளலாம்.''

''மூர்கள், போர்ச்சுகீசியர்கள் என அனைத்துத் தரப்புக்கும் பணமே குறிக்கோளாக இருந்தது. இதே போல, முக்குவர் மொத்தமாக மதம் மாறியதையும் நாம் பொருத்திப் பார்க்கவேண்டும். முட்டத்தி

லிருந்து குமரி செல்லும் வழியில் முக்குவர் மற்றும் பரவர் என இரு சமூக மக்களும் வசிக்கும் கிராமங்களை நீங்கள் பார்க்கலாம். பரவர் இனக் கத்தோலிக்க மக்களை சந்திக்க வந்த பிரான்சிஸ் சவேரியாரை, மணக்குடி ஊரைச் சேர்ந்த முக்குவர் சிலர் சந்தித்து தங்களையும் கத்தோலிக்கர்களாக மாற்றும்படி கேட்டனர். அதை அவர் செய்யவில்லை. ஏன்?''

''அவர் காத்திருந்தார். அந்தப் பகுதியை ஆண்ட திருவிதாங்கூர் மன்னரின் அனுமதிக்காக அவர் காத்திருந்தார். இதனால் நான் சொல்வது என்னவென்றால், சரியான அரசியல் சூழல் நிலவினால் தான் மதமாற்றம் செய்யமுடியும். பரவர் சமூக மக்களைப் போல, மணக்குடியைத் தவிர வேறெங்கும் முக்குவர் மக்கள் மதமாற்றம் கோரவில்லை. அவர்களது மதமாற்றம் மறைபரப்பாளருக்கும், அரசருக்குமிடையே ஏற்பட்ட ஒப்பந்தம் என்றே சொல்லலாம். அதற்கு களக்காடு எப்படி திருவிதாங்கூர் கையை விட்டுச்சென்றது என்பதைப் புரிந்துகொள்ளவேண்டும்.''

''அந்தக் காலத்தில் திருவிதாங்கூர் சமஸ்தான எல்லை கிழக்கே புன்னைக்காயல் வரை நீண்டிருந்தது. ஒரு கட்டத்தில் திருவிதாங்கூர் மன்னருக்கும், விஜயநகர மன்னருக்கும் இடையே ஏற்பட்ட ஒப்பந்தம் ஒன்றின் மூலம் இரு அரசின் எல்லைகளும் சமன்படுத்தப் பட்டன. அப்போது செழுமையான களக்காடு பகுதியைப் பெற்றுக் கொண்ட திருவிதாங்கூர் அரசர், ஒட்டுமொத்த முத்துக்குளித் துறையின் உரிமையை விஜயநகர மன்னருக்கு அளித்தார். அவர்களின் தண்டல்காரர்களான நாயக்கர்களின் (வடுகர்) வசம் கடற்கரைப் பகுதிகள் சென்றன. களக்காடு போன்ற பசுமையான பகுதியால்கூட குறிப்பிட்ட திறையை எப்போதும் தரமுடிய வில்லை. அப்படித்தர முடியாதபோது, வடுகர்கள் இந்தப் பகுதி களுக்குள் நுழைந்து கிடைத்ததைக் கொள்ளையடிப்பதும், கிடைக்காததை எரிப்பதும், வாடிக்கையாக இருந்தது. அதனால்தான் இன்றும் கூட முதிய பெண்கள் யாரையாவது திட்டவேண்டும் என்றால், 'கள்ள வடுவன்' எனச் சொல்வதைக் கேட்கிறோம். இது ஒரு வசவு. மதுரை நாயக்க மன்னர்களின் படையினரான கன்னட, தெலுங்கு வீரர்களை இந்தச் சொல் குறிக்கிறது. அந்தக் காலத்தில் வடுகர் கட்டவிழ்த்துவிட்ட வன்முறை அப்படியானதே. மக்கள் அவர்களை வெறுத்தனர்.''

''இது போன்ற சூழலில், திருவிதாங்கூர் பகுதியை வடுகர்கள் சூறையாட, மன்னருக்கு ஆதரவு தேவைப்பட்டது. அந்த வாய்ப்பை 'மாஸ்டர்' பிரான்சிஸ் சரியாகப் பயன்படுத்திக் கொண்டார்.

இன்றைய கோட்டார் பேராலயம் அமைந்துள்ள இடத்தில் தங்கியிருந்த பிரான்சிஸ், பரவர் உதவியுடன் திருவிதாங்கூர் மன்னருக்கு ஆதரவாக நின்றார். இதைத்தான் கையில் சிலுவை ஏந்தி சவேரியார் நின்றதாக புராணக் கதைபோல இன்றும் சொல்கின்றனர். இது தரும் தகவல் எளிதானது – 'எனக்கு போர்ச்சுகீசிய ஆதரவு உண்டு', என்பதே அது. திருவிதாங்கூர் மன்னருக்கு போர்ச்சுகீசியர் களின் ஆதரவு இருந்தது என்று வடுகர்கள் புரிந்துகொண்டு பின்வாங்க, இந்தக் காட்சி போதுமானதாக இருந்தது.''

''இதைக் 'கோட்டார் யுத்தம்' எனச் சொல்கின்றனர். அன்றைய திருவிதாங்கூர் ரெசிடெண்ட் பதவியில் இருந்த ஜி.டி.மெக்கன்சி திருவிதாங்கூரின் கிறிஸ்தவ வரலாறை எழுதியபோது இதைப் பதிவு செய்திருக்கிறார். நாகம் ஐயா திருவிதாங்கூர் சமஸ்தான கையேட்டைத் தொகுத்தபோது, இந்தப் பகுதியை எழுதும் வாய்ப்பு மெக்கன்சிக்கு வழங்கப்பட்டது. இந்தக் 'கதைகளை' மெக்கன்சி வரலாறாகப் பதிவு செய்கிறார். இந்தக் கதைக்கு முன்னுரை எழுதிய நாகம் ஐயா, இந்த சம்பவத்தின் உண்மைத்தன்மை மேல் தனக்கு ஐயமிருப்பதை சுட்டுகிறார். வரலாறோ இல்லையோ, இது பதிவு செய்யப்பட்டிருக்கிறது.''

''மனம் மகிழ்ந்த மன்னர், பிரான்சிஸிடம் இதற்கு பதிலுதவியாக தான் என்ன செய்யவேண்டும் எனக் கேட்கிறார். 'நான் ஒரு மறை போதகன். எனக்கு வேறென்ன வேண்டும்? மக்களை மதமாற்றம் செய்ய அனுமதியுங்கள்' என பிரான்சிஸ் இதற்கு பதில் சொன்னதாகக் கூறப்படுகிறது. மன்னர், இந்தப் பகுதியின் மீனவமக்களை மதம் மாற்றலாம் என பிரான்சிஸை அனுமதித்தார். இது அவருக்கு ஒரு வகையில் அனுகூலமாகவும் இருந்தது. உள்நாட்டு வேளாண் சமூகத்தின் சாதியப் படிநிலை மேல் எந்த வித மாற்றமும் இன்றி அது அப்படியே தொடர, அதைச் சாராத தனிப்பட்ட பழங்குடியினரான மீனவர்களை மதம் மாற்றுவது என்பது அவருக்கு சிக்கல் இல்லாதத் தீர்வு. இப்படித்தான் ஆயிரக்கணக்கான முக்குவர் சமூக மக்கள் மொத்தமாக மதமாற்றம் செய்யப்பட்டனர். இந்த மக்களை மட்டுமே தனிப்பட்ட முறையில் சவேரியார் தானே முன்னின்று மதமாற்றம் செய்தார். பரவர் இன மக்கள் அவர் வருவதற்கு முன்னரே மிகேல் வாஸால் (Miguel Vaz) மதமாற்றம் செய்யப்பட்டனர்.''

''பூவாற்றுப் பள்ளம் மதமாற்றம் என இதை அழைக்கிறோம். பூவாறு விழிஞ்சத்தின் அருகேயும், பள்ளம் மணக்குடிக்கு அருகேயும் உள்ளன. இந்த மாற்றத்துக்குப் பின்னான அரசியல், சமூகச் சூழல் இது. இந்த முக்குவர் மீனவர்கள் மேல் விதிக்கப்பட்ட

வரியை நீக்கும்படி போர்ச்சுகீசிய அரசிக்கு சவேரியார் கடிதம் எழுதியுள்ளார். இந்த வரியை 'காலணிப் பணம்' (shoes money) என அழைத்தனர். போர்ச்சுகீசிய அரசியின் கால் செருப்பை சுத்தம் செய்ய இந்த வரி பயன்படுத்தப்பட்டது. இதை எழுதும் சவேரியார், 'இந்த வரியை நான் மறைகல்வி சொல்லித்தரும் உபதேசிமார், ஆசிரியர்களுக்கு ஊதியமாகத் தர வழிசெய்யுங்கள். விண்ணக வாழ்வில் உனக்கு இன்னும் அதிக புதிய செருப்புகள் கிடைக்கும்', எனக் குறிப்பிடுகிறார்.

இந்த முழு கடற்கரைப் பகுதியும் போர்ச்சுகீசியர் கட்டுப்பாட்டில் இருந்தது. சமூக, அரசியல், மத விழுமியங்கள் மூலம் இம்மக்களை அவர்கள் ஆண்டனர் எனச் சொல்லலாம். மதம் மாறியதால் இம்மக்கள் போர்ச்சுகல் நாட்டின் குடிமக்களாயினர். இதனால் இங்கிருந்த பங்கு குருக்களே சட்டம் ஒழுங்குக்கு பொறுப்பாய் இருந்தனர். சவேரியார் இம்மக்களைக் கண்காணிக்க, கணக்கப் பிள்ளை, மெலிஞ்சி (போர்ச்சுகீய சொல்லான 'மெலின்- ஹோ'வின் தழுவல் இது, பொருள்- சிறைக் கண்காணிப்பாளர் என தந்தை குறிப்பிடுகிறார்) போன்றோரை நியமித்தார். ஆலயங்களை ஒட்டியுள்ள மணிகூண்டுகள் ஒரு காலத்தில் சிறையாக பயன்படுத்தப்பட்டன. கணக்கப்பிள்ளை தண்டனையை முடிவுசெய்து அறிவிப்பவர்.''

"சட்டம் ஒழுங்கு, ஒழுக்கம், பொருளாதாரம், பாதுகாப்பு, என மொத்த அதிகாரமும், பொறுப்பும் குருக்களிடம் இருந்தன. குரு சொற்படி நடக்காவிட்டால், படை வீரர்கள் கைது செய்ய வருவார்கள். இன்றும் அதே தொடர்கிறது!* பங்கு குருவின் சொல்லுக்குக் கீழ்ப்படியவில்லை என்றால் காவல்துறை வரும். ஆனால் அவர்கள் நேரடியாக வரமாட்டார்கள். காவல் நிலையத்துக்கு ஒரு புகார் எழுதிச் சென்றால், பங்கு குருவுக்குச் சொன்னாயா என்றுதான் துணைக் கண்காணிப்பாளர் கேட்பார். பங்கால் செய்யமுடியாத விஷயங்களே காவல்நிலையத்துக்கும், சட்டத்தின் முன்பும் வருகின்றன. ஒரு வேளை நல்ல மீன்பிடி இருந்தால், மக்கள் பங்கு குரு நன்றாக செபம் செய்ததால் கிடைத்தது எனப் பாராட்டுவர். ஒரு வேளை காவல்துறை கிராமத்துக்குள் புகுந்து மக்களை அடிக்கத் தொடங்கினால், அதே

(*போர்ச்சுகீசிய மத குருக்கள் இங்கே செய்திருந்த அமைப்பை, மதச்சார்பற்ற நிர்வாகமாகக் காட்சியளித்த 'தோற்ற நாடு' (Quasi State) மத நிர்வாகம் என்றே தென்னிந்தியா- முக்குவர் கத்தோலிக்கம் கட்டுரையில் பிரான்சிஸ் ஜெயபதி, சே.ச, குறிப்பிடுகிறார்.)

மக்கள் பங்கு குருவிடம், 'காவல்துறையை ஏன் உள்ளே விட்டீர்கள்?' எனக் கேட்பர்.''

''இன்றும் இதுதான் நிலை. பங்கு குரு அனுமதியின்றி காவல்துறை எப்படி ஊருக்குள் வந்தது என்ற கேள்வியை இங்கே கேட்கின்றனர். கடல் அரிப்புத் தடுப்புச் சுவர் கட்டவேண்டும் என்றால், முதலில் பங்கு கவுன்சிலில்தான் விவாதிக்கின்றனர். பங்கு குரு, பங்குப் பேரவையினருடன் பொதுப்பணித்துறை உள்ளிட்ட அனைத்து அலுவலகங்களுக்கும் செல்லவேண்டும். இதைத் தவிர வேறு எந்த அதிகார மையமும் இங்கு எடுபடாது.''

''இன்னும் இம்மக்கள் தங்கள் பழங்குடி வழக்கங்களை விட்டுவிட வில்லை. இவர்களிடம் சமூக உணர்வு ஆழமாக இருக்கிறது. அவர்களது தொழிலின் இயல்பு காரணமாகவும் அவர்கள் மற்றவர் களைச் சார்ந்தே இருக்கவேண்டியுள்ளது. கடலின் சீற்றத்தை சமாளிக்க அவர்களுக்கு இந்தக் குழூ உணர்வு அவசியமாகிறது. எதிரியே இருந்தாலும், நம்முடன் அவன் படகில் இருந்தால், அனுசரித்தே போகவேண்டும். படகு தத்தளித்து நாம் கடலில் விழுந்தால், நம்மைத் தூக்கிவிடுபவன் அவனே என்பது இந்த மக்களுக்குத் தெரிந்திருக்கிறது. இயற்கையுடன் நேரடியாக இவர்கள் தொடர்பில் இருக்கின்றனர் என்பதால் இந்த சமூக உணர்வு அவர்களிடம் அதிகம் உண்டு.''

''கன்னியாகுமரி கடல்பகுதி நெருக்கடியான பகுதி. நெரிசலான இடம். இந்த மாவட்டமே மக்கள் தொகை அதிகம் கொண்டது. இங்குள்ள தட்பவெப்ப சூழலும் கடல் தொழிலுக்கு ஏற்றது. வாழ்வதற்கும் ஏற்ற நல்ல இடம் இது. வடகிழக்கு மற்றும் தென்மேற்கு பருவமழை என இரு மாநிலங்களுக்குக் கிடைக்கும் நல்ல மழையும் இங்கு உண்டு. அதிக வெப்பமும் இல்லாதது. ஆழ்கடல் கொண்ட பகுதி, தீபகற்பத்தின் தென் மேற்குப் பகுதி என்பதால், பெரும் நீர்ப்பரப்பு இது. மேற்குத் தொடர்ச்சி மலையில் உருவாகும் ஆறுகள் அனைத்தும் இங்கு வந்தே கடலில் கலக்கின்றன. அதனால் வளமான பகுதி இது. இதன் காரணமாக கரையோர கடல்நீர் மீன்களின் இனப்பெருக்கத்துக்கு ஏதுவானதாகவும் இருக்கிறது.''

''இங்கு மீன் படுவதும் அதிகம். சீற்றம் அதிகமுள்ள கடலாக இருப்பினும், பாரம்பரிய முறைப்படி மீன் பிடிப்பவர்களும், தேவையான தொழில்நுட்பத்தை மட்டுமே பயன்படுத்தி போதிய பணம் ஈட்டுகின்றனர். படகோ, வேறு எந்த கருவியோ சொந்தமில்லாத சாதாரண கூலித் தொழிலாளிகூட இங்கு போதிய அளவுக்கு பணம் சம்பாதிக்கிறான், 50000, 60000 ரூபாய்க்கு சீட்டு

கட்டுகிறான். உடல் உழைப்பை மட்டுமே தந்தால் போதுமானது. அதனால் இந்த சூழலைக் கெடுக்கக் கூடிய எந்த ஆபத்தான திட்டத்துக்கும் இங்கு இடமில்லை. நூற்றுக்கணக்கான ஏக்கரை வளைத்துச் செய்யும் எந்தப் பெரிய திட்டத்துக்கும் இங்கு ஒதுக்க இடமும் இல்லை. இது எங்கள் இடம். இந்த இடத்தை விட்டு நாங்கள் எங்கும் போகமாட்டோம்.''

''நாங்கள் செய்தித்தாள் வாசிக்கிறோம். ஒரு நாள் மத்திய அமைச்சர், ''குளச்சல் துறைமுகம் இத்தனை ஆயிரம் கோடி ரூபாய் செலவில் அமைகிறது'' என்று கூறுகிறார். முதலில் நாங்கள் இதை கண்டு கொள்ளவில்லை. எங்கள் பகுதியிலிருந்து அமைச்சரான பிஜேபி பிரமுகர் ஒருவர் குளச்சல் துறைமுகம் பற்றிப் பேசுகிறார் என்றே சாதாரணமாக எடுத்துக்கொண்டோம். சில நாள்கள் கழித்து, ''குளச்சல் துறைமுகம் இனயத்தில் அமைகிறது'', எனப் பேட்டி கொடுக்கிறார். ஊடகங்கள் இதில் ஆர்வம் காட்டத்தொடங்கி, நிறைய விஷயங்களை எழுதத் தொடங்குகின்றனர். நாங்கள் அவற்றை வாசிக்கத் தொடங்குகிறோம், கவனிக்கிறோம். இப்போது எங்களுக்கு நிலைமையின் தீவிரம் புரிந்தது.''

''இது போன்ற மக்கள் பிரச்சனைகளில் ஆர்வம் காட்டும் நண்பர்களை அழைத்து இதுகுறித்து விவாதித்தோம். எங்களுக்குக் குழப்பமாக இருந்தது. அரசின் வலைதளங்களில் இது குறித்து ஏதாவது தகவல் பதிவு செய்யப்பட்டிருக்கிறதா எனத் தேடத் தொடங்கினோம். வாசிக்க எதுவும் கிடைக்கவில்லை. இங்கு ஒரு துறைமுகம் அமைந்தால் என்ன சிக்கல் ஏற்படும் என்பதுகூட எங்களுக்குத் தெரியவில்லை. குறிப்பாக ஒரு சரக்குப்பெட்டக துறைமுகம் எங்களுக்கு என்ன செய்யக்கூடும் என்பதை நாங்கள் உணரவில்லை.''

''பெருமளவில் நிலமீட்டாக்கம் (reclamation) நடைபெறப் போகிறது என்பது மட்டும் புரிந்தது. இன்று மீன் பிடிக்கும் இடத்தில் நாளை மீன் பிடிக்க முடியாது. கரையோரம் அதற்கு நிறைய இடம் தேவை. ஆக இன்று வீடு இருக்குமிடம் நாளை உனதாக இருக்காது என்பது புரிந்தது. இப்படித் தெளிவின்றிதான் இதைப் புரிந்து கொண்டிருந்தோம். இதை எடுத்துக்கொண்டு திருவனந்தபுரம் சென்றோம். அங்கு அவர்கள் ஏற்கனவே விழிஞ்சம் அதானி துறைமுகம் அமைவதற்கு எதிராகப் போராடியவர்கள். திருவனந்த புரம் பேராயத்தின் ரெக்டர் ஜெனரல் தந்தை என்.டி.பெரெய்ராவைத் தொடர்பு கொண்டோம். அவரது அனுபவம் என்ன, அவர்கள் இதை எதிர்த்தார்களா எனக் கேட்டோம்.''

"அவர், 'மக்களுக்குப் புரியவைப்பது கடினமாக இருக்கிறது; வேலை தருகிறோம் என்று அவர்கள் (அதானி) மக்களுக்கு ஆசை காட்டுகின்றனர்', எனச் சொன்னார். நாங்கள் அந்தப் பகுதிகளை நேரில் பார்க்கவேண்டும், புரிந்துகொள்ளவேண்டும் எனச் சொன்னோம். அவரும், 'வந்து பாருங்கள், உங்களுக்கு விளக்கமாகச் சொல்ல எங்களிடம் ஆள்கள் இருக்கின்றனர்', எனச் சொன்னார். எங்களோடு டி.பீட்டர் என்றொருவர் பேசினார். அவர் தேசிய மீனவர் சங்கத்தின் (National Fishworkers' Union) தலைவர். கடந்த ஆண்டு கொரோனாவால் இறந்துபோனார். விழிஞ்சம் அதானி துறைமுகத்துக்கு எதிராக ஊடகங்களில் அதிகம் பேசிவந்த ஜோசப் விஜயன் என்பவரும் இன்னும் நால்வரும் எங்களுடன் விவாதித்தனர். திருவனந்தபுரம் ஆயர் இல்லத்தில் இந்த சந்திப்பு நடந்தது. அவர்கள் எங்களிடம், 'கவனமாக பார்த்துக்கொண்டே இருங்கள். முன் செயலாக்க அறிக்கையான (pre feasibility report) தொழில்நுட்ப பொருளாதார செயலாக்க ஆய்வு (techno economic feasibility study) ஒன்றை அரசு வலைதளத்தில் பதிவேற்றம் செய்வார்கள். அதில் நீங்கள் எல்லாம் தெரிந்துகொள்ளலாம்', எனச் சொல்லியனுப்பினர்."

"அரசு அதை வெளியிட்டதும் நுணுக்கமாக அதை வாசித்தோம். எங்கே அமையும், எவ்வளவு இடம் தேவைப்படுகிறது, சரக்குப் பெட்டகங்கள் வைக்கும் இடம், கப்பல்கள் நிற்கும் இடம், இணைப்பிடம், மீட்டெடுக்கப்படும் இடம் எவ்வளவு, என என்னென்ன கட்டுமானத்துக்கு எவ்வளவு இடம் தேவை என்பதைப் படித்துத் தெரிந்துகொண்டோம். இப்போது எங்களுக்குத் தெளிவாக இருந்தது. அதைக் கொண்டு, அமைச்சரிடம் அனுமதி பெற்று அவரை சந்தித்தோம். 'உங்களுக்கு இந்தத் திட்டம் வேண்டும் என்றால், மக்களிடம் நீங்கள் கேட்க வேண்டாமா? அவர்கள் தானே பாதிக்கப்படவிருக்கும் பங்குதாரர்கள்?' எனக் கேட்டோம். அவரோ,'மீன் பிடிப்பதில் உங்களுக்கு என்ன வருமானம் வருகிறது? துறைமுகம் வந்தால் அங்கே உங்கள் எல்லோருக்கும் வேலை கிடைக்கும். கூடங்குளத்தில் எல்லோருக்கும் வேலை கிடைத்தது'', என எங்களிடம் சொன்னார். நாங்கள் திரும்பிவந்து, பகுதியின் அனைத்து பங்கு குருக்களையும் அழைத்தோம். விஷயத்தை ஆயர் கவனத்துக்குக் கொண்டுசென்றோம்."

"மறைமாவட்டத்தில் கடல்புற அமைதி மற்றும் முன்னேற்றத் துறை (Coastal Peace and Development Department - CPD) இயங்கி வருகிறது. மீனவர் சமுதாயம் சம்பந்தப்பட்ட எந்த விஷயமும் இந்த

அமைப்பின் மூலமே பேசப்படுகிறது. அந்தத்துறை ஏற்பாடு செய்த கூட்டத்துக்கும் பங்குப்பேரவைகள், மீனவர் சங்கங்கள், இதனுடன் சம்பந்தப்பட்ட மற்ற அமைப்புகள் அனைத்தும் அழைக்கப்பட்டன. இந்தக் கூட்டத்தில் பிரச்சனை குறித்து ஆழமாக விவாதிக்கப் பட்டது. இது போன்றக் கூட்டங்களைக் கொண்டு வெறும் பரபரப்பு மட்டுமே ஏற்படுத்த முடியாது.''

"இங்கு நீங்கள் எல்லாவற்றையும் தெளிவாக விவரிக்கவேண்டும். அனைத்துக் கட்சியைச் சேர்ந்தவர்களும் இந்தக் கூட்டங்களில் இருப்பர். அரசியலும் அங்கு உண்டு. ஆனால் மீனவர் சமூகத்துக்கு எதிரானது எனத் தெரிந்தால், அதை இன்னும் ஆதரித்தால், சமூகத்தக்கு எதிரியாகப் பார்க்கப்படும் ஆபத்து உண்டு. அப்படி வரும் சூழலில், தங்கள் கட்சியிடம் பேசுவதாக அவர்கள் சொல்லி, அதற்கான முயற்சியும் எடுப்பார்கள். உலக மீனவர் நாளான நவம்பர் 21, 2017 அன்று மக்கள் திரண்டு இனயம் தேவாலய வளாகத்தில் போராட்டம் நடத்தினோம். தேவாலயம் வத்திகானின் சொத்து அல்ல, மீனவ சமூகத்தின் சொத்து. வழக்கமாக நவம்பர் 21 அன்று ஒன்று கூடி மகிழ்வாகக் கொண்டாடுவோம். இம்முறை இந்த பிரச்சனையைக் கையில் எடுத்துக் கொண்டோம்.''

"இதில் முக்கியமாக செயல்பட்ட ஒருவரைக் குறித்து சொல்ல வேண்டும். திரு.ஜேசையா. அவர் மாரடைப்பால் பின்னர் இறந்துபோனார். தேர்ந்த அனுபவம் கொண்ட அரசியல்வாதி, மூன்று முறை குளச்சல் ஊராட்சியின் தலைவராக இருந்துள்ளார். கடைசியாக திமுகவில் இருந்தார். அவர் துறைமுகத்தின் தொழில்நுட்ப, பொருளாதார செயலாக்க ஆய்வறிக்கையை ஆராய்ந்தார். எங்களுக்கு அதை விளக்கிச் சொல்லுமாறு அவரைப் பணித்தோம். மக்களுக்கு எளிதாகப் புரியும் வகையில் அறிக்கையை அவர் படித்துக் காட்டினார்.''

"மக்களிடம் செயலாக்க அறிக்கையை வாசித்த பிறகு, அங்கே பொதுத் தீர்மானம் ஒன்று நிறைவேற்றப்பட்டது. 'துறைமுகம் இனயத்தில் தேவையில்லை', என்பதே அது. இது போன்ற கூட்டங்களை ஒவ்வொரு பங்கிலும் நடத்துவது எனத் தீர்மானிக்கப் பட்டது. கன்னியாகுமரி மாவட்டத்தின் அத்தனை பங்குகளிலும் ஒரு நாள் அடையாள உண்ணாவிரதம் கடைபிடிக்கப்பட்டது. அப்போது இந்த அறிக்கையை மக்களிடம் விளக்கத் தெரிந்தவர்கள் அனைவரும், ஒவ்வொரு பங்கிலும் இதை வாசித்துக் காட்டி மக்களிடம் விளக்கினர். அதன் பின் சர்வே போன்றவற்றை எடுக்க வழிவகுக்கும் விரிவான திட்ட அறிக்கை (Detailed Project Report)

தயாரிக்க அனுமதிக்கக் கூடாது என்று முடிவு செய்தோம். அதற்கு அவர்கள் ஓரிருமுறை முயன்றபோது, மக்கள் அவர்களைக் களத்தில் தடுத்து நிறுத்தினர். அவர்கள் நேரடியாக என்று வந்தனர்? அப்பாவி வடகிழக்கு இளைஞர்கள்தான் களத்துக்கு ஆய்வு செய்ய வந்தவர்கள். மக்களில் ஒன்றிருவர் வந்து ஆய்வு செய்யவந்தவர் களை பங்கு குருவின் வீட்டில் பிடித்துவைத்துக் கொண்டனர். காவல்துறை வந்தது. திட்டத்துக்கு ஏற்பட்ட கடுமையான எதிர்ப்பைக் கண்ட மாநில அரசு, மத்திய அரசின் அழுத்ததுக்கு அசைந்துகொடுக்கவில்லை.''

''ஜெயலலிதாவோ, எடப்பாடியோ, ஓ.பி.எஸ்ஸோ யார் பொறுப்பில் இருந்தாலும், மத்திய அரசிலிருந்து பிரதிநிதிகள் வந்தால், 'நீங்கள் விரிவான திட்ட அறிக்கையை' சமர்ப்பியுங்கள், நாங்கள் ஆவன செய்கிறோம்' எனச் சொல்லியனுப்பினார்கள். இப்போது விரிவான திட்ட அறிக்கையை செய்யவே விடக்கூடாது என்ற தெளிவு இதைக்கண்டு எங்களுக்கு வந்தது. அதன் பின் அவர்கள் மாநில அரசிடம் ஆய்வுக்கு ஒத்துழைப்பு கோரினர். பொது மக்களிடம் வரவேற்பு இல்லை, எங்களால் எங்கள் கைகளை சுட்டுக்கொள்ள முடியாது என மாநில அரசு தப்பித்துக்கொண்டது.''

''மாநில அரசின் அந்த நிலைப்பாடு நல்லதாகவே அமைந்தது. அவர்களால் ஆய்வு செய்யமுடியவில்லை. பெண்கள், குழந்தைகள்

இனயம் சரக்குப்பெட்டகத்துக்கு எதிரான
மக்கள் போராட்டக்குழுவின் பேரணி, படம் நன்றி - PMAEICTT

உள்ளிட்ட அனைவரும், மீண்டும் ஒரு நாள் உண்ணாவிரதம் இருந்தனர். அன்று மீன் பிடி தொழிலுக்கும் யாரும் செல்லவில்லை. ஆலயபீடங்களில் வேலைநிறுத்தம் அறிவிக்கப்பட்டது. ஆலயத்தில் குரு சொல்வதே ஊரின் முடிவு. அவர் எப்படி முடிவு எடுப்பார்? பங்குப் பேரவை, மீனவர் சங்கம், மற்ற அமைப்புகள் என அனைவரிடமும் கலந்து ஆலோசித்து, அனைவர் சம்மதத்துடனும் தீர்மானம் நிறைவேற்றப்பட்டு, 'ஊர் முடிவு' எடுக்கப்படும். எடுத்த முடிவை அறிவிக்கும்படி குருவானவருக்கு வேண்டுகோள் வைக்கப்படும்.''

''உங்களைப் போல சென்னையில் இருந்து வருபவர்கள், 'இங்கே பங்கு குரு 'ஆட்சி' செய்கிறார்' என்று நினைப்பீர்கள். இப்படித்தான் 'முக்குவர் பெண்கள்' நூலை எழுதிய கல்பனா ராம், பங்கு குருக்களை, 'கடற்புரத்தின் குட்டி ராஜாக்கள்' என எழுதினார்... (சிரிப்பு) வெளியே இருந்து இங்கு வரும் யாருக்கும் இது புரியாது. இங்கே உள்ளுக்குள் என்ன நடக்கிறது என்பது தெரியாது. பார்வைக்கு அப்படித்தான் தெரியும். ஆனால் அப்படி எழுதிய கல்பனா ராம் இங்கு வந்தபோது, அவருக்கு பங்குகுருவின் வீட்டில் தங்க இடம் ஒதுக்கப்பட்டது, மக்களுடன் நேரில் பேசி தகவல் சேகரிக்க வாய்ப்பு ஏற்படுத்தித் தரப்பட்டது. அது அத்தனை எளிதல்ல. எந்த மீனவ கிராமத்துக்குள்ளும் பங்கு குருவின் அனுமதியின்றி யாரும் உங்களிடம் அவ்வளவு எளிதில் பேசிவிடமாட்டார்கள். இப்படித்தான் மீனவ சமுதாயம் தன் இறையாண்மையைக் காத்துக் கொள்கிறது.''

''இனயத்தில் பன்னாட்டு சரக்குப் பெட்டகத்துக்கு எதிரான மக்கள் இயக்கம் போராட்டத்தை முன்னெடுத்தது. அதன் தலைவராக ஜேசையா இருந்தார். இனயத்தின் அப்போதைய பங்கு குரு அன்பரசன் இதில் மிக முக்கியப் பங்காற்றினார். இனயத்துக்கு அருகே இஸ்லாமியர் சமூகம் ஒன்றும் வசிக்கிறது. முக்குவர் மீனவர்களை பாதிக்கும் எந்த விஷயமும், அவர்களையும் பாதிக்கிறது*. அவர்களின் ஜமாஅத் எங்களுடன் போராட்டத்தில்

---

* இனயம் பன்னாட்டு சரக்கு பெட்டக துறைமுகத்துக்கு எதிராகவும், குடியுரிமை திருத்த சட்டத்துக்கு எதிராகவும் நம் இரு சமூகத்தினரும் இணைந்து நடத்திய போராட்டங்கள் நம் இரு சமுதாயத்தினர்களின் ஒற்றுமைக்கு, நல்லிணக்கத்துக்கு எடுத்துக்காட்டு – என்.எஸ்.ஏ. லத்தீஃப், எஸ்.எஸ்.ஹமீது, இஸ்லாமிய சகோதரர்களின் பார்வையில் இனயம் கட்டுரை, புனித லேனாம்மாள் ஆலய 150வது ஆண்டு ஜூபிலி மலர்.

இணைந்துகொள்ள முடிவெடுத்தது. அவர்களின் பிரதிநிதிகளும் மக்கள் இயக்கத்தில் உறுப்பினர்களாக்கப்பட்டனர். அதே போல பாறைக்கன்விளை சி.எஸ்.ஐ. கிறிஸ்தவ நாடார்களும் போராட்டத்தில் இணைந்தனர். அவர்களில் கேஸ்மிக் சுந்தர் என்ற வழக்கறிஞர் ஒருவர் உண்டு. கமிட்டியில் முக்கியமான மூவரில் அவரும் ஒருவர். ஆலஞ்சி போன்ற ஊர்களிலிருந்து ரோமை கத்தோலிக்க நாடார்களும் எங்களுடன் இணைந்துகொண்டனர். காரணமாகவே இந்த முடிவுகள் எடுக்கப்பட்டன. அனைத்து சமூக மக்களையும் இணைத்துப் போராடவேண்டும், ஒற்றை சமூக/மதப் போராட்ட மாக இது பார்க்கப்படக்கூடாது என்பதில் தெளிவாக இருந்தோம். போராட்டத்தை மதச்சார்பற்றதாக்க வேண்டிய அவசியம் இருந்தது.''

''கத்தோலிக்கக் கிறிஸ்தவ குருக்களின் அணிதிரட்டல் இல்லாமல் இந்த போராட்டம் சாத்தியம் இல்லை என்பது வலதுசாரிகளுக்குத் தெரிந்தே இருக்கிறது. அவர்கள் இல்லையென்றால் நீங்கள் பார்ப்பது போன்ற பிரம்மாண்ட மக்கள் கூட்டம் அணிதிரள வாய்ப்பேயில்லை. பிரச்சனையின் அடிவேரைத்தான் நீங்கள் அடிக்கவேண்டும் இல்லையா? இவ்வளவு மக்கள் கூட்டம் சேரவில்லை என்றால் அவர்கள் இதை முடித்திருப்பார்கள். எண்ணிக்கையில் குறைவாக இருந்த இஸ்லாமிய, பிற கிறிஸ்தவ சமூக மக்களை விட்டுவிட்டு, ரோமை கத்தோலிக்க குருக்களை அவர்கள் குற்றம் சாட்டுவது இதனால்தான். பெரிய அளவில் மக்கள் போராட்டம் வெடித்த காரணத்தால், அப்போதைய அமைச்சருக்கும் இனயத்தில் இந்தத் திட்டத்தை செயல்படுத்துவது நடக்கும் காரியமல்ல எனப் புரிந்துபோனது. 'எங்கள் தொழில்நுட்ப ஆய்வுகளின்படி இனயம் துறைமுகத்துக்கு ஏற்ற இடமல்ல, கன்னியாகுமரியே சரியான இடம்' என அவரே அறிவித்தார். அவர்களது அரசியல் ஆய்வு, இனயத்தில் எதுவும் நடக்காது என அவர்களுக்கு உணர்த்தியிருக்க வேண்டும். அரசின் இந்த முடிவால் போராட்டம் முடிவுக்கு வந்தது. அடுத்த தேர்தலில் அமைச்சருக்கு பதவியும் பறிபோனது. இனயம் துறைமுகம் குறித்த பேச்சும் மறைந்து போனது'', என்று சொல்லி முடிக்கிறார் தந்தை கிளாரெட்.

சான்றுகள்

- *தமிழர் நாட்டுப் பாடல்கள், பாகம்-2, நா. வானமாமலை - நியூ செஞ்சுரி புக் ஹவுஸ்*
- *மீனவர்கள் அம்பா பாடல்*, Channel 4 Tamil - YouTube

- *அம்பா, மு.புஷ்பராஜன் - அலை வெளியீடு, 1976*
- https://www.indiancatholicmatters.org/when-st-francis-xavier-protected-a-hindu-kingdom/
- https://en.wikipedia.org/wiki/Padr%C3%A3o
- https://www.bbc.com/news/world-europe-48309694
- https://archive.nytimes.com/www.nytimes.com/books/first/w/welsh-africa.html
- https://gondwana-collection.com/blog/bartholomeu-dias-watery-grave-at-the-cape-of-storms
- https://ejatlas.org/print/peoples-movement-against-enayam-international-container-transshipment-terminal
- https://www.thenewsminute.com/article/why-20000-families-kanyakumari-are-angry-about-enayam-port-project-40561
- Southern India – Mukkuvar Catholicism, Francis Jayapathy, S.J. (Credit Fr. Antony Claret)
- *புனித லேனாம்மாள் ஆலயம், இனயம், 150வது ஆண்டு ஜுபிலி மலர்*

57

பாலப்பள்ளம் குடில் – மத்திகோடு

"இன்னும் எத்தனை வருஷம்னாலும் சரி, நான் இந்தக் குடில்ல எதாவது ஒரு வேலைய செஞ்சிட்டுதான் இருப்பேன். எனக்கு அதுல ஒரு திருப்தி, நிம்மதி. அதானே லைஃப்ல முக்கியம்?"

●

அன்றைய கடற்கரைப் பயணத்தை முடித்துக்கொண்டு இரவு மார்த்தாண்டத்தில் தங்குவதாகத் திட்டம். மீண்டும் குமரி வரை பயணித்துத் தங்குவதில்லை என அன்று மதியமே முடிவு செய்தாயிற்று. குளச்சல் பகுதியில் இன்டர்நெட் ஓரளவுக்கு நன்றாக இருக்கும்போதே, அன்று இரவு தங்க ஓட்டல் பார்த்து, மார்த்தாண்டம் சித்ரா ஓட்டலில் தங்குவதாக முடிவு செய்து கொண்டோம். ஓட்டலை நேரில் சென்று பார்ப்பது எனவும், ஒரு வேளை அங்கு சரியில்லை என்றால் நாகர்கோயில் போய்விடுவது எனவும் திட்டம். அந்த ஓட்டல் குறித்து அதிக விளம்பரமோ, விமர்சனங்களோ எதுவும் தென்படவில்லை. இரவு எட்டு மணிக்கு ஓட்டல் பார்க்கிங் வரை சென்றுவிட்டோம். 'வெஜிடேரியன்'. அவ்வளவுதான். உற்சாகம் எல்லாம் புஸ்ஸென்று வடிந்து போனது. பயணங்களில் பகல் முழுக்க வெயிலிலும், வியர்வையிலும் நனைந்து சுற்றி காக்காக் குஞ்சு போல

அறைகளுக்குத் திரும்பியதும் உற்சாகக் குளியல் ஒன்றைப் போட்டுவிட்டு, ஊறுகாய் அளவுக்கேனும் சிக்கன் வாங்கி மென்றுவிட்டுத் தூங்கினால்தான் நமக்குத் தூக்கமே இரவு வரும். அதிலும் புதுக்கோட்டையின் 'ராமனாதபுரம் சிக்கன் கிரேவி' இந்தப் பயணங்களில் இரவு வேளை கண்டுபிடித்த பெஸ்ட் உணவு என்பேன். இரவு தோசை சாம்பாரா என்று ஒரு நொடி யோசித்து விட்டு, தலையை மந்திரித்துவிட்ட ஆடு போல ஆட்டிக் கொண்டேன்.

''நோ. தோசை எல்லாம் நைட்டு சாப்பிட முடியாது. வாங்க, நம்ம வெளிய எதாவது சாப்பிட்டுட்டு தூங்க ஒட்டலுக்கு வருவோம்...''

நல்ல வேளையாக ரோடாவுக்கும் அது சரியென்று தோன்ற, கூகிள் மேப்பில், 'ரெஸ்டாரன்ட் நியர் மீ' தேடத் தொடங்கினேன். ஷவர்மாவாக கூகிள் கொட்டியது. அதில் ரிவ்யூக்கள் தேடி, ஷஃபா ஷவர்மா கடையைத் தேடிப் பிடித்தோம். கடைக்குள் நுழைந்ததுமே அவனைப் பார்த்துவிட்டேன். எனக்கு அதிர்ச்சி. என்னை விட அவனுக்கு!

''ஏ...நீ என்ன எங்க ஊருல? எனக்குச் சொல்லாம?'', சட்டென எழுந்துகொண்டான். உணவருந்திக் கொண்டிருந்த அவன் குடும்பத்திடம் என்னை அறிமுகம் செய்துவைத்தான். கடைசியாக என்.சி.ஜே.யை நான் எட்டாம் வகுப்பில் பார்த்ததாக நினைவு. பாலகிருஷ்ணன் என்று பெயர் இருந்தாலும், எங்களுக்கு அவன் என்.சி.ஜே.தான். ஒரு நாளும் விபூதி கலைந்து அவன் முகத்தைப் பார்த்ததில்லை. பள்ளி வகுப்புக் குழுப் புகைப்படத்தில் கூட அவன் நெற்றி நிறைய விபூதியுடன்தான் இருப்பான். எட்டாம் வகுப்போடு மறந்துபோனவனை, சில ஆண்டுகள் முன்பு ஃபேஸ்புக்கில் தேடிக் கண்டுபிடித்தேன். அதிகம் பேசாதவன்; ஆனால் அன்பு நிறைந்தவன். கணவர் தோகாவில் இருக்கிறார் எனச் சொன்னதும், அவரைத் தேடிச்சென்று பார்த்துப் பேசிய பால்ய கால நண்பன். எத்தனை ஆண்டுகளுக்குப் பின் சந்திக்கிறோம்... அதுவும் அவனுக்குப் பிடித்த ஷாவர்மா கடையில்...

''நீங்க ஆர்டர் குடுங்க என்ன? நா வரேன்'', என்றான். நாங்கள் மேசையைக் கண்டுபிடித்து ஆர்டர் கொடுக்கத் தொடங்குவதற்குள் கையில் பிளாக் டீயுடன் வந்துவிட்டான். ''இங்க ஷாவர்மா நல்லா இருக்கும். நீங்க இடியாப்பம் சாப்பிடுறீங்களா?'', என ரோடாவிடம் கேட்டவன், வெய்ட்டர் பக்கம் திரும்பி, ''நம்ம ஃப்ரெண்டுங்க தான்... கேக்கறத சீக்கிரமா எடுத்துட்டு வாங்கண்ணே'', என்றான். கதை பேசத் தொடங்கினோம். அவனை ரோடாவுக்கு அறிமுகம்

செய்துவைத்தபின் அவன் என்ன செய்து கொண்டிருக்கிறான், ஏன் மீண்டும் கல்ஃப் செல்லவில்லை, இங்கே அவன் செய்துகொண்டிருக்கும் கட்டுமானத் தொழில் எப்படி இருக்கிறது என்றெல்லாம் பேசிக்கொண்டே வந்தபின்தான் கேட்டான். ''நீ என்ன எங்க ஊருக்கு வந்த? என்ன விஷயம்?''

''நான் புக்கு ஒண்ணு எழுதப்போறேன்..கிறிஸ்தவம் பத்தி..அதான் இந்தப் பக்கத்து சர்ச் எல்லாம் பார்த்துட்டுப் போகலாம்னு...''

''எங்கல்லாம் போன?''

விளக்கினேன். எப்படி தமிழ் மண்ணுடன் கிறிஸ்தவத்துக்கு தொடர்பு ஏற்பட்டது, மண் சார்ந்த பழக்கவழக்கங்களை விடாமல் பிடித்துக் கொண்டிருக்கிறோம் என பேசிக்கொண்டு இருக்கும் போதே, அவனும் அவன் நண்பர்களும் சேர்ந்து ஆண்டுதோறும் எற்பாடு செய்யும் பாலப்பள்ளம் குடில் போட்டி நினைவுக்கு வந்தது.

''யப்பா... இன்னும் குடில் எல்லாம் போடுறீங்களா? பாலப்பள்ளத்துல?''

''பின்ன? போன வருஷம் கொரோனான்னு கொஞ்சம் கம்மியா செஞ்சோம். அப்பயும் சில லட்சம் ஆச்சுல்ல?''

ரோடாவுக்கு புரையேறியது. ''என்னது குடிலுக்கு லட்சக் கணக்குலயா?', என்றார்.

''ஆமா... எங்க பாலப்பள்ளமா, கருங்கல்லான்னுதான் வருஷா வருஷம் போட்டியே நடக்கும். போன வருஷம் அவுங்க குடில் போடல்ல. நம்மதான் ஜெயிச்சோம்'', என்றான்.

ஃபேஸ்புக்கில் அவன் போடும் குடில் படங்களைப் பார்த்து ஆச்சரியப்பட்டதுண்டு. லட்சக்கணக்கில் செலவு செய்து கிறிஸ்துமஸ் காலத்தில் சினிமா செட் போல வெட்டவெளியில் போடப்படும் பிரம்மாண்டக் குடில்களுக்கு இடையே நடக்கும் போட்டியில் ஒவ்வொரு ஆண்டும் பரிசு வாங்கும் பார்ட்டி, நம் பாலகிருஷ்ணன்தான்.

அவனது சிறுவயது பள்ளி அனுபவங்கள் குறித்துப் பேச்சு திசை மாறியது. சிறு வயதில் தான் படித்த மத்திகோடு எல்.எம்.எஸ். பள்ளி, அந்த தேவாலயத்தின் உள்ளே நடந்த வகுப்புகளில் படித்தது, ஆலயத்தின் அழகு என விவரித்துக்கொண்டே போக, எங்களுக்கு மத்திக்கோடு ஆலயத்தைப் பார்க்கும் ஆசை ஏற்பட்டது. இருந்தாலும் அடுத்த நாள் ஊர் திரும்பவேண்டும் என்பதாலும்,

இன்னும் பல ஆலயங்களைப் பார்க்கவேண்டியது இருந்ததாலும், அங்கேயே முடிவு செய்யமுடியவில்லை.

''எங்க சர்ச் ரொம்ப அழகாயிட்டு இருக்கும். நீ அப்டியே எங்க வீட்ல வந்து தங்கிட்டு, காலைல சர்ச்சையும் பார்த்துட்டுப் போ'', என்றான். ''வாய்ப்பே இல்ல... எங்களுக்கு லேட் ஆயிரும். நாளைக்கு கோட்டார் சர்ச் போகணும், நெய்யூர், முளகுமூடு, திருவிதாங்கோடு எல்லாம் போணும். நிறைய பிளான் இருக்குய்யா... வீட்டுக்கு வந்தா கஷ்டம்'', எனச் சொல்லிப் பார்த்தேன்.

''அதெல்லாம் ஒண்ணும் கஷ்டம் இல்ல, நான் இப்டி ஃப்ரெண்ட்ஸ் வந்தா தங்கதுக்குன்னு தனியா ஒரு வீடு கெட்டிப் போட்டிருக்கேன். சின்ன ஸ்விம்மிங் பூல் கூட இருக்கு. வாயேன் நிவேதிதா...'', என்றுவிட்டு அவன் மொபைலில் அந்த வீட்டின் படங்களையும், நீச்சல் குளத்தின் படங்களையும் காட்டினான். ஐயையோ... ஆசையைத் தூண்டுகிறானே என சிந்தித்துக்கொண்டே வேண்டாம் என்று அவசரமாக மறுத்தோம். அடுத்த நாளின் வேலை தாமதமாகி விடும். ஓட்டல்தான் வசதி. நினைத்த நேரம் சட்டென கிளம்பி விடலாம். உணவுக்கு எங்களைப் பணமும் தரவிடாமல், அவனே தந்துவிட்டான். பதின்ம வயது நண்பனை நடுத்தர வயதில் எதிர்பாராத இடத்தில் பார்த்துப் பேசிய களிப்பில் அன்றைய இரவு கழிந்தது.

மறுநாள் காலை மத்திகோடு ஆலயத்தின் புகைப்படங்களை கூகிளாண்டவர் உதவியுடன் பார்த்தால், அட்டகாசமான ஓட்டுக் கட்டுமானம் தெரிந்தது. ரிங்கல்தோபே தொடங்கிய சபைகளில் ஒன்று அது எனத் தெரிந்ததும், சரி, வித்தியாசமாக இருக்கிறதே, நாம் ஏன் அங்கு செல்லக் கூடாது என யோசித்தேன். ரோடாவிடம் கேட்டதில் அவருக்கும் பெருமகிழ்ச்சி...

திருவிதாங்கோட்டுக்குப் போக வேண்டிய காரை மத்திகோடுக்குத் திருப்பினோம். என்னுடனான பயணங்கள் பற்றி ரோடா அலெக்ஸ் ஒரு புது நூல் அடுத்து எழுதக்கூடும். அரக்கி, வல்லரக்கி, கோபக்காரி, சண்டைக்காரி, நினைத்ததை செய்யும் பிடிவாதக்காரி என்று அவர் என்னை எப்படி அழைத்தாலும் அது சரியென்று அறிக! ஏனெனில் நாம் செய்யும் சேட்டைகள் அப்படி. ஒரு கோடைப் போட்டுவிட்டு, அதிலேயே பிடிவாதமாகச் செல்லத்துடிக்கும் ஆள் நான். அன்று காரைத் திருப்பச் சொன்னது ரோடாவுக்கே பெரும் அதிர்ச்சியாக இருந்தது போல. அவ்வப்போது கிள்ளிப் பார்த்துக் கொண்டே வந்தார். மத்திகோடு ஆலயத்தில் கூகிள் வரைபட லிங்க் நெட்வர்க் ஆடிய நடனத்தில் பாதியில் நின்று போனது.

மத்திகோடு ஆலயம்

குத்துமதிப்பாக அதே சாலையில் நேரே சென்றதில், எங்கள் நல்ல நேரம், ஞாயிறு காலை ஆராதனையின் ஒலி தெளிவாக எங்களை ஆலயத்தின் முன் கொண்டு நிறுத்தியது. கொரோனா கால கட்டுப் பாடுகள் இருந்ததால், ஆலயம் கிட்டத்தட்ட காலியாக இருந்தது.

முழுக்க ஓடுகளால் வேயப்பட்ட ஆலயம். அதில் பின்பகுதியில் இரு புறமும் சுழல் படிக்கட்டுகள், கட்டைகளாலான உத்திரம் என ஆலயத்தின் தொன்மை தெரிந்தது. பீடத்தின் மேல் ஐந்து கரங்கள் கொண்ட நட்சத்திர வடிவில் ஓடுகளை வேய்ந்தது போன்ற அமைப்பு ஆச்சரியப்படுத்தியது. ஆராதனை முடிந்ததும் அங்கே ஏலம் தொடங்கியது. முதியவர் ஒருவர் பீடத்தின் முன் செவ்விளநீர்க் குலைகள், வாழைக்குலைகள், அரிசி என ஒவ்வொன்றாக ஏலம் விடத்தொடங்கினார். வாழைக்குலை ஒன்றை, ''சர்ச் கொலை... ஐம்பது ரூபாய் ஐம்பது ரூபாய்'', என்று ஏலம் தொடங்க, என் பக்கத்தில் அமர்ந்திருந்த நீலவண்ணப் பட்டுச்சேலை அணிந்த அம்மாள், ''ஐம்பத்தி அஞ்சு'', என்றார். எனக்கு மட்டுமே அவர் சொன்னது மெல்லிய குரலில் கேட்டது என நினைத்தால், ஏலம் விட்டுக்கொண்டிருந்தவருக்கு காது மிகவும் கூர்மை போல...

''சர்ச் வாழைக்கொலை ஐம்பத்தி ஐந்து... ஐம்பத்தி ஐந்து ஒரு தரம்... ஐம்பத்தி ஐந்து...'' எனக் கூவிக்கொண்டிருந்தார். அவருக்கு வலதுபுறம் நின்றுகொண்டிருந்த ஆண்கள் கூட்டத்தில் ஒருவர்,

''அறுவத்தி அஞ்சு'', என ஏற்ற, ''அறுபத்தி ஐந்து... சர்ச்சு வாழைக் கொலை அறுபத்தி ஐந்து....அறுபத்தி ஐந்து... ஒரு தரம்'' என இவர் சொல்ல, அடுத்தவர் அதை எழுபத்து ஐந்து ரூபாய்க்குக் கேட்டார். ''எழுபத்தி ஐந்து... எழுபத்தி ஐந்து..நல்லா பெரிய வாழைக்கொலை எழுபத்தி ஐந்து..ஒரு தரம்...'' எனத் தொடங்கி மூன்று தரம் சொல்லிமுடித்தார். ஐம்பது ரூபாய்க்குத் தொடங்கிய ஏலம், எழுபத்தி ஐந்து ரூபாயில் முடிந்தது. மேசையில் அமர்ந்திருந்த நபர் நோட்டுப்புத்தகத்தில் இதை எழுதிக்கொண்டார். ஏலம் எடுத்தவர் அவரிடம் பணம் கொடுத்துவிட்டு, குலையை தூக்கிச்சென்றார். இதற்கு மொத்தமாக இரண்டு நிமிடங்கள் கூட ஆகவில்லை.

அடுத்து அரிசி...''நல்ல கோயில் அரிசி. ஒரு கிலோ அஞ்சு ரூபாய்'', என்று முதியவர் ஏலத்தைத் தொடங்க, ''நல்ல அரிசியா?'' என கூட்டத்தில் ஒருவர் கேட்டார். அரிசி அங்கே எங்கும் இல்லை. ஏலம் விடுபவர் அவர் அருகே நின்ற பெண்ணிடம் ஏதோ கேட்டுவிட்டு, ''ரேஷன் அரிசி ஐந்து ரூபாய் ஒரு கிலோ...'' என ஏலத்தை மாற்றினார். அடுத்து ஆறு ரூபாய், ஆறு ரூபாய் ஐம்பது பைசா, ஏழு, என ஏறி, இறுதியில் எட்டு ரூபாய்க்கு ஏலம் போனது. ''அடுத்து நல்ல அரிசி, செங்கல்பட்டு அரிசி....'' என ஏலம் தொடர்ந்தது.

அங்கே நின்றுகொண்டிருந்த பெண்களிடம் மெல்ல பேச்சுக்கொடுத்தோம். அவர்கள் இருவரும் மத்திகோடு ஆலயத்தின் பயிற்சி குருக்கள் (Deacons) என்று அறிமுகம் செய்து கொண்டார்கள். பெண்களுக்கு கிறிஸ்தவ சபைகள் பெரும்பாலும் முக்கியத்துவம் தருவதில்லை என்பது என் நீண்ட கால வருத்தம் என்பதால் ஆச்சரியமாக அவர்களைப் பார்த்தேன். கைகுலுக்கி இருவருக்கும் வாழ்த்துகள் சொன்னேன். அவர்களுடன் நானும் ரோடாவும் நின்று புகைப்படங்கள் எடுத்துக்கொண்டோம். எத்தகைய மாற்றம் இது!

தென்னிந்திய திருச்சபையின் குமரிப் பேராயத்தின் பெரிய, பாரம்பரியமான, தொன்மையான சேகரங்களில் (pastorate) மத்திகோடும் ஒன்று. பாலப்பள்ளம் கிராமத்தில் அமைந்த பண்டைய கிராமம் மத்திகோடு. மயிலாடியைத் தலைமையகமாகக் கொண்டு பணியாற்றிய முதல் மிஷனரிகளில் முக்கியமானவரான ரிங்கல்தோபே, மத்திகோடில் கிறிஸ்தவத்தின் முதல் வித்தை ஊன்றியவர். மயிலாடி மகாராசன் வேதமாணிக்கத்தால் 1806ம் ஆண்டு குமரி மாவட்டம் மயிலாடிக்கு அழைத்து வரப்பட்ட லண்டன் மிஷன் சொசைட்டியின் போதகரான ரிங்கல்தோபே, அவ்வூரை தன் தலைமையிடமாகக் கொண்டு மறைபரப்புப் பணியாற்றினார்.

ஊழியம் தொடங்கி ஓராண்டுக்குள் 40 பேரை கிறிஸ்தவ நம்பிக்கைக்குள் கொண்டுவந்தார். 1809ம் ஆண்டு கிறிஸ்தவ ஆலயம் ஒன்றை கட்ட அரசின் அனுமதி கிடைக்கவே, அவ்வாண்டு மயிலாடியில் வேதமாணிக்கம் தந்த நிலத்தில் அம்மாவட்டத்தின் முதல் சீர்திருத்தக் கிறிஸ்தவ தேவாலயத்தைக் கட்டினார். 1810ம் ஆண்டு திருவிதாங்கூர் அரசின் அனுமதி பெற்று புத்தளம் (இங்கு பனை கட்டைகளால் நிர்மாணிக்கப்பட்ட அழகிய பழைய ஆலயம் இருக்கிறது) உள்ளிட்ட ஆறு இடங்களில் ஆலயங்கள் எழுப்பினார். 1810 முதல் 1812ம் ஆண்டு வரை ரிங்கல்தோபே தக்கலையை அடுத்த உதயகிரி கோட்டையில் தங்கி, அங்கிருந்த ஐரோப்பிய வீரர்களுக்கு ஆராதனைகள் நடத்திவந்தார்.

அவ்வப்போது கோட்டைக்கு அருகேயுள்ள கிராமங்களான மத்திகோடு, அம்மாண்டிவிளை, பேயன்குழி, மூலச்சல், அனந்தநாடார் குடியிருப்பு போன்ற ஊர்களுக்க்கும் சென்று மறைபரப்புப் பணி செய்தார். 1810ம் ஆண்டு முதலே மத்திகோடில் கிறிஸ்தவ அறிமுகம் இருந்தது. இவ்வூரைச் சேர்ந்த ஊர்த்தலையாரி மாடன் மார்த்தாண்டன், சங்கரன் சத்தியநாதன், செம்பகப்பெருமாள் ஆகியோர் மயிலாடிக்குக் கால்நடையாகச் சென்று, திருமுழுக்கு பெற்று, முதல் கிறிஸ்தவர்கள் ஆனார்கள்.

''மத்திகோடைச் சேர்ந்த இவர்களும் இன்னும் சிலரும், 'வெள்ளை காக்கா' என்று அழைக்கப்பட்ட ஐயரை தரிசிப்பதற்காக 'சூட்டு' (பனை ஓலைகளை நீட்டமாக இணைத்து இறுகக் கட்டி தீக்கம்பம் போல வெளிச்சத்துக்கு பயன்படுத்துவது) கட்டிக்கொண்டு மயிலாடி சென்றுள்ளனர்'', என அவ்வூரைச் சேர்ந்த சுந்தர ஜார்ஜ் என்பவர் சேகர சபையின் வரலாற்று மலரில் எழுதியிருக்கிறார். அவர்கள் தங்கள் ஊருக்குத் திரும்பி, கிறிஸ்துவை இப்பகுதி மக்களுக்கு அறிவித்தனர். மரத்தடியிலும், திண்ணையிலும் கூடி கிறிஸ்துவை ஆராதித்து வந்த மக்கள், ஞாயிறு தோறும் மயிலாடிக்கு கால்நடையாகச் சென்று ஆராதனைகளில் கலந்துகொண்டனர்.

1816ம் ஆண்டு ரிங்கல்தோபே மிஷனை விட்டு விலக, மகாராசன் வேதமாணிக்கம் சபையின் தற்காலிகப் பொறுப்பேற்றார். 1817ம் ஆண்டு திருவிதாங்கூர் மிஷனுக்கு மிஷன் பணிக்கென வந்து சேர்ந்த மீடு போதகர், மிஷனின் தலைமையிடத்தை மயிலாடியில் இருந்து நாகர்கோயிலுக்கு மாற்றினார். இரண்டு ஆண்டுகள் கடும் உழைப்புக்குப்பின் சபைகளின் எண்ணிக்கை அதிகரித்தது. திட்டுவிளை, கிருஷ்ணன்கோயில், இரணியல், ஈத்தாமொழி, மத்திகோடு உள்ளிட்ட இடங்களில் அவர் ஊழியம் செய்தார். 1819ம்

ஆண்டு மத்திகோடில் ஓலையால் வேயப்பட்ட ஆலயம் ஒன்றை மீடு கட்டினார். சிறு பள்ளிக்கூடம் ஒன்றையும் 1825 ஆண்டு அவர் கட்டினார். அவர் தொடங்கிய சிறு பள்ளி இன்றும் எல்.எம்.எஸ். (London Missionary Society) மேல்நிலைப்பள்ளியாக வெற்றிகரமாக இயங்கிவருகிறது. மீடு போதகருக்குப் பின் இங்கு வந்த பேலிசு ஐயர் காலத்தில் விபத்து ஒன்றில் ஆலயத்தின் கூரை தீக்கிரையானது. (வாய்மொழித் தகவல்).

ஆலயம் புனரமைக்கப்பட்டு ஓட்டுக் கூரையாக மாற்றப்பட்டது. அடுத்து வந்த ஐசக் ஹென்றி ஹாக்கர் (Issac Henry Hacker) காலத்தில் சபை உறுப்பினர்களின் எண்ணிக்கை பெருகியதை அடுத்து, ஆலயத்தில் மக்களுக்கு இடமில்லாமல் போனது. ஹாக்கர் புதிய ஆலயம் கட்டுவதற்காக இடத்தைத் தேர்ந்து ஆலயம் கட்ட முடிவெடுத்தார். அப்போது சபையின் உபதேசியாராக இருந்த தேவிகோடு ஜெபஞானம், முதல் கிறிஸ்தவர்களான மாடன் மார்த்தாண்டன், சங்கரன் சத்தியநாதன் ஆகியோரின் வாரிசுகளிட மிருந்து இந்த ஆலயத்துக்கான இடத்தைப் பெற்றார்.

1883 ஆண்டு ஆலயத்துக்கு அடிக்கல் நாட்டப்பட்டது, ஆலயம் ஹாக்கரால் புனிதப்படுத்தப்பட்டது. 1947ம் ஆண்டு எல்.எம்.எஸ். ஆலயங்கள் தென்னிந்திய திருச்சபையுடன் (CSI) இணைந்தன. 1958ம் ஆண்டு ஆலயத்துக்கு மின் இணைப்பு கொடுக்கப்பட்டது. 1956ம் ஆண்டு ஆலய விரிவாக்கத்துக்கு அடிக்கல் நாட்டப்பட்டு, அதே ஆண்டு ஆலயம் விரிவாக்கம் செய்யப்பட்டு மீண்டும் பிரதிஷ்டை செய்யப்பட்டது. 1979ம் ஆண்டு ஆலய மணி கோபுரம் கட்டப் பட்டது. ஆலய பயன்பாட்டுக்காக இரு மிஷன் வீடுகள், இரு ஆழ்குழாய் கிணறுகள், கலையரங்கம், ஆலய அலுவலகம் ஆகியவை கட்டப்பட்டுள்ளன. ஆங்கிலப் பள்ளி ஒன்றும் தொடங்கப்பட்டு செயல்பட்டு வருகிறது. ஏழைகளுக்கு மாதாந்திர ஓய்வூதியத் திட்டங்கள் செயல்படுத்தப்பட்டு வருகின்றன. சபை நிகழ்வுகளை மக்கள் அறிந்துகொள்ள 'செய்திமலர்' என்ற காலாண்டு இதழ் கொண்டுவரப்படுகிறது. கல்வராயன் மலைப் பகுதியில் நியூ மத்திகோடு ஆலயம் ஒன்று கட்டப்பட்டுள்ளது.

ஆரம்பகாலத்தில் கோயில்களில் ஞாயிற்றுக்கிழமைகளில் சபை ஆராதனையும், மற்ற நாள்களில் பள்ளிக்கூடமும் நடந்து வந்தது. பிற்காலத்தில் திருவிதாங்கூரில் கல்வி நாட்டுடைமையாக்கப்பட்ட போது, கோயில் கட்டடங்களில் பள்ளிகள் இயங்கக் கூடாது என்ற ஆணை பிறப்பிக்கப்பட்டது. மத்திகோடு ஆலயத்தில் இயங்கிவந்த பள்ளி, தனி கட்டடம் கட்டி அங்கு மாற்றப்பட்டது. இவ்வாறு

மாற்றப்பட்ட மிஷன் கட்டடங்களுக்கு, திருவிதாங்கூர் அரசு மிஷனுக்கு ஒரு ரூபாய் வாடகை வழங்கிவந்தது. அரசுப் பள்ளி அரசுக் கட்டடங்களில் இயங்க வேண்டும் என்ற கொள்கைப்படி மத்திகோடு சபைக்கு சொந்தமான 5 சென்ட் நிலத்தை அரசுக்கு ஒதுக்கிக் கொடுத்து, அங்கு அரசு பள்ளியொன்றை கட்டியது. அரசுக்கு பள்ளி நடத்த இடம் ஒதுக்கித்தந்த சபை மத்திகோடு சபை.

இந்த சபையைச் சேர்ந்த இளைஞர்கள் ஒன்று கூடித்தான், பாலப்பள்ளம் குடில் போட்டியை நடத்துகின்றனர். கிறிஸ்துமஸ் திருவருகைக் காலத்தில் குடில்கள் (cribs) தமிழகத்தின் கிறிஸ்தவ மக்களது வீடுகளின் பால்கனி, கார்ஷெட் என பல இடங்களில் சோடிக்கப்படுகின்றன. ஆலயங்களிலும் அந்தந்த பகுதி இளைஞர்கள் அமைக்கும் குடில்கள்தான் கிறிஸ்துமஸ் சிறப்பு. கிறிஸ்து பிறப்புக் காட்சியை (Nativity Scene) சுரூபங்கள் கொண்டு விளக்குவதுதான் இந்தக் குடில். இதில் ஒவ்வொரு ஆண்டும் என்ன புதுமை செய்யலாம் என வீடுகளிலேயே மக்கள் சிந்திப்பதுண்டு.

கிட்டத்தட்ட இந்துக்களின் ‘கொலு’ போல அலங்கரிக்கப்படும் இந்தக் குடில்களில் விதை விதைத்து கடுகு, நெல், வெந்தயம் என செடிகளை வளர்த்து, நடுவே சாலை, குளம் என என்னவெல்லாமோ சிந்தித்து வடிவமைப்பதுண்டு. வீடுகளில் இப்படி என்றால் ஆலயத்தில் வைக்கப்படும் குடில்கள் பற்றி கேட்கவே வேண்டாம். ஒவ்வொரு ஆண்டும் கிறிஸ்துமஸ் இரவு ஆராதனை, திருப்பலி முடிந்ததும் குடில் எப்படி சோடனை செய்திருக்கின்றனர் என மக்கள் முண்டியடித்துச் சென்று அதைப் பார்த்து, அதில் வைக்கப் பட்டிருக்கும் இயேசு பாலனின் பாதத்தைத் தொட்டு முத்தி செய்வதும், சிலுவைக் குறியிடுவதும் மிகச் சாதாரணக் காட்சியாகும். சீர்திருத்தக் கிறிஸ்தவர்கள், ரோமை கத்தோலிக்கர்கள், இன்ன பிற சபைகள் என சபை வேறுபாடு, குடில் வைப்பதில் இல்லை.

ஊர்ப் போட்டியாக நடத்தப்படும் குடில் போட்டிகள் கன்னியாகுமரி மாவட்டத்தில் அங்கங்கே உண்டு. அதிலும் பாலப்பள்ளம் குடில் போட்டி அந்தப் பகுதியில் வெகு பிரபலம். மக்கள் கூட்டம் கூட்டமான பிக்னிக் செல்வத போல சோடிக்கப்பட்ட இந்தக் குடில்களைக் காண வருவதுண்டு. பாலப்பள்ளம் குடில் போட்டி குறித்து மத்திகோடு டாக்டர் ஹெல்டன் செல்வகுமார் தந்த பேட்டியின் சில பகுதிகள்:

‘‘வின்ஸ்டார் ஸ்போர்ட்ஸ் கிளப் ஜீவன் சேரிட்டி (Winstar Sports Club - Jeevan Charity) அப்டின்னு ஒரு அமைப்பு பாலப்பள்ளம் ஊர்ல

இருக்குது. அது சர்ச்சுகளுக்கு ஊடே உள்ள குடில் காம்பெடிஷனா தான் பண்ணிட்டு இருந்தது. சர்ச்சுல உள்ள மக்கள் உண்டு. மற்றபடி இந்து, முஸ்லிம்னு எல்லா ரிலிஜியன் மக்களும் இதுல சப்போர்ட் பண்றாங்க. இதை 1998ல இருந்தே நாங்க ஸ்டார்ட் பண்ணிட்டோம். இந்த வருஷம் 24வது வருஷம் நடத்தறோம். இதுக்கு வரவர ஆதரவு அதிகமாதான் இருக்குது. இதே சுற்றுவட்டாரத்துல இந்துக்களும் இருக்காங்க, முஸ்லிம்களும் இருக்காங்க. அவுங்களுக்கு வரவர இதுல இன்ட்ரஸ்ட் கூடத்தான் செய்யிது. ஒரு சி.எஸ்.ஐ சர்ச்சுல குடில போட்டின்னு வைக்கும்போது, சி.எஸ்.ஐ. மக்கள் மட்டும் தான் வருவாங்க. இந்தக் குடிலைப் பொறுத்தவரைக்கும் அப்டிக் கிடையாது. இது ஒரு வித்தியாசமான ஊழியம் மாதிரிதான். எப்படின்னு சொன்னா எல்லா ரிலிஜியன் மக்களும் ஆர்வமா வருவாங்க. அவுங்க இதை ஒரு கண்காட்சி மாதிரி நினைக்கிறாங்க. நாங்க இதுல ஜீசஸ் பத்தின கதைகள சிலைகள் மாதிரி வச்சு எக்ஸ்ப்ளெய்ன் பண்ணியிருப்போம். ஒவ்வொரு வருஷமும் ஒரு கான்செப்ட் வச்சு குடில் செய்வோம். ஒரொரு கான்செப்டுக்கு பத்து ஸ்டோரி வரும், பதினஞ்சு ஸ்டோரி வரும்... அதுல அதிகமா ஜீசஸ் பிறப்ப பற்றி சொல்லியிருப்போம்.''

''அதுல நரகம், மோட்சத்தைப் பற்றி சொல்லியிருப்போம். நரகத்துக்குப் போகணும்னா என்ன வழிகள் இருக்கு, எதை செய்யக் கூடாதுன்னு சிலையா வைப்போம். அப்டி செய்யும்போது எல்லா ரிலிஜியன் மக்களும் அதைப்பற்றி அறியிறதுக்கு இது ஒரு கண்காட்சி மாதிரி வாய்ப்பா இருக்குது. வர்ற மக்களுக்கு ஒரு என்டர்டெயின்மென்ட்டாவும் இருக்குது, கடவுளப் பத்தி தெரிஞ்சிக்க ஒரு வாய்ப்பாவும் இருக்குது. வரவர பார்த்தீங்கன்னா பக்கத்து ஊரு, கேரளா, ஆந்திராவுல இருந்து கூட கேள்விப்பட்டு இதைப் பார்க்க வராங்க. இப்ப நாங்க ஒரே டீமாதான் குடில் வைக்கிறோம். இதுக்கு முன்னால போத்தீஸ், ஷாஜஹான் ஜுவல்லர்ஸ் இவுங்க எல்லாம் இதுல வருவாங்க. இவங்க எல்லாமே வேற ரிலிஜியன்தான். இப்ப ஷாஜஹான் முஸ்லிம், போத்தீஸ் இந்து. அவுங்க என்ன பண்ணுவாங்கன்னா கன்னியாகுமரி மாவட்டத்துக்குன்னு எல்லாருக்குமா ஒரு குடில் போட்டி வைப்பாங்க. அது ஒரு அஞ்சு வருசம் முன்னாடி வரைக்கும் இருந்துச்சு. இப்ப அதை நிப்பாட்டிட்டாங்க. அவுங்க அட்வர்டைஸ் மென்டுக்காக அதை பண்ணிட்டு இருந்தாங்க. இப்ப கடைகள்லாம் அவுங்களுக்கு கொஞ்சம் மோசமா போய்க்கிட்டு இருக்கு. பிசினஸ் டல்லு. மற்றபடி வேற எதுவும் காரணமில்ல.''

‘‘அப்புறம் பார்த்தா தனி நபர் குடில் போட்டி அப்டின்னு வச்சிருந்தாங்க. ஊர்க்குடில், தனி நபர் குடில் ரெண்டுமே இப்ப நிப்பாட்டிட்டாங்க. அவுங்கதான் எல்லாரையும் நல்லா அப்ப எங்கரேஜ் பண்ணிட்டு இருந்தாங்க. எல்லாத்தையும் விட எங்களுக்கு – பாலப்பள்ளத்துக்கு ஃபர்ஸ்ட்தான் கெடைக்கும். கருங்கல் செக்கண்ட் பிரைஸ் வாங்கும். கருங்கல்ல இப்ப எடையில பட்ஜெட் பிராப்ளம் அப்டின்னிட்டு விட்டுட்டாங்க. இது பெரிய ஒரு புராஜக்ட். 45 நாள் புராஜக்டு. அதுக்கு கிட்டத்தட்ட இருவது லட்சம் வரைக்கும் செலவாகும். அந்த பணத்தை நம்ம எடுக்கணும்னா அட்வர்டைஸ்மென்ட் போட்டு எடுக்கணும்.’’

‘‘இப்ப சவுதி, ஓமன், துபாய் அப்டின்னு வெளிநாட்டுல எங்க ஃப்ரெண்ட்ஸ் ஃபுல்லா இருக்குறாங்க. சின்ன வயசுல இருந்தே எங்ககூட அந்தக் குடிலை உருவாக்கி, அதுக்காக அப்பமிருந்தே கஷ்டபட்டு இப்ப நல்ல ஒரு நெலமைக்கி போயிருக்காங்க. இப்ப அங்க இருந்து அவுங்க சப்போர்ட் பண்றாங்க. வெளியில இருந்து எங்களுக்கு நறைய சப்போர்ட்டு. ஆனா எல்லாம் நம்ம மக்கள். அங்கியும் பணம் கலெக்ட் பண்ணுவாங்க. சொந்தக்கைலயும் நெறைய பேரு போடுறாங்க. சொந்தக் கைல போட்டுட்டு அதுக்கும் மேலயும் தெரிஞ்சவங்க கிட்ட கேட்டு வாங்கிக் குடுக்குறாங்க. நாங்க துபாய்ல ஒரு டீம் வச்சிருக்கோம். முன்னாடி நம்ம பாலகிருஷ்ணன் துபாய்ல இருந்தப்ப அங்க ஒரு டீமப் போட்டு கலெக்ட் பண்ணிக்கிட்டு இருந்தான். இப்ப மஸ்கட்ல ஜெகன் புருஸ்னு இருக்காங்க. அவுங்களும் குடுப்பாங்க, அவுங்க டீம் போட்டு ஃப்ரெண்ட்ஸ் கிட்ட வாங்கிக் குடுப்பாங்க.’’

‘‘அந்த மாதிரி கேக்கும் போது இந்து, முஸ்லிம்னு எல்லாரும் நல்லா குடுக்குறாங்க. இதுல அவுங்கதான் சொல்லப்போனா அதிகம். இப்ப நம்ம பாலகிருஷ்ணன் இருக்கான், குடில் ஸ்ட்ரக்சர் உருவாக்குறதுல்யும் மெயினா ஒரு இந்துப் பையன்தான் இருக்கான். அவுங்களுக்கு அதுல நல்ல இன்ட்ரஸ்ட் உண்டு. ஒவ்வொரு வருஷமும் குடில வெவ்வேறு எடத்துலதான் வைக்கிறோம். எங்க கிளப்புக்குன்னு தனி பிராபர்டி எதும் கிடையாது. நாங்க கேப்போம். பாலப்பள்ளம் சுற்று வட்டாரத்துல இப்டி குடில் வைக்க ஒரு எடம் வேணும்னு சொல்லிக் கேப்போம். பிரைவேட்ல இருந்து யாராவது குடுத்துட்டுதான் இருக்காங்க. ‘ஓகே, நீங்க பண்ணுங்க, ஆனா முடிச்சிட்டுப் போகும்போது எடத்த நல்லா நீட் பண்ணிக் குடுத்துறணும்’னு சொல்லிக் குடுக்குறாங்க. இதுவரைக்கும் யாரும் அதுக்கு ரெண்ட் குடுங்கன்னு கேட்டது கெடையாது. இத

வைக்கிறதுக்கு இப்டி ஃப்ரீயா எடம் தந்திருக்கதே ஒரு இந்துதான். மொதல்ல கிறிஸ்டியன்ஸ் தந்துட்டு இருந்தாங்க. பக்கத்துல படுவூருன்னு ஒரு எடத்துல காளிப் பிள்ளைனு ஒரு இந்து இருக்காரு. கடைசி நாலு வருஷமா அவருதான் எங்களுக்கு குடில் கட்ட இடம் குடுக்குறாரு.''

''கிளப்புல உள்ள மக்கள் நிறைய பேரு இந்த சர்ச்சுல உள்ளவங்க தான். இன்னொண்ணு நம்ம பாஸ்டர்தான் எல்லாத்துக்குமே வர்றது. அடிக்கல் நாட்டுவிழாவா இருந்தாலும் சரிதான், திறப்பு விழாவா இருந்தாலும் சரிதான்... எல்லாத்துலயுமே நம்ம பாஸ்டர் தான் வருவாரு. பக்கத்துல 12 கிளைசபைகள் இருக்கு. அவுங்களையும் இன்வைட் பண்ணுவோம். வருவாங்க. பிஷப்ப கூப்பிடுவோம். சிறப்பு விருந்தினர்களா யாராவது எம்.எல்.ஏ, எம்.பி. அப்டின்னு கூப்பிடுவோம். அவுங்களும் இந்த விழாக்களுக்கு வருவாங்க. சின்ன ஸ்பீச் ஒண்ணு குடுத்துட்டு போய்ட்டே இருப்பாங்க'', எனச் சொல்லி முடிக்கிறார் டாக்டர் ஹெல்டன் செல்வக்குமார். இவர் ஆசாரிப்பள்ளம் அரசு மருத்துவமனைக் கல்லூரியில் பணியாற்றிவருகிறார். எல்.எம்.எஸ். மேல்நிலைப் பள்ளியின் தாளாளராகவும் உள்ளார். மத்திகோடு ஆலயத்தில் பயிற்சி குருவாகவும் இருக்கிறார். வின்ஸ்டார் கிளப் ஜீவன் சாரிட்டியின் பொருளாளராகவும் இருக்கிறார்.

முந்தைய இரவு பாலகிருஷ்ணன் பேசியது நினைவுக்கு வந்தது - ''நான் பெறந்து வளர்ந்ததே அங்கதான். அந்தக் கோயில்லயும், அந்த ஸ்கூல்லயும்தான். எங்க வீட்ல நாங்க அதப் பத்தி யோசிச்சது கூட இல்ல. சின்ன வயசுல இருந்து இந்தக் குடிலோடதான் நான் வளர்ந்திருக்கேன். ஒவ்வொரு வருஷமும் அதை என் வீட்டு விழாவாதான் கொண்டாடிட்டு இருக்கேன். இதுவரைக்கும் எந்தக் குறைவுமில்லாம என் லைஃப் நிறைவா, நல்லா போய்ட்டு இருக்கு. இன்னும் எத்தனை வருஷம்னாலும் சரி, நான் இந்தக் குடில்ல எதாவது ஒரு வேலைய செஞ்சிட்டுதான் இருப்பேன். எனக்கு அதுல ஒரு திருப்தி, நிம்மதி. அதானே லைஃப்ல முக்கியம்?''

இன்று காலை இதை எழுதும்போது பாலகிருஷ்ணனை அழைத்தேன். ''டிசம்பர் ஆச்சே... குடில் வேலை எல்லாம் ஆரம்பிச்சாச்சா?''

''ஆமா... பின்ன? இரு உனக்கு போட்டோ எல்லாம் அனுப்புறேன். வேலை ஓடிட்டு இருக்கு'', எனச் சொல்லி அவசரமாகப் பேசிவைத்துவிட்டான்.

பாபிலோன் தொங்கும் தோட்டம் பாணியில்
வடிவமைக்கப்பட்ட பாலப்பள்ளம் குடில் 2021.
படம்: பாலகிருஷ்ணன்

அடுத்த சில நிமிடங்களில் கட்டிக்கொண்டிருக்கும் குடிலின் படங்களை வாட்சப்பில் அனுப்பினான். பிரம்மாண்ட செட் போலத்தான் இருந்தது.

''என்ன தாஜ் மகாலா?'', என்று கேட்டேன். ''இல்ல... அரண்மனை. பேஸ் கான்சப்ட் பாபிலோன் தொங்கு தோட்டம். நிறைய செடிகள், அருவி எல்லாம் அமைக்கப் போறோம்.''

இதுவரை உன்னிடம் சொன்னதாக நினைவில்லை, பால கிருஷ்ணன். இப்போது சொல்கிறேன். பள்ளியில் உன்னுடன் படித்ததை எண்ணி பெருமை கொள்கிறேன். உன்னைப் போன்றவர்கள்தான் எங்கள் எதிர்கால நம்பிக்கை.

சான்றுகள்

- *மத்திகோடு சேகர சபை வரலாற்று மலர், 2013, ஆலய வெளியீடு*
- *தென் திருவிதாங்கூர் லண்டன் மிஷனரி சங்க சரித்திரம் – ஜான் ஜேக்கப்*

58

மனிதம் – கன்னியாகுமரி

“நாங்க என்ன வேண்டுனாலும் அந்தத் தாய்க்கி மொத மால கொண்டு போட்டுருவோம். அது எங்களுக்கு சந்தோசம்.. தாயக் கும்பிடுறதுல. எங்க வீடுங்கள பாருங்க. மேல மொத மாதா போட்டோதான் இருக்கும். அப்புறந்தான் மத்த போட்டோ எல்லாம் இருக்கும். எங்களுக்கு எல்லா தாயும் ஒண்ணுதான்.”

•

நண்பருடைய நண்பருடைய நண்பர். இப்படித்தான் என்னால் என்னை அறிமுகம் செய்துகொள்ள முடிந்தது. பெரும்பாலான இடங்களில் ஆலயங்களுக்குள் தயக்கமின்றி போக முடிந்தாலும், தகவல் தரக்கூடிய தகவலாளிகள் நம்மிடம் வெளிப்படையாகப் பேசவேண்டும் என்றால் அங்கு யாரையாவது தெரிந்து வைத்திருத்தல் நலம். குறிப்பாக கடற்புரத்தில் தகவல் சேகரிக்க வேண்டும் என்றால் நேரடியாக பங்குத்தந்தையிடம் ‘சரண்டர்’ ஆகிவிடவேண்டும். அன்று நண்பர் பிரைட் சிங்கின் நண்பரான வெனிசின் நண்பரான வாவத்துறை பங்கு குரு லிகோரியஸ் அவர்களை சந்தித்து, அவர் மூலம் ‘கைலி குடும்பத்தில்’ யாரையாவது சந்தித்து விடுவது எனத் திட்டம். மாலை 6 மணிக்கு மயிலாடியில் இருந்து கிளம்பினோம்.

அன்று ‘மாலை’ கன்னியாகுமரி வாவத்துறை ஆலயத்தின் பங்கு குருவை சந்திப்பதாக ஏற்பாடு. நாங்கள் வாவத்துறையை விசாரித்து,

'என்னடா இது கடலுக்கு போகிறதா சாலை?' எனக் குழம்பி ஒரு வழியாக ஆரோக்கியநாதர் ஆலயத்தைக் கண்டுபிடித்துச் சென்றோம். மணி 7! புதிய ஆலயம் வெறிச்சோடிப்போயிருந்தது. சரி, நமக்கு இங்கு ஆலயத்தில் வேலையில்லையே, பங்கு குரு அறைக்குச் சென்று பார்ப்போம் என பக்கவாட்டில் இருந்த அவரது இல்லத்தின் அழைப்புமணியை அழுத்தினோம்.

ஏழு மணிக்கே ஊர் பரபரப்பு அடங்கியிருந்தது. எங்களை வரவேற்று உட்காரவைத்த இளம் குரு, 'அவுங்கள இங்க வரச்சொல்லவா? இல்ல நம்ம அங்க போகலாமா?' எனக் கேட்டார். இதை நான் எதிர்பார்க்கவில்லை. வழக்கமாக மயிலே மயிலே இறகு போடு கதையாக ஆடிப்பாடி கதை கேட்கவேண்டும். இவர் என்னடாவென்றால், எடுக்கவோ, கோக்கவோ என்று கேட்கிறாரே என்று புளங்காகிதம் அடைந்தோம். 'இல்ல ஃபாதர்... உங்களுக்கு எதுக்கு சிரமம்? அவுங்க வீடு எங்கன்னு சொல்லுங்க, நாங்க போய் பார்க்கிறோம்', எனச் சொல்ல, அவரோ, 'சே..சே... இதுல என்ன இருக்கு? வாங்க, நானும் வரேன், நம்ம போவோம்', என அடுத்த நொடி அறையைப் பூட்டிவிட்டு எங்களுடன் கிளம்பினார்.

ஆலயத்தை சுற்றிக்கொண்டு, அதன் பின்பகுதியில் உள்ள துறையை வேடிக்கை பார்த்துக்கொண்டே நடந்தோம். ''என்ன தகவல் வேணும்னாலும் அவுங்க கிட்ட கேளுங்க. நானும் இங்க புதுசுதான். அதுனால நீங்க என்ன கேப்பீங்கன்னு தெரியாது'', என குரு பேசிக்கொண்டே வந்தார். குருசடி ஒன்றின் அருகே சாலை படியாக மாறி மேலேறியது. கன்னியாகுமரியின் வாவத்துறை பகுதி வீடுகளுக்கு வெள்ளை நிற பெயின்ட் அடித்து, சாலையில் கற்களைப் பதித்துவிட்டால், அது சாட்சாத் கிரேக்க சான்டொரினி நகரம்தான். தெருக்கள் மேலேறியும் இறங்கியும் வித்தை காட்டிக் கொண்டு இருந்தன. படிக்கட்டின் அருகே நின்று கொண்டிருந்த பெண் எங்களைப் பார்த்துப் புன்னகைத்தார். ''வாங்க ஃபாதர், இந்த வீடுதான்'', என இன்னும் ஒரு தெரு மேலே உள்ள வீட்டைக் காட்டினார். திருப்பதி படிக்கட்டை விட உயரமான படிகள் கொண்ட அந்த வீட்டின் படிக்கட்டில் ஏறி, வரவேற்பறைக்குள் நுழைவதற்குள் மேல்மூச்சு கீழ்மூச்சு வாங்கியது.

எங்களை வரவேற்று அந்தக் குடும்பம் அமரவைத்தது. கைலி குடும்பத்தின் முதியவரான ஆஞ்சலம்மாள் பேசினார். ஒவ்வொரு ஆண்டும் கன்னியாகுமரி பகவதி அம்மன் கோயிலில் நடைபெறும் வைகாசி விசாகத் திருவிழாவுக்கு இரவுக் கொடியேற்றப்

பயன்படும் கயிறு, வாவத்துறையிலுள்ள கத்தோலிக்கக் கிறிஸ்தவர் மீனவர் குடும்பமான கைலி குடும்பம் கையால் தரப்படுகிறது. மத நல்லிணக்கத்தின் சிறந்த எடுத்துக்காட்டாக இந்த நிகழ்வு சில நூறாண்டுகளாக நடந்து கொண்டிருக்கிறது.

வாவுத்துறை ஆஞ்சலம்மாள்

"என் பேரு ஆஞ்சலம்மாள். இங்கேயே வாவுத்தொறைல பல தலமொறையா பொறந்து வாழ்ந்தம். அம்மைக்கி இந்த ஊரு, ஐயாவுக்கு, தாத்தாவுக்குன்னிட்டு எல்லாரும் இங்கதான். எங்கப்பா காலத்துக்கும் ரெண்டு மூணு தலமொறைக்கு முன்னால, இந்தத் திரும்புன பாற இருந்துருக்கு. அதுல மாடெல்லாம் போயி மேயும். இந்தத் தண்ணி அப்ப இல்ல. இது நம்ம காணயில்ல. ரெண்டு மூணு தலமொறைக்கு முந்தின்னு எங்கப்பா சொன்ன கதை.''

"அங்க ஒரு பொம்பள தனியா இருந்திருக்கா. 'என்னைய தூக்கிக் கொண்டு அந்தப் பக்கத்துல கொண்டு வுட்ரு'ன்னு சொல்லியிருக்கா. இவுக என்ன செஞ்சிருக்காவோ, ஒரு பொம்பளைய எப்புடி தூக்குவதுன்னிட்டு, ரெண்டு தொளவிய (துடுப்பு - கட்டுமரத்தில் உள்ளது) போட்டுக்குட்டு, கயிறு போட்டுக் கட்டி அந்தப் பொம்பளையை தூக்கி அதுல வச்சிருக்கு. தோளில வலை தூக்கி வைக்கிறதுக்கு காவி கொண்டு போயிருக்கா. 'என்னைய கனக்குற எடத்துல கொண்டு வச்சிரு', அப்டின்னு அந்தப் பொம்பள சொல்லியிருக்கா. அப்டியே கொண்டுக்கிட்டுப் போயி அந்தப் பகவதியம்ம கோயிலு இருக்குற எடத்து முன்னால கனக்குதுன்னு வச்சிட்டு. வச்ச7 உடனே அவுக என்ன செய்துட்டா, கல்லா சாச்சுட்டா. பொம்பள ரூபம் இல்ல. 'ஒனக்கு பொன்மால வேணுமா, பூமால வேணுமான்னு கேட்டிருக்கா. இது புத்திகெட்டது. பொன்மால கேட்டுதா? 'எனக்குப் பூமால போதும்'னுட்டு சொல்லியிருக்கா. அப்போ எனக்கு அந்தக் கொடிக்கயிறு நீதான் வெச்சுக் குடுக்கணும்னு சொல்லியிருக்கா. அந்தக் கல்லுலயே எழுதி வெச்சுட்டா.''

"அது நம்ம மீனவருக்கு அந்த 41 கட்டுச் சோறு குடுக்கணும். பழம், தேங்கா, சந்தனம் எல்லாம் சேர்த்து குடுக்கணும். வருசந்தோறும்

கொடி ஏறுன ஒடனே, அட்வான்ஸ் தந்துருவா. எங்கையா காலத்துல, அந்தானிக்கி சவுரி எடுத்து பத்து ஆள்கள கூப்டு இங்க இருந்து அங்க வரை முட்டு போட்டு, ஆம்பிளைகள்ளா வச்சி, கையினால கயிறு முறுக்குவா. அந்த சாயங்காலம் முடிச்ச ஒடனே கோயிலுக்கு கொண்டு வச்சிருவா. இப்பம் அப்டி இல்ல. எல்லாம் கம்பியூட்டர்லா? என்ன செய்யிது, நார்கோயில்ல போயி அட்வான்ஸ் குடுத்துட்டு வந்தாச்சுதுன்னா அந்தக் கயிறு தந்துருவாக. ஒரு நாளைக்கு முந்தி வாங்கிக்கொண்டு வச்சிருவா.''

''அங்க பகவதியம்மன் கோயில்ல இருந்து கொட்டு மேளத்தோட வருவா. நம்ம இங்க பூவு, சந்தனம், ஆரமெல்லாம் போட்டு எடுத்து, அந்தக் கயிறு வச்சிருவோம். அன்னைக்கி மீன் ஒண்ணும் கூட்டமாட்டோம். கயிற தூக்கி தோள்ல போட்டுப் போவா. அழகா இருக்கும் போவதுக்கு. நம்ம ஆள்க்க எல்லாம் கூப்டு, நம்ம வீட்டு பக்கத்துல வெச்சி கொட்டு மேளம் எல்லாத்தோட வருவான். தீப்பந்தம்லாம் கொண்டு... அப்டியே கோயில்ல கொண்டு குடுக்கு. குடுத்தா அங்க பழம், சந்தனம், குங்குமம், தேங்கா இதெல்லாம் தருவா. இதெல்லாம் வாங்கிட்டு வருது. அப்போ எங்க ஐயா காலத்துலன்னா அங்க ஒவ்வொரு நாளும் பூசை இருக்குன்ன சமயத்துல இந்தப் பணியாரம், அது இதுன்னு எல்லாம் தருவா.''

''இப்ப நாங்க அத வாங்கவே மாட்டம். அந்த நாப்பத்தோரு கட்டுச் சோறும் வாங்கவே மாட்டம். 41 கட்டு கிண்ணம் மாரி பச்சரிசி சோறு இருக்கும். அத பலகைல அடுக்கி, அடுக்கி வச்சிருப்பான். அது நாங்க வாங்குனா அடுத்த ஆளுவளுக்குக் குடுத்திருவம். அந்த காலத்துல முட்டம், அங்க இங்கயிருந்து ஆள்க்க வருவா. பசியின் கொடும. நம்ம பிள்ளைகளே நெல்லுச் சோறு ஒண்ணும் காணயில்ல. சோளக் கஞ்சிதான். கட்டிச் சோறு கெடச்சாக்கி, மீனு கூட்டி பிள்ளையளுக்குத் தருவம். ஆனா இப்ப அந்தச் சோறு ஒன்டும் நாங்க வாங்கமாட்டம். தேரு ஓடுற அன்னைக்கி ஒம்போது பதினோரு கூட்டுவான வச்சி, பாய்சம் பப்படத்தோட சாப்பாடு தருவான். அதும் இப்ப நாங்க வாங்கதே கெடையாது. அது போல முன்னக்க அங்க இன்னாரு கயறு குடுக்கணும்னு கல்வெட்டுல எழுதி இருந்துச்சு. அத மாத்தி வச்சிட்டா. அந்தக் கல்வெட்ட நாங்க ஒண்ணும் பாக்கயில்ல. கயறும் வச்சிக் குடுக்கது கெடையாது இப்பம்.''

அதிர்ச்சியாகிறேன். ''கயிறு குடுக்குறதில்லையா இப்ப?''

''இல்ல. வீட்டுல குடும்பத் தகராறு. வீட்ட விட்டு கொஞ்ச நாளு வாடக வீட்லயே இருந்தம். அதுக்கப்புறம் போன வருசந்தான் இந்த

வீடு வச்சம். பண்ண வீடு இந்நா அடுத்தால இருக்கு. இப்ப நாங்க கயறு வச்சுக் குடுக்கயில்ல'', என்று சொல்கிறார். ஐயோ என்று இருந்தது.

சட்டென பேச்சில் நுழைகிறார் எங்களை அங்கே அழைத்துச் சென்ற பங்குப் பேரவை செயலாளர் மேரி பேபி. ''இல்ல இல்ல. இவுங்க குடுக்கலன்னா அங்க இவுங்க குடும்பத்துல இன்னொருத்தர் இருக்காரு. அவர் குடுக்காரு. அவுங்களும் கிறிஸ்டியன்தான். இவுங்க ஒரு வருஷம் அவுங்க ஒரு வருஷம்னுதான் இருந்துச்சு. இப்ப அவுங்க மட்டும் குடுக்குறாங்க. 2014ல இருந்து இவுங்க குடுக்குறது இல்ல. விட்டுட்டாங்க'', எனத் தெளிவுபடுத்துகிறார்.

''இப்ப அவன் குடுக்கது, நாங்க வேண்டாம்னு விட்டது'', என மீண்டும் அழுத்திச் சொல்கிறார் ஆஞ்சலம்மாள். ''மதுரைல ஒரு அண்ணாச்சி இருக்கு. எனக்கு அஞ்சு அண்ணந்தம்பி. ஒம்பது பிள்ளைக எங்களுக்கு. இப்ப நாங்க மூணு பேர்தான் இருக்கம். மதுரைல இருக்குத அண்ணன் ரெண்டு வாரத்துக்கு முந்தி எறக்கதுக்கு பாத்துச்சி. அங்க போய்ட்டு இப்பதான் வந்தேன்.''

''நீங்க குடுக்க விரும்பலன்னா ஏன் குடுக்க விரும்பல?'', விட மனமில்லாமல் மீண்டும் கேட்கிறேன்.

''நமக்கு வீடு கெடையாது. வீட்ல கொண்டுவந்துதான் எல்லாம் நடத்துது. அங்க நாங்க துலுக்கக்குடி, வெள்ளாங்குடி பக்கம் தூரத்துல இருந்தம். அப்ப அதுனால நாங்க குடுக்கயில்ல. இன்னொரு ஆளு அந்தப் பக்கத்துல இருக்கு. அவன் குடுக்கான். நாங்க விட்டு நாலஞ்சு வருசம் ஆகுது. எங்க அண்ணாச்சி சி.எஸ்.ஐ.யாக்கும். நம்ம கிறிஸ்டின்லே இருந்துது. ஒரு பொண்ணக் கட்டிக்கிட்டு மெட்ராஸ், மதுரைலயே இருக்காரு. அவரு சி.எஸ்.ஐ.யா மாறுனதால எங்க அண்ணன் ஒரே பேச்சி. நீ எதுக்கு கிறிஸ்டியனா இப்டி இருந்துக்கிட்டு இந்துக் கோயிலுக்கு குடுக்கான்னு... பேப்பர்ல எல்லாம் போட்டுருவான். ஆளையும் போட்டு, அன்னைக்கி எல்லாம் குடுக்கத படமும் எடுத்து பேப்பர்ல போட்டுருவான். அதுல இருந்து அண்ணன் ஒரே பேச்சு. என்னத்துக்கு இந்து கோயில்ல நீ கயறு கொண்டு வெக்யா? ஒனக்கு அதுல எத்தன ஆயிர்ர ரூவா கெடைக்கும் அப்டின்னிட்டு... அப்டி விட்டுட்டு.''

''சின்னதுல எல்லாம் மன திருப்தி எங்களுக்கு. அன்னைக்கி ஒரு ஆடம்பரமாட்டு இருக்கும். குடுக்கதுக்கு ரொம்ப அழகாட்டு இருக்கும். கயறு குடுக்க சமயத்துல ஒரு நூறு ஆள்க்க வந்து நின்னு சந்தனமெல்லாம் போட்டு நல்லா இருக்கும். வீட்டு முன்னாடி கயற

பகவதி அம்மன் ஆலயக் கொடியேற்றத்துக்கு
கயிறு வழங்கும் கைலி குடும்பத்தார்

இப்படி தூக்கிப் போட்ருவா... (கயிறு தோளில் போட்டுக் கட்டுகிறார்). அப்டியேக் கொண்டு போவும். அப்ப ஆள்க்க எல்லாம் முன்னால போவும். எனக்குத் தெரிய எங்க தாத்தா காலத்துல இருந்து குடுக்கம்'', எனச் சொல்கிறார்.

''ஒரு வாட்டி கயிறு வேண்டாம்னு சொன்னாங்களே?'' மேரி பேபி எடுத்துக் கொடுக்கிறார்.

''ஆஆன்ன்ன்... ஒரு வாட்டி என்ன செய்தான்னா என்னத்துக்கு மீன்பிடிக்காரன் கிட்ட கயற வாங்கி நம்ம கொடியேத்தணும்? ஆனிட்டு என்ன செய்தான், கயறு வாங்கி கொடி ஏத்தியிருக்கான், கயறு துண்டு துண்டா தெறிச்சிட்டு. அதுல இருந்து அவன் நம்ம மீனவர்ட்ட இருந்துதான் கயறு வாங்கி கொடியேத்துறான். செலவுன்னா நம்ம கைல இருந்து போட்டு அந்தக் கயற வச்சிருவோம். பெறவு ஒரு ஆயரம் ரூவா அவன் தருவான். ஒரு அஞ்சு பைசாவுக்கு மிச்சமே வராது. அந்த ஆயரம் ருவ்வா கயறுக்கே கொண்டு குடுத்துருவம். முன்னால ஆள் வெச்சு செய்ற நேரம் ஒரு ஆயரம் ருவா, ரெண்டாயரம் ருவா தருவான். தந்தா அந்தக் கயற நம்ம வச்சுக் குடுக்க அன்னைக்கி, மீதி ஒரு நானூறு ருவா ஐந்நூறு ருவா இருந்தானைக்கி அத கூட்டிட்டுப் போற ஆள்க்க அவ்வளவுத்துக்கும் காபியோ, டீயோ வாங்கி, அங்கியே... ந்தக் கோயில் கிட்ட வச்சே குடுத்து முடிச்சிட்டு வந்துருவான். அட்வான்சு நூறு ருவா இல்லட்டா ஐநூறு ருவா தருவான்.''

''சரி, இங்க இருந்து கயிறு கூட வர்றவங்க எல்லாம் கிறிஸ்டியன்ஸ் தானா?''

''ஆமா... இவங்க ஃபேமிலில உள்ளவங்க, தெரிஞ்சவங்கதான் வருவாங்க'', என்று மேரி பேபி சொல்கிறார்.

''மத்த கிறிஸ்டியன்ஸ் இதுக்கு ஒண்ணும் சொல்ல மாட்டாங்களா?''

''அதெல்லாம் மாட்டாங்க. நம்ம கயிறு கொண்டு போகாட்டா அங்க கொடி ஏறாது'', என்கிறார் பேபி.

தந்தை லிகோரியஸ், ''பகவதி அம்மன் சொல்றது என்னன்னா, 'நான் கஸ்டப்பட்ட நேரத்துல என்னைக் கொண்டுவந்தது யாரு? அவுங்க தோள்லதான் நான் போனேன். அதுனால, இந்தக் கோயில்ல எனக்குத் திருவிழா எடுக்கணும் அப்டின்னா, அவுங்க தந்தாதான் கொடியேறும் அப்டிங்குறது பழக்கம். இத மாத்திரம் பெருசா எடுத்துக்கிட்டு ஊர்ல உள்ள எல்லாரும் சேந்துதான் விழா நடத்து வாங்க. காலங்கள் கொஞ்சம் போகப் போக, அந்தக் கோயில்ல உள்ளவங்களுக்கும் இந்த ஊர்க்காரங்களுக்கும் சின்னப் பிரச்சினை ஆயிருச்சு. ஏன்னா அவுங்க இந்து, நம்ம கிறிஸ்டியன். வேறச் சில பிரச்சனைகளுக்காக அவுங்களுக்கு ஈகோ வருது.''

''இங்கருந்து வந்தாதான் கொடி ஏறுமா அப்டின்னுட்டு. அதனால ஒரு வருஷம் ஸ்டாப் பண்றாங்க. இங்கருந்து கொடி வரக்கூடாது, நம்மளே கொடி கெட்டணும் அப்டின்னு கொடி கெட்டும் போதுதான், அந்தக் கொடிக் கயிறு அறுந்து கீழ விழுது. அதுக்கும் பெறகுதான் அவுங்களுக்கு ஒணர் வந்து இத நடத்துறது நம்ம இருந்தாலும் கூட, இங்கருந்து வந்தா மட்டும் தாந் கொடி ஏறும் அப்டிங்கறத புரிஞ்சு, இவுங்கள்ட வந்து மன்னிப்பு கேக்கறாங்க. மறுபடியும் இங்கருந்து கொடிக் கயிறு போகுது, அதுதான் அங்க ஏறுது. அதுலேருந்து இன்னைக்கி வரைக்கும், இங்கருந்து கொடிக்கயிறு போனா மட்டும்தான் அங்க ஏறும்'', எனச் சொல்கிறார்.

''அப்பம்லாம் தேரு ஓடையில நம்ம போயி மொத கம்பத்த புடிச்சி இழுத்தாதான் தேரு ஓடும்னு இருந்து. நாங்க போயி அந்தத் தேர எடுத்து விடுவா. மொத கம்பம் நம்மதான் கைகொண்டு பிடிக்கணும். கொடிக்கயிறு குருக்க அந்த ஆள்க்கதான் மொதக் கம்பம் இழுக்கணும். நம்ம போயி கம்பத்த புடிச்ச பொறவுதான் இந்து பிராமணன், ஐயன், எல்லாம் புடிப்பா. புடிச்சா ஒரு துண்டும், ஒரு தேங்காயும் தருவா... அந்தத் தேரு ஓடுற நேரம். அத வாங்கிக்கிட்டு அந்த சுத்திப் போற தேர திருப்பி விட்டுட்டு வருவா.

இது கைலி குடும்பம்னு பேரு. இப்ப கயறு வெக்க குடும்பமும் அதேதான். கைலி குடும்பம்னுதான் சொல்லது'', என ஆஞ்சலம்மாள் சொல்கிறார்.

''அவங்க அப்பா பேரு பிச்சையா பிள்ளை'', என பேபி கூறுகிறார்.

''இது ரோமை கத்தோலிக்க நம்பிக்கைக்கு எதிரானது. விக்கிரகங்கள வணங்கக் கூடாது, பிற மதக் கடவுளை கும்பிடக் கூடாதுன்னு இருக்கு இல்லையா? கத்தோலிக்க சபையோட சட்டதிட்டத்த மீறி இப்டி செய்றத எப்பயாவது இங்க இருக்குற சாமியார்கள், மத்தவங்க வேணாம்னு சொல்லி இருக்காங்களா?'' (தந்தை லிகோரியஸ் சிரித்தபடி காதை மூடிக்கொள்கிறார்!)

''ஒரு இதும் கெடையாது. சொல்லவே மாட்டா, இத்தன வருஷம் வர சொன்னதில்ல'', என்று ஆஞ்சலம்மாள் சொல்கிறார். தந்தை லிகோரியஸ், ''கன்னியாகுமரியை பொறுத்தவரைக்கும் இந்து - கிறிஸ்டியன் – முஸ்லிம் உறவு ரொம்ப நல்லா இருக்குது. இப்ப வேணா கொஞ்சம் தொய்வா இருக்கலாம், ஆனா முன்னாடி ஒரு கிறிஸ்தவக் கோயில் திருவிழா வந்தாச்சுன்னா, மொதல்ல மாலை போடுறதோ, பாணம் விடுறதோ, இந்துவா, முஸ்லிமாதான் இருப்பான். இப்படிப்பட்ட சூழ்நிலைதான் இருந்துச்சு'', என்கிறார்.

''இங்க மாதா கோயில் திருவிழாவுல தேர் எடுக்க முன்னால மொத மால தூத்துக்காரிகதான் போடுவா. அதுக்கப்புறம்தான் தேர் போவ. இந்த ஊருல சாதி மதம் எல்லாம் கெடையாது. பிராமணன், மறவன், துலுக்கன் அவ்ளவு வேரும் மாதா கோயிலுக்கு தேர் ஓடுறத காண வந்து மால போடுவா. அதே போல கன்னியாகுமரி அம்மனுக்கு கொடிக்கயிறு இங்க வாவுத்துறையில இருந்துதான் போவும். யாரும் இத எதுக்கவும் மாட்டா, யாரும் இத பத்தி ஒண்ணும் சொல்லவும் மாட்டா. பரம்பரையாவே வருசக்கணக்கா வச்சிக் குடுத்திருக்கு. ஒரு ஆளும் தடுத்தது கெடையாது'', ஆஞ்சலம்மாள் சொல்கிறார்.

''இப்ப நீங்க குடுக்கலங்குறது உங்களுக்கு எதாவது வருத்தமா இருக்கா?''

''ஒரு வருத்தம் எங்களுக்கு கெடையாது. எங்க அண்ணாச்சிக்கு அதுல விருப்பம் இல்ல.''

''நாங்க யாரும் அந்தக் கோயிலுக்குப் போகமாட்டம். ஆனா இந்த பகவதி அம்மன் சக்தி. நம்ம கிறிஸ்டியன்ல ஏத்த மாட்டா. ஆம்பளைன்னா மூணு மொழத் துண்ட கட்டிக்கிட்டுதான் போணும்.

சட்டை எல்லாம் போடமாட்டா. நம்ம ஆள்க்க கொடிக்கயறு கொண்டு போனாக்கி கோயிலுக்குள்ள விடமாட்டா. வெளிய வாசல்ல குடுத்துட்டு பேசாம வந்துரவேண்டியது தா. அங்க பகவதியம்மன் கோயிலுக்குள்ள கொண்டு குடுக்க வுடுவாளா? நடைல நின்னு குடுத்துட்டு பேசாம வந்துறவேண்டியது. நம்ம இங்க கயிற கொண்டுக்கிட்டு கொட்டு மேளத்தோட ஆடம்பரத் தோட, பொண்ணு மாப்பிள்ள போல கொண்டுக்கிட்டுப் போயி, நடைல நின்னு கைல குடுக்கணும், பேசாம வீட்டுக்கு வந்துறணும். அவ்ளோதான்'', எனச் சொல்கிறார் ஆஞ்சலம்மாள்.

வாவுத்துறை ஆரோக்கியநாதர் கோயில் பத்து ஆண்டுகளுக்கு முன் கட்டப்பட்டது எனச் சொல்கின்றனர். முதலில் அந்த இடத்தில் ஆரோக்கியநாதர் குருசடி ஒன்று இருந்திருக்கிறது. ''தாய்மார் பால் இல்லைன்னா, அந்த குருசடில போயி அழுதுட்டு நின்னாக்கி, குழந்தைக்கு பால் தன்னால சுரக்கும். அப்புடி ஒரு புதுமை. கன்யாமரி அத்தத்துல இருந்து பாலும் பழமும் கொண்டு வருவா. கோயில்ல கொண்டு வைப்பா. நேர்ச்சைக்கி வைக்கதுதான், அத மக்களுக்கு எல்லாம் குடுப்பா. இப்பயும் அத மாதிரி கோயிலுக்கு வைக்கா. இங்க வாவுத்தொறைல அஞ்சு பைசா கெடையாது. அந்த நெலமைல இருந்தும் இந்த கோயில எப்டியோ கெட்டி உண்டாக்கி வெச்சது. இப்ப வாவுத்தொற தனிப்பங்கு. டொனேசன் பிரிச்சி, ஒவ்வொருத்தர் தாலி நூல வித்துக் குடுத்து இந்தக் கோயில இவ்வளவு தூரம் கட்டியிருக்கு. கன்யாமரி கோயில்ல பரவர்; இங்க முக்குவரு.''

அவர்களுக்கு நன்றி சொல்லி விடைபெற்றோம்.

இரவு வாவுத்துறை ஆலயத்தை ஒட்டிய சாலையில் நின்றுகொண்டு, கடல்காற்றை ரசித்த படி, ஆலய மணிச் சத்தமும், அலையாடும் கடல் ஒலியும் கேட்டுக்கொண்டே கடலையும், அதிலாடும் படகுகளையும், சற்றுத் தொலைவில் விளக்குகள் ஜாலத்தில் மின்னும் வள்ளுவரையும், விவேகானந்தர் பாறையையும் பார்த்து ஜென்மசாபல்யம் அடைந்தோம். வாழ்வில் எப்போதாவது கிடைக்கும் ஒரு முறை அனுபவம் அது. சிறிது நேரம் அங்கே நின்று அந்தக் காட்சியை ரசித்துக் கொண்டிருந்தோம். வள்ளுவருக்கு சரியான இடத்தில்தான் சிலை வைத்திருக்கின்றனர் போலும். அடுத்த நாள் காலை அலங்கார உபகார மாதா ஆலயத்துக்குச் சென்றுவிட்டு, அங்கு மாதாவுக்குத் தேரில் முதல் மாலையிடும் இந்துக்களை எப்படியாவது தேடிக் கண்டுபிடித்துப் பேசுவது என முடிவு செய்துகொண்டோம்.

கன்னியாகுமரி
அலங்கார உபகார மாதா
ஆலய உட்புறத் தோற்றம்

காலை பத்து மணிக்கு அலங்கார உபகார மாதா ஆலயத்தில் பெரும் குழுவாக பெண்கள் அமர்ந்து வேண்டிக்கொண்டிருந்தனர். ஒரு முதிய பெண் வாசல் முதல் பீடம் வரை முட்டிபோட்டு சென்று கொண்டிருந்தார். ஏதோ நேர்ச்சை போல. 18ம் நூற்றாண்டில் கட்டப்பட்ட அழகிய காதிக் பாணி தேவாலயம் இது. ஆலயத்தைச் சுற்றிப் பார்த்துவிட்டு வெளியே வந்தால், வாசலில் ஒரு முதிய தம்பதி இருந்தனர். விசாரணையைத் தொடங்க இதுவே நல்ல இடம் எனத் தோன்றியது. தன்னை சுலோஜனா என்று அறிமுகம் செய்து கொண்ட அக்காவிடம் கோயில் திருவிழா குறித்து மெல்லக் கேட்டேன்.

''டிசம்பர் 4 கொடியேத்தம். டிசம்பர் 14 திருவிழா. பத்து நாள் நடக்கும். பத்தாந்திருவிழா அன்னைக்கி காலைல தேர எடுத்து விடுவாங்க. ஒன்பதாம் திருவிழா அன்னைக்கி நைட்டுல தேர இழுத்து விடுவாங்க. காட்டுநாயக்கருங்க பத்தாம் திருவிழா அன்னைக்கி காலைல வந்து மொத மாலை போடுவாங்க. நம்ம காட்டுநாயக்கர் இந்து. காட்டுநாயக்கர் தெருவுல உள்ள குடும்பம் ஃபுல்லா கூட்டமா வரும். தேர சும்மா கயிறு தொட்டு குடுப்பாக. அது நேர்மானமா பண்ணிக்கிட்டு இருந்துருக்காங்க, இன்னும் செய்றாங்க. பாரம்பரியமா உள்ள சடங்கு அது.''

''ஒன்பதாம் திருவிழா ஒம்பது மணிக்கு தேர் இழுப்பாங்க. ஒவ்வொரு எடமும் அரை மணிக்கூறு முக்காமணிக்கூறு நிக்கும். கோயில சுத்தி வரும். முன்ன எல்லாம் காலைல நாலு மணிக்குத்தான் திரும்பும். இப்ப பன்ரெண்டு மணிக்கெல்லாம் திரும்பிரும். காலைல அஞ்சு மணிக்கு தேர் மேல பூசை வைப்பாக. நீங்க காட்டுநாயக்கர பார்த்து பேசணும்னா அவுக தெரு ரோட்டுக்கு அந்த சைடு இருக்கு பார்த்துக்கிடுங்க. அந்தால பக்கத்தில ஒரு ஸ்கூல் இருக்கு. காட்டுநாயக்கர் தெரு. ஆடல் பாடலோட, கொட்டும் மேளமுமா பழம் பூவு எல்லாம் கொண்டுக்கிட்டு வந்து குடுப்பாக. ஆடம்பரமாத்தான் இருக்கும்'', எனச் சொல்லியனுப்பினார்.

காட்டுநாயக்கர் தெரு எனக் கேட்டு விசாரித்துச் செல்வது அத்தனை கடினமாக இல்லை. தெரு முனையிலிருந்தப் பதாகையில், காட்டுநாயக்கர் என்ற சொல் அழிக்கப்பட்டு, அதன் மேல் 'பழங்குடியினர்' என எழுதப்பட்டிருந்தது. தெருவுக்குள் வரிசையாகக் காவி வண்ணப்பூச்சு அடித்த நான்கு இந்து ஆலயங்கள். உள்ளே செல்ல சற்றுத் தயக்கமாக இருந்தது. முதல் ஆலயம் ஒற்றை அறைதான். அதன்மேல் மணி ஒன்றும், பக்கவாட்டில் மரத்தொட்டில் ஒன்றும் கட்டப்பட்டிருந்தன. அடுத்ததாக கருப்பசாமி

பேச்சியம்மன் கோயில் தெரிந்தது. அதனருகே கீற்றுக்கொட்டகை ஒன்று சிவப்பு நிறத்துணி போட்டு போர்த்தப்பட்டிருந்தது.

இடதுபுறம் திறந்தவெளியில் தெய்வமாக இசக்கி சமைந்திருக்கிறாள். அதை அடுத்து உச்சிமாகாளியம்மன். இடதுபுறம் சில பெஞ்சுகள் போடப்பட்டிருந்தன. அதில் இரண்டு குழந்தைகள் விளையாடிக் கொண்டு இருந்தனர். அவர்களிடம் பேச்சுக் கொடுக்கும் போதே, நடுத்தர வயதுப் பெண்கள் இருவர் அங்கே வந்தனர். என்ன வேண்டும் என அவர்கள் எங்களைக் கேட்க, சற்று தயக்கத்துடன், ''இங்க மாதா கோயில் திருவிழாவுக்கு மாலை கொண்டுட்டு போவாங்களாமே அக்கா... இந்தத் தெருவுல... அதைப் பத்தி கேக்கணும். மெட்ராஸ்ல இருந்து வந்திருக்கோம்...'' என்று இழுத்தேன்.

''ஆமா...நாங்கதான். உக்காருங்க உக்காருங்க...''

அவர்கள் பெயர்களைக் கேட்டோம். இருவருமே ஆஷாதான்.

''கார்த்திக மாசம் மாதாவுக்குத் திருவிழா வரும். ஒன்பதாம் திருநாள் எங்களுக்கு. பத்தாம் திருநாள் அவுங்களுக்கு (கிறிஸ்தவர்கள்).

பழங்குடித் தெருவில் ஆஷாக்களுடன் நூலாசிரியர்

நாங்க ஒன்பதாம் திருநாள் நைட்ல இங்கருந்து போவோம். இங்கயிருந்து தெரு ஆள்க்க பூராவும் போவோம். பத்து இருவது காணம்னு வையுங்க. ஆனா மேளம் கொண்டுக்கிட்டுப் போகயிணும், மாதாவுக்கு. போன வருசம் கொரோனாவுன்னு செண்ட மேளம் கொண்டுக்குட்டு போகயில்ல. அதுனால பெரிய பெரச்சனை ஆச்சு. நாங்க அங்க போயி உக்காந்திருக்கோம். அங்க யாருக்கும் தெரியாது நாங்க போயி உக்காந்திருக்கோம்னு சொல்லி. அவுங்க நாங்க வரணும்னு அங்கன உக்காந்தே இருந்திருக்காங்க. அப்புறம் நாந்தான் அவுங்க இன்னும் நம்மள மால போடக் கூப்பிடல, என்னன்னு கேப்போம்னு சொன்னேன். இந்த மாதிரி தேருக்கு மால கொண்டுக்கிட்டு வந்து காத்திருக்கோம்னு சொல்லிவிட்ட பெறகு, அங்க பெரியவரு ஒருத்தரு ஓடி வாராரு.''

'ஏ மக்கா... நீங்க மால கொண்டு வரயில மேளம் கொண்டு வருவீயல்ல? நாங்க உங்களுக்கு வேண்டியில்ல வெய்ட் செய்து கொண்டு இருக்கம்'னு சொன்னாரு.

''கொரோனான்னு சொல்லிட்டு நாங்க மேளம் போன வருசம் கொண்டு போகயில்ல. மேளம் அடிக்கயில்ல. என் மகன்தான் மெயினு மேளத்துக்கு. அவன்தான் செண்ட மேளம் முன்னால கொண்டு போவான். கொண்டு போகலன்னு இந்த தரவ பயங்கர பெரச்சன ஆச்சு அங்க. கூட்டம், 'பாட்டி மேளம் கொண்டாரணுமே... மேளம் காணுமே'ன்னு கேட்டாக. 'நாங்க கொரோனான்னுதான் மக்கா கொண்டு வரல. கூட்டம் சேர்ந்தாலே பெரச்சன ஆகுது'. அவுகளும் கேட்டுக்கிட்டு, 'ஒரு மாலன்னாலும் மேளம் கொண்டு வந்துதான் அத போடணும். மாதா மேளம்தான் எதிர்பார்க்குறாங்க', அப்டின்னு அந்தப் பெரியவரே சொல்லிட்டாரு... என் மாப்பிள்ள கிட்ட. செண்ட மேளம் அடிச்சிக் கிட்டு போனா, எல்லாம் எங்களுக்கு வெலகி வழிவுடுவாங்க. எங்களுக்கு சங்கடம்னா தாங்க முடியல. அப்ப மாதா அந்த மேளத்ததான எதிர்பார்த்துட்டு இருந்துருக்கு? இந்த வருஷமும் மேளத்தோட தான் போகணும்னி நினைச்சிருக்கோம்.''

''வீட்டுக்கு ஒரு மால கொண்டுக்கிட்டு போவோம். இருவது இருவத்தஞ்சு மால இருக்கும். இந்தத் தெருவுல இருக்குற காட்டுநாயக்கருங்க எல்லாம் போவோம். அன்னைக்கி மாதாவுக்கு உப்பு, மௌகு வாங்கிப் போடுவோம். மெழுகுதிரி ஏத்தி வைப்போம். காணிக்கை போடுவோம். அந்த நேரத்துக்குன்னு எப்டியாவது காசு வந்துரும். ஒரு மால கூட வாங்குறதுக்கு காசு

இல்லையேன்னு நெனைப்போம். எப்டியாவது ஐந்நூறு, ஆயிரம்னு காசு வந்துரும். மால வேங்கிக்கொண்டு போட்டுருவோம். மாலைய போட்டுட்டு ஒடனே வந்துற மாட்டோம். ரெண்டு மூணு மணிக்கூறு கோயில்ல இருந்து மாதாகிட்ட நல்லா வேண்டிக்கிட்டுதான் வீட்டுக்கு வருவோம். அங்கருந்து வெடி போடுவாங்க, மொத மணி அடிப்பாங்க. ஒரு ஒம்போது ஒம்போதரை மணிக்கு. வெடி போட்டு, மொத மணி அடிச்ச ஒடனே நாங்க போயிருவோம்.''

''நாங்க பொறக்குறதுக்கு முன்னால இருந்தே, எங்க பூட்டன் காலத்துக்கு முன்னாடி இருந்தே இந்த பழக்கம் இருக்கு. அத நாங்களும் அப்டியே செஞ்சிக்கிட்டு இருக்கோம். எப்டி போனாலும் என் வீட்டுக்காரரு மாலைதான் மாதாவுக்கு மொத விழும். அவருக்கு சந்தோசம் தாங்காது. அவரு ஆட்டோ ஓட்டுறாரு. அவரு பேரு ஐயப்பன். மாதா வரவும் மொத மால அவரு போட்டுருவாரு. பிள்ளைகளும, மக, மருமகன் எல்லாம் சேர்ந்துதான் போவோம். அந்தக் காலத்துல இருந்து செண்ட மேளம்தான் கொண்டுக்கிட்டுப் போவோம். மருமகன் வூட்லதான் செண்ட இருக்கு. மருமகன், மகன்... இங்க எல்லாம் செண்ட வாசிப்பாங்க. எங்க வீட்டாளுக் களுக்கு செண்ட வாசிக்கிறதுதான் தொழிலே. இந்த பக்கம் கலியாணத்துக்கு, கோயில் திருவிழாவுக்கு எல்லாம் செண்ட அடிப்பாங்க. இப்ப தோவாளை திருவிழாவுல மூணு நாளா மகன் செண்ட அடிச்சிட்டு இருக்கான். இன்னும் வரயில்ல. அங்கேயே ரூம் எடுத்துத்தங்கி அடிக்கான்.''

''நீங்க என்ன சாமி அக்கா கும்பிடுறீங்க?''

''இந்தா..நாங்க கருப்பசாமி, பேச்சியம்மா, எசக்கியம்மா, மாரியம்மா அப்டின்னு நெறைய சாமி கும்பிடுவோம். அந்நா பந்தலுக்குள்ள தசராவுக்கு மால போட்டு, தெற போட்டிருக்கம். இன்னம் ரெண்டு மூணு நாள்ல வேஷம் கட்டுவோம். காளி வேஷம், அரக்கம் வேஷம் போட்டுக்கிட்டு போயி, பணம் பிரிச்சிட்டு வருவோம். தசரா கடேசி நாள் அன்னைக்கு பூசை. மால பத்து நாள் போடுவோம். இருவத்தோரு நாள் போடுவோம். மால போடுறதுக்கு பூசாரி ஒருத்தர் வருவாரு. தெற எடுக்க ரெண்டு மூணு வாரம் ஆகும்னு நெனைக்கேன்.''

''யாரு வாராங்களோ இல்லியோ, நாங்க மாதாவுக்கு மால கொண்டு போவோம். செல ஆளுக்க மாலை எல்லாம் கொண்டுக்கிட்டு போக சங்கடப்படுவாவோ. நாங்க அப்பிடி இல்ல. நாங்க என்ன வேண்டுனாலும் அந்தத் தாய்க்கி மொத மால கொண்டு போட்டுரு

வோம். அது எங்களுக்கு சந்தோசம்..தாயக் கும்பிடுறதுல. எங்க வீடுங்கள பாருங்க. மேல மொத மாதா போட்டோதான் இருக்கும். அப்புறந்தான் மத்த போட்டோ எல்லாம் இருக்கும். எங்களுக்கு எல்லா தாயும் ஒண்ணுதான்.''

சான்றுகள்

- https://www.dailythanthi.com/Districts/Chennai/2018/05/19053515/Vaigasi-visaga-Festival-Flag-of-the-Christian-fishermen.vpf

59

இந்தியாவில் கிறிஸ்தவத்தின் தொடக்கம்

மாபார்: (கிழக்குக் கரை)

'தமிழகத்துக்கு கிறிஸ்தவம் எப்போது வந்தது?' என்கிற கேள்விக்கு ஆயிரக்கணக்கான பட்டிமன்றங்கள் வைத்தாலும், பதில் கிடைக்காது. அத்தனை தெளிவற்ற வரலாறு; போதிய எழுத்து வழித் தரவுகள் இன்மை என்று குழப்பங்கள் உண்டு. ஆனாலும் தமிழ் கிறிஸ்தவர்களில் தொன்மையானவர்களான 'தோமா கிறிஸ்தவர்கள்', தங்களுக்குத் திருமுழுக்கு தந்து கிறிஸ்தவர்களாக மாற்றியது கிறிஸ்தவின் நேரடி சீடரான தோமா என்று நம்புகின்றனர். இவர்களில் பலர் இன்றும் கேரளாவின் பல பகுதிகளிலும், கேரளத்தை ஒட்டிய இன்றைய தமிழகத்தின் மேற்குப் பகுதியிலும் வாழ்கின்றனர். (இன்றைய கேரள நிலப் பகுதியையும் உள்ளடக்கியதுதான் அன்றைய தமிழகம் என்பதை நினைவில் கொள்ளவேண்டும்.) ஆண்டுதோறும் ஜூலை மாதம் மூன்றாம் நாள் இவர்கள் தோமையார் திருநாளைக் கொண்டாடு கின்றனர். மேற்குக் கரையில் தோமையார் 'பள்ளிகளும்', சிலுவைகளும் நிறுவினார் என்று வாய்வழிச் செய்திகள் இன்றுவரை சொல்லப்படுகின்றன.

ஏழு 'அரைப் பள்ளிகள்' அவர் கட்டினார் எனவும் அவற்றில் ஒன்று மட்டும் இன்றைய தமிழகத்தின் கன்னியாகுமரி மாவட்டத்தின்

திருவிதாங்கோடு பகுதியில் உள்ளதாகவும் தோமை கிறிஸ்தவர்கள் நம்புகின்றனர். முழுக்க கல்லால், திராவிடக் கூறுகளின்படி கட்டப்பட்ட அந்த கல்லுப்பள்ளி / ஏழரைப் பள்ளியை தமிழகத்தின் மிகத் தொன்மையான தேவாலயம் எனக் கொள்ளலாம். இந்தியாவுக்கு கிறிஸ்தவம் வர முக்கியக் காரணமாக அமைந்தது வணிகம். பண்டைய ரோமைக்கும், கிரேக்கத்துக்கும், தமிழகத்துக்கும் இடையேயான வாணிபத் தொடர்புகள் ஈராயிரம் ஆண்டுகளுக்கு முந்தையவை என்பதை தொல்லியல் எச்சங்கள் சுட்டுகின்றன. எரிமலையால் அழிந்துபட்ட பண்டைய பாம்பேய் நகரில் 'யட்சி' சின்னம் பொறித்த யானைத் தந்தத்தாலான கண்ணாடிக் கைப்பிடி கிடைத்துள்ளது. அதேபோல கிரேக்கத்தின் கடற்கரை நகரான பெரெனிகேயிலும், ஒமான் நாட்டின் குசைர் அல் காதிம் நகரிலும் பண்டைய தமிழ் எழுத்துப் பொறிப்புகள் கொண்ட பானை ஓடுகளும், மிளகும் கிடைத்துள்ளன.

அதுபோலவே தமிழகத்தின் பேரியாற்றங்கரையில் அமைந்த முசிறி துறைமுகத்தில் கிடைத்த ரோமை முத்திரைகள் பொறித்த சூதுபவளங்களும், அரிக்கமேட்டில் கிடைத்துள்ள கிரேக்க கோவன் மது ஜாடிகளும், ஈராயிரம் ஆண்டுகளுக்கு முன்பே இருபக்க வணிகத் தொடர்புகளை உறுதிசெய்கின்றன.

இதுதவிர, இந்தியாவின் மாபார், மலபார் கடற்கரைப் பகுதிகளுக்கு எந்தக் காலத்தில் எவ்வாறு எத்திசையில் பாய்மரங்கள் விரித்துக் கப்பல்கள் ஓட்டி வரலாம் என்ற கிரேக்கப் பயணிகளின் குறிப்புகள் கிபி முதலாம் நூற்றாண்டில் எழுதப்பட்டுள்ள 'பெரிப்ளஸ் ஆஃப் தி எரித்ரியன் சீ' (Periplus of the Erythrean Sea) கையேட்டுக் குறிப்புகள் மூலம் தெரிய வருகின்றன. இந்தத் தொடர் வணிகம்தான் கிறிஸ்தவத்தையும் பண்டைய இந்தியர்களுக்கு அறிமுகம் செய்து வைத்திருக்க வேண்டும். இந்தியாவுக்கு வந்த முதல் கிறிஸ்தவ மறைதூதர் என தோமையார் சுட்டப்படுவதன் பின்னணி இதுவே.

இதையேதான் சங்க கால நூல்களும் சுட்டுகின்றன. தமிழ் இலக்கியங்களில் தமிழகம் வந்த கிரேக்க ரோமானியரை 'யவனர்' என்ற சொல்லால் குறிப்பிட்டுள்ளார்கள். கிரேக்க நாட்டவர் தங்கள் மொழியை 'அயேவானஸ்' என்றே அழைத்தார்கள். இந்தச் சொல்லே மருவி யவனர் = கிரேக்கர் என்றானது. பின்னர் இந்தச் சொல் ரோமையர், சிரியர், யூதர் என தமிழகத்துடன் வாணிபத் தொடர்பு கொண்ட மேற்கத்தியர்கள் அனைவரையும் குறிக்கும் சொல்லானது. 'தமிழகத்தில் ரோமானிய மக்கள் குடியேறி அவர்கள் வாழ்ந்த இடங்களிலெல்லாம் இணைந்து வாழத் தொடங்கினார்கள்',

என்று டாக்டர் மு.தெய்வநாயகம் தன் 'விவிலியம் திருக்குறள் சைவ சித்தாந்த ஒப்பாய்வு' நூலில் குறிப்பிடுகிறார். ஆதிச்சநல்லூரில் நடந்துள்ள ஆய்வுகள் இதை உறுதி செய்கின்றன. ஆதிச்சநல்லூர் ஈமக்காடு பல்வேறு இனக்குழுக்களின் எலும்பு எச்சங்களைக் கொண்டதாக விளங்குகிறது. அதன் காலமும் ஈராயிரம் ஆண்டுகளுக்கு முன்பு என்பதை அறிகிறோம். இதனைக் கொண்டே பண்டைய காலத்தில் நமக்கும், ரோமை, கிரேக்கம் உள்ளிட்ட நாடுகளுக்கும் இடையேயான தொடர்புகள் விளக்கப்பட்டுள்ளன.

தோமையார் இந்தியா வந்தாரோ இல்லையோ, இந்தியாவில், தமிழகத்தில் கிறிஸ்தவம் 1200 ஆண்டுகளுக்கு முன் இருந்ததற்கான குறிப்புகள் ஆங்காங்கே கிடைக்கின்றன. 'கொண்டுஃபோரஸ்' என்ற இந்தோ - பார்த்திய மன்னன் பற்றிய குறிப்புகள் 'ஆக்ட்ஸ் ஆஃப் தாமஸ்' என்ற தோமையாரின் வாழ்க்கைக் குறிப்பு ஆவணங்களில் உள்ளன. சிரியாக் மொழியில் 'மஸ்தாய்', லத்தீன் மொழியில் 'மிஸ்தியஸ்' என்று குறிப்பிடப்படும் இந்த மன்னனின் அமைச்சரான ஹப்பன் என்பவனால் மாளிகை கட்டவென சிரியாவிலிருந்து தோமா அழைத்து வரப்படுகிறார் என தோமாவின் குறிப்புகள் சொல்கின்றன.

19ம் நூற்றாண்டில் ஆஃப்கனிஸ்தான் மற்றும் சிந்து வெளியில் ஆய்வுகள் மேற்கொண்டிருந்த ஆய்வாளர்கள் ஜேம்ஸ் பிரின்செப், அவரது தம்பி ஹெச் டி பிரின்செப் மற்றும் இந்தியத் தொல்லியலின் தந்தை என்று அழைக்கப்படும் அலெக்சாண்டர் கன்னிங்ஹாம் ஆகியோர் கொண்டுஃபோரஸின் நாணயங்களை காபுல், கந்தஹர், செய்ஸ்தான் ஆகிய பகுதிகளில் கண்டெடுத்தார்கள். ஆனால் இந்த நாணயங்களை விட மிக முக்கிய ஆதாரம் என்று உடைந்து நொறுங்கிய கல்வெட்டு ஒன்றைச் சுட்டுகிறார் 'இந்தியாவும் சீடர் தாமசும்' (India and the Apostle Thomas) நூலின் ஆசிரியர் அடால்ஃபஸ் மெட்லிகாட் (Adolphus E Medlycot).

தக்த் - ஐ - பாஹி என்று அழைக்கப்படும் இந்த கரோஸ்தி எழுத்துக் கல்வெட்டு லாகூர் அருங்காட்சியகத்தில் உள்ளது. அதிலுள்ள வரிகள் நடுவே அழிந்துபட்டிருந்தாலும், அதிலுள்ள கருப்பொருள் 'கொண்டொபரசு' (Gondophares) என்பதே. கொண்டொபரசின் 26வது ஆட்சியாண்டு என்று குறிப்பிடப்படும் வரிக்கு, 103 சம்வத ஆண்டு, விசாக மாதம், 4ம் நாள் என்று ஆய்வாளர்கள் கன்னிங்ஹாமும் (Cunningham), டோசனும் பொருள் கொள்கின்றனர். இதைக் கொண்டு விக்ரமாதித்ய சம்வத ஆண்டு - கி பி 46ம் ஆண்டு வெட்டப்பட்ட கல்வெட்டு அது என்று நூல் ஆசிரியர் நிறுவ

முயல்கிறார். தோமையார் இரண்டுமுறை இந்தியா வந்ததாகவும் முதல்முறை வடக்கும் இரண்டாம்முறை தெற்கும் எனப் பிரித்துப் பணிகள் செய்தார் எனவும் சொல்லப்படுவதுண்டு.

அப்படி இரண்டாம்முறை தோமையார் இந்தியா வந்தபோதுதான் சென்னையை அடுத்த மயிலையில் அவர் தங்கியதும், கொலை செய்யப்பட்டதும் நடந்தது எனவும் சொல்லப்படுகிறது. இதற்கான ஆதாரங்கள் என பலவும் சொல்லப்படுகின்றன.

கிபி 2ம் நூற்றாண்டில் சிரியாக் மொழியில் எழுதப்பட்ட 'திருத்தொண்டர்கள் போதனை' என்ற நூலில் உள்ள சில குறிப்புகள், மற்ற அப்போஸ்தலர்கள் போல தோமையாரும் இந்தியாவிலிருந்து கடிதங்கள் எழுதினார் என்று சொல்கின்றன. கிபி 3ம் நூற்றாண்டில் எழுதப்பட்ட 'புனித தோமையாரின் பணிகள்' என்னும் நூலில் நற்செய்தி போதிக்க யார் யார் எங்கு செல்வது என்று திருவுளச் சீட்டு போட்டுப் பார்த்ததில் தோமையாருக்கு இந்தியா செல்ல ஆணை வந்ததாகக் குறிப்பிடப்படுகிறது. கிபி 4ம் நூற்றாண்டில் வாழ்ந்த சிரிய கிறிஸ்தவரான தூய எபிரேம் எழுதிய திருப்பாடல்களில் தோமையார்பற்றிய குறிப்புகள் உள்ளன.

சிரிய கிறிஸ்தவர்களின் தலைமையிடமாக இருந்த எதெசா தேவாலயத்தின் 'சிரிய பிரெவியரி' புனித நூல், தோமையாரின் திருவிழா நாளாக ஜூலை மூன்றைக் குறிக்கிறது. தோமையாரின் எலும்புகள் எதெசா தேவாலயத்துக்குக் கொண்டுவரப்பட்ட நாள்தான் ஜூலை 3! அதைக் கொணர்ந்தவர் 'கபின்' என்று கிழக்கு சிரியன் நாள்காட்டியில் உள்ளது. எபிரேம் 'இந்தியாவிலும் எத்தியோப்பியாவிலும் வாழ்ந்த மக்களை விடுதலை செய்தவர்' என்று 'மார் தோமாவை' குறிப்பிடுகிறார்.

From the Sedra : —

> * O blessed Apostle, valiant Mar Thomas, whom the violent threats of the King on account of the palace thou didst build for him in heaven, did not affright.

> 'Blessed Apostle, be thou praised, O Mar Thomas, thou whose slavery secured freedom to the Indians and the Kushites [Ethiopians] blighted by the evil-doer.'

இந்தப் புனிதப் பாடல்களை எபிரேம் எதெசா ஆலயத்தில் பாடுவதற்காக மதராஷாக்கள் (Madarashas) எழுதினர். அவையே பின்னால் பாமாலை / திருப்பாடல்கள் (hymns) ஆனது. கிபி 5ம்

நூற்றாண்டில் வாழ்ந்த பிரேசிய நகர் ஆயர் ஒருவர், தன் ஆலயத்தில் தோமையாரின் திருப்பொருள்கள் உள்ளன என்று எழுதியிருக்கிறார். அதே காலகட்டத்தில் வாழ்ந்த நோலா நகரின் தூய பவுலினூஸ் 'இந்தியா தோமையாரைப் பெற்றது' என்று எழுதியிருக்கிறார்.

கிபி 6ம் நூற்றாண்டில் வாழ்ந்த தூர்ஸ் நகர ஆயர் தூய கிரகோரி, தோமையார் இந்தியாவில் பாடுபட்டார் என்று எழுதியுள்ளார்; கிபி 8ம் நூற்றாண்டில் வாழ்ந்த தூய பீட், இந்தியா தோமையாருக்குரியது என்று எழுதியிருக்கிறார். இது தவிர கிரேக்க, ரோமை, லத்தீன் மொழி வேதசாட்சிகளின் பட்டியல்கள் இந்தியாவின் தோமையார் என்றே குறிப்பிடுகின்றன.

கிபி 552ம் ஆண்டு இந்தியர்கள் பயன்படுத்த சிரியாக் மொழியில் மொழியாக்கம் செய்யப்பட்ட கிரேக்க ஏடுகளைக் கொடுக்க கிரேக்க கிறிஸ்தவ குருவான காஸ்மாஸ் இண்டிகோபிளீஸ்டஸ் இந்தியா வருகிறார் என குறிப்புகள் சொல்கின்றன. காஸ்மாஸ், 'இங்கு பாரசீக கிறிஸ்தவர்கள் இருக்கின்றனர்; அவர்களுக்குப் பாரசீகம் அனுப்பிய குரு இருக்கிறார்; அதேபோல கல்லியானா என்ற இடத்தில் பாரசீகம் அனுப்பிய ஆயர் ஒருவரும் இருக்கிறார். இந்த தேவாலயத்தில் வணங்கி வருபவர்கள் அனைவரும் அந்த நாட்டைச் சேர்ந்தவர்கள்', என்று குறிப்பு எழுதியுள்ளார். "(Top. Chr.11.14) இந்தக் கோயிலை, வழிபாட்டை 'நாஸ்டிக்' (gnostic) - பண்டைய யூத மற்றும் கிறிஸ்தவ வழிபாட்டின் தொகுப்பாகவும் இருக்கலாம் என்று கருதுபவர்கள் உண்டு.

கிபி 883ம் ஆண்டு எழுத்தில் கொண்டுவரப்பட்ட வாய்மொழி வரலாறான ஆங்கிலோ - சாக்சன் கதைகள் (Chronicles) இந்தியாவையும், தோமையாரின் கல்லறையையும் குறிப்பிடு கின்றன. ஆல்பிரெடு மன்னரின் காலத்தில் வைக்கிங்குகளுடன் கடும் போர் மூள்கிறது. அந்தப் போரில் இங்கிலாந்து கிறிஸ்தவர் கள் வெற்றிபெற்றால் தோமையாருக்கு நன்றி தெரிவிப்பதாக ஆல்பிரெடு வேண்டிக்கொள்கிறார். போரில் இங்கிலாந்து ஜெயிக்கிறது; லண்டன் காப்பாற்றப்படுகிறது. அதற்கு நன்றியாக இரண்டு நபர்களை காணிக்கைப் பொருள்களுடன் தோமையாரின் கல்லறை இருந்த இந்தியாவுக்கு அனுப்பியதாக இந்த கதைப் பாடல்கள் சொல்கின்றன.

நெஸ்தோரியசு (Nestorius) என்ற கீழை பழமைவாத சபைகள் தோன்றக் காரணமான ஆயரின் பெயரைக் கொண்டே கீழை பழமைவாத கிறிஸ்தவர்கள் நெஸ்தோரியர்கள் (Nestorians) என அழைக்கப்பட்டனர். இவர்கள் மலபார் பகுதியில் வாழ்ந்ததற்குப்

பல ஆதாரங்கள் உண்டு. கிழக்கத்திய ஆலயம் அவர்களுக்கு அனுப்பிய ஆயர், புனித நூல்கள் என பல தரவுகள் இருக்கின்றன. ஆயரின் இல்லம் கிராங்கனூர் அல்லது மயிலாப்பூரில் இருந்திருக் கலாம். மயிலைக்கு வந்த பிறநாட்டுப் பயணிகள் சின்னமலை மற்றும் தோமையார் மலையை ஆவணப்படுத்தியிருக்கின்றனர்.

மேற்குக் கரை / மலபார்:

அதேசமயம் சிரிய கிறிஸ்தவம் மேற்குக் கடற்கரையோரம் அதே ஈராயிரம் காலமாக நிலைகொண்டு இருந்ததற்கும் ஆதாரங்கள் உள்ளன. கிபி 4ம் நூற்றாண்டில் க்னனயா (Knanaya) கிறிஸ்தவர்கள் - தெக்கும்பாகம் மற்றும் வடக்குப் பிரிவினர் கேரளக் கரையில் வாழ்ந்திருக்கின்றனர். யூதேய கிழக்கு தேவாலயத்தின் பகுதியாக இவர்கள் இயங்கி வந்துள்ளார்கள். கிபி 8ம் நூற்றாண்டில் கீழை பழமைவாத (Orthodox) தேவாலயத்துக்குக் கட்டுப்பட்டும் சிலர் வாழ்ந்துள்ளார்கள். பண்டைய சிரிய, கிரேக்க கிறிஸ்தவர்கள் பிளந்துபட்ட கிழக்கு தேவாலயத்திலிருந்தும் மதப் பணி நிமித்தம் மலபார் கரைக்கு வந்துள்ளார்கள். இதனால் ஜேக்கபைட், நெஸ்தோரியர்கள், க்னனயா, சிரியன், மார் தோமா என பல பிரிவினரை அங்கு காணலாம்.

இவர்களில் கிபி 8ம் நூற்றாண்டில் மலபார் பகுதியில் வாழ்ந்த 'மார் சாபீர் ஈசோ' (Mar Sapir Eso) என்ற சிரிய கிறிஸ்தவரின் பங்கு முக்கியமானது. 'தரிசப்பள்ளி செப்புப் பட்டயங்கள்' இவரைக் குறிப்பிடுகின்றன. கிபி 849ம் ஆண்டு வேணாட்டு மன்னன் தானு ரவிகுலசேகரன், மார் சாபீர் ஈசோவுக்கு தரிசப்பள்ளி என்ற பள்ளியை எழுப்ப இடமும், அதற்கு உதவ மக்களும், வரி வசூலிக்கும் உரிமையும் கொடுக்கிறான். மார் சாபீர் ஈசோ சிரிய இனத்தவர்; அஞ்சுகிராமம், மணிவண்ணம் என்ற இரு வணிகக் குழுக்களை நிறுவி கொல்லம் நகரின் வணிகத்தை நெறிப்படுத்தியவர். இந்தத் தரிசப் பள்ளி பின்னாளில் அழிக்கப்பட்டுவிட்டது. இதில் கையொப்பமிட்டிருக்கும் பலர் சிரிய கிறிஸ்தவர்கள். மலங்கரா பழமைவாதம் மற்றும் மலங்கரா சிரிய கிறிஸ்தவ மரபினர் மார் சாபீர் ஈசோ வழிநடப்பவர்கள்.

இதே போல 4 - 9ம் நூற்றாண்டு வாக்கில் சேரமான் பெருமாள் என்ற சேர மன்னன், 'கானாவின் தோமா' என்பவருக்கு கிறிஸ்தவம் போதிக்கவும், கொடுங்கல்லூர் கிறிஸ்தவர்களுக்கு பள்ளி அமைக்கவும் அனுமதி அளித்து செப்புப் பட்டயங்கள் வெளியிட்டார் எனவும்,

17ம் நூற்றாண்டில் அவை காணாமல் போயின எனவும் சொல்லப் படுகிறது. 1601ம் ஆண்டில் இந்த பட்டயங்கள் மொழியாக்கம் செய்யப்பட்டுள்ளன. கானாவின் தோமாவின் வழித்தோன்றல்கள் என்று தெக்கும்பாகம் / தெற்கு க்னனயா கிறிஸ்தவர்கள் தங்களை அடையாளப்படுத்திக்கொள்கின்றனர். இவரது வருகைக்குப் பின்தான் வடக்கு / தெற்கு என சிரிய கிறிஸ்தவர்கள் மலபார் கரையில் பிரிந்தார்கள்.

60

உலகக் கிறிஸ்தவம் – ஒரு பார்வை

கத்தோலிக்க கிறிஸ்தவம் அரச மதம் என்ற முக்கியத்துவம் இழந்தது. கத்தோலிக்க தேவாலயங்களையும், குரு, கன்னியர் மடங்களையும் ஹென்றி அழித்தார். இந்த வாய்ப்பை ஆங்கிலிக்க கிறிஸ்தவம் மிகச்சரியாக பயன்படுத்திக் கொண்டது.

தாய் திருச்சபை

தாய் தேவாலயம் அல்லது தாய்த் திருச்சபை என்பது இயேசுவின் நேரடி அப்போஸ்தலர்கள் (அவரது சீடர்கள் 12 பேர்) மற்றும் அவருடன் வாழ்ந்தவர்கள் தொடங்கிய அமைப்பு. கிபி 70ம் ஆண்டில் யெருசலேம் நகரம் வீழ்ந்த பிறகு யூதேய மதத்திலிருந்து கிறிஸ்தவம் பிரிந்தது. புனித பவுல், பேதுரு (சின்னப்பர் - ராயப்பர்) என இருவரையும் தாய்த் திருச்சபையைக் கட்டி எழுப்பியவர்கள் என்று சொல்வதுண்டு. புனித பேதுருவை 'பாறையாகவும்' அதன் மேல் திருச்சபையைதான் கட்டவிருப்பதாகவும் இயேசு கிறிஸ்து சொல்வதாக விவிலியத்தில் குறிப்பிடப்பட்டுள்ளது. ரோமை நகரில் அமைந்துள்ள 'திரு அவை' (Holy See) - கத்தோலிக்க தலைமையிடமாக பேதுரு பேராலயம் (basilica) உள்ளது. இங்கிருந்துதான் கத்தோலிக்க கிறிஸ்தவம் பரவத்தொடங்கியது எனலாம். 'கத்தோலிக்கம்' என்ற சொல் கிரேக்கத்திலிருந்து வந்தது.

'கத்தோலிக்', 'கத்தோலிக்கோஸ்' என்றால் 'உலகமயமான' (universal) என்று பொருள்.

இந்தச் சொல்லை முதன் முதலில் அந்தியோக்கியாவின் இன்னாசியார் கிபி 110ல் தன் கடிதங்களில் பயன்படுத்தினார். இன்றுவரை ரோமையைத் தலைமையிடமாகக்கொண்டு இயங்கும் கத்தோலிக்க மையம் உலகின் மிகப்பெரிய கிறிஸ்தவ மையமாக செயல்படுகிறது. 1.3 பில்லியன் கிறிஸ்தவர்கள் இன்று உலகெங்கும் பரவியிருக்கின்றனர். முதலாம் நூற்றாண்டு முதலே 'நைசின் நம்பிக்கையின்' (Nicene Creed) மேல் கத்தோலிக்கம் கட்டமைக்கப் பட்டுள்ளது. துருக்கியின் பண்டைய நைசின் நகரில் கிபி 325ம் ஆண்டு நடைபெற்ற முதலாம் உலகளாவிய திருச்சபைக் கூட்டத்தில் (First Ecumenical Council), கிறிஸ்தவ நம்பிக்கையின் அடையாளப் பிரமாணம் / விசுவாசப் பிரமாணம் முடிவு செய்யப் பட்டது. கிபி 381ம் ஆண்டு கான்ஸ்டான்டினோபிள் நகரில் நடந்த இரண்டாவது கிறிஸ்தவ திருச்சபைக் கூட்டத்தில், இந்தப் பிரமாணத்தில் சில மாற்றங்கள் செய்யப்பட்டன.

இன்றுவரை கத்தோலிக்கர்கள் தங்கள் விசுவாச உறுதிப்பாட்டை 1700 ஆண்டுகளுக்கு முன் எழுதப்பட்ட இந்த நைசின் நம்பிக்கை பிரமாணம் மூலமாகவே சொல்கின்றனர்:

'விண்ணகத்தையும் மண்ணகத்தையும் படைத்த /
எல்லாம் வல்ல தந்தையாகிய / கடவுளை நம்புகிறேன்.
அவருடைய ஒரே மகனாகிய / நம் ஆண்டவர்
இயேசு கிறிஸ்தவையும் நம்புகிறேன்.
இவர் தூய ஆவியாரால் கருவாகி /
தூய கன்னிமரியாவிடமிருந்து பிறந்தார்.
பொந்தியு பிலாத்தின் அதிகாரத்தில் பாடுபட்டு / சிலுவையில்
அறையப்பட்டு / இறந்து அடக்கம் செய்யப்பட்டார்.
பாதாளத்தில் இறங்கி / மூன்றாம் நாள் /
இறந்தோரிடமிருந்து உயிர்த்தெழுந்தார்.
விண்ணகம் சென்று / எல்லாம் வல்ல தந்தையாகிய /
கடவுளின் வலப்பக்கத்தில் வீற்றிருக்கிறார்.
அவ்விடத்திலிருந்து / வாழ்வோருக்கும் இறந்தோருக்கும் /
தீர்ப்பு வழங்க மீண்டும் வருவார்.
தூய ஆவியாரை நம்புகிறேன்.
தூய கத்தோலிக்கத் திருச்சபையையும் /
புனிதர்களுடைய சமூக உறவையும் நம்புகிறேன்.
பாவமன்னிப்பை நம்புகிறேன்.

உடலின் உயிர்ப்பை நம்புகிறேன்.
நிலைவாழ்வை நம்புகிறேன். / ஆமென்.' -

உலகெங்கும் உள்ள கத்தோலிக்கர்களது நம்பிக்கை அறிக்கை 1700 ஆண்டுகளாக உருமாறாமல் இப்படித்தான் இருக்கிறது. இந்த நைசின் அறிக்கைதான் கிறிஸ்தவ நம்பிக்கையின் அடித்தளம்.

கிபி 313ம் ஆண்டு ரோமை மன்னரான கான்ஸ்டன்டின் கிறிஸ்தவ மதத்துக்கு அங்கீகாரம் தந்தார் (மிலான் சட்டம் - Milan Edict). கிபி 380ம் ஆண்டில் ரோமையின் அரச மதமாக கிறிஸ்தவம் ஏற்றுக்கொள்ளப்பட்டது. அதிகாரத்துடன் மதம் இணையும்போது தான் அது அசுர பலம் காண்கிறது; வளர்ச்சி கொள்கிறது.

அதற்கு முதல் தடை கிபி 431ம் ஆண்டில் நடைபெற்ற எபிசஸ் கூட்டத்தில் (Ephesus Council) ஏற்பட்டது. பண்டைய துருக்கி நகரான எபிசஸில் நடந்த இந்த கிறிஸ்தவ ஆயர்களின் கூட்டம், ரோமின் மன்னன் இரண்டாம் தெதோசியஸ் தலைமையில் நடந்தது. இதில் கான்ஸ்டான்டிநோபிள் ஆயர் நெஸ்தோரியஸின் மறைபரப்பு முறைகள் கடும் விமர்சனத்துக்குள்ளாயின. மேரி மாதாவை 'இயேசுவின் தாய்' என்று சொல்வேனே அன்றி 'கடவுளின் தாய்' என்று சொல்ல முடியாது என்று அவர் மறுத்ததில் பிணக்கு தொடங்கியது.

அலெக்சாந்திரியாவின் ஆயரான சிரில் இதைக் கடுமையாக எதிர்க்க, ரோமை மன்னன் தலைமையில் நடந்த கூட்டத்தில் 250 ஆயர்கள் கூடி, நெஸ்தோரியஸின் போதனைகளை திருச்சபைக்கு 'எதிரானது' என்று மறுதலித்தார்கள். கான்ஸ்டான்டிநோபிளா அலெக்சாந்திரியாவா என்ற சண்டையில், கான்ஸ்டான்டிநோபிள் தனியே பிரிந்தது. பாரசீக சசானிதுகள் ஆட்சியின் கீழுள்ள கிழக்கு தேவாலயங்கள் பெரும்பாலும் நெஸ்தோரியஸின் போதனைக்குக் கட்டுப்பட்டன. இந்த நெஸ்தோரிய கிறிஸ்தவம் கீழை அவை, கீழை திரு அவை ஆனது. இதன் கீழ் இன்று கிழக்கு அசிரிய தேவாலயங்கள், பண்டைய கிழக்கு தேவாலயங்கள், சால்திய சிரியாக் தேவாலயங்கள் மற்றும் சால்திய கத்தோலிக்க தேவாலயங்கள் இயங்கி வருகின்றன.

இவை தாய் சபையிலிருந்து முற்றாகப் பிரிந்து தங்கள் வழிபாட்டு முறைகளைத் தனியே அமைத்துக் கொண்டுள்ளன. நெஸ்தோரியஸ் கடவுளும் மனிதனும்- பிதாவும் அவர் மகனும் ஒன்றல்ல என்பதை இறுதி வரை போதித்தார்; அதைக் கடைபிடித்தவர்கள் நெஸ்தோரியர்கள் எனப்பட்டனர். இவர்களில் பலர் சிரியர்கள்;

கடல் வழி மலபார் கரையில் குடியேறியவர்கள். நெஸ்தோரியர்கள் தோமையார் மலையிலும் குடியிருந்ததாக மார்கோ போலோ தன் பயணக் குறிப்புகளில் குறிப்பிடுகிறார்.

1994ம் ஆண்டுதான் இந்த எபிசிய சிக்கலுக்குத் தீர்வு கிடைத்தது. கத்தோலிக்க தேவாலயத் தலைமையும் அசிரிய தேவாலயத் தலைமையும் பொது கிறிஸ்தவ அறிக்கை ஒன்றை ஏற்றுக்கொண்டன. 1500 ஆண்டுகால பிணக்கு இதன் மூலம் முடிவுக்கு வந்தது.

அடுத்த பிளவு கிபி 451ம் ஆண்டு ஏற்பட்டது. அவ்வாண்டு கேல்சிதான் கவுன்சில் கூட்டம் பேரரசர் மார்சியன் தலைமையில், துருக்கியின் கேல்சிதான் நகரில் நடந்தது. நெஸ்தோரியஸின் போதனைகளுக்கு எதிராக 'கிறிஸ்தவிலிருந்து இறையைப் பிரித்தல்' சாத்தியமல்ல; இருவரும் ஒன்றே என்று ஆணித்தரமாக இந்தக் கூட்டத்தில் ரோமை நிறுவ முயன்றது. ஆனால் கடவுளும் மனிதனான கிறிஸ்தவும் வேறு என்பதில் முடிவாய் இருந்த தேவாலயங்கள், ரோமையிலிருந்து பிரிந்தன.

கீழை பழமைவாத தேவாலயங்கள் (Oriental Orthodox Churches) என அழைக்கப்பட்ட இந்த ஆலயங்கள் ஆர்மீனியா, எகிப்து, எரித்ரியா, எத்தியோப்பியா, கிழக்காசியா, இந்தியா மற்றும் சூடான் ஆகிய நாடுகளில் அமைந்தன. அலெக்சாந்திரியாவின் காப்டிக் (Coptic - ancient Egypt) பழமைவாத தேவாலயம், அந்தியோக்கின் சிரிய பழமைவாத தேவாலயம், ஆர்மீனிய அப்போசுதலிக்க தேவாலயம், மலங்கரா சிரிய பழமைவாத தேவாலயம் (மலபார்), எத்தியோப்பிய மற்றும் எரித்ரிய தெவஹிதோ ஆலயங்கள் என 6 பிரிவுகள் பண்டைய பழமைவாத தேவாலயங்கள் அமைப்பில் இணைந்தன. மலபார் பகுதியில் இந்தப் பழமைவாத ஆலயத்தின் ஆளுமையின் கீழ் மலங்கரா பழமைவாத சிரிய ஆலயமும், ஜேக்கபைட் சிரிய கிறிஸ்தவ ஆலயமும் வருகின்றன.

இதன் காரணமாக 6ம் நூற்றாண்டுவாக்கில் கிழக்கு தேவாலயத்திற்குக் கட்டுப்பட்ட கீழைக் கிறிஸ்தவம் / தோமை கிறிஸ்தவம் மலபார் மற்றும் மாபார் பகுதிகளில் பரவியது. 9 - 14ம் நூற்றாண்டுகளில் உலகின் மிக அதிக கிறிஸ்தவர்கள் கிழக்கு தேவாலயங்களின் கீழ் இருந்தார்கள். இந்தியாவில் பெரும்பாலும் நெஸ்தோரியக் கிறிஸ்தவர்கள் கேரளக் கரையோரமே வசித்தார்கள். கிரேக்க கிழக்கத்திய கிறிஸ்தவத்துக்கும் மேற்கத்திய ரோமை / லத்தீன் கிறிஸ்தவத்துக்கும் இடையே உள்ளுக்குள் புகைந்துகொண்டிருந்த சிக்கல்கள் மீண்டும் பெரிய அளவில் வெடித்தது 11ம் நூற்றாண்டில். பெரும் பிளவு (Great Schism/ East West Schism) - என்று

அழைக்கப்பட்ட இந்தப் பிளவு 1054ம் ஆண்டு ஏற்பட்டது. நற்கருணை பவனி, புளித்த / புளிக்காத அப்ப பயன்பாடு, ரோமையின் ஆயருக்கு உலகம் முழுமையிலுமுள்ள தேவாலயங்கள் மேல் அதிகாரம் (போப்பாண்டவருக்குத் தலை வணங்குவதில் கிழக்கு தேவாலயத்துக்கிருந்த சிக்கல்) உள்ளிட்ட பிணக்குகளால், கிழக்கு பழமைவாத தேவாலயம் தனியே பிரிந்தது. ஐரோப்பாவின் சில பகுதிகள், ரஷ்யா, பால்கன் பகுதிகளில் இந்த ஆலயங்கள் உள்ளன.

இந்தப் பிளவுக்குப் பிறகு ஓரளவுக்கு ரோமையின் கட்டுப்பாட்டின் கீழ் மேலைக் கிறிஸ்தவம் வளர்ந்தது. ஐரோப்பாவின் மன்னராட்சி களான போர்ச்சுகல், பிரான்சு, இங்கிலாந்து, ஸ்பெயின் போன்ற நாடுகளில் முடியாட்சியின் மூலம் தன்னைத் தக்கவைத்துக் கொண்டது. இந்தச் சூழலில்தான் மாபெரும் கண்டுபிடிப்பாக இந்தியாவுக்கு போர்ச்சுகீசியர்கள் கடல்வழி புதிய மார்க்கத்தை மீண்டும் கண்டறிந்தார்கள். வாஸ்கோ த காமா 15ம் நூற்றாண்டில் இந்தியாவுக்கு வந்து சேரும்போது அவருடன் போர்ச்சுகீசிய பதுரதோ (Padroado) கிறிஸ்தவ முறையும் வந்து சேர்ந்தது. இந்தியாவில் கிழக்கு கிறிஸ்தவத்தைக் கடைபிடித்த நெஸ்தோரியர் களை லத்தீன் வழிபாட்டு முறைக்கு - ரோமையின் கட்டுப்பாட்டின் கீழ் கொண்டுவர ரோமை ஆயம் முயற்சித்தது. ஆனால் அது கைகூடவில்லை.

இன்னொரு புறம் 16ம் நூற்றாண்டில் சீர்திருத்தக் கிறிஸ்தவம் ஐரோப்பாவில் மலர்ந்தது. வாஸ்கோ த காமாவின் தோளில் ஏறிக்கொண்டு இந்தியா வந்த லத்தீன் கத்தோலிக்க கிறிஸ்தவத்துக்குப் பெரும் சிக்கலை 20 ஆண்டு வித்தியாசத்தில் மார்ட்டின் லூதர் ஏற்படுத்திவிட்டார். 1517ம் ஆண்டு அவர் வெளியிட்ட '95 தீசஸ்' என்ற பிரதி, லத்தீன் கத்தோலிக்கத்தில் உள்ள சிக்கல்களை வெளிச்சம் போட்டுக் காட்டியது. ஐந்து முக்கிய வேறுபாடுகளை சீர்திருத்தக் கிறிஸ்தவம் முன்வைத்தது.

போப்பாண்டவரின் (Pope) முக்கியத்துவத்தைக் குறைத்தல், பேதுருவின் வழித்தோன்றல்களாக போப்பை ஏற்க மறுத்தல், வழிவழியாக போப்பால் வழிநடத்தப்படுவதற்கு இணங்க மறுத்தல், இறை நம்பிக்கை கொண்டோர் அனைவருமே கடவுளுக்கு இணக்கமானவர்கள் என்ற நம்பிக்கை, நல்ல செயல்களைவிட நம்பிக்கையே கடவுளுக்கு உகந்தது, மீட்பு கிருபையால் மட்டுமே வரும், எல்லாவற்றையும் விட தலையாயது விவிலியம் என்ற இந்த ஐந்து கொள்கைகளும்தான் சீர்திருத்தக் கிறிஸ்தவத்தின் அடித்தளம்.

மார்ட்டின் லூத்தரின் சீடர்கள் ஜெர்மனி தாண்டி பல ஐரோப்பிய நாடுகளில் பரவினார்கள். ஹங்கேரி, நெதர்லாந்து, ஸ்காட்லாந்து, டென்மார்க், நார்வே, சுவீடன், பின்லாந்து, சுவிட்சர்லாந்து, பிரான்சு என லூத்தரன்கள் மற்றும் கால்வின்கள் மாற்றம் கொண்டு வந்தார்கள்.

மிகச் சரியாக இந்தக் காலகட்டத்தில் ரோமைக்கும் இங்கிலாந்து அரசுக்குமிடையே பெரும் பிணக்கு ஏற்பட, அங்கு ஆங்கிலிக்க கிறிஸ்தவம் பிறந்தது. எட்டாம் ஹென்றி மன்னனுக்கும் போப் ஏழாம் கிளெமன்டுக்கும் இடையே நடந்து வந்த பனிப்போரின் இறுதியில் ரோமை கிறிஸ்தவம் இங்கிலாந்திலிருந்து துண்டிக்கப் படும் சூழல் ஏற்பட்டது. எட்டாம் ஹென்றியின் அண்ணன் ஆர்தரின் மனைவியாக 20 வாரங்கள் வாழ்ந்தவர் கேத்தரின். ஸ்பெயின் நாட்டு இளவரசியான கேத்தரின் திருமணமாகி 20 வாரங்களில் ஆர்தரை இழந்தார். அவரை மீண்டும் ஸ்பெயினுக்கு அனுப்ப விரும்பாத எட்டாம் ஹென்றி அண்ணனின் மனைவியை மணமுடிக்க சம்மதித்தார். (முதலில் தன் தந்தை ஏழாம் ஹென்றியிடம் இதை மறுத்தார், தந்தையின் இறப்புக்குப் பின் ஒப்புக் கொண்டார்).

அரகனின் கேத்தரினை ஒரு வழியாக எட்டாம் ஹென்றி மணமுடித்தார். ஆனால் அவர் எதிர்பார்த்த ஆண் வாரிசு அந்தத் திருமணம் மூலம் அவருக்குக் கிடைக்கவில்லை. ரோமை கத்தோலிக்க முறைப்படி மணம் செய்துகொண்ட கேத்தரினை விவாகரத்துச் செய்ய வழி தேடினார். அன்றைய காலகட்டத்தில் திருமண உறவு முறித்தல் என்பது கிறிஸ்தவத்தில் அத்தனை எளிதானதல்ல.

ஹென்றி அறிவாளி. பழைய வேதாகமத்தின் லேவியராகமம் 20:21 வசனம், 'ஒருவன் தன் சகோதரன் மனைவியை விவாகம் பண்ணினால், அது அசுத்தம்; தன் சகோதரனை நிர்வாணமாக்கினான், அவர்கள் சந்தானமற்றிருப்பார்கள்', என்பதைக் காட்டி தனக்கு மகன் இல்லாமல் போனதற்கு அண்ணன் மனைவியை மணந்ததே காரணம் எனவும் அந்தத் திருமணம் செல்லாது எனவும் அறிவிக்கக் கோரி போப் ஏழாம் கிளெமென்டுக்குக் கடிதம் அனுப்பினார். இதைக் கூடவா போப்பாண்டவர் யூகித்திருக்கமாட்டார்? 'கடவுள் இணைத்ததை மனிதன் பிரிக்காதிருக்கட்டும்' என்று பதில் அனுப்பினார். இங்கிலாந்தில் போப்பின் தூதுவர் தலைமையில் இதை மன்னரின் அவை விவாதித்தது; எந்த இறுதி முடிவும் எட்டாமல் தூதர் ரோமைக்குத் திரும்பினார்.

ரோமின் ஆதிக்கம் இங்கிலாந்து அரசின்மீது தளர்ந்தது. ஹென்றி தடாலடியாக ஆட்சியில், சட்டதிட்டங்களில் மாற்றம் கொண்டு

வந்தார்; கேத்தரினை அரண்மனையிலிருந்து வெளியேற்றினார்; ஆங்கிலிக்க முறைப்படி மறுமணம் செய்துகொண்டார். கத்தோலிக்க கிறிஸ்தவம், அரச மதம் என்ற முக்கியத்துவம் இழந்தது. கத்தோலிக்க தேவாலயங்களையும், குரு, கன்னியர் மடங்களையும் ஹென்றி அழித்தார். இந்த வாய்ப்பை ஆங்கிலிக்க கிறிஸ்தவம் மிகச்சரியாக பயன்படுத்திக்கொண்டது. ஜெர்மனியில் தொடங்கிய 'லூத்தரன் இயக்கம்', இங்கிலாந்தின் 'ஆங்கிலிசிசம்', ஃபிரெஞ்சு நாட்டின் 'கால்வினிசம்', விபரம் புரிந்தபிறகு தங்களுக்குத் திருமுழுக்கு பெறும் 'அனபாப்டிசம்', 1740களில் தோன்றிய 'சுவிசேஷப் பரப்பு' (Evangelism) என சீர்திருத்தக் கிறிஸ்தவம் 16 - 20ம் நூற்றாண்டில் பெரும் வளர்ச்சி கண்டது. தொழில் புரட்சி, அச்சுப் புரட்சி ஏற்பட்ட காலத்தில் தோன்றிய இந்த கிறிஸ்தவம் உலகெங்கும் எளிதில் பரவ வளர்ச்சிக்குப் புது இடங்களைத் தேடிய ஐரோப்பிய காலனியாதிக்க அரசுகள் பெரும் காரணமாக அமைந்தன. இவர்கள் பரவலாக 'புராடஸ்டன்டுகள்' - சீர்திருத்தத் திருச்சபையினர் என அறியப்படுகின்றனர்.

நிவேதிதா லூயிஸ்

வரலாறு, தொல்லியல், பண்பாடு உள்ளிட்ட துறைகளில் கடந்த ஆறாண்டுகளாக இயங்கிவருபவர். முன்னாள் மத்திய அரசுப் பணியாளர். உள்ளூர், மறைக்கப்பட்ட பெண்கள் மற்றும் சிறுபான்மை சமூகத்தின் வரலாறை முனைப்போடு மக்களிடம் கொண்டு செல்பவர். சென்னை நகரில் தொடர்ச்சியாக மரபு உலாக்களும், வரலாற்றுச் சொற்பொழிவுகளும் நிகழ்த்தி வருகிறார். 'முதல் பெண்கள்', 'ஆதிச்சநல்லூர் முதல் கீழடி வரை', 'சிந்து சமவெளி நாகரிகம்', 'மகிழ்ச்சியின் தேசம்', 'வடசென்னை- வரலாறும் வாழ்வியலும்' ஆகிய நூல்களை எழுதியுள்ளார். 'Her Stories' நிறுவனத்தின் இணை நிறுவனர்; அதன் ஃபேஸ்புக் பக்கத்தில் வாரந்தோறும் நடத்திவரும் ஹெர் ஸ்டோரீஸ் உரையாடல்களுக்காக 2021ம் ஆண்டு 'லாட்லி ஊடக விருது' பெற்றிருக்கிறார். பெண் படைப்பாளர்களின் நூல்களை ஹெர் ஸ்டோரீஸ் நிறுவனம் மூலம் பதிப்பித்து வருகிறார்.

நீங்கள் விரும்பும் புத்தகம்
உங்கள் வீடு தேடி வர அழையுங்கள்

Dial for Books: 94459 01234 / 9445 97 97 97

WhatsApp No: 95000 45609

www.dialforbooks.in

www.amazon.in | www.flipkart.com